BOMBAY GAZETTEER
IN
KARNATAKA

BOMBAY GAZETTEER
IN
KARNATAKA

BY

VENKATARAMGO KATTI

GYAN

Published by

Gyan Publishing House
5, Ansari Road
Daryaganj, New Delhi-110002
Phone: 011-47034999, 9811692060
E-mail: books@gyanbooks.com

Distribution Network
gyanbooks.com
India, USA, Canada, UK, Australia, France

ISBN : 978-81-212-4498-5 (HB)

2nd Impression 2020

Printed at: Gyan Press, Delhi.

ಗ್ಯಾಝೆಟೀಯರು

ಮುಂಬಯೀ ಇಲಾಖೆಗೆ ಸೇರಿದ

ಕರ್ನಾಟಕ ಭಾಗದ್ದು

ಅಥವಾ

ದಕ್ಷಿಣ ಮಹಾರಾಷ್ಟ್ರ ಸಂಸ್ಥಾನಗಳು ಸಹಿತ

ಧಾರವಾಡ, ಬೆಳಗಾವಿ, ವಿಜಾಪುರ, ಕಾನಡಾ, ಈ ನಾಲ್ಕು ಜಿಲ್ಲೆಗಳದು.

ಸರಕಾರದವರ ಹುಕುಮಿನಿಂದ

ವೆಂಕಟ ರಂಗೋ ಕಟ್ಟೀ

ಮಾಜೀ ಪ್ರಿನ್ಸಿಪಾಲ್, ಟ್ರೇನಿಂಗ್ ಕಾಲೇಜ, ಧಾರವಾಡ

ಇವರು

ಕನ್ನಡದಲ್ಲಿ ಭಾಷಾಂತರಿಸಿದರು.

ಮೊದಲನೇ ಆವೃತ್ತಿ, ೫೦೦ ಪ್ರತಿಗಳು.

ಮುಂಬಯಿ :

ಗವರ್ನಮೆಂತ ಸೆಂತ್ರಲ್ ಬುಕ್ ಡಿಪೊ.

೧೮೯೩.

ಕ್ರಯ: ರೂಪ್ಯಾ ೪.

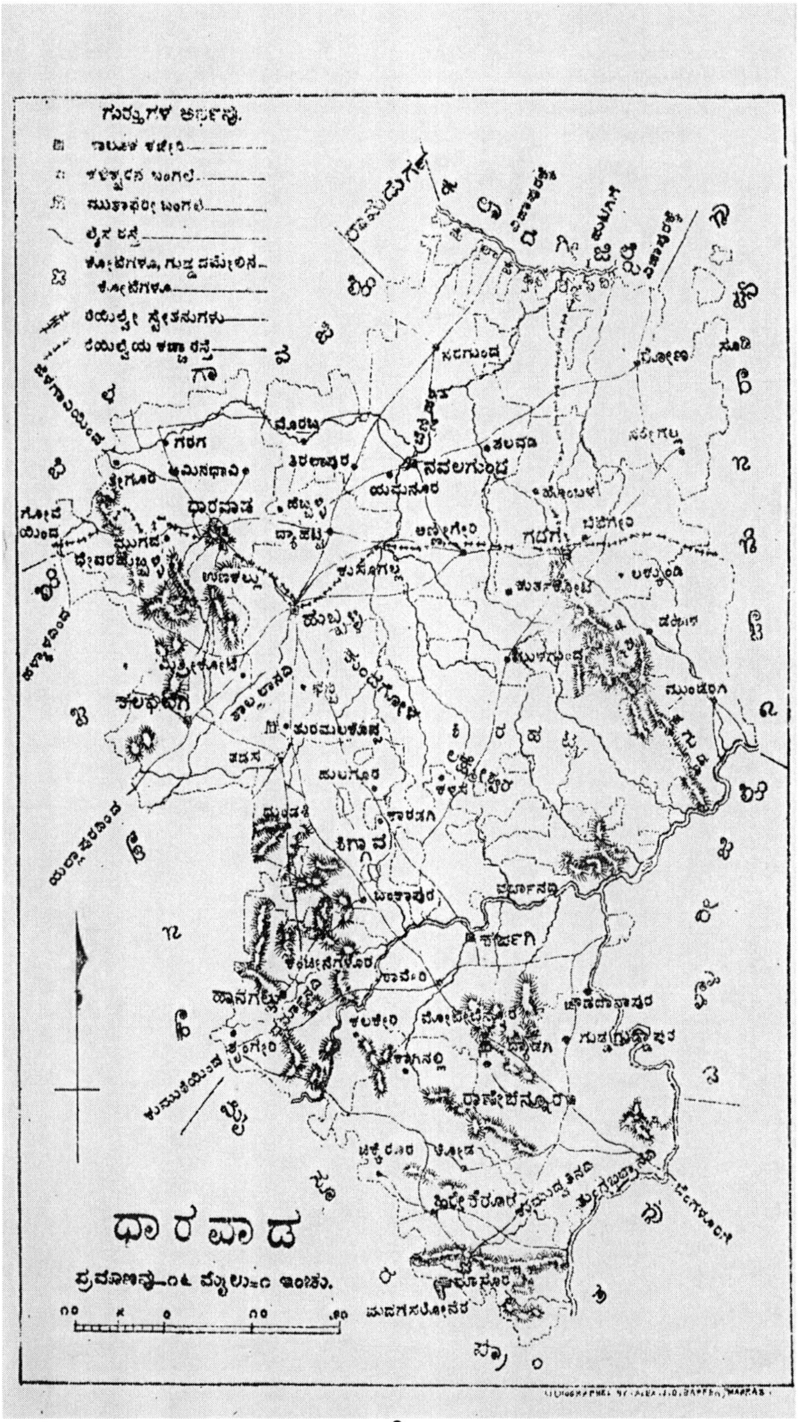
ಧಾರವಾಡ
ಧಾರವಾಡ
ಹುಬ್ಬಳ್ಳಿ
ನವಲಗುಂದ
ಗದಗ
ಕರ್ಜಗಿ
ಶಿಗ್ಗಾವ
ಮುಂಡರಗಿ
ರಾಣೀಬೆನ್ನೂರ
ಹಾನಗಲ್ಲ
ನರಗುಂದ
ಗರಗ

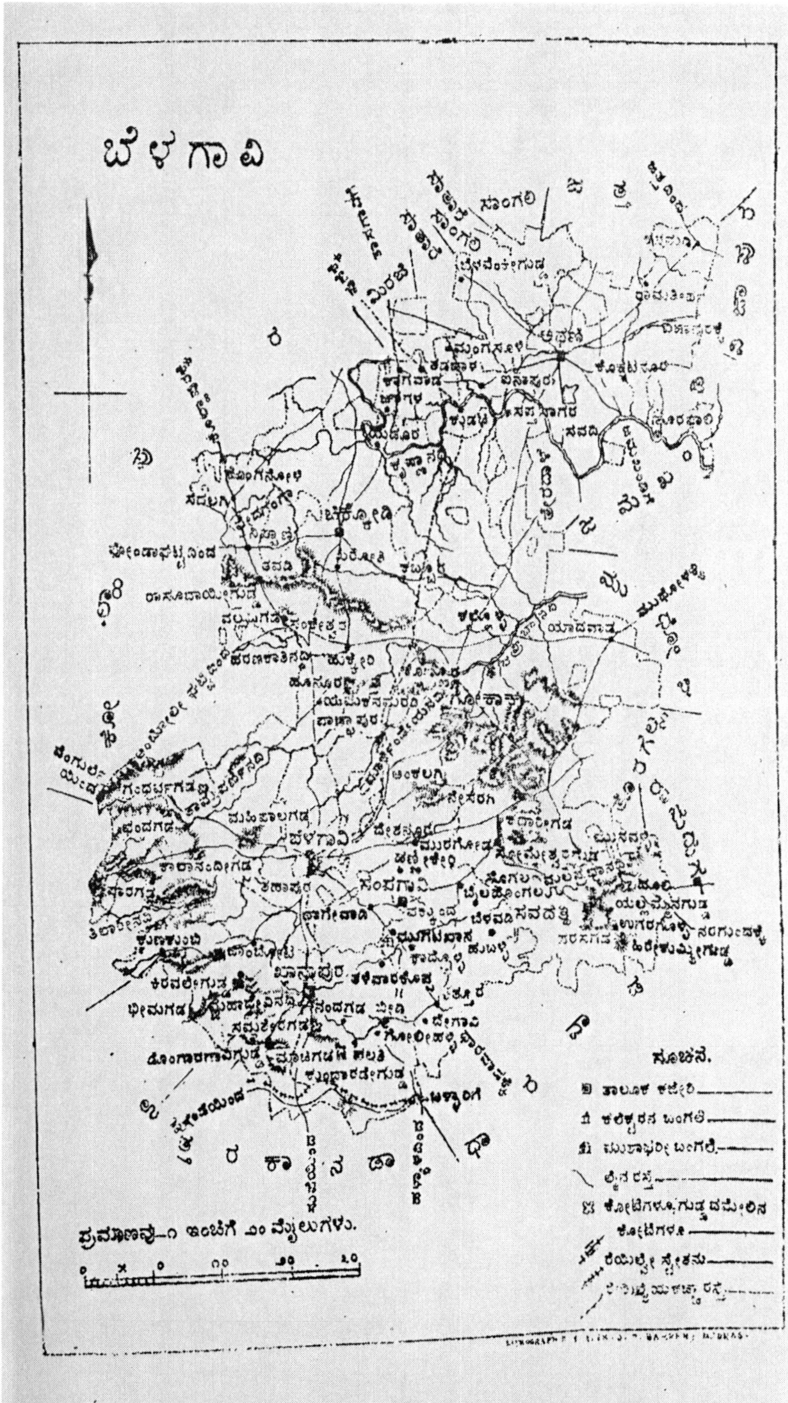

ಬೆಳಗಾವಿ
ಬೆಳಗಾವಿ
ಚಿಕ್ಕೋಡಿ
ಅಥಣಿ
ಗೋಕಾಕ
ಸವದತ್ತಿ
ಸಂಪಗಾವಿ
ಸೂಚನೆ.
ತಾಲೂಕ ಕಚೇರಿ
ಕಲೆಕ್ಟರನ ಬಂಗಲೆ
ಮುಸಾಫರೀ ಬಂಗಲೆ
ರೆಯಿಲ್ವೇ ಸ್ಟೇಶನು

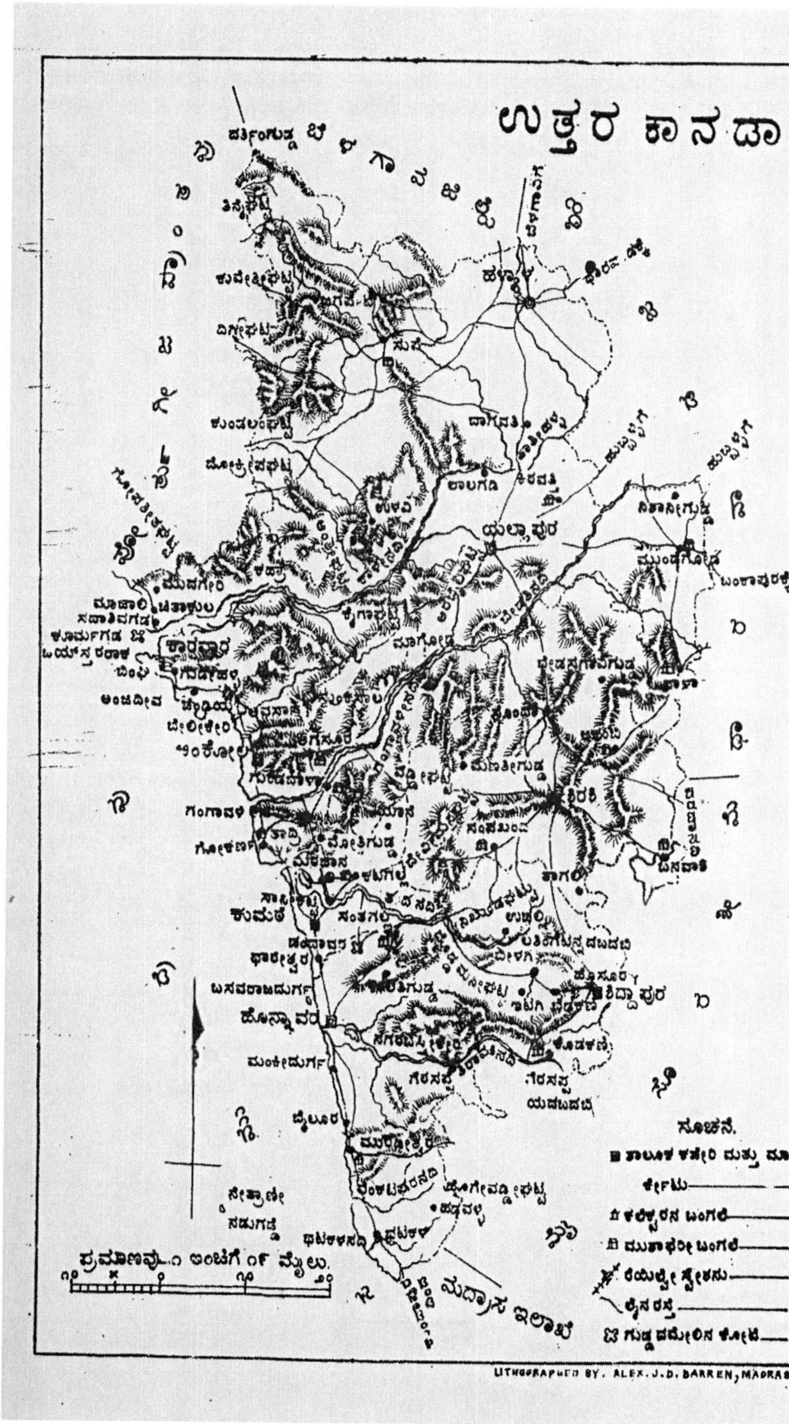
ಉತ್ತರ ಕಾನಡಾ
ಕಾರವಾರ
ಯಲ್ಲಾಪುರ
ಕುಮಟ
ಹೊನ್ನಾವರ
ಮದ್ರಾಸ ಇಲಾಖೆ
ಸೂಚನೆ.
LITHOGRAPHED BY. ALEX. J. D. BARREN, MADRAS.

ಅನುಕ್ರಮಣಿಕೆ.

೧ನೇ ಭಾಗ—ವರ್ಣನೆ.

ವಿಸ್ತಾರ, ಕ್ಷೇತ್ರ, ಜನಸಂಖ್ಯೆ; ಮೇರೆಗಳು; ವಿಭಾಗಗಳು; ಸ್ವರೂಪ; ಗುಡ್ಡಗಳು; ನದಿಗಳು; ತಡಸಲುಗಳು; ಮಳೆಯೂ ಹವೆಯೂ; ನೀರಿನ ಸಂಚಯ. . . . . ೧—೨೪

೨ನೇ ಭಾಗ—ಹುಟ್ಟುವಳಿ.

ಭೂರಚನೆ, ಖನಿಜಗಳು, ಅಡವಿಗಳು, ಪಶು ಮೃಗಾದಿಗಳು, ಜೇನುನೊಣಗಳು, ಸರ್ಪಗಳು, ಜಲಚರಗಳು . . . ೨೫—೬೭

೩ನೇ ಭಾಗ—ನಿವಾಸಿಗಳು.

ಸಂಖ್ಯೆ, ಭಾಷೆಗಳು, ಆರು ವರ್ಗಗಳು, ಗ್ರಾಮಗಳ ವಸ್ತಿ, ಮನೆಗಳು . . . . ೬೭—೭೧

ಬ್ರಾಹ್ಮಣರು, ಲೇಖಕರು, ಲಿಂಗವಂತರು, ಜೈನರು, ವರ್ತಕರು, ಯುದ್ಧೋಪಜೀವಿಗಳು, ಗುಡಿಗಳ ಪರಿಚಾರಕರು, ಒಕ್ಕಲತನದ ಜಾತಿಗಳು, ಶಿಲ್ಪಿಗರ ಜಾತಿಗಳು, ಕೈಗಾರಿಕೆಯ ಜಾತಿಗಳು, ಪಶುಗಳನ್ನು ಸಾಕುವ ಜಾತಿಗಳು, ಸಿಂದೀ ತೆಗಿಯುವ ಜಾತಿಗಳು, ಮೀನ ಬಲೆಗಾರರು, ಊಳಿಗದ ಜಾತಿಗಳು, ನೃತ್ಯ ಗಾಯನಗಳಿಂದ ಜೀವಿಸುವ ಜಾತಿಗಳು, ಕೂಲಿಕಾರರೂ ಕಿರುಕುಳ ಜಾತಿಗಳೂ, ತಿರುಕರ ಜಾತಿಗಳು, ನೀಚ ಜಾತಿಗಳು, ಮುಸಲ್ಮಾನರು, ದೇಶೀ ಕ್ರಿಸ್ತಿಯನ್ನರು, ಪಾರ್ಸಿಗಳು, ಬೆನೀಇಸ್ರಾಯಲರು, ಚಿನಯಿ ಜನರು. . . . . . . ೭೧—೨೫೫

೪ನೇ ಭಾಗ—ಒಕ್ಕಲತನ.

ಒಕ್ಕಲತನದವರು, ಭೂಮಿ, ಖಾತೆಗಳು, ಗಳೆಯ ಸಾಮಾನು, ಜಲಾಶಯಗಳು, ಗೊಬ್ಬರ, ಪೈರುಗಳು, ಬತ್ತ, ಜೋಳ, ಗೋಧಿ, ಕಡ್ಲೆ, ಹತ್ತಿ, ಕಬ್ಬು, ತೋಟಗಳು, ತೆಂಗು, ಅಡಿಕೆ, ಯಾಲಕ್ಕಿ, ಮೆಣಸು, ಯೆಲೆಬಳ್ಳಿ, ಬಾಳೆ, ಬರಗಳು . . . ೨೫೬—೨೭೮

೫ನೇ ಭಾಗ—ಬಂಡವಲು.

ಹುಂಡಿ, ನಾಣ್ಯಗಳು, ಟಂಕಸಾಲೆಗಳು, ದ್ರವ್ಯಸಂಚಯ, ಸಾಲ, ಬಡ್ಡಿ, ಜೀತ, ಕೂಲಿ, ತೂಕ ಮಾಪುಗಳು, ಭೂಮಾಪನ, ಕಾಳಿನ ಬೆಲೆ, ಆಹಾರ. . . . . ೨೭೯—೨೯೩

II.

೬ನೇ ಭಾಗ—ವ್ಯಾಪಾರ, ಕೈಗಾರಿಕೆಗಳು.

೧ನೇ ಪ್ರಕರಣ.—ಮಾರ್ಗಗಳು, ಘಟ್ಟಗಳು, ಹೊಗೆಬಂಡಿಯ ಮಾರ್ಗ, ಟಪಾಲು, ತಂತಿಟಪಾಲು, ದೀಪಸ್ತಂಭಗಳು. ೨೯೪ — ೨೯೯

೨ನೇ ಪ್ರಕರಣ—ವ್ಯಾಪಾರದ ಇತಿಹಾಸ, ಸಂತೆಗಳು, ಜಾತ್ರೆಗಳು, ಹಡಗಗಳು. . . . . ೨೯೯ — ೩೦೮

೩ನೇ ಪ್ರಕರಣ—ಅರಳೆಯ ಅರಿಯುವದು, ಅರಳೆಯ ಪೊತ್ತುವದು, ನೂಲುವದು, ನೆಯ್ಯುವದು, ವಸ್ತ್ರಗಳು, ಅಚ್ಚಿನ ವಸ್ತ್ರಗಳು, ಜಮ್ಮಖಾನೆ, ಕಂಬಳಿ, ಟೊಪ್ಪಿಗೆ, ಧಾತು ಪಾತ್ರೆಗಳು, ಉಪ್ಪು, ಸೋರುಪ್ಪು, ಕಾಗದ, ಸಾಣೀಕಲ್ಲೂ ಬೀಸುವ ಕಲ್ಲೂ, ಕಲಗಡಿಗೆ, ಬೆಲ್ಲ, ಬಣ್ಣದ ಫಲಗಳೂ ಚಿತ್ರಗಳೂ, ಬಳೆಗಳು, ಚಂದನದ ಸಾಮಾನುಗಳು, ಕೋಡಿನ ಚಿತ್ರಗಳು, ಬೆತ್ತದ ಹೆಣಿಕೆಯ ಪದಾರ್ಥಗಳು, ಕಾಚು, ಚಾಪೆಗಳು. . . . ೩೦೮ — ೩೧೪

೭ನೇ ಭಾಗ—ಇತಿಹಾಸ.

ಆರಂಭ ಕಾಲದ ಇತಿಹಾಸ, ಕದಂಬರು, ಮಾತಂಗರೂ ಕಟಚುರಿಗಳೂ, ಗಂಗ ಅರಸರು, ಆಲೂಪರು, ಪಲ್ಲವರು, ಚಲುಕ್ಯರು, ದೇವಗಿರಿಯ ಯಾದವರು, ದ್ವಾರ ಸಮುದ್ರದ ಬಲ್ಲಾಳರು, ಸವದತ್ತಿಯ ರಟ್ಟರು, ಬನವಾಸಿಯ ಕದಂಬರು, ಯಲಬುರ್ಗಿಯ ಸಿಂದ ಅರಸರು, ಕೊಲ್ಲಾಪುರದ ಶಿಲಾಹಾರರು, ದಕ್ಷಿಣದಲ್ಲಿ ಮುಸಲ್ಮಾನರು, ವಿಜಯನಗರದ ನರಪತಿಗಳು, ಬಾಮನೀ ಬಾದಶಹಗಳು, ವಿಜಾಪುರದ ಅದಿಲ್‌ಶಾಹಿ, ಕೊಡಗ, ಸ್ವಾದೆ, ಇಕ್ಕೇರಿ, ಮೈಸೂರು, ಸವಣೂರು, ಮಹಾರಾಷ್ಟ್ರರು, ಶಿವಾಜಿ, ನಿಜಾಮ, ಪೇಶವಗಳು, ಇಂಗ್ಲಿಷರು, ಹೈದರ, ಟೀಪೂ, ಕಿರುಕುಳ ಪಾಳೇಗಾರರು. . . . . . . ೩೧೫ — ೩೬೦

೮ನೇ ಭಾಗ—ಭೂಮಿ.

ಇಂಗ್ಲಿಷ ಸರಕಾರದ ಕೈ ಶೇರಿದ್ದು, ಹೆಚ್ಚು ಕಡಿಮೆಗಳು, ಭೂಮಿಯ ಅಳತೆಗಳು, ೧ನೇ ಸರ್ವೇ ಪ್ರತಿಬಂದಿ, ರಿವಿಜನ್ ಸರ್ವೇ ಪ್ರತಿಬಂದಿ, ಕಂದಾಯದ ಅಧಿಕಾರಿಗಳು . . . ೨೬೩ — ೩೭೭

೯ನೇ ಭಾಗ—ನ್ಯಾಯ.

ಸನ್ ೧೮೧೮ರಿಂದ ೧೮೮೬ರ ವರೆಗೆ, ಧಾರವಾಡ ಜಿಲ್ಲೆ, ಬೆಳಗಾವೀ ಜಿಲ್ಲೆ, ವಿಜಾಪುರ ಜಿಲ್ಲೆ, ಕಾನಡಾ ಜಿಲ್ಲೆ . . . ೩೭೭ — ೩೮೯

೧೦ನೇ ಭಾಗ—ಕಂದಾಯ.

ಕಂದಾಯದ ತುಲನೆ, ತೆರಿಗೆಯ ದರ, ಭೂಮಿಯ ಕಂದಾಯ, ಲೋಕಲ್ ಫಂಡು, ಮ್ಯುನಿಸಿಪಾಲಿಟಿಗಳು. . . . . . ೩೯೦ — ೪೦೫

೧೧ನೇ ಭಾಗ—ಶಿಕ್ಷಣ, ೧೮೮೨-೮೩, ೧೮೮೧-೮೨.

ಶಾಲೆಗಳೂ ವಿದ್ಯಾರ್ಥಿಗಳೂ, ಕಾಮದಾರರು, ಶಾಲೆಗಳ ಪ್ರಕಾರಗಳೂ ಶಿಕ್ಷಣವೂ, ಸರಕಾರೀ ಅಲ್ಲದಂಥ ಶಾಲೆಗಳು, ವಿದ್ಯದ ಬೆಳುವಣಿಗೆ, ಸ್ತ್ರೀ ಶಿಕ್ಷಣ, ಓದು ಬರಹ ಬಲ್ಲವರೂ ಅರಿಯದವರೂ, ಗ್ರಾಮ್ಯ ಶಾಲೆಗಳು, ವರ್ತಮಾನ ಪತ್ರಗಳು, ಪುಸ್ತಕಾಲಯಗಳು. . . . . ೪೦೬ — ೪೧೪

೧೨ನೇ ಭಾಗ—ಆರೋಗ್ಯ.

ರೋಗಗಳು, ಆಸಪತ್ರಿಗಳು, ಭ್ರಮಿಷ್ಟರು, ಮೈಲೇ ತೆಗಿಸಿದ್ದು, ಜನನ ಮರಣಗಳು . . . . ೪೧೪ — ೪೧೯

೧೩ನೇ ಭಾಗ—ತಾಲೂಕುಗಳು.

ಧಾರವಾಡ ಜಿಲ್ಲೆ, ಬೆಳಗಾವೀ ಜಿಲ್ಲೆ, ವಿಜಾಪುರ ಜಿಲ್ಲೆ, ಕಾನಡಾ ಜಿಲ್ಲೆ. . . . . ೪೨೦ — ೪೪೨

೧೪ನೇ ಭಾಗ—ಗ್ರಾಮಗಳು. (ಇಂಗ್ಲಿಷ ವರ್ಣಾನುಕ್ರಮದಿಂದ). ಧಾರವಾಡ ಜಿಲ್ಲೆ, ಬೆಳಗಾವೀ ಜಿಲ್ಲೆ, ವಿಜಾಪುರ ಜಿಲ್ಲೆ, ಕಾನಡಾ ಜಿಲ್ಲೆ. . . . . ೪೪೩ — ೫೮೮

೧೫ನೇ ಭಾಗ—ಸಂಸ್ಥಾನಗಳು.

೧ನೇ ಪ್ರಕರಣ.—ಕೊಲ್ಲಾಪುರದ ಸಂಸ್ಥಾನ. ವರ್ಣನೆ, ಹುಟ್ಟುವಳಿ, ಸಿವಾಸಿಗಳು, ಒಕ್ಕಲತನ, ಬಂಡವಲು, ವ್ಯಾಪಾರ, ಇತಿಹಾಸ, ಭೂಮಿ, ನ್ಯಾಯ, ಕಂದಾಯ, ಶಿಕ್ಷಣ, ಆರೋಗ್ಯ, ಗ್ರಾಮಗಳು (ಇಂಗ್ಲಿಷ ವರ್ಣಾನುಕ್ರಮದಿಂದ) . . . ೫೮೮ — ೬೧೭

೨ನೇ ಪ್ರಕರಣ.—ಇತರ ಸಂಸ್ಥಾನಗಳು. ಸಾಂಗಲಿ, ಮಿರ್ಜಿ, ೨ ಮನೆತನಗಳು, ಕುರುಂದವಾಡ ೨ ಮನೆತನಗಳು, ಜವಖಿಂಡಿ, ಮುಧೋಳ, ರಾಮದುರ್ಗ, ಸವಣೂರು, ಈ ಸಂಸ್ಥಾನಗಳಲ್ಲಿಯ ಗ್ರಾಮಗಳು . . . . ೬೧೮ — ೬೩೫

ಪರಿಶಿಷ್ಟಗಳು.—ಅ ದುರ್ಗವ್ವ ದ್ಯಾಮವ್ವ, ಬ ಭೂತಬಾಧೆ, ಕ ಬರಗಾಲದ ಆಹಾರ, ಡ ಕಾನಡಾ ಅಡವಿಯ ನಿಯಮಗಳು. ೧ — ೧೯

ಅಕ್ಷರಾನುಕ್ರಮದ ಪಟ್ಟಿ. . . . . i—xvi

ಕೋಷ್ಟಕಗಳ ಪಟ್ಟಿ. . . . . ೧ — ೨

ಮುಂಬಯಿ ಇಲಾಖೆಯೊಳಗಿನ ಕರ್ನಾಟಕ ಭಾಗ

ಅಥವಾ

ದಕ್ಷಿಣ ಮಹಾರಾಷ್ಟ್ರ ಕಾನಡಾ ಸಹಿತ.

೧ನೇ ಭಾಗ.

ವರ್ಣನೆಯು.

ಈ ಪ್ರಾಂತವು ಮುಂಬಯಿ ಇಲಾಖೆಯ ದಕ್ಷಿಣ ಭಾಗವಿರುತ್ತದೆ. ಇದು ಉತ್ತರ ಅಕ್ಷಾಂಶ ೧೩ ೫೫ ಮತ್ತು ೧೭ ೨೮ ಇವೆರಡುಗಳ ಮಧ್ಯದಲ್ಲಿಯೂ ಪೂರ್ವ ರೇಖಾಂಶ ೭೪-೫ ಮತ್ತೂ ೭೬ ೩೧ ಇವೆರಡುಗಳ ಮಧ್ಯದಲ್ಲಿಯೂ ವಿಸ್ತರಿಸಿರುವದು. ಇದರ ಪರಮಾವಧಿ ಉದ್ದಳತಿ ಸುಮಾರು ೨೧೦ ಮೈಲು; ಪರಮಾವಧಿ ಅಗಲಳತಿ ಸುಮಾರು ೧೬೭ ಮೈಲು; ಕ್ಷೇತ್ರಫಲ ೨೫೨೮೯ ಚಚ್ಚೌಕು ಮೈಲು; ಜನಸಂಖ್ಯೆ ಸುಮಾರು ೪೦೩೩೬೦೦; ಚಚ್ಚೌಕು ಮೈಲಿಗೆ ಸರಾಸರೀ ಜನಸಂಖ್ಯೆ ೧೫೯·೪೯.

ಮೇರೆಗಳು

ಈ ಪ್ರಾಂತವು ಮುಂಬಯಿ ಇಲಾಖೆಯ ದಕ್ಷಿಣ ಭಾಗವಾಗಿರುತ್ತದೆ. ಉತ್ತರದಲ್ಲಿ ವಾರಣಾ, ಭೀಮಾ ನದಿಗಳೇ ಇದರ ಮೇರೆಯಾಗಿರುತ್ತವೆ. ಅವುಗಳಾಚೆಯಲ್ಲಿ ಸಾತಾರೀ ಜಿಲ್ಲೆ, ಸೊಲ್ಲಾಪುರ ಜಿಲ್ಲೆ, ಅಂಕಲಕೋಟೆಯ ಸಂಸ್ಥಾನ, ನಿಜಾಮನ ರಾಜ್ಯ, ಇವು ಈ ಕರ್ನಾಟಕ ಭಾಗಕ್ಕೆ ಹೊಂದಿರುತ್ತವೆ; ಪೂರ್ವ ಮೇರೆಗೂ ನಿಜಾಮನ ರಾಜ್ಯವು ಹೊಂದಿರುತ್ತದೆ; ಅದರ ದಕ್ಷಿಣದಲ್ಲಿ ಬಳ್ಳಾರೀ ಜಿಲ್ಲೆ, ಮೈಸೂರ ಸಂಸ್ಥಾನ, ಇವುಗಳಿಗೂ ಈ ಕರ್ನಾಟಕ ಭಾಗಕ್ಕೂ ನಡುವೆ ತುಂಗಭದ್ರೆಯು ಉತ್ತರವಾಹಿನಿಯಾಗಿ ಹರಿಯುತ್ತದೆ. ದಕ್ಷಿಣ ಮೇರೆಯಲ್ಲಿ ಮೈಸೂರ ಸಂಸ್ಥಾನವೂ ಮಂಗಳೂರ ಜಿಲ್ಲೆಯೂ ಇದಕ್ಕೆ ಹೊಂದಿರುತ್ತವೆ. ಪಶ್ಚಿಮದಲ್ಲಿ ಈ ಪ್ರಾಂತದ ದಕ್ಷಿಣ ತುದಿಯಿಂದ ಕಾರವಾಡದ ವರೆಗೆ ಅರಬೀ ಸಮುದ್ರವೇ ಇದರ ಮೇರೆಯು; ಅದರ ಉತ್ತರದಲ್ಲಿ ಸಮುದ್ರ ತೀರಕ್ಕೂ ಈ ಕರ್ನಾಟಕ ಭಾಗಕ್ಕೂ ನಡುವೆ ಸಹ್ಯಾದ್ರಿಯ ಪರ್ವತಾವಳಿಯುಂಟು.

ವಿಭಾಗಗಳು

ಮುಂಬಯಿ ಇಲಾಖೆಗೆ ಶೇರಿದ ಕರ್ನಾಟಕ ಭಾಗದಲ್ಲಿ ಅಲ್ಪ ಸ್ವಲ್ಪ ಪ್ರದೇಶವನ್ನು ಕೊಲ್ಲಾಪುರ* ಮುಂತಾದ ದೇಶೀ ಅರಸರ ಸಂಸ್ಥಾನಗಳು ಆಕ್ರಮಿಸಿರುತ್ತವೆ. ಅವುಗಳನ್ನು ಮುಂದೆ ೧೫ನೇ ಭಾಗದಲ್ಲಿ ವಿವರಿಸುವ. ಉಳಿವ ಯಾವತ್ತು ಪ್ರಾಂತವು ಇಂಗ್ಲಿಷ ಸರಕಾರದ ರಾಜ್ಯಕ್ಕೆ ಶೇರಿರುತ್ತದೆ. ಅದರಲ್ಲಿ

* ಕೊಲ್ಲಾಪುರದ ರಾಜ್ಯವು ಮಹಾರಾಷ್ಟ್ರದ ಭಾಗದಾದಾಗ್ಯೂ ಕಾರಭಾರದ ಸೌಲಭ್ಯಕ್ಕಾಗಿ ಅದನ್ನು ದಕ್ಷಿಣ ಮಹಾರಾಷ್ಟ್ರದ ಸಂಸ್ಥಾನಗಳಲ್ಲಿ ಎಣಿಸುತ್ತಾರೆ.

ಕಾರಭಾರದ ಸೌಲಭ್ಯಕ್ಕೋಸ್ಕರವಾಗಿ, ವಿಜಾಪುರ, ಬೆಳಗಾವಿ, ಧಾರವಾಡ, ಕಾನಡಾ ಯೆಂಬ ನಾಲ್ಕು ಜಿಲ್ಲೆಗಳನ್ನು ಮಾಡಿ, ಪ್ರತಿ ವೊಂದು ಜಿಲ್ಲೆಯಲ್ಲಿ ತಾಲೂಕುಗಳೆಂಬ ವಿಭಾಗಗಳನ್ನು ಮಾಡಿದ್ದಾರೆ. ಇವುಗಳ ಕ್ಷೇತ್ರ, ಜನಸಂಖ್ಯೆ, ಗ್ರಾಮಸಂಖ್ಯೆ, ಮುಂತಾದ ವಿವರಗಳು ಕೆಳಗಿನ ಕೋಷ್ಟಕದಲ್ಲಿ ತೋರಿಸಲ್ಪಟ್ಟವೆ.

ಜಿಲ್ಲೆಗಳೂ ತಾಲೂಕುಗಳೂ.

೧. ವಿಜಾಪುರ ಜಿಲ್ಲೆ.

ತಾಲೂಕುಗಳು.	ಗ್ರಾಮಗಳು ಇನಾಮಿ ಬೇಚಿರಾಖ ಸಹಿತ.	ಕ್ಷೇತ್ರಫಲ ಚ. ಮೈ.	ಜನಸಂಖ್ಯೆ ೧೮೮೧.	ವಸೂಲು ೧೮೮೧.
೧. ಇಂಡಿ	೧೩೬	೮೭೧	೭೧೯೪೦	೧೭೪೩೧೦
೨. ಸಿಂದಗಿ	೧೫೦	೮೧೨	೭೨೬೫೦	೧೮೮೨೩೯
೩. ವಿಜಾಪುರ	೧೦೮	೮೬೯	೭೬೮೯೬	೧೨೫೮೭೦
೪. ಬಾಗೇವಾಡಿ.	೧೨೮	೭೬೪	೮೬೭೪೩	೨೦೦೩೩೦
೫. ಮುದ್ದೇಬಿಹಾಳ. . . .	೧೬೧	೫೬೪	೬೫೦೨೪	೧೪೦೪೮೦
೬. ಬಾಗಲಕೋಟೆ	೨೦೦	೬೮೩	೯೬೧೫೬	೧೪೭೭೯೦
೭. ಬಾದಾಮಿ	೨೩೬	೬೭೬	೮೯೦೪೭	೧೦೨೯೧೦
೮. ಹುನಗುಂದ	೨೧೭	೫೧೮	೮೦೦೩೭	೧೨೧೦೫೦
ಒಟ್ಟು . . .	೧೩೩೪	೫೭೫೭	೬೩೪೮೪೯೩	೧೨೦೦೯೭೦

೨. ಬೆಳಗಾವೀ ಜಿಲ್ಲೆ.

ತಾಲೂಕುಗಳು.	ಗ್ರಾಮಗಳು	ಕ್ಷೇತ್ರಫಲ	ಜನಸಂಖ್ಯೆ	ವಸೂಲು
೧. ಅಥಣಿ	೮೨	೭೮೬	೧೨೫೯೬೧	೧೫೮೬೨೦
೨. ಚಿಕ್ಕೋಡಿ	೨೧೫	೮೪೦	೨೪೫೬೧೪	೨೬೧೪೪೦
೩. ಗೋಕಾವಿ	೧೨೦	೬೭೦	೯೩೦೨೯	೧೩೧೪೪೦
೪. ಪರಸಗಡ	೧೩೩	೬೪೦	೯೧೩೨೬	೧೮೭೪೪೦
೫. ಸಂಪಗಾವಿ	೧೪೦	೪೨೪	೧೧೯೮೪೩	೨೩೯೧೩೦
೬. ಬೆಳಗಾವಿ	೨೦೩	೬೬೩	೧೨೮೪೭೭	೧೫೦೪೧೦
೭. ಖಾನಾಪುರ	೨೪೦	೬೩೩	೭೯೨೬೪	೧೧೩೦೮೦
ಒಟ್ಟು . . .	೧೧೩೩	೪೬೫೬	೮೬೪೦೧೪	೧೨೪೧೫೬೦

೩. ಧಾರವಾಡ ಜಿಲ್ಲೆ.

ತಾಲೂಕುಗಳು.	ಗ್ರಾಮಗಳು ಇನಾಮಿ ಬೇಚಿರಾಖ ಸಹಿತ.	ಕ್ಷೇತ್ರಫಲ ಚ. ಮೈ.	ಜನಸಂಖ್ಯೆ ೧೮೮೧.	ವಸೂಲು ೧೮೮೧.
೧. ಧಾರವಾಡ	೨೧೩	೪೨೫	೧೧೧೧೩೭	೨೭೭೦೫೦
೨. ಕಲಘಟಗಿ	೧೪೧	೨೭೯	೫೦೭೬೯	೧೨೯೮೫೦
೩. ಹುಬ್ಬಳ್ಳಿ	೯೪	೩೧೧	೯೧೯೯೭	೨೬೦೫೬೦
೪. ನವಲಗುಂದ	೯೭	೫೬೨	೮೭೮೩೨	೩೮೨೮೬೦
೫. ರೋಣ	೭೪	೩೭೦	೬೦೭೨೪	೧೬೪೪೭೦
೬. ಗದಗು	೧೨೮	೬೯೯	೧೦೦೩೩೩	೨೫೭೪೦೦
೭. ಕರ್ಜಗಿ	೧೪೭	೪೪೨	೮೩೨೧೬	೧೯೨೩೨೦
೮. ಬಂಕಾಪುರ	೧೭೧	೩೪೩	೭೬೫೫೪	೧೯೮೭೫೦
೯. ಹಾನಗಲ್ಲು	೨೧೧	೨೯೮	೬೫೭೮೭	೧೮೪೪೯೦
೧೦. ಕೋಡ	೨೦೪	೪೦೦	೮೦೩೪೫	೧೮೬೬೩೦
೧೧. ರಾಣೇಬಿನ್ನೂರು	೧೪೩	೪೦೫	೭೪೨೧೩	೧೫೮೦೪೦
ಒಟ್ಟು	೧೬೨೩	೪೫೩೪	೮೮೨೯೦೭	೨೩೯೨೪೨೦

೪. ಕಾನಡಾ ಜಿಲ್ಲೆ.

ತಾಲೂಕುಗಳು.	ಗ್ರಾಮಗಳು ಇನಾಮಿ ಬೇಚಿರಾಖ ಸಹಿತ.	ಕ್ಷೇತ್ರಫಲ ಚ. ಮೈ.	ಜನಸಂಖ್ಯೆ ೧೮೮೧.	ವಸೂಲು ೧೮೮೧.
೧. ಕಾರವಾಡ	೨೩೧	೨೮೧	೪೭೭೪೨	೧೧೦೭೧೦
೨. ಅಂಕೋಲಾ	೧೯೫	೩೬೭	೩೪೧೮೯	೯೬೬೬೦
೩. ಕುಮಟಾ	೪೫೭	೨೩೦	೫೮೭೫೮	೧೨೧೨೨೦
೪. ಹೊನ್ನಾವರ	೭೪೬	೪೪೬	೮೫೬೨೫	೧೫೯೭೨೦
೫. ಸುಪಾ (ಹಳ್ಯಾಳ)	೪೫೭	೯೫೭	೬೧೧೫೪	೧೦೬೬೯೦
೬. ಯಲ್ಲಾಪುರ	೩೦೫	೫೮೯	೩೬೩೧೪	೯೫೫೯೦
೭. ಸಿರಸಿ	೭೫೧	೭೭೯	೬೨೪೦೦	೧೭೧೭೬೦
೮. ಸಿದ್ಧಾಪುರ	೬೮೫	೨೩೯	೩೫೬೫೮	೯೦೫೪೦
ಒಟ್ಟು	೩೮೨೬	೩೯೧೦	೪೨೧೮೪೦	೯೫೨೮೯೦
೪ ಜಿಲ್ಲೆಗಳ ಒಟ್ಟು	೭೯೧೬	೧೭೮೫೭	೨೮೦೭೨೫೪	೫೭೮೭೮೪೦

1*

ಸ್ವರೂಪ

ಭೂಮಿಯ ಸ್ವರೂಪವು.—ಈ ಕರ್ನಾಟಕ ಭಾಗದ ಭೂಮಿಯು ಒಂದೇ ಸವನಾಗಿರುವದಿಲ್ಲ. ಸಹ್ಯಾದ್ರಿಯಿಂದ ಇದರ ಸ್ವರೂಪವು ಬೇರೆ ಬೇರೆ ಕಡೆಯಲ್ಲಿ ಬೇರೆ ಬೇರೆ ತರದ್ದಾಗಿರುತ್ತದೆ. ಈ ಪರ್ವತಾವಳಿಯು ಈ ಪ್ರಾಂತದ ದಕ್ಷಿಣ ಭಾಗದೊಳಗಿಂದ, ಅಂದರೆ ಕಾನಡಾ ಜಿಲ್ಲೆಯೊಳಗಿಂದ, ಉತ್ತರಕ್ಕೆ ಹೋಗುತ್ತದೆ. ಕಾನಡಾ ಜಿಲ್ಲೆಯನ್ನು ದಾಟಿದ ಒಳಿಕ ಮುಂದೆ ಉತ್ತರಕ್ಕೆ ಹೋದ ಹಾಗೆ ಈ ಕರ್ನಾಟಕ ಭಾಗವು ಸಹ್ಯಾದ್ರಿಯಿಂದ ಪೂರ್ವಕ್ಕೆ ಹೆಚ್ಚು ಹೆಚ್ಚು ದೂರಾಗುತ್ತ ಹೋಗುತ್ತದೆ. ಅದರಿಂದ ಈ ಪ್ರಾಂತದ ಭೂಮಿಯಲ್ಲಿ ನಾಲ್ಕು ಮುಖ್ಯ ಪ್ರಕಾರಗಳಾಗಿರುತ್ತವೆ. ಅವು ಯಾವವೆಂದರೆ—೧ ಸಹ್ಯಾದ್ರಿಯ ಪಶ್ಚಿಮಕ್ಕಿರುವ ಸಮುದ್ರ ತೀರದ ತಗ್ಗು ಪ್ರದೇಶ, ಅಥವಾ ಕೊಂಕಣ, ೨ ಸಹ್ಯಾದ್ರಿಯ ಪ್ರದೇಶ, ಅಥವಾ ಮಲ್ಲಾಡ,* ೩ ಸಹ್ಯಾದ್ರಿಯ ನೆರೆಪ್ರದೇಶ, ಅಥವಾ ಮಲ್ಲಾಡದ ಶರಗು, ೪ ಬೈಲು ಶೀಮೆ, ಅಥವಾ ಬೆಳುವಲು.

೧. ಸಮುದ್ರ ತೀರದ ತಗ್ಗು ಪ್ರದೇಶ, ಅಥವಾ ಕೊಂಕಣ.—ಇದು ಕಾನಡಾ ಜಿಲ್ಲೆಯ ಪಶ್ಚಿಮ ಭಾಗವಾಗಿದೆ. ಇದರಲ್ಲಿ ಹೊನ್ನಾವರ, ಕುಮಟಾ, ಅಂಕೋಲೆ, ಕಾರವಾಡ, ಯೆಂಬ ನಾಲ್ಕು ತಾಲೂಕುಗಳಿವೆ. ಸಮುದ್ರ ತೀರವು ಸ್ವಲ್ಪ ವಕ್ರವಾಗಿ ದಕ್ಷಿಣೋತ್ತರ ೭೬ ಮೈಲುದ್ದ ಇರುತ್ತದೆ. ಇದರಲ್ಲಿ ಕಾರವಾಡ, ಬೇಲಿಕೇರಿ, ಯೆಂಬೆರಡು ಸಣ್ಣ ಆಖಾತಗಳಿವೆ; ಅಲ್ಲಲ್ಲಿಗೆ ಸಣ್ಣ ಸಣ್ಣ ನಡುಗಡ್ಡೆಗಳಿಂದಲೂ, ಭೂಶಿರಗಳಿಂದಲೂ, ಹೊಳೆಗಳ ಮುಖಗಳಿಂದಲೂ, ತೆಂಗಿನ ಬನಗಳುಳ್ಳಂಥ ಉಸುಬಿನ ಬೈಲುಗಳಿಂದಲೂ ಈ ಸಮುದ್ರ ತೀರವು ಚಿತ್ರ ವಿಚಿತ್ರವಾಗಿರುತ್ತದೆ. ದಂಡೆಯ ಹಿಂಬದಿಯಲ್ಲಿ ನಿಬಿಡವಾದ ಅರಣ್ಯಗಳೂ ಯೆತ್ತರವಾದ ಶಿಖರಗಳೂ ಮನೋಹರವಾಗಿ ಶೋಭಿಸುತ್ತವೆ. ಕಾರವಾಡದ ಯೆದುರಿನಲ್ಲಿ ಅಂಜನೀ ದ್ವೀಪ, ಹೊನ್ನಾವರದ ಎದುರಿಗೆ ಬಸವರಾಜದುರ್ಗ, ಅದರ ದಕ್ಷಿಣಕ್ಕೆ ಜಾಲೀಕೊಂಡವೆಂಬ ಶಿಖರ, ಇವೇ ಮುಖ್ಯ ನಡುಗಡ್ಡೆಗಳು. ಕಾರವಾಡದ ಪತ್ತರದಲ್ಲಿ ಕಾಳೀ ನದಿಯ ಮುಖ, ಗೋಕರ್ಣದ ಉತ್ತರದಲ್ಲಿ ಗಂಗಾವಳಿಯ ಮುಖ, ಹೊನ್ನಾವರದ ಹತ್ತರದಲ್ಲಿ ಶರಾವತಿಯ ಮುಖ, ಇವೇ ಮುಖ್ಯ ನದೀಮುಖಗಳು.

ಕಾರವಾಡದ ದಕ್ಷಿಣ ನೆರೆಯಲ್ಲಿ ಸಹ್ಯಾದ್ರಿಯ ೧೭೦೦ ಫೂಟು ಯೆತ್ತರವಾದ ಶಿಖರಗಳು ಸಮುದ್ರತೀರಕ್ಕೆ ಹೊಂದಿರುತ್ತವೆ. ಅಲ್ಲಿಂದ ದಕ್ಷಿಣಕ್ಕೆ ಈ ಕೊಂಕಣ ಪಟ್ಟಿಯು ಕೆಲವು ಕಡೆಯಲ್ಲಿ ಹತ್ತೆಂಟು ಮೈಲು ಮಾತ್ರ ಅಗಲಾಗಿಯೂ ಕೆಲವು ಕಡೆಯಲ್ಲಿ ೨೦ರಿಂದ ೨೫ ಮೈಲುಗಳ ವರೆಗೆ ಅಗಲಾಗಿಯೂ ಇರುತ್ತದೆ. ಇದೆಲ್ಲ ವಿಶೇಷವಾಗಿ ಉಸುಬಿನ ಭೂಮಿಯೇ, ಕೆಲವು ಕಡೆಯಲ್ಲಿ ಗರಸಿನ ನೆಲವು ಇರುತ್ತದೆ. ಸಮುದ್ರದ ನೀರು ಬಾರದಿದ್ದಲ್ಲಿ ಹೊಳೆಗಳ ದಂಡೆಯಲ್ಲಿಯೂ, ಅಲ್ಪ ಸ್ವಲ್ಪವಾಗಿ ಬೇರೆ ಕಡೆಯಲ್ಲಿಯೂ ಮಣ್ಣಿನ ಭೂಮಿಯನ್ನು ಕಾಣ ಬಹುದು. ಅಲ್ಲಲ್ಲಿಗೆ ಅಗಲಾದ ನದೀ ಮುಖಗಳೂ ಗುಡ್ಡಗಳೂ ಇರುವವರಿಂದ ಪ್ರವಾಸವು ಬಹು ಕಷ್ಟವಾಗುತ್ತದೆ; ಬಂಡಿ

* ಮಲೆನಾಡು; ಮಲೆ, ಗುಡ್ಡ.

ಗಳಂತು ಸಾಗುವದೇ ಇಲ್ಲ; ತೆಂಗಿನ ಬನಗಳು ಬಹಳ; ಸಹ್ಯಾದ್ರಿಯ ಅಡವಿಯಲ್ಲಿ ತೇಗು ಮತ್ತಿ, ಹಲಸು, ಮುಂತಾದ ಮರಗಳು ಯೆತ್ತರವಾಗಿ ಬೆಳಿಯುತ್ತವೆ. ಕೆಂಪು ಭೂಮಿ ಇದ್ದಲ್ಲಿ ತೋಟಗಳೂ ಬತ್ತದ ಗದ್ದೆಗಳೂ ಸೊಬಗಿನಿಂದ ಮೆರೆಯುತ್ತಿರುತ್ತವೆ.

೨. ಸಹ್ಯಾದ್ರಿಯ ಪ್ರದೇಶ, ಅಥವಾ ಮಲ್ಲಾಡ.— ಕಾನಡಾ ಜಿಲ್ಲೆಯ ಮಧ್ಯ ಭಾಗದಲ್ಲಿ ಅಂದರೆ ಕೊಂಕಣ ಪಟ್ಟಿಯ ಪೂರ್ವ ನೆರೆಯಲ್ಲಿ ಸಹ್ಯಾದ್ರಿಯ ಸಾಲು ದಕ್ಷಿಣೋತ್ತರವಾಗಿ ಇರುತ್ತದೆ. ಇದಕ್ಕೆ ಪಶ್ಚಿಮ ಘಟ್ಟವೆಂತಲೂ ಅನ್ನುವರು. ಈ ಪರ್ವತಾವಳಿಯು ಕಾನಡಾ ಜಿಲ್ಲೆಯ ಉತ್ತರದಲ್ಲಿ ಗೋಮಂತಕ ಪ್ರಾಂತದೊಳಗಿಂದ ಮಹಾರಾಷ್ಟ್ರ ದೇಶವನ್ನು ಶೇರುತ್ತದೆ. ಬೆಳಗಾವೀ ಜಿಲ್ಲೆಯಲ್ಲಿ ಇವರ ಪೂರ್ವದ ಅಂಚು ಅಲ್ಪ ಸ್ವಲ್ಪ ಬಂದಿರುತ್ತದೆ. ಈ ಪರ್ವತಾವಳಿಯ ಸರಾಸರೀ ಎತ್ತರ ೨೦೦೦ ಪೂಟು; ಕೆಲವು ಶಿಖರಗಳು ೩೦೦೦ ಪೂಟನ ವರೆಗೆ ಇರುತ್ತವೆ. ಈ ಮಲ್ಲಾಡದ ಪ್ರದೇಶದಲ್ಲಿ ಮಂಜಾಣಾದ ಅಡವಿಯು ಹಬ್ಬಿರುತ್ತದೆ. ಅದನ್ನು ಮುಂಪೆ ವಿವರಿಸುವ. ಆದರೆ ಬೆಳಗಾವೀ ಜಿಲ್ಲೆಯೊಳಗಿನ ಮಲ್ಲಾಡ ಭಾಗದ ಅಡವಿಯು ಅಷ್ಟು ಭವ್ಯವಾದದ್ದಲ್ಲ. ಮಲ್ಲಾಡದ ಅಡವಿಯಲ್ಲಿ ಗ್ರಾಮಗಳೂ ಒಕ್ಕಲತನಕ್ಕೆ ಶೇರಿದ ಭೂಮಿಯೂ ಬಹುತರ ಇಲ್ಲ; ಕಾಡು ಜನರು ಮಾತ್ರ ಪಲಕೆಲವು ಕಡೆಯಲ್ಲಿ ವಾಸಿಸುತ್ತಾರೆ. ಹುಲಿ, ಕರಡಿ ಮುಂತಾದ ಕಾಡುಮಿಕಗಳು ಈ ಅಡವಿಯಲ್ಲಿ ಮನೆ ಮಾಡಿಕೊಂಡಿರುತ್ತವೆ. ಸಹ್ಯಾದ್ರಿಯ ನೆತ್ತಿಯಿಂದ ಪೂರ್ವದ ಇಳಕಲನ್ನು ಇಳಿಯುತ್ತ ಬಂದ ಹಾಗೆ ಅಡವಿಯು ಬೈಲಾಗುತ್ತದೆ; ಸಣ್ಣ ಸಣ್ಣ ಹಳ್ಳಿಗಳನ್ನೂ ಹಸನಾದ ಭೂಮಿಯನ್ನೂ ನೋಡ ಬಹುದು.

೩. ಸಹ್ಯಾದ್ರಿಯ ನೆರೆಪ್ರದೇಶ, ಅಥವಾ ಮಲ್ಲಾಡದ ಶರಗು.— ಕಾನಡಾ ಜಿಲ್ಲೆಯ ಇಡೀ ಪೂರ್ವ ಭಾಗ, ಅಂದರೆ ಘಟ್ಟದ ಮೇಲಿನ ಸಿದ್ದಾಪುರ, ಶಿರಸಿ, ಹಲ್ಯಾಳ, ಯಲ್ಲಾಪುರ, ಯೆಂಬ ನಾಲ್ಕು ತಾಲೂಕುಗಳು; ಧಾರವಾಡ ಜಿಲ್ಲೆಯ ಪಶ್ಚಿಮದ ಸಣ್ಣ ಭಾಗ, ಅಂದರೆ ಕೋಡ, ಹಾನಗಲ್ಲು, ಕಲಘಟಗಿ, ಹುಬ್ಬಳ್ಳಿ, ಧಾರವಾಡ, ಯೆಂಬ ಐದು ತಾಲೂಕುಗಳು; ಬೆಳಗಾವೀ ಜಿಲ್ಲೆಯ ನೈಋತ್ಯಭಾಗ, ಅಂದರೆ ಖಾನಾಪುರ, ಸಂಪಗಾವಿ, ಬೆಳಗಾವಿ, ಎಂಬ ಮೂರು ತಾಲೂಕುಗಳು; ಇಷ್ಟೆಲ್ಲ ಪ್ರದೇಶವು ಮಲ್ಲಾಡದ ಶರಗೆಂದು ಹೇಳ ಬಹುದು. ಬೆಳಗಾವೀ ತಾಲೂಕಿನ ಪಶ್ಚಿಮ ಅಂಚು ಅಚ್ಚ ಮಲ್ಲಾಡವೇ ಇರುತ್ತದೆ. ಚಿಕ್ಕೋಡೀ ತಾಲೂಕಿನ ಪಶ್ಚಿಮ ಭಾಗವನ್ನು ಮಲ್ಲಾಡದ ಶರಗಿನೊಳಗೆ ಎಣಿಸ ಬಹುದು. ಈ ಪ್ರದೇಶವು ಪೂರ್ವಕ್ಕೆ ಇಳಕಲಾಗಿ, ಸಮುದ್ರಕ್ಕಿಂತ ಸುಮಾರು ೧೫೦೦ ಪೂಟು ಎತ್ತರಿರುತ್ತದೆ. ಇದರ ಪಶ್ಚಿಮ ಭಾಗದಲ್ಲಿ ಅಲ್ಪ ಸ್ವಲ್ಪ ಅಡವಿಯುಂಟು ಅದು ಪೂರ್ವಕ್ಕೆ ಹೋದ ಹಾಗೆ ಕಡಿಮೆಯಾಗುತ್ತದೆ. ಪಶ್ಚಿಮ ಭಾಗದ ಹಳ್ಳಿಗಳು ಬಹಳ ಸಣ್ಣವು, ಅವುಗಳಲ್ಲಿ ಮರಗಳು ವಿಶೇಷ, ಮನೆಗಳ ಮಾಳಿಗೆಗಳು ಹಂಚಿನವು. ಆದರೆ ಪೂರ್ವಕ್ಕೆ ಸಾಗಿದ ಹಾಗೆ ಈ ಸ್ವರೂಪವು ಬದಲಾಗುತ್ತದೆ; ಹಳ್ಳಿಗಳು ಬರ ಬರುತ್ತ ದೊಡ್ಡವಾಗುತ್ತವೆ, ಅವುಗಳಲ್ಲಿ ಮರಗಳ ದಟ್ಟಣಿ ಕಡಿಮೆ, ಹಲಕೆಲವು ಮೇಲು ಮುದ್ದೆಯ ಮಾಳಿಗೆಗಳನ್ನು ನೋಡಬಹುದು. ಈ ಮಲ್ಲಾಡದ ಶರಗಿನಲ್ಲಿ ಜೂನ ತಿಂಗ

ಳಿಂದ ಫೆಬ್ರುವರಿಯ ವರೆಗೆ ಅಡವಿಯಲ್ಲಿ ಹಸುರು ಸಸಿಗಳಿರುತ್ತವೆ. ಸಣ್ಣ ದೊಡ್ಡ ಗುಡ್ಡಗಳು ಬಹುತರ ಯೆಲ್ಲ ಕಡೆಯಲ್ಲಿರುತ್ತವೆ. ಅದರಿಂದ ಭೂಮಿಯು ತಗ್ಗು ದಿನ್ನೆ ಯಾಗಿರುವದು. ದಿನ್ನೆಗಳಲ್ಲಿ ಗರಸಿನ ನೆಲವೇ ವಿಶೇಷ. ತಗ್ಗಿನ ಪ್ರದೇಶಗಳಲ್ಲಿ ತಕ್ಕ ಮಟ್ಟಿಗೆ ಕಸುವುಳ್ಳಂಥ ಕೆಂಪು ಮಣ್ಣಿನ ಭೂಮಿಯು ಸರುವುಗಳ ಎಡಬಲಗಳಲ್ಲಿಯೂ ಮಡುವುಗಳ ದಂಡೆಗಳಲ್ಲಿಯೂ ವಿಪುಲವಾಗಿರುವದು. ಪೂರ್ವಕ್ಕೆ ಬಂದ ಹಾಗೆ ಕೆಂಪು ಭೂಮಿಯು ಕರೆ ನೆಲದ ಸ್ವರೂಪವನ್ನು ಹೊಂದುತ್ತದೆ. ಒಂದೇ ಹೊಲದಲ್ಲಿ ಕೆಲವು ಭಾಗ ಕೆಂಪು ಮಂಣು, ಕೆಲವು ಭಾಗ ಯೆರೆಮಣ್ಣು ಇರುವದು ಅಪರೂಪವಲ್ಲ. ಕುಮುದ್ವತಿ, ಧರ್ಮಾ, ವರದಾ, ಮಲಾಪಹಾರಿ, ಮಾರ್ಕಂಡೇಯಿ, ಹಿರಣ್ಯಕೇಶಿ, ಯೆಂಬ ಹೊಳೆಗಳು ಈ ಪ್ರದೇಶದಲ್ಲಿ ಹರಿಯುತ್ತವೆ. ಇವುಗಳ ತೀರದ ಭೂಮಿಯು ಹೆಚ್ಚು ಫಲವುಳ್ಳದ್ದು.

೪. ಬೈಲು ಶೀಮೆ, ಅಥವಾ ಬೆಳುವಲು.—ಮುಂಬಯಿ ಇಲಾಖೆಗೆ ಶೇರಿದ ಕರ್ನಾಟಕ ಭಾಗದಲ್ಲಿ ಈ ಬೈಲು ಶೀಮೆಯೇ ಎಲ್ಲಕ್ಕೂ ದೊಡ್ಡದಿರುತ್ತದೆ. ಧಾರವಾಡ ಜಿಲ್ಲೆಯಲ್ಲಿ ಮಲ್ಲಾಡದ ಶರಗಿನ ೫ ತಾಲೂಕುಗಳ ಹೊರ್ತು ಉಳಿದ ೬ ತಾಲೂಕುಗಳು, ಬೆಳಗಾವೀ ಜಿಲ್ಲೆಯೊಳಗಿನ ಅಂಥಾ ಮೂರು ತಾಲೂಕುಗಳ ಹೊರ್ತು ಉಳಿದ ೪ ತಾಲೂಕುಗಳು, ಇಡೀ ವಿಜಾಪುರ ಜಿಲ್ಲೆ, ಇಷ್ಟೆಲ್ಲ ಭಾಗವು ಬೈಲು ಶೀಮೆ ಇರುತ್ತದೆ. ಈ ಬೈಲು ಶೀಮೆಯು ಉತ್ತರ ಕರ್ನಾಟಕದ ಪಶ್ಚಿಮ ಭಾಗವವೆ; ಪೂರ್ವ ಭಾಗವು ನಿಜಾಮನ ರಾಜ್ಯಕ್ಕೆ ಶೇರಿರುತ್ತದೆ. ದಕ್ಷಿಣದಲ್ಲಿ ಬಳ್ಳಾರೀ ಜಿಲ್ಲೆಯ ಪಶ್ಚಿಮ ಭಾಗ, ಮೈಸೂರು ಶೀಮೆ ಯಾವತ್ತು, ಇವಾದರೂ ಕರ್ನಾಟಕದ ಭಾಗಗಳೇ ಇರುತ್ತವೆ. ಕರ್ನಾಟಕ ದೇಶದಲ್ಲೆಲ್ಲ ಕರೆ ಭೂಮಿಯೇ ವಿಶೇಷವಾಗಿ ಇದ್ದದರಿಂದ ಇದಕ್ಕೆ "ಕರ್ನಾಡ್" ಅಥವಾ "ಕನ್ನಡ" ಎಂಬ ಹೆಸರು ಬಂದಿದೆ. ತಾತ್ಪರ್ಯವೇನೆಂದರೆ—ಕನ್ನಡವೆಂಬ ಹೆಸರಿನ ಅರ್ಥಕ್ಕೆ ಸರಿಯಾಗಿ ಬೈಲು ಶೀಮೆಯಲ್ಲಿ ಕರೆ ಭೂಮಿಯೇ ವಿಶೇಷವಾಗಿ ಇರುತ್ತದೆ. ಗುಡ್ಡಗಳು ಬಹು ಕಡಿಮೆ. ಧಾರವಾಡ ಜಿಲ್ಲೆಗೆ ಶೇರಿದ ಬೈಲು ಶೀಮೆಯ ಭಾಗದಲ್ಲಿ ಗುಡ್ಡಗಳು ಅಲ್ಪ ಸ್ವಲ್ಪ ಇರುತ್ತವೆ; ಬೆಳಗಾವೀ ಜಿಲ್ಲೆಯ ಭಾಗದಲ್ಲಿ ಅದಕ್ಕೂ ಕಡಿಮೆ; ವಿಜಾಪುರದ ಜಿಲ್ಲೆಯಲ್ಲಿ ಎಲ್ಲಕ್ಕೂ ಕಡಿಮೆ. ಅಡವಿಯಲ್ಲಿಯೂ ಗ್ರಾಮಗಳಲ್ಲಿಯೂ ವೃಕ್ಷಗಳ ಛಾಯೆ ದುರ್ಲಭವು. ಭೂಮಿಯು ಸವನೆಲವುಳ್ಳದ್ದು, ಇಲ್ಲವೆ ತೆರೆಗಳ ಹಾಗೆ ಏರಿಳಿತಗಳುಳ್ಳದ್ದು. ಎತ್ತರ ಪ್ರದೇಶಗಳಲ್ಲಿ ಗರಸಿನ ಭೂಮಿಯನ್ನು ಕಾಣಬಹುದು. ಬೈಲಲ್ಲಿ ನಿಂತು ಸುತ್ತುಮುತ್ತು ನೋಡುವವನಿಗೆ ಕ್ಷಿತಿಜದ ವರ್ತುಲವು ಅವಿಚ್ಛಿನ್ನವಾಗಿ ಕಾಣಿಸಲಿಕ್ಕೆ ಅಡ್ಡಿ ಇಲ್ಲ. ಎತ್ತನೋಡಿದತ್ತ ಬೈಲೇ ಬೈಲು. ಮಧ್ಯಾಹ್ನದ ಬಿಸಿಲಿನಲ್ಲಿ ಅಡವಿಯು ಬೇಗೆ ಹತ್ತಿದಂತೆ ಕಾಣಿಸುತ್ತದೆ. ಬಾಯಾರಿಕೆಯಿಂದ ಬಳಲಿ ನೀರು ಹುಡುಕುವ ಮಾರ್ಗಸ್ಥನನ್ನು ಬಿಸಿಲ್ಗುದುರೆಯು ಭ್ರಮೆಗೊಳಿಸಿ ಮತ್ತಿಷ್ಟು ದಣಿಸುತ್ತದೆ. ದೂರಿಂದ ಕಾಣಿಸುವ ಗ್ರಾಮಗಳು ಸುಟ್ಟಂತೆ ತೋರುತ್ತವೆ. ಅವುಗಳಲ್ಲಿ ಮರಗಳು ಇರುವದೇ ಇಲ್ಲ; ಬೇವು, ಅರಳೆ, ಜಾಲಿ, ಇಂಥಾ ಮರಗಳೊಂದೆ

ರಡಿದ್ದರೆ ಸುದೈವವು. ಮನೆಗಳ ಗೋಡೆಗಳು ಕಲ್ಲಿನವು; ಅವುಗಳ ಮೇಲೆ ಗಿಲಾಯ, ಇಲ್ಲವೆ ಸುಣ್ಣ ಮುಂತಾದ ಸಾರಣಿ ಇಲ್ಲದ್ದರಿಂದ ಅವು ಹಾಳು ಗೋಡೆಗಳ ಹಾಗೆ ಕಾಣಿಸುವವು. ಮಾಳಿಗೆಗಳೆಲ್ಲ ಮೇಲುಮುದ್ದೆಯವು; ಹಂಚಿನ ಮಾಳಿಗೆಯು ಇಲ್ಲವೇ ಇಲ್ಲ. ದೂರಿಂದ ಮಾಳಿಗೆಗಳು ಕಾಣಿಸದೆ ಬರೀ ಗೋಡೆಗಳೇ ಕಾಣಿಸುವದರಿಂದ ಊರೆಲ್ಲ ಹಾಳುಬಿದ್ದಂತೆ ಭಾಸವಾಗುತ್ತದೆ. ಮಧ್ಯಾಹ್ನದ ಬಿಸಿಲಿನಲ್ಲಂತು ಸುತ್ತುಮುತ್ತಲಿನ ಗ್ರಾಮಗಳು ಸದ್ಯಕ್ಕೆ ಸುಡುತ್ತವೆಂದು ಪಾಂಥಸ್ಥನು ಭ್ರಮೆಗೊಳ್ಳುತ್ತಾನೆ. ಈ ಬೈಲು ಶೀಮೆಯಲ್ಲಿ ಕುಡಿಯುವ ನೀರಿನ ದುರ್ಭಿಕ್ಷವು ನದೀತೀರದಲ್ಲಿ ಮಾತ್ರ ಇರುವದಿಲ್ಲ. ಹಳ್ಳಿಗಳ ಜನರು ನೀರಿಗಾಗಿ ಎರಡೆರಡು ಹರದಾರಿ ಹೋಗುವದು ಅಪರೂಪವಲ್ಲ. ಅವರ ಮೈ ಮೇಲಿನ ಬಟ್ಟೆಗಳಿಗೆ ಕರೆ ಮಣ್ಣಿನ ಪುಟ ಕೊಟ್ಟಂತೆ ಕಾಣುತ್ತಿರುತ್ತದೆ. ಮಾರ್ಗಸ್ಥರನ್ನು ನೀರಡಿಕೆಯು ದೊಡ್ಡ ಗಂಡಾಂತರದಂತೆ ಬಾಧಿಸುತ್ತದೆ. ಆದರೆ ಈ ಶೀಮೆಯ ಹವೆಯು ಬಹು ಆರೋಗ್ಯವಾದದ್ದು; ಭೂಮಿಯು ಜಿನ್ನಕ್ಕೆ ಸರಿಯಾದದ್ದೆಂದರೆ ಬಹಳ ತಪ್ಪಾಗದು. ಈ ಬೈಲು ಶೀಮೆಯ ಕರೆ ಭೂಮಿಗೆ ಬೇಕಾದ ಹಾಗೆ ಮಳೆ ಆದರೆ ವೊಕ್ಕಲಿಗನು ಕುಬೇರನಾಗುವನು. ಆದರೆ ಈ ಬೈಲು ಶೀಮೆಯ ಉತ್ತರ ಭಾಗವು, ಅಂದರೆ ವಿಜಾಪುರದ ಉತ್ತರಕ್ಕಿರುವ ಪ್ರದೇಶವು ತೀರ ಕಡಿಮೆ ಕಸುವುಳ್ಳದ್ದು. ಅಲ್ಲಿಯ ಭೂಮಿಯಲ್ಲಿ ಯೇರಿಳತಗಳು ಬಹಳ. ಮಾರ್ಗಸ್ಥನು ಮರಗಳ ನೆರಳನ್ನೂ ಜಲಾಶಯಗಳನ್ನೂ ಕಾಣದೆ, ದಿನ್ನೆಗಳನ್ನು ಏರುತ್ತಾ ತಗ್ಗಿನೊಳಗೆ ಇಳಿಯುತ್ತಾ ಮಾರ್ಗವನ್ನು ಕ್ರಮಿಸಲಿಕ್ಕೆ ಬಹು ಬೇಗ ಬೇಸರುವನು. ದಿನ್ನೆಗಳೆಲ್ಲ ಹೆಚ್ಚಾಗಿ ಮರಡಿ ಸಾಲುಗಳೇ; ವಿಸ್ತಾರವಾದ ಕಲ್ಲಿನ ಹಾಸಿಗೆಗಳನ್ನು ಅಲ್ಲಲ್ಲಿಗೆ ಕಾಣ ಬಹುದು. ತಗ್ಗಿನ ಭೂಮಿಯಲ್ಲಿ ಮಾತ್ರ ಅಲ್ಪ ಸ್ವಲ್ಪ ಬೆಳೆ ಬರುವದು — ಒಕ್ಕಲಿಗನು ಇಡೀ ವರ್ಷ ಕಷ್ಟ ಪಟ್ಟಾಗ್ಯೂ ಅವನ ಕುಟುಂಬಕ್ಕೆ ಸಾಲುವಷ್ಟು ಪೈರು ಬರುವದು ದುರ್ಲಭವು.

ಗುಡ್ಡಗಳು.

ಕಾನಡಾ ಜಿಲ್ಲೆಯ ಮಧ್ಯ ಭಾಗದಲ್ಲಿ ಸಹ್ಯಾದ್ರಿಯ ಸಾಲು ಇರುವದರಿಂದ ಆ ಜಿಲ್ಲೆಯ ಕೊಂಕಣ ಭಾಗದಲ್ಲಿಯೂ ಘಟ್ಟದ ಮೇಲಿನ ಪ್ರದೇಶದಲ್ಲಿಯೂ ಗುಡ್ಡಗಳು ಬಹಳ ಇರುತ್ತವೆ. ಸಹ್ಯಾದ್ರಿಯ ಪಶ್ಚಿಮ ಪಾರ್ಶ್ವವು ಬೇರೆ ಯೆಷ್ಟೋ ಕಡೆಯಲ್ಲಿ ಇರುವಂತೆ ಕಾನಡಾ ಜಿಲ್ಲೆಯಲ್ಲಿ ಗೋಡೆಯಂತೆ ನಿಡಿದಾಗಿ ಮೇಲಕ್ಕೆ ಹೋಗಿರುವದಿಲ್ಲ. ಸಣ್ಣ ದೊಡ್ಡ ಗುಡ್ಡಗಳು ಆ ಪರ್ವತಕ್ಕೆ ಹೊಂದಿಕೊಂಡಿರುತ್ತವೆ; ಎಷ್ಟೋ ಕಡೆಯಲ್ಲಿ ಇಂಥಾ ಗುಡ್ಡಗಳ ಸಾಲುಗಳು ಸಮುದ್ರದ ವರೆಗೆ ಹಬ್ಬಿರುತ್ತವೆ. ಅವುಗಳಲ್ಲಿ ಮೋತೀ ಗುಡ್ಡ (೩೦೦೦ ಫೂ.), ತುಳಸೀ ಪರ್ವತ (೧೮೦೦ ಫೂ.) ಅಂಕೋಲಾ ತಾಲೂಕಿನಲ್ಲಿ, ಕಳತೀ ಗುಡ್ಡ (೨೫೦೦ ಫೂ.) ಹೊನ್ನಾವರ ತಾಲೂಕಿನಲ್ಲಿ, ಗುಡೆಹಳ್ಳೀ ಗುಡ್ಡ (೧೮೦೦ ಫೂ.), ಶಿರವೇ ಗುಡ್ಡ (೧೫೦೦ ಫೂ.) ಕಾರವಾಡ ತಾಲೂಕಿನಲ್ಲಿ, ಇತ್ಯಾದಿ ಶಿಖರಗಳು ಪ್ರಸಿದ್ಧ ಉಂಟು. ಕಳತೀ ಗುಡ್ಡ, ಗುಡೆಹಳ್ಳಿ ಇವೆರಡು ಆರೋಗ್ಯದ ಸ್ಥಳಗಳು. ಸದಾಶಿವ

ಗಡ, ಭಟಕಳದುರ್ಗ, ಮುಂತಾದ ಪುರಾತನದ ದುರ್ಗ ಕೋಟೆಗಳು ಕೆಲವಿರುತ್ತವೆ. ಸಹ್ಯಾದ್ರಿಯು ಮಧ್ಯಮಮಾನದಿಂದ ಸಮುದ್ರದ ಮೇಲೆ ೨೦೦೦ ಫೂಟು ಎತ್ತರವಿರುತ್ತದೆ. ಮೇಲೆ ಹೇಳಿದ ವೋತೀ ಗುಡ್ಡದಂಥ ಕೆಲವು ಶಿಖರಗಳು ೩೦೦೦ ಫೂಟಿನ ವರೆಗೆ ಎತ್ತರ ಉಂಟು. ಸಹ್ಯಾದ್ರಿಯ ಪೂರ್ವಕ್ಕೆ ಸಣ್ಣ ದೊಡ್ಡ ಗುಡ್ಡಗಳು ಯೆಲ್ಲ ಕಡೆಯಲ್ಲಿಯೂ ಇರುತ್ತವೆ; ಕೆಲವು ಗುಡ್ಡಗಳ ಸಾಲುಗಳು ಯೆಷ್ಟೋ ಮೈಲುಗಳ ವರೆಗೆ ಹಬ್ಬಿರುವವು. ದರ್ಶನೀ ಗುಡ್ಡ (೩೦೦೦ ಫೂ.) ಸುಪೆ ತಾಲೂಕಿನಲ್ಲಿ, ಭೇಡ ಸಗಾವೀ ಗುಡ್ಡ (೨೫೦೦ ಫೂ.), ಮೆಣಶೀ ಗುಡ್ಡ (೨೦೦೦ ಫೂ.) ಶಿರಸೀ ತಾಲೂಕಿನಲ್ಲಿ, ಮಾವಿನಗುಂಡಿ (೧೬೦೦ ಫೂ.), ರಾಕ್ಷಸ (೧೬೦೦ ಫೂ.) ಸಿದ್ದಾಪುರ ತಾಲೂಕಿನಲ್ಲಿ, ಇವೇ ಮುಂತಾದ ಶಿಖರಗಳು ಪ್ರಸಿದ್ಧವುಂಟು.

ಧಾರವಾಡ ಜಿಲ್ಲೆಯಲ್ಲಿ ಐದು ಗುಡ್ಡ ಸಾಲುಗಳಿರುತ್ತವೆ. ಬುಡ್ಡನ ಗುಡ್ಡವೆಂಬ ಸಾಲು ಕಲಘಟಗಿ, ಹುಬ್ಬಳ್ಳೀ ತಾಲೂಕುಗಳ ನಡುವೆ ದಕ್ಷಿಣೋತ್ತರ ಸುಮಾರು ೮ ಮೈಲು ಉದ್ದವಾಗಿ ಹಬ್ಬಿರುತ್ತದೆ. ಇದರೊಳಗಿನ ಗುಡ್ಡಗಳು ೫೦೦ ಫೂಟಗಿಂತ ಯೆತ್ತರಿಲ್ಲ; ಇವುಗಳ ಮೇಲೆ ಹುಲ್ಲೂ ಸಣ್ಣ ಗಿಡಗಳೂ ಬೆಳೆದಿರುತ್ತವೆ. ಪಶ್ಚಿಮ ಪಾರ್ಶ್ವದಲ್ಲಿ ಕೆಲವು ಬನಗಳುಂಟು. ಐರಣೀ ಗುಡ್ಡವೆಂಬ ಸಾಲು ಆಗ್ನೇಯ ಮೂಲೆಯಲ್ಲಿ ಸುಮಾರು ೧೦ ಮೈಲುದ್ದ ಇರುತ್ತದೆ. ಆದರೆ ನಡುವೆ ಕೆಲವು ಮೈಲುಗಳ ವರೆಗೆ ಖಿಂಡಿಯುಂಟು. ತುಂಗಭದ್ರೆಯ ಧಡದಲ್ಲಿ ಐರಣೀ ಗ್ರಾಮದ ಹತ್ತರ ಈ ಸಾಲಿನೊಳಗಿನ ಎಲ್ಲಕ್ಕೂ ಎತ್ತರವಾದ ಗುಡ್ಡವು ೭೦೦ ಫೂಟು ಉನ್ನತವಿರುತ್ತದೆ. ಈ ಸಾಲಿನ ಎರಡೂ ಮಗ್ಗಲಿಗೆ ಕಿರಿ ಅಡವಿಯು ಹಬ್ಬಿರುತ್ತದೆ. ಕಪೋತ ಗುಡ್ಡವೆಂಬ ಸಾಲು ಪೂರ್ವ ಮೇರೆಯ ಹತ್ತರ ಗದಗಿನಿಂದ ತುಂಗಭದ್ರೆಯ ವರೆಗೆ ಆಗ್ನೇಯಕ್ಕೆ ಸುಮಾರು ೩೦ ಮೈಲುದ್ದ ಹಬ್ಬಿರುತ್ತದೆ. ಈ ಸಾಲಿನ ಮಧ್ಯ ಭಾಗದಲ್ಲಿರುವ ಗುಡ್ಡವು ೧೦೦೦ ಫೂಟು ಯೆತ್ತರವುಂಟು. ಅದರ ಆಗ್ನೆಯದಲ್ಲಿ ಮೂರು ನಾಲ್ಕು ಸಾಲುಗಳುಂಟಾಗಿ ಸುಮಾರು ೫ ಮೈಲು ಅಗಲಾದ ಪ್ರದೇಶವನ್ನು ಆಕ್ರಮಿಸಿ, ಕಡೆಯಲ್ಲಿ ತುಂಗಭದ್ರೆಯ ಹತ್ತರ ಒಟ್ಟುಗೂಡುತ್ತವೆ. ಕಪೋತ ಗುಡ್ಡದ ಸಾಲಿನ ಮೇಲೆ ಯಾವ ಪ್ರಕಾರದ ವೃಕ್ಷಾದಿಗಳೂ ಬೆಳೆಯುವದಿಲ್ಲ. ಈ ಗುಡ್ಡಗಳಲ್ಲಿ ಕಬ್ಬಿಣವೂ ಚಿನ್ನದ ಕಣಗಳೂ ದೊರೆಯುತ್ತವೆ. ಈ ಗುಡ್ಡ ಸಾಲು ದಾಟಲಿಕ್ಕೆ ನಾಲ್ಕು ಮಾರ್ಗಗಳಿರುತ್ತವೆ. ಆದರೆ ವ್ಯಾಪಾರವು ಈ ಮಾರ್ಗಗಳಿಂದ ನಡಿಯುವದಿಲ್ಲ. ಕೋಡ ತಾಲೂಕಿನಲ್ಲಿ ಎರಡು ಸಮಾಂತರ ಗುಡ್ಡ ಸಾಲುಗಳಿವೆ. ಅವುಗಳ ನಡುವೆ ಮಾಸೂರಿನ ಹೆಸರಾದ ಕೆರೆಯುಂಟು. ದಕ್ಷಿಣದ ಸಾಲು ಧಾರವಾಡ ಜಿಲ್ಲೆಗೂ ಮೈಸೂರು ಶೀಮೆಗೂ ಮೇರೆಯಾಗಿರುತ್ತದೆ. ಈ ಸಾಲುಗಳಲ್ಲದೆ ಜಿಲ್ಲೆಯ ಉತ್ತರ ಭಾಗದಲ್ಲಿ ಬಿಡಿ ಗುಡ್ಡಗಳೆಷ್ಟೋ ಇರುತ್ತವೆ. ಅವುಗಳಲ್ಲಿ ನರಗುಂದ (೭೦೦ ಫೂ.), ನವಲಗುಂದ, ಚಿಕ್ಕನರಗುಂದ, ಮುಂತಾದವುಗಳು ತಕ್ಕ ಮಟ್ಟಿಗೆ ಪ್ರಸಿದ್ಧವುಂಟು. ಕರ್ಜಗಿಯ ಹತ್ತರ ತಿರುಮಲಪ್ಪನ ಗುಡ್ಡವೆಂಬ ಗುಡ್ಡದ ಮೇಲೆ ತಿರುಮಲ ದೇವರ ಗುಡಿಯುಂಟು.

ಬೆಳಗಾವೀ ಜಿಲ್ಲೆಯಲ್ಲಿ ಅಥಣಿ, ಸಂಪಗಾವಿ, ಇವೆರಡು ತಾಲೂಕುಗಳ ಹೊರ್ತು ಉಳಿದ ಕಡೆಯಲ್ಲಿ ಗುಡ್ಡಗಳು ದಟ್ಟಾಗಿ ಹಬ್ಬಿರುತ್ತವೆ. ಕೆಲವುಗಳ ಮೇಲೆ ಭದ್ರವಾದ ಕೋಟೆಗಳಿರುತ್ತವೆ; ಕೆಲವುಗಳನ್ನು ಕಿರಿ ಅಡವಿಯು ವ್ಯಾಪಿಸಿರುವದು. ಕೆಲವುಗಳ ಮೇಲೆ ಬುಡದಿಂದ ತುದಿ ತನಕ ನಾನಾ ಪ್ರಕಾರದ ಪೈರುಗಳು ಶೋಭಿಸುವವು. ಇವುಗಳಲ್ಲಿ ಯೆರಡು ಸಾಲುಗಳು ಮುಖ್ಯ. ಅವೆರಡೂ ಪಶ್ಚಿಮದಿಂದ ಪೂರ್ವಕ್ಕೆ ಹಬ್ಬಿರುತ್ತವೆ. ದಕ್ಷಿಣದ ಸಾಲು ಬೆಳಗಾವಿಯ ಪಶ್ಚಿಮದಲ್ಲಿ ೨೪ ಮೈಲಿನ ಮೇಲೆ ಆರಂಭವಾಗಿ ಘಟಪ್ರಭಾ, ಮಲಾಪಹಾರಿ, ಇವೆರಡುಗಳ ಮಧ್ಯದಲ್ಲಿ ಪೂರ್ವ ಸೀರೆಯನ್ನು ದಾಟಿ ವಿಜಾಪುರ ಜಿಲ್ಲೆಯಲ್ಲಿ ಹೋಗಿರುತ್ತದೆ. ಇದರಲ್ಲಿ ಪಾರಗಡದ ಗುಡ್ಡ, ಕಾಳಾನಂದಿಗಡದ ಗುಡ್ಡ, ಯೆಂಬೆರಡು ಪ್ರಸಿದ್ಧ. ಇವು ಬೆಳಗಾವಿಯ ಪಶ್ಚಿಮದಲ್ಲಿ ಸುಮಾರು ೯೦೦ ಫೂಟು ಯೆತ್ತರವಾಗಿರುತ್ತವೆ. ಇವೆರಡುಗಳ ಮೇಲೆಯೂ ಪುರಾತನದ ಹಾಳು ಕೋಟೆಗಳಿರುತ್ತವೆ. ಚಂದಗಡದ ಪಶ್ಚಿಮದಲ್ಲಿ ಕೆಲವು ಯೆತ್ತರವಾದ ಗುಡ್ಡಗಳ ಮೇಲೆ ತೊಲೆಗಳಾಗುವಂಥ ದೊಡ್ಡ ಮರಗಳ ಅಡವಿಯು ಬೆಳೆದಿರುತ್ತದೆ. ಚಂದಗಡದ ಹತ್ತರ ಗಂಧರ್ವಗಡವೆಂಬ ಗುಡ್ಡವು ತಕ್ಕ ಮಟ್ಟಿಗೆ ಯೆತ್ತರವಾಗಿರುತ್ತದೆ. ಅದರ ಮೇಲಿನ ಕೋಟೆಯು ಹಾಳಾಗಿದೆ. ಮುಂದೆ ಪೂರ್ವಕ್ಕೆ ಹೋದ ಹಾಗೆ ಈ ಗುಡ್ಡಗಳ ಸಾಲು ಬಹಳ ಕಿರಿದಾಗುತ್ತ ಹೋದದ್ದರಿಂದ ಮಾರ್ಕಂಡೇಯಿ ಮುಂತಾದ ಪ್ರವಾಹಗಳು ಇದನ್ನು ದಾಟಿ ಉತ್ತರಕ್ಕೆ ಹೋಗುತ್ತವೆ. ಎರಡನೇ ಸಾಲು ಸಾವಂತವಾಡಿಯ ರಾಜ್ಯದಲ್ಲಿ ಆರಂಭವಾಗಿ ಘಟಪ್ರಭಾ, ಕೃಷ್ಣಾ, ಇವುಗಳ ನಡುವೆ ಪೂರ್ವಕ್ಕೆ ಸಾಗಿ ವಿಜಾಪುರ ಜಿಲ್ಲೆಯನ್ನು ಶೇರುತ್ತದೆ. ಈ ಸಾಲಿನ ಗುಡ್ಡಗಳ ಮೇಲೆ ಕಟ್ಟಿದ ಮನೋಹರಗಡ, ವಲ್ಲಭಗಡ ಮುಂತಾದ ಕೋಟೆಗಳು ಪೂರ್ವ ಕಾಲದಲ್ಲಿ ಹೆಸರಾಗಿದ್ದವು. ಚಿಕ್ಕೋಡಿಯ ಸೆರೆಯಲ್ಲಿ ನಾಗರಾಳ ಗುಡ್ಡ, ಮಲ್ಲಯ್ಯನ ಗುಡ್ಡ, ಜೋಗೀ ಗುಡ್ಡ, ನಿರ್ವಾಣೆಪ್ಪನ ಗುಡ್ಡ ಮುಂತಾದ ಗುಡ್ಡಗಳು ತಕ್ಕ ಮಟ್ಟಿಗೆ ಪ್ರಸಿದ್ಧವುಂಟು. ಇವುಗಳಲ್ಲಿ ಎಲ್ಲಕ್ಕೂ ಎತ್ತರವಾದ ನಾಗರಾಳ ಗುಡ್ಡವು ೮೭೫ ಫೂಟು ಯೆತ್ತರವಿರುತ್ತದೆ. ಇವುಗಳಲ್ಲಿ ಕೆಲವುಗಳ ಮೇಲೆ ಹುಲ್ಲು ಬೆಳೆದಿರುತ್ತವೆ; ಕೆಲವುಗಳ ಮೇಲೆ ಗೋದಿ, ಜೋಳ ಮುಂತಾದ ಧಾನ್ಯಗಳು ಬೆಳೆಯುವವು. ಈ ಸಾಲಿನ ಗುಡ್ಡಗಳಾದರೂ ಪೂರ್ವಕ್ಕೆ ಹೋದ ಹಾಗೆ ಕಿರಿದಾಗುತ್ತವೆ. ಇವಲ್ಲದೆ ಮಹೀಪಾಳಗಡದ ಸಾಲು, ಬೈಲೂರ ಗುಡ್ಡದ ಸಾಲು, ಜಾಂಬೋಟೀ ಗುಡ್ಡದ ಸಾಲು, ಯೆಂಬ ಮೂರು ಕಿರಿ ಸಾಲುಗಳಿರುತ್ತವೆ. ಇವುಗಳಲ್ಲಿ ಮೊದಲಿನ ಯೆರಡು ಗುಡ್ಡಗಳು ೩೦೦೦ ಫೂಟುಗಳಿಗಿಂತ ಎತ್ತರವಿರುತ್ತವೆ. ಬೈಲೂರ ಗುಡ್ಡದ ಸಾಲಿನಲ್ಲಿ ಯೆಳ್ಳೂರಗಡದ ಗುಡ್ಡವು ೩೩೬೫ ಫೂಟು ಯೆತ್ತರವಿರುತ್ತದೆ. ಈ ಜಿಲ್ಲೆಯಲ್ಲಿ ಬಿಡಿ ಗುಡ್ಡಗಳು ಯೆಲ್ಲ ಕಡೆಯಲ್ಲಿ ಇರುತ್ತವೆ. ಅವುಗಳಲ್ಲಿ ಬೆಳವಣಿಕೀ ಗುಡ್ಡ (೧೦೦೦ ಫೂ.) ಅಥಣೀ ತಾಲೂಕಿನಲ್ಲಿ ಬಸ್ತೀ ಗುಡ್ಡ (೨೬೬೭ ಫೂ.), ಮನ್ನಿಕೇರೀ ಗುಡ್ಡ (೨೪೫೮ ಫೂ.) ಗೋಕಾವೀ ತಾಲೂಕಿನಲ್ಲಿ, ಕಠಾರೀ ಗುಡ್ಡ (೨೮೪೪ ಫೂ.), ಯೆಲ್ಲಮ್ಮನ ಗುಡ್ಡ (೩೦೦೦ ಫೂ.), ಪರಸಗಡದ ಗುಡ್ಡ (೨೫೭೦ ಫೂ.), ಪರಗಡ ತಾಲೂಕಿನಲ್ಲಿ ಮತ್ತೂ ಕೆಲವು ಪ್ರಸಿದ್ಧ ಉಂಟು.

ವಿಜಾಪುರ ಜಿಲ್ಲೆಯ ದಕ್ಷಿಣ ಭಾಗದಲ್ಲಿ ಕೃಷ್ಣೆಯ ದಕ್ಷಿಣಕ್ಕೆ ವಿಶೇಷವಾಗಿ ಬಾಗಲಕೋಟೆ, ಬಾದಾವೀ ತಾಲೂಕುಗಳಲ್ಲಿ ಹಲಕೆಲವು ಗುಡ್ಡಗಳಿರುತ್ತವೆ. ಬೆಳಗಾವೀ ಜಿಲ್ಲೆಯಲ್ಲಿ ಮಲಾಪಹಾರಿಯ ಉತ್ತರದಲ್ಲಿಯೂ ಪೂರ್ವ ಪಶ್ಚಿಮವಾಗಿ ಹಬ್ಬಿರುವ ಯೆರಡು ಸಾಲುಗಳು ಆ ಜಿಲ್ಲೆಯ ಪೂರ್ವ ಮೇರೆಯನ್ನು ದಾಟಿದ ಬಳಿಕ ವೊದಲನೇದು ಬಾದಾವೀ ತಾಲೂಕನ್ನೂ ಎರಡನೇದು ಬಾಗಲಕೋಟೆಯ ತಾಲೂಕನ್ನೂ ಪ್ರವೇಶಿಸುತ್ತವೆ. ಬಾದಾವೀ ತಾಲೂಕಿನೊಳಗಿನ ಸಾಲು ಬಾದಾವಿ, ಮುದಕವ್ವಿ, ಗಜೇಂದ್ರಗಡ ಇವುಗಳ ಬಳಿಯಲ್ಲಿ ಹಾದು ಮಲಾಪಹಾರಿಯನ್ನು ದಾಟಿ ಹೋಗಿ ಅಮೀನಗಡದ ಹತ್ತರ ಘಟಪ್ರಭೆಯ ಉತ್ತರದ ಸಾಲಿಗೆ ಕೂಡುತ್ತದೆ. ಆ ಘಟಪ್ರಭೆಯ ಉತ್ತರದ ಸಾಲು ಬಾಗಲಕೋಟೆಯ ತಾಲೂಕಿನೊಳಗೆ ತಪ್ಪಲ ಭೂಮಿಯ ರೂಪದಿಂದ ಪ್ರವೇಶಿಸಿದ ಬಳಿಕ ಯೆರಡು ಟಿಸಿಲಾಗುತ್ತದೆ. ಅವುಗಳಲ್ಲಿ ವೊಂದು ಬೀಳಿಗಿಯ ಬಳಿಯಲ್ಲಿ ಹಾದು ಪೂರ್ವದ ಬೈಲಿನೊಳಗೆ ಹೋಗಿ ತಪ್ಪಲ ಭೂಮಿಯ ರೂಪವನ್ನು ಹೊಂದುತ್ತದೆ. ಎರಡನೇದು ಕುಂದರಿಗೆಯ ಬಳಿಯಲ್ಲಿಂದ ಘಟಪ್ರಭೆಯ ಉತ್ತರ ತೀರಗುಂಟ ಪೂರ್ವಕ್ಕೆ ಸಾಗಿ, ಹೆರಕಲ್ಲಿನ ಹತ್ತರ ಘಟಪ್ರಭೆಯನ್ನು ದಾಟ ಇಪ್ಪತ್ತು ಮೈಲಿನ ಮೇಲೆ ನಿಜಾಮನ ರಾಜ್ಯದಲ್ಲಿ ಅಮೀನಗಡದ ಹತ್ತರ ಮಲಾಪಹಾರಿಯ ಉತ್ತರದಿಂದ ಬರುವ ಸಾಲಿಗೆ ಕೂಡುತ್ತದೆ. ಕೃಷ್ಣೆಯ ಉತ್ತರದ ಬೈಲಿನಲ್ಲಿ ಬಹುತರ ಗುಡ್ಡಗಳೇ ಇಲ್ಲ; ತೆರೆಗಳಂತೆ ತಗ್ಗು ದಿನ್ನೆಯಾದ ಭೂಮಿಯೇ ವಿಶೇಷ. ಈ ಪ್ರದೇಶದೊಳಗಿನ ದಿನ್ನೆಗಳು ಒಮ್ಮೊಮ್ಮೆ ಸುಮಾರು ೧೦೦ ಫೂಟು ಎತ್ತರವಾದ ಗುಡ್ಡಗಳಂತೆ ಕಾಣುತ್ತವೆ.

ನದಿಗಳು.

ಕೊಂಕಣ ಶೀಮೆಯ ಹೊಳೆಗಳಂತೆ ಕಾನಡಾ ಜಿಲ್ಲೆಯ ಹೊಳೆಗಳು ಘಟ್ಟದ ಕೆಳಗೆ ಮಾತ್ರ ಹರಿಯದೆ, ಮೇಲೆಯೂ ಹರಿಯುತ್ತವೆ. ಈ ಜಿಲ್ಲೆಯ ನದಿಗಳು, ಕಾಳೀ, ಬೆಡತಿ ಅಥವಾ ಗಂಗಾವಳಿ, ಡೋಣೀ ಹಳ್ಳ ಅಥವಾ ತದಡಿ, ಬಾಳ ನದಿ, ಯೆಂಬ ನಾಲ್ಕು ಮುಖ್ಯ. ಇವು ಘಟ್ಟದ ಮೇಲಿಂದ ಪಶ್ಚಿಮಕ್ಕೆ ಹರಿದು ಕೆಳಗೆ ಹೋದ ಕೂಡಲೆ ಇವುಗಳ ಹೆಸರುಗಳು ಬದಲಾಗುತ್ತವೆ. ಕಾಳೀ ನದಿಗೆ ಘಟ್ಟದ ಕೆಳಗೆ ಸದಾಶಿವಗಡದ ನದಿಯೆಂಬುವರು; ಬೆಡತೀ ಹಳ್ಳಕ್ಕೆ ಗಂಗಾವಳಿಯನ್ನುವರು; ಡೋಣೀ ಹಳ್ಳಕ್ಕೆ ತಗಡೀ ಹೊಳೆಯನ್ನುವರು; ಬಾಳ ನದಿಗೆ ಶರಾವತಿ ಅಥವಾ ಗೆರಸಪ್ಪೆಯ ನದಿಯನ್ನುವರು.

ಕಾಳೀನದಿ.—ಗೋವೆಯ ಶೀಮೆಯಿಂದ ಯೆರಡು ಪ್ರವಾಹಗಳು ಆಗ್ನೇಯಕ್ಕೆ ಹರಿದು ಸುಪೆಯ ಹತ್ತರ ವೊಂದಕ್ಕೊಂದು ಕೂಡುತ್ತವೆ. ಆ ಕೂಡುವ ಸ್ಥಳದಲ್ಲಿ ವೊಂದು ಪ್ರವಾಹದ ದಂಡೆಗಳು ಯೆತ್ತರವಾಗಿರುವ ಕಾರಣ ಅದರ ಪ್ರವಾಹವು ಕಪ್ಪಾಗಿ ಕಾಣುವದರಿಂದ ಅದಕ್ಕೆ ಕಾಳೀಯೆಂದೆನ್ನುವರು; ಮತ್ತೊಂದರ ದಂಡೆಗಳು ಇಳಕಲಾಗಿರುವ ಕಾರಣ ಅದರ ಪ್ರವಾಹವು ಬೆಳ್ಳಗಾಗಿ ಕಾಣುವದರಿಂದ ಅದಕ್ಕೆ ಪಾಂಢರಿಯೆಂದೆನ್ನುವರು. ಆದರೆ ಸಂಗಮವಾದ ಬಳಿಕ ಕಾಳೀ ಯೆಂಬ ಹೆಸರೇ ಕಡೆತನಕ ನದಿ

ಯುತ್ತದೆ. ಘಟ್ಟದ ಕೆಳಗೆ ಕದ್ರಾ ಎಂಬ ಗ್ರಾಮದ ವರೆಗೆ ಸಮುದ್ರದ ತೆರೆಗಳು ಈ ಹೊಳೆಯೊಳಗೆ ಬರುತ್ತವೆ. ಅಲ್ಲಿಯ ವರೆಗೆ, ಅಂದರೆ ಸಮುದ್ರ ದಂಡೆಯಿಂದ ೨೦ ಮೈಲು, ಸಮುದ್ರದೊಳಗಿನ ದೋಣಿಗಳು ಈ ಹೊಳೆಯೊಳಗೆ ಬರುತ್ತವೆ. ಇದರ ಉದ್ದಳತೆ ಉಗಮದಿಂದ ಮುಖದ ವರೆಗೆ ಸುಮಾರು ೧೩೦ ಮೈಲು.

ಗಂಗಾವಳಿ.—ಧಾರವಾಡದ ದಕ್ಷಿಣದಲ್ಲಿ ಸೋಮೇಶ್ವರವೆಂಬ ದೇವಸ್ಥಾನದ ಬಳಿಯಲ್ಲಿ ಶಾಲ್ಮಲಾ ಎಂಬ ಹೆಸರಿನದೊಂದು, ಮುಗದದ ಕೆರೆಯಲ್ಲಿ ಬೆಡತೀ ಹಳ್ಳವೆಂಬ ಹೆಸರಿನದು ಮತ್ತೊಂದು, ಹೀಗೆ ಯೆರಡು ಪ್ರವಾಹಗಳು ಹುಟ್ಟಿ ಕಲಘಟಗಿಯ ಹತ್ತರ ಒಟ್ಟುಗೂಡಿ ಬೆಡತೀ ಹಳ್ಳವೆಂಬ ಹೆಸರಿನಿಂದ ೧೫ ಮೈಲು ದಕ್ಷಿಣಕ್ಕೆ ಹರಿದ ಬಳಿಕ ಇದು ಪಶ್ಚಿಮಕ್ಕೆ ಹೊರಳಿದು ಕಾನಡಾ ಜಿಲ್ಲೆಯನ್ನು ಸೇರುತ್ತದೆ. ಅಲ್ಲಿಂದ ಮುಂದೆ ಬಹುಶಃ ಸರಳವಾಗಿ ನೈರುತ್ಯಕ್ಕೆ ೬೦ ಮೈಲು ಹರಿದು ಹೋಗಿ ಗೋಕರ್ಣದ ಉತ್ತರದಲ್ಲಿ ಇದು ಸಮುದ್ರಕ್ಕೆ ಕೂಡುತ್ತದೆ. ಘಟ್ಟದ ಕೆಳಗೆ ಮಾಗೋಡದ ಹತ್ತರ ಇದರ ಪ್ರವಾಹದಿಂದ ವೊಂದು ಮನೋಹರವಾದ ತಡಲು ಉಂಟಾಗಿದೆ. ಗುಂಡಬಾಳೆಯ ವರೆಗೆ, ಸಮುದ್ರದಿಂದ ೧೫ ಮೈಲು ಸಮುದ್ರದೊಳಗಿನ ದೋಣಿಗಳು ಈ ಹೊಳೆಯೊಳಗೆ ಬರುತ್ತವೆ.

ಅಘನಾಶಿನಿ ಅಥವಾ ತದಡೀ ಹೊಳೆ.—ಶಿರಶಿಯ ಪಶ್ಚಿಮದಲ್ಲಿ ೧೫ ಮೈಲಿನ ಮೇಲೆ ಮಂಜಗುಂಜಿ ಯೆಂಬಲ್ಲಿ ವೊಂದು ಹೊಂಡದಿಂದ ಬಾಕೂರ ಹೊಳೆಯೆಂಬ ಪ್ರವಾಹವು ಹರಿಯುತ್ತದೆ; ಶಿರಶಿಯ ಹತ್ತರದಿಂದ ದೋಣೀ ಹಳ್ಳವೆಂಬ ಪ್ರವಾಹವು ಹರಿದು ಹೋಗಿ ಮಟ್ಟಹಳ್ಳಿಯ ಹತ್ತರ ಬಾಕೂರ ಹೊಳೆಗೆ ಕೂಡುತ್ತದೆ. ಮುಂದೆ ಇದು ದೋಣೀ ಹಳ್ಳವೆಂಬ ಹೆಸರಿನಿಂದಲೇ ೧೫ ಮೈಲು ಪಶ್ಚಿಮಕ್ಕೆ ಹರಿದು ಘಟ್ಟದ ಮೇಲಿಂದ ಕೆಳಗೆ ಬೀಳುತ್ತದೆ. ಈ ಬಹು ಭವ್ಯವಾದ ತಡಸಲಿಗೆ ಇಂಗ್ಲಿಷದಲ್ಲಿ "ಲಶಿಂಗಂಟನ್ ಫಾಲ್ಸ" ಎಂಬ ಹೆಸರು ಬಂದದೆ. ಇಲ್ಲಿಂದ ಮುಂದೆ ೧೦ ಮೈಲಿನ ಮೇಲೆ ಉಪ್ಪಿನ ಪಟ್ಟಣದ ವರೆಗೆ ಇದರ ಪ್ರವಾಹದಲ್ಲಿ ತೆರೆಗಳು ಸಮುದ್ರದಿಂದ ೧೫ ಮೈಲು ಸಾಗಿ ಬರುತ್ತವೆ; ಉಪ್ಪಿನ ಪಟ್ಟಣದ ವರೆಗೆ ದೊಡ್ಡ ದೋಣಿಗಳು ನಡಿಯುತ್ತವೆ. ಮುಖದ ಹತ್ತರ ಪ್ರವಾಹದಿಂದ ೮ ಮೈಲು ಉದ್ದವಾದದ್ದೊಂದು ಸರೋವರದಂಥ ಸಂಚಯವಾಗಿದೆ. ಅದಕ್ಕೂ ಸಮುದ್ರಕ್ಕೂ ನಡುವೆ ೧ ಮೈಲು ಅಗಲಾದ ಭೂಮಿಯುಂಟು. ಸರೋವರದಿಂದ ಸಮುದ್ರಕ್ಕೆ ಕೂಡುವ ಮುಖವು ಆ ಭೂಮಿಯ ಮಧ್ಯದ ಸುಮಾರಿನಲ್ಲಿ ಇರುತ್ತದೆ. ಈ ಹೊಳೆಯ ಉದ್ದಳತೆ ೪೫ ಮೈಲು. ಇದರ ದಂಡೆಯಲ್ಲಿ ಘಟ್ಟದ ಕೆಳಗೆ ಮಿರ್ಜಾನ, ತದಡಿ, ಯೆಂಬ ಮುಖ್ಯ ಗ್ರಾಮಗಳಿವೆ.

ಶರಾವತಿ.—ಇದಕ್ಕೆ ಬಾರಾಗಂಗಾ, ಗೆರಸಪ್ಪೆಯ ಹೊಳೆಯೆಂಬ ಹೆಸರುಗಳುಂಟು. ಇದು ಮೈಸೂರಿನ ಶೀಮೆಯಲ್ಲಿ ಬೆದನೂರಿನ ಹತ್ತರ ಉಗಮವಾಗಿ ಸುಮಾರು ೪೦ ಮೈಲು ಉತ್ತರಕ್ಕೆ ಹರಿದು, ಕಾನಡಾ ಜಿಲ್ಲೆಯ ಆಗ್ನೇಯ ಮೇರೆಯಾಗಿ ೮ ಮೈಲು ಹರಿದು, ಆ ಮೇಲೆ ೭೦ ಮೈಲು ಪಶ್ಚಿಮಕ್ಕೆ ಹರಿದು ಹೋಗಿ ಹೊನ್ನಾವರದ ಹತ್ತರ

2*

ಸಮುದ್ರಕ್ಕೆ ಕೂಡುತ್ತದೆ. ಈ ಜಿಲ್ಲೆಯೊಳಗೆ ಶೇರಿದ ಬಳಿಕ ಇದು ನಾಲ್ಕು ಯೆಸಳಾಗಿ ಸಹ್ಯಾದ್ರಿಯ ಮೇಲಿಂದ ೮೨೫ ಫೂಟಿನ ಕೆಳಗೆ ೩೫೦ ಫೂಟು ಆಳವಾದಷ್ಟೊಂದು ಮಡುವಿನಲ್ಲಿ ಅತಿ ಮನೋಹರವಾದ ತಡಸಲಾಗಿ ಬೀಳುತ್ತವೆ. ಇದೇ ಹೆಸರಾದ ಗೆರಸಪ್ಪೆಯ ತಡಸಲು. ಗೆರಸಪ್ಪೆಯು ಇಲ್ಲಿಂದ ಪಶ್ಚಿಮಕ್ಕೆ ೧೮ ಮೈಲು ದೂರ ಇರುತ್ತದೆ. ಶರಾವತಿಯು ಸಮುದ್ರಕ್ಕೆ ಕೂಡುವ ಪ್ರಾರ್ಗದಲ್ಲಿ ಇದರ ಪ್ರವಾಹವು ಸುಮಾರು ೨ ಮೈಲು ಅಗಲಾಗಿದೆ; ಅಲ್ಲಿ ಹಲಕೆಲವು ನಡುಗಡ್ಡೆಗಳಾಗಿವೆ. ಮಾವಿನಕುರ್ವೆ ಎಂಬ ನಡುಗಡ್ಡೆಯು ಮೂರು ಮೈಲು ಉದ್ದವುಂಟು. ಅಲ್ಲಿಯ ಬತ್ತದ ಗದ್ದೆಗಳೂ ತೆಂಗು ಮಾವುಗಳ ಬನಗಳೂ ಬಹು ರಮಣೀಯವಾಗಿರುತ್ತವೆ. ಆದರೆ ಮುಖದಲ್ಲಿ ಈ ಹೊಳೆ ೩೦೦ ಯಾರ್ಡಿಗಿಂತ ಹೆಚ್ಚು ಅಗಲಿಲ್ಲ.

ಇವಲ್ಲದೆ ಸಣ್ಣ ಸಣ್ಣ ಪ್ರವಾಹಗಳು ಕಾನಡಾ ಜಿಲ್ಲೆಯಲ್ಲಿ ಬಹಳ ಇರುತ್ತವೆ. ವಾಡಿಕೆಯಾಗಿ ೧೫ನೇ ರೇಖಾ ವೃತ್ತದ ಪಶ್ಚಿಮಕ್ಕೆ ಹುಟ್ಟುವ ಪ್ರವಾಹಗಳು ಪಶ್ಚಿಮಕ್ಕೆ ಹರಿದು ಸಮುದ್ರಕ್ಕೆ ಕೂಡುತ್ತವೆ; ಅದರ ಪೂರ್ವಕ್ಕೆ ಹುಟ್ಟುವ ಪ್ರವಾಹಗಳು ಪೂರ್ವಕ್ಕೆ ಹರಿದು ವರದಾ ನದಿಗೆ ಕೂಡುತ್ತವೆ. ಘಟ್ಟದ ಕೆಳಗೆ ಅಲ್ಲಲ್ಲಿಗೆ ಸಣ್ಣ ದೊಡ್ಡ ಪ್ರವಾಹಗಳು ಹರಿಯುವ ಕಾರಣ ಬಂಡಿಗಳು ನಡಿಯುವದಿಲ್ಲ. ಆದರೆ ಭರತಿಯ ಕಾಲಕ್ಕೆ ೬ರಿಂದ ೧೦ ಮೈಲುಗಳ ವರೆಗೆ ಈ ಪ್ರವಾಹಗಳಲ್ಲಿ ಡೋಣಿಗಳು ನಡಿಯುತ್ತವೆ.

ಕಾನಡಾ ಜಿಲ್ಲೆಯ ಸಮುದ್ರ ತೀರದಲ್ಲಿ ಬಹುತರ ತುಫಾನುಗಳಾಗುವದಿಲ್ಲ. ಆದರೂ ಸನ್ ೧೮೭೦ರಲ್ಲಿ ವೊಂದು, ೧೮೮೨ರಲ್ಲಿ ಮತ್ತೊಂದು, ಹೀಗೆ ಯೆರಡು ತುಫಾನುಗಳು ವೊಳಗಡೆಯಲ್ಲಿ ಆದದ್ದುಂಟು. ಎರಡನೇದಲ್ಲಿ ಕಾರವಾಡದ ಬಂದರದಲ್ಲಿ ನಿಲ್ಲಿಸಿದ್ದ ಹಡಗಗಳಿಗೆ ರಾತ್ರಿಯಲ್ಲಿ ಬಹಳ ಕೇಡಾಯಿತು; ಒಂದೆರಡು ಹಡಗಗಳಂತು ವೊಡಿದು ಹೋದವು.

ಧಾರವಾಡ ಜಿಲ್ಲೆಯಲ್ಲಿ ಕೆಲವು ಪ್ರವಾಹಗಳು ಆಗ್ನೇಯಕ್ಕೂ ನೈರುತ್ಯಕ್ಕೂ ಹರಿದು ತುಂಗಭದ್ರೆಗೆ ಕೂಡುತ್ತವೆ; ಬೇರೆ ಕೆಲವು ಉತ್ತರಕ್ಕೂ ಈಶಾನ್ಯಕ್ಕೂ ಹರಿದು ಮಲಾಪಹಾರಿಗೆ ಕೂಡುತ್ತವೆ.

ತುಂಗಭದ್ರೆಯು.—ಮೈಸೂರ ಶೀಮೆಯ ಈಶಾನ್ಯ ಮೇರೆಯಲ್ಲಿ ತುಂಗಾ, ಭದ್ರಾ, ಎಂಬೆರಡು ಹೊಳೆಗಳು ಸಹ್ಯಾದ್ರಿಯಲ್ಲಿ ಉಗಮವಾಗಿ ಸುಮಾರು ೫೦ ಮೈಲು ಉತ್ತರಕ್ಕೆ ಹರಿದು ಕೂಡಲಿಗಿಯ ಹತ್ತರ ಯೆರಡೂ ಕೂಡಿ ತುಂಗಭದ್ರೆ ಯೆಂಬ ಹೆಸರು ಹೊಂದುತ್ತವೆ. ಮುಂದೆ ೩೫ ಮೈಲು ಉತ್ತರಕ್ಕೆ ಹರಿದ ಬಳಿಕ ಹರಿಹರದ ಹತ್ತರ ತುಂಗಭದ್ರೆಯು ಧಾರವಾಡ ಜಿಲ್ಲೆಯ ಪೂರ್ವ ಮೇರೆಯಾಗಿ ೮೦ ಮೈಲು ಉತ್ತರಕ್ಕೆ ಹರಿದ ನಂತರ ಡಂಬಳದ ಹತ್ತರ ನಿಜಾಮನ ರಾಜ್ಯವನ್ನು ಶೇರುತ್ತದೆ. ಇದು ನಿಜಾಮನ ರಾಜ್ಯದಲ್ಲಿ ಅಲಂಪುರದ ಹತ್ತರ ಕೃಷ್ಣೆಗೆ ಕೂಡುತ್ತದೆ. ಉಗಮದಿಂದ ಅಲ್ಲಿಯ ವರೆಗೆ ಇದರ ಉದ್ದಳತೆ ಸುಮಾರು ೪೦೦ ಮೈಲು. ಧಾರವಾಡ ಜಿಲ್ಲೆಯ ದಕ್ಷಿಣ ಭಾಗದ ಪ್ರವಾಹಗಳೆಲ್ಲ ಇದಕ್ಕೆ ಕೂಡುತ್ತವೆ. ಹರಿಹರದ ಹತ್ತರ ಈ ಹೊಳೆಗೆ ದೊಡ್ಡ ಪೂಲು

ಕಟ್ಟಿದ್ದಾರೆ. ಗದಗ ತಾಲೂಕಿನಲ್ಲಿ ಕೊರ್ಲಹಳ್ಳಿಯ ಹತ್ತರ ತುಂಗಭದ್ರೆಗೆ ಪೂರ್ವ ಕಾಲದಲ್ಲಿ ದೊಡ್ಡದೊಂದು ವೊಡ್ಡು ಕಟ್ಟಿದ್ದರ ಕುರುಹುಗಳು ಈಗ್ಯೂ ಕಾಣುತ್ತವೆ. ತುಂಗಭದ್ರೆಯ ನೀರು ಬಹು ಸವಿಯಾದಾಗ್ಯೂ ರೋಗಕಾರಕವೆಂದು ಹೇಳುತ್ತಾರೆ.

ವರದಾ.—ಇದು ಮೈಸೂರ ಶೀಮೆಯಲ್ಲಿ ಇಕ್ಕೇರಿಯ ಹತ್ತರ ಉಗಮವಾಗಿ, ಸುಮಾರು ೪೦ ಮೈಲು ಉತ್ತರಕ್ಕೆ ಹರಿದು, ಗೊಂಡಿ ಯೆಂಬ ಗ್ರಾಮದ ಹತ್ತರ ಧಾರವಾಡ ಜಿಲ್ಲೆಯನ್ನು ಶೇರಿ, ಹಾನಗಲ್ಲು, ಕರ್ಜಗಿ ತಾಲೂಕುಗಳಲ್ಲಿ ಪೂರ್ವಕ್ಕೆ ಸುಮಾರು ೫೦ ಮೈಲು ಹರಿದು ಕರ್ಜಗೀ ತಾಲೂಕಿನ ಈಶಾನ್ಯ ಮೂಲೆಯಲ್ಲಿ ತುಂಗಭದ್ರೆಗೆ ಕೂಡುತ್ತದೆ. ಈ ಹೊಳೆಯಿಂದ ಭೂಮಿಗೆ ಬಹಳ ಉಪಯೋಗವಿಲ್ಲದಿದ್ದಾಗ್ಯೂ ಕುಡಿಯುವ ನೀರು ಜನರಿಗೆ ಸಮೃದ್ಧಿಯಾಗಿ ದೊರೆಯುತ್ತದೆ. ಬೇಸಿಗೆಯಲ್ಲಿ ಇದು ಬಹುತರ ಹರಿಗಡಿಯುವದಿಲ್ಲ. ಬಂಕಾಪುರದ ಹತ್ತರಕ್ಕೆ ಕುಣೀಮೆಳ್ಳೀಹಳ್ಳಿ ಯೆಂಬಲ್ಲಿ ಈ ಹೊಳೆಗೆ ವೊಂದು ಪೂಲು ಕಟ್ಟಿದ್ದಾರೆ.

ಧರ್ಮಾ.—ಇದು ಹಾನಗಲ್ಲಿನ ನೈರುತ್ಯದಲ್ಲಿ ೨೦ ಮೈಲಿನ ಮೇಲೆ ಉಗಮವಾಗಿ, ಆ ತಾಲೂಕಿನಲ್ಲಿ ೩೫ ಮೈಲು ಈಶಾನ್ಯಕ್ಕೆ ಹರಿದು ಬಂಕಾಪುರದ ದಕ್ಷಿಣದಲ್ಲಿ ವರದೆಗೆ ಕೂಡುತ್ತದೆ. ಇದರ ಪ್ರವಾಹವು ಬಹಳ ಸಣ್ಣದಿರುತ್ತದೆ. ಆದರೆ ಹಾನಗಲ್ಲಿನ ಪಶ್ಚಿಮದಲ್ಲಿ ಶೃಂಗೇರಿ ಯೆಂಬ ಗ್ರಾಮದ ಹತ್ತರ ಪೂರ್ವ ಕಾಲದವರು ಇದಕ್ಕೊಂದು ಒಡ್ಡು ಕಟ್ಟಿದ್ದಾರೆ. ಅಲ್ಲಿಂದ ಒಂದು ಕಾವಲಿ ಹೊರಟು, ೧೨ ಮೈಲು ಹರಿದು ೨೪ಕ್ಕಿಂತ ಹೆಚ್ಚು ಕೆರೆಗಳಿಗೆ ನೀರು ಪೂರೈಸುವದಲ್ಲದೆ ಯೆಡಬಲಗಳಲ್ಲಿ ಅಸಂಖ್ಯ ಬತ್ತದ ಗದ್ದೆಗಳನ್ನೂ ಕಬ್ಬಿನ ತೋಟಗಳನ್ನೂ ಉಂಟುಮಾಡಿರುತ್ತದೆ.

ಕುಮುದ್ವತಿ.—ಇದು ಮೈಸೂರ ಶೀಮೆಯಲ್ಲಿ ಸುಮಾರು ೪೦ ಮೈಲು ಉತ್ತರಕ್ಕೆ ಹರಿದು ಧಾರವಾಡ ಜಿಲ್ಲೆಯ ದಕ್ಷಿಣ ಮೇರೆಯನ್ನು ದಾಟ ಒಂದು ಕೋಡ ತಾಲೂಕಿನೊಳಗೆ ಸುಮಾರು ೨೫ ಮೈಲು ಈಶಾನ್ಯಕ್ಕೆ ಹರಿಯುತ್ತದೆ. ಇದು ಧಾರವಾಡ ಜಿಲ್ಲೆಯ ಮೇರೆಯನ್ನು ದಾಟುವ ಸ್ಥಳವಲ್ಲಿ ಪೂರ್ವದ ವಿಜಯ ನಗರದ ಅರಸರು ಇದಕ್ಕೆ ಒಂದು ವೊಡ್ಡು ಕಟ್ಟಿ, ಇದರ ಪ್ರವಾಹವನ್ನು ಮದಗದ ಕೆರೆಯೊಳಗೆ ತಿರಿವಿದ್ದಾರೆ. ಇವಲ್ಲದೆ ಕುಮುದ್ವತಿಯ ಯೆಡಕ್ಕೂ ಬಲಕ್ಕೂ ಜೋರೆ ಎರಡು ಒಡ್ಡುಗಳನ್ನು ಹಾಕಿ, ಕೆರೆಯ ನೀರು ಹೊರಗೆ ಪೋಗದಂತೆ ಭದ್ರಪಡಿಸಿದ್ದಾರೆ. ಆದರೆ ಮುಂದೆ ಸ್ವಲ್ಪ ಕಾಲದೊಳಗೆ ಹೊಳೆಯ ಪ್ರವಾಹದಿಂದ ವೊಂದು ಒಡ್ಡು ವೊಡಿದು ಅದರೊಳಗಿಂದ ಪ್ರವಾಹವು ಹರಿಯ ಹತ್ತಿದ್ದು ಇನ್ನೂ ಹಾಗೇ ಹರಿಯುತ್ತದೆ. ಒಳಗಡೆಯಲ್ಲಿ ಇಂಗ್ಲಿಷ ಸರಕಾರದವರು ಕೆರೆಗೆ ಹೊಂದಿರುವ ವೊಡ್ಡನ್ನು ಕೆಲವು ಮಟ್ಟಿಗೆ ದುರಸ್ತು ಮಾಡಿ, ಕೆರೆಯೊಳಗಿಂದ ಯೆರಡು ಕಾವಲಿಗಳನ್ನು ತೆಗೆದಿದ್ದಾರೆ. ಈ ಕಾವಲಿಗಳಿಂದ ೩೪ ಎಕರು ಭೂಮಿಗೆ ನೀರು ದೊರೆಯುತ್ತದೆ. ಮದಗದ ಕೆರೆಯು ವೊಂದು ಮೈಲು ಉದ್ದ ಇರುತ್ತದೆ.

ಹಿರೆಹಳ್ಳ.—ಇದು ಲಕ್ಕುಂಡಿಯ ಹತ್ತರ ಕಪೋತ ಗುಡ್ಡದಲ್ಲಿ ಉಗಮವಾಗಿ ದಕ್ಷಿಣಕ್ಕೆ ೨೦ ಮೈಲು ಹರಿದು ತುಂಗಭದ್ರೆಗೆ ಕೂಡುತ್ತದೆ. ಬೇಸಿಗೆಯಲ್ಲಿ ಇದು

ಹರಿಗಡಿಯುವದು; ಆದರೆ ಮಳೆಗಾಲದಲ್ಲಿ ಇದರ ಪ್ರವಾಹವು ೫೦೦ ಫೂಟು ಅಗಲಾಗುತ್ತದೆ.

ಬೆಣ್ಣೀ ಹಳ್ಳ.—ಇದು ಬಂಕಾಪುರ ತಾಲೂಕಿನಲ್ಲಿ ಧುಂಡಶಿಯ ಹತ್ತರ ಆರಂಭವಾಗಿ ಉತ್ತರಕ್ಕೆ ಹುಬ್ಬಳ್ಳಿ, ನವಲಗುಂದ, ರೋಣ ತಾಲೂಕುಗಳಲ್ಲಿ ಹರಿದು ಮಲಾಪಹಾರಿಗೆ ಕೂಡುತ್ತದೆ. ಇದರ ಪಾತ್ರೆಯಲ್ಲೆಲ್ಲ ಕೆಸರೇ ಇರುವದು. ಮಳೆಗಾಲದಲ್ಲಿ ಪಾತ್ರೆಯು ೨೦೦ ಫೂಟನ ವರೆಗೆ ಅಗಲಾಗುವದು. ಆದರೆ ಬೇಸಿಗೆಯಲ್ಲಿ ಹರಿಗಡಿದು ಹಲಕೆಲವು ಮಡುವುಗಳಲ್ಲಿ ಮಾತ್ರ ನೀರು ನಿಲ್ಲುವದು. ಇದರ ಪಾತ್ರೆಯೊಳಗಿನ ಕೆಸರು ಬೆಣ್ಣೆಯ ಹಾಗೆ ಬಹು ಮಿದುವಾಗಿರುವ ಕಾರಣ ಇದಕ್ಕೆ ಬೆಣ್ಣೀ ಹಳ್ಳವೆಂಬ ಹೆಸರು ಬಂದದೆ. ಈ ಕೆಸರೊಳಗೆ ಅಂಬಾರಿ ಸಹಿತ ಆನೆಯು ಹಿಂದಕ್ಕೊಮ್ಮೆ ಮುಳುಗಿತೆಂದು ಹೇಳುತ್ತಾರೆ. ಮಳೆಗಾಲದಲ್ಲಿ ಹಳ್ಳವು ತುಂಬಿ ಇಳಿದ ಬಳಿಕ ಕೆಲವು ದಿವಸದ ಮೇಲೆ ಕೆಸರಿನ ಮೇಲ್ಭಾಗವು ಕೆನೆಗಟ್ಟಿ ಅದರ ಮೇಲೆ ಹುಲ್ಲು ಬೆಳೆಯುತ್ತದೆ. ಆದನ್ನು ನೋಡಿ ಮನುಷ್ಯರೂ ಪಶುಗಳೂ ಪಾತ್ರೆಯನ್ನು ದಾಟಲಿಕ್ಕೆ ಹೋದರೆ ಕೆಸರೊಳಗೆ ಮುಳುಗಿ ಗಪ್ಪಾಗುತ್ತವೆ. ಅವು ಮುಳುಗಿದ ಕುರುಹು ಸಹ ಉಳಿಯುವದಿಲ್ಲೆಂದು ಹೇಳುತ್ತಾರೆ. ಅದರಿಂದ ಗೊತ್ತಾದ ಮಾರ್ಗದಿಂದ ಮಾತ್ರ ಇದರ ಪಾತ್ರೆಯನ್ನು ಬಹು ಜಾಗ್ರತೆಯಿಂದ ದಾಟಬೇಕಾಗುತ್ತದೆ.

ಮಲಾಪಹಾರಿಯು.*—ಇದು ಬೆಳಗಾವಿಯ ಪಶ್ಚಿಮಕ್ಕೆ ಖಾನಾಪುರ ತಾಲೂಕಿನಲ್ಲಿ ಕುಳಕುಂಬಿಯ ಹತ್ತರ ಉಗಮವಾಗಿರುತ್ತದೆ. ಪೂರ್ವ ಕಾಲದಲ್ಲಿ ಕುಳಕುಂಬಿಯಲ್ಲಿ ವೊಬ್ಬ ಮನುಷ್ಯನ ಹೆಂಡತಿಯು ಬಹು ಸುಂದರಿಯಾಗಿಯೂ ಪತಿವ್ರತೆಯಾಗಿಯೂ ಇದ್ದಳಂತೆ. ಆಕೆಯ ಗಂಡನು ಆಕೆಯ ಮೇಲೆ ಜಾರಕರ್ಮದ ಆರೋಪವನ್ನು ಇಡಲಾಗಿ, ಆಕೆಯು ವೊಂದು ಮಡುವಿನಲ್ಲಿ ದುಮುಕಿ, ತತ್ಕಾಲವೇ ಹೊಳೆಯಾಗಿ ಹರಿಯಹತ್ತಿದಳೆಂದು ಧರ್ಮಮೂಢರಾದ ಭಾವಿಕ ಜನರು ಹೇಳುತ್ತಾರೆ. ಮುನ್ನೊಳ್ಳಿಯ ಹತ್ತರ ಮಲಾಪಹಾರಿಯು ಗುಡ್ಡವನ್ನು ವೊಡಿದು ಪೂರ್ವಕ್ಕೆ ಹರಿಯುತ್ತದೆ. ಅಲ್ಲಿ ನವಿಲತೀರ್ಥವೆಂಬುವವೊಂದು ಮಡುವು ಇರುತ್ತದೆ. ಅದರ ಕಥೆಯನ್ನು ಜನರು ಈ ಪ್ರಕಾರ ಹೇಳುತ್ತಾರೆ. ಬುನಾದಿಯಲ್ಲಿ ಮಲಾಪಹಾರಿಯು ಗುಡ್ಡದ ವಾರಿಗುಂಟ ಹರಿಯುತ್ತಿತ್ತು. ಒಂದಾನೊಂದು ದಿನ ಆ ಗುಡ್ಡದ ಮೇಲೆ ವೊಂದು ನವಿಲು ಕೂತು ಆ ಹೊಳೆಯನ್ನು ಧಿಕ್ಕರಿಸಿತಂತೆ. ಆ ಕ್ಷಣವೇ ನವಿಲು ನಟ್ಟನಡುವೆ ಇಬ್ಭಾಗವಾಗುವಂತೆ ಗುಡ್ಡವನ್ನು ವೊಡಿದು ಮಲಾಪಹಾರಿಯು ಹೊರಬಿತ್ತೆಂದು ಹೇಳುತ್ತಾರೆ. ಗುಡ್ಡವನ್ನು ವೊಡಿದ ಸ್ಥಳದಲ್ಲಿ ಹೊಳೆಯ ಯೆರಡೂ ದಂಡೆಗಳಲ್ಲಿ ಆ ನವಿಲಿನ ಯೆರಡು ತುಂಡುಗಳನ್ನು ಗುಡ್ಡದ ಮೇಲೆ ಈಗ್ಯೂ ತೋರಿಸುತ್ತಾರೆ. ವಸ್ತುತಃ ಪೂರ್ವಕಾಲದಲ್ಲಿ ಮುನ್ನೊಳ್ಳಿಯ ಗುಡ್ಡದ ಪಶ್ಚಿಮಕ್ಕೆ ಬಹು ವಿಶಾಲವಾದವ್ವೊಂದು ಕೆರೆ ಇತ್ತೆಂದು ತೋರುತ್ತದೆ. ಆ ಕೆರೆಯ ನೀರು ಹೊರ ಚಲ್ಲಿ ಗುಡ್ಡದ ಮೇಲಿಂದ ಹರಿಯುತ್ತಾ ಹರಿಯುತ್ತಾ ಗುಡ್ಡವನ್ನು

* ಇದರ ಬುನಾದಿಯ ಹೆಸರು "ಮಲಪ್ರಭಾ." ಅಂದರೆ ಗುಡ್ಡದ ಸಮುದ್ರ.

ಸವಿಸುತ್ತಾ ಬಂದು ಕಾಲಾಂತರದಿಂದ ಗುಡ್ಡವನ್ನು ವೊಡಿದು ಹೊಳೆಯ ರೂಪದಿಂದ ಹರಿಯ ಹತ್ತಿತೆಂಬು ವಿದ್ವಾಂಸರು ತರ್ಕಿಸುತ್ತಾರೆ. ಮಲಾಪಹಾರಿಯು ಖಾನಾಪುರ, ಸಂಪಗಾವಿ, ಪರಸಗಡ ತಾಲೂಕುಗಳಲ್ಲಿ ಪೂರ್ವಕ್ಕೆ ಹರಿದು, ತೊರಗಲ್ಲು, ರಾಮದುರ್ಗಗಳ ಬಳಿಯಲ್ಲಿಂದ ಪೂರ್ವಕ್ಕೆ ಸಾಗಿ ಕಪ್ಪಡೀ ಸಂಗಮದ ಹತ್ತರ ಕೃಷ್ಣೆಗೆ ಕೂಡುತ್ತದೆ. ಇದರ ಉದ್ದಳತೆ ಉಗಮದಿಂದ ಸಂಗಮದ ವರೆಗೆ ೧೬೦ ಮೈಲು. ಮುನ್ನೊಳ್ಳಿಯ ಪೂರ್ವಕ್ಕೆ ೧೦ ಮೈಲಿನ ಮೇಲೆ ಸೊಗಲದ ಬಳಿಯಲ್ಲಿ ಈ ಹೊಳೆಯ ಪ್ರವಾಹದಿಂದ ವೊಂದು ಬಹು ರಮಣೀಯವಾದ ತಡಸಲು ಉಂಟಾಗಿರುತ್ತದೆ. ಮಲಾಪಹಾರಿಯ ದಂಡೆಯಲ್ಲಿರುವ ಗ್ರಾಮಗಳ ನೆರೆಯಲ್ಲಿ ಹೊಳೆಯ ಪ್ರವಾಹದೊಳಗೆ ಈಶ್ವರನ ಗುಡಿಯು ಬಹುತರ ಯೆಲ್ಲ ಕಡೆಯಲ್ಲಿ ಇರುತ್ತದೆ. ಬೆಳಗಾವೀ ಜಿಲ್ಲೆಯ ದಕ್ಷಿಣ ಭಾಗದಲ್ಲಿಯೂ ಧಾರವಾಡ ಜಿಲ್ಲೆಯ ಉತ್ತರ ಭಾಗದಲ್ಲಿಯೂ ಹರಿಯುವ ಸಣ್ಣ ಸಣ್ಣ ಸರುವುಗಳೆಲ್ಲ ಮಲಾಪಹಾರಿಗೆ ಕೂಡುತ್ತವೆ.

ಘಟಪ್ರಭಾ.* — ಇದು ಕೊಲ್ಲಾಪುರದ ರಾಜ್ಯದೊಳಗೆ ಸುಂದರಗಡವೆಂಬಲ್ಲಿ ಉಗಮವಾಗಿ, ಈಶಾನ್ಯಕ್ಕೆ ಹರಿದು ಬೆಳಗಾವೀ ಜಿಲ್ಲೆಯನ್ನು ಪ್ರವೇಶಿಸುತ್ತದೆ. ಅಲ್ಲಿಂದ ಮುಂದೆ ಚಿಕ್ಕೋಡಿ, ಗೋಕಾವೀ ತಾಲೂಕುಗಳಲ್ಲಿ ಈಶಾನ್ಯಕ್ಕೂ ಪೂರ್ವಕ್ಕೂ ಹರಿದು ಬಾಗಲಕೋಟೆಯ ತಾಲೂಕಿನಲ್ಲಿ ಕೂಡಲ ಸಂಗಮದ ಹತ್ತರ ಕೃಷ್ಣೆಗೆ ಕೂಡುತ್ತವೆ. ಇದರ ಉದ್ದಳತೆ ಉಗಮದಿಂದ ಸಂಗಮದ ವರೆಗೆ ಸುಮಾರು ೧೦೦ ಮೈಲು. ಚಿಕ್ಕೋಡೀ ತಾಲೂಕಿನಲ್ಲಿ ಇದಕ್ಕೆ ತಾಮ್ರಪರ್ಣಿ, ಹರಣಕಾಶಿ (ಹಿರಣ್ಯಕೇಶಿ) ಯೆಂಬ ಸಣ್ಣ ಹೊಳೆಗಳು ಕೂಡುತ್ತವೆ; ಗೋಕಾವಿಯ ಹತ್ತರ ಮಾರ್ಕಂಡೇಯಿ ಎಂಬ ಹೊಳೆಯು ಸಂಗಮವಾಗುತ್ತದೆ. ಗೋಕಾವಿಯ ಹತ್ತರ ಘಟಪ್ರಭೆಯ ತಡಸಲು ನೋಡತಕ್ಕಂಥಾದಿರುತ್ತದೆ.

ಕೃಷ್ಣಾ. — ಸಾತಾರೆಯ ಜಿಲ್ಲೆಯಲ್ಲಿ ಸಹ್ಯಾದ್ರಿಯ ಅತ್ಯುನ್ನತ ಪ್ರದೇಶವಾದ ಮಹಾಬಳೇಶ್ವರವೆಂಬಲ್ಲಿ ಈ ಹೊಳೆಯು ಉಗಮವಾಗಿ ಸಾತಾರೆಯ ಜಿಲ್ಲೆಯಲ್ಲಿಯೂ ಕೊಲ್ಹಾಪುರ, ಮಿರ್ಜಿ, ಸಾಂಗಲಿ, ಸಂಸ್ಥಾನಗಳಲ್ಲಿಯೂ ಆಗ್ನೇಯಕ್ಕೆ ಹರಿದು ಬೆಳಗಾವೀ ಜಿಲ್ಲೆಯನ್ನು ಪ್ರವೇಶಿಸುತ್ತವೆ. ಈ ಜಿಲ್ಲೆಯ ಚಿಕ್ಕೋಡಿ, ಅಥಣೀ ತಾಲೂಕುಗಳಲ್ಲಿ ಡೊಂಕಡೊಂಕಾಗಿ ಪೂರ್ವಕ್ಕೆ ಹರಿದು ವಿಜಾಪುರ ಜಿಲ್ಲೆಯನ್ನು ಪ್ರವೇಶಿಸಿ, ಬಾಗಲಕೋಟೆ, ಹುನಗುಂದ ತಾಲೂಕುಗಳ ಉತ್ತರ ಮೇರೆಯಾಗಿ ಪೂರ್ವಕ್ಕೆ ಹರಿದು ನಿಜಾಮನ ರಾಜ್ಯದಲ್ಲಿ ಶೇರುತ್ತದೆ. ಆ ರಾಜ್ಯದಲ್ಲಿಯೂ ಪೂರ್ವಕ್ಕೆ ಹರಿದು ಕೃಷ್ಣೆಯು ಪೂರ್ವ ಸಮುದ್ರಕ್ಕೆ ಕೂಡುತ್ತದೆ. ಉಗಮದಿಂದ ಮುಖದ ವರೆಗೆ ಇದರ ಉದ್ದಳತೆಯು ೭೦೦ ಮೈಲಿಗಿಂತ ಹೆಚ್ಚಿರುತ್ತದೆ. ಉತ್ತರ ಕರ್ನಾಟಕದಲ್ಲಿ ಕೃಷ್ಣೆಯೇ ಯೆಲ್ಲಕ್ಕೂ ದೊಡ್ಡ ಹೊಳೆಯುಂಟು. ಇದಕ್ಕೆ ತುಂಗಭದ್ರಾ, ಮಲಾಪಹಾರಿ, ಘಟಪ್ರಭಾ, ಭೀಮಾ ಮುಂತಾದ ದೊಡ್ಡ ದೊಡ್ಡ ನದಿಗಳು ಕೂಡುವ ಕಾರಣ ಇದರ ಪ್ರವಾಹವು ಮುಂದ ಮುಂದಕ್ಕೆ ಹೋದ ಹಾಗೆ ಬಹು ದೊಡ್ಡದಾಗುತ್ತ ನಡಿವದೆ. ಚಿಕ್ಕೋಡೀ ತಾಲೂಕಿನಲ್ಲಿ ಕೃಷ್ಣೆಗೆ ಪಂಚಗಂಗಾ, ವೇದಗಂಗಾ, ದೂಧಗಂಗಾ ಯೆಂಬ ಸಣ್ಣ ಹೊಳೆಗಳು ಕೂಡುತ್ತವೆ.

* ಗಟ್ಟದಿಂ, ಗಟ್ಟದ ಸರುವು, ಯೆಂಬ ಹೆಸರಿನಿಂದ ಉಂಟಾಗಿರುತ್ತದೆ.

ಡೋಣಿಯು.—ಇದು ಜತ್ತಿಯ ಸಂಸ್ಥಾನಲ್ಲಿ ಉಗಮವಾಗಿ, ಮುದ್ದೆಬಿಹಾಳ ತಾಲೂಕಿನಲ್ಲಿ ಪೂರ್ವಕ್ಕೂ ಆಗ್ನೇಯಕ್ಕೂ ಹರಿದು ನಿಜಾಮನ ರಾಜ್ಯವನ್ನು ಪ್ರವೇಶಿಸಿ ಕೃಷ್ಣೆಗೆ ಕೂಡುತ್ತದೆ. ಇದರ ಉದ್ದಳತೆ ೧೦೫ ಮೈಲು. ಡೋಣಿಯ ನೀರು ಮಳೆಗಾಲದಲ್ಲಿ ಮಾತ್ರ ಶೀ ಇರುತ್ತದೆ; ಉಳಿದ ಎಂಟು ತಿಂಗಳಲ್ಲಿ ಸೌಳಾಗುವದು.

ಭೀಮಾ.—ಈ ಹೊಳೆಯು ವಿಜಾಪುರ ಜಿಲ್ಲೆಯ ಉತ್ತರ ಮೇರೆಯಲ್ಲಿ, ಅಂದರೆ ದಕ್ಷಿಣ ಮಹಾರಾಷ್ಟ್ರದ ಉತ್ತರ ಮೇರೆಯಲ್ಲಿ, ಸುಮಾರು ೮೦ ಮೈಲು ಹರಿದು ನಿಜಾಮನ ರಾಜ್ಯವನ್ನು ಶೇರಿ ಕೃಷ್ಣೆಗೆ ಕೂಡುತ್ತದೆ. ಇದರ ಉದ್ದಳತೆ ಸುಮಾರು ೫೫೦ ಮೈಲು.

ತಡಸಲುಗಳು.

ಗೆರಸಪ್ಪೆಯ ತಡಸಲು.—ಇದಕ್ಕೆ ಕೋಡಕಣಿಯ ತಡಸಲೆಂತಲೂ ಜೋಗೆಂತಲೂ ಹೆಸರುಗಳಿವೆ. ಇದು ಕಾನಡಾ ಜಿಲ್ಲೆಯಲ್ಲಿ ಗೆರಸಪ್ಪೆಯ ಪೂರ್ವಕ್ಕೆ ೧೮ ಮೈಲಿನ ಮೇಲೆ ಶರಾವತಿಯ ಪ್ರವಾಹದಿಂದ ಉಂಟಾಗಿರುತ್ತದೆ. ಈ ಹೊಳೆಯು ಸಹ್ಯಾದ್ರಿಯ ನೆತ್ತಿಯ ಮೇಲಿಂದ ನಾಲ್ಕು ಬೇರೆ ಬೇರೆ ಎಸಳುಗಳಾಗಿ ೮೩೦ ಫೂಟು ಆಳವಾದ ತಗ್ಗಿನೊಳಗೆ ಬೀಳುತ್ತದೆ. ಗುಡ್ಡದ ನೆತ್ತಿಯ ಮೇಲೆ ಬೀಳುವ ಸ್ಥಳದ ಹಿಂಭಾಗದಲ್ಲಿ ಹೊಳೆಯು ಪಾತ್ರೆಯು ೨೩೦ ಫೂಟು ಅಗಲಾಗಿರುತ್ತದೆ. ಹೊಳೆ ಬೀಳುವ ಸ್ಥಳದಲ್ಲಿ ಗುಡ್ಡದ ಅಂಚು ಹಿಡಿ ಸಹಿತ ಖುರಪೆಯ ಆಕಾರವಾಗಿರುತ್ತದೆ; ಖುರಪೆಯಂತೆ ಮಣಿದ ಭಾಗವು ಕಾರವಾಡದ ದಿಕ್ಕಿನಲ್ಲಿ, ಹಿಡಿಯಂತೆ ಸರಳಾಗಿದ್ದ ಭಾಗವು ಮಂಗಳೂರಿನ ದಿಕ್ಕಿನಲ್ಲಿ ಇರುತ್ತವೆ. ಉತ್ತರದ ವಕ್ರಭಾಗವ ಮೇಲಿಂದ ಯೆರಡು ಸರಳುಗಳೂ ದಕ್ಷಿಣದ ಸರಳ ಭಾಗದ ಮೇಲಿಂದ ಯೆರಡು ಸರಳುಗಳೂ ಬೀಳುತ್ತವೆ. ಈ ನಾಲ್ಕು ಸರಳುಗಳಿಗೆ ಯುರೋಪಿಯನ್ ಪ್ರೇಕ್ಷಕರು ರಾಜಾ, ರೋಅರರ (ಅಬ್ಬರಗಡಕ) ರಾಕೇಟ (ಬಾಣ) ಡೇಮ ಬ್ಲಾಂಕಿ (ಬಿಳಿ ಮುದಿಕೆ), ಯೆಂಬ ಹೆಸರುಗಳನ್ನು ಕೊಟ್ಟಿದ್ದಾರೆ. ಎಲ್ಲಕ್ಕೂ ಉತ್ತರಕ್ಕೆ, ಅಂದರೆ ಕಾರವಾಡದ ದಿಕ್ಕಿನಲ್ಲಿ, ರಾಜಾ ಯೆಂಬ ಸರಳು ಬೀಳುತ್ತದೆ. ಅದರ ದಕ್ಷಿಣಕ್ಕೆ ಸುಮಾರು ೧,೦೦೦ ಫೂಟಿನ ಅಂತರದ ಮೇಲೆ ಅಬ್ಬರಗಡಕವೆಂಬ ಸರಳು ಬೀಳುತ್ತದೆ. ಇದರ ಅಬ್ಬರ ಬಹಳ, ಎರಡು ಮೈಲಿಗಿಂತ ಹೆಚ್ಚು ದೂರ ಕೇಳಿಸುತ್ತದೆ. ಬೀಳುವ ಮಾರ್ಗದಲ್ಲಿ ಅರ್ಧದ ಕೆಳಗೆ ರಾಜಾ, ಅಬ್ಬರಗಡಕ, ಇವೆರಡೂ ಒಟ್ಟುಗೂಡಿ ಕೆಳಗಿನ ಮಡುವಿನಲ್ಲಿ ಬೀಳುತ್ತವೆ. ಅಬ್ಬರಗಡಕದ ದಕ್ಷಿಣಕ್ಕೆ ೭೦೦ ಫೂಟಿನ ಮೇಲೆ ಬಾಣವೆಂಬ ಸರಳು ಬೀಳುತ್ತದೆ. ಇದು ವೊಂದೇ ಸವನಾಗಿ ಕೆಳಗೆ ಬೀಳದೆ ಅಲ್ಲಲ್ಲಿಗೆ ಮುಂಧಕ್ಕೆ ಹಾದಂಥ ನಾಲಿಗೆಗಲ್ಲುಗಳ ಮೇಲೆ ಬೀಳುತ್ತ ಬಾಣಗಳಂತೆ ನೀರಿನ ಧಾರೆಗಳನ್ನು ಮೇಲಕ್ಕೆ ಹಾರಿಸುತ್ತ ಕೆಳಗಿಳಿಯುತ್ತದೆ. ಬಾಣದ ದಕ್ಷಿಣಕ್ಕೆ ೫೦೦ ಫೂಟಿನ ಮೇಲೆ ಬಿಳಿಮುದಿಕೆ ಎಂಬ ಸರಳು ಬೀಳುತ್ತದೆ. ಇದು ಬಹಳ ಸಪ್ಪಳ ಮಾಡದೆ, ಇಳಿಜಾರಾದ ಗುಡ್ಡದ ವೋರೆಯ ಮೇಲಿಂದ ಬಹಳ ಅಗಲಾಗಿ ಬಿಳಿ ನೊರೆಯ ರೂಪದಿಂದ

ಸಾವಕಾಶವಾಗಿ ಇಳಿಯುತ್ತ ತಳಕ್ಕೆ ಹೋಗುತ್ತದೆ. ಅದರಿಂದ ಮೇಲಿನಿಂದ ಕೆಳತನಕ ಮಿಂಚುವಂಥ ಬೆಳ್ಳಿಯ ತೆರೆಗಳು ಪಸರಿಸಿದಂತೆ ತೋರುತ್ತದೆ. ಈ ನಾಲ್ಕೂ ಸರಳುಗಳು ಬೀಳುವ ತಗ್ಗಿನಲ್ಲಿ ದೊಡ್ಡದೊಂದು ಮಡುವಾಗಿದೆ. ಅದು ೧೩೦ ಫೂಟು ಆಳವಿರುವದು.

ಈ ತಡಸಲಿನಲ್ಲಿ ಜೂನ ತಿಂಗಳಿನಿಂದ ನವಂಬರಿನ ವರೆಗೆ ಬಹು ದೊಡ್ಡ ಓಘವಿರುತ್ತದೆ. ಆಗ ನೀರಿನ ತುಂತುರ್ವನಿಗಳು ಬಹು ನಿಬಿಡವಾಗಿ ಮೇಲಕ್ಕೇರಿ, ಬೀಳುವ ಪ್ರವಾಹಗಳನ್ನು ಮುಚ್ಚುವ ಕಾರಣ ಪ್ರೇಕ್ಷಕರಿಗೆ ಮನದಣಿಯಾಗಿ ನೋಡಲಿಕ್ಕೆ ಅನುಕೂಲವಾಗುವದಿಲ್ಲ. ದಿಜೆಂಬರಿನಿಂದ ಮಾರ್ಚ ತಿಂಗಳಿನ ವರೆಗೆ ನೋಡಲಿಕ್ಕೆ ಬಹು ಸರಸಾದ ಕಾಲವು. ಈ ಅವಧಿಯಲ್ಲಿ ಹೊಳೆಯ ಪ್ರವಾಹವು ಬಹಳ ದೊಡ್ಡದೂ ಇರುವದಿಲ್ಲ, ಬಹಳ ಸಣ್ಣದೂ ಆಗಿರುವದಿಲ್ಲ. ಆದರೂ ಮೇಲೆ ಹೇಳಿದ ನಾಲ್ಕೂ ಸರಳುಗಳು ಅರ್ಧದ ಕೆಳಗೆ ತುಷಾರಗಳ ಧೂಮ್ರದಿಂದ ಮುಚ್ಚಿರುತ್ತವೆ. ಈ ಧೂಮ್ರವು ತೆಳ್ಳಗಾಗಿ ಗುಡ್ಡದ ನೆತ್ತಿಯ ಮೇಲೆ ಏರುತ್ತಿರುವ ಕಾರಣ ಬೆಳಿಗ್ಗೂ ಸಾಯಂಕಾಲಕ್ಕೂ ಇವುಗಳೊಳಗಿಂದ ಸೂರ್ಯ ಕಿರಣಗಳ ಪರಾವರ್ತನವಾಗಿ, ನಾನಾ ಪ್ರಕಾರದ ಬಣ್ಣಗಳುಳ್ಳಂಥ ಇಂದ್ರ ಧನುಷ್ಯಗಳು ಬಹು ಮನೋಹರವಾಗಿ ಕಾಣಿಸುತ್ತವೆ. ಈ ತಡಸಲಿನ ಗಾಂಭೀರ್ಯ ಭವ್ಯತ್ವಗಳಿಂದ ನೋಡುವವರು ಚಕಿತರಾಗಿ ಅತ್ಯಾಶ್ಚರ್ಯ ಪಡುವರು. ಭೂಮಿಯಲ್ಲಿ ಗೆರಸಪ್ಪೆಯ ತಡಸಲು ವೊಂದು ಬಗೆಯಿಂದ ಯೆಲ್ಲಕ್ಕೂ ಮೇಲಾದದ್ದೆಂದು ಹೇಳಬಹುದು. ಆಲ್ಪಸ ಪರ್ವತದಲ್ಲಿ ಇದಕ್ಕೂ ಎತ್ತರವಾದಂಥ ತಡಸಲುಗಳು ಯೆರಡಿರುತ್ತವೆ. ಒಂದು ೧೨೦೦ ಫೂಟುಗಳ ಮೇಲಿಂದ, ಮತ್ತೊಂದು ೨೪೦೦ ಫೂಟುಗಳ ಮೇಲಿಂದ ಗುಡ್ಡದ ಕೆಳಗೆ ಬೀಳುತ್ತದೆ. ಆದರೆ ಆ ತಡಸಲುಗಳ ಪ್ರವಾಹಗಳು ಗೆರಸಪ್ಪೆಯ ಪ್ರವಾಹಗಳ ಹತ್ತನೇ ಪಾಲಷ್ಟು ಸಹ ದೊಡ್ಡವಿರುವದಿಲ್ಲ. ಭೂಮಿಯಲ್ಲಿ ಹೆಸರಾದ ಅಮೇರಿಕದ ನಯಾಗರವೆಂಬ ತಡಸಲಿನಲ್ಲಿ ಗೆರಸಪ್ಪೆಯ ಹತ್ತು ಪಾಲಷ್ಟು ನೀರು ಬೀಳುತ್ತದೆ; ಆದರೆ ಅದರ ಯೆತ್ತರವು ೧೬೪ ಫೂಟಗಿಂತ ಹೆಚ್ಚಿಲ್ಲ. ಆದದರಿಂದ ಗೆರಸಪ್ಪೆಯ ತಡಸಲಿನಷ್ಟು ಯೆತ್ತರದ ಮೇಲಿಂದ ಅದರಷ್ಟು ದೊಡ್ಡ ಪ್ರವಾಹವು ಭೂಮಿಯ ಮೇಲೆ ಯೆಲ್ಲಿಯೂ ಬೀಳುವದಿಲ್ಲೆಂದೆನ್ನಲಿಕ್ಕೆ ಅಡ್ಡಿ ಇಲ್ಲ.

ಉಂಭಲಿಯ ತಡಸಲು. — ಕಾನಡಾ ಜಿಲ್ಲೆಯಲ್ಲಿ ಸಿದ್ದಾಪುರದ ಈಶಾನ್ಯಕ್ಕೆ ೧೨ ಮೈಲಿನ ಮೇಲೆ ಉಂಭಲಿ ಯೆಂಬ ಸಣ್ಣ ಹಳ್ಳಿಯುಂಟು. ಅದರ ಬಳಿಯಲ್ಲಿ ತದಡೀ ಹೊಳೆಯು ಸಹ್ಯಾದ್ರಿಯ ಮೇಲಿಂದ ೪೦೦ ಫೂಟು ಆಳವಾದ ತಗ್ಗಿನಲ್ಲಿ ಬಿದ್ದು ಬಹು ಮನೋಹರವಾದ ತಡಸಲನ್ನುಂಟು ಮಾಡಿರುತ್ತದೆ. ಸುತ್ತುಮುತ್ತಲಿನ ಅಡಿಕೆಯ ತೋಟಗಳಿಂದಲೂ, ನಾನಾ ಪ್ರಕಾರದ ಬಹು ಭವ್ಯವಾದ ವೃಕ್ಷಗಳ ಅಡವಿಯಿಂದಲೂ ಈ ತಡಸಲಿಗೆ ಅತಿ ವಿಲಕ್ಷಣವಾದ ಶೋಭೆಯುಂಟಾಗಿದೆ. ಕಾನಡಾ ಜಿಲ್ಲೆಯ ಒಬ್ಬ ಕಲೆಕ್ಟರನಾದ ಲಶಿಂಗಟನ್ನನೆಂಬ ಧೊರೆಯು ಇದನ್ನು ಮೊದಲು ನೋಡಿದ ಕಾರಣ ಇದಕ್ಕೆ ಇಂಗ್ಲಿಷದಲ್ಲಿ "ಲಶಿಂಗಟನ್ ಫಾಲ್ಸ್" ಎಂಬ ಹೆಸರು ಬಂದದೆ.

5

ಲಾಳಗುಳಿಯ ತಡಸಲು.—ಕಾನಡಾ ಜಿಲ್ಲೆಯಲ್ಲಿ ಯಲ್ಲಾಪುರದ ಉತ್ತರಕ್ಕೆ ೮ ಮೈಲಿನ ಮೇಲೆ ಲಾಳಗುಳಿ ಯೆಂಬ ಹಳ್ಳಿಯುಂಟು. ಅದರ ಬಳಿಯಲ್ಲಿ ಕಾಳೀನದಿಯು ಸಹ್ಯಾದ್ರಿಯ ಇಳಕಲಿನ ಮೇಲಿಂದ ಹರಿಯುತ್ತ ಸುಮಾರು ೩೦೦ ಫೂಟು ಕೆಳಗಿಳಿಯುತ್ತದೆ. ಅಂದರೆ ಬೇರೆ ತಡಸಲುಗಳಂತೆ ಈ ನದಿಯು ವೊಮ್ಮೆಲೆ ಯೆತ್ತರವಾದ ಗುಡ್ಡದ ಕೆಳಗೆ ಬೀಳದೆ, ಪಾವಟಗಳಂಥ ಪ್ರದೇಶದ ಮೇಲಿಂದ ಹರಿಯುತ್ತ, ಅಲ್ಲಲ್ಲಿಗೆ ೧೦, ೨೦ ಫೂಟು ಎತ್ತರವಾದ ಪ್ರದೇಶಗಳ ಮೇಲಿಂದ ಬೀಳುತ್ತ ಅಸಂಖ್ಯ ಸಣ್ಣ ಸಣ್ಣ ತಡಸಲುಗಳನ್ನುಂಟು ಮಾಡಿದೆ. ಪ್ರತಿ ಒಂದು ತಡಸಲಿನ ಕೆಳಗೆ ಸಣ್ಣದೊಂದು ಮಡುವಿರುವದು. ಆ ಮಡುವಿನಲ್ಲಿ ಬಿದ್ದ ನೀರು ಕಾರಂಜಿಯಂತೆ ಪುಟಿದು ಮುಂದಕ್ಕೆ ಸಾಗುತ್ತದೆ. ಅದರಿಂದ ಈ ತಡಸಲುಗಳ ಸಾಲು ನೋಡುವವರಿಗೆ ಬಹು ರಮಣೀಯವಾಗಿ ಕಾಣುತ್ತದೆ. ಸುತ್ತುಮುತ್ತು ಹಬ್ಬಿರುವ ಕಿರಿ ಅಡವಿಯೊಳಗಿಂದ ಹತ್ತೆಂಟು ಮೈಲು ದೂರ ಕೇಳಿಸುವಷ್ಟು ಅಬ್ಬರದಿಂದ ಯೆಡೆಬಿಡದೆ ಬೀಳುತ್ತಿರುವ ಈ ತಡಸಲುಗಳ ಜಲಧಾರೆಯ ಗಾಂಭೀರ್ಯವನ್ನು ನೋಡಿ ಪ್ರೇಕ್ಷಕರು ಕೌತುಕದಿಂದಲೂ ಭಯದಿಂದಲೂ ಚಕಿತರಾಗುತ್ತಾರೆ. ಗುಡ್ಡದ ಅತ್ಯುನ್ನತವಾದ ಪ್ರದೇಶದಲ್ಲಿ ಕಾಳೀ ನದಿಯು ಸುಮಾರು ೩೦೦ ಫೂಟು ಆಳವಾಗಿ ಗುಡ್ಡವನ್ನು ಕೊರಿದು ನಡುವಿನ ದರಿಯೊಳಗಿಂದ ಹರಿಯುತ್ತದೆ. ಆ ಯೆತ್ತರವಾದ ದಂಡೆಯ ಮೇಲೆ ಕೋಟೆಯಂಥಾದೊಂದು ಹನುಮಂತನ ಗುಡಿ ಇರುತ್ತದೆ. ಪೂರ್ವ ಕಾಲದ ಸ್ವಾದೆಯ ಅರಸರು ಅಪರಾಧಿಗಳನ್ನು ಆ ದಂಡೆಯ ಮೇಲಿಂದ ಕೆಳಗೆ ನುಗಿಸಿ ಕೊಲ್ಲುವರೆಂದು ಹೇಳುತ್ತಾರೆ.

ಮಾಗೋಡದ ತಡಸಲು.—ಯಲ್ಲಾಪುರದ ನೈರುತ್ಯದಲ್ಲ ೨೦ ಮೈಲಿನ ಮೇಲೆ ಮಾಗೋಡೆಂಬ ಹಳ್ಳಿ ಇರುತ್ತದೆ. ಅದರ ಬಳಿಯಲ್ಲಿ ಬೆಡತಿ, ಅಥವಾ ಗಂಗಾವಳಿ ಯೆಂಬ ಹೊಳೆಯ ಪ್ರವಾಹವು ಸಹ್ಯಾದ್ರಿಯ ಇಳಕಲಿನ ಪ್ರದೇಶದಲ್ಲಿ ಸುಮಾರು ೮೦೦ ಫೂಟು ಕೆಳಗಿಳಿದು ಹೋಗುವದರಿಂದ ಲಾಳಗುಳಿಯ ತಡಸಲುಗಳಂತೆ ಹಲವು ತಡಸಲುಗಳಾಗಿರುತ್ತವೆ. ಆದರೆ ಈ ತಡಸಲುಗಳ ಪ್ರವಾಹವು ೧೦೦ರಿಂದ ೨೦೦ ಫೂಟು ಎತ್ತರವಾದ ಕಡಿವಾಡಿಗಳ ಮೇಲಿಂದ ಬೀಳುತ್ತ ಹೋಗುತ್ತದೆ. ಅದರಿಂದ ಲಾಳಗುಳಿಯ ತಡಸಲುಗಳಿಗಿಂತ ಈ ತಡಸಲುಗಳು ಹೆಚ್ಚು ಭವ್ಯವಾಗಿಯೂ ಸುಂದರವಾಗಿಯೂ ಕಾಣುತ್ತವೆ.

ಸೊಗಲದ ತಡಸಲು.—ಬೆಳಗಾವೀ ಜಿಲ್ಲೆಯಲ್ಲಿ ಮುನ್ನೊಳ್ಳಿಯ ಪಶ್ಚಿಮದಲ್ಲಿ ೧೦ ಮೈಲಿನ ಮೇಲೆ ಸೊಗಲವೆಂಬ ಗ್ರಾಮವಿರುತ್ತದೆ. ಅದರ ಬಳಿಯಲ್ಲಿ ಹಳ್ಳದ ಪ್ರವಾಹದಿಂದ ಮೂರು ತಡಸಲುಗಳಾಗಿವೆ. ಮೊದಲಿನ ಯೆರಡು ತಡಸಲುಗಳಲ್ಲಿ ನೀರು ಬೀಳುವ ತಗ್ಗುಗಳು ಹತ್ತೆಂಟು ಫೂಟುಗಳಿಗಿಂತ ಹೆಚ್ಚು ಆಳನಿಲ್ಲ. ಆದರೆ ಮೂರನೇ ತಡಸಲಿನಲ್ಲಿ ಸುಮಾರು ೬೦ ಫೂಟುಗಳ ಮೇಲಿಂದ ಪ್ರವಾಹವು ಕೆಳಗಿನ ಮಡುವಿನಲ್ಲಿ ಬೀಳುತ್ತದೆ. ಈ ತಡಸಲಿನ ಸುತ್ತು ಮುತ್ತು ಎತ್ತರವಾದ ವೃಕ್ಷಗಳ ಬನವೂ ಬಳಿಯಲ್ಲ ವೊಂದು [illegible] ಡಿಯೂ ಇರುವದರಿಂದ ಪ್ರವಾಸಿಗಳಿಗೆ ವಿಶ್ರಾಂತಿ

ಪಡಿಯಲಿಕ್ಕೆ ಈ ಸ್ಥಳವು ಬಹು ರಮಣೀಯವಾಗಿರುತ್ತದೆ. ಈ ಹಳ್ಳವು ೫ ಮೈಲು ದಕ್ಷಿಣಕ್ಕೆ ಹರಿದು ಮಲಾಪಹಾರಿಗೆ ಕೂಡುತ್ತದೆ.

ಗೋಕಾವಿ ತಡಸಲು.—ಗೋಕಾವಿಯ ವಾಯವ್ಯದಲ್ಲಿ ೪½ ಮೈಲಿನ ಮೇಲೆ ಘಟಪ್ರಭೆಯ ಪ್ರವಾಹದಿಂದ ಈ ತಡಸಲು ಉಂಟಾಗಿತುತ್ತದೆ. ಈ ಪ್ರವಾಹವು ವೊಂದು ಗುಡ್ಡದ ಮೇಲಿಂದ ೧೭೦ ಫೂಟು ಆಳವಾದ ತಗ್ಗಿನಲ್ಲಿ ಬೀಳುತ್ತದೆ. ಗುಡ್ಡದ ನೆತ್ತಿಯ ಮೇಲೆ ಹೊಳೆ ತುಂಬಿದಾಗ ಅದರ ಪಾತ್ರೆಯ ಅಗಲು ೫೮೦ ಫೂಟು ಇರುತ್ತದೆ. ಪ್ರವಾಹ ಬೀಳುವಲ್ಲಿ ಇರುವ ಮಡುವು ಹೊಳೆ ತುಂಬಿದಾಗ ೬೫ ಫೂಟು ಆಳವಾಗಿರುತ್ತದೆ; ಬೇಸಿಗೆಯಲ್ಲಿ ೪೩ ಫೂಟು ಇರುವದು. ಅಮೇರಿಕದೊಳಗಿನ ಅತಿ ವಿಖ್ಯಾತವಾದ ನಯಾಗರವೆಂಬ ತಡಸಲಿಗಿಂದ ಗೋಕಾವಿಯ ತಡಸಲು ೬ ಫೂಟು ಹೆಚ್ಚು ಯೆತ್ತರದ ಮೇಲಿಂದ ಬೀಳುತ್ತದೆ. ಆದರೆ ಇದರ ಪ್ರವಾಹವು ನಯಾಗರದ ಪ್ರವಾಹದ ಮೂರನೇ ಪಾಲಷ್ಟು ಮಾತ್ರ ಇರುವದು. ಗೆರಸಪ್ಪೆಯ ನಾಲ್ಕೂ ತಡಸಲುಗಳ ಪ್ರವಾಹಗಳು ಕೂಡಿ ಗೋಕಾವಿಯ ತಡಸಲಿನ ಪ್ರವಾಹದ ಮೂರನೇ ಪಾಲಷ್ಟು ಮಾತ್ರ ಆಗುವವು. ಆದರೆ ಅದರ ಯೆತ್ತರವು ಗೋಕಾವಿಯ ತಡಸಲಿನ ೫ ಪಾಲು ಹೆಚ್ಚಿರುವದು. ಗೋಕಾವಿಯ ತಡಸಲು ವೊಂದೇ ಪ್ರವಾಹದಿಂದ ಬೀಳುವದಿಲ್ಲ; ಮೂರು ಬೇರೆ ಬೇರೆ ಸರಳುಗಳಾಗಿ ಬೀಳುತ್ತದೆ. ಇವುಗಳಲ್ಲಿ ಯೆರಡು ಬುಡ ತನಕ ಅವಿಚ್ಛಿನ್ನವಾಗಿ ಇಳಿಯುತ್ತವೆ; ಮೂರನೇದು ಅರ್ಧಮಾರ್ಗದಲ್ಲಿ ವೊಂದು ಶಿಲೆಯ ಮೇಲೆ ಬಿದ್ದು ವೊಡಿಯುತ್ತದೆ. ಅಗಟಂಬರಿನಿಂದ ದಶಂಬರಿನ ವರೆಗೆ ಈ ತಡಸಲು ಬಹು ಸರಸಾಗಿ ಕಾಣಿಸುತ್ತದೆ. ಆದರೂ ಬೀಳುವ ಜಲಧಾರೆಯಿಂದ ಆಕಾಶಕ್ಕೇರುವ ತುಷಾರ ಧೂಮ್ರದಿಂದ ಆ ಧಾರೆಯ ಕೆಳಗಿನ ಅರ್ಧ ಭಾಗವು ಮುಚ್ಚಿರುತ್ತದೆ. ಈ ಧೂಮ್ರವು ಗುಡ್ಡದ ನೆತ್ತಿಯ ಮೇಲೆ ಬಹಳ ದೂರ ವರೆಗೆ ಯೇರಿ, ಗಾಳಿಯಿಂದ ನಾಲ್ಕೂ ಕಡೆಗೆ ಹರಿಬಿದ್ದು ಮಳೆಯಂತೆ ಮತ್ತೆ ಕೆಳಗೆ ಬೀಳುವದು. ಈ ಧೂಮ್ರದೊಳಗಿಂದ ಬೆಳಿಗ್ಯೂ ಸಾಯಂಕಾಲಕ್ಯೂ ಬಹು ಸುಂದರವಾದ ನಾನಾ ಪ್ರಕಾರದ ಬಣ್ಣಗಳುಳ್ಳಂಥ ಇಂದ್ರಧನುಷ್ಯಗಳು ಕಂಗೊಳಿಸುವವು. ತಡಸಲಿನ ಬಳಿಯಲ್ಲಿ ಪುರಾತನ ಕಾಲದ ಮಹಾಲಿಂಗೇಶ್ವರನೆಂಬದೊಂದು ಭವ್ಯವಾದ ದೇವಾಲಯವಿರುತ್ತದೆ. ಗೋಕಾವಿಯ ನೆರೆಯಲ್ಲಿ ಅಡವಿಯು ಯೆಲ್ಲಿಯೂ ಇಲ್ಲದಿದ್ದಾಗ್ಯೂ, ತಡಸಲಿನ ಸುತ್ತುಮುತ್ತು ಹುಲಗಲಿ, ಜಾಲಿ, ಬಿದರು, ಮುಂತಾದ ವೃಕ್ಷಗಳ ಬನಗಳಿರುತ್ತವೆ. ಈ ತಡಸಲಿನ ಬಳಿಯಲ್ಲಿಂದ ಹೊಸ ಕಾವಲಿಯನ್ನು ತೆಗಿಯುವ ಕೆಲಸವನ್ನು ಸರಕಾರದವರು ಬಹು ದಿವಸದಿಂದ ನಡಿಸಿದ್ದಾರೆ.

ಮಳೆಯೂ ಹವೆಯೂ.

ಈ ಮುಂಬಯಿ ಕರ್ನಾಟಕ ಭಾಗದಲ್ಲಿ ಪಶ್ಚಿಮದಿಂದ ಪೂರ್ವಕ್ಕೆ ಕೊಂಕಣ, ಮಲ್ಲಾಡ, ಮಲ್ಲಾಡದ ಶರಗು, ಬೈಲು ಶೀಮೆ, ಯೆಂಬ ನಾಲ್ಕು ವಿಭಾಗಗಳನ್ನು ಹಿಂದೆ ಮಾಡಿದ್ದೇವೆ. ಈ ನಾಲ್ಕು ವಿಭಾಗಗಳಲ್ಲಿ ಮಳೆಯ ಪ್ರಮಾಣವು ಬೇರೆ ಬೇರೆ ಇರುತ್ತದೆ.

2A *

ಘಟ್ಟದ ಕೆಳಗೆ, ಅಂದರೆ ಕೊಂಕಣ ಭಾಗದಲ್ಲಿ ಮಳೆಯು ಯೆಲ್ಲಕ್ಕೂ ಹೆಚ್ಚು ಬೀಳುತ್ತದೆ. ಸರಾಸರೀ ಮಾನದಿಂದ ವರ್ಷದೊಳಗೆ ೧೩೦ ಇಂಚು ಈ ಕೊಂಕಣ ಭಾಗದಲ್ಲಿ ಬೀಳುತ್ತದೆಂದು ಹೇಳ ಬಹುದು. ಆದರೆ ಸಮುದ್ರತೀರದಲ್ಲಿ ಬೀಳುವಷ್ಟು ಮಳೆಯು ಸಹ್ಯಾದ್ರಿಯು ಅಡವಿಯಲ್ಲಿ ಬೀಳುವದಿಲ್ಲ. ಸಹ್ಯಾದ್ರಿಯ ನೆತ್ತಿಯ ಮೇಲೆ ಅಂದರೆ ಮಲ್ಲಾಡದ ಭಾಗದಲ್ಲಿ ಕೊಂಕಣಕ್ಕಿಂತ ಕಡಿಮೆ, ಅಂದರೆ ವರ್ಷದೊಳಗೆ ಸರಾಸರೀ ಮಾನದಿಂದ ೮೦ ಇಂಚು ಮಳೆ ಬೀಳುವದು. ಮಲ್ಲಾಡದ ಶರಗಿನಲ್ಲಿ ಇದಕ್ಕೂ ಕಡಿಮೆ, ಅಂದರೆ ವರ್ಷದೊಳಗೆ ಸರಾಸರೀ ಮಾನದಿಂದ ೩೫ ಇಂಚು. ಆದರೆ ಬೈಲು ಶೀಮೆಯ ಮಳೆಯ ಪ್ರಮಾಣವು ಯೆಲ್ಲಕ್ಕೂ ಕಡಿಮೆ ಇರುತ್ತದೆ. ಇಲ್ಲಿ ವರ್ಷದೊಳಗೆ ಸರಾಸರೀ ಮಾನದಿಂದ ೨೦ ಇಂಚಿಗಿಂತ ಹೆಚ್ಚು ಮಳೆ ಬೀಳುವದಿಲ್ಲ. ಇದರಿಂದ ವಿಜಾಪುರ, ಕಲಾದಗಿ, ಮುಂತಾದ ಬೈಲು ಶೀಮೆಯ ರುಕ್ಷ ಪ್ರದೇಶಗಳಲ್ಲಿ ಬೀಳುವ ಮಳೆಯ ಆರು ಪಾಲಿಗಿಂತ ಹೆಚ್ಚು ಕಾರವಾಡ, ಕುಮಟಾ, ಮುಂತಾದ ಸಮುದ್ರತೀರದ ಪ್ರದೇಶಗಳಲ್ಲಿ ವೃಷ್ಟಿಯಾಗುತ್ತದೆಂದು ತಿಳಿಯುತ್ತದೆ. ಘಟ್ಟದ ಮೇಲೆ ಸಹ್ಯಾದ್ರಿಯ ಅಡವಿಯಲ್ಲಿ, ಅಂದರೆ, ಸಿರಸಿ, ಯಲ್ಲಾಪುರ, ಹಲ್ಯಾಳ ತಾಲೂಕುಗಳಲ್ಲಿ ಯೆಲ್ಲಕ್ಕೂ ಹೆಚ್ಚು ಮಳೆಯಾಗುತ್ತದೆ. ಮಲ್ಲಾಡದ ಶರಗಿನಲ್ಲಿ ಮಧ್ಯಮ ಮಾನದಿಂದ ಪೈರಿಗೆ ಬೇಕಾಗುವಷ್ಟು ಮಳೆಯಾಗುತ್ತದೆನ್ನಲಿಕ್ಕೆ ಅಡ್ಡಿ ಇಲ್ಲ. ಕೊಂಕಣ, ಮಲ್ಲಾಡ, ಮಲ್ಲಾಡದ ಶರಗು, ಇಷ್ಟೆಲ್ಲ ಪ್ರದೇಶದಲ್ಲಿ ಮುಂಗಾರಿಯ ಮಳೆಯು ಹೆಚ್ಚು ಕಸುವಿನಿಂದ ನಿಯಮಿತ ಕಾಲಕ್ಕೆ ಬೀಳುತ್ತದೆ; ಹಿಂಗಾರಿಯ ಮಳೆಯು ಅಷ್ಟು ನಿಯಮಿತವಾದದ್ದಲ್ಲ. ಬೈಲು ಶೀಮೆಯಲ್ಲಿ ಹಿಂಗಾರಿಗಿಂತ ಮುಂಗಾರಿಯ ಮಳೆಯು ಹೆಚ್ಚು ಅನಿಯಮಿತವಾದದ್ದು; ಒಕ್ಕಲಿಗರು ಹಿಂಗಾರಿಯ ಮಳೆಯನ್ನು ನಂಬಿದಷ್ಟು ಮುಂಗಾರಿಯ ಮಳೆಯನ್ನು ನಂಬುವದಿಲ್ಲ; ಆದರೆ ಯೆಲ್ಲ ಕಡೆಯಲ್ಲಿ ಕೆರೆ ಭಾವಿಗಳಿಗೆ ಹಿಂಗಾರಿಯ ಮಳೆಯಿಂದಲೇ ನೀರು ಬರುವದು ವಿಶೇಷ; ಹೊಳೆಗಳು ಮುಂಗಾರಿಯ ಮಳೆಯಿಂದ ತುಂಬುತ್ತವೆ. ಯಾಕಂದರೆ ಅದು ಹೊಳೆಗಳ ಉಗಮ ಸ್ಥಾನಗಳಲ್ಲಿ ವಿಶೇಷವಾಗಿ ಬೀಳುತ್ತದೆ.

ಈ ಮುಂಬಯಿ ಕರ್ನಾಟಕ ಭಾಗದಲ್ಲಿ ವರ್ಷದೊಳಗಿನ ಸರಾಸರೀ ಶಕೆಯ ಮಾನವನ್ನು ನೋಡಿದರೆ ಅದು ಯೆಲ್ಲ ಕಡೆಯಲ್ಲಿ ಬಹುತರ ವೊಂದೇ ಪ್ರಮಾಣದ್ದು, ಅಂದರೆ ೭೫ರಿಂದ ೮೦ ಅಂಶದ ವರೆಗೆ, ಇರುತ್ತದೆಂದು ತಿಳಿಯುತ್ತದೆ. ಇದರಂತೆ ಯೆಲ್ಲ ಕಡೆಯಲ್ಲಿಯೂ ದಿಜೆಂಬರಿನ ಕಡೆಯಲ್ಲಿ ಯೆಲ್ಲಕ್ಕೂ ಕಡಿಮೆ ಶಕೆ, ಅಂದರೆ ಪರಮಾವಧಿಯ ಚಳಿ, ಇರುತ್ತದೆಂತಲೂ, ಎಪ್ರಿಲ ತಿಂಗಳಿನ ಕಡೆಯಲ್ಲಿ ಪರಮಾವಧಿಯ ಶಕೆ ಇರುತ್ತದೆಂತಲೂ ತಿಳಿಯುತ್ತದೆ. ಆದರೆ ಇಷ್ಟರಿಂದ ಈ ದೇಶದಲ್ಲೆಲ್ಲ ವೊಂದೇ ಮಾನದ ಶಕೆ, ಅಥವಾ ವೊಂದೇ ಪ್ರಕಾರದ ಹವೆ, ಇರುತ್ತದೆಂದು ಅನುಮಾನ ಮಾಡಲಾಗದು. ಎಲ್ಲ ಕಡೆಯಲ್ಲಿ ವರ್ಷದೊಳಗಿನ ಶಕೆಯ ಸರಾಸರೀ ಮಾನವು ವೊಂದೇ ಇದ್ದಾಗ್ಯೂ, ಬೇರೆ ಬೇರೆ ಕಡೆಯಲ್ಲಿ ನಿಕೃಷ್ಟ, ಪರಮಾವಧಿ, ಶಕೆಯ ಮಾನವು ಬೇರೆ ಬೇರೆ ಇರುತ್ತವೆ. ಇದರ ವಿವರ ಹ್ಯಾಗಂದರೆ—

	ನಿಕೃಷ್ಟ. ದಿಜೆಂಬರಿನ ಕಡೆಯಲ್ಲಿ, ಅಂಶ.	ಪರಮಾವಧಿ. ಎಪ್ರಿಲಿನ ಕಡೆಯಲ್ಲಿ. ಅಂಶ.
ಸಮುದ್ರತೀರ . . .	೭೫	೮೪
ಯಲ್ಲಾಪುರ, ಶಿರಸಿ . .	೭೦	೯೦
ಧಾರವಾಡ	೫೮	೯೯
ಬೆಳಗಾವಿ	೬೦	೧೦೦.
ಕಲಾದಗಿ	೪೮	೧೧೦

ಈ ಪಟ್ಟಿಯಿಂದ ಪ್ರತಿ ವೊಂದು ಸ್ಥಳದ ಸರಾಸರೀ ಶಕೆಯ ಮಾನವು ಸ್ವಲ್ಪ ಹೆಚ್ಚು ಕಡಿಮೆ ೮೦ ಅಂಶ ಹೊರಡುತ್ತಿದ್ದಾಗ್ಯೂ, ಸಮುದ್ರತೀರದಲ್ಲಿ ಬೇಸಿಗೆ ಚಳಿಗಾಲಗಳ ಶಕೆಯಲ್ಲಿ ೯ ಅಂಶಕ್ಕಿಂತ ಹೆಚ್ಚು ಅಂತರವಿಲ್ಲೆಂದು ತಿಳಿಯುತ್ತದೆ. ಈ ಅಂತರವು ಮಲ್ಲಾಡದಲ್ಲಿ ೨೦ ಅಂಶಗಳ ವರೆಗೆ, ಮಲ್ಲಾಡದ ಶರಗಿನಲ್ಲಿ (ಬೆಳಗಾವಿ ಧಾರವಾಡಗಳಲ್ಲಿ) ಸುಮಾರು ೪೦ ಅಂಶಗಳ ವರೆಗೆ, ಬೈಲು ಶೀಮೆಯಲ್ಲಿ ೬೦ ಅಂಶಗಳ ವರೆಗೆ ಬೆಳಿಯುತ್ತದೆ. ಇದರಿಂದ ಈ ಬೇರೆ ಬೇರೆ ಸ್ಥಳಗಳಲ್ಲಿ ಚಳಿಗಾಲದ ಚಳಿಗೂ ಬೇಸಿಗೆಯ ಬಿಸಿಲಿಗೂ ಯೆಷ್ಟು ಹೆಚ್ಚು ಕಡಿಮೆ ಇರುತ್ತದೆಂಬುವದು ವ್ಯಕ್ತವಾಗುತ್ತದೆ. ಬೈಲು ಶೀಮೆಯಲ್ಲಿ ಚಳಿಗಾಲದ ಶಕೆಯ ಇಮ್ಮಡಿಗಿಂತ ಹೆಚ್ಚು ಬೇಸಿಗೆಯ ಶಕೆ ಇರುತ್ತದೆ; ಅಂದರೆ ಚಳಿಗಾಲದಲ್ಲಿ ಅಲ್ಲಿಯಷ್ಟು ಚಳಿಯೂ, ಬೇಸಿಗೆಯಲ್ಲಿ ಅಲ್ಲಿಯಷ್ಟು ಶಕೆಯೂ ಬೇರೆ ಯಾವ ಕಡೆಯಲ್ಲಿಯೂ ಇರುವದಿಲ್ಲ.

ಆದರೆ ಆರೋಗ್ಯದ ಮಾನ ನೋಡಿದರೆ, ಬೈಲು ಶೀಮೆಯಷ್ಟು ಆರೋಗ್ಯಕರವಾದ ಪ್ರದೇಶವು ಬೇರೆ ಯಾವದೂ ಅಲ್ಲೆಂದು ಅನುಭವದಿಂದ ತಿಳಿದದೆ. ಇಲ್ಲಿಯ ಹವೆಯಲ್ಲಿ ಆರ್ದ್ರತ್ವವು ಬಹುತರ ಇರುವದಿಲ್ಲ. ಅದರಿಂದ ಇಲ್ಲಿಯ ವೊಣ ಹವೆಯು ಶರೀರಕ್ಕೆ ಬಹಳ ಹಿತಕರವಾಗುತ್ತದೆ. ಈ ಹವೆಯಲ್ಲಿ ತಡಮಾಡಿ ಉಂಡರೂ, ಹೆಚ್ಚುಕಡಿಮೆ ಆಹಾರ ತಕ್ಕೊಂಡರೂ, ಶ್ರಮ ಮಾಡದಿದ್ದರೂ ತಡಿಯುತ್ತದೆ. ಜನರು ವಾಡಿಕೆಯಾಗಿ ನಿರೋಗಿಗಳಿರುವರು; ವ್ಯಾಳ್ಯ ವ್ಯಾಳ್ಯಕ್ಕೆ ಹಸಿವು ತಪ್ಪುವದಿಲ್ಲ. ಪರಸ್ಥರು ಯಾವ ಪ್ರದೇಶದಿಂದಲೇ ಈ ಹವೆಯೊಳಗೆ ಬರ್ಲಲಿ, ಅವರಿಗೆ ಆರೋಗ್ಯವೆನಿಸುತ್ತದೆ. ಈ ಬೈಲು ಶೀಮೆಯಲ್ಲಿ, ವಿಶೇಷವಾಗಿ ನದೀತೀರದಲ್ಲಿ, ಮುಖ್ಯವಾಗಿ ಕೃಷ್ಣಾತೀರದಲ್ಲಿ, ಆರೋಗ್ಯವು ಯೆಲ್ಲಕ್ಕೂ ಹೆಚ್ಚು. ನದೀತೀರದ ಮನುಷ್ಯರು ಧಷ್ಟಪುಷ್ಟರಾಗಿಯೂ ಕಸುವುಳ್ಳವರಾಗಿಯೂ ಆಯಾಸಕ್ಕೆ ಹೆದರದವರಾಗಿಯೂ ಇರುತ್ತಾರೆ. ಆದರೆ ಬೈಲು ಶೀಮೆಯಲ್ಲಿ ಪಟಕೀ ಬೇನೆಯ ಉಪದ್ರವವಿದ್ದಷ್ಟು ಉಳಿದ ಮೂರು ವಿಭಾಗಗಳಲ್ಲಿ ಇರುವದಿಲ್ಲ. ಬೇಸಿಗೆಯಲ್ಲಿ ವೊಮ್ಮೆ ಹವೆ ಕೆಟ್ಟು ಈ ಬೇನೆ ಉದ್ಭವಿಸಿತೆಂದರೆ, ಊರಿಗೆ ಊರು ಹಾಳಾಗ ಬಹುದು. ಪಟಕಿಯು ಬಹು ಬೇಗ ಹಬ್ಬುತ್ತದೆ; ಒಳಿತಾಗಿ ಮಳೆ ಬೀಳುವ ವರೆಗೆ ಕಡಿಮೆಯಾಗುವದಿಲ್ಲ. ಮಲ್ಲಾಡದ ಶರಗಿನ ಹವೆಯು ಇಷ್ಟು ಆರೋಗ್ಯವಾದದ್ದಲ್ಲ.

ಇಲ್ಲಿಯ ಹವೆಯಲ್ಲಿ ಆರ್ದ್ರತ್ವವು ಬಹುತರ ಸರ್ವ ಕಾಲವೂ ಇರುತ್ತದೆ. ಬೇಸಿಗೆಯ ಲ್ಲಿ ಮಾತ್ರ ವೊಂದೆರಡು ತಿಂಗಳು ಹವೆಯಲ್ಲಿ ಆರ್ದ್ರತ್ವವಿರುವದಿಲ್ಲಾದ ಕಾರಣ ಆಗ ಜನರ ಆರೋಗ್ಯವು ನೆಟ್ಟಗಿರುತ್ತದೆ. ಉಳಿದ ಯಾವತ್ತು ಕಾಲದಲ್ಲಿ ಚಳಿಜ್ವರ, ನೆಗಡಿ, ಕೆಮ್ಮು, ಅಜೀರ್ಣ, ಮುಂತಾದ ರೋಗಗಳಿಗೆ ಹೆದರಿ ನಡಿಯ ಬೇಕಾಗುತ್ತದೆ. ವಿಷ ಮಜ್ವರ, ಸನ್ನಿಪಾತಗಳ ಭೀತಿ ಬಹಳ ಇರುತ್ತದೆ. ಆದರೆ ಪಟಕಿಯ ಉಪದ್ರವವು ಬೈಲು ಶೀಮೆಯಷ್ಟು ಇಲ್ಲ. ಒಂದು ವೇಳೆ ಬೇಸಿಗೆಯಲ್ಲಿ ಈ ರೋಗ ಹುಟ್ಟಿದರೂ ಬೇಗ ತಣ್ಣಗಾಗುತ್ತದೆ. ಮಲ್ಲಾಡದ ಹವೆ ರೋಗಕಾರಕವು. ಇದರಲ್ಲಿ ತೇವು ಬಹಳಿ ರುವದದಲ್ಲದೆ, ನೀರು ನಿರ್ದೋಷವಲ್ಲ. ಈ ಪ್ರದೇಶದಲ್ಲಿ ಅಡವಿ ಬಹಳ ಇರುವದ ರಿಂದ ಯಲೆ, ಬೇರು, ಮುಂತಾದ ವೃಕ್ಷಾವಯವಗಳು ನೀರೊಳಗೆ ಬಿದ್ದು ಕೊಳೆತು ಕ್ರಿಮಿಗಳನ್ನುಂಟು ಮಾಡುತ್ತವೆ. ಆ ಕ್ರಿಮಿಗಳು ಮನುಷ್ಯರ ಆರೋಗ್ಯವನ್ನು ಬಹು ಬೇಗ ಕೆಡಿಸುವವು. ಈ ಹವೆಯಲ್ಲಿ ಚಳಿಜ್ವರ, ಹೊರಕಡಿಗೆ, ಪ್ಲೀಹ, ಮುಂತಾದ ಶೀತ ರೋಗಗಳು ಬಹುತರ ತಪ್ಪುವದಿಲ್ಲ. ವರ್ಷದೊಳಗೆ ವೊಮ್ಮಾದರೂ ಜೇನೆ ಬೀಳದಂಥ ಮನುಷ್ಯನನ್ನು ಕಾಣುವದು ಅಪರೂಪ. ಆದರೆ ಘಟ್ಟದ ಕೆಳಗಿನ ಹವೆಯು ಹಿತಕರವಾದದ್ದು. ಆರೋಗ್ಯದ ಮಾನದಲ್ಲಿ ಬೈಲು ಶೀಮೆಯ ಕೆಳಗೆ ಸಮು ದ್ರತೀರದ ಪ್ರದೇಶವನ್ನು ಯೆಣಿಸ ಬಹುದು. ಇಲ್ಲಿಯ ಹವೆಯಲ್ಲಿ ಆರ್ದ್ರತ್ವವು ಸರ್ವ ಕಾಲವೂ ಇರುತ್ತಿದ್ದಾಗ್ಯೂ, ಹವೆಯೊಳಗಿನ ಶಕೆಯು ಮನುಷ್ಯ ಶರೀರದ ಶಕೆ (೯೮ ಅಂಶ)ಗಿಂತ ಬಹಳ ಕಡಿಮೆ ಎಂದೂ ಆಗುವದಿಲ್ಲ. ಆದರಿಂದ ಈ ಹವೆಯು ಶರೀರಕ್ಕೆ ವೊಳಿತಾಗಿ ಮಾನಿಸುತ್ತದೆ. ಶೀತ ರೋಗಗಳಂತು ಹುಟ್ಟುವ ಸಂಭವವೇ ಇಲ್ಲ. ಘಟ್ಟದ ಮೇಲಿನ ಜನರು ಘಟ್ಟದ ಕೆಳಗೆ ಹೋದರೆ ಮಾತ್ರ ಒಮ್ಮೊಮ್ಮೆ ಶಕೆಯು ಬಾಧಿಸುತ್ತದೆ. ಸರ್ವಕಾಲವೂ ಬೆವರು ಸೋರಿ ಮನುಷ್ಯನು ಅಶಕ್ತನಾಗು ತ್ತಾನೆ; ಒಣಕೆಮ್ಮು, ಉರಿಮೂತ್ರ, ಮುಂತಾದ ಉಷ್ಣ ರೋಗಗಳು ಹುಟ್ಟುತ್ತವೆ. ಆದರೆ ಘಟ್ಟದ ಮೇಲಿನಿಂದ ಹೋದಂಥ ಯಲ್ಲ ಮನುಷ್ಯರಿಗೆ ಈ ಬಾಧೆಗಳಾಗುತ್ತವೆಂಬ ಹಾ ಗಿಲ್ಲ. ಯಾರಿಗಾದರೂ ಆದರೆ ಅವರು ಘಟ್ಟದ ಮೇಲೆ ಯೇರಿದ ಕೂಡಲೆ ಬಹುತರ ಈ ಬಾಧೆಗಳೆಲ್ಲ ನಷ್ಟವಾಗುತ್ತವೆ. ವಿಶೇಷವಾಗಿ ಹೆಂಗಸರಿಗೆ ಘಟ್ಟದ ಕೆಳಗಿನ ಹವೆಯು ಬಹು ಚನ್ನಾಗಿ ಮಾನಿಸುತ್ತದೆ. ಅಲ್ಲಿಯ ನಿವಾಸಿಗಳು, ವಿಶೇಷವಾಗಿ ಹೆಂಗಸರು, ಸುರೂಪಿಗಳು, ಬುದ್ಧಿವಂತರು, ಆರೋಗ್ಯವುಳ್ಳವರು; ಆದರೆ ಕಸುವು ಕಡಿಮೆ. ಈ ಪ್ರದೇಶದಲ್ಲಿ ನೀರು ಸಮೃದ್ಧಿಯಾಗಿ ಇರುವದರಿಂದ ಜನರ ವಸ್ತ್ರ ಪಾತ್ರೆಗಳು ಸ್ವಚ್ಛವಾ ಗಲಿಕ್ಕೆ ಅನುಕೂಲವಾಗಿ, ಅವರ ಸ್ವಾಭಾವಿಕ ಸುರೂಪಕ್ಕೆ ಮತ್ತಿಷ್ಟು ಶೋಭೆಯುಂಟಾ ಗುತ್ತದೆ. ಸಾರಾಂಶ, ಆರೋಗ್ಯದ ಮಾನದಿಂದ ಈ ಕರ್ನಾಟಕ ಶೀಮೆಯಲ್ಲಿಯ ಹವೆ ಯ ವರ್ಗಗಳನ್ನು ಮಾಡಿದರೆ ಅವು ಈ ಪ್ರಕಾರ ಆಗುವವು.—೧ ಬೈಲು ಶೀಮೆಯ ನದೀತೀರ, ೨ ಸಮುದ್ರ ತೀರ, ೩ ಬೈಲು ಶೀಮೆಯ ಇತರ ಪ್ರದೇಶ, ೪ ಮಲ್ಲಾಡದ ಶರಗು, ೫ ಮಲ್ಲಾಡ.

ನೀರಿನ ಸಂಚಯ.

ಘಟ್ಟದ ಕೆಳಗೆ ಕೆರೆಗಳಿಲ್ಲ; ಆದರೆ ಅಲ್ಲಲ್ಲಿಗೆ ಶೀ ನೀರಿನ ಸಣ್ಣ ದೊಡ್ಡ ಪ್ರವಾಹ ಗಳು ಹರಿಯುತ್ತಿರುವದಲ್ಲದೆ, ನೆಲದೊಳಗೆ ಸ್ವಲ್ಪ ಅಗಿದರೆ ಶೀ ನೀರಿನ ಶಲೆ ಹತ್ತುವದು. ಅದರಿಂದ ಇಲ್ಲಿಯ ಜನರಿಗೆ ಕುಡಿಯಲಿಕ್ಕೂ ಬಟ್ಟೆಗಳನ್ನು ವೊಗಿಯಲಿಕ್ಕೂ ತೋಟ ಗದ್ದೆಗಳಿಗೂ ನೀರಿನ ತಾಪತ್ರಯವಾಗುವದಿಲ್ಲ. ಮಲ್ಲಾಡ ಭಾಗದಲ್ಲಿಯೂ ನೀರಿಗೆ ಕೊರತೆ ಇಲ್ಲ. ಹೇಳತಕ್ಕಂಥ ದೊಡ್ಡ ಕೆರೆಗಳು ಈ ಭಾಗದಲ್ಲಿಲ್ಲ. ಆದರೆ ಹೊಂಡ ಗಳೂ ಬಾವಿಗಳೂ ಸರ್ವಕಾಲವೂ ತುಂಬಿರುತ್ತವೆ. ಹೊಳೆ ಹಳ್ಳಗಳಿಗೂ ಕೊರತೆ ಇಲ್ಲ. ಬಾವಿಯನ್ನು ಅಗಿಯುವವರಿಗೆ ಬಹಳ ಶ್ರಮವೂ ವೆಚ್ಚವೂ ಬೇಡ; ಹತ್ತಿಪ್ಪತ್ತು ಫೂಟನೊ ಳಗೆ ಸವಿನೀರು ಹತ್ತಬಹುದು. ಆದರೆ ಜಲಾಶಯಗಳ ದಂಡೆಯಲ್ಲಿದ್ದ ಗಿಡಗಳ ಯೆಲೆ, ಹೂ, ಕಾಯಿ, ಬೇರು, ಮುಂತಾದವುಗಳು ನೀರೊಳಗೆ ಬಿದ್ದು ಕೊಳಿಯುವದರಿಂದ ಕ್ರಿಮಿಗಳು ಹುಟ್ಟುತ್ತವೆ. ಅಂಥಾ ನೀರು ಕುಡಿಯುವವರಿಗೆ ರೋಗಗಳು ತಪ್ಪುವದಿಲ್ಲ. ಮಲ್ಲಾ ಡದ ಶರಗಿನ ಪಶ್ಚಿಮ ಭಾಗವು ಮಲ್ಲಾಡವನ್ನೂ ಪೂರ್ವ ಭಾಗವು ಬೈಲು ಶೀಮೇಯನ್ನೂ ಹೋಲುತ್ತವೆಂದು ಸಾಧಾರಣವಾಗಿ ಹೇಳಬಹುದು. ಆದರೂ ಪಶ್ಚಿಮ ಭಾಗದ ನೀರು ಮಲ್ಲಾಡದಷ್ಟು ರೋಗಕರವಲ್ಲ; ಬಾವಿಯ ನೀರಿನ ಮೇಲೆ ಬೆಳಿಗ್ಗೆ ವೊಂದು ಬಗೆಯ ಎಣ್ಣೆಯಂಥ ತೆಪ್ಪವು ನಿಂತಿರುತ್ತದೆ. ಆದರಿಂದ ಆ ನೀರು ಕುಡಿಯುವವರ ಆರೋಗ್ಯ ಕೆಡಬಹುದು. ಆದಾಗ್ಯೂ ಈ ಪಶ್ಚಿಮ ಭಾಗದಲ್ಲಿ ಬಹು ದಿವಸ ವಾಸವಾಗಿದ್ದವರಲ್ಲಿ ಸುಮಾರು ಅರ್ಧ ಜನರು ಆರೋಗ್ಯದಿಂದಿರುತ್ತಾರೆಂದು ಹೇಳಿದರೆ ಬಹಳ ತಪ್ಪಾಗಲಿ ಕ್ಕಿಲ್ಲ. ಮಲ್ಲಾಡದ ಶರಗಿನಲ್ಲಿ ದೊಡ್ಡ ದೊಡ್ಡ ಕೆರೆಗಳು ಬಹಳ ಕಡೆಯಲ್ಲಿ ಇರುತ್ತವೆ. ಅವುಗಳಲ್ಲಿ ಮದಗ, ಹಾವೇರಿ, ಕರ್ಜಗಿ, ನಾಗನೂರು (ಬಂಕಾಪುರ), ಡಂಬಳ, ಇವು ಗಳ ಬಳಿಯಲ್ಲಿದ್ದ ಕೆರೆಗಳು ಪ್ರಸಿದ್ಧ. ಮದಗದ ಕೆರೆಯಲ್ಲಿ ಕುಮುದ್ವತೀ ನದಿಯು ಹರಿಯುತ್ತಿರುವ ಕಾರಣ ಇದರಲ್ಲಿಯ ಸಂಚಯವು ಬೇಸಿಗೆಯಲ್ಲಿ ಸಹ ಬಹಳ ಕಡಿಮೆ ಯಾಗುವದಿಲ್ಲ. ಉಳಿದ ಕೆರೆಗಳು ಮಳೆ ಕಡಿಮೆಯಾದರೆ ಬೇಸಿಗೆಯಲ್ಲಿ ಬತ್ತುತ್ತವೆ. ಬೈಲು ಶೀಮೆಯಲ್ಲಿ ನೀರಿನ ತಾಪತ್ರಯವಿದ್ದಷ್ಟು ಯೆಲ್ಲಿಯೂ ಇಲ್ಲ. ನದೀತೀರಗಳ ಹೊರ್ತು ಈ ರುಕ್ಷ ಪ್ರದೇಶದಲ್ಲಿ ನೀರಿನ ಸಮೃದ್ಧಿಯುಳ್ಳಂಥ ಗ್ರಾಮಗಳನ್ನು ಕಾಣು ವದು ಬಹು ದುರ್ಲಭವು. ನೀರು ದೊರೆಯದ ಮೂಲಕ ಜನರ ಮೈ ಮೇಲಿನ ಬಟ್ಟೆ ಗಳು ಬಹು ಮಲಿನವಿರುತ್ತವೆ; ಅವರು ಯೆಂಟೆಂಟು ದಿವಸ ಸ್ನಾನ ಮಾಡುವದಿಲ್ಲ; ಮನೆಗಳೂ ಓಣಿಗಳೂ ಕಶ್ಮಲದಿಂದ ತುಂಬಿರುತ್ತವೆ. ಬೇಸಿಗೆಯಲ್ಲಿ ವಿಶೇಷವಾಗಿ ಕೆಲ ಕೆಲವು ಗ್ರಾಮ ನಿವಾಸಿಗಳ ತಾಪತ್ರಯವನ್ನು ನೋಡುವವರಿಗೆ ದಯ ಬರುತ್ತದೆ. ಬೆಳಿಗ್ಗೆ ಕೊಡ ಹಗ್ಗಗಳನ್ನು ಹೊತ್ತು ಕೊಂಡು ಗಂಡಸರೂ ಹೆಂಗಸರೂ ಹರದಾರಿಗಿಂತ ಹೆಚ್ಚು ದೂರ ನಡಿದು ಹೋಗಿ ವೊಂದು ಕೊಡ ನೀರು ಸಂಪಾದಿಸಿ ಕೊಂಡು ಮನೆಗೆ ಬಂದರೆ ಬಹು ಭಾಗ್ಯವೆಂದೆಣಿಸುತ್ತಾರೆ. ಆದದರಿಂದ ಬೆಳಿಗಿನಿಂದ ಸಾಯಂಕಾಲದ ವರೆಗೆ

ನೀರಿನದೊಂದೇ ಚಿಂತೆಯು ಯಾವತ್ತು ಜನರ ಮನಸಿನಲ್ಲಿ ಕಟಯುತ್ತಿರುತ್ತದೆ. ಮನೆಗೆ ಯಾರಾದರೂ ಪರಸ್ಥರು ಬಂದರೆ ನೀರು ಮಾತ್ರ ಬೇಡ ಬೇಡಿರೆಂದು ಮನೆಯವರು ದೈನ್ಯ ದಿಂದ ಹೇಳಿಕೊಳ್ಳುತ್ತಾರೆ. ಮಾರ್ಗಸ್ಥರು ನಾಲ್ನಾಲ್ಕು ಹರದಾರಿ ನೀರು ಕಾಣದೆ ಬಳ ಲುವರು. ಬಾವಿಗಳೂ, ಹಳ್ಳಗಳೂ, ಸಣ್ಣ ಹೊಳೆಗಳೂ ಸಹ ಬೇಸಿಗೆಯಲ್ಲಿ ಬತ್ತುತ್ತವೆ. ಕೆಲವು ಬಾವಿಗಳಲ್ಲಿ ದೈವಯೋಗದಿಂದ ನೀರು ಅಲ್ಪ ಸ್ವಲ್ಪ ದೊರೆಯುತ್ತಿದ್ದರೆ, ಅದು ಪಾತಾಳಕ್ಕೆ ಇಳಿದ ಹಾಗೆ ಕಾಣಿಸುತ್ತದೆ; ಅದನ್ನು ಮೇಲಿಂದ ನೋಡುವವರ ಕಣ್ಣು ತಿರುಗುತ್ತವೆ. ಆ ನೀರು ಕೈಗೆ ಬರುವ ಪೂರ್ವದಲ್ಲಿ ಅದನ್ನು ಬಯಸುವವರ ಕಣ್ಣೊ ಳಗಿಂದ ನೀರು ಸುರಿಯ ಹತ್ತುತ್ತದೆ. ಬೈಲು ಶೀಮೆಯಲ್ಲಿ ಹೇಳತಕ್ಕಂಥ ಕೆರೆಗಳು ದುರ್ಲಭ. ವಿಜಾಪುರದ ಹತ್ತರ ಮಮದಾಪುರವೆಂಬ ಗ್ರಾಮದ ಬಳಿಯಲ್ಲಿ ಎರಡು ದೊಡ್ಡ ಕೆರೆಗಳಿವೆ. ಅವುಗಳಲ್ಲಿ ದೊಡ್ಡ ಕೆರೆಯು ತುಂಬಿದಾಗ ಅದರ ಕ್ಷೇತ್ರವು ೮೬೪ ಎಕರು ಅಂದರೆ ೧½ ಚಚ್ಚೌಕು ಮೈಲು ಇರುತ್ತದೆ. ಅದರ ಒಡ್ಡು ಅರ್ಧ ಮೈಲಿಗಿಂತ ಹೆಚ್ಚು ಉದ್ದವದೆ. ಮಳೆ ಬಹಳ ಕಡಿಮೆಯಾದರೆ ಮಾತ್ರ ಈ ಕೆರೆಯ ನೀರು ಬತ್ತು ತ್ತದೆ. ಆಗ ಕೆರೆಯೊಳಗೆ ಬತ್ತ ಬಿತ್ತುವರು. ಬಾದಾವಿಯಲ್ಲಿ ಬನಶಂಕರಿಯ ಕೆರೆಯು ಸಣ್ಣದಿದ್ದಾಗ್ಯೂ ಅದರ ನೀರು ಬತ್ತುವದಿಲ್ಲ. ಇದೇ ಮೇರೆಗೆ ಬಾದಾವಿಯ ನೆರೆಯಲ್ಲಿ ಗೋವನಕಿ, ನಂದಿಕೇಶ್ವರ, ಕೆಂದೂರು, ನೀಲಗುಂದ, ಎಂಬ ಗ್ರಾಮುಗಳ ಕೆರೆಗಳು ತಕ್ಕ ಮಟ್ಟಿಗೆ ದೊಡ್ಡವಿದ್ದು, ಬಹುತರ ಬತ್ತುವದಿಲ್ಲ.

ಮುಂದೆ ನಾಲ್ಕನೇ ಭಾಗದಲ್ಲಿ ಒಕ್ಕಲತನದ ಸಂಬಂಧದಿಂದ ಜಲಾಶಯಗಳನ್ನು ಕುರಿತು ಹೆಚ್ಚಿಗೆ ವಿಸ್ತಾರವಾಗಿ ಬರಿಯುವೆವು.

೨ನೇ ಭಾಗ.

ಹುಟ್ಟುವಳಿ.

ಭೂರಚನೆಯು.—ಮುಂಬಯಿ ಕರ್ನಾಟಕ ಭಾಗದೊಳಗಿನ ಭೂಮಿಯ ರಚನೆಯು ಮುಖ್ಯವಾಗಿ ಅಗ್ನಿಶಿಲೆಗಳಿಂದಲೂ ವಿಕೃತಶಿಲೆಗಳಿಂದಲೂ ಆಗಿರುತ್ತದೆ; ಜಲಶಿಲೆಗಳು ಕೆಲವು ನಿಯಮಿತ ಪ್ರದೇಶಗಳಲ್ಲಿ ಮಾತ್ರ ದೊರೆಯುತ್ತವೆ.* ಭೂಗರ್ಭರಚನೆಯ ಸಂಬಂಧದಿಂದ ಈ ಕರ್ನಾಟಕ ಭಾಗದಲ್ಲಿ ದಕ್ಷಿಣ, ಉತ್ತರ, ಯೆಂಬೆರಡು ವಿಭಾಗಗಳನ್ನು ಮಾಡಬಹುದು. ದಕ್ಷಿಣ ವಿಭಾಗದಲ್ಲಿ, ಅಂದರೆ ಕಾನಡಾ ಧಾರವಾಡ ಜಿಲ್ಲೆಗಳಲ್ಲಿ, ಕಣಶಿಲೆ (ಇಮಾರತಿಯ ಕಲ್ಲಿನ ಜಾತಿ) ಶೀಣೀಕಲ್ಲು, ನಾನಾ ಪ್ರಕಾರದ ಸ್ಲೇಟಿನ ಜಾತಿಗಳು, ಹಸುರು ಕಲ್ಲು, ವಜ್ರದುಂಡಿ, ಉಸುಬಿನ ಕಲ್ಲು, ಇವೇ ನೆಲದೊಳಗೆ ವಿಶೇಷವಾಗಿ ದೊರೆಯುತ್ತವೆ. ಹಸುರು ಕಲ್ಲು, ವಜ್ರದುಂಡಿ, ಇವೆರಡೂ ವೊಂದಕ್ಕೊಂದು ಕೂಡಿ ಪಾವಟಿಗೆಗಳಂಥ ರಚನೆಯನ್ನು ಉಂಟುಮಾಡಿರುತ್ತವೆ. ಅದಕ್ಕೆ ಇಂಗ್ಲಿಷದಲ್ಲಿ "ಟ್ರಾಪ್" ಎಂಬ ಹೆಸರುಂಟು. ಈ ಟ್ರಾಪ ಶಿಲೆಗಳು ಸಹ್ಯಾದ್ರಿಯಲ್ಲಿಯೂ ಬೇರೆ ಗುಡ್ಡಗಳಲ್ಲಿಯೂ ಬಹು ಸ್ಪಷ್ಟವಾಗಿ ಕಾಣಿಸುತ್ತದೆ. ಉತ್ತರ ವಿಭಾಗದಲ್ಲಿ ಅಂದರೆ ಬೆಳಗಾವಿ ವಿಜಾಪುರ ಜಿಲ್ಲೆಗಳಲ್ಲಿ, ಶೀಣೀಕಲ್ಲು, ಬೆಣಚಿ, ಸುಣ್ಣದ ಕಲ್ಲು, ಉಸುಬಿನ ಕಲ್ಲು, ಟ್ರಾಪಶಿಲೆಗಳು, ವಿಶೇಷವಾಗಿ ದೊರೆಯುತ್ತವೆ. ಮಲಾಪಹಾರಿ, ಘಟಪ್ರಭಾ, ಇವೆರಡುಗಳ ನಡುವೆ ಶೀಣೀಕಲ್ಲು ವಿಶೇಷ; ಘಟಪ್ರಭಾ, ಕೃಷ್ಣಾ, ಇವೆರಡುಗಳ ನಡುವೆ ಬೆಣಚಿ ಕಲ್ಲು, ಸುಣ್ಣದ ಕಲ್ಲು, ಉಸುಬಿನ ಕಲ್ಲು ವಿಶೇಷ; ಕೃಷ್ಣೆಯ ಉತ್ತರದಲ್ಲಿ ಟ್ರಾಪಶಿಲೆಗಳೇ ಮುಖ್ಯ. ಟ್ರಾಪಶಿಲೆಗಳಿದ್ದಲ್ಲಿ ನೆಲವು ತಗ್ಗು ದಿನ್ನೆ ಬಹಳ, ಭೂಮಿ ಬೆಳೆಯುಳ್ಳದ್ದಲ್ಲ.

ಖನಿಜಗಳು.

ಚಿನ್ನವು.—ಋನಾದಿಯಲ್ಲಿ ಧಾರವಾಡ ಜಿಲ್ಲೆಯ ಕೆಲವು ಪ್ರದೇಶಗಳಲ್ಲಿ ಚಿನ್ನವು ಬಹಳ ದೊರೆಯುತ್ತಿತ್ತೆಂದು ಹೇಳುತ್ತಾರೆ. ಗದಗ ತಾಲೂಕಿನಲ್ಲಿ ಇರುವ ಕಪೋತ ಗುಡ್ಡದಲ್ಲಿ ಬಹು ಜನರು ಪೂರ್ವಕಾಲದಲ್ಲಿ ಬಹಳ ಚಿನ್ನವನ್ನು ಸಂಪಾದಿಸಿದ ಬಗ್ಗೆ ನಾನಾ ಪ್ರಕಾರದ ಕಥೆಗಳನ್ನು ಜನರು ಹೇಳುತ್ತಾರೆ. ಈಗ ಕಪೋತ ಗುಡ್ಡದಿಂದ ಹರಿಯುವ ಡೋಣಿ ಮುಂತಾದ ತೊರೆಗಳ ಮಳಲಿನಲ್ಲಿ ಮಾತ್ರ ಚಿನ್ನದ ರಜಗಳು ಅಲ್ಪ

---

* ಅಗ್ನಿಯ ವ್ಯಾಪಾರದಿಂದ ಹುಟ್ಟಿದ ಶಿಲೆಗಳು ಅಗ್ನಿಶಿಲೆಗಳು. ಇವು ಮುದ್ದೆಗಲ್ಲುಗಳು, ಅಂದರೆ ಇದಕ್ಕೆ ಪದರುಗಳಿಲ್ಲ; ಅಲ್ಪ ಸ್ವಲ್ಪ ಮಿಂಚು ಇರುತ್ತದೆ. ಇಮಾರತಿಯ ಕರೆಕಲ್ಲು, ಹಸುರು ಕಲ್ಲು, ವಜ್ರದುಂಡಿ (ಬಾಸಾಲ್ಟ), ಈ ಜಾತಿಯ ಶಿಲೆಗಳು. ನೀರಿನ ಬುಡದಲ್ಲಿ ಹುಟ್ಟಿದ ಶಿಲೆಗಳು ಜಲಶಿಲೆಗಳು. ಇವು ವೊಂದರ ಮೇಲೊಂದುಗಳಿಗೆ ಹಾಕಿದ ಹಾಗೆ ಥರ ಹಿಡಿದು ಕೂತಿರುತ್ತವೆ, ಇವಕ್ಕೆ ಮಿಂಚು ಇರುವದಿಲ್ಲ. ಪದರುಳ್ಳ ಹಾಸಿಗೆಗಲ್ಲು, ಸ್ಲೇಟು, ಉಸುಬಿನ ಕಲ್ಲು, ಸುಣ್ಣದ ಕಲ್ಲು, ಈ ಜಾತಿಯ ಶಿಲೆಗಳು. ವಿಕೃತ ಶಿಲೆಗಳಿಗೆ ತೆಳ್ಳಗಿನ ಥರಗಳಿರುವದಲ್ಲದೆ ಮಿಂಚು ಸಹ ಇರುವದು. ಅಭ್ರಕ, ಅರದಾಳ, ಶೀಣೀ ಕಲ್ಲು(ಸ್ಲೈಸ), ಈ ಜಾತಿಯ ಶಿಲೆಗಳು.

ಸ್ವಲ್ಪವಾಗಿ ದೊರೆಯುತ್ತವೆ. ಕೋಡ, ರಾಣೀ ಬಿನ್ನೂರೂ ತಾಲೂಕುಗಳಲ್ಲಿಯ ಪ್ರವಾಹಗಳಲ್ಲಿಯೂ, ಚಿನ್ನ ಮುಳಗುಂದದ ಗುಡ್ಡದಲ್ಲಿಯೂ ಚಿನ್ನದ ಕಣಗಳು ಉಸುಬಿನಲ್ಲಿ ದೊರೆಯುತ್ತವೆ. ಜಾಲಗಾರರು ಬಹು ಶ್ರಮದಿಂದ ಇಂಥಾ ರಜವನ್ನು ವಿಂಗಡಿಸಿ ತೆಗಿದರೆ, ಅವರಿಗೆ ದಿನದ ಕೂಲಿ ಸಹ ಪೂರಾ ಹೊಟ್ಟೆ ತುಂಬುವಷ್ಟು ದೊರೆಯುವದಿಲ್ಲೆಂದು ತಿಳಿದದೆ. ಸರಕಾರದವರು ಸನ್ನ ೧೮೫೯ರಿಂದ ೧೮೭೪ರ ವರೆಗೆ ಬೇರೆ ಬೇರೆ ಕಾಲಗಳಲ್ಲಿ ಖಣಿಗಳ ಕೆಲಸದಲ್ಲಿ ನಿಪುಣರಾದಂಥ ಬೇರೆ ಬೇರೆ ಶೋಧಕ ಜನರನ್ನು ಈ ಚಿನ್ನದ ಭೂಮಿಯ ಪ್ರದೇಶಕ್ಕೆ ಕಳಿಸಿ ಶೋಧ ಮಾಡಿಸಿದರು; ಆದರೆ ಖಣಿಯನ್ನು ಅಗಿಯ ತಕ್ಕಷ್ಟು ಚಿನ್ನವು ಈ ಪ್ರದೇಶದಲ್ಲಿ ದೊರೆಯುವ ಸಂಭವವೆಷ್ಟು ಮಾತ್ರವೂ ಇಲ್ಲೆಂದು ಮನಗಂಡು ಆ ಕೆಲಸವನ್ನು ಬಿಟ್ಟು ಬಿಟ್ಟರು.

ಬೆಳಗಾವೀ ಜಿಲ್ಲೆಯ ಕೆಲವು ಗುಡ್ಡಗಳ ವಾರೆಗಳಲ್ಲಿ ಚಿನ್ನದ ಮಣ್ಣು ದೊರೆಯುತ್ತದೆ. ಸಂಪಗಾವಿಯ ಹತ್ತರ ಮಲಾಪಹಾರಿಗೆ ಕೂಡುವ ಪ್ರವಾಹಗಳಲ್ಲಿಯೂ ಬಾದಾಮಿಯ ಬಳಿಯಲ್ಲಿ ಮಲಾಪಹಾರಿಯ ಮಳಲಿನಲ್ಲಿಯೂ ಚಿನ್ನದ ರಜಗಳು ದೊರೆಯುತ್ತವೆಂದು ಹೇಳುತ್ತಾರೆ.

ಕಬ್ಬಿಣ.—ಇದು ಬೇರೆ ಬೇರೆ ಕಡೆಯಲ್ಲಿ ಹೇರಳವಾಗಿ ದೊರೆಯುತ್ತದೆ. ಕಾನಡಾ ಜಿಲ್ಲೆಯೊಳಗಿನ ಸಹ್ಯಾದ್ರಿಯ ಭಾಗದಲ್ಲಿಯೂ ಹೊನ್ನಾವರದ ಹತ್ತರ ಇರುವ ಬಸವ ರಾಜದುರ್ಗವೆಂಬ ನಡುಗಡ್ಡೆಯಲ್ಲಿಯೂ ಕಬ್ಬಿಣದ ಅದುರುಗಳು ವಿಪುಲವಾಗಿ ದೊರೆಯುತ್ತವೆ. ಪೂರ್ವಕಾಲದಲ್ಲಿ ಸಹ್ಯಾದ್ರಿಯ ಮೇಲೆ ಕಬ್ಬಿಣ ತೆಗಿಯುವ ಕುಲಿಮೆಗಳಿದ್ದದ್ದರ ಕುರುಹುಗಳು ಈಗ್ಯೂ ಇರುತ್ತವೆ. ಆದರೆ ಈಗ ಈ ಕುಲಿಮೆಗಳು ಯೆಲ್ಲಿಯೂ ನಡಿಯುವದಿಲ್ಲ. ಧಾರವಾಡ ಜಿಲ್ಲೆಯಲ್ಲಿ ಬಹುತರ ಯೆಲ್ಲ ಕಡೆಯಲ್ಲಿಯೂ ಕಬ್ಬಿಣದ ಕಲ್ಲುಗಳು ಬಹಳ ದೊರೆಯುತ್ತವೆ. ಕಿತ್ತೂರಿನಿಂದ ಹುಬ್ಬಳ್ಳಿಯ ವರೆಗೆ ನೆಲದೊಳಗಿನ ಯಾವತ್ತು ಶಿಲೆಗಳಲ್ಲಿ ಹೆಚ್ಚಾಗಲಿ ಕಡಿಮೆಯಾಗಲಿ ಕಬ್ಬಿಣವು ಮಿಶ್ರವಾಗಿರುತ್ತದೆ. ಕಲಘಟಗೀ ತಾಲೂಕಿನಲ್ಲಿ ಗುಳಿಗಿ ಯೆಂಬ ಗ್ರಾಮದಲ್ಲಿಯೂ ಧಾರವಾಡದ ಬಳಿಯಲ್ಲಿರುವ ತೇಗೂರೆಂಬ ಹಳ್ಳಿಯಲ್ಲಿಯೂ ಕಬ್ಬಿಣ ತೆಗೆಯುವ ಕುಲಿಮೆಗಳು ಈಗ್ಯೂ ನಡಿಯುತ್ತವೆ. ಆದರೆ ವಿಲಾಯತಿಯ ಕಬ್ಬಿಣವು ಬಹಳ ಅಗ್ಗವಾಗಿ ದೊರೆಯುವ ಕಾರಣ ಈ ಕುಲಿಮೆಗಳನ್ನು ಇಟ್ಟವರಿಗೆ ಹೇಳತಕ್ಕಷ್ಟು ಲಾಭವಾಗುವದಿಲ್ಲ. ಪೂರ್ವಕಾಲದಲ್ಲಿ ಧಾರವಾಡ ಪ್ರಾಂತದಲ್ಲಿ ಬಹಳ ಕುಲಿಮೆಗಳಿದ್ದವೆಂದು ಹೇಳುತ್ತಾರೆ. ಕಪೋತ ಗುಡ್ಡದ ನೆರೆಯ ಕೆಲವು ಪ್ರದೇಶಗಳಲ್ಲಿ ಚಿನ್ನದ ಸಂಗಡ ಕಬ್ಬಿಣವೂ ಮ್ಯಾಂಗನೀಜೆಂಬ ಲೋಹವೂ ದೊರೆಯುತ್ತವೆ. ಇದೇ ಮೇರೆಗೆ ಬೆಳಗಾವಿಯ ನೆರೆಯಲ್ಲಿ ಕಾನೂರು, ಪಾಟನೆ, ರಾಮಘಟ್ಟ, ಮುಂತಾದ ಸ್ಥಳಗಳಲ್ಲಿಯೂ, ಗೋಕಾವಿಯ ನೆರೆಯಲ್ಲಿ ಕೈತ್‌ನಾಳ, ತಾವಜಿಯೆಂಬಲ್ಲಿಯೂ ಪೂರ್ವದಲ್ಲಿ ಕಬ್ಬಿಣ ತೆಗೆಯುವ ಕುಲಿಮೆಗಳಿದ್ದವು. ಕಲಾದಗಿಯ ನೆರೆಯಲ್ಲಿ ಜೈನಮಟ್ಟಿ, ಸಿದ್ದಾಪುರ, ಅಕಿಮರಡಿ, ಎಂಬ ಗ್ರಾಮಗಳಲ್ಲಿಯೂ, ಹುನಗುಂದದ ನೆರೆಯಲ್ಲಿ ಸಿದ್ದನಾಳ, ಬೆನಕನವಾಡಿ, ಎಂಬ ಗ್ರಾಮಗಳಲ್ಲಿಯೂ, ಬಾದಾವಿಯ ನೆರೆಯಲ್ಲಿ

ಹಲಗೇರಿ, ರಾಘಾಪುರ, ಎಂಬ ಗ್ರಾಮಗಳಲ್ಲಿಯೂ ಕಬ್ಬಿಣ ತೆಗಿಯುವ ಕುಲಿಮೆಗಳು ಅಲ್ಪ ಸ್ವಲ್ಪವಾಗಿ ಈಗ್ಯೂ ನಡಿಯುತ್ತವೆ. ಅಕಿಮರಡಿ, ಬೆನಕನವಾಡಿಗಳಲ್ಲಿ ಹುಟ್ಟುವ ಒಕ್ಕಲತನದ ಸಾಮಾನುಗಳಿಗೆ ತಕ್ಕ ಮಟ್ಟಿಗೆ ಚನ್ನಾಗಿ ಬೆಲೆ ಬರುತ್ತದೆ.

ಮೇಲಿನ ವಿವರದಿಂದ ಈ ಕರ್ನಾಟಕ ಭಾಗದಲ್ಲಿ ಕಬ್ಬಿಣವು ಬಹಳ ಕಡೆಯಲ್ಲಿ ಸಮೃದ್ಧಿಯಾಗಿ ದೊರೆಯುತ್ತದೆಂದು ಸ್ಪಷ್ಟವಾಗುತ್ತದೆ. ಆದರೆ ವಿಲಾಯತಿಯ ಕಮ್ಮಾರರು ಅಲ್ಪಶ್ರಮದಿಂದ ಖಂಡಗಗಟ್ಲೆಯಿಂದ ತಮ್ಮ ದೇಶದಲ್ಲಿ ಕಬ್ಬಿಣವನ್ನು ಖಣಿಯಿಂದ ತೆಗಿದು, ಈ ದೇಶಕ್ಕೆ ಅಗ್ಗ ಬೆಲೆಯಿಂದ ಮಾರಾಟಕ್ಕೆ ಕಳಿಸುವ ಕಾರಣ ಕಬ್ಬಿಣ ತೆಗಿಯುವ ಹೋರೆಯು ಈ ದೇಶದಲ್ಲಿ ಬಹುತರ ಯೆಲ್ಲ ಕಡೆಯಲ್ಲಿ ನಿಂತು ಹೋಗಿರುತ್ತದೆ. ಆದರೆ ವಿಲಾಯತಿಯ ಅತ್ಯುತ್ತಮ ಕಬ್ಬಿಣವು ಈ ಪ್ರಾಂತದಲ್ಲಿ ಹುಟ್ಟುವ ಕಬ್ಬಿಣಕ್ಕೆ ಹೊಂದುವದಿಲ್ಲ. ವಿಲಾಯತಿಯ ಅತಿ ಮಿದುವಾದ "ಸಿಕಿ" ಕಬ್ಬಿಣವೆಂಬ ಕಬ್ಬಿಣಕ್ಕೆ ಸಹ ಸ್ವಲ್ಪ ಕಾವು ಕಡಿಮೆಯಾದರೆ ಹೊಡಿಯುವಾಗ ಅದು ವೊಡಿಯುತ್ತದೆ. ಆದರೆ ಈ ದೇಶದ ಕಬ್ಬಿಣವನ್ನು ಕಾವು ಪೂರಾ ಇಳಿದ ಮೇಲೆ ಸಹ ಹೊಡಿದು ನಿಗಚ ಬಹುದು. ಆದಾಗ್ಯೂ ಸಾಧಾರಣ ವ್ಯವಹಾರದ ಆಯುಧಗಳಿಗೆ ಅಷ್ಟು ಮೇಲಾದ ಕಬ್ಬಿಣವು ಬೇಕಾಗುವದಿಲ್ಲಾದಕಾರಣ ಜನರು ವಿಲಾಯತಿಯ ಅಗ್ಗದ ಕಬ್ಬಿಣವನ್ನೇ ಹೆಚ್ಚಿಗೆ ಕೊಳ್ಳುವರು.

ನಮ್ಮ ಕಮ್ಮಾರರ ಕುಲಿಮೆಗಳನ್ನು ಮಾಡಲಿಕ್ಕೆ ಚಾತುರ್ಯ, ಕೌಶಲ್ಯ, ಶಾಸ್ತ್ರಜ್ಞಾನಗಳೇನು ಪ್ರಯೋಜನವಿಲ್ಲ. ತೀರ ಕಾಡು ಮನುಷ್ಯನು ಸಹ ವೊಮ್ಮೆ ನೋಡಿದ ಕೂಡಲೆ ಅಂಥಾ ಕುಲಿಮೆಯನ್ನು ಮಾಡಿ ಕೊಳ್ಳಬಹುದು. ಅದರ ವಿವರ ಹ್ಯಾಗಂದರೆ— ಸುಮಾರು ೨ ಮೊಳ ಯೆತ್ತರ, ೩ ಮೊಳ ಚಚ್ಚೌಕು, ಆದದ್ದೊಂದು ಕಟ್ಟೆಯನ್ನು ಕಟ್ಟುವರು. ಆ ಕಟ್ಟೆಯ ವೊಂದು ಬದಿಯ ಮಧ್ಯ ಭಾಗದಲ್ಲಿ ಸುಮಾರು ವೊಂದು ಮೊಳ ಅರ್ಧ ವರ್ತುಲಾಕೃತಿಯ ಹರಿನಾಳಿಗೆಯಂತೆ ನೆಗ್ಗನ್ನು ಕಟ್ಟೆಯೊಳಗೆ ಬುಡದಿಂದ ಮೇಲಿನ ವರೆಗೆ ಹಾಕುವರು. ಅದರ ಬುಡದಲ್ಲಿ ಗೇಣುದ್ದ ಸಣ್ಣ ತಗ್ಗು ಮಾಡಿಟ್ಟು, ಅದರ ತಲೆಯ ಮೇಲೆ ಕಟ್ಟೆಗಿಂತ ಗುದ್ದು ವೊಳ ಎತ್ತರವಾಗಿ ಅರ್ಧ ವರ್ತುಲಾಕೃತಿಯ ಥರ ಕಟ್ಟಿ, ಯೆರಡು ದೊಡ್ಡ ತಿದಿಗಳನ್ನು ಕಟ್ಟೆಯ ಮೇಲೆ ಹಚ್ಚಲಿಕ್ಕೆ ಬರುವ ಹಾಗೆ ಆ ಥರದೊಳಗೆ ಯೆರಡು ಮುಶಿಗಳನ್ನು ಹಾಕಿಡುವರು. ಇದು ಕುಲಿಮೆಯಾಯಿತು. ಕಬ್ಬಿಣದ ಕಲ್ಲುಗಳನ್ನು ಛಕಡಿಯ ಮೇಲೆ ತಂದು ವೊಡಿದು ಸಣ್ಣ ಹರಳುಗಳನ್ನು ಮಾಡುವರು. ತರುವಾಯ ಭಟ್ಟಿಯನ್ನು ಯೇರಿಸುವಾಗ, ಕಟ್ಟೆಯೊಳಗಿನ ಅರ್ಧ ವರ್ತುಲಾಕಾರವಾದ ನೆಗ್ಗಿಗೆ ಹೊಂದಿಸಿ, ಉಳಿದ ಅರ್ಧ ಭಾಗವನ್ನು ಕಟ್ಟೆಯ ಹೊರಬದಿಯಲ್ಲಿ ಬೆಂಕಿಯೊಳಗೆ ಕರಗದಂಥ ಅರ್ಲಿನ ಥರ ಹಾಕಿ ವರ್ತುಲಾಕಾರವಾದ ಗಳಿಗೆಯಂಥ ಪೊಳ್ಳು ಪ್ರದೇಶವನ್ನು ಪೂರಾ ಮಾಡಿಕೊಳ್ಳುವರು. ಈ ಅರ್ಲಿನ ಥರದ ಮೇಲ್ಬುದಿಯಾದರೂ ಕಟ್ಟೆಯೊಳಗಿನ ಥರದಂತೆ ಗುದ್ದು ಮೊಳ ಯೆತ್ತರವಾಗಿ ಇರುವದು. ಅದರಿಂದ ಆ ಗಳಿಗೆಯಂಥ ಪೊಳ್ಳು ಪ್ರದೇಶದ ಬಾಯಿಯು ಕಟ್ಟೆಯ ಮೇಲೆ ಗುದ್ದು ಮೊಳ ಯೆತ್ತರವಾಗುವದು. ಇಷ್ಟಾದ ಬಳಿಕ ಆ ಪೊಳ್ಳಿನೊಳಗೆ ಇದ್ದಲಿಯನ್ನು ತುಂಬಿ ಅದರ ಬಾಯಿಗೆ ವೊಂದು

ಅರ್ಧ ಹರಿವೆಯ ಕಂಟವನ್ನು ಹಾಕಿ ಆ ಕಂಟದ ಕೊಪ್ಪರಿಗೆಯೊಳಗೆ ಇದ್ದಲಿಯ ಪುಡಿಯೊಳಗೆ ಕಬ್ಬಿಣದ ಕಲ್ಲಿನ ಹರಳುಗಳನ್ನು ಹಾಕಿ ಮೇಲೆ ಮತ್ತೆ ಇದ್ದಲಿಯನ್ನು ವೊಟ್ಟುವರು. ಬಳಿಕ ಆ ಇದ್ದಲಿಗೆ ಬೆಂಕಿಯ ಹಾಕಿ ಹಿಂದೆ ಹೇಳಿದ ಯೆರಡು ಮುಶಿಗಳಲ್ಲಿ ಯೆರಡು ತಿದಿಗಳ ಕೊಳವೆಗಳನ್ನು ಶೇರಿಸಿ, ಕಟ್ಟೆಯ ಮೇಲೆ ಇಬ್ಬರು ಮನುಷ್ಯರು ಕೂತು ಆ ತಿದಿಗಳನ್ನು ಊದುವರು. ಈ ಪ್ರಕಾರ ಬೆಳಿಗಿನಿಂದ ಮಧ್ಯಾಹ್ನದ ವರೆಗೆ ಅವೆರಡೂ ತಿದಿಗಳು ಏಕಪ್ರಕಾರವಾಗಿ ಸಾಗುತ್ತವೆ. ತಿದಿ ಊದುವವರು ದಣಿದರೆ ಬೇರೆ ಇಬ್ಬರು ಆ ಕೆಲಸ ಮಾಡುವರು. ಕೊಪ್ಪರಿಗೆಯೊಳಗಿನ ಇದ್ದಲಿ ಸುಟ್ಟು ಹರಳುಗಳು ಪೊಳ್ಳಿನೊಳಗೆ ಇಳಿಯುತ್ತ ಹೋದ ಹಾಗೆ ಆಗಾಗ್ಗೆ ಹೊಸ ಇದ್ದಲಿಯನ್ನು ಹಾಕುತ್ತ ಹೋಗುವರು. ಈ ಪ್ರಕಾರ ಸುಮಾರು ೮ ತಾಸು ಕಾವು ಕೊಡಲು, ಆ ಹರಳುಗಳೆಲ್ಲ ಕರಗಿ, ಕಬ್ಬಿಣದ ರಸವು ಬೇರೆಯಾಗಿ ಕೆಳಗಿನ ಕುಣಿಯೊಳಗೆ ಹೋಗಿ ನಿಲ್ಲುವದು. ಬಳಿಕ ಹಸೆ ಅರ್ಲಿನ ಥರವನ್ನು ವೊಡಿದು ಕುಣಿಯೊಳಗಿನ ಕಬ್ಬಿಣವನ್ನು ಸ್ವಲ್ಪ ಆರ ಬಿಟ್ಟು ಇಕ್ಕಳದಿಂದ ಯೆತ್ತಿ ತೆಗಿದು, ಬಡಿಗಲ್ಲಿನ ಮೇಲಿಟ್ಟು, ನಾಲ್ಕಾರು ಜನರು ಸುತ್ತು ಮುತ್ತು ನಿಂತು ಗಡುತರವಾದ ಸುತ್ತಿಗೆಗಳಿಂದ ಆ ಕಬ್ಬಿಣವನ್ನು ವೊಳಿತಾಗಿ ಬಡಿಯುವರು. ಅದರಿಂದ ಅದರೊಳಗೆ ಉಳಿದ ಕಸರು ಯಾವತ್ತು ಹಾರೀ ಹೋಗಿ, ಶುದ್ಧವಾದ ಮಿದು ಕಬ್ಬಿಣವಾಗುವದು. ಬಳಿಕ ಅದನ್ನು ಮತ್ತೆ ಕಾಸಿ, ಕೊಡ್ಲಿ, ಗುದ್ದಲಿ, ಕುಡ, ಕುಳ, ಮುಂತಾದ ಆಯುಧಗಳನ್ನು ಮಾಡುವರು. ಇಷ್ಟೆಲ್ಲ ಕೆಲಸವನ್ನು ನಡಿಸಲಿಕ್ಕೆ ೭, ೮ ಆಳು, ೨ ಯೆತ್ತು, ೧ ಛಕ್ಕಡಿ, ಇಷ್ಟು ಸಾಹಿತ್ಯ ಬೇಕಾಗುವದಲ್ಲದೆ, ಇದ್ದಲಿಯ ವೆಚ್ಚ ಬೇರೆ. ಇಷ್ಟೆಲ್ಲ ವೆಚ್ಚದಿಂದ ಯೆರಡು ದಿನಕ್ಕೊಮ್ಮೆ ಕುಲಿಮೆ ಸಾಗಿ, ಅದು ಸಾಗಿದ ದಿವಸ ಸುಮಾರು ೬೦ ಶೇರು ಕಬ್ಬಿಣ ಹೊರಡುವದು.

ಬೆಳ್ಳಿ, ತಾಮ್ರ.—ಇವು ಕಪೋತ ಗುಡ್ಡದಲ್ಲಿ ಮಾತ್ರ ಚಿನ್ನದ ಸಂಗಡ ಮಿಶ್ರವಾಗಿ ಅಲ್ಪ ಪ್ರಮಾಣದಿಂದ ದೊರೆಯುತ್ತವೆ. ಬೇರೆ ಯಲ್ಲಿಯೂ ದೊರೆಯುವದಿಲ್ಲ.

ಹವಳ.—ಕಾರವಾಡದ ಬಳಿಯಲ್ಲಿ ಸಮುದ್ರ ದಂಡೆಯಲ್ಲಿ ಹವಳದ ಬಂಡೆಗಳಿರುತ್ತವೆ. ಅವುಗಳ ತುಂಡುಗಳನ್ನು ಸುಟ್ಟರೆ ಸುಣ್ಣವಾಗುತ್ತದೆ. ಆದರೆ ಆ ಸುಣ್ಣವು ಗಚ್ಚಿನ ಕೆಲಸಕ್ಕೆ ಬರುವದಿಲ್ಲ.

ಗೋಮೇದ.—ಬಾದಾವಿಯ ಈಶಾನ್ಯದಲ್ಲಿ ಯೆಂಟು ಮೈಲಿನ ಮೇಲೆ ಹನಮಾಪುರವೆಂಬಲ್ಲಿ ಮಧ್ಯಮ ಪ್ರತಿಯ ಗೋಮೇದ ಜಾತಿಯ ಹರಳುಗಳು ದೊರೆಯುತ್ತವೆ. ಕೃಷ್ಣೆಯ ಪ್ರವಾಹದಲ್ಲಿಯೂ ಕೆಲ ಕೆಲವು ಕಡೆಯಲ್ಲಿ ಈ ಹರಳುಗಳು ದೊರೆಯುವದುಂಟು.

ಉಪ್ಪು ಸೋರುಪ್ಪು.—ಪೂರ್ವದಲ್ಲಿ ಕಾನಡಾ ಜಿಲ್ಲೆಯಲ್ಲಿ ಸಮುದ್ರ ದಂಡೆಯ ಮೇಲೆ ಸಮುದ್ರದ ನೀರಿನಿಂದ ಬಹಳ ಕಡೆಯಲ್ಲಿ ಉಪ್ಪಾರ ಜನರು ಉಪ್ಪು ತೆಗಿಯುತ್ತಿದ್ದರು. ಆದರೆ ವೊಳಗಡೆಯಲ್ಲಿ ಸರಕಾರದವರು ಉಪ್ಪಿನ ಜಕಾತೀ ಕೂಡ್ರಿಸಿದ್ದರಿಂದ ಹೊನ್ನಾವರ, ಕುಮಟಾ, ಕಾರವಾಡ, ಮುಂತಾದ ಸ್ವಲ್ಪ ಸ್ಥಳಗಳಲ್ಲಿ ಮಾತ್ರ ಈಗ ಉಪ್ಪು ಹುಟ್ಟುತ್ತದೆ. ಆದರೂ ಸಾವಿರಾರು ಖಂಡಗ ಉಪ್ಪು ಪ್ರತಿ ವರ್ಷ ಈ ಜಿಲ್ಲೆಯಿಂದ

ಮಾರಾಟಕ್ಕೆ ಹೋಗುತ್ತದೆ. ಇಲ್ಲಿ ಹುಟ್ಟುವ ಉಪ್ಪು ಬೆಳ್ಳಗಿರುತ್ತದೆ; ಅದರಲ್ಲಿ ಮೈಲು ಇರುವದಿಲ್ಲ. ವಿಜಾಪುರ ಜಿಲ್ಲೆಯಲ್ಲಿಯೂ ಡೋಣಿಯ ದಂಡೆಯ ಮೇಲೆ ಪೂರ್ವದಲ್ಲಿ ಮಣ್ಣುಪ್ಪು ಬಹಳ ಹುಟ್ಟುತ್ತಿತ್ತು. ಈಗ ಯಾವತ್ತು ಉಪ್ಪಿನ ಮೆಳೆಗಳು ಹಾಳುಬಿದ್ದವೆ. ಗೊಗ್ಗೀಹಾಳ, ಕನ್ನೋಳಿ, ಕಾಂತೋಜಿ, ಮುಂತಾದ ಕಡೆಯಲ್ಲಿ ಸೋರುಪ್ಪು ಈಗ್ಯೂ ಹುಟ್ಟುತ್ತದೆ.

ಅಭ್ರಕ.—ಗೋಕಾವಿಯ ಸೆರೆಯಲ್ಲಿ ಕರೆ ಅಭ್ರಕ ಮಧ್ಯಮ ತರದ್ದು ದೊರೆಯುತ್ತವೆ.

ರಂಗೋಲಿಯ ಕಲ್ಲು.—ಬಾಗಲಕೋಟೆಯ ಪೂರ್ವಕ್ಕೆ ೭ ಮೈಲಿನ ಮೇಲೆ ಗದ್ದನ ಕೇರಿ ಯೆಂಬಲ್ಲಿ ಮೇಲಾದ ರಂಗೋಲಿಯ ಕಲ್ಲುಗಳು ದೊರೆಯುತ್ತವೆ. ಇವನ್ನು ವೊಡಿದರೆ ಚೌಕು ಹಲಿಗೆಗಳು ಹೊರಡುತ್ತವೆ. ಆ ಹಲಿಗೆಗಳು ಪೂರ್ಣ ಪಾರದರ್ಶಕ ವಾಗಿರುತ್ತವೆ. ಕಲಾದಗಿಯ ನೆರೆಯಲ್ಲಿಯೂ ಖಾನಾಪೂರದ ದಕ್ಷಿಣಕ್ಕೂ ಈ ಜಾತಿಯ ಕಲ್ಲುಗಳು ದೊರೆಯುತ್ತವೆ.

ಸುಣ್ಣದ ಕಲ್ಲು.—ವಿಜಾಪುರ ಜಿಲ್ಲೆಯಲ್ಲಿ ವಿಶೇಷವಾಗಿ ಬಾಗಲಕೋಟೆ, ಬಾದಾಮಿ, ಮುದ್ದೆಬಿಹಾಳ ತಾಲೂಕುಗಳಲ್ಲಿ ಮೇಲಾದ ಸುಣ್ಣದ ಕಲ್ಲುಗಳು ದೊರೆಯುತ್ತವೆ. ಬಾಗಲಕೋಟೆ, ಕಲಾದಗಿಗಳ ನೆರೆಯಲ್ಲಿ ನುಣುಪಾದ ಸಂಗಮರವರೀ ಜಾತಿಯ ದೊಡ್ಡ ಶಿಲೆಗಳನ್ನು ಖಣಿಗಳಲ್ಲಿ ಅಗಿದು ತೆಗಿಯ ಬಹುದು. ಇವುಗಳಿಗೆ ಬಿಳದು, ಕಪ್ಪು, ನೀಲ, ಹಸುರು, ಗುಲಾಬಿ, ಬೂದಿಬಣ್ಣ, ಮುಂತಾದ ನಾನಾ ಪ್ರಕಾರದ ಬಹು ಸೊಬಗಿನ ಬಣ್ಣಗಳಿರುತ್ತವೆ. ಆದರೆ ಈ ಶಿಲೆಗಳನ್ನು ಇಮಾರತಿನಲ್ಲಿ ಇದು ವರೆಗೆ ಯಾರೂ ಉಪಯೋಗಿಸಿಲ್ಲೆಂಬುವದು ಆಶ್ಚರ್ಯವು. ತಾಳೀಕೋಟೆಯಲ್ಲಿಯೂ ಸಿಂದಗೀ ತಾಲೂಕಿನಲ್ಲಿ ಹೊನ್ನಳ್ಳಿ ಎಂಬ ಗ್ರಾಮದಲ್ಲಿಯೂ ಮೇಲಾದ ಸಂಗಮರವರೀ ಶಿಲೆಗಳು ದೊರೆಯುತ್ತವೆ. ವಿಜಾಪುರದ ಭವ್ಯವಾದ ಇಮಾರತುಗಳಲ್ಲಿ ತಾಳೀಕೋಟೆಯಿಂದ ತಂದಂಥ ಊದೀ ಬಣ್ಣ ಬೂದೀ ಬಣ್ಣಗಳ ಸುಂದರವಾದ ಶಿಲೆಗಳನ್ನು ನೋಡ ಬಹುದು. ತಾಳೀಕೋಟೆಯಲ್ಲಿ ಭಿನ್ನ ಭಿನ್ನ ವರ್ಣದ ಶಿಲೆಗಳಿಂದ ಕಟ್ಟಿದ ಮನೆಗಳು ರಮಣೀಯವಾಗಿ ಕಾಣಿಸುತ್ತವೆ. ತಾಳೀಕೋಟೆಯ ಖಣಿಗಳಲ್ಲಿ ಹೊರಡುವ ಶೇಡೀ ಕಲ್ಲೆಂಬ ಜಾತಿಯ ಸುಣ್ಣದ ಕಲ್ಲು ಛಾಪಿಸಲಿಕ್ಕೆ ಬರುವಂತೆ ಇರುತ್ತದೆ. ಬಾಗಲಕೋಟೆಯ ಬಳಿಯಲ್ಲಿಯೂ ಇಂಥಾ ಶಿಲೆಗಳು ದೊರೆಯುತ್ತವೆ. ಈ ಶಿಲೆಗಳ ಮೇಲೆ ಶಿಲಾಛಾಪೆಯ ತೆಗಿಯುವ ಪ್ರಯತ್ನವನ್ನು ಕೆಲವರು ನಡಿಸಿದ್ದಾರೆ. ಮೇಲೆ ಹೇಳಿದ ಸ್ಥಳಗಳಲ್ಲಿ ದೊರೆಯುವ ಸುಣ್ಣದ ಕಲ್ಲುಗಳನ್ನು ವೊಡಿದು ಸುಟ್ಟರೆ ಮೇಲಾದ ಸುಣ್ಣವಾಗುತ್ತದೆ. ಗೋಕಾವೀ ತಾಲೂಕಿನಲ್ಲಿ ಯಾದವಾಡದಲ್ಲಿಯೂ ಖಾನಾಪುರ ತಾಲೂಕಿನಲ್ಲಿಯೂ ಮೇಲಾದ ಸುಣ್ಣದ ಹರಳುಗಳು ದೊರೆಯುತ್ತವೆ. ಧಾರವಾಡ ಜಿಲ್ಲೆಯಲ್ಲಿ ಮಧ್ಯಮ ತರದ ಸುಣ್ಣದ ಹರಳುಗಳು ದೊರೆಯುತ್ತವೆ.

ಉಸುಬಿನ ಕಲ್ಲು. — ಈ ಜಾತಿಯ ಶಿಲೆಗಳು ನವಲಗುಂದ, ಬೆಳಗಾವಿ, ಪರಸಗಡ, ಗೋಕಾವಿ, ಬಾದಾವಿ, ಬಾಗಲಕೋಟೆ, ಮುದ್ದೇಬಿಹಾಳ, ಹುನಗುಂದ ತಾಲೂಕುಗಳಲ್ಲಿ ದೊರೆಯುತ್ತವೆ. ಮುದ್ದೇಬಿಹಾಳ, ಬಾದಾವಿ, ಬಾಗಲಕೋಟೆ, ಗೋಕಾವಿ, ಸವದತ್ತಿಗಳಲ್ಲಿ ದೊರೆಯುವ ಶಿಲೆಗಳಿಂದ ಬೀಸೂ ಕಲ್ಲುಗಳು, ಸಾಣೇಕಲ್ಲುಗಳು, ಮಸಿಯುವ ಕಲ್ಲುಗಳು, ಡೋಣಿಗಳು, ಗಾಣದ ಒರಳುಗಳು, ರಥದ ಗಾಲಿಗಳು, ಸಡಕಿನ ಮೇಲೆ ಯೆಳಿಯುವ ರೂಲುಗಳು, ಮುಂತಾದ ಪದಾರ್ಥಗಳನ್ನು ಮಾಡುವರು. ಬೆಳಗಾವಿಯ ಹತ್ತರ ಕಾಕತಿಯಲ್ಲಿಯೂ ಕಲಾದಗಿಯ ಹತ್ತರ ಕಾತರಕಿಯಲ್ಲಿಯೂ ಬಾದಾವಿಯಲ್ಲಿಯೂ ದೊರೆಯುವ ಮಸಿಯುವ ಕಲ್ಲುಗಳು ಪ್ರಸಿದ್ಧ. ಮುದ್ದೇಬಿಹಾಳದ ಬಳಿಯಲ್ಲಿ ವೊಂದು ಖಣಿಯಲ್ಲಿ ಸ್ಫಟಿಕ ರೂಪವಾದ ಉಸುಬಿನ ಕಲ್ಲು ದೊರೆಯುತ್ತದೆ. ಅದು ಅಚ್ಚ ಕಲ್ಲುಸಕ್ಕರೆಯಂತೆ ಕಾಣಿಸುತ್ತದೆ.

ಸ್ಲೇಟಿನ ಹಲಿಗೆಗಳು. — ಧಾರವಾಡ, ಕರ್ಜಗಿ, ರಾಣೇಬಿನ್ನೂರು, ಬಾಗಲಕೋಟೆ ತಾಲೂಕುಗಳಲ್ಲಿ ಈ ಜಾತಿಯ ಶಿಲೆಗಳು ದೊರೆಯುತ್ತವೆ. ಕಲಾದಗಿಯ ಆಗ್ನೇಯದಲ್ಲಿ ನಾಲ್ಕು ಮೈಲಿನ ಮೇಲೆ ಶಲ್ಲೀಕೇರಿಯಲ್ಲಿಯೂ ಬಾಗಲಕೋಟೆಯ ದಕ್ಷಿಣದಲ್ಲಿ ಮೂರು ಮೈಲಿನ ಮೇಲೆ ಮುಚ ಖಂಡಿಯಲ್ಲಿಯೂ ಬೇರೆ ಕೆಲವು ಕಡೆಯಲ್ಲಿಯೂ ಮೇಲಾದ ಸ್ಲೇಟಿನ ಹಲಿಗೆಗಳು ದೊರೆಯುತ್ತವೆ. ಅವುಗಳಿಂದ ಬರಿಯುವ ಸ್ಲೇಟುಗಳನ್ನೂ ಪೆನಸಿಲುಗಳನ್ನೂ ಮೂರ್ತಿಗಳನ್ನೂ, ಗುಡಿಗಳ ಕಂಬಗಳನ್ನೂ ಛಾವಣಿಯ ಕಲ್ಲುಗಳನ್ನೂ ಮಾಡುವರು. ಧಾರವಾಡದ ಹತ್ತರ ಮಂಡೀಹಾಳದಲ್ಲಿಯೂ ಅಳನಾವರದಲ್ಲಿಯೂ ಮೇಲಾದ ಪಲಿಗೆಗಳು ದೊರೆಯುತ್ತವೆ. ಅಳನಾವರದ ಕಲ್ಲಿನ ಮೇಲೆ ನಕಶಿಯ ಕೆಲಸವು ಬಹು ಸರಸಾಗುತ್ತವೆ. ಪೂರ್ವಕಾಲದಲ್ಲಿ ಸ್ಲೇಟಿನ ಹಲಿಗೆಗಳ ಮೇಲೆ ಕೊರಿದಂಥ ಶಿಲಾಲಿಪಿಗಳು ಈಗ್ಯೂ ಸರಸಾಗಿ ಕಾಣಿಸುತ್ತವೆ. ಶಲ್ಲೀಕೇರಿಯ ಶಿಲೆಯಿಂದ ಮೇಲಾದ ಮೂರ್ತಿಗಳಾಗುತ್ತವೆ.

ಕಲಗಡಿಗೆಯ ಕಲ್ಲು. — ಈ ಜಾತಿಯ ಶಿಲೆಗಳು ಕಪೋತ ಗುಡ್ಡದಲ್ಲಿ ದೊರೆಯುತ್ತವೆ. ಇವುಗಳಿಂದ ಕಲಗಡಿಗೆ, ಕಲಪರಟಿ, ಮುಚ್ಚಳ, ಮುಂತಾದ ಪಾತ್ರೆಗಳನ್ನು ಮಾಡುವರು.

ಇಮಾರತಿನ ಕಲ್ಲುಗಳು. — ಮೇಲೆ ವಿವರಿಸಿದ ಸುಣ್ಣದ ಕಲ್ಲು, ಉಸುಬಿನ ಕಲ್ಲು, ಸ್ಲೇಟು, ಎಂಬ ಶಿಲೆಗಳನ್ನು ಆಯಾ ಪ್ರದೇಶಗಳಲ್ಲಿ ಇಮಾರತಿನ ಕೆಲಸಕ್ಕೆ ಹೇರಳವಾಗಿ ಉಪಯೋಗಿಸುವರು. ಇವಲ್ಲದೆ ನಾನಾ ಪ್ರಕಾರದ ಬಿರುಸು ಮಿದು ಜಾತಿಯ ಕರೆಕಲ್ಲುಗಳು, ಶೀಣೀಕಲ್ಲು, ಹಸರುಕಲ್ಲು, ಬೆಣಚಿಕಲ್ಲು, ಮುಂತಾದ ಜಾತಿಯ ಶಿಲೆಗಳು ಬೇರೆ ಬೇರೆ ಕಡೆಯಲ್ಲಿ ವಿಪುಲವಾಗಿ ದೊರೆಯುತ್ತವೆ. ಕರ್ಜಗೀ ತಾಲೂಕಿನಲ್ಲಿ ದೇವರಗಿರಿಯಲ್ಲಿಯೂ ಹಾವೇರಿಯಲ್ಲಿಯೂ ಸುಮಾರು ಆರು ಇಂಚು ದಪ್ಪಾದ ಸ್ಲೇಟಿನ ದೊಡ್ಡ ದೊಡ್ಡ ಹಲಿಗೆಗಳು ಖಣಿಗಳಲ್ಲಿ ಹೊರಡುತ್ತವೆ. ಖಾನಾಪುರ ತಾಲೂಕಿನಲ್ಲಿ ಬಿರುಸಾದ ಶೀಣೀಕಲ್ಲಿನ ಜಾತಿಯು ಇಮಾರತಿನ ಕೆಲಸಕ್ಕೆ ಬರುತ್ತದೆ. ಬೆಳಗಾ

ವಿಯ ಹತ್ತರ ಸುತಗಟ್ಟಿಯಲ್ಲಿಯೂ ಗೋಕಾವಿಯಲ್ಲಿಯೂ ಸವದತ್ತಿಯಲ್ಲಿಯೂ ಬೆಣಚಿ ಕೂಡಿದ ಉಸುಬಿನ ಕಲ್ಲಿನ ಬಿರುಸಾದ ಶಿಲೆಗಳು ದೊರೆಯುತ್ತವೆ. ಬಾಗಲಕೋಟೆಯ ಉತ್ತರದಲ್ಲಿ ೧೦ ಮೈಲಿನ ಮೇಲೆ ಬೀಳಗಿಯಲ್ಲಿ ಮುದ್ದೇಬಿಹಾಳ ತಾಲೂಕಿನ ನಾಲತವಾಡ ಗ್ರಾಮದಲ್ಲಿ, ಬಾದಾವಿ, ಬಾಗಲಕೋಟೆ, ಹುನಗುಂದ, ಮುಂತಾದ ಕಡೆಯಲ್ಲಿ ಹತ್ತು ಹದಿನೈದು ಫೂಟು ಉದ್ದವಾದ ನಾನಾ ಪ್ರಕಾರದ ಶಿಲೆಗಗಳು ಇಮಾರತಿನ ಕೆಲಸಕ್ಕೆ ಬಹು ಸರಸಾಗಿ ಬರುತ್ತವೆ. ಬೀಳಗಿಯ ಖಣಿಯಲ್ಲಿ ದೊರೆಯುವ ಗುಲಾಬೀ ಬಣ್ಣದ ಕಣಶಿಲೆಯ ಜಾತಿಯ ಹಲಿಗೆಗಳು ವರ್ಣಿಸತಕ್ಕಂಥವು. ಆ ಗ್ರಾಮದ ಬಳಿಯಲ್ಲಿ ವೊಂದು ಶಿವಾಲಯದ ಮುಂದೆ ೩೫ ಫೂಟು ಉದ್ದವಾದ ವೊಂದೇ ಅಖಂಡ ಕಲ್ಲಿನ ದೀಪಸ್ತಂಭವನ್ನು ನಿಲ್ಲಿಸಿದ್ದಾರೆ. ಅದು ಬುಡದಲ್ಲಿ ಸುಮಾರು ವೊಂದು ಮೊಳ ಚಚ್ಚೌಕು ಇರುತ್ತದೆ. ಈ ಪ್ರಕಾರದ ಭವ್ಯವಾದ ಶಿಲೆಗಳನ್ನು ವಿಜಾಪುರ, ರಾಮದುರ್ಗ, ಇಡಗಲ್ಲು, ಮುಂತಾದ ಕಡೆಯಲ್ಲಿ ನೋಡ ಬಹುದು. ಕಣಶಿಲೆಯ ಖಣಿಗಳಲ್ಲಿಯೇ ದೊರೆಯುವ ಹಸುರು ಕಲ್ಲಿನಿಂದ ನೂರಾರು ವರ್ಷಗಳ ಹಿಂದೆ ಮಾಡಿದಂಥ ಲಿಂಗಗಳು ಈ ಹೊತ್ತಿಗೆ ಕನ್ನಡಿಯಂತೆ ಹೊಳಿಯುತ್ತವೆ. ಈ ಜಾತಿಯ ಶಿಲೆಗಳನ್ನು ವಿಜಾಪುರದಲ್ಲಿ ಗೋರಿಗಳ ಮೇಲೆ ನಿಲ್ಲಿಸಿದ್ದಾರೆ.

ಮಣ್ಣು.—ಧಾರವಾಡದಲ್ಲಿ ದೊರೆಯುವ ನಸುಗೆಂಪಿನ ಜಿಗಟು ಮಣ್ಣು ಗೋಡೆಗಳನ್ನು ಸಾರಿಸಲಿಕ್ಕೆ ಮೇಲಾದದ್ದು. ಅದರಿಂದ ಸಾರಿಸಿದ ಗೋಡೆಗಳು ಗಿಲಾಯ ಮಾಡಿದಂತೆ ತೋರುತ್ತವೆ. ಮಿರ್ಜೆ, ಸಿಂದಗೀ ತಾಲೂಕಿನಲ್ಲಿ ಮನಗೋಳಿ, ಮುಂತಾದ ಕಡೆಯಲ್ಲಿ ನೂರಾರು ವರ್ಷಗಳ ಹಿಂದೆ ಕಟ್ಟಿದ ಮಣ್ಣಿನ ಕೋಟೆಗಳು ಅಚ್ಚಳಿಯವೆ ನಿಂತಿರುತ್ತವೆ. ಖಾನಾಪುರದ ಮಣ್ಣಿನಿಂದ ಹುಟ್ಟುವ ಗಡಿಗೆಗಳು ಬಹು ಪ್ರಸಿದ್ಧ. ಜಮಖಂಡಿಯಲ್ಲಿ ದೊರೆಯುವ ಬಿಳಿ ಮಣ್ಣಿನ ಮುಶಿಗಳು ಬೆಂಕಿಯಲ್ಲಿ ಕೆಡುವದಿಲ್ಲ. ಗೋಕಾವಿಯ ಸೆರೆಯಲ್ಲಿ ಹಳದಿ, ಹಸುರು, ನೀಲಿ, ಮುಂತಾದ ಬಣ್ಣಗಳುಳ್ಳ ಸೂಸು ಮಣ್ಣು ಮೇಲಾದದ್ದು ದೊರೆಯುತ್ತದೆ. ಗೋಡೆಗೆ ಆ ಬಣ್ಣಗಳನ್ನು ಹಚ್ಚಿದರೆ ಬಹು ದಿವಸ ಕೆಡುವದಿಲ್ಲ.

ಅಡವಿಗಳು.

ಮುಂಬಯಿ ಕರ್ನಾಟಕ ಭಾಗದಲ್ಲಿ ವಿಶೇಷವಾಗಿ ಮಲ್ಲಾಡದಲ್ಲಿ, ಅಂದರೆ ಸಹ್ಯಾದ್ರಿಯ ಮೇಲೆ, ಯೆಲ್ಲ ಕಡೆಯಲ್ಲಿ ಅಡವಿಯೇ ಹಬ್ಬಿರುತ್ತದೆ. ಮಲ್ಲಾಡದ ಶರಗಿನಲ್ಲಿ ಅದಕ್ಕೂ ಕಡಿಮೆ; ಘಟ್ಟ ಕೆಳಗೂ ವರ್ಣಿಸತಕ್ಕಂಥ ಅಡವಿ ಇರುವದಿಲ್ಲ. ಬೈಲು ಶೀಮೆಯಲ್ಲಿ, ವಿಶೇಷವಾಗಿ ಕೃಷ್ಣೆಯ ಉತ್ತರದಲ್ಲಿ, ಬನಗಳನ್ನು ಕಾಣುವದು ಬಹು ದುರ್ಲಭವು. ಇದರಿಂದ ಮುಖ್ಯವಾಗಿ ಕಾನಡಾ ಜಿಲ್ಲೆಯಲ್ಲಿ ಭವ್ಯವಾದ ವನಗಳು ವಿಸ್ತಾರವಾಗಿ ಹಬ್ಬಿರುತ್ತವೆಂದು ಸ್ಪಷ್ಟವಾಗುತ್ತದೆ. ಇದಲ್ಲದೆ ಈ ಜಿಲ್ಲೆಯಲ್ಲಿ ಕೊಂಕಣ, ಮಲ್ಲಾಡ, ಮಲ್ಲಾಡದ ಶರಗು, ಯೆಂಬ ಮೂರು ವಿಭಾಗಗಳು ಕೂಡಿರುವದರಿಂದ ಈ ಜಿಲ್ಲೆಯ ಅಡವಿಯನ್ನು ಬೇರೆಯಾಗಿ ಮೊದಲು ವಿವರಿಸುವದು ಅಗತ್ಯವಿರುತ್ತದೆ.

ಕಾನಡಾ ಜಿಲ್ಲೆಯ ಅಡವಿಯು.

ಈ ಜಿಲ್ಲೆಯ ೩೯೧೦ ಚಚ್ಚೌಕು ಮೈಲು ಕ್ಷೇತ್ರದಲ್ಲಿ ೩೫೪೮ ಚಚ್ಚೌಕು ಮೈಲು, ಅಂದರೆ ೧೦೦ರಲ್ಲಿ ೯೦ರ ಪ್ರಮಾಣದಿಂದ ಅಡವಿಯ ವಿಸ್ತಾರ ವಿರುತ್ತದೆ! ಅದರ ವಿವರವು.

ಕಾನಡಾ ಜಿಲ್ಲೆಯ ಅಡವಿ.

	ಕಾದದ್ದು, ಎಕರು.	ಸಂರಕ್ಷಿಸಿದ್ದು, ಎಕರು.	ಒಟ್ಟು ಎಕರು.
ಹಲ್ಯಾಳ	೧೬೧೧೯೧	೦	೧೬೧೧೯೧
ಸುಪಾ	೦	೪೬೨೯೪೪	೪೬೨೯೪೪
ಕಾರವಾಡ	೧೩೭೨೪೬	೦	೧೩೭೨೪೬
ಯಲ್ಲಾಪುರ	೦	೨೩೩೧೪೦	೨೩೩೧೪೦
ಮುಂಡಗೋಡ	೩೫೨೯೬	೬೮೩೦೪	೧೦೩೬೦೦
ಅಂಕೋಲೆ	೮೨೦೬೦	೭೪೭೭೫	೧೫೬೮೩೫
ಕುಮಟಾ	೦	೧೯೨೦೦೦	೧೯೨೦೦೦
ಸಿರಸಿ	೨೧೭೭೦	೪೨೬೨೩೦	೪೪೮೦೦೦
ಸಿದ್ದಾಪುರ	೦	೧೭೯೨೦೦	೧೭೯೨೦೦
ಹೊನ್ನಾವರ.	೦	೧೧೮೪೦೦	೧೧೮೪೦೦
ಭಟಕಳ	೦	೭೮೬೦೯	೭೮೬೦೯
	೪೩೭೫೬೩	೧೮೩೩೬೦೨	೨೨೭೧೧೬೫

ಕಾನಡಾ ಜಿಲ್ಲೆಯ ಅಡವಿಯು ಸರಕಾರೀ ಮಾಲು ಇರುತ್ತದೆ. ಇದರಲ್ಲಿ ಮೂರು ಭಾಗಗಳನ್ನು ಮಾಡ ಬಹುದು. ಮೊದಲನೇ ಭಾಗವು ಸಹ್ಯಾದ್ರಿಗೆ ಹೊಂದಿರುವ ಘಟ್ಟದ ಮೇಲಿನ ಭಾಗವು. ಇದರಲ್ಲಿ ಬಹು ಭವ್ಯವಾದ ತೇಗು ಮತ್ತಿ, ಕರಿಮರ, ಮುಂತಾದ ವೃಕ್ಷಗಳ ಅಡವಿಯುಂಟು. ಈ ಮರಗಳು ೮೦ರಿಂದ ೧೫೦ ಫೂಟುಗಳ ವರೆಗೆ ಯೆತ್ತರ ವಿರುತ್ತವೆ. ಇವುಗಳ ಬೊಡ್ಡಿಯು ೬೦ರಿಂದ ೯೦ ಫೂಟನ ವರೆಗೆ ನೆಟ್ಟಗೆ ಮೇಲಕ್ಕೆ ಪೋಗಿರುತ್ತವೆ; ಅದರ ಮೇಲೆ ಟೊಂಗೆಗಳು ವೊಡಿದಿರುತ್ತವೆ. ಈ ಮರಗಳ ಬೊಡ್ಡಿಯ ಸುತ್ತಳತೆ ೫ರಿಂದ ೧೨ ಫೂಟನ ವರೆಗೆ. ಈ ಅಡವಿಗೂ ಸಹ್ಯಾದ್ರಿಯ ನೆತ್ತಿಗೂ ನಡುವೆ ಅಲ್ಲಲ್ಲಿಗೆ ಬೈಲು ಪ್ರದೇಶವಿರುತ್ತದೆ. ಅದರಲ್ಲಿ ಭತ್ತದ ಗದ್ದೆಗಳೂ, ಮಸಾಲೆಯ ಸರಕುಗಳ ತೋಟಗಳೂ ಇರುತ್ತವೆ. ಎರಡನೇ ಭಾಗ ಸಹ್ಯಾದ್ರಿಯ ನೆತ್ತಿಯ ಮೇಲಿನ ಪ್ರದೇಶವು. ಇದರಲ್ಲಿ ಯೆಲ್ಲಕ್ಕೂ ಮೇಲಾದ ಬನಗಳು ಅಲ್ಲಲ್ಲಿಗೆ ಬಹು ವಿಸ್ತಾರವಾಗಿ ಹಬ್ಬಿರುತ್ತವೆ. ನಡು ನಡುವೆ ಹುಲ್ಲಿನ ಬೈಲುಗಳುಂಟು. ಸುಪೆ, ಯಲ್ಲಾಪುರ ತಾಲೂಕುಗಳಲ್ಲಿ ಹರಿಯುವ ಕಾಳಿ, ಕಾನರಿ, ಯೆಂಬ ಹೊಳೆಗಳ ದಂಡೆಯಲ್ಲಿ ಇರುವ ಅಡವಿಯು ಯೆಲ್ಲಕ್ಕೂ ಶ್ರೇಷ್ಟ. ಬೆಡತೀ ಹಳ್ಳ, ಗಂಗಾವಳಿ, ಇವುಗಳ ದಂಡೆಯ ಅಡವಿಯಾದರೂ

ಅದೇ ಪ್ರಕಾರದ್ದಿರುತ್ತದೆ. ಮೇಲೆ ಹೇಳಿದ ವೃಕ್ಷಗಳೇ ಈ ಅಡವಿಯೊಳಗಿನ ಮುಖ್ಯ ಮರಗಳು. ಶ್ರೀಗಂಧ, ಹೊನ್ನಿ, ಹಲಸು, ಮುಂತಾದ ಮರಗಳಿಗೂ ಕೊರತೆ ಇಲ್ಲ. ಮೂರನೇ ಭಾಗ ಸಹ್ಯಾದ್ರಿಯ ಪಶ್ಚಿಮ ಪ್ರದೇಶವು. ಈ ಭಾಗದಲ್ಲಿ ಅಡವಿಯು ವಿಶೇಷವಾಗಿ ಸಹ್ಯಾದ್ರಿಯಿಂದ ಪಶ್ಚಿಮಕ್ಕೆ ಹಬ್ಬಿದಂಥ ಗುಡ್ಡಗಳ ಮೇಲೆ ಇರುತ್ತದೆ. ತಗ್ಗು ನೆಲದಲ್ಲಿ ವೊಕ್ಕಲತನವು ನಡಿಯುತ್ತದೆ. ಈ ಗುಡ್ಡದ ಮೇಲಿನ ಅಡವಿಯಲ್ಲಿ ತೇಗು ಕಡಿಮೆ, ಬಹಳ ಯೆತ್ತರವಾಗಿ ಬೆಳೆಯುವದಿಲ್ಲ. ನಾನಾ ಪ್ರಕಾರದ ಬಿದರಿನ ಮೆಳಿಗಳನ್ನು ಯಾವತ್ತು ಅಡವಿಗಳಲ್ಲಿ ಕಾಣಬಹುದು. ಒಂದೊಂದು ಕಡೆಯಲ್ಲಿ ಬರೇ ಬಿದರಿನ ಬನಗಳೇ ಹಬ್ಬಿರುತ್ತವೆ.

ಇಂಗ್ಲಿಷ ಸರಕಾರದ ಅಮಲು ಬರುವ ಪೂರ್ವದಲ್ಲಿ ಹೈದರ ಅಲ್ಲಿಯು ಈ ಜಿಲ್ಲೆಯ ಅಡವಿಯೊಳಗಿನ ಮರಗಳಿಂದ ಹಡಗಗಳನ್ನು ಕಟ್ಟಿಸುತ್ತಿದ್ದನು. ತೇಗು, ಕರಿಮರ, ಶ್ರೀಗಂಧ, ಇವು ಯಂದಿಗೂ ಇನಾಮದಾರ ಜನರ ಭೂಮಿಗಳಲ್ಲಿ ಬೆಳಿದರೂ ಸರಕಾರೀ ಮಾಲೆಂದು ಯೆಣಿಸಲ್ಪಡುತ್ತವೆ.

ಸಂರಕ್ಷಿಸಿದ ಅಡವಿಯ ವಿಷಯವಾಗಿ ಸರಕಾರದವರು ನಿಯಮಗಳನ್ನು ಮಾಡಿದ್ದಾರೆ. ಅವುಗಳನ್ನು ಈ ಪುಸ್ತಕದ ಕಡೆಯಲ್ಲಿ ಕೊಟ್ಟಿದ್ದೇವೆ. ಈ ಅಡವಿಯಲ್ಲಿ ೧೯ ಜಾತಿಗಳ ಮರಗಳನ್ನೂ ೪ ಪ್ರಕಾರದ ಹುಟ್ಟುವಳಿಯನ್ನೂ ಸರಕಾರದ ಸಲುವಾಗಿ ಕಾಯುವದುಂಟು. ಆ ಮರಗಳು ಯಾವವೆಂದರೆ—ತೇಗು, ಗಂಧಮರ, ಸಿಸುವು (ಕರಿಮರ) ಅಬನಸ, ಹೊನ್ನಿ, ಸುರ ಹೊನ್ನಿ, ಹಲಸು, ಪತಫಣಸ, ಬಲಘುಯ್, ಕರಿಮುತ್ತಲ, ನಾಣ, ಶೀವನ್ನಿ, ಮತ್ತಿ, ಅಳ್ಳೀ ಮರ, ಜಂಬಿ, ಬೆಂಡಿ, ಖೈರ, ಶೀಗಿ, ಇಪ್ಪಿ. ನಾಲ್ಕು ಪ್ರಕಾರದ ಹುಟ್ಟುವಳಿ ಯಾವವೆಂದರೆ—ಅಳ್ಳೀ ಕಾಯಿ, ಶೀಗೀ ಕಾಯಿ, ಇಪ್ಪೀ ಹೂ, ಕಾಚು.

ನಿವಾಸಿಗಳ ಹಕ್ಕುಗಳು.—ಸರಕಾರೀ ಅಡವಿಗಳಲ್ಲಿ ಈ ಜಿಲ್ಲೆಯ ನಿವಾಸಿಗಳಿಗೆ ಕೆಲವು ಹಕ್ಕುಗಳುಂಟು. ಅವೆಂತೆಂದರೆ—ಅಡವಿಯನ್ನು ಸುಟ್ಟು ವೊಕ್ಕಲತನಕ್ಕೆ (ಕುಮ್ರಿ) ಭೂಮಿಯನ್ನು ತಕ್ಕೊಳ್ಳುವದು; ತೋಟಗಳಿಗೆ ಗೊಬ್ಬರ ಹಾಕಲಿಕ್ಕೆ ಮರಗಳ ಯೆಲೆಗಳನ್ನು ತಕ್ಕೊಂಡು ಹೋಗುವದು; ಅಡವಿಯಲ್ಲಿ ಮೆಣಸಿನ ಬಳ್ಳಿಯನ್ನು ಹಾಕುವದು; ದನ ಮೇಸಿಕೊಳ್ಳುವದು; ಬೆಲೆ ಕೊಡದೆ ಅಥವಾ ಸ್ವಲ್ಪ ಬೆಲೆ ಕೊಟ್ಟು ಇಮಾರತಿನ ಕಟ್ಟಿಗೆಯನ್ನೂ ಉರುವಲನ್ನೂ ತಕ್ಕೊಳ್ಳುವದು. ಆದರೆ ಕುಮ್ರಿ ಭೂಮಿಗಾಗಿ ಅಡವಿಯನ್ನು ಕೊಡುವ ವಹಿವಾಟು ಸರಕಾರದವರು ದಿನ ದಿನಕ್ಕೆ ಕಡಿಮೆ ಮಾಡುತ್ತ ನಡಿದಿದ್ದಾರೆ. ತೋಟದ ೮ ಪಾಲಷ್ಟು ಭೂಮಿಯೊಳಗಿನ ಅಡವಿಯಲ್ಲಿ ಮಾತ್ರ, ಉತ್ತಮ ಜಾತಿಯ ಮರಗಳಿಗೆ ಕೈ ಹಚ್ಚದೆ ತೋಟಗರು ಗೊಬ್ಬರಕ್ಕಾಗಿ ಯೆಲೆಗಳನ್ನು ತಕ್ಕೊಳ್ಳಬೇಕೆಂದು ವೊಳಗಡೆಯಲ್ಲಿ ನಿಯಮವಾಗಿದೆ. ಪ್ರತಿ ವೊಂದು ಹಳ್ಳಿಯ ಸೆರೆಯಲ್ಲಿ ದನ ಮೇಯ್ಕೆಕ್ಕೆ ಕೆಲವು ಭೂಮಿಯನ್ನು ಸರಕಾರದವರು ಬಿಟ್ಟಿದ್ದಾರೆ. ಬಿದರು, ಕೀಳು ಜಾತಿಯ ತೋಟಗಳು, ಉರುವಲಿನ ತಲೆ ಹೊರೆಗಳು, ಇವುಗಳನ್ನು ರೈತರಿಗೆ ಮುಫತ್ತು ಕೊಡುತ್ತಾರೆ. ಹೆಚ್ಚಿಗೆ ಉರುವಲು ಬೇಕಾದರೆ ಬಂಡಿಗೆ ೪ ಆಣೆ ಕೊಡ ಬೇಕು. ೮ನೇ ಪಾಲಿನಷ್ಟರವರೆಗೆ ಬೆಲೆ ಕೊಟ್ಟರೆ ಬೇಕಾದಂಥ ಇಮಾರತಿನ ಕಟ್ಟಿಗೆಗಳನ್ನು ರೈತರಿಗೆ ಕೊಡುತ್ತಾರೆ.

7

ಖಾಸಗೀ ಜನರ ಭೂಮಿಗಳಲ್ಲಿ ಬೆಳೆದಂಥ ತೇಗು, ಕರಿಮರ, ಗಂಧ ಮರ, ಮುಂತಾದ ಕೆಲವು ಉತ್ತಮ ಜಾತಿಯ ಮರಗಳು ಸರಕಾರೀ ಮಾಲೆಂದು ಯೆಣಿಸಲ್ಪಡುತ್ತವೆ.

ಸರಕಾರದ ಆದಾಯವು. — ಅಳ್ಳೀಕಾಯಿ, ಶೀಗೀಕಾಯಿ, ಕಾಚು, ಜೇನತುಪ್ಪ, ಮೇಣ, ದಾಲಚಿನ್ನಿ, ಮೆಣಸು, ಹುಲ್ಲು, ಇವುಗಳಿಂದ ಸರಕಾರಕ್ಕೆ ವರ್ಷಕ್ಕೆ ಸುಮಾರು ೫೬೦೦೦ ರೂಪಾಯಿ ಆದಾಯವಾಗುತ್ತದೆ. ಮರಗಳ ಮಾರಾಟ ಸಹಿತವಾಗಿ ಯಾವತ್ತು ಅಡವಿಯಿಂದ ಸರಕಾರಕ್ಕೆ ಆಗುವ ಆದಾಯದ ವಿವರ ಹ್ಯಾಗಂದರೆ—
ಸನ್ ೧೮೫೩-೫೪ರಲ್ಲಿ ಆದಾಯ ೧೪೪೨೩೦, ಖರ್ಚು ೫೬೮೫೦, ನಫೆ ೮೭೩೮೦;
ಸನ್ ೧೮೬೩-೬೪ರಲ್ಲಿ ಆದಾಯ ೩೩೮೭೨೦, ಖರ್ಚು ೩೨೨೨೦, ನಫೆ ೩೦೬೫೦೦;
ಸನ್ ೧೮೭೩-೭೪ರಲ್ಲಿ ಆದಾಯ ೪೦೪೦೪೦, ಖರ್ಚು ೧೬೫೪೮೦, ನಫೆ ೨೩೮೫೬೦;
ಸನ್ ೧೮೮೧-೮೨ರಲ್ಲಿ ಆದಾಯ ೪೧೦೫೧೦, ಖರ್ಚು ೨೪೩೮೭೦, ನಫೆ ೧೬೬೬೪೦.
ಸನ್ ೧೮೬೨ರಿಂದ ಮೂರು ವರ್ಷಗಳಲ್ಲಿ ಅರಳೆಯ ವ್ಯಾಪಾರ ಬಹಳ ಬೆಳೆದದ್ದರಿಂದ ಅಡವಿಯ ಆದಾಯ ಬೆಳೀತು. ಸನ್ ೧೮೭೬ರಲ್ಲಿ ಬರ ಬಿದ್ದದ್ದರಿಂದ ಆದಾಯ ಬಹಳ ಕಡಿಮೆಯಾಯಿತು.

ಸಮುದ್ರತೀರದ ಪ್ರದೇಶಗಳಲ್ಲಿ ತೆಂಗಿನ ಬನಗಳು ಬಹಳ ವಿಸ್ತಾರವಾಗಿ ಹಬ್ಬಿರುತ್ತವೆ. ಘಟ್ಟದ ಮೇಲೆ ಅಲ್ಪಸ್ವಲ್ಪ ಮರಗಳನ್ನು ಕಾಣ ಬಹುದು. ಸಮುದ್ರತೀರದಲ್ಲಿ ಈ ಮರಕ್ಕೆ ೬ನೇ, ೭ನೇ ವರ್ಷ ಕಾಯಿಗಳಾಗುತ್ತವೆ. ಎತ್ತರವಾದ ವೊಣ ನೆಲದಲ್ಲಿ ೧೦, ೧೧ ವರ್ಷಗಳ ವರೆಗೆ ಆಗುವದಿಲ್ಲ. ಸುಮಾರು ೬೦ ವರ್ಷಗಳ ವರೆಗೆ ತೆಂಗಿನ ಮರವು ಕಾಯಿಗಳನ್ನೂ ಸರಾಯಿಯನ್ನೂ ಕೊಡುತ್ತದೆ. ಒಂದು ಮರದಿಂದ ವರ್ಷಕ್ಕೆ ಸರಾಸರೀ ಮಾನದಿಂದ ೮ ಆಣೆ ಕಾಯಿಗಳ ಆದಾಯವಾಗುತ್ತದೆ. ಮಾಡಿ ಯೆಂಬ ಸರಾಯಿಯ ಆದಾಯ ಬೇರೆ. ಭಂಡಾರೀ, ಹಳೆಪೈಕರು, ಮುಂತಾದವರು ತೆಂಗಿನ ಮರಕ್ಕೆ ಕಚ್ಚು ಹಾಕಿ ಮಾಡೀ ರಸವನ್ನು ತೆಗಿಯುವರು. ಇವರು ಸರಕಾರಕ್ಕೆ ಮರಕ್ಕೆ ೩ ರೂಪಾಯಿಯಂತೆ ತೆರಿಗೆ ಕೊಡುತ್ತಾರೆ. ಬೈನಿ ಮರದಿಂದ ಮಾಡೀ ರಸವನ್ನು ತೆಗಿಯುವರು.

ಕಾನಡಾ ಜಿಲ್ಲೆಯ ಅಡವಿ.

ಕಾನಡಾ ಜಿಲ್ಲೆಯೊಳಗಿನ ಮುಖ್ಯ ಮುಖ್ಯ ಮರಗಳೂ, ಗಿಡಗಳೂ, ಅವುಗಳ ಉಪಯೋಗವೂ ಹ್ಯಾಗಂದರೆ—

ಅಂದಿರ ಮುರಗಳ (ಫಣಸಿ).— ಬಣ್ಣ ಕಿರುಗೆಂಪು, ತೊಲೆಯ ಕಟ್ಟಿಗೆ; ಮಣಿಸಿದರೆ ಮುರಿಯುವದು.

ಅಂಸರೋಳಿ (ಅಂಕೋಲ).[1]— ಇದು ಬಹಳ ಯೆತ್ತರವಾಗಿ ಬೆಳಿಯುವದಿಲ್ಲ. ಕಟ್ಟಿಗೆ ಬಿರುಸು, ಘನಫೂಟಿನ ತೂಕ ೪೯ ಪೌಂಡು. ಕಾಯಿ ಒಗರು, ಹುಳಿ; ಆದರೂ ಬಡ ಜನರು ತಿನ್ನುವರು. ಬೇರು ಔಷಧಕ್ಕೆ ಬರುತ್ತದೆ. ಇದರ ಯೆಣ್ಣೆಯಿಂದ ಬಹಳ ಚಮತ್ಕಾರದ ಕೃತಿಗಳು ಆಗುತ್ತವೆಂದು ಹೇಳುತ್ತಾರೆ.

ಅಕ್ಕ (ಐನಶಿ).—ಮಧ್ಯಮ ಆಕಾರದ್ದು. ಕಟ್ಟಿಗೆ ಮಿಂಚುಳ್ಳ ಹಳದಿ; ಅದರಿಂದ ಹರಿವಾಣಗಳನ್ನು ಮಾಡುವರು. ಬೇರಿನಿಂದ ಕೆಂಪು, ಹಳದಿ ಬಣ್ಣಗಳಾಗುತ್ತವೆ.

ಅಜ್ಜನ ಪಟ್ಟೆ (ಖರ್ವತ).—ಗಡುತರವಾಗಿ ಬೆಳಿಯುವದು. ಕಟ್ಟಿಗೆ ಮಿದು, ಕೆಲಸಕ್ಕೆ ಬಾರದು. ತೋಟೆಯಿಂದ ನಾರು ಹೊರಡುತ್ತದೆ. ಅದರಿಂದ ಹಗ್ಗ, ಚಾಪಿ, ಚೀಲು, ಮುಂತಾದವುಗಳನ್ನು ಮಾಡುವರು. ಕಾಯಿ ಬಹಳ ಖೈ.

ಅಡವೀ ಬೆಂಡಿ (ರಾನಭೇಂಡಿ).—ಮಧ್ಯಮ ಆಕಾರದ್ದು; ಬಹು ಬೇಗ ಬೆಳಿಯುತ್ತದೆ. ಕಟ್ಟಿಗೆ ಗಟ್ಟಿ, ಜಿಗಟು, ತಾಳಿಕೆಯುಳ್ಳದ್ದು. ಪೂರ್ವದಲ್ಲಿ ತೋಫುಗಳನ್ನು ಹೇರುವ ಬಂಡಿಗಳನ್ನು ಇದರಿಂದ ಮಾಡುತ್ತಿದ್ದರು. ಕಾಯಿಗಳಿಂದ ಹಳದೀ ಬಣ್ಣ ಹುಟ್ಟುತ್ತದೆ.

ಅಡಿಕೆ (ಪೋಫಳಿ).—ಪ್ರಸಿದ್ಧ; ೫೦ರಿಂದ ೮೦ ಫೂಟಿನ ವರೆಗೆ ಎತ್ತರವಾಗಿ ಬೆಳಿಯುತ್ತವೆ. ಇದರ ಕಟ್ಟಿಗೆಯಿಂದ ಜಂತೆಗಳನ್ನೂ ಹಂದರದ ಕಂಬಗಳನ್ನೂ ಮಾಡುವರು. ಕಾಯಿಯ ಮೇಲಿನ ತೋಟೆಯನ್ನು ಸುಲಿದು ಚಲ್ಲಿ, ಅಡಿಕೆಗಳನ್ನು ಕುದಿಸಿ ಮಾರಾಟಕ್ಕೆ ಒಯ್ಯುವರು.

ಅತ್ತಿ (ಉಂಬರ, ರುಮಡಿ).—ಪ್ರಸಿದ್ಧ—ಕಟ್ಟಿಗೆ ಸಾಧಾರಣ ತರದ್ದು. ಹಣ್ಣುಗಳನ್ನು ತಿನ್ನುವರು. ಎಲೆ, ತೋಟ, ಹಣ್ಣುಗಳು ಔಷಧಕ್ಕೆ ಬರುತ್ತವೆ.

ಅಮುಟೆ (ರಾನ ಅಂಬಾಡಾ).—ಬಹಳ ದೊಡ್ಡ ಮರ. ಕಟ್ಟಿಗೆ ಕೆಲಸಕ್ಕೆ ಬಾರದ್ದು. ಕಾಯಿ ಹುಳಿ, ಹುಣಸೀ ಹಣ್ಣಿನ ಸ್ಥಳದಲ್ಲಿ ಉಪಯೋಗಿಸುತ್ತದೆ; ಚಿಗರಿಗಳು ಈ ಕಾಯಿಯನ್ನು ಪ್ರೀತಿಯಿಂದ ತಿನ್ನುತ್ತವೆ. ತೋಟೆಯಿಂದ ಅಂಟು ಹೊರಡುತ್ತದೆ.

ಅರಟಾಳ (ರಿಟಾ).—ದೊಡ್ಡ ಮರ. ಕಟ್ಟಿಗೆ ಬಿರುಸು, ಗಟ್ಟಿ; ಆದರೆ ಉಪಯೋಗವಲ್ಲ. ಘನಫೂಟಿನ ತೂಕ ೬೪ ಪೌಂಡು. ಕಾಯಿಯನ್ನು ಹೊಲಸು ತೊಳಿಯಲಿಕ್ಕೆ ಮೈಗೂ ಅರಿವೆಗೂ ಹಚ್ಚುವರು. ಬೀಜದಿಂದ ಯೆಣ್ಣೆ ಹೊರಡುತ್ತದೆ.

ಅರದಾಳ.—ಮೇಲಿನ ಜಾತಿಯ ವೃಕ್ಷ. ಅದಕ್ಕೂ ಹೆಚ್ಚು ವಿಪುಲವಾಗಿಯೂ ವಿಸ್ತಾರವಾಗಿಯೂ ಬೆಳಿಯುತ್ತದೆ. ಇದರ ಅಂಟಾದರೂ ರೇವಾಚಿನ್ನಿಯ ಹಾಗೆ ಕೆಲಸಕ್ಕೆ ಬರುವಂಥಾದಿರುತ್ತದೆ.

ಅರನಟ್ಟು.—ತೋಟಗಳಲ್ಲಿ ಸಾಧಾರಣವಾದದ್ದು. ಇದು ಮೇಲಾದ ಅಂಜೇರೀ ಬಣ್ಣ ಹುಟ್ಟಿಸುತ್ತದೆ.

ಅರಸಿನಗುರ್ಜಿ (ವರಾಂಬ).—ಮಧ್ಯಮ ಆಕಾರದ್ದು; ಕಟ್ಟಿಗೆ ಬಹಳವಾಗಿ ಉಪಯೋಗಿಸುವದಿಲ್ಲ. ಇದರ ಅಂಟಿನಿಂದ ಹುಟ್ಟುವ ರೇವಾಚಿನ್ನಿ ಯೆಂಬ ಹಳದೀ ಬಣ್ಣದ ವ್ಯಾಪಾರವು ಬಹಳ ನಡಿಯುತ್ತದೆ.

ಅರಳೆ (ಪಿಂಪಳ).—ತಕ್ಕ ಮಟ್ಟಿಗೆ ದೊಡ್ಡದಾಗುತ್ತದೆ. ಕಟ್ಟಿಗೆ ಹೇಡಿ, ಕೆಲಸಕ್ಕೆ ಬರುವದಿಲ್ಲ. ಎಲೆ ತೋಟೆಗಳು ಔಷಧಕ್ಕೆ ಬರುತ್ತವೆ. ಹಿಂದು ಜನರ ಪವಿತ್ರ ವೃಕ್ಷವು.

3*

ಅಶೋೀಕ.—ಬಹು ಸುಂದರವಾದ ಮಧ್ಯಮ ಆಕಾರದ ವೃಕ್ಷ. ಕಟ್ಟಿಗೆಯೊಳಗಿನ ಗಂಡು ಕಪ್ಪು ಬಣ್ಣದ್ದು, ಬಿರಸು; ಆದರೆ ಬಹಳವಾಗಿ ಉಪಯೋೀಗಿಸುವದಿಲ್ಲ. ಈ ಮರವನ್ನು ಶೋೀಭೆಗಾಗಿ ತೋೀಟಗಳಲ್ಲಿಯೂ ಗುಡಿಗಳಲ್ಲಿಯೂ ಹಚ್ಚುವರು.

ಅಳಲೆ (ಹಿರಡಾ).—ಬಹು ಸಾಧಾರಣ, ತಕ್ಕ ಮಟ್ಟಿಗೆ ದೊಡ್ಡದಾಗುತ್ತದೆ. ಕಟ್ಟಿಗೆ, ಕಪ್ಪು, ಹಳದೀ ಛಾಯವುಳ್ಳದ್ದು, ಬಿರುಸು, ನುಣುಪು, ಜಡ; ಎಲ್ಲ ಕೆಲಸಕ್ಕೆ ಬರುತ್ತದೆ. ಕಾಯಿಯ ವ್ಯಾಪಾರ ಬಹಳ ನಡಿಯುತ್ತದೆ. ಬಣ್ಣ ಕೊಡಲಿಕ್ಕೂ, ಚರ್ಮ ಹದ ಮಾಡಲಿಕ್ಕೂ ಇದರ ಉಪಯೋೀಗವಾಗುತ್ತದೆ, ಮತ್ತೂ ಇದು ಹೆಸರಾದ ಸಾರಕ ಔಷಧವು. ದಕ್ಷಿಣ ಭಾಗದಲ್ಲಿ ಪ್ರತಿ ವರ್ಷ ೧೧೦೦೦ ಖಂಡಿ ಅಳಲೇಕಾಯಿ ಹುಟ್ಟುತ್ತವೆ. ಅವುಗಳ ಬೆಲೆ, ೧ ಲಕ್ಷ ರೂಪಾಯಿ. ಆ ಕಾಯಿಯನ್ನು ಕೂಡಿಸುವ ವೆಚ್ಚ ಆದಾಯದ ೩ನೇ ಪಾಲಷ್ಟು ಆಗುತ್ತದೆ.

ಆಲ (ವಢ).—ಬಹು ಪ್ರಸಿದ್ಧ; ವಿಸ್ತಾರವಾಗಿ ಬೆಳಿಯುತ್ತವೆ. ಇದರ ಛಾಯೆಯು ೧೫೦ ಫೂಟಗಿಂತ ಹೆಚ್ಚು ವಿಸ್ತಾರವಿರುತ್ತದೆ. ಜಡಿಗಳು ನೆಲಕ್ಕೆ ಇಳಿಬಿದ್ದು ನೆಲದೊಳಗೆ ಶೇರಿ ಹೊಸ ಬೊಡ್ಡಿಗಳಾಗುತ್ತವೆ. ಬಲಿತ ಜಡಿಯ ಕಟ್ಟಿಗೆ ಜಿಗಟು, ಭಾರಕ್ಕೆ ಮಣಿಯುವಂಥಾದ್ದು, ಗಟ್ಟಿ ಇರುವ ಕಾರಣ ಅದರಿಂದ ಡೇರೆಗಳ ಕಂಬಗಳನ್ನೂ, ನಗಗಳನ್ನೂ, ಬಾಗಿಲುಗಳನ್ನೂ, ಮಾಡುವರು. ಘನಫೂಟನ ತೂಕ ೩೩ ಪೌಂಡು. ಈ ಮರವು ಬೇಕಾದಂಥ ನೆಲದಲ್ಲಿ ಬೆಳಿಯುತ್ತದೆ. ಆಲ, ಅತ್ತೀ ಮರಗಳು ಕಾದ ಅಡವಿಯಲ್ಲಿ ಇದ್ದರೆ, ಅಡವಿಗೆ ಅಪಾಯವಾಗುತ್ತದೆ. ಇವುಗಳ ಫಲಗಳನ್ನು ಪಕ್ಷಿಗಳು ತಿಂದು ಬೇರೆ ಮರಗಳ ಮೇಲೆ ಬೀಜಗಳನ್ನು ಚಲ್ಲುತ್ತವೆ. ಆ ಬೀಜಗಳು ಅಲ್ಲೇ ಮೊಳಿತು, ಅವುಗಳ ಬೇರು ಮರದ ಬೊಡ್ಡಿಗೆ ಸುತ್ತಿಕೊಂಡು ಅದನ್ನು ಕೊಲ್ಲುತ್ತವೆ. ಹೀಗಾಗಿ ಅಡವಿ ಹಾಳಾಗುತ್ತದೆ.

ಆಸನ (ಕೌಂಚಿ).—ಇದರ ಕಟ್ಟಿಗೆಯಿಂದ ಮೇಲಾದ ತೊಲೆಗಳಾಗುತ್ತವೆ. ಅವು ನೀರಿಗೂ ಹವೆಗೂ ಕೆಡುವದಿಲ್ಲ. ಘನಫೂಟನ ತೂಕ ೬೦ ಪೌಂಡು.

ಇಪ್ಪೆ (ಮೋೀಹ).—ತಕ್ಕ ಮಟ್ಟಿಗೆ ಯೆತ್ತರವಾಗಿ ಬೆಳಿಯುವದು. ಇದರ ಕಟ್ಟಿಗೆಯು ತಾಳಿಕೆಯುಳ್ಳದ್ದು, ಜನರ ಉಪಯೋಗಕ್ಕೆ ಬರುತ್ತದೆ. ಆದರೆ ಕಾನಡಾ ಜಿಲ್ಲೆಯಲ್ಲಿ ಇದನ್ನು ಯಾರೂ ಉಪಯೋೀಗಿಸುವದಿಲ್ಲ. ಘನಫೂಟನ ತೂಕ ೬೧ ಪೌಂಡು. ಇದರ ಹೂವಿನಿಂದ ಶರೆಯನ್ನು ಮಾಡುವರು. ಆ ಹೂ ಶೀ ಇರುತ್ತದೆ. ಅದು ಔಷಧಕ್ಕೂ ಬರುತ್ತದೆ. ಇಪ್ಪೇ ಯೆಲೆಯು ಭೋೀಜನದ ಕೆಲಸದಲ್ಲಿ ಸುವರ್ಣಪಾತ್ರವೆಂಬ ಹೆಸರು ಪಡಿದದೆ.

ಕಕ್ಕಿ (ಬಹವಾ).—ಹೂವಾದಾಗ ಬಹು ಸುಂದರವಾಗಿ ಕಾಣುತ್ತದೆ. ಬೈಲಿನಲ್ಲಿ ಕಿರಿದಾಗಿ ಬೆಳಿಯುವದು. ಕಟ್ಟಿಗೆ ಬಹು ಬಿರುಸು, ಜಿಗಟು, ಸುಂದರವಾದದ್ದು, ಬಹಳ ಕೆಲಸಕ್ಕೆ ಬರುತ್ತವೆ. ಘನಫೂಟನ ತೂಕ ೫೪ ಪೌಂಡು. ಕಾಯಿಯೊಳಗಿನ ತಿಳಲು

ಸಾರಕವಿರುತ್ತದೆ; ಅದನ್ನು ಔಷಧಕ್ಕೆ ಉಪಯೋಗಿಸುವರು. ತೋಟೆಯಲ್ಲಿ ಅಂಟು ಹೊರಡುತ್ತದೆ.

ಕಡಾಲ (ಕಳಂಬ).— ಉನ್ನತ ವೃಕ್ಷ; ಕಟ್ಟಿಗೆ ಇಮಾರತಿಗೆ ಬರುತ್ತದೆ; ನೀರು ಗಾಳಿಗೆ ತಡಿಯುವದಿಲ್ಲ. ಘನಫೂಟಿನ ತೂಕ ೪೧ ಪೌಂಡು.

ಕಣಗಲ (ಕರ್ಮಾಳಿ).— ಮಧ್ಯಮ ಆಕಾರದ ವೃಕ್ಷ; ಕಾನಡಾ ಜಿಲ್ಲೆಯಲ್ಲಿ ಇದರ ಕಟ್ಟಿಗೆಯನ್ನು ಯಾರು ಉಪಯೋಗಿಸುವದಿಲ್ಲ. ಇದರ ಕಾಯಿಗಳನ್ನು ಪಶು ಗಳು ಪ್ರೀತಿಯಿಂದ ತಿನ್ನುತ್ತವೆ.

ಕರಚೊ ಅಥವಾ ಆಸನಗುರಗಿ (ಅಂಜುನ).— ಸುಂದರ, ಸರಳ, ಎತ್ತರ. ಕಟ್ಟಿಗೆ ಕೆಂಗಪ್ಪು, ಎಳೆ ಸಣ್ಣ, ಬಿರುಸು, ಭಾರವುಳ್ಳದ್ದು; ಘನಫೂಟಿನ ತೂಕ ೭೬ ಪೌಂಡು. ತೋಟೆಯ ನಾರಿನಿಂದ ಮೇಲಾದ ಹಗ್ಗಗಳಾಗುತ್ತವೆ. ಎಲೆಗಳನ್ನು ದನಗಳು ಪ್ರೀತಿ ಯಿಂದ ತಿನ್ನುತ್ತವೆ.

ಕರಿ (ಕಾಳೇ ಝಾಡ).— ಸಣ್ಣದು, ಬಹು ಬಿರುಸು, ಗಟ್ಟಿ; ಮೇಲಾದ ದುಂಡ ಜಂತಿಗಳಾಗುತ್ತವೆ.

ಕರಿಮುತ್ತಲ (ಕಾಳಾಪಳಸ).— ತಕ್ಕ ಮಟ್ಟಿಗೆ ದೊಡ್ಡದು, ವಿಪುಲ. ಕಟ್ಟಿಗೆ ಬಹು ಗಟ್ಟಿ, ಎಲ್ಲ ಕೆಲಸಕ್ಕೆ ಬರುತ್ತದೆ. ಅದಕ್ಕೆ ಗೊರ್ಲಿ ಹತ್ತುವದಿಲ್ಲ. ತೆಂಗಿಗಿಂತ ಮೇಲಾದದ್ದೆಂದು ಹೇಳುತ್ತಾರೆ. ಘನಫೂಟಿನ ತೂಕ ೫೪ ಪೌಂಡು. ತೋಟೆಯಲ್ಲಿ ಪೊಗರು ಅಂಟು ಹೊರಡುತ್ತದೆ.

ಕರೆ ಉತ್ತತ್ತಿ (ಕಾಳಿಖಜೂರ).— ಸುಂದರವಾದ ಉನ್ನತ ವೃಕ್ಷ. ಕಟ್ಟಿಗೆ ಕಪ್ಪು, ಚಂದವಾದದ್ದು. ಆದರೆ ಇಮಾರತಿಗೆ ಅದನ್ನು ತಕ್ಕೊಳ್ಳುವದಿಲ್ಲ. ಕಾಯಿ, ತೋಟಗಳು ಬೇವಿನಂತೆ ಔಷಧಕ್ಕೆ ಬರುತ್ತವೆ. ಕಟ್ಟಿಗೆಗೆ ಗೊರ್ಲಿ ಹತ್ತುವದಿಲ್ಲ.

ಕವಳ (ಕುಂಬಿಯ).— ಬೈಲಿನಲ್ಲಿ ಕಿರಿದಾಗಿ ಬೆಳಿಯುವದು. ಕಟ್ಟಿಯೊಳಗಿನ ಗಂಡು ನೇಗಿಲಿಗೆ ಬರುತ್ತದೆ. ಕಾಯಿಯನ್ನು ದನಗಳು ತಿನ್ನುತ್ತವೆ. ತೋಟೆಯಲ್ಲಿ ಹೊರಡುವ ನಾರಿನಿಂದ ಹಗ್ಗ ಹೊಸಿಯುವರು.

ಕವರಗಿ (ಕೇವಣ).— ಸಣ್ಣ ಗಿಡ; ತೋಟೆಯ ನಾರಿನಿಂದ ಹಗ್ಗಗಳಾಗುತ್ತವೆ.

ಕಾಡಲಿಂಬೆ (ನಾಕಡಲಿಂಬ).— ಗಿಡ ಸಣ್ಣದು. ಕಟ್ಟಿಗೆಯ ಯೆಳೆ ಸಣ್ಣ, ಭಾರ ಬಹಳ; ಆದರೆ ಇದನ್ನು ಯಾರು ಉಪಯೋಗಿಸುವದಿಲ್ಲ.

ಕಾರೆ (ಅಬನಸ).— ಮಧ್ಯಮ ಆಕಾರದ ವೃಕ್ಷ, ಅಪರೂಪವಾಗಿ ದೊರೆಯು ವದು. ಇದರ ಕಟ್ಟಿಗೆಯೊಳಗಿನ ಗಂಡು ಅಚ್ಚಕರೆದಾಗಿ ಬಹಳ ಭಾರವಿರುತ್ತದೆ. ಘನ ಫೂಟಿನ ತೂಕ ೮೧ ಪೌಂಡು. ಈ ಮರವನ್ನು ಸರಕಾರದವರು ಕಡಿಯಗೊಡುವದಿಲ್ಲ.

ಕಾವಿರ್.— ಸುಂದರವಾದ ಉನ್ನತ ವೃಕ್ಷ. ಕಟ್ಟಿಗೆ ಉಪಯುಕ್ತವಾದದ್ದು.

ಕಾಸರ್ಕಣ (ಕಾರೊ).— ಮಧ್ಯಮ ಆಕಾರದ ಸಾಧಾರಣ ವೃಕ್ಷ. ಕಟ್ಟಿಗೆ ಖೈ, ಬಿರುಸು, ತಾಳಿಕೆಯುಳ್ಳದ್ದು; ಗೊರ್ಲಿ ಹತ್ತುವದಿಲ್ಲ; ಘನಫೂಟಿನ ತೂಕ

೫೬ ಪೌಂಡು; ಇಮಾರತಿಗೂ ಬಂಡಿಗಳಿಗೂ ಬರುತ್ತದೆ. ಬೇರು ಔಷಧಕ್ಕೆ ಬರುತ್ತದೆ; ಕಾಯೊಳಗಿನ ತಿಳಲು ಪಕ್ಷಿಗಳೂ ಮಂಗಗಳೂ ತಿನ್ನುತ್ತವೆ.

ಕಾಳುಯತ್ಲೆ (ಲೋಖಂಡಿ).—ಸಾಧಾರಣ ವೃಕ್ಷ, ಎತ್ತರವಾದದ್ದು. ಕಟ್ಟಿಗೆ ಬಿಳೀದು, ಗಟ್ಟಿ, ಇಮಾರತಿಗೆ ಬರುತ್ತದೆ.

ಕಿತ್ತಳೆ (ನಾರಿಂಗ).—ಕಾನಡಾ ಜಿಲ್ಲೆಯಲ್ಲಿ ಯೆಲ್ಲ ಕಡೆಯಲ್ಲಿ ಬೆಳಿಯುತ್ತದೆ; ಆದರೆ ಹಣ್ಣು ಮಧ್ಯಮ.

ಕಿರ್ಸಲ.—ಇಮಾರತಿಗೆ ಬರುತ್ತದೆ. ಘನಫೂಟಿನ ತೂಕ ೪೪ ಪೌಂಡು.

ಕುಂಕುಮ (ಸಿಂದೂರ).—ಸಣ್ಣ ಗಿಡ; ಕಟ್ಟಿಗೆ ನಿರುಪಯೋಗಿ; ತೋಟೆ ಚರ್ಮ ಮಿದು ಮಾಡಲಿಕ್ಕೆ ಬರುತ್ತದೆ. ಕಾಯಿಯಲ್ಲಿ ಕೆಂಪು ಬಣ್ಣ ಹೊರಡುತ್ತದೆ.

ಕುಂಪೊಳೆ.—ಎತ್ತರವಾಗಿ ಬೆಳಿಯುತ್ತದೆ. ಒಕ್ಕಲಿಗರು ನೀರು ಹಾಕಿ ಬೆಳಿಸುವರು. ಕಟ್ಟಿಗೆ ನಸುಗೆಂಪು, ಬಹಳ ಗಟ್ಟಿ. ಇದರ ಕಾಯಿಗಳಿಂದ ಉಪ್ಪಿನ ಕಾಯಿ, ಹಾಕುವರು.

ಕೇರು (ಬಿಬ್ಬಾ).—ಬಹಳ ಯೆತ್ತರವಾಗುವದಿಲ್ಲ; ಕಟ್ಟಿಗೆ ಕೆಲಸಕ್ಕೆ ಬಾರದ್ದು. ಕೇರಿನ ಯೆಣ್ಣೆ ಔಷಧಕ್ಕೆ ಬರುವದು ಪ್ರಸಿದ್ಧ.

ಕೋದಾಳೆ (ಸಾತ್ವೀಣ).—ಬಹು ಯೆತ್ತರ, ನೆಟ್ಟಗೆ ಮೇಲಕ್ಕೆ ಬೆಳಿಯುವದು. ಕಟ್ಟಿಗೆ ಮಿದು. ಘನಫೂಟಿನ ತೂಕ ೪೦ ಪೌಂಡು.

ಕೋಡಮುರಕಿ (ಕಾಳಾಕುಡಾ).— ಸಣ್ಣ ಗಿಡ, ಕಟ್ಟಿಗೆ ಬಿಳಿದು, ಗಟ್ಟಿ, ನುಣುಪು. ಎಲೆಗಳಿಂದ ನೀಲಿ ಹುಟ್ಟುತ್ತದೆ. ತೋಟ ಬೇರುಗಳು ಅತಿಸಾರಕ್ಕೆ ಮೇಲಾದ ಔಷಧಿಗಳು.

ಕೋವಿತ.—ಒಣಭೂಮಿಯಲ್ಲಿ ಬೆಳಿಯುವದು. ಕಟ್ಟಿಗೆ ಬಿರುಸು, ಗಟ್ಟಿ, ತಾಳಿಕೆಯುಳ್ಳದ್ದು, ಬಹಳ ಕೆಲಸಕ್ಕೆ ಬರುತ್ತದೆ. ಕಚ್ಚು ಹಾಕಿದರೆ ಜಾಲೀ ಅಂಟಿನಂಥ ಅಂಟು ಹೊರಡುತ್ತದೆ. ಕಾಯೊಳಗಿನ ತಿಳಲು ಪಾಕದೊಳಗೆ ಹಾಕುವರು. ಎಲೆಯು ಔಷಧಕ್ಕೆ ಬರುತ್ತದೆ.

ಕೊಳಸಂಪಿಗೆ (ಕುಡಚಾಫಾ).—ತೋಟಗಳಲ್ಲಿ ಹಚ್ಚುವರು; ಹೂ ಬಹಳ ಸುಗಂಧ.

ಖರ್ಗಸ (ಖರ್ವತ).—ಮಧ್ಯಮ ಆಕಾರದ್ದು. ಕಟ್ಟಿಗೆ ಕೆಲಸಕ್ಕೆ ಬರುವದಿಲ್ಲ. ಕಟ್ಟಿಗೇ ಸಾಮಾನುಗಳನ್ನು ಮಾಡುವಾಗ ಉಜ್ಜುಗೊರಡು ಹೊಡಿದ ಬಳಿಕ ಈ ಮರದ ಯೆಲೆಗಳಿಂದ ತಿಕ್ಕಿ ಹೆಚ್ಚಿಗೆ ನುಣುಪು ಮಾಡುತ್ತಾರೆ.

ಖೈರದ ಮರ (ಖೈರ).—ಬಹಳ ಯೆತ್ತರವಾಗಿ ಬೆಳಿಯುವದಿಲ್ಲ. ಕಟ್ಟಿಗೆ ಬಿರುಸು, ಗಟ್ಟಿ, ತೆಂಗಿನಂತೆ ತಾಳಿಕೆಯುಳ್ಳದ್ದು. ಘನಫೂಟು ಬಲಿತ ಕಟ್ಟಿಗೆ ಸುಮಾರು ೪೦ ಪೌಂಡಿನ ತೂಕವಿರುತ್ತದೆ. ಈ ಕಟ್ಟಿಗೆಯನ್ನು ಕುದಿಸಿ ಕರೆಕಾಚು ಮಾಡುತ್ತಾರೆ. ಆ ಕಾಚು ವಿಳ್ಳೆಗೂ ಔಷಧಕ್ಕೂ ಬೇಕಾಗುತ್ತದೆ.

ಗೊಜ್ಜಲ (ಮೊಯಿ).—ಮಧ್ಯಮ ಆಕಾರದ್ದು. ಇಮಾರತಿಗೆ ಬರುತ್ತದೆ. ಅಂಟು ಔಷಧಿಯುಂಟು.

ಗೊಡ್ಡಹುಣಶಿ (ಸಿರಸ).—ಇದರ ಕಟ್ಟಿಗೆಯನ್ನು ಇಮಾರತಿಗೆ ಬಹಳವಾಗಿ ಹಾಕುವರು. ಘನಪೂಟನ ತೂಕ ೩೮ರಿಂದ ೫೩ ಪೌಂಡಿನ ವರೆಗೆ. ಇದರ ಬೀಜಗಳೂ ಅವುಗಳ ಯೆಣ್ಣೆಯೂ ಔಷಧಕ್ಕೆ ಬರುತ್ತವೆ.

ಗೋಡಂಬಿ (ಕಾಜೂ).—ಪ್ರಸಿದ್ಧ. ಕಟ್ಟಿಗೆ ಕೆಲಸಕ್ಕೆ ಬಾರದ್ದು. ಕಾಯಿಯ ಮೇಲಿನ ಚಿಪ್ಪಿನಿಂದ ಯೆಣ್ಣೆ ಥೊರಡುತ್ತದೆ. ಅದು ಮೈಗೆ ಹಚ್ಚಿದರೆ ಸುಡುತ್ತದೆ. ಗಿಡಕ್ಕೆ ಜಾಲಿಯ ಅಂಟನಂಥ ಅಂಟು ಹೊರಡುತ್ತದೆ. ಅದರಿಂದ ರೋಗಂದವಾಗುತ್ತದೆ. ಬೀಜಗಳೇ ಗೋಡಂಬೆಗಳು. ಅವನ್ನು ಸುಡುವರು. ಗೋಡಂಬೆಯಿಂದಲೂ ಯೆಣ್ಣೆ ಹೊರಡುತ್ತದೆ.

ಚಂದಕಲ (ಚಂದೋರ).—ದೊಡ್ಡ ಮರ; ಕಟ್ಟಿಗೆ ಕೆಲಸದ್ದಲ್ಲ. ಅಂಟು ಔಷಧಿ.

ಚನ್ನಂಗಿ (ಬೊಂದಾರ).—ಮಧ್ಯಮ ಆಕಾರದ್ದು. ಕಟ್ಟಿಗೆ ನಸುಗೆಂಪು, ಸರಳ, ಇಮಾರತಿಗೆ ಮೇಲಾದದ್ದು. ಘನಪೂಟನ ತೂಕ ೪೦ ಪೌಂಡು.

ಚಳ್ಳೆ (ಭೋಕರ).—ಮಧ್ಯಮ ತರದ ವೃಕ್ಷ; ಕಟ್ಟಿಗೆಯನ್ನು ಹಲಕೆಲವರು ಇಮಾರತಿಗೆ ಉಪಯೋಗಿಸುವರು. ತೋಟೆಯಿಂದ ಹಗ್ಗ ಹೊಸಿಯುವರು. ಹಣ್ಣು ಶೀ, ಬಹಳ ಜಿಗಟು. ತೋಟೆ, ಬೇರು, ಹಣ್ಣುಗಳು ಔಷಧಕ್ಕೆ ಬರುತ್ತವೆ.

ಜಂಬಿ (ಜಂಬಾ).—ದೊಡ್ಡ ಮರ, ಇದರ ಕಟ್ಟಿಗೆಯು ಕಬ್ಬಿಣವುಳ್ಳ ಕಟ್ಟಿಗೇಜಾತಿಗಳಲ್ಲಿ ವೊಂದು, ಊದೀ ಬಣ್ಣದ್ದು, ಬಹಳ ಬಿರುಸು, ತಾಳಿಕೆಯುಳ್ಳದ್ದು. ಘನಪೂಟನ ತೂಕ ೬೬ ಪೌಂಡು. ಎಲ್ಲ ಕೆಲಸಕ್ಕೆ ಬರುತ್ತದೆ. ಗೊರ್ಲಿ ಹತ್ತುವದಿಲ್ಲ. ಅರಗಿನ ಹುಳಗಳು ಈ ಮರದ ಮೇಲೆ ಇರುತ್ತವೆ.

ಜನಗಿ.—ಮಧ್ಯಮ ವೃಕ್ಷ. ಹಳದೀ ಬಣ್ಣದ ಫಲಗಳಾಗುತ್ತವೆ. ಅವುಗಳಿಂದ ಅರದಾಳದಂಥ ಅಂಟು ಸೋರುತ್ತದೆ.

ಜನಸಂಗ (ಖರಸಿಂಗ).—ದೊಡ್ಡ ಮರ. ಕಟ್ಟಿಗೆ ನುಣುಪು, ಶೋಭೆಯುಳ್ಳದ್ದು; ಇಮಾರತಿಗೂ ಶೋಭೆಯ ಸಾಮಾನುಗಳಿಗೂ ಬರುತ್ತದೆ.

ಜಮ್ಮಿ (ತಿರಫಳ).—ಮಧ್ಯಮ ವೃಕ್ಷ. ಕಟ್ಟಿಗೆ ಸಾಧಾರಣ. ಬೀಜಗಳ ಯೆಣ್ಣೆ ಔಷಧಿಯು.

ಜಮ್ರ್ಗಾಲ (ಉಗಾದ).—ಬಹು ದೊಡ್ಡ ಮರ. ಆದರೆ ಯಾವ ಕೆಲಸಕ್ಕೂ ಬರುವದಿಲ್ಲ.

ಜಾಜಿ (ಜಾಯಫಳ).—ಕಾಡು ಜಾಜಿ ಅಡವಿಯಲ್ಲಿ ಯೆತ್ತರವಾಗಿ ಬೆಳಿಯುತ್ತದೆ. ಕಾಯಿ, ಪತ್ರಿ, ಕಟ್ಟಿಗೆ ನಿರುಪಯೋಗಿ.

ಜಾಲಿ (ಬಾಭೂಳ).—ಕಟ್ಟಿಗೆಗೆ ಸಣ್ಣ ಯೆಳೆ, ನಾಶೀಬಣ್ಣ, ಬಿರಸು, ಜಿಗಟು. ಒಂದು ಘನಫೂಟು ಬಲಿತ ಕಟ್ಟಿಗೆ ಸುಮಾರು ೫೪ ಪೌಂಡು ಆಗುತ್ತದೆ. ಬಂಡಿಗಳು, ಯೆಣ್ಣೀಗಾಣ, ಕಬ್ಬಿನಗಾಣ, ಗಳೆದ ಸಾಮಾನುಗಳು, ಮುಂತಾದವುಗಳನ್ನು ಈ ಕಟ್ಟಿಗೆ ಯಿಂದ ಮಾಡುವರು. ಆದರೆ ಕಟ್ಟಿಗೆ ಬಹಳ ಡೊಂಕ ಇರುವದರಿಂದ ಇಮಾರತಿನ ಕೆಲಸಕ್ಕೆ ಬಹಳವಾಗಿ ಬರುವದಿಲ್ಲ. ಈ ಮರದಿಂದ ಬಿಳುವಾದ ಅಂಟು ಬಹಳ ಹುಟ್ಟು ತ್ತದೆ. ಇದರ ತೋಟೆಯು ಬಣ್ಣದ ಕೆಲಸಕ್ಕೆ ಬರುತ್ತದೆ. ಕುರಿ ಆಡುಗಳು ಜಾಲೀ ತೊಪ್ಪಲವನ್ನು ಪ್ರೀತಿಯಿಂದ ತಿನ್ನುತ್ತವೆ. ಜಾಲೀ ಮುಗುಳು ಹಲ್ಲು ಸೂಲಿಗೆ ಹಿತಕರವು.

ಜಾಲಿ, ಬಿಳೆ (ಹಿವಾರ).—ಕಟ್ಟಿಗೆ ಬಿರುಸು, ಗಟ್ಟಿ, ಬಹಳ ಕೆಲಸಕ್ಕೆ ಬರುತ್ತದೆ. ಘನಫೂಟು ಕಟ್ಟಿಗೆ ೫೫ ಪೌಂಡಿನ ತೂಕವಿರುತ್ತದೆ. ತೋಟೆಯಿಂದ ಸರಾಯ ಮಾಡುವರು, ಮತ್ತೂ ಅದರ ನಾರು ತೆಗಿದು ಹಗ್ಗಗಳನ್ನು ಹೊಸಿಯುವರು.

ತಡಸಲ (ಧಾಮಣ).—ತಕ್ಕ ಮಟ್ಟಿಗೆ ದೊಡ್ಡದು. ಕಟ್ಟಿಗೆ ನಸುಗೆಂಪು, ಗಟ್ಟಿ, ಸಣ್ಣ ಯೆಳೆ, ಮಣತದ್ದು; ಘನಫೂಟನ ತೂಕ ೩೦ರಿಂದ ೪೦ ಪೌಂಡಿನ ವರೆಗೆ. ಗಾಡಿ ಗಳಿಗೆ ಮೇಲಾದದ್ದು.

ತಾಳೆ (ಮಾಡ).—ಪ್ರಸಿದ್ಧ. ಕಟ್ಟಿಗೆ ಮಧ್ಯದಲ್ಲಿ ಪೊಳ್ಳಿರುತ್ತದೆ; ಆದರೂ ತಾಳಿಕೆ ಯುಳ್ಳದ್ದು; ಇಮಾರತಿಗೂ ತೋಟಗಳಲ್ಲಿ ಕಾವಲಿಗಳನ್ನು ಮಾಡಲಿಕ್ಕೂ ಬರುತ್ತದೆ. ಎಲೆ ಗಳನ್ನು ಮನೆಗೆ ಹೊಚ್ಚುವರು; ಅವುಗಳಿಂದ ಛತ್ತರಿಗೆಗಳಾಗುತ್ತವೆ. ರಸವನ್ನು ಕುದಿ ಸಿದರೆ ಸಕ್ಕರೆ ಹೊರಡುತ್ತದೆ; ಅಥವಾ ಅದರಿಂದ ಸರಾಯಿ ಮಾಡುವರು.

ತಾರಿ (ಗೊಪಿಂಗ, ಬೆಹೆಡಾ).—ದೊಡ್ಡ ಮರ; ಕಟ್ಟಿಗೆ ಹಳದೀ ಬಣ್ಣದ್ದು, ಬಹಳ ಕೆಲಸಕ್ಕೆ ಬರುವದಿಲ್ಲ. ಘನಫೂಟನ ತೂಕ ೪೦ ಪೌಂಡು. ಹೂ ಆದಾಗ ಕೆಟ್ಟ ನಾತ ಬರುತ್ತದೆ. ತಾರೀ ಕಾಯಿಯ ವ್ಯಾಪಾರ ಬಹಳ ನಡಿಯುತ್ತದೆ; ಬಣ್ಣಕ್ಕೂ ಚರ್ಮ ಮಿದು ಮಾಡಲಿಕ್ಕೂ ಬರುತ್ತದೆ. ಈ ಕಾಯಿಗಳನ್ನು ಜಿಗರೆ, ಆಡು, ದನಗಳು ತಿನ್ನು ತ್ತವೆ. ಬೀಜದಿಂದ ಯೆಣ್ಣೆ ಹೊರಡುತ್ತದೆ.

ತಾಳಿ (ತಾಳಿ, ತಾಳಿಪತ).—೬೦, ೭೦, ಫೂಟುಗಳ ವರೆಗೆ ಯೆತ್ತರವಾಗುವದು. ಇದರೊಳಗಿನ ಬೆಂಡು ಪುಡಿಮಾಡಿ, ಅದರ ರೊಟ್ಟಿಯನ್ನು ಮಾಡುವರು. ಎಲೆಗಳಿಂದ ಛತ್ತರಿಗೆಗಳಾಗುತ್ತವೆ. ಬೀಜಗಳು ಆನೇ ಹಲ್ಲಿನಂತೆ ಕೆಲಸಕ್ಕೆ ಬರುತ್ತವೆ. ಅವುಗಳನ್ನು ಅರಬರು ೨೦, ೨೫ ರೂಪಾಯಿಗೆ ಖಂಡಗ (೬೦೬ ಪೌ.) ದಂತೆ ಕೊಂಡು ವ್ಯಾಪಾರ ಕ್ಕೋಸ್ಕರ ವೊಯ್ಯುವರು.

ತುಂಡು, ದೇವದಾರ.—ಎತ್ತರವಾಗಿ ಬೆಳಿಯುತ್ತದೆ. ತೊಲೆ ನಸುಗೆಂಪು, ಹಗುರು, ಸರಳ, ಸಾಧಾರಣ ಗಟ್ಟಿ. ಕಟ್ಟಿಗೆ ಬೇಗ ಬಲಿಯುತ್ತದೆ; ಉಜ್ಜುಗೊರಡಿನಿಂದ ಬಹಳ ನುಣುಪಾಗುವದು. ಹೊಸಗಟ್ಟಿಗೆಗೆ ಸುಗಂಧವಿರುವದು. ಘನಫೂಟನ ತೂಕ ೩೧ ಪೌಂಡು. ಇದರ ಹಲಿಗೆಗಳಿಂದ ಕಡಿಮೇ ತರದ ಪೆಟ್ಟಿಗೆ ಮುಂತಾದ ಸಾಮಾನು ಗಳನ್ನು ಮಾಡುವರು. ಹೂಗಳಿಂದ ಹಳದೀ, ಕೆಂಪು ಬಣ್ಣಗಳಾಗುತ್ತವೆ.

ತೇಗು (ಸಾಗವಾನ).—ಪ್ರಸಿದ್ಧ. ಇದರ ತೊಲೆಗಳು ಭೂಮಿಯಲ್ಲಿ ಮೇಲಾದಂಥವು. ಕಾಳೀ ನದಿಯ ದಂಡೆಯಲ್ಲಿ ವಿಶೇಷವಾಗಿ ಬೆಳೆಯುತ್ತದೆ. ಅಲ್ಲಿ ಬುಡದಿಂದ ಮೊದಲಿನ ಕೊಂಬೆಯ ವರೆಗೆ ೮೦ ಫೂಟು ಯೆತ್ತರವೂ, ೧೨ ಫೂಟು ಸುತ್ತಳತೆಯ ಗಡುತರವೂ ಇರುವದು. ಗುಂಡೆಂಬ ತಪ್ಪಲಿನಲ್ಲಿ ವೊಂದು ಮರದ ಸುತ್ತಳತೆ ೨೧ ಫೂಟು, ಅದರ ಬಳಿಯಲ್ಲಿ ಮತ್ತೊಂದರದು ೧೯ ಫೂಟು ಉಂಟು. ಬೆಳಗಾವಿ, ಧಾರವಾಡ ಜಿಲ್ಲೆಗಳಲ್ಲಿಯೂ ತೇಗಿನ ಮರಗಳುಂಟು. ಆದರೆ ಅವು ಬಹಳ ದೊಡ್ಡವಿರುವದಿಲ್ಲ. ೨೦೦೦ ಫೂಟಗಿಂತ ಯೆತ್ತರವಾದ ಪ್ರದೇಶದಲ್ಲಿ ಈ ಮರವು ಸರಸಾಗಿ ಬೆಳೆಯುತ್ತದೆ. ಬೀಜ ಬಿತ್ತಿ ಈ ಮರವನ್ನು ಬೆಳಿಸ ಬಹುದು; ಒಂದು ಮರವನ್ನು ಕಡಿದಲ್ಲಿ ಬೊಡ್ಡೆಯಿಂದ ಹೊಸ ಮರವು ಚಿಗಿಯುತ್ತದೆ. ಕಟ್ಟಿಗೆ ಬಹಳ ಬಿರುಸಿದ್ದಾಗ್ಯೂ ಕೆತ್ತಲಿಕ್ಕೆ ಬಹು ಮಿದು, ನುಣುಪಾಗುತ್ತದೆ, ಯಾವತ್ತು ಕೆಲಸಗಳಿಗೆ ಬರುತ್ತದೆ. ಘನಫೂಟಿನ ತೂಕ ೪೫ ಪೌಂಡು. ಬ್ರಹ್ಮ ದೇಶದ ತೇಗು ೪೩ ಪೌಂಡಿನ ತೂಕವಿರುತ್ತದೆ. ಈ ಕಟ್ಟಿಯಿಂದ ಮೇಲಾದ ಯೆಣ್ಣೆ ಹೊರಡುತ್ತದೆ; ಎಲೆಯಿಂದ ಕೆಂಪು ಬಣ್ಣ ಹುಟ್ಟುತ್ತದೆ.

ತೊಟ್ಟಿಲ (ವಾಘಾಂಟಿ).—ಮುಳ್ಳುಗಳುಳ್ಳ ಬಹು ಸಾಧಾರಣವಾದ ಬಳ್ಳಿಯು. ಕಾಯಿ ಪಲ್ಯಕ್ಕೆ ಬರುತ್ತದೆ. ಬೇರು ಔಷಧಕ್ಕೆ ಬರುತ್ತದೆ.

ತೋರತ್ತಿ (ಕಾಸ್ತೆಲ).—ಸುಂದರವಾದ ಉನ್ನತ ವೃಕ್ಷ. ಕಟ್ಟಿಗೆ ಇಮಾರತಿಗೆ ಬರುತ್ತದೆ. ಬೀಜದಿಂದ ದೀಪದ ಯೆಣ್ಣೆ ಹೊರಡುತ್ತದೆ.

ತೋರಾಟೆ (ಕೌಂಟೆಲ).—ಕಟ್ಟಿಗೆ ಗಾಡದ ಕೆಲಸಕ್ಕೆ ಮೇಲಾದದ್ದು. ಇದರ ಎಣ್ಣೆ ಔಷಧಕ್ಕೂ ದೀಪಕ್ಕೂ ಬರುತ್ತದೆ.

ದಸುರ್ಕ (ಪಾಂಢರೀ ಧಾಮಣ).—ಮಧ್ಯಮ ಆಕಾರದ್ದು. ಕಟ್ಟಿಗೆ ಗಳೇ ಸಾಮಾನಿಗೆ ಬರುತ್ತದೆ. ಅದರ ನಾರಿನಿಂದ ಹಗ್ಗ ಹೊಸೆಯುವರು.

ದಾಲಚಿನ್ನಿ.—ಅಡವಿಯಲ್ಲಿ ಬಹು ಸಾಧಾರಣವಾದದ್ದು; ಬಹಳ ಯೆತ್ತರವಾಗುವದಿಲ್ಲ. ಕಟ್ಟಿಗೆ ನಿರುಪಯುಕ್ತವಾದದ್ದು. ಇದರ ತೊಗಟೆಯೇ ದಾಲಚಿನ್ನಿ. ವ್ಯವಹಾರದಲ್ಲಿಯ ದಾಲಚಿನ್ನಿಗಿಂತ ಕಾನಡಾ ಜಿಲ್ಲೆಯ ದಾಲಚಿನ್ನಿಯು ಬಹಳ ಕಡಿಮೇ ತರದ್ದಿರುತ್ತದೆ. ಕಾಯಿಗಳಿಂದ ಯೆಣ್ಣೆ ಹೊರಡುತ್ತದೆ. ಅದು ಔಷಧಕ್ಕೆ ಬರುತ್ತದೆ.

ದಿಂಡಲ (ಧಾವರಾ).—ಅಡವಿಯ ಹೊರ ಅಂಚಿನಲ್ಲಿ ಯೆತ್ತರವಾಗಿ ಬೆಳೆಯುವದಿಲ್ಲ; ಬನದೊಳಗೆ ಇಮಾರತಿಗೆ ಬರುವ ಹಾಗೆ ಯೆತ್ತರವಾಗಿ ಬೆಳೆಯುತ್ತದೆ. ಕಟ್ಟಿಗೆ ಬೆಳ್ಳಗೆ, ಬಿರುಸು, ಜಿಗಟುಳ್ಳದ್ದು. ಘನಫೂಟಿನ ತೂಕ ೬೦ ಪೌಂಡು. ಒಕ್ಕಲಿಗರು ಗಳೇವು ಸಾಮಾನುಗಳನ್ನೂ ಬಂಡಿಗಳನ್ನೂ ಇದರಿಂದ ಮಾಡುವರು. ಇದಕ್ಕೆ ಜಾಲಿಯ ಅಂಟಿನಂಥ ಅಂಟು ಹೊರಡುತ್ತದೆ.

ದೀಪ ಮಾಲೆ.—ಸಣ್ಣ ಗಿಡ; ದೊಡ್ಡ ಬಿಳೆ ಹೂಗಳಾಗುತ್ತವೆ. ಕಟ್ಟಿಗೆ ಬಿಳಿದು, ಸಣ್ಣ ಯೆಳೆಯುಳ್ಳದ್ದು, ಗಾಡದ ಕೆಲಸಕ್ಕೆ ಮೇಲಾದದ್ದು. ಇದರ ಅಂಟು (ಡಿಕೇ ಮಾಲೆ) ಹುಳ ಬಿದ್ದಂತ ಹುಣ್ಣುಗಳಿಗೂ ಬೇರೆ ಯೆಷ್ಟೋ ಔಷಧಗಳಿಗೂ ಬರುತ್ತದೆ.

8

ದೂಳ, ದೇವದಾರಿ, (ಪಬ್ಬ).—ಕಾನಡಾ ಜಿಲ್ಲೆಯ ಅತ್ಯುನ್ನತ ವೃಕ್ಷಗಳಲ್ಲಿ ವೊಂದು. ಬೊಡ್ಡಿಯ ಸುತ್ತಳತಿ ೧೨ ಫೂಟನ ವರೆಗೆ; ಬುಡದಿಂದ ಮೊದಲನೇ ಟೊಂಗಿಯ ವರೆಗೆ ೫೦ರಿಂದ ೮೦ ಫೂಟನ ವರೆಗೆ ಸರಳವಾಗಿ ಮೇಲಕ್ಕೆ ಹೋಗಿರುವದು. ಇದರ ಕಟ್ಟಿಗೆಯ ವ್ಯಾಪಾರ ಬಹಳ ನಡಿಯುತ್ತದೆ. ಘನಫೂಟನ ತೂಕ ೪೨ ಪೌಂಡು. ಕಟ್ಟಿಗೆ ಯಾವತ್ತು ಕೆಲಸಕ್ಕೆ ಬರುವದು; ಅದರ ಯೆಳೆ ಸಣ್ಣ.

ದೊಡ್ಡೊಲೆ (ಸೋೞೆ).—ಬಹು ದೊಡ್ಡ ಮರ. ಕಟ್ಟಿಗೆ ಕೆಲಸಕ್ಕೆ ಬಾರದ್ದು.

ಧಾಮರೋಜ.—ತಕ್ಕ ಮಟ್ಟಿಗೆ ದೊಡ್ಡ ಮರ. ಕಟ್ಟಿಗೆಯು ಗಟ್ಟಿ ಅಲ್ಲ. ಆದರೆ ಅದರಿಂದ ಹಣಿಗೆ, ಕನ್ನಡಿಗಳ ಚೌಕಟ್ಟು, ಮುಂತಾದವುಗಳನ್ನು ಮಾಡುವರು.

ಧೂಪದ ಮರ.—ಬಹು ಸುಂದರವಾದ ಉನ್ನತ ವೃಕ್ಷವು. ಕಟ್ಟಿಗೆ ಕೆಲಸಕ್ಕೆ ಬಾರದ್ದು. ಅಂಟನಿಂದ ರೋಗಂದವಾಗುತ್ತದೆ. ಬೀಜಗಳಿಂದ ಹೊರಡುವ ಯೆಣ್ಣೇ ಉಂಡಿಯು ವಾತ ಶೂಲಿಗೆ ಮೇಲಾದ ಔಷಧವು.

ಧೂಪವ ಮರ (ಗುಗ್ಗುಳ).—ಇದು ಯೆತ್ತರವಾಗಿ ಬೆಳಿಯುತ್ತದೆ. ಇದರ ಕಟ್ಟಿಗೆ ಇಮಾರತೀ ಕೆಲಸಕ್ಕೆ ಬರುವದಿಲ್ಲ. ಇದರ ಅಂಟೇ ಗುಗ್ಗುಳವು.

ನಾಗ ಸಂಪಿಗೆ (ನಾಗ ಚಾಫಾ).—ಸುಂದರವಾದ ವೃಕ್ಷ; ಹೂ ಬಹು ಸುಗಂಧ. ಕಟ್ಟಿಗೆ ಬಹು ಬಿರುಸು, ಜಡ; ಆದರೆ ಇಮಾರತಿಗೆ ಹಾಕುವದಿಲ್ಲ. ಘನ ಫೂಟನ ತೂಕ ೬೯ ಪೌಂಡು.

ನಿರಸಲ.—ಸುಂದರವಾದ ವೃಕ್ಷವು. ಕಟ್ಟಿಗೆ ಕೆಲಸಕ್ಕೆ ಬರುವದಿಲ್ಲ. ಬೀಜಗಳ ಯೆಣ್ಣೆ ಔಷಧಕ್ಕೆ ಬರುತ್ತದೆ.

ನಿರ್ಮಳಿ.—ದೊಡ್ಡ ಮರ; ಹೂವಿಗೆ ಸುಗಂಧವಿರುತ್ತದೆ. ರಾಡಿ ನೀರೊಳಗೆ ಬೀಜಗಳನ್ನು ಚಲ್ಲಿದರೆ, ಆ ನೀರು ನಿರ್ಮಲವಾಗುತ್ತದೆ.

ನಿವಳಿ (ನೆವಳಿ).—ಕಂಟ; ಖೈ ಹಾಲು ಹೊರಡುತ್ತದೆ. ಇದರ ಬೀಜವನ್ನು ಪುಡಿ ಮಾಡಿ ರಾಡಿ ನೀರೊಳಗೆ ಚಲ್ಲಿದರೆ ನೀರು ತಿಳಿಯಾಗುತ್ತದೆ.

ನುಗ್ಗೆ (ಶೇವಗಾ).—ಕಟ್ಟಿಗೆ ಯಾತಕ್ಕೂ ಬಾರದ್ದು; ಕಾಯಿಯು ಪಲ್ಯಕ್ಕೆ ಬರುತ್ತದೆ; ಬೀಜದಿಂದ ಹೊರಡುವ ಯೆಣ್ಣೆ ಅಂಟು, ಹೂ, ಬೇರು, ತೋಟ, ವಾತ ರೋಗಕ್ಕೆ ಮೇಲಾದ ಔಷಧಗಳು.

ನೂರ್ಕಳ (ಚಾರ).—ಮಧ್ಯಮ ಆಕಾರದ ವೃಕ್ಷ. ಕಟ್ಟಿಗೆಯೊಳಗಿನ ಗಂಡು ಗಟ್ಟಿ ಇರುತ್ತದೆ. ಘನಫೂಟನ ತೂಕ ೩೬ ಪೌಂಡು. ಫಲವು ಕರೆ ಛಾಯೆಯು ಅಂಜೀರೀ ಬಣ್ಣದ್ದಾಗಿ ರುಚಿಯುಳ್ಳದ್ದಿರುತ್ತದೆ. ಬೀಜದಿಂದ ಯೆಣ್ಣೆಯನ್ನು ತೆಗಿಯುವರು.

ನೆರ್ಕಳ (ಭೇಡಸ).—ಮಧ್ಯಮ ಆಕಾರದ್ದು, ಸರುವುಗಳಲ್ಲಿ ಬೆಳಿಯುವದು. ಕಟ್ಟಿಗೆ ಇಮಾರತಿಗೂ ಗಳೆಯ ಸಾಮಾನಿಗೂ ಬರುತ್ತದೆ.

ನೇಲುರ್ಗ (ಜಾಂಭೂಳ).—ಬಹು ದೊಡ್ಡ ಮರ ಭವ್ಯವಾದದ್ದು. ಕಟ್ಟಿಗೆಯು ಬಹಳ ಕೆಲಸಕ್ಕೆ ಬರುತ್ತದೆ; ನೀರೊಳಗೆ ಕೊಳಿಯುವದಿಲ್ಲ, ಬಹು ದಿವಸ ತಾಳುವದು. ಘನಪೂಟಿನ ತೂಕ ೪೮ ಪೌಂಡು.

ನೆಲಧಾರೆ (ಘುಧಗುಸ).—ಎತ್ತರವಾಗಿ ಬೆಳಿಯುವದು, ಬಹು ಶೋಭೆಯುಳ್ಳದ್ದು. ಬೆಲೆಯುಳ್ಳ ಇಮಾರತಿಯ ಕಟ್ಟಿಗೆಯು. ಅದಕ್ಕೆ ಗೆದ್ದಲಿ ಹತ್ತುವದಿಲ್ಲ. ಘನಪೂಟಿನ ತೂಕ ೫೦ ಪೌಂಡು.

ನೆಲ್ಲಿ (ಆವಳಾ).—ಮಧ್ಯಮ ಆಕಾರದ್ದು, ಬಹು ಸಾಧಾರಣ ಕಟ್ಟಿಗೆ; ಬಹುಶಃ ಉಪಯೋಗದ್ದಲ್ಲ. ಕಾಯಿಗಳು ಔಷಧ ಮುಂತಾದ ಕೆಲಸಕ್ಕೆ ಬರುತ್ತವೆ.

ಬಸರಿ (ಪಿಂಪರಿ).—ಅರಳೀ ಜಾತೀದು. ಕಟ್ಟಿಗೆ ಕೆಲಸಕ್ಕೆ ಬರುವದಿಲ್ಲ.

ಪಿನಿವಾಲ (ನಾಂದರೂಖ).—ನಿಬಿಡವಾದ ಛಾಯೆಯುಳ್ಳದ್ದಾಗಿ ಬಹು ಮನೋಹರವಿರುತ್ತದೆ. ಕಟ್ಟಿಗೆ ಮಿದು, ಕೆಲಸಕ್ಕೆ ಬಾರದ್ದು.

ಪುಂಜೆ (ಪೊಯಿ).—ಇಪ್ಪತ್ತು ಪೂಟಗಿಂತ ಹೆಚ್ಚು ಯೆತ್ತರವಾಗುವದಿಲ್ಲ. ಕಟ್ಟಿಗೆ ಚಲೋದಿದ್ದಾಗ್ಯೂ ಉಪಯೋಗದೊಳಗಿಲ್ಲ. ಕಟ್ಟಿಗೇ ಸಾಮಾನುಗಳನ್ನು ನುಣುಪು ಮಾಡುವದಕ್ಕೋಸ್ಕರ ಇದರ ಎಲೆಗಳಿಂದ ತಿಕ್ಕುವರು. ಇದರ ಹಾಲು ಔಷಧಕ್ಕೆ ಬರುತ್ತದೆ.

ಪುತ್ರಂಜಿ.—ಮಧ್ಯಮ ಆಕಾರದ್ದು. ಕಟ್ಟಿಗೆ ಕೆಲಸದ್ದಲ್ಲ. ಇದರ ಕಾಯಿಗಳನ್ನು ಹುಡುಗರ ಕೊರಳಲ್ಲಿ ಕಟ್ಟಿದರೆ ಅವರಿಗೆ ಬೇನೆ ಬರುವದಿಲ್ಲಂತೆ. ಅದರಿಂದ "ಪುತ್ರಜೀವಿ" ಯೆಂಬ ಹೆಸರು ಬಂದದೆ. ಬೀಜವು ಗಂಟುಗಳಿಗೆ ಮೇಲಾದ ಔಷಧವು.

ಪೇರಲ (ಪೇರು).—ಪ್ರಸಿದ್ಧ. ಕಟ್ಟಿಗೆ ಚಿತ್ರ ಕೊರಿಯಲಿಕ್ಕೂ, ತುಬಾಕೀ ದಸ್ತಿಗೂ ಬರುತ್ತದೆ.

ಪೊಳಕಿ.—ಸಣ್ಣ ಗಿಡ; ಬೈಲು ಶೀಮೆಯ ಅಡವಿಯಲ್ಲಿ ಬಹಳ. ಕಟ್ಟಿಗೆ ಹಗುರು, ಮಿದು. ಗೋಕಾವಿ ಮುಂತಾದ ಕಡೆಯಲ್ಲಿಯ ಜೀನಗಾರರು ಈ ಕಟ್ಟಿಗೆಯಿಂದ ಬಣ್ಣದ ಫಲಗಳು ಮುಂತಾದ ಶೋಭೆಯ ವೊಡವೆಗಳನ್ನು ಮಾಡುವರು. ಬೀಜಗಳಿಂದ ಮೇಲಾದ ಯೆಣ್ಣೆ ಹೊರಡುತ್ತದೆ.

ಬಕುಳ (ಒವಾಳಿ).—ಸುಂದರವಾದ ಉನ್ನತ ವೃಕ್ಷ. ಕಟ್ಟಿಗೆ ನಸುಗೆಂಪು, ಸಣ್ಣ ಯೆಳೆ, ಬಹು ನುಣುಪು; ಇಮಾರತಿಗೆ ಬರುತ್ತದೆ. ಘನಪೂಟನ ತೂಕ ೬೧ ಪೌಂಡು. ಹೂ ಸುಗಂಧ; ಬೀಜದಿಂದ ಯೆಣ್ಣೆ ಹೊರಡುತ್ತದೆ; ಬೇರು ಕಾಯಿಗಳು ಔಷಧಿಯು.

ಬರಗಿ, ಪರಗಿ (ಕರವಂದ).—ಸಣ್ಣ ಗಿಡ, ಕಂಟಿಯ ಜಾತೀದು. ಇದರ ಹಣ್ಣು ಹುಳಿಯಾಗಿ ರುಚಿಕರವಿರುತ್ತದೆ; ಅದನ್ನು ತಿನ್ನುವರು.

ಬಸರಿ (ಪಾಂಢರಾ ಪಿಂಪಳ).—ಛಾಯೆಯ ವೃಕ್ಷ; ನೀರಿನ ಆಸರಕ್ಕೆ ಬೆಳಿಯುತ್ತದೆ. ಕಟ್ಟಿಗೆ ನೀರೊಳಗೆ ಕೊಳಿಯುವದಿಲ್ಲ.

ಬಸವನ ಪಾದ. — ವಿಸ್ತಾರವಾಗಿ ಬೆಳಿಯುತ್ತದೆ. ಕಟ್ಟಿಗೆಯು ಕೆಲಸಕ್ಕೆಬರುವದಿಲ್ಲ.

ಶಿಯೌಡ್ಲ (ಕಾಂಚನ). — ಸಣ್ಣ ವೃಕ್ಷ. ಕಟ್ಟಿಗೆ ಗಟ್ಟಿ. ಆದರೆ ಇಮಾರತಿಗೆ ಬರುವದಿಲ್ಲ.

ಬಗನಿ. — ಬಹಳ ಯೆತ್ತರವಿರುವದಿಲ್ಲ; ಕಟ್ಟಿಗೆಯು ಮೇಲಾದದ್ದೆಂದು ಹೇಳುತ್ತಾರೆ.

ಬಣಮುಗ್ಗಿ. — ಧಾರವಾಡ ಜಿಲ್ಲೆಯಲ್ಲಿ ಅತಿ ಸಾಧಾರಣವಾದದ್ದು. ಇದರ ಯೆಲೆಯ ಮೇಲೆ ಹಳದೀ ಬಣ್ಣದ ಅಂಟು ಮೆತ್ತಗಿರುತ್ತದೆ. ಅದು ನಿರುಪಯುಕ್ತ.

ಬಾಚಂಗೆ (ಪನಿಯಾರ). — ಎತ್ತರವಾದ ವೃಕ್ಷವು. ಇದರ ಕಟ್ಟಿಗೆಯಿಂದ ಹಣಿಗೆಗಳನ್ನೂ, ಕರಡಿಗೆ ಮುಂತಾದ ಶೋಭೆಯ ವೊಡವೆಗಳನ್ನೂ ಮಾಡುತ್ತಾರೆ.

ಬಾಳಾಯಿ (ತುಮ್ರಿ). — ಮಧ್ಯಮ ಆಕಾರದ್ದು. ಹಳೆ ಮರದ ಕಟ್ಟಿಗೆಯೊಳಗಿನ ಗಂಡು ಕರೆದಾಗಿ ಅಬನಸದ ಹಾಗೆ ಇರುತ್ತದೆ. ಆದರೆ ಅದರ ಮೇಲೆ ಹಳದೀ ರೇಖೆಗಳಿರುತ್ತವೆ. ಇದರ ಕಟ್ಟಿಗೆಯು ಗಟ್ಟಿ, ಜಿಗಟುಳ್ಳದ್ದು, ತಾಳಿಕೆಯುಳ್ಳದ್ದು; ಆದಾಗ್ಯೂ ಇದಕ್ಕೆ ಬಹಳ ಬೆಲೆ ಬರುವದಿಲ್ಲ. ಘನಫೂಟನ ತೂಕ ೫೦ರಿಂದ ೭೦ ಪೌಂಡುಗಳ ವರೆಗೆ. ಇದರ ಹಣ್ಣುಗಳನ್ನು ಜನರು ಪ್ರೀತಿಯಿಂದ ತಿನ್ನುವರು.

ಬಿದುರುಗಳು (ವೇಳೂ). — ಅತ್ಯುಪಯುಕ್ತವಾದದ್ದು. ಗಡು ತರವಾದ ಬಿದುರಿಗೆ ಡವಿಗೆ ಯೆಂದೆನ್ನುವರು. ಇಮಾರತಿಗಳು, ಚಪ್ಪರ, ನಿಚ್ಚಣಿಕೆ, ನೀರಿನ ಕೊಳಿವೆ, ತೆಪ್ಪ, ಡೇರೆಗಳ ಕಂಬ, ಡೋಣಿಗಳ ಕಂಬ, ಮುಂತಾದ ಕೆಲಸಕ್ಕೆ ಅದು ಉಪಯೋಗಿಸುವದು. ಮಧ್ಯಮ ತರದ ಬಿದುರಿಗೆ ಮ್ಯಾದಾರರು ಗಳವೆಂದೆನ್ನುವರು. ಆದಾದರೂ ಇಮಾರತಿಯ ಕೆಲಸಕ್ಕೂ ಚಪ್ಪರ ಮುಂತಾದ ಕೆಲಸಗಳಿಗೂ ಬರುವದಲ್ಲದೆ, ಮ್ಯಾದಾರರ ಹೋರೆಯು ಅದರಿಂದ ಸಾಗುತ್ತದೆ. ಅವರು ಆ ಗಳವನ್ನು ತೀಳಿ, ಬುಟ್ಟಿ, ಮೊರ, ಸಾಣಿಗೆ, ಚಾಪಿ, ಮುಂತಾದ ಸಾಮಾನುಗಳನ್ನು ಮಾಡುವರು. ಸಣ್ಣ ಬಿದುರಿಗೆ ಕಿರಿ ಬಿದುರು ಅಥವಾ ಶೀಬು ಯೆಂಬ ಹೆಸರುಂಟು. ಇವು ವಿಶೇಷವಾಗಿ ಛಾವಣಿಗೂ, ಛಾಲಿ ಬರ್ಚಿಗಳ ಗಣಿಗಳಿಗೂ, ಕೋಲುಗಳಿಗೂ ಬರುತ್ತವೆ. ಶೀಮಿಾ ಬಿದುರೆಂಬ ಗಳಗಳು ಗಟ್ಟಿ ಇರುತ್ತವೆ. ಅವು ಬಹು ದಿವಸ ತಾಳುವದರಿಂದ ಮೇಲೆ ಹೇಳಿದ ಕೆಲಸಗಳಿಗೆ ಹೆಚ್ಚಿಗೆ ಉಪಯೋಗಿಸುತ್ತವೆ. ಡವಿಗೆಯು ಹತ್ತರಿಂದ ಹದಿನೈದು ವರ್ಷಗಳ ವರೆಗೆ ಬಲಿಯುತ್ತವೆ. ಪೂರಾ ಬಲಿತ ಬಳಿಕ ಅದರ ಬುಡದಿಂದ ಅಂಕುರಗಳು ಹುಟ್ಟಿ ವೊಂದು ವರ್ಷದೊಳಗೆ ೭೦ರಿಂದ ೮೦ ಫೂಟುಗಳ ವರೆಗೆ ಯೆತ್ತರವಾಗುತ್ತವೆ. ೩೦ ವರ್ಷಗಳಾದ ಬಳಿಕ ಡವಿಗೆಗಳಿಗೆ ಬೀಜಗಳಾಗಿ, ಮುಂದೆ ಬೇಗ ಅವು ಸಾಯುತ್ತವೆ. ಆ ಬೀಜಗಳಿಗೆ ಬಿದರಕ್ಕಿ ಯೆಂದೆನ್ನುವರು. ಆದರೆ ಕಾನಡಾ ಜಿಲ್ಲೆಯವರು ಅರವತ್ತು ವರ್ಷಗಳಾದ ಬಳಿಕ ಬಿದರಕ್ಕಿಗಳಾಗುತ್ತವೆಂದು ಹೇಳುತ್ತಾರೆ. ಒಂದು ಪ್ರಾಂತದೊಳಗಿನ ಡವಿಗೆಗಳಿಗೆಲ್ಲ ಅಕ್ಕಿಗಳು ವೊಮ್ಮೇಲೆ ಆಗುತ್ತವೆ. ಈ ಅಕ್ಕಿಗಳನ್ನು ಜನರು ತಿನ್ನುವರು. ಇವುಗಳ ಗುಣವು ಗೋದಿಯ ಗುಣವನ್ನು ಹೋಲುತ್ತದೆ; ಆದರೆ ವಿಶೇಷವಾಗಿ ದಾಹಕರವುಂಟು. ಸನ್‌ ೧೮೬೫, ೧೮೬೬ ಈ ವರ್ಷಗಳಲ್ಲಿ ಕಾನಡಾ ಜಿಲ್ಲೆಯ ಬಿದುರು

ಗಳಿಗೆ ಅಕ್ಕಿಗಳು ಹೇರಳವಾಗಿ ಬೆಳೆದದ್ದರಿಂದ ಆ ಬರಗಾಲದಲ್ಲಿ ಜನರಿಗೆ ಬಹಳ ಆಶ್ರಯವಾಯಿತು. ಧಾರವಾಡ, ಬೆಳಗಾವಿ, ಲಿಂಗಸೂರು, ಮುಂತಾದ ಕಡೆಯಿಂದ ಜನರು ಬಂದು ಬಿದರಕ್ಕಿಯನ್ನು ತುಂಬಿಕೊಂಡು ಹೋದರು. ಡವಿಗೆಗೆ ಹೂವಾಯಿತೆಂದರೆ ಮುಂದೆ ಅದರಿಂದ ಅಂಕುರಗಳು ಹುಟ್ಟುವದಿಲ್ಲ. ಮ್ಯಾದಾತ ಗಳ, ಕಿರಿ ಬಿದುರು, ಮುಂತಾದ ಜಾತಿಗಳಿಗೆ ೭ರಿಂದ ೩೦ ವರ್ಷಗಳ ವರೆಗೆ ಅಕ್ಕಿ ಆಗುವ ಮುದ್ದತು ಇರುತ್ತದೆ. ಈ ಅಕ್ಕಿಗಳು ಸಹ ಆಹಾರಕ್ಕೆ ಬರುತ್ತವೆ.

ಬಿಳೆನಂದಿ (ನಾಣ).— ಸುಂದರವಾದ ಉನ್ನತ ವೃಕ್ಷ. ಕಟ್ಟಿಗೆ ಇಮಾರತಿಗೆ ಮೇಲಾದದ್ದು; ಹವೆಯಲ್ಲಿ ಕೆಡುತ್ತದೆ, ಗೊರ್ಲಿ ಹತ್ತುವದು. ಘನಪೂಟಿನ ತೂಕ ೩೭ ಪೌಂಡು.

ಬಿಳೆ ಬೂರ್ಲು (ಪಾಂಢರೀ ಸಾವರಿ).— ತಕ್ಕಮಟ್ಟಿಗೆ ದೊಡ್ಡ ಮರವು. ಇದರ ಕಾಯೊಳಗಿನ ಹತ್ತಿಯು ಹಲ ಕೆಲವು ಕೆಲಸಕ್ಕೆ ಬರುತ್ತದೆ.

ಬಿಳ್ಳುಂಬಿ (ಲಾಲಿ).— ಇದು ಬಹಳ ಯೆತ್ತರವಾಗಿ ಬೆಳೆಯದಿದ್ದರೂ ಇದರ ಟೊಂಗೆಗಳು ಗಡುತರವಾಗಿ ದೂರ ದೂರ ಹಬ್ಬುತ್ತವೆ. ಕಟ್ಟಿಗೆ ಬಹಳ ಗಟ್ಟಿ, ತಾಳಿಕೆಯುಳ್ಳದ್ದು, ಘನಪೂಟಿನ ತೂಕ ೭೦ ಪೌಂಡು. ಕಾನಡಾ ಜಿಲ್ಲೆಯಲ್ಲಿ ಇದನ್ನು ಇಮಾರತಿಗೆ ಬಹಳ ಉಪಯೋಗಿಸುವರು.

ಬೀಟ (ಸಿಸು).— ಪ್ರಸಿದ್ಧ. ಇದರ ತೊಲೆಗಳು ಮೇಲಾದ ಜಾತಿಗಳಲ್ಲಿ ಹೆಸರಾದಂಥವು. ಕಟ್ಟಿಗೆ ಬಹಳ ಗಟ್ಟಿ, ಬಿರಸು, ಸಣ್ಣ ಯೆಳೆ, ಕಪ್ಪು ಬಣ್ಣದ್ದು. ಉಜ್ಜುಗೊರಡಿನಿಂದ ಬಹಳ ನುಣುಪಾಗುತ್ತದೆ. ಘನಪೂಟಿನ ತೂಕ ೫೦ ಪೌಂಡು. ಇದರಿಂದ ಖುರ್ಚಿ, ಮೇಜು, ಮುಂತಾದ ಸಾಮಾನುಗಳು ಬಹು ಸುಂದರವಾಗುತ್ತವೆ.

ಬೂರ್ಲ (ಶೇವರಿ).— ನೆಟ್ಟಗೆ ಬಹಳ ಯೆತ್ತರವಾಗಿ ಬೆಳೆಯುತ್ತದೆ; ಬೊಡ್ಡಿ ಬಹು ಗಡುತರವಾಗುತ್ತದೆ. ಕಟ್ಟಿಗೆ ಮಿದು, ಕೆಲಸಕ್ಕೆ ಬಾರದ್ದು. ತೋಟಿಗೆ ಕಚ್ಚು ಮಾಡಿದರೆ ಕಪ್ಪು ಬಣ್ಣದ ಅಂಟು ಸೊರುವದು. ಅದು ಔಷಧಕ್ಕೆ ಬರುತ್ತದೆ. ಕಾಯಿಯೊಳಗೆ ಜಿಗಟಲ್ಲದ ಹತ್ತಿ ಇರುತ್ತದೆ.

ಬೆಂವಕರಿಕೆ (ಕರವಾಳಿ).— ಸಣ್ಣ ಮರ. ಅಡವಿಯನ್ನು ಸುಟ್ಟಲ್ಲಿ ಹುಟ್ಟುತ್ತದೆ. ಕಟ್ಟಿಗೆ ಕೆಲಸದ್ದಲ್ಲ. ತೋಟಿಯಿಂದ ನಾರು ಹೊರಡುತ್ತದೆ.

ಬೆಲಪತ್ರಿ (ಬೇಲ).— ಈ ಪವಿತ್ರ ಮರವನ್ನು ಹಿಂದೂ ಜನರು ಕಡಿಯುವದಿಲ್ಲ. ಇದರ ಕಟ್ಟಿಗೆಯು ಸಣ್ಣ ಯೆಳೆಯುಳ್ಳದ್ದು. ಘನಪೂಟು ಬಲಿತ ಕಟ್ಟಿಗೆ ೪೩ ಪೌಂಡು ಇರುತ್ತದೆ. ಇದರ ಕಾಯಿ ಅತಿಸಾರದ ಔಷಧಕ್ಕೆ ಬರುತ್ತದೆ.

ಬೆಲ್ಲಾಟ.— ಎತ್ತರವಾಗಿ ಬೆಳೆಯುತ್ತದೆ. ಇದರ ತೊಲೆಗಳನ್ನು ಇಮಾರತಿಗೆ ಬಹಳ ಹಾಕುವರು.

ಬೇವು (ನಿಂಬ).— ಪ್ರಸಿದ್ಧ. ಒಣ ಭೂಮಿಯಲ್ಲಿ ಬೆಳೆಯುವದು. ಕಟ್ಟಿಗೆ ಇಮಾರತಿಗೆ ಬರುತ್ತದೆ. ಒಳಗಿನ ಗಂಡು ಕೆಂಪು, ಬಹಳ ತಾಳಿಕೆಯುಳ್ಳದ್ದು. ಘನಪೂಟಿನ

ತೂಕ ೩೦ ಪೌಂಡು. ತೋಟೆ, ಯೆಲೆ, ಕಾಯಿ ಬಹಳ ಕ್ಷೈ, ಔಷಧಕ್ಕೆ ಬರುತ್ತವೆ. ಬೀಜದಿಂದ ಯೆಣ್ಣೆ ಹೊರಡುತ್ತದೆ. ಕಟ್ಟಿಗೆಗೆ ಗೊರ್ಲಿ ಹತ್ತುವದಿಲ್ಲ.

ಬೈನಿ (ಬೆರ್ಲಿ).— ಕಟ್ಟಿಗೆ ನಾರುಳ್ಳದ್ದು, ಬಿರುಸು, ಗಳಿಯ ಕೆಲಸಕ್ಕೆ ಬರುತ್ತದೆ. ಅದರೊಳಗಿನ ಬೆಂಡು ಸಬ್ಬಕ್ಕಿಯ ತರದ್ದಾಗಿ ಆಹಾರಕ್ಕೆ ಬರುತ್ತದೆ; ರಸದಿಂದ ಅರ್ಕ ತೆಗಿದು ಸರಾಯ ಮಾಡುವರು; ಎಲೆಯಿಂದ ನಾರು ಹೊರಡುತ್ತದೆ.

ಬೊಂದಬಾಳೆ (ಪಡವಳೆ).— ಮಧ್ಯಮ ಆಕಾರದ್ದು. ಕಟ್ಟಿಗೆ ಇಮಾರತಿಗೆ ಬರುತ್ತದೆ. ಘನಫೂಟಿನ ತೂಕ ೪೫ ಪೌಂಡು.

ಬೊಬ್ಬಿ (ಇರಯಿ).— ನೀರಿನ ಆಸರಕ್ಕೆ ಯೆತ್ತರವಾಗಿ ಬೆಳಿಯುತ್ತದೆ. ಕಟ್ಟಿಗೆ ಗಟ್ಟಿ, ಶೋಭೆಯುಳ್ಳದ್ದು. ಬೀಜದಿಂದ ಮೇಲಾದ ಯೆಣ್ಣೆ ಹೊರಡುತ್ತದೆ.

ಬೋರೆ, ಇಳಂಜಿ (ಬೋರ).— ಮಧ್ಯಮ ಆಕಾರದ್ದು, ತೋಟಗಳಲ್ಲಿ ವಿಶೇಷ. ಕಟ್ಟಿಗೆ ಕರೆದು, ಗಟ್ಟಿ, ನುಣುಪು, ತಾಳಿಕೆಯುಳ್ಳದ್ದು; ಇಮಾರತಿಗೂ ಬೇರೆ ಕೆಲಸಕ್ಕೂ ಬರುತ್ತದೆ. ತೋಟದ ಬೋರೇ ಹಣ್ಣು ಬಹಳ ರುಚಿ. ತೋಟೆಯು ಚರ್ಮ ಮಿದು ಮಾಡಲಿಕ್ಕೆ ಬರುತ್ತವೆ. ಅಂಟು, ಬೇರು, ತೋಟೆ, ಬೀಜ ಔಷಧಿಗಳು.

ಮಂಜೂತಿ (ಮಂಜಿಷ್ಟ).— ಎತ್ತರವಾಗಿ ಬೆಳಿಯುತ್ತದೆ. ಕಟ್ಟಿಗೆ ಬಲಿತದ್ದು ಘನಫೂಟಿಗೆ ೫೬ ಪೌಂಡಿನಂತೆ ತೂಕವಿರುತ್ತದೆ. ಈ ಕಟ್ಟಿಗೆ ಗಟ್ಟಿ ಇದ್ದಾಗ್ಯೂ ಜನರು ಬಹಳವಾಗಿ ಉಪಯೋಗಿಸುವದಿಲ್ಲ. ಇದರಿಂದ ಕೆಂಪು ಬಣ್ಣವಾಗುತ್ತದೆ. ಅದನ್ನು ಬ್ರಾಹ್ಮಣರು ಹಣೆಗೆ ಹಚ್ಚಿ ಕೊಳ್ಳುವರು. ಈ ಕಟ್ಟಿಗೆಯು ಔಷಧಕ್ಕೆ ಬಹಳ ಉಪಯೋಗಿಸುತ್ತವೆ.

ಮಂದರ.— ಶೋಭೆಯ ವೃಕ್ಷ; ಹೂಗಳು ತರ ತರದ ಬಣ್ಣವುಳ್ಳವು; ಕಟ್ಟಿಗೆ ಗಟ್ಟಿ, ಕೆಲಸಕ್ಕೆ ಬರುತ್ತವೆ; ಆದರೆ ಬಹಳ ಗಡುತರವಾಗುವದಿಲ್ಲ. ಇದರ ತೋಟೆಯು ಬಣ್ಣದ ಕೆಲಸಕ್ಕೂ ಚರ್ಮ ಮಿದು ಮಾಡುವ ಕೆಲಸಕ್ಕೂ ಬರುತ್ತದೆ.

ಮತ್ತಿ (ಐನ).— ಬಹಳ ಸರಳ, ಯೆತ್ತರ ಬುಡದಲ್ಲಿ ತಕ್ಕ ಮಟ್ಟಿಗೆ ಗಡುತರ; ಕಟ್ಟಿಗೆ ಕಪ್ಪು, ಬಿರುಸು, ತಾಳಿಕೆಯುಳ್ಳದ್ದು; ಇಮಾರತು ಮುಂತಾದ ಬಹಳ ಕೆಲಸಕ್ಕೆ ಬರುತ್ತದೆ. ಘನಫೂಟಿನ ತೂಕ ೬೦ ಪೌಂಡು. ತೋಟೆ ಚರ್ಮ ಮಿದು ಮಾಡಲಿಕ್ಕೆ ಬರುತ್ತದೆ.

ಮಶವಾಳ (ಪಾಂಢರಿ).— ಇದು ಕಾನಡಾ ಜಿಲ್ಲೆಯಲ್ಲಿ ದೊರೆಯುವದಿಲ್ಲ. ಬೆಳಗಾವಿ, ವಿಜಾಪುರ ಜಿಲ್ಲೆಗಳಲ್ಲಿ ಬೆಳಿಯುತ್ತದೆ. ಕಟ್ಟಿಗೆ ಬಿರುಸು, ತಾಳಿಕೆಯುಳ್ಳದ್ದು, ಎಳೆ ಸಣ್ಣ; ಗಾಢದಿಂದ ಹುಟ್ಟುವ ಶೋಭೆಯ ಕೆಲಸಗಳಿಗೆ ಮೇಲಾದದ್ದು. ಆದರೆ ಬಹಳ ದೊಡ್ಡದಾಗಿ ಬೆಳಿಯುವದಿಲ್ಲ. ಘನಫೂಟಿನ ತೂಕ ೫೮ ಪೌಂಡು.

ಮಾಲಕಾಂಗೋಣಿ.— ಸಣ್ಣ ಗಿಡ, ಔಷಧಕ್ಕೆ ಬರುತ್ತದೆ. ಕಟ್ಟಿಗೆ ತಕ್ಕ ಮಟ್ಟಿಗೆ ಗಟ್ಟಿ; ಆದರೆ ಉಪಯೋಗಿಸಲ್ಪಡುವದಿಲ್ಲ.

ಮಾವು (ಆಂಬಾ).— ಪ್ರಸಿದ್ಧ.

ಮುತ್ತಲ (ಪಳಸ).—ಅಡವಿಯಲ್ಲಿ ಸಾಧಾರಣವಾದದ್ದು. ಕೆಂಪು ಹೂಗಳಿಂದ ಈ ವೃಕ್ಷವೆಲ್ಲ ಮುಚ್ಚಿದಾಗ ರಮಣೀಯವಾಗಿ ಕಾಣುವದು. ಆ ಹೂಗಳಿಂದ ಹಳದೀ ಬಣ್ಣ ಹುಟ್ಟುತ್ತದೆ. ಕಚ್ಚು ಹಾಕಿದರೆ ಔಷಧಕ್ಕೆ ಉಪಯುಕ್ತವಾದ ಹಾಲು ಹೊರಡುತ್ತದೆ. ಕಟ್ಟಿಗೆ ಕೆಲಸಕ್ಕೆ ಬಾರದ್ದು.

ಮುರ್ಗಳ (ಭಿರಂದ).—ಸಾಧಾರಣವಾದದ್ದು, ಆಕಾರ ಮಧ್ಯಮ; ಕಟ್ಟಿಗೆ ಲಿಂಬೀ ಬಣ್ಣದ್ದು, ಸರಳ, ಭಾರಕ್ಕೆ ಮಣಿಯುವಂಥಾದ್ದು. ಇದರ ಕಾಯಿಯ ತೋಟೆಯೇ ಅಮಸೋಲು. ಬೀಜದಿಂದ ಹೊರಡುವ ಸೋಲಮೇಣ (ಕೋಕಂಬ) ವೆಂಬ ಯೆಣ್ಣೆಯು ಔಷಧಕ್ಕೆ ಬರುತ್ತದೆ.

ಮುಳ್ಳುಕಾರೆ (ಕಾಟೆಗೊತ್ರಿ).—ಸಾಧಾರಣವಾದ ಸಣ್ಣ ಗಿಡ. ಕಟ್ಟಿಗೆ ಹಳದೀ ಬಣ್ಣದ್ದು, ಗಟ್ಟಿ, ತಾಳಿಕೆಯುಳ್ಳದ್ದು; ದೀವಟಿಗೆಗೂ ಗಳಿಯ ಸಾಮಾನಿಗೂ ಬರುತ್ತದೆ. ಕಾಯಿಗಳಿಂದ ಚರ್ಮಕ್ಕೆ ಕರೆ ಬಣ್ಣ ಕೊಡುವರು.

ಮುಳ್ಳುಹೊನ್ನೆ (ಕಾಟಾಕೌಂಚಿ).—ಗಡುತರವಾಗಿ ಬೆಳಿಯುತ್ತದೆ. ಕಟ್ಟಿಗೆ ಗಟ್ಟಿ, ಜಿಗಟುಳ್ಳದ್ದು; ನೀರಿಗೆ ಕೆಡುವದಿಲ್ಲ. ಇದನ್ನು ಇಮಾರತಿಗೆ ಹಾಕುವರು.

ಮುಳ್ಳುಮುತ್ತಲ (ಪಾಂಗಾರಾ).—ಮಧ್ಯಮ ಆಕಾರದ್ದು. ಇದರ ಮಿದುವಾದ ಕಟ್ಟಿಗೆಯಿಂದ ಪೆಟ್ಟಿಗೆ ಮುಂತಾದವುಗಳನ್ನು ಮಾಡುವರು.

ಮೋಕ.—ಮಧ್ಯಮ ಆಕಾರದ್ದು. ಕಟ್ಟಿಗೆ ಬಿರುಸು, ನುಣಪು; ಗಾಡಕ್ಕೆ ಬರುತ್ತದೆ.

ಯೆಲ್ಲಳ (ಅರಸುಲ).—ಸುಂದರವಾದ ವೃಕ್ಷ; ಕಟ್ಟಿಗೆ ಹಳದೀ ಬಣ್ಣದ್ದು, ಎಳೆ ಸಣ್ಣ, ಗಟ್ಟಿ, ತೋಲಾದದ್ದು.

ರಾಳಧೂಪ (ರಾಳ).—ಸುಂದರವಾದ ವೃಕ್ಷವು. ಇವರ ಅಂಟಿಗೆ ರಾಳವೆನ್ನುವರು. ಅದು ಔಷಧಕ್ಕೆ ಬರುತ್ತದೆ.

ರಾಮಿ (ರಾಮಿಟ).—ಸಣ್ಣ ಗಿಡ. ತೊಪ್ಪಲವನ್ನು ನೀರೊಳಗೆ ಚಲ್ಲಿದರೆ ಮೀನುಗಳು ನಿಶ್ಚೇತನವಾಗುತ್ತವೆ. ಕಟ್ಟಿಗೆಯಾಗಲಿ ಅದರ ಬೂದಿಯಾಗಲಿ ಹಲ್ಲಿಗೆ ಹತ್ತಿದರೆ ಬೀಳುತ್ತವೆಂದು ಹೇಳುತ್ತಾರೆ.

ರುದಾಕ (ರುದ್ರಾಕ್ಷ).—ಬಹು ದೊಡ್ಡ ಮರ. ಇದರ ಬೀಜಗಳೇ ರುದ್ರಾಕ್ಷಮಣಿಗಳು. ಇದರ ಕಟ್ಟಿಗೆ ನಿರುಪಯೋಗಿ.

ಲಕ್ಕಿ (ನಿಗುರ್ಗಂಡಿ).—ಸಣ್ಣ ಮರ. ಕಟ್ಟಿಗೆ ಜಿಗಟು, ಗಟ್ಟಿ; ಆದರೆ ಉಪಯೋಗದೊಳಗಲ್ಲ. ಯೆಲೆ, ಬೇರು, ಔಷಧಿಗಳು.

ಲಿಂಬೆ.—ಸಹ್ಯಾದ್ರಿಯ ಹಳ್ಳಿಗಳಲ್ಲಿ ಬಹಳ ಬೆಳಿಯುತ್ತವೆ. ವ್ಯವಹಾರದಲ್ಲಿ ಇದು ಪ್ರಸಿದ್ಧ ಉಂಟು.

ವಂಟೆ (ವೊಟಂಬಾ).—ಇದರ ಕಟ್ಟಿಗೆ ಮಿದು. ಕಾಯಿಯನ್ನು ಮಸಾಲೆಯಲ್ಲಿ ಹಾಕುವರು.

ವುಮ (ಉಂಡಿ).—ಸಮುದ್ರತೀರದಲ್ಲಿ ಬಹಳ ಯೆತ್ತರವಿರುವದಿಲ್ಲ; ಆದರೆ ಅಡವಿಯಲ್ಲಿ ಗಗನಚುಂಬಿಯಾಗಿ ಬೆಳಿಯುವದು. ಕಟ್ಟಿಗೆಯು ಗಡುತರ ಯೆಳೆಯುಳ್ಳದ್ದಾದಾಗ್ಯೂ ಕೆಲಸಕ್ಕೆ ಬರುತ್ತದೆ. ಇದರ ಬೀಜದಿಂದ ಹೊರಡುವ ಯೆಣ್ಣೆಯನ್ನು ಕಾನಡಾ ಜಿಲ್ಲೆಯಲ್ಲಿ ಬಹಳವಾಗಿ ಉಪಯೋಗಿಸುವರು. ಸಮುದ್ರತೀರದಲ್ಲಿ ಒಕ್ಕಲಿಗರು ಈ ಮರಗಳನ್ನು ಬೆಳಿಸುವರು.

ವ್ಹೋವಾಳಿ.—ದೊಡ್ಡ ವೃಕ್ಷ. ಕಟ್ಟಿಗೆಯಿಂದ ಬಂಡಿಗಳನ್ನು ಮಾಡುವರು.

ಶಮಿ, ಕೆಂಪು ಖೈರ (ಲಾಲಖೈರ).—ಇದು ಖೈರದ ಹಾಗೇ ಇರುತ್ತದೆ.

ಶಿವನಿ (ಶಿವಣ).—ಮೇಲಾದ ಉನ್ನತ ವೃಕ್ಷವು. ಕಟ್ಟಿಗೆ ಬಿಳಪಿನ ಮೇಲೆ; ಎಳೆ ಸಣ್ಣ, ಗಟ್ಟಿ; ಆದರೆ ಜಡವಲ್ಲ. ಘನಪೂಟನ ತೂಕ ೩೦ರಿಂದ ೪೦ ಪೌಂಡಿನವರೆಗೆ. ಬಲಿತ ಕಟ್ಟಿಗೆ ಶೀಳುವದಿಲ್ಲ, ಬಣ್ಣವನ್ನು ವೊಳಿತಾಗಿ ತಕ್ಕೊಳ್ಳುತ್ತದೆ; ನೀರೊಳಗೆ ಕೆಡುವದಿಲ್ಲ. ಈ ಕಟ್ಟಿಗೆಯನ್ನು ಇಮಾರತಿಗೆ ಬಹಳ ಉಪಯೋಗಿಸುವರು. ಕಾಯಿ, ತೋಟೆ, ಬೇರುಗಳು ಔಷಧಕ್ಕೆ ಬರುತ್ತವೆ.

ಶೀಗೆ.—ಮರವು ತಕ್ಕಮಟ್ಟಿಗೆ ದೊಡ್ಡದಾಗುತ್ತದೆ. ಕಾಯಿ ಪ್ರಸಿದ್ಧ ವುಂಟು. ಒಂದು ಖಂಡಗ ಕಾಯಿಗೆ ೧೦ರಿಂದ ೨೦ ರೂಪಾಯಿ ವರೆಗೆ ಬೆಲೆ ಬರುತ್ತದೆ. ಎರಡು ವರ್ಷಕ್ಕೊಮ್ಮೆ ಸುಮಾರು ೧೦೦೦ ಖಂಡಗ ಕಾಯಿಗಳು ಮಾರಾಟಕ್ಕೆ ಹೋಗುತ್ತವೆ.

ಜಾಲಿ, ಡೊಣ್ಣಿ ಮುಳ್ಳಿನ ದೇವಬಾಭೂಳ.—ಸಣ್ಣ ಗಿಡವು ಬೇಲಿಯ ಕೆಲಸಕ್ಕೂ, ಗೂಟಗಳನ್ನು ಕೆತ್ತಲಿಕ್ಕೂ ಬರುತ್ತದೆ.

ಶ್ರೀಗಂಧ (ಚಂದನ).—ಪ್ರಸಿದ್ಧ. ಸುಮಾರು ೩೦ ಪೂಟು ಯೆತ್ತರ, ಬಡ್ಡಿಯಲ್ಲಿ ೪ ಪೂಟು ಸುತ್ತಳತೆ; ಇಷ್ಟಕ್ಕಿಂತ ಹೆಚ್ಚಿಗೆ ದೊಡ್ಡದು ಬಹುತರ ಆಗುವದಿಲ್ಲ. ದಕ್ಷಿಣ ಮೇರೆಯಲ್ಲಿ ಹೇರಳವಾಗಿ ಬೆಳಿಯುತ್ತದೆ. ಹೊರಗಿನ ಕಟ್ಟಿಗೆ ಬೆಳ್ಳಗಿರುತ್ತದೆ, ಸುಗಂಧವಿರುವದಿಲ್ಲ, ಅದರೊಳಗಿನ ಗಂಡು ಸ್ವಲ್ಪ ಹಳದೀ ಮೇಲೆ, ಬಿರುಸು, ಸಣ್ಣ ಯೆಳೆಯುಳ್ಳದ್ದು. ಸುಗಂಧ ಇರುತ್ತದೆ. ಘನಪೂಟನ ತೂಕ ೫೮ ಪೌಂಡು. ಅದರಿಂದ ಪೆಟ್ಟಿಗೆ ಮುಂತಾದ ಶೋಭೆಯ ವೊಡವೆಗಳನ್ನು ಮಾಡುವರು; ಯೆಣ್ಣೆಯನ್ನು ತೆಗಿಯುವರು. ಈ ಕಟ್ಟಿಗೆಯ ವ್ಯಾಪಾರ ಬಹಳ ನಡಿಯುತ್ತದೆ. ಮಣಕ್ಕೆ (೨೮ ಪೌಂಡು) ೫, ೬ ರೂಪಾಯಿ ಬರುತ್ತದೆ.

ಸಂಪಿಗೆ (ತಾಂಬಟ).—ಬಹಳ ದೊಡ್ಡದಲ್ಲ. ಕಟ್ಟಿಗೆ ಬಿಳಿದು, ಬಿರುಸು, ಜಿಗಟು, ಗಳಿಯ ಸಾಮಾನಿಗೆ ಬರುತ್ತದೆ.

ಸವಗ (ಸಾಡಾರ್).—ಕಟ್ಟಿಗೆ ಕೆಲಸಕ್ಕೆ ಬಾರದ್ದು. ತೋಟೆಯು ನಾರಿನಿಂದ ಮೇಲಾದ ಹಗ್ಗಗಳಾಗುತ್ತವೆ. ತೊಲೆಗಳನ್ನು ಯೆಳಿಸಲಿಕ್ಕೆ ಆನೆಗೆ ಈ ಹಗ್ಗವನ್ನು ಹಚ್ಚುತ್ತಾರೆ.

ಸಾಗಾಡೆ (ಕಸಂಬ).—ದೊಡ್ಡ ಮರ, ಶೋಭೆಯುಳ್ಳದ್ದು, ಬಹು ಸಾಧಾರಣ; ಕಟ್ಟಿಗೆಯು ಕಪ್ಪು, ಬಿರುಸು, ಜಡ; ಕಬ್ಬಿನ ಗಾಣ ಮುಂತಾದ ಕೆಲಸಕ್ಕೆ ಮೇಲಾದದ್ದು;

ಇಮಾರತಿಗೂ ಬೇರೆ ಯಾವತ್ತು ಕೆಲಸಕ್ಕೂ ಬರುತ್ತದೆ. ಘನಫೂಟಿನ ತೂಕ ೬೮ ಪೌಂಡು. ಅರಗಿನ ಹುಳಗಳು ಈ ಮರದ ಮೇಲೆ ಇರುತ್ತವೆ. ಬೀಜದಿಂದ ಯೆಣ್ಣೆ ಹೊರಡುತ್ತದೆ.

ಸಾಮಿ (ರಾಯಿನಿ).—ದೊಡ್ಡ ವೃಕ್ಷ. ಕಟ್ಟಿಗೆ ಕೆಂಪು, ಇಮಾರತಿಗೆ ಉಪಯೋಗಿಸುತ್ತದೆ, ತಾಳಿಕೆಯುಳ್ಳದ್ದು, ಗಟ್ಟಿ; ಆದರೆ ನುಣುಪಾಗುವದಿಲ್ಲ, ಶೀಳುತ್ತದೆ. ಘನಫೂಟಿನ ತೂಕ ೬೬ ಪೌಂಡು. ತೋಟೆಯಿಂದ ನಾರು ಹೊರಡುತ್ತದೆ.

ಸುರ.—ಪರದೇಶದ್ದು; ನಡಿಯುವ ಶತಕದ ಆರಂಭದಲ್ಲಿ ಹಿಂದುಸ್ತಾನಕ್ಕೆ ಬಂದದ್ದು; ಸಮುದ್ರತೀರದಲ್ಲಿ ಸರಸಾಗಿ ಬೆಳಿಯುತ್ತದೆ. ಕಟ್ಟಿಗೆ ಬಹು ಗಟ್ಟಿ, ಉಪಯುಕ್ತವಾದದ್ದು. ಕಾರವಾಡದ ಹತ್ತರ ಇದರ ಬನವು ವೊಳಿತಾಗಿ ಹಬ್ಬಿರುತ್ತದೆ.

ಸುರಗಿ (ಸುರಂಜಿ).—ದೊಡ್ಡ ಮರ. ಕಟ್ಟಿಗೆ ಕೆಲಸದ್ದಲ್ಲ. ಹೂವಿನಿಂದ ಬಣ್ಣ ಹುಟ್ಟುತ್ತದೆ.

ಸುರ ಹೊನ್ನೆ (ನಾಗಣಿ).—ಬಹು ಭವ್ಯವಾದ ವೃಕ್ಷವು; ೧೫೦ ಫೂಟುಗಳ ವರೆಗೆ ಯೆತ್ತರವಾಗುತ್ತದೆ. ಬೊಡ್ಡಿಯು ಗಡುತರವಾಗಿಯೂ ಸರಳವಾಗಿಯೂ ಬೆಳಿಯುವದು. ಬುಡದಿಂದ ೮೦ರಿಂದ ೧೦೦ ಫೂಟುಗಳ ಆಚೆಯಲ್ಲಿ ವೊದಲಿನ ಟೊಂಗೆ ಇರುವದು. ಇದರ ಕಟ್ಟಿಗೆಯು ಕೆಂಪು ಬಣ್ಣದಿಂದ ತೋರಿಕೆಯಲ್ಲಿ ಸೊಗಸಾಗಿರುತ್ತದೆ. ಅದು ಹಡಗಗಳ ಪಟ್ಟಸ್ತಂಭಕ್ಕೆ ಬಹಳವಾಗಿ ಉಪಯೋಗಿಸಲ್ಪಡುತ್ತದೆ. ಒಂದು ಮರದ ಬೆಲೆಯು ೧೦೦೦ ರೂಪಾಯಿಯ ವರೆಗೆ ಬರುವದು. ಬೀಜದಿಂದ ಯೆಣ್ಣೆ ಹೊರಡುತ್ತದೆ.

ಸೆಂಕಣಿ (ಸೋನಗರ್ಭಿ).—ಮಧ್ಯಮ ಆಕಾರದ್ದು, ನೀರಿನ ಆಸರಕ್ಕೆ ಹುಟ್ಟುತ್ತದೆ. ಕಟ್ಟಿಗೆ ಸಾಧಾರಣ ಗಟ್ಟಿ, ಘನಫೂಟಿನ ತೂಕ ೪೦ ಪೌಂಡು.

ಹಪ್ಪುಸವಗ.—ಶೋಭೆಯುಳ್ಳ ದೊಡ್ಡ ಮರ. ಕಟ್ಟಿಗೆ ಕೆಲಸಕ್ಕೆ ಬರುವದಿಲ್ಲ. ತೋಟೆಯ ನಾರಿನಿಂದ ಹಗ್ಗಗಳಾಗುತ್ತವೆ. ಸಮುದ್ರತೀರದಲ್ಲಿ ಈ ನಾರಿನ ವಸ್ತ್ರಗಳನ್ನು ಮಾಡುವರು.

ಹಲಸು (ಫಣಸ).—ಇದು ಅಡವಿಯಲ್ಲಿಯೂ ತೋಟಗಳಲ್ಲಿಯೂ ಬೆಳಿಯುವದು. ಕಟ್ಟಿಗೆ ವೊದಲು ಅರಶಿನ ಬಣ್ಣದ್ದು, ಕಡೆಗೆ ಕಪ್ಪಾಗುತ್ತದೆ. ಇದು ಬಹಳ ನುಣುಪಾಗುವದರಿಂದ ಮೇಲಾದ ಪೆಟ್ಟಿಗೆ, ಖುರ್ಚಿ, ಮೇಜು, ಮಣೆ, ಮುಂತಾದ ಸಾಮಾನುಗಳು ಇದರಿಂದ ಆಗುತ್ತವೆ. ಘನಫೂಟಿನ ತೂಕ ೪೦ ಪೌಂಡು. ಹಣ್ಣು ಪ್ರಸಿದ್ಧ. ಬೀಜಗಳನ್ನು ಸುಟ್ಟು ಬಡವರು ತಿನ್ನುವರು.

ಹಸೆ ಬೆಂಡಿ.—ಮಧ್ಯಮ ಆಕಾರದ ವೃಕ್ಷ. ಕಟ್ಟಿಗೆ ಹಳದೀ ಬಣ್ಣದ್ದು; ಮೇಲಾದ ಜಂತೆಗಳಾಗುತ್ತವೆ.

ಹಳದೀ ಅಡವೀ ಬೆಂಡಿ.—ಸಣ್ಣ ಗಿಡ. ಕಟ್ಟಿಗೆ ಮಿದುವಾದಾಗ್ಯೂ ಅದರಿಂದ ನಗಗಳನ್ನು ಮಾಡುವರು. ತೋಟೆಯಿಂದ ಮೇಲಾದ ಹಗ್ಗಗಳಾಗುತ್ತವೆ.

ಹಳಬಾಳಗೆ (ಕುಡಕ).—ಮಧ್ಯಮ ಆಕಾರದ್ದು. ಕಟ್ಟಿಗೆ ಕೆಲಸಕ್ಕೆ ಬರುವದಿಲ್ಲ. ತೋಟೆಯು ಚರ್ಮ ಮಿದು ಮಾಡಲಿಕ್ಕೆ ಬರುತ್ತದೆ. ಅಂಟು ಹೊರಡುತ್ತದೆ. ಕಾಯಿ ತಿನ್ನುವರು.

ಹಾರಿವಾಳ (ಪಾಂಗಾರಾ).—ಮಧ್ಯಮ ಆಕಾರದ ವೃಕ್ಷವು. ಕಟ್ಟಿಗೇ ಕೊರೆದು ಹಲಿಗೆಗಳನ್ನು ಮಾಡುವರು.

ಹುಣಸೆ (ಚಿಂಚ).—ಪ್ರಸಿದ್ಧ. ಅಡವಿಯಲ್ಲಿ ಬಹುತರ ಬೆಳಿಯುವದಿಲ್ಲ. ತೋಟಗಳಲ್ಲಿಯೂ ಹಳೆ ಗುಡಿಗಳ ಬಳಿಯಲ್ಲಿಯೂ ಇರುತ್ತದೆ. ಕಟ್ಟಿಗೆ ಕಪ್ಪು, ಬಿರುಸು, ತಾಳಿಕೆಯುಳ್ಳದ್ದು; ಕಬ್ಬಿನ ಗಾಣಕ್ಕೂ, ಬಂಡಿಗಳಿಗೂ, ಇಮಾರತಿಗೂ ಬರುತ್ತದೆ; ಘನಪೂಟಿನ ತೂಕ ೭೯ ಪೌಂಡು. ಹುಣಸೆ ಕಾಯಿ ಪ್ರಸಿದ್ಧ. ಎಲೆಗಳಿಂದ ಬಣ್ಣ ಹುಟ್ಟುತ್ತದೆ, ಬೀಜಗಳಿಂದ ಸರಿಯಾಗುತ್ತವೆ.

ಹುಣಾಬ (ಕಿಂವಳ).—ಮತ್ತಿಯಷ್ಟೇ ದೊಡ್ಡದಾಗುತ್ತದೆ. ಕಟ್ಟಿಗೆ ಮತ್ತಿಯಷ್ಟು ಕಪ್ಪಲ್ಲ; ಇಮಾರತಿಗೆ ಬರುತ್ತವೆ. ಆದರೆ ಮತ್ತಿಯಷ್ಟು ಗಟ್ಟಿ ಅಲ್ಲ.

ಹುಲಗಲಿ (ಕರಂಜ).—ಎತ್ತರವಾಗಿ ಬೆಳಿಯುತ್ತದೆ. ಕಟ್ಟಿಗೆ ಹಗುರು, ಜಿಗಟು, ಹಳದೀ ಬಣ್ಣದ್ದು; ಹಲವು ಕೆಲಸಗಳಿಗೆ ಬರುತ್ತದೆ. ಬೀಜದ ಯೆಣ್ಣೆ ದೀಪಕ್ಕೂ ಹುರುಕಿಗೂ ಬರುತ್ತವೆ. ಘನಪೂಟನ ತೂಕ ೪೦ ಪೌಂಡು.

ಹುಳಿ ಇಪ್ಪೆ (ವೋಃಹ).—ತಕ್ಕಮಟ್ಟಿಗೆ ಯೆತ್ತರವಾಗುತ್ತದೆ. ಇದರ ಬೀಜದಿಂದ ಯೆಣ್ಣೆ ಹೊರಡುತ್ತವೆ. ಅದರಿಂದ ಮೇಣ ಬತ್ತಿಗಳಾಗಬಹುದು.

ಹೆಣ್ಣು ಗೊರವಿ (ಖುರ).—ಸುಂದರವಾದ ಸಣ್ಣ ಗಿಡ. ದೀವಟಿಗೆಗೆ ಬರುತ್ತದೆ. ಕಟ್ಟಿಗೆ ನಸುಗೆಂಪು, ಸಣ್ಣ ಯೆಳೆ; ಇಮಾರತಿಗೂ, ಪೆಟ್ಟಿಗೆ ಮುಂತಾದವುಗಳಿಗೂ ಬರುತ್ತದೆ. ಘನಪೂಟನ ತೂಕ ೬೬ ಪೌಂಡು.

ಹೆಣ್ಣು ಸಂಪಿಗೆ (ಚಂಪರ).—ಮಧ್ಯಮ ಆಕಾರದ್ದು. ಕಟ್ಟಿಗೆ ಕೆಂಪು ಬಣ್ಣದ್ದು, ಬಹು ಗಟ್ಟಿ. ಫಲಗಳನ್ನು ತಿನ್ನುವರು.

ಹೆಮ್ಮರ (ಟೇಟು).—ಸಣ್ಣ ಗಿಡ; ಕಟ್ಟಿಗೆ ಕೆಲಸಕ್ಕೆ ಬಾರದ್ದು. ತೋಟೆ, ಕಾಯಿಗಳು ಚರ್ಮವನ್ನು ಮಿದು ಮಾಡಲಿಕ್ಕೆ ಬರುತ್ತವೆ. ಬೇರು ಔಷಧಕ್ಕೆ ಬರುತ್ತದೆ.

ಹೆಬ್ಬಲಸು (ಪಾಟ ಫಣಸ).—ಬಹು ಸುಂದರವಾದ ಉನ್ನತ ವೃಕ್ಷವು; ಸರಳವಾಗಿ ೧೫೦ ಫೂಟನ ವರೆಗೆ ಯೆತ್ತರವಾಗಿ ಬೆಳಿಯುವದು. ಇಮಾರತಿಗೂ ಹಡಗಗಳಿಗೂ ಇದರ ಕಟ್ಟಿಗೆ ಉಪಯೋಗಿಸುವದು. ಘನಪೂಟಿನ ತೂಕ ೪೦ ಪೌಂಡು. ಹಲಸಿನ ಹಣ್ಣು ಪ್ರಸಿದ್ಧ.

ಹೈಗ (ಕವಸಿ).—ದೊಡ್ಡ ಮರ; ಕಟ್ಟಿಗೆ ಚಲೋದು, ಬಿರಸು, ತಾಳಿಕೆಯುಳ್ಳದ್ದು; ಬಹಳ ಕೆಲಸಗಳಿಗೆ ಬರುತ್ತದೆ.

ಹೊನ್ನವರಿ (ತರವಡ).—ಕೆಂಪು ಗರಸಿನ ನೆಲದಲ್ಲಿ ಬಹಳ ಬೆಳಿಯುತ್ತದೆ; ಔಷಧಕ್ಕೆ ಬರುತ್ತದೆ. ತೋಟೆಯು ಚರ್ಮ ಮಿದು ಮಾಡಲಿಕ್ಕೆ ಬರುತ್ತದೆ.

ಹೊನ್ನಿ (ಅಸನ).—ಬಹಳ ಯೆತ್ತರ. ಕಟ್ಟಿಗೆ ಕಪ್ಪು, ಬಿರುಸು, ತಾಳಿಕೆಯುಳ್ಳದ್ದು, ಇಮಾರತಿಗೆ ಮೇಲಾದದ್ದು. ದೇವರ ರಥಗಳನ್ನು ವಿಶೇಷವಾಗಿ ಇದರಿಂದ ಮಾಡುತ್ತಾರೆ. ಘನಫೂಟು ೫೬ ಪೌಂಡು. ಅಂಟು ಕೆಂಪು ಬಣ್ಣದ್ದು, ಅದಕ್ಕೆ "ಕಿನೊ" ಯೆಂಬ ಹೆಸರುಂಟು.

ಹೊಳೆಕಾವ್ಯ (ಮಾನಕುಂಬ).—ಮಧ್ಯಮ ಪ್ರತಿಯ ವೃಕ್ಷವು, ನೀರಿನ ಆಸರಕ್ಕೆ ಹುಟ್ಟುತ್ತದೆ. ಕಟ್ಟಿಗೆ ಕೆಂಪು ಬಣ್ಣದ್ದು; ಅದು ಜಿಗಟುಳ್ಳದ್ದಾಗಿ, ಬಹು ಗಟ್ಟಿ ಇರುತ್ತಿದ್ದಾಗ್ಯೂ, ಅದನ್ನು ಜನರು ಉಪಯೋಗಿಸುವದಿಲ್ಲ. ಘನಫೂಟಿನ ತೂಕ ೬೦ ಪೌಂಡು. ಇದರ ತೊಟೆಯೂ ಮೀನ ಹಿಡಿಯುವ ಕೆಲಸಕ್ಕೆ ಬರುತ್ತದೆ.

ಹೊಳೆಗರ (ಶೂದ್ರಬಿಬೊ).—ದೊಡ್ಡ ವೃಕ್ಷ. ಕಟ್ಟಿಗೆ ಮಿದು, ಡೋಣಿ, ಛತ್ತೇಮಾರಿಗಳಿಗೆ ಬರುತ್ತದೆ. ಕಾಯಿ, ತೋಟೆಗಳು ಔಷಧಿಗಳು; ಅವುಗಳಿಂದ ಮೇಲಾದ ಕರೆ ರೋಗಣವಾಗುತ್ತದೆ.

ಹೊಳೆ ದಾಶಾಳ (ತಾಮಣ).—ಎತ್ತರ, ಬಹು ಸುಂದರ; ಹೂವಾದಾಗ ಬಹು ಮನೋಹರವಾಗಿ ಕಾಣುತ್ತದೆ. ಕಟ್ಟಿಗೆ ಸಸುಗೆಂಪು, ಬಹು ಉಪಯುಕ್ತ. ಘನಫೂಟಿನ ತೂಕ ೩೬-೪೭ ಪೌಂಡು.

ಹೊಳೆ ಮತ್ತಿ (ಸಾವಿ, ಮಾಡತ).—ಬಹು ದೊಡ್ಡ ಮರ, ಹೊಳೆಗಳಲ್ಲಿ ಹುಟ್ಟುತ್ತದೆ. ಕಟ್ಟಿಗೆ ಇಮಾರತಿಗೂ ಬೇರೆ ಕೆಲಸಗಳಿಗೂ ಬರುತ್ತದೆ. ಅದು ಕಪ್ಪು, ಬಿರುಸು, ಜಡ. ಘನಫೂಟಿನ ತೂಕ ೫೪ ಪೌಂಡು. ತೋಟೆಯು ಪುಷ್ಟಿಯ ಔಷಧವು, ಘಾಯಗಳನ್ನು ಮಾಯಿಸುತ್ತದೆ.

ಉಳಿದ ಮೂರು ಜಿಲ್ಲೆಗಳಲ್ಲಿಯ ಅಡವಿಯು.

ಕಾನಡಾ ಜಿಲ್ಲೆಯ ಅಡವಿಯಷ್ಟು ಭವ್ಯವಾದ ಅಡವಿಯು ಉಳದ ಮೂರು ಜಿಲ್ಲೆಗಳಲ್ಲಿ ಯೆಲ್ಲಿಯೂ ಇಲ್ಲ. ಬೆಳಗಾವಿ, ಧಾರವಾಡ, ಜಿಲ್ಲೆಗಳ ಮಲ್ಲಾಡದ ಶರಗಿನ ಭಾಗದಲ್ಲಿ ತಕ್ಕಮಟ್ಟಿಗೆ ಅಡವಿಯುಂಟು. ಈ ಜಿಲ್ಲೆಗಳ ಬೈಲು ಭಾಗದಲ್ಲಿ ಅದಕ್ಕೂ ಕಡಿಮೆ. ವಿಜಾಪುರದ ಜಿಲ್ಲೆಯಲ್ಲಿ ಅಡವಿಯ ವಿಸ್ತಾರವು ಯೆಲ್ಲಕ್ಕೂ ಕಡಿಮೆ ಇರುತ್ತದೆ.

ಮಲ್ಲಾಡದ ಶರಗಿನಲ್ಲಿಯ ಅಡವಿ.—ಧಾರವಾಡ ಜಿಲ್ಲೆಯ ಹಾನಗಲ್ಲು, ಬಂಕಾಪುರ, ಕಲಘಟಗಿ, ಧಾರವಾಡ, ಈ ನಾಲ್ಕು ತಾಲೂಕುಗಳಲ್ಲಿ ಕೂಡಿ ೨೦೦ ಚಚ್ಚೌಕು ಮೈಲು; ಬೆಳಗಾವೀ ಜಿಲ್ಲೆಯ ಖಾನಾಪುರ, ಬೆಳಗಾವಿ, ಇವೆರಡು ತಾಲೂಕುಗಳಲ್ಲಿ ಕೂಡಿ ೬೦೦ ಚಚ್ಚೌಕು ಮೈಲು, ಅಂತೂ ೮೦೦ ಚಚ್ಚೌಕು ಮೈಲು ಒಟ್ಟಿಗೆ ಅಡವಿಯ ವಿಸ್ತಾರವಿರುತ್ತದೆ. ಇವೆಲ್ಲ ಕೂಡಿ ಕಾನಡಾ ಜಿಲ್ಲೆಯ ಅಡವಿಯ ನಾಲ್ಕನೇ ಪಾಲಷ್ಟು ಸಹ ಆಗುವದಿಲ್ಲ. ಆದರೆ ಈ ೮೦೦ ಚ. ಮೈಲುಗಳಲ್ಲಿ ಮೊದಲಿನಿಂದ ತನಗೆ ತಾನೇ ಬೆಳಿದಂಥ ಅಡವಿಯ ವಿಸ್ತಾರವು ೫೬೬ ಚ. ಮೈಲಿಗಿಂತ ಹೆಚ್ಚಿಲ್ಲ. ಇದಕ್ಕೆ ಸರಕಾರದವರು ಕಾದ ಅಡವಿ ಯೆಂಬನ್ನುವರು. ಉಳಿದದ್ದೆಲ್ಲ ೨೫೪ ಚ. ಮೈಲು, ಪೊಳಗಡೆಯಲ್ಲಿ ಸರಕಾರದ

4*

ವರು ಕಾವಲ ಇಟ್ಟು ಬೆಳಿಸಿದ್ದಿರುತ್ತದೆ. ಇದಕ್ಕೆ ಸಂರಕ್ಷಿಸಿದ ಅಡವಿ ಯೆಂದೆನ್ನುವರು. ಧಾರವಾಡ ಜಿಲ್ಲೆಯಲ್ಲಿ ಧಾರವಾಡ, ಕಲಘಟಗಿ, ತಾಲೂಕುಗಳಲ್ಲಿಯ ಅಡವಿಯು ಹೆಚ್ಚಿಗೆ ಪ್ರಬಲವಾದದ್ದು. ಇದರಲ್ಲಿ ತೇಗು, ಚಂದನ, ಸಿಸುವು, ಮತ್ತಿ, ಹೊನ್ನಿ, ಹಲಸು, ಮುಂತಾದ ಬೆಲೆಯುಳ್ಳ ಮರಗಳು ತಕ್ಕಮಟ್ಟಿಗೆ ಯೆತ್ತರವಾಗಿ ಬೆಳಿದವೆ. ಆದರೆ ಈ ಅಡವಿಯಲ್ಲಿ ಸಣ್ಣ ದೊಡ್ಡ ಯೆಳಿಗಳೇ ಹೊರ್ತು ತೊಲೆಗಳು ಹುಟ್ಟುವದಿಲ್ಲ. ಖಾನಾಪುರ ತಾಲೂಕಿನ ಅಡವಿಯ ಪಶ್ಚಿಮ ಭಾಗದಲ್ಲಿ, ಅಂದರೆ ಸಹ್ಯಾದ್ರಿಯ ಇಳಕಲಿನ ಮೇಲೆ, ಹೇಳ ತಕ್ಕಂಥ ಬನಗಳಿಲ್ಲ; ಕಿರಿ ಗಿಡಗಳೂ ನಾನಾ ಪ್ರಕಾರದ ಕಂಟಿಗಳೂ ಮುಖ್ಯವಾಗಿ ಬೆಳಿದಿರುತ್ತವೆ. ಆದರೆ ಪೂರ್ವಕ್ಕೆ ಬಂದ ಹಾಗೆ ಯೆತ್ತರವಾದ ಮರಗಳುಳ್ಳಂಥ ದಟ್ಟ ಅಡವಿಯು ದೃಷ್ಟಿಗೆ ಬೀಳುತ್ತದೆ. ಇದರಲ್ಲಿಯೂ ಮೇಲೆ ಹೇಳಿದ ತೇಗು, ಚಂದನ, ಮುಂತಾದ ವೃಕ್ಷಗಳನ್ನು ಕಾಣ ಬಹುದು. ಆದರೆ ಕಲಘಟಗಿ, ಧಾರವಾಡ ತಾಲೂಕುಗಳಲ್ಲಿಯಷ್ಟು ಸಹ ಪಡಸಾದ ಕಟ್ಟಿಗೆಯು ಈ ಅಡವಿಯಲ್ಲಿ ದೊರಿಯುವದಿಲ್ಲ. ಆದರೂ ಸರಕಾರೀ ಕಾವಲುಗಾರರು ಈ ಮಲ್ಲಾಡದ ಶರಗಿನ ಯಾವತ್ತು ಅಡವಿಯನ್ನು ಬಹು ಯೆಚ್ಚರದಿಂದ ಕಾಯುತ್ತಿರುವ ಕಾರಣ ಕೆಲವು ವರ್ಷಗಳ ನಂತರ ಕಲಘಟಗಿ, ಧಾರವಾಡ, ಖಾನಾಪುರ, ಬೆಳಗಾವಿ, ತಾಲೂಕುಗಳಲ್ಲಿಯ ಅಡವಿಯಲ್ಲಿ ದೊಡ್ಡ ದೊಡ್ಡ ತೊಲೆಗಳಾಗುವಂಥ ಮರಗಳನ್ನು ಕಾಣ ಬಹುದು. ಮಲ್ಲಾಡದ ಶರಗಿನ ಅಡವಿಯಲ್ಲಿ ಮೇಲೆ ಹೇಳಿದ ಆರು ಜಾತಿ ಮರಗಳಲ್ಲದೆ ಈ ಕೆಳಗೆ ವಿವರಿಸಿದ ವೃಕ್ಷಗಳು ಪ್ರಮುಖ ಜಾತಿಗಳೆಂದು ಹೇಳ ಬಹುದು.

ಅಳಲೆ, ಅತ್ತಿ, ಬನ್ನಿ (ಅಪ್‌ಟಾ), ಬೆಲಪತ್ರಿ (ಬೆಲ), ಬಿಳಿನಂದಿ (ನಾಣಾ), ಬೂರ್ಲ (ಶೇವರಿ), ದಿಂಡಲ (ಧಾವಡಾ), ಡಿಕ್ಕೀಮಾಲಿ, ಕೇರು, ಹುಣಬ (ಕಿಂಡಳ) ಹುಣಶಿ, ಅರಟಾಳ (ರಿಟಾ) ಕಕ್ಕೆ (ಬಹವಾ), ಕರೆಗಿಡ (ಗೇಳ), ಮುತ್ತಲ (ತಿವಸ), ಕೋಕಂಬ (ಭಿರಂದ), ರಕ್ತ ಹೊನ್ನಿ (ಲಾಲ ಅಸನ), ಶಿವನ್ನಿ (ಶಿವಣ), ಶಿರಸಲ (ಶಿರಸ), ತಡಸಲ (ಧಾಮಣ), ಸೇರಿಲ, ಹಾರಿವಾಳ (ಪಾಂಗಾರಾ), ನಂದಿ (ನಾಂದರೂಖ), ನೆಲ್ಲಿ, ಕಂಚಾಳ (ಕಾಂಚನ), ಬದಾಮು, ನಾಗಸಂಪಿಗಿ (ನಾಗಾಚಾಫಾ), ಸೋನಚಾಫಾ, ಇತ್ಯಾದಿ.

ಈ ಅಡವಿಯಲ್ಲಿ ಇಮಾರತಿಯ ಕಟ್ಟಿಗೆ, ಉರಿಯುವ ಕಟ್ಟಿಗೆಗಳಲ್ಲದೆ ಬೇರೆ ಹಲವು ಪ್ರಕಾರದ ವ್ಯಾಪಾರದ ಸರಕುಗಳು ಹುಟ್ಟುತ್ತವೆ. ಅವುಗಳಲ್ಲಿ ಜೇನತುಪ್ಪ, ಮೇಣ, ಬಿದರು, ಇದ್ದಲಿ, ಅಳಲೆಕಾಯಿಗಳು ಮುಖ್ಯ. ಇವಲ್ಲದೆ ಕೇರು, ಅರಟಾಳಕಾಯಿ, ನೆಲ್ಲೀಕಾಯಿ ಶೀಗೇಕಾಯಿ, ಮುಂತಾದ ಫಲಗಳನ್ನು ಬಡಬಗ್ಗರು ಆರಿಸಿ ತಂದು ಮಾರಿ ಹೊಟ್ಟೆ ತುಂಬಿ ಕೊಳ್ಳುತ್ತಾರೆ. ಬೆಳಗಾವಿ, ಖಾನಾಪುರ ತಾಲೂಕುಗಳಲ್ಲಿ ವೊಂದೇ ಅಳಲೆಕಾಯಿಂದ ಸರಕಾರಕ್ಕೆ ಸನ್ ೧೮೮೦—೮೧ ವರ್ಷದಲ್ಲಿ ೩೭೦೦೦ ರೂಪಾಯಿಗಿಂತ ಹೆಚ್ಚು ಆದಾಯವಾಯಿತು. ಈ ಮಲ್ಲಾಡದ ಶರಗಿನ ಅಡವಿಯ ಪೂರ್ವ ದಂಡೆಯಲ್ಲಿ ಮುಳ್ಳಗಳ್ಳಿಯು ಬಹಳ ಬೇಗ ಹಬ್ಬುತ್ತದೆ. ಅದನ್ನು ಕಡಿದು ಸುಡುವ ಪ್ರಯತ್ನವನ್ನು ಸರಕಾರದವರು ನಡಿಸಿದ್ದಾರೆ. ಪೂರ್ವದಲ್ಲಿ ಸರಕಾರೀ ಕಾವಲವಿಲ್ಲದಾಗ ಜನರು ಬೇ

ಕಾಟ ಹಾಗೆ ಅಡವಿಯನ್ನು ಕಡಿದು ಹಾಳು ಮಾಡುವರು. ಇದಲ್ಲದೆ ಪ್ರವಾಸಿಗಳು ಹುಲ್ಲಿನ ಅಡವಿಯಲ್ಲಿ ಅಡಿಗೇ ಮಾಡಿ ಕೊಳ್ಳುವದರಿಂದ, ಇಲ್ಲವೆ ತಂಬಾಕ ಶೇದಿ ಹೊತ್ತಿದ ಬತ್ತಿಯನ್ನು ಹುಲ್ಲಿನೊಳಗೆ ಚಲ್ಲುವದರಿಂದ ಅಡವಿಗೆ ಬೆಂಕೀ ಹಚ್ಚುವರು. ಅದರಿಂದ ಯೆಷ್ಟೋ ಮೈಲುಗಳ ವರೆಗೆ ಅಡವಿಯು ಸುಟ್ಟು ಹಾಳಾಗುವದು. ಕುಮರಿ ಪೈರು ತಕ್ಕೊಳ್ಳುವ ಕಾಡು ಜನರು ಪ್ರತಿ ವರ್ಷ ಹೊಸ ಅಡವಿಯನ್ನು ಕಡಿದು ವೊಂದು ವರ್ಷ ಪೈರು ತಕ್ಕೊಂಡು, ಭೂಮಿಯನ್ನು ಬೈಲು ಮಾಡಿ ಮುಂದಕ್ಕೆ ಸಾಗುವರು. ಆದರೆ ಸರಕಾರದವರ ಕಾವಲು ಕೂತಾಗಿನಿಂದ ಈ ಪ್ರಕಾರದ ನಾಶವು ಬಹಳ ಕಡಿಮೆಯಾಗಿ ಅಡವಿಯು ಬೆಳಿಯುತ್ತ ನಡಿದದೆ. ಅಡವಿಯನ್ನು ಬೆಳಿಸುವದರಿಂದ ಸರಕಾರದವರ ಆದಾಯವು ಬೆಳಿಯುವದಲ್ಲದೆ ದೇಶದಲ್ಲಿ ಮಳೆಯು ಹೆಚ್ಚಾಗಲಿಕ್ಕೆ ಆಸ್ಪದವಾಗುತ್ತದೆ.

ಬೆಳಗಾವಿ, ಧಾರವಾಡ ಜಿಲ್ಲೆಗಳ ಅಡವಿಗಳಿಗಾಗಿ ವೊಬ್ಬೊಬ್ಬ ಸ್ವತಂತ್ರ ಯುರೋಪಿಯನ್ ಅಧಿಕಾರಿಯನ್ನು ನೇಮಿಸಿದ್ದಾರೆ. ಈ ಅಧಿಕಾರಿಗಳ ಕೈಕೆಳಗೆ ರೈಟರರು, ಕಾರಕೂನರು, ಕಾವಲುಗಾರರು, ಮುಂತಾದವರು ಅಡವಿಯನ್ನು ಸಂರಕ್ಷಿಸುವ ಕೆಲಸ ಮಾಡುತ್ತಾರೆ. ಈ ಅಧಿಕಾರಿಗಳು ಮುಂದೆ ಬೆಳಿಯಲಾರದಂಥ ಅಡವಿಯನ್ನು ಕಡಿಸಿ, ಇಮಾರತಿಯ ಕಟ್ಟಿಗೆಯನ್ನೂ ಉರಿಯುವ ಕಟ್ಟಿಗೆಯನ್ನೂ ಸ್ವಲ್ಪ ದರದಿಂದ ಮಾರುತ್ತಾರೆ. ಸನ್ ೧೮೮೨-೮೩ನೇ ವರ್ಷದಲ್ಲಿ ಧಾರವಾಡ ಬೆಳಗಾವಿ ಜಿಲ್ಲೆಗಳ ಆದಾಯ ವೆಚ್ಚಗಳು ಹ್ಯಾಗಂದರೆ—

ಅಡವಿಯ ಆದಾಯ ವೆಚ್ಚಗಳು.

	ಆದಾಯ.	ವೆಚ್ಚ.	ಶಿಲಕು.
ಧಾರವಾಡ	೮೨೯೧೦	೪೧೯೫೦	೪೦೯೬೦
ಬೆಳಗಾವಿ	೧೪೨೧೫೦	೪೩೬೧೦	೯೮೫೪೦
	೨೨೫೦೬೦	೮೫೫೬೦	೧೩೯೫೦೦

ಖಾಸಗೀ ಜನರ ಹೊಲಗಳಲ್ಲಿ ಇರುವ ತೇಗು, ಚಂದನ, ಶಿಸುವು, ಈ ಮೂರು ಜಾತಿಗಳ ಮರಗಳು ಸರಕಾರೀ ಮಾಲೆಂದು ಕಾಯದೆ ಇರುತ್ತದೆ. ಪಡಬಿದ್ದ ಭೂಮಿಯಲ್ಲಿ ಈ ಮೂರು ಜಾತಿಗಳಲ್ಲದೆ ಮತ್ತಿ, ಹೊನ್ನಿ, ಇವೆರಡು ಜಾತಿಗಳಾದರೂ ಸರಕಾರೀ ಮಾಲೆಂದು ಎಣಿಸಲ್ಪಡುತ್ತವೆ. ಅಡವಿಯ ನೆರೆಹೊರೆಯ ಗ್ರಾಮಗಳ ನಿವಾಸಿಗಳು ಸರಕಾರೀ ಅಡವಿಯೊಳಗಿನ ಹುಲ್ಲು ಕೊಯಿ ಕೊಂಡು ಹೋಗಲಿಕ್ಕೂ ಹೊಲಗಳ ಬೇಲಿಗಳಿಗಾಗಿ ಮುಳ್ಳು ಕಂಟಗಳನ್ನು ತಕ್ಕೊಂಡು ಹೋಗಲಿಕ್ಕೂ ಅಡ್ಡಿ ಇಲ್ಲ. ಇದಲ್ಲದೆ ಆ ನಿವಾಸಿಗಳು ತಮ್ಮ ಸ್ವಂತ ಉಪಯೋಗಕ್ಕಾಗಿ ಉರಿ ಕಟ್ಟಿಗೆಯ ಹೊರೆಗಳನ್ನು ಸರಕಾರೀ ಅಡವಿಯೊಳಗಿಂದ ಬೇಕಾದಾಗ ತರ ಬಹುದು. ಈ ಕಟ್ಟಿಗೆಯನ್ನು ಮಾರಾಟಕ್ಕೆ

ಹೊಯ್ಯುವವರು ಮಾತ್ರ ಸರಕಾರಕ್ಕೆ ಫೀ ಕೊಡಬೇಕಾಗುತ್ತದೆ. ಆ ಫೀಯ ದರಗಳು ಹ್ಯಾಗಂದರೆ. ಎರಡೆತ್ತಿನ ಬಂಡಿ ತುಂಬುವಷ್ಟು, ಅಂದರೆ ೬ ಫೂಟು ಉದ್ದ, ೪ ಫೂಟು ಅಗಲು, ೪ ಫೂಟು ಯೆತ್ತರ, ಇಷ್ಟು ಕಟ್ಟಿಗೆಯ ರಾಶಿಗೆ ೧ ರೂಪಾಯಿ; ಒಂದು ಎತ್ತಿನ ಲದ್ದಿಗೆ ೧ ಆಣೆ; ಗಂಡಸಿನ ತಲೆ ಹೊರೆಗೆ ೧ ದುಡ್ಡು; ಹೆಂಗಸಿನ ತಲೆ ಹೊರೆಗೆ ೨ ಪೈ; ಹುಡುಗನ ತಲೆ ಹೊರೆಗೆ ೧ ಪೈ. ಈ ಪ್ರಕಾರ ಫೀ ಕೊಟ್ಟು ಉರಿ ಕಟ್ಟಿಗೆಯನ್ನು ಬೇಕಾದವರು ತಂದು ಮಾರಾಟ ಮಾಡಿ ಕೊಳ್ಳ ಬಹುದು. ಸರಕಾರೀ ಅಡವಿಯಲ್ಲಿ ವೊಕ್ಕಲಿಗರು ತಮ್ಮ ದನಗಳನ್ನು ಮೇಯಲಿಕ್ಕೆ ಬಿಡ ಬೇಕಾದರೆ, ಕೋಡಿನ ದನಗಳಿಗೆ ವರ್ಷಕ್ಕೆ ೨ ಆಣೆ, ಕುರಿ ಆಡುಗಳಿಗೆ ವರ್ಷಕ್ಕೆ ಅರ್ಧಾಣೆ ಸರಕಾರಕ್ಕೆ ಫೀ ಕೊಡಬೇಕಾಗುತ್ತದೆ. ಪತ್ರಾವಳಿಯ ಯೆಲೆ, ಅರಟಾಳ ಕಾಯಿ, ಕವಳೀ ಹಣ್ಣು, ಇಂಥಾ ಕಿರುಕುಳ ಪದಾರ್ಥಗಳನ್ನು ಸರಕಾರೀ ಅಡವಿಯೊಳಗಿಂದ ಯೇನು ಕೊಡದೆ ಬೇಕಾದವರು ತಕ್ಕೊಂಡು ಹೋಗಬಹುದು.

ಕುಮ್ರಿ ಕಡಿಯುವ ನಡಾವಳಿಯು ಧಾರವಾಡ ಜಿಲ್ಲೆಯಲ್ಲಿ ಇಲ್ಲ; ಬೆಳಗಾವೀ ಜಿಲ್ಲೆಯಲ್ಲಿ ಮಾತ್ರ ನಡಿಯುತ್ತದೆ. ಬಡ ಒಕ್ಕಲಿಗರು ಅಡವಿಯನ್ನು ಕಡಿದು ಬೈಲು ಮಾಡಿ, ಕಡಿದ ಗಿಡಗಳನ್ನು ಅಲ್ಲೇ ವೊಣಗ ಬಿಡುವರು. ಅವು ವೊಣಗಿದ ಬಳಿಕ ಅವುಗಳ ಕಟ್ಟಿಗೆ, ಯೆಲೆ, ಮುಂತಾದವುಗಳನ್ನು ಸುಟ್ಟು ಬೂದಿಯ ಮಾಡಿ, ಆ ಬೂದಿಯನ್ನು ಅದೇ ಭೂದಿಯಲ್ಲಿ ಹರವುವರು, ಇಷ್ಟಾದ ಬಳಿಕ ಆ ಭೂಮಿಯು ಬಿತ್ತಲಿಕ್ಕೆ ತಕ್ಕದ್ದಾಗುತ್ತದೆ. ಅದರಲ್ಲಿ ಮೊದಲಿನ ವರ್ಷ ರಾಗಿಯ ಪೈರನ್ನೂ ಮರು ವರ್ಷ ಸಾವಿಯ ಪೈರನ್ನೂ ತಕ್ಕೊಂಡು ಅದನ್ನು ಹಾಳಗೆಡಿವಿ ಮೂರನೇ ವರ್ಷ ಮತ್ತೆ ಹೊಸ ಅಡವಿಯನ್ನು ಕಡಿಯುವರು. ಆ ಹಾಳು ಬಿದ್ದ ಅಡವಿಯು ೨೦ ವರ್ಷದ ತರುವಾಯ ಮತ್ತೆ ಕುಮ್ರಿ ಪೈರಿಗೆ ತಕ್ಕದ್ದಾಗುತ್ತದೆ. ಅಲ್ಲಿಯ ತನಕ ಅದರಲ್ಲಿ ಹೊಸ ಅಡವಿಯು ಬೆಳಿಯುತ್ತ ಹೋಗುವದು. ಈ ಕುಮ್ರಿ ಪೈರಿನ ಪದ್ಧತಿಯಿಂದ ಅಡವಿಯು ಬಹಳ ಹಾಳಾಗುವ ಕಾರಣ ಸರಕಾರದವರು ನಡುವೆ ಕೆಲವು ದಿವಸ ಇದನ್ನು ಮುರಿದಿದ್ದರು. ಆದರೆ ಬಡ ಜನರಿಗೆ ಕುಮ್ರಿ ಭೂಮಿ ಇಲ್ಲದ್ದರಿಂದ ಬಹಳ ಸಂಕಟ ವೊದಗಿದ್ದು ನೋಡಿ, ಸನ್ ೧೮೭೫ನೇ ಇಸವಿಯಿಂದ ಕುಮ್ರಿ ಕಡಿಯಲಿಕ್ಕೆ ಸರಕಾರದವರು ಮತ್ತೆ ಅಪ್ಪಣೆ ಕೊಟ್ಟರು. ಆದರೆ ಕುಮ್ರಿ ಕಡಿಯುವವನು ಯೆಷ್ಟು ಭೂಮಿಯನ್ನು ಬೈಲಿಡುವನೋ, ಅದರ ಮೂರನೇ ಪಾಲಷ್ಟು ಬೇರೆ ಭೂಮಿಯಲ್ಲಿ ಉಪಯುಕ್ತವಾದಂಥ ಹೊಸ ಮರಗಳನ್ನು ಹಚ್ಚಲಿಕ್ಕೆ ಬೇಕೆಂದು ನಿಯಮ ಮಾಡಿದ್ದಾರೆ; ಮತ್ತೂ ಸರಕಾರದವರು ತೋರಿಸಿದಲ್ಲಿ ಅಡವಿಯನ್ನು ಕಡಿಯ ಬೇಕೇ ಹೊರ್ತು ಕಂಡಲ್ಲಿ ಕಡಿಯ ಕೂಡದು.

ಬೈಲು ಶೀಮೆಯ ಅಡವಿ.—ಮುಂಬಯಿ ಕರ್ನಾಟಕದ ಬೈಲು ಶೀಮೆಯ ಪ್ರದೇಶದಲ್ಲೆಲ್ಲ ಹೆಚ್ಚಾಗಿ ಬೈಲೇ ಇರುತ್ತದೆ. ಧಾರವಾಡ ಜಿಲ್ಲೆಯಲ್ಲಿ ಗದಗು, ಕೋಡ, ರಾಣೀ ಬಿನ್ನೂರು, ಕರ್ಜಗಿ; ಬೆಳಗಾವೀ ಜಿಲ್ಲೆಯಲ್ಲಿ ಚಿಕ್ಕೋಡಿ, ಗೋಕಾವಿ, ಸಂಪಗಾವಿ; ವಿಜಾಪುರ ಜಿಲ್ಲೆಯಲ್ಲಿ ಬಾದಾವಿ, ಬಾಗಲಕೋಟೆ, ಹುನಗುಂದ; ಇಷ್ಟು ತಾಲೂಕುಗಳಲ್ಲಿ ಮಾತ್ರ ಅಲ್ಪ ಸ್ವಲ್ಪ ಅಡವಿಯನ್ನು ಕಾಣ ಬಹುದು. ಆದರೆ ಮೇಲೆ

ವಿವರಿಸಿದ ವೃಕ್ಷ ಜಾತಿಗಳನ್ನು ಈ ಅಡವಿಯಲ್ಲಿ ಕಾಣುವದು ದುರ್ಲಭವು. ತೆಂಗು, ತಾಳೆ, ಚಂದನ, ತೇಗು, ಮತ್ತಿ, ಸಿಸುವು, ಇಂಥಾ ಜಾತಿಯ ಮರಗಳನ್ನು ಮಲ್ಲಾಡದ ಶರಗಿಗೆ ಹೊಂದಿರುವ ಬೈಲು ಶೀಮೆಯ ಪ್ರದೇಶಗಳಲ್ಲಿ ಮಾತ್ರ ಅಲ್ಪ ಸ್ವಲ್ಪವಾಗಿ ಕಾಣಬಹುದು. ಆದರೆ ಇವು ಬಹಳ ಯೆತ್ತರವಾಗಿ ಬೆಳಿಯುವದಿಲ್ಲ, ಬಹಳ ಗಡುತರವೂ ಆಗುವದಿಲ್ಲ. ಬೈಲು ಶೀಮೆಯ ಅಡವಿಯಲ್ಲಿ ಸಾಧಾರಣವಾಗಿ ಯೆಲ್ಲ ಕಡೆಯಲ್ಲಿಯೂ ದೃಷ್ಟಿಗೆ ಬೀಳುವ ವೃಕ್ಷ ಜಾತಿಗಳು ಯಾವವೆಂದರೆ— ಜಾಲಿ, ಈಚಲ, ಕಳ್ಳಿ, ಮುಳ್ಳು ಗಳ್ಳಿ, ಬೇವು, ಬಸರಿ, ಹುಣಚಿ, ಅರಳೆ, ಆಲ, ನೇರಲ, ಬೆಳುವಲು, ನೆಲ್ಲಿ, ಬೋರೆ, ಮಾವು, ಮತಿವಾಳ, ಹುಲಗಲಿ, ದಿಂಡಲ, ಜಂಬಿ, ಅತ್ತಿ, ಬಣದುರ್ಬಿ, ಕೆಂಡಾಳಿ, ಕಕ್ಕಿ, ಇತ್ಯಾದಿ. ಹೊನ್ನವರಿ, ಇಪ್ಪಿ, ಕಾರಿ, ಮದ್ದುಗಣಕಿ, ಗೊಳಗೊಳಕಿ, ಮುಂತಾದ ಕಿರಿ ಜಾತಿಗಳನ್ನು ಬಹುತರ ಯೆಲ್ಲ ಕಡೆಯಲ್ಲಿ ನೋಡ ಬಹುದು. ನೀರಿನ ಆಸರವಿದ್ದಲ್ಲಿ ಈಚಲ, ಜಾಲಿ, ಕಳ್ಳಿ, ಇವುಗಳ ಬನಗಳು ವಿಸ್ತಾರವಾಗಿ ಹಬ್ಬಿರುತ್ತವೆ. ಮುಳ್ಳುಗಳ್ಳಿ ಇಲ್ಲದಂಥ ಸ್ಥಳವು ದೊರೆಯುವದೇ ಅಪರೂಪ. ತೋಟಗಳಲ್ಲಿ ಮಾವಿನ ಬನಗಳು ಬಹು ಮನೋಹರವಾಗಿ ಬೆಳಿದಿರುತ್ತವೆ. ಅರೆ ಬೇವಿನ ಜಾತಿಯ ಮರವು ನೆಟ್ಟಗೆ ಯೆತ್ತರವಾಗಿ ಬೆಳಿಯುತ್ತದೆ; ಆದರೆ ೪, ೫ ಇಂಚುಗಳಿಗಿಂತ ಹೆಚ್ಚು ಗಡುತರವಾಗುವ ದಿಲ್ಲ. ಇದರ ಕಟ್ಟಿಗೆಗೆ ಹುಳ ಹತ್ತುವದಿಲ್ಲ; ಅದು ಬಹು ತಾಳಿಕೆಯುಳ್ಳದ್ದಿರುವ ಕಾರಣ, ಮನೆಗಳಿಗೆ ಅದರ ಜಂತಿಗಳನ್ನು ಹಾಕುವರು. ಒಳಗಡೆಯಲ್ಲಿ ಸರಕಾರೀ ಅಧಿಕಾರಿಗಳು ಹಲ ಕೆಲವು ಕಡೆಯಲ್ಲಿ ಬಿದರಿನ ಮೆಳಿಗಳನ್ನು ಹಚ್ಚಿ ಬೆಳಿಸ ಹತ್ತಿದ್ದಾರೆ.

ವಿಜಾಪುರ ಜಿಲ್ಲೆಯಲ್ಲಿ ಮೇಲೆ ಹೇಳಿದ ಮೂರು ತಾಲೂಕುಗಳಲ್ಲಿ, ಅಂದರೆ ಕೃಷ್ಣೆಯ ದಕ್ಷಿಣ ಭಾಗದಲ್ಲಿ ಮಾತ್ರ ಅಡವಿಯ ಸುದ್ದಿಯು. ಆ ಹೊಳಿಯನ್ನು ದಾಟ ಉತ್ತರಕ್ಕೆ ಹೋದ ಬಳಿಕ ಭೂಮಿಯಲ್ಲಿ ಮರಗಳನ್ನು ಕಾಣುವದೇ ಅಪರೂಪವು. ಗ್ರಾಮಗಳಲ್ಲಿ ಸಹ ಮರಗಳಿಲ್ಲದ್ದರಿಂದ ಅವು ದೂರಿಂದ ಸುಟ್ಟಂತೆ ಕಾಣುತ್ತಿರುತ್ತವೆ.

ಧಾರವಾಡ, ಬೆಳಗಾವಿ, ಜಿಲ್ಲೆಗಳ ಬೈಲು ಶೀಮೆಯ ಅಡವಿಗಳು ಆಯಾ ಜಿಲ್ಲೆಯ ಸರಕಾರೀ ವನರಕ್ಷಕರ ಅಧಿಕಾರಕ್ಕೆ ಶೇರಿರುತ್ತವೆ. ಧಾರವಾಡ ಜಿಲ್ಲೆಯಲ್ಲಿ ಬೈಲು ಶೀಮೆಯ ಅಡವಿಯ ವಿಸ್ತಾರವು ೨೦೪ ಚಚ್ಚೌಕು ಮೈಲು; ಇದರಲ್ಲಿ ಕಾದದ್ದು ೪೭ ಮೈಲು, ಸಂರಕ್ಷಿಸಿದ್ದು ೧೭೭ ಮೈಲು. ಬೆಳಗಾವೀ ಜಿಲ್ಲೆಯಲ್ಲಿ ಈ ಅಡವಿಯು ಪೊಟ್ಟಗೆ ೨೯೯ ಚಚ್ಚೌಕು ಮೈಲು ವಿಸ್ತಾರವಾಗಿದೆ; ಇದರಲ್ಲಿ ಕಾದದ್ದು ೨೩೦ ಚಚ್ಚೌಕು ಮೈಲು, ಸಂರಕ್ಷಿಸಿದ್ದು ೬೯ ಮೈಲು.

ವಿಜಾಪುರ ಜಿಲ್ಲೆಗೆ ವೊಬ್ಬ ಸಬ ಅಶಿಷ್ಟಾಂಟ ಕಾನ್‌ಸರ್ವೇಟರನೆಂಬ ಅಧಿಕಾರಿಯನ್ನು ನೆಮಿಸಿದ್ದಾರೆ. ಈ ಜಿಲ್ಲೆಯ ಯಾವತ್ತು ಅಡವಿಯ ವಿಸ್ತಾರವು ೨೪೫ ಚ. ಮೈಲಿಗಿಂತ ಹೆಚ್ಚಿಲ್ಲ; ಅದರಲ್ಲಿ ಕಾದದ್ದು ೧೫೫ ಚ. ಮೈಲು, ಸಂರಕ್ಷಿಸಿದ್ದು ೯೦ ಚ. ಮೈಲು. ಸನ್ ೧೮೮೦-೮೩ನೇ ವರ್ಷ ಈ ಅಡವಿಯ ವೊಟ್ಟು ಆದಾಯ ೧೨೩೭೦ ರೂಪಾಯಿ. ವೊಟ್ಟು ವೆಚ್ಚ, ಕಾಯಿಮು ನೌಕರರು, ಬೀಜ, ಗಿಡ ಹಚ್ಚುವದು, ನೀರು ಹಾಕುವದು ಸಹಿತ

೯೦೮೦ ರೂಪಾಯಿ; ತಿಲಕು, ೩೨೯೦ ರೂಪಾಯಿ. ಸದ್ಯಕ್ಕೆ ಈ ಜಿಲ್ಲೆಯಲ್ಲಿ ಅಡವಿಯ ವಿಸ್ತಾರವನ್ನು ಬೆಳಿಸುವ ಪ್ರಯತ್ನವು ಬಹಳ ಜಾರಿಯಿಂದ ನಡಿದಿರುತ್ತದೆ. ಈ ಜಿಲ್ಲೆಯಲ್ಲಿ ಕುಮ್ರಿಯ ಸುದ್ದಿಯೇ ಇಲ್ಲ. ಉಳಿದ ಬಾಬುಗಳಲ್ಲಿ ಸರಕಾರದವರ ಹಕ್ಕುಗಳೂ ರೈತರ ಹಕ್ಕುಗಳೂ ಬೆಳಗಾವಿ, ಧಾರವಾಡ, ಜಿಲ್ಲೆಗಳ ಸಂಬಂಧದಲ್ಲಿ ಹೇಳಿದಂತೆ ಇರುತ್ತವೆ. ಈಚಲಮರಗಳಿಂದ ಹೆಂಡ ತೆಗಿಯುವ ಕೆಲಸವು ಈ ಜಿಲ್ಲೆಯಲ್ಲಿ ಹೊಳಿತಾಗಿ ನಡಿಯುವ ಕಾರಣ, ಅದರಿಂದ ಸರಕಾರಕ್ಕೆ ತಕ್ಕಮಟ್ಟಿಗೆ ಆದಾಯವಾಗುತ್ತದೆ.

ಪಶು ಮೃಗಾದಿಗಳು.

ಪಶುಗಳು, (ಎತ್ತು, ಆಕಳು, ಕೋಣ, ಎಮ್ಮೆ, ಕುದುರೆ, ಕತ್ತೆ, ಕುರಿ, ಆಡು). — ಘಟ್ಟದ ಕೆಳಗೂ ಮಲ್ಲಾಡದಲ್ಲಿಯೂ (ಹಲ್ಯಾಳ ಯಲ್ಲಾಪುರ ತಾಲೂಕುಗಳಲ್ಲಿ) ದನಗಳು ಬಾಳುವದೇ ಇಲ್ಲ. ಧಾರವಾಡ, ಬೆಳಗಾವಿ, ಜಿಲ್ಲೆಗಳಲ್ಲಿಯೂ ವಿಜಾಪುರ ಜಿಲ್ಲೆಯ ನದೀತೀರದ ಪ್ರದೇಶಗಳಲ್ಲಿಯೂ ಯಾವತ್ತು ಪ್ರಕಾರದ ದನಗಳು ತಕ್ಕಮಟ್ಟಿಗೆ ಕಸುವಿನಿಂದ ಬೆಳಿಯುತ್ತವೆ. ವಿಜಾಪುರ ಜಿಲ್ಲೆಯ ಉತ್ತರ ಭಾಗದಲ್ಲಿ, ಅಂದರೆ ಕೃಷ್ಣೆಯ ಉತ್ತರದಲ್ಲಿ ಹುಟ್ಟುವ ದನಗಳು ಗಿಡ್ಡ, ಕಸುವಿಲ್ಲದವು.

ಕಾನಡಾ ಜಿಲ್ಲೆಯಲ್ಲಿ ದನಗಳ ಜಾತಿ ಬಹಳ ಕೀಳಾಗುತ್ತದೆ. ಸಮುದ್ರ ದಂಡೆಯಲ್ಲಿ ಹುಲ್ಲು ಬೆಳಿಯುವದಿಲ್ಲ, ಬತ್ತದ ಹುಲ್ಲಿನಿಂದ ದನದ ಹೊಟ್ಟೆ ತುಂಬುವದಿಲ್ಲ. ಅದರಿಂದ ಘಟ್ಟದ ಕೆಳಗೆ ದನಗಳು ಹುಟ್ಟಿ ಬೆಳಿಯುವದು ಬಹು ದುರ್ಲಭ. ಪರ ಜಿಲ್ಲೆಗಳಿಂದ ಕೆಲವರು ಯೆತ್ತು, ಯೆಮ್ಮೆ, ಮುಂತಾದವುಗಳನ್ನು ತರುತ್ತಾರೆ. ಆದರೆ ಅವು ಬೇಗ ಬಡಕಾಗುತ್ತವೆ. ಕುದುರೆಗಳಿಗಂತು ಅಲ್ಲಿಯ ಹವೆಯೇ ತಾಳುವದಿಲ್ಲ. ಸುಪೆ ಯಲ್ಲಾಪುರ ತಾಲೂಕುಗಳಲ್ಲಿ ದನ ಕಾಣುವದೇ ದುರ್ಲಭ. ಸಿರಶಿ, ಸಿದ್ದಾಪುರ ತಾಲೂಕುಗಳಲ್ಲಿ ಕೆಲವು ಮಟ್ಟಿಗೆ ದನಗಳು ಬಾಳುತ್ತವೆ. ಮೊದಲು ಮಲ್ಲಾಡದ ಅಡವಿಯ ನೆರೆಹೊರೆಯಲ್ಲಿ ಗೌಳಿಗರು ಯೆಮ್ಮೆಗಳನ್ನು ಕಟ್ಟಿಕೊಂಡು ಅಡವಿಯನ್ನು ಬಹಳ ಹಾಳು ಮಾಡುವರು. ಆದರೆ ಈಗ ಅವರ ಯೆಮ್ಮೆಗಳೇ ಉಳಿದಿಲ್ಲ. ಹೈಗ ಬ್ರಾಹ್ಮಣರಿಗೆ ಮೊಸರು ಮಜ್ಜಿಗೆ ಬಹಳ ಬೇಕಾಗುವ ಕಾರಣ ಅವರು ಘಟ್ಟದ ಕೆಳಗೆ ಸಹ ಯೆಮ್ಮೆಗಳನ್ನು ಕಟ್ಟುವರು.

ಘಟ್ಟದ ಕೆಳಗೆ ಬಂಡಿಗಳೂ ದನಗಳೂ ಇಲ್ಲವೇ ಇಲ್ಲ. ಆದದರಿಂದ ಸುಖಿ ಜನರು ಮಚಲೆಂಬದೊಂದು ಪ್ರಕಾರದ ವಾಹನವನ್ನು ಉಪಯೋಗಿಸುತ್ತಾರೆ. ಸುಮಾರು ೧೦ ಮೊಳ ಉದ್ದವಾದದ್ದೊಂದು ಡವಿಗೆಯ ಯೆರಡೂ ತುದಿಗಳನ್ನು ಸುಮಾರು ಮೂರು ಮೂರು ಮೊಳ ಬಿಟ್ಟು, ಅದರಲ್ಲಿ ಯೆರಡು ಗಡುತರವಾದ ವಂಕಿಗಳನ್ನು ಜಡಿಯುತ್ತಾರೆ. ಒಂದು ಮೊಳ ಅಗಲು, ೪ ಮೊಳ ಉದ್ದ, ದಪ್ಪನ್ನ ಪಡಮದ ತುಂಡು ತಕ್ಕೊಂಡು, ಅದರ ಯೆರಡೂ ತುದಿಗಳಲ್ಲಿ ಯೆರಡು ದುಂಡು ಕಟ್ಟಿಗೆಗಳ ತುಂಡು ಗಟ್ಟಿಯಾಗಿ ಹೊಲಿದು

ಕೂಡ್ರಿಸಿ ಆ ಕಟ್ಟಿಗೆಗಳ ತುದಿಗಳಿಗೆ ನೂಲಿನ ಹಗ್ಗಗಳನ್ನು ಕಟ್ಟಿ ಅವುಗಳನ್ನು ಡವಿಗೆಯ ವಂಕಿಗಳಿಗೆ ತೂಗ ಹಾಕುವರು. ಇದು ಮಂಚಲಾಯಿತು. ಇದರಲ್ಲಿ ಕೂಡ್ರುವ ಮನುಷ್ಯನು ಪಡಮದ ಮೇಲೆ ಮಲಿಕೊಳ್ಳುವನು. ಡವಿಗೆಯ ಯೆರಡೂ ತಿದಿಗಳನ್ನು ಇಬ್ಬಿಬ್ಬರು ಭೋಯಿಗಳು ಪಲ್ಲಕ್ಕಿಯಂತೆ ಹೊರುವರು. ಭೋಯಿಗಳಲ್ಲದೆ ಹರಿಕಾಂತರು, ಕಾರ್ವೀ ಜನರು, ಅಂಬಿಗರು, ಮಂಚಲುಗಳನ್ನು ಹೊರುವ ಹೋರೆಯನ್ನು ಮಾಡುವರು. ಕುದುರೆಯು ಕಬ್ಬಿಣ (ಲಗಾಮು) ಕಡಿಯುವ ಕಾಡುಮಿಕವೆಂದು ಹೇಳಿ ಈ ಜನರು ಅದನ್ನು ಮುಟ್ಟುವದಿಲ್ಲ.

ಯೆತ್ತು ಆಕಳು.— ಯೆತ್ತುಗಳಲ್ಲಿ ಸೋರಟಿ, ಮೂಡಲು, ಕುಂಡಲವಾಡಿ, ಜವಾರಿ, ಧಣಗರೀ, ಖಿಲಾರೀ, ಹಣಬಿರಿ, ಚಿಲ್ಲರಿ, ಯೆಂಬ ೮ ಜಾತಿಗಳುಂಟು. ಸೋರಟೀ ಯೆತ್ತುಗಳು ಗುಜರಾಥದಿಂದ ಬರುತ್ತವೆ; ಮೂಡಲದವು ಬಳ್ಳಾರಿಯ ಶೀಮೆಯಿಂದ ಬರುತ್ತವೆ; ಜವಾರೀ ಯೆತ್ತುಗಳು ಇದೇ ಶೀಮೆಯಲ್ಲಿ ಹುಟ್ಟುತ್ತವೆ. ಕುಂಡಲವಾಡಿ ಯೆಂಬ ಜಾತಿಯ ಯೆತ್ತುಗಳೂ, ಧನಗರೀ ಮುಂತಾದ ನಾಲ್ಕು ಕಡಿಮೇ ಜಾತಿಯ ಯೆತ್ತುಗಳೂ ಬೆಳಗಾವಿ ಜಿಲ್ಲೆಯಲ್ಲಿ ಮಾತ್ರ ಇರುತ್ತವೆ. ಉಳಿದ ಮೂರು ಜಾತಿಗಳು ಬೆಳಗಾವಿ, ವಿಜಾಪುರ ಜಿಲ್ಲೆಗಳಲ್ಲಿ ಪ್ರಸಿದ್ಧ; ಅವುಗಳ ಹೊರ್ತು ಯೆರಡು ಜಾತಿಗಳು ಧಾರವಾಡ ಜಿಲ್ಲೆಯಲ್ಲಿ ಪ್ರಸಿದ್ಧ. ಹೊಳಿ ಸಾಲಿನೆತ್ತೆಂಬ ಕೃಷ್ಣಾ ತೀರದ ಯೆತ್ತುಗಳಿಗಾದರೂ ಧಾರವಾಡ ಜಿಲ್ಲೆಯಲ್ಲಿ ತಕ್ಕಮಟ್ಟಿಗೆ ಮಾನವಿರುತ್ತದೆ. ಸೋರಟೀ ಜಾತಿ ಬಹಳ ಯೆತ್ತರ, ಮೈ ಕೈಯಲ್ಲಿ ಗಡುತರವಾಗಿ ಬೆಳಿದಿರುತ್ತದೆ. ಮೂಡಲ ದನ ಅದಕ್ಕೂ ಕಿರಿದು; ಜವಾರೀದು ಯೆಲ್ಲಕ್ಕೂ ಕಿರಿದು, ಮೊದಲಿನ ಯೆರಡು ಜಾತಿಗಳು ಬಹಳ ಕಸುವುಳ್ಳವುಗಳಾದಾಗ್ಯೂ, ಅವುಗಳಿಗೆ ಮಿತಿಮೀರಿ ಶ್ರಮವೂ ಉಪವಾಸವೂ ತಾಳುವದಿಲ್ಲ, ಸುಗ್ರಾಸ ಬೇಕು. ಜವಾರಿಯ ದನಕ್ಕೆ ಅಲ್ಪ ಸ್ವಲ್ಪ ತಿಕ್ಕಂಥ ಆಹಾರ ಕೊಟ್ಟು ಬೆಳಗಿನಿಂದ ಸಾಯಂಕಾಲದ ವರೆಗೆ ಅವುಗಳನ್ನು ದುಡಿಸಿ ಕೊಳ್ಳುವರು. ಅದರಿಂದ ವೊಕ್ಕಲಿಗರು ಜವಾರಿಯ ಯೆತ್ತುಗಳನ್ನೇ ಹೆಚ್ಚಾಗಿ ಕಟ್ಟುವರು. ಹೊಳಿ ಸಾಲಿನವಾದರೂ ಇಂಥವೇ. ಸೋರಟೀ ಎತ್ತುಗಳಿಗೂ ಮೂಡಲದೆತ್ತುಗಳಿಗೂ ಬೆಲೆ ಬಹಳ ಬೀಳುತ್ತದೆ. ಗಾಡಿಗಳನ್ನು ಯೆಳಿಯುವದರಲ್ಲಿ ಇವು ಜವಾರಿಯ ಯೆತ್ತುಗಳಿಗಿಂತ ಬಹಳ ಮೇಲು.

ಆಕಳುಗಳಲ್ಲಿ ಸೋರಟೀ, ಜವಾರಿ, ಮಲ್ಲಾಡದವು, ಯೆಂದು ಮೂರು ವರ್ಗಗಳನ್ನು ಮಾಡ ಬಹುದು. ಮೂಡಲ ಜಾತಿಯ ಆಕಳುಗಳು ಈ ಶೀಮೆಗೆ ಬರುವದಿಲ್ಲ. ಸೋರಟೀ ಆಕಳು ಯೆಲ್ಲಕ್ಕೂ ಯೆತ್ತರ, ಕೈಕಾಲು ಬೀಸು, ಯೆಮ್ಮೆಯ ಸರಿ ಹಾಲು ಕೊಡುತ್ತದೆ; ಮತ್ತೂ ಅದರಿಂದ ಹುಟ್ಟುವ ದನವಾದರೂ ಸೋರಟೀ ದನವೇ ಆಗುತ್ತದೆ. ಆ ಕಾರಣ ಸೋರಟೀ ಆಕಳುಗಳಿಗೆ ೧೦೦ ರೂಪಾಯಿಯ ವರೆಗೆ ಬೆಲೆ ಬೀಳುವದು. ಜವಾರಿಯ ಆಕಳುಗಳು ಜವಾರೀ ಯೆತ್ತುಗಳಂತೆ ಕಿರಿದಾಗಿ ಇರುತ್ತವೆ. ಇವುಗಳ ಹೈನ ಕಡಿಮೆ, ೬ರಿಂದ ೯ ತಿಂಗಳುಗಳ ವರೆಗೆ ನಡಿಯುತ್ತದೆ. ಮಲ್ಲಾಡದ ಆಕಳು ಜವಾರೀ ಆಕಳಿಗಿಂತ ಕಿರಿದಾದದ್ದು; ಅದರ ಹೈನವೂ ಅಷ್ಟಕ್ಕಷ್ಟೇ.

ಕೋಣ, ಯೆಮ್ಮೆಗಳು.—ಗೌಳಿಗರವು, ಜವಾರೀ, ಯೆಂಬೆರಡು ಜಾತಿಯ ಕೋಣಗಳು ಪ್ರಸಿದ್ಧ. ಬೆಳಗಾವಿ, ಧಾರವಾಡ ಜಿಲ್ಲೆಗಳಲ್ಲಿ ಗೌಳಿಗರ ಕೋಣಗಳು ಕಿರಿದಿರುತ್ತವೆ; ವಿಜಾಪುರ ಜಿಲ್ಲೆಯಲ್ಲಿ ಯೆತ್ತರವಿರುತ್ತವೆ. ಕೋಣಗಳು ಯೆತ್ತುಗಳಿಗಿಂತ ಹೆಚ್ಚು ಕಸುವಿರುತ್ತವೆ. ಆದರೆ ಅವುಗಳಿಗೆ ಬುದ್ಧಿ ಬಹು ಕಡಿಮೆ, ಬಿಸಿಲು ತಾಳುವದಿಲ್ಲ. ರಂಟೆ ಮುಂತಾದ ಕಸುವಿನ ಕೆಲಸಕ್ಕೆ ವೊಕ್ಕಲಿಗರು ಕೋಣಗಳನ್ನು ಹೂಡುವರು. ಆದರೆ ೩, ೪ ತಾಸು ಹೊತ್ತು ಯೇರಿತೆಂದರೆ ಅವುಗಳ ಆಟ ನಿಂತು ಹೋಗುತ್ತದೆ. ಪ್ರತಿ ದಿನ ಕೋಣಗಳ ಮೈ ಮೇಲೆ ನೀರು ಬೀಳುತ್ತಿದ್ದರೆ ಅವು ನೆಟ್ಟಗಿರುತ್ತವೆ.

ಯೆಮ್ಮೆಗಳಲ್ಲಿಯೂ ಗೌಳಿ, ಜವಾರಿ ಯೆಂಬೆರಡು ವರ್ಗಗಳುಂಟು. ಇವಲ್ಲದೆ ಬೆಳಗಾವೀ ಜಿಲ್ಲೆಯ ಅಡವಿಯಲ್ಲಿ ವಾಸಿಸುವ ಕುರುಬರ ಯೆಮ್ಮೆಗಳು ಬೇರೆ ಇರುತ್ತವೆ. ಅವುಗಳಿಗೆ ಧನಗರೀ ಯೆಂಬ ಹೆಸರುಂಟು. ಈ ಧನಗರೀ ಯೆಮ್ಮೆಗಳು ಬಹಳ ಬೆದರ ಬಡಕ, ಇರಕುಳಿ. ವಿಜಾಪುರ ಜಿಲ್ಲೆಯಲ್ಲಿ ಗೌಳಿಗರು ನಾಗಪುರದ ಶೀಮೆಯ ಯೆಮ್ಮೆಗಳನ್ನು ಕಟ್ಟುವರು. ಅವು ಜವಾರೀ ಯೆಮ್ಮೆಗಳಿಗಿಂತ ಯೆತ್ತರಿರುತ್ತವೆ. ಧಾರವಾಡ ಬೆಳಗಾವೀ ಜಿಲ್ಲೆಗಳಲ್ಲಿ ಗೌಳಿಗರ ಯೆಮ್ಮೆಗಳಿಗೂ ಜವಾರೀ ಯೆಮ್ಮೆಗಳಿಗೂ ತೋರಿಕೆಯಲ್ಲಿ ಬಹಳ ಹೆಚ್ಚುಕಡಿಮೆ ಇರುವದಿಲ್ಲ. ಯಾವತ್ತು ಪ್ರಕಾರದ ಹೈನದಲ್ಲಿ ಯೆಮ್ಮೆಯ ಹೈನವೇ ಮೇಲಾದದ್ದು. ಯೆಮ್ಮೆಯ ಹಾಲು ಆಕಳಿನ ಹಾಲಿಗಿಂತ ಗಟ್ಟಿ, ಅದಕ್ಕೆ ಹೆಡಸು ಬಹಳ. ಒಂದು ಸೂಲದ ಹೈನವು ಸುಮಾರು ವೊಂದು ವರ್ಷ ನಡಿಯುತ್ತದೆ. ಕೃಷ್ಣಾ ತೀರದ ಯೆಮ್ಮೆಗಳ ತುಪ್ಪವು ಯೆಲ್ಲಕ್ಕೂ ಮೇಲಾದದ್ದು. ಹಾಲು ಬೆಣ್ಣೆಗಳನ್ನು ಮಾರುವರು. ಒಂದು ಯೆಮ್ಮೆಯ ಹೈನದ ಮೇಲೆ ಐದಾರು ಜನರ ಹೊಟ್ಟೆಯನ್ನು ಸಾಗಿಸಿಕೊಳ್ಳುತ್ತಾರೆ.

ಯೆತ್ತು, ಆಕಳು, ಕೋಣ, ಯೆಮ್ಮೆಗಳ ಮಾರಾಟದ ಮುಖ್ಯ ಬಾಜಾರುಗಳು ಧಾರವಾಡ ಜಿಲ್ಲೆಯಲ್ಲಿ ನವಲಗುಂದ, ರೋಣ, ಗದಗು; ಬೆಳಗಾವೀ ಜಿಲ್ಲೆಯಲ್ಲಿ ನಿಪಾಣಿ, ಬೈಲಹೊಂಗಲ, ಗೋಕಾವಿ, ಬೆಳಗಾವಿ, ಕಿತ್ತೂರು, ನಂದಗಡ; ವಿಜಾಪುರ ಜಿಲ್ಲೆಯಲ್ಲಿ ಅಮೀನಗಡ, ಬಾದಾವಿ. ಕಿತ್ತೂರಲ್ಲಿ ಕೋಣಗಳ ಮಾರಾಟವು ಬಹಳಾಗುತ್ತದೆ.

ಕತ್ತೆಗಳು.—ಇವುಗಳನ್ನು ಉತ್ತಮ ಜಾತಿಯವರು ಮುಟ್ಟುವದಿಲ್ಲ. ವಾಡಿಕೆಯಾಗಿ ವೊಡ್ಡರು, ಡೊಂಬರು, ಕೊರವರು, ಕುಂಬಾರರು, ಅಗಸರು, ಮುಂತಾದ ಕಡಿಮೇ ಜಾತಿಗಳ ಜನರು ಕತ್ತೆಗಳನ್ನು ಕಟ್ಟುವರು. ಈ ಜನರು ಬೇಕಾದಾಗ ಅವುಗಳ ಕೈಯಿಂದ ಕೆಲಸ ಮಾಡಿಸಿಕೊಂಡು, ಕೆಲಸ ತೀರಿದ ಕೂಡಲೆ ಅವುಗಳನ್ನು ಬಿಟ್ಟು ಬಿಡುವರು. ಆ ಬಡ ಪಶುಗಳು ತಿಪ್ಪೆಗಳಲ್ಲಿಯೂ ಓಣಿಗಳಲ್ಲಿಯೂ ಶಿಕ್ಕದ್ದು ತಿಂದು ಜನ್ಮ ಕಳಿಯುವವು. ಅವುಗಳ ಸಂಬಂಧವಾಗಿ ವೊಡಿಯನಿಗೆ ವೊಂದು ದಮ್ಮಡಿಯ ವೆಚ್ಚವಿಲ್ಲ, ಬೇಕಾದಾಗ ಕೆಲಸಕ್ಕೆ ಸಿದ್ಧ. ಆದದರಿಂದ ಮನುಷ್ಯ ಜಾತಿಯ ಋಣ ತೀರಿಸುವದೇ ಕತ್ತೆಯ ಜನ್ಮವೆಂದು ಹೇಳ ಬಹುದು. ಕತ್ತೆಗಳ ಬೆಲೆಯು ೧೦ರಿಂದ ೨೦ ರೂಪಾಯಿಯ ವರೆಗೆ ಇರುತ್ತದೆ.

ಹೇಸರಗತ್ತೆಯು ಈ ಶೀಮೆಯಲ್ಲಿ ಬಹಳ ಪ್ರಸಿದ್ಧವಿಲ್ಲ. ಸರಕಾರೀ ಕಮಿಸರೀ ಖಾತೆಯಲ್ಲಿಯೂ ಒಳಗಡೆಯಲ್ಲಿ ಟಪಾಲ ಖಾತೆಯಲ್ಲಿಯೂ ಹೇಸರಗತ್ತೆಗಳನ್ನು ಹೂಡುವರು.

ಕುರಿ, ಆಡು.—ಇವುಗಳ ಹಿಂಡುಗಳನ್ನು ವಾಡಿಕೆಯಾಗಿ ಕುರುಬರು ಸಾಕುವರು. ಆದರೆ ಮುಸಲ್ಮಾನರೂ ಕುಂಬಾರರೂ ಸಹ ಕುರಿಗಳನ್ನು ಸಾಕುವದುಂಟು. ಕುರಿಗಳಲ್ಲಿ ಕೆಂಗುರಿ, ಜವಾರಿ, ಯೆಳಗ, ಯೆಂಬ ಮೂರು ಜಾತಿಗಳಿವೆ. ಆಡುಗಳಲ್ಲಿ ಕರೆ ಆಡು, ಕುಯ್ಯಾಡು, ಯೆಂಬೆರಡು ಜಾತಿಗಳು. ಕುರಿಯ ಹಾಲಿಗೂ ಕರೆ ಆಡಿನ ಹಾಲಿಗೂ ಉಗ್ರವಾಸನೆ ಬಹಳ. ಕುಯ್ಯಾಡು ಬೆಳ್ಳಗಿರುತ್ತವೆ; ಆದರ ಹಾಲು ಬಹಳ ನಾರುವದಿಲ್ಲ. ಆಡಿನ ಹಾಲು ಶರೀರಕ್ಕೆ ಬಹಳ ಆರೋಗ್ಯಕರವು. ಕುರಿ, ಯೆಳಗಗಳ, ಉಣ್ಣೆಯನ್ನು ವರ್ಷದಲ್ಲಿ ಎರಡು ಸಾರಿ ಕತ್ತರಿಸುವರು. ಕೆಂಗುರಿಯ ಉಣ್ಣೆಯು ಕಿರಿಗೆಂಪಾಗಿ ಹೆಚ್ಚು ಮಿದುವಿರುತ್ತದೆ. ಹೆಣ್ಣುಗುರಿಗೂ ಹೋತಿಗೂ ಸಂಯೋಗವಾಗುವದರಿಂದ ಯೆಳಗ ಹುಟ್ಟುತ್ತದೆ. ಕತ್ತೆಗಳಂತೆ ಕುರಿ, ಆಡುಗಳನ್ನು ಸಾಕುವವರಿಗೂ ವೆಚ್ಚವೇನೇನು ಇಲ್ಲ. ಒಬ್ಬ ಹುಡುಗನು ನೂರಾರು ಕುರಿ ಆಡುಗಳ ಹಿಂಡನ್ನು ಕಾಯುವನು. ಅವು ಅಡವಿಯಲ್ಲಿ ಸಿಕ್ಕಂಥ ಹಸುರು ಯೆಲೆಗಳನ್ನು ತಿಂದು ಬದುಕುವವು. ಕುರುಬನಿಗೆ ಕುರಿಗಳ ಹಾಲು, ಬೆಣ್ಣೆ, ಉಣ್ಣೆಗಳಿಂದ ಲಾಭವಾಗುವದಲ್ಲದೆ, ಕೊಯ್ಯುವದಕ್ಕೋಸ್ಕರವಾಗಿ ಅವುಗಳನ್ನು ಅವನು ಮಾರುವನು. ಮಾರಾಟದಿಂದ ಕುರುಬನಿಗೆ ಆಗುವಷ್ಟು ಲಾಭವು ಹೈನದಿಂದಲೂ ಉಣ್ಣೆಯಿಂದಲೂ ಆಗುವದಿಲ್ಲ. ಕುರಿಗಳೂ ಆಡುಗಳೂ ವೊಂದೊಂದು ಸೂಲಕ್ಕೆ ೩, ೪, ೫ ಮರಿಗಳನ್ನು ಈಯುವದರಿಂದ ಅವುಗಳ ಸಂತತಿಯು ಬಹು ಬೇಗ ಬೆಳಿಯುತ್ತದೆ. ಕುರಿ ಆಡುಗಳ ಸಂಖ್ಯೆವು ಧಾರವಾಡ, ಬೆಳಗಾವಿಗಳಿಗಿಂತ ವಿಜಾಪುರ ಜಿಲ್ಲೆಯಲ್ಲಿ ಹೆಚ್ಚಿರುವದು. ಕುರುಬರ ಹೊರ್ತು ಆಡುಗಳನ್ನು ಬೇರೆ ಜಾತಿಗಳ ಜನರು ಸಹಾ ಹೈನದ ಸಲುವಾಗಿ ಕಟ್ಟುವರು.

ಹಂದಿಗಳು.—ಇವುಗಳನ್ನು ವೊಡ್ಡರೂ ಧಾರವಾಡ, ಬೆಳಗಾವೀ ಜಿಲ್ಲೆಗಳಲ್ಲಿ ಕ್ರಿಸ್ತೀ ಜನರೂ ಸಾಕುವರು. ಇವುಗಳ ಉಪಜೀವನವು ಹ್ಯಾಗಾಗುತ್ತದೆಂಬದನ್ನು ಕುರಿತು ಬರಿಯುವ ಪ್ರಯೋಜನವಿಲ್ಲ. ಹಂದಿಗಳನ್ನು ಸಾಕುವವರೇ ಹೊರ್ತಾಗಿ ಬೇರೆ ಯಾರೂ ಬಹುತರ ಅವನ್ನು ತಿನ್ನುವದಿಲ್ಲ. ಮುಸಲ್ಮಾನರಂತು ಹಂದಿಯನ್ನು ನೋಡಿದರೆ ಹೇಸುವರು.

ನಾಯಿಗಳು.—ಸಣ್ಣ ದೊಡ್ಡ ಹಳ್ಳಿಗಳಲ್ಲಿ ಸಹ ಓಣೋಣಿಗೆ ನಾಯಿಗಳನ್ನು ಕಾಣಬಹುದಾದಾಗ್ಯೂ ಅವುಗಳಿಗೆ ಬಹುತರ ವೊಡಿಯರೇ ಇರುವದಿಲ್ಲ. ತಿಪ್ಪೆಯ ಮೇಲೆ ಅವುಗಳ ಬಾಳ್ವೆಯು. ಆದರೆ ಈ ಬಗೆಯಾಗಿ ಬದುಕುವ ನಾಯಿಗಳು ತೀರ ಕೀಳು ಕುಲದವಿರುತ್ತವೆ. ಉತ್ತಮ ಕುಲದ ನಾಯಿಗಳನ್ನು ಬೇಟೆಗಾರರು ಸಾಕುವರು. ಅವು ಮೊಲ, ನರಿ, ಚಿಗರೆಗಳನ್ನು ಸಹ ಹಿಡಿಯುವವು. ಅಂಥಾ ಉತ್ತಮ ಕುಲದ ನಾಯಿಗೆ ನೂರಾರು ರೂಪಾಯಿ ಬೆಲೆ ಬೀಳುವದು. ಕುರುಬರ ವೊಂದೊಂದು ಹಿಂಡಿನಲ್ಲಿ

ಬಹುತರ ವೊಂದೊಂದು ನಾಯಿ ಇರುತ್ತದೆ. ಅದು ಕುರಿಗಳನ್ನು ಕಾಯುವ ಕೆಲಸದಲ್ಲಿ ತನ್ನ ವೊಡಿಯನಿಗೆ ಸಹಾಯ ಮಾಡುವದು. ನಾಯಿಯು ಪಶುಗಳಲ್ಲಿ ಯೆಲ್ಲಕ್ಕೂ ಹೆಚ್ಚು ಬುದ್ಧಿಯುಳ್ಳದ್ದಾಗಿ, ಯಾವಾತನ ಅನ್ನ ತಿನ್ನುವದೋ ಅವನ ಚಾಕರಿಯನ್ನು ಮನಮುಟ್ಟಿ ಮಾಡುವದೇ ಹೊರ್ತು ಅವನಿಗೆ ಯೆಂದೆಂದು ಅಪಕಾರ ಮಾಡಲರಿಯದು. ಈ ಕಾರಣದಿಂದ ಕೆಲವರು ಉತ್ತಮ ಕುಲದವರು ಸಹ ಉತ್ತಮ ಕುಲದ ನಾಯಿಗಳನ್ನು ಸಾಕುವರು.

ಸಾಕಿದ ಪಶುಗಳ ಸಂಬಂಧದಲ್ಲಿ ಕಾನಡಾ ಜಿಲ್ಲೆಯು ಉಳಿದ ಮೂರು ಜಿಲ್ಲೆಗಳಿಗಿಂತ ಯೆಷ್ಟು ಪ್ರಮಾಣದಿಂದ ಹಿಂದಿರುತ್ತದೆಯೋ ಅಷ್ಟೇ, ಕಿಂಬಹುನಾ, ಅದಕ್ಕೂ ಹೆಚ್ಚು ಪ್ರಮಾಣದಿಂದ ಆ ಜಿಲ್ಲೆಯು ವನ ಪಶುಗಳ ಸಂಬಂಧದಲ್ಲಿ ಯೆಲ್ಲಕ್ಕೂ ಮೇಲಾಗಿರುತ್ತದೆ. ಅನ್ಯ ಪ್ರದೇಶಗಳಲ್ಲಿ ಯಾವ ಮೃಗಗಳ ಹೆಸರು ಸಹ ಗೊತ್ತಿಲ್ಲವೋ, ಅಂಥಾ ಮೃಗಗಳು ಕಾನಡಾ ಜಿಲ್ಲೆಯ ಅಡವಿಯಲ್ಲಿ ಬುನಾದಿಯಿಂದ ಮನೆ ಮಾಡಿಕೊಂಡು ವಾಸಿಸುತ್ತವೆಂದು ಈ ಕೆಳಗಿನ ವಿವರದಿಂದ ತಿಳಿಯುವದು.

ಆನೆಗಳು.— ಪೂರ್ವದಲ್ಲಿ ಕಾಡಾನೆಗಳ ಹಿಂಡುಗಳು ಮೈಸೂರು ಸೀಮೆಯಿಂದ ಬಂದು ಯಲ್ಲಾಪುರದ ವರೆಗೆ ಅಡವಿಯಲ್ಲಿ ತಿರುಗಾಡುವವು. ಆದರೆ ಸನ್ ೧೮೬೬ರಿಂದಿತ್ತ ಇವು ಬರುವದಿಲ್ಲ.

ಹುಲಿಗಳು.— ಮೂವತ್ತು ವರ್ಷಗಳ ಹಿಂದೆ ವಿಜಾಪುರದ ಹೊರ್ತು ಮೂರು ಜಿಲ್ಲೆಗಳಲ್ಲಿ ಹುಲಿಯ ಉಪದ್ರವವಿತ್ತು. ಆದರೆ ಸರಕಾರದವರು ಹುಲಿ ಹೊಡಿಯುವವರಿಗೆ ಇನಾಮು ಕೊಡುವ ಕಾರಣ ಆ ಉಪದ್ರವವು ಈಗ ಬಹಳ ಕಡಿಮೆಯಾಗಿದೆ. ಆದರೂ ಖಾನಾಪುರ ತಾಲೂಕಿನಲ್ಲಿ ಈಗ್ಯೂ ಅಲ್ಪ ಸ್ವಲ್ಪ ಹುಲಿಗಳನ್ನು ಕಾಣ ಬಹುದು. ಧಾರವಾಡ, ಕಲಘಟಗಿ, ಬಂಕಾಪುರ, ಹಾನಗಲ್ಲು ತಾಲೂಕುಗಳಲ್ಲಿ ವಿಶೇಷವಾಗಿ ಮಳೆಗಾಲದಲ್ಲಿ ಹುಲಿಗಳು ಬರುತ್ತವೆ. ಬಾದಾವಿ, ಹುನಗುಂದುಗಳ ನೆರೆಯಲ್ಲಿ ಸಣ್ಣ ಕುಲದ ಹುಲಿಗಳು ವೊಮ್ಮೊಮ್ಮೆ ದೃಷ್ಟಿಗೆ ಬೀಳುತ್ತವೆ. ಕಾನಡಾ ಜಿಲ್ಲೆಯ ದಟ್ಟಾದ ಅಡವಿಯುಳ್ಳಂಥ ನದೀ ತೀರದಲ್ಲಿಯೂ, ಬಳ್ಳಿ ಮುಳ್ಳುಗಳಿಂದ ತುಂಬಿ ಕೊಂಡಂಥ ನಡುಗಡ್ಡೆಗಳಲ್ಲಿಯೂ ಹುಲಿಗಳು ಇರುತ್ತವೆ. ಬಲಿತ ಹುಲಿಯು ಮೂಗಿನಿಂದ ಬಾಲದ ತುದಿಯ ವರೆಗೆ ಸುಮಾರು ೧೦ ಫೂಟು ಉದ್ದವಿರುತ್ತದೆ. ಹೆಣ್ಣು ಸ್ವಲ್ಪ ಕಡಿಮೆ. ಚಳಿಗಾಲದಲ್ಲಿ ಹುಲಿಗಳು ಕಟ್ಟುತ್ತವೆಂದು ಅಡವಿಯಲ್ಲಿ ತಿರುಗಾಡುವ ಜನರು ಹೇಳುತ್ತಾರೆ. ಆದರೆ ಹತ್ತೆಂಟು ದಿವಸದ ಮರಿಗಳನ್ನು ಯೆಲ್ಲ ಋತುಗಳಲ್ಲಿ ಕಂಡವರು ಬಹು ಜನರುಂಟು. ಸುಮಾರು ೩ ವರ್ಷಕ್ಕೊಮ್ಮೆ ೪, ೫ ಮರಿಗಳ ವರೆಗೆ ಹುಲಿಯು ಈಯುತ್ತದೆಂದು ತೋರುತ್ತದೆ. ಈದ ಬಳಿಕ ೨, ೩ ವಾರಗಳ ವರೆಗೆ ತಾಯಿಯು ಮರಿಗಳನ್ನು ಕಾಯುತ್ತ ಅವುಗಳ ಬಳಿಯಲ್ಲಿಯೇ ಇರುತ್ತದೆ. ಮುಂದೆ ಮರಿಗಳು ತಾಯಿಯಷ್ಟು ದೊಡ್ಡವಾಗುವ ವರೆಗೆ ತಾಯಿಯ ಸಂಗಡ ತಿರುಗುತ್ತವೆ. ಕಾಡ ಕೋಣ, ಕಾಡ ಹಂದಿ, ಚಿಗರಿ, ಇವೇ ಹುಲಿಯ ಮುಖ್ಯ ಆಹಾರವು. ಈ ಪಶುಗಳು ಕಾನಡಾ ಅಡವಿಯಲ್ಲಿ

ಈಗ ಬಹಳ ದೊರೆಯುವದಿಲ್ಲಾದ ಕಾರಣ ಹುಲಿಗಳು ದನಗಳನ್ನು ಹಿಡಿದು ತಿನ್ನುತ್ತವೆ. ಅವು ತಮ್ಮ ತಮ್ಮೊಳಗೆ ಜಗಳಾಡಿ ವೊಂದು ಹುಲಿಯು ಮತ್ತೊಂದನ್ನು ಕೊಂದು ತಿನ್ನುವದುಂಟು. ಅಡವಿಯಲ್ಲಿ ಸತ್ತು ಬಿದ್ದಂಥ ಹೆಣಗಳನ್ನು ಹುಲಿಗಳು ತಿನ್ನಲಿಕ್ಕೆ ಹೇಸುವದಿಲ್ಲ.

ಹುಲಿಯ ಶಿಕಾರಿಯು.—ಅಡವಿಯ ನೆರೆಹೊರೆಯ ಹಳ್ಳಿಗಳಲ್ಲಿ ಹುಲಿಯ ಶಿಕಾರಿಯನ್ನು ಆಡ ಬಲ್ಲಂಥ ಜನರು ಇರುತ್ತಾರೆ. ಯುರೋಪಿಯನ್ ಬೇಟೆಗಾರರು ಆ ಜನರನ್ನು ಕರೆಕೊಂಡು ಬೇಟೆಗೆ ಹೋಗುವರು. ಆ ಬೇಟೆಗಾರರು ತಾವು ಮರದ ಮೇಲೆ, ಇಲ್ಲವೆ ಮರಕ್ಕೆ ಆನಿಸಿ ನಿಲ್ಲಿಸಿದ ನಿಚ್ಚಣಿಕೆಯ ಮೇಲೆ ನೆಲದಿಂದ ೧೬ ಫೂಟಗಿಂತ ಹೆಚ್ಚು ಯೆತ್ತರವಾಗಿ ಕೂತು, ಅಥವಾ ದೊಡ್ಡದೊಂದು ಮರದ ಹಿಂದಾಗಲಿ ಕಂಟಿಯ ಹಿಂದಾಗಲಿ ಅಡಗಿ ನಿಂತು ಹುಲಿಯ ಮಾರ್ಗ ಪ್ರತೀಕ್ಷೆ ಮಾಡುವರು. ಹುಲಿಯು ಯಾವದಾದರೂ ವೊಂದು ಪಶುವನ್ನು ಕೊಂದು ಅರ್ಧ ತಿಂದು ಉಳಿದದ್ದನ್ನು ಚಲ್ಲಿದಂಥ ಸ್ಥಳ ಹುಡುಕಿಕೊಂಡು ಅದರ ನೆರೆಯಲ್ಲಿ ಯುರೋಪಿಯನ್ನನು ಹೊಂಚಿಕೊಂಡು ನಿಲ್ಲುವನು. ಅವನು ತನ್ನ ಬಳಿಯಲ್ಲಿ ೨, ೩ ತುಂಬಿದ ತುಬಾಕಿಗಳನ್ನು ಇಟ್ಟುಕೊಳ್ಳುವನು. ಅವನ ಸಹಾಯಕರಾದ ದೇಶೀ ಬೇಟೆಗಾರರು ಹುಲಿಯು ಮಲಗಿದ ಸ್ಥಳವನ್ನು ಹುಡಿಕಿ ತೆಗಿದು ಅದನ್ನು ಸುತ್ತುಗಟ್ಟಿಕೊಂಡು, ಯುರೋಪಿಯನ್ ಬೇಟೆಗಾರನ ತನಕ ನಡುವೆ ಹುಲಿಗೆ ಮಾರ್ಗವಿಟ್ಟು, ಯೆರಡೂ ಬದಿಗಳಲ್ಲಿ ಮರಗಳ ಮೇಲೆ ಯೇರಿ ಕೂಡ್ರುವರು. ಇಷ್ಟೆಲ್ಲ ವ್ಯವಸ್ಥೆಯನ್ನು ಯೆಷ್ಟು ಮಾತ್ರವೂ ಸಪ್ಪಳ ಮಾಡದೆ ಮುಗಿಸಿಕೊಂಡ ಬಳಿಕ ದೇಶೀ ಬೇಟೆಗಾರರಲ್ಲಿ ಮುಖ್ಯಸ್ಥನು ಸನ್ನೆ ಮಾಡಿದ ಕೂಡಲೆ ಯೆಲ್ಲ ಜನರು ವೊಮ್ಮೇಲೆ ಕೂಗಾಟ ವೆಬ್ಬಿಸುವರು. ಅದರಿಂದ ಹುಲಿಯು ತನ್ನ ಸ್ಥಳ ಬಿಟ್ಟು ಯೆದ್ದು, ಕೂಗಾಟವಿಲ್ಲದ ದಿಕ್ಕಿಗೆ ಅಂದರೆ ಯುರೋಪಿಯನ್ ಬೇಟೆಗಾರನು ಅಡಗಿ ನಿಂತ ಸ್ಥಳದ ಕಡೆಗೆ, ಓಡುವದು. ಅದು ಗುಂಡಿನ ಆಹಾರದೊಳಗೆ ಬಂದ ಕೂಡಲೆ ಆ ಬೇಟೆಗಾರನು ಅದಕ್ಕೆ ಗುಂಡು ಹೊಡಿಯುವನು. ಒಂದು ಗುಂಡು ತಪ್ಪಿದರೆ ಮತ್ತೊಂದು, ಈ ಪ್ರಕಾರ ಮೂರು ಗುಂಡುಗಳೊಳಗೆ ಅವನು ಹುಲಿಯನ್ನು ಕೊಂದು ನೆಲಕ್ಕೆ ಕೆಡಹುವನು. ಗುಂಡು ಹಾರಿದ ಬಳಿಕ ಬೇಟೆಗಾರನು ಕೂತ ಸ್ಥಳವು ಹುಲಿಗೆ ತಿಳಿದರೆ, ಅದು ೧೫ ಫೂಟನ ವರೆಗೆ ಯೆತ್ತರವಾಗಿ ಹಾರಿ ಅವನನ್ನು ಹಿಡಿದೆಳೆಯಲಿಕ್ಕೆ ಹವಣಿಸುವದು. ಕಾನಡಾ ಜಿಲ್ಲೆಯಲ್ಲಿ ವರ್ಷಕ್ಕೆ ಸುಮಾರು ೮೦೦ಗಿಂತ ಹೆಚ್ಚು ದನಗಳನ್ನು ಹುಲಿಗಳು ಕೊಲ್ಲುತ್ತವೆ.

ಅಡವಿಯಲ್ಲಿ ಹುಲಿಯನ್ನು ಕಂಡ ಕೂಡಲೆ ಮಂಗಗಳು ಚೀರಾಡ ಹತ್ತುತ್ತವೆ.

ಶಿವಂಗಿಗಳೂ ಚಿರ್ಚುಗಳೂ.—ಕಾನಡಾ ಜಿಲ್ಲೆಯ ಅಡವಿಯಲ್ಲಿ ಹುಲಿಯ ಜಾತಿಯ ಸಣ್ಣ ಮೃಗಗಳು ವಿಪುಲವಾಗಿ ಇರುತ್ತವೆ. ಅವುಗಳಿಗೆ ಶಿವಂಗಿ ಇಲ್ಲವೆ ಚಿರ್ಚು ಯೆಂದೆನ್ನುವರು. ಇವುಗಳ ಸ್ವಭಾವ, ಆಹಾರ, ಈಯುವ ಕಾಲ, ಮರಿಗಳನ್ನು ಸಂರಕ್ಷಿಸುವ ರೀತಿ ಯಾವತ್ತು ಹುಲಿಗಳಂತೆ; ಒದರುವ ಸ್ವರ ಮಾತ್ರ ಬೇರೆ. ಈ ಪಶುಗಳು ನೀರು ಕುಡಿಯುವದಿಲ್ಲೆಂದು ಹೇಳುತ್ತಾರೆ. ಬೇಟೆಗಾರರು ಹುಲಿಯಂತೆ ಚಿರ್ಚು

ಶಿವಂಗಿಗಳ ಬೇಟೆಯನ್ನು ಆಡುವರು. ಸರಕಾರದವರು ಹುಲಿ, ಶಿವಂಗಿ, ಚಿರ್ಚುಗಳನ್ನು ಕೊಂದವರಿಗೆ ಇನಾಮು ಕೊಡುತ್ತಾರೆ. ಧಾರವಾಡ, ಬೆಳಗಾವೀ ಜಿಲ್ಲೆಗಳ ಪಶ್ಚಿಮ ತಾಲೂಕುಗಳ ಅಡವಿಯಲ್ಲಿಯೂ, ಹುನಗುಂದ ಬಾದಾವಿಗಳ ಅಡವಿಯಲ್ಲಿಯೂ ಶಿವಂಗಿ ಚಿರ್ಚುಗಳು ಅಲ್ಪ ಸ್ವಲ್ಪ ಇರುತ್ತವೆ. ಬೈಲು ಶೀಮೆಯಲ್ಲಿ ಗೋಕಾವಿ, ನರಗುಂದಗಳ ನೆರೆಯಲ್ಲಿ ಚಿರ್ಚುಗಳನ್ನು ಕಾಣ ಬಹುದು.

ಅಡವೀ ಬೆಕ್ಕು.—ಇದರ ಆಕಾರವು ಚಿರ್ಚಿನ ಹಾಗೇ ಇರುತ್ತದೆ; ಆದರೆ ೩ ಫೂಟಗಿಂತ ಹೆಚ್ಚು ಉದ್ದವಿರುತ್ತದೆ. ಕಾನಡಾ ಜಿಲ್ಲೆಯ ಅಡವಿಯಲ್ಲಿ ಇವು ಅಪರೂಪ ವಾಗಿ ಇರುತ್ತವೆ. ಆದರೆ ಬೆಳಗಾವಿ ಧಾರವಾಡ ಜಿಲ್ಲೆಗಳಲ್ಲಿ ಇವುಗಳ ಉಪದ್ರವವು ಹೆಚ್ಚಿರುತ್ತದೆ. ಕಿರಿ ಅಡವಿಯಲ್ಲಿ ಕಾಡು ಬೆಕ್ಕುಗಳು ವಿಶೇಷವಾಗಿ ವಾಸಿಸುತ್ತವೆ.

ಕತಿಗಿರಬು (ತರಸ).—ಇವನ್ನು ಕಾನಡಾ ಜಿಲ್ಲೆಯ ಅಡವಿಯಲ್ಲಿಯೂ ದಕ್ಷಿಣ ಭಾಗದ ಉಳಿದ ಮೂರು ಜಿಲ್ಲೆಗಳ ಅಡವಿಯ ಪ್ರದೇಶಗಳಲ್ಲಿಯೂ ಕಾಣ ಬಹುದು. ಇದು ಬಹಳ ಧೈರ್ಯವುಳ್ಳ ಮೃಗವಲ್ಲ, ಬೇಗ ಓಡಲಿಕ್ಕೂ ಅರಿಯದು; ಆದರೂ ಕೋಣ, ಕುರಿ, ನಾಯಿಗಳನ್ನು ಹಿಡಿದು ತಿನ್ನುತ್ತದೆ.

ತೋಳಗಳು.—ಕಾನಡಾ ಜಿಲ್ಲೆಯ ಅಡವಿಯಲ್ಲಿ ಇಲ್ಲ. ಆದರೆ ಕಲಘಟಗಿ, ಕರ್ಜಗಿ, ಕೋಡ ತಾಲೂಕುಗಳಲ್ಲಿಯೂ, ಬೆಳಗಾವೀ ಜಿಲ್ಲೆಯ ಪೂರ್ವ ಭಾಗದಲ್ಲಿಯೂ ವಿಜಾಪುರ ಜಿಲ್ಲೆಯ ದಕ್ಷಿಣ ಭಾಗದಲ್ಲಿಯೂ ಇವುಗಳ ಉಪದ್ರವವು ಬಹಳ ಇರುತ್ತದೆ.

ಕಾಡು ನಾಯಿ (ಕೋಳಸುಂದಾ).—ಇವು ಕಾನಡಾ ಜಿಲ್ಲೆಯ ಅಡವಿಯಲ್ಲಿ ಹಿಂಡುಗಟ್ಟಿ ತಿರುಗುತ್ತವೆ. ಇವುಗಳ ಹಿಂಡಿಗೆ ಚಿರ್ಚುಗಳೂ ಹುಲಿಗಳೂ ಹೆದರುತ್ತವೆ. ಈ ಹಿಂಡುಗಳು ಮನುಷ್ಯರನ್ನೂ ಹುಲಿಗಳನ್ನೂ ಕೊಲ್ಲುತ್ತವೆಂದು ಹೇಳುತ್ತಾರೆ. ಇವು ಧಾರವಾಡ ಬೆಳಗಾವೀ ಜಿಲ್ಲೆಗಳ ಪಶ್ಚಿಮ ಅಡವಿಯಲ್ಲಿಯೂ ಬರುತ್ತವೆ; ಆದರೆ ಕಾನಡಾ ಜಿಲ್ಲೆಯ ಅಡವಿಯೇ ಇವುಗಳ ಮನೆಯೆಂದು ಹೇಳ ಬಹುದು.

ನರಿಗಳು ಎಲ್ಲ ಕಡೆಯಲ್ಲಿ ಇರುತ್ತವೆ. ಆದರೆ ಸಣ್ಣ ಕೆಂಪು ನರಿಯು ಕಾನಡಾ ಜಿಲ್ಲೆಯಲ್ಲಿ ಇಲ್ಲ; ಉಳಿದ ಮೂರು ಜಿಲ್ಲೆಗಳಲ್ಲಿ ಇದನ್ನು ಕಾಣಬಹುದು.

ಮುಳ್ಳು ಹಂದಿ ಯೆಂಬ ಮೃಗವು ಕಾನಡಾ ಅಡವಿಯಲ್ಲಿ ವಿಶೇಷ, ಬೇರೆ ಕಡೆ ಯಲ್ಲಿ ಅಷ್ಟಿಲ್ಲ.

ಪುನಗಿನ ಬೆಕ್ಕು.—ಖಾನಾಪುರ ಗೋಕಾವಿ ತಾಲೂಕುಗಳಲ್ಲಿ ಇವು ಅಪರೂಪವಾಗಿ ದೃಷ್ಟಿಗೆ ಬೀಳುತ್ತವೆ.

ಕರಡಿಯು.—ಇದು ಕಾನಡಾ ಅಡವಿಯಲ್ಲಿಯೂ ಅದಕ್ಕೆ ಹೊಂದಿರುವ ಧಾರ ವಾಡ ಬೆಳಗಾವೀ ಜಿಲ್ಲೆಗಳ ಅಡವಿಗಳಲ್ಲಿಯೂ ಇರುತ್ತದೆ. ವಿಜಾಪುರ ಜಿಲ್ಲೆಯಲ್ಲಿ ಕಡಿಮೆ. ಆದರೆ ಕರಡಿಗಳು ಕಡಿಮೆಯಾಗುತ್ತ ನಡಿದವೆ. ಇದರ ಯೆತ್ತರ ೩ ಫೂಟು ಉದ್ದಳತೆ ೫ ಫೂಟು. ಸರ್ತಿಗೆ ೦, ೩ ಮರಿಗಳನ್ನು ಈಯುವದು, ಮತ್ತೂ ಆ ಮರಿಗಳನ್ನು ತನ್ನ ಬೆನ್ನ ಮೇಲೆ ಕೂಡ್ರಿಸಿ ಕೊಂಡು ತಿರುಗಾಡುವದು. ಕರಡಿಯು ಬಹುತರ

ಮಾಂಸ ತಿನ್ನುವದಿಲ್ಲ; ಗೊರ್ಲಿಗಳನ್ನೂ ಮರಗಳಲ್ಲಿಯ ಕೀಟಕಗಳನ್ನೂ ಕೆದರಿ ತೆಗಿದು ತಿನ್ನುವದು. ಹಲಸಿನ ಕಾಯಿ, ಕಕ್ಕೀ ಕಾಯಿಗಳು ಅದರ ಪ್ರೀತಿಯ ಆಹಾರವು. ಕರಡಿಗಳು ಈಚಲಶರೆಯನ್ನು ಪ್ರೀತಿಯಿಂದ ಕುಡಿಯುತ್ತವೆ. ಕರಡಿಗಳು ಕಾರಣವಿಲ್ಲದೆ ಮನುಷ್ಯರನ್ನು ಕೊಲ್ಲಲಿಕ್ಕೆ ಹೆದರುವದಿಲ್ಲ. ಹುಲಿಯಂತೆ ಕರಡಿಯ ಬೇಟೆಯನ್ನು ಆಡುವರು: ಬೆಳಿಗ್ಗಾಗಲಿ ಸಂಜೆಗಾಗಲಿ ಅದರ ಗವಿಯ ಬಾಗಿಲಲ್ಲಿ ಹೊಂಚಿಕೊಂಡು ಕೂತು ಅದನ್ನು ಹೊಡಿಯ ಬಹುದು.

ಯೇದು. — ಧಾರವಾಡ, ಬೆಳಗಾವಿ, ಕಾನಡಾ ಜಿಲ್ಲೆಗಳ ಕಿರಿ ಅಡವಿಯುಳ್ಳ ಗುಡ್ಡದ ಶೀಮೆಯಲ್ಲಿಯೂ ವಿಜಾಪುರದ ನೆರೆಯಲ್ಲಿಯೂ ಬಹಳ. ಇದರ ಗಣಿಗಳು ಬರಿಯಲಿಕ್ಕೂ ಔಷಧಕ್ಕೂ ಬರುತ್ತವೆ.

ಕಾಡುಕೋಣ. — ಇದು ಕಾನಡಾ ಜಿಲ್ಲೆಯಲ್ಲಿ ವಿಶೇಷವಾಗಿ ಇರುತ್ತದೆ. ಬೆಳಗಾವೀ ಜಿಲ್ಲೆಯಲ್ಲಿ ಅಪರೂಪ, ಧಾರವಾಡ ವಿಜಾಪುರ ಜಿಲ್ಲೆಗಳಲ್ಲಿ ದುರ್ಲಭ. ಇದರ ಯೆತ್ತರ ಸುಮಾರು ೬ ಫೂಟು. ಬಲಿತ ಕೋಣನ ಬಣ್ಣ ಕಪ್ಪು; ಆದರೆ ಹೊಟ್ಟೆಯ ಮೇಲೂ ಮೊಣಕಾಲ ಕೆಳಗೂ ಬೆಳ್ಳಿಗೆ, ಮೈ ಮೇಲೆ ಕೂದಲು ಬಹುಶಃ ಇರುವದಿಲ್ಲ. ಕಾಡೆಮ್ಮೆಗಳು ಅಷ್ಟು ಕಪ್ಪಲ್ಲ. ಕೋಣಗಳಂತೆ ಅವಕ್ಕೂ ಕೆಳಭಾಗದಲ್ಲಿ ಬಿಳಿಬಣ್ಣವಿರುತ್ತದೆ. ಎರಡುಗಳ ಖುರಗಳು ಬಹಳ ಮೊಣಚು, ಮೋರೆಯ ಮೇಲೆ ಬಿಳಿಗಪ್ಪು, ಕೋಡಿನ ತುದಿ ಮೊಂಡ. ಕೋಣನ ಕೋಡುಗಳು ಉಂಗರಗಟ್ಟಿರುತ್ತವೆ. ೧೫, ೨೦ ಕಾಡೆಮ್ಮೆಗಳು ಹಿಂಡುಗಟ್ಟಿ ಮೇಯುತ್ತಿರುತ್ತವೆ. ಒಂದು ಹಿಂಡಿನಲ್ಲಿ ಯೊಂದೆರಡು ಕೋಣಗಳು ಮಾತ್ರ ಇರುತ್ತವೆ. ಆದರೆ ಬಲಿತ ಕೋಣಗಳು ಒಂಟಿಯಾಗಿ ತಿರುಗಲಿಕ್ಕೆ ಮೆಚ್ಚುತ್ತವೆ. ಚಳಿಗಾಲದಲ್ಲಿ ಕಾಡೆಮ್ಮೆಗಳು ಕಟ್ಟುತ್ತವೆ. ಆಗ ಬಲಿತ ಕೋಣಗಳನ್ನು ಯೆಮ್ಮೆಗಳ ಹಿಂಡಿನಲ್ಲಿ ಕಾಣ ಬಹುದು. ಈ ಪಶುಗಳು ಹುಲ್ಲು ಬಳ್ಳಿಗಳನ್ನು ಮೇಯುವವು; ನೆಲ್ಲೀಕಾಯಿ. ಬಿದರಿನ ಮೊಳಿಕೆ, ಬತ್ತದ ಹುಲ್ಲು, ಇವುಗಳನ್ನು ಬಹಳ ಪ್ರೀತಿಯಿಂದ ತಿನ್ನುತ್ತವೆ. ಬೇಟೆಗಾರರು ಹುಲಿಯಂತೆ ಕಾಡುಕೋಣಗಳ ಬೇಟೆಯಾಡುವರು.

ಕಡವಿ. — ಇದಾದರೂ ಕಾನಡಾ ಜಿಲ್ಲೆಯಲ್ಲಿ ಸಮೃದ್ಧಿಯಾಗಿರುತ್ತದೆ; ಬೆಳಗಾವಿಯ ಜಿಲ್ಲೆಯಲ್ಲಿ ಬಹು ಕಡಿಮೆ; ವಿಜಾಪುರದ ಜಿಲ್ಲೆಯಲ್ಲಿ ದುರ್ಲಭ; ಧಾರವಾಡ ಜಿಲ್ಲೆಯ ಕಲಘಟಗೀ ತಾಲೂಕಿನಲ್ಲಿ ಯೊಮ್ಮೊಮ್ಮೆ ದೃಷ್ಟಿಗೆ ಬೀಳುತ್ತದೆ. ಕಡವಿಯು ಸುಮಾರು ಹದಿಮೂರು ಮೊಳ ಯೆತ್ತರವಿರುತ್ತವೆ. ಬಣ್ಣ ಹೊಗೆಗಪ್ಪು; ಬೆನ್ನ ಮೇಲೆ ಕೂದಲು ಬಹು ಕಡಿಮೆ. ಹೆಣ್ಣು ನಿಲುವಿಕೆಯಲ್ಲಿ ಸ್ವಲ್ಪ ಕಿರಿದು; ಬಣ್ಣವು ಬಿಳಿ ಛಾಯವುಳ್ಳದ್ದು. ಇವು ಚಳಿಗಾಲದ ಕಡೆಯಲ್ಲಿ ಕಟ್ಟುತ್ತವೆ. ಕಡವಿಗಳು ಹುಲ್ಲು ಬಳ್ಳಿಗಳನ್ನು ತಿನ್ನುವದಲ್ಲದೆ ನೆಲ್ಲೀಕಾಯಿ ಮುಂತಾದ ಫಲಗಳನ್ನೂ ತಿನ್ನುತ್ತವೆ. ಗಂಡು ಕಡವಿಯ ಕೋಡುಗಳು ಯೆರಡು ಮೂರು ವರುಷಕ್ಕೊಮ್ಮೆ ಕಳಚಿ ಬಿದ್ದು ಹೊಸ ಕೋಡುಗಳು ಚಿಗಿಯುತ್ತವೆ. ದೇಶೀ ಬೇಟೆಗಾರರು ನೀರಿನ ನೆರೆಯಲ್ಲಿ ತಗ್ಗು ಅಗಿದು, ಅದರೊಳಗೆ ಅಡಗಿ

ಕೂತು, ಕಡವಿಗಳೂ ಚಿಗರಿಗಳೂ ನೀರು ಕುಡಿಯಲಿಕ್ಕೆ ಬಂದಾಗ ಅವುಗಳಿಗೆ ಗುಂಡು ಹಾಕುತ್ತಾರೆ.

ಕಾಡಹಂದಿ.—ಧಾರವಾಡ, ಕಲಘಟಗಿ, ನರಗುಂದ, ಹುನಗುಂದ, ಬಾದಾವಿಗಳ ನೆರೆಯ ಅಡವಿಗಳಲ್ಲಿ ಇರುತ್ತದೆ. ಕಾನಡಾ ಜಿಲ್ಲೆಯಲ್ಲಿಯೂ ಕಾಡಹಂದಿಯನ್ನು ಕಾಣ ಬಹುದು. ವಿಜಾಪುರ ಜಿಲ್ಲೆಯಲ್ಲಿ ವೊಳಗಡೆಯಲ್ಲಿ ಇವುಗಳ ಸಂಖ್ಯೆವು ಬೆಳಿಯುತ್ತ ನಡಿದದೆ.

ಚಿಗರೆಗಳು.—ಇವುಗಳಲ್ಲಿ ಹಲವು ಜಾತಿಗಳುಂಟು. ಸಾರಂಗವೆಂಬ ಚಿಕ್ಕೆಗಳುಳ್ಳ ಚಿಗರಿಯು ಕಾನಡಾ ಜಿಲ್ಲೆಯಲ್ಲಿ ವಿಪುಲ; ಬೆಳಗಾವಿ ಧಾರವಾಡಗಳಲ್ಲಿ ಕಡಿಮೆ; ವಿಜಾಪುರದಲ್ಲಿ ದುರ್ಲಭ. ವೈ ಬಣ್ಣ ಹಳದಿ; ವೈತುಂಬ ಬಿಳಿ ಚಿಕ್ಕೆಗಳು; ಬೆನ್ನ ಮೇಲೆ ಕರೆ ಪಟ್ಟ; ವೋರೆ ಕಪ್ಪು; ಗದ್ದ, ಗಂಟಲು, ನಾಲ್ಕೂ ಕಾಲುಗಳು ಬೆಳ್ಳಗೆ. ಮೂಗಿನಿಂದ ಬಾಲದ ವರೆಗೆ ಉದ್ದಳತೆ ಸುಮಾರು ನಾಲ್ಕೂವರೆ ಫೂಟು, ಯೆತ್ತರ ಹೆಗಲಿನಲ್ಲಿ ಸುಮಾರು ೩ ಫೂಟು; ಕೋಡಿಗೆ ವೊಂಬತ್ತರ ವರೆಗೆ ಟಿಸಿಲುಗಳಿರುತ್ತವೆ. ಮೂರು ವರ್ಷಕ್ಕೊಮ್ಮೆ ಹಳೆ ಕೋಡು ಹೋಗಿ ಹೊಸವು ಬರುತ್ತವೆ.

ಅಡವೀ ಕುರಿ ಯೆಂಬ ಚಿಗರೆಯ ವೋರೆಯ ಮೇಲೆ ಬರಕೀ ಯೆಲುಗಳಂತೆ ಯೆರಡೆರಡು ಗೆರೆಗಳಿರುತ್ತವೆ. ಇದು ಕಾನಡಾ ಬೆಳಗಾವೀ ಜಿಲ್ಲೆಗಳಲ್ಲಿ ವಿಪುಲ; ಧಾರವಾಡದಲ್ಲಿ ಕಡಿಮೆ; ವಿಜಾಪುರದಲ್ಲಿ ದುರ್ಮಿಲ. ಮೈಬಣ್ಣ ಹೊಲಸು ಹಳದಿ; ಕಾಲು ಬಾಲಗಳ ವೊಳ ಮೈ, ಗದ್ದ, ಬೆಳ್ಳಗೆ. ಉದ್ದಳತೆ ಮೂರುವರೆ ಫೂಟು; ಎತ್ತರ ೨೬ ಇಂಚು; ಕೋಡು ಸುಮಾರು ೯ ಇಂಚು. ಇದು ಹೆದರಿದಾಗ ನಾಯಿಯಂತೆ ಬೊಗಳುತ್ತದೆ. ಅಡವೀ ಕುರಿಯು ವೊಂಟಿಯಾಗಿರುವದೇ ಹೆಚ್ಚು; ಓಡುವಾಗ ವೋರೆ ಕೆಳಗೆ, ಹಿಂಭಾಗ ಮೇಲೆ ಆಗುವದು.

ಪಿಸಾಯಿ ಯೆಂಬ ಸಣ್ಣ ಜಾತಿಯು ಕಾನಡಾ ಬೆಳಗಾವೀ ಜಿಲ್ಲೆಗಳಲ್ಲಿ ಇರುತ್ತದೆ; ಧಾರವಾಡ ವಿಜಾಪುರಗಳಲ್ಲಿ ದುರ್ಮಿಲ. ಇದೂ ವೊಂಟಿಯಾಗಿ ಇರುವದು. ಬಣ್ಣ ಮೇಲ್ಭಾಗ ನಸುಗೆಂಪು, ಹಳದಿ; ಕೆಳಗೆ ಬೆಳ್ಳಗೆ; ಮಗ್ಗಲಿನ ಮೇಲೆ ಹಳದೀ ಚಿಕ್ಕೆಗಳು ಸಾಲಾಗಿರುತ್ತವೆ. ಉದ್ದಳತೆ ೨೨ ಇಂಚು, ಎತ್ತರ ಸುಮಾರು ೧೦ ಇಂಚು, ತೂಕ ಸುಮಾರು ೧೦ ಶೇರು.

ಕುರಂಜ (ಚೌಶಿಂಗ)ವೆಂಬ ಚಿಗರೆಯು ಕಾನಡಾ, ಬೆಳಗಾವಿ, ಧಾರವಾಡ ಜಿಲ್ಲೆಗಳಲ್ಲಿ ಅಲ್ಪ ಸ್ವಲ್ಪ ಉಂಟು; ವಿಜಾಪುರದಲ್ಲಿ ಇಲ್ಲ. ಇದರ ಓಡುವ ರೀತಿ ಅಡವೀ ಕುರಿಯಂತೆ; ಆದರೆ ಇದು ದಟ್ಟ ಅಡವಿಯಲ್ಲಿ ಇರುವದಿಲ್ಲ. ಬೆನ್ನ ಮೇಲೆ ಕಂದೀ ಬಣ್ಣ; ಹೊಟ್ಟೆ, ಕಾಲು ಕಿವಿಗಳ ಒಳ ವೈ ಬಿಳುವು; ವೋರೆ, ಮುಂಗಾಲು ಕಿವಿಗಳ ಅಂಚು ಕಪ್ಪು. ಉದ್ದಳತೆ ೪೦ ಇಂಚು; ಎತ್ತರ ೨ ಫೂಟು; ಕಿವಿ ನಾಲ್ಕೂವರೆ ಇಂಚು. ಕುರಂಜಕ್ಕೆ ನಾಲ್ಕು ಕೋಡುಗಳಿರುತ್ತವೆ. ಮುಂದಿನವೆರಡು ೪, ೫ ಇಂಚು, ಹಿಂದಿನವೆರಡು ವೊಂದೂವರೆ ಇಂಚು.

ಚಿನ್ನಕಾರವೆಂಬ ಜಾತಿಯು ಕಾನಡಾ ಜಿಲ್ಲೆಯಲ್ಲಿ ಇಲ್ಲ. ಉಳಿದ ಮೂರು ಜಿಲ್ಲೆಗಳಲ್ಲಿ ಅಪರೂಪವಾಗಿ ದೊರೆಯುವದು. ಈ ಮೃಗಗಳು ಬೈಲಿನಲ್ಲಿ ಹಿಂಡುಗಟ್ಟಿಕೊಂಡು ಇರುತ್ತವೆ. ಬೆನ್ನ ಮೇಲೆ ಹೊಲಸು ಕೆಂಬಣ್ಣ; ಗದ್ದ, ಎದೆ, ಕಾಲಿನ ಕೆಳಭಾಗ, ತಿಗ, ಇವೆಲ್ಲ ಬೆಳ್ಳಗೆ; ಬಾಲ, ನೆತ್ತಿ, ಮೊಣಕಾಲು ಕಪ್ಪು; ಕಣ್ಣಿನಿಂದ ಬಾಯಿಯವರೆಗೆ ಕಪ್ಪು ಬಣ್ಣವಿರುತ್ತದೆ. ಉದ್ದಳತೆ ಮೂರುವರೆ ಫೂಟು, ಎತ್ತರ ೨೬ ಇಂಚು. ಕೋಡು ೧೨ ಇಂಚು; ಬುಡದಲ್ಲಿ ಮುರಿಗೆಗಳಿರುತ್ತವೆ. ಹೆಣ್ಣಿನ ಕೋಡು ೬ ಇಂಚಿಗಿಂತ ಹೆಚ್ಚು ಇರುವದಿಲ್ಲ.

ಸಾಧಾರಣ ಚಿಗರೆಯು ಕಾನಡಾ ಹೊರ್ತಾಗಿ ಉಳಿದ ಯೆಲ್ಲ ಕಡೆಯಲ್ಲಿ ಬೈಲೊಳಗೆ ವಾಸಿಸುತ್ತದೆ. ಗಂಡೆರಳಿಯ ಬಣ್ಣ ಬೆನ್ನ ಮೇಲೆ ಅಚ್ಚಗರದು; ಹೊಟ್ಟೆ ಕಾಲುಗಳವೊಳವೈ ಬೆಳ್ಳಗೆ; ಮೂಗು ತುಟಿಗಳೂ, ಕಣ್ಣಿನ ಸುತ್ತು ಮುತ್ತಲೂ ಬಿಳಸಿರುತ್ತದೆ. ಉದ್ದಳತೆ ಸುಮಾರು ೪ ಫೂಟು, ಎತ್ತರ ೩೨ ಇಂಚು, ಕಿವಿ ೫ ಇಂಚು, ಕೋಡು ೨೪ ಇಂಚು, ಕೋಡಿಗೆ ಮುರಿಗೆಗಳಿರುತ್ತವೆ. ಹೆಣ್ಣು ಸ್ವಲ್ಪ ಸಣ್ಣದು; ಅದಕ್ಕೆ ಕೋಡುಗಳಿಲ್ಲ, ಬೆನ್ನಿನ ಮೇಲೆ ಕೆಂಪು, ಹೊಟ್ಟೆ ಬೆಳ್ಳಗೆ. ಗಂಡೆರಳಿಗಳು ತಮ್ಮ ತಮ್ಮ ಹಿಂಡುಗಳನ್ನು ಸಂಬಾಳಿಸುವ ಸಂಬಂಧದಿಂದ ವೊಂದರಕೂಡೊಂದು ಕಾದುತ್ತಿರುವಾಗ ಮನುಷ್ಯರಿಗೆ ಹೆದರುವದಿಲ್ಲ. ಈ ಜಾತಿಯು ಚಿಗರೆಗಳನ್ನು ನಾಲ್ಕೂ ಜಿಲ್ಲೆಗಳಲ್ಲಿ ಕಾಣ ಬಹುದು.

ಮೊಲ.— ಇವು ಧಾರವಾಡ, ವಿಜಾಪುರ ಜಿಲ್ಲೆಗಳಲ್ಲಿ ವಿಶೇಷ. ಕಾನಡಾ, ಬೆಳಗಾವೀ ಜಿಲ್ಲೆಗಳಲ್ಲಿ ಅಷ್ಟಿಲ್ಲ. ಇವು ಕಂಟಿಗಳಲ್ಲಿಯೂ ಹೊದರುಗಳಲ್ಲಿಯೂ ಮನೆ ಮಾಡಿಕೊಂಡಿರುತ್ತವೆ; ಭೂಮಿಯಲ್ಲಿ ಬೆಳೆ ಇದ್ದಾಗ ಯೆಲ್ಲ ಕಡೆಯಲ್ಲಿ ತಿರುಗಾಡುವವು.

ಜೇನು ನೊಣ.— ಕಾನಡಾ ಜಿಲ್ಲೆಯ ಜೇನು ನೊಣಗಳಲ್ಲಿ ನಾಲ್ಕು ಜಾತಿಗಳುಂಟು. ಎಲ್ಲಕ್ಕೂ ದೊಡ್ಡದು ತೊಗರೀ ಜೇನು ನೊಣ. ಇದು ಶುಮಾರು ಮುಕ್ಕಾಲು ಇಂಚು ಉದ್ದವಿರುತ್ತದೆ. ಈ ನೊಣಗಳಿಗೆ ಶಿಟ್ಟು ಬಹಳ, ತಡವದಿದ್ದರೂ ಮನುಷ್ಯರನ್ನು ಮುತ್ತಿಕೊಂಡು ಕಡಿಯುವವು. ಇವು ತಮ್ಮ ಹುಟ್ಟುಗಳನ್ನು ಅತ್ಯುನ್ನತವಾದ ವೃಕ್ಷಗಳ ಮೇಲೆ, ನೆಲದಿಂದ ಸುಮಾರು ೧೫೦ ಫೂಟು ಯೆತ್ತರವಾಗಿ ಇಡುವವು. ಒಂದು ಮರದ ಮೇಲೆ ೨೦, ೩೦ ಹುಟ್ಟುಗಳಿರುತ್ತವೆ. ಗುಡ್ಡದ ಕಣಿವೆಯ ಮೇಲೆಯೂ ಮನುಷ್ಯರ ಕೈಗೆ ಬಾರದಂಥಲ್ಲಿ ಈ ಹುಟ್ಟುಗಳನ್ನು ಕಾಣಬಹುದು. ಇವು ಒಂದೇ ಸ್ಥಳದಲ್ಲಿ ವರ್ಷ ವರ್ಷ ಹೊಸ ಹುಟ್ಟುಗಳನ್ನು ಕಟ್ಟುವವು. ಒಂದು ಹುಟ್ಟು ಒಂದುವರೆ ಫೂಟನಿಂದ ೩ ಫೂಟನ ವರೆಗೆ ಉದ್ದಾಗಿಯೂ, ೮ ಇಂಚಿನಿಂದ ೨ ಫೂಟನ ವರೆಗೆ ದಪ್ಪಾಗಿಯೂ ಇರುವದು. ಈ ನೊಣಗಳು ಹೂಗಳಿಂದ ಮಧುವನ್ನು ತಂದು ಹುಟ್ಟಿನಲ್ಲಿ ಕೂಡಿ ಹಾಕುವವು. ಕಾರವೀ ಮರದ ಹೂ ಇವುಗಳಿಗೆ ಅತಿ ಪ್ರಿಯ. ಒಂದು ಪೂರಾ ತುಂಬಿದ ಹುಟ್ಟಿನೊಳಗೆ ೮ರಿಂದ ೧೫ ಸಿಸೆಗಳ ವರೆಗೆ ಜೇನತುಪ್ಪವೂ, ಸುಮಾರು ೨ ಪೌಂಡು ಮೇಣವೂ ಇರುವದು. ವರ್ಷದಲ್ಲಿ ಯೆರಡು ಸಾರಿ, ವಸಂತ ಋತುವಿನಲ್ಲಿ ಮಳಿಗಾಲದ ಕಡೆಯಲ್ಲಿ, ಈ ನೊಣಗಳು ಜೇನತುಪ್ಪವನ್ನು ಕೂಡ ಹಾಕುತ್ತವೆ. ಹುಟ್ಟು

11

ಬಿಡಿಸುವವರು ಮೇ ತಿಂಗಳಲ್ಲಿಯೂ ನವಂಬರಿನಲ್ಲಿಯೂ ಹುಟ್ಟುಗಳನ್ನು ಹುಡುಕಲಿಕ್ಕೆ ಹೊರಡುವರು. ಅವರು ಉದ್ದನ್ನ ಡವಿಗೆಗ್ಗಳ ಟೊಂಗೆಗಳನ್ನು ಪಾವಟಗೆಗಳಂತೆ ನಾಲ್ಕಾರು ಬೊಟ್ಟು ಕಾದು ಕಡಿದು, ಆ ಡವಿಗೆಯನ್ನು ಹುಟ್ಟು ಇರುವ ಮರದ ಟೊಂಗಿಗೆ ಕಟ್ಟಿ, ನಿಲ್ಲಿಸಿ, ಕಗ್ಗತ್ತಲೆಯಲ್ಲಿ ಕೈಯೊಳಗೆ ಉರಿಯುವ ಚೂಡಿಗಳನ್ನು ಹಿಡುಕೊಂಡು ಡವಿಗೆಯ ಮೇಲೆ ಯೇರಿ ಹುಟ್ಟುಗಳನ್ನು ಸಮಿಪಿಸುವರು. ಅಲ್ಲಿ ತಲಪಿದ ಬಳಿಕ ಚೂಡಿಯನ್ನು ಹುಟ್ಟಿನ ಮೇಲೆ ಹಚ್ಚಿ ನೊಣಗಳನ್ನು ಓಡಿಸುವರು. ಅವರು ಮೈ ಮೇಲೆ ಕಂಬಳಿಯ ಮುಸುಕು ಹಾಕಿ ಕೊಂಡಿದ್ದಾಗ್ಯೂ ನೊಣಗಳು ಅವರನ್ನು ಕಡಿದು ಹೈರಾಣ ಮಾಡುತ್ತವೆ. ಯಾವತ್ತು ನೊಣಗಳು ಹಾರಿ ಹೋದ ಬಳಿಕ ಆ ಮನುಷ್ಯರು ಹುಟ್ಟುಗಳನ್ನು ತಕ್ಕೊಂಡು ಬುಟ್ಟಿಯೊಳಗೆ ಹಾಕಿ ಕೆಳಗೆ ಬರುವರು.

ಎರಡನೇ ತುಡಬೀ ನೊಣವೆಂಬ ಜಾತಿಯು ಸುಮಾರು ಅರ್ಧಾ ಇಂಚು ಉದ್ದವಿರುತ್ತವೆ. ಇವು ಮರಗಳ ತೊರ್ರೆಗಳಲ್ಲಿಯೂ ಹಳೆ ಗೋಡೆಗಳ ಮೇಲೆಯೂ ಹುಟ್ಟು ಕಟ್ಟುವವು. ಆ ಹುಟ್ಟು ಸಣ್ಣವು; ಒಂದರಲ್ಲಿ ಯೆರಡು ಮೂರು ಸಿಸೆಗಳಿಗಿಂತ ಹೆಚ್ಚು ಜೇನತುಪ್ಪವಿರುವದಿಲ್ಲ. ಆದರೆ ಈ ತುಪ್ಪವು ತೊಗರೀ ಜೇನಿಗಿಂತ ಮೇಲಾದದ್ದು. ಈ ನೊಣಗಳು ಬಹಳ ಕಡಿಯುವದಿಲ್ಲ. ಇವುಗಳನ್ನು ಹಗಲೇ ಹೊಗೆ ಹಾಕಿ ಓಡಿಸಿ ಹುಟ್ಟು ತಕ್ಕೊಳ್ಳುವರು.

ಮೂರನೇ ಕೋಳ ಜೇನು ತುಡಬೀ ಜೇನಿಗಿಂತ ಸಣ್ಣದು. ಇದು ಮುಳ್ಳಿನ ಸಣ್ಣ ಗಿಡಗಳ ಮೇಲೆ ಹುಟ್ಟು ಕಟ್ಟುತ್ತದೆ. ಅದರ ಹುಟ್ಟು ಬಹು ಸಣ್ಣದು. ಒಂದರೊಳಗೆ ಸುಮಾರು ಅಚ್ಛೇರಿಗಿಂತ ಹೆಚ್ಚು ತುಪ್ಪ ಹೊರಡುವದು ದುರ್ಲಭ. ಆದರೆ ಅದು ಹಿಂದಿನ ಯೆರಡೂ ಜಾತಿಗಳಿಗಿಂತ ಮೇಲಾದದ್ದು. ಈ ನೊಣಗಳು ಬಹಳ ಕಡಿಯುವದಿಲ್ಲ.

ನಾಲ್ಕನೇ ನುಸರೀ ಜೇನು ಯೆಲ್ಲಕ್ಕೂ ಸಣ್ಣದು, ಇವಾದರೂ ಮರಗಳ ತೊರ್ರೆಗಳಲ್ಲಿಯೂ ಹಳೆ ಗೋಡೆಗಳ ಮೇಲೆಯೂ ಹುಟ್ಟು ಕಟ್ಟುವವು. ಈ ಹುಟ್ಟಿನೊಳಗಿನ ತುಪ್ಪ ಬೆಳ್ಳಗಿರುವದು, ಮೇಣ ಕಪ್ಪು. ಈ ತುಪ್ಪವು ಔಷಧ ವುಂತಾದ ಕೆಲಸಕ್ಕೆ ಯೆಲ್ಲಕ್ಕೂ ಮೇಲಾದದ್ದು. ಈ ನೊಣಗಳು ಕಡಿಯುವದಿಲ್ಲ, ಆದರೆ ಕಿವಿ ಮೂಗಿನೊಳಗೆ ಹೋಗಿ ಉಪದ್ರವ ಮಾಡಲಿಕ್ಕೆ ಹವಣಿಸುತ್ತವೆ.

ಸರಕಾರದವರು ಜೇನತುಪ್ಪ ಜಮೆ ಮಾಡುವ ಹಕ್ಕು ಪ್ರತಿ ವರ್ಷ ಲಿಲಾವಿನಿಂದ ಮಾರುವರು. ವರ್ಷಕ್ಕೆ ಸುಮಾರು ೧೧೩ ಖಂಡಗ ಜೇನತುಪ್ಪ ಜಮೆಯಾಗುತ್ತದೆ. ಅದರ ಬೆಲೆ ೪೭೮೦ ರೂಪಾಯಿ.

ಮೊಸಳೆಗಳೂ ನೀರ ನಾಯಿಗಳೂ.—ಕಾನಡಾ ಧಾರವಾಡ ಜಿಲ್ಲೆಗಳ ಹೊಳೆಗಳ ಮಡುವುಗಳಲ್ಲಿ ಈ ಜಂತುಗಳು ಬಹಳ ಇರುತ್ತವೆ.

ಹಾವು.—ಕಾನಡಾ ಜಿಲ್ಲೆಯಲ್ಲಿ ಯೆಲ್ಲ ಕಡೆಯಲ್ಲಿ ಹಾವಿನ ಉಪದ್ರವ ಬಹಳ. ಪ್ರತಿ ವರ್ಷ ಸರಾಸರೀ ಮಾನದಿಂದ ೧೪ ದನಗಳೂ ೨೧ ಜನ ಮನುಷ್ಯರೂ ಹಾವು ಕಡಿದು ಸಾಯುವರು. ಈ ಜಿಲ್ಲೆಯ ಸರ್ಪಗಳಲ್ಲಿ ಸವಿಷ ನಿರ್ವಿಷ ಯೆಂಬೆರಡು ಭೇದ

ಗಳುಂಟು. ಸವಿಷಗಳಲ್ಲಿ ನಾಗರ ಹಾವು ಮುಖ್ಯ. ಅದರಲ್ಲಿ ಕರೆ ಜಾತಿ, ಬಿಳೆ ಜಾತಿ, ಬೇರೆ ಬೇರೆಯುಂಟು. ಈ ಹಾವು ಕಡಿದ ಬಳಿಕ ನಾಲ್ಕೈದು ತಾಸಿನೊಳಗೆ ಮನುಷ್ಯನು ಸಾಯುತ್ತಾನೆ. ಬೇರೆ ವಿಷಯುಕ್ತ ಸರ್ಪಗಳು ಚಿಣಗೀ ಹಾವು (ಘುಸರ್), ಮಂಡೋಳ (ಘೋಣಸ) ನಾನೆತ (ಮಣಿಯಾರ), ಸುಂಕಪಾಳ, ಜೋಗಿ, ಸುರ್ಗಂಡ, ಅಜಗರ, ಮುಂತಾದವುಗಳು ಪ್ರಸಿದ್ಧ ಉಂಟು.

ನಿರ್ವಿಷ ಸರ್ಪಗಳಲ್ಲಿ ಹೆಬ್ಬಾವು ಶ್ರೇಷ್ಠ. ಇವಲ್ಲದೆ ಮಣ್ಣುಮುಕ್ಕ, ಧಿವಡ, ಧಾಮಣ, ಅಧೇಲಾ, ಹಸರು ಹಾವು, ಮುಂತಾದ ಜಾತಿಗಳು ಹಲವುಂಟು.

ಮೀನುಗಳು.—ಮುಂಡಗೋಡ ಮಹಾಲು, ಸುಪೇ ತಾಲೂಕು, ಇವೆರಡು ಹೊರ್ತಾಗಿ, ಕಾನಡಾ ಜಿಲ್ಲೆಯ ಶೀ ನೀರಲ್ಲಿಯೂ ಉಪ್ಪು ನೀರಿನಲ್ಲಿಯೂ ಮೀನುಗಳು ಸಮೃದ್ಧಿಯಾಗಿ ಇರುತ್ತವೆ. ಸಿದ್ದಾಪುರದ ನೈರುತ್ಯದಲ್ಲಿ ೬ ಮೈಲಿನ ಮೇಲೆ ಇರುವ ಭಾವನಗಿರಿ ಯೆಂಬ ಸರೋವರದೊಳಗಿನ ಮೀನುಗಳು ಪವಿತ್ರವೆಂದು ಯೆಣಿಸಲ್ಪಡುತ್ತವೆ. ಅವುಗಳನ್ನು ಯಾರು ಕೊಲ್ಲುವದಿಲ್ಲ; ಕೆಲವುಗಳ ಪಕಗಳಿಗೆ ಬಂಗಾರದ ಉಂಗುರಗಳನ್ನು ಹಾಕಿಸಿದ್ದಾರೆ. ಕಾರವಾಡದಲ್ಲಿ ಕರ್ಜ ಯೆಂಬ ಜಾತಿಯನ್ನು ಕೊಲ್ಲುವದಿಲ್ಲ. ಕೆರೆಗಳಲ್ಲಿಯ ಮೀನುಗಳು ಹೊಳೆಗಳಲ್ಲಿಯವುಗಳಿಗಿಂತ ದೊಡ್ಡವಿರುತ್ತವೆ. ಫೆಬ್ರುವಾರಿಯಿಂದ ಮೇ ವರೆಗೆ ಶೀ ನೀರಿನಲ್ಲಿ ಮೀನ ಹಿಡಿಯುವ ಕೆಲಸವು ಬಹಳ ನಡಿಯುತ್ತದೆ; ಅಗಟಂಬರಿನಿಂದ ಜನವರಿಯ ವರೆಗೆ ಯೆಲ್ಲಕ್ಕೂ ಕಡಿಮೆ. ಕಾನಡಾ ಜಿಲ್ಲೆಯಲ್ಲಿ ೧೯೫ ಜಾತಿಗಳ ಮೀನುಗಳು ದೊರೆಯುತ್ತವೆ. ಅವುಗಳಲ್ಲಿ ಗೊಬ್ಬರ ಮಚ್ಛಿ ಯೆಂಬ ಮೀನು ಯೆಲ್ಲಕ್ಕೂ ದೊಡ್ಡದು, ೧೨ ಫೂಟು ಉದ್ದ, ನಾಲ್ಕು ಫೂಟು ಅಗಲು ಇರುತ್ತದೆ. ಸಮುದ್ರದಲ್ಲಿ ಮೀನ ಹಿಡಿಯುವ ಕೆಲಸವು ನವೆಂಬರಿನಿಂದ ಫೆಬ್ರುವಾರಿಯ ವರೆಗೆ ಬಹಳ ನಡಿಯುತ್ತದೆ; ಮಳೆಗಾಲದಲ್ಲಿ ನಡಿಯುವದಿಲ್ಲ.

೩ನೇ ಭಾಗ—ನಿವಾಸಿಗಳು.

ಸಂಖ್ಯೆ.

ಸನ್ ೧೮೮೧ನೇ ವರ್ಷದ ಖಾನೇಸುಮಾರಿಯಂತೆ, ಮುಂಬಯಿ ಕರ್ನಾಟಕ ಭಾಗದ ನಾಲ್ಕೂ ಜಿಲ್ಲೆಗಳ ಒಟ್ಟು ಜನಸಂಖ್ಯೆ ೨೮೦೭೨೫೪, ಚಚ್ಚೌಕು ಮೈಲಿಗೆ ೧೪೮·೮.—ಒಟ್ಟು ಜನಸಂಖ್ಯೆದಲ್ಲಿ ಗಂಡಸರು ೧೪೨೩೭೭೭ ಜನ, ಹೆಂಗಸರು ೧೩೯೩೪೭೭ ಜನ; ಅಥವಾ ನೂರರಲ್ಲಿ ಗಂಡಸರು ೫೦·೭೬, ಹೆಂಗಸರು ೪೯·೨೪.—ಒಟ್ಟು ಜನಸಂಖ್ಯೆದಲ್ಲಿ ಹಿಂದೂ ಜನರು ೨೫೨೪೯೦೦ ಅಥವಾ ನೂರರಲ್ಲಿ ೯೦·೦೨ ಜನ; ಮುಸಲ್ಮಾನರು ೨೬೦೩೩೨ ಅಥವಾ ನೂರರಲ್ಲಿ

೮·೫೭; ಖ್ರಿಸ್ತೀ ಜನರು ೨೩೮೧೨ ಅಥವಾ ನೂರರಲ್ಲಿ ೧·೧೩; ಯಹೂದಿಯರು ೧೩೨; ಪಾರ್ಸೀ ಜನರು ೧೩೮; ಇತರರು ೧೫. ಸನ್ ೧೮೭೨ನೇ ವರ್ಷದ ಖಾನೇಸುಮಾರಿಯಲ್ಲಿ ಇದ್ದ ವೊಟ್ಟು ಜನಸಂಖ್ಯ ೩೧೩೩೯೨೧, ಚಚ್ಚೌಕು ಮೈಲಿಗೆ ೧೬೬·೧೯. ಈ ಒಟ್ಟು ಜನಸಂಖ್ಯದಲ್ಲಿ ಹಿಂದೂ ಜನರು ೨೮೩೨೫೫೧, ಅಥವಾ ನೂರರಲ್ಲಿ ೯೦·೧೫ ಜನ; ಮುಸಲ್ಮಾನರು ೨೯೫೨೦೧, ಅಥವಾ ನೂರರಲ್ಲಿ ೮·೮೪; ಖ್ರಿಸ್ತೀ ಜನರು ೨೦೭೬೨, ಅಥವಾ ನೂರರಲ್ಲಿ ೧·೩; ಯಹೂದಿಯರು ೧೯೨, ಪಾರ್ಸೀ ಜನರು ೧೦೩, ಇತರರು ೧. ಇವರಿಂದ ನೋಡಲಾಗಿ ಸನ್ ೧೮೭೬—೭೭ನೇ ವರ್ಷದ ಬರದಲ್ಲಿ ಜನ ಸತ್ತದ್ದರಿಂದಲೂ, ಪರಸ್ಥಳಕ್ಕೆ ಹೋದದ್ದರಿಂದಲೂ ೧೦ ವರ್ಷದೊಳಗೆ ವೊಟ್ಟು ಜನಸಂಖ್ಯದಲ್ಲಿ ೩೪೨೦೮೧ ಜನ, ಅಂದರೆ ನೂರರಲ್ಲಿ ೧೧·೭೪, ಕಡಿಮೆಯಾಯಿತೆಂದು ತಿಳಿಯುತ್ತದೆ.

ಈ ಕರ್ನಾಟಕ ಭಾಗದ ನಿವಾಸಿಗಳಲ್ಲಿ ಈ ಭಾಗದ ನಾಲ್ಕು ಜಿಲ್ಲೆಗಳಲ್ಲಿ ಹುಟ್ಟಿದವರದೂ, ಪರಸ್ಥಳದಲ್ಲಿ ಹುಟ್ಟಿ ಈ ಭಾಗದಲ್ಲಿ ಬಂದು ವಾಸಿಸುವವರದೂ ಪ್ರಮಾಣ ನೋಡಲಾಗಿ ತಿಳಿಯುವ ಸಂಖ್ಯೆಗಳು ಹ್ಯಾಗಂದರೆ— ನಾಲ್ಕು ಜಿಲ್ಲೆಗಳಲ್ಲಿ ಹುಟ್ಟಿದವರು (ಗಂಡಸರು ೧೩೩೧೪೮೯ + ಹೆಂಗಸರು ೧೨೭೩೫೫೩ =) ೨೬೦೫೦೪೨, ಅಥವಾ ನೂರರಲ್ಲಿ ೯೨·೩೯; ದಕ್ಷಿಣ ಮಹಾರಾಷ್ಟ್ರದ ಸಂಸ್ಥಾನಗಳಿಂದ ಬಂದವರು ೫೭೬೦೭; ಮೈಸೂರ ಶೀಮೆಯಿಂದ ಬಂದವರು ೧೫೩೪೨; ಗೋವೆಯ ಪ್ರಾಂತದಿಂದ ಬಂದವರು ೮೮೨೫; ಕೊಂಕಣ ಜಿಲ್ಲೆಗಳಿಂದ ಬಂದವರು ೫೧೧೫; ಮದ್ರಾಸ ಇಲಾಖೆಯಿಂದ ಬಂದವರು ೨೦೩೮೧; ಕೊಲ್ಲಾಪುರ ಸಂಸ್ಥಾನದಿಂದ ೨೫೭೫೫; ನಿಜಾಮನ ರಾಜ್ಯದಿಂದ ೪೮೨೬೯; ಸೊಲ್ಲಾಪುರದ ಜಿಲ್ಲೆಯಿಂದ ೬೯೧೭; ಸಾತಾರೆಯ ಜಿಲ್ಲೆಯಿಂದ ೯೯೧೨; ಪುಣೆ ಜಿಲ್ಲೆಯಿಂದ ೧೩೮೩; ಅಹಮ್ಮದನಗರ ಜಿಲ್ಲೆಯಿಂದ ೩೪೮೧; ನಾಸಿಕ ಜಿಲ್ಲೆಯಿಂದ ೬೬; ಖಾನದೇಶ ಜಿಲ್ಲೆಯಿಂದ ೧೯೯; ಮುಂಬಯಿಯಿಂದ ೧೦೫೨; ಗುಜರಾಥದಿಂದ ೧೪೯೨; ಬೇರೆ ಪ್ರದೇಶಗಳಿಂದ ೪೧೧೦.

ಭಾಷೆಗಳು.

ಭಾಷೆಗಳ ಸಂಬಂಧದಿಂದ ಜನರ ಪ್ರಮಾಣಗಳು ಹ್ಯಾಗಂದರೆ— ಕನ್ನಡ ಭಾಷೆಯವರು (ಗಂಡಸರು ೧೦೨೬೧೬೫ + ಹೆಂಗಸರು ೧೦೧೬೭೮೨ =) ೨೦೪೩೯೪೭, ಅಥವಾ ನೂರರಲ್ಲಿ ೭೧·೫೧; ಮಹಾರಾಷ್ಟ್ರ ೪೫೧೩೭೧, ಅಥವಾ ನೂರರಲ್ಲಿ ೧೭·೯೧; ಹಿಂದುಸ್ತಾನಿ ೨೩೯೩೦೪, ಅಥವಾ ನೂರರಲ್ಲಿ ೮·೪೨; ತೆಲಗು ೫೦೧೯೨, ಅಥವಾ ನೂರರಲ್ಲಿ ೧·೪೬; ಗುಜರಾಥಿ ೪೭೬೨; ಮಾರವಾಡಿ ೩೨೩; ಹಿಂದಿ ೧೦೧೪೪; ಮಲಿಯಾಳಿ ೩೧೭; ಕೊಂಕಣಿ ೧೦೬೦; ತುಳು ೫೯೫; ತಮಿಳ ೨೮೦೫; ಕೊಡಗು ೨೬; ಇಂಗ್ಲಿಷ ೧೫೫೫; ಅರಬೀ ೫೬; ಚಿನಯಿ ೨೧; ಪಾರ್ಸಿ ೯೪; ಪಂಜಾಬಿ ೩೫; ಜರ್ಮನ್ ೨೯; ಪುಸ್ತು ೩.

ಈ ದಕ್ಷಿಣ ಭಾಗದಲ್ಲಿ ಲಗ್ನವಾಗದವರು, ಲಗ್ನವಾದವರು, ವಿಧುರರು ಅಥವಾ ವಿಧವೆಗಳು ಇವರ ಪ್ರಮಾಣವನ್ನು ಕೆಳಗಿನ ಕೋಷ್ಟಕದಲ್ಲಿ ವಿವರಿಸಿದ್ದೇವೆ.

ಲಗ್ನವಾದವರು, ಲಗ್ನವಾಗದವರು, ವಿಧವೆ ವಿಧುರರು.

ಜಾತಿ	ಹತ್ತು ವರ್ಷದ ಕೆಳಗೆ		೧೦ರಿಂದ ೧೪		೧೫ರಿಂದ ೧೯		೨೦ರಿಂದ ೨೯		೩೦ ಅಥವಾ ಹೆಚ್ಚು		ಒಟ್ಟು	
	ಗಂ.	ಹೆಂ.	ಗಂ.	ಹೆಂ.	ಗಂ.	ಹೆಂ.	ಗಂ.	ಹೆಂ.	ಗಂ.	ಹೆಂ.	ಗಂ.	ಹೆಂ.
ಹಿಂದೂ.												
ಲಗ್ನವಾಗದವರು...	೨೯೩೪೦೩	೨೫೮೧೯೩	೧೫೫೫೨೬	೫೫೦೩೦	೬೧೩೮೫	೬೬೪೨	೫೪೨೬೧	೧೦೫೦೩	೧೯೨೩೩	೧೩೪೮೯	೫೭೮೮೧೩	೩೪೩೮೫೭
ಲಗ್ನವಾದವರು....	೭೧೧೭	೪೦೯೮೯	೨೭೮೦೫	೯೨೧೩೫	೪೦೪೦೭	೮೦೬೦೭	೧೭೦೩೫೨	೨೧೧೭೬೭	೩೫೬೨೫೦	೧೯೯೦೧೪	೬೦೧೯೪೧	೬೧೩೫೧೨
ವಿಧವೆ ವಿಧುರರು...	೭೨೩	೨೧೯೬	೩೭೨೧	೮೦೬೩	೪೨೨೪	೭೬೨೯	೧೪೧೭೯	೩೪೯೯೫	೭೦೫೮೫	೨೩೯೩೮೫	೯೩೪೩೨	೨೯೨೩೬೮
ಮುಸಲ್ಮಾನರು.												
ಲಗ್ನವಾಗದವರು...	೩೦೯೨೫	೨೯೯೬೩	೧೮೩೩೩	೧೦೬೭೨	೮೫೧೪	೧೩೪೬	೮೬೩೭	೮೧೫	೨೪೪೨	೭೩೦	೬೮೩೮೧	೫೨೪೨೬
ಲಗ್ನವಾದವರು....	೩೯೧	೧೪೮೭	೧೩೨೭	೫೧೨೨	೨೧೨೩	೬೯೮೩	೧೩೯೫೯	೨೧೭೨೯	೩೬೦೨೮	೨೧೩೨೮	೫೩೮೨೮	೫೬೭೪೯
ವಿಧವೆ ವಿಧುರರು...	೩೧	೧೦೨	೯೭	೩೭೨	೨೧೪	೪೪೭	೧೧೫೦	೨೯೮೨	೫೫೮೩	೨೩೪೭೦	೭೫೨೫	೨೮೩೨೩
ಕ್ರಿಸ್ತೀ.												
ಲಗ್ನವಾಗದವರು...	೨೬೩೩	೨೯೯೯	೧೩೧೯	೯೯೫	೮೮೦	೨೬೦	೧೩೪೨	೧೯೦	೮೪೯	೧೦೯	೭೪೪೦	೪೫೫೩
ಲಗ್ನವಾದವರು....	೯	೨೭	೪೮	೧೫೪	೧೧೮	೫೯೧	೧೩೩೮	೧೭೯೦	೩೫೯೬	೧೫೧೧	೫೦೯೫	೪೦೬೨
ವಿಧವೆ ವಿಧುರರು...	೦	೨	೧	೧೦	೩	೪೮	೬೪	೩೦೨	೪೩೨	೧೭೯೭	೫೦೦	೨೧೫೯
ಇತರರು.												
ಲಗ್ನವಾಗದವರು...	೨೮	೨೧	೧೯	೧೫	೫	೨	೮	೧	೭	೧	೬೭	೩೫
ಲಗ್ನವಾದವರು....	೦	೧	೨	೧	೦	೧೦	೨೮	೮	೨೯	೧೬	೫೯	೩೬
ವಿಧವೆ ವಿಧುರರು...	೦	೦	೦	೦	೦	೦	೦	೦	೩	೫	೩	೫

ಜನರ ಜೀವನೋಪಾಯಗಳನ್ನು ಅನುಸರಿಸಿ ಸನ್ ೧೮೮೧ನೇ ವರ್ಷದ ಖಾನೇಸುಮಾರಿಯಲ್ಲಿ ಆರು ವರ್ಗಗಳು ಮಾಡಲ್ಪಟ್ಟವೆ. ಅವುಗಳ ವಿವರ ಹ್ಯಾಗಂದರೆ.

೧ನೇ ವರ್ಗ — ಸರಕಾರೀ ನೌಕರಿ, ವಿದ್ಯೋಪಜೀವನ, ವಿದ್ಯಾಭ್ಯಾಸ, ಕಲಾಕೌಶಲ್ಯ, ಇವೆಲ್ಲ ಕೂಡಿ ೪೮೨೬೯, ಅಥವಾ ನೂರರಲ್ಲಿ ೧·೬೯.

೨ನೇ ವರ್ಗ — ಮನೆ ಚಾಕರಿ ೨೪೭೬ ಅಥವಾ ನೂರರಲ್ಲಿ ೦·೯೧.

೩ನೇ ವರ್ಗ — ವ್ಯಾಪಾರ ೧೩೬೧೧೮ ಅಥವಾ ನೂರರಲ್ಲಿ ೪·೫೩.

೪ನೇ ವರ್ಗ — ಒಕ್ಕಲತನ ೯೨೪೯೩೧ ಅಥವಾ ನೂರರಲ್ಲಿ ೩೩·೫೭.

೫ನೇ ವರ್ಗ — ಕೈಗಾರಿಕೆ ಶಿಲ್ಪ ೪೩೮೧೦೨ ಅಥವಾ ನೂರರಲ್ಲಿ ೧೪·೮೫.

೬ನೇ ವರ್ಗ — ಗೊತ್ತಿಲ್ಲದಂಥ ಅನುತ್ಪಾದಕವಾದ ಉದ್ಯೋಗಗಳು, ಹುಡುಗರು ಸಹಿತವಾಗಿ ೧೪೫೭೫೫೩ ಅಥವಾ ನೂರರಲ್ಲಿ ೪೭·೪೧.

೧೦೦೦೦ಕ್ಕಿಂತ ಹೆಚ್ಚು ಜನರು ವೊಕ್ಕಲಾಗಿದ್ದಂಥ ಗ್ರಾಮಗಳು ಧಾರವಾಡ ಜಿಲ್ಲೆಯಲ್ಲಿ ೪, ವಿಜಾಪುರ ಜಿಲ್ಲೆಯಲ್ಲಿ ೩ ಮಾತ್ರ ಇರುತ್ತವೆ; ಆದರೆ ನೂರಕ್ಕಿಂತ ಕಡಿಮೆ ಜನರುಳ್ಳಂಥ ಹಳ್ಳಿಗಳು ಧಾರವಾಡದಲ್ಲಿ ೧೧೩, ವಿಜಾಪುರದಲ್ಲಿ ೧೩೪; ೫೦೦೦ಕ್ಕಿಂತ ಹೆಚ್ಚು ಜನರುಳ್ಳ ಗ್ರಾಮಗಳು, ಎರಡೂ ಜಿಲ್ಲೆಗಳಲ್ಲಿಯೂ ವೊಂಬೊಂಬತ್ತು ಇರುತ್ತವೆ. ಧಾರವಾಡ ಜಿಲ್ಲೆಯಲ್ಲಿ ಪ್ರತಿ ೩·೫೬ ಚಚ್ಚೌಕು ಮೈಲಿಗೆ ವೊಂದು ಹಳ್ಳಿ ಬೀಳುತ್ತಿದ್ದು ಪ್ರತಿ ಹಳ್ಳಿಗೆ ಸರಾಸರೀ ಮಾನದಿಂದ ೫೭೮ ನಿವಾಸಿಗಳು ಬೀಳುತ್ತಾರೆ; ವಿಜಾಪುರ ಜಿಲ್ಲೆಯಲ್ಲಿ ಪ್ರತಿ ೫·೦೯ ಚ. ಮೈಲಿಗೆ ವೊಂದು ಹಳ್ಳಿ ಬೀಳುತ್ತಿದ್ದು, ಪ್ರತಿ ಹಳ್ಳಿಗೆ ಸರಾಸರೀ ಮಾನದಿಂದ ೪೮೬ ಜನರು ಬೀಳುತ್ತಾರೆ. ಈ ವಿವರುಗಳಿಂದ ಉಳಿದ ೨ ಜಿಲ್ಲೆಗಳ ವಿವರುಗಳನ್ನು ತರ್ಕಿಸ ಬಹುದು.

ಸನ್ ೧೮೮೧ ಇಸವಿಯ ಖಾನೇಸುಮಾರಿಯಂತೆ ಮುಂಬಯಿ ಕರ್ನಾಟಕದಲ್ಲಿ ವೊಟ್ಟಿಗೆ ೬೨೪೭೨೩ ಮನೆಗಳು ಇದ್ದವು. ಅವುಗಳಲ್ಲಿ ೪೯೯೩೨೧ ಮನೆಗಳು ವೊಕ್ಕಲಾಗಿದ್ದವು. ೧೨೫೪೦೨ ಮನೆಗಳು ಹಾಳು ಬಿದ್ದಿದ್ದವು. ಒಟ್ಟು ಮನೆಗಳೊಳಗೆ ಧಾರವಾಡ ಜಿಲ್ಲೆಯಲ್ಲಿದ್ದ ೨೦೬೪೧೯ ಮನೆಗಳಲ್ಲಿ ವೊಕ್ಕಲಾದ ಮನೆಗಳು ೧೬೧೧೫೦; ಹಾಳು ೪೫೨೬೯; ಬೆಳಗಾವೀ ಜಿಲ್ಲೆಯಲ್ಲಿದ್ದ ೧೮೮೬೯೪ ಮನೆಗಳಲ್ಲಿ ವೊಕ್ಕಲಾದ ಮನೆಗಳು ೧೫೪೮೦೬, ಹಾಳು ೩೩೮೮೮. ವಿಜಾಪುರ ಜಿಲ್ಲೆಯಲ್ಲಿದ್ದ ೧೫೪೬೧೯ ಮನೆಗಳಲ್ಲಿ ವೊಕ್ಕಲಾದ ಮನೆಗಳು ೧೧೪೫೩೩, ಹಾಳು ೪೦೦೮೬; ಕಾನಡಾ ಜಿಲ್ಲೆಯಲ್ಲಿದ್ದ ೭೪೯೯೧ ಮನೆಗಳಲ್ಲಿ ವೊಕ್ಕಲಾದ ಮನೆಗಳು ೬೮೮೩೨, ಹಾಳು ೬೧೫೯. ಈ ಕರ್ನಾಟಕ ಭಾಗದಲ್ಲಿ ಮನೆಗಳ ಪ್ರಮಾಣವು ವೊಂದು ಚಚ್ಚೌಕು ಮೈಲಿಗೆ ೧೩೨·೫೩. ಒಕ್ಕಲಾದ ಮನೆಗಳ ಜನಸಂಖ್ಯದ ಸರಾಸರೀ ಪ್ರತಿ ವೊಂದು ಮನೆಗೆ ೫·೫೪. ಪೂರ್ವದಲ್ಲಿ ದೇಶದೊಳಗೆ ಬಂದೋಬಸ್ತು ಇಲ್ಲದ್ದರಿಂದಲೂ, ತಿಂದುಂಡು ಸೌಖ್ಯದಲ್ಲಿದ್ದದ್ದನ್ನು ಕಂಡರೆ ಹೆಚ್ಚು ತೆರಿಗೆ ಕಟ್ಟುವರೆಂಬ ಅಂಜಿಕೆಯಿಂದಲೂ, ಮನೆಗಳಿಗೆ ದೊಡ್ಡ ದೊಡ್ಡ ಕಿಡಿಕಿಗಳನ್ನೂ ಬಾಗಿಲುಗಳನ್ನೂ ಹಚ್ಚಿದರೆ ಕಳ್ಳರ ಕಾಟ ತಪ್ಪಿಸುವದು ಕಷ್ಟವಾಗುವದೆಂಬ ಭಯದಿಂದಲೂ,

ಶ್ರೀಮಂತರು ಸಹ ತೀರ ಕನಿಷ್ಟ ತರದ ಮನೆಗಳನ್ನು ಕಟ್ಟುತ್ತಿದ್ದರು. ಮತ್ತು ಮನೆಗಳಿಗೆ ಸಣ್ಣ ಬಾಗಿಲುಗಳನ್ನು ಹಚ್ಚುತ್ತಿದ್ದರು. ಮನೆಯೊಳಗೆ ಹವೆ, ಬೆಳಕು ಬರಲಿಕ್ಕೆ ಮಾರ್ಗವೆಂದರೆ ಈ ಸಣ್ಣ ಬಾಗಿಲುಗಳೇ. ಕೆಲಕೆಲವು ಕಡೆಯಲ್ಲಿ ಮಾಳಿಗೆಯಲ್ಲಿ ಬೆಳಕಂಡಿಗಳನ್ನು ಬಿಡುತ್ತಿದ್ದರು. ಹಿಂದೂ ಜನರ ಮನೆಗಳಿಗೂ ಮುಸಲ್ಮಾನರ ಮನೆಗಳಿಗೂ ವೊಂದು ದೊಡ್ಡ ಭೇದವುಂಟು. ಹಿಂದೂ ಜನರ ಮನೆಗಳು ವೊಳಭಾಗಗಳೆಲ್ಲ ವೊಮ್ಮೆಲೆ ಕಾಣುವಂತೆ ಕಟ್ಟಿರುತ್ತವೆ. ಆದರೆ ಮುಸಲ್ಮಾನರ ಮನೆಗಳು ಹಾಗೆ ಕಟ್ಟಿರುವದಿಲ್ಲ. ಹೊರಗಿಂದ ಅವರ ಮನೆಯ ವೊಳಭಾಗಗಳು ಕಾಣುವಂತೆ ಇರುವದಿಲ್ಲ. ಇತ್ತಲಾಗಿ ಇಪ್ಪತ್ತು ಮೂವತ್ತು ವರುಷಗಳಿಂದ ಮನೆಗಳು ಸುಧಾರಿಸುತ್ತ ನಡೆದವೆ.

ಬ್ರಾಹ್ಮಣರು.

	ಗಂಡಸರು.	ಹೆಂಗಸರು.	ಒಟ್ಟು.
ದೇಶಸ್ಥರು	೩೬೦೮೨	೩೩೮೭೬	೬೯೯೫೮
ಗೋಳಕರು	೭೭	೭೪	೧೫೧
ಕನೋಜರು	೨೩೬	೧೭೮	೪೧೪
ಕಾಣ್ವರು	೯೧೭	೮೪೪	೧೭೬೧
ಕರಾಡಸ್ಥರು	೭೯೬	೭೧೭	೧೫೧೩
ಕೊಂಕಣಸ್ಥರು	೧೯೧೬	೧೮೨೪	೩೭೪೦
ಶೇಣವೀರು (ಸಾರಸ್ವತರು)	೫೭೪೯	೫೫೦೩	೧೧೨೫೨
ಸರ್ವರಿಯರು	೮	೭	೧೫
ಸವ್ವಾಶೇರು	೩೬	೪೮	೮೪
ಶ್ರೀ ವೈಷ್ಣವರು (ರಾಮಾನುಜರು)	೧೦	೩	೧೩
ತೆಲಗರು	೧೮೦	೧೫೫	೩೩೫
ತಿರಗುಳರು	೧೮೯	೧೯೧	೩೮೦
ಗುಜರಾಥೀ ಬ್ರಾಹ್ಮಣರು	೫೦	೬	೫೬
ಮಾರವಾಡೀ ಬ್ರಾಹ್ಮಣರು	೧೫	೧೦	೨೫
ವಿದುರರು	೪೧	೪೬	೮೭
ಹೈಗರು	೨೦೬೪೯	೧೯೦೬೧	೩೯೭೧೦
ಕೋಟ ಬ್ರಾಹ್ಮಣರು	೧೮೫	೨೦೪	೩೮೯
ಜೋಯಿಸರು	೧೧೧	೧೦೨	೨೧೩
ಸಕಳಾಪುರಿಗಳು	೫೫	೪೧	೯೬
ಆಂಧ್ರರು	೫	೪	೯
ಶಿವಳ್ಳಿಗಳು	೩	೨	೫
ಸಾಷ್ಟೀಕರರು	೪೫೬೩	೪೨೯೫	೮೮೫೮
ಕುಶಸ್ಥಳಿಗಳು	೫೯೫	೫೩೬	೧೧೩೧
ಬಾರದೇಶಕರರು	೩೪೦	೩೧೭	೬೨೪
ಕುಡಾಳ ದೇಶಕರರು	೧೬೭	೧೫೭	೩೨೪
ಪೇಡನೇಕರರು	೪೫	೫೭	೧೦೨
ಅಂತು ಒಟ್ಟು	೭೩೦೨೦	೬೮೨೫೮	೧೪೧೨೭೮

ದೇಶಸ್ಥರು.

ದೇಶಸ್ಥರು.—ಇವರು ಮುಂಬಯಿ ಕರ್ನಾಟಕದಲ್ಲಿ ಬಹುತರ ಯೆಲ್ಲ ಕಡೆಯ ಲ್ಲಿಯೂ ಇದ್ದಾರೆ. ಇದರೊಳಗೆ ಮಾಧ್ವರು ಅಂದರೆ ವೈಷ್ಣವರು ಅಥವಾ ದ್ವೈತರು ಮತ್ತು ಸ್ಮಾರ್ತರು ಅಥವಾ ಅದ್ವೈತರು, ಯೆಂಬ ಯೆರಡು ಮುಖ್ಯ ವರ್ಗಗಳುಂಟು. ಇವುಗಳಲ್ಲದೆ ಋಗ್ವೇದಿಗಳೂ, ಆ ಪಸ್ತಂಬರೂ, ಯಜುರ್ವೇದಿಗಳೂ, ಕಣ್ವವರೂ, ಮಾಧ್ಯಂದಿನರೂ, ಯೆಂಬ ಹಲವು ಭೇದಗಳುಂಟು.

ವೈಷ್ಣವರು.

ವೈಷ್ಣವರು.—ದೊಡ್ಡ ದೊಡ್ಡ ಊರುಗಳಲ್ಲಿ ಇವರು ಇರುವದೇ ಬಹಳ. ಇವರು ಹಳ್ಳಿಪಳ್ಳಿಗಳಲ್ಲಿ ಬಹುತರ ಇರುವದಿಲ್ಲ. ಕ್ರಿಸ್ತೀ ಶಕದ ಹನ್ನೆರಡನೇ ಶತಮಾನದಲ್ಲಿ ಮಧ್ವಾಚಾರ್ಯನೆಂಬ ಘನವಿದ್ವಾಂಸನಾದ ವಿರಕ್ತ ಪುರಷನು ವೈಷ್ಣವ ಮತವನ್ನು ಬಲಗೊಳಿಸಿದನು. ಅದರಿಂದ ಅದಕ್ಕೆ ಮಾಧ್ವ ಮತವೆಂದು ಹೆಸರು ಬಂದದೆ. ಮಧ್ವಾಚಾರ್ಯನಿಗೆ ಸರ್ವಜ್ಞಾಚಾರ್ಯನೆಂ ತಲೂ ಅನ್ನುವರು. ಇವನು ಮಂಗಳೂರು ಪ್ರಾಂತದಲ್ಲಿ ಉಡಪಿ, ಮಧ್ಯತಲ, ಸುಬ್ರಹ್ಮ ಣ್ಯ, ಯೆಂಬ ಮೂರು ಸ್ಥಳಗಳಲ್ಲಿ ಮೂರು ಮಠಗಳನ್ನು ಸ್ಥಾಪಿಸಿ ವೊಂದೊಂದು ಮಠಕ್ಕೆ ವೊಬ್ಬೊಬ್ಬ ಸ್ವಾಮಿಯನ್ನು ನೇಮಿಸಿದನು. ಮಧ್ಯತಲ ಸುಬ್ರಮಣ್ಯಗಳ ಸ್ವಾಮಿಗಳು ಬೇರೆ ಬೇರೆ ಶಾಖೆಗಳ ಮುಖ್ಯಸ್ಥರಾದರು. ಇವರ ಶಿಷ್ಯರು ಸ್ವಲ್ಪ ಜನರು ಇದ್ದು ಯೆಲ್ಲ ರೂ ಬಹುತರವಾಗಿ ಮಂಗಳೂರು ಶೀಮೆಯಲ್ಲಿದ್ದಾರೆ. ಸರ್ವಜ್ಞಾಚಾರ್ಯರು ಉಡ ಪಿಯ ಸಂಸ್ಥಾನದಲ್ಲಿ ಯೆಂಟು ಮಠಗಳನ್ನು ಸ್ಥಾಪಿಸಿ ವೊಂದೊಂದಕ್ಕೆ ವೊಬ್ಬೊಬ್ಬ ಸ್ವಾ ಮಿಯನ್ನು ನೇಮಿಸಿದರು. ಮತ್ತು ಈ ಯೆಂಟು ಮಂದಿ ಸ್ವಾಮಿಗಳಲ್ಲಿ ಪ್ರತಿ ಒಬ್ಬನು ಯೆರಡೆರಡು ವರುಷಗಳ ವರೆಗೆ ಉಡಪಿಯ ಶ್ರೀ ಕೃಷ್ಣ ದೇವರ ಪೂಜೆಯನ್ನು ಮಾಡ ಬೇಕೆಂದು ಗೊತ್ತು ಮಾಡಿದರು. ಈ ಪೂಜೆಯ ಸರತಿಯು ಪ್ರತಿ ವೊಬ್ಬ ಸ್ವಾಮಿಗೆ ಯೆರ ಡೆರಡು ವರುಷಕ್ಕೊಮ್ಮೆ ಮಕರ ಸಂಕ್ರಾಂತಿಗೆ ಬರುತ್ತದೆ. ಆ ಸಮಯದಲ್ಲಿ ಉಡಪಿ ಯಲ್ಲಿ ದೊಡ್ಡ ಜಾತ್ರೆ ನೆರೆದು ಲಕ್ಷಾವಧಿ ಜನರು ದೇವರಿಗೆ ಕಾಣಿಕೆಗಳನ್ನು ಕೊಡುತ್ತಾರೆ.

ಸರ್ವಜ್ಞಾಚಾರ್ಯರು ತಮ್ಮ ಪ್ರೀತಿಯ ನಾಲ್ಕು ಜನ ಶಿಷ್ಯರೊಡನೆ ಹಿಂದುಸ್ಥಾನ ದಲ್ಲೆಲ್ಲ ಪ್ರವಾಸ ಮಾಡಿ ವೈಷ್ಣವರ ಗುರುಗಳೆಂದು ಹೆಸರು ಪಡೆದರು. ಇವರು ರಚಿಸಿದ ವೇದಾಂತ ಗ್ರಂಥಗಳಲ್ಲಿ ೩೭ ಸಂಸ್ಕೃತ ಗ್ರಂಥಗಳು ಈಗಲೂ ಉಂಟು. ಇವುಗಳಲ್ಲಿ ಕೆಲವು ವೈಷ್ಣವರ ಆಚರಣೆಯ ನಿಯಮಗಳನ್ನು ಹೇಳುತ್ತವೆ. ಈ ಗುರುಗಳು ೮೦ ವರು ಷಗಳ ವರೆಗೆ ವೊಳ್ಳೇ ಯಶಸ್ಸಿನಿಂದ ಪಟ್ಟವನ್ನು ಆಳಿ ಆ ಕಾಲಕ್ಕೆ ಯೆದುರಿಗೆ ಬಂದ ಯಾವತ್ತು ಪರ ಮತಸ್ಥರ ಗುರುಗಳನ್ನು ವಾದದಲ್ಲಿ ಸೋಲಿಸಿದರು. ಬಳಿಕ ತಮ್ಮ ನಾಲ್ಕು ಜನ ಶಿಷ್ಯರಲ್ಲಿ ಮುಖ್ಯ ಶಿಷ್ಯನಾದ ಪದ್ಮನಾಭ ತೀರ್ಥನಿಗೆ ಪಟ್ಟ ಗಟ್ಟಿ ತಾವು ಹಿಮಾ ಲಯದಲ್ಲಿರುವ ಬದರಿಕಾಶ್ರಮಕ್ಕೆ ಶಕೆ ೧೧೯೯ ಮಾಘ ಶುದ್ಧ ನವಮಿಯ ದಿವಸ ತೆರಳಿ ದರು. ಈ ಹೊತ್ತಿಗೆ ಅವರು ಅಲ್ಲಿಯೇ ಇರುವರೆಂತಲೂ ಅವರು ಹನುಮಂತ ದೇವರ ಅವತಾರವೆಂತಲೂ, ವೈಷ್ಣವರ ನಂಬಿಕೆಯುಂಟು. ಮಧ್ವಾಚಾರ್ಯರಿಂದ ಇದು ವರೆಗೆ

ಪೊಟ್ಟಿಗೆ ೩೫ ಜನ ಸ್ವಾಮಿಗಳು ಆಳಿದರು. ಅವರೊಳಗೆ ಮಧ್ವಾಚಾರ್ಯರ ತರುವಾಯ ದಲ್ಲಿ ಘೊಂಡೋರಘುನಾಥ, ಸತ್ಯಬೋಧರು, ಜಯರಾಯಾಚಾರ್ಯರು, ಯೆಂಬ ಮೂರು ಮಂದಿ ಮಹಾ ಸತ್ಪುರುಷರಾದರೆಂದು ವೈಷ್ಣವರೊಳಗೆ ಪ್ರಸಿದ್ಧಿಯುಂಟು.

ಈ ಪ್ರಾಂತದ ಮಾಧ್ವ ಬ್ರಾಹ್ಮಣರು ಪೊಳ್ಳೀ ವರ್ಚಸ್ಸುಳ್ಳವರಾಗಿದ್ದಾರೆ. ಇವರು ಆಡುವ ಭಾಷೆ ಕನ್ನಡವಿದ್ದು, ಅದರೊಳಗೆ ಮರಾಠಿ ಭಾಷೆಯ ಶಬ್ದಗಳು ಕೆಲವು ಮಟ್ಟಿಗೆ ಕೂಡಿರುತ್ತವೆ. ಹಲಕೆಲವು ಮನೆತನದವರು ಮನೆಯಲ್ಲಿ ಕನ್ನಡದಂತೆ ಮರಾಠೀ ಭಾಷೆಯನ್ನಾದರೂ ಆಡುವರು. ಇವರೊಳಗೆ ಅಡ್ಡ ಹೆಸರುಗಳಿಲ್ಲ. ಎಷ್ಟೋ ಮನೆತನಗಳಿಗೆ ಆಯಾ ಮನೆತನದ ಪೂರ್ವಜರು ಇದ್ದ ಊರುಗಳಿಂದ ಇಲ್ಲವೇ ಅವರ ಗುಣಗಳಿಂದ ಅಡ್ಡ ಹೆಸರುಗಳು ಬಂದಿರುತ್ತವೆ. ಉಡಪಿಯ ಕೃಷ್ಣ ದೇವರು, ಮದ್ರಾಸ ಇಲಾಖೆಯೊಳಗಿನ ಅಹೋಬಲದ ನರಸಿಂದೇವರು, ನಿಜಾಮನ ಶೀಮೆಯೊಳಗಿನ ಕೊಪ್ರದ ನರಸಿಂಹ ದೇವರು, ಶ್ರೀರಂಗ ಪಟ್ಟಣದ ರಂಗನಾಥ, ತಿರುಪತಿಯ ವೆಂಕಟರಮಣ, ಪಂಢರಿಪುರದ 'ವಿಠೋಬಾ, ಮುಂತಾದ ದೇವತೆಗಳನ್ನು ಇವರು ಆರಾಧಿಸುವರು.

ಮಾಧ್ವರು ಚಲುವರೂ, ಕಸುವುಳ್ಳವರೂ, ಪೊಳ್ಳೀ ಮೈ ಕಟ್ಟುಳ್ಳವರೂ, ಇರುತ್ತಾರೆ. ಪಶ್ಚಿಮ ಕಡೆಯ ಮಾಧ್ವರು ಕೆಂಪಗಿರುತ್ತಾರೆ; ಪೂರ್ವದ ಕಡೆಯವರು ಕಪ್ಪು. ಇವರು ಶ್ರೀ ಮುದ್ರೆಗಳನ್ನೂ ಉದ್ದ ನಾಮಗಳನ್ನೂ ಧರಿಸುವರು. ಆದರೆ ಸ್ಮಾರ್ತರು ವಿಭೂತಿಯನ್ನೂ ಹಣೆಯ ಮೇಲೆ ಅಡ್ಡ ಗಂಧವನ್ನೂ ಹಚ್ಚಿ ಕೊಳ್ಳುವರು. ಮಾಧ್ವ ವೈದಿಕರು ಊಟ ಮಾಡುವದರಲ್ಲಿ ಹೆಸರಾದವರು. ಇವರು ಸಾಧಾರಣವಾಗಿ ದಿನಕ್ಕೆ ಪೊಮ್ಮೇ ಉಣ್ಣುತ್ತಾರೆ. ಗೃಹಸ್ಥರು ಮಿತಾಹಾರಿಗಳಾಗಿದ್ದು ಯೆರಡು ಸಾರಿ ಉಣ್ಣುವರು. ಇವರೊಳಗೆ ಶುಭಾಶುಭ ಕಾರ್ಯಗಳಲ್ಲಿ ಮಾಡುವ ಪಕ್ವಾನ್ನಗಳು ಬಹುತರ ಪೊಂದೇ ಇರುತ್ತವೆ. ಶುಭ ಕಾರ್ಯಗಳಲ್ಲಿ ತುಕ್ಕುಡಿಗಳನ್ನು ಮಾತ್ರ ಮಾಡ ಕೂಡದು. ಇವರು ಊಟಕ್ಕೆ ಬಡಿಸುವಾಗ ಮೊದಲು ಉಪ್ಪು ಕಡೆಗೆ ತುಪ್ಪ ಬಡಿಸುತ್ತಾರೆ. ಆದರೆ ಅಶುಭ ಕಾರ್ಯಗಳಲ್ಲಿ ಮೊದಲು ತುಪ್ಪವನ್ನು ಬಡಿಸುವರು, ಉಪ್ಪು ಬಡಿಸುವದೇ ಇಲ್ಲ; ಉದ್ದು ಮಾಂಸದ ಪ್ರತಿನಿಧಿಯೆಂದು ತಿಳಿಯುವರು. ಶುಭ ಕಾರ್ಯಗಳಲ್ಲಿ ಉದ್ದಿನ ಪದಾರ್ಥಗಳು ಇಲ್ಲದಿದ್ದರೂ ಸಾಗುವದು. ಆದರೆ ಅಶುಭ ಕಾರ್ಯಗಳಲ್ಲಿ ಅವು ಆವಶ್ಯವಾಗಿ ಇರಬೇಕು. ಅಡಿಗೆಯು ಸಿದ್ಧವಾದ ಬಳಿಕ ಅದನ್ನು ಮೊದಲು ವಿಷ್ಣುವಿಗೆ ನೈವೇದ್ಯ ತೋರಿಸಿ ಆ ಮೇಲೆ ಇತರ ದೇವತೆಗಳಿಗೆ ತೋರಿಸುವರು. ವೈದಿಕರು ಊಟಕ್ಕೆ ಕೂತ ಬಳಿಕ ಗೃಹಸ್ಥರು ಕೂಡ್ರುತಕ್ಕ ಸಾಂಪ್ರದಾಯ ಉಂಟು. ಯಾವನೊಬ್ಬ ಗೃಹಸ್ಥನು ಮೊದಲೇ ಊಟಕ್ಕೆ ಕೂತರೆ ವೈದಿಕರೆಲ್ಲರು ತಮಗೆ ಅಪಮಾನವಾಯಿತೆಂದು ತಿಳಿದು ಪೊಮ್ಮೇಲೆ ಹೊರಟು ಹೋಗುತ್ತಾರೆ. ಮಾಧ್ವ ಬ್ರಾಹ್ಮಣರಲ್ಲಿ ವಿಷ್ಣುವಿಗೆ ನೈವೇದ್ಯ ತೋರಿಸುವ ಹಕ್ಕಿನ ಬಗ್ಗೆ ವ್ಯಾಜ್ಯ ನಡಿಯುವದು ಬಹಳ. ಶುಭ ಕಾರ್ಯಗಳಲ್ಲಿ ಊಟದ ಕಾಲಕ್ಕೆ ಬಾಳೀ ಯೆಲೆಗಳನ್ನು ಉಪಯೋಗಿಸಿದರೆ ಅವುಗಳ ತುದಿಗಳನ್ನು ಊಟಕ್ಕೆ ಕೂಡ್ರುವವನ ಯೆದುರಿಗಾಗಲಿ ಯೆಡಕ್ಕಾಗಲಿ ಮಾಡುವರು. ಆದರೆ ಅಶುಭ ಕಾರ್ಯ

ಗಳಲ್ಲಿ ಯೆಲೆಯ ತುದಿಯನ್ನು ಬಲಕ್ಕೆ ಮಾಡುವರು. ಇವರು ರಾತ್ರಿಯಲ್ಲಿ ಬ್ರಾಹ್ಮಣ ಭೋಜನ ಮಾಡಿಸಿದರೆ ಹೆಚ್ಚು ಪುಣ್ಯ ಬರುತ್ತದೆಂದು ತಿಳಿಯುತ್ತಾರೆ.

ಮನೆಯೊಳಗೆ ಗಂಡನಾಗಲಿ ಮಕ್ಕಳಾಗಲಿ ಮತ್ತ್ಯಾರಾದರು ಸಮೀಪದ ಆಪ್ತರಾಗಲಿ ಬಹಳ ಬೇನೆ ಬಿದ್ದಾಗ ಇಲ್ಲವೆ ಅವರಿಗೆ ಯಾವದೊಂದು ದೊಡ್ಡ ಕಂಟಕ ಬಂದಾಗ ಈ ಸಂಕಟದೊಳಗಿಂದ ಪಾರು ಮಾಡಿದರೆ ನಾನು ನನ್ನ ತಲೆಯ ಮೇಲಿನ ಕೂದಲುಗಳನ್ನು ಅರ್ಪಿಸುವೆನು, ಯೆಂದು ಹೆಂಗಸರು ತಿರುಪತಿಯ ವೆಂಕಟರಮಣ ದೇವರಿಗೆ ಒಮ್ಮೊಮ್ಮೆ ಹರಿಕೆ ಹೊರುವದುಂಟು. ಮಾಧ್ವ ಬ್ರಾಹ್ಮಣರು ಬಹುತರವಾಗಿ ಚತುರರೂ, ಘಟ್ಟಿಗರೂ, ನಿರ್ಮಲರೂ, ಬುದ್ಧಿವಂತರೂ, ಆದರಾತಿಥ್ಯ ಮಾಡುವವರೂ ಇರುತ್ತಾರೆ.

ಗೃಹಸ್ಥರಿಗೆ ಶಾಸ್ತ್ರ ಪುರಾಣಗಳನ್ನು ಹೇಳುವದು, ವೈದಿಕ ಕಾರ್ಯಗಳಲ್ಲಿ ನೆರವಾಗುವದು, ಯಾಚನೆಯನ್ನು ಬೇಡುವದು, ಇವೇ ವೈದಿಕರ ಮುಖ್ಯವಾದ ಹೋರೆಗಳು. ಮೇಲು ಪ್ರತಿಯ ಗೃಹಸ್ಥರು ಸರಕಾರದಲ್ಲಿ ಚಿಕ್ಕ ದೊಡ್ಡ ಅಧಿಕಾರಗಳನ್ನು ಸಂಪಾದಿಸಿದ್ದಾರೆ. ಕೆಲವರು ವ್ಯಾಪಾರ, ಕೆಲವರು ಚಿನಿವಾರಿಕೆ, ಕೆಲವರು ಬಡ್ಡಿ ವ್ಯವಹಾರ, ಮಾಡುವರು. ಕೆಲವರು ಭೂಮಿಗಳನ್ನು ಮಾಡಿಸುತ್ತಾರೆ. ಹುಡುಗರು ಹದಿನೈದು ಹದಿನಾರು ವರುಷದವರಾದ ಮೇಲೆ ಯಾವದೊಂದು ಉದ್ಯೋಗದಲ್ಲಿ ಶೇರುತ್ತಾರೆ. ಕೆಲವರು ಸಾಲೆಗಳಿಗೂ ಹೆಚ್ಚಿನ ವಿದ್ಯಾಲಯಗಳಿಗೂ ಹೋಗಿ ದೊಡ್ಡ ದೊಡ್ಡ ಪದವಿಗಳನ್ನು ಪಡೆಯುತ್ತಾರೆ. ಹೆಂಗಸರು ಮನೆ ಕೆಲಸವನ್ನು ಮಾಡುವರು. ಗಂಡಸರ ಕೆಲಸಕ್ಕೆ ನೆರವಾಗುವದಿಲ್ಲ.

ಮುಂಬಯಿ ಕರ್ನಾಟಕದ ಹಿಂದೂ ಜನರಲ್ಲಿ ವೈಷ್ಣವರು ಮುಖ್ಯಸ್ಥರಾಗಿದ್ದಾರೆ. ಸ್ಮಾರ್ತ, ಕೊಂಕಣಸ್ಥ, ಕರಾಡೆ, ಕಾಣ್ವ, ತೆಲಗು, ದ್ರವಿಡ ಬ್ರಾಹ್ಮಣರೊಡನೆ ವೈಷ್ಣವರಲ್ಲಿ ಕೆಲವರು ವೊಮ್ಮೊಮ್ಮೆ ಅನ್ನ ವ್ಯವಹಾರವನ್ನು ಮಾಡುವದುಂಟು. ಜೈನರೂ, ಲಿಂಗವಂತರೂ, ಇವರ ಸಂಗಡ ಅನ್ನ ವ್ಯವಹಾರ ಮಾಡುವದಿಲ್ಲ. ಮಧ್ಯಮ ಸ್ಥಿತಿಯ ಗೃಹಸ್ಥರ ಕುಟುಂಬದಲ್ಲಿ ತಿಂಗಳಿಗೆ ವೊಬ್ಬೊಬ್ಬರಿಗೆ ಸಾಧಾರಣವಾಗಿ ನಾಲ್ಕು ರೂಪಾಯಿಯಂತೆ ಖರ್ಚು ಹಿಡಿಯುತ್ತದೆ. ವೈದಿಕರು ಗೃಹಸ್ಥರ ಮನೆಗೆ ಮೇಲಿಂದ ಮೇಲೆ ಊಟಕ್ಕೆ ಹೋಗುವದರಿಂದ ಅವರಿಗೆ ಗೃಹಸ್ಥರ ಅರ್ಧಕ್ಕಿಂತಲು ಕಡಿಮೆ ಖರ್ಚು ಬೀಳುತ್ತದೆ. ವೈಷ್ಣವರೊಳಗೆ ಹಬ್ಬಗಳು ಬಹಳ. ಮುಖ್ಯವಾದ ಹಬ್ಬಗಳು ಯಾವವೆಂದರೆ—೧. ಯುಗಾದಿ (ಚೈತ್ರ ಶುದ್ಧ ಪ್ರತಿಪದೆ). ೨. ರಾಮ ನವಮಿ (ಚೈತ್ರ ಶುದ್ಧ ನವಮಿ) ಈ ದಿವಸ ರಾಮನು ಹುಟ್ಟಿದ್ದರಿಂದ ವೈಷ್ಣವರು ಹಬ್ಬ ಮಾಡುವರು, ಸ್ಮಾರ್ತರು ಉಪೋಷಣ ಮಾಡುವರು. ೩. ಅಕ್ಷತೃತೀಯೆ (ವೈಶಾಖ ಶುದ್ಧ ತೃತೀಯೆ). ೪. ನಾಗರ ಪಂಚಮಿ (ಶ್ರಾವಣ ಶುದ್ಧ ಪಂಚಮಿ). ೫. ಶ್ರಾವಣಿ (ಶ್ರಾವಣ ಶುದ್ಧ ಪೌರ್ಣಿಮ). ೬. ಗೋಕುಲಾಷ್ಟಮಿ (ಶ್ರಾವಣ ವದ್ಯ ಅಷ್ಟಮಿ) ಈ ದಿವಸ ವೈಷ್ಣವರು ಉಪವಾಸ ಮಾಡುತ್ತಾರೆ. ೭. ಗಣೇಶ ಚತುರ್ಥಿ (ಭಾದ್ರಪ ಶುದ್ಧ ಚತುರ್ಥಿ). ೮. ನವರಾತ್ರಿ, ದಸರೆ (ಆಶ್ವಿನ ಶುದ್ಧ ಪ್ರತಿಪದದಿಂದ ದಶಮಿಯ ವರೆಗೆ). ೯. ದೀಪಾವಳಿ (ಆಶ್ವಿನ ಬಹುಳ ಚತುರ್ದಶಿಯಿಂದ

ಕಾರ್ತಿಕ ಶುದ್ಧ ತೃತೀಯೆಯ ವರೆಗೆ). ೧೦. ಮಕರ ಸಂಕ್ರಾಂತಿ (ಪೌಶ ಮಾಸದಲ್ಲಿ). ೧೧. ಮಹಾ ಶಿವರಾತ್ರಿ (ಮಾಘ ವದ್ಯ ಚತುರ್ದಶಿ) ಈ ದಿವಸ ಸ್ಮಾರ್ತರು ಉಪವಾಸ ಮಾಡುತ್ತಾರೆ, ವೈಷ್ಣವರು ಹಬ್ಬ ಮಾಡುವರು. ೧೨. ಹೋಳೀ ಹುಣ್ಣಿವೆ (ಫಾಲ್ಗುಣ ಶುದ್ಧ ಪೌರ್ಣಿಮೆ). ಈ ಹಬ್ಬದ ದಿವಸಗಳಲ್ಲಿ ಚೈತ್ರ ಶುದ್ಧ ಪ್ರತಿಪದೆ, ಆಶ್ವಿನ ಶುದ್ಧ ದಶಮಿ, ಕಾರ್ತಿಕ ಶುದ್ಧ ಪ್ರತಿಪದೆ, ಇವು ಮೂರು ಪೂರ್ಣ ಮುಹೂರ್ತಗಳೆಂತಲೂ, ವೈಶಾಖ ಶುದ್ಧ ತೃತೀಯೆ ಅರ್ಧ ಮುಹೂರ್ತವೆಂತಲೂ, ವೊಟ್ಟಿಗೆ ವರುಷದೊಳಗೆ ಮೂರುವರೆ ಉತ್ಕೃಷ್ಟವಾದ ಮುಹೂರ್ತಗಳುಂಟೆಂದು ತಿಳಿಯುವರು. ಪ್ರತಿ ತಿಂಗಳಲ್ಲಿ ಯೆರಡು ಏಕಾದಶಿಗಳು, ಶ್ರಾವಣ ವದ್ಯ ೮ ಅಷ್ಟಮಿ, ಇವು ವೈಷ್ಣವರ ಪೂರ್ಣ ಉಪವಾಸದ ದಿವಸಗಳು; ಪೂರ್ವ ರಾತ್ರಿಯಲ್ಲಿ ಸಹ ಭೋಜನವಿಲ್ಲ. ಹಾಗೂ ಹುಣ್ಣಿವೆ, ಅಮಾವಾಸ್ಯ, ಸಂಕ್ರಾಂತಿಗಳು, ಹಿರಿಯರ ಶ್ರಾದ್ಧದ ದಿವಸಗಳು, ತಮ್ಮ ಸ್ವಾಮಿಯ ಮೃತ್ಯು ತಿಥಿ, ಪಕ್ಷಮಾಸ, ಇವೆಲ್ಲ ಅರ್ಧ ಉಪವಾಸದ ದಿವಸಗಳಾಗಿವೆ. ಅರ್ಧ ಉಪವಾಸದ ದಿವಸ ವೊಪ್ಪತ್ತೇ ಊಟ ಮಾಡುವರು. ವೈಷ್ಣವರು ಮಾಡುವ ಅನೇಕ ವ್ರತಗಳಲ್ಲಿ ಏಕಾನ್ನ, ಮೌನವ್ರತ, ಚಾಂದ್ರಾಯಣವ್ರತ, ಭೀಷ್ಮಪಂಚಕ, ಇವೇ ಮುಖ್ಯವಾದವು.

ವೈಷ್ಣವರು ಯಾತ್ರೆಗೆ ಹೋಗುವ ಮುಖ್ಯ ಸ್ಥಳಗಳು ಯಾವವೆಂದರೆ—೧. ಮದ್ರಾಸ ಇಲಾಖೆಯೊಳಗಿನವು:—ಉತ್ತರ ಆರ್ಕಾಟದಲ್ಲಿರುವ ತಿರುಪತಿಯ ವೆಂಕಟರಮಣ, ಕರ್ನೂಲದಲ್ಲಿರುವ ಅಹೋಬಲ ನರಸಿಂಹ ದೇವರು, ಮಂಗಳೂರ ಜಿಲ್ಲೆಯಲ್ಲಿರುವ ಉಡಪಿಯ ಕೃಷ್ಣ ದೇವರು, ಕಂಚಿಯ ವರದ ರಾಜ, ಕಲಸ್ತ್ರಿಯ ಕಲ್ಹಸ್ತೇಶ್ವರ, ರಾಮೇಶ್ವರದ ಶ್ರೀರಾಮ, ಶ್ರೀರಂಗ ಪಟ್ಟಣದ ರಂಗನಾಥ.

೨. ನಿಜಾಮನ ರಾಜ್ಯದಲ್ಲಿ—ತುಳಜಾಪುರದ ಅಂಬಾಭವಾನಿ.

೩. ಮುಂಬಯಿ ಇಲಾಖೆಯಲ್ಲಿ—ಉತ್ತರ ಕಾನಡಾ ಜಿಲ್ಲೆಯಲ್ಲಿ ಗೋಕರ್ಣದ ಮಹಾಬಳೇಶ್ವರ, ಕೊಲ್ಲಾಪುರದ ಮಹಾಲಕ್ಷ್ಮಿ, ಪಂಢರಿಪುರದ ವಿಠೋಬಾ, ಬಾದಾವಿಯ ಬನಶಂಕರಿ, ನಾಸಿಕದ ಶ್ರೀರಾಮ, ದ್ವಾರಕೆಯ ಕೃಷ್ಣ.

೪. ಬಂಗಾಲ ಇಲಾಖೆಯಲ್ಲಿ—ಕಾಶಿಯಲ್ಲಿ ವಿಶ್ವೇಶ್ವರ, ಬಿಂದುಮಾಧವ, ಗೋಕುಲದ ಕೃಷ್ಣ, ವೃಂದಾವನ ಕೃಷ್ಣ, ಬದರಿಯ ನಾರಾಯಣ, ಗಯೆಯ ವಿಷ್ಣುಪಾದ.

ಭೂತ, ಪಿಶಾಚ, ದೇವರು ಹೇಳೋಣ, ಮಂತ್ರ, ತಂತ್ರ, ಇವುಗಳ ಮೇಲೆ ವೈಷ್ಣವರ ನಂಬಿಗೆಯುಂಟು. ಇವರಲ್ಲಿ ಒಟ್ಟಿಗೆ ನಾಲ್ವತ್ತು ಸಂಸ್ಕಾರಗಳುಂಟು. ಅವುಗಳಲ್ಲಿ ಅವಶ್ಯವಾಗಿ ಆಗ ತಕ್ಕಂಥ ಹದಿನಾರು ಸಂಸ್ಕಾರಗಳು ಯಾವವೆಂದರೆ:—ಗರ್ಭಾಧಾನ, ಪುಂಸವನ, ಅನವಲೋಭನ, ಸೀಮಂತೋನ್ನಯನ, ವಿಷ್ಣುಬಲಿ, ಜಾತಕರ್ಮ, ನಾಮಕರಣ, ಸೂರ್ಯಾವಲೋಕನ, ನಿಷ್ಕ್ರಮಣ, ಉಪದೇಶನ, ಅನ್ನಪ್ರಾಶನ, ಚೌಲ, ಉಪನಯನ, ಸಮಾವರ್ತನ, ವಿವಾಹ, ಸ್ವರ್ಗಾರೋಹಣ. ಗರ್ಭಾಧಾನ ಸಂಸ್ಕಾರವನ್ನು ಹೆಣ್ಣು ಮಕ್ಕಳು ಮೈನೆರೆದ ಮೇಲೆ ಮಾಡುವರು. ಮುಂದೆ ಹೆಂಗಸು ಬಸುರಾದ ಬಳಿಕ ಪುಂಸವನ, ಯೇಳನೇ ತಿಂಗಳಲ್ಲಿ ಅನವಲೋಭನ, ಆರನೇ ಅಥವಾ ಯೆಂಟನೇ ತಿಂಗ

ಳಲ್ಲಿ ಸೀಮಂತೋನ್ನಯನ, ಯೆಂಟನೇ ತಿಂಗಳಲ್ಲಿ ವಿಷ್ಣುಬಲಿ, ಮಾಡುವ ರೂಢಿ ಉಂಟು. ಜನನವಾದ ಬಳಿಕ ಜಾತಕರ್ಮ, ಹಡಿದ ಹನ್ನೆರಡನೇ ದಿವಸ ನಾಮಕರಣ, ಮೂರನೇ ತಿಂಗಳಲ್ಲಿ ಸೂರ್ಯಾವಲೋಕನ ಮತ್ತು ನಿಷ್ಕ್ರಮಣ, ಐದನೇ ತಿಂಗಳಲ್ಲಿ ಉಪವೇಶನ, ಐದನೇ ಅಥವಾ ಆರನೇ ತಿಂಗಳಲ್ಲಿ ಅನ್ನಪ್ರಾಶನ, ನಾಲ್ಕನೇ ಅಥವಾ ಐದನೇ ವರುಷದಲ್ಲಿ ಚೌಲ, ಯೇಳನೇ ಅಥವಾ ಯೆಂಟನೇ ವರುಷದಲ್ಲಿ ಉಪನಯನ, ಮುಂದೆ ಕೆಲವು ಕಾಲದಲ್ಲಿ ಸಮಾವರ್ತನ, ಅನಂತರ ಇಪ್ಪತ್ತು ವರುಷದ ವೊಳಗಾಗಿ ವಿವಾಹ ಮಾಡುವರು. ಹೆಣ್ಣು ಮಕ್ಕಳ ಲಗ್ನವನ್ನು ನಾಲ್ಕರಿಂದ ಹನ್ನೊಂದು ವರುಷದವರಾಗುವ ವರೆಗೆ ಮಾಡುವರು.

ದೇಶಸ್ಥರು ಹೆಣವನ್ನು ಸುಡುತ್ತಾರೆ. ಆದರೆ ಸನ್ಯಾಸಾಶ್ರಮ ತಕ್ಕೊಂಡವರ ಹೆಣಗಳನ್ನೂ ಮೂರು ವರುಷದೊಳಗಿನ ಕೂಸುಗಳನ್ನೂ ಹುಗಿಯುವರು. ಜನನ ಮರಣಗಳಾದ ಮೇಲೆ ಹತ್ತು ದಿವಸದ ವರೆಗೆ ವೃದ್ಧಿ ಸೂತಕವನ್ನು ಹಿಡಿಯುವರು. ಈ ಅಶುಚಿ ದಿವಸಗಳಲ್ಲಿ ಮುಖ್ಯವಾಗಿ ಸೂತಕದಲ್ಲಿ ದೇವರ ಪೂಜೆ ಅರ್ಚೆಗಳನ್ನು ಮಾಡುವದಿಲ್ಲ. ದೇವರ ಕೋಣೆಯಲ್ಲಿ ಹೋಗುವದಿಲ್ಲ. ಮನೆಯೊಳಗಿನ ಸಾಮಾನವನ್ನಾಗಲಿ ಸ್ನೇಹಿತರನ್ನಾಗಲಿ, ಮುಟ್ಟುವದಿಲ್ಲ. ಅಕ್ಷತಿ ಹಚ್ಚಿಕೊಳ್ಳದೆ ಬರೇ ಗೋಪಿಚಂದನ, ಅಂಗಾರಗಳನ್ನು ಧರಿಸುವರು; ಹೆಂಗಸರು ಅರಿಷಿಣ, ಕುಂಕುಮಗಳನ್ನು ಹಚ್ಚಿಕೊಳ್ಳುವದಿಲ್ಲ. ವೃಷ್ಟಾನ್ನ ಭೋಜನವನ್ನು ಮಾಡುವದಿಲ್ಲ. ಓಣಿಯೊಳಗೆ ಯಾರಾದರೂ ಸತ್ತರೆ ಹೆಣವನ್ನು ವೊಯ್ಯುವ ವರೆಗೆ ಓಣಿಯೊಳಗಿನವರೊಬ್ಬರೂ ಊಟ ಮಾಡುವದಿಲ್ಲ. ದೇಶಸ್ಥರೊಳಗೆ ಹೆಣ ಹೊರುವದಕ್ಕೆ ಬಹಳ ಹಿಂದೆ ಮುಂದೆ ನೋಡುತ್ತಾರೆ. ಬಡವರ ಮನೆಯಲ್ಲಿ ಯಾರಾದರು ಸತ್ತರೆ ಹಣ ಕೊಟ್ಟ ಹೊರ್ತು ಹೆಣ ವೊಯ್ಯುವದಿಲ್ಲ. ಹತ್ತು ಹನ್ನೆರಡು ವರುಷಗಳಿಂದಿತ್ತ ವೈದಿಕರು ತಮ್ಮ ಮಕ್ಕಳನ್ನು ಸರಕಾರೀ ಶಾಲೆಗಳಿಗೆ ಕಳಿಸಹತ್ತಿದ್ದಾರೆ. ವೈದಿಕರಲ್ಲಿ ನೂರಕ್ಕೆ ವೊಬ್ಬರು ತಮ್ಮ ವೈದಿಕ ವೃತ್ತಿಯನ್ನು ಬಿಟ್ಟು, ಸರಕಾರೀ ಇಲ್ಲವೆ ಖಾಸಗಿ ನೌಕರೀ, ವಕೀಲಿ, ಬಡ್ಡಿ ವ್ಯವಹಾರ, ಮುಂತಾದ ಉದ್ಯೋಗಗಳನ್ನು ಮಾಡುವರು. ಕೆಲವರು ತಮ್ಮ ಹೆಣ್ಣು ಮಕ್ಕಳನ್ನು ವೊಂಬತ್ತು ಹತ್ತು ವರುಷದವರಾಗುವ ವರೆಗೆ ಶಾಲೆಗೆ ಕಳಿಸುವರು. ವೈಷ್ಣವರು ವೊಳ್ಳೇ ಸೌಖ್ಯದಿಂದಿದ್ದಾರೆಂದು ಹೇಳ ಬಹುದು.

ಸ್ಮಾರ್ತರು ಅಥವಾ ಅದ್ವೈತರು.—ಇವರು ಮುಂಬಯಿ ಕರ್ನಾಟಕದಲ್ಲಿ ಯೆಲ್ಲ ಕಡೆಯಲ್ಲಿ ಇದ್ದಾರೆ. ಇವರ ಭಾಷೆ ಕನ್ನಡ. ಇವರ ಕುಲದೇವತೆಗಳು ಶಿವ, ಪಾರ್ವತಿ. ಇವರು ಸಾಧಾರಣವಾಗಿ ಚಲುವರು. ಮನೆಮಾರುಗಳನ್ನು ಸ್ವಚ್ಛ ಇಡುತ್ತಾರೆ. ಯಜ್ಞ ಯಾಗಾದಿಗಳ ಹೊರ್ತು ಮದ್ಯ ಮಾಂಸಾದಿಗಳನ್ನು ಮುಟ್ಟುವದಿಲ್ಲ. ಇವರು ಪ್ರಮಾಣಿಕರೂ ವೊಳಿತಾಗಿ ದುಡಿಯುವವರೂ, ಸಿಟ್ಟಿನವರೂ, ಆದರಾತಿಥ್ಯ ಮಾಡುವವರೂ, ಇರುತ್ತಾರೆ. ಗೃಹಸ್ಥರು ಸರಕಾರೀ ನೌಕರಿ, ಚಿನಿವಾರಿಕಿ, ವ್ಯಾಪಾರಗಳನ್ನು ಮಾಡುವರು. ವೈದಿಕರು ಯಾಚನಾ

ಅದ್ವೈತರು.

ವೃತ್ತಿಯಿಂದ ಜೀವಿಸುವರು. ಐದು ಮಂದಿಯ ಕುಟುಂಬವಿದ್ದರೆ ಊಟಕ್ಕೆ ತಿಂಗಳಿಗೆ ಸುಮಾರು ಹದಿನೈದು ರೂಪಾಯಿ, ವಸ್ತ್ರಕ್ಕೆ ವರ್ಷಕ್ಕೆ ಸುಮಾರು ಇಪ್ಪತ್ತೈದು ರೂಪಾಯಿ, ಖರ್ಚು ಹಿಡಿಯುತ್ತದೆ. ಶಂಕರಾಚಾರ್ಯರು ಇವರ ಧರ್ಮಗುರುಗಳು. ಅದ್ವೈತರು ಮೇಲೆ ಬರೆದ ವೈಷ್ಣವರ ಹಬ್ಬಗಳನ್ನೂ ಉಪವಾಸಗಳನ್ನೂ ಮಾಡುವದಲ್ಲದೆ ಶ್ರಾವಣ ಸೋಮವಾರ, ಸಂಕಷ್ಟಿ, ಶನಿಪ್ರದೋಷ, ಮುಂತಾದವುಗಳನ್ನು ಮಾಡುವರು.

ದೇಶಸ್ಥರೊಳಗೆ ಋಗ್ವೇದಿಗಳ ಸಂಖ್ಯೆಯು ಬಹಳ ಇದ್ದು, ಅವರು ಆಪಸ್ತಂಬರ ಕೂಡ ಲಗ್ನ ವ್ಯವಹಾರವನ್ನು ಮಾಡುತ್ತಾರೆ. ಇವೆರಡೂ ಶಾಖೆಯವರು ಸೋದರಳಿಯಂದಿರಿಗೆ ತಮ್ಮ ಹೆಣ್ಣು ಮಕ್ಕಳನ್ನು ಮದುವೆ ಮಾಡಿ ಕೊಟ್ಟರೆ ಪುಣ್ಯ ಬರುತ್ತದೆಂದು ತಿಳಿಯುವರು. ಒಮ್ಮೊಮ್ಮೆ ಸೋದರ ಮಾವನು ತನ್ನ ಸೋದರ ಸೊಸಿಯನ್ನು ಲಗ್ನವಾಗುತ್ತಾನೆ. ಶ್ವೇತ ಮತ್ತು ಕೃಷ್ಣ ಯಜುರ್ವೇದಿಗಳಲ್ಲಿ ಪರಸ್ಪರ ಲಗ್ನ ಸಂಬಂಧವಾಗುವದಿಲ್ಲ. ಮಾಧ್ಯಂದಿನರು ದೇಶಸ್ಥರೊಳಗೆ ಕಡಿಮೇ ಪ್ರತಿಯ ಬ್ರಾಹ್ಮಣರು. ಋಗ್ವೇದಿಗಳಂತೆ ಇವರು ತಮ್ಮ ಹೆಣ್ಣು ಮಕ್ಕಳನ್ನು ಸೋದರಳಿಯಂದಿರಿಗೆ ಲಗ್ನ ಮಾಡಿ ಕೊಡುವದಿಲ್ಲ. ದೇಶಸ್ಥರು ಮಿತವ್ಯಯಿಗಳಲ್ಲ. ಮನಸಿಗೆ ಬಂದಂತೆ ಖರ್ಚು ಮಾಡುವರು.

ವಿಜಾಪುರ ಜಿಲ್ಲೆಯಲ್ಲಿ ಕೆಲವು ದೇಶಸ್ಥ ಬ್ರಾಹ್ಮಣರು ಒಕ್ಕಲತನ ಮಾಡುವದುಂಟು. ಇವರು ದಿನಕ್ಕೆ ಮೂರು ಸಾರಿ ಉಣ್ಣುವರು. ಬೆಳಿಗ್ಗೆ ಯೆದ್ದು ಸ್ನಾನ ಮಾಡಿದ ಮೇಲೆ ತಂಗಳ ಊಟ ಉಂಡು ಹೊಲಕ್ಕೆ ಹೋಗುವರು.

ಕಾರವಾಡದ ದೇಶಸ್ಥರು ಲಗ್ನದ ಮೂರನೇ ದಿವಸ ಮೆರವಣಿಗೆಯಲ್ಲಿ ಮದಿಮಗನನ್ನು ಕುದುರೆಯ ಮೇಲೆ ಕುಳ್ಳಿರಿಸಿ, ಮದಿಮಗಳನ್ನು ಪಲ್ಲಕ್ಕಿಯಲ್ಲಿ ಕೂಡ್ರಿಸುವರು. ಅವರಿಬ್ಬರಿಗೆ ಮುಸಲ್ಮಾನರಂತೆ ಪೋಷಾಕು ಹಾಕಿ ಮದಿಮಗನ ಕೈಯಲ್ಲಿ ಕತ್ತಿಢಾಲುಗಳನ್ನು ಕೊಡುವರು. ಮದಿಮಗಳಿಗೆ ಬುರಕಿ ಹಾಕುವರು. ಇವರಲ್ಲಿ ಯಾರಾದರೂ ಸತ್ತರೆ, ಹೆಣದ ಮೋರೆಗೆ ಶೇಡೀ ಮಣ್ಣು ಹಚ್ಚುವರು.

ಗೋಳಕರು. ಗೋಳಕರು (ಗೋವರ್ಧನರು).—ಇವರು ಬೆಳಗಾವಿ, ಧಾರವಾಡ, ಕಾರವಾರ ಜಿಲ್ಲೆಗಳಲ್ಲಿ ಸ್ವಲ್ಪ ಜನರು ಇದ್ದಾರೆ. ಇವರೊಳಗೆ ಕುಂಡಗೋಳಕರೆಂತಲೂ, ರಂಡಗೋಳಕರೆಂತಲೂ, ಯೆರಡು ಭೇದಗಳುಂಟು. ಗಂಡುಳ್ಳ ಬ್ರಾಹ್ಮಣ ಸ್ತ್ರೀಯರ ವ್ಯಭಿಚಾರಕ್ಕೆ ಹುಟ್ಟಿದವರು ಕುಂಡಗೋಳಕರು. ಬ್ರಾಹ್ಮಣ ವಿಧವೆಯ ಸಂತತಿಗೆ ರಂಡಗೋಳಕರೆಂಬ ಹೆಸರು. ಇವರು ಇತರ ಬ್ರಾಹ್ಮಣರಲ್ಲಿ ಉಣ್ಣುತ್ತಾರೆ. ಆದರೆ ಬ್ರಾಹ್ಮಣರು ಇವರ ಕೂಡ ಅನ್ನ ವ್ಯವಹಾರ ಲಗ್ನ ಸಂಬಂಧಗಳನ್ನು ಮಾಡುವದಿಲ್ಲ. ಗೋಳಕರ ಮೈಬಣ್ಣ ಬಹಳ ಕೆಂಪೂ ಅಲ್ಲ, ಬಹಳ ಕಪ್ಪೂ ಅಲ್ಲ, ಮಧ್ಯಮ ತರದ್ದಿರುತ್ತದೆ. ಇವರು ಮರಾಠಿ ಇಲ್ಲವೆ ಕನ್ನಡ ಭಾಷೆಯನ್ನು ಆಡುವರು. ಇವರು ವಿಷ್ಣು, ಮಹಾದೇವ, ಗಣಪತಿ, ದುರ್ಗೆ, ಮುಂತಾದ ದೇವತೆಗಳನ್ನು ಆರಾಧಿಸುವರು. ಇವರ ನಡೆನುಡಿ, ಆಚಾರ ವಿಚಾರಗಳೆಲ್ಲ ಬ್ರಾಹ್ಮಣರಂತೆ. ಚಿನಿವಾರಿಕಿ, ವ್ಯಾಪಾರ, ಜ್ಯೋತಿಷ ಹೇಳೋಣ, ಒಕ್ಕಲತನ, ತೋಟ ಮಾಡೋಣ,

ಇವೇ ಇವರ ಮುಖ್ಯ ಉದ್ಯೋಗಗಳು. ಇವರು ತಮ್ಮ ಮಕ್ಕಳನ್ನು ಶಾಲೆಗೆ ಕಳಿಸುವರು. ಇವರ ಸ್ಥಿತಿಯು ಸಾಧಾರಣವಾಗಿ ನೆಟ್ಟಗಧೆ.

ಕನೋಜರು. — ಇವರು ಉತ್ತರ ಹಿಂದುಸ್ತಾನದಲ್ಲಿರುವ ಕನೋಜ ಪಟ್ಟಣದವರಾದ ಕಾರಣ ಇವರಿಗೆ ಈ ಹೆಸರು ಬಂದವೆ. ಈ ಕನೋಜರು ಮನೆಯಲ್ಲಿ ಬ್ರೀಜ ಅಥವಾ ಹಿಂದೀ ಭಾಷೆಯನ್ನಾಡುವರು. ದೇಶಸ್ಥರಿಗಿಂತ ಹೆಚ್ಚು ಗಟ್ಟಿಗರೂ ಪುಷ್ಟರೂ ಇರುತ್ತಾರೆ. ಇವರು ಸಾಧಾರಣವಾಗಿ ನಿರ್ಮಲರೂ, ಶ್ರಮ ಮಾಡುವವರೂ, ಗರ್ವಿಷ್ಠರೂ, ಹಟಮಾರಿಗಳೂ, ಅತ್ಯಾಶೆಯುಳ್ಳವರೂ, ಇರುತ್ತಾರೆಂದು ಹೇಳಬಹುದು. ಶಿಪಾಯಿಯ ಕೆಲಸವೇ ಇವರ ಮುಖ್ಯ ಉದ್ಯೋಗವು. ಹಲವರು ಪೊಕ್ಕಲತನ ವ್ಯಾಪಾರಗಳನ್ನಾದರೂ ಮಾಡುವರು. ಇವರಲ್ಲಿ ಗಂಡು ಮಕ್ಕಳ ಲಗ್ನ ಹದಿನೈದರಿಂದ ಮೂವತ್ತು ವರ್ಷದ ವರೆಗೆ, ಹೆಣ್ಣು ಮಕ್ಕಳ ಲಗ್ನ ಐದರಿಂದ ಹದಿನೈದು ವರ್ಷದ ವರೆಗೆ ಆಗುವದುಂಟು. ಇವರಲ್ಲಿ ಭಂಗೀ ಶೇದುವ ಚಟಯು ಬಹಳ. ಇವರಿಗೆ ಬಹುತರ ಮನೆಮಾರುಗಳು ಇರುವದಿಲ್ಲ. ಎಷ್ಟೋ ಜನರು ಭಿಕ್ಷೆ ಬೇಡಿ ಜೀವಿಸುವರು.

ಕಾಣ್ಣವರು. — ಇವರು ಯಜುರ್ವೇದಿ ಅಥವಾ ಪ್ರಥಮ ಶಾಖೆಯ ಬ್ರಾಹ್ಮಣರು. ಕಾಣ್ಣವರೆಂಬ ಬಿಳೀ ಯಜುರ್ವೇದದ ಶಾಖೆಗೆ ಹೊಂದಿದವರಾದ ಕಾರಣ ಇವರಿಗೆ ಈ ಹೆಸರು ಬಂದದೆ. ಇವರು ಶುದ್ಧ ಕನ್ನಡ ಭಾಷೆಯನ್ನು ಆಡುವರು. ಮೈಲಾರವು ಇವರ ಕುಲ ದೇವತೆ. ವೈಷ್ಣವರು, ಸ್ಮಾರ್ತರು, ಯೆಂಬ ಯೆರಡು ಭೇದಗಳು ಉಂಟು. ಇವರ ಮೈಬಣ್ಣ ಕಪ್ಪು; ಮೈಕಟ್ಟು ಬಲವುಳ್ಳದ್ದು; ಇವರು ಚಲೋ ಹಂಚಿನ ಮನೆಗಳಲ್ಲಿ ಇರುವರು. ಅಕ್ಕಿ ಬೇಳೆ ಮುಂತಾದ ಧಾನ್ಯಗಳೂ, ತರತರದ ಶಾಕಗಳೂ ಇವರ ಆಹಾರವು. ಮದ್ಯ ಮಾಂಸಗಳನ್ನು ಮುಟ್ಟುವದಿಲ್ಲ. ಇವರು ಶಿಷ್ಟನವರೂ, ಆದರಾತಿಥ್ಯ ಮಾಡುವವರೂ ಇರುತ್ತಾರೆ. ಆದರೆ ಇವರಿಗೆ ಶ್ರಮ ಮಾಡುವದೂ ನಿರ್ಮಲರಾಗಿರುವದೂ ಬೇಡ. ಇವರು ಪೊಕ್ಕಲತನ, ವೈದಿಕಿ, ಅರಳಿ ಧಾನ್ಯಗಳ ವ್ಯಾಪಾರ, ಚಿನಿವಾರಿಕೆ, ಮುಂತಾದ ಉದ್ಯೋಗಗಳನ್ನು ಮಾಡುವರು. ಹಲವರು ಸರಕಾರದಲ್ಲಿ ಶಾನಭೋಗಕಿ, ಕಾರಕೂನಿ, ಮುಂತಾದ ಕೆಲಸಗಳನ್ನು ಮಾಡುವರು. ಕೆಲವರು ಅಡಿಗೇ ಮಾಡಿ, ಕೆಲವರು ನೀರು ಹೊತ್ತು, ಉಪಜೀವಿಸುವರು. ಕಾಣ್ಣವರು ಬಹುತರವಾಗಿ ಧರ್ಮನಿಷ್ಟರಿರುತ್ತಾರೆ. ಮನೆಯಲ್ಲಿ ಶಿವ, ವಿಷ್ಣು, ಗಣಪತಿ, ಶಕ್ತಿ, ಮುಂತಾದ ದೇವತೆಗಳನ್ನು ಆರಾಧಿಸುವರು. ಇವರ ಹಬ್ಬಗಳೂ ನಡಾವಳಿಗಳೂ ದೇಶಸ್ಥ ಬ್ರಾಹ್ಮಣರಂತೆ. ಆದರೆ ಕಾಣ್ಣವರು ಕಡಿಮೇ ಪ್ರತಿಯ ಬ್ರಾಹ್ಮಣರೆಂದು ತಿಳಿದು ದೇಶಸ್ಥರು ಅವರ ಕೂಡ ಅನ್ನ ವ್ಯವಹಾರ ಲಗ್ನ ಸಂಬಂಧಗಳನ್ನು ಮಾಡುವದಿಲ್ಲ. ತೆಲಗರೂ ಕೊಂಕಣಸ್ಥರೂ ಕಾಣ್ಣವರೊಡನೆ ಅನ್ನ ವ್ಯವಹಾರ ಮಾಡುವದುಂಟು. ಕಾಣ್ಣವರಿಗೆ ಧರ್ಮ ಗುರುವಿಲ್ಲ. ಇವರು ತಮ್ಮ ಮಕ್ಕಳನ್ನು ಶಾಲೆಗೆ ಕಳಿಸುವರು. ಧಾರವಾಡ ವಿಜಾಪುರ ಜಿಲ್ಲೆಗಳಲ್ಲಿ ಮಾತ್ರ ಕಂಡು ಬರುತ್ತಾರೆ.

ಇವರಿಗೆ ಹೊಲಸು ಉದ್ಯೋಗಗಳು ಶೇರುವದಿಲ್ಲ. ಇವರು ಸಾಧಾರಣವಾಗಿ ಸ್ಥಿತಿವಂತ ರಾಗಿದ್ದಾರೆಂದು ಹೇಳ ಬಹುದು.

ಕರಾಡಸ್ಥರು.

ಕರಾಡಸ್ಥರು.— ಸಾತಾರಾ ಜಿಲ್ಲೆಯೊಳಗಿನ ಕರಾಡವೆಂಬ ಗ್ರಾಮವೇ ಇವರ ಮೂಲಸ್ಥಾನವು. ಇವರ ಉಡಿಕೆ ತೊಡಿಗೆ ಆಚಾರ ವಿಚಾರಗಳೆಲ್ಲ ಬಹುತರವಾಗಿ ಚಿತಪಾವನರಂತೆ. ಸಾತಾರೆ ಕೊಲ್ಲಾಪುರ ಪ್ರಾಂತಗಳಲ್ಲಿ ಕರಾಡಸ್ಥರು ವೈಷ್ಣವ ದೇಶಸ್ಥರೊಡನೆ ಅನ್ನ ವ್ಯವಹಾರ ಲಗ್ನ ಸಂಬಂಧಗಳನ್ನು ಮಾಡುತ್ತಾರೆ. ಆದರೆ ಮುಂಬಯಿ ಕರ್ನಾಟಕದಲ್ಲಿ ದೇಶಸ್ಥರು ಕರಾಡಸ್ಥರೊಡನೆ ಲಗ್ನ ವ್ಯವಹಾರ ಮಾಡುವದಿಲ್ಲ. ಇವರೊಳಗೆ ಬುನಾದಿಯಲ್ಲಿ ದಸರೆ ದೀಪಾವಳಿ ಮುಂತಾದ ದೊಡ್ಡ ದೊಡ್ಡ ಹಬ್ಬಗಳಲ್ಲಿ ತಮ್ಮ ಆರ್ಯದುರ್ಗೆ, ಮ್ಹಾಳಸಾ, ವಿಜಯದುರ್ಗೆ, ಯೆಂಬ ಕುಲದೇವತೆಗಳಿಗೆ ಮನುಷ್ಯ ಬಲಿಯನ್ನು ಕೊಟ್ಟು ಆ ದೇವತೆಗಳನ್ನು ಪ್ರೊಲಿಸಿ ಕೊಳ್ಳುವ ಪದ್ಧತಿ ಇತ್ತು. ಈಗ ಆ ಪದ್ಧತಿಯು ಕಾಣದಿದ್ದರೂ ಹಲಕೆಲವರು ಕರಾಡಸ್ಥರ ಮನೆಯಲ್ಲಿ ಊಟ ಮಾಡುವದಕ್ಕೆ ಹಿಂದೆ ಮುಂದೆ ನೋಡುತ್ತಾರೆ. ಶಂಕರಾಚಾರ್ಯನು ಇವರ ಧರ್ಮಗುರುವು. ಇವರಿಗೆ ಹೊಸ ಉದ್ಯೋಗಗಳು ಶೇರುತ್ತಿರುವದರಿಂದ ಇವರ ಸ್ಥಿತಿಯು ಸುಧಾರಿಸುತ್ತಾ ನಡೆದದೆ. ಇವರು ಮರಾಠಿ ಭಾಷೆಯನ್ನು ಆಡುವರು. ಆದರೆ ಕಾನಡಾ ಜಿಲ್ಲೆಯೊಳಗಿನ ಕರಾಡಸ್ಥರು ಕನ್ನಡ ಭಾಷೆಯನ್ನಾಡುವರು. ವೈದಿಕಿ, ವ್ಯಾಪಾರ, ಕಾರಕೂನಿ, ಹೊಲ ಮಾಡಿಸೋಣ, ಇವೇ ಇವರ ಮುಖ್ಯ ಉದ್ಯೋಗಗಳು. ಇವರು ಬುದ್ಧಿವಂತರರೂ ಮಿತವ್ಯಯಿಗಳೂ, ಕೆಲಸಕ್ಕೆ ಮೆಚ್ಚಿದವರೂ, ಸುಂದರರೂ, ನಿರ್ಮಲರೂ, ಇರುತ್ತಾರೆ. ಇವರು ಒಂದೆರಡು ಅಂತಸ್ತಿನ ಮನೆಗಳಲ್ಲಿ ವಾಸಿಸುವರು. ಇವರು ಸ್ಮಾರ್ತರಿದ್ದು ಶಿವಶಕ್ತಿಗಳನ್ನು ಪೂಜಿಸುವರು. ವೈದಿಕರು ತಮ್ಮ ಮಕ್ಕಳನ್ನು ಶಾಲೆಗೆ ಕಳಿಸುವದು ಅಪರೂಪ. ಅವರಿಗೆ ಮನೆಗಳಲ್ಲಿಯೇ ವೈದಿಕಿ ಅಭ್ಯಾಸ ಮಾಡಿಸುವರು.

ಕೊಂಕಣಸ್ಥರು.

ಕೊಂಕಣಸ್ಥರು (ಚಿತಪಾವನರು).— ಕೊಂಕಣವೇ ಇವರ ಮೂಲಸ್ಥಾನವು. ಇವರು ಮುಂಬಯಿ ಕರ್ನಾಟಕದಲ್ಲಿ ಬಹುತರ ಯೆಲ್ಲ ಕಡೆಯಲ್ಲಿ ಇದ್ದಾರೆ. ಸನ್ ೧೭೫೩ ಇಸವಿಯಲ್ಲಿ ಬಾಳಾಜೀ ಬಾಜೀರಾವ ಉರ್ಫ ನಾನಾಸಾಹೇಬ ಪೇಶ್ವನು ಈ ಕರ್ನಾಟಕ ಪ್ರಾಂತವನ್ನು ಜಯಿಸಿದಂದಿನಿಂದ ಕೊಂಕಣಸ್ಥರು ಇಲ್ಲಿಗೆ ಬಂದಂತೆ ತೋರುತ್ತದೆ. ಇವರ ಮೈಬಣ್ಣ ಕೆಂಪು, ಮೈಕಟ್ಟು ತೆಳ್ಳಗೆ, ಮುಖಚರ್ಯವು ಉಲ್ಲಾಸವುಳ್ಳದ್ದು ಇರುತ್ತದೆ. ಇವರ ಕಣ್ಣುಗಳು ಬಹುತರ ಬೆಕ್ಕಿನ ಕಣ್ಣಿನಂತೆ ಇದ್ದು ದೊಡ್ಡವಿರುತ್ತವೆ. ಇವರು ಮರಾಠಿ ಭಾಷೆಯನ್ನಾಡುವರು. ಹಂಚಿನ ಇಲ್ಲವೆ ಮಾಳಿಗೆಯ ಮನೆಗಳಲ್ಲಿ ವಾಸ ಮಾಡುವರು. ಅಕ್ಕಿ, ಬೇಳೆ, ಮಜ್ಜಿಗೆ, ಕಾಯಿಪಲ್ಯಗಳು, ಇವರ ಆಹಾರವು; ಪಳದೆಯ ಮೇಲೆ ಇವರ ಪ್ರೀತಿಯು ಬಹಳ ಇರುವದರಿಂದ ಇವರಿಗೆ "ಪಳದೆಗಳು" ಯೆಂಬ ಚೇಷ್ಟೆಯ ಉಪನಾಮವು ಬಂದದೆ. ಇವರು ದೊಡ್ಡ ದೊಡ್ಡ ಯಜ್ಞ ಯಾಗಾದಿಗಳಲ್ಲಿ ಅಲ್ಲದೆ ಬೇರೆ ಸಮಯದಲ್ಲಿ ಮಾಂಸ

ವನ್ನು ಮುಟ್ಟುವದಿಲ್ಲ. ಇವರು ಮಿತವ್ಯಯಿಗಳೂ, ಕಪಟಿಗಳೂ, ಬುದ್ಧಿವಂತರೂ, ತಮ್ಮ ಕೆಲಸವನ್ನು ಸಾಧಿಸಿ ಕೊಳ್ಳುವದಿದ್ದರೆ ವೊಳ್ಳೇ ನಮ್ರತೆಯಿಂದ ನಡಿಯುವವರೂ, ಅಧಿಕಾರ ಬಂದಾಗ ಗರ್ವದಿಂದಲೂ ಅಹಂಕಾರದಿಂದಲೂ ಮೆರೆಯುವವರೂ ಇರುತ್ತಾರೆ. ಇವರು ಬಹುತರವಾಗಿ ಸರಕಾರೀ ಉದ್ಯೋಗಗಳನ್ನು ಮಾಡಿ ಜೀವಿಸುವರು. ಆದರೆ ಕೆಲವರು ಪೊಲ ಮಾಡಿಸೋಣ, ವ್ಯಾಪಾರ, ಬಡ್ಡಿ ವ್ಯವಹಾರ ಮುಂತಾದ ಉದ್ಯೋಗ ಗಳನ್ನು ಮಾಡುವರು. ಇವರು ವೊಳ್ಳೆ ಊರ್ಜಿತ ಸ್ಥಿತಿಯಲ್ಲಿ ಬಹುಶಃ ಧರ್ಮನಿಷ್ಠರಿ ರುತ್ತಾರೆ. ಇವರಲ್ಲಿ ಸ್ವಜಾತಿಯ ಅಭಿಮಾನವು ಅತಿಶಯ. ಶಂಕರಾಚಾರ್ಯನು ಇವರ ಧರ್ಮಗುರುವು. ಇವರು ತಮ್ಮ ಮಕ್ಕಳನ್ನು ಶಾಲೆಗೆ ಕಳಿಸುವರು. ಇವರಿಗೆ ಹೊಸ ಉದ್ಯೋಗಗಳು ಶೇರುತ್ತ ನಡಿದದರಿಂದ ಇವರ ಸ್ಥಿತಿಯು ವೊಳಿತಾಗಿ ಸುಧಾರಿಸುತ್ತಾ ನಡಿದದೆ.

ಶೇಣವೇರು.

ಶೇಣವೇರು.—ಇವರು ಮುಂಬಯಿ ಕರ್ನಾಟಕದಲ್ಲಿ ಬಹುತರ ಯೆಲ್ಲ ಕಡೆ ಯಲ್ಲಿ ಇದ್ದಾರೆ. ಪೂರ್ವ ಕಾಲದಲ್ಲಿ ಪರಶುರಾಮನು ಬಂಗಾಲದೊಳಗಿನ ತ್ರಿಹೋತ್ರ (ತಿರಹೂತ)ವೆಂಬ ಪಟ್ಟಣದಿಂದ ತೊಂಬತ್ತಾರು ಬ್ರಾಹ್ಮಣರ ಕುಟುಂಬಗಳನ್ನು ತಂದು ಕೊಂಕಣದಲ್ಲಿರುವ ಗೋವೇ ಪ್ರಾಂತದಲ್ಲಿ ಇಟ್ಟನೆಂದು ಕಥೆಯುಂಟು. ಅಲ್ಲಿಂದ ಹದಿನಾರನೇ ಶತಮಾನದ ಆರಂಭದಲ್ಲಿ ಪೋರ್ತುಗೀಸರು ಗೋವೇ ಪ್ರಾಂತವನ್ನು ತಕ್ಕೊಂಡ ಕಾಲಕ್ಕೆ ಶೇಣವೇರು ಈ ಕರ್ನಾಟಕ ಪ್ರಾಂತವನ್ನು ಶೇರಿದರಂತೆ. ಆ ತೊಂಬತ್ತಾರು (ಷಣ್ಣವತಿ) ಬ್ರಾಹ್ಮಣರ ವಂಶದವರೇ ಈಗಿರುವ ಶೇಣವೀ ಜನರೆಂದು ಹೇಳುತ್ತಾರೆ. ಆ ಪಟ್ಟಣದಲ್ಲಿ ಬ್ರಾಹ್ಮಣರಿಗೆ ಶರ್ಮರೆಂಬ ಸಾಮಾನ್ಯಾಭಿಧಾನವಿತ್ತಂತೆ. ಈಗ ಗೋವೆಯಲ್ಲಿರುವ ಮೆಂಗೇಶ, ಶಾಂತಾ ದುರ್ಗೆ, ದೇವತೆಗಳ ಪ್ರತಿಮೆಗಳು ಆ ಶರ್ಮರು ತಮ್ಮ ಸಂಗಡ ಬಂಗಾಲದಿಂದ ತಂದ ಪ್ರತಿಮೆಗಳೇ ಯೆಂದು ತಿಳಿದು ಶೇಣವೀ ಜನರು ಅವುಗಳನ್ನು ಬಹಳ ಮನ್ನಿಸುತ್ತಾರೆ. ಶೇಣವೇರಿಗೆ ಪೂರ್ವದಲ್ಲಿ ಸಾರಸ್ವತರೆಂಬ ಹೆಸರು ಇತ್ತು. ಈ ಹೆಸರಿನ ಜನರು ಈಗ ಶೇಣವೀ ಜನರಿಂದ ಬೇರೆಯಾಗಿದ್ದಾರೆ. ಕೆಲವರು ಶೇಣವೀ ಜನರ ಮೂಲ ಪೀಠಿಕೆ ಯನ್ನು ಬೇರೆ ಬಗೆಯಾಗಿ ವಿವರಿಸುವರು. ಇವರ ಮುಖ ಲಕ್ಷಣ ಸುಂದರ, ನಿಲುವಿಕೆ ಮಧ್ಯಮ, ಮೈಬಣ್ಣ ಕೆಂಪು, ಮೈಕಟ್ಟು ಸ್ವಲ್ಪ ಸ್ಥೂಲ. ಹೆಂಗಸರು ಗಂಡಸರಿಗಿಂತ ಸ್ವಲ್ಪ ಗಿಡ್ಡಿಯರು. ಇವರ ಮುಖಲಕ್ಷಣ ಕಣ್ಣು, ಕೂದಲು, ಮೈಕಟ್ಟು, ಹಾವಭಾವಗಳೆಲ್ಲ ವರ್ಣಿಸ ತಕ್ಕಂಥವಿರುತ್ತದೆ. ಇವರಿಗೆ ತಲೆಯಲ್ಲಿ ಹೂಗಳನ್ನು ಮುಡಿಯುವ ಪ್ರೀತಿಯು ಬಹಳ. ಶೇಣವೀ ಜನರ ಮುಖ್ಯ ಆಹಾರವು ಅಕ್ಕಿ, ಜೋಳ, ಬೇಳೆ, ವಿಧವಿಧದ ಶಾಕಗಳು. ಕೆಲವರು ಮೀನುಗಳನ್ನು ತಿನ್ನುವರು. ಇವರಲ್ಲಿ ಬೆಳಿಗ್ಗೆ ಗಂಜಿ ಕುಡಿ ಯುವ ಪದ್ಧತಿಯುಂಟು. ಇವರಲ್ಲಿ "ಬಾಬ" ಯೆಂಬ ಸನ್ಮಾನಾರ್ಥಕ ಪದವಿಯು ಯೆಷ್ಟೋ ಜನರಿಗೆ ಇರುತ್ತದೆ. ಇದು ಬಂಗಾಲದೊಳಗಿನ "ಬಾಬು" ಎಂಬ ಪದವಿಯ ರೂಪಾಂತರವಿರುತ್ತದೆಂದು ಕೆಲವರ ಮತವುಂಟು. ಗೋವೇ ಪ್ರಾಂತದಲ್ಲಿರುವ ಮಂಗೇಶ,

ಶಾಂತಾದುರ್ಗೆ, ನಾಗೇಶ, ಮ್ಹಾಳಸಾ, ಮುಂತಾದವುಗಳೇ ಇವರ ಕುಲದೇವತೆಗಳು. ಕೆಲವರು ಶಕ್ತಿಯ ಆರಾಧನೆಯನ್ನು ಮಾಡುವರು. ಶೇಣವೀರು ಶಕ್ತಿಗೆ ಮದ್ಯ ಮಾಂಸಗಳ ನೈವೇದ್ಯ ತೋರಿಸಿ, ಮುಚ್ಚು ಮರ್ಯಾದೆಯಿಂದ ಅವುಗಳನ್ನು ಭಕ್ಷಿಸುವರು. ಇವರೊಳಗೆ ತಮ್ಮ ಕುಲದೇವತೆಗೆ ಕನಿಷ್ಟ ಪಕ್ಷಕ್ಕೆ ನಾಲ್ಕೈದು ವರ್ಷಕ್ಕೊಮ್ಮೆಯಾದರೂ ಹೋಗಬೇಕೆಂದು ನಿರ್ಬಂಧವಿರುತ್ತದೆ. ಇವರಲ್ಲಿ ಹತ್ತು ಗೋತ್ರಗಳೂ, ಇತರ ಬ್ರಾಹ್ಮಣರಂತೆ ಹದಿನಾರು ಸಂಸ್ಕಾರಗಳೂ, ಉಂಟು. ಶೇಣವೀರೊಳಗೆ ಸ್ಮಾರ್ತ ವೈಷ್ಣವರೆಂಬ ಯೆರಡು ಭೇದಗಳುಂಟು. ಸ್ಮಾರ್ತರ ಸ್ವಾಮಿಯು ಕಾನಡಾ ಜಿಲ್ಲೆಯಲ್ಲಿರುವ ಸೋನ್ವಾಡ ಯೆಂಬ ಗ್ರಾಮದಲ್ಲಿರುತ್ತಾನೆ. ವೈಷ್ಣವರ ಸ್ವಾಮಿಯು ಗೋವೆಯಲ್ಲಿರುವನು. ಸ್ಮಾರ್ಥರಿಗೂ ವೈಷ್ಣವರಿಗೂ ಅನ್ನ ವ್ಯವಹಾರ ಲಗ್ನ ಸಂಬಂಧಗಳಾಗುತ್ತವೆ. ಶೇಣವೀ ಜನರು ಮನೆಯಲ್ಲಿ ಕೊಂಕಣಿ ಭಾಷೆಯನ್ನಾಡುವರು. ಆದರೆ ಕಾಗದ ಪತ್ರ ಲೆಕ್ಕ ಮುಂತಾದವುಗಳನ್ನು ಮರಾಠಿ ಭಾಷೆಯಲ್ಲಿ ಬರೆಯುವರು. ಇವರ ಮನೆಗಳು ವೊಂದು ಇಲ್ಲವೆ ಯೆರಡು ಅಂತಸ್ತಿನವಿದ್ದು ಭದ್ರವಾಗಿ ಕಟ್ಟಲ್ಪಟ್ಟಿರುತ್ತದೆ. ಇವರಲ್ಲಿ ಕೆಲವರು ಸರಕಾರೀ ನೌಕರರೂ, ಕೆಲವರು ನಾಡ ಗೌಡರೂ ಶಾನಭೋಗರೂ, ಕೆಲವರು ವಕೀಲರೂ, ವ್ಯಾಪಾರಸ್ಥರೂ, ಮಕ್ತೆದಾರರೂ, ಕೆಲವರು ವತನದಾರರೂ, ಚಿನಿವಾರರೂ, ಕೆಲವರು ಸಾವಕಾರರೂ, ಇರುತ್ತಾರೆ. ಶೇಣವೀ ಜನರು ಡಾಂಭಿಕರಾಗಿಯೂ, ಸ್ವಲ್ಪ ದುಂದುಗಾರರಾಗಿಯೂ ಇರುತ್ತಾರೆ. ಲಗ್ನದಲ್ಲಿ ವಧೂವರರಿಗೆ ಊಟಣೆ, ಅಡಿಕೇ ಆಡಗಿಸೋಣ, ವಧುವನ್ನು ಅಡಗಿಸಿ ಇಡೋಣ, ಮುಂತಾದ ವಿನೋದಗಳು ಬಹಳ ನಡಿಯುತ್ತವೆ. ಶೇಣವೀ ಹೆಂಗಸರಿಗೆ ಪುನರ್ವಿವಾಹವಿಲ್ಲ. ಹಡೆದ ದಿವಸದಿಂದ ಆರನೇ ದಿವಸ ರಾತ್ರಿಯಲ್ಲಿ ಷಷ್ಠೀ ಪೂಜನವನ್ನು ಮಾಡುವರು. ಒಂದು ಕಲಶವನ್ನು ಪೂಜಿಸಿ, ಆ ದಿವಸ ರಾತ್ರಿ ಬ್ರಹ್ಮನು ಮುಪ್ಪಿನ ಹೆಂಗಸಿನ ರೂಪದಿಂದ ಕೂಸಿನ ಹಣೆಬರಹವನ್ನು ಬರೆಯಲಿಕ್ಕೆ ಬರುತ್ತಾನೆಂದು ನೆನಸಿ, ಆ ಕಲಶದ ಹತ್ತರ ವೊಂದು ಬಿಳೇಕಾಗದ, ಮಸಿ, ಲೆಕ್ಕಣಿಕೆ, ಚೂರಿಗಳನ್ನು ಇಡುವರು. ಮತ್ತೂ ಮನೆಯೊಳಗಿನ ಗಂಡಸರು ಹಲಕೆಲವು ಧರ್ಮ ಸಂಬಂಧದ ಪುಸ್ತಕಗಳನ್ನು ಓದುತ್ತಾ ಕೂಡ್ರುವರು. ಹೆಂಗಸರು ಬಿಂದಿಗೆಗಳನ್ನು ಊದುತ್ತ ಫುಗಡೀ ಹಾಕಿ ರಾತ್ರಿಯನ್ನು ಕಳೆಯುವರು. ಕೂಸು ಹುಟ್ಟಿದ ಮುಹೂರ್ತವು ಮಧ್ಯಮವಿದ್ದರೆ, ತಂದೆಯು ಅದರ ಮೋರೆಯನ್ನು ನೋಡುವ ಪೂರ್ವದಲ್ಲಿ ಅದರ ನೆರಳನ್ನು ತುಪ್ಪದೊಳಗೆ ನೋಡಲಿಕ್ಕೆ ಬೇಕು. ಮುಹೂರ್ತವು ಬಹಳ ಕೆಟ್ಟದಿದ್ದರೆ ಕೂಸನ್ನು ಆಕಳ ಹೊಟ್ಟೇ ಬುಡಕ್ಕೆ ಹಾಯಿಸಿ, ನೆರಮನೆಯಲ್ಲಿ ಕೆಲವು ಹೊತ್ತು ವೈದಿಟ್ಟು ಮನೆಗೆ ತರುವರು. ವಿಶೇಷವಾಗಿ ತಂದೆ ತಾಯಿಗಳಿಗೆ ಅನಿಷ್ಟವಾದಂಥ ಮುಹೂರ್ತದಲ್ಲಿ ಕೂಸು ಹುಟ್ಟಿದರೆ ಅದನ್ನು ಪರರಿಗೆ ಸಾಕಲಿಕ್ಕೆ ಕೊಟ್ಟು ಬಿಡುವರು. ಶೇಣವೀ ಜನರು ತಮ್ಮ ಮಕ್ಕಳನ್ನು ಶಾಲೆಗೆ ಕಳಿಸುವರು. ಒಟ್ಟಿಗೆ ಈ ಜನರ ಸ್ಥಿತಿಯು ಚನ್ನಾಗಿರುತ್ತನೆಂದು ಹೇಳ ಬಹುದು.

ಸರ್ವರಿಯರು.—ಇವರು ಗೌಡ ಬ್ರಾಹ್ಮಣರೊಳಗೆ ಯೆಣಿಸಲ್ಪಡುತ್ತಾರೆ. ಸುಮಾರು

ಇಪ್ಪತ್ತೈದು ವರುಷಗಳ ಹಿಂದೆ ಇವರ ಪೂರ್ವಜರು ಉತ್ತರ ಹಿಂದುಸ್ತಾನದಿಂದ ಬಂದು ಧಾರವಾಡದಲ್ಲಿ ವಾಸ ಮಾಡಿದರಂತೆ. ಸರ್ವರಿಯರ ಸಂಖ್ಯೆ ತೀರ ಸ್ವಲ್ಪ ಇರುತ್ತದೆ. ಇವರಿಗೆ ಅಡ್ಡ ಹೆಸರುಗಳಿಲ್ಲ. ಮಹಾದೇವ, ಗಣಪತಿ, ಎಲ್ಲಮ್ಮ, ಮಹಾಲಕ್ಷ್ಮಿ, ಮುಂತಾದವುಗಳು ಇವರ ಕುಲದೇವತೆಗಳು. ಇವರು ಬಲಶಾಲಿಗಳೂ ಪುಷ್ಟರೂ ಇರುತ್ತಾರೆ. ಅಕ್ಕಿ, ಗೋಧಿ, ಶಾಕಗಳು, ಹಾಲು, ತುಪ್ಪ, ಮುಂತಾದವುಗಳು ಇವರ ಆಹಾರವು. ಇವರು ಮದ್ಯ ಮಾಂಸಗಳನ್ನು ಮುಟ್ಟುವದಿಲ್ಲ. ಇವರಲ್ಲಿ ವಿಧವೆಯರು ಇತರ ಬ್ರಾಹ್ಮಣ ವಿಧವೆಯರಂತೆ ಮುಂಡನ ಮಾಡಿಸುವದಿಲ್ಲ. ಇವರು ಪ್ರಮಾಣಿಕರೂ, ನಿರ್ಮಲರೂ, ಶ್ರಮ ಮಾಡುವವರೂ, ಆದರಾತಿಥ್ಯ ಮಾಡುವವರೂ ಇದ್ದಾಗ್ಯೂ, ಶಿಟ್ಟಿನವರೂ, ಜಗಳಗಂಟರೂ, ಇರುತ್ತಾರೆ. ಹೊಲ ಮಾಡಿಸೋಣ, ವ್ಯಾಪಾರ, ಸರಕಾರೀ ನೌಕರಿ, ವೈದಿಕಿ, ಇವೇ ಇವರ ಮುಖ್ಯ ಉದ್ಯೋಗಗಳು. ಇವರು ಧರ್ಮನಿಷ್ಠರು. ಇವರ ಧರ್ಮ ಗುರುವಿಗೆ ದಂಡಿಸ್ವಾಮಿ ಅನ್ನುವರು. ಆತನ ವಾಸಸ್ಥಳವು ಕಾಶಿಯ ಹತ್ತರ ಇರುತ್ತದೆ.

ಸರ್ವರಿಯರು.

ಸವ್ವಾಶೆ ಬ್ರಾಹ್ಮಣರು.—ಇವರು ಧಾರವಾಡ ಜಿಲ್ಲೆಯಲ್ಲಿ ಮಾತ್ರ ಇದ್ದಾರೆ. ರಾಮನು ವನವಾಸಕ್ಕೆ ಹೋದಾಗ ಆತನ ಜತೆಯಲ್ಲಿದ್ದ "ಸಹವಾಸಿ" ಯೆಂಬವನು ತಮ್ಮ ಜಾತಿಯ ಮೂಲಸ್ಥಾಪಕನೆಂದು ಇವರು ಹೇಳುವರು. ಆದರೆ ಸಮ್ಮಗಾರನ ಮಗಳನ್ನು ಲಗ್ನ ಮಾಡಿಕೊಂಡಂಥಾ ವೊಬ್ಬ ಬ್ರಾಹ್ಮಣನ ಮನೆಯಲ್ಲಿ ೧೨೫ ಮನೆತನದ ಬ್ರಾಹ್ಮಣರು ಊಟ ಮಾಡಿದ್ದರಿಂದ ಅವರೆಲ್ಲರನ್ನು ಕುಲದಿಂದ ಹೊರಗಿಟ್ಟರಂತೆ. ಆ ಕುಲಗೆಟ್ಟ ಬ್ರಾಹ್ಮಣರ ವಂಶದವರೇ ಈಗಿನ ಸವ್ವಾಶೆ ಬ್ರಾಹ್ಮಣರೆಂದು ಜನರು ವಾಡಿಕೆಯಾಗಿ ತಿಳಿಯುವರು. ರಾಘವೇಂದ್ರ ಸ್ವಾಮಿಯ ಮಠದ ಬ್ರಾಹ್ಮಣರು ಮಾತ್ರ ಇವರ ಪಂಕ್ತಿಗೆ ಭೋಜನ ಮಾಡುತ್ತಾರೆ. ಇವರು ಪೂರ್ವದಲ್ಲಿ ಮಾಧ್ವ ಬ್ರಾಹ್ಮಣರಿದ್ದರು. ಚಿನಿವಾರಕಿ, ವ್ಯಾಪಾರ, ಇವೇ ಇವರ ಮುಖ್ಯ ಉದ್ಯೋಗಗಳುಂಟು. ಇವರ ಆಚಾರ ವಿಚಾರಗಳೆಲ್ಲ ವೈಷ್ಣವರಂತೆ ಇದ್ದು, ಇವರು ಒಳ್ಳೇ ಸ್ಥಿತಿವಂತರಾಗಿರುತ್ತಾರೆ.

ಸವ್ವಾಶೆಗಳು.

ಶ್ರೀ ವೈಷ್ಣವರು (ರಾಮಾನುಜರು).—ಇವರು ಧಾರವಾಡ ಜಿಲ್ಲೆಯಲ್ಲಿ ಮಾತ್ರ ಸ್ವಲ್ಪ ಜನರು ಇದ್ದಾರೆ. ಇವರ ಭಾಷೆ ತಮಿಳ. ಇವರಿಗೆ ಅಡ್ಡ ಹೆಸರುಗಳಿಲ್ಲ. ಶ್ರೀ ವೈಷ್ಣವರ ಮೈಬಂಣ ಕೆಂಪು. ಇವರು ಒಳ್ಳೇ ಮೈಕಟ್ಟುಳ್ಳವರೂ ಘಟ್ಟಿಗರೂ ಇರುತ್ತಾರೆ. ಇವರ ಆಹಾರ ಉಡಿಗೆ ತೊಡಿಗೆಗಳೆಲ್ಲ ಬಹುತರವಾಗಿ ಮಾಧ್ವ ಬ್ರಾಹ್ಮಣರಂತೆ. ಆದರೆ ಇವರ ಅಡಿಗೆಯಲ್ಲಿ ಹುಳಿ, ಉಪ್ಪು, ಕಾರ, ಇವು ವಿಶೇಷವಾಗಿರುತ್ತವೆ. ಇವರು ಚಿತ್ರಾನ್ನ ಮಾಡುವದರಲ್ಲಿ ಹೆಸರಾದವರು. ಇವರು ಶ್ರಮ ಮಾಡುವವರೂ, ನಿರ್ಮಲರೂ, ಜಿಪುಣರೂ, ಆದರೋಪಚಾರ ಮಾಡುವವರೂ [illegible] [illegible], ಸರಕಾರೀ ನೌಕರಿ, ವ್ಯಾಪಾರ, ಇವೇ ಇವರ ಮುಖ್ಯ ಉದ್ಯೋಗಗಳು. ಇವರು ಧರ್ಮನಿಷ್ಠುರಿದ್ದು ವಿಷ್ಣುವನ್ನು ಆರಾಧಿಸುವರು. ಇವರಿಗೆ

ಶ್ರೀ ವೈಷ್ಣವರು.

ಮದ್ರಾಸ ಇಲಾಖೆಯೊಳಗಿನ ಅಹೋಬಲ ಯೆಂಬ ಗ್ರಾಮದಲ್ಲಿರುವ ಅಹೋಬಲ ಸ್ವಾಮಿಯೆಂತಲೂ ಮೈಸೂರಲ್ಲಿರುವ ಪರಕಲ ಸ್ವಾಮಿಯೆಂತಲೂ ಇಬ್ಬರು ಧರ್ಮ ಗುರುಗಳುಂಟು. ಮಕರ ಸಂಕ್ರಮಣ, ಯುಗಾದಿ, ರಾಮನವಮಿ, ನರಸಿಂಹ ಜಯಂತಿ, ಕೃಷ್ಣ ಜಯಂತಿ, ಇವೇ ಇವರ ಮುಖ್ಯ ಹಬ್ಬಗಳು. ಶ್ರೀ ವೈಷ್ಣವರು ಮಿಾಶಿಯ ಮೇಲಿನ ನೀರು ಬಾಯೊಳಗೆ ಹೋದರೆ ಅದು ಮದ್ಯ ಸಮಾನವೆಂದು ತಿಳಿದು ತಮ್ಮ ತಾಯಿತಂದೆಗಳು ಇದ್ದರೂ ಮಿಾಶಿಗಳನ್ನು ಬೋಳಿಸುವರು. ಹೆಂಗಸರು ಕಾಜಿನ ಬಳಿಗಳು ಅಶುದ್ಧವೆಂದು ತಿಳಿದು ಅವುಗಳನ್ನು ಕೈಯಲ್ಲಿ ಇಟ್ಟುಕೊಳ್ಳುವದಿಲ್ಲ. ಇವರಲ್ಲಿ ಜಾತ್ಯಾಭಿಮಾನವು ಬಹಳ.

ತೆಲಗು ಬ್ರಾಹ್ಮಣರು (ತ್ರೈಲಂಗರು).—ಈ ಜನರನ್ನು ಧಾರವಾಡ ಬೆಳಗಾವಿ ಜಿಲ್ಲೆಗಳಲ್ಲಿ ಮಾತ್ರ ಕಾಣ ಬಹುದು. ಮದ್ರಾಸ ಇಲಾಖೆಯಿಂದ ದೇಶಾವರ ಬೇಡುವದಕ್ಕೆ ಇಲ್ಲಿಗೆ ಬರುವರು. ಇವರು ಮುಂಬಯಿ ಕರ್ನಾಟಕದಲ್ಲಿ ಮನೆ ಮಾಡಿಕೊಂಡಿರುವದು ಅಪರೂಪ. ಇವರೊಳಗೆ ಕಾಸಲನಾಡು, ಮುರಿಕಿನಾಡು, ತೆಲಗನ್ಯ, ವಾಗನಾಡು, ವೇಲನಾಡು, ಎಂದು ಐದು ವೊಳ ಭೇದಗಳುಂಟು. ಈ ವೊಳ ಭೇದಗಳಲ್ಲಿ ಪರಸ್ಪರ ಅನ್ನ ವ್ಯವಹಾರವಾಗುತ್ತದೆ; ಆದರೆ ಲಗ್ನ ಸಂಬಂಧವಿಲ್ಲ. ಇವರು ತೆಲಗು ಭಾಷೆಯನ್ನಾಡುವರು. ತೆಲಗರು ಕಸುವುಳ್ಳವರು; ಮೈಬಣ್ಣ ಕಪ್ಪು; ನಿಲುವಿಕೆ ಯೆತ್ತರ; ಒಳ್ಳೇ ತಿನ್ನಬಾಕರು; ಹುಳಿಯ ಮೇಲೆ ಪ್ರೀತಿ ಬಹಳ. ಇವರು ನಿರ್ಮಲರೂ, ಸೋಮಾರಿಗಳೂ, ಜಗಳಗಂಟರೂ, ಶಿಟ್ಟಿನವರೂ, ಜಿಪುಣರೂ, ಧರ್ಮನಿಷ್ಠರೂ, ಇರುತ್ತಾರೆ. ಶಂಕರಾಚಾರ್ಯರೇ ಇವರ ಧರ್ಮ ಗುರುವು. ಇವರೊಳಗೆ ಹಡೆದ ಮೇಲೆ ಕೂಸಿನ ಹೊಕ್ಕಳ ಹುರಿಯನ್ನು ಹುಗಿಯದೆ ಬಾಣಂತಿಯ ಕೋಣೆಯಲ್ಲಿ ವೊಣಗಿಸುವರು. ಐದನೇ ದಿವಸ ಮಧ್ಯಾಹ್ನದಲ್ಲಿ ನೆಲದ ಮೇಲೆ ಬೀಸುವ ಕಲ್ಲು ಇಟ್ಟು, ಅದರ ಮೇಲೆ ಶಟವಿಯ ಪ್ರತಿಮೆಯನ್ನೂ, ಹೊಕ್ಕಳ ಹುರಿಯನ್ನೂ ಇರಿಸಿ ಪೂಜಿಸುವರು. ಮನೆಯಲ್ಲಿ ಯಾರಾದರೂ ಸತ್ತರೆ, ಹತ್ತನೇ ದಿವಸ ಮನೆಯೊಳಗಿನ ಗಂಡಸರೆಲ್ಲರೂ, ನದಿಗೆ ಹೋಗಿ ಪಿಂಡ ಕೊಡುವರು. ಆಗ ಆರು ಇಂಚು ಯೆತ್ತರವಾದ ಕೆಂಪು ನಿಶಾನೆಗಳನ್ನು ಹಿಡಿದು ಅನ್ನದ ಪಿಂಡನ್ನು ಮುಟ್ಟುವದಕ್ಕೆ ಕಾಗೆಯನ್ನು ಕರೆಯುವರು. ಕಾಗೆಯು ಪಿಂಡವನ್ನು ಮುಟ್ಟಿದ ಕೂಡಲೆ ಅವರು “ಅಶ್ಮದ” ಅಂದರೆ ಜೀವದ ಕಲ್ಲಿನ ಮೇಲೆ ಯಳ್ಳು ನೀರು ಬಿಟ್ಟು ಅದನ್ನು ನೀರೊಳಗೆ ಚಲ್ಲುವರು. ಅನ್ನ, ಮಜ್ಜಿಗಿ, ಕಾಯಿಪಲ್ಲೆಗಳೇ ಇವರ ಆಹಾರವು. ಗಂಡಸರು ಪಂಜಿ ಉಡುವರು. ಮೈಯಲ್ಲಿ ವೊಂದು ಗಿಡ್ಡಂಗಿ, ಮೈ ಮೇಲೆ ಒಂದು ಧೋತರ, ತಲೆಯ ಮೇಲೆ ರುಮಾಲು, ಇಷ್ಟು ಬಟ್ಟೆಗಳನ್ನು ಧರಿಸುವರು. ಕಾಲಲ್ಲಿ ಮೋಚ್ಚಿ ಮೆಟ್ಟುವದು ಅಪರೂಪ. ಹೆಂಗಸರು ಶೀರೆ ಕುಬ್ಬಸಗಳನ್ನು ಧರಿಸುವರು. ಇವರ ಹಬ್ಬ, ಉಪವಾಸ ದಿವಸಗಳು, ಇತರ ಬ್ರಾಹ್ಮಣರಂತೆ. ಇವರು ತಮ್ಮ ಮಕ್ಕಳನ್ನು ಶಾಲೆಗೆ ಕಳಿಸುವರು. ಇವರಿಗೆ ಹೊಸ ಉದ್ಯೋಗಗಳು ಶೇರುವದಿಲ್ಲ. ಒಟ್ಟಿಗೆ ಇವರು ಸ್ಥಿತಿವಂತರಾಗಿರುತ್ತಾರೆ.

ತಿರಗುಳರು (ಎಲೆ ಬಳ್ಳಿಯ ಬ್ರಾಹ್ಮಣರು).—ಇವರು ಕಾರವಾರ ಜಿಲ್ಲೆ ಯೊಂದು ಬಿಟ್ಟು ಉಳಿದ ಮೂರು ಜಿಲ್ಲೆಗಳಲ್ಲಿ ಇದ್ದಾರೆ. ತಿರಗುಳರು ವೀಳ್ಯದೆಲೆಯ

ತಿರಗುಳರು.

ತೋಟಗಳನ್ನು ಮಾಡುವರು. ಇಂಥಾ ತೋಟಗಳನ್ನು ಮಾಡು ವಾಗ ಹುಳಗಳನ್ನು ಕೊಲ್ಲ ಬೇಕಾಗುವದರಿಂದ ಬ್ರಾಹ್ಮಣ ಜಾತಿ ಯೊಳಗೆ ಇವರ ಯೋಗ್ಯತೆಯು ಕಡಿಮೆಯಾಯಿತಂತೆ. ಬುನಾದಿಯಲ್ಲಿ ಇವರು ದೇ ಶಸ್ಥ ಬ್ರಾಹ್ಮಣರು. ಇವರ ಮನೆಗಳು ಮೇಲ್ತರದವಿರುತ್ತವೆ. ಅಕ್ಕಿ, ಗೋದಿ, ತರತರದ ಶಾಕಗಳು, ತುಪ್ಪ, ಮೊಸರು, ಇವೇ ಇವರ ಆಹಾರವು. ತಿರಗುಳರ ನಡೆ ನುಡಿ, ಉಡಿ ಗೆ ತೊಡಿಗೆಗಳು ಬಹುತರ ದೇಶಸ್ಥ ಬ್ರಾಹ್ಮಣರಂತೆ. ಇವರಲ್ಲಿ ಕೆಲವರು ವ್ಯಾಪಾರ ಮಾಡುವವರೂ, ಕೆಲವರು ಜಮೀನದಾರರೂ, ಕೆಲವರು ಎಲೆ ತೋಟಗಳನ್ನು ಮಾಡು ವವರೂ, ಕೆಲವರು ವೊಕ್ಕಲತನ ಮಾಡುವವರೂ, ಇದ್ದಾರೆ. ಇವರು ಸ್ಮಾರ್ತರಿದ್ದು ಇತರ ಬ್ರಾಹ್ಮಣರ ದೇವತೆಗಳನ್ನು ಆರಾಧಿಸುವರು. ಇವರ ಭಾಷೆ ಕನ್ನಡ; ಮೈಬಣ್ಣ ಕಪ್ಪು, ನಿಲುವಿಕೆ ಮಧ್ಯಮ; ಶ್ರಮ ಮಾಡುವದು ಇವರಿಗೆ ಶೇರುತ್ತದೆ. ದೇಶಸ್ಥ ಬ್ರಾ ಹ್ಮಣರು ಇವರು ತಂದ ನೀರು ಕುಡಿಯುವರು; ಆದರೆ ಇವರ ಕೈಯಿಂದ ಉಣ್ಣುವದಿಲ್ಲ.

ಗುಜರಾಥೀ ಬ್ರಾಹ್ಮಣರು.—ಇವರು ಬೆಳಗಾವೀ ಜಿಲ್ಲೆಯಲ್ಲಿ ಮಾತ್ರ ಇದ್ದಾರೆ. ಇವರೊಳಗೆ ನಾಗರ, ಶ್ರೀಮಾಲಿ, ಪೋಕರ್ನ, ಯೆಂಬ ಮೂರು ವೊಳ ಭೇದಗಳುಂಟು.

ಗುಜರಾಥೀ ಬ್ರಾಹ್ಮಣರು.

ಗುಜರಾಥದ ವಾಣಿ ಭಾಟೇ ಜನರ ಮನೆಯಲ್ಲಿ ಇವರು ಉಪಾಧ್ಯಾಯರಂತೆ ನಡಕೊಳ್ಳುವರು. ಇವರು ಚಲುವರಿ ದ್ದು ಅಶಕ್ತರಿರುತ್ತಾರೆ; ಗುಜರಾಥೀ ಭಾಷೆಯನ್ನಾಡುವರು. ಇವರಿಗೆ ಮನೆ ಮಾರುಗ ಳಿಲ್ಲ. ಇವರು ಬಹುತರವಾಗಿ ತಮ್ಮ ಯಜಮಾನರ ಮನೆಗಳಲ್ಲಿಯೇ ವಾಸವಾಗಿರುವರು. ಇವರು ತಲೆಗೆ ರುಮಾಲಸುತ್ತದೆ ಮುಂಡಾಸಹಾಕುವರು. ಧಾನ್ಯ ಕಾಯಿ ಪಲ್ಲೆ ಗಳೇ ಇವರ ಆಹಾರವು. ಇವರು ಮದ್ಯ ಮಾಂಸಗಳನ್ನು ಯೆಂದಿಗೂ ಮುಟ್ಟುವದಿಲ್ಲ.

ಮಾರವಾಡೀ ಬ್ರಾಹ್ಮಣರು.—ಇವರು ಬೆಳಗಾವೀ ಜಿಲ್ಲೆಯಲ್ಲಿ ಮಾತ್ರ ಸ್ವಲ್ಪ

ಮಾರವಾಡೀ ಬ್ರಾಹ್ಮಣರು.

ಜನರು ಉಂಟು. ಇಲ್ಲಿ ಇವರು ಮನೆ ಮಾಡಿಕೊಂಡು ಸ್ಥಿರವಾಗಿ ನಿಂತಿಲ್ಲ. ಹಲ ಕೆಲವರು ಮಾರವಾಡೀ ವಾಣೀ ಜನರಲ್ಲಿ ಅಡಿಗೆ ಮಾಡುವರು. ಆದರೆ ಯೆಷ್ಟೋ ಜನರು ವ್ಯಾಪಾರ ಮಾಡಿಕೊಂಡು ಚನ್ನಾಗಿರುವರು.

ವಿದುರರು.—ಇವರು ವಿಜಾಪೂರ ಜಿಲ್ಲೆಯಲ್ಲಿ ಮಾತ್ರ ಇದ್ದಾರೆ. ಇವರು ವ್ಯಭಿ ಚಾರದಿಂದ ಹುಟ್ಟಿದ ಬ್ರಾಹ್ಮಣರ ವಂಶಸ್ಥರಂತೆ. ಮಹಾಭಾರತದಲ್ಲಿ ಪ್ರಖ್ಯಾತನಾದ ವ್ಯಾಸ

ವಿದುರರು.

ಋಷಿಯು ವ್ಯಭಿಚಾರದಿಂದ ಹುಟ್ಟಿದ ವಿದುರನೇ ಇವರ ಮೂಲ ಪುರುಷನೆಂದು ಹೇಳುವರು. ಇವರ ನಡೆನುಡಿಗಳೆಲ್ಲಾ ದೇಶ ಸ್ಥ ಬ್ರಾಹ್ಮಣರಂತೆ ಇರುತ್ತವೆ. ಆದರೆ ಅವರು ವಿದುರರ ಕೂಡ ಅನ್ನ ವ್ಯವಹಾರ ಲಗ್ನ ಸಂಬಂಧಗಳನ್ನು ಮಾಡುವದಿಲ್ಲ.

ಹವಿಕರು.

ಹವಿಕರು (ಹೈಗರು).—ಇವರು ಕಾನಡಾ ಜಿಲ್ಲೆಯಲ್ಲಿ ಯೆಲ್ಲ ಕಡೆಯಲ್ಲಿ ವಾಸಿಸುತ್ತಾರೆ. ಆದರೂ ಕರಿಕಿ, ಗೋಕರ್ಣ, ಬನವಾಸಿ, ಅಗ್ರಹಾರ, ಮುಂತಾದ ಗ್ರಾಮಗಳಲ್ಲಿ ವಿಶೇಷ. ಕದಂಬ ವಂಶದ ಮಯೂರ ವರ್ಮನೆಂಬ ಅರಸು ಕ್ರಿಸ್ತೀ ಶಕದ ೫ನೇ ಶತಕದ ಕಡೆಯಲ್ಲಿ ಅಹಿಛತ್ರವೆಂಬ ಪಟ್ಟಣದಿಂದ ತಮ್ಮನ್ನು ಈ ಪಶ್ಚಿಮ ಸಮುದ್ರತೀರಕ್ಕೆ ತಂದನೆಂದು ಇವರು ಹೇಳುತ್ತಾರೆ. ಇವರು ಕನ್ನಡ ಭಾಷೆಯನ್ನು ಆಡುತ್ತಿದ್ದಾಗ್ಯೂ ಮಲಿಯಾಳೀ ಭಾಷೆಯ ಸ್ವರದಿಂದ ಆಡುವರು. ಇವರ ಗೋತ್ರಗಳು ಕಶ್ಯಪ, ವಸಿಷ್ಠ, ಗೌತಮ, ಜಮದಗ್ನಿ, ವಿಶ್ವಾಮಿತ್ರ, ಅಂಗಿರಾ. ಗೃಹಸ್ಥರು ತಮ್ಮ ಹೆಸರಿನ ಮುಂದೆ "ಹೆಗಡೆ" ಯೆಂಬ ಪದವಿಯನ್ನು ಹಚ್ಚಿಕೊಳ್ಳುವರು. ಭಿಕ್ಷುಕರು "ಭಟ್ಟ" ಯೆಂಬ ಪದವಿಯನ್ನು ಬಳಿಸುವರು. ಗಂಡುಳ್ಳ ಹೆಂಗಸರಿಗೆ "ಅಮ್ಮ" "ಅವ್ವ," ವಿಧವೆಗಳಿಗೆ "ಅಬಚಿ," ಗಂಡು ಮಕ್ಕಳಿಗೆ "ಮಾಣಿ," ಹೆಣ್ಣು ಮಕ್ಕಳಿಗೆ "ಪುಟ್ಟಿ," ಯೆಂದೆನ್ನುವರು. ಇಡಗುಂಜಿ ಯೆಂಬಲ್ಲಿಯ ಗಣಪತಿಯೇ ಇವರ ಕುಲದೇವತೆ. ಕೋಟರು, ಸಕಳಾಪುರಿ, ಶಿವಳ್ಳಿ, ಇವು ಮೂರು ಹೈಗರೊಳಗಿನ ವೊಳ ಭೇದಗಳು. ಇವರು ಪರಸ್ಪರ ಲಗ್ನ ಸಂಬಂಧ ಮಾಡುವದಿಲ್ಲ. ಆದರೆ ಕೋಟರ ಹೊರ್ತು ಉಳಿದವರೆಲ್ಲರು ತಮ್ಮ ತಮ್ಮೊಳಗೂ ಬೇರೆ ದ್ರವಿಡ ಬ್ರಾಹ್ಮಣರ ಸಂಗಡಲೂ ಅನ್ನ ವ್ಯವಹಾರ ಮಾಡುವರು. ಗಂಡಸರ ಮೈಬಣ್ಣ ಕೆಂಪು. ನಿಲುವಿಕೆ ಮಧ್ಯಮ. ಮೈಕಟ್ಟು ತೆಳ್ಳಗೆ. ಹೆಂಗಸರು ಗಂಡಸರ ಹಾಗೇ, ಆದರೆ ಹೆಚ್ಚು ಕೆಂಪು. ಹೈಗರ ಮನೆಗಳ ಮುಂದೆ ಅಂಗಳು ವೊಂದು ಚಪ್ಪರ ಸಹಿತ ಇರುತ್ತದೆ. ಇವರು ತಮ್ಮ ಮನೆಯ ನೆಲವನ್ನು ಬಹು ಶ್ರಮ ಪಟ್ಟು ನುಣುಪು ಮಾಡುವರು. ಇವರ ಮುಖ್ಯ ಆಹಾರ ಅಕ್ಕಿ, ರಾಗಿ. ಅಕ್ಕೀ ಪಾಯಸ, ದೋಸೆ, ಮುಖ್ಯ ಪಕ್ವಾನ್ನಗಳು; ಮಜ್ಜಿಗೆ, ಮೆಣಸು ಇವರಿಗೆ ಬಹಳ ಬೇಕು. ಇವರು ದಿನಕ್ಕೆ ಮೂರು ಸಾರಿ ಭೋಜನ ಮಾಡುವರು. ಬೆಳಿಗ್ಗೆ ತಂಗಳೂಟ ಮಾಡುವರು; ಗಡಿಗೆಯಲ್ಲಿ ಅಡಿಗೆ ಮಾಡುವರು. ಗಂಡಸರು ವಾಡಿಕೆಯಾಗಿ ಪಂಜೆಗಳನ್ನು ಉಡುವರು. ಹೆಂಗಸರು ಘಟ್ಟದ ಮೇಲೆ ಕರಿಶರಗು ತೆಗೆದು ಅದನ್ನು ಕೊರಳಲ್ಲಿ ಕಟ್ಟಿದ್ದೊಂದು ದಾರಕ್ಕೆ ಶಿಗಿಸುವರು. ಘಟ್ಟದ ಮೇಲೂ ಕೆಳಗೂ ಹೆಂಗಸರು ಕಚ್ಚೆ ಹಾಕುವದಿಲ್ಲ.

ಹೈಗರು ಮುಖ್ಯವಾಗಿ ತೋಟಗಳನ್ನು ಮಾಡುವರು. ಇವರ ತೋಟಗಳಲ್ಲಿ ತೆಂಗು, ಅಡಿಕೆ, ಮೆಣಸು, ಯಾಲಕ್ಕಿ, ಮುಂತಾದವುಗಳು ಬೆಳೆಯುತ್ತವೆ. ಗಂಡಸರು ಬೆಳಿಗ್ಗೆ ತಂಗಳುಂಡು ತೋಟದ ಕೆಲಸಕ್ಕೆ ಹೋಗುವರು. ಹೆಂಗಸರು ಮನೆಗೆಲಸ ಮಾಡುವರು. ಕೆಲವರು ಭಟ್ಟರು ವೇದ ಮಂತ್ರಗಳನ್ನು ಕಲಿಯುವರು; ಪುರಾಣ ಹೇಳುವರು; ಜ್ಯೋತಿಷ ಕಲಿಯುವರು. ಬಹು ಸ್ವಲ್ಪ ಜನರು ಮಾತ್ರ ಸರಕಾರೀ ನೌಕರಿಯನ್ನು ಹುಡುಕುವರು. ತೋಟಿಗರಲ್ಲಿ ಬಹು ಜನರಿಗೆ ಓದ ಬರಿಯಲಿಕ್ಕೆ ಬರುತ್ತಿರುವದಿಲ್ಲ. ಹೈಗರು ಬಹಳ ಉದ್ಯೋಗಿಗಳೂ, ಪ್ರಮಾಣಿಕರೂ, ತಮ್ಮ ಹಕ್ಕು ಪಡಿಯಲಿಕ್ಕೆ ಕಡೆ ತನಕ ಸಾಹಸ ಮಾಡುವವರೂ ಇರುತ್ತಾರೆ.

ಹೈಗರು ಅದ್ವೈತ ಮತದವರು. ಇವರ ಸ್ವಾಮಿಗಳು ಇಬ್ಬರುಂಟು. ಮೈಸೂರ ಸೀಮೆಯಲ್ಲಿ ರಾಮಚಂದ್ರಪುರವೆಂಬಲ್ಲಿ ಇರುವವನಿಗೆ "ಭಾರತಿ" ಯೆಂಬುವರು. ಸ್ವಾದಿಯಲ್ಲಿ ಇರುವವನಿಗೆ "ಸರಸ್ವತಿ" ಯೆನ್ನುವರು. ರಥೋಚ್ಛಾಹಕ್ಕೆ ಹೈಗರು ಬಹಳ ಮೆಚ್ಚುವರು. ಹೈಗರಲ್ಲಿ ಇತರ ಬ್ರಾಹ್ಮಣರಂತೆ ಹದಿನಾರು ಸಂಸ್ಕಾರಗಳು ನಡಿಯುತ್ತವೆ. ಕನ್ಯಾ ವಿಕ್ರಯದ ನಡಾವಳಿ ಇವರಲ್ಲಿ ವಿಶೇಷ. ಘನವಂತರು ವರದಕ್ಷಿಣೆಯನ್ನು ಕೊಡುವರು. ಗಂಡು ಮಕ್ಕಳ ಲಗ್ನವನ್ನು ಹನ್ನೆರಡನೇ ವರುಷದ ತರುವಾಯ ಮಾಡುವರು. ಹೆಣ್ಣು ಮಕ್ಕಳ ಲಗ್ನವು ಹತ್ತು ವರ್ಷದೊಳಗೆ ಆಗಲಿಕ್ಕೆ ಬೇಕು. ಲಗ್ನದ ಮೂರನೇ ದಿವಸ ವಧೂವರರು ಸಮಾರಂಭದಿಂದ ಕೆರೆಯ ದಂಡಿಗೆ ಹೋಗಿ ನೀರೊಳಗೆ ಅಕ್ಕೀ ಕಾಳು ಚಲ್ಲಿ ಮೀನುಗಳು ಅವನ್ನು ತಿನ್ನಲಿಕ್ಕೆ ಬಂದ ಕೂಡಲೆ ಪಂಜಿಯಲ್ಲಿ ಅವನ್ನು ಹಿಡಿಯುವರು. ತರುವಾಯ ವೊಂದೇ ಮೀನವನ್ನಿಟ್ಟು ಕೊಂಡು ಅದರ ಮೈಮಲವನ್ನು ಇಬ್ಬರೂ ಹಣೆಗೆ ಹಚ್ಚಿಕೊಂಡು ಮನೆಗೆ ಹೋಗುವರು. ಹೈಗರಲ್ಲಿ ಹೆಂಗಸರಿಗೆ ಪುನರ್ವಿವಾಹವಿಲ್ಲ.

ಮರಣದ ಸಂಸ್ಕಾರಗಳು ಇತರ ಬ್ರಾಹ್ಮಣರಂತೆ. ಆದರೆ ಶವವನ್ನು ಸುಟ್ಟು ಮನೆಗೆ ಬಂದ ಬಳಿಕ ಸೂತಕಿಗಳೆಲ್ಲರು ಕ್ಷೌರ ಮಾಡಿಸಿ ಕೊಳ್ಳುವರು. ಸತ್ತ ದಿವಸ ಮನೆಯಲ್ಲಿ ಇಟ್ಟ ದೀಪಕ್ಕೆ ಹತ್ತು ದಿವಸಗಳ ವರೆಗೆ ಪಿಂಡ ಪ್ರದಾನ ಮಾಡುವರು.

ಕೋಟ ಬ್ರಾಹ್ಮಣರು.

ಕೋಟ ಬ್ರಾಹ್ಮಣರು.— ಇವರು ಕಾರವಾಡ ಜಿಲ್ಲೆಯಲ್ಲಿ ಮಾತ್ರ ಇದ್ದಾರೆ. ಮಂಗಳೂರ ದಕ್ಷಿಣಕ್ಕೆ ಅರವತ್ತು ಮೈಲಿನ ಮೇಲೆ ಇರುವ ಕೋಟೇಶ್ವರವೆಂಬ ಗ್ರಾಮದಿಂದ ಇವರು ಬಂದವರಾದ ಕಾರಣ ಇವರಿಗೆ ಕೋಟರೆಂಬ ಹೆಸರು ಬಂದದೆ. ಇದರಿಂದಲೂ, ಯಾವತ್ತು ಹೈಗರ ಭಾಷೆಯಲ್ಲಿ ಮಲಿಯಾಳೀ ಸ್ವರವೂ ಶಬ್ದಗಳೂ ಬರುತ್ತಿರುವ ಕಾರಣದಿಂದಲೂ, ಹೈಗರು ಮಲಿಯಾಳ ದೇಶದಿಂದ ಬಂದವರೆಂದು ಕೆಲವರು ತರ್ಕಿಸುತ್ತಾರೆ. ಇವರ ಆಚಾರ, ಆಹಾರ, ಉಡಿಗೆ, ಭಾಷೆ, ಧರ್ಮ, ಯಾವತ್ತು ಹೈಗರಂತೆ. ಹೈಗರು ಇವರ ಸಂಗಡ ಅನ್ನ ವ್ಯವಹಾರ ಮಾಡುತ್ತಾರೆಂದು ಹಿಂದೆ ಹೇಳಿದ್ದೇವೆ. ತೋಟದ ಕೆಲಸವೇ ಇವರ ಮುಖ್ಯ ಉದ್ಯೋಗವು.

ಜೋಯಿಸರು.

ಜೋಯಿಸರು.— ಇವರು ಕಾರವಾಡ ಜಿಲ್ಲೆಯಲ್ಲಿ ಮಾತ್ರ ಇರುತ್ತಾರೆ. ಮಂಗಳೂರ ಜಿಲ್ಲೆಯೊಳಗಿನ ನೀಲೇಶ್ವರವೆಂಬಲ್ಲಿಯ ಜೋಯಿಸರಿಗೂ ಇವರಿಗೂ ಶರೀರ ಸಂಬಂಧಗಳಾಗುತ್ತವೆ. ಆದರೆ ಇವರು ಮುಂಡಾಸ ಹಾಕುವರು. ಇವರ ಕಣ್ಣುಗಳು ಬೆಕ್ಕಿನ ಕಣ್ಣಿನ ಹಾಗೆ ಇರುತ್ತವೆ. ಇವರು ತಾವು ಗೋದಾವರೀ ತೀರದಿಂದ ಬಂದವರೆಂದು ಹೇಳುತ್ತಾರೆ. ಶಕ್ತಿಯ ಆರಾಧನೆಯು ಇವರಲ್ಲಿ ವಿಶೇಷ. ಒಕ್ಕಲಿಗರಿಗೆ ಪಚಾಂಗ ಹೇಳುವದೇ ಇವರ ಮುಖ್ಯ ಉದ್ಯೋಗವು. ಆದರೂ ತಕ್ಕಮಟ್ಟಿಗೆ ವತನ ಸಂಪಾದಿಸಿ ಕೊಂಡು ಇವರು ಸುಖಿಯಾಗಿದ್ದಾರೆ. ಕಾನಡಾ ಜಿಲ್ಲೆಯ ಬೇರೆ ಯಾವ ಬ್ರಾಹ್ಮಣರು ಇವರ ಸಂಗಡ ಅನ್ನ ವ್ಯವಹಾರ ಮಾಡುವದಿಲ್ಲ. ಇವರು ಆಡುವ ಕನ್ನಡ ಭಾಷೆಯು ಕೊಮಾರ ಪೈಕರ ಭಾಷೆಯನ್ನು ಹೋಲುತ್ತದೆ.

ಸಕಳಾಪುರಿಗಳು.

ಸಕಳಾಪುರಿಗಳು.—ಇವರು ಕಾರವಾಡ ಜಿಲ್ಲೆಯಲ್ಲಿ ಮಾತ್ರ ಉಂಟು. ಇವರು ಸುಮಾರು ಇಪ್ಪತ್ತು ವರ್ಷದ ಈಚೆಯಲ್ಲಿ ಹೈಗರಿಂದ ಬೇರೆಯಾದರು. ಇವರು ಭಟಕಳದಲ್ಲಿ ಇರುವ ಸಕಳಾಪುರಿ ಯೆಂಬ ಮಠದ ಶಿಷ್ಯರಾದದರಿಂದ ಇವರಿಗೆ ಈ ಹೆಸರು ಬಂತು. ಇವರ ಸಂಖ್ಯೆವು ಗಂಡಸರು ಹೆಂಗಸರು ಕೂಡಿ ತೊಂಬತ್ತಾರಕ್ಕಿಂತ ಹೆಚ್ಚಿಲ್ಲ.

ಆಂಧ್ರರು.

ಆಂಧ್ರರು.—ಇವರು ಕಾರವಾಡ ಜಿಲ್ಲೆಯ ಸ್ವಲ್ಪ ಕಡೆಯಲ್ಲಿ ಮಾತ್ರ ಉಂಟು. ಗೋತ್ರ, ಆಚಾರ, ಧರ್ಮ, ದೇಶಸ್ಥರಂತೆ. ನಡಿಯುವ ಶತಕೆದ ಆರಂಭದಲ್ಲಿ ಇವರು ಸರಕಾರೀ ನೌಕರರಲ್ಲಿ ಪ್ರಮುಖರಾಗಿದ್ದರು; ಆದರೆ ಈಗ ಬಡತನದಲ್ಲಿರುತ್ತಾರೆ. ಇವರಿಗೂ ದ್ರವಿಡ ಬ್ರಾಹ್ಮಣರಿಗೂ ಅನ್ನ ವ್ಯವಹಾರವಾಗುತ್ತದೆ. ಶರೀರ ಸಂಬಂಧವಾಗುವದಿಲ್ಲ.

ಶಿವಳ್ಳಿಗಳು.

ಶಿವಳ್ಳಿಗಳು.—ಇವರು ಕಾರವಾಡ ಜಿಲ್ಲೆಯಲ್ಲಿ ಶಿರ್ಶೀ ತಾಲೂಕಿನಲ್ಲಿ ಇರುತ್ತಾರೆ. ನಾಲ್ವತ್ತು ವರ್ಷದ ಈಚೆಯಲ್ಲಿ ಹೈಗರಿಂದ ಬೇರೆಯಾದರು. ಇವರ ಸಂಖ್ಯೆವು ಐದಕ್ಕಿಂತ ಹೆಚ್ಚಿಲ್ಲ.

ಸಾಷ್ಟೀಕರರು.

ಸಾಷ್ಟೀಕರರು (ಕೊಂಕಣಿಗರು).—ಇವರು ಕಾನಡಾ ಜಿಲ್ಲೆಯಲ್ಲಿ ಯೆಲ್ಲ ಕಡೆಯಲ್ಲಿಯೂ ವಾಸಿಸುತ್ತಾರೆ. ಆರಂಭದಲ್ಲಿ ಗೋವೆ ಶೀಮೆಯೊಳಗಿನ ಸಾಸಷ್ಟಿ (೬೬ ಹಳ್ಳಿಗಳುಳ್ಳ) ಯೆಂಬ ಪ್ರಾಂತದಿಂದ ಬಂದರೆಂದು ಹೇಳುತ್ತಾರೆ. ಇವರ ಮುಖ್ಯ ಉದ್ಯೋಗ ವ್ಯಾಪಾರ; ಕೆಲವರು ವತನದಾರರುಂಟು. ಬಹುತರ ಸ್ವಲ್ಪ ಜನರು ಸರಕಾರೀ ನೌಕರಿಯಲ್ಲಿ ಶೇರುವರು. ಇವರು ಕೆಂಪು ಮೈಬಣ್ಣದವರಾಗಿ ಸುರೂಪಿಗಳಾಗಿ ಇದ್ದಾಗ್ಯೂ, ಉಡಿಗೆ ತೊಡಿಗೆಗಳನ್ನು ಧರಿಸಲಿಕ್ಕೆ ಅರಿಯರು. ಇವರು ವ್ಯವಹಾರದಲ್ಲಿ ಪ್ರಮಾಣಿಕರಲ್ಲೆಂಬ ಬಗ್ಗೆ "ಕಾಡು ಬೆಳಿದರೆ ಆಡು ಬಿಡು, ಊರು ಬೆಳಿದರೆ ಕೊಂಕಣಿಗನ ಬಿಡು" ಯೆಂಬ ಗಾದೆಯು ಸಾಕ್ಷಿ ಕೊಡುತ್ತದೆ. ಇವರು ಮನೆಯಲ್ಲಿ ಕೊಂಕಣೀ ಭಾಷೆಯನ್ನು ಕನ್ನಡ ಶಬ್ದಗಳನ್ನು ಬೆರಿಸಿ ಆಡುತ್ತಾರೆ. ಜೈಮಿನಿ ಮುಂತಾದ ಹಲಕೆಲವು ಕನ್ನಡ ಗ್ರಂಥಗಳನ್ನು ಸ್ವಲ್ಪ ಜನರು ಕಲಿಯುವರು. ಕೊಂಕಣಿಗರೆಲ್ಲರು ವೈಷ್ಣವ ಮತದವರುಂಟು. ಇವರ ಗುರುವು ಗೋವೆಯ ಶೀಮೆಯಲ್ಲಿ ಇರುತ್ತಾನೆ. ವೆಂಕಟರಮಣನೇ ಇವರ ಮುಖ್ಯ ದೈವತವು. ಇವರ ಮುಖ್ಯಾಹಾರ ಅಕ್ಕಿ, ಪಲ್ಯ, ಮೀನು. ಬೆಳಿಗ್ಗೆ ಎದ್ದು ಕೂಡಲೆ ತಂಗಳ ಅನ್ನ, ಮೊಸರು, ಉಣ್ಣುವರು. ಉಳ್ಳೀಗಡ್ಡಿ ಬೆಳ್ಳುಳ್ಳಿಗಳನ್ನು ಕೊಂಕಣಿಗರು ತಿನ್ನುವದಿಲ್ಲ.

ಕೊಂಕಣಿಗರಲ್ಲಿ ಯೆಲ್ಲ ಕೂಡಿ ಯೇಳು ಗೋತ್ರಗಳುಂಟು. ಅವು ಭರದ್ವಾಜ, ಕಶ್ಯಪ, ವತ್ಸ, ಜಮದಗ್ನಿ, ವಿಶ್ವಾಮಿತ್ರ, ಗೌತಮ, ಅತ್ರಿ. ಲಗ್ನದಲ್ಲಿ ಇವರು ಮದಿ ಮಗನ ಬಾಸಿಂಗಕ್ಕೆ ಬಿಳೀ ನೂಲಿನ ಜಾಳಿಗೆಯನ್ನು ಕಟ್ಟುವರು. ಶ್ರಾವಣ ಪೂರ್ಣಿಮೆಯಲ್ಲಿ ಕಣಕದ ಮೀನುಗಳನ್ನು ಮಾಡಿ ತಿನ್ನುವರು. ಕುಲದೇವತೆಯ ದರ್ಶನಕ್ಕೆ ಹೋದಾಗ ಚಿಕ್ಕ ಹೆಣ್ಣು ಮಕ್ಕಳ ತಲೆಗಳನ್ನು ಬೋಳಿಸುವರು.

ಕುಶಸ್ಥಳಿಗಳು.

ಕುಶಸ್ಥಳಿಗಳು (ಸಾರಸ್ವತರು).—ಇವರು ಶೇಣವೀ ಜನರೊಳಗಿನವರೇ. ಗೋವೇ ಪ್ರಾಂತದೊಳಗಿನ ಕುಶಸ್ಥಳಿ ಯೆಂಬ ಗ್ರಾಮದಿಂದ ಬಂದಕಾರಣ ಇವರಿಗೆ ಈ ಹೆಸರು ಬಂದದೆ. ಕಾನಡಾ ಜಿಲ್ಲೆಯಲ್ಲಿ ಬಂದು ನಿಂತಾಗ ಇವರು ಶೇಣವೀ ಜನರಿಂದ ಬೇರೆ ಆಗಿದ್ದಿಲ್ಲ. ಮುಂದೆ ಬಹುಕಾಲದ ನಂತರ ಶೇಣವೀ ಜನರ ಗುರುವು ತೀರಿದ ಬಳಿಕ ಅವನ ಇಬ್ಬರು ಶಿಷ್ಯರು ಅವನ ಗದ್ದಿಗೆಗಾಗಿ ವ್ಯಾಜ್ಯ ನಡಿಸಲು, ವೊಬ್ಬವನ ಪಕ್ಷವನ್ನು ವಹಿಸಿ ಕುಶಸ್ಥಳಿಗಳು ಶೇಣವೀ ಜನರಿಂದ ಬೇರೆಯಾದರು. ಶೇಣವೀ ಜನರಲ್ಲಿ ವತ್ಸ, ಕೌಶಿಕ, ಕೌಂಡಿಣ್ಯ, ಯೆಂಬ ಮೂರು ಗೋತ್ರಗಳುಂಟು. ಇವುಗಳ ಹೊರ್ತು ಭಾರದ್ವಾಜ, ಅತ್ರಿ, ಇವೆರಡು ಗೋತ್ರಗಳು ಕೊಂಕಣಿಗರಿಂದ ಇವರೊಳಗೆ ಬಂದಂತೆ ತೋರುತ್ತದೆ. ಅಂದರೆ ಇವೆರಡು ಗೋತ್ರಗಳ ಕೊಂಕಣಿಗರು ಸಾರಸ್ವತರೊಳಗೆ ಕೂಡಿರ ಬಹುದೆಂದು ತರ್ಕ ವುಂಟು. ಆದರೆ ಈಗ ಸಾರಸ್ವತರು ಶೇಣವೀ ಜನರ ಸಂಗಡಲೂ, ಕೊಂಕಣಿಗರ ಸಂಗಡಲೂ ಅನ್ನ ವ್ಯವಹಾರ ಶರೀರ ಸಂಬಂಧಗಳನ್ನು ಮಾಡುವದಿಲ್ಲ. ಇವರ ಉಡಿಗೆ, ತೊಡಿಗೆಗಳು, ಭಾಷೆ, ಧರ್ಮ, ಆಹಾರ, ನಡಾವಳಿ, ಇವೆಲ್ಲ ಶೇಣವೀ ಜನರಂತೆ ಇರುತ್ತವೆ. ಆದರೆ ಕುಲದೇವತೆಯ ದರ್ಶನಕ್ಕೆ ಹೋದಾಗ ಕೊಂಕಣಿಗರಂತೆ ಇವರು ತಮ್ಮ ಹೆಣ್ಣು ಮಕ್ಕಳ ತಲೆಗಳನ್ನು ಬೋಳಿಸುವರು. ಸಾರಸ್ವತರ ಗುರುವು ಹೊನ್ನಾವರದ ಹತ್ತರ ಶಿರಾಳಿ ಯೆಂಬ ಗ್ರಾಮದಲ್ಲಿ ಇರುತ್ತಾನೆ. ಇವರ ಉಡಿಗೆಗಳು ಶೇಣವೀ ಜನರಿಗಿಂತ ಪೋಲಿಮೆಯಾಗಿರುತ್ತವೆ, ಮತ್ತು ಇವರು ವಿದ್ಯಾಭ್ಯಾಸಕ್ಕೆ ಹೆಚ್ಚು ಮೆಚ್ಚಿದವರು. ಸರಕಾರೀ ನೌಕರಿಯೇ ಸಾರಸ್ವತರ ಮುಖ್ಯ ಉದ್ಯೋಗವು.

ಬಾರ್ದೇಶಕರರು.

ಬಾರ್ದೇಶಕರರು.—ಗೋವೆಯ ಶೀಮೆಯೊಳಗಿನ ಬಾರ್ದೇಶವೆಂಬ ಹನ್ನೆರಡು ಗ್ರಾಮಗಳ ಪ್ರಾಂತದಿಂದ ಬಂದವರಾದ ಕಾರಣ ಇವರಿಗೆ ಈ ಹೆಸರು ಬಂದದೆ. ಇವರು ಮುಖ್ಯವಾಗಿ ಕಾರವಾಡ ಜಿಲ್ಲೆಯಲ್ಲಿ ಹೊನ್ನಾವರ, ಕುಮಟಾ, ಶಿರಶಿ, ತಾಲೂಕುಗಳಲ್ಲಿ ಇರುತ್ತಾರೆ. ಇವರು ಮೂಲದಲ್ಲಿ ಕೊಂಕಣಿಗರೊಳಗಿನವರು. ಆದರೆ ಬಹು ದಿವಸ ಕೊಂಕಣಿಗರಿಗೂ ಇವರಿಗೂ ಅನ್ನ ವ್ಯವಹಾರ ನಡಿಯುತ್ತಿದ್ದಿಲ್ಲ. ಒಳಗಡೆಯಲ್ಲಿ ಇವೆರಡೂ ವರ್ಗಗಳು ಮತ್ತೆ ಕೂಡಿರುತ್ತವೆ. ಈಗ ಪರಸ್ಪರ ಶರೀರ ಸಂಬಂಧಗಳು ಸಹ ಆಗುತ್ತವೆ. ಬಾರ್ದೇಶಕರರ ಆಚಾರ, ಆಹಾರ, ಧರ್ಮ, ಗೋತ್ರ, ಭಾಷೆ, ಮುಂತಾದವುಗಳೆಲ್ಲ ಕೊಂಕಣಿಗರಂತೆ. ಅವರಂತೆ ಇವರಾದರೂ ವೈಷ್ಣವ ಮತದವರಾಗಿ ಮುಖ್ಯವಾಗಿ ವ್ಯಾಪಾರದಿಂದ ಜೀವಿಸುವರು.

ಕುಡಾಳ ದೇಶಕರರು.

ಕುಡಾಳ ದೇಶಕರರು.—ಇವರು ಕಾರವಾರ ಜಿಲ್ಲೆಯೊಳಗೆ ಸುಪಾ ತಾಲೂಕಿನಲ್ಲಿ ಮಾತ್ರ ಇದ್ದಾರೆ. ಗೋವೆಯೇ ಇವರ ಮೂಲಸ್ಥಾನವು. ಗೋವೆಯನ್ನು ಬಿಟ್ಟ ಬಳಿಕ ಕೆಲವು ಕಾಲ ಸಾವಂತವಾಡಿ ಸಂಸ್ಥಾನದಲ್ಲಿರುವ ಕುಡಾಳವೆಂಬ ಗ್ರಾಮದಲ್ಲಿ ವಾಸ ಮಾಡಿದ್ದರಿಂದ ಇವರಿಗೆ ಕುಡಾಳ

ದೇಶಕರರೆಂಬ ಹೆಸರು ಬಂದದೆ. ಇವರ ಗೋತ್ರ, ಕುಲದೇವತೆ, ಆಚಾರವಿಚಾರಗಳೆಲ್ಲ, ಶೇಣವೀ ಜನರಂತೆ. ಇವರು ಮನೆಯಲ್ಲಿ ಕೊಂಕಣೀ ಭಾಷೆಯನ್ನಾಡುವರು. ಇವರು ನಮ್ರ ಸ್ವಭಾವದವರಿರುತ್ತಾರೆ. ಶೇಣವೀ ಸಾರಸ್ವತರ ಕೂಡ ಇವರು ಊಟ ಮಾಡುವರು; ಆದರೆ ಆ ಜನರು ಇವರಲ್ಲಿ ಉಣ್ಣುವದಿಲ್ಲ. ಹೊಲ ಮಾಡಿಸುವದೇ ಇವರ ಮುಖ್ಯ ಉದ್ಯೋಗವು. ಇವರು ಸ್ಮಾರ್ತ ಮತದವರಿದ್ದು ಮೈಸೂರಲ್ಲಿರುವ ಶ್ರಿಂಗೇರೀ ಸ್ವಾಮಿಯೇ ತಮ್ಮ ಧರ್ಮಗುರುವೆಂದು ತಿಳಿಯುತ್ತಾರೆ. ಇವರು ಕನ್ನಡ ಮರಾಠಿ ಓದ ಬರಹವನ್ನು ಅಲ್ಪ ಸ್ವಲ್ಪ ಬಲ್ಲರು. ಈ ಜನರು ಇತ್ತಿತ್ತ ವ್ಯಾಪಾರದಲ್ಲಿ ಮನಸು ಹಾಕ ಹತ್ತಿದ್ದಾರೆ.

ಪೇಡಣೇಕರರು.

ಪೇಡಣೇಕರರು.—ಇವರು ಕಾರವಾಡ ಜಿಲ್ಲೆಯಲ್ಲಿ ಕಾರವಾಡ, ಕುಮಟಾ ತಾಲೂಕುಗಳಲ್ಲಿ ಇರುತ್ತಾರೆ. ಗೋವೇ ಪ್ರಾಂತದೊಳಗಿನ ಪೇಡಣೇ ಯೆಂಬ ಗ್ರಾಮದಿಂದ ಇವರಿಗೆ ಪೇಡಣೇಕರರೆಂಬ ಹೆಸರು ಬಂತು. ಇವರಾದರೂ ಕೊಂಕಣಿಗರೊಳಗಿನವರೇ. ಇವರ ಸಂಖ್ಯ ಬಹು ಸ್ವಲ್ಪ ಉಂಟು.

ಲೇಖಕರು.

ಲೇಖಕರು.—ಈ ವರ್ಗದಲ್ಲಿ ಮೂರು ಜಾತಿಗಳು ಬರುತ್ತವೆ. ಅವರೆಲ್ಲ ಕೂಡಿ ಬೆಳಗಾವೀ ಜಿಲ್ಲೆಯಲ್ಲಿ* ೪೨೬ ಜನರುಂಟು. ಈ ಮೂರು ಜಾತಿಗಳ ವಿವರ—ಕಾಯಸ್ಥ ಪರಭುಗಳು ೯೮; ಮುದ್ಲಿಯಾರರು ೨೮೪; ನಾಯಡುಗಳು ೪೪.

ಕಾಯಸ್ಥ ಪರಭುಗಳು.

ಕಾಯಸ್ಥ ಪರಭುಗಳು.—ಇವರು ಬೆಳಗಾವಿಯಲ್ಲಿಯೂ ಚಿಕ್ಕೋಡಿಯಲ್ಲಿಯೂ ವಾಸಿಸುತ್ತಾರೆ. ಖಾನಾಪುರ ತಾಲೂಕಿನಲ್ಲಿ ಪಾರಗಡವೆಂಬಲ್ಲಿ ಮೂರು ಮನೆತನಗಳುಂಟು. ಅವರನ್ನು ಶಿವಾಜಿಯು ಕುಲಾಬಾ ಪ್ರಾಂತದಿಂದ ತಂದನೆಂದು ಹೇಳುತ್ತಾರೆ. ಅವರಲ್ಲಿ ಒಂದು ಮನೆತನಕ್ಕೆ "ಶುಭೇದಾರ" ಯೆಂಬ ಪದವಿಯುಂಟು. ಅವರಿಗೆ ಸರಕಾರದಿಂದ ಕೆಲವು ನಗದ ನೇಮಣೂಕು ದೊರೆಯುತ್ತದೆ. ಈ ಜಿಲ್ಲೆಯೊಳಗಿನ ಕಾಯಸ್ಥರು ಕುಲಾಬಾ ಪ್ರಾಂತದೊಳಗಿನ ಕಾಯಸ್ಥರಿಗಿಂತ ಕಪ್ಪು ಇರುತ್ತಾರೆ. ಇವರ ಉಡಿಗೆ ಈ ಶೀಮೆಯ ಬ್ರಾಹ್ಮಣರಂತೆ ಇರುತ್ತದೆ. (ಮುಂಡಾಸವಿಲ್ಲ). ಮೀನು, ಕುರಿ, ಪಕ್ಷಿಗಳನ್ನು ಇವರು ತಿನ್ನುವರು; ಆದರೆ ಕೋಳಿಗಳನ್ನು ತಿನ್ನುವದಿಲ್ಲ. ಇವರು ಮನೆಯಲ್ಲಿ ಮರಾಠೀ ಭಾಷೆಯನ್ನಾಡುವರು, ನಿರ್ಮಲವಾಗಿ ಇರುವರು, ಮೈಮುರಿದು ಶ್ರಮ ಮಾಡುವರು. ಇವರಲ್ಲಿ ಬಹು ಜನರಿಗೆ ಭೂಮಿಗಳುಂಟು; ಇವರ ಕುಲದೇವತೆಗಳು ಖಂಡೋಬಾ, ಭವಾನಿ; ಪುರೋಹಿತರು ದೇಶಸ್ಥ ಬ್ರಾಹ್ಮಣರು; ಗುರು ಶಂಶೇಶ್ವರದ ಸ್ವಾಮಿಯು. ಇವರಲ್ಲಿ ವಿಧವೆಗಳ ತಲೆ ಬೋಳಿಸುವರು, ಹೆಣವನ್ನು ಸುಡುವರು. ಇವರ ಮಕ್ಕಳು ಶಾಲೆಗಳಲ್ಲಿ ಕಲಿಯುವರು. ಒಟ್ಟಿಗೆ ಕಾಯಸ್ಥರು ಸುಖದಿಂದಿದ್ದಾರೆ.

*ಈ ಜಾತಿಗಳು ಉಳಿದ ಮೂರು ಜಿಲ್ಲೆಗಳಲ್ಲಿಯೂ ಉಂಟು. ಆದರೆ ಆ ಜಿಲ್ಲೆಗಳಲ್ಲಿಯ ವಿವರಗಳನ್ನು ಮೂಲಗ್ರಂಥದಲ್ಲಿ ಕೊಟ್ಟಿದೆ.

ಮುದ್ಲಿಯಾರರು.

ಮುದ್ಲಿಯಾರರು.—ಇವರು ಮುಖ್ಯವಾಗಿ ಬೆಳಗಾವಿಯಲ್ಲಿರುತ್ತಾರೆ; ಲಿಂಗವಂತರಿಗಿಂತ ಗಿಡ್ಡರೂ ಅಶಕ್ತರೂ. ಇವರ ಮೈಬಣ್ಣ, ಕೂದಲೂ ಕಪ್ಪು; ಕಣ್ಣು ಕಪ್ಪು, ಮಿಣುಕುಳ್ಳವು, ಬುದ್ಧಿಯ ಲಕ್ಷಣ ತೋರಿಸುವಂಥವು; ಜನ್ಮಭಾಷೆ ತಮಿಳ; ಇವರು ನಿರ್ಮಳರೂ, ವ್ಯವಸ್ಥಿತರೂ, ಶ್ರಮ ಮಾಡುವವರೂ, ಸಮಾಧಾನಿಗಳೂ, ಮಿತವ್ಯಯಿಗಳೂ, ಸರಳ ಸ್ವಭಾವದವರೂ, ಪರರಿಗೆ ಸತ್ಕಾರ ಮಾಡುವಂಥವರೂ ಇರುತ್ತಾರೆ. ಇವರು ಮನೆಯಲ್ಲಿ ತಮಿಳ ಭಾಷೆ ಆಡುವರು. ಮುದ್ಲಿಯಾರರು ಬಳಗದವರನ್ನು ಬಹಳ ಪ್ರೀತಿಸುವರು; ಒಬ್ಬನು ಕ್ಷೇಮದಿಂದಿದ್ದರೆ ಅವನ ಮನೆಯಲ್ಲಿ ಹತ್ತಿ ಹೊಂದಿದವರು ಬಂದು ಶೇರುವರು. ಇವರಲ್ಲಿ ಕೆಲವರಿಗೆ ಭೂಮಿಗಳುಂಟು; ಆದರೆ ಇವರು ಹೊಲದ ಹೋರೆಯನ್ನು ತಾವೇ ಬಹುತರ ಮಾಡುವದಿಲ್ಲ, ಕೂಲಿಯಿಂದ ಮಾಡಿಸುವರು. ವ್ಯಾಪಾರ, ಅಂಗಡಿ, ಸರಕಾರೀ ಚಾಕರಿ, ಮುಂತಾದ ಹೋರೆಗಳನ್ನು ಇವರು ಮಾಡುವರು. ವಿಜಾಪುರ ಜಿಲ್ಲೆಯ ಮುದ್ಲಿಯಾರರು ವ್ಯಾಪಾರದ ಹೊರ್ತು ಬೇರೆ ಹೋರೆಯನ್ನು ಬಹುತರ ಮಾಡುವದಿಲ್ಲ. ಇವರ ಮನೆಗಳು ಸಣ್ಣವು, ಓರಣವಾಗಿರುತ್ತವೆ; ಆಹಾರದಲ್ಲಿ ಮದ್ಯ ಮಾಂಸಗಳಿಗೆ ಅಡ್ಡಿ ಇಲ್ಲ. ಗಂಡಸರು ೫ ಮೊಳದ ಪಂಜಿಯನ್ನುಟ್ಟುಕೊಂಡು ವಾಡಿಕೆಯಾಗಿ ಕೆಂಪು ರುಮಾಲ ಸುತ್ತುವರು. ಹೆಂಗಸರು ಕುಬ್ಬಸ ತೊಡುವರು, ಕಚ್ಚೆ ಹಾಕುವದಿಲ್ಲ. ವಿಧವೆಗಳು ಬಿಳೆ ಬಟ್ಟೆಯನ್ನುಡುವರು. ಬಡವರಿಗೆ ಸಹ ಕಿವಿಯಲ್ಲಿ ಆಭರಣವಿರಲಿಕ್ಕೆ ಬೇಕು. ಕೂಸು ಹುಟ್ಟಿದ ಕೂಡಲೆ ಪುರೋಹಿತನು ಜನ್ಮಪತ್ರಿಕೇ ಬರಿಯುತ್ತಾನೆ. ೧೨ನೇ, ೧೩ನೇ ದಿವಸ ಕೂಸಿಗೆ ಹೆಸರಿಡುವರು. ಆಗ ತಾಯಿ ತಂದೆಗಳು ನೆಲದ ಮೇಲೆ ಕೂತು ತಾಯಿಯು ಕೂಸನ್ನು ಎತ್ತಿಕೊಂಡ ಬಳಿಕ ಹೆಸರು ಮೂರು ಸಾರಿ ಗಟ್ಟಿಸಿ ನುಡಿಯುವರು. ಹೆಣ್ಣು ಮಕ್ಕಳ ಲಗ್ನವನ್ನು ೮ನೇ, ೯ನೇ ವರ್ಷ, ಇಲ್ಲವೆ ಮೈನೆರಿದ ಬಳಿಕ ಮಾಡುವರು. ಸಾಯುವ ಮನುಷ್ಯನ ಬಾಯೊಳಗೆ ತುಳಸೀ ಪತ್ರ, ನೀರು, ಹಾಕಿ ದೇವರ ನಾಮೋಚ್ಚಾರವನ್ನು ಗಟ್ಟಿಸಿ ಮಾಡುವರು. ಇದರಿಂದ ಸತ್ತವನಿಗೆ ಮೋಕ್ಷ ದೊರೆಯುತ್ತದಂತೆ. ಸತ್ತ ಬಳಿಕ ಹಿರಿ ಮಗನು ಸತ್ತವನ ತಲೆ ತೊಳಿದು ಯೆಣ್ಣೆ ಹಚ್ಚುವನು, ಹೆಣಕ್ಕೆ ಹೊಸ ವಸ್ತ್ರ ಹೊದಿಸಿ ಬಾಯೊಳಗೆ ಅಡಿಕೆ ಅಕ್ಕೀ ಕಾಳುಗಳನ್ನು ಹಾಕುವರು. ಹಿರಿ ಮಗನು ಬೆಂಕಿ ಹಿಡಿಯುವನು; ಹೆಣದ ಮುಂದೆ ವಾದ್ಯಗಳನ್ನು ಬಾರಿಸುವರು. ಸುಡುಗಾಡಿಗೆ ಹೋದ ಬಳಿಕ ಹೆಣವನ್ನು ದಕ್ಷಿಣಕ್ಕೆ ಕಾಲು ಮಾಡಿ ತಾಳಿಯ ಮೇಲೆ ಮಲಗಿಸಿ, ಅದರ ಬಾಯಿ ಮೇಲೆ ಬಳಗದವರು ಮೂರಾವರ್ತಿ ಅಕ್ಕೀ ಕಾಳುಗಳನ್ನು ಚಲ್ಲುವರು. ಹೆಣ ಸುಡುವ ವಿಧಾನವೆಲ್ಲ ಬ್ರಾಹ್ಮಣರಂತೆ. ಮುದ್ಲಿಯಾರರು ಮರಣದ ಸೂತಕವನ್ನು ೧೬ ದಿವಸ ಹಿಡಿದು, ಸೂತಕದಲ್ಲಿ ವೊಪ್ಪೊತ್ತು ಮಾತ್ರ ಉಣ್ಣುವರು. ೧೭ನೇ ದಿವಸ ಬ್ರಾಹ್ಮಣರ ಭೋಜನ ಮುಂತಾದ ವಿಧಾನವೆಲ್ಲ ಬ್ರಾಹ್ಮಣರಂತೆ. ಮುದ್ಲಿಯಾರರು ಮನೆಯಲ್ಲಿ ದೇವರ ಮೂರ್ತಿಗಳನ್ನಿಟ್ಟು ಪೂಜಿಸಿ, ಬ್ರಾಹ್ಮಣರಿಗೆ ಭಕ್ತಿಯಿಂದ ನಡಕೊಳ್ಳುವರು. ಇವರು ಕ್ಷೇಮಿಗಳು, ನಿತ್ಯ ಕ್ರಮದಲ್ಲಿ

ಮಿತದಿಂದ ಹಣ ವೆಚ್ಚ ಮಾಡುವರು; ಆದರೆ ಲಗ್ನಕಾರ್ಯಗಳಲ್ಲಿ ದುಂದಿನಿಂದ ವೆಚ್ಚ ಮಾಡುವರು. ಇವರ ಮಕ್ಕಳು ವಿದ್ಯಾಭ್ಯಾಸ ಮಾಡುತ್ತಾರೆ.

ನಾಯಡುಗಳು.

ನಾಯಡುಗಳು.—ಮದ್ರಾಸಿನಿಂದ ಬಂದು ಬೆಳಗಾವಿಯಲ್ಲಿ ವಾಸಿಸುತ್ತಾರೆ; ಇವರ ಮೈಬಣ್ಣ ಮುಖಲಕ್ಷಣಗಳು ಮುದ್ಲಿಯಾರರಂತೆ, ಆದರೆ ಜನ್ಮಭಾಷೆ ತೆಲಗು. ಇವರ ಉಡಿಗೆ, ನಡಾವಳಿಗಳೆಲ್ಲ ಬಹುತರ ಮುದ್ಲಿಯಾರರಂತೆ. ಮುದ್ಲಿಯಾರರಿಗೂ ಇವರಿಗೂ ಅನ್ನ ವ್ಯವಹಾರವಾಗುತ್ತದೆ, ಆದರೆ ಶರೀರ ಸಂಬಂಧವಾಗುವದಿಲ್ಲ. ಇವರ ಜಾತಿ ಸಂಬಂಧದ ವ್ಯಾಜ್ಯಗಳನ್ನು ದೇಸಾಯಿ ಶೆಟ್ಟಿಯೆಂಬ ಹಿರಿ ಮನುಷ್ಯನು ತೀರಿಸುವನು. ಇವರು ಕ್ಷೆಮಿಗಳಾಗಿ ತಮ್ಮ ಮಕ್ಕಳನ್ನು ಶಾಲೆಗೆ ಕಳಿಸುವರು.

ಲಿಂಗವಂತರು.

ಲಿಂಗವಂತರು (ಲಿಂಗಾಯತರು).—ಇವರು ಮುಂಬಯಿ ಕರ್ನಾಟಕದಲ್ಲಿ ಯಾವತ್ತು ಕಡೆಯಲ್ಲಿ ಇದ್ದಾರೆ. ಇವರ ಜನಸಂಖ್ಯೆ ೭೫೮೦೩೨ ಅಂದರೆ ವೊಟ್ಟು ಹಿಂದೂ ಜನರಲ್ಲಿ ನೂರಕ್ಕೆ೩೦·೦೨ದಂತೆ ಇದ್ದಾರೆ. ಲಿಂಗಾಯತರಿಗೆ ವೀರ ಶೈವರೆಂತಲೂ ಹೆಸರುಂಟು. ಇವರೊಳಗೆ ಗೃಹಸ್ಥರೆಂತಲೂ ಜಂಗಮರೆಂತಲೂ ಯೆರಡು ಮುಖ್ಯ ಭೇದಗಳು ಉಂಟು. ಜಂಗಮರೊಳಗೆ ವಿರಕ್ತರೂ (ವಿವಾಹವಾಗದವರೂ) ಗುರು ಸ್ಥಳದವರೂ (ವಿವಾಹವಾದವರು) ಯೆಂದು ಯೆರಡು ಒಳಭೇದಗಳುಂಟು. ಲಿಂಗಾಯತರಲ್ಲಿ ವೊಟ್ಟಗೆ ೩೧ ವೊಳಭೇದಗಳು. ಧೂಳಪಾವಡದವರು, ಶೀಲವಂತರು, ಬಣಜಿಗರು, ಪಂಚಮಸಾಲಿಯವರು, ಇವರೇ ಮೇಲಾದ ಲಿಂಗಾಯತರು. ಇವರು ಬಹಳ ಧರ್ಮನಿಷ್ಠೆಯುಳ್ಳವರಿದ್ದು ಪಂಕ್ತಿಯಲ್ಲಿ ಅಯ್ಯನವರು ಇಲ್ಲದಾಗ ಇತರ ಲಿಂಗಾಯತರೊಡನೆ ಭೋಜನ ಮಾಡುವದಿಲ್ಲ. ಉಳಿದ ಲಿಂಗಾಯತರಿಗೆ ಉದ್ಯೋಗದ ಮೇಲಿಂದ ಹೆಸರು ಬಂದದೆ. ಲಿಂಗಾಯತರು ಅಘೋರ, ಈಶಾನ, ಸದ್ಯೋಜಾತ, ತತ್ಪುರುಷ, ವಾಮದೇವ, ಯೆಂಬ ಮಹಾ ದೇವನ ಐದು ಮುಖಗಳಿಂದ ನಾವು ಉತ್ಪನ್ನರಾಗಿದ್ದೇವೆಂತಲೂ ನಂದಿಯ ಅವತಾರವಾದ ಬಸವನು ಲಿಂಗಧಾರಣ ಮಾಡುವ ಪದ್ಧತಿಯನ್ನು ಪ್ರಚಾರದಲ್ಲಿ (೧೧೦೦-೧೧೬೦) ತಂದನೆಂತಲೂ, ಹೇಳುತ್ತಾರೆ. ಬಸವನು ಹಳೇ ಶೈವ ಮತವನ್ನು ಪುನರುಜ್ಜೀವನ ಮಾಡಿದ್ದು ನಿಜವಿರಬಹುದು.

ಬಸವೇಶ್ವರನ ತಂದೆಯ ಹೆಸರು ಮಾದಿಗರಾಯ, ತಾಯಿ ಮಹದಾಂಬಾ. ಇವರಿಬ್ಬರು ಆರಾಧ್ಯ ಬ್ರಾಹ್ಮಣರು. ಇವರು ವಿಜಾಪುರದ ನೈಋತ್ಯದಲ್ಲಿ ಸುಮಾರು ನಾಲ್ವತ್ತು ಮೈಲುಗಳ ಮೇಲೆ ಇರುವ ಬಾಗೇವಾಡಿಯ ಹತ್ತರ ಹಿಂಗಲೇಶ್ವರವೆಂಬಲ್ಲಿ ವಾಸವಾಗಿರುತ್ತಿದ್ದರು. ಇವರು ಶಿವನ ಪೂರ್ಣ ಭಕ್ತರಿದ್ದದರಿಂದ ಶಿವನ ವಾಹನನಾದ ನಂದಿಯು ಇವರ ಹೊಟ್ಟೆಯಲ್ಲಿ ಬಸವನೆಂಬ ಹೆಸರಿನಿಂದ ಅವತರಿಸಿದನಂತೆ. ಇವನ ಮುಂಜಿಯಲ್ಲಿ ಯಜ್ಞೋಪವೀತವನ್ನು ಹಾಕ ತೊಡಗಲು, ಬಸವನು ಗಾಯತ್ರಿ ಮಂತ್ರವನ್ನು ಅನ್ನಬೇಕಾದ್ದರಿಂದ ಯಜ್ಞೋಪವೀತ ಧರಿಸುವದಿಲ್ಲೆಂತಲೂ; ಶಿವನ ಹೊರ್ತು ಬೇರೆ ಗುರು

ವನ್ನು ನಾನು ನಂಬುವದಿಲ್ಲೆಂತಲೂ, ಹೇಳಿದ್ದರಿಂದ ತಂದೆಯು ಅವನನ್ನು ಮನೆಯ ಹೊರಗೆ ಅಟ್ಟಿದನು. ಬಳಿಕ ಅವನೂ ಅವನ ಸಹೋದರಿಯಾದ ಅಕ್ಕನಾಗಮ್ಮನೂ ಕೂಡಿ ಕಲ್ಯಾಣಕ್ಕೆ ಓಡಿ ಹೋದರು (೧೧೫೬). ಆಗ ಕಲ್ಯಾಣವು ಉತ್ತರ ಕರ್ನಾಟಕದಲ್ಲಿ ಮುಖ್ಯ ಪಟ್ಟಣವಿದ್ದು, ಅಲ್ಲಿ ಬಿಜ್ಜಳನೆಂಬ ಕಲಚೂರ್ಯ ಕುಲದ ಜೈನ ಅರಸು ಆಳುತ್ತಿದ್ದನು. ಬಸವನ ಸೋದರ ಮಾವನು ಕಲ್ಯಾಣಪುರದಲ್ಲಿ ದಂಡನಾಯಿಕನಾಗಿರುವದರಿಂದ ಈ ಬಸವನಿಗೆ ಆಶ್ರಯ ಕೊಟ್ಟು, ತನ್ನ ಮಗಳಾದ ಗಂಗಮ್ಮನನ್ನು ಮದುವೆ ಮಾಡಿ ಕೊಟ್ಟನು. ಬಸವನು ಅರಸನಿಗೆ ತನ್ನ ಅಕ್ಕನನ್ನು ಮದುವೆ ಮಾಡಿ ಕೊಟ್ಟದ್ದರಿಂದ ಬಸವನ ವರ್ಚಸ್ಸು ಬೆಳೆಯಿತು. ಮುಂದೆ ಬಸವನ ಮಾವನು ತೀರಿದ ನಂತರ ಬಿಜ್ಜಳನು ಬಸವನನ್ನು ಮುಖ್ಯ ಮಂತ್ರಿಯಾಗಿಯೂ ಸೇನಾನಾಯಕನಾಗಿಯೂ ನೇಮಿಸಿದನು. ಬಸವನು ಅಧಿಕಾರವನ್ನು ಪಡೆದನಂತರ ಹಳೇ ಉದ್ಯೋಗಸ್ಥರನ್ನೆಲ್ಲ ತೆಗೆದು ಹಾಕಿ ಅವರಿಗೆ ಬದಲಾಗಿ ತನಗೆ ಬೇಕಾದ ಜನರನ್ನು ನೇಮಿಸಿ ಕೊಂಡನು. ಅವನು ಮನಸಿಗೆ ಬಂದಂತೆ ದಾನ ಧರ್ಮವನ್ನು ಮಾಡಿ ಬಹಳ ಜನರನ್ನು ವೊಲಿಸಿ ಕೊಂಡನು. ಅವನ ಅಧಿಕಾರವು ನೆಲೆಗೊಂಡ ಬಳಿಕ ಜೈನರು, ಸ್ಮಾರ್ತರು, ವೈಷ್ಣವರು, ಈ ಯಾವತ್ತು ಜನರ ಮತಗಳಿಗೆ ವಿರುದ್ಧವಾಗಿ ಲಿಂಗ ಪೂಜೆಯ ಧರ್ಮವನ್ನು ಬೋಧಿಸ ಹತ್ತಿದನು. ಕಡೆಗೆ ಬಿಜ್ಜಳನು ಬಸವನ ವರ್ತನವನ್ನು ನೋಡಿ ಸಿಟ್ಟಾದ್ದರಿಂದಲೂ ಜೈನರು ಹುರಿದುಂಬಿಸಿದ್ದರಿಂದಲೂ ಅವನನ್ನು ಹಿಡಿಯ ಬೇಕೆಂದು ಯತ್ನೈಸಿದನು. ಆದರೆ ಬಸವನು ಓಡಿ ಹೋಗಿ ದೊಡ್ಡ ಸೈನ್ಯವನ್ನು ಕೂಡಿಸಿ ಬಂಡಾಯವನ್ನು ಮಾಡಲು, ಬಿಜ್ಜಳನು ಬಸವನ ಬಂಡಾಯವನ್ನು ಮುರಿಯಲಿಕ್ಕೆ ಮುಂದರಿದು ಬಸವನಿಂದ ಅಪಜಯ ಪಟ್ಟನು. ತರುವಾಯ ಬಸವನು ಬಿಜ್ಜಳನಿಂದ ತನ್ನ ಮಂತ್ರೀ ಕೆಲಸವನ್ನು ಬಲಾತ್ಕಾರದಿಂದ ಪುನಃ ಸಂಪಾದಿಸಿದನು. ಮುಂದೆ ಬಸವನು ಬಿಜ್ಜಳನನ್ನು ಕೊಲ್ಲ ಬೇಕೆಂದು ನಿಶ್ಚೈಸಿ ಭೀಮಾ ನದಿಯ ದಂಡೆಯ ಮೇಲೆ ಬಿಜ್ಜಳನಿಗೆ ವಿಷಪ್ರಯೋಗ ಮಾಡಿದನು. ನಂತರ ಬಿಜ್ಜಳನ ಮಗನಾದ ರಾಯ ಮುರಾರಿಯು ತನ್ನ ತಂದೆಯನ್ನು ಕೊಂದದ್ದಕ್ಕೆ ಬಸವನ ಸೇಡು ತಕ್ಕೊಳ್ಳುವದಕ್ಕಾಗಿ ಅವನ ಮೇಲೆ ಸಾಗಿ ಹೋಗಲು, ಬಸವನು ಯೆದೆಗುಂದಿ ಉತ್ತರ ಕಾನಡಾ ಜಿಲ್ಲೆಯಲ್ಲಿರುವ ಉಳಿವಿಗೆ ಪಲಾಯನ ಮಾಡಿದನು. ಅಲ್ಲಿಯೂ ರಾಯ ಮುರಾರಿಯು ಅವನನ್ನು ಬೆನ್ನಟ್ಟಲಾಗಿ, ಬಸವನು ನಿರಾಶೆಯಿಂದ ವೊಂದು ಭಾವಿಯೊಳಗೆ ಮುಳುಗಿ ಮಡಿದು ಹೋದನೆಂದು ಜೈನರ ಇತಿಹಾಸದಿಂದ ತಿಳಿಯುತ್ತದೆ. ಆದರೆ ಈ ಬಗ್ಗೆ ಲಿಂಗಾಯತರು ಹೇಳುವ ವೃತ್ತಾಂತವು ಬೇರೆ ಉಂಟು. ಅದೇನೆಂದರೆ, ಬಸವನಿಗೂ ಬಿಜ್ಜಳ ಅರಸನಿಗೂ ಕದನ ಹುಟ್ಟಲಿಕ್ಕೆ ಬಿಜ್ಜಳನು ಬಸವನ ಇಬ್ಬರು ಜೀವದ ಗೆಳೆಯರ ಕಣ್ಣು ಕಿತ್ತಿಸಿದ್ದೇ ಕಾರಣವೆಂದು ಹೇಳುವರು. ಬಸವನು ಅರಸನ ಕ್ರೂರತನದ ಬಗ್ಗೆ ಅವನನ್ನು ಶಿಕ್ಷಿಸುವ ಕೆಲಸವನ್ನು ತನ್ನ ಸ್ನೇಹಿತನಾದ ಜಗದ್ದೇವನಿಗೆ ಬಿಟ್ಟುಕೊಟ್ಟು, ಕಲ್ಯಾಣವನ್ನು ಶಪಿಸಿ, ಬಳ್ಳಾರಿಯ ಪಶ್ಚಿಮಕ್ಕೆ ಸುಮಾರು ನೂರು ಹರದಾರಿಯ ಮೇಲೆ ಇರುವ ಸಂಗಮೇಶ್ವರವೆಂಬ ಪವಿತ್ರ ಸ್ಥಾನಕ್ಕೆ ಹೊರಟು ಹೋದನು. ಮುಂದೆ ಜಗದ್ದೇ

ವನು ಇಬ್ಬರು ಲಿಂಗವಂತ ಸನ್ಯಾಸಿಗಳ ಸಹಾಯದಿಂದ ಬಿಜ್ಜಳನನ್ನು ಕೊಂದನಂತೆ ಬಸವನು ಹಳೇ ಧರ್ಮವನ್ನು ಪುನಃ ಸ್ಥಾಪಿಸುವ ಕೆಲಸವನ್ನು ಮುಗಿಸಿದ್ದರಿಂದ ಈ ಜನ್ಮ ದಿಂದ ಮುಕ್ತಿಯಾಗಬೇಕೆಂದು ಶಿವನನ್ನು ಬೇಡಿಕೊಳ್ಳಲಾಗಿ ಶಿವನೂ ಪಾರ್ವತಿಯೂ ಬಂದು ಬಸವನನ್ನು ಯೆತ್ತಿಕೊಂಡು ಹೋಗಲು, ಅವನು ಅದ್ರುಶ್ಯನಾದನು. ಬಸವನು ಯೆಷ್ಟೋ ಅಮಾನುಷ ಕೃತ್ಯಗಳನ್ನು ಮಾಡಿದ್ದರಿಂದ ಅವನ ಧರ್ಮವು ಹಬ್ಬಿತೆಂದು ಲಿಂಗವಂತರು ಹೇಳುವರು. ಬಸವನ ಧರ್ಮದ ಮುಖ್ಯವಾದ ತತ್ವಗಳು ಯಾವವೆಂ ದರೆ, ಮನುಷ್ಯನನ್ನು ರಕ್ಷಿಸುವ ದೇವರು ವೊಬ್ಬನೇ. ಯಜ್ಞ, ಯಾಗ, ತಪಶ್ಚರ್ಯ, ಯಾತ್ರೆ, ಉಪವಾಸ, ಇವುಗಳನ್ನು ಮಾಡುವ ಆವಶ್ಯವಿಲ್ಲ. ಲಿಂಗಧಾರಣ ಮಾಡುವವ ರೆಲ್ಲರು ಸಮಾನಸ್ಕಂಧರಾದದರಿಂದ ಜಾತಿ ಭೇದವಿಲ್ಲ. ಶಿವನಲ್ಲಿ ನಂಬಿಗೆಯುಳ್ಳವನೂ ಲಿಂಗವನ್ನು ಧಾರಣ ಮಾಡುವವನೂ ಯಾವಾಗಲೂ ಶುಚಿಯಾಗಿರುವದರಿಂದ, ಹಡೆದಾ ಗ, ಮುಟ್ಟಾದಾಗ, ಮರಣ ವೊದಗಿದಾಗ, ಲಿಂಗವಂತನಿಗೆ ಅಶುಚಿಯು ತಟ್ಟದು. ಶಿವ ನಲ್ಲಿ ನಿಜವಾಗಿ ನಂಬಿಗೆಯುಳ್ಳವನು ನೆಟ್ಟಗೆ ಸ್ವರ್ಗ ಲೋಕಕ್ಕೆ ತೆರಳುವನು. ಶಿವನು ಸರ್ವಶಕ್ತನಾಗಿರುವದರಿಂದ ಭೂತ, ಪಿಶಾಚ, ಯಂತ್ರ, ಮಂತ್ರ, ತಂತ್ರಗಳಿಂದ ಲಿಂಗ ವಂತನಿಗೆ ಯೇನೂ ಅಪಾಯವಾಗದು. ಆದರೆ ಈ ಧರ್ಮಸಂಬಂಧವಾದಂಥ ಯೆಷ್ಟೋ ತತ್ವಗಳನ್ನು ಶೀಲವಂತ ಬಣಜಿಗ ಮುಂತಾದ ಯಾವ ಲಿಂಗವಂತರೂ ಪಾಲಿಸುವದಿಲ್ಲ. ಲಿಂಗವೇ ಮುಖ್ಯ ದೇವರೆಂದು ತಿಳಿದಾಗ್ಯೂ ವೀರಭದ್ರ, ಮಲ್ಲಿಕಾರ್ಜುನ, ದ್ಯಾಮವ್ವ, ದುರಗವ್ವ, ಹನುಮಂತ, ಮುಂತಾದ ದೇವತೆಗಳನ್ನು ಪೂಜಿಸುವರು. ಇವರಲ್ಲಿ ವಿಧವೆ ಯರಿಗೆ ಪುನರ್ವಿವಾಹ ಉಂಟು. ಇವರಲ್ಲಿ ವ್ಯಾಪಾರಸ್ಥರೂ, ಸರಕಾರಿ ನೌಕರರೂ, ವೊಕ್ಕಲಿಗರೂ, ಗಾಣಿಗರೂ, ಶಿಂಪಿಗರೂ, ಬಣ್ಣಗಾರರೂ, ಪತ್ತಾರರೂ, ನೇಕಾರರೂ, ಕುಂಬಾರರೂ, ಹೂಗಾರರೂ, ಕೆಲಸಿಗರೂ, ಅಗಸರೂ, ಮುಂತಾದ ಅನೇಕ ಉದ್ಯೋ ಗಗಳನ್ನು ಮಾಡುವ ಜನರುಂಟು. ಇವರ ಭಾಷೆ ಕನ್ನಡ. ಇವರು ಮದ್ಯ ಮಾಂಸಗಳ ನ್ನು ತಿನ್ನುವದಿಲ್ಲ, ಧಾನ್ಯ, ಕಾಯಿಪಲ್ಲೆಗಳೇ ಇವರ ಆಹಾರವು. ಕೂಸು ಹುಟ್ಟಿದ ಕೂಡಲೆ ಅದರ ಕೊರಳಲ್ಲಿ ಲಿಂಗ ಕಟ್ಟಿ, ಬಳಿಕ ಲಿಂಗವನ್ನು ತೊಟ್ಟಿಲಿನ ಕಾಲಿಗೆ ಕಟ್ಟು ವರು. ಮರಣದ ಕಾಲಕ್ಕೆ ಜಂಗಮರ ಪಾದೋದಕವನ್ನು ಸಾಯುವ ಮನುಷ್ಯನ ಬಾಯಲ್ಲಿ ಹಾಕುವರು. ಮತ್ತು ಜಂಗಮರಿಗೂ ಬಳಗದವರಿಗೂ ಊಟಕ್ಕೆ ಹಾಕುವರು. ಆ ಮೇಲೆ ಜಂಗಮನು ತನ್ನ ಬಲಗಾಲನ್ನು ಸಾಯುವ ಮನುಷ್ಯನ ತಲೆಯ ಮೇಲೆ ಇಡುವನು. ಸತ್ತ ಬಳಿಕ ವೊಂದೆರಡು ದಿವಸ ಹೆಣವನ್ನು ಇಟ್ಟು ಆಪ್ತ ಇಷ್ಟರೆಲ್ಲರು ಕೂಡಿ ವೊಳ್ಳೇ ಸಂಭ್ರಮದಿಂದ ವೈದು ಹುಗಿಯುವರು. ಲಿಂಗವಂತರು ತಮ್ಮ ಮಕ್ಕ ಳಿಗೆ ವಿದ್ಯ ಕಲಿಸುವರು. ಒಟ್ಟಿಗೆ ನೋಡಲಾಗಿ ಇವರು ಸೌಖ್ಯದಿಂದ ಇದ್ದಾರೆ.

ಲಿಂಗವಂತ (ವೀರಶೈವ) ಮತವು ಸಾಮಾನ್ಯತಃ ಅದ್ವೈತ ಮತದ ಹಾಗೇ ಇರು ತ್ತದೆ. ಇದರಲ್ಲಿ ವಿಶೇಷವೇನೆಂದರೆ, ಪ್ರಕೃತಿಯ ಯೋಗದಿಂದ ಸಗುಣ ಬ್ರಹ್ಮನಾದ ಶಿವನಿಗೂ ಅವನ ಕುಟುಂಬದವರಿಗೂ ಹೊರ್ತಾಗಿ ಬೇರೆ ಯಾವ ದೇವತೆಗೂ ಕೈಮುಗಿ

ಯ ಬಾರದು. ಶಿವನ ಆತ್ಮವೂ ಮನುಷ್ಯನ ಆತ್ಮವೂ ಒಂದೇ. ಮೈಮೇಲಿನ ಲಿಂಗವು ಆ ಆತ್ಮದ ಕುರುಹೆಂದು ಅದನ್ನು ಪೂಜಿಸ ಬೇಕು. ಮೂರ್ತಿಗಳನ್ನು ಪೂಜಿಸ ಕೂಡದು. ದಾನವೆಂಬ ಕರ್ಮದ ಹೊರ್ತು ಬೇರೆ ಯಾವ ಕರ್ಮವೂ ಮುಕ್ತಿಗೆ ಅವಶ್ಯವಿಲ್ಲ. ಲಿಂಗವಂತರಿಗೆ ಅಷ್ಟಾವರಣಗಳು (ಎಂಟು ಹೊದಿಕೆಗಳು) ಇರತಕ್ಕವು. ಅವು ೧. ವಿಭೂತಿ, ೨. ರುದ್ರಾಕ್ಷ, ೩. ಮಂತ್ರ (ಶಿವಾಯನಮಃ), ೪. ಗುರು, ೫. ಲಿಂಗ, ೬. ಜಂಗಮ, ೭. ಪಾದೋದಕ, ೮. ಪ್ರಸಾದ. ಲಿಂಗವಂತರ ಗುರುಗಳು ೫ ಜನರುಂಟು. ಅವರಿಗೆ ಪಂಚಾಚಾರ್ಯರೆನ್ನುವರು. ರೇವಣಾರಾಧ್ಯ, ಮರುಳಾರಾಧ್ಯ, ಪಂಡಿತಾರಾಧ್ಯ, ಏಕೋರಾಮ, ವಿಶ್ವಾರಾಧ್ಯ. ಇವರು ಬಸವನಿಗಿಂತ ಪ್ರಾಚೀನರು. ಇವರೇ ಅಯ್ಯತನವನ್ನು (ಬಹುಶಃ ವೀರಶೈವ ಮತವನ್ನು) ಉಂಟು ಮಾಡಿದರೆಂದು ಹೇಳುತ್ತಾರೆ. ಈಗಿನ ಅಯ್ಯಗಳಲ್ಲಿ ಪ್ರತಿ ವೊಬ್ಬನು ಈ ಐವರಲ್ಲಿ ವೊಬ್ಬನ ಸೂತ್ರದವನು, ಅಂದರೆ ಶಿಷ್ಯ ಮನೆತನದವನು ಇರುತ್ತಾನೆ. ಒಂದೇ ಸೂತ್ರದವರಲ್ಲಿ ಶರೀರ ಸಂಬಂಧವಾಗುವದಿಲ್ಲ. ಮುಂದೆ ಅಯ್ಯನಾಗ ತಕ್ಕ ಹುಡುಗನಿಗೆ ೮ನೇ ವರ್ಷ ಮೌಂಜಿಯ ಹಾಗೆ "ಅಯ್ಯತನ"ವೆಂಬ ಸಂಸ್ಕಾರವನ್ನು ಮಾಡುತ್ತಾರೆ.

ಲಿಂಗವಂತರ ಮುಖ್ಯ ಗುರುವು ಮೈಸೂರ ಶೀಮೆಯಲ್ಲಿ ಚಿತ್ರಗಲದುರ್ಗವೆಂಬಲ್ಲಿ ಇರುತ್ತಾನೆ. ಆ ಗುರುವಲ್ಲದೆ, ಲಿಂಗವಂತರ ಮೇಲೆ ಹೆಚ್ಚುಕಡಿಮೆ ಅಧಿಕಾರ ನಡಿಸುವಂಥ, ಬಹು ಜನರಿಗೆ ಗುರುಸ್ಥಾನವೆನಿಸುವಂಥ ಅಯ್ಯಗಳು ಬಹಳ ಕಡೆಯಲ್ಲಿ ಇರುತ್ತಾರೆ.

— ಲಿಂಗವಂತರಲ್ಲಿ ನಿಜ ಲಿಂಗವಂತರು, ಸ್ವೀಕರಿಸಿದ ಲಿಂಗವಂತರು, ಅರ್ಧ ಲಿಂಗವಂತರು, ಯೆಂಬ ಮೂರು ದೊಡ್ಡ ವರ್ಗಗಳನ್ನು ಮಾಡ ಬಹುದು. ಮೊದಲನೇ ನಿಜ ಲಿಂಗವಂತರೆಂಬ ವರ್ಗದಲ್ಲಿ ಜಂಗಮರು, ಶೀಲವಂತರು, ಬಣಜಿಗರು, ಪಂಚಮಸಾಲಿಯವರು, ಯೆಂಬ ನಾಲ್ಕು ಜಾತಿಗಳು ಬರುತ್ತವೆ.* ಇವೇ ಲಿಂಗವಂತರಲ್ಲಿ ಯೆಲ್ಲಕ್ಕೂ ಶ್ರೇಷ್ಠ ಜಾತಿಗಳು ಇರುತ್ತವೆ. ಕಡಿಮೇ ಜಾತಿಗಳ ಜನರು ಈ ಜಾತಿಗಳಲ್ಲಿ ಶೇರಲಾರರು. ಈ ನಾಲ್ಕು ಜಾತಿಗಳ ಆಚಾರ ವ್ಯವಹಾರಾದಿಗಳು ಹ್ಯಾಗಂದರೆ—

ಜಂಗಮರು.

ಜಂಗಮರು.—ಜಂಗಮರೆಂದರೆ ತಿರುಗಾಡುವ ಶಿವಸ್ವರೂಪಿಗಳು. ಇವರು ಯಾವತ್ತು ಲಿಂಗವಂತ ಜಾತಿಗಳಿಗೆ ವಂದ್ಯರೆನಿಸಿಕೊಳ್ಳುತ್ತಾರೆ. ಇವರಲ್ಲಿ ವಿರಕ್ತರು, ಸಾಮಾನ್ಯರು, ಗಣಾಚಾರಿಗಳು, ಮಠಪತಿಗಳು, ಯೆಂಬ ನಾಲ್ಕು ವೊಳಭೇದಗಳಿರುತ್ತವೆ. ಇವರಲ್ಲಿ ವಿರಕ್ತರೇ ಯೆಲ್ಲಕ್ಕೂ ಶ್ರೇಷ್ಠರು. ಇವರು ಲಗ್ನ ಮಾಡಿಕೊಳ್ಳುವದಿಲ್ಲ; ಹೆಂಗಸರ ಮೋರೆಯನ್ನು ನೋಡುವದಿಲ್ಲ; ಜಡಿ ಬೆಳಿಸುವರು, ಗಡ್ಡ ಬಿಡುವರು, ಮಠದಲ್ಲಿ ವಾಸಿಸುವರು, ಕೌಪೀನ ಧರಿಸುವರು, ಶಾಟಿಯನ್ನು ಹೊರುವರು, ಭಿಕ್ಷೆಯಿಂದ ಜೀವಿಸುವರು. ಇವರ ಕೊರಳಲ್ಲಿಯೂ ತಲೆಯ

* ಮೂಲ ಇಂಗ್ಲಿಷ ಗ್ರಂಥದಲ್ಲಿ ಈ ನಾಲ್ಕು ಜಾತಿಗಳ ಸಂಖ್ಯೆಗಳನ್ನು ಬೇರೆ ಬೇರೆಯಾಗಿ ಯಾವ ಜಿಲ್ಲೆಯಲ್ಲಿಯೂ ವಿವರಿಸಿಲ್ಲ. ವಿಜಾಪುರ ಜಿಲ್ಲೆಯಲ್ಲಿ ಈ ನಾಲ್ಕು ಜಾತಿಗಳ ವೊಟ್ಟು ಸಂಖ್ಯೆಯು ೧೧೦೦೦೦ ಇರುತ್ತದೆ.

ಮೇಲಿನ ಟೊಪ್ಪಿಗೆಗೂ ರುದ್ರಾಕ್ಷ ಮಾಲೆಗಳಿರುವವು. ಸಾಮಾನ್ಯ ಜಂಗಮರಿಗೆ ವಾಡಿಕೆಯಾಗಿ ಅಯ್ಯಗಳೆಂದೆನ್ನುವರು. ವಿರಕ್ತರಂತೆ ಇವರಿಗೂ "ಅಯ್ಯತನದ" ಸಂಸ್ಕಾರವಾಗುತ್ತದೆ. ಇವರು ಲಗ್ನ ಮಾಡಿಕೊಂಡು ಮನೆಗಳಲ್ಲಿ ವಾಸಿಸುವರು. ಭಿಕ್ಷೆಯೇ ಇವರ ಉಪಜೀವನದ ಹೋರೆಯು; ಆದರೆ ಕೆಲವರು ವೊಕ್ಕಲತನ, ವ್ಯಾಪಾರ, ಮುಂತಾದ ಹೋರೆಗಳನ್ನು ಮಾಡುವರು. ಯಾವತ್ತು ಬಗೆಯ ಲಿಂಗವಂತರಲ್ಲಿ ಲಗ್ನಕಾರ್ಯಗಳನ್ನೂ ಮರಣದ ಸಂಸ್ಕಾರಗಳನ್ನೂ ಮಾಡಿಸುವವರು ಇವರೆ. ಇವರಲ್ಲಿ "ಪಟದಯ್ಯ" ಯೆಂಬ ಪದವಿಯರು ಕೆಲವರಿರುತ್ತಾರೆ. ಅವರು ಭಿಕ್ಷೆ ಬೇಡುವಾಗ ಬಲಗಾಲಿಗೆ ಜಂಗು ಕಟ್ಟುವರು. ಕೆಲವರು ನಾನಾ ಪ್ರಕಾರದ "ಕಾಯಕ"ಗಳಿಂದ, ಅಂದರೆ ಶರೀರವನ್ನು ವ್ಯಥೆ ಪಡಿಸುವದರಿಂದ, ಉಪಜೀವನ ಮಾಡುವರು. ಮಠಪತಿಗಳಿಗೂ ಗಣಾಚಾರಿಗಳಿಗೂ ಅಯ್ಯತನದ ಸಂಸ್ಕಾರವಾಗುವದಿಲ್ಲ; ಆದದರಿಂದ ಇವರು ಸಾಮಾನ್ಯರಿಗಿಂತ ಕಡಿಮೇ ಯೋಗ್ಯತೆಯವರೆಂದು ಯೆಣಿಸಲ್ಪಡುತ್ತಾರೆ. ಇವರು ಪರಸ್ಪರ ಶರೀರ ಸಂಬಂಧ ಮಾಡುವರು; ಆದರೆ ಸಾಮಾನ್ಯರು ಇವರ ಕೂಡ ಶರೀರ ಸಂಬಂಧ ಮಾಡುವದಿಲ್ಲ. ಇವರು ವಿರಕ್ತರಿಗೂ ಸಾಮಾನ್ಯ ಅಯ್ಯಗಳಿಗೂ ಊಳಿಗದವರಂತೆ ಸಹಾಯ ಮಾಡ ತಕ್ಕವರು. ಈ ಕಾರಣದಿಂದ ಮಠಪತಿಗಳಿಗೂ ಗಣಾಚಾರಿಗಳಿಗೂ ಇನಾಮು ಭೂಮಿಗಳಿರುತ್ತವೆ. ಹೆಣ ಶೃಂಗರಿಸುವ ಕೆಲಸವನ್ನು ಮಠಪತಿಯು ಮಾಡಲಿಕ್ಕೆ ಬೇಕು; ಉಡಿಕೆಗಳನ್ನು ಗಣಾಚಾರಿಯ ಹೊರ್ತು ಯಾರೂ ಮಾಡಿಸುವದಿಲ್ಲ. ಯಾರಾದರು ವಿರಕ್ತರು ಬಂದರೆ, ಅವರು ಹೇಳಿದ ಕೆಲಸವನ್ನು ಗಣಾಚಾರಿಯು ಮಾಡಲಿಕ್ಕೆ ಬೇಕು. ಲಗ್ನಕಾರ್ಯವು ಗಣಾಚಾರಿಯ ಹೊರ್ತು ನಡಿಯುವದಿಲ್ಲ. ಮಠಪತಿ, ಗಣಾಚಾರಿ, ಇವರ ಮಕ್ಕಳಿಗೆ ಅಯ್ಯತನದ ಸಂಸ್ಕಾರವಾದರೆ ಅವರು ಸಾಮಾನ್ಯ ಜಂಗಮರಾಗ ಬಹುದು. ಚಲವಾದಿಗಳು, ಸಮ್ಮಗಾರರು, ಇವರ ಹೊರ್ತು ಲಿಂಗಧಾರಣ ಮಾಡುವಂಥ ಬೇಕಾದ ಜಾತಿಯವರ ಮನೆಯಲ್ಲಿ ಜಂಗಮರು ಊಟಕ್ಕೆ ಹೋಗುವರು.

ಶೀಲವಂತರು. ಶೀಲವಂತರ ಸಂಖ್ಯವು ಬಹು ಸ್ವಲ್ಪವಿರುತ್ತದೆ. ಇವರು ಅಂಗಡಿಯ ವ್ಯಾಪಾರ, ಸೊನ್ನಗಾರಿಕೆ, ಮುಂತಾದ ಹೋರೆಗಳನ್ನು ಮಾಡುವರು. ಇವರು ತಮ್ಮ ನೀರು ಸಹ ಪರರ ದೃಷ್ಟಿಗೆ ಬೀಳಗೊಡುವದಿಲ್ಲವಾದ್ದರಿಂದ ಇವರಿಗೆ ಈ ಹೆಸರು ಬಂದದೆ. ವಿಜಾಪುರ ಜಿಲ್ಲೆಯ ಇಲಕಲ್ಲು ಮುಂತಾದ ಗ್ರಾಮಗಳಲ್ಲಿ ವಾಸಿಸುವ ಶೀಲವಂತರು ಹೊಳೆ ಹಳ್ಳಗಳ ದಂಡೆಯಲ್ಲಿ ವೊರತಿಗಳನ್ನು ಅಗಿದು ಅದರಲ್ಲಿಯ ನೀರು ಮಾತ್ರ ತಕ್ಕೊಳ್ಳುವರು.

ಬಣಜಿಗರು. ನಿಜಲಿಂಗವಂತರಲ್ಲಿ ಬಣಜಿಗರ ಸಂಖ್ಯವು ಜಂಗಮರಿಗಿಂತ ಹೆಚ್ಚಿರುತ್ತದೆ. ಇವರನ್ನು ನಾಲ್ಕೂ ಜಿಲ್ಲೆಗಳಲ್ಲಿ ಕಾಣ ಬಹುದು. ಇವರ ಮುಖ್ಯ ಹೋರೆ ವ್ಯಾಪಾರವು; ಆದರೆ ಕೆಲವರು ವೊಕ್ಕಲತನವನ್ನೂ ಮಾಡುವರು. ಇವರಲ್ಲಿ "ಲೋಕಬಳಿಕಿ," "ಧೂಳಪಾವಡ", ಯೆಂಬ ಯೆರಡು ಭೇದಗಳಿರುತ್ತವೆ. ವಿಜಾಪುರ ಜಿಲ್ಲೆಯಲ್ಲಿ "ಹೊಳೆಯಾಚೆ ಬಾಳ್ಳಿಯವರು," "ಚಳಗೇರಿ ಬಾಳ್ಳಿ

ಯವರು", ಯೆಂಬೆರಡು ಬೇರೆ ವರ್ಗಗಳುಂಟು. ಇವರಲ್ಲಿ ಪರಸ್ಪರ ಅನ್ನ ವ್ಯವಹಾರ ಶರೀರ ಸಂಬಂಧಗಳಾಗುತ್ತವೆ.

ಪಂಚಮಸಾಲಿಯವರು.

ಮೇಲಿನ ಮೂರು ವರ್ಗಗಳಿಗಿಂತ ಪಂಚಮಸಾಲಿಯವರ ಸಂಖ್ಯೆವು ಬಹಳ ಹೆಚ್ಚಿರುತ್ತದೆ. ಒಕ್ಕಲತನವೇ ಇವರ ಹೋರೆಯು. ಬಣಜಿಗರೂ ಶೀಲವಂತರೂ ಪಂಚಮಸಾಲಿಯುವರಿಂದಲೇ ಉಂಟಾದರೆಂದು ಹೇಳುತ್ತಾರೆ. ಈ ಹೊತ್ತಿಗೆ ಪಂಚಮಸಾಲಿಯ ಮನುಷ್ಯನು ದೀಕ್ಷೆಯನ್ನು ತಕ್ಕೊಂಡು ಬಣಜಿಗನಾಗಲಿಕ್ಕೆ ಅಡ್ಡಿ ಇಲ್ಲ. ಪಂಚಮಸಾಲಿಯ ಹುಡುಗರು ಅಯ್ಯತನದ ಸಂಸ್ಕಾರ ಹೊಂದಿ ಜಂಗಮರಾಗ ಬಹುದು; ವಿರಕ್ತರಾಗಲಿಕ್ಕೆ ಸಹ ಅವರಿಗೆ ಅಡ್ಡಿ ಇಲ್ಲ. ಈ ಅಧಿಕಾರವು ಸ್ವೀಕರಿಸಿದ ಲಿಂಗವಂತರಿಗಿಲ್ಲ. ಪಂಚಮಸಾಲಿಯವರಂತೆ ಬಣಜಿಗರೂ ಶೀಲವಂತರೂ ಜಂಗಮರಾಗ ಬಹುದು.

ಮೇಲಿನ ನಾಲ್ಕು ಜಾತಿಗಳಲ್ಲಿ ಅನ್ನ ವ್ಯವಹಾರ, ಶರೀರ ಸಂಬಂಧ, ಇವುಗಳ ನಿಯಮಗಳು ತೊಡಕುಳ್ಳವಿರುತ್ತವೆ. ಜಂಗಮ, ಶೀಲವಂತ, ಬಣಜಿಗ, ಪಂಚಮಸಾಲಿ, ಇವರ ಯೋಗ್ಯತೆಯು ಉತ್ತರೋತ್ತರವಾಗಿ ಕಡಿಮೆಯಾಗುತ್ತದೆಂದು ಯೆಣಿಸಲ್ಪಡುತ್ತದೆ. ಕೆಳಗಿನ ಜಾತಿಯವರು ಮೇಲಿನ ಜಾತಿಯವರ ಮನೆಯಲ್ಲಿ ಉಣ್ಣ ಬಹುದು; ಆದರೆ ಮೇಲಿನ ಜಾತಿಯವರು ಕೆಳಗಿನ ಜಾತಿಯವರ ಮನೆಯಲ್ಲಿ ಉಣ್ಣ ಕೂಡದು; ಇದು ಸಾಧಾರಣ ನಿಯಮವು. ಇದಕ್ಕೆ ಅಪವಾದಗಳು ಹಲವುಂಟು. ಜಂಗಮರು ಹಿಂದೆ ಹೇಳಿದಂತೆ ಲಿಂಗಧಾರಣ ಮಾಡಿದಂಥ ಬೇಕಾದ ಜಾತಿಯವರಲ್ಲಿ ಊಟಕ್ಕೆ ಹೋಗುವರು. ಮಠದಲ್ಲಿ ಜಾತಿ ನಿರ್ಬಂಧವಿಲ್ಲದೆ ಬೇಕಾದ ಜಾತಿಯ ಲಿಂಗವಂತರು ವೊಂದೇ ಪಂಗ್ತಿಯಲ್ಲಿ ಕೂತು ಊಟ ಮಾಡುವರು; ಆದರೆ ಅಲ್ಲಿ ಜಂಗಮನಿರಲಿಕ್ಕೆ ಬೇಕು. ಜಂಗಮನು ಭಿಕ್ಷೆ ಬೇಡಿ ತಂದ ಅನ್ನವನ್ನು ಹಲವು ಜಾತಿಗಳ ಜನರು ವೊಂದೇ ಪಂಗ್ತಿಯಲ್ಲಿ ಕೂತು ಉಣ್ಣ ಬಹುದು. ಇದೇ ಮೇರೆಗೆ ಅರವಟ್ಟಿಗೆಯಲ್ಲಿಯೂ ಹೊಲದಲ್ಲಿಯೂ ಜಾತಿ ನಿರ್ಬಂಧದ ಕಟ್ಟಳೆಯು ಸಡಿಲಾಗುತ್ತದೆ. ಯಾವನಾದರೂ ಲಿಂಗವಂತನು ಹೊಸ ಗಡಿಗೆಗಳಲ್ಲಿ ಅಡಿಗೇ ಮಾಡಿಸಿ, ಉತ್ತಮ ಕುಲದ ಲಿಂಗವಂತರನ್ನು ಭೋಜನಕ್ಕೆ ಕರಿದರೆ, ಅವರು ನಿರಾತಂಕವಾಗಿ ಅವನ ಮನೆಯಲ್ಲಿ ಭೋಜನ ಮಾಡಿ ಬರುವರು. ಆದರೆ ನಾದಿಗರು, ಗೌಳಿಗರು, ಅಗಸರು, ಬೇಡರು, ಮುಂತಾದ ಕುಲಗಳಿಗೆ ಈ ಮೇಲಿನ ಕಟ್ಟಳೆಗಳು ಹತ್ತುವದಿಲ್ಲ.

ಇದೇ ಮೇರೆಗೆ ಕೆಳಗಿನ ಜಾತಿಯವರ ಹೆಣ್ಣನ್ನು ಮೇಲಿನ ಜಾತಿಯವರು ಮಾಡಿಕೊಳ್ಳ ಬಹುದು. ಆ ಹೆಣ್ಣಿಗೆ ದೀಕ್ಷೆಯನ್ನು ಮಾತ್ರ ಕೊಡ ಬೇಕಾಗುತ್ತದೆ. ಆದರೆ ಶೀಲವಂತರು ತಮ್ಮ ಹೆಣ್ಣು ಮಕ್ಕಳನ್ನು ಜಂಗಮರಿಗೆ ಬಹುತರ ಕೊಡುವದಿಲ್ಲೆಂದು ತೋರುತ್ತದೆ. ಮೇಲಿನ ಜಾತಿಯವರು ತಮ್ಮ ಹೆಣ್ಣು ಮಕ್ಕಳನ್ನು ಕೆಳಗಿನ ಜಾತಿಯವರಿಗೆ ಕೊಡುವದಿಲ್ಲ. ಆದರೂ ಬಣಜಿಗರಲ್ಲಿ ಕೆಲವರು ತಮ್ಮ ಹೆಣ್ಣು ಮಕ್ಕಳನ್ನು

ಪಂಚಮಸಾಲಿಯವರಿಗೆ ಕೊಡುವ ನಡಾವಳಿಯುಂಟು. ಜಂಗಮರು ಪಂಚಮಸಾಲಿಯವರ ಹೆಣ್ಣು ಮಾಡಿ ಕೊಳ್ಳುವದು ಅಪರೂಪವು.

ಹಿಂದೆ ಹೇಳಿದ ಗಾಣಿಗರು, ಬಣಗಾರರು, ನೇಕಾರರು, ಶಿಂಪಿಗರು, ಮೊದಲಾದ ಅಸಂಖ್ಯ ಲಿಂಗವಂತ ಜಾತಿಗಳು ಸ್ವೀಕರಿಸಿದ ಲಿಂಗವಂತರಲ್ಲಿ ಇಲ್ಲವೆ ಅರ್ಧ ಲಿಂಗವಂತರಲ್ಲಿ ಬರುತ್ತವೆ. ಅವರ ವಿವರವು ಮುಂದೆ ಹೋರೆಗಳ ವರ್ಗೀಕರಣವನ್ನು ಅನುಸರಿಸಿ ಆಯಾ ಹೋರೆಯ ಕೆಳಗೆ ಬರುವದು.

ಜೈನರು.

ಜೈನರು.—ಇವರು ಕಾನಡಾ ಹೊರ್ತಾಗಿ ಉಳಿದ ಮೂರು ಜಿಲ್ಲೆಗಳಲ್ಲಿ ವಾಸಿಸುತ್ತಾರೆ. ಇವರ ಜನ್ಮ ಭಾಷೆ ಕನ್ನಡ. "ಜಿನ" ಯೆಂಬ ದೇವತೆಯನ್ನು ಆರಾಧಿಸುವ ಕಾರಣ ಇವರಿಗೆ ಜೈನರೆಂಬ ಹೆಸರು ಬಂದದೆ. ಇವರ ಧರ್ಮದ ತತ್ವಗಳು ಬೌದ್ಧ ಧರ್ಮಕ್ಕೆ ಹೊಂದುತ್ತವೆ. ಜೀವ ಹಿಂಸೆ ಮಾಡಬಾರದೆಂಬ ನಿಯಮವು ಬೌದ್ಧ ಧರ್ಮದಷ್ಟೇ ನಿರ್ಬಂಧದಿಂದ ಜೈನರಲ್ಲಿ ನಡಿಯುತ್ತದೆ. ಜೀವ ಹಿಂಸೆಯ ಸಂಶಯದಿಂದ ಇವರು ನೀರು ಸೋಸಿ ಕುಡಿಯುವರು, ಹೊತ್ತು ಇರುವಾಗಲೇ ಸಂಜೆಯ ಊಟ ತೀರಿಸುವರು, ಮಾಂಸಾಹಾರವನ್ನು ಯೆಷ್ಟು ಮಾತ್ರವೂ ಅರಿಯರು. ಇವರಲ್ಲಿ ಬೇರೆ ಹಿಂದೂ ಜನರಂತೆ ಬ್ರಾಹ್ಮಣ ಮುಂತಾದ ನಾಲ್ಕು ವರ್ಗಗಳೂ ೧೬ ಸಂಸ್ಕಾರಗಳೂ ಉಂಟು. ಹಿಂದೂ ಜನರ ಹಬ್ಬಗಳೇ ಇವರ ಹಬ್ಬಗಳು; ಇವರ ಮುಖ್ಯ ದೇವಸ್ಥಾನವು ಮೈಸೂರಿನ ಶೀಮೆಯಲ್ಲಿ "ಶ್ರಾವಣ ಬೆಳಗುಳ"ವೆಂಬ ಗ್ರಾಮವಿರುತ್ತದೆ. ಇವರು ಗಣೇಶ ಚತುರ್ಥಿಯಲ್ಲಿ ಗೌತಮನೆಂಬ ಧರ್ಮಗುರುವನ್ನು ಗಣಪತಿಯ ಹೆಸರಿನಿಂದ ಪೂಜಿಸುವರು; ನವರಾತ್ರಿಯಲ್ಲಿ ಭರತ ರಾಜನನ್ನು ಆರಾಧಿಸುವರು; ಆದರೆ ಹಿಂದೂ ಹಬ್ಬಗಳನ್ನೆಲ್ಲ ಮಾಡುವರು, ಹೆಣಗಳನ್ನು ಸುಡುವರು. ಜಂಡಿಕೆ ಜನಿವಾರಗಳು ಯೆಲ್ಲರಿಗೂ ಇರುತ್ತವೆ.

ಜೈನರು ೨೦ ಜನ ತೀರ್ಥಂಕರರೆಂಬ ಸತ್ಪುರುಷರನ್ನು ಪರಮೇಶ್ವರನಂತೆ ಪೂಜಿಸುತ್ತಾರೆ. ಈ ತೀರ್ಥಂಕರರ ಮೂರ್ತಿಗಳು ಬೌದ್ಧ ಮೂರ್ತಿಗಳಂತೆ ಬತ್ತಲೆ ಇರುತ್ತವೆ. ಮಹಾವೀರನೆಂಬ ಕಡೆಯ ತೀರ್ಥಂಕರನು ಕ್ರಿಸ್ತೀ ಶಕದ ೩ನೇ ಶತಕದಲ್ಲಿ ಇದ್ದನೆಂದು ಹೇಳುತ್ತಾರೆ. ಈ ತೀರ್ಥಂಕರರು ತಪಶ್ಚರ್ಯದಿಂದ ಚಿರಕಾಲ ಮುಕ್ತಿಯನ್ನು ಹೊಂದಿ ಪರಮೇಶ್ವರನಿಗೆ ಸರಿಯಾದ ಪದವಿಯನ್ನು ಹೊಂದಿದರಂತೆ. ಶಿವ, ವಿಷ್ಣು, ವಿಠೋಬ, ಪದ್ಮಾವತಿ, ಮುಂತಾದ ದೇವತೆಗಳನ್ನು ಕಡಿಮೇ ಪ್ರತಿಯ ದೇವತೆಗಳೆಂದು ತಿಳಿದು ಜೈನರು ಪೂಜಿಸುತ್ತಾರೆ. ಋಗ್ವೇದ ಮುಂತಾದ ನಾಲ್ಕು ವೇದಗಳು ಅನಾದಿಯೆಂದು ಇವರು ವೊಡಂಬಡುವದಿಲ್ಲ; ಯಜ್ಞಯಾಗಾದಿ ಕರ್ಮಗಳನ್ನು ಮಾಡುವದಿಲ್ಲ.

ಜೈನ ಧರ್ಮೋಪದೇಶಕರಲ್ಲಿ ಇಂದ್ರರು, ಯತಿಗಳು, ಯೆಂಬೆರಡು ವರ್ಗಗಳುಂಟು. ಇಂದ್ರರೆಂಬವರು ಗ್ರಹಸ್ಥರ ಮನೆಗಳಲ್ಲಿಯ ಮೂರ್ತಿಗಳನ್ನು ಪೂಜಿಸುವರು, ಧರ್ಮ ಕಾರ್ಯಗಳನ್ನು ಮಾಡಿಸುವರು, ಮುಹೂರ್ತ ಗ್ರಹಬಲ ಮುಂತಾದವುಗಳನ್ನು ಹೇಳುವರು. ಇವರು ಲಗ್ನ ಮಾಡಿಕೊಂಡು ಪ್ರಪಂಚ ಮಾಡುವರು. ಯತಿಗಳಿಗೆ ಲಗ್ನವಿಲ್ಲ. ಅವರಲ್ಲಿ ದಿಗಂಬರರೆಂತಲೂ ಶ್ವೇತಾಂಬರರೆಂತಲೂ ಯೆರಡು ಭೇದಗಳುಂಟು. ದಿಗಂಬ

ರರು ಸರ್ವಕಾಲವೂ ಬತ್ತಲೆ ಇರುವರು, ಶ್ವೇತಾಂಬರರು ಬಿಳೆ ಬಟ್ಟೆಯನ್ನು ಉಡುವರು. ಇವರು ಹನ್ನೆರಡು ಸ್ವರ್ಗಗಳುಂಟೆಂತಲೂ ಇಪ್ಪತ್ತುನಾಲ್ಕು ಜನ ಇಂದ್ರರಿದ್ದಾರೆಂತಲೂ ಹೇಳುತ್ತಾರೆ. ಆದರೆ ದಿಗಂಬರರು ಹದಿನಾರು ಸ್ವರ್ಗಗಳನ್ನು ಕಲ್ಪಿಸಿ, ಅವುಗಳಲ್ಲೆಲ್ಲ ಕೂಡಿ ನೂರು ಜನ ಇಂದ್ರರಿದ್ದಾರೆಂದು ಪ್ರತಿವಾದಿಸುತ್ತಾರೆ. ಶ್ವೇತಾಂಬರರು ದಿಗಂಬರರಾಗ ಬಹುದು, ದಿಗಂಬರರು ಶ್ವೇತಾಂಬರರಾಗ ಬಹುದು. ಗೃಹಸ್ಥಾಶ್ರಮಿಗಳು ಹರಿಕೆಯ ಕಾರಣದಿಂದ ತಮ್ಮ ಮಕ್ಕಳನ್ನು ಈ ಯತಿಗಳ ಮಠಕ್ಕೆ ನೀಡುವರು. ಒಬ್ಬ ಯತಿಯು ತೀರಿದ ಬಳಿಕ ಈ ಮರಿಗಳಲ್ಲಿ ಕೆಲವೊಬ್ಬನು ಅವನ ಪಟ್ಟವನ್ನು ಪಡಿಯುವನು. ಯತಿಗಳ ಹೆಣಗಳನ್ನು ಸುಡುವರು.

ಸೃಷ್ಟಿಯು ಅನಾದಿಯಾದದ್ದೆಂದು ಜೈನರು ಹೇಳುತ್ತಾರೆ. ಇದರಲ್ಲಿ ಪಾತಾಳ, ಭೂಲೋಕ, ಆಕಾಶ, ಯೆಂಬ ಮೂರು ಮುಖ್ಯ ವಿಭಾಗಗಳುಂಟು. ಪಾತಾಳದಲ್ಲಿ ಅಧೋಗತಿ, ನರಕ, ಪಾವನಲೋಕ, ಯೆಂಬ ಮೂರು ಲೋಕಗಳಿವೆ. ಅಧೋಗತಿಗೆ ಹೋದವನು ಅಲ್ಲಿಂದ ಯೆಂದೂ ಬಿಡುಗಡೆ ಹೊಂದುವದಿಲ್ಲ, ಚಿರಕಾಲ ಅಲ್ಲಿಯೇ ಕ್ಲೇಶ ಪಡುತ್ತಿರುವನು. ನರಕಕ್ಕೆ ಹೋದವನು ತನ್ನ ಪಾಪದ ಭೋಗವನ್ನು ತೀರಿಸಿದ ಕೂಡಲೆ ಅಲ್ಲಿಂದ ಬಿಡುಗಡೆ ಹೊಂದಿ ಜನ್ಮಕ್ಕೆ ಬರುವನು. ಪುಣ್ಯವಂತರು ಸ್ವಲ್ಪ ದುಷ್ಕರ್ಮವನ್ನು ಮಾಡಿದ್ದರೆ, ಅವರು ಪಾವನ ಲೋಕಕ್ಕೆ ಹೋಗಿ ಅಲ್ಲಿ ಮಲವನ್ನೆಲ್ಲ ಕಳಿದುಕೊಂಡು ಪವಿತ್ರರಾಗಿ ಸ್ವರ್ಗಕ್ಕೆ ಹೋಗುವರು. ಭೂಲೋಕದಲ್ಲಿ ಸಮುದ್ರಗಳಿಂದ ಹಲವು ದ್ವೀಪಗಳುಂಟಾಗಿವೆ. ಬೇರೆ ಬೇರೆ ದ್ವೀಪದಲ್ಲಿ ಬೇರೆ ಬೇರೆ ಪ್ರಕಾರದ ಪ್ರಾಣಿಗಳು ವಾಸಿಸುವರು. ಆಕಾಶದಲ್ಲಿ ಹಲವು ಲೋಕಗಳಿರುತ್ತವೆ. ಎಲ್ಲಕ್ಕೂ ಕೆಳಗೆ ಅಂದರೆ ಭೂಲೋಕಕ್ಕೆ ಅತಿ ನಿಕಟವಾಗಿ, ಮಂತ್ರಲೋಕವಿರುತ್ತದೆ. ಅದರಲ್ಲಿ ಭೂತಾದಿಗಳು ವಾಸಿಸುತ್ತವೆ. ಅದರ ಮೇಲೆ ವಿದ್ಯಾಧರರೆಂಬ ಜನರು ವಾಸಿಸುವ ವಿದ್ಯಾಧರ ಲೋಕವಿರುತ್ತದೆ; ಅದರ ಮೇಲೆ ದೇವಲೋಕವು, ಇತ್ಯಾದಿ. ಎಲ್ಲಕ್ಕೂ ಮೇಲೆ ಮೋಕ್ಷಲೋಕವಿದೆ. ಅಲ್ಲಿ ಅರ್ಹತ್ ಅಥವಾ ಜಿನೇಶ್ವರನೆಂಬ ಪರಮಾತ್ಮನು ಇರುತ್ತಾನೆ; ಅವನಿಗೆ ೧೦೦೮ ಹೆಸರುಗಳುಂಟು. ಅವನು ಮೂರು ಲೋಕಗಳಿಗೆ ವಂದ್ಯನು, ಸರ್ವಜ್ಞನು, ಸರ್ವಶಕ್ತಿಯು, ಸರ್ವವ್ಯಾಪಿಯು. ಆದರೆ ಜಿನೇಶ್ವರನು ಸೃಷ್ಟಿಯನ್ನು ಮಾಡುವದಿಲ್ಲ, ಪ್ರಾಣಿಗಳಲ್ಲಿ ದಯವಿಡುತ್ತಾನೆ. ಪ್ರಾಣಿಗಳ ಸುಖಕ್ಕೋಸ್ಕರವಾಗಿ ಜಿನೇಶ್ವರನು ಹನ್ನೆರಡು ವೇದಗಳನ್ನು ಪ್ರಕಟಿಸಿದ್ದಾನೆ. ಈ ವೇದಗಳು, ಜಗತ್ತು, ಕಾಲ, ಆತ್ಮ, ಧರ್ಮ, ಪುಣ್ಯ, ಇವೆಲ್ಲ ಕಡೆ ಮೊದಲು ಇಲ್ಲದಂಥವುಗಳೆಂದು ಜಿನೇಶ್ವರನು ಹೇಳಿದ್ದಾನೆ. ಇವನಿಗೆ ನಾಲ್ಕು ಮುಖಗಳುಂಟು; ಅಶೋಕ ವೃಕ್ಷದ ಕೆಳಗೆ ವಾಸವು; ಮೂರು ಗಾಲಿಯ ರಥವೇ ವಾಹನವು; ತ್ರಿಪುಟಗಳುಳ್ಳ ಛತ್ರವುಂಟು. ಈ ಮೋಕ್ಷ ಲೋಕದಲ್ಲಿಯೇ ೭೦ ಜನ ತೀರ್ಥಂಕರರು ಜಿನೇಶ್ವರನಿಗೆ ಸರಿಯಾದ ಪದವಿಯಿಂದ ವಾಸಿಸುತ್ತಾರೆ. ಅವರಲ್ಲಿ ೨೪ ಜನ ಹಿಂದಿನ ಯುಗದವರು, ೨೪ ಜನ ನಡಿಯುವ ಯುಗದವರು, ೨೪ ಜನ ಮುಂದೆ ಬರುವ ಯುಗದವರು. ನಡಿಯುವ ಯುಗದ ೨೪ ಜನರಲ್ಲಿ ಋಷಭ

ದೇವನು ಮೊದಲಿನವನು, ಮಹಾ ವೀರನು ಕಡೆಯುವನು. ಇವರಲ್ಲಿ ಇಬ್ಬಿಬ್ಬರು ಬಿಳುಪು, ಕೆಂಪು, ಹಳದಿ, ನೀಲ, ಕಪ್ಪು, ಈ ಐದು ಬಣ್ಣಗಳುಳ್ಳವರು, ಉಳಿದ ೧೪ ಜನ ಚಿನ್ನದ ಬಣ್ಣದವರು. ಋಷಭ ದೇವನು ೫೦೦ ತಾಲ ಪ್ರಮಾಣನಾಗಿ ೮೪೦೦೦೦೦ ವರ್ಷ ಬದುಕಿದನಂತೆ. ಮುಂದಿನ ತೀರ್ಥಂಕರರ ನಿಲುವಿಕೆ ಆಯುಷ್ಯಗಳು ಬರ ಬರುತ್ತ ಕಡಿಮೆಯಾಗಿ ಕಡೆಯಲ್ಲಿ ಮಹಾ ವೀರನು ಸಾಧಾರಣ ಮನುಷ್ಯರಷ್ಟೇ ಯೆತ್ತರವಾಗಿ ಬೆಳೆದು ೪೦ ವರ್ಷ ಮಾತ್ರ ಬದುಕಿದನು. ಗೌತುಮನು ಮಹಾ ವೀರನ ಶಿಷ್ಯನಂತೆ.

ಜೈನರಲ್ಲಿ ಧರ್ಮಗ್ರಂಥಗಳಲ್ಲದೆ ಪುರಾಣ, ಕಾವ್ಯ, ನಾಟಕ, ಅಲಂಕಾರ, ಜ್ಯೋತಿಷ, ಮುಂತಾದ ಅಸಂಖ್ಯ ಗ್ರಂಥಗಳಿರುತ್ತವೆ. ಇವರಲ್ಲಿ ಕೆಲವರು ತಮ್ಮ ಮೂಲಾರಂಭವನ್ನು ಹೇಳುವದು ಹ್ಯಾಗಂದರೆ—ಋನಾದಿಯಲ್ಲಿ ಇಕ್ಷ್ವಾಕುವೆಂಬ ಅರಸನ ಬಳಿಯಲ್ಲಿ ನಾರದ ಪರ್ವತ, ಯೆಂಬಿಬ್ಬರು ಬ್ರಾಹ್ಮಣರಿದ್ದರು. ಹಿಂಸೆಯ ಬಗ್ಗೆ ಇವರಿಬ್ಬರಲ್ಲಿ ವ್ಯಾಜ್ಯ ನಡಿದು, ಯಜ್ಞದಲ್ಲಿ ಪರ್ವತನು ಕುರಿಗಳನ್ನು, ನಾರದನು ಹುರಿದ ಕಾಳುಗಳನ್ನು ಆಹುತಿ ಕೊಡುತ್ತಿದ್ದರು. ಪರ್ವತನ ವಂಶದವರು ಹಿಂದೂ ಜನರಾದರು, ನಾರದನ ವಂಶದವರು ಜೈನರಾದರು. ಮೇಲೆ ಹೇಳಿದ ೪ ಜಾತಿಗಳ ಹೊರ್ತು ಜೈನರಲ್ಲಿ ಪಂಚಮರೆಂಬದೊಂದು ಜಾತಿಯುಂಟು. ಅವರು ಮುಖ್ಯವಾಗಿ ಒಕ್ಕಲತನದಿಂದ ಜೀವಿಸುವರು. ಅವರಲ್ಲಿ ವಿಧವೆಗಳ ಲಗ್ನವಾಗುತ್ತದೆ. ಬ್ರಾಹ್ಮಣರಲ್ಲಿ ವಿಧವೆಗಳಿಗೆ ಲಗ್ನವಿಲ್ಲ, ಆದರೂ ತಲೆ ಬೋಳಿಸುವದಿಲ್ಲ. ಕ್ಷತ್ರಿಯರಂತು ಈಗ ಇಲ್ಲವೇ ಇಲ್ಲ. ಪೂರ್ವ ಕಾಲದಲ್ಲಿ ಇವರು ತಮ್ಮೊಳಗಿನ ನೂರು ಮನೆತನಗಳನ್ನು ಕುಲದಿಂದ ಹೊರಗಿಟ್ಟರು. ಅವರ ಸಂತತಿಯವರಿಗೆ "ಶತಕಾಲ"ರೆಂದೆನ್ನುವರು. ಅವರಿಗೂ ಶುದ್ಧ ಜೈನರಿಗೂ ಅನ್ನ ವ್ಯವಹಾರವಾಗುವದಿಲ್ಲ. ಜೈನರಲ್ಲಿ ಹೆಣ್ಣು ಮಕ್ಕಳ ಲಗ್ನವು ೧೦ ವರ್ಷದೊಳಗೇ ಆಗುವದು. ಆದರೆ ಮೈಸೂರು ಶೀಮೆಯ ಜೈನರು ತಮ್ಮ ಹೆಣ್ಣು ಮಕ್ಕಳು ನೆರಿದ ಬಳಿಕ ಅವರ ಲಗ್ನ ಮಾಡುವರು. ವ್ಯಾಪಾರ, ಮುಖ್ಯವಾಗಿ ಪಾತ್ರೆಗಳನ್ನು ಮಾರುವದು, ಒಕ್ಕಲತನ, ಇವೇ ಜೈನರ ವಾಡಿಕೆಯ ಹೋರೆಗಳು. ಪಾತ್ರೆಗಳನ್ನು ಮಾರುವವರಿಗೆ ತಾಂಬಟಗಾರರೆನ್ನುವರು. ಇವರ ಸಮಾಜವು ಬೆಳಗಾವಿ ಶಹಾಪುರಗಳಲ್ಲಿ ಬಹಳ ಉಂಟು. ಧಾರವಾಡ ಹುಬ್ಬಳ್ಳಿಗಳಲ್ಲಿಯೂ ತಾಂಬಟಗಾರರು ಕೆಲವರುಂಟು. ವಿಜಾಪುರ ಕಾನಡಾ ಜಿಲ್ಲೆಗಳಲ್ಲಿಯ ಜೈನರು ಮುಖ್ಯವಾಗಿ ವೊಕ್ಕಲತನದಿಂದ ಬಾಳುವರು. ಉಡಿಗೆ ತೊಡಿಗೆಯಲ್ಲಿ ಬೇರೆ ಹಿಂದೂ ಜನರಿಗೂ ಇವರಿಗೂ ಅಭ್ಯಂತರವಿಲ್ಲ. ಜೈನರು ಉದ್ಯೋಗಕ್ಕೆ ಮೆಚ್ಚುವರು, ಮಿತದಿಂದ ವೆಚ್ಚ ಮಾಡುವರು, ವ್ಯವಹಾರದಲ್ಲಿ ಪ್ರಮಾಣಿಕತನದಿಂದ ನಡಿಯುವರು. ಉತ್ತಮ ಜಾತಿಯ ಜೈನರಲ್ಲಿ ವಿದ್ಯಾಭ್ಯಾಸವು ಕುಲ ಪರಂಪರಾಗತವಾದದ್ದರಿಂದ ಅವರು ವಾಡಿಕೆಯಾಗಿ ಬುದ್ಧಿವಂತರಿರುತ್ತಾರೆ. ಇವರು ಮಕ್ಕಳನ್ನು ಶಾಲೆಗೆ ಕಳಿಸುತ್ತಾರೆ, ಲೌಕಿಕದಲ್ಲಿ ಬೆಳುವಣಿಗೆ ಹೊಂದುತ್ತಲಿದ್ದಾರೆ.

ನಾಲ್ಕೂ ಜಿಲ್ಲೆಗಳಲ್ಲಿಯ ಜೈನರ ಸಂಖ್ಯೆಗಳನ್ನು ಕೆಳಗಿನ ವರ್ತಕರ ಕೋಷ್ಟಕದಲ್ಲಿ ವಿವರಿಸಿದ್ದೇವೆ.

7*

ವರ್ತಕರ ಜಾತಿಗಳು.

	ಜಾತಿ.	ಧಾರವಾಡ.			ಬೆಳಗಾವಿ.			ವಿಜಾಪುರ.			ಕಾನಡಾ.			
		ಗಂಡು.	ಹೆಣ್ಣು.	ಒಟ್ಟು.	ಗಂಡು.	ಹೆಣ್ಣು.	ಒಟ್ಟು.	ಗಂಡು.	ಹೆಣ್ಣು.	ಒಟ್ಟು.	ಗಂಡು.	ಹೆಣ್ಣು.	ಒಟ್ಟು.	
೧	*ಆದಿ ಬಣಜಿಗರು......	೪೩೬೦	೪೧೪೮	೮೫೦೮	೨೮೨೯	೨೭೫೩	೫೫೭೨	೩೦೦೬	೩೦೭೩	೬೦೭೯	,,	,,	,,	* ಬೆಳಗಾವೀ ಜಿಲ್ಲೆಯಲ್ಲಿ ಶಿಲಾರಿಗಳು. ವಿಜಾಪುರ ಜಿಲ್ಲೆಯಲ್ಲಿ ಅರೇ ಬಣಜಿಗರು.
೨	ಗುಜ್ಜರು	೮೨	೬೬	೧೪೮	೫೮	೪೪	೧೦೨	೧೬೬	೧೮೮	೩೫೪	೨೧	೧೬	೩೭	
೩	ಜೈನರು	೫೩೭೨	೫೧೫೪	೧೦೫೨೬	೨೨೭೧೯	೨೨೨೭೨	೪೪೯೯೧			೨೬೮೦	೮೯೮	೭೫೫	೧೬೫೩	
೪	ಲಾಡರು, ಇಲ್ಲವೆ ದಕ್ಷಿಣದ ಗುಜ್ಜರು	೭೨೩	೭೫೩	೧೪೭೬	,,	,,	,,	೫೧೫	೪೯೮	೧೦೧೩	೧೪೩	೧೨೯	೨೭೨	
೫	ಲವಾಣರು, ಇಲ್ಲವೆ ಲಂಬಾಡಿಗರು	೨೧೪೪	೨೦೦೨	೪೧೪೬	,,	,,	,,	,,	,,	,,	,,	,,	,,	
೬	ಬಣಜಿಗರು (ಲೋಕ ಬಣಜಿಗರು ಸಹಿತ) ...	೧೨೦೬೬	೧೨೪೭೩	೨೪೫೩೯	,,	,,	,,	,,	,,	,,	೬೫೫	೪೨೭	೧೦೮೨	ಲಿಂಗವಂತರ ವರ್ಣನೆ ನೋಡು.
೭	ಮಾರವಾಡಿಗಳು......	೧೬	೧	೧೭	೩೬	೧೪	೫೦	೧೯೮	೩೭	೨೩೫	೧೯	೨	೨೧	
೮	ನಾರ್ವೇಕರರು.......	೧೦೫	೧೫೩	೨೫೮	೧೦೮೯	೧೦೧೩	೨೧೦೨	,,	,,	,,	೧೭೦	೧೫೨	೩೨೨	ಧಾರವಾಡ ಜಿಲ್ಲೆಯಲ್ಲಿ ಬಾಂದೇಕರರು ಸಹಿತ.
೯	ಬಾಂದೇಕರರು	,,	,,	,,	೬೩೩	೬೫೪	೧೨೮೭	,,	,,	,,	೨೬೦	೨೧೭	೪೭೭	
೧೦	ಶೀಲವಂತರು........	೪೯೬	೫೭೫	೧೦೭೧	,,	,,	,,							ಲಿಂಗವಂತರ ವರ್ಣನೆ ನೋಡು.
೧೧	ತೆಲಗು ಬಣಜಿಗರು.....	೬೯೧	೬೬೧	೧೩೫೨	,,	,,	,,	,,	,,	,,	೨೩೬	೨೨೧	೪೫೭	
೧೨	ತೆಲಗು ಒಷ್ಟಮರು.....	೯೫	೮೮	೧೮೩	,,	,,	,,	,,	,,	,,	,,	,,	,,	

೧೩	ಕೋಮಟಿಗರು, ಇಲ್ಲವೆ ವೈಶ್ಯರು	೪೩೪	೩೮೯	೮೨೩	೯೧	೬೭	೧೫೮	೨೪೨	೨೨೭	೪೬೯	೧೨೫	೧೩೬	೨೬೧
೧೪	ಭಾಟಿಯರು	,,	,,	,,	೪೩	೨೭	೭೦	..	..	..	೬೭	೪೫	೧೧೨
೧೫	ಕಾಲವಾಡಿಗಳು	,,	,,	,,	೩೬	೪೧	೭೭	..	..	..	,,	,,	,,
೧೬	ಬಾವಕುಳಿಯರು......	,,	,,	,,	..	..	..	..	..	..	೧೭೭೦	೧೫೬೨	೩೩೩೨
೧೭	ಕನ್ನಡ ವೈಶ್ಯರು	,,	,,	,,	..	..	..	..	..	..	೨೫೭	೨೭೦	೫೨೭
೧೮	ಮಲ್ಲವರು	೧೧೩	೧೧೭	೨೩೦	..	..	..	..	..	..	೧೦೫೭	೮೬೦	೧೯೧೭
೧೯	ಲೋಹಾಣರು	,,	,,	,,	..	..	..	..	..	..	೨೯	೩೦	೫೯
೨೦	ಪೆಡನೇಕರ ವೈಶ್ಯರು	,,	,,	,,	..	..	..	..	..	..	೪೫	೫೨	೯೭
೨೧	ಅಗರವಾಲರು	,,	,,	,,	,,	,,	,,	೧೦	೧೦	೨೦	,,	,,	,,
೨೨	ಶಟ್ಟಿಯರು	,,	,,	,,	,,	,,	,,	೧೬	೨೦	೩೬	,,	,,	,,
೨೩	ಜಟ್ಟೇರು	,,	,,	,,	,,	,,	,,	೧೯೬	೨೨೪	೪೨೦	,,	,,	,,
೨೪	ಕುರುವಿನ ಶಟ್ಟಿಗಳು	,,	,,	,,	,,	,,	,,	೧೨೦೬	೧೨೪೦	೨೪೪೬	,,	,,	,,
೨೫	ಮಾಲಗಾರರು	,,	,,	,,	,,	,,	,,	೧೩೪	೧೧೯	೨೫೩	,,	,,	,,

ಆದಿ ಬಣಜಿಗರು.

ಆದಿ ಬಣಜಿಗರು.—ಇವರು ಹುಬ್ಬಳ್ಳಿಯ ಹೊರ್ತು ಧಾರವಾಡದ ಯಾವತ್ತು ತಾಲೂಕುಗಳಲ್ಲಿಯೂ ಬೆಳಗಾವೀ, ಚಿಕ್ಕೋಡೀ ತಾಲೂಕುಗಳಲ್ಲಿಯೂ ಇರುತ್ತಾರೆ. ಇವರು ಉತ್ತಮ ಕುಲದ ಲಿಂಗವಂತರಾದ ಕಾರಣ ಹಿಂದೆ ಲಿಂಗವಂತರ ಆಚಾರ ವ್ಯವಹಾರಾದಿಗಳನ್ನು ವಿವರಿಸಿದಂತೆ ಇವರ ಸ್ಥಿತಿ ರೀತಿಗಳಿರುತ್ತವೆ. ಒಬ್ಬನ ಹೊಟ್ಟೆಗೆ ತಿಂಗಳಿಗೆ ಯೆರಡು ರೂಪಾಯಿ ಸಾಕು. ಇವರು ಮದುವೆಗೆ ಸುಮಾರು ೨೦೦ ರೂಪಾಯಿ, ಮರಣ ಸಂಸ್ಕಾರಕ್ಕೆ ೨೦ ರೂಪಾಯಿ ವೆಚ್ಚ ಮಾಡುವರು. ಬೆಳಗಾವೀ ಜಿಲ್ಲೆಯಲ್ಲಿ ಇವರಿಗೆ ತಿಳಾರರೆಂತಲೂ ವಿಜಾಪುರ ಜಿಲ್ಲೆಯಲ್ಲಿ ಆರೆ ಬಣಜಿಗರೆಂತಲೂ ಅನ್ನುವರು. ಇವರ ಮುಖ್ಯ ಹೋರೆ ವೊಕ್ಕಲತನವು.

ಗುಜ್ಜರು.

ಗುಜ್ಜರು.—ಇವರು ನಾಲ್ಕೂ ಜಿಲ್ಲೆಗಳಲ್ಲಿ ಇರುತ್ತಾರೆ; ಮನೆಯಲ್ಲಿ ಗುಜರಾಥೀ ಭಾಷೆಯನ್ನಾಡುವರು, ಮದ್ಯ ಮಾಂಸಗಳನ್ನು ತಿನ್ನುವದಿಲ್ಲ; ತಮ್ಮ ಜಾತಿಯ ಬ್ರಾಹ್ಮಣರಿಲ್ಲದಾಗ ಈ ಶೀಮೆಯ ಬ್ರಾಹ್ಮಣರನ್ನು ಕಾರ್ಯ ಪ್ರಯೋಜನಗಳಲ್ಲಿ ಕರೆಯುವರು; ಲಗ್ನಕ್ಕೆ ಬಹಳ ಹಣ ವೆಚ್ಚ ಮಾಡುವರು. ಇವರಲ್ಲಿ ಮದುವೆಯಾದವರು ಸತ್ತರೆ ಸುಡುವರು, ಮದುವೆಯ ಪೂರ್ವದಲ್ಲಿ ಸತ್ತವರನ್ನು ಹುಗಿಯುವರು. ಹೆಣದ ಮುಂದೆ ಅಳುವದಕ್ಕೋಸ್ಕರ ಕೂಲಿಯ ಹೆಂಗಸರನ್ನು ತಂದು ದಿನಕ್ಕೆ ೩, ೪ ಆಣೆ ಕೂಲಿ ಕೊಡುವರು. ಇವರ ಮುಖ್ಯ ಹೋರೆ ವ್ಯಾಪಾರ, ಅಂಗಡಿ; ಕೆಲವರು ವೊಕ್ಕಲತನವನ್ನೂ ಮಾಡುವರು. ಇವರು ಸುಖಿಯಾಗಿದ್ದಾರೆ; ಆದರೆ ಇವರ ಮಕ್ಕಳು ಶಾಲೆಗೆ ಬಹುತರ ಹೋಗುವದಿಲ್ಲ.

ಜೈನರು.

ಜೈನರು.—ಇವರ ವರ್ಣನೆಯನ್ನು ಹಿಂದೆ ೯೭ನೇ ಪುಟದಲ್ಲಿ ನೋಡು.

ಲಾಡರು.

ಲಾಡರು ಇಲ್ಲವೆ ದಕ್ಷಿಣದ ಗುಜ್ಜರು.—ಇವರು ಸುಮಾರು ೨೦೦ ವರ್ಷದ ಹಿಂದೆ ಗುಜರಾಥದಿಂದ ಬಂದು, ಧಾರವಾಡ, ಕಾನಡಾ ಜಿಲ್ಲೆಗಳಲ್ಲಿ ವಾಸವಾಗಿದ್ದಾರೆ. ಕೋಡ ತಾಲೂಕಿನಲ್ಲಿ ಮಾತ್ರ ಇವರು ಕಾಣುವದಿಲ್ಲ. ಇವರು ಕನ್ನಡವನ್ನು ಕೆಡಿಸಿ ಆಡುವರು; ಕೃಷ್ಣ, ಪಾಂಡುರಂಗ, ತುಳಜಾಭವಾನಿ, ಯೆಲ್ಲಮ್ಮ, ಮುಂತಾದ ದೇವತೆಗಳಿಗೆ ನಡಕೊಳ್ಳುವರು; ಮೈಕಟ್ಟಿನಲ್ಲಿ ಕಸುವುಳ್ಳವರಾಗಿ ಕಾಣುವರು; ತೋರಿಕೆಯಲ್ಲಿ ಶಿಂಪಿಗರನ್ನು ಹೋಲುವರು; ಮದ್ಯ ಮಾಂಸಗಳನ್ನು, ತಕ್ಕೊಳ್ಳುವದಿಲ್ಲ. ಇವರ ಮನೆಗಳು ಸಣ್ಣವು, ಆದರೆ ನಿರ್ಮಲವಾಗಿರುತ್ತವೆ; ಉಡಿಗೆಗಳೂ ನಿರ್ಮಲವಿರುತ್ತವೆ. ಇವರ ಸ್ವಭಾವ ಸರಳ, ನಡತೆ ಪ್ರಮಾಣಿಕತನದ್ದು; ಸೋಮಾರಿತನವೇ ಇವರ ಮುಖ್ಯ ದುರ್ಗುಣವು. ಇವರಲ್ಲಿ ಯೆಲ್ಲಕ್ಕೂ ಉತ್ತಮ ಕುಲದವರು, ಅಂದರೆ ಕ್ಷತ್ರಿಯರು, ಸುಗಂಧ ದ್ರವ್ಯಗಳ ಮಾರಾಟದಿಂದ ಜೀವಿಸುವರು; ಬ್ರಾಹ್ಮಣರ ಹೊರ್ತು ಬೇರೆ ಯಾರ ಅನ್ನವನ್ನು ಇವರು ತಕ್ಕೊಳ್ಳುವದಿಲ್ಲ. ಇವರ ಧರ್ಮಗುರು ಸನ್ಯಾಸಿಯು, ಕಾಶಿಯಲ್ಲಿರುತ್ತಾನೆ. ಇವರು ಲಗ್ನ ಮುಂತಾದ ಕಾರ್ಯಗಳಲ್ಲಿ ಬ್ರಾಹ್ಮಣರನ್ನು ಕರೆಯುವರು; ಹತ್ತು ವರ್ಷದೊಳಗೇ ಹೆಣ್ಣು ಮಕ್ಕಳ ಲಗ್ನ

ಮಾಡುವರು; ಸತ್ತವರನ್ನು ಹುಗಿಯುವರು; ಆದರೂ ೧೦ ದಿವಸ ಸೂತಕ ಹಿಡಿಯುವರು. ಇವರು ತಮ್ಮ ಮಕ್ಕಳನ್ನು ಶಾಲೆಗೆ ಕಳಿಸುವರು.

ಕಾನಡಾ ಜಿಲ್ಲೆಯ ಲಾಡರಿಗೆ ಸೂರ್ಯವಂಶಿಗಳೆಂತಲೂ ಹೆಸರುಂಟು. ಇವರು ಹಲ್ಯಾಳ, ಯಲ್ಲಾಪುರ ಶಿರಶಿ ತಾಲೂಕುಗಳಲ್ಲಿ ಇರುತ್ತಾರೆ. ಇವರ ಕುಲದೇವತೆ ಭವಾನಿ; ಆ ದೇವಿಯ ಪೂಜಾರಿಗಳು ಲಗ್ನ ಮಾಡಿಕೊಳ್ಳುವದಿಲ್ಲ. ಲಾಡರು ಗಂಡು ಮಕ್ಕಳಿಗೆ ಮುಂಜೀ ಸಂಸ್ಕಾರ ಮಾಡುವರು; ವಿಧವೆಗಳ ಲಗ್ನವನ್ನು ಮಾಡುದಿಲ್ಲ; ಹೆಣಗಳನ್ನು ಸುಡುವರು. ವಿಜಾಪುರ ಜಿಲ್ಲೆಯ ಲಾಡರು ಕಟಕರ ಹೋರೆಯನ್ನು ಮಾಡುತ್ತಾರೆ. ಅವರು ಮದ್ಯ ಮಾಂಸಗಳನ್ನು ನಿರಾತಂಕವಾಗಿ ತಕ್ಕೊಳ್ಳುವರು; ಸತ್ತವರನ್ನು ಹುಗಿಯುವರು, ಇಲ್ಲವೆ ಸುಡುವರು; ಹನ್ನೊಂದನೇ ದಿವಸ ಸತ್ತ ಮನುಷ್ಯನ ತಾಳಿಯನ್ನು ಮಾಡಿ ಮನೆಯ ದೇವರೊಳಗಿಟ್ಟು ಪೂಜಿಸುವರು.

ಲವಾಣರು, ಇಲ್ಲವೆ ಲಂಬಾಡಿಗರು.—ಇವರು ವಾಡಿಕೆಯಾಗಿ ಅಡವಿಯ ಹತ್ತರ ಇಲ್ಲವೆ ಗುಡ್ಡದ ಮೇಲೆ ಇರುತ್ತಾರೆ. ಇವರ ಮನೆಗಳಿಗೆ ಹುಲ್ಲಿನ ಚಪ್ಪರವಿರುತ್ತದೆ.

ಲವಾಣರು.

ಮಾಳಿಗೇ ಮನೆಯಲ್ಲಿಯೂ ಹಂಚಿನ ಮನೆಯಲ್ಲಿಯೂ ಇವರು ಇರುವದಿಲ್ಲ. ಯಾಕಂದರೆ ಬುನಾದಿಯಲ್ಲಿ ಇವರ ಪೂರ್ವಜನೊಬ್ಬನು ಮಾಳಿಗೇ ಮನೆಯನ್ನು ಕಟ್ಟಿಸಲಾಗಿ, ಅವನೂ ಅವನ ಮನೆಯವರೂ ತತ್ಕಾಲಕ್ಕೆ ಮರಣ ಹೊಂದಿದರಂತೆ. ಇವರು ಮರಾಠೀ, ಗುಜರಾಥೀ, ಹಿಂದುಸ್ತಾನೀ ಭಾಷೆಗಳನ್ನು ಬೆರಿಸಿ ಆಡುತ್ತಾರೆ. ಗಂಡಸರ ಹೆಸರುಗಳು ಇನಾಮು, ಲಾಲೂ, ಮಾಣಿಸಿ, ರೂಪ, ವಲ್ಯಾ, ಇ.; ಹೆಂಗಸರ ಹೆಸರುಗಳು ಧಾವಿ, ರಾಮಲಿ, ಚಾಕಿ, ಸೀತಿ, ಇ.—ಇವರು ವೆಂಕಟರಮಣನಿಗೆ ನಡಕೊಳ್ಳುವರು, ಆದರೆ ಬ್ರಾಹ್ಮಣರಿಗೆ ಮಾನಕೊಡುವದಿಲ್ಲ. ಇವರಿಗೆ ಗುರುವಿಲ್ಲ. ಇವರು ವೆಂಕಟರಮಣನ ಮೂರ್ತಿಯನ್ನು ಮನೆಯಲ್ಲಿ ಗಂಟನೊಳಗೆ ಕಟ್ಟಿ ಇಟ್ಟು ವರ್ಷದಲ್ಲಿ ವೊಮ್ಮೆರಡು ಸಾರಿ ಪೂಜಿಸುವರು. ಬೇಡರು, ರಜಪೂತರು, ಮುಸಲ್ಮಾನರು, ಹೊಲಿಯರು ಸಹ ಇವರೊಳಗೆ ಕೂಡಿ ಲವಾಣರೆಂಬ ಹೆಸರು ಪಡೆಯುವರು; ಆದರೆ ಲವಾಣರು ಇವರ ಸಂಗಡ ಅನ್ನ ವ್ಯವಹಾರ ಮಾಡುವದಿಲ್ಲ. ಲವಾಣರು ಗಿಡ್ಡರು, ಕೊಬ್ಬುಳ್ಳವರು, ಕಪ್ಪು ಮೈಬಣ್ಣದವರು. ಗಂಡಸರು ಕೆಂಪು ಅರಿವೇ ಪಟ್ಟಿಗೆ ಕವಡಿ, ಶಂಖ, ಶಿಂಪುಗಳನ್ನು ಹೊಲಿದು ಆ ಪಟ್ಟಿಯನ್ನು ರುಮಾಲದ ಮೇಲೆ ಸುತ್ತಿಕೊಂಡು, ಕೈಯಲ್ಲಿ ಇವೇ ಅಲಂಕಾರಗಳುಳ್ಳಂಥ ತಂಬಾಕದ ಚೀಲುಗಳನ್ನು ಹಿಡಿಯುವರು. ಹೆಂಗಸರ ತಲೆಯಲ್ಲಿ ಹಿಂದೆ ವೊಂದು, ಯೆರಡೂ ಕಿವಿಗಳ ಮೇಲೆ ವೊಂದೊಂದು, ಹೀಗೆ ಮೂರು ಹೆರಳುಗಳಿರುತ್ತವೆ. ಮದುವೆಯಾದ ಹೆಂಗಸು ಕಿವಿಗಳ ಮೇಲಿನ ಹೆರಳುಗಳಲ್ಲಿ ಹಿತ್ತಾಳಿಯ ಟೊಪ್ಪಿಗೆ ಹಾಕಿದಂಥ ಕೆಂಪು ರೇಶಿಮೆಯ ಗೊಂಡೆಗಳನ್ನು ಧರಿಸುವಳು. ಈ ಗೊಂಡೆಗಳು ಲಗ್ನದ ಕುರುಹು ಇರುತ್ತವೆ. ಎಲ್ಲ ಹೆಂಗಸರು ಪರಿಕರ ಉಟ್ಟು ಕೊಂಡು, ಗುಜರಾಥಿ ಹೆಂಗಸರಂತೆ ಕುಪ್ಪಸದ ಗಂಟು ಬೆನ್ನಿನ ಮೇಲೆ ಹಾಕಿ, ಬಲಕ್ಕೆ ಶರಗು ಹೊದ್ದು ಕೊಳ್ಳುವರು; ಆನೇ ಹಲ್ಲಿನ ಬಳೆಗಳನ್ನು ಮೊಳ

ಕೈ ವರೆಗೆ ಹಾಕಿ ಕೊಳ್ಳುವರು. ಲಂಬಾಡಿಗರಲ್ಲಿ ಮದ್ಯ ಮಾಂಸಗಳಿಗೆ ಎಷ್ಟು ಮಾತ್ರವೂ ಅಡ್ಡಿ ಇಲ್ಲ. ಇವರು ಪ್ರಮಾಣಿಕರು, ಶ್ರಮಕ್ಕೆ ಮೆಚ್ಚುವರು; ಆದರೆ ಹೊಲಸುತನವು ಇವರ ದೊಡ್ಡ ದುರ್ಗುಣವು. ಇವರು ಯೆತ್ತಿನ ಮೇಲೆ ಕಾಳು ಮುಂತಾದ ಸರಕುಗಳನ್ನು ಹೇರಿ ಕೊಂಡು ಹೋಗಿ ವ್ಯಾಪಾರ ಮಾಡುವರು; ಈ ವ್ಯಾಪಾರ ನಡಿಯದಿದ್ದಾಗ ಕೂಲಿಯೇ ಇವರ ಉಪಜೀವನದ ಹೋರೆಯು. ಇವರ ಮಕ್ಕಳು ಶಾಲೆಗೆ ಹೋಗುವದಿಲ್ಲ. ಒಟ್ಟಿಗೆ ಇವರು ಇಳಿತರದ ಸ್ಥಿತಿಯಲ್ಲಿರುತ್ತಾರೆ.

ಬಣಜಿಗರು.

ಬಣಜಿಗರು.—ಇವರು ಉತ್ತಮ ಕುಲದ ಲಿಂಗವಂತರು, ನಾಲ್ಕೂ ಜಿಲ್ಲೆಗಳಲ್ಲಿ ವಾಸಿಸುತ್ತಾರೆ. ಇವರ ಜನ್ಮ ಭಾಷೆ ಕನ್ನಡ. ಇವರ ಧರ್ಮ, ಆಚಾರ ಮುಂತಾದವುಗಳನ್ನು ಹಿಂದೆ "ಲಿಂಗವಂತರು" ಯೆಂಬ ಸದರಿನ ಕೆಳಗೆ ವಿವರಿಸಿದ್ದೇವೆ. ಇವರ ಹೆಂಗಸರು ಕಚ್ಚಿ ಹಾಕುವದಿಲ್ಲ, ಹಚ್ಚೀಬೊಟ್ಟು ಹಣೆ ಮುಂಗೈಗಳ ಮೇಲೆ ಚುಚ್ಚಿ ಕೊಳ್ಳುವರು. ಲಿಂಗವಂತರು ಉಳವಿಗೂ, ಉತ್ತರ ಆರ್ಕಾಟ ಶೀಮೆಯಲ್ಲಿ ಪರ್ವತ ಗುಡ್ಡದ ಮೇಲಿರುವ ಮಲ್ಲಿಕಾರ್ಜುನವೆಂಬ ದೇವಸ್ಥಾನಕ್ಕೂ ಯಾತ್ರೆಗೆ ಹೋಗುತ್ತಾರೆ. ಇವರಲ್ಲಿ ಹೆಣ್ಣು ಮಕ್ಕಳು ಮೈನೆರಿದ ಬಳಿಕ ಅವರ ಲಗ್ನವಾಗಲಿಕ್ಕೆ ಅಡ್ಡಿ ಇಲ್ಲ, ವಿಧವೆಗಳ ಲಗ್ನಕ್ಕೂ ಅಡ್ಡಿ ಇಲ್ಲ. ಬಣಜಿಗರ ಮುಖ್ಯ ಹೋರೆ ವ್ಯಾಪಾರವು. ಚಿಕ್ಕ ತಕ್ಕಡೀ ಅಂಗಡಿ, ಕಾಳು, ಅರಳಿ, ವಸ್ತ್ರ, ಹುಂಡಿ, ಮುಂತಾದವುಗಳೇ ಇವರ ವ್ಯಾಪಾರದ ಮುಖ್ಯ ಪ್ರಕಾರಗಳು. ಕೆಲವರು ವೊಕ್ಕಲತನವನ್ನೂ ಮಾಡುವರು. ಒಟ್ಟಿಗೆ ಬಣಜಿಗರು ಸುಖದಿಂದಿದ್ದಾರೆ. ಇವರಲ್ಲಿ ಬುನಾದಿಯಿಂದ ಓದು ಬರಹ ಕಲಿಯುವ ನಡಾವಳಿಯುಂಟು. ಈಗಿನ ಸರಕಾರೀ ಶಾಲೆಗಳಲ್ಲಿ ಇವರು ತಮ್ಮ ಮಕ್ಕಳನ್ನು ಪ್ರೀತಿಯಿಂದ ವಿದ್ಯಾಭ್ಯಾಸಕ್ಕೆ ಕಳಿಸುತ್ತಾರೆ.

ಮಾರವಾಡಿಗಳು.

ಮಾರವಾಡಿಗಳು.—ವಿಜಾಪುರ ಹೊರ್ತಾಗಿ ಉಳಿದ ಮೂರು ಜಿಲ್ಲೆಗಳಲ್ಲಿ ಅಲ್ಪಸ್ವಲ್ಪ ಜನರನ್ನು ಕಾಣ ಬಹುದು. ಆದರೂ ಇವರು ದೊಡ್ಡ ಪಟ್ಟಣಗಳಲ್ಲಿ ಇರುವದೇ ಬಹಳ. ಇವರು ವ್ಯಾಪಾರದ ನಿಮಿತ್ತವಾಗಿ ತಮ್ಮ ಮಾರವಾಡ ದೇಶದಿಂದ ಈ ಶೀಮೆಗೆ ಬಂದವರು. ಆದದರಿಂದ ಇವರು ಮನೆಯಲ್ಲಿ ಮಾರವಾಡೀ ಭಾಷೆಯನ್ನೇ ಆಡುವರು; ಆದರೂ ತಮ್ಮ ವ್ಯಾಪಾರಕ್ಕೆ ತಕ್ಕಷ್ಟು ಮಹಾರಾಷ್ಟ್ರ ಕನ್ನಡ ಭಾಷೆಗಳನ್ನು ಅಡ್ಡತಿಡ್ಡ ಸ್ವರದಿಂದ ಕೆಡಿಸಿ ಮಾತಾಡುತ್ತಿರುತ್ತಾರೆ. ಇವರಲ್ಲಿ ಶ್ರಾವಕ, ಅಂದರೆ ಜೈನ, ಮಿಶ್ರಿ, ಅಂದರೆ ವೈಷ್ಣವ, ಯೆಂಬ ಯೆರಡು ಮುಖ್ಯ ಧರ್ಮ ಪಂಥಗಳುಂಟು. ಒಂದು ಪಂಥದವರು ಯೆರಡನೇ ಪಂಥದವರ ಸಂಗಡ ಅನ್ನ ವ್ಯವಹಾರ ಮಾಡುವದಿಲ್ಲ. ಮಾರವಾಡಿಗಳಲ್ಲಿ ವೊಂಬತ್ತು ಜಾತಿಗಳುಂಟು; ಅವರಲ್ಲಿ ಕೆಲವರನ್ನು ಮಾತ್ರ ಈ ಶೀಮೆಯಲ್ಲಿ ಕಾಣ ಬಹುದು. ಶ್ರಾವಕ ಪಂಥದವರು ತಮ್ಮ ತೀರ್ಥಂಕರರಲ್ಲದೆ ಬಾಲಾಜಿಯನ್ನು ಸಹ ಪೂಜಿಸುವರು. ಮಾರವಾಡಿಗಳಲ್ಲಿ ಬಾಬ, ರಟೂರ, ಸೋಲಂಕಿ, ಮುಂತಾದ ಹಲವು ಗೋತ್ರಗಳಿರುತ್ತವೆ. ಒಂದೇ ಗೋತ್ರದವರು ತಮ್ಮ ತಮ್ಮೊಳಗೆ ಲಗ್ನ ಸಂಬಂಧ ಮಾಡುವದಿಲ್ಲ. ಗಂಡಸರು ತಲೆಯ

ಮೇಲೆ ಚಂಡಿಕೆಯಿಲ್ಲದೆ ಜುಲಿಪೆಗಳನ್ನು ಕಾಯುವರು. ಇವರು ವಾಡಿಕೆಯಾಗಿ ಹತ್ತೆಂಟು ಮೊಳ ಉದ್ದವಾದ ಕೆಂಪು ಮುಂಡಾಸ ತಲೆಗೆ ಸುತ್ತಿ ಕೊಳ್ಳುವರು. ಹೆಂಗಸರು ಪರಿಕರವನ್ನುಟ್ಟುಕೊಂಡು, ಬಲಕ್ಕೆ ಶರಗು ಹೊದ್ದು ಕೊಳ್ಳುವರು; ಕುಬ್ಬುಸದ ಗಂಟು ಬೆನ್ನಿನ ಮೇಲೆ. ಇವರು ಮೊಣಕೈ ವರೆಗೆ (ಲಂಬಾಡಿಗರಂತೆ) ಆನೇ ಹಲ್ಲಿನ ಬಳೆಗಳನ್ನು ಇಟ್ಟು ಕೊಳ್ಳುವರು. ಮಾರವಾಡಿಗಳು ಮದ್ಯ ಮಾಂಸಗಳನ್ನು ತಕ್ಕೊಳ್ಳುವದಿಲ್ಲ; ಸ್ವದೇಶದ ಬ್ರಾಹ್ಮಣರಿಗೆ ಮಾತ್ರ ಮಾನ ಕೊಡುತ್ತಾರೆ. ಇವರಲ್ಲಿ ವಿಧವೆಗಳಿಗೆ ಲಗ್ನವಿಲ್ಲ, ಕ್ಷೌರವೂ ಇಲ್ಲ, ಹೆಣಗಳನ್ನು ಸುಡುತ್ತಾರೆ. ಭಾದ್ರಪದ ಮಾಸದಲ್ಲಿ ಇವರು ಬಹಳ ಉಪೋಷಣಗಳನ್ನು ಮಾಡುವರು. ಮಾರವಾಡಿಗಳು ತಾಳ್ಮೆಯಿಂದ ಶ್ರಮ ಮಾಡುವವರೂ, ಬಹಳ ಕೃಪಣರೂ, ಧೈರ್ಯಶಾಲಿಗಳೂ ಇರುತ್ತಾರೆ. ನಿರ್ದಯತ್ವ, ಅಪ್ರಮಾಣಿಕತನ, ಇವೆರಡು ಇವರ ದೊಡ್ಡ ದುರ್ಗುಣಗಳು. ಇವರು ಅರಿವೆ, ಕಾಳು, ಮುಂತಾದ ಹಲವು ಬಗೆಯ ವ್ಯಾಪಾರ ಮಾಡುವರು; ಆದರೆ ಬಡಜನರಿಗೆ ಸಾಲ ಕೊಡುವದೇ ಯೆಲ್ಲಕ್ಕೂ ಹೆಚ್ಚು ಲಾಭದ ವ್ಯಾಪಾರವು. ಬಡಜನರು, ವಿಶೇಷವಾಗಿ ವೊಕ್ಕಲಿಗರು, ಇವರ ಕೈಯಲ್ಲಿ ಶಿಕ್ಕರೆಂದರೆ ಅವರ ಮನೆ ಹಾಳಾಗದೆ ಇರದು. ಆದದರಿಂದ ಮಾರವಾಡಿ ಯೆಂದರೆ ಕ್ಷಯರೋಗವೆಂದು ಜನರು ಯೆಣಿಸುವರು. ಇವರು ವ್ಯಾಪಾರದಲ್ಲಿ ತಕ್ಕಮಟ್ಟಿಗೆ ಹಣಗಳಿಸಿಕೊಂಡ ಬಳಿಕ ಬಹುತರ ಈ ದೇಶದಲ್ಲಿ ನಿಲ್ಲುವದಿಲ್ಲ; ಸ್ವದೇಶಕ್ಕೆ ಹೊರಟು ಹೋಗುವರು.

ನಾರ್ವೇಕರರು.

ನಾರ್ವೇಕರರು.—ಇವರು ಗೋಮಂತಕ ಶೀಮೆಯಲ್ಲಿ ನಾರ್ವೆ ಯೆಂಬ ಗ್ರಾಮದಿಂದ ಸುಮಾರು ೨೦೦ ವರ್ಷಗಳ ಹಿಂದೆ ಬೆಳಗಾವೀ ಜಿಲ್ಲೆಯಲ್ಲಿ ಬಂದರೆಂದು ಹೇಳುತ್ತಾರೆ. ಆ ಜಿಲ್ಲೆಯಲ್ಲಿಯೇ ಇವರ ವಸ್ತಿ ಬಹಳ ಇರುತ್ತದೆ; ಕಾನಡಾ ಜಿಲ್ಲೆಯಲ್ಲಿ ಸ್ವಲ್ಪ. ಇವರು ಮನೆಯಲ್ಲಿ ಕೊಂಕಣೀ ಭಾಷೆಯನ್ನಾಡುವರು; ಶೈವ ಮತದವರು, ಶಂಕೇಶ್ವರದ ಸ್ವಾಮಿಗೆ ನಡಕೊಳ್ಳುವರು. ಆದರೆ ಇವರ ಮುಖ್ಯ ಕುಲದೇವತೆ ಗೋಮಂತಕ ಪ್ರಾಂತದ ಮ್ಹಾಳಸಾ ಯೆಂಬ ದೇವಿಯು. ನಾರ್ವೇಕರರಲ್ಲಿ ಸುಖಿಯಾಗಿದ್ದವರು ಬ್ರಾಹ್ಮಣರಂತೆ ಉಡಿಗೆಗಳನ್ನು ಧರಿಸುವರು, ಉಳಿದವರು ಶೂದ್ರರಂತೆ; ಆದರೂ ಹೆಂಗಸರು ಕಚ್ಚೆ ಹಾಕಿಕೊಂಡು ಕುಂಕುಮ ಹಚ್ಚಿಕೊಳ್ಳುವರು. ನಾರ್ವೇಕರರು ತಾವು ವೈಶ್ಯರೆಂದು ಹೇಳಿ, ಲಗ್ನದ ಕಾಲಕ್ಕೆ ಯಜ್ಞೋಪವೀತ ಹಾಕಿ ಕೊಳ್ಳುವರು, ಹೆಣಗಳನ್ನು ಸುಡುವರು. ಆದರೂ ಮದ್ಯ ಮಾಂಸಗಳನ್ನು ನಿರಾತಂಕವಾಗಿ ತಕ್ಕೊಳ್ಳುವರು. ಕೆಲವರು ವಿಧವೆಗಳಿಗೆ ಲಗ್ನ ಮಾಡುತ್ತಾರೆ, ಕೆಲವರು ಮಾಡುವದಿಲ್ಲ; ಹೆಣ್ಣು ಮಕ್ಕಳ ಲಗ್ನವು ನೆರೆಯುವ ಪೂರ್ವದಲ್ಲಿ ಆಗಲಿಕ್ಕೆ ಬೇಕು. ಉದ್ಯೋಗ, ಸಮಾಧಾನ, ಆದರ, ಇವೇ ನಾರ್ವೇಕರರ ಮುಖ್ಯ ಸದ್ಗುಣಗಳು. ಇವರು ಯೆಲ್ಲ ಬಗೆಯ ವ್ಯಾಪಾರಗಳನ್ನು ಮಾಡುವರು. ಆದರೂ ತುಪ್ಪದ ಮಾರಾಟ, ಅವಲಕ್ಕೀ ಕುಟ್ಟುವದು, ಚುರಮುರೀ ಹುರಿಯುವದು, ಇವೇ ಇವರ ಕುಲದ ಹೋರೆಗಳು. ನಾರ್ವೇಕರರು ವೊಟ್ಟೆಗೆ ಸುಖಿಯಾಗಿದ್ದಾರೆ, ತಮ್ಮ ಮಕ್ಕಳನ್ನು ಶಾಲೆಗೆ ಕಳಿಸುವರು.

16

ಬಾಂದೇಕರರು.—ಇವರ ವಸ್ತಿಯಾದರೂ ಬೆಳಗಾವೀ ಜಿಲ್ಲೆಯಲ್ಲಿ ಹೆಚ್ಚು, ಕಾನಡಾ ಜಿಲ್ಲೆಯಲ್ಲಿ ಅಷ್ಟಿಲ್ಲ. ಉಳಿದ ಯೆರಡು ಜಿಲ್ಲೆಗಳಲ್ಲಿ ಇವರ ವಸ್ತಿ ಇಲ್ಲ. ಗೋವೇ ಶೀಮೆಯಲ್ಲಿ ಪೋರ್ತುಗೀಸರು ಜನರನ್ನು ಕುಲಗೆಡಿಸಿದ ಕಾಲಕ್ಕೆ ಅಲ್ಲಿಂದ ಇವರ ಪೂರ್ವಜರು ಓಡಿ ಬಂದರೆಂದು ಹೇಳುತ್ತಾರೆ. ಇವರು ತಾವು ಶೂದ್ರರೆಂದು ಹೇಳುತ್ತಾರೆ. ಇವರ ಧರ್ಮ, ನಡಾವಳಿ, ಊಟ, ಉಡಿಗೆಗಳೆಲ್ಲ ಸಾರ್ವೇಕರರಂತೆ. ಇವರ ಮುಖ್ಯ ಹೋರೆ ಅಂಗಡಿ; ಕೆಲವರು ಚುರುಮುರೀ ಹುರಿಯುವರು.

ಬಾಂದೇಕರರು.

ಶೀಲವಂತರು.—ಇವರು ಉತ್ತಮ ಕುಲದ ಲಿಂಗವಂತರು. ಆದರೂ ಬುನಾದಿಯಲ್ಲಿ ಇವರು ಪರನಾಡಿನಿಂದ ಬಂದರೆಂದು ಹೇಳುತ್ತಾರೆ. ಧಾರವಾಡ ವಿಜಾಪುರ ಜಿಲ್ಲೆಗಳಲ್ಲಿ ಮಾತ್ರ ಇವರನ್ನು ಕಾಣ ಬಹುದು. ಇವರು ಬಹಳ ಮಡಿ ಮಾಡುತ್ತಿರುವ ಕಾರಣ ಇವರಿಗೆ ಶೀಲವಂತರೆಂಬ ಹೆಸರು ಬಂದದೆ. ಇವರ ನೀರು ಸಹ ಪರಕೀಯರು ನೋಡ ಕೂಡದು. ಹೊಳೆ ಹಳ್ಳಗಳ ನೆರೆಯಲ್ಲಿ ಇರುವ ಶೀಲವಂತರು ಪ್ರತಿ ದಿವಸ ಹೊಸ ವೊರತಿಯನ್ನು ತೆಗಿದು ಅದರೊಳಗಿನ ನೀರು ಮನೆಗೆ ವೊಯ್ಯುವರು. ಅಯ್ಯಗಳ ಮೇಲೆ ಇವರ ಭಕ್ತಿ ಬಹಳ; ಅವರ ಪಾದೋದಕವನ್ನು ಕುಡಿಯುವರು, ಮೈ ತುಂಬ ಹಚ್ಚಿ ಕೊಳ್ಳುವರು. ಇವರ ನಡಾವಳಿಗಳೂ ಧರ್ಮ ಕೃತ್ಯಗಳೂ ವಾಡಿಕೆಯಾಗಿ ಬಣಜಿಗರಂತೆ ಇರುತ್ತವೆ. ವ್ಯಾಪಾರವೇ ಇವರ ಹೋರೆಯು. ಆದರೆ ಕೆಲವರು ಬಡಿಗಿತನದ ಹೋರೆ ಮಾಡುವರು, ಕೆಲವರು ಸೊನ್ನಗಾರರ ಹೋರೆ ಮಾಡುವರು.

ಶೀಲವಂತರು.

ತೆಲಗು ಬಣಜಿಗರು.—ಇವರು ಬಂಕಾಪುರ, ಗದಗು, ನವಲಗುಂದ ತಾಲೂಕುಗಳಲ್ಲಿ ಮಾತ್ರ ಇರುತ್ತಾರೆ; ಆದರೆ ಲಿಂಗವಂತರಲ್ಲ. ಇವರ ಕುಲದೇವರು ವೆಂಕಟರಮಣ; ಧರ್ಮಗುರು ತಿರುಮಲ ತಾತಾಚಾರ್ಯನೆಂಬ ಶ್ರೀವೈಷ್ಣವ ಬ್ರಾಹ್ಮಣನು. ಇವರು ಮನೆಯಲ್ಲಿ ತೆಲಗು, ತಮಿಳ ಭಾಷೆಗಳನ್ನು ಆಡುವರು. ಆದದರಿಂದ ಕೆಲಕಾಲದ ಪೂರ್ವದಲ್ಲಿ ಇವರು ಮದ್ರಾಸ ಇಲಾಖೆಯಿಂದ ಬಂದರೆಂದು ತೋರುತ್ತದೆ. ಇವರ ಮೈಬಣ್ಣ ಕಪ್ಪು, ನಿಲಿವಿಕೆ ಯೆತ್ತರ, ಮೈಕಟ್ಟು ತಿಳುವು. ಇವರು ಬಾಳೇ ಯೆಲೆ, ಪತ್ರಾವಳಿಗಳಲ್ಲಿ ಉಣ್ಣುವರು, ತಳಿಗೆಯಲ್ಲಿ ಉಣ್ಣುವದಿಲ್ಲ. ಇವರ ಗುರುವು ಇವರಿಗೆ ತಪ್ತಮುದ್ರೆಯನ್ನು ಕೊಡುವನು. ಆದರೆ ಮದ್ಯ ಮಾಂಸಗಳನ್ನು ತಕ್ಕೊಳ್ಳಲಿಕ್ಕೆ ಇವರಿಗೆ ಅಡ್ಡಿ ಇಲ್ಲ. ತೆಲಗು ಬಣಜಿಗರು ನಿರ್ಮಲರು, ಬುದ್ಧಿವಂತರು, ಪ್ರಮಾಣಿಕರು, ಉದ್ಯೋಗಿಗಳು, ಸರಳ ಸ್ವಭಾವದವರು, ಮಿತವ್ಯಯಿಗಳು. ಅರಿವೆ ಕಾಳುಗಳ ಮಾರಾಟವೇ ಇವರ ಮುಖ್ಯ ಹೋರೆಯು; ಕೆಲವರು ಸಾವಕಾರಿಕೇ ಮಾಡುವರು, ಕೆಲವರು ಸರಕಾರೀ ನೌಕರಿಯನ್ನು ಮಾಡುವರು. ಇವರ ಹೆಣ್ಣು ಮಕ್ಕಳ ಲಗ್ನವು ನೆರಿಯುವ ಪೂರ್ವದಲ್ಲಿಯೂ ನೆರಿದ ಬಳಿಕೂ ಆಗುತ್ತದೆ. ಲಗ್ನದಲ್ಲಿ ಭೋರ ಜಗುಲಿಯ ಯೆಡಬಲದಲ್ಲಿ ಹೊಸ ಗಡಿಗೆಗಳ ಅಡಿಕಿಲು ಯೆರಿಸಿ

ತೆಲಗು ಬಣಜಿಗರು.

ಇಡುವರು; ಸಸಿಗಳನ್ನು ಹಾಕಿಡುವರು. ನಾಲ್ಕನೇ ದಿವಸ ಆ ಅಡಿಕಿಲುಗಳಲ್ಲಿಯ ಗಡಿಗೆಗಳನ್ನು ತೆಗಿದು ಅವುಗಳಲ್ಲಿ ನೀರು ಹಾಕಿ, ಕೆಲವೊಂದರೊಳಗೆ ಉಂಗುರವನ್ನಾಗಲಿ ನತ್ತಾಗಲಿ ಚಲ್ಲಿ ಅದನ್ನು ಹುಡುಕಲಿಕ್ಕೆ ಮದಿಮಕ್ಕಳನ್ನು ಹಚ್ಚುವರು. ಇದಕ್ಕೆ ನಾಗಾವಳಿ ಯೆಂದೆನ್ನುವರು. ಆ ಅಲಂಕಾರವನ್ನು ಹುಡುಕಿ ತೆಗಿದವರು ಮುಂದೆ ಮನೆಯ ಹಿರಿತನವನ್ನು ಪಡೆಯುವರೆಂದು ಇವರ ನಂಬಿಗೆಯುಂಟು. ಇವರಲ್ಲಿ ವಿಧವೆಗಳಿಗೆ ಲಗ್ನವಿಲ್ಲ. ಯಾರಾದರೂ ಸತ್ತರೆ, ಹೆಣದ ಭುಜಗಳ ಮೇಲೆ ಬಿದರಿನ ಶಂಕಚಕ್ರಗಳನ್ನು ಮಾಡಿ ವೊತ್ತಿ ಹೆಣವನ್ನು ಸುಡಲಿಕ್ಕೆ ವೊಯ್ಯುವರು. ಇವರು ಸುಖದಿಂದ ಕಾಲಕ್ಷೇಪ ಮಾಡುತ್ತಾರೆ, ಮಕ್ಕಳನ್ನು ಶಾಲೆಗೆ ಕಳಿಸುತ್ತಾರೆ.

ತೆಲಗು ಒಪ್ಪಮರು.—ಇವರಾದರೂ ಮದ್ರಾಸ ಇಲಾಖೆಯಿಂದ ಬಂದವರು, ಧಾರವಾಡ ಜಿಲ್ಲೆಯಲ್ಲಿ ಮಾತ್ರ ಇರುತ್ತಾರೆ, ಮನೆಯಲ್ಲಿ ತೆಲಗು ಭಾಷೆಯನ್ನಾಡುವರು.

ತೆಲಗು ಒಪ್ಪಮರು.

ಇವರ ಕುಲದೇವತೆಗಳು ಹನುಮಂತ, ಹುಲಗೆವ್ವ; ಕಂಚಿಯಲ್ಲಿ ಇರುವ ತಾತಾಚಾರ್ಯನೆಂಬ ಶ್ರೀ ವೈಷ್ಣವ ಬ್ರಾಹ್ಮಣನು ಗುರು. ಇವರ ಮುಖಲಕ್ಷಣ, ನಿಲಿವಿಕೆ, ಉಡಿಗೆ, ಆಹಾರ, ಇವೆಲ್ಲ ತೆಲಗು ಬಣಜಿಗರಂತೆ. ಐವರು ಯಾವ ಕಾರ್ಯಕ್ಕೂ ಬ್ರಾಹ್ಮಣರನ್ನಾಗಲಿ ಲಿಂಗವಂತರನ್ನಾಗಲಿ ಕರೆಯುವದಿಲ್ಲ, ಹೆಣವನ್ನು ಹುಗಿಯುವರು. ಹಲ್ಲುಪುಡಿ, ಕುಂಕುಮ, ಬುಕ್ಕಿಟ್ಟುಗಳನ್ನು ಮಾಡಿ ಮಾರುವದೇ ಇವರ ಉಪಜೀವನದ ಹೋರೆಯು. ಇವರು ಮಕ್ಕಳನ್ನು ಶಾಲೆಗೆ ಕಳಿಸುವದಿಲ್ಲ.

ಕೊಮಟಗರು ಇಲ್ಲವೆ ವೈಶ್ಯರು.—ಇವರು ನಾಲ್ಕೂ ಜಿಲ್ಲೆಗಳಲ್ಲಿ ಇರುತ್ತಾರೆ. ಇವರ ಜನ್ಮ ಭಾಷೆ ಕನ್ನಡ; ಆದರೆ ಕೆಲವರು ಮನೆಯಲ್ಲಿ ತೆಲಗು ಭಾಷೆಯನ್ನಾಡುವರು.

ಕೊಮಟಗರು.

ಇವರಲ್ಲಿ ಬ್ರಾಹ್ಮಣರಂತೆ ೧೬ ಸಂಸ್ಕಾರಗಳಾಗುತ್ತವೆ. ಇವರು ಶಂಕೇಶ್ವರದ ಸ್ವಾಮಿಯ ಶಿಷ್ಯರು, ಬ್ರಾಹ್ಮಣರಿಗೆ ಮಾನ ಕೊಡುವರು, ವಿಧವೆಗಳ ಲಗ್ನ ಮಾಡುವದಿಲ್ಲ, ಹೆಣ್ಣು ಮಕ್ಕಳ ಲಗ್ನವನ್ನು ನೆರೆಯುವ ಪೂರ್ವದಲ್ಲಿ ಮಾಡುವರು. ವಿಜಾಪುರ, ಕಾನಡಾ ಜಿಲ್ಲೆಗಳಲ್ಲಿಯ ಕೆಲವರು ಕೊಮಟಗರು ಬಳ್ಳಾರೀ ಜಿಲ್ಲೆಯಲ್ಲಿ ಇರುವ ಕಬೀರ ಭಾಸ್ಕರಾಚಾರ್ಯನೆಂಬ ಗುರುವಿಗೆ ನಡಕೊಳ್ಳುವರು. ಕೊಮಟಗರಲ್ಲಿ ತುಪ್ಪದ ಕೊಮಟಗರೆಂತಲೂ, ಯೆಣ್ಣೆಯ ಕೊಮಟಗರೆಂತಲೂ ಯೆರಡು ವೊಳಭೇದಗಳುಂಟು. ಅವರಲ್ಲಿ ಪರಸ್ಪರ ಅನ್ನ ವ್ಯವಹಾರವಾಗುವದಿಲ್ಲ. ಇವರಲ್ಲಿ ೧೦೧ ಗೋತ್ರಗಳಿವೆ; ಒಂದೇ ಗೋತ್ರದವರಲ್ಲಿ ಶರೀರ ಸಂಬಂಧವಾಗುವದಿಲ್ಲ. ಕೊಮಟಗರು ಮದ್ಯ ಮಾಂಸಗಳ ಸಂಪರ್ಕ ಮಾಡುವದಿಲ್ಲ, ಸತ್ತವರ ಸೂತಕವನ್ನು ೧೫ ಹಿಡಿಯುವರು. ಇವರಲ್ಲಿ ಸೋದರಮಾವನ ಮಗಳನ್ನು ಲಗ್ನ ಮಾಡಿ ಕೊಳ್ಳಲಿಕ್ಕೆ ಬೇಕೆಂಬ ನಿರ್ಬಂಧವಿರುತ್ತದೆ. ವಾಡಿಕೆಯಾಗಿ ಇವರ ಆಚಾರಗಳು ಬ್ರಾಹ್ಮಣರಂತೆ ಇರುತ್ತವೆ. ಕೊಮಟಗರು ಯೆಲ್ಲ ಬಗೆಯ ವ್ಯಾಪಾರ ಮಾಡುವರು; ಕಾಳು, ತುಪ್ಪ, ಬೆಣ್ಣೆಗಳ ಮಾರಾಟ, ಚಿಕ್ಕ ತಕ್ಕಡೀ ಅಂಗಡಿ, ಅರಿವೆಯ ಅಂಗಡಿ, ಇವೇ ಇವರ ಮುಖ್ಯ ಹೋರೆಗಳು. ಕೊಮಟಗರು, ವಿಶೇಷವಾಗಿ ಧಾರವಾಡ ಜಿಲ್ಲೆಯವರು, ತಂತ್ರಗಾರರೆಂತಲೂ

ಧೂರ್ತರೆಂತಲೂ ಹೆಸರಾಗಿದ್ದಾರೆ. ಇವರು ಬೆಳುವಣಿಗೆಯ ಸ್ಥಿತಿಯಲ್ಲಿದ್ದಾರೆ, ಮಕ್ಕಳನ್ನು ಶಾಲೆಗೆ ಕಳಿಸುತ್ತಾರೆ.

ಭಾಟಯರು.

ಭಾಟಯರು.—ಇವರು ಸುಮಾರು ೩೦ ವರ್ಷದ ಹಿಂದೆ ಕಚ್ಛ ಪ್ರಾಂತದಿಂದ ಬಂದು ಬೆಳಗಾವಿ, ಚಿಕ್ಕೋಡಿ, ಕುಮಟಾ, ಕಾರವಾಡ, ಈ ಗ್ರಾಮಗಳಲ್ಲಿ ವಾಸಿಸುತ್ತಾರೆ. ಇವರು ಮನೆಯಲ್ಲಿ ಕಚ್ಛೀ ಭಾಷೆಯನ್ನಾಡುವರು. ಬೆಳಗಾವೀ ಜಿಲ್ಲೆಯೊಳಗಿನ ಭಾಟಯರು ಮೊದಲು ತಮ್ಮ ಜಾತಿಯವರಂತೆ ಮುಂಡಾಸ ಹಾಕುವರು; ಆದರೆ ಈಗ ಜರದ ಅಂಚಿನ ರುಮಾಲ ಸುತ್ತಿಕೊಳ್ಳುತ್ತಾರೆ. ಇವರು ಗುಜರಾಥದೊಳಗಿನ ವಲ್ಲಭಾಚಾರ್ಯ ಮತದ ವೈಷ್ಣವರು; ಕೃಷ್ಣನೇ ಇವರ ಕುಲದೇವತೆ; ಆದರೂ ಇವರು ಯಾವತ್ತು ಹಿಂದೂ ದೇವತೆಗಳಿಗೆ ನಡಕೊಳ್ಳುವರು, ಧರ್ಮ ಕಾರ್ಯಗಳಲ್ಲಿ ಬ್ರಾಹ್ಮಣರನ್ನು ಕರೆಯುವರು; ಲಗ್ನ ಕಾರ್ಯಕ್ಕೆ ಮಾತ್ರ ತಮ್ಮ ಕುಲದ ಪೋಕರ್ಣರೆಂಬ ಬ್ರಾಹ್ಮಣರನ್ನು ಮುಂಬಯಿಯಿಂದ ಕರಿಸುವರು. ಭಾಟಯರು ಮದ್ಯ ಮಾಂಸಗಳನ್ನು ಮುಟ್ಟುವದಿಲ್ಲ, ವಿಧವೆಗಳ ಲಗ್ನ ಮಾಡುವದಿಲ್ಲ, ಆದರೂ ವಿಧವೆಗಳಿಗೆ ಕ್ಷೌರದ ಬಲಾತ್ಕಾರವಿಲ್ಲ. ಇವರು ಸುರೂಪಿಗಳೂ, ಉದ್ಯೋಗಿಗಳೂ ಪ್ರಮಾಣಿಕರೂ ಇರುತ್ತಾರೆ. ವ್ಯಾಪಾರದಲ್ಲಿ ಭಾಟಯರು ಬಹು ಘಟ್ಟಿಗರೂ ದೈವುಳ್ಳವರೂ ಇರುವದರಿಂದ ದೊಡ್ಡ ದೊಡ್ಡ ವ್ಯಾಪಾರಗಳಿಗೆ ಕೈಹಾಕುವರು; ಅರಳಿ, ಕಾಳು, ತೆಂಗಿನಕಾಯಿ, ಕೊಬ್ಬರಿ, ಅಡಿಕೆ, ಸಕ್ಕರಿ, ತುಪ್ಪ, ಮುಂತಾದ ಸರಕುಗಳ ವ್ಯಾಪಾರ ಮಾಡುವರು. ಇವರು ತಮ್ಮ ಸರಕುಗಳನ್ನು ಹುಬ್ಬಳ್ಳಿ, ವೆಂಗುರ್ಲೆ, ಮುಂಬಯಿಗಳಿಗೆ ಕಳಿಸುವದು ಬಹಳ. ಇವರು ಬೆಳುವಣಿಗೆಯ ಸ್ಥಿತಿಯಲ್ಲಿದ್ದಾರೆ, ಮಕ್ಕಳನ್ನು ಶಾಲೆಗೆ ಕಳಿಸುತ್ತಾರೆ.

ಕಾಲವಾಡಿಗಳು.

ಕಾಲವಾಡಿಗಳು.—ನಾಲ್ವತ್ತು ವರ್ಷಗಳ ಹಿಂದೆ ಕಾನಪುರದಿಂದ ಬಂದು ಬೆಳಗಾವಿಯಲ್ಲಿ ವಾಸಿಸುತ್ತಾರೆ. ಇವರು ಗಂಡುಗಚ್ಚೆಯ ಹಾಕುತ್ತಾರೆ; ಮೊದಲು ಮಾರವಾಡಿಗಳಂಥ ಮುಂಡಾಸ ಇಲ್ಲವೆ ಟೊಪ್ಪಿಗೆ ಹಾಕುತ್ತಿದ್ದರು; ಆದರೆ ಈಗ ರುಮಾಲ ಸುತ್ತಿಕೊಳ್ಳುತ್ತಾರೆ. ಹೆಂಗಸರು ಪರಿಕಾರ ಉಟ್ಟುಕೊಂಡು, ಮಾರವಾಡಿ ಹೆಂಗಸರಂತೆ ಕುಬ್ಬಸ ತೊಟ್ಟುಕೊಂಡು ಬಲಕ್ಕೆ ಶರಗು ಹೊದ್ದುಕೊಳ್ಳುತ್ತಾರೆ; ಬಳೆ ಇಟ್ಟು ಕೊಳ್ಳುವರು, ಕುಂಕುಮ ಹಚ್ಚಿ ಕೊಳ್ಳುವರು, ಆದರೆ ಮಂಗಳಸೂತ್ರ ಕಟ್ಟಿ ಕೊಳ್ಳುವದಿಲ್ಲ. ಕಾಲವಾಡಿಗಳಲ್ಲಿ ಮದ್ಯ ಮಾಂಸಗಳಿಗೆ ಅಡ್ಡಿ ಇಲ್ಲ; ಹಬ್ಬದ ದಿವಸ ಇವರಿಗೆ ಮಾಂಸಾಹಾರ ಬೇಕು. ಇವರಿಗೆ ಧರ್ಮಗುರುವಿಲ್ಲ; ಆದರೂ ಸರ್ವರಿಯರೆಂಬ ಬ್ರಾಹ್ಮಣರಿಗೆ ಇವರು ನಡಕೊಳ್ಳುವರು; ಮಹಾದೇವನಲ್ಲಿ ಭಕ್ತಿ ಹೆಚ್ಚು. ಉದ್ಯೋಗ, ನಿರ್ಮಲತನ, ಶೀಘ್ರಕೋಪ, ಇವೇ ಇವರ ಮುಖ್ಯ ಗುಣಗಳು. ಹೆಣ್ಣು ಮಕ್ಕಳು ನೆರೆಯುವ ಪೂರ್ವದಲ್ಲಿ ಅವರ ಲಗ್ನವಾಗುವದು; ಹುಟ್ಟಿದ ದಿವಸವೇ ಕೂಸಿಗೆ ಹೆಸರಿಡುವರು; ಗಂಡ ಸತ್ತರೆ ೧೦ನೇ ದಿವಸ, ಹೆಂಗಸು ಸತ್ತರೆ ೯ನೇ ದಿವಸ ಕರ್ಮ ಮಾಡುವವನು ಮಿಾಶಿ ಬೋಳಿಸಿ ಕೊಳ್ಳುವನು. ಲಗ್ನದಲ್ಲಿ ಹೆಣಿನ ತಾಯಿ ತಂದೆಗಳು ಅಳಿಯನ ಮನೆಗೆ ಊಟಕ್ಕೆ ಹೋಗುವದಿಲ್ಲ. ಇವರಲ್ಲಿ

ಹಣವುಳ್ಳವರು ಸಾವಕಾರಿಕೆ ಮಾಡುವರು, ಬಡವರು ಟಪಾಲಖಾತೆಯಲ್ಲಿ ನೌಕರೀ ಮಾಡುವರು. ಕಾಲವಾಡಿಗಳು ಪೊಟ್ಟೆಗೆ ದೈವುಳ್ಳವರೆನಿಸಿ ಕೊಳ್ಳುತ್ತಾರೆ, ಮಕ್ಕಳನ್ನು ಶಾಲೆಗೆ ಕಳಿಸುತ್ತಾರೆ.

ಬಾವಕುಳೆಯರು. ಬಾವಕುಳೆಯರು.—ಇವರು ಗೋವೆಯಿಂದ ಬಂದು ಕಾರವಾಡದಲ್ಲಿ ವಾಸಿಸುತ್ತಾರೆ. ಇವರ ಹೆಸರಿನ ಮುಂದೆ "ಶೇಟ" ಯೆಂಬ ಬಹುಮಾನದ ಶಬ್ದವನ್ನು ಹಚ್ಚುವರು; ಆದರೆ ಇವರು ಬಾಂದೇಕರರ ಕುಲದವರೇ ಇರುತ್ತಾರೆ; ಮಾಂಸ ತಿನ್ನುವರು, ಆದರೆ ಸರಾಯಿ ಕುಡಿಯುವದಿಲ್ಲ. ಬಾವಕುಳೆಯರು ಅಕ್ಕಿ, ತೆಂಗಿನಕಾಯಿ, ವೀಳ್ಯದೆಲೆ, ಹಣ್ಣು, ಮಿಠಾಯಿ, ಇವುಗಳ ಬುಟ್ಟಿಯನ್ನು ತಲೆಯ ಮೇಲಿಟ್ಟುಕೊಂಡು ಮನೆ ಮನೆಗೆ ಮಾರುತ್ತ ತಿರುಗುವರು; ಕೆಲವರು ಪೊಕ್ಕಲತನ ಮಾಡುವರು. ಇವರ ನಡಾವಳಿ, ಧರ್ಮ, ಉಡಿಗೆ, ಸ್ವರೂಪ, ಗುಣ, ಆಹಾರ ಇವೆಲ್ಲ ಬಾಂದೇಕರರಂತೆ.

ಕನ್ನಡ ವೈಶ್ಯರು. ಕನ್ನಡ ವೈಶ್ಯರು.—ಇವರು ಕಾನಡಾ ಜಿಲ್ಲೆಯಲ್ಲಿ ಘಟ್ಟದ ಮೇಲೂ ಕೆಳಗೂ ವಾಸಿಸುತ್ತಾರೆ; ಘಟ್ಟದ ಕೆಳಗೆ ವಿಶೇಷ. ಇವರು ಗಿಡ್ಡರು, ಕಪ್ಪು ಮೈಬಣ್ಣದವರು, ಕಸುವಿನ ಮೈಕಟ್ಟಿನವರು; ಮೀನ ತಿನ್ನುವರು, ಇವರ ಧರ್ಮ ಶೈವ, ಬ್ರಾಹ್ಮಣರೇ ಇವರ ಪುರೋಹಿತರು. ಇವರು ಗಂಡು ಮಕ್ಕಳ ಮುಂಜೆಯನ್ನು ೧೧ ವರ್ಷ ತುಂಬುವದರೊಳಗೆ ಬ್ರಾಹ್ಮಣರ ಕೈಯಿಂದ ಮಾಡಿಸುವರು; ವಿಧವೆಗಳ ಕ್ಷೌರ ಮಾಡಿಸುವರು; ಹೆಣವನ್ನು ಸುಡುವರು. ಇವರ ನಡಾವಳಿಗಳು ಕೊಂಕಣಿಗರ ನಡಾವಳಿಗಳಿಗೆ ಹೊಂದುತ್ತವೆ. ಇವರು ಕಾಳು, ಅರಿವೆ, ಮುಂತಾದವುಗಳ ಅಂಗಡಿಗಳನ್ನು ಹಾಕುವರು; ಬಾಂದೇಕರರಿಗಿಂತ ನೆಟ್ಟಗಿದ್ದಾರೆ, ಮಕ್ಕಳನ್ನು ಶಾಲೆಗೆ ಕಳಿಸುತ್ತಾರೆ.

ಮಲ್ಲವರು. ಮಲ್ಲವರು.—ಇವರು ಧಾರವಾಡ ಜಿಲ್ಲೆಯಲ್ಲಿಯೂ ಕಾನಡಾ ಜಿಲ್ಲೆಯ ಘಟ್ಟದ ಮೇಲಿನ ತಾಲೂಕುಗಳಲ್ಲಿಯೂ ಇರುತ್ತಾರೆ. ಧಾರವಾಡ ಜಿಲ್ಲೆಯವರ ಮುಖ್ಯ ಹೋರೆ ಪೊಕ್ಕಲತನ, ಕಾನಡಾ ಜಿಲ್ಲೆಯವರು ವರ್ತಕರು. ಇವರು ಉತ್ತಮ ಕುಲದ ಲಿಂಗವಂತರು; ಇವರ ಜನ್ಮ ಭಾಷೆ ಕನ್ನಡ. ಇವರ ಆಚಾರ, ಆಹಾರ, ಧರ್ಮ, ನಡಾವಳಿ, ಮುಂತಾದವುಗಳೆಲ್ಲ ಬಣಜಿಗರಂತೆ.

ಪೆಡಣೇಕರ ವೈಶ್ಯರು. ಪೆಡಣೇಕರ ವೈಶ್ಯರು.—ಪೆಡಣೇಕರ ಬ್ರಾಹ್ಮಣರಂತೆ ಇವರಾದರೂ ಪೆಡಣೆ ಯೆಂಬ ಗ್ರಾಮದಿಂದ ಬಂದವರು. ಇವರು ಕಾರವಾಡ ಅಂಕೋಲಾ, ಕುಮಟಾ, ಹೊನ್ನಾವರ, ಸಿರಸಿ, ಈ ಗ್ರಾಮಗಳಲ್ಲಿ ವಾಸಿಸುತ್ತಾರೆ. ಇವರ ಆಚಾರ ವ್ಯವಹಾರಾದಿಗಳೆಲ್ಲ ಪೆಡಣೆಕರ ಬ್ರಾಹ್ಮಣರಂತೆಯೇ ಇರುತ್ತವೆ. ಇವರು ತಮ್ಮ ಹೆಸರಿಗೆ "ಶೇಟ" "ನಾಯಿಕ" ಯೆಂಬ ಉಪಪದಗಳನ್ನು ಜೋಡಿಸುತ್ತಾರೆ; ಕದ್ದು ಮುಚ್ಚಿ ಮಾಂಸಾಹಾರ ತಕ್ಕೊಳ್ಳುವರು. ಪೆಡಣೇಕರ ಬ್ರಾಹ್ಮಣರೇ ಇವರ ಮನೆಗಳಲ್ಲಿ ಮುಂಜೆ, ಲಗ್ನ ಮುಂತಾದ ಕಾರ್ಯಗಳನ್ನು ಮಾಡಿಸುತ್ತಾರೆ.

ಅವಲಕ್ಕೀ ಕುಟ್ಟುವದು, ಚುರಮುರೀ ಹುರಿಯುವದು, ಇವೆರಡು ಪೆಡಣೇಕರ ವೈಶ್ಯರ ಮುಖ್ಯ ಹೋರೆಗಳು. ಆದರೆ ಕೆಲವರು ತೆಂಗು, ಬಾಳೇಹಣ್ಣು, ವೀಳ್ಯದೆಲೆ, ಅಡಿಕೆ, ಮುಂತಾದವುಗಳನ್ನು ಕೊಂಡು ಮಾರುವರು. ಇವರು ತಮ್ಮ ಮಕ್ಕಳನ್ನು ಶಾಲೆಗೆ ಕಳಿಸುವದಿಲ್ಲ.

ಲೋಹಾಣರು.

ಲೋಹಾಣರು.—ಭಾಟಿಯರಂತೆ ಇವರಾದರೂ ಕಚ್ಛ ದೇಶದಿಂದ ಕಾನಡಾ ಜಿಲ್ಲೆಗೆ ಬಂದವರು. ಇವರ ಮನೆಯಲ್ಲಿಯ ಭಾಷೆ, ಆಹಾರ, ಆಚಾರ, ಉಡಿಗೆ, ಧರ್ಮ, ಇವೆಲ್ಲ ಭಾಟಿಯರಂತೆ ಇರುತ್ತವೆ. ಇವರು ಭಾಟಿಯರ ಮನೆಯಲ್ಲಿ ಉಣ್ಣುವರು, ಆದರೆ ಭಾಟಿಯರು ಇವರ ಮನೆಯಲ್ಲಿ ಉಣ್ಣುವದಿಲ್ಲ. ಇವರು ಅರಳಿ, ಅರಿವೆ, ಯಾಲಕ್ಕಿ, ಅಡಿಕೆ, ಉತ್ತತ್ತಿ, ಮುಂತಾದವುಗಳ ಅಂಗಡಿಯ ಹಾಕಿ ಮಾರಾಟ ಮಾಡುವರು. ಇವರಲ್ಲಿ ವಿಧವೆಗಳಿಗೆ ಲಗ್ನವಿಲ್ಲ; ಆದರೆ ಅವರ ತಲೆ ಬೋಳಿಸುವದಿಲ್ಲ. ಇವರು ವೊಟ್ಟಗೆ ಬೆಳುವಣಿಗೆಯ ಸ್ಥಿತಿಯಲ್ಲಿ ದ್ದಾರೆ.

ಅಗರವಾಲರು.

ಅಗರವಾಲರು.—ಇವರು ಪಂಢರಿಪುರದಿಂದ ಸುಮಾರು ೧೫೦ ವರ್ಷಗಳ ಹಿಂದೆ ಬಂದು ವಿಜಾಪುರದಲ್ಲಿ ವಾಸಿಸುತ್ತಾರೆ. ಇವರು ರಜಪೂತ ಕುಲದವರೆಂದು ತೋರುತ್ತದೆ. ಇವರ ಮುಖಚರ್ಯೆ, ಪೈಕಟ್ಟು, ರಜಪೂತರಂತೆ ಇರುತ್ತವೆ. ಇವರು ಮನೆಯಲ್ಲಿ ಮಹಾರಾಷ್ಟ್ರ ಭಾಷೆಯನ್ನಾಡುವರು. ಪಂಢರಪುರದ ಅಗರವಾಲರಿಗೂ ಇವರಿಗೂ ಶರೀರ ಸಂಬಂಧವಾಗುತ್ತದೆ. ಊದಿನ ಕಡ್ಡಿ, ಬುಕ್ಕಿಟ್ಟು, ಮುಂತಾದ ಸುಗಂಧ ದ್ರವ್ಯಗಳನ್ನು ಮಾಡಿ ಮಾರುವದೇ ಇವರ ಮುಖ್ಯ ಹೋರೆಯು; ಕೆಲವರು ವೊಕ್ಕಲತನವನ್ನೂ ಮಾಡುವರು. ಇವರು ತಮ್ಮ ಮಕ್ಕಳಿಗೆ ಮನೆಯಲ್ಲಿ ಓದುಬರಹ ಕಲಿಸುತ್ತಾರೆ. ಇವರ ಲಗ್ನ ಕಾರ್ಯದಲ್ಲಿ ವಿಶೇಷವೇನೆಂದರೆ, ವೊಂದು ಕಂಬ ನಡಿಸಿ, ಅದರ ಮುಂದೆ ಗೋದೀ ಹರವಿ, ಲಗ್ನದ ಪೂರ್ವ ದಿವಸ ಆ ಗೋದಿಯ ಮೇಲೆ ನೀರಿನ ಪಾತ್ರೆಯನ್ನಿಟ್ಟು, ಅದರ ಮೇಲೆ ವೊಂದು ದೀಪ ಹಚ್ಚಿ ಇಡುವರು. ಮದಿಮಕ್ಕಳು ಲಗ್ನದ ಕಾಲಕ್ಕೆ ಆ ದೀಪದೆದುರಿಗೆ ಕೂಡ್ರುವರು.

ಶಟ್ಟಿಯರು.

ಶಟ್ಟಿಯರು.—ಇವರು ಸುಮಾರು ೭೦ ವರ್ಷಗಳ ಹಿಂದೆ ಮದ್ರಾಸ ಶೀಮೆಯಿಂದ ಬಂದು ಬಾಗಲಕೋಟೆಯಲ್ಲಿ ವಾಸಿಸುತ್ತಾರೆ. ಇವರ ಮುಖಲಕ್ಷಣಗಳು ಮುದಲಿಯಾರರಂತೆ ಇರುತ್ತವೆ; ಅವರಂತೆ ಇವರಾದರೂ ಮನೆಯಲ್ಲಿ ತಮಿಳ ಭಾಷೆಯನ್ನಾಡುವರು. ಇವರ ಗೋತ್ರಗಳು ಹ್ಯಾಗಂದರೆ—ಗುಂಡಮುದ್ಯ, ಕಲ್ಲುಮುದ್ಯ, ಮಲುದ್ಯ, ಮುದಿಪಲ್ಲುದ್ಯ, ಪಲರುದ್ಯಮಹರ್ಷಿ, ವೈಮುದ್ಯಮಹರ್ಷಿ! ಶಟ್ಟಿಯರು ಕುರಿ, ಕೋಳಿ, ಮೀನು, ಮೊಲ, ಇವುಗಳ ಮಾಂಸವನ್ನು ಮಾತ್ರ ತಿನ್ನುತ್ತಾರೆ; ಸರಾಯ ಕುಡಿಯುವರು, ತಂಬಾಕ ಶೇದುವರು, ಆದರೂ ಇವರಿಗೆ ಜನಿವಾರವಿರುತ್ತದೆ. ಇವರ ಉಡಿಗೆಗಳು ಲಿಂಗವಂತರನ್ನು ಹೋಲುತ್ತದೆ. ಇವರು ಗಿರಿಯ ವೆಂಕಟರಮಣನಿಗೆ ಮುಖ್ಯವಾಗಿ ನಡಕೊಳ್ಳುವರು. ಮದ್ರಾಸ ಶೀಮೆಯಲ್ಲಿ

ಇರುವ ಪಂಚಮ್ಮ, ಅಂಗಲಮ್ಮ, ಯೆಂಬ ದೇವತೆಗಳು ಇವರ ಕುಲದೇವತೆಗಳು. ಶೆಟ್ಟಿಯರು ಬ್ರಾಹ್ಮಣರಿಗೆ ನಡಕೊಳ್ಳುವರು, ಬ್ರಾಹ್ಮಣರ ಮನೆಯಲ್ಲಿ ಮಾತ್ರ ಉಣ್ಣುವರು. ಹುಟ್ಟಿದ ಕೂಸಿನ ಜಾವಳವನ್ನು ತೆಗಿಯುವಾಗ ಮೊದಲು ಸೊನ್ನಗಾರನು ವೊಂದು ಕೂದಲು ಕತ್ತರಿಸಿದ ಬಳಿಕ ನಾದಿಗನ ಕೈಯಿಂದ ತಲೆ ಬೋಳಿಸುವರು. ಮುಂಜಿಯ ಸಂಸ್ಕಾರವು ಶಿಷ್ಟಾಚಾರವಾಗಿರುತ್ತದೆ, ಧರ್ಮ ನಿರ್ಬಂಧದ್ದಲ್ಲ. ಲಗ್ನದಲ್ಲಿ ಅಂತಃಪಟ ಹಿಡಿಯುವದಿಲ್ಲ. ಮೈ ನೆರಿದ ಹುಡಿಗಿಯನ್ನು ೯ ದಿವಸದ ವರೆಗೆ ಹೊರಗೆ ಕೂಡ್ರಿಸುವರು. ಶೆಟ್ಟಿಯರು ಹೆಣಗಳನ್ನು ಸುಡುವರು, ಬಡವರು ಮಾತ್ರ ಹುಗಿಯುವರು; ಇವರಿಗೆ ೧೬ ದಿವಸ ಸೂತಕವಿರುತ್ತದೆ. ಶೆಟ್ಟಿಯರು ಮುಖ್ಯವಾಗಿ ಅಂಗಡಿಯ ವ್ಯಾಪಾರ ಮಾಡುವರು; ಕೆಲವರು ಚಿನಿವಾರಿಕೆಯ ಅಂಗಡೀ ಹಚ್ಚುವರು. ಇವರು ತಮ್ಮ ಗಂಡು ಹೆಂಣು ಮಕ್ಕಳನ್ನು ಶಾಲೆಗೆ ಕಳಿಸುವರು.

ಚಟ್ಟೇರು.

ಚಟ್ಟೇರು ಅಂದರೆ ಖಣ ಮಾರುವವರು.—ಇವರು ಬಾಗಲಕೋಟಿ ಬಾಗೇವಾಡಿ, ಇಂಡಿ, ಈ ಮೂರು ಗ್ರಾಮುಗಳಲ್ಲಿ ವಾಸಿಸುತ್ತಾರೆ. ಇವರು ನಾಗಲಿಕರೆಂಬ ಕುಲದವರ ವಳ ಭೇದವೆಂದು ತೋರುತ್ತದೆ; ಆದರೆ ಈಗ ಅವರಿಗೂ ಇವರಿಗೂ ಯೆಷ್ಟು ಮಾತ್ರವೂ ಸಂಬಂಧವಿಲ್ಲ. ಇವರು ಕನ್ನಡ ಆಡುವರು; ತೋರಿಕೆಯಲ್ಲಿ ಪಂಚಮಸಾಲಿಯವರಂತೆ ಕಾಣುತ್ತಾರೆ. ಇವರ ಧರ್ಮ, ಆಚಾರ, ವ್ಯವಹಾರಗಳೆಲ್ಲ ನಿಜಲಿಂಗವಂತರಂತೆ ಇರುತ್ತವೆ. ಇವರು ಕುಬಸದ ಖಣಗಳನ್ನು ನೆಯಿದು ಮಾರಾಟ ಮಾಡುತ್ತಾರೆ; ಕೆಲವರು ವೊಕ್ಕಲತನವನ್ನೂ ಮಾಡುವರು. ಚಟ್ಟೇರು ತಮ್ಮ ಮಕ್ಕಳನ್ನು ಶಾಲೆಗೆ ಕಳಿಸುತ್ತಾರೆ.

ಕುರುವಿನ ಶೆಟ್ಟಿಗಳು.

ಕುರುವಿನ ಶೆಟ್ಟಿಗಳು.—ಇವರಿಗೆ ಹಿರೇ ಕುರುವಿನವರೆಂತಲೂ ಅನ್ನುವರು. ಇವರು ವಿಜಾಪುರ ಜಿಲ್ಲೆಯ ಯೆಲ್ಲ ಭಾಗಗಳಲ್ಲಿ ಇರುತ್ತಾರೆ. ಇವರೂ ಚಿಕ್ಕ ಕುರುವಿನವರೂ (ಕೈಗಾರಿಕೆಯವರ—ವರ್ಗದಲ್ಲಿ ನೋಡು) ಮೊದಲಿಗೆ ವೊಂದೇ ಕುಲದವರು; ಆದರೆ ಇವರು ಬಹು ಕಾಲದ ಪೂರ್ವದಲ್ಲಿ ಲಿಂಗವಂತರಾದರು; ಚಿಕ್ಕ ಕುರುವಿನವರು ವೊಳಗಡೆಯಲ್ಲಿ ಆದರು. ಇವರಲ್ಲಿ ೬೬ ಗೋತ್ರಗಳಿವೆ; ಅವುಗಳಲ್ಲಿ ೩೩ ಶಿವನವು, ೩೩ ಪಾರ್ವತಿಯವು. ಈ ಶೆಟ್ಟಿಗಳು ಮದ್ಯ ಮಾಂಸ ತಕ್ಕೊಳ್ಳುವದಿಲ್ಲ, ನಾಯಿಯನ್ನು ಮುಟ್ಟುವದಿಲ್ಲ. ಇವರು ಸರಳ ಸ್ವಭಾವದವರೂ, ವ್ಯವಸ್ಥಿತರೂ ಶ್ರಮ ಮಾಡುವವರೂ, ಆದಾಗ್ಯೂ ಸ್ವಚ್ಛತನವನ್ನು ಅರಿಯರು. ಇವರಲ್ಲಿ ಸೂಳೆಯ ಮನೆಗೆ ಹೋಗುವವನು ಜಾತಿ ಬಾಹ್ಯನಾಗುತ್ತಾನೆ. ತರಡು ಬಡಿದ ಯೆತ್ತನ್ನು ಇವರು ಮನೆಯಲ್ಲಿ ಸಾಕುವದಿಲ್ಲ, ಮುಟ್ಟುವದಿಲ್ಲ. ಕಿರಾಣೀ ವ್ಯಾಪಾರವೇ ಇವರ ಮುಖ್ಯ ಹೋರೆಯು. ಇವರು ಸ್ವೀಕರಿಸಿದ ಲಿಂಗವಂತರೊಳಗಿನವರು. ಇವರ ಲಗ್ನಗಳನ್ನೂ ಹುಗಿಯುವ ವಿಧಿಯನ್ನೂ ಜಂಗಮರು ಮಾಡಿಸುವರು. ಇವರ ಮಕ್ಕಳು ಶಾಲೆಗೆ ಹೋಗುತ್ತಾರೆ.

ಮಾಲಗಾರರು. — ಇವರು ಬಾಗೇವಾಡಿ, ಇಂಡಿ, ಈ ಯೆರಡು ಗ್ರಾಮಗಳಲ್ಲಿ ಇರುತ್ತಾರೆ. ಇವರಿಗೆ ಆರೇ ಬಣಜಿಗರೆಂತಲೂ ಅನ್ನುವರು. ಇವರು ಮೊದಲು ಆರೇ ದೇಶದವರಾದಾಗ್ಯೂ ಈಗ ಯೆಲ್ಲ ಬಗೆಯಿಂದ ಲಿಂಗವಂತರನ್ನು ಹೋಲುತ್ತಾರೆ; ಲಿಂಗವಂತ ಧರ್ಮವನ್ನೇ ಪಾಲಿಸುತ್ತಾರೆ. ಇವರಲ್ಲಿ ಹಲವು ವೊಳಭೇದಗಳಿರುತ್ತವೆ; ಆದರೆ ಯೆಲ್ಲರಲ್ಲಿ ಪರಸ್ಪರ ಶರೀರ ಸಂಬಂಧಗಳಾಗುತ್ತವೆ. ಇವರು ತೋಟಗಳಲ್ಲಿ ಹೂ, ಪಲೆ, ಫಲಗಳು, ಮುಂತಾದವುಗಳನ್ನು ಬೆಳಿದು ಮಾರಾಟ ಮಾಡುತ್ತಾರೆ.

ಮಾಲಗಾರರು.

ಯುದ್ಧೋಪಜೀವಿ ಜಾತಿಗಳು.

	ಧಾರವಾಡ.			ಬೆಳಗಾವಿ.			ವಿಜಾಪುರ.			ಕಾನಡಾ		
	ಗಂಡಸು	ಹೆಂಗಸು	ಒಟ್ಟು	ಗಂಡಸು	ಹೆಂಗಸು	ಒಟ್ಟು	ಗಂಡಸು	ಹೆಂಗಸು	ಒಟ್ಟು	ಗಂಡಸು	ಹೆಂಗಸು	ಒಟ್ಟು
೧ ಆರೇರು....	೨೨೦೫೯	೨೨೦೨೬	೪೪೦೮೫	೬೦೩೫೮	೫೮೯೪೪	೧೧೯೩೦೨	೭೯೭೫	೭೯೦೨	೧೫೮೭೭	೧೬೯೦೮	೧೪೪೫೦	೩೧೩೫೮
೨ ರಜಪೂತರು..	೧೭೨೨	೧೭೨೮	೩೪೫೦	೧೩೪೩	೧೩೫೪	೨೬೯೭	೨೩೩೩	೨೦೮೧	೪೪೧೪	೨೧೯	೧೨೫	೩೪೪
೩ ನಾಯರರು ..	,,	,,	,,	,,	,,	,,	,,	,,	,,	೧೨೩	೮	೧೩೧
೪ ರಾಚಿವಾರರು .	,,	,,	,,	,,	,,	,,	,,	,,	,,	೧೦	೮	೧೮

೧೮೯೩

ಆರೇರು. — ಇವರನ್ನು ನಾಲ್ಕೂ ಜಿಲ್ಲೆಗಳಲ್ಲಿ ಕಾಣ ಬಹುದು. ಶಿವಾಜಿ ಮಹಾರಾಜನ ಕಾಲಕ್ಕೆ ಬಹು ಜನ ಆರೇರು ಈ ಕರ್ನಾಟಕ ಭಾಗದಲ್ಲಿ ಬಂದು ವಾಸಿಸಿದರೆಂದು ಹೇಳುತ್ತಾರೆ. ಆದರೆ ಅದಕ್ಕೂ ಪೂರ್ವದಲ್ಲಿ ಇವರ ವಸ್ತಿಯು ಈ ಶೀಮೆಯಲ್ಲಿ ಇತ್ತೆಂಬದಕ್ಕೆ ಆಧಾರವುಂಟು. ಇವರಲ್ಲಿ ಬಾರಮಾಸೇ, ಅಕರಮಾಸೆ, ಯೆಂಬೆರಡು ವರ್ಗಗಳಿರುತ್ತವೆ. ಬಾರಮಾಸೆ ಯೆಂಬ ಉತ್ತಮ ವರ್ಗದವರು ತಾವು ರಜಪೂತರ ವಂಶದವರೆಂದು ಹೇಳುತ್ತಾರೆ. ಅಕರಮಾಸೆ ಅಥವಾ ಸಿಂದೆ ಯೆಂಬವರು ಬ್ರಾಹ್ಮಣರು ಇಲ್ಲವೆ ಉತ್ತಮ ಕುಲದ ಆರೇರು ಇಟ್ಟುಕೊಂಡ ಹೆಂಗಸರ ಹೊಟ್ಟೆಯವರು. ಈ ಭೇದವನ್ನು ದೈವುಳ್ಳವರು ವಿಶೇಷವಾಗಿ ಲಕ್ಷಿಸುತ್ತಾರೆ. ಅವರು ಸಿಂದೆ ಯೆಂಬ ವರ್ಗದವರ ಕೂಡ ಶರೀರ ಸಂಬಂಧ ಮಾಡುವದಿಲ್ಲ. ಬಡವರಲ್ಲಿ ಈ ನಿರ್ಬಂಧ ನಡಿಯುವದು ಬಹು ಕಡಿಮೆ. ಕೆಲವರು ಕುಣಬೀ ಯೆಂಬ ವೊಕ್ಕಲಿಗರ ಕೂಡ ಸಹ ಶರೀರ ಸಂಬಂಧ ಮಾಡುತ್ತಾರೆ. ಊಟದ ಬಳಿಕೆಯು ಯೆಲ್ಲ ಬಗೆಯ ಆರೇರಿಗೂ ಕುಣಬೀ ಜನರಿಗೂ ನಿರ್ಬಾಧವಾಗಿ ನಡಿಯುತ್ತದೆ. ಆರೇರು ಮನೆಯಲ್ಲಿ ಬಹುತರ ಆರೇ ಮಾತು ಆಡುವರು; ಆದರೆ ಬಹು ಕಾಲದಿಂದ ಈ ಶೀಮೆಯಲ್ಲಿ ವಾಸಿಸುವವರಿಗೆ ಆರೇ ಮಾತು ಬರುತ್ತಿರುವದಿಲ್ಲ, ಕನ್ನಡೇ ಅವರ ಜನ್ಮ ಭಾಷೆಯು. ಆರೇ

ಆರೇರು.

ರೆಲ್ಲ ಬಹುತರ ಶೈವ ಮತದವರೇ; ಇವರ ಗುರು ಶಂಕೇಶ್ವರದ ಸ್ವಾಮಿಯು. ತಾವು ಆರೇರೆಂಬ ಅಭಿಮಾನ ವಹಿಸುವವರು ಜನಿವಾರ ಹಾಕಿ ಕೊಳ್ಳುವರು, ಮುರಿಗೆಯ ಮುಂಡಾಸ ಸುತ್ತುವರು; ಆದರೆ ಬಹು ಜನರು ಜನಿವಾರವಿಲ್ಲದೆ ರುಮಾಲ ಸುತ್ತಿಕೊಂಡು ಹೆಗಲ ಮೇಲೆ ಕಂಬಳಿಯನ್ನು ಚಲ್ಲಿ ಕೊಂಡು ವೊಕ್ಕಲಿಗರಂತೆ ತಿರುಗಾಡುವರು. ಹೆಂಗಸರಲ್ಲಿಯೂ ಇದೇ ಪ್ರಕಾರದ ಭೇದವುಂಟು. ಉತ್ತಮ ಕುಲದವರೂ ಸ್ವಜಾತಿಯ ಅಭಿಮಾನವುಳ್ಳವರೂ ಬ್ರಾಹ್ಮಣರ ಹೆಂಗಸರಂತೆ ಕುಂಕುಮ ಹಚ್ಚಿಕೊಂಡು ಕಚ್ಚೇ ಹಾಕಿ ಶೀರೇ ಉಟ್ಟುಕೊಳ್ಳುವರು; ಅವರು ಬಹುತರ ಬುರಕೆಯ ಹೊರ್ತು ಹೊರಬೀಳುವದಿಲ್ಲ. ಉಳಿದವರು ವೊಕ್ಕಲಿಗರ ಹೆಂಗಸರಂತೆ ಕುಂಕುಮ ಕಚ್ಚೆಗಳಿಲ್ಲದೆ ವರ್ತಿಸುವರು. ಉತ್ತಮ ಸ್ಥಿತಿಯ ಗಂಡಸರ ಹಣೆಯ ಮೇಲೆ ಗಂಧದ ಬೊಟ್ಟು, ನಾಮ, ಇಲ್ಲವೆ ಅಕ್ಷಂತಿ ಇರುವದು. ಆರೇರು ಮದ್ಯ ಮಾಂಸಗಳನ್ನು ನಿರಾತಂಕವಾಗಿ ತಕ್ಕೊಳ್ಳುವರು. ಇವರು ಕಸುವುಳ್ಳವರೂ, ಧೈರ್ಯಶಾಲಿಗಳೂ, ಶಿಷ್ಟನವರೂ, ಸರಳ ಸ್ವಭಾವದವರೂ, ಉದ್ಯೋಗಿಗಳೂ ಇರುತ್ತಾರೆ. ಇವರಲ್ಲಿ ಲಗ್ನ ಮುಂತಾದ ಕಾರ್ಯಗಳನ್ನು ಮಾಡಿಸುವವರು ಬ್ರಾಹ್ಮಣರೇ; ವಿಧವೆಗಳ ಲಗ್ನಕ್ಕೆ ಅಡ್ಡಿ ಇಲ್ಲ; ಹೆಣಗಳನ್ನು ಸುಡುವರು. ಲಗ್ನ, ಜನ್ಮ, ಮರಣ, ಮುಂತಾದ ಕಾರ್ಯಗಳ ವಿಧಾನಗಳೆಲ್ಲ ಬ್ರಾಹ್ಮಣರ ಪದ್ಧತಿಯನ್ನು ಹೋಲುತ್ತವೆ. ಆರೇರಲ್ಲಿ ಕೆಲವರು ದಂಡಿನ ಶಿಪಾಯಿಗಳಾಗುವರು, ಕೆಲವರು ಪೋಲೀಸ ಶಿಪಾಯಿಗಳಾಗುವರು, ಕೆಲವರು ಸರಕಾರೀ ಕಚೇರಿಗಳಲ್ಲಿ ಶಿಪಾಯಿಗಳಾಗುವರು, ಕೆಲವರು ಬ್ರಾಹ್ಮಣರ ಮನೆಯಲ್ಲಿಯೂ ಆರೇರ ಮನೆಯಲ್ಲಿಯೂ ಚಾಕರಿಗೆ ನಿಲ್ಲುವರು; ಆದರೆ ಬಹು ಜನರು ವೊಕ್ಕಲತನದಿಂದ ಬಾಳುತ್ತಾರೆ, ಕೆಲವರು ಅರಿವೆ, ಕಾಳು, ಮುಂತಾದವುಗಳ ಅಂಗಡಿ ಹಾಕಿ ವ್ಯಾಪಾರ ಮಾಡುವರು, ಕೆಲವರು ವಿದ್ಯಾಭ್ಯಾಸ ಮಾಡಿ ಸಣ್ಣ ದೊಡ್ಡ ಸರಕಾರೀ ಉದ್ಯೋಗಗಳನ್ನು ಸಂಪಾದಿಸಿದ್ದಾರೆ. ಆರೇರು ತಮ್ಮ ಮಕ್ಕಳನ್ನು ಶಾಲೆಗೆ ಕಳಿಸುತ್ತಾರೆ; ಒಟ್ಟಿಗೆ ಬೆಳುವಣಿಗೆಯ ಸ್ಥಿತಿಯಲ್ಲಿದ್ದಾರೆ.

ರಜಪೂತರು.

ರಜಪೂತರು.—ಇವರು ನಾಲ್ಕೂ ಜಿಲ್ಲೆಗಳಲ್ಲಿ ಇರುತ್ತಾರೆ; ತಾವು ಕ್ಷತ್ರಿಯರ ವಂಶದವರೆಂದು ಹೇಳುತ್ತಾರೆ. ಬ್ರಾಹ್ಮಣರಂತೆ ಇವರಿಗೆ ೧೬ ಸಂಸ್ಕಾರಗಳಿರುತ್ತವೆ. ಎಲ್ಲರೂ ಜನಿವಾರ ಹಾಕುವರು. ಇವರಲ್ಲಿಯ ಶುಭಾಶುಭ ಕಾರ್ಯಗಳನ್ನು ಗೌಡಬ್ರಾಹ್ಮಣರು ಮಾಡಿಸುತ್ತಾರೆ; ಆದರೆ ಕೆಲವರು ಈ ಕಾರ್ಯಗಳಿಗಾಗಿ ದಕ್ಷಿಣೀ ಬ್ರಾಹ್ಮಣರನ್ನು ಕರಿಯುವರು. ಕೆಲವರು ಶಂಕೇಶ್ವರದ ಸ್ವಾಮಿಗೆ ನಡಕೊಳ್ಳುತ್ತಾರೆ, ಕೆಲವರು ನಡಕೊಳ್ಳುವದಿಲ್ಲ. ಇವರು ವಿಶೇಷವಾಗಿ ಶೈವ ಮತದವರಾದಾಗ್ಯೂ ರಾಮ, ಕೃಷ್ಣ, ವೆಂಕಟರಮಣ, ಈ ದೇವತೆಗಳಿಗೆ ನಡಕೊಳ್ಳುವರು. ಭವಾನಿಯು ಇವರ ಮುಖ್ಯ ದೇವತೆ. ರಜಪೂತರು ಮನೆಯಲ್ಲಿ ಹಿಂದುಸ್ಥಾನೀ ಭಾಷೆಯನ್ನಾಡುವರು; ಕನ್ನಡದ ಸ್ವರಗಳೂ ಉಚ್ಚಾರಗಳೂ ಇವರಿಗೆ ನೆಟ್ಟಗೆ ಬರುವದಿಲ್ಲ. ಇವರಲ್ಲಿ ಸೂರ್ಯವಂಶೀ, ಚಂದ್ರವಂಶೀ, ಯೆಂಬೆರಡು ಮುಖ್ಯ ಕುಲಗಳಿವೆ; ಇವಲ್ಲದೆ ಬೇರೆ ಬೇರೆ ಗೋತ್ರಗಳೂ ಉಪನಾಮುಗಳೂ ಉಂಟು. ಗಂಡ

17

ಸರ ಹೆಸರಿನ ಮುಂದೆ ಸಿಂಗ (ಸಿಂಹ) ಯೆಂಬ ಉಪಪದವಿರುತ್ತದೆ. ರಜಪೂತರು ಮಾಂಸಾಹಾರ ತಕ್ಕೊಳ್ಳುವರು, ಆದರೆ ಸರಾಯಿಯನ್ನು ಕದ್ದು ಮುಚ್ಚಿ ಕುಡಿಯುವರು. ಇವರಲ್ಲಿ ಅಫೀಮು, ಗಾಂಜಿ, ಭಂಗಿ, ಇವುಗಳ ವ್ಯಸನವು ಬಹು ಜನರಿಗಿರುತ್ತದೆ. ಇವರ ನಿಲಿವಿಕೆ ಯೆತ್ತರ; ಮುಖಲಕ್ಷಣ ಶೌರ್ಯುದ್ದು, ಕಳೆಯುಳ್ಳದ್ದು, ಶಿಟ್ಟಿನದು; ಮೈಬಣ್ಣ ಕೆಂಪು; ಭಾಷಣ, ನಡಿಗೆ ಗಂಭೀರವಾದದ್ದು. ರಜಪೂತರು ಸರಳ ಸ್ವಭಾವದವರೂ, ಸೋಮಾರಿಗಳೂ, ಶಿಟ್ಟಿನವರೂ, ಥೊಡ್ಡ ಮನಸಿನವರೂ, ಖರ್ಚಿಕರೂ ಇರುತ್ತಾರೆ. ಇವರ ಉಡಿಗೆ ತೊಡಿಗೆಗಳು ಬಹುತರ ಆರೇರಂತೆಯೇ ಇರುತ್ತವೆ. ಆದರೆ ಆರೇರ ಮನೆಯಲ್ಲಿ ಇವರು ಉಣ್ಣುವದಿಲ್ಲ, ಬ್ರಾಹ್ಮಣರಲ್ಲಿ ಮಾತ್ರ ಉಣ್ಣುವರು. ಇವರ ಹೆಂಗಸರು ಬುರಿಕೆಯ ಹೊರ್ತು ಹೊರಗೆ ಹೋಗುವದಿಲ್ಲ. ಅವರು ಕುಂಕುಮ ಹಚ್ಚಿ ಕೊಳ್ಳುವರು, ಆದರೆ ಕಚ್ಚೆ ಹಾಕುವದಿಲ್ಲ. ರಜಪೂತ ಹೆಂಗಸಿನ ಮುಖ್ಯ ಕುರುಹು ಆಕೆಯ ನತ್ತು; ಅದು ಯೆರಡು ಇಂಚಿನ ವ್ಯಾಸಕ್ಕಿಂತ ಸಣ್ಣದು ಇರುವದೇ ಇಲ್ಲ; ಕೆಲವರು ಆರು ಇಂಚು, ಇಲ್ಲವೆ ವೊಂದು ಪೂಟು ವ್ಯಾಸವುಳ್ಳ ನತ್ತನ್ನು ಮೂಗಿನೊಳಗೆ ಇಟ್ಟು ಕೊಳ್ಳುವರು; ಅದರ ಭಾರವನ್ನು ಯೆತ್ತಿ ಹಿಡಿಯುವದಕ್ಕೋಸ್ಕರ ಅದಕ್ಕೆ ಚಿನ್ನದ ಸರ್ಪಣಿಯನ್ನು ಹಚ್ಚಿ ಅದನ್ನು ಕೂದಲಿಗೆ ಇಲ್ಲವೆ ಕಿವಿಗೆ ಸಿಗಿಸುವರು. ಲಗ್ನದ ಕಾಲಕ್ಕೆ ಮದಿಮಗನು ವೊಂದು ಕಂಬಕ್ಕೆ ಯೇಳು ಪ್ರದಕ್ಷಿಣೆಗಳನ್ನು ಹಾಕಿ ನಿಂತ ಬಳಿಕ ಹೆಣ್ಣಿನ ತಂದೆಯು, ಇವನ ದುರಾಚಾರಗಳೇನಾದರೂ ನಿಮಗೆ ಗೊತ್ತುಂಟೋ, ಯೆಂದು ನೆರಿದ ಜನರಿಗೆ ಕೇಳುವನು; ಏನು ಇಲ್ಲವೆಂದು ಅವರು ಉತ್ತರ ಹೇಳಿದ ಬಳಿಕ ಲಗ್ನದ ಸಮಾರಂಭವಾಗುವದು. ರಜಪೂತರು ದಂಡಿನೊಳಗಾಗಲೀ ಪೋಲೀಸರೊಳಗಾಗಲೀ ಶಿಪಾಯಿತನದ ಹೋರೆಯನ್ನು ಮೊದಲು ಹುಡುಕುವರು. ಅದು ದೊರಿಯದಿದ್ದರೆ ವೊಕ್ಕಲತನ, ವ್ಯಾಪಾರ, ಮುಂತಾದ ಹೋರೆಗಳನ್ನು ಕೈಕೊಳ್ಳುವರು. ಚಿಕ್ಕಂದಿನಿಂದ ಗರಡೀಸಾಧಕ, ದಾಂಡಪಟೆ, ಕುಸ್ತಿ, ಮುಂತಾದ ಶೌರ್ಯದ ಅಭ್ಯಾಸಗಳನ್ನು ಇವರು ಮಾಡುತ್ತಾರೆ. ಕುಸ್ತಿಯಲ್ಲಿ ಹೆಸರು ಪಡಿದಂಥ ರಜಪೂತರನ್ನು ಯೆಲ್ಲ ಕಡೆಯಲ್ಲಿ ಕಾಣ ಬಹುದು. ಇವರು ತಮ್ಮ ಮಕ್ಕಳನ್ನು ಶಾಲೆಗೆ ಕಳಿಸುತ್ತಾರೆ; ಒಟ್ಟಿಗೆ ಸೌಖ್ಯದ ಸ್ಥಿತಿಯಲ್ಲಿದ್ದಾರೆ.

ನಾಯರರು.

ನಾಯರರು.—ಇವರು ಮಲಿಯಾಳ ಶೀಮೆಯಿಂದ ಕಾನಡಾ ಜಿಲ್ಲೆಗೆ ಯಾತ್ರೆಯ ನಿಮಿತ್ತವಾಗಿ ಬಂದವರು. ಆ ಜಿಲ್ಲೆಯಲ್ಲಿ ಇವರ ಮನೆಮಾರುಗಳಿಲ್ಲ. ಇವರ ಕುಲದ ಹೆಂಗಸರೂ ಇಲ್ಲ. ನಾಯರರಲ್ಲಿ ೧೧ ಜಾತಿಗಳಿವೆ. ೧ನೇ ಉತ್ತಮ ಜಾತಿಯವರು ಕಿರಿತರು ಅಥವಾ ಕಿರಣರು; ಕೆಳಗಿನ ಜಾತಿಗಳ ವ್ಯಾಜ್ಯ ತೀರಿಸುವದೇ ಇವರ ಹೋರೆಯು. ೨ನೇ ಜಾತಿಯವರು ಶೂದ್ರರು, ವೈದ್ಯತನ ಮಾಡುವರು. ೩ನೇ ಜಾತಿಯವರು ಚರನಾಡುಗಳು ಜಾತಕಗಳನ್ನು ಬರಿಯುವರು. ೪ನೇ ಜಾತಿಯವರು ವಿಳಿತರು ಪಲ್ಲಕ್ಕಿಗಳನ್ನು ಹೊರುವರು. ೫ನೇ ಜಾತಿಯವರು ವಟ್ಟುಕಟ್ಟು [illegible] ಹೋರೆಯನ್ನು ಮಾಡುವರು. ೬ನೇ ಜಾತಿಯವರು ಅತ್ತೆಕೊರ್ಚಿಗಳು ನಾಯರ ಕುಲದವರು ಸೂತಕದಿಂದ ಶುದ್ಧವಾಗುವಾಗ ಅವರ ತಲೆಯ

ಮೇಲೆ ಪಂಚಗವ್ಯವನ್ನು ಹಾಕುವರು. ೭ನೇ ಜಾತಿಯವರು ವೊಳಕುಟ್ಟರು ನಾದಿಗರ ಹೋರೆಯನ್ನು ಮಾಡುವರು. ೮ನೇ ಜಾತಿಯವರು ವೊಳತರಟರು ಅಗಸರ ಕೆಲಸ ಮಾಡುವರು. ೯ನೇ ಜಾತಿಯವರು ತುರಣರು ಶಿಂಪಿಗರ ಹೋರೆ ಮಾಡುವರು. ೧೦ನೇ ಜಾತಿಯವರು ಅಣದುರರು ಕುಂಬಾರರ ಕೆಲಸ ಮಾಡುವರು. ೧೧ನೇ ಜಾತಿಯವರು ತೊರಗಣರು ಕೂಲಿಯ ಹೋರೆ ಮಾಡುವರು. ಮೇಲಿನ ಮೂರು ಜಾತಿಗಳವರು ತಮ್ಮ ತಮ್ಮೊಳಗೆ ಊಟದ ಬಳಿಕೆ ಮಾಡುವರು, ಮತ್ತೂ ಅವರಲ್ಲಿ ಮೇಲಿನ ಜಾತಿಯವರು ಕೆಳಗಿನ ಜಾತಿಯವರ ಹೆಣ್ಣು ತಕ್ಕೊಳ್ಳುವರು. ಉಳಿದ ೮ ಜಾತಿಯವರು ಉತ್ತಮ ಕುಲದವರು ಅಡಿಗೆ ಮಾಡಿದರೆ ವೊತ್ತಟ್ಟಿಗೆ ಕೂತು ಉಣ್ಣುವರು, ಆದರೆ ತಮ್ಮ ತಮ್ಮ ಜಾತಿಗಳಲ್ಲಿ ಮಾತ್ರ ಶರೀರ ಸಂಬಂಧ ಮಾಡುವರು. ಮೇಲಿನ ಜಾತಿಯವರು ತೊರಗಣರನ್ನು ಮುಟ್ಟಿದರೆ ಸ್ನಾನ ಮಾಡುವರು. ನಾಯರರ ಮೈಬಣ್ಣ ಕೆಂಪು ಮೈಕಟ್ಟು ಕಸುವುಳ್ಳದ್ದು, ಮೋರೆ ಚಲುವಾದದ್ದು. ಇವರ ವಸ್ತ್ರ ಪಾತ್ರೆಗಳು ಜಳಜಳವಾಗಿರುವವು. ಶಿಟ್ಟು, ಆಲಸ್ಯ, ಮುಂಪುಗಾರಿಕೆ, ಇವು ನಾಯರರ ಜಾತಿ ಲಕ್ಷಣಗಳಿರುತ್ತವೆ. ಇವರು ಮನೆಯಲ್ಲಿ ಮಲಿಯಾಳೀ ಭಾಷೆಯನ್ನಾಡುವರು; ಕನ್ನಡ ಭಾಷೆಯನ್ನೂ ಇವರು ಸ್ವರ ಶುದ್ಧವಾಗಿ ಆಡ ಬಲ್ಲರು. ಗಂಡಸರು ನೆತ್ತಿಯ ಮೇಲೆ ಜಾವಳ ಕಾಯುವರು; ಹೆಂಗಸರು ಕಿವಿಯಲ್ಲಿ ಬೆಂಡುವಾಲಿಯ ತೂತು ಬಹಳ ದೊಡ್ಡದಾಗಿ ಬೆಳಿಸುವರು. ಗಂಡಸರೂ ಹೆಂಗಸರೂ ವೊಂದೇ ಪ್ರಕಾರವಾಗಿ ಮುಂಡವೆಂಬ ವಸ್ತ್ರವನ್ನು ನಡುವಿಗೆ ಸುತ್ತಿ ಕೊಳ್ಳುತ್ತಾರೆ, ಕಚ್ಚೇ ಹಾಕುವದಿಲ್ಲ. ಹೆಂಗಸರು ಯೆದೆಯ ಮೇಲೆ ಬೇರೊಂದು ಸಣ್ಣ ಅರಿವೆಯನ್ನು ಕಟ್ಟಿಕೊಳ್ಳುತ್ತಾರೆ. ನಾಯರರಲ್ಲಿ ಮದ್ಯ ಮಾಂಸಗಳಿಗೆ ದೋಷವಿಲ್ಲ; ಆದರೂ ಅಕ್ಕಿ ಪಲ್ಲೆಗಳೇ ಅವರ ಮುಖ್ಯ ಆಹಾರವು. ಇವರು ಭದ್ರಕಾಳಿ, ಗುರವಯ್ಯ (ಕೃಷ್ಣ), ಶಾಸ್ತರ ಅಯ್ಯಪ್ಪ, ಯೆಂಬ ದೇವತೆಗಳನ್ನು ಪೂಜಿಸುವರು. ಮಲಿಯಾಳದ ನಂಬುರೀ ಕುಲದ ಬ್ರಾಹ್ಮಣರಲ್ಲಿ ನಾಯರರ ಭಕ್ತಿ ಬಹಳ. ಮಲಿಯಾಳದಲ್ಲಿ ಇಂಗ್ಲಿಷ ಸರಕಾರದವರ ಅಮಲು ಆಗುವ ಪೂರ್ವದಲ್ಲಿ ನಾಯರರು ದಂಡಿನಲ್ಲಿ ಶಿಪಾಯಿಗಳಾಗುವರು. ಈಗ ಕೆಲವರು ಸರಕಾರೀ ನೌಕರಿಯ ಮಾಡುವರು, ಕೆಲವರು ವೊಕ್ಕಲತನದಿಂದ ಜೀವಿಸುವರು. ಕಾನಡಾ ಜಿಲ್ಲೆಯಲ್ಲಿ ಇರುವವರು ಮುಖ್ಯವಾಗಿ ವೈದ್ಯಕ, ಜೋತಿಷ, ಮಾಟ, ಇವುಗಳಿಂದ ಬದುಕುತ್ತಾರೆ.

ಮೊದಲಿನ ಯೆರಡು ಜಾತಿಗಳಲ್ಲಿ ನಂಬುರೀ ಬ್ರಾಹ್ಮಣರ ಸಂತತಿಯವರು ಕೆಲವರುಂಟು. ಅವರಿಗೆ ನಂಬೀಯರರೆಂದೆನ್ನುವರು. ನಂಬೀಯರರ ಸೋದರಳಿಯಂದಿರು ಮಾತ್ರ ಈ ಹೆಸರು ಧರಿಸ ಬಹುದು. ನಂಬೀಯರರ ಹೆಣ್ಣು ಮಕ್ಕಳು ನಂಬುರೀ ಬ್ರಾಹ್ಮಣರ ಪ್ರೀತಿಯನ್ನು ಸಂಪಾದಿಸಲಿಕ್ಕೆ ಯತ್ನೈಸುತ್ತಿರುತ್ತಾರೆ. ಆ ಬ್ರಾಹ್ಮಣರು ತಮ್ಮ ಮನೆಯಲ್ಲಿ ಬಂದು ನಿಂತರೆ, ಆ ಹೆಂಗಸರು ಅವರಿಗೆ ಅನ್ನ ವಸ್ತ್ರ ಕೊಡುವದಲ್ಲದೆ ಕೈಲಾದ ಮಟ್ಟಿಗೆ ಹಣವನ್ನು ಸಹ ಕೊಡುವರು. ನಾಯರರು ವೈಷ್ಣವ ಮತದವರಾದಾಗ್ಯೂ ಭಸ್ಮರುದ್ರಾಕ್ಷಗಳನ್ನು ಧಾರಣ ಮಾಡುವರು, ತಮ್ಮ ದೇವತೆಗಳಿಗೆ ಪಶುಗಳ ಬಲಿ ಕೊಡುವರು.

ನಂಬುರಿ ಬ್ರಾಹ್ಮಣರೇ ನಾಯರರ ಉಪಾಧ್ಯಾಯರು. ಅವರು ನಾಯರ ಸ್ತ್ರೀಯರ ಶರೀರ ಸೌಖ್ಯವನ್ನು ನಿರಾತಂಕವಾಗಿ ಭೋಗಿಸ ಬಹುದು. ಮಲಿಯಾಳದ ದಕ್ಷಿಣ ಭಾಗದಲ್ಲಿ ನಾಯರರ ಹೆಂಗಸರು ಗಂಡನ ಮನೆಯಲ್ಲಿ ಇರುವದೇ ಇಲ್ಲ. ಅವರು ತಂದೆಯ ಇಲ್ಲವೆ ಅಣ್ಣ ತಮ್ಮಂದಿರ ಮನೆಯಲ್ಲಿ ನಿಂತು ಬ್ರಾಹ್ಮಣ ಮುಂತಾದ ಉತ್ತಮ ಕುಲದವರ ಸ್ನೇಹ ದಲ್ಲಿ ಜನ್ಮ ಕಳಿಯುವರು. ಆದರೆ ಗಂಡನು ಹೆಂಡತಿಯ ವೆಚ್ಚವನ್ನು ಶಕ್ತಿಯ ಪ್ರಕಾರ ನಡಿಸಲಿಕ್ಕೇ ಬೇಕು. ಉತ್ತರ ಭಾಗದಲ್ಲಿ ಗಂಡ ಹೆಂಡರು ಕೂಡುವರು; ಆದರೂ ಬ್ರಾಹ್ಮಣ ಮುಂತಾದ ಉತ್ತಮ ಕುಲದವರ ಸ್ನೇಹ ಸಂಪಾದಿಸಲಿಕ್ಕೆ ಹೆಂಡತಿಗೆ ಅಡ್ಡಿ ಇಲ್ಲ. ನಾಯರ ಕುಲದ ಹೆಂಗಸಿನ ಮೇಲೆ ಯಾವನಾದರೂ ಬ್ರಾಹ್ಮಣನ ಮನಸು ಹೋ ದರೆ, ಅವನು ತಲೆಬಾಗಿಲಿಗೆ ಕಟ್ಟಿದ್ದೊಂದು ಹಗ್ಗಕ್ಕೆ ತನ್ನ ಅಂಗ ವಸ್ತ್ರವನ್ನು ತೂಗ ಹಾಕುವನು. ಅದನ್ನು ನೋಡಿದ ಕೂಡಲೆ ಮನೆಯವರು ಆ ಹೆಂಗಸನ್ನು ಅವನಿಗೆ ವೊ ಪ್ಪಿಸಿ ಬದಿಗಾಗುವರು. ಒಬ್ಬ ಹೆಂಗಸು ಬೇಕಾದಷ್ಟು ಜನ ಉತ್ತಮ ಕುಲದವರ ಸ್ನೇಹ ಸಂಪಾದಿಸ ಬಹುದು. ಆದರೆ ನೀಚ ಕುಲದವರ ಸ್ನೇಹ ಮಾಡಿದರೆ ಆಕೆ ಜಾತಿಯನ್ನು ಕಳಕೊಳ್ಳುವಳು. ನಾಯರರಲ್ಲಿ ತಂದೆಯ ಆಸ್ತಿಗೆ ಮಗನು ಬಾಧ್ಯನಾಗುವದಿಲ್ಲ, ಸೋ ದರಳಿಯನಾಗುತ್ತಾನೆ. ಮನೆಯ ಹಿರಿತನವೆಲ್ಲ ಹೆಂಗಸರ ಕೈಯಲ್ಲಿ ಇರುತ್ತದೆ. ಪರಕೀ ಯಳಾದ ಹೆಂಡತಿಯು ಗಂಡನ ಮನೆಯಲ್ಲಿ ನಿಲ್ಲುವದಿಲ್ಲಾದ ಕಾರಣ ಮನೆತನದ ಕುಟುಂ ಬವು ಬಹಳ ದೊಡ್ಡದಾಗಿ ಬೆಳೆಯುತ್ತದೆ. ನಂಬುರೀ ಬ್ರಾಹ್ಮಣರಲ್ಲಿ ಹಿರಿಮಗನ ಲಗ್ನ ಮಾಡುವರು. ಉಳಿದ ಮಕ್ಕಳೆಲ್ಲ ನಾಯರ ಕುಲದ ಹೆಂಗಸಿನ ಮನೆಯಲ್ಲಿ ನಿಂತು ಆಕೆ ಮಾಡಿದ ಅಡಿಗೆಯನ್ನು ಉಂಡು ಜನ್ಮ ಕಳಿಯ ಬಹುದು. ನಾಯರ ಕುಲದ ಹೆಂಗಸು ಸತ್ತರೆ, ನಂಬುರೀ ಬ್ರಾಹ್ಮಣನ ಸಂಗಡ ಆಕೆಯ ಹೆಣಕ್ಕೆ ಲಗ್ನ ಮಾಡುವರು; ಈ ಲಗ್ನದ ನಿಮಿತ್ತ ಆ ಬ್ರಾಹ್ಮಣನಿಗೆ ಹಣ ದೊರಿಯುತ್ತದೆ. ಹಣ ಕೊಡುವ ಸಾಮರ್ಥ್ಯವಿಲ್ಲದ ವರು ಹೆಣಕ್ಕೆ ತೆಂಗಿನ ಮರದ ಕೂಡ ಲಗ್ನ ಮಾಡುವರು, ಈ ಲಗ್ನ ಮಾಡಿ ಕೊಂಡ ಬ್ರಾಹ್ಮಣನು ಕ್ಷೌರ ಮಾಡಿಸಿ ಕೊಂಡು ೧೫ ದಿವಸ ಸೂತಕ ಹಿಡಿಯುವನು. ನಾಯ ರರು ತಮ್ಮ ಹೆಣಗಳನ್ನು ಸುಡುವರು; ಇವರಲ್ಲಿ ಮುಂಜಿಗೆ ಬದಲಾಗಿ ಹದಿನಾರನೇ ವರ್ಷದ ವಯಸಿನಲ್ಲಿ ಹುಡುಗರ ನಡುವಿಗೆ ಛೂರಿಯನ್ನು ಕಟ್ಟುವರು.

ರಾಚಿವಾರರು.

ರಾಚಿವಾರರು, ಅಥವಾ ಕೊಂಗರು.—ಇವರು ಕಾರವಾಡ ತಾಲೂಕಿನಲ್ಲಿ ಶಿವೇಶ್ವರವೆಂಬಲ್ಲಿ ಇರುತ್ತಾರೆ; ತಾವು ಕೊಂಗ ದೇಶವೆಂದರೆ ಕೊಯಿಮ್ಮುತ್ತೂರ ಶೀಮೆ ಯಿಂದ ಬಂದ ಕ್ಷತ್ರಿಯರೆಂದು ಹೇಳುತ್ತಾರೆ. ಇವರಲ್ಲಿ ನಾಲ್ಕು ಗೊತ್ರಗಳಿವೆ. ಕೊಂಗರು ಮುಂಜಿ, ಲಗ್ನ, ಮುಂತಾದ ಸಂಸ್ಕಾ ರಗಳನ್ನು ಬ್ರಾಹ್ಮಣರ ಕೈಯಿಂದ ಮಾಡಿಸುವರು; ಎಲ್ಲರೂ ಜನಿವಾರ ಹಾಕಿ ಕೊಳ್ಳುವರು. ಇವರ ಕುಲದೇವತೆಗಳು ವೆಂಕಟರಮಣ, ದುರ್ಗೆ; ಆಹಾರದಲ್ಲಿ ಮದ್ಯ ಮಾಂಸಗಳಿಗೆ ಅಡ್ಡಿ ಇಲ್ಲ; ವಿಧವೆಗಳಿಗೆ ಲಗ್ನವಿಲ್ಲ. ಸೋಮಾರಿತನದಲ್ಲಿ ಜನ್ಮ ಕಳಿದು ಬಡವರಾಗಿ, ಇವರು ಕ್ಷಯ ಹೊಂದುತ್ತ ನಡಿದಿದ್ದಾರೆ. ಬಹುತರ ಇವರೆಲ್ಲರಿಗೂ ಇನಾಮು ಭೂಮಿ

ಗಳುಂಟು; ಆದರೆ ಅವು ಬಡ್ಡಿಯೊಳಗೆ ಸಾವುಕಾರರ ಕೈ ಶೇರಿರುತ್ತವೆ. ಶೌರ್ಯದ ಮುಖ ಚರ್ಯೆ, ದುಂದುಗಾರಿಕೆ, ಯೆತ್ತರವಾದ ನಿಲಿವಿಕೆ, ಇವೇ ಕೊಂಗರ ಲಕ್ಷಣಗಳು. ಇವರಲ್ಲಿ ಮುದುಕರು ಮಾತ್ರ ಮನೆಯಲ್ಲಿ ತಮಿಳ ಭಾಷೆಯನ್ನಾಡುವರು, ಉಳಿದವರೆಲ್ಲ ಕೊಂಕಣೀ ಭಾಷೆಯನ್ನಾಡುವರು. ಇವರು ಲಗ್ನ ಮುಂತಾದ ಸಂಸ್ಕಾರಗಳನ್ನು ಮಾಡಿಸಲಿಕ್ಕೆ ಚಿತಪಾವನರನ್ನಾಗಲಿ ಕರಾಡಸ್ಥರನ್ನಾಗಲಿ ಕರೆಯುವರು. ಇವರಲ್ಲಿ ವೊಂದೊಂದು ಗೋತ್ರದವರೆಲ್ಲ ತಮ್ಮ ಹಿರಿಯನ ಮನೆಯಲ್ಲಿ ಕೂಡಿ ಕುಲಧರ್ಮದ ಸಮಾರಂಭ ಮಾಡುವರು. ಹ್ಯಾಗಂದರೆ—ಹಾಲು ವೊಸರು ಹಾಕಿ ಅನ್ನ ಕಲಿಸಿ, ಅದರಿಂದ ಹೆಂಗಸಿನ ಮೂರ್ತಿಯನ್ನು ಮಾಡುವರು; ಅದನ್ನು ದೇವರಂತೆ ಪೂಜಿಸಿ, ಅದರ ಮುಂದೆ ಕುರಿಯನ್ನು ಕಡಿಯುವರು. ಬಳಿಕ ಆ ಮೂರ್ತಿಯನ್ನು ಮುರಿದು ಬಳಗದವರೆಲ್ಲ ಆ ಅನ್ನವನ್ನು ಉಣ್ಣುವರು, ಕುಲದವರಿಗೆ ಮಾಂಸ, ಪಾಯಸ, ವಡಿ, ಮುಂತಾದ ಭೋಜನ ಹಾಕುವರು. ಇವರ ಕುಲದವರು ಬಹಳ ದೂರ ಇರುವ ಕಾರಣ ಲಗ್ನಕ್ಕೆ ಬಹಳ ತೊಂದರೆ ಬರುತ್ತದೆ. ಈ ಕಾರಣದಿಂದಲೂ ಸೋಮಾರಿತನದ ಕಾರಣದಿಂದಲೂ ಇವರು ಕ್ಷಯ ಹೊಂದುತ್ತ ನಡಿದಿದ್ದಾರೆ. ಕೊಂಗರು ತಮ್ಮ ಮಕ್ಕಳಿಗೆ ಮನವುಟ್ಟ ವಿದ್ಯಾಭ್ಯಾಸ ಮಾಡಿಸುವದಿಲ್ಲ.

ಗುಡಿಗಳ ಪರಿಚಾರಕರ ಜಾತಿಗಳು.

	ಧಾರವಾಡ.			ಬೆಳಗಾವಿ.			ವಿಜಾಪುರ.			ಕಾರವಾರ.		
	ಗಂಡು	ಹೆಣ್ಣು	ಒಟ್ಟು	ಗಂಡು	ಹೆಣ್ಣು	ಒಟ್ಟು	ಗಂಡು	ಹೆಣ್ಣು	ಒಟ್ಟು	ಗಂಡು	ಹೆಣ್ಣು	ಒಟ್ಟು
೧ ಗೊರವರು ..	೮೫೯	೮೬೭	೧೭೨೬	೬೯೮	೭೦೪	೧೪೦೨	೮೫೬	೭೬೬	೧೬೨೨	೪೭	೪೨	೮೯
೨ ದಾಸರು....	೨೯೯	೩೪೧	೬೪೦	೨೭೪	೩೦೦	೫೭೪	೩೫೩	೩೮೦	೭೩೩	,,	,,	,,
೩ ಯಾಕ್ಲರು...	,,	,,	,,	,,	,,	,,	೭೦	೬೨	೧೩೨	,,	,,	,,
೪ ಘಾಡಿಗಳು ..	,,	,,	,,	,,	,,	,,	,,	,,	,,	೫೪೨	೫೮೭	೧೧೨೯
೫ ಪಾತಾಳಿಗಳು .	,,	,,	,,	,,	,,	,,	,,	,,	,,	೩೮	೪೩	೮೧
೬ ಐಗಳು	,,	,,	,,	,,	,,	,,	,,	,,	,,	೯೨	,,	೯೨

ಗೊರವರು.

ಗೊರವರು.—ಇವರಿಗೆ ಕೆಲವು ಕಡೆಯಲ್ಲಿ ಜೀರರೆಂತಲೂ ಕೆಲವು ಕಡೆಯಲ್ಲಿ ಹೂಗಾರರೆಂತಲೂ ಅನ್ನುವರು. ಇವರಲ್ಲಿ ಕನ್ನಡ ಭಾಷೆಯನ್ನಾಡುವವರೇ ಬಹಳ; ಆದರೆ ಬೆಳಗಾವೀ ಜಿಲ್ಲೆಯ ಪಶ್ಚಿಮ ಭಾಗದಲ್ಲಿ ವಾಸಿಸುವವರು ಮಹಾರಾಷ್ಟ್ರ ಭಾಷೆಯನ್ನಾಡುವರು, ಕಾನಡಾ ಜಿಲ್ಲೆಯವರು ಕೊಂಕಣೀ ಭಾಷೆಯನ್ನಾಡುವರು. ಧಾರವಾಡ ಜಿಲ್ಲೆಯ ಹೂಗಾರರು ಲಿಂಗವಂತರುಂಟು; ಅವರು ಲಿಂಗವನ್ನು ಧರಿಸುವರು. ಬೆಳಗಾವಿ ಕಾನಡಾ ಜಿಲ್ಲೆಗಳ ಗೊರವರು

ಜನಿವಾರ ಹಾಕಿ ಕೊಳ್ಳುವರು; ಅವರು ಬ್ರಾಹ್ಮಣರ ಕೈಯಿಂದ ತಮ್ಮಲ್ಲಿಯ ಶುಭಾಶುಭ ಕಾರ್ಯಗಳನ್ನು ಮಾಡಿಸುವರು. ವಿಜಾಪುರ ಜಿಲ್ಲೆಯ ಗೊರವರಲ್ಲಿ ಕೆಲವರು ಜನಿವಾರ ಹಾಕಿ ಕೊಳ್ಳುವರು, ಕೆಲವರು ಲಿಂಗವನ್ನು ಧರಿಸುವರು, ಬೇರೆ ಕೆಲವರು ಜನಿವಾರ, ಲಿಂಗ, ಇವೆರಡನ್ನೂ ಧರಿಸುವರು. ಈ ಭೇದಗಳನ್ನು ಅನುಸರಿಸಿ ಅವರವರ ಆಚರಣಗಳಿರುತ್ತವೆ. ಲಿಂಗಧಾರಣ ಮಾಡುವವರು ಹೆಣಗಳನ್ನು ಹುಗಿಯುವರು, ಜನಿವಾರ ಹಾಕಿ ಕೊಳ್ಳುವವರು ಸುಡುವರು. ಗುಡಿಗಳಲ್ಲಿ ದೇವರ ಪೂಜೆ ಮಾಡುವದೇ ಇವರ ಮುಖ್ಯ ಹೋರೆಯುಂಟು. ಊರ ಹನುಮಂತ ದೇವರ ಪೂಜಾರಿಯು ಗೊರವನೇ ಇರ ತಕ್ಕವನು. ಅವನು ತನ್ನ ಧರ್ಮದಂತೆ ಹನುಮಂತ ದೇವರಿಗೂ ಧರ್ಮವನ್ನು ಕೆಲಕೆಲವು ಕಡೆಯಲ್ಲಿ ಕೊಡುವನು. ಜನಿವಾರ, ಲಿಂಗ, ಇವೆರಡೂ ಹಾಕಿ ಕೊಳ್ಳುವ ಗೊರವನು ತನ್ನ ಹನುಮಂತ ದೇವರಿಗೂ ಲಿಂಗ ಕಟ್ಟಿ ಜನಿವಾರ ಹಾಕುವನು. ಊರ ದೇವರ ಪೂಜೆಗಾಗಿ ಗೊರವರಿಗೆ ಇನಾಮು ಭೂಮಿಗಳಿರುತ್ತವೆ. ಕಾನಡಾ ಜಿಲ್ಲೆ ಹೊರ್ತಾಗಿ ಬಹುತರ ಯೆಲ್ಲ ಕಡೆಯಲ್ಲಿ ಗೊರವರು ಬಜಂತ್ರಿಯವರ ಹಿಂದೆ ಸಂಬಾಳ ಬಾರಿಸುವರು; ಕೆಲವರು ಮದ್ದಲಿಯನ್ನು ಬಾರಿಸುವರು; ಕೆಲವರು ಗಾಯನ ಕಲಿಯುವರು, ಪತ್ರಾವಳಿಗಳನ್ನು ಹಚ್ಚಿ ಊರೊಳಗಿನ ಮುಖ್ಯ ಮನುಷ್ಯರಿಗೆ ಪತ್ರಾವಳಿಗಳನ್ನು ಕೊಡುವದೂ ಹೂಗಳನ್ನು ಕೊಡುವದೂ ಬಹಳ ಕಡೆಯಲ್ಲಿ ಗೊರವರ ಕೆಲಸವಿರುತ್ತದೆ. ಅವರು ಬೇರೆ ಜನರಿಗೆ ಪತ್ರಾವಳಿಗಳನ್ನೂ ಹೂಗಳನ್ನೂ ಮಾರುವರು. ಸುಗ್ಗಿಯ ಕಾಲಕ್ಕೆ ಹೊಲಗಳಲ್ಲಿ ಹೋಗಿ ಗೊರವರು ಕಾಳು ಭಿಕ್ಷೆ ಬೇಡಿ ತರುವರು. ವಿಜಾಪುರ ಜಿಲ್ಲೆಯಲ್ಲಿ ಪಾತರದವರು ಬಸುರಾದರೆ, ಅವರು ಗೊರವರ ಕೈಯಿಂದ ಹಲ್ಲುಪುಡಿಯನ್ನು ಹಚ್ಚಿಸಿ ಕೊಳ್ಳಲಿಕ್ಕೆ ಬೇಕು; ಹಾಗೆ ಮಾಡದಿದ್ದರೆ ಅವರು ಜಾತಿಗೆಡುವರು. ಗೊರವರು ಯೆಲ್ಲಿಯೂ ಮದ್ಯವನ್ನು ತಕ್ಕೊಳ್ಳುವದಿಲ್ಲ, ಕೆಲವರಲ್ಲಿ ಹದಿನಾರು ಸಂಸ್ಕಾರಗಳೆಲ್ಲ ಆಗುತ್ತವೆ. ಕಾನಡಾ ಜಿಲ್ಲೆಯ ಗೊರವರು ಮಾಂಸ ತಿನ್ನುವರು; ಉಳಿದ ಮೂರು ಜಿಲ್ಲೆಗಳಲ್ಲಿಯರು ಅದರ ಸಂಪರ್ಕ ಮಾಡುವದಿಲ್ಲ. ಕಾನಡಾ ಜಿಲ್ಲೆಯ ಗೊರವರಲ್ಲಿ ವಿಧವೆಗಳಿಗೆ ಲಗ್ನವಾಗುವದಿಲ್ಲ; ಉಳಿದ ಕಡೆಯಲ್ಲಿ ಆಗುತ್ತದೆ. ಗೊರವರು ತಮ್ಮ ಮಕ್ಕಳನ್ನು ಶಾಲೆಗೆ ಕಳಿಸುವರು, ಕೆಲವು ಕಡೆಯಲ್ಲಿ ಹೆಣ್ಣು ಮಕ್ಕಳನ್ನು ಸಹ ಕಳಿಸುವರು.

ದಾಸರು. ದಾಸರು:—ಇವರು ಕಾನಡಾ ಹೊರ್ತಾಗಿ ಉಳಿದ ಮೂರು ಜಿಲ್ಲೆಗಳಲ್ಲಿ ವಾಸಿಸುತ್ತಾರೆ. ಇವರಲ್ಲಿ ಗಲ್ಲ ದಾಸರು, ವೊಳ್ಳೇ ದಾಸರು, ತೆಲಗು ದಾಸರು, ಗಂಡು ದಾಸರು, ತಿರುಮಲ ದಾಸರು, ಬ್ಯಾಡ ದಾಸರು, ಹೊಲೆ ದಾಸರು, ಯೆಂದು ಹಲವು ವರ್ಗಗಳುಂಟು. ಬ್ಯಾಡ ದಾಸರು ಬೇಡರ ಕುಲದವರು, ಹೊಲೆ ದಾಸರು ಹೊಲಿಯರು; ತೆಲಗು ದಾಸರು ತೆಲಗು ದೇಶದಿಂದ ಬಂದ ಕಬ್ಬಲಿಗೇರ ಕುಲದವರು; ಉಳಿದ ಕನ್ನಡ ದಾಸರು ಸಹ ಕಬ್ಬಲಿಗೇರ ಕುಲದವರೇ ಯೆಂದು ತೋರುತ್ತದೆ. ಇವರೆಲ್ಲರು ವಿಷ್ಣು, ಹನುಮಂತ ದೇವರು, ಈ ಯೆರಡು ದೇವತೆಗಳ ಸೇವಕರೆಂದೆನಿಸಿ ಕೊಳ್ಳುತ್ತಾರೆ. ಎಲ್ಲರೂ ತ್ರಿಪುಂಡ್ರ ನಾಮ ಹಚ್ಚುವರು, ವೆಂಕಟ

ರಮಣನನ್ನೂ ಹನುಮಂತನನ್ನೂ ಮಾತ್ರ ಪೂಜಿಸುವರು; ಗಿರಿಯ ಯಾತ್ರೆಗೆ ಹೋಗುವರು; ನೆರೆಹೊರೆಯಲ್ಲಿ ಹನುಮಂತ ದೇವರ ಪ್ರಸಿದ್ಧ ದೇವಸ್ಥಾನದಲ್ಲಿ ಜಾತ್ರೆಯಾಗುವಾಗ, ವಿಶೇಷವಾಗಿ ಹಂಸನೂರೆಂಬಲ್ಲಿಯ ಹನುಮಂತ ದೇವರ ಜಾತ್ರೆಗೆ, ಹೋಗುವರು. ದಾಸರಲ್ಲಿ ಈಗ ವೊಕ್ಕಲತನ ಮಾಡುವ ಸ್ವಲ್ಪ ಜನರು ಮಾತ್ರ ವೊಂದೇ ಕಡೆಯಲ್ಲಿ ಮನೆ ಮಾಡಿ ಕೊಂಡು ವಾಸಿಸುವರು; ಉಳಿದವರೆಲ್ಲರು ಯಾವಾಗಲೂ ಊರೂರು ತಿರುಗುತ್ತಿರುವರು. ಇವರಲ್ಲಿ ಮದ್ಯ ಮಾಂಸಗಳಿಗೂ ವಿಧವೆಗಳ ಲಗ್ನಕ್ಕೂ ಅಡ್ಡಿ ಇಲ್ಲ. ಹನುಮಂತನಲ್ಲಿ ಇವರ ಭಕ್ತಿ ಬಹಳ; ಶುಭ ಕಾರ್ಯಗಳಲ್ಲಿಯೂ ಮರಣದ ಸಂಸ್ಕಾರಗಳಲ್ಲಿಯೂ ಹನುಮಂತನನ್ನು ಪೂಜಿಸುವರು. ಶನಿವಾರವು ಹನುಮಂತನ ವಾರವೆಂದೆಣಿಸಿ, ಆ ದಿವಸ ಬಹು ಜನರು ಉಪವಾಸ ಮಾಡುವರು; ದೆವ್ವ ಬಡಿದವರನ್ನು ಹನುಮಂತನ ಗುಡಿಯಲ್ಲಿ ವೊಯಿದು ಹಾಕುವರು. ಧಾರವಾಡ ಜಿಲ್ಲೆಯಲ್ಲಿ ಗಲ್ಲ ದಾಸರೆಂಬವರು ವೊಕ್ಕಲತನದಿಂದ ಜೀವಿಸುವರು. ಬ್ಯಾಡ ದಾಸರು ದೀವಿಗೆ, ಝಾಗಟೆ, ಶಂಕಗಳನ್ನು ತಕ್ಕೊಂಡು ಮನೆ ಮನೆ ಭಿಕ್ಷೆ ಬೇಡುವರು. ಹೊಲೆ ದಾಸರು ಗೋಪಾಳ ಬುಟ್ಟಿಯನ್ನು ತಕ್ಕೊಂಡು ದೇವರ ಪದಗಳ ಹಾಡುತ್ತ ಭಿಕ್ಷೆ ಬೇಡುವರು. ತೆಲಗು ದಾಸರು ತಮ್ಮ ಹೆಂಗಸರಿಗೆ ಗಾಯನ ವರ್ತನ ಕಲಿಸಿ, ರಾತ್ರಿಯಲ್ಲಿ ಬೈಲೊಳಗೆ ಆಟ ಮಾಡುವರು. ಈ ಹೆಂಗಸರ ಹಾದರದಿಂದ ಅವರಿಗೆ ವೊಳಿತಾಗಿ ಲಾಭವಾಗುತ್ತದೆ. ಗಂಡು ದಾಸರು ಸಹ ಇದೇ ಪ್ರಕಾರ ಆಟ ಮಾಡುವರು. ಆದರೆ ಅವರು ತಮ್ಮ ಹೆಂಗಸರನ್ನು ಬೈಲಿಗೆ ತರದೆ, ಗಂಡು ಹುಡುಗರಿಗೆ ಆಟದಲ್ಲಿ ಹೆಣ್ಣು ಸೋಗು ಹಾಕುವರು. ಬ್ಯಾಡ ದಾಸರೂ ಹೊಲೆ ದಾಸರೂ ಊರ ಹನುಮಂತನ ಪೂಜೆಯ ಕಾಲಕ್ಕೆ ಗುಡಿಗೆ ಹೋಗಿ ತಂಬೂರಿಯ ಸಂಗಡ ಹಾಡುವರು. ದಾಸರಲ್ಲಿ ವೊಕ್ಕಲತನದವರೂ ಆಟ ಮಾಡುವವರೂ ಮಾತ್ರ ಮಕ್ಕಳನ್ನು ಕೆಲವು ದಿವಸ ಶಾಲೆಗೆ ಕಳಿಸುವರು; ಅವರು ತಕ್ಕ ಮಟ್ಟಿಗೆ ವೊಳಿತಾಗಿ ಇದ್ದಾರೆ. ಉಳಿದವರೆಲ್ಲ ಬಡವರು; ತಿರಿಕೆಯಿಂದ ಜೀವಿಸುವರು.

ಯಾಕ್ಲರು.—ಇವರು ಬಾದಾವಿ, ಬಾಗಲಕೋಟೆ, ಹುನಗುಂದ, ಈ ಮೂರು ಗ್ರಾಮಗಳಲ್ಲಿ ಇರುತ್ತಾರೆ. ಇವರ ಕುಲದೇವತೆ ಕಟ್ಟಗೇರಿಯ ಕಾಂಚನವ್ವ, ಹನುಮಂತ ದೇವರು. ಇವರ ಜನ್ಮಭಾಷೆ ಕನ್ನಡ, ನಡಾವಳಿಗಳು

ಯಾಕ್ಲರು.

ಬಹುತರ ಗೊರವರ ನಡಾವಳಿಗಳನ್ನು ಹೋಲುತ್ತವೆ. ಕೆಲವರು ಬ್ರಾಹ್ಮಣರ ಕೈಯಿಂದ ತಮ್ಮಲ್ಲಿಯ ಕಾರ್ಯಗಳನ್ನು ಮಾಡಿಸುವರು, ಕೆಲವರು ಲಿಂಗವಂತರ ಕೈಯಿಂದ ಮಾಡಿಸುವರು. ಕೆಲವರು ಹೆಣಗಳನ್ನು ಸುಡುವರು, ಕೆಲವರು ಹುಗಿಯುವರು. ಯಾಕ್ಲರಲ್ಲಿ ಕೆಲವರು ಹನುಮಂತ ದೇವರ ಪೂಜಾರಿಯ ಕೆಲಸ ಮಾಡುವರು, ಕೆಲವರು ಕಾಂಚನವ್ವನ ಪೂಜಾರಿಗಳಾಗುವರು. ಮನೆಯಲ್ಲಿ ಕಾಂಚನವ್ವನ ಪೂಜೆ ಮಾಡುವಾಗ ಜಗಲೀ ಮೇಲೆ ಮಗಿಯನ್ನಿಟ್ಟು ಅದಕ್ಕೆ ಶೀರೆ ಉಡಿಸಿ, ಅದರ ಮೇಲೆ ಕಾಂಚನವ್ವನ ಮೂರ್ತಿಯನ್ನಿಟ್ಟು ಪೂಜಿಸುವರು. ಯಾಕ್ಲರಲ್ಲಿ ಕೆಲವರು ವೊಕ್ಕಲತನದ ಹೋರೆಯನ್ನೂ ಕೂಲಿಯನ್ನೂ ಮಾಡುವದುಂಟು. ಇವರನ್ನು ಬೇರೆ ಜಾತಿಯ

ವರು ಕುರುಬರಂತೆ ಯೆಣಿಸುವರು. ಪೂಜಾರಿಗಳು ಮಾತ್ರ ಮದ್ಯ ಮಾಂಸಗಳನ್ನು ತಕ್ಕೊಳ್ಳುವದಿಲ್ಲ, ಉಳಿದವರು ತಕ್ಕೊಳ್ಳುವರು. ಯಾಕ್ಲರ ಲಗ್ನಗಳನ್ನು ಮಾತ್ರ ಬ್ರಾಹ್ಮಣರು ಮಾಡಿಸುವರು, ಬೇರೆ ಕಾರ್ಯಗಳನ್ನು ಅವರ ಸ್ವಂತ ಜಾತಿಯ ಉಪಾಧ್ಯಾಯರು ಮಾಡಿಸುವರು. ಲಗ್ನದ ಕಾಲಕ್ಕೆ ಮದಿಮಗನನ್ನು ಅಸೀ ಕಲ್ಲಿನ ಮೇಲೆ, ಮದಿಮಗಳನ್ನು ಬುಟ್ಟಿಯೊಳಗೆ ಜೋಳ ಹಾಕಿ ಆ ಜೋಳದ ಮೇಲೆ ನಿಲ್ಲಿಸಿ, ನಡುವೆ ನಾಂದೀ ಬರಿದ ಅಂತಃಪಟ ಹಿಡಿದು ಅಕ್ಕೀಕಾಳು ಹಾಕುವರು. ಇವರಲ್ಲಿ ವಿಧವೆಗಳ ಲಗ್ನಕ್ಕೆ ಅಡ್ಡಿ ಇಲ್ಲ. ಇವರ ಮಕ್ಕಳು ಶಾಲೆಗೆ ಹೋಗುವದಿಲ್ಲ.

ಘಾಡಿಗಳು.

ಘಾಡಿಗಳು.— ಇವರು ಕಾರವಾಡ, ಯಲ್ಲಾಪುರ, ಕುಮಟಾ, ಈ ಗ್ರಾಮಗಳಲ್ಲಿ ಇರುವರು. ಇವರ ಭಾಷೆ, ಉಡಿಗೆ ಆಹಾರ, ನಡಾವಳಿಗಳು ಕೊಮಾರ ಪೈಕರಂತೆ. ಹೆಂಗಸರು ಕುಬ್ಬಸ ತೊಡುವದಿಲ್ಲ. ಘಾಡಿಗಳು ಶೃಂಗೇರಿಯ ಮಠಕ್ಕೆ ನಡಕೊಳ್ಳುವರು, ಲಗ್ನ ಮುಂತಾದ ಕಾರ್ಯಗಳಿಗೆ ಬ್ರಾಹ್ಮಣರನ್ನು ಕರಿಯುವರು. ಶಕ್ತಿಯುಳ್ಳವರು ಹೆಣಗಳನ್ನು ಸುಡುವರು, ಉಳಿದವರು ಹುಗಿಯುವರು. ಗುಡಿಗಳಿಗೆ ಬಲಿ ಕೊಟ್ಟ ಪಶುಗಳನ್ನು ಕೊಲ್ಲುವದೂ ದೇವರು ಹೇಳುವದೂ, ಇವೆರಡು ಇವರ ಕುಲದ ಹೋರೆಗಳು. ಆದರೆ ಈಗ ಕೆಲವರು ಹೊಲ ಮನೆ ಮಾಡಿಕೊಂಡಿರುತ್ತಾರೆ. ಒಟ್ಟಿಗೆ ಘಾಡಿಗಳು ಸೌಖ್ಯದಿಂದಿದ್ದಾರೆ. ಇವರ ಮಕ್ಕಳು ಶಾಲೆಗೆ ಹೋಗುವದಿಲ್ಲ.

ಪಾತಾಳಿಗಳು.

ಪಾತಾಳಿಗಳು ಇಲ್ಲವೆ ಸ್ಥಾನಿಕರು.— ಇವರು ಕುಲಗೆಟ್ಟ ಹೈಗ ಬ್ರಾಹ್ಮಣರ ಹೆಂಗಸರ ಸಂತತಿಯವರು. ಪೂರ್ವ ಕಾಲದಲ್ಲಿ ಗಂಡನನ್ನು ವೊಲ್ಲದ ಹೆಂಗಸು ಗುಡಿಯಲ್ಲಿ ಹೋಗಿ ದೇವರ ಮುಂದಿನ ದೀಪದೊಳಗಿನ ಯೆಣ್ಣೆಯನ್ನು ತಲೆಗೆ ಹಚ್ಚಿಕೊಂಡು ಗುಡಿಯಲ್ಲೇ ಇರುವಳು. ಇಂಥಾ ಹೆಂಗಸರು ಉತ್ತಮ ಕುಲದವರ ಸಂಗಡ ನಿರಾತಂಕವಾಗಿ ಸ್ನೇಹ ಮಾಡುವರು. ಪಾತಾಳಿಗಳು ಈ ಬಗೆಯ ಹೈಗ ಹೆಂಗಸರ ವಂಶದವರು. ಇವರ ಧರ್ಮ, ಆಚಾರ, ಆಹಾರ, ಉಡಿಗೆ, ಭಾಷೆ, ಸ್ವಭಾವ, ಇವೆಲ್ಲ ಹೈಗರಂತೆ. ಇವರು ಗುಡಿಗಳನ್ನು ಉಡಿಗಿ, ಸಾರಿಸಿ, ದೇವರಿಗಾಗಿ ಹೂಗಳನ್ನು ತಂದು, ದೇವರ ಪಲ್ಲಕ್ಕಿಯನ್ನು ಹೊತ್ತು ಜೀವಿಸುವರು. ಕೆಲವರು ತೋಟ ಮಾಡುವರು; ಕೆಲವರು ಕುಲಕರಣಿಯ ಕೆಲಸ ಮಾಡುವರು. ಇವರ ವಿಧವೆಗಳು ಕ್ಷೌರ ಮಾಡಿಸಿ ಕೊಳ್ಳುತ್ತಾರೆ. ಇವರ ಮಕ್ಕಳು ಶಾಲೆಗೆ ಹೋಗುತ್ತಾರೆ.

ಐಗಳು.

ಐಗಳು.— ಇವರು ಕೊಂಕಣದಿಂದ ಬಂದು ಅಂಕೋಲಾ ತಾಲೂಕಿನಲ್ಲಿ ವಾಸಿಸುತ್ತಾರೆ. ಇವರು ಕೊಂಕಣರೆಂಬ ವೊಕ್ಕಲಿಗರ ಸಂಗಡ ಅನ್ನ ವ್ಯವಹಾರ ಶರೀರ ಸಂಬಂಧಗಳನ್ನು ಮಾಡುವರು. ಹೆಂಗಸರು ಕುಬ್ಬಸ ತೊಡುವದಿಲ್ಲ. ಗುಡಿಗಳಲ್ಲಿ ಇವರು ಹೂಗಳನ್ನು ತಂದು ಬೇರೆ ಹಲವು ಕೆಲಸಗಳನ್ನು ಮಾಡುವರು. ಇವರು ಮನೆಯಲ್ಲಿ ಕೊಂಕಣೀ ಭಾಷೆಯನ್ನಾಡುತ್ತಾರೆ. ಮದ್ಯ ಮಾಂಸಗಳನ್ನು ತಕ್ಕೊಳ್ಳುವರು. ವಿಧವೆಗಳಿಗೆ ಲಗ್ನವಿಲ್ಲ. ಇವರಲ್ಲಿ ಕೆಲವರು ತಮ್ಮ ಮಕ್ಕಳನ್ನು ಶಾಲೆಗೆ ಕಳಿಸುತ್ತಾರೆ.

ಒಕ್ಕಲತನದ ಜಾತಿಗಳು.

		ಧಾರವಾಡ.			ಬೆಳಗಾವಿ.			ವಿಜಾಪುರ.			ಕಾನಡಾ.		
		ಗಂಡು.	ಹೆಣ್ಣು.	ಒಟ್ಟು.	ಗಂಡು.	ಹೆಣ್ಣು.	ಒಟ್ಟು.	ಗಂಡು.	ಹೆಣ್ಣು.	ಒಟ್ಟು.	ಗಂಡು.	ಹೆಣ್ಣು.	ಒಟ್ಟು.
೧	ಕಾಪಾಪಿಗಳು	೯೯೫	೯೩೭	೧೯೩೨	೧೧	೮	೧೯	,,	,,	,,	,,	,,	,,
೨	ಕುಡವೊಕ್ಕಲಿಗರು	೩೮೮೨	೩೮೧೨	೭೬೯೪	,,	,,	,,	೪೦೧೭	೪೦೯೧	೮೧೦೮			
೩	ರಡ್ಡೇರು	೧೦೯೭೦	೧೦೫೪೯	೨೧೫೧೯	೩೧೬೩	೩೧೪೭	೬೩೧೦	೧೪೫೦೪	೧೪೫೫೧	೨೯೦೫೫	,,	,,	,,
೪	ಸಾದರು	೨೧೯೫೬	೨೧೪೬೬	೪೩೪೨೨	,,	,,	,,	,,	,,	,,	೨೫೫	೨೪೪	೪೯೯
೫	ಛತ್ರೇರು	೨೧೪	೨೩೧	೪೪೫	೭೧೨೬	೭೧೬೩	೧೪೨೮೯	೩೧೮೬	೩೨೫೮	೬೪೪೪	೩೪೫	೩೦೧	೬೪೬
೬	ಹಣಬರು............	,,	,,	,,	೭೦೮೬	೭೦೮೩	೧೪೧೬೯	೩೧೨	೩೪೫	೬೫೭	೪೨೨	೩೭೩	೭೯೫
೭	ಕುಲಪುರು............	,,	,,	,,	೩೬	೩೯	೭೫	,,	,,	,,	,,	,,	,,
೮	ಕುಣಬಿಗಳು............	,,	,,	,,	೨೧೫೪೬	೨೧೧೦೫	೪೨೬೫೧	೫೬೬	೫೪೯	೧೧೧೫	೮೦೩೩	೬೦೩೭೯	೧೪೮೧೨
೯	ಮುಷ್ಟಿಗೇರು............	,,	,,	,,	,,	,,	,,	೩೬೦೬	೩೬೪೭	೭೨೫೩	,,	,,	,,
೧೦	ಒಷ್ಟವುರ	,,	,,	,,	,,	,,	,,	೨೭	೩೫	೬೨	,,	,,	,,
೧೧	ರಾವಳರು	,,	,,	,,	,,	,,	,,	೬೧	೬೯	೧೩೦	,,	,,	,,
೧೨	ಹಂಡೆಯುವರು	,,	,,	,,	,,	,,	,,	೨೯೮	೨೮೭	೫೮೫	,,	,,	,,
೧೩	ಕಬ್ಬೇರು	,,	,,	,,	,,	,,	,,	೧೦೬೮	೧೧೦೫	೨೧೭೩	,,	,,	,,
೧೪	ಹಾಲ್ವಕ್ಕೀ ಒಕ್ಕಲಿಗರು.......	,,	,,	,,	,,	,,	,,	,,	,,	,,	೧೩೪೬೪	೧೨೯೩೧	೨೬೩೯೫
೧೫	ಗಾವ ವೊಕ್ಕಲ............	,,	,,	,,	,,	,,	,,	,,	,,	,,	೫೨೮೭	೫೨೮೫	೧೦೫೭೨
೧೬	ಕರೆ ವೊಕ್ಕಲ............	,,	,,	,,	,,	,,	,,	,,	,,	,,	೫೨೨೦	೪೬೨೪	೯೮೪೪

		ಧಾರವಾಡ.			ಬೆಳಗಾವಿ.			ವಿಜಾಪುರ.			ಕಾನಡಾ.		
		ಗಂಡು.	ಹೆಣ್ಣು.	ಒಟ್ಟು.	ಗಂಡು.	ಹೆಣ್ಣು.	ಒಟ್ಟು.	ಗಂಡು.	ಹೆಣ್ಣು.	ಒಟ್ಟು.	ಗಂಡು.	ಹೆಣ್ಣು.	ಒಟ್ಟು.
೧೭	ಕೊಂಕಣೇ ಮಹಾರಾಷ್ಟ್ರರು	,,	,,	,,	,,	,,	,,	,,	,,	,,	೩೯೧೬	೩೮೯೮	೭೮೧೪
೧೮	ತೋಕ್ರಿನಾಡೋರು	,,	,,	,,	,,	,,	,,	,,	,,	,,	೨೩೦೪	೧೨೭೨	೩೫೭೬
೧೯	ಶೇರೊಗಾರರು	,,	,,	,,	,,	,,	,,	,,	,,	,,	೧೫೮೨	೧೪೮೮	೩೦೭೦
೨೦	ಪಡತಿಗಳು.............	,,	,,	,,	,,	,,	,,	,,	,,	,,	೧೫೧೫	೧೩೯೮	೨೯೧೩
೨೧	ಉಪ್ಪು ನಾಡೋರು	,,	,,	,,	,,	,,	,,	,,	,,	,,	೧೧೦೦	೧೦೧೦	೨೧೧೦
೨೨	ಸೂದಿರರು	,,	,,	,,	,,	,,	,,	,,	,,	,,	೬೫೧	೫೫೮	೧೨೦೯
೨೩	ಸತಾರಕರು............	,,	,,	,,	,,	,,	,,	,,	,,	,,	೨೬೦	೨೨೯	೪೮೯
೨೪	ಕಾಮತಿಗಳು...........	,,	,,	,,	,,	,,	,,	,,	,,	,,	೨೪೨	೨೦೬	೪೪೮
೨೫	ಹಬ್ಬುಗಳು.............	,,	,,	,,	,,	,,	,,	,,	,,	,,	೧೩೦	೧೦೪	೨೩೪.
೨೬	ಅತ್ತಿ ವೊಕ್ಕಲಿಗರು........	,,	,,	,,	,,	,,	,,	,,	,,	,,	೭೧	೫೪	೧೨೫
೨೭	ನೊಣಬರು............	,,	,,	,,	,,	,,	,,	,,	,,	,,	೫೪	೫೯	೧೧೩
೨೮	ಶೀಲಂಗಿಗಳು...........	,,	,,	,,	,,	,,	,,	,,	,,	,,	೭೫	೧೯	೯೪
೨೯	ಗೊಂಗಡಿಕಾರರು.........	,,	,,	,,	,,	,,	,,	,,	,,	,,	೧೩	೧೬	೨೯
೩೦	ಕೊಟ ವೊಕ್ಕಲಿಗರು	,,	,,	,,	,,	,,	,,	,,	,,	,,	೧೦೦೩	೮೧೯	೧೮೨೨
೩೧	ತಿಗಳರು	,,	,,	,,	,,	,,	,,	,,	,,	,,	೧೦	೧೧	೨೧
೩೨	ಬುಣಗಾರರು............	,,	,,	,,	,,	,,	,,	,,	,,	,,	೯೧	೧೦೧	೧೯೨
೩೩	ಪದಮುಸಾಳಿಗಳು	,,	,,	,,	,,	,,	,,	,,	,,	,,	೨೨	೪೧	೬೩

ಕಾಮಾಠಿಗಳು.

ಕಾಮಾಠಿಗಳು.—ಇವರು ಧಾರವಾಡ ಜಿಲ್ಲೆಯ ಧಾರವಾಡ, ಹಾನಗಲ್ಲು, ಕೋಡ, ರಾಣೀ ಬಿನ್ನೂರು ತಾಲೂಕುಗಳಲ್ಲಿಯೂ ಬೆಳಗಾವಿಯಲ್ಲಿಯೂ ಇರುತ್ತಾರೆ. ಧಾರವಾಡದ ಕಾಮಾಠಿಗಳು ಮನೆಯಲ್ಲಿಯೂ ಹೊರಗೂ ಕನ್ನಡ ಭಾಷೆಯನ್ನಾಡುವರು, ಬೆಳಗಾವಿಯವರು ಮನೆಯಲ್ಲಿ ತೆಲಗನ್ನೂ ಹೊರಗೆ ಮರಾಠಿಯನ್ನೂ ಆಡುವರು. ಧಾರವಾಡದವರು ತೋರಿಕೆಯಲ್ಲಿ ಕನ್ನಡ ಕೂಲಿಕಾರರಂತೆ ಕಾಣುವರು, ಬೆಳಗಾವಿಯವರು ಕುಣಬಿಗಳಂತೆ ಕಾಣುವರು. ಕಾಮಾಠಿಗಳು ವೆಂಕಟರಮಣನಿಗೂ ಮಾರುತಿಗೂ ನಡಕೊಳ್ಳುತ್ತಾರೆ; ಬ್ರಾಹ್ಮಣರ ಕೈಯಿಂದ ಲಗ್ನ ಕಾರ್ಯ ಮಾಡಿಸುವರು; ಮದ್ಯ ಮಾಂಸಗಳನ್ನು ತಕ್ಕೊಳ್ಳುವರು. ಒಕ್ಕಲತನವೇ ಇವರ ಮುಖ್ಯ ಹೋರೆಯು. ಇವರು ಶ್ರಮದಿಂದ ಕೆಲಸ ಮಾಡುವವರೂ ವೊಳ್ಳೇ ಸ್ವಭಾವದವರೂ ಆದಾಗ್ಯೂ ಮಲಿನರೂ ಅವ್ಯವಸ್ಥಿತರೂ ಇರುತ್ತಾರೆ. ವಿಧವೆಗಳ ಲಗ್ನಕ್ಕೆ ಅಡ್ಡಿ ಇಲ್ಲ, ಹೆಣಗಳನ್ನು ಹುಗಿಯುವರು. ಧಾರವಾಡದ ಕಾಮಾಠಿಗಳು ಲಿಂಗವಂತರಂತೆ ಹೆಣವನ್ನು ವಿಮಾನದಲ್ಲಿ ವೊಯ್ಯುವರು. ಇವರ ಮಕ್ಕಳು ಶಾಲೆಗೆ ಹೋಗುವದಿಲ್ಲ.

ಕುಡವೊಕ್ಕಲಿಗರು.

ಕುಡವೊಕ್ಕಲಿಗರು.—ಇವರು ಧಾರವಾಡ ವಿಜಾಪುರ ಜಿಲ್ಲೆಗಳಲ್ಲಿ ಇರುತ್ತಾರೆ. ಇವರು ಕನ್ನಡ ಭಾಷೆಯನ್ನಾಡುವರು. ಇವರಲ್ಲಿ ದಂಡಾವತಿಗಳು, ಮಣಿಗಡಿಕರು, ತಡ್ಡೊಡಿಗಳು, ಯೆತ್ತಿರಕರು, ಯೆಂಬ ನಾಲ್ಕು ವೊಳ ಭೇದಗಳಿರುತ್ತವೆ. ಎರಡನೇ ನಾಲ್ಕನೇ ವರ್ಗದವರು ಬಹು ಸ್ವಲ್ಪ ಜನರು ಕ್ವಚಿತ್ತಾಗಿ ದೃಷ್ಟಿಗೆ ಬೀಳುವರು. ಉಳಿದ ಯೆರಡು ವರ್ಗಗಳಲ್ಲಿ ಪರಸ್ಪರ ಹೆಣ್ಣು ಗಂಡು ಆಗುವದಿಲ್ಲ. ಬಸವಣ್ಣ, ಯೆಲ್ಲಮ್ಮ, ವೀರಭದ್ರ, ಈ ದೇವತೆಗಳಿಗೆ ಕುಡವೊಕ್ಕಲಿಗರು ನಡಕೊಳ್ಳುವರು. ಇವರು ಲಿಂಗಧಾರಣ ಮಾಡಿದಾಗ್ಯೂ ಚೆಂಡಿಕೇ ಕಾಯುವರು, ಲಗ್ನ ಕಾರ್ಯಕ್ಕೆ ಬ್ರಾಹ್ಮಣರನ್ನು ಕರಿಯುವರು; ಹೆಣಗಳನ್ನು ಹುಗಿಯುವರು; ಮರಣ ಸಂಸ್ಕಾರವನ್ನು ಜಂಗಮರ ಕೈಯಿಂದ ಮಾಡಿಸುವರು. ಒಕ್ಕಲತನವೇ ಇವರ ಕುಲ ಪರಂಪರಾಗತವಾದ ಹೋರೆಯು. ವಿಧವೆಗಳಿಗೆ ಲಗ್ನವಿಲ್ಲ. ವಿಜಾಪುರ ಜಿಲ್ಲೆಯವರು ಮಕ್ಕಳನ್ನು ಶಾಲೆಗೆ ಕಳಿಸುವರು, ಧಾರವಾಡದವರು ಕಳಿಸುವದಿಲ್ಲ.

ರಡ್ಡೇರು.

ರಡ್ಡೇರು.—ಇವರು ಕಾನಡಾ ಜಿಲ್ಲೆಯ ಹೊರ್ತು ಯೆಲ್ಲ ಕಡೆಯಲ್ಲಿ ವಾಸಿಸುತ್ತಾರೆ. ಇವರಲ್ಲಿ ಕೆಲವರು ತಮ್ಮ ಮೂಲ ಪೀಠಿಕೆಯನ್ನು ಹೇಳುವದು ಹ್ಯಾಗಂದರೆ—ಕುರುಬರ ಮೂಲ ಪುರುಷನಾದ ಕುರುಪಿ ಯೆಂಬವನಿಗೆ ಕುಡವೊಕ್ಕಲಿಗನೆಂಬ ಸಹೋದರನಿದ್ದನು. ಕುಡವೊಕ್ಕಲಿಗನ ಮಗನ ಹೆಸರು ಹೇಮರಡ್ಡಿ. ಹೇಮನು ಕಸುವುಳ್ಳ ರಟ್ಟೆಯವನಾಗಿದ್ದ ಕಾರಣ ಅವನಿಗೆ "ಹೇಮರಟ್ಟಿ" ಯೆಂಬ ಹೆಸರು ಬಂದು, ಮುಂದೆ "ರಟ್ಟಿ"ಗೆ ಬದಲಾಗಿ "ರಡ್ಡಿ" ಯೆಂಬ ಅಡ್ಡ ಹೆಸರು ಹೇಮನ ವಂಶದವರಿಗೆ ಬಿತ್ತು. ಇದರಿಂದ ಕುಡವೊಕ್ಕಲಿಗರಿಂದ ರಡ್ಡೇರಾದರೆಂದು ತಿಳಿಯುತ್ತದೆ. ಆದರೆ ರಡ್ಡೇರಿಂದ ಕುಡವೊಕ್ಕಲಿಗರಾದರೆನ್ನಲಿಕ್ಕೆ ಬಲವಾದ ಆಧಾರ

ಉಂಟು. ಮಲ್ಲವ್ವರಡ್ಡಿ ಯೆಂಬ ಹೆಂಗಸು ಗಿರಿಯ ವೆಂಕಟರಮಣನ ಭಕ್ತಳಿದ್ದಳು. ಆಕೆ ತನ್ನ ಕುಲದವರಿಗೆ ಚಿರಕಾಲ ಸಂಪತ್ತು ಇರಲೆಂಬ ವರವನ್ನು ವೆಂಕಟರಮಣನಿಂದ ಪಡೆದಳೆಂದು ಹೇಳುತ್ತಾರೆ. ರಡ್ಡೇರಲ್ಲಿ ಚಿಟನಟ, ಮುಟಮುಟ, ಪಾಕನಾಕ, ನಿರ್ಮಳ, ನಾಮದ, ಇತ್ಯಾದಿ ಅವಾಂತರ ಜಾತಿಗಳಿರುತ್ತವೆ. ಇವರಲ್ಲಿ ನಾಮದ ರಡ್ಡೇರು ಮಾತ್ರ ತ್ರಿಪುಂಡ್ರ ನಾಮ ಹಚ್ಚಿಕೊಂಡು ಬ್ರಾಹ್ಮಣರ ಧರ್ಮವನ್ನು ಪಾಲಿಸುವರು. ಉಳಿದವರೆಲ್ಲ ಲಿಂಗವಂತರು. ಆದರೂ ಅವರಲ್ಲಿ ಬಹು ಜನರು ಚಂಡಿಕೆಯನ್ನು ಕಾಯುವರು; ವೆಂಕಟರಮಣ, ಹನುಮಂತ, ಯೆಲ್ಲಮ್ಮ, ಈ ದೇವತೆಗಳಿಗೆ ನಡಕೊಳ್ಳುವರು; ಲಗ್ನ ಕಾರ್ಯಕ್ಕೆ ಬ್ರಾಹ್ಮಣರನ್ನು ಕರಿಯುವರು. ಆದಾಗ್ಯೂ ಕೆಲವರು ಲಿಂಗವಂತ ರಡ್ಡೇರು ನಿಜಲಿಂಗವಂತರಂತೆ ವರ್ತಿಸುವರು, ಬ್ರಾಹ್ಮಣರನ್ನು ಯಾತಕ್ಕೂ ಕರೆಯುವದಿಲ್ಲ. ನಾಮದ ರಡ್ಡೇರು ಹೆಣಗಳನ್ನು ಸುಡುವರು, ಉಳಿದವರು ಹುಗಿಯುವರು. ರಡ್ಡೇರು ಮದ್ಯ ಮಾಂಸಗಳ ಸಂಪರ್ಕ ಮಾಡುವದಿಲ್ಲ; ವಿಧವೆಗಳ ಲಗ್ನವನ್ನು ವೊಮ್ಮೆ ಮಾತ್ರ ಮಾಡುವರು. ವಿಜಾಪುರ ಜಿಲ್ಲೆಯಲ್ಲಿ ಪಾಕನಾಕ ರಡ್ಡಿಗಳೇ ಬಹು ಜನರುಂಟು; ಅವರಲ್ಲಿ ಯೆಷ್ಟೋ ಜನರು ಗೌಡಕಿಯ ವತನವನ್ನು ಉಣ್ಣುತ್ತಾರೆ. ಬಾಗಲಕೋಟೆಯ ನೆರೆಹೊರೆಯಲ್ಲಿ ನಾಮದ ರಡ್ಡೇರ ವಸ್ತಿಯು ಬಹಳ ಇರುತ್ತದೆ. ಬೆಳಗಾವೀ ಜಿಲ್ಲೆಯಲ್ಲಿ ಕೆಲವರು ಪಾಕನಾಕ ರಡ್ಡೇರು ಪ್ರಶ್ನ ಹೇಳುವ ತಾಡವಾಲೆಯ ಪುಸ್ತಕ ತಕ್ಕೊಂಡು ಮನೆ ಮನೆ ತಿರುಗಿ ಪ್ರಶ್ನ ಹೇಳಿ ಭಿಕ್ಷೆ ಬೇಡುವರು*. ರಡ್ಡೇರಲ್ಲಿ ಯೆಲ್ಲ ಕೂಡಿ ೩೬ ಬೆಡಗಗಳೆಂದರೆ ಮನೆತನಗಳು ಇಲ್ಲವೆ ಗೋತ್ರಗಳು ಇರುತ್ತವೆ. ಒಂದೇ ಬೆಡಗದವರಲ್ಲಿ ಹೆಣ್ಣು ಗಂಡು ಆಗುವದಿಲ್ಲ. ಲಿಂಗವಂತ ರಡ್ಡೇರೊಳಗೆ ಪರಸ್ಪರ ಊಟದ ಬಳಿಕೆಯಾಗುತ್ತದೆ; ಆದರೆ ಶರೀರ ಸಂಬಂಧವು ಅವರವರ ಜಾತಿಯಲ್ಲಿ ಮಾತ್ರ ಆಗುತ್ತದೆ. ಪಾಕನಾಕ ರಡ್ಡೇರಲ್ಲಿ ಕೆಲವರು ಮನೆಯಲ್ಲಿ ತೆಲಗು ಭಾಷೆಯನ್ನಾಡುವರು. ಆದರೆ ವಾಡಿಕೆಯಾಗಿ ರಡ್ಡೇರು ಕನ್ನಡಿಗರೇ ಯೆಂದು ಹೇಳ ಬಹುದು. ಒಕ್ಕಲತನವೇ ರಡ್ಡೇರ ಕುಲ ಪರಂಪರಾಗತವಾದ ಹೋರೆ. ಆದರೂ ಸ್ವಲ್ಪ ಜನರು ಕಾಳಿನ ಮಾರಾಟ ಮಾಡುವರು; ಕೆಲವರು ಚಿನಿವಾರಿಕೆಯ ಅಂಗಡಿಯನ್ನು ಹಚ್ಚುವರು. ರಡ್ಡೇರು ಕೂರಿಗೆಯ ಪೂಜೆ, ಚರಗ ಚಲ್ಲುವದು, ಶೀಗಿಗೌರಿಯ ಪೂಜೆ, ರಾಶಿಯ ಪೂಜೆ, ಮುಂತಾದ ವೊಕ್ಕಲತನದ ಸಮಾರಂಭಗಳನ್ನು ಕುಲ ಧರ್ಮದಂತೆ ಭಕ್ತಿಯಿಂದ ಮಾಡುವರು. ಇವರ ಮೈಬಣ್ಣ ಸ್ವಲ್ಪ ಕಪ್ಪು, ನಿಲಿಪಿಕೆ ಮಧ್ಯಮ. ಮುಖಚರ್ಯೆ ಕಳೆಯುಳ್ಳದ್ದು, ಮೈಕಟ್ಟು ಕಸುವುಳ್ಳದ್ದು. ಇವರು ಪ್ರಮಾಣಿಕರು, ಮೈಮುರಿದು ದುಡಿಯುವವರು, ವ್ಯವಸ್ಥಿತರು, ಸರಳ ಸ್ವಭಾವದವರು. ಆದರೆ ಇವರ ಮನೆಯಲ್ಲಿ ಹೊಲಸು ಬಹಳ; ಅಧಿಕಾರದ ಅಮಲು ತೋರಿಸುವವರಿಗೆ ಮಾತ್ರ ಮಣಿಯುವರು. ಲಿಂಗವಂತ ರಡ್ಡೇರ ಉಡಿಗೆ ತೊಡಿಗೆಗಳೂ ನಡಾವಳಿಗಳೂ ಪಂಚಮ ಸಾಲಿಯವರಂತೆ. ರಡ್ಡೇರು ತಮ್ಮ ಮಕ್ಕಳನ್ನು ಬಹಳವಾಗಿ ಶಾಲೆಗೆ ಕಳಿಸುವದಿಲ್ಲ. ಮಕ್ಕಳನ್ನು ಶಾಲೆಗೆ ಕಳಿಸುವದಕ್ಕೆ ಬದಲಾಗಿ ದನ ಕಾಯುವ ಮುಂತಾದ ವೊಕ್ಕಲತನದ ಸಣ್ಣ

* ಇವರು ಲಿಂಗವಂತರಾದಾಗ್ಯೂ ಮದ್ಯ ಮಾಂಸಗಳನ್ನು ನಿರಾತಂಕವಾಗಿ ತಕೊಳ್ಳುತ್ತಾರೆಂದು ಮೂಲಗ್ರಂಥದಲ್ಲಿ ಬರೆದದೆ.

ಪುಟ್ಟ ಕೆಲಸಕ್ಕೆ ಹಚ್ಚುವದರಲ್ಲಿ ಹೆಚ್ಚು ಲಾಭವಿರುತ್ತದೆಂದು ಇವರು ಯೆಣಿಸುತ್ತಾರೆ. ಒಟ್ಟಿಗೆ ರಡ್ಡೇರು ಬೆಳುವಣಿಗೆಯ ಸ್ಥಿತಿಯಲ್ಲಿದ್ದಾರೆ.

ಸಾದರು.

ಸಾದರು.—ಇವರು ತಮ್ಮ ಹೆಸರು "ಸಾಧು" ಯೆಂಬ ಶಬ್ದದಿಂದ ಹುಟ್ಟಿರುತ್ತದೆಂದು ಹೇಳುತ್ತಾರೆ. ಧಾರವಾಡ ಜಿಲ್ಲೆಯಲ್ಲಿ ಯೆಲ್ಲ ಕಡೆಯಲ್ಲಿ ಇವರು ಇರುತ್ತಾರೆ. ಕಾನಡಾ ಜಿಲ್ಲೆಯ ಘಟ್ಟದ ಮೇಲಿನ ಭಾಗದಲ್ಲಿಯೂ ಇವರ ವಸ್ತಿಯು ಸ್ವಲ್ಪವಿರುತ್ತದೆ. ಇವರು ಮೈಸೂರು ಶೀಮೆಯಿಂದ ಬಂದವರೆಂದು ತೋರುತ್ತದೆ. ಇವರ ಜನ್ಮಭಾಷೆ ಕನ್ನಡ, ಧರ್ಮ ಲಿಂಗವಂತಮತ. ಇವರ ಉಡಿಗೆ, ಆಹಾರ, ಮುಂತಾದವುಗಳೆಲ್ಲ ಪಂಚಮ ಸಾಲಿಯವರಂತೆ. ಆದರೆ ಇವರಲ್ಲಿ ಕೆಲವರು ಲಗ್ನ ಕಾರ್ಯಕ್ಕೆ ಬ್ರಾಹ್ಮಣರನ್ನು ಕರಿಯುವರು. ಒಕ್ಕಲತನವೇ ಇವರ ಮುಖ್ಯ ಹೋರೆಯು; ಕೆಲವರು ವ್ಯಾಪಾರವನ್ನು ಮಾಡುವರು; ಕೆಲವರು ಗೌಡಿಕೆಯ ಕೆಲಸ ಮಾಡುವರು. ಸಾದರಲ್ಲಿ ಕುಂಬಳ ಬಡಕರೆಂತಲೂ ಯೆತ್ರಿಕರೆಂತಲೂ ಯೆರಡು ಭೇದಗಳಿವೆ. ಅವರು ಪರಸ್ಪರ ಅನ್ನ ವ್ಯವಹಾರ ಮಾಡುತ್ತಾರೆ; ಶರೀರ ಸಂಬಂಧ ಮಾಡುವದಿಲ್ಲ. ಇವರು ಪೊಟ್ಟಿಗೆ ಸೌಖ್ಯದಿಂದಿದ್ದಾರೆ.

ಛತ್ರೇರು.

ಛತ್ರೇರು.—ಇವರು ನಾಲ್ಕೂ ಜಿಲ್ಲೆಗಳಲ್ಲಿ ಇರುತ್ತಾರೆ, ತಾವು ಕ್ಷತ್ರಿಯರ ವಂಶದವರೆಂದು ಹೇಳುತ್ತಾರೆ. ಆದರೆ ಕನ್ನಡ ಹೊರ್ತಾಗಿ ಇವರಿಗೆ ಬೇರೆ ಯಾವ ಭಾಷೆಯೂ ಬರುತ್ತಿರುವದಿಲ್ಲ. ಆದರೂ ವಿಜಾಪುರ ಬೆಳಗಾವಿ ಜಿಲ್ಲೆಗಳ ಛತ್ರೇರ ನಡಾವಳಿಗಳು ರಜಪೂತರ ನಡಾವಳಿಗಳನ್ನು ಇಲ್ಲವೆ ಮರಾಠೀ ಕುಣಬಿಗಳ ನಡಾವಳಿಗಳನ್ನು ಹೋಲುತ್ತವೆ. ಅವರ ಉಡಿಗೆ ಆಹಾರ ಮುಂತಾದವುಗಳಾದರೂ ಮರಾಠೀ ಜನರಂತೆಯೇ. ಇವರ ಮೈಬಣ್ಣ ಕಪ್ಪು, ಸ್ವಭಾವ ಶಿಟ್ಟಿನದು. ಇವರು ವೆಂಕಟರಮಣನಿಗೂ ಹನುಮಂತನಿಗೂ ನಡಕೊಳ್ಳುವರು, ಬ್ರಾಹ್ಮಣರ ಕೈಯಿಂದ ಲಗ್ನ ಮುಂತಾದ ಸಂಸ್ಕಾರಗಳನ್ನು ಮಾಡಿಸುವರು. ಈ ಯೆರಡು ಜಿಲ್ಲೆಗಳಲ್ಲಿ ಇವರು ವೊಕ್ಕಲತನ, ಹಳ್ಳಿಗಳ ಕಾವಲು, ದಿನಗೂಲಿ, ಇವುಗಳನ್ನು ಮಾಡಿ ಜೀವಿಸುವರು. ವಿಜಾಪುರ ಜಿಲ್ಲೆಯಲ್ಲಿ ಬಹು ಜನರು ಗೌಡಿಕೆಯ ಕೆಲಸ ಮಾಡುತ್ತಾರೆ. ಅವರ ಸಂಖ್ಯೆವು ಮಹಾರಾಷ್ಟ್ರರಿಗಿಂತ ಹೆಚ್ಚಾಗ ಬಹುದು.

ಧಾರವಾಡ ಜಿಲ್ಲೆಯ ಛತ್ರೇರು ಕೀಳು ಜನರಾಗಿ ಬಾಳುತ್ತಾರೆ. ಇವರಲ್ಲಿ ಕೆಲವರು ಮೀನ ಬಲೆಗಾರರಾಗಿ, ಕೆಲವರು ಕಿಳ್ಳೀಕೇತನ ಆಟ ಮಾಡಿ ಜೀವಿಸುತ್ತಾರೆ. ಇವರು ಹೊಲಸುತನದಿಂದ ಹುಲ್ಲಿನ ಗುಡುಸಲುಗಳಲ್ಲಿ ವಾಸಿಸುತ್ತಾರೆ; ಭರಮಪ್ಪ, ಹುಲಗೆವ್ವ, ಯೆಂಬ ದೇವತೆಗಳಿಗೆ ನಡಕೊಳ್ಳುವರು. ಬ್ರಾಹ್ಮಣರು ಇವರ ಮನೆಯ ಕಾರ್ಯಗಳಿಗೆ ಹೋಗುವದಿಲ್ಲ. ಶಕ್ತಿ ಇದ್ದವರು ಹೆಣಗಳನ್ನು ಸುಡುವರು, ಗತಿ ಇಲ್ಲದವರು ಹುಗಿಯುವರು, ಇವರ ಅಡ್ಡ ಹೆಸರುಗಳು ಅಲ್ಲಕ, ಪಾಚಂಗೆ, ಸಿಂಧೆ, ಇತ್ಯಾದಿಗಳಿರುವ ಕಾರಣ

ಇವರು ಮಹಾರಾಷ್ಟ್ರದ ವಂಶದವರೆಂದು ತೋರುತ್ತದೆ. ಮರಾಠೀ ಭಾಷೆಯನ್ನು ಇವರು ಯೆಷ್ಟು ಮಾತ್ರವೂ ಅರಿಯರು.*

ಕಾನಡಾ ಜಿಲ್ಲೆಯ ಛತ್ರೇರು ಸಿದ್ದಾಪುರ, ಯೆಲ್ಲಾಪುರ ತಾಲೂಕುಗಳಲ್ಲಿ ಇರುತ್ತಾರೆ. ಇವರ ಮುಖ್ಯ ಹೋರೆಗಳು ವೊಕ್ಕಲತನ, ವ್ಯಾಪಾರ. ಇವರಲ್ಲಿ ಭರದ್ವಾಜ, ಕಶ್ಯಪ ಮುಂತಾದ ಗೋತ್ರಗಳುಂಟು; ಗರ್ಭಾಧಾನ, ಸೀಮಂತ, ನಾಮಕರಣ, ಚೌಲ, ಮೌಂಜಿ, ಲಗ್ನ, ಉತ್ತರಕಾರ್ಯ, ಇಷ್ಟು ಸಂಸ್ಕಾರಗಳನ್ನು ಬ್ರಾಹ್ಮಣರು ಮಾಡಿಸುತ್ತಾರೆ. ಲಗ್ನದಲ್ಲಿ ಮದಿಮಗನ ಕೈಯಲ್ಲಿ ಕಠಾರಿ ಇರುತ್ತದೆ. ಈ ಕಾರಣಗಳಿಂದ ಇವರು ಕ್ಷತ್ರಿಯರ ವಂಶದವರೆಂದು ತೋರುತ್ತದೆ. ಆದರೆ ಇವರು ತಮ್ಮ ಅಡ್ಡ ಹೆಸರುಗಳನ್ನೂ ಮೂಲ ಭಾಷೆಯನ್ನೂ ಮರೆತು ಬಿಟ್ಟಿದ್ದಾರೆ. ಇವರು ರಾಮಾನುಜ ಮತವನ್ನು ಸ್ವೀಕರಿಸಿ ವೆಂಕಟರಮನಿಗೆ ನಡಕೊಳ್ಳುತ್ತಾರೆ. ಇವರ ಧರ್ಮಗುರು ತಾತಾಚಾರ್ಯನೆಂಬ ಶ್ರೀವೈಷ್ಣವನು. ಇವರು ಮದ್ಯ ಮಾಂಸಗಳ ಸಂಪರ್ಕ ಮಾಡುವದಿಲ್ಲ, ವಿಧವೆಗಳ ಲಗ್ನ ಮಾಡುವದಿಲ್ಲ. ಹೆಣವನ್ನು ಸುಟ್ಟು ಬಂದ ಕೂಡಲೆ ಸತ್ತವನ ಹೆಂಡತಿಯ ಬಳೆ, ಮಂಗಳಸೂತ್ರ, ಬುಗಡಿ, ನತ್ತು, ಇವುಗಳನ್ನು ತೆಗಿಸುವರು; ಆದರೆ ಕೂದಲ ತೆಗಿಸುವದಿಲ್ಲ.

ಧಾರವಾಡ ಜಿಲ್ಲೆಯವರು ಹೊರ್ತಾಗಿ ಉಳಿದ ಮೂರೂ ಜಿಲ್ಲೆಗಳ ಛತ್ರೇರು ಮಕ್ಕಳನ್ನು ಶಾಲೆಗೆ ಕಳಿಸುತ್ತಾರೆ, ಸೌಖ್ಯದಿಂದಿದ್ದಾರೆ.

ಹಣಬರು.

ಹಣಬರು.—ಇವರು ಧಾರವಾಡ ಜಿಲ್ಲೆ ಹೊರ್ತಾಗಿ ಉಳಿದ ಮೂರು ಜಿಲ್ಲೆಗಳಲ್ಲಿ ಇರುತ್ತಾರೆ. ಇವರ ನಿಲಿವಿಕೆ ಯೆತ್ತರ, ಮೈಬಣ್ಣ ಕಪ್ಪು, ಮೈಕಟ್ಟು ಕಸುವುಳ್ಳದ್ದು, ಸ್ವಭಾವ ತಿಟ್ಟನದು.

ವಿಜಾಪುರ ಜಿಲ್ಲೆಯ ಹಣಬರು ಕನ್ನಡ ಆಡುವರು. ಬಾದಾಮೀ ತಾಲೂಕಿನಲ್ಲಿ ಇವರ ವಸ್ತಿ ಹೆಚ್ಚು. ಇವರಲ್ಲಿ ಬಿಳಿ ಶೀರೆಯವರೆಂತಲೂ ಬಣ್ಣದ ಶೀರೆಯವರೆಂತಲೂ ಯೆರಡು ವರ್ಗಗಳುಂಟು; ಅವರವರೊಳಗೆ ಅನ್ನ ವ್ಯವಹಾರ ಸಹ ಆಗುವದಿಲ್ಲ. ಈ ಜಿಲ್ಲೆಯವರೆಲ್ಲರು ಬಹುತರ ಬಿಳಿ ಶೀರೆಯವರೇ. ಬಣ್ಣದ ಶೀರೆಯವರು ಮಲ್ಲಾಡದಲ್ಲಿ ಬಹಳ. ಇವರು ಮಾಂಸ ತಿನ್ನುತ್ತಾರೆ; ಆದರೆ ಸರಾಯಿ, ಗಾಂಜೆ, ಭಂಗಿ, ಅಫು, ಇವುಗಳನ್ನು ಮುಟ್ಟುವದಿಲ್ಲ. ಇವರ ಮುಖ್ಯ ಹೋರೆ ವೊಕ್ಕಲತನವು; ಕೆಲವರು ಆಟ್ಟಿಗೆಯ ವ್ಯಾಪಾರ ಮಾಡುವರು. ಇವರು ವ್ಯವಹಾರದಲ್ಲಿ ಕುರುಬರಿಗೆ ಸರಿಯಾಗಿ ಯೆಣಿಸಲ್ಪಡುತ್ತಾರೆ; ಮಂಗಳವ್ವ, ಯೆಲ್ಲಮ್ಮ, ಹನುಮಂತ, ಈ ದೇವರಿಗೆ ನಡಕೊಳ್ಳುತ್ತಾರೆ; ಬ್ರಾಹ್ಮಣರನ್ನು ಯಾವ ಕೆಲಸಕ್ಕೂ ಕರೆಯುವದಿಲ್ಲ, ಅವರಿಗೆ ಮಾನ ಕೊಡುವದಿಲ್ಲ. ಇವರ ಉಪಾಧ್ಯಾಯರು ಇವರ ಜಾತಿಯವರೇ ಇರುತ್ತಾರೆ. ಕೆಲವರು ಹೆಣಗಳನ್ನು ಸುಡುವರು, ಕೆಲವರು ಹುಗಿಯುವರು. ಇವರ ಮಕ್ಕಳು ಶಾಲೆಗೆ ಹೋಗುವದಿಲ್ಲ.

ಬೆಳಗಾವೀ ಜಿಲ್ಲೆಯ ಹಣಬರು ಚಿಕ್ಕೋಡಿ, ಖಾನಪುರ, ಬೆಳಗಾವಿ, ಈ ತಾಲೂಕುಗಳಲ್ಲಿ ವಾಸಿಸುತ್ತಾರೆ. ಇವರಾಡುವ ಭಾಷೆ ಮರಾಠಿ. ಇವರಲ್ಲಿ ಹಳೇ, ಹೊಸ, ಯೆಂಬ

* ಧಾರವಾಡ ಜಿಲ್ಲೆಯಲ್ಲಿ ಉತ್ತಮ ಸ್ಥಿತಿಯ ಛತ್ರೇರು ಬಹಳ ಜನರುಂಟು. ಆದರೆ ಅವರ ಉಲ್ಲೇಖವು ಮೂಲಗ್ರಂಥದಲ್ಲಿ ಇಲ್ಲ.

ರಡು ವರ್ಗಗಳುಂಟು. ಆದರೆ ಅವರವರೊಳಗೆ ಹೆಣ್ಣು ಗಂಡು ಆಗುತ್ತವೆ. ಹಳ್ಳಿಗಳಲ್ಲಿ ಇರುವವರ ಉಡಿಗೆ ತೊಡಿಗೆಗಳು ಕುಣಬೀ ಜನರಂತೆ ಇರುತ್ತವೆ; ಗುಡ್ಡಗಾಡಿನಲ್ಲಿ ಇರುವವರು ಲಂಗೋಟಿಯ ಹಾಕಿಕೊಂಡು ತಲೆಗೆ ಸಣ್ಣದೊಂದು ಅರಿವೆ ಸುತ್ತಿ ಕೊಳ್ಳುವರು; ಅವರ ತಲೆಯ ಕೂದಲು ಜಡಿಗಟ್ಟಿರುತ್ತದೆ. ಹಳ್ಳಿಗಳಲ್ಲಿ ಇರುವವರು ವೊಕ್ಕಲತನದಿಂದ ಜೀವಿಸುವರು; ಕಾಡಿನಲ್ಲಿ ಇರುವವರು ಯೆಮ್ಮಿ ಆಕಳುಗಳನ್ನು ಸಾಕಿ, ಹಾಲು, ಮೊಸರು, ಬೆಣ್ಣಿಗಳನ್ನು ಮಾರುವರು. ಈ ಜಿಲ್ಲೆಯ ಹಣಬರು ಮದ್ಯ ಮಾಂಸಗಳನ್ನು ತಕ್ಕೊಳ್ಳುವರು, ಗಾಂಜೀ ಶೇದುವರು; ಹನುಮಂತ, ಯೆಲ್ಲಮ್ಮ, ಈ ದೇವತೆಗಳಿಗೆ ನಡಕೊಳ್ಳುವರು; ಲಗ್ನ ಮುಂತಾದ ಕಾರ್ಯಗಳಿಗೆ ಬ್ರಾಹ್ಮಣರನ್ನು ಕರಿಯುವರು. ಇವರ ಮಕ್ಕಳು ಶಾಲೆಗೆ ಹೋಗುವದಿಲ್ಲ.

ಕಾನಡಾ ಜಿಲ್ಲೆಯ ಹಣಬರು ಮುಖ್ಯವಾಗಿ ಶಿರಸೀ ತಾಲೂಕಿನಲ್ಲಿ ಇರುತ್ತಾರೆ. ಇವರು ಮಹಾರಾಷ್ಟ್ರ ಮಿಶ್ರವಾದ ಕನ್ನಡ ಭಾಷೆಯನ್ನಾಡುವರು. ಇವರ ಉಡಿಗೆ ಲಂಗೋಟಿ, ಕಂಬಳಿ. ಒಕ್ಕಲತನವೇ ಇವರ ಮುಖ್ಯ ಹೋರೆಯು; ಬಹುತರ ಯಾರಿಗೂ ಸಾಲವಿಲ್ಲ. ಹಳೆ, ಹೊಸ, ಯೆಂಬ ವರ್ಗದವರು ಪರಸ್ಪರ ಅನ್ನ ವ್ಯವಹಾರ ಮಾಡುವದಿಲ್ಲ. ಇವರಲ್ಲಿ ಹೆಣ್ಣು ಮಕ್ಕಳ ಲಗ್ನವು ನೆರಿದ ಬಳಿಕ ಆಗುವದು. ಇವರ ನಡಾವಳಿಗಳು ಈ ಜಿಲ್ಲೆಯ ಶೂದ್ರರ ನಡಾವಳಿಗಳನ್ನು ಹೋಲುತ್ತವೆ. ಇವರ ದೇವರು ಹಣಮಪ್ಪ, ಬೀರಪ್ಪ; ಆದರೆ ಇವರು ಬ್ರಾಹ್ಮಣರನ್ನು ತಮ್ಮ ಮನೆಗೆ ಕರಿಯುತ್ತಾರೆ. ಇವರ ಮಕ್ಕಳು ಶಾಲೆಗೆ ಹೋಗುವದಿಲ್ಲ.

ಕುಲಮರು.

ಕುಲಮರು ಅಂದರೆ ಕುಲಿಮೆಯವರು.— ಇವರು ಬಿಜಾಪುರ ಸಂಪಗಾವೀ ತಾಲೂಕುಗಳಲ್ಲಿ ಸ್ವಲ್ಪ ಜನರು ಮಾತ್ರ ಉಂಟು. ಇವರ ಪೂರ್ವಜರು ಕಬ್ಬಿಣದ ಕಲ್ಲು ಕರಗಿಸಿ ಕಬ್ಬಿಣ ಮಾಡುವ ಹೋರೆಯನ್ನು ಮಾಡುತ್ತಿದ್ದರು. ಒಳಗಡೆಯಲ್ಲಿ ಆ ಹೋರೆ ಮುಗ್ಗಿದ್ದರಿಂದ ಇವರು ವೊಕ್ಕಲತನವನ್ನು ಮಾಡುತ್ತಾರೆ. ಇವರು ಕುಣಬಿಗಳ ಕೆಳಗೆ ಯೆಣಿಸಲ್ಪಡುತ್ತಾರೆ; ಮಹಾರಾಷ್ಟ್ರ ಭಾಷೆಯನ್ನಾಡುವರು; ಲಂಗೋಟಿಯ ಹಾಕುವರು; ಮದ್ಯ ಮಾಂಸಗಳನ್ನು ತಕ್ಕೊಳ್ಳುವರು; ಬ್ರಾಹ್ಮಣರಿಗೆ ಅಂಕಿತರಾಗಿ ನಡಿಯುವರು; ವಿಧವೆಗಳ ಲಗ್ನ ಮಾಡುವರು. ಇವರ ಕುಲದೇವತೆ ಯೆಲ್ಲಮ್ಮ; ಹುಡುಗರು ಶಾಲೆಗೆ ಹೋಗುವದಿಲ್ಲ.

ಕುಣಬಿಗಳು.

ಕುಣಬಿಗಳು.— ಇವರು ಧಾರವಾಡ ಜಿಲ್ಲೆ ಹೊರ್ತಾಗಿ ಯೆಲ್ಲ ಜಿಲ್ಲೆಗಳಲ್ಲಿ ಇರುತ್ತಾರೆ. ಇವರಲ್ಲಿ ಮರಾಠೀ ಕುಳವಾಡಿ, ಕೊಂಕಣೀ ಕುಣಬೀ ಯೆಂಬ ಯೆರಡು ವೊಳಭೇದಗಳಿರುತ್ತವೆ. ಮರಾಠೀ ಕುಳವಾಡಿ ಯೆಂಬವರು ವಿಜಾಪುರ ಬೆಳಗಾವೀ ಜಿಲ್ಲೆಗಳಲ್ಲಿ ಇರುತ್ತಾರೆ; ಕೊಂಕಣೀ ಕುಣಬಿಗಳು ಬೆಳಗಾವೀ ಜಿಲ್ಲೆಯ ಪಶ್ಚಿಮ ಭಾಗದಲ್ಲಿಯೂ ಕಾನಡಾ ಜಿಲ್ಲೆಯ ಹಲ್ಯಾಳ, ಕಾರವಾಡ, ಅಂಕೋಲಾ ತಾಲೂಕುಗಳಲ್ಲಿಯೂ ಇರುತ್ತಾರೆ.

ಮರಾಠೀ ಕುಣಬಿಗಳಲ್ಲಿ ೯೬ ಅಡ್ಡ ಹೆಸರುಗಳಿರುತ್ತವೆ. ಇವರು ಮರಾಠೀ ಭಾಷೆಯನ್ನಾಡುತ್ತಾರೆ. ಇವರ ಕುಲದೇವತೆಗಳು ಕೇದಾರಲಿಂಗ ಅಥವಾ ಜೋತೀಬಾ, ತುಳಜಾ ಭವಾನಿ, ಸೋಮನಾಥ, ಖಂಡೋಬಾ, ಯೆಲ್ಲಮ್ಮ. ಇವರಲ್ಲಿ ಕೆಲವರು ತಾವು ಸೂರ್ಯವಂಶದವರೆಂದು ಹೇಳುತ್ತಾರೆ. ಇವರ ನಿಲಿವಿಕೆ ಮಧ್ಯಮ, ಮೋರೆ ದೀರ್ಘವರ್ತುಳ, ಮೂಗು ಯೆದ್ದದ್ದು, ತುಟ ಸಣ್ಣ, ಮೈಕಟ್ಟು ದಪ್ಪ, ಮೋರೆಯ ಮೇಲೆ ಕೂದಲು ಬಹಳ. ಇವರು ಮದ್ಯ ಮಾಂಸಗಳನ್ನು ತಕ್ಕೊಳ್ಳುತ್ತಾರೆ; ಆದರೆ ಸಿಂದೀ ಕುಡಿಯುವದಿಲ್ಲ; ವ್ಯವಹಾರದಲ್ಲಿ ಪ್ರಮಾಣಿಕರೂ, ಸಾಧಾ ಸ್ವಭಾವದವರೂ, ಶ್ರಮ ಮಾಡುವವರೂ, ತಾಳ್ಮೆಯುಳ್ಳವರೂ, ಪರರಿಗೆ ಸತ್ಕಾರ ಮಾಡುವವರೂ, ಆದಾಗ್ಯೂ ಸ್ವಚ್ಛತನಕ್ಕೆ ಮೆಚ್ಚಿದವರಲ್ಲ. ಒಕ್ಕಲತನವೇ ಇವರ ಮುಖ್ಯ ಹೋರೆ; ಕೆಲವರು ತೋಟಗಳನ್ನೂ ಮಾಡುವರು; ಕೆಲವರು ಕೂಲೀ ಮಾಡುವರು. ಇವರ ಹೆಂಗಸರು ಗಂಡಸರಿಗೆ ಸಹಾಯ ಮಾಡುವದಲ್ಲದೆ ಬೆಣ್ಣೀ ಮಾರಿ ದುಡ್ಡುಗಳಿಸುವರು. ಇವರು ಸಂಕೇಶ್ವರದ ಸ್ವಾಮಿಗೆ ನಡಕೊಳ್ಳುತ್ತಿದ್ದಾಗ್ಯೂ ಇವರ ಸ್ವಂತ ಜಾತಿಯ ಗುರು, ಗೋಸಾವಿಯು, ಬೇರೆ ಇರುತ್ತಾನೆ. ಬ್ರಾಹ್ಮಣರೇ ಇವರ ಉಪಾಧ್ಯಾಯರು; ಹೆಣ್ಣು ಮಕ್ಕಳ ಲಗ್ನವನ್ನು ನೆರಿದ ಬಳಿಕ ಮಾಡಲಿಕ್ಕೆ ಅಡ್ಡಿ ಇಲ್ಲ; ವಿಧವೆಗಳ ಲಗ್ನಕ್ಕೂ ಅಡ್ಡಿ ಇಲ್ಲ; ಹೆಣಗಳನ್ನು ವಾಡಿಕೆಯಾಗಿ ಹುಗಿಯುವರು; ಆದರೆ ಸೂತಕವು ಹನ್ನೆರಡು ದಿವಸ ಇರುತ್ತದೆ. ಸತ್ತವರ ದಿನಕಾರ್ಯ ತೀರಿದ ಬಳಿಕ "ಮಾಳಲಾವಣೇ" (ಮಾಲೆ ಯೇರಿಸುವದು) ಯೆಂಬದೊಂದು ವಿಧಾನವನ್ನು ಇವರು ಮಾಡುತ್ತಾರೆ. ಅದರ ವಿವರ ಹ್ಯಾಗಂದರೆ—ಈ ವಿಧಾನ ಮಾಡತಕ್ಕವನು ಮೊದಲು ಗುರುವಿನ ಭೆಟ್ಟಿಗೆ ಹೋಗುತ್ತಾನೆ. ಆಗ ಗೋಸಾವಿಯು ಅವನಿಗೆ ಹತ್ತು ಹದಿನೈದು ತೆಂಗಿನ ಕಾಯಿ, ಅಷ್ಟೇ ಬಾಳೀ ಹಣ್ಣು, ಉತ್ತತ್ತಿ, ಶೇರು ಅಡಿಕೆ, ೫೦ ವೀಳ್ಯದೆಲೆ, ಶೇರು ಕೊಬ್ಬರಿ, ತೊಲಿ ಕಪ್ಪುರ, ಹತ್ತೆಂಟು ಊದಿನ ಕಡ್ಡಿ, ವೊಂದು ಕುರಿ, ವೊಂದು ಸರಾಯಿಯ ಕುಪ್ಪಿ, ಸತ್ತವನು ಗಂಡಸಿದ್ದರೆ ವೊಂದು ರುಮಾಲ, ವೊಂದು ಧೋತರ, ಹೆಂಗಸಿದ್ದರೆ ವೊಂದು ಶೀರೆ, ವೊಂದು ಖಣ, ಇಷ್ಟು ತರ ಹೇಳುತ್ತಾನೆ. ಇಷ್ಟೆಲ್ಲ ತಂದ ಬಳಿಕ ನೇಮಿಸಿದ ದಿವಸ ರಾತ್ರಿ ವೊಂಬತ್ತು ಬಡಿಯುವ ಸುಮಾರಿನಲ್ಲಿ ಮಾಲೆ ಯೇರಿಸ ತಕ್ಕವನು ತನ್ನ ಬಳಗದವರನ್ನೂ ಗೆಳಿಯರನ್ನೂ ಕರೆಕೊಂಡು ಗುರುವಿನ ಮನೆಗೆ ಹೋಗುತ್ತಾನೆ. ಅಲ್ಲಿ ವೊಂದು ಕೋಣೆಯನ್ನು ಸಾರಿಸಿ ಚಾಪಿ ಹಾಸಿಇಟ್ಟಿರುತ್ತಾರೆ. ಆ ಚಾಪಿಯ ಮೇಲೆ ಸುಮಾರು ಯೆರಡು ಫೂಟು ಚಚ್ಚೌಕಾದದ್ದೊಂದು ಕಂಬಳಿಯ ಗಳಿಗೆಯನ್ನಿಟ್ಟು ಅದರ ಮೇಲೆ ಹೊಸ ವಸ್ತ್ರವನ್ನು ಹಾಸುವರು. ಅದರ ಮೇಲೆ ಅಕ್ಕೀ ಹರವಿ, ಅದರ ಮೇಲೊಂದು ನೀರು ತುಂಬಿದ ತಂಬಿಗೆಯನ್ನಿಟ್ಟು ಅದರಲ್ಲಿ ನಾಲ್ಕೈದು ದುಡ್ಡುಗಳನ್ನು ಚಲ್ಲಿ ಬಾಯಿಗೆ ಕಲಶದಂತೆ ವೀಳ್ಯದೆಲೆಗಳನ್ನು ಹಾಕಿ ಮೇಲೆ ತೆಂಗಿನ ಕಾಯಿಯನ್ನಿಡುವರು. ಆ ಕಲಶದ ಮೇಲೆಲ್ಲ ಗಂಧ ಕುಂಕುಮಗಳ ಬೊಟ್ಟುಗಳನ್ನು ಹಚ್ಚುವರು. ಕಲಶದ ಸುತ್ತು ಮುತ್ತು ಸುಮಾರು ಮೂರು ಮೊಳ ಉದ್ದವಾದ ಕಟ್ಟಿಗೆಗಳನ್ನು ನಿಲ್ಲಿಸಿ, ಅವುಗಳ ತುದಿಗಳನ್ನು ವೊಟ್ಟುಗೂಡಿಸಿ ಕಟ್ಟಿ,

ಆ ಕಟ್ಟಿದ ಸ್ಥಳದಿಂದ ಹೂವಿನ ಮಾಲೆಯನ್ನು ಕಲಶದ ಮೇಲೆ ಇಳಿಬಿಡುವರು. ಬಳಿಕ ಗೋಸಾವಿಯು ತೆಂಗಿನ ಕಾಯಿ, ಬಾಳೀ ಹಣ್ಣು, ಉತ್ತತ್ತಿ, ಕೊಬ್ಬರಿ, ಅಡಿಕೆ, ಯೆಲೆ, ಮುಂತಾದವುಗಳನ್ನು ಸರಾಯಿ ಸಹಿತ ಕಲಶದ ಮುಂದಿಟ್ಟು ಸತ್ತವನ ಹೆಸರಿನಿಂದ ಅದರ ಪೂಜೆ ಮಾಡಿ ನೆರಿದ ಜನರ ಕೈಯಲ್ಲಿ ಅಕ್ಕೀ ಕಾಳು ಕೊಡುವನು. ತರುವಾಯ ಗೋಸಾವಿಯು ಕುರಿಯನ್ನು ಕಲಶದ ಮುಂದೆ ನಿಲ್ಲಿಸಿ, ಗಂಧ ಪುಷ್ಪಗಳಿಂದ ಅದರ ಪೂಜೆ ಮಾಡಿ, ಸತ್ತ ಮನುಷ್ಯನಿಗಾಗಿ ನಿನ್ನ ಬಲಿ ಕೊಡುತ್ತೇವೆಂದು ಅದರ ಕಿವಿಯಲ್ಲಿ ಹೇಳುವನು. ಕೂಡಲೆ ಯೆಲ್ಲರು ಕಲಶದ ಮೇಲೆ ಅಕ್ಕೀ ಕಾಳು ಚಲ್ಲಿ ಸಾಷ್ಟಾಂಗ ನಮಸ್ಕಾರ ಹಾಕಿ ಹಾಡುವರು. ಕಡೆಯಲ್ಲಿ ಕುರಿಯನ್ನು ಕಡಿದ ಬಳಿಕ ಗೋಸಾವಿಯು ಶಿಷ್ಯರಾಗ ತಕ್ಕವರಿಗೆ ಉಪದೇಶ ಹೇಳುವನು. ಹ್ಯಾಗಂದರೆ—ಗುರುವಿಗೆ ಮಾನ ಕೊಡು, ಸತ್ಯ ಮಾತಾಡು, ಕದಿಯ ಬೇಡ, ನೆರೆಯಲ್ಲಿ ಯಾರಾದರೂ ಸತ್ತಿದ್ದರೆ, ಹೆಣ ವೊಯ್ಯುವ ವರೆಗೆ ಉಣ್ಣ ಬೇಡ, ಉಣ್ಣುವಾಗ ದೀಪ ಹೋದರೆ ಊಟ ಬಿಡು. ಇಷ್ಟಾದ ಬಳಿಕ ಬೆಳತನಕ ಊಟದ ಸಮಾರಂಭವಾಗುವದು.

ಕುಣಬಿಗಳಲ್ಲಿ ಬಿಗಿಯಾದಂಥ ಸಮಾಜದ ಕಟ್ಟಳೆಗಳು ನಡಿಯುತ್ತವೆ. ಜಾತಿಯ ಪಂಚರು ವಂಶ ಪರಂಪರೆಯಾಗಿ ಇರುವರು. ಜಾತಿಯ ವ್ಯಾಜ್ಯಗಳನ್ನೆಲ್ಲ ಅವರೇ ನಿರ್ಣಯಿಸ ತಕ್ಕವರು. ಆದರೂ ವಿಧವೆಗಳ ಬಸರು, ನೀಚ ಜಾತಿಯವರಲ್ಲಿ ಊಟ, ಇಂಥಾ ದೊಡ್ಡ ಅಪರಾಧಗಳ ನಿರ್ಣಯ ಮಾಡುವ ಅಧಿಕಾರ ಅವರಿಗಿಲ್ಲ; ಸಂಕೇಶ್ವರದ ಸ್ವಾಮಿಯು ಆ ನಿರ್ಣಯ ಮಾಡುವನು. ಇವರಲ್ಲಿ ಗೋಸಾವಿಯ ಅಧಿಕಾರವೇನು ಇರುವದಿಲ್ಲ. ಕುಣಬಿಗಳು ಮಕ್ಕಳನ್ನು ಶಾಲೆಗೆ ಕಳಿಸುವದಿಲ್ಲ.

ಕೊಂಕಣೀ ಕುಣಬಿಗಳಿಗೆ ಕಾಳೆಕುಣಬೀ ಯೆಂತಲೂ ಅನ್ನುವರು. ಅವರ ನಡಾವಳಿಗಳು ಬಹುತರ ಮರಾಠೀ ಕುಣಬಿಗಳಂತೆಯೇ ಇರುತ್ತವೆ. ಭೇದವೇನೆಂದರೆ—ಇವರು ಕೊಂಕಣೀ ಭಾಷೆಯನ್ನಾಡುವರು; ಬಿರಾಮಣಿ, ಪಂಚಮಾಯಾ, ಸಾತೆರಿ, ಯೆಂಬ ದೇವತೆಗಳಿಗೆ ನಡಕೊಳ್ಳುವರು. ಇವರದೊಂದು ಕುಟುಂಬದಲ್ಲಿ ೧೦೦, ೧೫೦ರ ವರೆಗೆ ಜನರಿರುವರು; ಆದದರಿಂದ ಇವರ ಮನೆಗಳು ಬಹಳ ದೊಡ್ಡವಿರುತ್ತವೆ. ಕುರಿ, ಕೋಳಿ, ಕೋಳಿಯ ತತ್ತಿ, ಇಷ್ಟು ಹೊರ್ತಾಗಿ ಮರಾಠೀ ಕುಣಬಿಗಳು ತಿನ್ನುವ ಯೆಲ್ಲ ಬಗೆಯ ಮಾಂಸವನ್ನು ಇವರು ತಿನ್ನುವರು; ಆದರೆ ಮದ್ಯ ಮುಟ್ಟುವದಿಲ್ಲ. ಇವರ ಹೆಂಗಸರು ಕುಬ್ಬಸ ತೊಡುವದಿಲ್ಲ. ಇವರಲ್ಲಿ ಕೆಲವರಿಗೆ ಗುರುಗೋಸಾವಿ ಇರುತ್ತಾನೆ, ಕೆಲವರಿಗೆ ಇರುವದಿಲ್ಲ; ಇಲ್ಲದವರು ಬೇಕಾದಾಗ ಗುರುವನ್ನು ಮಾಡಿಕೊಳ್ಳ ಬಹುದು. ಗುರುವಿನ ಉಪದೇಶದ ವಿವರವು ಮೇಲೆ ಹೇಳಿಧಂತೆ. ಕಾಳೇ ಕುಣಬಿಗಳಲ್ಲಿ ವಿಧವೆಗಳಿಗೆ ಲಗ್ನವಿಲ್ಲ. ಮಾಲೆ ಯೇರಿಸುವ ವಿಧಾನವು ಇವರಲ್ಲಿಯೂ ಆಗುತ್ತದೆ.

ಕಾನಡಾ ಜಿಲ್ಲೆಯ ಕಾಳೆ ಕುಣಬಿಗಳು ಉಳವಿಯ ಬಸವಣ್ಣನಿಗೆ ನಡಕೊಳ್ಳುವರು. ಅವರಲ್ಲಿಯ ಕಾರ್ಯಗಳನ್ನು ಮಾಡಿಸುವವರು ಜಂಗಮರೇ. ಆದರೂ ಅವರು ಲಿಂಗ ಧಾರಣ ಮಾಡುವದಿಲ್ಲ; ಅಡವಿಯ ಪಶುಗಳ ಮಾಂಸ ತಿನ್ನುವರು; ಸಾಕಿದ ಪಶು

19

ಗಳ ಮಾಂಸ ತಿನ್ನುವವನನ್ನು ಕುಲದಿಂದ ಹೊರಗೆ ಇಡುವರು. ಇವರ ಹಳ್ಳಿಗಳು ಅಡವಿಯ ನೆರೆಯಲ್ಲಿ ಇರುತ್ತವೆ. ಹಳ್ಳಿಗೆ ಹಿರಿಯನಾದವನ ಮನೆಯಲ್ಲಿ ಮಾತ್ರ ತುಳಸೀ ಗಿಡವಿರ ತಕ್ಕದ್ದು. ಕುಲದೇವತೆಯ ಮೂರ್ತಿಯಾದರೂ ಅವನ ಮನೆಯಲ್ಲಿಯೇ ಇರುವದು. ಇವರ ಹಣೆಯ ಮೇಲೆ ಹಾಲ್ವಕ್ಕೀ ವೊಕ್ಕಲಿಗರಂತೆ ನಾಮವಿರುತ್ತದೆ, ಮತ್ತೂ ಹೆಂಗಸರು ಕರಿಮಣಿಯ ಸರಗಳನ್ನು ಕೊರಳಲ್ಲಿ ಹಾಕಿ ಕೊಳ್ಳುವರು. ಅವರಿಗೆ ಕುಬ್ಬಸವಿಲ್ಲ. ಈ ಕುಣಬಿಗಳು ಮೊದಲು ಕುಮ್ರಿ ಭೂಮಿಯನ್ನು ಮಾಡುವರು. ಆದರೆ ಈಗ ಸರಕಾರದವರು ಕುಮ್ರಿ ಕಡಿಯಗೊಡುವದಿಲ್ಲಾದ ಕಾರಣ ಇವರು ಕೂಲಿಯಿಂದ ಹೊಟ್ಟೆ ತುಂಬಿ ಕೊಳ್ಳುವರು; ಹೆಂಗಸರು ಚಾಪೀ ಹೆಣೆಯುವರು. ಈ ಕೊಂಕಣರು ಹಾಲ್ವಕ್ಕೀ ವೊಕ್ಕಲಿಗರಂತೆ ಸೊಪ್ಪು ಸುಲಿಯದಿದ್ದ ತೆಂಗಿನ ಕಾಯಿಯನ್ನು ಮನೆಯಲ್ಲಿ ಇಟ್ಟು ಹಿರಿಯರ ಮೂರ್ತಿ ಯೆಂದು ಅದನ್ನು ಪೂಜಿಸುವರು. ಇವರು ಹಡಿಯುವ ಹೆಂಗಸಿಗಾಗಿ ಪಡಸಾಲೆಯಲ್ಲಿ ತಟ್ಟೀ ಕಟ್ಟಿ ಸ್ಥಳ ಮಾಡುವರು. ಹಡಿದ ನಾಲ್ಕನೇ ದಿವಸ ಅಗಸನು ಬಂದು ಯಾವತ್ತು ಮನೆಗೂ ಮನೆಯೊಳಗಿನ ಜನರಿಗೂ ಬೂದಿ ಕೂಡಿದ ನೀರು ತಿಡಿಸಿ ಶುದ್ಧ ಮಾಡುವನು. ಐದನೇ ದಿವಸ ಮರದೊಳಗೆ ಅಕ್ಕೀ ಹರವಿ ತೆಂಗಿನ ಕಾಯಿ ವೀಳ್ಯಗಳನ್ನು ಇಟ್ಟ ಬಳಿಕ ಬಾಣತಿಯು ಅದಕ್ಕೆ ನಮಸ್ಕಾರ ಮಾಡಿ ಆ ಮರದೊಳಗೆ ಕೂಸು ಮಲಗಿಸುವಳು. ಬಳಿಕ ಇಬ್ಬರು ಮುತ್ತೈದಿಯರು ಮರದ ಯೆರಡೂ ಮಗ್ಗಲಿಗೆ ನಿಂತು ಕೂಸನ್ನು ನಾಲ್ಕಾರು ಸಾರಿ ಯೆತ್ತೆತ್ತಿ ತಾಯಿಯ ತೊಡೆಯ ಮೇಲೆ ಹಾಕಿದನಂತರ ಆ ಕೂಸಿಗೆ ಹೆಸರಿಡುವರು. ಮರದೊಳಗಿನ ಅಕ್ಕಿಯನ್ನು ಜೋಗಿಗಳಿಗೆ ಕೊಟ್ಟು ಕರಿಮಣಿಗಳನ್ನು ಕೊಂಡು ಕೂಸಿನ ಕೊರಳೊಳಗೆ ಕಟ್ಟುವರು. ಕೂಸುಗಳಿಗೆ ಹಲ್ಲು ಬರುವಾಗ ಮೇಲಿನ ಹಲ್ಲು ಮೊದಲು ವೊಡಿದರೆ, ಸೋದರ ಮಾವನಿಗೂ ಚಿಕ್ಕದೊಡ್ಡಪ್ಪಗಳಿಗೂ ವೊಳಿತಲ್ಲ. ಈ ಗಂಡಾಂತರವನ್ನು ನೀಗುವವಕ್ಕೋಸ್ಕರ ಸೋದರ ಮಾವನು ಕೂಸಿನ ಮೋರೆಯ ಮೇಲೆ ಅರಿವೇ ಹೊಚ್ಚಿ, ಅದರ ಹಣೆಗೆ ಸೂಜೀ ಚುಚ್ಚಿ ರಕ್ತ ತೆಗಿಯುವನು. ಮಕ್ಕಳು ಹೆಣ್ಣಾಗಲಿ ಗಂಡಾಗಲಿ ಮೂರು ವರ್ಷದವಾದವೆಂದರೆ ಅವುಗಳ ತಲೆ ಬೋಳಿಸಿ, ಗಂಡು ಮಕ್ಕಳ ಕೂದಲನ್ನು ಹಲಸಿನ ಮರದ ಬೊಡ್ಡಿಗೆ, ಹೆಣ್ಣು ಮಕ್ಕಳದನ್ನು ಬಾಳೀ ಗಿಡದ ಬೊಡ್ಡೆಗೆ ಚಲ್ಲುವರು. ಲಗ್ನದಲ್ಲಿ ಮದಿಮಕ್ಕಳ ನಡುವೆ ಅಂತಃಪಟ ಹಿಡಿದು ಅವರನ್ನು ಯೆದುರು ಬದರಾಗಿ ನಿಲ್ಲಿಸಿದ ಬಳಿಕ ಜಂಗಮನು ಬಂದು ಅವರಿಬ್ಬರ ಕೈಗಳನ್ನು ಹೊಂದಿಸಿ ನೀರೆರಚುವನು, ಮತ್ತೂ ಪೇವಳೀ ಕುಲದ ಮುತ್ತೈದಿಯು ಮದಿಮಗಳ ಕೊರಳಲ್ಲಿ ಮಂಗಳಸೂತ್ರ ಕಟ್ಟುವಳು. ತರುವಾಯ ಮದಿಮಗಳ ವೊಡ ಹುಟ್ಟಿದವನು ಆ ಗಂಡ ಹೆಂಡರ ಶರಗುಗಳಿಗೆ ಗಂಟು ಹಾಕಿದ ಬಳಿಕ ನೆರೆದ ಜನರು ಮದಿಮಕ್ಕಳ ಮೇಲೆ ಅಕ್ಕೀಕಾಳು ಹಾಕುವರು, ಮತ್ತೂ ಹೆಂಗಸರು ಕೊಂಕಣೀ ಪದಗಳನ್ನು ಹಾಡುವರು. ಹೆಣ್ಣು ಮಕ್ಕಳ ಲಗ್ನ ನೆರೆಯುವ ಮುಂಚೆ ಆಗಬೇಕೆಂಬ ನಿಯಮವಿಲ್ಲ, ವಿಧವೆಗಳಿಗೆ ಲಗ್ನ ಉಂಟು. ಈ ಕೊಂಕಣಿಗರು ಹೆಣಗಳನ್ನು ಹುಗಿಯುವರು. ಮರಣದ ಸೂತಕ ಮೂರೇ ದಿವಸ; ಅಗಸನ ನೀರಿನಿಂದ

ಶುದ್ಧಿ. ಈ ಕಾಳೀ ಕುಣಬಿಗಳು ಇರುವ ಹಳ್ಳಿಯಲ್ಲಿ ಬುದ್ಧಿವಂತನೆಂಬವನೊಬ್ಬ ಅಧಿಕಾರಿ ಇರುವನು. ಇದಲ್ಲದೆ ಕೆಲವು ಹಳ್ಳಿಗೆ ಕೂಡಿ ಮಹಾಲೆಂಬ ಹೆಸರಿಟ್ಟು, ಆ ಮಹಾಲಿನ ಮುಖ್ಯ ಸ್ಥಳದಲ್ಲಿ ಮಹಾಲಿನ ಬುದ್ಧಿವಂತನನ್ನು ಗೊತ್ತು ಮಾಡುವರು. ಊರ ಬುದ್ಧಿವಂತರು ಮಹಾಲಿನ ಬುದ್ಧಿವಂತನ ಕೈಕೆಳಗಿನವರು. ಈ ಯಾವತ್ತು ಬುದ್ಧಿವಂತರ ಮೇಲಧಿಕಾರಿಯು ಫೊಂಡಿಯನೆಂಬವನು ಗೋವೆಯಲ್ಲಿ ಇರುತ್ತಾನೆ. ಬೇರೆ ಜಾತಿಯವರ ಸಂಗಡ ಬಳಿಕೆ, ಹೆಂಗಸರ ಹಾದರ, ಮುಂತಾದ ತಪ್ಪುಗಳಿಗಾಗಿ ಊರ ಬುದ್ಧಿವಂತನು ಬೇಕಾದವರನ್ನು ಕುಲದಿಂದ ಹೊರಗೆ ತೆಗಿಯುವನು. ತಪ್ಪುಗಾರನನ್ನು ಕಡೆಗೇ ಕುಲದಿಂದ ಹೊರಗೆ ತೆಗಿಯುವ ಅಧಿಕಾರವು ಮಹಾಲಿನ ಬುದ್ಧಿವಂತನಿಗೆ ಇರುತ್ತದೆ. ಈ ಪ್ರಕಾರ ಬಹಿಷ್ಕೃತರಾದವರನ್ನು ಕುಲದೊಳಗೆ ತಕ್ಕೊಳ್ಳುವ ಅಧಿಕಾರವು ಫೊಂಡಿಯನಿಗೆ ಮಾತ್ರ ಇರುತ್ತದೆ. ಊರ ಬುದ್ಧಿವಂತನು ನೂರು ರೂಪಾಯಿಯ ವರೆಗೆ ದಂಡ ಮಾಡ ಬಹುದು. ಫೊಂಡಿಯನು ಪ್ರತಿ ವರ್ಷ ಈ ಕುಣಬಿಗಳ ಕೈಯಿಂದ ಮನೆಗೆ ನಾಲ್ಕರಿಂದ ಯೆಂಟು ಆಣೆಯ ವರೆಗೆ ಕಪ್ಪಪತ್ತುವನು. ಈ ಕಪ್ಪವನ್ನು ಮೂರು ವರ್ಷಕ್ಕೊಮ್ಮೆ ಯುತ್ತುವರು. ಆಗ ಜಾತಿ ಸಂಬಂಧದ ದೊಡ್ಡ ದೊಡ್ಡ ಸಂಗತಿಗಳಿಗಾಗಿ ದೊಡ್ಡ ದೊಡ್ಡ ಸಭೆಗಳು ಕೂಡುವವು. ಆ ಸಭೆಗಳ ವೆಚ್ಚವನ್ನು ವಂತಿಗೆಯಿಂದ ಮಾಡುವರು.

ತಿಳಾರಿಗಳು.

ತಿಳಾರಿಗಳು.— ಬೆಳಗಾವಿ ಜಿಲ್ಲೆಯಲ್ಲಿ ಆದಿ ಬಣಜಿಗರಿಗೆ ಈ ಹೆಸರು ಇರುತ್ತದೆ. ತಿಳಾರಿಗಳ ಮುಖ್ಯ ಹೋರೆ ವೊಕ್ಕಲತನವು. ಆದಿ ಬಣಜಿಗರ ವರ್ಣನೆ ನೋಡು.

ಆರೇ ಬಣಜಿಗರು.

ಆರೇ ಬಣಜಿಗರು.— ವಿಜಾಪುರ ಜಿಲ್ಲೆಯಲ್ಲಿ ಆದಿ ಬಣಜಿಗರಿಗೆ ಈ ಹೆಸರು ಇರುತ್ತದೆ. ಆರೇ ಬಣಜಿಗರ ಹೋರೆಯಾದರೂ ವೊಕ್ಕಲತನವೇ. ಆದಿ ಬಣಜಿಗರ ವರ್ಣನೆ ನೋಡು.

ಮುಷ್ಟಿಗೇರು.

ಮುಷ್ಟಿಗೇರು.* — ಇವರು ವಿಜಾಪುರ ಜಿಲ್ಲೆಯಲ್ಲಿ ಇರುತ್ತಾರೆ; ತಮ್ಮ ಹೆಸರಿನ ಮುಂದೆ ಮುಷ್ಟಿಗೇರ, ಇಲ್ಲವೆ ಛತ್ರಿ ಯೆಂಬ ಉಪಪದವನ್ನು ಹಚ್ಚುವರು, ಭಿಮಪ್ಪಾ ಮುಷ್ಟಿಗೇರ, ಹಣಮಪ್ಪಾ ಛತ್ರಿ, ಇತ್ಯಾದಿ. ಮುಷ್ಟಿಗೇರು ಕಾಳಮ್ಮ, ಯೆಲ್ಲಮ್ಮ, ಹನುಮಂತ, ವೆಂಕಟರಮಣ, ಈ ದೇವತೆಗಳಿಗೆ ನಡಕೊಳ್ಳುವರು; ಇವರ ಗುರು ಓಪ್ಪಮ ಜಾತಿಯವನಿರುತ್ತಾನೆ. ಇವರು ಮದ್ಯ ಮಾಂಸಗಳನ್ನು ನಿರಾತಂಕವಾಗಿ ತಕ್ಕೊಳ್ಳುವರು, ಕೆಲವರು ಭಂಗಿಯನ್ನು ಸಹ ಕುಡಿಯುವರು. ಒಕ್ಕಲತನವೇ ಇವರ ಕುಲದ ಹೋರೆಯು, ಕೆಲವರು ಕೂಲೀ ಮಾಡುವರು; ಹೆಂಗಸರು ಹಾಲು ಬೆಣ್ಣೆಗಳನ್ನು ಮಾರುವರು. ಇವರಲ್ಲಿಯ ಲಗ್ನ ಮುಂತಾದ ಕಾರ್ಯಗಳನ್ನು ಬ್ರಾಹ್ಮಣರು ಮಾಡಿಸುತ್ತಾರೆ; ಆದರೆ ಜನ್ಮ ಮರಣಗಳ ಮುಡಚೆಟ್ಟು ಹೋಗುವಾಗ ಓಪ್ಪಮ ಜಾತಿಯವರು ಬಂದು ತುಳಸೀ ಪತ್ರ ಕೂಡಿದ ನೀರು ಇವರಿಗೆ ಹಾಕಲಿಕ್ಕೆ

* ಮೂಲಗ್ರಂಥದಲ್ಲಿ ಇವರು ಛತ್ರೇರೆಂದು ಹೇಳಿರುತ್ತದೆ. ಆದರೆ ನಡೆನುಡಿ, ಧರ್ಮ, ಆಹಾರಗಳಲ್ಲಿ ಇವರಿಗೂ ಛತ್ರೇರಿಗೂ ಮಹದ ಭ್ಯಂತರವಿರುತ್ತದೆ.

ಬೇಕು. ಇವರ ಲಗ್ನದಲ್ಲಿ ವೊಬ್ಬ ಬ್ರಾಹ್ಮಣ, ವೊಬ್ಬ ವೊಪ್ಪಮ, ಕಟ್ಟೀ ಮನೆಯವನೆಂಬ ಜಾತಿಯ ಹಿರಿಮನುಷ್ಯ, ಹೀಗೆ ಮೂವರು ಇರಲಿಕ್ಕೆ ಬೇಕು. ವಿಧವೆಗಳ ಲಗ್ನಕ್ಕೆ ಅಡ್ಡಿ ಇಲ್ಲ. ಬಾಣತಿಗೆ ಹನ್ನೆರಡು ದಿವಸ ಮುಡಚೆಟ್ಟು ಇರುತ್ತದೆ; ಆದರೆ ಮರಣದ ಸೂತಕ ಹತ್ತೇ ದಿವಸ. ಹೆಣಗಳನ್ನು ಸುಡುವರು. ಜಾತಿಯ ವ್ಯಾಜ್ಯವನ್ನು ಕಟ್ಟೀ ಮನೆಯೆಂಬ ಅಧಿಕಾರಿಯ ಅನುಮತಿಯಿಂದ ಪಂಚರು ತೀರಿಸುವರು. ಕೆಲವರು ಮಕ್ಕಳನ್ನು ಶಾಲೆಗೆ ಕಳಿಸುತ್ತಾರೆ.

ಓಪ್ಪಮರು.—ಇವರು ಬಾದಾವಿ, ಹುನಗುಂದ, ವಿಜಾಪುರ ತಾಲೂಕುಗಳಲ್ಲಿ ಇರುತ್ತಾರೆ. ಇವರು ಕುಲಗೆಟ್ಟ ತೆಲಗು ಬ್ರಾಹ್ಮಣರೆಂದು ತೋರುತ್ತದೆ; ಆದರೆ ಚಂಡಿಕೆ ಜನಿವಾರಗಳಿರುವದಿಲ್ಲ. ಗಂಡಸಿನ ಹೆಸರಿನ ಮುಂದೆ "ಅಯ್ಯ" ಹೆಂಗಸಿನ ಹೆಸರಿನ ಮುಂದೆ "ಅಮ್ಮ" ಯೆಂಬ ಉಪಪದಗಳು ಬರುತ್ತವೆ. ಇವರ ಕುಲದೇವರು ವೆಂಕಟರಮಣ, ಆದರೆ ಆ ದೇವರಿಗೆ ಇವರು "ಹವ್ಮಿಾರಮನಾರ" ಯೆಂವೆನ್ನುವರು. ಇವರಲ್ಲಿ ನಾಂಬೇರೆಂತಲೂ ಸಾತಾನರೆಂತಲೂ ಯೆರಡು ವೊಳಭೇದಗಳಿವೆ; ಅವರವರೊಳಗೆ ಊಟದ ಬಳಿಕೆಯಾಗುವದಿಲ್ಲ; ವಿಜಾಪುರ ಜಿಲ್ಲೆಯ ಓಪ್ಪಮರೆಲ್ಲರೂ ನಾಂಬೇರಿರುತ್ತಾರೆ. ಇವರು ಮನೆಯಲ್ಲಿ ತೆಲಗು ಮಾತಾಡುವರು, ಶಾಲಿಗ್ರಾಮದ ಪೂಜೆ ಮಾಡುವರು; ಊಟಕ್ಕೆ ಕೂಡ್ರುವಾಗ ಬ್ರಾಹ್ಮಣರಂತೆ ಪರಿಷೇಚನ ಚಿತ್ರಾಹುತಿಗಳನ್ನು ಹಾಕಿ ಪಂಚಪ್ರಾಣಾಹುತಿ ತಕ್ಕೊಳ್ಳುವರು. ಮದ್ಯ ಮಾಂಸ ತಕ್ಕೊಳ್ಳುವವನು ಜಾತಿ ಬಾಹ್ಯನಾಗುತ್ತಾನೆ. ಇವರ ಉಪಾಧ್ಯಾಯನ ಹೆಸರು ಗೋಪ್ಪಷೆದ್ದನು; ಅವನು ಇವರ ಜಾತಿಯವನೇ. ಓಪ್ಪಮರು ತ್ರಿಪುಂಡ್ರನಾಮ ಹಚ್ಚುವರು; ಇವರ ಕುಲಗುರು ಭಂಗಾರ ಲೋಕಾಚಾರ್ಯನೆಂಬ ಶ್ರೀ ವೈಷ್ಣವನು ಮದ್ರಾಸ ಇಲಾಖೆಯಲ್ಲಿ ಇರುತ್ತಾನೆ. ಓಪ್ಪಮರು ಬ್ರಾಹ್ಮಣರಿಗೆ ಮಾನ ಕೊಡುವದಿಲ್ಲ, ಯಾರ ಮನೆಯಲ್ಲಿಯೂ ಉಣ್ಣುವದಿಲ್ಲ; ಇವರ ಹೆಂಗಸರಿಗೆ ಕಚ್ಚೆ ಕುಂಕುಮಗಳಿರುತ್ತವೆ. ಆದರೆ ಇವರಲ್ಲಿ ಮೌಂಜಿಯ ಸಂಸ್ಕಾರವಿಲ್ಲ; ಲಗ್ನದಲ್ಲಿ ಐರಣೀ ಪೂಜೆ ಮಾಡುವರು; ವಿಧವೆಗಳಿಗೆ ಲಗ್ನವಿಲ್ಲ; ಹೆಣಗಳನ್ನು ಸುಡುವರು. ಸತ್ತವನಿಗೆ ತ್ರಿಪುಂಡ್ರನಾಮ ಹಚ್ಚಿ, ಹೆಣದ ಬಾಯೊಳಗೆ ತುಳಸೀಪತ್ರದ ನೀರು ಹಾಕುವರು. ಸೂತಕ ಹತ್ತು ದಿವಸ, ಪ್ರತಿದಿವಸದ ವಿಧಿಯಾಗಲಿಕ್ಕೇ ಬೇಕು. ಆದರೆ ಸಪಿಂಡಿ ಇಲ್ಲ, ವರ್ಷ ಶ್ರಾದ್ಧ ಮಾಡುವರು. ಓಪ್ಪಮರಲ್ಲಿ ಬೇರೆ ವೊಕ್ಕಲಿಗರಂತೆ ಪ್ರಮಾಣಿಕತನ, ದುಡತ, ಮುಂತಾದ ಗುಣಗಳಿರುತ್ತವೆ; ಹೊಲಸುತನವೂ ವೊಕ್ಕಲಿಗರಂತೆ. ಇವರು ಮೊದಲು ಭಿಕ್ಷೆ ಬೇಡಿ ಜೀವಿಸುವರು; ಆದರೆ ಈಗ ನುರಿತಂಥ ವೊಕ್ಕಲಿಗರಾಗಿದ್ದಾರೆ. ಕೆಲವರು ಮುಷ್ಟಿಗೇರ ಗುರುತನವನ್ನು ಮಾಡುವರು; ಕೆಲವರು ಹನುಮಂತ ದೇವರ ಪೂಜಾರಿಗಳಾಗಿರುವರು; ಕೆಲವರು ಕೂಲೀ ಮಾಡುವರು. ಹೆಂಗಸರು ಗಂಡಸರಿಗೆ ನೆರವಾಗಿ, ಹಾಲು ಮೊಸರು, ಬೆಣ್ಣೆಗಳನ್ನು ಮಾರುವರು; ಕೆಲವರು ಸೂಜಿ ಸಾಣೀ ಕಲ್ಲುಗಳನ್ನು ಮಾರುತ್ತ ಊರೊಳಗೆ ಭಿಕ್ಷೆ ಬೇಡುವರು. ಇವರ ಮಕ್ಕಳು ಶಾಲೆಗೆ ಹೋಗುತ್ತಾರೆ.

ರಾವಳರು.—ಇವರು ಸಿಂದಗಿ, ಮುದ್ದೇಬಿಹಾಳ ಹೊರ್ತಾಗಿ ವಿಜಾಪುರ ಜಿಲ್ಲೆಯಲ್ಲಿ ಯೆಲ್ಲ ಕಡೆಯಲ್ಲಿ ಇರುತ್ತಾರೆ. ಇವರಲ್ಲಿ ಕೆಲವರು ಮನೆಯಲ್ಲಿ ಮರಾಠೀ ಭಾಷೆಯನ್ನಾಡುವರು, ಕೆಲವರು ಕನ್ನಡ ಆಡುವರು. ಇವರ ಉಡಿಗೆ, ಆಹಾರ, ಆಚಾರ, ಧರ್ಮ, ಇವೆಲ್ಲ ಕುಣಬಿಗಳಂತೆ ಇರುತ್ತವೆ. ಇವರಲ್ಲಿ ಕೆಲವರು ವೊಕ್ಕಲತನ ಮಾಡುತ್ತಾರೆ, ಕೆಲವರು ಟಪಾಲ ಖಾತೆಯಲ್ಲಿ ನೌಕರೀ ಮಾಡುತ್ತಾರೆ, ಕೆಲವರು ಬಟ್ಟೇ ಸೆಯ್ಯುವರು, ಕೆಲವರು ಭಿಕ್ಷೆ ಬೇಡುತ್ತಾರೆ. ಕುಣಬಿಗಳಂತೆ ಇವರು ವಿಧವೆಗಳ ಲಗ್ನ ಮಾಡುವರು, ಹೆಣಗಳನ್ನು ಹುಗಿಯುವರು. ಕೆಲವರು ಮಕ್ಕಳನ್ನು ಶಾಲೆಗೆ ಕಳಿಸುತ್ತಾರೆ.

ರಾವಳರು.

ಹಂಡೆಯವರು.—ಇವರು ಬಾದಾಮಿಯಲ್ಲಿಯೂ ವಿಜಾಪುರದಲ್ಲಿಯೂ ಇರುತ್ತಾರೆ. ಇವರು ಮೊದಲು ಕಬ್ಬಲಿಗೇರು, ಆದರೆ ಲಿಂಗವಂತ ಧರ್ಮವನ್ನು ಸ್ವೀಕರಿಸಿ ಮೀನ ಹಿಡಿಯುವ ಹೋರೆಯನ್ನು ಬಿಟ್ಟಿದ್ದಾರೆ. ಇವರ ನಡತೆ, ಆಹಾರ, ಉಡಿಗೆಗಳೆಲ್ಲ ಕಡಿಮೇ ಪ್ರತಿಯ ಲಿಂಗವಂತರಂತೆ. ಇವರು ಈಗ ಬಹಳವಾಗಿ ವೊಕ್ಕಲತನ ಮಾಡುತ್ತಾರೆ; ಕೆಲವರು ತಳವಾರರಾಗಿದ್ದಾರೆ, ಕೆಲವರು ಪೂಜಾರಿಗಳಾಗಿದ್ದಾರೆ. ಮದಿವೆಯಾಗುವ ವರೆಗೆ ಇವರು ಲಿಂಗಧಾರಣ ಮಾಡುವದಿಲ್ಲ; ಜಂಗಮರು ಇವರಲ್ಲಿ ಉಣ್ಣುವದಿಲ್ಲ. ಇವರ ಲಗ್ನಗಳನ್ನು ಜಂಗಮರೇ ಮಾಡಿಸುವರು; ಆದರೆ ಬ್ರಾಹ್ಮಣರ ಆಚಾರಗಳನ್ನೂ ಇವರು ಮಾಡುತ್ತಾರೆ. ಹೆಣಗಳನ್ನು ಹುಗಿಯುವರು; ದಿನಕಾರ್ಯಕ್ಕೆ ಜಂಗಮರೇ ಬರುವರು.

ಹಂಡೆಯವರು.

ಕಬ್ಬೇರು.—ಇವರು ಬಾಗೇವಾಡಿ, ವಿಜಾಪುರ ಹೊರ್ತಾಗಿ ವಿಜಾಪುರದ ಯೆಲ್ಲ ತಾಲೂಕುಗಳಲ್ಲಿ ಇರುತ್ತಾರೆ; ಕಬ್ಬಲಿಗೇರಂತೆ ಕನ್ನಡ ಭಾಷೆಯನ್ನಾಡುವರು. ಇವರ ಕುಲದೇವತೆಗಳು ಬರಮಪ್ಪ, ಉಕ್ಕಲೀ ಪರಮಾನಂದ, ದ್ಯಾಮವ್ವ, ದುರ್ಗವ್ವ, ಗಂಗವ್ವ, ಹುಲಿಗೆವ್ವ. ಇವರಲ್ಲಿ ಬಾರಕೇರೆಂತಲೂ ಕಬ್ಬಲಿಗೇರೆಂತಲೂ ಯೆರಡು ವರ್ಗಗಳಿವೆ; ಅವರಲ್ಲಿ ಪರಸ್ಪರ ಶರೀರ ಸಂಬಂಧವಾಗುತ್ತದೆ. ಇವರ ಕುಲದ ಹೋರೆಯು ವೊಕ್ಕಲತನ; ಆದರೆ ಕೆಲವರು ಅಂಬಿಗರಾಗಿ ನಾವೆಗಳನ್ನು ನಡಿಸುತ್ತಾರೆ. ಇವರನ್ನು ಕಬ್ಬಲಿಗೇರೊಳಗೆ ಯೆಣಿಸುತ್ತಾರೆ. ಇವರು ಕುರುಬರಲ್ಲಿ ಸಹ ಉಣ್ಣುವರು, ಚಂಡಿಕೆ ಕಾಯುವದಿಲ್ಲ, ಬ್ರಾಹ್ಮಣರಿಗೂ ಲಿಂಗವಂತರಿಗೂ ಮಾನ ಕೊಡುತ್ತಾರೆ; ಆದರೆ ಬ್ರಾಹ್ಮಣರೇ ಇವರ ಉಪಾಧ್ಯಾಯರು. ಹೆಣ ಹುಗಿಯುವಾಗ ಮಾತ್ರ ಜಂಗಮರನ್ನು ಕರಿಯುವರು. ಇವರು ಭೂತಗಳಲ್ಲಿ ಮನೆಯ ಭೂತಗಳೆಂತಲೂ ಹೊರಗಿನ ಭೂತಗಳೆಂತಲೂ ಯೆರಡು ಭೇದಗಳನ್ನು ಮಾಡುತ್ತಾರೆ. ಇವರ ಮನೆಯ ಭೂತಗಳು ಬಹಳ ಪೀಡಿಸುವದಿಲ್ಲ; ಬೇಡಿದ್ದು ಕೊಟ್ಟು ಅವುಗಳನ್ನು ಸಮಾಧಾನ ಪಡಿಸುವರು. ಹೊರಗಿನ ಭೂತಗಳನ್ನು ಬಡಿದು ಹೊಡಿದು ಮಂತ್ರ ತಂತ್ರಗಳಿಂದ ಹೊರಗೆ ಹಾಕುವರು. ಲಗ್ನದಲ್ಲಿ ವಧೂವರಗಳ ನಡುವೆ ಅಂತಃಪಟ ಹಿಡಿದು, ಅಕ್ಕೀಕಾಳಿಗೆ ಬದಲಾಗಿ ಜೋಳದ ಕಾಳುಗಳನ್ನು ಅವರ ತಲೆಯ

ಕಬ್ಬೇರು.

ಮೇಲೆ ಚಲ್ಲುವರು. ಮದ್ಯ ಮಾಂಸಗಳನ್ನು ಕಬ್ಬೇರು ನಿರಾತಂಕವಾಗಿ ತಕ್ಕೊಳ್ಳುವರು, ಹೆಣ್ಣು ಮಕ್ಕಳ ಲಗ್ನವನ್ನು ನೆರಿದ ಬಳಿಕ ಮಾಡುವರು, ವಿಧವೆಗಳ ಲಗ್ನ ಮಾಡುವರು. ಇವರ ಹೆಂಗಸರು ಹಡಿದ ಮುಡಚಟ್ಟೊ ಕಡೆಗಾದ ಮುಡಚಟ್ಟೊ ಹಿಡಿಯುವದಿಲ್ಲ. ಕಟ್ಟೆಮನಿ ಯೆಂಬ ಅಧಿಕಾರಿಯು ಜಾತಿ ವ್ಯಾಜ್ಯಗಳನ್ನು ತೀರಿಸುತ್ತಾನೆ. ಇವರ ಮಕ್ಕಳು ಶಾಲೆಗೆ ಹೋಗುತ್ತಾರೆ.

ಹಾಲ್ವಕ್ಕೀ ವೊಕ್ಕಲಿಗರು.

ಹಾಲ್ವಕ್ಕೀ ವೊಕ್ಕಲಿಗರು.—ಇವರು ಕಾನಡಾ ಜಿಲ್ಲೆಯಲ್ಲಿ ಘಟ್ಟದ ಕೆಳಗೆ ಮುಖ್ಯವಾಗಿ ವಾಸಿಸುತ್ತಾರೆ. ಹಾಲಿನಂತೆ ಬಿಳುವಾದ ಮೇಲ್ತರದ ಅಕ್ಕಿಯನ್ನು ಬೆಳಿಯುವ ಕಾರಣ ಇವರಿಗೆ ಈ ಹೆಸರು ಬಂದದೆ. ಇವರು ಬಹು ಕಾಲದ ಹಿಂದೆ ಮೈಸೂರು ಶೀಮೆಯಿಂದ ಬಂದಂತೆ ತೋರುತ್ತದೆ. ಇವರ ಮೈಕಟ್ಟು ಕಸುವುಳ್ಳದ್ದು, ಮೈಬಣ್ಣ ಕಪ್ಪು, ತಲೆ ಸಣ್ಣದು, ಹಣೆ ಹಿಂದಕ್ಕೆ ಶಟಿದದ್ದು, ಗಲ್ಲ ಉಬ್ಬು, ಗಪ್ಪ ಮುಂಜೊಲುಳ್ಳದ್ದು, ಎದೆ ಹರವು, ಕೂದಲು ಕಪ್ಪು, ಉದ್ದ ಗಂಡಸರು ಲಂಗೋಟೀ ಹಾಕಿ ಕೊಂಡು, ಹೆಗಲ ಮೇಲೆ ಕಂಬಳೀ ಚಲ್ಲಿ ಕೊಂಡು, ಕೈಯಲ್ಲಿ ತಂಬಾಕದ ಚೀಲುಗಳನ್ನು ಹಿಡಕೊಂಡು, ಆಡ್ಡಾಡುವರು. ಹೆಂಗಸರು ಕಚ್ಚೆ ಹಾಕುವದಿಲ್ಲ, ಕುಬ್ಬಸ ತೊಡುವದಿಲ್ಲ; ಕರೆಮಣಿಯ ಸರಗಳ ಜೂಡೆಗಳಿಂದ ಯೆದೆಯನ್ನು ಮುಚ್ಚಿ ಕೊಳ್ಳುವರು. ಈ ವೊಕ್ಕಲಿಗರು ಗ್ರಾಮ್ಯವಾದ ಕನ್ನಡವನ್ನಾಡುವರು. ಹ್ಯಾಗಂದರೆ—"ನಮ ಬಾವ ಮನೆ ಮೇಗೆ ಹೋಗಿಯಾ, ಕಂಡ್ಯಾ," "ಶಾನಭೋಗರ ಮನೇಲಿ ಮದ್ವೆ, ಬಿಟ್ಟಿಗೆ ಹಿಡುಕೆ ಬಂದಾರೆ, ಪಾಯಸ ಸಿಕ್ಕದು ತಮ್ಮಾ." ಇವರ ಮುಖ್ಯಾಹಾರ ಅಕ್ಕಿ, ರಾಗಿ; ಮಾಂಸಾಹಾರಕ್ಕೆ ಅಡ್ಡಿ ಇಲ್ಲ; ಆದರೆ ಶರೆಯ ಸಂಪರ್ಕ ಮಾಡುವದಿಲ್ಲ. ವೆಂಕಟರಮಣನೇ ಇವರ ಮುಖ್ಯ ದೇವತೆಯು. ಮನೆಯಲ್ಲಿ ತುಳಸೀಕಟ್ಟೆಯಲ್ಲಿ ಚಂದನದ ವೆಂಕಟರಮಣನನ್ನು ಕೂಡ್ರಿಸಿಡುವರು. ಇದಲ್ಲದೆ ಇವರು ಮನೆಯಲ್ಲಿ ವೊತ್ತಟ್ಟಿಗೆ ಜುಟ್ಟಿಲ್ಲದ ತೆಂಗಿನ ಕಾಯಿಯನ್ನು ದೇವರಂತೆ ಕೂಡ್ರಿಸಿಡುವರು. ಅದಕ್ಕೆ ಬಲೀಂದ್ರವೆಂಬ ಹೆಸರು; ಅದು ಮನೆತನದ ಪೂರ್ವಜರ ಮೂರ್ತಿ ಯೆಂದು ಯೆಣಿಸಲ್ಪಡುತ್ತದೆ. ಈ ಬಲೀಂದ್ರನನ್ನು ಇವರು ಬಹು ಭಕ್ತಿಯಿಂದ ಆರಾಧಿಸುವರು. ಇವರಲ್ಲಿ ಜನ್ಮ, ಜಾವಳ, ಲಗ್ನ, ಮರಣ, ಇಪ್ಪರ ಸಂಸ್ಕಾರಗಳು ಮಾತ್ರ ಉಂಟು; ಆದರೆ ಬ್ರಾಹ್ಮಣರನ್ನು ಯಾವ ಸಂಸ್ಕಾರಕ್ಕೂ ಇವರು ಕರೆಯುವದಿಲ್ಲ. ವಿಧವೆಗಳ ಉಡಕೀ ಮಾಡಿ ಅವರನ್ನು ಹಿತ್ತಲ ಬಾಗಿಲಿನಿಂದ ಕಳಿಸುವರು. ಲಗ್ನವಾಗಿ ಸತ್ತವರನ್ನು ಸುಡುವರು, ಆಗದೆ ಸತ್ತವರನ್ನು ಹುಗಿಯುವರು.

ಹಾಲ್ವಕ್ಕೀ ವೊಕ್ಕಲಿಗರಲ್ಲಿ ಯೆಂಟು ಕುಲಗಳುಂಟು; ಅವುಗಳಿಗೆ ಬಳ್ಳಿಗಳೆನ್ನುವರು. ಮಂಜಾಳ ಬಳ್ಳಿಯೆಂಬ ಕುಲವು ಯೆಲ್ಲಕ್ಕೂ ಶ್ರೇಷ್ಠವು. ಕಾರವಾಡದ ಹತ್ತರ ಮಂಜಾಳ ಗುಡ್ಡವಿರುತ್ತದೆ; ಅದೇ ಈ ಬಳ್ಳಿಯವರ ಕುಲದೇವತೆಯು. ಮಾನಾಳ ಬಳ್ಳಿಯೆಂಬ ಮೂರನೇ ಕುಲದೊಳಗೆ ಯೇಳು ವೊಳ ಜಾತಿಗಳುಂಟು.

ಹಾಲ್ವಕ್ಕೀ ವೊಕ್ಕಲಿಗರು ಇರುವ ಹಳ್ಳಿಗಳಲ್ಲಿ ಬಹು ತರ ಯಾವತ್ತೂ ಸಮಾಜವು

ಅವರದೇ ಇರುತ್ತದೆ. ಇವರೊಳಗೆ ನೀತಿ, ಕುಲಾಚಾರ, ಸರಳತನ, ಇವುಗಳ ಕಟ್ಟಳೆ ಬಹು ಬಿಗಿಸು ಇರುತ್ತವೆ. ಇವರ ಹಳ್ಳಿಗಳು ಕಾಳೀ ನದಿಯಿಂದ ಕಾರವಾಡದ ವರೆಗೆ ಇರುತ್ತವೆ. ಅವುಗಳಲ್ಲಿ ಐದು ವಿಭಾಗಗಳುಂಟು. ಒಂದೊಂದು ವಿಭಾಗಕ್ಕೆ ಶೀಮೆ ಗೌಡನೆಂಬ ಮುಖ್ಯಸ್ಥನಿರುತ್ತಾನೆ. ಪ್ರತಿ ವೊಂದು ಹಳ್ಳಿಯಲ್ಲಿ ಊರ ಗೌಡನೆಂಬ ಅಧಿಕಾರಿಯ ಅಂಕಿತದಲ್ಲಿ ಊರವರು ನಡಿಯುವರು. ಊರ ಗೌಡರು ಶೀಮೇ ಗೌಡನ ಕೈ ಕೆಳಗೆ ನಡಿಯುವರು. ಯಾವತ್ತು ಶೀಮೇ ಗೌಡರ ಮೇಲಧಿಕಾರಿಯು ಅರಸು ಗೌಡನೆಂಬವನು ಕುಮಟೆಯ ಹತ್ತರ ಹೆಗಡೆ ಯೆಂಬಲ್ಲಿ ಇರುತ್ತಾನೆ. ಅರಸು ಗೌಡನಿಗೆ ಸಹಾಯಕನೊಬ್ಬ ಪ್ರಧಾನಿ ಗೌಡನು ಹೆಗಡೆಯ ಹತ್ತರ ವಾಲಗಳ್ಳಿಯೆಂಬಲ್ಲಿ ಇರುತ್ತಾನೆ. ಇವರಲ್ಲದೆ ಧರ್ಮ ಸಂಬಂಧದ ಮುಖ್ಯಾಧಿಕಾರಿಯೊಬ್ಬ ಗುರು ಗೌಡನು ಹೆಗಡೆಯ ಹತ್ತರ ತಳಗೋಡವೆಂಬಲ್ಲಿ ಇರುತ್ತಾನೆ. ಪ್ರತಿ ಹಳ್ಳಿಯಲ್ಲಿ ಊರ ಗೌಡನ ಕೈ ಕೆಳಗೆ ಕೋಳಕರನೆಂಬ ತಳವಾರನಂಥ ಊಳಿಗದವನಿರುತ್ತಾನೆ. ಇವರೆಲ್ಲ ವಂಶಪರಂಪರೆಯ ಅಧಿಕಾರಸ್ಥರು. ಕುಲಾಚಾರ, ಸಾಮಾಜಿಕ ಕಟ್ಟಳೆಗಳು, ಮುಂತಾದ ಸಂಗತಿಗಳ ವಿಚಾರ ನಡಿಯ ತಕ್ಕದ್ದಿದ್ದಾಗ ಊಥ ಗೌಡನು ಊರವರ ಸಭೆ ಕೂಡಿಸಿ ವಿಚಾರ ಮಾಡುವನು. ಅವನಿಗೆ ೧೬ ರೂಪಾಯಿಯ ವರೆಗೆ ದಂಡ ಮಾಡುವ ಅಧಿಕಾರವಿರುತ್ತದೆ. ಅಷ್ಟಕ್ಕಿಂತ ಹೆಚ್ಚಿನ ಶೀಕ್ಷೆ ಆಗ ತಕ್ಕಂಥ ಪ್ರಕರಣ ಬಂದರೆ ಊರ ಗೌಡನು ಶೀಮೇ ಗೌಡನ ಕಡೆಗೆ ಅದನ್ನು ಕಳಿಸುತ್ತಾನೆ. ಇದಲ್ಲದೆ ಊರ ಗೌಡನ ನಿರ್ಣಯದ ಮೇಲೆ ಶೀಮೆ ಗೌಡನ ಕಡೆಗೆ ಅಪೀಲು ನಡಿಯುತ್ತದೆ. ಶೀಮೇ ಗೌಡನಿಗೆ ಬೇಕಾದಷ್ಟು ಹಣ ದಂಡ ಮಾಡುವ ಅಧಿಕಾರವೂ ಕುಲದಿಂದ ಹೊರಗೆ ಇಡುವ ಅಧಿಕಾರವೂ ವುಂಟು. ಸಾಮಾಜಿಕ ವ್ಯಾಜ್ಯಗಳು, ಕುಲದಿಂದ ಹೊರಗೆ ಇಟ್ಟವನನ್ನು ಕುಲದೊಳಗೆ ತಕ್ಕೊಳ್ಳುವದು, ಮುಂತಾದ ಗೌರವದ ಕಾರ್ಯಗಳನ್ನು ನೆರವೇರಿಸ ಬೇಕಾದಾಗ ನಾಲ್ಕು ಮೂರು ವರ್ಷಕ್ಕೊಮ್ಮೆ ಅರಸು ಗೌಡನ ಸಭೆಯು ಅವನು ಹೇಳಿದ ಸ್ಥಳದಲ್ಲಿ ಕೂಡುತ್ತದೆ. ಈ ಸಭೆಗಾಗಿ ದೊಡ್ಡ ಮಂಟಪವನ್ನು ಹಾಕಿ, ಅರಸು ಗೌಡನನ್ನೂ ಪ್ರಧಾನಿ ಗೌಡನನ್ನೂ ಯೆತ್ತರವಾದ ಗದ್ದಿಗೆಯ ಮೇಲೆ ಕೂಡ್ರಿಸುವರು. ಧರ್ಮ ಸಂಬಂಧದ ವಿಚಾರಣೆ ನಡಿಯ ತಕ್ಕದ್ದಿದ್ದರೆ, ಗುರು ಗೌಡನೂ ಬರುವನು. ಅವನಿಗೆ ಅರಸು ಗೌಡನು ಸಹಿತ ಜಾತಿಯ ಜನರೆಲ್ಲರು ಬಹಳ ಮಾನ ಕೊಡುವರು. ಈ ಸಭೆಗೆ ಶೀಮೇ ಗೌಡರೂ, ಊರ ಗೌಡರೂ, ಬೇರೆ ಬೇರೆ ಬಳ್ಳಿಗಳ ಹಿರಿ ಮನುಷ್ಯರೂ ಬರುವರು. ಮೊದಲು ದೈವದವರು, ಆ ಮೇಲೆ ಊರ ಗೌಡರು, ಬಳಿಕ ಶೀಮೆ ಗೌಡರು, ಕಟ್ಟಕಡೆಗೆ ಪ್ರಧಾನಿ ಗೌಡ, ಅರಸುಗೌಡ, ಗುರು ಗೌಡ, ಈ ಮೂವರು ಸಭೆಯನ್ನು ಪ್ರವೇಶಿಸಿ, ತಮ್ಮ ತಮ್ಮ ಯೋಗ್ಯತೆಗೆ ತಕ್ಕಂಥ ಸ್ಥಳಗಳಲ್ಲಿ ಕೂಡ್ರುವರು. ಮೇಲಧಿಕಾರಿಯು ಬಂದ ಕೂಡಲೆ ಅವನ ಕೈ ಕೆಳಗಿನವರು ಯೆದ್ದು ನಿಂತು ಕೈ ಜೋಡಿಸಲಿಕ್ಕೆ ಬೇಕು. ಯಾವತ್ತು ಜನರು ನೆರಿದ ಬಳಿಕ ಅರಸು ಗೌಡನು ಸಭೆಯ ಉದ್ದೇಶವನ್ನು ತಿಳಿಸಿ, ಗುರು ಗೌಡನ ಸಂಮತಿಯಿಂದ ವಿಚಾರಣೆಯನ್ನು ನಡಿಸುವನು. ಸಭೆಯಲ್ಲಿ ಬೇಕಾದವರು ತಮ್ಮ ಅಭಿಪ್ರಾಯವನ್ನು ತಿಳಿಸ ಬಹುದು. ಆದರೆ ಹೆಮ್ಮೆಯ ನುಡಿ, ಕೀಳು ನುಡಿ, ವರಿ

ಪ್ಪುರಿಗೆ ಅಪಮಾನ, ಇಂಥಾ ತಪ್ಪುಗಳನ್ನು ಯಾರಾದರೂ ಮಾಡಿದರೆ, ಅವರಿಗೆ ತತ್ಕಾಲಕ್ಕೆ ಶಿಕ್ಷೆಯಾಗುವದು. ಕಡೆಯಲ್ಲಿ ಬಹು ಮತವಿದ್ದಂತೆ ನಿರ್ಣಯವಾಗುತ್ತದೆ. ಈ ಸಭೇಯು ವೊಮ್ಮೆ ಕೂಡಿತೆಂದರೆ, ೮, ೧೦, ೨೦, ೩೦ ದಿವಸಗಳ ವರೆಗೂ ನಡಿಯುತ್ತದೆ. ಸಭೆಯಲ್ಲಿ ದಂಡದಿಂದ ಕೂಡಿದ ಹಣವು ಸಭೆಯ ವೆಚ್ಚಕ್ಕೆ ಹೋಗುವದು. ಇದಲ್ಲದೆ ವಂತಿಗೆಯಿಂದ ಹಣ ಕೂಡಿಸಿ, ನೆರಿದ ಜನರ ಊಟ ಉಡಿಗೆಗಳ ವ್ಯವಸ್ಥೆ ಮಾಡುವರು. ಈ ಸಭೆಗೆ ಜಾತಿ ಬುದಿವಂತಿಕೆ ಯೆಂಬ ಹೆಸರುಂಟು. ಊರ ಗೌಡರ ಬಳಿಯಲ್ಲಿಯೂ, ಶೀಮೇ ಗೌಡರ ಬಳಿಯಲ್ಲಿಯೂ ಕೂಡಿದ ದಂಡದ ಹಣವನ್ನು ಸಾಮಾಜಿಕ ಕಾರ್ಯಗಳಿಗಾಗಿ ಇಲ್ಲವೆ ಧರ್ಮ ಕಾರ್ಯಗಳಿಗಾಗಿ ವೆಚ್ಚ ಮಾಡುವರು.

ಹಾಲ್ವಕ್ಕೀ ವೊಕ್ಕಲಿಗರಲ್ಲಿ ಹಡಿಯುವ ಕಾಲದ ನಡಾವಳಿಗಳು ಹ್ಯಾಗಂದರೆ—ಹಡಿಯುವ ಹೆಂಗಸಿಗಾಗಿ ಪಡಸಾಲೆಯಲ್ಲಿ ತಾಳೇ ಯೆಲೆಗಳ ಚಪ್ಪರವನ್ನು ಕಟ್ಟುವರು. ಆಕೆ ಅಲ್ಲಿ ಹಡಿದ ಬಳಿಕ ಮೂರನೇ ದಿವಸ ಮನೆ ಯೆಲ್ಲ ಸಾರಿಸಿ, ಬೂದಿ ಹಪ್ಪಳಕಾರ ಕೂಡಿದ ನೀರನ್ನು ಅಗಸನ ಕೈಯಿಂದ ಮನೆ ತುಂಬ ಶಿಡಿಸುವರು. ಮನೆಯ ಜನರು ಸಹ ಶುದ್ಧವಾಗಲಿಕ್ಕೆ ಅವನ ಕೈಯಿಂದ ಆ ನೀರು ಶಿಡಿಸಿ ಕೊಳ್ಳಲಿಕ್ಕೆ ಬೇಕು. ಆದರೂ ಮುಂದೆ ಯೆಂಟು ದಿವಸದ ವರೆಗೆ ಬಾಣತಿಯು ಅಡಿಗೇ ಮನೆಯಲ್ಲಿ ಹೋಗ ಕೂಡದು. ಹನ್ನೆರಡನೇ ದಿವಸ ಹೊತ್ತು ಮುಳುಗಿದ ಬಳಿಕ ಬಾಣತಿಯು ಸಮೀಪದಲ್ಲಿದ್ದ ಬಾವಿಗೆ ಹೋಗಿ ಮೂರು ಕೊಡ ನೀರು ಜಗ್ಗಿ ವೊಂದು ತೆಂಗಿನ ಮರಕ್ಕೆ ಹಾಕಿ, ನಾಲ್ಕನೇ ಕೊಡವನ್ನು ಜಗ್ಗಿ ತಂದು ಅಡಿಗೇ ನೀರಿನ ಹರವಿಯಲ್ಲಿ ಸುರುವುವಳು. ನೀರು ಜಗ್ಗುವ ಪೂರ್ವದಲ್ಲಿ ಬಾವಿಯೊಳಗೆ ಅಕ್ಕೀಕಾಳು, ಯೆರಡು ಅಡಿಕೆ, ಉರಿಯುವ ತೆಂಗಿನ ನಾರು ಇವನ್ನು ವೊಂದರ ಹಿಂದೊಂದು ಚಲ್ಲಿ, ಬಾವಿಗೆ ಆರತೀ ಬೆಳಗುವಳು. ಸಂಜೆಯಾದ ಬಳಿಕ ಮನೆಯ ಹಿರಿ ಮನುಷ್ಯಳು ಕೂಸನ್ನು ತೊಟ್ಟಲೊಳಗೆ ಹಾಕಿ ಹೆಸರಿಡುವಳು.

ಹನ್ನೆರಡು ವರ್ಷ ತುಂಬಿದ ಬಳಿಕ ಹುಡುಗರ ಲಗ್ನವಾಗುವದು. ಹೆಣ್ಣು ಮಕ್ಕಳು ನೆರಿದ ಬಳಿಕ ಅವರ ಲಗ್ನವಾಗಲಿಕ್ಕೆ ಅಡ್ಡಿ ಇಲ್ಲ. ಲಗ್ನದ ದಿವಸ ಬೆಳಿಗ್ಗೆ ಮದಿಮಕ್ಕಳಿಗೆ ಅರಿಶಿಣ ಹಚ್ಚುವರು. ಆ ದಿವಸ ಮದಿಮಕ್ಕಳೂ ಅವರ ತಾಯಿ ತಂದೆಗಳೂ ಸಂಜೇ ತನಕ ಉಪವಾಸ ಮಾಡಿ ಕುಲದವರಿಗೆ ಊಟ ಹಾಕುವರು. ಮೂರು ತಾಸು ರಾತ್ರಿ ಯಾದ ಬಳಿಕ ಮದಿಮಗನು ಲಗ್ನಕ್ಕೆ ಹೊರಡುವನು. ಅವನ ಸಂಗಡ ಅವನ ಮನೆಯವರೂ ಬಳಗದವರೂ ಸಮಾರಂಭದಿಂದ ದೀವಟಗೆಯ ಬೆಳಕಿನಲ್ಲಿ ನಡಿಯುವರು. ಕಳಸಗಿತ್ತಿಯು ಕಳಸ ತಕ್ಕೊಂಡು ಹೊರಡುವಳು. ಮದಿಮಗನ ಬಳಗದವನೊಬ್ಬನು ಬೆತ್ತದ್ದೊಂದು ಪೆಟ್ಟಿಗೆಯಲ್ಲಿ ಮೂರು ಶೀರೆಗಳು, ಕುಂಕುಮ ಕಾಡಿಗೆಗಳ ಕರಡಿಗೆಗಳು, ಹಣಿಗೆ, ಹೂಗಳು, ಮಂಗಳಸೂತ್ರ, ವಸ್ತ್ರಗಳು, ಇಷ್ಟೆಲ್ಲ ಹಾಕಿ ಕೊಂಡು ಅದನ್ನು ತಕ್ಕೊಂಡು ನಡಿಯುವನು. ಮದಿಮಗನು ಸಮೀಪಕ್ಕೆ ಬಂದನೆಂದರೆ, ಹೆಣ್ಣಿನ ತಂದೆಯು ಯೆದುರಿಗೆ ಹೋಗಿ ಅವನ ಕಾಲು ತೊಳಿದು, ತುಳಸಿಗೆ ನಮಸ್ಕಾರ ಮಾಡಿಸಿ ಮನೆಯೊಳಗೆ ಕರೆಕೊಂಡು ಹೋಗುವನು. ಆಗ ಮದಿಮಗನು ಮದಿಮಗಳಿಗೆ ವೊಂದು ಶೀರೆಯ

ಕೊಟ್ಟು ಹೊರಗೆ ಬಂದು ಹಂದರದೊಳಗೆ ನಿಲ್ಲಿಸಿದ ಅತ್ತೀ ಟೊಂಗೆಗಳ ಮಂಟಪದ ಬಳಿಯಲ್ಲಿ ವೊಂದು ಮಣಿಯ ಮೇಲೆ ಕೂಡ್ರುವನು. ಮದಿಮಗಳು ಆ ಹೊಸ ಶೀರೆಯನ್ನುಟ್ಟು ಕೊಂಡು ಬಂದು ಮದಿಮಗನ ಬಳಿಯಲ್ಲಿ ಬೇರೊಂದು ಮಣಿಯ ಮೇಲೆ ಕೂಡ್ರುವಳು. ತರುವಾಯ ಮುತ್ತೈದಿಯರು ಇಬ್ಬರ ಕೈಗೂ ಅರಿಶಿಣ ಹಚ್ಚಿ ತೊಳಿದನಂತರ, ಇಬ್ಬರೂ ಯೆದ್ದು ಅತ್ತೀ ಟೊಂಗೆಗಳ ಮಂಟಪದೊಳಗೆ ಹಾದು ಅದಕ್ಕೆ ಮೂರು ಪ್ರದಕ್ಷಿಣೆಗಳನ್ನು ಹಾಕಿ ಬಳಿಯಲ್ಲಿ ವೊಂದು ಮಂಚದ ಹತ್ತರ ಯೆದುರು ಬದುರಾಗಿ ನಿಲ್ಲುವರು. ಬಳಿಕ ಇಬ್ಬರ ನಡುವೆ ಅಂತಃಪಟ ಹಿಡಿದ ಕೂಡಲೆ ಮದಿಮಗಳ ತಾಯಿ ತಂದೆಗಳು ಆಕೆಯ ಬಲಗೈಯನ್ನು ಮದಿಮಗನ ಬಲಗೈಯಿಂದ ಹಿಡಿಸಿ, ಅವರಿಬ್ಬರ ಕೈಮೇಲೆ ಆಕಳ ಹಾಲು ಯೆರಚುವರು. ತರುವಾಯ ಅಂತಃಪಟ ತೆಗಿದು ಇಬ್ಬರನ್ನೂ ಮಂಚದ ಮೇಲೆ ಕೂಡ್ರಿಸಿದ ಬಳಿಕ ನೆರಿದ ಜನರು ನಿಮಗೆ ಕಲ್ಯಾಣವಾಗಲೆಂದು ನುಡಿದು, ಇಬ್ಬರ ಮೇಲೆ ಅಕ್ಕೀಕಾಳುಗಳನ್ನು ತೂರುವರು. ಅದೇ ಕಾಲಕ್ಕೆ ಮದಿಮಗನು ಹೆಂಡತಿಯ ಕೊರಳಲ್ಲಿ ಮಂಗಳಸೂತ್ರ ಕಟ್ಟಿ ಮತ್ತೊಂದು ಶೀರೆ ಕೊಡುವನು. ಹಣಿಗೆ ಕರಡಿಗೆ, ಆಭರಣಗಳು, ಹೂಗಳು, ಇವನ್ನೆಲ್ಲ ಕೊಡುವ ಸಮಯವಾದರೂ ಇದೇ. ಬಳಿಕ ಮುತ್ತೈದಿಯರು ಆರತೀ ಮಾಡಿದ ಬಳಿಕ ಮದಿಮಗಳ ಸೋದರ ಮಾವನು ಆ ಗಂಡ ಹೆಂಡರ ಶರಗುಗಳಿಗೆ ಗಂಟು ಹಾಕಿ, ಮನೆಯೊಳಗೆ ದೇವರಿಗೆ ನಮಸ್ಕಾರ ಮಾಡಲಿಕ್ಕೆ ಅವರನ್ನು ಕರೆಕೊಂಡು ಹೋಗುವನು. ಕಡೆಯಲ್ಲಿ ಮದಿಮಕ್ಕಳು ಬೇರೆ ಬೇರೆ ತಳಿಗೆಗಳಲ್ಲಿ ಭೋಜನ ಮಾಡುವರು.

ಹಾಲ್ವಕ್ಕೀ ವೊಕ್ಕಲಿಗರಲ್ಲಿ ಹರಿ ದಿನ, ದೀವಳಿಗೆ, ಹೋಳೀ ಹುಣ್ಣಿವೆ, ಇವು ಮೂರು ದೊಡ್ಡ ಹಬ್ಬಗಳು. ಉಗಾದಿಯಾದ ಬಳಿಕ ಯೆಂಟು ದಿವಸದ ವರೆಗೆ ಹರಿ ದಿನದ ಸಮಾರಂಭ ನಡಿಯುತ್ತದೆ. ಇದರ ಆರಂಭದಲ್ಲಿ ಅಡಿಗೇ ಮಾಡುವ ಹಳೇ ಗಡಿಗೆಗಳನ್ನು ಹೊರಗೆ ಚಲ್ಲಿ ಹೊಸವು ತಂದು, ಮನೆ ಯೆಲ್ಲ ಸಾರಿಸಿ ಶುದ್ಧ ಮಾಡುವರು. ಹರಿ ದಿನದ ದಿವಸ ತುಳಸೀಕಟ್ಟೆಗೆ ಸುಣ್ಣ ಕೆಮ್ಮಣ್ಣುಗಳನ್ನು ಹಚ್ಚಿ ತಳಿರು ಕಟ್ಟಿ, ಬಹಳ ಸಾರಿ ತಿರುಪತಿಗೆ ಹೋಗಿ ಬಂದಂಥವನೊಬ್ಬ ದಾಸನ ಕೈಯಿಂದ ತುಳಸೀ ಗಿಡದ ಕೆಳಗೆ ವೆಂಕಟರಮಣನ ಚಂದನದ ಮೂರ್ತಿಯನ್ನಿಟ್ಟು ಪೂಜೆ ಮಾಡಿಸುವರು. ದೀವಳಿಗೆಯ ದಿವಸ ಹೊಸ ಹರಿವೆಯಲ್ಲಿ ನೀರು ತುಂಬಿ, ಅದರ ಮೇಲೊಂದು ಮಗಿ ಇಟ್ಟು, ಅದಕ್ಕೆ ಹೂಗಳನ್ನೇರಿಸಿ ಪೂಜೆ ಮಾಡಿ, ಸುತ್ತು ಮುತ್ತು ದೀಪಗಳನ್ನು ಹಚ್ಚಿದ ಬಳಿಕ, ಆ ಹರಿವೆಯನ್ನು ವೊಲೆಯ ಮೇಲಿಟ್ಟು ನೀರು ಕಾಸಿ, ಯೆರಕೊಳ್ಳುವರು. ಕಡೆಯ ದಿವಸ ಬಲೀಂದ್ರನೆಂಬದೊಂದು ಕೆಸರಿನ ಗೊಂಬೆಯ ಮಾಡಿ ಅದನ್ನು ಹಕ್ಕಿಯೊಳಗಿಟ್ಟು, ಅದರ ಕೊರಳಿಗೆ ವೊಂದು ತೆಂಗಿನ ಕಾಯನ್ನು ವೊಂದು ಶೇರಿನಷ್ಟು ಅಕ್ಕಿ ಸಹಿತವಾಗಿ ಕಟ್ಟುವರು. ಬಳಿಕ ಯೆತ್ತು ಆಕಳುಗಳಿಗೆ ಬಣ್ಣ ಹಚ್ಚಿ, ಅವುಗಳ ಕೊರಳುಗಳಲ್ಲಿ ಹೂವಿನ ಮಾಲೆಗಳನ್ನೂ ಕೊಬ್ಬರೀ ಹೋಳುಗಳ ಸರಗಳನ್ನೂ ಕಟ್ಟುವರು. ಕಡೆಯಲ್ಲಿ ಓಟದೊಳಗೆ ಮೇಲಾದಂಥ ಆಕಳು ಯೆತ್ತುಗಳನ್ನು ಕೂಡಿಸಿ, ದೂರಿಂದ ಓಡ ಬಿಟ್ಟು, ಜಾಹು

20

ಜನರು ಅವುಗಳ ಬೆನ್ನು ಹತ್ತುವರು. ಹೀಗೆ ಓಡುವ ದನಗಳ ಕೊರಳೊಳಗಿನ ಮಾಲೆಯನ್ನು ಹರಕೊಂಡಂಥ ಬಂಟನು ಊರಲ್ಲಿ ಸುಂದರಿ ಯೆಂದು ಹೆಸರಾದ ಕನ್ನಿಕೆಗೆ ತಕ್ಕ ಗಂಡನೆಂದು ಯೆಣಿಸಲ್ಪಡುವನು. ಹೋಳೀ ಹುಣ್ಣಿವೆಯ ಆಟಗಳೂ ವಿಧಾನಗಳೂ ಬಹು ತರವಾಗಿ ಯೆಲ್ಲ ಕಡೆಯಲ್ಲಿ ನಡಿಯುವ ಪ್ರಕಾರವೇ ಇರುತ್ತವೆ.

ಕಾನಡಾ ಜಿಲ್ಲೆಯಲ್ಲಿ ಯೆಷ್ಟೋ ಕುಲಗಳಲ್ಲಿ ಮೇಲಿನ ತರದ ಆಚಾರಗಳು ನಡಿಯುತ್ತಿರುವ ಕಾರಣ, ಈ ಹಾಲ್ವಕ್ಕೀ ವೊಕ್ಕಲಿಗರೆಂಬ ಉತ್ತಮ ಕುಲದವರ ನಡಾವಳಿಗಳನ್ನು ವಿಸ್ತಾರವಾಗಿ ವಿವರಿಸಿದ್ದೇವೆ.

ಗಾವ ವೊಕ್ಕಲಿಗರು.

ಗಾವ ವೊಕ್ಕಲದವರು.—ಇವರ ಮೂಲಸ್ಥಾನವು ಕಾನಡಾ ಜಿಲ್ಲೆಯೇ ಯೆಂದು ತೋರುತ್ತದೆ. ಇವರು ಹೊನ್ನಾವರ ಕುಮಟಾ ತಾಲೂಕುಗಳಲ್ಲಿ ಇರುತ್ತಾರೆ. ಇವರ ಧರ್ಮ ನಡಾವಳಿ, ಉಡಿಗೆ, ಹೋರೆ, ಮುಂತಾದವುಗಳೆಲ್ಲ ಹಾಲ್ವಕ್ಕೀ ವೊಕ್ಕಲಿಗರಂತೆ. ಹೆಂಗಸರ ಕೊರಳಲ್ಲಿ ಕರೆಮಣಿಗಳು ಮಾತ್ರ ಹಾಲ್ವಕ್ಕೀ ವೊಕ್ಕಲಿಗರಷ್ಟಿರುವದಿಲ್ಲ.

ಕರೆ ವೊಕ್ಕಲಿಗರು.

ಕರೆ ವೊಕ್ಕಲದವರು.—ಇವರು ಕಾನಡಾ ಜಿಲ್ಲೆಯ ಅಡವಿಯ ನೆರೆಪ್ರದೇಶಗಳಲ್ಲಿ, ವಿಶೇಷವಾಗಿ ಅಂಕೋಲಾ ತಾಲೂಕಿಗೆ ಶೇರಿಧ ಅಡವಿಯಲ್ಲಿ, ಇರುತ್ತಾರೆ. ಇವರಾದರೂ ಹಾಲ್ವಕ್ಕೀ ವೊಕ್ಕಲಿಗರನ್ನೇ ಹೋಲುತ್ತಾರೆ; ಕೆಲವು ನಡಾವಳಿಗಳು ಅತ್ತೇ ವೊಕ್ಕಲಿಗರಂತೆ ಇರುತ್ತವೆ. ಇವರು ವೆಂಕಟರಮಣನಲ್ಲದೆ, ಜಟ್ಟಿಗ, ಹುಲಿದೇವ, ಕರಿದೇವ, ಮರೆಮ್ಮ, ಯೆಂಬ ಕಾಡು ದೇವತೆಗಳನ್ನು ಪೂಜಿಸುವರು.

ಕೊಂಕಣೀ ಮಹಾರಾಷ್ಟ್ರರು.

ಕೊಂಕಣೀ ಮಹಾರಾಷ್ಟ್ರರು.—ಇವರು ಗೋವೆಯಿಂದ ಬಂದು ಕಾರವಾಡ, ಅಂಕೋಲಾ ತಾಲೂಕುಗಳಲ್ಲಿ ವಾಸಿಸುತ್ತಾರೆ; ತಾವು ಕ್ಷತ್ರಿಯರೆಂದು ಹೇಳುತ್ತಾರೆ. ಆದರೆ ಇವರ ಅಡ್ಡ ಹೆಸರುಗಳು ಸಾವಂತ, ದೇಸಾಯಿ, ಸಾಯಿಳ, ಇತ್ಯಾದಿಗಳುಂಟು. ಇವರ ನಡಾವಳಿಗಳು ಬಹುತರ ಶೇರೋಗಾರರೆಂಬ ಕುಲದವರಂತೆ ಇರುತ್ತವೆ. ಅವರಂತೆ ಇವರಾದರೂ "ನಾಯಕ" ಯೆಂಬ ಉಪಪದವನ್ನು ತಮ್ಮ ಹೆಸರಿನ ಮುಂದೆ ಜೋಡಿಸುವರು. ಆದರೆ ಶೇರೋಗಾರರಿಗೂ ಇವರಿಗೂ ಊಟದ ಬಳಿಕೆಯಾಗುವದಿಲ್ಲ. ಈ ಮಹಾರಾಷ್ಟ್ರರು, ವಿಶೇಷವಾಗಿ ಇವರ ಹೆಂಗಸರು, ಸುರೂಪಿಗಳಿರುತ್ತಾರೆ. ಇವರ ಭಾಷೆ ಕೊಂಕಣೀ. ಕುಟುಂಬಗಳು ಬಹು ದೊಡ್ಡವು, ಮದ್ಯ ಮಾಂಸಗಳಿಗೆ ಅಡ್ಡಿ ಇಲ್ಲ, ಹೆಂಗಸರಿಗೆ ಕುಪ್ಪಸವಿಲ್ಲ. ನಿರಂಕಾರ, ಮಾಮಾಯಿ, ರವಳನಾಥ, ಜಟ್ಟಿಗ, ಖೆತ್ರಿ, ಎಂಬ ದೇವತೆಗಳಿಗೆ ಇವರು ನಡಕೊಳ್ಳುವರು. ಇವರ ಮುಖ್ಯ ಹೋರೆ ವೊಕ್ಕಲತನವು; ಆದರೆ ಕೆಲವರು ನೌಕರಿಯನ್ನೂ ಮಾಡುವರು. ಗಂಡಸರು ಸೋಮಾರಿಗಳು, ಹೆಂಗಸರು ಜಗಳಗಂಟಿಗರು. ಹೆಣ್ಣು ಮಕ್ಕಳ ಲಗ್ನವು ನೆರಿಯುವ ಪೂರ್ವದಲ್ಲಿ ಆಗುವದು; ವಿಧವೆಗಳ ಲಗ್ನಕ್ಕೆ ಅಡ್ಡಿ ಇಲ್ಲ; ಹೆಣಗಳನ್ನು ಸುಡುವರು; ಶ್ರಾಧ್ಧ ಪಕ್ಷಗಳನ್ನು ಮಾಡುವರು. ಶೃಂಗೇ

ರಿಯ ಶಂಕರಾಚಾರ್ಯರು ಇವರ ಧರ್ಮಗುರು. ಕರಾಡಸ್ಥ ಬ್ರಾಹ್ಮಣರು ಇವರಲ್ಲಿ ಲಗ್ನ ಮುಹೂರ್ತಗಳನ್ನು ಮಾಡಿಸುನರು. ಕಾರವಾಡದ ಹತ್ತರ ಕೃಷ್ಣಪುರವೆಂಬಲ್ಲಿಯ ವಿಠೋಬನಿಗೆ ಈ ಮಹಾರಾಷ್ಟ್ರರು ಭಕ್ತಿಯಿಂದ ನಡಕೊಳ್ಳುವರು.

ತೊರ್ಕೆನಾಡೋರು.

ತೊರ್ಕೆನಾಡೋರು.—ಇವರು ಕಾನಡಾ ಜಿಲ್ಲೆಯ ಅಂಕೋಲಾ, ಕುಮಟಾ, ಹೊನ್ನಾವರ ತಾಲೂಕುಗಳಲ್ಲಿ ವಾಸಿಸುತ್ತಾರೆ. ಇವರ ಮುಖಲಕ್ಷಣ, ಭಾಷೆ, ಉಡಿಗೆ, ಆಹಾರ, ನಡಾವಳಿ, ಮನತನ, ಇವೆಲ್ಲ ಹಾಲ್ವಕ್ಕೀ ವೊಕ್ಕಲಿಗರಂತೆ ಇರುತ್ತವೆ. ಆದರೆ ಇವರು ರಾಮಾನುಜ ಮತದವರು. ತಿರುಪತಿಯ ಹತ್ತರ ಗೋವಿಂದರಾಜ ಪಟ್ಟಣದಲ್ಲಿ ಇರುವ ತಾತಾಚಾರ್ಯನೆಂಬವನು ಇವರ ಧರ್ಮಗುರು. ಅವನ ದರ್ಶನಕ್ಕೆ ಹೋದಾಗ ಅವನು ಮುದ್ರೆಯನ್ನು ಕಾಸಿ, ಇವರ ಹಣೆಯ ಮೇಲೆ ವೊತ್ತುತ್ತಾನೆ. ವೊಕ್ಕಲತನವೇ ಇವರ ಕುಲದ ಹೋರೆಯು. ಕೆಲವರು ತಮ್ಮ ಮಕ್ಕಳಿಗೆ ಓದ ಬರಿಯ ಕಲಿಸುವರು.

ಶೆರೋಗಾರರು.

ಶೆರೋಗಾರರು ಅಥವಾ ಕೊಂಕಣೀ ವಾಲೇಕಾರರು.—ಇವರು ಕುಮಟಾ, ಹೊನ್ನಾವರ ತಾಲೂಕುಗಳಲ್ಲಿ ಇರುತ್ತಾರೆ. ಇವರ ಆಹಾರ, ಉಡಿಗೆ, ರೂಪ, ಧರ್ಮ, ನಡಾವಳಿ, ಇವಲ್ಲ ಕೊಂಕಣೀ ಮಹಾರಾಷ್ಟ್ರರನ್ನು ಹೋಲುತ್ತವೆ. ಆದರೆ ಇವರು ಸರಾಯಿ ಕುಡಿಯುವದಿಲ್ಲ; ಜನಿವಾರ ಹಾಕಿ ಕೊಳ್ಳುವರು; ವಿಧವೆಗಳ ಲಗ್ನ ಮಾಡುವದಿಲ್ಲ. ಇವರು ತಮ್ಮಲ್ಲಿಯ ಲಗ್ನ ಮುಂತಾದ ಕಾರ್ಯಗಳಿಗಾಗಿ ಹೈಗ ಬ್ರಾಹ್ಮಣರನ್ನು ಕರಿಯುವರು. ಶೃಂಗೇರಿಯ ಸ್ವಾಮಿಯೇ ಇವರ ಧರ್ಮ ಗುರು. ಒಕ್ಕಲತನವೇ ಇವರ ಜನ್ಮದ ಹೋರೆಯಾದಾಗ್ಯೂ ಕೆಲವರು ಸಣ್ಣ ಪುಟ್ಟ ವ್ಯಾಪಾರವನ್ನು ಮಾಡುವರು. ಇವರಲ್ಲಿ ಕೆಲವರು ಓದ ಬರಿಯ ಬಲ್ಲರು.

ಪಡತಿಗಳು.

ಪಡತಿಗಳು.—ಇವರು ಕಾರವಾಡ ಕುಮಟಾ ತಾಲೂಕುಗಳಲ್ಲಿ ಇರುತ್ತಾರೆ. ಇವರಲ್ಲಿ ಕನ್ನಡಿಗರೂ ಕೊಂಕಣಿಗರೂ ಯೆಂಬೆರಡು ಭೇದಗಳುಂಟು. ಅವರವರೊಳಗೆ ಊಟದ ಬಳಿಕೆಯಾಗುವದಿಲ್ಲ. ಕನ್ನಡಿಗರು ಉಪ್ಪು ಮಾಡುವರು; ಕೊಂಕಣಿಗರು ಕೂಲಿಯಿಂದ ಜೀವಿಸುವರು. ಇವರು ನಿಲಿವಿಕೆಯಲ್ಲಿ ಗಿಡ್ಡರು; ಮದ್ಯ ಮಾಂಸ ತಕ್ಕೊಳ್ಳುವರು; ಬ್ರಾಹ್ಮಣರ ದೇವತೆಗಳನ್ನು ಪೂಜಿಸುವರು; ಲಗ್ನ ಮುಹೂರ್ತಗಳಿಗಾಗಿ ಜೋಶೀ ಜಾತಿಯವರನ್ನು ಕರಿಯುವರು; ವಿಧವೆಗಳ ಲಗ್ನ ಮಾಡುವರು. ಗಂಡಸರ ಮೈ ಮೇಲೆ ಕಂಬಳಿ ಇರುವದು; ಬಟ್ಟೆಗಳು ಬಲು ಹೊಲಸು. ಈ ಕೊಂಕಣರು ಬಹುತರ ಸಾಲದೊಳಗೆ ಮುಳುಗಿರುತ್ತಾರೆ. ಕನ್ನಡಿಗರ ಕೆಲವು ನಡಾವಳಿಗಳು ಹಾಲ್ವಕ್ಕೀ ವೊಕ್ಕಲಿಗರಂತೆ ಇರುತ್ತವೆ.

ಉಪ್ಪುನಾಡೋರು.—ಇವರು ಘಟ್ಟದ ಕೆಳಗೆ ವಾಸಿಸುತ್ತಾರೆ. ಉಪ್ಪುನಾಡೋರೆಂದರೆ ಉಪ್ಪಿನ ನಾಡಿನವರೆಂಬ ಅಭಿಪ್ರಾಯವಿದ್ದಂತೆ ತೋರುತ್ತದೆ. ಇವರ ಭಾಷೆ,

ರೂಪ, ಮನೆವಾರ್ತೆ, ಉಡಿಗೆ, ನಡಾವಳಿ, ಇವೆಲ್ಲ ತೋರ್ಕೆನಾಡೋರುಗಳಂತೆ ಇರುತ್ತವೆ. ಆದರೆ ಅವರಿಗೂ ಇವರಿಗೂ ಊಟದ ಬಳಿಕೆಯಾಗುವದಿಲ್ಲ. ಇವರಾದರೂ ರಾಮಾನುಜ ಮತದವರಾಗಿ, ತಾತಾಚಾರ್ಯನಿಗೆ ಅಂಕಿತರಾಗಿ ನಡಿಯುವರು.

ಉಪ್ಪುನಾಡೋರು.

ಸೂದಿರರು, ಅಥವಾ ಶೂದ್ರರು.—ಇವರು ಗೋವೆಯ ಶೀಮೆಯಿಂದ ಬಂದು ಹಲ್ಯಾಳ, ಯಲ್ಲಾಪುರ ತಾಲೂಕುಗಳಲ್ಲಿ ವಾಸಿಸುತ್ತಾರೆ. ಮನೆಯಲ್ಲಿ ಕೊಂಕಣೀ ಭಾಷೆಯನ್ನಾಡುವರು; ಮದ್ಯ ಮಾಂಸಗಳನ್ನು ತಕ್ಕೊಳ್ಳುವರು; ಹೊಲಸು ಬಟ್ಟೆಗಳನ್ನು ಧರಿಸುವರು; ಕೆಲವರು ಲಂಗೋಟಿಯ ಹಾಕುವರು. ಇವರ ಹೆಂಗಸರು ಕುಪ್ಪಸ ತೊಡುವರು, ಕಚ್ಚೇ ಹಾಕುವರು. ಇವರ ಲಗ್ನ ಕಾರ್ಯಗಳನ್ನು ಬ್ರಾಹ್ಮಣರು ಮಾಡಿಸುವರು; ಶೃಂಗೇರಿಯ ಸ್ವಾಮಿಯು ಇವರ ಧರ್ಮ ಗುರು. ಇವರಲ್ಲಿ ಬಹು ಜನರು ವೊಕ್ಕಲತ್ತನವನ್ನು, ಕೆಲವರು ನೌಕರಿಯನ್ನು ಮಾಡುವರು.

ಸೂದಿರರು.

ಸತಾರಕರರು.—ಗೋವೆಯ ಶೀಮೆಯಲ್ಲಿಯ ಸತಾರಿಯೆಂಬ ಗ್ರಾಮದಿಂದ ಬಂದು ಇವರು ಹಲ್ಯಾಳ ತಾಲೂಕಿನಲ್ಲಿ ವಾಸಿಸುತ್ತಾರೆ. ಇವರ ಭಾಷೆ ಕೊಂಕಣೀ; ಗಂಡಸರ ಉಡಿಗೆ ಲಂಗೋಟ; ಮದ್ಯ ಮಾಂಸಗಳಿಗೆ ಅಡ್ಡಿ ಇಲ್ಲ; ಹೆಣ್ಣುಗಳ ಮದುವೆ ನೆರಿದ ಬಳಿಕ ಆಗುವದು; ವಿಧವೆಗಳ ಲಗ್ನಕ್ಕೆ ಅಡ್ಡಿ ಇಲ್ಲ; ಲಗ್ನಾದಿ ಕಾರ್ಯಗಳನ್ನು ಬ್ರಾಹ್ಮಣರು ಮಾಡಿಸುವರು. ಶೃಂಗೇರಿಯ ಸ್ವಾಮಿಯು ಇವರ ಗುರು. ಒಕ್ಕಲತನ, ಕೂಲಿ, ಇವರ ಹೋರೆಗಳು. ಹೆಣಗಳನ್ನು ಕೆಲವರು ಸುಡುವರು, ಕೆಲವರು ಹುಗಿಯುವರು. ಇವರ ಮಕ್ಕಳು ಶಾಲೆಗೆ ಹೋಗುತ್ತಾರೆ.

ಸತಾರಕರರು.

ಕಾಮತಿಗಳು, ಅಥವಾ ಕುಂಚಿಗೇ ವೊಕ್ಕಲಿಗರು.—ಇವರು ಮಳೆಗಾಲದಲ್ಲಿ ವೊಂದು ಬಗೆಯ ಕುಂಚಿಗೆಯನ್ನು ಹೊದ್ದು ಕೊಳ್ಳುವ ಕಾರಣ ಇವರಿಗೆ ಈ ಹೆಸರು ಬಂದದೆ. ಇವರು ಬಹು ಕಾಲದ ಹಿಂದೆ ಮೈಸೂರಿನ ಶೀಮೆಯಿಂದ ಕಾನಡಾ ಜಿಲ್ಲೆಗೆ ಬಂದವರು; ಕಾಡು ತರದ ಕನ್ನಡ ಭಾಷೆಯನ್ನಾಡುತ್ತಾರೆ; ಮದ್ಯ ಮಾಂಸ ತಕ್ಕೊಳ್ಳುವರು; ವೆಂಕಟರಮಣನಿಗೆ ನಡಕೊಳ್ಳುವರು; ಇವರ ಗುರು ಗೋವಿಂದ ರಾಜ ಪಟ್ಟಣದ ತಾತಾಚಾರ್ಯನು; ಇವರಲ್ಲಿಯ ಕಾರ್ಯಗಳನ್ನು ಬ್ರಾಹ್ಮಣರು ಮಾಡಿಸುವರು. ಕಾಮತಿಗಳು ಮುಖ್ಯವಾಗಿ ಕಾಯಿಪಲ್ಲೆಗಳ ತೋಟಗಳನ್ನು ಮಾಡಿಸುವರು. ಇವರಲ್ಲಿ ವಿಧವೆಗಳ ಲಗ್ನಕ್ಕೆ ಅಡ್ಡಿ ಇಲ್ಲ, ಹೆಣಗಳನ್ನು ಸುಡುವರು.

ಕಾಮತಿಗಳು.

ಹಬ್ಬುಗಳು.—ಇವರು ಹಬಶೀ ಜನರ ವಂಶದವರೆಂದು ಕೆಲವರು ಹೇಳುತ್ತಾರೆ; ಆದರೆ ಪೂರ್ವದಲ್ಲಿ ಕಾನಡಾ ಜಿಲ್ಲೆಯ ಘಟ್ಟದ ಮೇಲಿನ ಭಾಗದಲ್ಲಿ ವಾಸಿಸುತಿದ್ದ ಹಬಸಿಕರೆಂಬ ಜನಾಂಗದವರ ವಂಶದವರೆಂದು ತೋರುತ್ತದೆ. ಇವರು ಆಡುವ ಕನ್ನಡ ಭಾಷೆ

ಯಲ್ಲಿ ಕೊಂಕಣೀ ಶಬ್ದಗಳು ಬಹಳ ಬರುತ್ತವೆ. ಇವರು ತಾವು ಬ್ರಾಹ್ಮಣರೆಂದು ಹೇಳುತ್ತಾರೆ. ವಸಿಷ್ಠ, ಜಮದಗ್ನಿ, ಮುಂತಾದ ಗೋತ್ರಗಳನ್ನು ಹೇಳುವರು; ಜನನ, ಮರಣ, ಮೌಂಜಿ, ಲಗ್ನ, ಮುಂತಾದ ಕಾರ್ಯಗಳನ್ನು ತಮ್ಮ ಸ್ವಂತ ಜಾತಿಯ ಉಪಾಧ್ಯಾಯರ ಕೈಯಿಂದ ಬ್ರಾಹ್ಮಣರಂತೆ ಮಾಡಿಸುವರು; ಮಹಾದೇವನಿಗೆ ನಡಕೊಳ್ಳುವರು; ಮದ್ಯ ಮಾಂಸಗಳನ್ನು ಮುಟ್ಟುವದಿಲ್ಲ; ನೇಗಲ ಹೊಡಿಯುವದೊಂದು ಬಿಟ್ಟು ಯಾವತ್ತು ವೊಕ್ಕಲತನದ ಕೆಲಸಗಳನ್ನು ಮಾಡುವರು; ದಿನಕ್ಕೆ ಮೂರು ಸಾರಿ ಉಣ್ಣುವರು. ಈ ಹಬ್ಬುಗಳಿಗೆ ಅನ್ನ ವಸ್ತ್ರಕ್ಕೆ ಕೊರತೆ ಇಲ್ಲ. ಕೆಲವರು ಕೊಡಕೊಳ್ಳುವ ವ್ಯವಹಾರ ಮಾಡುವರು. ಶೃಂಗೇರಿಯ ಸ್ವಾಮಿಯು ಇವರ ಗುರು. ಇವರಲ್ಲಿ ವಿಧವೆಗಳಿಗೆ ಲಗ್ನವಿಲ್ಲ; ಅವರ ಕ್ಷೌರ ಮಾಡಿಸುವರು. ಹಬ್ಬುಗಳು ಓದ ಬರಿಯ ಬಲ್ಲರು. ತಮ್ಮ ಮಕ್ಕಳನ್ನು ಶಾಲೆಗೆ ಕಳಿಸುವರು. ಈ ಯಾವತ್ತು ವಿವರಗಳಿಂದ ಕಾನಡಾ ಜಿಲ್ಲೆಯ ಹಬ್ಬುಗಳೆಂಬ ಬ್ರಾಹ್ಮಣರೂ ಈ ಹಬ್ಬುಗಳೆಂಬ ವೊಕ್ಕಲಿಗರೂ ಮೂಲದಲ್ಲಿ ವೊಂದೇ ಬ್ರಾಹ್ಮಣ ಜಾತಿಯವರೆಂದು ತೋರುತ್ತದೆ.

ಹಬ್ಬುಗಳು.

ಮಹಾದೇವನ ಜಾತ್ರೆಯಲ್ಲಿ ಹಬ್ಬೂ ಜನರ ಭಕ್ತಿ ಬಹಳ. ವೈಶಾಖ ಮಾಸದಲ್ಲಿ ಶಿಡೀ ಆಡುವ ಜಾತ್ರೆಯಾಗುತ್ತವೆ. ಶಿಡೀ ಆಡಲಿಕ್ಕೆ ಈಗ ಸರಕಾರದವರ ಅಪ್ಪಣೆ ಇಲ್ಲ; ಪೂರ್ವದಲ್ಲಿ ಇದು ಬಹಳ ನಡಿಯುತ್ತಿತ್ತು. ಈ ಜಾತ್ರೆಯು ಹತ್ತು ದಿವಸ ನಡಿಯವದು. ಗುಡಿಯೊಳಗೆ ವೊಂದು ಕಟ್ಟೆಯನ್ನು ಹಾಕಿ ಅದರ ಮೇಲೆ ಕಲಶವನ್ನಿಡುವರು. ಆ ಕಲಶದ ಪೂಜಾರಿಯು ಕುಂಬಾರನು. ಅವನು ಕಲಶದೊಳಗೆ ನೀರು ಹಾಕಿ ಅದಕ್ಕೆ ಚಿನ್ನದ ಹೂಗನ್ನೇರಿಸಿ ಹತ್ತೂ ದಿವಸ ಪೂಜೆ ಮಾಡುವನು. ಗಾಯನ ವರ್ತನಗಳು ನಿತ್ಯದಲ್ಲಿ ನಡಿಯುವವು. ಹತ್ತನೇ ದಿವಸ ಊರವರು ಆ ಪೂಜಾರಿಯ ತಲೆಯ ಮೇಲೆ ಕಲಶವನ್ನು ಹೊರಿಸಿ ಕೊಂಡು ಊರ ಹೊರಗಿನ ಬೈಲಿಗೆ ಸಮಾರಂಭದಿಂದ ಹೋಗುವರು. ಅಲ್ಲಿ ಕೆಲವು ಕಲ್ಲಿನ ಕಂಬಗಳನ್ನು ಮೊದಲೇ ನಿಲ್ಲಿಸಿ ಅವುಗಳ ಬಳಿಯಲ್ಲಿ ಹೊಸ ಗಡಿಗೆಗಳ ಅಡಕಿಲು ಯೇರಿಸಿಡುವರು. ಕುಂಬಾರನು ತಲೆಯ ಮೇಲಿನ ಕಲಶವನ್ನು ಆ ಕಂಬಗಳ ಬಳಿಯಲ್ಲಿ ಇಟ್ಟು ಅದರ ಪೂಜೆಯನ್ನು ಮಾಡುವನು. ಊರವರು ಕಲಶ ದೇವತೆಗೆ ಕಾಯಿಗಳನ್ನು ವೊಡಿದು ಕುರಿ ಕೋಳಿಗಳನ್ನು ಕಡಿಸುವರು. ಸಾಯಂಕಾಲದ ವರೆಗೆ ಈ ಪ್ರಕಾರ ಪೂಜೆ, ಬಲಿ, ಮುಂತಾದ ವಿಧಾನಗಳಾದ ಬಳಿಕ ಸಂಜೆಯಲ್ಲಿ ಕಲಶವನ್ನು ತಕ್ಕೊಂಡು ಮರಳಿ ಊರೊಳಗೆ ಬರುವರು. ಶಿಡೀ ಆಡುವದು ನಡಿಯುತ್ತಿದ್ದ ಕಾಲಕ್ಕೆ ವೊಂದು ರಥದೊಳಗೆ ಕಲಶವನ್ನಿಟ್ಟು, ಆ ರಥದ ಮುಂದೆ ಭಕ್ತರು ಶಿಡೀ ಆಡುವರು. ರಥದ ಮುಂಭಾಗದಲ್ಲಿ ವೊಂದು ಕಂಬವನ್ನು ನಿಲ್ಲಿಸಿ ಆ ಕಂಬದ ತಲೆಯ ಮೇಲೆ ವೊಂದು ಅಡ್ಡ ತೊಲೆಯನ್ನು ಕೆಳಗೆ ಮೇಲೆ ಹೊಯಿದಾಡುವಂತೆ ಕೂಡ್ರಿಸುವರು. ತೊಲೆಯ ಯೆರಡೂ ತುದಿಗಳಿಗೆ ಹಗ್ಗಗಳನ್ನು ಹಚ್ಚಿ ಬೇಕಾದ ತುದಿಯನ್ನು ಬೇಕಾದಾಗ ಕೆಳಗೆ ಯೆಳಿದು ಕೊಳ್ಳಲಿಕ್ಕೆ ಬರುವಂತೆ ಮಾಡುವರು. ತೊಲೆಯ ಹೊರವೋರೆಯಲ್ಲಿ ಯೆರಡು ವಂಕಿಗಳಿರುವವು. ಶಿಡೀ ಆಡ ತಕ್ಕ ಭಕ್ತನ ಬೆನ್ನಿನಲ್ಲಿ ರಟ್ಟೇ ಯೆಲವುಗಳ

ಕೆಳಗೆ ಆ ವಂಕಿಗಳನ್ನು ನಡಿಸಿ, ಅವನಿಗೆ ಕೈ ಜೋಡಿಸ ಹೇಳಿ, ಯೆರಡನೇ ತುದಿಯ ಹಗ್ಗವನ್ನು ಕೆಳಗೆ ಯೆಳಿಯುವರು. ಆ ಕೂಡಲೆ ಭಕ್ತನು ವಂಕಿಗಳಲ್ಲಿ ಜೋತಾಡುತ್ತ ಮೇಲಕ್ಕೆ ಹೋಗುವನು. ಈ ಪ್ರಕಾರ ಕೆಲವು ವೇಳೆ ಶಿಡೀ ಆಡಿದ ಬಳಿಕ ಆ ಭಕ್ತನನ್ನು ಇಳಿಸಿ ಮತ್ತೊಬ್ಬನನ್ನು ಯೇರಿಸುವರು.

ಅತ್ತೇ ವೊಕ್ಕಲಿಗರು.

ಅತ್ತೇ ವೊಕ್ಕಲಿಗರು.—ಇವರು ಅಂಕೋಲಾ ಯಲ್ಲಾಪುರ ತಾಲೂಕುಗಳ ನಟ್ಟಡವಿಯಲ್ಲಿ ವಾಸಿಸುವರು. ಇವರು "ಅತ್ತೆ" ಯೆಂಬದೊಂದು ಬಗೆಯ ಬೆತ್ತದ ಕಾವಡಿಯಲ್ಲಿ ಭಾರ ಹೊರುತ್ತಿರುವ ಕಾರಣ ಇವರಿಗೆ ಅತ್ತೇ ವೊಕ್ಕಲಿಗರೆಂಬ ಹೆಸರು ಬಂದದೆ. ಇವರು ಕೊಂಕಣೀ ಕನ್ನಡ ಭಾಷೆಗಳನ್ನು ಮಿಶ್ರ ಮಾಡಿ ಆಡುವರು; ಆ ಭಾಷೆಯು ಯಾರಿಗೂ ತಿಳಿಯುವದಿಲ್ಲ. ಈ ಯೆರಡೂ ಭಾಷೆಗಳಲ್ಲಿ ಇಲ್ಲದಂಥ ಹಲಕೆಲವು ಶಬ್ದಗಳು ಇವರ ಭಾಷೆಯಲ್ಲಿ ಬರುತ್ತವೆ. ಉದಾಹರಣಾರ್ಥವಾಗಿ—ತಡಂ=ಕಟ್ಟಿಗೆ, ಹೆರಡು=ಯೇನು, ಕಲ್ಲ=ಈಗ, ಖಿಪ್ರ=ಹಲ್ಲಿ, ಪವೊ=ತುಟಿ, ಪಿವಾಂಡ=ಹೆಗಲು. ಇವರ ಮನೆಗಳೆಂದರೆ ಹುಲ್ಲಿನ ಗುಡುಸಲುಗಳು; ಅವು ವೊಂದಕ್ಕೊಂದು ಬಹಳ ಹೊಂದಿ ಕೊಂಡಿರುತ್ತವೆ. ಕೆಲವೊಂದು ಕುಲದ ಹಿರಿ ಮನುಷ್ಯನ ಮನೆಯ ಅಂಗಳದಲ್ಲಿ ಮಾತ್ರ ತುಳಸೀ ಗಿಡವಿರುವದು. ಇವರ ಗುಡುಸಲುಗಳಿಗೆ ಬೆಂಕಿ ಹತ್ತಿವರೆ ಇವರು ಶ್ರಮಪಟ್ಟು ನುಂದಿಸುವದಿಲ್ಲ. ಕೆಲವರ ಮನೆಗಳು ಮಾತ್ರ ಸುಟ್ಟು, ಉಳಿದವರು ಆನಂದದಿಂದ ತಮ್ಮ ಗುಡುಸಲಿನಲ್ಲಿ ಇರುವದು ಅನ್ಯಾಯವೆಂದು ಇವರು ಯೆಣಿಸುತ್ತಾರೆ. ಬೆಂಕಿ ನುಂದಿದ ಬಳಿಕ ಯೆಲ್ಲರೂ ಕೂಡಿ ಸುಟ್ಟ ಗುಡುಸಲುಗಳನ್ನು ಆಗಲೇ ನಿಲ್ಲಿಸಿ ಕೊಡುವರು. ಅತ್ತೇ ವೊಕ್ಕಲಿಗರ ಉಡಿಗೆ ಆಹಾರಗಳು ಹಾಲ್ವಕ್ಕೀ ವೊಕ್ಕಲಿಗರಂತೆ ಇರುವವು; ಆದರೆ ಸಾಕಿದ ಪಶುಗಳ ಮಾಂಸವನ್ನು ಇವರು ತಿನ್ನುವದಿಲ್ಲ. ಇವರಲ್ಲಿ ಸ್ತ್ರೀ ಪುರುಷರ ಸಂಬಂಧದ ನಿಯಮಗಳು ಬಹು ಶಿಥಿಲವಿರುತ್ತದೆ. ಇವರು ವೊದಲು ಕುಮ್ರಿ ಕಡಿದು ಪೈರು ಮಾಡುವರು. ಅದನ್ನು ಸರಕಾರದವರು ಕಟ್ಟು ಮಾಡಿದ್ದರಿಂದ ಇವರು ಈಗ ಯೆಲೆದೋಟಗಳಲ್ಲಿಯೂ ಯಾಲಕ್ಕಿಯ ತೋಟಗಳಲ್ಲಿಯೂ ಕೂಲಿಯ ಹೋರೆಯಿಂದ ಹೊಟ್ಟೆ ತುಂಬಿ ಕೊಳ್ಳುತ್ತಾರೆ. ಬೆತ್ತದ ಹೆಣಿಕೇ ಕೆಲಸವನ್ನು ಇವರಲ್ಲಿ ಕೆಲವರು ಮಾಡುವರು. ತುಳಸೀ ಗಿಡದ ಕೆಳಗೆ ವೆಂಕಟರಮಣನ ಪೂಜೆ, ಹರಿ ದಿನದ ಉತ್ಸವ, ಸುಲಿಯದಿದ್ದ ತೆಂಗಿನ ಕಾಯಿಯನ್ನು ಹಿರಿಯರ ಮೂರ್ತಿ ಯೆಂದು ಪೂಜಿಸುವ ನಡಾವಳಿ, ಗೌಡರ ಅಧಿಕಾರ, ಇವೆಲ್ಲ ಹಾಲ್ವಕ್ಕೀ ವೊಕ್ಕಲಿಗರಂತೆ ಇವರಲ್ಲಿಯೂ ನಡಿಯುತ್ತವೆ. ಅತ್ತೇ ವೊಕ್ಕಲಿಗರು ಹುಲಿದೇವನನ್ನು ವಿಶೇಷವಾಗಿ ಪೂಜಿಸುವರು. ಮೈ ನೆರಿದ ಕನ್ನಿಕೆಯನ್ನು ಇವರು ವೊಂದು ತಿಂಗಳಿನ ಮೇಲೆ ನಾಲ್ಕು ದಿವಸಗಳ ವರೆಗೆ ಹೊರಗಿಡುವರು; ಯಾರಾದರೂ ಸತ್ತರೆ ಊರವರೆಲ್ಲ ಸೂತಕ ಹಿಡಿಯುವರು. ಇವರು ಬಹಳ ಬಡವರಿದ್ದದರಿಂದ ಲಗ್ನ ಮುಹೂರ್ತಗಳಿಗಾಗಿ ಹೈಗರ ಕೈಯಿಂದ ಸಾಲ ತಕ್ಕೊಂಡು, ಬಹು ದಿವಸ ಅವರ ಮನೆಯಲ್ಲಿ ಕೂಳಿಗೆ ದುಡಿದು ಜನ್ಮ ಕಳಿಯುವರು.

ನೊಣಬರು.—ಬುನಾದಿಯಲ್ಲಿ ಚಿತ್ರದುರ್ಗದ ಶೀಮೆಗೆ ನೋನಂಬವಾಡಿ ಯೆಂಬ ಹೆಸರಿತ್ತು. ಆ ಶೀಮೆಯಿಂದ ಬಂದು ಇವರು ಶಿರಶಿ, ಕುಮಟಾ ತಾಲೂಕುಗಳಲ್ಲಿ ವಾಸಿಸುತ್ತಾರೆಂದು ತೋರುತ್ತದೆ. ಇವರು ಕನ್ನಡಿಗರು, ಲಿಂಗಧಾರಿಗಳು, ಬಣಜಿಗರನ್ನು ಸರಿಗಟ್ಟುವರು. ಇವರಲ್ಲಿ ಕೆಲವರು ತಮ್ಮ ಸ್ವಂತ ಭೂಮಿಯನ್ನು ಮಾಡುವರು, ಉಳಿದವರು ತೆರಿಗೆಗೆ ಭೂಮಿಯನ್ನು ತಕ್ಕೊಂಡು ಮಾಡುವರು. ಇವರಲ್ಲಿ ವಿಧವೆಗಳಿಗೆ ಲಗ್ನವಿಲ್ಲ; ಬಹುತರ ಯೆಲ್ಲರೂ ಓದ ಬರಿಯ ಬಲ್ಲರು, ಮಕ್ಕಳನ್ನು ಶಾಲೆಗೆ ಕಳಿಸುವರು.

ನೊಣಬರು.

ಶೀಲಂಗಿಗಳು ಅಥವಾ ಶೀಲಗೌಡರು.—ಇವರು ಮೈಸೂರು ಶೀಮೆಯಿಂದ ಬಂದು ಶಿರಶೀ ತಾಲೂಕಿನಲ್ಲಿ ವಾಸಿಸುತ್ತಾರೆ. ಹೊನ್ನಳ್ಳಿಯ ನರಸಿಂಹನು ಇವರ ದೇವರು. ಇವರು ಮಾಂಸ ತಕ್ಕೊಳ್ಳುವರು, ಆದರೆ ಮದ್ಯ ಮುಟ್ಟುವದಿಲ್ಲ; ಲಂಗೋಟಿಯ ಮೇಲೆ ಕಚ್ಚೆ ಹಾಕದೆ ಪಂಚೆ ಸುತ್ತಿಕೊಳ್ಳುವರು. ಹೆಂಗಸರಿಗೆ ಕಚ್ಚೆ ಕುಪ್ಪಸಗಳಿಲ್ಲ; ಆದರೆ ಅವರು ಕಾಡಿಗೆ ಕುಂಕುಮಗಳನ್ನು ಹಚ್ಚಿ ಕೊಳ್ಳುವರು. ಶೀಲ ಗೌಡರು ಹಾಲ್ವಕ್ಕೀ ವೊಕ್ಕಲಿಗರನ್ನು ಸರಿಗಟ್ಟುವರು; ಆದರೆ ಬ್ರಾಹ್ಮಣರು ಇವರನ್ನು ಮುಟ್ಟದರೆ ಸ್ನಾನ ಮಾಡುತ್ತಾರೆ. ಇವರು ಹೊಲಿಯರನ್ನು ಮುಟ್ಟದರೆ ತಾವೂ ಸ್ನಾನ ಮಾಡುವರು. ಹೈಗ ಬ್ರಾಹ್ಮಣರೇ ಇವರ ಉಪಾಧ್ಯಾಯರು. ಹೆಣ್ಣು ಮಕ್ಕಳ ಲಗ್ನವನ್ನು ನೆರಿದ ಬಳಿಕ ಮಾಡ ಬಹುದು; ವಿಧವೆಗಳಿಗೆ ಲಗ್ನವಿಲ್ಲ. ವೊಕ್ಕಲತನವೇ ಶೀಲಂಗಿಗಳ ಮುಖ್ಯ ಹೋರೆಯು; ಕೆಲವರು ಕೂಲೀ ಮಾಡುವರು. ಇವರು ಶುಕ್ಲ ಪ್ರತಿ ಪದೆಯಲ್ಲಿ ಮಿಷ್ಟಾನ್ನದ ಗ್ರಾಸವನ್ನು ಆಕಳಿಗೆ ಕೊಡುವರು; ಹೆಣಗಳನ್ನು ಸುಡುವರು, ಇಲ್ಲವೆ ಹುಗಿಯುವರು.

ಶೀಲಂಗಿಗಳು.

ಗೊಂಗಡೀಕಾರರು.—ಇವರಾದರೂ ಮೈಸೂರ ಶೀಮೆಯಿಂದ ಬಂದು ಸಿದ್ದಾಪುರ ಯಲ್ಲಾಪುರ ತಾಲೂಕುಗಳಲ್ಲಿ ವಾಸಿಸುತ್ತಾರೆ. ಇವರ ಭಾಷೆ ಕನ್ನಡ, ಗುರು ಚನ್ನಗಿರಿಯ ಅಯ್ಯನು, ನಡಕೊಳ್ಳುವ ದೇವರು ಹೊನ್ನಮ್ಮ, ವೀರಭದ್ರ. ಆದರೆ ಇವರು ಲಗ್ನ ಮುಂತಾದ ಕಾರ್ಯಗಳನ್ನು ಬ್ರಾಹ್ಮಣರನ್ನು ಕೇಳಿ ಮಾಡುವರು. ಗೊಂಗಡೀಕಾರರು ಮದ್ಯ ಮುಟ್ಟುವದಿಲ್ಲ, ಹೆಣ್ಣು ಮಕ್ಕಳ ಲಗ್ನವನ್ನು ನೆರಿದ ಬಳಿಕ ಮಾಡುವರು, ಹೆಣಗಳನ್ನು ಹುಗಿಯುವರು. ಇವರಲ್ಲಿ ಕೆಲವರು ವೊಕ್ಕಲತನ ಮಾಡುವರು, ಕೆಲವರು ಚಿನಿವಾಲರ ಹೋರೆ ಮಾಡುವರು. ಇವರಲ್ಲಿ ಜಾತಿ ಸಂಬಂಧದ ವಿಚಾರಣೆಗಾಗಿ ಸುಭೇದಾರ, ಕಿಲ್ಲೇದಾರ, ಶಾನಭೋಗ, ಗೌಡ, ಭಂಡಾರಿ, ಬುದ್ಧಿವಂತ, ಕೋಳಕರ, ಯೆಂಬ ಅಧಿಕಾರಿಗಳು ಒಬ್ಬರ ಕೈಕೆಳಗೊಬ್ಬರು ನಡಿಯುವರು. ಕಿಲ್ಲೇದಾರನು ಚನ್ನಗಿರಿಯ ಅಯ್ಯನ ಬಳಿಯಲ್ಲಿ ಇರುವನು. ಸುಭೇದಾರನು ಗೌರವದ ಸಂಗತಿಗಳನ್ನು ಕಿಲ್ಲೇದಾರನ ಮುಖಾಂತರವಾಗಿ ಅಯ್ಯನಿಗೆ ತಿಳಿಸಿ ಅವನ ಅಪ್ಪಣೆಯಂತೆ ನಡ ಕೊಳ್ಳುವನು. ಶಾನಭೋಗನು ಸುಭೇದಾರನ ಕೈ ಕೆಳಗೆ ಬರಿಯುವ

ಗೊಂಗಡೀಕಾರರು.

ಕೆಲಸ ಮಾಡುವನು. ಗೌಡನು ಊರ ಹಿರಿಯನು; ಕೋೞಕರನು ಅವನ ಕೈ ಕೆಳಗೆ ತಳವಾರನ ಕೆಲಸ ಮಾಡುವನು. ಗೊಂಗಡೀಕಾರರು ತಮ್ಮ ಮಕ್ಕಳನ್ನು ಶಾಲೆಗೆ ಕಳಿಸುತ್ತಾರೆ.

ಕೋಟ ವೊಕ್ಕಲಿಗರು.

ಕೋಟ ವೊಕ್ಕಲಿಗರು.—ಇವರು ಶಿರಸಿ, ಶಿದ್ದಾಪುರ ತಾಲೂಕುಗಳಲ್ಲಿ ಇರುತ್ತಾರೆ. ಅಡಿಕೇ ಗೊಂಚಲುಗಳಿಗೆ ಚೀಲು ಮಾಡಿ ಹಾಕುವ ಹೋರೆಯನ್ನು ಮಾಡುತ್ತಿರುವ ಕಾರಣ ಇವರಿಗೆ ಈ ಹೆಸರು ಬಂದದೆ. ಇವರ ಭಾಷೆ, ಉಡಿಗೆ, ರೂಪ, ಆಹಾರ, ಧರ್ಮ, ನಡಾವಳಿ, ಮುಂತಾದವುಗಳೆಲ್ಲ ಹಾಲ್ವಕ್ಕೀ ವೊಕ್ಕಲಿಗರಂತೆ. ಆದರೆ ಅವರಿಗೂ ಇವರಿಗೂ ಊಟದ ಬಳಿಕೆಯಾಗುವದಿಲ್ಲ.

ತಿಗಳರು.

ತಿಗಳರು.—ಇವರು ಶಿರಸಿ, ಸಿದ್ದಾಪುರ ತಾಲೂಕುಗಳಲ್ಲಿ ಇರುತ್ತಾರೆ; ತಮಿಳವನ್ನು ಹೋಲುವಂಥ ಇಬ್ಬಾರವೆಂಬ ಭಾಷೆಯನ್ನಾಡುವರು. ಇವರ ದೇವತೆಯ ಹೆಸರು ಗುರುನಾಥಮ್ಮ; ಈ ದೇವತೆಯ ಗುಡಿ ಕಾರಿಕಲ್ಲಿನಲ್ಲಿ ಇರುತ್ತದೆ. ಇವರು ಮದ್ಯ ಮಾಂಸ ತಕ್ಕೊಳ್ಳುವರು, ಬ್ರಾಹ್ಮಣರ ಶಿಷ್ಯರಾಗಿ ನಡಿಯುವರು. ಇವರಲ್ಲಿ ಕೆಲವರು ವೊಕ್ಕಲತನ ಮಾಡುವರು, ಕೆಲವರು ಸರಕಾರೀ ನೌಕರಿಯ ಮಾಡುವರು, ಕೆಲವರು ಕೂಲೀ ಮಾಡುವರು. ಇವರಲ್ಲಿ ಹೆಣ್ಣು ಮಕ್ಕಳ ಲಗ್ನವು ನೆರಿದ ಬಳಿಕ ಆಗ ಬಹುದು; ವಿಧವೆಗಳಿಗೆ ಲಗ್ನವಿಲ್ಲ; ಗಂಡು ಮಗನ ಲಗ್ನದ ಪೂರ್ವ ದಿವಸ ಅವನ ಮುಂಜಿಯನ್ನು ಮಾಡುವರು; ಮಕ್ಕಳನ್ನು ಶಾಲೆಗೆ ಕಳಿಸುವರು. ಒಟ್ಟಿಗೆ ಇವರು ಸುಖದಿಂದಿದ್ದಾರೆ.

ಶಿಲ್ಪಿಗರ ಜಾತಿಗಳು.

	ಜಾತಿ.	ಧಾರವಾಡ.			ಬೆಳಗಾವಿ.			ವಿಜಾಪುರ.			ಕಾರವಾರ.			
		ಗಂಡು	ಹೆಣ್ಣು	ಒಟ್ಟು	ಗಂಡು	ಹೆಣ್ಣು	ಒಟ್ಟು	ಗಂಡು	ಹೆಣ್ಣು	ಒಟ್ಟು	ಗಂಡು	ಹೆಣ್ಣು	ಒಟ್ಟು	
೧	ಪಂಚಾಳರು	೯೨೯೦	೮೮೮೫	೧೮೧೭೫	೫೦೯೨	೪೮೨೮	೯೯೨೦	೩೦೯೫	೩೦೨೭	೬೧೨೨	,,	,,	,,	
೨	ಬಡಿಗಿಗಳು........	೧೦೫೧	೯೬೨	೨೦೧೩	೨೦೯೭	೧೯೯೦	೪೦೮೭	,,	,,	,,	*೪೯೯೯	*೪೭೭೯	*೯೭೭೮	* ಪ್ರೈ. ಸುತಾರ ೧೬೨೯ + ೧೪೯೧=೩೨೨೦.
೩	ಕಮ್ಮಾರರು........	೬೧೩	೬೦೪	೧೨೧೭	೧೧೬೬	೧೦೨೮	೨೧೯೪	,,	,,	,,	೪೨೮	೪೦೬	೮೩೪	
೪	ಕುಂಬಾರರು	೧೩೫೫	೧೨೮೬	೨೬೪೧	೨೦೨೨	೧೯೭೬	೪೦೦೧	೨೭೪೧	೨೬೮೧	೫೪೨೯			*೨೬೦೦	* ಕನ್ನಡ ೧೫೦೦ ಕೊಂಕಣೀ ೬೦೦ ಲಿಂಗವಂತ ೫೦೦
೫	ಸೊನ್ನಗಾರರು	೧೩೫೯	೧೦೪೬	೨೪೦೫	೨೦೭೯	೧೯೫೨	೪೦೩೧	,,	,,	,,	*೫೧೨೦	*೫೨೩೮	*೧೦೩೫೮	* ಕನ್ನಡ ಅಗಸಾಲಿಗರು ೨೦೦.
೬	ಉಪ್ಪಾರರು (ಗೌಂಡಿ) ...	೨೯೮೨	೩೦೦೮	೫೯೯೦	೪೨೭೮	೪೨೭೫	೮೫೫೩	೩೬೪೬	೩೮೨೦	೭೪೬೬		•	೮೯	
೭	ಶಿಂಪಿಗರು	೩೨೨೯	೩೩೫೦	೬೫೭೯	೧೯೦೮	೧೮೬೧	೩೭೬೯	೨೫೨೬	೨೫೧೯	೫೦೪೫	೩೪೮	೨೮೦	೬೨೮	
೮	ಜೀನಗಾರರು........	೨೦೫	೨೦೪	೪೦೯	೨೭೪	೨೬೦	೫೩೪	೧೫೧	೧೫೯	೩೧೦	೧೬	೧೪	೩೦	
೯	ಮೇದಾರರು	೫೩೯	೫೩೩	೧೦೭೨	೫೪೪	೫೪೮	೧೦೯೨	೧೩೯	೧೪೪	೨೮೩	೨೯೪	೧೯೩	೪೮೭	
೧೦	ಕಾಸಾರರು..........	,,	,,	,,	೧೦೯	೧೦೩	೨೧೨	,,	,,	,,			೧೫	
೧೧	ಕಂಚುಗಾರರು (ಓತಾರಿ) .	,,	,,	,,	೩೨	೪೫	೭೭	,,	,,	,,	,,	,,	,,	
೧೨	ನೀಲಗಾರರು (ನಾ) ಗಲೀಕರು ಸಹಿತ)	,,	,,	,,	,,	,,	,,	೯೪೪	೯೬೩	೧೯೦೭	,,	,,	,,	
೧೩	ಗುಡಿಗಾರರು	,,	,,	,,	,,	,,	,,	,,	,,	,,	೧೯೦	೧೯೦	೩೮೦	
೧೪	ಬಳೆಗಾರರು	,,	,,	,,	,,	,,	,,	,,	,,	,,			೧೫	
೧೫	ಕಲ್ಲು ಕುಟ್ಟಿಗರು (ಒಡ್ಡರು)	,,	,,	,,	,,	,,	,,	,,	,,	,,			೧೦೦	
೧೬	ಬೈಲುಗಂಬಾರರು (ಘಿಸಾಡಿ)	೦	೦	೦	೩೭	೪೦	೭೭	೧೯	೨೧	೪೦	೦	೦	೦	

ಪಂಚಾಳರು.—ಇವರು ತಮ್ಮ ಜಾತಿಯ ಪೀಠಿಕೆಯನ್ನು ಹೇಳುವದು ಹ್ಯಾಗಂದರೆ—ಕಾಳಮ್ಮನೇ ಆದಿ ಮಾಯೆಯು. ಆಕೆ ವಿಶ್ವಕರ್ಮನನ್ನು ಹುಟ್ಟಿಸಿದಳು. ಅವನಿಗೆ ವಿರಾಟ ಪುರುಷನೆಂತಲೂ ಅನ್ನುವರು. ಈ ವಿರಾಟ ಪುರುಷನ ಐದು ಬಾಯಿಗಳಿಂದ ಸನಕ, ಸನಾತನ, ಅಭುವನ, ಪ್ರಸ್ಥಾನ, ಸುವರ್ಣ, ಯೆಂಬ ಐವರು ಋಷಿಗಳು ಹುಟ್ಟಿದರು. ಇವರು ಕ್ರಮವಾಗಿ ಕಮ್ಮಾರಿಕೆ, ಕಂಚುಗಾರಿಕೆ, ಬಡಿಗಿತನ, ಕಲ್ಲುಕುಟ್ಟಿಗತನ, ಸೊನ್ನಗಾರಿಕೆ, ಈ ಐದು ಹೋರೆಗಳನ್ನು ಕೈಕೊಂಡರು. ಇವೇ ಐದು ಹೆಸರುಗಳು ಈಗಿನ ಪಂಚಾಳರ ಐದು ಗೋತ್ರಗಳೆಂದು ಹೇಳಲ್ಪಡುತ್ತವೆ. ಈ ಐದು ಹೋರೆಗಳ ಪಂಚಾಳರು ಐದು ಬೇರೆ ಬೇರೆ ಜಾತಿಗಳೆಂದು ಯೆಣಿಸಲ್ಪಡುತ್ತಾರೆ. ಅವರವರೊಳಗೆ ಅನ್ನೋದಕ ವ್ಯವಹಾರ ಶರೀರ ಸಂಬಂಧಗಳು ಸ್ವಲ್ಪ ಕಡೆಯಲ್ಲಿ ಮಾತ್ರ ಆಗುತ್ತವೆ. ಕಾನಡಾ ಜಿಲ್ಲೆಯ ಘಟ್ಟದ ಕೆಳಗಿನ ಪಂಚಾಳರ ಹೊರ್ತು ಉಳಿದವರೆಲ್ಲರ ದೇವತೆಗಳು ಕಾಳಮ್ಮ, ಈಶ್ವರ; ಜನ್ಮಭಾಷೆ ಕನ್ನಡ. ಇವರಲ್ಲಿ ಕೆಲವರು ಬ್ರಾಹ್ಮಣರ ಹಾಗೇ ಧೋತ್ರ ಉಡುವರು, ಕೆಲವರು ೫ ಮೊಳದ ಪಂಜೆಗಳನ್ನು ಉಡುವರು. ಎಲ್ಲರಿಗೂ ಜನಿವಾರಗಳಿರುತ್ತವೆ. ಹೆಂಗಸರು ಬ್ರಾಹ್ಮಣರ ಹೆಂಗಸರ ಹಾಗೆ ಶೀರೆ ಉಟ್ಟು ಕುಂಕುಮ ಹಚ್ಚುವರು. ಕನ್ನಡ ಪಂಚಾಳರು ಮದ್ಯ ಮಾಂಸಗಳನ್ನು ಮುಟ್ಟುವದಿಲ್ಲ, ಬ್ರಾಹ್ಮಣರ ನೀರು ತಕ್ಕೊಳ್ಳುವದಿಲ್ಲ, ಬ್ರಾಹ್ಮಣರನ್ನು ಯಾವ ಕಾರ್ಯಕ್ಕೂ ಕರಿಯುವದಿಲ್ಲ. ನಿಜಾಮ ಇಲಾಖೆಯಲ್ಲಿ ಅಂತರ್ವಳ್ಳಿ ಯೆಂಬಲ್ಲಿಯೂ ವಿಜಾಪುರ ಜಿಲ್ಲೆಯಲ್ಲಿ ಯಾತಗಿರಿ ಯೆಂಬಲ್ಲಿಯೂ ಇವರ ಗುರುಗಳಿರುತ್ತಾರೆ; ಅವರು ಗೃಹಸ್ಥಾಶ್ರಮಿಗಳು. ಇವರ ಲಗ್ನ ಮುಹೂರ್ತಾದಿ ಕಾರ್ಯಗಳನ್ನು ಮಾಡಿಸುವ ಉಪಾಧ್ಯಾಯರು ಇವರ ಜಾತಿಯವರೇ ಇರುತ್ತಾರೆ. ಇವರಲ್ಲಿ ಹೆಣ್ಣು ಮಕ್ಕಳ ಲಗ್ನವು ೧೦ ವರ್ಷದ ಪೂರ್ವದಲ್ಲಿ ಆಗಲಿಕ್ಕೆ ಬೇಕು; ವಿಧವೆಗಳಿಗೆ ಲಗ್ನವಿಲ್ಲ; ಅವರು ಬಹುತರ ತಲೆ ಬೋಳಿಸಿ ಕೊಳ್ಳುವರು; ಪಂಚಾಳರು ತಮ್ಮ ಹೆಣಗಳನ್ನು ಸುಡುತ್ತಾರೆ. ಒಟ್ಟಿಗೆ ಪಂಚಾಳರ ಯೆಲ್ಲ ಜಾತಿಗಳು ಸುಖಿಯಾಗಿರುತ್ತವೆಂದು ಹೇಳ ಬಹುದು. ಹುಡುಗರು ಶಾಲೆಗೆ ಹೋಗುತ್ತಾರೆ.

ಕಾನಡಾ ಜಿಲ್ಲೆಯ ಘಟ್ಟದ ಕೆಳಗಿನ ಪಂಚಾಳರು ಗೋವೆಯಿಂದ ಬಂದವರು. ಅವರ ಭಾಷೆ ಕೊಂಕಣೀ, ದೇವತೆಗಳು ಹ್ಮಾಳಸಾ, ಶಾಂತಾದುರ್ಗಾ, ಮಂಗೇಶ. ಆದರೆ ಇವರಲ್ಲಿ ಕೆಲವರು ವೈಷ್ಣವರುಂಟು. ಅವರು ಉಡಪಿಯ ವ್ಯಾಸರಾಯ ಮಠದ ಶಿಷ್ಯರು, ವೈಷ್ಣವ ಬ್ರಾಹ್ಮಣರ ಹಾಗೆ ಮುದ್ರೆಗಳನ್ನು ಹಚ್ಚುವರು. ಇವರ ಉಪಾಧ್ಯಾಯರು ಕರಾಡಸ್ಥರು ಇಲ್ಲವೆ ಹವೀಕ ಬ್ರಾಹ್ಮಣರು. ಘಟ್ಟದ ಕೆಳಗಿನ ಪಂಚಾಳರು ಮೀನ ತಿನ್ನುವರು.

ಪಂಚಾಳ ಜಾತಿಗಳು ಮಾಡುವ ಹೋರೆಗಳು ಯಾವತ್ತು ಜನರಿಗೆ ಬೇಕಾಗುವಂಥವೇ ಇರುವ ಕಾರಣ ಬೇರೆ ಹಲವು ಜಾತಿಗಳ ಜನರು ಅವರ ಹೋರೆಗಳನ್ನು ಮಾಡಿ ಜೀವಿಸುತ್ತಾರೆ. ಕೆಳಗೆ ವಿವರಿಸಿದ ಬಡಿಗಿಗಳು, ಕಮ್ಮಾರರು, ಸೊನ್ನಗಾರರು, ಈ ಜನರು ಬಹುತರ ಅನ್ಯ ಜಾತಿಯವರಿರುತ್ತಾರೆ.

ಬಡಿಗಿಗಳು.

ಬಡಿಗಿಗಳು.—ವಿಜಾಪುರ, ಧಾರವಾಡ ಜಿಲ್ಲೆಗಳಲ್ಲಿ ಬಹುತರ ಯಾವತ್ತು ಬಡಿಗಿಗಳು ಪಂಚಾಳ ಜಾತಿಯವರೇ ಉಂಟು. ಬೆಳಗಾವಿ, ಧಾರವಾಡ ಜಿಲ್ಲೆಗಳ ಪಶ್ಚಿಮ ತಾಲೂಕುಗಳಲ್ಲಿ ಹಲಕೆಲವರು ಗೋಮಂತಕದಿಂದ ಬಂದಂಥ ಮರಾಠೀ ಭಾಷೆಯ ಬಡಿಗಿಗಳಿರುತ್ತಾರೆ. ಅವರ ಧರ್ಮ, ಆಚಾರ, ಉಡಿಗೆ, ಆಹಾರ, ಮುಂತಾದವುಗಳೆಲ್ಲ ಕಾನಡಾ ಜಿಲ್ಲೆಯ ಘಟ್ಟದ ಕೆಳಗಿನ ಪಂಚಾಳರ ಹಾಗೇ ಇರುವ ಕಾರಣ ಇವರಾದರೂ ಆ ಮರಾಠೀ ಪಂಚಾಳರ ಕುಲದವರೇ ಇರ ಬಹುದೆಂದು ತೋರುತ್ತದೆ. ಕಾನಡಾ ಜಿಲ್ಲೆಯ ಘಟ್ಟದ ಮೇಲಿನ ತಾಲೂಕುಗಳಲ್ಲಿ ಪಂಚಾಳರಲ್ಲದಂಥ ಕನ್ನಡ ಬಡಿಗಿಗಳು ಕೆಲವರಿರುತ್ತಾರೆ. ಅವರ ಆಚಾರಾದಿಗಳಲ್ಲಿ ವಿಶೇಷವೇನೆಂದರೆ—ಈ ಬಡಿಗಿಗಳು ಶಿರಸಂಗಿಯ ಕಾಳಮ್ಮನಿಗೆ ನಡಕೊಳ್ಳುತ್ತಾರೆ. ಇವರ ಗುರು ಮೋನಪ್ಪನೆಂಬ ಯತಿಯು ಹುಬ್ಬಳ್ಳಿಯಲ್ಲಿ ಇರುತ್ತಾನೆ. ಇವರ ಹೆಂಗಸರು ಕಚ್ಚೀ ಹಾಕುವದಿಲ್ಲ. ಇವರು ಮೀನ, ಮಾಂಸ, ತಿನ್ನುತ್ತಾರೆ; ಆದರೆ ಶರೆ ಕುಡಿಯುವದಿಲ್ಲ. ವಿಧವೆಗಳ ಲಗ್ನ ಮಾಡುತ್ತಾರೆ. ಉಳಿದ ನಡಾವಳಿ ಮುಂತಾದವುಗಳೆಲ್ಲ ಪಂಚಾಳರಂತೆ.

ಕಮ್ಮಾರರು.

ಕಮ್ಮಾರರು.—ವಿಜಾಪುರ ಜಿಲ್ಲೆಯ ಕಮ್ಮಾರರೆಲ್ಲ ಬಹುತರ ಪಂಚಾಳರೇ.

ಬೆಳಗಾವೀ ಜಿಲ್ಲೆಯವರು ತಾವು ವಿಶ್ವಕರ್ಮನ ವಂಶದವರೆಂದು ಹೇಳುತ್ತಾರೆ. ಅವರು ವಿಶ್ವಕರ್ಮನ ಕಥೆ ಹೇಳುವದು ಹ್ಯಾಗಂದರೆ—ಬ್ರಹ್ಮನು ಮನುವನ್ನು ಹುಟ್ಟಿಸಿದನು; ಅವನ ಮಗ ಪ್ರಜಾಪತಿ; ಅವನ ೮ ಜನ ಹೆಂಡರಲ್ಲಿ ವೊಬ್ಬಳು ವಿಶ್ವಕರ್ಮನನ್ನು ಹಡಿದಳು; ಅವನಿಗೆ ೫ ಮೋರೆಗಳೂ, ೧೦ ಕೈಗಳೂ. ವಿಶ್ವಕರ್ಮನಿಗೆ ೫ ಜನ ಮಕ್ಕಳು. ಅವರಲ್ಲಿ ದೈವಜ್ಞನೆಂಬವನು ಸೊನ್ನಗಾರನಾದನು; ಮನುವೆಂಬವನು ಕಮ್ಮಾರನಾದನು; ಮಯನೆಂಬವನು ಕಂಚುಗಾರನಾದನು; ತ್ವಷ್ಟನೆಂಬವನು ಬಡಿಗಿಯಾದನು; ಶಿಲ್ಪಿ ಯೆಂಬವನು ಕಲ್ಲುಕುಟ್ಟಿಗನಾದನು. ಇವರು ತಮಗೆ ವೇದವನ್ನು ಕಲಿಯುವ ಅಧಿಕಾರವೂ ಷಟ್ಕರ್ಮಗಳ ಅಧಿಕಾರವೂ ಇರುತ್ತವೆಂದು ಹೇಳುತ್ತಾರೆ. ಗಂಡಸರು ಜನಿವಾರವನ್ನು ಲಗ್ನದ ಪೂರ್ವ ದಿವಸ ಹಾಕಿಕೊಳ್ಳುವರು; ಹೆಂಗಸರಿಗೆ ಕಚ್ಚೆ ಕುಂಕುಮಗಳಿವೆ. ಇವರ ಜನ್ಮಭಾಷೆ ಕನ್ನಡ. ಇವರು ಮಾಂಸ ತಿನ್ನುವದಿಲ್ಲ; ಆದರೆ ಕದ್ದು ಮುಚ್ಚಿ ಶರೆ ಕುಡಿಯುತ್ತಾರೆ. ಇವರಿಗೆ ಸ್ವಂತ ಜಾತಿಯ ಉಪಾಧ್ಯಾಯರಿರುತ್ತಾರೆ; ಲಗ್ನಾದಿ ಕಾರ್ಯಗಳಲ್ಲಿ ಬ್ರಾಹ್ಮಣರನ್ನು ಕರಿಯುವದಿಲ್ಲ. ಇವರ ಗುರು ಸನ್ಯಾಸಿಯು, ಅವನನ್ನು ಜಾತಿಯವರೇ ನೇಮಿಸುತ್ತಾರೆ. ಇವರ ದೇವತೆಗಳು ಶಿವ, ಯೆಲ್ಲಮ್ಮ, ಖಂಡೋಬ, ಕಾಳಮ್ಮ. ವಿಧವೆಗಳ ಲಗ್ನವಾಗುತ್ತದೆ, ಹೆಣಗಳನ್ನು ಸುಡುವರು. ಇವರ ಮಕ್ಕಳು ಶಾಲೆಗೆ ಹೋಗುತ್ತಾರೆ.

ಧಾರವಾಡದ ಕಮ್ಮಾರರಾದರೂ ಕನ್ನಡಿಗರೆ. ಶಿರಸಂಗಿಯ ಕಾಳಮ್ಮ ಇವರ ಕುಲದೇವರು. ಇವರು ಮದ್ಯ ಮಾಂಸಗಳನ್ನು ನಿರಾತಂಕವಾಗಿ ತಕ್ಕೊಳ್ಳುವರು. ಹೆಂಗಸರಿಗೆ ಕಚ್ಚೆ ಇಲ್ಲ; ಬ್ರಾಹ್ಮಣರೇ ಇವರ ಉಪಾಧ್ಯಾಯರು. ಇವರಿಗೆ ಸ್ವತಂತ್ರ ಗುರು

10*

ವಿಲ್ಲ; ಶಂಕರಾಚಾರ್ಯರ್ನೇ ಇವರ ಗುರುವೆಂದು ತೋರುತ್ತದೆ. ಲಗ್ನದ ಹೊರ್ತು ಯಾವ ಸಂಸ್ಕಾರವೂ ಇವರೊಳಗೆ ಆಗುವದಿಲ್ಲ. ಹೆಣವನ್ನು ಸುಡುವರು, ವಿಧವೆಗಳ ಲಗ್ನ ಮಾಡುವರು. ಇವರ ಮಕ್ಕಳಲ್ಲಿ ಅಲ್ಪ ಸ್ವಲ್ಪ ಜನರು ಶಾಲೆಗೆ ಹೋಗುತ್ತಾರೆ.

ಕಾನಡಾ ಜಿಲ್ಲೆಯ ಕಮ್ಮಾರರಲ್ಲಿ ಕನ್ನಡಿಗರೂ ಕೊಂಕಣಿಗರೂ ಬೇರೆ ಬೇರೆ. ಇವರಿಗೆ ಆಚಾರಿಗಳೆಂದೆನ್ನುವರು. ಈ ಯೆರಡೂ ಜಾತಿಗಳು ಪಂಚಾಳರವೇ ಯೆಂದು ತೋರುತ್ತದೆ. (ಪಂಚಾಳರ ವರ್ಣನೆ ನೋಡು.)

ಕುಂಬಾರರು.

ಕುಂಬಾರರು.— ಇವರಲ್ಲಿ ಲಿಂಗವಂತರು, ಲಾಡರು, ಮಹಾರಾಷ್ಟ್ರರು, ತೆಲಗರು, ಪರದೇಶಿಗಳು, ಕನ್ನಡಿಗರು, ಕೊಂಕಣಿಗರು, ಯೆಂದು ಯೇಳು ಬೇರೆ ಬೇರೆ ಜಾತಿಗಳುಂಟು. ಇವರು ಮನೆಯಲ್ಲಿ ತಮ್ಮ ತಮ್ಮ ಭಾಷೆಗಳನ್ನು ಪರರ ಕೂಡ ಕನ್ನಡ ಭಾಷೆಯನ್ನು ಆಡುತ್ತಾರೆ. ವಿಜಾಪುರ ಜಿಲ್ಲೆಯಲ್ಲಿ ಲಿಂಗವಂತರು, ಲಾಡರು, ಮಹಾರಾಷ್ಟ್ರರು, ತೆಲಗರು, ಪರದೇಶಿಗಳು, ಈ ಐದು ಜಾತಿಗಳಿವೆ. ಬೆಳಗಾವೀ ಜಿಲ್ಲೆಯಲ್ಲಿ ಲಿಂಗವಂತರು, ಮಹಾರಾಷ್ಟ್ರರು, ಪರದೇಶಿಗಳು, ಈ ಮೂರು ಜಾತಿಗಳಿವೆ. ಧಾರವಾಡ ಜಿಲ್ಲೆಯಲ್ಲಿ ಲಿಂಗವಂತರು ಮಾತ್ರ ಇರುತ್ತಾರೆ. ಕಾನಡಾ ಜಿಲ್ಲೆಯಲ್ಲಿ ಲಿಂಗವಂತರು, ಕನ್ನಡಿಗರು, ಕೊಂಕಣಿಗರು, ಈ ಮೂರು ಜಾತಿಗಳಿವೆ. ಇವರೆಲ್ಲರು ತಿಗರಿಯ ಮೇಲೆ ಗಡಿಗೆ, ಮುಂತಾದ ಮಣ್ಣಿನ ಪಾತ್ರೆಗಳನ್ನು ಮಾಡುತ್ತಾರೆ. ಗ್ರಾಮ ದೇವತೆ ಮುಂತಾದ ದೇವತೆಗಳ ಮೂರ್ತಿಗಳನ್ನು ಮಾಡ ಬೇಕಾಗಿದ್ದಾಗ ಇವರೇ ಮಾಡ ತಕ್ಕವರು. ಹಳ್ಳಿಗಳ ಬಲೂತಿದಾರರಲ್ಲಿ ವೊಬ್ಬ ಕುಂಬಾರನಿಗೆ ಬಲೂತಿ ಇರುತ್ತದೆ.

ಲಿಂಗವಂತ ಕುಂಬಾರರೆಲ್ಲರು ಪಂಚಮಸಾಲಿಯವರಿರುತ್ತಾರೆ. (ಲಿಂಗವಂತರಲ್ಲಿ ಇವರ ನಡಾವಳಿಗಳನ್ನು ನೋಡು.) ಇವರು ಕತ್ತೆಗಳನ್ನು ಸಾಕುತ್ತಾರೆ. ಬೆಳಗಾವೀ ಜಿಲ್ಲೆಯಲ್ಲಿ ಹೆಣಗಳನ್ನು ಬಂಡಿಯ ಮೇಲೆ ಕೂಡ್ರಿಸಿಕೊಂಡು ವೊಯ್ಯುತ್ತಾರೆ.

ಲಾಡ ಜಾತಿಯವರ ಧರ್ಮ, ನಡಾವಳಿ, ಮುಂತಾದವುಗಳನ್ನು ಆ ಜಾತಿಯ ಸದರಿನ ಕೆಳಗೆ ವಿವರಿಸಿದ್ದೇವೆ.

ಮಹಾರಾಷ್ಟ್ರರು, ಪರದೇಶಿಗಳು, ತೆಲಗರು, ಈ ಮೂವರು ತಮ್ಮ ಜಾತಿಯ ಹೊರ್ತು ಬೇರೆ ಯಾವ ಜಾತಿಯಲ್ಲಿಯೂ ಶರೀರ ಸಂಬಂಧ ಮಾಡುವದಿಲ್ಲ; ಲಿಂಗವಂತ ಕುಂಬಾರರಲ್ಲಿ ಮಾತ್ರ ಅಲ್ಲದೆ ತಮ್ಮ ಜಾತಿಯ ಹೊರ್ತು ಬೇರೆ ಯಾವ ಜಾತಿಯವರಲ್ಲಿಯೂ ಉಣ್ಣುವದಿಲ್ಲ. ಮಹಾರಾಷ್ಟ್ರರು ಸಣ್ಣ ಡೇರೆಗಳನ್ನು ಕತ್ತೆಯ ಮೇಲೆ ಹೇರಿಕೊಂಡು ಊರೂರು ತಿರುಗುತ್ತಾರೆ; ಮದ್ಯ ಮಾಂಸಗಳನ್ನು ತಕ್ಕೊಳ್ಳುತ್ತಾರೆ. ಆದರೆ ಪರದೇಶಿಗಳೂ ತೆಲಗರೂ ಮದ್ಯ ಮಾಂಸಗಳನ್ನು ತಿನ್ನುವದಿಲ್ಲ. ಮೂರೂ ಜಾತಿಗಳ ಗಂಡಸರ ಉಡಿಗೆಗಳು ವೊಕ್ಕಲಿಗರ ಹಾಗಿರುತ್ತವೆ; ಹೆಂಗಸರು ಕಚ್ಚೆ ಹಾಕುವದಿಲ್ಲ, ಕುಂಕುಮ ಹಚ್ಚುವದಿಲ್ಲ; ಅವರು ಮನೆಗೆಲಸವಲ್ಲದೆ, ಕೆಸರು ಹದ ಮಾಡುವದಕ್ಕೋಸ್ಕರ ಅದರೊಳಗೆ ಕೂಡಿಸಲಿಕ್ಕೆ ಕುದುರೇ ಲದ್ದಿಯನ್ನು ಹುಡುಕಿ ತರುತ್ತಾರೆ. ಮೂರೂ

ಜಾತಿಗಳಲ್ಲಿ ವಿಧವೆಗಳ ಲಗ್ನವಾಗುತ್ತದೆ, ಹೆಣ್ಣು ಮಕ್ಕಳ ಲಗ್ನವು ನೆರೆಯುವ ಪೂರ್ವದಲ್ಲಿ ಆಗಲಿಕ್ಕೆ ಬೇಕು. ಕೆಲವರು ಹೆಣಗಳನ್ನು ಸುಡುವರು, ಕೆಲವರು ಹುಗಿಯುವರು. ಇವರು ಶಿವ, ಲಕ್ಷ್ಮಿ, ಹನುಮಂತ, ರವಳನಾಥ, ಜೋತೀಬಾ, ಯೆಲ್ಲಮ್ಮ, ಈ ದೇವತೆಗಳಿಗೆ ನಡಕೊಳ್ಳುವರು; ಬ್ರಾಹ್ಮಣರನ್ನು ಲಗ್ನ ಮುಂತಾದ ಕಾರ್ಯಗಳಿಗೆ ಕರಿಯುವರು.

ಕಾನಡಾ ಜಿಲ್ಲೆಯ ಲಿಂಗವಂತರಲ್ಲದಂಥ ಕನ್ನಡ ಕುಂಭಾರರು ದುರ್ಗೆ, ಹಳದೀಪುರದ ಮಡಕದೇವಿ, ಜಟ್ಟಿಗ, ಈ ದೇವತೆಗಳನ್ನು ಪೂಜಿಸುವರು, ಮಾಂಸ ಮೀನುಗಳನ್ನು ತಿನ್ನುವರು, ಆದರೆ ಮದ್ಯ ಮುಟ್ಟುವದಿಲ್ಲ. ಗಂಡಸರು ಲಂಗೋಟೀ ಹಾಕುವರು, ಹೆಂಗಸರು ಕಚ್ಚೀ ಹಾಕುವದಿಲ್ಲ, ಕುಪ್ಪಸ ತೊಡುವರು. ಈ ಕುಂಬಾರರು ಗುಡಿಗಳಲ್ಲಿ ಹಲಕೆಲವು ಸೇವೆಯನ್ನು ಮಾಡುವರು. ಆ ಸೇವೆ ಮಾಡುವವರಿಗೆ ಗುಂಗರೆಂದೆನ್ನುವರು. ಭಾಂಡವೆಂಬ ಶಿಡಿ ಆಡುವ ಜಾತ್ರೆಯಲ್ಲಿ ಕಲಶದ ಪೂಜೆಯನ್ನೂ, ಅದನ್ನು ಹೊರುವ ಕೆಲಸವನ್ನೂ ಕುಂಬಾರರೇ ಮಾಡ ತಕ್ಕವರು. ಒಂದು ತಾಮ್ರದ ಇಲ್ಲವೆ ಬೆಳ್ಳಿಯ ಗಿಂಡಿಯೊಳಗೆ ನೀರು ತುಂಬಿ, ಬಾಯಿಗೆ ಮಾವಿನ ಯೆಲೆಗಳನ್ನು ಹಾಕಿ, ಮೇಲೆ ತೆಂಗಿನಕಾಯಿ ಇಟ್ಟರೆ ಅದು ಕಲಶವಾಯಿತು. ಆದರೆ ಆ ಗಿಂಡಿಯ ಮೇಲೆ ವೊಂದು ಪ್ರಕಾರದ ಆಕೃತಿಯನ್ನು ಬರಿದ ಹೊರ್ತು ಕಲಶದ ಸ್ವರೂಪವು ಪೂರ್ಣವಾಗುವದಿಲ್ಲ. ಇವರಲ್ಲಿ ಲಗ್ನ ಮುಂತಾದ ಕಾರ್ಯಗಳನ್ನು ಹೈಗರು ಮಾಡಿಸುತ್ತಾರೆ; ವಿಧವೆಗಳ ಲಗ್ನಕ್ಕೆ ಅಡ್ಡಿ ಇಲ್ಲ; ಹೆಣಗಳನ್ನು ಸುಡುವರು, ಇಲ್ಲವೆ ಹುಗಿಯುವರು. ಇವರಿಗೆ ಬಡತನ ಬಹಳ.

ಕೊಂಕಣೀ ಕುಂಬಾರರು ಕಾರವಾಡ ಯಲ್ಲಾಪುರ ತಾಲೂಕುಗಳಲ್ಲಿ ವಿಶೇಷವಾಗಿ ಇರುತ್ತಾರೆ. ಇವರು ಗೋಮಂತಕ ಶೀಮೆಯಿಂದ ಬಂದವರು. ಕನ್ನಡಿಗರಂತೆ ಇವರಾದರೂ ಗುಡಿಗಳಲ್ಲಿ ಸೇವೆಯನ್ನು ಮಾಡುವರು. ಕೆಲವು ಗುಡಿಗಳಲ್ಲಿ ಇವರ ಹೊರ್ತು ಬೇರೆ ಯಾರ ಅಧಿಕಾರವೂ ಇರುವದಿಲ್ಲ. ಇವರ ಉಡಿಗೆ ಆಹಾರಗಳು ಕನ್ನಡಿಗರಂತೆ; ಆದರೆ ಹೆಂಗಸರು ಕಚ್ಚೀ ಹಾಕುವರು. ಇವರು ತಮ್ಮ ಮನೆಗಳಲ್ಲಿ ಪುರಿಸನೆಂಬ ದೇವತೆಯ ಹಿತ್ತಾಳಿಯ ಮೂರ್ತಿಯನ್ನು ಪೂಜಿಸುವರು. ಇವರಲ್ಲಿ ವಿಧವೆಗಳಿಗೆ ಲಗ್ನವಿಲ್ಲ, ಹೆಣಗಳನ್ನು ಸುಡುವರು. ಇವರು ಕನ್ನಡಿಗರಿಗಿಂತ ಹೆಚ್ಚು ಸುಖಿಯಾಗಿದ್ದಾರೆ.

ಕಾನಡಾ ಜಿಲ್ಲೆಯಲ್ಲಿ ಬ್ರಾಹ್ಮಣರ ಪ್ರವೇಶವಾಗುವ ಪೂರ್ವದಲ್ಲಿ ಕುಂಬಾರರೇ ಲಗ್ನ ಉತ್ಸವ, ಮರಣ, ಮುಂತಾದ ಕಾರ್ಯಗಳಲ್ಲಿ ಧರ್ಮದ ಕೃತ್ಯಗಳನ್ನು ಮಾಡುವರೆಂದು ತೋರುತ್ತದೆ. ಈಗ್ಯೂ ಗ್ರಾಮ ದೇವತೆಗಳ ಗುಡಿಗಳಲ್ಲಿ ಕುಂಬಾರರು ಹಲಕೆಲವು ಕೆಲಸಗಳನ್ನು ಮಾಡುತ್ತಿರುತ್ತಾರೆ. ಮರಣ ಕಾಲದಲ್ಲಿ "ಕುಂಬಾರ ಕ್ರಿಯೆ" ಯೆಂಬ ಧರ್ಮ ಕೃತ್ಯವನ್ನು ಮಾಡುವ ನಡಾವಳಿಯು ಕೆಲವು ಜಾತಿಗಳಲ್ಲಿ ಇರುತ್ತದೆ. "ಕುಂಬಾರ ಗೇಣಿ" ಯೆಂಬ ಬಾಬು ಕೆಲವು ಕಡೆಯಲ್ಲಿ ಕುಂಬಾರರಿಗೆ ಈಗ್ಯೂ ನಡಿಯುತ್ತದೆ. ಜಾತ್ರೆ, ಉತ್ಸವ, ಮುಂತಾದ ಕಾರ್ಯಗಳಲ್ಲಿ ಗ್ರಾಮ ದೇವತೆಯ ಮೂರ್ತಿಯನ್ನು ಕುಂಬಾರರೇ ಮಾಡಿ ಕೊಡುವರು. "ವಾಗ್ರೊ" ಯೆಂಬ ದೇವತೆಯ ಮೂರ್ತಿಯು ಹುಲಿಯ ಹಾಗೆ ಇರುತ್ತದೆ.

ಧಾರವಾಡದ ಜಿಲ್ಲೆಯಲ್ಲಿ ಯಾವದಾದರೂ ಹಳ್ಳಿಯಲ್ಲಿ ಪಟಕೀ ಬೇನೆ ಬಂದರೆ, ಆ ಹಳ್ಳಿಯ ಬಲೂತಿದಾರನಾದ ಕುಂಬಾರನು ದುರ್ಗೆಯನ್ನು ಅಧಿಕಾರಿಗಳ ಅಪ್ಪಣೆಯಿಂದ ಮಾಡುತ್ತಾನೆ. ಊರ ವೈವದವರು ಉತ್ಸವದಿಂದ ಅವನ ಮನೆಗೆ ಹೋಗಿ, ಕುಂಬಾರನ ಮೇಲೆ ಆ ಮೂರ್ತಿಯನ್ನು ಹೊರಿಸಿಕೊಂಡು ಊರ ಹೊರಗೆ ವೊಯಿದು ಕೊಡ್ರಿಸುತ್ತಾರೆ. ಅದನ್ನು ಮೊದಲು ಕುಂಬಾರನು ಪೂಜಿಸಿದ ಬಳಿಕ ಊರವರು ಪೂಜಿಸುವರು. ಆ ಮೂರ್ತಿಗೆ ತೋರಿಸಿದ ನೈವೇದ್ಯವನ್ನು ಊರವರು ತಿನ್ನುವರು.

ಸೊನ್ನಗಾರರು.

ಸೊನ್ನಗಾರರು.— ನಾಲ್ಕೂ ಜಿಲ್ಲೆಗಳಲ್ಲಿ ಪಂಚಾಳ ಜಾತಿಯವರೇ ಮುಖ್ಯ. ಇವರಲ್ಲಿ ಕೆಲವರು ಕಾಳಮ್ಮನಲ್ಲದೆ ಬನಶಂಕರಿಗೂ ಮಹಾದೇವನಿಗೂ ನಡಕೊಳ್ಳುವರು. ಕೆಲವರು ಓದ ಬರಿಯ ಬಲ್ಲರು. (ಪಂಚಾಳ ಜಾತಿಯ ವರ್ಣನೆ ನೋಡು).

ಬೆಳಗಾವೀ ಜಿಲ್ಲೆಯ ಪಶ್ಚಿಮ ಭಾಗದಲ್ಲಿಯೂ ಕಾನಡಾ ಜಿಲ್ಲೆಯ ಘಟ್ಟದ ಕೆಳಗೂ ಕೊಂಕಣೀ ಜಾತಿಯ ಸೊನ್ನಗಾರರುಂಟು. ಇವರು ತಾವೂ ಪಂಚಾಳರೆಂದು ಹೇಳುತ್ತಾರೆ; ಆದರೆ ಮೀನ ತಿನ್ನುವರು, ಶರೆ ಕುಡಿಯುವರು. ಕೊಂಕಣೀ ಸೊನ್ನಗಾರರು ಸುರೂಪಿಗಳು, ಕೊಂಕಣೀ ಬ್ರಾಹ್ಮಣರಂತೆ ಉಡಿಗೆಗಳನ್ನು ಧರಿಸುವರು. ಸಾಷ್ಟೀಕರರೆಂಬ ಬ್ರಾಹ್ಮಣರಿಗಿಂತ ತಾವು ಶ್ರೇಷ್ಠರೆಂತಲೂ, ಸಾಷ್ಟೀಕರರು ಮೀನ ಬಲೆಗಾರರೆಂತಲೂ ಇವರು ವಾದಿಸುತ್ತಾರೆ. ಈ ಕಾರಣದಿಂದ ಸಾಷ್ಟೀಕರರಿಗೂ ಇವರಿಗೂ ಬಹು ಕಾಲದಿಂದ ವ್ಯಾಜ್ಯವು ನಡಿದದೆ. ಈ ಸಂಬಂಧದ ದಂತಕಥೆ ಹ್ಯಾಗಂದರೆ— ಒಬ್ಬ ಮುದುಕನಿಗೆ ಇಬ್ಬರು ಮಕ್ಕಳಿದ್ದರು. ಅವರು ತಮ್ಮ ತಮ್ಮೊಳಗೆ ಜಗಳಾಡುತ್ತಿದ್ದ ಕಾರಣ ತಂದೆಯು ಅವರನ್ನು ಬೇರೆ ಬೇರೆ ಇಡುವದೊಂದು ಹಂಚಿಕೇ ತೆಗಿದನು. ಅವನು ಯೆರಡು ಪೆಟ್ಟಿಗೆಗಳನ್ನು ತಂದು, ಮಕ್ಕಳಿಗೆ ತಿಳಿಯದ ಹಾಗೆ ವೊಂದು ಪೆಟ್ಟಿಗೆಯೊಳಗೆ ಮನೆಯೊಳಗಿನ ಧಾನ್ಯಗಳನ್ನೆಲ್ಲ, ಮತ್ತೊಂದರೊಳಗೆ ಬೆಳ್ಳಿ ಬಂಗಾರಗಳನ್ನು ಹಾಕಿ ಯೆರಡೂ ಮುಚ್ಚಿ ಮಕ್ಕಳನ್ನು ಕರಿದು, ನೀವಿಬ್ಬರೂ ವೊಂದೊಂದು ಪೆಟ್ಟಿಗೆಯನ್ನು ಆರಿಸಿಕೊಳ್ಳಿರೆಂದು ಹೇಳಿದನು. ಧಾನ್ಯದ ಪೆಟ್ಟಿಗೆಯನ್ನು ತಕ್ಕೊಂಡವನ ವಂಶದವರೇ ಸಾಷ್ಟೀಕರರಾದರು, ಬೆಳ್ಳಿ ಬಂಗಾರಗಳ ಪೆಟ್ಟಿಗೆಯನ್ನು ತಕ್ಕೊಂಡವನ ವಂಶದವರೇ ಸೊನ್ನಗಾರರಾದರು. ಈ ಸೊನ್ನಗಾರರ ಕುಲ ದೇವತೆಗಳು ಮ್ಹಾಳಸಾ, ಶಾಂತಾದುರ್ಗಾ, ಕಳ್ಬಿ, ನಾಗೇಶ, ಯೆಂಬವು ಗೋವೆಯ ಶೀಮೆಯಲ್ಲಿ ಇರುತ್ತವೆ. ಆದರೆ ಇವರು ವೈಷ್ಣವರು; ಉಡಪಿಯ ವ್ಯಾಸರಾಯ ಮಠದ ಸ್ವಾಮಿಯು ಇವರ ಗುರು.. ಇವರ ನಡಾವಳಿಗಳು ಹೆಚ್ಚು ಕಡಿಮೆ ಪಂಚಾಳರ ನಡಾವಳಿಗಳನ್ನು ಹೋಲುತ್ತವೆ.

ಉಪ್ಪಾರರು.

ಉಪ್ಪಾರರು.— ಇವರು ಪೂರ್ವದಲ್ಲಿ ಉಪ್ಪು ಮಾಡುತ್ತಿದ್ದ ಕಾರಣ ಇವರಿಗೆ ಉಪ್ಪಾರರೆಂಬ ಹೆಸರು ಬಂದದೆ. ಆ ಕೆಲಸವನ್ನು ಈಗ ಸರಕಾರದವರು ಆಕ್ರಮಿಸಿದ್ದ ಕಾರಣ ಉಪ್ಪಾರರು ಮುಖ್ಯವಾಗಿ ಮನೆ ಕಟ್ಟೋಣ, ಕಲ್ಲು ಕಟಯೋಣ, ಈ ಕೆಲಸಗಳನ್ನು ಕೈಕೊಂಡಿದ್ದಾರೆ. ಕೆಲವರು

ಹೊಲ ಮಾಡುವರು. ಬೆಳಗಾವೀ ಜಿಲ್ಲೆಯ ಉಪ್ಪಾರರು ಬಹುತರ ಕಲ್ಲು ಕಟಯುವ ಹೋರೆಯನ್ನೇ ಮಾಡುತ್ತಾರೆ. ಗೋಡೆ ಕಟ್ಟುವ ಹೋರೆಯನ್ನು ಈ ಜಿಲ್ಲೆಯಲ್ಲಿ ವಿಶೇಷವಾಗಿ ಮುಸಲ್ಮಾನರು ಮಾಡುತ್ತಾರೆಂದು ತೋರುತ್ತದೆ.

ಉಪ್ಪಾರರು ಯೆಲ್ಲ ಕಡೆಯಲ್ಲಿ ಕನ್ನಡ ಭಾಷೆಯನ್ನೇ ಆಡುತ್ತಾರೆ. ವಿಜಾಪುರ ಜಿಲ್ಲೆಯಲ್ಲಿ ಕೆಲವರು ತಲೆಯ ಮೇಲೆ ಚಂಡಿಕೆ ಕಾಯುವದಿಲ್ಲ; ಉಳಿದವರೆಲ್ಲ ಚಂಡಿಕೆ ಕಾಯುತ್ತಾರೆ. ಸಾಧಾರಣ ಶೂದ್ರರಂತೆ ಉಪ್ಪಾರರ ಉಡಿಗೆಗಳಿರುತ್ತವೆ. ಹೆಂಗಸರು ಕಚ್ಚೇ ಹಾಕುವದಿಲ್ಲ. ಇವರಲ್ಲಿ ಮಲಿನತನ ಬಹಳ. ಇವರು ಹೆಣ್ಣು ಮಕ್ಕಳ ಲಗ್ನವನ್ನು ಚಿಕ್ಕಂದಿನಲ್ಲಿ ಮಾಡುವರು; ವಿಧವೆಗಳ ಲಗ್ನಕ್ಕೆ ಅಡ್ಡಿ ಇಲ್ಲ. ವಿಜಾಪುರ ಜಿಲ್ಲೆಯ ಉಪ್ಪಾರರು ಜಾದು, ಮಂತ್ರ, ತಂತ್ರಗಳನ್ನು ಬಹಳ ನಂಬುವರು. ಉಪ್ಪಾರರು ಯೆಲ್ಲಮ್ಮ, ಮಾರುತಿ, ತುಳಜಾಭವಾನಿ, ವೆಂಕಟರಮಣ, ಈ ದೇವರಿಗೆ ನಡಕೊಳ್ಳುವರು. ಇವರ ಗುರು ತ್ರಿಕಂ ತಾತಾಚಾರ್ಯನೆಂಬ ಓಷ್ಟಮ ಜಾತಿಯ ಸನ್ಯಾಸಿಯು ಹಂಪಿಯಲ್ಲಿ ಇರುತ್ತಾನೆ. ಇವನು ಸಂಚಾರಕ್ಕೆ ಬಂದಾಗ ಶಿಷ್ಯರಿಗೆಲ್ಲ ಮುದ್ರೆಯನ್ನು ಕಾಸಿ ವೊತ್ತುತ್ತಾನೆಂದು ಹೇಳುತ್ತಾರೆ. ಬೇಕಾದವರು ಈ ಗುರುವಿನ ಕೈಯಿಂದ ಜನಿವಾರವನ್ನು ಬೇಡಿಕೊಂಡು ಹಾಕಿಕೊಳ್ಳುತ್ತಾರೆ. ವಿಜಾಪುರ ಜಿಲ್ಲೆಯ ಉಪ್ಪಾರರ ಉಪಾಧ್ಯಾಯರು ಓಷ್ಟಮರೇ ಇರುತ್ತಾರೆ. ಆದರೂ ಅವರು ಬ್ರಾಹ್ಮಣರಿಗೆ ಮಾನ ಕೊಡುತ್ತಾರೆ. ಬೆಳಗಾವಿ, ಧಾರವಾಡ ಜಿಲ್ಲೆಗಳ ಉಪ್ಪಾರರ ಉಪಾಧ್ಯಾಯರು ಬ್ರಾಹ್ಮಣರು. ಎಲ್ಲ ಕಡೆಯಲ್ಲಿ ಉಪ್ಪಾರರು ಮದ್ಯ ಮಾಂಸಗಳನ್ನು ನಿರಾತಂಕವಾಗಿ ತಕ್ಕೊಳ್ಳುತ್ತಾರೆ. ಕೆಲವರು ಹೆಣಗಳನ್ನು ಸುಡುವರು; ಉಳಿದವರು ಹುಗಿಯುವರು. ಧಾರವಾಡ ಜಿಲ್ಲೆಯ ಉಪ್ಪಾರರು ತಾವು ಸಾಗರ ಚಕ್ರವರ್ತಿಗಳೆಂದು ಹೇಳುವರು. ಇವರಲ್ಲಿ ತ್ರಿನಾಮಧಾರಿ, ಪಾಕುತ್ರ, ಯೆಂಬೆರಡು ಜಾತಿಗಳಿಗೆ. ಅವರವರೊಳಗೆ ಶರೀರ ಸಂಬಂಧವಾಗುವದಿಲ್ಲ.

ಕಾನಡಾ ಜಿಲ್ಲೆಯ ಉಪ್ಪಾರರಲ್ಲಿಯೂ ಯೆರಡು ಜಾತಿಗಳಿವೆ. ಹಲ್ಯಾಳ ತಾಲೂಕಿನಲ್ಲಿ ವಾಸಿಸುವವರು, ಬೆಳಗಾವಿ ಜಿಲ್ಲೆಯಿಂದ ಬಂದವರು. ಇವರ ಧರ್ಮ, ನಡಾವಳಿ, ಆಹಾರ, ಉಡಿಗೆಗಳೆಲ್ಲ ಮೇಲೆ ವಿವರಿಸಿದಂತೆ. ಉಳಿದ ಕಡೆಯಲ್ಲಿ ವಾಸಿಸುವವರು ಮೈಸೂರು ಶೀಮೆಯಿಂದ ಬಂದವರು. ಇವರು ಊರ ಹೊರಬದಿಯಲ್ಲಿ ವಾಸಿಸುತ್ತಾರೆ. ಇವರ ಉಡಿಗೆ ಲಂಗೋಟಿ, ಕಂಬಳಿ; ಇವರು ಮಾಂಸ ತಿನ್ನುವರು, ಶರೆ ಕುಡಿಯಲಿಕ್ಕೆ ಬಹಳ ಮೆಚ್ಚುವರು. ಹೆಂಗಸರು ಹಾಲ್ವಕ್ಕೀ ವೊಕ್ಕಲಿಗರಂತೆ ಕೊರಳಲ್ಲಿ ಕರೆಮಣಿಗಳ ಜೂಡೆಗಳನ್ನು ಹಾಕಿ ಕೊಳ್ಳುವರು. ಇವರು ದುರ್ಗೆ, ಹುಲಿದೇವ, ಹನುಮಂತ, ವೆಂಕಟರಮಣ, ಮುಂತಾದ ದೇವತೆಗಳಿಗೆ ನಡಕೊಳ್ಳುವರು; ಲಗ್ನ ಮುಂತಾದ ಕಾರ್ಯಗಳಲ್ಲಿ ಕೆಲವರು ಅಯ್ಯಗಳನ್ನು ಕೆಲವರು ಹೈಗ ಬ್ರಾಹ್ಮಣರನ್ನು ಕರಿಯುವರು. ಇವರಲ್ಲಿ ಹೆಣ್ಣು ಮಕ್ಕಳ ಲಗ್ನವನ್ನು ನೆರಿದ ಬಳಿಕ ಮಾಡ ಬಹುದು; ವಿಧವೆಗಳ ಲಗ್ನಕ್ಕೆ ಅಡ್ಡಿ ಇಲ್ಲ. ಈ ಉಪ್ಪಾರರು ಉಪ್ಪು ಮಾಡುವ ಹೋರೆ ತಪ್ಪಿದ ಬಳಿಕ ಮೇಲಿನ ಉಪ್ಪಾರರಂತೆ ಮನೆ ಕಟ್ಟುವ, ಕಲ್ಲು ಹೊಡಿಯುವ ಹೋರೆಗಳನ್ನೇ ಮಾಡುತ್ತಿದ್ದರು. ಅದರಲ್ಲಿ

ಹೊಟ್ಟೆ ತುಂಬದ ಹಾಗಾದ ಬಳಿಕ ಶಿಂಪು ಸುಟ್ಟು ಸುಣ್ಣ ಮಾಡುವ ಹೋರೆಯನ್ನು ಕೈ ಕೊಂಡಿದ್ದಾರೆ. ಇವರ ಸುಣ್ಣದ ಆವಿಗೆಗಳು ಊರ ಹೊರಗೆ ಇರುತ್ತವೆ. ಸುಮಾರು ೮ ಫೂಟಿನ ವ್ಯಾಸವುಳ್ಳ ವರ್ತುಳಾಕಾರವಾದ ನೆಲದ ಸುತ್ತು ಮುತ್ತು ಜಿಗುಟಾದ ಕೆಂಪು ಅರ್ಲಿನ ಗೋಡೆಯನ್ನು ೪ ಫೂಟು ಯೆತ್ತರವಾಗಿ ಕಟ್ಟಿ ನಾಲ್ಕು ದಿಕ್ಕುಗಳಲ್ಲಿ ಬುಡದಲ್ಲಿ ಖಿಂಡಿಗಳನ್ನು ಬಿಡುವರು. ಈ ಆವಿಗೆಯಲ್ಲಿ ಮೊದಲು ಕಟ್ಟಿಗೆಗಳನ್ನು ಹರವಿ, ಮೇಲೆ ಶಿಂಪುಗಳನ್ನೂ ಕಟ್ಟಿಗೆಗಳನ್ನೂ ಸರಿಬೆರಿಕೆಯಿಂದ ತುಂಬಿ, ನಾಲ್ಕೂ ಖಿಂಡಿಗಳಲ್ಲಿ ಬೆಂಕಿ ಯನ್ನು ಹಾಕುವರು. ಅದು ೨, ೩, ದಿವಸ ಉರಿದು ನುಂದಿದ ಬಳಿಕ ಶಿಂಪುಗಳ ಮೇಲೆ ನೀರು ಸಿಡಿಸಲು, ಅವು ಪೊಡಿದು ಸುಣ್ಣವಾಗುವದು. ಈ ಸುಣ್ಣವು ಇಮಾರತಿನ ಕೆಲ ಸಕ್ಕೂ ತಿನ್ನಲಿಕ್ಕೂ ಬರುತ್ತದೆ.

ಶಿಂಪಿಗರು.

ಶಿಂಪಿಗರು.—ಇವರಲ್ಲಿ ಕನ್ನಡಿಗರು, ಮಹಾರಾಷ್ಟ್ರರು, ಯೆಂಬೆರಡು ವರ್ಗಗಳಿವೆ. ಕನ್ನಡಿಗರು ಲಿಂಗವಂತರು. ಅವರಲ್ಲಿ ಬಹು ಜನರು ಈಗ ನೂಲಿಗೆ ಬಣ್ಣ ಕೊಡುವ ಹೋರೆಯನ್ನು ಮಾಡುತ್ತಾರೆ. ಇವರ ಧರ್ಮ, ಉಡಿಗೆ, ಆಹಾರ, ನಡಾವಳಿ, ಇವೆಲ್ಲ ಲಿಂಗವಂತರವೇ.

ಮಹಾರಾಷ್ಟ್ರ ಶಿಂಪಿಗರಿಗೆ ನಾಮದೇವ ಶಿಂಪಿಗರೆನ್ನುವರು. ಇವರ ಕುಲದವನೊಬ್ಬ ನಾಮದೇವನೆಂಬ ಸತ್ಪುರುಷನು ಪಂಢರಪುರದಲ್ಲಿ ಸನ್ ೧೪೫೦ರ ಸುಮಾರಿನಲ್ಲಿ ಇದ್ದನು. ಅವನು ತಮ್ಮವನೆಂಬ ಅಭಿಮಾನದಿಂದ ಈಗಿನ ಮಹಾರಾಷ್ಟ್ರ ಶಿಂಪಿಗರು ಅವನ ಹೆಸರು ಹೇಳುತ್ತಾರೆ. ಇವರಲ್ಲಿ ನಾಮದೇವ, ಏಕತಾಟೆ, ಗೋಪಾಳಕಲಿ ಅಥವಾ ರಂಗಾರಿ ಯೆಂಬ ಮೂರು ವಳಭೇದಗಳಿವೆ. ಏಕತಾಟೆ ಯೆಂಬ ಜಾತಿಯು ಬೆಳಗಾವೀ ಜಿಲ್ಲೆಯಲ್ಲಿ ಮಾತ್ರ ಇರುವಂತೆ ತೋರುತ್ತದೆ. ವಿಜಾಪುರದ ನಾಮದೇವ ಶಿಂಪಿಗಳಿಗೂ ರಂಗಾರಿಗಳಿಗೂ ಶರೀರ ಸಂಬಂಧವಾಗುತ್ತದೆ; ಬೆಳಗಾವಿ ಧಾರವಾಡಗಳಲ್ಲಿ ಆಗುವದಿಲ್ಲ. ಕಾನಡಾ ಜಿಲ್ಲೆಯಲ್ಲಿ ಈ ಯೆರಡು ವರ್ಗಗಳು ಬೇರೆ ಬೇರೆ ಯೆಂದು ಯೆಣಿಸಲ್ಪಡುತ್ತವೆ. ಅದರೂ ಊಟದ ಬಳಿಕೆಯಾಗುತ್ತದೆ. ನಾಮದೇವ ಶಿಂಪಿಗಳಿಗೆ ಆತ್ಮ ಋಷಿ, ಪಿಂಪಳ ಋಷಿ, ಶೃಂಗ ಋಷಿ ಯೆಂಬ ಗೋತ್ರಗಳಿವೆ. ಇವರ ಗುರುಗಳಿಬ್ಬರು. ಬೋಧಲೇ ಬಾವಾ ಯೆಂಬವನು ಧಾಮಣಗಾವದಲ್ಲಿ ಇರುತ್ತಾನೆ; ತುಳಜಾಹರಣ ಅಥವಾ ಕಾನಫಾಟೆ ಬಾವಾ ಯೆಂಬವನು ತುಳಜಾಪುರದಲ್ಲಿ ಇರುತ್ತಾನೆ. ಈ ಗುರುಗಳು ಶಿಷ್ಯರಿಗೆ ಉಪದೇಶ ಕೊಡುತ್ತಿರುತ್ತಾರೆ. ಆದರೆ ಈ ಶಿಂಪಿಗರ ಉಪಾಧ್ಯಾಯರು ಬ್ರಾಹ್ಮಣರೇ. ಇವರು ತುಳಜಾ ಭವಾನಿ, ಜೋತೀಬಾ, ಖಂಡೋಬಾ, ಯೆಲ್ಲಮ್ಮ, ಈ ದೇವತೆಗಳಿಗೆ ನಡಕೊಳ್ಳುತ್ತಿದ್ದಾಗ್ಯೂ, ಮುಖ್ಯ ದೇವತೆ ಪಂಢರಪುರದ ವಿಠೋಬನೆಂದೆಣಿಸುತ್ತಾರೆ. ಆಷಾಢ ಕಾರ್ತಿಕ ಮಾಸಗಳಲ್ಲಿ ಬಹು ಜನ ಶಿಂಪಿಗರು ಪಂಢರಪುರಕ್ಕೆ ಹೋಗುವರು. ಪ್ರತಿ ದ್ವಾದಶಿಗೆ ಪಂಢರಪುರಕ್ಕೆ ಹೋಗುವವರೂ ಕೆಲವರುಂಟು. ಅವರಿಗೆ "ವಾರಕರಿ" ಯೆಂದೆನ್ನುತ್ತಾರೆ. ಪಂಢರಪುರಕ್ಕೆ ಹೋಗಿ ಬಂದವನು ಕೊರಳಿಲ್ಲಿ ತುಳಸೀ ಮಾಲೆ ಹಾಕುವನು. ತುಳಸೀ ಮಾಲೆ ಹಾಕಿದವರು ಅನ್ಯಜಾತಿಯ

ವರಿದ್ದಾಗ್ಯೂ ಭೇದವೆಣಿಸದೆ ವೊಬ್ಬರಿಗೊಬ್ಬರು ಕಾಲು ಮುಟ್ಟಿ ನಮಸ್ಕಾರ ಮಾಡುವರು. ನಾಮದೇವ ಶಿಂಪಿಗರು ಮದ್ಯ ಮಾಂಸಗಳನ್ನು ನಿರಾತಂಕವಾಗಿ ತಕ್ಕೊಳ್ಳುತ್ತಾರೆ. ಕೆಲ ವರಿಗೆ ಗಾಂಜಿ, ಭಂಗಿ, ಅಫ್ಹೂ, ಇವುಗಳ ಚಟ ಇರುತ್ತದೆ. ಈ ಶಿಂಪಿಗರು ಬ್ರಾಹ್ಮಣರ ಲ್ಲಿಯೂ, ಲಿಂಗವಂತರು, ರಜಪೂತರು, ಪಟವೇಗಾರರು, ಮುಂತಾದ ಉತ್ತಮ ಕುಲಗಳ ಲ್ಲಿಯೂ ಊಟ ಮಾಡುತ್ತಾರೆ. ಕೆಲವರು ಬ್ರಾಹ್ಮಣರ ಹಾಗೆ ದೋತ್ರ ಉಡುವರು; ಆದರೆ ಬಹು ಜನರು ೫ ಮೊಳದ ಫಡಿಕೆಯನ್ನುಡುವರು. ಈ ಶಿಂಪಿಗರು ಹಣೆಯ ಮೇಲೆ ಸ್ನಾನ ಮಾಡಿದ ಬಳಿಕ ಬಿಳೆ ಗಂಧದ ಬೊಟ್ಟು ಇಡುವರು; ಹೆಂಗಸರು ಕುಂಕು ಮ ಹಚ್ಚುವರು, ಆದರೆ ಕಚ್ಚೆ ಹಾಕುವದಿಲ್ಲ. ಶಿಂಪಿಗರು ವಾಡಿಕೆಯಾಗಿ ಅಪ್ರಮಾಣಿಕ ರಿರುತ್ತಾರೆ. ಗಿರಾಕಿಗಳ ಅರಿವೆಯನ್ನು ಕದಿಯುವ ಹಕ್ಕು ತಮಗಿರುತ್ತದೆಂದು ಇವರಲ್ಲಿ ಬಹು ಜನರು ಯೆಣಿಸುತ್ತಾರೆ. ಲಗ್ನ ಮುಗಿದ ಬಳಿಕ ಮದಿಮುಗನು ಅತ್ತೇ ಮನೆಯ ದೇವರ ಮೂರ್ತಿಯನ್ನು ಕದ್ದು ಕೊಂಡು ಬರುತ್ತಾನೆ. ಬಳಿಕ ಮದಿಮುಗಳು ಗಂಡಸಿನ ಸೋಗು ಹಾಕಿ ಕೊಂಡು ಗಂಡನ ಮನೆಗೆ ಹೋಗಿ ಅವನಿಗೆ ಹೇಳಿಕೊಂಡು ಅವನನ್ನು ತನ್ನ ಮನೆಗೆ ಕರೆಕೊಂಡು ಹೋಗುತ್ತಾಳೆ. ಈ ಶಿಂಪಿಗರಲ್ಲಿ ಹೆಣ್ಣು ಮಕ್ಕಳ ಲಗ್ನವು ಚಿಕ್ಕಂದಿನಲ್ಲಿ ಆಗಲಿಕ್ಕೆ ಬೇಕು; ವಿಧವೆಯ ಲಗ್ನವನ್ನು ವೊಮ್ಮೆ ಮಾತ್ರ ಮಾಡುವರು. ಇವರು ಹೆಣಗಳನ್ನು ಸುಡುವರು. ಇವರ ಮಕ್ಕಳು ಶಾಲೆಗೆ ಹೋಗುತ್ತಾರೆ.

ರಂಗಾರಿಗಳು ಮುಂಡಾಸ, ಶಲ್ಲೆ, ಫಡಿಕಿ, ಮುಂತಾದ ಬಿಳೆ ವಸ್ತ್ರಕ್ಕೆ ಬಣ್ಣ ಕೊಡು ವರು. ಕುಸಂಬೀ ಬಣ್ಣವನ್ನು ಕುಸಿಬೇ ಹೂವಿನಿಂದ ಮಾಡುವರು. ಕುಸಿಬೇ ಹೂವಿನ ಪುಡಿ ಮಾಡಿ, ಅದರೊಳಗೆ ಹದಿನಾರು ಶೇರಿಗೆ ವೊಂದು ಶೇರಿನಂತೆ ಬಾಳೀ ಬೂದಿಯ ನ್ನಾಗಲಿ ಹಪ್ಪಳಕಾರವನ್ನಾಗಲಿ ಬೆರಿಸಿ ಸಾವಕಾಶವಾಗಿ ಸೋಸುವರು. ಇಷ್ಟು ಹೂವಿಗೆ ಸುಮಾರು ೧೦೦ ಲಿಂಬೀ ಕಾಯಿಗಳ ರಸವು ಪಕ್ಕಾ ಬಣ್ಣ ಮಾಡಲಿಕ್ಕೆ ಬೇಕಾಗುತ್ತದೆ. ಬಿಳೇ ಅರಿವೆಗೆ ಕುಸಂಬೀ ಬಣ್ಣ ಕೊಡ ಬೇಕಾದರೆ ಮೊದಲು ಅದನ್ನು ಅರಿಶಿಣದ ನೀರೊಳಗೆ ಯೆದ್ದಿ ವೊಣಗಿಸಿ, ಕುಸಂಬೀ ಬಣ್ಣದೊಳಗೆ ಯೆದ್ದುವರು. ದಿಪ್ಪಾದ ಬಣ್ಣವ ನ್ನು ಕೂಡ್ರಿಸ ಬೇಕಾದರೆ ಯೆರಡು ಮೂರು ಸಾರಿ ಬಣ್ಣಮೊಳಗೆ ಯೆದ್ದ ಬೇಕಾಗುತ್ತದೆ. ಬಣ್ಣ ಯೆದ್ದಿದ ವಸ್ತ್ರವನ್ನು ಲಿಂಬೀ ರಸದೊಳಗೆ ನೀರು ಕೂಡಿಸಿ ಅದರೊಳಗೆ ಯೆದ್ದಿದ ಬಳಿಕ ಬಣ್ಣಕ್ಕೆ ಮಿಂಚು ಹುಟ್ಟುತ್ತದೆ. ಊದೀ ಬಣ್ಣ ಕೊಡ ಬೇಕಾಗಿದ್ದಲ್ಲಿ, ಮೊದಲು ತಿಳುವಾಗಿ ನೀಲಿಯ ಬಣ್ಣವನ್ನು ಕೂಡ್ರಿಸಿ, ಅದರ ಮೇಲೆ ಕುಸಂಬಿಯನ್ನು ಯೆದ್ದುವರು. ಗುಲಾಬೀ ಬಣ್ಣ ಕೊಡ ಬೇಕಾದರೆ ಕುಸಂಬಿಯೊಳಗೆ ನೀರು ಕೂಡಿಸಿ ತಿಳುವು ಮಾಡಿ, ಅದರೊಳಗೆ ಲಿಂಬೀ ರಸ ಬೆರಿಸಿ ಬಿಳೆ ಅರಿವೆಯನ್ನೆದ್ದುವರು. ಕೇಶರದ ಬಣ್ಣಕ್ಕೆ ಮೊದ ಲು ದಟ್ಟಾಗಿ ಅರಿಶಿಣದ ಬಣ್ಣವನ್ನು ಕೂಡ್ರಿಸಿ, ಅದರ ಮೇಲೆ ಕುಸಂಬಿಯನ್ನು ತಿಳು ವಾಗಿ ಯೆದ್ದುವರು. ಹಳದೀ ಬಣ್ಣಕ್ಕೆ, ಅರಿಶಿಣದೊಳಗೆ ಹಪ್ಪಳಕಾರ ಕೂಡಿಸಿ ಮಾಡಿದ ಬಣ್ಣದೊಳಗೆ ಬಿಳೆ ಅರಿವೆಯನ್ನು ಕೆಲವು ವೇಳೆ ನೆನಿ ಇಟ್ಟು, ಆ ಮೇಲೆ ಲಿಂಬೀ ಹುಳಿಯ ನೀರೊಳಗೆ ಯೆದ್ದಿ ಹಿಂಡುವರು. ಈ ಪ್ರಕಾರ ಯೆರಡು ಮೂರು ಸಾರಿ ಮಾಡಲಾಗಿ

22

ಬೇಕಾದಷ್ಟು ದಿಪ್ಪಾದ ಹಳದೀ ಬಣ್ಣ ಕೂಡ್ರುತ್ತದೆ. ಹಸರು ಬಣ್ಣಕ್ಕೆ, ಅರಿಶಿಣದ ಬಣ್ಣ ದೊಳಗೆ ತಕ್ಕ ಪ್ರಮಾಣದಿಂದ ನೀಲಿಯನ್ನು ಬೆರಿಸಿ ಲಿಂಬೀ ಹುಳಿ ಹಿಂದಿ ಬಿಳಿ ಅರಿವೆ ಯನ್ನು ಯೆದ್ದುವರು.

ಜೀನಗಾರರು.

ಜೀನಗಾರರು.—ಕಾನಡಾ ಜಿಲ್ಲೆಯ ಜೀನಗಾರರು ಕನ್ನಡ ಭಾಷೆಯನ್ನಾಡು ತ್ತಾರೆ, ಉಳಿದ ಮೂರು ಜಿಲ್ಲೆಗಳಲ್ಲಿಯವರು ಮಹಾರಾಷ್ಟ್ರರು. ಇವರಿಗೆ ಚಿತ್ರಗಾರರೆಂ ತಲೂ ಅನ್ನುವರು. ಆದರೆ ಕಾನಡಾ ಜಿಲ್ಲೆಯಲ್ಲಿ ಜೀನಗಾರ ರು ಬೇರೆ, ಚಿತ್ರಗಾರರು ಬೇರೆ ಇರುತ್ತಾರೆ. ಅವರಿಗೂ ಅವರಿ ಗೂ ಊಟದ ಬಳಿಕೆಯಾಗುವದಿಲ್ಲ. ಜೀನಗಾರರ ಮುಖ್ಯ ಹೋರೆಗಳು ಜೀನ ಹೊಲಿ ಯೋಣ, ಕಿಟ್ಟದ ಗೊಂಬೆಗಳನ್ನು ಮಾಡೋಣ, ಬಣ್ಣ ಕೊಡೋಣ, ಬುಕ್ಕು ಹೊಲಿ ಯೋಣ, ಅರಿವೆ ಹೊಲಿಯೋಣ, ಬಡಿಗಿತನ, ಇತ್ಯಾದಿ. ಗೋಕಾವಿಯ ಜೀನಗಾ ರರು ಮಾಡುವ ಬಣ್ಣದ ಹಣ್ಣು ಕಾಯಿಗಳೂ ದೇಶನೂರ ಜೀನಗಾರರು ಮಾಡುವ ಗೊಂಬೆಗಳು ಮುಂತಾದ ಚಿತ್ರಗಳೂ ಬಹಳ ಹೆಸರಾಗಿರುತ್ತವೆ. ಜೀನಗಾರರು ಚರ್ಮ ಹೊಲಿಯುವ ಕೆಲಸ ಮಾಡುತ್ತಿರುವ ಕಾರಣ ಇವರಿಗೆ ಚರ್ಮಕಾರರೆಂತಲೂ ಅನ್ನು ವರು. ಇವರ ಕುಲದೇವತೆಯು ಮೈಸೂರು ಶೀಮೆಯಲ್ಲಿ ಇರುವ ನಿಮಿಷಾ ದೇವಿಯು. ಆದರೆ ಜೀನಗಾರರೆಲ್ಲರು ಮಹಾರಾಷ್ಟ್ರ ಭಾಷೆಯಾಡುತ್ತಿದ್ದು ಮೈಸೂರು ಶೀಮೆಯಲ್ಲಿಯ ದೇವಿಯ ಭಕ್ತರಾಗಿರುವದು ಅಸಂಗತವಾಗಿ ತೋರುತ್ತದೆ. ಇವರಲ್ಲಿ ಕೆಲವರು ಐದು ಮೊಳದ ಫಡಿಕಿಯನ್ನು ಉಡುವರು, ಕೆಲವರು ಬ್ರಾಹ್ಮಣರ ಹಾಗೆ ಘೋತ್ರ ಉಡುವರು. ಎಲ್ಲರು ಜನಿವಾರ ಹಾಕಿ ಕೊಂಡು ಸ್ನಾನ ಮಾಡಿದ ಬಳಿಕ ಹಣೆಗೆ ಗಂಧದ ಬೊಟ್ಟು ಇಲ್ಲವೆ ನಾಮ ಹಚ್ಚಿ ಕೊಳ್ಳುವರು. ಹೆಂಗಸರಿಗೆ ಕಚ್ಚೆ ಕುಂ ಕುಮಗಳುಂಟು. ಜೀನಗಾರರ ಉಪಾಧ್ಯಾಯರು ಬ್ರಾಹ್ಮಣರೇ; ಗುರು ಶಂಕರಾಚಾ ರ್ಯನು. ಆದರೆ ಜಾತಿಯ ವ್ಯಾಜ್ಯಗಳನ್ನು ಇವರ ಜಾತಿಯ ಪಂಚರೇ ತೀರಿಸುವರು. ಇವರು ಮದ್ಯ ಮಾಂಸಗಳನ್ನು ತಕ್ಕೊಳ್ಳುವರು; ಧಾರವಾಡ ಜಿಲ್ಲೆಯವರು ತಕ್ಕೊಳ್ಳುವ ದಿಲ್ಲೆಂದು ಹೇಳುತ್ತಾರೆ. ಇವರಲ್ಲಿ ಹೆಣ್ಣು ಮಕ್ಕಳ ಲಗ್ನವನ್ನು ಚಿಕ್ಕಂದಿನಲ್ಲಿ ಮಾಡು ವರು, ವಿಧವೆಗಳಿಗೆ ಲಗ್ನವಿಲ್ಲ, ಹೆಣಗಳನ್ನು ಸುಡುವರು. ಇವರ ಮಕ್ಕಳು ಶಾಲೆಗೆ ಹೋಗುತ್ತಾರೆ. ಜೀನಗಾರರಲ್ಲಿ ಕೆಲವರು ಓದ ಬರಿಯ ಬಲ್ಲವರಿರುತ್ತಾರೆ.

ಮೇದಾರರು.

ಮೇದಾರರು ಇಲ್ಲವೆ ಬುರುಡರು.—ಇವರು ದೊಡ್ಡ ಹಳ್ಳಿಗಳಲ್ಲಿಯೂ ಪಟ್ಟಣಗಳಲ್ಲಿಯೂ ವಾಸಿಸುತ್ತಾರೆ. ಕಾನಡಾ ಜಿಲ್ಲೆಯಲ್ಲಿ ಘಟ್ಟದ ಮೇಲೆ ಮಾತ್ರ ಇರು ತ್ತಾರೆ. ಇವರ ಜನ್ಮಭಾಷೆ ಕನ್ನಡ. ಇವರು ತಮ್ಮ ಜಾತಿ ಯ ಪೀಠಿಕೆಯನ್ನು ಹೇಳುವದು ಹ್ಯಾಗಂದರೆ, ಕ್ಯಾತಯ್ಯನೆಂಬ ಲಿಂಗವಂತನು ತಮ್ಮ ಮೂಲ ಪುರುಷನಾದಾಗ್ಯೂ, ಬರಗಾಲದಲ್ಲಿ ಶೂದ್ರರ ಮನೆಯಲ್ಲಿ ಉಂಡು ಜೀವ ಬದುಕಿಸಿದ ಕಾರಣ ತಾವು ಜಾತಿ ಭ್ರಷ್ಟರಾದರು. ಇವರಲ್ಲಿ ಯಾರಾದ ರೂ ಸತ್ತರೆ ಈಗ್ಯೂ ಅಯ್ಯನ ಚರಣ ತೀರ್ಥವನ್ನು ಹೆಣದ ಬಾಯೊಳಗೆ ಹಾಕುವರು.

ಕಾನಡಾ ಜಿಲ್ಲೆಯಲ್ಲಿ ಅಯ್ಯಗಳೇ ಇವರ ಉಪಾಧ್ಯಾಯತನದ ಕೆಲಸ ಮಾಡುತ್ತಾರೆ. ಬೇರೆ ಕಡೆಯಲ್ಲಿ ಮೇದಾರರು ಬ್ರಾಹ್ಮಣರನ್ನು ಕರೆಯುವರು. ಕಲಬುರ್ಗಿಯ ಹತ್ತರ ಗೋಬಾರವೆಂಬಲ್ಲಿ ಇರುವ ಹುಲತಿಗರಾಯನೆಂಬ ದೇವತೆಯು ಮೇದಾರರ ಕುಲದೇವತೆ. ಇವರ ಗುರುವಾದರೂ ಕುರುಬ ಜಾತಿಯವನು ಅದೇ ಊರಲ್ಲಿ ಇರುತ್ತಾನೆ. ಕೆಲವರು ಹುಬ್ಬಳ್ಳಿಯ ಗುರು ಸಿದ್ಧಸ್ವಾಮಿ ಯೆಂಬವನ ಶಿಷ್ಯರಾಗಿರುತ್ತಾರೆ. ಮೇದಾರರು ಶಿವ, ಬಸವ, ಯಲ್ಲಮ್ಮ, ಮುಂತಾದ ದೇವತೆಗಳಿಗೂ ನಡಕೊಳ್ಳುವರು, ಮದ್ಯ ಮಾಂಸ ತಕ್ಕೊಳ್ಳುವರು; ಹೆಣ್ಣು ಮಕ್ಕಳು ನೆರಿದ ಬಳಿಕ ಸಹ ಲಗ್ನ ಮಾಡುವರು; ವಿಧವೆಗಳ ಲಗ್ನಕ್ಕೆ ಅಡ್ಡಿ ಇಲ್ಲ; ಹೆಣಗಳನ್ನು ಹುಗಿಯುವರು. ಇವರ ಜಾತಿಯ ಗೌಡ, ಚವಗ, ಯೆಂಬ ಪಂಚರು ಜಾತಿಯ ನ್ಯಾಯ ತೀರಿಸುವರು. ಇವರ ಮಕ್ಕಳು ಶಾಲೆಗೆ ಹೋಗುವದು ಅಪರೂಪ.

ಕಾಸಾರರು.

ಕಾಸಾರರು.— ತಾಮ್ರ ಹಿತ್ತಾಳಿಗಳ ಪಾತ್ರೆಗಳನ್ನು ಮಾರುವ ಜೈನರಿಗೆ ಕಾಸಾರರೆಂತಲೂ, ಬೋಗಾರರೆಂತಲೂ, ತಾಂಬಟಗಾರರೆಂತಲೂ ಅನ್ನುವರು. ಇವರು ಬಹುತರ ನಾಲ್ಕೂ ಜಿಲ್ಲೆಗಳಲ್ಲಿ ಇರುತ್ತಾರೆ. ಇವರ ನಡಾವಳಿಗಳೆಲ್ಲ ಜೈನರವೇ.

ಕುಂಚುಗಾರರು.

ಕುಂಚುಗಾರರು.— ಇವರು ಪಂಚಾಳ ಜಾತಿಯವರು. ಬೆಳಗಾವೀ ಜಿಲ್ಲೆಯಲ್ಲಿ ಓತಾರಿಯೆಂಬ ಜಾತಿಯವರು ಯೆರಕು ಹೊಯಿದು ಮೂರ್ತಿಗಳನ್ನೂ ಕಂಚಿನ ಕಾಲುಂಗರು ಮುಂತಾದವುಗಳನ್ನೂ ಮಾಡುತ್ತಾರೆ. ಇವರು ಮಹಾರಾಷ್ಟ್ರರು; ಮದ್ಯ ಮಾಂಸಗಳನ್ನು ತಕ್ಕೊಳ್ಳುವರು. ಮರಾಠೀ ಕುಣಬಿಗಳ ಹಾಗೆ ಇವರ ಉಡಿಗೆಗಳಿರುತ್ತವೆ. ಹೆಂಗಸರು ಕಚ್ಚೇ ಹಾಕುವದಿಲ್ಲ. ಹ್ಮಸೋಬಾ, ಕಾಳಮ್ಮ, ಯೆಲ್ಲಮ್ಮ, ಮಾರುತಿ, ಈ ದೇವತೆಗಳಿಗೆ ಇವರು ನಡಕೊಳ್ಳುವರು. ಬ್ರಾಹ್ಮಣರೇ ಇವರ ಉಪಾಧ್ಯಾಯರು, ಗುರು ಶಂಕೇಶ್ವರದ ಸ್ವಾಮಿಯು. ಇವರು ಹೆಣಗಳನ್ನು ಹುಗಿಯುವರು, ವಿಧವೆಗಳ ಲಗ್ನ ಮಾಡುವರು. ಇವರ ಮಕ್ಕಳು ಶಾಲೆಗೆ ಹೋಗುವದು ಅಪರೂಪ.

ನೀಲಗಾರರು.

ನೀಲಗಾರರು.— ಇವರು ಲಿಂಗವಂತರಾದ್ದರಿಂದ ಇವರ ಆಹಾರ, ಆಚಾರ, ವ್ಯವಹಾರಗಳೆಲ್ಲ ಲಿಂಗವಂತರವೇ ಇರುತ್ತವೆ. ನೂಲಿಗೆ ನೀಲಿಯ ಬಣ್ಣ ಕೊಡುವದೇ ಇವರ ಮುಖ್ಯ ಹೋರೆಯು. ನೀಲಿಯೊಳಗೆ ಸುಣ್ಣ, ಬಾಳೀ ಬೂದಿ, ಹೊನ್ನವರೇ ಬೀಜ, ಇವನ್ನು ಕೂಡಿಸಿ ಬಣ್ಣ ಮಾಡುತ್ತಾರೆ. ನಾಗಲಿಕರೆಂಬ ಲಿಂಗವಂತರಾದರೂ ನೂಲಿಗೆ ಬಣ್ಣ ಕೊಡುವ ಹೋರೆಯನ್ನೇ ಮಾಡುತ್ತಾರೆ. ಇವರು ಮೊದಲು ಶಿಂಪಿಗರ ಕುಲದವರು. ಈಗ ಲಿಂಗವಂತರಾಗಿದ್ದಾಗ್ಯೂ ದೀಕ್ಷೆ ತಕ್ಕೊಳ್ಳುವದಿಲ್ಲ, ಲಿಂಗವಂತರಂತೆ ತಲೆಯನ್ನು ಪೂರಾ ಬೋಳಿಸಿಕೊಳ್ಳದೆ ಚಂಡಿಕೆಯನ್ನು ಕಾದುಕೊಳ್ಳುತ್ತಾರೆ. ಉಳಿದ ನಡಾವಳಿ ಮುಂತಾದವುಗಳೆಲ್ಲ ಲಿಂಗವಂತರಂತೆ.

ಗುಡಿಗಾರರು.— ಇವರು ಪಂಚಾಳ ಜಾತಿಯವರು. ಕಾನಡಾ ಜಿಲ್ಲೆಯಲ್ಲಿ ಮಾತ್ರ ಇರುತ್ತಾರೆ. ಇವರಲ್ಲಿ ಯೆರಡು ವರ್ಗಗಳಿರುತ್ತವೆಂದು ತೋರುತ್ತದೆ. ಗುಡಿಗಾ

ರರಿಗೆ ಚಿತಾರರೆಂತಲೂ ಅನ್ನುವರು. ಗಾಡದ ಮೇಲೆ ಕಟ್ಟಿಗೆಯ ಸಾಮಾನುಗಳನ್ನು

ಗುಡಿಗಾರರು.

ಮಾಡುವದೇ ಇವರ ಮುಖ್ಯ ಹೋರೆಯು. ಇದಲ್ಲದೆ ಚಂದನ, ಆನೇ ಹಲ್ಲು, ಕರೆ ಕಟ್ಟಿಗೆಗಳಿಂದ ಮಾಡಿದ ಪೆಟ್ಟಿಗೆ, ಮೇಜು, ಬೀಸಣಿಕೆ, ಮುಂತಾದ ಸಾಮಾನುಗಳ ಮೇಲೆ ಬಹು ಸುಂದರವಾದ ಚಿತ್ರಗಳನ್ನು ಕೊರಿಯುವರು. ಈ ಚಿತ್ರದ ಸಾಮಾನುಗಳನ್ನು ಯುರೋಪಿಯನ್ ಜನರು ಬಹಳ ಹಣ ಕೊಟ್ಟು ಪ್ರೀತಿಯಿಂದ ಕೊಳ್ಳುತ್ತಾರೆ. ಆದ್ದರಿಂದ ಗುಡಿಗಾರರ ಕೌಶಲ್ಯಕ್ಕೆ ತೇಜವಿರುತ್ತದೆ. ಆದರೆ ಇವರು ಬಹಳ ಜಡ್ಡಿನ ಕುಲ, ಶರೆ ಬಡಕರು. ಇಷ್ಟು ಹಣ ದೊರಿದಾಗ್ಯೂ ಇವರ ಬಡತನ ಹಿಂಗುವದಿಲ್ಲ. ಮುಂಗಡ ಹಣ ಕೊಟ್ಟ ಹೊರ್ತು ಇವರು ಬಹು ತರ ಚಿತ್ರದ ಸಾಮಾನುಗಳನ್ನು ಮಾಡುವದೇ ಇಲ್ಲ. ಎಲ್ಲ ಜಾತಿಗಳಿಗೆ ಲಗ್ನದಲ್ಲಿ ಬೆಂಡಿನ ಬಾಸಿಂಗಗಳನ್ನು ಗುಡಿಗಾರರೇ ಮಾಡಿ ಕೊಡುತ್ತಾರೆ; ಆದರೆ ಪಾತರದವರಿಗೆ ಮಾತ್ರ ಕೊಡುವದಿಲ್ಲ. ಯಾಕಂದರೆ ಇವರ ಲಗ್ನದಲ್ಲಿ ಪಾತರದವರು ಕುಣಿಯಲಿಕ್ಕೆ ಹೋಗುವದಿಲ್ಲ. ಗುಡಿಗಾರರು ಬಣ್ಣದ ಕೆಲಸವನ್ನು ಸಹ ಮಾಡುವರು. ಅದರಿಂದ ಇವರಿಗೆ ಚಿತಾರರೆಂಬ ಹೆಸರು ಯುಕ್ತವಿರುತ್ತದೆ. ಇವರು ಹೈಗ ಬ್ರಾಹ್ಮಣರ ಕೈಯಿಂದ ಲಗ್ನ, ಮುಂಜಿ, ಮುಂತಾದ ಕಾರ್ಯಗಳನ್ನು ಮಾಡಿಸುವರು. ಇವರಲ್ಲಿ ವಿಧವೆಗಳಿಗೆ ಲಗ್ನವಿಲ್ಲ, ಹೆಣ್ಣು ಮಕ್ಕಳ ಲಗ್ನವು ಹತ್ತು ವರ್ಷದ ಪೂರ್ವದಲ್ಲಿ ಆಗಲಿಕ್ಕೆ ಬೇಕು.

ಬಳೆಗಾರರು.

ಬಳೆಗಾರರು.—ಇವರು ಗೋಮಂತಕ ಶೀಮೆಯಿಂದ ಬಂದವರು, ಕಾನಡಾ ಜಿಲ್ಲೆಯಲ್ಲಿ ಮಾತ್ರ ಇರುತ್ತಾರೆ; ಕೊಂಕಣೀ ಭಾಷೆಯನ್ನಾಡುವರು. ಇವರಲ್ಲಿ ಮದ್ಯ ಮಾಂಸಗಳಿಗೆ ನಿಷೇಧವಿಲ್ಲ, ವಿಧವೆಗಳ ಲಗ್ನಕ್ಕೆ ಅಡ್ಡಿ ಇಲ್ಲ, ಹೆಣಗಳನ್ನು ಹುಗಿಯುವರು. ಆದರೂ ಇವರು ಜನಿವಾರ ಹಾಕಿಕೊಂಡು ಶೃಂಗೇರಿಯ ಸ್ವಾಮಿಗೆ ಅಂಕಿತರಾಗಿ ನಡಿಯುತ್ತಾರೆ. ಇವರ ನಡಾವಳಿ, ಉಡಿಗೆ, ಮುಂತಾದವುಗಳು ಕೊಂಕಣೀ ಕಮ್ಮಾರರಂತೆ ಇರುತ್ತವೆ. ಇವರಲ್ಲಿ ಕೆಲವರು ಬಳೆಗಳನ್ನು ಮಾಡುವರು. ಆದರೆ ವೊಳಗಡೆಯಲ್ಲಿ ವಿಲಾಯತಿಯಿಂದಲೂ ಚೀನಾ ದೇಶದಿಂದಲೂ ಮೇಲಾದ ಬಳೆಗಳು ಬಂದು ಕಡಿಮೆ ಬೆಲೆಗೆ ದೊರಿಯುತ್ತಿರುವ ಕಾರಣ ಇವರ ಹೋರೆಯು ಕುಂದುತ್ತ ನಡಿದದೆ.

ಕಲ್ಲು ಕುಟ್ಟಿಗರು.

ಕಲ್ಲು ಕುಟ್ಟಿಗರು (ಒಡ್ಡರು).—ವಿಜಾಪುರ, ಬೆಳಗಾವಿ, ಧಾರವಾಡ, ಈ ಮೂರು ಜಿಲ್ಲೆಗಳಲ್ಲಿ ಪಂಚಾಳರು ಕಲ್ಲಿನ ಮೂರ್ತಿ ಮುಂತಾದವುಗಳನ್ನು ಮಾಡುತ್ತಾರೆ. ಅವರ ಹೊರ್ತು ಕಲ್ಲು ಕಟೆಯುವ ಒಡ್ಡರು ಯೆಲ್ಲ ಜಿಲ್ಲೆಗಳಲ್ಲಿ ಇರುತ್ತಾರೆ. ಇವರಿಗೆ ಕಲ್ಲೊಡ್ಡರೆಂದೆನ್ನುವರು. ಇವರು ತೆಲಗು ದೇಶದಿಂದ ಬಂದವರು; ತೆಲಗು, ಕನ್ನಡ ಭಾಷೆಗಳನ್ನಾಡುವರು. ಗಂಡಸರು ಧೋತ್ರ ಉಡುವರು, ಇಲ್ಲವೆ ಲಂಗೋಟಿ ಹಾಕುವರು. ಹೆಂಗಸರಿಗೆ ಕುಬ್ಬಸವಿಲ್ಲ, ಕಚ್ಚೆ ಇಲ್ಲ. ಒಡ್ಡರು ಮುಖ್ಯವಾಗಿ ಹನುಮಂತನಿಗೆ ನಡಕೊಳ್ಳುವರು; ಆದರೆ ಯಾವ ಕಾರ್ಯಕ್ಕೂ ಬ್ರಾಹ್ಮಣರನ್ನು ಕರಿಯುವದಿಲ್ಲ. ಹೆಣ್ಣು ಮಕ್ಕಳ ಲಗ್ನ ಬೇಕಾದಾಗ ಮಾಡ

ಬಹುದು, ವಿಧವೆಗಳ ಲಗ್ನಕ್ಕೆ ಅಡ್ಡಿ ಇಲ್ಲ, ಹೆಣಗಳನ್ನು ಹುಗಿಯುವರು. ಕೆಲಸ ದೊರಿಯದಿದ್ದಾಗ ಇವರು ಭಿಕ್ಷೆ ಬೇಡುವರು.

ಕಾನಡಾ ಜಿಲ್ಲೆಯ ಕಲ್ಲು ಕುಟ್ಟಿಗರ ನಡಾವಳಿಗಳು ಒಡ್ಡರ ನಡಾವಳಿಗಳನ್ನೇ ಹೋಲುತ್ತಿದ್ದಾಗ್ಯೂ ಅವರು ತಾವು ಪಂಚಾಳರೆಂದು ಹೇಳುತ್ತಾರೆ. ಇವರ ಹೆಂಗಸರು ಕುಬ್ಬಸ ತೊಡುವರು.

ಭೈಲುಗಂಬಾರರು.

ಭೈಲುಗಂಬಾರರು (ಘಿಸಾಡಿಗಳು).—ಇವರು ಗುಜರಾಥದಿಂದ ಸುಮಾರು ೧೨೫ ವರ್ಷಗಳ ಹಿಂದೆ ಬಂದರೆಂದು ತೋರುತ್ತದೆ. ಮನೆಯಲ್ಲಿ ಕೆಲವರು ಮಹಾರಾಷ್ಟ್ರ ಮಿಶ್ರ ಗುಜರಾಥೀ ಭಾಷೆಯನ್ನಾಡುವರು, ಕೆಲವರು ಮಹಾರಾಷ್ಟ್ರ ಭಾಷೆಯನ್ನಾಡುವರು. ಇವರ ಅಡ್ಡ ಹೆಸರುಗಳು ಚವಾಣ, ಝುಂಡೆ, ಪಿತ್ರಿ, ಪಡವಲಕರ, ಪವಾರ, ಸಾಳುಂಕೀ, ಸುರ್ವೇಸಿ, ಇತ್ಯಾದಿ. ಇವರು ಮುಖ್ಯವಾಗಿ ತುಳಜಾ ಭವಾನೀ, ಖಂಡೋಬ, ಯೆಲ್ಲಮ್ಮ, ಈ ದೇವತೆಗಳಿಗೆ ನಡಕೊಳ್ಳುವರು. ಇವರಲ್ಲಿ ಬಹು ಜನರಿಗೆ ಜನಿವಾರವಿರುತ್ತದೆ. ಮದ್ಯ ಮಾಂಸಗಳಿಗೆ ಅಡ್ಡಿ ಇಲ್ಲ; ಕೆಲವರಿಗೆ ಗಾಂಜಿ, ಭಂಗಿ, ಅಪೀಮು, ಇವುಗಳ ವ್ಯಸನವಿರುತ್ತದೆ. ಭೈಲುಗಂಬಾರರಲ್ಲಿ ಹಲಕೆಲವರು ಗಡ್ಡ ಕಾಯುವರು, ಲಂಗೋಟ ಹಾಕುವರು, ಹೊಲಸು ಬಟ್ಟೆಗಳನ್ನು ಹೊರುವರು, ಆಗಾಗ್ಗೆ ಜಗಳಕ್ಕೆ ನಿಲ್ಲುವರು. ಅದರಿಂದ ಇವರು ಕೀಳು ಕುಲದ ಮುಸಲ್ಮಾನರ ಹಾಗೆ ಕಾಣುತ್ತಾರೆ. ಇವರು ಕುರುಬರ ಮನೆಯಲ್ಲಿ ಊಟ ಮಾಡುವದಿಲ್ಲ. ಲಗ್ನ ಕಾರ್ಯಗಳನ್ನು ಬ್ರಾಹ್ಮಣರು ಮಾಡಿಸುತ್ತಾರೆ. ಆದರೆ ಹೆಣ್ಣು ಮಕ್ಕಳ ಲಗ್ನವನ್ನು ಬೇಕಾದಾಗ ಮಾಡ ಬಹುದು, ವಿಧವೆಗಳ ಲಗ್ನಕ್ಕೂ ಅಡ್ಡಿ ಇಲ್ಲ. ಲಗ್ನದ ಪೂರ್ವದಲ್ಲಿ ಗೊಂದಲವೆಂಬ ತುಳಜಾ ಭವಾನಿಯ ಕೀರ್ತನವು ಆಗಲಿಕ್ಕೆ ಬೇಕು. ಸಾಯುವ ಮನುಷ್ಯನ ಧೋತ್ರ ಕಳಿದು ಅವನಿಗೆ ಚಡ್ಡಿ ಹಾಕುವರು, ಹೆಣಗಳನ್ನು ಸುಟ್ಟು ಹತ್ತು ದಿವಸ ಸೂತಕ ಹಿಡಿಯುವರು. ಇವರಲ್ಲಿ ಉತ್ತರ ಕಾರ್ಯದಲ್ಲಿ ಕ್ಷೌರವಾಗಲಿಕ್ಕೆ ಬೇಕು, ಪಿಂಡದಾನವಾಗಲಿಕ್ಕೆ ಬೇಕು.

ಈ ವರ್ಣನೆಯಿಂದ, ವಿಶೇಷವಾಗಿ ಅಡ್ಡ ಹೆಸರುಗಳ ಮೇಲಿಂದ ಭೈಲುಗಂಬಾರರು ಉತ್ತಮ ಕುಲದ ಮಹಾರಾಷ್ಟ್ರರೆಂದು ಸಿದ್ಧವಾಗುತ್ತದೆ. ಬಡತನದ ಮೂಲಕವಾಗಿ ಜಾತಿಗೆಟ್ಟು ನೀಚ ಸ್ಥಿತಿಯನ್ನು ಇವರು ಹೊಂದಿದಂತೆ ತೋರುತ್ತದೆ. ಮಹಾರಾಷ್ಟ್ರರಾದಾಗ್ಯೂ ಗುಜರಾಥದಿಂದ ಬಂದ ಕಾರಣ ಇವರು ಗುಜರಾಥೀ ಭಾಷೆಯನ್ನಾಡುತ್ತಿರ ಬಹುದು.

ಭೈಲುಗಂಬಾರರು ಹೋರೆ ಹುಡುಕುತ್ತ ಊರಿಂದೂರಿಗೆ ತಿರುಗುತ್ತಿರುತ್ತಾರೆ. ಹೋದಲ್ಲಿ ಊರ ಹೊರಗೆ ಗುಡಾರ ಹೊಡಕೊಂಡು ಹೋರೆ ದೊರಿಯುವ ವರೆಗೆ ನಿಲ್ಲುವರು. ಕಮ್ಮಾರರು ಮಾಡುವ ಯಾವತ್ತು ಹೋರೆಗಳನ್ನು ಭೈಲುಗಂಬಾರರು ಮಾಡುತ್ತಾರೆ. ಇವರಲ್ಲಿ ಹೈನದ ದನವನ್ನು, ವಿಶೇಷವಾಗಿ ಯೆಮ್ಮೆಯನ್ನು, ಕಟ್ಟುವ ನಡಾವಳಿಯು ವಿಶೇಷವಿರುತ್ತದೆ.

ಭೋಂಡವೆ ಯೆಂಬದಿನ್ನೊಂದು ಜಾತಿಯುಂಟು. ಈ ಜಾತಿಯವರು ಕುಲಗೆಟ್ಟಂಥ ಭೈಲುಗಂಬಾರರಿರುತ್ತಾರೆ. ಇವರು ಕಮ್ಮಾರಿಕೆಯ ಹೋರೆ ಬಿಟ್ಟು, ಮಣ್ಣಿನ ಗೊಂಬೆಯ ಮುಂತಾದ ಆಟದ ಸಾಮಾನುಗಳನ್ನು ಮಾಡಿ ಮಾರಿ ಹೊಟ್ಟೆ ತುಂಬಿ ಕೊಳ್ಳುವರು.

ಕೈಗಾರಿಕೆಯ ವೊಡವೆಗಳನ್ನು ಹುಟ್ಟಿಸುವ ಜಾತಿಗಳು.

		ಧಾರವಾಡ.			ಬೆಳಗಾವಿ.			ವಿಜಾಪುರ.			ಕಾನಡಾ.			
		ಗಂಡು.	ಹೆಣ್ಣು.	ಒಟ್ಟು.	ಗಂಡು.	ಹೆಣ್ಣು.	ಒಟ್ಟು.	ಗಂಡು.	ಹೆಣ್ಣು.	ಒಟ್ಟು.	ಗಂಡು.	ಹೆಣ್ಣು.	ಒಟ್ಟು.	
೧	ಸ್ಥೈಕಾರರು (ಸಾಳಿ) (೧) ಪಡಸಾಳಿ (೨) ಪದಮುಸಾಳಿ ...	೯೫೯೭	೯೩೫೬	೧೮೯೫೩	೬೫೪೦	೬೨೨೭	೧೨೭೬೭	೫೬೨೧	೫೭೬೮	೧೧೩೮೯			೧೩೬	
೨	ಗಾಣಿಗರು	೧೧೨೯೮	೧೧೨೦೧	೨೨೪೯೯	೨೮೧೦	೨೯೦೮	೫೭೧೮	೧೮೪೫೮	೧೮೪೯೪	೩೬೯೫೨	೧೧೫೫	೧೦೧೬	೨೧೭೧	
೩	ಹಟಕಾರರು (ದೇವಾಂಗರು) ಜಾಡರು ..	೨೯೦೬	೨೮೭೨	೫೭೭೯	೧೮೦೪	೧೭೪೩	೩೫೪೭	೬೩೯೮	೬೩೫೩	೧೨೭೫೧	,,	,,	,,	
೪	ಪಟವೇಗಾರರು.......	೨೧೦೩	೧೯೫೭	೪೦೬೦	೨೭೦	೨೯೩	೫೬೩	೫೨೯	೫೦೦	೧೦೨೯	೯೩	೭೭	೧೭೦	
೫	ಕುರುವಿನ ಶಟ್ಟಿಗಳು....	೧೧೭೫	೧೧೭೯	೨೩೫೪	,,	,,	,,	೧೨೦೬	೧೨೪೦	೨೪೪೬	,,	,,	,,	
೬	ಚಿಕ್ಕ ಕುರುವಿನವರು....	,,	,,	,,	,,	,,	,,	೧೧೭	೧೧೮	೨೩೫	,,	,,	,,	
೭	ಪಂಡೇವಜೀರರು......	,,	,,	,,	,,	,,	,,	೯೯೦	೧೦೧೩	೨೦೦೩	,,	,,	,,	
೮	ಲೋಣಾರರು (ಮಾಟಗಾವಡಿಗಳು) ..	,,	,,	,,	೨೯೯	೩೦೯	೬೦೮	೩೫೦	೩೬೬	೭೧೬			೧೦೮*	* ೮ ಮಾರಗಾವಡಿಗಳು.
೯	ಬಣ್ಣಗಾರರು	,,	,,	,,	,,	,,	,,	,,	,,	,,			೧೯೦	
೧೦	ಶಿವಾಚಾರಿಗಳು	,,	,,	,,	,,	,,	,,	೩೬	೩೨	೬೮	,,	,,	,,	
೧೧	ಶಿವಜೋಗಿಗಳು	೧೨	೧೦	೨೨	,,	,,	,,	,,	,,	,,	,,	,,	,,	

ನೇಕಾರರು.

ನೇಕಾರರು (ಸಾಳಿ).—ಇವರು ತಾವು ದೇವಾಂಗನೆಂಬ ಋಷಿಯ ವಂಶದವರೆಂದು ಹೇಳುತ್ತಾರೆ. (ಆದರೆ ಕೆಲವರು ಮಾರ್ಕಂಡೆಯನ ವಂಶದವರೆಂದು ಹೇಳುತ್ತಾರೆ.) ದೇವಾಂಗ ಋಷಿಯ ಯೇಳು ಜನ ಹೆಂಡರ ಹೊಟ್ಟೆಯಿಂದ ಹುಟ್ಟಿದವರಿಗೆಲ್ಲ "ಸಾಳಿ," ಅಂದರೆ ಬಟ್ಟೆ ನೆಯ್ಯುವವರು, ಯೆಂಬ ಹೆಸರು ನಡಿಯುತ್ತದೆ. ಇವರಲ್ಲಿ ನಾಲ್ಕು ಮುಖ್ಯ ಭೇದಗಳಿವೆ. ೧ನೇ ವರ್ಗದಲ್ಲಿ ಪದ್ಮಸಾಳಿ, ಸುಕಸಾಳಿ, ಸಕ್ಕುಲಸಾಳಿ, ಯೆಂಬ ಮೂರು ವೊಳ ಜಾತಿಗಳಿವೆ; ಇವರಿಗೆಲ್ಲ ವಾಡಿಕೆಯಾಗಿ ಸಾಳಿಯೆಂದೆನ್ನುವರು. ೨ನೇ ವರ್ಗದಲ್ಲಿ ದೇವಸಾಳಿಗಳು, ಇಲ್ಲವೆ ದೇವಾಂಗರು, ಯೆಂಬ ಜಾತಿಯೊಂದೇ ಉಂಟು; ಇವರಿಗೆ ಹಟಕಾರರೆನ್ನುವರು. ೩ನೇ ವರ್ಗದಲ್ಲಿ ಪಡಸಾಳಿಗಳು ಇಲ್ಲವೆ ಪಟ್ಟಸಾಳಿಗಳು, ಸಮುಸಾಳಿಗಳೆಂಬ ಲಿಂಗವಂತರು, ಈ ಯೆರಡು ಜಾತಿಗಳಿವೆ. ಶುದ್ಧಸಾಳಿಗಳೆಂಬವರು ನಾಲ್ಕನೇ ವರ್ಗದವರು; ಇವರ ಜಾತಿಯವರು ಧಾರವಾಡ ಜಿಲ್ಲೆಯಲ್ಲಿ ಮಾತ್ರ ಇರುತ್ತಾರೆ. ಈ ಯಾವತ್ತು ವೊಳ ಜಾತಿಗಳಲ್ಲಿ ಪೂರ್ವದಲ್ಲಿ ಶರೀರ ಸಂಬಂಧವಾಗುತ್ತಿತ್ತು. ಆದರೆ ಈಚೆಗೆ ಕೆಲವರು ಲಿಂಗವಂತರಾದ್ದರಿಂದ ವೊಂದು ಜಾತಿಯವರು ಮತ್ತೊಂದು ಜಾತಿಯವರ ಸಂಗಡ ಅನ್ನ ವ್ಯವಹಾರ ಸಹ ಮಾಡುವದಿಲ್ಲ. ಆದರೆ ಧಾರವಾಡ ಜಿಲ್ಲೆಯಲ್ಲಿ ಹಲಕೆಲವು ಜಾತಿಗಳಲ್ಲಿ ಶರೀರ ಸಂಬಂಧವು ಈಗ್ಯೂ ಆಗುತ್ತದೆ. ಇವರೆಲ್ಲರು ಉತ್ತರದಿಂದ ಬಂದವರು, ಮನೆಯಲ್ಲಿ ಕಾಡು ಮಹಾರಾಷ್ಟ್ರ ಭಾಷೆಯನ್ನಾಡುತ್ತಾರೆ. ಧಾರವಾಡ ಜಿಲ್ಲೆಯಲ್ಲಿ ಕೆಲವರು ಮನೆಯಲ್ಲಿ ಸಹ ಕನ್ನಡ ಭಾಷೆಯನ್ನೇ ಆಡುತ್ತಾರೆ. ಅವರ ಅಡ್ಡ ಹೆಸರುಗಳೆಲ್ಲ ಮಹಾರಾಷ್ಟ್ರ ಶಬ್ದಗಳಿರುತ್ತವೆ. ಲಿಂಗವಂತರಲ್ಲದಂಥ ಸಾಳಿಗಳಲ್ಲಿ ಬಹು ಜನರು ಜನಿವಾರ ಹಾಕುವರು; ನಿತ್ಯಸ್ನಾನ ಮಾಡಿ ಹಣೆಗೆ ಗಂಧ ಹಚ್ಚುವರು; ಮನೆಯಲ್ಲಿ ತುಳಸೀ ಗಿಡ ಹಚ್ಚುವರು; ಬ್ರಾಹ್ಮಣರನ್ನು ತಮ್ಮಲ್ಲಿಯ ಕಾರ್ಯಕ್ಕೆ ಕರಿಯುವರು. ಆದರೆ ಮದ್ಯ ಮಾಂಸಗಳಿಗೆ ನಿಷೇಧವಿಲ್ಲ. ಕೆಲವರಿಗೆ ಗಾಂಜಿ ಭಂಗಿಗಳ ಚಟಿಯು ಬಹಳ ಇರುತ್ತದೆ. ಸುಮಾರು ೧೫೦ ವರ್ಷಗಳ ಪೂರ್ವದಲ್ಲಿ ಇವರು ತಾವು ಶಾಲಿಗ್ರಾಮವನ್ನು ಪೂಜಿಸುತ್ತಿದ್ದರೆಂತಲೂ, ಮದ್ಯ ಮಾಂಸಗಳ ಸಂಪರ್ಕ ಮಾಡುತ್ತಿದ್ದಿಲ್ಲೆಂತಲೂ ಹೇಳುತ್ತಾರೆ. ಇವರ ಉಡಿಗೆಗಳು ಲಿಂಗವಂತರ ಉಡಿಗೆಗಳನ್ನು ಹೋಲುತ್ತವೆ. ಆರೇರು, ಪಟವೇಗಾರರು, ರಂಗಾರಿಗಳು, ಶಿಂಪಿಗರು, ಇವರ ಮನೆಯಲ್ಲಿ ಸಾಳಿಗಳು ಉಣ್ಣುತ್ತಾರೆ; ಆದರೆ ಇವರ ಮನೆಯಲ್ಲಿ ಆ ಜಾತಿಗಳ ಜನ ಬಹುತರ ಉಣ್ಣುವದಿಲ್ಲ. ಇವರ ಗುರುವಾದ ಬೋಧಲೇ ಬಾವಾ ಯೆಂಬ ಗೃಹಸ್ಥಾಶ್ರಮಿಯು ಧಾಮಣಗಾವ (ವಿಜಾಪುರ ಜಿಲ್ಲೆಯಲ್ಲಿ) ಯೆಂಬಲ್ಲಿ ಇರುತ್ತಾನೆ. ಸಾಳಿಗಳು ಯೆಲ್ಲಮ್ಮ, ವೆಂಕಟರಮಣ, ತುಳಜಾ ಭವಾನಿ, ಖಂಡೋಬ, ಈ ದೇವರಿಗೆ ನಡಕೊಳ್ಳುತ್ತಾರೆ. ಪದ್ಮಸಾಳಿಗಳು ಹೆಣಗಳನ್ನು ಸುಡುತ್ತಾರೆ; ಉಳಿದವರಲ್ಲಿ ಕೆಲವರು ಸುಡುವರು, ಕೆಲವರು ಹುಗಿಯುವರು. ಯಾವತ್ತು ಸಾಳಿಗಳಲ್ಲಿ ಹೆಣ್ಣು ಮಕ್ಕಳ ಲಗ್ನವು ಚಿಕ್ಕಂದಿನಲ್ಲಿ ಆಗಲಿಕ್ಕೆ ಬೇಕು; ವಿಧವೆಗಳ ಲಗ್ನಕ್ಕೆ ಅಡ್ಡಿ ಇಲ್ಲ. ಸಾಳಿಗಳ ಹೆಣ್ಣು ಮಕ್ಕಳೂ ಶಾಲೆಗೆ ಹೋಗುತ್ತಾರೆ.

ಪಡಸಾಳಿಗಳು ರೇಶಿಮೆಯ ವಸ್ತ್ರದ ಕೆಲಸ ಮಾಡುವ ಕಾರಣ ಅವರಿಗೆ ಈ ಹೆಸರು (ಪಟ್ಟಸಾಳಿ) ಬಂದದೆ. ಇವರೆಲ್ಲ ಲಿಂಗವಂತರು. ಲಿಂಗವಂತರಾದ ಸಾಳಿಗಳ ಊಟ, ಉಡಿಗೆ, ನಡಾವಳಿಗಳೆಲ್ಲ ಲಿಂಗವಂತರವೇ ಇರುತ್ತವೆ. ಅವರು ಮದ್ಯ ಮಾಂಸಗಳನ್ನು ಮುಟ್ಟುವದಿಲ್ಲ, ಮಲ್ಲಿಕಾರ್ಜುನನಿಗೆ ನಡಕೊಳ್ಳುವರು, ನಿತ್ಯದಲ್ಲಿ ಸ್ನಾನ ಮಾಡುವರು.

ಸಾಳಿಗಳ ಕೆಲವು ಜಾತಿಗಳಲ್ಲಿ ವಿಧವೆಗೆ ವ್ಯಭಿಚಾರದಿಂದ ಗರ್ಭಧಾರಣವಾದರೆ, ಆಕೆ ಹಡಿದ ಬಳಿಕ ಆ ಕೂಸನ್ನು ಯಾರಿಗಾದರೂ ಕೊಡುವ ವರೆಗೆ ಜಾತಿ ಬಾಹ್ಯಳಾಗುತ್ತಾಳೆ. ಆ ಕೂಸಿನ ತಂದೆಯು ಅದನ್ನು ಮನಸಿಗೆ ಬಂದರೆ ತಕ್ಕೊಳ್ಳುವನು. ಆ ಕೂಸನ್ನು ಅನ್ಯಜಾತಿಯವರಿಗೆ ಕೊಟ್ಟರೂ ಅಡ್ಡಿ ಇಲ್ಲ; ಅದು ತಾಯಿಯನ್ನು ಬಿಟ್ಟ ಹೊರ್ತು ಆಕೆ ಜಾತಿಯೊಳಗೆ ಬರುವದಿಲ್ಲ. ಪೂರ್ವದಲ್ಲಿ ಹೆಣ್ಣು ಕೂಸು ಹುಟ್ಟಿದರೆ ಪಾತರದವರಿಗೆ ಕೊಡುವರು; ಆದರೆ ಈಗ ಹಾಗೆ ಮಾಡುವದಿಲ್ಲ. ಕೂಸನ್ನು ಪರರಿಗೆ ಕೊಟ್ಟ ಬಳಿಕ ಜಾರಿಣಿಯಾದ ವಿಧವೆಯು ಬ್ರಾಹ್ಮಣನ ಚರಣತೀರ್ಥ ತಕ್ಕೊಂಡು ಜಾತಿಗೆ ಊಟ ಹಾಕಿದ ಬಳಿಕ ಶುದ್ಧಳಾಗುತ್ತಾಳೆ. ಪೂರ್ವದಲ್ಲಿ ವಿಧವೆಗಳ ತಲೆ ಬೋಳಿಸುವರು. ಆದರೆ ಈಗ ಐದು ಪಟ್ಟೆಗಳನ್ನು ತೆಗಿದು ಬೋಳಿಸಿದ ಸಂಸ್ಕಾರ ಮಾಡಿದ ಹಾಗೆ ಮಾಡುತ್ತಾರೆ.

ಸಾಳಿಗಳಲ್ಲಿ ಸುಂತಾಸಾಳಿ ಯೆಂಬದೊಂದು ಜಾತಿಯುಂಟು. ಇವರು ಪೂರ್ವದಲ್ಲಿ ಮುಸಲ್ಮಾನರಾದವರು ಮತ್ತೆ ಹಿಂದೂ ಆದ್ದರಿಂದ ಇವರಿಗೆ ಈ ಹೆಸರು ಬಂದದೆ. ಇವರಲ್ಲಿ ಈಗ್ಯೂ ಸುಂತಿಯ ಮಾಡುವ ನಡಾವಳಿಯುಂಟು. ಇದಲ್ಲದೆ ಇವರ ಬೇರೆ ಯೆಷ್ಟೋ ನಡಾವಳಿಗಳು ಮುಸಲ್ಮಾನರ ನಡಾವಳಿಗಳನ್ನು ಹೋಲುತ್ತವೆ.

ಕಾನಡಾ ಜಿಲ್ಲೆಯ ಪದ್ಮಸಾಳಿಗಳ ಸ್ಥಿತಿ ರೀತಿಗಳು ಸ್ವಲ್ಪ ಭಿನ್ನವಿರುತ್ತವೆ. ಇವರು ಘಟ್ಟದ ಮೇಲಿನ ತಾಲೂಕುಗಳಲ್ಲಿ, ವಿಶೇಷವಾಗಿ ಸಿರಸೀ ತಾಲೂಕಿನಲ್ಲಿ, ವಾಸಿಸುತ್ತಾರೆ. ಇವರು ತಮ್ಮ ಹೆಸರಿನ ಮುಂದೆ "ಶೆಟ್ಟಿ," ಇಲ್ಲವೆ "ಪಾಳ್ಯ" ಯೆಂಬ ಉಪನಾಮ ಹಚ್ಚಿಕೊಳ್ಳುವರು; ಓಂಕಾರೇಶ್ವರ, ಯಲ್ಲಮ್ಮ, ವೆಂಕಟರಮಣ, ಮುಂತಾದ ದೇವತೆಗಳಿಗೆ ನಡಕೊಳ್ಳುವರು. ಈ ಸಾಳಿಗಳು ಈಗ ಕನ್ನಡ ಭಾಷೆಯನ್ನಾಡುತ್ತಾರೆ. ಆದರೆ ಮುಂಚೆ ತಮಿಳವು ಇವರ ಜನ್ಮಭಾಷೆ ಇತ್ತೆಂತಲೂ, ಸದ್ಯಕ್ಕೆ ಧಾರವಾಡ ಜಿಲ್ಲೆಯಲ್ಲಿ ಇವರ ಕುಲದವರು ತಮಿಳವನ್ನೇ ಆಡುತ್ತಾರೆಂತಲೂ ಹೇಳುತ್ತಾರೆ. ಇವರು ತಾವು ಮಾರ್ಕಂಡೇಯನ ವಂಶದವರೆಂದು ಹೇಳುವರು. ಇವರೊಳಗೆ ಅರಿಶಿನ ಪತ್ತಲದವರೆಂಬದೊಂದು ವೊಳಜಾತಿಯುಂಟು. ಅವರಿಗೂ ಇವರಿಗೂ ಅನ್ನ ವ್ಯವಹಾರವಾಗುವದಿಲ್ಲ. ಇವರಲ್ಲಿ ಮದ್ಯ ಮಾಂಸಗಳಿಗೆ ಅಡ್ಡಿ ಇಲ್ಲ, ಲಿಂಗವಂತ ಅಯ್ಯಗಳು ಲಗ್ನ ಮುಂತಾದ ಕಾರ್ಯಗಳನ್ನು ಮಾಡಿಸುವರು. ಸಮಾಜದೊಳಗೆ ಇವರು ಜೇಡರಿಗೆ ಸರಿಯಾಗಿ ವರ್ತಿಸುತ್ತಾರೆ. ಇವರ ಧರ್ಮಗುರುವಾದ ಮಾರ್ಕಂಡೇಯನೆಂಬ ಬ್ರಾಹ್ಮಣನು ರೋಣದಲ್ಲಿ ಇರುತ್ತಾನೆ. ಇವರು ಈಶ್ವರನಿಗೂ ವಿಠೋಬನಿಗೂ ನಡಕೊಳ್ಳುವರು; ಜನಿವಾರ ಹಾಕಿಕೊಂಡು ಲಿಂಗವಂತರಂತೆ ವಿಭೂತಿ ಮುಂತಾದ ಶೈವ ಚಿನ್ಹಗಳನ್ನು ಧರಿಸುವರು.

ಇವರಲ್ಲಿ ವಿಧವೆಗಳ ಲಗ್ನಕ್ಕೆ ಅಡ್ಡಿ ಇಲ್ಲ; ಹೆಣಗಳನ್ನು ಸುಡುವರು. ಕೆಲವರು ಓದ ಬರಿಯ ಬಲ್ಲರು. ಇವರು ಪೂರ್ವದಲ್ಲಿ ಬಟ್ಟೆಗಳನ್ನು ನೆಯ್ಯುತ್ತಿದ್ದರು; ಆದರೆ ಈಗ ಕಾಳಿನ ಅಂಗಡಿಗಳನ್ನು ಹಚ್ಚಿಕೊಂಡು ಸೌಖ್ಯದಿಂದಿದ್ದಾರೆ. ಇವರ ಮಕ್ಕಳು ಶಾಲೆಗೆ ಹೋಗುತ್ತಾರೆ.

ಗಾಣಿಗರು.

ಗಾಣಿಗರು.—ಇವರು ತಮ್ಮ ಉತ್ಪತ್ತಿಯ ಕಥೆ ಹೇಳುವದು ಹ್ಯಾಗಂದರೆ—ಕಣ್ಯಪ್ಪಯ್ಯನೆಂಬವನೊಬ್ಬ ಬಡ ಲಿಂಗವಂತನಿದ್ದನು. ಅವನು ರೇವಣ ಶಿದ್ದೇಶ್ವರನನ್ನು ಬಹು ಭಕ್ತಿಯಿಂದ ಆರಾಧಿಸಿ, ಆ ದೇವರ ಗುಡಿಯಲ್ಲಿ ಅಖಂಡ ನಂದಾದೀಪವಿಟ್ಟಿದ್ದನು. ಆ ದೀಪಕ್ಕೂ ತನ್ನ ಕುಟುಂಬ ಸಂರಕ್ಷಣೆಗೂ ಬೇಕಾಗುವಷ್ಟೇ ಯೆಣ್ಣೆಯನ್ನು ಅವನು ನಿತ್ಯದಲ್ಲಿ ತೆಗಿಯುವನು. ಶಿವನು ಅವನ ಭಕ್ತಿಯನ್ನು ಪರೀಕ್ಷಿಸುವದಕ್ಕಾಗಿ ಅವನ ಗಾಣವನ್ನೂ ಮನೆಯೊಳಗಿನ ಯಾವತ್ತು ವೊಡವೆಗಳನ್ನೂ ಇಲ್ಲದ ಹಾಗೆ ಮಾಡಿದನು. ಆಗ ಕಣ್ಯಪ್ಪಯ್ಯನು ದೇವರ ದೀಪಕ್ಕೆ ಯೆಣ್ಣೆ ಇಲ್ಲದ್ದರಿಂದ ತನ್ನ ತಲೆಯ ಮೇಲೆ ಬಹಳ ಉದ್ದವಾಗಿ ಬೆಳಿಸಿದ ಕೂದಲಿಗೆ ಉರಿ ಹಚ್ಚಿ ಕೊಂಡು ದೇವರ ಮುಂದೆ ನಿಂತನು. ಆಗ ಶಿದ್ದೇಶ್ವರನು ಪ್ರಸನ್ನನಾಗಿ ಅವನಿಗೆ ಮುಕ್ತಿ ಕೊಟ್ಟು, ನಿನ್ನ ವಂಶದವರು ಗಾಣದ ಹೋರೆಯನ್ನೇ ಮಾಡಿ ಸುಖದಿಂದ ಬಾಳಲೆಂದು ವರ ಕೊಟ್ಟನು. ಗಾಣಿಗರಲ್ಲಿ ಸಜ್ಜನ, ಕರೆಕುಲ, ಬಿಳಿಕುಲ, ಕೆಂಪಕುಲ, ವಂಟಿಯೆತ್ತು, ಪಸ್ತಿ, ಪಂಚಮ, ವೈಷ್ಣವ, ಯೆಂಬ ವೊಳಜಾತಿಗಳುಂಟು. ಆದರೆ ಇವುಗಳಲ್ಲಿ ಸಜ್ಜನ, ಕರೆಕುಲ, ವೈಷ್ಣವ, ಇವು ಮೂರೇ ಮುಖ್ಯ ಭೇದಗಳೆಂದು ತೋರುತ್ತವೆ. ವೈಷ್ಣವರ ಹೊರ್ತು ಉಳಿದವರೆಲ್ಲರು ಲಿಂಗವಂತರು; ಅವರವರೊಳಗೆ ಊಟದ ಬಳಿಕೆಯಾಗುತ್ತದೆ. ಶರೀರ ಸಂಬಂಧವಾಗುವದಿಲ್ಲ. ವಂಟ ಯೆತ್ತಿನವರು ಲಿಂಗವಂತರಾದಾಗ್ಯೂ ಜನಿವಾರ ಹಾಕಿ ಕೊಳ್ಳುತ್ತಾರೆ. ವಿಜಾಪುರ ಜಿಲ್ಲೆಯಲ್ಲಿ ಸಜ್ಜನ, ಕರೆಕುಲ, ಇವೆರಡೇ ಜಾತಿಗಳುಂಟು. ಎಲ್ಲ ಕಡೆಯಲ್ಲಿ ಕರೆಕುಲದವರೇ ಬಹಳ. ಇವರ ಹೆಂಗಸರು ಕುಂಕುಮ ಹಚ್ಚುವರು. ಸಜ್ಜನರಲ್ಲಿ ವಿಧವೆಗಳಿಗೆ ಲಗ್ನವಿಲ್ಲ, ಬ್ರಾಹ್ಮಣರು ಲಗ್ನ ಮಾಡಿಸುವರು, ಜಾತಿಯ ವಿವಾದಗಳನ್ನು ಒಬ್ಬ ಬ್ರಾಹ್ಮಣನ ಕೈ ಕೆಳಗೆ ಜಾತಿಯವರು ಕೂಡಿ ನಿರ್ಣಯ ಮಾಡುವರು. ಉಳಿದವರು ಬ್ರಾಹ್ಮಣರಿಗೆ ಮಾನ ಕೊಡುವದಿಲ್ಲ, ವಿಧವೆಗಳ ಲಗ್ನ ಮಾಡುವರು. ಗಾಣಿಗರು ಮಲ್ಲಿಕಾರ್ಜುನ, ಉಳವಿಯ ಬಸಪ್ಪ, ಮುಂತಾದ ಲಿಂಗಾಂಗಿಗಳ ದೇವರಿಗೆ ನಡಕೊಳ್ಳುವದಲ್ಲದೆ ತುಳಜಾ ಭವಾನಿ, ಹನುಮಂತ, ಮುಂತಾದ ದೇವರಿಗೂ ನಡಕೊಳ್ಳುವರು. ವಿಜಾಪುರ ಜಿಲ್ಲೆಯಲ್ಲಿ ಕೊಲ್ಹಾರದ ದೇಸಾಯಿಯು ಗಾಣಿಗರ ಜಾತಿಯ ವ್ಯಾಜ್ಯಗಳನ್ನು ತೀರಿಸುತ್ತಾನೆ. ಗಾಣಿಗರ ಉಳಿದ ನಡಾವಳಿಗಳು, ಊಟ, ಉಡಿಗೆ, ಮುಂತಾದವುಗಳು ಲಿಂಗವಂತರವೇ ಇರುತ್ತವೆ. ಗಾಣಿಗರು ವಿಜಾಪುರ ಧಾರವಾಡ ಜಿಲ್ಲೆಗಳಲ್ಲಿ ಮುಖ್ಯವಾಗಿ ಕುಸಿಬೀ ಯೆಣ್ಣೆ ತೆಗಿಯುವರು; ಬೆಳಗಾವೀ ಜಿಲ್ಲೆಯಲ್ಲಿ ನೆಲಗಡ್ಲೆಯ (ಭುಯಮುಗ) ಯೆಣ್ಣೆ ತೆಗಿಯುವರು; ಕಾನಡಾ ಜಿಲ್ಲೆಯಲ್ಲಿ ಉಂಡ್ಲಬೀಜದ ಖೈ ಯೆಣ್ಣೆ ತೆಗಿಯುವರು, ಆದರೆ ಕುಸಿಬಿ, ಅಗಸಿ, ಯೆಳ್ಳು, ಇವುಗಳನ್ನು

ಕೂಡಿಸಿದರೆ ಯೆಣ್ಣೆ ಹುಲಸಾಗಿ ಬೇಗ ಹೊರಡುತ್ತದೆಂದು ಹೇಳುತ್ತಾರೆ. ಗಾಣಿಗರಲ್ಲಿ ಬಹು ಜನರು ವೊಕ್ಕಲತನದಿಂದ ಜೀವಿಸುವರು. ಇವರ ಮಕ್ಕಳು ಶಾಲೆಗೆ ಹೋಗುತ್ತಾರೆ; ಒಟ್ಟಿಗೆ ಇವರು ಸುಖಿಯಾಗಿ ಇದ್ದಾರೆ.

ವೈಷ್ಣವ ಗಾಣಿಗರು ಜನಿವಾರ ಹಾಕುವರು; ಕಾರ್ಯಗಳಿಗೆ ಬ್ರಾಹ್ಮಣರನ್ನೇ ಕರಿಯುವರು; ವೆಂಕಟರಮಣನಿಗೆ ನಡಕೊಳ್ಳುವರು; ಹೆಣಗಳನ್ನ ಸುಡುವರು; ವಿಧವೆಗಳ ಲಗ್ನ ಮಾಡುವದಿಲ್ಲ.

ಕಾನಡಾ ಜಿಲ್ಲೆಯಲ್ಲಿ ಘಟ್ಟದ ಮೇಲಿನ ಗಾಣಿಗರು ಲಿಂಗವಂತರಿದ್ದಾರೆ. ಅವರ ಸ್ಥಿತಿ ಗತಿಗಳೆಲ್ಲ ಲಿಂಗವಂತರಂತೆ ಇರುತ್ತವೆ.

ಘಟ್ಟದ ಕೆಳಗಿನವರು ವೆಂಕಟರಮಣನಿಗೆ ನಡಕೊಳ್ಳುವರು. ಇವರಲ್ಲಿ ಮಕ್ಕಳ ಸಂತಾನದವರೆಂತಲೂ, ಅಳಿಯ ಸಂತಾನದವರೆಂತಲೂ ಯೆರಡು ಭೇದಗಳಿವೆ. ಎರಡನೇ ವರ್ಗದವರು ಮೊದಲಿನವರ ಮನೆಯಲ್ಲಿ ಉಣ್ಣುವರು. ಆದರೆ ಅವರವರೊಳಗೆ ಲಗ್ನ ಸಂಬಂಧವಾಗುವದಿಲ್ಲ. ಈ ಎರಡೂ ವರ್ಗದವರು ಕನ್ನಡ ಭಾಷೆಯನ್ನಾಡುವರು, ಮಾಂಸ ತಿನ್ನುವರು, ಮದ್ಯ ಮುಟ್ಟುವದಿಲ್ಲ, ಜನಿವಾರ ಹಾಕುವರು, ಹೈಗ ಬ್ರಾಹ್ಮಣರ ಅನ್ನವನ್ನು ಮಾತ್ರ ತಕ್ಕೊಳ್ಳುವರು. ಇವರು ತಾವು ವೈಶ್ಯರೆಂದು ಹೇಳುತ್ತಾರೆ; ಮನೆಯಲ್ಲಿ ಚಂದನದ ವೆಂಕಟರಮಣನನ್ನು ಪೂಜಿಸುವರು. ಇವರ ಮನೆಯಲ್ಲಿ ಲಗ್ನ, ಮುಂಜಿ, ಜನ್ಮ, ಮರಣ, ಮುಂತಾದ ಕಾರ್ಯಗಳನ್ನು ಹೈಗ ಬ್ರಾಹ್ಮಣರು ಮಾಡಿಸುವರು. ಇವರು ಗಾಣದಿಂದ ಯೆಣ್ಣೆ ತೆಗಿಯುವದಲ್ಲದೆ ತಾಡವಾಲೆಯ ಛತ್ತರಿಗೆಗಳನ್ನು ಮಾಡಿ ಮಾರುವರು. ಕಟ್ಟಿಗೇ ವೊರಳಿನಲ್ಲಿ ವೊಂದೇ ಯೆತ್ತಿನ ಸಹಾಯದಿಂದ ಇಲ್ಲವೆ ಕೈಯಿಂದ ಗಾಣ ತಿರುಗಿಸಿ, ಇವರು ಉಂಡ್ಲ ಬೀಜದ ಯೆಣ್ಣೆಯನ್ನು ತೆಗಿಯುವರು. ಇವರ ಹೋರೆಯು ಚನ್ನಾಗಿ ನಡಿಯುತ್ತದೆ. ಉಂಡ್ಲ ಬೀಜದ ಹೊರ್ತು ಖೊಬ್ಬರೀ ಯೆಣ್ಣೆಯನ್ನು ಸಹ ಈ ಜಿಲ್ಲೆಯ ಗಾಣಿಗರು ಬಹಳವಾಗಿ ತೆಗಿದು ಮಾರಾಟಕ್ಕೆ ಕಳಿಸುವರು.

ಗಾಣಿಗರ ಗಾಣದ ಖಣಿ ಇದ್ದಲ್ಲಿ ದೆವ್ವ ಇರುತ್ತದೆಂದು ಬಹು ಜನರ ನಂಬಿಗೆಯುಂಟು. ಅನ್ಯಜಾತಿಯರು ಈ ಕಾರಣದಿಂದ ಗಾಣಿಗರ ಮನೆಯನ್ನು ಖರೇದಿಗೆ ತಕ್ಕೊಳ್ಳಲಿಕ್ಕೆ ಸಂಕೋಚ ಪಡುತ್ತಾರೆ.

ಹಟಕಾರರು.

ಹಟಕಾರರು (ದೇವಾಂಗರು).—ಕೃಷ್ಣೆಯ ದಕ್ಷಿಣದಲ್ಲಿ ಇವರ ವಸ್ತಿ ಹೆಚ್ಚು ಇರುತ್ತದೆ; ಕಾನಡಾ ಜಿಲ್ಲೆಯಲ್ಲಿ ಇಲ್ಲ. ಬಾಗಲಕೋಟೆ, ಗುಳೇದ ಗುಡ್ಡಗಳಲ್ಲಿಯ ಹಟಕಾರರು ಸೆಯ್ಯುವ ಬಟ್ಟೆಗಳು ಹೆಸರಾಗಿವೆ. ಇವರು ತಮ್ಮ ಉತ್ಪತ್ತಿಯನ್ನು ಬೇರೆ ಬೇರೆ ಕಡೆಯಲ್ಲಿ ಬೇರೆ ಬೇರೆಯಾಗಿ ಹೇಳುತ್ತಾರೆ. ಹಿಂದೆ ನೇಕಾರರ ಅಥವಾ ಸಾಳೀ ಜನರ ಮೂಲದ ಕಥೆಯಲ್ಲಿ ದೇವಾಂಗ ಋಷಿಯ ವೊಬ್ಬ ಹೆಂಡತಿಯ ಮಕ್ಕಳಿಗೆ ಹಟಕಾರರೆಂಬ ಹೆಸರು ಬಂತೆಂದು ಹೇಳಿದ್ದೇವೆ. ಅದರಂತೆ ಸಾಳಿ, ಹಟಕಾರರು, ಜಾಡರು, ಇವರು ಮೂವರು ಆರಂಭದಲ್ಲಿ ವೊಂದೇ ಜಾತಿಯವರಿದ್ದರೆಂದು ಕೆಳಗಿನ ವರ್ಣನೆಯಿಂದ ಅನುಮಾನವಾಗುವದು. ಹಟಕಾರರ ಬಳಿ

ಯಲ್ಲಿ ದೇವಾಂಗ ಪುರಾಣವೆಂಬವೊಂದು ಗ್ರಂಥವಿರುತ್ತದೆ. ಅದರಲ್ಲಿ ಹೇಳಿದ ಇವರ ಉಗಮದ ಕಥೆ ಹ್ಯಾಗಂದರೆ—ಬುನಾದಿಯಲ್ಲಿ ಮನುಷ್ಯರಿಗೂ ದೇವತೆಗಳಿಗೂ ಬಟ್ಟೆ ಇದ್ದಿಲ್ಲ. ಅವರು ಶಿವನ ಬಳಿಗೆ ಹೋಗಿ ಯೇನಾದರೂ ಆವರಣವನ್ನು ಕೊಡೆಂದು ಬೇಡಿಕೊಂಡರು. ಶಿವನಿಗೆ ಬುದ್ಧಿ ಹರಿಯದ್ದರಿಂದ ಮೂರ್ಛೆ ಬರಲಾಗಿ, ಆ ಮೂರ್ಛೆ ಯಲ್ಲಿ ಕನಸಿನಂತೆ, ತನ್ನ ಮೈಯಿಂದ ವೊಬ್ಬ ಉಗ್ರ ಸ್ವರೂಪಿಯಾದ ಮನುಷ್ಯನು ಹೊರ ಟಂತೆ ಕಂಡನು. ಆ ಮನುಷ್ಯನು ವಸ್ತ್ರವನ್ನುಟ್ಟು ಕೊಂಡು, ಜನಿವಾರ, ವಿಭೂತಿ, ರುದ್ರಾಕ್ಷಮಾಲೆಗಳನ್ನು ಧರಿಸಿದ್ದನು. ಶಿವನು ಯೆಚ್ಚತ್ತ ಬಳಿಕ ಕನಸಿನಲ್ಲಿ ಕಂಡ ಮನು ಷ್ಯನೇ ತನ್ನ ಯೆದುರಿಗೆ ನಿಂತದ್ದನ್ನು ನೋಡಿದನು; ಅವನು ತನ್ನ ಮೈಯಿಂದ ಹೊರಟ ವನಾದ ಕಾರಣ ಅವನಿಗೆ ದೇವಾಂಗನೆಂಬ ಹೆಸರಿಟ್ಟು, ಬಟ್ಟೆಗಳನ್ನು ನೈದು ದೇವತೆಗಳಿ ಗೂ ಮನುಷ್ಯರಿಗೂ ಕೊಡೆಂದು ಹೇಳಿದನು. ದೇವಾಂಗನ ವಸ್ತ್ರಗಳಿಂದ ಕಶ್ಯಪನು ಸಂತುಷ್ಟನಾಗಿ ದೇವದತ್ತಿ ಯೆಂಬ ತನ್ನ ತಂಗಿಯನ್ನು ಅವನಿಗೆ ಲಗ್ನ ಮಾಡಿ ಕೊಟ್ಟನು. ಇದಲ್ಲದೆ ದೇವಾಂಗನು ಲಗ್ನದಲ್ಲಿ ಹೋಮ ಮಾಡುವಾಗ ಅಗ್ನಿ ಕುಂಡದಿಂದ ಅಗ್ನಿದತ್ತಿ ಯೆಂಬ ಕನ್ನಿಕೆ ಹೊರಟು, ಅವನನ್ನೇ ಲಗ್ನ ಮಾಡಿ ಕೊಂಡಳು. ಈ ಇಬ್ಬರು ಹೆಂಡಂ ದಿರ ಸಂತತಿಗಳೇ ನಾನಾ ಪ್ರಕಾರದ ನೇಕಾರರ ಜಾತಿಗಳಾದವು. ಇನ್ನೊಂದು ಕಥೆ ಹ್ಯಾಗಂದರೆ—ಹಟಕಾರರು ಮೊದಲು ಲಿಂಗವಂತರಿದ್ದರು. ದೇವಾಂಗನೆಂಬ ಋಷಿಯು ಅವರಲ್ಲಿ ಕೆಲವರಿಗೆ ಉಪದೇಶ ಮಾಡಿ ತನ್ನ ಶಿಷ್ಯರನ್ನು ಮಾಡಿ ಕೊಂಡನು. ಅವರು ಹಟದಿಂದ ದೇವಾಂಗನ ಉಪದೇಶವನ್ನು ಕೈಕೊಂಡದ್ದರಿಂದ ಹಟಕಾರರೆಂಬ ಹೆಸ ರು ಅವರ ಸಂತತಿಯವರಿಗೆ ಬಂತು. ಆದರೆ ಹಟಕಾರರೆಂಬ ಅಡ್ಡ ಹೆಸರಿನ ಕುರುಬರು ಕೆಲವರುಂಟು.

ಹಟಕಾರರ ಜನ್ಮಭಾಷೆ ಕನ್ನಡ; ತೋರಿಕೆಯಲ್ಲಿ ಸುರೂಪಿಗಳಾದ ಲಿಂಗವಂತರಂತೆ ತೋರುವರು. ಇವರಲ್ಲಿ ಕುಲಾಚಾರಿಗಳೆಂತಲೂ, ಶಿವಾಚಾರಿಗಳೆಂತಲೂ ಯೆರಡು ಮುಖ್ಯ ವರ್ಗಗಳಿವೆ. ಕುಲಾಚಾರಿಗಳ ಆಚರಣೆಗಳೆಲ್ಲ ಬ್ರಾಹ್ಮಣರ ಆಚರಣೆಗಳನ್ನು ಹೋಲುತ್ತವೆ; ಶಿವಾಚಾರಿಗಳು ಲಿಂಗವಂತರುಂಟು. ಇದರಿಂದ ಬ್ರಾಹ್ಮಣರ ಆಚರಣೆಯೇ ಇವರ ಕುಲದ ಮೂಲದ ಆಚರಣೆಯೆಂದು ಸ್ಪಷ್ಟವಾಗುತ್ತದೆ. ಕುಲಾಚಾರಿಗಳು ತಮ್ಮಲ್ಲಿ ೧೬ ಸಂಸ್ಕಾರ ಗಳು ನಡಿಯುತ್ತವೆಂದು ಹೇಳುತ್ತಾರೆ. ಆದರೆ ಲಗ್ನ, ಮುಂಜಿ, ಮುಂತಾದ ನಾಲ್ಕಾರು ಸಂಸ್ಕಾರಗಳು ಮಾತ್ರ ನಡಿಯುತ್ತವೆ. ಮುಂಜಿಯು ಲಗ್ನದ ಕಾಲಕ್ಕೆ ವೊದಲು ಆಗು ತ್ತದೆ. ಕುಲಾಚಾರಿಗಳಿಗೆ ಜನಿವಾರ, ನಿತ್ಯ ಸ್ನಾನ, ಹಣೆಯ ಮೇಲೆ ಗಂಧ, ಪರಿಷೇಚನ, ಚಿತ್ರಾಹುತಿ, ಜನ್ಮ ಮರಣಗಳ ಸೂತಕ, ಇವೆಲ್ಲ ಬ್ರಾಹ್ಮಣರಂತೆ ಇರುತ್ತವೆ. ಇವರ ಹೆಂಗಸರು ಕುಂಕುಮ ಹಚ್ಚುವರು, ಮಂಗಳಸೂತ್ರ ಕಟ್ಟಿ ಕೊಳ್ಳುವರು; ಕೆಲವರು ಕಚ್ಚೆ ಹಾಕುವರು, ಕಡೆಗಾದಾಗ ಮೂರು ದಿವಸ ಹೊರಗೆ ಕೂಡ್ರುವರು. ಕುಲಾಚಾರಿ ಗಳು ಹೆಣಗಳನ್ನು ಸುಡುವರು. ಇವರ ಉಪಾಧ್ಯಾಯನು ದೇವಾಂಗಯ್ಯನೆಂಬವನು ಇವರ ಜಾತಿಯವನೇ ಇರುತ್ತಾನೆ. ಅವನು ಬ್ರಾಹ್ಮಣರ ಅನುಮತಿಯಿಂದ ಲಗ್ನ, ಮುಂಜಿ,

11*

ಮುಂತಾದ ಕಾರ್ಯಗಳನ್ನು ನಡಿಸುವನು. ಇವರ ಮುಖ್ಯ ಗುರು ಮುಸಂಗಯ್ಯನೆಂಬವನು ಹಂಪಿಯಲ್ಲಿ ಇರುತ್ತಾನೆ. ಶಿವಾಚಾರಿಗಳ ಆಚರಣೆಗಳೆಲ್ಲ ಲಿಂಗವಂತರಂತೆ ಇರುತ್ತವೆ. ಇವರಿಗೂ ಕುಲಾಚಾರಿಗಳಿಗೂ ಊಟದ ಬಳಿಕೆಯಾಗುವದಿಲ್ಲ. ಆದರೂ ಶಿವಾಚಾರಿಗಳ ಹೆಣ್ಣು ಕುಲಾಚಾರಿಗಳು ತಕ್ಕೊಳ್ಳುತ್ತಾರೆ. ಆದರೆ ಲಗ್ನದ ಪೂರ್ವದಲ್ಲಿ ಆ ಹೆಣ್ಣನ್ನು ಶುದ್ಧ ಮಾಡಿ ಕೊಳ್ಳುವರು. ಅದರ ಕ್ರಮ ಹ್ಯಾಗಂದರೆ— ಹುಡಿಗೆಯ ಮೈಗೆ ಮಣ್ಣು ಬೂದಿಯನ್ನು ಹಚ್ಚಿ, ಆಕೆಯ ತಲೆಯ ಮೇಲೆ ಸಾದಿಗನ ಕತ್ತಿಯಂತೆ ದರ್ಭದ ಕಡ್ಡಿಯನ್ನು ಆಡಿಸಿ, ಯೆಣ್ಣೆ ಹಚ್ಚಿ ಯೆರಿಯುವರು; ಬಳಿಕ ಹೋಮ ಮಾಡಿ, ಮನೆಯ ದೇವರ ತೀರ್ಥವನ್ನು ಆಕೆಗೆ ಕೊಟ್ಟ ಬಳಿಕ ಆಕೆ ಶುದ್ಧಳಾಗುತ್ತಾಳೆ. ಶಿವಾಚಾರಿಯ ಮಗಳನ್ನು ಕುಲಾಚಾರಿಯು ತಕ್ಕೊಂಡಾಗ ಸಹ ಅವರಿಗೂ ಅವರಿಗೂ ಅನ್ನ ವ್ಯವಹಾರವಾಗುವದಿಲ್ಲ. ಆದರೆ ಕುಲಾಚಾರಿಗಳ ವೊಲವು ಲಿಂಗವಂತ ಧರ್ಮದ ಕಡೆಗೆ ಬೆಳಿಯುತ್ತ ನಡಿದದೆಂದು ತೋರುತ್ತದೆ. ಜನಿವಾರ, ಲಿಂಗ ಇವೆರಡೂ ಧರಿಸಿದಂಥ ಕುಲಾಚಾರಿಗಳೆಷ್ಟೋ ಜನರುಂಟು; ತಂದೆಯ ಕೊರಳಲ್ಲಿ ಜನಿವಾರ, ಮಗನ ಕೊರಳಲ್ಲಿ ಲಿಂಗ, ಹೀಗೂ ಕೆಲವು ಮಾದಿರಿಗಳನ್ನು ಕಾಣ ಬಹುದು. ಲಿಂಗವಂತರಾದವರು ನಿಷ್ಠೆಯಿಂದ ಲಿಂಗವಂತರ ಆಚರಣೆಗಳನ್ನೇ ಅನುಸರಿಸುತ್ತಾರೆ. ಕುಲಾಚಾರಿಗಳಿಗೂ ಶಿವಾಚಾರಿಗಳಿಗೂ ಸಾಮಾನ್ಯವಾಗಿರುವಂಥ ಸಂಗತಿಗಳು ಯಾವವೆಂದರೆ, ಯೆರಡೂ ವರ್ಗದವರು ಬಾದಾವಿಯ ಬನಶಂಕರಿಗೆ ಹೆಚ್ಚು ಭಕ್ತಿಯಿಂದ ನಡಕೊಳ್ಳುತ್ತಾರೆ; ವೀರಭದ್ರನಿಗೂ ಮಲ್ಲಿಕಾರ್ಜುನನಿಗೂ ನಡಕೊಳ್ಳುವರು. ಮದ್ಯ ಮಾಂಸಗಳನ್ನು ಮುಟ್ಟುವದಿಲ್ಲ; ಗಾಂಜಿ, ಅಫು, ಇವುಗಳ ವ್ಯಸನವು ಕೆಲವರಿಗಿರುತ್ತದೆ; ಅನ್ಯಜಾತಿಯವರಲ್ಲಿ ಉಣ್ಣುವದಿಲ್ಲ, ತಮ್ಮ ಅನ್ನವನ್ನು ಅನ್ಯಜಾತಿಯವರಿಗೆ ತೋರಗೊಡುವದಿಲ್ಲ; ಹೆಣ್ಣು ಮಕ್ಕಳ ಲಗ್ನವು ನೆರಿಯುವ ಪೂರ್ವದಲ್ಲಿ ಆಗಲಿಕ್ಕೆ ಬೇಕು; ವಿಧವೆಗಳ ಲಗ್ನವು ನಿರಾತಂಕವಾಗಿ ಆಗುತ್ತದೆ. ಹಟಕಾರರು ಪ್ರೌಢಳಾದ ವಿಧವೆಯ ತಂದೆಗೆ ಕುಮಾರಿಯ ತಂದೆಗಿಂತ ಹೆಚ್ಚು ತೆರಿಗೆಯನ್ನು ಕೊಡುವರು. ಯಾಕಂದರೆ ಲಗ್ನವಾದ ಕೂಡಲೆ ವಿಧವೆಯಿಂದ ನೈಯುವ ಕೆಲಸಕ್ಕೆ ಸಹಾಯವಾಗುತ್ತದೆ. ಯೆಲ್ಲಮ್ಮನ ಮಗನಾದ ಪರಶುರಾಮನು ದೇವಾಂಗ ಋಷಿಯ ಮಕ್ಕಳಲ್ಲಿ ಕೆಲವರನ್ನು ಕೊಂದನಂತೆ; ಆದ್ದರಿಂದ ಹಟಕಾರರು ಯೆಲ್ಲಮ್ಮನಿಗೆ ನಡಕೊಳ್ಳುವದಿಲ್ಲ. ಹಟಕಾರರ ಲಗ್ನದ ವಿಧಾನಗಳೆಲ್ಲ ಸಾಳೀ ಜಾತಿಯವರಂತೆ ಆಗುತ್ತವೆ; ಇವರು ಭಿಕ್ಷೆ ಬೇಡುವದು ಮಾನ ಗೇಡಿತನವೆಂದೆಣಿಸುತ್ತಾರೆ. ಇವರು ಬಹಳ ಹಣ ಹಾಳು ಮಾಡುತ್ತಾರೆ. ಆದರೂ ಇವರಲ್ಲಿ ಕೆಲವರು ಚಿನಿವಾರಿಕೇ ವ್ಯಾಪಾರ ಮಾಡುತ್ತಾರೆ. ಇವರ ಗಂಡು ಹೆಣ್ಣು ಮಕ್ಕಳು ಶಾಲೆಗೆ ಹೋಗುತ್ತಾರೆ. ಆದರೆ ಬಹಳ ದಿವಸ ಕಲಿಯುವದಿಲ್ಲ. ಓದು, ಬರಹ, ಲೆಕ್ಕ, ಇಷ್ಟು ಮಕ್ಕಳ ಅಭ್ಯಾಸವಾಯಿತೆಂದರೆ ಅವರನ್ನು ಮನೆಯಲ್ಲಿ ಇಟ್ಟು ಕೊಂಡು ತಮ್ಮ ವಿದ್ಯವನ್ನು ಕಲಿಸುವರು.

ಜಾಡರು.—ಇವರೂ ಕನ್ನಡಿಗರೇ; ತೋರಿಕೆಯಲ್ಲಿ ಇವರಿಗೂ ಹಟಕಾರರಿಗೂ ಭೇದ ಕಾಣುವದಿಲ್ಲ. ಇವರಲ್ಲಿ ೧೮ ವೊಳಜಾತಿಗಳುಂಟೆಂದು ಹೇಳುತ್ತಾರೆ. ಆದರೆ

ಅವುಗಳಲ್ಲಿ ಶಿವಶಾಮಶಟ್ಟಿ, ಸೋಮಸಾಳಿ, ಪಟ್ಟಸಾಳಿ, ಕುರುವಿನಶಟ್ಟಿ, ಈ ನಾಲ್ಕು ಜಾತಿಗಳು ಮುಖ್ಯವೆಂದು ಹೇಳುತ್ತಾರೆ. ಈ ಹೆಸರುಗಳಿಂದ ಸಾಳಿಗಳೂ, ಜಾಡರೂ ಬುನಾದಿಯಲ್ಲಿ ವೊಂದೇ ಜಾತಿಯವರೆಂದು ವ್ಯಕ್ತವಾಗುತ್ತದೆ. ಸಾಳಿಗಳ ವರ್ಣನೆಯಲ್ಲಿ ಹೇಳಿದ ವೊಳಜಾತಿಗಳ ಹೆಸರುಗಳೇ ಇವರ ೧೮ ಜಾತಿಗಳೊಳಗೆ ಬರಬಹುದು. ಆದರೆ ಜಾಡರೊಳಗೆ ಕರೆಜಾಡರೆಂತಲೂ ಬಿಳಿಜಾಡರೆಂತಲೂ ಯೆರಡು ಮುಖ್ಯ ವರ್ಗಗಳಿರುತ್ತವೆಂದು ಹೇಳುತ್ತಾರೆ. ಇವರಲ್ಲಿಯೂ ಸಾಳಿ ಹಟಕಾರರಂತೆ ಕೆಲವರು ಬ್ರಾಹ್ಮಣರ ಅನುಯಾಯಿಗಳೂ ಕೆಲವರು ಲಿಂಗವಂತರೂ ಉಂಟು. ಆದರೆ ಬ್ರಾಹ್ಮಣಾನುಯಾಯಿಗಳು, ಅಂದರೆ ಕುಲಾಚಾರಿ ಟಿಕಾರರಂಥವರು, ಹೆಚ್ಚಾಗಿ ಶೂದ್ರರಂತೆ ವರ್ತಿಸುತ್ತಾರೆ; ನೇಮದಿಂದ ಸ್ನಾನ ಮಾಡುವದಿಲ್ಲ, ಜನಿವಾರದ ನಿರ್ಬಂಧವಿಲ್ಲ, ಮದ್ಯ ಮಾಂಸಗಳನ್ನು ತಕ್ಕೊಳ್ಳುವರು. ಒಂದು ಜಾತಿಯ ಜಾಡರು ಮತ್ತೊಂದು ಜಾತಿಯವರ ಕೂಡ ಊಟದ ಬಳಿಕೆ ಮಾಡುವದಿಲ್ಲ. ಆದರೆ ನೀಳಕಟ ಬಾಳ್ಕಿ ಯೆಂಬ ಜಾತಿಯವರು ಕುರುವಿನ ಶಟ್ಟಿಯವರಿಗೆ ಹೆಣ್ಣು ಮಕ್ಕಳನ್ನು ಕೊಡುವರು. ಈ ನೀಳಕಟ ಬಾಳ್ಕಿ ಯೆಂಬ ಕುಲದವರು ಲಿಂಗವನ್ನು ಭಸ್ಮ ಸಹಿತವಾಗಿ ಬಲಗಾಲಿಗೆ ಸರ್ಪಣಿಯಂತೆ ಕಟ್ಟಿ ಕೊಳ್ಳುವರು. ಜಾಡರ ಮುಖ್ಯ ಕುಲದೇವರಾದರೂ ಬನಶಂಕರಿಯೇ. ಬೇನೆ ಬಂದಾಗ ಬನಶಂಕರಿಗೆ ಬೇಡಿಕೊಳ್ಳುವದರಿಂದ ಬೇನೆ ನೆಟ್ಟಗಾದರೆ, ಆ ಬೇನೆ ಬಿದ್ದ ಮನುಷ್ಯನನ್ನು ಬನಶಂಕರಿಯ ದರ್ಶನಕ್ಕೆ ಕರೆಕೊಂಡು ಹೋಗುವರು. ಅಲ್ಲಿ ಬಾಳೇ ದಿಂಡಿನ ತೊಟ್ಲು ಮಾಡಿ, ಅದಕ್ಕೆ ಬಾಳೇ ದಿಂಡಿನ ಹಗ್ಗವನ್ನೆ ಹಚ್ಚಿ, ತೊಟ್ಲನೊಳಗೆ ಆ ಮನುಷ್ಯನನ್ನು ಕೂಡ್ರಿಸಿ, ಬನಶಂಕರಿಯ ಹೊಂಡದೊಳಗೆ ತೇಲ ಬಿಡುವರು. ಒಂದು ದಂಡೆಯಲ್ಲಿ ಅದನ್ನು ಬಿಟ್ಟು, ಯೆದುರಿನ ದಂಡೆಗೆ ಅದು ಹತ್ತುವಂತೆ ಕೆಲವರು ಬಾಳೀ ದಿಂಡಿನ ಹಗ್ಗ ಹಿಡಿದು ಯೆಳಿಯುವರು. ಆದರೆ ಆ ತೊಟ್ಲಿನ ಸಂಗಡ ವೊಬ್ಬಿಬ್ಬರು ಅಂಬಿಗರು, ಯೇನಾದರೂ ಅಪಘಾತವಾದರೆ ತೊಟ್ಲನೊಳಗಿನ ಮನುಷ್ಯನು ಮುಳುಗಬಾರದೆಂದು, ಈಸ ಬೀಳುತ್ತಾರೆ. ದೇವರ ಭಕ್ತಿಗಿಂತ ಜೀವದಾಶೆಯ ಕಸುವು ಹೆಚ್ಚಿರುವದು ಸ್ವಾಭಾವಿಕವೇ. ಜಾಡರ ಗಂಡು ಹೆಣ್ಣು ಮಕ್ಕಳು ಶಾಲೆಗೆ ಹೋಗುತ್ತಾರೆ.

ಜಾಡರು.

ಸಾಳಿ, ಹಟಕಾರರು, ಜಾಡರು, ಈ ಮೂರು ಜಾತಿಗಳು ಆರಂಭದಲ್ಲಿ ವೊಂದೇ ಯೆಂಬ ಅಭಿಪ್ರಾಯವನ್ನು ಮೇಲೆ ತಿಳಿಸಿದ್ದೇವೆ. ಇವರೆಲ್ಲರು ಉತ್ತರದಿಂದ ಬಂದವರೆಂಬದಕ್ಕೂ, ಈಚೆಗೆ ಇವರಲ್ಲಿ ಕೆಲವರು ಲಿಂಗವಂತರಾದರೆಂಬದಕ್ಕೂ ಸಂದೇಹವಿಲ್ಲ. ಎಲ್ಲಕ್ಕೂ ಮೊದಲು ಬಂದವರು ಜಾಡರೆಂಬ ಹೆಸರು ಧರಿಸಿದರೆಂದು ತೋರುತ್ತದೆ. ಜಾಡರಿಗೆ ಮಹಾರಾಷ್ಟ್ರ ಭಾಷೆ ಬರುತ್ತಿರುವದಿಲ್ಲ; ತುಳಜಾ ಭವಾನಿಯನ್ನು ಇವರು ಅರಿಯರು. ಇವರ ತರುವಾಯ ಬಂದವರೇ ಹಟಕಾರರಾದರೆಂದೆನ್ನ ಬಹುದು. ಹಟಕಾರರಿಗೆ ಮಹಾರಾಷ್ಟ್ರವು ಅಲ್ಪ ಸ್ವಲ್ಪ ಬರುತ್ತಿರುತ್ತದೆ; ಮಹಾರಾಷ್ಟ್ರ ದೇಶದ ಕುರುಹುಗಳು ಇವರಲ್ಲಿ ಮಂದವಾಗಿ ಕಾಣುತ್ತವೆ. ಎಲ್ಲಕ್ಕೂ ಕಡೆಗೆ ಬಂದವರೇ ಸಾಳಿಗಳೆಂಬದಕ್ಕೆ

ಸಂಶಯವಿಲ್ಲ; ಇವರ ಭಾಷೆ, ಉಡಿಗೆ, ಧರ್ಮ, ನಡಾವಳಿ ಇವೆಲ್ಲ ಈಗ್ಯೂ ಮಹಾರಾಷ್ಟ್ರರವೇ ಇರುತ್ತವೆ.

ಪಟವೇಗಾರರು.

ಪಟವೇಗಾರರು.—ಈ ಹೆಸರು ಪಟ್ಟೇಗಾರರು, ಅಂದರೆ ರೇಶಿಮೆ ಮಾಡುವವರು, ಯೆಂಬದರ ಅಪಭ್ರಂಶವಿರುತ್ತದೆಂದು ತೋರುತ್ತದೆ. ಪಟವೇಗಾರರು ತಾವು ಗುಜರಾಥದಿಂದ ಬಂದ ಕ್ಷತ್ರಿಯರೆಂದು ಹೇಳುತ್ತಾರೆ. ಇವರಿಗೆ ಕೆಲವು ಕಡೆಯಲ್ಲಿ, ವಿಶೇಷವಾಗಿ ಧಾರವಾಡ ಜಿಲ್ಲೆಯಲ್ಲಿ, ಛೆತ್ರಿಯರೆಂದೆನ್ನುವರು. ಇವರ ಭಾಷೆಯಲ್ಲಿ ಗುಜರಾಥೀ, ಹಿಂದುಸ್ತಾನಿ, ಮರಾಠೀ, ಈ ಮೂರು ಭಾಷೆಗಳು ಮಿಶ್ರವಾಗುತ್ತವೆ. ಗುಜರಾಥದ ಜ್ಯೋತಿಷಿಗಳು ಇವರ ಜಾತಕಗಳನ್ನು ಬರಿಯಲಿಕ್ಕೆ ಆಗಾಗ್ಗೆ ಬರುತ್ತಿರುತ್ತಾರೆ. ಲಗ್ನ, ಮುಂಜಿ, ಮುಂತಾದ ಕಾರ್ಯಗಳನ್ನು ಮಾಡಿಸಲಿಕ್ಕೆ ಇವರ ಉಪಾಧ್ಯಾಯರು ಗುಜರಾಥದಿಂದ ಬರುತ್ತಿರುತ್ತಾರೆ. ಆದರೆ ಧಾರವಾಡ ಜಿಲ್ಲೆಯಲ್ಲಿ ಪಟವೇಗಾರರು ಯೆಲ್ಲ ಕಾರ್ಯಗಳಿಗೆ ಇಲ್ಲಿಯ ಬ್ರಾಹ್ಮಣರನ್ನೇ ಕರಿಯುತ್ತಾರೆ. ಪಟವೇಗಾರರ ಹೆಸರುಗಳು ಗುಜರಾಥೀ ಹೆಸರುಗಳ ಹಾಗೆ ಇರುತ್ತವೆ. ಬ್ರಾಹ್ಮಣರಂತೆ ಇವರಲ್ಲಿ ೧೬ ಸಂಸ್ಕಾರಗಳಾಗುತ್ತವೆಂದು ಹೇಳುತ್ತಾರೆ. ಮುಂಜಿಯು ಹತ್ತು ವರ್ಷದೊಳಗೇ ಆಗಲಿಕ್ಕೆ ಬೇಕು. ಲಗ್ನದಲ್ಲಿ ಅಂತಃಪಟ, ವಾಗ್ದಾನ, ಲಾಜಾಹೋಮ, ಮುಂತಾದ ವಿಧಾನಗಳು ಬ್ರಾಹ್ಮಣರಂತೆ ಆಗುತ್ತವೆ. ಇವರ ಗೋತ್ರಗಳು ಭಾರದ್ವಾಜ, ಜಮದಗ್ನಿ, ಕಶ್ಯಪ, ಕಾತ್ಯಾಯನ, ವಾಲ್ಮೀಕಿ, ವಸಿಷ್ಠ, ವಿಶ್ವಾಮಿತ್ರ, ಇತ್ಯಾದಿ ಇರುತ್ತವೆ. ಪಟವೇಗಾರರು ಮುಖ್ಯವಾಗಿ ತುಳಜಾ ಭವಾನಿಗೆ ನಡಕೊಳ್ಳುತ್ತಾರೆ; ಈ ದೇವಿಯು ಪರಶು ರಾಮನ ಕೈಯಿಂದ ತಮ್ಮ ಪೂರ್ವಜರನ್ನು ಬದುಕಿಸಿಕೊಂಡಳೆಂದು ಹೇಳುತ್ತಾರೆ. ವಿಠೋಬನಿಗೂ ಬಹು ಜನರು ನಡಕೊಳ್ಳುತ್ತಾರೆ. ಧಾರವಾಡ ಜಿಲ್ಲೆಯಲ್ಲಿ ಹಲಕೆಲವರು ಯೆಲ್ಲಮ್ಮನಿಗೂ ನಡಕೊಳ್ಳುತ್ತಾರೆಂದು ತೋರುತ್ತದೆ. ಶಂಕರಾಚಾರ್ಯನೇ ಇವರ ಮುಖ್ಯ ಗುರು. ಪ್ರತಿ ವೊಬ್ಬನಿಗೆ ಜನಿವಾರ, ಮನೆಯಲ್ಲಿ ತುಳಶೀ ಗಿಡ, ಇರಲಿಕ್ಕೆ ಬೇಕು. ಪಟವೇಗಾರರು ಮದ್ಯ ಮಾಂಸಗಳನ್ನು ತಕ್ಕೊಳ್ಳುವರು; ತೋರಿಕೆಯಲ್ಲಿ ರಂಗಾರಿಗಳಂತೆ ಕಾಣುವರು. ಇವರ ನಡಾವಳಿಗಳೂ ರಂಗಾರಿಗಳಂತೆ ಇರುತ್ತವೆ. ರೇಶಿಮೆಗೆ ಬಣ್ಣ ಕೊಡುವದೇ ಇವರ ಪರಂಪರಾಗತವಾದ ಹೋರೆಯು; ಕೆಲವರು ನೈಯುವ ಕೆಲಸವನ್ನು ಸಹ ಮಾಡುವರು. ಹೆಣ್ಣು ಮಕ್ಕಳ ಲಗ್ನವು ಚಿಕ್ಕಂದಿನಲ್ಲಿ ಆಗಲಿಕ್ಕೆ ಬೇಕು; ವಿಧವೆಗಳ ಲಗ್ನವು ವೊಮ್ಮೆ ಮಾತ್ರ ಆಗುವದು. ಇವರು ಹೆಣಗಳನ್ನು ಸುಡುವರು; ಅಗ್ನಿ ಸಂಸ್ಕಾರ, ಪಿಂಡ ದಾನ, ಸೂತಕ, ಶ್ರಾದ್ಧ, ಇವೆಲ್ಲ ಬ್ರಾಹ್ಮಣರಂತೆ ಆಗುತ್ತವೆ. ಪಟವೇಗಾರರ ಹೆಂಗಸರಿಗೆ ಕುಂಕುಮ ಕಚ್ಚೆಗಳಿರುತ್ತವೆ. ಈ ಹೆಂಗಸರಲ್ಲಿ ಕೆಲವರು ಮಾಘ ಪೂರ್ಣಿಮೆಯಲ್ಲಿ ಕುಲದೇವತೆಯ ಗರ್ಭ ಗುಡಿಯೊಳಗೆ ಹೋಗಿ, ಬತ್ತಲೆಯಾಗಿ ಬೇವಿನ ಹುಟ್ಟಗೇ ಉಟ್ಟುಕೊಂಡು, ದೇವಿಗೆ ಪ್ರದಕ್ಷಿಣಾ ನಮಸ್ಕಾರಗಳನ್ನೂ ಆರ್ತಿಯನ್ನೂ ಮಾಡಿ ಬರುತ್ತಾರೆಂದು ಹೇಳುತ್ತಾರೆ. ಬೆಳಗಾವೀ ಜಿಲ್ಲೆಯಲ್ಲಿ ಮುಸಲ್ಮಾನರಾದ ಪಟವೇಗಾರರಿರುತ್ತಾರೆ. ಅವರು ಮೂಲದಲ್ಲಿ ಪಟವೇಗಾರರೇ

ಇದ್ದು, ಔರಂಗಜೆಬನ ಕಾಲಕ್ಕೆ ಅವರನ್ನು ಮುಸಲ್ಮಾನರನ್ನು ಮಾಡಿದರೆಂದು ಹೇಳುತ್ತಾರೆ. ಪಟವೇಗಾರರ ಮಕ್ಕಳು ಶಾಲೆಗೆ ಹೋಗುತ್ತಾರೆ. ಒಟ್ಟಿಗೆ ಈ ಜಾತಿಯವರು ಸುಖದಿಂದಿದ್ದಾರೆ.

ಕುರುವಿನ ಶಟ್ಟಿಗಳು.

ಕುರುವಿನ ಶಟ್ಟಿಗಳು.—ಇವರಿಗೆ ಹಿರೇ ಕುರುವಿನವರೆಂತಲೂ ಅನ್ನುವರು. ಇವರ ಜನ್ಮಭಾಷೆ ಕನ್ನಡ, ಮೈಬಣ್ಣ ಕಪ್ಪು. ಇವರೂ ಚಿಕ್ಕ ಕುರುವಿನವರೂ ಮೊದಲು ವೊಂದೇ ಜಾತಿಯವರು. ಆದರೆ ಇವರು ಪೂರಾ ಲಿಂಗವಂತರಾಗಿದ್ದಾರೆ; ಅವರು ಇನ್ನೂ ಲಿಂಗವಂತರಾಗುವ ಮಾರ್ಗದಲ್ಲಿ ಇದ್ದಾರೆ. ಕುರುವಿನ ಶಟ್ಟಿಗಳು ಲಿಂಗವಂತರಾದಾಗ್ಯೂ, ಚಂಡಿಕೆ ಕಾಯುವರು. ಉಳಿದ ಆಚಾರ, ಆಹಾರ, ಮುಂತಾದವುಗಳೆಲ್ಲ ಲಿಂಗವಂತರವೇ. ಧಾರವಾಡ ಜಿಲ್ಲೆಯ ಕುರುವಿನ ಶಟ್ಟಿಗಳು ಬ್ರಾಹ್ಮಣರನ್ನು ಲಗ್ನ ಕಾರ್ಯಕ್ಕೆ ಕರಿಯುತ್ತಾರೆಂತಲೂ ಮದ್ಯ ಮಾಂಸಗಳನ್ನು ತಕ್ಕೊಳ್ಳುತ್ತಾರೆಂತಲೂ ಮೂಲಗ್ರಂಥದಲ್ಲಿ ಬರಿದದೆ. ಕುರುವಿನ ಶಟ್ಟಿಗಳಲ್ಲಿ ವಿಧವೆಗಳ ಲಗ್ನಕ್ಕೆ ಅಡ್ಡಿ ಇಲ್ಲ; ಆದರೆ ಗಂಡ ಸತ್ತಾಗ ಹೊಸ ಶೀರೆ ಉಟ್ಟುಕೊಂಡು ಗಂಡನ ಹೆಣಕ್ಕೆ ಆರ್ತಿ ಮಾಡಿದ ಹೆಂಗಸು ಯೆರಡನೇ ಲಗ್ನ ಮಾಡಿಕೊಳ್ಳ ಕೂಡದೆಂದು ಕಟ್ಟಳೆಯುಂಟು. ಕುರುವಿನ ಶಟ್ಟಿಗಳು ಮೊದಲು ವ್ಯಾಪಾರ ಮಾಡುತ್ತಿದ್ದರು; ಈಗ ನೈಯುವ ಹೋರೆಯನ್ನೇ ಹೆಚ್ಚಾಗಿ ಮಾಡುತ್ತಾರೆ. ಇವರ ಮಕ್ಕಳು ಶಾಲೆಗೆ ಹೋಗುತ್ತಾರೆ.

ಚಿಕ್ಕ ಕುರುವಿನವರು.

ಚಿಕ್ಕ ಕುರುವಿನವರು.—ಇವರೂ ಕುರುವಿನ ಶಟ್ಟಿಗಳೂ ವೊಂದೇ ಜಾತಿಯವರೆಂದು ಮೇಲೆ ಹೇಳಿದ್ದೇವೆ. ಇವರು ಮೊದಲು ತಾವು ಬಿಳಿಜಾಡರೆಂದು ಹೇಳುತ್ತಾರೆ. ಆದರೆ ಇವರು ಕುರುವಿನ ಶಟ್ಟಿಗಳ ಗುರುವಾದ ನೀಲಕಂಠಪ್ಪನೆಂಬ ಲಿಂಗವಂತನಿಗೆ ನಡಕೊಂಡು ಬಸವಣ್ಣನ ಪೂಜೆ ಮಾಡುತ್ತಿದ್ದಾಗ್ಯೂ, ಲಿಂಗಧಾರಣ ಮಾಡುವದಿಲ್ಲ; ಮದ್ಯ ಮಾಂಸಗಳನ್ನು ತಕ್ಕೊಳ್ಳುವರು; ಚಂಡಿಕೆ ಕಾಯುವರು; ಬ್ರಾಹ್ಮಣರನ್ನು ಲಗ್ನ ಕಾರ್ಯಕ್ಕೆ ಕರಿಯುವರು. ಆದರೆ ಹೆಣವನ್ನು ಹುಗಿಯುವಾಗ ಇವರಿಗೆ ಜಂಗಮ ಬೇಕಾಗುತ್ತಾನೆ. ಹೆಣ್ಣು ಮಕ್ಕಳ ಲಗ್ನ, ವಿಧವೆಗಳ ಲಗ್ನ, ಇವುಗಳ ನಡಾವಳಿಗಳು ಕುರುವಿನ ಶಟ್ಟಿಗಳಂತೆ. ಇವರ ಮಕ್ಕಳು ಶಾಲೆಗೆ ಹೋಗುತ್ತಾರೆ.

ಹಂಡೇವಜೀರರು.

ಹಂಡೇವಜೀರರು.—ಇವರು ಹಂಡೆ ಕುರುಬರೆಂಬ ಜಾತಿಯವರು; ಆದರೆ ಲಿಂಗವಂತ ಧರ್ಮವನ್ನು ಸ್ವೀಕರಿಸಿ ಭಕ್ತಿಯಿಂದ ಆ ಧರ್ಮವನ್ನು ಪಾಲಿಸುತ್ತಾರೆ; ಮದ್ಯ ಮಾಂಸ ತಕ್ಕೊಳ್ಳುವದಿಲ್ಲ, ಕುರಿಗಳ ಹಿಂಡು ಸಾಕುವದಿಲ್ಲ. ಇವರು ಕಂಬಳೀ ನೆಯ್ಯುವದೊಂದೇ ಹೋರೆಯನ್ನು ಮುಖ್ಯವಾಗಿ ಮಾಡುವರು. ಇವರ ಕಪ್ಪು ಮೈಬಣ್ಣ, ಕೀಳು ಕನ್ನಡ ಮಾತು, ಜಡ್ಡಿನ ಸ್ವಭಾವ, ಹೊಲಸುತನ, ಇವೆಲ್ಲ ಕುರುಬರ ಹಾಗೇ ಇದ್ದಾಗ್ಯೂ ನಡಾವಳಿಗಳೆಲ್ಲ ಲಿಂಗವಂತರವು. ಇವರ ಮಕ್ಕಳು ಶಾಲೆಗೆ ಹೋಗುವದಿಲ್ಲ.

ಲೋಣಾರರು.— ಇವರ ಜನ್ಮಭಾಷೆ ಕನ್ನಡ; ತೋರಿಕೆಯಲ್ಲಿ ಕುಣಬಿಗಳ ಹಾಗೆ ಕಾಣುತ್ತಾರೆ; ನಡಾವಳಿಗಳಾದರೂ ಅವರಂತೆ. ಇವರಲ್ಲಿ ಮಿಾಠ ಲೋಣಾರೀ, ಚುನೆ ಲೋಣಾರಿ, ಯೆಂಬೆರಡು ಭೇದಗಳುಂಟು. ಅವರು ಪರಸ್ಪರ ಊಟದ ಬಳಿಕೆ ಮಾಡುವರು; ಆದರೆ ಶರೀರಸಂಬಂಧ ಮಾಡುವದಿಲ್ಲ. ಮಿಾಠ ಲೋಣಾರಿಗಳು ಸೋರುಪ್ಪು ಮಾಡಿ ಮಾರುವರು; ಚುನೆ ಲೋಣಾರಿಗಳು ಸುಣ್ಣ ಸುಟ್ಟು ಮಾರುವರು, ಇದ್ದಲಿ ಮಾಡಿ ಮಾರುವರು, ಕಟ್ಟಿಗೇ ಮಾರುವರು. ಕೆಲವರು ವೊಕ್ಕಲತನವನ್ನೂ ಮಾಡುವರು. ಇವರ ಹೆಂಗಸರು ಕಚ್ಚಿ ಹಾಕುವದಿಲ್ಲ, ಆದರೆ ಕೆಲವರು ಕುಂಕುಮ ಹಚ್ಚುವರು. ಇವರಲ್ಲಿ ಮದ್ಯ ಮಾಂಸಗಳಿಗೆ ಅಡ್ಡಿ ಇಲ್ಲ; ಕೆಲವರು ಗಾಂಜೀ ಸೇದುವರು. ಖಂಡೋಬಾ, ಯೆಲ್ಲಮ್ಮ, ಇವೇ ಇವರ ಮುಖ್ಯ ದೇವತೆಗಳು. ಇವರಲ್ಲಿಯ ಲಗ್ನ ಮುಂತಾದ ಕಾರ್ಯಗಳನ್ನು ಬ್ರಾಹ್ಮಣರು ಮಾಡಿಸುವರು. ಹೆಣ್ಣು ಮಕ್ಕಳ ಲಗ್ನವು ನೆರಿದ ಬಳಿಕ ಆಗ ಬಹುದು; ವಿಧವೆಗಳ ಲಗ್ನಕ್ಕೆ ಅಡ್ಡಿ ಇಲ್ಲ. ಇವರು ಹೆಣಗಳನ್ನು ಹುಗಿಯುವರು; ಮಕ್ಕಳನ್ನು ಶಾಲೆಗೆ ಕಳಿಸುವದಿಲ್ಲ.

ಕಾನಡಾ ಜಿಲ್ಲೆಯ ಮಿಾಠ ಲೋಣಾರಿಗಳಿಗೆ ಮಿಾಠ ಗಾವಡಿಗಳೆಂದೆನ್ನುವರು. ಅವರು ಗೋವೆ, ವೆಂಗುರ್ಲೆ, ಮುಂತಾದ ಕಡೆಯಿಂದ ಬಂದವರಾದ ಕಾರಣ ಮಹಾರಾಷ್ಟ್ರ ಭಾಷೆಯನ್ನಾಡುವರು. ಉಪ್ಪು ಮಾಡುವದು ತಪ್ಪಿದಂದಿನಿಂದ ಕೆಲವರು ಗೋಡೆ ಕಟ್ಟಿ ಹೊಟ್ಟೆ ತುಂಬಿ ಕೊಳ್ಳುತ್ತಾರೆ, ಕೆಲವರು ಕೂಲೀ ಮಾಡುತ್ತಾರೆ. ಇವರ ನಡಾವಳಿ, ಆಹಾರ, ಮುಂತಾದವುಗಳು ಮೇಲಿನವರಂತೆ.

ಬಣ್ಣಗಾರರು.— ಇವರು ಕಾನಡಾ ಜಿಲ್ಲೆಯಲ್ಲಿ ಮುಖ್ಯವಾಗಿ ಇರುತ್ತಾರೆ. ಇವರು ಲಿಂಗವಂತರಿರುವ ಕಾರಣ ಇವರ ಭಾಷೆ, ಆಹಾರ, ಧರ್ಮ, ಉಡಿಗೆ, ನಡಾವಳಿ, ಮುಂತಾದವುಗಳೆಲ್ಲ ಲಿಂಗವಂತರವೇ ಇರುತ್ತವೆ. ಇವರ ಪರಂಪರಾಗತವಾದ ಹೋರೆಯು ನೂಲಿಗೆ ಬಣ್ಣ ಹಾಕುವದು. ಆದರೆ ಅದನ್ನು ಬಿಟ್ಟು ಈಗ ಬಣ್ಣಗಾರರು ಬಟ್ಟೆ, ಕಾಳು, ಕಾಯಿಪಲ್ಲೆ, ಇವುಗಳ ಅಂಗಡೀ ಹಚ್ಚಿ ಹೊಟ್ಟೆ ತುಂಬಿ ಕೊಳ್ಳುವರು. ಇವರ ಮಕ್ಕಳು ಶಾಲೆಗೆ ಹೋಗುತ್ತಾರೆ.

ಶಿವಾಚಾರಿಗಳು.— ಇವರು ಬಾದಾವಿಯಲ್ಲಿ ಮಾತ್ರ ಇರುತ್ತಾರೆ. ಇವರು ಹಟಗಾರರಲ್ಲಿ ಮೊದಲು ಲಿಂಗವಂತರಾದವರು. ಇವರ ಊಟ, ಉಡಿಗೆ, ಧರ್ಮಗಳು ಲಿಂಗವಂತರವೇ. ನಡಾವಳಿಗಳು ಕೆಲವು ಹಟಕಾರರ ನಡಾವಳಿಯಂತೆ. ಇವರೂ ನೆಯ್ಯುವ ಹೋರೆಯನ್ನೇ ಮಾಡುತ್ತಾರೆ. (ಹಟಕಾರರ ವರ್ಣನೆ ನೋಡು).

ಶಿವಜೋಗಿಗಳು.— ಇವರು ಹಾನಗಲ್ಲು, ಹುಬ್ಬಳ್ಳಿ, ಈ ಯೆರಡು ಕಡೆಯಲ್ಲಿ ಮಾತ್ರ ಇರುತ್ತಾರೆ. ಮಗ್ಗದ ಹಣಿಗೆಗಳನ್ನು ಮಾಡುವದೇ ಇವರ ಮುಖ್ಯ ಹೋರೆಯು.

ಇವರು ಭೈರಿ, ವಿಠೋಬ, ಹನುಮಂತ, ಮುಂತಾದ ದೇವರಿಗೆ ನಡಕೊಳ್ಳುವರು; ಗುರು ಗೋರಕನಾಥನೆಂಬವನು ಕಾಶಿಯಲ್ಲಿ ಇರುತ್ತಾನೆ. ಇವರು ತೋರಿಕೆಯಲ್ಲಿ ವೊಕ್ಕಲಿಗರಂತೆ ಕಾಣುತ್ತಾರೆ; ಕನ್ನಡವೇ ಇವರ ಜನ್ಮಭಾಷೆ. ಮದ್ಯ ಮಾಂಸಗಳಿಗೆ ಅಡ್ಡಿ ಇಲ್ಲ, ಬ್ರಾಹ್ಮಣರು ಇವರಲ್ಲಿಯ ಕಾರ್ಯಗಳನ್ನು ಮಾಡಿಸುವರು. ಬಾಲ ವಿವಾಹಕ್ಕೂ ವಿಧವೆಗಳ ಲಗ್ನಕ್ಕೂ ಅಡ್ಡಿ ಇಲ್ಲ. ಇವರಲ್ಲಿ ಹೆಣಗಳನ್ನು ಪುಗಿಯುವರು.

ಶಿವಜೋಗಿಗಳು.

ಪಶುಗಳನ್ನು ಸಾಕಿ ಜೀವಿಸುವ ಜಾತಿಗಳು.

	ಧಾರವಾಡ.			ಬೆಳಗಾವಿ.			ವಿಜಾಪುರ.			ಕಾನಡಾ		
	ಗಂಡು	ಹೆಣ್ಣು	ಒಟ್ಟು	ಗಂಡು	ಹೆಣ್ಣು	ಒಟ್ಟು	ಗಂಡು	ಹೆಣ್ಣು	ಒಟ್ಟು	ಗಂಡು	ಹೆಣ್ಣು	ಒಟ್ಟು
೧ ಕುರುಬರು ..	೪೩೯೩೮	೪೩೨೩೦	೮೭೭೬೭	೨೯೫೯೮	೩೦೧೨೯	೫೯೭೨೭	೪೭೦೫೧	೪೭೭೩೫	೯೪೭೮೬	೭೦೦	೫೦೦	೧೨೦೦
೨ ಗೌಳಿಗರು...	೨೬೫	೨೪೧	೫೦೬	೨೮೯	೨೫೮	೫೪೭	೧೯೨	೧೫೯	೩೫೧	೫೮೭	೪೩೮	೧೦೨೫
೩ ಗೊಲ್ಲರು ...	೧೮೭೯	೧೯೨೧	೩೮೦೦	೧೭೩	೧೫೧	೩೨೪	೬೮೭	೬೮೯	೧೩೭೬	೨೦೭	೧೪೦	೩೪೭
೪ ಧಣಗರರು ..	,,	,,	,,	,,	,,	,,	,,	,,	,,	೧೦೧೫	೬೯೯	೧೬೧೪

ಕುರುಬರು.—ನಾಲ್ಕೂ ಜಿಲ್ಲೆಗಳಲ್ಲಿ ಇವರಷ್ಟು ವಸ್ತಿಯು ಬೇರೆ ಯಾವ ಜಾತಿಯವರದೂ ಇಲ್ಲ. ಇವರು ಈ ಶೀಮೆಯ ಮೂಲ ನಿವಾಸಿಗಳೆಂದೆನಿಸಲ್ಪಡುತ್ತಾರೆ. ಹಳ್ಳಿಗಳ ಗೌಡಕಿಯ ಅಧಿಕಾರವು ಕುರುಬರಿಗಿದ್ದಷ್ಟು ಬೇರೆ ಯಾವ ಜಾತಿಯವರಿಗೂ ಇರುವದಿಲ್ಲ. ಇವರ ಜನ್ಮಭಾಷೆ ಕನ್ನಡವೇ. ಕುರುಬರಲ್ಲಿ ಜಂಡೇ ಕುರುಬರು, ಹಂಡೇ ಕುರುಬರು, ಹತ್ತೀ ಕಂಕಣದವರು, ಉಣ್ಣೀ ಕಂಕಣದವರು, ವಡೇರು, ಯೆಂಬ ಐದು ವೊಳಜಾತಿಗಳಿವೆ. ಮೊದಲಿನ ನಾಲ್ಕು ಕುಲಗಳ ಜನರು ತಮ್ಮ ತಮ್ಮೊಳಗೆ ಊಟದ ಬಳಿಕೆ ಮಾಡುವರು, ಆದರೆ ಶರೀರ ಸಂಬಂಧ ಮಾಡುವದಿಲ್ಲ. ಹತ್ತೀ ಕಂಕಣದವರಲ್ಲಿ ಪುನಃ ಖಿಲಾರಿ, ಸನಗಾರಿ, ಹಟಕಾರ, ಯೆಂಬ ಮೂರು ವೊಳಜಾತಿಗಳಿವೆ; ಆದರೆ ಇವುಗಳಲ್ಲಿ ಪರಸ್ಪರ ಶರೀರ ಸಂಬಂಧವು ಸಹ ಆಗುತ್ತದೆ. ಕುರುಬರ ಮೈಬಣ್ಣ ಕಪ್ಪು; ಸೋಮಾರಿತನ, ಜಡ್ಡಿನ ತಿಳುವಳಿಕೆ, ಇವೆರಡು ಇವರ ಭೇದಕ ಲಕ್ಷಣಗಳು; ಮೈ ಮೇಲಿನ ಬಟ್ಟೆಗಳೂ ಮನೆಗಳೂ ಹೊಲಸು; ಆದರೆ ಇವರು ನಿರುಪದ್ರವಿಗಳೂ, ಪ್ರಮಾಣಿಕರೂ, ಮಿತವ್ಯಯಿಗಳೂ, ಕೃತಜ್ಞರೂ, ಪರರಿಗೆ ಸತ್ಕಾರ ಮಾಡುವವರೂ ಇರುತ್ತಾರೆ. ಗಂಡಸರೂ ಹೆಂಗಸರೂ ಸ್ವಾಭಾವಿಕವಾಗಿ ವೊಳಿತಾಗಿ ಕಸುವುಳ್ಳವರು ಇರುತ್ತಾರೆ; ದಿನಕ್ಕೆ ನಾಲ್ಕು ಐದು ಸಾರಿ ಉಣ್ಣುವರು. ಈ ಜಾತಿಯ ಪ್ರಾಯಸ್ಥರಿಗೆ ಕುಸ್ತೀ ಹಿಡಿಯುವ ಚಟ ಬಹಳ ಇರುತ್ತದೆ. ಕಪ್ಪು ಮೈಬಣ್ಣ, ತುಂಬಿದ ಮೈ, ಚಡ್ಡೀ ಚಣ್ಣ, ಮೈಗೂ ಮೋರೆಗೂ ಹಳದೀ ಬಣ್ಣ,

ಕುರುಬರು.

·24

ತಲೆಯ ಮೇಲೆ ದುಡ್ಡಿನಷ್ಟೇ ಕಿರಿಗೂದಲಿನ ಚಂಡಿಕೆ, ಇವೇ ಜಟ್ಟಿಯಾದ ಕುರುಬನ ಕುರುಹುಗಳು. ಕುರುಬರ ಗಂಡಸರು ಚಣ್ಣ ಹಾಕಿಕೊಂಡು, ರುಮಾಲವನ್ನು ಅಗಲಾಗಿ ಸುತ್ತಿಕೊಂಡು, ಹೆಗಲ ಮೇಲೆ ಕಂಬಳೀ ಚಲ್ಲಿಕೊಂಡು ಅಡ್ಡಾಡುವರು; ಕೆಲವರು ಧೋತ್ರ ಉಡುವರು, ಕೆಲವರು ಲಂಗೋಟಿ ಹಾಕುವರು. ಹೆಂಗಸರು ಕಚ್ಚೆ ಹಾಕದೆ ಶೀರೆ ಉಟ್ಟು ಕೊಳ್ಳುವರು, ಕುಂಕುಮುವನ್ನರಿಯರು. ಕುರುಬರು ಮದ್ಯ ಮಾಂಸಗಳನ್ನು ನಿರಾತಂಕವಾಗಿ ತಕ್ಕೊಳ್ಳುವರು; ಆದರೆ ಯೆತ್ತು, ಆಕಳು, ಹಂದಿ ಇವುಗಳ ಮಾಂಸ ತಿನ್ನುವದಿಲ್ಲ; ಸಿಂದಿಯನ್ನು ಮಿತದಿಂದ ಕುಡಿಯುವರು. ಕುರಿಗಳ ಹಿಂಡುಗಳನ್ನು ಸಾಕುವದು ಇವರ ಕುಲ ಪರಂಪರಾಗತವಾದ ನಡಾವಳಿಯು; ಬಹು ಜನರು ಕಂಬಳಿಗಳನ್ನು ನೆಯ್ಯುವರು, ಕೆಲವರು ಪೊಕ್ಕಲತನ ಮಾಡುವರು. ಇವರು ನೆಯ್ಯುವ ಕಂಬಳಿಗಳು ವೊಂದುವರೆ ರೂಪಾಯಿಯಿಂದ ವೊಂಬತ್ತು, ಹತ್ತು ರೂಪಾಯಿಯ ವರೆಗೆ ಬೆಲೆಗಾಣುವವು; ಕುರಿ, ಕುರಿಮರಿಗಳ ಮಾರಾಟದಿಂದ ಇವರಿಗೆ ಹಣ ದೊರಿಯುತ್ತದೆ. ಇವರ ಹೆಂಗಸರು ಉಣ್ಣೆಗೆ ಹುರಿ ಹಾಕಿ ಗಂಡಸರಿಗೆ ಸಹಾಯ ಮಾಡುವದಲ್ಲದೆ, ಹಾಲು, ಬೆಣ್ಣೆಗಳನ್ನು ಮಾರಿ ಹಣಗಳಿಸುವರು. ಆದರೂ ಕುರುಬರಲ್ಲಿ ದೈವುಳ್ಳವರು ಬಹು ಕಡಿಮೆ. ಯಾಕಂದರೆ ತಿಳುವಳಿಕೆ ಕಡಿಮೆ, ಸೋಮಾರಿತನದ ಮೂಲಕ ಬಹಳ ಹೋರಿಯಾಗುವದಿಲ್ಲ. ಆದಾಗ್ಯೂ ಕೂಳ ಕಾಣದಷ್ಟು ಬಡತನವು ಇವರಲ್ಲಿ ಯಾರಿಗೂ ಇರುವದಿಲ್ಲ; ಇವರಲ್ಲಿ ಭಿಕ್ಷೆ ಬೇಡುವವರನ್ನು ಕಾಣುವದು ಅಪರೂಪ. ಇವರ ದೇವರು ಬೀರಪ್ಪ, ಮಾಯಣ್ಣ, ಕರಿಸಿದ್ದ, ಸೆಟ್ಟೆಪ್ಪ, ಯೆಲ್ಲಮ್ಮ, ಇತ್ಯಾದಿಗಳುಂಟು. ಆದರೆ ಬೀರಪ್ಪನೇ ಯೆಲ್ಲರಿಗಿಂತ ಶ್ರೇಷ್ಠ. ಬೀರಪ್ಪನ ಗುಡಿಯಲ್ಲಿ ಲಿಂಗದಂಥಾದೊಂದು ಕಲ್ಲು ಇರುವದು; ಅದಕ್ಕೆ ಬೆಳ್ಳಿಯ ಮೊಖ ಹಾಕುವರು. ಈಶ್ವರನ ಗುಡಿಗಳಲ್ಲಿಯೂ ಲಿಂಗಕ್ಕೆ ಮೊಖ ಹಾಕುವ ನಡಾವಳಿಯು ಯೆಷ್ಟೋ ಕಡೆಯಲ್ಲಿ ಇರುತ್ತದೆ. ಆದ್ದರಿಂದ ಚನ್ನಾಗಿ ಕಟ್ಟಿಸಿದಂಥ ಬೀರಪ್ಪನ ಗುಡಿಯಲ್ಲಿ ಅರಿಯದ ಮನುಷ್ಯನು ಹೋದರೆ, ಅವನಿಗೆ ಅದು ಈಶ್ವರನ ಗುಡಿ ಯೆಂಬ ಭ್ರಾಂತಿ ಬರುತ್ತದೆ. ಬೀರಪ್ಪನ ಆರಾಧನೆಗೆ ಡೊಳ್ಳು, ತಾಳ, ಗಂಟೆ, ಕೊಳಲು, ಇಷ್ಟು ವಾದ್ಯಗಳು ಕುರುಬರಿಗೆ ಬೇಕಾಗುತ್ತವೆ. ಇದಲ್ಲದೆ ಕಂಬಳೀ ಛತ್ತರಿಗೆಯೊಂದಿರುತ್ತದೆ. ಆದರ ಮೇಲೆ ಮನುಷ್ಯರು, ಪಶು, ಪಕ್ಷಿಗಳ ಆಕೃತಿಗಳನ್ನು ಕತ್ತರಿಸಿ ಹೊಲಿದಿರುತ್ತಾರೆ. ಯಾವತ್ತು ಸಮಾರಂಭದ ಕಾರ್ಯಗಳಲ್ಲಿ ಆ ಛತ್ತರಿಗೆ ಡೊಳ್ಳು, ತಾಳ, ಕೊಳಲು, ಗಂಟೆಗಳು ಇರಲಿಕ್ಕೆ ಬೇಕು. ಕರುಬರಲ್ಲಿ ಜನ್ಮ, ಮರಣ, ಲಗ್ನ ಮುಂತಾದ ಕಾರ್ಯಗಳನ್ನು ಇವರ ಗುರುಗಳಾದ ವಡೇರೇ ಮಾಡಿಸುತ್ತಾರೆ. ಈ ಕಾರ್ಯಗಳೆಲ್ಲ ಪಾಡಿಕೆಯಾಗಿ ಲಿಂಗವಂತರಲ್ಲಿಯ ಕಾರ್ಯಗಳಂತೆ ಆಗುತ್ತವೆ. ಕುರುಬರು ಜಂಗಮರಿಗೂ ಬ್ರಾಹ್ಮಣರಿಗೂ ಮಾನ ಕೊಡುತ್ತಾರೆ. ಹಡಿದ ಹೆಂಗಸು ಇಪ್ಪತ್ತು ದಿವಸದೊಳಗೆ ಬಾವಿಯ ಪೂಜೆಯನ್ನು ಮಾಡಲಿಕ್ಕೆ ಬೇಕು. ಈ ನಡಾವಳಿಯು ಕಾನಡಾ ಜಿಲ್ಲೆಯಲ್ಲಿ ಬೇರೆ ಯೆಷ್ಟೋ ಮೂಲ ನಿವಾಸಿಗಳ ಜಾತಿಗಳಲ್ಲಿ ಇರುತ್ತದೆ. ಲಗ್ನದಲ್ಲಿ ಹತ್ತೀ ಕಂಕಣದವರು ಮದಿಮಕ್ಕಳಿಗೆ ಹತ್ತಿಯ ಕಂಕಣವನ್ನು ಕಟ್ಟುವರು,

ಉಣ್ಣೀ ಕಂಕಣದವರು ಉಣ್ಣೆಯ ಕಂಕಣ ಕಟ್ಟುವರು. ಒಂದು ನೀರಿನ ಪಾತ್ರೆಯ ಬಾಯಿಗೆ ೫ ವಿಳ್ಳೀವೆಲೆಗಳನ್ನು ಹಾಕಿ, ಅದರ ಮೇಲೆ ಕೆಲವು ಜೋಳದ ತೆನೆಗಳನ್ನಾಗಲಿ, ತೆಂಗಿನ ಕಾಯಿಯನ್ನಾಗಲಿ ಇಟ್ಟು ಕಲಶವನ್ನು ಮಾಡುವರು. ಅದನ್ನು ವೊಂದು ಗಂಗಾಳದೊಳಗೆ ಇಟ್ಟು, ಅದರ ಬಳಿಯಲ್ಲಿ ನೀಲಾಂಜನದೊಳಗೆ ದೀಪ ಹಚ್ಚಿ ಇಡುವರು. ಲಗ್ನದ ಕಾಲಕ್ಕೆ ಕಂಬಳೀ ಹಾಸಿ, ಅದರ ಮೇಲೆ ಮದಿಮಕ್ಕಳನ್ನು ಕೂಡ್ರಿಸಿ ಮುಂದೆ ಕಲಶವನ್ನಿಡುವರು. ಇಷ್ಟಾದ ಬಳಿಕ ಹತ್ತೀ ಕಂಕಣದವರಲ್ಲಿ ಬ್ರಾಹ್ಮಣನು ವೊಬ್ಬ ವಡೇರವನ ಕೈಯಿಂದ ಮದಿಮಕ್ಕಳ ಕೊರಳಲ್ಲಿ ಗುಳದಾಯ ಕಟ್ಟಿಸಿ, ಮಂಗಳಾಷ್ಟವನ್ನು ಅಂದು ಅಕ್ಷತಿಯ ಹಾಕುವನು, ಆ ಮೇಲೆ ಯೆಲ್ಲರೂ ಮದಿಮಕ್ಕಳ ಮೇಲೆ ಅಕ್ಕೀಕಾಳು ಚಲ್ಲುವರು. ಉಣ್ಣೀ ಕಂಕಣದವರ ಲಗ್ನಕ್ಕೆ ಬ್ರಾಹ್ಮಣನು ಬೇಕಾಗುವದಿಲ್ಲ, ವಡೇರೇ ಯಾವತ್ತು ವಿಧಾನಗಳನ್ನು ಮಾಡಿಸುವರು. ಹೆಣಗಳನ್ನು ಹುಗಿಯುವ ವಿಧಾನಗಳೆಲ್ಲ ಲಿಂಗವಂತರಂತೆ ಆಗುವವು. ಹತ್ತನೇ ದಿವಸ ಬೇರೆ ಕೆಲವು ವಿಧಿಗಳನ್ನು ಮಾಡುವರು. ಕೆಲವರು ಸತ್ತವನ ವರ್ಷ ಶ್ರಾದ್ಧವನ್ನು ಮಾಡುವರು. ಸತ್ತ ಮನುಷ್ಯನು, ಗಂಡಸಾಗಲಿ, ಹೆಂಗಸಾಗಲಿ, ಇಪ್ಪತ್ತು ವರ್ಷ ಮೀರಿದವನಿದ್ದರೆ, ಅವನದೊಂದು ಬೆಳ್ಳಿಯ ತಾಳಿಯನ್ನು ಮಾಡಿ ಮನೆಯ ದೇವರೊಳಗೆ ಆ ತಾಳಿಯನ್ನು ಇಟ್ಟು ಪೂಜಿಸುವರು. ಬಡವರು ತಾಳಿಗೆ ಬದಲಾಗಿ ಅಡಿಕೆಯನಿಟ್ಟು ಪೂಜಿಸುವರು. ಕುರುಬರಲ್ಲಿ ನೆರಿದ ಬಳಿಕ ಹೆಣ್ಣು ಮಕ್ಕಳ ಲಗ್ನ ಮಾಡಲಿಕ್ಕೂ ವಿಧವೆಗಳ ಲಗ್ನಕ್ಕೂ ಅಡ್ಡಿ ಇಲ್ಲ; ಹಾದರಕ್ಕೂ ಬಹಳ ದೋಷವಿಲ್ಲ. ವಿಧವೆಗಳೂ ಗಂಡನನ್ನು ಬಿಟ್ಟವರೂ ಪರ ಪುರುಷರ ಬಳಿಯಲ್ಲಿ ಹೆಂಡರಂತೆ ನಿಂತು ಸಂಸಾರ ಮಾಡಿದಾಗ್ಯೂ ಅವರು ಜಾತಿ ಭ್ರಷ್ಟರಾಗುವದಿಲ್ಲ. ಆದರೆ ಪರ ಪುರುಷರು ಸ್ವಂತ ಕುಲದವರಾಗಲಿ, ಉತ್ತಮ ಕುಲದವರಾಗಲಿ, ಇರಲಿಕ್ಕೆ ಬೇಕು; ನೀಚ ಕುಲದವರ ಸಹವಾಸ ಮಾಡುವ ಹೆಂಗಸು ಜಾತಿಯನ್ನು ಕಳಕೊಳ್ಳುತ್ತಾಳೆ.

ಕಾನಡಾ ಜಿಲ್ಲೆಯ ಘಟ್ಟದ ಕೆಳಗಿನ ಕುರುಬರು ಕುರಿಗಳನ್ನು ಸಾಕುವದಿಲ್ಲ.

ಬುನಾದಿಯಲ್ಲಿ ಕುರುಬರು ದಕ್ಷಿಣ ದೇಶದಲ್ಲಿ ಸಣ್ಣ ದೊಡ್ಡ ರಾಜ್ಯಗಳನ್ನು ಆಳಿದರೆಂದು ಇತಿ ಹಾಸದ ಶೋಧಕರು ಗೊತ್ತು ಹಚ್ಚಿದ್ದಾರೆ. ತೆಲಗು ಶೀಮೆಯಲ್ಲಿ ಬೌದ್ಧ ಧರ್ಮದ ಬೆಳುವಣಿಗೆಯ ಕಾಲಕ್ಕೆ ಕುರುಬರ ಸಂಸ್ಥಾನಗಳಿದ್ದವೆಂತಲೂ, ಆ ಸಂಸ್ಥಾನಿಕರು ಬೌದ್ಧ ಧರ್ಮವನ್ನು ಸ್ವೀಕರಿಸಿದ್ದರೆಂತಲೂ ವೊಬ್ಬ ಗ್ರಂಥಕರ್ತನು ಬರಿದಿದ್ದಾನೆ. ಬುನಾದಿಯಲ್ಲಿ ಆನೇಗುಂದಿಯಲ್ಲಿಯೂ ಬನವಾಸಿಯಲ್ಲಿಯೂ ಸಾಮ್ರಾಜ್ಯ ಪದವಿಯನ್ನು ಭೋಗಿಸಿದ ಕದಂಬರೆಂಬ ಅರಸರು ಕುರುಬರೇ ಇದ್ದರೆಂದು ಹೇಳುತ್ತಾರೆ. ಈ ಕದಂಬ ವಂಶದವರಿಂದ ಮಹಾರಾಷ್ಟ್ರರೊಳಗೆ "ಕದಮ" ಯೆಂಬದೊಂದು ಮನೆತನ ವುಂಟಾಗಿದೆ. ಗೋಮಂತಕ ಶೀಮೆಯಲ್ಲಿ ಸಾಧಾರಣ ಶೂದ್ರರಿಗೆ "ಕುರುಂಬಿ" ಯೆಂದೆನ್ನುವರು. ಆದ್ದರಿಂದ ಮಹಾರಾಷ್ಟ್ರ ದೇಶದ "ಕುಳುಂಬಿ" ಯೆಂಬ ವೊಕ್ಕಲಿಗರು ಕುರುಬರ ವಂಶದವರೇ ಇರ ಬಹುದೆಂದು ತೋರುತ್ತದೆ. ಕುರುಬರಿಗೆ ಬುನಾದಿಯಲ್ಲಿ ಕುರುಂಬರೆಂದೆನ್ನುವರು; ತಮಿಳ, ಮಲಿಯಾಳ ಭಾಷೆಗಳಲ್ಲಿ ಇದೇ ಉಚ್ಚಾರವು ಈಗ್ಯೂ ನಡಿಯುತ್ತದೆ.

ಕುರುಬರು ಸದ್ಯಕ್ಕೆ ಲಿಂಗವಂತರಾಗುವ ಮಾರ್ಗದಲ್ಲಿ ಇದ್ದಾರೆಂದೆನ್ನ ಬಹುದು. ಇವರ ಗುರುಗಳು ಲಿಂಗವಂತರಾಗಿದ್ದಾರೆ; ಕೂಸು ಹುಟ್ಟಿದ ಬಳಿಕ ಹತ್ತು ದಿವಸದೊಳಗೆ ಅದಕ್ಕೆ ಲಿಂಗಧಾರಣದ ಸಂಸ್ಕಾರವನ್ನು ಬಹು ಜನರು ಮಾಡುತ್ತಾರೆ; ಮರಣದ ಸಂಸ್ಕಾರಕ್ಕೆ ಜಂಗಮನು ಬೇಕಾಗುತ್ತಾನೆ; ಬಸವಣ್ಣನ ಪೂಜೆಯನ್ನು ಸಹ ಕೆಲವರು ಮಾಡುತ್ತಾರೆ. ಆದ್ದರಿಂದ ಲಿಂಗವಂತ ಮತದ ಪ್ರಸಾರವು ಇವರಲ್ಲಿ ಬೆಳಿಯುತ್ತ ನಡಿದದೆಂದೆನ್ನಲಿಕ್ಕೆ ಅಡ್ಡಿ ಇಲ್ಲ.

ವಡೇರು.

ವಡೇರು.— ಈ ಹೆಸರಿನ ಕುರುಬರ ಗುರುಗಳು ಭಿಕ್ಷೆಯಿಂದ ಜೀವಿಸುತ್ತಾರೆ. ಇವರು ಕೊರಳಲ್ಲಿ ಲಿಂಗ ಕಟ್ಟಿಕೊಂಡು ಕುರುಬರ ಮನೆಗಳಲ್ಲಿ ಉಣ್ಣುತ್ತ ಅಡ್ಡಾಡುವರು. ಕುರುಬರ ಹೆಣ್ಣು ಇವರು ತಕ್ಕೊಳ್ಳುತ್ತಾರೆ; ಆದರೆ ತಮ್ಮ ಹೆಣ್ಣು ಕುರುಬರಿಗೆ ಕೊಡುವದಿಲ್ಲ. ಇವರು ಯಾವ ಹೋರೆಯನ್ನೂ ಮಾಡುವದಿಲ್ಲ; ಇವರ ಸಂಖ್ಯೆಯು ಸ್ವಲ್ಪವಿರುತ್ತದೆ.

ಗೌಳಿಗರು.

ಗೌಳಿಗರು.— ರಜಪೂತರು, ಮುಸಲ್ಮಾನರು, ಕುರುಬರು ಮುಂತಾದವರು ಹಾಲು, ಬೆಣ್ಣೆ, ಮಾರಿ ಗೌಳಿಗರೆನ್ನಿಸಿ ಕೊಳ್ಳುತ್ತಾರೆ. ಆದರೆ ನಿಜವಾದ ಗೌಳಿಗರು ಬೇರೆ ಇರುತ್ತಾರೆ. ಅವರು ಮರಾಠೀ ಭಾಷೆಯನ್ನಾಡುವರು. ಈ ಗೌಳಿಗರಲ್ಲಿ ನಂದಗೌಳಿ, ಮರಾಠೀ ಅಥವಾ ಖಿಲಾರೀ ಗೌಳಿ, ಯೆಂದು ಯೆರಡು ಭೇದಗಳಿವೆ. ಅವರವರಿಗೆ ಊಟದ ಬಳಿಕೆಯಾಗುವದಿಲ್ಲ. ನಂದ ಗೌಳಿಗರು ಲಿಂಗವಂತರು; ಹೆಚ್ಚಾಗಿ ಲಿಂಗವಂತರ ಆಚರಣವನ್ನೇ ಮಾಡುತ್ತಾರೆ. ಇವರು ಮದ್ಯ ಮಾಂಸ ಮುಟ್ಟುವದಿಲ್ಲ; ಚಂದ್ರಶೇಖರಪ್ಪನೆಂಬ ಲಿಂಗವಂತ ಗುರುವಿನ ಶಿಷ್ಯರಾಗಿ ನಡಿಯುವರು. ಹೆಣಗಳನ್ನು ಹುಗಿಯುವರು. ಆದರೆ ಇವರು ಬ್ರಾಹ್ಮಣರಿಗೆ ಮಾನಕೊಡುತ್ತಾರೆ; ಖಂಡೋಬಾ, ತುಳಜಾ ಭವಾನಿ, ಕೃಷ್ಣ, ಈ ದೇವತೆಗಳಿಗೆ ನಡಕೊಳ್ಳುವರು. ಕೃಷ್ಣನಲ್ಲಿ ಇವರ ಭಕ್ತಿ ಹೆಚ್ಚು; ಕೃಷ್ಣನ ಜನ್ಮ ದಿವಸವು (ಗೋಕುಲಾಷ್ಟಮಿ) ಇವರಿಗೆ ದೊಡ್ಡ ಹಬ್ಬವು. ಇವರ ಹೆಂಗಸರು ಕಚ್ಚೆ ಹಾಕುವರು; ಕಡೆಗಾದಾಗ ೩ ದಿವಸ ಹೊರಗೆ ಕೂಡ್ರುವರು. ಮರಾಠೀ ಅಥವಾ ಖಿಲಾರೀ ಗೌಳಿಗರು ತೋರಿಕೆಯಲ್ಲಿ ಕುಣಬಿಗಳಂತೆ ಕಾಣುವರು. ಇವರ ಉಡಿಗೆ, ಆಹಾರ, ನಡಾವಳಿ, ಮುಂತಾದವುಗಳೆಲ್ಲ ಕುಣಬಿಗಳಂತೆಯೇ ಇರುತ್ತವೆ. ಇವರಲ್ಲಿ ಹೆಣಗಳನ್ನು ಸುಡುವರು. ಇವರಾದರೂ ಕೃಷ್ಣನಿಗೆ ಬಹಳ ಮಾನ ಕೊಡುವರು. ಯೆರಡೂ ಜಾತಿಗಳಲ್ಲಿ ವಿಧವೆಗಳ ಲಗ್ನಕ್ಕೆ ಅಡ್ಡಿ ಇಲ್ಲ; ಹೆಣ್ಣು ಮಕ್ಕಳ ಲಗ್ನವು ಹತ್ತು ವರ್ಷದೊಳಗೆ ಆಗುವದು. ಹಾಲು, ಮೊಸರು, ಬೆಣ್ಣೆ, ಮಜ್ಜಿಗೆ, ಇವುಗಳನ್ನು ಮಾರುವದೇ ಗೌಳಿಗರ ಮುಖ್ಯ ಹೋರೆಯು. ಬೇರೆ ಯಾವ ಹೋರೆಯನ್ನೂ ಇವರು ಮಾಡುವಂತೆ ತೋರುವದಿಲ್ಲ. ನಂದ ಗೌಳಿಗರು ಮದಿಮಕ್ಕಳನ್ನು ಅಕ್ಕಿ, ಜೋಳ, ತುಂಬಿದ ಬುಟ್ಟಿಯ ಮೇಲೆ ನಿಲ್ಲಿಸಿ, ಅಂತಃಪಟ ಹಿಡಿದು, ಅಕ್ಕೀಕಾಳು ಹಾಕುವರು; ಮೆರುವಣಿಗೆಯಲ್ಲಿ ಅವರನ್ನು ಯೆತ್ತಿನ ಮೇಲೆ ಕೂಡ್ರಿಸುವರು.

ಗೊಲ್ಲರು.—ಇವರ ವರ್ಣನೆಯು ನಾಲ್ಕೂ ಜಿಲ್ಲೆಗಳಲ್ಲಿ ಬೇರೆ ಬೇರೆ ಪ್ರಕಾರ ದ್ದಿರುತ್ತದೆ; ಒಂದಕ್ಕೊಂದು ಹೊಂದುವ ಹಾಗೆ ಕಾಣುವದಿಲ್ಲ. ಆದ್ದರಿಂದ ಬೇರೆ ಬೇರೆ ವರ್ಣನೆಗಳ ಸಾರಾಂಶವನ್ನು ಕೆಳಗೆ ಕೊಡುತ್ತೇವೆ.

ಗೊಲ್ಲರು.

ವಿಜಾಪುರ ಜಿಲ್ಲೆಯ ಗೊಲ್ಲರಲ್ಲಿ ಹಣಮ ಗೊಲ್ಲರು, ಕೃಷ್ಣ ಗೊಲ್ಲರು, ಪಾಕನಾಕ ಗೊಲ್ಲರು, ಶಾಸ್ತ್ರ ಗೊಲ್ಲರು, ಅಡವೀ ಗೊಲ್ಲರು, ಯೆಂಬ ೫ ವೊಳ ಜಾತಿಗಳನ್ನು ಯೆಣಿಸುವರು. ಆದರೆ ಶಾಸ್ತ್ರ ಗೊಲ್ಲರು ಈ ಜಿಲ್ಲೆಯಲ್ಲಿ ಇಲ್ಲ; ಪಾಕ ನಾಕ ಗೊಲ್ಲರದೊಂದೇ ಮನೆಯು ಬಾದಾಮಿಯಲ್ಲಿ ಇರುತ್ತದೆ. ಇವರು ಪರಸ್ಪರ ಊಟ ದ ಬಳಿಕೆ ಮಾಡುವದಿಲ್ಲ. ಕೃಷ್ಣ ಗೊಲ್ಲರೂ ಹಣಮ ಗೊಲ್ಲರೂ ನಿಜಾಮನ ಇಲಾಖೆ ಯಿಂದ ಬಂದವರು; ಇವರಿಗೆ ಹಲಕೆಲವು ಕಡೆಯಲ್ಲಿ ಇನಾಮು ಭೂಮಿಗಳಿರುತ್ತವೆ. ಕೃಷ್ಣ ಗೊಲ್ಲರು ಕೃಷ್ಣನ ಭಕ್ತರು, ಹಣಮ ಗೊಲ್ಲರು ಹಣಮಂತನ ಪೂಜಾರಿಗಳು. ಯೆರಡೂ ಜಾತಿಗಳ ಜನರು ಕನ್ನಡ ಭಾಷೆಯನ್ನಾಡುತ್ತಾರೆ. ಇವರ ಗುರು "ಉಸ್ತುಮೊರ," ಓಪ್ಪಮರ ಕುಲದವನೆಂದು ತೋರುತ್ತದೆ. ಇವರು ತಮ್ಮಲ್ಲಿಯ ಕಾರ್ಯಗಳಿಗೆ ಬ್ರಾಹ್ಮ ಣರನ್ನು ಕರಿಯುತ್ತಾರೆ. ಹೆಣಗಳನ್ನು ಸುಡುತ್ತಾರೆ, ಇಲ್ಲವೆ ಹುಗಿಯುತ್ತಾರೆ. ಪಾಕನಾ ಕ ಗೊಲ್ಲರೂ ಕನ್ನಡ ಭಾಷೆಯವರೇ; ಕೃಷ್ಣನಿಗೂ ಹನುಮಂತನಿಗೂ ನಡಕೊಳ್ಳುತ್ತಾ ರೆ. ಇವರು ಆದವಾನೀ ಶೀಮೆಯಿಂದ ಬಂದವರೆಂದು ಹೇಳುತ್ತಾರೆ.

ಅಡವೀ ಗೊಲ್ಲರಿಗೆ ತೆಲಗು ಗೊಲ್ಲರೆಂತಲೂ ಅನ್ನುವರು. ಇವರು ಮನೆಯಲ್ಲಿ ತೆಲಗು ಭಾಷೆಯನ್ನಾಡುವರು. ಅವರ ಅಡ್ಡ ಹೆಸರುಗಳು ಜಾಧವ, ಮೋರೆ, ಪವಾರ, ಸಿಂದೆ, ಯಾದವ, ಇತ್ಯಾದಿಗಳುಂಟು. ಇದರಿಂದಲೂ ಇವರಲ್ಲಿಯ ಗಂಡು ಹೆಣ್ಣುಗಳ ಹೆಸರುಗಳಿಂದಲೂ ಇವರು ಉತ್ತಮ ಕುಲದ ಮಹಾರಾಷ್ಟ್ರರೆಂದು ತಿಳಿಯುತ್ತದೆ. ಇವ ರ ಮುಖಲಕ್ಷಣ, ಆಹಾರ, ನಡಾವಳಿ, ಇವೆಲ್ಲ ಹೆಚ್ಚು ಕಡಿಮೆ ಮಹಾರಾಷ್ಟ್ರರಂತೆ ಇರು ತ್ತವೆ. ಹೆಂಗಸರ ಉಡಿಗೆಗಳೂ ಮಹಾರಾಷ್ಟ್ರ ಹೆಂಗಸರಂತೆ ಇರುತ್ತವೆ. ಈ ಗೊಲ್ಲರು ವೆಂಕಟರಮಣ, ತುಳಜಾ ಭವಾನಿ, ಹನುಮಂತ, ಯೆಲ್ಲಮ್ಮ, ಈ ದೇವತೆಗಳಿಗೆ ನಡ ಕೊಳ್ಳುವರು. ಆದರೆ ಇವರಿಗೆ ಗುರು ಇಲ್ಲ. ಬ್ರಾಹ್ಮಣರು ಇವರಲ್ಲಿಯ ಕಾರ್ಯಗಳನ್ನು ಮಾಡಿಸುವರು. ಇವರಲ್ಲಿ ಮದ್ಯ ಮಾಂಸಗಳಿಗೆ ಅಡ್ಡಿ ಇಲ್ಲ; ಕೆಲವರಿಗೆ ಅಫೂ, ಗಾಂಜಿ, ಭಂಗಿ, ಇವುಗಳ ಚಟ ಇರುತ್ತದೆ. ಇವರು ಬ್ರಾಹ್ಮಣರು, ಲಿಂಗವಂತರು, ರಜಪೂತರು, ಆರೇರು ಇವರ ಮನೆಯಲ್ಲಿ ಉಣ್ಣುತ್ತಾರೆ. ಅಡವೀ ಗೊಲ್ಲರ ಗುಡುಸಲುಗಳು ಊರ ಹೊರಗೆ ಇರುತ್ತವೆ. ಇವರಲ್ಲಿ ಹೊಲ ಮನೇ ಮಾಡುವವರು ಬಹು ಕಡಿಮೆ. ವನಸ್ಪತಿ ಗಳನ್ನು ಮಾರುವದೂ ರೋಗಗಳನ್ನು ಪರೀಕ್ಷಿಸಿ ಔಷಧ ಕೊಡುವದೂ ಇವರ ಮುಖ್ಯ ಹೋರೆಯು. ಆದ್ದರಿಂದ ಇವರಿಗೆ "ವೈದೂ," ಅಂದರೆ ವೈದ್ಯರೆಂಬ ಹೆಸರು ಬಂದದೆ. ಇವರ ಹೆಂಗಸರು ಸಿಂದಿಯ ಚಾಪಿಗಳನ್ನು ಹೆಣೆದು ಮಾರುತ್ತಾರೆ. ಈ ಗೊಲ್ಲರಲ್ಲಿ ಕೆಲ ವರು ಮೈಯೊಳಗಿನ ನಾರು ತೆಗಿಯುವದರಲ್ಲಿಯೂ, ತುಮ್ಮಡೀ ಹಚ್ಚಿ ರಕ್ತ ತೆಗಿಯುವ ದರಲ್ಲಿಯೂ ಕುಶಲರಿರುತ್ತಾರೆ. ಇವರಿಗೆ ವನಸ್ಪತಿಗಳು ವೊಳಿತಾಗಿ ಗೊತ್ತಿರುತ್ತವೆ;

ಅವುಗಳನ್ನು ಮುಖ್ಯವಾಗಿ ಕಲ್ಯಾಣ ಕಲಬುರ್ಗಿಯ ಶೀಮೆಯಿಂದ ಹುಡುಕಿ ತರುತ್ತಿರುತ್ತಾರೆ. ಆದ್ದರಿಂದ ಈ ತೆಲಗು ಗೊಲ್ಲರು ಉತ್ತಮ ಕುಲದ ಮಹಾರಾಷ್ಟ್ರರಾದಾಗ್ಯೂ ನಿಜಾಮಿಾ ರಾಜ್ಯದ ತೆಲಗು ಶೀಮೆಯಿಂದ ಬಂದವರೆಂದು ತೋರುತ್ತದೆ.

ಬೆಳಗಾವೀ ಜಿಲ್ಲೆಯ ಗೊಲ್ಲರು ತೆಲಗು ಭಾಷೆಯನ್ನು ಆಡುತ್ತಾರೆ. ಮೇಲಿನ ಅಡವೀ ಗೊಲ್ಲರ ವರ್ಣನೆಯೆಲ್ಲ ಇವರಿಗೂ ಹತ್ತುತ್ತದೆ. (ಆದರೆ ಇವರ ಅಡ್ಡ ಹೆಸರುಗಳನ್ನು ಮೂಲಗ್ರಂಥದಲ್ಲಿ ಹೇಳಿಲ್ಲ). ಇವರು ಲಗ್ನ ಕಾರ್ಯಕ್ಕೆ ಬ್ರಾಹ್ಮಣರನ್ನು ಕರಿಯುತ್ತಿದ್ದಾಗ್ಯೂ, ಮರಣ ಸಂಸ್ಕಾರಕ್ಕೆ ಜಂಗಮನನ್ನು ಕರಿಯುವರು; ಹೆಣಗಳನ್ನು ಹುಗಿಯುವರು; ೨೪ ದಿವಸ ಸೂತಕ ಹಿಡಿದು ಕಡೆಯಲ್ಲಿ ಜಂಗಮನನ್ನು ಕರಿಯುವರು; ಅವನು ಗಂಟೆ ಬಾರಿಸಿ ಶಂಖ ಊದಿ ಹೋದನೆಂದರೆ ಸೂತಕದಿಂದ ಶುದ್ಧಿಯಾಯಿತು!

ಧಾರವಾಡ ಜಿಲ್ಲೆಯವರಾದರೂ ಮನೆಯಲ್ಲಿ ತೆಲಗೇ ಆಡುತ್ತಾರೆ. ಆದರೆ ಇವರಿಗೆ ಅಡ್ಡ ಹೆಸರುಗಳಿಲ್ಲ. ಇವರಲ್ಲಿ ಅಂಬಿರ ವಂದ್ಲು, ಬಿಂದು ವಂದ್ಲು, ಚಸ್ರು ವಂದ್ಲು, ಗಲ್ಲ ವಂದ್ಲು, ಗೊಬ್ಬರ ವಂದ್ಲು, ಯೆಂಬ ೫ ವೊಳಜಾತಿಗಳಿವೆ; ಈ ಜಾತಿಗಳಲ್ಲಿ ಪರಸ್ಪರ ಶರೀರ ಸಂಬಂಧವಾಗುತ್ತದೆ. ಇವರು ಊರೂರು ತಿರುಗುತ್ತಾರೆ. ಹೋದಲ್ಲಿ ಊರ ಹೊರಗೆ ಗುಡುಸಲು ಮಾಡಿಕೊಂಡು ನಿಲ್ಲುವರು. ಲಂಗೋಟಿಯೇ ಇವರ ಉಡಿಗೆ; ಹೆಂಗಸರು ಕೊರವರ ಹಾಗೆ ಹೊಲಸು ತಲಿ ಬಿಟ್ಟು ಕೊಂಡು ತಿರುಗುವರು. ಗಂಡಸರು ನಾಗರ ಹಾವು ತಕ್ಕೊಂಡು ಮನೆ ಮನೆಗೆ ಭಿಕ್ಷೆ ಬೇಡುತ್ತ ತಿರುಗುವರು; ಹೆಂಗಸರು ಸಿಂದಿಯ ಚಾಪೀ ಹೆಣಿಯುತ್ತ ಭಿಕ್ಷೆ ಬೇಡುವರು. ಇವರು ಯೆಲ್ಲಮ್ಮ, ಹನುಮಂತ, ಈ ದೇವರಿಗೆ ನಡಕೊಳ್ಳುವರು. ಆದರೆ ಇವರಿಗೆ ಗುರುವಿಲ್ಲ; ತಮ್ಮ ಲಗ್ನ ಕಾರ್ಯವನ್ನು ತಾವೇ ಮಾಡಿಕೊಳ್ಳುವರು; ಬ್ರಾಹ್ಮಣರನ್ನೂ ಲಿಂಗವಂತರನ್ನೂ ಕರಿಯುವದಿಲ್ಲ. ಹೆಣಗಳನ್ನು ಹುಗಿಯುವರು; ಜಂಗಮನು ಬಂದು ಚರಣ ತೀರ್ಥ, ಭಸ್ಮ ಕೊಟ್ಟ ಬಳಿಕ ಸೂತಕದವರು ಶುದ್ಧರಾಗುವರು. ಹೆಣ್ಣು ಮಕ್ಕಳ ಲಗ್ನವನ್ನು ನೆರಿದ ಬಳಿಕೇ ಮಾಡುವರು. ವಿಧವೆಗಳ ಲಗ್ನಕ್ಕೂ ಮದ್ಯ ಮಾಂಸಗಳಿಗೂ ಅಡ್ಡಿ ಇಲ್ಲ. ಲಗ್ನವಾದ ಬಳಿಕ ಹೆಂಗಸು ತೌರ ಮನೆಗೆ ಬಹುತರ ಹೋಗುವದಿಲ್ಲ; ಒಂದು ವೇಳೆ ಹೋದರೆ, ಗಂಡನೇ ಆಕೆಯ ಸಂಗಡ ಹೋಗಲಿಕ್ಕೆ ಬೇಕು. ಹೀಗೆ ಇಬ್ಬರೂ ಮೂರು ದಿವಸ ಮಾತ್ರ ಆ ತೌರ ಮನೆಯಲ್ಲಿ ಇರುವರು. ಲಗ್ನವಾದ ದಿವಸವೇ ಗಂಡ ಹೆಂಡರು ಕೂಡುವರು. ಮಾವನು ಅಳಿಯನಿಗೆ ಕಾಯಿಯನ್ನು ಕೊಡುವ ನಡಾವಳಿಯುಂಟು. ಹೆಂಗಸು ಹಾದರ ಮಾಡಿದರೆ, ವೊಂದು ಫೂಟು ಆಳವಾದ ತಗ್ಗು ತೆಗಿದು ಅದರ ಅಂಚಿನ ಮೇಲೆ ಮುಳ್ಳು ಹರವುವರು. ಆ ತಗ್ಗಿನೊಳಗೆ ಹಾದರ ಮಾಡಿದವಳನ್ನು ನಿಲ್ಲಿಸಿ, ಮುಳ್ಳಿನ ಮೇಲೆ ಕೂಡ್ರಿಸಿ, ಆಕೆಯ ಮೊಣಕಾಲ ಮೇಲೆ ಬೀಸುವ ಕಲ್ಲು ಇಡುವರು. ಈ ಪ್ರಾಯಶ್ಚಿತ್ತದಿಂದ ಹಾದರಗಿತ್ತಿಯು ಶುದ್ಧಳಾಗುತ್ತಾಳೆ. ಆದರೆ ಈ ಕುಲದಲ್ಲಿ ಹಾದರಾಗುವದೇ ಬಹು ಕಡಿಮೆ.

ಕಾನಡಾ ಜಿಲ್ಲೆಯ ಗೊಲ್ಲರಲ್ಲಿ ನಿಜ ಗೊಲ್ಲರು, ಕೆಂಪು ಗೊಲ್ಲರು, ಊರ ಗೊಲ್ಲರು,. ಕಾಡು ಗೊಲ್ಲರು, ಹಾಲು ಗೊಲ್ಲರು, ಹಾವು ಗೊಲ್ಲರು, ಯೆಂಬ ಆರು ವೊಳಜಾತಿಗಳಿವೆ.

ಇವರು ಪರಸ್ಪರ ಊಟದ ಬಳಿಕೆ ಮಾಡುವದಿಲ್ಲ; ಮನೆಯಲ್ಲಿ ಕನ್ನಡ ಭಾಷೆಯನ್ನಾಡುವರು, ಮದ್ಯ ಮಾಂಸ ತಕ್ಕೊಳ್ಳುವರು. ಮೊದಲಿನ ಮೂರು ಜಾತಿಗಳ ಜನರು ಮನೆ ಮಾಡಿ ಕೊಂಡು ಇರುವರು, ಕೆಲವರು ಹಾಲು ಮಾರುವರು, ಸ್ವಲ್ಪ ಜನರು ಒಕ್ಕಲತನ ಮಾಡುವರು. ಕಡೆಯ ಮೂರು ಜಾತಿಯವರು ಊರೂರು ತಿರುಗುವರು. ಇವರು ಮೈಸೂರು ಶೀಮೆಯಿಂದ ಬಂದವರೆಂದು ಹೇಳುತ್ತಾರೆ; ಕೃಷ್ಣ, ಕಾಳಭೈರವ, ಅಂಬಿಕೆ, ಈ ದೇವತೆಗಳಿಗೆ ನಡಕೊಳ್ಳುವರು; ರಾಮಾನುಜ ಬ್ರಾಹ್ಮಣರನ್ನು ಲಗ್ನ ಕಾರ್ಯ ಮಾಡಿಸಲಿಕ್ಕೆ ಕರಿಯುವರು; ಆದರೆ ಇವರ ಗುರು ಲಿಂಗವಂತನು. ಹೆಣ್ಣು ಮಕ್ಕಳ ಲಗ್ನವನ್ನು ನೆರಿದ ಬಳಿಕ ಮಾಡುವರು. ವಿಧವೆಗಳ ಲಗ್ನಕ್ಕೂ ಮದ್ಯ ಮಾಂಸಗಳಿಗೂ ಅಡ್ಡಿ ಇಲ್ಲ. ಇವರು ಹೆಣಗಳನ್ನು ಹುಗಿದು, ಮರಣದ ಸಂಸ್ಕಾರವನ್ನು ಲಿಂಗವಂತರಂತೆ ಜಂಗಮನ ಸಹಾಯದಿಂದ ಮಾಡುವರು. ಇವರಲ್ಲಿ ಹೆಂಗಸು ಹಾದರ ಮಾಡಿ ಪಶ್ಚಾತ್ತಾಪ ತೋರಿಸಿದರೆ, ಆಕೆಗೆ ಹಿರೆ ಮನುಷ್ಯರು ಸಿಟ್ಟು ಮಾಡಿ ಕುಲದೊಳಗೆ ತಕ್ಕೊಳ್ಳುವರು.

ಈ ಯಾವತ್ತು ಜಾತಿಗಳ ಗೊಲ್ಲರು ಕಸುವಿನ ಮೈಕಟ್ಟಿನವರಾದಾಗ್ಯೂ ತೀರ ಬಡವರು; ಇವರ ಹೋರೆಗಳಿಂದ ಇವರ ಹೊಟ್ಟೆ ತುಂಬುವದಿಲ್ಲ. ಇವರ ಮಕ್ಕಳೂ ಶಾಲೆಗೆ ಹೋಗುವದಿಲ್ಲ.

ಧನಗರರು.

ಧನಗರರು.—ಇವರು ಕಾನಡಾ ಜಿಲ್ಲೆಯಲ್ಲಿ ಯಲ್ಲಾಪುರ ತಾಲೂಕಿನ ಅಡವಿಯಲ್ಲಿ ಇರುತ್ತಾರೆ. ಇವರ ಜನ್ಮಭಾಷೆ ಮಹಾರಾಷ್ಟ್ರವಾದಾಗ್ಯೂ, ಇವರು ಕೊಂಕಣಿಗರಲ್ಲ, ಮಹಾರಾಷ್ಟ್ರ ದೇಶದವರು. ಇವರ ಮೈಬಣ್ಣ ಕಪ್ಪು, ಆಳು ಗಿಡ್ಡ; ಲಂಗೋಟಿ, ರುಮಾಲ, ಕಂಬಳಿ, ಇಷ್ಟೇ ಇವರ ಉಡಿಗೆಗಳು. ಹೆಂಗಸರು ಕುಬ್ಬಸ ಹಾಕುವರು, ಕಚ್ಚೆ ಹಾಕುವದಿಲ್ಲ; ಹೊಲಸು ಬಹಳ. ಈ ಧನಗರರು ಯೆಮ್ಮೆ ಆಕಳುಗಳನ್ನು ಸಾಕಿ ತುಪ್ಪ ಮಾಡಿ ಮಾರುವರು. ತುಪ್ಪವು ಕೂಡಿ ಬದ್ದ ಹಾಗೆ ನೆಲದೊಳಗೆ ತಗ್ಗು ತೆಗಿದು ಅದರೊಳಗೆ ಗಿರಾಕಿ ಬರುವ ವರೆಗೆ ಸಂಗ್ರಹ ಮಾಡಿ ಇಡುವರು. ಇವರ ಯೆಮ್ಮೆ, ಆಕಳು, ಕೋಣ, ಯೆತ್ತುಗಳು ದೊಡ್ಡವು, ಕಸುವುಳ್ಳವು; ಅವುಗಳಿಗೆ ಬೆಲೆ ಬಹಳ ಬೀಳುತ್ತದೆ. ಧನಗರರು ಮಳೆಗಾಲ ಹೋದ ಬಳಿಕ ಅಡವಿಯಲ್ಲಿ ಹುಲ್ಲು ಇರುವ ವರೆಗೆ ದನಗಳನ್ನು ತಕ್ಕೊಂಡು ಊರೂರು ತಿರುಗುತ್ತ, ಹಾಲು, ಮೊಸರು, ತುಪ್ಪ ಗೊಬ್ಬರಗಳನ್ನು ಮಾರುವರು. ಇವರು ಮದ್ಯ ಮಾಂಸ ತಕ್ಕೊಳ್ಳುವರು, ವಿಧವೆಗಳ ಲಗ್ನ ಮಾಡುವರು, ಯಾವ ಕಾರ್ಯಕ್ಕೂ ಬ್ರಾಹ್ಮಣರನ್ನಾಗಲಿ ಜಂಗಮರನ್ನಾಗಲಿ ಕರಿಯುವದಿಲ್ಲ, ಹೆಣ್ಣು ಮಕ್ಕಳ ಲಗ್ನವನ್ನು ಹನ್ನೆರಡು ವರ್ಷದೊಳಗೆ ಮಾಡುವರು. ಇವರು ಹೆಣ್ಣು ದೇವತೆಗಳಿಗೆ ನಡಕೊಳ್ಳುವದು ಹೆಚ್ಚು. ಲಗ್ನದ ವಿಧಾನಗಳು ಮರಾಠೀ ಜನರಂತೆ ಆಗುತ್ತವೆ; ಹೆಣಗಳನ್ನು ಹುಗಿಯುವರು. ಇವರ ಮಕ್ಕಳು ಶಾಲೆಗೆ ಹೋಗುವದಿಲ್ಲ.

ಸಿಂದೀ ತೆಗಿಯುವ ಜಾತಿಗಳು.

ಜಾತಿ.	ಧಾರವಾಡ.			ಬೆಳಗಾವಿ.			ವಿಜಾಪುರ.			ಕಾನಡಾ.		
	ಗಂಡಸು	ಹೆಂಗಸು	ಒಟ್ಟು	ಗಂಡಸು	ಹೆಂಗಸು	ಒಟ್ಟು	ಗಂಡಸು	ಹೆಂಗಸು	ಒಟ್ಟು	ಗಂಡಸು	ಹೆಂಗಸು	ಒಟ್ಟು
೧ ಇಳಗೇರು.....	೬೦೫	೬೪೫	೧೨೫೦	೫೬೮	೬೪೦	೧೨೦೮	೩೩೬	೩೦೯	೬೪೫	,,	,,	,,
೨ ಹಳೆಪೈಕರು....	೬೪	೫೮	೧೨೨	,,	,,	,,	,,	,,	,,	೨೨೩೮೮	೨೦೫೫೧	೪೨೯೩೯
೩ ಭಂಡಾರಿಗಳು...	,,	,,	,,	೬೯೪	೬೦೦	೧೨೯೪	,,	,,	,,	೪೯೮೫	೪೭೯೬	೯೭೮೧
೪ ಕೊಮಾರ ಪೈಕರು.	,,	,,	,,	,,	,,	,,	,,	,,	,,	೪೪೯೭	೪೨೪೬	೮೭೪೩
೫ ಚೌಧರಿಗಳು ...	..	..	..	..	..	..	..	..	..	೭೩	೮೩	೧೫೬
೬ ಕಲಾಲರು	,,	,,	,,	೨೫	೨೩	೪೮	೩೦	೧೭	೪೭	೧೬	೧೧	೨೭

ಇಳಗೇರು.—ಇವರು ಸುಮಾರು ನೂರು ವರ್ಷದ ಹಿಂದೆ ಬಳ್ಳಾರೀ ಶೀಮೆಯಿಂದ ಬಂದರೆಂದು ಹೇಳುತ್ತಾರೆ. ಇವರ ಜನ್ಮಭಾಷೆ ಕನ್ನಡ; ತೋರಿಕೆಯಲ್ಲಿ ಕಬ್ಬಲಿಗೇರ ಹಾಗೆ ಕಾಣುತ್ತಾರೆ. ಇವರ ನಡಾವಳಿಗಳಾದರೂ ಕಬ್ಬಲಿಗೇರ ನಡಾವಳಿಗಳಿಗೆ ಹೊಂದುತ್ತವೆ. ಕೆಲವರು ಕಿವಿಯೊಳಗೆ ಆರೇರ ಹಾಗೆ ದೊಡ್ಡ ಬಾವಲೀ ಹಾಕಿ ಕೊಳ್ಳುತ್ತಾರೆ. ಇವರಿಗೆ ಗರಡೀ ಸಾಧಕದ ಪ್ರೀತಿ ಬಹಳ. ಮಾಂಸಕ್ಕೆ ನಿಷೇಧವಿಲ್ಲ; ಮದ್ಯವನ್ನು ಹಲಕೆಲವರು ಕದ್ದು ಮುಚ್ಚಿ ಕುಡಿಯುವರು. ಆದರೆ ಸಿಂದಿಯನ್ನು ಯಾರೂ ಕುಡಿಯುವದಿಲ್ಲ. ಸಿಂದೀ ಮರವು ತಮ್ಮ ತಂಗಿಯೆಂದು ಇವರು ಹೇಳುತ್ತಾರೆ. ಲಗ್ನ ಮುಂತಾದ ಶುಭ ಕಾರ್ಯಗಳಿಗೆ ಬ್ರಾಹ್ಮಣರನ್ನು ಕರಿಯುವರು. ಲಗ್ನದಲ್ಲಿ ಮದಿಮಕ್ಕಳನ್ನು ಅಕ್ಕೀ ತುಂಬಿದ ಬುಟ್ಟಿಗಳಲ್ಲಿ ನಿಲ್ಲಿಸಿ ಅಂತಃಪಟ ಹಿಡಿದು ಅಕ್ಕೀಕಾಳು ಹಾಕುವರು. ಆದರೆ ಲಿಂಗವಂತ ಮತಕ್ಕೆ ಈ ಜಾತಿಯ ವೊಲವು ಹೆಚ್ಚು ಇರುತ್ತದೆ. ಗುರು ಲಿಂಗವಂತನೇ. ಜನ್ಮಕಾಲಕ್ಕೆ ಜಂಗಮನು ಬರಲಿಕ್ಕೆ ಬೇಕು; ಇತರ ಕಾರ್ಯಗಳಲ್ಲಿಯೂ ಜಂಗಮರನ್ನು ಕರಿಯುವರು. ಹತ್ತೆಂಟು ವರ್ಷದ ಹಿಂದೆ ಇವರಲ್ಲಿ ಹೆಣಗಳನ್ನು ಸುಡುತ್ತಿದ್ದರು; ಆದರೆ ಈಗ ಹುಗಿಯುತ್ತಾರೆ. ಹುಗಿಯುವಾಗ ಜಂಗಮನಿರಲಿಕ್ಕೆ ಬೇಕು. ಇಳಗೇರು ಬಹುತರ ಪ್ರತಿನಿತ್ಯ ಸ್ನಾನ ಮಾಡಿ ಹಣೆಗೆ ಗಂಧದ ಬೊಟ್ಟು ಹಚ್ಚುವರು. ತುಳಜಾ ಭವಾನಿ, ಯಲ್ಲಮ್ಮ, ವಿಠೋಬ, ಹಿಪ್ಪರಿಗೆಯ ರತ್ನರಾಯ, ಮುಂತಾದ ದೇವತೆಗಳಿಗೆ ಇವರು ನಡಕೊಳ್ಳುವರು, ಸಿಂದಿ ಅಥವಾ ಈಚಲ ಮರದ ರಸ ತೆಗಿದು ಮಾರುವದೇ ಇಳಗೇರ ಮುಖ್ಯ ಹೋರೆಯು. ಬೆಳಿಗ್ಗೆ ಮರದ ಟೊಂಗಿಯ ಕೆಳಗೆ ತ್ರಿಕೋಣಾಕೃತಿಯ ಕಚ್ಚು ಹಾಕಿ, ಅದರ ಕೆಳಗೆ ಮಗಿಯನ್ನು ಕಟ್ಟಿ, ಕಚ್ಚಿನೊಳಗಿಂದ ಹೊರಡುವ ರಸವು ಮಗಿಯೊಳಗೆ ಬೀಳುವಂತೆ ಯೆಲೆಯನ್ನು ಹಚ್ಚಿಡುವರು; ಮರು ದಿವಸ ಬೆಳಿಗ್ಗೆ ಆ ಮಗಿಯೊಳಗಿನ ರಸ ತೆಗೆದು

ಕೊಂಡು ಮಾರಾಟಕ್ಕೆ ಒಯ್ಯುವರು. ಚಳಿಗಾಲದಲ್ಲಿ ರಸ ಬಹಳ ಹೊರಡುತ್ತದೆ; ಆದರೆ ಬೇಸಿಗೆಯಲ್ಲಿ ಮಾರಾಟ ಬಹಳ ಆಗುತ್ತದೆ. ಇಳಗೇರಲ್ಲಿ ಕೆಲವರು ಒಕ್ಕಲತನ ವನ್ನೂ ಮಾಡುವರು. ಧಾರವಾಡ ಜಿಲ್ಲೆಯಲ್ಲಿ ಮಾತ್ರ ಇಳಗೇರ ಮಕ್ಕಳು ಶಾಲೆಗೆ ಹೋಗುತ್ತಾರೆ.

ಹಳೆ ಪೈಕರು.

ಹಳೆ ಪೈಕರು.—ಇವರು ಕಾನಡಾ ಜಿಲ್ಲೆಯಲ್ಲಿಯೂ ಧಾರವಾಡ ಜಿಲ್ಲೆಯ ದಕ್ಷಿಣ ಭಾಗದಲ್ಲಿಯೂ ಮಾತ್ರ ಇರುತ್ತಾರೆ. ಕಾನಡಾ ಜಿಲ್ಲೆಯವರು ತಾಡೀ ತೆಗೆಯುವ ಕೆಲಸ ವನ್ನೇ ಮಾಡುತ್ತಾರೆ. ಧಾರವಾಡ ಜಿಲ್ಲೆಯವರು ಒಕ್ಕಲತನ ದಿಂದ ಜೀವಿಸುತ್ತಾರೆ. ಕಾನಡಾ ಜಿಲ್ಲೆಯ ಘಟ್ಟದ ಮೇಲಿನ ಹಳೆ ಪೈಕರು ಘಟ್ಟದ ಕೆಳಗಿನವರ ಕೂಡ ಊಟದ ಬಳಿಕೆಯನ್ನು ಸಹ ಮಾಡುವದಿಲ್ಲ. ಘಟ್ಟದ ಕೆಳಗಿನ ಹಳೆ ಪೈಕರಿಗೆ ದಿವಾರು ಯೆಂತಲೂ ಅನ್ನುವರು. ಕಾನಡಾ ಜಿಲ್ಲೆಯ ವರು ಸನ್ ೧೮೭೦ನೇ ವರ್ಷದ ವರೆಗೆ ಸೇಗೋ ಯೆಂಬ ಕಾಷ್ಠ ಪಿಷ್ಟವನ್ನು ತೆಗಿದು ಉಪಜೀವನ ಮಾಡುತ್ತಿದ್ದರು. ಆದರೆ ಒಳಗಡೆಯಲ್ಲಿ ಆ ಕೆಲಸವನ್ನು ಸರಕಾರದವರು ಆಕ್ರಮಿಸಿದ್ದಾರೆ.

ಹಳೆ ಪೈಕರೆಂದರೆ ಹಳೆ ಶಿಪಾಯಿಗಳೆಂಬ ಅರ್ಥವಿರುತ್ತದೆಂದು ಕೆಲವರು ಹೇಳು ತ್ತಾರೆ. ಇವರ ಜನ್ಮಭಾಷೆ ಕನ್ನಡ. ಗಂಡಸರು ಬಹು ಜನರು ಲಂಗೋಟ ಹಾಕು ವರು; ಕೆಲವರು ಧೋತ್ರ ಉಡುವರು. ಹೆಂಗಸರು ಕುಬ್ಬಸ ಹಾಕುವದಿಲ್ಲ, ಕೊರಳೊ ಳಗೆ ಹಾಲ್ವಕ್ಕೀ ಒಕ್ಕಲಿಗರ ಹೆಂಗಸ್ಸರಂತೆ ಕರೆಮಣಿಯ ಸರಗಳ ಜೂಡೆಗಳನ್ನು ಹಾಕಿ ಕೊಳ್ಳುವರು. ಆ ಸರಗಳು ಯೇಳೆಂಟು ಶೇರಿನ ತೂಕವಾಗಿರ ಬಹುದು. ಹಳೆ ಪೈಕರು ವೆಂಕಟರಮಣನಿಗೆ ಮುಖ್ಯವಾಗಿ ನಡಕೊಳ್ಳುತ್ತಾರೆ. ಗಿರಿಯ ಯಾತ್ರೆ ಮಾಡಿ ಬಂದವರು ಮನೆಯಲ್ಲಿ ತುಳಸೀ ಗಿಡದ ಕೆಳಗೆ ಚಂದನದ ವೆಂಕಟರಮಣನನ್ನು ಕೂಡ್ರಿಸಿ ಇಡು ವರು. ಇವರ ಗುರು ಲೋಕಾಚಾರ್ಯನೆಂಬ ಬ್ರಾಹ್ಮಣನು ಸಾಗರದಲ್ಲಿ ಇರುತ್ತಾನೆ. ಇವರು ಮಾಂಸ ತಿನ್ನುವರು; ಆದರೆ ಮದ್ಯ ಕುಡಿಯ ಬಾರದೆಂದು ಜಾತಿ ನಿರ್ಬಂಧವಿ ರುತ್ತದೆ. ಕೆಲವರು ಹೆಣಗಳನ್ನು ಸುಡುವರು, ಕೆಲವರು ಹುಗಿಯುವರು. ಇವರ ಆಹಾ ರ, ಉಡಿಗೆ, ನಡಾವಳಿ, ಧರ್ಮ ಕಾರ್ಯಗಳು, ಮುಂತಾದವುಗಳೆಲ್ಲ ಹಾಲ್ವಕ್ಕೀ ಒಕ್ಕ ಲಿಗರಂತೆ ಇರುತ್ತವೆ. ಇವರ ಮಕ್ಕಳು ಶಾಲೆಗೆ ಹೋಗುವದು ಅಪರೂಪ.

ಭಂಡಾರಿಗಳು.

ಭಂಡಾರಿಗಳು.—ಇವರು ಕಾನಡಾ ಜಿಲ್ಲೆಯಲ್ಲಿ ಘಟ್ಟದ ಕೆಳಗೂ ಬೆಳಗಾವೀ ಜಿಲ್ಲೆಯ ಪಶ್ಚಿಮ ಭಾಗದಲ್ಲಿಯೂ ಮುಖ್ಯವಾಗಿ ವಾಸಿಸುತ್ತಾರೆ. ಕಾನಡಾ ಜಿಲ್ಲೆಯಲ್ಲಿ ಗೋಮಂತಕದಿಂದ ಬಂದವರು, ಬೆಳಗಾವೀ ಜಿಲ್ಲೆಯಲ್ಲಿ ಸು ಮಾರು ೭೦ ವರ್ಷದ ಹಿಂದೆ ರತ್ನಾಗಿರಿಯಿಂದ ಬಂದರು. ಇವ ರು ಈಚಲ ಮರ, ತೆಂಗಿನ ಮರಗಳಿಂದ ತಾಡೀ ತೆಗಿದು ಮಾರಾಟ ಮಾಡುವದಲ್ಲದೆ, ಒಕ್ಕಲತನ, ಕೂಲಿ, ತೆಂಗಿನ ಕಾಯಿಯ ಮೇಲಿನ ಸೋಪಿಯನ್ನು ತೆಗಿಯುವದು, ಮುಂತಾದ ಬೇರೆ ಹೋರೆಗಳನ್ನು ಮಾಡುವರು. ಇವರ ಹೆಂಗಸರು ಕಾತೀ ಹಗ್ಗ ಮಾಡಿ

ಮಾರುವದಲ್ಲದೆ, ಸಮುದ್ರ ದಂಡೆಯಲ್ಲಿ ಬಾಯಿ ತೆರಿಯದೆ ಇದ್ದಂಥ ಕೀಟಕಗಳುಳ್ಳ ಶಿಂಪುಗಳನ್ನು ಆರಿಸಿ ತಂದು ಕುದಿಸಿ ಅರ್ಕ ತೆಗಿದು ಅದನ್ನೂ ವೊಣಗಿಸಿದ ಕೀಟಕಗಳನ್ನೂ ಮಾರುವರು.

ಭಂಡಾರಿಗಳು ಸುರೂಪಿಗಳು, ವಿಶೇಷವಾಗಿ ಲಂಗೋಟಿಯನ್ನು ಹಾಕುವರು; ಬೆಳಗಾವೀ ಜಿಲ್ಲೆಯವರು ಧೋತ್ರ ಉಡುವರು. ಹೆಂಗಸರು ಕಚ್ಚೆ ಹಾಕುವರು; ಕಾನಡಾ ಜಿಲ್ಲೆಯವರು ಕುಬ್ಬಸ ತೊಡುವದಿಲ್ಲ. ಭಂಡಾರಿಗಳ ಜನ್ಮಭಾಷೆ ಕೊಂಕಣೀ, ಇಲ್ಲವೆ ಮರಾಠಿ. ಗೋಮಂತಕದ ಬಾರ್ದೇಶವೆಂಬ ಭಾಗದಲ್ಲಿಯ ರವಳನಾಥನು ಇವರ ಕುಲದೇವತೆ; ವಿಠೋಬಾ, ಮಹಾಮಾಯಿ, ಮುಂತಾದ ದೇವತೆಗಳಿಗೂ ಇವರು ನಡಕೊಳ್ಳುವರು. ಇವರ ಮನೆಯಲ್ಲಿ ವಾಡಿಕೆಯಾಗಿ ತುಳಸೀ ಗಿಡವಿರುವದು. ಬ್ರಾಹ್ಮಣರೇ ಇವರ ಉಪಾಧ್ಯಾಯರು. ಇವರು ಮದ್ಯ ಮಾಂಸಗಳನ್ನು ನಿರಾತಂಕವಾಗಿ ತಕ್ಕೊಳ್ಳುವರು; ಹೆಣ್ಣು ಮಕ್ಕಳ ಲಗ್ನವನ್ನು ೧೨ ವರ್ಷ ತುಂಬುವದರೊಳಗೆ ಮಾಡುವರು; ವಿಧವೆಗಳ ಲಗ್ನ ಮಾಡುವದಿಲ್ಲ; ಹೆಣಗಳನ್ನು ಸುಟ್ಟು ೧೦ ದಿವಸ ಸೂತಕ ಹಿಡಿಯುವರು. ಇವರ ಹೆಂಗಸರು ಬ್ರಾಹ್ಮಣರು ಮುಂತಾದ ಉತ್ತಮ ಕುಲದವರಲ್ಲಿ ಹಾದರ ಮಾಡಿದರೆ ಅವರಿಗೆ ಬಹುತರ ಶಿಕ್ಷೆಯಾಗುವದಿಲ್ಲ. ಇವರ ಮಕ್ಕಳು ಶಾಲೆಗೆ ಹೋಗುತ್ತಾರೆ.

ಕೊಮಾರ ಪೈಕರು.

ಕೊಮಾರ ಪೈಕರು.—ಇವರು ಕಾನಡಾ ಜಿಲ್ಲೆಯಲ್ಲಿ ವಿಶೇಷವಾಗಿ ಘಟ್ಟದ ಕೆಳಗೆ ವಾಸಿಸುತ್ತಾರೆ. ಇವರು ಬಹು ಕಾಲದ ಹಿಂದೆ ಕಲಬುರ್ಗೆಯ ಶೀಮೆಯಿಂದ ಬಂದರೆಂದು ಹೇಳುತ್ತಾರೆ. ಇವರ ಕುಲದವರು ಆ ಶೀಮೆಯಲ್ಲಿ ಲಿಂಗವಂತರಿರುತ್ತಾರಂತೆ. ಆದರೆ ಇವರು ಲಿಂಗವನ್ನು ಧರಿಸುವದಿಲ್ಲ. ಕೊಮಾರ ಪೈಕರೆಂದರೆ ಕಲಾದಗಿಯ ಕೊಮಾರ ಸ್ವಾಮಿಯ ಶಿಷ್ಯರೆಂಬ ಅರ್ಥವಿರುತ್ತದೆಂದು ಹೇಳುತ್ತಾರೆ; ಆದರೆ ಇದು ನಿಜವೆಂದು ತೋರುವದಿಲ್ಲ. ಸ್ವಾದೆಯ ಅರಸರ ದಂಡಿನಲ್ಲಿ ಕೊಮಾರ ಪೈಕರು ಶಿಪಾಯಿಗಳಾಗಿ ಚಾಕರಿ ಮಾಡುತ್ತಿದ್ದರು. ಹೈದರ ಅಲ್ಲಿಯು ಸನ್ ೧೭೬೩ರಲ್ಲಿ ಕಾನಡಾ ಜಿಲ್ಲೆಯನ್ನು ಆಕ್ರಮಿಸಿದ ಬಳಿಕ ಕೊಮಾರ ಪೈಕರು ಪುಂಡರಾಗಿ ದರೋಡೆಗಳನ್ನು ಹಾಕುವರು. ಆ ಕಾಲಕ್ಕೆ ಹೆಸರಿಗೆ ಬಂದವರಲ್ಲಿ ಹೆಂಜಾನಾಯಿಕನೆಂಬವನು ಕೆಲವು ಶೀಮೆಯನ್ನು ಆಕ್ರಮಿಸಿ, ಬ್ರಾಹ್ಮಣರನ್ನು ಬಲಾತ್ಕಾರದಿಂದ ತನ್ನ ಜಾತಿಯೊಳಗೆ ಶೇರಿಸಿದನಂತೆ. ಇಂಗ್ಲಿಷ ಸರಕಾರದ ಅಮಲು ಬಂದ ಬಳಿಕ ಇವರಲ್ಲಿ ಕೆಲವರು ದಂಡಿನೊಳಗೆ ಶೇರಿದರು; ಆದರೆ ಬಹು ಜನರು ಈಗ ವೊಕ್ಕಲತನ ಮಾಡುತ್ತಾರೆ, ಕೆಲವರು ಕಟ್ಟಿಗೆ ಕೊರೆಯುವರು, ಕೆಲವರು ತಾಡೀ ತೆಗಿಯುವರು. ಇವರಿಗೆ ನಾಟಕ ಮಾಡುವ ಪ್ರೀತಿ ಬಹಳ; ಈ ಹೋರೆಯಿಂದಲೂ ಇವರಿಗೆ ಹಣ ದೊರಿಯುತ್ತದೆ.

ಕೊಮಾರ ಪೈಕರ ಜನ್ಮಭಾಷೆ ಕೊಂಕಣೀ ಮಿಶ್ರ ಕನ್ನಡ. ಇವರು ತಮ್ಮ ಹೆಸರಿನ ಮುಂದೆ ನಾಯಕ, ಇಲ್ಲವೆ ಮಹೆತ್ರಿ ಯೆಂಬ ಉಪಪದವನ್ನು ಧರಿಸುವರು. ಗಂಡ

ಸರು ಯೆತ್ತರಾಗಿ ಕಸುವುಳ್ಳವರಿರುವ ಕಾರಣ ದಂಡಿನ ಕೆಲಸಕ್ಕೆ ತಕ್ಕವರಿರುತ್ತಾರೆ. ಇವರ ಉಡಿಗೆ ಲಂಗೋಟಿ, ರುಮಾಲ, ಕಂಬಳಿ. ಹೆಂಗಸರು ಕಚ್ಚೆ ಹಾಕಿ ಕೊಂಡು ಕುಂಕುಮ ಹಚ್ಚುವರು, ಆದರೆ ಕುಬ್ಬಸ ತೊಡುವದಿಲ್ಲ. ಇವರಲ್ಲಿ ಮಾಂಸಾಹಾರಕ್ಕೆ ಅಡ್ಡಿ ಇಲ್ಲ; ಆದರೆ ಮದ್ಯ ಮುಟ್ಟ ಕೂಡದು. ಕೊಮಾರ ಪೈಕರು ಈಗ ಲಿಂಗವನ್ನು ಕಟ್ಟದಿದ್ದಾಗ್ಯೂ, ಅವರ ಮೊದಲಿನ ಲಿಂಗವಂತ ಧರ್ಮದ ಕುರುಹುಗಳು ಈಗ್ಯೂ ಕಾಣುತ್ತವೆ. ಇವರು ಬಸವನ ಪೂಜೆ ಮಾಡುವರು, ಜಂಗಮರು ಪೂಜ್ಯರೆಂದೆಣಿಸುವರು. ಆದರೆ ಇವರ ಉಪಾಧ್ಯಾಯರು ಜೋಶೀ ಕುಲದವರು. ಬಸವ, ವೆಂಕಟರಮಣ, ಕಾಳಭೈರವ, ಇವೇ ಇವರ ಮುಖ್ಯ ದೈವತಗಳು. ಸತ್ತ ಹಿರಿಯರ ಹೆಸರಿನಿಂದ ಸುಲಿಯದ ತೆಂಗಿನ ಕಾಯಿಯನ್ನು ಮನೆಯಲ್ಲಿ ಇಟ್ಟು ಪೂಜೆ ಮಾಡುವರು. ಆದಕ್ಕೆ ಮ್ಹಾಳ ಪುರುಸನೆಂಬ ಹೆಸರು. ಒಂದು ಬಳದವರು ತಮ್ಮ ತಮ್ಮ ಮ್ಹಾಳ ಪುರುಸಗಳನ್ನು ಹಿರಿತನದ ಮನೆಯಲ್ಲಿ ಇಟ್ಟು, ಆ ಮನೆಗೆ ಮ್ಹಾಳ ಘರ ಯೆಂಬ ಹೆಸರು ಕೊಡುವರು. ಕೊಮಾರ ಪೈಕರು ಇತರ ದೇವತೆಗಳಿಗಿಂತ ಈ ತೆಂಗಿನ ಕಾಯಿಗೆ ಬಹಳ ಭಕ್ತಿಯಿಂದ ನಡಕೊಳ್ಳುತ್ತಾರೆ. ಮ್ಹಾಳ ಪುರುಸರ ಹೆಸರಿನಿಂದ ಇವರು ಹೋಳೀ ಹುಣ್ಣಿವೆಯಲ್ಲಿ ಬಹಳ ಉತ್ಸವ ಮಾಡುವರು. ಹ್ಯಾಗಂದರೆ—ಹುಣ್ಣಿವೇ ದಿವಸ ಸಂಜೆಯಲ್ಲಿ ಊರೊಳಗಿನ ಈ ಜಾತಿಯ ಗಂಡಸರೂ ಹುಡುಗರೂ ಕೈಯೊಳಗೆ ಯೆರಡೆರಡು ಕಟ್ಟಿಗೇ ಗುಣಿಗಳನ್ನು ತಕ್ಕೊಂಡು ಬಸವಣ್ಣನ ಗುಡಿಗೆ ಹೋಗಿ, ಗುಣಿಗಳನ್ನು ದೇವರ ಮುಂದೆ ಇಟ್ಟು ನಮಸ್ಕಾರ ಮಾಡುವರು. ಬಳಿಕ ಪೂಜಾರಿಯು ಪ್ರತಿಯೊಬ್ಬನ ಕೈಯಿಂದ ವೊಂದು ದುಡ್ಡು, ವೊಂದು ಕಾಯಿ, ಶೇರು ಅಕ್ಕಿ, ಇಷ್ಟು ತಕ್ಕೊಂಡು, ಗುಣಿಗಳಿಗೆ ಕಾಲಿನಿಂದ ಸ್ಪರ್ಶ ಮಾಡಿ, ಅವುಗಳನ್ನು ಆ ಜನರಿಗೆ ಯೆರಡೆರಡು ಕೊಡುವನು. ತರುವಾಯ ಯೆಲ್ಲರೂ ಕೋಲನಾಡುತ್ತ ಬಸವಣ್ಣನ ಹಾಡುಗಳನ್ನು ವೊಂದು ತಾಸು ಹಾಡಿ, ಬುದ್ಧಿವಂತನೆಂಬ ಜಾತಿಯ ಮುಖ್ಯಾಧಿಕಾರಿಯ ಮನೆಗೆ ಹೋಗಿ ತುಳಸೀ ಗಿಡದ ಬಳಿಯಲ್ಲಿ ಗುಣಿಗಳನ್ನಿಟ್ಟು ತಮ್ಮ ತಮ್ಮ ಮನೆಗೆ ಹೋಗುವರು. ಮರು ದಿವಸ ಬೆಳಿಗ್ಗೆ ಅವರೆಲ್ಲರು ಕೆಂಪು ಬಣ್ಣದ ಇಜಾರ, ಬಿಳೀ ನಿಲುವಂಗಿ, ಕೆಂಪು ರುಮಾಲ, ಹಾಕಿ ಕೊಂಡು, ತಲೆಯಲ್ಲಿ ಬೆಂಡು ಹೂಗಳ ತುರಾಯಿಗಳನ್ನಿಟ್ಟು ಕೊಂಡು, ಹೆಗಲು, ಬೆನ್ನು, ಯೆದೆಗಳ ಮೇಲೆ ಹೊರಳಾಡುವ ಹಾಗೆ ನಾನಾ ಪ್ರಕಾರದ ಹೂವಿನ ಮಾಲೆಗಳನ್ನು ಆ ತುರಾಯಿಗಳಿಂದ ಕೆಳಗೆ ಇಳಿ ಬಿಟ್ಟು ಕೊಂಡು ಆನಂದದ ಮುದ್ರೆಯಿಂದ ಬುದ್ಧಿವಂತನ ಮನೆಗೆ ಹೋಗುವರು. ಅಲ್ಲಿ ಗುಣಿಗಳನ್ನೂ ಘುಮಟಗಳೆಂಬ ವಾದ್ಯವನ್ನೂ ಬಾರಿಸುತ್ತ ಕೆಲವು ವೇಳೆ ಹಾಡುತ್ತ ಕುಣಿದು, ಅಲ್ಲಿಂದ ಜಾತಿಯವರ ಮನೆ ಮನೆಗೆ ಹೋಗಿ ಅದೇ ಪ್ರಕಾರ ಹಾಡಿ ಕುಣಿಯುವರು. ಈ ಪ್ರಕಾರ ೫ ದಿವಸ ಆಡಿದ ಬಳಿಕ ಆರನೇ ದಿವಸ ಊರ ಮುಂದೆ ಹೋಳಿಯನ್ನು ಸುಟ್ಟು, ಅದರೊಳಗೆ ತಮ್ಮ ತಲೆಯೊಳಗಿನ ತುರಾಯಿಗಳನ್ನು ಚಲ್ಲುವರು. ಬಳಿಕ ಬೇರೆ ಬೇರೆ ಬಳಗದವರು ತಮ್ಮ ತಮ್ಮ ಹಿರಿ ಮನುಷ್ಯನ ಮನೆಗೆ ಹೋಗಿ ತುಳಸೀ ಗಿಡದ ಕೆಳಗೆ ವೆಂಕಟರಮಣನ ಕಟ್ಟಿಗೇ ಗೊಂಬೆಯನ್ನಿಟ್ಟು ಪೂಜೆ ಮಾಡುವರು. ಇದೇ ಪ್ರಕಾರ ಕೊಮಾರ ಪೈಕರು

12*

ಹೋಳೀ ಹುಣ್ಣಿವೆಯ ಪೂರ್ವದಲ್ಲಿ ಕಾಳಭೈರವನ ಉತ್ಸವ ಮಾಡುವರು. ಇವರು ಪ್ರತಿ ವರ್ಷ ಭಾದ್ರಪದ ವದ್ಯದಲ್ಲಿ ತಮ್ಮ ತಮ್ಮ ಬಳಗದ ಹಿರಿ ಮನುಷ್ಯನ ಮನೆಗೆ ಅಕ್ಕಿ, ತೆಂಗಿನ ಕಾಯಿ, ಬೆಲ್ಲ, ತಕ್ಕೊಂಡು ಹೋಗಿ ಅಡಿಗೇ ಮಾಡಿ ಮ್ಹಾಳ ಪುರುಸರಿಗೆ ನೈವೇದ್ಯ ತೋರಿಸಿ, ಕುಲದವನೊಬ್ಬ ಮನುಷ್ಯನಿಗೆ ಪಿತರನಂತೆ ಊಟಕ್ಕೆ ಹಾಕಿ ಉಳಿದ ಅನ್ನವನ್ನು ಆಯಾ ಮನೆತನದವರು ಉಣ್ಣುವರು. ಆ ಅನ್ನಕ್ಕೆ ಚರುವೆಂದೆನ್ನುವರು; ಚರುವನ್ನು ಪರರಿಗೆ ಹಾಕುವದಿಲ್ಲ. ಪೂರ್ವದಲ್ಲಿ ಯಾರಾದರು ಹೆಂಗಸರು ಸತೀ ಹೋಗಿದ್ದರೆ, ಆಕೆಗೆ ಮ್ಹಾಸತಿ ಯೆಂದು ಹೆಸರಿಟ್ಟು, ಆಕೆಯ ಮಹಾಲಯವನ್ನು ಬೇರೆ ಮಾಡುವರು. ಇವರಲ್ಲಿ ಗಂಡಾಂತರದಿಂದ ಮರಣ ಹೊಂದಿದವರು ಪಿಶಾಚವಾಗುತ್ತಾರಂತೆ. ಈ ಪಿಶಾಚಗಳಲ್ಲಿ ಯೆರಡು ವರ್ಗಗಳು. ಖೆತ್ರಿ ಯೆಂಬ ಉತ್ತಮ ವರ್ಗದ ಪಿಶಾಚಗಳು ಮುಖ್ಯವಾಗಿ ಯುದ್ಧದಲ್ಲಿ ಮಡಿದಂಥ ಪೂರ್ವಜರವು. ಇವುಗಳಿಗೆ ದಸರೆಯ ದಿವಸ ಕುರಿ ಕೋಳಿಗಳ ಬಲಿ ಕೊಟ್ಟು ಭಕ್ತಿಯಿಂದ ಆಗಾಗ್ಗೆ ಇವುಗಳನ್ನು ಆರಾಧಿಸಿದರೆ ಇವು ಮನೆಯವರಿಗೆ ಸುಖ ಕೊಡುತ್ತವೆ; ನೆರೆಹೊರೆಯವರನ್ನು ಮಾತ್ರ ಪೀಡಿಸುವವು. ಎರಡನೇ ನೀಚ ವರ್ಗದ ಪಿಶಾಚಗಳಿಗೆ ಭೂತಗಳೆಂದೆನ್ನುವರು. ಇವುಗಳನ್ನು ಹಿಡಿದು ಶರೆಯೊಳಗೆ ಇಡಲಿಕ್ಕೆ ಬೇಕು. ಹಾಗೆ ಮಾಡದಿದ್ದರೆ ಭೂತಗಳು ಮನೆಯವರನ್ನು ಬಹಳ ಪೀಡಿಸುವವು. ಭೂತಗಳನ್ನು ಶರೆ ಹಿಡಿಯುವ ಮಾಂತ್ರಿಕರಿಗೆ ಗುಂಗರೆಂದೆನ್ನುವರು. ಮನೆಯೊಳಗೆ ಯೇನಾದರೂ ರೋಗ ಬಾಧೆಯಾದರೆ ಮೊದಲು ಗುಂಗನನ್ನು ಕರಿಸಿ ಯಂತ್ರ ತಂತ್ರದ ಉಪಾಯ ಮಾಡುವರು; ಗುಂಗನು ರೋಗಿಗೆ ಔಷಧ ಕೊಡಿಸೆಂದು ಹೇಳಿದರೆ ಮಾತ್ರ ಔಷಧ ಕೊಡಿಸುವರು. ಈ ಕಾರಣದಿಂದ ಕೊಮಾರಪೈಕರಲ್ಲಿ ಬೇನೆ ಬಿದ್ದವರು ವ್ಯಾಳ್ಯಕ್ಕೆ ಔಷಧೋಪಚಾರವಾಗದ್ದರಿಂದ ಬಹುತರ ಸಾಯುತ್ತಾರೆ. ಕೊಮಾರ ಪೈಕರಲ್ಲಿ ಲಗ್ನ ಮುಂತಾದ ಶುಭಾಶುಭ ಕಾರ್ಯಗಳನ್ನು ಜೋಶೀ ಕುಲದ ಬ್ರಾಹ್ಮಣರು ಮಾಡಿಸುವರು. ಹದಿದು ಮೂವತ್ತು ದಿವಸದೊಳಗೆ ಬಾಣತಿಯು ಜಲದೇವತೆಯ, ಅಂದರೆ ಬಾವಿಯ, ಪೂಜೆಯನ್ನು ಮಾಡಲಿಕ್ಕೆ ಬೇಕು. ಹೆಣ್ಣು ಮಕ್ಕಳ ಲಗ್ನವು ಹನ್ನೆರಡು ವರ್ಷದೊಳಗೆ ಆಗಲಿಕ್ಕೆ ಬೇಕು; ವಿಧವೆಗಳು ಲಗ್ನ ಮಾಡಿಕೊಳ್ಳಬಹುದು. ಗಂಡಸಾಗಲಿ ಹೆಂಗಸಾಗಲಿ ಮೂರನೇ ಸಾರಿ ಯಾರನ್ನು ಲಗ್ನ ಮಾಡಿಕೊಳ್ಳುವರೋ ಅವರು ಬೇಗ ಸಾಯ ತಕ್ಕವರು. ಆದ್ದರಿಂದ ಗಂಡಸು ಮೂರನೇ ಲಗ್ನವನ್ನು ಬಾಳೀ ಗಿಡದ ಕೂಡ ಮಾಡಿಕೊಂಡು ಲಗ್ನವಾದ ಕೂಡಲೆ ಅದನ್ನು ಕಡಿದು ಚಲ್ಲುವನು; ಹೆಂಗಸು ಮೂರನೇ ಲಗ್ನವನ್ನು ಗಂಡು ಕೋಳಿಯ ಕೂಡ ಮಾಡಿಕೊಂಡು ಕೂಡಲೆ ಚೂರಿಯಿಂದ ಅದರ ಕುತ್ತಿಗೆ ಕೊಯ್ದು ಚಲ್ಲುವಳು. ಅರವತ್ತು ಯೆಪ್ಪತ್ತು ವರ್ಷಗಳ ಪೂರ್ವದಲ್ಲಿ ಕೊಮಾರ ಪೈಕರು ಹೆಣಗಳನ್ನು ಲಿಂಗವಂತರ ವಿಧಾನದಿಂದ ಹುಗಿಯುತ್ತಿದ್ದರು; ಆದರೆ ಈಗ ಸುಡುತ್ತಾರೆ. ಹತ್ತು ದಿವಸ ಸೂತಕವಾದ ಬಳಿಕ ಹನ್ನೊಂದನೇ ದಿವಸ ಉಪಾಧ್ಯಾಯನ ಮನೆಯ ತೀರ್ಥ ತಂದು ಕುಡಿದು ಶುದ್ಧವಾಗುವರು. ಕೊಮಾರ ಪೈಕರ ವಸ್ತಿ ಇದ್ದ ಊರಲ್ಲಿ ಬುದ್ಧಿವಂತನೆಂಬ ಜಾತಿಯ ಪಂಚನಿರುವನು;

ಅವನ ಕೈಕೆಳಗೆ ಪದ್ದಾರನೆಂಬ ಗಣಾಚಾರಿಯ ಕೆಲಸ ಮಾಡುವ ಮನುಷ್ಯನಿರುವನು. ಕೆಲವು ಹಳ್ಳಿಗಳಿಗೆ ಕೂಡಿ ಕಳಸನೆಂಬ ಮುಖ್ಯ ಪಂಚನಿರುತ್ತಾನೆ. ಜಾತಿ ಸಂಬಂಧದ ವ್ಯಾಜ್ಯಗಳನ್ನು ಈ ಪಂಚರು ನಿರ್ಣಯಿಸುವರು. ಇವರಲ್ಲಿ ಮತಭೇದವಾದರೆ,ಶೃಂಗೇರಿಯ ಸ್ವಾಮಿಯ ನಿರ್ಣಯವನ್ನು ತರಿಸಿ ಕೊಂಡು ಅದರಂತೆ ವರ್ತಿಸುವರು. ಕೊಮಾರ ಪೈಕರಲ್ಲಿ ಕೆಲವರಿಗೆ ಓದು ಬರಹ ಬರುತ್ತಿರುತ್ತದೆ; ಇವರು ಮಕ್ಕಳನ್ನು ಶಾಲೆಗೆ, ಕಳಿಸುತ್ತಾರೆ.

ಒಟ್ಟಿಗೆ ಕೊಮಾರ ಪೈಕರು ಬೆಳುವಣಿಗೆಯ ಸ್ಥಿತಿಯಲ್ಲಿದ್ದಾರೆ. ಇವರು ಈಗ ಮುಖ್ಯವಾಗಿ ವೊಕ್ಕಲತನವನ್ನಾಗಲಿ ತಾಡೀ ತೆಗಿಯುವ ಹೋರೆಯನ್ನಾಗಲಿ ಮಾಡುತ್ತಿದ್ದಾಗ್ಯೂ ಇವರ ಸ್ವರೂಪ, ನಡಾವಳಿ, ಹಬ್ಬದ ಉಡಿಗೆ, ಮುಂತಾದವುಗಳಿಂದ ಬುನಾದಿಯಲ್ಲಿ ಇವರು ಶಿಪಾಯಿತನದ ಹೋರೆಯನ್ನು ಮಾಡುತ್ತಿದ್ದರೆಂದು ತಿಳಿಯುತ್ತದೆ. "ಪೈಕ" (ದಂಡಾಳು) ಯೆಂಬ ಶಬ್ದವಾದರೂ ಇದೇ ಅಭಿಪ್ರಾಯವನ್ನು ತಿಳಿಸುತ್ತದೆ. ಬಸವೇಶ್ವರನು ಉಳವಿಗೆ ಓಡಿ ಬಂದದ್ದಕ್ಕೂ ಕೊಮಾರ ಪೈಕರು ಕಾನಡಾ ಜಿಲ್ಲೆಗೆ ಬಂದದ್ದಕ್ಕೂ ಯೇನಾದರೂ ವೊಂದು ಬಗೆಯ ಸಂಬಂಧವಿರ ಬಹುದೆಂದು ತೋರುತ್ತದೆ.

ಚೌದರಿಗಳು. ಚೌದರಿಗಳು.— ಇವರು ಕಾನಡಾ ಜಿಲ್ಲೆಯ ಘಟ್ಟದ ಮೇಲಿನ ಭಾಗದಲ್ಲಿ ಮಾತ್ರ ಇರುತ್ತಾರೆ. ತೋರಿಕೆಯಲ್ಲಿ ಭಂಡಾರಿಗಳಂತೆ ಕಾಣುತ್ತಾರೆ; ಇವರ ಮನೆಗಳು ಆಹಾರ, ನಡಾವಳಿ, ಮುಂತಾದವುಗಳೆಲ್ಲ ಆರೇ ಮರಾಠೆ ಯೆಂಬ ಜಾತಿಯವರಂತೆ ಇರುತ್ತವೆ. ಇವರು ಕೊಂಕಣೀ ಭಾಷೆಯನ್ನಾಡುತ್ತಾರೆ; ಕುಂಬಳ ಪೈಕ, ಶಿರೋಡಬಾಯಿ, ಭವಾನಿ, ಮಾವಲಿ, ಸೋಮವಾಸಿ ಕೋನಾಶಿ, ಕೊನಸರಿ, ಮ್ಹಾಳಸಾಯಿ, ಪಾವನಾಯಿ, ಇಷ್ಟು ದೇವತೆಗಳಿಗೆ ನಡಕೊಳ್ಳುತ್ತಾರೆ. ಇವರ ಹೆಂಗಸರಿಗೆ ಕಚ್ಚೆ, ಕುಂಕುಮಗಳುಂಟು. ಇವರನ್ನು ವಾಡಿಕೆಯಾಗಿ ಭಂಡಾರಿಗಳಲ್ಲಿ ಯೆಣಿಸುತ್ತಾರೆ. ಇವರ ಮಕ್ಕಳು ಶಾಲೆಗೆ ಹೋಗುವದಿಲ್ಲ.

ಕಲಾಲರು. ಕಲಾಲರು.— ಇವರ ಜನ್ಮಭಾಷೆ ಹಿಂದುಸ್ತಾನೀ; ಆದರೆ ಕೆಲವರು ಮನೆಯಲ್ಲಿ ಸಹ ಕನ್ನಡ ಭಾಷೆಯನ್ನೇ ಆಡುತ್ತಾರೆ; ಕೆಲವರು ಜನಿವಾರ ಹಾಕಿ ಕೊಳ್ಳುವರು. ಕಲಾಲರು ತೋರಿಕೆಯಲ್ಲಿ ಕುಣಬಿಗಳ ಹಾಗೆ ಕಾಣುತ್ತಾರೆ. ಇವರ ಉಡಿಗೆ, ಅಹಾರ, ಧರ್ಮ, ನಡಾವಳಿ, ಲಗ್ನ ಮರಣಗಳ ಸಂಸ್ಕಾರಗಳು, ಇವೆಲ್ಲ ಕುಣಬಿಗಳಂತೆ. ಆದರೆ ಇವರ ಹೆಂಗಸರು ಕುಂಕುಮ ಹಚ್ಚುವರು; ವಿಧವೆಗಳ ಲಗ್ನವಾಗುವದಿಲ್ಲ. ಕಲಾಲರು ಹೆಣ್ಣು ದೇವತೆಗಳಿಗೆ ವಿಶೇಷವಾಗಿ ನಡಕೊಳ್ಳುವರು; ಕೌದಿಯನ್ನು ಮುಟ್ಟಿದರೆ ಸ್ನಾನ ಮಾಡುವರು. ಇವರ ಹೆಂಗಸರು ಉಣ್ಣೆಯನ್ನು ಮಾತ್ರ ನೂಲುವರು, ಹತ್ತೀ ನೂಲುವದಿಲ್ಲ. ಶರೆಯನ್ನು ಮಾಡಿ ಮಾರುವದೇ ಕಲಾಲರ ಮುಖ್ಯ ಹೋರೆ. ಆದರೆ ಸರಕಾರದವರು ಶರೆ ಮಾಡುವ ಕೆಲಸವನ್ನು ತಮ್ಮ ಕೈಯಲ್ಲಿ ತಕ್ಕೊಂಡದ್ದರಿಂದ ಇವರ ಉಪಜೀವನವು ಶರೆ ಮಾಡುವ ಹೋರೆಯಲ್ಲಿ ನೆಟ್ಟಗೆ ಸಾಗುವದಿಲ್ಲ. ಆದ್ದರಿಂದ ಕೆಲವರು ವೊಕ್ಕಲತನದಲ್ಲಿ ಶೇರಿದ್ದಾರೆ. ಇವರ ಮಕ್ಕಳು ಶಾಲೆಗೆ ಹೋಗುತ್ತಾರೆ.

ಮಿಾನ ಬಲೆಗಾರರ ಜಾತಿಗಳು.

	ಜಾತಿಗಳು.	ಧಾರವಾಡ.			ಬೆಳಗಾವಿ.			ವಿಜಾಪುರ.			ಕಾನಡಾ.		
		ಗಂಡು.	ಹೆಣ್ಣು.	ಒಟ್ಟು.	ಗಂಡು.	ಹೆಣ್ಣು.	ಒಟ್ಟು.	ಗಂಡು.	ಹೆಣ್ಣು.	ಒಟ್ಟು.	ಗಂಡು.	ಹೆಣ್ಣು.	ಒಟ್ಟು.
೧	ಅಂಬಿಗರು	೨೫೫೫	೨೭೧೮	೫೨೭೩	..	..	..	..	..	..	೧೪೬೩	೧೪೦೭	೨೮೭೦
೨	ಗಭಿತರು	..	..	..	೭	೫	೧೨	..	..	..	೧೩೭೨	೧೧೫೪	೨೫೨೬
೩	ಹರಕಂತರು	..	..	..	..	..	..	..	..	..	೧೯೯೧	೨೧೭೦	೪೧೩೧
೪	ಖಾಂದೇ ಕಾರ್ವಿ	..	..	..	..	..	..	..	..	..	೪೦೬	೪೨೨	೮೨೮
೫	ಕೊಂಕಣೀ ಕಾರ್ವಿ	..	..	..	..	..	..	..	..	..	೨೯೭೩	೨೭೭೪	೫೭೪೭
೬	ಕೋಳಿಗಳು	..	..	..	..	..	..	..	..	..	೩೪	೧	೩೫
೭	ಮೋಗೇರು	..	..	..	..	..	..	..	..	..	೧೯೧೯	೧೪೯೭	೩೪೧೬
೮	ಪಾಗಿಗಳು	..	..	..	..	..	..	..	..	..	೧೩೦	೧೨೦	೨೫೦
೯	ಕಬ್ಬಲಿಗೇರು	೫೨೦	೫೪೦	೧೦೬೦	೮೦೩೫	೮೧೨೬	೧೬೧೧೬	೭೪೭೧	೭೫೬೨	೧೫೦೩೨	,,	,,	,,
೧೦	ಕಬ್ಬೇರು	..	..	..	..	..	..	..	..	..	೫೯೭	೬೨೭	೧೨೨೪
೧೧	ಭೋಯಿಗಳು	(ವಾಹಕರಲ್ಲಿ ನೋಡು.)											

ಅಂಬಿಗರು.

ಅಂಬಿಗರು.—ಇವರು ಧಾರವಾಡ, ಕಾನಡಾ, ಈ ಯೆರಡು ಜಿಲ್ಲೆಗಳಲ್ಲಿ ಇರುತ್ತಾರೆ. ಯೆರಡೂ ಜಿಲ್ಲೆಗಳಲ್ಲಿ ಇವರು ಕನ್ನಡ ಭಾಷೆಯನ್ನೇ ಆಡುತ್ತಾರೆ. ಕಾನಡಾ ಜಿಲ್ಲೆಯವರು ಲಂಗೋಟೀ ಹಾಕುವರು; ಅವರ ಹೆಂಗಸರು ಕುಬ್ಬಸ ತೊಡುವದಿಲ್ಲ, ಕಡೆಗಾದಾಗ ನಾಲ್ಕು ದಿವಸ ಹೊರಗೆ ಕೂಡ್ರುವರು. ಜಟಕಾ, ಅಮ್ಮ, ಬೊಬ್ರ, ಯೆಂಬ ದೇವತೆಗಳಿಗೆ ಈ ಅಂಬಿಗರು ನಡಕೊಳ್ಳುವರು. ಆದರೆ ಇವರ ಧರ್ಮಗುರು ಶೃಂಗೇರಿಯ ಸ್ವಾಮಿ; ಬ್ರಾಹ್ಮಣರು ಇವರ ಉಪಾಧ್ಯಾಯರು. ಮದ್ಯ ಮಾಂಸಗಳಿಗೂ ವಿಧವೆಗಳ ಲಗ್ನಕ್ಕೂ ಅಡ್ಡಿ ಇಲ್ಲ. ಹೆಣ್ಣು ಮಕ್ಕಳ ಲಗ್ನವು ಹನ್ನೆರಡು ವರ್ಷದ ಪೂರ್ವದಲ್ಲಿ ಆಗುವದು. ಹೆಣಗಳನ್ನು ಕೆಲವರು ಸುಡುವರು, ಕೆಲವರು ಹುಗಿಯುವರು. ಕಾನಡಾ ಜಿಲ್ಲೆಯ ಅಂಬಿಗರ ಮುಖ್ಯ ಹೋರೆ ಮೀನ ಹಿಡಿಯುವದು, ಸಮುದ್ರದಲ್ಲಿ ಡೋಣಿಗಳನ್ನೂ ಹೊಳೆಗಳಲ್ಲಿ ನಾವೆಗಳನ್ನೂ ನಡಿಸುವದು. ಕೆಲವರು ವೊಕ್ಕಲತನ, ಕೂಲಿ, ಮುಂತಾದ ಹೋರೆಗಳನ್ನು ಮಾಡುತ್ತಾರೆ. ಬಹು ಸಣ್ಣ ಡೋಣಿಗಳ ಅಡ್ಡ ಮಗ್ಗಲಿಗೆ "ಉಲಾಂಡಿ" ಯೆಂಬ ತೋಲು ಹಿಡಿಯುವ ಕೊರಡು ಕಟ್ಟಿಕೊಂಡು ಇವರು ಸಮುದ್ರದೊಳಗೆ ಮೀನ ಹಿಡಿಯುವದಕ್ಕಾಗಿ ಹೋಗುವರು. ಈ ಅಂಬಿಗರು ಜನ್ಮ ಮರಣಗಳ ಸೂತಕವನ್ನು ಹತ್ತು ದಿವಸ ಹಿಡಿದು, ಉಪಾಧ್ಯಾಯನ ಮನೆಯ ತೀರ್ಥ ತಕ್ಕೊಂಡು ಶುದ್ಧವಾಗುವರು. ಇವರಲ್ಲಿ ಬಹಳ ಕೆಟ್ಟ ಮುಹೂರ್ತದಲ್ಲಿ ಮಕ್ಕಳು ಹುಟ್ಟಿದರೆ, ಆ ಕೂಸುಗಳನ್ನು ಮನೆಯಲ್ಲಿ ಇಟ್ಟು ಕೊಳ್ಳದೆ ಪರರಿಗೆ ಸಾಕ ಕೊಡುವರು; ಹೆಣ್ಣು ಮಕ್ಕಳನ್ನು ಪಾತರದವರಿಗೆ ಕೊಡುವ ನಡಾವಳಿಯು ಮೊದಲು ಬಹಳ ಇತ್ತು; ಆದರೆ ಈಗ ಕಾಯದೆಯ ಭಯದಿಂದ ಕಡಿಮೆಯಾಗುತ್ತ ನಡಿದದೆ. ಲಗ್ನದಲ್ಲಿ ಮದಿಮಗನು ಲಗ್ನಕ್ಕೆ ಹೋಗುವಾಗ ಅವನ ಮೇಲೆ ತಾಪವಾಲೆಯ ಛತ್ತಾರಿಗೆಯನ್ನು ಹಿಡಿಯಲಿಕ್ಕೆ ಬೇಕು. ಉಪಾಧ್ಯಾಯನು ಅಂತಃಪಟ ಹಿಡಿದು ಮಂಗಳಾಷ್ಟಕವೆಂದ ಬಳಿಕ ಅಂತಃಪಟ ತೆಗಿದು ವಧೂವರರು ಪರಸ್ಪರ ಕೊರಳಿಗೆ ಹೂವಿನ ಮಾಲೆಯನ್ನು ಹಾಕುವರು; ಆ ಮೇಲೆ ಅವರ ಕೈಗಳನ್ನು ಮದಿಮಗಳ ತಾಯಿಯು ಕೂಡಿಸಿ ಹಿಡಿದ ನಂತರ ತಂದೆಯು ಆ ಕೈಗಳ ಮೇಲೆ ನೀರು ಬಿಟ್ಟ ಬಳಿಕ ಲಗ್ನದ ಅಕ್ಷತೆಗಳನ್ನು ಅವರಿಬ್ಬರ ತಲೆಯ ಮೇಲೆ ಯೆಲ್ಲರೂ ಚಲ್ಲುವರು. ಇವರ ಮಕ್ಕಳು ಶಾಲೆಗೆ ಹೋಗುತ್ತಾರೆ.

ಧಾರವಾಡ ಜಿಲ್ಲೆಯ ಅಂಬಿಗರು ಧೋತ್ರ ಉಡುವರು. ಇವರ ಹೆಂಗಸರು ಕುಬ್ಬಸ ತೊಡುವರು; ಕಡೆಗಾದಾಗ ಹೊರಗೆ ಕೂಡ್ರುವದಿಲ್ಲ. ಇವರಿಗೆ ಗುರುವಿಲ್ಲ; ಲಿಂಗವಂತರೇ ಇವರ ಉಪಾಧ್ಯಾಯರು. ಹೆಣಗಳನ್ನು ಲಿಂಗವಂತರಂತೆ ಜಂಗಮನಿಂದ ಸಂಸ್ಕಾರ ಮಾಡಿಸಿ ಹುಗಿಯುವರು. ಇವರ ಹೆಂಗಸರು ಗಣೇಶ ಚತುರ್ಥಿಯಲ್ಲಿ ಜೋಕುಮಾರನೆಂಬ ಅಭದ್ರವಾದ ಗೊಂಬೆಯನ್ನು ಬುಟ್ಟಿಯೊಳಗೆ ಇಟ್ಟು ತಲೆಯ ಮೇಲೆ ಹೊತ್ತುಕೊಂಡು ಮನೆ ಮನೆಗೆ ಭಿಕ್ಷೆ ಬೇಡುತ್ತ ತಿರುಗುವರು. ಈ ಜಿಲ್ಲೆಯ ಅಂಬಿಗರ ಮುಖ್ಯ ಹೋರೆ ವೊಕ್ಕಲತನ, ಇಲ್ಲವೆ ಕೂಲಿ. ಇವರ ಮಕ್ಕಳು ಶಾಲೆಗೆ ಹೋಗುವದಿಲ್ಲ.

ಗಬಿತರು.—ಇವರು ಕಾನಡಾ ಜಿಲ್ಲೆಯಲ್ಲಿ ಘಟ್ಟದ ಕೆಳಗೂ ಬೆಳಗಾವೀ ಜಿಲ್ಲೆಯ ಸಂಪಗಾವಿಯ ತಾಲೂಕಿನಲ್ಲಿಯೂ ಇರುವರು. ಇವರು ರತ್ನಾಗಿರೀ ಜಿಲ್ಲೆಯಿಂದ

ಗಬಿತರು.

ಬಂದವರು, ಮನೆಯಲ್ಲಿ ಮರಾಠೀ ಭಾಷೆಯನ್ನಾಡುವರು. ಇವರ ಆಹಾರ, ಉಡಿಗೆ, ನಡಾವಳಿ, ಹೋರೆ, ಮುಂತಾದವುಗಳು ಕಾನಡಾ ಜಿಲ್ಲೆಯ ಅಂಬಿಗರಂತೆ ಇರುತ್ತವೆ. ಆದರೆ ಅವರಿಗೂ ಇವರಿಗೂ ಶರೀರ ಸಂಬಂಧವಾಗುವದಿಲ್ಲ. ಇವರ ಮಕ್ಕಳು ಶಾಲೆಗೆ ಹೋಗುತ್ತಾರೆ.

ಹರಕಂತರು.—ಇವರು ಕಾನಡಾ ಜಿಲ್ಲೆಯಲ್ಲಿ ಘಟ್ಟದ ಕೆಳಗೆ ಮಾತ್ರ ಇರುತ್ತಾರೆ. ಆದರೆ ಇವರ ಜನ್ಮಭಾಷೆ ಕನ್ನಡ. ಇವರ ಉಡಿಗೆ, ಆಹಾರ, ಧರ್ಮ, ಆಚಾರ

ಹರಕಂತರು.

ಹೋರೆ, ಇವೆಲ್ಲ ಬಹುತರ ಅಂಬಿಗರಂತೆ ಇರುತ್ತವೆ. ಆದರೆ ಅವರಿಗೂ ಇವರಿಗೂ ಊಟದ ಬಳಿಕೆ ಸಹ ಆಗುವದಿಲ್ಲ. ಇವರ ಮಕ್ಕಳು ಶಾಲೆಗೆ ಹೋಗುವದಿಲ್ಲ.

ಖಾಂದೇ ಕಾರ್ವಿಗಳು.—ಕಾನಡಾ ಜಿಲ್ಲೆಯ ಹೊನ್ನಾವರ ತಾಲೂಕಿನಲ್ಲಿ ಮಾತ್ರ ವಾಸಿಸುತ್ತಾರೆ. ಖಾಂದೆ ಕಾರ್ವಿ ಅಂದರೆ ಹೆಗಲ ಮೇಲೆ ಶಸ್ತ್ರವಿಟ್ಟು ಕೊಂಡು

ಖಾಂದೇ ಕಾರ್ವಿಗಳು.

ಸಮುದ್ರದಲ್ಲಿ ಸಂಚರಿಸುವ ನಾವಾಡಿಗರೆಂಬ ಅರ್ಥವಿರುತ್ತದೆಂದು ಹೇಳುತ್ತಾರೆ. ಇವರು ಗೋಮಂತಕ ಶೀಮೆಯಿಂದ ಬಂದವರಾದ್ದರಿಂದ ಇವರ ಕುಲ ದೇವತೆಗಳೆಲ್ಲ ಅದೇ ಶೀಮೆಯಲ್ಲಿ ಇರುತ್ತವೆ; ಜನ್ಮಭಾಷೆ ಕೊಂಕಣೀ. ಇವರ ಉಡಿಗೆ, ಆಹಾರ, ಆಚಾರ, ಧರ್ಮ, ನಡಾವಳಿ ಇವೆಲ್ಲ ಶಿರೋಗಾರರಂತೆ ಇರುತ್ತವೆ. ಖಾಂದೇ ಕಾರ್ವಿಗಳು ಮೀನ ಹಿಡಿಯುವದಿಲ್ಲ. ಸಮುದ್ರದಲ್ಲಿ ಮಾಲು ವೊಯ್ಯುವದೂ, ಸಣ್ಣ ದೊಡ್ಡ ಫತ್ತೆಮಾರಿಗಳನ್ನು ಕಟ್ಟುವದೂ, ಇವೇ ಇವರ ಮುಖ್ಯ ಹೋರೆ. ಹೆಂಗಸರು ಕಾತಿಯ ಹಗ್ಗ ಮಾಡುತ್ತಾರೆ. ತೆಂಗಿನ ಸೊಟ್ಟೆಯನ್ನು ಮೊದಲು ವೊಂದು ವರ್ಷ ಕೆಸರಿನೊಳಗೆ ಹುಗಿದಿಟ್ಟು, ಆ ಮೇಲೆ ಅದನ್ನು ತೆಗಿದು ಕೊಡತಿಗಳಿಂದ ವೊಳಿತಾಗಿ ಜಜ್ಜಿ ತೊಳಿದು ಯೆಸಳುಗಳನ್ನು ಬೇರೆ ಬೇರೆ ಮಾಡಿದರೆಂದರೆ ಅದೇ ಕಾತಿಯಾಗುತ್ತದೆ. ಅದರ ಹುರಿಯನ್ನು ಮೊದಲು ಹೊಸಿದು ಅದರಿಂದ ಸಣ್ಣ ದೊಡ್ಡ ಹಗ್ಗಗಳನ್ನು ಹೊಸಿಯುವರು. ಸುಮಾರು ಇಪ್ಪತ್ತು ಮಣದ ಭಾರ ಹೊರುವಂಥ ಡೋಣಿಯನ್ನು ವೊಬ್ಬ ಖಾಂದೇ ಕಾರ್ವಿಯು ವೊಂದು ತಿಂಗಳಲ್ಲಿ ಕಟ್ಟುತ್ತಾನೆ; ನಾಲ್ಕು ಟನ್ನಿನ ಭಾರ ಹೊರುವಂಥಾದನ್ನು ನಾಲ್ವರು ಆರು ತಿಂಗಳಲ್ಲಿ ಕಟ್ಟುತ್ತಾರೆ; ಹತ್ತು ಟನ್ನಿನ ಭಾರ ಹೊರುವ ಫತ್ತೇಮಾರಿಯನ್ನು ಐದು ಜನರು ವೊಂದು ವರ್ಷದಲ್ಲಿ ಕಟ್ಟುತ್ತಾರೆ. ಇವರ ಮಕ್ಕಳು ಶಾಲೆಗೆ ಹೋಗುವದಿಲ್ಲ.

ಕೊಂಕಣ ಕಾರ್ವಿಗಳು.—ಇವರಾದರೂ ಕಾನಡಾ ಜಿಲ್ಲೆಯಲ್ಲಿ ಘಟ್ಟದ ಕೆಳಗೆ ಮಾತ್ರ ಇರುತ್ತಾರೆ. ಇವರ ಜನ್ಮಭಾಷೆ ಕೊಂಕಣೀ; ಅಂಕೋಲಾ ತಾಲೂಕಿನಲ್ಲಿ

ಕೊಂಕಣ ಕಾರ್ವಿಗಳು.

ಇವರ ಕುಲದೇವತೆ ಶಾಂತ್ರದೇವಿ ಅಥವಾ ಬಾಣೇಶ್ವರಿಯುಂಟು. ಇವರ ಊಟ ಉಡಿಗೆಗಳೂ, ಸ್ಥಿತಿ ರೀತಿಗಳೂ ಅಂಬಿಗ

ರಂತೆ ಇರುತ್ತವೆ. ಇವರಾದರೂ ಮೀನ ಹಿಡಿಯುವದು, ಹಡಗ ನಡಿಸುವದು, ಮ್ಯಾನೆ ಮಂಚಲಗಳನ್ನು ಹೊರುವದು, ಮುಂತಾದ ಹೋರೆಗಳನ್ನೇ ಮಾಡುತ್ತಾರೆ. ಇವರಿಗೆ ತಾಡೀ ಕುಡಿಯುವ ಚಟ ಬಹಳ ಇರುತ್ತದೆ. ಅದರಿಂದ ಇವರ ಬಡತನವು ಹಿಂಗುವದಿಲ್ಲ. ಇವರ ಮಕ್ಕಳು ಶಾಲೆಗೆ ಹೋಗುವದಿಲ್ಲ.

ಕೋಳಿಗಳು.

ಕೋಳಿಗಳು.—ಇವರು ಕಾನಡಾ ಜಿಲ್ಲೆಯಲ್ಲಿ ಸ್ವಲ್ಪ ಜನರು ಉತ್ತರ ಕೊಂಕಣದಿಂದ ಬಂದು ವಾಸಿಸುತ್ತಾರೆ. ಘತ್ತೆಮಾರಿಗಳಲ್ಲಿ ಮಾಲು ಮಾರಾಟಕ್ಕಾಗಿ ದಕ್ಷಿಣದಿಂದ ಉತ್ತರಕ್ಕೂ ಉತ್ತರದಿಂದ ದಕ್ಷಿಣಕ್ಕೂ ವೊಯ್ಯುವದೇ ಇವರ ಮುಖ್ಯ ಹೋರೆಯು. ಕಬ್ಬಲಿಗೇರಿಗೆ ಮರಾಠೀ ಭಾಷೆಯಲ್ಲಿ "ಕೋಳೀ" ಯೆಂದೆನ್ನುವರು.

ಮೋಗೇರು.

ಮೋಗೇರು.—ಇವರು ಹೊನ್ನಾವರ ತಾಲೂಕಿನಲ್ಲಿಯೂ ಕುಮಟೆಯಲ್ಲಿಯೂ ಇರುತ್ತಾರೆ. ಹೊನ್ನಾವರ ತಾಲೂಕಿನ ಮೋಗೇರಿಗೂ ಅಂಬಿಗರಿಗೂ ಬಹುತರ ಭೇದವೇನು ಇಲ್ಲ; ಎರಡೂ ಜಾತಿಗಳ ಸ್ವರೂಪ, ಉಡಿಗೆ, ಆಹಾರ, ಧರ್ಮ, ಹೋರೆ, ಇವೆಲ್ಲ ಹೊಂದುತ್ತವೆ. ಕುಮಟೆಯ ಮೋಗೇರು ಬ್ರಾಹ್ಮಣರ ಹಾಗೆ ಧೋತ್ರ ಉಟ್ಟುಕೊಂಡು, ಜನಿವಾರ ಹಾಕಿ ಕೊಂಡು, ವ್ಯಾಪಾರ ಉದ್ಯೋಗದಲ್ಲಿ ತಕ್ಕಮಟ್ಟಿಗೆ ಹಣ ಸಂಪಾದಿಸಿ ಕೊಂಡು, ಸಾಷ್ಟೀಕರ ಯೆಂಬ ಬ್ರಾಹ್ಮಣರನ್ನು ಸರಿಗಟ್ಟುತ್ತಾರೆ. ಇವರು ತಮ್ಮ ಜಾತಿ ದಲಾಲರೆಂಬುವದೊಂದು ಬೇರೆ ಇರುತ್ತದೆಂದು ಹೇಳುತ್ತಾರೆ; ಓದ ಬರಿಯ ಬಲ್ಲರು, ಮದ್ಯ ಮಾಂಸಗಳನ್ನು ಬಿಟ್ಟಿದ್ದಾರೆ. ಆದರೆ ಇವರು ಹೊನ್ನಾವರದ ಮೋಗೇರ ಕೂಡ ಊಟದ ಬಳಿಕೆಯನ್ನೂ ಶರೀರ ಸಂಬಂಧವನ್ನೂ ಮಾಡುವರು. ಹೊನ್ನಾವರದ ತಾಲೂಕಿನವರ ಮಕ್ಕಳು ಶಾಲೆಗೆ ಹೋಗುವದಿಲ್ಲ.

ಪಾಗಿಗಳು.

ಪಾಗಿಗಳು.—"ಪಾಗ"ವೆಂದರೆ ಕೊಂಕಣೀ ಭಾಷೆಯಲ್ಲಿ ಮೀನ ಹಿಡಿಯೋಣವೆಂಬ ಅರ್ಥವಿರುತ್ತದೆ. ಅದರಿಂದ "ಪಾಗಿ" ಅಂದರೆ ಮೀನು ಹಿಡಿಯುವವ ಯೆಂದು ಅರ್ಥವಾಗುತ್ತದೆ. ಪಾಗಿಗಳು ಗೋಮಂತಕ ಶೀಮೆಯಿಂದ ಬಂದು ಕಾರವಾಡ ತಾಲೂಕಿನಲ್ಲಿ ವಾಸಿಸುತ್ತಾರೆ. ಇವರ ಕುಲದೇವತೆಗಳು ಮಲ್ಲಿಕಾರ್ಜುನ, ಗುರುಪರದೇಶಿ, ಮುಂತಾದವುಗಳು ಅದೇ ಶೀಮೆಯಲ್ಲಿ ಇರುತ್ತವೆ. "ಪಾಗಿ" ಈ ಶಬ್ದವನ್ನು ಗಂಡಸರು ತಮ್ಮ ಹೆಸರಿನ ಮುಂದೆ ಹಚ್ಚಿ ಕೊಳ್ಳುತ್ತಾರೆ, ಫಕೀರ ಪಾಗಿ, ವಿಠೋಬ ಪಾಗಿ, ಇತ್ಯಾದಿ. ಇವರು ಗೋಮಂತಕದಲ್ಲಿ ಇರುವ ಕಾರ್ವೀ ಜನರ ಕುಲದವರೆಂದು ಹೇಳುತ್ತಾರೆ. ಇವರ ಊಟ, ಉಡಿಗೆ, ಸ್ಥಿತಿ, ರೀತಿ, ಧರ್ಮ, ಮುಂತಾದವುಗಳೆಲ್ಲ ಹರಕಂತರಂತೆ ಇರುತ್ತವೆ. ಕಾರವಾಡ ತಾಲೂಕಿನಲ್ಲಿ ಹರಿಯುವ ಕಾಳೀ ನದಿಯಲ್ಲಿ ನಾವೆಗಳನ್ನು ನಡಿಸುವದೇ ಇವರ ಮುಖ್ಯ ಹೋರೆಯು; ಮೀನು ಹಿಡಿಯುವವರು ಬಹು ಕಡಿಮೆ; ಕೆಲವರು ವೊಕ್ಕಲತನವನ್ನು, ಕೆಲವರು ಕೂಲಿಯನ್ನು ಮಾಡುತ್ತಾರೆ. ಇವರ ಮಕ್ಕಳು ಶಾಲೆಗೆ ಹೋಗುವದಿಲ್ಲ.

ಕಬ್ಬೇರು.

ಕಬ್ಬೇರು.—ಇವರು ಕಾನಡಾ ಜಿಲ್ಲೆಯ ಯೆಲ್ಲ ತಾಲೂಕುಗಳಲ್ಲಿ ವಾಸಿಸುತ್ತಾರೆ. ಇವರೂ, ವಿಜಾಪುರ ಜಿಲ್ಲೆಯ ಕಬ್ಬೇರೂ (ವೊಕ್ಕಲತನದ ಜಾತಿಗಳಲ್ಲಿ ನೋಡು.) ವೊಂದೇ ಜಾತಿಯವರು, ಅಂದರೆ ಕಬ್ಬಲಿಗೇರು, ಇರುತ್ತಾರೆಂದು ತೋರುತ್ತದೆ; ಯೆರಡೂ ಕಡೆಯಲ್ಲಿಯ ಕಬ್ಬೇರ ಮುಖ ಲಕ್ಷಣ, ನಿಲಿವಿಕೆ, ಸಾಧಾರಣ ಸ್ವರೂಪ, ಇವೆಲ್ಲ ವೊಂದೇ ಇರುತ್ತವೆ. ಆದರೆ ಇಪ್ಪರ ಹೊರ್ತು ಬೇರೆ ಸಾಮ್ಯವೇನು ಬಹುತರ ಇದ್ದಂತೆ ತೋರುವದಿಲ್ಲ. ಈ ಕಬ್ಬೇರ ಕುಲ ದೇವತೆಗಳು ಬನವಾಸಿಯ ಗುತ್ತೆಮ್ಮ, ಶಿರಸಿಯ ಮರಿದೇವಿ, ಬಸವ, ಯೆಲ್ಲಮ್ಮ; ಇವರಲ್ಲಿ ಗೌಡ, ಮಶಾಲ, ಕೋಳಿ, ಪಾತರ ಚಂದ್ರಿ, ಯೆಂಬ ನಾಲ್ಕು ವೊಳಜಾತಿಗಳಿರುತ್ತವೆ. ಅವರವರೊಳಗೆ ಶರೀರ ಸಂಬಂಧವಾಗುವದಿಲ್ಲ. ಇವರ ಜನ್ಮಭಾಷೆ ಕನ್ನಡ; ಮದ್ಯ ಮಾಂಸಗಳಿಗೆ ಅಡ್ಡಿ ಇಲ್ಲ. ಆದರೆ ಗಂಡಸರೂ ಹೆಂಗಸರೂ ಹಣೆಗೆ ಈಬತ್ತಿ ಹಚ್ಚುವರು. ಗಂಡಸರು ಧೋತ್ರ ಉಡುತ್ತಾರೆ; ಪಾತರ ಚಂದ್ರಿ ಯೆಂಬವರ ಹೆಂಗಸರು ಮಾತ್ರ ಕಚ್ಚೆ ಹಾಕುತ್ತಾರೆ. ಇವರು ಬ್ರಾಹ್ಮಣರಿಗೆ ಮಾನ ಕೊಡುತ್ತಾರೆ; ಆದರೆ ಜಂಗಮರು ಇವರ ಉಪಾಧ್ಯಾಯರು, ಚಿತ್ರದುರ್ಗದ ಸ್ವಾಮಿ ಗುರು. ಇವರಲ್ಲಿ ಲಗ್ನವಾಗಿ ಸತ್ತವರ ಹೆಣಗಳನ್ನು ಸುಡುವರು, ಆಗದೆ ಸತ್ತವರನ್ನು ಹುಗಿಯುವರು. ಈ ಕಬ್ಬೇರ ಉಳಿದ ನಡಾವಳಿಗಳು ಬಣಜಿಗರ ನಡಾವಳಿಗಳಿಗೆ ಹೊಂದುತ್ತವೆ. ಇವರು ಮೂಲದಲ್ಲಿ ಮೀನ ಬಲೆಗಾರರಾದಾಗ್ಯೂ ಆ ಹೋರೆಯನ್ನು ಮಾಡುವದಿಲ್ಲ; ಆ ಹೋರೆ ಮಾಡುವವರ ಕೂಡ ಊಟದ ಬಳಿಕೆಯನ್ನು ಸಹ ಮಾಡುವದಿಲ್ಲ; ಲಿಂಗವಂತರಲ್ಲಿ ಇಲ್ಲವೆ ಬ್ರಾಹ್ಮಣರಲ್ಲಿ ಮಾತ್ರ ಉಣ್ಣುವರು. ಇವರಲ್ಲಿ ಬಹು ಜನರು ಚಿಕ್ಕ ತಕ್ಕಡಿ ಅಂಗಡಿಯನ್ನು ಹಚ್ಚುವರು, ಕೆಲವರು ಹೊಲದಲ್ಲಿ ಕೂಲೀ ಮಾಡುವರು. ಪಾತರ ಚಂದ್ರಿ ಯೆಂಬ ವೊಳಜಾತಿಯವರ ಹೆಂಗಸರು ಪಾತರದವರು. ಅವರ ಹಾಡೋಣ, ಕುಣಿಯೋಣ, ಮುಂತಾದ ನಡಾವಳಿಗಳು ಬೇರೆ ಪಾತರದವರಂತೆ ಇರುತ್ತವೆ. ಇವರ ಮಕ್ಕಳು ಶಾಲೆಗೆ ಹೋಗುವದಿಲ್ಲ.

ಕಬ್ಬಲಿಗೇರು.

ಕಬ್ಬಲಿಗೇರು.—ಕುರುಬರಂತೆ ಇವರಾದರೂ ದಕ್ಷಿಣ ಮಹಾರಾಷ್ಟ್ರದ, ಅಥವಾ ಇಡೀ ದಕ್ಷಿಣ ದೇಶದ, ಮೂಲ ನಿವಾಸಿಗಳಿರುತ್ತಾರೆ. ಕುರುಬರಿಗೆ ಮಹಾರಾಷ್ಟ್ರದಲ್ಲಿ ಧನಗರರೆಂಬುವಂತೆ ಕಬ್ಬಲಿಗೇರಿಗೆ ಕೋಳೀ ಯೆಂದೆನ್ನುತ್ತಾರೆ. ಈ ಕೋಳೀ ಯೆಂಬ ಹೆಸರು ಕಬ್ಬಲಿಗೇರಿಗೆ ವಿಜಾಪುರ ಬೆಳಗಾವೀ ಜಿಲ್ಲೆಗಳಲ್ಲಿ ಹಲಕೆಲವು ಕಡೆಯಲ್ಲಿ ನಡಿಯುತ್ತದೆ. ಕುರುಬರಿಗೂ ಕಬ್ಬಲಿಗೇರಿಗೂ ಊಟದ ಬಳಿಕೆಯಾಗುತ್ತದೆ. ಕುರುಬರ ಕುಲದೇವತೆ ಬೀರಪ್ಪ, ಕಬ್ಬಲಿಗೇರ ಕುಲದೇವತೆ ಯೆಲ್ಲಮ್ಮ. ಆದರೆ ಕುರುಬರಲ್ಲಿ ಲಿಂಗವಂತ ಮತವು ಬೆಳೆಯುತ್ತ ನಡಿದಂತೆ ಕಬ್ಬಲಿಗೇರಲ್ಲಿಯೂ ಬೆಳಿಯುತ್ತ ನಡಿದದೆ. ಕುರುಬರಂತೆ ಕಬ್ಬಲಿಗೇರಿಗಾದರೂ ಗರಡೀ ಸಾಧಕ, ಕುಸ್ತಿ, ಇವುಗಳಲ್ಲಿ ಪ್ರೀತಿ ಬಹಳ. "ಹಂಡೆ" ಯೆಂಬ ಅಡ್ಡ ಹೆಸರು ಕುರುಬರಲ್ಲಿ ಇದ್ದಂತೆ ಕಬ್ಬಲಿಗೇರಲ್ಲಿಯೂ ಇರುತ್ತದೆ. ಕಬ್ಬಲಿಗೇರ ಜಾತಿಯು ಈಗ

ತೀರ ಭಿನ್ನವೆಂದೆಣಿಸಲ್ಪಡುವ ಹಲವು ಪ್ರಸಿದ್ಧ ಜಾತಿಗಳ ತಾಯಿ ಯೆಂದು ಹೇಳ ಬಹುದು. ಅಂಬಿಗರು (ಗಂಗಿ ಮಕ್ಕಳು), ಭೋಯಿಗಳು, ಸುಣ್ಣಗಾರರು, ಉಪ್ಪಾರರು, ಜಾಲಗಾರರು, ತಳವಾರರು, ಬಾರಕೇರು, ಬುಡಬುಡಕಿಗಳು, ಮುಂತಾದವರು ಬೇರೆ ಬೇರೆ ಹೋರೆಗಳನ್ನು ಕೈಕೊಂಡಂಥ ಕಬ್ಬಲಿಗೇರೇ ಇರುತ್ತಾರೆ. ಒಕ್ಕಲಿಗರಲ್ಲಿ ಹಂಡೆಯವರೆಂಬ ಲಿಂಗವಂತರೂ ಕಬ್ಬೇರೆಂಬವರೂ ಕಬ್ಬಲಿಗೇರೇ. ಈ ಯಾವತ್ತು ಜಾತಿಗಳ ವರ್ಣನೆಯನ್ನು ವೊತ್ತಟ್ಟಿಗೆ ಕೊಡುವದು ಅಸಂಭಾವ್ಯವಾದ್ದರಿಂದ ಆಯಾ ಜಾತಿಯ ವರ್ಣನೆಯನ್ನು ಆಯಾ ಹೋರೆಯ ಕೆಳಗೆ ಬೇರೆ ಬೇರೆಯಾಗಿ ಕೊಟ್ಟದ್ದೇವೆ. ಆದರೂ ಯಾವತ್ತು ಜಾತಿಗಳಿಗೆ ಸಾಮಾನ್ಯವಾಗಿ ಹತ್ತುವಂಥ ಸಂಗತಿಗಳು ಯಾವವೆಂದರೆ—ಜನ್ಮಭಾಷೆ ಕನ್ನಡ. ಗಂಡಸರ ಉಡಿಗೆ ಧೋತ್ರ, ರುಮಾಲ; ಹೆಂಗಸರು ಕಚ್ಚೆ ಹಾಕುವದಿಲ್ಲ, ಕುಂಕುಮ ಹಚ್ಚುವದಿಲ್ಲ; ಯೆಲ್ಲ ಜಾತಿಯ ಕಬ್ಬಲಿಗೇರು ಯೆಲ್ಲಮ್ಮನಿಗೆ ನಡಕೊಳ್ಳುವರು; ಹೆಣ್ಣು ಮಕ್ಕಳ ಲಗ್ನವನ್ನು ಹನ್ನೆರಡು ವರ್ಷದ ಪೂರ್ವದಲ್ಲಿ ಮಾಡುವರು, ವಿಧವೆಗಳಿಗೆ ಯೆರಡನೇ ಲಗ್ನ ಮಾಡುವರು. ಲಿಂಗವಂತರಲ್ಲದವರು ಮದ್ಯ ಮಾಂಸಗಳನ್ನು ತಕ್ಕೊಳ್ಳುವರು, ಬ್ರಾಹ್ಮಣರನ್ನು ಶುಭಾಶುಭ ಕಾರ್ಯಗಳಿಗೆ ಕರಿಯುವರು; ಹೆಣಗಳನ್ನು ಬಹುತರ ಸುಡುವರು, ಜನ್ಮ ಮರಣಗಳ ಸೂತಕವನ್ನು ಹಿಡಿಯುವರು. ಅಂಬಿಗರು, ಭೋಯಿಗಳು, ಜಾಲಗಾರರು, ನದೀ ತೀರದಲ್ಲಿ ಮುಖ್ಯವಾಗಿ ವಾಸಿಸ್ತುತ್ತಾರೆ. ಯಾವ ಜಾತಿಯವರೂ ಬಹುತರ ಮಕ್ಕಳನ್ನು ಶಾಲೆಗೆ ಕಳಿಸುವದಿಲ್ಲ. ಬುಡಬುಡಕಿಗಳಂತೆ ಭಿಕ್ಷೆ ಬೇಡುವ ಕಬ್ಬಲಿಗೇರ ಜಾತಿಗಳು ಕೆಲವುಂಟು. ಧಾರವಾಡ ಜಿಲ್ಲೆಯಲ್ಲಿ ಭಿಕ್ಷೆ ಬೇಡುವ ಕಬ್ಬಲಿಗೇರು ಬಳ್ಳಾರೀ ಶೀಮೆಯಿಂದ ಬಂದಂತೆ ಕಾಣುತ್ತದೆ. ಅವರು ಮನೆಯಲ್ಲಿ ತೆಲಗು ಭಾಷೆಯನ್ನಾಡುವರು.

ಆದರೆ ಉತ್ತಮ ಸ್ಥಿತಿಯಲ್ಲಿ ಇರುವಂಥ ಉಪ್ಪಾರರು, ಸುಣ್ಣಗಾರರು, ಮುಂತಾದವರು ತಾವು ಕಬ್ಬಲಿಗೇರೆಂದು ವೊಪ್ಪಿಕೊಳ್ಳುವದಿಲ್ಲ, ಕಬ್ಬಲಿಗೇರ ಕೂಡ ಊಟದ ಬಳಿಕೆಯನ್ನು ಸಹ ಮಾಡುವದಿಲ್ಲ.

ಊಳಿಗದ ಜಾತಿಗಳೂ ವಾಹಕರ ಜಾತಿಗಳೂ.

		ಧಾರವಾಡ.			ಬೆಳಗಾವಿ.			ವಿಜಾಪುರ.			ಕಾನಡಾ.		
		ಗಂಡು.	ಹೆಣ್ಣು.	ಒಟ್ಟು.	ಗಂಡು.	ಹೆಣ್ಣು.	ಒಟ್ಟು.	ಗಂಡು.	ಹೆಣ್ಣು.	ಒಟ್ಟು.	ಗಂಡು.	ಹೆಣ್ಣು.	ಒಟ್ಟು.
	ಊಳಿಗದವರು.												
೧	ಭೋಯಿಗಳು	೫೬೯	೬೧೮	೧೧೮೭	೬೨೫	೬೪೨	೧೨೬೭	೨೮೫	೨೯೭	೫೮೨	೭೨೯	೪೨೭	೧೧೫೬
೨	ಅಗಸರು	೩೪೬೮	೩೪೦೧	೬೮೬೯	೧೫೬೧	೧೪೯೨	೩೦೫೩	೧೬೦೮	೧೬೦೭	೩೨೧೫			೬೦೦೦
೩	ನಾದಿಗರು	೩೫೨೪	೩೩೫೬	೬೮೮೦	೨೭೧೩	೨೩೬೬	೫೦೭೯	೩೫೮೦	೩೩೪೬	೬೯೨೬			೧೬೦೦
೪	ಅಡಬಟಕಿಗಳು	”	”	”	”	”	”	”	”	”	೯೦೦	೧೦೦೦	೧೯೦೦
೫	ದೇವಳಿಗಳು	”	”	”	”	”	”	”	”	”	೧೫೮೦	೧೬೨೦	೩೨೦೦
೬	ಪಡಿಯಾರರು	”	”	”	”	”	”	”	”	”	೧೧೨	೧೧೬	೨೨೮
೭	ಬಂದಿಗಳು	”	”	”	”	”	”	”	”	”	೨೦೦೦	೨೫೦೦	೪೫೦೦
	ವಾಹಕರು.												
೧	ಕೊರಚರು	”	”	”	೧೨೯	೧೬೪	೨೯೩	”	”	”	೧೦೮	೫೯	೧೬೭
೨	ಕೊರಮರು	”	”	”	”	”	”	”	”	”	೧೪	೭	೨೧

ಭೋಯಿಗಳು.—ಇವರಲ್ಲಿ ಮರಾಠೀ ಭೋಯಿ, ಕಾರ ಭೋಯಿ, ಮಸಂಡೆ ಭೋಯಿ, ಪರತಗೀ ಭೋಯಿ, ಇತ್ಯಾದಿ ವೊಳಜಾತಿಗಳುಂಟು. ಮರಾಠೀ ಭೋಯಿಗಳು ಮಾತ್ರ ಮರಾಠೀ ಭಾಷೆಯನ್ನಾಡುವರು; ಉಳಿದವರೆಲ್ಲ ಕನ್ನಡಿಗರು; ಮೇಲೆ ಕಬ್ಬಲಿಗೇರ ವರ್ಣನೆಯಲ್ಲಿ ಹೇಳಿದಂತೆ ಬೋಯಿಗಳು ಮಹಾರಾಷ್ಟ್ರರಾಗಲಿ, ಕನ್ನಡಿಗರಾಗಲಿ, ಮೂಲದಲ್ಲಿ ಕಬ್ಬಲಿಗೇರು. ಇವರ ವೊಳ ಜಾತಿಗಳಲ್ಲಿ ಪರಸ್ಪರ ಊಟದ ಬಳಿಕೆಯಾಗುತ್ತದೆ; ಆದರೆ ಅಂಬಿಗರು ಮುಂತಾದ ಬೇರೆ ಕಬ್ಬಲಿಗೇರ ಜಾತಿಗಳ ಸಂಗಡ ಆಗುವದಿಲ್ಲ. ಧಾರವಾಡ ಜಿಲ್ಲೆಯಲ್ಲಿ ಬೆಸ್ತ ಭೋಯಿಗಳೆಂಬವರು ಲಿಂಗವಂತರಿರುತ್ತಾರೆ. ಅವರು ಲಿಂಗವಂತರ ಕೂಡ ಮಾತ್ರ ಊಟದ ಬಳಿಕೆ ಮಾಡುವರು. ಲಿಂಗವಂತ ಭೋಯಿಗಳ ಧರ್ಮ, ಆಹಾರ, ಶುಭಾಶುಭ ಕಾರ್ಯಗಳು, ಇವೆಲ್ಲ ಲಿಂಗವಂತರಂತೆ ನಡಿಯುತ್ತವೆ. ಉಳಿದ ಯಾವತ್ತು ಜಾತಿಗಳ ಭೋಯಿಗಳ ಊಟ, ಉಡಿಗೆ, ಧರ್ಮ, ನಡಾವಳಿ, ಮುಂತಾದವುಗಳೆಲ್ಲ ಕಬ್ಬಲಿಗೇರಂತೆ ಇಲ್ಲವೆ ಅಂಬಿಗರಂತೆ ಇರುತ್ತವೆ. ಮರಾಠೀ ಭೋಯಿಗಳು ಮುಖ್ಯವಾಗಿ ಮೇಣೆ ಪಲ್ಲಕ್ಕಿಗಳನ್ನು ಹೊರುತ್ತಾರೆ; ಕಾರ ಭೋಯಿಗಳು ಈ ಹೊರುವ ಹೋರೆ ಮಾಡುವದಲ್ಲದೆ ಮೀನ ಹಿಡಿಯುವರು. ಮಸಂಡೆ ಭೋಯಿಗಳು ಮುಖ್ಯವಾಗಿ ಮೀನ ಹಿಡಿಯುವರು. ಪರತಗೀ ಭೋಯಿಗಳು ಸುಣ್ಣ ಸುಡುವರು.

ಭೋಯಿಗಳು.

ಅಗಸರು.—ಲಿಂಗವಂತ ಕನ್ನಡಿಗರು, ಲಿಂಗವಂತರಲ್ಲದಂಥ ಕನ್ನಡಿಗರು, ಮಹಾರಾಷ್ಟ್ರರು, ರಜಪೂತರು, ತೆಲಗರು, ಕೊಂಕಣಿಗರು, ಮುಸಲ್ಮಾನರು, ಇಷ್ಟು ಜಾತಿಗಳ ಜನರು ಬಿಳಿ ವಸ್ತ್ರ ಗಂಜೀ ಮಾಡುವ ಹೋರೆಯನ್ನು ಮಾಡುತ್ತಾರೆ. ಲಿಂಗವಂತರೂ ಮುಸಲ್ಮಾನರೂ ಹೊರ್ತಾಗಿ ಉಳಿದವರು ವಾಡಿಕೆಯಾಗಿ ಬ್ರಾಹ್ಮಣರ ಶಿಷ್ಯರಾಗಿ ನಡಿಯುತ್ತಾರೆ. ಇವರಲ್ಲಿ ರಜಪೂತರ ಹೊರ್ತಾಗಿ ಉಳಿದವರು ಮದ್ಯ ಮಾಂಸ ತಕ್ಕೊಳ್ಳುವರು. ಯೆಲ್ಲರು ಹೆಣ್ಣು ಮಕ್ಕಳ ಲಗ್ನವನ್ನು ಹನ್ನೆರಡು ವರ್ಷದೊಳಗೆ ಮಾಡುವರು, ವಿಧವೆಗಳ ಲಗ್ನ ಮಾಡುವರು. ರಜಪೂತರು ಗಂಡು ಮಕ್ಕಳ ಮುಂಜಿಯನ್ನು ೧೦ನೇ ವರ್ಷ ಮಾಡುವರು. ಹೆಣಗಳನ್ನು ಸುಡಲಿಕ್ಕೆ ಅನುಕೂಲವಿದ್ದವರು ಸುಡುವರು; ಉಳಿದವರೆಲ್ಲ ಹುಗಿಯುವರು. ಕನ್ನಡಿಗರು ಲಿಂಗವಂತರಲ್ಲದಿದ್ದರೂ ಹುಗಿಯುವ ಸಂಸ್ಕಾರಕ್ಕೆ ಜಂಗಮರನ್ನೇ ಕರಿಯುವರು. ಯಾವತ್ತು ಜಾತಿಗಳ ಅಗಸರು ವಾಡಿಕೆಯಾಗಿ ನಿತ್ಯ ಸ್ನಾನ ಮಾಡುವರು, ವೊಗಿಯಲಿಕ್ಕೆ ಬಂದ ಬಟ್ಟೆಗಳನ್ನು ನಿರಾತಂಕವಾಗಿ ಉಡುವರು. ಬಹುತರ ಯಾವತ್ತು ಹಿಂದೂ ಜಾತಿಗಳಲ್ಲಿ ಲಗ್ನ, ರಜೋ ದರ್ಶನ, ಮರಣ, ಮುಂತಾದ ಕಾರ್ಯಗಳಲ್ಲಿ ಅಗಸರ ಸಹಾಯ ಬೇಕಾಗುವದರಿಂದ ಅವರಿಗೆ ಈ ಕಾರ್ಯಗಳಲ್ಲಿ ಹಲ ಕೆಲವು ಹಕ್ಕುಗಳಿರುತ್ತವೆ. ಹಳ್ಳಿಗಳ ಬಲೂತಿದಾರರಲ್ಲಿ ಅಗಸರ ಬಾಬುಗಳು ಪೂರ್ವದಲ್ಲಿ ಇದ್ದವು. ಕಾನಡಾ ಜಿಲ್ಲೆಯ ಕೊಂಕಣೀ ಅಗಸರಲ್ಲಿ ಕೆಲವರು ಮಕ್ಕಳನ್ನು ಶಾಲೆಗೆ ಕಳಿಸುತ್ತಾರೆ; ಉಳಿದವರು ಯಾರೂ ಬಹುತರ ಕಳಿಸುವದಿಲ್ಲ.

ಅಗಸರು.

ನಾದಿಗರು.

ನಾದಿಗರು.—ಅಗಸರಂತೆ ನಾದಿಗರ ಹೋರೆಯನ್ನಾದರೂ ಹಲವು ಜಾತಿಗಳ ಜನರು ಮಾಡುತ್ತಾರೆ. ಆ ಜಾತಿಗಳು ಲಿಂಗವಂತ ಕನ್ನಡಿಗರು, ಲಿಂಗವಂತರಲ್ಲದಂಥ ಕನ್ನಡಿಗರು, ರಜಪೂತರು, ಪರದೇಶಿಗಳು, ಸಜ್ಜನರು ಅಥವಾ ತೆಲಗರು, ಕೊಂಕಣಿಗರು, ಮುಸಲ್ಮಾನರು. ಇವರು ತಮ್ಮ ತಮ್ಮ ದೇಶ, ಧರ್ಮ, ಜಾತಿ, ಇವುಗಳನ್ನು ಅನುಸರಿಸಿ ವರ್ತಿಸುತ್ತಾರೆ. ಇವರಲ್ಲಿ ಲಿಂಗ ವಂತರ ಸಂಖ್ಯೆವೇ ಯೆಲ್ಲಕ್ಕೂ ಹೆಚ್ಚು ಇರುತ್ತದೆ. ಆದರೆ ಕಾನಡಾ ಜಿಲ್ಲೆಯಲ್ಲಿ ಕನ್ನಡ ನಾದಿಗರಿದ್ದಾಗ್ಯೂ ಅವರು ಲಿಂಗವಂತರಲ್ಲ. ಲಿಂಗವಂತರು ಬಸವೇಶ್ವರನ ಕ್ಷೌರಕನಾದ ಹಡಪದ ಮುಪ್ಪಣ್ಣನೆಂಬವನ ವಂಶದವರು ತಾವೆಂದು ಹೇಳುತ್ತಾರೆ. ಕಾನಡಾ ಜಿಲ್ಲೆಯ ಕೊಂಕಣೀ ನಾದಿಗರ ಹೆಂಗಸರು ಆ ಜಿಲ್ಲೆಯ ಬೇರೆ ಕೊಂಕಣೀ ಹೆಂಗಸರಂತೆ ಕುಬ್ಬಸ ತೊಡುವದಿಲ್ಲ.

ನಾದಿಗರು ಪೂರ್ವದಲ್ಲಿ ಹಳ್ಳಿಗಳ ಬಲೂತಿದಾರರಲ್ಲಿ ಯೆಣಿಸಲ್ಪಡುತ್ತಿದ್ದ ಕಾರಣ ಹಳ್ಳಿಗಳಲ್ಲಿ ಕೆಲ ಕೆಲವರಿಗೆ ಇನಾಮು ಭೂಮಿಗಳಿರುತ್ತವೆ.

ನಾದಿಗರು ಕ್ಷೌರ ಮಾಡುವದಲ್ಲದೆ, ತುಮ್ರಡೀ ಹಚ್ಚಿ ರಕ್ತ ತೆಗಿಯುವದು, ನಾರು ತೆಗಿಯುವದು, ಕೈ ಕಾಲುಗಳ ಸಂದು ತಪ್ಪಿದರೆ ಅವನ್ನು ಕೂಡ್ರಿಸುವದು, ಶೂಲಿ, ಬಾವು, ಹುಣ್ಣು, ಇವುಗಳಿಗೆ ಔಷಧ ಮಾಡುವದು, ಮುಂತಾದ ಹೋರೆಗಳನ್ನು ಮಾಡುತ್ತಾರೆ. ಮೇಲೆ ಹೇಳಿದ ಜಾತಿಗಳಲ್ಲಿ ಯಾರೂ ಬುರುಡರು, ಹೊಲಿಯರು, ಸಮ್ಮಗಾರರು, ಮುಂತಾದ ನೀಚ ಜಾತಿಗಳ ಕ್ಷೌರ ಮಾಡುವದಿಲ್ಲ. ಮುಸಲ್ಮಾನರು, ಖ್ರಿಸ್ತೀ ಜನರು, ಯೂರೋಪಿಯನ್ನರು, ಪಾರ್ಶಿಗಳು, ಇಂಥಾ ಪರದೇಶದ ಜಾತಿಗಳ ಕ್ಷೌರವನ್ನು ಸಹ ಕೆಲ ಕೆಲವರು ಮಾಡುವದಿಲ್ಲ. ಲಿಂಗವಂತರು ಯಾವತ್ತು ಉತ್ತಮ ಜಾತಿಗಳ ಕ್ಷೌರ ಮಾಡಲಿಕ್ಕೆ ಮಾತ್ರ ಹೋಗುತ್ತಾರೆ. ತೆಲಗರು ಬಹುತರ ಯುರೋಪಿಯನ್ನ ಜನರ ಕ್ಷೌರ ಮಾಡುತ್ತಾರೆ. ಸಜ್ಜನರೆಂಬ ತೆಲಗು ನಾದಿಗರು ಸನ್ ೧೮೭೭ನೇ ವರ್ಷದ ಬರಗಾಲದಲ್ಲಿ ನಿಜಾಮನ ರಾಜ್ಯದಿಂದ ವಿಜಾಪುರ ಜಿಲ್ಲೆಯಲ್ಲಿ ಬಂದು ನಿಂತಿದ್ದಾರೆ. ಇವರು ಕ್ಷೌರದ ಹೋರೆಯನ್ನು ಬಹುತರ ಮಾಡುವದಿಲ್ಲ, ಕೂಲಿಗೆ ಹೋಗುವರು. ನಾದಿಗರಲ್ಲಿ ಬಹುತರ ಯಾರೂ ತಮ್ಮ ಮಕ್ಕಳನ್ನು ಶಾಲಿಗೆ ಕಳಿಸುವದಿಲ್ಲ.

ಅಡಬಟಕಿಗಳು.

ಅಡಬಟಕಿಗಳು.—ಕಾನಡಾ ಜಿಲ್ಲೆಯಲ್ಲಿ ಮಾತ್ರ ಇವರ ವಸ್ತಿಯುಂಟು. ಇವರು ಜಾತಿಯನ್ನು ಕಳಕೊಂಡವರ ವಂಶದವರೆಂದು ಹೇಳುತ್ತಾರೆ. ಈಗ್ಯೂ ಜಾತಿ ಭ್ರಷ್ಟರಾದ ಬ್ರಾಹ್ಮಣರು, ವೊಕ್ಕಲಿಗರು, ಮೊದಲಾದವರು ಇವರೊಳಗೆ ಕೂಡುತ್ತಾರೆ. ಇವರಲ್ಲಿ ಕೆಲವರ ಮೈಬಣ್ಣ ಕಪ್ಪು ಕೆಲವರದು ಕೆಂಪು, ಕೆಲವರು ಗಿಡ್ಡರು, ಕೆಲವರು ಉದ್ದ, ಹೀಗೆ ಸ್ವರೂಪದಲ್ಲಿ ಬಹಳ ವೈಲಕ್ಷಣ್ಯವಿರುತ್ತದೆ. ಇದರಂತೆ ಕೆಲವರು ಕೊಂಕಣೀ ಭಾಷೆಯನ್ನಾಡುವರು, ಕೆಲವರು ಕನ್ನಡ ಆಡುವರು. ಎಲ್ಲರೂ ಮದ್ಯ ಮಾಂಸ ತಕ್ಕೊಳ್ಳುವರು, ಬ್ರಾಹ್ಮಣರನ್ನು ಕಾರ್ಯಗಳಿಗೆ ಕರಿಯುವರು, ವಿಧವೆಗಳ ಲಗ್ನ ಮಾಡುವರು, ಹೆಣಗಳನ್ನು ಸುಡುವರು. ಒಟ್ಟಿಗೆ

ಇವರ ಸ್ಥಿತಿ ರೀತಿಗಳೆಲ್ಲ ಕುಣಬೀ ಜನರಂತೆ ಇರುತ್ತವೆ. ಇವರ ಮಕ್ಕಳು ಶಾಲೆಗೆ ಹೋಗುವದಿಲ್ಲ.

ದೇವಳಿಗಳು.

ದೇವಳಿಗಳು.—ಇವರೂ ಕಾನಡಾ ಜಿಲ್ಲೆಯವರೇ. ಹಾದರದ ಕಾರಣದಿಂದ ಜಾತಿಯನ್ನು ಕಳಕೊಂಡು ಗುಡಿಗಳ ಪರಿಚಾರಕರೊಳಗೆ ಶೇರಿದ ಹೆಂಗಸರ ಸಂತತಿಯವರು ಇವರೆಂದು ತೋರುತ್ತದೆ. ಇವರು ಕೊಂಕಣೀ ಭಾಷೆಯನ್ನಾಡುವರು; ಇವರ ನಡೆ ನುಡಿ, ಸ್ಥಿತಿ ರೀತಿಗಳೆಲ್ಲ ವಾಡಿಕೆಯಾಗಿ ಭಂಡಾರಿಗಳಂತೆ ಇರುತ್ತವೆ. ಇವರ ಹೆಣ್ಣು ಮಕ್ಕಳು ಚಲುವೆಯರಿದ್ದರೆ ಸೂಳೆಗಳಾಗುವರು, ವಿಧವೆಯು ಸೂಳೆಯಾಗ ಬಹುದು, ಇಲ್ಲವೆ ಲಗ್ನ ಮಾಡಿಕೊಳ್ಳ ಬಹುದು. ಇವರ ಮಕ್ಕಳು ಶಾಲೆಗೆ ಹೋಗುವದಿಲ್ಲ.

ಪಡಿಯಾರರು.

ಪಡಿಯಾರರು.—ಇವರು ಕಾನಡಾ ಜಿಲ್ಲೆಯಲ್ಲಿ ಘಟ್ಟದ ಮೇಲೆ ಇರುತ್ತಾರೆ. ಪಡಿಯಾರವೆಂಬ ಹೆಸರು ಪಡಿಯಾಳ್ ಯೆಂಬ ತಮಿಳ ಶಬ್ದದಿಂದ ಹುಟ್ಟಿರುತ್ತದೆಂದು ಹೇಳುತ್ತಾರೆ; ಪಡಿಯಾಳೆಂದರೆ ಕೂಲಿಯ ಮನುಷ್ಯ. ಇವರ ಆಚಾರ, ಧರ್ಮ, ಸ್ಥಿತಿ ರೀತಿ ಮುಂತಾದವುಗಳೆಲ್ಲ ದೇವಳಿಗಳಂತೆ. ಅವರಂತೆ ಇವರ ಹೆಂಗಸರಾದರೂ ಸೂಳೆಯರಾಗುವರು. ಹೈಗನಾಡಿನಲ್ಲಿ ಈ ಜಾತಿಯ ಗಂಡಸರು ಬ್ರಾಹ್ಮಣರು ಮುಂತಾದ ಉತ್ತಮ ಕುಲದವರ ಮನೆಯಲ್ಲಿ ಚಾಕರಿಗೆ ನಿಲ್ಲುವರು, ಇಲ್ಲವೆ ವೊಕ್ಕಲತನ ಮಾಡುವರು. ಇವರ ಮಕ್ಕಳು ಶಾಲೆಗೆ ಹೋಗುವದಿಲ್ಲ.

ಬಂದಿಗಳು.

ಬಂದಿಗಳು.—ಇವರು ಕಾನಡಾ ಜಿಲ್ಲೆಯಲ್ಲಿ ಘಟ್ಟದ ಕೆಳಗೆ ಇರುತ್ತಾರೆ. ಪೋರ್ತುಗೀಸರ ಬಲಾತ್ಕಾರಕ್ಕೆ ಹೆದರಿ ಗೋಮಾಂತಕ ಶೀಮೆಯನ್ನು ಬಿಟ್ಟು ಬಂದಂಥ ಬ್ರಾಹ್ಮಣರ ಶರೆಯಾಳುಗಳ (ಗುಲಾಮರ) ವಂಶದವರು ಇವರೆಂದು ತೋರುತ್ತದೆ; ಕೊಂಕಣಿಯೇ ಇವರ ಭಾಷೆ. ಇವರ ಸ್ಥಿತಿ ರೀತಿ, ಧರ್ಮ, ಮುಂತಾದವುಗಳೆಲ್ಲ ಅಡಬಟಕಿಗಳಂತೆ. ಆದರೆ ಇವರು ಬಹಳ ಬಡವರು; ಉತ್ತಮ ಕುಲದವರ ಮನೆಯಲ್ಲಿ ಚಾಕರಿಗೆ ನಿಲ್ಲುವರು. ಇವರ ಹೆಂಗಸರಾದರೂ ಸೂಳೆತನ ಮಾಡುತ್ತಾರೆ. ಇವರ ಮಕ್ಕಳು ಶಾಲೆಗೆ ಹೋಗುವದಿಲ್ಲ.

ಕೊರಚರು.

ಕೊರಚರು.—ಇವರು ಬೆಳಗಾವಿ, ಕಾನಡಾ ಜಿಲ್ಲೆಗಳಲ್ಲಿ ಇರುತ್ತಾರೆ; ಜನ್ಮಭಾಷೆ ಕನ್ನಡ, ತಮಿಳ. ಇವರಲ್ಲಿ ಬೀಡ ಕೊರಚರು, ಡಬಳೇ ಕೊರಚರು, ಊರ ಕೊರಚರು, ಕುಂಚೀ ಕೊರಚರು, ಯೆಂದು ನಾಲ್ಕು ವೊಳಜಾತಿಗಳಿರುತ್ತವೆ; ಮೊದಲಿನವರು ಯೆಲ್ಲಕ್ಕೂ ಉತ್ತಮರೆನಿಸುತ್ತಾರೆ, ಡಬಳೇ ಕೊರಚರ ಹೆಣ್ಣು ತಕ್ಕೊಳ್ಳುತ್ತಾರೆ. ಉಳಿದವರೊಳಗೆ ಪರಸ್ಪರ ಊಟದ ಬಳಿಕೆ ಸಹ ಆಗುವದಿಲ್ಲ. ಕೊರಚರು ಕಪ್ಪು ಮೈಬಣ್ಣದವರು, ಉಗ್ರ ಸ್ವರೂಪಿಗಳು. ಇವರ ಉಡಿಗೆಗಳು ಚಣ್ಣ, ನಡಕಟ್ಟು, ರುಮಾಲ, ಕಂಬಳಿ. ಹೆಂಗಸರಿಗೆ ಕುಬ್ಬಸವಿಲ್ಲ, ಕರೆಮಣಿಗಳ ಸರಗಳು ಬಹಳ. ಕೊರಚರಿಗೆ ಶರೆ, ಗಾಂಜಿಗಳ ಚಟ ಬಹಳ; ಇವರಿಗೆ ಮನೆ ಇಲ್ಲ, ಊರೂರಿಗೆ ತಿರುಗುತ್ತ ಗುಡುಸಲುಗಳಲ್ಲಿ ಇವರು ವಾಸಿಸುತ್ತಾರೆ.

ಮದ್ಯ ಮಾಂಸಗಳಿಗೆ ಅಡ್ಡಿ ಇಲ್ಲ; ಬ್ರಾಹ್ಮಣರೇ ಇವರಲ್ಲಿಯ ಕಾರ್ಯಗಳನ್ನು ಮಾಡಿಸುವರು. ಇವರ ಕುಲದೇವತೆ ಮರಿಯಮ್ಮ; ಹನುಮಂತನಲ್ಲಿಯೂ ಇವರ ಭಕ್ತಿ ಬಹಳ. ವಿಧವೆಗಳು ಯೇಳು ಸಾರಿ ಲಗ್ನ ಮಾಡಿಕೊಳ್ಳ ಬಹುದು. ವೊಟ್ಲೆತ್ತುಗಳ ಮೇಲೆ ಸರಕುಗಳನ್ನು ಊರಿಂದೂರಿಗೆ ವೊಯಿದು ಮಾರಾಟ ಮಾಡುವದೇ ಇವರ ಮುಖ್ಯ ಹೋರೆ; ಕೆಲವರು ಛಕಡೀ ಹೊಡಿಯುವರು, ಕೂಲಿಗೆ ಹೋಗುವರು, ಬೇಟೆಗೆ ಹೋಗುವರು. ಇವರ ಹೆಂಗಸರು ಹಚ್ಚೀ ಚೊಟ್ಟು ಚುಚ್ಚುವ ಹೋರೆ ಮಾಡಿ ಹೊಟ್ಟೆಗೆ ದೊರಕಿಸುವರು. ಆದರೂ ಕೊರಚರ ಬಡತನ ಹಿಂಗುವದಿಲ್ಲ. ಇವರಲ್ಲಿ ಲಗ್ನದ ನಡಾವಳಿ ಹ್ಯಾಗಂದರೆ,—ಲಗ್ನದ ಪೂರ್ವ ದಿವಸ ಸಂಜೆಯಲ್ಲಿ ಮದಿಮಗಳು ಮದಿಮಗನ ಮನೆಗೆ ಹೋಗುವಳು. ಮರು ದಿವಸ ಬೆಳಿಗ್ಗೆ ಕಂಬಳೀ ಹಾಸಿ, ಅದರ ಮೇಲೆ ರಂಗೋಲಿಯ ಯೆರಡು ವರ್ತುಳಗಳಲ್ಲಿ ಸೂರ್ಯ ಚಂದ್ರರ ಆಕೃತಿಗಳನ್ನು ಹಾಕಿ, ಅವುಗಳ ಮೇಲೆ ಅಕ್ಕಿಯನ್ನು ಹರವಿ, ಐದು ಆಣೆ ರೊಕ್ಕ ಕಂಬಳಿಯ ಮುಂದೆ ಇಡುವರು. ಮದಿಮಗನು ತಾಯಿ ತಂದೆಗಳಿಗೆ ನಮಸ್ಕಾರ ಮಾಡಿದ ಬಳಿಕ ಐದು ಜನ ಮುತ್ತೈದಿಯರು ಮದಿಮಕ್ಕಳಿಗೆ ಅರಿಶಿಣ ಹಚ್ಚಿ ಅವರನ್ನು ಮೂರು ಸಾರಿ ಯೆರೆಯುವರು. ಸಂಜೆಯಲ್ಲಿ ತರೇದ ಮರದ್ದೊಂದು ಟೊಂಗಿಯನ್ನು ಕಡಿದು, ಅದಕ್ಕೆ ಹಗ್ಗ ಕಟ್ಟಿ ವೊಂದು ಬಾವಿಯೊಳಗೆ ಮುಳುಗಿಸಿಡುವರು. ನಡುರಾತ್ರಿಯಲ್ಲಿ ಐದು ಜನ ಮುತ್ತೈದಿಯರು ಆ ಬಾವಿಯೊಳಗಿಂದ ವೊಂದೊಂದು ತಂಬಿಗೆ ನೀರು ಸೇದಿ ತೆಗಿದ ಬಳಿಕ ತರೆದ ಟೊಂಗಿಯನ್ನು ತೆಗಿದು ಮದಿಮಗನ ಮನೆಯ ಬಾಗಿಲ ಮುಂದೆ ಗಿಡ ನಿಲ್ಲಿಸಿದಂತೆ ನೆಲದೊಳಗೆ ಹುಗಿದಿಡುವರು. ಅದರ ಬಳಿಯಲ್ಲಿ ಯೆರಡು ಜೋಳದ ಗುಂಪೆಗಳು, ಯೆರಡು ನೀರಿನ ಪಾತ್ರೆಗಳು, ದೊಡ್ಡದೊಂದು ಯೆಣ್ಣೆ ತುಂಬಿದ ಪಾತ್ರೆ, ಯೇಳೆಂಟು ಶೇರು ಹತ್ತೀ ಕಾಳು, ಇಷ್ಟೆಲ್ಲ ಇಟ್ಟು, ಟೊಂಗೆ ಸಹಿತ ಇವೆಲ್ಲ ಸುಡುವಂತೆ ಹತ್ತೀ ಕಾಳಿಗೆ ಉರಿ ಹಚ್ಚುವರು. ಜ್ವಾಲೆಯು ಪೂರಾ ಹಬ್ಬುಗೊಂಡ ಬಳಿಕ ಮದಿಮಕ್ಕಳನ್ನು ಮೇಲೆ ಹೇಳಿದ ವರ್ತುಳಗಳ ಮೇಲೆ ಕೂಡ್ರಿಸಿ, ಅವರ ಹಣೆಗೆ ಅಕ್ಕೀಕಾಳು ಹಚ್ಚಿ, ತಲೆಯ ಮೇಲೆ ಅಕ್ಕೀಕಾಳು ಚಲ್ಲುವರು. ಹೀಗೆ ಲಗ್ನವಾದ ಕೂಡಲೆ ನೆರೆದ ಜನರಿಗೆ ಮದಿಮಗನ ತಂದೆಯು ಶರೆ ಕುಡಿಸಲಿಕ್ಕೆ ಬೇಕು. ಕೊರಚರು ಹೆಣಗಳನ್ನು ಹುಗಿದು ಮೂರು ದಿವಸ ಸೂತಕ ಹಿಡಿಯುವರು. ಇವರ ಮಕ್ಕಳು ಶಾಲೆಗೆ ಹೋಗುವದಿಲ್ಲ.

ಕೊರಮರು.

ಕೊರಮರು.—ಇವರು ಸಿರಸಿ, ಸಿದ್ದಾಪೂರ ತಾಲೂಕುಗಳಲ್ಲಿ ಮಾತ್ರ ಮನೆ ಮಾಡಿಕೊಂಡು ಇರುತ್ತಾರೆ. ಇವರ ಜನ್ಮಭಾಷೆ ತೆಲಗು. ಗಿಡ್ಡ ಪಂಚೆ, ಕರೆ ಕಂಬಳಿ, ಕರೆ ರುಮಾಲ, ಇವರ ಉಡಿಗೆಗಳು; ಹೆಗಲ ಮೇಲೆ ತಂಬಾಕದ ಚೀಲು ಇರಲಿಕ್ಕೆ ಬೇಕು. ಹೆಂಗಸರ ಉಡಿಗೆಗಳೂ ಕರೆ ಮಣಿಗಳೂ ಸಹ ಕೊರಚರಂತೆ. ಇವರ ಧರ್ಮ, ಆಹಾರ, ನಡಾವಳಿ, ಮುಂತಾದವುಗಳೆಲ್ಲ ಕೊರಚರಂತೆ. ಆದರೆ ಅವರಿಗೂ ಇವರಿಗೂ ಊಟದ ಬಳಿಕೆಯಾಗುವದಿಲ್ಲ; ಅವರಿಗಿಂತ ಇವರು ಹೆಚ್ಚು ಕ್ಷೇಮದಿಂದಿದ್ದಾರೆ. ಇವರ ಮಕ್ಕಳು ಶಾಲೆಗೆ ಹೋಗುವದಿಲ್ಲ.

ನೃತ್ಯಗಾಯನ ವಾದ್ಯಗಳಿಂದ ಜೀವಿಸುವ ಜಾತಿಗಳು.

	ಭಾರವಾಡ.			ಬೆಳಗಾವಿ.			ವಿಜಾಪುರ.			ಕಾನಡಾ.			
	ಗಂಡು	ಹೆಣ್ಣು	ಒಟ್ಟು	ಗಂಡು	ಹೆಣ್ಣು	ಒಟ್ಟು	ಗಂಡು	ಹೆಣ್ಣು	ಒಟ್ಟು	ಗಂಡು	ಹೆಣ್ಣು	ಒಟ್ಟು	
೧ ಕಲಾವಂತರು			೩೦೦			೫೦	೫೭	೯೪	೧೫೧	೩೨೦	೪೫೦	೭೭೦*	* ದೇವಳೀ ಸಹಿತ.
೨ ಸಾಯಬಿಗಳು	,,	,,	,,	,,	,,	,,	,,	,,	,,	೧೨	೧೪	೨೬	
೩ ದೇವಳಿಗಳು	,,	,,	,,	೫೩	೫೨	೧೦೫	,,	,,	,,	,,	,,	,,	
೪ ಬಸವಿಗಳು.........			೨೦೦೦	,,	,,	,,	,,	,,	,,	,,	,,	,,	
೫ ಸೂಳೆಗಳು.........			೧೦೦೦	,,	,,	,,	,,	,,	,,	,,	,,	,,	
೧ ಘುಡಶಿಗಳು.........	,,	,,	,,	೧೧	೧೬	೨೭	,,	,,	,,			೫೦	
೨ ಸಪ್ಪಳಿಗರು.........	,,	,,	,,	,,	,,	,,	,,	,,	,,	೨೧೭೯	೧೪೩೧	೩೬೧೦	
೩ ಹಳ್ಳೇರು	,,	,,	,,	,,	,,	,,	,,	,,	,,	೮೬೬	೮೬೬	೧೭೩೨	
೪ ಸನಾದೀ ಕೊರವರು	ಇವರ ವರ್ಣನೆಯನ್ನು ಭಿಕ್ಷುಕರೊಳಗೆ ನೋಡು.												

27

ಕಲಾವಂತರು.

ಕಲಾವಂತರು.—ವಂಶ ಪರಂಪರೆಯಾಗಿ ಕಾಲಿಗೆ ಗೆಜ್ಜೆ ಕಟ್ಟಿಕೊಂಡು ಸಮಾಜದೊಳಗೆ ಕುಣಿಯುವ ಹೋರೆಯನ್ನು ಮಾಡುವವರಿಗೆ ಕಲಾವಂತರೆನ್ನುವರು. ಲಿಂಗವಂತರಾದ ಕನ್ನಡಿಗರು, ಮಹಾರಾಷ್ಟ್ರರು, ಕೊಂಕಣಿಗರು, ತೆಲಗರು, ಮುಸಲ್ಮಾನರು, ಈ ಹೋರೆಯನ್ನು ಮಾಡುವರು. ಇವರು ವಂಶ ಪರಂಪರೆಯ ಕಲಾವಂತರು. ಇವರಲ್ಲದೆ ದೇವಳೀ, ಭಂಡಾರೀ, ಅಡಬಟಕೀ, ಪಡಿಯಾರ, ಮುಂತಾದ ಜಾತಿಗಳ ಹೆಂಗಸರು ಕುಣಿಯುವ ಹಾಡುವ ಹೋರೆ ಮಾಡುವರು. ಅವರನ್ನು ವಂಶ ಪರಂಪರೆಯ ಕಲಾವಂತರು ತಿರಸ್ಕರಿಸುತ್ತಾರೆ. ಈ ನಾನಾ ಜಾತಿಗಳ ಕಲಾವಂತರ ಮನೆತನದ ಸ್ಥಿತಿ ರೀತಿಗಳು ಅವರವರ ದೇಶ ಧರ್ಮಗಳಂತೆ ಇರುತ್ತವೆ. ಲಿಂಗವಂತರ ಹೊರ್ತು ಯಾವತ್ತು ಜಾತಿಗಳ ಕಲಾವಂತರು ಮದ್ಯ ಮಾಂಸಗಳನ್ನು ತಕ್ಕೊಳ್ಳುತ್ತಾರೆ. ಗಂಡಸರ ಉಡಿಗೆಗಳು ಅವರವರ ಜಾತಿ ರಿವಾಜಿನಂತೆ ಇರುತ್ತವೆ. ಹೆಂಗಸರು ವಾಡಿಕೆಯಾಗಿ ನಿತ್ಯ ಸ್ನಾನ ಮಾಡಿ ಬೆಲೆಯುಳ್ಳ ಶೀರೆ ಕುಬ್ಬಸಗಳನ್ನು ಧರಿಸುವರು. ಅವರ ಮೈ ಮೇಲೆ ಚಿನ್ನದ ಅಲಂಕಾರಗಳು ಹಲಕೆಲವು ಬಹುತರ ಇರುತ್ತವೆ. ಮನೆಯಲ್ಲಿ ಕೆಲವರು ಪಾತರದವರು* ಕಚ್ಚೇ ಹಾಕುವದಿಲ್ಲ, ಲಿಂಗವಂತರು ಹಣೆಗೆ ವಿಭೂತಿ ಹಚ್ಚುವರು. ಆದರೆ ನಾಚಿಗೆ ಹೋಗುವಾಗ ಬ್ರಾಹ್ಮಣರ ಹೆಂಗಸರ ಹಾಗೆ ಕಚ್ಚೇ ಹಾಕಿ ಕೊಂಡು, ಕುಂಕುಮ ಹಚ್ಚಿ ಕೊಂಡು ತಲೆಯಲ್ಲಿಯೂ ಮೈ ಮೇಲೆಯೂ ಅಲಂಕಾರಗಳನ್ನಿಟ್ಟು ಕೊಂಡು ಹೋಗುವರು. ಮುಸಲ್ಮಾನ ಪಾತರದವರು ಸಹ ಕುಂಕುಮ ಹಚ್ಚುವರು. ಪಾತರದಾಕೆ ಆಗ ತಕ್ಕ ಹುಡಿಗೆಗೆ ಯೇಳು ವರ್ಷ ತುಂಬಿದ ಬಳಿಕ ಗೆಜ್ಜೆ ಕಟ್ಟುವ ಸಂಸ್ಕಾರ ಮಾಡುವರು. ಕಂಬಳಿಯ ಮೇಲೆ ತಂಬೂರಿ, ಮದ್ದಲಿ, ಸಾರಂಗ, ತಾಳ, ಇವುಗಳನ್ನಿಟ್ಟು ಹುಡಿಗೆಗೆ ಹೊಸ ಶೀರೆ ಉಡಿಸಿ, ಆಕೆಯ ಕೈಯಿಂದ ಈ ವಾದ್ಯಗಳ ಪೂಜೆ ಮಾಡಿಸಿ, ಆಕೆಯ ಕಾಲಿಗೆ ಗೆಜ್ಜೆಗಳನ್ನು ಕಟ್ಟುವರು. ಅಂದಿನಿಂದ ಆ ಹುಡಿಗೆಗೆ ಹಾಡು ಕಲಿಸ ಹತ್ತುವರು. ಹುಡಿಗೆ ಮೈನೆರೆದ ಬಳಿಕ ಶೆಸ ಯೆಂಬ ಲಗ್ನದ ಸಂಸ್ಕಾರ ಮಾಡುತ್ತಾರೆ. ಈ ಲಗ್ನದಲ್ಲಿ ಬೇರೊಬ್ಬ ಹುಡಿಗೆ ಗಂಡಸಿನ ಸೋಗು ಹಾಕಿ ಕೊಂಡು, ಕೈಯಲ್ಲಿ ಕಠಾರಿಯನ್ನು ಹಿಡುಕೊಂಡು ಮದಿಮಗನಾಗುತ್ತಾಳೆ. ಆ ಹುಡಿಗೆಗೂ ಲಗ್ನವಾಗ ತಕ್ಕ ಹುಡಿಗೆಗೂ ಜಾತಿಯ ಪದ್ಧತಿಯಂತೆ ಲಗ್ನವಾಗುತ್ತದೆ. ಕೆಲವರು ಬರೀ ಕಠಾರಿಯ ಕೂಡ, ಇಲ್ಲವೆ ಮದ್ದಲಿಯ ಕೂಡ ಉಪವರಳಾದ ಹುಡಿಗೆಯ ಲಗ್ನ ಮಾಡುತ್ತಾರೆ. ಜಾರಕರ್ಮವು ಪಾತರದವರ ಮುಖ್ಯ ಹೋರೆ ಇರುತ್ತದೆ. ಮೈನೆರೆದ ಬಳಿಕ ದುಡ್ಡು ಕೊಡುವ ಸಾಮರ್ಥ್ಯವುಳ್ಳಂಥವನೊಬ್ಬ ಪ್ರಾಯಸ್ಥನ ಕೈಯಿಂದ ಯೋಗ್ಯತೆಯ ಪ್ರಕಾರ ಹಣ ತಕ್ಕೊಂಡು ಅವನಿಗೆ ಆ ಹುಡಿಗೆಯ ಫಲಶೋಭನ ಮಾಡಿ ಕೊಡುವರು. ಈ ಸಂಸ್ಕಾರಕ್ಕೆ ಹೆಣ್ಣು ಮಾಡುವ ಸಂಸ್ಕಾರವೆನ್ನುತ್ತಾರೆ. ಹೆಣ್ಣು ಮಾಡಿದವನೇ ಗಂಡನೆಂದೆಣಿಸಲ್ಪಡುತ್ತಾನೆ. ಆದರೆ ಫಲಶೋಭನವಾದ ಬಳಿಕ ತಿಂಗಳು ಯೆರಡು ತಿಂಗಳು ಮಾತ್ರ ಹೆಣ್ಣಾದ ಹುಡಿಗೆಯ ಮೇಲೆ ಅವನ ಹಕ್ಕು ಇರುತ್ತದೆ. ಮುಂದೆ ಬೇಕಾದವರನ್ನು ಆಕೆ ಕರೆಕೊಳ್ಳ

* ಈ ಹೆಸರು ಪಾತರ ಅಂದರೆ ಪಾತ್ರ ಈ ಶಬ್ದದಿಂದ ಹುಟ್ಟಿರ ಬಹುದೆಂದು ತೋರುತ್ತದೆ.

ಬಹುದು. ಲಿಂಗವಂತರು ಮುಸಲ್ಮಾನರನ್ನೂ ಕ್ರಿಸ್ತೀ ಜನರನ್ನೂ ಕರೆಕೊಳ್ಳುವದಿಲ್ಲ. ತೆಲಗರು ಮುಸಲ್ಮಾನರನ್ನು ಕರೆಕೊಳ್ಳುತ್ತಾರೆ, ಕ್ರಿಸ್ತೀ ಜನರನ್ನು ಕರೆಕೊಳ್ಳುವದಿಲ್ಲ. ಕೊಂಕಣಿಗರು ಕ್ರಿಸ್ತೀ ಜನರನ್ನು ಕರೆಕೊಳ್ಳುತ್ತಾರೆ, ಮುಸಲ್ಮಾನರನ್ನು ಕರೆಕೊಳ್ಳುವದಿಲ್ಲ: ಮುಸಲ್ಮಾನರು ಬೇಕಾದ ಜಾತಿಯವರನ್ನು ಕರೆಕೊಳ್ಳುತ್ತಾರೆ. ಪಾತರದವರ ಗಂಡು ಮಕ್ಕಳು ಸಾರಂಗ, ಮೃದಂಗಗಳನ್ನು ಬಾರಿಸಲಿಕ್ಕೆ ಕಲಿತು ಸಾಜಿಂದಿಗಳಾಗುತ್ತಾರೆ. ಕೆಲವರು ಗಾಯನವನ್ನು ಪೂರ್ಣತಾಗಿ ಕಲಿತು, ಹೆಣ್ಣು ಹುಡುಗರಿಗೆ ಗಾಯನ ಕಲಿಸುತ್ತಾರೆ. ಗಾಣಿಗರು, ಅಗಸರು, ನಾದಿಗರು, ಜೀನಗಾರರು, ಮುಂತಾದ ನೀಚ ಜಾತಿಗಳ ಮನೆಗೆ ಪಾತರದವರು ಕುಣಿಯಲಿಕ್ಕೆ ಹೋಗುವದಿಲ್ಲ; ಕಸಬಿಣಿಗಳಿದ್ದಲ್ಲಿ ಕುಣಿಯುವದಿಲ್ಲ. ಕಲಾವಂತ ಗಂಡಸರ ಹೆಂಡಂದಿರು ಮನೆಗೆಲಸ ಮಾಡುತ್ತಾರೆ. ಅವರ ಗಂಡ ಸತ್ತರೆ, ಅವರಿಗೆ ಬಹುತರ ಯೆರಡನೇ ಲಗ್ನವಿಲ್ಲ. ಪಾತರದವರು ಬೆಳಿಗ್ಗೂ ಸಂಜೆಗೂ ಹಾಡುವ ತಾಲೀಮು ಮಾಡುವರು; ಉಳಿದ ವೇಳೆಯನ್ನೆಲ್ಲ ಪರಟ, ಆಟ, ನಿದ್ದೆ, ತಂಬಾಕ ತಿನ್ನುವದು, ಇವುಗಳಲ್ಲಿ ಕಳಿಯುವರು. ಪಾತರದವರಿಗೆ ಬಹು ಜನರ ಸಹವಾಸದಿಂದ ಉಪದಂಶದ ರೋಗವು ಬಹುತರ ಹತ್ತುತ್ತವೆ. ಅದರಿಂದ ಅವರು ಬೇಗ ಮುಪ್ಪಾಗಿ ಮರಣ ಹೊಂದುವರು. ಇವರಲ್ಲಿ ತಾಯಿಯ ಆಸ್ತಿಗೆ ಮಗಳು ಬಾಧ್ಯಳಾಗುತ್ತಾಳೆ, ಮಗನು ಆಗುವದಿಲ್ಲ. ಪೂರ್ವದಲ್ಲಿ ಪಾತರದವರು ಪೊಕ್ಕಲಿಗರು, ಮುಂತಾದ ಉತ್ತಮ ಕುಲದ ಹೆಣ್ಣು ಮಕ್ಕಳನ್ನು ಕ್ರಯಕ್ಕೆ ತಕ್ಕೊಂಡು ಅವರಿಗೆ ತಮ್ಮ ವಿದ್ಯವನ್ನು ಕಲಿಸುವರು. ಆದರೆ ಅದಕ್ಕೆ ಈಗ ಕಾಯದೆಯಿಂದ ಪ್ರತಿಬಂಧವಾದ ಕಾರಣ ಸ್ವಂತ ಮನೆಯ ಹೆಣ್ಣು ಮಕ್ಕಳಿಲ್ಲದಂಥ ಪಾತರದವರ ಮನೆತನಗಳು ಮುಗ್ಗುತ್ತವೆ. ಪಾತರದವರಿಗೆ ಅಲ್ಪ ಸ್ವಲ್ಪ ಓದು ಬರಹ ಬರುತ್ತಿರುತ್ತದೆ. ಇವರ ಹೆಣ್ಣು ಮಕ್ಕಳೂ ಗಂಡು ಮಕ್ಕಳೂ ಶಾಲೆಗೆ ಬಹುತರ ಹೋಗುತ್ತಾರೆ.

ಸಾಯಬಿಗಳು.

ಸಾಯಬಿಗಳು.—ಇವರು ಕಲಬುರ್ಗಿಯ ಶೀಮೆಯಿಂದ ಬಂದು ಬನವಾಸಿಯಲ್ಲಿ ಇರುತ್ತಾರೆ. ಇವರ ಜನ್ಮಭಾಷೆ ಕನ್ನಡ, ಧರ್ಮ ಲಿಂಗವಂತ ಮತ. ಆದರೆ ಇವರು ಉತ್ತಮ ಕುಲದವರನ್ನು ತಮ್ಮೊಳಗೆ ಕರೆ ಕೊಳ್ಳುತ್ತಾರೆ. ಇವರೂ ವಂಶ ಪರಂಪರೆಯ ಪಾತರದವರೇ. ಇವರ ಆಚರಣೆಗಳೆಲ್ಲ ವಾಡಿಕೆಯಾಗಿ ಮೇಲೆ ವಿವರಿಸಿದಂತೆ ಇರುತ್ತವೆ.

ದೇವಳಿಗಳು.

ದೇವಳಿಗಳು.—ಇವರು ಬೆಳಗಾವಿ, ಕಾನಡಾ ಜಿಲ್ಲೆಗಳಲ್ಲಿ ಇರುತ್ತಾರೆ. ಗೊರವರು ಮುಂತಾದವರು ದೇವರಿಗೆ ಅರ್ಪಿಸಿದ ಮಕ್ಕಳು ದೇವಳಿಗಳಾಗುತ್ತಾರೆ; ಆದ್ದರಿಂದ ಇವರು ವಸ್ತುತಃ ಗುಡಿಗಳ ಪರಿಚಾರಕರು. ದೇವಳೀ ಹೆಂಗಸರು ಪಾತರದವರಂತೆ ಕುಣಿಯುವ ಹಾಡುವ ಹೋರೆಯನ್ನು ಮಾಡುತ್ತಾರೆ. ಆದರೆ ಜಾರ ಕರ್ಮವೇ ಅವರ ಮುಖ್ಯ ಉಪಜೀವನದ ಹೋರೆಯು. ಇವರು ಮರಾಠೀ ಭಾಷೆಯನ್ನಾಡುತ್ತಾರೆ. ಇವರ ಆಚಾರ, ಆಹಾರ, ಧರ್ಮ ಮುಂತಾ

15*

ದವುಗಳೆಲ್ಲ ಕುಣಬೀ ಜಾತಿಯವರಂತೆ. ಇವರನ್ನು ವಂಶ ಪರಂಪರೆಯ ಪಾತರದವರು ತಿರಸ್ಕರಿಸುತ್ತಾರೆಂದು ಮೇಲೆ ಹೇಳಿದ್ದೇವೆ.

ಬಸವಿಗಳು.

ಬಸವಿಗಳು.—ಇವರು ಲಿಂಗವಂತರು; ಧಾರವಾಡ ಜಿಲ್ಲೆಯಲ್ಲಿ ಇವರ ವಸ್ತಿ ಹೆಚ್ಚು ಇರುತ್ತದೆ. ಲಿಂಗವಂತರಲ್ಲಿಯ ಲಗ್ನ ಮುಂತಾದ ಸಮಾರಂಭಗಳಲ್ಲಿ ಹೆಂಗಸರ ಊಳಿಗ ಮಾಡುವದೇ ಇವರ ಮುಖ್ಯ ಹೋರೆಯು. ಆದರೆ ಇವರಿಗೆ ಲಗ್ನವಿಲ್ಲ. ಆದ್ದರಿಂದ ಜಾರಕರ್ಮವೇ ಇವರ ಉಪ ಜೀವನದ ಹೋರೆ ಇರುತ್ತದೆ. ಇವರಿಗೆ ಹಾಡಲಿಕ್ಕೂ ಕುಣಿಯಲಿಕ್ಕೂ ಬರುತ್ತಿರುವ ದಿಲ್ಲ. ಪೆಟೆಯ ದೈವದವರು ಕೂಡಿದಲ್ಲಿ ಊರ ಬಸವಿ ಇರಲಿಕ್ಕೆ ಬೇಕು.

ಸೂಳೆಗಳು.

ಸೂಳೆಗಳು ಅಥವಾ ಕಸಬಿಣಿಗಳು.—ಇವರಾದರೂ ಪಾತರದವರಂತೆ ಕನ್ನಡಿಗರು, ಮಹಾರಾಷ್ಟ್ರರು, ಮುಸಲ್ಮಾನರು, ಮುಂತಾದ ಜಾತಿಗಳಿಗೆ ಸೇರಿದವರು ಇರುತ್ತಾರೆ. ಇವರ ಭಾಷೆ, ಧರ್ಮ, ಆಚಾರ, ಆಹಾರ, ಮುಂ ತಾದವುಗಳು ಅವರವರ ದೇಶ, ಜಾತಿಗಳಂತೆ ಇರುತ್ತವೆ. ಕಸ ಬಿಣಿಗಳಲ್ಲಿ ಕೆಲವರು, ವಿಶೇಷವಾಗಿ ಮಹಾರಾಷ್ಟ್ರರೂ, ಮುಸಲ್ಮಾನರೂ, ಲಾವಣಿ, ಖ್ಯಾ ಲ, ತುಮರಿ, ಮುಂತಾದ ಹಾಡುಗಳನ್ನು ಕಲಿತಿರುತ್ತಾರೆ. ಅವರು ಸಮಾಜದಲ್ಲಿ ಕೂತು ಹಾಡಲಿಕ್ಕೆ ಅಡ್ಡಿ ಇಲ್ಲ. ಆ ಹಾಡುವ ಸಮಾರಂಭಕ್ಕೆ ಬೈಠಕ ಯೆಂದೆನ್ನುತ್ತಾರೆ. ಅಪರೂಪ ವಾಗಿ ಕೆಲವರು ಕುಣಿಯಲಿಕ್ಕೂ ಕಲಿತಿರುತ್ತಾರೆ. ಆದರೆ ಅವರಿಗೆ ಸಮಾಜದಲ್ಲಿ ನಿಂತು ಕುಣಿಯಲಿಕ್ಕೆ ಪಾತರದವರ ಅಡ್ಡಿ ಇರುತ್ತದೆ. ವಂಶ ಪರಂಪರೆಯ ಕಸಬಿಣಿಗಳು ಪಾತ ರದವರಂತೆ ಲಗ್ನದ ಸಂಸ್ಕಾರ ಮಾಡುತ್ತಾರೆ. ಕನ್ನಡ ಸೂಳೇರು ಪರಶುರಾಮನ ಮೂ ರ್ತಿಯ ಕೂಡ ಲಗ್ನ ಮಾಡಿಕೊಳ್ಳುತ್ತಾರೆ. ಜಾರಕರ್ಮವೇ ಕಸಬಿಣಿಗಳ ಮುಖ್ಯ ಜೀ ವನೋಪಾಯವು. ಬಹು ಜನರಿಗೆ ಹಾಡಲಿಕ್ಕೆ ಬರುತ್ತಿರುವದಿಲ್ಲ. ವಾಡಿಕೆಯಾಗಿ ಗಂಡ ನನ್ನು ಬಿಟ್ಟಂಥ ಇಲ್ಲವೆ ವಿಧವೆಗಳಾದಂಥ ಅನ್ಯ ಜಾತಿಗಳ ತರುಣ ಸ್ತ್ರೀಯರು ಸೂಳೆಗ ಳಾಗುತ್ತಾರೆ. ಶರೀರ ವಿಕ್ರಯವೇ ಅವರ ಉಪಜೀವನದ ಹೋರೆಯು. ಉತ್ತಮ ಜಾತಿ ಯ ಸೂಳೆಗಳು ನೀಚ ಜಾತಿಯವರನ್ನು ಕರೆಕೊಳ್ಳುವದಿಲ್ಲ. ಸೂಳೆಗಳು ಬೆಲೆಯುಳ್ಳ ಶೀರೆಗಳನ್ನು ಬ್ರಾಹ್ಮಣರಂತೆ ಇಲ್ಲವೆ ಲಿಂಗವಂತರಂತೆ ಉಟ್ಟು ಕೊಂಡು ಅಲಂಕಾರಗ ಳನ್ನು ಹಾಕಿ ಕೊಂಡು ಸ್ವಚ್ಛವಾಗಿಯೂ ಸುರೂಪಿಗಳಾಗಿಯೂ ಕಾಣಿಸಲಿಕ್ಕೆ ಯತ್ನಿಸು ತ್ತಿರುತ್ತಾರೆ.

ಘುಡಶಿಗಳು.

ಘುಡಶಿಗಳು.—ಇವರು ಬೆಳಗಾವಿ, ಕಾನಡಾ ಜಿಲ್ಲೆಗಳಲ್ಲಿ ಇರುತ್ತಾರೆ. ಆದರೆ ಬೆಳಗಾವೀ ಜಿಲ್ಲೆಯವರು ಭೋಸಲೆ, ಗಾಯಕವಾಡ, ಘೋರ್ಪಡೆ, ಸಾಳುಂಕೀ, ಮುಂ ತಾದ ಅಡ್ಡ ಹೆಸರಿನ ಮಹಾರಾಷ್ಟ್ರರು; ಕಾನಡಾ ಜಿಲ್ಲೆಯವರು ಗೋಮಂತಕದಿಂದ ಬಂದಂಥ ಅಡ್ಡ ಹೆಸರುಗಳಿಲ್ಲದ ಕೊಂಕ ಣಿಗರು. ಕೊಂಕಣೀ ಘುಡಶಿಗಳ ಹೆಂಗಸರು ಕಚ್ಚೆ ಹಾಕಿ ಕೊಂಡು ಕುಂಕುಮ ಹಚ್ಚು ವರು, ಕುಬ್ಬಸ ತೊಡುವದಿಲ್ಲ. ಎರಡೂ ಕಡೆಯ ಘುಡಶಿಗಳ ಉಳಿದ ಆಚಾರ, ಆಹಾರ,

ಧರ್ಮ ಮುಂತಾದವುಗಳು ಕುಣಬಿಗಳಂತೆ ಇರುತ್ತವೆ. ಬಜಂತ್ರಿಯ ಊದುವದೇ ಇವರ ಮುಖ್ಯ ಹೋರೆ. ಬೆಳಗಾವೀ ಜಿಲ್ಲೆಯ ಘಡಶಿಗಳು ಮೇಲಾದ ಬಜಂತ್ರಿಗಾರರೆನ್ನಿಸುತ್ತಾರೆ. ಲಗ್ನದ ಮಾಸಗಳಲ್ಲಿ ಘಡಶಿಗಳಿಗೆ ಪೊಳಿತಾಗಿ ಕೆಲಸ ವಿರುತ್ತದೆ. ಕೆಲಸ ವಿಲ್ಲದಾಗ ಇವರು ಬೇರೆ ಯೇನು ಉದ್ಯೋಗ ಮಾಡದೆ ಸೋಮಾರಿತನದಲ್ಲಿ ಕಾಲ ಕಳೆಯುವರು. ಇವರ ಮಕ್ಕಳು ಶಾಲೆಗೆ ಹೋಗುವದಿಲ್ಲ.

ಸಪ್ಪಳಿಗರು.

ಸಪ್ಪಳಿಗರು.—ಇವರು ಕಾನಡಾ ಜಿಲ್ಲೆಯಲ್ಲಿ ಮಾತ್ರ ಇರುತ್ತಾರೆ. ಇವರಿಗೆ ದೇವಡಿಗರೆಂತಲೂ ಅನ್ನುವರು. ಇವರು ತಮ್ಮ ಹೆಸರಿನ ಮುಂದೆ "ಪಡಿಯಾಳ್" ಯೆಂಬ ಉಪನಾಮವನ್ನು ಹಚ್ಚಿ ಕೊಳ್ಳುವರು. ಆದ್ದರಿಂದ ಇವರು ಮೂಲದಲ್ಲಿ ಗುಡಿಗಳ ಪರಿಚಾರಕರೆಂದು ತೋರುತ್ತದೆ. ಇವರ ಜನ್ಮಭಾಷೆ ಕನ್ನಡ. ಇವರಲ್ಲಿ ಮಕ್ಕಳ ಸಂತಾನದವರೆಂತಲೂ, ಅಳಿಯ ಸಂತಾನದವರೆಂತಲೂ ಯೆರಡು ಪೊಳ ಜಾತಿಗಳುಂಟು. ಅವರವರಿಗೆ ಶರೀರ ಸಂಬಂಧವಾಗುವದಿಲ್ಲ. ಅಳಿಯ ಸಂತಾನದವರು ಬಹು ಸ್ವಲ್ಪ ಜನರುಂಟು. ಸಪ್ಪಳಿಗರು ಮದ್ಯ ಮಾಂಸ ತಕ್ಕೊಳ್ಳುತ್ತಾರೆ, ಬ್ರಾಹ್ಮಣರ ಶಿಷ್ಯರಾಗಿ ನಡಿಯುವರು; ವಿಧವೆಗಳ ಲಗ್ನ ಮಾಡುವರು; ಹೆಣಗಳನ್ನು ಕೆಲವರು ಸುಡುವರು, ಕೆಲವರು ಹುಗಿಯುವರು. ಇವರ ಹೆಂಗಸರಿಗೆ ಶರಗು, ಕುಬ್ಬಸ ಯೆರಡೂ ಇಲ್ಲ, ಕುಲದೇವತೆಗಳು ವಾಡಿಕೆಯಾಗಿ ಹೆಣ್ಣು ದೇವತೆಗಳಿರುತ್ತವೆ. ಇವರ ಮುಖ್ಯ ಹೋರೆಯು ಬಜಂತ್ರೀ ಊದುವದೇ. ಆದರೆ ಕೆಲವರು ಪೊಕ್ಕಲತನ ಮಾಡಿ ಕೊಂಡು ಸುಖದಿಂದಿದ್ದಾರೆ. ಇವರ ಮಕ್ಕಳು ಶಾಲೆಗೆ ಹೋಗುವದಿಲ್ಲ.

ಹಳ್ಳೇರು.

ಹಳ್ಳೇರು.—ಇವರು ಕಾನಡಾ ಜಿಲ್ಲೆಯ ಕಾರವಾಡ, ಅಂಕೋಲಾ ತಾಲೂಕುಗಳಲ್ಲಿ ಇರುತ್ತಾರೆ; ತಿರುಪತಿಯಿಂದ ಬಂದವರೆಂದು ಹೇಳುತ್ತಾರೆ. ಇವರ ಜನ್ಮಭಾಷೆ ಕನ್ನಡ, ಗಂಡಸರ ಉಡಿಗೆ ಲಂಗೋಟಿ, ಹೆಂಗಸರಿಗೆ ಕುಬ್ಬಸ ವಿಲ್ಲ; ಮದ್ಯ ಮಾಂಸಗಳಿಗೂ ವಿಧವೆಗಳ ಲಗ್ನಕ್ಕೂ ಅಡ್ಡಿ ಇಲ್ಲ. ಇವರ ಮುಖ್ಯ ಕುಲದೇವತೆ ಸದಾಶಿವಗಡದ ಹತ್ತರ ಚಿತಾಕೋಲೆಂಬಲ್ಲಿಯ ಮಹಾಮಾಯಿ; ಆದರೆ ಇವರು ವೆಂಕಟರಮಣ, ಮಹಾದೇವ ಮುಂತಾದ ದೇವತೆಗಳನ್ನೂ ಪೂಜಿಸುತ್ತಾರೆ. ಇವರ ಉಪಾಧ್ಯಾಯರು ವೈಗರು ಇಲ್ಲವೆ ಜೋಶೀ ಬ್ರಾಹ್ಮಣರು, ಗುರು ಶೃಂಗೇರಿಯ ಸ್ವಾಮಿ. ಇವರು ಜನ್ಮ ಮರಣದ ಸೂತಕ ಹಿಡಿಯುತ್ತಾರೆ. ಹೆಂಗಸರು ಕಡೆಗಾದಾಗ ನಾಲ್ಕು ದಿವಸ ಮನೆಯಲ್ಲಿ ಮುಟ್ಟುವದಿಲ್ಲ. ಕೆಲವರು ಹೆಣಗಳನ್ನು ಹುಗಿಯುತ್ತಾರೆ, ಕೆಲವರು ಸುಡುತ್ತಾರೆ. ಇವರ ಮುಖ್ಯ ಹೋರೆ ಬಜಂತ್ರಿ, ಕಹಳೆ, ಕೊಂಬುಗಳನ್ನು ಊದುವದು, ನಾಟಕ ಮಾಡುವದು, ಪೊಕ್ಕಲತನ, ಇತ್ಯಾದಿ. ಇವರ ಮಕ್ಕಳು ಶಾಲೆಗೆ ಹೋಗುವದಿಲ್ಲ.

ಕೂಲಿಕಾರರೂ ಕಿರುಕಳ ಜಾತಿಗಳೂ.

	ಧಾರವಾಡ.			ಬೆಳಗಾವಿ.			ವಿಜಾಪುರ.			ಕಾನಡಾ.		
	ಗಂಡು.	ಹೆಣ್ಣು.	ಒಟ್ಟು.	ಗಂಡು.	ಹೆಣ್ಣು.	ಒಟ್ಟು.	ಗಂಡು.	ಹೆಣ್ಣು.	ಒಟ್ಟು.	ಗಂಡು.	ಹೆಣ್ಣು.	ಒಟ್ಟು.
೧ ಬೇಡರು	೨೬೩೪೪	೨೭೯೧೦	೫೪೭೫೪	೧೮೬೪೯	೧೮೬೨೮	೩೭೨೭೭	೧೦೪೯೦	೧೦೭೭೨	೨೧೨೬೨	೫೨೧	೪೪೬	೯೬೭
೨ ಬೇಲದಾರರು........	,,	,,	,,	೮೪೨	೮೫೦	೧೬೯೨	,,	,,	,,	,,	,,	,,
೩ ದೇಶಾವಳರು........	,,	,,	,,	೨೭೦	೨೩೦	೫೦೦	,,	,,	,,	,,	,,	,,
೪ ಡೊಂಬರು	೧೧೪	೧೬೨	೨೭೬	೮೩೦	೯೦೦	೧೭೩೦	೮೧	೧೦೯	೧೯೦	,,	,,	,,
೫ ಕೈಕಾಡಿಗಳು........	,,	,,	,,	೬೩	೫೨	೧೧೫	೨೯೮	೩೦೩	೬೦೧	,,	,,	,,
೬ ಕೊರವರು	೨೬೬೭	೨೬೮೩	೫೩೫೦	೧೭೭೫	೧೯೩೫	೩೭೧೦	೨೪೩೮	೨೪೭೮	೪೯೧೬	೪೩೯	೩೭೯	೮೧೮
೭ ರಾಪೊಶಿಗಳು	,,	,,	,,	೯೨	೭೫	೧೬೭	,,	,,	,,	,,	,,	,,
೮ ವಡ್ಡರು...........	೮೪೮೬	೮೩೭೪	೧೬೮೬೦	೯೦	೧೦೭	೧೯೭	೫೯೯೩	೫೮೩೭	೧೧೮೩೦	೧೬೪೨	೧೪೬೭	೩೧೦೯
೯ ಕಸಾಯಿಗಳು	,,	,,	,,	,,	,,	,,	,,	,,	,,			೫೦
೧೦ ಕಾತಕರಿಗಳು	,,	,,	,,	,,	,,	,,	,,	,,	,,	೭೫	೬೫	೧೪೦
೧೧ ಶಿಕಲಗಾರರು........	೬೨	೫೬	೧೧೮	,,	,,	,,	,,	,,	,,	,,	,,	,,

ಬೇಡರು.

ಬೇಡರು.—ಕುರುಬರು ಕಬ್ಬಲಿಗೇರಂತೆ ಇವರಾದರೂ ದಕ್ಷಿಣ ಹಿಂದುಸ್ಥಾನದ ಮೂಲ ನಿವಾಸಿಗಳಿರುತ್ತಾರೆ. ಕುರುಬರಿಗೂ ಬೇಡರಿಗೂ ಸಾಮ್ಯವೇನೆಂದರೆ, ಕಪ್ಪು ಮೈಬಣ್ಣ, ಕಸುವುಳ್ಳ ಮೈಕಟ್ಟು, ಗರಡೀ ಸಾಧಕ, ಕುಸ್ತಿಗಳ ಪ್ರೀತಿ, ಪೀಡಿಸುವಂಥ ದೇವತೆಗಳ ಮುಖ್ಯ ಆರಾಧನೆ, ಇತ್ಯಾದಿ. ಆದರೆ ಕುರುಬರು ಶಾಂತರು, ಬೇಡರು ಉಗ್ರಸ್ವಭಾವದವರು; ಕುರುಬರಿಗೆ ಮಾಂಸಾಹಾರದಲ್ಲಿ ವಿಶೇಷ ಪ್ರೀತಿ ಇಲ್ಲ, ಬೇಡರು ಬೆಕ್ಕು, ಮಂಗ, ಇಲಿ, ಇಂಥಾ ಪ್ರಾಣಿಗಳನ್ನು ಸಹ ತಿನ್ನುವರು. ಮಹಾರಾಷ್ಟ್ರ ಶೀಮೆಯಲ್ಲಿ ಬೇಡರಿಗೆ ರಾಮೋಶಿ ಯೆಂದೆನ್ನುವರು. ಖಾನ ದೇಶದ ಉತ್ತರದಲ್ಲಿ ಬೇಡರಿಗೆ ಭಿಲ್ಲರೆನ್ನುವರು. ವಿಜಯನಗರದ ಸ್ಥಾಪನೆಯಾಗುವ ಪೂರ್ವದಲ್ಲಿ ತೆಲಗು ಶೀಮೆಯಲ್ಲಿ ಬೇಡರ ಸಂಸ್ಥಾನಗಳಿದ್ದವು. ಹೆಸರಾದ ಸುರಪುರದ ನಾಯಕನು ಬೇಡನೇ ಇದ್ದನು. ಮೈಸೂರು ಶೀಮೆಯ ಪಾಳೆಗಾರರೆಲ್ಲರು ಬಹುತರ ಬೇಡರೇ ಇದ್ದಾರೆ. ಬನವಾಸಿಯ ಕದಂಬ ಅರಸರು ಬೇಡರಿರ ಬಹುದೆಂದು ಬುಕ್ಯಾನನ್ನನೆಂಬ ಶೋಧಕನು ಊಹಿಸುತ್ತಾನೆ. ಪೇಶವಾಯಿಯ ಕಡೆಯಲ್ಲಿ ಬೆಳಗಾವಿಯ ಹತ್ತರ ಚಿಕ್ಕದಿನ್ನೆ ಯೆಂಬಲ್ಲಿ ಬೇಡರದೊಂದು ಸಣ್ಣ ಸಂಸ್ಥಾನವಿತ್ತು. ಹೆಸರಾದ ಸಂಗೊಳ್ಳಿಯ ರಾಯಣ್ಣನು ಬೇಡನಿದ್ದನು.

ನಾಲ್ಕೂ ಜಿಲ್ಲೆಗಳಲ್ಲಿ ಬೇಡರ ವಸ್ತಿಯು ಪೊಳಿತಾಗಿ ಇರುತ್ತದೆ; ಆದರೂ ಕುರುಬರಷ್ಟು ಇಲ್ಲ. ಇವರಲ್ಲಿ ಮರಗೀ ಬೇಡರು, ದಾಸ ಬೇಡರು, ನಾಯಕ ಮಕ್ಕಳು, ಯೆಂಬ ಪೊಳ ಜಾತಿಗಳಿರುತ್ತವೆ. ಇವರೊಳಗೆ ಊಟದ ಬಳಿಕೆಯಾಗುವದಿಲ್ಲ. ಆದರೆ ಸಾಧಾರಣವಾಗಿ ಬೇಡರು ಮುಸಲ್ಮಾನರಲ್ಲಿ ಸಹ ಉಣ್ಣುವರು. ಬೇಡರ ಕುಲದೇವತೆ ದುರಗಮ್ಮ, ಅಥವಾ ಮರಿಯಮ್ಮ; ಆದರೆ ಇವರು ಯೆಲ್ಲಮ್ಮ, ವೆಂಕಟರಮಣ, ಹನುಮಂತ, ಈ ದೇವತೆಗಳಿಗೂ ಭಕ್ತಿಯಿಂದ ನಡಕೊಳ್ಳುತ್ತಾರೆ. ಮರಗಿ ಬೇಡರು ದುರಗಮ್ಮನ ಪೂರ್ಣ ಭಕ್ತರು; ಅವರು ದುರಗಿ ಮರಗಿಯ ಸಂದುಕವನ್ನು ತಲೆಯ ಮೇಲೆ ಹೊತ್ತುಕೊಂಡು ಮನೆ ಮನೆ ಭಿಕ್ಷೆ ಬೇಡುತ್ತ ತಿರುಗುತ್ತಾರೆ. ದಾಸ ಬೇಡರು ವೆಂಕಟರಮಣನ ಇಲ್ಲವೆ ಹನುಮಂತನ ದಾಸರಾಗಿ, ನಾಮ ಹಚ್ಚಿಕೊಂಡು ತಂಬೂರಿ ತಕ್ಕೊಂಡು ಹಾಡುತ್ತ ಭಿಕ್ಷೆ ಬೇಡುತ್ತಾರೆ. ಬೇಡರು ಬಹುತರ ತಮ್ಮ ಲಗ್ನ ಕಾರ್ಯಗಳನ್ನು ತಾವೇ ಮಾಡಿ ಕೊಳ್ಳುತ್ತಾರೆ, ಕೆಲವರು ಬ್ರಾಹ್ಮಣರನ್ನು ಕರಿಯುತ್ತಾರೆ. ಆದರೆ ಬ್ರಾಹ್ಮಣರು ಬೇಡರನ್ನು ಅತಿ ನೀಚ ಕುಲಗಳಲ್ಲಿ ಯೆಣಿಸುತ್ತಾರೆ. ಸಿಂದೀ ಕುಡಿಯುವದರಲ್ಲಿಯೂ ಸಿಕ್ಕಂಥ ಮಾಂಸ ತಿನ್ನುವದರಲ್ಲಿಯೂ ಬೇಡರು ಹೆಸರಾಗಿದ್ದಾರೆ. ಲಗ್ನದಲ್ಲಿ ಮದಿಮಕ್ಕಳು ಹನುಮಂತನ ಗುಡಿಗೆ ಹೋಗಿ ಬಂದ ಬಳಿಕ ಮದಿಮಗನನ್ನು ಕಲ್ಲಿನ ಮೇಲೆ, ಮದಿಮಗಳನ್ನು ಜೋಳದ ಬುಟ್ಟಿಯಲ್ಲಿ ನಿಲ್ಲಿಸಿ ಅಂತಃಪಟ ಹಿಡಿದು ಅಕ್ಕೀಕಾಳು ಹಾಕುವರು. ಲಗ್ನವಾದ ಬಳಿಕ ನಾಗ ಬಲಿ ಅಂದರೆ ಹಾವಿನ ಪೂಜೆಯನ್ನು ಮಾಡುವರು. ಇವರಲ್ಲಿ ವಿಧವೆಗಳ ಲಗ್ನಕ್ಕೆ ಅಡ್ಡಿ ಇಲ್ಲ. ಆದರೆ ವಿಧವೆಯ ಮಗನು ವಿಧವೆಯ ಮಗಳನ್ನೇ ಮಾಡಿಕೊಳ್ಳಲಿಕ್ಕೆ ಬೇಕು. ವಿಧವೆಯ ಮಕ್ಕಳು ಮುತ್ತೈದೆಗಳ ಮಕ್ಕಳ ಲಗ್ನ

ಕಾರ್ಯದಲ್ಲಿ ಕೆಲಸಕ್ಕೆ ಬಾರರು. ಬೇಡರಲ್ಲಿ ಬಹು ಜನರು ಹೆಣಗಳನ್ನು ಸುಡುತ್ತಾರೆ, ಉಳಿದವರು ಹುಗಿಯುತ್ತಾರೆ. ಇವರಲ್ಲಿ ಕಾಕಪಿಂಡ, ಶ್ರಾದ್ಧ ಮಾಡುವ ನಡಾವಳಿಯುಂಟು. ಬೇಡರ ವಸ್ತಿ ಇದ್ದಲ್ಲಿ ಕಟ್ಟೀಮನಿ ಯೆಂಬದೊಂದು ಹಿರಿ ಮನೆತನವಿರುತ್ತದೆ. ಕಟ್ಟೀಮನಿಯ ಹಿರಿಯನು ಜಾತಿ ಸಂಬಂಧದ ವ್ಯಾಜ್ಯಗಳನ್ನು ನಿರ್ವಹಿಸುವನು. ಪೂರ್ವದಲ್ಲಿ ಹೆಂಗಸು ಹಾದರ ಮಾಡಿದರೆ ಆಕೆಯ ತಲೆ ಬೋಳಿಸುವರು; ಆದರೆ ಈಗ ಐದು ಕೂದಲುಗಳನ್ನು ಕತ್ತಿಯಿಂದ ಕೊಯ್ದು ತೆಗಿಯುವರು. ಬೇಡರ ಮಕ್ಕಳು ಶಾಲೆಗೆ ಹೋಗುವದ್ದು ಬಹು ಕಡಿಮೆ.

ಬೇಡರು ಈಗ ಒಕ್ಕಲತನ, ಬೇಟೆ, ಕೂಲಿ, ಮುಂತಾದ ಹೋರೆಗಳನ್ನು ಮಾಡುತ್ತಾರೆ; ಕೂಲಿಕಾರರೇ ಬಹಳ. ದಸರೆ, ಯುಗಾದಿ ಮುಂತಾದ ಹಬ್ಬಗಳ ಮರು ದಿವಸ ಬೇಡರು ಬೇಟೆಗೆ ಹೊರಟು ಮೊಲ, ನರಿ, ಚಿಗರೆ, ಮುಂತಾದ ಮಿಕಗಳನ್ನು ಹೊಡಿದು ತರುವರು. ಬೇಟೆಯ ನಾಯಿಗಳನ್ನು ಇವರು ಮನೆಯಲ್ಲಿ ಸಾಕುತ್ತಾರೆ. ಇಂಗ್ಲಿಷ ಸರಕಾರದ ಅಮಲು ಬರುವ ಪೂರ್ವದಲ್ಲಿ ಬೇಡರು ದಾರಿಕಾರರನ್ನು ಸುಲಿಯುವರು, ದರೋಡೆ ಹಾಕುವರು, ದನಗಳನ್ನು ಕದಿಯುವರು. ಈಗ್ಯೂ ಬೇಡರು ಕಳ್ಳರೆಂದು ಹೆಸರಾಗಿದ್ದಾರೆ. ಪಾಚ್ಛಾಪುರ, ಹಲಗಲಿ, ಸುತಗಟ್ಟಿ, ಗೊರವನ ಕೊಳ್ಳ, ಮುಂತಾದ ಹಳ್ಳಿಗಳ ಬೇಡರು ಹೆಸರಾಗಿದ್ದಾರೆ. ದೊಡ್ಡ ಗ್ರಾಮಗಳಲ್ಲಿ ಕುರುಬಗೇರಿ ಬೇರೆ ಇರುವಂತೆ ಬೇಡಗೇರಿಯೂ ಬೇರೆ ಇರುತ್ತದೆ. ಹಳ್ಳಿಗಳ ತಳವಾರರೂ ಸೇತ ಸನದಿಗಳೂ ಬಹು ಜನರು ಬೇಡರಿರುತ್ತಾರೆ. ಅವರಿಗೆ ವಂಶ ಪರಂಪರೆಯ ಇನಾಮ ಭೂಮಿಗಳು ನಡಿಯುತ್ತವೆ.

ಬೇಲದಾರರು.

ಬೇಲದಾರರು.—ಇವರು ಬೆಳಗಾವೀ ಜಿಲ್ಲೆಯಲ್ಲಿ ಖಣಿಯೊಳಗಿನ ಇಮಾರತಿಯ ಕಲ್ಲು ಅಗಿದು ತೆಗಿಯುವ ಹೋರೆ ಮಾಡುತ್ತಾರೆ. ಇವರು ಮೂಲದಲ್ಲಿ ಗುಜರಾಥ ದೇಶದವರಾದಾಗ್ಯೂ ಸುಮಾರು ಅರವತ್ತು ವರ್ಷದ ಹಿಂದೆ ಸಾತಾರೆಯ ಶೀಮೆಯಿಂದ ದಕ್ಷಿಣಕ್ಕೆ ಬಂದ ಕಾರಣ ಮನೆಯಲ್ಲಿ ಗುಜರಾಥೀ ಭಾಷೆಯನ್ನೂ ಹೊರಗೆ ಮರಾಠೀ ಭಾಷೆಯನ್ನೂ ಆಡುತ್ತಾರೆ. ಇವರ ಉಡಿಗೆ, ಆಹಾರ, ಆಚಾರ, ಧರ್ಮ, ನಡಾವಳಿ, ಮುಂತಾದವುಗಳೆಲ್ಲ ಕುಣಬಿಗಳಂತೆ ಇರುತ್ತವೆ. ಇವರ ಹೆಂಗಸರು ಕುಣಬಿಗಳ ಹೆಂಗಸರಂತೆ ಶೀರೆ ಉಟ್ಟು ಕೊಂಡಾಗ್ಯೂ ಕುಂಕುಮ ಹಚ್ಚುತ್ತಾರೆ. ಇವರಲ್ಲಿ ಕೆಲವರು ಹೆಣಗಳನ್ನು ಸುಡುತ್ತಾರೆ, ಕೆಲವರು ಹುಗಿಯುತ್ತಾರೆ. ಇವರ ಮಕ್ಕಳು ಶಾಲೆಗೆ ಹೋಗುವದಿಲ್ಲ.

ದೇಶಾವಳರು.

ದೇಶಾವಳರು.—ಇವರು ಸುಮಾರು ಅರವತ್ತು ವರ್ಷದ ಹಿಂದೆ ಬೆಂಗಳೂರು ಶೀಮೆಯಿಂದ ಬಂದು ಬೆಳಗಾವೀ ಜಿಲ್ಲೆಯಲ್ಲಿ ವಾಸಿಸುತ್ತಾರೆ. ಇವರ ಜನ್ಮಭಾಷೆ ತೆಲಗು. ಗಂಡಸರು ಲಂಗೋಟೀ ಹಾಕುವರು, ಹೆಂಗಸರು ಕಚ್ಚೆ ಹಾಕಿ, ತುರುಬು ಬಲಗಡೆ ಇಳಿಬಿಟ್ಟು ಕಟ್ಟುವರು. ಇವರ ಧರ್ಮದಲ್ಲಿ ಮಾಂಸಕ್ಕೆ ನಿಷೇಧವಿದ್ದಾಗ್ಯೂ ಇವರು ನಿರಾತಂಕವಾಗಿ ಮಾಂಸಾಹಾರ ತಕ್ಕೊಳ್ಳುವರು.

ಇವರಿಗೆ ಶರೆ ಕುಡಿಯುವ ಚಟ ಬಹಳ; ಕೆಲವರು ಗಾಂಜಿ, ಭಂಗಿ, ಅಫೂ, ಮಾಜೂಮು, ಮುಂತಾದ ಮಾದಕ ಪದಾರ್ಥಗಳನ್ನು ಸೇವಿಸುವರು. ದೇಶಾವಳರ ಮುಖ್ಯ ಕುಲದೇವತೆ ವೆಂಕಟರಮಣ; ಆದರೆ ಇವರು ಮಹಾದೇವನನ್ನೂ ಭಕ್ತಿಯಿಂದ ಪೂಜಿಸುವರು. ಇವರ ಮುಖ್ಯ ಉಪಾಧ್ಯಾಯರು ಬ್ರಾಹ್ಮಣರು; ಆದರೆ ಇವರು ನಾಯಡುಗಳ ಉಪಾಧ್ಯಾಯರಿರುತ್ತಾರೆ. ಆದ್ದರಿಂದ ಇವರ ನಡಾವಳಿಗಳು ವಾಡಿಕೆಯಾಗಿ ನಾಯಡುಗಳಂತೆ ಇರುತ್ತವೆ. ದೇಶಾವಳರು ಲೋಫ ಯೆಂಬ ಕಣದ ಉಂಡೆಗಳನ್ನೂ ನಾನಾ ಪ್ರಕಾರದ ಬಿಸ್ಕೂಟಗಳನ್ನೂ ಮಾಡಿ ಮಾರುವ ಹೋರೆಯನ್ನು ಮಾಡುತ್ತಾರೆ. ಆದರೆ ಅದರಿಂದ ಇವರ ಹೊಟ್ಟೆ ವೊಳಿತಾಗಿ ತುಂಬುವದಿಲ್ಲ. ಇವರ ಮಕ್ಕಳು ಶಾಲೆಗೆ ಹೋಗುತ್ತಾರೆ.

ಡೊಂಬರು. — ಇವರಲ್ಲಿ ಗುಜರಾಥೀ, ಮರಾಠೀ, ಮುಸಲ್ಮಾನ, ಹೊಲಿಯ, ಯೆಂಬ ನಾಲ್ಕು ವೊಳ ಜಾತಿಗಳಿರುತ್ತವೆ. ಇವರ ಭಾಷೆ, ಧರ್ಮ, ಆಹಾರ, ನಡಾವಳಿ, ಮುಂತಾದವುಗಳು ಅವರವರ ದೇಶ, ಜಾತಿಗಳಂತೆ ಇರುತ್ತವೆ. ಆದರೆ ಕೀಳು ಸ್ಥಿತಿಯ ಡೊಂಬರು ಕತ್ತೆ, ಮಂಗ, ಹಾವು, ವೋತೀಕಾಟ, ಇವುಗಳನ್ನು ಸಹ ತಿನ್ನುತ್ತಾರೆಂದು ಹೇಳುತ್ತಾರೆ. ಮರಾಠೀ ಡೊಂಬರಿಗೆ ಗೋಪಾಳಗಣೀ ಡೊಂಬರೆಂತಲೂ ಅನ್ನುವರು. ಗುಜರಾಥೀ ಡೊಂಬರು ಮುಖ್ಯವಾಗಿ ಹಗ್ಗದ ಮೇಲೆ ನಡಿಯುವ ಮುಂತಾದ ಕಸರತ್ತುಗಳನ್ನು ಮಾಡುತ್ತಾರೆ. ಮರಾಠೀ ಡೊಂಬರು ನೆಲದ ಮೇಲೆಯೂ, ಹಗ್ಗದ ಮೇಲೆಯೂ, ಗೋಪಾಳಗಣಿಯ ಮೇಲೆಯೂ, ಕಸರತ್ತು ಮಾಡುತ್ತಾರೆ, ಮುಸಲ್ಮಾನರು ಮುಖ್ಯವಾಗಿ ನೆಲದ ಮೇಲೆ ಕಸರತ್ತು ಮಾಡುವರು. ಹೊಲೆ ಡೊಂಬರು ಕಸರತ್ತುಗಳನ್ನು ಅರಿಯರು; ಕೋಡಿನ ಹಣಿಗೆಗಳನ್ನು ಮಾಡಿ ಮಾರುವರು; ದಪ್ಪು ತುಣತುಣಿಗಳನ್ನು ತಕ್ಕೊಂಡು ಮನೆ ಮನೆಗೆ ಹಾಡುತ್ತ ಕುಣಿಯುತ್ತ ಭಿಕ್ಷೆ ಬೇಡುವರು; ಕೈಗೆ ಶಿಕ್ಕ ವೊಡವೆಗಳನ್ನು ಕದಿಯುವರು. ಗುಜರಾಥೀ ಮರಾಠೀ ಡೊಂಬರ ಹೆಂಗಸರು ಹಾದರದಿಂದಲೂ ದುಡ್ಡು ದೊರಕಿಸುವರು. ಸುರೂಪಿಗಳಾದ ತರುಣ ಸ್ತ್ರೀಯರು ಆಟದಲ್ಲಿ ನಾನಾ ಪ್ರಕಾರದ ಕಸರತ್ತುಗಳನ್ನು ಮಾಡಿ, ನೋಡುವವರ ಮನಸು ಯೆಳಿದು ಕೊಳ್ಳುವದರಿಂದ ಅವರ ಸೂಳೆತನದ ಹೋರೆಗೆ ಸ್ವಲ್ಪ ಬೆಲೆ ಬರುತ್ತದೆ. ಅಂಥಾ ಹೆಂಗಸರಿಗೆ ಸೋನಬೇಡಿ ಯೆಂದೆನ್ನುವರು. ಡೊಂಬರು ವೊಂದೇ ಕಡೆಯಲ್ಲಿ ಮನೆ ಮಾಡಿ ಕೊಂಡು ನಿಲ್ಲುವದಿಲ್ಲ. ಊರ ಹೊರಗೆ ಚಾಪಿಯ ಗುಡುಸಲುಗಳಲ್ಲಿ ವಾಸಿಸುತ್ತಾರೆ. ಊರಿಂದೂರಿಗೆ ಹೋಗುವಾಗ ಚಾಪಿ ಮುಂತಾದ ಸಾಮಾನುಗಳನ್ನು ಕತ್ತೆಗಳ ಮೇಲೆ ಹೇರಿ ಕೊಂಡು ಹೋಗುವರು. ಮರಾಠೀ ಡೊಂಬರ ಅಡ್ಡ ಹೆಸರುಗಳು ಜಾಧವ, ಕಾಳೆ, ಜಾಂಬಳೇ, ಮುಂತಾದವುಗಳಿರುವ ಕಾರಣ ಇವರು ತಾವು ಉತ್ತಮ ಕುಲದ ಮಹಾರಾಷ್ಟ್ರರೆಂದು ಹೇಳುತ್ತಾರೆ. ಆದರೆ ಉತ್ತಮ ಕುಲದವರು ಯಾರೂ ಇವರ ಕೂಡ ಊಟದ ಬಳಿಕೆ ಮಾಡುವದಿಲ್ಲ. ಡೊಂಬರು ವೊಟ್ಟೆಗೆ ನೀಚ ಸ್ಥಿತಿಯಲ್ಲಿ ಇದ್ದಾರೆ. ಇವರ ಮಕ್ಕಳು ಶಾಲೆಗೆ ಹೋಗುವದಿಲ್ಲ.

ಕೈಕಾಡಿಗಳು. — ಇವರು ಬೆಳಗಾವಿ ವಿಜಾಪುರ ಜಿಲ್ಲೆಗಳಲ್ಲಿ ಇರುತ್ತಾರೆ; ಜನ್ಮ

28

ಭಾಷೆ ಕನ್ನಡ. ಉತ್ತಮ ಕುಲದವರು ಇವರನ್ನು ಮುಟ್ಟಿಸಿ ಕೊಳ್ಳುವದಿಲ್ಲ; ಇವರ ಅನ್ನವನ್ನು ಹೊಲಿಯರು ಮಾತ್ರ ತಕ್ಕೊಳ್ಳುತ್ತಾರೆ. ಮದ್ಯ ಮಾಂಸಗಳಿಗೂ ವಿಧವೆಗಳ ಲಗ್ನಕ್ಕೂ ಅಡ್ಡಿ ಇಲ್ಲ. ಇವರ ಮುಖ್ಯ ದೇವತೆ ಯೆಲ್ಲಮ್ಮ. ಇವರು ಬ್ರಾಹ್ಮಣರನ್ನು ಕೇಳಿ ಲಗ್ನ, ನಾಮಕರಣ ಮುಂತಾದ ಕಾರ್ಯಗಳನ್ನು ಮಾಡುತ್ತಾರೆ; ಆದರೆ ಬ್ರಾಹ್ಮಣರು ಇವರ ಮನೆಗೆ ಹೋಗುವದಿಲ್ಲ. ಲಗ್ನವಾದ ಬಳಿಕ ಹೆಂಡತಿಯು ಮೂರು ಹಡಿಯುವ ವರೆಗೆ ಗಂಡನು ಆಕೆಯ ಮನೆಯಲ್ಲಿ ಇರಲಿಕ್ಕೆ ಬೇಕು; ಇರದಿದ್ದರೆ ಆಕೆಯ ತಾಯಿ ತಂದೆಗಳ ಹೊಟ್ಟೆಗೆ ಕೊಡಲಿಕ್ಕೆ ಬೇಕು. ಕೈಕಾಡಿಗಳು ಈಚಲದ ಬುಟ್ಟಿ, ಗಳಿಗೆಗಳನ್ನು ಮಾಡಿ ಮಾರುತ್ತಾರೆ, ಕೂಲಿಗೆ ಹೋಗುತ್ತಾರೆ. ಸ್ವಲ್ಪ ಜನರು ವೊಕ್ಕಲತನ ಮಾಡುತ್ತಾರೆ. ಆದರೆ ಇವರು ಕಳ್ಳರೊಳಗೆ ಯೆಣಿಸಲ್ಪಡುತ್ತಾರೆ; ದರೋಡೆಯಾದಲ್ಲಿ ಅವರೊಳಗೆ ಕೈಕಾಡಿಗಳು ಬಹುತರ ಇರುತ್ತಾರೆ. ಆದರೂ ಇವರಿಗೆ ಬಡತನ ಬಹಳ. ಗಂಡಸರ ಮೈ ತುಂಬ ಬಟ್ಟೆಗಳಿರುವದಿಲ್ಲ. ನಡುವಿಗೆ ಸಣ್ಣದೊಂದು ಹೊಲಸು ಪಂಚೆ, ತಲೆಗೆ ಯೆರಡು ಮೂರು ವೊಳದ ಅರಿವೆ, ಹೆಗಲ ಮೇಲೆ ಅಂಥಾದೇ ವೊಂದು ಅರಿವೆ, ಇಷ್ಟೇ ಇವರ ಉಡಿಗೆಗಳು. ಹೆಂಗಸರಿಗೆ ಕುಬ್ಬಸ ದೊರಿಯುವದು ದುರ್ಲಭ. ಇವರ ಮಕ್ಕಳು ಶಾಲೆಗೆ ಹೋಗುವದಿಲ್ಲ.

ಕೈಕಾಡಿಗಳು.

ಕೊರವರು.—ಇವರು ನಾಲ್ಕೂ ಜಿಲ್ಲೆಗಳಲ್ಲಿ ಇರುತ್ತಾರೆ. ಇವರ ಜನ್ಮಭಾಷೆ ಅರವು, ಅಂದರೆ ತಮಿಳ. ಇವರಲ್ಲಿ ಗಂಟೀ ಚೋರರು, ಕೈಕಾಡೀ ಕೊರವರು, ಕುಂಚೀ ಕೊರವರು, ಪಾತರದ ಕೊರವರು, ಸನಾದೀ ಕೊರವರು, ಮೋದೀ ಕೊರವರು, ಯೆಂಬ ಆರು ವೊಳ ಜಾತಿಗಳುಂಟು. ಗಂಟೀ ಚೋರರು ಬಹು ಜನ ನೆರೆದಲ್ಲಿಯೂ ಮನೆಗಳಲ್ಲಿಯೂ ಕಳವು ಮಾಡುವರು. ಇವರು ಮಕ್ಕಳಿಗೆ ಕಳವಿನ ವಿದ್ಯವನ್ನು ಚಿಕ್ಕಂದಿನಿಂದ ಕಲಿಸುತ್ತಾರೆ, ಬಡಿದು ಬಡಿದು ಅವರ ಮೈ ಮರಗಟ್ಟುವಂತೆ ಮಾಡುತ್ತಾರೆ. ಕೈಕಾಡೀ ಕೊರವರು ಮುಖ್ಯವಾಗಿ ಹತ್ತೀ ಕಟ್ಟಿಗೆಗಳಿಂದಲೂ ಈಚಲ ಯೆಲೆಗಳಿಂದಲೂ ಬುಟ್ಟಿ, ಗಳಿಗೆಗಳನ್ನು ಮಾಡಿ ಮಾರುವರು, ಕೂಲಿಗೆ ಹೋಗುವರು, ಭಿಕ್ಷೆ ಬೇಡುವರು. ಪಾತರದ ಕೊರವಿಗಳ ಹೆಂಗಸರು ಪಾತರದವರಂತೆ ಗಾಯನ, ನೃತ್ಯ, ಸೂಳೆತನ ಮಾಡುವರು. ಮೋದೀ ಕೊರವರು ಮಾಂತ್ರಿಕರು. ಇವರ ಹೆಂಗಸರು ತಲೆಯ ಮೇಲೆ ಬುಟ್ಟಿಯನ್ನಿಟ್ಟು ಕೊಂಡು ಮನೆ ಮನೆಗೆ ಪ್ರಶ್ನ ಹೇಳುತ್ತ ತಿರುಗುತ್ತಾರೆ. ಆ ಹೆಂಗಸರಿಗೆ ಕೊರವಂಜಿಗಳೆಂದೆನ್ನುವರು. ಕುಂಚೀ ಕೊರವರು ನೇಕಾರರಿಗೆ ಬೇಕಾಗುವ ಕುಂಚಿಗಳನ್ನು ಕಟ್ಟಿ ಮಾರುವರು; ಇವರ ಹೆಂಗಸರು ಹುಲ್ಲಿನ ಕಸಬರಿಗೆಗಳನ್ನು ಕಟ್ಟಿ ಮಾರುವರು. ಇವರಿಗೆ ಅಡವೀ ಕೊರವರೆಂತಲೂ ಅನ್ನುವರು. ಒಟ್ಟಿಗೆ ಸನಾದೀ ಕೊರವರ ಹೊರ್ತು ಉಳಿದ ಜಾತಿಗಳೆಲ್ಲ ನೀಚ ಸ್ಥಿತಿಯಲ್ಲಿ ಇರುತ್ತವೆ; ಭಿಕ್ಷೆ, ಕಳವು, ಇವೆರಡೇ ಇವರ ಮುಖ್ಯ ಉಪಜೀವನಗಳು; ಇವರು ಗುಡುಸಲಿನ ಚಾಪಿಗಳನ್ನು ಕಟ್ಟಿ ಕೊಂಡು ಊರೂರು ತಿರುಗುವರು. ಮದ್ಯ ಮಾಂಸಗಳಿಗೂ ವಿಧವೆಗಳ ಲಗ್ನಕ್ಕೂ ಅಡ್ಡಿ ಇಲ್ಲ; ಹಾದರಕ್ಕೆ ಬಹಳ ದೋಷವಿಲ್ಲ;

ಕೊರವರು.

ಹೆಣಗಳನ್ನು ಹುಗಿಯುವರು. ಬ್ರಾಹ್ಮಣರೂ ಲಿಂಗವಂತರೂ ಇವರ ಮನೆಗೆ ಹೋಗುವದಿಲ್ಲ. ಇವರ ಮಕ್ಕಳು ಶಾಲೆಗೆ ಹೋಗುವದಿಲ್ಲ. ಇವರ ಕುಲದೇವತೆ ಯೆಲ್ಲಮ್ಮ.

ಸನಾದೀ ಕೊರವರು.

ಸನಾದೀ ಕೊರವರು.—ಯೆಲ್ಲಕ್ಕೂ ಶ್ರೇಷ್ಠರು. ಇವರು ವೊಂದೇ ಸ್ಥಳದಲ್ಲಿ ಮನೆ ಮಾಡಿ ಕೊಂಡು ಇರುವರು. ಗಂಡಸರಿಗೂ ಹೆಂಗಸರಿಗೂ ಮೈತುಂಬ ಬಟ್ಟೆಗಳಿರುತ್ತವೆ. ಇವರ ವಸ್ತ್ರಗಳೂ ಮನೆಗಳೂ ತಕ್ಕಮಟ್ಟಿಗೆ ಸ್ವಚ್ಛ ಇರುತ್ತವೆ. ಇವರ ಕುಲದೇವತೆ ಯೆಲ್ಲಮ್ಮನಾದಾಗ್ಯೂ ಇವರು ಹನುಮಂತ ದೇವರಿಗೆ ವಿಶೇಷವಾಗಿ ನಡಕೊಳ್ಳುವರು, ಮನೆಯಲ್ಲಿ ಹನುಮಂತನ ಮೂರ್ತಿಯನ್ನು ಪೂಜಿಸುವರು. ಹನುಮಂತನ ಭಕ್ತರು ಮಾಂಸ ತಿನ್ನುವದಿಲ್ಲ. ಉತ್ತಮ ಕುಲದವರು ಇವರನ್ನು ಮುಟ್ಟಿಸಿ ಕೊಳ್ಳುವದಕ್ಕೆ ಹೇಸುವದಿಲ್ಲ. ಒಟ್ಟಿಗೆ ನಾದಿಗರು, ಜೀನಗಾರರು, ಬೇಡರು, ಮುಂತಾದವರಿಗಿಂತ ಇವರ ಸ್ಥಿತಿಯು ಮೇಲಾದದ್ದಿರುತ್ತದೆಂದು ಹೇಳ ಬಹುದು. ಇವರ ಹೆಂಗಸರು ವೊಕ್ಕಲಿಗರಂತೆ ಕಚ್ಚೆ ಹಾಕದೆ ಶೀರೆ ಉಟ್ಟುಕೊಂಡು ಬಹುತರ ಕುಂಕುಮ ಹಚ್ಚಿ ಕೊಳ್ಳುತ್ತಾರೆ. ಉತ್ತಮ ಜಾತಿಗಳಲ್ಲಿ ಲಗ್ನ ಮುಹೂರ್ತ ಮುಂತಾದ ಶುಭ ಕಾರ್ಯಗಳಲ್ಲಿ ಬಜಂತ್ರೀ ಊದುವದೇ ಸನಾದೀ ಕೊರವರ ಮುಖ್ಯ ಹೋರೆಯು. ಆದರೆ ಇವರು ಕಟ್ಟಿಗೇ ತಂದು ಮಾರುವರು, ಕಸಬರಿಗೆಗಳನ್ನೂ ಕಸಬರಿಗೆಯ ಹುಲ್ಲನ್ನೂ ಮಾರುವರು. ಹುಲ್ಲಿನ ನೆಲುವು, ಹತ್ತೀ ಕಟ್ಟಿಗೆಯ ಗಳಿಗೆ ಬುಟ್ಟಿಗಳು, ಮುಂತಾದವುಗಳನ್ನು ಮಾಡಿ ಮಾರುವರು. ಇವರು ನಿರುದ್ಯೋಗಿಗಳಲ್ಲ, ಒಟ್ಟಿಗೆ ಸುಖದಿಂದ ಇದ್ದಾರೆ, ಮಕ್ಕಳನ್ನು ಆಸ್ಥೆಯಿಂದ ಶಾಲೆಗೆ ಕಳಿಸುತ್ತಾರೆ.

ರಾಮೋಶಿಗಳು.

ರಾಮೋಶಿಗಳು.—ಇವರು ಮಹಾರಾಷ್ಟ್ರ ದೇಶದಿಂದ ಬಂದ ಬೇಡರು, ಬೆಳಗಾವೀ ಜಿಲ್ಲೆಯಲ್ಲಿ ಇರುತ್ತಾರೆ. ಆದರೆ ಮನೆಯಲ್ಲಿ ಬಹುತರ ಕನ್ನಡ ಭಾಷೆಯನ್ನೇ ಆಡುವರು. ಬೇಡರಿಗೂ ರಾಮೋಶಿಗಳಿಗೂ ಊಟದ ಬಳಿಕೆಯಾಗುತ್ತದೆ; ಆದರೆ ಶರೀರ ಸಂಬಂಧವಾಗುವದಿಲ್ಲ. ಇವರ ಉಡಿಗೆ, ಆಹಾರ, ಆಚಾರ, ಧರ್ಮ, ಹೋರೆ, ಮುಂತಾದವುಗಳೆಲ್ಲ ಬೇಡರಂತೆ ಇರುತ್ತವೆ.

ವಡ್ಡರು.

ವಡ್ಡರು.—ಇವರು ತೆಲಗು ದೇಶದಿಂಡ, ವಿಶೇಷವಾಗಿ ಒಡ್ರ ದೇಶದಿಂದ ಬಂದವರು; ಯೆಲ್ಲ ಕಡೆಯಲ್ಲಿ ಇರುತ್ತಾರೆ; ಮನೆಯಲ್ಲಿ ತೆಲಗು ಭಾಷೆಯನ್ನಾಡುವರು. ಇವರಲ್ಲಿ ಭೋಜ ವಡ್ಡರು, ಕಲ್ಲುಕುಟ್ಟಿಗರು, ಬಂಡಿ ವಡ್ಡರು, ಮಣ್ಣೊಡ್ಡರು, ಯೆಂಬ ನಾಲ್ಕು ವೊಳಭೇದಗಳಿವೆ. ಭೋಜ ವಡ್ಡರು ಉಳಿದ ಮೂರು ಜಾತಿಗಳ ಸಂಗಡ ಊಟದ ಬಳಿಕ ಮಾಡುವದಿಲ್ಲ; ಉಳಿದ ಮೂರು ಜಾತಿಗಳಲ್ಲಿ ಪರಸ್ಪರ ಶರೀರಸಂಬಂಧ ಸಹ ಆಗುತ್ತದೆ. ಭೋಜ ವಡ್ಡರು ಇದ್ದಲಿ, ಸುಣ್ಣ, ಮಾಡಿ ಮಾರುವರು. ಕಲ್ಲುಕುಟ್ಟಿಗರು ಕಲ್ಲು ಹೊಡಿಯುವರು; ಬಂಡಿ ವಡ್ಡರು ಕಣಿಯೊಳಗಿನ ಕಲ್ಲು ತೆಗಿದು ಮಾರುವರು; ಮಣ್ಣೊಡ್ಡರು ಕೆರೆ, ಬಾವಿ, ಕಾವಲಿ, ಮುಂತಾದವುಗಳನ್ನು ಅಗಿಯುವರು. ಗಂಡಸರು ವಾಡಿಕೆಯಾಗಿ ಸಡಿಲಾದ ಚಣ್ಣವನ್ನು

ಮೊಣಕಾಲ ಮೇಲೆ ಹಾಕುವರು; ಹೆಂಗಸರು ಕುಬ್ಬಸ ತೊಡುವದಿಲ್ಲ. ವಡ್ಡರ ಹೆಂಗಸರು ಗಂಡಸರಷ್ಟೇ ದುಡಿಯುವ ಕಾರಣ ಅನುಕೂಲವಿದ್ದವರು ಯೆಂಟು ಜನರ ವರೆಗೆ ಹೆಂಡ ರನ್ನು ಮಾಡಿ ಕೊಳ್ಳುತ್ತಾರೆ. ವಡ್ಡರ ಲಗ್ನಕ್ಕೆ ಮಂಗಳ ಸೂತ್ರ, ಬಳಿ, ಹೂ, ಕುಬ್ಬಸ, ಬಾಸಿಂಗ, ಇವು ಬೇಕಾಗುವದಿಲ್ಲ. ಲಗ್ನವಾದ ಬಳಿಕ ಮದಿಮಕ್ಕಳು ಗುಡಿಯಿಂದ ಮನೆಗೆ ಬರುವಾಗ ಐದು ಮನೆಗಳಿಗೆ ಹೋಗಿ ಹಿರಿಯರಿಗೆ ನಮಸ್ಕಾರ ಮಾಡಲಿಕ್ಕೆ ಬೇಕು. ವಡ್ಡರು ಮದ್ಯ ಮಾಂಸಗಳನ್ನು ತಕ್ಕೊಳ್ಳುವದಲ್ಲದೆ ಹಾವು, ಇಲಿ, ಹೆಗ್ಗಣ, ಮುಂತಾದ ಕೀಳು ಜಂತುಗಳನ್ನು ಸಹ ತಿನ್ನುವರು. ಇವರಿಗೆ ಶರೆ ಕುಡಿಯುವ ಚಟ ಬಹಳ ಇರುವ ಕಾರಣ ಇವರ ಬಡತನ ಹಿಂಗುವದಿಲ್ಲ. ವೆಂಕಟರಮಣ, ಹನುಮಂತ, ಯೆಲ್ಲಮ್ಮ, ಇವರ ಮುಖ್ಯ ದೇವತೆಗಳು; ಆದರೆ ವೆಂಕಟರಮಣನನ್ನು ಹೆಚ್ಚು ಭಕ್ತಿ ಯಿಂದ ಪೂಜಿಸುವರು. ಇವರ ಗುರು ಶ್ರೀ ವೈಷ್ಣವನು, ಶ್ರೀರಂಗದಲ್ಲಿ ಇರುತ್ತಾನೆ. ಆದರೆ ಇವರಲ್ಲಿಯ ಲಗ್ನ ಮುಂತಾದ ಕಾರ್ಯಗಳಿಗಾಗಿ ಇವರ ಮನೆಗೆ ಬ್ರಾಹ್ಮಣರು ಹೋಗುವದಿಲ್ಲ. ಮುಹೂರ್ತ ಮುಂತಾದವುಗಳನ್ನು ಇವರಿಗೆ ಬ್ರಾಹ್ಮಣರೇ ಹೇಳುತ್ತಾ ರೆ. ವಡ್ಡರು ಸತ್ತವರ ಶ್ರಾದ್ಧದಂಥ ವಿಧಿಯನ್ನು ಪ್ರತಿ ವರ್ಷ ಮಾಡುತ್ತಾರೆ; ಮೂರು ವರ್ಷ ನಾಲ್ಕು ವರ್ಷಕ್ಕೊಮ್ಮೆ ವೆಂಕಟರಮಣನ ಉತ್ಸವವನ್ನು ಬಹು ಸಮಾರಂಭದಿಂದ ಮಾಡುತ್ತಾರೆ. ಇವರು ಹೆಣ್ಣು ಮಕ್ಕಳ ಲಗ್ನವನ್ನು ಚಿಕ್ಕಂದಿನಲ್ಲಿ ಮಾಡುವರು; ವಿಧವೆ ಗಳ ಲಗ್ನಕ್ಕೆ ಅಡ್ಡಿ ಇಲ್ಲ; ಹೆಣಗಳನ್ನು ಬಹು ಜನರು ಹುಗಿಯುವರು. ಇವರ ಮಕ್ಕ ಳು ಶಾಲೆಗೆ ಹೋಗುವದಿಲ್ಲ.

ಕಸಾಯಿಗಳು.

ಕಸಾಯಿಗಳು.—ಇವರು ನಿಜಾಮಾ ರಾಜ್ಯದಿಂದ ಬಂದು ಕಾನಡಾ ಜಿಲ್ಲೆಯ ಶಿರಸೀ ತಾಲೂಕಿನಲ್ಲಿ ವಾಸಿಸುತ್ತಾರೆ; ಆದರೆ ಮನೆಯಲ್ಲಿ ಹಿಂದುಸ್ತಾನೀ ಮಿಶ್ರವಾದ ಮರಾಠೀ ಭಾಷೆಯನ್ನಾಡುವರು. ಇವರು ಸೂರ್ಯನಿಂದ ತಮ್ಮ ಉತ್ಪತ್ತಿ ಯೆಂತಲೂ ಕಶ್ಯಪ, ಕೌಂಡಣ್ಯ, ತಮ್ಮ ಗೋತ್ರಗ ಳೆಂತಲೂ ಹೇಳುತ್ತಾರೆ. ಇವರ ಉಡಿಗೆಗಳು ಚಂದವಾಗಿಯೂ ಸ್ವಚ್ಛವಾಗಿಯೂ ಇರು ವವು; ಹೆಂಗಸರು ಕಚ್ಚೆ ಹಾಕುವದಿಲ್ಲ, ಕುಬ್ಬಸ ತೊಡುವರು. ಕಸಾಯಿಗಳು ಮದ್ಯ ಮಾಂಸಗಳನ್ನು ನಿರಾತಂಕವಾಗಿ ತಕ್ಕೊಳ್ಳುವರು. ಇವರ ಕುಲದೇವತೆ ಕಲಬುರ್ಗೆಯ ಯೆಲ್ಲಮ್ಮ; ಉಪಾಧ್ಯಾಯರು, ಹೈಗ ಬ್ರಾಹ್ಮಣರು. ಕುರಿಗಳನ್ನು ಕೊಯ್ದು ಮಾಂಸ ಮಾ ರುವದೇ ಇವರ ಮುಖ್ಯ ಹೋರೆಯು; ಕೆಲವರು ಶರೆ ಮಾರುವ ಗುತ್ತಿಗೆಯನ್ನು ಮಾಡಿ ಕೊಳ್ಳುವರು. ಇವರಲ್ಲಿ ಹೆಣ್ಣು ಮಕ್ಕಳ ಲಗ್ನ ಹದಿನಾರು ವರ್ಷದ ವರೆಗೆ ಆಗುತ್ತದೆ, ವಿಧವೆಗಳಿಗೆ ಲಗ್ನವಿಲ್ಲ, ಜನ್ಮ ಮರಣಗಳ ಸೂತಕ ಹಿಡಿಯುವರು. ಇವರ ಮಕ್ಕಳು ಶಾಲೆಗೆ ಹೋಗುತ್ತಾರೆ.

ಕಾತಕರಿಗಳು.—ಇವರು ಕೊಂಕಣದಿಂದ ಬಂದು ಕಾನಡಾ ಜಿಲ್ಲೆಯ ಯಲ್ಲಾ ಪುರ ತಾಲೂಕಿನಲ್ಲಿ ವಾಸಿಸುತ್ತಾರೆ; ಜನ್ಮಭಾಷೆ ಮರಾಠಿ, ಕುಲದೇವತೆ ಮಾಲಿ ಗೋ ಮಂತಕ ಶೀಮೆಯಲ್ಲಿ ಉಂಟು. ಆದರೆ ಇವರು ವಿಠೋಬನಿಗೂ ಗೋಕರ್ಣದ ಬಹಾ

ಬಳೇಶ್ವರನಿಗೂ ಭಕ್ತಿಯಿಂದ ನಡಕೊಳ್ಳುವರು. ಇವರ ಉಪಾಧ್ಯಾಯರು ಹೈಗ ಬ್ರಾಹ್ಮಣರು. ಇವರಲ್ಲಿ ಮದ್ಯ ಮಾಂಸಗಳಿಗೂ ವಿಧವೆಗಳ ಲಗ್ನಕ್ಕೂ ಅಡ್ಡಿ ಇಲ್ಲ; ಜನ್ಮ ಮರಣಗಳ ಸೂತಕ ಹತ್ತು ದಿವಸ ಇರುತ್ತದೆ. ಇವರಲ್ಲಿ ಕೆಲವರು ವೊಕ್ಕಲತನ ಮಾಡುವರು, ಕೆಲವರು ಕೂಲೀ ಮಾಡುವರು. ಇವರ ಮಕ್ಕಳು ಶಾಲೆಗೆ ಜೋಗುವದಿಲ್ಲ.

ಕಾತಕರಿಗಳು.

ಶಿಕಲಗಾರರು.—ಇವರು ಧಾರವಾಡ ಬೆಳಗಾವೀ ಜಿಲ್ಲೆಗಳಲ್ಲಿ ಇರುತ್ತಾರೆ; ಮನೆಯಲ್ಲಿ ಹಿಂದುಸ್ತಾನೀ ಭಾಷೆಯನ್ನಾಡುವರು. ಗಂಡಸರು ಹೆಚ್ಚಾಗಿ ಲಂಗೋಟಿಯನ್ನು ಹಾಕುವರು, ಹೆಂಗಸರು ಕಚ್ಚೆ ಹಾಕುವದಿಲ್ಲ. ಇವರು ಮೂಲದಲ್ಲಿ ಘಿಸಾಡೀ ಜಾತಿಯವರಿದ್ದು ಔರಂಗಜೇಬನ ಕಾಲಕ್ಕೆ ಇವರನ್ನು ಬಲಾತ್ಕಾರದಿಂದ ಮುಸಲ್ಮಾನರನ್ನು ಮಾಡಿದರೆಂದು ಹೇಳುತ್ತಾರೆ. ಆದರೆ ಈಗ ಇವರ ಆಚಾರಗಳನ್ನು ನೋಡಿದರೆ ಇವರನ್ನು ಹಿಂದೂ ಜನರೊಳಗೂ ಮುಸಲ್ಮಾನರೊಳಗೂ ಯೆಣಿಸ ಬಹುದು. ಮುಸಲ್ಮಾನರಂತೆ ಇವರಲ್ಲಿ ಸುಂತಿಯ ಸಂಸ್ಕಾರವಾಗುತ್ತದೆ, ಲಗ್ನಗಳನ್ನು ಕಾಜಿಯು ಬುಕ್ಕಿನಲ್ಲಿ ಬರಿಸುತ್ತಾರೆ, ಆಕಳಿನ ಮಾಂಸವನ್ನು ಸಹ ತಿನ್ನಲಿಕ್ಕೆ ಅಡ್ಡಿ ಇಲ್ಲ. ಆದರೆ ಇವರು ಕಾಜಿಗೆ ಯೆಷ್ಟು ಮಾತ್ರವೂ ಮಾನ ಕೊಡುವದಿಲ್ಲ, ಲಗ್ನ ಮರಣಗಳ ಸಂಸ್ಕಾರಕ್ಕೆ ಮುಸಲ್ಮಾನರನ್ನೂ ಹಿಂದೂ ಜನರನ್ನೂ ಕರಿಯುವದಿಲ್ಲ. ಇವರಲ್ಲಿಯ ಹೆಸರುಗಳು ಕೆಲವು ಹಿಂದೂ ಕೆಲವು ಮುಸಲ್ಮಾನೀ ಇರುತ್ತವೆ; ಹಿಂದೂ ದೇವತೆಗಳ ಮೂರ್ತಿಗಳನ್ನು ಇವರು ಮನೆಯಲ್ಲಿ ಪೂಜಿಸುವರು. ಇವರಲ್ಲಿ ಸತ್ತ ಮನುಷ್ಯನ ಹೆಂಡತಿಯು ಆವನ ಅಣ್ಣನ ಇಲ್ಲವೆ ತಮ್ಮನ ಹೆಂಡತಿಯಾಗುತ್ತಾಳೆ. ಹೆಣಗಳನ್ನು ಹುಗಿಯುವರು. ಶಿಕಲಗಾರರು ತೀರ ನೀಚ ಸ್ಥಿತಿಯಲ್ಲಿರುತ್ತಾರೆ. ಇವರು ಪೂರ್ವದಲ್ಲಿ ಕತ್ತಿಗಳ ಶಿಕಲೀ ಮಾಡುವರು. ಆದರೆ ಈಗ ಚೂರಿ, ನಾದಿಗರ ಕತ್ತಿ, ಕುಡಗೋಲು, ಮುಂತಾದವುಗಳನ್ನು ಸಾಣೀ ಹಿಡಿಯುವರು; ಕೆಲವರು ಕಮ್ಮಾರರ ಹೋರೆ ಮಾಡುವರು. ಆದರೆ ವಾಡಿಕೆಯಾಗಿ ಊರೂರು ತಿರುಗಿ ಭಿಕ್ಷೆ ಬೇಡುವವರೇ ಬಹಳ. ಇವರ ಮಕ್ಕಳು ಶಾಲೆಗೆ ಹೋಗುವದಿಲ್ಲ.

ಶಿಕಲಗಾರರು.

ತಿರುಕರ ಜಾತಿಗಳು.

		ಧಾರವಾಡ.			ಬೆಳಗಾವಿ.			ವಿಜಾಪುರ.			ಕಾನಡಾ.		
		ಗಂಡು.	ಹೆಣ್ಣು.	ಒಟ್ಟು.	ಗಂಡು.	ಹೆಣ್ಣು.	ಒಟ್ಟು.	ಗಂಡು.	ಹೆಣ್ಣು.	ಒಟ್ಟು.	ಗಂಡು.	ಹೆಣ್ಣು.	ಒಟ್ಟು.
೧	ದಾಸರು	೨೫	೨೦	೪೫	೨೭೪	೩೦೦	೫೭೪	೩೫೩	೩೮೦	೭೩೩	೧೩೦	೧೦೧	೨೩೧
೨	ದಂಡಿಗ ದಾಸರು	,,	,,	,,	೩	೫	೮	೧೬೭	೧೭೧	೩೩೮	,,	,,	,,
೩	ಅಡವೀ ಚಿಂಚೇರು......			೧೦೦	,,	,,	,,	೫೦	೬೨	೧೧೨	,,	,,	,,
೪	ಭಾಟರು	೬	೭	೧೩	೪೩	೨೭	೭೦	೧೯	೧೩	೧೧೨	,,	,,	,,
೫	ಬುಡ ಬುಡಕಿಗಳು	೪೭	೫೪	೧೦೧	೨೫	೪	೨೯	೯೧	೧೦೨	೧೯೩	೩೯	೨೯	೬೮
೬	ಗೊಂದಲಿಗರು	೭೭	೭೫	೧೫೨	೧೬೩	೨೦೭	೩೭೦	೨೬೧	೨೭೬	೫೩೭	೬೧	೨೮	೮೯
೭	ಹೊಲೆ ದಾಸರು	,,	,,	,,	,,	,,	,,	೨೦೫	೨೦೦	೪೦೫	,,	,,	,,
೮	ಜೋಗೇರು	೨೬೯	೨೫೪	೫೨೩	,,	,,	,,	೬೦	೬೦	೧೨೦	೪೩೭	೪೨೨	೮೫೮
೯	ಗೋಸಾವಿಗಳು	೫೭	೫೨	೧೦೯	೫೧೭	೪೯೨	೧೦೦೭	೨೦೭	೧೮೭	೩೯೪	೧೨೧	೯೪	೨೧೫
೧೦	ಬಾಗಡಿಗಳು	,,	,,	,,	೬	೬	೧೨	,,	,,	,,	,,	,,	,,
೧೧	ಕಾನಫಾಟೆಗಳು	,,	,,	,,	೩೬	೩೩	೬೯	,,	,,	,,	೧೧	೧೫	೨೬
೧೨	ಕಾಬಾಲಿಗಾರರು	೫೨೦	೫೪೦	೧೦೬೦	೪೧	೫೨	೯೩	,,	,,	,,	,,	,,	,,
೧೩	ಪಿಚಾಟಿಗಳು	,,	,,	,,	೪೮	೫೭	೧೦೫	,,	,,	,,	,,	,,	,,
೧೪	ವಾಸುದೇವರು	,,	,,	,,	೪	೬	೧೦	,,	,,	,,	,,	,,	,,
೧೫	ಬೈರಾಗಿಗಳು	೨೩	೧೨	೩೫	,,	,,	,,	,,	,,	,,	,,	,,	,,
೧೬	ಹೆಳವರು	೧೩೨	೧೪೯	೨೮೧	,,	,,	,,	೩೦೯	೩೧೦	೬೧೯	,,	,,	,,
೧೭	ಸತಾನಿಗಳು	೧	೨	೩	,,	,,	,,	,,	,,	,,	,,	,,	,,
೧೮	ವಗ್ಗಯ್ಯಗಳು			೭೦೦	,,	,,	,,	,,	,,	,,	,,	,,	,,

ದಾಸರು.

ದಾಸರು.—ಇವರು ನಾಲ್ಕೂ ಜಿಲ್ಲೆಗಳಲ್ಲಿ ಇರುತ್ತಾರೆ. ಇವರು ಮೂಲದಲ್ಲಿ ಮುಖ್ಯವಾಗಿ ಕಬ್ಬಲಿಗೇರ ಕುಲದವರು. ಇವರಲ್ಲಿ ತಿರುಮಲ ದಾಸರೆಂತಲೂ ಗಂಡು ದಾಸರೆಂತಲೂ ಯೆರಡು ವೊಳ ಭೇದಗಳಿವೆ. ತಿರುಮಲ ದಾಸರು ಕನ್ನಡಿಗರು, ಗಂಡು ದಾಸರು ತೆಲಗರು. ಇವರ ಆಹಾರ ಆಚಾರ ಜನ್ಮ, ಮರಣ, ಲಗ್ನ ಇವುಗಳ ಸಂಸ್ಕಾರಗಳು, ಇವೆಲ್ಲ ಕಬ್ಬಲಿಗೇರಂತೆ. ಇವರಲ್ಲಿ ಗಂಡು ಮಕ್ಕಳ ತಲೆಯನ್ನು ಮೊದಲಿಗೆ ಬೋಳಿಸುವಾಗ ಆ ಕೂಸನ್ನು ಹನುಮಂತ ದೇವರ ಗುಡಿಯಲ್ಲಿ ಪೂಜಾರಿಯ ತೊಡಿಯ ಮೇಲೆ ಕೂಡ್ರಿಸಿ ಅವನ ಕೈಯಿಂದ ಯೆರಡು ಕೂದಲುಗಳನ್ನು ಕತ್ತರಿಸಿ ತೆಗಿಸುವರು; ಆ ಮೇಲೆ ತಂದೆಯಾಗಲಿ ಸೋದರ ಮಾವನಾಗಲಿ ಆ ಕೂಸಿನ ತಲೆಯನ್ನು ಕತ್ತರಿಸುವನು. ಹತ್ತನೇ ಹನ್ನೊಂದನೇ ವರ್ಷದಲ್ಲಿ ಹುಡುಗರಿಗೆ ಮುಂಜಿಯಂಥಾದೊಂದು ಸಂಸ್ಕಾರ ಮಾಡುವರು. ಅಲ್ಲಿಯ ವರೆಗೆ ಬಳಗದವರೇ ಅವರ ತಲೆಯನ್ನು ಕತ್ತರಿಸುತ್ತಿರುತ್ತಾರೆ. ಮುಂಜಿಯಾದ ಬಳಿಕ ನಾದಿಗನ ಕೈಯಿಂದ ತಲೆ ಬೋಳಿಸುವರು. ತಿರುಮಲ ದಾಸರು ರಾತ್ರಿಯಲ್ಲಿ ನಾಟಕದ ಹಾಗೆ ಆಟ ಮಾಡುವರು. ಇವರ ಹೆಂಗಸರು ಪಾತರದವರ ಹಾಗೆ ನರ್ತನ ಗಾಯನ ಕಲಿತು, ಬೆಲೆಯುಳ್ಳ ವಸ್ತ್ರಗಳನ್ನೂ ಅಲಂಕಾರಗಳನ್ನೂ ಧರಿಸಿ ಜಾರಕರ್ಮ ಮಾಡುವರು. ಇವರ ಗಂಡಸರ ಉಡಿಗೆಗಳು ತಕ್ಕಮಟ್ಟಿಗೆ ನಿರ್ಮಲವಿರುತ್ತವೆ. ಗಂಡು ದಾಸರಾದರೂ ರಾತ್ರಿಯಲ್ಲಿ ಆಟ ಮಾಡುವರು; ಆದರೆ ಅದರಲ್ಲಿ ಗಂಡು ಹುಡುಗರಿಗೆ ಹೆಣ್ಣು ಸೋಗು ಹಾಕುವರು; ಹೆಂಗಸರು ಆಟದಲ್ಲಿ ಬರುವದಿಲ್ಲ. ಆದರೆ ಈ ತೆಲಗು ದಾಸರಲ್ಲಿ ಬಹು ಜನರು ಮೂರು ನಾಮ ಹಚ್ಚಿ ಕೊಂಡು ಕರದೀಪ, ಶಂಖ, ಜಾಗಟೆ, ಇವುಗಳನ್ನು ತಕ್ಕೊಂಡು ವೆಂಕಟರಮಣನ ಹೆಸರು ನುಡಿದು ಮನೆ ಮನೆಗೆ ಭಿಕ್ಷೆ ಬೇಡುತ್ತ ತಿರುಗುವರು. ದಾಸರ ಮುಖ್ಯ ಕುಲದೇವತೆಗಳು ವೆಂಕಟರಮಣ, ಹನುಮಂತ. ಕದರ ಮಂಡಗಿಯಲ್ಲಿಯೂ ಹಂಸನೂರಲ್ಲಿಯೂ ಇರುವ ಹನುಮಂತ ದೇವರಿಗೆ ಇವರು ಬಹಳ ಭಕ್ತಿಯಿಂದ ನಡಕೊಳ್ಳುವರು. ಇವರು ಸತ್ತ ಮನುಷ್ಯನ ಭುಜಗಳಿಗೆ ಶಂಖ ಚಕ್ರಗಳನ್ನು ಕಟ್ಟಿ ಸ್ಮಶಾನದಲ್ಲಿ ತಾಳಿಯ ಮೇಲೆ ಹೆಣವನ್ನು ಹಾಕುವಾಗ ಅವುಗಳನ್ನು ಬಿಚ್ಚಿ ಕೊಳ್ಳುವರು; ಹತ್ತು ದಿವಸ ಸೂತಕ ಹಿಡಿದು ಐದನೇ ಆರನೇ ದಿವಸ ಆ ಶಂಖ ಚಕ್ರಗಳ ಪೂಜೆ ಮಾಡುವರು. ದಾಸರ ಮಕ್ಕಳು ಶಾಲೆಗೆ ಹೋಗುತ್ತಾರೆ.

ದಂಡಿಗ ದಾಸರು.

ದಂಡಿಗ ದಾಸರು.—ಇವರು ವಿಶೇಷವಾಗಿ ವಿಜಾಪುರ ಜಿಲ್ಲೆಯಲ್ಲಿ ಇರುತ್ತಾರೆ. ಇವರಾದರೂ ಮೂಲದಲ್ಲಿ ಕಬ್ಬಲಿಗೇರ ಕುಲದವರೇ; ಅವರಂತೆ ಇವರ ಉಪಾಧ್ಯಾಯರಾದರೂ ಒಪ್ಪಮರೇ. ದಾಸರು ವೆಂಕಟರಮಣನಿಗೂ ಹನುಮಂತ ದೇವರಿಗೂ ನಡಕೊಳ್ಳುವಂತೆ ಇವರಾದರೂ ಅವೇ ದೇವತೆಗಳಿಗೆ ನಡಕೊಳ್ಳುತ್ತಾರೆ. ಇವರಲ್ಲಿ ಕೆಲವರು ಊರ ಹನುಮಂತ ದೇವರ ಪೂಜಾರಿಗಳಿರುತ್ತಾರೆ. ದಾಸರ ಆಹಾರ ಆಚಾರ ಮೊಂತಾದವುಗಳು ಕಬ್ಬಲಿಗೇರವುಗಳಿಗೆ ಹೊಂದುವಂತೆ ಇವರವಾದರೂ ಹೊಂದುತ್ತವೆ. ದಾಸರಂತೆ ಇವರ ಮುಖ್ಯ ಹೋರೆ

ಯಾದರೂ ಭಿಕ್ಷೆ ಬೇಡುವದೇ. ಆದರೆ ದಾಸರಿಗೂ ಇವರಿಗೂ ಶರೀರಸಂಬಂಧವಾಗುವದಿಲ್ಲ. ದಂಡಿಗ ದಾಸರಿಗೆ ಯೆಲ್ಲ ಮಕ್ಕಳು ಹೆಣ್ಣೇ ಹುಟ್ಟಿದರೆ, ಅವರಲ್ಲಿ ವೊಬ್ಬಳ ಲಗ್ನ ಮಾಡದೆ ಬಸವಿಯನ್ನು ಮಾಡುತ್ತಾರೆ. ಆಕೆ ಜಾರಕರ್ಮದಿಂದ ಜೀವಿಸುವಳು. ದಂಡಿಗ ದಾಸರು ಹೆಗಲಿಗೆ ಗೋಪಾಳ ಬುಟ್ಟಿಯನ್ನು ತೂಗ ಹಾಕಿ ಕೊಂಡು ಭಿಕ್ಷೆ ಬೇಡುತ್ತಾರೆ. ಬಾಗಿಲಿನಲ್ಲಿ "ವೆಂಕಟರಮಣ ಗೋವಿಂದಾ" ಯೆಂದು ಕೂಗಿ ದೇವರ ಪದಗಳನ್ನು ಹಾಡುತ್ತ ನಿಲ್ಲುವರು. ಇವರಲ್ಲಿ ಕೆಲವರು ವೊಕ್ಕಲತನ ಮಾಡುವರು, ಕೆಲವರು ಕೂಲಿಗೆ ಹೋಗುವರು, ಕೆಲವರು ಉರುಟ ಬಟ್ಟಿಗಳನ್ನು ನೆಯ್ಯುವರು. ಇವರ ಮಕ್ಕಳು ಶಾಲೆಗೆ ಹೋಗುತ್ತಾರೆ.

ಅಡವೀ ಚಿಂಚೇರು. ಅಡವೀ ಚಿಂಚೇರು.— ಇವರು ಗುಜರಾಥದಿಂದ ಬಂದವರೆಂದು ಹೇಳುತ್ತಾರೆ. ಆಟವೀ ಸಂಚಾರಕರೆಂಬ ಶಬ್ದದಿಂದ ಅಡವೀ ಚಿಂಚೇರೆಂಬ ಹೆಸರು ಹುಟ್ಟಿರುತ್ತದೆಂದು ಹೇಳುತ್ತಾರೆ. ಇವರಲ್ಲಿ ಕೆಲವರು ಧನಗರರೆಂದರೆ ಕುರುಬರು, ಕೆಲವರು ಕೋಳೀ ಅಂದರೆ ಕಬ್ಬಲಿಗೇರು, ಕೆಲವರು ರಜಪೂತರು ಇರುತ್ತಾರೆ; ಅವರವರೊಳಗೆ ಊಟದ ಬಳಿಕೆಯಾಗುವದಿಲ್ಲ. ಇವರ ಮೈ ಮೇಲಿನ ಬಟ್ಟಿಗಳು ಹಳದೀ ಬಣ್ಣದವು ಹರಕ ಹೊಲಸು ಇರುತ್ತವೆ. ಗಂಡಸರ ಮೈ ಮೇಲೆ ಲಂಗೋಟಿ, ಹೆಗಲ ಮೇಲೆ ವೊಂದು ರಗಟಿ, ತಲೆಗೊಂದು ರಗಟಿ, ಇಷ್ಟೇ ಬಟ್ಟಿಗಳು. ಹೆಂಗಸರು ಹೊಲಸು ಹರಕ ಹಳದೀ ನಿಲುವಂಗಿಗಳನ್ನು ಹಾಕಿ ಕೊಳ್ಳುವರು. ತಲೆಗೆ ಯೆಣ್ಣೆ ನೀರುಗಳ ಸಂಪರ್ಕವಾಗುವದು ದುರ್ಲಭ; ಮೈ ಮೇಲೆ ಹೊಲಸು ಮೆತ್ತಿರುವದು. ಅಡವೀ ಚಿಂಚೇರು ಮನೆಯಲ್ಲಿ ಗುಜರಾಥೀ ಭಾಷೆಯನ್ನಾಡುವರು. ಇವರಿಗೆ ಗುಡುಸಲುಗಳು ಸಹ ಬಹುತರ ಇರುವದಿಲ್ಲ. ಹೋದಲ್ಲಿ ಮರಗಳ ಕೆಳಗೆ ಇಲ್ಲವೆ ಗುಡ್ಡಗಳ ಆಸರಕ್ಕೆ ಸ್ವಲ್ಪ ದಿವಸ ನಿಂತು ಮುಂದಕ್ಕೆ ಸಾಗುವರು. ಇವರು ಮದ್ಯ ಮಾಂಸಗಳನ್ನು ನಿರಾತಂಕವಾಗಿ ತಕ್ಕೊಳ್ಳುವರು; ಆಕಳು ಯೆತ್ತುಗಳನ್ನು ಕದ್ದು ಅವುಗಳ ಮಾಂಸವನ್ನು ಸಹ ತಿನ್ನುತ್ತಾರೆಂದು ಸಂಶಯವಿರುತ್ತದೆ. ಇವರ ಕುಲದೇವತೆಗಳು ತುಳಜಾ ಭವಾನಿ, ಯೆಲ್ಲಮ್ಮ, ವೆಂಕಟರಮಣ. ಇವರಿಗೆ ಗುರುಗಳೂ ಉಪಾಧ್ಯಾಯರೂ ಇಲ್ಲ. ಲಗ್ನದಲ್ಲಿ ಮದಿಮಕ್ಕಳ ತಲೆಗೆ ನೂಲು ಅರಳೀ ಯೆಲೆಗಳ ದಂಡೆಗಳನ್ನು ಹಾಕಿ, ಹೊಸ ಬಟ್ಟಿಗಳನ್ನು ಉಡಿಸಿ, ಇಬ್ಬರ ಶರಗುಗಳನ್ನು ಕೂಡಿಸಿ ಯೇಳು ಗಂಟುಗಳನ್ನು ಹಾಕಿ, ಅವರ ತಲೆಯ ಮೇಲೆ ಕೆಂಪು ಅಕ್ಕೀಕಾಳು ಚಲ್ಲುವರು. ಲಗ್ನದ ವಿಧಾನವೆಲ್ಲ ಇಷ್ಟೇ. ಕೂಸು ಹುಟ್ಟಿದ ಬಳಿಕ ಐದನೇ ದಿವಸ ಅದರ ತಲೆಯ ಕೂದಲು ಕತ್ತರಿಸಿ, ಮುಂದೆ ಹಲ್ಲು ಬರುವ ವರೆಗೆ ತಲೆ ಬೆಳಿದ ಹಾಗೆ ಕತ್ತರಿಸುತ್ತ ಹೋಗುವರು. ಹಲ್ಲು ಬಂದ ಬಳಿಕ ಕೂದಲು ಬೆಳಿಸುವರು; ಗಂಡಸರ ಕೂದಲು ಸಹ ತೆಗಿಯುವದಿಲ್ಲ. ಪೂರ್ವದಲ್ಲಿ ಅಡವೀ ಚಿಂಚೇರು ತಮ್ಮ ಹೆಂಗಸರ ಕೈಯಿಂದ ರವಿ ಯೆದ್ದಿಸುವರು. ದೀವಳಿಗೆಯ ನಂತರ ಕೆಲವೊಂದು ಪ್ರಸಿದ್ಧ ದೇವಸ್ಥಾನದ ಊರಿಗೆ ಹೋಗಿ, ಜಾತಿಯವರಿಗೆ ಊಟ ಹಾಕಿ ಯೆಣ್ಣೆಯನ್ನು ಕುದಿಯುವ ಹಾಗೆ ಕಾಸುವರು. ಗಂಡುಳ್ಳ ಹೆಂಗಸರ ಪಾತಿವ್ರತ್ಯದ

ಪರೀಕ್ಷೆಗಾಗಿ ಅವರ ಕೈ ಬೊಟ್ಟನ್ನು ಆ ಯೆಣ್ಣೆಯೊಳಗೆ ಯೆದ್ದಿಸುವರು. ಕೈ ಸುಡದಿದ್ದರೆ, ಅದು ಪಾತಿವ್ರತ್ಯದ ಲಕ್ಷಣವೆಂದೆಣಿಸುವರು. ಅಡವೀ ಚಿಂಚೇರಲ್ಲಿ ಅನುಕೂಲವಿದ್ದವರು ಮಾತ್ರ ಹೆಣಗಳನ್ನು ಸುಡುವರು; ಉಳಿದವರು ಹುಗಿಯುವರು. ಇವರು ವಾಡಿಕೆಯಾಗಿ ಭಿಕ್ಷೆ ಬೇಡುತ್ತಿರುತ್ತಾರೆ; ಚಿಗರೆಗಳಿಗೆ ಬಲಿ ಹಾಕಿ ಅವುಗಳನ್ನು ಹಿಡಿಯುವರು. ಈ ಕಾರಣದಿಂದ ಇವರಿಗೆ ಚಿಗರೇ ಬಲೆಗಾರರೆಂತಲೂ ಅನ್ನುವರು. ಇವರು ವೊಮ್ಮೊಮ್ಮೆ ಹೊನಗೆಗಳನ್ನು ಸಹ ತಮ್ಮ ಬಲಿಯಲ್ಲಿ ಜೀವದಿಂದ ಹಿಡಿದು ತಂದು ಮಾರಿಕೊಳ್ಳುವರು. ಆದರೆ ಕಳವು ಅಡವೀ ಚಿಂಚೇರ ಮುಖ್ಯ ಹೋರೆ ಯೆಂದು ಹೇಳ ಬಹುದು. ಇವರು ಅಡವಿಯಲ್ಲಿ ಕೈಗೆ ಶಿಕ್ಕ ದನಗಳನ್ನೂ ಪೈರುಗಳನ್ನೂ ಕದಿಯುವರು; ಸುಗ್ಗಿಯಲ್ಲಿ ಹೊಲ ಹೊಲ ತಿರುಗಿ ಬಲಾತ್ಕಾರದಿಂದ ಫಸಿಕೀ ಕಾಳು ಯೆತ್ತುವರು. ಯಾರಾದರೂ ಇವರಿಗೆ ಕಾಳು ಕೊಡದಿದ್ದರೆ ಇವರು ರಾತ್ರಿಯಲ್ಲಿ ಅವರ ಕಣಕ್ಕೆ ಬೆಂಕಿ ಹಚ್ಚುವರು. ಇವರಲ್ಲಿ ಹೆಣ್ಣು ಮಕ್ಕಳ ಲಗ್ನವು ಬೇಕಾದಾಗ ಆಗ ಬಹುದು; ವಿಧವೆಗಳ ಲಗ್ನಕ್ಕೆ ಅಡ್ಡಿ ಇಲ್ಲ. ಹೆಣವನ್ನು ಸುಡಲಿಕ್ಕೆ ಇಲ್ಲವೆ ಹುಗಿಯಲಿಕ್ಕೆ ವೊಯ್ಯುವಾಗ ವಿಮಾನ, ಸದಿಗೆ, ಮುಂತಾದವುಗಳೇನು ಬೇಕಾಗುವದಿಲ್ಲ; ವೊಬ್ಬ ಹೆಣದ ತಲೆಯನ್ನು, ವೊಬ್ಬ ನಡುವನ್ನು, ವೊಬ್ಬ ಕಾಲುಗಳನ್ನು ಹಿಡಿದು ಯೆತ್ತಿ ಕೊಂಡು ಹೋಗುವರು. ಮೂರನೇ ದಿವಸ ತುಪ್ಪ ಬೆಲ್ಲ ಕಲಿಸಿ ಗೋರಿಯ ಮೇಲೆ ಇಟ್ಟು ಬಂದರೆ ತೀರಿತು; ಮರಣದ ವಿಧಿ ಬೇರೆ ಯೇನೂ ಇಲ್ಲ. ಇವರಿಗೆ ಶಾಲೆಯ ಸುದ್ದಿ ಸಹ ಗೊತ್ತಿಲ್ಲೆಂದು ಹೇಳ ಬಹುದು.

ಭಾಟರು.

ಭಾಟರು.—ಇವರು ಮಹಾರಾಷ್ಟ್ರರು; ಕೆಲವರು ತೆಲಗರೂ ಇರುತ್ತಾರೆಂದು ಹೇಳುತ್ತಾರೆ. ಇವರಲ್ಲಿ ಬ್ರಾಹ್ಮಣ ಭಾಟರೆಂತಲೂ ಜೋಶೀ ಭಾಟರೆಂತಲೂ ಯೆರಡು ವೊಳಜಾತಿಗಳಿವೆ; ಅವರವರೊಳಗೆ ಊಟದ ಬಳಿಕೆಯಾಗುವದಿಲ್ಲ. ಭಾಟರ ಆಚರಣೆಯು ವಾಡಿಕೆಯಾಗಿ ಕುಣಬಿಗಳಂತೆ ಇರುತ್ತದೆ. ಬ್ರಾಹ್ಮಣ ಭಾಟರು ಸಹ ಮದ್ಯ ಮಾಂಸಗಳನ್ನು ತಕ್ಕೊಳ್ಳುತ್ತಾರೆ. ಇವರಿಗೆ ಮನೆ ಇಲ್ಲ; ಗುಡಿ, ಧರ್ಮ ಶಾಲೆಗಳಲ್ಲಿ ಕೆಲವು ದಿವಸ ನಿಂತು ಮತ್ತೊಂದು ಊರಿಗೆ ಹೋಗುತ್ತಾರೆ. ಗಂಡಸರು ಇಜಾರು, ಉದ್ದಂಗಿ, ಶಲ್ಲೆ ಮುಂಡಾಸಗಳನ್ನು ಮೈ ಮೇಲೆ ಹಾಕಿಕೊಂಡು, ಕೈಯಲ್ಲಿ ಬರ್ಚಿಯನ್ನು ಹಿಡುಕೊಂಡು ಭಿಕ್ಷೆ ಬೇಡುವರು. ಬಾಗಿಲಲ್ಲಿ ನಿಂತು, ಹಿಂದುಸ್ತಾನಿಯಲ್ಲಿ ಮನೆಯೊಡೆಯನನ್ನು ಹೊಗಳುವಂಥ ಗದ್ಯರೂಪ ಕವನಗಳನ್ನು ಆವೇಶ ಮುದ್ರೆಯಿಂದ ಅನ್ನುವರು. ಜೋಶೀ ಭಾಟರು ಭವಿಷ್ಯ ಹೇಳುವರು. ಹೆಂಗಸರ ಉಡಿಗೆಗಳು ಕುಣಬಿಗಳಂತೆ ಇರುತ್ತವೆ. ಇವರ ದೇವತೆಗಳು ಸಿದ್ದೋಬಾ, ಮಾಯಾರಾಣಿ, ವಿಠೋಬಾ, ಯೆಲ್ಲಮ್ಮ, ಇತ್ಯಾದಿ. ಆದರೆ ಇವರು ಧರ್ಮದಲ್ಲಿ ಬಹಳ ಭಕ್ತಿಯುಳ್ಳವರೆಂದು ತೋರುವದಿಲ್ಲ. ಇವರಲ್ಲಿಯ ಕಾರ್ಯಗಳಿಗೆ ಬ್ರಾಹ್ಮಣರು ಹೋಗುವರು. ಲಗ್ನದಲ್ಲಿ ಊಟ ಹಾಕುವದಕ್ಕೆ ಬದಲಾಗಿ ಉಲಸೀ ಕೊಡುವರು. ಹೆಣಗಳನ್ನು ಕೆಲವರು ವಿಮಾನದಲ್ಲಿ ವೊಯ್ದು ಹುಗಿಯುವರು. ಇವರ ಮಕ್ಕಳು ಶಾಲೆಗೆ ಹೋಗುವದಿಲ್ಲ

ಬುಡಬುಡಕಿಗಳು.

ಬುಡಬುಡಕಿಗಳು.— ಇವರಿಗೆ ಡೌರಿಗಳೆಂತಲೂ ಪಿಂಗಳೆ ಯೆಂತಲೂ ಅನ್ನುವರು. ಇವರು ಭಿಕ್ಷೆ ಬೇಡುವಾಗ ಬಾರಿಸುವ ವಾದ್ಯದ ಹೆಸರು ಬುಡಬುಡಕಿ, ಅಥವಾ ಕಿಡಿಬಿಡಿಕಿ; ಅದರ ಹೆಸರೇ ಇವರಿಗೆ ಬಂದದೆ. ಇವರ ಜನ್ಮ ಭಾಷೆ ಮರಾಠೀ. ಗೊಂದಲಿಗರಿಗೂ ಇವರಿಗೂ ಶರೀರ ಸಂಬಂಧವಾಗುತ್ತದೆ. ಇವರ ಅಡ್ಡ ಹೆಸರುಗಳು ಗಾಯಕವಾಡ, ಪವಾರ, ಸಿಂದೆ, ಮುಂತಾದವುಗಳಿರುವ ಕಾರಣ ಇವರು ಮೂಲದಲ್ಲಿ ಉತ್ತಮ ಕುಲದ ಮಹಾರಾಷ್ಟ್ರರೆಂತಲೂ ತೋರುತ್ತದೆ. ಆದರೆ ಅವರಿಗೂ ಇವರಿಗೂ ಅನ್ನ ವ್ಯವಹಾರವಾಗುವದಿಲ್ಲ. ಇವರ ಆಹಾರ, ಆಚಾರ, ನಡಾವಳಿ ಮುಂತಾದವುಗಳು ಕುಣಬಿಗಳಂತೆ ಇರುತ್ತವೆ. ಬುಡಬುಡಕಿಗಳು ಭಿಕ್ಷೆ ಬೇಡಲಿಕ್ಕೆ ಹೊರಡುವಾಗ ತಲೆಗೆ ಕೆಂಪು ಮುಂಡಾಸ ಹಾಕುವರು, ಇಲ್ಲವೆ ಬಿಳೆ ಮುಂಡಾಸ ಹಾಕಿ ಅದರ ಮೇಲೆ ಕೆಂಪು ಅರಿವೆಯನ್ನು ಸುತ್ತುವರು; ಇಜಾರ, ಉದ್ದಂಗಿ, ಹೆಗಲ ಮೇಲೆ ಕೆಂಪು ಬಿಳೆ ವಸ್ತ್ರಗಳು, ಇಷ್ಟು ಉಡಿಗೆಗಳ ಹೊರ್ತು ಇವರು ಭಿಕ್ಷೆಗೆ ಹೊರಡುವದಿಲ್ಲ. ಇದಲ್ಲದೆ ಹೆಗಲ ಮೇಲೆ ಜೋಳಿಗೆ, ಯೆಡಗೈಯಲ್ಲಿ ಬಡಿಗೆ, ಬಲಗೈಯಲ್ಲಿ ಕಿಡಿಬಿಡಿಕಿ, ಇರಲಿಕ್ಕೆ ಬೇಕು. ಇವರ ಹೆಂಗಸರ ಉಡಿಗೆಗಳು ಕುಣಬಿಗಳಂತೆ ಇರುತ್ತವೆ. ಬುಡಬುಡಕಿಗಳು ಬಾಗಿಲಲ್ಲಿ ನಿಂತು ಹಾಡುವ ಸ್ವರದಿಂದ ಮನೆಯವರ ಮುಂದಿನ ಸುಖ ದುಃಖಗಳನ್ನು ನುಡಿಯುತ್ತಿರುತ್ತಾರೆ. ಇವರ ಜೋಳಿಗೆಯಲ್ಲಿ ಚಿತ್ರಗಳುಳ್ಳದ್ದೊಂದು ಪ್ರಶ್ನದ ಪುಸ್ತಕವಿರುತ್ತದೆ. ಅದರಲ್ಲಿ ಕಡ್ಡಿಯ ಹಾಕಿ ಪ್ರಶ್ನ ಹೇಳುವರು. ಬುಡಬುಡಕಿಗಳಿಗೆ ಹಾಲು ಹಕ್ಕಿಯ ನುಡಿ ತಿಳಿಯುತ್ತಿರುತ್ತದೆಂದು ಜನರ ಗ್ರಹಿಕೆಯುಂಟು. ಆದರೆ ಇವರು ಆ ಹಕ್ಕಿಯ ನುಡಿಯ ಅರ್ಥವನ್ನು ಅದು ಕೂತ ಸ್ಥಳದ ಅನುರೋಧದಿಂದ ವಿಂಗಡಿಸುತ್ತಾರೆ. ಹ್ಯಾಗಂದರೆ, ಬೆಳಿಗ್ಗೆ ಹೊತ್ತು ಹೊರಡುವ ಪೂರ್ವದಲ್ಲಿ ಹಾಲು ಹಕ್ಕಿ ಇರುವಲ್ಲಿಗೆ ಹೋಗುತ್ತಾರೆ. ಅದು ವೊಂದೇ ಮಾತಾಡುತ್ತಿದ್ದರೆ ಅಪಶಕುನವೆಂತಲೂ, ಯೆರಡು ಹಕ್ಕಿಗಳು ಪ್ರಶ್ನೋತ್ತರಗಳಂತೆ ಮಾತಾಡುತ್ತಿದ್ದರೆ ಸುಚಿನ್ಹವೆಂತಲೂ ಗ್ರಹಿಸುವರು. ಆ ಹಕ್ಕಿಯು ಮಾತಾಡುವಾಗ ಜಾಲಿ, ಬೇವು, ಹುಣಚಿ, ಮಾವು, ಅರಳಿ, ಗೋವಿನ ಮರ, ಇವುಗಳ ಮೇಲೆ ಕೂತಿದ್ದರೆ, ಅದರ ನುಡಿಯು ಕ್ರಮವಾಗಿ ಚರ್ಮಕಾರರು, ವರ್ತಕರು, ಬೇಟೆಗಾರರು, ತೋಟಿಗರು, ಬ್ರಾಹ್ಮಣರು, ಮಾಲಗಾರರು, ಈ ಜಾತಿಗಳಿಗೆ ಸಂಬಂಧಿಸುತ್ತದೆ. ಊರ ಗೋಡೆಯ ಮೇಲೆ ಕೂತು ಹಾಲು ಹಕ್ಕಿಯು ಮಾತಾಡುತ್ತಿದ್ದರೆ, ಅದು ಕಾವಲುಗಾರರ ವಿಷಯವಾಗಿ ಮಾತಾಡುತ್ತದೆಂಬ ಅರ್ಥವು. ಹೀಗೆ ಹಾಲು ಹಕ್ಕಿಯ ನುಡಿಗಳನ್ನು ಕೇಳಿ ಕೊಂಡು ಬಂದು ಬುಡಬುಡಕಿಗಳು ವೋಷಾಗು ಹಾಕಿ ಕೊಂಡು ಭಿಕ್ಷೆಗೆ ಹೊರಡುವರು.

ಗೊಂದಲಿಗರು.

ಗೊಂದಲಿಗರು.— ಇವರೂ ಮಹಾರಾಷ್ಟ್ರರೇ. ಇವರು ತುಳಜಾ ಭವಾನಿಯ ಭಕ್ತರು. ಇವರು ಹಣೆಗೆ ಭಂಡಾರ ಹಚ್ಚಿಕೊಂಡು ಕೊರಳಲ್ಲಿ ಕವಡಿಯ ಸರಗಳನ್ನು ಹಾಕಿ ಕೊಂಡು, ಇಬ್ಬರು ಮೂವರು ಕೂಡಿ, ಸಂಬಾಳ, ಚೌಡಕಿಗಳನ್ನು ಬಾರಿಸುತ್ತ ಭವಾನಿಯ ಹಾಡುಗಳನ್ನು ಹಾಡುತ್ತ

ಭಿಕ್ಷೆ ಬೇಡುವರು. ಬ್ರಾಹ್ಮಣರು ಮುಂತಾದ ಉತ್ತಮ ಜಾತಿಗಳಲ್ಲಿ ಲಗ್ನ, ಮುಂಜಿಗಳಲ್ಲಿ ಗೊಂದಲವೆಂಬ ಕಾರ್ಯವನ್ನು ತುಳಜಾ ಭವಾನಿಯ ಹೆಸರಿನಿಂದ ಮಾಡುತ್ತಾರೆ. ಆ ಕಾರ್ಯಕ್ಕೆ ಅವರು ಗೊಂದಲಿಗರನ್ನು ಕರಿಯುವರು. ಇವರು ರಾತ್ರಿಯಲ್ಲಿ ವೊಂದು ತಂಬಿಗೆಯನ್ನು ತುಂಬಿಟ್ಟು, ಅದೇ ಭವಾನಿ ಯೆಂದು ಹೇಳಿ, ಯಜಮಾನನ ಕೈಯಿಂದ ಅದರ ಪೂಜೆಯನ್ನು ಮಾಡಿಸಿ, ಬೆಳತನಕ ಸಂಬಾಳ, ಚೌಡಕಿ, ದೀವಟಿಗೆಗಳೊಂದಿಗೆ ಹಾಡುತ್ತ ಕುಣಿಯುವರು, ದೀವಟಿಗೆಯನ್ನು ಮೈಗೆ ಸುಡದ ಹಾಗೆ ಯೆಚ್ಚರದಿಂದ ಹಚ್ಚಿಕೊಳ್ಳುವರು. ಗೊಂದಲಿಗರ ಆಹಾರ, ಆಚಾರ, ಸಂಸ್ಕಾರ, ಮುಂತಾದವುಗಳೆಲ್ಲ ಕುಣಬಿಗಳಂತೆ ಇರುತ್ತವೆ.

ಹೊಲೆದಾಸರು.

ಹೊಲೆದಾಸರು.— ಇವರು ಹೊಲೆ ಜೋಗತಿಗಳ ಹೊಟ್ಟೆಯವರು. ಆ ಜೋಗತಿಗಳು ಯೆಲ್ಲಮ್ಮನ ಜೋಗತಿಗಳಂತೆ ಬುಟ್ಟಿಗೆ ಶೀರೆ ಸುತ್ತಿ, ಅದರೊಳಗೆ ಮರಗವ್ವನ ಮೊಖವನ್ನಿಟ್ಟುಕೊಂಡು ಭಿಕ್ಷೆ ಬೇಡುತ್ತಾರೆ. ಅವರಿಗೆ ಲಗ್ನವಿಲ್ಲ; ಜಾರಕರ್ಮದಿಂದ ಅವರು ಜೀವಿಸುವರು. ಹೊಲೆದಾಸರು ವೆಂಕಟರಮಣನ ಇಲ್ಲವೆ ಹನುಮಂತನ ದಾಸರೆಂದು ಹೇಳಿ ಭಿಕ್ಷೆಯಿಂದ ಜೀವಿಸುವರು. ಇವರ ಉಡಿಗೆ, ಆಹಾರ, ಆಚಾರ, ನಡಾವಳಿ ಮುಂತಾದವುಗಳೆಲ್ಲ ಹೊಲಿಯರಂತೆ. ಇವರನ್ನು ಉತ್ತಮ ಕುಲದವರು ಮುಟ್ಟಿಸಿ ಕೊಳ್ಳುವದಿಲ್ಲ. ಇವರು ಬಾದಾಮೀ ತಾಲೂಕಿನಲ್ಲಿ ಇರುತ್ತಾರೆ.

ಜೋಗೇರು.

ಜೋಗೇರು ಅಥವಾ ಬಾಳಸಂತೋಷರು.— ಇವರು ಮನೆಯಲ್ಲಿ ಮರಾಠೀ ಭಾಷೆಯನ್ನಾಡುತ್ತಾರೆ. ಇವರೊಳಗೆ ಹತ್ತು ವೊಳಜಾತಿಗಳಿರುತ್ತವೆ. ಅವು ಹ್ಯಾಗಂದರೆ— ೧ ಬಾಬನಿ, ೨ ಭಂಡಾರಿ, ೩ ಚುನಾಡಿ, ೪ ಹಿಂಗಮರಿ, ೫ ಕರಕದರಿ, ೬ ಮುದರಕರ, ೭ ಪರಬಲಕರ, ೮ ಮದರಕರ, ೯ ಸಾಲಿ, ೧೦ ಪತಕರ. ಇವರ ಜಾತಿ ಸಂಬಂಧದ ವ್ಯವಹಾರಗಳಲ್ಲಿ ಮುದಕರ ಜಾತಿಯವನೊಬ್ಬ ಪಾಟೀಲನಿರುತ್ತಾನೆ; ಬಾಬನೀ ಕುಲದವನು ಕುಲಕರಣಿ, ಸಾಲೀ ಕುಲದವ ದೇಸಾಯಿ, ಭಂಡಾರೀ ಕುಲದವ ತಳವಾರ. ಲಗ್ನವಾದಲ್ಲಿ ಹತ್ತೂ ಜಾತಿಗಳ ಜನರು ಬರಲಿಕ್ಕೆ ಬೇಕು. ಗೋರಕನಾಥನೆಂಬ ಸತ್ಪುರುಷನ ಹನ್ನೆರಡು ಜನ ಶಿಷ್ಯರು ಸ್ಥಾಪಿಸಿದ ಹನ್ನೆರಡು ಪಂಥಗಳಲ್ಲಿ ವೊಂದೊಂದು ಜಾತಿಯವರು ವೊಂದೊಂದು ಪಂಥದವರಿರುತ್ತಾರೆ. ಆ ಹನ್ನೆರಡು ಪಂಥಗಳು ಯಾವವೆಂದರೆ, ೧ ಆಯಿ, ೨ ಬರಾಖ, ೩ ಧನ, ೪ ಗಂಗನಾಥ, ೫ ಗೋಪೀಚಂದ, ೬ ಕಾಮುಲ್ಲಾ, ೭ ಕಂಥನ, ೮ ಕಪಿಲ, ೯ ನಾತೇಶಿ, ೧೦ ಪಾಗಲ, ೧೧ ಪಾವ, ೧೨ ಶ್ರೀ ಸತನಾಥ ಬ್ರಹ್ಮ. ಈ ಹನ್ನೆರಡು ವೊಳಜಾತಿಗಳಲ್ಲಿ ಪರಸ್ಪರ ಶರೀರ ಸಂಬಂಧವಾಗುತ್ತದೆ.*

* ಆದರೆ ಕಾನಡಾ ಜಿಲ್ಲೆಯಲ್ಲಿ ಬೇರೆ ೧೨ ವೊಳ ಜಾತಿಗಳು ವಿವರಿಸಲ್ಪಟ್ಟವೆ— ೧ ಕೇರ ಜೋಗಿ, ೨ [illegible]ಗಾಯಿ ಜೋಗಿ. ೩ ಕಿಂದ್ರೀ ಜೋಗಿ, ೪ ದಾವರ್ಜೀ ಜೋಗಿ, ೫ ಬಳಗಾರ ಜೋಗಿ, ೬ ಮೆಂಬರ ಜೋಗಿ, ೭ ಆರೇ ಜೋಗಿ, ೮ ಮರಾಠೆ ಜೋಗಿ, ೯ ಕುರುಬ ಜೋಗಿ, ೧೦ ಬೆರಢ ಜೋಗಿ, ೧೧ ದೋರ್ಟೀ ಜೋಗಿ, ೧೨ ಡೊಂಬರ ಜೋಗಿ. ಇವರೊಳಗೆ ಊಟದ ಬಳಕೆ ಸಹ ಆಗುವದಿಲ್ಲ.

14*

ಜೋಗಿ ಯೆಂಬ ಹೆಸರು ಯೋಗಿ ಯೆಂಬ ಶಬ್ದದಿಂದ ಬಂದಿರುತ್ತದೆ. ಈ ಜೋಗಿಗಳ ಮೂಲ ಪುರುಷನ ಮಚ್ಛೇಂದರನಾಥನೆಂಬ ಯೋಗಿಯು ತುಳಜಾಪುರದಲ್ಲಿ ಇದ್ದನೆಂದು ಹೇಳುತ್ತಾರೆ. ಜೋಗಿಗಳು ಜನಿವಾರ ಹಾಕುವರು, ಕೆಲವರು ಗಡ್ಡ ಬೆಳಿಸುವರು. ಇವರು ಭಿಕ್ಷೆಗೆ ಹೊರಡುವಾಗ ಹಳದೀ ಮುಂಡಾಸ, ಉದ್ದಂಗಿ, ಕೊರಳಲ್ಲಿ ಮಣಿಗಳ ಮಾಲೆ, ಕಿವಿಗಳಲ್ಲಿ ಬೆಳ್ಳಿಯ ಮುದ್ರೆಗಳೆಂಬ ಮುರುವುಗಳು, ವೊಂದು ಕೈಯಲ್ಲಿ ತ್ರಿಶೂಲ, ಯೆರಡನೇದರಲ್ಲಿ ಕುಂಬಳ ಸೊಟ್ಟೆಯ ಭಿಕ್ಷಾ ಪಾತ್ರೆ, ಹೆಗಲ ಮೇಲೆ ಜೋಳಿಗಿ, ಚಿಗರೇ ಕೊಂಬು, ಇಷ್ಟು ಸಾಹಿತ್ಯಗಳೊಂದಿಗೆ ಹೊರಡುವರು. ಇವರಿಗೆ ಭಿಕ್ಷೆ ಹಾಕಿ ಸಂತೋಷ ಪಡಿಸಿದರೆ, ಇವರು “ಬಾಳ ಸಂತೋಷ” ಯೆಂಬ ಶಬ್ದ ನುಡಿದು, ಚಿಗರೆಯ ಕೊಂಬು ಊದಿ ಹೋಗುವರು. ಜೋಗಿಗಳು ಮದ್ಯ ಮಾಂಸ ತಕ್ಕೊಳ್ಳುತ್ತಾರೆ; ಕೆಲವರು ಗಾಂಜೇ ಸೇದುವರು, ಅಫೀಮು ತಿನ್ನುವರು. ಇವರ ಕುಲದೇವತೆ ರತ್ನಾಗಿರೀ ಜಿಲ್ಲೆಯಲ್ಲಿ ಜೋತೀಬಾ ಯೆಂಬ ದೇವಸ್ಥಾನವು. ಇವರು ಲಗ್ನ ಕಾರ್ಯಕ್ಕೆ ಮಾತ್ರ ಬ್ರಾಹ್ಮಣರನ್ನು ಕರಿಯುವರು; ಬೇರೆ ಯಾವತ್ತು ಕಾರ್ಯಗಳನ್ನು ಕಾಸ ಘಾಟೆ ಜೋಗೀ ಯೆಂಬವರು ಮಾಡಿಸುವರು. ಹೆಣ್ಣು ಮಕ್ಕಳ ಲಗ್ನವನ್ನು ಬೇಕಾದಾಗ ಮಾಡ ಬಹುದು; ವಿಧವೆಗಳ ಲಗ್ನಕ್ಕೆ ಅಡ್ಡಿ ಇಲ್ಲ. ಲಗ್ನದಲ್ಲಿ ಮದಿಮಕ್ಕಳನ್ನು ಜೋಳದ ಬುಟ್ಟಿಯಲ್ಲಿ ನಿಲ್ಲಿಸಿ ಅಂತಃಪಟ ಹಿಡಿದು ಅಕ್ಕೀಕಾಳು ಹಾಕುವರು. ಇವರಲ್ಲಿ ಬಹು ಜನರು ವೊಂದೇ ಕಡೆಯಲ್ಲಿ ಮನೆ ಮಾಡಿ ಕೊಂಡು ವಾಸಿಸುವರು. ಆದರೆ ಪರಸ್ಥಳಕ್ಕೆ ಭಿಕ್ಷೆಗೆ ಹೋದಾಗ ಇವರು ಸ್ಮಶಾನದಲ್ಲಿ ಕೂತು ಮಂತ್ರ ತಂತ್ರಗಳನ್ನು ಮಾಡುವರು. ಅದರಿಂದ ಇವರಿಗೆ ಸುಡುಗಾಡು ಸಿದ್ಧರೆಂತಲೂ ಹೆಸರು ಬಂದದೆ. ಇವರು ಹೆಣಗಳನ್ನು ಗೋರಿಯೊಳಗೆ ಕೂಡ್ರಿಸಿ ಮಣ್ಣು ಮುಚ್ಚುವರು. ಜೋಗಿಗಳು ಭಿಕ್ಷೆ ಬೇಡುವದಲ್ಲದೆ ಕಲಗಡಿಗೆ, ಕಲಪರಟಿ, ಸಾಣೀ ಕಲ್ಲುಗಳನ್ನು ಮಾರುವರು. ಇವರ ಹೆಂಗಸರು ಸೂಜಿ, ಕರೆಮಣಿ, ಹಣಿಗೆ, ಕುಂಕುಮಗಳನ್ನು ಮಾರುವರು. ಇವರ ಮಕ್ಕಳು ಶಾಲೆಗೆ ಹೋಗುವದಿಲ್ಲ.

ಗೋಸಾವಿಗಳು.— ಇವರ ಜನ್ಮಭಾಷೆ ಹಿಂದುಸ್ತಾನೀ. ಇವರೊಳಗೆ ಗಿರೀ, ಪುರೀ, ಭಾರತೀ, ವನ, ಅರಣ್ಯ, ಸರಸ್ವತಿ, ತೀರ್ಥ, ಆಶ್ರಮ, ಸಾಗರ, ಪರ್ವತ, ಯೆಂಬ

ಗೋಸಾವಿಗಳು.

ಹತ್ತು ಭೇದಗಳಿರುತ್ತವೆ. ಗೋಸಾವಿಗಳು ಶಿವನ ಭಕ್ತರು, ಬೈರಾಗಿಗಳ ವಿರೋಧಿಗಳು. ಮದ್ಯ ಮಾಂಸ ಮುಟ್ಟುವದಿಲ್ಲ. ತಂಬಾಕ, ಗಾಂಜೆ, ಅಫೂ, ಇವುಗಳ ವ್ಯಸನ ಬಹಳ. ಬ್ರಾಹ್ಮಣರಿಗೆ ಮಾನ ಕೊಡುವರು, ಹೆಣಗಳನ್ನು ಹುಗಿಯುವರು. ಗೋಸಾವಿಗಳಲ್ಲಿ ಕೆಲವರು ಲಗ್ನ ಮಾಡಿ ಕೊಂಡು ಗೃಹಸ್ಥಾಶ್ರಮಿಗಳಾಗಿ, ಮನೆ ಮಾಡಿ ಕೊಂಡು ವೊಕ್ಕಲತನ ಮುಂತಾದ ಹೋರೆಗಳನ್ನು ಮಾಡುವರು. ಇವರ ಹೆಂಗಸರು ಶಾಟಿಗಳನ್ನುಡುವರು.

ಆದರೆ ಗೋಸಾವಿಗಳಲ್ಲಿ ವಿರಕ್ತರೇ ಬಹಳ. ಅವರು ಜಟೆಯನ್ನೂ ಉಗುರುಗಳನ್ನೂ ಬೆಳಿಸುವರು; ಮೈ ತುಂಬ ಭಸ್ಮ ಹಚ್ಚಿ ಕೊಳ್ಳುವರು; ಲಂಗೋಟ ಶಾಟಿಗಳನ್ನು ಧರಿಸುವರು; ಭಿಕ್ಷೆಯಿಂದ ಜೀವಿಸುವರು. ಈ ಗೋಸಾವಿಗಳಿಗೆ ಗಾಂಜೆಯ ವ್ಯಸನ

ವಿರುತ್ತದೆ; ಕೆಲವರು ಅಫೀಮು ತಿನ್ನುವರು. ನಿಜವಾಗಿ ವೈರಾಗ್ಯದಿಂದ ವರ್ತಿಸುವ ಗೋಸಾವಿಗಳು ಬಹು ಸ್ವಲ್ಪ ಜನರು. ಅವರು ಪಂಚಾಗ್ನಿ, ಊರ್ಧ್ವಬಾಹು, ಏಕಪಾದ, ಮುಂತಾದ, ತಪಶ್ಚರ್ಯಗಳನ್ನು ಮಾಡುವರು. ಪಂಚಾಗ್ನಿ ಯೆಂದರೆ ತಲೆಯ ಮೇಲೆ ಸೂರ್ಯ, ನಾಲ್ಕು ದಿಕ್ಕುಗಳಲ್ಲಿ ಅಗ್ನಿಜ್ವಾಲೆ, ಈ ಪ್ರಕಾರ ಐದು ತಾಪಗಳನ್ನು ಸಹನ ಮಾಡಿ ಕೊಂಡು ದೇವರ ಧ್ಯಾನ ಮಾಡುವದು. ಈ ಗೋಸಾವಿಗಳು ಕಾಶಿ, ರಾಮೇಶ್ವರಗಳ ಯಾತ್ರೆಯನ್ನು ಯಾವಾಗಲು ಮಾಡುತ್ತಿರುವರು. ಇವರಿಗೆ ಜಾತಿ ನಿರ್ಬಂಧವಿಲ್ಲ; ಬೇಕಾದವರಲ್ಲಿ ಅನ್ನ ತಕ್ಕೊಳ್ಳುವರು. ಇವರು ಬೇಕಾದ ಜಾತಿಯವರಿಗೆ ಉಪದೇಶ ಮಾಡಿ ಅವರನ್ನು ತಮ್ಮ ಶಿಷ್ಯರನ್ನು ಮಾಡಿ ಕೊಳ್ಳುವರು. ಹೊಸ ಶಿಷ್ಯರಿಗೆ ಇವರು ಬೋಧಿಸುವ ಕಟ್ಟಳೆಗಳೇನೆಂದರೆ— ಬ್ರಹ್ಮಚರ್ಯದಿಂದಿರು, ಭಿಕ್ಷೆಯಿಂದ ಜೀವಿಸು, ಸಾಧಿಸಿದಷ್ಟು ಅನ್ನ ದಾನ ಮಾಡು, ತೀರ್ಥ ಕ್ಷೇತ್ರ ಯಾತ್ರೆಗಳನ್ನು ಮಾಡುತ್ತಿರು, ಇತ್ಯಾದಿ.

ಬಾಗಡಿಗಳು.

ಬಾಗಡಿಗಳು.— ಇವರು ಕೊಲ್ಲಾಪುರದ ಶೀಮೆಯಿಂದ ಬೆಳಗಾವಿಗೆ ಬರುತ್ತಿರುತ್ತಾರೆ; ಜನ್ಮಭಾಷೆ ಮರಾಠಿ. ತೋರಿಕೆಯಲ್ಲಿ ಕೋಳೀ (ಕಬ್ಬಲಿಗೇರ) ಜಾತಿಯವರ ಹಾಗೆ ಕಾಣುತ್ತಾರೆ. ಇವರ ಕುಲದೇವತೆ ಮ್ಹಸೋಬಾ, ಬ್ರಾಹ್ಮಣರನ್ನು ಇವರು ತಮ್ಮಲ್ಲಿಯ ಕಾರ್ಯಗಳಿಗೆ ಕರಿಯುವರು, ವಿಧವೆಗಳ ಲಗ್ನ ಮಾಡುವರು, ಮದ್ಯ ಮಾಂಸ ತಕ್ಕೊಳ್ಳುವರು, ಹೆಣಗಳನ್ನು ಹುಗಿಯುವರು. ಗಂಡಸರ ಉಡಿಗೆ ಲಂಗೋಟಿ, ಹೆಂಗಸರು ಕುಬ್ಬಸ ಹಾಕುವದಿಲ್ಲ, ಕುಂಕುಮ ಹಚ್ಚುವರು. ಭಿಕ್ಷೆಯೇ ಇವರ ಜೀವನವು.

ಕಾನಫಾಟೆಗಳು.

ಕಾನಫಾಟೆಗಳು.— ಇವರು ತೋರಿಕೆಯಲ್ಲಿ ಕುಣಬಿಗಳ ಹಾಗೆ ಕಾಣುವರು; ಜನ್ಮಭಾಷೆ ಮರಾಠಿ. ಇವರಲ್ಲಿ ಕೆಲವರು ಲಗ್ನ ಮಾಡಿ ಕೊಂಡು ಮನೆ ಮಾಡಿ ಕೊಂಡು, ವೊಕ್ಕಲತನ ಮುಂತಾದ ಹೋರೆಗಳನ್ನು ಮಾಡುವರು; ಉಳಿದವರು ಭಿಕ್ಷೆ ಬೇಡುತ್ತ ತಿರುಗುವರು. ಇವರ ಸ್ಥಿತಿ ರೀತಿಗಳು ವಾಡಿಕೆಯಾಗಿ ಜೋಗಿಗಳಂತೆ ಇರುತ್ತವೆ.

ಕಾಬಾಲಿಗಾರರು.

ಕಾಬಾಲಿಗಾರರು.— ಇವರು ಭಿಕ್ಷೆ ಬೇಡುವ ಕಬ್ಬಲಿಗೇರೆಂದು ತೋರುತ್ತದೆ. ಇವರ ಸ್ಥಿತಿ ರೀತಿಗಳೆಲ್ಲ ಕಬ್ಬಲಿಗೇರಂತೆ ಇರುತ್ತವೆ; ಆದರೆ ಮನೆಯಲ್ಲಿ ತೆಲಗು ಮಾತಾಡುವರು, ಗಂಡಸರು ಬಹುತರ ಲಂಗೋಟಿಯ ಹಾಕುವರು. ಇವರು ಭಿಕ್ಷೆಗೆ ಹೊರಡುವಾಗ ಬಲಗೈಯಲ್ಲಿ ಕಬ್ಬಿಣದ ಉಸುಲು ಬಳೆಯನ್ನೂ ಯೆಡ ರಟ್ಟೆರಲ್ಲಿ ಕಬ್ಬಿಣದ್ದೇ ವೊಂದು ಬಳೆಯನ್ನೂ ಹಾಕಿ ಕೊಂಡು, ಮೈಗೆ ಮನುಷ್ಯರ ಕೂದಲಿನ ಹಗ್ಗ ಸುತ್ತಿ ಕೊಂಡು, ಕಣ್ಣುಗಳಿಗೂ ಹಣೆಗೂ ಶ್ಯಾಮಿಯ ಹಚ್ಚಿ ಕೊಂಡು ಹೆಗಲಿಗೆ ಜೋಳಿಗೇ ಹಾಕಿ ಕೊಂಡು ಹೊರಡುವರು. ಯಾರಾದರೂ ಭಿಕ್ಷೆ ಹಾಕದಿದ್ದರೆ, ಚೂರಿಯಿಂದ ತಮ್ಮ ಮೈಯ ರಕ್ತವನ್ನು ತೆಗಿದು ಜೀವ ಕೊಡುವಂತೆ ಮಾಡಿ ಹೆದರಿಸುವರು. ಇವರು ಬ್ರಾಹ್ಮಣರಿಗೆ ಮಾನ ಕೊಡುವದಿಲ್ಲ; ತಮ್ಮ

ಲ್ಲಿಯ ಕಾರ್ಯಗಳನ್ನು ತಾವೇ ಮಾಡಿಕೊಳ್ಳುವರು. ಇವರ ಗುರು ಹಂಪಿಯಲ್ಲಿ ಇರುತ್ತಾನೆ. ಯಾವತ್ತು ಲಗ್ನಗಳು ಆ ಗುರುವಿನ ಸಮಕ್ಷ ಆಗುವವು. ಹೆಣಗಳನ್ನು ಹುಗಿಯುವರು. ಇವರು ಧಾರವಾಡ ಜಿಲ್ಲೆಯಲ್ಲಿ ಇರುತ್ತಾರೆ.

ಪಿಚಾಟಗಳು.

ಪಿಚಾಟಗಳು.— ಇವರು ಬೆಳಗಾವೀ ಜಿಲ್ಲೆಯಲ್ಲಿ ಇರುತ್ತಾರೆ. ಇವರ ಜನ್ಮಭಾಷೆ ಮರಾಠಿ; ಸ್ಥಿತಿ ರೀತಿಗಳೆಲ್ಲ ವಾಡಿಕೆಯಾಗಿ ಕುಣಬಿಗಳಂತೆ ಇರುತ್ತವೆ. ಗಂಡಸರೂ ಹೆಂಗಸರೂ ಭಿಕ್ಷೆ ಬೇಡುತ್ತ ತಿರುಗುವರು.

ವಾಸುದೇವರು.

ವಾಸುದೇವರು.— ಇವರ ಜನ್ಮಭಾಷೆ ಮರಾಠಿ; ಊಟ, ಉಡಿಗೆ, ನಡಾವಳಿ, ಮುಂತಾದವುಗಳು ಆರೇರಂತೆ ಇರುತ್ತವೆ. ಹೆಂಗಸರು ಕುಂಕುಮ ಹಚ್ಚುವರು. ಇವರಲ್ಲಿ ಸ್ವಲ್ಪ ಜನರು ಲಗ್ನ ಮಾಡಿಕೊಳ್ಳುವರು. ಉಳಿದವರು ಭಿಕ್ಷೆ ಬೇಡುತ್ತ ಊರೂರು ತಿರುಗುವರು. ಇವರ ಭಿಕ್ಷೆಯ ಪೋಷಾಗು ಹ್ಯಾಗಂದರೆ— ತಲೆಗೆ ನವಿಲ ಗರಿಯ ಟೊಪ್ಪಿಗೆ, ಯೆಡಗೈಯಲ್ಲಿ ಚಿಪಳಿ, ಬಲಗೈಯಲ್ಲಿ ತಾಳ, ಕಾಲಿಗೆ ಗೆಜ್ಜೆ, ಹೆಗಲ ಮೇಲೆ ಊದುವ ವಾದ್ಯ. ಇವರು ವಿಷ್ಣು ಭಕ್ತರು.

ಬೈರಾಗಿಗಳು.

ಬೈರಾಗಿಗಳು.— ಇವರು ಯೆಲ್ಲಿಯೂ ನೆಲೆ ಮಾಡಿ ಕೊಂಡು ನಿಲ್ಲುವದಿಲ್ಲ; ವಾಡಿಕೆಯಾಗಿ ಹಿಂದುಸ್ತಾನೀ ಭಾಷೆಯನ್ನಾಡುತ್ತಿರುತ್ತಾರೆ. ಜಟೆಯನ್ನು ಬೆಳಿಸುವವರೇ ಬಹಳ; ಮೂರು ನಾಮಗಳನ್ನು ಹಚ್ಚುವರು; ತೀರ್ಥ ಯಾತ್ರೆಯನ್ನು ಮಾಡುತ್ತಾ ತಿರುಗುವರು.

ಹೆಳವರು.

ಹೆಳವರು.— ಇವರು ಕನ್ನಡಿಗರು; ಪೂರ್ವದಲ್ಲಿ ನಿಜಲಿಂಗವಂತರಾಗಿದ್ದರೆಂದು ಹೇಳುತ್ತಾರೆ. ಈಗ್ಯೂ ಲಿಂಗವಂತರಂತೆ ತಲೆ ಬೋಳಿಸಿ ಕೊಳ್ಳುತ್ತಾರೆ; ವಿಭೂತಿ ಹಚ್ಚುವರು. ಆದರೆ ಮದ್ಯ ಮಾಂಸಗಳನ್ನು ತಕ್ಕೊಳ್ಳುವರು; ಯಾವ ಕಾರ್ಯಕ್ಕೂ ಜಂಗಮರನ್ನು ಕರಿಯುವದಿಲ್ಲ. ಇವರು ಬ್ರಾಹ್ಮಣರಿಗೆ ಮಾನ ಕೊಡುತ್ತಿದ್ದಾಗ್ಯೂ ಅವರನ್ನು ಸಹ ತಮ್ಮಲ್ಲಿಯ ಕಾರ್ಯಗಳಿಗೆ ಕರಿಯುವದಿಲ್ಲ. ವಿಧವೆಗಳ ಲಗ್ನಕ್ಕೆ ಅಡ್ಡಿ ಇಲ್ಲ, ಹೆಣಗಳನ್ನು ಹುಗಿಯುವರು. ಇವರ ಮೂಲ ಪುರುಷನು ನಿಜವಾಗಿ ಹೆಳವನಿದ್ದು ಯೆತ್ತಿನ ಮೇಲೆ ಕೂತು ಭಿಕ್ಷೆ ಬೇಡುತ್ತಿದ್ದನಂತೆ. ಅವನನ್ನು ಬಸವೇಶ್ವರನು ತನ್ನ ಶಿಷ್ಯರೊಳಗೆ ಶೇರಿಸಿ ಕೊಂಡು ಮುಂದಕ್ಕೆ ತಂದನೆಂದು ಹೇಳುತ್ತಾರೆ. ಈಗಿನ ಹೆಳವರಿಗೆ ಕಾಲು ಇದ್ದಾಗ್ಯೂ ಇವರು ಯೆತ್ತಿನ ಮೇಲೆ ಕೂತು ಮೈಯಲ್ಲ ಮುಚ್ಚಿ ಕೊಂಡು ಗಂಟೆ ಬಾರಿಸುತ್ತ ಬಾಗಿಲಲ್ಲಿ ನಿಂತು ಮನೆಯವರ ವಂಶಾವಳಿಯನ್ನು ಹೇಳಿ ಭಿಕ್ಷೆ ಬೇಡುವರು. ಊರೊಳಗೆ ಯೆತ್ತಿನ ಮೇಲೆ ಕೂತು ತಿರುಗಲಿಕ್ಕೆ ಇವರಿಗೆ ಯಾರು ಅಡ್ಡಿ ಮಾಡುವದಿಲ್ಲ. ಹೆಳವರಲ್ಲಿ ಕೆಲವರು ವೊಕ್ಕಲತನ ಮಾಡುತ್ತಾರೆ; ಭಿಕ್ಷೆ ಬೇಡುವವರು ಸಹ ಸುಗ್ಗಿಯಲ್ಲಿ ಕೂಲಿಗೆ ಹೋಗುತ್ತಾರೆ.

ಸಾತಾನಿಗಳು.

ಸಾತಾನಿಗಳು.—ಇವರಿಗೆ ಚಾಟಾಳಿಗಳೆಂತಲೂ, ಕದ್ರಿಗಳೆಂತಲೂ, ಸಮಗಿಗಳೆಂತಲೂ, ಸುರಗಿಗಳೆಂತಲೂ ಅನ್ನುವರು. ಇವರು ಚೈತನ್ಯ* ಪಂಥಿಗಳು; ಹಳದೀ ಬಣ್ಣದ ಮೂರು ನಾಮಗಳನ್ನು ಹಚ್ಚುವರು; ಯಾವ ಜಾತಿಯವರ ಮನೆಯಲ್ಲಿಯೂ ಉಣ್ಣುವದಿಲ್ಲ. ಸಾತಾನಿಗಳು ಹೊಲಿಯರ ಗುರುಗಳು. ಇವರು ಮಾರ್ಗದಲ್ಲಿ ಭೇಟಿಯಾದರೆ ಉತ್ತಮ ಕುಲದವರು ಅಪಶಕುನವೆಂದೆಣಿಸುತ್ತಾರೆ.

ವಗ್ಗಯ್ಯಗಳು.

ವಗ್ಗಯ್ಯಗಳು.—ರಾಣೇಬಿನ್ನೂರ ತಾಲೂಕಿನಲ್ಲಿ ಗುಡ್ಡ ಗುಡ್ಡಾಪುರವೆಂಬಲ್ಲಿ ಮೈಲಾರ ಲಿಂಗನ ಗುಡಿಯುಂಟು. ಆ ದೇವತೆಯ ಭಕ್ತರು ವಗ್ಗಯ್ಯಗಳೆಂಬ ಹೆಸರು ಧರಿಸುವರು. ಬ್ರಾಹ್ಮಣರಿಂದ ಹೊಲಿಯರ ವರೆಗೆ ಬೇಕಾದ ಜಾತಿಯವರು ವಗ್ಗಯ್ಯಗಳಾಗ ಬಹುದು. ಅವರ ಆಚರಣೆಗಳು ಅವರವರ ಜಾತಿ ರಿವಾಜಿನ ಪ್ರಕಾರ ಇರುವವು. ವಗ್ಗಯ್ಯನಾಗ ತಕ್ಕವನು ದೇವರ ಗುಡಿಗೆ ಹೋಗಿ ಪೂಜಾರಿಯ ಕೈಯಿಂದ ಭಂಡಾರ ತಕ್ಕೊಂಡು ದೇವರಿಗೆ ನಮಸ್ಕಾರ ಮಾಡಿ ಅದನ್ನು ಮೈಗೆ ಹಚ್ಚಿ ಕೊಂಡು, ವಗ್ಗಯ್ಯಗಳಂತೆ ಉಡಿಗೆ ಮುಂತಾದವುಗಳನ್ನು ಧರಿಸುವನು. ಅವು ಹ್ಯಾಗಂದರೆ, ಲಂಗೋಟಿ, ಹೆಗಲ ಮೇಲೆ ಕಂಬಳಿ, ತಲೆಗೆ ರುಮಾಲ, ಕೊರಳಲ್ಲಿ ಕವಡಿಯ ಸರ, ನಡುವಿಗೆ ಹುಲಿದೊಗಲಿನ ಮೇಲೆ ಗಂಟೆಗಳು, ಹೆಗಲಿಗೆ ಭಂಡಾರದ ಚೀಲು ಚಿಗರೇ ಚರ್ಮದ್ದು, ಕೈಯಲ್ಲಿ ಕಟ್ಟಿಗೆಯ ಭಿಕ್ಷಾ ಪಾತ್ರೆ. ಮೈಲಾರ ಲಿಂಗನ ದರ್ಶನಕ್ಕೆ ಹೋಗುವ ಯಾತ್ರಿಕರ ಮೇಲೆ ವಗ್ಗಯ್ಯಗಳು ನಾಯಿಗಳಂತೆ ಬೊಗಳಿ ಅವರ ಕೈಯಿಂದ ಭಿಕ್ಷೆ ತಕ್ಕೊಳ್ಳುವರು. ದಸರೆಯ ದಿವಸ ಮೈಲಾರ ಲಿಂಗನ (ಮಲ್ಲಾರಿಯ) ಉತ್ಸವವಾಗುತ್ತದೆ; ಆಗ ಬಹು ಜನ ಯಾತ್ರಿಕರು ಕೂಡುತ್ತಾರೆ. ಆ ಉತ್ಸವದಲ್ಲಿ ವಗ್ಗಯ್ಯಗಳು ಕೈಯಲ್ಲಿ ಲಡ್ಡು ತಕ್ಕೊಂಡು ಕುದುರೆಯ ಹಾಗೆ ಹೀಯಾಳಿಸುತ್ತ ಕುಣಿಯುತ್ತ ಲಡ್ಡುಗಳನ್ನು ಮೈಗೆ ಬಡಿದು ಕೊಳ್ಳುವರು; ನೆತ್ತರ ಹಾದರೆ ಮಲ್ಲಾರಿಯ ಹೆಸರಿನಿಂದ ಭಂಡಾರ ಹಚ್ಚುವರು. ಕೆಲ ವಗ್ಗಯ್ಯಗಳು ಗಡುತರಾದ ಸರ್ಪಣಿಯನ್ನು ಕಂಬಕ್ಕೆ ಗಟ್ಟಿಯಾಗಿ ಕೂಡ್ರಿಸಿ, ಅದನ್ನು ಕೊರಳಿಗೆ ಸುತ್ತಿಕೊಂಡು ಜಿಂಜಾಡಿಸಿ ಹರಿಯುವರು. ಗುಡ್ಡ ಗುಡ್ಡಾಪುರದಲ್ಲಿ ಕೆಲವರು ಹೊಲಿಯ ಜಾತಿಯ ವಗ್ಗಯ್ಯಗಳುಂಟು. ಅವರು ಬೊಟ್ಟು ಗಡುತರ ಕಬ್ಬಿಣದ ಸಲಾಕಿಯ ತುದಿಯನ್ನು ಹದ ಮಾಡಿ, ಉತ್ಸವದಲ್ಲಿ, ಆ ತುದಿಯನ್ನು ತಮ್ಮ ಹಿಮ್ಮಡಿಯ ಹಿಂದಿನ ನರದೊಳಗೆ ಚುಚ್ಚಿ ಸಲಾಕಿಯನ್ನು ಆ ತೂತಿನೊಳಗಿಂದ ಯೆಳಿದು ತೆಗಿಯುವರು; ಆ ಮೇಲೆ ಅದೇ ತೂತಿನೊಳಗೆ ಕಟ್ಟಿಗೆಯ ಗೂಟವನ್ನು ಹಾಸಿ ತೆಗಿದು, ತೂತಿಗೆ ಭಂಡಾರ ಹಾಕಿ ಅರಿವೆ ಸುತ್ತುವರು. ಈ ಬಗೆಯ ಕ್ರೂರ ಕರ್ಮಗಳನ್ನು ವಗ್ಗಯ್ಯಗಳು ಬಹಳವಾಗಿ ಮಾಡುವರು.

* ಚೈತನ್ಯನು ಬಂಗಾಲದಲ್ಲಿ ೧೬ನೇ ಶತಕದ ಆರಂಭದಲ್ಲಿ ಇದ್ದನು; ವೈಷ್ಣವ ಮತವನ್ನು ಜನರಿಗೆ ಬೋಧಿಸಿದನು. ಇವನ ಪಂಥದವರು ಬಂಗಾಲದಲ್ಲಿ ಬಹು ಜನರಿದ್ದಾರೆ.

ನೀಚ ಜಾತಿಗಳು.

		ಧಾರವಾಡ.			ಬೆಳಗಾವಿ.			ವಿಜಾಪುರ.			ಕಾನಡಾ.		
		ಗಂಡು.	ಹೆಣ್ಣು.	ಒಟ್ಟು.	ಗಂಡು.	ಹೆಣ್ಣು.	ಒಟ್ಟು.	ಗಂಡು.	ಹೆಣ್ಣು.	ಒಟ್ಟು.	ಗಂಡು.	ಹೆಣ್ಣು.	ಒಟ್ಟು.
೧	ಹೊಲಿಯರು.........	೫೫೬೧	೬೧೩೮	೧೧೯೯೯	೨೦೧೩೨	೨೧೬೦೮	೪೧೭೪೦	೯೨೭೩	೧೦೨೯೪	೧೯೫೬೭	೩೮೦	೩೧೬	೬೯೬
೨	ಮಾದಿಗರು..........	೧೩೪೮೦	೧೪೧೩೨	೨೭೬೧೨	೮೦೫೯	೮೭೯೦	೧೬೮೪೯	೧೧೭೧೬	೧೩೧೫೦	೨೪೮೬೬	೪೨	೩೯	೮೧
೩	ಢೋರರು	೧೧೪	೧೬೨	೨೭೬	೮೭೯	೮೩೮	೧೭೧೭	೪೮೬	೪೬೬	೯೫೨			೧೫೦
೪	ಸಮ್ಮಗಾರರು	೧೩೯೨	೧೩೭೬	೨೭೬೮	೩೨೯೧	೩೧೬೩	೬೪೫೪	೧೮೭೮	೧೭೮೬	೩೬೬೪	೭೮೫	೬೮೮	೧೪೭೩
೫	ಭಂಗಿಗಳು..........	೪೩	೪೧	೮೪	೬೪	೪೫	೧೦೯	,,	,,	,,	೨೭	೯	೩೬
೬	ಚಲವಾದಿಗಳು........	,,	,,	,,	೪೯	೫೮	೧೦೭	,,	,,	,,	೯೭೮	೮೮೬	೧೮೬೪
೭	ಕೊಟಿಗಾರರು	೫೮೯	೫೭೩	೧೧೬೨	,,	,,	,,	,,	,,	,,	೧೨೯	೭೯	೨೦೮
೮	ಮುಸಲರು	೧೫	೮	೨೩	,,	,,	,,	,,	,,	,,	,,	,,	,,
೯	ಆಗೇರು	,,	,,	,,	,,	,,	,,	,,	,,	,,	೧೦೭೮	೧೦೪೦	೨೧೧೮
೧೦	ಬಾಕದರು	,,	,,	,,	,,	,,	,,	,,	,,	,,	೧೨೯	೧೩೩	೨೬೨
೧೧	ಬುಟ್ಟಲರು	,,	,,	,,	,,	,,	,,	,,	,,	,,	೭೬	೧೫	೯೧
೧೨	ಹಸಳರು...........	,,	,,	,,	,,	,,	,,	,,	,,	,,	೧೪೧೪	೧೨೧೫	೨೬೨೯
೧೩	ಕೊರಗಾರರು.........	,,	,,	,,	,,	,,	,,	,,	,,	,,	೧೧೬	೧೨೩	೨೩೯
೧೪	ಕಂಗಾರಿಗಳು.........	,,	,,	,,	,,	,,	,,	,,	,,	,,	೧೨೫	೧೨೦	೨೪೫
೧೫	ಮುಕ್ರಿಗಳು	,,	,,	,,	,,	,,	,,	,,	,,	,,	೨೫೦೩	೨೪೮೧	೪೯೮೪
೧೬	ಹುಲಸಾರರು.........	,,	,,	,,	,,	,,	,,	,,	,,	,,	೪೭೩೨	೩೯೮೧	೮೭೧೩

ಹೊಲಿಯರು. — ಇವರಲ್ಲಿ ಕನ್ನಡಿಗರು, ತೆಲಗರು, ಮಹಾರಾಷ್ಟ್ರರು, ಯೆಂಬ ಮೂರು ವೊಳಭೇದಗಳಿರುತ್ತವೆ. ಕನ್ನಡಿಗರಿಗೂ ತೆಲಗರಿಗೂ ಶರೀರ ಸಂಬಂಧವಾಗುತ್ತದೆ. ಮರಾಠೀ ಹೊಲಿಯರಿಗೆ ಹುಲಸಾರರೆಂತಲೂ ಅನ್ನುತ್ತಾರೆ. ಹೊಲಿಯರು ಕಸುವಿನ ಮೈಕಟ್ಟಿನವರಾಗಿಯೂ ಕಪ್ಪು ಮೈ ಬಣ್ಣದವರಾಗಿಯೂ ಇರುತ್ತಾರೆ. ಇವರ ಉಡಿಗೆಗಳು ವಾಡಿಕೆಯಾಗಿ ವೊಕ್ಕಲಿಗರಂತೆ ಇರುತ್ತವೆ; ಕೆಲವರು ಲಂಗೋಟೀ ಹಾಕುವರು. ಹೊಲಿಯರು ಸತ್ತ ದನದ ಮಾಂಸವನ್ನು ಸಹ ತಿನ್ನುವರು; ಶರೆಯನ್ನು ಬಹಳ ಪ್ರೀತಿಯಿಂದ ಕುಡಿಯುವರು. ಉತ್ತಮ ಕುಲದವರು ಹೊಲಿಯರನ್ನು ಮುಟ್ಟಸಿಕೊಳ್ಳುವದಿಲ್ಲ; ಆದರೆ ಊರಿಗೆ ಹೊಲಿಯನಿರದಿದ್ದರೆ ಸಾಗುವದಿಲ್ಲ. ಇವರು ಊರು ಕಾಯುವರು, ಹೊಲಗಳ ಮೇರೆಗಳನ್ನು ಗೊತ್ತು ಮಾಡುವರು, ಸರಕಾರೀ ಹಣವನ್ನು ವೊಯ್ಯುವರು, ಪರಸ್ಥರಿಗೆ ದಾರೀ ತೋರಿಸುವರು, ಸತ್ತ ದನಗಳನ್ನು ವೊಯ್ಯುವರು, ಸರಕಾರೀ ಚಾವಡಿಗಳನ್ನು ಉಡುಗುವರು, ಸಮಾರಂಭಗಳಲ್ಲಿ ಹಲಿಗೆಗಳನ್ನು ಬಾರಿಸುವರು, ಕೊಂಬು ಕಹಳೆಗಳನ್ನು ಊದುವರು. ರೈತರಿಗೆ ಕೆರವು, ಮಿಣಿ, ಬಾರು, ಮುಂತಾದ ತೊಗಲಿನ ಸಾಮಾನುಗಳನ್ನು ಮಾಡಿ ಕೊಡುವರು. ಇಷ್ಟು ಕೆಲಸಗಳನ್ನು ಹೊಲಿಯರು ಹಳ್ಳಿಗಳಲ್ಲಿ ಮಾಡುವದಲ್ಲದೆ ಅವರಲ್ಲಿ ಕೆಲವರು ವೊಕ್ಕಲತನ ಮಾಡುವರು, ಕೆಲವರು ಉರುಟು ಬಟ್ಟೆಗಳನ್ನು ನೆಯ್ಯುವರು, ಕೆಲವರು ಕೂಲಿಗೆ ಹೋಗುವರು. ಸರಕಾರೀ ದಂಡಿನಲ್ಲಿಯೂ ಪೋಲೀಸ ಖಾತೆಯಲ್ಲಿಯೂ ಬಹು ಜನ ಹೊಲಿಯರು ಶಿಪಾಯಿಗಳಾಗಿದ್ದಾರೆ. ಆದರೂ ಇವರ ಬಡತನ ಹಿಂಗುವದಿಲ್ಲ; ಇವರಲ್ಲಿ ವೈವುಳ್ಳವರನ್ನು ಕಾಣುವದು ಬಹು ದುರ್ಲಭವು. ಶರೆಗೂ ಲಗ್ನ ಕಾರ್ಯಕ್ಕೂ ಇವರು ಸಂಪಾದಿಸಿದ ಹಣವೆಲ್ಲ ಹಾಳಾಗಿ ಹೋಗುತ್ತದೆ. ಮಾದಿಗರು, ಸಮ್ಮಗಾರರು, ಢೋರರು, ಇವರಲ್ಲಿ ಹೊಲಿಯರು ಉಣ್ಣುವದಿಲ್ಲ. ಇವರ ಕುಲದೇವತೆಗಳು ದುರಗಮ್ಮ, ಮರಗಮ್ಮ, ಯೆಲ್ಲಮ್ಮ; ಇವರ ಗುರು ಕೊಲ್ಲಾಪುರದಲ್ಲಿ ಇರುತ್ತಾನೆ. ಯೆಲ್ಲಮ್ಮನ ಹರಿಕೆಯನ್ನು ಹೊತ್ತವರಾದ ಹೊಲಿಯರ ಹೆಂಗಸರು ಬೇವಿನ ಹುಟ್ಟಿಗೆಯನ್ನು ಉಟ್ಟು ಕೊಂಡು ಮನೆಯಿಂದ ಯೆಲ್ಲಮ್ಮನ ಗುಡ್ಡಕ್ಕೆ ಹೋಗುವರು; ಅವರು ಬತ್ತಲೆಯಾಗಿ ಬೇವಿನ ಯೆಲೆಗಳಿಂದ ಮೈಯನ್ನು ಮುಚ್ಚಿ ಕೊಳ್ಳುವರು. ಹುಟ್ಟಿಗೆಯ ನಡಾವಳಿಯು ಉತ್ತಮ ಜಾತಿಗಳಲ್ಲಿಯೂ ಇರುತ್ತದೆ. ಹೊಲಿಯರು ಬಹುತರ ನಿತ್ಯ ಸ್ನಾನ ಮಾಡುವರು, ಲಗ್ನ ಮುಂತಾದ ಶುಭ ಕಾರ್ಯಗಳಿಗಾಗಿ ಬ್ರಾಹ್ಮಣರ ಕೈಯಿಂದ ಮುಹೂರ್ತಗಳನ್ನು ತೆಗಿಸಿ ಕೊಳ್ಳುವರು. ಆದರೆ ಬ್ರಾಹ್ಮಣರು ಅವರ ಮನೆಗೆ ಹೋಗುವದಿಲ್ಲ. ಲಗ್ನದಲ್ಲಿ ಅಕ್ಕೀ ಕಾಳು ಬೀಳುವಾಗ ಮದಿಮಗಳು ಕಲ್ಲಿನ ಮೇಲೆ ನಿಲ್ಲುವಳು; ಮದಿಮಗನನ್ನು ಜೋಳದ ಬುಟ್ಟಿಯಲ್ಲಿ ಬಾರಿನ ತುಂಡುಗಳನ್ನೂ ವೊಂದು ಬಾರಕೋಲನ್ನೂ ಚಲ್ಲಿ ಅದರೊಳಗೆ ನಿಲ್ಲಿಸುವರು. ಮೆರುವಣಿಗೆಯಲ್ಲಿ ಯೆತ್ತಿನ ಮೇಲೆ ಮದಿಮಕ್ಕಳನ್ನು ಕೂಡ್ರಿಸಿಕೊಂಡು ಹನುಮಂತ ದೇವರಿಗೆ ಹೋಗುವರು. ಹೊಲಿಯರು ಹೆಣಗಳನ್ನು ಹುಗಿಯುತ್ತಾರೆ; ಗೋರಿಯಲ್ಲಿ ಅಡ್ಡ ಬದಿಗೆ ವೊಂದು ಗೂಡಿನ ಹಾಗೆ ಪೊಳ್ಳು ಮಾಡಿ ಅದ

30

ರೊಳಗೆ ಹೆಣಗಳನ್ನು ಕೂಡ್ರಿಸಿ, ಮೊದಲು ಅದನ್ನು ಹಸೆಯ ತೊಪ್ಪಲದಿಂದ ಮುಚ್ಚಿ ಮೇಲೆ ಮಣ್ಣು ಮುಚ್ಚುವರು. ಮೂರನೇ ದಿವಸ ಮೊಸರು ಅನ್ನದ ಕಾಕಪಿಂಡವನ್ನು ಮಾಡಿ ಕಾಗೆಗಳಿಗೆ ಕೊಡುವರು, ಹತ್ತು ದಿವಸ ಸೂತಕ ಹಿಡಿಯುವರು. ಹೊಲಿಯರಲ್ಲಿ ಹೆಣ್ಣು ಮಕ್ಕಳ ಲಗ್ನವು ೧೦ ವರ್ಷದೊಳಗೆ ಆಗುತ್ತದೆ; ವಿಧವೆಗಳ ಲಗ್ನಕ್ಕೆ ಅಡ್ಡಿ ಇಲ್ಲ. ಹೊಲಿಯರ ಹೆಂಗಸು ಹಾದರ ಮಾಡಿದರೆ, ಆಕೆಯ ತಲೆ ಬೋಳಿಸಿ, ನಾಲಿಗೆಯನ್ನು ಕಾದ ಕಬ್ಬಿಣದಿಂದ ಸುಟ್ಟಂತೆ ಸಂಸ್ಕಾರ ಮಾಡುವರು. ಇವರಲ್ಲಿ ಯಾರಿಗಾದರೂ ಯೆಲ್ಲ ಹೆಣ್ಣು ಮಕ್ಕಳೇ ಆದರೆ, ಆ ಮಕ್ಕಳಲ್ಲಿ ವೊಬ್ಬಳನ್ನು ಲಗ್ನ ಮಾಡದೆ ಸೂಳೆತನಕ್ಕೆ ಬಿಡುವರು. ಆಕೆಯೇ ತಂದೆಯ ಆಸ್ತಿಗೆ ಬಾಧ್ಯಳಾಗುತ್ತಾಳೆ. ಹೊಲಿಯರ ಮಕ್ಕಳು ಬಹುತರ ಶಾಲೆಗೆ ಹೋಗುವದಿಲ್ಲ. ಆದರೆ ಹಲಕೆಲವು ಕಡೆಯಲ್ಲಿ ಹೊಲಿಯರಿಗಾಗಿ ಬೇರೆ ಶಾಲೆಗಳನ್ನು ಸರಕಾರದವರು ಇಟ್ಟಿದ್ದಾರೆ. ಅವುಗಳಲ್ಲಿ ಹೊಲಿಯರ ಹೆಣ್ಣು ಮಕ್ಕಳು ಸಹ ಕಲಿಯುವರು.

ಉತ್ತಮ ಕುಲದವರು ತಮ್ಮ ಹೆಣಗಳನ್ನು ಸುಡುವಾಗೂ ಹುಗಿಯುವಾಗೂ ಹೊಲಿಯರಿಗೆ ಭೂಮಿಯ ತೆರಿಗೆ ಕೊಡುತ್ತಾರೆ; ಭೂಮಿಯ ಮೇರೆಗಳ ವ್ಯಾಜ್ಯದಲ್ಲಿ ಹೊಲಿಯರ ಸಾಕ್ಷಿಗೆ ಬಹಳ ಬೆಲೆ ಇರುತ್ತದೆ; ಹೊಲಗಳಲ್ಲಿ ರಾಶಿಯಾಗುವಾಗ ರೈತರು ಹೊಲಿಯರನ್ನು ಸಂತೋಷ ಪಡಿಸಲಿಕ್ಕೆ ಬೇಕು; ಗ್ರಾಮ ದೇವತೆಯ ಉತ್ಸವದಲ್ಲಿ ಹೊಲಿಯನೇ ಮುಖ್ಯ ಮನುಷ್ಯನಾಗಿರುತ್ತಾನೆ, ಅವನೇ ಕೋಣನನ್ನು ಕಡಿದು ದೇವತೆಗೆ ಅರ್ಪಿಸಿ, ಅದರ ತಲೆಯನ್ನು ಬುಟ್ಟಿಯೊಳಗಿಟ್ಟುಕೊಂಡು ಊರ ಮೇರೆ ಗುಂಟ ಪ್ರದಕ್ಷಿಣೇ ಮಾಡಿ ಬರುತ್ತಾನೆ; ಊರುತನದ ಕೆಲಸವು ಹೊಲಿಯನಿಲ್ಲದೆ ಸಾಗುವದಿಲ್ಲ. ಈ ಯಾವತ್ತೂ ಕಾರಣಗಳಿಂದ ಆರಂಭದಲ್ಲಿ ಈ ಶೀಮೆಯಲ್ಲಿ ಭೂಮಿಯ ವೊಡೆಯರು ಹೊಲಿಯರೇ ಇದ್ದರೆಂದು ಕೆಲವರು ಊಹಿಸುತ್ತಾರೆ. ಬುನಾದಿಯಲ್ಲಿ ಹೊಲಿಯರು ದಂಡಾಳುತನದ ಹೋರೆಯನ್ನು ಮಾಡುತ್ತಿದ್ದರೆಂತಲೂ ಕೆಲವರ ಮತವದೆ. "ಹೊಲ್" ಅಥವಾ "ಪೊಲ್" ಯೆಂಬ ದ್ರವಿಡ ಶಬ್ದದ ಅರ್ಥವು ಹೊಲಸು, ಮೈಲು, ಯೆಂದು ಆಗುತ್ತದೆ. ಆದರೆ ಈ ಶಬ್ದವು ಬುನಾದಿಯಲ್ಲಿ ಭೂಮಿವಾಚಕವಿತ್ತೆಂದು ಕೆಲವರು ವಾದಿಸುವರು.

ಮಾದಿಗರು.

ಮಾದಿಗರು.—ಇವರೊಳಗೆ ದಾಳ್ಯ, ಮೋಚಿ, ಪೆಡ, ಸನಾದಿ, ಯೆಂಬ ನಾಲ್ಕು ಕುಲಗಳಿರುತ್ತವೆ; ಅವರವರೊಳಗೆ ಊಟದ ಬಳಿಕೆಯಾಗುತ್ತದೆ, ಶರೀರ ಸಂಬಂಧವಾಗುವದಿಲ್ಲ. ದಾಳ್ಯ ಮಾದಿಗರು ವೊಟ್ಲೆತ್ತಿನ ಲಂಬಾಡಿಗಳ ಸಂಗಡ ತಿರುಗುವರು; ಅವರಿಗೆ ಜೋಡುಗಳನ್ನು ಮಾಡಿ ಕೊಡುವರು. ಅವರ ಯೆತ್ತುಗಳ ಮುಂದೆ ಹಲಿಗೆಗಳನ್ನು ಬಾರಿಸುವರು. ಮೋಚೀ ಮಾದಿಗರು ಕೆರವು, ಮಿಣಿ, ಮುಂತಾದ ಚರ್ಮದ ಸಾಮಾನುಗಳನ್ನು ಮಾಡಿ ಮಾರುವರು. ಪೆಡ ಮಾದಿಗರು ಊರು ಕಾಯುವರು, ಪರಸ್ಥರ ಚಾಕರಿಯನ್ನು ಮಾಡುವರು, ಚಾವಡೀ ಉಡುಗುವರು. ಸನಾದೀ ಮಾದಿಗರು ತಮ್ಮ ಜಾತಿಯಲ್ಲಿ ಲಗ್ನ ಮುಂತಾದ ಕಾರ್ಯಗಳಲ್ಲಿ ಸನಾದಿಯನ್ನು ಊದುವರು. ಮಾದಿಗರು ಪೂರ್ವದಲ್ಲಿ ಸತ್ತ ದನಗಳನ್ನು

ಹೊಯ್ದು, ಅವುಗಳ ಚರ್ಮ ಸುಲಿದು ಮಾಂಸ ತಿನ್ನುತ್ತಿದ್ದರು. ಆದರೆ ಈಗ ಈ ಕೆಲಸ ವನ್ನು ಮಾದಿಗರು ಮಾಡುವದಿಲ್ಲ. ಇಂಗ್ಲಿಷ ಸರಕಾರದ ಪೂರ್ವದಲ್ಲಿ ಮಾದಿಗರು ದಾರಿಕಾರರನ್ನು ಸುಲಿಯುವರು. ಇವರು ಭಂಗೀ ಜಾತಿಯವರಲ್ಲಿ ಮಾತ್ರ ಉಣ್ಣುವ ದಿಲ್ಲ, ಮಿಕ್ಕಾದ ಯಾವತ್ತು ಜಾತಿಗಳ ಅನ್ನ ತಕ್ಕೊಳ್ಳುವರು. ಇವರ ಉಡಿಗೆ, ಆಹಾರ, ಆಚಾರ, ಧರ್ಮ ಮುಂತಾದವುಗಳೆಲ್ಲ ಹೊಲಿಯರಂತೆ ಇರುತ್ತವೆ.

ಮಾದಿಗರೊಳಗೆ ಅಸಾದರೆಂಬದೊಂದು ವೊಳಭೇದವಿರುತ್ತದೆ. ದ್ಯಾಮವ್ವನ ಜಾತ್ರೆ ಯಲ್ಲಿ ಅಸಾದರ ಹೆಂಗಸರೂ ಗಂಡಸರೂ ದ್ಯಾಮವ್ವನಿಗೆ ಬಾಯಿಗೆ ಬಂದ ಹಾಗೆ ಬೈಯುತ್ತ ಕುಣಿಯುವರು. ಒಬ್ಬ ಹೊಲಿಯನು ತನ್ನ ಜಾತಿಯನ್ನು ಮುಚ್ಚಿ ಕೊಂಡು ದ್ಯಾಮವ್ವನನ್ನು ಲಗ್ನ ಮಾಡಿಕೊಂಡಿದ್ದನಂತೆ. ದ್ಯಾಮವ್ವನಿಗೆ ಅವನು ಹೊಲಿಯನೆಂದು ತಿಳಿದ ಕೂಡಲೆ ಆಕೆ ಅವನನ್ನು ಕೊಂದು ಹಾಕಿದ್ದರಿಂದ ಆಕೆಯ ಜಾತ್ರೆಯಲ್ಲಿ ಮಾದಿಗ ರು ಆಕೆಗೆ ಬೈಯುತ್ತಾರೆಂದು ಹೇಳುತ್ತಾರೆ.

ಢೋರರು.—ಇವರಲ್ಲಿ ಕನ್ನಡಿಗರು, ಮಹಾರಾಷ್ಟ್ರರು, ಹಿಂದುಸ್ತಾನೀ, ಯೆಂಬ ದೇಶ ಭೇದದ ವೊಳಜಾತಿಗಳಿರುತ್ತವೆ; ಅವರವರೊಳಗೆ ಊಟದ ಬಳಿಕೆಯಾಗುವದಿಲ್ಲ.

ಢೋರರು.

ಇವರು ಸತ್ತ ದನಗಳನ್ನು ತಿನ್ನುವದಿಲ್ಲ; ಆದರೆ ಮದ್ಯ ಮಾಂಸ ಗಳನ್ನು ನಿರಾತಂಕವಾಗಿ ತಕ್ಕೊಳ್ಳುವರು. ಹಿಂದುಸ್ತಾನೀ ಢೋ ರರು ಹಂದಿಯ ಮಾಂಸ ತಕ್ಕೊಳ್ಳುವದಿಲ್ಲ. ಇವರು ಮೊದಲು ಮುಸಲ್ಮಾನರಿದ್ದರೆಂದು ಹೇಳುತ್ತಾರೆ. ಢೋರರು ಯೆಲ್ಲಮ್ಮ, ಹನುಮಂತ ಮುಂತಾದ ದೇವತೆಗಳಿಗೆ ನಡಕೊಳ್ಳು ತ್ತಿದ್ದಾಗ್ಯೂ ಲಿಂಗವಂತ ಮಠಪತಿಯು ಯೆಂಟು ದಿವಸಕ್ಕೊಮ್ಮೆ ಇವರ ಮನೆಗೆ ಹೋಗಿ ಇವರ ಹಣೆಗೆ ವಿಭೂತಿ ಹಚ್ಚಿ ಬರುತ್ತಾನೆ. ಲಗ್ನದಲ್ಲಿ ಮಠಪತಿಯೇ ಮದಿಮಗಳಿಗೆ ಮಂಗಳಸೂತ್ರ ಕಟ್ಟುವನು. ಹೆಣವನ್ನು ಹೂಳಿಯುವ ಪೂರ್ವದಲ್ಲಿ ಮಠಪತಿಯು ತನ್ನ ಕಾಲು ಹೆಣದ ತಲೆಯ ಮೇಲೆ ಇಡಲಿಕ್ಕೆ ಬೇಕು. ಆದರೆ ಢೋರರು ಬ್ರಾಹ್ಮಣರಿ ಗೂ ಮಾನ ಕೊಡುತ್ತಾರೆ; ಲಗ್ನ ಮುಂತಾದ ಕಾರ್ಯಗಳಿಗಾಗಿ ಮುಹೂರ್ತಗಳನ್ನು ಬ್ರಾಹ್ಮಣರ ಕೈಯಿಂದ ತೆಗಿಸಿ ಕೊಳ್ಳುವರು. ಚರ್ಮಕ್ಕೆ ಕರೆ ಹಾಸುವದೇ ಢೋರರ ಮುಖ್ಯ ಹೋರೆಯು. ಒಂದು ರಂಜಣಿಗೆಯಲ್ಲಿ ನೀರು ಹಾಕಿ, ಅದರೊಳಗೆ ಹೊನ್ನವ ರೆಯ ತೊಟೆಯನ್ನು ವೊಂದೆರಡು ದಿವಸ ಹಾಕಿ ಇಡುವರು. ಬಳಿಕ ಆ ತೊಟೆಯನ್ನು ತೆಗಿದು, ರಂಜಣಗೆಯೊಳಗೆ ಚರ್ಮಗಳನ್ನು ಮುಳುಗಿಸಿಡುವರು. ಆ ಚರ್ಮಗಳು ನಸು ಗೆಂಪು ವರ್ಣದವಾದ ಬಳಿಕ ಅವನ್ನು ತೊಳಿದು ಬಣ್ಣ ಕೊಡುವರು. ಢೋರರ ಮನೆಯ ಹಿತ್ತಲಲ್ಲಿ ಆ ರಂಜಣಿಗೆ ಇರುತ್ತದೆ. ಇದಲ್ಲದೆ ಢೋರರು ಹರಗೋಲು, ಮಟ್ಟಿ, ಪಕಾಲಿ, ತೊಗಲಿನ ಬುದ್ದಲಿ, ಕುದುರೆಯ ತೋಬರಿ, ಲಗಾಮು, ಜೀನು, ಮುಂತಾದ ತೊಗಲಿನ ಸಾಮಾನುಗಳನ್ನು ಮಾಡುವರು; ಚರ್ಮವನ್ನು ಹೊಲಿಯರ ಬಳಿಯಲ್ಲಿ ಕೊಳ್ಳುವರು. ಢೋರರ ಹೆಂಗಸರು ಚರ್ಮದ ಕೆಲಸಗಳಲ್ಲಿ ಗಂಡಸರಿಗೆ ನೆರವಾಗುವದಿಲ್ಲ. ಇವರ ಮಕ್ಕಳು ಶಾಲೆಗೆ ಹೋಗುತ್ತಾರೆ.

ಸಮ್ಮಗಾರರು.

ಸಮ್ಮಗಾರರು.—ಚರ್ಮಕಾರರೆಂಬ ಸಂಸ್ಕೃತ ಶಬ್ದದಿಂದ ಈ ಹೆಸರು ಹುಟ್ಟಿರುತ್ತದೆ. ಸಮ್ಮಗಾರರಲ್ಲಿ ಕನ್ನಡಿಗರು, ಮಹಾರಾಷ್ಟ್ರರು, ಕೊಂಕಣಿಗರು, ಯೆಂಬ ಮೂರು ವರ್ಗಗಳಿವೆ. ಕನ್ನಡಿಗರು ಲಿಂಗವಂತರು, ಮಹಾರಾಷ್ಟ್ರರಿಗೂ ಕೊಂಕಣಿಗರಿಗೂ, ಶರೀರ ಸಂಬಂಧವಾಗುತ್ತದೆ. ಸಮ್ಮಗಾರರು ರೂಪದಿಂದ ವೊಕ್ಕಲಿಗರಿಗಿಂತ ಚಲುವರು. ಪದ್ಮಿನಿ ಯೆಂಬ ಉತ್ತಮ ಪ್ರತಿಯ ಸ್ತ್ರೀಯು ಸಮ್ಮಗಾರರಲ್ಲಿ ಹುಟ್ಟುತ್ತಾಳೆಂದು ಜನರ ನಂಬಿಗೆಯುಂಟು. ಅದರಂತೆ ಸಮ್ಮಗಾರರ ಹೆಂಗಸರೂ ಹುಡುಗರೂ ಸುರೂಪಿಗಳಾಗಿರುವರು. ಲಿಂಗವಂತ ಸಮ್ಮಗಾರರು ಲಿಂಗ ಕಟ್ಟಿ ಕೊಂಡು ಲಿಂಗವಂತರಂತೆ ಯಾವತ್ತು ಆಚರಣೆಗಳನ್ನು ಮಾಡುವರು; ಮದ್ಯ ಮಾಂಸಗಳನ್ನು ತಕ್ಕೊಳ್ಳುವದಿಲ್ಲ. ಮಹಾರಾಷ್ಟ್ರರೂ ಕೊಂಕಣಿಗರೂ ಮದ್ಯ ಮಾಂಸಗಳನ್ನು ನಿರಾತಂಕವಾಗಿ ತಕ್ಕೊಳ್ಳುವರು. ಲಿಂಗವಂತರು ಹರಳೆಯ್ಯನೆಂಬ ಬಸವೇಶ್ವರನ ಮೊದಲನೇ ಶಿಷ್ಯನಾದ ಸಮ್ಮಗಾರನ ವಂಶದವರೆಂದು ಹೇಳುತ್ತಾರೆ; ಇವರು ಜಳಕ ಮಾಡಿದ ಮೇಲೆ ಚರ್ಮದ ಕೆಲಸ ಮಾಡುವದಿಲ್ಲ. ಹಳೆ ಮೊಚ್ಚೆಗಳನ್ನು ಹೊಲಿಯುವದಿಲ್ಲ. ಕುರಿ ಚರ್ಮವನ್ನು ಮಿದು ಮಾಡಿ ಕೊಂಡು ಅದಕ್ಕೆ ಬಣ್ಣ ಕೊಟ್ಟು ಅದರ ಜೋಡುಗಳನ್ನು ಹೊಲಿಯುವದೇ ಸಮ್ಮಗಾರರ ಮುಖ್ಯ ಹೋರೆಯು. ಲಿಂಗವಂತರ ಹೊರ್ತು ಉಳಿದವರು ಹಳೆ ಜೋಡುಗಳನ್ನು ಹೊಲಿದು ಗಟ್ಟಿ ಮಾಡಿ ಕೊಡುವರು. ಸಮ್ಮಗಾರರು ಜೀನಗಾರರ ಹಳೆ ಜೋಡುಗಳನ್ನು ಮುಟ್ಟುವದಿಲ್ಲ, ಅವರ ಅನ್ನವನ್ನೂ ತಕ್ಕೊಳ್ಳುವದಿಲ್ಲ; ಜೀನಗಾರರಿಗಿಂತ ತಾವು ಶ್ರೇಷ್ಠರೆಂದು ಹೇಳುತ್ತಾರೆ. ಸಮ್ಮಗಾರರ ಮನೆಯಲ್ಲಿ ಬಹುತರ ತುಳಸೀ ಗಿಡವಿರುತ್ತದೆ. ಇವರಲ್ಲಿ ವಿಧವೆಗಳ ಲಗ್ನವಾಗುವದಿಲ್ಲ. ಮಹಾರಾಷ್ಟ್ರರೂ ಕೊಂಕಣಿಗರೂ ಹೆಣಗಳನ್ನು ಸುಡುವರು, ಇಲ್ಲವೆ ಹುಗಿಯುವರು. ಇವರ ಮಕ್ಕಳು ಶಾಲೆಗೆ ಹೋಗುವದಿಲ್ಲ.

ಭಂಗಿಗಳು.

ಭಂಗಿಗಳು ಅಥವಾ ಹಲಾಲಖೋರರು.—ಇವರು ಉತ್ತರ ಹಿಂದುಸ್ತಾನದಿಂದ ಬಂದವರು, ಹಿಂದುಸ್ತಾನೀ ಭಾಷೆಯನ್ನಾಡುತ್ತಾರೆ. ಇವರಲ್ಲಿ ಕೆಲವರು ನೀಚ ಕುಲದ ಹಿಂದೂ ಜನರು, ಕೆಲವರು ನೀಚ ಕುಲದ ಮುಸಲ್ಮಾನರು ಇರುತ್ತಾರೆ. ಅವರು ತಮ್ಮ ತಮ್ಮ ಧರ್ಮದ ಪ್ರಕಾರ ಮನೆಯಲ್ಲಿ ವರ್ತಿಸುವರು. ಎರಡೂ ಜಾತಿಗಳ ಭಂಗಿಗಳು ವಿಧವೆಗಳ ಲಗ್ನ ಮಾಡುವರು, ಹೆಣಗಳನ್ನು ಹುಗಿಯುವರು, ಮಕ್ಕಳನ್ನು ಶಾಲೆಗೆ ಕಳಿಸುವದಿಲ್ಲ. ಭಂಗಿಗಳು ಪಾಯಖಾನೆಗಳಲ್ಲಿಯ ಮಲವನ್ನು ತೆಗಿದು ಸ್ವಚ್ಛ ಮಾಡುವರು, ಗಟಾರುಗಳನ್ನೂ ಓಣಿಗಳನ್ನೂ ಉಡುಗುವರು. ಮೂವತ್ತೈದು ವರ್ಷದ ಪೂರ್ವದಲ್ಲಿ ಈ ಶೀಮೆಯಲ್ಲಿ ಭಂಗಿಗಳು ಬಹುತರ ಇದ್ದಿಲ್ಲ. ಇತ್ತ ಕಡೆಯಲ್ಲಿ ಮ್ಯುನಸಿಪಾಲಿಟಿಗಳಲ್ಲಿ ಇವರಿಗೆ ಕೆಲಸ ದೊರಿಯ ಹತ್ತಿದ್ದರಿಂದ ಇವರು ಉತ್ತರದಿಂದ ಬರ ಹತ್ತಿದ್ದಾರೆ.

ಚಲವಾದಿಗಳು.—ಇವರು ಲಿಂಗವಂತ ಧರ್ಮವನ್ನು ಸ್ವೀಕರಿಸಿದ ಹೊಲಿಯರು. ಆದರೆ ಇವರು ಚರ್ಮವನ್ನು ಮುಟ್ಟುವದಿಲ್ಲ, ಹೊಲಿಯರೊಳಗೆ ಯೆಷ್ಟು

ಮಾತ್ರವೂ ಕೊಡುವದಿಲ್ಲ. ಇವರ ಉಡಿಗೆಗಳೂ ಯಾವತ್ತು ಆಚರಣೆಗಳೂ ಲಿಂಗವಂತರಂತೆ ಇರುತ್ತವೆ; ಇವರು ಮದ್ಯ ಮಾಂಸಗಳನ್ನು ಮುಟ್ಟುವದಿಲ್ಲ. ಚಲವಾದಿಗಳು ಬಹುತರ ಯಾವ ಹೋರೆಯನ್ನೂ ಮಾಡುವದಿಲ್ಲ; ಲಿಂಗವಂತರಲ್ಲಿ ಭಿಕ್ಷೆ ಬೇಡಿ ಜೀವಿಸುವರು. ಇವರ ಹೆಂಗಸರಲ್ಲಿ ಕೆಲವರು ಲಗ್ನ ಮಾಡಿ ಕೊಳ್ಳದೆ ಸೂಳೆತನ ಮಾಡುವರು. ಲಿಂಗವಂತರ ಲಗ್ನಗಳಲ್ಲಿಯೂ ಬೇರೆ ಕಾರ್ಯಗಳಲ್ಲಿಯೂ ಅವರು ಸಮಾರಂಭದಿಂದ ಹೊರಟಾಗ ಒಬ್ಬ ಚಲವಾದಿಯು ಅವರ ಮುಂದೆ ನಡಿಯುತ್ತಿರಲಿಕ್ಕೆ ಬೇಕು. ಅವನ ಹೆಗಲ ಮೇಲೆ ದೊಡ್ಡದೊಂದು ಹಿತ್ತಾಳಿಯ ಸನಿಟು, ಕೈಯಲ್ಲಿ ದೊಡ್ಡದೊಂದು ಗಂಟೆ ಇರುವದು, ಅವನು ಆಗಾಗ್ಗೆ ಲಿಂಗವಂತರನ್ನು ಹೊಗಳಿ ಗಂಟೆಯ ಬಾರಿಸುತ್ತಾನೆ. ಪೂರ್ವದಲ್ಲಿ ಚಲವಾದಿಯು ಸಂತೆಯ ದಿವಸ ಮಾರಾಟಕ್ಕೆ ಬಂದ ಕಾಳುಗಳಲ್ಲಿ ತನ್ನ ಸನಿಟು ಮುಳುಗಿಸಿ ಅದರ ತುಂಬ ಕಾಳು ಹಕ್ಕಿನಿಂದ ತಕ್ಕೊಳ್ಳುವನು. ಆದರೆ ಅವನ ಹಕ್ಕು ಈಗ ಅಷ್ಟು ನಡಿಯುವದಿಲ್ಲ.

ಚಲವಾದಿಗಳು.

ಕೊಟೆಗಾರರು ಅಥವಾ ಮೆತ್ರಿಗಳು.—ಇವರು ತೀರ ನೀಚ ಸ್ಥಿತಿಯಲ್ಲಿ ಇದ್ದಾರೆ. ಸಮ್ಮಗಾರರು ಇವರನ್ನು ಮುಟ್ಟುವದಿಲ್ಲ. ಆದರೆ ಇವರ ಕುಲದವರು ದಕ್ಷಿಣ ಕಾನಡಾ ಜಿಲ್ಲೆಯಲ್ಲಿ ಉತ್ತಮ ಕುಲಗಳಲ್ಲಿ ಯೆಣಿಸಲ್ಪಡುತ್ತಾರೆ. ಇವರು ಅಡವಿಯಲ್ಲಿ ಸತ್ತು ಬಿದ್ದ ಪಶು, ದನಗಳನ್ನು ಹುಡುಕಿ ತಂದು ಅವುಗಳ ಮಾಂಸ ತಿನ್ನುವರು, ಚರ್ಮವನ್ನು ಮಾರಿ ಕೊಳ್ಳುವರು. ಕೊಟೆಗಾರರು ಸಿಂದಿಯ ಬುಟ್ಟಿಗಳನ್ನು ಹೆಣೆದು ಮಾರುವರು, ಉರಿಯುವ ಕಟ್ಟಿಗೇ ತಂದು ಮಾರುವರು, ಭಿಕ್ಷೆ ಬೇಡುವರು, ದೀವಟಿಗೆ ಹಿಡಿಯುವರು, ಓಣಿಗಳನ್ನು ಉಡುಗುವರು. ಕೊಟೆಗಾರರು ಜಗಳಗಂಟತನದಲ್ಲಿ ಹೆಸರಾಗಿದ್ದಾರೆ.

ಕೊಟೆಗಾರರು.

ಮುಸಲರು.—ಇವರು ಮದ್ರಾಸ ಇಲಾಖೆಯಿಂದ ಬಂದು ಧಾರವಾಡ ಜಿಲ್ಲೆಯಲ್ಲಿ ಇರುತ್ತಾರೆ; ತಾವು ಮಾದಿಗರ ವಂಶದವರೆಂದು ಹೇಳಿ, ಮಾದಿಗರ ಮನೆಯಲ್ಲಿಯೇ ಕೆಲವು ದಿವಸ ನಿಂತು ಮತ್ತೊಂದು ಊರಿಗೆ ಹೋಗುವರು. ಭಿಕ್ಷೆ ಬೇಡುವದೇ ಇವರ ಮುಖ್ಯ ಹೋರೆ; ಆದರೆ ಕೆಲವರು ದೊಂಬರ ಹಾಗೆ ಹಗ್ಗದ ಮೇಲೆ ನಡಿಯುವರು.

ಮುಸಲರು.

ಆಗೇರು.—ಇವರು ಕಾನಡಾ ಜಿಲ್ಲೆಯಲ್ಲಿ ಇರುತ್ತಾರೆ. ಆಗರವೆಂದರೆ ಉಪ್ಪಿನ ಕಣ; ಇದರಿಂದ ಆಗೇರೆಂದರೆ ಉಪ್ಪು ಮಾಡುವವರು. ಆದ್ದರಿಂದ ಆಗೇರು ಉಪ್ಪಾರರೊಳಗಿನವರೆಂದು ಹೇಳ ಬಹುದು. ಉಪ್ಪು ಮಾಡುವದಲ್ಲದೆ ಆಗೇರು ತಾಡವಾಲೆಯ ಛತ್ತರಿಗೆಗಳನ್ನು ಮಾಡಿ ಮಾರುವರು. ಆಗೇರು ಹೊಲಿಯ ಮಾದಿಗರಂತೆ ನೀಚ ಕುಲದವರಲ್ಲ; ಇವರನ್ನು ಉತ್ತಮ ಕುಲದವರು ಮುಟ್ಟಿಸಿಕೊಳ್ಳುವರು. ಇವರು ಗೋ ಮಾಂಸ ಹೊರ್ತಾಗಿ ಯಾವತ್ತು ಬಗೆಯ ಮಾಂಸ ತಿನ್ನುವರು, ಶರೆ ಕುಡಿಯುವರು. ಇವರ ಹೆಂಗಸರಿಗೆ ಕಚ್ಚೆ ಕುಬ್ಬಸಗಳಿಲ್ಲ; ಲಗ್ನದಲ್ಲಿ ಮದಿಮಗನ ರುಮಾಲದಲ್ಲಿ ಬಾಸಿಂಗಕ್ಕೆ ಬದಲಾಗಿ ಅಡಿಕೆಯ ಹೂವಿನ

ಆಗೇರು.

ತುರಾಯಿ ಇಡುವರು. ಇವರ ಧರ್ಮ, ನಡಾವಳಿ, ಮುಂತಾದವುಗಳು ಮುಕ್ರೀ ಕುಲದವರಂತೆ ಇರುತ್ತವೆ.

ಬಾಕದರು.—ಇವರು ಕಾನಡಾ ಜಿಲ್ಲೆಯವರೇ. ಬಾಕೆಂದರೆ ಕಾಳಿನ ಕೂಲಿ; ಇವರು ರೊಕ್ಕದ ಕೂಲಿಯನ್ನು ತಕ್ಕೊಳ್ಳದೆ, ಕಾಳಿನ ಕೂಲಿಯನ್ನು ತಕ್ಕೊಳ್ಳುತ್ತಿದ್ದದರಿಂದ

ಬಾಳದರು.

ಇವರಿಗೆ ಈ ಹೆಸರು ಬಂದದೆಂದು ಹೇಳುತ್ತಾರೆ. ದಕ್ಷಿಣ ಕಾನಡಾ ಜಿಲ್ಲೆಯೊಳಗಿನ ಬಂಟವಾಳೆಂಬ ಗ್ರಾಮದಿಂದ ಇವರು ಬಂದ ಕಾರಣ ಬಂಟರೆಂತಲೂ ಇವರಿಗೆ ಹೆಸರುಂಟು. ಇವರ ಕುಲದವರು ದಕ್ಷಿಣ ಕಾನಡಾ ಜಿಲ್ಲೆಯಲ್ಲಿ ಉತ್ತಮ ಸ್ಥಿತಿಯಲ್ಲಿ ಇದ್ದಾರೆ. ಅವರು ಇವರನ್ನು ಕುಲದ ಹೊರಗೆ ಇಟ್ಟದ್ದರಿಂದ ಅವರಿಗೂ ಇವರಿಗೂ ಊಟದ ಬಳಿಕೆಯಾಗುವದಿಲ್ಲ. ಆದರೂ ಬಾಕದವರು ಪೊಕ್ಕಲಿಗರೊಳಗ ಯೆಣಿಸಲ್ಪಡುತ್ತಾರೆ. ಇವರ ಉಡಿಗೆ, ಆಹಾರ, ಧರ್ಮ, ನಡಾವಳಿ, ಮುಂತಾದವುಗಳೆಲ್ಲ ಹಾಲ್ಲುಕ್ಕೀ ಪೊಕ್ಕಲಿಗರಂತೆ ಇರುತ್ತವೆ. ಇವರು ಪೊಕ್ಕಲತನ ಮಾಡಿ ಕೊಂಡು ಮೇಲೆ ವಿವರಿಸಿದ ನೀಚ ಕುಲಗಳಿಗಿಂತ ಸುಖದಿಂದಿದ್ದಾರೆ. ಆದರೆ ವ್ಯವಹಾರದಲ್ಲಿ ಕೊಟೆಗಾರರೂ, ಮುಕ್ರಿಗಳೂ, ಬಾಕದರೂ ಪೊಂದೇ ಯೋಗ್ಯತೆಯವರೆಂದು ಯೆಣಿಸಲ್ಪಡುತ್ತಾರೆ.

ಬುಟ್ಟಲರು, ಅಂದರೆ ಬುಟ್ಟಿಗಳನ್ನು ಮಾಡುವವರು.—ಇವರೂ ಕಾನಡಾ ಜಿಲ್ಲೆಯವರೇ. ಕೊಟೆಗಾರರಂತೆ ಇವರಾದರೂ ನೀಚರೆಂದು ಯೆಣಿಸಲ್ಪಡುತ್ತಾರೆ. ಇವರ

ಬುಟ್ಟಲರು.

ಆಚಾರ, ಆಹಾರ, ಧರ್ಮ, ಮುಂತಾದವುಗಳೆಲ್ಲ ಮುಕ್ರಿಗಳಂತೆ ಇರುತ್ತವೆ. ಕೂಲಿಯೇ ಇವರ ಹೊಟ್ಟೆಯ ಹೋರೆಯು. ಇವರಲ್ಲಿ ಬಹು ಜನರು ಸಾಲದೊಳಗೆ ಶರೆಯಾಳಿನಂತೆ ದುಡಿಯುತ್ತಿರುತ್ತಾರೆ. ಕೆಲವರು ಬುಟ್ಟಿಗಳನ್ನು ಮಾಡಿ ಮಾರುವರು.

ಹಸಳರು.—ಇವರೂ ಕಾನಡಾ ಜಿಲ್ಲೆಯವರೇ. ಹಸುಳೆ ಅಂದರೆ ಮಗು, ಇದರಿಂದ ಇವರ ಹೆಸರು ಬಂದಂತೆ ತೋರುತ್ತದೆ. ಹಸಳರೆಂದರೆ ಆಳು ಮಕ್ಕಳೆಂಬ ಅರ್ಥ

ಹಸಳರು.

ವಿರುತ್ತದೆ. ಅದರಂತೆ ಹಸಳರು ಕೂಲಿಯಿಂದಲೂ ಊಳಿಗದಿಂದಲೂ ಜೀವಿಸುವರು. ಇವರ ಸ್ಥಿತಿ ರೀತಿಗಳೆಲ್ಲ ಮುಕ್ರಿ, ಮುಂತಾದ ನೀಚ ಕುಲಗಳಂತೆ ಇರುತ್ತವೆ. ಹಸಳರು ಶಿವಮೊಗ್ಗೆಯ ಶೀಮೆಯಿಂದ ಬಂದವರು; ಆ ಶೀಮೆಯಲ್ಲಿ ಇವರ ಜಾತಿಯವರು ಬಹು ಜನರುಂಟು. ಹಸಳರು ನಿಲವಿಕೆಯಲ್ಲಿ ಗಿಡ್ಡರು, ಮೈಬಣ್ಣ ಕಪ್ಪು, ದಪ್ಪ ತುಟಿ, ಜೊಣ್ಣೆ ಮೂಗು, ಗುಂಗುರುಗೂದಲು; ಒಟ್ಟಿಗೆ ಇವರ ಸ್ವರೂಪವು ಸಿದ್ದೀ ಜನರ ಸ್ವರೂಪವನ್ನು ಹೋಲುತ್ತದೆ.

ಕೊರಗಾರರು.—ಇವರಾದರೂ ಕಾನಡಾ ಜಿಲ್ಲೆಯವರೇ. ಇವರು ಹಿಂದೆ ಹೇಳಿದ ಕೊರವರು, ಕೊರಮರು, ಕೊರಚರು, ಯೆಂಬ ಕುಲಗಳೊಳಗಿನವರೇ ಇರುತ್ತಾರೆ.

ಕೊರಗಾರರು.

ಅವರ ಹೆಂಗಸರಂತೆ ಇವರ ಹೆಂಗಸರಾದರೂ ಕುಬ್ಬಸ ತೊಡದೆ ಕರೆಮಣಿಗಳ ಸರಗಳಿಂದ ಯೆದೆಯನ್ನು ಮುಚ್ಚಿಕೊಳ್ಳುವರು.

ಆದರೆ ಕೊರಗಾರರು ಹೊಲಿಯರಂತೆ ಸತ್ತ ದನಗಳ ಮಾಂಸ ತಿಂದು ಚರ್ಮ ಮಾರುವರು. ಇವರ ಸ್ಥಿತಿ ರೀತಿಗಳು ಕೆಲವಂಶದಲ್ಲಿ ಕೊರವರಂತೆ, ಕೆಲವಂಶದಲ್ಲಿ ಹೊಲಿಯರಂತೆ ಇರುತ್ತವೆ.

ಕಂಗಾರಿಗಳು.

ಕಂಗಾರಿಗಳು.— ಇವರೂ ಕಾನಡಾ ಜಿಲ್ಲೆಯವರೇ. ಇವರು ಪೂರ್ವದ ವಿಜಯನಗರದಿಂದ ಬಂದವರೆಂದು ಹೇಳುತ್ತಾರೆ. ಇವರು ಹೊಲಿಯರೊಳಗಿನವರೇ; ಆಚರಣೆಗಳೆಲ್ಲ ಹೊಲಿಯರಂತೆ ಇರುತ್ತವೆ. ಅವರಂತೆ ಇವರಾದರೂ ಸತ್ತ ದನಗಳ ಮಾಂಸ ತಿಂದು ಚರ್ಮ ಮಾರುವರು. ಆದರೆ ಹೊಲಿಯರಷ್ಟು ಇವರು ಪ್ರಯೋಜಕರಾಗಿರುವದಿಲ್ಲ. ಧರ್ಮದ ಸಂಬಂಧದಲ್ಲಿ ಕಂಗಾರಿಗಳು ಕೆಲವಂಶದಲ್ಲಿ ಚಲವಾದಿಗಳನ್ನು ಹೋಲುವರು; ಆದರೆ ಹಾಲ್ವಕ್ಕೀ ವೊಕ್ಕಲಿಗರಂತೆ ಸುಲಿಯದಿದ್ದ ತೆಂಗಿನ ಕಾಯಿಯನ್ನು ಸತ್ತ ಹಿರಿಯರ ಹೆಸರಿನಿಂದ ಮನೆಯಲ್ಲಿ ಇಟ್ಟು ಪೂಜಿಸುವರು. ಕಂಗಾರಿಗಳು ಕೂಲಿಗೆ ಹೋಗುವರು; ಸತ್ತ ದನಗಳ ಕೋಡುಗಳನ್ನು ಕೂಡಿಸಿ ಮಾರುವರು.

ಮುಕ್ರಿಗಳು.

ಮುಕ್ರಿಗಳು.— ಇವರು ಕಾನಡಾ ಜಿಲ್ಲೆಯಲ್ಲಿ ಘಟ್ಟದ ಕೆಳಗೆ ಇರುತ್ತಾರೆ. ಇವರ ಜನ್ಮಭಾಷೆ ಕನ್ನಡ. ಇವರ ನಿಲುವಿಕೆ ಗಿಡ್ಡ, ಮೈಕಟ್ಟು ಪುಷ್ಟ, ಮೈಬಣ್ಣ ಕಪ್ಪು, ಗದ್ದ ಮುಂದಕ್ಕೆ ಹಾನದ್ದು, ಹಣೆ ಹಿಂದೆ ಶಟದದ್ದು. ಘಟ್ಟದ ಕೆಳಗಿನ ತಾಲೂಕುಗಳಲ್ಲಿ ಹಾಲ್ವಕ್ಕೀ ವೊಕ್ಕಲಿಗರಂತೆ ಇವರ ಹಳ್ಳಿಗಳು ಬೇರೆ ಇರುತ್ತವೆ; ಅವುಗಳಲ್ಲಿ ಮುಕ್ರಿಗಳು ಗುಡುಸಲಿನಂಥ ಮನೆಗಳಲ್ಲಿ ಇರುತ್ತಾರೆ. ಲಂಗೋಟಿ, ಕಂಬಳಿ ಇವರ ಮುಖ್ಯ ಉಡಿಗೆಗಳು. ಹೆಂಗಸರು ಕುಬ್ಬಸ ತೊಡುವದಿಲ್ಲ; ಕರೆಮಣಿಗಳ ಸರಗಳನ್ನು ಹಾಕಿ ಕೊಳ್ಳುವರು. ಮುಕ್ರಿಗಳಲ್ಲಿ ಕೆಲವರು ಕೂಲೀ ಮಾಡುವರು; ಕೆಲವರು ಚಿಂಪಿನ ಸುಣ್ಣ ಸುಟ್ಟು ಮಾರುವರು. ಆದರೆ ಬಹು ಜನರು ಹೈಗರ ಸಾಲ ತಕ್ಕೊಂಡು ಅವರ ಶರೆ ಆಳಾಗಿ ಅವರ ಅಡಿಕೆಯ ತೋಟಗಳಲ್ಲಿ ದುಡಿಯುವರು; ಸುಗ್ಗಿಯ ದಿವಸಗಳಲ್ಲಿ ಮಾತ್ರ ಅವರಿಗೆ ಬಿಡುಗಡೆ ಇರುತ್ತದೆ. ಮುಕ್ರಿಗಳು ವೊಡ್ಡರಂತೆ ನೆಲ ಅಗಿಯುವ ಕೆಲಸವನ್ನೂ ಮಾಡುವರು. ಇವರು ಮದ್ಯಮಾಂಸಗಳನ್ನು ತಕ್ಕೊಳ್ಳುವರು; ಆದರೆ ಗೋ ಮಾಂಸ, ಹಂದಿಯ ಮಾಂಸ ತಕ್ಕೊಳ್ಳುವದಿಲ್ಲ. ವ್ಯವಹಾರದಲ್ಲಿ ಇವರು ಕೊಟೆಗಾರರು, ಆಗೇರು, ಮುಂತಾದ ನೀಚ ಕುಲಗಳಂತೆ ಯೆಣಿಸಲ್ಪಡುವರು. ಇವರ ದೇವತೆಗಳು ವೀರಭದ್ರ, ವೆಂಕಟರಮಣ, ಸುಲಿಯದಿದ್ದ ತೆಂಗಿನ ಕಾಯಿ (ಹಿರಿಯರ ದೇವತೆ), ಹನುಮಂತ. ಮುಕ್ರಿಗಳು ಪ್ರತಿ ದಿವಸ ಸ್ನಾನ ಮಾಡಿ ಕಟ್ಟಿಗೆಯ ವೀರಭದ್ರನ ಇಲ್ಲವೆ ವೆಂಕಟರಮಣನ ಪೂಜೆ ಮಾಡಿ, ಆ ಮೂರ್ತಿಯ ಪಾದದ ಮೇಲೆ ತುಳಸೀ ದಳವಿಟ್ಟು, ಅದನ್ನು ನೀರೊಳಗೆ ಯೆದ್ದಿ, ಅದರಿಂದ ಬೀಳುವ ಹನಿಯನ್ನು ಬಾಯೊಳಗೆ ತಕ್ಕೊಂಡು ಊಟ ಮಾಡುವರು. ಇವರು ಬ್ರಾಹ್ಮಣರಿಗೆ ಮಾನ ಕೊಡುವರು, ಹೆಣ್ಣು ಮಕ್ಕಳ ಲಗ್ನವನ್ನು ಪಾಡಿಕೆಯಾಗಿ ಹತ್ತು ವರ್ಷದ ಪೂರ್ವದಲ್ಲಿಯೇ ಮಾಡುವರು. ವಿಧವೆಗಳ ಲಗ್ನಕ್ಕೆ ಅಡ್ಡಿ ಇಲ್ಲ. ಲಗ್ನದ

ದಿವಸ ಗಂಡಸರೂ ಹೆಂಗಸರೂ ಸಿಂದಿಯ ಕುಡಿದು ಕೊಳಲು ನೊಳ್ಳುಗಳೊಂದಿಗೆ ಕುಣಿದ ಬಳಿಕ ಮದಿಮಕ್ಕಳ ಮೇಲೆ ಅಕ್ಕೀಕಾಳು ಹಾಕುವರು. ಲಗ್ನ ಮುಂತಾದ ಸಮಾರಂಭಗಳಲ್ಲಿ ಇವರಿಗೆ ಸಿಂದೀ ಕುಡಿಯುವ ಚಟ ಬಹಳ ಇರುತ್ತದೆ. ಅದರಿಂದ ಇವರಿಗೆ ಸಾಲವಾಗುವದು. ಲಗ್ನದ ದಿವಸ ಮದಿಮಕ್ಕಳು ರಾತ್ರಿಯಲ್ಲಿ ಒಂದೇ ಹಾಸಿಗೆಯಲ್ಲಿ ಮಲಗುವರು. ಕೂಸು ಹುಟ್ಟಿದ ಕೂಡಲೆ ಅದನ್ನು ಬಿಸಿ ನೀರಿನಿಂದ ತೊಳಿದು ಅದಕ್ಕೆ ಜೀರಿಗೆಯ ಕಷಾಯದಲ್ಲಿ ಬೆಲ್ಲ ಹಾಕಿ ಕುಡಿಸುವರು. ಇವರು ಹೆಣಗಳನ್ನು ಹೂಳುಯುವರು. ಮೂರನೇ ದಿವಸ ನೆರೆಯವರನ್ನು ಕರೆಕೊಂಡು ಗೋರಿಗೆ ಹೋಗಿ, ಅದರ ಮುಂದೆ ಹುಣಚೀ ರಾಡಿಯಲ್ಲಿ ಕಲಿಸಿದ ಅನ್ನವನ್ನೂ, ಮೂರು ಅಕ್ಕೀ ರೊಟ್ಟಿಗಳನ್ನೂ ಇಟ್ಟು, ಅವನ್ನು ಕಾಗೆ ಮುಟ್ಟಿದ ಬಳಿಕ ಮನೆಗೆ ಹೋಗಿ ಸ್ನಾನ ಮಾಡಿ ಉಣ್ಣುವರು. ಹನ್ನೊಂದನೇ ದಿವಸ ಊರಿಗೆ ಊಟ ಹಾಕುವರು. ಬಳಗದವರ ಊಟಕ್ಕೆ ಹೋಗುವಾಗ ಹಲಕೆಲವು ತಿನ್ನುವ ಪದಾರ್ಥಗಳನ್ನು ತಕ್ಕೊಂಡು ಹೋಗುವರು. ಆ ಪದಾರ್ಥಗಳನ್ನೂ ಮನೆಯ ಅಡಿಗೆಯ ಪದಾರ್ಥಗಳನ್ನೂ ಕೂಡಿಸಿ ಬಾಳೆಯ ಎಲೆಯ ಮೇಲೆ ಹಾಕಿ ಆಕಳಿಗೆ ತಿನ್ನಿಸುವರು. ಊಟವಾದ ಬಳಿಕ ಯೆಲ್ಲರೂ ಸಿಂದಿಯ ಕುಡಿಯಲಿಕ್ಕೆ ಬೇಕು. ಮುಂದೆ ವರ್ಷವಾಗುವ ವರೆಗೆ ಪ್ರತಿ ತಿಂಗಳಿನ ಶುದ್ಧ ಪ್ರತಿಪದೆಯಲ್ಲಿ ಆಕಳಿಗೆ ಅನ್ನ ಹಾಕುವರು. ಜಾತಿ ಸಂಬಂಧದ ವ್ಯಾಜ್ಯಗಳ ವಿಚಾರಣೆಗಾಗಿ ಹಾಲ್ವಕ್ಕೀ ವೊಕ್ಕಲಿಗರಂತೆ ಮುಕ್ರಿಗಳಲ್ಲಿಯೂ ದೊಡ್ಡ ಸಣ್ಣ ಅಧಿಕಾರಿಗಳಿರುವರು. ಊರಿನ ಅಧಿಕಾರಿಗೆ ಬುದ್ಧಿವಂತನೆಂತಲೂ, ಗ್ರಾಮ ಮಂಡಲಗಳ ಅಧಿಕಾರಿಗಳಿಗೆ ಬಾರ್ಕನೆಂತಲೂ ಅನ್ನುವರು. ಬುದ್ಧಿವಂತರ ಕೈ ಕೆಳಗೂ ಬಾರ್ಕರ ಕೈ ಕೆಳಗೂ ತಳವಾರರಿರುವರು. ಜಾತಿ ಸಂಬಂಧದ ಸಭೆಗಳು, ಅವುಗಳ ವೆಚ್ಚದ ವಂತಿಗೆ, ಸಭೆಯಲ್ಲಿ ನಡಿಯುವ ನಿರ್ಣಯುಗಳ ಕ್ರಮ, ಮುಂತಾದವುಗಳು ಬಹುತರ ಹಾಲ್ವಕ್ಕೀ ವೊಕ್ಕಲಿಗರಂತೆ ನಡಿಯುತ್ತವೆ. ಆದರೆ ಬಡತನದ ರೋಗವು ಈ ಜಾತಿಯವರನ್ನು ಬೇಗ ಬಿಡುವಂತೆ ತೋರುವದಿಲ್ಲ.

ಹುಲಸಾರರು.

ಹುಲಸಾರರು. — ಮಹಾರಾಷ್ಟ್ರ ಭಾಷೆಯನ್ನಾಡುವ ಹೊಲಿಯರಿಗೆ ಕಾನಡಾ ಜಿಲ್ಲೆಯಲ್ಲಿ ಹುಲಸಾರರೆಂದು, ಇಲ್ಲವೆ ಹುಲಸ್ವಾರರೆಂದು ಅನ್ನುವರು. ಇವರ ಆಚರಣೆಗಳೆಲ್ಲ ವಾಡಿಕೆಯಾಗಿ ಹೊಲಿಯರಂತೆ ಇರುತ್ತವೆ. ಇವರು ಹೊಲಿಯರಂತೆ ಊರುತನದ ಕೆಲಸಗಳನ್ನು ಮಾಡುವದಲ್ಲದೆ ಬಿದರಿನ ಬುಟ್ಟಿಗಳನ್ನು ಹೆಣೆದು ಮಾರುವರು.

ಮುಸಲ್ಮಾನರು.

ಮುಂಬಯಿೀ ಕರ್ನಾಟಕದ ನಾಲ್ಕು ಜಿಲ್ಲೆಗಳಲ್ಲಿ ಮುಸಲ್ಮಾನರ ಸಂಖ್ಯೆಗಳ ವಿವರ ಹ್ಯಾಗಂದರೆ—

ವಿಜಾಪುರ—	೬೭೦೬೬,	ಅಥವಾ	ವೊಟ್ಟು	ಜನಸಂಖ್ಯೆದಲ್ಲಿ	ಶೇಕಡಾ	೧೦·೫೦
ಬೆಳಗಾವಿ—	೬೬೨೦೦,	,,	,,	,,	,,	೭·೬೬
ಧಾರವಾಡ—	೧೦೦೬೦೦,	,,	,,	,,	,,	೧೧·೩೯
ಕಾನಡಾ —	೨೪೧೭೧,	,,	,,	,,	,,	೫·೭೩
	೨೫೮೦೩೭,	ಅಥವಾ	ವೊಟ್ಟು	ಜನಸಂಖ್ಯೆದಲ್ಲಿ		೮·೮೨

ಈ ಶೀಮೆಯ ಮುಸಲ್ಮಾನರಲ್ಲಿ ಪರರಾಷ್ಟ್ರಗಳಿಂದ ಬಂದಂಥ ಮುಸಲ್ಮಾನರ ಶುದ್ಧ ಸಂತತಿಯವರು ಯಾರೂ ಇಲ್ಲ. ಕೆಲವು ಪ್ರಮುಖ ಜಾತಿಗಳಲ್ಲಿ ಆ ಪರದೇಶದವರ ರಕ್ತ ಸಂಬಂಧವು ಅಲ್ಪ ಸ್ವಲ್ಪವಿರಬಹುದು. ಬಹುತರ ಯಾವತ್ತು ಸಮುದಾಯವು ಮುಸಲ್ಮಾನ ಧರ್ಮವನ್ನು ಸ್ವೀಕರಿಸಿದಂಥ ಹಿಂದೂ ಜನರ ವಂಶದವರದೇ ಇರುತ್ತದೆ. ಮುಸಲ್ಮಾನರ ಅಮಲು ದಕ್ಷಿಣದಲ್ಲಿ ಕೂಡ್ರುವ ಪೂರ್ವದಲ್ಲಿ, ಅಂದರೆ ಸನ್ ೧೩೦೫ನೇ ವರ್ಷದ ಸುಮಾರಿನಲ್ಲಿ ಪೀರ ಮಹಾವೀರ ಖಂದಾಯತ ಯೆಂಬ ಅರಬ ಕುಲದ ಧರ್ಮೋಪದೇಶಕನು ತನ್ನ ಉಪದೇಶದ ಬಲದಿಂದ ಕೆಲವನ್ನು ಮುಸಲ್ಮಾನರನ್ನು ಮಾಡಿದನು. ಅವನ ತರುವಾಯ ವಿಜಾಪುರದ ಬಾದಶಾಹಿಯನ್ನು ಸ್ಥಾಪಿಸಿದ ಯೂಸಪ್ ಆದಿಲ್ ಶಹನು ೧೬ನೇ ಶತಕದ ಕಡೆಯಲ್ಲಿ ಧರ್ಮೋಪದೇಶಕರ ಕೈಯಿಂದ ಉಪದೇಶ ಮಾಡಿಸಿ ದೇಶೀ ಮುಸಲ್ಮಾನರ ಸಂಖ್ಯೆವನ್ನು ತಕ್ಕಮಟ್ಟಿಗೆ ಬೆಳಿಸಿದನು. ಔರಂಗಜೇಬನು ೧೭ನೇ ಶತಕದ ಕಡೆಯಲ್ಲಿ ದಕ್ಷಿಣಕ್ಕೆ ಬಂದಾಗ ಬಹು ಜನರನ್ನು ಬಲಾತ್ಕಾರದಿಂದ ಮುಸಲ್ಮಾನರನ್ನು ಮಾಡಿದನು. ಮುಂದೆ ೧೮ನೇ ಶತಕದ ಕಡೆಯಲ್ಲಿ ಮೈಸೂರಿನ ಹೈದರ ಅಲ್ಲಿಯೂ, ಅವನ ಮಗ ಟೀಪುಸುಲ್ತಾನನೂ ಔರಂಗಜೇಬನಂತೆಯೇ ಬಲಾತ್ಕಾರದಿಂದ ಬಹು ಜನರನ್ನು ಮುಸಲ್ಮಾನರನ್ನು ಮಾಡಿದರು. ಆದರೆ ಕಾನಡಾ ಜಿಲ್ಲೆಯ ನವಾಯರು ಮಾತ್ರ ಹೀಗೆ ಧರ್ಮಾಂತರ ಮಾಡಿದ ಹಿಂದೂ ಜನರ ವಂಶದವರಲ್ಲ. ಅವರ ಪೂರ್ವಜರು ಪರದೇಶದಿಂದ ಪ್ರಾಚೀನ ಕಾಲದಲ್ಲಿ ಬಂದರೆಂದು ಅವರ ವರ್ಣನೆಯಿಂದ ತಿಳಿಯುವದು.

ಮತಗಳು.

ಮುಸಲ್ಮಾನರ ಧರ್ಮದಲ್ಲಿ ಸುನೀ, ಶಿಯಾ, ಯೆಂಬೆರಡು ಮುಖ್ಯ ಪಂಥಗಳಿರುತ್ತವೆ. ಸುನೀ ಪಂಥದವರು, ಮಹಮ್ಮದ ಪೈಗಂಬರನ ತರುವಾಯ ಅಬೂಬಾಕರ ಸಿದಿಕ್, ಉಮಾರ, ಉಸ್ಮಾರ, ಅಲ್ಲೀ, ಯೆಂಬ ನಾಲ್ವರು ಇಮಾಮಗಳು (ಮುಖ್ಯಸ್ಥರು) ಕ್ರಮವಾಗಿ ಆದರೆಂದು ನಂಬುತ್ತಾರೆ. ಶಿಯಾ ಮತದವರು ಹೇಳುವದೇನಂದರೆ, ಅಲ್ಲೀಯು ಮಹಮ್ಮದ ಪೈಗಂಬರನ ಮಗ

ಊದ ಘಾತಿಮಾನ ಮಗನಿದ್ದದರಿಂದ ಆ ಪೈಗಂಬರನ ತರುವಾಯ ಅಲ್ಲೀಯೇ ಅವನ ಪೀಠಕ್ಕೆ ಬಾಧ್ಯಸ್ಥನಿರಲಿಕ್ಕೆ ಅವನನ್ನು ದೂಡಿ ಮೊದಲಿನ ಮೂವರು ಆ ಪೀಠವನ್ನು ಬಲಾತ್ಕಾರದಿಂದ ಆಕ್ರಮಿಸಿದರಾದ ಕಾರಣ ಆ ಮೂವರು ಇಮಾಮುಗಳಲ್ಲೆಂದು ವಾದಿಸುತ್ತಾರೆ; ಇವರು ಅಲ್ಲೀಯೇ ಮೊದಲನೇ ಇಮಾಮನೆಂತಲೂ, ಅವನ ತರುವಾಯ ಬೇರೆ ಹನ್ನೊಂದು ಜನ ಇಮಾಮುಗಳಾದರೆಂತಲೂ ನಂಬುತ್ತಾರೆ. ಗೈರಮಹಾಡಿ ಯೆಂಬದಿನ್ನೊಂದು ಪಂಥವಿರುತ್ತದೆ; ಈ ಪಂಥದವರು ಮುಂದೆ ಬರತಕ್ಕ ಇಮಾಮನು ಬಂದು ಹೋದನೆಂದು ನಂಬುತ್ತಾರೆ. ನಾಲ್ಕನೇ ವಹಬೀ ಯೆಂಬ ಪಂಥದವರು ಬುನಾದಿಯ ಸತ್ಪುರುಷರ ಪೂಜೆಯನ್ನು ಮಾಡಲಿಕ್ಕೆ ವೊಡಂಬಡುವದಿಲ್ಲ, ಧರ್ಮ ಬೋಧಕರಾದ ವಿದ್ವಾಂಸರಿಗೆ ಮಾನ ಕೊಡುವ ಪ್ರಯೋಜನವಿಲ್ಲೆಂದು ಹೇಳುತ್ತಾರೆ. ಈ ಶೀಮೆಯಲ್ಲಿ ಸುನೀ ಪಂಥದವರೇ ಬಹುತರ ಯಾವತ್ತು ಜನರಿದ್ದಾರೆ. ಬೋಹರೀ ಜನರೂ, ಖೋಜಾ ಜನರೂ ಶಿಯಾ ಪಂಥದವರು. ವಹಬೀ ಪಂಥದ ಮುಸಲ್ಮಾನರು ಉತ್ತರ ಹಿಂದುಸ್ಥಾನದಲ್ಲಿ ಇದ್ದಾರೆ. ಆದರೆ ಕಡಿಮೇ ಪ್ರತಿಯ ಮುಸಲ್ಮಾನ ಜಾತಿಗಳಿಗೆ ಈ ಪಂಥಗಳು ಸಹ ಗೊತ್ತಿಲ್ಲವೆಂದು ಹೇಳ ಬಹುದು. ಅವರು ಹೆಸರಿಗೆ ಮಾತ್ರ ಮುಸಲ್ಮಾನರೆನಿಸುವರು. ಬೇರೆ ಮುಸಲ್ಮಾನರೊಳಗೆ ಕೂಡುವದಿಲ್ಲ. ಮುಸಲ್ಮಾನರ ಧರ್ಮ ತತ್ವಗಳು ಅವರಿಗೆ ಗೊತ್ತಿರುವದಿಲ್ಲ; ಹಿಂದೂ ದೇವತೆಗಳನ್ನು ಪೂಜಿಸುವರು; ಹಿಂದೂ ಹಬ್ಬಗಳನ್ನು ಮಾಡುವರು. ಹಿಂದೂ ನಡಾವಳಿಗಳಂತೆ ನಡಿಯುವರು.

ಒಳಜಾತಿಗಳು.

ಈ ಶೀಮೆಯ ಮುಸಲ್ಮಾನರಲ್ಲಿ ಸಾಕಲ್ಯ ಜಾತಿಗಳೆಂತಲೂ, ಸ್ವತಂತ್ರ ಜಾತಿಗಳೆಂತಲೂ ಯೆರಡು ಮುಖ್ಯ ವರ್ಗಗಳನ್ನು ಮಾಡ ಬಹುದು. ಮೊದಲನೇ ವರ್ಗದಲ್ಲಿ ಸೈಯ್ಯದ, ಶೇಖ, ಮೊಗಲ, ಪಠಾಣ, ಯೆಂಬ ನಾಲ್ಕು ಪರದೇಶಗಳ ಹೆಸರಿನ ಸಾಧಾರಣ ಜಾತಿಗಳೂ, ಸೌದಾಗಾರರು, ಅತ್ತಾರರು, ಮಣಿಯಾರರು, ಕಾಗದಿಗಳು, ಕಲಾಯಿಗಾರರು, ನಾಲಬಂದರು, ಬೆಡಾರರು, ಹಕೀಮರು, ಮಹಾವತರು, ಸಾರವಾನರು, ಯೆಂಬ ಹತ್ತು ವಿಶೇಷ ಜಾತಿಗಳೂ ಬರುತ್ತವೆ. ಈ ಜಾತಿಗಳಲ್ಲಿ ಪರಸ್ಪರ ಶರೀರ ಸಂಬಂಧವಾಗುತ್ತದೆ; ಇವರ ಸ್ವರೂಪ, ಉಡಿಗೆ, ನಡಾವಳಿ, ಇವುಗಳಲ್ಲಿ ಬಹಳ ಅಭ್ಯಂತರವಿರುವದಿಲ್ಲ. ಸ್ವತಂತ್ರ ಜಾತಿಗಳು ಮೂವತ್ತಕ್ಕಿಂತ ಹೆಚ್ಚಿರುತ್ತವೆ. ಅವರಲ್ಲಿ ವೊಂದು ಜಾತಿಯವರು ಬೇರೆ ಯಾವ ಜಾತಿಯವರ ಸಂಗಡಲೂ ಶರೀರ ಸಂಬಂಧ ಮಾಡುವದಿಲ್ಲ. ಅವರವರ ನಡಾವಳಿಗಳು ಬೇರೆ ಬೇರೆ ಇರುತ್ತವೆ. ಈ ಜಾತಿಗಳನ್ನು ಕೆಳಗೆ ವಿವರಿಸಿದ್ದೇವೆ.

ಭಾಷೆ.

ಮೇಲೆ ನಮೂದಿಸಿದ ಜಾತಿಗಳಲ್ಲಿ ಮೇಮನ್ ಜಾತಿಯವರು ಕಚ್ಛೀ ಭಾಷೆಯನ್ನಾಡುವರು, ಬೋರೀ ಜಾತಿಯವರು ಗುಜರಾಥೀ ಭಾಷೆಯನ್ನಾಡುವರು; ಮಿಕ್ಕ ಯಾವತ್ತು ಜಾತಿಗಳ ಜನರು ಹಿಂದುಸ್ತಾನೀ ಭಾಷೆಯನ್ನಾಡುತ್ತಾರೆ. ಆದರೆ ಕಡಿಮೇ ಜಾತಿಗಳ ಮಾತಿನಲ್ಲಿ ಮರಾಠೀ, ಕನ್ನಡ ಶಬ್ದ

ಗಳು ಬಹಳ ಶೇರುತ್ತವೆ. ಹಳ್ಳಿಗಳಲ್ಲಿಯ ಮುಸಲ್ಮಾನರು ಅಚ್ಚಕನ್ನಡಿಗರೇ ಇರುತ್ತಾರೆಂದು ಹೇಳ ಬಹುದು.

ಹಳ್ಳಿಯ ಮುಸಲ್ಮಾನರು ಯೆತ್ತರಾಗಿಯೂ, ಘಷ್ಟಪುಷ್ಟರಾಗಿಯೂ ಇರುತ್ತಾರೆ. ಆದರೆ ದೊಡ್ಡ ದೊಡ್ಡ ಗ್ರಾಮಗಳಲ್ಲಿ ಸುಖದಿಂದ ಬೆಳೆದವರ ಮೈಬಣ್ಣ ಕೆಂಪು, ಕಣ್ಣು ದೊಡ್ಡವು, ಮುಖಲಕ್ಷಣ ಮೇಲಾದದ್ದು ಇರುವ ಕಾರಣ ಅವರಲ್ಲಿ ಪರದೇಶೀಯರ ರಕ್ತಸಂಬಂಧವು ಅಲ್ಪ ಸ್ವಲ್ಪವಾದರೂ ಇರ ಬಹುದೆಂದು ತೋರುತ್ತದೆ.

ಆಹಾರ.

ಯಾವತ್ತು ಜಾತಿಗಳ ಮುಸಲ್ಮಾನರು ನಿಕೃಷ್ಟ ಯೆರಡು ಸಾರಿ, ಬೆಳಿಗ್ಗೆ ಹತ್ತು ಘಂಟೆಗೆ ವೊಮ್ಮೆ, ರಾತ್ರಿ ಯೆಂಟು ಘಂಟೆಗೆ ವೊಮ್ಮೆ, ಊಟ ಮಾಡುತ್ತಾರೆ. ಪೈವುಳ್ಳವರೂ ವೊಕ್ಕಲತನದವರೂ ಮೂರು ಸಾರಿ ಉಣ್ಣುವರು. ಬಡವರು ಉಳ್ಳೀಗಡ್ಡಿ, ಮೆಣಸಿನ ಕಾಯಿ, ಜೋಳ್ದರೊಟ್ಟಿಗಳನ್ನು ಬಹಳ ತಿನ್ನುವರು. ಶ್ರೀಮಂತರು ಮೇಜವಾನಿಗಳಲ್ಲಿ ಬಿರಾಣಿ, ಜರ್ದಾ, ಯೆಂಬ ಪಕ್ವಾನ್ನಗಳನ್ನು ಮಾಡಿಸುವರು. ಬಿರಾಣಿ ಯೆಂದರೆ ಅಕ್ಕಿಯೊಳಗೆ ಕುರಿಯ ಮಾಂಸ, ತುಪ್ಪ, ಯಾಲಕ್ಕಿ, ಲವಂಗ, ಮುಂತಾದ ಮಸಾಲೆಗಳು, ಕೇಶರ, ಇವನ್ನೆಲ್ಲ ಹಾಕಿ, ಮಹಾರಾಷ್ಟ್ರರ ವಾಂಗೀಭಾತದಂತೆ ಮಾಡಿದ ಅನ್ನವು; ಜರ್ದಾ ಅಂದರೆ ಸಾಖರಭಾತವು. ಮಧ್ಯಮ ಪ್ರತಿಯವರು ಮೇಜವಾನಿಗಳಲ್ಲಿ ಅಕ್ಕಿಯೊಳಗೆ ತುಪ್ಪ, ಬೇಳೆ, ಹಾಕಿ ಹುಗ್ಗಿಯ ಮಾಡುವರು; ಅದಕ್ಕೆ ಫುಲಾವೆಂದೆನ್ನುವರು. ಮೋಮಿಣರೂ ಪೋರಿಗಳೂ ಗೋಮಾಂಸವನ್ನು ತಕ್ಕೊಳ್ಳುವರು; ಇವರ ಹೊರ್ತು ಮಿಕ್ಕಾದವರು ಶ್ರೀಮಂತರಿದ್ದರೂ ಗೋಮಾಂಸಕ್ಕಿಂತ ಕುರಿಯ ಮಾಂಸವನ್ನೇ ಹೆಚ್ಚಾಗಿ ತಕ್ಕೊಳ್ಳುವರು. ಕಟಕರೂ ಬೇರೆ ಕಡಿಮೇ ಜಾತಿಗಳ ಜನರೂ ಯಾವ ಕಾರಣದಿಂದಲೂ ಗೋಮಾಂಸವನ್ನು ಕೈಯಿಂದ ಮುಟ್ಟುವದಿಲ್ಲ. ಕೋಳಿ, ಕೋಳಿಯ ತತ್ತಿ, ಮೀನು, ಇವುಗಳನ್ನು ಯೆಲ್ಲರೂ ನಿರಾತಂಕವಾಗಿ ತಕ್ಕೊಳ್ಳುವರು. ಧಾನ್ಯಾಹಾರವನ್ನು ಹಿಂದೂಜನರಂತೆಯೇ ಮುಸಲ್ಮಾನರಾದರೂ ಆಯಾ ಪ್ರದೇಶದ ರೂಢಿಯಂತೆ ತಮ್ಮ ಸ್ಥಿತಿಗೆ ಅನುಸಾರವಾಗಿ ತಕ್ಕೊಳ್ಳುವರು. ಶರೆಯನ್ನು ತಕ್ಕೊಳ್ಳಲಿಕ್ಕೆ ಧರ್ಮದ ಆತಂಕವಿದ್ದಾಗ್ಯೂ, ಯೆಲ್ಲ ಪ್ರಕಾರದ ಶರೆಯನ್ನು ಮುಸಲ್ಮಾನರು ತಕ್ಕೊಳ್ಳುವರು. ಹಳ್ಳಿಗಳಲ್ಲಿ ಸಿಂದಿಯ ಕುಡಿಯುವವರೇ ವಿಶೇಷ. ಕೆಲಕೆಲವು ಕಡೆಯಲ್ಲಿ ಮುಸಲ್ಮಾನರೇ ಸಿಂದಿಯನ್ನು ಮಾರುವರು. ಆದರೆ ಮದ್ಯದ ಸಂಪರ್ಕ ಮಾಡದಂಥ ಮುಸಲ್ಮಾನರನ್ನು ಕ್ವಚಿತ್ತಾಗಿ ಕಾಣ ಬಹುದು. ಗಾಂಜೆ, ಭಂಗಿ, ಮಾಜೂಮ, ಮದತ, ಇವುಗಳನ್ನು ಕಡಿಮೇ ಪ್ರತಿಯವರು, ವಿಶೇಷವಾಗಿ ಫಕೀರರು, ಬಹಳವಾಗಿ ತಕ್ಕೊಳ್ಳುವರು; ತಂಬಾಕವನ್ನು ಬಹುತರ ಯೆಲ್ಲರೂ ಸೇದುವರು; ನೌಕರೂ ಫಕೀರರೂ ಅಫೀಮು ತಿನ್ನುವರು.

ಶೇಖ, ಸೈಯದ, ಮೊಗಲ, ಪಠಾಣ, ಈ ನಾಲ್ಕು ಜಾತಿಗಳ ಜನರು ತಲೆಗೆ ಮುಂಡಾಸ ಹಾಕುವರು, ಇಲ್ಲವೆ ಪಟಕಾ ಸುತ್ತುವರು; ಸೈಯದರು ವಾಡಿಕೆಯಾಗಿ ಹಸರು ಮುಂಡಾಸ ಹಾಕುವರು. ಈ ಜಾತಿಗಳಲ್ಲಿ ಬಹು ಜನರು ಇಜಾರುಗಳನ್ನೂ ಉದ್ದಂಗಿಗಳನ್ನೂ ಹಾಕುವರು. ಮಿಕ್ಕ ಯಾವತ್ತು ಜಾತಿಗಳ ಜನರು ಧೋತರ ಉಟ್ಟು ರುಮಾಲ ಗಿಡ್ಡಂಗಿಗಳನ್ನು ಹಾಕಿ ಕೊಳ್ಳುವರು;

ಉಡಿಗೆ ಅಲಂಕಾರ.

ಕೆಲವರು ತಲೆಗೆ ಸಣ್ಣ ಟೊಪ್ಪಿಗೆಗಳನ್ನು ಹಾಕುವರು. ಯಾವತ್ತು ಮುಸಲ್ಮಾನರು ತಲೆಯನ್ನು ಪೂರಾ ಬೋಳಿಸಿ ಕೊಂಡು ಬಹುತರ ಗಡ್ಡ ಬಿಡುವರು. ಬಹುತರ ಯಾವತ್ತು ಹೆಂಗಸರು ಶೀರೆಯನ್ನು ಕಚ್ಚೆ ಹಾಕದೆ ಉಟ್ಟು ಕುಬ್ಬಸ ತೊಡುವರು. ಉತ್ತಮ ಕುಲದ ಹೆಂಗಸರು ಪರರ ದೃಷ್ಟಿಗೆ ಬೀಳುವದಿಲ್ಲ. ಅವರು ಬಹುತರ ಮನೆ ಬಿಟ್ಟು ಹೋಗುವದಿಲ್ಲ; ಹೋಗುವದೇ ಅವಶ್ಯವಾದರೆ ಬಿಳಿ ಹಚ್ಚಡದ ಬುರಿಕೆ (ಗೋಶಾ) ಹಾಕಿ ಕೊಂಡು ಗದ್ದಲವಿಲ್ಲದಂಥ ಓಣಿಗಳಲ್ಲಿ ಹಾದು ಹೋಗುವರು. ಯೆಲ್ಲ ಹೆಂಗಸರ ಕೈಯಲ್ಲಿ ಬಳೆಗಳಿರುವವು; ಆದರೆ ಹಣೆಯ ಮೇಲೆ ಹಚ್ಚೀ ಬೊಟ್ಟು, ಕುಂಕುಮ, ಯೇನು ಇರುವದಿಲ್ಲ. ಕಡಿಮೇ ಪ್ರತಿಯ ಹೆಂಗಸರು ಲಗ್ನವಾದ ಬಳಿಕ ಹಲ್ಲಿಗೆ ಹಲ್ಲು ಪುಡಿ ಹಚ್ಚುವರು, ಕೊರಳಲ್ಲಿ ಕರೆಮಣಿಗಳ ಸರವನ್ನು ಕಟ್ಟುವರು, ಬೆಳ್ಳಿಯ ಸರಿಗೆ ಮುಂತಾದ ಆಭರಣಗಳನ್ನು ಹಾಕಿ ಕೊಳ್ಳುವರು. ಶ್ರೀಮಂತರ ಆಭರಣಗಳು ವಾಡಿಕೆಯಾಗಿ ಹಿಂದೂ ಹೆಂಗಸರ ಆಭರಣಗಳಂತೆಯೇ ಇರುತ್ತವೆ; ಆದರೆ ಅವರು ತಲೆಯಲ್ಲಿ ಅಲಂಕಾರ ಹಾಕುವದಿಲ್ಲ.

ಮನೆಗಳು. ಮುಸಲ್ಮಾನರ ಮನೆಗಳ ಕಟ್ಟಡದಲ್ಲಿ ಹಿಂದೂ ಮನೆಗಳಿಂದ ವಿಂಗಡಿಸುವಂಥ ಪ್ರಕಾರವೇನು ಬಹುತರ ಇರುವದಿಲ್ಲ. ಗೋಶಾವುಳ್ಳ ಹೆಂಗಸರಿರುವ ಮನೆಗಳಲ್ಲಿ ಅವರ ಕೋಣೆಗಳು ಪರರ ದೃಷ್ಟಿಗೆ ಬೀಳದ ಹಾಗೆ ವೊಳಗೆ ಇರುತ್ತವೆ. ಹೊರ ಗೋಡೆಗಳನ್ನು ಬರೀ ಸುಣ್ಣದಿಂದ ಸಾರಿಸುವರು, ಇಲ್ಲವೆ ಅವಕ್ಕೆ ಸುಣ್ಣದ ಶಿಡಕುಗಳನ್ನು ಕೊಡುವರು. ಹೆಬ್ಬಾಗಿಲಿಗೆ ಪರದೆಯನ್ನು ಕಟ್ಟುವ ನಡಾವಳಿಯು ಬಹು ಜನರಲ್ಲಿ ಇರುತ್ತವೆ.

ಹೋರೆಗಳು. ಬಹು ಜನರು ದೊಡ್ಡ ದೊಡ್ಡ ಇನಾಮುದಾರರಿರುತ್ತಾರೆ; ಕೆಲವರಿಗೆ ಜಹಾಗೀರುಗಳಿರುತ್ತವೆ. ಅವರು ಯೇನು ಹೋರೆಯನ್ನು ಮಾಡುವದಿಲ್ಲೆಂದು ಹೇಳ ಬಹುದು. ಹಳ್ಳಿಗಳಲ್ಲಿಯ ಮುಸಲ್ಮಾನರಿಗೆ ಅಲ್ಪ ಸ್ವಲ್ಪ ಭೂಮಿ ಇರುತ್ತದೆ; ಅವರು ವಾಡಿಕೆಯಾಗಿ ವೊಕ್ಕಲತನ ಮಾಡುವರು. ಮಿಕ್ಕಾದವರು ಅತ್ಯುತ್ತಮದಿಂದ ಅತಿ ನೀಚದ ವರೆಗೆ ಯಾವತ್ತು ಹೋರೆಗಳನ್ನು ಮಾಡುವರು. ಸಾಲ ಕೊಡುವದು, ಶರೆ ಮಾರುವದು, ಈ ಯೆರಡು ಹೋರೆಗಳನ್ನು ಯಾರು ಮಾಡಕೂಡದೆಂದು ಇವರ ಧರ್ಮದಲ್ಲಿ ಹೇಳಿದ್ದಾಗ್ಯೂ ಈ ಹೋರೆಗಳನ್ನು ಸಹ ಬಹು ಜನರು ಮಾಡುವರು. ಮೇಲೆ ಹೇಳಿದ ನಾಲ್ಕು ಪ್ರಮುಖ ಜಾತಿಗಳಲ್ಲಿ ಬಹು ಜನರು ನೌಕರಿಯ ಹೋರೆಯನ್ನೇ ಮಾಡುವರು.

ಸ್ಥಿತಿ ರೀತಿಗಳು. ಆಲಸ್ಯವು ಯೆಲ್ಲ ಮುಸಲ್ಮಾನರ ಮುಖ್ಯ ಗುಣವೆಂದು ಹೇಳ ಬಹುದು. ಕಡಿಮೇ ಪ್ರತಿಯವರು ಜಗಳಗಂಟರೂ ತುಂಡರೂ ಅಪ್ರಮಾಣಿಕರೂ ಇರುತ್ತಾರೆ. ಇವರ ಮನೆಗಳಲ್ಲಿಯೂ ಮೈಮೇಲಿನ ಬಟ್ಟೆಗಳಲ್ಲಿಯೂ ಕಾಣುವ ಹೊಲಸು ಇವರ ಸೋಮಾರಿತನವನ್ನು ತೋರಿಸುತ್ತಿರುತ್ತದೆ. ಬಹು ಜನರಿಗೆ ಶರೆ ಕುಡಿಯುವ ಚಟ ಬಹಳ ಇರುತ್ತದೆ. ವತನದಾರರೂ ವ್ಯಾಪಾರಸ್ಥರೂ ಹೊರ್ತಾಗಿ ಮಿಕ್ಕಾದವರೆಲ್ಲರು ಆಲಸ್ಯ, ಶರೆ, ಈ ಯೆರಡು ಕಾರಣಗಳಿಂದ ಬಡತನದ ಸ್ಥಿತಿಯಲ್ಲಿ ಇದ್ದಾರೆ.

ಯಾವತ್ತು ಮುಸಲ್ಮಾನರು ಯೆಂಟನೇ ವರ್ಷದ ನಂತರ ಗಂಡು ಮಕ್ಕಳ ಸುಂತಿಯನ್ನು ಮಾಡುವರು. ಕೂಸು ಹುಟ್ಟಿದ ಬಳಿಕ ಹದಿನಾಲ್ಕು ದಿವಸದೊಳಗೆ ಅಕೀಕವೆಂಬ ವಿಧಿಯನ್ನೂ, ನಾಲ್ಕು ವರ್ಷ ನಾಲ್ಕು ತಿಂಗಳು ನಾಲ್ಕು ದಿವಸ ಆದ ದಿವಸ ಬಿಸ್ಮಿಲ್ಲಾ ಯೆಂಬ ಧರ್ಮ ಸ್ವೀಕಾರದ ವಿಧಿಯನ್ನೂ ಬಹು ಜನರು ಮಾಡುವರು. ಆದರೆ ಬಡ ಜನರು ಶಕ್ತಿ ಇಲ್ಲದ ಮೂಲಕ ಈ ವಿಧಿಗಳನ್ನು ಮಾಡುವದಿಲ್ಲ. ಹಡಿದ ಆರನೇ ದಿವಸ ಛಟ್ಟೀ ಪೂಜೆಯನ್ನು ಯೆಲ್ಲ ಜಾತಿಗಳಲ್ಲಿಯೂ ಮಾಡುವರು; ಇದರಂತೆ ಹಡಿದ ನಾಲ್ವತ್ತನೇ ದಿವಸವಾಗಲಿ, ವೊಂದು ವರ್ಷದ ನಂತರವಾಗಲಿ ಗಂಡು ಮಗುವಿನ ತಲೆ ಬೋಳಿಸುವ ವಿಧಿಯಾದರೂ ಯೆಲ್ಲರಲ್ಲಿ ನಡಿಯುತ್ತದೆ. ಲಗ್ನದಲ್ಲಿ ಯಾವತ್ತು ಜಾತಿಗಳಲ್ಲಿ ಮಕ್ಕಳಿಗೆ ಅರಿಶಿಣ ಹಚ್ಚುವ ನಡಾವಳಿಯುಂಟು. ಲಗ್ನವಾದ ಬಳಿಕ ವೊದಲನೇ ಮೊಹರಮಿನಲ್ಲಿ ಬರುವ ಶುದ್ಧ ಪ್ರತಿ ಪದೆಯಲ್ಲಿ ಗಂಡ ಹೆಂಡರು ವೊತ್ತಟ್ಟಿಗೆ ಇರ ಕೂಡದು; ಹೆಂಡತಿಯು ತೌರ ಮನೆಗೆ ಹೋಗುವಳು. ಬೇನೆಯ ಮನುಷ್ಯನು ಮರಣೋನ್ಮುಖನಾದನೆಂದರೆ ಅವನ ಬಾಯಲ್ಲಿ ಸಕ್ಕರೆ ಕೂಡಿಸಿದ ನೀರು ಹಾಕಿ, ಕಾಲುಗಳನ್ನು ಚಾಚಿ ಅಂಗುಷ್ಠಗಳನ್ನು ಚರಿಯಿಂದ ಬಿಗಿಯುವರು. ಹಾಗೇ ಕಾಲು ಚಾಚಿದ ಹೆಣವನ್ನು ವೊಂದು ಹಲಿಗೆಯ ಮೇಲೆ ಹಾಕಿ ಮೋರೆ ಸಹ ಮುಚ್ಚಿ, ಹೂವಿನ ಮಾಲೆಗಳನ್ನು ಹಾಕಿ ನೆರೆಹೊರೆಯವರೊಡನೆ ಸ್ಮಶಾನಕ್ಕೆ ಹೋಗುವರು. ಅಲ್ಲಿ ಹೆಣದಂತೆ ಉದ್ದಕ್ಕೆ ತೋಡಿದ ಗೋರಿಯಲ್ಲಿ ಹೆಣದ ಮೋರೆ ಮಕ್ಕಾ ಪಟ್ಟಣದ ಕಡೆಗೆ ಆಗುವಂತೆ ಅದನ್ನು ಮಗ್ಗಲಾಗಿ ಮಲಗಿಸಿ, ಕಾಲಿನ ಚರಿಯನ್ನು ಬಿಚ್ಚಿ ಮೇಲಕ್ಕೆ ಬಂದ ಬಳಿಕ, ಬಳಗದವರು, ಆಪ್ತರು, ಸ್ನೇಹಿತರು, ಮುಂತಾದವರು ಕ್ರಮವಾಗಿ ಹಿಡಿ ಹಿಡಿ ಮಣ್ಣು ಹೆಣದ ಮೇಲೆ ಚಲ್ಲಿ ಕಡೆಯಲ್ಲಿ ಗೋರಿಯನ್ನು ಮುಚ್ಚುವರು. ಹುಗಿಯುವಾಗ ಕಾಜೀ ಅಥವಾ ಮುಲ್ಲಾ ಗೋರಿಯ ಬಳಿಯಲ್ಲಿ ನಿಂತು ಕುರಾಣವನ್ನು ಓದಲಿಕ್ಕೆ ಬೇಕು. ಮೂರನೇ ದಿವಸ ರಿಯಾಝುತ್ ಯೆಂಬ ವಿಧಾನವನ್ನು ಮಾಡಿ ಹತ್ತನೇ ದಿವಸ ಜಾತಿಯವರಿಗೆ ಊಟ ಹಾಕುವರು.

ನಡಾವಳಿಗಳು.

ನಾಲ್ಕು ಪ್ರಮುಖ ಜಾತಿಗಳಲ್ಲಿಯೂ ಹಲಕೆಲವು ವ್ಯಾಪಾರಸ್ಥರಲ್ಲಿಯೂ ಮಕ್ಕಳಿಗೆ ಕುರಾಣವನ್ನು ಓದಲಿಕ್ಕೆ ಕಲಿಸುವ ನಡಾವಳಿಯುಂಟು. ಆದರೆ ವೊಟ್ಟು ಮುಸಲ್ಮಾನರಲ್ಲಿ ಕುರಾಣ ಓದ ಬಲ್ಲವರು ಶೇಕಡಾ ಇಪ್ಪತ್ತು ಜನರು ಹೋರಡುವರೋ ಇಲ್ಲವೋ, ಸಂಶಯವುಂಟು. ಲಗ್ನಗಳೂ ಮರಣದ ವಿಧಾನಗಳೂ ಕಾಜಿಯ ಹೊರ್ತು ಸಾಗುವದಿಲ್ಲ. ಮಶೀದಿಯಲ್ಲಿ ಪ್ರಾರ್ಥನೆಗೆ ಬಿಡಿ ದಿನಗಳಲ್ಲಿ ಯಾರು ಹೋಗದಿದ್ದಾಗ್ಯೂ, ರಮ್‌ಜಾನದಲ್ಲಿಯೂ ಬಾಕರ ಈದ ಯೆಂಬ ಹಬ್ಬದಲ್ಲಿಯೂ ಯೆಲ್ಲರೂ ತಪ್ಪದೆ ಹೋಗುವರು. ಈ ದಿವಸಗಳಲ್ಲಿ ಯೆಲ್ಲರೂ ಕಾಜಿಗೆ ದಕ್ಷಿಣೆಯನ್ನು ಕೊಡುವರು. ಕಾಜೀಯು ಮುಖ್ಯ ಧರ್ಮಾಧಿಕಾರಿ ಯೆನಿಸುವನು. ಮುಸಲ್ಮಾನರ ಆಳಿಕೆಯಲ್ಲಿ ದಿವಾಣೀ ಫೌಜದಾರೀ ನ್ಯಾಯದ ವಿಚಾರಣೆಯನ್ನು ಕಾಜೀ ಜನರೇ ಮಾಡುತ್ತಿದ್ದರು. ಅವರಿಗೆ ಧರ್ಮಶಾಸ್ತ್ರ ಹೇಳಿ

ಧರ್ಮಾಚರಣೆ, ಧರ್ಮಾಧಿಕಾರಿಗಳು.

ಸಹಾಯ ಮಾಡುವ ವಿದ್ವಾಂಸರಿಗೆ ಮೌಲವಿಗಳೆನ್ನುವರು. ಆದರೆ ಈಗ ಲಗ್ನಗಳನ್ನು ವಹಿಯಲ್ಲಿ ಬರೆದಿಡುವದಕ್ಕಿಂತ ಹೆಚ್ಚಿನ ಅಧಿಕಾರವು ಕಾಜಿಯ ಕೈಯಲ್ಲಿ ಯೇನೂ ಇರುವದಿಲ್ಲೆಂದು ಹೇಳ ಬಹುದು. ಪ್ರಾರ್ಥನೆಯ ಕಾಲಕ್ಕೆ ಧರ್ಮೋಪದೇಶ ಮಾಡುವ ಹಕ್ಕು ಕಾಜೀದೇ ಇರುತ್ತದೆ. ಕಾಜಿಯ ಅಧಿಕಾರವು ವಂಶ ಪರಂಪರೆಯಾಗಿ ನಡಿಯುತ್ತದೆ; ಬಹು ಜನರಿಗೆ ಇನಾಮುಗಳು ನಡಿಯುತ್ತವೆ. ಕಾಜಿಯ ಕೈಕೆಳಗೆ ಮುಲ್ಲಾಯೆಂಬ ಉಪಾಧ್ಯಾಯರಿರುವರು. ಇವರನ್ನು ಕಾಜಿಯು ಬಡ ಜನರೊಳಗಿಂದ ಆರಿಸಿ ನೇಮಿಸುವನು. ಮುಸಲ್ಮಾನರಿರುವ ಹಳ್ಳಿಯಲ್ಲಿ ವೊಬ್ಬ ಮುಲ್ಲಾ ಇರುತ್ತಾನೆ. ಅವನು ಲಗ್ನ ಮುಂತಾದ ವಿಧಾನಗಳಲ್ಲಿ ಕಾಜೀ ಮಾಡ ತಕ್ಕ ಕೆಲಸಗಳನ್ನೆಲ್ಲ ಮಾಡುವನು. ಇದಲ್ಲದೆ ಕುರಿ ಕೋಳಿಗಳನ್ನು ಕೊಯ್ಯುವಾಗ ಮೊದಲು ಮುಲ್ಲಾನೇ ಚೂರಿಯನ್ನು ಹಾಕಲಿಕ್ಕೆ ಬೇಕು. ಹಿಂದೂ ಜನರಿಗಾಗಿ ಈ ಪಶುಗಳನ್ನು ಕೊಯ್ಯುವಾಗ ಸಹ ಮುಲ್ಲಾನ ಚೂರಿಯಿಂದ ಹಲಾಲ್* ಆಗಲಿಕ್ಕೆ ಬೇಕು. ಮುಲ್ಲಾನು ಮೂರು ಸಾರಿ ಚೂರಿಯ ಹಾಕಿ ಕುತ್ತಿಗೆಯನ್ನು ಕೊಯ್ಯಲಿಕ್ಕೆ ಬೇಕು. ಈ ಕೆಲಸಕ್ಕಾಗಿ ಮುಲ್ಲಾನಿಗೆ ವೊಂದು ಆಣೆ ಅಥವಾ ಯೆರಡು ಆಣೆ ದಕ್ಷಿಣೆ ದೊರಿಯುತ್ತದೆ; ಕೊಯಿದ ಪಶುವಿನ ಕೆಲವು ಭಾಗವನ್ನೂ ಅವನಿಗೆ ಕೊಡುವರು. ಕೆಲವು ವಿಧಿಗಳಲ್ಲಿ ಜನರಿಗೆ ಧರ್ಮೋಪದೇಶ ಮಾಡುವ ಹಕ್ಕು ಕಾಜಿಯ ಹೊರ್ತು ಬೇರೊಬ್ಬ ಮನುಷ್ಯನಿಗಿರುತ್ತದೆ. ಅವನಿಗೆ ಖತೀಬನೆನ್ನುವರು. ಎಷ್ಟೋ ಕಡೆಯಲ್ಲಿ ಖತೀಬರಿಗೆ ದೊಡ್ಡ ಇನಾಮುಗಳಿರುತ್ತವೆ. ಆದರೆ ಅವರು ಧರ್ಮೋಪದೇಶದ ಕೆಲಸವನ್ನು ಈಗ ಮಾಡುವದಿಲ್ಲ. ಪೂರ್ವ ಕಾಲದಲ್ಲಿ ಸತ್ಪುರುಷರೆಂದು ಹೆಸರಾದವರ ವಂಶದವರಿಗೆ ಪೀರಜಾದೆ ಯೆಂದೆನ್ನುವರು. ಇವರು ಬಹುತರ ಸ್ಥೈಯದರಿರುವರು. ಪೀರಜಾದೆಗಳಿಗೆ ಮಶೀದೆಗಳಲ್ಲಿ ಹಲ ಕೆಲವು ಮಾನಪಾನಗಳೂ ಅಧಿಕಾರಗಳೂ ಇರುತ್ತವೆಂದು ತೋರುತ್ತದೆ. ಖತೀಬರಂತೆ ಪೀರಜಾದೆಗಳಿಗೂ ಜಹಾಗೀರುಗಳೂ ಇನಾಮುಗಳೂ ಈಗ್ಯೂ ನಡಿಯುತ್ತವೆ. ಆದರೆ ಇವರಲ್ಲಿ ಬಹು ಜನರು ಸೋಮಾರಿಗಳಾಗಿ ಆಟ ನೋಟಗಳಲ್ಲಿಯೂ ಮದ್ಯ ಪ್ರಾಶನದಲ್ಲಿಯೂ ಕಾಲಕ್ಷೇಪ ಮಾಡುವರು. ಸತ್ಪುರುಷರ ಗೋರಿಗಳಲ್ಲಿಯ ಪರಿಚಾರಕರಿಗೆ ಮುಜಾವರರೆನ್ನುವರು. ಅವರನ್ನು ಪೀರಜಾದೆಗಳು ನೇಮಿಸುವರು. ಇವರಿಗೆ ಬಹುತರ ಇನಾಮುಗಳಿರುವದಿಲ್ಲ. ಆ ಗೋರಿಗಳಿಗೆ ಭಕ್ತರು ಅರ್ಪಿಸಿದ ಪಶು, ಫಲ, ಕಾಳು, ದುಡ್ಡು, ಇವುಗಳಿಂದ ಅವರ ಉಪಜೀವನವಾಗುತ್ತದೆ. ಮಶೀದಿಗಳಲ್ಲಿ ಬಾಂಘಿ ಅಥವಾ ಮುವಾಝಿಮ್ ಯೆಂಬ ಪರಿಚಾರಕರಿರುವರು. ಮಶೀದೇಯ ಯೆತ್ತರವಾದ ಪ್ರದೇಶದಲ್ಲಿ ನಿಂತು ದಿನಕ್ಕೆ ಐದು ಸಾರಿ ಜನರನ್ನು ಪ್ರಾರ್ಥನೆಗೆ ಕರಿಯುವದೇ ಅವರ ಮುಖ್ಯ ಕರ್ತ

* ಕೊಯ್ಯ ತಕ್ಕ ಪಶು ಇಲ್ಲವೆ ಪಕ್ಷಿಯು ಹಲಾಲ್ ಆಗ ಬೇಕಾದರೆ, ಮುಲ್ಲಾನು ಅದಕ್ಕೆ ನೀರು ಕುಡಿಸಿ, ಅದರ ಕೊರಳಿನ ಕೂದಲನ್ನಾಗಲಿ ಗರಿಗಳನ್ನಾಗಲಿ ಸ್ವಲ್ಪ ಕೈಯಿಂದ ಕಿತ್ತಿ ತೆಗಿದು, ಹದನಾದ ಚೂರಿಯನ್ನು ಮೂರು ಸಾರಿ ಹಾಕ ಬೇಕು. ಮೊದಲನೇ ಸಾರಿ ಹಾಕುವಾಗ "ಸತ್ಯದಿಂದ ನಾನು ಕೊಯ್ಯುತ್ತೇನೆ" ಯೆಂಬ ಅರ್ಥದ ಅರಬೀ ಭಾಷೆಯ ವಾಕ್ಯವನ್ನು ನುಡಿಯ ಬೇಕು; ಎರಡನೇ ಸಾರಿ ಹಾಕುವಾಗ "ಅಲ್ಲಾ ದೊಡ್ಡವನಿರುತ್ತಾನೆ" ಯೆಂಬ ವಾಕ್ಯವನ್ನೂ, ಮೂರನೇ ಸಾರಿ ಹಾಕುವಾಗ, "ಅಲ್ಲಾನ ಹೊರ್ತು ಬೇರೆ ದೇವರು ಇಲ್ಲ" ಯೆಂಬ ವಾಕ್ಯವನ್ನೂ ನುಡಿಯ ಬೇಕು.

ವ್ಯವು. ಮುಜಾವರರೂ ಬಾಂಘೆಗಳೂ ತಮ್ಮ ಕೆಲಸವನ್ನು ಬಿಟ್ಟು ಹೋಗಲಿಕ್ಕೆ ಅಡ್ಡಿ ಇಲ್ಲ. ಭಿಕ್ಷೆಯಿಂದ ಉಪಜೀವನ ಮಾಡುವವರಿಗೆ ಫಕೀರರೆನ್ನುವರು. "ಫ" ಅಂದರೆ ಫಾಕಾ ಅಥವಾ ಉಪವಾಸ; "ಕಿ" ಅಂದರೆ ಕಿನಾಯತ ಅಥವಾ ತೃಪ್ತಿ; "ರ" ಅಂದರೆ ರಿಯಾಝುತ ಅಥವಾ ಕೆಲಸ. ಒಟ್ಟಿಗೆ ಫಕೀರರು ಯಾವಾಗಲೂ ತೃಪ್ತರಾಗಿರ ಬೇಕು, ಕೆಲಸ ಮಾಡಿ ಹೊಟ್ಟೆಗೆ ದೊರಕಿಸ ಬೇಕು, ಕೆಲಸವೂ ಆಹಾರವೂ ದೊರಿಯದಿದ್ದರೆ ಉಪವಾಸ ಮಾಡ ಬೇಕು. ಫಕೀರರಲ್ಲಿ "ಬಶರಾ" ಅಂದರೆ ಧರ್ಮಶಾಸ್ತ್ರದಂತೆ ನಡಿಯುವವರೆಂತಲೂ, "ಬೇಶರಾ" ಅಂದರೆ ಧರ್ಮಶಾಸ್ತ್ರವನ್ನು ಬಿಟ್ಟು ನಡಿಯುವವರೆಂತಲೂ ಯೆರಡು ವರ್ಗಗಳಿವೆ. ಮೊದಲನೇ ವರ್ಗದವರು ಮದುವೆಯಾಗಿ ಪೊತ್ತಟ್ಟೆಗೆ ಮನೆ ಮಾಡಿ ಕೊಂಡು ಸಂಸಾರ ಮಾಡುವ ಕಾರಣ ಅವರಿಗೆ ಮುಕಿಮ್ ಶಾಹಿ ಅಂದರೆ ಸ್ಥಾಯಿಕರೆಂದೆನ್ನುವರು. ಎರಡನೇ ವರ್ಗದವರು ಲಗ್ನ ಮಾಡಿ ಕೊಳ್ಳದೆ ಭಿಕ್ಷೆ ಬೇಡುತ್ತ ದೇಶ ಸಂಚಾರ ಮಾಡುವ ಕಾರಣ ಅವರಿಗೆ ದರವೇಶಿಗಳೆಂದರೆ ಸಂಚಾರಕರೆಂದೆನ್ನುವರು. ಈ ಯೆರಡೂ ವರ್ಗಗಳ ಫಕೀರರು ನಾಲ್ವರು ಇಮಾಮುಗಳಿಗೂ, ಅಲ್ಲಿಯ ವಂಶದ ಖಾನವಾಡಾ ಯೆಂಬ ಹದಿನಾಲ್ಕು ಕುಟುಂಬಗಳಿಗೂ ಮಾನ ಕೊಡುತ್ತಾರೆ.

ಸಾಕಲ್ಯ ಜಾತಿಗಳು

ಸೈಯದರು ಅಥವಾ ಪೀರಜಾದೆಗಳು.

ಸೈಯದರು.—ಇವರಿಗೆ ಪೀರಜಾದೆಗಳೆಂತಲೂ ಮಶೇಕರೆಂತಲೂ ಅನ್ನುವರು. ವಿಜಾಪುರದ ಅದಿಲ್ ಶಾಹಿಯಲ್ಲಿ ಬಹು ಜನರಿಗೆ ಉಪದೇಶ ಮಾಡಿ ಮುಸಲ್ಮಾನ ಧರ್ಮದ ದೀಕ್ಷೆಯನ್ನು ಕೊಟ್ಟಂಥ ಸತ್ಪುರುಷರೆಂಬ ಧರ್ಮ ಪ್ರಸಾರಕರೇ ತಮ್ಮ ಮೂಲ ಪುರುಷರೆಂದು ಇವರು ಹೇಳುತ್ತಾರೆ. ಆ ಧರ್ಮ ಪ್ರಸಾರಕರು ಅರಬಸ್ತಾನದಿಂದ ಬಂದಂಥ ಫಾತಿಮಾ, ಅಲ್ಲೀ ಈ ದಂಪತಿಗಳ ವಂಶದವರೆಂದು ಹೇಳುತ್ತಾರೆ. ಈ ವಂಶದವರಿಗೇ ಸೈಯದರೆನ್ನುವರು. ಫಾತಿಮಾ, ಅಲ್ಲೀ, ಇವರ ಮಕ್ಕಳು ಇಬ್ಬರು ಹಸೆನ, ಹುಸೇನ, ಯೆಂಬವರಿದ್ದರು. ಹಸೆನನ ವಂಶದವರಿಗೆ ಹಸನೀ ಯೆಂತಲೂ, ಹುಸೇನನ ವಂಶದವರಿಗೆ ಹುಸೇನೀ ಯೆಂತಲೂ ಹೆಸರುಗಳಿವೆ. ಇವರೊಳಗೆ ಮತ್ತೂ ಹಲವು ಪೊಳಭೇದಗಳಾಗಿವೆ. ಸೈಯದವರು ತಮ್ಮ ಹೆಸರಿನ ಹಿಂದೆ "ಸೈಯದ" (ಪವಿತ್ರ) ಅಥವಾ "ಮೀರ" (ಮುಖ್ಯ) ಯೆಂಬ ಬಿರುದು ಹಚ್ಚಿ ಕೊಂಡು, ಮುಂದೆ "ಶಹಾ" (ಅರಸು) ಯೆಂಬ ಉಪಪದವನ್ನು ಹಚ್ಚಿ ಕೊಳ್ಳುವರು. ಅಂದರೆ ಕಾಶೀಮ ಯೆಂಬ ಹೆಸರಿನ ಮನುಷ್ಯನು ತನಗೆ "ಸೈಯದ ಕಾಶೀಮ ಶಹಾ" ಅಥವಾ "ಮೀರ ಕಾಶೀಮ ಶಹಾ" ಅಂದು ಕೊಳ್ಳುವನು. ಹೆಂಗಸರ ಹೆಸರಿನ ಮುಂದೆ ಬಿಬೀ ಯೆಂಬ ಉಪಪದವಿರುತ್ತದೆ. ಸೈಯದರೊಳಗೆ ದೇಶೀ ಜನರ ಸಂತತಿಯು ಬಹಳವಾಗಿ ಮಿಶ್ರವಾಗಿದ್ದಾಗ್ಯೂ ಇವರ ನಿಲಿಪಿಕೆ ವಾಡಿಕೆಯಾಗಿ, ಯೆತ್ತರ, ಮೈಕಟ್ಟು ಕಸುವುಳ್ಳದ್ದು, ಮೈಬಣ್ಣ ವಾಡಿಕೆಯಾಗಿ ಕೆಂಪು ಇರುವದು. ಸೈಯದರು ತಲೆಯನ್ನು ಪೂರಾ ಬೋಳಿಸಿ

ಕೊಂಡು ಪೂರಾ ಗಡ್ಡವನ್ನು ಕಾಯುವರು. ಇವರ ಉಡಿಗೆಗಳು ಹಸುರು ಇಲ್ಲವೆ ಬಿಳಿ ಮುಂಡಾಸ ಅಥವಾ ರುಮಾಲ, ಇಜಾರು ಇಲ್ಲವೆ ಧೋತರ, ಉದ್ದಂಗಿ. ಹೆಂಗಸರು ಮಧ್ಯಮ ನಿಲಿವಿಕೆಯವರಾಗಿ, ದೊಡ್ಡ ಕಣ್ಣು, ಕುಡಿಹುಬ್ಬು, ನೆಟ್ಟನ್ನ ಮೂಗು, ಕೆಂಪು ಮೈಬಣ್ಣ, ದುಂಡುಮೈ, ಇವುಗಳಿಂದ ಸುಂದರಿಯರಾಗಿರುವರು. ಇವರು ಆರ್ೀರ ಹೆಂಗಸರಂತೆ ಕಚ್ಚೆ ಹಾಕದೆ ಶೀರೆ ಉಟ್ಟುಕೊಂಡು ಕುಬ್ಬಸ ತೊಡುವರು. ಇವರ ಹಣೆಯ ಮೇಲೆ ಕುಂಕುಮ ಹಚ್ಚೀ ಬೊಟ್ಟುಗಳೂ ಕೊರಳಲ್ಲಿ ಕರಿಮಣಿಗಳೂ ಇರುವದಿಲ್ಲ; ಆದರೆ ಕೈಯಲ್ಲಿ ಬಳೆಗಳು ಬಹುತರ ಇರುತ್ತವೆ. ಈ ಹೆಂಗಸರಿಗೆ ಗೋಷಾ ಅಂದರೆ ಬುರಿಕಿ ಇರುತ್ತದೆ. ಇವರು ಪರರ ದೃಷ್ಟಿಗೆ ಬೀಳುವದಿಲ್ಲ; ಮನೆಗೆಲಸದ ಹೊರ್ತು ಬೇರೆ ಕೆಲಸವೇನು ಮಾಡುವದಿಲ್ಲ. ಗಂಡಸರೂ ಹೆಂಗಸರೂ ನಿರ್ಮಲವಾಗಿರುವರು; ದೈವುಳ್ಳವರ ಮನೆಗಳೂ ನಿರ್ಮಲವಾಗಿರುವವು. ಸೈಯದರಲ್ಲಿ ಕೆಲವರಿಗೆ ಜಹಾಗೀರುಗಳೂ ಇನಾಮುಗಳೂ ಇರುತ್ತವೆ, ಕೆಲವರು ವ್ಯಾಪಾರ ಮಾಡುವರು, ಮಕ್ತೆಗಳನ್ನು ತಕ್ಕೊಳ್ಳುವರು. ಬಡವರಿದ್ದವರು ದಂಡಿನಲ್ಲಿ ಶಿಪಾಯಿಗಳಾಗುವರು, ಪೋಲೀಸ ಶಿಪಾಯಿಗಳಾಗುವರು, ಇಲ್ಲವೆ ಟಪಾಲಿನ ಕೆಲಸ ಮಾಡುವರು, ನೀಚ ಹೋರೆಗಳನ್ನು ಸೈಯದರು ಯಾರೂ ಮಾಡುವದಿಲ್ಲೆಂದು ಹೇಳ ಬಹುದು. ಇವರು ವಾಡಿಕೆಯಾಗಿ ಉದ್ಯೋಗಿಗಳಾದಾಗ್ಯೂ ಸುಖೋಪಭೋಗಕ್ಕೂ ದಂಡುಗಾರಿಕೆಗೂ ಇವರ ಮನಸಿನ ವೊಲವು ಹೆಚ್ಚಿರುತ್ತದೆ. ಸೈಯದರು ವಾಡಿಕೆಯಾಗಿ ತಮ್ಮ ತಮ್ಮೊಳಗೆ ಶರೀರ ಸಂಬಂಧ ಮಾಡಿಕೊಳ್ಳುವರು; ಆದರೂ ಅವಶ್ಯವಿದ್ದಲ್ಲಿ ಶೇಖರ ಕೂಡ ಶರೀರ ಸಂಬಂಧ ಮಾಡುವರು. ಇವರಲ್ಲಿಯ ಲಗ್ನ ಮರಣಗಳ ವಿಧಾನಗಳನ್ನು ಕಾಜಿಗಳೇ ಮಾಡಿಸ ತಕ್ಕವರು. ಹಿಂದೆ ಹೇಳಿದ ಸಾಮಾನ್ಯ ಆಚರಣೆಗಳೆಲ್ಲ ಇವರಲ್ಲಿ ನಡಿಯುತ್ತವೆ. ಸೈಯದರು ಸ್ವಧರ್ಮಾಭಿಮಾನಿಗಳಾದಾಗ್ಯೂ, ಈಗಿನ ಪ್ರಾಯಸ್ಥರು ಧರ್ಮಾಚರಣೆಗೆ ಬಹಳ ಲಕ್ಷ್ಯ ಕೊಡುವಂತೆ ತೋರುವದಿಲ್ಲ. ಇವರು ತಮ್ಮ ಮಕ್ಕಳಿಗೆ ಅರಬೀ, ಪರ್ಶಿಯನ್ ಭಾಷೆಗಳನ್ನು ಪ್ರೀತಿಯಿಂದ ಕಲಿಸುತ್ತಾರೆ; ಒಳಗಡೆಯಲ್ಲಿ ಇವರ ಮಕ್ಕಳು ಸರಕಾರೀ ಶಾಲೆಗೂ ಹೋಗುತ್ತಾರೆ; ಇಂಗ್ಲಿಷದ ಅಭ್ಯಾಸವನ್ನು ಬಹು ಸ್ವಲ್ಪ ಜನರು ಮಾಡುತ್ತಾರೆ.

ಶೇಖರು ಅಂದರೆ ಹಿರಿಯರು.—ಇವರೊಳಗೆ ಎರಡು ಮುಖ್ಯ ವರ್ಗಗಳಿವೆ. ಮಹಮ್ಮದ ಪೈಗಂಬರನ ಮಾವನಾದ ಅಬೂಬಕರ ಸಿದಿಕನೆಂಬವನ ವಂಶದವರಿಗೆ ಸಿದಿಕರೆಂತಲೂ, ಆ ಪೈಗಂಬರನ ಅಳಿಯನಾದ ಉಮೆರಲ್ ಫರುಕನೆಂಬವನ ವಂಶದವರಿಗೆ ಫರುಕಿಗಳೆಂತಲೂ ಅನ್ನುವರು.

ಶೇಖರು.

ಆದರೆ ಧರ್ಮಾಂತರ ಮಾಡಿದ ಹಿಂದೂ ಜನರ ವಂಶದವರು ಸಹ ಇವರೊಳಗೆ ಬಹು ಜನರು ಕೂಡಿದ್ದಾರೆ. ಇವರು ತಮ್ಮ ಹೆಸರಿನ ಹಿಂದೆ "ಶೇಖ" ಯೆಂಬ ಬಿರುದು ಹಚ್ಚಿಕೊಳ್ಳುವರು. ಇವರ ಸ್ವರೂಪ, ಉಡಿಗೆ, ಸ್ಥಿತಿ, ಮುಂತಾದವುಗಳೆಲ್ಲ ಸೈಯದರಂತೆ ಇರುತ್ತವೆ. ಇವರು ಸೈಯದ, ಮೊಲಗ, ಪಠಾಣ, ಈ ಮೂವರ ಕೂಡ ಶರೀರ ಸಂಬಂಧ ಮಾಡುವರು. ಇವರ ಹೆಂಗಸರಿಗೆ ಗೋಷಾ ಇದ್ದಾಗ್ಯೂ, ಅವರು ಮನೆಯಲ್ಲಿ ಕೂತು

ರೇಶಿಮೆ ಮುಂತಾದವುಗಳ ಸಂಪಾದನೆಯ ಉದ್ಯೋಗವನ್ನು ಕೆಲ ಕೆಲವು ಕಡೆಯಲ್ಲಿ ಮಾಡುವರು. ಇವರು ಸೈಯದರಷ್ಟು ನಿರ್ಬಂಧದಿಂದ ಮಕ್ಕಳಿಗೆ ಅರಬೀ, ಪರ್ಶಿಯನ್ ಭಾಷೆಗಳನ್ನು ಕಲಿಸುವದಿಲ್ಲ; ಉಡುದೂ ಭಾಷೆಯನ್ನು ಮಾತ್ರ ಕಲಿಸುವರು. ಒಳಗಡೆಯಲ್ಲಿ ಇವರ ಮಕ್ಕಳು ಶಾಲೆಗೆ ಹೋಗುತ್ತಾರೆ.

ಮೊಗಲರು.

ಮೊಗಲರು.—ಇವರು ೧೬ನೇ ಶತಕದಲ್ಲಿ ದಕ್ಷಿಣಕ್ಕೆ ಬಂದ ಮೊಗಲರು ತಮ್ಮ ಮೂಲ ಪುರುಷರೆಂದು ಹೇಳುತ್ತಾರೆ. ಗಂಡಸರು "ಮಿರ್ಜಾ" ಯೆಂಬ ಪದವಿಯನ್ನೂ ಹೆಂಗಸರು ಬಿಬೀ ಯೆಂಬ ಉಪಪದವನ್ನೂ ಧರಿಸುವರು. ಇವರ ಸ್ವರೂಪ, ಉಡಿಗೆ, ಸ್ಥಿತಿಗಳೆಲ್ಲ ಸೈಯದರಂತೆ. ಆದರೆ ಇವರಿಗೆ ಬಡತನ ಹೆಚ್ಚು. ಇವರಲ್ಲಿ ಜಹಾಗೀರದಾರರು ಇಲ್ಲ, ವತನದಾರರೂ ಬಹು ಕಡಿಮೆ. ಬಡವರಾದ ಸೈಯದರ ಹೋರೆಗಳನ್ನೆ ಇವರು ಮಾಡುವರು. ಇವರು ಮಕ್ಕಳಿಗೆ ಉಡದೂ ಭಾಷೆಯನ್ನು ಕಲಿಸುವರು, ಅವರನ್ನು ಶಾಲೆಗೂ ಕಳಿಸುವರು. ಆದರೆ ಇಂಗ್ಲಿಷವನ್ನು ಯಾರೂ ಕಲಿಯುವದಿಲ್ಲ.

ಪಠಾಣರು.

ಪಠಾಣರು, ಅಂದರೆ ಕಲಿಗಳು.—ಇವರು ದಕ್ಷಿಣಕ್ಕೆ ಬಂದಂಥ ಅಫಗಾಣರ ವಂಶದವರು ತಾವೆಂದು ಹೇಳುತ್ತಾರೆ. ಇವರ ಮೈಬಣ್ಣ ಸ್ವಲ್ಪ ಕಪ್ಪು; ಬಿಗತಾದ ಇಜಾರ ಹಾಕುವರು, ಇಲ್ಲವೆ ಧೋತರ ಉಡುವರು. ಇವರ ಉಡಿಗೆಗಳು ವಾಡಿಕೆಯಾಗಿ ಮಹರಾಷ್ಟ್ರರ ಉಡಿಗೆಗಳನ್ನು ಹೋಲುತ್ತವೆ. ಹೆಂಗಸರ ಸ್ವರೂಪ, ಉಡಿಗೆ, ಗೋಷಾ, ಇವೆಲ್ಲ ಬಹುತರ ಸೈಯದರ ಹೆಂಗಸರಂತೆ. ಸಾಧಾರಣ ಸ್ಥಿತಿ ರೀತಿಗಳಲ್ಲಿ ಸೈಯದರಿಗೂ ಪಠಾಣರಿಗೂ ಬಹಳ ಹೆಚ್ಚು ಕಡಿಮೆ ಇಲ್ಲ. ಆದರೆ ಬಡತನವು ಮೊಗಲರಂತೆ. ಪಠಾಣರು ಸೈಯದರ ಹೊರ್ತು ಮಿಕ್ಕ ಯಾವತ್ತು ಸಾಕಲ್ಯ ಜಾತಿಗಳ ಕೂಡ ಶರೀರ ಸಂಬಂಧ ಮಾಡುವರು. ಹಳ್ಳಿಗಳಲ್ಲಿಯ ಪಠಾಣರು ಗೋಮಾಂಸ ತಿನ್ನುವದಿಲ್ಲ. ಇವರೂ ಮಕ್ಕಳಿಗೆ ಉಡದೂ ಭಾಷೆಯನ್ನು ಕಲಿಸುವರು, ಅವರನ್ನು ಶಾಲೆಗೂ ಕಳಿಸುವರು.

ಕಾಬೂಲೀ ಪಠಾಣರು.

ಕಾಬೂಲೀ ಪಠಾಣರು.—ಇವರು ವೊಳಗಡೆಯಲ್ಲಿ ಕಾಬೂಲಿನಿಂದ ಬಂದು ವಿಜಾಪುರ ಜಿಲ್ಲೆಯಲ್ಲಿ ಸ್ವಲ್ಪ ಜನರು ವಾಸಿಸುತ್ತಾರೆ. ಇವರ ನಿಲಿವಿಕೆ ಯೆತ್ತರ, ಮೈಕಟ್ಟು ಕಸುವುಳ್ಳದ್ದು, ಮೈಬಣ್ಣ ಕೆಂಪು, ಕಣ್ಣು ಬೆಕ್ಕಿನಂಥವು. ಇವರು ತಲೆಯ ಮೇಲೆ ಕಿರಿಗೂದಲೂ ಉದ್ದನ್ನ ಗಡ್ಡವನ್ನೂ ಕಾಯುವರು. ಇವರ ಮೈ ಮೇಲಿನ ಉಡಿಗೆಗಳು, ತಲೆಗೆ ಸಣ್ಣ ಟೊಪ್ಪಿಗೆ ಇಲ್ಲವೆ ಪಟಕಾ, ಬಹು ಸಡಿಲಾದ ಇಜಾರು, ಅಂಥಾದೇ ಉದ್ದಂಗಿ; ಇವೆಲ್ಲ ಬಹುತರ ಹೊಲಸು ಇರುತ್ತವೆ. ಇವರು ಮುಖ್ಯವಾಗಿ ಅರಿವೆಯ ವ್ಯಾಪಾರ ಮಾಡುವರು. ಇಲ್ಲವೆ ಬಡ್ಡಿಯ ವ್ಯವಹಾರ ಮಾಡುವರು. ಸಾಕಲ್ಯ ಜಾತಿಗಳಲ್ಲಿ ಬೇಕಾದವರ ಕೂಡ ಇವರು ಶರೀರ ಸಂಬಂಧ ಮಾಡುವರು.

೩೦

ಅತ್ತಾರರು.—ಇವರು ಇದೇ ಜಾತಿಯ ಹಿಂದೂ ಜನರಾಗಿ ಔರಂಗಜೇಬನ ಕಾಲದಲ್ಲಿ ಮುಸಲ್ಮಾನರಾದವರ ವಂಶದವರು. ಇವರ ಸ್ವರೂಪವೂ ಉಡಿಗೆಗಳೂ ವಾಡಿಕೆಯಾಗಿ ವೊಕ್ಕಲಿಗರಂತೆ ಇರುತ್ತವೆ; ಆದರೆ ತಲೆಯನ್ನು ಪೂರಾ ಬೋಳಿಸಿ ಕೊಂಡು ಗಡ್ಡ ಕಾಯುವರು. ಹೆಂಗಸರಿಗೆ ಬುರಿಕೆಯುಂಟು. ಅತ್ತಾರರು ಸುಗಂಧದ ಯೆಣ್ಣೆ ಮುಂತಾದ ಸರಕುಗಳನ್ನು ಮಾಡಿ ಮಾರುವರು. ವಿಜಾಪುರದ ಸುಗಂಧ ದ್ರವ್ಯಗಳು ತಕ್ಕಮಟ್ಟಿಗೆ ಹೆಸರಾಗಿರುತ್ತವೆ. ಆದರೆ ಈ ಹೋರೆಯಲ್ಲಿ ಇವರಿಗೆ ವೊಳಿತಾಗಿ ಉಪಜೀವನವಾಗದ್ದರಿಂದ ಬಡತನವು ಬೆನ್ನು ಹತ್ತಿರುತ್ತದೆ. ಕೆಲವರು ಊರೂರು ತಿರುಗಿ ತಮ್ಮ ಮಾಲಿನ ಮಾರಾಟ ಮಾಡುವರು; ಕೆಲವರು ದೇಶಾಂತರಕ್ಕೂ ಹೋಗುವರು. ಅತ್ತಾರರು ಸಾಕಲ್ಯ ಜಾತಿಗಳಲ್ಲಿ ಬೇಕಾದವರ ಕೂಡ ಶರೀರ ಸಂಬಂಧ ಮಾಡುವರು. ಇವರು ತಮ್ಮ ಮಕ್ಕಳಿಗೆ ಸರಕಾರೀ ಶಾಲೆಗಳಲ್ಲಿ ಉಡದೂ, ಮರಾಠಿ, ಕನ್ನಡ ಭಾಷೆಗಳನ್ನು ಕಲಿಸುವರು. ಅತ್ತಾರರು ಹಳ್ಳಿಗಳಲ್ಲಿ ಹಿಂದೂ ದೇವತೆಗಳನ್ನು ಪೂಜಿಸುವರು.

ಅತ್ತಾರರು.

ಮಣಿಯಾರರು ಅಥವಾ ಮಣಿಗಾರರು.—ಇವರು ದೊಡ್ಡ ಗ್ರಾಮಗಳಲ್ಲಿ ಇರುತ್ತಾರೆ. ಗಂಡಸರ ಹೆಂಗಸರ ಸ್ವರೂಪ ಉಡಿಗೆಗಳು ವಾಡಿಕೆಯಾಗಿ ಹಿಂದೂ ಜನರಂತೆ. ಇವರು ಕಬ್ಬಿಣದ ಸಾಮಾನು, ನೂಲಿನ ಹಗ್ಗ, ಬಣ್ಣದ ಸಾಮಾನು, ಕನ್ನಡಿ, ನಾನಾ ಪ್ರಕಾರದ ಮಣಿಗಳು, ಮುಂತಾದವುಗಳ ಮಾರಾಟ ಮಾಡುವರು. ಒಟ್ಟಿಗೆ ಇವರು ಸುಖದಿಂದ ಇರುತ್ತಾರೆ. ಇವರ ಮಕ್ಕಳು ಶಾಲೆಗೆ ಹೋಗುತ್ತಾರೆ.

ಮಣಿಯಾರರು.

ಕಾಗದಿಗಳು, ಅಂದರೆ ಕಾಗದ ಮಾಡುವವರು.—ಇವರು ವಿಜಾಪುರ, ಬಾಗಲಕೋಟೆ, ಗೋಕಾವಿ, ಮುಂತಾದ ಕಡೆಯಲ್ಲಿ ಇರುತ್ತಾರೆ. ಇವರ ಹೋರೆಯು ಈಗ ವೊಳಿತಾಗಿ ನಡಿಯುವದಿಲ್ಲಾದ್ದರಿಂದ ಇವರು ಬಡತನದ ಸ್ಥಿತಿಯಲ್ಲಿದ್ದಾರೆ. ಕೆಲವರು ಹೋರೆ ಹುಡುಕುತ್ತ ನಿಜಾಮನ ರಾಜ್ಯಕ್ಕೆ ಹೋಗುತ್ತಾರೆ. ಗೋಕಾವಿ ಬಾಗಲಕೋಟೆಗಳಲ್ಲಿ ಹುಟ್ಟುವ ಕಾಗದಗಳನ್ನು ಮುಖ್ಯವಾಗಿ ಅಂಗಡಿಕಾರರು ತಮ್ಮ ವಹಿಗಳಿಗಾಗಿ ತಕ್ಕೊಳ್ಳುವರು; ಸರಕಾರೀ ಕಚೇರಿಗಳಲ್ಲಿ ಲಖೋಟೆಗಳನ್ನು ಈ ಕಾಗದದಿಂದ ಮಾಡುವರು.

ಕಾಗದಿಗಳು.

ಕಲಾಯಿಗಾರರು.—ಇವರು ದೊಡ್ಡ ಗ್ರಾಮಗಳಲ್ಲಿ ಇರುತ್ತಾರೆ. ತಾಮ್ರ ಹಿತ್ತಾಳಿಗಳ ಪಾತ್ರೆಗಳಿಗೆ ಕಲಾಯಿ ಮಾಡುವದೇ ಇವರ ವಂಶ ಪರಂಪರೆಯ ಹೋರೆಯು. ಮುಸಲ್ಮಾನರು ನೀರು ಕುಡಿಯುವ ತಂಬಿಗೆಗಳಿಗೆ ಸಹ ಕಲಾಯಿ ಮಾಡುವ ಕಾರಣ ಮುಸಲ್ಮಾನರ ವಸ್ತಿಯು ಇದ್ದಲ್ಲಿ ಬಹುತರ ಕಲಾಯಿಗಾರರು ಇರುತ್ತಾರೆ. ಇವರ ಹೋರೆಯು ನೆಟ್ಟಗೆ ಸಾಗುತ್ತಿದ್ದಾಗ್ಯೂ, ಶರೆ, ಗಾಂಜಿ, ಭಂಗಿ, ಮುಂತಾದ ದುರ್ವ್ಯಸನಗಳು ಬಡತನವನ್ನು ಇವರ ಮನೆಗೆ ಬೇಗ ಕರೆಕೊಂಡು ಬರುತ್ತವೆ. ಇವರ ಮಕ್ಕಳು ಶಾಲೆಗೆ ಹೋಗುತ್ತಾರೆ.

ಕಲಾಯಿಗಾರರು.

ನಾಲಬಂದರು.—ದೊಡ್ಡ ಗ್ರಾಮಗಳಲ್ಲಿ ಅಲ್ಪ ಸ್ವಲ್ಪ ಜನರಿರುವರು. ಕುದುರೆಗಳಿಗೂ ಯೆತ್ತುಗಳಿಗೂ ನಾಲು ಕಟ್ಟುವದೇ ಇವರ ಕುಲದ ಹೋರೆ. ಈ ಹೋರೆಯು

ನಾಲಬಂದರು.

ಬಹಳ ದೊರಿಯುವದಿಲ್ಲಾದ್ದರಿಂದ ಇವರ ಉಪಜೀವನವು ಪೊಳಿತಾಗಿ ಆಗುವದಿಲ್ಲ. ಕೆಲವರು ಪೋಲೀಸರೊಳಗೂ, ಟಪಾಲ ಖಾತೆಯಲ್ಲಿಯೂ, ಬೇರೆ ಕಡೆಯಲ್ಲಿಯೂ ಚಾಕರಿಗೆ ನಿಲ್ಲುವರು. ಇವರ ಮಕ್ಕಳು ಶಾಲೆಗೆ ಹೋಗುತ್ತಾರೆ.

ಬೈಡರು ಅಥವಾ ಬೇಡರು.—ಇವರು ಮೈಸೂರು ಶೀಮೆಯಿಂದ ಸ್ವಲ್ಪ ಜನರು ಈ ಶೀಮೆಗೆ ಬಂದು ಚಾಕರಿಯಿಂದ ಜೀವಿಸುತ್ತಾರೆ. ಇವರು ಮೂಲದಲ್ಲಿ ಬೇಡರು;

ಬೈಡರು.

ಹೈದರ ಅಲ್ಲಿಯು ಇವರಿಗೆ ಮುಸಲ್ಮಾನ ಧರ್ಮದ ದೀಕ್ಷೆ ಕೊಟ್ಟು ತನ್ನ ವಿಶ್ವಾಸದ ದಂಡಿನವರನ್ನು ಮಾಡಿ ಕೊಂಡಿದ್ದನು. ಆದರೆ ಇವರು ತಾವು ಕಾಬೂಲಿ ಶಿಪಾಯಿಗಳ ವಂಶದವರೆಂದು ಹೇಳುತ್ತಾರೆ. ಇವರು ಆಜಾನು ಬಾಹುಗಳಾಗಿ ಬಹು ಜನರು ರಣಗೂದಲು ಬಿಡುವರು.

ಹಕೀಮರು, ಅಂದರೆ ವೈದ್ಯರು.—ಇವರಿಗೆ ಪೈಲವಾನರೆಂತಲೂ ಅನ್ನುವರು. ಗಂಡಸರು ಊರೂರು ತಿರುಗಿ ವೈದ್ಯತನವನ್ನು ಮಾಡುವರು; ಆದರೆ ಇವರ ಔಷಧ

ಹಕೀಮರು.

ಗಳಿಂದ ಗುಣವಾಗುವದು ಬಹು ಕಡಿಮೆ. ಹೆಂಗಸರಿಗೆ ಬುರಿಕೆ ಇಲ್ಲ. ಅವರು ಸೂಲಗಿತ್ತಿತನದ ಹೋರೆ ಮಾಡುವರು. ಕೆಲವರು ಹಕೀಮರು ನೌಕರಿಯಿಂದ ಜೀವಿಸುವರು. ಇವರ ಮಕ್ಕಳು ಶಾಲೆಗೆ ಹೋಗುತ್ತಾರೆ.

ಮಹಾವತರು, ಅಂದರೆ ಆನೆಗಳ ಊಳಿಗದವರು.—ಇವರು ಮುಸಲ್ಮಾನರಾದ ರಜಪೂತರೆಂದು ಹೇಳುತ್ತಾರೆ. ಈಗ ಇವರಿಗೆ ಆನೆಗಳನ್ನು ನಡಿಸುವ ಹೋರೆ ಬಹುತರ

ಮಹಾವತರು.

ದೊರಿಯುವದಿಲ್ಲಾದ ಕಾರಣ ಇವರು ನೌಕರಿಯಿಂದ ಜೀವಿಸುತ್ತಾರೆ. ಆದರೆ ಇವರ ಸಂಖ್ಯೆವು ಸ್ವಲ್ಪವಿರುತ್ತದೆ. ಇವರ ಮಕ್ಕಳು ಶಾಲೆಗೆ ಹೋಗುವದಿಲ್ಲ.

ಸಾರಬಾನರು, ಅಂದರೆ ವೊಂಟಗಳ ಊಳಿಗದವರು.—ಇವರಾದರೂ ರಜಪೂ

ಸಾರಬಾನರು.

ತರ ವಂಶದವರೇ ಯೆಂಬು ತೋರುತ್ತದೆ. ಇವರ ಸ್ಥಿತಿಯಾದರೂ ಮಹಾವತರಂತೆಯೇ ಬಡತನದಿರುವದು. ಇವರ ಮಕ್ಕಳು ಶಾಲೆಗೆ ಹೋಗುವದಿಲ್ಲ.

ಸ್ವತಂತ್ರ ಜಾತಿಗಳು.

ಬೊಹೊರಿಗಳು.—ಯಾವತ್ತು ಮುಸಲ್ಮಾನರಲ್ಲಿ ಇವರು ಮಾತ್ರ ಶಿಯಾ ಮತದವರುಂಟು. ಉಳಿದವರೆಲ್ಲ ಸುನೀ ಮತದವರೆಂದು ಹಿಂಪೆ ಹೇಳಿದ್ದೇವೆ. ಇವರಲ್ಲಿ ಕೆಲವರು ಅರಬ, ಇರಾಣೀ ಜನ ವಂಶದವರು, ಕೆಲವರು ಕುಲಗೆಟ್ಟ ಹಿಂದೂ ಜನರ

ವಂಶದವರು ಇರುತ್ತಾರೆ. ಇವರು ದಾವುದನೆಂಬ ಮುಲ್ಲಾನಿಗೆ ಸಹಾಯ ಮಾಡಿದ್ದರಿಂದ ಇವರಿಗೆ ದಾವುದಿಗಳೆಂತಲೂ ಅನ್ನುವರು.

ಬೊಹೊರಿಗಳು. ಬೊಹೊರಿಗಳು ಮನೆಯಲ್ಲಿ ಬೇರೆ ಮುಸಲ್ಮಾನರಂತೆ ಹಿಂದುಸ್ತಾನಿಯನ್ನು ಆಡದೆ ಗುಜರಾಥೀ ಭಾಷೆಯನ್ನು ಆಡುವರು. ಬೊಹೊರಿಗಳು ಕೆಂಪು ಮೈಬಣ್ಣದವರು, ಸುರೂಪಿಗಳು, ಆದರೆ ಅಶಕ್ತರು. ಗಂಡಸರು ತಲೆಯನ್ನು ಪೂರಾ ಬೋಳಿಸಿ ಕೊಂಡು ಗಡ್ಡ ಕಾಯುವರು. ಇವರ ಉಡಿಗೆಗಳು ಬಿಳಿ ಮುಂಡಾಸ ಇಲ್ಲವೆ ವೊಂದು ವಿಶೇಷ ತರದ ಟೊಪ್ಪಿಗೆ, ಸಡಿಲಾದ ಇಜಾರು, ಉದ್ದಂಗಿ. ಈ ಉಡಿಗೆಗಳೆಲ್ಲ ವಾಡಿಕೆಯಾಗಿ ನಿರ್ಮಲವಿರುತ್ತವೆ. ಇವರ ಹೆಂಗಸರು ಸುಕುಮಾರಿಯರು, ಹಸನುಳ್ಳವರು, ನಾಚಿಕೆಯುಳ್ಳವರು; ಅಂಗೈ ಅಂಗಾಲುಗಳಿಗೆ ಮದರಂಗಿಯ ಬಣ್ಣ ಹಚ್ಚಿ ಕೊಳ್ಳುವರು. ಈ ಹೆಂಗಸರು ಪಾರ್ಶೀ ಹೆಂಗಸರಂತೆ ಯೇಳೆಂಟು ಮೊಳ ಉದ್ದವಾದ ರೇಶಿಮೆಯ ವಸ್ತ್ರವನ್ನಾಗಲಿ ಚೀಟಾಗಲಿ ಉಟ್ಟುಕೊಂಡು, ತಲೆಗೆ ಬಿಳಿ ಅರಿವೆಯ ಕಟ್ಟಿ ಕೊಂಡು ಗುಜರಾಥೀ ಹೆಂಗಸರಂತೆ ಹಿಂಬರಿಕೆಯ ಕುಬ್ಬಸ ತೊಡುವರು, ಅವರಂತೆ ಶೆರಗು ಬಲಕ್ಕೆ ಹೊತ್ತು ಕೊಳ್ಳುವರು. ಆದರೆ ಕರಿ ರೇಶಿಮೆಯ ಇಲ್ಲವೆ ಚೀಟನ ಬುರಕೆಯ ಹೊರ್ತು ಇವರು ಮನೆ ಬಿಟ್ಟು ಹೊರ ಬೀಳುವದಿಲ್ಲ. ಈ ಹೆಂಗಸರು ಮನೆಗೆಲಸದ ಹೊರ್ತು ಬೇರೆ ಯೇನು ಪೋರೆ ಮಾಡುವದಿಲ್ಲ. ಬೊಹೊರಿಗಳು ವಸ್ತ್ರ, ಪಾತ್ರೆ, ಮುಂತಾದವುಗಳ ಅಂಗಡಿಗಳನ್ನಿಟ್ಟು ಪ್ರಮಾಣಿಕತನದಿಂದ ವ್ಯವಹಾರ ಮಾಡುವರು; ಆದ್ದರಿಂದ ದೈವುಳ್ಳವರಾಗಿ ಸುಖದಿಂದ ಬಾಳ್ವೆ ಮಾಡುತ್ತಾರೆ. ಬೊಹೊರಿಗಳು ಬೇರೆ ಮುಸಲ್ಮಾನರ ಕೂಡ ಊಟದ ಬಳಿಕೆ ಮಾಡುತ್ತಿದ್ದಾಗ್ಯೂ ಶರೀರ ಸಂಬಂಧ ಮಾಡುವದಿಲ್ಲ. ಇವರು ಕಾಜೀಗೆ ಮಾನ ಕೊಡುವದಿಲ್ಲ; ಸೂರತದಲ್ಲಿ ಇರುವ ಮುಲ್ಲಾನು ಇವರ ಮುಖ್ಯ ಗುರು. ಯಾರಾದರೂ ಸತ್ತರೆ ಈ ಮುಲ್ಲಾನು ವೊಂದು ಪತ್ರ ಬರಿದು ಹೆಣದ ಕೈಯಲ್ಲಿ ಕಟ್ಟುವನು. ಅದರಲ್ಲಿ ಈ ಮನುಷ್ಯನಿಗೆ ದಯ ಮಾಡೆಂದು ದೇವರಿಗೆ ಪ್ರಾರ್ಥನೆ ಇರುತ್ತದೆ.* ಈ ಪತ್ರದ ಛಾಪೀ ಪ್ರತಿಗಳು ಸೂರತದಿಂದ ಬರುತ್ತವೆ. ಬೊಹೊರಿಗಳು ಬೇರೆ ಮುಸಲ್ಮಾನರಂತೆ ಮಶೀದೆಗಳಲ್ಲಿ ಪ್ರಾರ್ಥನೆಗೆ ಹೋಗುವದಿಲ್ಲ; ಇವರ ಪ್ರಾರ್ಥನಾಲಯವು ಜಮಾತಖಾನಾ ಯೆಂಬದೊಂದು ಬೇರೆ ಇರುತ್ತದೆ. ಇವರ ಮಕ್ಕಳು ಶಾಲೆಗೆ ಹೋಗುತ್ತಾರೆ; ಆದರೆ ಇಂಗ್ಲಿಷ ಕಲಿಯುವದಿಲ್ಲ.

---

* ಆ ಪ್ರಾರ್ಥನೆ ಹ್ಯಾಗಂದರೆ—"ಸೈತಾನನನ್ನು ತಪ್ಪಿಸುವದಕ್ಕಾಗಿ ನಾನು ಪರಾತ್ಪರನಾದ ದೇವರ ಆಶ್ರಯವನ್ನು ಹುಡುಕುತ್ತೇನೆ. ದೇವರು ಆ ಸೈತಾನನನ್ನು ಕಲ್ಲುಗಳಿಂದ ಜರ್ಜರ ಮಾಡಿದ್ದಾನೆ. ದೇವರೇ, ನಿನ್ನ ಸತ್ಯ ಸಂಕಲ್ಪದಿಂದ ಮರಣ ಹೊಂದಿದವನಾದ ಈ ನಿನ್ನ ದಾಸನು ಬಡವನಾಗಿ ನಿನ್ನ ದಯೆಯನ್ನು ಅಪೇಕ್ಷಿಸುತ್ತಾನೆ. ಇವನ ಪಾತಕಗಳನ್ನು ಕ್ಷಮಿಸಿ, ಇವನಿಗೆ ದಯ ತೋರಿಸಿ, ಇವನ ಆತ್ಮವನ್ನು ಪೈಗಂಬರರ ಸಂಗಡಲೂ, ಸತ್ಯವಾದಿಗಳ ಸಂಗಡಲೂ, ಧರ್ಮಾಭಿಮಾನಿಗಳ ಸಂಗಡಲೂ ಸತ್ಪುರುಷರ ಸಂಗಡಲೂ ಉದ್ಧರಿಸು. ಯಾಕಂದರೆ ಅವರ ಬಳಿಯಲ್ಲಿ ಇರುವದರಲ್ಲಿ ಹಿತವಿರುತ್ತದೆ. ಪರಮೇಶ್ವರನೇ, ಭೂಮಿಯಲ್ಲಿ ಉಳಿದ ಇವನ ಶರೀರಕ್ಕೆ ದಯ ತೋರಿಸು; ಮತ್ತೂ ಇವನಿಗೆ ಯಾತನೆ ಯಾಗದಂತೆಯೂ ಇವನಿರುವ ಸ್ಥಳವು ಸುಖಕರವಾಗುವಂತೆಯೂ ಇವನಲ್ಲಿ ಪ್ರೀತಿಯನ್ನಿಡು, ಇತ್ಯಾದಿ." ಇದರಲ್ಲಿ ಪೈಗಂಬರ, ಅಲ್ಲೀ, ಅವನ ಸಂತತಿಯವರಾದ ೧೨ ಜನ ಇಮಾಮರು, ಮುಂತಾದ ಸತ್ಪುರುಷರ ಹೆಸರುಗಳಿರುತ್ತವೆ. ಆ ಇಮಾಮರ ಹೆಸರುಗಳು ಹ್ಯಾಗಂದರೆ—೧ ಹಸೆನ, ೨ ಹುಸೇನ, ೩ ಅಲ್ಲೀ, ೪ ಮಹಮ್ಮದ, ೫ ಜಾಫರ, ೬ ಇಸ್ಮಾಯಿಲ್, ೭ ಮಹಮ್ಮದ, ೮ ಅಬಮಲ್ಲಾ ಅಲ್ಮಸ್ತೂರ, ೯ ಅಹಮ್ಮದ ಅಲ್ಮಸ್ತೂರ, ೧೦ ಹುಸೇನ ಅಲ್ಮಸ್ತೂರ, ೧೧ ಮಗಡಿ. (ಮೊದಲನೇ ಅಲ್ಲಿಯೇ ೧೨ನೇ ಇಮಾಮನೆಂದು ತೋರುತ್ತದೆ.)

ಗೈರ ಮಹಡಿಗಳು, ಅಂದರೆ ಮುಂದೆ ಬರತಕ್ಕ ಮಹಡಿ ಯೆಂಬ ಇಮಾಮನು ಬಂದು ಹೋದನೆಂದು ನಂಬುವವರು.—ಕಾಶಿಯ ಹತ್ತರ ಜವಾನ ಪುರವೆಂಬಲ್ಲಿ ಸನ್ ೧೪೪೩ರಲ್ಲಿ ಮಹಮ್ಮದ ಮಹಡಿ ಯೆಂಬ ಮನುಷ್ಯನು ಹುಟ್ಟಿದನು. ಇವನು ನಾಲ್ವತ್ತು ವರ್ಷದ ವಯಸ್ಸಿನ ಸುಮಾರಿನಲ್ಲಿ ವಲೀ ಅಂದರೆ ಸತ್ಪುರುಷನಾಗಿ ವರ್ತಿಸ ಹತ್ತಿದನು. ಈ ಮಹಡಿಗೆ ಈ ದೇಶದಲ್ಲಿಯೂ ಮಕ್ಕಾದಲ್ಲಿಯೂ ಬಹು ಜನರು ಶಿಷ್ಯರಾದರು. ಇವನು ಸನ್ ೧೪೯೯ರಲ್ಲಿ ಗುಜರಾಥ ದೊಳಗಿನ ಪಟ್ಟಣವೆಂಬ ಪಟ್ಟಣದಲ್ಲಿ ತಾನೇ ಮಹಡಿ ಯೆಂಬ ಇಮಾಮನೆಂದು ಜಾಹೀರು ಮಾಡಿದನು. ಇವನು ಕೆಲವು ಅಲೌಕಿಕ ಕೃತ್ಯಗಳನ್ನು ಮಾಡಿದನೆಂದು ಹೇಳುತ್ತಾರೆ; ಸತ್ತವರನ್ನು ಬದುಕಿಸಿದನಂತೆ; ಕಣ್ಣಿಲ್ಲದವರಿಗೆ ಕಣ್ಣುಗಳನ್ನೂ ಮೂಕರಿಗೆ ವಾಣಿಯನ್ನೂ ಕೊಟ್ಟನಂತೆ. ಇವನು ಸೈಯದ ಖೊಂಡ ಮೀರ, ಸೈಯದ ಮಹಮ್ಮದ, ಯೆಂಬ ಇಬ್ಬರು ಶಿಷ್ಯರೊಡನೆ ಮುಸಲ್ಮಾನರ ರಾಷ್ಟ್ರಗಳಲ್ಲಿ ಬಹಳವಾಗಿ ಸಂಚರಿಸಿ, ಕಡೆಯಲ್ಲಿ ಸನ್ ೧೫೦೫ರಲ್ಲಿ ಖುರಾಸಾನ ಪ್ರಾಂತದೊಳಗಿನ ಫರ್‍ರಾ ಯೆಂಬ ಪಟ್ಟಣದಲ್ಲಿ ಜ್ವರದಿಂದ ಮರಣ ಹೊಂದಿದನು. ಇವನ ಮೊಮ್ಮಗನಾದ ಮಹಮ್ಮದನನ್ನು ಅಗ್ರಾ ಶೀಮೆಯ ಜನರು ಬಹಳ ಪೀಡಿಸಿದ್ದರಿಂದ ಅವನು ಸನ್ ೧೫೯೦ರಲ್ಲಿ ಅಹಮ್ಮದ ನಗರದಲ್ಲಿ ಬುರಹಾಣ ನಿಜಾಮಶಹನೆಂಬ ಬಾದಶಹನ ಆಶ್ರಯಕ್ಕೆ ಬಂದು ನಿಂತನು. ಆ ಬಾದಶಹನು ತನ್ನ ಮಗಳನ್ನು ಮಹಮ್ಮದ ಮಹಡೀಯ ಮಗನಿಗೆ ಕೊಟ್ಟು, ಅವನ ಹೊಸ ಪಂಥವನ್ನು ಬೆಳಿಸಲಿಕ್ಕೆ ಆಶ್ರಯ ಕೊಟ್ಟನು. ಬುರಹಾಣಶಹನ ಆಶ್ರಯದಿಂದ ದಕ್ಷಿಣದಲ್ಲಿ ಗೈರ ಮಹಡೀ ಮತದವರ ಸಂಖ್ಯೆವು ದಿನ ದಿನಕ್ಕೆ ಬೆಳೆಯುತ್ತ ಸಾಗಿತು. ಆದರೆ ೧೭ನೇ ಶತಕದ ಕಡೆಯಲ್ಲಿ ಔರಂಗಜೇಬನು ಈ ಮತವನ್ನು ಮುರಿದನು. ಆದರೂ ಈ ಮತದವರು ಈಗ್ಯೂ ಇರುತ್ತಾರೆ. ಅವರು ತಮ್ಮ ಮತದ ಆಚರಣೆಯನ್ನು ತಕೀಯಾ, ಅಂದರೆ ಏಕಾಂತದಲ್ಲಿ ನಡಿಸಿ ಬಹಿರಂಗದಲ್ಲಿ ಸಾಧಾರಣ ಮುಸಲ್ಮಾನರಂತೆ ವರ್ತಿಸುವರು. ಆದಾಗ್ಯೂ ಗೈರ ಮಹಡಿಗಳು ಬೇರೆ ಮುಸಲ್ಮಾನರಲ್ಲಿ ಶರೀರ ಸಂಬಂಧ ಮಾಡುವದಿಲ್ಲ, ಲಗ್ನದ ಹೊರ್ತು ಬೇರೆ ಯಾವ ಕಾರ್ಯಕ್ಕೂ ಕಾಜಿಯನ್ನು ಕರಿಯುವದಿಲ್ಲ. ಗೈರ ಮಹಡಿಗಳ ಸಂಖ್ಯೆವು ಈ ಶೀಮೆಯಲ್ಲಿ ಸ್ವಲ್ಪ ಉಂಟು; ಅವರು ಮುಖ್ಯವಾಗಿ ನೌಕರಿಯಿಂದ ಜೀವಿಸುವರು. ಇವರು ಮಕ್ಕಳಿಗೆ ಉಡದೂ ಭಾಷೆಯನ್ನು ಕಲಿಸುತ್ತಾರೆ.

ಗೈರ ಮಹಡಿಗಳು.

ನವಾಯತರು, ಅಂದರೆ ಹೊಸದಾಗಿ ಬಂದವರು.—ಇವರು ಕಾನಡಾ ಜಿಲ್ಲೆಯ ಹೊನ್ನಾವರ ತಾಲೂಕಿನಲ್ಲಿ ಇರುತ್ತಾರೆ. ಕ್ರಿಸ್ತೀ ಶಕದ ೭ನೇ ಶತಕದಲ್ಲಿ ಇರಾಕ ಪ್ರಾಂತದ ಸುಭೇದಾರನಾಗಿದ್ದ ಹಜ್ಜಾಜ ಇಬನ್ ಯೂಸಫ ಯೆಂಬ ಕ್ರೂರ ಮನುಷ್ಯನ ಬಾಧೆಗಳನ್ನು ತಪ್ಪಿಸುವದಕ್ಕೋಸ್ಕರವಾಗಿ, ಇರಾಣೀ ಆಖಾತದ ದಂಡೆಯಲ್ಲಿ ಇರುವ ಕೂಫಾ ಯೆಂಬ ಗ್ರಾಮದಿಂದ ಹಿಂದುಸ್ತಾನಕ್ಕೆ ತಮ್ಮ ಪೂರ್ವಜರು ಓಡಿ ಬಂದರೆಂದು ಇವರು ಹೇಳುತ್ತಾರೆ. ಇವರ ತರುವಾಯ ಬಹು ಜನ ವ್ಯಾಪಾರಸ್ಥರು ಅರಬಸ್ತಾನದಿಂದಲೂ ಇರಾಣದಿಂದಲೂ ಬಂದು ಪಶ್ಚಿಮ ಸಮುದ್ರ

ನವಾಯತರು.

ತೀರದಲ್ಲಿ ನಿಂತರು. ಆದರೆ ಈಗ ಮೈಸೂರು ಶೀಮೆಯಲ್ಲಿಯೂ ನವಾಯತರು ಇರುತ್ತಾರೆ. ಪರದೇಶಗಳಿಂದ ಬಂದ ಇವರ ಪೂರ್ವಜರು ಈ ದೇಶದ ಹೆಂಗಸರನ್ನು ಲಗ್ನ ಮಾಡಿ ಕೊಂಡು ಈ ದೇಶದವರೊಳಗೆ ಕೂಡಿದರೆಂದು ಮಸೂದಿ ಯೆಂಬ ಪ್ರವಾಸಿಯು ಬರಿದು ಇಟ್ಟಿದ್ದಾನೆ. ಇವನು ಅರಬಸ್ತಾನದಿಂದ ೧೦ನೇ ಶತಕದಲ್ಲಿ ಚೌಲ (ಮುಂಬಯಿಯ ಹತ್ತರ) ಯೆಂಬ ಬಂದರಕ್ಕೆ ಬಂದಿದ್ದನು. ಆದರೆ ಮೈಸೂರು ಶೀಮೆಯ ನವಾಯತರು ಈ ದೇಶದ ಹೆಂಗಸರನ್ನು ಲಗ್ನ ಮಾಡಿ ಕೊಂಡರೆಂಬದನ್ನು ಒಪ್ಪಿ ಕೊಳ್ಳುವದಿಲ್ಲ; ತಾವು ಅಸಲ ಅರಬರ ಇಲ್ಲವೆ ಇರಾಣೀ ಜನರ ವಂಶದವರೆಂದು ಹೇಳುತ್ತಾರೆ. ಕಾನಡಾ ಜಿಲ್ಲೆಯ ನವಾಯತರು ಮನೆಯಲ್ಲಿ ಕೊಂಕಣೀ ಭಾಷೆಯನ್ನಾಡುವರು. ಇವರ ನಿಲಿವಿಕೆ ಮಧ್ಯಮ, ಮೈಬಣ್ಣ ಕೆಂಪು, ಮೈಕಟ್ಟು ಸ್ವಲ್ಪ ದಡಸಾದದ್ದು. ಇವರು ಕಿರಿಗಡ್ಡವನ್ನು ಕಾಯುವರು; ತಲೆಗೆ ಜರ ಹಚ್ಚಿದ ಸಣ್ಣ ಟೊಪ್ಪಿಗೆ ಹಾಕಿ, ಅದಕ್ಕೆ ಕೆಂಪು ದಸ್ತ ರುಮಾಲ ಸುತ್ತುವರು; ನಸುಗೆಂಪು ಬಣ್ಣದ ಲುಂಗಿಯನ್ನು ಉಡುವರು; ರೇಶಿಮೆಯ ಇಲ್ಲವೆ ನೂಲಿನ ಜಾಕೆಟು ಹಾಕಿ ಕೊಂಡು ಅಂಥಾದೇ ಶಾಲು ಹೆಗಲ ಮೇಲೆ ಚಲ್ಲಿ ಕೊಳ್ಳುವರು. ಹೆಂಗಸರು ಕೊಂಕಣೀ ಜನರಂತೆ ಶೀರೆ ಕುಬ್ಬಸಗಳನ್ನು ಧರಿಸುವರು; ಹೊರಗೆ ಹೋಗುವಾಗ ಕಟ್ಟಿಗೆಯ ಕಡಾವಿಗೆಗಳನ್ನು ಮೆಟ್ಟಿ ಬುರಿಕೆ ಹಾಕಿ ಕೊಳ್ಳುವರು. ನವಾಯತರು ಸುಸ್ವಭಾವದವರೂ ಶ್ರಮಕ್ಕೆ ಮೆಚ್ಚಿದವರೂ ಆದಾಗ್ಯೂ ಅಪ್ರಮಾಣಿಕರುಂಟು. ಇವರಲ್ಲಿ ಕೆಲವರಿಗೆ ಇನಾಮುಗಳಿವೆ, ಕೆಲವರು ಅರಿವೆಯ ವ್ಯಾಪಾರ ಮಾಡುತ್ತಾರೆ, ಕೆಲವರು ಬಡ್ಡಿಯ ವ್ಯವಹಾರ ಮಾಡುತ್ತಾರೆ. ಒಟ್ಟಿಗೆ ಇವರು ದೈವುಳ್ಳವರೆನಿಸಿ ಕೊಂಡು ಕಾನಡಾ ಜಿಲ್ಲೆಯ ಮುಸಲ್ಮಾನರಲ್ಲಿ ಶ್ರೇಷ್ಠತ್ವವನ್ನು ಪಡಿದಿದ್ದಾರೆ.

ಸೌದಾಗರರು.

ಸೌದಾಗರರು.—ಇವರು ವಿಜಾಪುರ, ಧಾರವಾಡ ಜಿಲ್ಲೆಗಳಲ್ಲಿ ಇರುತ್ತಾರೆ; ಮೈಸೂರ ಶೀಮೆಯ ನವಾಯತರ ವಂಶದವರು. ಮನೆಯಲ್ಲಿ ಹಿಂದುಸ್ತಾನಿಯನ್ನಾಡುವರು. ಗಂಡಸರೂ ಹೆಂಗಸರೂ ಮೇಲೆ ವಿವರಿಸಿದಂತೆ ಸುರೂಪಿಗಳು. ಆದರೆ ಗಂಡಸರು ಬೇರೆ ಮುಸಲ್ಮಾನರಂತೆ ಇಜಾರು ಹಾಕುವರು, ಇಲ್ಲವೆ ಧೋತ್ರ ಉಡುವರು; ಹೆಂಗಸರು ಮಾತ್ರ ಲುಂಗಿಗಳನ್ನು ಉಟ್ಟು, ಕುಬ್ಬಸ ತೊಟ್ಟು, ಚೇರೆ ವಸ್ತ್ರವನ್ನು ಶರಗಿನಂತೆ ಹೊದ್ದು ಕೊಳ್ಳುವರು; ಬುರಿಕೆಯ ಪೊರ್ತು ಹೊರಗೆ ಬರುವದಿಲ್ಲ. ಸೌದಾಗರರು ಅರಿವೆಯ ವ್ಯಾಪಾರ ಮಾಡುತ್ತಾರೆ; ಕೆಲವರು ಒಕ್ಕಲತನ ಮಾಡುವರು. ಇವರು ತಾವು ಶೇಕರೆಂದು ಹೇಳುತ್ತಾರೆ; ಮಕ್ಕಳಿಗೆ ಕುರಾಣ ಓದಲಿಕ್ಕೆ ಕಲಿಸುವರು, ಅವರನ್ನು ಶಾಲೆಗೂ ಕಳಿಸುವರು.

ಮೆಹಮನ್ನರು.

ಮೆಹಮನ್ನರು.—ಇವರು ಕಚ್ಛ ಪ್ರಾಂತದಿಂದ ಬಂದು ಬೆಳಗಾವೀ ಜಿಲ್ಲೆಯಲ್ಲಿ ಸ್ವಲ್ಪ ಜನರು ವಾಸಿಸುತ್ತಾರೆ; ಮನೆಯಲ್ಲಿ ಕಚ್ಛೀ ಭಾಷೆಯನ್ನಾಡುವರು. ಗಂಡಸರು ಸುರೂಪಿಗಳು, ನಸುಗೆಂಪು ಬಣ್ಣದವರು; ಸಡಿಲಾದ ಇಜಾರು ತೊಟ್ಟು ತಲೆಗೆ ಬಣ್ಣದ ಪಟಕಾ ಸುತ್ತುವರು. ಹೆಂಗಸರು ಸರೂಪಿಗಳಾದಾಗ್ಯೂ ದಪ್ಪಾದ ಮೈಕಟ್ಟಿನವರು. ಇವರಾದರೂ ಇಜಾರು ತೊಟ್ಟು

ಮೊಣಕಾಲಿನ ವರೆಗೆ ಅಂಗಿಯನ್ನು ಹಾಕಿ ಕೊಳ್ಳುವರು, ಪರರ ದೃಷ್ಟಿಗೆ ಬೀಳುವದಿಲ್ಲ. ಮೆಹಮನ್ನರು ಮೂಲದಲ್ಲಿ ನೇಕಾರರಾದಾಗ್ಯೂ, ನೆಯ್ಯುವ ಹೋರೆ ಮಾಡದೆ ದಂಡಿನಲ್ಲಿ ಮಕ್ತೆಗಳನ್ನು ತಕ್ಕೊಳ್ಳುವರು, ಅರಿವೆಯ ಅಂಗಡಿ ಹಾಕುವರು; ಕೆಲವರು ಮಣಿಗಾರ ರಂಥ ಅಂಗಡಿಗಳನ್ನು ಹಚ್ಚುವರು. ಇವರು ಹೊಟ್ಟೆಗೆ ಸುಖದಿಂದಿದ್ದಾರೆ, ಮಕ್ಕಳನ್ನು ಶಾಲೆಗೆ ಕಳಿಸುತ್ತಾರೆ.

ಮೋಮಿನರು.

ಮೋಮಿನರು, ಅಂದರೆ ಜಾಡರು. — ಇವರು ೧೬ನೇ ಶತಕದಲ್ಲಿ ಮುಸಲ್ಮಾನರಾದ ಹಿಂದೂ ಜಾಡರ ವಂಶದವರು. ಇವರು ತಮ್ಮ ಪೂರ್ವಜರಿಗೆ ಮುಸಲ್ಮಾನ ಧರ್ಮದ ಉಪದೇಶವನ್ನು ಕೊಟ್ಟವರಾದ ಖಾಜಾ ಸೈಯದ ಹುಸೇನ ಗ್ಯಾಸುದೆರಾಜ, ಹಶಮ್‌ಪೀರ ಗುಜರಾತೀ, ಯೆಂಬ ಇಬ್ಬರು ಪೀರರಿಗೆ ಬಹಳ ಮಾನ ಕೊಡುತ್ತಾರೆ. ಇವರ ಮುಖ್ಯ ಹೋರೆ ಬಟ್ಟೆಗಳನ್ನು ನೆಯ್ಯುವದು; ಆದರೆ ಕೆಲವರು ನೌಕರಿಯಿಂದ ಜೀವಿಸುವರು. ಇವರ ಮಕ್ಕಳು ಶಾಲೆಗೆ ಹೋಗುವದಿಲ್ಲ. ಇವರ ಹೆಂಗಸರಿಗೆ ಬುರಿಕೆ ಇಲ್ಲ.

ಪಟಾಯಿಗಾರರು.

ಪಟಾಯಿಗಾರರು. — ಇವರು ಔರಂಗಜೇಬನ ಕಾಲದಲ್ಲಿ ಮುಸಲ್ಮಾನರಾದ ಹಿಂದೂ ಪಟಾಯಿಗಾರರ ವಂಶದವರು. ಇವರ ಹೆಂಗಸರಿಗೆ ಬುರಿಕೆ ಇಲ್ಲ. ಇವರ ಮುಖ್ಯ ಹೋರೆ ಪುತ್ತಳಿಯ ಸರ, ಗೆಜ್ಜೀ ಟಿಕ್ಕಿ ಮುಂತಾದ ಆಭರಣಗಳನ್ನು ರೇಶಿಮೆಯಿಂದ ಹೆಣಿಯುವರು, ರೇಶಿಮೇ ದಾರಗಳನ್ನು ಮಾಡುವದು. ಕೆಲವರು ನೌಕರಿಯನ್ನೂ ಮಾಡುವದು, ಇವರ ಮಕ್ಕಳು ಶಾಲೆಗೆ ಹೋಗುತ್ತಾರೆ.

ಗೌಕಸಾಬರು.

ಗೌಕಸಾಬರು. — ಇವರು ಹೈದರ ಅಲ್ಲಿಯ ಚಾಕರರಾದ ಹಬಸೀ ಜನರು ತಮ್ಮ ಪೂರ್ವಜರೆಂದು ಹೇಳುತ್ತಾರೆ; ಸನ್ ೧೮೦೩ರ ಸುಮಾರಿನಲ್ಲಿ ಈ ಶೀಮೆಗೆ ಬಂದರು. ಇವರು ಆಕಳುಗಳನ್ನೂ ಯೆಮ್ಮೆಗಳನ್ನೂ ಕೊಯ್ದು ಮಾಂಸ ಮಾರುವರು. ಎಮ್ಮೆಯ ಮಾಂಸವನ್ನು ಹೊಲಿಯರೂ ಹಲಾಲ ಖೋರರೂ ತಕ್ಕೊಳ್ಳುವರು. ಸರಕಾರೀ ದಂಡು ಇರುವ ಸ್ಥಳದಲ್ಲಿ ಇವರು ವಾಡಿಕೆಯಾಗಿ ಇರುತ್ತಾರೆ. ಇವರ ಬಟ್ಟೆಗಳು ಹೊಲಸು ಬಹಳ; ಹೆಂಗಸರಿಗೆ ಬುರಿಕೆ ಇಲ್ಲ. ಇವರ ಮಕ್ಕಳು ಶಾಲೆಗೆ ಹೋಗುವದಿಲ್ಲ.

ಕಾಕರರು.

ಕಾಕರರು. — ಇವರು ಅಫಗಣಿಸ್ತಾನದಿಂದ ಬಂದಂಥ ಕಪ್ಪು ಜನರು. ಇವರಲ್ಲಿ ಕೆಲವರು ನೌಕರೀ ಮಾಡುವರು, ಇಲ್ಲವೆ ಕೂಲಿಗೆ ಹೋಗುವರು; ಹೆಂಗಸರು ಕಟ್ಟಿಗೆ ಹುಲ್ಲುಗಳನ್ನು ಮಾರುವರು. ಇವರ ಮಕ್ಕಳು ಶಾಲೆಗೆ ಹೋಗುವದಿಲ್ಲ.

ಲಬ್ಬೇರು. — ಇವರು ನವಾಯತರಂತೆ ೭ನೇ ಶತಕದಲ್ಲಿ ಹಜ್ಜಾಜ ಯೂಸಫ ಯೆಂಬವನ ಬಾಧೆಗಳನ್ನು ತಪ್ಪಿಸಿ ಅರಬಸ್ತಾನದಿಂದ ಓಡಿ ಬಂದವರ ವಂಶದವರು. ಇವರ ಸ್ವರೂಪ, ಉಡಿಗೆ, ನಡಾವಳಿಗಳು ನವಾಯತರಂತೆಯೇ ಇರುತ್ತವೆ. ಆದರೆ

ಇವರು ಮನೆಯಲ್ಲಿ ತಮಿಳ ಭಾಷೆಯನ್ನಾಡುವರು. ಇವರು ಈ ಶೀಮೆಯಲ್ಲಿ ಬಹುತರ

ಲಬ್ಬೇರು.

ಸ್ಥಿರವಾಗಿ ವಾಸಿಸುವದಿಲ್ಲ. ಕಾಲಿಕತ್ತದ ನೆರೆಯ ಪ್ರದೇಶದಿಂದ ಈ ಶೀಮೆಗೆ ಬಂದು ಚರ್ಮಗಳನ್ನು ಕೊಂಡುಕೊಂಡು ಹೋಗುವರು. ಈ ವ್ಯಾಪಾರದಲ್ಲಿ ಇವರಿಗೆ ವೊಳಿತಾಗಿ ಆದಾಯವಾಗುವ ಕಾರಣ ಇವರಿಗೆ ಬಡತನವಿಲ್ಲ. ಫೋರ್ತುಗೀಸರು ಬರುವ ಪೂರ್ವದಲ್ಲಿ ಸಮುದ್ರ ಮಾರ್ಗದಿಂದ ಪರದೇಶಗಳ ದೊಡ್ಡ ದೊಡ್ಡ ವ್ಯಾಪಾರಗಳನ್ನು ಇವರು ಮಾಡುವರು. ಇವರು ಮಕ್ಕಳಿಗೆ ಕುರಾಣ ಓದಲಿಕ್ಕೆ ಕಲಿಸುತ್ತಾರೆ.

ಮುಕೇರಿಗಳು.—ಇವರು ಟೀಪೂನು ಬಲಾತ್ಕಾರದಿಂದ ಮುಸಲ್ಮಾನರನ್ನು ಮಾಡಿದಂಥ ಲಮಾಣಿಗಳ ವಂಶದವರೆಂದು ಹೇಳುತ್ತಾರೆ. ಇವರು ಸನ್ ೧೮೦೩ರ ಸುಮಾರಿ

ಮುಕೇರಿಗಳು.

ನಲ್ಲಿ ಮೈಸೂರಿಂದ ಈ ಶೀಮೆಗೆ ಬಂದರು. ಇವರ ಹೆಂಗಸರಿಗೆ ಬುರಿಕೆಯುಂಟು; ಅವರು ಚಿಕ್ಕ ಪ್ರಾಯದಲ್ಲಿ ಪರಿಕರ ಉಡುವರು, ಪ್ರೌಢರಾದ ಬಳಿಕ ಬೇರೆ ಮುಸಲ್ಮಾನ ಹೆಂಗಸರಂತೆ ಶೀರೆ ಕುಬ್ಬಸಗಳನ್ನು ಧರಿಸುವರು. ಈ ಹೆಂಗಸರು ನೀತಿವಂತರಲ್ಲೆಂದು ಹೇಳುತ್ತಾರೆ. ಮುಕೇರಿಗಳು ಕಾಳಿನ ವ್ಯಾಪಾರ ಮಾಡಿ ಕೊಂಡು ಸುಖದಿಂದಿದ್ದಾರೆ. ಇವರ ಬಟ್ಟೆಗಳೂ ಮನೆಗಳೂ ಸ್ವಚ್ಛವಿರುತ್ತವೆ; ಆದರೆ ಇವರು ಪ್ರಮಾಣಿಕರಲ್ಲ. ಇವರ ಮಕ್ಕಳು ಶಾಲೆಗೆ ಹೋಗುತ್ತಾರೆ. ಇವರು ಮುಸಲ್ಮಾನ ಧರ್ಮದಂತೆ ನಡಿಯುತ್ತಿದ್ದಾಗ್ಯೂ ಯೆಲ್ಲಮ್ಮನಿಗೆ ನಡಕೊಳ್ಳುತ್ತಾರೆ.

ಛಪ್ಪರಬಂದರು.—ಇವರು ಗುಜರಾಥದಿಂದ ಬಂದು ವಿಜಾಪುರ ಜಿಲ್ಲೆಯಲ್ಲಿ ಇರುತ್ತಾರೆ. ಇವರ ಹಿಂದುಸ್ತಾನೀ ಭಾಷೆಯಲ್ಲಿ ಗುಜರಾಥೀ ಶಬ್ದಗಳು ಬರುತ್ತವೆ. ಇವ

ಛಪ್ಪರಬಂದರು.

ರಲ್ಲಿ ಬಾರಾಗಂಡಾವಾಲಾ, ಛೆಗಂಡಾವಾಲಾ, ಯೆಂಬೆರಡು ವರ್ಗಗಳುಂಟು. ಆದರೆ ಅವರವರೊಳಗೆ ಶರೀರ ಸಂಬಂಧವಾಗುತ್ತದೆ. ಛೆಗಂಡಾವಾಲಾ ವರ್ಗದ ಹೆಂಗಸರು ಗುಜರಾಥೀ ತರದ ಕುಬ್ಬಸಗಳನ್ನು ತೊಡುವರು. ಯಾವ ಹೆಂಗಸರಿಗೂ ಬುರಿಕೆ ಇಲ್ಲ. ಛಪ್ಪರಬಂದರಿಗೆ ಪೂರ್ವದಲ್ಲಿ ಠಗ್ಗರೆನ್ನುವರು; ಮೋಸ, ಕಳವು, ದರೋಡೆ, ಇವೇ ಆಗಿನ ಹೋರೆಗಳು. ಆದರೆ ಈಗ ಇವರು ವೊಕ್ಕಲತನ, ಕೂಲಿ, ಮುಂತಾದ ಹೋರೆಗಳನ್ನು ಮಾಡುತ್ತಾರೆ. ಹೆಂಗಸರು ಕೌದಿಗಳನ್ನು ಹೊಲಿಯುವರು, ಸಿಂದಿಯ ಚಾಪೆಗಳನ್ನು ಹೆಣಿಯುವರು. ಛಪ್ಪರಬಂದರು ಹಿಂದೂ ದೇವತೆಗಳಿಗೆ ನಡಕೊಳ್ಳುವರು. ಇವರ ಮಕ್ಕಳು ಶಾಲೆಗೆ ಹೋಗುವದಿಲ್ಲ.

ಜಾಟರು.—ಇವರು ಪಂಜಾಬ, ಸಿಂಧು ಪ್ರಾಂತಗಳಿಂದ ಅದಿಲ್‌ಶಾಹಿಯ ಕಾಲಕ್ಕೆ ಬಂದು ವಿಜಾಪುರ ಜಿಲ್ಲೆಯಲ್ಲಿ ವಾಸಿಸುತ್ತಾರೆ. ಪೂರ್ವ ಕಾಲದಲ್ಲಿ ಸುಲಿಗೆಯಿಂದ ಇವ

ಜಾಟರು.

ರು ಜೀವಿಸುವರು; ಆದರೆ ಈಗ ವೊಕ್ಕಲತನ, ಚಾಕರಿ, ಮುಂತಾದ ಹೋರೆಗಳನ್ನು ಮಾಡುತ್ತಾರೆ. ಇವರು ಸ್ವಚ್ಛತ್ವವುಳ್ಳವರಾಗಿ ಶ್ರಮ ಮಾಡಿ ಸುಖದಿಂದ ಬಾಳುತ್ತಾರೆ. ಇವರ ಮಕ್ಕಳು ಶಾಲೆಗೆ ಹೋಗುವದಿಲ್ಲ.

ಬಾಗವಾನರು.— ಇವರು ಮಾಳೀ, ಕುಣಬೀ, ಯೆಂಬ ಹಿಂದೂ ಜಾತಿಗಳ ವಂಶದವರೆಂದು ಹೇಳುತ್ತಾರೆ. ಗಂಡಸರೂ ಹೆಂಗಸರೂ ಪಲ್ಲೆ, ಕಾಯಿ, ಹಣ್ಣುಗಳನ್ನು ಮಾರಿ ತಕ್ಕಮಟ್ಟಿಗೆ ಸುಖದಿಂದ ಇದ್ದಾರೆ. ಇವರ ಮಕ್ಕಳು ಬಹುತರ ಶಾಲೆಗೆ ಹೋಗುವದಿಲ್ಲ.

ಬಾಗವಾನರು.

ಬಕರ ಕಸಾಬರು, ಅಥವಾ ಲಾಡ ಸುಲ್ತಾನಿಗಳು.— ಇವರು ಲಾಡರೆಂಬ ಹಿಂದೂ ಕಟಕರ ವಂಶದವರು, ಟೀಪೂನಿಂದ ಮುಸಲ್ಮಾನ ಧರ್ಮಕ್ಕೆ ಶೇರಿಸಲ್ಪಟ್ಟರು. ಇವರೊಳಗೆ ಕೌಂಡಾ, ಕಾಮಲಾ, ಯೆಂಬೆರಡು ವೊಳಭೇದಗಳಿವೆ. ಅವರವರೊಳಗೆ ಶರೀರ ಸಂಬಂಧವಾಗುವದಿಲ್ಲ. ಕಾಮಲಾ ವರ್ಗದವರು ನಿಜಾಮನ ರಾಜ್ಯದಲ್ಲಿ ಇರುತ್ತಾರೆ; ಅವರು ಹಸೆ ಮಾಂಸವನ್ನೂ ಬೆಯಿಸಿದ ಮಾಂಸವನ್ನೂ ಮಾರುವರು. ಕೌಂಡಾ ಜಾತಿಯವರು ಹಸೆ ಮಾಂಸವನ್ನು ಮಾತ್ರ ಮಾರುತ್ತಾರೆ. ಇವರ ಹಿಂದುಸ್ತಾನೀ ಭಾಷೆಯಲ್ಲಿ ಕನ್ನಡ ಶಬ್ದಗಳು ಬಹಳ ಮಿಶ್ರವಾಗುತ್ತವೆ; ಹಳ್ಳಿಗಳಲ್ಲಿ ಕನ್ನಡವೇ ಇವರ ಜನ್ಮಭಾಷೆಯುಂಟು. ಇವರು ಮಕ್ಕಳ ಸುಂತಾ ಮಾಡಿ, ಲಗ್ನಕ್ಕೂ ಮರಣದ ಸಂಸ್ಕಾರಕ್ಕೂ ಕಾಜೀಯನ್ನು ಕರಿಯುತ್ತಿದ್ದಾಗ್ಯೂ ಬೇರೆ ಮುಸಲ್ಮಾನರೊಳಗೆ ಕೂಡುವದಿಲ್ಲ; ಹಿಂದೂ ದೇವತೆಗಳಿಗೆ ನಡಕೊಳ್ಳುವರು, ಹಿಂದೂ ಹಬ್ಬಗಳನ್ನು ಮಾಡುವರು; ಗೋಮಾಂಸವನ್ನು ತಿನ್ನುವದಿಲ್ಲ. ಇವರ ಮಕ್ಕಳು ಶಾಲೆಗೆ ಹೋಗುವದಿಲ್ಲ.

ಬಕರ ಕಸಾಬರು.

ಭುಡ ಭುಂಜಿಗಳು.— ಇವರು ಭೋಯಿ ಜಾತಿಯವರ (ಅಂದರೆ ಕಬ್ಬಲಿಗೇರ) ವಂಶದವರು, ವಿಜಾಪುರ ಜಿಲ್ಲೆಯಲ್ಲಿ ಇರುತ್ತಾರೆ. ಇವರು ಹುರಿಗಡ್ಲೆ, ಪುಠಾಣಿಗಳನ್ನು ಮಾಡಿ ಮಾರುವರು; ಕೆಲವರು ಪೋಲೀಸರೊಳಗೆ ಶೇರುವರು. ಇವರಾದರೂ ಹಿಂದೂ ದೇವತೆಗಳಿಗೆ ನಡಕೊಂಡು ಹಿಂದೂ ಹಬ್ಬಗಳನ್ನು ಮಾಡುತ್ತಾರೆ. ಇವರ ಹಿಂದುಸ್ತಾನಿಯಲ್ಲಿ ಕನ್ನಡ ಶಬ್ದಗಳು ಬಹಳ ಶೇರುತ್ತವೆ.

ಭುಡ ಭುಂಜಿಗಳು.

ಗೌಂಡಿಗಳು.— ಇವರು ಹಿಂದೂ ಮೋಪಗಾರರ (ಉಪ್ಪಾರರ) ವಂಶದವರೆಂದು ಹೇಳುತ್ತಾರೆ. ಮನೆಗಳನ್ನು ಕಟ್ಟುವದೇ ಇವರ ಮುಖ್ಯ ಹೋರೆಯು. ಈ ಶೀಮೆಗೆ ಹೊಗಿಬಂಡಿ ಬಂದಾಗಿನಿಂದ ಇವರ ಸ್ಥಿತಿಯು ಸುಧಾರಿಸುತ್ತ ನಡಿದದೆ. ಇವರ ಧರ್ಮಾಚರಣೆಯು ಮೇಲಿನವರಂತೆ. ಇವರ ಮಕ್ಕಳು ಶಾಲೆಗೆ ಹೋಗುವದಿಲ್ಲ.

ಗೌಂಡಿಗಳು.

ಝೂರೇಕರಿಗಳು ಅಥವಾ ಧೂಳಭೋಯಿಗಳು.— ಇವರು ಹಿಂದೂ ಜಾಲಗಾರರ ಅಥವಾ ಸೊನ್ನಗಾರರ ವಂಶದವರೆಂದು ಹೇಳುತ್ತಾರೆ. ಬಹು ಜನರು ಮನೆಯಲ್ಲಿ ಕನ್ನಡ ಭಾಷೆಯನ್ನೇ ಆಡುವರು. ಇವರ ಧರ್ಮಾಚರಣೆಯು ಬಕರ ಕಸಾಬರಂತೆ. ಇವರು ಸೊನ್ನಗಾರರ ಅಂಗಡಿಯ ಧೂಳ, ಬೂದಿಗಳನ್ನು ತೆಕ್ಕೊಂಡು ಬೆಳ್ಳಿ ಭಂಗಾರಗಳ ಕಣಗಳನ್ನು ಆರಿಸಿ ಕೊಳ್ಳು

ಝೂರೇಕರಿಗಳು.

ವರು. ಕೆಲವರು ಮಳೆಗಾಲದ ಪ್ರವಾಹಗಳಲ್ಲಿಯೂ ಈ ಕಣಗಳನ್ನು ಹುಡುಕುವರು. ಇವರ ಮಕ್ಕಳು ಶಾಲೆಗೆ ಹೋಗುವದಿಲ್ಲ.

ಪಿಂಜಾರರು.

ಪಿಂಜಾರರು.—ಇವರು ಹಿಂದೂ ಪಿಂಜಾರರ ವಂಶದವರೆಂದು ಹೇಳುತ್ತಾರೆ. ಜಂತ್ರದ ಮೇಲೆ ನೂಲುವ ಹೋರೆಯು ವಿಲಾಯತಿಯ ನೂಲು ಬರುವದರಿಂದ ಮುರಿದ ಕಾರಣ ಇವರ ಹೋರೆಯು ಮುಗ್ಗುತ್ತ ನಡಿದದೆ. ಇವರ ಧರ್ಮಾಚರಣೆಯು ಬಕರ ಕಸಾಬರಂತೆ. ಹಳ್ಳಿಗಳಲ್ಲಿಯ ಪಿಂಜಾರರು ಮನೆಯಲ್ಲಿ ಕನ್ನಡ ಭಾಷೆಯನ್ನಾಡುವರು. ಇವರ ಮಕ್ಕಳು ಶಾಲೆಗೆ ಹೋಗುವದು ಅಪರೂಪ.

ಶಿಕಲಗಾರರು.

ಶಿಕಲಗಾರರು.—ಇವರು ಘಿಸಾಡಿಗಳ ಅಂದರೆ ಬೈಲುಗಂಬಾರರ, ವಂಶದವರೆಂದು ಹೇಳುತ್ತಾರೆ. ಆದರೆ ಇವರ ಸಂಖ್ಯೆವು ಬಹು ಸ್ವಲ್ಪವಿರುತ್ತದೆ. ಇವರು ಮನೆಯಲ್ಲಿ ಬಹುತರ ಕನ್ನಡ ಭಾಷೆಯನ್ನೇ ಆಡುವರು; ಹಿಂದೂ ದೇವತೆಗಳಿಗೂ ಪೀರರಿಗೂ ನಡಕೊಳ್ಳುವರು. ಕತ್ತಿ, ಕಠಾರಿ, ಚೂರಿ, ಮುಂತಾದವುಗಳಿಗೆ ಶಿಕಲೀ ಮಾಡುವದೇ ಇವರ ಮುಖ್ಯ ಹೋರೆಯು. ಅದರಲ್ಲಿ ಇವರ ಹೊಟ್ಟೆ ತುಂಬುವದಿಲ್ಲಾದ ಕಾರಣ ಇವರು ಚಾಕರಿ ಮುಂತಾದ ಬೇರೆ ಹೋರೆಗಳನ್ನು ಮಾಡುವರು, ಇಲ್ಲವೆ ಭಿಕ್ಷೆ ಬೇಡುವರು. ಇವರ ಮಕ್ಕಳು ಶಾಲೆಗೆ ಹೋಗುವದಿಲ್ಲ.

ಪಖಾಲಿಗಳು.

ಪಖಾಲಿಗಳು.—ಇವರು ಇದೇ ಹೆಸರಿನ ಹಿಂದೂ ಜಾತಿಯ ವಂಶದವರಂತೆ;* ಇವರ ಪೂರ್ವಜರನ್ನು ಟೀಪೂನು ಮುಸಲ್ಮಾನರನ್ನು ಮಾಡಿದನೆಂದು ಹೇಳುತ್ತಾರೆ. ಇವರು ಮನೆಯಲ್ಲಿ ಹಿಂದುಸ್ತಾನಿಯನ್ನಾಗಲಿ ಕನ್ನಡವನ್ನಾಗಲಿ ಆಡುವರು. ಇವರು ಪಖಾಲಿಗಳಿಂದ ಮುಸಲ್ಮಾನರಿಗೂ ಖ್ರಿಸ್ತೀ ಜನರಿಗೂ ನೀರು ಹಾಕುವರು. ಇವರ ಧರ್ಮಾಚರಣೆಯು ಬಕರ ಕಸಾಬರಂತೆ, ಅಂದರೆ ಇವರು ಹಿಂದೂ ದೇವತೆಗಳಿಗೂ ಮುಸಲ್ಮಾನ ದೇವತೆಗಳಿಗೂ ನಡಕೊಳ್ಳುವರು, ಗೋಮಾಂಸ ತಿನ್ನುವದಿಲ್ಲ. ಇವರ ಮಕ್ಕಳು ಶಾಲೆಗೆ ಹೋಗುವದಿಲ್ಲ.

ಹಜಾಮರು.

ಹಜಾಮರು.—ಇವರು ಹಿಂದೂ ನಾದಿಗರ ವಂಶದವರೆಂದು ಹೇಳುತ್ತಾರೆ. ಇವರು ಮನೆಯಲ್ಲಿ ಕನ್ನಡವನ್ನಾಗಲಿ ಹಿಂದುಸ್ತಾನಿಯನ್ನಾಗಲಿ ಆಡುವರು. ಇವರ ಹೆಂಗಸರು ಕೆಲವರು ಸೂಲಗಿತ್ತಿಯ ಕೆಲಸ ಮಾಡುತ್ತಾರೆ. ಇವರ ಮಕ್ಕಳು ಶಾಲೆಗೆ ಹೋಗುವದಿಲ್ಲ.

ಬಟ್ಯಾರರು.

ಬಟ್ಯಾರರು, ಅಂದರೆ ಅಡಿಗೆಯವರು.—ಇವರು ಹಲವು ಹಿಂದೂ ಜಾತಿಗಳ ವಂಶದವರೆಂದು ಹೇಳುತ್ತಾರೆ. ದೊಡ್ಡ ಗ್ರಾಮಗಳಲ್ಲಿ ಮಾತ್ರ ಇವರು ಇರುತ್ತಾರೆ. ಅಡಿಗೆಯ ಹೋರೆಯನ್ನು ಇವರು ಪೊಳಗಡೆಯಲ್ಲಿ ಆರಂಭಿಸಿದ್ದಾರೆ. ರೊಟ್ಟಿ, ದೋಸಿ, ಪಲ್ಲೆ, ಅಡಿಗೆ ಮಾಡಿದ ಮಾಂಸ, ಇವುಗ

* ಪಖಾಲಿಯು ನೀರು ಹಿಂದೂ ಜನರ ಕೆಲಸಕ್ಕೆ ಬರುವದಿಲ್ಲಾದ ಕಾರಣ ಪಖಾಲಿಗಳೆಂಬ ಹಿಂದೂ ಜಾತಿ ಇದ್ದಂತೆ ತೋರುವದಿಲ್ಲ.

ಳನ್ನು ಇವರ ಹೆಂಗಸರು ಸಿಂದಿಯ ಅಂಗಡಿಗಳಲ್ಲಿಯೂ ಬಾಜಾರಿನಲ್ಲಿಯೂ ಮಾರುವರು. ಇವರಲ್ಲಿ ಹೊಲಸುತನ ಬಹಳ. ಇವರ ಮಕ್ಕಳು ಶಾಲೆಗೆ ಹೋಗುವದಿಲ್ಲ.

ಕಂಜಾರರು.

ಕಂಜಾರರು.—ಇವರು ಹಿಂದೂ ಬೇಟೆಗಾರರ ವಂಶದವರೆಂದು ಹೇಳುತ್ತಾರೆ; ಮನೆಯಲ್ಲಿ ಹಿಂದುಸ್ತಾನೀ, ಮರಾಠೀ, ಕನ್ನಡ, ಕೂಡಿಸಿ ಆಡುವರು. ಇವರು ಕೋಳಿಗಳನ್ನು ಸಾಕಿ ಅವನ್ನೂ ಅವುಗಳ ತತ್ತಿಗಳನ್ನೂ ಮಾರುವರು; ನಾರು ಕಾತಿಗಳ ಹಗ್ಗಗಳನ್ನು ಮಾಡಿ ಮಾರುವರು; ಕೆಲವರು ಚಾಕರಿಗೆ ನಿಲ್ಲುವರು, ಇಲ್ಲವೆ ದಿನಗೂಲಿಗೆ ಹೋಗುವರು. ಹಿಂದೂ ದೇವತೆಗಳಿಗೂ ಇವರು ನಡಕೊಳ್ಳುತ್ತಾರೆಂದು ಹೇಳುತ್ತಾರೆ. ಇವರ ಮಕ್ಕಳು ಶಾಲೆಗೆ ಹೋಗುವದಿಲ್ಲ.

ಪೆಂಢಾರಿಗಳು.

ಪೆಂಢಾರಿಗಳು, ಅಂದರೆ ಹುಲ್ಲು ಕೊಯ್ಯುವವರು.— ಇವರು ಹಲವು ಹಿಂದೂ ಜಾತಿಗಳ ವಂಶದವರೆಂದು ಹೇಳುತ್ತಾರೆ. ಇವರು ಕಟ್ಟಿಗೆ ಹುಲ್ಲುಗಳನ್ನು ತಂದು ಮಾರುವರು; ಕುದುರೆಗಳನ್ನು ಸಾಕಿ ಬಾಡಿಗೆಗೆ ಕೊಡುವರು; ಕೆಲವರು ಚಾಕರಿಯನ್ನೂ ದಿನಗೂಲಿಯನ್ನೂ ಮಾಡುವರು. ಪೇಶವಾಯಿಯ ಕಡೆಯಲ್ಲಿ ಪೆಂಢಾರಿಗಳು ಬಹಳ ಪ್ರಬಲರಾಗಿ ದೇಶದ ತುಂಬ ಹಬ್ಬಿ ಕೊಲೆ ಸುಲಿಗೆಗಳನ್ನು ಮಾಡುತ್ತಿದ್ದರು; ಇವರಲ್ಲಿ ಮೂವರು ಶೂರರು ಕೆಲವು ರಾಜ್ಯವನ್ನು ಸಹ ಆಕ್ರಮಿಸಿದ್ದರು. ಆದರೆ ಇಂಗ್ಲಿಷರು ಇವರನ್ನು ಮುರಿದರು. ಇವರು ಮುಸಲ್ಮಾನ ಧರ್ಮದವರಾದಾಗ್ಯೂ ಹಿಂದೂ ದೇವತೆಗಳಿಗೆ ನಡಕೊಳ್ಳುವರು, ಹಿಂದೂ ಹಬ್ಬಗಳನ್ನು ಮಾಡುವರು, ಗೋಮಾಂಸ ತಿನ್ನುವದಿಲ್ಲ. ಕಲಾದಿಗಿಯಲ್ಲಿ ಪೆಂಢಾರಿಗಳು ಯೆಲ್ಲಮ್ಮನ ಗುಡಿಯನ್ನು ಕಟ್ಟಿಸಿದ್ದಾರೆ! ಯೆಲ್ಲಮ್ಮನಲ್ಲಿ ಇವರ ಭಕ್ತಿ ಬಹಳ. ಇವರ ಮಕ್ಕಳು ಅಪರೂಪವಾಗಿ ಶಾಲೆಗೆ ಹೋಗುತ್ತಾರೆ.

ತಾಂಬೋಳಿಗಳು.

ತಾಂಬೋಳಿಗಳು, ಅಂದರೆ ಯೆಲೆಗಾರರು.—ಇವರು ಯೆಲೆಗಾರರೆಂಬ ಹಿಂದೂ ವೊಕ್ಕಲಿಗರ ವಂಶದವರೆಂದು ಹೇಳುತ್ತಾರೆ. ಇವರು ವೀಳ್ಯದೆಲೆ, ಅಡಿಕೆ, ತಂಬಾಕ, ಇವುಗಳನ್ನು ಕೊಂಡು ಅಂಗಡಿ ಹಚ್ಚಿ ಮಾರುತ್ತಾರೆ; ಮನೆಯಲ್ಲಿ ಹಿಂದುಸ್ತಾನಿಯನ್ನಾಗಲಿ ಕನ್ನಡವನ್ನಾಗಲಿ ಆಡುವರು. ಇವರ ಮಕ್ಕಳು ಶಾಲೆಗೆ ಹೋಗುತ್ತಾರೆ.

ಬೋಜಗಾರರು.

ಬೋಜಗಾರರು.—ಇವರು ಹಲವು ಹಿಂದೂ ಜಾತಿಗಳ ವಂಶದವರೆಂದು ತೋರುತ್ತದೆ; ಬೆಳಗಾವೀ ಜಿಲ್ಲೆಯಲ್ಲಿ ಇರುತ್ತಾರೆ. ಇವರು ಜೋಳದೊಳಗೆ ಅಮೃತಬಳ್ಳಿ, ಭಂಗಿ, ಕುಂಚಲಿ, ಅಂದರೆ ವಿಷಮುಷ್ಟಿಯ ಬೀಜ, ಇವುಗಳನ್ನು ಹಾಕಿ ಕುದಿಸಿ ಬೋಜವೆಂಬ ಸರಾಯಿಯನ್ನು ಮಾಡಿ, ಸುಮಾರು ಮೂರು ದುಡ್ಡಿಗೆ ವೊಂದು ಸೀಸೆಯಂತೆ ಮಾರುವರು, ಇವರಲ್ಲಿ ಹೊಲಸುತನ, ಆಲಸ್ಯ, ದುರ್ವ್ಯಸನ, ಇವೆಲ್ಲ ಮನೆ ಮಾಡಿ ಕೊಂಡಿರುತ್ತವೆ. ಇವರ ಮಕ್ಕಳು ಶಾಲೆಗೆ ಹೋಗುವದಿಲ್ಲ.

10*

ಧೋಬಿಗಳು.

ಧೋಬಿಗಳು, ಅಂದರೆ ಅಗಸರು.—ಇವರು ಹಿಂದೂ ಅಗಸರ ವಂಶದವರೆಂದು ಹೇಳುತ್ತಾರೆ; ಇವರನ್ನು ಹೈದರ ಅಲ್ಲಿಯು ಮುಸಲ್ಮಾನರನ್ನು ಮಾಡಿದನಂತೆ. ಇವರು ಹೆಚ್ಚಾಗಿ ಯುರೋಪಿಯನ್ನರ ಅರಿವೆಗಳನ್ನೂ ಮುಸಲ್ಮಾನರ ಅರಿವೆಗಳನ್ನೂ ಪೊಗಿಯುವರು. ಆದರೆ ಇವರು ಹೆಸರಿಗೆ ಮಾತ್ರ ಮುಸಲ್ಮಾನರು, ಗಂಡು ಮಕ್ಕಳ ಸುಂತಿಯನ್ನಷ್ಟು ಮಾಡುವರು. ಆದರೆ ಮಶೀದಿಗೆ ಪ್ರಾರ್ಥನೆಗೆ ಹೋಗುವದಿಲ್ಲ; ರಮ್ಮಜಾನ ತಿಂಗಳಲ್ಲಿ ಉಪವಾಸ ಮಾಡುವದಿಲ್ಲ; ಹಿಂದೂ ದೇವತೆಗಳಿಗೆ ನಡಕೊಳ್ಳುವರು, ಹಿಂದೂ ಹಬ್ಬಗಳನ್ನೂ ಉಪವಾಸಗಳನ್ನೂ ಮಾಡುವರು. ಇವರ ಮಕ್ಕಳು ಶಾಲೆಗೆ ಹೋಗುವದಿಲ್ಲ.

ಲಾಡಕಸಾಬರು.

ಲಾಡಕಸಾಬರು.—ಇವರೂ ಬಕರಕಸಾಬರೂ ಪೊಂದೇ.

ರಂಗಾರಿಗಳು.

ರಂಗಾರಿಗಳು.—ಇವರು ಹಲವು ಹಿಂದೂ ಜಾತಿಗಳ ವಂಶದವರು. ವಸ್ತ್ರಗಳಿಗೆ ಕುಸಂಬಿ ಮುಂತಾದ ಬಣ್ಣಗಳನ್ನು ಕೊಡುವ ಹೋರೆ ಮಾಡುವರು. ಮುಸಲ್ಮಾನರ ಲಗ್ನದ ದಿವಸಗಳಲ್ಲಿ ಇವರ ಕೆಲಸವು ಬಹಳ ನಡಿಯುತ್ತದೆ. ಇವರ ಮಕ್ಕಳು ಶಾಲೆಗೆ ಹೋಗುವದಿಲ್ಲ.

ಮಾಪಿಳ್ಳರು.

ಮಾಪಿಳ್ಳರು.—ಇವರು ಮಲಿಯಾಳ ಶೀಮೆಯಿಂದ ಬಂದು ಕಾನಡಾ ಜಿಲ್ಲೆಯ ಕುಮಟಾ, ಹೊನ್ನಾವರ ತಾಲೂಕುಗಳಲ್ಲಿ ವಾಸಿಸುತ್ತಾರೆ; ಮಲಿಯಾಳೀ ಭಾಷೆಯನ್ನಾಡುವರು. ಇವರು ಕಪ್ಪು ಮೈಬಣ್ಣದವರು, ದಪ್ಪ ಮೈಯವರು, ಗಿಡ್ಡರು, ಘಟ್ಟಿಗರು. ಲುಂಗಿಯಂತೆ ಕಚ್ಚೆ ಹಾಕದೆ ಪಂಜೆಯನ್ನುಟ್ಟು ಮೈಯಲ್ಲಿ ಗಿಡ್ಡಂಗಿಯ ಹಾಕಿ ಕೊಂಡು, ತಲೆಗೆ ಕೆಂಪು ರುಮಾಲ ಸುತ್ತುವರು. ಇವರ ಹೆಂಗಸರಿಗೆ ಬುರಿಕೆ ಇಲ್ಲ. ಮಾಪಿಳ್ಳರು ಶ್ರಮಕ್ಕೆ ಮೆಚ್ಚಿದವರಾದಾಗ್ಯೂ ಉದ್ಧಟ ಸ್ವಭಾವದವರು. ಇವರು ತೋಟಗಳಲ್ಲಿಯೂ ಬೇರೆ ಕಡೆಯಲ್ಲಿಯೂ ಕೂಲಿಯ ಹೋರೆ ಮಾಡುವರು. ಇವರ ಮಕ್ಕಳು ಶಾಲೆಗೆ ಹೋಗುವದಿಲ್ಲ.

ಗುಲಾಮರು.

ಗುಲಾಮರು.—ಇವರು ಪೂರ್ವದಲ್ಲಿ ದೆಕ್ಕನೀ ಮುಸಲ್ಮಾನರಲ್ಲಿಯೂ ನವಾಯತರಲ್ಲಿಯೂ ಶರೆಯಾಳುಗಳಾಗಿದ್ದರು; ಈಗ ಕಾರವಾಡ ತಾಲೂಕಿನಲ್ಲಿ ಇರುತ್ತಾರೆ. ಇವರು ಸೋಮಾರಿಗಳೂ ಶಿಟ್ಟಿನ ಸ್ವಭಾವದವರೂ ಆದಾಗ್ಯೂ ನಿಜಸ್ತಿಕೆಯುಳ್ಳವರು. ಇವರಲ್ಲಿ ಕೆಲವರು ಡೋಣಿಗಳನ್ನು ನಡಿಸುವರು; ಕೆಲವರು ವ್ಯಾಪಾರ, ಪೊಕ್ಕಲತನ, ಕೂಲಿ, ಮುಂತಾದ ಹೋರೆಗಳನ್ನು ಮಾಡುವರು.

ಸಿದ್ದಿಗಳು.

ಸಿದ್ದಿಗಳು.--ಇವರು ಆಫ್ರಿಕದ ಸಿದ್ದೀ ಕುಲದವರ ವಂಶದವರು, ಗೋಮಂತಕ ಶೀಮೆಯಿಂದ ತಮ್ಮ ಪೊಡೆಯರನ್ನು ತಪ್ಪಿಸಿಕೊಂಡು ಬಂದು ಕಾನಡಾ ಜಿಲ್ಲೆಯ ಸುಪಾ, ಯೆಲ್ಲಾಪುರ ತಾಲೂಕುಗಳಲ್ಲಿ ಇರುತ್ತಾರೆ. ಇವರ ನಿಲಿವಿಕೆ ಯೆತ್ತರ, ಮೈಕಟ್ಟು ಬಲವಾದದ್ದು, ಮೈಬಣ್ಣ ಬಹಳ ಕಪ್ಪು, ತಲೆ ಕೂದಲು ಗಡ್ಡ ಉಂಗರಗೂದಲೂ, ಹಣೆ ಹಿಂದಕ್ಕೆ ಶಟೆದದ್ದು, ತುಟ ದಪ್ಪ.

ಸಿದ್ದಿಗಳು ಶ್ರಮ ಮಾಡುವವರೂ ಉದ್ಧಟರೂ ಇರುತ್ತಾರೆ; ಕೂಲಿಯಿಂದ ಹೊಟ್ಟೆ ತುಂಬಿಕೊಳ್ಳುವರು.

ಕಸಬಿಣಿಗಳು.

ಕಸಬಿಣಿಗಳು.—ಇವರ ನಡಾವಳಿಗಳು ವಾಡಿಕೆಯಾಗಿ ಹಿಂದೂ ಕಸಬಿಣಿಗಳಂತೆ ಇರುತ್ತವೆ. ಇವರು ಮುಸಲ್ಮಾನರಾದಾಗ್ಯೂ ಕುಂಕುಮ ಹಚ್ಚುವರು, ಕಚ್ಚೆ ಹಾಕಿ ಶೀರೆ ಉಡುವರು. ಮೊಹರಮಿನಲ್ಲಿ ಮಾತ್ರ ಇವರು ಭಕ್ತಿಯಿಂದ ಪಂಜಾಗಳನ್ನು ಪೂಜಿಸುವರು.

ನಗಾರ್ಚಿಗಳು.

ನಗಾರ್ಚಿಗಳು, ಅಂದರೆ ನಗಾರೆಗಳನ್ನು ಬಾರಿಸುವವರು.—ಇವರು ವಾಡಿಕೆಯಾಗಿ ಪೊಕ್ಕಲತನ, ಚಾಕರಿ, ಕೂಲಿಗಳಿಂದ ಹೊಟ್ಟೆ ತುಂಬಿಕೊಳ್ಳುವರು; ಹಿಂದೂ ದೇವತೆಗಳಿಗೆ ನಡಕೊಳ್ಳುವರು, ಗೋಮಾಂಸ ತಿನ್ನುವದಿಲ್ಲ. ಇವರ ಮಕ್ಕಳು ಶಾಲೆಗೆ ಹೋಗುವದಿಲ್ಲ.

ತಾಸ್‌ಚಿಗಳು.

ತಾಸ್‌ಚಿಗಳು, ಅಂದರೆ ತಾಸೆಗಳನ್ನು ಬಾರಿಸುವವರು.—ಇವರಲ್ಲಿ ತಾಸೆ ಬಾರಿಸುವ ಹೋರೆಯನ್ನೇ ಮಾಡುವವರು ಬಹು ಸ್ವಲ್ಪ ಜನರು. ಉಳಿದವರು ಕೂಲಿ, ಚಾಕರಿ, ಮುಂತಾದ ಹೋರೆಗಳನ್ನು ಮಾಡುವರು. ಇವರ ಮಕ್ಕಳು ಶಾಲೆಗೆ ಹೋಗುವದಿಲ್ಲ.

ದರವೇಶಿಗಳು.

ದರವೇಶಿಗಳು.—ಇವರು ಶಿಕಾರಿಗಳೆಂಬ ಹಿಂದೂ ಜಾತಿಯವರ ವಂಶದವರೆಂದು ತೋರುತ್ತದೆ. ಭಿಕ್ಷೆ ಬೇಡುವದೇ ಇವರ ಹೋರೆ; ಆದರೆ ಬಹುತರ ಬರಿಗೈಯಿಂದ ಭಿಕ್ಷೆ ಬೇಡುವದಿಲ್ಲ. ಹುಲಿ, ಕರಡಿಗಳ ಮರಿಗಳನ್ನು ಸಾಕಿ, ಅವುಗಳಿಗೆ ಹಲ ಕೆಲವು ಆಟಗಳನ್ನು ಕಲಿಸಿ, ದೊಡ್ಡವಾದ ಬಳಿಕ ಮನೆ ಮನೆಗೆ ಅವುಗಳನ್ನು ಆಡಿಸುತ್ತ ಭಿಕ್ಷೆ ಬೇಡುತ್ತ ತಿರುಗುವರು. ಈ ಹೋರೆಯಲ್ಲಿ ಇವರ ಹೊಟ್ಟೆ ತುಂಬುವದಿಲ್ಲಾದ ಕಾರಣ ಇವರು ಕೂಲಿ ಮುಂತಾದ ಬೇರೆ ಹೋರೆಗಳನ್ನು ಮಾಡ ಹತ್ತಿದ್ದಾರೆ.

ಗಾರುಡಿಗರು.

ಗಾರುಡಿಗರು.—ಇವರು ಹಿಂದೂ ಗಾರುಡಿಗರ ವಂಶದವರೆಂದು ಹೇಳುತ್ತಾರೆ. ಮೀರಶಮುಸುದ್ದೀನನೆಂಬ ವಲ್ಲಿಯು ಇವನ್ನು ಹದಿನಾರನೇ ಶತಕದಲ್ಲಿ ಮುಸಲ್ಮಾನರನ್ನು ಮಾಡಿದನು. ಅವನ ಗೋರಿಯು ಮಿರ್ಜಿಯಲ್ಲಿ ಇರುತ್ತದೆ. ಅದಕ್ಕೆ ಮೀರಾಶಮನಾನ ಗೋರಿಯೆಂದೆನ್ನುವರು. ಗಾರುಡಿಗರು ಮಿರ್ಜಿಯಲ್ಲಿಯೇ ವಿಶೇಷವಾಗಿ ಇದ್ದು ಕೊಂಡು ಆ ಗೋರಿಗೆ ಭಕ್ತಿಯಿಂದ ನಡಕೊಳ್ಳುತ್ತಾರೆ. ಆದರೆ ಬೇರೆ ಯಾವ ರೀತಿಯಿಂದಲೂ ಇವರು ಮುಸಲ್ಮಾನ ಧರ್ಮವನ್ನು ಪಾಲಿಸುವದಿಲ್ಲ. ಲಗ್ನಕ್ಕೆ ಕಾಜಿಯನ್ನು ಮಾತ್ರ ಕರಿಯುವರು. ಹಾವುಗಳನ್ನು ಹಿಡಿದು ಆಡಿಸಿ, ನಾನಾ ಪ್ರಕಾರದ ಕಣ್ಣು ಕಟ್ಟಿನ ವಿದ್ಯೆಗಳನ್ನು ತೋರಿಸಿ ಇವರು ಹೊಟ್ಟೆ ತುಂಬಕೊಳ್ಳುವರು. ಆದರೆ ಈ ಹೋರೆಯಲ್ಲಿ ಇವರ ಹೊಟ್ಟೆ ತುಂಬುವದಿಲ್ಲ. ಇವರ ಮಕ್ಕಳು ಶಾಲೆಗೆ ಹೋಗುವದಿಲ್ಲ.

ಹಲಾಲಖೋರರು.

ಹಲಾಲಖೋರರು, ಅಥವಾ ಭಂಗಿಗಳು.—ಇವರು ಹೈದರ ಅಲ್ಲಿಯಿಂದ ಮುಸಲ್ಮಾನ ಧರ್ಮಕ್ಕೆ ಶೇರಿಸಲ್ಪಟ್ಟ ಹಿಂದೂ ಭಂಗಿಗಳ ವಂಶದವರೆಂದು ಹೇಳುತ್ತಾರೆ. ಇವರು ಗಂಡು ಮಕ್ಕಳ ಸುಂತಿಯನ್ನು ಮಾತ್ರ ಮಾಡುವರು. ಇಷ್ಟರ ಹೊರ್ತು ಇವರು ಮುಸಲ್ಮಾನ ಧರ್ಮವನ್ನು ಯೆಷ್ಟು ಮಾತ್ರವೂ ಅರಿಯರೆಂದು ಹೇಳ ಬಹುದು. ಇವರನ್ನು ಮುಸಲ್ಮಾನರು ಮಶೀದೆಯೊಳಗೆ ಹೋಗಗೊಡುವದಿಲ್ಲ. ಕಾಜಿಯು ಇವರ ಮನೆಗೆ ಹೋಗುವದಿಲ್ಲ. ಇವರು ಮರಿಯಮ್ಮನ ಪೂಜೆಯನ್ನು ಮಾಡುವರು, ಇವರ ಮಕ್ಕಳು ಶಾಲೆಗೆ ಹೋಗುವದಿಲ್ಲ.

ದೇಶೀ ಖ್ರಿಸ್ತಿಯನ್ನರು.

ದೇಶೀ ಖ್ರಿಸ್ತೀ ಜನರೊಳಗೆ ಕ್ಯಾಥೊಲಿಕರೆಂತಲೂ ಪ್ರಾಟೆಸ್ಟಂಟರೆಂತಲೂ ಯೆರಡು ಮುಖ್ಯ ವರ್ಗಗಳಿವೆ. ಕ್ಯಾಥೊಲಿಕರೊಳಗೆ ಗೋಮಂತಕದ ಕ್ಯಾಥೊಲಿಕರೆಂತಲೂ ಮದ್ರಾಸೀ ಕ್ಯಾಥೊಲಿಕರೆಂತಲೂ ಯೆರಡು ವೊಳಭೇದಗಳಿವೆ. ಇವರ ವಿವರ ಹ್ಯಾಗಂದರೆ—

	ಕ್ಯಾಥೊಲಿಕರು.	ಪ್ರಾಟೆಸ್ಟಂಟರು.
ವಿಜಾಪುರ	೨೨	೧೪೬
ಬೆಳಗಾವಿ	೪೫೦೦	೫೦೦
ಧಾರವಾಡ	೧೯೦೦	೩೦೪
ಕಾನಡಾ	೧೨೦೦೦	೦
	೧೮೪೨೨	೯೫೦

ಮೂಲಾರಂಭ.

ಗೋಮಂತಕದ ಕ್ಯಾಥೊಲಿಕರು.—೧೮ನೇ ಶತಕದ ಆರಂಭದಲ್ಲಿ ದಕ್ಷಿಣದಲ್ಲಿ ಮುಸಲ್ಮಾನರ ಅಮಲು ಹಿಮ್ಮೆಟ್ಟಿಲಾಗಿ ಪೋರ್ತುಗೀಸರು ಸ್ವಾದೆ, ಬೆದನೂರು (ನಗರ) ಈ ಎರಡು ಸಂಸ್ಥಾನಗಳ ಅರಸರ ಸ್ನೇಹವನ್ನು ಸಂಪಾದಿಸಿ ಕೊಂಡು, ಬಹು ಜನರನ್ನು ಬಲಾತ್ಕಾರದಿಂದ ಖ್ರಿಸ್ತೀ ಧರ್ಮಕ್ಕೆ ಶೇರಿಸಿ, ಆ ಧರ್ಮವನ್ನು ಬಲಿಸಿದರು. ಆದರೆ ಮುಂದೆ ಸ್ವಲ್ಪ ದಿವಸದೊಳಗೆ ಹೈದರ ಅಲ್ಲಿಯು ಈ ಯೆರಡೂ ಸಂಸ್ಥಾನಗಳನ್ನು ಮುರಿಯಲಾಗಿ ಈ ಧರ್ಮದ ಬೆಳುವಣಿಗೆ ಕಟ್ಟಾಯಿತು. ಆದರೂ ಪಶ್ಚಿಮ ಸಮುದ್ರತೀರದಲ್ಲಿ ಮಾತ್ರವಲ್ಲದೆ, ಆ ಯೆರಡೂ ಸಂಸ್ಥಾನಗಳ ಶೀಮೆಗಳಲ್ಲಿ ಸಹ ಕುಲಗೆಟ್ಟ ಖ್ರಿಸ್ತೀ ಜನರ ದೊಡ್ಡ ದೊಡ್ಡ ಸಮುದಾಯಗಳು ಅಲ್ಲಲ್ಲಿಗೆ ಸ್ಥಿರವಾಗಿ ನೆಲೆಗೊಂಡಿದ್ದವು. ಅವರ ಗುಡಿಗಳಿಗೂ ಧರ್ಮೋಪದೇಶಕರಿಗೂ ಆತಂಕವೇನು ಇದ್ದಿಲ್ಲ. ಆದರೆ ಹೈದರನು ಸನ್ ೧೭೮೩ನೇ ವರ್ಷದ ಸುಮಾರಿನಲ್ಲಿ ಮರಣ ಹೊಂದಲಾಗಿ, ಅವನ ಮಗ ಟೀಪೂನು ಅವನ ಪಟ್ಟವೇರಿದನು. ಆ ಕಾಲಕ್ಕೆ ಈಗಿನ ಉತ್ತರ ದಕ್ಷಿಣ ಕಾನಡಾ ಜಿಲ್ಲೆಗಳಲ್ಲಿ ಕೂಡಿ ಖ್ರಿಸ್ತೀ ಜನರ ಸಂಖ್ಯೆವು

ಸುಮಾರು ೮೦೦೦೦ ಇತ್ತು. ಇದೇ ಸಂಧಿಯಲ್ಲಿ ಇಗ್ಲಿಷರು ಪಶ್ಚಿಮ ಸಮುದ್ರತೀರವನ್ನು ಕೈವಶ ಮಾಡಿ ಕೊಂಡು, ಬೆದನೂರಿನ ವರೆಗೂ ತಮ್ಮ ಅಮಲು ಬಹು ಬೇಗ ಕೂಡ್ರಿಸಿದರು. ಮುಂದೆ ವೊಂದೆರಡು ವರ್ಷದೊಳಗೇ ಟೀಪೂನು ಪಶ್ಚಿಮ ಸಮುದ್ರ ತೀರವನ್ನು ಇಂಗ್ಲಿಷರ ಕೈಯಿಂದ ಕಸುಕೊಂಡು ಅವರನ್ನು ಹಿಂದಕ್ಕಟ್ಟಿದ ಬಳಿಕ, ಈ ಶೀಮೆಯಲ್ಲಿ ಇರುತ್ತಿದ್ದ ಕ್ರಿಸ್ತೀ ಜನರ ಆಶ್ರಯದಿಂದಲೇ ಇಂಗ್ಲಿಷರ ಅಮಲು ಬೇಗ ನೆಲೆಗೊಂಡಿತೆಂದು ಗ್ರಹಿಸಿ, ಆವನು ಕ್ರಿಸ್ತೀ ಜನರನ್ನು ನಿರ್ಮೂಲ ಮಾಡುವ ಆಲೋಚನೇ ಮಾಡಿದನು. ಅವನು ಮೊದಲು ಕ್ರಿಸ್ತೀ ಜನರನ್ನು ಗುಪ್ತವಾಗಿ ಯೆಣಿಸಿಕೊಂಡು, ತನ್ನ ದಂಡಿನ ಪಟಾಲಂಮುಗಳನ್ನು ಏಕ ಕಾಲಕ್ಕೆ ರವಾನೆ ಮಾಡಿ, ಆ ಪಟಾಲಂಮುಗಳ ಮುಖ್ಯಸ್ಥರ ಕೈಯಲ್ಲಿ ಮೊಹರ ಬಂದಮಾಡಿದ ಹುಕುಮುಗಳನ್ನು ಕೊಟ್ಟು, ಇಂಥಾ ತಾರೀಖಿನಲ್ಲಿ ಬೆಳಿಗ್ಗೆ ದೇವರ ಪ್ರಾರ್ಥನೆಯನ್ನು ಮಾಡಿದ ಕೂಡಲೆ ಈ ಲಖೋಟಗಳನ್ನು ವೊಡಿದು, ಹುಕುಮಿನಲ್ಲಿ ಬರಿದಂತೆ ಅದೇ ದಿವಸ ಅಮಲು ನಡಿಸಲಿಕ್ಕೆ ಬೇಕೆಂದು ಹೇಳಿದನು. ಆ ದಳವಾಯಿಗಳು ಟೀಪೂನ ಅಪ್ಪಣೆಯ ಪ್ರಕಾರ ಪಶ್ಚಿಮ ಸಮುದ್ರತೀರದ ಬೇರೆ ಬೇರೆ ಪ್ರದೇಶಗಳಿಗೆ ಹೋಗಿ ಅವನು ಹೇಳಿದಂತೆ ಲಖೋಟಗಳನ್ನು ವೊಡಿದು ನೋಡಲಾಗಿ, ಶಿಕ್ಕಷ್ಟು ಕ್ರಿಸ್ತೀ ಜನರನ್ನು ಶರೆ ಹಿಡಿದು ತಕ್ಕೊಂಡು ಬನ್ನಿರೆಂದು ಹುಕುಮಿನಲ್ಲಿ ಬರಿದಿತ್ತು. ಆ ದಿವಸ ಸಂಜೆಯೊಳಗೆ ಸುಮಾರು ೬೦೦೦೦ ಕ್ರಿಸ್ತೀ ಜನರನ್ನು ಶರೆ ಹಿಡಿದು ಆ ದಂಡಿನವರು ಶ್ರೀರಂಗ ಪಟ್ಟಣಕ್ಕೆ ತಕ್ಕೊಂಡು ಹೋದರು; ಕೆಲವರು ೩೦೦೦೦ ಜನರನ್ನು ತಕ್ಕೊಂಡು ಹೋದರೆಂದು ಹೇಳುತ್ತಾರೆ. ಇದಲ್ಲದೆ ಆ ದಂಡಿನವರು ಕ್ರಿಸ್ತೀ ಗುಡಿಗಳನ್ನು ಕೆಡಹಿ ಹಾಳು ಮಾಡಿ ಕ್ರಿಸ್ತೀ ಧರ್ಮದ ಕುರುಹು ಸಹ ಉಳಿಯದಂತೆ ಮಾಡಿ ಹೋದರು. ಶ್ರೀರಂಗ ಪಟ್ಟಣಕ್ಕೆ ಹೋದ ಬಳಿಕ ಟೀಪೂನು ಶರೆಯವರಲ್ಲಿ ಸಶಕ್ತರನ್ನು ಆರಿಸಿ ಐಯ್ಯೆನೂರ ಜನರ ಪಟಾಲಂಮುಗಳನ್ನು ಮಾಡಿ, ತನ್ನ ದಂಡಿನವರಲ್ಲಿ ಕುರಾಣವನ್ನು ವೊಳಿತಾಗಿ ಬಲ್ಲಂಥ ದಳವಾಯಿಗಳನ್ನು ಆರಿಸಿ ವೊಬ್ಬೊಬ್ಬನ ಕೈಯಲ್ಲಿ ವೊಂದೊಂದು ಕ್ರಿಸ್ತೀ ಪಟಾಲಂಮು ಕೊಟ್ಟು ಬೇರೆ ಬೇರೆ ಗ್ರಾಮಗಳ ಕಾವಲಿಗೆ ಕಳಿಸಿ, ಆ ಕ್ರಿಸ್ತೀ ಜನರಿಗೆ ಕುರಾಣ ಕಲಿಸಿ, ಅವರನ್ನು ಮುಸಲ್ಮಾನರನ್ನು ಮಾಡ ಹೇಳಿದನು. ಆ ಕಾಲಕ್ಕೆ ಬಹು ಜನ ತರುಣಿಯರಾದ ಕ್ರಿಸ್ತೀ ಹೆಂಗಸರು ಆ ದಂಡಿನವರ ತೊತ್ತುಗಳಾದರು. ಮುಂದೆ ವೊಂದೇ ವರ್ಷದೊಳಗೆ ಹವೆಯ ಕಾರಣದಿಂದಲೂ ದಂಡಿನವರ ಬಾಧೆಯಿಂದಲೂ ೧೦೦೦೦ ಜನ ಕ್ರಿಸ್ತಿಯನ್ನರು ಮಡಿದರೆಂದು ಹೇಳುತ್ತಾರೆ. ಕಡೆಯಲ್ಲಿ ಸನ್ ೧೭೯೯ರಲ್ಲಿ ಟೀಪೂನು ಮರಣ ಹೊಂದಿದ ಬಳಿಕ ಮಂಗಳೂರು ಜಿಲ್ಲೆಗೆ ಸುಮಾರು ೧೫೦೦೦ ಜನ, ಕಾರವಾಡ ಜಿಲ್ಲೆಗೆ ೩೦೦೦ ಜನ ಕ್ರಿಸ್ತಿಯನ್ನರು ಮರಳಿ ಬಂದರು.

ಈಗಿನ ಕ್ರಿಸ್ತೀ ಜನರಲ್ಲಿ ಬಾಂಬನರು (ಶೇಣವೀ ಬ್ರಾಹ್ಮಣರ ವಂಶದವರು) ಚರೋಡ (ಇದೇ ಹೆಂಗಸರಿನ ಕುಲದವರ ವಂಶದವರು), ಸೂದಿರ (ಶೂದ್ರರು), ರೆಂಡರ, ಗವಿಡ (ಗೌಡರೆಂಬ ಕುಲದವರ ವಂಶದವರು), ಮೊಡವಾಳ (ಮಡಿವಾಳರ

ವಂಶದವರು), ಕಾಫ್ರಿ (ಸಿದ್ದೀ ಕುಲದವರ ವಂಶದವರು), ಕುಂಬಾರ (ಕುಂಬಾರರ ವಂಶ ದವರು), ಈ ಪ್ರಕಾರ ೮ ಪೊಳಜಾತಿಗಳಿವೆ. ಇವರಲ್ಲಿ ಮೊದ ಲಿನ ಯೆರಡು ಉತ್ತಮ ಕುಲಗಳ ಜನರಿಗೆ ಪೋರ್ತುಗೀಸರ ಅಮಲಿನ ಕಾಲದಲ್ಲಿ ಯುರೋಪದ ಹೆಂಗಸರನ್ನು ಲಗ್ನ ಮಾಡಿ ಕೊಳ್ಳಲಿಕ್ಕೆ ಅಡ್ಡಿ ಇದ್ದಿ ಲ್ಲ; ಅವರಿಗೆ ದೊಡ್ಡ ದೊಡ್ಡ ಅಧಿಕಾರಗಳನ್ನು ಕೊಟ್ಟು, ಅವರನ್ನು ಮಾನದಿಂದ ನಡಿಸಿ ಕೊಳ್ಳುವರು. ಬಾಂಬನರು, ಚರೋಡರು, ಇವರ ಮೈಬಣ್ಣ ಕೆಂಪು, ನಿಲಿವಿಕೆ ಮಧ್ಯಮ, ಮುಖ ಮುದ್ರೆ ಸುಲಕ್ಷಣ, ಮೈಕಟ್ಟು ತಿಳವು. ಕಾಫ್ರಿ ಅಂದರೆ ಸಿದ್ದೀ ಜನರ ನಿಲಿವಿಕೆ ಯೆತ್ತರ, ಮೈಬಣ್ಣ ಕಪ್ಪು, ಹಣೆ ಹಿಂದಕ್ಕೆ ಶಟೆದದ್ದು, ಉಂಗರಗೂದಲೂ, ತುಟಿ ದಪ್ಪ, ಉಳಿದ ೫ ಜಾತಿಗಳ ಲಕ್ಷಣಗಳು ಸಾಮಾನ್ಯ ಜನರಂತೆ. ಈ ಯೆಂಟೂ ಜಾತಿಗಳ ಜನರು ಕೊಂಕಣೀ ಭಾಷೆಯನ್ನಾಡುವರು. ಮೊದಲಿನ ಯೆರಡು ಜಾತಿಗಳು ಹೊರ್ತಾಗಿ ಉಳಿದವರ ಭಾಷೆಯಲ್ಲಿ ಕನ್ನಡ ಶಬ್ದಗಳೂ ಪೋರ್ತುಗೀಸ ಶಬ್ದಗಳೂ ಬಹಳ ಬರು ತ್ತವೆ. ಬಾಂಬನರೂ ಚರೋಡರೂ ಮಾತ್ರ ಬೇಕಾದವರ ಕೂಡ ಶರೀರ ಸಂಬಂಧ ಮಾಡುವರು; ಉಳಿದವರು ತಮ್ಮ ತಮ್ಮೊಳಗೇ ಶರೀರ ಸಂಬಂಧ ಮಾಡುವರು. ಆದ ರೆ ಈ ಯಾವತ್ತು ಜಾತಿಗಳಲ್ಲಿ ಪರಸ್ಪರ ಊಟದ ಬಳಿಕೆಗೆ ಯೆಷ್ಟು ಮಾತ್ರವೂ ಅಡ್ಡಿ ಇಲ್ಲ.

ಪೊಳ ಜಾತಿಗಳು.

ಖ್ರಿಸ್ತೀ ಜನರ ಉಡಿಗೆಗಳು ವಾಡಿಕೆಯಾಗಿ ಅವರವರ ಮೂಲ ಜಾತಿಗಳ ಉಡಿಗೆ ಗಳಂತೆ ಇರುತ್ತವೆ. ಆದರೆ ಬ್ರಾಹ್ಮಣರಂತೆ ದೋತ್ರವನ್ನು ಯಾರೂ ಉಡುವದಿಲ್ಲ. ಅನು ಕೂಲವಿದ್ದವರು ಇಜಾರುಗಳನ್ನು ಹಾಕಿ ಕೊಳ್ಳುವರು, ಇಲ್ಲವೆ ಘಡಿಕೆಗಳನ್ನು ಉಡುವರು. ಇವರ ಮನೆಯಲ್ಲಿಯ ಸಾಮಾನು ಗಳು ದೇಶೀ ಜನರವುಗಳಂತೆಯೇ ವಾಡಿಕೆಯಾಗಿ ಇರುವವು. ಅನುಕೂಲವಿದ್ದವರು ಖುರ್ಚಿ, ಮೇಜು, ಪಲಂಗ, ಮುಂತಾದ ಕಟ್ಟಿಗೇ ಸಾಮಾನುಗಳನ್ನು ಸಂಗ್ರಹಿಸುವರು. ಆದರೂ ಯುರೋಪದವರಂತೆ ಮನೆಮಾರಿನ ವ್ಯವಸ್ಥೆ ಕಾದುಕೊಳ್ಳಲಿಕ್ಕೆ ಇವರು ಬಹು ತರ ಮೆಚ್ಚುವದಿಲ್ಲ. ಬಡ ಜನರು ಕೊಂಕಣದ ಹಿಂದೂ ಬಡ ಜನರಂತೆ ಲಂಗೋಟಿ ಹಾಕುವರು. ಅವರು ಖ್ರಿಸ್ತೀ ಮತದವರೆಂಬುವ ಕುರುಹು ತೋರಿಕೆಯಲ್ಲಿ ಯೇನೂ ಇರುವದಿಲ್ಲೆಂದು ಹೇಳ ಬಹುದು. ಹಿಂದೂ ಜನರು ಖ್ರಿಸ್ತಿಗಳನ್ನು ನಿರಾತಂಕವಾಗಿ ಮುಟ್ಟಿಸಿಕೊಳ್ಳುವರು, ತಮ್ಮ ಮನೆಗಳಲ್ಲಿ ಬರಗೊಡುವರು. ಹೆಂಗಸರು ಕೊಂಕಣದ ಹಿಂದೂ ಹೆಂಗಸರಂತೆ ತಲೆಯಲ್ಲಿ ಅಲಂಕಾರಗಳನ್ನು ಹಾಕಿ ಕೊಂಡು ಹೂ ಮುಡಿಯುವರು.

ಉಡಿಗೆಗಳು.

ಖ್ರಿಸ್ತೀ ಜಾತಿಗಳಿಗೆ ಯಾವತ್ತು ಪ್ರಕಾರದ ಮಾಂಸವನ್ನೂ ಮೀನುಗಳನ್ನೂ ಯಾವತ್ತು ಪ್ರಕಾರದ ಮದ್ಯವನ್ನೂ ತಕ್ಕೊಳ್ಳಲಿಕ್ಕೆ ಅಡ್ಡಿ ಇಲ್ಲ. ಆದರೂ ಕೆಲವರು ಗೋಮಾಂಸ, ಹಂದಿಯ ಮಾಂಸ, ಮದ್ಯ, ಇವುಗಳನ್ನು ಮುಟ್ಟುವದಿಲ್ಲ. ಯಾವತ್ತು ಜಾತಿಗಳ ಜನರು ಬೆಳಿಗ್ಗೆ ಅಕ್ಕೀ ಗಂಜಿಯನ್ನು ತಕ್ಕೊಳ್ಳು ವರು; ಮಧ್ಯಾಹ್ನದ ಊಟಕ್ಕೂ ಸಂಜೆಯ ಊಟಕ್ಕೂ ಅನ್ನ, ಪಲ್ಲೆಗಳು, ಮೀನುಗಳು,

ಆಹಾರ.

ಅಲ್ಲದೆ ಶಕ್ತ್ಯನುಸಾರ ಮದ್ಯ ಮಾಂಸಗಳನ್ನು ತಕ್ಕೊಳ್ಳುವರು. ಅನುಕೂಲವಿದ್ದವರು ಬೆಳಿಗ್ಗ್ಯೂ ಸಂಜೆಗೂ ಚಹಾ ಕಾಫಿಗಳನ್ನು ತಕ್ಕೊಳ್ಳುವರು. ಬಡ ಜನರು, ಖ್ರಿಸ್ತೀ ಹಬ್ಬಗಳಲ್ಲಿ ಮಾತ್ರ ಮಾಂಸ ತಕ್ಕೊಳ್ಳುವರು. ಹಿಂದೂ ಜನರಂತೆ ಖ್ರಿಸ್ತಿಗಳಲ್ಲಿಯೂ ಬಹು ಜನ ಶರೆ ಬಡಕರನ್ನು ಕಾಣ ಬಹುದು. ಬಡ ಜನರು ಸಿಂದಿಯನ್ನೇ ಕುಡಿಯುವರು. ಹಬ್ಬ ಹುಣ್ಣಿವೆಗಳಲ್ಲಿ ಬಹುತರ ಕೊಂಕಣದ ಪಕ್ವಾನ್ನಗಳನ್ನೇ ಯೆಲ್ಲರೂ ಮಾಡುವರು; ಕೆಲವರು ಯುರೋಪದ ಪದ್ಧತಿಯ ಪಕ್ವಾನ್ನಗಳನ್ನು ಮಾಡುವರು.

ಬಾಂಬನರಲ್ಲಿಯೂ ಚರೋಡರಲ್ಲಿಯೂ ಹಲ ಕೆಲವರು ವಿಧ್ಯಾಭ್ಯಾಸ ಮಾಡಿ ಸರಕಾರೀ ನೌಕರಿಗಳನ್ನು ಸಂಪಾದಿಸುವರು; ಕಲಿಯದವರು ವೊಕ್ಕಲತನ ಮಾಡುವರು.

ಹೋರೆಗಳು. ಹೆಸರಾದ ವ್ಯಾಪಾರಸ್ಥರು ಖ್ರಿಸ್ತಿಗಳಲ್ಲಿ ಬಹುತರ ಇಲ್ಲ. ಸೂದಿರರು ಸಿಂಪಿಗರ ಹೋರೆಯನ್ನೂ ಬಡಿಗರ ಹೋರೆಯನ್ನೂ ಮಾಡುವರು; ಕೆಲವರು ಕೂಲಿಗೆ ಹೋಗುವರು. ರೆಂಡರರು ಈಚಲ ರಸ ತೆಗಿದು ಮಾರುವರು. ಗವಿಡರು ಉಪ್ಪು ಮಾಡುವರು. ಮೊಡವಾಳರು ಬಟ್ಟೆಗಳನ್ನು ವೊಗಿಯುವರು. ಕುಂಬಾರರು ಮಣ್ಣಿನ ಪಾತ್ರೆಗಳನ್ನು ಮಾಡುವರು. ಕಾಫ್ರಿಗಳು ಕೂಲೀ ಮಾಡುವರು, ಇಲ್ಲವೆ ಚಾಕರಿಗೆ ನಿಲ್ಲುವರು. ಕಾನಡಾ ಜಿಲ್ಲೆಯು ಮದ್ರಾಸ ಇಲಾಖೆಗೆ ಶೇರಿದ್ದಾಗ ಸರಕಾರೀ ದೊಡ್ಡ ಅಧಿಕಾರದ ಕೆಲಸಗಳನ್ನು ಖ್ರಿಸ್ತೀ ಜನರೇ ಆಕ್ರಮಿಸಿದ್ದರು. ಬೇಕಾದವರು ಬೇಕಾದ ಹೋರೆಯನ್ನು ಮಾಡಲಿಕ್ಕೆ ಅಡ್ಡಿ ಇಲ್ಲ. ಆದರೆ ಚರ್ಮ ಮಿದು ಮಾಡುವ ಹೋರೆಯನ್ನಾಗಲಿ ಚರ್ಮ ಹೊಲಿಯುವ ಹೋರೆಯನ್ನಾಗಲಿ ಯಾರು ಮಾಡುವದಿಲ್ಲ. ಮೊಡವಾಳರೂ ಕುಂಬಾರರೂ ಹೊರ್ತಾಗಿ ಅವರ ಹೋರೆಯೊಳಗೆ ಬೇರೆ ಜನರು ಶೇರುವದಿಲ್ಲ. ಕಡಿಮೇ ಜಾತಿಗಳ ಹೆಂಗಸರು ಕೂಲಿಗೆ ಹೋಗುವರು.

ಬಹು ಜನರ ವಸ್ತಿ ಇದ್ದ ಗ್ರಾಮಗಳಲ್ಲಿ ಚರ್ಚವೆಂಬ ಪ್ರಾರ್ಥನಾಲಯವಿರುತ್ತದೆ; ಸಣ್ಣ ಗ್ರಾಮಗಳಲ್ಲಿ ಚಾಪೆಲ್ಲೆಂಬ ಸಣ್ಣ ಪ್ರಾರ್ಥನಾಲಯವಿರುತ್ತದೆ; ಚರ್ಚಗಳಲ್ಲಿ ಪ್ರಾರ್ಥನೆಯ ಕಾಲಕ್ಕೆ ಗಾಯನ ಮಾಡುವ ಜನರನ್ನೂ ಹುಡುಗರನ್ನೂ ನೇಮಿಸಿರುತ್ತಾರೆ.

ಧರ್ಮ. ಚರ್ಚದ ಮುಖ್ಯ ಪೀಠದ ಮೇಲೆ ಕ್ರೂಸದ ಮೇಲೆ ಯೇರಿಸಿದ ಯೇಸೂ ಖ್ರಿಸ್ತನ ಮೂರ್ತಿಯನ್ನೂ ಯಾವ ಸತ್ಪುರುಷನಿಗೆ ಚರ್ಚವನ್ನು ಅರ್ಪಿಸಿರುವರೋ ಅವನ ಮೂರ್ತಿಯನ್ನೂ ಬೇರೆ ಕೆಲವು ಸತ್ಪುರುಷರ ಮೂರ್ತಿಗಳನ್ನೂ ಇಟ್ಟಿರುವರು. ಪ್ರತಿ ವೊಂದು ಚರ್ಚಕ್ಕೆ "ಬ್ರದರಹುಡ್" ಯೆಂಬ ಹೆಸರಿನ ಸ್ತ್ರೀ ಪುರುಷರ ಸಂಘಗಳು ಶೇರಿರುವವು. ಈ ಸಂಘದವರು ಅಲ್ಪ ಸ್ವಲ್ಪ ವರ್ಗಣಿಯನ್ನು ಪ್ರತಿ ವರ್ಷ ಕೊಡುವರು; ಇವರಿಗೆ ಹಲಕೆಲವು ಹಕ್ಕುಗಳೂ ಇರುತ್ತವೆ. ಈ ಸಂಘದವರು ಶುಕ್ರವಾರ ಶನಿವಾರಗಳಲ್ಲಿ ಮಾಂಸ ತಿನ್ನುವದಿಲ್ಲ; ರವಿವಾರದಲ್ಲಿ ಚರ್ಚಕ್ಕೆ ಪ್ರಾರ್ಥನೆಗೆ ಹೋಗಲಿಕ್ಕೆ ಬೇಕು; ವರ್ಷದಲ್ಲಿ ನಿಕೃಷ್ಟ ವೊಮ್ಮೆ ಪ್ರತಿಯೊಬ್ಬನು ತಾನು ಮಾಡಿದ ಪಾಪಗಳನ್ನು ಧರ್ಮೋಪದೇಶಕನ ಕಿವಿಯೊಳಗೆ ಹೇಳಿ ಕ್ಷಮೆಯನ್ನು ಪಡಿಯಲಿಕ್ಕೆ ಬೇಕು; ಒಬ್ಬನು ಸತ್ತರೆ ಸಂಘದವರೆಲ್ಲರು ಅವನನ್ನು ಹುಗಿಯಲಿಕ್ಕೆ ಹೋಗ

ಬೇಕು ಇತ್ಯಾದಿ. ರವಿವಾರಗಳ ಹೊರ್ತು ಹಬ್ಬದ ದಿವಸಗಳಲ್ಲಿಯೂ ಸಂಘದವರು ಚರ್ಚಕ್ಕೆ ಹೋಗಲಿಕ್ಕೆ ಬೇಕು. ಹಬ್ಬದ ದಿವಸಗಳು—೨೫ನೇ ದಶಂಬರು, ೧ನೇ ಜನವರಿ, ಇವೆರಡು ದೊಡ್ಡ ಹಬ್ಬಗಳಲ್ಲದೆ, ಫೆಬ್ರುವಾರಿ, ಮಾರ್ಚ, ಎಪ್ರಿಲ್, ಆಗಪ್ಟ್, ಸಪಟಂಬರು, ಡಿಸೆಂಬರು, ಈ ತಿಂಗಳುಗಳಲ್ಲಿ ಬೇರೆ ಬೇರೆ ಹಬ್ಬಗಳು ಬರುವವು. ಇದಲ್ಲದೆ "ಗೂಡ್ ಫ್ರ್ಯಾಡೆ" ಅಂದರೆ ಯೇಸು ಖ್ರಿಸ್ತನನ್ನು ಕ್ರೂಸದ ಮೇಲೆ ಯೇರಿಸಿದ ದಿವಸವು ಮಾರ್ಚ್ ಯೆಪ್ರಿಲ್ ತಿಂಗಳಲ್ಲಿ ಬರುವದು. ಆ ದಿವಸದ ಸಮಾರಂಭದಲ್ಲಿ ಖ್ರಿಸ್ತಿಗಳು ಬಹಳ ದುಃಖವನ್ನು ತೋರಿಸುವರು. ಇವಲ್ಲದೆ "ಪ್ಯಾರಿಶ್ ಫೀಸ್ಟ" ಯೆಂಬದೊಂದು ಹಬ್ಬವು ವರ್ಷಕ್ಕೊಮ್ಮೆ ಬರುವದು. ಅದರ ಸಮಾರಂಭವು ದಿವಸ ನಡಿಯುತ್ತದೆ. ಧರ್ಮ ಸಂಬಂಧದ ಶೀಮೆಯ ವಿಭಾಗಗಳಿಗೆ ಪ್ಯಾರಿಶಗಳೆಂದೆನ್ನುತ್ತಾರು. ಬೇರೆ ಬೇರೆ ಪ್ಯಾರಿಶದವರು ಬೇರೆ ಬೇರೆ ತಿಂಗಳಲ್ಲಿ ತಮ್ಮ ಫೀಸ್ಟದ ಹಬ್ಬವನ್ನು ಮಾಡುವರು. ಗೋಮಂತಕದ ಕ್ಯಾಥೊಲಿಕರೆಲ್ಲರು ಗೋವೆಯ ಆರ್ಚ ಬಿಶಪನೆಂಬ ಧರ್ಮಾಧ್ಯಕ್ಷನಿಗಾಗಲಿ, ಮಂಗಳೂರಿನ ಬಿಶಪನೆಂಬ ಧರ್ಮಾಧ್ಯಕ್ಷನಿಗಾಗಲಿ ಅಂಕಿತರಾಗಿರುವರು. ಈ ಖ್ರಿಸ್ತಿಗಳು ತಮ್ಮ ಮನೆಗಳಲ್ಲಿ ಮನೆತನದ ಗುರುವೆಂದೆಣಿಸಲ್ಪಟ್ಟ ಸತ್ಪುರುಷನ ಮೂರ್ತಿಯನ್ನು ಜಗಲಿಯ ಮೇಲೆ ಇಟ್ಟು ಇಲ್ಲವೆ ಗೋಡೆಯೊಳಗೆ ನಡಿಸಿ ಪೂಜಿಸುವರು. ಈ ಮೂರ್ತಿಯ ಸಂಗಡ ಕೆಲವರು ಯೇಸೂ ಖ್ರಿಸ್ತನ ಮೂರ್ತಿಯನ್ನೂ ಅವನ ತಾಯಿಯಾದ ಮೇರಿಯ ಮೂರ್ತಿಯನ್ನೂ ಪೂಜಿಸುವರು. ಈ ಮೂರ್ತಿಗಳು ವಾಡಿಕೆಯಾಗಿ ಆನೇ ಹಲ್ಲಿನವು ಇಲ್ಲವೆ ಕಟ್ಟಿಗೆಯವು ಇರುವವು. ಧಾರ್ಮಿಕರಾದವರು ಪ್ರತಿ ದಿವಸ ಬೆಳಿಗ್ಗೆ ಹಾಸಿಗೆಯಿಂದೆದ್ದ ಕೂಡಲೆ ವೊಮ್ಮೆ, ಮಧ್ಯಾಹ್ನದಲ್ಲಿ ವೊಮ್ಮೆ, ಹೊತ್ತು ಮುಳುಗುವಾಗ ವೊಮ್ಮೆ, ಸಂಜೆಯ ಊಟದ ಪೂರ್ವದಲ್ಲಿ ವೊಮ್ಮೆ, ಮಲಗುವಾಗ ವೊಮ್ಮೆ, ಹೀಗೆ ಐದು ಸಾರಿ ದೇವರ ಸ್ತೋತ್ರಗಳನ್ನು ಅಂದು ಪ್ರಾರ್ಥನೇ ಮಾಡುವರು.

ಹೆಣ್ಣು ಮಕ್ಕಳ ಲಗ್ನವನ್ನು ಹನ್ನೆರಡು ವರ್ಷ ತುಂಬಿದ ಬಳಿಕ ಗಂಡು ಮಕ್ಕಳ ಲಗ್ನವನ್ನು ಹದಿನಾರು ವರ್ಷ ತುಂಬಿದ ಬಳಿಕ ಮಾಡುವರು. ಇದರ ಪೂರ್ವದಲ್ಲಿ ಮಾಡ ಬೇಕಾದರೆ ಧರ್ಮ ಗುರುವಿನ ಅಪ್ಪಣೆ ಬೇಕು. ವಿಧವೆಗಳ ಲಗ್ನಕ್ಕೆ ಅಡ್ಡಿ ಇಲ್ಲ; ಆದರೆ ವಿಧವೆಗಳು ಬಹುತರ ಲಗ್ನ ಮಾಡಿ ಕೊಳ್ಳುವದಿಲ್ಲ. ಶರಗು ಹರಿಯುವ ನಡಾವಳಿಯು ಗೊತ್ತೇ ಇಲ್ಲ. ಲಗ್ನದ ಮಾತು ಕಥೆಗಳು ಗೊತ್ತಾದ ಬಳಿಕ, ಮದಿಮಕ್ಕಳು ಬಳಗದವರೊಡನೆ ಚರ್ಚಕ್ಕೆ ಹೋಗುವರು. ಅಲ್ಲಿ ಧರ್ಮೋಪದೇಶಕನು, ನೀವಿಬ್ಬರೂ ಪರಸ್ಪರರನ್ನು ಲಗ್ನ ಮಾಡಿ ಕೊಳ್ಳಲಿಕ್ಕೆ ವೊಡಂಬಡುತ್ತೀರೋ, ಯೆಂದು ಇಬ್ಬರು ಸಂಭಾವಿತರ ಸಮಕ್ಷ ಮದಿಮಕ್ಕಳನ್ನು ಕೇಳಿ, ಅವರಿಬ್ಬರ ಸಂಮತಿಯ ಉತ್ತರಗಳನ್ನು ಬೇರೆ ಬೇರೆಯಾಗಿ ಯೆಲ್ಲರ ಸಮಕ್ಷ ಕೇಳಿ ಕೊಂಡು, ಈ ಲಗ್ನಕ್ಕೆ ಯಾರದಾದರೂ ಅಡ್ಡಿ ಇದ್ದರೆ, ಅವರು ತಿಳಿಸ ಬೇಕೆಂದು ಕೂಡಿದ ಜನರಿಗೆ ಕೂಗಿ ಹೇಳುವನು. ಈ ಪ್ರಕಾರ ಮೂರು ರವಿವಾರಗಳಲ್ಲಿ ಚರ್ಚದಲ್ಲಿ ಲಗ್ನವು ಪ್ರಸಿದ್ಧವಾದ ಬಳಿಕ ಲಗ್ನದ ದಿವಸವು ಗೊತ್ತಾಗುತ್ತದೆ. ಆ ದಿವಸ ಮದಿಮಕ್ಕಳು ತಾಯಿ ತಂದೆ ಮುಂತಾದ ಬಳಗದವರನ್ನೂ

ಸ್ನೇಹಿತರನ್ನೂ ವೊಡಗೊಂಡು ಶೃಂಗಾರದ ವಸ್ತ್ರಾಲಂಕಾರಗಳನ್ನು ಧರಿಸಿಕೊಂಡು ಲಗ್ನ ಮಾಡಿ ಕೊಳ್ಳಲಿಕ್ಕೆ ಚರ್ಚಕ್ಕೆ ಹೋಗುವರು. ಅಲ್ಲಿ ಧರ್ಮೋಪದೇಶಕನು ಮತ್ತೊಮ್ಮೆ ಅವರ ಸಮ್ಮತಿಯನ್ನು ಸಂಭಾವಿತರ ಸಮಕ್ಷ ಕೇಳಿ ಅವರ ವೊಪ್ಪಿಗೆಯನ್ನು ರಜಿಷ್ಟರಿನಲ್ಲಿ ಬರಿದು ಇಡುವನು. ಬಳಿಕವನು ವಧೂವರರ ಬಲಗೈಗಳನ್ನು ತನ್ನ ಕೈಯಲ್ಲಿ ಜೋಡಿಸಿ ಹಿಡಿದು, ದೇವರು, ಅವನ ಮಗ, ಪವಿತ್ರ ಆತ್ಮ, ಇವರ ಹೆಸರಿನಿಂದ ನಾನು ನಿಮ್ಮ ಲಗ್ನ ಸಂಬಂಧವನ್ನು ಜೋಡಿಸುತ್ತೇನೆ, ಯೆಂದು ನುಡಿದು ಇಬ್ಬರ ಕೈಗಳ ಮೇಲೆ ಪವಿತ್ರ ತೀರ್ಥವನ್ನು ಹಾಕುವನು. ಬಳಿಕ ಮದಿಮಕ್ಕಳು ವೊಂದೊಂದು ಉಂಗುರವನ್ನು ಧರ್ಮೋಪದೇಶಕನ ಕೈಯಲ್ಲಿ ಕೊಡುವರು. ಅವುಗಳ ಮೇಲೆ ಅವನು ಪವಿತ್ರ ತೀರ್ಥವನ್ನು ಹಾಕಿ ಆಶೀರ್ವಾದ ಕೊಟ್ಟು ಅವರಿಗೆ ಹಿಂದಕ್ಕೆ ಕೊಟ್ಟ ಬಳಿಕ, ಮದಿಮಗಳು ತನ್ನ ಉಂಗುರವನ್ನು ಮದಿಮಗನ ಬಲಗೈ ಅನಾಮಿಕೆಯಲ್ಲಿ, ಮದಿಮಗನು ತನ್ನದನ್ನು ಮದಿಮಗಳ ಯೆಡಗೈ ಅನಾಮಿಕೆಯಲ್ಲಿ ಇಡಿಸುವನು. ಇದೇ ಲಗ್ನದ ಮುಖ್ಯ ಸಂಸ್ಕಾರವು. ಇದಾದ ಬಳಿಕ, ದೇವರ ಪ್ರಾರ್ಥನೆಯಾಗುವ ವರೆಗೆ ಚರ್ಚದಲ್ಲಿ ನಿಂತು, ಮದಿಮಕ್ಕಳು ಮರಳಿ ಮದಿಮಗಳ ಮನೆಗೆ ಹೋಗುವರು. ಆದರೆ ಇಷ್ಟರಿಂದ ಲಗ್ನದ ವಿಧಿಯು ತೀರಲಿಲ್ಲ. ಮನೆಗೆ ಹೋದ ಬಳಿಕ ಮದಿಮಕ್ಕಳಿಗೆ ಮುತ್ತೈದಿಯರು ಯೆರಿಯುವ ಹೂಸುವ ನಡಾವಳಿ, ಮದಿಮಗಳಿಗೆ ಮಂಗಳ ಸೂತ್ರ ಕಟ್ಟುವದು, ಕೂಸು ವೊಪ್ಪಿಸುವದು, ಮೆರುವಣಿಗೆ, ಇವೆಲ್ಲ ಹಿಂದೂ ಜನರಂತೆ ನಾಲ್ಕೈದು ದಿವಸ ನಡಿಯುತ್ತವೆ. ಮಂಗಳ ಸೂತ್ರವನ್ನು ಮದಿಮಗನ ತಾಯಿ ಕಟ್ಟುವಳು. ದೈವುಳ್ಳವರು ನೂರಿನ್ನೂರು ಬೆಲೆ ಬಾಳುವ ಚಿನ್ನದ ಮಂಗಳಸೂತ್ರ ಕಟ್ಟುವರು. ಆ ಸರದ ನಡುವೆ ಹಿಂದೂ ಪದ್ಧತಿಯ ಮಂಗಳಸೂತ್ರವನ್ನು ಹಾಕದೆ, ಕ್ರೂಸದ (✠) ಆಕಾರದಂಥ ಚಿನ್ನದ ಪದಕವನ್ನು ಹಾಕುವರು. ಬಡವರು ವೊಕ್ಕಲಿಗರ ಗುಳದಾಳಿಯಂಥ ಚಿನ್ನದ ಗುಂಡು ಕರಮಣಿಯೊಳಗೆ ವೋಣಿಸಿ ಕಟ್ಟುವರು.

ಬಸುರು ಹೆಂಗಸರಿಗೆ ಯೇಳನೇ ತಿಂಗಳಲ್ಲಿ ಮನೆಯವರೂ ಬಳಗದವರೂ ಕುಬ್ಬುಸ ಮಾಡುವ ನಡಾವಳಿಯು ಹಿಂದೂ ಜನರಂತೆ ನಡಿಯುತ್ತದೆ. ವೊದಲನೇ ಬಾಣಂತಿತನವು ತಂದೆಯ ಮನೆಯಲ್ಲಿಯೇ ವಾಡಿಕೆಯಾಗಿ ಆಗತಕ್ಕದ್ದು.

ಜನ್ಮ, ಬಾಪ್ತಿಸ್ಮ.

ಹಡಿದ ಬಳಿಕ ಮೂರು ದಿವಸಗಳಾಗುವ ವರೆಗೆ ಕೂಸಿಗೂ ಬಾಣತಿಗೂ ಅಕ್ಕೀ ಗಂಜಿಯೊಳಗೆ ಸಕ್ಕರೆ ಇಲ್ಲವೆ ಬೆಲ್ಲ ಹಾಕಿ ಕುಡಿಸುವರು; ಬಾಣತಿಯು ಕೂಸಿಗೆ ಮೊಲೆ ಕೊಡುವದಿಲ್ಲ. ನಾಲ್ಕನೇ ದಿವಸ ಬಾಣತಿಗೆ ಪಾಯಸ ಮುಂತಾದ ಸುಗ್ರಾಸ ಭೋಜನ ಹಾಕಿದ ಬಳಿಕ ಆಕೆ ಕೂಸಿಗೆ ಮೊಲೆ ಕೊಡುವಳು. ಆರನೇ ದಿವಸ ಗವಿಡರು ಮುಂತಾದ ಕಡಿಮೇ ಜಾತಿಯವರು ಸಟಿವೆಯ ಪೂಜೆ ಮಾಡದಿದ್ದಾಗ್ಯೂ ಬೆಳತನಕ ಮನೆಯವರು ಯೆಚ್ಚರದಿಂದ ಕೂಸನ್ನು ಕಾಯುವರು. ಎಂಟನೇ ದಿವಸ ಕೂಸನ್ನು ಚರ್ಚಕ್ಕೆ ತಕ್ಕೊಂಡು ಹೋಗಿ ಅದಕ್ಕೆ ಬಾಪ್ತಿಸ್ಮದ ಸಂಸ್ಕಾರ ಮಾಡುವರು. ಅದರ ವಿಧಾನ ಹ್ಯಾಗಂದರೆ, ಕೂಸಿನ ಪರಿವಾರದವರು ಅದನ್ನು ತಕ್ಕೊಂಡು

ಚರ್ಚದೊಳಗೆ ಹೋಗುವ ಪೂರ್ವದಲ್ಲಿ ಧರ್ಮೋಪದೇಶಕನು ಹೊರಗೆ ಬಂದು ಕೂಸಿಗೆ ಹೆಸರಿಡುವನು; ಅದನ್ನು ತಾಯಿ ತಂದೆಗಳಾಗಲಿ ಬೇರೆ ಹಿರಿ ಮನುಷ್ಯರಾಗಲಿ ಕೂಸಿಗೆ ಕಿವಿಯೊಳಗೆ ಹೇಳುವರು. ಬಳಿಕ ಧರ್ಮೋಪದೇಶಕನು ಕೂಸಿನ ಬಾಯಿಯೊಳಗೆ ಮೂರು ಸಾರಿ ಊದಿ, ದೆವ್ವಿನ ಸಂಚಾರವನ್ನು ತೆಗಿದು ಹಾಕಿ ಪವಿತ್ರ ಆತ್ಮಕ್ಕೆ ಸ್ಥಳ ಮಾಡುವನು. ಬಳಿಕವನು ಕೂಸಿನ ಹಣೆಯ ಮೇಲೂ ಯಿದೆಯ ಮೇಲೂ (✠) ಈ ಪ್ರಕಾರ ಕ್ರೂಸದ ಆಕಾರವನ್ನು ಬೊಟ್ಟನಿಂದ ಬರೆದು ಅದರ ತಲೆಯ ಮೇಲೆ ತನ್ನ ಬಲಗೈ ಇಡುವನು. ತರುವಾಯ ಕೂಸಿನ ಬಾಯಿಯೊಳಗೆ ಸ್ವಲ್ಪ ಉಪ್ಪು ಹಾಕಿ, ಮತ್ತೊಮ್ಮೆ ಕ್ರೂಸದ ಆಕಾರ ಬರಿದು ತನ್ನ ಅಂಗಿಯ ಶರಗು ಕೂಸಿನ ಮೇಲೆ ಹೊಚ್ಚಿ, ಅವನು ಅದನ್ನು ಚರ್ಚದೊಳಗೆ ತಕ್ಕೊಂಡು ಹೋಗುವನು. ಆಗ ಅವನೂ ಇತರ ಜನರೂ ದೇವರ ಸ್ತೋತ್ರವನ್ನು ಅನ್ನುವರು. ಚರ್ಚದೊಳಗೆ ಹೋದ ಬಳಿಕ ಧರ್ಮೋಪದೇಶಕನು ತನ್ನ ಹೆಬ್ಬೆರಳಿಗೆ ಉಗುಳು ಹಚ್ಚಿ ಆ ಬೆರಳನ್ನು ಕೂಸಿನ ಕಿವಿಗೂ ಹೊಳ್ಳಿಗಳಿಗೂ ಹಚ್ಚುವನು. ತರುವಾಯ ಅವನು ದೆವ್ವಿಗೆ ಆ ಕೂಸನ್ನು ಬಿಟ್ಟು ಹೋಗೆಂದು ಆಜ್ಞಾಪಿಸಿ ಕೂಸಿನ ಕೊರಳಿನ ಕೆಳಗಿನ ಯೆಲುವಿಗೂ ಬೆನ್ನ ಹುರಿಯ ಕೆಳದುದಿಗೂ ಸ್ವಲ್ಪ ಯೆಣ್ಣೆ ಹಚ್ಚಿ ತಿಕ್ಕುವನು. ಆ ಯೆಣ್ಣೆಯನ್ನು ಅರಳೆಯಿಂದ ವೊರಿಸಿ ತೆಗಿಯುವರು ಇಷ್ಟಾದ ಬಳಿಕ ಧರ್ಮೋಪದೇಶಕನು ಕೂಸಿನ ತಲೆಗೆ ಯೆಣ್ಣೆ ಹಚ್ಚಿ, ಆ ತಲೆಯ ಮೇಲೆ ಮೂರು ಸಾರಿ ತಣ್ಣೀರು ಯೆರಚುವನು; ಹೀಗೆ ನೀರು ಹಾಕುವಾಗ ಅವನು "ದೇವರು, ಅವನ ಮಗ, ಪವಿತ್ರ ಆತ್ಮ, ಇವರ ಹೆಸರಿನಿಂದ ನಾನು ನಿನಗೆ ಬಾಪ್ತಿಸ್ಮದ ಸಂಸ್ಕಾರ ಮಾಡುತ್ತೇನೆ" ಯೆಂದು ನುಡಿಯುವನು. ಬಳಿಕ ಕೂಸಿನ ತಲೆಯ ಮೇಲೆ ಬಿಳಿ ಅರಿವೆಯನ್ನು ಹೊಚ್ಚಿ ಧರ್ಮೋಪದೇಶಕನು ವೊಂದು ಮೇಣ ಬತ್ತಿಗೆ ದೀಪ ಹಚ್ಚಿ ಅದನ್ನು ಕೂಸಿನ ಬಲಗೈಯಲ್ಲಿ ಹಿಡಿಸಿ, ಲಾಟನ ಭಾಷೆಯಲ್ಲಿ ಕೆಲವು ಮಂತ್ರಗಳನ್ನು ಅಂದು ದೇವರನ್ನು ಪ್ರಾರ್ಥಿಸುವನು. ಈ ಪ್ರಕಾರ ಬಾಪ್ತಿಸ್ಮದ ಸಂಸ್ಕಾರವಾದ ಬಳಿಕ ಕೂಸಿನ ಪರಿವಾರದವರು ಅದನ್ನು ತಕ್ಕೊಂಡು ಮನೆಗೆ ಹೋಗಿ ಬಳಗದವರಿಗೂ ಸ್ನೇಹಿತರಿಗೂ ಊಟ ಹಾಕುವರು, ಇಲ್ಲವೆ ಮಿಠಾಯಿಯನ್ನು ಹಂಚುವರು.

ಮರಣ.

ಮರಣದ ಸಂಧಿಯಲ್ಲಿ ಧರ್ಮೋಪದೇಶಕನನ್ನು ಕರೆಕಳುಹುವರು. ಅವನು ಬಂದ ಬಳಿಕ ಸಾಯುವ ಮನುಷ್ಯನು ಅವನ ಮುಂದೆ ತಾನು ಮಾಡಿದ ಪಾಪಗಳನ್ನು ಉಚ್ಚರಿಸಿ, ಕ್ಷಮೆಯನ್ನು ಪಡಿಯುವನು. ಅವನಿಗೆ ಧರ್ಮೋಪದೇಶಕನು ಪವಿತ್ರವಾದ ಯೆಣ್ಣೆಯನ್ನು ಹಚ್ಚುವನು. ಸತ್ತ ಬಳಿಕ ಹೆಣಕ್ಕೆ ಸ್ನಾನ ಹಾಕಿ ಹೊಸ ವಸ್ತ್ರ ಉಡಿಸಿ ಬಿಳಿ ಅರಿವೆಯ ಮೇಲೆ ಮಲಗಿಸಿ, ಅದರ ಕೈಯಲ್ಲಿ ಕ್ರೂಸಿಫಿಕ್ಸ (ಅಂದರೆ ಕ್ರೂಸದ ಮೇಲೆ ಯೇರಿಸಿದ ಯೇಸೂ ಕ್ರಿಸ್ತನ ಮೂರ್ತಿಯನ್ನು) ಇಟ್ಟು, ಯೆರಡೂ ಕೈಗಳನ್ನು ಯಿದೆಯ ಮೇಲೆ ಕಟ್ಟಿ, ಅದರ ತಲೆಯ ಹತ್ತರ ಬೇರೊಂದು ದೊಡ್ಡ ಕ್ರೂಸಿಫಿಕ್ಸವನ್ನಿಟ್ಟು, ಯೆರಡು ಮೇಣ ಬತ್ತಿಗಳನ್ನು ಹಚ್ಚಿಡುವರು. ಬಳಿಕ ತಳವಾರನಂಥ ಜಾತಿಯ ಪರಿಚಾರಕನು ಊರವರನ್ನು ಕರಿಯಲಾಗಿ

ಅವರು ಗೊತ್ತು ಮಾಡಿದ ವ್ಯಾಳ್ಯಕ್ಕೆ ಕೂಡುವರು. ತರುವಾಯ ಹೆಣವನ್ನು ಕಾಫಿನ್ ಯೆಂಬ ಪೆಟ್ಟಿಗೆಯೊಳಗೆ, ಇಲ್ಲವೆ ಬಾಯರ ಯೆಂಬ ಸದಿಗೆಯ ಮೇಲೆ ಹಾಕಿ ನಾಲ್ವರು ಹೊತ್ತು ಕೊಂಡು ಧರ್ಮೋಪದೇಶಕ ಸಹಿತ ಯಾವತ್ತು ಪರಿವಾರದೊಡನೆ ಚರ್ಚಕ್ಕೆ ಪೋಗುವರು. ಹೆಣ ಹೊರಟ ಕೂಡಲೆ ಸತ್ತವನ ಹೆಂಡತಿಯ ಮಂಗಳಸೂತ್ರ, ಕಿವಿಯೊಳಗಿನ ಅಲಂಕಾರಗಳು, ಕಾಜಿನ ಬಳೆ, ಇವುಗಳನ್ನು ತೆಗಿಯುವರು. ಹೆಣವು ಚರ್ಚಕ್ಕೆ ಹೋದ ಬಳಿಕ ಅಲ್ಲಿ ಮರಣೋಕ್ತ ಪ್ರಾರ್ಥನೆಗಳನ್ನು ಮಾಡಿ ಅದನ್ನು ಚರ್ಚದ ಹೊರಗಿನ ಲೋವಿಯಲ್ಲಾಗಲಿ, ಬೇರೆ ಸ್ಮಶಾನ ಭೂಮಿಯಲ್ಲಾಗಲಿ ಹುಗಿಯುವರು. ಯೇಳನೇ ದಿವಸ ಬಳಗದವರು ಚರ್ಚದಲ್ಲಿ ಕೂಡಿ ಪ್ರಾರ್ಥನೆ ಮಾಡಿ ಸತ್ತವನ ಮನೆಯಲ್ಲಿ ಉಣ್ಣುವರು. ಇದೇ ಪ್ರಕಾರ ೩೦ನೇ ದಿವಸವೂ ವರ್ಷದ ದಿವಸವೂ ವಿಧಾನವಾಗುತ್ತದೆ. ಮುಂದೆ ಪ್ರತಿ ವರ್ಷ ಸತ್ತ ದಿವಸ ದೇವರ ಪ್ರಾರ್ಥನೆಯಾಗುತ್ತಿರುತ್ತದೆ. ಸತ್ತ ಬಳಿಕ ವೊಂದು ವರ್ಷದ ವರೆಗೆ ಮನೆಯವರಿಗೆ ಸೂತಕವಿರುವದು. ಈ ವರ್ಷದಲ್ಲಿ ಮನೆಯೊಳಗೆ ಲಗ್ನ ಮುಂತಾದ ಶುಭ ಕಾರ್ಯಗಳಾಗ ಕೂಡದು.

ಜಾತಿ ಸಂಬಂಧದ ವ್ಯಾಜ್ಯಗಳ ನಿರ್ಣಯವನ್ನು ಬುದ್ಧಿವಂತರೆಂಬ ಪಂಚರು ಮಾಡಿ, ಅವಶ್ಯವಿದ್ದಲ್ಲಿ ಧರ್ಮಗುರುವಿನ ಅಪ್ಪಣೆಯನ್ನು ಕೇಳುವರು. ಉತ್ತಮ ಕುಲದವರ ಮಕ್ಕಳು ಶಾಲೆಗೆ ಹೋಗಿ ಇಂಗ್ಲಿಷ ಭಾಷೆಯ ಅಭ್ಯಾಸ ಮಾಡುವರು.

ಮದ್ರಾಸಿ ಕ್ಯಾಥೊಲಿಕರು.

ಮದ್ರಾಸಿ ಕ್ಯಾಥೊಲಿಕರು.—ಇವರು ಮದ್ರಾಸದ ದಂಡು ಈ ಶೀಮೆಗೆ ಬಂದ ಕಾಲಕ್ಕೆ ಬಂದರು. ಇವರೆಲ್ಲರು ಬಹುತರ ಚಾಕರಿಯ ನಿಮಿತ್ತದಿಂದ ಬಂದವರು; ಮುಂಬಯಿಯಲ್ಲಿ ಇರುವ ಜಸೂಟ ಬಿಶಪನೆಂಬ ಧರ್ಮಾಧ್ಯಕ್ಷನಿಗೆ ಅಂಕಿತರಾಗಿದ್ದಾರೆ. ಇವರ ಧರ್ಮ ಸಂಬಂಧದ ಆಚರಣೆಗಳೆಲ್ಲ ಗೋಮಂತಕದ ಕ್ಯಾಥೊಲಿಕರಂತೆ ಇರುತ್ತವೆ. ಇವರು ಹೆಣ್ಣು ಮಕ್ಕಳ ಲಗ್ನವನ್ನು ಹದಿನೈದು ವರ್ಷದ ಸುಮಾರಿನಲ್ಲಿ, ಗಂಡು ಮಕ್ಕಳ ಲಗ್ನವನ್ನು ಇಪ್ಪತ್ತು ವರ್ಷದ ಸುಮಾರಿನಲ್ಲಿ ಮಾಡುವರು. ಇವರು ಮಕ್ಕಳಿಗೆ ಮನೆಯಲ್ಲಿ ತಮಿಳ ಭಾಷೆಯನ್ನು ಕಲಿಸುವರು; ಕೆಲವರು ಶಾಲೆಗೂ ಕಳಿಸುವರು.

ದೇಶೀ ಪ್ರಾಟೆಸ್ಟಂಟ ಕ್ರಿಸ್ತಿಯನ್ನರು.

ದೇಶೀ ಪ್ರಾಟೆಸ್ಟಂಟ ಕ್ರಿಸ್ತಿಯನ್ನರು.—ಇವರಲ್ಲಿಯೂ ಕೆಲವರು ಮದ್ರಾಸದಿಂದ ಬಂದ ತಮಿಳರೂ ಕೆಲವರು ಇದೇ ಶೀಮೆಯವರೂ ಉಂಟು. ಇಂಗ್ಲಿಷ, ಜರ್ಮನ್, ಮಿಶನರಿಗಳು, ಈ ಶೀಮೆಯ ಬ್ರಾಹ್ಮಣರು, ಲಿಂಗವಂತರು, ಮುಂತಾದವರನ್ನು ಕುಲಗೆಡಿಸಿ ಕ್ರಿಸ್ತೀ ಧರ್ಮಕ್ಕೆ ಶೇರಿಸಿದಂಥ ಸ್ವಲ್ಪ ಜನರು ಈ ಶೀಮೆಯ ಪ್ರಾಟೆಸ್ಟಂಟರೆನಿಸುತ್ತಾರೆ. ಇವರ ನಡೆನುಡಿಗಳು ಅವರವರ ಕುಲದವರಂತೆ ಇರುತ್ತವೆ. ಮದ್ರಾಸದವರು ಮದ್ಯ ಮಾಂಸಗಳನ್ನು ನಿರಾತಂಕವಾಗಿ ತಕ್ಕೊಳ್ಳುವರು; ಆದರೆ ಈ ಶೀಮೆಯವರು ಮಿತದಿಂದ ತಕ್ಕೊಳ್ಳುವರು; ಅವರಲ್ಲಿ ಮದ್ಯ ಮಾಂಸಗಳನ್ನು ಯೆಂದೆಂದು ಮುಟ್ಟದಂಥವರು

ಕೆಲವರುಂಟು. ಮದ್ರಾಸಿಗಳು ವಿಶೇಷವಾಗಿ ಯುರೋಪಿಯನ್ನರ ಚಾಕರರಿದ್ದಾರೆ. ಈ ಶೀಮೆಯರಲ್ಲಿ ಕೆಲವರು ಸರಕಾರೀ ನೌಕರಿಯನ್ನು ಮಾಡುವರು, ಕೆಲವರು ಮಿಶನರಿಗಳ ಧರ್ಮೋಪದೇಶದ ನೌಕರಿಯನ್ನು ಮಾಡುವರು, ಕೆಲವರು ತಮ್ಮ ಕುಲದ ಹೋರೆಗಳನ್ನು ಮಾಡುವರು. ಮದ್ರಾಸದವರಿಗೂ ಈ ಶೀಮೆಯವರಿಗೂ ಊಟದ ಬಳಿಕೆಯಾಗುತ್ತದೆ, ಶರೀರ ಸಂಬಂಧವಾಗುವದಿಲ್ಲ. ಈ ಶೀಮೆಯವರು ತಮ್ಮ ತಮ್ಮೊಳಗೆ ಜಾತಿಭೇದದ ಸಂಬಂಧವಿಡದೆ ಶರೀರ ಸಂಬಂಧವನ್ನು ಯಥೇಚ್ಛವಾಗಿ ಮಾಡುವರು. ಈ ಖ್ರಿಸ್ತಿಯನ್ನರೆಲ್ಲರು ರವಿವಾರ, ವರ್ಷದ ಪ್ರಥಮ ದಿವಸ, ಗೂಡ್ ಫ್ರ್ಯಾಡೆ, ಖ್ರಿಸ್ತಮಾಸಡೇ, (೨೫ನೇ ದಿಜಂಬರು), ಈ ದಿವಸಗಳಲ್ಲಿ ಚರ್ಚಕ್ಕೆ ಪ್ರಾರ್ಥನೆಗೆ ಹೋಗುವರು. ಬಾಪ್ತಿಸ್ಮದ ಸಂಸ್ಕಾರವು ಕ್ಯಾಥೊಲಿಕರಂತೆ ಕೂಸು ಹುಟ್ಟಿದ ಬಳಿಕ ಸ್ವಲ್ಪ ದಿವಸದೊಳಗೆ ಚರ್ಚದಲ್ಲಿ ಆಗುವದು. ಲಗ್ನವಾದರೂ ಚರ್ಚದಲ್ಲಿಯೇ ಆಗುವದು. ಈ ಪ್ರಾಟೆಸ್ಟಂಟರ ಧರ್ಮಾಚರಣೆಗೂ ಕ್ಯಾಥೊಲಿಕರ ಧರ್ಮಾಚರಣೆಗೂ ಸ್ವಲ್ಪವೇ ಅಭ್ಯಂತರವಿರುತ್ತದೆ. ಇವರು ಮೇರಿ ಮುಂತಾದವರ ಮೂರ್ತಿಗಳನ್ನು ಪೂಜಿಸುವದಿಲ್ಲ; ಕ್ಯಾಥೊಲಿಕರಷ್ಟು ಧರ್ಮೋಪದೇಶಕರನ್ನು ಅವಲಂಬಿಸಿ ನಡಿಯುವದಿಲ್ಲ; ಧರ್ಮೋಪದೇಶಕನ ಬಳಿಯಲ್ಲಿ ಪಾಪಗಳನ್ನು ಉಚ್ಚರಿಸುವ ಪ್ರಯೋಜನವಿಲ್ಲ. ಈ ಖ್ರಿಸ್ತಿಯನ್ನರ ಮಕ್ಕಳು ಶಾಲೆಗೆ ಹೋಗುತ್ತಾರೆ.

ತುರ್ಕ ಬಾಬಿ.

ತುರ್ಕ ಬಾಬಿ ಯೆಂಬ ಕುಲಗೆಟ್ಟ ಕೊಂಕಣೀ ಸೊನ್ನಗಾರರು.— ಇವರು ಕಾನಡಾ ಜಿಲ್ಲೆಯ ಹೊನ್ನಾವರ ತಾಲೂಕಿನ ಮುರುಡೇಶ್ವರವೆಂಬ ಗ್ರಾಮದಲ್ಲಿ ಮಾತ್ರ ಇರುತ್ತಾರೆ. ಇವರ ಸಂಖ್ಯೆವು ಗಂಡು ಹೆಣ್ಣು ಕೂಡಿ ೬೫ಕ್ಕಿಂತ ಹೆಚ್ಚಿಲ್ಲ. ಈ ಕುಲದ ಮೂಲ ಪುರುಷನಾದ ಬಾಬೀ ಯೆಂಬವನನ್ನು ಟೀಪು ಸುಲ್ತಾನನು ಬಲಾತ್ಕಾರದಿಂದ ಮುಸಲ್ಮಾನನನ್ನು ಮಾಡಿದ್ದನು. ಟೀಪೂ ಮರಣ ಹೊಂದಿದ ಬಳಿಕ ಬಾಬಿಯು ಮತ್ತೆ ಹಿಂದೂ ಆಗಿ ತನ್ನ ಕುಲದ ನಡಾವಳಿಯಂತೆ ನಡಿಯ ಹತ್ತಿದನು. ಆದರೆ ಅವನ ಕುಲದವರು ಅವನನ್ನು ತಮ್ಮೊಳಗೆ ಕೂಡಿಸಿಕೊಳ್ಳಲಿಲ್ಲವಾದ್ದರಿಂದ ಬಾಬಿಯ ವಂಶದವರು "ತುರ್ಕ ಬಾಬಿ" ಯೆಂಬ ಹೊಸ ಕುಲದವರಾದರು. ಈ ಕುಲದವರು ಕುಲಗೆಟ್ಟಂಥ ಸೊನ್ನಗಾರರ ಹೆಣ್ಣುಗಳನ್ನು ಲಗ್ನ ಮಾಡಿಕೊಳ್ಳುತ್ತಾರೆ. ಇವರು ಮಿಾನುಗಳನ್ನು ಮಾತ್ರ ತಿನ್ನುವರು; ಮದ್ಯ ಮಾಂಸ ಮುಟ್ಟುವದಿಲ್ಲ. ಇವರಲ್ಲಿಯ ಜನ್ಮ, ಮುಂಜಿ, ಲಗ್ನ, ಮರಣ, ಮುಂತಾದವುಗಳ ಸಂಸ್ಕಾರಗಳು ಕುಶಸ್ಥಳಿಗಳಂತೆ ನಡಿಯುತ್ತವೆ. ಹೈಗ ಬ್ರಾಹ್ಮಣರು ಇವರ ಉಪಾಧ್ಯಾಯರು; ಶೃಂಗೇರಿಯ ಸ್ವಾಮಿಯು ಇವರ ಧರ್ಮಗುರು. ಇವರಲ್ಲಿ ವಿಧವೆಗಳ ಕ್ಷೌರ ಮಾಡಿಸುವರು, ಹೆಣ್ಣು ಮಕ್ಕಳ ಲಗ್ನವನ್ನು ಹತ್ತು ವರ್ಷದೊಳಗೆ ಮಾಡುವರು. ಇವರು ಸಣ್ಣ ಪುಟ್ಟ ಮಾರಾಟಗಳನ್ನೂ ವೊಕ್ಕಲತನವನ್ನೂ ಮಾಡಿ ಕೊಂಡು ಸುಖದಿಂದ ಜೀವಿಸುತ್ತಾರೆ. ಇವರ ಮಕ್ಕಳು ಶಾಲೆಗೆ ಹೋಗುತ್ತಾರೆ.

ಪಾರ್ಸಿಗಳು.— ಇವರು ಮುಂಬಯಿಯಿಂದ ವ್ಯಾಪಾರದ ನಿಮಿತ್ತವಾಗಿ ಬಂದು

ವಿಜಾಪುರ ಹೊರ್ತಾಗಿ ಉಳಿದ ಮೂರು ಜಿಲ್ಲೆಗಳಲ್ಲಿ ಹಲ ಕೆಲವರು ಮನೆಗಳನ್ನು ಮಾಡಿ

ಪಾರ್ಸಿಗಳು.

ಕೊಂಡು ನಿಂತಿದ್ದಾರೆ; ಮನೆಯಲ್ಲಿ ಗುಜರಾಥೀ ಭಾಷೆಯನ್ನಾಡುವರು. ಪಾರ್ಸೀ ಜನರು ಅಗ್ನಿಯನ್ನು ಪೂಜಿಸುವರು; "ಅಗ್ಯಾರಿ" (ಅಗ್ನ್ಯಾಗಾರ) ಯೆಂಬ ಅಗ್ನಿಯ ಗುಡಿಯಲ್ಲಿ ಇವರು ಲಗ್ನಾದಿ ಶುಭ ಕಾರ್ಯಗಳನ್ನು ಮಾಡುವರು. ಒಂದು ಬಾವಿಯ ಅಗಿದು, ಆದರ ಸುತ್ತೂ ಮುತ್ತು ಯೆತ್ತರವಾದದ್ದೊಂದು ಹೂಡೆಯ ಕಟ್ಟಿ, ಅದರಲ್ಲಿ ಹೆಣಗಳನ್ನು ಇಡಲಿಕ್ಕೆ ಸ್ಥಳವನ್ನು ಮಾಡುವರು. ಸತ್ತವರ ಹೆಣಗಳನ್ನು ಅಲ್ಲಿ ಇಟ್ಟ ಬಳಿಕ ಪಕ್ಷಿಗಳು ಅವುಗಳನ್ನು ತಿನ್ನುತ್ತ ಹೋದ ಹಾಗೆ ಅಸ್ಥಿಗಳು ಬಾವಿಯೊಳಗೆ ಬೀಳುತ್ತವೆ. ಈ ಶೀಮೆಯಲ್ಲಿ ಅಗ್ಯಾರಿಗಳಿಲ್ಲದ್ದರಿಂದ ಪಾರ್ಸೀ ಜನರು ಪುಣೆಗಾಗಲಿ ಮುಂಬಯಿಗಾಗಲಿ ಹೋಗಿ ಲಗ್ನ ಕಾರ್ಯಗಳನ್ನು ಮಾಡಿ ಕೊಂಡು ಬರುವರು. ಹೆಣಗಳನ್ನು ಇಡಲಿಕ್ಕ ಮೇಲೆ ಹೇಳಿದಂಥ ಹೂಡೆಗಳಿಲ್ಲದ್ದರಿಂದ ಅವುಗಳನ್ನು ಹುಗಿಯುವರು.

ಬೆನಿ ಇಝ್ರಾಯಲರು ಅಥವಾ ಯಹೂದಿಯರು.—ಇವರು ಮುಂಬಯಿಯಿಂದ ದಂಡಿನ ಕೂಡ ಇಲ್ಲವೆ ವ್ಯಾಪಾರದ ಸಲುವಾಗಿ ಬಂದು ಬೆಳಗಾವಿ ಕಾನಡಾ

ಬೆನಿ ಇಝ್ರಾಯಲರು.

ಜಿಲ್ಲೆಗಳಲ್ಲಿ ಇರುತ್ತಾರೆ. ಇವರು ಮುಸಲ್ಮಾನರಂತೆ ನಿರಾಕಾರನಾದ ದೇವರನ್ನು ಆರಾಧಿಸುವರು; ತೋರಿಕೆಯಲ್ಲಿ ಸುರೂಪಿಗಳು, ಉದ್ಯೋಗಿಗಳು; ಕೈಗೆ ಸಿಕ್ಕ ಹೋರೆಯ ಮಾಡಿ ತಕ್ಕಮಟ್ಟಿಗೆ ಸುಖದಿಂದ ಜೀವಿಸುವರು. ಇವರು ಮಕ್ಕಳನ್ನು ಇಂಗ್ಲಿಷ ಶಾಲೆಗಳಿಗೆ ಕಳಿಸುವರು.

ಚಿನಯಿೂ ಜನರು.—ಇವರು ಸುಮಾರು ೬೫ ಜನರು ಕಾರವಾಡದಲ್ಲಿ ಇರುತ್ತಾರೆ. ಚೀನಾ ದೇಶದಲ್ಲಿ ಟಾಪೂ ಶಿಕ್ಷೆಯ ಹೊಂದಿದವರನ್ನು ಸರಕಾರದವರು ಕಾರವಾಡ

ಚಿನಯಿೂ ಜನರು.

ದಲ್ಲಿ ತಂದು ಇಟ್ಟದ್ದಾರೆ; ಇವರಲ್ಲಿ ಕೆಲವರು ರೋಮನ್ ಕ್ಯಾಥೊಲಿಕ ಧರ್ಮವನ್ನು ಸ್ವೀಕರಿಸಿದ್ದಾರೆ; ಕೆಲವರು ತಮ್ಮ ಪೂರ್ವದ ಬೌದ್ಧ ಧರ್ಮವನ್ನೇ ಪಾಲಿಸುತ್ತಾರೆ. ಖ್ರಿಸ್ತೀ ಆದವರು ಗೋವೆಯ ಖ್ರಿಸ್ತೀ ಹೆಣ್ಣುಗಳನ್ನು ಲಗ್ನ ಮಾಡಿ ಕೊಳ್ಳುವರು. ಇವರು ಕಲ್ಲು ಹೊಡಿಯುವರು, ಬಿದುರ ಬೆತ್ತಗಳನ್ನು ಹೆಣೆಯುವರು; ಓಣಿಗಳನ್ನು ಉಡುಗುವದು, ಮುಂತಾದ ಹೋರೆಗಳನ್ನು ಮಾಡುವರು; ಕೆಲವರು ತೋಟಗಳಲ್ಲಿ ಕೂಲಿಗೆ ಹೋಗುವರು. ಇವರಿಗೆ ಶಿಟ್ಟು ಬಹಳ; ಇವರು ತುಡುಗು ಕಳವು ಮಾಡುತ್ತಾರೆಂಬ ಸಂಶಯವಿದ್ದ ಕಾರಣ ಪೋಲೀಸರ ನಜರು ಇವರ ಮೇಲೆ ಯಾವಾಗಲೂ ಇರುತ್ತದೆ.

೪ನೇ ಭಾಗ.

ಒಕ್ಕಲತನ.

ಸನ್ ೧೮೮೧ನೇ ವರ್ಷ ಖಾನೆಸುಮಾರಿಯಂತೆ ಒಕ್ಕಲತನ ಮಾಡುವ ಜನರ ವಿವರ.

ಜಿಲ್ಲೆಗಳು.	ಗಂಡು.			ಹೆಣ್ಣು.			ಒಟ್ಟು.	ಶೇಕಡಾ.
	೧೫ ವರ್ಷದೊಳಗಿನವರು	೧೫ ವರ್ಷ ಮೀರಿದವರು	ಒಟ್ಟು	೧೫ ವರ್ಷದೊಳಗಿನವರು	೧೫ ವರ್ಷ ಮೀರಿದವರು	ಒಟ್ಟು		
ವಿಜಾಪುರ	೯೦೦೨೭	೧೫೧೩೧೨	೨೪೧೩೩೯	೮೫೬೩೬	೧೫೮೧೮೬	೨೪೩೮೨೫	೪೮೫೧೬೪	೭೫·೯೮
ಬೆಳಗಾವಿ.......	೧೨೧೧೩೩	೧೮೬೭೭೬	೩೦೭೯೦೯	೧೧೩೨೪೦	೧೯೧೧೫೮	೩೦೪೩೯೮	೬೧೨೩೦೭	೭೦·೦೦
ಧಾರವಾಡ	೧೧೭೨೨೭	೧೮೭೮೫೦	೩೦೫೦೭೭	೧೧೧೯೭	೧೯೨೦೮೮	೩೦೪೦೬೭	೬೦೯೧೪೪	೬೮·೦೦
ಕಾನಡಾ	೪೯೨೭೯	೮೮೬೪೪	೧೩೭೯೨೩	೪೫೪೮೦	೭೭೪೯೪	೧೨೨೯೭೪	೨೬೦೮೯೭	೬೧·೦೦
	೩೭೭೬೬೬	೬೧೪೫೮೨	೯೯೨೨೪೮	೩೫೬೩೩೫	೬೧೮೯೨೯	೯೭೫೨೬೪	೧೯೬೭೫೧೨	೬೮·೭೫

ಒಕ್ಕಲತನದವರು.

ವೊಕ್ಕಲತನದ ಸಂಬಂಧದಲ್ಲಿ ವಿಜಾಪುರ, ಬೆಳಗಾವಿ, ಧಾರವಾಡ, ಈ ಮೂರು ಜಿಲ್ಲೆಗಳಿಗೂ ಕಾನಡಾ ಜಿಲ್ಲೆಗೂ ಸ್ವಲ್ಪ ಅಭ್ಯಂತರವಿರುತ್ತದೆ. ಮೊದಲಿನ ಮೂರು ಜಿಲ್ಲೆಗಳಲ್ಲಿ ಲಿಂಗವಂತರೇ ಮುಖ್ಯ ವೊಕ್ಕಲಿಗರೆನಿಸಿ ಕೊಳ್ಳುತ್ತಾರೆ. ಅವರ ಕೆಳಗೆ ವಿಜಾಪುರ ಜಿಲ್ಲೆಯಲ್ಲಿ ಕುರುಬರು, ರಡ್ಡೇರು, ಮುಸಲ್ಮಾನರು, ಹೊಲಿಯರು, ಮಾದಿಗರು, ಬ್ರಾಹ್ಮಣರು, ಆರೇರು, ಲಮಾಣಿಗಳು, ವಡ್ಡರು; ಬೆಳಗಾವೀ ಜಿಲ್ಲೆಯಲ್ಲಿ, ಆರೇರು, ಜೈನರು, ಮುಸಲ್ಮಾನರು, ಕುರುಬರು, ಹೊಲಿಯರು, ಬೇಡರು, ಬ್ರಾಹ್ಮಣರು; ಧಾರವಾಡ ಜಿಲ್ಲೆಯಲ್ಲಿ ಆರೇರು, ಮುಸಲ್ಮಾನರು, ಬ್ರಾಹ್ಮಣರು, ಕುರುಬರು, ಲಮಾಣಿಗಳು, ಹೊಲಿಯರು; ಈ ಪ್ರಕಾರ ಮೂರು ಜಿಲ್ಲೆಗಳಲ್ಲಿ ಭೂಮಿಯ ಮಾಡುವವರ ಕ್ರಮವಿರುತ್ತದೆ. ವಿಜಾಪುರ ಜಿಲ್ಲೆಯಲ್ಲಿ ಕುರುಬರಿಗೆ ಹೆಚ್ಚಾಗಿ ಗೌಡಕಿಯ ಕೆಲಸವಿರುತ್ತದೆ; ಬೆಳಗಾವಿ, ಧಾರವಾಡ ಜಿಲ್ಲೆಗಳಲ್ಲಿ ಲಿಂಗವಂತರಿಗೆ ಇರುತ್ತದೆ. ವಿಜಾಪುರ ಜಿಲ್ಲೆಯ ವೊಕ್ಕಲತನದವರ ಮನೆಗಳೆಲ್ಲ ಮಾಳಿಗೆಯ ಮನೆಗಳು; ವೈವುಳ್ಳವರು ಗಚ್ಚುಕಲ್ಲು, ಇಲ್ಲವೆ ಸುಟ್ಟ ಇಟ್ಟಂಗಿ ಇವುಗಳ ಮನೆಗಳನ್ನು ಕಟ್ಟಿಸುವರು. ಬೆಳಗಾವಿ ಧಾರವಾಡ ಜಿಲ್ಲೆಗಳಲ್ಲಿ ಬಹುತರ ಹಂಚಿನ ಮನೆಗಳೇ ಬಹಳ; ಬಡವರು ಹುಲ್ಲಿನ ಮನೆಗಳಲ್ಲಿ ವಾಸಿಸುವರು. ಯೆಲ್ಲ ಕಡೆಯಲ್ಲಿ ವೊಕ್ಕಲತನದ ಜನರು ವ್ಯವಸ್ಥಿತರೂ, ಶಾಂತರೂ, ಧಾರ್ಮಿಕರೂ, ವಾಡಿಕೆಯಾಗಿ ಮಿತದಿಂದ ವೆಚ್ಚ ಮಾಡುವವರೂ ಇರುತ್ತಾರೆ; ಬ್ರಾಹ್ಮಣರು, ಜೈನರು, ಲಿಂಗವಂತರು, ಸ್ವಚ್ಛತನದಲ್ಲಿ ಪ್ರಮುಖರೆಂದು ಹೇಳ ಬಹುದು; ಕಡಿಮೇ ಕುಲದವರಲ್ಲಿ ಹೊಲಸು ಬಹಳ. ಒಕ್ಕಲತನದ ಜನರು ಭೂಮಿಯ ಹೋರೆಯಲ್ಲದೆ ಛಕಡಿಯ ಬಾಡಿಗೆ, ಹೈನವ ಮಾರಾಟ, ನೂಲುವದು, ಹತ್ತೀ ಆರಿಯುವದು, ಕಂಬಳೀ ನೆಯ್ಯುವದು, ಉಣ್ಣೇ ಮಾರುವದು, ಕೋಳಿಗಳನ್ನು ಸಾಕಿ ಮಾರುವದು, ಮೀನ ಹಿಡಿಯುವದು, ಬೇಟೆ, ಕೂಲಿ, ಈ ಹೋರೆಗಳನ್ನು ಮಾಡುವರು. ಈ ಹೋರೆಗಳಿಂದ ಇವರಿಗೆ ಸುಮಾರು ಇವರ ವೆಚ್ಚದ ನಾಲ್ಕನೇ ಪಾಲಷ್ಟು ಆದಾಯವಾಗುತ್ತದೆ. ಬೆಳಗಾವೀ ಜಿಲ್ಲೆಯ ವೊಕ್ಕಲಿಗರಿಗೆ ವೆಂಗುರ್ಲೆಗೆ ಹೋಗ ಬರುವ ಬಾಡಿಗೆ ವೊಳಿತಾಗಿ ದೊರಿಯುತ್ತದೆ.

ಲಿಂಗವಂತರಿಗೂ ಮಹಾರಾಷ್ಟ್ರ ಶೀಮೆಯ ಕುಣಬಿಗಳಿಗೂ ಬಹಳ ಅಭ್ಯಂತರವಿರುತ್ತದೆ. ಲಿಂಗವಂತ ವೊಕ್ಕಲಿಗರಲ್ಲಿ ಉತ್ತರ ದೇಶದವರ ರಕ್ತ ಸಂಬಂಧವು ಬಹು ಕಡಿಮೆ; ಸ್ವರೂಪದಲ್ಲಿಯೂ ಆಳು ದೊಡ್ಡದು, ಮೈಬಣ್ಣ ಹೆಚ್ಚು ಕಪ್ಪು, ಮೈಕಟ್ಟು ಹೆಚ್ಚು ಕಸುವುಳ್ಳದ್ದು. ಇವರು ಕುಣಬಿಗಳಿಗಿಂತ ಹೆಚ್ಚು ಶ್ರಮ ಮಾಡುವವರು, ವ್ಯಾಪಾರದ ಹರಿಯನ್ನು ಬಲ್ಲವರು, ಒಳ್ಳೇ ಮನಸಿನವರು, ಬುದ್ಧಿವಂತರು, ಧೂರ್ತರು, ಸಾಹಸಿಗಳು.

ಇಂಗ್ಲಿಷ ಸರಕಾರದ ಪೂರ್ವದಲ್ಲಿ, ಅಂದರೆ ಮಹಾರಾಷ್ಟ್ರರ ಅಮಲಿನಲ್ಲಿ ಈ ಶೀಮೆಯ ವೊಕ್ಕಲಿಗರ ಸ್ಥಿತಿಯು ಬಹಳ ಕೆಟ್ಟಿತ್ತು; ಮಹಾರಾಷ್ಟ್ರರ ಕೊಲೆ ಸುಲಿಗೆಗಳು ಮೇಲೆ ಮೇಲೆ ಬರುತ್ತಿದ್ದವು. ಇಂಗ್ಲಿಷ ಸರಕಾರದ ಅಮಲು ಬಂದ ಬಳಿಕ ಒಕ್ಕಲಿಗರ

36

ಸ್ಥಿತಿಯು ಸುಧಾರಿಸುತ್ತ ಬಂತು. ಸನ್ ೧೮೪೪ರಿಂದ ೧೮೫೦ರ ವರೆಗೆ ಭೂಮಿಯು ಅಳೆಯಲ್ಪಟ್ಟು ತೆರಿಗೆಯು ಗೊತ್ತಾದ್ದರಿಂದ ವೊಕ್ಕಲಿಗರಿಗೆ ಧೈವುಳ್ಳತನವು ಬರ ಹತ್ತಿತು. ಸನ್ ೧೮೬೦ರಿಂದ ೧೮೭೦ರ ವರೆಗೆ ಅರಳೆಯ ಬೆಲೆಯು ಯೇರಿದ್ದರಿಂದ ವೊಕ್ಕಲಿಗರಲ್ಲಿ ಬಡತನವೇ ಉಳಿಯಲಿಲ್ಲ; ಹತ್ತಿ ಬೆಳೆಯುವ ಪ್ರದೇಶಗಳಲ್ಲಂತು ಅವರ ಸಂಪತ್ತಿಯು ಅಳತಿಗೆಟ್ಟಿತು. ಆ ಕಾಲಕ್ಕೆ ಜಾತ್ರೆಗಳಲ್ಲಿ ಬೆಳ್ಳಿಯ ಕಟ್ಟು ಹಾಕಿದಂಥ ಛಕಡೀ ಗಾಲಿಗಳ ಗಡ್ಡೆಗಳನ್ನೂ ಬೆಳ್ಳಿಯ ಸರಗಳನ್ನು ಹಾಕಿದಂಥ ಯೆತ್ತುಗಳನ್ನೂ ಕಾಣುವದು ಅಪರೂಪದ ಸಂಗತಿಯಾಗಿದ್ದಿಲ್ಲ. ವೊಕ್ಕಲಿಗನ ಮನೆಯಲ್ಲಿ ಬಂಗಾರದ ಹೊಗೆ ಹಾಯುತ್ತಿತ್ತು. ಈ ಹತ್ತು ವರ್ಷಗಳಲ್ಲಿ ವೊಂದೇ ಧಾರವಾಡ ಜಿಲ್ಲೆಯಲ್ಲಿ ೮೧೫೦೦೦೦೦ ರೂಪಾಯಿಯ ಸಂಪತ್ತಿಯು ಪರದೇಶದಿಂದ ಬಂತೆಂದು ವೊಬ್ಬ ಯುರೋಪದ ವ್ಯಾಪಾರಿಯು ಲೆಕ್ಕ ಮಾಡಿದ್ದಾನೆ. ಆದರೆ ಈ ಸಂಪತ್ತಿಯು ಬಹಳ ದಿವಸ ನಿಲ್ಲಲಿಲ್ಲ. ಬಹು ಜನರು ವ್ಯಾಪಾರದ ಮರ್ಮವನ್ನು ಅರಿಯದೆ ಅರಳೆಯ ವ್ಯಾಪಾರಕ್ಕೆ ಬಿದ್ದು ಹಣ ಕಳಕೊಂಡರು; ಭೂಮಿಯ ತೆರಿಗೆ ಯೇರಿತು; ಬರಗಾಲವು ಮೇಲೆ ಮೇಲೆ ಬರಹತ್ತಿತು. ಸನ್ ೧೮೭೬—೭೭ನೇ ವರ್ಷದ ಬರದಲ್ಲಿ ಬಹು ಜನ ವೊಕ್ಕಲಿಗರು ನಿರ್ಮೂಲರಾದರೆಂದು ಹೇಳ ಬಹುದು. ಈಚೆಯಲ್ಲಿ ಇವರ ಸ್ಥಿತಿಯು ಸಾವಕಾಶವಾಗಿ ಸುಧಾರಿಸುತ್ತ ನಡಿದದೆ. ಈ ಬರಗಾಲದ ಅನುಭವದಿಂದ ವೊಕ್ಕಲಿಗರಲ್ಲಿ ಯೆಚ್ಚರ ಹುಟ್ಟಿ ಇವರು ತಮ್ಮ ಹಣವನ್ನು ವಿವೇಕದಿಂದ ವೆಚ್ಚ ಮಾಡ ಹತ್ತಿದ್ದಾರೆ. ಆದರೂ ಲಗ್ನ ಮುಂತಾದ ಕಾರ್ಯಗಳು, ಬೆಳೆಗೇಡು, ದಿವಾಣೀ ವ್ಯಾಜ್ಯ, ಮುಂತಾದ ಕಾರಣಗಳಿಂದ ಇವರು ಮೊದಲು ಸಂಗ್ರಹಿಸಿದ ಹಣವನ್ನು ಕಳಕೊಳ್ಳುತ್ತಾರೆ; ಆ ಮೇಲೆ ಸಂಗ್ರಹದ ಕಾಳು ಮಾರುವರು; ತರುವಾಯ ಯೆತ್ತುಗಳನ್ನು ಮಾರುವರು; ಕಡೆಯಲ್ಲಿ ಮನೆಯಲ್ಲಿ ಇದ್ದ ಸಣ್ಣ ಪುಟ್ಟ ಆಭರಣಗಳನ್ನು ವೊತ್ತೆ ಇಡುವರು. ಇಷ್ಟರಿಂದಲೂ ದುಡ್ಡಿನ ಅಜು ತೀರದಿದ್ದರೆ ಭೂಮಿಯನ್ನು ವೊತ್ತಿ ಹಾಕುವರು. ವೊಮ್ಮೆ ಸಾಲ ಬೆನ್ನು ಹತ್ತಿತೆಂದರೆ ಅದರ ಬಡ್ಡಿ ಶೇಕಡಾ ವರ್ಷಕ್ಕೆ ೧೮, ೨೪, ೩೦, ೩೬ರಂತೆ ಸಹ ಇವರ ಯದೆಯ ಮೇಲೆ ಕೂಡ್ರ ಹತ್ತುತ್ತದೆ. ಸಾವುಕಾರನು ವೊಕ್ಕಲಿಗನ ಹೊಲವನ್ನು ಮೊದಲು ತೋರವತ್ತೀ ಬರಿಸಿ ಕೊಂಡು ಕೆಲವು ದಿವಸ ಹೊಲವನ್ನು ವೊಕ್ಕಲಿಗನ ಕೈಯಲ್ಲಿಯೇ ಇಡುತ್ತಾನೆ. ಆದರೆ ಕಡೆಯಲ್ಲಿ ಬಡ್ಡಿಯನ್ನು ಸಾಧಿಸಿದಷ್ಟು ಬೆಳಿಸಿ, ಕೋರ್ಟಿಗೆ ಹೋಗಿ ಹೊಲವನ್ನು ಕಸುಕೊಂಡು ಬಿಡುತ್ತಾನೆ. ಈ ಬಗೆಯಾಗಿ ಮನೆಯಲ್ಲಿ ನಾಲ್ಕೆಂಟು ಯೆತ್ತು ಮಾಡಿ ಕೊಂಡು ಸುಖದಿಂದ ಇರುವಂಥ ವೊಕ್ಕಲಿಗನು ವೊಮ್ಮೆ ದುಡ್ಡಿನ ಪೇಚಿನೊಳಗೆ ಬಿದ್ದನೆಂದರೆ ಹತ್ತೆಂಟು ವರ್ಷದೊಳಗೆ ಬಳಿಯಲ್ಲಿ ಇದ್ದದ್ದನ್ನೆಲ್ಲ ಕಳಕೊಂಡು ಕೂಲಿಕಾರನಾಗುತ್ತಾನೆ. ಸದ್ಯಕ್ಕೆ ವೊಕ್ಕಲತನದಿಂದ ಜೀವಿಸುವವರಲ್ಲಿ ಸುಮಾರು ನಾಲ್ಕನೇ ಪಾಲಷ್ಟು ಜನರಿಗೆ ಮಾತ್ರ ಸಾಲವಿಲ್ಲೆಂದು ಹೇಳ ಬಹುದು. ಬಹು ಜನರ ಮನೆಯಲ್ಲಿ ಇಡೀ ವರ್ಷಕ್ಕೆ ಸಾಲುವಷ್ಟು ಕಾಳು ಇರುವದಿಲ್ಲ. ನಾಲ್ಕಾರು ತಿಂಗಳಲ್ಲಿ ಮನೆಯ ಕಾಳುಗಳು ತೀರಿದವೆಂದರೆ ಸಾಲಕ್ಕೆ ಆರಂಭವಾಗುತ್ತದೆ. ಆದರೆ ಧಾರವಾಡ ಜಿಲ್ಲೆಯ ವೊಕ್ಕಲಿಗರ ಸ್ಥಿತಿಯು ಇದಕ್ಕೂ ಸ್ವಲ್ಪ

ಮೇಲಾದದ್ದಿರುತ್ತದೆಂದು ಹೇಳ ಬಹುದು. ಈ ಜಿಲ್ಲೆಯಲ್ಲಿ ಹತ್ತಿಯ ಭೂಮಿ ಬಹಳ ಇರುವ ಕಾರಣ ತೀರ ಕರಿಸಾಲು ಬಹುತರ ಬೀಳುವದಿಲ್ಲ. ಇದಲ್ಲದೆ ಈ ಜಿಲ್ಲೆಯ ವೊಕ್ಕಲಿಗರು ತಮ್ಮ ಮಾಲು ತಾವೇ ಕುಮಟಾ, ಕಾರವಾಡ, ಹುಬ್ಬಳ್ಳಿ, ಧಾರವಾಡ, ಮುಂತಾದ ಪೇಟೆಗಳಿಗೆ ಹೋಗಿ ಮಾರಾಟ ಮಾಡಿ ಕೊಂಡು ಬರುವರು. ಗೋಕಾವಿ ಮುಂತಾದ ಕೆಂಪು ಭೂಮಿಯ ಪ್ರದೇಶಗಳಲ್ಲಿ ವೊಕ್ಕಲಿಗರು ನಿಕೃಷ್ಟ ಸ್ಥಿತಿಯಲ್ಲಿ ಇದ್ದಾರೆ.

ಕಾನಡಾ ಜಿಲ್ಲೆಯಲ್ಲಿ ಬಹುತರ ಯಾವತ್ತು ಭೂಮಿಯ ವೊಡೆಯರು ಬ್ರಾಹ್ಮಣರಿದ್ದಾರೆ. ಹೊನ್ನಾವರ ತಾಲೂಕಿನಲ್ಲಿ ನವಾಯತರ ಕೈಯಲ್ಲಿಯೂ ಘಟ್ಟದ ಮೇಲಿನ ತಾಲೂಕುಗಳಲ್ಲಿ ಕೆಲಕೆಲವು ಕಡೆಯಲ್ಲಿ ಲಿಂಗವಂತರ ಕೈಯಲ್ಲಿಯೂ ಭೂಮಿಯ ವೊಡೆತನವಿರುತ್ತದೆ. ಆದರೆ ಬ್ರಾಹ್ಮಣರಲ್ಲಿ ಹೈಗರೂ ಹಬ್ಬುಗಳೆಂಬವರೂ ಮಾತ್ರ ತಮ್ಮ ಭೂಮಿಗಳನ್ನು ತಾವೇ ಮಾಡುತ್ತಾರೆ. ಸಾರಸ್ವತರು, ಕೊಂಕಣಿಗರು, ನವಾಯತರು, ಇವರೆಲ್ಲರು ತಮ್ಮ ಭೂಮಿಗಳನ್ನು ಬೇರೆ ರೈತರಿಗೆ ಸಾಗಿಸುವರು. ಈ ರೈತರಲ್ಲಿ ಯೆರಡು ವಿಧವು. ವಂಶ ಪರಂಪರೆಯಾಗಿ ಭೂಮಿಯ ಮಾಡುವ ಹಕ್ಕು ಪಡಿದವರಿಗೆ ಮೂಲಗೇಣೀಗಾರರೆನ್ನುವರು; ನಾಲ್ಕು ಮೂರು ವರ್ಷದ ಪೂರ್ತೆಗೆ ಭೂಮಿಯನ್ನು ಮಾಡುವವರಿಗೆ ಚಾಲಗೇಣೀಗಾರರನ್ನುವರು. ಈ ಬಗೆಯಾಗಿ ಭೂಮಿಯನ್ನು ಮೂಲಗೇಣಿಯಿಂದಾಗಲಿ ಚಾಲಗೇಣಿಯಿಂದಾಗಲಿ ಮಾಡುವ ಕುಲಗಳು ಹಳೆಪೈಕರು, ಕೊಮಾರಪೈಕರು, ಭಂಡಾರಿಗಳು, ಪಂಚಮಸಾಲಿಯವರು, ಕೊಂಕಣೀ ಕುಣಬಿಗಳು, ನಾಡೋರರು, ಆರೇರು, ಮುಸಲ್ಮಾನರು, ಖ್ರಿಸ್ತಿಗಳು. ಇವರಲ್ಲಿ ಸ್ವಲ್ಪ ಜನರು ಭೂಮಿಯ ವೊಡೆಯರು ಸಹ ಇರುತ್ತಾರೆ; ಬಹು ಜನರು ಗೇಣಿಯಿಂದ ಭೂಮಿಯನ್ನು ಮಾಡುವರು; ಉಳಿದವರು ಭೂಮಿಯಲ್ಲಿ ಕೂಲಿಯ ಹೋರೆ ಮಾಡುವರು. ಘಟ್ಟದ ಕೆಳಗೆ ದೇವಳಿಗಳಿಗೂ ಘಟ್ಟದ ಮೇಲೆ ಕಬ್ಬೇರಿಗೂ ಅಲ್ಪ ಸ್ವಲ್ಪ ಭೂಮಿಯುಂಟು. ಪಡತಿಗಳು ಗೇಣಿಯಿಂದ ಭೂಮಿಯ ಮಾಡುವರು; ಕೂಲಿಯಿಂದ ಭೂಮಿಯ ಡೋರೆ ಮಾಡುವರು. ಕರೇ ವೊಕ್ಕಲಿಗರು, ಕೊಟ ವೊಕ್ಕಲಿಗರು, ಗಾವ ವೊಕ್ಕಲಿಗರು, ಹಾಲ್ವಕ್ಕೀ ವೊಕ್ಕಲಿಗರು, ಇವರೆಲ್ಲ ಚಾಲಗೇಣಿಯಿಂದ ಭೂಮಿಯ ಮಾಡುತ್ತಾರೆ, ಇಲ್ಲವೆ ಕೂಲಿಗೆ ಹೋಗುತ್ತಾರೆ.

ಹೈಗರು ಮೇಲಾದ ವೊಕ್ಕಲಿಗರೆನಿಸಿ ಕೊಳ್ಳುತ್ತಾರೆ. ಇವರು ಅಡಿಕೆ ಮುಂತಾದವುಗಳ ತೋಟಗಳನ್ನು ಮಾಡುವರು; ತಮ್ಮ ತೋಟಗಳಲ್ಲಿಯೇ ಮನೆ ಮಾಡಿ ಕೊಂಡು ನಿಂತು ಕೂಲಿಯವರನ್ನು ಕರೆಕೊಂಡು ಹಗಲು ರಾತ್ರಿ ಶ್ರಮ ಮಾಡುವರು. ಹೈಗರಿಂದಲೇ ಕಾನಡಾ ಜಿಲ್ಲೆಯ ಅಡಿಕೆ, ಯಾಲಕ್ಕಿ, ಮೆಣಸು, ಮುಂತಾದವುಗಳ ತೋಟಗಳು ಹೆಸರಾಗಿವೆ. ಇವರು ಶಾಂತರೂ ಮಿತವ್ಯಯಿಗಳೂ ಆಗಿ, ವೊಕ್ಕಲತನದ ಹೊರ್ತು ಬೇರೆ ಹೋರೆಯನ್ನು ಕೈಕೊಳ್ಳಲಿಕ್ಕೆ ಅಪೇಕ್ಷಿಸುವದಿಲ್ಲ. ಹೈಗರ ತೋಟಗಳು ಶಿರಸಿ, ಸಿದ್ದಾಪುರ ತಾಲೂಕುಗಳಲ್ಲಿ ವಿಶೇಷವಾಗಿ ಇರುತ್ತವೆ. ಮುಂಡಗೋಡ ಮಹಾಲು, ಸುಪೆ ತಾಲೂಕು, ಇವು ಧಾರವಾಡ ಜಿಲ್ಲೆಗೆ ಹೊಂದಿರುವ ಕಾರಣ ಇವುಗಳಲ್ಲಿಯ ವೊಕ್ಕಲತನವು ಧಾರವಾಡ ಜಿಲ್ಲೆಯ ವೊಕ್ಕಲತನವನ್ನೇ ಹೋಲುತ್ತದೆ. ಈ ಪ್ರದೇಶಗಳ

17*

ಲ್ಲಿಯ ಭೂಮಿಯನ್ನು ಲಿಂಗವಂತರು, ಮುಸಲ್ಮಾನರು, ದೇಶಸ್ಥರು, ಶೇಣವಿಗಳು, ಆರೇರು ಮಾಡುತ್ತಾರೆ.

ಭೂಮಿ.

ಮುಂಬಯಿ ಕರ್ನಾಟಕದ ಭೂಮಿಯಲ್ಲಿ ನಾಲ್ಕು ಮುಖ್ಯ ವರ್ಗಗಳನ್ನು ಮಾಡಬಹುದು; ಕೊಂಕಣ, ಮಲ್ಲಾಡ, ಮಲ್ಲಾಡ ಶರಗು, ಬೈಲು ಶೀಮೆ. ಕೊಂಕಣದಲ್ಲಿ, ಅಂದರೆ ಕಾನಡಾ ಜಿಲ್ಲೆಯ ಘಟ್ಟದ ಕೆಳಗಿನ ಪ್ರದೇಶದಲ್ಲಿ, ಸಮುದ್ರತೀರದ ಮಳಲು ಭೂಮಿಯಲ್ಲಿ ತೆಂಗು, ಅಡಿಕೆ, ಅಕ್ಕಿಗಳು ಮಾತ್ರ ಬೆಳೆಯುತ್ತವೆ. ಮಳಲು ಭೂಮಿಯ ಮೇಲ್ಗಡೆಯಲ್ಲಿ ಗುಡ್ಡಗಳ ನಡುವಿನ ಕಂದರಗಳಲ್ಲಿ ಬೆಟ್ಟದ ಭೂಮಿ ಯೆಂಬ ಬಿರಿಸು ನೆಲವಿರುತ್ತದೆ. ಇದನ್ನು ಆಗಾಗ್ಗೆ ಹರಗಿ ಮಿದು ಮಾಡದಿದ್ದರೆ ಇದು ಬಹಳ ಬಿರಿಸಾಗಿ ಬೆಳೆಯನ್ನು ಕೆಡಿಸುತ್ತದೆ. ಈ ಕಂದರಗಳ ಮೇಲಿನ ತುದಿಯಲ್ಲಿ ಅಭ್ರಕದ ಕಣಗಳಿಂದ ಮಿಂಚುವಂಥ ಕಾಗದಳಿ ಯೆಂಬ ಕೆಂಪು ಭೂಮಿಯು ಪೊಳಿತಾಗಿ ಬೆಳೆಯುಳ್ಳದ್ದಿರುತ್ತದೆ. ಇದೇ ಮೇರೆಗೆ ಕಂದರಗಳ ಮುಖದ ಹತ್ತರ ಗಜಿನಿ ಯೆಂಬ ತೇವಿನ ಕರೆಭೂಮಿಯಲ್ಲಿಯೂ, ಅದರ ಕೆಳಬದಿಯಲ್ಲಿ ಬೈಲೆಂಬ ಮೇಲಾದ ಕರೆಭೂಮಿಯಲ್ಲಿಯೂ ತೋಟಗಳಲ್ಲಿ ನಾನಾ ಪ್ರಕಾರದ ಫಲವೃಕ್ಷ ಮುಂತಾದ ಪೈರುಗಳು ಬರುತ್ತವೆ.

ಮಲ್ಲಾಡದ ಪ್ರದೇಶವು ಕಾನಡಾ ಜಿಲ್ಲೆಯಲ್ಲಿ ವಿಶೇಷವಿರುತ್ತದೆ; ಅದರಲ್ಲಿ ಹೆಚ್ಚಾಗಿ ಅಡವಿಯೇ ಹಬ್ಬಿರುವದು. ಆದರೂ ಹಲ್ಯಾಳ ಯಲ್ಲಾಪುರ, ಇವೆರಡು ಆ ಜಿಲ್ಲೆಯಲ್ಲಿ ಮಲ್ಲಾಡದ ತಾಲೂಕುಗಳಿವೆ. ಧಾರವಾಡ ಜಿಲ್ಲೆಯಲ್ಲಿ ಧಾರವಾಡ, ಕಲಘಟಗಿ, ಬೆಳಗಾವೀ ಜಿಲ್ಲೆಯಲ್ಲಿ ಬೆಳಗಾವಿ, ಖಾನಾಪುರ, ಈ ನಾಲ್ಕು ತಾಲೂಕುಗಳ ಪಶ್ಚಿಮ ಭಾಗಗಳು ಮಲ್ಲಾಡದ ಭಾಗವಾಗಿ ಇರುತ್ತವೆ. ಮಲ್ಲಾಡದಲ್ಲಿ ಗುಡ್ಡಗಳು ಬಹಳ, ಮಳೆ ಬಹಳ, ಭೂಮಿ ಮಸಾರಿ ಅಥವಾ ಮುಸಾಲಿ, ಅಂದರೆ ಕೆಂಪು ಮಣ್ಣು. ಕೆಂಪು ಭೂಮಿಯು ನೀರು ಹಿಡಿಯುವದಿಲ್ಲ; ಆದ್ದರಿಂದ ಇದಕ್ಕೆ ಮೇಲೆ ಮೇಲೆ ಮಳೆ ಬೇಕಾಗುತ್ತದೆ. ಇದಕ್ಕೆ ಕಾನಡಾ ಜಿಲ್ಲೆಯ ಕಾಗದಳಿ ಯೆಂಬ ಹೆಸರೇ ಘಟ್ಟದ ಮೇಲೆಯೂ ನಡಿಯುತ್ತದೆ. ಈ ಜಿಣುಗಾದ ಕೆಂಪು ಮಣ್ಣಿನ ಭೂಮಿಯಲ್ಲಿ ಕಬ್ಬಿಣದ ಕಲ್ಲಿನ ಹರಳುಗಳೂ ಆಣೇ ಕಲ್ಲಿನ ಹರಳುಗಳೂ ಕೂಡಿರುತ್ತದೆ. ಹರಳುಗಳಿಲ್ಲದಂಥ ಕಾಗದಳೀ ಭೂಮಿಯು ತಕ್ಕಮಟ್ಟಿಗೆ ನೀರು ಹಿಡಿಯುವದರಿಂದ ಮೇಲಾದದ್ದೆನಿಸುತ್ತದೆ. ಸ್ಲೇಟಿನ ಜಾತಿಯ ಹರಳು ಬಹಳ ತುಂಬಿದಂಥ ನಸುಗೆಂಪು ಮಣ್ಣಿನ ಭೂಮಿಗೆ ಧಾರವಾಡ ಜಿಲ್ಲೆಯಲ್ಲಿ ಜಡ್ಡೀ ಭೂಮಿಯನ್ನುನವರು. ಈ ಕೆಂಪು ಮಣ್ಣಿನ ಭೂಮಿಯನ್ನು ಬಹು ದಿವಸ ಕೈ ಹಚ್ಚದೆ ಬಿಟ್ಟರೆ, ಮೇಲಿನ ಸಡಿಲಾದ ಸೂಸು ಮಣ್ಣೆಲ್ಲ ಮಳೆಯಿಂದ ಹರಿದು ಹೋಗಿ, ಬುಡದಲ್ಲಿ ಉಳಿದ ಬಿರುಸಾದ ನೆಲವು ಕೆಂಪು ಕಲ್ಲಿನ ಹಾಗೆ ಕಾಣುವದು; ಅದರಲ್ಲಿ ಹುಲ್ಲು ಸಹ ಹುಟ್ಟುವದಿಲ್ಲ. ಆದರೆ ಮೇಲಿನ ಮಣ್ಣು ಸ್ವಲ್ಪ ಸಡಿಲು ಮಾಡಿದರೆ ಕೆಳಗೆಲ್ಲ ಮಿದು ನೆಲವೇ ಇರುತ್ತದೆ. ಅದರಲ್ಲಿ ಸುಲಭವಾಗಿ ರಂಟಿಯು ಹೊಡಿದು ಬೇಕಾದಷ್ಟು ಮಿದು ಮಾಡ ಬಹುದು. ಜಡ್ಡೀ ಭೂಮಿಯೇ ಬತ್ತ ಬೆಳೆಯುವ ಮುಖ್ಯ ಭೂಮಿಯೆನಿಸುತ್ತದೆ. ಈ ಜಡ್ಡೀ

ಭೂಮಿಯೇ ಕಾನಡಾ ಜಿಲ್ಲೆಯ ಬೆಟ್ಟದ ಭೂಮಿಯೆಂದು ಹೇಳ ಬಹುದು. ಇದಕ್ಕೆ ಕಾನಡಾ ಜಿಲ್ಲೆಯ ಘಟ್ಟದ ಮೇಲಿನ ಪ್ರದೇಶಗಳಲ್ಲಿ ತೋರೀ ಭೂಮಿಯೆಂತಲೂ ಅನ್ನು ವರು. ಇವೆಲ್ಲ ಮುಸಾಲಿಯ ಭೇದಗಳೇ ಇರುತ್ತವೆ.

ಕಾನಡಾ ಜಿಲ್ಲೆಯ ಸಿದ್ದಾಪುರ, ಸಿರಸೀ ತಾಲೂಕುಗಳು; ಧಾರವಾಡ ಜಿಲ್ಲೆಯ ಕೋಡ, ಹಾನಗಲ್ಲು, ಬಂಕಾಪುರ, ಹುಬ್ಬಳ್ಳೀ ತಾಲೂಕುಗಳು; ಬೆಳಗಾವೀ ಜಿಲ್ಲೆಯ ಬೆಳಗಾವಿ, ಚಿಕ್ಕೋಡಿ, ತಾಲೂಕುಗಳು; ಮೇಲೆ ಹೇಳಿದ ನಾಲ್ಕು ಮಲ್ಲಾಡದ ತಾಲೂ ಕುಗಳ ಪೂರ್ವ ಭಾಗಗಳು; ಇಷ್ಟೆಲ್ಲ ಪ್ರದೇಶವು ಮಲ್ಲಾಡದ ಶರಗೆನಿಸುತ್ತದೆ. ಈ ಪ್ರದೇ ಶದಲ್ಲಿ ಗುಡ್ಡಗಳು ಮಲ್ಲಾಡಕ್ಕಿಂತ ಕಡಿಮೆ, ಮಳೆ ಮಧ್ಯಮ, ಭೂಮಿ ಮುಸಾಲಿ ಇಲ್ಲವೆ ಯೆರೆ ನೆಲ. ಕೆಲ ಕೆಲವು ಕಡೆಯಲ್ಲಿ ಒಂದೇ ಹೊಲದೊಳಗೆ ಕೆಂಪು ಭೂಮಿಯನ್ನೂ ಯೆರೆ ಭೂಮಿಯನ್ನೂ ಕಾಣ ಬಹುದು. ಕೆಂಪು ಭೂಮಿಯಲ್ಲಿ ಮಳೆ ಬಹಳ ಇದ್ದಲ್ಲಿ ಭತ್ತವನ್ನು ಬಿತ್ತುವರು, ಕಡಿಮೆ ಇದ್ದಲ್ಲಿ ಮುಂಗಾರಿಯ ಧಾನ್ಯಗಳನ್ನು ಬಿತ್ತುವರು. ಕೆಂಪು ಕೂಡಿದ ಕರೆ ಭೂಮಿಗೆ ಬೆಳಗಾವೀ ಜಿಲ್ಲೆಯಲ್ಲಿ ಮೋವತ ಯೆಂದೆನ್ನುವರು; ಕಲ್ಲಿನ ಥರದ ಮೇಲೆ ಇರುವ ತಿಳುವಾದ ಕರೆ ಭೂಮಿಗೆ ಕರಕ ಭೂಮಿ ಯೆಂದೆನ್ನುವರು; ಸಣ್ಣಂಥ ಸುಣ್ಣದ ಹರಳು ಕೂಡಿದ ಬಹು ಜಿಗಟಾದ ಯೆರೆ ಭೂಮಿಗೆ ಕರ್ಲವೆಂದೆನ್ನುವರು; ನದೀ ತೀರದ ಸೂಸು ಮಣ್ಣಿನ ಯೆರೆ ಭೂಮಿಗೆ ಮಳೀ ಯೆಂದೆನ್ನುವರು. ಕರ್ಲ ಭೂಮಿಯು ಮೇಲೆ ಹೇಳಿದ ಜಡ್ಡೀ ಭೂಮಿಯಂತೆ ಬಿರುಸಾಯಿತೆಂದರೆ ಬೇಗ ತೊಯ್ಯುವದಿಲ್ಲ. ಮಳೆ ಬಹ ಳ ಆದರೆ ಮಾತ್ರ ಇದರಲ್ಲಿ ಪೈರು ವೊಳಿತಾಗಿ ಬರುವದು. ನದೀ ತೀರದ ಮಳೀ ಭೂಮಿ ಯು ಮೇಲಾದದ್ದಿರುತ್ತದೆ. ಯೆರೆ ಭೂಮಿಯಲ್ಲಿ ತಕ್ಕಷ್ಟು ಮಳೆಯಾದರೆ ಮುಂಗಾರಿ, ಹಿಂಗಾರಿ, ಯೆರಡು ಪೈರುಗಳು ಬರುತ್ತವೆ. ಹಲ ಕೆಲವು ಕಡೆಯಲ್ಲಿ ವೊಡ್ಡು ಹಾಕಿ ನೀರು ಕಟ್ಟಿ ಬತ್ತವನ್ನು ಸಹ ಬಿತ್ತುವರು. ಆದರೆ ಬತ್ತದ ಪೈರು ಯೆರೆ ಭೂಮಿಯಲ್ಲಿ ಯೆಷ್ಟು ಶ್ರಮ ಮಾಡಿದರೂ ಬರತಕ್ಕಂತೆ ಬರುವದಿಲ್ಲ, ಮೇಲಾದ ಬತ್ತವೂ ಹುಟ್ಟು ವದಿಲ್ಲ.

ಧಾರವಾಡ, ಬೆಳಗಾವೀ ಜಿಲ್ಲೆಗಳ ಉಳಿದ ಪೂರ್ವ ಭಾಗದ ತಾಲೂಕುಗಳೂ, ಇಡೀ ವಿಜಾಪುರ ಜಿಲ್ಲೆಯೂ ಬೈಲು ಶೀಮೆಯೆನಿಸುತ್ತದೆ. ಇದರಲ್ಲಿ ಗುಡ್ಡಗಳೂ ಮಳೆ ಯೂ ಬಹು ಕಡಿಮೆ, ಭೂಮಿ ಯೆರೆ ನೆಲ. ಕಪ್ಪತ ಗುಡ್ಡ, ಯೆಲ್ಲಮ್ಮನ ಗುಡ್ಡ, ಬಾದಾ ವಿಯ ಗುಡ್ಡ, ಗೋಕಾವಿಯ ಗುಡ್ಡ. ಇಂಥಾ ಅಲ್ಪ ಸ್ವಲ್ಪ ಗುಡ್ಡಗಾಡು ಶೀಮೆಗಳ ನೆರೆಯ ಪ್ರದೇಶವಷ್ಟು ಮಾತ್ರ ಮುಸಾರಿಯ ನೆಲವಿರುತ್ತದೆ. ಚಿಕ್ಕೋಡೀ ತಾಲೂಕಿನಲ್ಲಿ ಯೂ ಪರಸಗಡ ತಾಲೂಕಿನಲ್ಲಿಯೂ ಉಸುಬು ಕೂಡಿದ ಕೆಂಪು ಭೂಮಿ ಇರುತ್ತದೆ; ಅದಕ್ಕೆ ಗೊಬ್ಬರವೂ ಶ್ರಮವೂ ಬಹಳ ಬೇಕು. ಧಾರವಾಡ ಜಿಲ್ಲೆಯ ಯೆರೆ ಭೂಮಿ ಯು ಹತ್ತಿಯ ಬೆಳೆಗೆ ಹೆಸರಾದದ್ದಿರುತ್ತದೆ. ವಿಜಾಪುರ ಜಿಲ್ಲೆಯ ಡೋಣ ಸಾಲಿನ ಯೆರೆ ಭೂಮಿಯು ಕಾಳಿನ ಪೈರಿಗೆ ಹೆಸರಾದದ್ದಿರುತ್ತದೆ. "ಡೋಣಿ ಬೆಳೆದರೆ ಓಣೆಲ್ಲ ಜೋಳ" ಯೆಂಬ ಗಾದೆಯು ಆ ಜಿಲ್ಲೆಯಲ್ಲಿ ಪ್ರಸಿದ್ಧವಿರುತ್ತದೆ. ಯೆರೆ ಭೂಮಿಗೆ ವೊಮ್ಮೆ ವೊಳಿ

ತಾಗಿ ಮಳೆಯಾಯಿತೆಂದರೆ ನೆಲದೊಳಗಿನ ತೇವು ಯೆರಡು ಮೂರು ತಿಂಗಳಿನ ವರೆಗೆ ಆರುವದಿಲ್ಲ. ಅದರಿಂದ ವೊಂದೇ ದೊಡ್ಡ ಮಳೆಯಾದರೆ ಆ ಭೂಮಿಯಲ್ಲಿ ಪೈರು ಬರುತ್ತದೆ. ಇದಲ್ಲದೆ ಹಸೀ ನೆಲವು ಬೇಸಿಗೆಯಲ್ಲಿ ಆರಿದ ಹಾಗೆ ಬಿರಿಯುತ್ತ ಹೋಗುತ್ತದೆ. ನಾಲ್ಕಾರು ಫೂಟಿನ ವರೆಗೆ ಆಳವಾದ ಬಿರುಕುಗಳಲ್ಲಿ ಹವೆ ಶೇರಿ, ಕೆಳಗಿನ ಮಣ್ಣಿನ ಗುಣವನ್ನು ಸುಧಾರಿಸುತ್ತದೆ; ಮೊದಲಿನ ಮಳೆಗೆ ಮೇಲಿನ ಸೂಸು ಮಣ್ಣು ಹರಿದು ಹೋಗಿ ಬಿರುಕುಗಳಲ್ಲಿ ಶೇರುವದರಿಂದ ಹೊಸ ಮಣ್ಣು ಮೇಲೆ ಉಳಿಯುತ್ತದೆ. ಆದ್ದರಿಂದ ಯೆರೆಗೆ ಬಹಳ ಗೊಬ್ಬರ ಹಾಕುವ ಪ್ರಯೋಜನವೂ ಬಹಳ ಶ್ರಮ ಮಾಡುವ ಪ್ರಯೋಜನವೂ ಬೀಳುವದಿಲ್ಲ. ಆದರೆ ಬೈಲು ಶೀಮೆಯಲ್ಲಿ, ವಿಶೇಷವಾಗಿ ವಿಜಾಪುರ ಜಿಲ್ಲೆಯಲ್ಲಿ ದೊಡ್ಡ ಮಳೆಯಾಗುವದು ಅಪರೂಪ. ಒಕ್ಕಲಿಗರು ಚಾತಕದಂತೆ ಮಳೆಯ ದಾರೀ ನೋಡುತ್ತಿರುತ್ತಾರೆ. ಈ ಶೀಮೆಯಲ್ಲಿ ವಾಡಿಕೆಯಾಗಿ ಮೂರು ನಾಲ್ಕು ವರ್ಷಕ್ಕೊಮ್ಮೆ ತಕ್ಕಷ್ಟು ಮಳೆಯಾಗಿ ಪೈರು ವೊಳಿತಾಗಿ ಬರುತ್ತದೆಂದು ಹೇಳುತ್ತಾರೆ.

ಭೂಮಿಯ ವಿವರ.

	ಧಾರವಾಡ.		ಬೆಳಗಾವಿ.		ವಿಜಾಪುರ.		ಕಾನಡಾ.
	ಎಕರು.	ಶೇಕಡಾ.	ಎಕರು.	ಶೇಕಡಾ.	ಎಕರು.	ಶೇಕಡಾ.	
ಒಟ್ಟು ಭೂಮಿ.....	೨೯೫೩೦೩೭	೧೦೦	,,	,,	೩೬೭೦೨೯೧	೧೦೦	ಈ ಜಿಲ್ಲೆಯಲ್ಲಿ ಅಡವಿಯೇ ಬಹಳ ಹಬ್ಬಿದೆ. ವೋಜಣೀ ಆದ ಜಮಿಾನು ೩೩೦೦೦೦ ಎಕರು. ಇದು ವೊಟ್ಟು ಜಿಲ್ಲೆಯ ಜಮಿಾನಿನಲ್ಲಿ ಶೇಕಡಾ ೧೨ಕ್ಕಿಂತ ಹೆಚ್ಚಿಲ್ಲೆಂದು ಅಜಮಾಸು ಇರುತ್ತದೆ. ಇಷ್ಟಕ್ಕಿಂತ ಹೆಚ್ಚಿಗೇನು ತಿಳಿದಿಲ್ಲ.
ವೋಜಣೀ ಆದದ್ದು..	೨೮೫೮೬೭೮	೯೬·೮೦	೨೯೭೯೮೪೦	೧೦೦	೩೫೯೬೮೨೦	೯೭·೯೯	
ಇನಾಮು.....	೭೯೧೦೩೨	೩೩·೨೯	೧೧೬೩೭೩೮	೩೯·೦೫	೧೦೮೦೭೭೦	೩೫·೨೦	
ಸರಕಾರೀ.....	೨೦೬೭೬೪೬	೬೩·೫೩	೧೮೧೬೧೦೨	೬೩·೯೩	೨೫೦೬೦೫೦	೬೨·೯೭	
ಪೈರು ಬರುವಂಥಾದ್ದು.	೧೬೫೨೨೧೬	೫೫·೯೪	೧೧೭೯೩೦೦	೪೨·೫೭	೨೧೬೭೫೨೫	೬೫·೨೯	
ಸಾಗು.......	೧೫೩೦೧೧	೫೦·೮೯	೧೦೭೨೮೨೦	೪೧·೦೭	೧೮೧೫೨೭೨	೬೨·೨೬	
ಪಡ........	೧೪೯೨೦೫	೫·೦೫	೧೦೬೪೮೦	೧·೫೦	೩೫೨೨೫೩	೩·೦೩	
ಪೈರು ಬಾರದ್ದು....	೪೨೮೮೨	೧·೫೦	೧೫೬೫೭೨	೫·೨೫	೧೦೭೨೬೬	೩·೯೮	
ಅಡವಿ, ಹುಲ್ಲು....	೨೨೩೭೭೪	೭·೮೨	೩೯೮೭೨೦	೧೩·೩೮	೧೪೬೨೮೯	೪·೫೭	
ಗ್ರಾಮ, ಹೊಳೆ, ದಾರಿ.	೧೫೧೨೨೭	೫·೨೯	೮೧೫೧೦	೨·೭೩	೯೪೯೬೮	೨·೯೬	

ಒಕ್ಕಲತನದ ಸಾಹಿತ್ಯ (೧೮೮೨—೮೩.)

	ಧಾರವಾಡ.	ಬೆಳಗಾವಿ.	ವಿಜಾಪುರ.	ಕಾನಡಾ.
ಭಕಡಿ	೪೦೮೭೨	೨೨೫೧೦	೯೮೩೯	ಘಟ್ಟದ ಕೆಳಗೆ ಯೆತ್ತು ಆಕಳು ಸ್ವಲ್ಪ ಕಿರಿ ಜಾತಿಯವು. ಯೆಮ್ಮೆ ಕೋಣಗಳು ಅಪರೂಪ. ಭಕಡಿಗಳು ಬಹಳ ಕಡಿಮೆ, ರಂಟಿಗಳು ಸಣ್ಣವು. ರೈತರು ದನಗಳನ್ನು ವೊಳಿತಾಗಿ ಜೋಪಾನ ಮಾಡುವದಿಲ್ಲ. ಒಣಗಿದ ಯೆಲೆ, ಹುಲ್ಲು ಇವೇ ಮುಖ್ಯ ಗೊಬ್ಬರ.
ರಂಟಿ.....	೮೯೩೭೩	೬೦೨೦೪	೫೦೯೧೬	
ಯೆತ್ತು....	೨೫೮೫೧೦	೨೦೬೩೧೩	೨೦೧೭೫೨	
ಆಕಳು ...	೧೫೧೩೭೯	೧೨೭೦೮೯	೧೦೪೯೪೮	
ಕೋಣ ...	೪೦೫೨೩	೪೮೭೪೪	೨೫೭೯೦	ಘಟ್ಟದ ಮೇಲೆ ದನಗಳು ಹೆಚ್ಚು ಕಸುವುಳ್ಳವು. ಆದರೆ ಹವೆಯು ಅನಾರೋಗ್ಯಕರವಾದದ್ದರಿಂದ ರೈತರಲ್ಲಿ ಜುರುಕುತನವಿಲ್ಲ, ಕಸುವಿಲ್ಲ. ಒಕ್ಕಲಿಗರು ಪರ ಪೇಟೆಗೆ ಮಾರಾಟಕ್ಕೆ ಹೋಗುವದಿಲ್ಲ. ವ್ಯಾಪಾರಸ್ಥರೇ ಅವರ ಮನೆಗೆ ಹೋಗಿ ಇಲ್ಲವೆ ಶಿರಸಿಯಲ್ಲಿ ಅವರ ಸರಕುಗಳನ್ನು ಕೊಳ್ಳುವರು.
ಯೆಮ್ಮೆ....	೮೩೪೫೨	೮೯೯೭೫	೬೭೪೨೩	
ಕುದುರೆ ...	೫೪೭೮	೬೨೧೮	೮೫೦೫	
ಕತ್ತೆ	೬೮೧೯	೩೫೯೮	೪೯೨೩	
ಕುರಿ, ಆಡು .	೨೩೧೧೨೫	೨೮೩೯೩೬	೩೬೧೫೧೮	

ಖಾತೆಗಳು. ಧಾರವಾಡ ಜಿಲ್ಲೆಯಲ್ಲಿ (೧೮೮೨-೮೩) ಇನಾಮುಗಳು ಸಹಿತ ವೊಟ್ಟಿಗೆ ೭೭೪೭೪ ಖಾತೆಗಳಿವೆ; ಸರಾಸರೀ ಮಾನದಿಂದ ವೊಂದು ಖಾತೆಯು ೨೮ ಯೆಕರಿನದಾಗುತ್ತದೆ. ೪೦೦ ಯೆಕರಿಗಿಂತ ಹೆಚ್ಚು ಭೂಮಿಯ ಖಾತೇದಾರರು ೧೦೮ ಜನರುಂಟು.

ಬೆಳಗಾವೀ ಜಿಲ್ಲೆಯಲ್ಲಿ ಇನಾಮುಗಳು ಸಹಿತ ವೊಟ್ಟಿಗೆ ೬೩೨೦೧ ಖಾತೆಗಳಿವೆ; ಸರಾಸರೀ ಮಾನದಿಂದ ವೊಂದೊಂದು ಖಾತೆಯು ೨೫·೫೦ ಯೆಕರಿನದಾಗುತ್ತದೆ. ೨೦೦ ರಿಂದ ೫೦೦ ವರೆಗೆ ಯೆಕರಿನ ಖಾತೇದಾರರು ೩೭೮ ಜನರು, ೫೦೦ ಯೆಕರಿಗಿಂತ ಹೆಚ್ಚು ಭೂಮಿಯ ಖಾತೇದಾರರು ೮೪ ಜನರು ಇರುತ್ತಾರೆ.

ವಿಜಾಪುರ ಜಿಲ್ಲೆಯಲ್ಲಿ ಇನಾಮುಗಳು ಸಹಿತ ವೊಟ್ಟಿಗೆ ೬೫೪೫೨ ಖಾತೆಗಳಿವೆ; ಸರಾಸರೀ ಮಾನದಿಂದ ವೊಂದೊಂದು ಖಾತೆಯು ೩೮·೧೯ ಯೆಕರಿನದಾಗುತ್ತದೆ. ೪೦೦ ಯೆಕರಿಗಿಂತ ಹೆಚ್ಚು ಭೂಮಿಯ ಖಾತೇದಾರರು ೧೨೫ ಜನರುಂಟು.

ಕಾನಡಾ ಜಿಲ್ಲೆಯಲ್ಲಿ ಮೊಜಣೀ ಆಗುವ ಪೂರ್ವದಲ್ಲಿ ವೊಂದು ಯೆಕರಿನ ೫ನೇ ಭಾಗದಿಂದ ೧೬೦೦ ಯೆಕರುಗಳ ವರೆಗೆ ಖಾತೆಗಳ ವಿಸ್ತಾರವಿತ್ತು; ಸರಾಸರೀ ಮಾನ

ದಿಂದ ವೊಂದೊಂದು ಖಾತೆಯು ೫೦೦ ಯಕರಿನದಾಗುತ್ತಿತ್ತು. ಆದರೆ ಈಗ ಭೂಮಿಯಲ್ಲಿ ಸಣ್ಣ ಸಣ್ಣ ಭಾಗಗಳನ್ನು ಮಾಡಿ ಅವುಗಳಿಗೆ ಬೇರೆ ಬೇರೆ ನಂಬರುಗಳನ್ನು ಹಾಕಿದ್ದಾರೆ.

ಗಳೆಯ ಸಾಮಾನು. ಎಲ್ಲ ಕಡೆಯಲ್ಲಿ ಉಪಯೋಗಿಸಲ್ಪಡುವ ಮುಖ್ಯ ಗಳೆಯ ಸಾಮಾನುಗಳು— ನೇಗಲು, ರಂಟೆ, ಕುಂಟೆ, ಯೆಡೆಯ ಕುಂಟೆ, ಕೂರಿಗೆ, ಬಾಯಿಗುದ್ದಲಿ, ಕುಡಗೋಲು, ಖುರ್ಪಿ. ಬತ್ತದ ಭೂಮಿಯಲ್ಲಿ ಹೆಂಟೆಗಳನ್ನು ವೊಡಿಯಲಿಕ್ಕೆ ಡೋಣಿಯನ್ನು ಹೊಡಿಯುವರು. ಸುಮಾರು ವೊಂದು ಫೂಟು ಗಡುತರವಾದ ಕೊರಡನ್ನು ಅರ್ಧ ಕೆತ್ತಿ ಹರುವು ಮಾಡಿ, ಆ ಹರವು ಮೈಯಲ್ಲಿ ಡೋಣಿಯ ಹಾಗೆ ತಗ್ಗು ತೋಡುವರು. ಆ ತಗ್ಗಿನ ಮೈಯನ್ನು ಕೆಳಗೆ ಮಾಡಿ, ಕುಂಟೇ ಹೊಡಿದ ಹಾಗೆ ಡೋಣಿಯನ್ನು ತಿರುಗಿಸುವರು. ಈ ಡೋಣಿಯು ಕುಂಟೆಯ ದಿಂಡಿನಷ್ಟೇ ಉದ್ದ ಇರುತ್ತದೆ. ಈ ಯಾವತ್ತು ಗಳೆಯ ಸಾಮಾನುಗಳನ್ನು ವಾಡಿಕೆಯಾಗಿ ಜಾಲೀ ಕಟ್ಟಿಗೆಯಿಂದ ಮಾಡುವರು. ಕರಿಕೆಯ ಹೊಲವನ್ನು ಉದ್ದ, ಅಡ್ಡ, ಯೆರಡು ಮೈಯಲ್ಲಿ ಯೆಂಟು ಯೆತ್ತಿನ ನೇಗಲು ಹೊಡಿದರೆ, ಸುಮಾರು ೧೫ ಇಂಚಿನ ವರೆಗೆ ಇಳಿದ ಬೇರುಗಳು ಕಿತ್ತಿ ಬಿದ್ದು, ಹೊಲವು ತಕ್ಕಮಟ್ಟಿಗೆ ಹಸನಾಗುತ್ತದೆ. ಯೆಂಟು ಯೆತ್ತು, ಮೂರು ಆಳುಗಳು ಸುಮಾರು ಯೇಳು ತಿಂಗಳು ದುಡಿದರೆ ೨೪ ಯೆಕರು ಭೂಮಿಯು ಹಸನಾಗುತ್ತದೆ. ಸಾಧಾರಣ ತರದ ರಂಟೆಯಿಂದ ಹೆಚ್ಚು ಕಡಿಮೆ ೬ ಇಂಚು ಭೂಮಿಯು ಸಡಿಲಾಗುತ್ತದೆ. ಒಂದು ಯೆತ್ತಿನ ಜೋಡಿಯಿಂದ ೬ರಿಂದ ೮ ಯೆಕರಿನ ವರೆಗೆ ಬತ್ತದ ಭೂಮಿಯನ್ನು, ೧೦ರಿಂದ ೧೫ ಯೆಕರಿನ ವರೆಗೆ ವೊಣ ಮಧ್ಯಮ ಭೂಮಿಯನ್ನು, ೩೦ ರಿಂದ ೪೦ ಯೆಕರಿನ ವರೆಗೆ ಮೇಲಾದ ಯೆರೆ ಭೂಮಿಯನ್ನು ಮಾಡ ಬಹುದು.

ಜಲಾಶಯಗಳು. ನಾಲ್ಕೂ ಜಿಲ್ಲೆಗಳಲ್ಲಿ ಹೊಳೆಗಳೂ ಹಳ್ಳಗಳೂ ಅಲ್ಲವೆ ಕೆರೆಗಳೂ, ಹೊಂಡಗಳೂ, ಬಾವಿಗಳೂ, ಕಾವಲಿಗಳೂ ಭೂಮಿಯ ಪೈರಿಗೂ, ಕುಡಿಯುವ ಕೆಲಸಕ್ಕೂ ಉಪಯೋಗಿಸಲ್ಪಡುತ್ತವೆ. ಇವುಗಳ ವಿವರ ಹ್ಯಾಗಂದರೆ.—

ಜಲಾಶಯಗಳು.

	ಕೆರೆಗಳೂ ಹೊಂಡಗಳೂ.	ಬಾವಿಗಳು.			ಕಾವಲಿಗಳು.
		ಇಳಿಯುವವು.	ಸೇದುವವು.	ಒಟ್ಟು.	
ಧಾರವಾಡ	೨೯೭೯	೩೦೯೯	೮೯೦೩	೧೨೦೦೨	೪
ಬೆಳಗಾವಿ.........	೬೬೩	೩೩೭೪	೮೪೪೪	೧೧೮೧೮	,,
ವಿಜಾಪುರ	೩೫೫	೩೫೭೫	೫೪೪	೬೧೧೯	,,
ಕಾನಡಾ	೭೬೪೭	೫೯೩	೨೪೦೮೭	೨೪೬೮೦	,,

ಹೆಸರಾದ ದೊಡ್ಡ ದೊಡ್ಡ ಕೆರೆಗಳ ಹೊರ್ತು ಉಳಿದ ಯಾವತ್ತು ಕೆರೆ ಹೊಂಡಗಳು ಬಹುತರ ಮಳೆಗಾಲದಲ್ಲಿ ತುಂಬಿ ಬೇಸಿಗೆಯಲ್ಲಿ ಬತ್ತುವಂಥವೇ ಇರುತ್ತವೆ. ಕೆರೆ ಹೊಂಡಗಳ ನೀರು ಬತ್ತದ ಭೂಮಿಗೂ ತೋಟಗಳಿಗೂ ಮಾತ್ರ ಆಗುತ್ತದೆ; ಒಣ ಕಾಳಿನ ಭೂಮಿಗೆ ಆಗುವದಿಲ್ಲ. ಧಾರವಾಡ ಜಿಲ್ಲೆಯಲ್ಲಿ ಮುಗದ, ಹಾವೇರಿ, ಡಂಬಳ, ನರಗುಂದಗಳ ಕೆರೆಗಳು ಹೆಸರಾಗಿರುತ್ತವೆ; ವಿಜಾಪುರ ಜಿಲ್ಲೆಯಲ್ಲಿ ಮಮದಾಪುರದ ಕೆರೆ, ಬನಶಂಕರಿಯ ಹೊಂಡ, ಇವೆರಡು ಹೆಸರಾಗಿರುತ್ತವೆ. ಇವುಗಳನ್ನು ೧೪ನೇ ಭಾಗದಲ್ಲಿ ಆಯಾ ಗ್ರಾಮದ ವರ್ಣನೆಯಲ್ಲಿ ಸವಿಸ್ತಾರವಾಗಿ ವಿವರಿಸಿದ್ದೇವೆ. ವಿಜಾಪುರ ಜಿಲ್ಲೆಯಲ್ಲಿ ವಿಜಾಪುರದಿಂದ ೧೦ ಮೈಲಿನ ಮೇಲೆ ಡೋಣಿಯ ದಂಡೆಯಲ್ಲಿ ಹೊಸದಾಗಿ ಕಟ್ಟಿಸಲಿಕ್ಕೆ ಆಲೋಚಿಸಿದ ಕೆರೆಯ ವಿವರವನ್ನೂ, ಮುಚಖಂಡಿಯ ಬಳಿಯಲ್ಲಿ ಕಟ್ಟಿಸಿದ ಹೊಸ ಕೆರೆಯ ವಿವರವನ್ನೂ ಅದೇ ಭಾಗದಲ್ಲಿ ಕೊಟ್ಟಿದ್ದೇವೆ.

ಬಾವಿಗಳ ನೀರು ಕುಡಿಯಲಿಕ್ಕೂ ತೋಟಗಳಿಗೂ ಉಪಯೋಗಿಸುತ್ತದೆ. ಕೆರೆ ಹೊಂಡಗಳ ನೆರೆ ಹೊರೆಯಲ್ಲಿದ್ದ ಭಾವಿಗಳ ನೀರು ಆ ಕೆರೆ ಹೊಂಡಗಳು ಬತ್ತಿದ ಕೂಡಲೆ ಬತ್ತುತ್ತದೆ. ಬಾವಿಗಳ ಆಳವು ವಿಜಾಪುರ ಜಿಲ್ಲೆಯಲ್ಲಿ ೨೦ರಿಂದ ೧೦೦ ಫೂಟಿನ ವರೆಗೆ, ಬೆಳಗಾವೀ ಜಿಲ್ಲೆಯಲ್ಲಿ ೫ರಿಂದ ೧೫೦ ಫೂಟಿನ ವರೆಗೆ, ಧಾರವಾಡ ಜಿಲ್ಲೆಯಲ್ಲಿ ೧೫ರಿಂದ ೬೦ ಫೂಟಿನ ವರೆಗೆ ಇರುತ್ತದೆ. ಮಲ್ಲಾಡದ ಪ್ರದೇಶದಲ್ಲಿ ಬಾವಿಗಳು ಬಹಳಾದರೆ ೬೦ ಫೂಟಗಿಂತ ಹೆಚ್ಚು ಆಳವಿರುವದಿಲ್ಲ; ಘಟ್ಟದ ಕೆಳಗೆ ಇದಕ್ಕೂ ಕಡಿಮೆ. ಮಲ್ಲಾಡದ ಶರಗಿನ ಪ್ರದೇಶಗಳಲ್ಲಿ ೧೦೦ ಫೂಟಿನ ವರೆಗೆ ಆಳವಿರುತ್ತವೆ. ಆದರೆ ಬೈಲು ಶೀಮೆಯಲ್ಲಿ ಹಲಕೆಲವು ಬಾವಿಗಳು ೧೫೦ ಫೂಟಗಿಂತಲೂ ಹೆಚ್ಚು ಆಳವಿರುತ್ತವೆ. ಈ ಬಾವಿಗಳ ನೀರು ಬೇಸಿಗೆ ಬಲಿತ ಹಾಗೆ ಸೌಳಾಗುತ್ತ ಹೋಗುತ್ತದೆ. ಸವದತ್ತಿಯಲ್ಲಿಯೂ ನವಲಗುಂದದಲ್ಲಿಯೂ ಬಾವಿಗಳ ಆಳವು ೧೫೦ ಫೂಟಗಿಂತ ಕಡಿಮೆ ಇಲ್ಲ.

ಧಾರವಾಡ ಜಿಲ್ಲೆಯಲ್ಲಿ ಪುರಾತನ ಕಾಲದಲ್ಲಿ ಕಟ್ಟಿಸಿದ ಕಾವಲಿಗಳು ೪ ಇರುತ್ತವೆ. ಇವುಗಳಲ್ಲಿ ಯೆರಡು ಧರ್ಮಾ ನದಿಯಿಂದ ತೆಗೆಯಲ್ಪಟ್ಟವೆ, ಯೆರಡು ಬೇರೆ ಹಳ್ಳಗಳಿಂದ ತೆಗೆಯಲ್ಪಟ್ಟವೆ. ಧರ್ಮಾ ನದಿಯ ಕಾವಲಿಗಳಿಗೆ ಕಾಮನ ಹಳ್ಳಿಯ ಕಾವಲಿಯೆಂತಲೂ ನರೇಗಲ್ಲಿನ ಕಾವಲಿಯೆಂತಲೂ ಅನ್ನುವರು. ಇವುಗಳ ವರ್ಣನೆಯನ್ನು, ಸರಕಾರದವರು ಬಹಳ ಹಣ ವೆಚ್ಚ ಮಾಡಿ ಗೋಕಾವಿಯ ಹತ್ತರ ಘಟಪ್ರಭಾ ಹೊಳೆಯಿಂದ ತೆಗಿದ ಕಾವಲಿಯ ವರ್ಣನೆಯನ್ನೂ ೧೪ನೇ ಭಾಗದಲ್ಲಿ ನೋಡು. ಕಾನಡಾ ಜಿಲ್ಲೆಯಲ್ಲಿ ಸಣ್ಣ ಸಣ್ಣ ಸರುವುಗಳಿಗೆ ಬೇಸಿಗೆಯಲ್ಲಿ ಮಣ್ಣು ಗಿಡ ಮುಂತಾದವುಗಳ ವೊಡ್ಡುಗಳನ್ನು ಹಾಕಿ ಕಾವಲಿಯಿಂದ ನೀರು ತಿರುವಿ ಕೊಂಡು ತೋಟಗಳಿಗೆ ವೊಯ್ಯುವರು. ಆ ವೊಡ್ಡುಗಳೂ ಕಾವಲಿಗಳೂ ಮಳೆಗಾಲದಲ್ಲಿ ನಷ್ಟವಾಗುತ್ತವೆ.

ಒಟ್ಟಿಗೆ ಘಟ್ಟದ ಕೆಳಗೂ ಮಲ್ಲಾಡದಲ್ಲಿಯೂ ನೀರಿನ ದುರ್ಭಿಕ್ಷವಿಲ್ಲ; ಮಲ್ಲಾಡದ ಶರಗಿನ ಪ್ರದೇಶದಲ್ಲಿ ದುರ್ಭಿಕ್ಷಕ್ಕೆ ಆರಂಭವಾಗುತ್ತದೆ. ಬೈಲು ಶೀಮೆಯಲ್ಲಿ ಹೊಳೆಗಳ ದಂಡೆಗಳಲ್ಲಿ ಹೊರ್ತಾಗಿ ಯೆಲ್ಲ ಕಡೆಯಲ್ಲಿ ಹೆಚ್ಚಾಗಲಿ ಕಡಿಮೆಯಾಗಲಿ ನೀರಿನ

36

ತಾಪತ್ರಯವಿದ್ದೇ ಇರುತ್ತದೆ. ಬೆಳಗಾವೀ ಜಿಲ್ಲೆಯಲ್ಲಿ ಗೋಕಾವಿ, ಅಥಣೀ ತಾಲೂಕುಗಳೂ ಧಾರವಾಡ ಜಿಲ್ಲೆಯಲ್ಲಿ ನವಲಗುಂದರೋಣ ತಾಲೂಕುಗಳೂ ನೀರಿನ ತಾಪತ್ರಯದ ಬಗ್ಗೆ ಹೆಸರಾಗಿರುತ್ತವೆ. ಇಡೀ ವಿಜಾಪುರದ ಜಿಲ್ಲೆಯು ಬೈಲು ಶೀಮೆಯೇ ಆದಾಗ್ಯೂ, ಈ ತಾಲೂಕುಗಳಷ್ಟು ನೀರಿನ ವಿಪತ್ತಿಯು ಆ ಜಿಲ್ಲೆಯಲ್ಲಿ ಬಹುತರ ಯೆಲ್ಲಿಯೂ ಇಲ್ಲ. ಆದರೂ ನಾಲ್ಕೆಂಟು ಹಳ್ಳಿಗಳಿಗೆ ಕೂಡಿ ವೊಂದೇ ಬಾವಿ ಇರುವಂಥ ಉದಾಹರಣೆಗಳನ್ನು ಬೈಲು ಶೀಮೆಯಲ್ಲಿ ಬೇಕಾದಲ್ಲಿ ಕಾಣ ಬಹುದು. ಅಲ್ಲಿಯ ಜನರು ರಾತ್ರಿ ಬೆಳತನಕ ಶ್ರಮ ಮಾಡಿ ಯೆರಡೆರಡು ಮೂರು ಮೂರು ಮೈಲಿನ ಮೇಲಿಂದ ಲಗಳಿಗಳಲ್ಲಿ ಇಲ್ಲವೆ ಛಕ್ಕಡಿಗಳಲ್ಲಿ ನೀರು ತರುತ್ತಿರುತ್ತಾರೆ.

ಗೊಬ್ಬರ. ಶಗಣಿ, ಲದ್ದಿ, ವೊಣಯೆಲೆ, ಬೂದಿ, ಕಸ, ಇವೇ ಗೊಬ್ಬರದ ಮುಖ್ಯ ಜಾತಿಗಳು—ಇವುಗಳನ್ನು ವೊಂದು ತಗ್ಗಿನೊಳಗೆ ಕೊಳೆಯ ಹಾಕಿ ಮಳೆಗಾಲದಲ್ಲಿ ಕೊಳಿಸಿ, ಬೇಸಿಗೆಯ ಕಡೆಯಲ್ಲಿ ಹೊಲಗಳಿಗೆ ಹಾಕುವರು. ಹತ್ತಿಯ ಹೊಲಗಳಲ್ಲಿ ಕುರಿಯ ಹಿಂಡುಗಳನ್ನು ಗಿಡಗಳನ್ನು ತಿನ್ನಲಿಕ್ಕೆ ಬಿಟ್ಟು, ಅಲ್ಲೇ ತರಬಿ ಹಿಕ್ಕಿ ಉಚ್ಚಿಗಳ ಗೊಬ್ಬರವು ಅಲ್ಲಿಂದಲ್ಲೇ ಬೀಳುವಂತೆ ಮಾಡುವರು. ಕೆಲವರು ಮೊದಲಿನ ಮಳೆ ಬಿದ್ದ ಕೂಡಲೆ ಗೂರೆಳ್ಳಿನಂಥ ಬೇಗ ಬೆಳೆಯುವ ಕಾಳು ಬಿತ್ತಿ ಅದು ವೊಳಿತಾಗಿ ಬೆಳಿದ ಬಳಿಕ ರಂಟೆಯ ಹೊಡಿದು ಗಿಡಗಳನ್ನು ನೆಲದೊಳಗೆ ಕೂಡಿಸಿ ಬಿಡುವರು. ಕೆಲವರು ಕೆರೆಗಳಲ್ಲಿಯ ಕೊಳಿತ ಮಣ್ಣು ತಂದು ಹೊಲದಲ್ಲಿ ಹರವುವರು. ಕಾನಡಾ ಜಿಲ್ಲೆಯಲ್ಲಿ ವೊಣ ಯೆಲೆಯ ಗೊಬ್ಬರವೇ ಮುಖ್ಯ. ಪೂರ್ವದಲ್ಲಿ ತೆಂಗು, ಅಡಿಕೆಗಳ ತೋಟಗಳಿಗೆ ಉಪ್ಪು ಹಾಕುವರು. ಈಗ ಅದು ಬಹಳ ತುಟ್ಟಿಯಾದ್ದರಿಂದ ದೊರಿದಲ್ಲಿ ಉಪ್ಪಿನ ಮಣ್ಣು ಹಾಕುವರು.

ಕುಮ್ರಿ ಯೆಂಬದೊಂದು ಹೊಸ ಭೂಮಿಯನ್ನು ಪೈರಿಗೆ ತಯಾರು ಮಾಡುವ ರೀತಿಯುಂಟು. ಮಹಾರಾಷ್ಟ್ರರೂ ಕೊಂಕಣದವರೂ ಮಲ್ಲಾಡದ ಗುಡ್ಡ ಗಾಡು ಶೀಮೆಯಲ್ಲಿ ಕುಮ್ರಿ ಭೂಮಿಯನ್ನು ಮಾಡುವರು. ಗುಡ್ಡಗಳ ಇಳಕಲಿನ ಮೇಲೆ ಕಿರಿಗಂಟಿಗಳಿದ್ದ ಸ್ಥಳ ನೋಡಿ ಅಲ್ಲಿಯ ಕಂಟಿಗಳನ್ನೂ ದೊಡ್ಡ ಮರಗಳ ಕೆಳಗಿನ ಟೊಂಗೆಗಳನ್ನೂ ಛಳಿಗಾಲದಲ್ಲಿ ಕಡಿದು ನೆಲದ ಮೇಲೆ ಹಾಸುವರು. ಅವೆಲ್ಲ ಬೇಸಿಗೆಯಲ್ಲಿ ವೊಳಿತಾಗಿ ವೊಣಗಿದವೆಂದರೆ ಮಳೆಗಾಲವಾರಂಭವಾಗುವ ಪೂರ್ವದಲ್ಲಿ ಅವುಗಳನ್ನು ಸುಡುವರು. ಮುಂದೆ ಮೊದಲನೇ ಮಳೆಯಿಂದ ನೆಲವು ತಕ್ಕಷ್ಟು ಹಸಿಯಾಯಿತೆಂದರೆ, ಆ ಬೂದಿಯೊಳಗೆ ರಾಗಿಯನ್ನು ಬಿತ್ತುವರು. ನೆಲವು ಬಹಳ ಬಿರಿಸಿದ್ದರೆ ಮಾತ್ರ ಬಿತ್ತುವ ಪೂರ್ವದಲ್ಲಿ ರಂಟೇ ಹೊಡೆಯುವರು. ಇಷ್ಟರ ಹೊರ್ತು ಬಿತ್ತುವ ಪೂರ್ವದಲ್ಲಿ ಗಳೆಯ ಪ್ರಯೋಜನವು ಬೀಳುವದಿಲ್ಲ. ಮೊದಲಿನ ವರ್ಷ ರಾಗಿಯ ಬೆಳೆ ತಕ್ಕೊಂಡ ಬಳಿಕ ಯೆರಡನೇ ವರ್ಷ ಆ ಭೂಮಿಯಲ್ಲಿ ಸಾವೆಯ ಬೆಳೆ ತಕ್ಕೊಳ್ಳುವರು. ಮೂರನೇ ವರ್ಷಕ್ಕೆ ನೆಲದ ಕಸವು ಹೋಗುವದರಿಂದ ಆ ನೆಲ ಬಿಟ್ಟು ಮತ್ತೊಂದು ಕಡೆಯಲ್ಲಿ ಇದೇ ಪ್ರಕಾರ ಹೊಸ ನೆಲ ತಯಾರು ಮಾಡುವರು. ಮುಂದೆ ಹತ್ತು ಹನ್ನೆರಡು ವರ್ಷಗಳ

ನಂತರ ಮೊದಲಿನ ನೆಲವಲ್ಲಿ ಮೊದಲಿನಂತೆ ಕಂಟಿಗಳು ಬೆಳಿದವೆಂದರೆ, ಅದರಲ್ಲಿ ಮತ್ತ ಕುಮ್ರಿ ಕಡಿದು ಪೈರು ತಕ್ಕೊಳ್ಳುವರು. ಈ ವಿಧದ ಒಕ್ಕಲತನವು ಪೂರ್ವದಲ್ಲಿ ಬಹಳ ನಡಿಯುತ್ತಿತ್ತು. ಆದರೆ ಇದರಿಂದ ಗುಡ್ಡಗಳ ಮೇಲಿನ ಅಡವಿಯು ಬಹಳ ಹಾಳಾಗುವ ಕಾರಣ ಸರಕಾರದವರು ಈಗ ಕೆಲ ಕೆಲವು ಗೊತ್ತು ಮಾಡಿದ ಪ್ರದೇಶಗಳಲ್ಲಿ ಮಾತ್ರ ಕುಮ್ರಿ ಕಡಿಯ ಬಹುದೆಂದು ವಿಧಿಸಿದ್ದಾರೆ.

ಮೇಲಾದ ಯೆರೆ ಭೂಮಿಗೆ ಮೂರು ನಾಲ್ಕು ವರುಷಕೊಮ್ಮೆ ಗೊಬ್ಬರ ಹಾಕಿದರೆ ಸಾಕು. ಆದರೆ ಕಸುವಿಲ್ಲದಂಥ ಕೆಂಪು ಭೂಮಿಗೆ ಪ್ರತಿ ವರ್ಷ ಹಾಕಲಿಕ್ಕೆ ಬೇಕು. ವಿಜಾಪುರ ಜಿಲ್ಲೆಯಲ್ಲಿ ಬತ್ತದ ಭೂಮಿ ಬಹು ಸ್ವಲ್ಪ ಇರುತ್ತದೆ. ಅದಕ್ಕೆ ಗೊಬ್ಬರ ಹಾಕುವದಿಲ್ಲ. ಉಳಿದ ಕಡೆಯಲ್ಲಿ ಬೇರೆ ಯಾವತ್ತು ಪ್ರಕಾರದ ಭೂಮಿಯಂತೆ ಬತ್ತದ ಭೂಮಿಗೂ ಗೊಬ್ಬರ ಹಾಕುವರು. ಇದಲ್ಲದೆ ಪೈರು ಬದಲು ಮಾಡುವದರಿಂದಲೂ ಭೂಮಿಯ ಕಸುವು ಬೆಳೆಯುತ್ತದೆ. ಮುಂಗಾರಿ, ಹಿಂಗಾರಿ, ಯೆರಡೂ ಬೆಳೆಯುವಂಥ ಭೂಮಿಯಲ್ಲಿ ವೊಂದು ವರ್ಷ ಮುಂಗಾರಿಯ ಬಿತ್ತಿದರೆ ಮುಂದಿನ ವರ್ಷ ಹಿಂಗಾರಿಯ ಬಿತ್ತುವರು. ಮುಂಗಾರಿಗೆ ಮಳೆ ನಿಲುಕದಿದ್ದಲ್ಲಿ ವೊಂದು ವರ್ಷ ಬಿಳಿ ಜೋಳ, ಗೋಧಿ, ಕಡ್ಲೆಗಳನ್ನು ಬಿತ್ತಿ ಮರಿ ವರ್ಷ ಹತ್ತಿ, ಯೆಳ್ಳು, ಕುಶಿಬೆ, ಇಂಥಾ ಪೈರುಗಳನ್ನು ತಕ್ಕೊಳ್ಳುವರು. ಕಸುವುಳ್ಳ ಬತ್ತದ ಭೂಮಿಯಲ್ಲಿ ಬತ್ತದ ಬೆಳೆ ಬಂದ ಬಳಿಕ ಬಟ್ಟುಗಪ್ಪೆ ಮುಂತಾದ ಹಗುರು ಪೈರುಗಳನ್ನು ತಕ್ಕೊಳ್ಳುವರು. ಅದರಿಂದ ಭೂಮಿಯ ಕಸುವು ಬೆಳಿಯುವದು. ಬಡ ಭೂಮಿಗೆ ಯೆಕರಿಗೆ ೬೦೦ ಮಣದಂತೆ ಗೊಬ್ಬರ ಬೇಕಾಗುತ್ತದೆ; ಕಸುವುಳ್ಳ ಭೂಮಿಗೆ ೨೦೦ರಿಂದ ೪೦೦ ಮಣದ ವರೆಗೆ ಹಾಕಿದರೆ ಸಾಕು.

ಕರಿಕೆಯ ಹೊಲ ಹಸನು ಮಾಡ ಬೇಕಾದರೆ, ಎಂಟು ಅಥವಾ ಹತ್ತು ಯೆತ್ತಿನ ನೇಗಲು ಯೆರಡು ಅಥವಾ ಮೂರು ಮೈ ಹೊಡಿಯಲಿಕ್ಕೆ ಬೇಕು. ೨೪ ಯೆಕರು ಭೂಮಿಯು ನೇಗಲಿನಿಂದ ಹಸನಾಗಲಿಕ್ಕೆ ಸುಮಾರು ೬೦೦ ರೂಪಾಯಿ ವೆಚ್ಚವಾಗುತ್ತದೆ. ನಟ್ಟು ಕಡಿಸಿ ಹಸನು ಮಾಡಿದರೂ ಅಜಮಾಸು ಇಷ್ಟೇ ಹಣ ವೆಚ್ಚವಾಗುತ್ತದೆ. ಪಳೀ ಆರಿಸುವದು ಬೇರೆ. ಹಸನಾದ ಹೊಲದಲ್ಲಿ ಮೊದಲಿನ ವರ್ಷ ವಾಡಿಕೆಯಾಗಿ ಹತ್ತಿಯನ್ನು ಇಲ್ಲವೆ ಜೋಳ ಬಿತ್ತುವರು. ಮೊದಲಿನ ವರ್ಷ ಪೈರು ಚನ್ನಾಗಿ ಕೂಡ್ರುವದಿಲ್ಲ; ಮುಂದಿನ ಯೆರಡು ವರ್ಷ ಸಾಧಾರಣ ಕೂಡ್ರುವದು; ನಾಲ್ಕನೇ ವರ್ಷ ಮಳೆ ನೆಟ್ಟಗಾದರೆ ಭರಪೂರ ಬೆಳೆ ಬರುವದು. ಹಸನಾದ ಕರೆ ಭೂಮಿಯಲ್ಲಿ ವರ್ಷ ವರ್ಷ ರಂಟೀ ಹೊಡಿಯುವ ಪ್ರಯೋಜನವಿಲ್ಲ; ಯೆರಡು ಮೂರು ವರ್ಷಕ್ಕೊಮ್ಮೆ ಹೊಡಿದರೆ ಸಾಕು. ಕೆಂಪು ಭೂಮಿಯಲ್ಲಿ ಕರಿಕೆ ಬೆಳಿಯುವದಿಲ್ಲಾದ ಕಾರಣ ಅದಕ್ಕೆ ನೇಗಲಿನ ಪ್ರಯೋಜನವಿಲ್ಲ; ಆದರೆ ಅದು ಬಿಸಿಲಿನಿಂದ ಕಲ್ಲಿನ ಹಾಗೆ ಬಿರುಸಾಗುತ್ತದಾದ ಕಾರಣ ಅದನ್ನು ಆಗಾಗ್ಗೆ ರಂಟಿಯಿಂದ ಮಿದು ಮಾಡುತ್ತಿರಲಿಕ್ಕೆ ಬೇಕು. ನೇಗಲು ಹೊಡಿದ ಬಳಿಕ ಇಲ್ಲವೆ ನಟ್ಟು ಕಡಿದ ಬಳಿಕ ಮಳೆಯಿಂದ ಹೆಂಟೆಗಳು ಕರಗಿದವೆಂದರೆ ನಾಲ್ಕರ ಕುಂಟಿಯನ್ನು ಹೊಡಿದು, ಬೇರು ಆರಿಸಿ ಆ ಮೇಲೆ ಯೆರಡೆತ್ತಿನ ಕುಂಟಿಯಿಂದ ಚಲಿಸಿದ ಬಳಿಕ

ಭೂಮಿಯು ಬಿತ್ತಲಿಕ್ಕೆ ತಯಾರಾಗುವದು. ರಂಟೇ ಹೊಡಿದ ಭೂಮಿಯನ್ನೂ ಹಸನಿದ್ದ ಕರೆ ಭೂಮಿಯನ್ನೂ ಯೆರಡರ ಕುಂಟಿಯಿಂದ ಚಲಿಸಿ ಬಿತ್ತುವರು. ಕೂರಿಗೆಯಿಂದ ಮುಖ್ಯ ಧಾನ್ಯಗಳನ್ನು ಬಿತ್ತಿದ ಮೇಲೆ ಬೆಳೆ ಸಾಲ ಹೊಡಿದರೆ ಬಿತ್ತುವ ಕೆಲಸ ತೀರಿತು. ಮುಂಗಾರಿಯ ಜೋಳದಲ್ಲಿ ತೊಗರಿ, ಹೆಸರು, ಅಲಸಂದಿ, ಮುಂತಾದ ಬೇಳೆಯ ಕಾಳು ಗಳನ್ನು ಅಕ್ಕಡಿಯ ಕೋಲಿನಿಂದ ಬಿತ್ತುವರು. ಬಿತ್ತಿದ ಬಳಿಕ ನಾಟಕೆಯು ಸುಮಾರು ವೊಂದು ಫೂಟು ಯೆತ್ತರಾಗುವದರೊಳಗೆ ಯೆರಡು ಸಾರಿ ಯೆಡೆ ಹೊಡಿದರೆಂದರೆ ಗಳೆಯ ಕೆಲಸ ತೀರಿತು. ತೆನೆಯಾದ ಬಳಿಕ ಹೊಲ ಕಾಯುವದೂ ಬೆಳೆ ಕೊಯ್ಯುವದೂ, ರಾಶೀ ಮಾಡುವದೂ, ಇವೆಲ್ಲ ಸುಗ್ಗಿಯ ಕಾಲದ ಕೆಲಸಗಳಿರುತ್ತವೆ.

ಇಪ್ಪತ್ತೇಳು ಮಹಾ ನಕ್ಷತ್ರಗಳಲ್ಲಿ ಮೊದಲಿನ ವೊಂಬತ್ತು ೧೫ ದಿವಸದವೆಂತಲೂ, ಯೆರಡನೇ ವೊಂಬತ್ತು ೧೪ ದಿವಸದವೆಂತಲೂ, ಕಡೆಯ ವೊಂಬತ್ತು ೧೦ ದಿವಸದವೆಂತ ಲೂ ವಾಡಿಕೆಯಾಗಿ ಯೆಣಿಸುವರು; ಕೃತ್ತಿಕೆಯಿಂದ ಆಶ್ಲೇಷದ ವರೆಗೆ, ಅಂದರೆ ಸುಮಾ ರು ೯ನೇ ಮೇಯಿಂದ ೧೪ನೇ ಆಗಸ್ಟದ ವರೆಗೆ ಮುಂಗಾರಿಯ ಬಿತ್ತುವ ಕಾಲವು. ಮೇ ಮುಗಿಯುವ ಪೂರ್ವದಲ್ಲಿ ಬತ್ತ ಬಿತ್ತುವರು. ಪುನರ್ವಸು, ಪುಷ್ಯದಲ್ಲಿ ಜೋಳ ಬಿತ್ತುವರು. ಮಘಾ ನಕ್ಷತ್ರದಿಂದ ಸ್ವಾತಿಯ ವರೆಗೆ, ಅಂದರೆ ೧೫ನೇ ಆಗಸ್ಟದಿಂದ ೩ನೇ ನವಂಬರಿನ ವರೆಗೆ ಹಿಂಗಾರಿಯನ್ನು ಬಿತ್ತುವ ಕಾಲವು. ಇದರ ಆರಂಭದಲ್ಲಿ ಇಲ್ಲವೆ ಮುಂಗಾರಿಯ ಕಾಲದ ಕಡೆಯಲ್ಲಿ ಹತ್ತೀ ಬಿತ್ತುವರು; ಸಪಟಂಬರಿನ ಕಡೆತನಕ ಬಿಳೆ ಜೋಳ, ಗೋಧಿ, ಕಡ್ಲೆಗಳನ್ನು ಬಿತ್ತುವರು. ಹಸ್ತದಿಂದ ಶ್ರವಣದ ವರೆಗೆ ಅಂದರೆ, ೨೫ನೇ ಸಪಟಂಬರಿನಿಂದ ೩ನೇ ಫೇಬ್ರುವಾರಿಯ ವರೆಗೆ ಸುಗ್ಗಿಯ ಕಾಲವು. ಉತ್ತರಾ ಷಾಢದಿಂದ ರೇವತಿಯ ವರೆಗೆ, ಅಂದರೆ ೯ನೇ ಜನವರಿಯಿಂದ ೧೦ನೇ ಎಪ್ರೀಲಿನ ವರೆಗೆ ಹತ್ತೀ ಬಿಡಿಸುವ ಕಾಲವು. ಆಗಟಂಬರಿನಲ್ಲಿ ಮುಂಗಾರಿಗೂ ಹಿಂಗಾರಿಗೂ ಮಳೆ ಬೇಕು; ಅದರಿಂದ ಮುಂಗಾರಿಯ ಕಾಳು ವೊಳಿತಾಗಿ ತುಂಬುವದು, ಹಿಂಗಾರಿಯ ಸಸಿಯು ಭರ ದಿಂದ ಬೆಳೆಯುವದು.

ವಿಜಾಪುರ ಜಿಲ್ಲೆಯಲ್ಲಿ ಮುಂಗಾರಿಯ ಮಳೆಯು ತಕ್ಕಷ್ಟು ಬಹುತರ ಆಗುವದಿಲ್ಲ. ಬೆಳಗಾವಿ ಧಾರವಾಡಗಳ ಬೈಲು ಶೀಮೆಯ ನಾಲ್ಕು ತಾಲೂಕುಗಳಲ್ಲಿ ಹಿಂಗಾರಿ ಮಾತ್ರ ಬೆಳೆಯುವದು. ಮಲ್ಲಾಡದ ಶರಗಿನ ಪ್ರದೇಶಗಳಲ್ಲಿ ಮುಂಗಾರಿ, ಹಿಂಗಾರಿ, ಯೆರಡೂ ಪೈರುಗಳು ಬರುತ್ತವೆ. ವಿಶೇಷವಾಗಿ ಕೋಡ, ರಾಣೇಬಿನ್ನೂರು ತಾಲೂಕುಗಳಲ್ಲಿ ಕರಿಸಾಲು ಯೆಂದೆಂದು ಬೀಳುವದಿಲ್ಲ; ಮುಂಗಾರಿಯ ಪೈರು ಬರದಿದ್ದರೆ ಹಿಂಗಾರೀದು ಬರುತ್ತದೆ. ಮಲ್ಲಾಡದಲ್ಲಿಯೂ ಘಟ್ಟದ ಕೆಳಗೂ ಮುಂಗಾರಿಯ ಪೈರುಗಳು ಮಾತ್ರ ಬರುವವು; ಅಲ್ಲಿ ಹಿಂಗಾರಿಯ ಮಳೆ ಬೀಳುವದಿಲ್ಲ.

ಸನ್ ೧೮೮೧—೮೨ನೇ ವರ್ಷದಲ್ಲಿ ಧಾರವಾಡ, ಬೆಳಗಾವಿ, ವಿಜಾಪುರ ಈ ಮೂರು ಜಿಲ್ಲೆಗಳಲ್ಲಿ ಬೇರೆ ಬೇರೆ ಪೈರುಗಳಿಗೆ ಆಕ್ರಮಿಸಿದ ಭೂಮಿಯ ವಿವರ.

ಪೈರುಗಳ ಕೋಷ್ಟಕ.

ಪೈರುಗಳು.	ಧಾರವಾಡ.	ಬೆಳಗಾವಿ.	ವಿಜಾಪುರ.
	ಯೆಕರು.	ಯೆಕರು.	ಯೆಕರು.
ಜೋಳ	೩೮೯೪೧೧	೪೨೨೯೪೫	೯೪೯೩೮೬
ಶೆಜ್ಜೆ	೪೦೯೯	೫೮೩೮೧	೧೩೬೯೨೪
ಗೋಧಿ..........	೧೭೪೮೨೭	೬೩೪೯೯	೯೭೭೪೬
ಬತ್ತ	೮೫೧೧೭	೬೪೭೭೪	೫೦೦೪
ನವಣೆ	೪೭೮೩೦	೩೮೦೧೬	೯೨೬೯
ಜವಿಗೋಧಿ........	,,	೫೭	೬೨೨
ರಾಗಿ	೨೮೮೫೯	೩೦೦೧೬	,,
ಸಾವಿ	೧೭೯೧೧	೯೪೧೬	೩೯೨೬
ಹರೀಕ	,,	೪೩೬೦	,,
ಗೋವಿಂಜೋಳ	೧	೧೯೭೨	೩೦೪
ಕಡ್ಲಿ	೩೩೦೩೫	೨೫೫೩೪	೩೭೮೬೬
ತೊಗರಿ..........	೨೫೫೭೫	೨೯೭೫೭	೧೪೭೨೦
ಹುರಳಿ	೨೪೨೦೦	೨೩೯೭೫	೭೯೨೯
ಹೆಸರು	೧೪೭೬೦	೨೩೮೧	೪೩೨
ಬಟ್ಟುಗಡ್ಲಿ	,,	೩೩೭೯	,,
ಉದ್ದು	೪೨೬	೫೬೪	,,
ಅಗಸಿ	೧೭೭೩೪	೧೫೦೭	೨೯೬೯೭
ಯೆಳ್ಳು..........	೩೬೯೪	೪೬೬೮	೧೫೫೨೧
ಸಾಸಿವೆ..........	೪೧	೧೦೮	,,
ಕುಸಿಬೆ..........	೪೮೯೫೭	,,	೨೫೮೭೬
ಹತ್ತಿ	೩೫೭೭೦೧	೯೧೪೦೭	೨೫೫೩೬೭
ಸಣಬು..........	೧೨೨೨	೯೮೨	೪೨೩
ಪುಂಡಿ	೨೮೭	೫೯೯	,,
ಮೆಣಶಿನ ಕಾಯಿ.....	೨೮೭೪೮	೭೯೬೭	೧೬೩೭
ಕಬ್ಬು	೩೭೪೨	೪೧೭೬	೧೧೩೫
ತಂಬಾಕ	೧೨೫೧	೯೩೧೪	೧೪೬೯

ಬತ್ತ ಬಿತ್ತುವ ರೀತಿಗಳು ೫ ಇರುತ್ತವೆ. ೧ನೇ ಅಗಿ ಹಚ್ಚುವ ರೀತಿಯು ಯೆಲ್ಲಕ್ಕೂ ಮೇಲಾದದ್ದು. ಆದರೆ ಇದಕ್ಕೆ ವೆಚ್ಚವೂ ಶ್ರಮವೂ ಬಹಳ ಬೇಕಾಗುವ ಕಾರಣ ವೊಕ್ಕಲಿಗರು ಈ ರೀತಿಯಿಂದ ಬಹಳವಾಗಿ ಬಿತ್ತುವದಿಲ್ಲ.

ಬತ್ತ.

ಬೇಸಿಗೆಯ ಕಡೆಯಲ್ಲಿ ಅಗಿ ಹೊಯ್ಯ ತಕ್ಕ ಭೂಮಿಯಲ್ಲಿ ವೊಣಯೆಲೆ, ಕಟ್ಟಿಗೆ, ಹುಲ್ಲು, ಕಸ ಮುಂತಾದವುಗಳನ್ನು ಹರವಿ ಸುಡುವರು. ಅಗಿ ಹಚ್ಚುವ ಭೂಮಿಯನ್ನಾದರೂ ಇದೇ ಪ್ರಕಾರ ತಯಾರು ಮಾಡುವರು. ವೊದಲಿನ ಮಳೆ ಬಿದ್ದ ಕೂಡಲೆ ಅಗಿ ಹೊಯ್ಯುವ ಭೂಮಿಯನ್ನು ಮೂರು ಸಾರಿ ರಂಟೇ ಹೊಡಿದು ಹರಗುವರು. ಹಸಿಯು ವೊಳಿತಾಗಿ ಆದ ಕೂಡಲೆ ಬತ್ತದ ಕಾಳುಗಳನ್ನು ಕೈಯಿಂದ ಆ ಭೂಮಿಯಲ್ಲಿ ದಟ್ಟಾಗಿ ಬಿತ್ತುವರು. ಅಗಿ ಹಚ್ಚುವ ಭೂಮಿಯು ವೊಳಿತಾಗಿ ತೊಯಿದ ಬಳಿಕ ಅದನ್ನಾದರೂ ಮೂರು ಸಾರಿ ರಂಟೇ ಹೊಡಿದು ಹರಗಿ ಹಚ್ಚಲಿಕ್ಕೆ ತಯಾರು ಮಾಡುವರು. ಅಗಿಗಳು ಸುಮಾರು ೫ ವಾರದೊಳಗೆ ಮೊಳದಷ್ಟು ಯೆತ್ತರವಾದ ಬಳಿಕ ಅಗಿ ಹಚ್ಚುವ ಭೂಮಿಯಲ್ಲಿ ಮೇಲೆ ಹೇಳಿದಂತೆ ಗೊಬ್ಬರ ಹರವಿ ತುಳಿಸು ಅದನ್ನು ಕೆಸರೊಳಗೆ ಪೂರಾ ಮುಳುಗಿಸಿ, ಭೂಮಿಯನ್ನು ಸವ ಮಾಡಿ ಕೂರಿಗೆಯಿಂದ ಸಾಲು ಬಿಟ್ಟು, ಜೂನಿನ ಆರಂಭದ ಸುಮಾರಿನಲ್ಲಿ ಅಗಿಗಳನ್ನು ಹಚ್ಚುವರು. ಅಗಿ ಹಚ್ಚಿದ ಬಳಿಕ ಯೆರಡು ಸಾರಿ ಕಳೆ ತೆಗೆಯುವರು. ಈ ಬತ್ತವು ನವಂಬರಿನಲ್ಲಾಗಲಿ ದಿಜಂಬರಿನಲ್ಲಿ ಕೊಯ್ಯಲಿಕ್ಕೆ ಬರುತ್ತದೆ. ೨ನೇ ರೀತಿ ಕೂರಿಗೆಯಿಂದ ಬಿತ್ತುವದು. ಸ್ವಲ್ಪ ಮಳೆಯಾದ ಕೂಡಲೆ ಮುಂದೆ ಬೇಗ ಮಳೆಯಾಗುವ ಹಾಗಿದ್ದಲ್ಲಿ ಈ ರೀತಿಯಿಂದ ಬಿತ್ತುವರು. ಬಿತ್ತಿದ ಬಳಿಕ ವೊಂದು ವಾರದೊಳಗೆ ಮಳೆಯಾಗಲಿಕ್ಕೆ ಬೇಕು; ಇಲ್ಲದಿದ್ದರೆ ಸಸಿಗಳು ವೊಣಗುತ್ತವೆ, ಅವುಗಳನ್ನು ಹಕ್ಕಿಗಳು ತಿನ್ನುತ್ತವೆ. ಆದರೆ ವೊದಲಿನ ರೀತಿಗಿಂತ ಈ ರೀತಿಯಿಂದ ಬಿತ್ತಿದ ಬೆಳೆ ಕಡಿಮೆ ಬರುವದು. ೩ನೇ ರೀತಿ ಹ್ಯಾಗಂದರೆ, ಆರಂಭದಲ್ಲಿ ಮಳೆ ಬಹಳವಾಗಿ ಕೂರಿಗೆ ನಡಿಯದ ಹಾಗಿದ್ದಲ್ಲಿ ರಂಟೆಯಿಂದ ಸಾಲು ಬಿಟ್ಟು, ಆ ಸಾಲುಗಳಲ್ಲಿ ಕೈಯಿಂದ ಬಿತ್ತುವರು. ಈ ಬಿತ್ತಿಗೆಯ ಪೈರು ಯೆರಡನೇದಕ್ಕಿಂತ ಕಡಿಮೆ. ೪ನೇ ರೀತಿ. ಮೇಲಿನ ಮೂರೂ ರೀತಿಗಳಿಂದ ಬಿತ್ತಲಿಕ್ಕೆ ಅನುಕೂಲವಾಗದಿದ್ದಲ್ಲಿ ಮೊಳಿಕೇ ಬತ್ತವನ್ನು ಬಿತ್ತುವರು. ಒಂದು ತಟ್ಟಿನ ಇಲ್ಲವೆ ಚಾಪೆಯ ಚೀಲಿನಲ್ಲಿ ಬತ್ತ ಹಾಕಿ ಅವನ್ನು ನೀರೊಳಗೆ ಮುಳುಗಿಸಿ ಗಾಳಿ ಆಡದಂಥ ಸ್ಥಳದಲ್ಲಿ ಮೂರು ದಿವಸ ಇಡುವರು; ಅಷ್ಟರಲ್ಲಿ ಮೊಳಿಕೆಗಳೇಳುವವು. ಆ ಮೊಳಿಕೆಯ ಕಾಳುಗಳನ್ನು ವೊಳಿತಾಗಿ ಹಶಿಯಾದ ಭೂಮಿಯಲ್ಲಿ ಕೈಯಿಂದ ಬಿತ್ತುವರು. ೫ನೇದಕ್ಕೆ ಸರದೀ ರೀತಿಯನ್ನುವರು. ಅದು ಹ್ಯಾಗಂದರೆ, ಸ್ವಲ್ಪ ಹಶಿಯಾದ ಭೂಮಿಯಲ್ಲಿ ಬತ್ತವನ್ನು ಕೂರಿಗೆಯಿಂದ ಬಿತ್ತಿ ಸಶಿಗಳು ತಕ್ಕಮಟ್ಟಿಗೆ ದೊಡ್ಡವಾದ ಬಳಿಕ ದಟ್ಟ ಇದ್ದಲ್ಲಿಯ ಸಶಿಗಳನ್ನು ಕಿತ್ತಿ ಅಂಗಲವಿದ್ದಲ್ಲಿ ಹಚ್ಚುವರು. ಇದು ಎಲ್ಲಕ್ಕೂ ಕಡೆಯ ರೀತಿ; ಇದರಿಂದ ಬೆಳೆ ಬಂದೀತೆಂಬ ಆಶೆಯು ಬಹು ಕಡಿಮೆ ಇರುತ್ತದೆ.

ವಿಜಾಪುರ ಜಿಲ್ಲೆಯಲ್ಲಿ ಬಾದಾಮಿಯ ತಾಲೂಕಿನಲ್ಲಿ ಮಾತ್ರ ಬತ್ತವನ್ನು ೪ನೇ ರೀತಿ

ಯಿಂದ ಬಿತ್ತುವರು. ಬೆಳಗಾವಿ ಜಿಲ್ಲೆಯಲ್ಲಿ ಖಾನಾಪುರ, ಬೆಳಗಾವಿ, ಸಂಪಗಾವಿ, ಈ ಮೂರು ತಾಲೂಕುಗಳಲ್ಲಿ ಬತ್ತದ ಬೆಳೆಯು ವೊಳಿತಾಗಿ ಬರುತ್ತದೆ. ಧಾರವಾಡ ಜಿಲ್ಲೆಯಲ್ಲಿ ಧಾರವಾಡ, ಕಲಘಟಗೀ, ಹಾನಗಲ್ಲು, ರಾಣೆಬಿನ್ನೂರು, ಕೋಡ, ಈ ತಾಲೂಕುಗಳಲ್ಲಿ ಬತ್ತದ ಬೆಳೆ ಬರುತ್ತದೆ. ಕಾನಡಾ ಜಿಲ್ಲೆಯಲ್ಲಿ ಘಟ್ಟದ ಕೆಳಗೂ ಮೇಲೆಯೂ ಯೆಲ್ಲ ಕಡೆಯಲ್ಲಿ ಬತ್ತದ ಬೆಳೆ ಚನ್ನಾಗಿ ಬರುತ್ತವೆ. ಘಟ್ಟದ ಕೆಳಗೆ ವಾಡಿಕೆಯಾಗಿ ನಾಲ್ಕನೇ ರೀತಿಯಿಂದ ಬಿತ್ತುವರು; ಘಟ್ಟದ ಮೇಲೆ ಕೂರಿಗೆಯಿಂದ ಬಿತ್ತುವದು ವಿಶೇಷ. ಈ ಜಿಲ್ಲೆಯಲ್ಲಿ ವೊಟ್ಟಿಗೆ ೬೩ ಜಾತಿಯ ಬತ್ತ ಬೆಳೆಯುತ್ತದೆ. ಕೆಲವು ಕಸುವುಳ್ಳ ಭೂಮಿಗಳಲ್ಲಿ ವರ್ಷದೊಳಗೆ ಯೆರಡು ಬತ್ತದ ಪೈರುಗಳು ಬರುತ್ತವೆ.

ಜೋಳ.

ವಿಜಾಪುರ ಜಿಲ್ಲೆಯಲ್ಲಿ ಯೆಲ್ಲ ಕಡೆಯಲ್ಲಿಯೂ ಜೋಳ ಬಿತ್ತುವರು. ಡೋಣಿ ಸಾಲಿನ ಜೋಳದ ಬೆಳೆಯು ಹೆಸರಾದದ್ದೆಂದು ಹಿಂದೆ ಹೇಳಿದ್ದೇವೆ. ಬಾದಾಮಿಯ ತಾಲೂಕಿನಲ್ಲಿ ಮುಂಗಾರಿಯ ಬೆಳೆ ವೊಳಿತಾಗಿ ಬರುತ್ತದೆ. ಉಳಿದ ಕಡೆಯಲ್ಲಿ ಬಿಳೆ ಜೋಳವೇ ವಿಶೇಷ. ಬೆಳಗಾವೀ ಜಿಲ್ಲೆಯಲ್ಲಿ ಅಥಣಿ, ಪರಸಗಡ, ಚಿಕ್ಕೋಡಿ, ಸಂಪಗಾವಿ, ಗೋಕಾವಿ, ಈ ತಾಲೂಕುಗಳಲ್ಲಿ ಜೋಳದ ಪೈರು ಮುಖ್ಯ. ಧಾರವಾಡ ಜಿಲ್ಲೆಯ ಯಾವತ್ತು ತಾಲೂಕುಗಳಲ್ಲಿ ಜೋಳದ ಬೆಳೆ ವೊಳಿತಾಗಿ ಬರುತ್ತದೆ. ಈ ಜಿಲ್ಲೆಯಲ್ಲಿ ವೊಟ್ಟಿಗೆ ೧೮ ಪ್ರಕಾರದ ಜೋಳ ಬೆಳೆಯುವದು. ಇವುಗಳಲ್ಲಿ ಬಿಳೆ ಜೋಳ, ಕರೆ ಜೋಳ, ಇವೆರಡು ಹಿಂಗಾರಿಯ ಜಾತಿಗಳು; ಉಳಿದ ೧೬ ಜಾತಿಗಳು ಮುಂಗಾರಿಯ ಪೈರುಗಳಿವೆ. ಅವುಗಳ ಹೆಸರುಗಳು—ಮೂರ ತಿಂಗಳ ಜೋಳ, ದೊಡ್ಡ ಜೋಳ, ಉತಳ ಫುಲ್ಗರ, ಚೆಜಕರ, ಕಾಗಿ ಜೋಳ, ನಂದೀಹಾಳ, ಈ ಆರು ಜಾತಿಗಳನ್ನು ಮುಖ್ಯ ಪೈರುಗಳಾಗಿ ಬಿತ್ತುವರು; ಭಗವಂತ ಫುಲ್ಗರ, ಪಟ್ಟಣ ಸಾಳಿ, ಗೌರೀಕುಲ, ಬಸವನ ಪಾದ, ಫುಲ್ಗರ, ಜೆಲ ಕೊಂಜೋಳ ಅಥವಾ ಜೋಗಿ ಜೆಡೀ ಜೋಳ, ಕೆಂಜೋಳ, ಕೊಡಮೂಕನ ಜೋಳ ಈ ಯೆಂಟು ಜಾತಿಗಳನ್ನು ಮುಖ್ಯ ಪೈರುಗಳಾಗಿ, ಇಲ್ಲವೆ ಬೇರೆ ಮುಂಗಾರೀ ಹಿಂಗಾರೀ ಜಾತಿಗಳ ಪೈರಿನಲ್ಲಿ ನಡುನಡುವೆ ಹಲಕೆಲವು ಸಾಲುಗಳಾಗಿ ಬಿತ್ತುವರು; ಹಳಮೂಕನ ಜೋಳ, ಉಳಕನ ಜೋಳ, ಈ ಯೆರಡು ಜಾತಿಗಳನ್ನು ಬೇರೆ ಜಾತಿಗಳ ಪೈರಿನಲ್ಲಿ ನಡುನಡುವೆ ಸಾಲುಗಳಾಗಿ ಮಾತ್ರ ಬಿತ್ತುವರು. ಇವುಗಳನ್ನು ಹಾಗೇ ಗುಗ್ಗರೀ ಕುದಿಸಿ ತಿನ್ನುವರು, ಬೀಸಿ ರೊಟ್ಟಿಯ ಮಾಡುವದಿಲ್ಲ. ಕಾನಡಾ ಜಿಲ್ಲೆಯ ಶಿರಸಿ ಸಿದ್ದಾಪುರ ತಾಲೂಕುಗಳಲ್ಲಿ ಜೋಳವು ಕೆಲವು ಮಟ್ಟಿಗೆ ಬೆಳೆಯುತ್ತದೆ; ಆದರೆ ಅದನ್ನು ಜಿಲ್ಲೆಯ ಮುಖ್ಯ ಪೈರುಗಳಲ್ಲಿ ಯೆಣಿಸುವದಿಲ್ಲ.

ಗೋಧಿ.

ಗೋಧಿಯು ವಿಜಾಪುರ ಜಿಲ್ಲೆಯಲ್ಲಿ ಬಾಗೇವಾಡಿ, ಸಿಂದಗಿ, ವಿಜಾಪುರ, ಈ ಮೂರು ತಾಲೂಕುಗಳಲ್ಲಿ ವಿಶೇಷವಾಗಿ ಬೆಳೆಯುತ್ತದೆ. ಕೆಂಪು, ಖಪಲಿ, ಹೊಳಿ, ಯೆಂಬ ಮೂರು ಜಾತಿಗಳು ಈ ಜಿಲ್ಲೆಯಲ್ಲಿ ಬೆಳಿಯುತ್ತವೆ. ಕೆಂಪು ಗೋಧಿ ಯೆಲ್ಲಕ್ಕೂ ಶ್ರೇಷ್ಠ, ಯೆರೆ ಭೂಮಿಯಲ್ಲಿ ಸರಸಾಗಿ ಬೆಳಿಯುವದು; ಖಪಲೀ ಗೋಧಿಯನ್ನು ತೋಟಗಳಲ್ಲಿ ಬಿತ್ತುವರು. ಹೊಳಿ ಗೋಧಿ

ಯನ್ನು ಬತ್ತದ ಭೂಮಿಯಲ್ಲಿ ಬತ್ತ ಕೊಯ್ದ ಬಳಿಕ ಬಿತ್ತುವರು; ಇದು ಯೆಲ್ಲಕ್ಕೂ ಕಡಿಮೇ ಜಾತಿ. ಬೆಳಗಾವೀ ಜಿಲ್ಲೆಯಲ್ಲಿ ಖಾನಾಪುರ ಹೊರ್ತಾಗಿ ಉಳಿವ ಆರು ತಾಲೂಕುಗಳಲ್ಲಿ ಮೇಲೆ ಹೇಳಿದ ಮೂರು ಜಾತಿಯ ಗೋಧಿಯು ಬೆಳಿಯುತ್ತದೆ. ಧಾರವಾಡ ಜಿಲ್ಲೆಯಲ್ಲಿ ಗದಗು, ನವಲಗುಂದ, ಹುಬ್ಬಳ್ಳಿ, ರೋಣ, ಧಾರವಾಡ, ಈ ತಾಲೂಕುಗಳಲ್ಲಿ ಗೋಧಿಯು ವೊಳಿತಾಗಿ ಬೆಳಿಯುತ್ತದೆ; ಬಂಕಾಪುರ ತಾಲೂಕಿನಲ್ಲಿ ಈ ಧಾನ್ಯದ ಬೆಳಿಯು ನೆಟ್ಟಗೆ ಬರುವದಿಲ್ಲ. ಕಾನಡಾ ಜಿಲ್ಲೆಯಲ್ಲಿ ಘಟ್ಟದ ಮೇಲೆ ಗೋಧಿಯು ಅಲ್ಪಸ್ವಲ್ಪ ಬೆಳಿಯುತ್ತದೆಂದು ತೋರುತ್ತದೆ.

ಕಡ್ಲೆ. ಕಡ್ಲೆಯನ್ನು ಗೋಧಿಯ ಸಂಗಡ, ಇಲ್ಲವೆ ಬೇರೆಯಾಗಿ ಗೋಧೀ ಬಿತ್ತುವ ಭೂಮಿಯಲ್ಲಿ ಯೆಲ್ಲ ಕಡೆಯಲ್ಲಿ ಬಿತ್ತುವರು. ಕಸುವುಳ್ಳ ಬತ್ತದ ಭೂಮಿಯಲ್ಲಿ ಬತ್ತದ ಪೈರು ಕೊಯ್ದು ಬಳಿಕ ಕಡ್ಲೆಯನ್ನು ಬಿತ್ತುವರು. ಯಾವ ಜಿಲ್ಲೆಯಲ್ಲಿಯೂ ಕಡ್ಲೆಯು ಮುಖ್ಯ ಧಾನ್ಯವೆನಿಸುವದಿಲ್ಲ.

ಹತ್ತಿ. ಹತ್ತಿಯನ್ನು ವಿಜಾಪುರ ಜಿಲ್ಲೆಯಲ್ಲಿ ಸಿಂದಗಿ, ಬಾಗೇವಾಡಿ,-ಮುದ್ದೇಬಿಹಾಳ, ಹುನಗುಂದ, ಈ ತಾಲೂಕುಗಳಲ್ಲಿ ಮುಖ್ಯವಾಗಿ ಬಿತ್ತುವರು; ಇವುಗಳಲ್ಲಿ ಹುನಗುಂದದ ಹತ್ತಿ ಹೆಸರಾದದ್ದು. ಕರೆಹತ್ತಿ, ಜವಾರೀ ಹತ್ತಿ, ವಿಲಾಯತೀ ಹತ್ತಿ, ಈ ಪ್ರಕಾರ ಮೂರು ಜಾತಿಯ ಹತ್ತಿಯನ್ನು ಈ ಜಿಲ್ಲೆಯಲ್ಲಿ ಬಿತ್ತುವರು. ಆದರೆ ಜವಾರೀ ಹತ್ತಿಯೇ ಮುಖ್ಯ. ಬೆಳಗಾವೀ ಜಿಲ್ಲೆಯಲ್ಲಿ ಯೆಲ್ಲ ಕಡೆಯಲ್ಲಿ ಹತ್ತಿ ಬೆಳಿಯುತ್ತದೆ. ಆದರೆ ಪರಸಗಡ, ಅಥಣಿ, ಈ ತಾಲೂಕುಗಳು ಹತ್ತಿಗೆ ಹೆಸರಾಗಿರುತ್ತವೆ; ಖಾನಾಪುರದಲ್ಲಿ ಯೆಲ್ಲಕ್ಕೂ ಕಡಿಮೆ. ಧಾರವಾಡ ಜಿಲ್ಲೆಯಲ್ಲಿ ಮಲ್ಲಾಡದ ಪ್ರದೇಶ ಹೊರ್ತಾಗಿ ಉಳಿದ ಕಡೆಯಲ್ಲೆಲ್ಲ ಕರೆ ಭೂಮಿಯಲ್ಲಿ ಹತ್ತಿಯು ಬಹು ಸರಸಾಗಿ ಬೆಳಿಯುವದು. ಮುಂಬಯಿ ಇಲಾಖೆಯಲ್ಲಿ ಈ ಜಿಲ್ಲೆಯು ಹತ್ತಿಯ ಬಗ್ಗೆ ಹೆಸರಾಗಿರುತ್ತದೆ. ಈ ಜಿಲ್ಲೆಯಲ್ಲಿ ಜೋಳಕ್ಕೆ ಕೊಡುವಷ್ಟೇ ಭೂಮಿಯನ್ನು ಹತ್ತಿಗೆ ಕೊಡುತ್ತಾರೆಂತಲೂ, ಇಷ್ಟು ಭೂಮಿಯನ್ನು ಹತ್ತಿಗೆ ಬೇರೆ ಯಾವ ಜಿಲ್ಲೆಯಲ್ಲಿಯೂ ಕೊಡುವದಿಲ್ಲೆಂತಲೂ ಹಿಂದೆ ಕೊಟ್ಟ ಕೋಷ್ಟಕದಿಂದ ತಿಳಿಯುವದು. ವಿಜಾಪುರ ಜಿಲ್ಲೆಯಲ್ಲಿ ಬೆಳಿಯುವ ಮೂರೂ ಜಾತಿಯ ಹತ್ತಿಯು ಈ ಜಿಲ್ಲೆಯಲ್ಲಿ ಬೆಳಿಯುತ್ತದೆ. ಆದರೆ ಕರೆಹತ್ತಿ ಬಹು ಸ್ವಲ್ಪ; ಜವಾರೀ ಹತ್ತಿ ಮುಖ್ಯ; ಆದರೂ ವಿಲಾಯತೀ ಹತ್ತಿ ಈ ಜಿಲ್ಲೆಯಲ್ಲಿ ಬೆಳಿದಷ್ಟು ವಿಜಾಪುರ ಬೆಳಗಾವೀ ಜಿಲ್ಲೆಗಳಲ್ಲಿ ಬೆಳಿಯುವದಿಲ್ಲ. ಕಾನಡಾ ಜಿಲ್ಲೆಯಲ್ಲಿ ಹತ್ತಿಯ ಬೆಳೆ ಬರುವದಿಲ್ಲ.

ಕಬ್ಬು. ಕಬ್ಬು ವಿಜಾಪುರ ಜಿಲ್ಲೆಯಲ್ಲಿ ತೋಟಗಳಲ್ಲಿ ಮಾತ್ರ ಬೆಳಿಯುತ್ತದೆ. ಬೆಳಗಾವೀ ಜಿಲ್ಲೆಯಲ್ಲಿ ಚಿಕ್ಕೋಡಿ, ಬೆಳಗಾವಿ, ಸಂಪಗಾವಿ, ಖಾನಾಪುರ, ಈ ತಾಲೂಕುಗಳಲ್ಲಿ ಕಬ್ಬಿನ ಪೈರು ವೊಳಿತಾಗಿ ಬರುತ್ತದೆ. ಬತ್ತದ ಭೂಮಿಯಲ್ಲಿ ಯೆರಡು ವರ್ಷ ಬತ್ತ ಬಿತ್ತಿದ ಬಳಿಕ ನಡುವೆ ವೊಂದು ವರ್ಷ ಕಬ್ಬು ಹಚ್ಚುವರು. ಬಿಳೆ ಕಬ್ಬು, ಕರೆ ಕಬ್ಬು, ಹಾಲುಗಬ್ಬು ಅಥವಾ ಹುಲ್ಲುಕಬ್ಬು, ಈ

ಮೂರು ಜಾತಿಗಳ ಕಬ್ಬು ಈ ಜಿಲ್ಲೆಯಲ್ಲಿ ಬೆಳೆಯುತ್ತವೆ. ಮೊದಲಿನ ಯೆರಡು ಜಾತಿಯ ಕಬ್ಬಿನ ರಸದಿಂದ ಬೆಲ್ಲ ಮಾಡುವರು. ಪುಲ್ಲುಕಬ್ಬು ಬಹಳ ಶೀ, ಮಿದು, ಇರುವ ಕಾರಣ ಅದನ್ನು ಮುಖ್ಯವಾಗಿ ತಿನ್ನುವರು. ಧಾರವಾಡ ಜಿಲ್ಲೆಯಲ್ಲಿ ಬೆಳಗಾವಿಯಂತೆ ಮಲ್ಲಾಡದ ಶೀಮೆಯಲ್ಲಿ ಬತ್ತದ ಭೂಮಿಯಲ್ಲಿ ಕಬ್ಬು ಹಚ್ಚುವರು; ಉಳಿದ ಕಡೆಯಲ್ಲಿ ತೋಟಗಳಲ್ಲಿ ಹಚ್ಚುವರು. ಈ ಜಿಲ್ಲೆಯಲ್ಲಿ ವೊಟ್ಟಿಗೆ ಯೆಂಟು ಜಾತಿಯ ಕಬ್ಬು ಬೆಳಿಯುತ್ತದೆ. ಅವುಗಳಲ್ಲಿ ಹಾಲಗಬ್ಬು, ರಾಮ ರಸದಾಳಿ, ಗಬ್ಬ ರಸದಾಳಿ, ಕರೆಕಬ್ಬು, ಇವು ನಾಲ್ಕು ಮುಖ್ಯ; ಮಾರಿಶದ ಕಬ್ಬು, ದೊಡ್ಡ ಕಬ್ಬು, ಬ್ಯಾತಾಳ, ಬಿಳಿ ಕಬ್ಬು, ಇವು ನಾಲ್ಕು ಕಡಿಮೇ ಜಾತಿಗಳು. ಹಾಲಗಬ್ಬಿಗೆ ಶ್ರಮ ಕಡಿಮೆ, ನೀರು ಬಹಳ ಬೇಡ; ಇದರ ಬೆಲ್ಲವು ಬಿಳುವಾಗಿಯೂ ಕಣರೂಪವಾಗಿಯೂ ಮೇಲಾದದ್ದಾಗುವದು. ರಾಮ ರಸದಾಳಿಯನ್ನು ತೋಟಗಳಲ್ಲಿಯೂ ಬತ್ತದ ಭೂಮಿಯಲ್ಲಿಯೂ ಹಚ್ಚುವರು; ಗಬ್ಬ ರಸದಾಳಿಯನ್ನು ತೋಟಗಳಲ್ಲಿ ಮಾತ್ರ ಹಚ್ಚುವರು. ಕಾನಡಾ ಜಿಲ್ಲೆಯಲ್ಲಿ ರಸದಾಳಿ, ಕರೆಕಬ್ಬು, ಬಿಳಿ ಕಬ್ಬು, ಈ ಮೂರು ಜಾತಿಗಳು ಬೆಳೆಯುತ್ತವೆ. ಕರೆ ಕಬ್ಬಿನ ಬೆಲ್ಲ ಮೇಲಾದದ್ದು, ಇದನ್ನು ಸಮುದ್ರತೀರದ ಪ್ರದೇಶಗಳಲ್ಲಿ ಹಚ್ಚುವರು; ಹೊಳೆಗಳ ದಂಡೆಗಳಲ್ಲಿಯೂ, ನೀರಿನ ಜವಳು ಆಡುವ ಸ್ಥಳಗಳಲ್ಲಿಯೂ ಮೂರೂ ಜಾತಿಗಳ ಕಬ್ಬು ವೊಳಿತಾಗಿ ಬೆಳಿಯುತ್ತದೆ.

ವಿಜಾಪುರ ಬೆಳಗಾವೀ ಜಿಲ್ಲೆಗಳ ತೋಟಗಳಲ್ಲಿ ಕಬ್ಬು, ಬಾಳೆ, ಯೆಲೆಬಳ್ಳಿ, ಗೋವಿಂಜೋಳ, ಮೆಣಸಿನ ಕಾಯಿ, ಯಾವತ್ತು ಪ್ರಕಾರದ ಪಲ್ಲೆಗಳು ಬೆಳೆಯುತ್ತವೆ. ಬೈಲು

ತೋಟಗಳು.

ಶೀಮೆಯಲ್ಲಿ ನೆಲದೊಳಗೆ ನೀರು ವಿಪುಲವಾಗಿ ದೊರಿಯುವಂಥ ಪ್ರದೇಶಗಳಲ್ಲಿ ವಿಶೇಷವಾಗಿ ನದೀತೀರದ ಗ್ರಾಮಗಳಲ್ಲಿ, ಸಣ್ಣ ದೊಡ್ಡ ತೋಟಗಳಿರುತ್ತವೆ. ಅವುಗಳ ಆದಾಯವು ಹೊಲಗಳ ಆದಾಯಕ್ಕಿಂತ ವಾಡಿಕೆಯಾಗಿ ಹೆಚ್ಚು ಇರುತ್ತದೆ.

ಆದರೆ ಕಾನಡಾ ಜಿಲ್ಲೆಯ ತೋಟಗಳು ಮುಂಬಯಿ ಇಲಾಖೆಯಲ್ಲಿ ಹೆಸರಾಗಿರುತ್ತವೆ. ಈ ತೋಟಗಳಲ್ಲಿ ತೆಂಗು, ಅಡಿಕೆ, ಮೆಣಸು, ಯಾಲಕ್ಕಿ, ಬಾಳೆ, ಮುಂತಾದ ಬೆಲೆಯುಳ್ಳ ಪೈರುಗಳು ವಿಪುಲವಾಗಿ ಬೆಳೆಯುತ್ತವೆ. ಧಾರವಾಡ ಜಿಲ್ಲೆಯಲ್ಲಿಯೂ ಈ ಜಾತಿಯ ಹಲಕೆಲವೂ ಪೈರುಗಳು ತಕ್ಕಮಟ್ಟಿಗೆ ಬರುತ್ತವೆ. ಆದ್ದರಿಂದ ಈ ಯೆರಡು ಜಿಲ್ಲೆಗಳ ತೋಟಗಳಲ್ಲಿಯ ಮುಖ್ಯ ಮುಖ್ಯ ಪೈರುಗಳನ್ನು ಕೆಳಗೆ ವಿವರಿಸಿದ್ದೇವೆ. ಧಾರವಾಡ ಜಿಲ್ಲೆಯಲ್ಲಿ, ಬಂಕಾಪುರ, ಹಾನಗಲ್ಲು, ಕರ್ಜಗಿ, ಕೋಡ, ರಾಣೇಬಿನ್ನೂರು, ಈ ತಾಲೂಕುಗಳಲ್ಲಿ ಬೆಲೆಯುಳ್ಳ ಪೈರು ಕೊಡುವಂಥ ತೋಟಗಳಿರುತ್ತವೆ.

ಕಾನಡಾ ಜಿಲ್ಲೆಯಲ್ಲಿಯ ಸಮುದ್ರತೀರದಲ್ಲಿ ಯೆತ್ತ ನೋಡಿದತ್ತ ತೆಂಗಿನ ಬನಗಳೇ ಇರುತ್ತವೆ. ಆಗಿ ಹಚ್ಚಿದ ಮೂರು ನಾಲ್ಕು ವರ್ಷದ ವರೆಗೆ ಮಾತ್ರ ವ್ಯಾಳ್ಯ ವ್ಯಾಳ್ಯಕ್ಕೆ

ತೆಂಗು.

ನೀರು ಹಾಕಿ ಅಲ್ಪ ಸ್ವಲ್ಪ ಶ್ರಮ ಮಾಡ ಬೇಕಾಗುತ್ತದೆ. ಮರವು ವೊಮ್ಮೆ ಬಲಿತ ಬಳಿಕ ಅದರ ಸಲುವಾಗಿ ಶ್ರಮ ಮಾಡುವ

ಪ್ರಯೋಜನವಿಲ್ಲ. ಉಪ್ಪಿನ ಭೂಮಿಯಲ್ಲಿ ತೆಂಗಿನ ಮರವು ಪೊಳಿತಾಗಿ ಫಲಿಸುತ್ತದೆ. ಉಪ್ಪು ಇಲ್ಲದ ಭೂಮಿಯಲ್ಲಿ ಅಗಿ ಹಚ್ಚುವಾಗ ಅದರ ಬೊಡ್ಡಿಗೆ ಉಪ್ಪು ಹಾಕುವರು. ಮುಂದೆ ಮರ ಬಲಿಯುವ ವರೆಗೆ ವರ್ಷ ವರ್ಷಕ್ಕೆ ಉಪ್ಪು ಹಾಕಿದರೆ ಮರವು ಬೇಗ ಫಲಿಸುತ್ತದೆ. ಅಗಿ ಹಚ್ಚಿ ಹತ್ತು ವರ್ಷದ ನಂತರ ಕಾಯಿಗಳಾಗುತ್ತವೆ. ಸಮುದ್ರ ತೀರದಲ್ಲಿ ಹತ್ತು ವರ್ಷದೊಳಗೂ ಕಾಯಾಗ ಬಹುದು. ಧಾರವಾಡ ಜಿಲ್ಲೆಯಲ್ಲಿ ಹನ್ನೆರ ಡನೇ ವರ್ಷ ಕಾಯಾಗಲಿಕ್ಕೆ ಆರಂಭವಾಗುತ್ತದೆ. ಮರವು ಪೊಳಿತಾಗಿ ಬಲಿತ ಬಳಿಕ ಮೂರು ತಿಂಗಳಿಗೊಮ್ಮೆ ಕಾಯಿ ತೆಗಿಯುವರು. ತೆಂಗಿನ ಮರವು ನೂರು ವರ್ಷ ಬಾಳು ತ್ತದೆಂದು ಹೇಳುತ್ತಾರೆ. ಯೆಷ್ಟು ಬಡತನದ ಬೆಳೆ ಬಂದರೂ ವರ್ಷಕ್ಕೆ ದರ ವೊಂದಕ್ಕೆ ೫ ರೂಪಾಯಿಗಿಂತ ಕಡಿಮೆ ಆದಾಯವಾಗುವದಿಲ್ಲ. ಭರದಿಂದ ಬೆಳೆದ ಮರದ ಆದಾ ಯವು ವರ್ಷಕ್ಕೆ ೨೦ರಿಂದ ೨೫ ರೂಪಾಯಿಯ ವರೆಗೆ ಆಗುತ್ತದೆ.

ಅಡಿಕೆಯ ಮರವು ಕಾನಡಾ ಜಿಲ್ಲೆಯಲ್ಲಿ ಘಟ್ಟದ ಕೆಳಗೂ ಮೇಲೆಯೂ ಧಾರವಾಡ ಜಿಲ್ಲೆಯ ಮೇಲೆ ಹೇಳಿದ ತಾಲೂಕುಗಳಲ್ಲಿಯೂ ಬೆಳಿಯುತ್ತದೆ. ಆದರೆ ಶಿರಸಿ, ಶಿದ್ದಾಪು ರ ತಾಲೂಕುಗಳಲ್ಲಿಯೂ, ಘಟ್ಟದ ಕೆಳಗೆ ಸಹ್ಯಾದ್ರಿಯ ಬುಡ ದಲ್ಲಿಯೂ ಅಡಿಕೇ ಮರದ ಬೆಳೆ ಬಂದ ಹಾಗೆ ಯೆಲ್ಲಿಯೂ ಬರು ವದಿಲ್ಲ. ಮೊದಲು ನೆಲ ಪೊಳ್ಳು ಮಾಡಿ ಆಸಿಕೇ ಅಡಿಕೆಗಳನ್ನು ತುಂಬು ಮೇಲೆ ಮಾಡಿ ಹುಗಿದು, ಮೇಲೆ ಬಾಳೇ ಯೆಲೆಯ ಹಂದರದ ನೆರಳು ಮಾಡಿ, ಪ್ರತಿ ದಿವಸ ನೀರು ಹಾ ಕುತ್ತ ಹೋಗುವರು. ಫೆಬ್ರುವಾರಿಯಲ್ಲಿ ಈ ಬೀಜಗಳನ್ನು ಹಾಕಿದರೆ ಮೊಳಿಕೆಗಳು ಮೇ ತಿಂಗಳಲ್ಲಿ ನೆಲದ ಮೇಲೆ ಕಾಣಿಸುವವು. ಒಂದು ವರ್ಷದೊಳಗೆ ಈ ಮೊಳಿಕೆಗಳು ಆರು ಇಂಚಿಗಿಂತ ಹೆಚ್ಚು ಬೆಳಿಯುವದಿಲ್ಲ. ಮೂರು ವರ್ಷವಾದ ಬಳಿಕ ಅಗಿಗಳು ಸುಮಾರು ಮೂರು ನಾಲ್ಕು ಪೂಟು ಯೆತ್ತರಾಗಲಾಗಿ, ಅವುಗಳನ್ನು ಹಚ್ಚ ತಕ್ಕ ಸ್ಥಳದಲ್ಲಿ ಬಾಳೇ ಗಿಡದ ನೆರಳಿನಲ್ಲಿ ಹಚ್ಚುವರು. ಅಗಿ ಹಚ್ಚಿದ ಬಳಿಕ ಹತ್ತು ವರ್ಷದ ನಂತರ ಅಡಿಕೆಯ ಮರಕ್ಕೆ ಕಾಯಿಗಳಾಗುತ್ತವೆ; ಮುಂದೆ ಐದು ವರ್ಷದ ನಂತರ ಭರಪೂರ ಫಲ ಬರುತ್ತದೆ. ಈ ಮರಗಳು ೫೦ರಿಂದ ೧೦೦ ವರ್ಷದ ವರೆಗೆ ಬಾಳುತ್ತವೆ. ಪೊಳಿ ತಾಗಿ ಬೆಳೆದ ಮರಕ್ಕೆ ವರ್ಷಕ್ಕೆ ಸುಮಾರು ೯ ಶೇರು ಅಡಿಕೆಗಳು ಹೊರಡುತ್ತವೆ; ನಿಕೃಷ್ಟ ಸ್ಥಿತಿಯ ಮರಕ್ಕೆ ಇದರ ಅರ್ಧದಷ್ಟು ಅಡಿಕೆಗಳು ಬರುವವು. ಅಡಿಕೇ ಕಾಯಿ ಹಣ್ಣಾಗುವ ವರೆಗೆ ಬಿಟ್ಟರೆ ಅದರೊಳಗೆ ಮೇಲಾದ ಬರಡೀ ಅಡಿಕೆ ಹೊರಡುತ್ತದೆ; ಯೆಳ ಕಿನ ಕಾಯಿಯಲ್ಲಿ ಚಿಕಣೀ ಅಡಿಕೆ ಹೊರಡುತ್ತದೆ. ಹಸಿ ಅಡಿಕೆಗಳನ್ನು ಕತ್ತರಿಸಿ ಕುದಿಸಿ ಬಗೆ ಬಗೆಯ ಲವಂಗ ಚೂರು ಅಡಿಕೆಗಳನ್ನು ಮಾಡುವರು. ಒಂದು ಯೆಕರಿನಲ್ಲಿ ೫೦೦ ಅಡಿಕೇ ಮರಗಳು ಚನ್ನಾಗಿ ಬೆಳಿಯುತ್ತವೆ.

ಸಹ್ಯಾದ್ರಿಯ ನೆತ್ತಿಯ ಮೇಲೆ, ಅಂದರೆ ಶಿರಸಿ ಸಿದ್ದಾಪುರ ತಾಲೂಕುಗಳಲ್ಲಿ ಯಾಲ ಕ್ಕಿಯ ಬಳ್ಳಿಗಳು ಬಹು ಸರಸಾಗಿ ಬೆಳಿಯುತ್ತವೆ. ಅಗಟಂಬರ ತಿಂಗಳಲ್ಲಿ ಹೊಸ ಯಾಲ ಕ್ಕಿಯ ಕಾಳುಗಳನ್ನು ದಟ್ಟಾಗಿ ಬಿತ್ತಿ, ಬಿಸಿಲು ಹತ್ತದಂತೆ ಮೇಲೆ ನೆರಳು ಮಾಡುವರು.

ಮೂರು ತಿಂಗಳಿಗೆ ಮೊಳಿಕೆ ಹುಟ್ಟುವದು. ಅಗಿಗಳು ವೊಂದು ಫೂಟಿನಷ್ಟು ಯೆತ್ತರವಾದ ಬಳಿಕ ಅವುಗಳನ್ನು ಕಿತ್ತಿ, ಬೇರೆ ಕಡೆಯಲ್ಲಿ ಅಂಗಲಾಗಿ ಹಚ್ಚುವರು. ಮುಂದೆ ವೊಂದುವರೆ ವರ್ಷದ ನಂತರ ಅಡಿಕೆಯ ಬನದಲ್ಲಿ ನೆರಳು ನೋಡಿ ಮತ್ತೊಮ್ಮೆ ಅವುಗಳನ್ನು ಕಿತ್ತಿ ಹಚ್ಚುವರು. ಮೊದಲಿಗೆ ಕಿತ್ತಿ ಹಚ್ಚಿದಂದಿನಿಂದ ಸುಮಾರು ಮೂರು ವರ್ಷಗಳಲ್ಲಿ ಬಳ್ಳಿಗಳಿಗೆ ಕಾಯಿಗಳಾಗುತ್ತವೆ. ಅವು ಪೂರಾ ಬಲಿತ ಬಳಿಕ ಅವನ್ನು ಕೊಯ್ದು ಬಿಸಿಲಿನೊಳಗೆ ಚಾಪೆಯ ಮೇಲೆ ಹರವಿ ನಾಲ್ಕು ದಿವಸ ವೊಣಗಿಸುವರು. ಕಾಯಿ ಕೊಯ್ದ ಬಳಿಕ ಬಳ್ಳಿಗೆ ಮತ್ತೆ ಫಲವಾಗುವದಿಲ್ಲ. ಅದನ್ನು ಕೊಯ್ದು ಬೇರೆ ಕಡೆಯಲ್ಲಿ ಹಚ್ಚುವರು. ಅಂದರೆ ಮುಂದೆ ವೊಂದು ವರ್ಷದ ನಂತರ ಆ ಹಚ್ಚಿದ ಬಳ್ಳಿಗಳಿಗೆ ಮತ್ತೆ ಕಾಯಿಗಳಾಗುವವು. ಮೊದಲಿನ ಬಳ್ಳಿಗಳನ್ನು ಕೊಯ್ದ ಬಳಿಕ ಅವು ವೊಣಗಿ ಹೊಸ ಮುಗಳು ಬಿಡುತ್ತವೆ. ಅವಕ್ಕೆ ಮುಂದೆ ಯೋಗ್ಯ ಕಾಲಕ್ಕೆ ಕಾಯಿಗಳಾಗುವವು. ಮೇಲಾದ ಭೂಮಿಯಲ್ಲಿ ಯೆಕರಿಗೆ ವೊಂದು ಮಣದಂತೆ (೫೭ ಶೇರಿನಂತೆ) ಯಾಲಕ್ಕಿಗಳಾಗುತ್ತವ; ಕಡಿಮೇ ತರದ ಭೂಮಿಯಲ್ಲಿ ಸುಮಾರು ಪೊಂದು ಥಡೆ ಯಾಲಕ್ಕಿ ಬರುವವು.

ಯಾಲಕ್ಕಿ.

ಮೆಣಸಿನಲ್ಲಿ ಮೂರು ಜಾತಿಗಳುಂಟು; ಕರಿಮಳಿ ಸಾರು, ಸಾಂಬಾರ, ಅರಿಶಿಣ ಮೂರ್ತಿಗ. ಮೊದಲನೇ ಜಾತಿಯು ಕಾಗದಳೀ ಭೂಮಿಯಲ್ಲಿ ಬೆಳಿಯುತ್ತವೆ; ೨ನೇ ೩ನೇ ಜಾತಿಗಳು ಅರಿಶಿಣದಂಥ ಭೂಮಿಯಲ್ಲಿ ಬೆಳಿಯುತ್ತವೆ. ಮೊದಲನೇ ಜಾತಿಯ ಬಳ್ಳಿಗೆ ವರ್ಷಕ್ಕೆ ಸುಮಾರು ೫ ಶೇರು ಮೆಣಸು ಹುಟ್ಟುತ್ತದೆ; ಯೆರಡನೇದಕ್ಕೆ ೧ ಶೇರು, ೩ನೇದಕ್ಕೆ ೨ ಶೇರು. ಮೆಣಸಿನ ಬಳ್ಳಿಯ ಟೊಂಗೆಗಳನ್ನು ಅಡಿಕೆಯ ಮರದ ಬುಡದಲ್ಲಿ, ವೊಂದು ಮರಕ್ಕೆ ನಾಲ್ಕರಂತೆ ಊರುವರು. ಊರಿದ ಟೊಂಗೆಗಳು ಸುಮಾರು ಯೆರಡು ಫೂಟುದ್ದ ಇರುತ್ತವೆ. ಅವುಗಳ ಮೇಲಿನ ತುದಿಗಳನ್ನು ಅಡಿಕೇ ಮರಕ್ಕೆ ಕಟ್ಟಿ ಬಿಟ್ಟರೆ ತೀರಿತು; ಹೆಚ್ಚಿಗೇನು ಶ್ರಮ ಮಾಡುವ ಪ್ರಯೋಜನವಿಲ್ಲ; ಮುಂದೆ ವರ್ಷಕ್ಕೊಮ್ಮೆ ಬಳ್ಳಿಯು ಮರದ ಮೇಲೆ ಯೆರಿದ ಹಾಗೆ ಕಟ್ಟುತ್ತ ಮಾತ್ರ ಹೋಗಲಿಕ್ಕೆ ಬೇಕು. ಬಳ್ಳಿಯನ್ನು ಹಚ್ಚಿ ಆರು ವರ್ಷದ ನಂತರ ಕಾಯಾಗುವದು. ಮುಂದೆ ಸುಮಾರು ೨೦ ವರ್ಷದ ವರೆಗೆ ಬಳ್ಳಿಗಳು ವರ್ಷ ವರ್ಷಕ್ಕೆ ಕಾಯಾಗುತ್ತ ಹೋಗಿ, ಆ ಮೇಲೆ ವೊಣಗುವವು. ಮೆಣಸು ಪೂರಾ ತುಂಬಿದ ಬಳಿಕ ಹಣ್ಣಾಗುವ ಪೂರ್ವದಲ್ಲಿ ಕೊಯ್ದು, ಮೂರು ದಿನ ಮನೆಯೊಳಗೆ ರಾಶಿ ಹಾಕಿ ಇಟ್ಟು, ಆ ಮೇಲೆ ಕಾಲಿನಿಂದ ತಿಕ್ಕಿ ಕಾಳುಗಳನ್ನು ಬೇರೆ ಮಾಡಿ ವೊಣಗಿಸುವರು. ಉತ್ತಮ ಭೂಮಿಯಲ್ಲಿ ಯೆಕರಿಗೆ ೧೦ ಮಣದಂತೆ ಮೆಣಸು ಬೆಳಿಯುತ್ತದೆ; ಕನಿಷ್ಠ ಭೂಮಿಯಲ್ಲಿ ೨ ಮಣ ಮಾತ್ರ ಬೆಳಿಯುವದು.

ಮೆಣಸು.

ಸ್ವಲ್ಪ ಮೆಣಸಿನ ಕಾಯಿಗಳನ್ನು ಹಣ್ಣಾಗುವ ವರೆಗೆ ಬಳ್ಳಿಯಲ್ಲಿ ಬಿಟ್ಟು, ಆ ಮೇಲೆ ಕೊಯ್ದು ನಾಲ್ಕಾರು ದಿನ ಬಿಸಿಲೊಳಗೆ ವೊಣಗಿಸುವರು. ಪೂರಾ ವೊಣಗಿದ ಬಳಿಕ ಅದನ್ನು ತಣ್ಣೀರೊಳಗೆ ಸ್ವಲ್ಪ ನೆನಿಸಿ, ಕೈಯಿಂದ ತಿಕ್ಕಿ ಮೇಲಿನ ತೋಟೆಯನ್ನು ಸುಲಿ

18*

ಯುವರು. ಬಳಿಕ ಬಿಸಿಲೊಳಗೆ ವೊಣಗಿಸಲಾಗಿ ಬಿಳಿ ಮೆಣಸು ಆಗುತ್ತದೆ. ಬಿಳಿ ಮೆಣಸು ಔಷಧಕ್ಕೆ ಬರುತ್ತದೆ.

ಕಾನಡಾ ಜಿಲ್ಲೆಯ ಅಡವಿಯಲ್ಲಿ ಮೆಣಸಿನ ಬಳ್ಳಿಗಳು ತಮಗೆ ತಾವೇ ಹುಟ್ಟಿ, ಮರಗಳ ಮೇಲೆ ಯೇರಿ ಫಲ ಕೊಡುವವು. ಒಕ್ಕಲಿಗನು ಬಳ್ಳಿ ಯೇರಿದ ಮರದ ಅಡ್ಡತಿಡ್ಡ ಟೊಂಗೆಗಳನ್ನು ಕಡಿದು, ಬೇರೆ ಜಾತಿಯ ಬಳ್ಳಿಗಳು ಯೇರಿದ್ದರೆ ಅವನ್ನು ತೆಗಿದು ಚಲ್ಲಿ, ಮೆಣಸಿನ ಬಳ್ಳಿಯನ್ನು ವರ್ಷ ವರ್ಷಕ್ಕೆ ಕಟ್ಟುತ್ತ ಹೋದರೆ ತೀರಿತು. ಅಡಿವೇ ಮೆಣಸು ತೋಟದ ಮೆಣಸಿನಷ್ಟು ಮೇಲಾದದ್ದಿರುವದಿಲ್ಲ; ಅದರ ಫಲವೂ ತೋಟದಲ್ಲಿ ಬರುವ ಫಲದ ಅರ್ಧದಷ್ಟಿರುತ್ತದೆ.

ಎಲೆ ಬಳ್ಳಿಗಳನ್ನು ಮಾವಿನ ತೋಟಗಳಲ್ಲಿಯೂ ಅಡಿಕೆಯ ತೋಟಗಳಲ್ಲಿಯೂ ಹಚ್ಚುವರು. ಬಳ್ಳಿಗಳು ಮೂರು ವರ್ಷ ವೊಳಿತಾಗಿ ಬೆಳಿದ ಬಳಿಕ ಹದಿನೈದು ದಿವಸ

ಎಲೆ ಬಳ್ಳಿ. ಕ್ಕೊಮ್ಮೆ ಯೆಲೆಗಳನ್ನು ಕೊಯ್ಯುವರು; ಒಂದು ಬಳ್ಳಿಗೆ ಸುಮಾರು ೧೦೦ರಿಂದ ೨೦೦ ವರೆಗೆ ಯೆಲೆಗಳು ಹೊರಡುವವು. ಒಂದು ಯೆಕರಿನಲ್ಲಿ ೫೦೦ ಅಡಿಕೇ ಮರಗಳಿದ್ದರೆ, ೪೦೦೦೦ ವಿಳ್ಳೇದೆಲೆಗಳು ಬರುತ್ತವೆ. ಕರೆ ಯೆಲೆಯ ಬಳ್ಳಿಗಳನ್ನೇ ತೋಟಗಳಲ್ಲಿ ಹಚ್ಚುವರು. ಕಾನಡಾ ಜಿಲ್ಲೆಯಲ್ಲಿ ದೇಟೀ ಯೆಲೆಯ ಬಳ್ಳಿಗಳು ಅಡವಿಯಲ್ಲಿ ತಮಗೆ ತಾವೇ ಬೆಳಿದು ಕೊಳಿತು ಕೆಡುತ್ತಿರುತ್ತವೆ; ಅವನ್ನು ಯಾರೂ ಕೇಳುವದಿಲ್ಲ.

ಬಾಳೆಯ ಗಿಡಗಳು ಕಾನಡಾ ಜಿಲ್ಲೆಯಲ್ಲಿ ಯೆಲ್ಲ ಕಡೆಯಲ್ಲಿ ಬೆಳಿಯುತ್ತವೆ; ಸಮುದ್ರತೀರದ ಬಾಳೇ ಹಣ್ಣಿನ ರುಚಿ ಹೆಚ್ಚು. ಬಾಳೆಯಲ್ಲಿ ಹತ್ತಿಪ್ಪತ್ತು ಜಾತಿಗಳಿರುತ್ತವೆ.

ಬಾಳೆ. ಸಮುದ್ರತೀರದ ಗುಜರಾಥೀ ಬಾಳೇ ಹಣ್ಣಿನಂಥ ಜಾತಿಯು ಬೆಳಿಯುವದು ಬಹಳ; ಆದರೆ ಸೋನಕೇಳಿ ಯೆಂಬ ಜಾತಿಯು ಯೆಲ್ಲಕ್ಕೂ ಹೆಚ್ಚು ರುಚಿಯುಳ್ಳದ್ದು. ಬಾಳೇ ಅಗಿಗಳನ್ನು ಹಚ್ಚಿದ ಬಳಿಕ ಮೂರನೇ ವರ್ಷ ಫಲಿಸುತ್ತವೆ. ಮುಂದೆ ಮೂರು ವರ್ಷ ಕಾಯಾಗಿ ವೊಣಗುವವು. ಬಾಳೆಯ ಬೂದಿಯು ಬಣ್ಣದ (ನೀಲಿಗೆ ವಿಶೇಷವಾಗಿ) ಕೆಲಸಕ್ಕೆ ಬರುತ್ತವೆ.

ಕಾನಡಾ ಜಿಲ್ಲೆಯ ತೋಟಗಳಲ್ಲಿ ಮೇಲೆ ಹೇಳಿದ ಪೈರುಗಳಲ್ಲದೆ ಮಾವು, ಹಲಸು, ಕಿತ್ತಳೆ, ಕಂಚಿ, ಶೀನಿಂಬಿ, ದಾಳಿಂಬ, ಅಂಜೀರ, ಶೀತಾಫಲ, ರಾಮಫಲ, ಪಪಾಯಿ, ಅಮಸೋಲು, ಬದಾಮು, ಅಕ್ರೋಡು, ಮುಂತಾದ ಫಲಗಳೂ, ಶುಂಠಿ, ಅರಿಶಿಣ, ಮೆಣಸಿನ ಕಾಯಿ ಮುಂತಾದ ಮಸಾಲೆಯ ಜೀನಸುಗಳೂ ಹೇರಳವಾಗಿ ಬೆಳಿಯುತ್ತವೆ. ಬತ್ತದ ಭೂಮಿಯಲ್ಲಿ ರಾಗಿ, ಸಾವಿ, ಕೆಂಜೋಳ, ಯೆಳ್ಳು, ಗೆಣಸು, ಗಾಂಜಿ, ಔಡ್ಲ, ಉದ್ದು, ಹೆಸರು, ಹುರಳಿ, ಕಡ್ಲೆ, ಅಲಸಂದಿ, ಬಟ್ಟುಗಡ್ಲೆ, ಮುಂತಾದ ಧಾನ್ಯಗಳು ಬೆಳಿಯುತ್ತವೆ. ಇವಲ್ಲದೆ ಯೆರಡನೇ ಭಾಗದಲ್ಲಿ ಹೇಳಿದ ಅಡವಿಯ ಹುಟ್ಟುವಳಿ ಬೇರೆ.

ಕಾನಡಾ ಜಿಲ್ಲೆಯಲ್ಲಿ ಪೂರಾ ಬರವು ಯೆಂದೂ ಬೀಳುವದಿಲ್ಲೆಂದು ತೋರುತ್ತದೆ. ಸನ್ ೧೮೭೫—೬ ಈ ವರ್ಷದಲ್ಲಿ ಕೆಲವು ಭಾಗಗಳಲ್ಲಿ ಮಳೆ ಕಡಿಮೆಯಾದದ್ದರಿಂದಲೂ

ಬೈಲು ಶೀಮೆಯ ಜನರೂ ದನಗಳೂ ಈ ಜಿಲ್ಲೆಯಲ್ಲಿ ಬಂದು ತುಂಬಿದರಿಂದಲೂ ಕೆಲವು ಅಂಶದಿಂದ ಬರದ ಸ್ವರೂಪ ಬಂದಿತ್ತು; ಸುಮಾರು ೩೦೦೦ ಜನ ಸತ್ತರು. ಇದರ ಪೂರ್ವದಲ್ಲಿಯೂ ಈಚೆಯಲ್ಲಿಯೂ ಬೆಳೆ ಬಾರದ್ದರಿಂದ ಬರ ಬಿದ್ದದ್ದರ ದಾಖಲೆಯು ದೊರಿಯುವದಿಲ್ಲ. ಆದರೆ ಬೇರೆ ಕಡೆಯಲ್ಲಿ ಬರ ಬಿದ್ದಾಗ ಗುಳೆಯ ಜನರು ಈ ಜಿಲ್ಲೆಗೆ ಬಂದದ್ದರಿಂದ ಬರದಂಥ ಸ್ಥಿತಿಯು ಬಹಳ ಸಾರಿ ವೊದಗಿತು. ಇದರಂತೆ ಧಾರವಾಡ ಜಿಲ್ಲೆಯ ಮಲ್ಲಾಡದ ಭಾಗದಲ್ಲಿಯೂ ಬೆಳೆ ಬಾರದ್ದರಿಂದ ಯೆಂದೂ ಬರ ಬಿದ್ದಂತೆ ಕಾಣುವದಿಲ್ಲ. ಬರಗಾಲದಲ್ಲಿ ಪರದೇಶದ ಜನರು ಬಹಳ ಬಂದದ್ದರಿಂದ ಕಾನಡಾ ಜಿಲ್ಲೆಯಂತೆ ಈ ಮಲ್ಲಾಡದ ಭಾಗದಲ್ಲಿಯೂ ಬಹಳ ಸಾರಿ ಕೆಲವಂಶ ಬರಗಾಲದ ಲಕ್ಷಣವು ತೋರಿತು.

ಬ ರ ಗ ಳು.

ಆದರೆ ಮುಂಬಯಿ ಕರ್ನಾಟಕದ ಬೇರೆ ಭಾಗಗಳಲ್ಲಿ ಆಗಾಗ್ಗೆ ಬರ ಬೀಳುತ್ತಿರುತ್ತದೆಂದು ಇತಿಹಾಸದಿಂದ ತಿಳಿಯುತ್ತದೆ. ಯೆಲ್ಲಕ್ಕೂ ಪೂರ್ವದ್ದು "ದುರ್ಗಾದೇವಿ" ಯೆಂಬ ಬರವು. ಇದು ಸನ್ ೧೩೯೬ನೇ ವರ್ಷ ಆರಂಭವಾಗಿ ಹನ್ನೆರಡು ವರ್ಷ ಏಕ ಪ್ರಕಾರವಾಗಿ ದಕ್ಷಿಣ ದೇಶದಲ್ಲೆಲ್ಲ ಹಬ್ಬಿತ್ತು. ಈ ಬರದಿಂದ ದಕ್ಷಿಣ ದೇಶವೆಲ್ಲ ಉಧ್ವಸ್ತವಾಯಿತೆಂದು ಲೇಖಗಳಿವೆ. ಇದರ ನಂತರ ಸನ್ ೧೪೨೨-೨೩, ೧೪೭೨-೭೩, ೧೬೨೯-೩೦, ೧೬೮೫, ೧೭೧೭, ೧೭೮೭, ೧೭೯೧, ೧೮೦೩, ೧೮೩೨-೩೩, ೧೮೫೩-೫೪, ೧೮೬೩, ೬೪, ೬೫, ೧೮೭೧, ೧೮೭೬-೭೭, ಈ ವರ್ಷಗಳಲ್ಲಿ ಕಾಳಿನ ದುರ್ಭಿಕ್ಷದಿಂದ ಹೆಚ್ಚಾಗಲಿ ಕಡಿಮೆಯಾಗಲಿ ಭಯಂಕರವಾದ ಕ್ಷಾಮಗಳು ಬಿದ್ದವು. ಸನ್ ೧೭೯೧ನೇ ವರ್ಷದ ಬರಕ್ಕೆ "ಡೊಗೀ ಬರ" ವೆಂಬ ಹೆಸರು ಬಿದ್ದದೆ; ಮನುಷ್ಯರ ತಲೆ ಡೋಗಿಗಳು ದಿಕ್ಕಿಲ್ಲದೆ ಉರುಳಾಡುತ್ತಿದ್ದದರಿಂದ ಅದರ ಸ್ಮರಣೆಯು ಜನರೊಳಗೆ ಇನ್ನೂ ವೊಳಿತಾಗಿ ಇರುತ್ತದೆ. ಸನ್ ೧೮೦೩ನೇ ವರ್ಷ ಮಳೆ ಬೆಳೆಗಳು ವೊಳಿತಾಗಿ ವೊದಗಿದಾಗ್ಯೂ ಪೆಂಢಾರೀ ಜನರ ಪುಂಡತನದಿಂದ ಭೂಮಿಯೊಳಗಿನ ಪೈರೆಲ್ಲ ಹಾಳಾಗಿ ಬರ ಬಿತ್ತು; ಇದಕ್ಕೆ ರಾಗೀ ಬರವೆನ್ನುವರು; ಯಾಕಂದರೆ ಈ ಬರದಲ್ಲಿ ರಾಗಿ ಮಾತ್ರ ಹಲ ಕೆಲವು ಕಡೆಯಲ್ಲಿ ಮನುಷ್ಯರ ಜೀವನಕ್ಕೆ ಆಧಾರವಾಗಿತ್ತು. ಸನ್ ೧೮೩೨-೩೩ನೇ ವರ್ಷದ ಬರವೇ ನಂದನ ನಾಮ ಸಂವತ್ಸರದ ಬರವು. ಅದು ಜನರ ಸ್ಮರಣೆಯಲ್ಲಿ ಇನ್ನೂ ಪೂರಾ ಇರುವ ಕಾರಣ ಅದನ್ನು ಕುರಿತು ಹೆಚ್ಚಿಗೆ ಬರಿಯುವ ಪ್ರಯೋಜನವಿಲ್ಲ. ಸನ್ ೧೮೫೩-೫೪ನೇ ವರ್ಷದ ಬರವು ಹೆಚ್ಚಾಗಿ ದನಗಳಿಗೆ ಇತ್ತು. ಆ ವರ್ಷ ಭೂಮಿಯಲ್ಲಿ ಯೆತ್ತ ನೋಡಿದರೂ ದನಗಳ ಯೆಲುವುಗಳೇ ಕಾಣಿಸುತ್ತಿದ್ದವು. ಸನ್ ೧೮೬೩ ರಿಂದ ೬೬ನೇ ವರ್ಷದ ವರೆಗೆ ಅಮೇರಿಕದಲ್ಲಿ ಯುದ್ಧ ನಡಿದ ಮೂಲಕ ಈ ದೇಶದಲ್ಲಿ ಅರಳೆಯ ಬೆಲೆ ಬಹಳ ಯೇರಿದ್ದರಿಂದ ಭೂಮಿಯಲ್ಲಿ ರೈತರು ಕಾಳು ಬಿತ್ತದೆ ಹತ್ತಿಯನ್ನೇ ಬಿತ್ತಿದ ಕಾರಣ ಕೆಲವಂಶದಿಂದ ಬರಗಾಲದ ಲಕ್ಷಣವು ತೋರಿತು. ಆದರೆ ಆ ಕಾಲಕ್ಕೆ ವೊಕ್ಕಲಿಗರ ಬಳಿಯಲ್ಲಿ ದುಡ್ಡು ವೊಳಿತಾಗಿ ಇತ್ತು. ಈ ಬರದಲ್ಲಿ ಕಾನಡಾ ಜಿಲ್ಲೆಯ ಅಡವಿಯಲ್ಲಿ ಬಿದರಕ್ಕಿಯು ಬಹಳ ಬೆಳಿದದ್ದರಿಂದ ಬಡ ಜನರ ಜೀವನಕ್ಕೆ

ವೊಳ್ಳೇ ಸಹಾಯವಾಯಿತು. ಸನ್ ೧೮೭೬-೭೭ನೇ ವರ್ಷದ ಉಗ್ರವಾದ ಬರವು ಯಾವತ್ತು ಜನರ ಸ್ಮರಣೆಯಲ್ಲಿ ಮೊನ್ನೆ ಮೊನ್ನೆ ಆದಂತೆ ಇರುತ್ತದೆ. ಈ ಬರವು ಸನ್ ೧೮೭೬ನೇ ವರ್ಷದ ನವಂಬರಿನಿಂದ ೧೮೭೭ನೇ ವರ್ಷದ ದಿಜಂಬರಿನ ವರೆಗೆ ಇತ್ತು. ಆಗ ಉತ್ತರ ದೇಶಗಳಲ್ಲಿ ಧಾನ್ಯಗಳು ವಿಪುಲವಾಗಿ ದೊರಿಯುವ ಹಾಗಿದ್ದಾಗ್ಯೂ ಈ ಶೀಮೆಯಲ್ಲಿ ಹೊಗೆಬಂಡಿ ಇಲ್ಲದ್ದರಿಂದ ಕಾಳು ದೊರಿಯುವದು ದುಸ್ತರವಾಯಿತು. ಛಕಡಿಗಳ ಮೇಲೆ ಕಾಳು ಕಳಿಸ ಬೇಕಾದರೆ, ಯೆತ್ತುಗಳಿಗೆ ಮೇವು ದೊರಿಯುತ್ತಿದ್ದಿಲ್ಲ. ಸೊಲ್ಲಾಪುರದಿಂದ ವಿಜಾಪುರಕ್ಕೆ ಕಾಳು ತಕ್ಕೊಂಡು ಹೋಗುವ ಛಕಡಿಗಳಲ್ಲಿ ಅರ್ಧ ಕಾಳುಗಳನ್ನೂ ಅರ್ಧ ಕಣಿಕೆಯನ್ನೂ ಹೇರುವರು. ಈ ಬರದಲ್ಲಿ ಬಡ ಜನರು ಹುಣಚಿಯ ಯೆಲೆ, ವಳಮುಚ್ಚಗ, ತೊಡಸಿಯ ಯೆಲೆ, ಹಿಟಗೊನೀ ಹುಲ್ಲು, ಮುಂತಾದ ಕಾಡು ಪದಾರ್ಥಗಳನ್ನು ತಿನ್ನುವರು. ಸರಕಾರದವರು ಲಕ್ಷಾವಧಿ ರೂಪಾಯಿ ವೆಚ್ಚ ಮಾಡಿ, ಹೊಸ ಕೆಲಸಗಳನ್ನು ತೆಗಿದು ಕೆಲಸ ಮಾಡುವಂಥವರನ್ನು ಬದುಕಿಸಿದ್ದರು; ಊರೂರಿಗೆ ಅಡಿಗೆಯ ಕಾರಖಾನೆಗಳನ್ನಿಟ್ಟು, ಅಶಕ್ತರನ್ನೂ ಹೆಂಗಸರನ್ನೂ ಹುಡುಗರನ್ನೂ ಬದುಕಿಸಿದರು. ಈ ಬರದಲ್ಲಿ ಸರಕಾರದವರಿಂದ ಪ್ರಜೆಗಳಿಗೆ ಸಹಾಯವಾದಷ್ಟು ಹಿಂದೆ ಯಾವ ಬರದಲ್ಲಿಯೂ ಸ್ವದೇಶದ ಯಾವ ಸರಕಾರದಿಂದಲೂ ಆಗಿರಲಿಕ್ಕಿಲ್ಲೆನ್ನಲಿಕ್ಕೆ ಅಡ್ಡಿ ಇಲ್ಲ. ಆದರೂ ಅಸಂಖ್ಯ ಜನ ಸತ್ತಿತು. ಬ್ರಾಹ್ಮಣರು ಮುಂತಾದ ಉತ್ತಮ ಕುಲದವರು ಸರಕಾರದ ಛತ್ರಗಳಲ್ಲಿ ಹೋಗಿ ಉಣ್ಣಲಿಕ್ಕೂ ಕಾಮಗಾರಿ ನಡಿದಲ್ಲಿ ಹೋಗಿ ಕೆಲಸ ಮಾಡಲಿಕ್ಕೂ ಮಾನ ಸಾಲದೆ ಮನೆಯಲ್ಲಿ ಬಿದ್ದು ಸತ್ತರು. ಪರದೇಶಗಳಿಗೆ ಗುಳೆ ಕಟ್ಟಿಕೊಂಡು ಹೋದವರಲ್ಲಿ ಬಹು ತರ ಯಾರೂ ತಿರುಗಿ ಬರಲಿಲ್ಲ. ಈ ಬರದಲ್ಲಿ ಮನುಷ್ಯರಂತೆ ದನಗಳಾದರೂ ಬಹಳ ಸತ್ತವು. ಸನ್ ೧೮೭೦ನೇ ವರ್ಷದ ಖಾನೇಸುಮಾರಿಗೂ, ೧೮೮೧ನೇ ವರ್ಷದ ಖಾನೇಸುಮಾರಿಗೂ ಪಡಿತಾಳ ನೋಡಲಾಗಿ, ವಿಜಾಪುರ ಜಿಲ್ಲೆಯಲ್ಲಿ ಸುಮಾರು ೬೩೪೮೪೧ ಜನ ಸತ್ತಿತೆಂತಲೂ ಬೆಳಗಾವೀ ಜಿಲ್ಲೆಯಲ್ಲಿ ೧೪೭೦೦೦ ಜನ ಸತ್ತಿತೆಂತಲೂ ತಿಳಿಯುತ್ತದೆ. ಧಾರವಾಡ ಜಿಲ್ಲೆಯಲ್ಲಿ ಇಷ್ಟು ಜನ ಕ್ಷಯವಾಗಲಿಲ್ಲೆಂದು ತೋರುತ್ತದೆ.

೫ನೇ ಭಾಗ.

ಬಂಡವಲು.

ಬಂಡವಲು.— ನಾಲ್ಕೂ ಜಿಲ್ಲೆಗಳಲ್ಲಿ ವರ್ಷಕ್ಕೆ ೧೦೦ರಿಂದ ೧೦೦೦ ರೂಪಾಯಿಯ ವರೆಗೆ ಆದಾಯವುಳ್ಳ ಜನರು ಪೊಟ್ಟಿಗೆ ಸುಮಾರು ೪೨೭೫೦ ಇರುತ್ತಾರೆ. ಅವರಲ್ಲಿ

ಬಂಡವಲು.

ಧಾರವಾಡ ಜಿಲ್ಲೆಯಲ್ಲಿ ೨೧೦೪೬ ಜನ, ಬೆಳಗಾವೀ ಜಿಲ್ಲೆಯಲ್ಲಿ ೧೮೧೪ ಜನ, ವಿಜಾಪುರ ಜಿಲ್ಲೆಯಲ್ಲಿ ೧೫೮೨೪ ಜನ, ಕಾನಡಾ ಜಿಲ್ಲೆಯಲ್ಲಿ ೪೦೬೬ ಜನ. ೧೦೦೦೦ ರೂಪಾಯಿಗಿಂತ ಹೆಚ್ಚು ಆದಾಯವುಳ್ಳವರು ಪೊಟ್ಟಿಗೆ ೩೮ ಜನರುಂಟು. ಇವರಲ್ಲಿ ಧಾರವಾಡ ಜಿಲ್ಲೆಯಲ್ಲಿ ೧೯ ಜನ, ಬೆಳಗಾವೀ ಜಿಲ್ಲೆಯಲ್ಲಿ ೫ ಜನ, ವಿಜಾಪುರ ಜಿಲ್ಲೆಯಲ್ಲಿ ೧೧ ಜನ, ಕಾನಡಾ ಜಿಲ್ಲೆಯಲ್ಲಿ ೩ ಜನ ಇರುತ್ತಾರೆ.

ಹುಂಡೀ ವ್ಯವಹಾರ.— ಧಾರವಾಡ ಜಿಲ್ಲೆಯಲ್ಲಿ ಧಾರವಾಡ, ಹುಬ್ಬಳ್ಳಿ, ಗದಗು; ಬೆಳಗಾವೀ ಜಿಲ್ಲೆಯಲ್ಲಿ ಅಥಣಿ, ಗೋಕಾವಿ, ಬೆಳಗಾವಿ, ಹೊಂಗಲ, ನಂವಗಡ, ನಿಪಾಣಿ

ಹುಂಡಿ.

ಸಂಕೇಶ್ವರ, ಸವದತ್ತಿ; ವಿಜಾಪುರ ಜಿಲ್ಲೆಯಲ್ಲಿ ವಿಜಾಪುರ, ತಾಳೀಕೋಟೆ, ಬಾಗಲಕೋಟೆ; ಕಾನಡಾ ಜಿಲ್ಲೆಯಲ್ಲಿ ಕುಮಟಾ, ಕಾರವಾಡ, ಸಿರಸಿ, ಈ ಗ್ರಾಮಗಳಲ್ಲಿ ಹುಂಡೀ ಕೊಡತಕ್ಕೊಳ್ಳುವ ವ್ಯವಹಾರ ನಡಿಯುತ್ತದೆ. ಆದರೆ ಬೆಳಗಾವಿಯ ಹತ್ತರ ಸಾಂಗಲೀ ಸಂಸ್ಥಾನಕ್ಕೆ ಶೇರಿದ ಶಹಾಪುರದಲ್ಲಿ ನಡಿಯುವಷ್ಟು ಹುಂಡಿಯ ವ್ಯವಹಾರವು ಬೇರೆ ಯಾವ ಕಡೆಯಲ್ಲಿಯೂ ನಡಿಯುವದಿಲ್ಲೆಂದು ಹೇಳ ಬಹುದು. ಈ ಸಣ್ಣ ಗ್ರಾಮದಲ್ಲಿ ಪ್ರತಿ ವರ್ಷ ಸುಮಾರು ೮ ಲಕ್ಷ ರೂಪಾಯಿಯ ಹುಂಡಿಯ ವ್ಯವಹಾರವಾಗುತ್ತದೆ. ಆದರೆ ಸನ್ ೧೮೨೦ರಲ್ಲಿ ಶಹಾಪುರದಲ್ಲಿ ಹುಬ್ಬಳ್ಳಿ, ಮಿರ್ಜಿ, ಈ ಗ್ರಾಮಗಳಲ್ಲಿಯ ಹುಂಡೀ ಸಾವಕಾರರ ದಲಾರರು ಮಾತ್ರ ಇರುತ್ತಿದ್ದರು; ಈಗ ಲಕ್ಷಾವಧಿ ರೂಪಾಯಿಯ ಸಾವಕಾರರು ಬಹು ಜನರಿದ್ದಾರೆ. ಮೇಲೆ ಹೇಳಿದ ಗ್ರಾಮಗಳಲ್ಲಿಯ ಸಾವಕಾರರು ಪರಸ್ಪರರ ಮೇಲೆ ಹುಂಡಿಗಳನ್ನು ಕೊಡುವದಲ್ಲದೆ, ಮುಂಬಯಿ, ಮದ್ರಾಸು, ಪುಣೆ, ಸಾತಾರೆ, ವೆಂಗುರ್ಲೆ, ಚಿಪಳೂಣ, ಮುಂತಾದ ಗ್ರಾಮಗಳಿಗೂ ಹುಂಡಿಗಳನ್ನು ಕೊಡುವರು. ಹುಬ್ಬಳ್ಳಿಯಲ್ಲಿ ಮುಂಬಯಿ ಬ್ಯಾಂಕಿನ ಅಂಗಡಿಯುಂಟು. ಈ ಬ್ಯಾಂಕಿನಲ್ಲಿ ದೇಶೀ ಜನರು ಹಣ ಇಡುವದು ಬಹು ಕಡಿಮೆ. ಈ ಬ್ಯಾಂಕಿನಲ್ಲಿ ಹುಂಡಿಯ ವ್ಯಾಪಾರವು ವರ್ಷಕ್ಕೆ ನಾಲ್ಕುವರೆ ಲಕ್ಷದಿಂದ ಆರು ಲಕ್ಷದ ವರೆಗೆ ಆಗುತ್ತದೆ; ಅದರಲ್ಲಿ ಯುರೋಪಿಯನ್ ವ್ಯಾಪಾರಸ್ಥರ ಸಂಗಡ ೩ ಲಕ್ಷದಿಂದ ೪ ಲಕ್ಷದ ವರೆಗೆ, ದೇಶೀ ವ್ಯಾಪಾರಸ್ಥರ ಸಂಗಡ ಪೊಂದುವರೆ ಲಕ್ಷದಿಂದ ೨ ಲಕ್ಷದ ವರೆಗೆ.

ನಾಣ್ಯಗಳು.

ನಾಣ್ಯಗಳು.—ಬ್ರಿಟಿಶ ಸರಕಾರದ ಅಮಲು ಬರುವ ಪೂರ್ವದಲ್ಲಿ ಈ ಶೀಮೆಯಲ್ಲಿ ನಾನಾ ಪ್ರಕಾರದ ಬಂಗಾರ, ಬೆಳ್ಳಿ, ತಾಮ್ರಗಳ ನಾಣ್ಯಗಳು ನಡಿಯುತ್ತಿದ್ದವು. ಅವುಗಳ ವಿವರ—

ಚಿನ್ನದ ನಾಣ್ಯಗಳು.—ರಾಮಟೆಂಕೀ ಮೊಹರು, ಕಿಮ್ಮತ್ತು ರೂ. ೮೦, ಹಣಮಟೆಂಕಿ ರೂ. ೧೮, ಪದ್ಮಟೆಂಕಿ ರೂ. ೧೮, ಅಕಬರೀ ಮೊಹರು ರೂ. ೧೬. ರಾಮಟೆಂಕೀ ನಾಣ್ಯವು ಕಟಾಕಟಿ ನಾಲ್ಕು ತೊಲಿ ಇರುತ್ತಿತ್ತು. ಅದರ ಅರ್ಧದ ನಾಣ್ಯಕ್ಕೆ ಪ್ರತಾಪವೆನ್ನುವರು; ಅದು ೨ ತೊಲಿ ತೂಕವಿರುತ್ತಿತ್ತು; ಕಾಲು ಪಾಲಿನ ನಾಣ್ಯಕ್ಕೆ ಧರಣವೆನ್ನುವರು; ಅದು ೧ ತೊಲಿ ತೂಕವಿರುತ್ತಿತ್ತು. ಆದರೆ ಈ ಬೆಲೆಯುಳ್ಳ ನಾಣ್ಯಗಳು ಕ್ವಚಿತ್ತಾಗಿ ನಡಿಯುತ್ತಿದ್ದವು. ವಾಡಿಕೆಯಾಗಿ ವರಹ, ಹೊನ್ನು ಯೆಂಬ ನಾಣ್ಯಗಳೇ ಬಹಳ ನಡಿಯುತ್ತಿದ್ದವು. ಬುನಾದಿಯಲ್ಲಿ ಈ ಶೀಮೆಯನ್ನು ಬಹು ದಿವಸ ಆಳಿದ ಚಾಲುಕ್ಯ ಅರಸರ ಕಾಲದಲ್ಲಿ ಸುಮಾರು ನಾಲ್ಕು ರೂಪಾಯಿ ಬೆಲೆ ಬಾಳುವಂಥಾದ್ದೊಂದು ಚಿನ್ನದ ನಾಣ್ಯ ನಡಿಯುತ್ತಿತ್ತು. ಅದರ ಮೇಲೆ ವರಾಹ ದೇವರ ಆಕೃತಿ ಇದ್ದ ಕಾರಣ ಅದಕ್ಕೆ ವರಾಹವೆಂಬ ಹೆಸರು ಬಿತ್ತು. ಮುಂದೆ ಬೇರೆ ಅರಸರು ಹೆಚ್ಚು ಕಡಿಮೆ ಅದರಷ್ಟೇ ಬೆಲೆ ಬಾಳುವ ನಾಣ್ಯಗಳನ್ನು ವರಾಹನ ಆಕೃತಿ ಇಲ್ಲದೆ ಮುದ್ರಿಸಿದಾಗ್ಯೂ, ಹಿಂದಿನ ಬಹು ದಿವಸದ ರೂಢಿಯ ಮೂಲಕ ಅವರ ನಾಣ್ಯಗಳಿಗೆ ಸಹ ವರಾಹವೆಂಬ ಹೆಸರೇ ನಡಿಯುತ್ತ ಬಂತು. ಆದರೆ ಕಡೆಯಲ್ಲಿ ಮೈಸೂರಿನ ಹೈದರ ಅಲ್ಲಿಯು ತಾನು ಹೊಸದಾಗಿ ಮುದ್ರಿಸಿದ ನಾಣ್ಯಕ್ಕ ವರಾಹವೆಂಬ ಹೆಸರು ಕೊಡದೆ ಹೊನ್ನೆಂಬ ಹೆಸರಿಟ್ಟನು. ಅಂದಿನಿಂದ ವರಾಹ, ಹೊನ್ನು, ಇವೆರಡೂ ಬಹುತರ ವೊಂದೇ ಅರ್ಥದ ಹೆಸರುಗಳಾಗಿ ನಡಿಯುತ್ತ ಬಂದವು. ಬ್ರಿಟಿಶ ಸರಕಾರದ ಅಮಲಿನ ಆರಂಭದಲ್ಲಿ ಈ ಶೀಮೆಯಲ್ಲಿ, ಮುಖ್ಯವಾಗಿ ಮಲಾಪಹಾರಿಯ ದಕ್ಷಿಣದಲ್ಲಿ, ೧೮ ಪ್ರಕಾರದ ವರಹಗಳು ಅಥವಾ ಹೊನ್ನುಗಳು ನಡಿಯುತ್ತಿದ್ದವು. ಅವುಗಳ ವಿವರ—೧ ಗಜಪತಿ (ವಿಜಯನಗರದ ಅರಸರದು) ಕಿಮ್ಮತ್ತು ರೂಪಾಯಿ ೪, ಆ. ೮; ೨ ಬಹಾದುರೀ (ಹೈದರನದು) ರೂ. ೪, ಆ. ೮; ೩ ಹೊಸ ಇಕ್ಕೇರಿ (ಇಕ್ಕೇರೀ ಅರಸರದು) ರೂ. ೪, ಆ. ೮; ೪ ಹಳೆ ಇಕ್ಕೇರಿ, ರೂ. ೪; ೫ ಸುಲ್ತಾನೀ (ಟೀಪುನದು) ರೂ. ೪; ೬ ದುರ್ಗಿ, ೭ ಜಮಶೇರೀ, ೮ ಮಾಗದಿ, ರೂ. ೩, ಆ. ೧೨; ೯ ಧಾರವಾಡೀ, ೧೦ ನವಲಗುಂದಿ, ೧೧ ಬನವಾಸೀ, ೧೨ ಶಮಶೇರಿ, ೧೩ ಅಶ್ವಪತಿ, ೧೪ ವೆಂಕಟಪತಿ, ಇವೆಲ್ಲ ಕಿಮ್ಮತ್ತು ರೂ. ೩, ಆ. ೮; ೧೫ ಸಾತಾರಿ, ೧೬ ಆಲಂಗಿರೀ, ೧೭ ಕಂಠೀರಾಯಿ, ರೂ. ೩, ಆ. ೪; ೧೮ ಸವಣೂರಿ, ರೂ. ೩. ಹೊನ್ನಿನ ನಾಲ್ಕನೇ ಪಾಲಿನಷ್ಟು ವೊಂದು ಚಿನ್ನದ ನಾಣ್ಯವಿರುತ್ತಿತ್ತು; ಅದಕ್ಕೆ ಹಣವೆಂತಲೂ, ಫಲವೆಂತಲೂ, ಅನ್ನುವರು.

ಬೆಳ್ಳಿಯ ನಾಣ್ಯಗಳು.—ಬ್ರಿಟಿಶ ಸರಕಾರದ ಅಮಲು ಆದ ಬಳಿಕ ಸಹ ಸನ್ ೧೮೪೦ರ ವರೆಗೆ ಹದಿನಾರು ಪ್ರಕಾರದ ರೂಪಾಯಿಗಳು ನಡಿಯುತ್ತಿದ್ದವು. ಅವು—ಔರಂಗಾಬಾದಿ, ೨ ಬಾಗಲಕೋಟಿ ಅಥವಾ ಮಲ್ಹಾರ ಶಾಹಿ, ೩ ಅಂಕುಶೀ, ೪ ಹಲ್ಲೀ

ತಿಕ್ಕಾ, ೫ ಶಹಾಪುರೀ, ೬ ಕಿತ್ತೂರ ಶಹಾಪುರೀ, ೭ ಧಾರವಾಡೀ, ೮ ಹೈದರಾಬಾದಿ, ೯ ಪನಾಳೀ, ೧೦ ನೀಲಕಂಠೀ, ೧೧ ಭೂತಪದಿ, ೧೨ ಚಾಂದೋಡಿ, ೧೩ ಹುಕ್ಕೇರಿ, ೧೪ ಉಡವಣಿ, ೧೫ ಗೋವಿಂದ ಬಕ್ಷಿ, ೧೬ ಪೀರಖಾನಿ. ಇವುಗಳಲ್ಲಿ ಪನಾಳಿ ನೀಲಕಂಠಿ, ಇವೆರಡು ಬಹಳ ಕಡಿಮೇ ಬೆಲೆ ಬಾಳುವಂಥವು (ಸುಮಾರು ೧೦ ಆಣೆ) ಇದ್ದವು; ಭೂತಪದೀ ರೂಪಾಯಿಯ ಬೆಲೆಯು ಸುಮಾರು ೫ ಆಣೆ ಇತ್ತು. ಉಳಿದವು ಹೆಚ್ಚು ಕಡಿಮೆ ಸೂರ್ತಿ ರೂಪಾಯಿಗೆ ಹೊಂದುತ್ತಿದ್ದವು.

ತಾಮ್ರದ ನಾಣ್ಯಗಳು.—ಈ ಶೀಮೆಯಲ್ಲಿ ಮೊದಲು ಪೇಶವಾಯಿ ಅಮಲು ಇದ್ದ ಕಾರಣ ಹೆಚ್ಚಾಗಿ "ಶಾಹೂಪೈಸಾ" ಯೆಂಬ ಹೆಸರಿನ ನಾಣ್ಯವು ಯೆಲ್ಲ ಕಡೆಯಲ್ಲಿ ನಡಿಯುತ್ತಿತ್ತು; ಅದಕ್ಕೆ ಮುಡ್ಡೆನ್ನುವರು. ಒಂದು ಮುಡ್ಡಿಗೆ ಮೂರು ರುವಿ. ಶಾಹೂ ದುಡ್ಡಲ್ಲದೆ ಶಾಹೀ ಮುಡ್ಡು ಅಥವಾ ಕರೆದುಡ್ಡು ನಡಿಯುತ್ತಿತ್ತು; ಇದು ನಾಲ್ಕು ರುವಿ ಬೆಲೆಯುಳ್ಳದ್ದಾದ್ದರಿಂದ ಇದಕ್ಕೆ ಗಟ್ಟಿ ದುಡ್ಡೆಂತಲೂ ಅನ್ನುವರು. ರೂಪಾಯಿಗೆ ಗಟ್ಟಿ ಮುಡ್ಡು ೪೮ ಅಥವಾ ಮೂರು "ಟೆಂಕಿ." ಆನೀ ದುಡ್ಡು ವಿಜಯನಗರ ಅರಸರ ನಾಣ್ಯವು; ಇದಾದರೂ ಗಟ್ಟಿ ದುಡ್ಡೆಂದೆಣಿಸಲ್ಪಡುವದು; ಈ ದುಡ್ಡಿಗೆ ಯೆರಡು ಕಾಸುಗಳೆಂಬ ನಾಣ್ಯಗಳಿದ್ದವು. ಕಂಪನಿಯವರ ದುಡ್ಡಿನ ನಾಣ್ಯವು ಸನ್ ೧೮೩೫—೩೬ರಲ್ಲಿ ನಡಿಯಹತ್ತಿತು.

ಟಂಕಸಾಲೆಗಳು.

ಟಂಕಸಾಲೆಗಳು.—ಧಾರವಾಡದಲ್ಲಿ ಬಾಳಾಜೀ ಬಾಜೀರಾವ ಪೇಶವೇ ಇವರು ಸನ್ ೧೭೫೩ರಲ್ಲಿ ಸ್ಥಾಪಿಸಿದ ಟಂಕಸಾಲೆಯು ಸನ್ ೧೮೧೭ರಲ್ಲಿ ಬ್ರಿಟಿಶ ಸರಕಾರದವರು ಈ ಶೀಮೆಯನ್ನು ತಕ್ಕೊಳ್ಳುವ ವರೆಗೆ ನಡಿಯುತ್ತಿತ್ತು. ಇದರಲ್ಲಿ ಧಾರವಾಡೀ ಹೊನ್ನುಗಳನ್ನೂ ರೂಪಾಯಿಗಳನ್ನೂ ಮುದ್ರಿಸುವರು. ಬಾಗಲಕೋಟೆಯಲ್ಲಿ ಮಲ್ಹಾರ ಭಿಕ್ಕಾಜೀ ರಾಸ್ತೆ ಯೆಂಬವರು ರೂಪಾಯಿಗಳನ್ನು ಮುದ್ರಿಸುವ ಟಂಕಸಾಲೆಯನ್ನಿಟ್ಟಿದ್ದರು. ಅದರಲ್ಲಿ ಹುಟ್ಟಿದ ರೂಪಾಯಿಗಳಿಗೆ ಮಲ್ಹಾರ ಶಾಹೀ ರೂಪಾಯಿಗಳೆಂದೆನ್ನುವರು. ಕಂಪನೀ ಸರಕಾರದ ಅಮಲು ಸನ್ ೧೮೧೭ರಲ್ಲಿ ಕೂತ ಬಳಿಕ ಸಹ ಸನ್ ೧೮೩೩ರ ವರೆಗೆ ಈ ಟಂಕಸಾಲೆ ನಡಿಯುತ್ತಿತ್ತು. ಕಂಪನಿಯವರ ಅಮಲಿನಲ್ಲಿ ಟಂಕಸಾಲೆಯವರೆಂಬ ಮನೆತನದವರು ಕಂಪನಿಯವರ ಅಪ್ಪಣೆಯಿಂದ ಮಲ್ಹಾಶಾಹೀ ರೂಪಾಯಿಗಳನ್ನು ಮುದ್ರಿಸುವರು. ಆ ರೂಪಾಯಿಯ ಬೆಳ್ಳಿಯು ಇಂತಿಷ್ಟೇ ವರೆಯುಳ್ಳದ್ದಿರ ಬೇಕೆಂದು ಕಂಪನಿಯವರು ಗೊತ್ತು ಮಾಡಿ ಕೊಟ್ಟಿದ್ದರು. ಮುಧೋಳದಲ್ಲಿಯೂ ವೊಂದು ಟಂಕಸಾಲೆ ಸನ್ ೧೮೨೦ರ ವರೆಗೆ ನಡಿಯುತ್ತಿತ್ತು. ಅದರಲ್ಲಿಯೂ ಈ ಮಲ್ಹಾರಶಾಹೀ ರೂಪಾಯಿಗಳನ್ನೂ ಗೋವಿಂದರಾಜೀ ದುಡ್ಡುಗಳನ್ನೂ ಮುದ್ರಿಸುವರು. ಗೋವಿಂದರಾಜೀ ದುಡ್ಡುಗಳು ಮುಧೋಳದಲ್ಲಿ ಸನ್ ೧೮೬೦ರ ವರೆಗೆ ನಡಿಯುತ್ತಿದ್ದವು. ಜಮುಖಂಡಿಯ ಸಂಸ್ಥಾನದಲ್ಲಿ ಜಮಖಂಡಿಯ ದುಡ್ಡೆಂಬ ನಾಣ್ಯವು ನಡಿಯುತ್ತಿದ್ದ ಕಾರಣ ಅಲ್ಲಿಯೂ ವೊಂದು ಟಂಕಸಾಲೆ ಇತ್ತೆಂದು ತೋರುತ್ತದೆ.

ಟಂಕಸಾಲೆಯಲ್ಲಿ ೧೦೫೦ ರೂಪಾಯಿ ತೂಕ ಬೆಳ್ಳಿಯನ್ನು ತಸ್ತದಂಥಾದ್ದೊಂದು ಮುಶಿಯೊಳಗೆ ಯೆರಡು ತಿದಿಗಳನ್ನು ಊದಿ ಕರಗಿಸುವರು. ಕರಗಿದ ಬೆಳ್ಳಿಯನ್ನು ವೊಬ್ಬ ಗಟ್ಟಿಗನಾದ ಮನುಷ್ಯನು ಯೆರಡು ಚಿಮಟಗೆಗಳಿಂದ ಹಿಡಿದು ಯೆತ್ತಿ, ಮಣ್ಣಿನ ಹಲಿಗೆ ಗಳಲ್ಲಿ ಮಾಡಿದ ಕಾವಲಿಗಳಲ್ಲಿ ಸುರುವುವನು. ಬಳಿಕ ಪತ್ತಾರನು ಆ ಗಟ್ಟಿಗಳಲ್ಲಿ ವೊಂದ ನ್ನು ತಕ್ಕೊಂಡು ನಟ್ಟ ನಡುವೆ ಕಡಿದು, ವೊಂದು ರೂಪಾಯಿ ತೂಕ ತುಂಡನ್ನು ಕಡಿದು ಕೊಂಡು, ಅದಕ್ಕೆ ಅಷ್ಟೇ ಸೀಸು ಕೂಡಿಸಿ ಸಣ್ಣ ಮುಶಿಯೊಳಗೆ ಹಾಕಿ ಜಾಲಗಾರನ ಕೈಯಲ್ಲಿ ಕರಗಿಸಲಿಕ್ಕೆ ಕೊಡುವನು. ಅದು ಕರಗಿದ ಬಳಿಕ ಪತ್ತಾರನು ಆದರೊಳಗಿನ ಬೆಳ್ಳಿಯ ಗಟ್ಟಿಯನ್ನು ತೆಗೆದು ವೊಳಿತಾಗಿ ಬಡಿದು ಸರಾಫನ ಕೈಯಲ್ಲಿ ಕೊಡುವನು. ಆ ಚೊಕ್ಕ ಬೆಳ್ಳಿಯನ್ನು ಸರಾಫನು ತೂಗಿ ನೋಡಿ, ತಕ್ಕ ಪ್ರಮಾಣದ್ದಾಯಿತೆಂದು ಮನ ಗಂಡರೆ ಗಟ್ಟಿಗಳನ್ನು ಬಡಿಯಲಿಕ್ಕೆ ಹೇಳುವನು; ಚೊಕ್ಕ ಬೆಳ್ಳಿಯು ಹೊರಡ ತಕ್ಕಷ್ಟು ಹೊರಡದಿದ್ದರೆ, ಯಾವತ್ತು ಗಟ್ಟಿಗಳನ್ನು ಮತ್ತೆ ಕರಗಿಸಿ ಶುದ್ಧ ಮಾಡ ಬೇಕಾಗುತ್ತಿತ್ತು. ಈ ಪ್ರಕಾರ ಗೊತ್ತು ಮಾಡಿದ ವರೆಯ ಗಟ್ಟಿಗಳು ಸಿದ್ಧವಾದ ಬಳಿಕ ಅವುಗಳನ್ನು ಬಡಿದು ವೊಂದೇ ಸವನಾದ ಚೌಕ ಸಲಾಕಿಗಳನ್ನು ಮಾಡುವರು. ಆ ಸಲಾಕಿಗಳನ್ನು ಹಿರಿ ಪತ್ತಾರನು ನಜರಿನ ಅಜಮಾಸಿನಿಂದ ಕಡಿದು ವೊಂದೊಂದು ರೂಪಾಯಿ ತೂಕ ತುಂಡುಗಳನ್ನು ಮಾಡುವನು. ಆ ತುಂಡುಗಳನ್ನು ಸರಾಫನು ತೂಗಿ ನೋಡಿ, ಹೆಚ್ಚಿದ್ದರೆ ಕಡಿದು ಸಮ ಮಾಡುವನು. ಬಳಿಕ ಪತ್ತಾರನು ವೊಂದೊಂದು ತುಂಡನ್ನು ಬಡಿಗಲ್ಲಿನ ಮೇಲಿಟ್ಟು, ಯೆರಡಾಗಲಿ ಮೂರು ಸುತ್ತಿಗೆಯ ಪೆಟ್ಟುಗಳಿಂದ ಅವುಗಳಿಗೆ ರೂಪಾಯಿಯ ಆಕಾರ ಕೊಡುವನು. ಪಡಿಯಚ್ಚು ಹೊಡಿಯುವ ಪತ್ತಾರನು ಈ ತುಂಡುಗಳನ್ನು ಕಾಸಿ, ನುಣುಪಾದ ಬಡಿಗಲ್ಲಿನ ಮೇಲಿಟ್ಟು ಬಡಿದು ಬೆಳ್ಳಗೆ ಮಾಡುವನು. ಒಂದು ಮೈಯ ಪಡಿಯಚ್ಚನ್ನು ವೊಂದು ಕಲ್ಲಿನೊಳಗೆ ತೂತು ತೆಗೆದು ಅದರೊಳಗೆ ಬಿಗಿಯಾಗಿ ಕೂಡ್ರಿಸಿ ಟ್ಟಿರುವರು; ಎರಡನೇ ಪಡಿಯಚ್ಚನ್ನು ವೊಂದು ಕಬ್ಬಿಣದ ಕಾಂಪಿನೊಳಗೆ ಕೂಡ್ರಿಸಿರು ವರು; ಇವೆರಡೂ ಪಡಿಯಚ್ಚುಗಳು ಬಿರಿಸಾದ ಉಕ್ಕಿನಿಂದ ಮಾಡಿದಂಥವು. ಪಡಿಯ ಚ್ಚಿನವನು ವೊಂದು ಬೆಳ್ಳಿಯ ಹಲ್ಲಿಯನ್ನು ಕೆಳಗಿನ ಪಡಿಯಚ್ಚಿನ ಮೇಲಿಟ್ಟು, ಯೆರಡನೇ ದನ್ನು ಅದರ ಮೇಲೆ ಕಾಂವಿನಿಂದ ಯೆಡಗೈಯಲ್ಲಿ ಹಿಡಿದ ಕೂಡಲೆ ಬೇರೊಬ್ಬ ಮನು ಷ್ಯನು ವೊಂದೇ ಸುತ್ತಿಗೆಯ ಪೆಟ್ಟನ್ನು ಮೇಲಿನ ಪಡಿಯಚ್ಚಿನ ಮೇಲೆ ಹೊಡಿಯುವನು; ಆ ಕ್ಷಣವೇ ಯೆರಡೂ ಪಡಿಯಚ್ಚುಗಳು ಮೂಡಿ ರೂಪಾಯಿಯು ದೂರ ಹಾರಿ ಹೋಗು ವದು; ಆ ಕ್ಷಣವೇ ಪಡಿಯಚ್ಚು ಹಿಡಿದವನು ಬಲಗೈಯಿಂದ ಮತ್ತೊಂದು ಹಲ್ಲಿಯನ್ನು ಕೆಳಗಿನ ಪಡಿಯಚ್ಚಿನ ಮೇಲೆ ಇಡುವನು. ಈ ಪ್ರಕಾರ ಸುಮಾರು ಮೂರು ಮಿನಿಟ ನೊಳಗೆ ೧೦೦ ರೂಪಾಯಿಗಳನ್ನು ಮುದ್ರಿಸುವರು. ಎರಡೂ ಪಡಿಯಚ್ಚುಗಳ ಆಕಾ ರವು ರೂಪಾಯಿಯ ಆಕಾರದ ಇಮ್ಮಡಿಯಷ್ಟು ಇರುವದು; ಅವುಗಳಲ್ಲಿ ಫಾರ್ಶೀ ಅಕ್ಷರ ಗಳಿರುವವು. ಪಡಿಯಚ್ಚುಗಳ ಆಕಾರ ದೊಡ್ಡದು, ರೂಪಾಯಿಯ ಆಕಾರ ಸಣ್ಣದು ಆದ್ದರಿಂದ ಬೇರೆ ಬೇರೆ ರೂಪಾಯಿಗಳ ಮೇಲೆ ಬೇರೆ ಬೇರೆ ಅಕ್ಷರಗಳು ಮೂಡುವವು;

ಯೆಲ್ಲ ಅಕ್ಷರಗಳು ಯಾವ ರೂಪಾಯಿಯ ಮೇಲೆಯೂ ಮೂಡುತ್ತಿದ್ದಿಲ್ಲ. ಬಾಗಲಕೋಟೆಯ ಟಂಕಸಾಲೆಯಿಂದ ಅದರ ಮಾಲಕನಿಗೆ ರೂಪಾಯಿಗೆ ಸುಮಾರು ಅರ್ಧಾ ಆಣೆಯಂತೆ ಲಾಭವಾಗುತ್ತಿತ್ತು.

ದ್ರವ್ಯಸಂಚಯ.

ದ್ರವ್ಯಸಂಚಯ.—ವ್ಯಾಪಾರಸ್ಥರು, ಬಹಳ ಭೂಮಿಯನ್ನು ಮಾಡುವಂಥ ವೊಕ್ಕಲಿಗರು, ಚಿನಿವಾರರು, ವಕೀಲರು, ಮೇಲ್ತರದ ಸರಕಾರೀ ನೌಕರರು, ಕುರುಬರು, ಸಮ್ಮಗಾರರು, ಮುಂತಾದ ಜನರಲ್ಲಿ ದ್ರವ್ಯಸಂಚಯವು ಹೆಚ್ಚಾಗಲಿ ಕಡಿಮೆಯಾಗಲಿ ಆಗುತ್ತಿರುತ್ತದೆ. ದೊಡ್ಡ ದೊಡ್ಡ ಇನಾಮದಾರರಲ್ಲಿ ಸ್ವಲ್ಪ ಜನರನ್ನು ದೈವುಳ್ಳವರನ್ನು ಕಾಣ ಬಹುದು. ಆದರೆ ಇನಾಮುದಾರಿಗೆ ಯೇನು ಶ್ರಮ ಮಾಡದೆ ಕೂತಲ್ಲೇ ಬಹಳ ಹಣವು ಕೈಗೆ ಬರುತ್ತಿರುವ ಕಾರಣ ದುಡ್ಡಿನ ಬೆಲೆಯು ಅವರಿಗೆ ತಿಳಿಯುವದಿಲ್ಲ. ಆದ್ದರಿಂದ ಅವರ ಮನೆತನದ ವೆಚ್ಚವು ಬಹಳ ಅಸ್ತವ್ಯಸ್ತ ಇರುತ್ತದೆ. ಲಗ್ನ ಮುಹೂರ್ತಗಳಿಗಾಗಿ ಸಾಲ ಮಾಡದಂಥ ಇನಾಮದಾರರು ಬಹು ಸ್ವಲ್ಪ ಜನರುಂಟು.

ಉತ್ತಮ ಕುಲದ ಹಿಂದೂ ಜನರು ಯೆಲ್ಲ ವಿಧದ ವ್ಯಾಪಾರ ಮಾಡುತ್ತಾರೆ. ಇಂಥವರು ಇಂಥಾ ವ್ಯಾಪಾರ ಮಾಡ ತಕ್ಕವರೆಂಬ ನಿರ್ಬಂಧವಿಲ್ಲ. ಎಲ್ಲಕ್ಕೂ ಮೊದಲು ಬಡ್ಡಿಯ ವ್ಯಾಪಾರಕ್ಕೆ ಬಹು ಜನರು ಹವಣಿಸುತ್ತಾರೆ. ಯಾಕಂದರೆ ಅದಕ್ಕೆ ಶ್ರಮ ಮಾಡುವ ಪ್ರಯೋಜನವಿಲ್ಲ, ಇದ್ದಷ್ಟು ಹಣದಿಂದ ವ್ಯಾಪಾರ ಸಾಗುತ್ತದೆ, ಲೆಕ್ಕ ಪತ್ರದ ಗೊಂದಲವಿಲ್ಲ, ಬಹಳ ಬುದ್ಧಿಯನ್ನು ಹಾಕುವ ಪ್ರಯೋಜನವಿಲ್ಲ, ಸಾಲ ಬೇಡುವ ಗಿರಾಕಿಗಳು ಹೇರಳವಾಗಿ ದೊರಿಯುತ್ತವೆ. ಆದರೆ ದೊಡ್ಡ ಗ್ರಾಮಗಳಲ್ಲಿ ಇರುವ ಬಣಜಿಗರು, ಕೊಮಟಗರು, ನಾರ್ವೇಕರರು, ಗುಜ್ಜರು, ಮುಂತಾದವರು ಚಿಕ್ಕ ತಕ್ಕಡೀ ಅಂಕಡಿಯನ್ನು ಹಚ್ಚುವದು ಬಹಳ. ಬ್ರಾಹ್ಮಣರು ಹೆಚ್ಚಾಗಿ ಬಡ್ಡಿ, ಬೆಳ್ಳಿ ಬಂಗಾರಗಳ ಮಾರಾಟ, ಹುಂಡಿ, ಅರಿವೆಯ ಅಂಗಡಿ, ಮುಂತಾದ ಕೂತಲ್ಲೇ ನಡಿಯುವಂಥ ವ್ಯವಹಾರಗಳನ್ನು ಮಾಡುವರು. ಆದರೆ ಮದ್ಯ ಮಾಂಸಗಳ ವಿಕ್ರಯ, ಯಾವದಾದರೂ ಬಗೆಯ ಚರ್ಮದ ವ್ಯಾಪಾರ, ಸೆಣದ ಮಾರಾಟ, ಇಂಥಾ ನೀಚತನದ ವ್ಯಾಪಾರಗಳನ್ನು ಉತ್ತಮ ಕುಲದವರು ಮಾಡುವದಿಲ್ಲ.

ಸಂಚಿತದ ಉಪಯೋಗ.—ಸಾಲ ಕೊಡುವದು, ವ್ಯಾಪಾರ, ಭೂಮಿ ಮನೆಗಳನ್ನು ಕೊಳ್ಳುವದು, ಆಭರಣಗಳನ್ನು ಮಾಡಿಸುವದು, ಇವೇ ಹಣವನ್ನು ಉಪಯೋಗಿಸುವ ಮುಖ್ಯ ಮಾರ್ಗಗಳು. ಆಭರಣಗಳಲ್ಲಿ ಯೆಲ್ಲಕ್ಕೂ ಹೆಚ್ಚು ದುಡ್ಡು ತೊಡಕುತ್ತದೆ. ಬಳಿಯಲ್ಲಿ ನೂರು ರೂಪಾಯಿ ಶಿಲಕು ಉಳಿದರೆ, ಅದರಲ್ಲಿ ಅರ್ಧಕ್ಕರ್ಧ ಹಣ ಆಭರಣಗಳಲ್ಲಿ ಹಾಕುವವರೇ ಬಹು ಜನರು. ಇನಾಮದಾರರೂ ಸರಕಾರೀ ನೌಕರರೂ ವಕೀಲರೂ ತಮ್ಮ ಬಳಿಯಲ್ಲಿಯ ಬಹುತರ ಯಾವತ್ತು ಹಣವನ್ನು ಆಭರಣಗಳಲ್ಲಿಯೇ ಹಾಕುತ್ತಾರೆಂದು ಹೇಳ ಬಹುದು. ಈ ಜನರೊಳಗೆ ಆದಾಯದ ವ್ಯವಸಾಯಗಳಲ್ಲಿ ಹಣ ಹಾಕುವಂಥವನು ಹತ್ತರಲ್ಲಿ ವೊಬ್ಬ ದೊರಿಯುವದು ದುರ್ಲಭವು. ಸರಕಾರೀ

ಬ್ಯಾಂಕಿನಲ್ಲಿ ಹಣ ಇಡುವವರು ಬಹು ಸ್ವಲ್ಪ ಜನರು. ಸರಕಾರೀ ನೌಕರರೂ ವಕೀಲರೂ ಮಾತ್ರ ಕ್ವಚಿತ್ತಾಗಿ ಬ್ಯಾಂಕಿನಲ್ಲಿ ಹಣ ಇಡುತ್ತಾರೆ. ಒಕ್ಕಲಿಗನ ಮನೆಯಲ್ಲಿ ದುಡ್ಡು ಹೆಚ್ಚಾದರೆ ಅವನು ಅದನ್ನು ನೆಲದೊಳಗೆ ಹೂಳಿಡುವನು. ಹೆಂಗಸರ ಕೈಶೇರಿದ ಹಣವಾದರೂ ಇದೇ ಗತಿಯಾಗುತ್ತದೆ. ಹಣವನ್ನು ಹೂಳಿಡುವ ನಡಾವಳಿಯು ಯಾವತ್ತು ಜಾತಿಗಳಲ್ಲಿ ಇರುತ್ತದೆಂದು ಹೇಳ ಬಹುದು. ಆದರೂ ಈ ನಡಾವಳಿಯು ಸುದೈವದಿಂದ ದಿನ ದಿನಕ್ಕೆ ಕಡಿಮೆಯಾಗುತ್ತ ನಡಿದದೆ. ಕಾನಡಾ ಜಿಲ್ಲೆಯಲ್ಲಿ ಡೋಣಿಗಳಲ್ಲಿ ಹಣ ಹಾಕಿ ಬಾಡಿಗೆಯ ಉದ್ಯೋಗವನ್ನು ಬಹು ಜನರು ಮಾಡುತ್ತಾರೆ. ಮೀನ ಹಿಡಿಯುವ ಬಡ ಜಾತಿಗಳ ಜನರು ಅಲ್ಪ ಸ್ವಲ್ಪ ಹಣದಿಂದ ಸಣ್ಣ ಸಣ್ಣ ಡೋಣಿಗಳನ್ನು ಕೊಂಡು ಮೀನ ಹಿಡಿಯುವ ಹೋರೆ ಮಾಡುವರು. ಕಂಪನಿಗಳನ್ನು ಮಾಡಿ, ಬಹು ಜನರ ಹಣ ವೊಟ್ಟುಗೂಡಿಸಿ, ವ್ಯವಹಾರ ಮಾಡುವ ನಡಾವಳಿಯು ಬಹುತರ ಇಲ್ಲವೇ ಇಲ್ಲೆಂದು ಹೇಳ ಬಹುದು. ಇತ್ತಿತ್ತಲಾಗಿ ಹುಬ್ಬಳ್ಳಿ, ಧಾರವಾಡ, ಬೆಳಗಾವಿ, ಇಂಥಾ ದೊಡ್ಡ ಗ್ರಾಮಗಳಲ್ಲಿ ವ್ಯಾಪಾರಸ್ಥರ ಕಂಪನಿಗಳು ಅಲ್ಪ ಸ್ವಲ್ಪವಾಗಿ ತಲೆದೊರ ಹತ್ತಿರುತ್ತವೆ.

ಸಾಲ ಕೊಡುವದೂ, ಬಡ್ಡಿಯೂ.—ಲೈಸೆನ್ಸ ಟ್ಯಾಕ್ಸ ಯೆಂಬ ಸರಕಾರಿ ತೆರಿಗೆಯ ಲೆಕ್ಕದಿಂದ ನೋಡಲಾಗಿ, ವೊಟ್ಟು ತೆರಿಗೆಯಲ್ಲಿ ಶೇಕಡಾ ೭೫ರಂತೆ ಹಣವು ಬಡ್ಡಿಯ ವ್ಯವಹಾರ ಮಾಡುವವರಿಂದ ವಸೂಲಾಗುತ್ತದೆಂದು ತಿಳಿದದೆ. ಈ ವ್ಯವಹಾರ ಮಾಡುವ ಜನರು ನೂರರಲ್ಲಿ ಸುಮಾರು ೪೦ ಜನರು ದೊಡ್ಡ ಗ್ರಾಮಗಳಲ್ಲಿ ೬೦ ಜನರು ಹಳ್ಳಿಗಳಲ್ಲಿ ಇರುತ್ತಾರೆ. ಬಡ್ಡಿಗೆ ಹಣ ಕೊಡುವ ಜನರಲ್ಲಿ ಮಾರವಾಡಿಗಳು ಪರಮಾವಧಿಯ ಮನೆಮುರಕರೆಂದು ಹೆಸರಾಗಿದ್ದಾರೆ. ಅವರ ಕೆಳಗೆ ಗುಜ್ಜರನ್ನು ಯೆಣಿಸ ಬಹುದು. ಹತ್ತೆಂಟು ರೂಪಾಯಿಯ ಗಂಟು ಕೈಯಲ್ಲಿ ಮಾಡಿ ಕೊಂಡು ಕೆಲವೊಂದು ಹಳ್ಳಿಯಲ್ಲಿ ಅಂಗಡಿ ಹಚ್ಚಿಕೊಂಡು ಕೂತಂಥ ಮಾರವಾಡಿಯು ಹತ್ತೆಂಟು ವರ್ಷ‍ದೊಳಗೆ ದೊಡ್ಡ ಸಾವಕಾರನೆನಿಸಿ ಕೊಳ್ಳುತ್ತಾನೆ. ಬಡ್ಡಿಯ ದರವು ಸ್ಥಳ, ಸಾಲ ತಕ್ಕೊಳ್ಳುವ ಮನುಷ್ಯನ ಯೋಗ್ಯತೆ, ವೊತ್ತಿ ಇಟ್ಟ ವೊಡವೆ, ಸಾಲ ತಕ್ಕೊಂಡ ರಕಮು, ಇವುಗಳ ಮಾನದಿಂದ ಹೆಚ್ಚು ಕಡಿಮೆ ಇರುತ್ತದೆ. ಶಹಾಪುರದಂಥ ದೊಡ್ಡ ದೊಡ್ಡ ವ್ಯವಹಾರದ ಗ್ರಾಮದಲ್ಲಿ ಬಂಗಾರದ ಗಟ್ಟಿ ದಾಗೀನಗಳನ್ನು ವೊತ್ತಿ ಇಟ್ಟು ಬಹಳ ಹಣ ತಕ್ಕೊಂಡರೆ ಶೇಕಡಾ ತಿಂಗಳಿಗೆ ೪, ೫ ಆಣೆಯಂತೆ ಬಡ್ಡಿಯಿಂದ ಹಣ ದೊರಿಯುತ್ತದೆ. ಆದರೆ ವಾಡಿಕೆಯಾಗಿ ಇಂಥಾ ದಾಗೀನಗಳನ್ನು ವೊತ್ತಿ ಇಟ್ಟು ಹಣ ತಕ್ಕೊಳ್ಳುವವರು ತಿಂಗಳಿಗೆ ಶೇಕಡಾ ೮ರಿಂದ ೧೨ ಆಣೆಯಂತೆ ಬಡ್ಡಿಯನ್ನು ಯೆಲ್ಲ ಕಡೆಯಲ್ಲಿ ಕೊಡುತ್ತಾರೆ. ಸ್ವಲ್ಪ ಹಣ ತಕ್ಕೊಂಡರೆ ಬಡ್ಡಿ ಹೆಚ್ಚು, ಬಹಳ ತಕ್ಕೊಂಡರೆ ಕಡಿಮೆ; ಮೈನಂಬಿಗೆಯ ಸಾಲಕ್ಕೆ ಬಡ್ಡಿ ಹೆಚ್ಚು, ವೊತ್ತಿಯ ಸಾಲಕ್ಕೆ ಕಡಿಮೆ; ಅದರಲ್ಲಿ ವೊತ್ತಿಯ ಬದುಕು ಬೆಲೆಯುಳ್ಳದಿದ್ದಂತೆ ಬಡ್ಡಿ ಕಡಿಮೆ; ಬೆಲೆ ಕಡಿಮೆ ಇದ್ದಂತೆ ಬಡ್ಡಿ ಹೆಚ್ಚು; ಹಳ್ಳಿಯಲ್ಲಿ ಬಡ್ಡಿ ಹೆಚ್ಚು, ದೊಡ್ಡ ಗ್ರಾಮಗಳಲ್ಲಿ ಕಡಿಮೆ; ಸಾಲ ತಕ್ಕೊಳ್ಳುವ ಮನುಷ್ಯನು ಆಸ್ತಿಯುಳ್ಳವನೂ

ಪ್ರಮಾಣಿಕನೂ ಇದ್ದರೆ ಬಡ್ಡಿ ಕಡಿಮೆ, ಬಡವನಿದ್ದರೆ ಹೆಚ್ಚು. ಅಪ್ರಮಾಣಿಕನಾದ ಬಡವನಿಗೆ ಯಾರೂ ಸಾಲ ಕೊಡುವದಿಲ್ಲ. ಮೇಲೆ ಹೇಳಿದಂತೆ ಗಟ್ಟಿ ಬಂಗಾರದ ದಾಗೀನಗಳ ಮೇಲೆ ಬಡ್ಡಿ ಬಹಳ ಕಡಿಮೆ ಬೀಳುತ್ತದೆ; ಭೂಮಿಯನ್ನು ವೊತ್ತೀ ಹಾಕುವವನಿಗೆ ವಾಡಿಕೆಯಾಗಿ ಶೇಕಡಾ ವೊಂದರಂತೆ ಬಡ್ಡಿ ಬೀಳುತ್ತದೆ. ಆದರೆ ಹತ್ತು, ಇಪ್ಪತ್ತು, ಐವತ್ತರ ವರೆಗೆ ಸಾಲ ತಕ್ಕೊಳ್ಳುವವರು ವೊತ್ತಿಯ ಮೇಲೆ ರೂಪಾಯಿಗೆ ದುಡ್ಡಿನಂತೆ ಬಡ್ಡಿಯನ್ನು ಕೊಡುವರು. ಇಂಥಾ ಸಣ್ಣ ಪುಟ್ಟ ಸಾಲವನ್ನು ವೈನಂಬಿಗೆಯಿಂದ ತಕ್ಕೊಳ್ಳುವವನಿಗೆ ರೂಪಾಯಿಗೆ ಯೆರಡು ದುಡ್ಡಿಗಿಂತ ಕಡಿಮೆ ಬಡ್ಡಿಯ ಸಾಲವು ಬಹುತರ ದೊರಿಯುವದಿಲ್ಲ; ಆತುರರಾದವರು ಮೂರು ದುಡ್ಡಿನಂತೆ, ಆಣೆಯಂತೆ ಸಹ ಬಡ್ಡಿಯನ್ನು ಕೊಡುವರು. ಈ ದುಡ್ಡಿನ ಲೆಕ್ಕದ ಬಡ್ಡಿಯ ವ್ಯವಹಾರವು ಹೆಚ್ಚಾಗಿ ಹಳ್ಳಿಗಳಲ್ಲಿ ನಡಿಯುತ್ತದೆ. ಕಾನಡಾ ಜಿಲ್ಲೆಯಲ್ಲಿ ಬಡ್ಡಿಯ ದರವು ಶೇಕಡಾ ಯೆರಡಕ್ಕಿಂತ ಹೆಚ್ಚು ಇರುವದಿಲ್ಲ; ಉಳಿದ ಕಡೆಯಲ್ಲಿ ಮೂರರ ವರೆಗೆ ಇರುತ್ತದೆ.

ಸಾಲ ತಕ್ಕೊಳ್ಳುವವರು.—ಅಲ್ಪ ಸ್ವಲ್ಪ ಭೂಮಿಯನ್ನು ಮಾಡುವಂಥ ವೊಕ್ಕಲಿಗರೇ ಈ ಶೀಮೆಯಲ್ಲಿ ಸಾಲ ತಕ್ಕೊಳ್ಳುವ ಮುಖ್ಯ ಕುಳಗಳುಂಟು. ಒಕ್ಕಲಿಗರಲ್ಲಿ ನೂರರಲ್ಲಿ ೭೫ ಜನರಿಗೆ ಸಾಲವಿರುತ್ತದೆಂದು ಹಿಂದಿನ ಭಾಗದಲ್ಲಿ ಹೇಳಿದ್ದೇವೆ; ಸಾಲದ ಕಾರಣವನ್ನಾದರೂ ಅಲ್ಲೇ ತಿಳಿಸಿದ್ದೇವೆ. ಬಡ ವೊಕ್ಕಲಿಗನಿಗೆ ಮಾರವಾಡಿಯು ಗಂಟು ಬಿದ್ದನೆಂದರೆ ತೀರಿತು; ಹತ್ತೆಂಟು ವರ್ಷದೊಳಗೆ ವೊಕ್ಕಲಿಗನ ಬದುಕೆಲ್ಲ ಭೂಮಿ ಸಹಿತ ಮಾರವಾಡಿಯ ಮನೆ ಶೇರುತ್ತದೆ. ಒಕ್ಕಲಿಗರಿಗೆ ಸಾಲ ಕೊಡುವವರೆಲ್ಲರು ವಾಡಿಕೆಯಾಗಿ ಅವರ ಭೂಮಿಯನ್ನು ಕಸುಕೊಳ್ಳಲಿಕ್ಕೆ ಹವಣಿಸುತ್ತಿರುತ್ತಾರೆ. ಮೊದಲು ನಾಲ್ಕೆಂಟು ರೂಪಾಯಿ ಸಾಲವನ್ನು ಸಾವಕಾರನು ವೊಕ್ಕಲಿಗನಿಗೆ ವೈನಂಬಿಗೆಯಿಂದ ಕೊಡುವನು. ಅದರ ಬಡ್ಡಿ ರೂಪಾಯಿಗೆ ತಿಂಗಳಿಗೆ ಯೆರಡು ದುಡ್ಡಿಗಿಂತ ಕಡಿಮೆ ಇರುವದಿಲ್ಲ. ಈ ಸಾಲದ ಬಡ್ಡಿ ವರ್ಷ ಯೆರಡು ವರ್ಷ ಯೇರಿತೆಂದರೆ, ವೊಕ್ಕಲಿಗನಿಗೆ ತಗಾದೆ ಮಾಡಿ, ಬಡ್ಡಿ ಗಂಟು ಕೂಡಿ ಆದ ರಕಮಿಗಾಗಿ ಸಾವಕಾರನು ಹೊಸ ಕಾಗದ ಮಾಡಿಸಿಕೊಳ್ಳುವನು; ಆ ಕಾಗದದಲ್ಲಿ ಭೂಮಿಯನ್ನು ವೊಕ್ಕಲಿಗನು ಅಡವು ಹಚ್ಚಿ ಕೊಡುತ್ತಾನೆ. ಆ ಭೂಮಿಯ ಹುಟ್ಟುವಳಿಯಲ್ಲಿ ಸುಮಾರು ಅರ್ಧ ಪಾಲು ಸಾವಕಾರನ ಬಡ್ಡಿಗೆ ಹೋಗುತ್ತದೆ. ಒಕ್ಕಲಿಗನ ಹೊಟ್ಟೆಗೂ, ಬೀಜಕ್ಕೂ, ದನಕರ ಕೊಳ್ಳಲಿಕ್ಕೂ, ಲಗ್ನ ಮುಂತಾದ ಕಾರ್ಯಗಳಿಗೂ ಹಣ ಬೇಕಾದರೆ, ಅವನು ಅದೇ ಸಾವಕಾರನ ಬಳಿಯಲ್ಲಿ ಅದೇ ಭೂಮಿಯ ಮೇಲೆ ಮತ್ತೆ ಸಾಲ ತೆಗೆಯುತ್ತಾನೆ. ಹೀಗಾಗಿ ಕೆಲವು ವರ್ಷ ವ್ಯವಹಾರ ನಡಿದ ಬಳಿಕ ಸಾವಕಾರನ ದುಡ್ಡು ವೊಕ್ಕಲಿಗನ ಕೈಯಿಂದ ನೀಗದಷ್ಟು ಆಯಿತೆಂದರೆ, ಅವನು ಕೋರ್ಟಿನಲ್ಲಿ ದಾವೇ ಮಾಡಿ ಭೂಮಿಯನ್ನು ಮಾರಿಸಿ ತಾನೇ ಭೂಮಿಯ ವೊಡಿಯನಾಗುತ್ತಾನೆ; ಒಕ್ಕಲಿಗನು ಕೂಲಿಕಾರರೊಳಗೆ ಶೇರುತ್ತಾನೆ. ಈ ಬಗೆಯಾಗಿ ಸಾವಕಾರರ ಸಾಲಕ್ಕಾಗಿ ಭೂಮಿಯ ವಿಕ್ರಯವು ಬಹಳ ಆಗುತ್ತದೆ. ಒಕ್ಕಲಿಗರು ತಾವೇ ತಮ್ಮ ಇಚ್ಛೆಯಿಂದ ಭೂಮಿಯನ್ನು ಮಾರುವದು, ಇಲ್ಲವೆ ಸರಕಾರೀ

ತೆರಿಗೆಗಾಗಿ ಭೂಮಿಯನ್ನು ಮಾರುವದು ಬಹು ಕಡಿಮೆ. ಒಕ್ಕಲಿಗರ ಕೆಳಗೆ ಸಾಲ ಮಾಡುವ ಜನರು ಇನಾಮುದಾರರೆಂದು ಹೇಳ ಬಹುದು. ಆದರೆ ಇನಾಮುದಾರರ ಭೂಮಿಯು ಸಾವಕಾರರ ಮನೆ ಶೇರಲಿಕ್ಕೆ ಕಾಯಿದೆಯಿಂದ ಪ್ರತಿಬಂಧವಿರುವ ಕಾರಣ ಇನಾಮುದಾರರಿಗೆ ವೊಕ್ಕಲಿಗರಷ್ಟು ಬೇಗ ಬಡತನ ಬರುವದಿಲ್ಲ. ಇನಾಮುದಾರರ ಮನೆಯಲ್ಲಿಯ ಆಸ್ತಿಯನ್ನೆಲ್ಲ ಅಪಹರಿಸಿದ ಬಳಿಕ ಸಾವಕಾರರು ಅವರ ಭೂಮಿಗೆ ಕೈ ಹಾಕುವರು. ಆ ಭೂಮಿಯ ವೊಡೆತನವು ಸಾವಕಾರನ ಕೈ ಶೇರದಿದ್ದಾಗ್ಯೂ, ಬಡ್ಡಿಯಲ್ಲಿ ಆ ಭೂಮಿಯನ್ನು ಅವನು ವೊಡಿಯನಂತೆಯೇ ವಂಶ ಪರಂಪರೆಯಾಗಿ ಉಣ್ಣುವನು. ವ್ಯಾಪಾರಸ್ಥರು ಸಹ ಸಾಲ ಮಾಡುವದುಂಟು. ಆದರೆ ಅವರ ಪತ್ತು ವೊಳಿತಾಗಿ ಇರುವದರಿಂದ ಅವರ ಸಾಲದ ಬಡ್ಡಿಯ ದರವು ಹಗುರಾದದ್ದಿರುತ್ತದೆ. ಬಡಿಗಿ, ಕಮ್ಮಾರ, ಉಪ್ಪಾರ, ಕುಂಬಾರ, ಮುಂತಾದ ಕೈಗಾರಿಕೆಯ ಜನರು ಸಾಲ ಮಾಡುವ ಪ್ರಯೋಜನವು ಬಹುತರ ಬೀಳುವದಿಲ್ಲ. ಲಗ್ನ ಕಾರ್ಯ ಮುಂತಾದ ಕಾರಣದಿಂದ ಅವರು ಸಾಲ ಮಾಡಿದರೆ ಅದನ್ನು ತೀರಿಸುವ ಸಾಮರ್ಥ್ಯವು ಅವರಿಗಿರುತ್ತದೆ. ಅವರ ಸಾಲದ ಬಡ್ಡಿಯಾದರೂ ಅಪರಿಮಿತವಾದದ್ದಿರುವದಿಲ್ಲ. ಕೂಲಿಕಾರರ ಬಳಿಯಲ್ಲಿ ಆಸ್ತಿ ಯೇನು ಇರುವದಿಲ್ಲಾದ್ದರಿಂದ ಅವರಿಗೆ ಸಾಲವನ್ನು ಕೊಡುವವರು ಬಹು ಕಡಿಮೆ. ಆದರೆ ಕೂಲಿಕಾರರ ಸ್ಥಿತಿಯು ದಿನದಿನಕ್ಕೆ ಸುಧಾರಿಸುತ್ತ ನಡಿದದೆ. ಮನೆಯಲ್ಲಿ ಗಂಡ, ಹೆಂಡತಿ, ಇಬ್ಬರಿದ್ದರೆ, ಇಬ್ಬರೂ ಕೂಡಿ ಸುಗ್ಗಿಯ ಕಾಲದಲ್ಲಿ ಸುಮಾರು ಆರು ತಿಂಗಳಿನ ಗ್ರಾಸವನ್ನು ಸಂಪಾದಿಸುತ್ತಾರೆ. ಬಿಡಿ ದಿವಸಗಳಲ್ಲಿ ಇಬ್ಬರೂ ಕೂಲಿಗೆ ಹೋಗುವರು. ಹಳ್ಳಿಗಳಲ್ಲಿ ಬಿಡಿ ದಿವಸಗಳಲ್ಲಿ ಕೂಲಿಕಾರರಿಗೆ ಕೂಲಿ ದೊರಿಯುವದಿಲ್ಲಾದ್ದರಿಂದ ಅವರು ಸಮೀಪದಲ್ಲಿ ಇರುವ ದೊಡ್ಡ ಊರಿಗೆ ಹೋಗಿ ಕೂಲಿಯ ಕೆಲಸವನ್ನು ಸಂಪಾದಿಸುವರು. ಈ ಶೀಮೆಯಲ್ಲಿ ಹೊಗೆಬಂಡಿ ಬರುವ ಪೂರ್ವದಲ್ಲಿ ಕೂಲಿಯ ದರವು ಗಂಡಸರಿಗೆ ಮೂರು, ಮೂರುವರೆ ಆಣೆ, ಹೆಂಗಸರಿಗೆ ೨ ಆಣೆ ದರವಿತ್ತು. ಆದರೆ ಈಗ (೧೮೯೧) ನಾಲ್ಕು ಆಣೆಗಿಂತ ಕಡಿಮೆ ಕೂಲಿಗೆ ಗಂಡಸು, ಯೆರಡೂವರೆ ಆಣೆಗಿಂತ ಕಡಿಮೆ ಕೂಲಿಗೆ ಹೆಂಗಸು ದೊರಿಯುವದಿಲ್ಲ. ದೊಡ್ಡ ಗ್ರಾಮಗಳಲ್ಲಿ ೫, ೬ ಆಣೆಯ ವರೆಗೂ ದಿನಗೂಲಿಯನ್ನು ಕೊಡಬೇಕಾಗುತ್ತದೆ. ಆದ್ದರಿಂದ ಕೂಲಿಕಾರರು ಕಡಿಮೇ ಪ್ರತಿಯ ವೊಕ್ಕಲಿಗರಿಗಿಂತ ವಾಡಿಕೆಯಾಗಿ ಹೆಚ್ಚು ಸುಖದಿಂದ ಇದ್ದಾರೆಂದು ಹೇಳ ಬಹುದು.

ಜೀತ.

ಜೀತ ಅಥವಾ ಮಡಿತದ ವೊತ್ತಿ.—ಕೂಲಿಕಾರರಿಗೂ ಕಡಿಮೇ ಪ್ರತಿಯ ವೊಕ್ಕಲತನದವರಿಗೂ ಲಗ್ನ ಮುಂತಾದ ಕಾರ್ಯಗಳಿಗಾಗಿ ಹಣ ಬೇಕಾದರೆ, ಅವರ ಬಳಿಯಲ್ಲಿ ವೊತ್ತೀ ಇಡಲಿಕ್ಕೆ ವೊಡವೆಗಳೇನು ಇರುವದಿಲ್ಲಾದ ಕಾರಣ ಅವರು ಸಾವಕಾರರಲ್ಲಿ ತಾವೇ ಆಳಾಗಿ ಮಡಿಯುವ ಕರಾರಿನಿಂದ ಸಾಲ ತೆಗಿಯುವರು. ಕಡಿಮೇ ಪ್ರತಿಯ ವೊಕ್ಕಲತನದವನು ತನ್ನ ಮಗನನ್ನಾಗಲಿ ತಮ್ಮನನ್ನಾಗಲಿ ದುಡಿಯಲಿಕ್ಕೆ ಸಾವಕಾರನ ಮನೆಯಲ್ಲಿ ಇಡುವನು. ಈ ಬಗೆಯ ವೊತ್ತಿಯ ಆಳುಗಳನ್ನು ವಿಶೇಷವಾಗಿ ಮೇಲ್ತರದ ವೊಕ್ಕಲಿಗರು ಇಟ್ಟುಕೊಳ್ಳು

ವರು; ಕೊಡ ಕೊಳ್ಳುವ ವ್ಯವಹಾರ ಮಾಡುವವರೂ ಬೇರೆ ಜನರೂ ಇಟ್ಟುಕೊಳ್ಳುವ ರೂಢಿ ಅಷ್ಟಿಲ್ಲ. ಜೀತದವನು ೧೦೦ ರೂಪಾಯಿ ಸಾಲ ತಕ್ಕೊಂಡರೆ, ಅವನಿಗೆ ಸಾವಕಾರನು ಕೂಳು ಬಟ್ಟೆಗಳನ್ನು ಕೊಟ್ಟು ವಾಡಿಕೆಯಾಗಿ ೫ ವರ್ಷ ದುಡಿಸಿ ಕೊಂಡು ಸಾಲ ತೀರಿಸಿ ಕೊಳ್ಳುವನು. ಜೀತದ ಆಳಿಗೆ ದಿನಕ್ಕೆ ಮೂರು ಸಾರಿ ಊಟ ಹಾಕಿ ವರ್ಷಕ್ಕೆ ೧ ಕಂಬಳಿ, ೧ ಕಾಲಮರೀ ಜೋಡು, ೧ ವಲ್ಲಿಯ ಜೋಡು, ೨ ಪಂಜೆಗಳು ಇಲ್ಲವೆ ಚಣ್ಣ, ೧ ರುಮಾಲ, ೧ ಅಂಗಿ, ಇಷ್ಟು ವಸ್ತ್ರಗಳನ್ನು ಕೊಡುವರು. ಅನ್ನ ವಸ್ತ್ರಗಳ ಕರಾರು ಇಲ್ಲದಿದ್ದರೆ, ಸುಮಾರು ಮೂರು ವರ್ಷದೊಳಗೆ ಸಾಲ ತೀರುತ್ತದೆ. ಕಾನಡಾ ಜಿಲ್ಲೆಯಲ್ಲಿ ನೂರು ರೂಪಾಯಿಗಾಗಿ ಅನ್ನ ವಸ್ತ್ರ ಕೊಟ್ಟು ೪ ವರ್ಷ, ವೊಣಜೀತ ೨ ವರ್ಷ ಕರಾರು ಮಾಡುವರು. ಈ ಪ್ರಕಾರ ಸಾಲದಲ್ಲಿ ದುಡಿಯುವ ಕರಾರಿನಿಂದ ಹೆಂಗಸರು ಜೀತ ನಿಲ್ಲುವ ನಡಾವಳಿಯು ಈ ಶೀಮೆಯಲ್ಲಿ ಇಲ್ಲ. ಜೀತದ ಮುದ್ದತಿನೊಳಗೆ ಸಾಲ ಕೊಟ್ಟವನು ತೀರಿದರೆ ಅವನ ವಾರಸದಾರರು ದುಡಿಸಿ ಕೊಳ್ಳುವರು. ಆದರೆ ಜೀತದವನು ಮುದ್ದತಿನೊಳಗೆ ತೀರಿದರೆ ಅವನ ವಾರಸದಾರರು ದುಡಿಯಲಿಕ್ಕೆ ಬೇಕೆಂಬ ನಿರ್ಬಂಧವಿರುವದಿಲ್ಲ; ಸಾವಕಾರನ ಹಕ್ಕು ಉಳಿದ ದುಡ್ಡಿನ ಪೂರ್ತಿಗೆ ಮಾತ್ರ ನಡಿಯುವದು. ಜೀತದವನು ಮುದ್ದತಿನೊಳಗೆ ದುಡಿಯುವದನ್ನು ಬಿಟ್ಟರೆ, ಸಾವಕಾರನು ಫಿರ್ಯಾದಿ ಮಾಡಿ ತನ್ನ ಹಣ ವಸೂಲ ಮಾಡಿ ಕೊಳ್ಳುವನು; ದುಡಿಸಿ ಕೊಳ್ಳುವ ಹಕ್ಕು ಕೋರ್ಟಿನಲ್ಲಿ ಬಹುತರ ನಡಿಯುವದಿಲ್ಲ. ಒಂದು ಸಾಲದಲ್ಲಿ ದುಡಿಯುತ್ತಿರುವಾಗ ಮತ್ತೆ ಸಾಲ ತಕ್ಕೊಂಡರೆ ಜೀತದ ಮುದ್ದತು ಬೆಳಿಯುತ್ತದೆ; ಈ ಬಗೆಯಾಗಿ ೧೦, ೨೦ ವರ್ಷ ದುಡಿಯುವಂಥ ಆಳುಗಳನ್ನು ಕಾಣ ಬಹುದು. ಒಕ್ಕಲತನದವರು ವಾಡಿಕೆಯಾಗಿ ತಮ್ಮ ಕುಲದವರನ್ನೇ ಜೀತ ಇಟ್ಟು ಕೊಳ್ಳುವರು. ಅದರಿಂದ ಅಡಿಗೆ ನೀರುಗಳಿಗೆ ಸಹ ಜೀತದವರು ನೆರವಾಗಲಿಕ್ಕೆ ಅನುಕೂಲವಾಗುತ್ತದೆ. ವಾಡಿಕೆಯಾಗಿ ೧೦ ವರ್ಷದಿಂದ ೨೦ ವರ್ಷದ ವರೆಗೆ ವಯಸ್ಸುಳ್ಳ ಪ್ರಾಯಸ್ಥರನ್ನೇ ವೊಕ್ಕಲಿಗರು ಜೀತ ಇಟ್ಟುಕೊಳ್ಳುವರು. ಅವರು ಹಗಲು ರಾತ್ರಿ ವೊಡಿಯನ ಮನೆಯಲ್ಲಿ ನಿಂತು ಬಿದ್ದ ಕೆಲಸವನ್ನು ಮಾಡಲಿಕ್ಕೆ ಬೇಕು. ವೊಕ್ಕಲಿಗನಿಗೆ ಗಂಡು ಮಕ್ಕಳಿಲ್ಲದಿದ್ದರೆ, ಅವನು ಜೀತದ ಆಳಿಗೆ ತನ್ನ ಮಗಳನ್ನು ಕೊಟ್ಟು ಮನೆಯ ಅಳಿಯನನ್ನು ಮಾಡಿ ಕೊಳ್ಳುವನು. ಆದರೆ ವೊಳಗಡೆಯಲ್ಲಿ ಕೂಲಿಕಾರರಿಗೆ ಕೂಲಿಯು ವೊಳಿತಾಗಿ ದೊರಿಯುತ್ತಿರುವ ಕಾರಣ ಈ ಜೀತದ ನಡಾವಳಿಯು ದಿನ ದಿನಕ್ಕೆ ಕಡಿಮೆಯಾಗುತ್ತ ನಡಿದದೆ.

ಕೂಲಿ. — ಪೇಶವಾಯಿಯ ಕಡೆಯಲ್ಲಿ, ಅಂದರೆ ಸನ್ ೧೮೨೦ರ ಸುಮಾರಿನಲ್ಲಿ, ದೇಶದಲ್ಲಿ ಧಾನ್ಯವು ಬಹಳ ಅಗ್ಗವಿತ್ತು, ಕೂಲಿಕಾರರಿಗೆ ಸುಗ್ಗಿಯ ಹೊರ್ತು ಕೂಲಿ ದೊರಿಯುವದು ಅಪರೂಪವಾಗಿತ್ತು. ಆ ಕಾಲಕ್ಕೆ ಗಂಡಸಿನ ಕೂಲಿ ೫, ೬ ದುಡ್ಡಿಗಿಂತ ಹೆಚ್ಚಿದ್ದಿಲ್ಲ; ಹೆಂಗಸು ೧ ಆಣೆ ಕೊಟ್ಟರೆ ಸಂಜೆಯ ವರೆಗೆ ದುಡಿಯುವಳು. ಉಪ್ಪಾರ, ಬಡಿಗಿ, ಕಮ್ಮಾರ, ಇವರ ಕೂಲಿಯು ಆ ಕಾಲಕ್ಕೆ ದಿನಕ್ಕೆ ೩, ೪ ಆಣೆಗಿಂತ ಹೆಚ್ಚು ಇದ್ದಿಲ್ಲ. ಅದೇ ಈಗ ಯಾವತ್ತು

ಕೂಲಿ.

ಸ್ಥಿತಿಯು ಬದಲಾಗಿ ಹೋಗಿದೆ. ಕೂಲಿಕಾರರಿಗೂ ಬಡಿಗಿ, ಕಮ್ಮಾರ, ಉಪ್ಪಾರರಿಗೂ ಕೆಲಸಕ್ಕೆ ಕೊರತೆ ಇಲ್ಲ. ಕಾಳಿನ ಬೆಲೆಯು ಮೊದಲಿನ ನಾಲ್ಕು ಪಾಲು ಬೆಳಿದದೆ. ಆದ್ದರಿಂದ ೪ ಆಣೆಗಿಂತ ಕಡಿಮೆಗೆ ಕೂಲಿಯ ಗಂಡಸು ದೊರಿಯುವದಿಲ್ಲ, ಯೆರಡೂವರೆ ಆಣೆಗಿಂತ ಕಡಿಮೆಗೆ ಹೆಂಗಸು ದೊರಿಯುವದಿಲ್ಲ. ಬಡಿಗಿ ಕಮ್ಮಾರರ ಕೂಲಿಯು ದಿನಕ್ಕೆ ೧೦ ಆಣೆಯಿಂದ ೧ ರೂಪಾಯಿಯ ವರೆಗೆ ಬೆಳಿದದೆ.

ತೂಕ ಮಾಪುಗಳು.

ತೂಕ ಮಾಪುಗಳು.—ನಾಲ್ಕೂ ಜಿಲ್ಲೆಗಳಲ್ಲಿ ತೂಕ ಮಾಪುಗಳು ವೊಂದೇ ಸವನಾಗಿ ಇರುವದಿಲ್ಲ. ಬೇರೆ ಬೇರೆ ಜಿಲ್ಲೆಗಳಲ್ಲಿ, ಬೇರೆ ಬೇರೆ ತಾಲೂಕುಗಳಲ್ಲಿ, ಬೇರೆ ಬೇರೆ ಪೇಠೆಗಳಲ್ಲಿ ಸಹ ಬೇರೆ ಬೇರೆ ಪ್ರಕಾರದ ತೂಕ ಮಾಪುಗಳು ನಡಿಯುತ್ತವೆ. ಆದರೂ ವಿಜಾಪುರ, ಬೆಳಗಾವೀ ಜಿಲ್ಲೆಗಳಲ್ಲಿ ಭಿನ್ನತ್ವವು ಬಹಳ ಇರುವದಿಲ್ಲ; ಧಾರವಾಡ ಜಿಲ್ಲೆಯಲ್ಲಿ ಬಹಳ ಇರುತ್ತದೆ; ಕಾನಡಾ ಜಿಲ್ಲೆಯಲ್ಲಿ ಯೆಲ್ಲಕ್ಕೂ ಹೆಚ್ಚು, ಅಂದರೆ ಬೇರೆ ಬೇರೆ ತಾಲೂಕಿನ ತೂಕ ಮಾಪುಗಳೂ ಅವುಗಳ ಹೆಸರುಗಳೂ ಸಹ ಬೇರೆ ಬೇರೆ ಇರುತ್ತವೆ. ಆದರೆ ಆ ಜಿಲ್ಲೆಯಲ್ಲಿ ತೂಕ ಮಾಪುಗಳ ಬೊಬ್ಬಾಟವು ಬಹಳ ಇದ್ದಂತೆ ತೋರುವದಿಲ್ಲ. ಧಾರವಾಡ ಜಿಲ್ಲೆಯಲ್ಲಿ ಯೆಲ್ಲ ಕಡೆಯಲ್ಲಿ ತೂಕ ಮಾಪುಗಳ ಹೆಸರುಗಳು ವೊಂದೇ ಇದ್ದು, ಅವುಗಳ ಪರಿಮಾಣಗಳು ಬೇರೆ ಬೇರೆ ಇರುವದರಿಂದ ಚಿಲ್ಲರೆ ಗಿರಾಕಿಗಳಿಗೆ ಮೋಸ ಮಾಡಲಿಕ್ಕೆ ಬಹಳ ಆಸ್ಪದವಾಗುತ್ತದೆ. ಒಟ್ಟಿಗೆ ತೂಕ ಮಾಪುಗಳ ಗೊಂದಲವು ಧಾರವಾಡ ಜಿಲ್ಲೆಯಲ್ಲಿ ಇದ್ದಷ್ಟು ಯೆಲ್ಲಿಯೂ ಇಲ್ಲೆಂದು ಹೇಳ ಬಹುದು.

ಆದಾಗ್ಯೂ ನಾಲ್ಕೂ ಜಿಲ್ಲೆಗಳ ತೂಕ ಮಾಪುಗಳಲ್ಲಿ ವೊಂದು ದೊಡ್ಡ ಸಾಮ್ಯವಿರುವದೇನಂದರೆ, ಸರಕಾರೀ ರೂಪಾಯಿ ತೂಕವೇ ಮೇರೆ ಯೆಂದು ವಾಡಿಕೆಯಾಗಿ ಯೆಣಿಸಲ್ಪಡುತ್ತದೆ; ರೂಪಾಯಿ ತೂಕವನ್ನು ಲೆಕ್ಕದೊಳಗೆ ತಕ್ಕೊಳ್ಳದಂಥ ತೂಕ ಮಾಪುಗಳು ಯೆಲ್ಲಿಯೂ ಇಲ್ಲೆಂದು ಹೇಳ ಬಹುದು. ಆದ್ದರಿಂದ ಮಾರಾಟ ಮಾಡುವವರಿಗೂ ಕೊಳ್ಳುವವರಿಗೂ ಲಾಭ ಹಾನಿಗಳ ಲೆಕ್ಕ ಮಾಡಿ ಕೊಳ್ಳಲಿಕ್ಕೆ ತಕ್ಕ ಮಟ್ಟಿಗೆ ಅನುಕೂಲವಾಗುತ್ತದೆ. ತೂಕಗಳಲ್ಲಿಯೂ ಮಾಪುಗಳಲ್ಲಿಯೂ ಯೆರಡೆರಡು ಮುಖ್ಯ ಭೇದಗಳಿರುತ್ತವೆ. ಅವುಗಳನ್ನು ಕೆಳಗೆ ವಿವರಿಸುತ್ತೇವೆ.

೧. ಬೆಳ್ಳಿ, ಬಂಗಾರ, ಮುಂತಾದ ಬೆಲೆಯುಳ್ಳ ಪದಾರ್ಥಗಳ ತೂಕಗಳು.—೮ ಗುಂಜಿಗೆ ೧ ಮಾಶಿ, ೧೨ ಮಾಶಿಗೆ ೧ ತೊಲಿ. ಈ ಕೋಷ್ಟಕವು ಯೆಲ್ಲ ಕಡೆಯಲ್ಲಿ ನಡಿಯುತ್ತದೆ. ಸರಕಾರೀ ರೂಪಾಯಿಯು ೧೮೦ ಗ್ರೇನಿನ ತೂಕವಿರುತ್ತದೆ; ಅದು ೯೧ ಗುಂಜಿ ಯೆಂದು ಯೆಣಿಸಲ್ಪಡುತ್ತದೆ. ಗುಂಜಿ, ಅಂದರೆ ಗುಲಗುಂಜಿಗಳು ತೂಕದಲ್ಲಿ ಹೆಚ್ಚು ಕಡಿಮೆ ಇದ್ದಾಗ್ಯೂ, ರೂಪಾಯಿಯು ತೂಕದಲ್ಲಿ ಯೆಷ್ಟು ಮಾತ್ರವೂ ಹೆಚ್ಚು ಕಡಿಮೆ ಇರುವದಿಲ್ಲಾದ ಕಾರಣ ಗುಂಜಿಯ ತೂಕವು ನಿಯಮಿತವಾದದ್ದಾಗುತ್ತದೆ. ಕೆಲವು ಕಡೆಯಲ್ಲಿ, ವಿಶೇಷವಾಗಿ ವಿಜಾಪುರ ಜಿಲ್ಲೆಯಲ್ಲಿ, ಆನೇ ದುಡ್ಡಿನ ತೂಕವು ವೊಂದು ತೊಲಿ ಯೆಂದು ಯೆಣಿಸಲ್ಪಡುತ್ತದೆ. ಆದರ ತೂಕವಾದರೂ ಸರಕಾರೀ

ರೂಪಾಯಿಯಂತೆ ನಿಯಮಿತವಾದದ್ದೇ ಇರುತ್ತದೆ. ಆನೇ ದುಡ್ಡು ಸರಕಾರೀ ರೂಪಾಯಿಗಿಂತ ೫ ಗುಂಜಿ ಹೆಚ್ಚಿರುತ್ತದೆ. ವಿಜಾಪುರ ಹೊರ್ತಾಗಿ ಬೇರೆ ಕಡೆಯಲ್ಲಿ ರೂಪಾಯಿ ತೂಕದಿಂದಲೇ ವ್ಯವಹಾರವು ನಡಿಯುತ್ತದೆ. ಆದರೂ ಆನೇ ದುಡ್ಡಿಗೂ ರೂಪಾಯಿಗೂ ಇರುವ ೫ ಗುಂಜಿಯ ಅಂತರವನ್ನು ಲೆಕ್ಕದಲ್ಲಿ ಹಿಡಿಯುವರು. ಉದಾಹರಣಾರ್ಥವಾಗಿ ವಿಜಾಪುರ ಜಿಲ್ಲೆಯಲ್ಲಿ ೧೪ ರೂಪಾಯಿಗೆ ತೊಲಿಯಂತೆ ಬಂಗಾರವು ಮಾರುತ್ತಿದ್ದರೆ, ಬೇರೆ ಕಡೆಯಲ್ಲಿ ೧೭ ರೂಪಾಯಿ, ೧ ಆಣೆಗೆ ರೂಪಾಯಿ ತೂಕದಂತೆ ದರ ಬೀಳುತ್ತದೆ. ವಿಜಾಪುರ ಜಿಲ್ಲೆಯಲ್ಲಿ ೨೦ ತೊಲಿಯಂದರೆ ವೊಂದು ಶೇರೆಂದು ಯೆಣಿಸುವರು; ಬೇರೆ ಕಡೆಯಲ್ಲಿ ೨೪ ರೂಪಾಯಿ ತೂಕವೆಂದರೆ ವೊಂದು ಶೇರೆಂದೆಣಿಸುವರು. ಕಾನಡಾ ಜಿಲ್ಲೆಯಲ್ಲಿ ಘಟ್ಟದ ಕೆಳಗೆ ಗೋವೆಯ ಸೊನ್ನಗಾರರು ಮಾತ್ರ ಮೇಲಿನ ಕೋಷ್ಟಕದಂತೆ ವ್ಯವಹಾರ ಮಾಡುವರು. ಬೇರೆ ಜನರು ಉಪಯೋಗಿಸುವ ಕೋಷ್ಟಕವು ಬೇರೆ ಇರುತ್ತದೆ. ಅದು— ೭ ತಂಡುಲಕ್ಕೆ ೧ ಗುಂಜಿ, ೨೪ ಗುಂಜಿಗೆ ೧ ವರ್ತುಕ, ೩೬ ವರ್ತುಕಕ್ಕೆ ೧ ತೊಲಿ. ಕಾರವಾಡವಲ್ಲಿ ಮಾತ್ರ ೨೦ ತೊಲಿಯ ಶೇರು ನಡಿಯುತ್ತದೆ; ಬೇರೆ ಕಡೆಯಲ್ಲಿ ಮೇಲೆ ಹೇಳಿದಂತೆ ೨೪ ರೂಪಾಯಿ ತೂಕ ಶೇರು ನಡಿಯುತ್ತದೆ.

೨. ಅಂಗಡಿಯ ಸರಕುಗಳ ತೂಕಗಳು.— ಈ ತೂಕಗಳಿಗೆ ರೂಪಾಯಿ ತೂಕವೇ ಯೆಲ್ಲಕ್ಕೂ ಕೆಳಗಿನ ಮೇರೆಯಾಗಿರುತ್ತದೆ. ಶೇರಿನ ಪರಿಮಾಣವು ಯೆಲ್ಲ ಕಡೆಯಲ್ಲಿ ೨೦ ರೂಪಾಯಿ ತೂಕವಿರುತ್ತದೆ; ಕಾನಡಾ ಜಿಲ್ಲೆಯಲ್ಲಿ ೨೪ ರೂಪಾಯಿ ತೂಕವಿರುತ್ತದೆ. ವಾಡಿಕೆಯಾಗಿ ೧೨ ಶೇರಿಗೆ ಧಡೆ, ೪ ಧಡೆಗೆ ೧ ಮಣ, ೨೦ ಮಣಕ್ಕೆ ೧ ಖಂಡಗ, ಈ ಕೋಷ್ಟಕವು ಯೆಲ್ಲ ಕಡೆಯಲ್ಲಿ ನಡಿಯುತ್ತದೆಂದು ಹೇಳ ಬಹುದು. ಆದರೆ ಧಡೆಯ ಪರಿಮಾಣವು ೧೦ರಿಂದ ೧೪ ಶೇರಿನ ವರೆಗೆ ಬೇರೆ ಬೇರೆ ಕಡೆಯಲ್ಲಿ ಬೇರೆ ಬೇರೆ ಇರುತ್ತದೆ. ಇಷ್ಟೇ ಅಲ್ಲ, ವೊಂದೇ ಊರಲ್ಲಿ ಸಹ ಬೇರೆ ಬೇರೆ ಪದಾರ್ಥಗಳ ಧಡೆಯು ಬೇರೆ ಬೇರೆ ಇರುತ್ತದೆ. ಈ ಗೊಂದಲವು ಧಾರವಾಡ ಜಿಲ್ಲೆಯಲ್ಲಿ ಪರಮಾವಧಿ ಇರುತ್ತದೆ. ಉದಾಹರಣಾರ್ಥವಾಗಿ— ತಾಮ್ರ ಹಿತ್ತಾಳಿಗಳ ಧಡೆ ೧೪ ಶೇರು, ಕಬ್ಬಿಣ, ಉಕ್ಕುಗಳ ಧಡೆ ೧೨ ಶೇರು, ಅರಳಿ, ತಂಬಾಕ, ತುಪ್ಪಗಳ ಧಡೆ ೧೩ ಶೇರು, ಬೆಲ್ಲ ಸಕ್ಕರಿ, ಮುಂತಾದ ಆಹಾರದ ಪದಾರ್ಥಗಳ ಧಡೆ ೧೨½ ಶೇರು, ಹಿಂಡಿ ಹತ್ತಿ ಕಾಳುಗಳ ಧಡೆ ೧೦ ಶೇರು, ಇತ್ಯಾದಿ. ಕಾನಡಾ ಜಿಲ್ಲೆಯಲ್ಲಿಯೂ ಬಹುತರ ಇದೇ ಪ್ರಕಾರದ ಗೊಂದಲವಿರುತ್ತದೆ.

೩. ಧಾನ್ಯಗಳನ್ನು ಅಳಿಯುವ ಮಾಪು.— ಕೃಷ್ಣೆಯ ಉತ್ತರದಲ್ಲಿ ೮೦ ರೂಪಾಯಿ ತೂಕ ಶುದ್ಧ ನೀರು ಹಿಡಿಯುವಷ್ಟು ಮಾಪಿಗೆ ವೊಂದು ಶೇರೆಂದೆನ್ನುವರು; ಕೃಷ್ಣೆಯ ದಕ್ಷಿಣದಲ್ಲಿ ಬೆಳಗಾವೀ ಜಿಲ್ಲೆ ಸಹಿತ ೮೦ ರೂಪಾಯಿ ತೂಕ ಸಮ ಭಾಗ ನವಧಾನ್ಯಗಳ ಮಾಪಿಗೆ ಶೇರೆನ್ನುವರು. ನವಧಾನ್ಯಗಳೆಂದರೆ ಅಕ್ಕಿ, ಜೋಳ, ಶೆಜ್ಜೆ, ಗೋಧಿ, ಕಡ್ಲೆ, ಹುರಳಿ, ತೊಗರಿ, ಹೆಸರು, ಮಡಿಕೆ. ಈ ಶೇರು ನೀರಿನ ತೂಕದ ಶೇರಿಗಿಂತ ೪ ರೂಪಾಯಿ ಕಡಿಮೆ ಇರುತ್ತದೆ. ಧಾರವಾಡ ಜಿಲ್ಲೆಯ ಶೇರಿನ ಗೊಂದ

ಲವು ಯೆಲ್ಲಕ್ಕೂ ಹೆಚ್ಚಿರುತ್ತದೆ. ೧೩೬ರಿಂದ ೧೬೦ ರೂಪಾಯಿ ತೂಕದ ವರೆಗೆ ನೀರಿನ ಮಾಪಿಗೆ ಶೇರೆನ್ನುವರು. ಆದರೆ ವೊಂದು ತಾಲೂಕಿನಲ್ಲಿ ೧೩೭, ಬೇರೊಂದರಲ್ಲಿ ೧೪೦, ಮತ್ತೊಂದರಲ್ಲಿ ೧೫೦, ಇನ್ನೊಂದರಲ್ಲಿ ೧೬೦, ಹೀಗೆ ಭಿನ್ನ ಭಿನ್ನ ಪರಿಮಾಣಗಳಿರುತ್ತವೆ. ಒಂದೇ ಪೇಟೆಯಲ್ಲಿ ಯೆರಡು ಬಗೆಯ ಶೇರುಗಳನ್ನು ಕಾಣುವದು ಅಪರೂಪವಲ್ಲ. ೪ ಶೇರಿಗೆ ೧ ಸೊಲಿಗೆ, ಪಾಯಲಿ, ಅಥವಾ ಚಿಟ್ಟೆ; ೧೬ ಸೊಲಿಗೆಗೆ ೧ ಮಣ, ಅಂಡಿಗೆ, ಅಥವಾ ಒಕ್ಕಳ; ೨೦ ಮಣಕ್ಕೆ ಅಥವಾ ೧೦ ಹೇರಿಗೆ ೧ ಖಂಡಗ; ಈ ಪರಿಮಾಣಗಳು ಬಹುತರ ವೊಂದೇ ಸವನಾಗಿ ಯೆಲ್ಲ ಕಡೆಯಲ್ಲಿ ನಡೆಯುತ್ತವೆ. ಆದರೆ ಧಾರವಾಡ ಜಿಲ್ಲೆಯಲ್ಲಿ ೨೦ ಹೇರಿಗೆ ಖಂಡಗವೆನ್ನುವರು. ಆದ್ದರಿಂದ ಧಾರವಾಡದ ಖಂಡಗವು ಬೆಳಗಾವಿಯ ಖಂಡಗದ ಸುಮಾರು ೪ ಪಾಲಷ್ಟು ಆಗುತ್ತದೆ; ಯಾಕಂದರೆ ಶೇರು, ಖಂಡಗ, ಯೆರಡೂ ಇಮ್ಮಡಿ ಇರುತ್ತವೆ. ಕಾನಡಾ ಜಿಲ್ಲೆಯಲ್ಲಿ ಬೇರೆ ಬೇರೆ ತಾಲೂಕುಗಳಲ್ಲಿ ಪರಿಮಾಣಗಳ ಹೆಸರುಗಳು ಬೇರೆ ಬೇರೆ ಇರುತ್ತವೆ. ಉದಾಹರಣಾರ್ಥವಾಗಿ — ಕಾರವಾಡ, ಅಂಕೋಲಾ ತಾಲೂಕುಗಳಲ್ಲಿ, ೩೨ ತೊಲಿಗೆ ೧ ಅಡವಾ, ೬ ಅಡವಕ್ಕೆ ೧ ಕುಡವ, ೨೦ ಕುಡವಕ್ಕೆ ೧ ಖಂಡಗ, ೨೦ ಖಂಡಗಕ್ಕೆ ೧ ಕುಂಬ. ಹೊನ್ನಾವರ ಕುಮಟಾ ತಾಲೂಕುಗಳಲ್ಲಿ ೬ ತೊಲಿಗೆ ೧ ಸೊಲಿಗೆ, ೨ ಸೊಲಿಗೆಗೆ ೧ ಅರವಲ, ೨ ಅರವಲಕ್ಕೆ ೧ ಸಿದ್ದೆ, ೨ ಸಿದ್ದೆಗೆ ೧ ಶೇರು, ೩ ಶೇರಿಗೆ ೧ ಕುಡವ, ೧೪ ಕುಡವಕ್ಕೆ ೧ ಮುಡಿ, ೨೦ ಮುಡಿಗೆ ೧ ಖಂಡಗ, ೪೨ ಮುಡಿಗೆ ೧ ಕೋರ್ಜಿ. ಕಾನಡಾ ಜಿಲ್ಲೆಯ ಘಟ್ಟದ ಮೇಲಿನ ತಾಲೂಕುಗಳಲ್ಲಿ ೯೬ ರೂಪಾಯಿ ತೂಕ ಕಾಳು ಹಿಡಿಯುವಷ್ಟು ಮಾಪಿಗೆ ಶೇರೆನ್ನುವರು; ಚಿಟ್ಟೆ, ಅಂಡಿಗೆ, ಖಂಡಗ, ಇವೆಲ್ಲ ಮೇಲೆ ಹೇಳಿದಂತೆ.

೪. **ಹಾಲು, ಯೆಣ್ಣೆ ಮುಂತಾದ ರಸ ಪದಾರ್ಥಗಳನ್ನು ಅಳೆಯುವ ಮಾಪು.**— ಹಾಲನ್ನು ಹಿತ್ತಾಳಿಯ ಪಾತ್ರೆಗಳಿಂದ ಅಳೆಯುವರು. ಅದರ ಶೇರು ೮೦ ರೂಪಾಯಿ ತೂಕದ್ದು. ಯೆಣ್ಣೆಯ ಶೇರು ೨೦ ರೂಪಾಯಿ ತೂಕ; ಇದನ್ನು ಮಗೆಗಳಿಂದ ಅಳೆಯುವರು. ಮಗೆ ೫ ಇಲ್ಲವೆ ೬ ಶೇರು ಇರುತ್ತದೆ. ೮ ಮಗೆಯೆಂದರೆ ೧ ಮಣ. ಆದರೆ ತುಪ್ಪ, ಜೇನು ತುಪ್ಪ, ಕಾಕವಿ, ಇವುಗಳನ್ನು ತೂಗಿ ಕೊಡುವರು.

ಭೂಮಾಪನ.

ಭೂಮಾಪನದ ಪರಿಮಾಣಗಳು.— ಹಳೆ ಪರಿಮಾಣಗಳು ಮಾರು ಬಿಘೆ ಯೆಂಬೆರಡು ಇರುತ್ತವೆ. ಕಲಬುರ್ಗೆಯ ಬಾಮನೀ ರಾಜ್ಯದಲ್ಲಿ ವಿಠ್ಠಲ ಪಂತನೆಂಬವನು ತನ್ನ ಸ್ವಂತ ಮಾರಿನಿಂದ ಭೂಮಿಯನ್ನು ಅಳೆದು ಬಾಮನೀ ಪರಹಗಳಲ್ಲಿ ಕಂದಾಯವನ್ನು ಗೊತ್ತು ಮಾಡಿದನು. ಆ ಮಾರಿಗೆ ವಿಠ್ಠಲ ಪಂತೀ ಮಾರೆನ್ನುವರು. ಒಂದು ವಿಠ್ಠಲ ಪಂತೀ ಮಾರು ಸುಮಾರು ೩೨ ಯೆಕರು ಇರುತ್ತದೆ. ವಿಜಯನಗರದ ಅರಸರ ಆಳಿಕೆಯಲ್ಲಿ ಮತ್ತೊಮ್ಮೆ ಭೂಮಿಯನ್ನು ಅಳೆದು ಬೇರೆ ಪ್ರಕಾರದ ಮಾರುಗಳನ್ನು ಗೊತ್ತು ಮಾಡಿದರು; ಆ ಮಾರಿಗೆ ರಾಯರೇಖೆಯ ಮಾರೆನ್ನುವರು; ಇದು ಸುಮಾರು ೧೬ ಯೆಕರು ಆಗುತ್ತದೆ. ಪೇಶವಾಯಿಯ ಅಮಲಿನಲ್ಲಿ ಬಿಘೆಯ ಅಳತೆಯು ರೂಢಿಯಲ್ಲಿ ಬಂತು. ಅದರ ಕೋಷ್ಟಕ ಹ್ಯಾಗೆಂದರೆ—

೪ ಚಚ್ಚೌಕು ಅಂಗುಲಕ್ಕೆ ೧ ಮುಷ್ಟಿ, ೩ ಮುಷ್ಟಿಗೆ ೧ ಗೇಣು, ೨ ಗೇಣಿಗೆ ೧ ಮೊಳ, ೫½ ಮೊಳಕ್ಕೆ ೧ ಕಾಠಿ, ೨೦ ಕಾಠಿಗೆ ೧ ಪಾಂಡು, ೨೦ ಪಾಂಡಿಗೆ ೧ ಬಿಘೆ, ೧೨೦ ಬಿಘೆಗೆ ೧ ಚಾಹುರು. ಒಂದು ಬಿಘೆಯೆಂದರೆ ಸುಮಾರು ⅔ಯಿಂದ ¾ ಯೆಕರು ಆಗುತ್ತದೆ. ಸನ್ ೧೮೪೦ರಿಂದ ಮೋಜಣೀ ಆರಂಭವಾಗಿ ಆಣೆ, ಗುಂಠೆ, ಯೆಕರುಗಳು ರೂಢಿಯೊಳಗೆ ಬಂದವು. ಒಂದು ಯೆಕರೆಂದರೆ ೪೩೫೬೦ ಚಚ್ಚೌಕು ಫೂಟು ಆಗುತ್ತದೆ. ಒಕ್ಕಲಿಗರು ವೊಂದು ಕೂರಿಗೆಯಿಂದ ವೊಂದು ದಿನದಲ್ಲಿ ಬಿತ್ತುವಷ್ಟು ಭೂಮಿಗೆ ಕೂರಿಗೆಯೆನ್ನುವರು. ಒಂದು ಕೂರಿಗೆಯು ೪ ಯೆಕರಿನಿಂದ ೮ ಯೆಕರಿನ ವರೆಗೆ ಆಗುತ್ತದೆ.

ಕಾಳಿನ ಬೆಲೆ.

ಕಾಳಿನ ಬೆಲೆಯು.—ಹಿಂದೆ ಹೇಳಿದಂತೆ ಬ್ರಿಟಿಶ ಸರಕಾರದ ಅಮಲು ಆದ ಕಾಲಕ್ಕೆ ಯಾವತ್ತು ಧಾನ್ಯಗಳು ಬಹಳ ಅಗ್ಗ ಇದ್ದವು. ಯಾಕಂದರೆ ಆಗ ಈ ದೇಶದ ಮಾಲು ಯಾವದೂ ಪರದೇಶಕ್ಕೆ ಯೆಲ್ಲಿಯೂ ಹೋಗುತ್ತಿದ್ದಿಲ್ಲ. ಈ ಸರಕಾರದ ಅಮಲಿನಲ್ಲಿ ವ್ಯಾಪಾರವು ಬಹು ಬೇಗ ಬೆಳೆಯುತ್ತ ಬಂದು ಹತ್ತಿ, ಗೋಧಿ, ಅಗಸಿ, ಅಕ್ಕಿ, ಮುಂತಾದ ಹುಟ್ಟುವಳಿಗಳು ಕ್ರಮ ಕ್ರಮವಾಗಿ ಪರದೇಶಗಳಿಗೆ ಹೆಚ್ಚು ಹೆಚ್ಚು ಹೋಗ ಹತ್ತಿದವು. ಅದ್ದರಿಂದ ಕಾಳಿನ ಬೆಲೆಯು ಏರ ಬಹುತ್ತ ತುಟ್ಟಿಯಾಗುತ್ತ ಬಂತು. ಇದರಿಂದ ರೈತರೂ ಕೂಲಿಕಾರರೂ ಮೊದಲಿಗಿಂತ ಹೆಚ್ಚು ಸುಖಿಗಳಾಗಲಿಕ್ಕೆ ಮಾರ್ಗವಾಗಿದೆ. ಸನ್ ೧೮೨೪ರಿಂದ, ಅಥವಾ ಅದಕ್ಕೂ ಹಿಂದಿನಿಂದ ಈ ಹೊತ್ತಿನ ವರೆಗೆ ಪ್ರತಿ ವರ್ಷದ ಬೇರೆ ಬೇರೆ ಧಾನ್ಯಗಳ ಮಾರಾಟದ ಪಟ್ಟಿಗಳು ಕಲೆಕ್ಟರರ ಕಚೇರಿಗಳಲ್ಲಿ ಕಾಯು ಇಡಲ್ಪಟ್ಟಿವೆ. ಮುಖ್ಯ ಮುಖ್ಯ ಧಾನ್ಯಗಳ ಬೆಲೆಯಲ್ಲಿ ಆಗಾಗ್ಗೆ ಆಗುತ್ತ ಬಂದ ಹೆಚ್ಚು ಕಡಿಮೆಗಳನ್ನು ಕೆಳಗಿನ ಕೋಷ್ಟಕದಲ್ಲಿ ತೋರಿಸಿದ್ದೇನೆ.

ಕಾಳಿನ ಬೆಲೆಯ ಕೋಷ್ಟಕ.

ಧಾನ್ಯದ ಹೆಸರು.	ಸನ್ ೧೮೨೫ ರೂಪಾಯಿಗೆ ಸೇರು.	ಪರಮಾವಧಿಯ ಅಗ್ಗದ ದರ.		ಪರಮಾವಧಿಯ ತುಟ್ಟಿಯ ದರ.		ಸನ್ ೧೮೭೭ ರೂಪಾಯಿಗೆ ಸೇರು.
		ರೂಪಾಯಿಗೆ ಸೇರು.	ವರ್ಷ.	ರೂಪಾಯಿಗೆ ಸೇರು.	ವರ್ಷ.	
ಧಾರವಾಡ.						
ಜೋಳ......	೧೨೭	೧೬೨	೧೮೩೩	೧೯	೧೮೬೪	೬೦
ಶೆಜ್ಜೆ	೧೦೫	೧೫೦	೧೮೪೩	೧೬	,,	೫೬
ಅಕ್ಕಿ	೬೦	೧೦೫	೧೮೪೪	೧೪	..	೨೩
ಬೆಳಗಾವಿ.						
ಜೋಳ......	೬೦	೧೧೨	೧೮೪೯	೧೭	೧೮೬೩	೫೭
ಗೋಧಿ......	೫೩	೧೦೫	೧೮೫೧	೧೦	೧೮೬೬	೪೦
ಅಕ್ಕಿ	೪೩	೬೯	೧೮೩೧	೧೩	೧೮೭೭	೩೧

ಧಾನ್ಯದ ಹೆಸರು.	ಸನ್ ೧೮[illegible]ರಲ್ಲಿ ರೂಪಾಯಿಗೆ ಪೌಂಡು.	ಪರಮಾವಧಿಯ ಅಗ್ಗದ ದರ.		ಪರಮಾವಧಿಯ ತುಟ್ಟಿಯ ದರ.		ಸನ್ ೧೮[illegible]ರಲ್ಲಿ ರೂಪಾಯಿಗೆ ಪೌಂಡು.
		ರೂಪಾಯಿಗೆ ಪೌಂಡು.	ವರ್ಷ.	ರೂಪಾಯಿಗೆ ಪೌಂಡು.	ವರ್ಷ.	
ವಿಜಾಪುರ.						
ಅಕ್ಕಿ	೨೫	೬೩	೧೮೩೭	೧೧	೧೮೬೪	೧೯
ಸಜ್ಜೆ	೮೫	೧೭೮	೧೮೪೧	೧೪	೧೮೭೭	೬೫
ಜೋಳ......	೯೧	೧೭೫	,,	೧೨	,,	೮೨
ಗೋಧಿ......	೫೭	೧೦೦	೧೮೫೨	೧೧	,,	೪೭
ತೊಗರಿ......	೬೫	೨೦೭	೧೮೩೧	೧೨	,,	೩೦
ಕಾನಡಾ.						
ಅಕ್ಕಿ, ಉತ್ತಮ .	೩೭	೪೬	೧೮೪೭	೧೦	೧೮೭೯	೧೮
,, ಮಧ್ಯಮ .	೫೪	೬೦	೧೮೫೧	೧೪	೧೮೬೪	೨೪
ಗೋಧಿ......	೨೯	೪೯	೧೮೫೨	೧೨	,,	೨೪
ತೊಗರಿ......	೩೪	೩೮	೧೮೩೩	೧೧	೧೮೬೫	೨೧

ಒಂದು ಪೌಂಡೆಂದರೆ ಸುಮಾರು ೩೯ ರೂಪಾಯಿ ತೂಕವಾಗುತ್ತದೆ. ಮೂಲಗ್ರಂಥದಲ್ಲಿ ವಿವರಿಸಿದಷ್ಟೇ ಧಾನ್ಯಗಳನ್ನು ಇಲ್ಲಿ ಸಂಕ್ಷೇಪವಾಗಿ ವಿವರಿಸಿದ್ದೇವೆ. ಮೇಲಿನ ಪಟ್ಟಿಯಿಂದ ಸನ್ ೧೮೫೧, ೫೦ರ ವರೆಗೆ ಧಾನ್ಯಗಳು ಅಗ್ಗವಾಗುತ್ತ ಬಂದವೆಂತಲೂ ಸನ್ ೧೮೬೪, ೧೮೭೭, ಇವೆರಡು ಬಹು ದೊಡ್ಡ ಬರಗಾಲದ ವರ್ಷಗಳಾದವೆಂತಲೂ ಸ್ಪಷ್ಟವಾಗುತ್ತದೆ.

ಆಹಾರ.

ಆಹಾರ.—ಬೈಲು ಸೀಮೆಯಲ್ಲಿ, ಅಂದರೆ ಇಡೀ ವಿಜಾಪುರ ಜಿಲ್ಲೆಯಲ್ಲಿಯೂ ಬೆಳಗಾವಿ ಧಾರವಾಡಗಳ ಗೋಕಾವಿ, ಅಥಣಿ, ನವಲಗುಂದ, ರೋಣ ತಾಲೂಕುಗಳಲ್ಲಿಯೂ, ಜೋಳವೇ ನಿವಾಸಿಗಳ ಮುಖ್ಯ ಆಹಾರವೆನಿಸುತ್ತದೆ. ಬೈಲು ಸೀಮೆಯ ನಿವಾಸಿಗಳು ವಾಡಿಕೆಯಾಗಿ ಜೋಳದ ನುಚ್ಚು, ಜೋಳದ ಬಕ್ಕರಿ, ಕಾರದ ಬೇಳೆ ಇಲ್ಲವೆ ಸಪ್ಪನ್ನ ಬೇಳೆ, ಇಷ್ಟು ಆಹಾರನ್ನು ತಕ್ಕೊಳ್ಳುವರು. ಪಲ್ಲೆಗಳು ಸಿಗುತ್ತಿದ್ದಲ್ಲಿ ಕೆಲವರು ಪಲ್ಲೆಯನ್ನು ನಿತ್ಯದ ಊಟದಲ್ಲಿ ತಕ್ಕೊಳ್ಳುವರು. ಒಕ್ಕಲಿಗರು ಮುಂತಾದ ಕಡಿಮೇ ಜನರು ಮಧ್ಯಾನ್ಹದಲ್ಲಿ ರೊಪ್ಪತ್ತು ನುಚ್ಚು, ಉಣ್ಣುವರು; ಬೆಳಗಿನ ನೇರೆಗೂ ಸಂಜೆಯ ಊಟಕ್ಕೂ ರೊಟ್ಟಿ, ಕಾರದ ಬೇಳೆ, ಉಳ್ಳೀ ಗಡ್ಡಿ, ಬೆಳ್ಳುಳ್ಳಿಯ ಕಾರ, ಇಷ್ಟಿದ್ದರೆ ಸಾಕು. ಬಿಳಿ ಜೋಳದ ನುಚ್ಚು ರೊಟ್ಟಿಗಳು ಹೆಚ್ಚು ಮಿದುವಾಗಿಯೂ ರುಚಿಕರವಾಗಿಯೂ ಆಗುತ್ತಿರುವ ಕಾರಣ ಆ ಜೋಳ ಸಿಗುತ್ತಿದ್ದಲ್ಲಿ ಅದರ ನುಚ್ಚು ಬಕ್ಕರಿಗಳನ್ನೇ ವಿಶೇಷವಾಗಿ ಮಾಡುವರು. ವಿಜಾಪುರ ಜಿಲ್ಲೆಯಲ್ಲಿ

ಶೆಜ್ಜೆಯ ಬಕ್ಕರಿಯನ್ನು ಮಾಡುವ ರೂಢಿಯು ವಿಶೇಷವಿರುತ್ತದೆ; ಆದರೂ ಜೋಳದವಷ್ಟು ಇಲ್ಲೆಂದು ಹೇಳ ಬಹುದು. ಶೆಜ್ಜೆಯ ನುಚ್ಚು ಮಾಡುವ ನಡಾವಳಿಯು ಯೆಲ್ಲಿಯೂ ಇಲ್ಲ. ಹಬ್ಬದ ದಿವಸಗಳಲ್ಲಿಯೂ ಲಗ್ನ ಮುಹೂರ್ತಗಳಲ್ಲಿಯೂ ಕಷ್ಲೇ ಬೇಳಿಯ ಹೂರಣದ ಹೋಳಿಗೆ, ಅಕ್ಕಿಯ ಅನ್ನ, ಗೋಧಿಯ ಪಾಯಸ, ಸಾರು, ಆಮಟಿ, ಇಪ್ಪು ಮುಖ್ಯ ಪದಾರ್ಥಗಳನ್ನು ಮಾಡುವರು. ಲಿಂಗವಂತರಲ್ಲಿಯೂ ಬೇರೆ ಜಾತಿಗಳಲ್ಲಿ ಯೂ ಗೋಧಿಯ ಹುಗ್ಗಿಯನ್ನು ಇಲ್ಲವೆ ಶಾವಿಗೆಯ ಪಾಯಸವನ್ನು ಹೆಚ್ಚಾಗಿ ಮಾಡು ವರು. ಬುಂದೆ, ಖೀರು, ಜಿಲೇಬಿ, ಮುಂತಾದ ಪಕ್ವಾನ್ನಗಳನ್ನು ಬ್ರಾಹ್ಮಣರು ಮುಂತಾ ದ ಉತ್ತಮ ಕುಲದವರು ಕ್ವಚಿತ್ತಾಗಿ ಮಾಡುವರು. ಮಲ್ಲಾಡದಲ್ಲಿ ನುಚ್ಚು ಯಾರು ಮಾಡುವದಿಲ್ಲ. ಅದಕ್ಕೆ ಬದಲಾಗಿ ಅಕ್ಕಿಯ ಅನ್ನವನ್ನೇ ಯೆಲ್ಲರೂ ಮಾಡುವರು. ಕಡಿಮೇ ಜಾತಿಗಳ ಜನರು ಪಾಡಿಕೆಯಾಗಿ ದಿನಕ್ಕೆ ವೊಮ್ಮೆ ಮಾತ್ರ ಅನ್ನ ಮಾಡುವರು. ಜೋಳದ ರೊಟ್ಟಿಯ ನಡಾವಳಿಯು ಬೈಲು ಶೀಮೆಯಂತೆಯೇ ಇರುತ್ತದೆ. ದೈವುಳ್ಳವರು ಅಪರೂಪವಾಗಿ ಗೋಧಿಯ ರೊಟ್ಟಿಯನ್ನು ತಕ್ಕೊಳ್ಳುವರು. ದಿನದ ಊಟದಲ್ಲಿ ತೊಗ ರೇ ಬೇಳಿಯು ಬೈಲು ಶೀಮೆಯಂತೆಯೇ ಮಲ್ಲಾಡದಲ್ಲಿಯೂ ಬೇಕಾಗುತ್ತದೆ. ಹಬ್ಬ ಕಾರ್ಯ ಪ್ರಯೋಜನಗಳ ಆಹಾರವಾದರೂ ಬೈಲು ಶೀಮೆಯಂತೆಯೇ ನಡಿಯುತ್ತದೆ. ಆದರೆ ಧಾರವಾಡ ಜಿಲ್ಲೆಯಲ್ಲಿ ಹೂರಣದ ಹೋಳಿಗೆಗೆ ಬದಲಾಗಿ ಕಡಬು ಮಾಡುವ ನಡಾವಳಿ ಹೆಚ್ಚಿರುತ್ತದೆ. ಬೈಲು ಶೀಮೆಯ ಜನರಷ್ಟು ಮಲ್ಲಾಡದ ಜನರಿಗೆ ಆಹಾರ ಬೇಕಾಗುವದಿಲ್ಲ; ಆದರೆ ಅವರ ಮೈ ಕಸುವು ಬೈಲು ಶೀಮೆಯವರಿಗಿಂತ ಬಹಳ ಕಡಿ ಮೆ ಇರುತ್ತದೆ. ಘಟ್ಟದ ಕೆಳಗೆ ಅಕ್ಕಿಯೇ ಮುಖ್ಯ ಆಹಾರವಾಗಿರುತ್ತದೆ. ಯೆಲ್ಲರೂ ಬೆಳಿಗ್ಗೆ ಅಕ್ಕಿಯ ಗಂಜಿಯನ್ನು ಮಾಡಿ ಕುಡಿಯುವರು; ಮಧ್ಯಾಹ್ನಕ್ಕೂ ಸಂಜೆಗೂ ಅಕ್ಕಿ ಯ ಅನ್ನವನ್ನೇ ತಕ್ಕೊಳ್ಳುವರು. ಜೋಳದ ರೊಟ್ಟಿಯನ್ನು ಯಾರೂ ಮುಟ್ಟುವದಿಲ್ಲ. ದೈವುಳ್ಳವರು ಅಪರೂಪವಾಗಿ ಗೋಧಿಯ ರೊಟ್ಟಿಯನ್ನು ತಕ್ಕೊಳ್ಳುವರು. ಹಬ್ಬದ ಊಟದಲ್ಲಿ ಹೂರಣವು ಬಹುತರ ಯಾರಿಗೂ ಗೊತ್ತಿಲ್ಲೆಂದು ಹೇಳ ಬಹುದು; ಶಾವಿಗೆ ಯ ಪಾಯಸ, ಗೋಧಿಯ ಪಾಯಸ, ಅಕ್ಕಿಯ ಕಡಬು, ವಡೆ, ಇವೇ ಹಬ್ಬಗಳಲ್ಲಿಯೂ ಕಾರ್ಯ ಪ್ರಯೋಜನಗಳಲ್ಲಿಯೂ ಆಗುವ ಮುಖ್ಯ ಪಕ್ವಾನ್ನಗಳು. ಘಟ್ಟದ ಕೆಳಗೆ ಬಹುತರ ಯಾವತ್ತು ಜನರು ನಿತ್ಯದ ಊಟದಲ್ಲಿ ಮೀನ ತಿನ್ನುವರು. ಬೈಲು ಶೀಮೆಯ ವೊಕ್ಕಲಿಗರಿಗೆ ಉಳ್ಳೀ ಗಡ್ಡಿ ಹ್ಯಾಗೋ, ಹಾಗೆ ಘಟ್ಟದ ಕೆಳಗಿನ ಜನರಿಗೆ ಮೀನು ಪ್ರೀತಿಕರವಾಗಿರುತ್ತದೆ. ಘಟ್ಟದ ಕೆಳಗಿನವರ ಮೈಕಸುವು ಮಲ್ಲಾಡದವರಿಗಿಂತಲೂ ಕಡಿಮೆ ಯೆಂದು ಹೇಳ ಬಹುದು. ಆದರೆ ಅವರ ಉದ್ಯೋಗ ಶ್ರಮಗಳು ಈ ಶೀಮೆ ಯಲ್ಲಿ ಯೆಲ್ಲರಿಗಿಂತ ಹೆಚ್ಚೆಂದು ಹೇಳ ಬಹುದು.

೭ನೇ ಭಾಗ.

ವ್ಯಾಪಾರ.

೧ನೇ ಪ್ರಕರಣ.

ಮಾರ್ಗಗಳು.

ಮಾರ್ಗಗಳು.— ಬ್ರಿಟಿಶ ಸರಕಾರದ ಅಮಲು ಬರುವ ಪೂರ್ವದಲ್ಲಿ ಈ ಸೀಮೆಯಲ್ಲಿ ಹೈನ ಮಾರ್ಗಗಳ ಸುದ್ದಿಯೇ ಇದ್ದಿಲ್ಲ. ಆಗಿನ ರಾಜಧಾನಿಯಾದ ಪುಣೆ ಪಟ್ಟಣದ ಸುತ್ತು ಮುತ್ತು ಸಹ ನಿರ್ಮಲವಾದಂಥ ಸಮನೆಲದ ಮಾರ್ಗಗಳು ಇದ್ದಿಲ್ಲ. ಮಾರಾಟದ ಸರಕುಗಳನ್ನು ಲಂಬಾಣಿಗರು ಮುಂತಾದವರು ಎತ್ತುಗಳ ಮೇಲೆ ಹೇರಿ ಕೊಂಡು ಊರಿಂದೂರಿಗೆ ಒಯ್ಯುವರು; ಛಕಡಿಗಳು ನಡಿಯುವಂತೆ ಕಟ್ಟಿಸಿದ ಮಾರ್ಗಗಳ ವರ್ತಮಾನವೇ ಇದ್ದಿಲ್ಲ. ಕುದುರೆ, ಎತ್ತು, ಮನುಷ್ಯರು, ಇವರ ತುಳಕಲಿನಿಂದ ತಮಗೆ ತಾವೇ ಬಿದ್ದ ಮಾರ್ಗಗಳಿಂದಲೇ ಯಾವತ್ತು ವ್ಯಾಪಾರ ನಡಿಯುತ್ತಿತ್ತು. ಈ ಮಾರ್ಗಗಳು ತಗ್ಗು ದಿನ್ನೆಯಾಗಿಯೂ ಹಿರಿದು ಕಿರಿದಾಗಿಯೂ ಡೊಂಕಡೊಂಕಾಗಿಯೂ ಇರುತ್ತಿದ್ದವು. ಮಳೆಗಾಲದಲ್ಲಿ ಕೆಸರಾಯಿತೆಂದರೆ ಈ ಮಾರ್ಗಗಳಲ್ಲಿ ಮನುಷ್ಯರಿಗೆ ಸಹ ನಡಿಯುವದು ಅಸಾಧ್ಯವಾಗುತ್ತಿತ್ತು. ಈ ಮಾರ್ಗಗಳಲ್ಲಿ ಕಳ್ಳರ ಉಪದ್ರವಕ್ಕೂ ಕೊರತೆ ಇದ್ದಿಲ್ಲ. ಒಟ್ಟಿಗೆ ಆ ಕಾಲಕ್ಕೆ ಇಪ್ಪತ್ತು ಮೂವತ್ತು ಹರದಾರಿ ದೂರ ಹೋಗೋಣವೆಂದರೆ ದೂರ ದೇಶ ಪ್ರವಾಸಕ್ಕೆ ಹೋದಂತೆ ಕಷ್ಟವಾಗುತ್ತಿತ್ತು. ಬ್ರಿಟಿಶ ಸರಕಾರದ ಅಮಲಿನ ಆರಂಭದಲ್ಲಿ, ಅಂದರೆ ಸನ್ ೧೮೨೦ನೇ ವರ್ಷದ ಸುಮಾರಿನಲ್ಲಿ ಮೇಲೆ ಹೇಳಿದಂತೆ ಸ್ವಾಭಾವಿಕವಾಗಿ, ಮುಖ್ಯತಃ ದಂಡಿನವರ ತುಳಕಲದಿಂದ, ಬಿದ್ದಂಥ ದೀರ್ಘ ಮಾರ್ಗಗಳು ಮೂರು, ನಾಲ್ಕು ಮಾತ್ರ ಇದ್ದವು. ಒಂದು ಮಾರ್ಗವು ನಿಜಾಮನ ರಾಜ್ಯದಿಂದ ಸೊಲ್ಲಾಪುರ, ವಿಜಾಪುರ, ಬಾಗಲಕೋಟೆ, ಬೆಳಗಾವಿಗಳ ಮೇಲಿಂದ ವೆಂಗುರ್ಲೆಗೆ ಹೋಗುತ್ತಿತ್ತು; ಇನ್ನೊಂದು ಮಾರ್ಗವು ಪುಣೆಯಿಂದ ಸಾತಾರೆ, ಕೊಲ್ಲಾಪುರ ಚಿಕ್ಕೋಡಿ, ಬೆಳಗಾವಿ, ಧಾರವಾಡ, ಶಿರಸಿ, ಶಿಕಾರಪುರಗಳ ಮೇಲಿಂದ ಮೈಸೂರಿಗೆ ಹೋಗುತ್ತಿತ್ತು. ಪುಣೆಯಿಂದ ಎರಡನೇದೊಂದು ಮಾರ್ಗವು ಕೋರೆಗಾವ, ತಾಸಗಾವ, ಕಾಗವಾಡಗಳ ಮೇಲಿಂದ ಬೆಳಗಾವಿಗೆ ಬಂದು ಕೂಡುತ್ತಿತ್ತು. ೪ನೇ ಮಾರ್ಗವು ಬೆಳಗಾವಿಯಿಂದ ಕಾಗವಾಡ, ಕಲಾದಗಿಗಳ ಮೇಲಿಂದ ವಿಜಾಪುರಕ್ಕೆ ಹೋಗುತ್ತಿತ್ತು. ಪಂಢರಿಪುರದಿಂದ ಪುಣೆ, ಸೊಲ್ಲಾಪುರ, ವಿಜಾಪುರ, ಬಳ್ಳಾರಿ, ಮುಂತಾದ ಪಟ್ಟಣಗಳಿಗೆ ಅಡ್ಡ ತಿಡ್ಡ ಮಾರ್ಗಗಳಿದ್ದವು. ದೊಡ್ಡ ಮಾರ್ಗಗಳಲ್ಲಿ ಮಾತ್ರ ಮಳೆಗಾಲದಲ್ಲಿ ಹೊಳೆಗಳಲ್ಲಿ ನಾವೆಗಳಾಡುತ್ತಿದ್ದವು. ಆದರೂ ಒಬ್ಬ ಮನುಷ್ಯನು ಹೊಳೆ ಪಾರಾಗಲಿಕ್ಕೆ ಇಡೀ ಒಂದು ದಿವಸವೇ ಹೋಗುತ್ತಿತ್ತು.

ಸನ್ ೧೮೨೬ರಿಂದ ಇತ್ತ ಮಾರ್ಗಗಳು ಉತ್ತರೋತ್ತರವಾಗಿ ಸುಧಾರಿಸುತ್ತ ಬಂದವು; ಸನ್ ೧೮೫೦ರಿಂದ ಇತ್ತ ಛಕಡಿಗಳ ಮೇಲೆ ಸರಕುಗಳು ದೂರ ದೂರ ಹೋಗಹತ್ತಿದ್ದವು. ಈಗಿನ ಲೈನ ಮಾರ್ಗಗಳಲ್ಲಿ ಇಲಾಖೆಯ ಸರಕಾರದವರು ಮಾಡಿಸಿದ, ಅಂದರೆ ಪ್ರಾವಿನ್ನಿಯಲ್, ಮಾರ್ಗಗಳೆಂತಲೂ ಲೋಕಲ್ ಫಂಡಿನ ಮಾರ್ಗಗಳೆಂತಲೂ ಯೆರಡು ಪ್ರಕಾರದ ಮಾರ್ಗಗಳಿರುತ್ತವೆ. ಪ್ರಾವಿನ್ನಿಯಲ್ ಮಾರ್ಗಗಳು ಹಲವು ಜಿಲ್ಲೆಗಳಲ್ಲಿ ಹಾದು ದೂರ ದೂರಿನ ಪ್ರದೇಶಗಳಿಗೆ ಹೋಗುತ್ತವೆ. ಲೋಕಲ್ ಫಂಡಿನ ಮಾರ್ಗಗಳು ಪ್ರತಿಯೊಂದು ಜಿಲ್ಲೆಯ ಲೋಕಲ್ ಫಂಡಿನಿಂದ ಬೇರೆ ಬೇರೆ ಆಗುತ್ತಿರುತ್ತವೆ. ಆದರೂ ವೊಂದು ಜಿಲ್ಲೆಯ ಲೋಕಲ್ ಫಂಡಿನ ಮಾರ್ಗಗಳು ನೆರೆಜಿಲ್ಲೆಯ ಲೋಕಲ್ ಫಂಡಿನ ಮಾರ್ಗಗಳಿಗೆ ಇಲ್ಲವೆ ಪ್ರಾವಿನ್ನಿಯಲ್ ಮಾರ್ಗಗಳಿಗೆ ಕೂಡಿ ದೂರ ದೂರಿನ ಗ್ರಾಮಗಳಿಗೆ ಹೋಗುತ್ತವೆ. ಈಗಿನ (೧೮೮೩) ಮುಖ್ಯ ಮುಖ್ಯ ಪ್ರಾವಿನ್ನಿಯಲ್ ಮಾರ್ಗಗಳನ್ನು ಕೆಳಗೆ ವಿವರಿಸುತ್ತೇವೆ.

೧. ಪುಣೆಯಿಂದ ಹರಿಹರದ ವರೆಗೆ—ಇದು ದಕ್ಷಿಣ ಮಹಾರಾಷ್ಟ್ರದಲ್ಲಿ ಯೆಲ್ಲಕ್ಕೂ ದೊಡ್ಡ ಮಾರ್ಗವಿರುತ್ತದೆ. ಈ ಮಾರ್ಗದಲ್ಲಿ ಬರುವ ಹೊಳೆಗಳಿಗೆ ಬಹುತರ ಯೆಲ್ಲ ಕಡೆಯಲ್ಲಿ ಪೂಲುಗಳಾಗಿವೆ. ಮಾರ್ಗದ ಮೇಲೆ ಆಗಾಗ್ಗೆ ಗರಸು ಹಾಕಿ ರೂಳುಗಳನ್ನು ತಿರುಗಿಸುತ್ತಿರುವ ಕಾರಣ ಈ ಮಾರ್ಗವು ಹನ್ನೆರಡು ತಿಂಗಳೂ ವೊಂದೇ ಸವನಾಗಿ ನಡಿಯುತ್ತಿರುತ್ತದೆ. ಈ ಮಾರ್ಗವನ್ನು ಕಟ್ಟಿಸಲಿಕ್ಕೆ ಸುಮಾರು ೧೦ ಲಕ್ಷ ರೂಪಾಯಿ ವೆಚ್ಚವಾಗಿರುತ್ತದೆ. ಈ ಮಾರ್ಗವು ಪುಣೆಯಿಂದ ಸಾತಾರೆ, ಕೊಲ್ಲಾಪುರ, ಕಾಗಲ, ಬೆಳಗಾವಿ, ಧಾರವಾಡ, ಹುಬ್ಬಳ್ಳಿಗಳ ಮೇಲಿಂದ ಹರಿಹರದ ಹತ್ತರ ತುಂಗಭದ್ರೆಯ ದಂಡೆಗೆ ಮುಟ್ಟುತ್ತದೆ. ತುಂಗಭದ್ರೆಯೇ ಧಾರವಾಡ ಜಿಲ್ಲೆಯ ಶೀಮೆಯು. ಹರಿಹರದಿಂದ ಅತ್ತ ಇದು ಮೈಸೂರಿನ ಶೀಮೆಯಲ್ಲಿ ಹಾದು ಬೆಂಗಳೂರಿಗೂ ಮೈಸೂರಿಗೂ ಹೋಗುತ್ತದೆ.

೨. ಸೊಲ್ಲಾಪುರದಿಂದ ವೆಂಗುರ್ಲೆಗೆ—ಇದು ನಿಜಾಮನ ರಾಜ್ಯದೊಳಗಿಂದ ಬಂದು ಸೊಲ್ಲಾಪುರ, ವಿಜಾಪುರ ಬಾಗಲಕೋಟೆ, ಕಲಾದಗಿ, ಬೆಳಗಾವಿಗಳ ಮೇಲಿಂದ ವೆಂಗುರ್ಲೆಗೆ ಹೋಗುತ್ತದೆ. ಈ ಮಾರ್ಗದಲ್ಲಿ ಬರುವ ಹೊಳೆಗಳ ಮೇಲೆ ನಾವೆಗಳಿರುತ್ತವೆ. ಈ ಮಾರ್ಗದಿಂದ ಸರಕುಗಳು ಮುಂಬಯಿಗೆ ಹೋಗುತ್ತವೆ. ಈ ಮಾರ್ಗದಲ್ಲಿ ಮಳೆಗಾಲದಲ್ಲಿ ಹಲ ಕೆಲವು ಕಡೆಯಲ್ಲಿ ಕೆಸರಾಗಿ ಛಕಡಿಗಳಿಗೆ ಪ್ರಯಾಸವಾಗುತ್ತದೆ.

೩. ಬಾಗಲಕೋಟೆಯಿಂದ ಹುಬ್ಬಳ್ಳಿಗೆ—ಈ ಮಾರ್ಗದಲ್ಲಿ ಭೀಮಾ, ಕೃಷ್ಣಾ, ಘಟಪ್ರಭಾ, ಮಲಾಪಹಾರಿ, ಈ ಹೊಳೆಗಳನ್ನು ನಾವೆಗಳಲ್ಲಿ ದಾಟಬೇಕಾಗುತ್ತದೆ. ಈ ಮಾರ್ಗದಲ್ಲಾದರೂ ಮಳೆಗಾಲದಲ್ಲಿ ಅಲ್ಲಲ್ಲಿಗೆ ಕೆಸರಾಗುತ್ತದೆ.

೪. ವಿಜಾಪುರದಿಂದ ಸಾತಾರೆಗೂ ರತ್ನಾಗಿರಿಗೂ—ಈ ಮಾರ್ಗವು ಬಾಬಾನಗರ, ಬಿಜ್ಜರಗಿಗಳ ಮೇಲಿಂದ ಹೋಗುತ್ತದೆ.

೫. ಸೊಲ್ಲಾಪುರದಿಂದ ಬಳ್ಳಾರಿಗೆ—ಇದು ಇಂಡಿ, ಮುದ್ದೆಬಿಹಾಳ, ಹುನಗುಂದ, ಇಲಕಲ್ಲುಗಳ ಮೇಲಿಂದ ನಿಜಾಮನ ರಾಜ್ಯದಲ್ಲಿ ಹೋಗಿ ಬಳ್ಳಾರಿಗೆ ಹೋಗುತ್ತದೆ.

೬. ಧಾರವಾಡದಿಂದ ತಿನಯಿಘಾಟ ಯೆಂಬ ಘಟ್ಟದ ವರೆಗೆ—ಇದು ತಿನಯಿ ಘಾಟದ ಕೆಳಗೆ ಗೋವೆಗೆ ಹೋಗುತ್ತದೆ.

೭. ಕಾರವಾಡದಿಂದ ಬಳ್ಳಾರಿಗೆ—ಇದು ಸುಪೆ, ಹುಬ್ಬಳ್ಳಿ, ಗದಗುಗಳ ಮೇಲಿಂದ ಬಳ್ಳಾರಿಗೆ ಹೋಗುತ್ತದೆ.

೮. ಧಾರವಾಡದಿಂದ ಕುಮಟೆಗೆ—ಇದು ಹುಬ್ಬಳ್ಳಿ, ಮುಂಡಗೋಡ, ಸಿರಸಿಗಳ ಮೇಲಿಂದ ಕುಮಟೆಗೆ ಹೋಗುತ್ತದೆ.

ಇವಲ್ಲದೆ ಆಯಾ ಜಿಲ್ಲೆಯ ಲೋಕಲ್ ಫಂಡಿನ ಮಾರ್ಗಗಳು ಅಸಂಖ್ಯ ಇರುತ್ತದೆ. ಒಂದು ಹಳ್ಳಿಯಿಂದ ಮತ್ತೊಂದು ಹಳ್ಳಿಗೆ ಹೋಗಲಿಕ್ಕೆ ಬಹುತರ ಲೈನ ಮಾರ್ಗವಿರುತ್ತದೆ. ಒಟ್ಟಿಗೆ ಲೈನ ಮಾರ್ಗದ ಮೇಲೆ ಇರದಂಥ ಹಳ್ಳಿಗಳು ಹತ್ತರದಲ್ಲಿ ಯೆರಡಾಗಲಿ ಮೂರಕ್ಕಿಂತ ಹೆಚ್ಚು ದೂರಿಯಲಿಕ್ಕಿಲ್ಲೆಂದು ಹೇಳ ಬಹುದು.

ಕಾನಡಾ ಜಿಲ್ಲೆಯಲ್ಲಿ ಘಟ್ಟದ ಕೆಳಗೆ ಛಕಡಿಗಳಿಗೆ ಅನುಕೂಲವಾದಂಥ ಲೈನ ಮಾರ್ಗಗಳಿಲ್ಲ. ಸಮುದ್ರದ ಪೊತ್ತುಗಳು ಅಲ್ಲಲ್ಲಿಗೆ ಅಡ್ಡ ಬರುವ ಕಾರಣ ಛಕಡಿಯ ಮಾರ್ಗವನ್ನು ಮಾಡಲಿಕ್ಕೆ ಬರುವ ಹಾಗಿಲ್ಲ. ಆದರೆ ಆ ಪೊತ್ತುಗಳಲ್ಲಿ ನಾವೆಗಳು ಹಗಲು ರಾತ್ರಿ ಆಡುತ್ತಿರುತ್ತವೆ. ಮುಖ್ಯವಾಗಿ ಕಾಳೀ ನದಿ, ಗಂಗಾವಳಿ, ತದಡಿಯ ಪೊತ್ತು, ಇವುಗಳಲ್ಲಿ ನಾವೆಗಳು ೨೦, ೨೫ ಮೈಲಿನ ವರೆಗೆ ಸಹ್ಯಾದ್ರಿಯ ಬುಡದ ಮಟ್ಟಿಗೂ ಆಡುತ್ತವೆ. ಕಾನಡಾ ಜಿಲ್ಲೆಯ ಸಮುದ್ರ ದಂಡೆ ೭೬ ಮೈಲು ಇರುತ್ತದೆ. ಈ ದಂಡೆಯ ಸಮೀಪದಲ್ಲಿ ಸಣ್ಣ ದೊಡ್ಡ ಫತ್ತೆಮಾರಿಗಳು ಉತ್ತರಕ್ಕೆ ವೆಂಗುರ್ಲೆಯ ವರೆಗೂ, ದಕ್ಷಿಣಕ್ಕೆ ಮಂಗಳೂರಿನ ವರೆಗೂ ತಿರುಗಾಡುತ್ತವೆ. ಇವಲ್ಲದೆ ಮುಂಬಯಿಯಿಂದ ಮದ್ರಾಸದ ವರೆಗೆ ವಾರ ವಾರಕ್ಕೆ ಹೋಗ ಬರುವ ಹೊಗೆ ಹಡಗಗಳು ಬೇರೆ.

ನಾವೆಗಳೂ ಹರಗೋಲುಗಳೂ.—ವಿಜಾಪುರ ಜಿಲ್ಲೆಯಲ್ಲಿ ೯ ನಾವೆಗಳೂ ೩೪ ಹರಗೋಲುಗಳೂ ಸರಕಾರದಿಂದ ಇಡಲ್ಪಟ್ಟವೆ. ಇವುಗಳಲ್ಲಿ ಕೃಷ್ಣೆಯಲ್ಲಿ ೨೧ ನಡಿಯುತ್ತವೆ. ಬೆಳಗಾವೀ ಜಿಲ್ಲೆಯಲ್ಲಿ ೨೩ ನಾವೆಗಳೂ ೧೪ ಹರಗೋಲುಗಳೂ ನದಿಗಳಲ್ಲಿ ನಡಿಯುತ್ತವೆ;—೮ ಕೃಷ್ಣೆಯಲ್ಲಿ, ೯ ಘಟಪ್ರಭೆಯಲ್ಲಿ, ೧೨ ಮಲಾಪಹಾರಿಯಲ್ಲಿ, ಬಾಕೀ ೮ ಸಣ್ಣ ಹೊಳೆಗಳಲ್ಲಿ. ಧಾರವಾಡ ಜಿಲ್ಲೆಯಲ್ಲಿ ತುಂಗಭದ್ರೆಯಲ್ಲಿ ೧೨, ವರದೆಯಲ್ಲಿ ೧೫, ಮಲಾಪಹಾರಿಯಲ್ಲಿ ೧, ಕುಮುದ್ವತಿಯಲ್ಲಿ ೩, ಅಂತೂ ೩೧ ನಾವೆಗಳೂ ಹರಗೋಲುಗಳೂ ನಡಿಯುತ್ತವೆ. ಕಾನಡಾ ಜಿಲ್ಲೆಯಲ್ಲಿ ಹಿಂದೆ ಹೇಳಿದ ಕಾಳೀ ನದಿ, ಗಂಗಾವಳಿ, ತದಡೀ ಪೊತ್ತುಗಳಲ್ಲದೆ ಬೇರೆ ಸಣ್ಣ ಸಣ್ಣ ಪೊತ್ತುಗಳಲ್ಲಿಯೂ ಘಟ್ಟದ ಮೇಲಿನ ಭಾಗದಲ್ಲಿಯೂ ಕೂಡಿ ಒಟ್ಟಿಗೆ ೩೦ ನಾವೆಗಳು ನಡಿಯುತ್ತವೆ.

ಘಟ್ಟದ ಮಾರ್ಗಗಳು.—ವಿಜಾಪುರ ಧಾರವಾಡ ಜಿಲ್ಲೆಗಳ ಹದ್ದಿನಲ್ಲಿ ಘಟ್ಟದ ಮಾರ್ಗಗಳಿಲ್ಲ. ಬೆಳಗಾವೀ ಜಿಲ್ಲೆಯಲ್ಲಿ ಅಂಬೋಲಿ ಅಥವಾ ಪಾರಪೋಲಿ, ರಾಮಘಟ್ಟ, ಚೋರ್ಲಾ, ಪಾರವಾ, ಕೇಳ, ತಾನೆರಿ, ತಿನಯಾ, ಯೆಂಬ ೭ ಘಟ್ಟದ ಮಾರ್ಗಗಳಿರುತ್ತವೆ. ಅಂಬೋಲೀ ಘಟ್ಟವು ಬೆಳಗಾವಿಯಿಂದ ವೆಂಗುರ್ಲೆಯ ಮಾರ್ಗದಲ್ಲಿ ಇರು

ತ್ರದೆ. ಈ ಮಾರ್ಗವನ್ನು ಸನ್ ೧೮೬೧ರಲ್ಲಿ ಕಟ್ಟಿಸಿದರು. ಈ ಮಾರ್ಗವು ಛಕಡಿಗಳಿಗೆ ಬಹಳ ಫಿತಕರವಾದ್ದರಿಂದ ಇದರಲ್ಲಿ ಹಗಲು ರಾತ್ರಿ ಛಕಡಿಗಳು ನಿರಾತಂಕವಾಗಿ ನಡಿಯುತ್ತವೆ. ರಾಮ ಘಟ್ಟವು ವೆಂಗುರ್ಲೆಗೆ ಹೋಗುವ ಪೂರಾತನದ ಮಾರ್ಗವು. ಇದು ೪ ಮೈಲಿಗಿಂತ ಹೆಚ್ಚು ಇರದಿದ್ದಾಗ್ಯೂ, ಇದರಲ್ಲಿ ಛಕಡಿಗಳು ಪಾರಾಗಿ ಹೋಗಲಿಕ್ಕೆ ಇಡೀ ವೊಂದು ದಿವಸವೇ ಬೇಕಾಗುತ್ತಿತ್ತು. ಇದು ಕಟ್ಟಿಸಿದ ಮಾರ್ಗವಲ್ಲ. ಅಂಬೋಲಿಯ ಮಾರ್ಗವಾದಂದಿನಿಂದ ರಾಮ ಘಟ್ಟದ ಮಾರ್ಗವು ಹಿಂದಕ್ಕೆ ಬಿತ್ತು. ಉಳಿದ ೫ ಮಾರ್ಗಗಳು ಗೋವೆಯ ಶೀಮೆಗೂ ಕಾನಡಾ ಜಿಲ್ಲೆಗೂ ಹೋಗುವ ಕಾಲು ದಾರಿಗಳಿರುತ್ತವೆ. ಕಟ್ಟಿಸಿದ ಮಾರ್ಗಗಳಲ್ಲ. ಚೋರ್ಲಾ ಘಟ್ಟದಲ್ಲಿ ಮಾತ್ರ ಛಕಡಿಗಳು ಕಷ್ಟದಿಂದ ಸಾಗುತ್ತವೆ. ಕಾನಡಾ ಜಿಲ್ಲೆಯಲ್ಲಿ ವೊಟ್ಟಿಗೆ ೧೬ ಘಟ್ಟದ ಮಾರ್ಗಗಳಿರುತ್ತವೆ. ಇವುಗಳಲ್ಲಿ ದೇವೀಮನಿ, ಅನಶಿ, ಅರ್ಬೈಲಿ, ಚೋರ್ಲಾ, ಇವು ನಾಲ್ಕು ಮುಖ್ಯ. ಶಿರಸಿಯಿಂದ ಕುಮಟೆಗೆ ಹೋಗುವ ದೊಡ್ಡ ಮಾರ್ಗದಲ್ಲಿ ದೇವೀಮನಿ ಘಟ್ಟವಿರುತ್ತದೆ. ಅನಶೀ ಘಟ್ಟವು ಸುಪೆಯಿಂದ ಬೆಳಗಾವಿಗೆ ಹೋಗುವ ಮಾರ್ಗದಲ್ಲಿ ಇರುತ್ತದೆ. ಅರ್ಬೈಲಿ ಘಟ್ಟವು ಧಾರವಾಡದಿಂದ ಕಾರವಾಡಕ್ಕೆ ಹೋಗುವ ಮಾರ್ಗದಲ್ಲಿ ಇರುತ್ತದೆ. ಇವುಗಳಲ್ಲಿ ದೇವೀಮನಿ, ಅರ್ಬೈಲಿ, ಇವೆರಡು ಮಾತ್ರ ವೊಳಿತಾಗಿ ಕಟ್ಟಿಸಿದಂಥ ಛಕಡಿಯ ಮಾರ್ಗಗಳಿರುತ್ತವೆ. ಉಳಿದವೆಲ್ಲ ಬಹುತರ ಕಾಲು ದಾರಿಗಳೇ; ಕೆಲವುಗಳಲ್ಲಿ ಛಕಡಿಗಳು ಕಷ್ಟದಿಂದ ಪಾರಾಗುತ್ತವೆ. ಈ ಘಟ್ಟಗಳ ವಿವರ ಹ್ಯಾಗಂದರೆ — ಕಾರವಾಡ ತಾಲೂಕಿನಲ್ಲಿ ೨, ಹೊನ್ನಾವರದ ತಾಲೂಕಿನಲ್ಲಿ ೨, ಸುಪೆ ತಾಲೂಕಿನಲ್ಲಿ ೬, ಯಲ್ಲಾಪುರ ತಾಲೂಕಿನಲ್ಲಿ ೨, ಶಿರಸೀ ತಾಲೂಕಿನಲ್ಲಿ ೪, ಸಿದ್ದಾಪುರ ತಾಲೂಕಿನಲ್ಲಿ ೧.

ಹೊಗೆಬಂಡಿಯ ಮಾರ್ಗಗಳು. — ದಕ್ಷಿಣೋತ್ತರ ಮಾರ್ಗಗಳೆರಡು, ಪೂರ್ವಪಶ್ಚಿಮ ಮಾರ್ಗ ೧, ಅಂತೂ ಮೂರು ಹೊಗೆಬಂಡಿಯ ಮಾರ್ಗಗಳಿರುತ್ತವೆ. ಪೂರ್ವಪಶ್ಚಿಮ ಮಾರ್ಗವು ಸಹ್ಯಾದ್ರಿಯಲ್ಲಿ ಲೊಂಥೆ ಯೆಂಬಲ್ಲಿಂದ ಹೊರಟು ಧಾರವಾಡ, ಹುಬ್ಬಳ್ಳಿ, ಗದಗುಗಳ ಮೇಲಿಂದ ಬಳ್ಳಾರಿಗೆ ಹೋಗಿರುತ್ತದೆ. ಈ ಮಾರ್ಗವು ಲೊಂಥೆಯ ಪಶ್ಚಿಮಕ್ಕೆ ಘಟ್ಟವಿಳಿದು ಗೋವೆಗೆ ಹೋಗುತ್ತದೆ. ಈ ಮಾರ್ಗದಲ್ಲಿ ಹುಬ್ಬಳ್ಳಿಯಿಂದ ವೊಂದು ಶಾಖೆಯು ಆಗ್ನೇಯಕ್ಕೆ ಸಾಗಿ ಹಾವೇರಿಯ ಮೇಲಿಂದ ಹರಿಹರಕ್ಕೆ ಹೋಗುತ್ತದೆ. ಅಲ್ಲಿಂದ ಮುಂದೆ ಅದು ಮೈಸೂರಿಗೆ ಹೋಗಿದೆ. ಪೂರ್ವ ದಿಕ್ಕಿನ ದಕ್ಷಿಣೋತ್ತರ ಮಾರ್ಗವು ಪುಣೆಯಿಂದ ಸೊಲ್ಲಾಪುರಕ್ಕೆ ಹೋಗುವ ಜೀ. ಆಯ. ಪೀ. ಮಾರ್ಗದ ಹುಟಗಿ ಸ್ಟೇಶನ್ನಿನಿಂದ ಹೊರಟು ಇಂಡಿ, ವಿಜಾಪುರ, ಬಾಗಲಕೋಟೆ, ಬಾದಾವಿಗಳ ಮೇಲಿಂದ ಗದಗಿನ ಸ್ಟೇಶನ್ನಿಗೆ ಬಂದು ಕೂಡುತ್ತದೆ. ಪಶ್ಚಿಮ ದಿಕ್ಕಿನ ದಕ್ಷಿಣೋತ್ತರ ಮಾರ್ಗವು ಪುಣೆಯಿಂದ ಹೊರಟು ಕೋರೆಗಾವ, ಕರಾಡ, ಸಾಂಗಲಿ, ಮಿರ್ಜಿ, ಬೆಳಗಾವಿಗಳ ಮೇಲಿಂದ ಲೊಂಥೆಯ ಸ್ಟೇಶನಕ್ಕೆ ಕೂಡುತ್ತದೆ. ಹುಟಗಿಯಿಂದ ಗದಗಿಗೆ ಬರುವ ಮಾರ್ಗದಲ್ಲಿ ಮಾಲೂ ಮನುಷ್ಯರೂ ಹೋಗುವದು ಬಹು ಕಡಿಮೆ. ಉಳಿದ ಯೆಲ್ಲ ರೇಲ್ ಮಾರ್ಗಗಳಲ್ಲಿ ದಿನ ದಿನಕ್ಕೆ ರಹದಾರಿಯು ಬೆಳಿಯುತ್ತ ನಡಿದದೆ. ಈ ಯಾವತ್ತು

ಮಾರ್ಗಗಳನ್ನು ಸದರ್ನ ಮರಾಠಾ ರೇಲ್ವೇ ಕಂಪನಿ ಯೆಂಬ ಸಂಘದವರು ಕಟ್ಟಿಸಿದ್ದರಿಂದ ಇವುಗಳಿಗೆ ಸಂಕ್ಷೇಪದಿಂದ ಎಸ್. ಎಮ್ ರೇಲ್ವೆಯೆಂದೆನ್ನುವರು. ಈ ಮಾರ್ಗಗಳನ್ನು ಕಟ್ಟುವ ಪೂರ್ವದಲ್ಲಿ ವರ್ಷಕ್ಕೆ ಶೇಕಡಾ ೫ರಂತೆ ನಫೆ ಆಗದಿದ್ದರೆ, ಕಡಿಮೆ ಬಿದ್ದದ್ದನ್ನು ನಾವು ಭರ್ತೀ ಮಾಡಿ ಕೊಡುತ್ತೇವೆಂದು ಸರಕಾರದವರು ರೇಲ್ವೇ ಕಂಪನಿಯವರಿಗೆ ಹೊಣೆಯಾದದ್ದರಿಂದ ಈ ಮಾರ್ಗಗಳಾಗಿವೆ. ರೇಲ್ವೇ ಕಂಪನಿಯುವರಿಗೆ ಇನ್ನೂ (೧೮೯೧) ಶೇಕಡಾ ೫ರಂತೆ ನಫೆ ದೊರಿಯುವದಿಲ್ಲಾದ ಕಾರಣ ಸರಕಾರದವರು ಪ್ರತಿ ವರ್ಷ ಲಕ್ಷಾವಧಿ ರೂಪಾಯಿಯನ್ನು ರೇಲ್ವೇ ಕಂಪನಿಯುವರಿಗೆ ಕೊಡಬೇಕಾಗುತ್ತದೆ. ಆದರೆ ಸ್ವಲ್ಪ ದಿವಸದೊಳಗೆ ಸರಕಾರದ ಮೇಲಿನ ಈ ಹೊರೆಯು ತಪ್ಪೀತೆಂಬ ಆಶೆಯುಂಟು. ಮಿರ್ಜಿಯಿಂದ ಮುಧೋಳ, ಜಮಖಂಡಿಗಳ ಮೇಲಿಂದ ಬಾಗಲಕೋಟೆಯ ವರೆಗೆ ವೊಂದು ಶಾಖೆಯನ್ನು ಕಟ್ಟಿಸುವ ಆಲೋಚನೆಯು ನಡಿದದೆ.

ಟಪಾಲ ಆಫೀಸುಗಳು.

ಟಪಾಲ ಆಫೀಸುಗಳು.—ಟಪಾಲ ಆಫೀಸುಗಳಲ್ಲಿ ೩ ವರ್ಗಗಳಿವೆ. ಹೆಡ್ ಆಫೀಸೆಂಬ ೧ನೇ ವರ್ಗದ ಆಫೀಸುಗಳಲ್ಲಿ ಯಾವತ್ತು ಪ್ರಕಾರದ ಟಪಾಲು ಬಂದು, ಜಿಲ್ಲೆಯೊಳಗಿನ ತಾಲೂಕಿನ ಆಫೀಸುಗಳಿಗೆ ಹೋಗ ತಕ್ಕ ಟಪಾಲು ಅಲ್ಲಿಗೆ ಹೋಗುತ್ತದೆ, ಪರಜಿಲ್ಲೆಗಳಿಗೆ ಹೋಗ ತಕ್ಕ ಟಪಾಲು ಅತ್ತಕಡೆಗೆ ಹೋಗುತ್ತದೆ. ಸಬ ಆಫೀಸೆಂಬ ೨ನೇ ವರ್ಗದ ಆಫೀಸುಗಳಿಗೆ ಹೆಡ್ ಆಫೀಸಿನಿಂದಲೂ, ಜಿಲ್ಲೆಯೊಳಗಿನ ಬೇರೆ ಸಬ ಆಫೀಸುಗಳಿಂದಲೂ ಟಪಾಲು ಬಂದು ಜಿಲ್ಲೆಯೊಳಗೇ ಮತ್ತೊಂದು ಕಡೆಗೆ ರವಾನೆಯಾಗುತ್ತದೆ. ಹಳ್ಳಿಗಳ ಟಪಾಲ ಆಫೀಸೆಂಬ ೩ನೇ ವರ್ಗದ ಆಫೀಸುಗಳು ಶಾಲಾ ಮಾಸ್ತರರ ಕೈಯಲ್ಲಿ ಇರುತ್ತವೆ. ಅವುಗಳಲ್ಲಿಯೂ ಸಬ ಆಫೀಸಿನಂತೆ ಟಪಾಲು ಬರು ಹೋಗುವ ಕ್ರಮವಿರುತ್ತದೆ. ನಾಲ್ಕೂ ಜಿಲ್ಲೆಗಳಲ್ಲಿ ಕೂಡಿ ವೊಟ್ಟಿಗೆ ೧೫೦ ಟಪಾಲ ಆಫೀಸುಗಳಿರುತ್ತವೆ. ಅವುಗಳ ವಿವರ—ವಿಜಾಪುರದಲ್ಲಿ ೨ ಹೆಡ್ ಆಫೀಸುಗಳು, ವೊಂದು ವಿಜಾಪುರದಲ್ಲಿ ಯೆರಡನೇದು ಕಲಾದಗಿಯಲ್ಲಿ; ೧೫ ಸಬ ಆಫೀಸುಗಳು; ೧೩ ಹಳ್ಳಿಯ ಆಫೀಸುಗಳು. ಬೆಳಗಾವೀ ಜಿಲ್ಲೆಯಲ್ಲಿ ೧ ಹೆಡ್ ಆಫೀಸು ಬೆಳಗಾವಿಯಲ್ಲಿ; ೨೯ ಸಬ ಆಫೀಸುಗಳು; ೧೨ ಹಳ್ಳಿಯ ಆಫೀಸುಗಳು. ಧಾರವಾಡ ಜಿಲ್ಲೆಯಲ್ಲಿ ೧ ಹೆಡ್ ಆಫೀಸು ಧಾರವಾಡದಲ್ಲಿ; ೩೦ ಸಬ ಆಫೀಸುಗಳು; ೧೮ ಹಳ್ಳಿಯ ಆಫೀಸುಗಳು. ಕಾನಡಾ ಜಿಲ್ಲೆಯಲ್ಲಿ ೧ ಹೆಡ್ ಆಫೀಸು ಕಾರವಾಡದಲ್ಲಿ; ೧೭ ಸಬ ಆಫೀಸುಗಳು; ೧೧ ಹಳ್ಳಿಯ ಆಫೀಸುಗಳು.

ತಂತಿಯ ಟಪಾಲಿನ ಆಫೀಸುಗಳು.—ಇವು ನಾಲ್ಕೂ ಜಿಲ್ಲೆಗಳ ಮುಖ್ಯ ಗ್ರಾಮಗಳಲ್ಲಿ ಇರುವದಲ್ಲದೆ, ಕುಮಟಾ, ಹುಬ್ಬಳ್ಳಿ, ಗದಗು, ಈ ಮೂರು ಸ್ಥಳಗಳಲ್ಲಿಯೂ ವೊಂದೊಂದು ಇರುತ್ತವೆ. ಒಟ್ಟಿಗೆ ೭.

ದೀಪ ಸ್ತಂಭಗಳು.—ಕಾನಡಾ ಜಿಲ್ಲೆಯ ಸಮುದ್ರ ದಂಡೆಯಲ್ಲಿ ರಾತ್ರಿಯಲ್ಲಿ ಹಡಗಗಳಿಗೆ ದಿಗ್ದರ್ಶನ ಮಾಡುವದಕ್ಕೋಸ್ಕರ ಮೂರು ಯೆತ್ತರವಾದ ದೀಪಸ್ತಂಭಗಳನ್ನು ಕಟ್ಟಿಸಿದ್ದಾರೆ. ಕಾರವಾಡದಲ್ಲಿ ದೇವಗಡವೆಂಬ ಗುಡ್ಡದ ಮೇಲೆ ವೊಂದು ಇರುತ್ತದೆ.

ಇದು ಸಮುದ್ರದ ಪೃಷ್ಠ ಭಾಗದ ಮೇಲೆ ೨೧೦ ಫೂಟು ಯೆತ್ತರವದೆ. ಇದರ ಬೆಳಕು ಬೆಳ್ಳಗಾಗಿ ಸುಮಾರು ೨೫ ಮೈಲಿನ ಅಂತರದಲ್ಲಿ ಸಮುದ್ರದೊಳಗೆ ಕಾಣಿಸುವದು. ಇದನ್ನು ಸನ್ ೧೮೬೪ನೇ ವರ್ಷ ಸರಕಾರದವರು ಕಟ್ಟಿಸಿದರು. ಎರಡನೇ ದೀಪಸ್ತಂಭವಾದರೂ ಕಾರವಾಡದಲ್ಲಿಯೇ ಕೋಸೇಯೆಂಬಲ್ಲಿ ಇರುತ್ತದೆ. ಇದು ಸಮುದ್ರದ ಪೃಷ್ಠ ಭಾಗದ ಮೇಲೆ ೬೫ ಫೂಟು ಎತ್ತರವಿರುವದು. ಇದರ ಬೆಳಕು ಕೆಂಪಗಾಗಿ ಸಮುದ್ರದೊಳಗೆ ೫ ಮೈಲಿನ ಅಂತರದಲ್ಲಿ ಕಾಣಿಸುವದು. ಮೂರನೇ ಸ್ತಂಭವು ಕುಮಟೆಯಲ್ಲಿ ೧೮೦ ಫೂಟು ಯೆತ್ತರವಾಗಿ ಇರುವದು. ಇದರ ಬೆಳಕು ಬೆಳ್ಳಗಾಗಿ ೯ ಮೈಲಿನ ಅಂತರದಲ್ಲಿ ಸಮುದ್ರದೊಳಗೆ ಕಾಣಿಸುತ್ತದೆ. ಇದನ್ನು ಸನ್ ೧೮೫೫ರಲ್ಲಿ ಕಟ್ಟಿಸಿದರು.

ದೀಪಸ್ತಂಭಗಳು.

೨ನೇ ಪ್ರಕರಣ—ವ್ಯಾಪಾರ.

ವ್ಯಾಪಾರದ ಇತಿಹಾಸ.

ಕಾನಡಾ ಜಿಲ್ಲೆಯ ವ್ಯಾಪಾರವು ಬಹು ಪುರಾತನ ಕಾಲದಿಂದ ಹೆಸರಾಗಿದೆ. ಶ್ರೀಗಂಧ, ಯಾಲಕ್ಕಿ, ಮೆಣಸು, ಅಡಿಕೆ, ಅಕ್ಕಿ, ಫಲಗಳು, ಕಬ್ಬಿಣ, ವಸ್ತ್ರಗಳು, ಮುಂತಾದ ಪದಾರ್ಥಗಳು ಕಾನಡಾ ಜಿಲ್ಲೆಯ ಬಂದರಗಳಿಂದ ಪರರಾಷ್ಟ್ರಗಳಿಗೆ ಬುನಾದಿಯಲ್ಲಿ ಹೋಗುತ್ತಿದ್ದವು. ಖ್ರಿಸ್ತೀ ಶಕದ ಪೂರ್ವದಲ್ಲಿ ಸುಮಾರು ೧೫೦೦ ವರ್ಷಗಳ ಹಿಂದೆ ಅಥವಾ ಅದಕ್ಕೂ ಪೂರ್ವದಲ್ಲಿ ಫಿನೀಶಿಯ, ಅರಬಸ್ತಾನ, ಈ ದೇಶಗಳ ವ್ಯಾಪಾರಸ್ಥರು ಕಾನಡಾ ಜಿಲ್ಲೆಗೆ ಬಂದು ಮೇಲೆ ಹೇಳಿದ ಸರಕುಗಳನ್ನು ವೈದು ತುರ್ಕಸ್ತಾನ, ಅರಬಸ್ತಾನ, ಮುಂತಾದ ರಾಷ್ಟ್ರಗಳಲ್ಲಿ ಮಾರಾಟ ಮಾಡುವರು. ಹಿಂದುಸ್ತಾನದಿಂದ ಯಹುದೀ ದೇಶಕ್ಕೆ ಹೋಗುತ್ತಿದ್ದಂಥ ೨೦ ಪ್ರಕಾರದ ಸರಕುಗಳ ವಿವರವು ಬಾಯಬಲಿನಲ್ಲಿ ಹೇಳಲ್ಪಟ್ಟಿವೆ. ಆ ದೇಶದ ಸಾಲೋಮನ್ನನೆಂಬ ಅರಸನ ಆಳಿಕೆಯಲ್ಲಿ ಈ ವ್ಯಾಪಾರವು ಹೊಳಿತಾಗಿ ನಡಿಯುತ್ತಿತ್ತೆಂದು ಬಾಯಬಲಿನಲ್ಲಿ ಹೇಳಿರುತ್ತದೆ. ಖ್ರಿಸ್ತೀ ಶಕದ ಪೂರ್ವದಲ್ಲಿ ದಕ್ಷಿಣ ದೇಶದಲ್ಲಿ ಬನವಾಸಿಯು ಹೆಸರಾದ ರಾಜಧಾನಿಯಾಗಿತ್ತು. ಪರರಾಷ್ಟ್ರಗಳಲ್ಲಿ ಖ್ರಿಸ್ತೀ ಶಕದ ಪೂರ್ವದಲ್ಲಿ ೨೫೦ ವರ್ಷದ ಸುಮಾರಿನಲ್ಲಿ ಬರಿದಿಟ್ಟ ಲೇಖಗಳಲ್ಲಿ ಬನವಾಸಿಯ ಹೆಸರು ಕಾಣ ಬಹುದು. ಬನವಾಸಿಯ ರಾಜ್ಯದಿಂದ ನಾನಾ ಪ್ರಕಾರದ ಸರಕುಗಳು ಹೊನ್ನಾವರ, ಭಟಕಳ, ಮುಂತಾದ ಬಂದರಗಳಿಗೆ ಹೋಗಿ ಅಲ್ಲಿಂದ ಪರದೇಶಗಳಿಗೆ ಹೋಗುತ್ತಿದ್ದವು. ಖ್ರಿಸ್ತೀ ಶಕದ ೨೪೬ನೇ ವರ್ಷದ ಸುಮಾರಿನಲ್ಲಿ ಗ್ರೀಸ ದೇಶದವನೊಬ್ಬ ಅರಿಯನ್ನನೆಂಬ ಇತಿಹಾಸ ಕರ್ತನು ಬರಿದಿಟ್ಟ "ಪೆರಿಪ್ಲಸ"ವೆಂಬ ಗ್ರಂಥದಲ್ಲಿ ಹೊನ್ನಾವರದ ಹೆಸರು "ನಾವುರ"ವೆಂದು ಬರಿದದೆ. ಇದರಂತೆ ಗ್ರೀಕ ವ್ಯಾಪಾರಸ್ಥರು ಕಾನಡಾ ಜಿಲ್ಲೆಯ "ಮುಝಿರಿಸ" ಯೆಂಬ ಬಂದರದಿಂದ ಖ್ರಿಸ್ತೀ ಶಕದ ೩ನೇ ಶತಕದ ವರೆಗೆ ಸರಕುಗಳನ್ನು ವೊಯ್ಯುತ್ತಿದ್ದರು. "ಮುಝಿರಿಸ" ಯೆಂದರೆ ಮಿರ್ಜಾನವೆಂದು ವೊಳಗಡೆಯಲ್ಲಿ ಗೊತ್ತಾಗಿದೆ. ಮಿರ್ಜಾನವು ಹೊನ್ನಾವರದ ಉತ್ತರದಲ್ಲಿ ೧೦ ಮೈಲಿನ ಮೇಲೆ ಇರುತ್ತದೆ. (೧೪ನೇ ಭಾಗದಲ್ಲಿ

ಮಿರ್ಜಾನದ ವರ್ಣನೆ ನೋಡು). ಇದರಂತೆ ಗ್ರೀಸ ದೇಶದ ಬೇರೆ ಗ್ರಂಥಕಾರರೂ, ಇಜಿಪ್ತ, ರೋಮ (ಇತಲಿ) ದೇಶಗಳ ಗ್ರಂಥ ಲೇಖಕರೂ ಹಿಂದುಸ್ತಾನದ ಪಶ್ಚಿಮ ಸಮುದ್ರತೀರದ ಬಂದರಗಳನ್ನು ವಿಸ್ತಾರವಾಗಿ ವಿವರಿಸಿದ್ದಾರೆ. ಆ ಕಾಲಕ್ಕೆ ಹೊನ್ನಾವರ ಮುಂತಾದ ಬಂದರಗಳಿಂದ ಮೆಣಸು, ಮುತ್ತು, ವಜ್ರ, ಮಾಣಿಕ, ಬೇರೆ ಹರಳುಗಳು, ಆನೆಯ ಹಲ್ಲು, ರೇಶಿಮೆಯ ವಸ್ತ್ರ, ತಮಾಲಪತ್ರ, ಮುಂತಾದ ಸರಕುಗಳು ಗ್ರೀಸ, ರೋಮ, ಇಜಿಪ್ತ, ಅರಬಸ್ತಾನ, ತುರ್ಕಸ್ತಾನ, ಮುಂತಾದ ರಾಷ್ಟ್ರಗಳಿಗೆ ಹೋಗುತ್ತಿದ್ದವು; ಪರದೇಶಗಳಿಂದ ಚಿನ್ನ ಬೆಳ್ಳಿಗಳ ನಾಣ್ಯಗಳು, ವೈಢೂರ್ಯ, ಧಡೋತಿಯ ವಸ್ತ್ರ, ಹವಳ, ಬಿಳಿ ಕಾಜು, ತವರು, ಸೀಸು, ಹಿತ್ತಾಳಿ, ದ್ರಾಕ್ಷಾಮದ್ಯ, ಇಂಗಳೀಕ, ಮುಂತಾದ ಸರಕುಗಳು ಕಾನಡಾ ಜಿಲ್ಲೆಯ ಬಂದರಗಳಿಗೆ ಬರುತ್ತಿದ್ದವು. ಖ್ರಿಸ್ತೀ ಶಕದ ೫ನೇ ಶತಕದಿಂದ ೧೫ನೇ ಶತಕದ ವರೆಗೆ ಸದರೀ ಸರಕುಗಳಲ್ಲಿ ಮುಖ್ಯವಾಗಿ ಮೆಣಸಿನ ವ್ಯಾಪಾರವು ಹೊನ್ನಾವರ, ಭಟಕಳ, ಮುಂತಾದ ಬಂದರಗಳಲ್ಲಿ ಬಹಳವಾಗಿ ನಡಿಯುತ್ತಿತ್ತೆಂದು ತಿಳಿದದೆ. ಈ ಅವಧಿಯಲ್ಲಿ ಅರಬಸ್ತಾನದ ಕುದುರೆಗಳು ಸದರೀ ಬಂದರಗಳಿಗೆ ಬಹಳವಾಗಿ ಬರ ಹತ್ತಿದವು. ೧೫ನೇ ಶತಕದ ಕಡೆಯಲ್ಲಿ ಪೋರ್ತುಗೀಸರು ಈ ದೇಶಕ್ಕೆ ಬಂದ ಬಳಿಕ ಕಾನಡಾ ಜಿಲ್ಲೆಯ ಬಂದರಗಳಲ್ಲಿ ಅಪರಿಮಿತವಾಗಿ ಬೆಳಿದ ವ್ಯಾಪಾರದ ವೃತ್ತಾಂತವು ಇತಿಹಾಸದಲ್ಲಿ ಪ್ರಸಿದ್ಧವಿರುತ್ತದೆ.

ಬ್ರಿಟಿಷ ಸರಕಾರದ ಅಮಲು ಆದಂದಿನಿಂದ ಮಾರ್ಗಗಳು ಕ್ರಮ ಕ್ರಮವಾಗಿ ಕಟ್ಟಲ್ಪಟ್ಟು ಛಕಡಿಗಳು ನಡಿಯ ಹತ್ತಿದವು; ಟಪಾಲ ಆಫೀಸುಗಳುಂಟಾದವು; ತಂತಿ ಟಪಾಲು ನೆಲೆಗೊಂಡಿತು; ಸಮುದ್ರದಲ್ಲಿ ಹಡಗಗಳನ್ನು ಸುಲಿಯುತ್ತಿದ್ದ ಕಳ್ಳರು ನಿರ್ಮೂಲವಾದರು. ಆದ್ದರಿಂದ ನಾಲ್ಕೂ ಜಿಲ್ಲೆಗಳ ವೊಳದೇಶದ ವ್ಯಾಪಾರವೂ ಹೊರಗಿನ ವ್ಯಾಪಾರವೂ ಉತ್ತರೋತ್ತರವಾಗಿ ಬೆಳಿಯುತ್ತ ಬಂತು. ಈಗ ತೇಗು, ಶ್ರೀಗಂಧ, ಯಾಲಕ್ಕಿ, ಮೆಣಸು, ಅಡಿಕೆ, ಅಕ್ಕಿ, ಗೋಧಿ, ಕಡ್ಲೆ, ಅರಳೆ, ಮುಂತಾದ ಸರಕುಗಳು ಮುಂಬಯಿ, ರತ್ನಾಗಿರಿ, ಸಾತಾರೆ, ಪುಣೆ, ಸೊಲ್ಲಾಪುರ, ಬಾರ್ಶಿ, ಬಳ್ಳಾರಿ, ಮೈಸೂರು, ಮುಂತಾದ ಪರಸ್ಥಳಗಳಿಗೆ ಹೋಗುತ್ತವೆ. ಹೊರಗಿಂದ ವಿಲಾಯತಿಯ ವಸ್ತ್ರ ಮುಂತಾದ ಸರಕುಗಳು, ದೇಶೀ ವಸ್ತ್ರಗಳು, ಬೆಳ್ಳಿ, ಬಂಗಾರಗಳು, ತಾಮ್ರ ಹಿತ್ತಾಳಿಗಳ ಪಾತ್ರೆಗಳು, ಕಾಜಿನ ಬಳೆ, ಅರಗಿನ ಬಳೆ, ಕಬ್ಬಿಣದ ಸಾಮಾನು, ತಟ್ಟು, ಮುಂತಾದ ಸರಕುಗಳು ಈ ಶೀಮೆಗೆ ಬರುತ್ತವೆ.

ನಾಲ್ಕು ಜಿಲ್ಲೆಗಳಲ್ಲಿಯ ವ್ಯಾಪಾರದ ಮುಖ್ಯ ಗ್ರಾಮಗಳ ವಿವರ, ಉತ್ತರದಿಂದ ದಕ್ಷಿಣಕ್ಕೆ, ಹ್ಯಾಗಂದರೆ—

ಇಂಡೀ ತಾಲೂಕಿನಲ್ಲಿ ಇಂಡಿ, ತಂಬ, ಚಡಚಾಣ, ಹಲಸಂಗಿ, ಈ ಗ್ರಾಮಗಳಲ್ಲಿ ಸಂತೆಗಳಾಗುತ್ತವೆ. ವ್ಯಾಪಾರದ ಮುಖ್ಯ ಗ್ರಾಮಗಳಾದ ಇಂಡಿಯಲ್ಲಿಯೂ ತಂಬದಲ್ಲಿಯೂ ಕೂಡಿ ಸುಮಾರು ೩೦೦ ಜನ ವ್ಯಾಪಾರಸ್ಥರು, ೫೦೦೦ ದಿಂದ ೨ ಲಕ್ಷದ ವರೆಗೆ ಬಂಡವಲುಳ್ಳವರು ವಸ್ತ್ರ, ಅಕ್ಕಿ,

ವಿಜಾಪುರ ಜಿಲ್ಲೆ.

ಕಿರಾಣಿ, ತೆಂಗಿನ ಕಾಯಿ, ಮುಂತಾದವುಗಳನ್ನು ಹೊರಗಿಂದ ತರುವರು; ಜೋಳ, ಶೆಜ್ಜೆ, ಗೋಧಿ, ಕಡ್ಲೆ, ಅಗಸೆ, ಅರಳೆ, ಮುಂತಾದವುಗಳನ್ನು ಹೊರಗೆ ಕಳಿಸುವರು.

ಸಿಂದಗೀ ತಾಲೂಕಿನಲ್ಲಿ ಸಿಂದಗಿ, ಹಿಪ್ಪರಿಗಿ, ಭಟನೂರು, ಮೋರಟಗಿ, ಮಲಘಾಣ, ಆಲಮೇಲ, ಕೋವಾರ, ಗೋಲಗೇರಿ, ಈ ಗ್ರಾಮಗಳಲ್ಲಿ ಸಂತೆಗಳಾಗುತ್ತವೆ. ವ್ಯಾಪಾರದ ಮುಖ್ಯ ಗ್ರಾಮಗಳಾದ ಅಲಮೇಲಿ, ಹಿಪ್ಪರಿಗಿ, ಕಲಕೇರಿ, ಮೊರಟಗಿ, ಸಿಂದಗಿ, ಇವುಗಳಲ್ಲಿ ಕೂಡಿ ೫೦ ಜನ ವ್ಯಾಪಾರಸ್ಥರು ೫೦ರಿಂದ ೨೫೦೦೦ರ ವರೆಗೆ ಬಂಡವಲುಳ್ಳವರು ಖಣ, ರುಮಾಲ, ನೂಲು, ರೇಶಿಮೆ, ಉಪ್ಪು, ಮೆಣಸಿನ ಕಾಯಿ, ಕಿರಾಣಿ, ಕಬ್ಬಿಣ, ಮುಂತಾದವುಗಳನ್ನು ಹೊರಗೆ ಕಳಿಸುವರು; ಮೇಲೆ ಹೇಳಿದ ಧ್ಯಾನ್ಯಗಳನ್ನೂ ಹೊರಗೆ ಕಳಿಸುವರು.

ವಿಜಾಪುರ ತಾಲೂಕಿನಲ್ಲಿ ವಿಜಾಪುರ, ಕನ್ನೂರು, ಬಬ್ಲಾದ, ಮಮದಾಪುರ, ಶಿಂದಗಿ, ಈ ಗ್ರಾಮಗಳಲ್ಲಿ ಸಂತೆಗಳಾಗುವವು. ವಿಜಾಪುರ ವೊಂದೇ ವ್ಯಾಪಾರದ ಮುಖ್ಯ ಗ್ರಾಮ; ಇದರಲ್ಲಿ ೧೦೦೦ದಿಂದ ೩ ಲಕ್ಷ ವರೆಗೆ ಬಂಡವಲುಳ್ಳವರು ೨೫೦ ಜನ ವ್ಯಾಪಾರಸ್ಥರು ವಿಲಾಯತಿಯ ವಸ್ತ್ರ ಮುಂತಾದ ಸರಕುಗಳನ್ನು ಮುಂಬಯಿಯಿಂದ ತರುವರು; ದೇಶೀ ವಸ್ತ್ರ, ಉಪ್ಪು, ಮೆಣಸಿನ ಕಾಯಿ, ಕಿರಾಣಿ, ತೆಂಗಿನ ಕಾಯಿ, ಮುಂತಾದವುಗಳನ್ನು ಅಥಣಿ, ಬೆಳಗಾವಿ, ಸೊಲ್ಲಾಪುರ, ಹುಬ್ಬಳ್ಳಿ, ಮುಂತಾದ ಕಡೆಯಿಂದ ತರುವರು; ಧಾನ್ಯಗಳನ್ನೂ ಅರಳೆಯನ್ನೂ ಹೊರಗೆ ಕಳಿಸುವರು.

ಮುದ್ದೇಬಿಹಾಳ ತಾಲೂಕಿನಲ್ಲಿ ನಾಲತವಾಡ, ತಾಳೀಕೋಟೆ, ಹಿರೇಮುರಾಳ, ಮುದ್ದೇಬಿಹಾಳ, ಢವಳಗಿ, ತುಂಬಗಿ, ಈ ಗ್ರಾಮಗಳಲ್ಲಿ ಸಂತೆಗಳಾಗುವವು. ವ್ಯಾಪಾರದ ಮುಖ್ಯ ಗ್ರಾಮಗಳಾದ ಮುದ್ದೇಬಿಹಾಳ, ನಾಲತವಾಡ, ತಾಳೀಕೋಟೆ, ಇವುಗಳಲ್ಲಿ ಕೂಡಿ ೫೦೦೦ದಿಂದ ೨ ಲಕ್ಷದ ವರೆಗೆ ಬಂಡವಲುಳ್ಳ ೬೦ ಜನ ವ್ಯಾಪಾರಸ್ಥರು ವಿಲಾಯತೀ ದೇಶೀ ವಸ್ತ್ರಗಳು, ಅಕ್ಕಿ, ಬೆಲ್ಲ, ಸಕ್ಕರಿ, ಕಿರಾಣಿ, ಉಪ್ಪು, ಮುಂತಾದವುಗಳನ್ನು ಹೊರಗಿಂದ ತರುವರು; ಧಾನ್ಯ, ಅರಳೆಗಳನ್ನು ಹೊರಗೆ ಕಳಿಸುವರು.

ಬಾಗಲಕೋಟೆಯ ತಾಲೂಕಿನಲ್ಲಿ ಬಾಗಲಕೋಟೆ, ಕಲಾದಗಿ, ಮುಂತಾದ ಗ್ರಾಮಗಳಲ್ಲಿ ಸಂತೆಗಳಾಗುತ್ತವೆ. ಬಾಗಲಕೋಟೆ ವೊಂದೇ ವ್ಯಾಪಾರದ ಮುಖ್ಯ ಗ್ರಾಮವು. ಇದರಲ್ಲಿ ೫೦೦೦ದಿಂದ ೨ ಲಕ್ಷದ ವರೆಗೆ ಬಂಡವಲುಳ್ಳ ೨೫ ಜನ ವ್ಯಾಪಾರಸ್ಥರು ರೇಶಿಮೆ, ನೂಲು, ವಿಲಾಯತಿಯ ವಸ್ತ್ರ, ಬಂಗಾರ, ಬೆಳ್ಳಿ, ಮುತ್ತು, ನೀಲಿ, ಕುಸಂಬಿ, ಕಿರ್ಮಂಜಿ, ಕಿರಾಣಿ, ಹೊರಗಿಂದ ತರುತ್ತಾರೆ; ಧಾನ್ಯ, ಅರಳೆಗಳನ್ನು ಹೊರಗೆ ಕಳಿಸುತ್ತಾರೆ. ಬಾಗಲಕೋಟೆಯು ವಿಜಾಪುರ ಜಿಲ್ಲೆಯಲ್ಲಿ ಯೆಲ್ಲಕ್ಕೂ ದೊಡ್ಡ ಪೇಟೆ ಇರುತ್ತದೆ.

ಬಾದಾವೀ ತಾಲೂಕಿನಲ್ಲಿ ಬಾದಾವಿ, ಗೋವನಕೊಪ್ಪ, ಹೆಬ್ಬಾಳ, ಕೆರೂರು, ಗುಳೇದಗುಡ್ಡ, ನೀಲಗುಂದ, ಬೇಲೂರು, ಗಜೇಂದ್ರಗಡ, ಮುದಕವ್ವಿ, ಈ ಗ್ರಾಮಗಳಲ್ಲಿ ಸಂತೆಗಳಾಗುತ್ತವೆ. ಬೆಲೂರು, ಗಜೇಂದ್ರಗಡ, ಬಾದಾವಿ, ಗುಳೆದಗುಡ್ಡ, ಕೆರೂರು, ಈ ೫ ವ್ಯಾಪಾರದ ಮುಖ್ಯ ಗ್ರಾಮಗಳಲ್ಲಿ ಕೂಡಿ ೭೫ ಜನ ವ್ಯಾಪಾರಸ್ಥರು ೫೦೦೦ದಿಂದ

೨ ಲಕ್ಷದ ವರೆಗೆ ಬಂಡವಲುಳ್ಳವರು ರೇಶಿಮೆ, ನೂಲು, ವಸ್ತ್ರ, ನೀಲಿ, ಅಕ್ಕಿ, ಬೆಲ್ಲ, ಉಪ್ಪು, ಯೆಣ್ಣೆ, ಅಡಿಕೆ, ತೆಂಗಿನ ಕಾಯಿ, ಕಿರಾಣಿ, ಮುಂತಾದವುಗಳನ್ನು ಹೊರಗಿಂದ ತರುತ್ತಾರೆ; ಖಣ, ಖಾದಿ, ಶೀರೆ, ಧಾನ್ಯ, ಅರಳೆ, ಮುಂತಾದವುಗಳನ್ನು ಹೊರಗೆ ಕಳಿಸುತ್ತಾರೆ.

ಹುನಗುಂದ ತಾಲೂಕಿನಲ್ಲಿ ಕಂದಗಲ್ಲು, ಕರಡಿ, ಇಲಕಲ್ಲು, ಗುಡೂರು, ಹುನಗುಂದ, ಕಮತಿಗಿ, ಅಮೀನಗಡ, ಈ ಗ್ರಾಮಗಳಲ್ಲಿ ಸಂತೆಗಳಾಗುತ್ತವೆ. ಇಲಕಲ್ಲು, ಅಮೀನಗಡ, ಈ ಯೆರಡು ವ್ಯಾಪಾರದ ಮುಖ್ಯ ಗ್ರಾಮಗಳಲ್ಲಿ ಕೂಡಿ ೫೦೦೦ದಿಂದ ೧ ಲಕ್ಷ ೫೦ ಸಾವಿರದ ವರೆಗೆ ಬಂಡವಲುಳ್ಳ ೫೦೦ ಜನ ವ್ಯಾಪಾರಸ್ಥರು ವಿಲಾಯತಿಯ ವಸ್ತ್ರ, ನೂಲು, ರೇಶಿಮೆ, ನೀಲಿ, ಅಕ್ಕಿ, ಬೆಲ್ಲ, ಉಪ್ಪು, ಮೆಣಸಿನ ಕಾಯಿ, ಕಿರಾಣಿ, ತೆಂಗಿನ ಕಾಯಿ, ಯೆಣ್ಣೆ, ಮುಂತಾದವುಗಳನ್ನು ಹೊರಗಿಂದ ತರುತ್ತಾರೆ; ಅರಳೆಯನ್ನು ಹೊರಗೆ ಕಳಿಸುತ್ತಾರೆ.

ಬಾಗೇವಾಡೀ ತಾಲೂಕಿನಲ್ಲಿ ಬಾಗೇವಾಡಿ, ಕೊಲ್ಹಾರ, ಗೊಳಸಂಗಿ, ಉಕ್ಕಲಿ; ವಂದಲ, ಮನಗೋಳಿ, ನಿಡಗುಂದಿ, ಹೂವಿನ ಹಿಪ್ಪರಿಗಿ, ಈ ಗ್ರಾಮಗಳಲ್ಲಿ ಸಂತೆಗಳಾಗುತ್ತವೆ. ಈ ತಾಲೂಕಿನಲ್ಲಿ ವ್ಯಾಪಾರವು ಬಹಳ ನಡಿಯುವದಿಲ್ಲವಾದಾಗ್ಯೂ ಸುಮಾರು ೨೦೫ ಜನ ವ್ಯಾಪಾರಸ್ಥರು ೨೦೦ರಿಂದ ೫೦೦೦ದ ವರೆಗೆ ಬಂಡವಲುಳ್ಳವರು ವಸ್ತ್ರ, ಅಕ್ಕಿ, ಬೆಲ್ಲ, ಕಿರಾಣಿ, ಮುಂತಾದವುಗಳನ್ನು ಹೊರಗಿಂದ ತರುತ್ತಾರೆ; ಧಾನ್ಯ, ಅರಳೆಗಳನ್ನು ಹೊರಗೆ ಕಳಿಸುತ್ತಾರೆ.

ಬೆಳಗಾವಿ ಜಿಲ್ಲೆ.

ಬೆಳಗಾವೀ ತಾಲೂಕಿನಲ್ಲಿ ಬೆಳಗಾವಿ, ಬಾಗೇಶ್ವರಿ, ಪಾಟನಾ, ಈ ಗ್ರಾಮಗಳಲ್ಲಿ ಸಂತೆಗಳಾಗುತ್ತವೆ. ಬೆಳಗಾವಿಯೊಂದೇ ವ್ಯಾಪಾರದ ಮುಖ್ಯ ಗ್ರಾಮವು. ಇಲ್ಲಿ ೨೫೦ ಜನ ವ್ಯಾಪಾರಸ್ಥರು ೫೦೦೦ದಿಂದ ೨ ಲಕ್ಷದ ವರೆಗೆ ಬಂಡವಲುಳ್ಳವರು ಇಮಾರತಿಯ ಕಟ್ಟಿಗೆ, ವಿಲಾಯತಿಯ ವಸ್ತ್ರ ಮುಂತಾದ ಸರಕುಗಳು, ಕಬ್ಬಿಣದ ಸಾಮಾನು, ಪಾತ್ರೆಗಳು, ಉಪ್ಪು, ತೆಂಗಿನ ಕಾಯಿ, ಮುಂತಾದವುಗಳನ್ನು ಹೊರಗಿಂದ ತರುತ್ತಾರೆ; ಅಕ್ಕಿ ಮುಂತಾದ ಧಾನ್ಯ, ದೇಶೀ ವಸ್ತ್ರ, ಮುಂತಾದವುಗಳನ್ನು ಹೊರಗೆ ಕಳಿಸುತ್ತಾರೆ.

ಬೆಳಗಾವಿಯ ಹತ್ತರ ಸಾಂಗಲೀ ಸಂಸ್ಥಾನಕ್ಕೆ ಸೇರಿದ ಶಹಾಪುರದಲ್ಲಿ ಲಕ್ಷಾಧಿಪತಿಗಳು ಬಹು ಜನರುಂಟು. ಶಹಾಪುರದ ಪೇಟೆಯಲ್ಲಿ ಆ ಊರಲ್ಲಿ ಹುಟ್ಟಿದ ವಸ್ತ್ರಗಳು, ನಾಗಪುರ, ಪೈಠಣ, ಮುಂತಾದ ಕಡೆಯಲ್ಲಿಯ ಬೆಲೆಯುಳ್ಳ ವಸ್ತ್ರಗಳು, ತಾಮ್ರದ ಪಾತ್ರೆಗಳು, ಮತ್ತು ಬೆಳ್ಳಿ, ಬಂಗಾರ, ಇವುಗಳ ವ್ಯಾಪಾರವು ಬಹಳ ನಡಿಯುತ್ತವೆ.

ಸಂಪಗಾವಿಯ ತಾಲೂಕಿನಲ್ಲಿ ಸಂಪಗಾವಿ, ಬೈಲಹೊಂಗಲ, ಕಿತ್ತೂರು, ಈ ಗ್ರಾಮಗಳಲ್ಲಿ ಸಂತೆಗಳಾಗುತ್ತವೆ. ಬೈಲಹೊಂಗಲ ವೊಂದೇ ವ್ಯಾಪಾರದ ಮುಖ್ಯ ಗ್ರಾಮ. ಅಲ್ಲಿ ೫೦೦೦ದಿಂದ ೧ ಲಕ್ಷದ ವರೆಗೆ ಬಂಡವಲುಳ್ಳ ೩೦ ಜನ ಲಿಂಗವಂತ ವ್ಯಾಪಾರಸ್ಥರು ರೇಶಿಮೆ, ನೂಲು, ವಸ್ತ್ರ, ಖಣ, ಅಡಿಕೆ, ನೀಲಿ, ಇವುಗಳನ್ನು ಹೊರಗಿಂದ ತರುತ್ತಾರೆ; ಅರಳೆಯನ್ನು ಹೊರಗೆ ಕಳಿಸುತ್ತಾರೆ.

ಖಾನಾಪುರ ತಾಲೂಕಿನಲ್ಲಿ ಖಾನಾಪುರ, ನಂದಗಡ ಈ ಯೆರಡು ಗ್ರಾಮಗಳಲ್ಲಿ ಸಂತೆಗಳಾಗುತ್ತವೆ. ನಂದಗಡದಲ್ಲಿ ೫೦೦೦ದಿಂದ ೩ ಲಕ್ಷದ ವರೆಗೆ ಬಂಡವಲುಳ್ಳ ೩೦ ಜನ ವ್ಯಾಪಾರಸ್ಥರು ತೆಂಗು, ಆಡಿಕೆ, ಕೊಬ್ಬರೀ ಯೆಣ್ಣೆ, ಉಪ್ಪು, ಉತ್ತತ್ತಿ, ಮುಂತಾದವುಗಳನ್ನು ಹೊರಗಿಂದ ತರುತ್ತಾರೆ; ನಂದಗಡದಿಂದ ಹೊರಗೆ ಮಾಲು ಬಹುತರ ಹೋಗುವದಿಲ್ಲ.

ಪರಸಗಡ ತಾಲೂಕಿನಲ್ಲಿ ಸವದತ್ತಿ, ಮುರಗೋಡ, ಮುಂತಾದ ೫೦ ಗ್ರಾಮಗಳಲ್ಲಿ ಸಂತೆಗಳಾಗುತ್ತವೆ. ಸವದತ್ತಿ, ಮುರಗೋಡ, ಈ ಗ್ರಾಮಗಳಲ್ಲಿ ವ್ಯಾಪಾರವು ಬಹಳ ನಡಿಯುತ್ತದೆ.

ಇದರಂತೆ ಚಿಕ್ಕೋಡಿ, ಗೋಕಾವಿ, ಅಥಣಿ, ಈ ತಾಲೂಕುಗಳಲ್ಲಿಯೂ ಸಂತೆಗಳು ಬಹಳ ಗ್ರಾಮಗಳಲ್ಲಿ ಆಗುತ್ತವೆ. ಅಲ್ಪ ಸ್ವಲ್ಪ ಬಂಡವಲುಳ್ಳಂಥ ವ್ಯಾಪಾರಸ್ಥರು ಬಹಳ ಕಡೆಯಲ್ಲಿ ಇದ್ದಾರೆ. ಈ ಮೂರು ತಾಲೂಕುಗಳಲ್ಲಿ ಹೆಸರಾದ ವ್ಯಾಪಾರದ ಗ್ರಾಮಗಳನ್ನು ಮಾತ್ರ ಕೆಳಗೆ ವಿವರಿಸುತ್ತೇವೆ.

ಚಿಕ್ಕೋಡೀ ತಾಲೂಕಿನಲ್ಲಿ ನಿಪಾಣಿ, ಶಂಕೇಶ್ವರ, ಈ ಯೆರಡು ಮುಖ್ಯ ಗ್ರಾಮಗಳಲ್ಲಿ ಕೂಡಿ ೧೫೦ ಜನ ವ್ಯಾಪಾರಸ್ಥರು ೫೦೦೦ದಿಂದ ೭೫೦೦೦ದ ವರೆಗೆ ಬಂಡವಲುಳ್ಳವರು ಅಡಿಕೆ, ಕೊಬ್ಬರಿ, ಯಾಲಕ್ಕಿ, ಮೆಣಸು, ಉಪ್ಪು, ತೆಂಗಿನಕಾಯಿ, ಉತ್ತತ್ತಿ, ತಾಮ್ರದ ತಗಡು, ತಾಮ್ರ ಹಿತ್ತಾಳಿಗಳ ಪಾತ್ರೆಗಳು, ವಸ್ತ್ರ, ಕಾಚು, ಜಾಜೀಕಾಯಿ, ಪತ್ರಿ, ಲವಂಗ, ಇವುಗಳನ್ನು ಹೊರಗಿಂದ ತರುತ್ತಾರೆ; ಅರಳೆ, ಬೆಲ್ಲ, ತಂಬಾಕ, ಮೆಣಶಿನಕಾಯಿ, ನಾರು, ದೇಶೀ ವಸ್ತ್ರ, ಇವುಗಳನ್ನು ಹೊರಗೆ ಕಳಿಸುತ್ತಾರೆ.

ಗೋಕಾವಿಯಲ್ಲಿ ೩೦ ಜನ ವ್ಯಾಪಾರಸ್ಥರು ೧೦೦೦೦ದಿಂದ ೨ ಲಕ್ಷದ ವರೆಗೆ ಬಂಡವಲುಳ್ಳವರು ರೇಶಿಮೆ, ನೂಲು, ವಸ್ತ್ರ, ಖಣ, ಅಕ್ಕಿ, ಗಾಂಜೆ, ಮುಂತಾದವುಗಳನ್ನು ಹೊರಗಿಂದ ತರುತ್ತಾರೆ; ಶೀರೆ, ಅರಳೆ, ಧಾನ್ಯ, ಬಣ್ಣದ ಸಾಮಾನುಗಳು, ಇವುಗಳನ್ನು ಹೊರಗೆ ಕಳಿಸುತ್ತಾರೆ.

ಅಥಣಿಯಲ್ಲಿ ೭೫೦೦೦ದಿಂದ ೧ ಲಕ್ಷದ ವರೆಗೆ ಬಂಡವಲುಳ್ಳ ೩೦ ಜನ ವ್ಯಾಪಾರಸ್ಥರು ಸಕ್ಕರೆ, ಉತ್ತತ್ತಿ, ತಟ್ಟಿನ ಚೀಲು, ಉಪ್ಪು, ಇವುಗಳನ್ನು ಹೊರಗಿಂದ ತರುತ್ತಾರೆ; ಅರಳೆ, ಧಾನ್ಯ, ತುಪ್ಪ, ಇವುಗಳನ್ನು ಹೊರಗೆ ಕಳಿಸುತ್ತಾರೆ.

ಧಾರವಾಡ ಜಿಲ್ಲೆ.

ಧಾರವಾಡ ಜಿಲ್ಲೆಯಲ್ಲಿ ಧಾರವಾಡದಲ್ಲಿಯೂ ಹುಬ್ಬಳ್ಳಿಯಲ್ಲಿಯೂ ವೊಂದೊಂದು ವ್ಯಾಪಾರದ ಕಂಪನಿಗಳಿವೆ. ಧಾರವಾಡದ ಕಂಪನಿಯ ಬಂಡವಲು ಸುಮಾರು ೩೨೦೦೦ ಇರುತ್ತದೆ; ಹುಬ್ಬಳ್ಳಿಯ ಕಂಪನಿಯದು ೨೨೦೦೦ ಇರುತ್ತದೆ. ಈ ಯೆರಡೂ ಕಂಪನಿಗಳು ವಿಲಾಯತೀ ದೇಶೀ ವಸ್ತ್ರಗಳ ವ್ಯಾಪಾರ ಮಾಡುತ್ತವೆ. ಈ ಕಂಪನಿಗಳು ಭಾಗೀದಾರರಿಗೆ ವರ್ಷಕ್ಕೆ ಶೇಕಡಾ ೬ ರೂಪಾಯಿಯಂತೆ ಲಾಭವನ್ನು ಸರಾಸರೀ ಮಾನದಿಂದ ಕೊಡುತ್ತವೆ. ಆದರೆ ಆರಂಭದಲ್ಲಿ ವರ್ಷಕ್ಕೆ ಶೇಕಡಾ ೧೫ರಂತೆ ಸ್ವಲ್ಪ ದಿವಸ ದೊರಿಯುತ್ತಿತ್ತು.

ಧಾರವಾಡ ಜಿಲ್ಲೆಯಲ್ಲಿ ವ್ಯಾಪಾರದ ಮುಖ್ಯ ಗ್ರಾಮಗಳೆಂದರೆ ಪಡಮೂಲೆಗಳು ಹತ್ತು ಇರುತ್ತವೆ. ಅವುಗಳಲ್ಲಿ ಹುಬ್ಬಳ್ಳಿ, ಧಾರವಾಡ, ನವಲಗುಂದ, ಗದಗು, ರಾಣೀಬಿನ್ನೂರು, ಈ ಐದು ಗ್ರಾಮಗಳಲ್ಲಿ ಠೋಕ ಮಾರಾಟ, ಕಿರುಕುಳ ಮಾರಾಟ, ಈ ಯೆರಡೂ ಪ್ರಕಾರ ವ್ಯಾಪಾರ ನಡಿಯುತ್ತದೆ. ಇವುಗಳ ಹೊರ್ತು ಗದಗ ತಾಲೂಕಿನಲ್ಲಿ ಮುಂಡರಗಿ, ರಾಣೀಬಿನ್ನೂರು ತಾಲೂಕಿನಲ್ಲಿ ಬ್ಯಾಡಿಗಿ, ಕರ್ಜಗೀ ತಾಲೂಕಿನಲ್ಲ ಹಾವೇರಿ, ಬಂಕಾಪುರ ತಾಲೂಕಿನಲ್ಲಿ ಧುಂಡಸಿ, ನವಲಗುಂದ ತಾಲೂಕಿನಲ್ಲಿ ನರಗುಂದ, ಈ ಐದು ಗ್ರಾಮಗಳಲ್ಲಿ ಠೋಕ ಮಾರಾಟದ ವ್ಯವಹಾರ ಮಾತ್ರ ನಡಿಯುತ್ತದೆ. ಈ ಹತ್ತು ಪಡಮೂಲೆಗಳಲ್ಲಿ ಹುಬ್ಬಳ್ಳಿ, ಗದಗು, ಯೆಲ್ಲಕ್ಕೂ ಶ್ರೇಷ್ಠವಿರುತ್ತವೆ.

ಹುಬ್ಬಳ್ಳಿ.

ಬೆಳಗಾವಿಯಿಂದ ಪೆಂಗುರ್ಲೆಗೆ ಲೈನ ಮಾರ್ಗವಾಗುವ ಪೂರ್ವದಲ್ಲಿ ಈ ಕರ್ನಾಟಕ ಶೀಮೆಯಲ್ಲಿ ಹುಬ್ಬಳ್ಳಿಯು ಯೆಲ್ಲಕ್ಕೂ ಹೆಚ್ಚಿನ ಪೇಟೆಯನಿಸುತ್ತಿತ್ತು. ಈಗ ಬೆಳಗಾವಿಯ ತರುವಾಯ ಹುಬ್ಬಳ್ಳಿಯು ಯೆಣಿಸಲ್ಪಡುತ್ತದೆ. ಹುಬ್ಬಳ್ಳಿಯಲ್ಲಿ ಸುಮಾರು ೭೦೦ ಜನ ವ್ಯಾಪಾರಸ್ಥರುಂಟು. ಇವರಲ್ಲಿ ೩೦೦ ಜನರ ಬಂಡವಲು ೫೦೦೦ದಿಂದ ೧ ಲಕ್ಷದ ವರೆಗೆ ಇರುತ್ತದೆ. ಇವರು ಮುಂಬಯಿಯ ನೂಲು, ರೇಶಿಮೆ, ಕಸ್ತೂರಿ, ಕೇಶರ, ಚಿಮನೀ ಯೆಣ್ಣೆ, ಅರಿಶಿಣ ಬೇರು, ದೇಶೀ ವಿಲಾಯತೀ ವಸ್ತ್ರ, ಜೀರಿಗೆ, ತೆಂಗಿನ ಕಾಯಿ, ಕೊಬ್ಬರಿ, ಗಾಂಜಿ, ಸಕ್ಕರೆ, ಬೆಲ್ಲ, ಕಂಬಳಿ, ಮೆಣಶಿನಕಾಯಿ, ತಂಬಾಕ, ಅಡಿಕೆ, ಯಾಲಕ್ಕಿ, ಮೆಣಸು, ಮುಂತಾದವುಗಳನ್ನು ಹೊರಗಿಂದ ತರುತ್ತಾರೆ; ಅರಳೆ, ಕುಶಿಬೆ, ಶೀರೆ, ಖಣ ಮುಂತಾದ ದೇಶೀ ವಸ್ತ್ರ, ತಾಮ್ರ ಹಿತ್ತಾಳಿಗಳ ಪಾತ್ರೆಗಳು, ಹುಣಚೀ ಹಣ್ಣು, ಉಳ್ಳೇಗಡ್ಡೆ, ಬೆಳ್ಳುಳ್ಳಿ, ಮುಂತಾದವುಗಳನ್ನು ಹೊರಗೆ ಕಳಿಸುತ್ತಾರೆ.

ಗದಗು.

ಗದಗಿನಲ್ಲಿ ವೊಂಬತ್ತು ಜನ ಪ್ರಮುಖ ವ್ಯಾಪಾರಸ್ಥರು ೫೦೦೦ದಿಂದ ೨ ಲಕ್ಷದ ವರೆಗೆ ಬಂಡವಲುಳ್ಳವರು ವಿಲಾಯತಿಯ ವಸ್ತ್ರ, ನೂಲು, ರೇಶಿಮೆ, ಮುಂತಾದವುಗಳನ್ನು ಹೊರಗಿಂದ ತರುವರು; ಅರಳೆ, ದೇಶೀ ವಸ್ತ್ರ, ಮುಂತಾದವುಗಳನ್ನು ಪರಪೇಟೆಗೆ ಕಳಿಸುವರು.

ಬ್ಯಾಡಗಿ ಮುಂಡರಗಿ.

ಬ್ಯಾಡಗಿಯಲ್ಲಿ ಅಕ್ಕಿ, ಜೋಳ, ಗೋಧಿ, ತೊಗರಿ, ಬೆಲ್ಲ, ಸಕ್ಕರೆ, ಮೆಣಶಿನಕಾಯಿ, ಅಡಿಕೆ, ಕೊಬ್ಬರಿ, ತೆಂಗಿನಕಾಯಿ, ಮುಂತಾದ ಸರಕುಗಳು ಮೈಸೂರ ಶೀಮೆಯಿಂದಲೂ ಕಾನಡಾ ಜಿಲ್ಲೆಯಿಂದಲೂ ಬಂದು ಠೋಕ ಮಾರಾಟದಿಂದ ಪರಪೇಟೆಗಳಿಗೆ ಹೋಗುತ್ತವೆ. ಇದೇ ಮೇರೆಗೆ ಮುಂಡರಗಿಯಲ್ಲಿ ಬಳ್ಳಾರಿಯಿಂದಲೂ ನಿಜಾಮನ ರಾಜ್ಯದಿಂದಲೂ ಸದರೀ ಸರಕುಗಳು ಬಂದು, ಅಲ್ಲಿಂದ ಪರಪೇಟೆಗಳಿಗೆ ಹೋಗುತ್ತವೆ.

ಹಾವೇರಿಯಲ್ಲಿ ೧೦೦೦ದಿಂದ ೫೦೦೦೦ದ ವರೆಗೆ ಬಂಡವಲುಳ್ಳ ೨೫ ಜನ ವ್ಯಾಪಾರಸ್ಥರು ಮುಖ್ಯವಾಗಿ ಕಾನಡಾ ಜಿಲ್ಲೆಯಿಂದಲೂ ಮೈಸೂರು ಶೀಮೆಯಿಂದಲೂ ಬರುವ ಯಾಲಕ್ಕಿ, ಅಡಿಕೆ, ಮೆಣಸುಗಳನ್ನು ಕೊಂಡು ದೂರ ದೂರದ ವ್ಯಾಪಾರಸ್ಥರಿಗೆ ಮಾರುತ್ತಾರೆ.

ಹಾವೇರಿಯಲ್ಲಿ ಸೌಳು ನೀರಿನದೊಂದು ಬಾವಿಯುಂಟು. ಅದರ ನೀರೊಳಗೆ ಶೀಗೀಕಾಯಿ, ಅಂಟಾಳ ಕಾಯಿಗಳನ್ನು ಹಾಕಿ ಅದರಿಂದ ಯಾಲಕ್ಕಿಗಳನ್ನು ತೊಳಿದು, ಆ ಮೇಲೆ ಸ್ವಚ್ಛ ನೀರಿನಿಂದ ತೊಳಿದು ವೊಣಗಿಸುತ್ತಾರೆ. ಅದರಿಂದ ಯಾಲಕ್ಕಿಗಳು ಉಬ್ಬಿ ಬೆಳ್ಳಗಾಗುತ್ತವೆ. ಅಡಿಕೆಯ ವ್ಯಾಪಾರವು ಹಾವೇರಿಯಲ್ಲಿ ವರ್ಷಕ್ಕೆ ಸುಮಾರು ೧೨೦೦೦೦ ರೂಪಾಯಿಯ ವರೆಗೆ ಆಗುತ್ತದೆ. ಅಡಿಕೆಯಲ್ಲಿ ಚಿಕಣೀ ಉತ್ತಮ, ಮಧ್ಯಮ, ಬರಡೀ ಉತ್ತಮ, ಮಧ್ಯಮ, ಈ ಪ್ರಕಾರ ನಾಲ್ಕು ಬೇರೆ ಬೇರೆ ಪ್ರಕಾರಗಳನ್ನು ವಿಂಗಡಿಸಿ, ಬೇರೆ ಬೇರೆ ದರದಿಂದ ಮಾರುವರು. ಇದಲ್ಲದೆ ೫ ಪ್ರಕಾರದ ಕೊರಿದ ಅಡಿಕೆಯ ಮಾರಾಟವಾಗುತ್ತದೆ. ಕೇಶರದಂತೆ ಬಹು ಜಿಣುಗಾಗಿ ಕೊರಿದ ಚಿಕಣೀ ಚೂರುಗಳಿಗೆ ಕೇಶರೀ ಚೂರೆನ್ನುವರು; ಕಡ್ಡಿಯಂತೆ ಸ್ವಲ್ಪ ದಪ್ಪಾಗಿ ಕೊರಿದ ಚೂರುಗಳಿಗೆ ಕಡ್ಡೀ ಚೂರೆನ್ನುವರು; ಲವಂಗದಷ್ಟು ದಪ್ಪಾಗಿ ಕೊರಿದ ಚೂರುಗಳಿಗೆ ಲವಂಗ ಚೂರೆನ್ನುವರು; ತೆಳ್ಳಗಿನ ಹಲಿಪೆಗಳಾಗಿ ಕೊರಿದ ಚೂರುಗಳಿಗೆ ನರೇಗಲ್ಲ ಅಡಿಕೆಯನ್ನುವರು; ಒಂದು ಬರಡೀ ಅಡಿಕೆಯೊಳಗೆ ಯೆರಡು ಹೋಳುಗಳಾಗಿ ಕೊರಿದ ಚೂರುಗಳಿಗೆ ಬಟ್ಟಲ ಚೂರುಗಳೆಂದೆನ್ನುವರು. ಮೆಣಸಿನ ವ್ಯಾಪಾರವು ಸುಮಾರು ೪೦೦ ಪೌಂಡಿನ ವರೆಗೆ ಸಂತೆಯ ದಿವಸ ಆಗುತ್ತದೆ.

ಧುಂಡಸಿ. ಧುಂಡಸಿಯಲ್ಲಿ ಸುಮಾರು ೨೫೦ ಜನ ವ್ಯಾಪಾರಸ್ಥರು ೧೦೦೦ದಿಂದ ೫೦೦೦೦ದ ವರೆಗೆ ಬಂಡವಲುಳ್ಳವರು ತೆಂಗಿನ ಕಾಯಿ, ಅಡಿಕೆ, ಕೊಬ್ಬರಿ, ಬೆಲ್ಲ, ಸಕ್ಕರಿ, ಮೆಣಸು, ಉಪ್ಪು, ಯೆಣ್ಣೆ, ತಂಬಾಕ, ಮುಂತಾದವುಗಳನ್ನು ಕೊಂಡು ಪರ ಪೇಟೆಗಳಿಗೆ ಕಳಿಸುತ್ತಾರೆ.

ನರಗುಂದ. ಸನ್ ೧೮೫೭ರಲ್ಲಿ ನರಗುಂದದ ಸಂಸ್ಥಾನಿಕನು ಬಂಡಾಯ ಮಾಡುವ ವರೆಗೆ ನರಗುಂದವು ಈ ಜಿಲ್ಲೆಯಲ್ಲಿ ೧ನೇ ಪ್ರತಿಯ ಪಡಮೂಲೆ ಯೆನಿಸುತ್ತಿತ್ತು. ಆ ವರ್ಷದಿಂದಿತ್ತ ಈ ಪೇಟೆಯ ವ್ಯಾಪಾರವು ಬಹಳ ಹಿಮ್ಮೆಟ್ಟಿತು. ಆದರೂ ಇನ್ನೂ ಲೋಕ ಮಾರಾಟದ ವ್ಯಾಪಾರವು ತಕ್ಕಮಟ್ಟಿಗೆ ನಡಿಯುತ್ತದೆ.

ಸಂತೆಗಳು. ಹಿಂದೆ ಹೇಳಿದ ೧೦ ಪಡಮೂಲೆಗಳಲ್ಲಿ ಅಲ್ಲದೆ ಮಾಮಲೇದಾರರ ಕಚೇರಿ, ಮುನಸೀಪರ ಕಚೇರಿ ಇರುವ ಗ್ರಾಮಗಳಲ್ಲಿಯೂ, ಪರಗಣೆ, ಮಹಾಲು, ತರಫ, ಕರ್ಯಾತ, ಯೆಂಬ ಬುನಾದಿಯ ವಿಭಾಗಗಳ ಮುಖ್ಯ ಗ್ರಾಮಗಳಲ್ಲಿಯೂ ವಾರ ವಾರಕ್ಕೆ ಸಂತೆಯಾಗುತ್ತದೆ. ಈ ಸಂತೆಗಳಲ್ಲಿ ೧೦೦೦ದಿಂದ ೧೦೦೦೦ದ ವರೆಗೆ ಜನ ಕೂಡುತ್ತದೆ.

ಕಾನಡಾ. ಕಾನಡಾ ಜಿಲ್ಲೆಯ ಸಮುದ್ರತೀರದಲ್ಲಿ ವ್ಯಾಪಾರದ ಮುಖ್ಯ ಸ್ಥಳಗಳು — ಕಾರವಾಡ ತಾಲೂಕಿನಲ್ಲಿ ಕಾರವಾಡ, ಸದಾಶಿವಗಡ, ಚಂಡಿಯಾ, ಬಿಂಘೆ; ಅಂಕೋಲಾ ತಾಲೂಕಿನಲ್ಲಿ ಅಂಕೋಲಾ, ಬೆಲೀಕೇರಿ, ಗಂಗಾವಳಿ; ಕುಮಟಾ ತಾಲೂಕಿನಲ್ಲಿ ಕುಮಟಾ, ತದಡಿ, ಗೋಕರ್ಣ; ಹೊನ್ನಾವರ

41

ತಾಲೂಕಿನಲ್ಲಿ ಹೊನ್ನಾವರ, ಮಂಕಿ, ಮುರಡೇಶ್ವರ, ಶಿರಾಳಿ, ಭಟಕಳ. ಘಟ್ಟದ ಮೇಲೆ ವ್ಯಾಪಾರದ ಮುಖ್ಯ ಸಳಗಳು — ಸುಪೆ ತಾಲೂಕಿನಲ್ಲಿ ಯಲ್ಲಾಪುರ, ಮುಂಡಗೋಡ, ಮಳಿಗಿ, ಪಾಳೆ; ಸಿರಶೀ ತಾಲೂಕಿನಲ್ಲಿ ಸಿರಶಿ, ಬನವಾಸಿ, ಸ್ವಾದೆ; ಸಿದ್ದಾಪುರ ತಾಲೂಕಿನಲ್ಲಿ ಸಿದ್ದಾಪುರ, ಗೆರಸಪ್ಪೆ, ಬೀಳಗಿ. ಘಟ್ಟದ ಕೆಳಗೆ ಕೊಂಕಣಿಗರು, ಸಾಷ್ಟೀಕರರು, ಗುಜ್ಜರು ಮುಖ್ಯ ವ್ಯಾಪಾರಸ್ಥತೆನಿಸುತ್ತಾರೆ. ಘಟ್ಟದ ಮೇಲೆ ಲಿಂಗವಂತರೇ ಪ್ರಮುಖರಾಗಿದ್ದಾರೆ.

ಜಾತ್ರೆಗಳು.

ಜಾತ್ರೆಗಳು. — ವಿಜಾಪುರ ಜಿಲ್ಲೆಯಲ್ಲಿ ಸಣ್ಣ ದೊಡ್ಡ ಜಾತ್ರೆಗಳೆಲ್ಲ ಕೂಡಿ ೪೦ ಜಾತ್ರೆಗಳಾಗುತ್ತವೆ. ಇವುಗಳಲ್ಲಿ ೧೦೦೦ದಿಂದ ೫೦೦೦೦ದ ವರೆಗೆ ಜನ ಕೂಡುತ್ತವೆ; ೫೦ ರೂಪಾಯಿಯಿಂದ ೧ ಲಕ್ಷ ರೂಪಾಯಿಯ ವರೆಗೆ ವ್ಯಾಪಾರವಾಗುತ್ತದೆ. ನಿಂಬರಿಗಿ, ಹಿಪ್ಪರಿಗಿ, ಚೊಳಚ ಗುಡ್ಡ, ಗಜೇಂದ್ರಗಡ, ಸಂಗಮ, ಇಲಕಲ್ಲು, ಈ ಗ್ರಾಮಗಳಲ್ಲಿ ಆಗುವ ಜಾತ್ರೆಗಳು ಮುಖ್ಯವೆಂದು ಹೇಳ ಬಹುದು. ಇಲಕಲ್ಲಿನ ಜಾತ್ರೆಯಲ್ಲಿ ೫೦೦೦೦ ಜನ ಕೂಡುತ್ತದೆ; ಸಂಗಮದ ಜಾತ್ರೆಯಲ್ಲಿ ೬೦೦೦೦ ಜನ ಕೂಡುತ್ತದೆ.

ಬೆಳಗಾವೀ ಜಿಲ್ಲೆಯಲ್ಲಿ ವೊಟ್ಟಗೆ ೯ ಜಾತ್ರೆಗಳಾಗುತ್ತವೆ; ಅವುಗಳಲ್ಲಿ ೨೫೦೦ರಿಂದ ೬೦೦೦೦ದ ವರೆಗೆ ಜನ ಕೂಡಿ, ೨೦೦೦ದಿಂದ ೩೫೦೦೦ದ ವರೆಗೆ ವ್ಯಾಪಾರವಾಗುತ್ತದೆ. ಮುಖ್ಯ ಜಾತ್ರೆಗಳು — ಯೆಡೂರಲ್ಲಿ ವೀರಭದ್ರನ ಜಾತ್ರೆ ೧೦೦೦೦ ಜನ; ಶಂಕೇಶ್ವರದಲ್ಲಿ ಶಂಕರಲಿಂಗನ ಜಾತ್ರೆ ೨೫೦೦೦ ಜನ; ಉಗರಗೋಳ್ಳದಲ್ಲಿ ಯೆಲ್ಲಮ್ಮನ ಜಾತ್ರೆ ೬೦೦೦೦ ಜನ.

ಧಾರವಾಡ ಜಿಲ್ಲೆಯಲ್ಲಿ ಸಣ್ಣ ಪುಟ್ಟ ಜಾತ್ರೆಗಳು ಬಹಳ ಕಡೆಯಲ್ಲಿ ಆಗುತ್ತವೆ; ಯೆಲ್ಲಕ್ಕೂ ದೊಡ್ಡ ಜಾತ್ರೆಗಳು ಯಮನೂರು, ಗುಡ್ಡ ಗುಡ್ಡಾಪುರ, ಹುಲಗೂರು, ಈ ಮೂರು ಕಡೆಯಲ್ಲಿ ಆಗುತ್ತವೆ. ನವಲಗುಂದ ತಾಲೂಕಿಗೆ ಶೇರಿದ ಯಮನೂರಲ್ಲಿ ಇರುವ ಪೀರನ ಜಾತ್ರೆಯು ಮಾರ್ಚ ತಿಂಗಳಲ್ಲಿ ಆಗುತ್ತದೆ. ಈ ಜಾತ್ರೆಯು ನಾಲ್ಕು ದಿವಸಗಳಲ್ಲಿ ೫೦೦೦೦ ಜನ ಕೂಡಿ ಸುಮಾರು ೨೦೦೦ ರೂಪಾಯಿಯ ವ್ಯಾಪಾರವಾಗುತ್ತದೆ. ಗುಡ್ಡ ಗುಡ್ಡಾಪುರದಲ್ಲಿ ಮಲ್ಲಾರಿಯ ಜಾತ್ರೆಯು ನಾಲ್ಕು ದಿವಸವಾಗುತ್ತದೆ; ಅದರಲ್ಲಿ ಸುಮಾರು ೧೨೦೦೦೦ ಜನ ಕೂಡಿ ೮೦೦ ರೂಪಾಯಿಯ ವ್ಯಾಪಾರವಾಗುತ್ತದೆ. ಹುಲಗೂರಿನ ಪೀರನ ಜಾತ್ರೆಗೆ ಮೊದಲು (ಸನ್ನ ೧೮೬೨ರ ಪೂರ್ವದಲ್ಲಿ) ಸವಣೂರ ನಬಾಬನು ಹೋಗುತ್ತಿದ್ದಾಗ ಜಾತ್ರೆಯು ಪೊಳಿತಾಗಿ ಆಗುತ್ತಿತ್ತು; ಆದರೆ ಈಗ ಅದರ ಭರತಿಯು ಮೊದಲಿನಷ್ಟು ಇರುವದಿಲ್ಲ.

ಕಾನಡಾ ಜಿಲ್ಲೆಯಲ್ಲಿ ಗೋಕರ್ಣ, ಸಿರಶಿ, ಉಳವಿ, ಈ ಮೂರು ಕಡೆಯಲ್ಲಿ ದೊಡ್ಡ ಜಾತ್ರೆಗಳಾಗುತ್ತವೆ. ಗೋಕರ್ಣದಲ್ಲಿ ಶಿವರಾತ್ರಿಯಲ್ಲಿಯೂ ಕಾರ್ತಿಕ ಮಾಸವಲ್ಲಿಯೂ ಮಹಾಬಳೇಶ್ವರನ ಜಾತ್ರೆಗಳಾಗುತ್ತವೆ. ಶಿವರಾತ್ರಿಯ ಜಾತ್ರೆಯಲ್ಲಿ ಸುಮಾರು ೩೫೦೦೦ ಜನ ಕೂಡಿ ೨೫೦೦೦ ರೂಪಾಯಿಯ ವ್ಯಾಪಾರವಾಗುತ್ತದೆ; ಕಾರ್ತಿಕದ ಜಾತ್ರೆಯಲ್ಲಿ

ಸುಮಾರು ೫೦೦೦ ಜನ ಕೂಡುವರು. ಸಿರಸಿಯಲ್ಲಿ ಮರಿಯಮ್ಮನ ಜಾತ್ರೆಯು ಯೆರಡು ವರ್ಷಕ್ಕೊಮ್ಮೆ ಮಾಘ ಮಾಸದ ಸುಮಾರಿನಲ್ಲಿ ಆಗುತ್ತದೆ; ಇದರಲ್ಲಿ ೧೨೦೦೦ ಜನ ಕೂಡಿ ೧೦೦೦೦ ರೂಪಾಯಿಯ ವ್ಯಾಪಾರವಾಗುತ್ತದೆ. ಉಳವಿಯಲ್ಲಿ ಶಿವನ ಜಾತ್ರೆಯು ಮಾಘ ಮಾಸದಲ್ಲಿ ಆಗುತ್ತದೆ. ಇದರಲ್ಲಿ ೫೦೦೦ ಜನ ಕೂಡಿ ಸುಮಾರು ೩೦೦೦ ರೂಪಾಯಿಯ ವ್ಯಾಪಾರವಾಗುತ್ತದೆ.

ಕಾನಡಾ ಜಿಲ್ಲೆಯಲ್ಲಿ ಹಡಗ ಡೋಣಿಗಳಿಂದಾಗುವ ವ್ಯಾಪಾರವು.—ಬ್ರಿಟಿಶ ಇಂಡಿಯಾ ಸ್ಟೀಮನಾವಿಗೇಶನ್ ಕಂಪನಿಯವರ ಹೊಗೆ ಹಡಗಗಳು ವಾರಕ್ಕೊಮ್ಮೆ ಕಾರವಾಡಕ್ಕೆ ಬರುತ್ತವೆ; ಮಳೆ ಇಲ್ಲದಾಗ ಈ ಹಡಗಗಳು ಕುಮಟೆಯ ಬಂದರಕ್ಕೂ ಬರುತ್ತವೆ. ಈ ಹಡಗಗಳು ಮುಂಬಯಿಯಿಂದ ವಿಲಾಯತಿಯ ಸಾಮಾನುಗಳು, ವಸ್ತ್ರಗಳು, ಮುಂತಾದವುಗಳನ್ನು ತಂದು ಕಾರವಾಡದಲ್ಲಿ ಇಳಿಸಿ ತಿರಿಗಿ ಹೋಗುವಾಗ ಅರಳೆ, ತೊಲಿಗಳು, ಯಾಲಕ್ಕಿ, ಅಡಿಕೆ, ಮೆಣಸು, ಮುಂತಾದ ಕಾನಡಾ ಜಿಲ್ಲೆಯಲ್ಲಿ ಹುಟ್ಟುವ ಸರಕುಗಳನ್ನೂ ಬೇರೆ ಜಿಲ್ಲೆಗಳಿಂದ ಕಾರವಾಡಕ್ಕೆ ಹೋಗುವ ಸರಕುಗಳನ್ನೂ ವೊಯ್ಯುತ್ತವೆ. ಮುಂಬಯಿಯಿಂದ ಬರುವ ಸರಕುಗಳು ಕಾನಡಾ ಜಿಲ್ಲೆಯಲ್ಲಿ ವೆಚ್ಚವಾಗುವದಲ್ಲದೆ ಛಕಡಿಗಳ ಮೇಲೆ ಹೇರಿ ಧಾರವಾಡ ಮುಂತಾದ ಕಡೆಗೆ ಹೋಗುತ್ತವೆ.

ಅರಬಸ್ತಾನದಿಂದ ಪಟದ ಹಡಗಗಳು ಆಗಟಂಬರಿನಿಂದ ಮೇ ವರೆಗೆ ಕಾರವಾಡಕ್ಕೂ ಕುಮಟೆಗೂ ಬರುತ್ತವೆ. ಈ ಹಡಗಗಳಲ್ಲಿ ಅರಬಸ್ತಾನದಿಂದ ಉತ್ತತ್ತಿ, ಖಜೂರ, ಡಾಳಿಂಬ, ಬದಾಮು, ರಾಳ, ಮಿಠಾಯಿ, ಮನೂಕ, ಪಿಸ್ತೆ, ಮುಂತಾದ ಸರಕುಗಳು ಬರುತ್ತವೆ; ಅಕ್ಕಿ, ತೊಲೆಗಳು, ಮುಂತಾದ ಸರಕುಗಳು ಅರಬಸ್ತಾನಕ್ಕೆ ಹೋಗುತ್ತವೆ.

ಕಾರವಾಡ, ಸದಾಶಿವಗಡ, ಅಂಕೋಲಾ, ಕುಮಟಾ, ಮುಂತಾದ ಸಮುದ್ರತೀರದ ಗ್ರಾಮಗಳಲ್ಲಿ ಸಣ್ಣ ದೊಡ್ಡ ನಾವೆಗಳನ್ನು ಕಟ್ಟುವರು. ಅವುಗಳ ಆಕಾರ, ವಿಸ್ತಾರಗಳ ಮಾನದಿಂದ ಅವುಗಳಿಗೆ ಬೇರೆ ಬೇರೆ ಹೆಸರುಗಳಿರುತ್ತವೆ. ಎಲ್ಲಕ್ಕೂ ದೊಡ್ಡ ನಾವೆಗೆ ಫತ್ತೆಮಾರಿ ಯೆಂಬೆನ್ನುವರು. ಫತ್ತೇಮಾರಿಯಲ್ಲಿ ೧೫ರಿಂದ ೫೦ ಟನ್ನಿನ ವರೆಗೆ ಮಾಲು ಹೇರುವರು. ಫತ್ತೇಮಾರಿಯು ವಿಸ್ತಾರವಿದ್ದಂತೆ ಅದನ್ನು ಕಟ್ಟಿಸಲಿಕ್ಕೆ ೧೬೦೦ರಿಂದ ೪೦೦೦ ರೂಪಾಯಿಯ ವರೆಗೆ ವೆಚ್ಚವಾಗುವದು. ಫತ್ತೇಮಾರಿಗಳು ಪಟಗಳಿಂದ ನಡಿಯುತ್ತವೆ; ಇವು ಸಮುದ್ರವೊಳಗೆ ದಂಡೆಯ ಬಿಟ್ಟು ಹತ್ತೆಂಟು ಮೈಲು ದೂರ ಹೋಗುತ್ತವೆ. ಫತ್ತೆಮಾರಿಗಳು ಉತ್ತರಕ್ಕೆ ವೆಂಗುರ್ಲೆಯ ವರೆಗೂ ದಕ್ಷಿಣಕ್ಕೆ ಕಾಲಿಕತ್ತದ ವರೆಗೂ ಸರಕುಗಳನ್ನು ವೊಯ್ದು ಅತ್ತಕಡೆಯಿಂದ ಹೊಸ ಸರಕುಗಳನ್ನು ತರುವವು. ಫತ್ತೇಮಾರಿಗಿಂತ ಸಣ್ಣ ಆಕಾರದ ನಾವೆಗಳಿಗೆ ಮಚವಾ, ಪಡಾವ, ಗಲಬತ, ಮಹಾಂಗಿರಿ, ಯೆಂಬ ಹೆಸರುಗಳುಂಟು. ಇವುಗಳಲ್ಲಿ ೫ರಿಂದ ೩೦ ಟನ್ನಿನ ವರೆಗೆ ಭಾರ ಹೇರುವರು. ಇವು ದಂಡೆಯ ಬಿಟ್ಟು ಸಮುದ್ರದೊಳಗೆ ಆರೇಳು ಮೈಲಿನ ವರಿಗೆ ಹೋಗುತ್ತವೆ. ಇವಾದರೂ ವ್ಯಾಪಾರದ ಸಲುವಾಗಿ ಫತ್ತೇಮಾರಿಗಳಷ್ಟು ದೂರದ ಪ್ರವಾಸ ಮಾಡುತ್ತವೆ.

೨೦*

ಇವುಗಳನ್ನು ಕಟ್ಟಿಸುವ ವೆಚ್ಚವು ೪೦೦ರಿಂದ ೧೦೦೦ ರೂಪಾಯಿಯ ವರೆಗೆ ಬೀಳುತ್ತದೆ. ಫತ್ತೇಮಾರಿಗಿಂತ ಮಚವಾ ಅಥವಾ ಪಡಾವವು ಹಗುರಿರುತ್ತದೆ; ಅದಕ್ಕೆ ವೆಚ್ಚ ಕಡಿಮೆ ಬೀಳುತ್ತದೆ; ಅದನ್ನು ನಡಿಸಲಿಕ್ಕೆ ಮನುಷ್ಯರೂ ಕಡಿಮೆ ಬೇಕಾಗುತ್ತಾರೆ; ಆದ್ದರಿಂದ ಈ ಮಧ್ಯಮ ಪ್ರತಿಯ ನಾವೆಗಳನ್ನೇ ಬಹು ಜನರು ಮಾಡಿಸುವರು. ಡೋಣಿಗಳು ಮಚವಾ ಪಡಾವಳಿಗಿಂದ ಬಹಳ ಸಣ್ಣವಿರುತ್ತವೆ. ಅವುಗಳಿಗೆ "ಉಲಂಡಿ" ಯೆಂಬ ತೋಲು ಹಿಡಿಯುವ ಕೊರಡನ್ನು ವೊಂದು ಬದಿಗೆ ಕಟ್ಟಿ ನೀರೊಳಗೆ ಹಾಕುವರು. ಇವು ಸಮುದ್ರದೊಳಗೆ ಬಹಳ ದೂರ ಹೋಗುವದಿಲ್ಲ, ದೂರದ ಪ್ರವಾಸವನ್ನೂ ಮಾಡುವದಿಲ್ಲ. ಮುಖ್ಯವಾಗಿ ಮೀನು ಹಿಡಿಯುವ ಕೆಲಸಕ್ಕೆ ಇವುಗಳನ್ನು ಉಪಯೋಗಿಸುವರು.

೩ನೇ ಪ್ರಕರಣ.

ಶಿಲ್ಪಗಳೂ ಕೈಗಾರಿಕೆಗಳೂ.

ಎಲ್ಲ ಜನರಿಗೆ ಬೇಕಾಗುವಂಥ ಪದಾರ್ಥಗಳನ್ನು ಮಾಡುವ ಕೈಕೆಲಸದ ಜನರು ಪಟ್ಟಣಗಳಲ್ಲಿಯೂ ಪೊಡ್ಡ ಹಳ್ಳಿಗಳಲ್ಲಿಯೂ ಸಹ ಇರುತ್ತಾರೆ. ಇಂಥಾ ಜನರೆಂದರೆ ಸೊನ್ನಗಾರರು, ಉಪ್ಪಾರರು, ಬಡಿಗಿಗಳು, ಕಮ್ಮಾರರು, ಕುಂಬಾರರು, ಗಾಣಿಗರು, ಕಲಯಿಗಾರರು, ಸಮ್ಮಗಾರರು, ಢೋರರು, ಇತ್ಯಾದಿ. ಸೊನ್ನಗಾರಿಕೆಯ ಕೆಲಸ ಮಾಡುವವರು ಪಂಚಾಳರೇ ಮುಖ್ಯ. ಧಾರವಾಡ ಜಿಲ್ಲೆಯ ಸೊನ್ನಗಾರರ ಕೈಕೆಲಸವು ಶ್ರೇಷ್ಠವೆನಿಸುತ್ತದೆ. ಉಪ್ಪಾರರ ಕೆಲಸವನ್ನು ಹಲವು ಜಾತಿಗಳ ಜನರು ಮಾಡುತ್ತಾರೆ; ಇಂಥವರೇ ಶ್ರೇಷ್ಠರೆಂದು ಹೇಳಲಿಕ್ಕೆ ಬರುವ ಹಾಗಿಲ್ಲ. ವಾಡಿಕೆಯಾಗಿ ಕರೆಕಲ್ಲಿನ ಮನೆಗಳನ್ನು ಕಟ್ಟುವವರು ಹೆಚ್ಚು ಕುಶಲರಿರುತ್ತಾರೆ. ಬಡಿಗಿತನದ ಕೆಲಸವನ್ನು ಸಹ ಹಲವು ಜಾತಿಗಳ ಜನರು ಮಾಡುತ್ತಿದ್ದಾಗ್ಯೂ ಪಂಚಾಳರೇ ಶ್ರೇಷ್ಠರೆನಿಸಿ ಕೊಳ್ಳುತ್ತಾರೆ; ಬಡಿಗಿತನವು ಅವರ ಕುಲ ಪರಂಪರಾಗತವಾದ ಹೋರೆ. ಚಿತ್ರ ಕೊರಿಯುವ ಕೆಲಸದಲ್ಲಿ ಧಾರವಾಡ ಜಿಲ್ಲೆಯ ಬಡಿಗಿಗಳು ಶ್ರೇಷ್ಠರೆನಿಸುತ್ತಾರೆ. ಆದರೆ ಜೋಡಗಿರಿಯ ಕೆಲಸದಲ್ಲಿಯೂ ಮಾಪಿನ ಕೆಲಸದಲ್ಲಿಯೂ ಕೊಂಕಣದ ಬಡಿಗಿಗಳು ಮೇಲಾದವರು. ಕುಂಬಾರರು ಬಹುತರ ಯೆಲ್ಲ ಕಡೆಯಲ್ಲಿ ಲಿಂಗವಂತರೇ ಇದ್ದಾರೆ. ವಿಜಾಪುರದ ಕುಂಬಾರರು ಕುಶಲರಿದ್ದಾರೆಂದು ಹೇಳುತ್ತಾರೆ. ಜಾನಾಪುರದ ಕುಂಬಾರರು ತಿಳುವಾದ ಬಿಳೆ ಗಡಿಗೆಗಳನ್ನು ಸರಸಾಗಿ ಮಾಡುತ್ತಾರೆ. ಕಮ್ಮಾರಿಕೆಯ ಕೆಲಸವನ್ನಾದರೂ ಹಲವು ಜಾತಿಗಳ ಜನರು ಮಾಡುತ್ತಿದ್ದಾಗ್ಯೂ, ಅದು ಪಂಚಾಳರ ಕುಲದ ಹೋರೆಯು; ಈ ಕೆಲಸದಲ್ಲಿಯೂ ಕೊಂಕಣದವರೇ ಹೆಸರಾಗಿದ್ದಾರೆ. ಗಾಣಿಗರು ಯೆಲ್ಲ ಕಡೆಯಲ್ಲಿ ಲಿಂಗವಂತರೇ ಇದ್ದಾರೆ. ಬೆಳಗಾವಿಯ ಗಾಣಿಗರು ಹೆಚ್ಚು ಸುಖಿಯಾಗಿದ್ದಾರೆ. ಕಲಯಿಗಾರರು ಯೆಲ್ಲ ಕಡೆಯಲ್ಲಿ ಮುಸಲ್ಮಾನರೇ ಇದ್ದಾರೆ. ಮುಸಲ್ಮಾನರ ವಸ್ತಿಯು ಬಹಳ ಇದ್ದಲ್ಲಿ ಕಲಯಿಗಾರರು ಬಹುತರ ಇರುತ್ತಾರೆ. ಸಮ್ಮಗಾರರ ಜಾತಿಯು ಸ್ವತಂತ್ರವಿರುತ್ತದೆ. ಆದರೂ ಅವರ ಕೆಲಸವನ್ನು ಕೆಲ ಕೆಲವು ಕಡೆಯಲ್ಲಿ ಢೋರರು ಮಾಡುತ್ತಾರೆ. ವಿಜಾಪುರ,

ಚೈನಾಪುರ, ನಾಗರಾಳ, ಮುಂತಾದ ಕಡೆಯಲ್ಲಿ ಮಿದುವುಳ್ಳಂಥ ತಿಳುವಾದ ಜೋಡುಗಳು ಸರಸಾಗಿ ಆಗುತ್ತವೆ.

ಅರಳೆಯನ್ನು ಅರಿಯುವದು. — ಈ ಕೆಲಸವನ್ನು ಯೆಲ್ಲ ಕಡೆಯಲ್ಲಿ ವೊಕ್ಕಲಿಗರ ಹೆಂಗಸರು ಮಾಡುತ್ತಾರೆ. ಹತ್ತಿಯ ಬಿಡಿಸುವವರಂತೆ ಹತ್ತಿಯ ಅರಿಯುವವರು ಸಹ ಅರಳೆಯನ್ನೇ ಕೂಲೀ ತಕ್ಕೊಳ್ಳುವರು. ಆದರೆ ವೊಳಗಡೆಯಲ್ಲಿ ರೊಕ್ಕ ಕೊಟ್ಟು ಹತ್ತಿಯನ್ನು ಅರಿಸುವ ರೂಢಿಯು ಕೆಲ ಕೆಲವು ಕಡೆಯಲ್ಲಿ ಆರಂಭವಾಗಿದೆ. ಪೂರ್ವದಲ್ಲಿ ಅಮೇರಿಕದ ಹತ್ತಿಯನ್ನು ಈ ಶೀಮೆಯ ವೊಕ್ಕಲಿಗರು ಬಿತ್ತುತ್ತಿದ್ದಾಗ ಹತ್ತಿಯನ್ನು ಅರಿಯುವ ಕರಗಸದ ಯಂತ್ರಗಳು ದೇಶದ ತುಂಬ ನಡಿಯುತ್ತಿದ್ದವು. ಸುಮಾರು ೩೦ ವರ್ಷದ ಹಿಂದೆ ಹೆಂಗಸರು ಹತ್ತಿಯನ್ನು ಅರಿಯುವ ನಡಾವಳಿಯು ಬಹುತರ ಹಿಂದಕ್ಕೆ ಬಿದ್ದಿತ್ತೆಂದು ಹೇಳ ಬಹುದು. ೧೦, ೨೦, ೩೦ ಯಂತ್ರಗಳನ್ನಿಟ್ಟು ಹತ್ತಿಯನ್ನು ಅರಿಸುವ ದೊಡ್ಡ ದೊಡ್ಡ ಕಾರಖಾನೆಗಳು ಧಾರವಾಡ ಜಿಲ್ಲೆಯಲ್ಲಿ ಬಹಳ ಆಗಿದ್ದವು. ಆದರೆ ಅಮೇರಿಕದ ಹತ್ತಿಯಿಂದ ವೊಕ್ಕಲಿಗರಿಗೆ ಆಗ ತಕ್ಕಷ್ಟು ಲಾಭವಾಗದ್ದರಿಂದ ಆ ಹತ್ತಿಯ ಹಿಂದಕ್ಕೆ ಬಿತ್ತು. ದೇಶೀ ಹತ್ತಿಯ ಕಾಳು ಸಣ್ಣವಿದ್ದದರಿಂದ ಕರಗಸದ ಯಂತ್ರದಲ್ಲಿ ಅದು ವೊಳಿತಾಗಿ ಹಸನಾಗವೆ ಕೇಡು ಬಹಳಾಗುತ್ತಿತ್ತು. ಆದ್ದರಿಂದ ಆ ಯಂತ್ರಗಳು ಹಿಂದಕ್ಕೆ ಬಿದ್ದವು. ಸದ್ಯಕ್ಕೆ ಬೆಳಗಾವೀ ಜಿಲ್ಲೆಯಲ್ಲಿ ಪರಸಗಡ ತಾಲೂಕಿನಲ್ಲಿ ೨೮, ಬೈಲಹೊಂಗಲದಲ್ಲಿ ೨, ಅಂತೂ ೩೦ ಯಂತ್ರಗಳಿರುತ್ತವೆ. ಆದರೆ ಇವುಗಳ ಕೆಲಸವು ಬಹುತರ ನಡಿಯುವದಿಲ್ಲ. ಧಾರವಾಡ ಜಿಲ್ಲೆಯಲ್ಲಿ ಹುಬ್ಬಳ್ಳಿಯಲ್ಲಿ ೮, ಗದಗಿನಲ್ಲಿ ೧೮, ಅಂತೂ ೨೬ ರೂಳಿನ ಯಂತ್ರಗಳು ಉಗಿಯಿಂದ ಸದ್ಯಕ್ಕೆ ನಡಿಯುತ್ತವೆ. ಈ ಯಂತ್ರಗಳಿಂದ ಬಹಳ ಲಾಭವಾಗುವದನ್ನು ಜನರು ನೋಡುತ್ತಿದ್ದಾಗ್ಯೂ ಈ ಕೆಲಸಕ್ಕೆ ಯಾರೂ ಕೈ ಹಾಕುವದಿಲ್ಲೆಂಬದು ಆಶ್ಚರ್ಯವು.

ಅರಳೆಯನ್ನು ವೊತ್ತಿ ಗಂಟು ಕಟ್ಟುವ ಯಂತ್ರಗಳು. — ಈ ಯಂತ್ರಗಳು ಗದಗಿನಲ್ಲಿ ಯೆರಡು, ಹುಬ್ಬಳ್ಳಿಯಲ್ಲಿ ಯೆರಡು, ಸದ್ಯಕ್ಕೆ ನಡಿಯುತ್ತವೆ. ಒಂದೊಂದು ಯಂತ್ರದಲ್ಲಿ ವರ್ಷಕ್ಕೆ ೧೦೦೦ದಿಂದ ೧೫೦೦ರ ವರೆಗೆ ಅರಳೆಯ ಗಂಟುಗಳು ವೊತ್ತಿ ತಯಾರಾಗುತ್ತವೆ. ಬೆಳಗಾವಿಯಲ್ಲಿ ವೊತ್ತುವ ಯಂತ್ರವನ್ನು ಬಹಳ ಸಾರಿ ಮಾಡಿದರು. ಆದರೆ ಅದರಿಂದ ಕೆಲಸವು ವೊಳಿತಾಗಿ ಸಾಗಲಿಲ್ಲ.

ನೂಲುವದು. — ಅರಳೆಯ ನೂಲು ಮಾಡುವ ಕೆಲಸವನ್ನು ಸಹ ಯೆಲ್ಲ ಕಡೆಯಲ್ಲಿ ವೊಕ್ಕಲಿಗರ ಹೆಂಗಸರೇ ಮಾಡುತ್ತಾರೆ. ಹೊಲಿಯರ ನೂಲು ಹೆಸರಾಗಿರುತ್ತದೆ. ಆದರೆ ವಿಲಾಯತಿಯಿಂದಲೂ ಮುಂಬಯಿಯಿಂದಲೂ ತಯಾರಾದ ನೂಲು ಬಹಳ ಬರುತ್ತಿರುವ ಕಾರಣ ವೊಕ್ಕಲಿಗರ ಹೆಂಗಸರ ಜಂತ್ರಗಳು ಹಿಂದಕ್ಕೆ ಬೀಳುತ್ತ ನಡಿದವೆ. ಹುಬ್ಬಳ್ಳಿಯಲ್ಲಿ ನೂಲು ತೆಗೆದು ನೆಯುವ ಯಂತ್ರದ ದೊಡ್ಡ ಕಾರಖಾನೆಯು ನಾಲ್ಕಾರು ವರ್ಷದಿಂದ ನಡಿದದೆ. ಅದರಲ್ಲಿ ಭಾಗೀದಾರರಿಗೆ ಆರಂಭದಲ್ಲಿ ಲಾಭವೇನು ಆಗಲಿಲ್ಲ; ಆದರೆ ಈಗ ವೊಳಿತಾಗಿ ಲಾಭವಾಗುತ್ತದೆಂದು ಹೇಳುತ್ತಾರೆ.

ವಸ್ತ್ರಗಳನ್ನು ನೆಯ್ಯುವದು.—ಈ ಕೆಲಸವು ನಾಲ್ಕೂ ಜಿಲ್ಲೆಗಳಲ್ಲಿ ಹೆಚ್ಚು ಕಡಿಮೆ ಮಾನದಿಂದ ಸಾಗುತ್ತದೆ. ಖಾದೀ ಅಥವಾ ಹಚ್ಚಡ, ಧಡೋತಿಯ ಶೀರೆಗಳು, ಖಣಗಳು, ಧಡೋತಿಯ ಧೋತ್ರಗಳು, ಪಂಜೆಗಳು, ವೊಲ್ಲಿಗಳು, ಉರುಟು ರುಮಾಲಗಳು, ಮುಂತಾದ ಕಡಿಮೇ ಪ್ರತಿಯ ವಸ್ತ್ರಗಳು ಬಹಳ ಕಡೆಯಲ್ಲಿ ಹುಟ್ಟುತ್ತವೆ. ಒಂದು ವಿಜಾಪುರ ಜಿಲ್ಲೆಯಲ್ಲಿಯೇ ಸುಮಾರು ೮೦ ಗ್ರಾಮಗಳಲ್ಲಿ ಮಗ್ಗಗಳಿರುತ್ತವೆ. ಬೆಳಗಾವೀ ಜಿಲ್ಲೆಯಲ್ಲಿ ಗೋಕಾವಿ, ಚಿಕ್ಕೋಡಿ, ಶಂಕೇಶ್ವರ, ಬೈಲಹೊಂಗಲ, ಬೆಳಗಾವಿ, ಮುರಗೋಡ, ಅಥಣಿ, ಶಾಹಾಪುರ, ದೇಶನೂರು, ಮುನ್ನೋಳ್ಳಿ, ಸವದತ್ತಿ, ಕಿತ್ತೂರು, ಮುಂತಾದ ಗ್ರಾಮಗಳಲ್ಲಿ ವರ್ಷಕ್ಕೆ ಸುಮಾರು ೨ ಲಕ್ಷ ರೂಪಾಯಿ ಬೆಲೆ ಬಾಳುವಷ್ಟು ವಸ್ತ್ರಗಳು ಹುಟ್ಟುತ್ತವೆ. ಧಾರವಾಡ ಜಿಲ್ಲೆಯಲ್ಲಿ ನೇಕಾರರ ಮನೆಗಳು ವೊಟ್ಟಿಗೆ ಸುಮಾರು ೧೦೦೦೦ಕ್ಕಿಂತ ಹೆಚ್ಚು ಇರುತ್ತವೆ; ಹುಬ್ಬಳ್ಳಿ, ಗದಗು, ಬೆಟಗೇರಿ, ಈ ಗ್ರಾಮಗಳ ವಸ್ತ್ರಗಳು ಪ್ರಸಿದ್ಧ ಉಂಟು. ಆದರೆ ಕಾನಡಾ ಜಿಲ್ಲೆಯಲ್ಲಿ ವಸ್ತ್ರಗಳು ಬಹಳವಾಗಿ ಹುಟ್ಟುವಂತೆ ತೋರುವದಿಲ್ಲ. ಅಲ್ಪ ಸ್ವಲ್ಪವಾಗಿ ಹುಟ್ಟುವ ಉರುಟು ಬಟ್ಟೆಗಳು ಅಲ್ಲಿಂದಲ್ಲೇ ವೆಚ್ಚಾಗುತ್ತವೆ; ಘಟ್ಟದ ಕೆಳಗೆ ಮಗ್ಗಗಳಿರುವದಿಲ್ಲ.

ರುಮಾಲಗಳು.—ಬೆಲೆಯುಳ್ಳ ರುಮಾಲಗಳು ಯೆಲ್ಲಿಯೂ ಹುಟ್ಟುವದಿಲ್ಲ. ಬಾಗಲಕೋಟೆ, ಬಾದಾವಿ, ಚಿಕ್ಕೋಡಿ, ದೇಶನೂರು, ಶಹಾಪುರ, ಬೈಲಹೊಂಗಲ, ಹುಬ್ಬಳ್ಳಿ, ಗದಗು, ಬೆಟಗೇರಿ, ಮುಂತಾದ ಕಡೆಯಲ್ಲಿ ಮಧ್ಯಮ ಪ್ರತಿಯ ಸಾದಾ ರುಮಾಲುಗಳೂ ವೊಕ್ಕಲಿಗರ ಉರುಟು ರುಮಾಲುಗಳೂ ಹುಟ್ಟುತ್ತವೆ.

ಮುಂಡಾಸಗಳು.—ಬೆಳಗಾವೀ ಜಿಲ್ಲೆಯಲ್ಲಿ ಚಿಕ್ಕೋಡಿಯಲ್ಲಿ ಮುಂಡಾಸಗಳು ಹುಟ್ಟುತ್ತವೆ. ೩೦, ೩೫ ರೂಪಾಯಿ ಬೆಲೆ ಬಾಳುವಂಥ ಮೇಲಾದ ಮುಂಡಾಸಗಳನ್ನು ದೇಶನೂರಲ್ಲಿ ನೆಯುತ್ತಾರೆ.

ಧೋತ್ರಗಳು.—ವಿಜಾಪುರದಲ್ಲಿ ಬಾಗಲಕೋಟೆ, ಮಲ್ಲಾಪುರ, ಮನುದಾಪುರ, ಬಾದಾವಿ; ಬೆಳಗಾವೀ ಜಿಲ್ಲೆಯಲ್ಲಿ ಗೋಕಾವಿ, ಅಥಣಿ, ಬೈಲಹೊಂಗಲ, ಶಹಾಪುರ; ಧಾರವಾಡ ಜಿಲ್ಲೆಯಲ್ಲಿ ಹುಬ್ಬಳ್ಳಿ, ಅಣ್ಣೀಗೇರಿ, ಲಕ್ಕುಂಡಿ, ನರಗುಂದ, ಮುಂತಾದ ಕಡೆಯಲ್ಲಿ ಬೆಲೆಯುಳ್ಳ ಧೋತ್ರಗಳು ಹುಟ್ಟುತ್ತವೆ.

ಶೀರೆಗಳು.—ವಿಜಾಪುರ ಜಿಲ್ಲೆಯಲ್ಲಿ ಬಾಗಲಕೋಟೆ, ಮಲ್ಲಾಪುರ, ಗುಡೂರು, ಹುನಗುಂದ, ಇಲಕಲ್ಲು, ಕಮತಗಿ, ಸೂಳಿಭಾವಿ; ಬೆಳಗಾವೀ ಜಿಲ್ಲೆಯಲ್ಲಿ ಬೆಳಗಾವಿ, ಶಹಾಪುರ, ಚಿಕ್ಕೋಡಿ, ದೇಶನೂರು; ಧಾರವಾಡ ಜಿಲ್ಲೆಯಲ್ಲಿ ಗದಗು, ಬೆಟಗೇರಿ, ಹುಬ್ಬಳ್ಳಿ, ಲಕ್ಷ್ಮೇಶ್ವರ, ಮುಂತಾದ ಕಡೆಯಲ್ಲಿ ಬೆಲೆಯುಳ್ಳ ಶೀರೆಗಳು ಹುಟ್ಟುತ್ತವೆ. ಹೇಳಿ ಮಾಡಿಸಿದರೆ ಜರದ ಅಂಚು ಹಾಕಿ ೧೦೦ ರೂಪಾಯಿಯ ವರೆಗೆ ಬೆಲೆ ಬಾಳುವಂಥ ಶೀರೆಗಳನ್ನು ನೆಯ್ಯುವರು.

ಖಣಗಳು.—ಇವು ಬಹಳ ಕಡೆಯಲ್ಲಿ ಹುಟ್ಟುತ್ತವೆ. ಆದರೆ ಗುಳೆದಗುಡ್ಡ, ಶಹಾಪುರ, ಹುಬ್ಬಳ್ಳಿ, ಗದಗು, ಮುಂತಾದ ಕಡೆಯಲ್ಲಿ ಹುಟ್ಟುವ ಖಣಗಳು ಪ್ರಸಿದ್ಧವುಂಟು. ಈ ಗ್ರಾಮಗಳಲ್ಲಿ ಬೆಲೆಯುಳ್ಳ ಜರದ ಖಣಗಳು ಸಹ ಹುಟ್ಟುತ್ತವೆ.

ಪೀತಾಂಬರಗಳು.—ಬಾದಾವಿ, ಗೋವನಕೊಪ್ಪ, ಗುಳೇದಗುಡ್ಡ, ಈ ಗ್ರಾಮಗಳಲ್ಲಿ ಹೇಳಿ ಮಾಡಿಸಿದರೆ ಬೆಲೆಯುಳ್ಳ ಜರದ ಪೀತಾಂಬರಗಳು ಹುಟ್ಟುತ್ತವೆ. ಇಲಕಲ್ಲು, ಗೋಕಾವಿ, ಬೆಳಗಾವಿ, ಹುಬ್ಬಳ್ಳಿ, ಗದಗು, ಮುಂತಾದ ಗ್ರಾಮಗಳಲ್ಲಿಯೂ ಬೆಲೆಯುಳ್ಳ ರೇಶಿಮೆಯ ಶೀರೆಗಳೂ ಪೀತಾಂಬರಗಳೂ ಆಗುತ್ತವೆ. ಆದರೆ ಇಂಥಾ ಬೆಲೆಯುಳ್ಳ ವಸ್ತ್ರಗಳನ್ನು ನೇಕಾರರು ಯಾರಾದರೂ ಹೇಳಿ ಮಾಡಿಸಿದ ಹೊರ್ತು ಬಹುತರ ಮಾಡುವದಿಲ್ಲ.

ಅಚ್ಚಿನ ವಸ್ತ್ರಗಳು.

ಜಾಜೀಮು, ಕರಳೆಯ ಹಚ್ಚಡ.—ಬೆಳಗಾವೀ ಜಿಲ್ಲೆಯಲ್ಲಿ ಗೋಕಾವಿ, ಮುರಗೋಡ, ಮುನ್ನೊಳ್ಳಿ; ಧಾರವಾಡ ಜಿಲ್ಲೆಯಲ್ಲಿ ಹುಬ್ಬಳ್ಳಿ, ಕರ್ಜಗಿ, ಈ ಗ್ರಾಮಗಳಲ್ಲಿ ಖಾದಿಯ ವಸ್ತ್ರಕ್ಕೆ ಅಚ್ಚು ಹಾಕಿ ಜಾಜೀಮುಗಳನ್ನೂ, ಕರಳೆಯ ಹಚ್ಚಡಗಳನ್ನೂ, ಉರುಟು ಚೀಟುಗಳನ್ನೂ ಮಾಡುವರು. ಮುರಗೋಡದ ಜಾಜೀಮುಗಳೂ ಹಚ್ಚಡಗಳೂ ಪ್ರಸಿದ್ಧ.

ಜಮ್ಮಖಾನೆಗಳು.—ವಿಜಾಪುರ ಜಿಲ್ಲೆಯಲ್ಲಿ ವಿಜಾಪುರ, ಇಲಕಲ್ಲು, ಕೊಲ್ಹಾರ, ಸೂಳೀಬಾವಿ, ಈ ಗ್ರಾಮಗಳಲ್ಲಿ ಜಮ್ಮಖಾನೆಗಳು ಹುಟ್ಟುತ್ತವೆ. ಕೊಲ್ಹಾರದ ಜಮ್ಮಖಾನೆಗಳು ಪ್ರಸಿದ್ಧ. ಬೆಳಗಾವೀ ಜಿಲ್ಲೆಯಲ್ಲಿ ಬೆಳಗಾವಿ, ಬೈಲಹೊಂಗಲ, ಮುಗಟಖಾನ ಹುಬ್ಬಳ್ಳಿ, ಈ ಗ್ರಾಮಗಳಲ್ಲಿ ಸಾಧಾರಣ ಪ್ರತಿಯ ಜಮ್ಮಖಾನೆಗಳು ಹುಟ್ಟುತ್ತವೆ. ಧಾರವಾಡ ಜಿಲ್ಲೆಯಲ್ಲಿ ಧಾರವಾಡದ ತುರಂಗದಲ್ಲಿಯೂ ನವಲಗುಂದದಲ್ಲಿಯೂ ಅತ್ಯುತ್ತಮ ತರದ ಜಮ್ಮಖಾನೆಗಳು ಹುಟ್ಟುತ್ತವೆ. ೧೨ರಿಂದ ೧೫ ಮೊಳದ ವರೆಗೆ ಅಗಲು, ೨೦ರಿಂದ ೩೦ ಮೊಳದ ವರೆಗೆ ಉದ್ದ, ಇಂಥಾ ಜಮ್ಮಖಾನೆಗಳನ್ನು ರತ್ನಗಂಬಳಿಗಳಂತೆ ಚಿತ್ರವಿಚಿತ್ರವಾಗಿ ಮಾಡುವರು. ಇಷ್ಟು ದೊಡ್ಡ ಜಮ್ಮಖಾನೆಗಳಿಗೆ ೨೦೦ ರೂಪಾಯಿಗಿಂತ ಹೆಚ್ಚು ಬೆಲೆ ಬೀಳುವದು. ಮುಸಲ್ಮಾನರೇ ಯೆಲ್ಲ ಕಡೆಯಲ್ಲಿ ಜಮ್ಮಖಾನೆಗಳನ್ನು ನೆಯ್ಯುವರು. ಹುಬ್ಬಳ್ಳಿಯಲ್ಲಿಯೂ ಜಮ್ಮಖಾನೆಗಳಾಗುತ್ತವೆ.

ಕಂಬಳಿಗಳು.—ಕುರುಬರು ಕಂಬಳಿಗಳನ್ನು ನೆಯ್ಯುವರು. ಅವರ ವಸ್ತಿ ಇದ್ದಲ್ಲಿ ಬಹುತರ ಸಣ್ಣ ದೊಡ್ಡ ಕಂಬಳಿಗಳು ಆಗುತ್ತವೆ. ವಿಜಾಪುರ ಜಿಲ್ಲೆಯಲ್ಲಿ ಸಿಂದಗೀ ತಾಲೂಕಿನಲ್ಲಿಯೂ ಧಾರವಾಡ ಜಿಲ್ಲೆಯಲ್ಲಿ ರಾಣೀಬಿನ್ನೂರು ತಾಲೂಕಿನಲ್ಲಿಯೂ ಮೇಲಾದ ಕಂಬಳಿಗಳು ಹುಟ್ಟುತ್ತವೆ. ಶಿರಟ್ಟಿ ಲಕ್ಷ್ಮೇಶ್ವರಗಳಲ್ಲಿಯೂ ಕಂಬಳಿಗಳು ವೊಳಿತಾಗಿ ಆಗುತ್ತವ.

ಟೊಪ್ಪಿಗೆಗಳು.—ಗೋಕಾವಿಯಲ್ಲಿಯೂ ಹುಬ್ಬಳ್ಳಿಯಲ್ಲಿಯೂ ಬ್ರಾಹ್ಮಣರ ಇಲ್ಲವ ಆರೇರ ಮುಂತಾದ ಆಕಾರದ ಟೊಪ್ಪಿಗೆಗಳನ್ನು ಜೀನಗಾರರು ಮಾಡುತ್ತಾರೆ. ಆದರೆ ಅವು ಪುಣೆಯ ಟೊಪ್ಪಿಗೆಗಳಷ್ಟು ಸರಸಾಗಿ ಇರುವದಿಲ್ಲ.

ಹಿತ್ತಾಳಿಯ ತಾಮ್ರಗಳ ಪಾತ್ರೆಗಳು.—ವಿಜಾಪುರ ಜಿಲ್ಲೆಯಲ್ಲಿ ಬಾಗಲಕೋಟೆ, ಹನಗಂಡಿ, ತೇರದಾಳ, (ಸಾಂಗಲೀ ಇಲಾಖೆ) ಬೆಳಗಾವೀ ಜಿಲ್ಲೆಯಲ್ಲಿ ಬೆಳಗಾವಿ, ಶಹಾಪುರ (ಸಾಂಗಲೀ ಇಲಾಖೆ); ಧಾರವಾಡ ಜಿಲ್ಲೆಯಲ್ಲಿ ಹುಬ್ಬಳ್ಳಿ, ಧಾರವಾಡ;

ಕಾನಡಾ ಜಿಲ್ಲೆಯಲ್ಲಿ ಕುಮಟಾ, ಹೊನ್ನಾವರ, ಶಿರಸಿ, ಈ ಗ್ರಾಮುಗಳಲ್ಲಿ ತಾಮ್ರ ಹಿತ್ತಾಳಿಗಳ ಪಾತ್ರೆಗಳು ಹುಟ್ಟುತ್ತವೆ. ಹನಗಂಡಿ, ತೇರದಾಳ, ಶಹಾಪುರ, ಹುಬ್ಬಳ್ಳಿ, ಈ ಗ್ರಾಮುಗಳಲ್ಲಿ ಹುಟ್ಟುವ ಮೇಲಾದ ಪಾತ್ರೆಗಳು ದೂರ ದೂರ ಮಾರಾಟಕ್ಕೆ ಹೋಗುತ್ತವೆ. ಹನಗಂಡಿಯ ಅಖಂಡ ತಪಲೆಗಳು ಪ್ರಸಿದ್ಧ ಉಂಟು. ಗೋಕಾವಿಯಲ್ಲಿ ಸಮಯಿ, ಪಂಚಪಾತ್ರೆ ಮುಂತಾದ ಹೊಯಿಗೆಯ ಪಾತ್ರೆಗಳು ಸರಸಾಗಿ ಹುಟ್ಟುತ್ತವೆ.

ಉಪ್ಪು:— ಕಾನಡಾ ಜಿಲ್ಲೆಯಲ್ಲಿ ಕುಮಟೆಯ ಹತ್ತರ ಸಾಣೀಕಟ್ಟೆ ಯೆಂಬಲ್ಲಿ ವೊಂದೇ ಕಡೆಯಲ್ಲಿ ಮಾತ್ರ ಈಗ ಉಪ್ಪು ಹುಟ್ಟುತ್ತದೆ. ಉಪ್ಪು ಮಾಡುವ ಜನರು ಸರಕಾರಕ್ಕೆ ಯೆಕರೆಗೆ ೨೦ರಿಂದ ೩೦ ರೂಪಾಯಿಯ ವರೆಗೆ ತೆರಿಗೆ ಕೊಡುತ್ತಾರೆ. ಇದಲ್ಲದೆ ಉಪ್ಪಿನ ಮೇಲಿನ ಜಕಾತಿ ಬೇರೆ. ಸಾಣೀಕಟ್ಟೆಯಲ್ಲಿ ವೊಟ್ಟಿಗೆ ೧೨೮ ಆಗರಗಳಲ್ಲಿ ಉಪ್ಪು ಹುಟ್ಟುತ್ತದೆ. ಇವುಗಳಲ್ಲೆಲ್ಲ ಕೂಡಿ ೧೯೪೦೦ ಮೆಳಿಗಳುಂಟು. ಅವುಗಳಲ್ಲಿ ವರ್ಷಕ್ಕೆ ಸುಮಾರು ೬೫೦೦ ಟನ್ನ ಅಂದರೆ ೧೦೦೦೦೦ ಮಣ ಸಮುದ್ರದ ಉಪ್ಪು ಹುಟ್ಟುತ್ತದೆ. ಉಪ್ಪು ಮಾಡುವ ಕೆಲಸವು ಫೇಬ್ರುವಾರಿಯಿಂದ ಮೇ ವರೆಗೆ ನಡಿಯುತ್ತದೆ. ಸರಕಾರದ ಅಪ್ಪಣೆಯ ಹೊರ್ತು ಉಪ್ಪು ಮಾಡಲಿಕ್ಕೆ ಯಾರಿಗೂ ಸ್ವತಂತ್ರವಿಲ್ಲ.

ಸೋರುಪ್ಪು.— ವಿಜಾಪುರ ಜಿಲ್ಲೆಯಲ್ಲಿ ವಿಜಾಪುರ, ಸಿಂದಗಿ, ಬಾಗೇವಾಡಿ, ಮುದ್ದೇಬಿಹಾಳ, ಈ ನಾಲ್ಕು ತಾಲೂಕುಗಳಲ್ಲಿ ಕೂಡಿ ೨೨೫ ಜನ ಉಪ್ಪಾರರು ಸರಕಾರದಿಂದ ಪರವಾನೆ ತಕ್ಕೊಂಡು ಸೋರುಪ್ಪು ಮಾಡುತ್ತಾರೆ. ಸೋರುಪ್ಪು ಮಾಡುವ ಕೆಲಸವು ದಿಜಂಬರಿನಿಂದ ಮೇ ವರೆಗೆ ಆರು ತಿಂಗಳು ನಡಿಯುತ್ತದೆ. ಎಲ್ಲ ಕೂಡಿ ವರ್ಷಕ್ಕೆ ಸುಮಾರು ೪೦೦೦ ಮಣ ಸೋರುಪ್ಪು ಹುಟ್ಟುತ್ತದೆ. ಧಾರವಾಡ ಜಿಲ್ಲೆಯಲ್ಲಿ ಮೊದಲು ಬಹಳ ಕಡೆಯಲ್ಲಿ ಸೋರುಪ್ಪು ಹುಟ್ಟುತ್ತಿತ್ತು. ಆದರೆ ಈಗ ಧಾರವಾಡದ ಹತ್ತರ ಹೆಬ್ಬಳ್ಳಿಯಲ್ಲಿ ಮಾತ್ರ ವೊಬ್ಬ ಉಪ್ಪಾರನು ಸೋರುಪ್ಪು ಮಾಡುತ್ತಾನೆ. ವರ್ಷಕ್ಕೆ ಸುಮಾರು ೩೬ ಮಣ ಸೋರುಪ್ಪು ಆಗುತ್ತದೆ.

ಕಾಗದ.— ಪೂರ್ವದಲ್ಲಿ ಬಾಗಲಕೋಟೆ, ಗೋಕಾವಿ, ಮುನ್ನೊಳ್ಳಿ, ಮುರಗೋಡ, ಧಾರವಾಡ, ಹುಬ್ಬಳ್ಳಿ, ಗದಗು, ಗುತ್ತಲ, ಕರ್ಜಗಿ, ನವಲಗುಂದ, ರಾಣೀಬಿನ್ನೂರ, ಮುಂತಾದ ಕಡೆಯಲ್ಲಿ ಕಾಗದವು ಬಹಳ ಹುಟ್ಟುತ್ತಿತ್ತು. ಆದರೆ ಈಗ ಬಾಗಲಕೋಟೆಯಲ್ಲಿಯೂ ಗೋಕಾವಿಯಲ್ಲಿಯೂ ಮಾತ್ರ ಉರುಟು ಕಾಗದವು ಅಲ್ಪಮಾನದಿಂದ ಹುಟ್ಟುತ್ತದೆ. ಈ ಕಾಗದವನ್ನು ಅಂಗಡಿಕಾರರು ವಹಿಗಳನ್ನು ಕಟ್ಟಲಿಕ್ಕೂ ಪುಡಿಗಳನ್ನು ಕಟ್ಟಲಿಕ್ಕೂ ತಕ್ಕೊಳ್ಳುತ್ತಾರೆ.

ಸಾಣೀ ಕಲ್ಲು, ಬೀಸುವ ಕಲ್ಲು.— ಇವು ಬಾದಾವಿಯ ಗುಡ್ಡದಲ್ಲಿಯೂ ಕಪ್ಪತ ಗುಡ್ಡದಲ್ಲಿಯೂ ಹುಟ್ಟುತ್ತವೆ. ಬಾದಾವಿಯ ಹತ್ತರ ಬಳವಲ ಕೊಪ್ಪ, ನರಸಾಪುರ, ಯೆಂಬ ಹಳ್ಳಿಗಳಲ್ಲಿ ಬೇಡರು ಸಾಣೀ ಕಲ್ಲುಗಳನ್ನು ಮಾಡುತ್ತಾರೆ. ಬಾದಾವಿಯ ನೆರೆಹೊರೆಯ ಗುಡ್ಡದಲ್ಲಿಯ ಉಸುಬಿನ ಕಲ್ಲಿನಿಂದ ಬೀಸುವ ಕಲ್ಲುಗಳನ್ನೂ ಥೋಣಿಗ

ಳನ್ನೂ ವೊಡ್ಡರು ಮಾಡಿ ದೂರ ದೂರ ಮಾರಾಟಕ್ಕೆ ವೊಯ್ಯುತ್ತಾರೆ. ಕಪ್ಪತ ಗುಡ್ಡದ ಕೆಲವು ಭಾಗಗಳಲ್ಲಿಯೂ ಬೀಸುವ ಕಲ್ಲುಗಳು ಹುಟ್ಟುತ್ತವೆ.

ಕಲಗಡಿಗೆ.—ಕಲಗಡಿಗೆಯ ಕಲ್ಲು ಕಪ್ಪತ ಗುಡ್ಡದಲ್ಲಿಯೂ ಧಾರವಾಡ ಜಿಲ್ಲೆಯ ಬೇರೆ ಗುಡ್ಡಗಳಲ್ಲಿಯೂ ದೊರಿಯುತ್ತದೆ. ದೋಸಿಗೇರೆಂಬ ಜಾತಿಯವರು ಉಳಿಗಳಿಂದ ಕೆತ್ತಿ ಕಲಗಡಿಗೆ, ಕಲಪರಟ, ಮುಂತಾದವುಗಳನ್ನು ಮಾಡಿ ದೂರ ದೂರ ಮಾರಾಟಕ್ಕೆ ವೊಯ್ಯುತ್ತಾರೆ. ಕಾನಡಾ ಜಿಲ್ಲೆಯಲ್ಲಿ ಕಾರವಾಡದ ಹತ್ತರ ಸೆಜವಾಡೆಂಬ ಹಳ್ಳಿಯಲ್ಲಿಯೂ ಕುಮಟೆಯ ಹತ್ತರ ಚಂದಾವರದಲ್ಲಿಯೂ ಕಲ್ಲಿನ ಪಾತ್ರೆಗಳು ಹುಟ್ಟುತ್ತವೆ.

ಬೆಲ್ಲ.—ಬೆಳಗಾವಿ ಧಾರವಾಡ ಜಿಲ್ಲೆಗಳ ಪಶ್ಚಿಮ ಭಾಗಗಳಲ್ಲಿಯೂ ಕಾನಡಾ ಜಿಲ್ಲೆಯಲ್ಲಿಯೂ ಬೆಲ್ಲವನ್ನು ಕಬ್ಬಿನ ರಸ ಕುದಿಸಿ ಮಾಡುವರು. ಹಾನಗಲ್ಲು ತಾಲೂಕಿನಲ್ಲಿ ಹುಟ್ಟುವ ಬೆಲ್ಲವು ಪ್ರಸಿದ್ಧವುಂಟು; ಅದು ದೂರ ವರೆಗೆ ಮಾರಾಟಕ್ಕೆ ಹೋಗುತ್ತದೆ. ಚಿಕ್ಕೋಡಿ ತಾಲೂಕಿನಲ್ಲಿ ಹುಕ್ಕೇರಿಯಲ್ಲಿ ಹಾನಗಲ್ಲಿನ ಬೆಲ್ಲಕ್ಕಿಂತ ಮೇಲಾದ ಬೆಲ್ಲ ಹುಟ್ಟುತ್ತದೆ. ಕಾನಡಾ ಜಿಲ್ಲೆಯಲ್ಲಿ ಘಟ್ಟದ ಕೆಳಗೆ ಈಚಲ ರಸದಿಂದ ಬೆಲ್ಲವನ್ನು ಅಲ್ಪ ಸ್ವಲ್ಪ ಮಾಡುವರು. ಅದು ಕಬ್ಬಿನ ರಸದ ಬೆಲ್ಲಕ್ಕಿಂತ ಹೆಚ್ಚು ಸವಿ ಇರುತ್ತದೆಂದು ಹೇಳುತ್ತಾರೆ. ಹಾನಗಲ್ಲಿನಲ್ಲಿ ಕಡಿಮೇ ಜಾತಿಯ ಸಕ್ಕರೆಯು ಸ್ವಲ್ಪ ಮಾನದಿಂದ ಹುಟ್ಟುತ್ತದೆ.

ಬಣ್ಣದ ಫಲಗಳೂ ಚಿತ್ರಗಳೂ.—ಗೋಕಾವಿಯಲ್ಲಿ ಹುಟ್ಟುವ ಬಣ್ಣ ಕೊಟ್ಟ ಕಟ್ಟಿಗೆಯ ಫಲಗಳು ಬಹಳ ಪ್ರಸಿದ್ಧವುಂಟು. ೧೦ ಜೀನಗಾರರ ಮನೆಗಳಲ್ಲಿ ಈ ಫಲಗಳು ಹುಟ್ಟುತ್ತವೆ. ಈ ಫಲಗಳನ್ನು ಯುರೋಪಿಯನ್ನರು ಸಹ ಸ್ವದೇಶಕ್ಕೆ ವೊಯ್ಯುತ್ತಾರೆ. ಸಂಪಗಾವಿಯ ತಾಲೂಕಿಗೆ ಶೇರಿದ ದೇಶನೂರಲ್ಲಿ ಕಿಟ್ಟದ ಗೊಂಬೆಗಳು ಬಹು ಸರಸಾಗಿ ಹುಟ್ಟುತ್ತವೆ. ಅವಾದರೂ ದೂರ ದೂರ ಮಾರಾಟಕ್ಕೆ ಹೋಗುತ್ತವೆ. ಆದರೆ ಅವುಗಳನ್ನು ಮಾಡುವ ಜೀನಗಾರರ ಮನೆಗಳು ದೇಶನೂರಲ್ಲಿ ಮೂರಕ್ಕಿಂತ ಹೆಚ್ಚಿಲ್ಲ.

ಕಾಜಿನ ಬಳೆಗಳು.—ಇವು ಧಾರವಾಡ ಜಿಲ್ಲೆಯಲ್ಲಿ ಆಗುತ್ತವೆ. ಬೋಗಾರರೆಂಬ ಜೈನರು ಬಳ್ಳಾರಿಯಿಂದ ಕಾಜು ತಂದು ಅದರಿಂದ ಬಳೆಗಳನ್ನು ಮಾಡುತ್ತಾರೆ. ಕಾಜು ಕರಗಿಸುವ ಕುಲಿಮೆಯಲ್ಲಿ ನಾಲ್ಕು ಮೂಲೆಗೆ ನಾಲ್ಕು ಮುಶಿಗಳಿರುತ್ತವೆ. ಒಂದೊಂದು ಮುಶಿಯ ಹತ್ತರ ವೊಬ್ಬೊಬ್ಬ ಮನುಷ್ಯನು ಕೂತು, ಉದ್ದನ್ನ ಕಬ್ಬಿಣದ ಸಲಾಕಿಯ ತುದಿಗೆ ಮುಶಿಯೊಳಗಿನ ಕಾಜು ಸ್ವಲ್ಪ ಹಚ್ಚಿ ಕೊಂಡು ತೆಗಿದು, ವೊಂದು ಚೂರಿಯ ಸಹಾಯದಿಂದ ಆ ಕಾಜಿಗೆ ಉಂಗರದ ರೂಪ ಕೊಡುತ್ತಾನೆ. ಬಳಿಕ ಆ ಉಂಗರವನ್ನು ದುಂಡು ಶಂಕ್ವಾಕೃತಿಯಾದದ್ದೊಂದು ಕಬ್ಬಿಣದ ತುಂಡಿನ ಮೇಲೆ ಹಾಕಿ, ಹಿಡಿಕೆಯಿಂದ ಅದನ್ನು ತಿರಿಗಿಸುತ್ತ, ಬೇಕಾದಷ್ಟು ದೊಡ್ಡ ಬಳೆ ಮಾಡಿ, ಚೂರಿಯಿಂದ ಅದನ್ನು ತಿದ್ದುತ್ತಾನೆ. ಒಬ್ಬ ಮನುಷ್ಯನು ವೊಂದು ದಿನಕ್ಕೆ ಸುಮಾರು ವೊಂದು ಘಡೆ ಕಾಜಿನ ಬಳೆಗಳನ್ನು ಮಾಡುತ್ತಾನೆ; ಅವನಿಗೆ ತಿಂಗಳಿಗೆ ಸುಮಾರು ೮ ರುಪಾಯಿಯ ಆದಾಯವಾಗುತ್ತದೆ.

42

ಚಂದನದ ಸಾಮಾನುಗಳು.—ಇವು ಕಾನಡಾ ಜಿಲ್ಲೆಯ ಶಿರಸಿ, ಸಿದ್ದಾಪುರ, ಹೊನ್ನಾವರ, ಕುಮಟಾ, ಅಂಕೋಲೆ, ತಾಲೂಕುಗಳಲ್ಲಿ ಆಗುತ್ತವೆ. ಗುಡಿಗಾರರೆಂಬ ಜೀನಗಾರರು ಇವನ್ನು ಮಾಡುತ್ತಾರೆ. ಶ್ರೀಗಂಧದ ಪೆಟ್ಟಿಗೆ, ಕಲಮದಾನಿ, ಸಣ್ಣ ಕಪಾಟುಗಳು, ಚದರಂಗದ ಮನೆಗಳು, ಕಾರ್ಡಕೇಸ, ಕಾಗದ ಕೊಯ್ಯುವ ಚೂರಿ, ಮುಂತಾದ ಪದಾರ್ಥಗಳನ್ನು ಬಹು ಸೂಕ್ಷ್ಮವಾದ ಚಿತ್ರಗಳನ್ನು ಕೊರಿದು ಅತ್ಯುತ್ತಮವಾಗಿ ಮಾಡುತ್ತಾರೆ. ಶ್ರೀಗಂಧವಲ್ಲದೆ ಆನೆಯ ಹಲ್ಲು, ಎಬನಿ ಯೆಂಬ ಕರೆಕಟ್ಟಿಗೆ, ಇವುಗಳ ಪದಾರ್ಥಗಳನ್ನಾದರೂ ಗುಡಿಗಾರರು ಗಾಡದ ಮೇಲೆಯೂ ಬೇರೆ ಬಗೆಯಾಗಿಯೂ ಬಹು ಸರಸಾಗಿ ಮಾಡುತ್ತಾರೆ. ಈ ಸಾಮಾನುಗಳು ಯುರೋಪ ಖಂಡಕ್ಕೆ ಬಹಳ ಹೋಗುತ್ತವೆ. ಸನ್ ೧೮೬೭ರಲ್ಲಿ ಪಾರಿಸ ಪಟ್ಟಣದಲ್ಲಿ ಆದ ಪ್ರದರ್ಶನದಲ್ಲಿ ಹೊನ್ನಾವರದ ಸುಬ್ಬಣ್ಣನೆಂಬ ಗುಡಿಗಾರನು ಮಾಡಿದ ಶ್ರೀಗಂಧದ ಪದಾರ್ಥಗಳು ಮಾನ್ಯವಾಗಿ ಸುಬ್ಬಣ್ಣನಿಗೆ ಇನಾಮು ದೊರೀತು. ಆದರೆ ದೇಶೀ ಜನರೊಳಗೆ ಈ ಪದಾರ್ಥಗಳ ಮಾರಾಟವಾಗುವದಿಲ್ಲ.

ಕೋಡಿನ ಚಿತ್ರಗಳು.—ಇವಾದರೂ ಕಾನಡಾ ಜಿಲ್ಲೆಯಲ್ಲಿ ಕುಮಟಾ, ಹೊನ್ನಾವರ, ಬೀಳಗಿ, ಶಿರಸಿ, ಮುಂತಾದ ಕಡೆಯಲ್ಲಿ ಆಗುತ್ತವೆ. ಚಿಗರೆ, ಕಾಡುಕೋಣ, ಮುಂತಾದ ಪಶುಗಳ ಕೋಡಿನಿಂದ ಅಭಿಷೇಕ ಪಾತ್ರೆ, ಸರ್ಪಣಿ, ನಾಯಿ, ನರಿ, ಆಕಳು, ಮುಂತಾದ ಪಶುಗಳ ಆಕೃತಿಗಳು, ಇವೇ ಮೊದಲಾದ ಪದಾರ್ಥಗಳನ್ನು ಗುಡಿಗಾರರೂ ಬಡಿಗಿಗಳೂ ಬಹು ಸುಂದರವಾಗಿ ಮಾಡುತ್ತಾರೆ. ಇವುಗಳ ಮಾರಾಟವು ಮುಖ್ಯವಾಗಿ ಯುರೋಪಿಯನ್ ಜನರೊಳಗೆ ಮಾತ್ರ ಆಗುತ್ತದೆ.

ಬೆತ್ತದ ಹೆಣಿಕೆಯ ಪದಾರ್ಥಗಳು.—ಇವನ್ನು ಕಾರವಾಡದಲ್ಲಿ ಚೀನೀ ಕೈದಿಗಳು ಮಾಡುತ್ತಾರೆ. ಬೆತ್ತದ ಪೆಟ್ಟಿಗೆಗಳು, ಖುರ್ಚಿಗಳು, ಹೂವಿನ ಬುಟ್ಟಿಗಳು, ಮುಂತಾದ ಪದಾರ್ಥಗಳು ಸರಸಾಗಿ ಆಗುತ್ತವೆ.

ಕಾಚು.—ಕಾನಡಾ ಜಿಲ್ಲೆಯ ಸಮುದ್ರತೀರದ ಗ್ರಾಮಗಳಲ್ಲಿ ಕೈರೀ ಮರದ ಕಟ್ಟಿಗೆಯೊಳಗಿನ ಗಂಡು ಕುದಿಸಿ ಕರೆ ಕಾಚು ಮಾಡುತ್ತಾರೆ. ಈ ಹೋರೆಯನ್ನು ಸರಕಾರದವರು ಪೂರ್ವದಲ್ಲಿ ನಿಲ್ಲಿಸಿದ್ದರು. ಆದರೆ ಸನ್ ೧೮೮೦ರಿಂದ ಗುತ್ತಿಗೆಯಿಂದ ಕಾಚು ಮಾಡುವ ಕೆಲಸವು ಹೊನ್ನಾವರ ಮುಂತಾದ ಕಡೆಯಲ್ಲಿ ನಡಿದಿರುತ್ತದೆ. ಸನ್ ೧೮೮೦ರಲ್ಲಿ ಸರಕಾರಕ್ಕೆ ಕಾಚಿನ ಕಾರಖಾನೆಯಿಂದ ೩೬೪೦ ರೂಪಾಯಿ ಆದಾಯವಾಯಿತು.

ಹುಲ್ಲಿನ ಚಾಪೆಗಳು.—ಇವನ್ನು ಕಾನಡಾ ಜಿಲ್ಲೆಯ ಕೊರವರು ಮಿದುವಾದ ಹುಲ್ಲಿನಿಂದ ಮಾಡುತ್ತಾರೆ. ೫ ಮೊಳ ಅಗಲು, ೮, ೯ ಮೊಳ ಉದ್ದ, ಇಂಥಾ ಚಾಪೆಗೆ ಸುಮಾರು ೧೪ ಆಣೆಯಿಂದ ೧ ರೂಪಾಯಿ ೪ ಆಣೆಯ ವರೆಗೆ ಬೆಲೆ ಬೀಳುತ್ತದೆ. ಈ ಚಾಪೆಗಳು ಹತ್ತೆಂಟು ವರ್ಷ ತಾಳುತ್ತವೆ.

೭ನೇ ಭಾಗ.

ಇತಿಹಾಸವು.

ಆರಂಭ ಕಾಲದ ಇತಿಹಾಸ.—ರಾಮನ ಕಾಲದಲ್ಲಿ ವಿಂಧ್ಯಾದ್ರಿಯಿಂದ ದಕ್ಷಿಣ ಸಮುದ್ರದ ವರೆಗೆ ಅಡವಿಯು ಹಬ್ಬಿತ್ತೆಂತಲೂ, ಆ ಅಡವಿಗೆ ದಂಡಕಾರಣ್ಯವೆನ್ನುತ್ತಿದ್ದರೆಂತಲೂ ರಾಮಾಯಣದಿಂದ ತಿಳಿಯುತ್ತದೆ. ಆದರೂ ದಂಡಕಾರಣ್ಯದಲ್ಲಿ ಉತ್ತರದಿಂದ ಬಂದ ಆರ್ಯ ಕುಲದ ಋಷಿಗಳೆಂಬ ತಪಸ್ವಿಗಳೂ ದಕ್ಷಿಣದಿಂದ, ಅಂದರೆ ಸಿಂಹಲ ದ್ವೀಪದಿಂದ, ಬಂದ ರಾಕ್ಷಸರೆಂಬ ನರಮಾಂಸಾಹಾರಿಗಳೂ, ವಾನರರೆಂಬ ಮೂಲ ನಿವಾಸಿಗಳೂ ಕೆಲ ಕೆಲವು ಸ್ಥಳಗಳಲ್ಲಿ ಇರುತ್ತಿದ್ದರು. ಋಷಿಗಳು ನೀರಿನ ಸಮೃದ್ಧಿಯುಳ್ಳಂಥ ರಮಣೀಯವಾದ ಏಕಾಂತ ವನಗಳಲ್ಲಿ ಗುಡುಸಲುಗಳನ್ನು ಕಟ್ಟಿ ಕೊಂಡು, ಫಲಮೂಲಗಳನ್ನು ತಿಂದು ತಪಶ್ಚರ್ಯದಲ್ಲಿ ಕಾಲಕ್ಷೇಪ ಮಾಡುವರು. ರಾಕ್ಷಸರು ಕ್ರೂರರು, ನರಮಾಂಸಕ್ಕೆ ಬಹಳ ಮೆಚ್ಚಿದವರು; ಇವರು ಋಷಿಗಳನ್ನೂ ವಾನರರನ್ನೂ ಬಹಳ ಪೀಡಿಸುತ್ತಿದ್ದರು; ಜನಸ್ಥಾನದಲ್ಲಿ, ಅಂದರೆ ನಾಶಿಕದ ಬಳಿಯಲ್ಲಿ ಇವರು ಮನೆ ಮಾರುಗಳನ್ನೂ ಗ್ರಾಮಗಳನ್ನೂ ಕಟ್ಟಿ ಕೊಂಡು ವಾಸಿಸುತ್ತಿದ್ದರು.

ವಾನರರು ಕರ್ನಾಟಕ ಶೀಮೆಯ ಮೂಲ ನಿವಾಸಿಗಳಾದ ದ್ರವಿಡರು. ಇವರಿಗೆ ಮನೆ ಮಾರುಗಳಿದ್ದಿಲ್ಲ; ಗವಿಗಳಲ್ಲಿಯೂ ಮರಗಳ ತೊರ್ರೆಗಳಲ್ಲಿಯೂ ಇವರು ವಾಸಿಸುವರು. ವನದಲ್ಲಿ ದೊರಿಯುವ ಫಲ ಮೂಲಾದಿಗಳೇ ಇವರ ಆಹಾರವು. ಇವರಿಗೆ ಬೆಂಕಿ ಬೇಕಾದರೆ ಕಟ್ಟಿಗೆಯ ಮೇಲೆ ಕಟ್ಟಿಗೆಯನ್ನು ತಿಕ್ಕಿ ಬೆಂಕಿಯನ್ನು ಮಾಡುವರು. ಆದರೂ ಇವರಲ್ಲಿ ಲಗ್ನದ ನಡಾವಳಿ ಇತ್ತು. ಸರಾಯಿಯನ್ನು (ಬಹುತರ ಈಚಲ ರಸವನ್ನು) ಇವರು ಬಹಳ ಕುಡಿಯುವರು. ಇವರ ಮೈಮೇಲೆ ಬಟ್ಟೆಗಳಿರುತ್ತಿದ್ದಿಲ್ಲ. ಇವರು ಮಾಂಸ ತಿನ್ನುತ್ತಿದ್ದಿಲ್ಲ.

ಈಗಿನ ಕರ್ನಾಟಕ ಶೀಮೆಯಲ್ಲಿ ಮತಂಗವನವೆಂಬ ವಿಶಾಲವಾದ ಅಡವಿ ಹಬ್ಬಿತ್ತು. ಅದರಲ್ಲಿ ಮತಂಗ, ಗಾಲವ, ಪರಶುರಾಮನ ತಂದೆಯಾದ ಜಮದಗ್ನಿ, ಮುಂತಾದ ಋಷಿಗಳು ವಾಸಿಸುತ್ತಿದ್ದರು. ಈ ವನದ ಪೂರ್ವ ಭಾಗದಲ್ಲಿ ಪಂಪಾಯೆಂಬ ಹೊಳೆಯಿಂದ ಆದ ಅದೇ ಹೆಸರಿನ ಬಹು ವಿಸ್ತಾರವಾದ ಸರೋವರದ ದಂಡೆಯಲ್ಲಿ ಋಷ್ಯಮೂಲಕವೆಂಬ ಪರ್ವತದ ಅಡವಿಯಲ್ಲಿ ಕಿಷ್ಕಿಂಧೆಯೆಂಬ ವಾನರರ ರಾಜಧಾನಿ ಇತ್ತು. ಆದರೆ ಈ ರಾಜಧಾನಿಯಲ್ಲಿ ವೊಂದು ಕೋಟೆಯ ಗೋಡೆ, ಅದರ ಸುತ್ತು ಮುತ್ತು ಕಂದಕ ಇಪ್ಪುರ ಹೊರ್ತು ಬೇರೆ ಯೇನು ಇದ್ದಿಲ್ಲವೆಂದು ತೋರುತ್ತದೆ. ಕಿಷ್ಕಿಂಧೆಯೇ ಈಗಿನ ಹಂಪೀ ಕ್ಷೇತ್ರವಾಗಿರುತ್ತದೆ. ತುಂಗಭದ್ರೆಗೇ ಆ ಕಾಲದಲ್ಲಿ ಪಂಪಾಯೆಂಬ ಹೆಸರಿತ್ತು. ಈ ಹೆಸರಿನಿಂದಲೇ "ಹಂಪಿ" ಯೆಂಬ ಹೆಸರು ಬಂದದೆ. ಹಂಪಿಯ ಹತ್ತರ

ತುಂಗಭದ್ರೆಯ ಪಾತ್ರೆಯನ್ನು ನೋಡಿದರೆ ಅಲ್ಲಿ ಬುನಾದಿಯಲ್ಲಿ ದೊಡ್ಡದೊಂದು ಸರೋವರವಿದ್ದದ್ದರ ಕುರುಹು ಈಗ್ಯೂ ಕಾಣಿಸುತ್ತದೆ.

ಮತಂಗಾಶ್ರಮದಲ್ಲಿ, ಅಂದರೆ ಹಂಪಿಯ ಹತ್ತರ, ಶಬರಿ ಯೆಂಬ ಹೆಂಗಸು ರಾಮನಿಗಾಗಿ ಬೋರೇ ಕಾಯಿಗಳನ್ನು ಆರಿಸಿಟ್ಟ ಕಥೆಯು ರಾಮಾಯಣದಲ್ಲಿ ಇರುತ್ತದೆ. ಅದರಿಂದ ಶಬರರೆಂದರೆ ಭಿಲ್ಲರು ಆ ಕಾಲಕ್ಕೆ ಹಂಪಿಯ ಹತ್ತರ ವಾಸಿಸುತ್ತಿದ್ದರೆಂದು ಅನುಮಾನವಾಗುತ್ತದೆ. ಗೋಕರ್ಣದ ಮಹಾಬಳೇಶ್ವರವೆಂಬ ಲಿಂಗವು ರಾವಣನಿಂದ ಸ್ಥಾಪಿಸಲ್ಪಟ್ಟಿತೆಂದು ದಂತ ಕಥೆಯುಂಟು. ಈ ದೇವಸ್ಥಾನದ ಉಲ್ಲೇಖವು ರಾಮಾಯಣದಲ್ಲಿ ಇರುತ್ತದೆ. ರಾಮನು ಕ್ರಿ. ಶ. ಪೂರ್ವದಲ್ಲಿ ೧೬ನೇ ಶತಕದಲ್ಲಿ ಇದ್ದನೆಂದು ಅನುಮಾನವದೆ.

ಕೌರವ ಪಾಂಡವರ ಕಾಲದಲ್ಲಿ ಕರ್ನಾಟಕದೊಳಗೆ ಹಲ ಕೆಲವು ರಾಜ್ಯಗಳು ನೆಲೆಗೊಂಡಿದ್ದವು. ಕರವೀರಪುರದಲ್ಲಿ ಶೃಗಾಲವಾಸುದೇವನೆಂಬ ಅರಸು ಆಳುತ್ತಿದ್ದನು. ಕೃಷ್ಣನು ಅವನನ್ನು ಕೊಂದು ಅವನ ರಾಜ್ಯಕ್ಕೆ ಶೇರಿದ ಗೋಮಂತಕ ಪ್ರಾಂತವನ್ನು ತಕ್ಕೊಂಡನು. ಕರವೀರವು ಗೋಮಂತಕವೆಂಬ ಪರ್ವತದ ಬುಡದಲ್ಲಿ ಇತ್ತೆಂದು ಭಾರತದಲ್ಲಿ ಹೇಳಿರುತ್ತದೆ. ಮತ್ಸ್ಯಪುರದಲ್ಲಿ ವಿರಾಟನೆಂಬ ಅರಸು ಆಳುತ್ತಿದ್ದನು. ಹಾನಗಲ್ಲಿಗೆ ವಿರಾಟನ ಕೋಟೆ ಯೆಂಬ ಹೆಸರು ಶಾಲಿವಾಹನ ಶಕದ ೧೦ನೇ ಶತಕದಲ್ಲಿ ನಡಿಯುತ್ತಿತ್ತೆಂದು ಆ ಕಾಲದ ಶಿಲಾಲಿಪಿಗಳಿಂದ ತಿಳಿಯುತ್ತದೆ. ಹಾನಗಲ್ಲಿನಲ್ಲಿ ಹಳೆ ಕೋಟೆಯನ್ನೂ ನಾಟ್ಯ ಶಾಲೆಯ ಸ್ಥಳವನ್ನೂ ಈಗ್ಯೂ ತೋರಿಸುತ್ತಾರೆ. ವಿರಾಟನ ರಾಜ್ಯದ ದಕ್ಷಿಣದಲ್ಲಿ ಅದಕ್ಕೆ ಹೊಂದಿ ಸುಶರ್ಮನೆಂಬ ಅರಸನ ತ್ರಿಗರ್ತ ದೇಶದ ರಾಜ್ಯವಿತ್ತೆಂದು ವಿರಾಟ ಪರ್ವದಲ್ಲಿ ಹೇಳಿರುತ್ತದೆ. ತ್ರಿವರ್ಗವೆಂದರೆ, ಮೂರು ದಿಕ್ಕುಗಳಲ್ಲಿ ತಗ್ಗುಗಳುಳ್ಳ ಶೀಮೆ, ಯೆಂಬ ಅರ್ಥವು ಮೈಸೂರು ಶೀಮೆಗೆ ಹೊಂದುತ್ತದೆ. ಭಾಗವತದಲ್ಲಿ ಬಲರಾಮನ ತೀರ್ಥ ಯಾತ್ರೆಯ ವರ್ಣನೆಯಲ್ಲಿ ಅವನು ರಾಮೇಶ್ವರದಿಂದ ತ್ರಿಗರ್ತದೇಶದಲ್ಲಿ ಹಾದು ಗೋಕರ್ಣಕ್ಕೆ ಹೋದನೆಂದು ಹೇಳಿರುತ್ತದೆ. ಆದ್ದರಿಂದ ಮೈಸೂರು ಶೀಮೆಯೇ ತ್ರಿವರ್ಗ ದೇಶವೆಂದು ನಿಶ್ಚಯವಾಗುತ್ತದೆ. ತ್ರಿವರ್ಗದ ಅರಸನಾದ ಸುಶರ್ಮನ ಬಳಿಯಲ್ಲಿ ನಿವಾತಕವಚರೆಂದರೆ ಗಾಳಿ ಶೇರದಂಥ ಪೋಷಾಗುಳ್ಳ ದಂಡಾಳುಗಳು ಇದ್ದರೆಂದು ಭಾರತದಲ್ಲಿ ಹೇಳಿರುತ್ತದೆ. ಇಜಿಪ್ತ ದೇಶದ ಗ್ರಂಥಕರ್ತರು ಬಹು ಬುನಾದಿಯ ಕಾಲದಲ್ಲಿ ಆ ದೇಶದವರು ದಕ್ಷಿಣ ಹಿಂದುಸ್ತಾನಕ್ಕೆ ಬರುತ್ತಿದ್ದರೆಂದು ಬರಿದಿದ್ದಾರೆ. ಆದ್ದರಿಂದ ಸುಶರ್ಮನ ನಿವಾತಕವಚರು ಇಜಿಪ್ತ ದೇಶದ ದಂಡಾಳುಗಳೆಂದು ಅನುಮಾನವಾಗುತ್ತದೆ. ಒಟ್ಟಿಗೆ ಕೌರವ ಪಾಂಡವರ ಕಾಲದಲ್ಲಿ, ಅಂದರೆ ಕ್ರಿ. ಶ. ಪೂರ್ವದಲ್ಲಿ ೧೪ನೇ ಶತಕದ ಸುಮಾರಿನಲ್ಲಿ, ಗೋಮಂತಕ, ಮತ್ಸ್ಯ, ತ್ರಿವರ್ಗ, ಈ ಮೂರು ರಾಷ್ಟ್ರಗಳು ಕರ್ನಾಟಕದಲ್ಲಿ ಇದ್ದವೆಂದು ಸ್ಪಷ್ಟವಾಗುತ್ತದೆ.

ಪಾಂಡವರು ಅಜ್ಞಾತವಾಸವನ್ನು ಮುಗಿಸಿದ ಬಳಿಕ ಉಪಪ್ಲಾವ್ಯವೆಂಬ ನಗರದಲ್ಲಿ ಹೋಗಿ ನಿಂತರೆಂದು ಮಹಾಭಾರತವು ಹೇಳುತ್ತದೆ. ಆನೇಗುಂದಿಗೆ ಬುನಾದಿಯಲ್ಲಿ ದಕ್ಷಿಣ ಹಸ್ತಿನಾವತಿ ಯೆಂಬ ಹೆಸರಿತ್ತೆಂದು ಆ ಕಾಲದ ಶಿಲಾಲಿಪಿಗಳಿಂದ ತಿಳಿಯುತ್ತದೆ.

ಆನೇಗುಂದಿಯಲ್ಲಿ ಪಾಂಡವರ ವಂಶದ ಅರಸರು ಬಹು ದಿವಸ ಆಳಿದರು. ಅವರಲ್ಲಿ ಕೆಲವರು ಬರಿಸಿದ ಶಿಲಾಲಿಪಿಗಳಲ್ಲಿ ಯುಧಿಷ್ಠಿರ ಶಕ ಕಾಲವು ಬರಿಯಲ್ಪಟ್ಟದೆ. ಇದಲ್ಲದೆ ದಕ್ಷಿಣ ದೇಶದಲ್ಲಿ ಕಾಂಚಿ, ಮಧುರೆ, ಮುಂತಾದ ಕಡೆಯಲ್ಲಿ ಆಳಿದ ರಾಜ ವಂಶಗಳ ಉಗಮವು ಪಾಂಡವರಿಂದಲೇ ಆಯಿತೆಂದು ಅವರವರ ಇತಿಹಾಸದಿಂದ ತಿಳಿಯುತ್ತದೆ. ಆದ್ದರಿಂದ ಆನೇಗುಂದಿಯೇ ಉಪಪ್ಲಾವ್ಯವೆಂದು ಅನುಮಾನ ಮಾಡಲಿಕ್ಕೆ ಆಸ್ಪದವಾಗುತ್ತದೆ.

ಪರಶುರಾಮನು ಕೊಂಕಣದಲ್ಲಿ ಸಾರಸ್ವತರೆಂಬ ಬ್ರಾಹ್ಮಣರನ್ನು ಉತ್ತರದಿಂದ ತಂದು ಇಟ್ಟ ವರ್ತಮಾನವು ಪಾಂಡವರ ಕಾಲದಲ್ಲಿ, ಇಲ್ಲವೆ ಅದಕ್ಕೂ ಪೂರ್ವದಲ್ಲಿ ವರ್ತಿಸಿರ ಬಹುದೆಂದು ತೋರುತ್ತದೆ. ಪರಶುರಾಮನು ಮೀನ ಬಲೆಗಾರರಿಗೆ ಬ್ರಾಹ್ಮಣತ್ವವನ್ನು ಕೊಟ್ಟನೆಂತಲೂ ಕಥೆಯುಂಟು. ಮಲಿಯಾಳದಲ್ಲಿ ಇರುವ ನಂಬುರೀ ಬ್ರಾಹ್ಮಣರೇ ಈ ಬ್ರಾಹ್ಮಣರೆಂದು ಹೇಳುತ್ತಾರೆ.

ಪಾಂಡವರ ಕಾಲದಿಂದ ಶಾಲಿವಾಹನ ಶಕದ ಆರಂಭದ ವರೆಗೆ ಕರ್ನಾಟಕದ ಇತಿಹಾಸವು ತಿಳಿದಿಲ್ಲ. ಈ ಅವಧಿಯಲ್ಲಿ ಕರ್ನಾಟಕಕ್ಕೆ ಕುಂತಳ, ನಾಟ, ಲಾಟ, ಮುಂತಾದ ಹೆಸರುಗಳುಂಟಾಗಿದ್ದವು. ಕುಂತಳ ದೇಶದಲ್ಲಿ ಚಂದ್ರಹಾಸನೆಂಬ ಅರಸು ಆಳಿದ ಕಥೆಯು ಪುರಾಣದಲ್ಲಿ ಪ್ರಸಿದ್ಧವದೆ. ಪಶ್ಚಿಮ ಸಮುದ್ರತೀರದಲ್ಲಿ ಕೆಲ ಕೆಲವರ ಬಳಿಯಲ್ಲಿ ರಾಜ ಪದ್ಧತಿಗಳೆಂಬ ಗ್ರಂಥಗಳಿರುತ್ತವೆ. ಅವುಗಳಿಂದ ಆನೇಗುಂದಿಯಲ್ಲಿ ಬರ್ಬರರೆಂಬ ಅರಸರು (ಇಜಿಪ್ತದಿಂದ ಬಂದವರು) ಶಾಲಿವಾಹನನ ಪೂರ್ವದಲ್ಲಿ ಸುಮಾರು ೪೦೦ ವರ್ಷ ಆಳಿದರೆಂತಲೂ, ಅವರನ್ನು ಕದಂಬರೆಂಬ ಅರಸರು ಮುರಿದರೆಂತಲೂ ತಿಳಿಯುತ್ತದೆ (ಬುಕ್ಯಾನನ್) ಇಜಿಪ್ತ, ಗ್ರೀಸ ದೇಶಗಳ ವ್ಯಾಪಾರಸ್ಥರು ಕರ್ನಾಟಕಕ್ಕೆ ಆಗಾಗ್ಗೆ ಬರುತ್ತಿದ್ದರೆಂದು ಹಿಂದೆ ತಿಳಿಸಿದ್ದೇವೆ.

ಇಜಿಪ್ತದ ತಾಲೆಮಿಯೆಂಬ ಗ್ರಂಥಕರ್ತನು ಕ್ರಿ. ಶಕದ ೧೫೦ನೇ ವರ್ಷ ಇದ್ದನು. ಆ ಕಾಲದಲ್ಲಿ ಹಿಂದುಸ್ತಾನದ ಪಶ್ಚಿಮ ಸಮುದ್ರತೀರಕ್ಕೆ ಆ ದೇಶದಿಂದ ಬರುತ್ತಿದ್ದ ವ್ಯಾಪಾರಸ್ಥನನ್ನು ಕೇಳಿ "ಆರ್ಯಕ" ವೆಂಬ ದೇಶದೊಳಗಿನ ೫ ಗ್ರಾಮುಗಳ ಹೆಸರುಗಳನ್ನು ಬರಿದು ಇಟ್ಟದ್ದಾನೆ. ಅವು—"ಬದಿಯಾಮಯಿ," "ಇಂಡಿ," "ಕಲ್ಲಿಗೇರಿ," "ಮೊದೊಗುಲ್ಲ," "ಪೆತಿರಗಲ." ಇವು ಕ್ರಮವಾಗಿ ಈಗಿನ ಬಾದಾಮಿ, ಇಂಡಿ, ಕಲಕೇರಿ, ಮುದಗಲ್ಲು, ಪಟ್ಟದಕಲ್ಲು, ಈ ೫ ಗ್ರಾಮುಗಳ ಹೆಸರುಗಳಿರುತ್ತವೆಂದು ತರ್ಕವದೆ. ಬದಿಯಾಮೆಯಿ ಯೆಂಬ ಗ್ರಾಮವು "ತಥಿಲ್ಲ" ವೆಂಬ ರಾಜಧಾನಿಯ ಕೆಳಗೆ ಇತ್ತೆಂದು ತಾಲೆಮಿಯು ಬರಿದಿದ್ದಾನೆ; ಮತ್ತೂ ಮೊದೊಗಲ್ಲವು "ಅಮಿರಿಕ ಆರ್ಯಕ" ಯೆಂಬ ದೇಶದ ಮೇರೆಯಲ್ಲಿ ಇತ್ತೆಂದು ಬರಿದಿದ್ದಾನೆ. "ತಥಿಲ್," "ಅಮಿರಿಕ," ಈ ಯೆರಡು ಹೆಸರುಗಳ ಸಂಬಂಧವು ಇನ್ನೂ ವೊಳಿತಾಗಿ ತಿಳಿದಿಲ್ಲ.

ಆದರೆ ಕರ್ನಾಟಕದ ಅವಿಚ್ಛಿನ್ನವಾದ ನಿಜ ಇತಿಹಾಸದ ಆರಂಭವು ಕ್ರಿ. ಶಕದ ೫ನೇ ಶತಕದಿಂದ ಆರಂಭವಾಗುತ್ತದೆ. ೫ನೇ ಶತಕದಿಂದ ೧೩ನೇ ಶತಕದಲ್ಲಿ ಮುಸ

ಲ್ಮಾನರು ದಕ್ಷಿಣ ದೇಶವನ್ನು ಆಕ್ರಮಿಸಿದ ವರೆಗೆ ೮೦೦ ವರ್ಷಗಳ ಇತಿಹಾಸವನ್ನು ಮೆ. ಫ್ಲೀಟ ಸಾಹೇಬರು ಶಿಲಾಲಿಪಿ, ತಾಮ್ರ ಪಟಗಳ ಆಧಾರದಿಂದ ವೊಳಗಡೆಯಲ್ಲಿ "ಮುಂಬಯಿ ಇಲಾಖೆಯೊಳಗಿನ ಕನ್ನಡ ಜಿಲ್ಲೆಗಳ ರಾಜ ವಂಶಗಳು" ಯೆಂಬ ಇಂಗ್ಲಿಷ ಪುಸ್ತಕದಲ್ಲಿ ಪ್ರಸಿದ್ಧ ಮಾಡಿದ್ದಾರೆ.

ಕ್ರಿಸ್ತೀ ಶಕದ ಆರಂಭದಿಂದೀಚೆಯಲ್ಲಿ ಕರ್ನಾಟಕದಲ್ಲಿ ನಳ, ಮೌರ್ಯ, ಕದಂಬ, ಮಾತಂಗ, ಕಟ್ಟಚ್ಚುರಿ, ಮುಂತಾದ ಹೆಸರಿನ ಅರಸರು ಬೇರೆ ಬೇರೆ ಕಡೆಯಲ್ಲಿ ಆಳಿದರು. ಆದರೆ ಅವರ ಇತಿಹಾಸಗಳು ಸಾದ್ಯಂತವಾಗಿ ತಿಳಿದಿಲ್ಲ. ಬನವಾಸಿಯ ಮಧುಕೇಶ್ವರನ ಗುಡಿಯಲ್ಲಿ ಪಾಲೀ ಭಾಷೆಯಲ್ಲಿ ಬರಿದದ್ದೊಂದು ಲಿಪಿಯಿಂದ ಆ ಪಟ್ಟಣದಲ್ಲಿ ವೊಂದಾನೊಂದು ಕಾಲದಲ್ಲಿ ಆಂದ್ರಭೃತ್ಯ ವಂಶದ ಹಾರಿತಿಪುತ್ರನೆಂಬ ಬಿರುದುಳ್ಳ ಶತಕರ್ಣಿಯೆಂಬ ಅರಸನು ಆಳುತ್ತಿದ್ದನೆಂದು ತಿಳಿದದೆ. ಈ ಲಿಪಿಯು ಕ್ರಿ. ಶಕದ ೨ನೇ ಶತಕದಲ್ಲಿ ಹುಟ್ಟಿತೆಂದು ಫ್ಲೀಟ ಸಾಹೇಬರ ತರ್ಕವದೆ. ಆದರೆ ಕರ್ನಾಟಕವನ್ನು ಆಳಿದ ರಾಜ ವಂಶಗಳಲ್ಲಿ ಸಾದ್ಯಂತವಾಗಿ ತಿಳಿದಂಥ ಯೆಲ್ಲಕ್ಕೂ ಪೂರ್ವದ ರಾಜವಂಶವು ಚಲುಕ್ಯರದು ಇರುತ್ತದೆ. ಇವರು ಕ್ರಿ. ಶಕದ ೫ನೇ ಶತಕದಲ್ಲಿ ಕರ್ನಾಟಕವನ್ನು ಆಕ್ರಮಿಸಿದರೆಂದು ಶಿಲಾಲಿಪಿಗಳಿಂದ ತಿಳಿದದೆ. ಚಲುಕ್ಯ ಕುಲದ ೨ನೇ ಪುಲಿಕೇಶಿ ಯೆಂಬ ಅರಸು ಬಾದಾವಿಯಲ್ಲಿ ಆಳುತ್ತಿದ್ದಾಗ ಶಕೆ ೫೫೬ನೇ ವರ್ಷದಲ್ಲಿ (ಕ್ರಿ. ಶ. ೬೩೪) ಐಹೊಳೆಯಲ್ಲಿ ಮೇಗುತಿ ಯೆಂಬ ಗುಡಿಯಲ್ಲಿ ಬರಿದದ್ದೊಂದು ಲಿಪಿಯಿಂದ ಪೂರ್ವದಿಂದ ಆಳುತ್ತ ಬಂದಂಥ ಯೆಷ್ಟೋ ರಾಜವಂಶಗಳನ್ನು ಚಲುಕ್ಯರು ಕ್ರಮ ಕ್ರಮವಾಗಿ ಮುರಿದರೆಂದು ಬರಿದದೆ. ಆ ರಾಜವಂಶಗಳ ವಿವರ ಹ್ಯಾಗಂದರೆ—

ನಳ, ಮೌರ್ಯ, ಯೆಂಬ ಅರಸರು.—ನಳ ಮನೆತನದ ಅರಸನನ್ನು ಪುಲಿಕೇಶಿಯ ತಂದೆಯು ಜಯಿಸಿ ಅವನ ರಾಜ್ಯವನ್ನು ತಕ್ಕೊಂಡನೆಂದು ವೊಂದು ಲಿಪಿಯಲ್ಲಿ ಬರಿದದೆ; ಇಷ್ಟಕ್ಕಿಂತ ಹೆಚ್ಚಿಗೇನು ತಿಳಿದಿಲ್ಲ. ಮೌರ್ಯರೆಂಬ ಅರಸರು ಕೊಂಕಣದಲ್ಲಿ "ಪುರಿ" ಯೆಂಬ ರಾಜಧಾನಿಯಲ್ಲಿ ಆಳುತ್ತಿದ್ದರು. "ಪುರಿಯು" "ಪಶ್ಚಿಮ ಸಮುದ್ರದ ಧನ, ದೇವತೆ" ಯೆಂದು ಹೇಳಲ್ಪಟ್ಟದೆ. ಇದೇ ಪುರಿಯಲ್ಲಿ ೧೧ನೇ ಶತಕದಲ್ಲಿ ಶಿಲಾಹಾರರೆಂಬ ಅರಸರು ಆಳುತ್ತಿದ್ದರೆಂದು ತಿಳಿದದೆ. ಆದ್ದರಿಂದ "ಪುರಿ" ಯೆಂದರೆ ಕೊಲ್ಲಾಪುರವಿರ ಬಹುದೆಂದು ತೋರುತ್ತದೆ. ಈ ಮೌರ್ಯರು ಈಗಿನ ಮೋರೆ ಯೆಂಬ ಮಹಾರಾಷ್ಟ್ರರ ಮೂಲ ಪುರುಷರೆಂದು ಅನುಮಾನವದೆ. ಶಿವಾಜಿಯ ಕಾಲಕ್ಕೆ ಚಂದ್ರರಾವ ಮೋರೆ ಯೆಂಬವನೊಬ್ಬ ಸಣ್ಣ ಸಂಸ್ಥಾನಿಕನು ತೋರಣಾ ಯೆಂಬ ಕೋಟೆಯಲ್ಲಿ ಆಳುತ್ತಿದ್ದನು.

ಕದಂಬರು.—ಇವರು ಚಲುಕ್ಯರ ಪೂರ್ವದಲ್ಲಿ ಬನವಾಸಿಯಲ್ಲಿಯೂ, ಪಲಾಶಿಕಾ ಅಂದರೆ ಹಲಸಿಗೆಯೆಲ್ಲಿಯೂ ಆಳುತ್ತಿದ್ದರು. ಉತ್ಸಂಗಿ ದುರ್ಗದಲ್ಲಿಯೂ ತ್ರಿಪರ್ವತ (ಮುರುಗೋಡು?)ದಲ್ಲಿಯೂ ಕದಂಬರ ಅರಮನೆಗಳಿದ್ದವೆಂದು ತಿಳಿದದೆ. ಕದಂಬರು ಬುನಾದಿಯಲ್ಲಿ ಬೌದ್ಧ ಮತದವರಿದ್ದರು. ಇವರಿಗೆ ಹಾರಿತಿ ಪುತ್ರರೆಂಬ ಬಿರುದಿತ್ತು; ಇವರ ಗೋತ್ರ ಮಾನವ್ಯ. ಕದಂಬರು ಗಂಗ, ಪಲ್ಲವ, ಅರಸರನ್ನು ಗೆದ್ದರೆಂದು ವೊಂದು

ಲಿಪಿಯು ಹೇಳುತ್ತದೆ. ಬನವಾಸಿಯೇ ಕದಂಬರ ಮೂಲ ನಿವಾಸಸ್ಥಾನವೆಂಬದಕ್ಕೆ ಸಂದೇಹವಿಲ್ಲ. ಮೇಲೆ ಹೇಳಿದ ಕ್ರಿ. ಶಕದ ೨ನೇ ಶತಕದಲ್ಲಿ ಬನವಾಸಿಯಲ್ಲಿ ಆಳುತ್ತಿದ್ದ ಶತಕರ್ಣಿ ಯೆಂಬ ಅರಸು ಈ ಕದಂಬ ವಂಶದವನೇ ಆದ್ದರಿಂದ ಕದಂಬರ ಮೂಲ ಪುರುಷನು ಬರ್ಬರರನ್ನು ಕರ್ನಾಟಕದಿಂದ ಹೊರಗೆ ಹಾಕಿದರೆಂದು ರಾಜಪದ್ಧತಿಯಲ್ಲಿ ಹೇಳಿದ್ದು ನಿಜವಿರ ಬಹುದೆಂದು ತೋರುತ್ತದೆ. ಕದಂಬರು ಕುರುಬರೆಂದು ಕೆಲವರ ತರ್ಕವದೆ. (೩ನೇ ಭಾಗದಲ್ಲಿ ಕುರುಬರ ವರ್ಣನೆ ನೋಡು).

ಮಾತಂಗರೂ ಕಟಚ್ಚುರಿಗಳೂ.— ಮಾತಂಗರನ್ನು ಮಂಗಲೇಶನೆಂಬ ಚಲುಕ್ಯ ಅರಸು ಮುರಿದನೆಂದು ವೊಂದು ಲಿಪಿಯಲ್ಲಿ ಬರಿದದೆ. ಮಾತಂಗರೆಂದರೆ ಹೊಲಿಯರು. ಇವರು ಪ್ರಬಲರಾಗಿ ಚಲುಕ್ಯರ ಪೂರ್ವದಲ್ಲಿ ಅಲ್ಪ ಸ್ವಲ್ಪ ಶೀಮೆಯನ್ನು ಆಕ್ರಮಿಸಿದ್ದರೆಂದು ತೋರುತ್ತದೆ. ೧೬ನೇ ಶತಕದ ಸುಮಾರಿನಲ್ಲಿ ಕಾನಡಾ ಜಿಲ್ಲೆಯಲ್ಲಿ ಹೊಲಿಯರು ಮತ್ತೊಮ್ಮೆ ಪ್ರಬಲರಾದ ವೃತ್ತಾಂತವು ಮುಂದೆ ಬರುವದು. ಚಲುಕ್ಯರ ಪೂರ್ವದಲ್ಲಿ ಕರ್ನಾಟಕದ ಕೆಲವು ಪ್ರದೇಶವನ್ನು ಆಕ್ರಮಿಸಿದ್ದ ಕಟಚ್ಚುರಿಗಳೂ ಮುಂದೆ ಹೇಳಲ್ಪಡುವ ಕಲಚುರಿಗಳೂ ವೊಂದೇ ರಾಜವಂಶವು. ಈ ವಂಶದ ಬುದ್ಧ ರಾಜನೆಂಬವನನ್ನು ಚಲುಕ್ಯ ಮಂಗಲೇಶನು ಗೆದ್ದನೆಂದು ತಿಳಿದದೆ.

ಗಂಗ ಅರಸರು.— ಇವರು ಕೊಡಗು ದೇಶದಲ್ಲಿ ಮಡಿಕೇರಿಯಲ್ಲಿ ಆಳುತ್ತಿದ್ದರು. ಇವರನ್ನು ೨ನೇ ಪುಲಿಕೇಶಿಯೂ ಅವನ ಪೂರ್ವದಲ್ಲಿ ಕದಂಬ ಅರಸರೂ ಜಯಿಸಿದ ಬಗ್ಗೆ ಲೇಖಗಳಿರುತ್ತವೆ.

ಆಲುಪ ಅಥವಾ ಆಲುವ ಅರಸರು.— ಇವರು ದಕ್ಷಿಣದಲ್ಲಿ ಆಳುತ್ತಿದ್ದರೆಂದು ತಿಳಿದವೆ. ಇವರನ್ನು ಚಲುಕ್ಯರು ಜಯಿಸಿದರು.

ಪಲ್ಲವ ಅರಸರು.— ಇವರು ಮೇಲೆ ಹೇಳಿದ ಯಾವತ್ತು ರಾಜ ವಂಶಗಳಿಗಿಂತ ಹೆಚ್ಚು ಬಲಾಢ್ಯರು. ಚಲುಕ್ಯರ ಪೂರ್ವದಲ್ಲಿ ವೆಂಗಿ ದೇಶದಲ್ಲಿ, ಅಂದರೆ ಕೃಷ್ಣಾ ಗೋಧಾವರಿಗಳ ನಡುವಿನ ಪ್ರದೇಶದಲ್ಲಿ ಇವರ ರಾಜಧಾನಿ ಇತ್ತು. ಅಲ್ಲಿಂದ ಚಲುಕ್ಯರು ಇವರನ್ನು ಹೊರಗೆ ಹಾಕಲಾಗಿ ಬಾದಾವಿಯನ್ನು ಪಲ್ಲವರು ತಮ್ಮ ರಾಜಧಾನಿಯನ್ನು ಮಾಡಿ ಕೊಂಡರೆಂದು ತೋರುತ್ತದೆ. ಅಲ್ಲಿಂದಲೂ ಚಲುಕ್ಯರೇ ಇವರನ್ನು ಓಡಿಸಿದ ಬಳಿಕ ಇವರು ದಕ್ಷಿಣದಲ್ಲಿ ಕಾಂಚಿಪುರದಲ್ಲಿ ತಮ್ಮ ಸಿಂಹಾಸನವನ್ನು ನೆಲೆಗೊಳಿಸಿದರು. ಮುಂದೆ ಬಹು ದಿವಸ ಚಲುಕ್ಯರಿಗೂ ಪಲ್ಲವರಿಗೂ ಆಗಾಗ್ಗೆ ಯುದ್ಧಗಳಾಗಿ ಉಭಯ ಪಕ್ಷಗಳಿಗೂ ಜಯಾಪಜಯಗಳಾಗುತ್ತಿದ್ದವು. ಪಲ್ಲವರು ಚಲುಕ್ಯರ ಮಾಂಡಲಿಕರೊಳಗೆ ಯೆಂದೆಂದು ಶೇರಲಿಲ್ಲ. ಪಲ್ಲವರು ಭಾರದ್ವಾಜ ಗೋತ್ರದವರೆನಿಸಿ ಶಿವನನ್ನು ಆರಾಧಿಸುವರು; ನಂದಿಯೇ ಅವರ ಮುದ್ರಿಯು. ಆದರೂ ಪಲ್ಲವರು ಪರದೇಶಿಯರೊಳಗೆ ಯೆಣಿಸಲ್ಪಡುತ್ತಿದ್ದರು. ಇದೇ ಕಾರಣದಿಂದ ಚಲುಕ್ಯರಿಗೂ ಇವರಿಗೂ ದೀರ್ಘದ್ವೇಷ ಬೆಳಿದಿರ ಬಹುದೆಂದು ತೋರುತ್ತದೆ.

ಚಲುಕ್ಯರು.

ಇವರು ಸೋಮ ವಂಶದವರಾಗಿ ಮಾನವ್ಯ ಗೋತ್ರದಲ್ಲಿ ಹುಟ್ಟಿದರೆಂತಲೂ ಹಾರಿತಿ ಪುತ್ರರೆಂಬ ಬಿರುದುಳ್ಳವರೆಂತಲೂ ಲಿಪಿಗಳು ಹೇಳುತ್ತವೆ. ಮೊದಲು ಇವರು ವಿಷ್ಣು ಬಕ್ತರಿದ್ದರು; ಆದರೆ ಕಡೆಯಲ್ಲಿ ಶೈವ ಮತವನ್ನು ಸ್ವೀಕರಿಸಿದರು. ಆರಂಭದಲ್ಲಿ ಚಲುಕ್ಯ ಕುಲದ ಅರಸರು ೫೯ ಜನ ಅಯೋಧ್ಯದಲ್ಲಿ ಆಳಿದರೆಂತಲೂ, ಆ ಮೇಲೆ ೧೬ ಜನ ದಕ್ಷಿಣದಲ್ಲಿ ಆಳಿದರೆಂತಲೂ ಲಿಪಿಗಳಿಂದ ತಿಳಿದದೆ. ಈ ೧೬ ಜನರ ತರುವಾಯ ಚಲುಕ್ಯರು ಅಪ್ರಸಿದ್ಧರಾಗಿ ಬಹು ದಿವಸ ಕಾಲಕ್ಷೇಪ ಮಾಡಿದರೆಂದು ತೋರುತ್ತದೆ. ಮುಂದೆ ವಿಜಯಾದಿತ್ಯನೆಂಬ ಚಲುಕ್ಯ ಕುಲದ ವೀರನು ದಕ್ಷಿಣದಲ್ಲಿ ಪಲ್ಲವ ವಂಶದ ತ್ರಿಲೋಚನನೆಂಬ ಅರಸನೆದುರಿಗೆ ಯುದ್ಧಕ್ಕೆ ನಿಂತು ಮಡಿದನು. ಆದರೂ ಅವನ ಮಗನಾದ ವಿಷ್ಣು ವರ್ಧನನಿಗೆ ತ್ರಿಲೋಚನನ ಮನೆತನದವರೇ ಹೆಣ್ಣು ಕೊಟ್ಟರು. ಆದರೆ ಈ ವಿಷ್ಣು ವರ್ಧನನ ಕಾಲವೂ ತಿಳಿದಿಲ್ಲ, ಇವನು ಚಲುಕ್ಯ ವಂಶವನ್ನು ಬಹು ಕಾಲ ನೆಲೆಗೊಳಿಸಿದ ೧ನೇ ಜಯಸಿಂಹನಿಗೆ ಯೇನಾಗ ಬೇಕೆಂಬುವದೂ ತಿಳಿದಿಲ್ಲ.

ಮೇಲೆ ಹೇಳಿದ ೧ನೇ ಜಯಸಿಂಹನು ರಾಷ್ಟ್ರಕೂಟ ವಂಶದ ಕೃಷ್ಣ ರಾಜನ ಮಗನಾದ ಇಂದ್ರನೆಂಬವನನ್ನು ಯುದ್ಧದಲ್ಲಿ ಗೆದ್ದು ತಾಪೀ ನದಿಯ ಉತ್ತರದಲ್ಲಿ ಅಂದರೆ ಗುಜರಾಥದ ನೆರೆಯಲ್ಲಿ ತನ್ನ ಸಿಂಹಾಸನವನ್ನು ಸ್ಥಾಪಿಸಿದನು. ಇವನ ರಾಜಧಾನಿಯು ಇಂದುಪುರಿ ಯೆಂಬ ಪಟ್ಟಣವಿತ್ತೆಂದು ತೋರುತ್ತದೆ. ಅದು ಅಜಯೆಂತವೇ ಇರ ಬಹುದೆಂದು ಫ್ಲೀಟ ಸಾಹೇಬರು ತರ್ಕಿಸುತ್ತಾರೆ. ಈ ಜಯಸಿಂಹನು ಆಳಿದ ಕಾಲವು ತಿಳಿದಿಲ್ಲ. ಇವನ ವಂಶಾವಳಿಯನ್ನು ಕೆಳಗೆ ಕೊಟ್ಟದೇವೆ.

೧ನೇ ಜಯಸಿಂಹ.

- ಬುದ್ಧವರ್ಮ ವಿಜಯವರ್ಮ (ಶಕ ೩೯೪)
- ರಣರಂಗ ಪುಲಿಕೇಶಿ (ಶಕ ೪೧೧)
  - ೧ನೇ ಕೀರ್ತಿವರ್ಮ (ಶಕ ೪೮೯)
    - ೨ನೇ ಪುಲಿಕೇಶಿ ಅಥವಾ ೧ನೇ ಸತ್ಯಾಶ್ರಯ (ಶ. ೫೩೨-೫೫೬)
      - ಆದಿತ್ಯವರ್ಮ
      - ಚಂದ್ರಾದಿತ್ಯ
      - ೧ನೇ ವಿಕ್ರಮಾದಿತ್ಯ (ಶ. ೫೯೨-೬೦೩)
        - ವಿನಯಾದಿತ್ಯ (ಶ. ೬೦೩-೬೧೮)
          - ವಿಜಯಾದಿತ್ಯ (ಶ. ೬೧೮-೬೫೫)
            - ೨ನೇ ವಿಕ್ರಮಾದಿತ್ಯ (ಶ. ೬೫೫-೬೬೯)
              - ೨ನೇ ಕೀರ್ತಿವರ್ಮ (ಶ. ೬೬೯-೬೭೯)
            - ೧ನೇ ಭೀಮ
              - ೩ನೇ ಕೀರ್ತಿವರ್ಮ
                - ೧ನೇ ತೈಲಪ
                  - ೩ನೇ ವಿಕ್ರಮಾದಿತ್ಯ
                    - ೨ನೇ ಭೀಮ
                      - ೧ನೇ ಅಯ್ಯನ
                        - ೪ನೇ ವಿಕ್ರಮಾದಿತ್ಯ
                          - ೨ನೇ ತೈಲಪ ಅಥವಾ ಆಹವಮಲ್ಲ (ಶ. ೮೯೫-೯೧೯)
      - ಅಂಬಿರ
    - ೧ನೇ ವಿಷ್ಣುವರ್ಧನ (ಪೂರ್ವ ರಾಜ್ಯ)
    - ೨ನೇ ಜಯಸಿಂಹ
  - ಮಂಗಲೀಶ (ಶಕ ೪೮೯-೫೩೨) ಸತ್ಯಾಶ್ರಯ ಅಥವಾ ಇಂದ್ರವರ್ಮ (೫೩೨)

(೨ನೇ ತೈಲಪನ ಮಕ್ಕಳು.)

೨ನೇ ಸತ್ಯಾಶ್ರಯ — **ದಾಸವರ್ಮ**

ದಾಸವರ್ಮನ ಮಕ್ಕಳು:
- ೫ನೇ ವಿಕ್ರಮಾದಿತ್ಯ ಅಥವಾ ತ್ರಿಭುವನಮಲ್ಲ (ಶ. ೯೩೦-೯೪೦)
- ೨ನೇ ಅಯ್ಯನ
- ಅಕ್ಕಾದೇವಿ (ಶ. ೯೪೪-೯೬೯)
- ೩ನೇ ಜಯಸಿಂಹ ಅಥವಾ ೧ನೇ ಜಗದೇಕಮಲ್ಲ (ಶ.೯೪೦-೯೪೪)
  - ೧ನೇ ಸೋಮೇಶ್ವರ ಅಥವಾ ೧ನೇ ತ್ರೈಲೋಕ್ಯಮಲ್ಲ ಅಥವಾ ೨ನೇ ಆಹವಮಲ್ಲ (ಶ. ೯೬೪-೯೯೦)
    - ೨ನೇ ಸೋಮೇಶ್ವರ ಅಥವಾ ಭುವನೈಕಮಲ್ಲ (ಶ. ೯೯೦-೯೯೭)
    - ೬ನೇ ವಿಕ್ರಮಾದಿತ್ಯ ಅಥವಾ ೨ನೇ ತ್ರಿಭುವನಮಲ್ಲ (ಶ. ೯೯೭-೧೦೪೮)
      - ಜಯಕರ್ಣ
      - ೩ನೇ ಸೋಮೇಶ್ವರ ಅಥವಾ ಭೂಲೋಕಮಲ್ಲ (ಶ. ೧೦೪೮-೧೦೬೦)
        - ೨ನೇ ಜಗದೇಕಮಲ್ಲ (ಶ. ೧೦೬೦-೧೦೭೨)
        - ೩ನೇ ತೈಲಪ ಅಥವಾ ೩ನೇ ತ್ರೈಲೋಕ್ಯಮಲ್ಲ (ಶ. ೧೦೭೨-೧೦೮೪)
          - ೪ನೇ ಸೋಮೇಶ್ವರ ಅಥವಾ ೩ನೇ ತ್ರಿಭುವನಮಲ್ಲ (ಶ. ೧೧೦೪-೧೧೧೧)
      - ಮೈಲಾದೇವಿ (ಗೋವೆಯ ಕದಂಬ ಕುಲದ ೨ನೇ ಜಯಕೇಶಿಯನ್ನು ಲಗ್ನ ಮಾಡಿ ಕೊಂಡಳು)
    - ೪ನೇ ಜಯಸಿಂಹ ಅಥವಾ ೨ನೇ ತ್ರೈಲೋಕ್ಯಮಲ್ಲ (ಶ. ೧೦೦೧-೧೦೦೩)

ಬುದ್ಧವರ್ಮ, ರಣರಂಗ.—ಇವರು ೧ನೇ ಜಯಸಿಂಹನ ಮಕ್ಕಳು. ಇಬ್ಬರೂ ವೊಬ್ಬನ ಹಿಂದೊಬ್ಬನು ಪಟ್ಟವನ್ನು ಆಳಿದಾಗ್ಯೂ ಇವರ ಕಾಲ ಕೀರ್ತಿಯ ಇತಿಹಾಸವೇನು ತಿಳಿಯಲಿಲ್ಲ. ಆದ್ದರಿಂದ ಇವರಿಬ್ಬರೂ ರಾಜ್ಯವನ್ನು ಬೆಳಿಸುವ ಪ್ರಯತ್ನವೇನು ಮಾಡಲಿಲ್ಲೆಂದು ತೋರುತ್ತದೆ.

ವಿಜಯವರ್ಮ.—ಇವನು ಬುದ್ಧವರ್ಮನ ಮಗನು. ಇವನು ಜಂಬುಸರವೆಂಬಲ್ಲಿಯ ಬ್ರಾಹ್ಮಣರಿಗೂ ವಿದ್ಯಾರ್ಥಿಗಳಿಗೂ ವೊಂದು ಹಳ್ಳಿಯನ್ನು ಇನಾಮು ಕೊಟ್ಟ ಲೇಖವದೆ. ಜಂಬುಸರವು ಗುಜರಾಥದಲ್ಲಿ ಇರುತ್ತದೆ. ವಿಜಯಪುರವೆಂಬಲ್ಲಿ ಜಯ ಪಡಿದ ಕಾಲಕ್ಕೆ ವಿಜಯವರ್ಮನು ಈ ಹಳ್ಳಿಯ ಇನಾಮು ಕೊಟ್ಟನು. ಈ ವಿಜಯಪುರ ಯಾವದೆಂಬ ಬಗ್ಗೆ ಇನ್ನೂ ಶೋಧವಾಗಬೇಕಾಗಿದೆ.

೧ನೇ ಪುಲಿಕೇಶಿ.—ಇವನು ರಣರಂಗನ ಮಗನು. ಇವನಿಗೆ ರಣವಿಕ್ರಮನೆಂಬ ಬಿರುದಿತ್ತು. ಇವನ ಹೆಂಡತಿಯು ದುರ್ಲಭಾದೇವಿ, ಬಪ್ಪುರವೆಂಬ ಮನೆತನದವಳು. ಇವನು ದಕ್ಷಿಣಕ್ಕೆ ಬಂದು ಪಲ್ಲವ ಅರಸನನ್ನು ಗೆದ್ದು ಬಾದಾವಿಯಲ್ಲಿ ತನ್ನ ಸಿಂಹಾಸನವನ್ನು ಸ್ಥಾಪಿಸಿದನು. ಆದರೆ ಗುಜರಾಥವನ್ನು ಇವನು ಯಾಕೆ ಬಿಟ್ಟನೆಂಬ ಕಾರಣವು ತಿಳಿದಿಲ್ಲ. ಇವನ ಕಾಲದ ಲಿಪಿಯು ವೊಂದೇ ದೊರಿದದೆ. ಅದರಲ್ಲಿ ಇವನ ಕೈಕೆಳಗಿನವನೊಬ್ಬ ಮಂಡಲೇಶ್ವರನ ಆಳಿಕೆಗೆ ಶೇರಿದ ಕುಂಹುಡಿ ಯೆಂಬ ಪ್ರಾಂತದಲ್ಲಿ ಅಲಕ್ತಕ ನಗರವೆಂಬ ಗ್ರಾಮದಲ್ಲಿ ಈ ಪುಲಿಕೇಶಿ ರಾಜನು ವೊಂದು ಜೈನ ಗುಡಿಯನ್ನು ಕಟ್ಟಿಸಿದನೆಂದು ಬರಿದವೆ. ಆದರೆ ಈ ಲಿಪಿಯು ಕೃತಕವೆಂದು ಫ್ಲೀಟ ಸಾಹೇಬರ ಅಭಿಪ್ರಾಯವದೆ. ಪುಲಿಕೇಶಿಯು ವೊದಲಿನ ರಾಜಧಾನಿಯಾದ ಇಂದುಕಾಂತಿಯನ್ನು ಬಿಟ್ಟು ವಾತಾಪಿಯಲ್ಲಿ, ಅಂದರೆ ಬಾದಾವಿಯಲ್ಲಿ, ಬಂದು ನಿಂತನೆಂದು ತಿಳಿದದೆ. ಇವನು ಪಲ್ಲವ ರಾಜಧಾನಿಯಾದ ಕಾಂಚೀಪುರಕ್ಕೆ ಹೋಗಿ, ಅಲ್ಲಿಯ ಅರಸನನ್ನು ಗೆದ್ದು ಆ ಪಟ್ಟಣವನ್ನು ಸುಟ್ಟನೆಂದು ವೊಂದು ಲಿಪಿಯಲ್ಲಿ ಬರಿದವೆ.

೧ನೇ ಕೀರ್ತಿವರ್ಮ.—ಇವನು ೧ನೇ ಪುಲಿಕೇಶಿಯ ಹಿರಿ ಮಗನು; ಇವನ ಆಳಿಕೆಯ ಆರಂಭದ ವರ್ಷ ತಿಳಿದಿಲ್ಲ; ಸಮಾಪ್ತಿಯು ಕ್ರಿ. ಶ. ೫೬೭ರ ಸುಮಾರಿನಲ್ಲಿ ಆಯಿತು. ಇವನು ನಳ, ಮೌರ್ಯ, ಕದಂಬ, ಯೆಂಬ ಅರಸರನ್ನು ಗೆದ್ದು ಪಶ್ಚಿಮಕ್ಕೂ ದಕ್ಷಿಣಕ್ಕೂ ತನ್ನ ರಾಜ್ಯವನ್ನು ಬೆಳಿಸಿದನು. ಇವನ ಆಳಿಕೆಯಲ್ಲಿ ಆಡೂರಲ್ಲಿ (ಪಾಂಡಿಪುರದಲ್ಲಿ) ಮಂಡಲೇಶ್ವರನಾಗಿ ಆಳುತ್ತಿದ್ದ ಸಿಂಹನೆಂಬ ಅರಸು ಅದೇ ಗ್ರಾಮದಲ್ಲಿ ವೊಂದು ಜೈನ ಗುಡಿಯನ್ನು ಕಟ್ಟಿಸಿದನೆಂದು ಅಲ್ಲಿ ಇರುವವೊಂದು ಲಿಪಿಯು ಹೇಳುತ್ತದೆ. ಬಾದಾವಿಯಲ್ಲಿ ೩ನೇ ವೈಷ್ಣವ ಗುಹೆಯನ್ನು ಕೀರ್ತಿವರ್ಮನು ಕಟ್ಟಿಸಲಿಕ್ಕೆ ಆರಂಭ ಮಾಡಿದನೆಂದು ತಿಳಿದದೆ.

ಮಂಗಲೇಶ.—ಇವನು ಕೀರ್ತಿವರ್ಮನ ತಮ್ಮನು, ಕ್ರಿ. ಶ. ೫೬೭ನೇ ವರ್ಷ ಕೀರ್ತಿವರ್ಮನು ತೀರಲಾಗಿ ಅವನ ಹಿರಿ ಮಗ ೨ನೇ ಪುಲಿಕೇಶಿಯು ಚಿಕ್ಕವನಿದ್ದದರಿಂದ ಮಂಗಲೇಶನು ಅವನ ಪಾಲಕನಾಗಿ ಕಾರಭಾರವನ್ನು ಕೈಕೊಂಡನು. ಮಂಗಲೇ

21*

ಶನು ರೇವತೀ ದ್ವೀಪವೆಂಬ ನಡುಗಡ್ಡೆಯನ್ನು ಕೈವಶ ಮಾಡಿ ಕೊಂಡದ್ದಲ್ಲದೆ, ಮಾತಂಗ ಕುಲದ ಅರಸನನ್ನೂ ಕಲಚ್ಚುರಿ ಕುಲದ ಅರಸನನ್ನೂ ಗೆದ್ದು ಅವರ ರಾಜ್ಯವನ್ನು ಕಸು ಕೊಂಡನು. ಇವನಿಂದ ಗೆಲ್ಲಲ್ಪಟ್ಟ ಕಲಚ್ಚುರೀ ಕಾಲದ ಅರಸನ ಹೆಸರು ಬುದ್ಧನೆಂದು ತೋರುತ್ತದೆ. ಕೊಂಕಣದ ಚಲುಕ್ಯ ಕುಲದವನೇ ಇನ್ನೊಬ್ಬ ಸ್ವಾಮಿರಾಜನೆಂಬ ಅರ ಸು ಆಳುತ್ತಿದ್ದನು. ಅವನ ರಾಜ್ಯವನ್ನು ಸಹ ಮಂಗಲೇಶನು ಕಸುಕೊಂಡನೆಂದು ತಿಳಿ ದದೆ. ಇವನು ಕಲಚ್ಚುರೀ ಬುದ್ಧ ರಾಜನನ್ನು ಜಯಿಸಿ, ಅವನ ಸಂಪತ್ತಿಯನ್ನೆಲ್ಲ ಬಾದಾ ಮಿಯಲ್ಲಿಯ ಮಾಕೂಟೇಶ್ವರವೆಂಬ ದೇವಸ್ಥಾನಕ್ಕೆ ಕೊಟ್ಟನೆಂದು ಅದೇ ದೇವಸ್ಥಾನ ದ್ದೊಂದು ಲಿಪಿಯು ಹೇಳುತ್ತದೆ.

ಮಂಗಲೇಶನ ಶರೀರ ಸಂಬಂಧಿಯಾದ ಸತ್ಯಾಶ್ರಯ ಇಂದ್ರವರ್ಮನೆಂಬ ಮನು ಷ್ಯನು ರೇವತೀ ದ್ವೀಪದಲ್ಲಿ ಅಧಿಕಾರಿಯಾಗಿದ್ದನೆಂದು ವೊಂದು ಲಿಪಿಯು ಹೇಳುತ್ತದೆ. ಇವನು ಬಪ್ಪುರ ವಂಶದವನೆಂದು ಅದೇ ಲಿಪಿಯಲ್ಲಿ ಬರಿದಿರುವ ಕಾರಣ ಇವನು ಚಲುಕ್ಯ ವಂಶದವನಲ್ಲೆಂದು ತೋರುತ್ತದೆ.

ಪಶ್ಚಿಮ ಚಲುಕ್ಯ ರಾಜ್ಯವು.

೧ನೇ ಕೀರ್ತಿವರ್ಮನಿಗೆ ಮೂವರು ಮಕ್ಕಳು. ಹಿರಿ ಮಗ ೨ನೇ ಪುಲಿಕೇಶಿ; ಇವನಿಗೆ ಸತ್ಯಾಶ್ರಯನೆಂತಲೂ ಹೆಸರಿತ್ತು. ನಡುವಿನವ ೧ನೇ ವಿಷ್ಣುವರ್ಧನನು; ಇವ ನಿಗೆ ಕುಬ್ಜವಿಷ್ಣುವರ್ಧನನೆಂಬ ಹೆಸರಿದ್ದ ಕಾರಣ ಇವನು ಡೂಗನಿದ್ದನೆಂದು ತೋರು ತ್ತದೆ. ಕಡೆಯವ ೨ನೇ ಜಯಸಿಂಹನು; ಇವನಿಗೆ ಜಯಾಶ್ರಯನೆಂತಲೂ ಧರ್ಮಾ ಶ್ರಯನೆಂತಲೂ ಹೆಸರುಗಳಿದ್ದವು. ಕ್ರಿ. ಶಕದ ೬೧೦ನೇ ವರ್ಷದ ಸುಮಾರಿನಲ್ಲಿ ಚಲು ಕ್ಯ ರಾಜ್ಯದಲ್ಲಿ ಯೆರಡು ವಿಭಾಗಗಳಾಗಿ ೨ನೇ ಪುಲಿಕೇಶಿಯು ಪಶ್ಚಿಮ ರಾಜ್ಯವನ್ನು ವಾತಾಪಿಯಲ್ಲಿ, ಅಂದರೆ ಬಾದಾಮಿಯಲ್ಲಿ ನಿಂತು ಆಳ ಹತ್ತಿದನು; ೧ನೇ ವಿಷ್ಣುವರ್ಧ ನನು ವೆಂಗಿ ( ) ಯೆಂಬ ನಾಡಿನಲ್ಲಿ ನಿಂತು ಪೂರ್ವ ರಾಜ್ಯವನ್ನು ಆಳ ಹತ್ತಿದನು. ಇದೇ ಕಾಲಕ್ಕೆ ೨ನೇ ಜಯಸಿಂಹನು ಉತ್ತರ ದೇಶದ ಭಾಗವನ್ನು ತಕ್ಕೊಂಡನೆಂದು ತೋರುತ್ತದೆ.

೨ನೇ ಪುಲಿಕೇಶಿ (೬೧೦-೬೪೦).—ಇವನು ಪಶ್ಚಿಮ ಚಲುಕ್ಯ ರಾಜ್ಯದ ಮೊದ ಲನೇ ಅರಸನಾಗಿ ಕ್ರಿ. ಶ. ೬೧೦ರಲ್ಲಿ ಆಳ ಹತ್ತಿದನು. ಈ ಪುಲಿಕೇಶಿಯಷ್ಟು ಪರಾ ಕ್ರಮಿಗಳು ಹಿಂದೆ ಯಾರು ಆಗಲಿಲ್ಲ. ಇವನು ಜಯಿಸಿದ ಅರಸರ ಅಥವಾ ರಾಜ್ಯ ಗಳ ಹೆಸರುಗಳು—ರಾಷ್ಟ್ರಕೂಟರ ಅಪ್ಪಾಯಿಕ ಗೋವಿಂದ, ಬನವಾಸಿಯ ಕದಂಬರು, ಗಂಗರು, ಆಲೂಪರು, ಕೊಂಕಣದ ಮೌರ್ಯರು, ಲಾಟರು, ಮಾಳವರು, ಗುರ್ಜರರು, ಮಹಾರಾಷ್ಟ್ರವೆಂಬ ಹೆಸರಿನ ಮೂರು ನಾಡುಗಳು (ಇವುಗಳಲ್ಲೆಲ್ಲ ಕೂಡಿ ೯೯ ಸಾವಿರ ಹಳ್ಳಿಗಳಿದ್ದವು), ಕೋಸಲರು, ಕಲಿಂಗರು, ಕಾಂಚೀಪುರದ ಪಲ್ಲವರು, ಚೋಳರು, ಕೇರ ಳರು, ಪಾಂಡ್ಯರು. ಕನೋಜ ಪಟ್ಟಣದ ಹರ್ಷವರ್ಧನನೆಂಬ ಅರಸು ಪುಲಿಕೇಶಿಯಿಂದ

ಗೆಲ್ಲಲ್ಪಟ್ಟ ಅರಸರಲ್ಲಿ ಯೆಲ್ಲಕ್ಕೂ ಹೆಚ್ಚಿನವನು. ಇವನು ಯಾವತ್ತು ಉತ್ತರ ಹಿಂದುಸ್ತಾನದ ಪ್ರೊಡಿಯನಾಗಿದ್ದನೆಂದು ವೊಂದು ಲಿಪಿಯು ಹೇಳುತ್ತದೆ. ಈ ಅರಸನನ್ನು ಜಯಿಸಿದ್ದರಿಂದ ಪುಲಿಕೇಶಿಗೂ ಅವನ ವಂಶದವರಿಗೂ "ಸತ್ಯಾಶ್ರಯ ಪರಮೇಶ್ವರ" ಯೆಂಬ ಬಿರುದು ಉಂಟಾಯಿತು. ಚೀನಾ ದೇಶದ ಹಿವೆನ್‌ತ್ಸಂಗನೆಂಬ ಪ್ರವಾಸಿಯು ಹಿಂದುಸ್ತಾನದಲ್ಲಿ ಶಾ. ಶ. ೬೨೯ರಿಂದ ೬೪೫ರ ವರೆಗೆ ಸಂಚಾರ ಮಾಡಿದನು. ಇವನು "ಹೊಲಿಶಫತನ್ನ" ಅಂದರೆ ಹರ್ಷವರ್ಧನ, ಅಥವಾ "ಶಿಲೊವೊತಿಯೆತೊ" ಅಂದರೆ ಶಿಲಾದಿತ್ಯ, ಯೆಂಬ ಅರಸನ ರಾಜಧಾನಿಯನ್ನು ನೋಡಿ ಅದರ ವರ್ಣನೆಯನ್ನು ಬರೆದಿದ್ದಾನೆ. ಇದರಂತೆ "ಮೊಹೊಲಚ" ಅಂದರೆ ಮಹಾರಾಷ್ಟ್ರ ರಾಜ್ಯದ ರಾಜಧಾನಿಗೂ ತ್ಸಂಗನು ಹೋಗಿದ್ದನೆಂದು ತೋರುತ್ತದೆ. ಈ ರಾಜ್ಯದ ಅರಸನ ಹೆಸರು ಅವನು "ಪುಲೊಕಿಶೆ," (ಅಂದರೆ ಪುಲಿಕೇಶಿ) ಯೆಂದು ಬರೆದಿದ್ದಾನೆ. ಪುಲಿಕೇಶಿಯ ರಾಜ್ಯದ ಸ್ವರೂಪವನ್ನೂ, ಅವನ ಪ್ರಜೆಗಳ ಸ್ವಭಾವವನ್ನೂ, ದಂಡಾಳುಗಳ ಶೌರ್ಯವನ್ನೂ ತ್ಸಂಗನು ವೊಳಿತಾಗಿ ವರ್ಣಿಸಿದ್ದಾನೆ. ಆದರೆ ರಾಜಧಾನಿಯ ವರ್ಣನೆಯು ಬಾಹಾಪಿಗೆ ನಿಃಸಂದೇಹವಾಗಿ ಹತ್ತುವಂತೆ ತೋರುವದಿಲ್ಲ. ಪುಲಿಕೇಶಿಯು ಹಿಂದುಸ್ತಾನದ ಹೊರಗೆ ಸಹ ಖ್ಯಾತಿಯನ್ನು ಪಡಿದಿದ್ದನೆಂದು ತೋರುತ್ತದೆ. ಇರಾಣದ ೨ನೇ ಖುಸರೋ ಯೆಂಬ ಅರಸನು ಪುಲಿಕೇಶಿಯ ದರ್ಬಾರಿಗೆ ವಕೀಲರ ಕೂಡ ಕಾಣಿಕೆಗಳನ್ನು ಕಳಿಸಿದ್ದನೆಂಬ ಬಗ್ಗೆ ಪ್ರಮಾಣಗಳು ಇರುತ್ತವೆ. ಪುಲಿಕೇಶಿಯ ಮರಣದ ಕಾಲವು ನಿಶ್ಚಯಾತ್ಮಕವಾಗಿ ತಿಳಿಯುವದಿಲ್ಲ. ಆದರೆ ಶಾಲಿವಾಹನ ಶಕದ ೫೭೨ನೇ ವರ್ಷದ ನಂತರ ಅವನು ಬಹಳ ದಿವಸ ಬದುಕಿದನೆಂದು ತೋರುವದಿಲ್ಲ.

ಪುಲಿಕೇಶಿಯು ಮರಣದ ನಂತರ ಪಲ್ಲವ ಚೋಳ, ಪಾಂಡ್ಯ, ಕೇರಲ ಅರಸರು ಕೂಡಿ ಚಲುಕ್ಯರನ್ನು ಜಯಿಸಿ, ಅವರ ಮನೆತನದವರನ್ನು ಪಶ್ಚಿಮಕ್ಕೆ ಘಟ್ಟದ ಕೆಳಗೂ, ದಕ್ಷಿಣಕ್ಕೆ ಕರ್ನೂಲಿನ ಕಡೆಗೂ ಕೆಲವು ಕಾಲ ಓಡಿಸಿದ್ದರೆಂದು ತೋರುತ್ತದೆ.

ಆದಿತ್ಯವರ್ಮ.—೨ನೇ ಪುಲಿಕೇಶಿಗೆ ಆದಿತ್ಯವರ್ಮ, ಚಂದ್ರಾದಿತ್ಯ, ೧ನೇ ವಿಕ್ರಮಾದಿತ್ಯ, ಯೆಂಬ ಮೂವರು ಗಂಡು ಮಕ್ಕಳೂ, ಅಂಬಿಕೆ ಯೆಂಬ ಹೆಣ್ಣು ಮಗಳೂ ಇದ್ದರು. ಆದಿತ್ಯವರ್ಮನು ಕರ್ನೂಲಿನ ಬಳಿಯಲ್ಲಿ ಸಣ್ಣದೊಂದು ರಾಜ್ಯವನ್ನು ಆಳಿದನೆಂದು ತೋರುತ್ತದೆ. ಚಂದ್ರಾದಿತ್ಯನ ಪಟ್ಟರಾಣಿ ವಿಜಯಾದೇವಿಯೆಂಬವಳು ಬರಿಸಿಟ್ಟದ್ದೊಂದು ಶಾಸನದಿಂದ ಆಕೆಯ ಗಂಡನು ಕೊಂಕಣದಲ್ಲಿ ಕೆಲವು ಪ್ರದೇಶಕ್ಕೆ ವೊಡೆಯನಾಗಿ ಆಳಿದನೆಂದು ತೋರುತ್ತದೆ.

೧ನೇ ವಿಕ್ರಮಾದಿತ್ಯ (೬೭೦-೬೮೦).—ಇವನು ಪಲ್ಲವ ಅರಸನನ್ನು ಗೆದ್ದು ಕಾಂಚೀಪುರವನ್ನು ಆಕ್ರಮಿಸಿದನು. ಮತ್ತೂ ಚೋಳ, ಪಾಂಡ್ಯ, ಕೇರಲ, ಕಲಭ್ರ (ಕಲಭೂರ್ಯ) ಯೆಂಬ ಅರಸರ ರಾಜ್ಯಗಳನ್ನು ಕಸುಕೊಂಡು ತನ್ನ ತಂದೆಯ ರಾಜ್ಯವನ್ನೆಲ್ಲ ವೊದಲಿನಂತೆ ಕೈವಶ ಮಾಡಿ ಕೊಂಡನು. ಇದಲ್ಲದೆ ಇವನು ಸೆಂದ್ರಕ ಕುಲದ ದೇವಶಕ್ತಿ ಯೆಂಬ ಅರಸನನ್ನು ತನ್ನ ಮಾಂಡಲಿಕರೊಳಗೆ ಶೇರಿಸಿದನು.

ವಿನಯಾದಿತ್ಯ (೬೮೦-೬೯೭).—ಇವನಿಗೆ ರಾಜಾಶ್ರಯನೆಂತಲೂ ಯುದ್ಧಮಲ್ಲನೆಂತಲೂ ಅನ್ನುವರು. ಇವನು ಕಾಂಚೀಪುರದ ಪಲ್ಲವ ಅರಸರ ಗೌರವವನ್ನು ತಗ್ಗಿಸಿ, ಕಾವೇರ, ಪಾರಸೀಕ, ಸಿಂಹಲ, ಮುಂತಾದ ದೇಶಗಳ ಅರಸರ ಕೈಯಿಂದ ಕಪ್ಪಗಾಣಿಕೆಯನ್ನು ತಕ್ಕೊಂಡನು. ಇದಲ್ಲದೆ ವಿನಯಾದಿತ್ಯನು ಉತ್ತರದಲ್ಲಿ "ಸರ್ವರಾಷ್ಟ್ರಗಳ ಚಕ್ರವರ್ತಿಯನ್ನೂ" ಬೇರೆ ಬಲಾಢ್ಯರಾದ ಅರಸರನ್ನೂ ಗೆದ್ದು ಮತ್ತೆ ವಾತಾಪಿಯನ್ನೇ ರಾಜಧಾನಿಯನ್ನು ಮಾಡಿ ಕೊಂಡು ನಿಂತನೆಂದು ತೋರುತ್ತದೆ.

ವಿಜಯಾದಿತ್ಯ, (೬೯೭-೭೩೩).—ಇವನು ರಾಜ್ಯಕಾರಭಾರದಲ್ಲಿ ಚತುರನಿದ್ದನೆಂದು ತೋರುತ್ತದೆ. ಬಹಳ ಯುದ್ಧಗಳನ್ನು ಮಾಡದಿದ್ದಾಗ್ಯೂ, ಇವನು ತನ್ನ ತಂದೆ ಮುತ್ಯಂದಿರಿಂದ ಗಳಿಸಲ್ಪಟ್ಟ ವಿಸ್ತಾರವಾದ ರಾಜ್ಯವನ್ನೂ ಘನವಾದ ಗೌರವವನ್ನೂ ಕಾದು ಕೊಂಡು ಸೌಖ್ಯದಿಂದ ಆಳಿದನೆಂದು ಲಿಪಿಗಳು ಹೇಳುತ್ತವೆ. ಇವನು ಪಟ್ಟದ ಕಲ್ಲಿನಲ್ಲಿ ವಿಜಯೇಶ್ವರನ, ಅಂದರೆ ಈಗಿನ ಸಂಗಮೇಶ್ವರನ ಗುಡಿಯನ್ನು ಕಟ್ಟಿಸಿದನು.

೨ನೇ ವಿಕ್ರಮಾದಿತ್ಯ, (೭೩೩-೭೪೭).—ಇವನು ವಿಜಯಾದಿತ್ಯನ ಹಿರಿ ಮಗನು. ಇವನ ಹೆಂಡತಿ ಲೋಕ ಮಹಾದೇವಿ ಯೆಂಬವಳು ಹೈಹಯ ಅರಸರ ಮನೆತನದವಳು. ಆಕೆ, ತನ್ನ ಗಂಡನು ಕಾಂಚಿಯ ಪಲ್ಲವ ಅರಸನನ್ನು ಮೂರು ಸಾರಿ ಗೆದ್ದದ್ದರ ಸ್ಮಾರಕ ರೂಪವಾಗಿ ಪಟ್ಟದ ಕಲ್ಲಿನಲ್ಲಿ ಲೋಕೇಶ್ವರನ ಗುಡಿಯನ್ನು ಕಟ್ಟಿಸಿದಳು. ಇವನ ಆಳಿಕೆಯಲ್ಲಿ ಇವನ ಮಗನಾದ ೨ನೇ ಕೀರ್ತಿವರ್ಮನು ತನ್ನ ಪೂರ್ವಜರ ಕುಲ ವೈರಿಗಳಾದ ಪಲ್ಲವರ ಅರಸನಾದ ನಂದಿಪೋತವರ್ಮನೆಂಬವನನ್ನು ತುದಾಕವೆಂಬಲ್ಲಿ ಯುದ್ಧದಲ್ಲಿ ಕೊಂದು ಕಾಂಚೀ ಪಟ್ಟಣವನ್ನು ಪ್ರವೇಶಿಸಿದಾಗ್ಯೂ ಅದನ್ನು ಹಾಳು ಮಾಡಲಿಲ್ಲವೆಂತಲೂ, ಪಾಂಡ್ಯ, ಚೋಳ, ಕೇರಲ, ಕಲಭ್ರ ಅರಸನನ್ನು ಬಹಳ ಪೀಡಿಸಿದನೆಂತಲೂ ವೊಂದು ಲಿಪಿಯು ಹೇಳುತ್ತದೆ.

೨ನೇ ಕೀರ್ತಿವರ್ಮ, (೭೪೭-೭೫೭).—ಇವನ ಆಳಿಕೆಯಲ್ಲಿ ಕರ್ನೂಲಿನ ಬಳಿಯಲ್ಲಿಯೇ ಚಲುಕ್ಯರ ರಾಜಧಾನಿ ಇತ್ತೆಂದು ತೋರುತ್ತದೆ. ಇವನು ತಂದೆಯ ಆಳಿಕೆಯಲ್ಲಿ ಮೇಲೆ ಹೇಳಿದಂತೆ ಹೆಸರು ಪಡೆದಾಗ್ಯೂ, ತನ್ನ ಸ್ವಂತ ಆಳಿಕೆಯಲ್ಲಿ ಚಲುಕ್ಯರ ಸಾಮ್ರಾಜ್ಯಕ್ಕೆ ಹೋಸ ತಂದನೆಂದು ವೊಂದು ಲಿಪಿಯು ಹೇಳುತ್ತದೆ. ಇದೇ ಸಂಧಿಯಲ್ಲಿ ಬಾದಾಮಿಯನ್ನು ರಾಷ್ಟ್ರ ಕೂಟ ಅರಸರು ಮತ್ತೆ ಆಕ್ರಮಿಸಿದರೆಂದು ತೋರುತ್ತದೆ.

ರಾಷ್ಟ್ರಕೂಟರು.—ಇವರು ಚಲುಕ್ಯರ ಪೂರ್ವದಲ್ಲಿ ಕರ್ನಾಟಕದ ಕೆಲವು ಭಾಗಕ್ಕೆ ವೊಡೆಯರಾಗಿದ್ದರೆಂದು ಪೂರ್ವದಲ್ಲಿ ಸೂಚಿಸಿದ್ದೇವೆ. ಇವರ ವಂಶದವರು ಈ ಸಂಧಿಯಲ್ಲಿ ಸವದತ್ತಿಯಲ್ಲಿ ರಟ್ಟರೆಂಬ ಹೆಸರಿನಿಂದ ಆಳುತ್ತಿದ್ದರು. ಚಲುಕ್ಯರು ಪ್ರಬಲರಾದಾಗ ಸವದತ್ತಿಯ ರಟ್ಟರು ಅವರ ಮಾಂಡಲಿಕರೊಳಗೆ ಶೇರುತ್ತಿದ್ದರು; ಅವರು ದುರ್ಬಲರಾದಾಗ ರಟ್ಟರು ಸ್ವತಂತ್ರರಾಗಿ ಚಲುಕ್ಯರ ಶೀಮೆಗಳನ್ನು ಕಸುಕೊಳ್ಳುವರು. ಸನ್ ೭೬೦ರಲ್ಲಿ ದಂತಿವರ್ಮನೆಂಬ ರಟ್ಟ ಕುಲದ ಅರಸು ಚಲುಕ್ಯರನ್ನು ಗೆದ್ದು ಓಡಿಸಿದನು. ಸವದತ್ತಿಯ ರಟ್ಟರ ಇತಿಹಾಸವನ್ನು ಕೆಳಗೆ ಕೊಟ್ಟಿದ್ದೇವೆ.

೨ನೇ ತೈಲಪ, (೯೭೩-೯೯೯).—ಇವನು ರಾಷ್ಟ್ರಕೂಟರ ೪ನೇ ಕೃಷ್ಣ ರಾಜನ ಮಗನಾದ ೩ನೇ ಕಕ್ಕಲನೆಂಬ ಅರಸನನ್ನು ಕೊಂದು ಚಲುಕ್ಯರ ಪೂರ್ವದ ಸಾಮ್ರಾಜ್ಯವನ್ನು ಮತ್ತೊಮ್ಮೆ ನೆಲೆಗೊಳಿಸಿದನು. ಇಡೀ ಕುಂತಲ ದೇಶವನ್ನು (ಅಂದರೆ ಕರ್ನಾಟಕ ದೇಶವನ್ನು) ಇವನು ಆಳುತ್ತಿದ್ದನೆಂದು ವೊಂದು ಲಿಪಿಯಲ್ಲಿ ಬರಿದದೆ. ಇವನಿಗೆ ಆಹವ ಮಲ್ಲನೆಂತಲೂ ಹೆಸರಿತ್ತು. ಇವನ ಹೆಂಡತಿ ಮೇಲೆ ಹೇಳಿದ ಕಕ್ಕಲ ರಾಜನ ಮಗಳು ಜಾಕಲಾದೇವಿ. ಇವನು ಚೇದಿ, ಉತ್ಕಲ (ಒಡಿಸಾ), ದೇಶಗಳ ಅರಸರನ್ನು ಗೆದ್ದನಂತೆ.

೨ನೇ ಸತ್ಯಾಶ್ರಯ, (೯೯೯-೧೦೦೮).— ಕರ್ನಾಟಕದ ಹೊರ್ತು ಕೊಂಕಣದಲ್ಲಿ ಆಳುತ್ತಿದ್ದ ಶಿಲಾಹಾರರೆಂಬ ಅರಸರು ಇವನ ಮಾಂಡಲಿಕರಾಗಿದ್ದರು.

ಸತ್ಯಾಶ್ರಯನ ತಮ್ಮನಾದ ದಾಸವರ್ಮನ ಲೇಖಗಳು ಕೆಲವು ಕಡೆಯಲ್ಲಿ ಇರುತ್ತವೆ. ಆದರೆ ಅವನು ಅರಸನಾಗಿ ಆಳಿದಂತೆ ತೋರುವದಿಲ್ಲ.

೫ನೇ ವಿಕ್ರಮಾದಿತ್ಯ, (೧೦೦೮-೧೦೧೮).—ಇವನಿಗೆ ೧ನೇ ತ್ರಿಭುವನ ಮಲ್ಲನೆಂತಲೂ ಅನ್ನುವರು. ಇವನು ದಾಸವರ್ಮನ ಹಿರಿ ಮಗನು.

ಮೇಲಿನ ಅರಸನ ತಮ್ಮನಾದ ೨ನೇ ಅಯ್ಯನನೆಂಬವನು ಅರಸನಾದಂತೆ ತೋರುವದಿಲ್ಲ.

೩ನೇ ಜಯಸಿಂಹ, (೧೦೧೮-೧೦೪೨).—ಇವನಿಗೆ ೧ನೇ ಜಗದೇಕ ಮಲ್ಲನೆಂಬ ಬಿರುದು ಇತ್ತು. ಇವನು ೫ನೇ ವಿಕ್ರಮನ ಕಡೆಯ ತಮ್ಮನು. ಇವನ ಹೆಂಡತಿಯು ಹೆಸರು ಸಗ್ಗಲಾದೇವಿ. ಇವನು ಯೇಳು ಕೊಂಕಣಗಳನ್ನು ಕೈವಶ ಮಾಡಿ ಕೊಂಡನೆಂತಲೂ ಚೋಳ ರಾಜನನ್ನು ಗೆದ್ದನೆಂತಲೂ ತಿಳಿದದೆ. ಇವನ ರಾಜಧಾನಿ ಮದಗದ ದಕ್ಷಿಣದಲ್ಲಿ, ಅಂದರೆ ಮೈಸೂರು ಶೀಮೆಯಲ್ಲಿ ಇರುವ ಬೆಲಗಾಮೆ ಯೆಂಬ ಊರು ಇತ್ತು. ಇನ್ನು ವೊಂದೆರಡು ಗ್ರಾಮಗಳು ಇವನ ರಾಜಧಾನಿಗಳೆನಿಸುತ್ತಿದ್ದವೆಂದು ತೋರುತ್ತದೆ.

೧ನೇ ಸೋಮೇಶ್ವರ, (೧೦೪೨-೧೦೬೮).—ಇವನು ಮೂರನೇ ಜಯಸಿಂಹನ ಮಗ; ೨ನೇ ತ್ರೈಲೋಕ್ಯ ಮಲ್ಲನೆಂತಲೂ ೧ನೇ ಆಹವಲ್ಲನೆಂತಲೂ ಬಿರುದುಗಳಿದ್ದವು. ಇವನಿಗೆ ಬಚ್ಚಲಾದೇವಿ, ಚಂದಲಾದೇವಿ, ಮೈಲಲಾದೇವಿ, ಯೆಂಬ ಮೂವರು ಹೆಂಡರಿದ್ದರು. ಇವನ ಹೆಂಡತಿ ಮೈಲಾದೇವಿಯೂ, ೨ನೇ ಸೋಮೇಶ್ವರ, ೬ನೇ ವಿಕ್ರಮ, ಯೆಂಬ ಮಕ್ಕಳೂ ಬಹು ಶೌರ್ಯದಿಂದ ಯುದ್ಧಗಳನ್ನು ಮಾಡಿ ರಾಜ್ಯವನ್ನು ಬೆಳಿಸಿದರು. ಚೋಳ ರಾಜನು ಇವನ ರಾಜ್ಯದಲ್ಲಿ ಬಂದು ದಾಳಿಯನ್ನು ನಡಿಸಲಾಗಿ, ೧ನೇ ಸೋಮೇಶ್ವರನು ಅವನನ್ನು ಸೋಲಿಸಿ, ಕಾಂಚಿಯ ವರೆಗೆ ಬೆನ್ನಟ್ಟಿ ಆ ಪಟ್ಟಣವನ್ನು ಸುಲಿದನು. ಇವನ ಆಳಿಕೆಯಲ್ಲಿ ಕಲ್ಯಾಣ ಪಟ್ಟಣವು ಇವನ ರಾಜಧಾನಿ ಇತ್ತು. ಇವನಿಂದ ಮುಂದೆ ಈ ವಂಶಕ್ಕೆ "ಚಲುಕ್ಯ"ವೆಂಬದಕ್ಕೆ ಬದಲಾಗಿ "ಚಾಲುಕ್ಯ"ವೆನ್ನಹತ್ತಿದರು. ಇದರ ಕಾರಣವು ತಿಳಿದಿಲ್ಲ. ೧ನೇ ಸೋಮೇಶ್ವರನು ಮಾಳವದಲ್ಲಿ ಧಾರಾ ನಗರದ ಆರಸನಾದ ಭೋಜನನ್ನೂ, ತ್ರಿಪುರ (ತೆವಾರ) ಪಟ್ಟಣದ

ಕಲಭೂರಿ ವಂಶದ ಕರ್ಣನೆಂಬ ಅರಸನನ್ನೂ ಗೆದ್ದನು. ಕಲ್ಯಾಣ ಪಟ್ಟಣವನ್ನು ವೊಳಿತಾಗಿ ಶೃಂಗರಿಸಿದನು.

ಈ ಸಂಧಿಯಲ್ಲಿ ಚಲುಕ್ಯರ ಪಶ್ಚಿಮ ವಂಶವೂ ಪೂರ್ವ ವಂಶವೂ ಕೂಡಿ ಯೇನೋ ಗೊಂದಲವಾದಂತೆ ತೋರುತ್ತದೆ. ಕಲ್ಯಾಣ ಪಟ್ಟಣವು ಪೂರ್ವ ವಂಶದವರ ರಾಜಧಾನಿಯೆಂತಲೂ, ಆ ಪೂರ್ವ ವಂಶದವರಿಗೆ "ಚಲುಕ್ಯ"ರೆನದೆ, "ಚಾಲುಕ್ಯರೆಂದೆನ್ನುತ್ತಿದ್ದರೆಂತಲೂ ತೋರುತ್ತದೆ." ಪೂರ್ವ ಚಾಲುಕ್ಯರ ರಾಜ್ಯವನ್ನು ಚೋಳ ರಾಜರು ಆಕ್ರಮಿಸಿ, ಕಲ್ಯಾಣ ಪಟ್ಟಣದಲ್ಲಿ ಕೆಲವು ಕಾಲ ಆಳಿದರೆಂದೆನ್ನಲಿಕ್ಕೂ ಆಧಾರವದೆ. ಈ ಪೂರ್ವ ಚಾಲುಕ್ಯ ರಾಜ್ಯದಲ್ಲಿ ೧ನೇ ಸೋಮೇಶ್ವರನ ಮಗನಾದ ವಿಷ್ಣುವರ್ಧನನೆಂಬವನು ಮಹಾ ಮಂಡಲೇಶ್ವರನಾಗಿ ಮೈಸೂರು ಶೀಮೆಯಲ್ಲಿ ಆಳುತ್ತಿದ್ದನೆಂದು ತಿಳಿದದೆ.

೨ನೇ ಸೋಮೇಶ್ವರ, (೧೦೬೮-೧೦೭೩).— ಇವನು ೧ನೇ ಸೋಮೇಶ್ವರನ ಹಿರಿ ಮಗನು. ಇವನು ದುರ್ಬಲನಿದ್ದನೆಂದು ತೋರುತ್ತದೆ. ಆದರೂ ಬಂಕಾಪುರದಲ್ಲಿ ಮಂಡಲೇಶ್ವರನಾಗಿ ಆಳುತ್ತಿದ್ದ ಗಂಗ ಕುಲದ ಉದಯಾದಿತ್ಯನೆಂಬ ಕಲಿಯು ಚೇರ, ಚೋಳ, ಪಾಂಡ್ಯ, ಪಲ್ಲವ ಅರಸರನ್ನು ಗೆದ್ದು ಕಪ್ಪಗಾಣಿಕೆಯನ್ನು ತಕ್ಕೊಂಡನು. ಈ ೨ನೇ ಸೋಮೇಶ್ವರನ ತಮ್ಮನಾದ ೬ನೇ ವಿಕ್ರಮಾದಿತ್ಯನು ಇವನನ್ನು ತಳ್ಳಿ ಸಿಂಹಾಸನವನ್ನು ಆಕ್ರಮಿಸಿದನು.

೬ನೇ ವಿಕ್ರಮಾದಿತ್ಯನು, (೧೦೭೩-೧೧೨೬).— ಇವನಿಗೆ ೨ನೇ ತ್ರಿಭುವನಮಲ್ಲ, ಪೆರ್ಮಾಡಿ, ಕಲಿವಿಕ್ರಮ ಯೆಂಬ ಬಿರುದುಗಳಿದ್ದವು. ಇವನು ತನ್ನ ಹೆಸರಿನ ಶಕಕಾಲವನ್ನು ನೆಲೆಗೊಳಿಸಿದನು. ಅದು ಇವನು ಸಿಂಹಾಸನ ವೇರಿದಂದಿನಿಂದ, ಅಂದರೆ ಕ್ರಿ. ಶ. ೧೦೭೩ನೇ ವರ್ಷದಿಂದ "ಚಾಲುಕ್ಯ ವಿಕ್ರಮ ಶಕ" ಯೆಂಬ ಹೆಸರಿನಿಂದ ಆರಂಭವಾಯಿತು. ಆದರೆ ಈ ಶಕವು ಮುಂದೆ ಇವನ ವಂಶದವರಲ್ಲಿ ಮಾತ್ರ ಸ್ವಲ್ಪ ದಿವಸ ನಡೀತು. ಈಗಿನ ನಿಜಾಮನ ರಾಜ್ಯ, ದಕ್ಷಿಣ ಮಹಾರಾಷ್ಟ್ರ, ಕಾನಡಾ, ಮೈಸೂರ ಶೀಮೆಯ ದೊಡ್ಡ ಭಾಗ, ಇಷ್ಟೆಲ್ಲ ಪ್ರದೇಶಗಳು ಇವನ ರಾಜ್ಯಕ್ಕೆ ಶೇರಿದ್ದವು. ಇದಲ್ಲದೇ ಈ ವಿಕ್ರಮನು ನರ್ಮದೆಯನ್ನು ದಾಟ ನಾಗಪುರದ ವರೆಗೆ ದೇಶವನ್ನು ಅಭಿಗಮಿಸಿ ಅಲ್ಲಿಯ ಅರಸರನ್ನು ಗೆದ್ದನೆಂದು ತೋರುತ್ತದೆ. ಇವನಿಗೆ ಬಹು ಜನರು ಹೆಂಡರಿದ್ದರು. ಯೇಳು ಜನ ಹೆಂಡರ ಹೆಂಗಸರುಗಳು ಇದು ವರೆಗೆ ತಿಳಿದವೆ. ೬ನೇ ವಿಕ್ರಮ ರಾಜನು ವಿಖ್ಯಾತನಾದ ಕಲಿಯೂ ಚತುರನೂ ಇದ್ದನು. ಇವನು ಉತ್ತರದಲ್ಲಿ ಗೌಡ, ಕಾಮರೂಪ ದೇಶಗಳ ವರೆಗೂ ದಕ್ಷಿಣದಲ್ಲಿ ಸಿಂಹಲ ದ್ವೀಪದ ವರೆಗೂ ಅರಸರನ್ನು ಪಾದಾಕ್ರಾಂತರನ್ನು ಮಾಡಿದನು. ಇವನ ಅಣ್ಣನಾದ ೨ನೇ ಸೋಮೇಶ್ವರನು ಕಾಂಚಿಯ ಅರಸನಿಗೆ ಕೂಡಿ ಇವನಿಗೆ ವಿರೋಧವಾಗಿ ದಾಳಿಯ ಮಾಡಿದ್ದರಿಂದ ಇವನು ಸೋಮೇಶ್ವರನನ್ನು ತಳ್ಳಿದನು. ಇವನ ತಮ್ಮನಾದ ೪ನೇ ಜಯಸಿಂಹನು ಬನವಾಸಿಯಲ್ಲಿ ಮಂಡಲೇಶ್ವರನಾಗಿ ಆಳುತ್ತಿರಲು, ಅವನು ಬಂಡಾಯ ಮಾಡಿದನು. ಆದರೆ ವಿಕ್ರಮನು ಬೇಗನೆ ಬಂಡಾಯ ಮುರಿದು ಜಯಸಿಂಹನನ್ನು ಶರೆ ಹಿಡಿದನು. ಪೂರ್ವದಿಂದ ನಡಿದು ಬಂ

ದಂತೆ ಈ ವಿಕ್ರಮ ರಾಜನು ಬುದ್ಧಯತಿಗಳಿಗೂ ದೇವಸ್ಥಾನಗಳಿಗೂ ಬಹಳ ಆಶ್ರಯ ಕೊಟ್ಟನು. ಚಾಲುಕ್ಯ ಕುಲದ ಅರಸರು ಸ್ವತಃ ಬೌದ್ಧ ಮತದವರಲ್ಲದಾಗ್ಯೂ, ಆ ಧರ್ಮದ ಸತ್ಪುರುಷರಿಗೂ ದೇವಸ್ಥಾನಗಳಿಗೂ ಬಹಳ ಮಾನ ಕೊಡುತ್ತಿದ್ದರು. ಇವನ ಕಾಲದ ಲಿಪಿಗಳು ೨೦೦ ದೊರಿದವೆ. ಅವುಗಳಿಂದ ಆ ಕಾಲದ ಸ್ಥಿತಿ ರೀತಿಗಳೂ, ವ್ಯವಹಾರ ಧರ್ಮ ಮುಂತಾದವುಗಳೂ ಸರಸಾಗಿ ತಿಳಿಯುವ ಹಾಗಿವೆ.

೪ನೇ ಜಯಸಿಂಹನು ಅಣ್ಣನ ತರುವಾಯ ಸಿಂಹಾಸನವೇರಿದಂತೆ ತೋರುವದಿಲ್ಲ. ಇವನ ತಾಯಿಯು ಪಲ್ಲವ ವಂಶದವಳೆಂದು ತಿಳಿದದೆ. ಇದರಂತೆ ೬ನೇ ವಿಕ್ರಮನ ಮಗನಾದ ಜಯಕರ್ಣನಾದರೂ ತಂದೆಯ ತರುವಾಯ ರಾಜ್ಯಾಧಿಕಾರಿಯಾಗಲಿಲ್ಲೆಂದು ತೋರುತ್ತದೆ.

೩ನೇ ಸೋಮೇಶ್ವರ, (೧೧೨೬-೧೧೩೮).—ಇವನಿಗೆ ಭೂಲೋಕ ಮಲ್ಲನೆಂಬ ಬಿರುದಿತ್ತು.

೨ನೇ ಜಗದೇಕಮಲ್ಲ, (೧೧೩೮-೧೧೫೦).—ಇವನು ೩ನೇ ಸೋಮೇಶ್ವರನ ಹಿರಿ ಮಗನು. ೨ನೇ ಜಗದೇಕಮಲ್ಲನೆಂದು ಈ ಅರಸನ ಬಿರುದು ಇರುತ್ತದೆ; ಇವನ ನಿಜವಾದ ಹೆಸರು ತಿಳಿದಿಲ್ಲ. ಕಲಚೂರಿ ವಂಶದ ಬಿಜ್ಜಳನೆಂಬ ಅರಸು ನೋನಂಬವಾಡಿಯಲ್ಲಿ ಇದೇ ಕಾಲಕ್ಕೆ ಇವನ ಮಾಂಡಲಿಕನಾಗಿ ಅಥವಾ ಸ್ವತಂತ್ರ ಆಳುತ್ತಿದ್ದನು.

೩ನೇ ತೈಲಪ, (೧೧೫೦-೧೧೬೧).—ಇವನು ಜಗದೇಕಮಲ್ಲನ ತಮ್ಮನು; ಇವನಿಗೆ ೩ನೇ ತ್ರೈಲೋಕ್ಯಮಲ್ಲನೆಂಬ ಬಿರುದು ಇತ್ತು. ಈ ಅರಸು ಆನೆಯ ಮೇಲೆ ಕೂಡುವದರಲ್ಲಿ ಹೆಸರಾಗಿದ್ದನು, ಯುದ್ಧದಲ್ಲಿ ಬಹು ಪರಾಕ್ರಮಿ ಯೆನಿಸುತ್ತಿದ್ದನು. ಆದರೆ ತೆಲಗು ದೇಶದ ಕಾಕತೀಯ ವಂಶದ ಅರಸನಾದ ರುದ್ರದೇವನು ಇವನನ್ನು ಯುದ್ಧದಲ್ಲಿ ಶರೆ ಹಿಡಿದು, ಇವನ ಭಕ್ತಿ ಭಾವ ನೋಡಿ ಬಿಟ್ಟು ಕೊಟ್ಟನು. ಆದರೂ ಇವನ ಕೈಕೆಳಗೆ ದಳವಾಯಿಯಾಗಿದ್ದ ಮೇಲೆ ಹೇಳಿದ ಬಿಜ್ಜಳನು ಇವನನ್ನು ಓಡಿಸಿ, ಚಾಲುಕ್ಯ ಕುಲದವರನ್ನೆಲ್ಲ ಕೊಂದು ಚಾಲುಕ್ಯರ ಕಲ್ಯಾಣ ಪಟ್ಟಣದ ಸಿಂಹಾಸನವನ್ನು ಆಕ್ರಮಿಸಿದನು.

೪ನೇ ಸೋಮೇಶ್ವರ, (೧೧೮೨-೧೧೮೯).—ತೈಲಪನ ತರುವಾಯ ಬಿಜ್ಜಳನು ಕಲ್ಯಾಣಪುರದ ಸಿಂಹಾಸನವನ್ನು ಆಕ್ರಮಿಸಿ, ಸುಮಾರು ೨೧ ವರ್ಷ ಆಳಿದ ಬಳಿಕ ೪ನೇ ಸೋಮೇಶ್ವರನು ಚಾಲುಕ್ಯರ ವಂಶದ ಅಧಿಕಾರವನ್ನು ಮತ್ತೆ ನೆಲೆಗೊಳಿಸಿದನು, (೧೧೮೨). ಬರಮರಸನೆಂಬ ದಂಡನಾಯಿಕನ ಸಹಾಯದಿಂದ ಸೋಮೇಶ್ವರನಿಗೆ ರಾಜ್ಯಾಧಿಕಾರ ಸಿಕ್ಕಿತೆಂದು ತೋರುತ್ತದೆ. ಆದರೆ ಇವನು ಕಲ್ಯಾಣದಲ್ಲಿ ಆಳಲಿಲ್ಲ; ಅಣ್ಣೀಗೇರಿಯಲ್ಲಿ ಆಳಿದನು. ಇದರಿಂದ ಕಲ್ಯಾಣದಲ್ಲಿ ಬಿಜ್ಜಳನ ಸಾಮ್ರಾಜ್ಯಾಧಿಕಾರವು ನಡಿದಿರಲಾಗಿ, ಅಣ್ಣೀಗೇರಿಯಲ್ಲಿ ಸೋಮೇಶ್ವರನು ತಾನು ಸ್ವತಂತ್ರ ಅರಸನೆಂದೆನಿಸಿಕೊಂಡು ಸ್ವಲ್ಪ ರಾಜ್ಯವನ್ನು ಕ್ರಿ. ಶ. ೧೧೮೨ರಿಂದ ೧೧೮೯ರ ವರೆಗೆ ಆಳಿದನೆಂದು ಸಿದ್ಧವಾಗುತ್ತದೆ. ಕ್ರಿ. ಶ. ೧೧೮೯ನೇ ವರ್ಷದಲ್ಲಿ ಸೋಮೇಶ್ವರನು ಬರಿಸಿದ್ದೊಂದು ಲಿಪಿ

44

ಯು ದೊರಿದದೆ. ಇದರ ನಂತರ ಅವನು, ಅಥವಾ ಅವನ ಮಗನು ಬಲ್ಲಾಳರ ಮಾಂಡಲಿಕನಾದನೆಂದು ತೋರುತ್ತದೆ. ಇಲ್ಲಿಗೆ ಚಾಲುಕ್ಯರ ಸಾಮ್ರಾಜ್ಯ ನಷ್ಟವಾಯಿತು.

ಬಿ ಜ್ಜ ಳ.—ಇವನು ಕಲಚೂರಿ ವಂಶದವನು. ಈ ವಂಶದವರಿಗೆ ಕಲಿಂಜರಪುರವರಾಧೀಶ್ವರರೆಂಬ ಬಿರುದು ಇತ್ತು. ಇವರಿಗೆ ಹೈಹಯ ವಂಶದವರೆಂತಲೂ ಅನ್ನುವರು. ಮಾಹಿಷ್ಮತಿಯಲ್ಲಿ ಬುನಾದಿಯಲ್ಲಿ ಆಳಿದ ಸಹಸ್ರಬಾಹು ಕಾರ್ತವೀರ್ಯಾರ್ಜುನನು ತಮ್ಮ ಮೂಲ ಪುರುಷನೆಂದು ಇವರು ಹೇಳುವರು. ಆದರೆ ಮಾಹಿಷ್ಮತಿಯು ನರ್ಮದಾ ತೀರದಲ್ಲಿ ಇತ್ತು; ಕಲಚೂರಿಗಳ ಮೂಲ ರಾಜಧಾನಿಯಾದ ಕಲಿಂಜರ ಪುರವು ಚೇದಿ ದೇಶದಲ್ಲಿ, ಅಂದರೆ ಬುಂದೇಲ ಖಂಡದಲ್ಲಿ, ಇರುತ್ತದೆ. ಕಲಿಂಜರದಲ್ಲಿ ಇವರು ಯಾವ ಕಾಲದಲ್ಲಿ ಆಳಿದರೆಂಬುವದು ತಿಳಿದಿಲ್ಲ. "ಕಲಚೂರಿ ಸಂವತ್" ಯೆಂಬ ಶಕವು ಕ್ರಿಸ್ತೀ ಶಕದ ೨೪೯ನೇ ವರ್ಷದಲ್ಲಿ ಆರಂಭವಾಗುತ್ತದೆ. ಈ ಶಕವನ್ನು ಸ್ಥಾಪಿಸಿದ ಕಲಚೂರೀ ಕುಲದ ಮೊದಲನೇ ಅರಸು ತ್ರಿಪುರವೆಂಬ ಪಟ್ಟಣದಲ್ಲಿ ಆಳಿದನೆಂದು ತಿಳಿದದೆ. ಜಬಲಪುರದಿಂದ ೬ ಮೈಲಿನ ಮೇಲೆ ಇರುವದೊಂದು "ತೇವಾರ"ವೆಂಬ ಹಳ್ಳಿಯೇ ತ್ರಿಪುರವೆಂದು ಗೊತ್ತಾಗಿದೆ.

ಕಲಚೂರಿಗಳು ದಕ್ಷಿಣಕ್ಕೆ ಯಾವ ಕಾಲದಲ್ಲಿ ಬಂದರೆಂಬದು ತಿಳಿದಿಲ್ಲ. ಇವರ ವಂಶದವರು ಚಾಲುಕ್ಯರ ಮಾಂಡಲೀಕರಾಗಿ ಬೇರೆ ಬೇರೆ ಕಡೆಯಲ್ಲಿ ಆಳಿದರು. ಬಿಜ್ಜಳನು ಈಗಿನ ಮೈಸೂರ ಸೀಮೆಯಲ್ಲಿ ಇದ್ದ ನೋನಂಬವಾಡಿ ಯೆಂಬಲ್ಲಿ ಚಾಲುಕ್ಯರ ದಂಡನಾಯಿಕನಾಗಿ ಆಳುತ್ತಿದ್ದನೆಂದು ಮೇಲೆ ತಿಳಿಸಿದ್ದೇವೆ. ೩ನೇ ತೈಲಪನನ್ನು ತೆಲಗು ದೇಶದ ಅರಸನಾದ ರುದ್ರದೇವನು ಸೋಲಿಸಿದ ಬಳಿಕ ಬಿಜ್ಜಳನು ಪ್ರಬಲನಾಗಿ ಕಲ್ಯಾಣಪುರದ ಸಿಂಹಾಸನವನ್ನು ಆಕ್ರಮಿಸಿದನೆಂದು ಹಿಂದೆ ಹೇಳಿದ್ದೇವೆ. ಇವನು ಜೈನನು. ಇವನ ಮಂತ್ರಿಯೂ ಲಿಂಗವಂತ ಮತದ ಸ್ಥಾಪಕನೂ ಆದ ಬಸವೇಶ್ವರನಿಗೂ ಇವನಿಗೂ ಕಲಹ ನಡಿಧು ಕಡೆಯಲ್ಲಿ ಬಸವೇಶ್ವರನು ಬಿಜ್ಜಳನನ್ನು ಕೊಲ್ಲಿಸಿದ ವೃತ್ತಾಂತವನ್ನು ೩ನೇ ಭಾಗದಲ್ಲಿ ಲಿಂಗವಂತರ ವರ್ಣನೆಯಲ್ಲಿ ವಿವರಿಸಿದ್ದೇವೆ; ಬಸವೇಶ್ವರನ ಮರಣದ ವೃತ್ತಾಂತವನ್ನಾದರೂ ಅಲ್ಲೇ ಹೇಳಿದ್ದೇವೆ. ಬಿಜ್ಜಳನು ಕಲಿಯುಗದ ೪೨೫೫ನೇ ವರ್ಷದಲ್ಲಿ, ಅಂದರೆ ಕ್ರಿ. ಶ. ೧೧೫೪ನೇ ವರ್ಷದಲ್ಲಿ, ಕೊಲ್ಲಲ್ಪಟ್ಟನೆಂದು ಬಿಜ್ಜಳಂಕಿನ ಕಾವ್ಯದಲ್ಲಿ ಬರಿದದೆ. ಆದರೆ ಕ್ರಿ. ಶ. ೧೧೬೭ರ ವರೆಗೆ ಬಿಜ್ಜಳನು ಸತ್ತಿದ್ದಿಲ್ಲವೆಂದು ಶಿಲಾ ಲಿಪಿಗಳಿಂದ ತಿಳಿದದೆ. ಬಸವೇಶ್ವರನ ತರುವಾಯ ಅವನ ಸೋದರಳಿಯನಾದ ಚನ್ನಬಸವೇಶ್ವರನು ದಾಳಿಯನ್ನೆಬ್ಬಿಸಿದಾಗ್ಯೂ ಬಿಜ್ಜಳನ ಮಗನಾದ ಸೋಮೇಶ್ವರನು ಆ ಬಂಡಾಯ ಮುರಿದನು.

ಈ ಸೋಮೇಶ್ವರನಿಗೆ ಸೋವಿ ದೇವನೆಂತಲೂ ರಾಯಮುರಾರಿ ಯೆಂತಲೂ ಅನ್ನುವರು. ಇವನು ಕ್ರಿ. ಶ. ೧೧೬೭ರಿಂದ ೧೧೭೫ರ ವರೆಗೆ ಕಲ್ಯಾಣದಲ್ಲಿ ಆಳಿದನು. ಇವನ ಆಳಿಕೆಯಲ್ಲಿ ಗೌರವದ ಸಂಗತಿಗಳೇನು ವರ್ತಿಸಿದಂತೆ ತೋರುವದಿಲ್ಲ. ಈ ಕಾಲದಲ್ಲಿ ದಕ್ಷಿಣದಲ್ಲಿ ದ್ವಾರ ಸಮುದ್ರದ ಬಲ್ಲಾಳ ಅರಸರು ಪ್ರಬಲರಾಗುತ್ತಾ ನಡಿದಿದ್ದರು. ಸೋ

ಮೇಶ್ವರನ ತರುವಾಯ ಅವನ ತಮ್ಮನಾದ ಸಂಕಮನೆಂಬವನು ಅರಸನಾದನು. ಆದರೆ ಸಂಕಮನ ಇಬ್ಬರು ತಮ್ಮಂದಿರು, ಆಹವಮಲ್ಲ, ಸಿಂಹಣ, ಯೆಂಬವರು ಸಹ ಸಂಕಮನಿಗೆ ಸರಿಯವರಾಗಿ ಏಕ ಕಾಲಕ್ಕೆ ಆಳುತ್ತಿದ್ದರೆಂದು ತೋರುತ್ತದೆ. ಆಹವಮಲ್ಲನು ಚೋಳ, ಬಲ್ಲಾಳ ಅರಸರ ಕೂಡ ಯುದ್ಧ ಮಾಡಿದನೆಂದು ವೊಂದು ಲಿಪಿಯಲ್ಲಿ ಬರಿದದೆ. ಆದರೆ ಕ್ರಿ. ಶ. ೧೧೦೫ನೇ ವರ್ಷದ ನಂತರ ಸ್ವಲ್ಪ ಕಾಲದೊಳಗೆ ದ್ವಾರ ಸಮುದ್ರದ ವೀರಬಲ್ಲಾಳನೆಂಬ ಅರಸು ಈ ಕಲಚೂರಿ ಅಣ್ಣ ತಮ್ಮಂದಿರನ್ನು ಜಯಿಸಿ ಚಾಲುಕ್ಯರ ರಾಜ್ಯವನ್ನು ಆಕ್ರಮಿಸಿದನು.

ದೇವಗಿರಿಯ ಯಾದವರು.

ಕ್ರಿ. ಶ. ೧೧ನೇ ಶತಕದ ಕಡೆಯ ಸುಮಾರಿನಲ್ಲಿ ಯಾದವ ಕುಲದ ಸಿಂಹಣನೆಂಬ ಪರಾಕ್ರಮಿಯು ದೇವಗಿರಿಯಲ್ಲಿ, ಅಂದರೆ ದೌಲತಾಬಾದಿಯಲ್ಲಿ ಸ್ವತಂತ್ರವಾದ ರಾಜ್ಯವನ್ನು ಸ್ಥಾಪಿಸಿದನು. ಮೇಲೆ ಹೇಳಿದ ದ್ವಾರ ಸಮುದ್ರದ ಬಲ್ಲಾಳರಾದರೂ ಯಾದವ ಕುಲದವರೇ. ಆದರೆ ಅವರಿಗೂ ದೇವಗಿರಿಯವರಿಗೂ ಸಂಬಂಧವಿದ್ದಂತೆ ತೋರುವದಿಲ್ಲ. ಚಾಲುಕ್ಯ ರಾಜ್ಯದ ಸಮಾಪ್ತಿಯ ಕಾಲಕ್ಕೆ ಆ ರಾಜ್ಯದ ದಕ್ಷಿಣ ಭಾಗವನ್ನು, ಬಹುತರ ಕೃಷ್ಣೆಯ ವರೆಗೆ ಬಲ್ಲಾಳರು ಆಕ್ರಮಿಸಿದಂತೆ ಉತ್ತರ ಭಾಗವನ್ನು ದೇವಗಿರಿಯ ಯಾದವರು ಆಕ್ರಮಿಸಿದರು. ಆದರೆ ಚಾಲುಕ್ಯರು ಹಾಳಾದ ಸಂಧಿಯಲ್ಲಿ ಅಂದರೆ ಕ್ರಿ. ಶ. ೧೧೮೭ನೇ ವರ್ಷ ದೇವಗಿರಿಯಲ್ಲಿ ಭಿಲ್ಲಮನೆಂಬ ಅರಸು ಪಟ್ಟವೇರಿದ ಬಳಿಕ ಅಣ್ಣೀಗೇರಿಯ ವರೆಗೆ ಅವನ ಅಧಿಕಾರವು ಹಬ್ಬಿತು. ಭಿಲ್ಲಮನ ಮಹಾ ಮಂಡಲೇಶ್ವರನಾದ ಬಾಜಿ ರಾಜನೆಂಬವನು ಕ್ರಿ. ಶ. ೧೧೯೧ನೇ ವರ್ಷದ ಸುಮಾರಿನಲ್ಲಿ ಅಣ್ಣೀಗೇರಿಯಲ್ಲಿ ಬೆಳುವಲು ನಾಡಿನ ವೊಡೆಯನಾಗಿ ಆಳುತ್ತಿದ್ದನೆಂದು ವೊಂದು ಲಿಪಿಯು ಹೇಳುತ್ತದೆ. ಇದರಂತೆ ವಿಜಾಪುರ ಜಿಲ್ಲೆಯಲ್ಲಿ ಭೈರವಾಡಿಗೆಯಲ್ಲಿಯೂ ಹಿಪ್ಪರಿಗೆಯಲ್ಲಿಯೂ ಭಿಲ್ಲಮನ ಮಂಡಲೇಶ್ವರರು ಆಳುತ್ತಿದ್ದರು. ೧ನೇ ಜೇತುಗಿಯೆಂಬ ಯಾದವರ ೪ನೇ ಅರಸು ವಿಜಾಪುರದಲ್ಲಿ ಆಳುತ್ತಿದ್ದನೆಂದು ತೋರುತ್ತದೆ. ಈ ಪ್ರಕಾರ ಯಾದವ ಅರಸರು ಕರ್ನಾಟಕದ ಉತ್ತರ ಭಾಗವನ್ನು ಕ್ರಿ. ಶ. ೧೩೧೧ನೇ ವರ್ಷದ ವರೆಗೆ ಆಳಿದರು. ಆ ವರ್ಷದಲ್ಲಿ ದಿಲ್ಲಿಯ ಅಲ್ಲಾಉದ್ದೀನ ಬಾದಶಹನ ಸರದಾರನಾದ ಮಲಿಖ ಕಾಫುರನು ದೇವಗಿರಿಯ ಕಡೆಯ ಅರಸನಾದ ಸಮುಕರವೆಂಬವನನ್ನು ಕೊಂದು ದೇವಗಿರಿಯನ್ನು ಆಕ್ರಮಿಸಿದನು. ಇಲ್ಲಿಗೆ ಯಾದವರ ಆಳಿಕೆ ತೀರಿತು.

ದ್ವಾರ ಸಮುದ್ರದ ಬಲ್ಲಾಳರು.

ಇವರಿಗೆ "ಹೊಯಿಸಾಳ ಬಲ್ಲಾಳ" ರೆನ್ನುವರು. ಇವರ ಪೂರ್ವಜನಾದ ಸಾಲನೆಂಬ ಸನ್ಯಾಸಿಯನ್ನು ವೊಂದು ಹುಲಿಯು ತಿನ್ನಲಿಕ್ಕೆ ಬರಲಾಗಿ, ಅವನು "ಹೊಯಿ ಸಾಲ," ಯೆಂದು ನುಡಿದು ಹುಲಿಯನ್ನು ಕೊಂದನಂತೆ. ಆದ್ದರಿಂದ ಅವನ ವಂಶದವರು "ಹೊಯಿ

ಸಾಳ"ವೆಂಬ ಬಿರುದು ಧರಿಸಿದರು. ಇವರಾದರೂ ಯಾದವ ಕುಲದವರೇ. ಇವರು ಚಾಲುಕ್ಯರ ಆಳಿಕೆಯಲ್ಲಿಯೂ ಕಲಚೂರಿಗಳ ಆಳಿಕೆಯಲ್ಲಿಯೂ ಅವರ ಮಂಡಲೇಶ್ವರರಾಗಿ ಈಗಿನ ಮೈಸೂರು ಶೀಮೆಯಲ್ಲಿ ದ್ವಾರ ಸಮುದ್ರವೆಂಬ ಪಟ್ಟಣದಲ್ಲಿ ಆಳುತ್ತಿದ್ದರೆಂದು ತೋರುತ್ತದೆ. ದ್ವಾರ ಸಮುದ್ರವು ಈಗ ಹಾಳಾದ್ದರಿಂದ ಅದಕ್ಕೆ ಹಳೆ ಬೀದಿಯೆನ್ನುತ್ತಾರೆ. ಸಾಲನು ಬಲ್ಲಾಳರ ಮೂಲ ಪುರುಷನಾದಾಗ್ಯೂ, ಶಿಲಾಲಿಪಿಗಳಿಂದ ವಿನಯಾದಿತ್ಯನೆಂಬ ಅರಸನ ವರೆಗೆ ಮಾತ್ರ ಇವರ ವಂಶಾವಳಿಯು ತಿಳಿಯುತ್ತದೆ. ವಿನಯಾದಿತ್ಯನಿಗೆ ತ್ರಿಭುವನ ಮಲ್ಲನೆಂಬ ಬಿರುದಿತ್ತು; ಇವನು ೬ನೇ ಚಾಲುಕ್ಯ ವಿಕ್ರಮಾದಿತ್ಯನ ಆಳಿಕೆಯಲ್ಲಿ ಅವನ ಮಹಾ ಮಂಡಲೇಶ್ವರನಾಗಿ ಪಶ್ಚಿಮ ಸಮುದ್ರತೀರ, ತಳಕಾಡು, ಸಾವಿಮಲೆ ಯೆಂಬ ಶೀಮೆಗಳನ್ನು ಆಳುತ್ತಿದ್ದನು, ಕ್ರಿ. ಶ. ೧೦೪೭—ವಿನಯಾದಿತ್ಯನ ಮೊಮ್ಮಗನಾದ ೧ನೇ ಬಲ್ಲಾಳ ರಾಜನು ಕ್ರಿ. ಶ. ೧೧೦೩ರಲ್ಲಿ ಆಳುತ್ತಿದ್ದನು. ಇವನ ಮಗನಾದ ವಿಷ್ಣುವರ್ಧನನು ಚಾಲುಕ್ಯರ ಮಹಾ ಮಂಡೆಲೇಶ್ವರನೆನಿಸಿ ಕೊಳ್ಳುತ್ತಿದ್ದಾಗ್ಯೂ, ಚಾಲುಕ್ಯರ ಹಲ ಕೆಲವು ಶೀಮೆಗಳನ್ನು ಆಕ್ರಮಿಸಿಯೂ ಬೇರೆ ಬಗೆಯಾಗಿಯೂ ತನ್ನ ರಾಜ್ಯದ ವಿಸ್ತಾರವನ್ನು ಬಹಳ ಬೆಳಿಸಿದನು. ಇವನೂ ಇವನ ಪೂರ್ವಜರೂ ಜೈನರಿದ್ದರು. ಇವನ ಮೊದಲಿನ ಹೆಸರು ವಿಷ್ಟಿದೇವನು. ಇವನ ಕಾಲದಲ್ಲಿ ಹೆಸರು ಪಡೆದ ರಾಮಾನುಜಾಚಾರ್ಯನಿಗೂ ಇವನ ದರ್ಬಾರಿನಲ್ಲಿ ಇದ್ದ ಜೈನ ಪಂಡಿತರಿಗೂ ೧೮ ದಿವಸ ವಾದ ನಡಿದು ಕಡೆಯಲ್ಲಿ ಆ ಪಂಡಿತರು ಸೋತದ್ದರಿಂದ ವಿಷ್ಟಿದೇವನು ಅವರನ್ನು ಗಾಣದ ಕಣಿಯಲ್ಲಿ ಹಾಕಿ ಗಾಣವಾಡಿಸಿ ಕೊಂದು, ತಾನು ರಾಮಾನುಜಾಚಾರ್ಯನ ಶಿಷ್ಯನಾಗಿ, ವಿಷ್ಣುವರ್ಧನೆಂಬ ಹೆಸರು ಇಟ್ಟು ಕೊಂಡನೆಂದು ಬುಕಾನನ್ ಸಾಹೇಬರು ಬರಿದಿದ್ದಾರೆ. ಇವನು ಕ್ರಿ. ಶ. ೧೧೩೭ರಲ್ಲಿ ಆಳುತ್ತಿದ್ದನು.

ವಿಷ್ಣುವರ್ಧನನ ಮೊಮ್ಮಗನಾದ ೨ನೇ ಬಲ್ಲಾಳ ರಾಜನು, ಅಥವಾ ವೀರ ಬಲ್ಲಾಳನು ಬಲ್ಲಾಳರ ವಂಶದಲ್ಲಿ ಯೆಲ್ಲರಿಗಿಂತ ಶ್ರೇಷ್ಠನು. ಇವನು ಬಿಜ್ಜಳನ ಮಕ್ಕಳನ್ನು ಸೋಲಿಸಿ, ಚಾಲುಕ್ಯ ರಾಜ್ಯದ ದಕ್ಷಿಣ ಭಾಗವನ್ನು ಆಕ್ರಮಿಸಿ ಸಾರ್ವಭೌಮರಾಜನೆನಿಸಿಕೊಂಡನು. ವೀರ ಬಲ್ಲಾಳನು ಕೃಷ್ಣೆಯಿಂದ ರಾಮೇಶ್ವರದ ವರೆಗೆ ಯಾವತ್ತು ದೇಶವನ್ನು ತನ್ನ ರಾಜ್ಯಕ್ಕೆ ಶೇರಿದನೆಂದು ಹೇಳ ಬಹುದು. ಚೋಳ, ಪಾಂಡ್ಯ, ಚೇರ, ಗಂಗ, ಮುಂತಾದ ಅರಸರು ಇವನ ಮಾಂಡಲಿಕರಾಗಿದ್ದರು. ಇವನ ಆಳಿಕೆಯಲ್ಲಿ ಇವನ ಮಹಾಪ್ರಧಾನನೂ ದಂಡನಾಯಿಕನೂ ಆದ ಪೊಳಾಳನು ಹರಿಹರದಲ್ಲಿ ಹರಿ ಹರೇಶ್ವರನ ಗುಡಿಯನ್ನು ಕಟ್ಟಿಸಿದನು. ವೀರ ಬಲ್ಲಾಳನು ಕ್ರಿ. ಶ. ೧೧೮೩ರಿಂದ ೧೨೩೩ರ ವರೆಗೆ ಆಳಿದನು.

ವೀರ ಬಲ್ಲಾಳನ ತರುವಾಯ ನಾಲ್ವರು ಅರಸರು ದ್ವಾರ ಸಮುದ್ರದಲ್ಲಿ ಇಲ್ಲವೆ ಬೇಲೂರಲ್ಲಿ ಆಳಿದರು. ಕಡೆಯ ಅರಸನ ಹೆಸರು ೩ನೇ ಬಲ್ಲಾಳನು. ಅವನನ್ನು ಹಿಂದೆ ಹೇಳಿದ ಮಲಿಖ ಕಾಫುರನು ಕ್ರಿ. ಶ. ೧೩೧೦ರಲ್ಲಿ ಸೋಲಿಸಿ ದ್ವಾರ ಸಮುದ್ರವನ್ನು ಸುಲಿದು ಅಪರಿಮಿತ ದ್ರವ್ಯವನ್ನು ತಕ್ಕೊಂಡು ಹೋದನು. ಇಲ್ಲಿಗೆ ಬಲ್ಲಾಳರ ಆಳಿಕೆ ತೀರಿತೆಂದು ಹೇಳ ಬಹುದು.

ಸವದತ್ತಿಯ ರಟ್ಟ ರಾಜರು.

ಇವರು ತಾವು ರಾಷ್ಟ್ರಕೂಟ ಅರಸರ ವಂಶದವರೆಂದು ಹೇಳುವರು; ಆದರೆ ರಡ್ಡೇರ ಕುಲದವರೆಂದು ತೋರುತ್ತದೆ. ರಟ್ಟರು ಜೈನ ಧರ್ಮಿಗಳು; ಇವರ ರಾಜ್ಯಧಾನಿ ಸವದತ್ತಿ, ಅಥವಾ ಬೆಳಗಾವಿ. ಇವರ ಮೂಲ ಪುರುಷನಾದ ಮೆರದನೆಂಬುವನೂ, ಅವನ ಮಗ ಪೃಥಿವೀ ರಾಮನೂ ಜೈನ ಧರ್ಮೋಪದೇಶಕರಾಗಿದ್ದರು. ಪೃಥಿವೀ ರಾಮನಿಗೆ ರಾಷ್ಟ್ರಕೂಟರ ೨ನೇ ಕೃಷ್ಣನೆಂಬ ಅರಸು ಮಹಾಮಂಡಲೇಶ್ವರಾಧಿಕಾರವನ್ನು ಕ್ರಿ. ಶ. ೮೭೫ರಲ್ಲಿ ಕೊಟ್ಟನು. ಪೃಥಿವೀ ರಾಮನ ಮಗ ಪಿತ್ತುನ, ಅವನ ಮಗ ಶಾಂತಿವರ್ಮ (೯೬೦), ಅವನ ಮಗ ಅಥವಾ ತಮ್ಮನು, ಅವನ ಮಗ ೧ನೇ ಕಾರ್ತಿವೀರ್ಯ (೯೮೦), ಇವರೆಲ್ಲರು ಚಾಲುಕ್ಯರ ಮಾಂಡಲಿಕರಾಗಿ ಸವದತ್ತಿಯ ನೆರೆಹೊರೆಯಲ್ಲಿ ಸಣ್ಣ ದೊಡ್ಡ ಶೀಮೆಗಳನ್ನು ಆಳಿದರು. ಇವರ ರಾಜ್ಯಕ್ಕೆ ಕುಹುಂಡಿ ಅಥವಾ ಕುಂಡಿ ದೇಶವೆನ್ನುವರು.

೧ನೇ ಕಾರ್ತಿವೀರ್ಯನ ಮಕ್ಕಳು ದಾವರಿ ಅಥವಾ ದಾಯಿಮ, ೧ನೇ ಕನ್ನಕೈರ, ಯೆಂಬವರಿಬ್ಬರೂ ರಾಜ್ಯವನ್ನು ಆಳಿದರೆಂದು ತೋರುತ್ತದೆ. ಇದರಂತೆ ಕನ್ನಕೈರನ ಮಕ್ಕಳು, ಎರಗ, ಅಂಕ (೧೦೪೮) ಯೆಂಬವರಿಬ್ಬರೂ ಚಾಲುಕ್ಯರ ಮಾಂಡಲಿಕರಾಗಿ ಆಳಿದರು. ಎರಗನ ಮಗನಾದ ೧ನೇ ಸೇನನಿಗೆ ಕಾಲಸೇನನೆಂತಲೂ ಅನ್ನುವರು. ಅವನ ಇಬ್ಬರು ಮಕ್ಕಳು ೨ನೇ ಕನ್ನಕೈರ, ೨ನೇ ಕಾರ್ತಿವೀರ್ಯ, ಇವರಿಬ್ಬರೂ ಕೂಡಿ ಕ್ರಿ. ಶ. ೧೦೯೬ನೇ ವರ್ಷದಲ್ಲಿ ಆಳುತ್ತಿದ್ದರು. ೨ನೇ ಕನ್ನಕೈರನ ವಂಶ ಮುಗ್ಗಿತು; ೨ನೇ ಕಾರ್ತಿವೀರ್ಯನ ವಂಶವು ಕೆಳಗೆ ಬರಿದಂತೆ.

೨ನೇ ಕಾರ್ತಿವೀರ್ಯ
(ಕ್ರಿ. ಶ. ೧೦೯೬)
|
೨ನೇ ಸೇನ
|
೩ನೇ ಕಾರ್ತಿವೀರ್ಯ
(೧೧೬೪)
|
೧ನೇ ಲಕ್ಷ್ಮೀದೇವ
(೧೨೦೮)
|
೪ನೇ ಕಾರ್ತಿವೀರ್ಯ (೧೨೧೮) — ಮಲ್ಲಿಕಾರ್ಜುನ (೧೨೦೮)
|
೨ನೇ ಲಕ್ಷ್ಮೀದೇವ
(೧೨೨೮)

೩ನೇ ಕಾರ್ತವೀರ್ಯನು "ಚಕ್ರವರ್ತಿ" ಯೆಂಬ ಪದವಿಯನ್ನು ಧರಿಸಿದನು. ಇವನ ಮುಂದಿನ ಅರಸರು ಮಹಾ ಮಂಡಲೇಶ್ವರರೆನಿಸಿ ಕೊಳ್ಳುತ್ತಿದ್ದಾಗ್ಯೂ ಸಾಮ್ರಾಜ್ಯಾಧಿಪತಿ ಗಳೆಂದು ಹೇಳಿ ಕೊಳ್ಳುವರು, ಮತ್ತು ತಮ್ಮ ವೊಡಿಯರಾದ ಚಾಲುಕ್ಯ ಸಾರ್ವ ಭೌಮರ ಹೆಸರುಗಳನ್ನು ತಮ್ಮ ಲೇಖಗಳಲ್ಲಿ ಹಿಂದಿನವರಂತೆ ತರುತ್ತಿದ್ದಿಲ್ಲ. ೧ನೇ ಲಕ್ಷ್ಮೀದೇವನ ಕಾಲದಲ್ಲಿ ಬೆಳಗಾವಿಯು ಅವನ ರಾಜಧಾನಿಯಾಯಿತು. ೪ನೇ ಕಾರ್ತವೀರ್ಯನೂ ಮಲ್ಲಿಕಾರ್ಜುನನೂ ಕೂಡಿ ಆಳಿದರು. ಕಡೆಯ ಅರಸನಾದ ೨ನೇ ಲಕ್ಷ್ಮೀದೇವನಿಗೆ ಬೊಪ್ಪನ ಸಿಂಗಮೆಂಬ ಬಿರುದಿತ್ತು. ಯಾದವ ಕುಲದ ೨ನೇ ಸಿಂಹಣ ರಾಜನ ಮಂತ್ರಿ ಯಾದ ವೀಚನನೆಂಬವನು ಕ್ರಿ. ಶ. ೧೨೫೦ನೇ ವರ್ಷದ ಸುಮಾರಿನಲ್ಲಿ ೨ನೇ ಲಕ್ಷ್ಮೀ ದೇವನನ್ನು ಜಯಿಸಿ ರಟ್ಟರ ಆಳಿಕೆಯನ್ನು ಮುರಿದನೆಂದು ತೋರುತ್ತದೆ.

ಬನವಾಸಿಯ ಕಾದಂಬ ಅರಸರು.

ಕದಂಬರೆಂಬ ಕುರುಬ ಜಾತಿಯ ಅರಸರ ಮೂಲ ಪುರುಷನಾದ ತ್ರಿಲೋಚನ ಕದಂಬನೆಂಬ ಕಲಿಯು ಆನೇಗುಂದಿಯಲ್ಲಿ ಆಳುತ್ತಿದ್ದ ಇಜಿಪ್ತ ದೇಶದವರಾದ ಅರಸ ರನ್ನು ಜಡಿದೋಡಿಸಿ, ಶಾಲಿವಾಹನ ಶಕದ ಅರಂಭದ ಸುಮಾರಿನಲ್ಲಿ ಅದೇ ರಾಜಧಾನಿ ಯಲ್ಲಿ ತನ್ನ ವಂಶವನ್ನು ನೆಲೆಗೊಳಿಸಿದ ಸಂಗತಿಯನ್ನು ಈ ಭಾಗದ ಆರಂಭದಲ್ಲಿ ತಿಳಿಸಿ ದ್ದೇವೆ. ಚಲುಕ್ಯರ ಬಳಗದವರು ಹ್ಯಾಗೆ ಚಾಲುಕ್ಯರೋ, ಹಾಗೆ ಕದಂಬರ ಬಳಗದವ ರಾದ ಕಾದಂಬರೆಂಬ ಅರಸರು ಚಲುಕ್ಯರ ರಾಜ್ಯದಲ್ಲಿ ಅವರ ಮಾಂಡಲಿಕರಾಗಿ ಬಹು ಕಾಲ ಬನವಾಸಿಯಲ್ಲಿ ಆಳಿದರು. ಇವರು ತಮ್ಮ ಮೂಲ ಪುರುಷನಾದ "ಮುಕ್ಕಣ್ಣನು" (ಅಂದರೆ ತ್ರಿಲೋಚನ) ಶಿವನಿಂದ ಹುಟ್ಟಿದನೆಂದು ವೊಂದು ಲಿಪಿಯಲ್ಲಿ ಬರಿದಿದ್ದಾರೆ. ಈ ಕದಂಬರ ವಂಶದವನಾದ, ಅಥವಾ ಕಾದಂಬರ ಮೂಲ ಪುರುಷನಾದ ೧ನೇ ಮಯೂ ರ ವರ್ಮನೆಂಬ ಪರಾಕ್ರಮಶಾಲಿಯಾದ ಅರಸನು ತೆಲಗು ದೇಶದ ಅಹಿ ಛತ್ರವೆಂಬ ಪಟ್ಟಣದಿಂದ ಮೂವತ್ತೆರಡು ಗೋತ್ರಗಳಿಗೆ ಶೇರಿದಂಥ ಹನ್ನೆರಡು ಸಾವಿರ ಜನ ಬ್ರಾಹ್ಮ ಣರನ್ನು ತಂದು ತನ್ನ ರಾಜ್ಯದಲ್ಲ ಸ್ಥಾಣುಗೂಢ ಪುರದಲ್ಲಿ, ಅಂದರೆ ಈಗಿನ ಶಿಕಾರಪುರ ತಾಲೂಕಿನಲ್ಲಿ ಇರುವ ತಾಲಗುಂದನೆಂಬಲ್ಲಿ, ಅಗ್ರಹಾರ ಕೊಟ್ಟು ಇಟ್ಟನೆಂದು ಕೆಲವು ಲಿಪಿಗಳಿಂದ ತಿಳಿದದೆ. ಕಾದಂಬರಿಗೆ "ಜಯಂತೀಪುರವರಾಧೀಶ್ವರ" ರೆಂಬ ಬಿರುದು ಇತ್ತು; ಅವರ ಧ್ವಜ ಚಿನ್ಹ ಹನುಮಂತ, ಮುದ್ರೆ ಸಿಂಹದ್ದು, ಕುಲದೇವತೆ ಬನವಾಸಿಯ ಮಧುಕೇಶ್ವರನು.

೧ನೇ ಮಯೂರ ವರ್ಮನ ಪೂರ್ವದಲ್ಲಿ ೭೭ ಜನ ಅರಸರು ಆಳಿದರೆಂತಲೂ, ಅವನ ತರುವಾಯ ೧. ಕೃಷ್ಣವರ್ಮಾ, ೨. ೧ನೇ ನಾಗವರ್ಮಾ, ೩. ವಿಷ್ಣುವರ್ಮಾ, ೪. ಮೃಗ ವರ್ಮಾ, ೫. ಸತ್ಯವರ್ಮಾ, ೬. ವಿಜಯುವರ್ಮಾ, ೭. ೧ನೇ ಜಯವರ್ಮಾ, ೮. ೨ನೇ ನಾಗವರ್ಮಾ, ೯. ೧ನೇ ಶಾಂತಿವರ್ಮಾ, ೧೦. ೧ನೇ ಕೀರ್ತಿವರ್ಮಾ, ೧೧. ಆದಿತ್ಯ ವರ್ಮಾ, ೧೨. ಚತ್ತಯು ಅಥವಾ ಚತ್ತುಗ, ಯೆಂಬವರು ಕ್ರಮವಾಗಿ ಆಳಿದರೆಂತಲೂ

ಕೆಲವು ಲಿಪಿಗಳಿಂದ ತಿಳಿದದೆ. ಆದರೆ ಇವರ ಇತಿಹಾಸವು ಇನ್ನೂ ಬೈಲಿಗೆ ಬಂದಿಲ್ಲ. ಚತ್ತುಗನ ಮುಂದಿನ ಅರಸನಾದ ೨ನೇ ಜಯವರ್ಮನಿಂದ ಮುಂದಿನ ವಂಶಾವಳಿಯನ್ನು ಕೆಳಗೆ ಕೊಟ್ಟದ್ದೇವೆ.

೨ನೇ ಜಯವರ್ಮ
ಅಥವಾ ಜಯಸಿಂಹ

- ಮಾವುಲಿದೇವ
- ೧ನೇ ತೈಲಪ
  - ೨ನೇ ಕೀರ್ತಿವರ್ಮ (ಶಾ. ಶ. ೯೯೦, ೯೯೯)
- ೨ನೇ ಶಾಂತಿವರ್ಮ (ಶಕ. ೧೦೧೦)
  - ೨ನೇ ತೈಲಪ (ಶಾ. ಶ. ೧೦೨೧, ೧೦೫೭)
    - ೩ನೇ ಮಯೂರವರ್ಮ (೧೦೫೩)
    - ಮಲ್ಲಿಕಾರ್ಜುನ (೧೦೫೪, ೧೦೫೭)
    - ತೈಲಮ
      - ೨ನೇ ಕೀರ್ತಿದೇವ
      - ಕಾಮದೇವ (೧೧೨೫)
- ಚೊಕಿದೇವ
- ವಿಕ್ರಮ

ಇವರಲ್ಲಿ ೨ನೇ ಕೀರ್ತಿವರ್ಮನು ಚಾಲುಕ್ಯರ ೧ನೇ ಸೋಮೇಶ್ವರನ ಆಳಿಕೆಯಲ್ಲಿಯೂ ೬ನೇ ವಿಕ್ರಮನ ಆಳಿಕೆಯಲ್ಲಿಯೂ ಮಂಡಲೇಶ್ವರನಾಗಿ ಬನವಾಸಿಯಲ್ಲಿ ಆಳುತ್ತಿದ್ದನೆಂದು ತಿಳಿದದೆ. ಇದರಂತೆ ಮೇಲಿನ ವಂಶಾವಳಿಯಲ್ಲಿ ಯಾರ ಯಾರ ಹೆಸರಿನ ಮುಂದೆ ಶಕ ವರ್ಷಗಳು ಬರಿಯಲ್ಪಟ್ಟಿರುತ್ತವೆಯೋ ಅವರವರು ಆಯಾ ವರ್ಷದಲ್ಲಿ ಚಾಲುಕ್ಯರ ಮಾಂಡಲಿಕರಾಗಿ ಬನವಾಸಿಯಲ್ಲಿ ಆಳುತ್ತಿದ್ದರೆಂದು ತಿಳಿದದೆ. ಇವರ ಆಳಿಕೆಯಲ್ಲಿ ಬನವಾಸಿಯ ಕೆಳಗೆ ೧೨೦೦೦ ಹಳ್ಳಿಗಳಿದ್ದವು. ಅವಲ್ಲದೆ ಹಾನಗಲ್ಲಿನ ಪರಗಣೆಯೂ ಕಾದಂಬ ಅರಸರ ರಾಜ್ಯಕ್ಕೆ ಶೇರಿತ್ತು. ಅದರಲ್ಲಿ ೫೦೦ ಹಳ್ಳಿದ್ದವು. ೨ನೇ ತೈಲಪನ ಆಳಿಕೆಯಲ್ಲಿ ಬಲ್ಲಾಳರ ವಿಷ್ಣುವರ್ಧನ ರಾಜನು ಕಾದಂಬರ ಯಾವತ್ತು ರಾಜ್ಯವನ್ನು ಕಸುಕೊಂಡಿದ್ದನು. ಆದರೆ ಅದು ಅವನ ಕೈಯಲ್ಲಿ ಬಹಳ ದಿವಸ ನಿಲ್ಲಲಿಲ್ಲ; ಕಾದಂಬರು ತಮ್ಮ ರಾಜ್ಯವನ್ನು ಬಹುತರ ಚಾಲುಕ್ಯರ ಬಲದಿಂದ ಹಿಂದಕ್ಕೆ ತಕ್ಕೊಂಡರು. ಈ ಕಾಲದ ಲಿಪಿಗಳಲ್ಲಿ ಹಾನಗಲ್ಲಿಗೆ ವಿರಾಟನ ಕೋಟೆ, ವಿರಾಟ ನಗರ ಯೆಂಬ ಹೆಸರುಗಳು ಕೊಡಲ್ಪಟ್ಟವೆ. (ಕ್ರಿ. ಶ. ೧೧೨೪). ಕಾಮದೇವನೆಂಬ ಕಡೆಯ ಅರಸು ಯೆಲ್ಲರಿಗಿಂತ ಹೆಚ್ಚು ಪರಾಕ್ರಮಶಾಲಿ ಯೆಂದು ತೋರುತ್ತದೆ. ಇವನು ಲಕ್ಷ್ಮೇಶ್ವರ ಪರಗಣೆಯನ್ನು ತಕ್ಕೊಂಡದ್ದಲ್ಲದೆ ಮಲೆ, ತುಳು, ಕೊಂಕಣ, ಮುಂತಾದ ಶೀಮೆಗಳನ್ನು ಆಕ್ರಮಿಸಿದನು. ದ್ವಾರ ಸಮುದ್ರದ ವೀರ ಬಲ್ಲಾಳ ರಾಜನು ಹಾನಗಲ್ಲಿಗೆ ಮುತ್ತಿಗೆ

ಹಾಕಿದ್ದನು; ಆದರೆ ಕಾಮದೇವನ ಸರದಾರರು ಬಲ್ಲಾಳನನ್ನು ಸೋಲಿಸಿ ಹಿಂದಕ್ಕಟ್ಟಿದ್ದರು. ಈ ಕಾದಂಬರ ರಾಜ್ಯವನ್ನು ಕಡೆಯಲ್ಲಿ ಯಾರು ಕಸು ಕೊಂಡರೆಂಬುವದು ಇನ್ನೂ ತಿಳಿದಿಲ್ಲ.

ಗೋವೆಯ ಕಾದಂಬರು—ಗೋವೆಯಲ್ಲಿ ಕಾದಂಬ ಕುಲದ ಬೇರೆ ಅರಸರು ಚಾಲುಕ್ಯರ ಮಾಂಡಲಿಕರಾಗಿ ಕ್ರಿ. ಶ. ೧೦೦೮ರಿಂದ ೧೨೫೦ರ ವರೆಗೆ ಆಳಿದರು. ಇವರ ಪೂರ್ವದಲ್ಲಿ ಗೋವೆಯಲ್ಲಿ ಶಿಲಾಹಾರ ವಂಶದ ಅರಸನು ಆಳುತ್ತಿದ್ದನೆಂದು ತೋರುತ್ತದೆ. ಈ ಕಾದಂಬರ ಬಿರುದು, ಧ್ವಜ, ಮುದ್ರೆ ಇವೆಲ್ಲ ಬನವಾಸಿಯ ಕಾದಂಬರವೇ; ಆದರೆ ಕುಲದೇವತೆ ಸಪ್ತ ಕೋಟೇಶ್ವರವೆಂಬ ಗೋವೆಯಲ್ಲಿಯ ದೇವಸ್ಥಾನವು. ಗೋವೆಗೆ ಆ ಕಾಲದಲ್ಲಿ ಗೋಪಕಪತ್ತನ, ಅಥವಾ ಗೋಪಕಪುರಿಯೆಂಬ ಹೆಸರಿತ್ತು. ಗೋವೆಯ ಹೊರ್ತು ಹಲಸಿಗೆಯಲ್ಲಿಯೂ ಈ ಅರಸರು ಇರುತ್ತಿದ್ದರು. ಹಲಸಿಗೆಗೆ ಆ ಕಾಲಕ್ಕೆ ಪಲಾಶಿಕೆ, ಅಥವಾ ಪಲಸಿಗೆ ಯೆಂದೆನ್ನುವರು. ೧ನೇ ಜಯಕೇಶಿಯೆಂಬ ಅರಸು ಕ್ರಿ. ಶ. ೧೦೦೮ರ ಸುಮಾರಿನಲ್ಲಿ ಅಥವಾ ಅದರ ನಂತರ ಗೋವೆಯಲ್ಲಿ ಹೋಗಿ ನಿಂತನು. ಇವನು ಚಾಲುಕ್ಯರ ನಪ್ಪವಾದ ರಾಜ್ಯವನ್ನು ನೆಲೆಗೊಳಿಸಿದನೆಂತಲೂ, ಕಾಂಚಿಯಲ್ಲಿ ಚೋಳ ರಾಜನಿಗೂ ಚಾಲುಕ್ಯ ರಾಜನಿಗೂ ಸ್ನೇಹ ಭಾವವನ್ನುಂಟು ಮಾಡಿದನೆಂತಲೂ, ಕಪರ್ದಿಕ ದ್ವೀಪದ (ಸಾಷ್ಟಿಯ) ಅರಸನನ್ನು ಯುದ್ಧದಲ್ಲಿ ಕೊಂದನೆಂತಲೂ, ತಿಳಿದದೆ. ೨ನೇ ಜಯಕೇಶಿ ಯೆಂಬ ಅರಸನ ಮಕ್ಕಳಾದ ಪೇರ್ಮಾಡಿ, ೨ನೇ ವಿಜಯಾದಿತ್ಯ, ಯೆಂಬ ಅಣ್ಣ ತಮ್ಮಂದಿರು ಕ್ರಿ. ಶ. ೧೧೪೭ರಿಂದ ೧೧೭೫ರ ವರೆಗೆ ಜೋಡಿನಿಂದ ಆಳಿದರು. ಮೊದಲಿನವನಿಗೆ ಶಿವಚಿತ್ತನೆಂತಲೂ ಯೆರಡನೇಯವನಿಗೆ ವಿಷ್ಣು ಚಿತ್ತನೆಂತನೆಂತಲೂ ಪದವಿಗಳಿದ್ದದ್ದರಿಂದ ಮೊದಲಿನವ ಶೈವ, ಯೆರಡನೇಯವ ವೈಷ್ಣವ ಇದ್ದಂತೆ ತೋರುತ್ತದೆ. ಇವರ ಆಳಿಕೆಯಲ್ಲಿ ಗೋವೆಯ ರಾಜ್ಯಕ್ಕೆ ಕೊಂಕಣದ ೯೦೦ ಹಳ್ಳಿಗಳು, ಹಲಸಿಗೆಯ ೧೨೦೦೦ ಗ್ರಾಮಗಳು, ಬೆಳಗಾವಿಯ ೭೦ ಗ್ರಾಮಗಳು, ಇಷ್ಟು ಪ್ರದೇಶಗಳು ಶೇರಿದ್ದವು. ೨ನೇ ವಿಜಯಾದಿತ್ಯನ ಮಗನಾದ ೩ನೇ ಜಯಕೇಶಿಯು ಕ್ರಿ. ಶ. ೧೧೮೮ನೇ ವರ್ಷದಲ್ಲಿ ಆಳುತ್ತಿದ್ದನು. ಇವನು ಹಲಸಿಗೆಯಲ್ಲಿ ನರಸಿಂಹನ ಗುಡಿ ಯೆದುರಿಗೆ ವರಾವನ ಗುಡಿಯನ್ನು ಕಟ್ಟಿಸಿದನು. ಇವನ ಆಳಿಕೆಯಲ್ಲಿ ದೇಗಾವಿಯೆಂಬಲ್ಲಿಯ ಮಲ್ಲಿಕಾರ್ಜುನನ ಗುಡಿಯಲ್ಲಿ ಕಲ್ಯಾಣಶಕ್ತಿ, ಶಿವಶಕ್ತಿ ಯೆಂಬವರಿಬ್ಬರು ಬ್ರಾಹ್ಮರು ವೊಂದು ಹೊಲದ ವ್ಯಾಜ್ಯದ ಮೂಲಕವಾಗಿ ಊರವರ ಸಮಕ್ಷ ದಿವ್ಯವನ್ನು ಮಾಡಿದರು. ಕಲ್ಯಾಣಶಕ್ತಿಯು ದೇವರ ಅಂಗಾರವನ್ನು ತಲೆಯ ಮೇಲಿಟ್ಟು ಕೊಂಡು ಹೊಲವು ತನ್ನ ದೇವರೆಂದು ಆಣೆ ಮಾಡಿದನು. ಆದರೆ ಶಿವಶಕ್ತಿಯು ಕೆಂಪಗಾಗಿ ಕಾದಂಥ ರಂಟಿಯ ಕುಳವನ್ನು ಕೈಯಲ್ಲಿ ಹಿಡಿದು ಕೊಂಡು ಹೊಲವು ತನ್ನ ದೇವರದೆಂದು ಆಣೆ ಮಾಡಿದನು. ಮರು ದಿವಸ ಅವನ ಕೈಯು ಯೆಪ್ಪು ಮಾತ್ರವೂ ಸುಟ್ಟಿಲ್ಲವೆಂದು ನೋಡಿ ಊರವರು ಹೊಲವನ್ನು ಅವನಿಗೆ ಕೊಟ್ಟರು. ಈ ಕದಂಬರ ಕಡೆಯ ಅರಸನಾದ ೨ನೇ ಷಷ್ಠ ದೇವನು ಕ್ರಿ. ಶ. ೧೨೫೦ರಲ್ಲಿ ಆಳುತ್ತಿದ್ದನು. ಆದರೆ ಇದರ ಪೂರ್ವದಲ್ಲಿಯೇ

ಠಾಣೆಯ ಶಿಲಾಹಾರ ಅರಸನೂ, ಸವದತ್ತಿಯ ರಟ್ಟ ರಾಜನೂ ಗೋವೆಯ ರಾಜ್ಯವನ್ನು ಬಹುತರ ಯಾವತ್ತು ಆಕ್ರಮಿಸಿದ್ದರೆಂದು ತೋರುತ್ತದೆ. ಆದ್ದರಿಂದ ೨ನೇ ಷಷ್ಠದೇವನ ತರುವಾಯ ಗೋವೆಯ ಕಾದಂಬ ಅರಸರ ಆಳಿಕೆಯು ಲಯ ಹೊಂದಿತೆಂದು ಹೇಳಬಹುದು.

ಯೆಲಬುರ್ಗೆಯ ಸಿಂದ ಅರಸರು.

ಇವರಾದರೂ ಚಾಲುಕ್ಯರ ಮಾಂಡಲಿಕರೇ. ಆದರೆ ಚಾಲುಕ್ಯರ ಪೂರ್ವದಲ್ಲಿ ಇವರು ಹಲಕೆಲವು ಶೀಮೆಯನ್ನು ಸ್ವತಂತ್ರದಿಂದ ಆಳುತ್ತಿದ್ದರೆಂದು ತೋರುತ್ತದೆ. ಈಗಿನ ನಿಜಾಮನ ರಾಜ್ಯದ ನೈರುತ್ಯ ಭಾಗವೂ, ಧಾರವಾಡ ಜಿಲ್ಲೆಯ ಈಶಾನ್ಯ ಭಾಗವೂ, ವಿಜಾಪುರ ಜಿಲ್ಲೆಯ ಪೂರ್ವ ಭಾಗವೂ ಇವರ ರಾಜ್ಯಕ್ಕೆ ಶೇರಿದ್ದವು. ಇವರ ಆರಂಭವು ಇನ್ನೂ ವೊಳಿತಾಗಿ ತಿಳಿದಿಲ್ಲ; ಸಮಾಪ್ತಿಯು ಕ್ರಿ. ಶ. ೧೨ನೇ ಶತಕದ ಕಡೆಯಲ್ಲಿ ಆಯಿತು. ಇವರ ರಾಜಧಾನಿಯ ಪೆಸರು ಯರಂಬರಗೆ; ಈಗಿನ ಯೆಲಬುರ್ಗೆಯೇ (ನಿಜಾಮನ ರಾಜ್ಯದಲ್ಲಿ) ಯರಂಬರಗೆ ಯೆಂದು ಫ್ಲೀಟ ಸಾಹೇಬರು ತರ್ಕಿಸುತ್ತಾರೆ. ಇವರ ರಾಜ್ಯವನ್ನು ಕಡೆಯಲ್ಲಿ ದ್ವಾರಸಮುದ್ರದ ಬಲ್ಲಾಳರು ಆಕ್ರಮಿಸಿದರೆಂದು ತೋರುತ್ತದೆ. ಇವರ ಮೂಲ ಪುರುಷನಾದ ಸಿಂದನೆಂಬವನು ಅಹಿಛತ್ರ ನಗರದಲ್ಲಿ ಹುಟ್ಟಿದನೆಂದು ವೊಂದು ಲಿಪಿಯಲ್ಲಿ ಬರಿದದೆ. ಇವರು ತಾವು ನಾಗ ವಂಶದವರೆಂದು ಹೇಳಿ ಧ್ವಜದಲ್ಲಿ ಹೆಡೆಯುಳ್ಳ ಸರ್ಪ ಚಿನ್ಹವನ್ನು ಧರಿಸುವರು; ಇವರಿಗೆ ಭೋಗಾವತೀ ಪುರವರಾಧೀಶ್ವರರೆಂಬ ಬಿರುದಿತ್ತು; ಇವರ ಮುದ್ರೆಯ ಚಿನ್ಹ ಸಿಂಹವು. ಈ ಯಾವತ್ತು ಲಕ್ಷಣಗಳಿಂದ ಸಿಂದರು ತೆಲಗು ದೇಶದಿಂದ ಬಂದವರಾದ ಈಗಿನ ನಾಗರೆಂಬ ಕಾಡು ದ್ರವಿಡ ಕುಲದವರಿದ್ದರೆಂದು ತೋರುತ್ತದೆ.

ಕೊಲ್ಲಾಪುರದ ಶಿಲಾಹಾರರು.

ಚಾಲುಕ್ಯರ ಪೂರ್ವದಲ್ಲಿ ಶಿಲಾಹಾರ ವಂಶದ ಅರಸರು ಕೊಂಕಣದಲ್ಲಿ ಆಳುತ್ತಿದ್ದರು. ಕ್ರಿ. ಶಕದ ೯ನೇ ಶತಕದ ಮಧ್ಯದ ಸುಮಾರಿನಲ್ಲಿ ಉತ್ತರ ಕೊಂಕಣದಲ್ಲಿ ವೊಬ್ಬ, ದಕ್ಷಿಣ ಕೊಂಕಣದಲ್ಲಿ ವೊಬ್ಬ, ಹೀಗೆ ಇಬ್ಬರು ಶಿಲಾಹಾರ ವಂಶದ ಅರಸರು ಚಾಲುಕ್ಯರ ಮಾಂಡಲಿಕರಾಗಿ ಆಳುತ್ತಿದ್ದರು. ಉತ್ತರ ಕೊಂಕಣದ ರಾಜಧಾನಿ ಠಾಣೆ; ದಕ್ಷಿಣ ಕೊಂಕಣದ ರಾಜಧಾನಿ ಗೋವೆ. ಗೋವೆಯ ರಾಜ್ಯವನ್ನು ಕಾದಂಬರು ಶಿಲಾಹಾರ ಅರಸನ ಕೈಯಿಂದ ಕಸುಕೊಂಡರೆಂದು ಹಿಂದೆ ಹೇಳಿದ್ದೇವೆ.

ಕೊಂಕಣದ ಯೆರಡು ಸಿಂಹಾಸನಗಳ ಹೊರ್ತು ಕೊಲ್ಲಾಪುರದಲ್ಲಿ ಶಿಲಾಹಾರರ ಮೂರನೇದೊಂದು ಸಿಂಹಾಸನವಿತ್ತು. ಈ ಅರಸರು ಕೊಲ್ಲಾಪುರದ ಸುತ್ತು ಮುತ್ತಲಿನ ಪ್ರದೇಶವನ್ನು ಮಿರ್ಜಿ, ಶಾಡಬಾಳ, ರಾಯಬಾಗಗಳ ವರೆಗೆ ಕ್ರಿ. ಶಕದ ೧೦ನೇ ಶಕದಿಂದ ೧೩ನೇ ಶತಕದ ಆರಂಭದ ವರೆಗೆ ಆಳಿದರು.

45 !

ಶಿಲಾಹಾರರು ವಿದ್ಯಾಧರಜೀಮೂತ ವಾಹನನೆಂಬವನು ತಮ್ಮ ಮೂಲ ಪುರುಷನೆಂದು ಹೇಳುವರು. ನಾಗ ಕುಲದ ಅರಸನಾದ ಶಂಖಚೂಡನೆಂಬವನು ಗರುಡನ ಕೈಯಲ್ಲಿ ಶಿಕ್ಕಿರಲಾಗಿ, ಜೀಮೂತವಾಹನನು ತಾನೇ ಗರುಡನಿಗೆ ಆಹಾರವಾಗಿ ಶಂಖಚೂಡನನ್ನು ಬಿಡಿಸಿದನೆಂದು ವೊಂದು ಲಿಪಿಯಲ್ಲಿ ಬರಿದದೆ. ಶಿಲಾಹಾರರ ಧ್ವಜ ಚಿನ್ಹ ಗರುಡ; ಇವರು ಜೈನರು, ಕುಲದೇವತೆ ಕೊಲ್ಲಾಪುರದ ಮಹಾಲಕ್ಷ್ಮಿಯು. ಈ ದೇವತೆಗೆ ಆ ಕಾಲಕ್ಕೆ ಪದ್ಮಾವತಿ ಯೆಂಬ ಹೆಸರಿತ್ತು. ಶಿಲಾಹಾರರಿಗೆ ತಗರಪುರ ವರಾಧೀಶ್ವರರೆಂಬ ಬಿರುದಿತ್ತು. ತಗರಪುರವೆಂದರೆ ಕೊಲ್ಲಾಪುರವೇ ಯೆಂದು ಫ್ಲೀಟ ಸಾಹೇಬರ ಅನುಮಾನವದೆ. ಈ ತಗರಪುರವು ಕ್ರಿಸ್ತೀ ಶಕದ ೨ನೇ ಶಕದಲ್ಲಿ ಹೆಸರಾದ ವ್ಯಾಪಾರದ ಸ್ಥಳವಿತ್ತೆಂದು ತಾಲೆಮಿ, ಆರಿಯನ್, ಮುಂತಾದ ಪರದೇಶಗಳ ಇತಿಹಾಸ ಲೇಖಕರು ಬರಿದಿದ್ದಾರೆ. ಆದ್ದರಿಂದ ಫ್ಲೀಟ ಸಾಹೇಬರ ಅನುಮಾನದಂತೆ ಕೊಲ್ಲಾಪುರವೇ ತಗರಪುರವು ನಿಜವಾದರೆ, ಕ್ರಿಸ್ತೀ ಶಕದ ಆರಂಭದ ಸುಮಾರಿನಲ್ಲಿ ಶಿಲಾಹಾರ ವಂಶದ ಅರಸರು ಅಲ್ಲಿ ಆಳುತ್ತಿದ್ದರೆಂದು ಸಿದ್ಧವಾಗುತ್ತದೆ. ಕೊಲ್ಲಾಪುರವು ಬಹು ಪುರಾತನ ಕಾಲದ ಪಟ್ಟಣವಿರುತ್ತದೆಂಬದಕ್ಕೆ ಸಂದೇಹವಿಲ್ಲ. ಕೃಷ್ಣನು ಕೊಲ್ಲಾಪುರದ ಶೃಗಾಲ ವಾಸುದೇವನೆಂಬ ಅರಸನನ್ನು ಕೊಂದು ಗೋಮಂತಕದ ರಾಜ್ಯವನ್ನು ತಕ್ಕೊಂಡನೆಂದು ಭಾಗವತದಲ್ಲಿ ಬರಿದದೆ.

ಸದ್ಯಕ್ಕೆ ಯೆಲ್ಲಕ್ಕೂ ಹಳೆದಾದ ಶಿಲಾಹಾರರ ಲಿಪಿಯು ಶಾ. ಶ. ೯೮೦ನೇ ವರ್ಷದ್ದು, ಅಂದರೆ ಕ್ರಿ. ಶ. ೧೦೫೮ನೇ ವರ್ಷದ್ದು, ದೊರಿದದೆ. ಆ ವರ್ಷ ಮಾರಸಿಂಹನೆಂಬ ಅರಸು ಕೊಲ್ಲಾಪುರದಲ್ಲಿ ಆಳುತ್ತಿದ್ದನು. ಇವನ ಪೂರ್ವದಲ್ಲಿ ೧ನೇ ಜತಿಗ, ನಾಯಿವರ್ಮಾ, ಚಂದ್ರ ರಾಜ, ೨ನೇ ಜತಿಗ, ಗೊಂಕ, ೧ನೇ ಗುಹಲ ಅಥವಾ ಗೂಹಲ್ಲ ಕೀರ್ತಿವರ್ಮಾ, ಚಂದ್ರಾದಿತ್ಯ, ಯೆಂಬ ಅರಸರು, ಕ್ರಮವಾಗಿ ಆಳಿದರೆಂದು ತಿಳಿದದೆ. ಮಾರಸಿಂಹನು ಗೊಂಕ, ಅಥವಾ ಗೊಂಕಲ, ಯೆಂಬವನ ಮಗನು. ಮಾರಸಿಂಹನ ೫ ಜನ ಮಕ್ಕಳಲ್ಲಿ ೧ನೇ ಭೋಜನು ಕ್ರಿ. ಶ. ೧೦೯೮ರಲ್ಲಿ ಆಳುತ್ತಿದ್ದನೆಂತಲೂ, ಕಡೆಯವನಾದ ಗಂಡರಾದಿತ್ಯನೆಂಬವನು ಕ್ರಿ. ಶ. ೧೧೩೫ರಲ್ಲಿ ಆಳುತ್ತಿದ್ದನೆಂತಲೂ ತಿಳಿದದೆ. ಮುಂದೆ ಗಂಡರಾದಿತ್ಯನ ಮಗ ವಿಜಯಾದಿತ್ಯನು ೧೧೫೩ರಲ್ಲಿ, ಅವನ ಮಗ ೨ನೇ ಭೋಜನು ೧೨೦೯ರಲ್ಲಿ ಆಳುತ್ತಿದ್ದನು. ಈ ಅರಸರು ಚಾಲುಕ್ಯರ ಮಹಾ ಮಂಡಲೇಶ್ವರರೊಳಗೆ ಯೆಣಿಸಲ್ಪಡುತ್ತಿದ್ದಾಗ್ಯೂ ಇವರು ಬಹುತರ ಸ್ವತಂತ್ರದಿಂದ ಆಳುತ್ತಿದ್ದರೆಂದು ತೋರುತ್ತದೆ.

ಗೊಂಕನ ಆಳಿಕೆಯಲ್ಲಿ ಕರಹಾಟವೆಂದರೆ ಈಗಿನ ಕಹ್ರಾಡದ ಪ್ರಾಂತ, ಕುಂಡಿನಾಡು, ಅಂದರೆ ಸವದತ್ತಿಯ ಪ್ರಾಂತ, ಮಿರಿಂಜವೆಂದರೆ ಮಿರ್ಜಿಯ ಪ್ರಾಂತ, ಕೊಂಕಣ, ಇಷ್ಟು ಶೀಮೆಗಳು ಕೊಲ್ಲಾಪುರದ ರಾಜ್ಯಕ್ಕೆ ಶೇರಿದ್ದವು. ಆದರೆ ಇದೇ ಕಾಲದಲ್ಲಿ ಕ [illegible]ಡಿನಾಡಿನ ಅರಸರು ರಟ್ಟರಿದ್ದರು. ಚಾಲುಕ್ಯರ ೬ನೇ ವಿಕ್ರಮಾದಿತ್ಯನ ಹೆಂಡತಿಯಾದ ಚಂದಲಾದೇ[illegible] [illegible]ಲ ಹೇಳಿದ ಮಾರಸಿಂಹನ ಮಗಳೆಂದು ತೋರುತ್ತದೆ.

ಕಡೆಯಲ್ಲಿ ದೇವಗಿರಿಯ ೨ನೇ ಸಿಂಹಣರಾಜನು ಶಿಲಾಹಾರರ ೨ ಭೋಜನೆಂಬ ಕಡೆಯ ರಸನ್ನು ಜಯಿಸಿ ಕ್ರಿ. ಶ. ೧೨೧೩ನೇ ವರ್ಷದ ಸುಮಾರಿನಲ್ಲಿ ಕೊಲ್ಲಾಪುರದ ರಾಜ್ಯವನ್ನು ತಕ್ಕೊಂಡನೆಂದು ತೋರುತ್ತದೆ.

ಹಿಂದಿನ ಯಾವತ್ತು ಇತಿಹಾಸದಿಂದ ಕ್ರಿ. ಶಕದ ೧೪ನೇ ಶತಕದ ಆರಂಭದಲ್ಲಿ ದಕ್ಷಿಣ ದೇಶದಲ್ಲಿ ಯೆರಡು ದೊಡ್ಡ ರಾಜವಂಶಗಳು ಆಳುತ್ತಿದ್ದವೆಂದು ಸ್ಪಷ್ಟವಾಗುತ್ತದೆ. ಉತ್ತರದಲ್ಲಿ ದೇವಗಿರಿಯ ಯಾದವರು ನರ್ಮದೆಯಿಂದ ಕೃಷ್ಣೆಯ ವರೆಗೆ, ಅಂದರೆ ಗುಜರಾಥ, ಮಹಾರಾಷ್ಟ್ರ, ಕರ್ನಾಟಕದ ಉತ್ತರ ಭಾಗ ಅಥವಾ ದಕ್ಷಿಣ ಮಹಾರಾಷ್ಟ್ರ, ಇಷ್ಟು ಪ್ರದೇಶಗಳನ್ನು ಆಳುತ್ತಿದ್ದರು. ದಕ್ಷಿಣದಲ್ಲಿ ದ್ವಾರಸಮುದ್ರದ ಬಲ್ಲಾಳರು ಇಡೀ ಕರ್ನಾಟಕ ದೇಶವನ್ನು ಆಕ್ರಮಿಸಿ, ಕಾಂಚಿಯ ಚೋಳ ಅರಸರನ್ನೂ, ಮಧುರೆಯ ಪಾಂಡ್ಯ ಅರಸರನ್ನೂ, ಪಶ್ಚಿಮ ಸಮುದ್ರತೀರದ ಚೇರ ಅರಸನನ್ನೂ ತಮ್ಮ ಮಾಂಡಲಿಕರೊಳಗೆ ಶೇರಿದ್ದರು. ಈ ಯೆರಡು ದೊಡ್ಡ ಸಂಸ್ಥಾನಗಳಲ್ಲದೆ ಆಂದ್ರ ಭೃತ್ಯರೆಂಬ ಅರಸರು ತೆಲಗು ದೇಶವನ್ನು ಪೂರ್ವ ಸಮುದ್ರದ ವರೆಗೆ ಆಳುತ್ತಿದ್ದರು. ಅವರ ರಾಜಧಾನಿ ಓರಂ ಕಲ್ಲು (ವರಂಗೂಳು) ಹೈದರಾಬಾದಿನ ಬಳಿಯಲ್ಲಿ ಇರುತ್ತದೆ.

ದಕ್ಷಿಣದಲ್ಲಿ ಮುಸಲ್ಮಾನರ ಪ್ರವೇಶ.

ಕ್ರಿಸ್ತೀ ಶಕದ ೧೧ನೇ ಶತಕದಲ್ಲಿ ಗಿಝನಿಯ ಮಹಮೂದನು ಹಿಂದುಸ್ತಾನದಲ್ಲಿ ದೌಡುಗಳನ್ನು ಮಾಡಿದಂದಿನಿಂದ ಉತ್ತರ ಹಿಂದುಸ್ತಾನದಲ್ಲಿ ಮುಸಲ್ಮಾನರು ಕಾಲೂರಿ ನಿಂತು ದಿಲ್ಲಿಯಲ್ಲಿ ತಮ್ಮ ಸಿಂಹಾಸನವನ್ನು ಸ್ಥಾಪಿಸಿದರು. ಖಿಲಜೀ ವಂಶದ ಜಲಾಲ ಉದ್ದೀನನೆಂಬ ಬಾದಶಹನು ದಿಲ್ಲಿಯಲ್ಲಿ ಆಳುತ್ತಿರುವಾಗ ಅವನ ತಮ್ಮನ ಮಗನಾದ ಅಲ್ಲಾ ಉದ್ದೀನನು ಕ್ರಿಸ್ತೀ ಶಕದ, ಅಂದರೆ ಇಸವೀ ಸನ್ ೧೨೯೪ರಲ್ಲಿ ದೊಡ್ಡ ದಂಡು ತಕ್ಕೊಂಡು ದಕ್ಷಿಣಕ್ಕೆ ಬಂದನು. ಆಗ ದೇವಗಿರಿಯಲ್ಲಿ ರಾಮ ದೇವನೆಂಬ ಅರಸು ಆಳುತ್ತಿದ್ದನು. ಅಲ್ಲಾ ಉದ್ದೀನನು ರಾಮ ದೇವನನ್ನು ಗೆದ್ದು ದೇವಗಿರಿಯನ್ನು ಸುಲಿದನು. ಆದರೂ ಮುಂದೆ ಸನ್ ೧೩೦೭ನೇ ವರ್ಷದ ವರೆಗೆ ರಾಮ ದೇವನ ಆಳಿಕೆಯು ನಿರಾತಂಕವಾಗಿ ಸಾಗಿತು. ದಿಲ್ಲಿಯಲ್ಲಿ ಅಲ್ಲಾ ಉದ್ದೀನನು ತನ್ನ ಕಕ್ಕನನ್ನು ಸನ್ ೧೨೯೬ರಲ್ಲಿ ಕೊಂದು ಸಿಂಹಾಸನವನ್ನು ಆಕ್ರಮಿಸಿದ ಬಳಿಕ ಸನ್ ೧೩೦೭ನೇ ವರ್ಷ ಮಲಿಖ ಕಾಫುರನೆಂಬ ಸರದಾರನ ಕೂಡ ವೊಂದು ಲಕ್ಷ ಕುದುರೇ ಸ್ವಾರರನ್ನು ಕೊಟ್ಟು ದಕ್ಷಿಣಕ್ಕೆ ಕಳಿಸಿದನು. ಕಾಫುರನು ರಾಮ ದೇವನ ಕೈಯಿಂದ ಕಪ್ಪ ತಕ್ಕೊಂಡು ಮಹಾರಾಷ್ಟ್ರ ದೇಶವನ್ನು ಹಾಳು ಮಾಡಿದನು. ರಾಮದೇವನು ಸನ್ ೧೩೧೦ನೇ ವರ್ಷ ಮರಣ ಹೊಂದಲಾಗಿ ಅವನ ಮಗ ಶಂಕರ ರಾಜನು ಪಟ್ಟವೇರಿದನು. ಅದೇ ವರ್ಷ ಮಲಿಖ ಕಾಫುರನು ಯೆರಡನೇ ಸಾರಿ ದಕ್ಷಿಣಕ್ಕೆ ಬಂದು, ವರಂಗೂಳದ ಅರಸನನ್ನು ಹಾಳು ಮಾಡಿ ದ್ವಾರಸಮುದ್ರಕ್ಕೆ ಹೋದನು. ಅಲ್ಲಿ ಆಳುತ್ತಿದ್ದ ೩ನೇ ಬಲ್ಲಾಳ ರಾಜನನ್ನು ಕಾಫುರನು ಯುದ್ಧದಲ್ಲಿ ಜಯಿಸಿ ಶರೆ ಹಿಡಿದು, ದ್ವಾರಸಮುದ್ರವನ್ನು ಸುಲಿದು

೨೨*

ಅಪರಿಮಿತ ದ್ರವ್ಯವನ್ನು ತಕ್ಕೊಂಡು ಸನ್ ೧೩೧೧ನೇ ವರ್ಷ ದಿಲ್ಲಿಗೆ ಹೋದನು. ದೇವಗಿರಿಯ ಶಂಕರ ರಾಜನು ಕಪ್ಪದ ಹಣವನ್ನು ಕೊಡಲಿಕ್ಕೆ ತಪ್ಪಿಸಿದ್ದರಿಂದ ಕಾಪು ರನು ಸನ್ ೧೩೧೨ನೇ ವರ್ಷ ದಕ್ಷಿಣಕ್ಕೆ ಬಂದು ಯುದ್ಧದಲ್ಲಿ ಶಂಕರ ರಾಜನನ್ನು ಕೊಂ ದು ಮಹಾರಾಷ್ಟ್ರ, ದಕ್ಷಿಣ ಮಹಾರಾಷ್ಟ್ರ ದೇಶಗಳನ್ನು ದಾಭೋಳದಿಂದ ಮುದಗಲ್ಲಿನ ವರೆಗೆ ಹಾಳು ಮಾಡಿದನು. ಮುಂದೆ ಸನ್ ೧೩೧೬ನೇ ವರ್ಷ ದಿಲ್ಲಿಯಲ್ಲಿ ಅಲ್ಲಾಉದ್ದೀ ನನೂ, ಅವನ ತರುವಾಯ ಸ್ವಲ್ಪ ದಿವಸದೊಳಗೆ ಮಲಿಖ ಕಾಪುರನೂ ಕೊಲ್ಲಲ್ಪಟ್ಟದ್ದ ರಿಂದ ದಿಲ್ಲಿಯ ರಾಜ್ಯದಲ್ಲಿ ಬಹಳ ಗೊಂದಲ ವುಂಟಾಯಿತು. ಆ ಸಂಧಿಯಲ್ಲಿ ದೇವಗಿ ರಿಯ ರಾಮ ದೇವನ ಅಳಿಯನಾದ ಹರಿಪಾಳನೆಂಬವನು ಯಾದವರ ಗಾದಿಯನ್ನು ಮತ್ತೆ ನೆಲೆಗೊಳಿಸಿ ತಾನೇ ಅರಸಾದನು; ಆದರೆ ಸನ್ ೧೩೧೮ರಲ್ಲಿ ಮುಬಾರಿಕ ಬಾದಶಹನು ದಕ್ಷಿಣಕ್ಕೆ ಬಂದು ಹರಿಪಾಳನನ್ನು ಹಿಡಿದು ಅವನ ಮೈದೊಗಲು ಸುಲಿಸಿ ದೇವಗಿರಿಯನ್ನು ಆಕ್ರಮಿಸಿದನು. ಮುಂದೆ ಸನ್ ೧೩೨೭ರಲ್ಲಿ ಮಹಮ್ಮದ ತಘುಲಖ ಬಾದಶಹನು ಕರ್ನಾಟಕ ದೇಶವನ್ನು ಸಮುದ್ರದ ವರೆಗೆ ಹಾಳು ಮಾಡಿ, ದೇವಗಿರಿಗೆ ದೌಲತಾಬಾ ದೆಂಬ ಹೆಸರಿಟ್ಟು ಅಲ್ಲಿ ನಿಂತನು. ಈ ಪ್ರಕಾರ ದಕ್ಷಿಣದ ಮೂರೂ ರಾಜ್ಯಗಳು ೧೦ ವರ್ಷ ದೊಳಗೆ ನಿರ್ಮೂಲವಾದವು. ಆದರಿಂದ ಮಹಾರಾಷ್ಟ್ರ, ತೆಲಗು, ಕರ್ನಾಟಕ ದೇಶಗ ಳಲ್ಲಿ ಅರಾಜಕ ಉಂಟಾಗಿ ಕೊಲೆ ಸುಲಿಗೆಗಳು ನಡಿಯ ಹತ್ತಿದವು. ಇಂಥಾ ಸ್ಥಿತಿಯಲ್ಲಿ ಕೆಲವೊಬ್ಬ ಬಲಶಾಲಿಯಾದ ಮನುಷ್ಯನು ಮುಂದಕ್ಕೆ ಬಂದು ದಾಳಿಗಾರರನ್ನು ಅಂಕಿತ ದೊಳಗೆ ತಂದು ಕೊಂಡು ತನ್ನ ಅಧಿಕಾರವನ್ನು ನೆಲೆಗೊಳಿಸುತ್ತಾನೆ. ಈ ನಿಯಮ ದಂತೆ ಈ ಅರಾಜಕದ ಸ್ಥಿತಿಯಲ್ಲಿ ದಕ್ಷಿಣದಲ್ಲಿ ಯೆರಡು ದೊಡ್ಡ ಹೊಸ ರಾಜ್ಯಗಳು ಉದಯ ಹೊಂದಿದವು; ಒಂದು ಹಿಂದೂ ಜನರದು, ಯೆರಡನೇದು ಮುಸಲ್ಮಾನರದು.

ವಿಜಯನಗರದ ನರಪತಿಗಳು.

ಮೇಲೆ ವಿವರಿಸಿದ ಸ್ಥಿತಿಯಲ್ಲಿ ಹುಕ್ಕ ಬುಕ್ಕ, ಯೆಂಬವರಿಬ್ಬರು ಅತಿ ಸಾಧಾರಣ ತರದ ಮನುಷ್ಯರು ಶೃಂಗೇರಿಯಲ್ಲಿ ಶಂಕರಾಚಾರ್ಯರ ಪೀಠಾಧಿಷ್ಠಿತರಾದ ವಿದ್ಯಾರಣ್ಯ ನೆಂಬ ಬಿರುದುಳ್ಳ ಮಾಧವಾಚಾರ್ಯರೆಂಬ ಘನ ಪಂಡಿತರ ಸಹಾಯದಿಂದ ಆನೇಗುಂದಿ ಯ ಯೆದುರಿಗೆ ತುಂಗಭದ್ರೆಯ ದಕ್ಷಿಣ ತೀರದಲ್ಲಿ ಹಂಪೀ ಕ್ಷೇತ್ರಕ್ಕೆ ಹೊಂದಿ ವಿಜಯ ನಗರವೆಂಬ ಹೊಸ ಪಟ್ಟಣವನ್ನು ಕಟ್ಟಿಸಿ ಹೊಸ ರಾಜ್ಯವನ್ನು ಕ್ರಿ. ಶ. ೧೩೩೬ರಲ್ಲಿ ಸ್ಥಾಪಿಸಿದರು. ಹುಕ್ಕ ಬುಕ್ಕರ ಪೂರ್ವದ ವೃತ್ತಾಂತದ ಬಗ್ಗೆ ನಾನಾ ಪ್ರಕಾರದ ಕಥೆಗ ಳುಂಟು. ಇವರು ಯಾದವ ವಂಶದವರೆಂದು ಕೆಲವರು ಹೇಳುವರು; ಕೆಲವರು ಬಲ್ಲಾ ಳರ ರಾಜಕ್ಕೆ ಶೇರಿದ ಜಮೇದಾರರೆಂದು ಹೇಳುವರು. ಆದರೆ ಯೆಲ್ಲಕ್ಕೂ ಹೆಚ್ಚು ಸಂಭಾ ವ್ಯವಾದ ಕಥೆ ಯೇನಂದರೆ, ತೆಲಗು ದೇಶವ ರಾಜಧಾನಿಯಾದ ವಂಗೂಳ ಪಟ್ಟಣವನ್ನು ಮಲಿಖ ಕಾಪುರನು ಹಾಳು ಮಾಡಿದ ಬಳಿಕ ಅಲ್ಲಿಯ ಬೊಕ್ಕಸದ ಕಾವಲುಗಾರರಾದ ದಂಡಾಳುಗಳಿಬ್ಬರಿವರು ಬಹಳ ಹಣ ತಕ್ಕೊಂಡು ವಿದ್ಯಾರಣ್ಯರ ಬಳಿಗೆ ಬಂದರೆಂಬದು.

ಇವರ ಹಣದ ಹೊರ್ತು ಮಾಧವಾಚಾರ್ಯರು ಇವರಿಗೆ ಅಪರಿಮಿತ ದ್ರವ್ಯವನ್ನು ಸಂಪಾದಿಸಿ ಕೊಟ್ಟು ವಿಜಯನಗರವನ್ನು ಕಟ್ಟಿಸಿದರು. ಈ ಸ್ವಾಮಿಗಳು ಮೊದಲು ಹುಕ್ಕನಿಗೆ ಹರಿಪರ ರಾಜನೆಂದು ಹೆಸರಿಟ್ಟು ವಿಜಯನಗರದಲ್ಲಿ ಪಟ್ಟಗಟ್ಟಿ ತಾವು ಅವನ ಮಂತ್ರಿ ಪದವನ್ನು ಸ್ವೀಕರಿಸಿದರು. ಆ ಕಾಲಕ್ಕೆ ದಕ್ಷಿಣ ದೇಶದಲ್ಲಿ ಪ್ರಬಲರಾದ ಅರಸರು ಯಾರು ಇಲ್ಲದ್ದರಿಂದ ಹರಿಹರ ರಾಜನ ಅಮಲು ಸ್ವಲ್ಪ ಕಾಲದೊಳಗೆ ನಾಲ್ಕು ದಿಕ್ಕುಗಳಲ್ಲಿಯೂ ಬಹಳವಾಗಿ ಹಬ್ಬಿ ವಿಜಯನಗರವು ದಕ್ಷಿಣ ದೇಶದಲ್ಲಿ ಹೆಸರಾದ ರಾಜಧಾನಿಯಾಯಿತು. ಉತ್ತರದಲ್ಲಿ ಮುಸಲ್ಮಾನರು ಕನೋಜ ಪಟ್ಟಣವನ್ನು ಹಾಳು ಮಾಡಿದ ಬಳಿಕ ಸಂಸ್ಕೃತ ವಿದ್ಯಕ್ಕೆ ರಾಜಾಶ್ರಯವು ಉಳಿದಿದ್ದಿಲ್ಲ. ವಿಜಯನಗರದ ಸ್ಥಾಪನೆಯಾದ ಬಳಿಕ ಸ್ವಲ್ಪ ಕಾಲದೊಳಗೆ ದಿಗ್ದೇಶಗಳಿಂದ ಪಂಡಿತರು ಬಂದು ಹರಿಹರ ರಾಜನ ದರ್ಬಾರಿನಲ್ಲಿ ನಿಂತರು. ಮಾಧವಾಚಾರ್ಯರು ಮಂತ್ರಿಗಳಾದದ್ದರಿಂದ ವಿಜಯನಗರದ ದರ್ಬಾರಿನಲ್ಲಿ ವಿದ್ಯಕ್ಕೆ ಬಲವಾದ ಆಶ್ರಯ ದೊರಿದು ಪಂಡಿತರು, ಸತ್ಪುರುಷರು, ಅತಿಥಿಗಳು, ಅನಾಥರು ಮುಂತಾದ ದಯೆಗೆ ಪಾತ್ರರಾದಂಥ ಜನರ ಪರಾಮರ್ಶವಾಗುತ್ತಿದ್ದಷ್ಟು ಅರ್ವಾಚೀನ ಕಾಲದಲ್ಲಿ ಬೇರೆ ಯಾವ ದರ್ಬಾರಿನಲ್ಲಿಯೂ ಆಗುತ್ತಿತ್ತೆಂದು ತೋರುವದಿಲ್ಲ. ಇತಲಿಯವನೊಬ್ಬ ಪ್ರವಾಸಿಯು ವಿಜಯನಗರವನ್ನು ನೋಡಿ, ಈ ಪ್ರಕಾರ ವರ್ಣಿಸಿದ್ದಾನೆ—"ಈ ಪಟ್ಟಣವು ಬಹು ದೊಡ್ಡದು, ಘನವಾದ ವ್ಯಾಪಾರಸ್ಥಾನವಾಗಿದೆ. ಇಲ್ಲಿಯ ವ್ಯಾಪಾರಸ್ಥರು ರತ್ನಗಳ ಮಾರಾಟವನ್ನು ಬಹಳವಾಗಿ ಮಾಡುವರು. ಆ ಕಾಲದಲ್ಲಿ ವಜ್ರಗಳು ದುರ್ಲಭವಾಗಿದ್ದವು. ಮುತ್ತುಗಳು ಇರಾಣೀ ಅಖಾತದಿಂದ, ಮಾಣಿಕಗಳು ಪೇಗೂ ದೇಶದಿಂದ; ರೇಶಿಮೆಯ ಜರತಾರೀ ವಸ್ತ್ರಗಳು ಅಲೇಕ್ಸಾಂದ್ರಿಯ ಪಟ್ಟಣ ಚೀನ ದೇಶಗಳಿಂದ; ಪಾರಜ, ಅಫು, ಕಪ್ಪುರ ಬೇರೆ ದೇಶಗಳಿಂದ ಈ ಪಟ್ಟಣಕ್ಕೆ ಮಾರಾಟಕ್ಕೆ ಬರುತ್ತಿದ್ದವು. ಅರಸನು ೯೦೦ ಆನೆಗಳನ್ನು ಕಟ್ಟಿದ್ದನು. ಇವನ ದಂಡಿನಲ್ಲಿ ೨೦೦೦೦ ರಾಹುತರೂ ಅಸಂಖ್ಯ ದಂಡಾಳುಗಳೂ ಇದ್ದರು. ಊರೊಳಗಿನ ಅರಮನೆಗಳು, ಗುಡಿಗಳು, ಮುಂತಾದ ಭವ್ಯವಾದ ಇಮಾರತುಗಳು ಕಲ್ಲಿನಿಂದ ಕಟ್ಟಿದ್ದವು. ಆದರೆ ಬಡ ಜನರ ಮನೆಗಳು ಕೆಸರಿನ ಗೋಡೆಗಳಿಂದಲೂ ಹುಲ್ಲಿನ ಚಪ್ಪರದಿಂದಲೂ ಆಗಿದ್ದವು." ವಿಜಯನಗರದ ಅರಸರ ವಂಶಾವಳಿಯು ಕೆಳಗೆ ಬರಿದಂತೆ.—

ವಂಶಾವಳಿ.	ಆಳಿಕೆಯ ಆರಂಭ ಕ್ರಿ. ಶ.
೧. ಹರಿಹರರಾಯ	೧೩೩೫
೨. ಬುಕ್ಕರಾಯ	೧೩೫೧
೩. ೨ನೇ ಹರಿಹರರಾಯ	೧೩೭೯
೪. ವಿರೂಪಾಕ್ಷರಾಯ	೧೪೦೪
೫. ೨ನೇ ಬುಕ್ಕರಾಯ	೧೪೦೮

ವಂಶಾವಳಿ.	ಆಳಿಕೆಯ ಆರಂಭ ಕ್ರಿ. ಶ.
೬, ೭. ದೇವರಾಯ, ರಾಮರಾಯ	೧೪೦೯
೮. ೨ನೇ ವಿರೂಪಾಕ್ಷರಾಯ	೧೪೧೬
೯, ೧೦. ೨ನೇ ಬೇವರಾಯ, ವಿರೂಪಾಕ್ಷರಾಯ. . . .	೧೪೨೭
೧೧. ಮಲ್ಲಿಕಾರ್ಜುನರಾಯ	೧೪೫೫
೧೨, ೧೩. ೩ನೇ ವಿರೂಪಾಕ್ಷರಾಯ, ರಾಮರಾಯ . . .	೧೪೫೯
೧೪. ಪ್ರೌಢರಾಯ (ರಾಮರಾಯ)	೧೪೮೬
೧೫. ವೀರನರಸಿಂಗರಾಯ	೧೪೯೮
೧೬. ಸೋಳ್ವನರಸಿಂಗರಾಯ	೧೫೦೮
೧೭, ೧೮. ಅಚ್ಯುತರಾಯ, ಕೃಷ್ಣರಾಯ	೧೫೨೦
೧೯, ೨೦. ರಾಮರಾಯ, ಸದಾಶಿವರಾಯ	೧೫೬೩

ಹರಿಹರರಾಯನು ಶೂರನಿದ್ದನು. ಇವನು ತನ್ನ ರಾಜ್ಯದಲ್ಲಿ ರಾಯರೆಂಬ ಸುಭೇದಾರರನ್ನು ನೇಮಿಸಿ, ರಾಜ್ಯದೊಳಗಿನ ಪಾಳ್ಯಗಾರರನ್ನು ಅವರ ಕೈಕೆಳಗೆ ಕೊಟ್ಟನು. ಪಾಳ್ಯಗಾರರು ತಮ್ಮ ಯೋಗ್ಯತೆಯಂತೆ ದಂಡು ಇಟ್ಟು ಕೊಂಡು ಜಹಾಗೀರುಗಳನ್ನು ಅನುಭೋಗಿಸಿ, ಸರಕಾರದ ಕಂದಾಯವನ್ನು ಯೆತ್ತುವರು. ಭೂಮಿಯ ಹುಟ್ಟುವಳಿಯಲ್ಲಿ ೩೦ ಪಾಲು ಮಾಡಿ, ೫ ಸರಕಾರಕ್ಕೆ, ೭½ ವೊಡೆಯನಿಗೆ, ೧೫ ರೈತನಿಗೆ, ೧½ ಬ್ರಾಹ್ಮಣರಿಗೆ, ೧ ದೇವರಿಗೆ, ಈ ಪ್ರಕಾರ ಭಾಗಗಳನ್ನು ಹಂಚಿ ಕೊಟ್ಟಿದ್ದನು.

ಹರಿಹರನ ತಮ್ಮ ಬುಕ್ಕರಾಜನು ಬಹು ಪರಾಕ್ರಮಿಯು, ಬಹು ದಿವಸ ರಾಜ್ಯವಾಳಿದನು. ಇವನು ಚೋಳ ಚೇರ ಮುಂತಾದ ರಾಜ್ಯಗಳನ್ನು ಜಯಿಸಿ, ಪೂರ್ವ, ಪಶ್ಚಿಮ, ದಕ್ಷಿಣ ದಿಕ್ಕುಗಳಲ್ಲಿ ತನ್ನ ರಾಜ್ಯವನ್ನು ಸಮುದ್ರದ ವರೆಗೆ ಬೆಳಿಸಿದನು. ಈ ಕಾರಣದಿಂದ ಅರ್ಕಾಟ ಪ್ರಾಂತಕ್ಕೆ ಕರ್ನಾಟಕವೆಂಬ ಹೆಸರು ಮುಂದೆ ಬಿತ್ತು. ಇವನ ಆಳಿಕೆಯಲ್ಲಿ ಮಾಧವಾಚಾರ್ಯರ ಅಣ್ಣನಾದ ಸಾಯನಾಚಾರ್ಯನು ಋಗ್ವೇದಕ್ಕೆ ಭಾಷ್ಯವನ್ನು ಬರಿದನು.

೨ನೇ ಹರಿಹರರಾಯನು ಧಾರವಾಡ, ಬೆಳಗಾವಿ, ಮುಂತಾದ ಕನ್ನಡ ಶೀಮೆಗಳನ್ನು ಆಕ್ರಮಿಸಿ, ಮಾಲವಣದ ವರೆಗೆ ಕೊಂಕಣವನ್ನು ಗೆದ್ದು ಕೊಂಡನು. ಇವನಿಗೂ ಮುಂದೆ ಹೇಳುವ ಬಾಮನೀ ಬಾದಶಹಗಳಿಗೂ ಬಹಳ ಜಗಳಗಳು ನಡಿದವು. ಅವನ್ನು ಮುಂದೆ ವಿವರಿಸುವ.

ಮುಸಲ್ಮಾನರು ಯುದ್ಧದಲ್ಲಿ ಬಿಲ್ಲುಗಳನ್ನೂ ತೋಫುಗಳನ್ನೂ ಉಪಯೋಗಿಸುವರು. ಆದರೆ ವಿಜಯನಗರದವರ ದಂಡಿನಲ್ಲಿ ಕತ್ತಿ ಭಾಲೆಗಳೇ ಮುಖ್ಯ ಆಯುಧಗಳಾಗಿದ್ದವು. ಆದ್ದರಿಂದ ೨ನೇ ದೇವರಾಯನು ೨೦೦೦ ಜನ ಮುಸಲ್ಮಾನರನ್ನು ಚಾಕರಿಗಿಟ್ಟು, ಅವರ ಕೈಯಿಂದ ೬೦೦೦೦ ಹಿಂದೂ ಶಿಪಾಯಿಗಳಿಗೆ ಬಿಲ್ಲಿನ ಯುದ್ಧ ಕಲಿಸಿದನು. ದೇವರಾಯನು ಬಾಮನೀ ಬಾದಶಹನ ಕೂಡ ಮುದಗಲ್ಲಿನ ಬಳಿಯಲ್ಲಿ ಮಾಡಿದ ೩ ದೊಡ್ಡ ಯುದ್ಧಗಳಲ್ಲಿ ಕಡೆಗೆ ಸೋತಾಗ್ಯೂ, ವಿಜಯನಗರದ ದಂಡಾಳುಗಳು ಸ್ವಲ್ಪ ಕಾಲದೊಳಗೆ ಮುಸಲ್ಮಾನರಿಗಿಂತ ಬಹು ಪ್ರಬಲರಾದರು. ಆದ್ದರಿಂದ ಬಾಮನೀ ಬಾದಶಹಗಳು ವಿಜಯನಗರದವರ ಕೂಡ ಸ್ನೇಹದಿಂದ ನಡಿಯ ಹತ್ತಿದರು.

ಪ್ರೌಢರಾಯರು ಹರಿಹರರಾಯನ ವಂಶದವನಲ್ಲ; ವಿರೂಪಾಕ್ಷ ರಾಯನ ಅಳಿಯನು. ಆದ್ದರಿಂದ ವಿರೂಪಾಕ್ಷನ ತರುವಾಯ ಹರಿಹರನ ವಂಶವು ಮುಗ್ಗಿತು. ಮುಂದೆ ಬಲಿಷ್ಠರಾದವರೇ ಪಟ್ಟಾಧಿಕಾರಿಗಳಾಗುವರು. ಅದರಿಂದ ರಾಜ್ಯದೊಳಗೆ ಅವ್ಯವಸ್ಥೆ ಬಹಳಾಯಿತು. ಕೆಲವು ದಿವಸ ಒಂಬತ್ತು ಮಂದಿ ನಾಯಕರು ಕೂಡಿ ರಾಜ್ಯವನ್ನಾಳಿದರು.

೨ನೇ ನರಸಿಂಗರಾಯನನ್ನು ಅವನ ಕಕ್ಕನಾದ ಹುಚ್ಚು ತಿರುಮಲರಾಯನು ಕೊಲ್ಲಿಸಿ ಪಟ್ಟವೇರಲಾಗಿ ನರಸಿಂಗನ ಮಂತ್ರಿಯಾದ ಕೃಷ್ಣರಾಯನು ತಿರುಮಲನನ್ನು ಶಿಕ್ಷಿಸಲಿಕ್ಕೆ ದಂಡು ತಕ್ಕೊಂಡು ಬರಲಾಗಿ, ತಿರುಮಲನು ಇರಿದು ಕೊಂಡು ಸತ್ತನು. ತರುವಾಯ ಕೃಷ್ಣರಾಯನು ಮಂತ್ರಿಗಳ ಸಮ್ಮತಿಯಿಂದ ಅರಸನಾದನು.

ಕೃಷ್ಣರಾಯನು ಹೆಸರಾದ ಪರಾಕ್ರಮಿ ಯೆನಿಸಿ ಕೊಂಡು, ವಿದ್ಯಾ, ಕಲಾ, ಕೌಶಲ್ಯ, ಔದಾರ್ಯಗಳಲ್ಲಿ ಬಹು ವಿಖ್ಯಾತನಾದನು. ಇವನ ಆಳಿಕೆಯಲ್ಲಿ ಮುಸಲ್ಮಾನರು ವಿಜಯನಗರದ ಮೇಲೆ ಶಸ್ತ್ರ ಹಿಡಿದು ಒಮ್ಮೆ ಸಹ ಜಯ ಹೊಂದಲಿಲ್ಲ. ಇವನು ಮಧುರೆಯವರೆಗೆ ಯಾವತ್ತು ದಕ್ಷಿಣ ದೇಶವನ್ನು ಪಾದಾಕ್ರಾಂತವಾಗಿ ಮಾಡಿದನು. ಇವನ ದಂಡಿನವರಿಗೂ ವಿಜಾಪುರದ ಇಸ್ಮಾಯಿಲ್ ಅದಿಲ್‌ಶಹನಿಗೂ ಕೃಷ್ಣೆಯ ದಂಡೆಯಲ್ಲಿ ದೊಡ್ಡ ಯುದ್ಧವಾಗಿ, ಅದರಲ್ಲಿ ಅದಿಲ್‌ಶಹನು ಸೋತನು. ಈ ಯುದ್ಧದಲ್ಲಿ ವಿಜಯನಗರದ ದಂಡಿನವರು ತೋಪುಗಳನ್ನೂ ತುಬಾಕಿಗಳನ್ನೂ ಉಪಯೋಗಿಸಿದರು; ಅದಿಲ್‌ಶಹನ ದಂಡಿನಲ್ಲಿ ಈ ಆಯುಧಗಳಿದ್ದಿಲ್ಲ. ಕೃಷ್ಣರಾಯನು ಗೋವೆಯ ಶೀಮೆಯಲ್ಲಿ ಶೇರಿ ವಿಜಾಪುರದ ದಂಡಿನವರನ್ನು ಗೆದ್ದು ಕೆಲವು ಶೀಮೆಯನ್ನು ಆಕ್ರಮಿಸಿದನು. ಇಬ್ರಾಹಿಮ ಶಹನ ಆಳಿಕೆಯಲ್ಲಿ ಐನ ಉಲ್ಮಲ್ಕನೆಂಬ ಸರದಾರನು ಬಾದಶಹನ ಮೇಲೆ ತಿರುಗಿ ಬಿದ್ದು ವಿಜಾಪುರವನ್ನು ಸುತ್ತುಗಟ್ಟಲಾಗಿ, ಬಾದಶಹನು ಕೃಷ್ಣರಾಯನ ಸಹಾಯ ಬೇಡಿ ಕೊಂಡನು. ಆಗ ವೆಂಕಟಾದ್ರಿಯೆಂಬ ಅತಿ ವಿಖ್ಯಾತನಾದ ದಳವಾಯಿಯು ಬಾದಶಹನ ಸಹಾಯಕ್ಕೆ ಹೋಗಿ ಆ ಸರದಾರನನ್ನು ಗೆದ್ದು ಓಡಿಸಿದನು. ಈ ಸಂಗತಿಗಳಿಂದ ವಿಜಯನಗರದವರು ಮುಸಲ್ಮಾನರಿಗಿಂತ ಯೆಷ್ಟು ಬಲಾಢ್ಯರಾಗಿದ್ದರೆಂಬುವದು ವ್ಯಕ್ತವಾಗುತ್ತದೆ.

ಆದರೆ ಕೃಷ್ಣರಾಯನ ತರುವಾಯ ವಿಜಯನಗರದ ಗೌರವವು ಕಳೆಗುಂದಿತು. ರಾಜ್ಯಾಧಿಕಾರದ ಸಲುವಾಗಿ ಕದನಗಳು ಮೊದಲಿನಂತೆ ಮತ್ತೆ ನಡಿದವು. ಕಡೆಯಲ್ಲಿ

ಸದಾಶಿವರಾಯನ (ಇವನು ಕೃಷ್ಣರಾಯನ ಅಣ್ಣನ ಮಗನೆಂದು ತೋರುತ್ತದೆ.) ಮಗನಾದ ರಾಮರಾಯನ ಆಳಿಕೆಯಲ್ಲಿ ವಿಜಯನಗರದ ದಂಡಿನವರು ಅತಿ ಗರ್ವಿಷ್ಠರಾಗಿ, ಮುಸಲ್ಮಾನರ ಮಾನಭಂಗವನ್ನು ಬಹಳ ಮಾಡಿದ್ದರಿಂದ ವಿಜಾಪುರ, ಗೋವಳಕೊಂಡ, ಅಹಮ್ಮದನಗರ, ಈ ಮೂರು ರಾಜ್ಯಗಳ ಬಾದಶಹಗಳು ಒಕ್ಕಟ್ಟಾಗಿ, ಸನ್ ೧೫೬೪ನೇ ಇಸವಿಯಲ್ಲಿ ತಾಳೀ ಕೋಟೆಯ ಹತ್ತರ ರಾಮರಾಯನೆದುರಿಗೆ ಯುದ್ಧಕ್ಕೆ ನಿಂತು, ಅವನನ್ನು ಕೊಂದು ವಿಜಯನಗರದ ರಾಜ್ಯವನ್ನು ಮುರಿದರು. (ಮುಂದೆ ನೋಡು).

ಕಲಬುರ್ಗೆಯ ಬಾಮನೀ ಬಾದಶಹಗಳು.

ಹಿಂದೆ ಹೇಳಿದ ಅರಾಜಕ ಸ್ಥಿತಿಯಲ್ಲಿ ಮುಸಲ್ಮಾನರು ದಕ್ಷಿಣದಲ್ಲಿ ಪ್ರಬಲರಾಗುತ್ತ ನಡಿದಿದ್ದರು. ದಿಲ್ಲಿಯ ಮಹಮ್ಮದ ತಘಲಖ ಬಾದಶಹನು ದೌಲತಾಬಾದಿನಲ್ಲಿ ಇರುತ್ತಿದ್ದನೆಂದು ಹಿಂದೆ ಹೇಳಿದ್ದೇವೆ. ಅವನು ಒಳಿತಾಗಿ ವಿದ್ಯ ಕಲಿತವನಿದ್ದಾಗ್ಯೂ ಹುಚ್ಚು ಸ್ವಭಾವದವನೂ ಅತಿ ಕ್ರೂರನೂ ಇದ್ದನು. ಅವನು ದಕ್ಷಿಣದ ಮುಸಲ್ಮಾನ ಸರದಾರರ ಮೇಲೆ ಶಿಟ್ಟಾಗಿ ಅವರನ್ನು ದೌಲತಾಬಾದಿಗೆ ಕರಿಸಲಾಗಿ ಆ ಸರದಾರರು ಅವನ ಕ್ರೂರತನಕ್ಕೆ ಹೆದರಿ ಅವನ ಬಳಿಗೆ ಹೋಗದೆ ಬಂಡಾಯ ಎಬ್ಬಿಸಿದರು. ಈ ಬಂಡಾಯದ ಕಡೆಯಲ್ಲಿ ಯಾವತ್ತು ಮುಸಲ್ಮಾನ ಸರದಾರರು ಕೂಡಿ, ಸನ್ ೧೩೪೭ನೇ ಇಸವಿಯಲ್ಲಿ ಜಾಫರಖಾನನೆಂಬ ಪಠಾಣ ಸರದಾರನಿಗೆ ಕಲಬುರ್ಗೆಯಲ್ಲಿ ಪಟ್ಟಗಟ್ಟಿದರು. ಜಾಫರಖಾನನು ಚಿಕ್ಕಂದಿನಲ್ಲಿ ದಿಲ್ಲಿಯೊಳಗೆ ಗಂಗೂ ಯೆಂಬ ಬ್ರಾಹ್ಮಣನಲ್ಲಿ ಆಳಾಗಿದ್ದನು. ಆ ಬ್ರಾಹ್ಮಣನು ತನಗೆ ಮಾಡಿದ ಉಪಕಾರಗಳನ್ನು ಸ್ಮರಿಸಿ, ಜಾಫರಖಾನನು ತಾನು ಪಟ್ಟವೇರಿದ ಬಳಿಕ ಹೊಸದಾಗಿ ಧರಿಸಿದ "ಅಲ್ಲಾಉದ್ದೀನ ಹಸನ್" ಯೆಂಬ ಹೆಸರಿಗೆ "ಗಂಗೂ ಬಾಮನಿ" ಯೆಂಬ ಬಿರುದು ಜೋಡಿಸಿದನು. ಆದ್ದರಿಂದ ಇವನ ವಂಶದವರಿಗೆಲ್ಲ "ಬಾಮನೀ" ಬಾದಶಹಗಳೆಂಬ ಹೆಸರು ಬಂತು. ಅಲ್ಲಾಉದ್ದೀನನು ಶೂರನೂ ಶಾಂತನೂ, ಜನರನ್ನು ಒಲಿಸಿಕೊಳ್ಳುವ ಚಾತುರ್ಯವುಳ್ಳವನೂ ಇದ್ದದರಿಂದ ನಾಲ್ಕು ವರ್ಷಗಳಲ್ಲಿ ತಾಪಿ, ಕೃಷ್ಣಾ, ಈ ಯೆರಡು ಹೊಳೆಗಳ ನಡುವಿನ ಶೀಮೆ ಯೆಲ್ಲ ಇವನ ರಾಜ್ಯಕ್ಕೆ ಶೇರಿತು. ತೆಲಗು ದೇಶದ ರುದ್ರದೇವರಾಜನು ದಿಲ್ಲಿಯ ಬಾದಶಹನಿಗೆ ಕೊಡುತ್ತಿದ್ದ ಕಪ್ಪವನ್ನು ಇವನಿಗೆ ಕೊಟ್ಟು ಇವನ ಸ್ನೇಹವನ್ನು ಸಂಪಾದಿಸಿದನು. ಈ ಪ್ರಕಾರ ವಿಜಯನಗರದ ಸ್ಥಾಪನೆಯಾಗಿ ೧೦ ವರ್ಷದೊಳಗೆ ಅದರ ಉತ್ತರದಲ್ಲಿ ೧೪೦ ಮೈಲಿನ ಅಂತರದಲ್ಲಿ ಮುಸಲ್ಮಾನರ ಹೊಸ ರಾಜ್ಯವು ನೆಲೆಗೊಂಡಿತು. ಈ ಬಾದಶಹಗಳಿಗೂ ವಿಜಯನಗರದ ಅರಸರಿಗೂ ಯುದ್ಧಗಳು ಆಗಾಗ್ಗೆ ಬಹಳ ಆಗುತ್ತಿದ್ದವು. ಆದಾಗ್ಯೂ ಕಡೆತನಕ ಒಬ್ಬರನ್ನೊಬ್ಬರು ತೀರ ಮುರಿಯಲಿಕ್ಕೆ ಸಮರ್ಥರಾಗಲಿಲ್ಲ. ಅಲ್ಲಾಉದ್ದೀನನ ವಂಶದ ಬಾದಶಹಗಳು ಕಲಬುರ್ಗೆಯಲ್ಲಿ ಒಟ್ಟಿಗೆ ೧೮ ಜನ ಆಳಿದರು. ಅವರ ಪಟ್ಟಿಯು.—

		ಆರಂಭದ ವರ್ಷ ಕ್ರಿ. ಶ.
೧.	ಅಲ್ಲಾಉದ್ದೀನ ಹಸನ ಗಂಗೂಬಾಮನಿ	೧೩೪೭
೨.	ಮಹಮ್ಮದಶಹ	೧೩೫೮
೩.	ಮುಜಾಹಿದಶಹ	೧೩೭೫
೪.	ದಾವೂದಶಹ	೧೩೭೮
೫.	ಮಹಮೂದಶಹ	೧೩೭೮
೬.	ಗ್ಯಾಸುದ್ದೀನ	೧೩೯೭
೭.	ಶಮಸುದ್ದೀನ	೧೩೯೭
೮.	ಫಿರೋಜಶಹ	೧೩೯೭
೯.	ಅಹಮ್ಮದಶಹ.	೧೪೨೨
೧೦.	೨ನೇ ಅಲ್ಲಾಉದ್ದೀನ	೧೪೩೫
೧೧.	ಹುಮಾಯೂನಶಹ ಜಾಲೀಮ	೧೪೫೭
೧೨.	ನಿಜಾಮಶಹ	೧೪೬೧
೧೩.	೨ನೇ ಮಹಮ್ಮದಶಹ	೧೪೬೩
೧೪.	೨ನೇ ಮಹಮೂದಶಹ	೧೪೮೨
೧೫.	೨ನೇ ಅಹಮ್ಮದಶಹ	೧೫೧೮

ಮುಂದಿನ ೮ ವರ್ಷಗಳಲ್ಲಿ ಮೂರು ಮಂದಿ ಹೆಸರಿಗೆ ಮಾತ್ರ ಆಳಿದರು.

ಸನ್ ೧೩೫೭ನೇ ಇಸವಿಯಲ್ಲಿ ಅಲ್ಲಾಉದ್ದೀನನು ತನ್ನ ರಾಜ್ಯದಲ್ಲಿ ನಾಲ್ಕು ಸುಭೆಗಳನ್ನು ಮಾಡಿದನು. ಅವುಗಳಲ್ಲಿ ಕಲಬುರ್ಗೆಯಿಂದ ಪಶ್ಚಿಮಕ್ಕೆ ದಾಭೋಳದ ವರೆಗೆ ವೊಂದು ಸುಭೆಯಾಗಿತ್ತು. ಅಂದರೆ ಈಗಿನ ವಿಜಾಪುರ ಜಿಲ್ಲೆಯೆಲ್ಲ ಬಹುತರ ಬಾಮನೀ ರಾಜ್ಯಕ್ಕೆ ಮೊದಲಿನಿಂದ ಶೇರಿತ್ತು. ಆದರೆ ಕಾನಡಾ, ಬೆಳಗಾವಿ, ಧಾರವಾಡ, ಈ ಮೂರು ಜಿಲ್ಲೆಗಳು ವಿಜಯನಗರದ ರಾಜ್ಯಕ್ಕೆ ಶೇರಿದ್ದವೆಂದು ಹಿಂದೆ ಹೇಳಿದ್ದೇವೆ. ಹೀಗೆ ಪಶ್ಚಿಮ ದಿಕ್ಕಿನಲ್ಲಿ ಕಡೆ ತನಕ ಬಾಮನೀ ರಾಜ್ಯವೂ ವಿಜಯನಗರದ ರಾಜ್ಯವೂ ವೊಂದಕ್ಕೊಂದು ಹೊಂದಿದ್ದ ಕಾರಣ ಈ ಯೆರಡು ಸ್ಸಂಸ್ಥಾನಗಳಲ್ಲಿ ಜಗಳಗಳು ಯೆಡೆಬಿಡದೆ ನಡಿಯುತ್ತಿದ್ದವು. ಈ ಜಗಳಗಳ ವೃತ್ತಾಂತವನ್ನು ಫೆರಿಸ್ತನೆಂಬ ಇತಿಹಾಸಕರ್ತನು ಬರಿದು ಇಟ್ಟಿದ್ದಾನೆ. ಆದರೆ ಅವನು ಮುಸಲ್ಮಾನನಿದ್ದದ್ದರಿಂದ ವಿಜಯನಗರದವರಿಗಾದ ಸೋಲುಗಳನ್ನು ಅತಿಶಯೋಕ್ತಿಯಿಂದ ಬರಿದು, ಮುಸಲ್ಮಾನರಿಗೆ ಆದವುಗಳನ್ನು ಬಿಟ್ಟು ಬಿಟ್ಟಿದ್ದಾನೆ. ಆದರೆ ಈ ಯುದ್ಧಗಳು ನಮ್ಮ ಕರ್ನಾಟಕ ಶೀಮೆಯ ಹೊರಗೆ ಆದ್ದರಿಂದ ಅವುಗಳನ್ನೆಲ್ಲ ನಾವು ಇಲ್ಲಿ ವಿವರಿಸುವ ಪ್ರಯೋಜನವಿಲ್ಲ. (ಕರ್ನಾಟಕದ ಇತಿಹಾಸದಲ್ಲಿ ಈ ಯುದ್ಧಗಳು ವಿವರಿಸಲ್ಪಟ್ಟವೆ.) ನಮ್ಮ ನಾಲ್ಕು ಜಿಲ್ಲೆಗಳಿಗೆ ಸಂಬಂಧಿಸಿದಂಥವುಗಳನ್ನು ಮಾತ್ರ ಕೆಳಗೆ ಸಂಕ್ಷೇಪದಿಂದ ವಿವರಿಸುತ್ತೇವೆ.

ದೇವರಾಯನಿಗೂ ಫಿರೋಜ ಶಹನಿಗೂ ವೊಬ್ಬ ಸೊನ್ನಗಾರ ಜಾತಿಯ ಬಹು ಸುಂದರಿಯಾದ ಕನ್ನಿಕೆಯನ್ನು ಮುದಗಲ್ಲಿನಿಂದ ದೇವರಾಜನು ಯೆತ್ತಿಕೊಂಡು ಬಂದದರಿಂದ

46

ಬಹಳ ಯುದ್ಧಗಳು ನಡಿದು ಕಡೆಯಲ್ಲಿ ಸನ್ ೧೪೧೦ನೇ ವರ್ಷದ ಸುಮಾರಿನಲ್ಲಿ ವಿಜಯ ನಗರದ ಯುದ್ಧದಲ್ಲಿ ದೇವರಾಜನು ಸೋತದ್ದರಿಂದ ಫಿರೋಜನಿಗೆ ತನ್ನ ಮನೆತನದವ ಳೊಬ್ಬ ಕನ್ನಿಕೆಯನ್ನು ಕೊಟ್ಟು ಬಂಕಾಪುರ ಪರಗಣೆಯನ್ನು ಕೊಟ್ಟನು. ಆದರೆ ಮುಂದೆ ಸನ್ ೧೪೧೬ರಲ್ಲಿ ಗೋವಳಕೊಂಡದ ಬಳಿಯಲ್ಲಿ ಆದ ಯುದ್ಧದಲ್ಲಿ ಫಿರೋಜನು ಬಹಳ ಘಾಯ ಪಟ್ಟು, ಜೀವ ಉಳಿಸಿ ಕೊಂಡು ಓಡಿ ಹೋದನು. ಆಗ ದೇವರಾಯನು ಬಂಕಾ ಪುರದ ಪರಗಣೆಯನ್ನು ಹಿಂದಕ್ಕೆ ತಕ್ಕೊಂಡನು.

೨ನೇ ಅಲ್ಲಾಉದ್ದೀನನ ತಮ್ಮನಾದ ಮಹಮ್ಮದನೆಂಬವನು ಅಣ್ಣನ ಕೂಡ ಜಗಳ ತೆಗೆದು ಅರ್ಧ ರಾಜ್ಯ ಬೇಡಿ ಸನ್ ೧೪೩೫ರಲ್ಲಿ ದೇವರಾಯನ ಸಹಾಯದಿಂದ ವಿಜಾಪು ರದ ಪ್ರಾಂತವನ್ನು ತಕ್ಕೊಂಡಿದ್ದನು. ಆದರೆ ಅಲ್ಲಾಉದ್ದೀನನು ಅದನ್ನು ಮತ್ತೆ ಬೇಗ ಹಿಂದಕ್ಕೆ ತಕ್ಕೊಂಡನು.

ಸನ್ ೧೪೪೪ರಲ್ಲಿ ದೇವರಾಯನು ಮತ್ತೆ ವಿಜಾಪುರದ ಶೀಮೆಯನ್ನು ಹಾಳು ಮಾಡಿ ದ್ದರಿಂದ ಅಲ್ಲಾಉದ್ದೀನನಿಗೂ ಅವನಿಗೂ ಮೂರು ಯುದ್ಧಗಳಾಗಿ ಕಡೆಯಲ್ಲಿ ದೇವರಾ ಯನು ಸೋತು ಕಪ್ಪ ಕೊಟ್ಟನು.

ಸನ್ ೧೪೭೦ರಲ್ಲಿ ಬಾಮನೀ ಬಾದಶಹನ ವಜೀರನಾದ ಮಹಮೂದ ಗವಾನನು ವಿಜಯನಗರದವರ ದಂಡು ಸೋಲಿಸಿ ಗೋವೆಯನ್ನೂ ಅದರ ಸುತ್ತಲಿನ ಶೀಮೆಯ ನ್ನೂ ತಕ್ಕೊಂಡನು. ಮುಂದೆ ಯೆರಡು ವರ್ಷದ ಮೇಲೆ ಇದೇ ವಜೀರನು ಬೆಳಗಾವಿ ಯನ್ನು ತಕ್ಕೊಂಡನು. ಆದರೆ ೧ನೇ ನರಸಿಂಗರಾಯನು ಪಟ್ಟವೇರಿದ ಬಳಿಕ ಈ ಶೀಮೆ ಗಳನ್ನು ಹಿಂದಕ್ಕೆ ಕಸುಕೊಂಡನು. ವಿಜಾಪುರದ ಪರಗಣೆಯು ಮೊದಲಿನಿಂದ ಬಾಮನೀ ರಾಜ್ಯಕ್ಕೆ ಶೇರಿದ್ದು ಕಡೆತನಕ ಹಾಗೇ ಇತ್ತು.

ಆದರೆ ಮುಂದೆ ಬಾಮನೀ ರಾಜ್ಯವು ಬಹಳ ದಿವಸ ನಡಿಯಲಿಲ್ಲ. ೨ನೇ ಮಹ ಮೂದನ ಆಳಿಕೆಯಲ್ಲಿ ಅವನ ದರ್ಬಾರಿನಲ್ಲಿ ದಕ್ಷಿಣದ ಮುಸಲ್ಮಾನರಿಗೂ ಉತ್ತರದಿಂದ ಬಂದವರಿಗೂ ಕಲಹ ಹುಟ್ಟಿತು. ಅವರು ತಮ್ಮೊಳಗೆ ಯುದ್ಧಗಳನ್ನು ಕೆಲವು ದಿವಸ ನಡಿಸಿದರು. ಕಡೆಯಲ್ಲಿ ೫ ಮಂದಿ ಸರದಾರರು ಪ್ರಬಲರಾಗಿ ೫ ಸ್ವತಂತ್ರವಾದ ಬಾದ ಶಾಹಿಗಳನ್ನು ಸ್ಥಾಪಿಸಿದರು. ಯೂಸಫ ಅದಿಲ್‌ಖಾನನೆಂಬ ವಿಜಾಪುರದ ಸುಭೇದಾರನು ವಿಜಾಪುರದಲ್ಲಿ ಅದಿಲ್‌ಶಹನೆಂಬ ಹೆಸರಿನಿಂದ ಸನ್ ೧೪೮೯ರಲ್ಲಿ ಸ್ವತಂತ್ರ ಬಾದಶಹ ನಾಗಿ ಆಳ ಹತ್ತಿದನು; ಮಲಿಖ ಅಹಮ್ಮದ ಭ್ಹೈರಿ ಯೆಂಬ ಸರದಾರನು ಅಹಮ್ಮದ ನಗ ರದಲ್ಲಿ ನಿಜಾಮ ಶಹನೆಂಬ ಹೆಸರಿನಿಂದ ಸನ್ ೧೪೯೦ರಲ್ಲಿ ಆಳ ಹತ್ತಿದನು; ಕುತುಬ ಉಲ್ಮುಲ್ಕನೆಂಬ ಸರದಾರನು ಕುತುಬ ಶಹನೆಂಬ ಹೆಸರಿನಿಂದ ಗೋವಳಕೊಂಡದಲ್ಲಿ ಸನ್ ೧೫೧೨ರಲ್ಲಿ ಆಳ ಹತ್ತಿದನು; ಕಾಸಿಮ ಬರೀದನೆಂಬ ಸರದಾರನು ಬರೀದ ಶಹ ನೆಂಬ ಹೆಸರಿನಿಂದ ಬೆದರದಲ್ಲಿ ಸನ್ ೧೪೯೨ರಲ್ಲಿ ಆಳ ಹತ್ತಿದನು. ಮುಂದೆ ಬಾಮನೀ ಬಾ ದಶಹಗಳು ಹೆಸರಿಗೆ ಮಾತ್ರ ಸನ್ ೧೫೨೬ರ ವರೆಗೆ ಬೇದರದಲ್ಲಿ ಇಲ್ಲವೆ ಕಲಬುರ್ಗಿಯಲ್ಲಿ ಇರುತ್ತಿದ್ದರು. ಇವುಗಳಲ್ಲಿ ವಿಜಾಪುರದ ಅದಿಲ್‌ಶಾಹಿಯು ಕರ್ನಾಟಕದ ಭಾಗವನ್ನು

ಆಕ್ರಮಿಸಿ ಮುಂದೆ ವೊಳಿತಾಗಿ ಬೆಳಿದದ್ದರಿಂದ ಈ ಬಾದಶಾಹಿಯ ಇತಿಹಾಸವನ್ನು ಕೆಳಗೆ ವಿವರಿಸುತ್ತೇವೆ.

ವಿಜಾಪುರದ ಅದಿಲ್‌ಶಾಹಿಯು.

ಯೂಸಫ ಅದಿಲ್‌ಖಾನನು ಕಾನಸ್ತಾಂತಿನೋಪಲದ ಆಗಾ ಮುರಾದನೆಂಬ ಸುಲ್ತಾನನ ಕಡೆಯ ಮಗನು. ಆ ಸುಲ್ತಾನನ ಮನೆತನದಲ್ಲಿ ಹಿರಿ ಮಗನೊಬ್ಬನನ್ನು ಬಿಟ್ಟು, ಸುಲ್ತಾನನ ಉಳಿದ ಯಾವತ್ತು ಗಂಡು ಮಕ್ಕಳನ್ನು ಕೊಲ್ಲಿಸುವ ನಡಾವಳಿ ಇತ್ತು. ಆ ಪ್ರಕಾರ ಯೂಸಫನು ಸಣ್ಣ ಕೂಸು ಇದ್ದಾಗ ಅವನನ್ನು ಕೊಲ್ಲುವ ಹೊತ್ತು ವೊದಗಲಾಗಿ, ಅವನ ತಾಯಿ ಯುಕ್ತಿಯಿಂದ ಯೂಸಫನನ್ನು ವೊಬ್ಬ ವರ್ತಕನ ವಶಕ್ಕೆ ಕೊಟ್ಟು, ಅವನಿಗೆ ಬದಲಾಗಿ ಮತ್ತೊಬ್ಬ ಹುಡುಗನನ್ನು ಕೊಲ್ಲಲಿಕ್ಕೆ ಕೊಟ್ಟಳು. ಯೂಸಫನನ್ನು ತಕ್ಕೊಂಡ ವರ್ತಕನು ಇರಾಣಕ್ಕೆ ಅವನನ್ನು ತಕ್ಕೊಂಡು ಬಂದು ಜೋಪಾನ ಮಾಡಿದನು. ಅಲ್ಲಿಯೂ ಸುಲ್ತಾನನ ಬಾಧೆ ತಗಲಿದ್ದರಿಂದ, ಯೂಸಫನ ಸಾಕಿದ ತಾಯಿಯು ಅವನನ್ನೂ ಅವನ ತಂಗಿಯಾದ ದಿಲ್‌ಶದ ಆಗಾ ಯೆಂಬ ಹುಡಿಗೆಯನ್ನೂ ಕರೆ ಕೊಂಡು ಶಿರಾಝಕ್ಕೆ ಹೋದಳು. ಅಲ್ಲಿಂದ ಯೂಸಫನು ೧೭ ವರ್ಷದ ವಯಸ್ಸಿನಲ್ಲಿ ವ್ಯಾಪಾರಸ್ಥರ ಕೂಡ ದಾಭೋಳದ ಬಂದರಕ್ಕೆ ಬಂದನು. ಅಲ್ಲಿಂದ ವೊಬ್ಬ ಇರಾಣೀ ವ್ಯಾಪಾರಿಯು ಅವನನ್ನು ಸನ್ ೧೪೬೧ರಲ್ಲಿ ಬೇದರಕ್ಕೆ ಕರೆ ಕೊಂಡು ಹೋದನು. ಈ ಪ್ರಕಾರ ಯೂಸಫನು ಬೇದರಕ್ಕೆ ಬಂದ ಬಳಿಕ ಬಾಮನೀ ಬಾದಶಹನ ದಂಡಿನಲ್ಲಿ ಕೆಲವು ಪರಾಕ್ರಮದ ಕಾರ್ಯಗಳನ್ನು ಮಾಡಿದರಿಂದ ಯೂಸಫ್ ಅದಿಲ್‌ಖಾನನೆಂಬ ಪದವಿಯನ್ನು ಹೊಂದಿ ಕಡೆಯಲ್ಲಿ ವಿಜಾಪುರದ ಸುಭೇದಾರನಾಗಿದ್ದನು. ಇವನು ಸ್ವತಂತ್ರನಾದಾಗ ದಾಭೋಳದಿಂದ ಭೀಮೆಯ ವರೆಗೆ ಶೀಮೆಯು ಇವನ ರಾಜ್ಯಕ್ಕೆ ಶೇರಿತ್ತು. ಯೂಸಫ್ ಅದಿಲ್ ಶಹನು ಸ್ವತಂತ್ರನಾದ ಕೂಡಲೆ ವಿಜಾಪುರದ ಅರಕಿಲ್ಲೆಯನ್ನು ಕಟ್ಟಿಸಿದನು. ವಿಜಾಪುರದಲ್ಲಿ ಆಳಿದ ಇವನ ವಂಶದವರ ಪಟ್ಟಿಯು.—

	ಆರಂಭದ ವರ್ಷ ಕ್ರಿ. ಶ.		ಆರಂಭದ ವರ್ಷ ಕ್ರಿ. ಶ.
೧. ಯೂಸಫ.......	೧೪೮೯	೬. ೨ನೇ ಇಭ್ರಾಹೀಮ.	೧೫೮೦
೨. ಇಸ್ಮಾಯಿಲ್.....	೧೫೧೦	೭. ಮಹಮೂದ	೧೬೨೬
೩. ಮಲ್ಲೂ........	೧೫೩೪	೮. ೨ನೇ ಅಲ್ಲೀ.....	೧೬೫೬
೪. ೧ನೇ ಇಭ್ರಾಹೀಮ..	೧೫೩೪	೯. ಶಿಕಂದರ	೧೬೭೨
೫. ೧ನೇ ಅಲ್ಲೀ......	೧೫೫೭		

ಅದಿಲ್‌ಶಾಹಿಯ ಆರಂಭದಿಂದ ಮುಂದಿನ ಇತಿಹಾಸವು, ಅಂದರೆ ೧ ಅದಿಲ್‌ಶಾಹಿ, ೨ ಪೋರ್ತುಗೀಸರ ಪ್ರವೇಶ, ೩ ವಿಜಯನಗರದ ಲಯ, ೪ ಮೈಸೂರು ಮುಂತಾದ ದಕ್ಷಿಣದ ಸಂಸ್ಥಾನಗಳ ಉದಯ, ೫ ಮಹಾರಾಷ್ಟ್ರರ ಬೆಳುವಣಿಗೆ ಲಯ, ೬ ಇಂಗ್ಲಿಷರ ಬೆಳುವಣಿಗೆ, ಇಷ್ಟು ಪ್ರಕರಣಗಳು ಮಹಾರಾಷ್ಟ್ರದಲ್ಲಿಯೂ ಕನ್ನಡದಲ್ಲಿಯೂ ಒಂದಕ್ಕಿಂತ ಹೆಚ್ಚು ಪುಸ್ತಕಗಳಲ್ಲಿ ಪ್ರಸಿದ್ಧವಾದದ್ದರಿಂದ ಮುಂದಿನ ಇತಿಹಾಸವನ್ನು ಅತಿ ಸಂಕ್ಷೇಪದಿಂದ ಬರಿದಿದ್ದೇವೆ.

ಯೂಸಫನು ಸ್ವತಂತ್ರನಾದ ಬಳಿಕ ಸ್ವಲ್ಪ ದಿವಸದೊಳಗೆ ವಿಜಯನಗರದ ರಾಯಚೂರು, ಮುದಗಲ್ಲು, ಈ ಕೋಟೆಗಳನ್ನು ತಕ್ಕೊಳ್ಳ ಹೋಗಿ, ಯುದ್ಧದಲ್ಲಿ ಕಪಟದಿಂದ ವಿಜಯನಗರದ ಅಲ್ಪ ವಯಸ್ಕನಾದ ಅರಸನನ್ನು ಕೊಂದು ಅವನ ಮಂತ್ರಿಯಾದ ರಾಮರಾಯನನ್ನು ಓಡಿಸಿದನು.

ಪೋರ್ತುಗೀಸರ ಸರದಾರನಾದ ವಾಸ್ಕೋಡೀಗಾಮನು ಸನ್ ೧೪೯೮ರಲ್ಲಿ ಕಾಲಿಕತ್ತಕ್ಕೆ ಬಂದನು. ಮುಂದೆ ಆಲ್ಬುಕರ್ಕನೆಂಬ ಸರದಾರನು ಗೋವೆಯನ್ನು ಹಿಡುಕೊಳ್ಳಲಾಗಿ ಅದಿಲ್‌ಶಹನು ಅವನನ್ನು ಓಡಿಸಿ ಗೋವೆಯನ್ನು ಹಿಂದಕ್ಕೆ ತಕ್ಕೊಂಡನು. (೧೫೧೦). ಆದರೆ ಮುಂದಿನ ವರ್ಷ ಇಸ್ಮಾಯಿಲನು ಬಾದಶಹನಾದ ಬಳಿಕ ಆಲ್ಬುಕರ್ಕನು ಮತ್ತೊಮ್ಮೆ ಬಂದು ಗೋವೆಯನ್ನು ಹಿಡುಕೊಂಡನು. ಅದು ಇಂದಿನ ವರೆಗೂ ಪೋರ್ತುಗೀಸರ ವಶದಲ್ಲಿ ಇರುತ್ತದೆ.

ಇಸ್ಮಾಯಿಲನು ಚಿಕ್ಕವನಿದ್ದದರಿಂದ ಅವನ ವಜೀರ ಕಮಾಲಖಾನನು ಬಾದಶಹನನ್ನು ಶರೆ ಹಾಕಿ ರಾಜ್ಯವನ್ನು ಆಕ್ರಮಿಸುವ ಪ್ರಯತ್ನ ನಡಿಸಲಾಗಿ, ಇಸ್ಮಾಯಿಲನ ತಾಯಿಯು ಯುಕ್ತಿಯಿಂದ ಕಮಾಲನನ್ನು ಕೊಲ್ಲಿಸಿ ಬಂದ ಸಂಕಟವನ್ನು ಪರಿಹರಿಸಿದಳು. ಇದೇ ಸಂಧಿಯಲ್ಲಿ ಇಸ್ಮಾಯಿಲನು ರಾಯಚೂರು ಮುದಗಲ್ಲುಗಳನ್ನು ವಿಜಯನಗರದವರು ತಕ್ಕೊಂಡದ್ದು ಕೇಳಿ ಯುದ್ಧಕ್ಕೆ ಹೋಗಿ ಅಪಜಯ ಪಟ್ಟು ಬಂದನು. ಆದರೆ ಅವನು ಬೇದರದ ಕೋಟೆಯನ್ನು ಕೈವಶ ಮಾಡಿ ಕೊಂಡನು.

ಅಲ್ಲೀ ಅದಿಲ್‌ಶಹನ ಆಳಿಕೆಯಲ್ಲಿ ವಿಜಯನಗರದ ರಾಜನು ಅತಿ ಪ್ರಬಲನಾಗಿ, ಅಲ್ಲೀಗೂ ಗೋವಳಕೊಂಡದ ಕುತುಬಶಹನಿಗೂ ದುಃಸಹನಾಗಿ ಮುಸಲ್ಮಾನರನ್ನು ಬಹಳ ಪೀಡಿಸಿದನು. ಆದ್ದರಿಂದ ವಿಜಾಪುರ, ಬೇದರ, ಗೋವಳಕೊಂಡ, ಅಹಮ್ಮದನಗರ, ಈ ನಾಲ್ಕು ಸಂಸ್ಥಾನಗಳ ಬಾದಶಹಗಳು ಒಕ್ಕಟ್ಟಾಗಿ, ತಾಳೀ ಕೋಟೆಯ ಹತ್ತರ ರಾಮರಾಜನೆದುರಿಗೆ ಕಾಳಗಕ್ಕೆ ನಿಂತರು.. ಈ ಯುದ್ಧದಲ್ಲಿ ವಿಜಯನಗರದ ದೊಡ್ಡ ದಂಡು ಬಹು ಪರಾಕ್ರಮದಿಂದ ಹೋರಾಡಿ ಹಗೆಗಳನ್ನು ಓಡಿಸುವ ಸಂಧಿಯಲ್ಲಿ ರಾಮರಾಜನು ಹಗೆಗಳ ಕೈಯಲ್ಲಿ ಶಿಕ್ಕದ್ದರಿಂದ ಅವರು ಅವನ ತಲೆ ಕೊಯ್ದು ಭಾಲೆಗೆ ಚುಚ್ಚಿ ಮೆರಿಸಿದರು. ಅದನ್ನು ನೋಡಿ ವಿಜಯನಗರದ ದಂಡು ಧೈರ್ಯಗುಂದಿ ಸೋತು ಓಡಿ ಹೋಯಿತು. ಹಗೆಗಳು ವಿಜಯನಗರಕ್ಕೆ ಹೋಗಿ, ಅದನ್ನು ಸುಲಿದು ಪೂರಾ ಹಾಳುಗೆಡಹಿ ಹೊರಟು ಹೋದನು.

ಇದರ ನಂತರ ಅಲ್ಲೀ ಅದಿಲ್‌ಶಹನು ಕಾನಡಾ ಸಹಿತ ದಕ್ಷಿಣ ಮಹಾರಾಷ್ಟ್ರವನ್ನೂ ಈಗಿನ ಮೈಸೂರ ಶೀಮೆಯ ಉತ್ತರ ಭಾಗವನ್ನೂ ಆಕ್ರಮಿಸಿದನು.

೨ನೇ ಇಭ್ರಾಹಿಮ ಶಹನು ಪ್ರೌಢನಾದ ಬಳಿಕ ಸೀರಾ, ಹೊಸ ಕೋಟೆ, ಬೆಂಗಳೂರು, ಮುಂತಾದ ಪ್ರಾಂತಗಳನ್ನು ಆಕ್ರಮಿಸಿದನು. ಈ ಶೀಮೆಯಲ್ಲಿ ವಿಜಯನಗರವು ಹಾಳಾದ ಬಳಿಕ ಸ್ವಾದಿ, ಇಕ್ಕೇರಿ, ಮೈಸೂರು, ಇಲ್ಲಿಯ ನಾಯಕರು ಪ್ರಬಲರಾಗುತ್ತ ನಡಿದಿದ್ದನು. ಇಭ್ರಾಹಿಮನು ಅವರನ್ನು ಮುರಿಯದೆ ಅವರ ಮೇಲೆ ತನ್ನ ಅಮಲು ಕೂಡ್ರಿಸಿದನು.

ಮಹಮ್ಮದ ಶಹನು ಕಾರಭಾರವನ್ನು ಮುರಾರಿ ಪಂತನೆಂಬ ವಜೀರನಿಗೆ ವೊಪ್ಪಿಸಿ ತಾನು ರಾಜಧಾನಿಯಲ್ಲಿ ಬಹು ಭವ್ಯವಾದ ಇಮಾರತುಗಳನ್ನು ಕಟ್ಟಿಸುವ ಕೆಲಸದಲ್ಲಿ ತೊಡಗಿದನು. ಇಭ್ರಾಹಿಮ ರೋಜಾ, ಗೊಲಗುಮಟ, ಆಸಾರ ಮಹಾಲು, ಮುಂತಾದ ಇಮಾರತುಗಳು ಇವನ ಆಳಿಕೆಯಲ್ಲಿ ಹುಟ್ಟಿದವು. ದಿಲ್ಲಿಯ ಖಾನಡೌರಾನನೆಂಬ ಸರದಾರನು ಅಹಮ್ಮದ ನಗರವನ್ನು ಹಾಳು ಮಾಡಿ ವಿಜಾಪುರಕ್ಕೆ ಮುತ್ತಿಗೆ ಹಾಕಲು, ಮಹಮ್ಮದಶಹನು ದಿಲ್ಲಿಯ ಬಾದಶಹನಿಗೆ ವರ್ಷಕ್ಕೆ ೨೦ ಲಕ್ಷ ಹೊನ್ನು ಕಪ್ಪ ಕೊಡುತ್ತೇನೆಂದು ವೊಪ್ಪಿ ಕೊಂಡು ಆ ಸರದಾರನನ್ನು ಹಿಂದಕಟ್ಟಿದನು, ೧೬೩೬.

ಶಹಾಜಿಯ ಮಗನಾದ ಶಿವಾಜಿಯು ಇದೇ ಸಮಯದಲ್ಲಿ ಪ್ರಬಲನಾಗುತ್ತ ನಡಿದು ವಿಜಾಪುರಕ್ಕೆ ಶೇರಿದ ಕೋಟೆಗಳನ್ನು ವೊಂದರ ಹಿಂದೊಂದು ಯುಕ್ತಿಯಿಂದ ತಕ್ಕೊಂಡನು.

೨ನೇ ಅಲ್ಲಿಯ ಆಳಿಕೆಯಲ್ಲಿ ಔರಂಗಜೇಬನು ದಿಲ್ಲಿಯ ಪಟ್ಟವೇರುವ ಸಂಧಿಯಲ್ಲಿ ವಿಜಾಪುರಕ್ಕೆ ಮುತ್ತಿಗೆ ಹಾಕಿ ಸೊಲ್ಲಾಪುರದ ಶೀಮೆಯನ್ನು ತಕ್ಕೊಂಡು ಹೋದನು. ಇದೇ ಸಮಯದಲ್ಲಿ ಅಲ್ಲಿಯು ಶಿವಾಜಿಗೂ ಕಪ್ಪ ಕೊಡಲಿಕ್ಕೆ ವೊಡಂಬಟ್ಟನು, ೧೬೬೮.

ಶಿಕಂದರ ಶಹನು ವಿಜಾಪುರದ ಕಡೆಯ ಬಾದಶಹನು. ಇವನ ಆಳಿಕೆಯಲ್ಲಿ ದಿಲ್ಲಿಯ ಔರಂಗಜೇಬನು ತಾನೇ ಬಂದು ವಿಜಾಪುರಕ್ಕೆ ಮುತ್ತಿಗೇ ಹಾಕಿ ಅದನ್ನು ತಕ್ಕೊಂಡನು, ೧೬೮೬. ಶಿಕಂದರನನ್ನು ಔರಂಗಜೇಬನು ಗ್ವಾಲೇರಿಯಲ್ಲಿ ಶರೆ ಇಟ್ಟನು. ಇಲ್ಲಿಗೆ ವಿಜಾಪುರದ ರಾಜ್ಯವು ಲಯ ಹೊಂದಿತು. ವಿಜಾಪುರವನ್ನು ತಕ್ಕೊಂಡ ಕೂಡಲೆ ಔರಂಗಜೇಬನು ಗೋವಳಕೊಂಡಕ್ಕೆ ಹೋಗಿ, ಅಲ್ಲಿಯ ಬಾದಶಹನನ್ನು ಶರೆ ಹಿಡಿದು ಆ ಸಂಸ್ಥಾನವನ್ನು ಮುರಿದನು. ಅಮ್ಮದ ನಗರದ ರಾಜ್ಯವನ್ನಂತು ಅವನು ಈ ಪೂರ್ವದಲ್ಲಿಯೇ ಮುರಿದಿದ್ದನು. ಈ ಪ್ರಕಾರ ಬಾಮನೀ ಬಾದಶಾಹಿಯನ್ನು ಮುರಿದು ಉಂಟಾದ ಮೂರು ಪ್ರಮುಖ ಬಾದಶಾಹಿಗಳು ಪರಮಾವಧಿ ಇನ್ನೂರು ವರ್ಷ ನಡಿದು ಸನ್ ೧೬೮೭ನೇ ವರ್ಷದಲ್ಲಿ ನಿರ್ನಾಮವಾದವು.

ಪರದೇಶದವರು ಕರ್ನಾಟಕವನ್ನು ೧೬ನೇ ಶತಕದ ಆರಂಭದಲ್ಲಿ ನೋಡಿ ವರ್ಣಿಸಿದ್ದು— ವರ್ಥೆಮನೆಂಬ ಇತಲೀ ದೇಶದ ಪ್ರವಾಸಿಯು ಸನ್ ೧೫೦೩ರಲ್ಲಿ ವಿಜಾಪುರವನ್ನು ನೋಡಿ ಈ ಪ್ರಕಾರ ವರ್ಣಿಸಿದ್ದಾನೆ.—"ಪಟ್ಟಣದ ಸುತ್ತು ಮುತ್ತು ಕೋಟೆಯ

ಗೋಡೆಯುಂಟು. ಇದರೊಳಗಿನ ಮನೆಗಳು ಭವ್ಯವಾಗಿಯೂ ಸುಂದರವಾಗಿಯೂ ಇರುತ್ತವೆ. ಅರಸನು ಸಮರ್ಥನು, ಘನವಂತನು, ಉದಾರನು; ಅಹಂಕಾರದಿಂದ ವರ್ತಿಸುತ್ತಾನೆ. ಇವನ ಅರಮನೆಯಲ್ಲಿ ೪೪ ಕೋಣೆಗಳನ್ನು ದಾಟ ಅರಸನ ಕೋಣೆಗೆ ಹೋಗಬೇಕು. ಅರಸನ ಊಳಿಗದವರಲ್ಲಿ ಬಹು ಜನರು ವೊಳ ಮೈಯಲ್ಲಿ ವಜ್ರ ಮಾಣಿಕಗಳನ್ನು ಕೂಡ್ರಿಸಿದಂಥ ಜೋಡುಗಳನ್ನು ಮೆಟ್ಟುತ್ತಾರೆ. ಪಟ್ಟಣದಿಂದ ಸುಮಾರು ಯೆರಡು ಮೈಲಿನ ಮೇಲೆ ಇರುವದೊಂದು ಗುಡ್ಡದಲ್ಲಿ ಅಗಿದು ವಜ್ರಗಳನ್ನು ತೆಗಿಯುತ್ತಾರೆ. ಈ ಗುಡ್ಡದ ಸುತ್ತು ಮುತ್ತು ಗೋಡೆಯನ್ನು ಕಟ್ಟಿ ಕಾವಲು ಇಟ್ಟಿದ್ದಾರೆ. ಈ ಪಟ್ಟಣದ ಮುಸಲ್ಮಾನರು ಸಾದಗರದಿನ ಮೈಬಣ್ಣದವರಿದ್ದಾರೆ. ಇವರು ನಿಲುವಂಗಿಗಳನ್ನು ಹಾಕಿಕೊಂಡು ಮೇಲೆ ಅಂದವಾದ ರೇಶಿಮೆಯ ಗಿಡ್ಡಂಗಿಗಳನ್ನು ಧರಿಸುವರು. ಹೆಂಗಸರು ಹೊರಗೆ ಹೋಗುವಾಗ ಬುರಿಕೆ ಹಾಕಿ ಕೊಳ್ಳುವರು. ಈ ಅರಸನಿಗೂ ವಿಜಯನಗರದ ಅರಸನಿಗೂ ಯುದ್ಧಗಳು ಯಾವಾಗಲೂ ನಡಿಯುತ್ತವೆ. ವಿಜಾಪುರದ ದಂಡಿನಲ್ಲಿ ೨೫೦೦೦ ರಾಹುತರೂ ಕಾಲಾಳುಗಳೂ ಇರುತ್ತಾರೆ. ಅವರೊಳಗೆ ಬಹು ಜನರು ಪರದೇಶದ ಬಿಳಿ ಮನುಷ್ಯರುಂಟು. ಅರಸನು ಬಹಳ ಹಡಗಗಳನ್ನು ಮಾಡಿದ್ದಾನೆ; ಕ್ರಿಸ್ತೀ ಜನರನ್ನು ಬಹಳ ದ್ವೇಷಿಸುತ್ತಾನೆ. ಗೋವೆಯಿಂದ ವಿಜಾಪುರಕ್ಕೆ ಪ್ರತಿ ವರ್ಷ ಹತ್ತು ಸಾವಿರ "ಪರದಾಯಿ" ಯೆಂಬ ಚಿನ್ನದ ನಾಣ್ಯಗಳು ಸಲ್ಲುತ್ತವೆ. ಗೋವೆಯು ಸಮುದ್ರ ದಂಡೆಯಲ್ಲಿ ಯುರೋಪದ ಪದ್ಧತಿಯಂತೆ ಕೋಟೆಯುಳ್ಳದ್ದಿರುತ್ತದೆ. ಕಾವಲುಗಾರರು ಮೆಮಲೂಕರು (ಮುಸಲ್ಮಾನರಾದ ಕ್ರಿಸ್ತೀ ಜನರು) ಇರುತ್ತಾರೆ. ಇವರಿಗೂ ನರಸಿಂಗನಿಗೂ (ವಿಜಯನಗರದ ಅರಸನಿಗೂ) ಯುದ್ಧಗಳಾಗುತ್ತವೆ. ಬಿಳಿ ಮನುಷ್ಯರು ದೊರಿದರೆ ಅವರನ್ನು ಅರಸು ತಿಂಗಳಿಗೆ ೧೫ರಿಂದ ೨೦ರ ವರೆಗೆ ಪರದಾಯಿ ನಾಣ್ಯ ಕೊಟ್ಟು ಚಾಕರಿಗೆ ಇಟ್ಟುಕೊಳ್ಳುತ್ತಾನೆ. ಆದರೆ ಪರದೇಶದವಗನ್ನು ದಂಡಿನೊಳಗೆ ಇಡ ಬೇಕಾದರೆ, ಮೊದಲು ಅವರನ್ನು ಗುದ್ದಾಟಕ್ಕೆ ಹಚ್ಚಿ ಅವರ ಕಸುವು ಪರೀಕ್ಷಿಸಿ ಇಡುತ್ತಾನೆ.

ದುವಾರ್ತೆ ಬಾರ್ಬೋಸಾ ಯೆಂಬ ಪೋರ್ತುಗೀಸ ಪ್ರವಾಸಿಯು ಸನ್ ೧೫೦೦ರಿಂದ ೧೫೧೪ರ ವರೆಗೆ ಕರ್ನಾಟಕದಲ್ಲಿ ಸಂಚಾರ ಮಾಡಿ ಈ ಪ್ರಕಾರ ಬರಿದು ಇಟ್ಟದ್ದಾನೆ.—ಯೂಸಫ ಅದಿಲ್‌ಶಹನು ಗೋವೆಯನ್ನೇ ತನ್ನ ರಾಜಧಾನಿಯನ್ನು ಮಾಡುವ ಆಲೋಚನೆಯನ್ನು ಮೊದಲು ಮಾಡಿದ್ದನು. ಈಗ ಗೋವೆಗೆ ಅವನು ಆಗಾಗ್ಗೆ ಬರುತ್ತಿರುತ್ತಾನೆ. ಗೋವೆಯ ಬಂದರಕ್ಕೆ ಮಕ್ಕಾ, ಏಡನ್, ಆರ್ಮುಝು, ಮುಂತಾದ ಕಡೆಯಿಂದ ವ್ಯಾಪಾರಸ್ಥರ ಹಡಗಗಳು ಬಹಳ ಬರುತ್ತವೆ. ಗೋವೆಯು ದೊಡ್ಡ ಪಟ್ಟಣವದೆ; ಅದರಲ್ಲಿ ಸುಂದರವಾದ ಮನೆಗಳುಂಟು, ಸರಸಾದ ಬೀದಿಗಳಿವೆ, ಮಶೀದೆಗಳೂ ಗುಡಿಗಳೂ ಬಹಳವುಂಟು. ಅರಸನು ಮನೋಹರವಾದಂಥ ದೊಡ್ಡ ದೊಡ್ಡ ಹಡಗಗಳನ್ನು ಕಟ್ಟಿಸಿದ್ದಾನೆ, ಕಬ್ಬಿಣ ಹಿತ್ತಾಳಿಗಳ ತೋಪುಗಳನ್ನು ಹೊಯಿಸಿದ್ದಾನೆ. ಯೂಸಫನ ರಾಜ್ಯದಲ್ಲಿ ವೊಕ್ಕಲತನವು ವೊಳಿತಾಗಿ ನಡಿಯುತ್ತದೆ, ಬೆಳೆ ಹೇರಳವಾಗಿ ಬರುತ್ತದೆ, ವೊಳ ದೇಶದ ವ್ಯಾಪಾರವು ಬಹಳ ನಡಿಯುತ್ತದೆ. ಬಾಮನೀ ಮುಹಮೂದ ಶಹನು ಹೆಸರಿಗೆ ಮಾತ್ರ

ಯೂಸಫನ ವೊಡಿಯನಾಗಿದ್ದಾನೆ. ಅವನು ತನ್ನ ಸುಭೇದಾರರಿಗೆ ಪೂರ್ಣ ಅಧಿಕಾರ ಕೊಟ್ಟಿದ್ದಾನೆ. ಅವರು ತಮ್ಮ ತಮ್ಮೊಳಗೆ ಜಗಳಗಳನ್ನೂ ವೊಡಂಬಡಿಕೆಗಳನ್ನೂ ಬೇಕಾದ ಹಾಗೆ ಮಾಡಿ ಕೊಳ್ಳುತ್ತಾರೆ. ಈ ಸುಭೇದಾರರ ದಂಡಾಳುಗಳು ಅರಬೀ, ಇರಾಣೀ, ದಕ್ಷಿಣೀ ಭಾಷೆಗಳನ್ನಾಡುವರು. ಸರದಾರರು ಕುದುರೆಯ ಮೇಲೆ ಸಣ್ಣದೊಂದು ತಡಿ ಹಾಕಿ, ಅದಕ್ಕೆ ತಮ್ಮನ್ನು ಬಿಗಿದು ಕೊಂಡು ಯುದ್ಧಕ್ಕೆ ಹೋಗುವರು. ರಾವುತರು ಕವಚಗಳನ್ನು ಹಾಕಿ ಕೊಂಡು, ಉದ್ದವಾದದ್ದೊಂದು ಭಾಲೆ, ಕೊಡ್ಲೆ, ಯೆರಡು ಕತ್ತಿ, ವೊಂದು ಢಾಲು, ವೊಂದು ಧನುಷ್ಯ, ಕೆಲವು ಬಾಣಗಳು, ಇಷ್ಟು ಆಯುಧಗಳನ್ನು ತಕ್ಕೊಂಡು ಯುದ್ಧಕ್ಕೆ ಹೋಗುವರು. ದಂಡಾಳುಗಳ ಹೆಂಡರು ಮಕ್ಕಳು ಅವರ ಸಂಗಡ ಹೋಗುತ್ತಾರೆ. ಯುದ್ಧದ ಸಾಮಗ್ರಿಗಳನ್ನು ಯೆತ್ತುಗಳ ಮೇಲೆ ಹೇರಿ ಕೊಂಡು ಹೋಗುತ್ತಾರೆ. ನರಸಿಂಗನಿಗೂ ಮುಸಲ್ಮಾನರಿಗೂ ಹೋರಾಟಗಳು ಮೇಲೆ ಮೇಲೆ ಆಗುತ್ತವೆ. ಹಿಂದೂ ದಂಡಾಳುಗಳು ಕಪ್ಪು ಮೈಬಣ್ಣದವರು, ಆದರೆ ಕಸುವುಳ್ಳವರು, ಶೂರರು. ಕಾಲಾಳುಗಳ ಕೈಯಲ್ಲಿ ಕತ್ತಿಗಳು, ಬೆನ್ನಿಗೆ ಧನುಷ್ಯ, ಬಾಣ, ಢಾಲು ಇರುವವು. ಬಾಣ ಹೊಡಿಯುವದರಲ್ಲಿ ಇವರು ಬಹು ಕುಶಲರು. ಇವರ ಧನುಷ್ಯಗಳು ಇಂಗ್ಲಿಷರ ಧನುಸ್ಸುಗಳಂತೆ ಉದ್ದವಾಗಿ ಇರುತ್ತವೆ. ನಡುಪಿನ ಮೇಲೆ ಇವರ ಮೈ ಮೇಲೆ ಬಟ್ಟೆಗಳಿರುವದಿಲ್ಲ, ತಲೆಗೆ ವೊಂದು ಸಣ್ಣ ಟೊಪ್ಪಿಗೆ ಇರುತ್ತದೆ. ಈ ಹಿಂದೂ ದಂಡಾಳುಗಳು ಗೋಮಾಂಸ ಹೊರ್ತಾಗಿ ಯಾವತ್ತು ಬಗೆಯ ಮಾಂಸ ತಿನ್ನುವರು. ಇವರು ಮೂರ್ತಿಗಳನ್ನು ಪೂಜಿಸುತ್ತಾರೆ, ಸತ್ತವರನ್ನು ಸುಡುವರು. ಸತ್ತ ಗಂಡಂದಿರ ಕೂಡ ಅವರ ಹೆಂಡಂದಿರು ಸ್ವಸಂತೋಷದಿಂದ ಸತಿ ಹೋಗುತ್ತಾರೆ.

ಕಿರುಕುಳ ಸಂಸ್ಥಾನಗಳು.

ವಿಜಯನಗರವು ಹಾಳಾದ ಬಳಿಕ ತುಂಗಭದ್ರೆಯ ದಕ್ಷಿಣದಲ್ಲಿ ನಾಲ್ಕು ಹೊಸ ಸಂಸ್ಥಾನಗಳು ಉದಯ ಹೊಂದಿದವು.

ಕೊಡಗದ ರಾಜ್ಯವು.—ಕೊಡಗ ದೇಶವನ್ನು ಬುನಾದಿಯಿಂದ ಗಂಗರೆಂಬ ಅರಸರು ಆಳುತ್ತಿದ್ದರು. ಈ ಅರಸರು ವಿಜಯನಗರದವರ ಘನತೆಯ ಕಾಲದಲ್ಲಿ ಅವರ ಕೈಕೆಳಗೆ ಮಾಂಡಲಿಕರಾಗಿ ನಡಿದು, ಆ ರಾಜ್ಯವು ಹಾಳಾದ ಬಳಿಕ ಮತ್ತೆ ಸ್ವತಂತ್ರರಾದರು.

ಸ್ವಾದಿಯ ಅರಸರು.—ವಿಜಯನಗರದ ಪ್ರಖ್ಯಾತ ದಳವಾಯಿಯಾದ ವೆಂಕಟಾದ್ರಿಯು ತನ್ನ ಸೋದರಳಿಯನಾದ ಅರಸಪ್ಪ ನಾಯಕನಿಗೆ ಸ್ವಾದಿಯ ಪರಗಣೆಯನ್ನು ಸನ್ ೧೫೫೭ರಲ್ಲಿ ಕೊಟ್ಟಿದ್ದನು. ಮುಂದೆ ವಿಜಯನಗರವು ಹಾಳಾದ ಬಳಿಕ ಸ್ವಾದಿಯ ಅರಸರು ತಮ್ಮ ರಾಜ್ಯವನ್ನು ಬೆಳಿಸಿ ಸ್ವತಂತ್ರದಿಂದ ಆಳ ಹತ್ತಿದರು.

ಇಕ್ಕೇರಿಯ ಅರಸರು.—ವಿಜಯನಗರದ ಸದಾಶಿವ ರಾಯನು ತೆಲದಿ ಯೆಂಬ ಗ್ರಾಮದ ಗೌಡನಾದ ಸದಾಶಿವ ನಾಯಕನೆಂಬವನಿಗೆ ಚಂದ್ರಗುತ್ತಿ, ಬಾರ್ಕೂರು, ಮಂಗ

ಳೂರು, ಈ ಮೂರು ಪರಗಣೆಗಳ ಸುಭೆಯನ್ನು ಕೊಟ್ಟಿದ್ದನು, ೧೫೬೦. ಈ ನಾಯಕನು ಮಲವರ ಕುಲದ ಲಿಂಗವಂತನು. ವಿಜಯನಗರ ಹಾಳಾದ ಬಳಿಕ ಇವನ ವಂಶದ ವರು ಇಕ್ಕೇರಿಯಲ್ಲಿ ಸ್ವತಂತ್ರದಿಂದ ಆಳ ಹತ್ತಿದರು. ಇವರಾದರೂ ತಮ್ಮ ರಾಜ್ಯವನ್ನು ತಕ್ಕಮಟ್ಟಿಗೆ ಬೆಳಿಸಿದರು..

ಮೈಸೂರ ಅರಸರು.— ಇವರ ಮೂಲ ಪುರುಷನು ಯಾದವ ಕುಲದವನೆಂದು ಹೇಳುತ್ತಾರೆ. ಅವನ ವಂಶದಲ್ಲಿ ಆರು ಬೆರಳಿನ ಚಾಮರಾಜನೆಂಬವನು ಸನ್ ೧೫೦೭ರ ಲ್ಲಿ ೩೦ ಹಳ್ಳಿಗಳಿಗೆ ವೊಡಿಯನಾಗಿದ್ದನು. ಅವನ ಮೂವರು ಮಕ್ಕಳಲ್ಲಿ ಬಟ್ಟದಲೆಯ ಚಾಮರಾಜನೆಂಬವನು ಮೈಸೂರು ಕೋಟೆಯನ್ನು ಕಟ್ಟಿಸಿದನು, ೧೫೪೦. ತಿಮ್ಮ ರಾಜ ನೆಂಬವನು ಹೊಸ ಶೀಮೆಗಳನ್ನು ಸಂಪಾದಿಸಿದನು. ಮುಂದೆ ವಿಜಯನಗರವು ಹಾಳಾ ದ ಬಳಿಕ ಹಿರಿ ಚಾಮರಾಜನೆಂಬವನು ಸ್ವತಂತ್ರದಿಂದ ಆಳ ಹತ್ತಿದನು, ೧೫೭೧. ರಾಜ ವೊಡಿಯನೆಂಬ ಅರಸು ಶ್ರೀರಂಗ ಪಟ್ಟಣದಲ್ಲಿ ಸಣ್ಣದೊಂದು ಶೀಮೆಗೆ ವೊಡೆಯನಾಗಿ ಆಳುತ್ತಿದ್ದ ವಿಜಯ ನಗರದವರ ವಂಶದ ಅರಸನನ್ನು ಹೊರಗೆ ಹಾಕಿ, ಆ ಪಟ್ಟಣವನ್ನು ತಕ್ಕೊಂಡದ್ದಲ್ಲದೆ ಬೇರೆ ಹಲವು ನಾಯಕರ ಶೀಮೆಗಳನ್ನು ಕಸುಕೊಂಡನು. ಈ ವಂಶ ದಲ್ಲಿ ಕಂಠೀರವರಾಯ, ಚಿಕ್ಕ ದೇವರಾಯ, ಯೆಂಬವರಿಬ್ಬರು ಅರಸರು ಬಹು ಪರಾಕ್ರ ಮಶಾಲಿಗಳಾಗಿ, ತಮ್ಮ ರಾಜ್ಯವನ್ನು ವಿಸ್ತಾರವಾಗಿ ಬೆಳಿಸಿದರು. ಈ ರಾಜ್ಯವನ್ನು ಹೈದ ರನೆಂಬ ಮುಸಲ್ಮಾನನು ಸನ್ ೧೭೬೧ರಲ್ಲಿ ಆಕ್ರಮಿಸಿದನು. ಇವನ ಇತಿಹಾಸವು ಮುಂದೆ ಬರುವದು. ಸ್ವಾದಿ, ಇಕ್ಕೇರಿ, ಇವೆರಡೂ ಸಂಸ್ಥಾನಗಳನ್ನು ಹೈದರನು ಮುರಿದನು.

ವಿಜಯನಗರದ ಆಳಿಕೆಯಲ್ಲಿ ಬೈ ಅರಸು ಯೆಂಬ ನಾಯಕನು ಮಂಗಳೂರಿನ ಹತ್ತರ ಕಾರ್ಕಲ್ಲಿನಲ್ಲಿ, ಮತ್ತೊಬ್ಬ ಜೈನ ಸಂಸ್ಥಾನಿಕನು ಗೆರಸಪ್ಪೆಯಲ್ಲಿ ಆಳುತ್ತಿದ್ದನು. ಕಾರ್ಕ ಲ್ಲಿನ ನಾಯಕನ ಮಗಳಾದ ಬೈರಾದೇವಿ ಯೆಂಬವಳನ್ನು ಗೆರಸಪ್ಪೆಯ ಜೈನ ಸಂಸ್ಥಾನಿಕ ನು ಲಗ್ನ ಮಾಡಿ ಕೊಂಡದ್ದರಿಂದ ಯೆರಡೂ ರಾಜ್ಯಗಳು ವೊಂದಾಗಿ ಕೆಲವು ದಿವಸ ನಡಿ ದವು. ಮುಂದೆ ಇಕ್ಕೇರಿಯ ವೆಂಕಟಪ್ಪ ನಾಯಕನು ಈ ರಾಜ್ಯವನ್ನು ಮುರಿದನು, ೧೬೦೮.

ಸವಣೂರ ಸಂಸ್ಥಾನವು.— ವಿಜಾಪುರದಲ್ಲಿ ಶಿಕಂದರನು ಪಟ್ಟವೇರಿದ ಬಳಿಕ ಖವಾಸಖಾನನೆಂಬ ವಜೀರನು ಶಿಕಂದರನ ಅಕ್ಕನನ್ನು ಔರಂಗಜೇಬನ ಮಗನಿಗೆ ಕೊಟ್ಟು ಅವನ ಸ್ನೇಹ ಸಂಪಾದಿಸುವ ಆಲೋಚನೇ ಮಾಡಿದ್ದನು. ಆದರೆ ವಿಜಾಪುರದ ವರು ತುರ್ಕರು ಔರಂಗಜೇಬನು ವೊಗಲನು. ಆದ್ದರಿಂದ ವಿಜಾಪುರದ ಮುತ್ಸದ್ದಿಗಳು ಈ ಶರೀರ ಸಂಬಂಧಕ್ಕೆ ಸಂಮತಿಸದೆ ಖವಾಸಖಾನನನ್ನು ಕೊಂದರು. ತರುವಾಯ ಅಬದುಲ್ ಕರೀಮ ಖಾನನೆಂಬ ತುರ್ಕೀ ಸರದಾರನು ವಿಜಾಪುರದಲ್ಲಿ ವಜೀರನಾಗಿ ತನ್ನ ಮಗನಾದ ಅಬದುಲ್ ರಾವೂಫ ಖಾನನೆಂಬವನಿಗೆ ಬಂಕಾಪುರದ ಪರಗಣೆಯ ಸುಭೆಯನ್ನು ಕೊಟ್ಟನು. ವಿಜಾಪುರವು ಹಾಳಾದ ಬಳಿಕ ಈ ರಾವೂಫ ಖಾನನು ಔರಂಗ ಜೇಬನ ದಂಡಿನಲ್ಲಿ ಶೇರಿದ್ದರಿಂದ ಆ ಬಾದಶಹನು ರಾವೂಫ ಖಾನನಿಗೆ ಮತ್ತೂ ಕೆಲವು

ಶೀಮೆಗಳನ್ನು ಕೊಟ್ಟನು. ಆದದರಿಂದ ನವಲಗುಂದ, ಶಿರಟ್ಟಿ, ಹಾವನೂರು, ಡಂಬಳ, ಈ ನಾಲ್ಕು ಪರಗಣೆಗಳ ದೇಸಾಯಿಗಳು ರಾವೂಫಖಾನನಿಗೆ ಅಂಕಿತರಾದರು, ೧೭೦೦. ಮುಂದೆ ರಾವೂಫಖಾನನು ಬಂಕಾಪುರ ಬಿಟ್ಟು ಸವಣೂರನ್ನು ತನ್ನ ರಾಜಧಾನಿಯನ್ನು ಮಾಡಿ ಕೊಂಡು ನಿಂತನು.

ಬೆಳಗಾವಿಯ ಅಸದಖಾನನು.—ಇಸ್ಮಾಯಿಲಶಹನ ಆಳಿಕೆಯ ಆರಂಭದಲ್ಲಿ ವಿಜಾಪುರದ ದರ್ಬಾರಿನಲ್ಲಿ ನಡಿದ ದಂಗೆಯ ಸುದ್ದಿಯನ್ನು ಹಿಂದೆ ಹೇಳಿದ್ದೇವೆ. ಆ ಕಾಲಕ್ಕೆ ಇಸ್ಮಾಯಿಲನ ತಾಯಿಗೆ ಖುಸರಾವು ಯೆಂಬವನೊಬ್ಬ ತುರ್ಕೀ ಗುಲಾಮನು ಸಹಾಯ ಮಾಡಿದ್ದರಿಂದ ಅವನಿಗೆ ಬಾದಶಹನು ಆಸದಖಾನ (ಹುಲಿಯಂಥ ಮನುಷ್ಯ) ಯೆಂಬ ಕಿತಾಬು ಕೊಟ್ಟು ಬೆಳಗಾವಿಯ ಜಹಾಗೀರು ಕೊಟ್ಟನು, ೧೫೧೧. ಅಸದಖಾನನು ೩೮ ಬೆಳಗಾವಿಯಲ್ಲಿ ಆಳಿ, ವಿಜಾಪುರದ ಸಾಮ್ರಾಜ್ಯವನ್ನು ಬಹಳ ಸಾರಿ ಬಹು ಶೌರ್ಯದಿಂದ ಸಂರಕ್ಷಿಸಿದನು. ಇವನು ಹೆಸರಾದ ಶೂರನೂ, ಬುದ್ಧಿಶಾಲಿಯಾದ ಮುತ್ಸದ್ದಿಯೂ ಇದ್ದದ್ದಲ್ಲದೆ ವಿದ್ವಾಂಸರಿಗೆ ಬಹಳ ಆಶ್ರಯ ಕೊಡುತ್ತಿದ್ದನು. ಇವನು ದೊಡ್ಡ ಅರಸನಂತೆ ರಾಜ್ಯ ಸುಖವನ್ನು ಭೋಗಿಸಿ ಮರಣ ಹೊಂದಿದ ಬಳಿಕ ಇವನ ಮಗನಿಗೆ ಇಬ್ರಾಹೀಮಶಹನು ಹುಕ್ಕೇರಿಯ ಪರಗಣೆಯನ್ನು ಜಹಾಗೀರು ಕೊಟ್ಟು ಬೆಳಗಾವಿಯನ್ನು ತಕ್ಕೊಂಡನು. ಬೆಳಗಾವಿಯಲ್ಲಿ ಅಸದಖಾನನ ದರ್ಗಾಕ್ಕೆ ಜನರು ಬಹಳ ಮಾನ ಕೊಡುತ್ತಾರೆ.

ಮಹಾರಾಷ್ಟ್ರರು.

ಚಾಲುಕ್ಯರ ಆಳಿಕೆಯಲ್ಲಿ ಮಹಾರಾಷ್ಟ್ರರು ಬಹಳವಾಗಿ ಹೆಸರಿಗೆ ಬಂದಿದಿಲ್ಲ. ಆದರೂ ಅವರು ತೀರ ಅಪ್ರಸಿದ್ಧರಾಗಿ ಇರುತ್ತಿದ್ದರೆಂತಲೂ ತೋರುವದಿಲ್ಲ. ಚಾಲುಕ್ಯರ ತರುವಾಯ ಉದಯ ಹೊಂದಿದ ಯಾದವರೂ ಬಲ್ಲಾಳರೂ ಮಹಾರಾಷ್ಟ್ರರೇ. ಯಾದವರ ಆಳಿಕೆಯಲ್ಲಿ ಮಹಾರಾಷ್ಟ್ರರಿಗೆ ಹೆಚ್ಚು ಬಲ ಬಂತೆಂದು ಹೇಳ ಬಹುದು. ಕೊಂಕಣದಲ್ಲಿ ಶಿಲಾಹಾರರ ಕಾಲದಿಂದ, ಘಟ್ಟದ ಮೇಲೆ ಯಾದವರ ಕಾಲದಿಂದ ಮಹಾರಾಷ್ಟ್ರರು ಹೆಸರಿಗೆ ಬಂದು ಸಣ್ಣ ದೊಡ್ಡ ಕೋಟೆಗಳನ್ನು ಹಿಡು ಕೊಂಡು ಅವುಗಳ ಸುತ್ತುಮುತ್ತು ಅಲ್ಪ ಸ್ವಲ್ಪ ಶೀಮೆಗೆ ವೊಡೆಯರಾಗಿ ಪಾಳ್ಯಗಾರರೆನಿಸಿ ಕೊಂಡರು. ಬಾಮನೀ ವಂಶದ ಮೊದಲನೇ ಬಾದಶಹಗಳ ಕಾಲಕ್ಕೆ ಕೊಂಕಣದಲ್ಲಿಯೂ ಘಟ್ಟದ ಮೇಲೆಯೂ ಮಹಾರಾಷ್ಟ್ರ ಪಾಳ್ಯಗಾರರ ಹೆಸರುಗಳು ಇತಿಹಾಸದಲ್ಲಿ ಬಂದಿರುತ್ತವೆ. ಮುಂದೆ ವಿಜಾಪುರ, ಅಹಮ್ಮದನಗರ, ಈ ಯೆರಡು ಬಾದಶಾಹಿಗಳ ದರ್ಬಾರುಗಳಲ್ಲಿ ಸಿಂದಕೇರಿಯ ಜಾಧವರಾವ, ಅಲ್ಲೀ ಬಾಗದ ಆಂಗ್ರೆ, ವಾಡಿಯ ಸಾವಂತ, ಕಾಗಲದ ಘಾಟಕೆ, ಫಲಟಣದ ನಿಂಬಾಳಕ, ಜಸ್ತಿಯ ಡಫಳೆ, ಮುದೋಳದ ಘೋರ್ಪಡೆ, ಮುಂತಾದ ಮಹಾರಾಷ್ಟ್ರರು ಪ್ರಮುಖರಾದ ಸರದಾರರೆನಿಸಿ ಕೊಳ್ಳುತ್ತಿದ್ದರು. ಇವರು ಯಾದವರ ಆಳಿಕೆಯಲ್ಲಿ ಅಥವಾ ಅದಕ್ಕೂ ಪೂರ್ವದಲ್ಲಿ ಪಾಳ್ಯಗಾರರೊಳಗೆ ಶೇರಿದರೆಂದು ಗ್ರಹಿಸ ಬಹುದು.

47

ಅಹಮ್ಮದನಗರದ ಮಹಾರಾಷ್ಟ್ರ ಸರದಾರರಲ್ಲಿ ಶಹಾಜೀ ಭೋಸಲೇ ಯೆಂಬವನೊಬ್ಬ ಸರದಾರನಿದ್ದನು. ಅವನು ಕೆಲವು ದಿವಸ ಅಹಮ್ಮದನಗರದ ದಂಡಿನಲ್ಲಿ ಚಾಕರಿಯ ಮಾಡಿದ ಬಳಿಕ ಅಲ್ಲಿಂದ ಹೊರಟು ವಿಜಾಪುರದವರ ಆಶ್ರಯಕ್ಕೆ ನಿಂತನು. ಶಹಾಜಿಗೆ ಪುಣೆ, ಸುಪೆ, ಇವೆರಡು ಪರಗಣೆಗಳನ್ನು ವಿಜಾಪುರದ ಬಾದಶಹನು ಜಹಾಗೀರು ಹಾಕಿ ಕೊಟ್ಟಿದ್ದನು, ೧೬೩೬. ಮುಂಪೆ ದಕ್ಷಿಣ ಕರ್ನಾಟಕದಲ್ಲಿ ಹಿಂದೆ ಹೇಳಿದ ಸೀರಾ, ಹೊಸ ಕೋಟೆ, ಬೆಂಗಳೂರು, ಬಾಳಾಪುರ, ಈ ಪರಗಣೆಗಳು ವಿಜಾಪುರದ ಬಾದಶಹನಿಗೆ ಶಹಾಜಿಯ ಪರಾಕ್ರಮದಿಂದ ದೊರಿದ ಕಾರಣ ಬಾದಶಹನು ಆ ಪರಗಣೆಗಳ ಸುಭೆಯನ್ನು ಶಹಾಜಿಗೆ ಕೊಟ್ಟನು, ೧೬೩೮. ಶಹಾಜಿಗೆ ಹಿರೆ ಹೆಂಡತಿಯ ಹೊಟ್ಟೇಲಿ ಸಂಬಾಜಿ, ಶಿವಾಜಿ, ಯೆಂಬವರಿಬ್ಬರು ಮಕ್ಕಳು. ಹಿರಿ ಮಗ ಸಂಬಾಜಿಯು ದಕ್ಷಿಣದಲ್ಲಿ ತಂದೆಯ ಬಳಿಯಲ್ಲಿ ಇರುತ್ತಿದ್ದು, ಪ್ರೌಢನಾದ ಬಳಿಕ ವೊಂದು ಯುದ್ಧದಲ್ಲಿ ಮಡಿದನು. ಶಹಾಜಿಯ ಚಿಕ್ಕ ಹೆಂಡತಿಯ ಮಗನ ಹೆಸರು ವೆಂಕೋಜಿಯು.

ಶಿವಾಜಿಯು ಜುನ್ನರದ ಬಳಿಯಲ್ಲಿ ಶಿವನೇರಿ ಯೆಂಬ ಕೋಟೆಯಲ್ಲಿ ಸನ್ ೧೬೨೭ರಲ್ಲಿ ಹುಟ್ಟಿದನು. ಇವನ ತಾಯಿ ಜಿಜಾಬಾಯಿಯು ಸಿಂದಕೇರಿಯ ಜಾಧವರಾಯನ ಮಗಳು. ಜಿಜಾಬಾಯಿಯು ಶಿವಾಜಿ ಸಹಿತವಾಗಿ ಪುಣೆಯಲ್ಲಿ ನಿಂತು, ದಾದೋಜೀ ಕೊಂಡ ದೇವನೆಂಬ ವೃದ್ಧ ಬ್ರಾಹ್ಮಣ ಕಾರಭಾರಿಯನಾದ ಸಹಾಯದಿಂದ ಜಹಾಗೀರಿನ ಕಾರಭಾರವನ್ನು ನಡಿಸುತ್ತಿದ್ದಳು. ದಾದೋಜಿಯು ಶಿವಾಜಿಗೆ ಬಹಳ ಪ್ರೀತಿ ಮಾಡಿ, ಅರಸರಿಗೆ ತಕ್ಕಂಥ ವಿದ್ಯಗಳನ್ನೂ ಗುಣಗಳನ್ನೂ ಕಲಿಸಿದನು. ಶಿವಾಜಿಯು ಚಿಕ್ಕಂದಿನಲ್ಲಿಯೇ ಬಹು ಧೈರ್ಯಶಾಲಿಯಾದ ಉಬ್ಬಾಳುತನದ ಹುಡುಗನೆನಿಸಿಕೊಳ್ಳುತ್ತಿದ್ದನು. ಅವನು ಪೂರಾ ಪ್ರೌಢನಾಗುವ ಪೂರ್ವದಲ್ಲಿಯೇ ತಾನಾಜೀ ಮಾಲುಸರಾ, ಯೆಸಾಜಿ ಕಂಕ, ಬಾಜೀ ಫಸಲಕರ, ಯೆಂಬ ಮೂವರು ಕೊಂಕಣದ ಬಡ ಶಿಪಾಯಿಗಳ ಸ್ನೇಹವನ್ನು ಸಂಪಾದಿಸಿ ತನಗಾಗಿ ಸ್ವತಂತ್ರವಾದ ರಾಜ್ಯವನ್ನು ಸಂಪಾದಿಸುವ ಮಾರ್ಗವನ್ನು ಹುಡುಕ ಹತ್ತಿದನು. ಎಲ್ಲಕ್ಕೂ ವೊದಲು ೧೮ ವರ್ಷದ ವಯಸ್ಸಿನ ಸುಮಾರಿನಲ್ಲಿ ಶಿವಾಜಿಯು ತೋರಣಾ ಯೆಂಬ ಕೋಟೆಯನ್ನು ಯುದ್ಧದ ಹಾದಿಗೆ ಹೋಗದೆ ಬಹು ಯುಕ್ತಿಯಿಂದ ತಕ್ಕೊಂಡನು. ಆ ಕೋಟೆಯಲ್ಲಿ ಅವನಿಗೆ ಬಹಳ ಹಣ ಸಿಕ್ಕಿತು. ಮುಂದೆ ಅವನು ತನ್ನ ಮಾವಳೆ ಯೆಂಬ ಮಲ್ಲಾಡದ ಮಹಾರಾಷ್ಟ್ರರ ಚಿಕ್ಕ ದಂಡನ್ನು ಕ್ರಮವಾಗಿ ಬೆಳಿಸುತ್ತ, ತೋರಿಕೆಯಲ್ಲಿ ವಿಜಾಪುರದ ಬಾದಶಹನ ಹೆಸರಿನಿಂದ ವೊಂದರ ಹಿಂದೊಂದು ಕೋಟೆಗಳನ್ನು ಕೈವಶ ಮಾಡಿಕೊಳ್ಳುತ್ತ ನಡಿದನು; ರಾಜಗಡವೆಂಬ ಹೊಸ ಕೋಟೆಯನ್ನು ಕಟ್ಟಿಸಿದನು. ಈ ಪ್ರಕಾರ ಶಿವಾಜಿಯ ಉದ್ಧಟತನವನ್ನು ಸೈರಿಸದೆ ವಿಜಾಪುರದ ಬಾದಶಹನು ಅವನನ್ನು ಅಂಕಿತಕ್ಕೆ ತರುವದಕ್ಕೋಸ್ಕರ ಶಹಾಜಿಯನ್ನು ಶರೆ ಹಿಡಿದು ಕತ್ತಲೇ ಕೋಣೆಯಲ್ಲಿ ಹಾಕಲಾಗಿ, ಶಿವಾಜಿಯು ದಿಲ್ಲಿಯ ಬಾದಶಹನ ಚಾಕರಿಗೆ ನಿಂತಂತೆ ತೋರಿಸಿ, ಅವನ ಪತ್ರ ತರಿಸಿ ಶಹಾಜಿಯ ಬಿಡುಗಡೇ ಮಾಡಿಸಿದನು, ೧೬೫೦. ಶಹಾಜಿಯು ಮತ್ತೆ ಕರ್ನಾಟಕಕ್ಕೆ ಹೊರಟು ಹೋದನು. ಮುಂದೆ ಅಲ್ಲೀ ಅದಿಲ್‌ಶ

ಹನು, ಅಪಝುಲಖಾನನೆಂಬ ಸರದಾರನನ್ನು ಶಿವಾಜಿಯ ಕೂಡ ಯುದ್ಧಕ್ಕೆ ಕಳಿಸಲಾಗಿ, ಶಿವಾಜಿಯು ಬಹು ಯುಕ್ತಿಯ ಕಪಟದಿಂದ ಅವನನ್ನು ಕೊಂದು, ಅವನ ದಂಡಿನವರನ್ನು ಕತ್ತರಿಸಿ ಚಲ್ಲಿದನು, ೧೬೫೯. ದಿಲ್ಲಿಯ ಔರಂಗಜೇಬ ಬಾದಶಹಾನು ಶಿವಾಜಿಯನ್ನು ಕರಿಸಿ ಕೊಂಡು ಶರೆಯೊಳಗೆ ಚಲ್ಲಲಾಗಿ, ಶಿವಾಜಿಯು ಹಣ್ಣುಗಳ ಪೆಟಾರಿಗೆಯೊಳಗೆ ಕೂತು ಯುಕ್ತಿಯಿಂದ ಪಾರಾಗಿ ಬಂದನು. ಮುಂದಿನ ವರ್ಷ ಇವನು ಹುಬ್ಬಳ್ಳಿಯನ್ನು ಸುಲಿದು ಅಪರಿಮಿತ ದ್ರವ್ಯವನ್ನು ಸಂಪಾದಿಸಿದನು, ೧೬೬೩. ಮುಂದಿನ ವರ್ಷ ಶಿವಾಜಿಯು ರಾಯಗಡದಲ್ಲಿ ಪಟ್ಟಾಭಿಷೇಕ ಮಾಡಿಸಿ ಕೊಂಡು, "ಮಹಾರಾಜಾಧಿರಾಜ" ನೆಂಬ ಬಿರುದನ್ನೂ ಛತ್ರ ಚಾಮರ ಮುಂತಾದ ಸಾಮ್ರಾಜ್ಯ ಚಿನ್ಹಗಳನ್ನೂ ಧರಿಸಿ, ತನ್ನ ಹೆಸರಿನ ನಾಣ್ಯಗಳನ್ನು ಮುದ್ರಿಸಿದನು. ಈ ಪೂರ್ವದಲ್ಲಿಯೇ ಶಹಾಜಿಯು ಮರಣ ಹೊಂದಿದ್ದನು. ಆದ್ದರಿಂದ ಶಿವಾಜಿಯು ಮತ್ತೊಮ್ಮೆ ದಕ್ಷಿಣಕ್ಕೆ ಹೋಗಿ, ಮಲ ತಮ್ಮನಾದ ವೆಂಕೋಜಿಯ ಕೈಯಿಂದ ತಂದೆಯ ಜಹಾಗೀರಿನಲ್ಲಿ ಪಾಲು ತಕ್ಕೊಂಡನು. ಅಲ್ಲೀ ಆದಿಲ್‌ಶಹನ ಮೇಲೆ ಶಿವಾಜಿಯು ३೦ ಲಕ್ಷ ರೂಪಾಯಿಯ ಕಪ್ಪವನ್ನು ಕೂಡ್ರಿಸಿ ಮೊಗಲರ ರಾಜ್ಯದಲ್ಲಿ ಸಹ "ಚೌಥ, ಸರದೇಶ ಮುಖಿ" ಯೆಂಬ ಬಾಬುಗಳನ್ನು ಯೆತ್ತಹತ್ತಿದನು, ೧೬೭೮. ಈ ಪ್ರಕಾರ ಮಹಾರಾಷ್ಟ್ರರ ಸೂರ್ಯನಾದ ಶಿವಾಜಿಯು ಸುಮಾರು ೩೫ ವರ್ಷದೊಳಗೆ ಘನವಾದ ರಾಜ್ಯ ವೈಭವವನ್ನು ಸ್ವಪರಾಕ್ರಮದಿಂದ ಸಂಪಾದಿಸಿ, ಸಾರ್ವಭೌಮನೆನಿಸಿಕೊಂಡು, ಕಡೆಗೆ ಕಾಲಿಗೆ ಮಂಡೆಯಾಗಿ ಸನ್ ೧೬೮೦ರಲ್ಲಿ ಮರಣ ಹೊಂದಿದನು.

ಮುಂದೆ ಶಿವಾಜಿಯ ಹಿರಿ ಮಗ ಸಂಭಾಜಿಯು ಪಟ್ಟವೇರಿದನು. ಇವನು ಶೂರನಿದ್ದಾಗ್ಯೂ ವಿಷಯಾಸಕ್ತಿಯಲ್ಲಿ ಕಾಲ ಕಳೆಯುವನು. ಔರಂಗಜೇಬನು ಮುಂದೆ ಸ್ವಲ್ಪ ದಿವಸದೊಳಗೆ ದಕ್ಷಿಣಕ್ಕೆ ಬಂದು ವಿಜಾಪುರ, ಗೋವಳಕೊಂಡಗಳನ್ನು ಹಾಳು ಮಾಡಿದ ವೃತ್ತಾಂತವನ್ನು ಹಿಂದೆ ಹೇಳಿದ್ದೇವೆ. ಆ ಬಾದಶಾಹಿಗಳನ್ನು ಮುರಿದ ಬಳಿಕ ಔರಂಗಜೇಬನು ಸಂಭಾಜಿಯ ರಾಜ್ಯವನ್ನು ಆಕ್ರಮಿಸುತ್ತ ನಡಿದಿರಲಾಗಿ, ಅವನ ಸರದಾರನೊಬ್ಬನು ಸಂಭಾಜಿಯನ್ನು ಶರೆ ಹಿಡಿದನು. ಸಂಭಾಜಿಗೆ ಮುಸಲ್ಮಾನನಾಗೆಂದು ಔರಂಗಜೇಬನು ಹೇಳಲಾಗಿ, ಅವನು ನಿನ್ನ ಮಗಳನ್ನು ಕೊಟ್ಟರೆ ಮುಸಲ್ಮಾನನಾಗುತ್ತೇನೆಂದು ಉದ್ಧಟತನದ ಉತ್ತರ ಕೊಟ್ಟದರಿಂದ ಔರಂಗಜೇಬನು ಅವನ ಮೈದೊಗಲು ಸುಲಿಸಿ ಕೊಲ್ಲಿಸಿದನು, ೧೬೮೯. ಬಳಿಕ ಔರಂಗಜೇಬನು ಸಂಭಾಜಿಯ ಹೆಂಡತಿಯನ್ನೂ ಶಿವಾಜಿಯೆಂಬ ಮಗನನ್ನೂ ದಿಲ್ಲಿಗೆ ತಕ್ಕೊಂಡು ಹೋದನು. ಆ ಹುಡುಗನಿಗೆ ಬಾದಶಹನು ಪ್ರೀತಿಯಿಂದ ಶಾಹೂ (ಸಂಭಾವಿತ) ಯೆಂಬ ಹೆಸರಿಟ್ಟು ದೊಡ್ಡವನಾಗುವ ವರೆಗೆ ಅವನನ್ನು ತನ್ನ ಬಳಿಯಲ್ಲಿಟ್ಟುಕೊಂಡು ಅವನ ತಾಯಿಯನ್ನು ಮಗಳಂತೆ ಸಂರಕ್ಷಿಸಿದನು.

ಸಂಭಾಜಿಯ ತರುವಾಯ ಅವನ ತಮ್ಮ ರಾಜಾರಾಮನು ಪಟ್ಟವೇರಿ, ಬುದ್ಧಿವಂತರಾದ ಮಂತ್ರಿಗಳ ಸಹಾಯದಿಂದ ಸಂಭಾಜಿಯ ಅವ್ಯವಸ್ಥೆಗಳನ್ನು ಮುರಿದು ರಾಜ್ಯವನ್ನು ನೆತ್ತೆ ರೂಪಕ್ಕೆ ತಂದನು. ಧನಾಜೀ ಜಾಧವ, ಸಂತಾಜೀ ಘೋಪಡೆ, ಯೆಂಬ ಸರದಾ

೧೧*

ರರು ವಿಜಾಪುರದ ಶೀಮೆಗಳನ್ನೆಲ್ಲ ಆಕ್ರಮಿಸಿ ಮೊಗಲರ ರಾಜ್ಯದಲ್ಲಿ ದಾಳಿಯನ್ನೆಬ್ಬಿಸಿದರು. ರಾಜಾರಾಮನು ಸನ್ ೧೭೦೦ರಲ್ಲಿ ಮರಣ ಹೊಂದಲಾಗಿ ಅವನ ಮಗ ೨ನೇ ಶಿವಾಜಿಯು ಪಟ್ಟವೇರಿದನು. ಆದರೆ ಮುಂದೆ ಔರಂಗಜೇಬನು ಸನ್ ೧೭೦೭ರಲ್ಲಿ ಮರಣ ಹೊಂದಿದ ಬಳಿಕ ಶಾಹೂ ರಾಜನು ಸ್ವದೇಶಕ್ಕೆ ಮರಳಿ ಬಂದು ಸಾತಾರೆಯಲ್ಲಿ ರಾಜ್ಯಾಭಿಷೇಕ ಮಾಡಿಸಿ ಕೊಂಡನು. ಅವನಿಗೂ ೨ನೇ ಶಿವಾಜಿಗೂ ಕೆಲವು ದಿವಸ ಕಲಹ ನಡಿದ ಬಳಿಕ ಶಿವಾಜಿಯ ತಾಯಿ ತಾರಾ ಬಾಯಿಯು ತನ್ನ ಮಗನಾದ ೨ನೇ ಶಿವಾಜಿಗೆ ಕೊಲ್ಲಾಪುರದಲ್ಲಿ ಹೊಸ ಸಿಂಹಾಸನವನ್ನು ಸ್ಥಾಪಿಸಿ ಕೊಟ್ಟಳು, ೧೭೧೦. ಈ ಪ್ರಕಾರ ಸಾತಾರೆಯಲ್ಲಿಯೂ ಕೊಲ್ಲಾಪುರದಲ್ಲಿಯೂ ಶಿವಾಜೀ ಮಹಾರಾಜನ ವಂಶದವರ ಗಾದಿಗಳು ನೆಲೆಗೊಂಡವು.

ಹೈದರಾಬಾದಿನ ನಿಜಾಮನು.

ಔರಂಗಜೇಬನು ವಿಜಾಪುರ ಗೋವಳಕೊಂಡಗಳನ್ನು ಮುರಿದ ಬಳಿಕ ದಕ್ಷಿಣದಲ್ಲಿ ಹೈದರಾಬಾದು, ಬೇದರ, ವಿಜಾಪುರ, ಯೆಂಬ ಮೂರು ಸುಭೆಗಳನ್ನು ಮಾಡಿದನು. ಔರಂಗಜೇಬನ ಮರಣದ ನಂತರ ದಿಲ್ಲಿಯ ದರ್ಬಾರಿನಲ್ಲಿ ಬಹಳ ಅವ್ಯವಸ್ಥೆಯಾಗಿ, ಸಿಂದೆ ಮುಂತಾದ ಮಹಾರಾಷ್ಟ್ರ ಸರದಾರರು ಪ್ರಬಲರಾಗುತ್ತ ನಡಿದರು. ಈ ಸಂಧಿಯಲ್ಲಿ ಚಿನಕಿಲಿಚ ಖಾನನೆಂಬ ಸರದಾರನು ಹೈದರಾಬಾದಿನ ಸುಭೇದಾರನಾಗಿ ಬಂದು ಬೇದರವನ್ನು ಸಹ ಆಕ್ರಮಿಸಿ, ನಿಜಾಮ ಉಲ್ಮುಲ್ಕನೆಂಬ ಬಿರುದಿನಿಂದ ಸ್ವತಂತ್ರನಾಗಿ ಆಳ ಹತ್ತಿದನು, ೧೭೨೪. ಇವನೇ ಈಗಿನ ನಿಜಾಮನ ಮೂಲ ಪುರುಷನು. ನಿಜಾಮ ಉಲ್ಮುಲ್ಕನು ತನ್ನ ಕೈಕೆಳಗೆ ಅರ್ಕಾಟ ಪ್ರಾಂತದ ಸುಭೆಯನ್ನು ವೊಬ್ಬ ನಬಾಬನಿಗೆ ಕೊಟ್ಟಿದ್ದನು. ನಿಜಾಮನು ಸನ್ ೧೭೪೮ರಲ್ಲಿ ಮರಣ ಹೊಂದಿದ ಬಳಿಕ ಅವನ ಮಗ ನಾಸಿರ್ಜಂಗನು, ನಿಜಾಮನ ಮಗಳ ಮಗನಾದ ಮುಜಫರ್ಜಂಗನು, ನಿಜಾಮನ ಮೂರನೇ ಮಗನಾದ ಸಲಾಬತಜಂಗನು, ಈ ಪ್ರಕಾರ ಮೂವರು ಸನ್ ೧೭೬೧ರ ವರೆಗೆ ಹೈದರಾಬಾದಿನಲ್ಲಿ ಆಳಿದರು. ಆ ವರ್ಷ ಸಲಾಬತಜಂಗನನ್ನು ಅವನ ತಮ್ಮ ನಿಜಾಮ ಅಲ್ಲಿಯು ಕೊಲ್ಲಿಸಿ ಪಟ್ಟವೇರಿದನು. ಅರ್ಕಾಟದ ನಬಾಬನು ನಿಜಾಮ ಉಲ್ಮುಲ್ಕನ ತರುವಾಯ ಸ್ವತಂತ್ರನಾಗಿ ಆಳ ಹತ್ತಿದ್ದನು. ಹೈದರಾಬಾದು, ಅರ್ಕಾಟ, ಈ ಯೆರಡು ಸಂಸ್ಥಾನಗಳ ಸಂಬಂಧವಾಗಿ ಫ್ರೆಂಚರಿಗೂ ಇಂಗ್ಲಿಷರಿಗೂ ಬಹಳ ಕದನಗಳಾದವು.

ಪುಣೆಯ ಪೇಶವಗಳು.

ಶಾಹೂ ರಾಜನು ಸಾತಾರೆಯಲ್ಲಿ ಸಿಂಹಾಸನಾರೂಢನಾದ ಬಳಿಕ ಬಾಳಾಜೀ ವಿಶ್ವನಾಥ ಪೇಶ್ವೇ ಯೆಂಬ ಮುಖ್ಯ ಮಂತ್ರಿಯ ಕೈಯಲ್ಲಿ ರಾಜ್ಯ ಕಾರಭಾರ ಕೊಟ್ಟು, ತಾನು [illegible]ಗಿ ವಿಷಯಭೋಗಗಳಲ್ಲಿ ಕಾಲಕ್ಷೇಪ ಮಾಡಿದನು, ೧೭೧೪. ಬಾಳಾಜಿಯು ಕೊಂಕಣದಲ್ಲಿ ಶ್ರೀವರ್ಧನವೆಂಬ ಹಳ್ಳಿಯ ಶಾನಭೋಗನು. ಇವನು

ಮೇಲಾದ ಕಲಿಯೂ ಉದ್ಯೋಗಿಯೂ ಇದ್ದನು. ಬಾಳಾಜಿಯು ತೀರಿದ ಬಳಿಕ ಅವನ ಮಗ ಹಿರೇ ಬಾಜಿರಾಯನು ಹೆಸರಿಗೆ ಮಾತ್ರ ಶಾಹೂ ರಾಜನ ಮಂತ್ರಿ ಯೆನಿಸಿಕೊಂಡು, ಪುಣೆಯಲ್ಲಿ ನಿಂತು ಸ್ವತಂತ್ರದಿಂದ ಕಾರಭಾರ ಮಾಡ ಹತ್ತಿದನು, ೧೭೨೦. ಬಾಜೀರಾಯನು ಬಹು ಪರಾಕ್ರಮಿಯು. ಅವನು ನಿಜಾಮು ಉಲ್ಮುಲ್ಕ, ಮೈಸೂರಿನ ಹೈದರ ಅಲ್ಲೀ, ಇವರಿಬ್ಬರನ್ನೂ ವೊಳಿತಾಗಿ ಜೇರಿಗೆ ತಂದಿದ್ದನು; ಸವಣೂರಿನ ನಬಾಬನ ಬೆಳುವಣಿಗೆ ಮುರಿದು ದಕ್ಷಿಣ ಮಹಾರಾಷ್ಟ್ರವನ್ನು ಪೂರ್ಣವಾಗಿ ಆಕ್ರಮಿಸಿದನು. ಬಾಜೀರಾಯನ ತರುವಾಯ ಅವನ ಹಿರಿ ಮಗ ನಾನಾ ಸಾಹೇಬನು (ಬಾಳಾಜೀ ಬಾಜೀರಾವ) ಪೇಶವನಾದನು, ೧೭೪೦. ಮುಂದೆ ಸನ್ ೧೭೪೮ರಲ್ಲಿ ಶಾಹೂ ರಾಜನು ಸಂತತಿ ಇಲ್ಲದೆ, ನಾನಾ ಸಾಹೇಬನಿಗೆ ತನ್ನ ರಾಜ್ಯದ ಪೂರ್ಣ ಅಧಿಕಾರ ಕೊಟ್ಟು ಮರಣ ಹೊಂದಲಾಗಿ, ಅವನು ಕೊಲ್ಲಾಪುರದ ತಾರಾ ಬಾಯಿಯ ಸವತಿಯ ಮಗನಾದ ರಾಮರಾಜನನ್ನು ತಂದು ಸಾತಾರೆಯಲ್ಲಿ ಹೆಸರಿಗೆ ಮಾತ್ರ ಪಟ್ಟಕ್ಕೆ ಕೂಡ್ರಿಸಿ ತಾನೇ, ಸಾಮ್ರಾಜ್ಯಾಧಿಕಾರವನ್ನು ಸ್ವತಂತ್ರದಿಂದ ನಡಿಸ ಹತ್ತಿದನು. ಮುಂದೆ ಹಿರೇ ಮಾಧವರಾಯ (೧೭೬೧), ನಾರಾಯಣರಾಯ (೧೭೭೩), ಸವಾಯಿ ಮಾಧವರಾಯ (೧೭೭೩), ೨ನೇ ಬಾಜೀರಾಯ (೧೭೯೫), ಹೀಗೆ ನಾಲ್ವರು ಪುಣೆಯಲ್ಲಿ ಆಳಿದರು. ಬಾಜೀರಾಯನ ರಾಜ್ಯವನ್ನು ಇಂಗ್ಲಿಷರು ಸನ್ ೧೮೧೮ರಲ್ಲಿ ಕಸುಕೊಂಡರು.

ಹೈದರ ಅಲ್ಲೀ.

ಮೈಸೂರಲ್ಲಿ ಚಾಮರಾಜನೆಂಬ ಹುಡುಗನ ಹೆಸರಿನಿಂದ ನಂದಿರಾಜನೆಂಬ ಮಂತ್ರಿಯು ಸ್ವತಂತ್ರದಿಂದ ಕಾರಭಾರ ಮಾಡುತ್ತಿರುವಾಗ ಆ ಸಂಸ್ಥಾನದಲ್ಲಿ ಕೀಳು ಕುಲದಲ್ಲಿ ಹುಟ್ಟಿದವನೊಬ್ಬ ಹೈದರನೆಂಬ ಮುಸಲ್ಮಾನನು ಪ್ರಬಲನಾದನು. ಇವನು ದೇವನಹಳ್ಳಿಯಲ್ಲಿ ಇರುವ ಫತ್ತೇಖಾನನೆಂಬವನೊಬ್ಬ ಬಡ ಮುಸಲ್ಮಾನನ ಮಗನು, ಸನ್ ೧೭೦೦ರಲ್ಲಿ ಹುಟ್ಟಿದನು. ಇವನು ನಂದಿರಾಜನ ದಂಡಿನಲ್ಲಿ ಚಾಕರಿಗೆ ನಿಂತು, ಧೈರ್ಯ ಶೌರ್ಯಗಳಿಂದ ವೊಡೆಯನ ಪ್ರೀತಿಯನ್ನು ಸಂಪಾದಿಸಿ, ದಿನ ದಿನಕ್ಕೆ ಹೆಚ್ಚಿನ ಅಧಿಕಾರಗಳನ್ನು ಪಡಿಯುತ್ತಾ, ಕಡೆಗೆ ದಂಡಿನಲ್ಲಿ ಫೌಜದಾರನಾದನು. ಇವನಿಗೆ ಇವನಂಥವನೇ ಚತುರನಾದ ಖಂಡೇರಾಯನೆಂಬ ಕಾರಭಾರಿ ದೊರಿದಿದ್ದನು. ಇವರಿಬ್ಬರೂ ಕೂಡಿ ಬೇಡರನ್ನೂ ಪೆಂಡಾರಿಗಳನ್ನೂ ಇಟ್ಟು ಕೊಂಡು ಕಳವಿನಿಂದ ಹಣ ಸಂಪಾದಿಸಿ, ಸ್ವಂತದ್ದೊಂದು ಸೈನ್ಯವನ್ನು ಮಾಡಿ ಕೊಂಡು ಬರ ಬರುತ್ತಾ ಅತಿ ಪ್ರಬಲರಾದ ಬಳಿಕ ಹೈದರನು ನಂದಿರಾಜನ ಕಾರಭಾರ ತೆಗಿದು ಖಂಡೇರಾಯನಿಗೆ ಕೊಟ್ಟನು. ಮುಂದೆ ಸ್ವಲ್ಪ ಕಾಲದೊಳಗೆ ಚಾಮರಾಜನು ಪ್ರೌಢನಾಗಿ ಖಂಡೇರಾಯನನ್ನು ವೊಲಿಸಿ ಕೊಂಡು ಹೈದರನನ್ನು ಓಡಿಸಲಾಗಿ, ಅವನು ನಂದಿರಾಜನ ಸಹಾಯದಿಂದ ದೊಡ್ಡ ಸೈನ್ಯ ಕೂಡಿಸಿ ಕೊಂಡು ಮೈಸೂರಿಗೆ ಹೋಗಿ ಖಂಡೇರಾಯನನ್ನು ಶೆರೆಹಿಡಿದು, ಚಾಮರಾಜನ ರಾಜ್ಯಾಧಿಕಾರ ಕಸು ಕೊಂಡು, ಅವನನ್ನು ಕೆಲವು ನೇಮಣೂಕು ಗೊತ್ತು ಮಾಡಿ ಶೆರೆಯೊಳಗಿಟ್ಟು, ತಾನು ಹೈದರ ಅಲ್ಲೀ ಯೆಂಬ ಹೆಸರಿನಿಂದ ಆಳ ಹತ್ತಿದನು, ೧೭೬೧.

ಇಂಗ್ಲಿಷರು.

ಇವರು ಬಂಗಾಲ ದೇಶವನ್ನು ಆಕ್ರಮಿಸಿ, ಮದ್ರಾಸದ ಕೋಟೆಯನ್ನು ಕಟ್ಟಿ, ಮುಂಬಯಿ ಬಂದರವನ್ನು ಪೋರ್ತುಗೀಸರಿಂದ ಪಡಿದು, ಹಿಂದುಸ್ತಾನದ ಮೂರು ದಿಕ್ಕುಗಳಲ್ಲಿ ಬೆಳುವಣಿಗೆಯನ್ನು ಹೊಂದುತ್ತ ನಡಿದಿದ್ದರು. ನಿಜಾಮನ ದರ್ಬಾರಿನಲ್ಲಿ ಫ್ರೆಂಚರು ಶೇರಿ, ಆರ್ಕಾಟದ ನಬಾಬನ ದರ್ಬಾರಿನಲ್ಲಿ ಇಂಗ್ಲಿಷರು ಶೇರಿ, ಅವರಿಗೂ ಅವರಿಗೂ ಬಹಳ ಯುದ್ಧಗಳಾಗಿ ಕಡೆಯಲ್ಲಿ ಇಂಗ್ಲಿಷರು ಸನ್ ೧೭೫೭ರಲ್ಲಿ ಫ್ರೆಂಚರನ್ನು ಪೂರಾ ಸೋಲಿಸಿ ಅವರ ಬೆಳುವಣಿಗೆಯನ್ನು ಮುರಿದರು. ಮುಂದೆ ಸನ್ ೧೭೬೧ರಲ್ಲಿ ಆಫಗಾಣರಿಗೂ ಮಹಾರಾಷ್ಟ್ರರಿಗೂ ವೊದಗಿದ ದೊಡ್ಡ ಯುದ್ಧದಲ್ಲಿ ಮಹಾರಾಷ್ಟ್ರರು ಪೂರಾ ಸೋತದ್ದರಿಂದ ಅವರ ಬೆಳುವಣಿಗೆ ಕುಂದಿ ದೇಶದಲ್ಲಿ ಅವ್ಯವಸ್ಥೆಯುಂಟಾಗಲಿಕ್ಕೂ, ಇಂಗ್ಲಿಷರ ಅಧಿಕಾರ ಬೆಳಿಯಲಿಕ್ಕೂ ಕಾರಣವಾಯಿತು. ಇದೇ ವರ್ಷ ಹೈದರನು ಮೈಸೂರಿನ ಸಿಂಹಾಸನವನ್ನು ಆಕ್ರಮಿಸಿದನೆಂದು ಮೇಲೆ ಹೇಳಿದ್ದೇವೆ.

ಹೈದರನು ಮೈಸೂರಿನ ರಾಜ್ಯಕ್ಕೆ ವೊಡಿಯನಾದ ಬಳಿಕ ಸುತ್ತುಮುತ್ತಲಿನ ನಾಯಕರ ಮೇಲೆ ಅಮಲು ಕೂಡ್ರಿಸಿ ಪೇಶವನ ಸೀರಾ ಮುಂತಾದ ಶೀಮೆಗಳನ್ನು ತಕ್ಕೊಂಡು, ಇಕ್ಕೇರಿಯ ಅರಸರ ರಾಜಧಾನಿಯಾದ ಬೇದನೂರನ್ನು ತಕ್ಕೊಂಡು ಅಗಣಿತ ದ್ರವ್ಯವನ್ನು ಸಂಪಾದಿಸಿದನು, ೧೭೬೩. ಮುಂದಿನ ವರ್ಷ ಅವನು ಸ್ವಾದಿಯ ಸಂಸ್ಥಾನವನ್ನು ಹಾಳು ಮಾಡಿ ಅಲ್ಲಿಯೂ ಬಹಳ ದ್ರವ್ಯವನ್ನು ಗಳಿಸಿದನು. ಹೀಗೆ ತುಂಗಭದ್ರೆಯ ದಕ್ಷಿಣದ ಶೀಮೆಗಳನ್ನೂ ಹೊನ್ನಾವರದ ದಕ್ಷಿಣದ ಯಾವತ್ತು ಸಮುದ್ರತೀರವನ್ನೂ ಆಕ್ರಮಿಸಿದ ಬಳಿಕ ಹೈದರನು ಸವಣೂರ ನಬಾಬನ ರಾಜ್ಯವನ್ನು ನುಂಗಿ ಪೇಶವನ ರಾಜ್ಯದೊಳಗೆ ಧಾರವಾಡ ಮುಂತಾದ ಕೋಟೆಗಳನ್ನೂ ತಕ್ಕೊಂಡು ಮಲಾಪಹಾರಿಯ ವರೆಗೆ ಶೀಮೆಯನ್ನು ಹಾಳು ಮಾಡಿದನು. ಆದ್ದರಿಂದ ಪೇಶವೆ ಮಾಧವ ರಾಯನಿಗೂ ಹೈದರನಿಗೂ ರಟ್ಟೀ ಹಳ್ಳಿಯ ಹತ್ತರ ಯುದ್ಧವಾಗಿ ಕಡೆಯಲ್ಲಿ ಹೈದರನು ಬೇದನೂರಲ್ಲಿ ವೊಡಂಬಡಿಕೆ ಮಾಡಿ ಕೊಂಡು ಪೇಶವನ ಶೀಮೆಗಳನ್ನೂ ಸವಣೂರ ನಬಾಬ ಶೀಮೆಗಳನ್ನೂ ಹಿಂದಕ್ಕೆ ಕೊಟ್ಟು ಪೇಶವನಿಗೆ ೩೨ ಲಕ್ಷ ವರಹ ಕಪ್ಪ ಕೊಟ್ಟನು, ೧೭೬೫. ಮುಂದಿನ ವರ್ಷ ಹೈದರನು ಕಾಲಿಕತ್ತದ ಅರಸನ ರಾಜ್ಯವನ್ನು ಕಸುಕೊಂಡನು.

ಸನ್ ೧೭೭೨ರಲ್ಲಿ ಮಾಧವ ರಾಯನು ಮತ್ತೊಮ್ಮೆ ಹೈದರನ ಮೇಲೆ ಸ್ವಾರೀ ಮಾಡಿ, ಸೀರಾ ಪರಗಣೆಯನ್ನು ತಕ್ಕೊಂಡು, ೩೦ ಲಕ್ಷ ಹೊನ್ನು ಕಪ್ಪ ತಕ್ಕೊಂಡನು. ಈ ಪ್ರಕಾರ ಹೈದರನಿಗೂ ಪೇಶವನಿಗೂ ಯುದ್ಧಗಳು ಬಹು ದಿವಸ ಸಾಗಿದವು. ಹೈದರನು ಇಂಗ್ಲಿಷರಿಗೂ ಬಲಿಷ್ಠನಾದ ಹಗೆಯಾಗಿ ಅವರ ಸಂಗಡ ಬಹಳ ಯುದ್ಧಗಳನ್ನು ಮಾಡಿ, ಹೊಗಳ ತಕ್ಕಂಥ ಶೂರನೆನಿಸಿ ಕೊಂಡು ಸನ್ ೧೭೮೨ರಲ್ಲಿ ಮರಣ ಹೊಂದಿದನು.

ಹೈದರನ ತರುವಾಯ ಅವನ ಮಗ ಟೀಪೂ ಪಟ್ಟವೇರಿ, ಸುಲ್ತಾನನೆಂಬ ಬಿರುದು ಧರಿಸಿದನು. ಟೀಪೂ ಹೈದರನಷ್ಟು ಚತುರನಲ್ಲದಿದ್ದಾಗ್ಯೂ ಅವನಿಗಿಂತ ಹೆಚ್ಚು ಗಟ್ಟಿಗ

ನಿದ್ದನು. ಇವನು ಸ್ವಲ್ಪ ದಿವಸದೊಳಗೆ ತುಂಗಭದ್ರೆಯಿಂದ ರಾಮೇಶ್ವರ ವರೆಗೆ ಶೀಮೆ

ಟೀಪೂ.

ಯನ್ನು ಆಕ್ರಮಿಸಿ, ಪೂರ್ವ ದಿಕ್ಕಿನಲ್ಲಿ ಇಂಗ್ಲಿಷರ ಶೀಮೆ ಯೊಳಗೂ ಉತ್ತರ ದಿಕ್ಕಿನಲ್ಲಿ ಪೇಶವನ ಶೀಮೆಯೊಳಗೂ ಶೇರಿ ಆಗಾಗ್ಗೆ ದಾಳಿಗಳನ್ನು ಮಾಡುವನು. ಪುಣೆಯ ದರ್ಬಾರಿನಲ್ಲಿ ಅಧಿಕಾರದ ಸಲುವಾಗಿ ವ್ಯಾಜ್ಯಗಳು ನಡಿದದ್ದರಿಂದ ಟೀಪೂನಿಗೆ ಅತ್ತಕಡೆಯ ಹೆದರಿಕೆಯು ಬಹು ಕಡಿಮೆ ಇತ್ತು. ಆರಂಭದಲ್ಲಿ ಇಂಗ್ಲಿಷರ ಕೂಡ ಅವನು ಎರಡು ವರ್ಷ ಕಾದಾಡಿದ ಬಳಿಕ ಮಂಗಳೂರಿನಲ್ಲಿ ಸ್ನೇಹದ ವೊಡಂಬಡಿಕೆಯಾಯಿತು, ೧೭೮೪. ಪೇಶವನ ದಂಡಿನವರೂ ನಿಜಾಮನೂ ಕೂಡಿ ಟೀಪೂನನ್ನು ಸೋಲಿಸಿದ್ದರಿಂದ, ಅವನು ತುಂಗಭದ್ರೆಯೇ ತನ್ನ ರಾಜ್ಯದ ಉತ್ತರ ಮೇರೆ ಯೆಂದು ವೊಡಂಬಟ್ಟು ೪೫ ಲಕ್ಷ ರೂಪಾಯಿ ಕಪ್ಪ ಕೊಟ್ಟನು, ೧೭೮೭. ಮುಂದೆ ಅವನು ತ್ರಾವಣಕೋರದ ಅರಸನನ್ನು ಕೆಣಕಿ ಸೋತು ವೊಬ್ಬನೇ ಓಡಿ ಬಂದನು. ಆ ಅರಸು ಇಂಗ್ಲಿಷರ ಸ್ನೇಹಿತನಾದ್ದರಿಂದ ಇಂಗ್ಲಿಷರಿಗೂ ಟೀಪೂನಿಗೂ ಮತ್ತೆ ಜಗಳ ಹುಟ್ಟಿತು. ಆದ್ದರಿಂದ ಇಂಗ್ಲಿಷರು, ಪೇಶವ, ನಿಜಾಮು, ಈ ಮೂವರೂ ಕೂಡಿ ವೊಪ್ಪಂದ ಮಾಡಿ ಕೊಂಡು ದೊಡ್ಡ ದಂಡಿನೊಡನೆ ಹೋಗಿ ಶ್ರೀರಂಗ ಪಟ್ಟಣ ವನ್ನು ಮುತ್ತಲಾಗಿ, ಟೀಪೂನು ಹಗೆಗಳಿಗೆ ತನ್ನ ಅರ್ಧ ರಾಜ್ಯವನ್ನೂ ೩ ಕೋಟಿ ರೂಪಾಯಿಗಳನ್ನೂ ಕೊಟ್ಟನು, ೧೭೯೦. ಈ ಅರ್ಧ ರಾಜ್ಯದಲ್ಲಿ ವರದಾ ನದಿಯ ಉತ್ತರ ಶೀಮೆ ಪೇಶವನ ಪಾಲಿಗೆ ಬಂತು; ಕೊಡಗು, ಮಲಿಯಾಳ, ಮುಂತಾದ ಶೀಮೆ ಗಳು ಇಂಗ್ಲಿಷರ ಪಾಲಿಗೆ ಬಂದವು. ಇಂಗ್ಲಿಷರು ಕೊಡಗದ ಅರಸನಿಗೆ ಅವನ ರಾಜ್ಯ ವನ್ನು ಕೊಟ್ಟರು. ಮುಂದೆ ಟೀಪೂನು ಇಂಗ್ಲಿಷರನ್ನು ಮುರಿಯುವ ಹವ್ಯಾಸಕ್ಕೆ ಬಿದ್ದು, ನೇಪೋಲಿಯನ್ ಬೊನಾಪಾರ್ಟನ ಸ್ನೇಹ ಮಾಡಿ ಫ್ರೆಂಚ ಸರದಾರರನ್ನು ತರಿಸಿ ಕೊಂಡು ಕವಾಯಿತು ಕಲಿತಂಥ ದೊಡ್ಡ ಸೈನ್ಯವನ್ನು ಸಿದ್ಧ ಮಾಡಿದನು. ಕಡೆಯಲ್ಲಿ ಅವನು ಇಂಗ್ಲಿಷರ ವಕೀಲರಿಗೆ ಅಪಮಾನ ಮಾಡಿದ್ದರಿಂದ, ಇಂಗ್ಲಿಷರು ನಿಜಾಮನನ್ನು ಕರೆಕೊಂಡು ೫೦೦೦೦ ದಂಡಿನೊಡನೆ ಹೋಗಿ ಶ್ರೀರಂಗ ಪಟ್ಟಣವನ್ನು ಮುತ್ತಿದರು. ೧೯ ದಿವಸ ಏಕಪ್ರಕಾರ ಯುದ್ಧವಾಗ ಬಳಿಕ ಟೀಪೂನು ಯುದ್ಧದಲ್ಲಿ ಬಿದ್ದು ಮಡಿದನು, ೧೭೯೯. ಇಂಗ್ಲಿಷರು ಅವನ ಮನೆಯವರನ್ನು ವೆಲ್ಲೂರಿಗೆ ಕಳಿಸಿ, ಹಿಂದಿನ ಅರಸನ ಮಗನಾದ ಕೃಷ್ಣರಾಯನೆಂಬ ೫ ವರ್ಷದ ಹುಡುಗನನ್ನು ಪಟ್ಟಕ್ಕೆ ಕುಳ್ಳಿರಿಸಿ, ಪೂರ್ಣಯ್ಯನಿಗೆ ಕಾರಭಾರ ಹೇಳಿದರು. ಈ ಯುದ್ಧದ ಕಡೆಯಲ್ಲಿ ಇಂಗ್ಲಿಷರು ತೆಲಗು ದೇಶದ ಪ್ರದೇಶ ಗಳನ್ನು ನಿಜಾಮನಿಗೆ ಕೊಟ್ಟು, ಕಾನಡಾ, ಕೊಯಿಂಮ್ಮುತ್ತೂರು, ವಾಯನಾಡು, ಇಷ್ಟು ಶೀಮೆಗಳನ್ನು ತಾವು ಇಟ್ಟು ಕೊಂಡು ಉಳಿದ ರಾಜ್ಯವನ್ನು ಕೃಷ್ಣರಾಯನಿಗೆ ಕೊಟ್ಟರು.

ಹೈದರನನ್ನೂ ಟಿಪೂನನ್ನೂ ಮುರಿಯುವದಕ್ಕೋಸ್ಕರವಾಗಿ ಪೇಶವನೂ ಇಂಗ್ಲಿಷರೂ ಆಗಾಗ್ಗೆ ವೊಕ್ಕಟ್ಟಾಗುತ್ತಿದ್ದಾಗ್ಯೂ ಅವರವರೊಳಗೆ ಜಗಳಗಳು ನಡಿಯುತ್ತಿದ್ದವು. ಪೇಶವಗಳಲ್ಲಿ ಹಿರೇ ಬಾಜಿರಾಯ, ನಾನಾ ಸಾಹೇಬರಂತೆ ಹಿರೇ ಮಾಧವರಾಯನಾದರೂ ಹೆಸರಾದ ಶೂರನೂ ಮುತ್ಸದ್ದಿಯೂ ಇದ್ದನು. ಇವನು ೧೭ ವರ್ಷದ ವಯಸ್ಸಿನಲ್ಲಿಯೇ

ಪಟ್ಟವೇರಿ ಸ್ವಲ್ಪ ದಿವಸ ಮಾತ್ರ ಆಳಿದಾಗ್ಯೂ ಶೌರ್ಯದ ಕೃತ್ಯಗಳನ್ನು ಮಾಡಿ ಬಹು ಬೇಗ ಹೆಸರಿಗೆ ಬಂದನು. ಇವನು ಹೈದರನನ್ನು ಸೋಲಿಸಿದ ವೃತ್ತಾಂತಗಳನ್ನು ಹಿಂದೆ ಹೇಳಿದ್ದೇವೆ. ಇವನ ಆಳಿಕೆಯಲ್ಲಿ ಗೋಪಾಳರಾವ ಪಟವರ್ಧನನೆಂಬ ಸರದಾರನು ಪ್ರಖ್ಯಾತನಾಗಿ ದಕ್ಷಿಣ ಮಹಾರಾಷ್ಟ್ರದಲ್ಲಿ ೬೫ ಲಕ್ಷದ ಜಾಹಾಗೀರು ಪಡಿದನು, ೧೭೬೪. ಗೋಪಾಳರಾಯನು ಮಿರ್ಜಿಯಲ್ಲಿ ಇರುತ್ತಿದ್ದನು; ಅವನ ಅಣ್ಣನ ಮಗನಾದ ಪರಶು ರಾಮ ಭಾವೂ ಯೆಂಬ ಹೆಸರಾದ ಕಲಿಯು ತಾಸಗಾವಿಯಲ್ಲಿ ಇರುತ್ತಿದ್ದನು. ಈಗಿನ ಸಾಂಗಲಿ, ಮಿರ್ಜಿ, ಜಮಖಂಡಿ, ಕುರುಂದವಾಡ, ಈ ನಾಲ್ಕು ಸಂಸ್ಥಾನಗಳ ವೊಡಿಯರು ಈ ಪಟವರ್ಧನರ ವಂಶದವರೇ. ಮಾಧವರಾಯನ ಮಂತ್ರಿಯು ನಾನಾಫಡಣೀಸನಿದ್ದನು. ಮಾಧವರಾಯನು ಹೈದರನ ಕೂಡ ಜಗಳ ನಡಿಸಿದಂತೆ ನಿಜಾಮನ ಸಂಗಡಲೂ ಜಗಳ ನಡಿಸಿದ್ದನು. ಸನ್ ೧೭೬೩ರಲ್ಲಿ ನಿಜಾಮನಿಗೂ ಮಾಧವರಾಯನಿಗೂ ಯುದ್ಧವಾಗಿ ಅದರಲ್ಲಿ ಮಾಧವರಾಯನು ಜಯ ಪಡಿದನು. ಈ ಪ್ರಕಾರ ಮಾಧವ ರಾಯನು ೧೩ ವರ್ಷ ಆಳಿ ಮರಣ ಹೊಂದಿದ ಬಳಿಕ ಅವನ ತಮ್ಮ ನಾರಾಯಣ ರಾಯನು ಪಟ್ಟವೇರಲಾಗಿ, ಅವನ ಕಕ್ಕನಾದ ರಘುನಾಥರಾಯನೂ ಅವನ ಹೆಂಡತಿ ಆನಂದೀ ಬಾಯಿಯೂ ಕೂಡಿ ತಮ್ಮ ಮಗನಿಗೆ ಪಟ್ಟವಾಗ ಬೇಕೆಂದು ನಾರಾಯಣರಾಯನನ್ನು ಕೊಲ್ಲಿಸಿದರು, ೧೭೭೩. ಆದರೂ ರಘುನಾಥ ರಾಯನ ಇಚ್ಛೆಯು ನೆರವೇರಲಿಲ್ಲ. ನಾನಾ ಫಡಣೀಸನು ನಾರಾಯಣರಾಯನ ಹೆಂಡತಿಯು ಗರ್ಭಿಣಿ ಇರುತ್ತಾಳೆಂತಲೂ, ಆಕೆ ಗಂಡು ಮಗನನ್ನೇ ನಿಶ್ಚಯವಾಗಿ ಹಡಿಯುವಳೆಂತಲೂ ಭವಿಷ್ಯ ಕಟ್ಟಿದನು. ಅದರಂತೆ ಆ ಮಗ ಹುಟ್ಟಿದ ಬಳಿಕ ಅವನಿಗೆ "ಸವಾಯಿ ಮಾಧವರಾಯ"ನೆಂದು ಹೆಸರಿಟ್ಟು, ಅವನ ಹೆಸರಿನಿಂದ ಕಾರಭಾರ ನಡಿಸಿದನು. ಸವಾಯಿ ಮಾಧವರಾಯನು ಪ್ರೌಢನಾಗುವ ವರೆಗೆ ನಾನಾಫಡಣೀಸನೇ ಪೇಶವನಾಗಿದ್ದನೆಂದು ಹೇಳ ಬಹುದು. ಇವನು ಚತುರನಾದಾಗ್ಯೂ ಕಪಟಿಯೂ ಸ್ವಾರ್ಥ ಬುದ್ಧಿಯವನೂ. ಇವನಿಗೂ ರಘುನಾಥರಾಯನಿಗೂ ಬಹಳ ಜಗಳಗಳು ನಡಿದದ್ದರಿಂದ ಮಹಾರಾಷ್ಟ್ರ ಸರದಾರರ ವೊಕ್ಕಟ್ಟು ಶಿಥಿಲವಾಯಿತು, ಇಂಗ್ಲಿಷರು ರಘುನಾಥರಾಯನ ಪಕ್ಷವನ್ನು ಸ್ವೀಕರಿಸಿದರು. ಸವಾಯಿ ಮಾಧವ ರಾಯನು ಪ್ರೌಢನಾದ ಬಳಿಕ ಸ್ವಲ್ಪ ದಿವಸ ಹೆಸರಿಗೆ ಮಾತ್ರ ಧಣಿಯಾಗಿ ಆಳಿ ಮಾಳಿಗೆಯ ಮೇಲಿಂದ ಹಾರಿ ಕೊಂಡು ಮರಣ ಹೊಂದಿದನು, ೧೭೯೫. ತರುವಾಯ ರಘುನಾಥರಾಯನ ಮಗ ಬಾಜೀ ರಾಯನು ಪೇಶವನಾದನು.

ಬಾಜೀ ರಾಯನು ಬಹಳ ಅಂಜುಬುರಕ, ತಿಳಿಗೇಡಿ, ಚಂಚಲ ಮನಸಿನವ, ದುರ್ವ್ಯಸನಿ, ಇದ್ದನು. ಇವನು ಮೊದಲು ನಾನಾಫಡಣೀಸನನ್ನು ಶರೆ ಹಾಕಿ, ಮಹಾರಾಷ್ಟ್ರ ಸರದಾರರೊಳಗೆ ವೈಮನಸ್ಯ ಹುಟ್ಟಿಸಿ, ಕೀಳು ಜನರಿಗೆ ಆಶ್ರಯ ಕೊಟ್ಟನು. ನಾನಾ ಫಡಣೀಸನು ಸನ್ ೧೮೦೦ರಲ್ಲಿ ಮರಣ ಹೊಂದಿದ ಬಳಿಕ ಕೊಲ್ಲಾಪುರ ಸಾತಾರೆಗಳ ಅರಸರು ಬಾಜೀ ರಾಯನ ರಾಜ್ಯದಲ್ಲಿ ಕೊಳೆ ಸುಲಿಗೆ ನಡಿಸಲಾಗಿ, ಅವನು ಪರಶುರಾಮ ಬಾಪೂನನ್ನು ದಕ್ಷಿಣ ಮಹಾರಾಷ್ಟ್ರಕ್ಕೆ ಕಳಿಸಿದನು. ಆದರೆ ಪರಶುರಾಮ ಪಂತನು

ಕೊಲ್ಲಾಪುರದವರ ಕೈಯಲ್ಲಿ ಶಿಕ್ಕು ಕ್ರೂರತನದಿಂದ ಕೊಲ್ಲಲ್ಪಟ್ಟನು, ೧೮೦೧. ಇಪ್ಪರಲ್ಲಿ ಧೊಂಡಜೀ ವಾಘನೆಂಬ ಪುಂಡನು ದಕ್ಷಿಣ ಮಹಾರಾಷ್ಟ್ರ, ಬಳ್ಳಾರಿಯ ಶೀಮೆಗಳಲ್ಲಿ ದಾಳಿಯನ್ನೆಬ್ಬಿಸಲಾಗಿ, ನಿಪಾಣಿಯ ದೇಸಾಯಿಯೂ ಇಂಗ್ಲಿಷರೂ ಕೂಡಿ ಅವನನ್ನು ಹಿಡಿದು ಕೊಂದರು. ಆದ್ದರಿಂದ ಬಾಜೀ ರಾಯನು ನಿಪಾಣಕರನಿಗೆ ಹುಕ್ಕೇರಿ, ಮುನ್ನೊಳ್ಳಿ, ಮುಂತಾದ ೬ ಲಕ್ಷದ ಶೀಮೆಯನ್ನು ಕೊಟ್ಟನು. ಕೊಲ್ಲಾಪುರ, ಸಾತಾರೆಗಳ ದಂಡಿನವರ ಕೊಲೆ ಸುಲಿಗೆಗಳು ನಡಿದೇ ಇದ್ದವು. ಪುಣೆಯಲ್ಲಿ ಬಾಜೀ ರಾಯನು ಯಶವಂತರಾವ ಹೋಳಕರನೆಂಬ ದೊಡ್ಡ ಸರದಾರನ ತಮ್ಮನನ್ನು ನಿಷ್ಕಾರಣವಾಗಿ ಆನೆಯ ಕಾಲಿಗೆ ಕಟ್ಟಿ ಯೆಳಿಸಿ ಕೊಂದದ್ದರಿಂದ ಯಶವಂತರಾಯನು ಬಂದು ಬಾಜೀ ರಾಯನನ್ನು ಪುಣೆಯಿಂದ ಓಡಿಸಿದನು. ಆದ್ದರಿಂದ ಬಾಜೀ ರಾಯನು ಇಂಗ್ಲಿಷರ ಕೂಡ ಸ್ನೇಹದ ವೊಡಂಬಡಿಕೆ ಮಾಡಿ ಕೊಂಡು, ಅವರ ಸೈನ್ಯವನ್ನು ಚಾಕರಿಗೆ ಇಟ್ಟು ಕೊಂಡು ಧಾರವಾಡದ ಶೀಮೆಯನ್ನು ಇಂಗ್ಲಿಷರಿಗೆ ಕೊಟ್ಟನು. ಕೂಡಲೇ ಇಂಗ್ಲಿಷರು ಬಾಜೀ ರಾಯನನ್ನು ತಂದು ಪುಣೆಯಲ್ಲಿ ಮತ್ತೆ ಸ್ಥಾಪಿಸಿದರು, ೧೮೦೨. ಈ ಕಾಲದಿಂದ ಮುಂದೆ ಬಾಜೀ ರಾಯನು ಇಂಗ್ಲಿಷರ ಹಸ್ತಕನಾದನು. ಆದರೆ ಅವನು ಇಂಗ್ಲಿಷರ ಕೂಡ ವಿಶ್ವಾಸದಿಂದ ನಡಿಯಲಿಲ್ಲ; ನೀಚ ಜನರ ಮಾತು ಕೇಳಿ ಇಂಗ್ಲಿಷರನ್ನು ತನ್ನ ರಾಜ್ಯದಿಂದ ಹೊರಗೆ ಹಾಕುವ ವೊಳಸಂಚುಗಳನ್ನು ಮಾಡ ಹತ್ತಿದನು; ಇಂಗ್ಲಿಷರು ಬಹಳ ಸಾರಿ ಬುದ್ಧಿಯ ಹೇಳಿದರೂ ಕೇಳಲಿಲ್ಲ. ಕಡೆಯಲ್ಲಿ ಬಾಜೀ ರಾಯನು ಇಂಗ್ಲಿಷರನ್ನು ವಿರೋಧಿಸಿ ಪುಣೆಯಲ್ಲಿ ದಂಡು ಕೂಡಿಸಲಾಗಿ, ಖಡಕಿಯ ಹತ್ತರ ಇಂಗ್ಲಿಷರಿಗೂ ಅವನಿಗೂ ಯುದ್ಧವಾಗಿ, ಅದರಲ್ಲಿ ಸೋತು ಬಾಜೀ ರಾಯನು ಓಡಿ ಹೋದನು, ೧೮೧೭. ಮುಂದೆ ಯೆರಡು ಯುದ್ಧಗಳಲ್ಲಿ ಬಾಜೀ ರಾಯನು ಸೋತ ಬಳಿಕ ಅವನು ತಾನಾಗಿ ಇಂಗ್ಲಿಷರ ಕೈಶೇರಿದನು. ಅವರು ಅವನಿಗೆ ವರ್ಷಕ್ಕೆ ೮ ಲಕ್ಷ ರೂಪಾಯಿ ನೇಮಣೂಕು ಮಾಡಿ ಕೊಟ್ಟು ಅವನನ್ನು ಬ್ರಹ್ಮಾವರ್ತದಲ್ಲಿ ವೊಯಿದು ಇಟ್ಟರು. ಈ ಪ್ರಕಾರ ಪೇಶವಾಯಿಯ ದೊಡ್ಡ ರಾಜ್ಯವು ಇಂಗ್ಲಿಷರ ಕೈಶೇರಿತು.

ಇಂಗ್ಲಿಷ ಸರಕಾರದ ಅಮಲಿನಲ್ಲಿ ಆದ ಹೆಚ್ಚು ಕಡಿಮೆಗಳು.— ಮೈಸೂರಲ್ಲಿ ಪೂರ್ಣಯ್ಯನ ತರುವಾಯ ಕೃಷ್ಣರಾಯನ ಕೈಯಿಂದ ಕಾರಭಾರವು ವೊಳಿತಾಗಿ ಸಾಗುವದಿಲ್ಲೆಂದು ನೋಡಿ ಸರಕಾರದವರು ವೊಬ್ಬ ಕಮ್ಮಿಶನರನನ್ನು ನೇಮಿಸಿ ೪೮ ವರ್ಷ ಕಾರಭಾರ ನಡಿಸಿದರು. ಕೃಷ್ಣರಾಯನ ದತ್ತ ಪುತ್ರನಾದ ಚಾಮರಾಜನಿಗೆ ಸರಕಾರದವರು ವೊಳಿತಾಗಿ ವಿದ್ಯಾಭ್ಯಾಸ ಮಾಡಿಸಿ ಅವನು ಪ್ರೌಢನಾದ ಬಳಿಕ ಕಾರಭಾರವನ್ನು ಅವನ ಕೈಯಲ್ಲಿ ಕೊಟ್ಟರು, ೧೮೮೧.

ಕೊಡಗದ ಅರಸು ವೀರರಾಜೇಂದ್ರನು ಸನ್ನಿಯಾಗಿ ಕ್ರೂರತನದಿಂದ ಬಹು ಜನರನ್ನು ಕೊಲ್ಲಿಸಿ ಇಂಗ್ಲಿಷರ ಮೇಲೆ ತಿರಿಗಿ ಬಿದ್ದದರಿಂದ ಸರಕಾರದವರು ಅವನನ್ನು ಶರೆ ಹಾಕಿ, ಅವನ ರಾಜ್ಯವನ್ನು ಮೈಸೂರಿನ ಕಮಿಶನರನ ಕೈಯಲ್ಲಿ ಕೊಟ್ಟರು, ೧೮೩೪.

ಕಿತ್ತೂರ ದೇಸಾಯಿ ಶಿವಲಿಂಗ ರುದ್ರಪ್ಪನೆಂಬವನು ಸನ್ ೧೮೨೪ರಲ್ಲಿ ತೀರಲಾಗಿ, ಥ್ಯಾಕರೆ ಯೆಂಬ ಇಂಗ್ಲಿಷ ಅಧಿಕಾರಿಯು ಬಂದೋಬಸ್ತಿಗಾಗಿ ಕಿತ್ತೂರಿಗೆ ಹೋದನು. ಆದರೆ ದೇಸಾಯಿಯ ಹೆಂಡತಿ ಚನ್ನವ್ವನು ಅಗಸೇಯೆನ್ನಿಕ್ಕಿಸಿ, ದಂಡು ಕೂಡಿಸಿ, ಅಕಸ್ಮಾತ್ತಾಗಿ ಆ ಸಣ್ಣ ದಂಡನ್ನು ಊರ ಹೊರಗೆ ಕಳಿಸಿ, ಥ್ಯಾಕರೆ ಮುಂತಾದ ಕೆಲ ಜನ ಸಾಹೇಬರನ್ನು ಕೊಲ್ಲಿಸಿದಳು. ಆದ್ದರಿಂದ ಸರಕಾರದವರು ಬೇರೆ ದಂಡು ಕಳಿಸಿ, ಕಿತ್ತೂರಿನ ಸಂಸ್ಥಾನವನ್ನು ನಿರ್ಮೂಲ ಮಾಡಿದರು, ೧೮೨೪.

ಕಿತ್ತೂರ ಸಂಸ್ಥಾನದ ಆಶ್ರಿತನಾದ ಸಂಗೊಳ್ಳಿಯ ರಾಯ ನಾಯಕನೆಂಬವನು ಬಂಡಾಯ ಮಾಡಲಾಗಿ, ಸಂಪಗಾವಿಯ ಮಾಮಲೇದಾರನ ಕೈಯಿಂದ ಸರಕಾರದವರು ಅವನನ್ನು ಹಿಡಿಸಿ ಗಲ್ಲಿಗೇರಿಸಿದರು.

ನಿಪಾಣಿಯ ದೇಸಾಯಿ ಸಂತತಿ ಇಲ್ಲದೆ ತೀರಿದ್ದರಿಂದ ಅವನ ರಾಜ್ಯವು ಸರಕಾರಕ್ಕೆ ಶೇರಿತು, ೧೮೩೯. ಇದರಂತೆ ತಾಸಗಾವಿ, ಚಿಂಚಲಿ, ಕಾಗವಾಡಗಳ ಪಟವರ್ಧನರು ಸಂತತಿಯಿಲ್ಲದೆ ತೀರಿದ್ದರಿಂದ ಅವರ ರಾಜ್ಯಗಳೂ ಸರಕಾರಕ್ಕೆ ಶೇರಿದವು.

ಸನ್ ೧೮೫೭ರ ಬಂಡಾಯದ ಕಾಲದಲ್ಲಿ ನರಗುಂದದ ಬಾಬಾ ಸಾಹೇಬನು ಸರಕಾರದ ಮೇಲೆ ಶಸ್ತ್ರ ಹಿಡಿದು, ಮ್ಯಾನ್‌ಸನ್ನನೆಂಬ ಪೋಲಿಟಿಕಲ್ ಏಜಂಟನನ್ನು ಕೊಂದದ್ದರಿಂದ ಸರಕಾರದವರು ಬಾಬಾ ಸಾಹೇಬನನ್ನು ಹಿಡಿದು ಗಲ್ಲಿಗೇರಿಸಿ ಅವನ ಸಣ್ಣ ರಾಜ್ಯವನ್ನು ತಕ್ಕೊಂಡರು.

ಇಂಗ್ಲಿಷ ಸರಕಾರದ ಅಮಲು ಆದ ಬಳಿಕ ಪೋಷ್ಟ ಆಫೀಸುಗಳೂ, ಮೇಲಾದ ಲೈನ ಮಾರ್ಗಗಳೂ, ಹೊಗೆ ಬಂಡಿಗಳೂ, ವೊಂದರ ಹಿಂದೊಂದು ಆಗಿ ವ್ಯಾಪಾರವು ಬಹಳ ಹಬ್ಬಿತು, ಪ್ರಜೆಗಳ ಪ್ರವಾಸಕ್ಕೆ ಬಹಳ ಅನುಕೂಲವಾಯಿತು. ಭೂಮಿಗಳನ್ನು ಅಳಿದು ಕಂದಾಯ ಗೊತ್ತು ಮಾಡಿದ್ದರಿಂದ ವೊಕ್ಕಲತನದವರಿಗೆ ಅಪರಿಮಿತ ಕಲ್ಯಾಣವಾಯಿತು. ಪೋಲೀಸರ ನೇಮಣೂಕು ಆದ್ದರಿಂದ ಪ್ರಜೆಗಳ ಜೀವಿತಕ್ಕೂ ಆಸ್ತಿಗೂ ಭಯವಿಲ್ಲದ ಹಾಗಾಯಿತು. ಇತ್ಯಾದಿ.

೮ನೇ ಭಾಗ.

ಭೂಮಿ.

ಇಂಗ್ಲಿಷ ಸರಕಾರದ ಕೈಶೇರಿದ್ದು.—ವಿಜಾಪುರ, ಬೆಳಗಾವಿ, ಧಾರವಾಡ, ಈ ಮೂರು ಜಿಲ್ಲೆಗಳು ಮುಖ್ಯವಾಗಿ ಸನ್ ೧೮೧೮ರಲ್ಲಿ ಬಾಜೀ ರಾಯನು ಓಡಿ ಹೋದ ಬಳಿಕ ಇಂಗ್ಲಿಷ ಸರಕಾರಕ್ಕೆ ಶೇರಿದವು; ಕಾನಡಾ ಜಿಲ್ಲೆಯು ಸನ್ ೧೭೯೯ರಲ್ಲಿ ಟೀಪೂನ ರಾಜ್ಯದ ಭಾಗವಾಗಿ ಇಂಗ್ಲಿಷ ಸರಕಾರಕ್ಕೆ ಶೇರಿತು. ಕಾನಡಾ ಹೊರ್ತಾಗಿ ಉಳಿದ ಮೂರು ಜಿಲ್ಲೆಗಳಲ್ಲಿ ಕೆಲ ಕೆಲವು ಗ್ರಾಮಗಳು ಸನ್ ೧೮೧೮ರ ಈಚೆಯಲ್ಲಿ ಖಾಲಸಾತಿಗೆ ಬಂದವು. ಅವುಗಳ ವಿವರ—

ವಿಜಾಪುರ ಜಿಲ್ಲೆಯಲ್ಲಿ ಸನ್ ೧೮೩೭ರಲ್ಲಿ ಚಿಂಚಲಿಯ ಸಂಸ್ಥಾನಿಕನು ಸಂತತಿಯಿಲ್ಲದೆ ಸತ್ತದ್ದರಿಂದ ಅನವಾಲದ ಪರಗಣೆಯು ಖಾಲಸಾ ಆಯಿತು. ಸನ್ ೧೮೩೯ರಲ್ಲಿ ನಿಪಾಣಿಯ ದೇಸಾಯಿಯು ಸಂತತಿಯಿಲ್ಲದೆ ಸತ್ತದ್ದರಿಂದ ಗಲಗಲೆಯ ೧೫ ಹಳ್ಳಿಗಳು, ನಿಡಗುಂದಿಯ ಪರಗಣೆಯಲ್ಲಿ ೨೧, ಉಕ್ಕಲಿಯ ಪರಗಣೆಯಲ್ಲಿ ೬, ಚಾಂದ ಕವಠೆಯ ಪರಗಣೆಯಲ್ಲಿ ೧೨, ಹೊನವಾಡದ ಪರಗಣೆಯಲ್ಲಿ ೪ ಖಾಲಸಾ ಆದವು. ಸನ್ ೧೮೪೨ರಲ್ಲಿ ಸಾತಾರೆಯ ಅರಸನು ಬೇರೆ ಹಳ್ಳಿಗಳನ್ನು ತಕ್ಕೊಂಡು ಹೊರ್ತಿಯ ಪರಗಣೆಯಲ್ಲಿ ೨೦, ಉಕ್ಕಲಿಯ ಪರಗಣೆಯಲ್ಲಿ ೧, ಹಲಸಂಗಿಯ ಪರಗಣೆಯಲ್ಲಿ ೨೮, ಬಾಗೇಬಾಡಿಯ ಪರಗಣೆಯಲ್ಲಿ ೨೪ ಹಳ್ಳಿಗಳನ್ನು ಸರಕಾರಕ್ಕೆ ಕೊಟ್ಟನು. ಸನ್ ೧೮೪೮ರಲ್ಲಿ ಸಾತಾರೆಯ ಅರಸು ಸಂತತಿ ಇಲ್ಲದೆ ತೀರಿದ್ದರಿಂದ ಹವೇಲಿಯ ಪರಗಣೆಯಲ್ಲಿ ೩೦, ಗೋಠೆಯ ಪರಗಣೆಯಲ್ಲಿ ೭, ಮುಳವಾಡದ ಪರಗಣೆಯಲ್ಲಿ ೧೧, ಮಮದಾಪುರದಲ್ಲಿ ೨೧, ಹೊನವಾಡದಲ್ಲಿ ೨, ಬಾರ್ಡೋಲದಲ್ಲಿ ೧, ಬಳ್ಳೊಳ್ಳಿಯಲ್ಲಿ ೭, ಸಿದನಾಥದಲ್ಲಿ ೬, ಚಿಮ್ಮಲಿಗೆಯಲ್ಲಿ ೧, ಕೊಲ್ಹಾರದಲ್ಲಿ ೬, ಸರಕಾರಕ್ಕೆ ಶೇರಿದವು. ಸನ್ ೧೮೫೭ರಲ್ಲಿ ಕಾಗವಾಡದ ಪಟವರ್ಧನನು ಸಂತತಿಯಿಲ್ಲದೆ ತೀರಿದ್ದರಿಂದ ಚಿಮ್ಮಲಿಗೆಯ ಪರಗಣೆಯ ೧೪ ಗ್ರಾಮಗಳು ಸರಕಾರಕ್ಕೆ ಶೇರಿದವು. ಸನ್ ೧೮೫೮ರಲ್ಲಿ ನರಗುಂದದ ರಾಜ್ಯ ತಕ್ಕೊಂಡದ್ದರಿಂದ ಹೊಸಕೇರಿಯ ಪರಗಣೆಯಲ್ಲಿ ೧, ಕೊಣ್ಣೂರ ಪರಗಣೆಯಲ್ಲಿ ೧೦ ಹಳ್ಳಿಗಳು ಸರಕಾರಕ್ಕೆ ಶೇರಿದವು.

ಬೆಳಗಾವಿಯ ಜಿಲ್ಲೆಯಲ್ಲಿ ಸನ್ ೧೮೨೧ರಲ್ಲಿ ಸಾಂಗಲಿಯ ಸಂಸ್ಥಾನಿಕನು ಸರಕಾರದ ನೌಕರಿಯ ಬದಲಾಗಿ ಶಹಾಪುರದ ತಾಲೂಕಿನ ಪೈಕಿ ೮ ಗ್ರಾಮಗಳನ್ನು ಸರಕಾರಕ್ಕೆ ಕೊಟ್ಟನು. ಸನ್ ೧೮೨೪ರಲ್ಲಿ ಕಿತ್ತೂರ ದೇಸಾಯಿಯು ಸಂತತಿ ಇಲ್ಲದೆ ಸತ್ತದ್ದರಿಂದ ಸಂಪಗಾವಿ, ಬೀಡಿ, ಈ ಯೆರಡು ತಾಲೂಕುಗಳು ಸರಕಾರಕ್ಕೆ ಶೇರಿದವು. ಸನ್ ೧೮೨೭ರಲ್ಲಿ ಕೊಲ್ಹಾಪುರದ ಅರಸನು ತಹನಾಮೆಯ ಪ್ರಕಾರ ಚಿಕ್ಕೋಡಿ, ಮುನ್ನೊಳ್ಳಿ, ಈ ಯೆರಡು ಪರಗಣೆಗಳನ್ನು ಕೊಟ್ಟನು. ಚಿಂಚಲಿಯ ಪಟವರ್ಧನನ ರಾಜ್ಯದ ಪೈಕಿ ಸನ್ ೧೮೩೬ರಲ್ಲಿ ಗೋಕಾವಿಯ ಪರಗಣೆ, ಯಾದವಾಡ, ತೇರದಾಳ, ಕೊಕಟನೂರು, ಅಥಣಿ,

ಬಿದರಿ, ಈ ಪರಗಣೆಗಳ ಪೈಕಿ ಕೆಲ ಕೆಲವು ಹಳ್ಳಿಗಳು, ರಾಯಬಾಗ ಪ್ರಾಂತದ ಪೈಕಿ ಯೆರಡು ಗ್ರಾಮುಗಳು ಬೆಳಗಾವಿಯ ಜಿಲ್ಲೆಗೆ ಶೇರಿದವು. ಸನ್ ೧೮೩೭ರಲ್ಲಿ ಕುರುಂದ ವಾಡದ ನೀಲಕಂಠ ರಾಯನು ಸತ್ತದ್ದರಿಂದ ತೇರದಾಳದ ಪರಗಣೆಯ ಪೈಕಿ ೨ ಗ್ರಾಮ ಗಳು; ಸನ್ ೧೮೩೯ರಲ್ಲಿ ನಿಪಾಣಕರನು ಸತ್ತದ್ದರಿಂದ ಅಥಣಿಯ ಪರಗಣೆ, ಗಡಿ ಕೊಕ ಟನೂರ ಪೈಕಿ ೬, ಹೊನವಾಡ ಪೈಕಿ ೧೨, ಬೇರೆ ೬, ಹಳ್ಳಿಗಳು; ಸನ್ ೧೮೪೦ರಲ್ಲಿ ಮಿರ್ಜಿಯ ಗೋಪಾಳರಾವ ಪಟವರ್ಧನನ ೬ ಹಳ್ಳಿಗಳು; ಸನ್ ೧೮೪೮ರಲ್ಲಿ ತಾಸಗಾ ವಿಯ ಪಟವರ್ಧನನು ಸತ್ತದ್ದರಿಂದ ಸೌದಿ, ಯಾದವಾಡ ಪರಗಣೆಗಳು; ಸನ್ ೧೮೫೭ ರಲ್ಲಿ ಕಾಗವಾಡದ ಪಟವರ್ಧನನು ಸತ್ತದ್ದರಿಂದ ೧೨ ಹಳ್ಳಿಗಳು; ಈ ಪ್ರಕಾರ ಗ್ರಾಮ ಗಳು ಸನ್ ೧೮೧೮ರ ಈಚೆಯಲ್ಲಿ ಬೆಳಗಾವೀ ಜಿಲ್ಲೆಗೆ ಶೇರಿದವು.

ಧಾರವಾಡದ ಜಿಲ್ಲೆಯಲ್ಲಿ, ಸನ್ ೧೮೨೧ರಲ್ಲಿ ಸಾಂಗಲಿಯ ಪಟವರ್ಧನನು ಚಾಕರಿ ಯ ಸಮ್ಮಂಧವಾಗಿ ಹುಬ್ಬಳ್ಳಿ, ತಡಸ, ಬೊಮ್ಮಿತ್ರಗಟ್ಟಿಯ ಸಮ್ಮತು, ಇವುಗಳನ್ನು ಸರಕಾ ರಕ್ಕೆ ಕೊಟ್ಟನು. ಸನ್ ೧೮೩೭ರಲ್ಲಿ ಚಿಂಚಲಿಯ ಸಂಸ್ಥಾನದ ಪೈಕಿ ೧ ಹಳ್ಳಿ, ಸನ್ ೧೮೩೯ರಲ್ಲಿ ನಿಪಾಣಿಯ ಪೈಕಿ ಅಣ್ಣೀಗೇರಿ ಪರಗಣೆಯ ೧೩ ಹಳ್ಳಿಗಳು; ಸನ್ ೧೮೪೦ ರಲ್ಲಿ ಮಿರ್ಜಿಯ ಗೋಪಾಳರಾಯನ ಪೈಕಿ ಲಕ್ಷ್ಮೇಶ್ವರ ತಾಲೂಕಿನ ಪೈಕಿ ೮ ಹಳ್ಳಿಗಳು; ಸನ್ ೧೮೪೮ರಲ್ಲಿ ತಾಸಗಾವಿಯ ಪಟವರ್ಧನನ ರಾಜ್ಯದ ಪೈಕಿ ೮ ಹಳ್ಳಿಗಳು; ಸನ್ ೧೮೫೮ರಲ್ಲಿ ನರಗುಂದ ಸಂಸ್ಥಾನ ಪೈಕಿ ೨೫ ಹಳ್ಳಿಗಳು ಧಾರವಾಡ ಜಿಲ್ಲೆಗೆ ಶೇರಿದವು.

ಹೆಚ್ಚು ಕಡಿಮೆಗಳು.—ಬಾಜೀ ರಾಯನ ರಾಜ್ಯವು ಇಂಗ್ಲಿಷ ಸರಕಾರದ ಕೈಶೇ ರಿದ ಬಳಿಕ ದಕ್ಷಿಣ ಮಹಾರಾಷ್ಟ್ರದ ಭಾಗವು ಮೊದಲು ಬಳ್ಳಾರಿಯ ಕಲೇಕ್ಟರನ ಆಧೀನ ವಾಗಿ ಮದ್ರಾಸ ಇಲಾಖೆಗೆ ಶೇರಿತ್ತು; ಕಾನಡಾ ಜಿಲ್ಲೆಯು ಮಂಗಳೂರಿನ ಕಲೆಕ್ಟರನ ಆಧೀನವಾಗಿತ್ತು. ಮುಂದೆ ಸನ್ ೧೮೩೦ರಲ್ಲಿ ದಕ್ಷಿಣ ಮಹಾರಾಷ್ಟ್ರದ ಸರಕಾರೀ ಶೀಮೆ ಯೆಲ್ಲ ಕೂಡಿ ಧಾರವಾಡ ಜಿಲ್ಲೆಯನ್ನು ಮಾಡಿ ಮುಂಬಯಿ ಇಲಾಖೆಗೆ ಶೇರಿಸಿದರು. ಅದರ ನಂತರ ಸನ್ ೧೮೩೮ರಲ್ಲಿ ಬೆಳಗಾವೀ ಜಿಲ್ಲೆಯನ್ನು ಬೇರೆ ಮಾಡಿ ಅದರಲ್ಲಿ ಪಾಛಾಪುರ, ಸಂಪಗಾವಿ, ಬೀಡಿ, ಚಿಕ್ಕೋಡಿ, ಪರಸಗಡ, ಬಾಗಲಕೋಟೆ, ಬಾದಾಮಿ, ಹುನಗುಂದ, ಇಂಡಿ, ಮುದ್ದೇಬಿಹಾಳ, ಯೆಂಬ ಹತ್ತು ತಾಲೂಕಗಳನ್ನು ಮಾಡಿದರು. ಈ ೧೦ ತಾಲೂಕುಗಳು ಕೂಡಿ ಜನಸಂಖ್ಯವು ೬೮೧೩೩೮ ಇತ್ತು. ಮುಂದೆ ಸ್ವಲ್ಪ ದಿವಸದೊಳಗೆ ಇಂಡಿ, ಮುದ್ದೇಬಿಹಾಳ, ಈ ೨ ತಾಲೂಕುಗಳು ಸೊಲ್ಲಾಪುರದ ಜಿಲ್ಲೆಗೆ ಶೇರಿದವು; ಮತ್ತೂ ಅವುಗಳಿಗೆ ಬದಲಾಗಿ ಗ್ಹೋಕಾಪ, ಅಥಣಿ, ಈ ೨ ಹೊಸ ತಾಲೂ ಕುಗಳು ಬೆಳಗಾವೀ ಜಿಲ್ಲೆಯಲ್ಲಿ ಬಂದವು. ಮುಂದೆ ಸನ್ ೧೮೬೪ರ ವರೆಗೆ ಮೇಲೆ ಹೇಳಿದಂತೆ ಹೊಸ ಗ್ರಾಮುಗಳು ಜಾಹಾಗೀರದಾರು ಮುಂತಾದವರ ರಾಜ್ಯದೊಳಗಿಂದ ಬೆಳಗಾವೀ ಜಿಲ್ಲೆಗೆ ಶೇರಿದವು.

ಸನ್ ೧೮೬೪ರಲ್ಲಿ ಸೊಲ್ಲಾಪುರ ಜಿಲ್ಲೆಗೆ ಶೇರಿದ ಭೀಮಾ, ಕೃಷ್ಣಾ, ಇವುಗಳ ನಡು ವಿರುವ ಇಂಡಿ, ಹಿಪ್ಪರಿಗೆ, ವಿಜಾಪುರ, ಮನಗೋಳಿ, ಮುದ್ದೇಬಿಹಾಳ, ಈ ೫ ಕನ್ನಡ

ತಾಲೂಕುಗಳೂ, ಬೆಳಗಾವೀ ಜಿಲ್ಲೆಗೆ ಶೇರಿದ ಬಾಗಲಕೋಟೆ, ಬಾದಾವಿ, ಹುನಗುಂದ, ಈ ೩ ಪೂರ್ವದ ತಾಲೂಕುಗಳೂ ಕೂಡಿ ಕಳಾದಗೀ ಜಿಲ್ಲೆಯನ್ನು ಮಾಡಿದರು. ಸನ್ ೧೮೬೮ರಲ್ಲಿ ಹಿಪ್ಪರಗೆಯ ತಾಲೂಕಿಗೆ ಸಿಂದಗೀ ತಾಲೂಕೆಂತಲೂ, ಮನಗೋಳಿಯ ತಾಲೂಕಿಗೆ ಬಾಗೇವಾಡಿಯ ತಾಲೂಕೆಂತಲೂ ಹೆಸರು ಬದಲು ಮಾಡಿದರು. ಮುಂದೆ ಸನ್ ೧೮೮೫ರಲ್ಲಿ ಕಲಾದಿಗಿಯನ್ನು ಬಿಟ್ಟು ವಿಜಾಪುರ ಜಿಲ್ಲೆಯನ್ನು ಮಾಡಿದರು.

ಕಾನಡಾ ಜಿಲ್ಲೆಯನ್ನು ಸನ್ ೧೮೬೨ರಲ್ಲಿ ಮದ್ರಾಸ ಇಲಾಖೆಯಿಂದ ಮುಂಬಯಿ ಇಲಾಖೆಗೆ ಶೇರಿಸಿ, ಅದಕ್ಕೆ ಉತ್ತರ ಕಾನಡಾ ಯೆಂಬ ಹೆಸರು ಕೊಟ್ಟರು. ಮುಂದೆ ಕೆಲವು ವರ್ಷಗಳ ನಂತರ "ಉತ್ತರ" ಈ ಶಬ್ದವನ್ನು ತೆಗಿದು ಹಾಕಿ ಬರೇ "ಕಾನಡಾ" ಯೆಂದೆನ್ನ ಹತ್ತಿದರು.

ಭೂಮಿಯನ್ನು ಅಳಿಯುವ ಹಳೆ ಅಳತೆಗಳು.—ದೇಶೀ ಅರಸರ ಆಳಿಕೆಯಲ್ಲಿ ಬೇರೆ ಬೇರೆ ಕಡೆಯಲ್ಲಿ ಭೂಮಿಯನ್ನು ಅಳಿಯುವ ಮಾಪುಗಳು ಬೇರೆ ಬೇರೆ ಪ್ರಕಾರದವಿದ್ದವು; ಒಂದೇ ಹೆಸರಿನ ಮಾಪು ಸಹ ಯೆಲ್ಲ ಕಡೆಯಲ್ಲಿ ವೊಂದೇ ಮಾನದ್ದು ಇರುತ್ತಿದ್ದಿಲ್ಲ. ಸನ್ ೧೮೨೧ರಲ್ಲಿ ಧಾರವಾಡ ಜಿಲ್ಲೆಯಲ್ಲಿ, ಅಂದರೆ ಇಡೀ ದಕ್ಷಿಣ ಮಹಾರಾಷ್ಟ್ರದಲ್ಲಿ ನಡಿಯುತ್ತಿದ್ದ ಅಳತೆಗಳು ಹ್ಯಾಗಂದರೆ—ಎರಡು ಯೆತ್ತುಗಳಿಂದು ವೊಂದು ದಿನದೊಳಗೆ ಬಿತ್ತುವಷ್ಟು ಭೂಮಿಗೆ ವೊಂದು ಕೂರಿಗೆ ಯೆಂಬ ಹೆಸರು ಈಗ್ಯೂ ವೊಕ್ಕಲಿಗರಲ್ಲಿ ನಡಿಯುತ್ತದೆ. ಬಿತ್ತುವ ಯೆತ್ತುಗಳ ಕಸುವಿನಂತೆಯೂ, ಭೂಮಿ ಹೆಚ್ಚು ಕಡಿಮೆ ಮಿದು ಇದ್ದಂತೆಯೂ ಕೂರಿಗೆಯ ಮಾನವು ೨ರಿಂದ ೮ ಯೆಕರಿನ ವರೆಗೆ ಆಗುತ್ತದೆ. ಸರಾಸರೀ ಮಾನದಿಂದ ೧ ಕೂರಿಗೆ ಯಂದರೆ ೫ ಯೆಕರು ಯೆಂದು ಹೇಳಬಹುದು. ಕೂರಿಗೆಗಿಂತ ಹೆಚ್ಚಿನ ಅಳತಿ ಪಟ್ಟ ಯೆಂಬದು. ಆದರೆ ಯೆರೆ ಭೂಮಿಯ ಪಟ್ಟ ಬೇರೆ, ಮಸಬ ಭೂಮಿಯ ಪಟ್ಟ ಬೇರೆ, ತರೀ ಭೂಮಿಯ ಪಟ್ಟ ಬೇರೆ. ಯೆರೆ ಭೂಮಿಯ ಪಟ್ಟಯು ೨೪ರಿಂದ ೪೮ ಕೂರಿಗೆ ಆಗುತ್ತಿತ್ತು; ಬಸಬ ಭೂಮಿಯ ಪಟ್ಟಯು ೨ರಿಂದ ೧೨ ಕೂರಿಗೆಯ ವರೆಗೆ, ತರೀ ಭೂಮಿಯ ಪಟ್ಟಯು ೨ರಿಂಪ ೮ ಕೂರಿಗೆಯ ವರೆಗೆ ಆಗುತ್ತಿತ್ತು.

ಕೆಲವು ಹಳ್ಳಿಗಳಲ್ಲಿ ಕುಳವೆಂಬ ವಿಭಾಗಗಳನ್ನು ಮಾಡಿದ್ದರು. ಕುಳವೆಂದರೆ ವೊಬ್ಬ ರೈತನ ಕೈಯಲ್ಲಿ ಇರತಕ್ಕಷ್ಟು ಭೂಮಿಯು; ಅದು ೬ರಿಂಧ ೮ ಕೂರಿಗೆಯ ವರೆಗೆ ಆಗುತ್ತಿತ್ತು. ಕೆಲವು ಕಡೆಯಲ್ಲಿ ವೊಂದು ಕೂರಿಗೆ ಭೂಮಿಗೆ ಸ್ಥಳವೆಂದೆನ್ನುವರು. ಈ ಸ್ಥಳವೆಂಬ ಮಾಪೂ, ಕೊಂಕಣದ ಠಿಕಣವೆಂಬ ಮಾಪೂ ವೊಂದೇ ಯೆಂದು ತೋರುತ್ತದೆ. ಕೆಲವು ಹಳ್ಳಿಗಳಲ್ಲಿ ಫಳಣಿ ಯೆಂಬ ವಿಭಾಗಗಳಿದ್ದವು; ಒಂದು ಫಳಣಿ ಯೆಂದರೆ ಸುಮಾರು ೨ ಕೂರಿಗೆ ಆಗುತ್ತಿತ್ತು. ಬೇರೆ ಕೆಲವು ಹಳ್ಳಿಗಳಲ್ಲಿ ಮಾರು ಯೆಂಬ ವಿಭಾಗಗಳಿದ್ದವು. ಮನುಷ್ಯನ ಕೈಮಾರಿನ ಅಳತೆಯಿಂದ ಈ ಹೆಸರು ಬಂದಿರ ಬಹುದೆಂದು ತೋರುತ್ತದೆ. ೨೦ ಕೈಮಾರೆಂದರೆ ೧ ಬಿಘೆ ೩೬ ಬಿಘೆ ಅಂದರೆ ವೊಂದು ಮಾರು; ಈ ಕೋ

ಷ್ಟಕವು ಈಗ್ಯೂ ನಡಿಯುತ್ತದೆ. ಮಾರಿನಲ್ಲಿ ರಾಯರೇಖೀ ಮಾರೆಂತಲೂ, ವಿಠ್ಠಲಪಂತೀ ಮಾರೆಂತಲೂ ಯೆರಡು ಭೇದಗಳಿವೆ. ರಾಯರೇಖೀ ಮಾರಿಗೆ ಆನೀಗುಂದೀ ಮಾರೆಂತಲೂ ಅನ್ನುವರು; ನಾಲ್ಕೂವರೆ ಮೊಳವೆಂದರೆ ವೊಂದು ಕೈಮಾರೆಂದು ಹಿಡಿದು ರಾಯರೇಖೀ ಮಾರನ್ನು ಮೇಲಿನ ಕೋಷ್ಟಕದಂತೆ ಅಳಿಯುವರು. ಬಾಮನೀ ಬಾದಶಾಹಿಯಲ್ಲಿ ವಿಠ್ಠಲಪಂತನೆಂಬ ಅಧಿಕಾರಿಯು. ಸ್ವಲ್ಪ ಭಿನ್ನ ತರದ್ವೊಂದು ಮಾರು ಗೊತ್ತು ಮಾಡಿದ್ದರಿಂದ ಆ ಮಾರಿಗೆ ಅವನ ಹೆಸರು ಬಂದದೆ. ವಿಠ್ಠಲಪಂತೀ ಮಾರಿನಲ್ಲಿ ಐದೂ ಮುಕ್ಕಾಲು ಮೊಳವೆಂದರೆ ವೊಂದು ಕೈಮಾರಾಗುತ್ತದೆ. ಈ ಮಾಪಿನ ಕೈಮಾರೆಂದರೆ ಸುಮಾರು ಹತ್ತೂವರೆ ಫೂಟಾಗುತ್ತದೆ. ಆದ್ದರಿಂದ ವಿಠ್ಠಲಪಂತೀ ಬಿಘೆ ಯೆಂದರೆ ಇನ್ನೂರು ಫೂಟು ಚಚ್ಚೌಕು ಕ್ಷೇತ್ರವಾಗುತ್ತದೆ. ಮೇಲೆ ಹೇಳಿದ ಮಾನದಿಂದ ರಾಯರೇಖೀ ಬಿಘೆಯೆಂದರೆ ಸುಮಾರು ೯೦ ಮೊಳದ ಕ್ಷೇತ್ರವಾಗುತ್ತದೆ. ಆದರೆ ಅಳಿಯುವವನು ಅಳಿಯುವಾಗ ಹಿಡಿದು ಅಳಿಯುವದರಿಂದ ಮಾಪು ಕಡಿಮೆಯಾಗುತ್ತದೆಂದು ಕಲ್ಪಿಸಿ "ಹಿಂಜಳ ಮುಂಜಿತ"ವೆಂಬ ಹೆಸರಿನಿಂದ ಮತ್ತೆ ೧೦ ಮೊಳ ಕೂಡಿಸುವರು. ಇದರ ಹೊರ್ತು ಭೂಮಿಯ ವೊಡಿಯನ ಸಮಾಧಾನಕ್ಕೋಸ್ಕರ ಕೈಮಾರಿಗೆ ಅರ್ಧ ಮೊಳದಂತೆ ಬಿಘೆಗೆ ೧೦ ಮೊಳ ಬೆಳಿಸುವರು. ಆದ್ದರಿಂದ ವೊಂದು ರಾಯರೇಖೀ ಬಿಘೆ ಯೆಂದರೆ ೧೧೦ ಮೊಳ, ಅಥವಾ ೧೮೧ ಫೂಟು ಆಗುತ್ತದೆ. ಕೆಲವು ಹಳ್ಳಿಗಳಲ್ಲಿ "ಗಳೆ" ಯೆಂಬ ಹೆಸರಿನ ಮಾಪು, ಬೇರೆ ಕೆಲವುಗಳಲ್ಲಿ "ಚಕ್ಲಿ" ಯೆಂಬ ಮಾಪು ನಡಿಯುತ್ತಿತ್ತು. ಗಳೆಯೆಂದರೆ ಸುಮಾರು ೩೦ ಕೂರಿಗೆಯಾಗುತ್ತದೆ; ಚಕ್ಲಿ ಯೆಂದರೆ ಅರ್ಧ ಕೂರಿಗೆಗಿಂತ ಹೆಚ್ಚಾಗುವದಿಲ್ಲ.

ಈ ಪ್ರಕಾರ ಹಳೆ ಅಳತೆಗಳಲ್ಲಿ ಹೆಚ್ಚು ಕಡಿಮೆ ಇರುವ ಕಾರಣ ಇಂಗ್ಲಿಷ ಸರಕಾರದ ಅಮಲು ಆರಂಭವಾದ ಬಳಿಕ ಸರಕಾರೀ ಕಂದಾಯದ ವಸೂಲಿಗೆ ಬಹಳ ತೊಂದರೆಯುಂಟಾಯಿತು. ಗೌಡ ಶಾನಭೋಗರಿಗೆ ಭೂಮಿಯಲ್ಲಿ ಮನಸಿಗೆ ಬಂದ ಹಾಗೆ ಗೊಂದಲ ಮಾಡಲಿಕ್ಕೆ ಆಸ್ಪದವಾಯಿತು. ಅದರಿಂದ ಸರಕಾರೀ ಅಮಲಿನಲ್ಲಿ ದೇಶದೊಳಗೆ ಸ್ವಸ್ಥತೆಯುಂಟಾಗಿ ವೊಕ್ಕಲತನವು ಬೆಳೆಯುತ್ತ ನಡಿದಾಗ್ಯೂ ಸರಕಾರೀ ವಸೂಲಿಗೆ ಕೊರತೆ ಬರ ಹತ್ತಿತು. ಈ ಯಾವತ್ತು ತೊಂದರೆಯನ್ನೂ ತೆಗಿದು ಹಾಕುವದಕ್ಕೋಸ್ಕರ ಸನ್ ೧೮೩೧ರಲ್ಲಿ ರಿವಿನ್ಯೂ ಬೋರ್ಡಿನ ಸಂಘದವರು ಭೂಮಿಯನ್ನು ಅಳಿಯುವ ಆಲೋಚನೇ ತೆಗಿದರು. ಅದರಂತೆ ಧಾರವಾಡ ಜಿಲ್ಲೆಯಲ್ಲಿ ಆ ವರ್ಷ ಭೂಮಿಯ ಅಳಿಯುವ ಕೆಲಸವಾದರೂ ಆರಂಭವಾಯಿತು. ಆದರೆ ಅದು ಬಹಳವಾಗಿ ನೆಟ್ಟಗೆ ಸಾಗಿದಂತೆ ತೋರುವದಿಲ್ಲ. ಪ್ರಾಂತದ ಅಧಿಕಾರಿಗಳು ನಾನಾ ಪ್ರಕಾರದ ಅಡ್ಡಿಗಳನ್ನು ತೋರಿಸಿದ್ದರಿಂದಲೂ, ಹೊಸದಾಗಿ ಸರಕಾರೀ ರಾಜ್ಯಕ್ಕೆ ಶೇರಿದ ಪ್ರಜೆಗಳ ಭೂಮಿಯನ್ನು ಅಳಿದು ಕಟ್ಟು ಮಾಡಿ ಇಟ್ಟರೆ ಅಸಂತುಷ್ಟರಾಗುವರೆಂಬ ಹೆದರಿಕೆಯಿಂದಲೂ ಆ ಕೆಲಸವು ಯೆಲ್ಲ ಕಡೆಯಲ್ಲಿ ಸರಿಯಾಗಿ ಸಾಗಲಿಲ್ಲೆಂದು ತೋರುತ್ತದೆ.

ಮೊದಲನೇ ಸರ್ವೇ ಪ್ರತಿಬಂದಿ.

ಆದರೂ ಭೂಮಿಯನ್ನು ಅಳದ ಹೊರ್ತು ಗತ್ಯಂತರವಿಲ್ಲೆಂದು ಸರಕಾರದವರು ದಿನ ದಿನಕ್ಕೆ ಹೆಚ್ಚು ಮನಗಂಡರು. ಆದ್ದರಿಂದ ಹೊತ್ತು ಸಾಧಿಸಿ ಆ ಕೆಲಸವನ್ನು ಸನ್ ೧೮೪೩ರಿಂದ ಆರಂಭಿಸಿದರು.

ಧಾರವಾಡ ಜಿಲ್ಲೆಯಲ್ಲಿ ಅಳಿಯುವ ಕೆಲಸವು ಸನ್ ೧೮೪೩ರಲ್ಲಿ ಆರಂಭವಾಗಿ ೧೮೫೧ರಲ್ಲಿ ಮುಗೀತು. ನರಗುಂದದ ಸಂಸ್ಥಾನದ ೩೧ ಹಳ್ಳಿಗಳು ಸನ್ ೧೮೫೮ರಲ್ಲಿ ಈ ಜಿಲ್ಲೆಗೆ ಶೇರಲಾಗಿ ಮುಂದಿನ ವರ್ಷ ಆ ಹಳ್ಳಿಗಳ ಭೂಮಿಯನ್ನೂ ಅಳಿದರು. ಯಾವತ್ತು ಭೂಮಿಯನ್ನು ಅಳಿದು ಪ್ರತಿಬಂದಿಯ ದರಗಳನ್ನು ಗೊತ್ತು ಮಾಡಿದ ಬಳಿಕ ವೊಟ್ಟು ಸರಕಾರೀ ಕಂದಾಯದಲ್ಲಿ ಶೇಕಡಾ ಮೂವತ್ತರಂತೆ ಸರಕಾರಕ್ಕೆ ನುಕಸಾನು ಬಂತು. ಈ ಪ್ರತಿಬಂದಿಯಂತೆ ಮೂವತ್ತು ವರ್ಷ ಸರಕಾರೀ ವಸೂಲು ನಡಿಯಬೇಕೆಂದು ಮೊದಲೇ ಠರಾವು ಆಗಿತ್ತು. ಈ ಕೆಳಗಿನ ಕೋಷ್ಟಕದಲ್ಲಿ ಸನ್ ೧೮೪೩ರಿಂದ ೧೮೬೦ರ ವರಿಗೆ ಆಳತಿ ಪ್ರತಿ ಬಂದಿಗಳಾದ್ದರ ವಿವರವನ್ನು ದೊರಿದಷ್ಟು ಮಟ್ಟಿಗೆ ಕೊಟ್ಟಿದ್ದೇವೆ.

ಧಾರವಾಡ ಜಿಲ್ಲೆಯ ೧ನೇ ಸರ್ವೇ ಪ್ರತಿಬಂದಿ, ೧೮೪೩—೧೮೬೦.

ವಿಭಾಗಗಳು.	ಹಳ್ಳಿಗಳು.	ಪ್ರತಿಬಂದೀ ಆದ ವರ್ಷ.	ಎಲ್ಲಕ್ಕೂ ಹೆಚ್ಚಿನ ದರ ಎಕರೆಗೆ.		ವಸೂಲು.			
			ರೂ.	ಆ.	ಪ್ರತಿಬಂದಿಯ ಪೂರ್ವದ್ದು.	ಪ್ರತಿಬಂದಿಯ ನಂತರದ್ದು.	ಹೆಚ್ಚು.	ಕಡಿಮೆ ಶೇಕಡಾ.
ಹುಬ್ಬಳ್ಳಿ	೪೭	೪೩—೪೫	೨	,,	೪೯೬೧೦	೪೭೯೨೯	,,	೩.೪
ನವಲಗುಂದ	೮೧	೪೪—೪೫	೧	೫	೧೬೩೦೭೨	೧೧೦೬೮೯	,,	೩೨.೧
ಡಂಬಳ	೮೬	೪೫—೪೬	೧	೮	೧೨೩೯೪೪	೭೦೮೬೦	,,	೪೨.೮
ಬಂಕಾಪುರ	೧೩೭	೪೬—೪೭	೧	೧೨	೧೨೫೭೬೧	೯೮೯೦೧	,,	೨೧.೩
ರಾಣೇಬಿನ್ನೂರು ...	೧೩೦	೪೭—೪೮	೧	೬	೧೦೨೨೮೦	೫೫೩೯೩	,,	೪೫.೮
ಹಾನಗಲ್ಲು	೧೬೧	೪೭—೪೮	೧	೧೫	೧೨೨೯೮೯ (ಹಾನಗಲ್ಲು ಮತ್ತು ತಡಸ ಸೇರಿ)	೯೩೬೭೪	,,	೨೩.೮
ತಡಸ	೫೪	೪೭—೪೮	೧	೧೫				
ಕೋಡ	೨೪೫	೪೮—೪೯	೧	೧೨	೧೦೮೯೩೦	೯೬೦೧೯	,,	೧೧.೮
ಧಾರವಾಡ	೧೩೩	೪೮—೪೯	೨	೪	೧೫೨೩೯೨	೯೦೨೬೬	,,	೪೦.೭
ಮಿಶ್ರೀಕೋಟಿ	೯೯	೪೮—೪೯	೧	೫	೪೭೭೬೭	೨೪೭೪೯	,,	೪೭.೧
ಮುಳಗುಂದ	೨೯	೫೦—೫೧	೧	೫	೪೯೬೧೬	೩೭೬೨೨	,,	೨೪.೧
ನರಗುಂದ	೩೧	೫೯—೬೦	೧	೭	೩೫೭೭೦	*೩೭೮೩೮	೫.೮	,,
	೧೨೩೩				೧೦೮೨೧೩೧	೭೬೪೪೪೦	,,	೨೯.೩

* ಹಸನು ಭೂಮಿಯ ಪ್ರತಿಬಂದೀ ಕಂದಾಯ.

ಸನ್ ೧೮೪೩-೪೪ರಲ್ಲಿ ಧಾರವಾಡ ಜಿಲ್ಲೆಯಲ್ಲಿ ವೊಟ್ಟು ಹಸನಾದ ಭೂಮಿಯು ೫೮೭೯೩ ಯೆಕರು ಇತ್ತು; ಇದರ ಕಂದಾಯ ೧೧೨೧೬೬೦ ರೂಪಾಯಿ ಆಗುತ್ತಿತ್ತು. ಸನ್ ೧೮೫೪-೫೫ರಲ್ಲಿ ಹಸನಾದ ಭೂಮಿಯು ಬೆಳೆದು ೧೦೭೬೩೫೦ ಯೆಕರು ಆಯಿತು; ಇದರ ಕಂದಾಯದ ವಸೂಲು ೧೩೭೯೨೩೦ ರೂಪಾಯಿ ಆಗುತ್ತಿತ್ತು. ಇದರಲ್ಲಿ ಸನ್ ೧೮೪೩ರಿಂದಿತ್ತ ಹೊಸತಾಗಿ ಈ ಜಿಲ್ಲೆಯೊಳಗೆ ಶೇರಿದ ಗ್ರಾಮುಗಳ ಭೂಮಿಯನ್ನು ಕಳಿಯಲಾಗಿ, ನಿಜವಾಗಿ ಬೆಳಿದ ಹಸನು ಭೂಮಿ ೪೧೦೯೧ ಯೆಕರು; ಇದರ ಕಂದಾಯದ ವಸೂಲು ೧೭೭೬೭೦ ರೂಪಾಯಿ. ಒಕ್ಕಲಿಗನಿಗೆ ಸರಾಸರೀ ಮಾನದಿಂದ ಹಸನು ಮಾಡುವ ವೆಚ್ಚ ಹೋಗಲಾಗಿ ಉಳಿಯುವ ಲಾಭದ ವಿವರವು ಕೆಳಗೆ ಬರಿದಂತೆ.

ಭೂಮಿ.	ಯೆಕರಿಗೆ ಖರ್ಚು.	ಸರಕಾರಿ ತೆರಿಗೆ.	ಲಾಭ.	ಒಟ್ಟು.
ನೀರಿನ ಆಶ್ರಯವುಳ್ಳ ಭೂಮಿ.	೨೦—೪—೦	೬—೧೨—೦	೨೭—೦—೦	೫೪—೦—೦
ಬತ್ತದ ಭೂಮಿ	೬—೪—೬	೨—೧—೬	೮—೬—೦	೧೬—೧೨—೦
ಹತ್ತಿಯ ಭೂಮಿ.	೨—೦—೦	೧—೦—೦	೪—೦—೦	೭—೦—೦
ಕಡಿಮೇ ಭೂಮಿ.	೨—೦—೦	೦—೧೨—೦	೩—೦—೦	೫—೧೨—೦

ಸನ್ ೧೮೪೬ರಿಂದ ೧೮೫೧ರ ವರೆಗೆ ಯೆತ್ತುಗಳು ೩೪೦೭೮ ಬೆಳೆದವು; ಅಂದರೆ ಶೇಕಡಾ ಸುಮಾರು ೩೦ರಂತೆ ಬೆಳೆದವು. ಕೋಣಗಳು ೧೦೫೬೩, ಅಂದರೆ ಶೇಕಡಾ ೨೫ರಂತೆ ಹೆಚ್ಚಾದವು. ರಂಟೆಗಳು ೩೬೪, ಛಕಡಿಗಳು ೪೧೩೭ ಹೆಚ್ಚಾದವು. ಕೆರೆಗಳು ೧೨೯. ಇದರಿಂದ ವೊಕ್ಕಲಿಗರ ಸಾಲವು ಕಡಿಮೆಯಾಗಿ, ಅವರು ದಿನ ದಿನಕ್ಕೆ ಸುಖಿಯಾಗುತ್ತ ನಡಿದರಂತೆ ಸ್ಪಷ್ಟವಾಗುತ್ತದೆ.

ಸನ್ ೧೮೫೬ರಲ್ಲಿ ಧಾರವಾಡ ಜಿಲ್ಲೆಯ ವೊಟ್ಟು ಭೂಮಿ ೫೧೭೮ ಚಚ್ಚೌಕು ಮೈಲು ಇತ್ತು. ಒಟ್ಟು ೧೫೪೬ ಗ್ರಾಮಗಳಲ್ಲಿ ಕೂಡಿ ಜನಸಂಖ್ಯೆವು ೭೫೪೩೮೫, ಅಂದರೆ ಚಚ್ಚೌಕು ಮೈಲಿಗೆ ೧೪೫·೭೯ರಂತೆ ಇತ್ತು.

ಬೆಳಗಾವೀ ಜಿಲ್ಲೆಯಲ್ಲಿ ಮೂವತ್ತು ವರ್ಷದ ಠರಾವಿನಿಂದ ಭೂಮಿಯನ್ನು ಅಳಿಯುವ ಕೆಲಸವು ಸನ್ ೧೮೪೯ರಲ್ಲಿ ಆರಂಭವಾಗಿ ೧೮೬೦ರಲ್ಲಿ ಮುಗೀತು. ಸರ್ವೇ ಆಗುವ ಪೂರ್ವದ ಕಂದಾಯದ ವಸೂಲಿಗಿಂತ ನಂತರದ ವಸೂಲು ಶೇಕಡಾ ಹದಿನಾಲ್ಕರಂತೆ ಕಡಿಮೆಯಾಯಿತು.

ಬೆಳಗಾವೀ ಜಿಲ್ಲೆಯ ೧ನೇ ಸರ್ವೇ ಪ್ರತಿಬಂದಿ, ೧೮೪೯—೧೮೬೦.

ವಿಭಾಗಗಳು.	ಗ್ರಾಮಗಳು.	ಪ್ರತಿಬಂದಿ ಆದ ವರ್ಷ.	ವಸೂಲು.			
			ಪ್ರತಿಬಂದಿಯ ಪೂರ್ವದ್ದು.	ಪ್ರತಿಬಂದಿಯ ನಂತರದ್ದು.	ಹೆಚ್ಚು ಶೇಕಡಾ.	ಕಡಿಮೆ ಶೇಕಡಾ.
ಪರಸಗಡ	೧೦೮	೪೯	೬೯೭೮೬	೭೦೮೧೪	೧·೫	,,
ಗೋಕಾವಿ	೪೭	೪೯	೩೦೩೩೪	೨೩೭೬೪	,,	೨೧·೬
ಯಾದವಾಡ	೧೦	೫೧	೭೬೬೯	೬೫೯೩	,,	೧೪·೦
ಅಥಣಿ	೭೪	೫೧—೫೩	೮೨೭೧೫	೬೬೩೫೬	,,	೧೪·೨
ಸಂಪಗಾವಿ	೧೦೬	೫೨	೧೪೪೪೭೬	೧೨೨೭೭೩	,,	೧೫·೦
ಚಿಕ್ಕೋಡಿ	೧೪೧	೫೩	೧೩೮೭೮೦	೯೯೬೨೧	,,	೨೮·೨
ಪಾಚ್ಛಾಪುರ	೫೨	೫೩—೫೫	೪೪೮೧೮	೩೫೦೪೪	,,	೧೯·೩
ಬೀಡಿ............	೧೬೦	೫೪—೫೫	೫೯೦೮೪	೫೫೮೫೪	,,	೫·೫
ಕಾಗವಾಡ	೪೯	೬೦	೬೧೨೬೬	೬೬೭೭೩	೮·೯	,,
	೭೫೦		೬೩೮೯೨೮	೫೪೭೬೯೨	..	೧೪·೨

ಕಾಗವಾಡದ ಸಂಸ್ಥಾನಿಕನು ಸನ್ ೧೮೫೭ರಲ್ಲಿ ಸಂತತಿ ಇಲ್ಲದೆ ತೀರಿದ್ದರಿಂದ ಅವನ ಜಹಾಗೀರನ ಪೈಕಿ ೪೯ ಹಳ್ಳಿಗಳು ಬೆಳಗಾವೀ ಜಿಲ್ಲೆಗೆ ಶೇರಿದವು. ಈ ಹಳ್ಳಿಗಳ ಭೂಮಿಯನ್ನು ಇಪ್ಪತ್ತು ವರುಷದ ತರಾವಿನಿಂದ ಸನ್ ೧೮೬೦ರಲ್ಲಿ ಅಳಿದು ಪ್ರತಿಬಂದೀ ಮಾಡಿದರು. ಇವುಗಳಲ್ಲಿ ಯೆಷ್ಟೋ ಹಳ್ಳಿಗಳನ್ನು ಜಹಾಗೀರದಾರನು ಸಾವುಕಾರರಿಗೆ ವೊತ್ತೀ ಹಾಕಿದ್ದನು. ಆ ಸಾವುಕಾರರ ಗುಮಾಸ್ತರು ತಮ್ಮ ಹಳ್ಳಿಗಳಲ್ಲಿ ಮನಸಿಗೆ ಬಂದ ಹಾಗೆ ದುಡ್ಡು ವಸೂಲು ಮಾಡುತ್ತಿದ್ದ ಕಾರಣ ರೈತರು ಬಡ ಸ್ಥಿತಿಗೆ ಬಂದಿದ್ದರು; ತೆರಿಗೆಯ ದರಗಳು ಬಹಳ ಅನಿಯಮಿತವಾಗಿ ಇದ್ದವು. ಈ ಹಳ್ಳಿಗಳು ಸರಕಾರದ ಕೈ ಶೇರಿದ ಬಳಿಕ ಭೂಮಿಯನ್ನು ಅಳಿದು, ವೊಂದು ನಿಯಮ ಹಿಡಿದು ಹೊಸ ದರಗಳನ್ನು ಪ್ರತಿಬಂದಿಯಿಂದ ಗೊತ್ತು ಮಾಡಲಾಗಿ, ಕಂದಾಯದ ಆಕಾರವು ಮೊದಲು ೬೧೨೬೬ ರೂಪಾಯಿ ಇದ್ದದ್ದು ೬೬೭೭೩ ರೂಪಾಯಿ ಆಯಿತು; ಅಂದರೆ ಶೇಕಡಾ ೮·೯ ಆಕಾರ ಹೆಚ್ಚು ಆಯಿತು.

ವಿಜಾಪುರ ಜಿಲ್ಲೆಯನ್ನು, ಅಂದರೆ ಮೊದಲಿನ ಕಲಾದಗೀ ಜಿಲ್ಲೆಯನ್ನು, ಸನ್‌೧೮೬೪ರಲ್ಲಿ ಹೊಸದಾಗಿ ಮಾಡಿದಾಗ ಅದರಲ್ಲಿ ೧೨೦೪ ಗ್ರಾಮಗಳಿದ್ದವು; ಅವುಗಳಲ್ಲಿ ಸರಕಾರೀ ೧೦೦೩, ದುಮಾಲಿ ೨೦೧.—ಒಟ್ಟು ಕ್ಷೇತ್ರವು ೨೦೫೩೮೮೩ ಯೆಕರು, ಜನಸಂಖ್ಯೆ ೬೧೪೨೫· ಇತ್ತು. ದುಮಾಲೀ ಭೂಮಿ ಹೊರ್ತಾಗಿ ಆಗಿನ ಸರಕಾರೀ ವಸೂಲು

49

೧೩೯೮೮೧೦ ರೂಪಾಯಿ ಇತ್ತು. ಸನ್ ೧೮೬೪ರಿಂದಿತ್ತ ಈ ಜಿಲ್ಲೆಯ ಭೂಮಿಯಲ್ಲಿ ಹೇಳ ತಕ್ಕಂಥ ಹೆಚ್ಚು ಕಡಿಮೆಗಳು ಬಹುತರ ಆಗಿಲ್ಲ.

ಹಿಂದೆ ಹೇಳಿದಂತೆ ಸನ್ ೧೮೬೪ರ ಪೂರ್ವದಲ್ಲಿ ವಿಜಾಪುರ ಜಿಲ್ಲೆಯ ಕೆಲವು ತಾಲೂಕುಗಳು ಬೆಳಗಾವೀ ಜಿಲ್ಲೆಯಲ್ಲಿ ಕೆಲವು ಸೊಲ್ಲಾಪುರ ಜಿಲ್ಲೆಯಲ್ಲಿ ಇದ್ದವು. ಸರ್ವೇ ಪ್ರತಿಬಂಧಿಯ ಕೆಲಸವು ಸನ್ ೧೮೪೩ರಲ್ಲಿ ಇಂಡೀ ತಾಲೂಕಿನಲ್ಲಿ ಆರಂಭವಾಗಿ, ಇಂಡಿಯ ತರುವಾಯ ಮುದ್ದೇಬಿಹಾಳ, ಹಿಪ್ಪರಿಗಿ, ಮನಗೋಳಿ, ಬಾದಾವಿ, ಬಾಗಲಕೋಟೆ, ಹುನಗುಂದ, ವಿಜಾಪುರ, ಈ ಕ್ರಮದಿಂದ ನಡಿದು ಸನ್ ೧೮೫೮ರಲ್ಲಿ ಮುಗೀತು. ಅಂದರೆ ಕೃಷ್ಣೆಯ ಉತ್ತರದ ತಾಲೂಕುಗಳನ್ನು ಪುಣೆಯ ಸರ್ವೇಖಾತೆಯವರು ಸನ್ ೧೮೪೩ರಲ್ಲಿ ಆರಂಭ ಮಾಡಿ, ಸನ್ ೧೮೪೭ರಲ್ಲಿ ಮುಗಿಸಿದರು; ಕೃಷ್ಣೆಯ ದಕ್ಷಿಣದ ತಾಲೂಕುಗಳನ್ನು ಧಾರವಾಡದ ಸರ್ವೇಖಾತೆಯವರು ಸನ್ ೧೮೫೦ರಲ್ಲಿ ಆರಂಭ ಮಾಡಿ ೧೮೫೮ರಲ್ಲಿ ಮುಗಿಸಿದರು. ಸನ್ ೧೮೪೩ರಲ್ಲಿ ಮೇಲೆ ಹೇಳಿದ ೮ ತಾಲೂಕುಗಳು ಕೂಡಿ ಸರಕಾರೀ ವಸೂಲು ೫೪೪೪೯೦ ರೂಪಾಯಿ ಇತ್ತು. ಆಗ ಇಂಡೀ ತಾಲೂಕಿನಲ್ಲಿ ೧೩೨, ಮುದ್ದೇಬಿಹಾಳ ತಾಲೂಕಿನಲ್ಲಿ ೧೫೨, ಹಿಪ್ಪರಿಗೀ ತಾಲೂಕಿನಲ್ಲಿ ೫೭, ಮನಗೋಳಿಯಲ್ಲಿ ೧೮, ಬಾದಾವಿಯಲ್ಲಿ ೧೩೬, ಬಾಗಲಕೋಟೆಯಲ್ಲಿ ೧೨೪, ಹುನಗುಂದದಲ್ಲಿ ೧೩೬, ವಿಜಾಪುರದಲ್ಲಿ ೭೯ ಸರಕಾರೀ ಹಳ್ಳಿಗಳು ಇದ್ದವು. ಇಷ್ಟಕ್ಕಿಂತ ಹೆಚ್ಚಿನ ವಿವರವು ದೊರಿಯುವದಿಲ್ಲ. ಸನ್ ೧೮೬೪ರಲ್ಲಿ ಸರಕಾರೀ ವಸೂಲು ೧೩೯೮೮೧೦ ರೂಪಾಯಿ ಇತ್ತೆಂದು ಮೇಲೆ ಹೇಳಿದ್ದೇವೆ. ಸನ್ ೧೮೪೩ರಲ್ಲಿಯ ವಸೂಲು ನೋಡಲಾಗಿ, ಸನ್ ೧೮೬೪ರಲ್ಲಿ ಸರಕಾರೀ ವಸೂಲು ಯೆರಡುವರೆ ಪಾಲಿಗಿಂತ ಹೆಚ್ಚು ಬೆಳಿದಿತ್ತೆಂದು ಸಿದ್ಧವಾಗುತ್ತದೆ. ಈ ಬೆಳಿಗೆಯು ಈ ಭಾಗದ ಆರಂಭದಲ್ಲಿ ಹೇಳಿದಂತೆ ಕೆಲವು ಹೊಸ ಗ್ರಾಮಗಳು ಈ ಜಿಲ್ಲೆಗೆ ಶೇರಿದ್ದರಿಂದಲೂ ಪ್ರತಿಬಂಧಿಯ ಕಾರಣದಿಂದಲೂ ಆಯಿತೆಂದು ತೋರುತ್ತದೆ.

ಹಿಂದೆ ಹೇಳಿದಂತೆ ಕಾಗವಾಡದ ಪಟವರ್ಧನನ ಸಂಸ್ಥಾನದ ಪೈಕಿ ೪೯ ಹಳ್ಳಿಗಳು ಬೆಳಗಾವೀ ಜಿಲ್ಲೆಗೆ ಶೇರಿ, ಚಿಮ್ಮಲಿಗೆಯ ಪರಗಣೆಯ ೧೪ ಹಳ್ಳಿಗಳು ವಿಜಾಪುರ ಜಿಲ್ಲೆಗೆ ಶೇರಿದವು. ಇವುಗಳ ಭೂಮಿಯನ್ನು ಸನ್ ೧೮೬೦ರಲ್ಲಿ ಅಳಿದರು. ಈ ಹಳ್ಳಿಗಳ ಮೊದಲಿನ ವಸೂಲು ೪೮೦೭ ರೂಪಾಯಿ ಇತ್ತು. ಪ್ರತಿಬಂಧಿ ಆದ ಬಳಿಕ ಇವುಗಳ ವಸೂಲು ಬೆಳಿದು ೬೧೫೭ ರೂಪಾಯಿ ಆಯಿತು.

ಕಾನಡಾ ಜಿಲ್ಲೆಯು ಸನ್ ೧೮೬೨ರಲ್ಲಿ ಮುಂಬಯಿ ಇಲಾಖೆಗೆ ಶೇರುವ ವರೆಗೆ ಅಲ್ಲಿಯ ಭೂಮಿಯನ್ನು ಅಳಿದಿದ್ದಿಲ್ಲ. ಸನ್ ೧೮೬೪ರಲ್ಲಿ ಅಳಿಯುವ ಕೆಲಸಕ್ಕೆ ಆರಂಭವಾಯಿತು. ಆದರೆ ಈ ಜಿಲ್ಲೆಯಲ್ಲಿ ಮಳೆ ಬಹಳ, ಹವೆಯು ರೋಗಕಾರಕ, ಅಡವಿ ಬಹಳ; ಆದ್ದರಿಂದ ಅಳಿಯುವ ಕೆಲಸವು ವರ್ಷದಲ್ಲಿ ೩, ೪ ತಿಂಗಳು ಮಾತ್ರ ಸಾಗುವದು. ಸನ್ ೧೮೮೨ರ ಆಖೈರ ವರೆಗೆ ಸರ್ವೇ ಪ್ರತಿಬಂಧಿ ಸಹಿತ ಮುಗಿದಂಥ ಗ್ರಾಮಗಳ ವಿವರ ಹ್ಯಾಗಂದರೆ—ಯಲ್ಲಾಪುರ ತಾಲೂಕು ಪೂರಾ, ಹಳ್ಳಿಗಳು ೧೨೩; ಕಾರವಾಡ ತಾಲೂಕು ಪೂರಾ, ಹಳ್ಳಿಗಳು ೬೧; ಕುಮಟಾ ತಾಲೂಕು ಪೂರಾ, ಹಳ್ಳಿಗಳು ೨೧೮; ಅಂಕೋಲಾ ತಾಲೂಕು ಪೂರಾ; ಸುಪೆ ತಾಲೂಕಿನ ೨೭೧ ಹಳ್ಳಿಗಳ ಪೈಕಿ

೨೪೩; ಶಿರಸೀ ತಾಲೂಕಿನ ೯೫ ಹಳ್ಳಿಗಳ ಪೈಕಿ ೨೦೧; ಹೊನ್ನಾವರ ತಾಲೂಕಿನ ೧೪೨ ಹಳ್ಳಿಗಳ ಪೈಕಿ ೩೭, ಇಡೀ ಸಿದ್ದಾಪುರ ತಾಲೂಕು, ಮತ್ತೂ ಸುಪೆ, ಸಿರಸಿ ಹೊನ್ನಾವರ ತಾಲೂಕುಗಳ ಉಳಿದ ಹಳ್ಳಿಗಳು, ಇವುಗಳ ಅಳಿಯುವ ಕೆಲಸವು ಸನ್ ೧೮೮೨ರ ಮುಂದೆ ಸಾಗಿರ ಬಹುದು. ಆದರೆ ವಿವರವು ತಿಳಿದಿಲ್ಲ. ಪ್ರತಿಬಂದೀ ಆದ ವಿಭಾಗಗಳಲ್ಲಿ ಸರಕಾರೀ ಕಂದಾಯ ಬೆಳಿದದ್ದರ ವಿವರ ಹ್ಯಾಗಂದರೆ—ಕಾರವಾಡದಲ್ಲಿ ಶೇಕಡಾ ೧೧೫·೫, ಕುಮಟಾ, ಅಂಕೋಲಾ ತಾಲೂಕುಗಳಲ್ಲಿ ಶೇಕಡಾ ೩೬·೩, ಹೊನ್ನಾವರದ ೩೭ ಹಳ್ಳಿಗಳಲ್ಲಿ ಶೇಕಡಾ ೧೨·೬೨, ಯಲ್ಲಾಪುರ ತಾಲೂಕಿನಲ್ಲಿ ಶೇಕಡಾ ೬೩, ಶಿರಸಿಯ ೨೦೧ ಹಳ್ಳಿಗಳಲ್ಲಿ ಶೇಕಡಾ ೪೦·೮.

ಕಾರವಾಡ ತಾಲೂಕಿನ ಭೂಮಿಯ ಮಿರಾಸಿದಾರರು ಸರಕಾರಕ್ಕೆ ಭೂಮಿಯ ವೊಡೆಯತನವಿಲ್ಲೆಂಬ ಬಗ್ಗೆ ಸನ್ ೧೮೭೦ರಿಂದ ತಕ್ರಾರು ನಡಿಸಿ ಹಾಯಕೋರ್ಟಿನ ವರೆಗೆ ಹೋಗಿ ವ್ಯಾಜ್ಯ ಬೆಳಿಸಿದರು. ಆದರೆ ಅವರ ತಕ್ರಾರು ನಿರಾಧಾರವಾದದ್ದೆಂದು ಹಾಯಕೋರ್ಟಿನಲ್ಲಿ ನಿರ್ಣಯವಾಯಿತು.

ರಿವಿಜನ್ ಸರ್ವೇ ಪ್ರತಿಬಂದಿ

ಧಾರವಾಡ ಜಿಲ್ಲೆಯಲ್ಲಿ ಮೂವತ್ತು ವರ್ಷದ ಠರಾವಿನಿಂದ ಸನ್ ೧೮೪೩ರಿಂದ ಆರಂಭ ಮಾಡಿದ ಮೊದಲಿನ ಸರ್ವೇ ಪ್ರತಿಬಂದಿಯ ಮುದ್ದತು ಸನ್ ೧೮೭೪ರಲ್ಲಿ ಮುಗಿಯಲಿಕ್ಕೆ ಆರಂಭವಾದ್ದರಿಂದ ಅದೇ ವರ್ಷ ರಿವಿಜನ್ ಸರ್ವೇಕ್ಕೆ ಆರಂಭವಾಗಿ ಸನ್ ೧೮೮೧ರಲ್ಲಿ ಮುಗೀತು. ಈ ಯೆರಡನೇ ಮೊಜಣಿಯಾದ ಬಳಿಕ ಸರಕಾರೀ ಕಂದಾಯವು ಪರಮಾವಧಿ ಹುಬ್ಬಳ್ಳಿಯ ವಿಭಾಗದಲ್ಲಿ ಶೇಕಡಾ ೬೮ರಿಂದ ಯೆಲ್ಲಕ್ಕೂ ಕಡಿಮೆ ಮಿಶ್ರೀ ಕೋಟೆಯ ವಿಭಾಗದಲ್ಲಿ ಶೇಕಡಾ ೩೪ರ ವರೆಗೆ ಬೆಳೀತು. ಸರಾಸರೀ ಮಾನದಿಂದ ವೊಟ್ಟು ಜಿಲ್ಲೆಯಲ್ಲಿ ಶೇಕಡಾ ೪೭ರಂತೆ ಆಕಾರ ಹೆಚ್ಚಾಯಿತು.

ಧಾರವಾಡ ಜಿಲ್ಲೆಯ ರಿವಿಜನ್ ಸರ್ವೇ ಪ್ರತಿಬಂದಿ, ೧೮೭೪—೮೧.

ವಿಭಾಗಗಳು.	ಹಳ್ಳಿಗಳು.	ವರ್ಷ	ಕಂದಾಯ.		
			ಮೊದಲಿನ ಆಕಾರ.	ರಿವಿಜನ್ ಆದ ನಂತರದ ಆಕಾರ.	ಹೆಚ್ಚು ಶೇಕಡಾ.
ಹುಬ್ಬಳ್ಳಿ	೪೭	೧೮೭೪-೭೫	೪೮೧೭೩	೮೧೧೭೮	೬೮·೫೧
ನವಲಗುಂದ	೮೧	೧೮೭೪-೭೫	೨೦೦೮೦೧	೩೨೦೦೪೭	೬೯·೩೮
ಡಂಬಳ	೯೩	೧೮೭೪-೭೫	೧೬೭೫೬೬	೨೪೮೪೪೬	೪೮·೨೦
ಬಂಕಾಪುರ	೧೩೭	೧೮೭೬-೭೭	೧೦೭೯೫೧	೧೬೧೪೦೨	೪೯·೫೦
ಹಾನಗಲ್ಲು, ತಡಸ......	೨೧೫	೧೮೭೮-೭೯	೧೨೭೭೦೪	೧೮೬೫೦೫	೪೬·೧೦
ರಾಣೇಬಿನ್ನೂರು	೧೩೦	೧೮೭೮-೭೯	೧೧೫೦೩೫	೧೬೧೧೭೭	೪೦·೧೦
ಕೋಡ............	೨೪೭	೧೮೭೮-೭೯	೧೫೧೦೩೩	೨೦೯೮೬೪	೩೯·೦೦
ಧಾರವಾಡ	೧೩೪	೧೮೭೯-೮೦	೧೩೮೩೪೩	೧೯೩೪೦೦	೩೯·೮೦
ಮಿಶ್ರೀಕೋಟಿ	೧೦೬	೧೮೭೯-೮೦	೬೮೨೧೬	೯೧೬೬೭	೩೪·೩೦
ಮುಳುಗುಂದ	೨೯	೧೮೮೦-೮೧	೬೧೮೮೮	೯೬೧೯೨	೫೫·೪೦
	೧೨೧೯	..	೧೧೮೬೭೧೦	೧೭೪೯೮೭೮	೪೭·೪೬

24*

ಸನ್ ೧೮೬೧-೬೨ರಿಂದ ಪ್ರತಿ ವರ್ಷ ಧಾರವಾಡ ಜಿಲ್ಲೆಯಲ್ಲಿ ಬಿದ್ದ ಮಳೆ, ಜೋಳದ ದರ, ಇವುಗಳ ಕೋಷ್ಟಕ.

ವರ್ಷ.	ಮಳೆ ಇಂಚು.	ಜೋಳದ ದರ ಪೌಂಡು.	ವರ್ಷ.	ಮಳೆ ಇಂಚು.	ಜೋಳದ ದರ ಪೌಂಡು.
೧೮೬೧-೬೨	೩೨	೭೯	೧೮೭೨-೭೩	೨೭	೩೯
೧೮೬೨-೬೩	೨೪	೫೬	೧೮೭೩-೭೪	೨೭	೪೧
೧೮೬೩-೬೪	೨೦	೪೧	೧೮೭೪-೭೫	೪೮	೪೭
೧೮೬೪-೬೫	೨೯	೧೯	೧೮೭೫-೭೬	೩೧	೫೨
೧೮೬೫-೬೬	೧೮	೨೬	೧೮೭೬-೭೭	೧೬	೫೨
೧೮೬೬-೬೭	೩೨	೨೦	೧೮೭೭-೭೮	೩೫	೧೯
೧೮೬೭-೬೮	೨೯	೪೧	೧೮೭೮-೭೯	೪೦	೩೫
೧೮೬೮-೬೯	೩೧	೭೯	೧೮೭೯-೮೦	೩೮	೪೪
೧೮೬೯-೭೦	೨೭	೯೦	೧೮೮೦-೮೧	೩೫	೪೬
೧೮೭೦-೭೧	೩೧	೪೧	೧೮೮೧-೮೨	೩೨	೬೦
೧೮೭೧-೭೨	೩೦	೬೦	೧೮೮೨-೮೩	೫೦	೫೨

ಬೆಳಗಾವೀ ಜಿಲ್ಲೆಯಲ್ಲಿ ಮೂವತ್ತು ವರ್ಷದ ಠರಾವಿನಿಂದ ಮಾಡಿದ ಮೊದಲಿನ ಸರ್ವೆಯ ಮುದ್ದತು ಸನ್ ೧೮೮೦ರಲ್ಲಿ ಮುಗಿಯಲಿಕ್ಕೆ ಆರಂಭವಾದ್ದರಿಂದ ಅವೇ ವರ್ಷ ರಿವಿಜನ್ ಸರ್ವೆಕ್ಕೆ ಆರಂಭವಾಯಿತು. ಆ ವರ್ಷದಿಂದ ಸನ್೧೮೮೩ರಲ್ಲಿ ಈ ಪುಸ್ತಕದ ರಚನೆಯಾಗುವ ವರೆಗೆ ಪರಸಗಡ, ಗೋಕಾವಿ, ಈ ಯೆರಡು ತಾಲೂಕುಗಳಲ್ಲಿ ಮಾತ್ರ ರಿವಿಜನ್ ಸರ್ವೇ ಪ್ರತಿಬಂದಿಯ ಕೆಲಸವು ಮುಗಿದಿತ್ತು. ಈ ಯೆರಡು ತಾಲೂಕುಗಳ ವಿವರ ಹ್ಯಾಗಂದರೆ.—

ವಿಭಾಗ.	ಗ್ರಾಮಗಳು.	ವರ್ಷ.	ಮೊದಲಿನ ಆಕಾರ.	ರಿವಿಜನ್ ಆದ ನಂತರದ ಆಕಾರ.	ಹೆಚ್ಚು ಶೇಕಡಾ.
ಪರಸಗಡ	೧೦೯	೧೮೮೦-೮೧	೧೨೦೬೬೯	೧೬೯೮೬೭	೪೦·೮
ಗೋಕಾವಿ	೭೦	೧೮೮೩-೮೪	೬೮೧೦೦	೮೪೩೩೨	೨೩·೮
	೧೭೯	..	೧೮೮೭೬೯	೨೫೪೧೯೯	೩೨·೩

ಸನ್ ೧೮೬೪-೬೫ನೇ ವರ್ಷದಿಂದ ೧೮೮೨-೮೩ನೇ ವರ್ಷದ ವರೆಗೆ ಬೆಳಗಾವೀ ಜಿಲ್ಲೆಯಲ್ಲಿ ಪ್ರತಿ ವರ್ಷ ಬಿದ್ದ ಮಳೆಯನ್ನೂ ಪ್ರತಿ ವರ್ಷದ ಜೋಳದ ದರಗಳನ್ನೂ ಕೆಳಗಿನ ಪಟ್ಟಿಯಲ್ಲಿ ಕೊಟ್ಟಿದ್ದೇವೆ.

ವರ್ಷ.	ಮಳೆ ಇಂಚು.	ಜೋಳ ರೂ.ಗೆ ಪೌಂಡು.
೧೮೬೪-೬೫	೨೨	೨೧
೧೮೬೫-೬೬	೨೦	೧೮
೧೮೬೬-೬೭	೨೭	೪೦
೧೮೬೭-೬೮	೨೬	೪೪
೧೮೬೮-೬೯	೨೯	೪೪
೧೮೬೯-೭೦	೨೮	೩೩
೧೮೭೦-೭೧	೩೩	೪೩
೧೮೭೧-೭೨	೨೩	೨೬
೧೮೭೨-೭೩	೨೫	೩೨
೧೮೭೩-೭೪	೨೨	೪೪
೧೮೭೪-೭೫	೪೧	೪೫
೧೮೭೫-೭೬	೩೫	೩೬
೧೮೭೬-೭೭	೨೧	೨೦
೧೮೭೭-೭೮	೩೯	೨೪
೧೮೭೮-೭೯	೪೧	೨೫
೧೮೭೯-೮೦	೩೭	೩೮
೧೮೮೦-೮೧	೨೮	೫೬
೧೮೮೧-೮೨	೩೨	೫೨
೧೮೮೨-೮೩	೩೭	೫೦

ವಿಜಾಪುರ ಜಿಲ್ಲೆಯಲ್ಲಿ ಮೊದಲಿನ ಸರ್ವೇ ಪ್ರತಿಬಂದಿಯ ಮೂವತ್ತು ವರ್ಷದ ಮುದ್ದತು ಸನ್ ೧೮೭೪ರಲ್ಲಿ ಮುಗಿದದ್ದರಿಂದ ಅದೇ ವರ್ಷ ರಿವಿಜನ್ ಸರ್ವೇಕ್ಕೆ ಆರಂಭ ಮಾಡಿ, ಸನ್ ೧೮೭೭ರ ವರೆಗೆ ಕೆಳಗಿನ ನಾಲ್ಕು ವಿಭಾಗಗಳ ಅಳತಿ ಪ್ರತಿಬಂದಿಗಳನ್ನು ಮುಗಿಸಿದರು. ಆ ವಿಭಾಗಗಳು— ೧ ಇಂಡಿ, ಸಿಂದಗಿ, ವಿಜಾಪುರ, ಈ ಮೂರು ತಾಲೂಕುಗಳ ಕೆಲ ಕೆಲವು ಹಳ್ಳಿಗಳು ಕೂಡಿ ವೊಂದು; ೨ ಇಂಡಿ, ಸಿಂದಗಿ, ವಿಜಾಪುರ, ಬಾಗೇವಾಡಿ, ಈ ನಾಲ್ಕು ತಾಲೂಕುಗಳ ಕೆಲ ಕೆಲವು ಹಳ್ಳಿಗಳು ಕೂಡಿ ವೊಂದು; ೩ ಬಾಗೇವಾಡಿ, ಮುದ್ದೇಬಿಹಾಳ ತಾಲೂಕುಗಳ ಹಳ್ಳಿಗಳು ಕೂಡಿ ವೊಂದು; ೪ ಮುದ್ದೇಬಿಹಾಳದ ಕೆಲವು ಹಳ್ಳಿಗಳಷ್ಟೇ ವೊಂದು; ಈ ನಾಲ್ಕು ವಿಭಾಗಗಳ ವಿವರವನ್ನು ಕೆಳಗಿನ ಕೋಷ್ಟಕದಲ್ಲಿ ಕೊಟ್ಟಿದ್ದೇವೆ.

ವಿಭಾಗ.	ಹಳ್ಳಿಗಳು.	ವರ್ಷ.	ಕಂದಾಯ.		
			ಮೊದಲಿನ ಆಕಾರ ರೂ.	ರಿವಿಜನ್ ಆದ ನಂತರದ ಆಕಾರ ರೂ.	ಹೆಚ್ಚು ಶೇಕಡಾ.
೧ನೇ ವಿಭಾಗ . . .	೧೦೨	೧೮೭೪—೭೫	೧೦೯೬೫೬	೧೬೩೨೦೭	೪೮·೮
೨ನೇ ವಿಭಾಗ . . .	೧೮೨	೧೮೭೫—೭೬	೨೩೬೯೨೫	೨೯೫೩೯೦	೨೪·೬
೩ನೇ ವಿಭಾಗ . . .	೧೪೯	೧೮೭೬—೭೭	೧೬೨೧೮೧	೨೦೦೯೩೯	೨೩·೯
೪ನೇ ವಿಭಾಗ . . .	೨೯	೧೮೭೭	೩೭೦೭೯	೪೪೯೨೪	೨೧·೧
	೪೬೨	....	೫೪೫೮೪೧	೭೦೪೪೬೦	೨೯·೦

ಸನ್ ೧೮೬೪-೬೫ನೇ ವರ್ಷದಿಂದ ೧೮೮೨-೮೩ನೇ ವರ್ಷದ ವರೆಗೆ ವಿಜಾಪುರ ಜಿಲ್ಲೆಯಲ್ಲಿ ಪ್ರತಿ ವರ್ಷ ಬಿದ್ದ ಮಳೆಯನ್ನೂ ಪ್ರತಿ ವರ್ಷದ ಜೋಳದ ದರಗಳನ್ನೂ ಕೆಳಗಿನ ಪಟ್ಟಿಯಲ್ಲಿ ವಿವರಿಸಿದ್ದೇವೆ.

ವರ್ಷ.	ಮಳೆ ಇಂಚು	ಜೋಳ ರೂ. ಗೆ ಪೌಂಡು.	ವರ್ಷ.	ಮಳೆ ಇಂಚು.	ಜೋಳ ರೂ. ಗೆ ಪೌಂಡು.
೧೮೬೪-೬೫	..	೨೪	೧೮೭೪-೭೫	೧೪·೩೦	೬೨
೧೮೬೫-೬೬	೧೩·೦೬	೩೧	೧೮೭೫-೭೬	೨೨·೭೬	೫೭
೧೮೬೬-೬೭	೧೧·೮೧	೨೨	೧೮೭೬-೭೭	೧೩·೪೦	೨೯
೧೮೬೭-೬೮	೭·೫೪	೪೫	೧೮೭೭-೭೮	೩೧·೧೩	೧೨*
೧೮೬೮-೬೯	೧೫·೯೮	೬೩	೧೮೭೮-೭೯	೩೨·೫೪	೨೦
೧೮೬೯-೭೦	೨೭·೮೭	೬೬	೧೮೭೯-೮೦	೨೩·೧೮	೨೫
೧೮೭೦-೭೧	೨೫·೯೨	೬೦	೧೮೮೦-೮೧	೨೮·೮೪	೫೧
೧೮೭೧-೭೨	೧೩·೯೨	೬೧	೧೮೮೧-೮೨	೨೦·೦೯	೬೩
೧೮೭೨-೭೩	೨೬·೪೪	೩೯	೧೮೮೨-೮೩	೨೦·೩೬	೮೨
೧೮೭೩-೭೪	೧೫·೬೯	೬೮			

* ಸನ್ ೧೮೭೭ರ ಬರಗಾಲದಲ್ಲಿ ಜೋಳದ ದರವು ಜೂಲಾಯಿಯಲ್ಲಿ ೯ ಪೌಂಡು, ದಿಜಂಬರಿನಲ್ಲಿ ೨೦ ಪೌಂಡು ಇತ್ತು.

ಕಂದಾಯದ ಅಧಿಕಾರಿಗಳು.

ಧಾರವಾಡ, ಬೆಳಗಾವಿ, ವಿಜಾಪುರ, ಕಾನಡಾ, ಈ ನಾಲ್ಕು ಜಿಲ್ಲೆಗಳಿಗೆ ನಾಲ್ವರು ಕಲೆಕ್ಟರರಿರುತ್ತಾರೆ. ಇವರ ಸಂಬಳವು ವರ್ಷಕ್ಕೆ ೨೧೬೦೦ರಿಂದ ೨೭೦೦೦ರ ವರೆಗೆ ಇರುತ್ತದೆ. ಕಲೆಕ್ಟರನು ಜಿಲ್ಲೆಯ ವಸೂಲು, ಶಿಲಕು, ಇವುಗಳ ಮುಖ್ಯಾಧಿಕಾರಿ ಇದ್ದದ್ದಲ್ಲದೆ, ಜಿಲ್ಲೆಯ ಮುಖ್ಯ ಮಾಜಿಸ್ಟ್ರೇಟನಿರುತ್ತಾನೆ; ಲೋಕಲ್ ಬೋರ್ಡಿನ ಅಧ್ಯಕ್ಷನಿರುತ್ತಾನೆ; ಕೆಲವು ಕಡೆಯಲ್ಲಿ ಡಿಸ್ಟ್ರಿಕ್ಟ ಮ್ಯುನಿಸಿಪಾಲಿಟಿಯ ಅಧ್ಯಕ್ಷನೂ ಕಲೆಕ್ಟರನೇ ಇರುತ್ತಾನೆ. ಇದಲ್ಲದೆ ಅಗ್ರಿಕಲ್ಚರಲ್ (ವೊಕ್ಕಲತನದ) ಖಾತೆಯೂ ಕಲೆಕ್ಟರನಿಗೇ ಅಧೀನವಾಗಿರುತ್ತದೆ. ಪೋಲೀಸ ಖಾತೆಯು ಬೇರೆ ಇದ್ದಾಗ್ಯೂ ಪೋಲೀಸ ಅಧಿಕಾರಿಗಳ ಮೇಲೆ ಕಲೆಕ್ಟರನ ಹುಕುಮು ಪೂರಾ ನಡಿಯುತ್ತದೆ. ಆದ್ದರಿಂದ ಜಿಲ್ಲೆಗೆ ಕಲೆಕ್ಟರನು ಅರಸನಂತೆ ಇರುತ್ತಾನೆಂದು ಹೇಳ ಬಹುದು. ಕಲೆಕ್ಟರನ ಕೈಕೆಳಗೆ ಇಬ್ಬರಾಗಲೀ ಮೂವರಾಗಲೀ ಸನದೀ ಯುರೋಪಿಯನ್ ಅಸಿಷ್ಟಾಂಟ ಕಲೆಕ್ಟರರೂ, ಡಿಸ್ಟ್ರಿಕ್ಟ ಡೆಪ್ಯುಟೀ, ಹುಜೂರ ಡೆಪ್ಯುಟಿ, ಯೆಂಬವರಿಬ್ಬರು ದೇಶೀ ಅಸಿಷ್ಟಾಂಟ ಕಲೆಕ್ಟರರೂ ಇರುತ್ತಾರೆ. ಸನದೀ ಅಸಿಷ್ಟಾಂಟರ ಸಂಬಳ ವರ್ಷಕ್ಕೆ ೬೦೦೦ದಿಂದ ೧೦೮೦೦ರ ವರೆಗೆ ಇರುತ್ತದೆ; ಡೆಪ್ಯುಟೀ ಕಲೆಕ್ಟರರ ಸಂಬಳ ವರ್ಷಕ್ಕೆ ೩೬೦೦ರಿಂದ ೬೦೦೦ದ ವರೆಗೆ ಇರುತ್ತದೆ. ಸನದೀ ಅಸಿಷ್ಟಾಂಟರೂ, ಡಿಸ್ಟ್ರಿಕ್ಟ ಡೆಪ್ಯುಟಿಯೂ ತಮ್ಮ ತಮ್ಮ ಕೈಕೆಳಗಿನ ತಾಲೂಕುಗಳ ಮುಲಕೀ ಖಾತೆಯ ಮೇಲ್ವಿಚಾರಣೆಯನ್ನು ಮಾಡುವದಲ್ಲದೆ, ೧ನೇ ೨ನೇ ವರ್ಗದ ಮಾಜಿಸ್ಟ್ರೇಟರಾಗಿ ಫೌಜದಾರೀ ಗುಹ್ನೆಗಳ ಚೌಕಶಿಯನ್ನು ಮಾಡುತ್ತಾರೆ. ಹುಜೂರ ಡೆಪ್ಯುಟೀ ಕಲೆಕ್ಟರರು ಜಿಲ್ಲೆಯ ನಗದ ಜಮೆ, ಖರ್ಚು, ಶಿಲಕು, ಲೆಕ್ಕ, ಇವುಗಳಿಗೆ ಜಬಾಬದಾರರಾಗಿರುವದಲ್ಲದೆ, ೧ನೇ ವರ್ಗದ ಮಾಜಿಸ್ಟ್ರೇಟರಾಗಿ ಫೌಜದಾರೀ ಗುಹ್ನೆಗಳ ಚೌಕಶಿಯನ್ನೂ ಮಾಡುತ್ತಾರೆ.

ಕಾರಭಾರದ ಅನುಕೂಲತೆಗಾಗಿ ಪ್ರತಿ ವೊಂದು ಜಿಲ್ಲೆಯಲ್ಲಿ ತಾಲೂಕುಗಳೆಂಬ ವಿಭಾಗಗಳನ್ನು ಮಾಡಿದ್ದಾರೆ. ಧಾರವಾಡ ಜಿಲ್ಲೆಯಲ್ಲಿ ೧೧, ಬೆಳಗಾವೀ ಜಿಲ್ಲೆಯಲ್ಲಿ ೬, ವಿಜಾಪುರ ಜಿಲ್ಲೆಯಲ್ಲಿ ೮, ಕಾನಡಾ ಜಿಲ್ಲೆಯಲ್ಲಿ ೮, ತಾಲೂಕುಗಳಿರುತ್ತವೆ. ತಾಲೂಕುಗಳ ಮುಖ್ಯಾಧಿಕಾರಿಗಳು ಮಾಮಲೇದಾರರು. ಇವರು ಮುಲಕೀ ಫೌಜದಾರೀ ಕೆಲಸಗಳಲ್ಲಿ ಹಳ್ಳಿಗಳ ಗೌಡರಿಗೆ ವರಿಷ್ಠಾಧಿಕಾರಿಗಳಾಗಿಯೂ, ಅಸಿಷ್ಟಾಂಟ ಕಲೆಕ್ಟರರಿಗೂ ಕಲೆಕ್ಟರರಿಗೂ ಅಂಕಿತರಾಗಿಯೂ ಕೆಲಸ ಮಾಡುತ್ತಾರೆ. ಮಾಮಲೇದಾರರು ತಮ್ಮ ತಮ್ಮ ತಾಲೂಕುಗಳ ಕಂದಾಯದ ಹಣವನ್ನು ವಸೂಲು ಮಾಡಿ ಕಲೆಕ್ಟರರ ಕಡೆಗೆ ಕಳಿಸುವದಲ್ಲದೆ, ತಮ್ಮ ಹಳ್ಳಿಗಳಲ್ಲಿ ನಡಿಯುವ ಮುಲಕೀ ಫೌಜದಾರೀ ವ್ಯಾಜ್ಯಗಳ ನಿರ್ಣಯವನ್ನು ಮಾಡುವರು. ಮಾಮಲೇದಾರರಿಗೆ ೨ನೇ ೩ನೇ ವರ್ಗದ ಮಾಜಿಸ್ಟ್ರೇ

ಟನ ಅಧಿಕಾರವಿರುತ್ತದೆ. ಮಾಮಲೇದಾರರ ಸಂಬಳವು ವರ್ಷಕ್ಕೆ ೧೮೦೦ರಿಂದ ೩೦೦೦ ರೂಪಾಯಿಯು ವರೆಗೆ ಇರುತ್ತದೆ. ತಾಲೂಕು ದೊಡ್ಡದಿದ್ದಲ್ಲಿ ಅದರೊಳಗೆ ಮಹಾಲೆಂಬ ವಿಭಾಗವನ್ನು ಮಾಡಿರುತ್ತಾರೆ. ವಿಜಾಪುರ ಜಿಲ್ಲೆಯಲ್ಲಿ ೨, ಬೆಳಗಾವೀ ಜಿಲ್ಲೆಯಲ್ಲಿ ೩, ಧಾರವಾಡ ಜಿಲ್ಲೆಯಲ್ಲಿ ೩, ಕಾನಡಾ ಜಿಲ್ಲೆಯಲ್ಲಿ ೩ ಮಹಾಲುಗಳಿರುತ್ತವೆ. ಮಹಾಲಿನ ಮುಖ್ಯಾಧಿಕಾರಿಯು ಮಹಾಲಕರಿಯು. ತಾಲೂಕಿನಲ್ಲಿ ಮಾಮಲೇದಾರನು ಮಾಡುವ ಕೆಲಸಗಳನ್ನೇ ಮಹಾಲಿನಲ್ಲಿ ಮಹಾಲಕರಿಯು ಮಾಮಲೇದಾರನಿಗೆ ಅಂಕಿತನಾಗಿ ಮಾಡುತ್ತಾನೆ. ಮಹಾಲಕರಿಯ ಸಂಬಳವು ವರ್ಷಕ್ಕೆ ೭೦೦ ರೂಪಾಯಿ ಇರುತ್ತದೆ.

ಹಳ್ಳಿಯಲ್ಲಿ ಮುಲಕೀ ಫೌಜದಾರೀ ಕೆಲಸಗಳ ಅಧಿಕಾರಿಯು ಗೌಡನು. ಕೆಲವು ಕಡೆಯಲ್ಲಿ ಇವೆರಡೂ ಕೆಲಸಗಳೂ ವೊಬ್ಬನೇ ಗೌಡನ ಕೈಯಲ್ಲಿ ಇರುತ್ತವೆ; ಕೆಲವು ಕಡೆಯಲ್ಲಿ ಮುಲಕೀ ಗೌಡ ಬೇರೆ, ಫೌಜದಾರೀ ಗೌಡ ಬೇರೆ ಇರುತ್ತಾನೆ. ಒಬ್ಬ ಗೌಡನು ವೊಂದಕ್ಕಿಂತ ಹೆಚ್ಚು ಹಳ್ಳಿಗಳ ಕೆಲಸವನ್ನು ಮಾಡ ಬಹುದು. ಗೌಡನಿಗೆ ಅವನ ಭೂಮಿಯ ಮೇಲೆ ಸರಕಾರೀ ತೆರಿಗೆಯನ್ನು ಮಾಫು ಮಾಡುವದಲ್ಲದೆ, ವರ್ಷಕ್ಕೆ ೬ರಿಂದ ೧೩೦ರ ವರೆಗೆ ಸಂಬಳವೂ ಇರುತ್ತದೆ. ಗೌಡನ ಕೈ ಕೆಳಗೆ ಲೆಕ್ಕ ಬರಿಯುವ ಮನುಷ್ಯನು ಕುಲಕರಣಿ ಅಥವಾ ಶಾನಭೋಗ. ಇವನು ಗೌಡನ ಕೈ ಕೆಳಗಿನ ಕಾಮದಾರನಾದಾಗ್ಯೂ, ಯಾವತ್ತು ಸರಕಾರೀ ಕಾಗದ ಪತ್ರಗಳಿಗೆ ಗೌಡನ ಸಹಿಯಂತೆ ಕುಲಕರಣಿಯ ಸಹಿಯಾದರೂ ಅವಶ್ಯವಿರುತ್ತದೆ. ಗೌಡನು ವಿದ್ಯ ಕಲಿತವನಿರುವದು ಅಪರೂಪ; ಕುಲಕರಣಿಯು ಅಲ್ಪ ಸ್ವಲ್ಪ ಕಲಿತಕನಿರುತ್ತಾನೆ. ಈ ಕಾರಣಗಳಿಂದ ಊರೊಳಗೆ ಗೌಡನಿಗಿಂತ ಕುಲಕರಣಿಯ ಅಮಲು ಬಹುತರ ಹೆಚ್ಚು ನಡಿಯುತ್ತಿರುತ್ತದೆ. ಕುಲಕರಣಿಗೆ ಗೌಡನಂತೆಯೇ ಸರಕಾರದಿಂದ ನಗದ ಸಂಬಳವೂ ತೆರಿಗೆಯ ಮಾಫಿಯೂ ಇರುತ್ತದೆ. ಗೌಡ ಶಾನಭೋಗರ ಕೈ ಕೆಳಗೆ ತಳವಾರ, ಪಟ್ಟಣಶಟ್ಟಿ, ಹಳಬರು, ಮುಂತಾದ ಕಿರುಕುಳ ಕಾಮದಾರರಿರುತ್ತಾರೆ. ಇವರ ಭೂಮಿಗೂ ಸರಕಾರೀ ತೆರಿಗೆ ಇರುವದಿಲ್ಲ; ಅದರ ಹೊರ್ತು ಇವರಿಗೆ ವರ್ಷಕ್ಕೆ ೬ ಆಣೆಯಿಂದ ೩೦ ರೂಪಾಯಿಯ ವರೆಗೆ ಸರಕಾರೀ ನೇಮಣೂಕು ಇರುತ್ತವೆ. ತಳವಾರನು ವಸೂಲು ಮುಂತಾದ ಕೆಲಸಗಳಲ್ಲಿ ಗೌಡ ಶಾನಭೋಗರಿಗೆ ಸಹಾಯ ಮಾಡುತ್ತಾನೆ; ಪಟ್ಟಣಶಟ್ಟಿಯು ವರಿಷ್ಠಾಧಿಕಾರಿಗಳು ಬಂದಾಗ ಅವರ ಸರಬರಾಯಿಯ ಕೆಲಸಕ್ಕೆ ಸಹಾಯ ಮಾಡುತ್ತಾನೆ; ಹಳಬರು ಊರಿನ ಕಾವಲುಗಾರರಾಗಿರುತ್ತಾರೆ. ಇವರಲ್ಲದೆ ಜೊಯಿಸ, ಸೊನ್ನಗಾರ, ನಾದಿಗ, ಅಗಸ, ಮುಂತಾದ ೧೨ ಜನ ಬುಲೂತಿದಾರರು ಊರುತನದ ಕೆಲಸಕ್ಕೆ ಪೂರ್ವದಲ್ಲಿ ಸಹಾಯ ಮಾಡುತ್ತಿದ್ದರು. ಅವರ ಚಾಕರಿಯು ಈಗ ಬೇಕಾಗದಿದ್ದಾಗ್ಯೂ, ಅವರಲ್ಲಿ ಕೆಲ ಕೆಲವರಿಗೆ ಇನಾಮುಗಳು ಈಗ್ಯೂ ನಡಿಯುತ್ತವೆ. ನಾಲ್ಕೂ ಜಿಲ್ಲೆಗಳ ಊರುತನದ ಖರ್ಚಿನ ಪಟ್ಟಿಯನ್ನು ಕೆಳಗಿನ ಕೋಷ್ಟಕದಲ್ಲಿ ಕೊಟ್ಟದ್ದೇವೆ.

ಊರುತನದ ಖರ್ಚಿನ ಪಟ್ಟಿ.

ಜಿಲ್ಲೆಗಳು.	ಗೌಡ.	ಕುಲಕರಣಿ.	ನೌಕರರು.	ಬಟ್ಟು.	ಶೇಕಡಾ ಖರ್ಚು.
ಧಾರವಾಡ	೬೬೯೦೦	೭೦೧೭೦	೬೫೯೮೦	೨೦೩೦೫೦	೧೫
ಬೆಳಗಾವಿ	೫೨೦೧೦	೫೭೭೪೦	೯೧೦೦೦	೨೦೦೭೫೦	೧೬
ವಿಜಾಪುರ	೧೦೭೯೭೦	೧೧೧೦೩೦	೧೨೯೬೯೦	೩೪೮೬೯೦	೧೭.೫
ಕಾನಡಾ	೨೧೮೭೦	೩೧೦೨೦	೧೯೯೬೦	೭೨೮೫೦	೮
	೨೪೮೭೫೦	೨೬೯೯೬೦	೩೦೬೬೩೦	೮೨೫೩೪೦	೧೪.೧

೯ನೇ ಭಾಗ.

ನ್ಯಾಯ.

೧೮೧೮-೧೮೪೬.—ಪೇಶವನ ರಾಜ್ಯವನ್ನು ಆಕ್ರಮಿಸಿದ ಬಳಿಕ ಕೃಷ್ಣಾ, ತುಂಗಭದ್ರಾ, ಈ ಯೆರಡು ಹೊಳೆಗಳ ನಡುವಿನ ಪ್ರದೇಶಕ್ಕೆ "ದಕ್ಷಿಣ ಮಹಾರಾಷ್ಟ್ರ ದುವಾಬ" ಯೆಂಬ ಹೆಸರಿಟ್ಟು ಈ ಶೀಮೆಯನ್ನು ದಂಡಿನ ಸಹಾಯದಿಂದ ಆಕ್ರಮಿಸಿದವನಾದ ಜನರಲ್ ಮನ್ರೋ ಯೆಂಬ ದಂಡಿನ ಮುಖ್ಯಾಧಿಕಾರಸ್ಥನ ಕೈಯಲ್ಲಿ ಇದನ್ನು ಕೊಟ್ಟರು. ಅವನಿಗೆ "ಪ್ರಿನ್ಸಿಪಲ್ ಕಲೆಕ್ಟರ ಮತ್ತು ಪೋಲಿಟಿಕಲ ಏಜಂಟ"ನೆಂಬ ಪದವಿಯನ್ನು ಕೊಟ್ಟಿದ್ದರು. ಅವನು ದಿವಾಣೀ, ಫೌಜದಾರೀ, ಮುಲಕೀ, ಪೋಲೀಸ, ಈ ನಾಲ್ಕೂ ಬಗೆಯ ಅಧಿಕಾರವನ್ನು ಪೂರ್ಣವಾಗಿ ನಡಿಸುತ್ತಿದ್ದದ್ದಲ್ಲದೆ, ದಕ್ಷಿಣ ಮಹಾರಾಷ್ಟ್ರದ ಜಹಾಗೀರದಾರರಿಗೆ ವರಿಷ್ಠಾಧಿಕಾರಿಯಾಗಿದ್ದನು. ಜನರಲ್ ಮನ್ರೋನು ಧಾರವಾಡದಲ್ಲಿ ಇರುತ್ತಿದ್ದನು; ಆದ್ದರಿಂದ ಧಾರವಾಡವೇ ದಕ್ಷಿಣ ಮಹಾರಾಷ್ಟ್ರ ದುವಾಬದ ಮುಖ್ಯ ಪಟ್ಟಣವಾಗಿತ್ತು. ಈ ಶೀಮೆಯಲ್ಲಿ ಆಗ ೨೧ ತಾಲೂಕುಗಳನ್ನು ಮಾಡಿ, ಪ್ರೊಂದೊಂದು ತಾಲೂಕಿಗೆ ಪ್ರೊಬ್ಬೊಬ್ಬ ಮಾಮಲೇದಾರನನ್ನು ನೇಮಿಸಿದರು. ಮಾಮಲೇದಾರನ ಕೈಕೆಳಗೆ ಮೂವರಾಗಲಿ ನಾಲ್ವರು ಜಿಲ್ಲೇದಾರರೆಂಬ ಕಾರಕೂನರಿರುತ್ತಿದ್ದರು. ಅವರ ಸಹಾಯದಿಂದ ಅವನು ತನ್ನ ತಾಲೂಕಿನಲ್ಲಿ ಮುಲಕೀ, ಫೌಜದಾರೀ, ಪೋಲೀಸ ಅಧಿಕಾರಗಳನ್ನು ನಡಿಸುತ್ತಿದ್ದನು.

50

ಆರಂಭದಲ್ಲಿ ಸಣ್ಣ ಸಣ್ಣ ದಿವಾಣೀ ವ್ಯಾಜ್ಯಗಳನ್ನು ಹಳ್ಳಿಗಳ ಗೌಡ ಶಾನಭೋಗರು ವಿಚಾರಿಸುತ್ತಿದ್ದರು; ಅವಕ್ಕಿಂತ ಹೆಚ್ಚಿನ ವ್ಯಾಜ್ಯಗಳು ಮಾಮಲೇದಾರರ ಮುಂದೆ ಬರುವವು. ಅವುಗಳನ್ನು ಮಾಮಲೇದಾರರು ಪಂಚರ ವಿಚಾರಣೆಗೆ ಕಳಿಸಿ, ಪಂಚರ ನಿರ್ಣಯದ ಮೇಲೆ ಅಪೀಲಾದರೆ ಅದನ್ನು ತಾವು ವಿಚಾರಿಸುವರು. ಎಲ್ಲಕ್ಕೂ ಹೆಚ್ಚಿನ ದಿವಾಣೀ ವ್ಯಾಜ್ಯಗಳು ಪ್ರಿನ್ಸಿಪಲ್ ಕಲೆಕ್ಟರನ ಕೋರ್ಟಿನಲ್ಲಿ ದಾಖಲಾಗುವವು. ಅವನಾದರೂ ಪಂಚರ ವಿದ್ಯಮಾನವಾಗಿ ಅವುಗಳ ನಿರ್ಣಯ ಮಾಡಿಸಿ, ಅಪೀಲುಗಳನ್ನು ತಾನು ಸ್ವತಃ ವಿಚಾರಿಸುವನು. ಸನ್ ೧೮೨೧ನೇ ವರ್ಷದ ಸುಮಾರಿನಲ್ಲಿ ಅದಾಲತ ಪೇಷ್ಕರರೆಂಬ ಕಾಮದಾರರನ್ನು ಪ್ರತಿ ವೊಂದು ತಾಲೂಕಿನಲ್ಲಿ ನೇಮಿಸಿದರು. ಅವನು ದಿವಾಣೀ ವಾಜ್ಯಗಳ ಕೆಲಸವನ್ನೇ ನೋಡ ಬೇಕೆಂದು ಸರಕಾರದವರ ಉದ್ದೇಶವು. ಆದರೆ ಅವನು ವಾಡಿಕೆಯಾಗಿ ಮಾಮಲೇದಾರನ ಕೈಕೆಳಗೆ ವೊಬ್ಬ ಕಾರಕೂನನಂತೆ ಕೆಲಸ ಮಾಡುವನು. ಸನ್ ೧೮೨೭ರಲ್ಲಿ ಹೊಸ ಕಾಯಿದೆಗಳಾದ ಬಳಿಕ ಕ್ರಮ ಕ್ರಮವಾಗಿ ಸದರ ಅಮೀನರನ್ನೂ ಮುನಸೀಫರನ್ನೂ ನೇಮಿಸಿ, ಪೇಷ್ಕರನ ದಿವಾಣೀ ಕೆಲಸವನ್ನು ತೆಗಿದರು, ಮತ್ತೂ ಪ್ರಿನ್ಸಿಪಲ್ ಕಲೆಕ್ಟರನ ಕೈಕೆಳಗೆ ರಜಿಸ್ಟ್ರಾರನೆಂಬ ದಿವಾಣೀ ಅಮಲದಾರನನ್ನು ನೇಮಿಸಿದರು. ಸನ್ ೧೮೨೬ರಲ್ಲಿ ದಕ್ಷಿಣ ಮಹಾರಾಷ್ಟ್ರ ದುವಾಬದ ಕೆಲವು ತಾಲೂಕುಗಳನ್ನು ತಕ್ಕೊಂಡು ಸೊಲ್ಲಾಪುರ ಜಿಲ್ಲೆಯನ್ನು ಬೇರೆ ಮಾಡಿದರು. ಆ ಮೇಲೆ ೧೮೩೦ನೇ ವರ್ಷದ ೭ನೇ ಕಾಯಿದೆಯಿಂದ ಉಳಿದ ತಾಲೂಕುಗಳಿಗೆಲ್ಲ ಧಾರವಾಡ ಜಿಲ್ಲೆ ಯೆಂಬ ಹೆಸರು ಕೊಟ್ಟು ಸನ್ ೧೮೨೭ನೇ ವರ್ಷದ ಕಾಯಿದೆಗಳ ಅಮಲು ಈ ಜಿಲ್ಲೆಯಲ್ಲಿ ಶುರು ಮಾಡಿದರು. ಮುಂದೆ ಕಾರಭಾರದ ಕೆಲಸವು ದಿನ ದಿನಕ್ಕೆ ಬೆಳಿಯುತ್ತ ನಡಿದದ್ದರಿಂದ ಸನ್ ೧೮೩೬ರಲ್ಲಿ ಮುಲಕೀ ಫೌಜದಾರೀ ಕೆಲಸಗಳಿಗಾಗಿ ದಕ್ಷಿಣ ಮಹಾರಾಷ್ಟ್ರದ ಉತ್ತರ ಭಾಗದಲ್ಲಿ ಹತ್ತು ತಾಲೂಕುಗಳನ್ನು ಮಾಡಿ, ಆ ಭಾಗಕ್ಕೆ ಬೆಳಗಾವೀ ಜಿಲ್ಲೆ ಯೆಂದು ಹೆಸರಿಟ್ಟರು. ಆದರೂ ದಿವಾಣೀ ಕೆಲಸದ ಸಂಬಂಧದಲ್ಲಿ ಬೆಳಗಾವೀ ಜಿಲ್ಲೆಯು ಧಾರವಾಡ ಡಿಸ್ಟ್ರಿಕ್ಟ ಜಡಜನ ಅಧಿಕಾರಕ್ಕೆ ವೊಳಗಾಗಿತ್ತು. ಈ ಪ್ರಕಾರ ಸನ್ ೧೮೩೬ರ ವರೆಗೆ ದಕ್ಷಿಣ ಮಹಾರಾಷ್ಟ್ರ ದುವಾಬದಲ್ಲಿ ಧಾರವಾಡ, ಬೆಳಗಾವಿ, ಸೊಲ್ಲಾಪುರ, ಯೆಂಬ ಮೂರು ಬೇರೆ ಬೇರೆ ಜಿಲ್ಲೆಗಳಾದ ಬಳಿಕ ಆಯಾ ಜಿಲ್ಲೆಯ ಕೆಲಸವನ್ನು ಅಲ್ಲಲ್ಲಿಯ ಕಲೆಕ್ಟರರು ನೋಡ ಹತ್ತಿದರು.

ಧಾರವಾಡ ಜಿಲ್ಲೆ.

ದಿವಾಣೀ ಕೋರ್ಟುಗಳು.—ಸನ್ ೧೮೪೬ರಲ್ಲಿ ಈ ಜಿಲ್ಲೆಯಲ್ಲಿ ಬಂಕಾಪುರ, ಡಂಬಳ, ಧಾರವಾಡ, ಹಾನಗಲ್ಲು, ಹುಬ್ಬಳ್ಳಿ, ಕೋಡ, ನವಲಗುಂದ, ರಾಣೀಬಿ

ನ್ನೂರು, ಯೆಂಬ ೮ ತಾಲೂಕುಗಳಿದ್ದವು. ಧಾರವಾಡದಲ್ಲಿ ಜಿಲ್ಲಾ ಜಡಜನ ಕೋರ್ಟು, ಅಸಿಸ್ಟಾಂಟ ಜಡಜನ ಕೋರ್ಟು, ಪ್ರಿನ್ಸಿಪಲ್ ಸದರಅಮೀನನ ಕೋರ್ಟು, ಯೆಂಬ ಮೂರು ಕೋರ್ಟುಗಳಿದ್ದವು. ಡಿಸ್ಟ್ರಿಕ್ಟ ಜಡಜ, ಅಸಿಸ್ಟಾಂಟ ಜಡಜ, ಇವರ ಅಧಿಕಾರವು ಇಡೀ ಜಿಲ್ಲೆಯಲ್ಲಿ ನಡಿಯುತ್ತಿತ್ತು. ಪ್ರಿನ್ಸಿಪಲ್ ಸದರ ಅಮೀನನ ಅಧಿಕಾರವು ಧಾರವಾಡ ತಾಲೂಕಿನಲ್ಲಿಯೂ ಬೆಳಗಾವೀ ಜಿಲ್ಲೆಯೊಳಗಿನ ಕೆಲವು ಹಳ್ಳಿಗಳಲ್ಲಿಯೂ ನಡಿಯುತ್ತಿತ್ತು. ಹುಬ್ಬಳ್ಳಿಯಲ್ಲಿ ಸದರಅಮೀನನ ಕೋರ್ಟು ಇತ್ತು, ಅವನ ಅಧಿಕಾರವು ಆ ತಾಲೂಕಿನಲ್ಲಲ್ಲದೆ ಬಂಕಾಪುರ, ನವಲಗುಂದ ತಾಲೂಕುಗಳ ಕೆಲ ಕೆಲವು ಹಳ್ಳಿಗಳಲ್ಲಿ ನಡಿಯುತ್ತಿತ್ತು. ಹಾವೇರಿಯಲ್ಲಿ ಮುನಸೀಫನ ಕೋರ್ಟು ಇತ್ತು; ಅವನ ಅಧಿಕಾರವು ರಾಣೀಬಿನ್ನೂರು, ಹಾನಗಲ್ಲು, ಕೋಡ, ಈ ಮೂರು ತಾಲೂಕುಗಳಲ್ಲಲ್ಲದೆ ಬಂಕಾಪುರದ ಕೆಲವು ಗ್ರಾಮಗಳಲ್ಲಿ ನಡಿಯುತ್ತಿತ್ತು. ಮುಂದೆ ಸನ್ ೧೮೬೯ರಲ್ಲಿ ಬೆಳಗಾವೀ ಜಿಲ್ಲೆಗೆ ಬೇರೊಬ್ಬ ಜಡಜನನ್ನು ನೇಮಿಸಿ, ಧಾರವಾಡ ಜಿಲ್ಲೆಯಲ್ಲಿ ೧೧ ತಾಲೂಕುಗಳನ್ನು ಮಾಡಿದರು. ಮತ್ತೂ ಧಾರವಾಡ, ಹಾವೇರಿ, ಗದಗು, ಈ ಮೂರು ಸ್ಥಳಗಳಲ್ಲಿ ಸಬಜಡಜರನ್ನು ನೇಮಿಸಿ, ಧಾರವಾಡದ ಸಬಜಡಜನ ಅಧಿಕಾರಕ್ಕೆ ಧಾರವಾಡ, ಹುಬ್ಬಳ್ಳಿ, ಬಂಕಾಪುರ, ಕಲಘಟಗಿ, ಈ ತಾಲೂಕುಗಳನ್ನೂ, ಹಾವೇರಿಯ ಸಬಜಡಜನ ಅಧಿಕಾರಕ್ಕೆ ಕರ್ಜಗಿ, ಹಾನಗಲ್ಲು, ಕೋಡ, ರಾಣೀಬಿನ್ನೂರು, ಈ ನಾಲ್ಕು ತಾಲೂಕುಗಳನ್ನೂ, ಗದಗಿನ ಸಬಜಡಜನ ಅಧಿಕಾರಕ್ಕೆ ಗದಗು, ನವಲಗುಂದ, ರೋಣ, ಈ ಮೂರು ತಾಲೂಕುಗಳನ್ನೂ ವೊಳ ಪಡಿಸಿದರು.

ಸನ್ ೧೮೭೦ರಲ್ಲಿ ಡಿಸ್ಟ್ರಿಕ್ಟ ಕೋರ್ಟು ಸಹಿತ ನಾಲ್ಕು ಕೋರ್ಟುಗಳಲ್ಲಿ ಕೂಡಿ ೨೩೦೩ ವ್ಯಾಜ್ಯಗಳ ನಿರ್ಣಯವಾಯಿತು. ಸನ್ ೧೮೭೫ರಲ್ಲಿ ಹುಬ್ಬಳ್ಳಿಯ ಕೋರ್ಟು ಹೊಸದಾಗಿ, ೫ ಕೋರ್ಟುಗಳಲ್ಲಿ ಕೂಡಿ ೩೭೬೦ ವ್ಯಾಜ್ಯಗಳ ನಿರ್ಣಯವಾಯಿತು. ಇವೇ ೫ ಕೋರ್ಟುಗಳಲ್ಲಿ ಸನ್ ೧೮೮೦ರಲ್ಲಿ ೩೩೩೪ ವಾಜ್ಯಗಳ ನಿರ್ಣಯವಾಯಿತು. ಸನ್ ೧೮೮೩ರಲ್ಲಿ ಧಾರವಾಡದ ಸಬಜಡಜನ ಅಧಿಕಾರಕ್ಕೆ ಧಾರವಾಡ, ಕಲಘಟಗಿ ತಾಲೂಕುಗಳು, ಹುಬ್ಬಳ್ಳಿಯ ಸಬಜಡಜನ ಅಧಿಕಾರಕ್ಕೆ ಹುಬ್ಬಳ್ಳಿ, ಬಂಕಾಪುರ, ತಾಲೂಕುಗಳು, ಗದಗಿನ ಸಬಜಡಜನ ಅಧಿಕಾರಕ್ಕೆ ಗದಗು, ನವಲಗುಂದ, ರೋಣ ತಾಲೂಕುಗಳು, ಹಾವೇರಿಯ ಸಬಜಡಜನ ಅಧಿಕಾರಕ್ಕೆ ಹಾನಗಲ್ಲು, ಕರ್ಜಗಿ, ಕೋಡ, ರಾಣೀಬಿನ್ನೂರು ತಾಲೂಕುಗಳು ಶೇರಿದ್ದವು.

ಧಾರವಾಡ—ವ್ಯಾಜ್ಯಗಳ ವಿವರ—೧೮೭೦-೧೮೮೨.

ವರ್ಷ.	ವ್ಯಾಜ್ಯಗಳ ಸಂಖ್ಯೆ.	ಸರಾಸರೀ ರಕಮು.	ಬಿನ್ನ ತಕ್ರಾರಿ.	ತಕ್ರಾರಿ.
೧೮೭೦	೨೩೦೩	೨೧೩	೧೭೮೯	೫೧೪
೧೮೭೧	೨೮೦೦	೨೪೦	೨೧೮೮	೬೧೬
೧೮೭೨	೨೫೧೬	೩೦೮	೨೦೮೦	೪೩೬
೧೮೭೩	೨೪೯೩	೨೪೩	೧೯೪೩	೫೫೦
೧೮೭೪	೨೫೭೭	೧೮೨	೨೦೪೪	೫೩೩
೧೮೭೫	೩೮೩೧	೨೦೪	೩೦೮೨	೭೪೯
೧೮೭೬	೪೭೬೯	೧೮೫	೩೯೭೬	೭೯೩
೧೮೭೭	೩೪೬೦	೧೪೯	೨೮೦೧	೬೫೯
೧೮೭೮	೪೨೧೨	೧೫೯	೩೫೬೯	೬೪೩
೧೮೭೯	೪೦೭೩	೧೩೬	೩೪೦೬	೬೬೭
೧೮೮೦	೩೩೩೨	೧೫೬	೨೭೬೦	೫೭೨
೧೮೮೧	೪೦೨೪	೧೫೧	೨೮೬೧	೧೧೬೩
೧೮೮೨	೩೭೪೨	೧೪೭	೨೬೧೭	೧೧೨೫

ಸ್ಮಾಲಕಾಜ ಕೋರ್ಟು.—ಸನ್ ೧೮೬೯ರ ವರೆಗೆ ಹುಬ್ಬಳ್ಳಿಯಲ್ಲಿ ಸದರ ಅಮೀನ ಕೋರ್ಟು ಇತ್ತು. ಆ ವರ್ಷ ಅದನ್ನು ಮುರಿದು ಧಾರವಾಡಕ್ಕೂ ಹುಬ್ಬಳ್ಳಿಗೂ ಕೂಡಿ ವೊಬ್ಬ ಸ್ಮಾಲಕಾಜ ಜಡಜನನ್ನು ನೇಮಿಸಿದರು. ಆದರೆ ಮುಂದೆ ಆರು ವರ್ಷದ ಅನುಭವದಿಂದ ಸ್ಮಾಲಕಾಜ ಜಡಜನಿಗೆ ಭರಪೂರ ಕೆಲಸವಿಲ್ಲೆಂದು ನೋಡಿ, ಸನ್ ೧೮೭೫ರಲ್ಲಿ ಸ್ಮಾಲಕಾಜ ಕೋರ್ಟು ಮುರಿದು, ಹುಬ್ಬಳ್ಳಿಗೆ ವೊಬ್ಬ ೨ನೇ ವರ್ಗದ ಸಬ ಜಡಜನನ್ನು ನೇಮಿಸಿ, ಧಾರವಾಡದ ೧ನೇ ವರ್ಗದ ಸಬಜಡಜನಿಗೆ ಸ್ಮಾಲಕಾಜದ ಅಧಿಕಾರ ಕೊಟ್ಟರು.

ನೊಂದಣೀ ಖಾತೆ.—೧೧ ತಾಲೂಕುಗಳಲ್ಲಿ ವೊಬ್ಬೊಬ್ಬ ಸಬರಜಿಸ್ಟ್ರಾರನೆಂಬ ನೊಂದಣೀ ಕಾರಕೂನನಿರುತ್ತಾನೆ. ಕಲೆಕ್ಟರನು ಡಿಸ್ಟ್ರಿಕ್ಟ ರಜಿಸ್ಟ್ರಾರನೆಂಬ ಹುದ್ದೆಯಿಂದ ಇವರ ಮೇಲಧಿಕಾರಿಯಾಗಿರುತ್ತಾನೆ. ಇದಲ್ಲದೆ ಇನಸ್ಪೆಕ್ಟರ ಜನರಲ್ ಆಫ್ ರಜಿಸ್ಟ್ರೇಶನ್ ಯೆಂಬವನೊಬ್ಬ ಬೇರೆ ಅಧಿಕಾರಿಯು ಸಬರಜಿಸ್ಟ್ರಾರ ಜನರ ಕೆಲಸವನ್ನು ತಪಾಸಿಸುತ್ತಿರುತ್ತಾನೆ. ಸನ್ ೧೮೮೩ರಲ್ಲಿ ೯೧೧೦ ರೂಪಾಯಿ ರಜಿಸ್ಟ್ರೇಶನ್ ಫೀ

ವಸೂಲಾಗಿ, ೬೯೮೦ ರೂಪಾಯಿ ಖರ್ಚು ಹೋಗಲಾಗಿ, ಸರಕಾರಕ್ಕೆ ೧೯೩೦ ರೂಪಾಯಿ ಶಿಲಕು ಉಳೀತು. ಆ ವರ್ಷ ವೊಟ್ಟಗೆ, ೪೫೦೫ ದಸ್ತೈವಜುಗಳ ನೊಂದಣೀ ಆಯಿತು; ಅವುಗಳಲ್ಲಿ ಸ್ಥಾವರ ಮಾಲಿನ ಬಾಬತು ೪೩೩೧, ಜಂಗಮ ಮಾಲಿನ ಬಾಬತು, ೧೩೫, ಮೃತ್ಯು ಪತ್ರಗಳು ೩೯.

ಮಾಜಿಸ್ಟ್ರೇಟ ಖಾತೆ.—ಸನ್ ೧೮೮೪ರಲ್ಲಿ ವೊಟ್ಟಗೆ ೩೦ ಜನ ಮಾಜಿಸ್ಟ್ರೇಟರಿದ್ದರು; ಅವರಲ್ಲಿ ೭ ಮಂದಿ ೧ನೇ ವರ್ಗದವರು, ೨ನೇ ೩ನೇ ವರ್ಗದವರು ಕೂಡಿ ೨೩ ಜನ. ಇವರೆಲ್ಲರ ಮೇಲೆ ಡಿಸ್ಟ್ರಿಕ್ಟ ಮಾಜಿಸ್ಟ್ರೇಟನೆಂದರೆ ಕಲೆಕ್ಟರನ ಮೇಲ್ವಿಚಾರಣೆಯು ನಡಿಯುತ್ತದೆ. ಯಾವತ್ತು ಮಾಜಿಸ್ಟ್ರೇಟರು ಕೂಡಿ ಸನ್ ೧೮೮೨ರಲ್ಲಿ ೧೯೮೩ ಫೌಜದಾರೀ ವ್ಯಾಜ್ಯಗಳ ನಿರ್ಣಯ ಮಾಡಿದರು.

ಹಳ್ಳಿಗಳಲ್ಲಿ ಗೌಡನು ಸೇತಸನದೀ ಹಳಬರ ಸಹಾಯದಿಂದ ಪೋಲೀಸರ ಕೆಲಸ ಮಾಡುತ್ತಾನೆ.

ಗುಹ್ನೇಗಾರರ ಜಾತಿಗಳು.—ಕೊರವರು, ಲಮಾಣಿಗಳು, ವೊಡ್ಡರು, ಮುಂತಾದ ಜಾತಿಗಳಲ್ಲಿ ಬಹು ಜನರು ಕಳವಿನಿಂದ ಜೀವಿಸುತ್ತಾರೆ. ಇವರಲ್ಲದೆ ದರೋಡೆ ಖೋರರು ಬೇರೆ; ಅವರು ಇಂಥಾ ಜಾತಿಯವರೇ ಯೆಂಬ ನೇಮವಿಲ್ಲ. ಗುಹ್ನೆಗಳ ಗೊತ್ತು ಹತ್ತದಿರುವದಕ್ಕೆ ಮುಖ್ಯ ಕಾರಣಗಳೇನಂದರೆ—ಗುಹ್ನೇಗಾರರನ್ನು ಬಲ್ಲವರು ತಾವು ಕೋರ್ಟಿಗೆ ಸಾಕ್ಷಿಗೆ ಹೋಗ ಬೇಕಾಗುವದೆಂಬ ಹೆದರಿಕೆಯಿಂದ ಅವರ ಹೆಸರುಗಳನ್ನು ಹೇಳುವದಿಲ್ಲ; ಸಾಕ್ಷೀದಾರರು ಮನೆ ಮಾರು ಬಿಟ್ಟು ಹೋಗಿ ಕೋರ್ಟಿನಲ್ಲಿ ಬಿಸಿಲು ತಿನ್ನುತ್ತ ಕೂಡ್ರ ಬೇಕಾಗುತ್ತದೆ; ಅವರ ಖರ್ಚಿಗೆ ಸಾಕಾಗುವಷ್ಟು ಭತ್ತೆ ಸಹ ದೊರಿಯುವದಿಲ್ಲ; ಗುಹ್ನೆಗಳು ಮಾಜಲಿಕ್ಕೆ ಇದೇ ಮುಖ್ಯ ಕಾರಣವಿರುತ್ತದೆ. ಇದಲ್ಲದೆ ದಕ್ಷಿಣದಲ್ಲಿ ಮೈಸೂರು ಶೀಮೆ, ಪೂರ್ವದಲ್ಲಿ ನಿಜಾಮನ ಶೀಮೆ, ಜಿಲ್ಲೆಯ ನಡುವೂ ಉತ್ತರದಲ್ಲಿಯೂ ಪಟವರ್ಧನರ ಶೀಮೆಗಳು ಇರುವ ಕಾರಣ ಗುಹ್ನೆಗಾರರು ಅತ್ತ ಕಡೆಗೆ ಓಡಿ ಹೋಗುತ್ತಾರೆ.

ಪೋಲೀಸ ಖಾತೆ.—ಈ ಜಿಲ್ಲೆಯಲ್ಲಿ ಸನ್ ೧೮೮೨ರಲ್ಲಿ ಪೋಲೀಸ ಅಮಲದಾರರೂ ಶಿಪಾಯಿಗಳೂ ಕೂಡಿ ವೊಟ್ಟಗೆ ೭೩೩ ಜನರಿದ್ದರು; ಇವರಲ್ಲಿ ೧೧೩ ಜನ ಅಮಲದಾರರು, ಉಳಿದವರು ಶಿಪಾಯಿಗಳು. ಇವರೆಲ್ಲ ಡಿಸ್ಟ್ರಿಕ್ಟ ಸುಪರಿಂಟೆಂಡೆಂಟನೆಂಬ ಯುರೋಪಿಯನ್ ಮುಖ್ಯಾಧಿಕಾರಿಗೆ ಅಂಕಿತರಾದವರು. ಇವರಲ್ಲಿ ೫೪ ಜನ ಅಮಲದಾರರೂ, ೩೩೦ ಜನ ಶಿಪಾಯಿಗಳೂ ಮುಸಲ್ಮಾನರು; ೧೧ ಜನ ಅಮಲದಾರರೂ, ೧೨ ಜನ ಶಿಪಾಯಿಗಳೂ ಬ್ರಾಹ್ಮಣರು; ೯ ಜನ ಅಮಲದಾರರೂ, ೩೩ ಜನ ಶಿಪಾಯಿಗಳೂ ರಜಪೂತರು; ೩ ಜನ ಅಮಲದಾರರೂ, ೮ ಜನ ಶಿಪಾಯಿಗಳೂ ಲಿಂಗವಂತರು; ೨೭ ಜನ ಅಮಲದಾರರೂ, ೧೭೮ ಜನ ಶಿಪಾಯಿಗಳೂ ಆರೇರು; ೮ ಜನ ಅಮಲದಾರರೂ, ೪೦ ಜನ ಶಿಪಾಯಿಗಳೂ ಬೇರೆ ಜಾತಿಗಳ ಹಿಂದೂ ಜನರು; ಇಬ್ಬರು ಅಮಲದಾರರೂ, ಮೂವರು ಶಿಪಾಯಿಗಳೂ ಕ್ರಿಸ್ತಿಯನ್ನರು. ಯಾವತ್ತು ಜನ ಪೋಲೀಸರ ಸಂಬಳ,

ಭತ್ತೆ ಮುಂತಾದದ್ದು ಕೂಡಿ ವರ್ಷದ ಖರ್ಚು ೧೨೧೬೨೦ ರೂಪಾಯಿ. ಇದರಲ್ಲಿ ಸುಪರಿಂಟೆಂಡೆಂಟನ ಸಂಬಳ ೯೬೦೦ ರೂಪಾಯಿ, ಭತ್ಯೆ ೨೪೦೦ ರೂಪಾಯಿ, ಅಂತೂ ೧೨೦೦೦ ರೂಪಾಯಿ; ಅವನ ಕಚೇರಿಯವರ ಸಂಬಳ ಭತ್ತೆ ಕೂಡಿ ೨೪೭೦ ರೂಪಾಯಿ; ಉಳಿದದ್ದೆಲ್ಲ ಅಮಲದಾರರಿಗೂ ಶಿಪಾಯಿಗಳಿಗೂ ಸಲ್ಲುವ ಸಂಬಳ ಭತ್ತೆ ಮುಂತಾದದ್ದು. ಧಾರವಾಡ ಜಿಲ್ಲೆಯ ಕ್ಷೇತ್ರಫಲ ೪೫೩೪ ಚಚ್ಚೌಕು ಮೈಲು, ಜನಸಂಖ್ಯೆ ೮೮೨೯೦೭ ಸನ್ ೧೮೮೧ರಲ್ಲಿ ಇತ್ತು. ಇದರಿಂದ ೬ ಚಚ್ಚೌಕು ಮೈಲಿನ ಕ್ಷೇತ್ರದಲ್ಲಿ ವಾಸಿಸುವ ೧೨೦೫ ಜನ ನಿವಾಸಿಗಳಿಗೆ ವೊಬ್ಬನಂತೆ ಪೋಲೀಸನಾಗುತ್ತಾನೆ; ಪ್ರತಿ ವೊಬ್ಬ ನಿವಾಸಿಗೆ ೨ ಆಣೆಯಂತೆ ಪೋಲೀಸರ ಖರ್ಚು ಬೀಳುತ್ತದೆ.

ಗುನ್ಹೆಗಳು.—ಸನ್ ೧೮೮೨ರ ಅಖೇರ ವರೆಗೆ ಮುಗಿಯುವ ವೊಂಬತ್ತು ವರ್ಷಗಳಲ್ಲಿ ೨೧೭ ಖೂನಗಳು, ೬೩ ಸದೋಷ ಮನುಷ್ಯ ವಧಗಳು, ೨೧೧ ಭಾರೀ ದುಖಾಪತುಗಳು, ೭೨೭ ದರೋಡೆ, ಕಳವು, ೩೨೯೩೮ ಬೇರೆ ಪ್ರಕಾರದ ಗುನ್ಹೆಗಳು ಆದವು. ಇದರಿಂದ ಸರಾಸರೀ ಮಾನದಿಂದ ವರ್ಷಕ್ಕೆ ೩೭೯೬ ಗುನ್ಹೆಗಳಾಗುತ್ತವೆ; ಅಂದರೆ ಪ್ರತಿ ೨೧೧ ಜನರಲ್ಲಿ ವೊಬ್ಬನು ಪ್ರತಿ ವರ್ಷ ವೊಂದು ಗುನ್ಹೆ ಮಾಡುತ್ತಾನೆಂದು ಫಲಿತವಾಗುತ್ತದೆ.

ತುರಂಗಗಳು.--ಡಿಸ್ಟ್ರಿಕ್ಟ ಜೇಲೆಂಬ ದೊಡ್ಡ ತುರಂಗ ಹೊರ್ತಾಗಿ ಈ ಜಿಲ್ಲೆಯಲ್ಲಿ ಮೂರು ಸಣ್ಣ ತುರಂಗಗಳಿರುತ್ತವೆ. ಸನ್ ೧೮೮೨ರ ಕಡೇ ತಾರೀಖಿನಲ್ಲಿ ಧಾರವಾಡದ ತುರಂಗದಲ್ಲಿ ೧೭೧ ಜನ ಗಂಡಸರು, ೩೬ ಜನ ಹೆಂಗಸರು, ಅಂತೂ ೨೦೭ ಜನ ಕೈದಿಗಳಿದ್ದರು. ಸನ್ ೧೮೮೩ರ ಅಖೇರ ವರೆಗೆ ೩೯೯ ಜನ ಗಂಡಸರು, ೭೯ ಜನ ಹೆಂಗಸರು, ಅಂತೂ ೪೭೮ ಜನ ಹೊಸ ಕೈದಿಗಳು ಬಂದರು; ಮತ್ತೂ ೪೦೦ ಜನ ಗಂಡಸರು, ೬೭ ಜನ ಹೆಂಗಸರು, ಅಂತೂ ೪೬೭ ಜನ ಕೈದಿಗಳು ಬಿಡುಗಡೆಯಾದರು. ಸದರೀ ವರ್ಷದಲ್ಲಿ ಸರಾಸರಿಯಿಂದ ಪ್ರತಿ ದಿವಸ ೧೯೯ ಜನ ಕೈದಿಗಳಿದ್ದರು.

ಬೆಳಗಾವೀ ಜಿಲ್ಲೆ.

ದಿವಾಣೀ ಕೋರ್ಟುಗಳು.—ಈ ಜಿಲ್ಲೆಯು ಸನ್ ೧೮೬೯ರ ವರೆಗೆ ಧಾರವಾಡದ ಜಡಜನ ಅಧಿಕಾರಕ್ಕೊಳಗಾಗಿತ್ತೆಂದು ಹಿಂದೆ ಹೇಳಿದ್ದೇವೆ. ಸನ್ ೧೮೭೦ರಲ್ಲಿ ಬೆಳಗಾವಿಯ ಜಡಜ ಕೋರ್ಟು ಬೇರೆ ಆಯಿತು. ಆ ವರ್ಷದಿಂದ ಸನ್ ೧೮೮೦ರ ವರೆಗೆ ಜಡಜ ಕೋರ್ಟು ಸಹಿತ ೫ ದಿವಾಣೀ ಕೋರ್ಟುಗಳಿದ್ದವು. ಅವುಗಳಲ್ಲಿ ಸನ್ ೧೮೭೦ರಲ್ಲಿ ೩೪೨೧, ಸನ್ ೧೮೭೫ರಲ್ಲಿ ೪೭೩೩, ಸನ್ ೧೮೮೦ರಲ್ಲಿ ೩೫೨೪ ವ್ಯಾಜ್ಯಗಳ ನಿರ್ಣಯವಾಯಿತು. ಬೆಳಗಾವಿಯಲ್ಲಿ ಜಡಜ ಕೋರ್ಟಲ್ಲದೆ ಇನ್ನೊಂದು ಫರ್ಸ್ಟ ಕ್ಲಾಸ ಸಬಜಡಜ ಕೋರ್ಟು, ಚಿಕ್ಕೋಡಿ, ಸವದತ್ತಿ, ಅಥಣಿ, ಈ ಮೂರು ಗ್ರಾಮಗಳಲ್ಲಿ ವೊಂದೊಂದು ಸೇಕಂಡ ಕ್ಲಾಸ ಸಬಜಡಜನ ಕೋರ್ಟುಗಳಿರುತ್ತವೆ.

ಬೆಳಗಾವಿ ವಾಜ್ಯಗಳ ವಿವರ.—೧೮೭೦-೧೮೮೨.

ವರ್ಷ.	ವ್ಯಾಜ್ಯಗಳು.	ಸರಾಸರಿ ರಕಮು.	ಒಟ್ಟು ಕಿಮ್ಮತ್ತು.	ಕಿಮ್ಮತ್ತು.	ವರ್ಷ.	ವ್ಯಾಜ್ಯಗಳು.	ಸರಾಸರಿ ರಕಮು.	ಒಟ್ಟು ಕಿಮ್ಮತ್ತು.	ಕಿಮ್ಮತ್ತು.
೧೮೭೦	೨೪೨೧	೧೧೦	೨೬೩೨	೭೮೯	೧೮೭೭	೩೫೮೧	೨೪೩	೩೬೯೨	೮೮೯
೧೮೭೧	೩೭೪೦	೧೪೨	೨೯೬೫	೭೭೫	೧೮೭೮	೩೮೪೧	೧೧೪	೩೧೩೧	೭೧೦
೧೮೭೨	೪೧೦೦	೧೩೩	೩೩೭೨	೭೨೮	೧೮೭೯	೩೬೩೮	೧೪೭	೨೯೨೬	೭೧೨
೧೮೭೩	೪೭೨೩	೧೪೭	೩೮೩೫	೮೮೮	೧೮೮೦	೩೫೨೪	೨೦೨	೨೭೮೩	೭೪೧
೧೮೭೪	೪೨೯೫	೧೩೨	೩೫೯೨	೭೦೩	೧೮೮೧	೩೩೮೭	೨೨೨	೨೬೧೨	೭೭೫
೧೮೭೫	೪೭೩೩	೨೦೪	೩೮೦೩	೯೩೦	೧೮೮೨	೩೨೪೩	೧೪೯	೨೪೪೩	೮೦೦
೧೮೭೬	೩೮೪೧	೧೫೦	೩೦೯೫	೭೪೬					

ನೊಂದಣೀ ಖಾತೆ.—ಯೇಳು ತಾಲೂಕುಗಳಲ್ಲಿ ಯೇಳು ಜನ ಸಬರಜಿಸ್ಟ್ರಾರರು ಕಲೆಕ್ಟರನಿಗೆ ಅಂಕಿತರಾಗಿ ಕೆಲಸ ಮಾಡುತ್ತಾರೆ. ಸನ್ ೧೮೮೨-೮೩ನೇ ವರ್ಷದಲ್ಲಿ ವೊಟ್ಟು ನೊಂದಣೀ ಫೀ ೧೦೪೬೦ ರೂಪಾಯಿ, ವೊಟ್ಟು ಖರ್ಚು ೭೮೭೦ ರೂಪಾಯಿ, ಸರಕಾರಕ್ಕೆ ಉಳಿತಾಯ ೨೫೯೦ ರೂಪಾಯಿ ಆಯಿತು. ಆ ವರ್ಷದಲ್ಲಿ ೪೭೯೬ ಸ್ಥಾವರ ಮಾಲಿನ ಬಾಬತು, ೧೩೨ ಜಂಗಮ ಮಾಲಿನ ಬಾಬತು, ೨೦ ವೃತ್ಯುಪತ್ರಗಳು, ಅಂತೂ ೪೯೪೮ ದಸ್ತೈವಜುಗಳ ನೋಂದಣೀ ಆಯಿತು.

ಮಾಜಿಸ್ಟ್ರೇಟ ಖಾತೆ.—ಸನ್ ೧೮೮೨ರಲ್ಲಿ ಡಿಸ್ಟ್ರಿಕ್ಟ ಮಾಜಿಸ್ಟ್ರೇಟನಿಗೆ ಅಂಕಿತರಾಗಿ ೫ ಜನ ೧ನೇ ವರ್ಗದ ಮಾಜಿಸ್ಟ್ರೇಟರು, ೭ ಜನ ೨ನೇ ವರ್ಗದ ಮಾಜಿಸ್ಟ್ರೇಟರು, ೧೧ ಜನ ೩ನೇ ವರ್ಗದ ಮಾಜಿಸ್ಟ್ರೇಟರು ಕೆಲಸ ಮಾಡುತ್ತಿದ್ದರು. ಡಿಸ್ಟ್ರಿಕ್ಟ ಮಾಜಿಸ್ಟ್ರೇಟ ಸಹಿತ ಯಾವತ್ತು ಮಾಜಿಸ್ಟ್ರೇಟರು ಕೂಡಿ ಸನ್ ೧೮೮೧ರಲ್ಲಿ ೩೫೦೬ ಫೌಜದಾರೀ ವ್ಯಾಜ್ಯಗಳ ನಿರ್ಣಯ ಮಾಡಿದರು.

ಗುನ್ಹೇಗಾರರ ಜಾತಿಗಳು.—ಬೇಡರು, ಲಮಾಣಿಗಳು, ಕೈಕಾಡಿಗಳು, ವೊಡ್ಡರು, ಬೇಲ್ದಾರರು, ಗುನ್ಹೆ ಮಾಡಿ ಜೀವಿಸುವ ಜಾತಿಗಳುಂಟು. ಗುನ್ಹೆಗಳ ಪತ್ತೆಯಾಗಲಿಕ್ಕೆ ಧಾರವಾಡ ಜಿಲ್ಲೆಯ ಕೆಳಗೆ ಹೇಳಿದ ಆತಂಕಗಳೇ ಈ ಜಿಲ್ಲೆಯಲ್ಲಿಯೂ ಇರುತ್ತವೆ.

ಪೋಲೀಸ ಖಾತೆ.—ಸನ್ ೧೮೮೨ರಲ್ಲಿ ಸುಪರಿಂಟೆಂಡೆಂಟನಿಗೆ ಅಂಕಿತರಾಗಿ ೧೦೯ ಜನ ಅಮಲದಾರರು, ೫೫೩ ಜನ ಶಿಪಾಯಿಗಳು, ಅಂತೂ ೬೬೩ ಜನ ಪೋಲೀ-

ಸರಿದ್ದರು. ಇವರಲ್ಲಿ ೩೭ ಜನ ಅಮಲದಾರರು, ೨೦೩ ಜನ ಶಿಪಾಯಿಗಳು ಮುಸಲ್ಮಾನರು; ೭ ಜನ ಅಮಲದಾರರು, ೬ ಜನ ಶಿಪಾಯಿಗಳು ಬ್ರಾಹ್ಮಣರು; ೭ ಜನ ಅಮಲದಾರರು, ೧೦ ಜನ ಶಿಪಾಯಿಗಳು ರಜಪೂತರು; ೪ ಜನ ಅಮಲದಾರರು, ೩೧ ಜನ ಶಿಪಾಯಿಗಳು ಲಿಂಗವಂತರು; ೩೭ ಜನ ಅಮಲದಾರರು, ೨೧೦ ಜನ ಶಿಪಾಯಿಗಳು ಆರೇರು; ವೊಬ್ಬ ಅಮಲದಾರ, ವೊಬ್ಬ ಶಿಪಾಯಿ ಜೈನರು; ೧೩ ಜನ ಅಮಲದಾರರು, ೩೦ ಜನ ಶಿಪಾಯಿಗಳು ಬೇರೆ ಬೇರೆ ಜಾತಿಗಳ ಹಿಂದೂ ಜನರು; ವೊಬ್ಬ ಪಾರ್ಸೀ ಅಮಲದಾರ; ಇಬ್ಬರು ಅಮಲದಾರರು, ವೊಬ್ಬ ಶಿಪಾಯಿ ಕ್ರಿಸ್ತಿಯನ್ನರು. ಬೆಳಗಾವೀ ಜಿಲ್ಲೆಯ ವೊಟ್ಟು ಕ್ಷೇತ್ರಫಲ ೪೬೫೭ ಚಚ್ಚೌಕು ಮೈಲು, ಜನಸಂಖ್ಯೆ ೮೬೪೦೧೪ ಇರುವ ಕಾರಣ ೭ ಚಚ್ಚೌಕು ಮೈಲುಗಳಲ್ಲಿ ವಾಸಿಸುವ ೧೩೦೩ ಜನರಿಗೆ ವೊಬ್ಬನಂತೆ ಪೋಲೀಸರಾಗುತ್ತಾರೆ. ಪ್ರತಿ ವೊಬ್ಬ ನಿವಾಸಿಗೆ ೧ ಆಣೆ ೨ ಪೈಗಳಂತೆ ಪೋಲೀಸರ ಖರ್ಚು ಬೀಳುತ್ತದೆ.

ಗುಹ್ನೆಗಳು.—ಸನ್ ೧೮೮೨ರ ಆಖೈರ ವರೆಗೆ ಮುಗಿಯುವ ವೊಂಬತ್ತು ವರ್ಷಗಳಲ್ಲಿ ೧೬೧ ಖೂನಗಳು, ೫೨ ಸದೋಷ ಮನುಷ್ಯ ವಧಗಳು, ೨೮೫ ಭಾರೀ ದುಖಾಪತುಗಳು, ೪೫೨ ದರೋಡೆ ಮುಂತಾದ ಕಳವುಗಳು, ೨೫೫೧೨ ಬೇರೆ ಪ್ರಕಾರದ ಗುಹ್ನೆಗಳು ಆದವು. ಪ್ರತಿ ವರ್ಷಕ್ಕೆ ಸರಾಸರೀ ಮಾನದಿಂದ ೨೯೩೭ ಗುಹ್ನೆಗಳಾಗುತ್ತವೆ. ಇದರಿಂದ ೨೯೪ ಜನ ನಿವಾಸಿಗಳಲ್ಲಿ ವೊಬ್ಬನು ಪ್ರತಿ ವರ್ಷ ವೊಂದು ಗುಹ್ನೆ ಮಾಡುತ್ತಾನೆಂದು ಫಲಿತವಾಗುತ್ತದೆ.

ತುರಂಗಗಳು.—ಬೆಳಗಾವಿಯ ಡಿಸ್ಟ್ರಿಕ್ಟ ಜೇಲಲ್ಲದೆ ಅಥಣಿಯಲ್ಲಿ ಇನ್ನೊಂದು ತುರಂಗವಿರುತ್ತದೆ. ಬೆಳಗಾವೀ ತುರಂಗದಲ್ಲಿ ಸನ್ ೧೮೮೨ರ ಕಡೆಯಲ್ಲಿ ೩೨ ಜನ ಗಂಡಸರು, ೧೦ ಜನ ಹೆಂಗಸರು, ಅಂತೂ ೪೨ ಜನ ಕೈದಿಗಳಿದ್ದರು. ಸನ್ ೧೮೮೩ರಲ್ಲಿ ೪೩೩ ಜನ ಗಂಡಸರು, ೬೬ ಜನ ಹೆಂಗಸರು, ಅಂತೂ ೪೯೯ ಜನ ಹೊಸ ಕೈದಿಗಳು ಬಂದರು; ಮತ್ತೂ ೩೯೬ ಜನ ಗಂಡಸರು, ೬೯ ಜನ ಹೆಂಗಸರು, ಅಂತೂ ೪೬೫ ಜನ ಕೈದಿಗಳು ಬಿಡುಗಡೆಯಾದರು. ಆ ವರ್ಷದಲ್ಲಿ ಪ್ರತಿ ದಿನಕ್ಕೆ ಸರಾಸರೀ ಮಾನದಿಂದ ೬೦ ಜನ ಕೈದಿಗಳಾಗಿದ್ದರು.

ವಿಜಾಪುರ ಜಿಲ್ಲೆ.

ದಿವಾಣೀ ಕೋರ್ಟುಗಳು.—ಹಿಂದೆ ಹೇಳಿದಂತೆ ಸನ್ ೧೮೬೯ರಲ್ಲಿ ಈ ಜಿಲ್ಲೆಯ ದಿವಾಣೀ ಖಾತೆಯು ಬೆಳಗಾವಿಯಿಂದ ಬೇರೆ ಆದಾಗ ಕಲಾದಗಿಯ ಡಿಸ್ಟ್ರಿಕ್ಟ ಕೋರ್ಟು ತೆಗಿದು ಆ ಜಿಲ್ಲೆಗೂ ಈ ಜಿಲ್ಲೆಗೂ ಕೂಡಿ ವೊಬ್ಬ ಜಡಜನನ್ನು ನೇಮಿಸಿ ಕಲಾದಗಿಯಲ್ಲಿ ಅಸಿಸ್ಟಾಂಟ ಜಡಜ ಕೋರ್ಟು ಇಟ್ಟರು. ಸನ್ ೧೮೭೦ರಿಂದೀಚೆ ಈ ಜಿಲ್ಲೆಯಲ್ಲಿ ವೊಟ್ಟಗೆ ೪ ದಿವಾಣೀ ಕೋರ್ಟುಗಳಿವೆ; ಇವುಗಳಲ್ಲಿ ೧೮೭೦ರಲ್ಲಿ ೨೮೯೧,

೧೮೭೫ರಲ್ಲಿ ೩೫೪೫, ೧೮೮೦ರಲ್ಲಿ ೨೩೩೪ ವ್ಯಾಜ್ಯಗಳ ನಿರ್ಣಯವಾಯಿತು. ೪ ದಿವಾಣೀ ಕೋರ್ಟುಗಳಲ್ಲಿ ಸೀನೀಯರ ಅಸಿಸ್ಟಾಂಟ ಜಡಜನ ಕೋರ್ಟು ವಿಜಾಪುರದಲ್ಲಿ, ವಿಜಾಪುರ, ಬಾಗಲಕೋಟೆ, ಮುದ್ದೇಬಿಹಾಳಗಳಲ್ಲಿ ವೊಂದೊಂದು ಸಬಜಡಜರ ಕೋರ್ಟುಗಳು ಇರುತ್ತವೆ.

ವಿಜಾಪುರ— ವ್ಯಾಜ್ಯಗಳ ವಿವರ. ೧೮೭೦ - ೧೮೮೨.

ವರ್ಷ.	ವ್ಯಾಜ್ಯಗಳು.	ಸರಾಸರಿ ದಿವಸಗಳು.	[illegible]	[illegible]	ವರ್ಷ.	ವ್ಯಾಜ್ಯಗಳು.	ಸರಾಸರಿ ದಿವಸಗಳು.	[illegible]	[illegible]
೧೮೭೦	೨೪೧೯	೧೩೭	೨೦೩೪	೩೯೫	೧೮೭೭	೧೬೭೩	೧೨೬	೧೩೬೧	೩೧೨
೧೮೭೧	೨೫೬೯	೧೨೩	೨೧೫೬	೪೧೩	೧೮೭೮	೨೭೦೨	೧೦೨	೨೩೪೨	೩೬೬
೧೮೭೨	೨೬೩೩	೧೨೦	೨೨೨೪	೪೦೯	೧೮೭೯	೨೮೬೪	೯೨	೨೫೫೫	೩೦೯
೧೮೭೩	೩೨೫೮	೧೧೧	೨೭೮೬	೪೦೨	೧೮೮೦	೨೩೩೪	೯೧	೨೦೬೨	೨೭೨
೧೮೭೪	೩೪೩೮	೧೦೧	೨೯೩೮	೫೦೦	೧೮೮೧	೧೯೮೪	೯೫	೧೬೪೩	೩೪೧
೧೮೭೫	೩೫೪೫	೯೬	೩೦೮೩	೪೬೨	೧೮೮೨	೨೬೨೯	೭೪	೨೨೧೮	೪೧೧
೧೮೭೬	೩೩೩೭	೧೦೧	೩೯೭	೪೪೧					

ನೋಂದಣೀ ಖಾತೆ.— ಯೆಂಟು ತಾಲೂಕುಗಳಲ್ಲಿ ಯೆಂಟು ಜನ ಸಬರಜಿಸ್ಟ್ರಾರರು ಕಲೆಕ್ಟರನಿಗೆ ಅಂಕಿತರಾಗಿ ಕೆಲಸ ಮಾಡುವರು. ಸನ್ ೧೮೮೨-೮೩ನೇ ವರ್ಷದಲ್ಲಿ ವೊಟ್ಟು ನೋಂದಣೀ ಫೀ ವಸೂಲು ೪೨೬೦ ರೂಪಾಯಿ. ಖರ್ಚು ೩೪೬೦ ರೂಪಾಯಿ ಸರಕಾರಕ್ಕೆ ಆದಾಯ ೮೦೦ ರೂಪಾಯಿ. ಆ ವರ್ಷ ನೋಂದಿಸಿದ ದಸ್ತೈವಜುಗಳಲ್ಲಿ ಸ್ಥಾವರ ಮಾಲಿನ ಬಾಬತು ೧೮೦೩, ಜಂಗಮ ಮಾಲಿನ ಬಾಬತು ೬೫, ಮೃತ್ಯು ಪತ್ರ ೧೪, ಅಂತೂ ೧೮೮೨.

ಮಾಜಿಸ್ಟ್ರೇಟ ಖಾತೆ.— ಐದು ಮಂದಿ ೧ನೇ ವರ್ಗದ ಮಾಜಿಸ್ಟ್ರೇಟರು, ೨ನೇ ೩ನೇ ವರ್ಗದವರು ಕೂಡಿ ೧೮ ಜನ, ಅಂತೂ ೨೩ ಜನ. ಸನ್ ೧೮೮೨ರಲ್ಲಿ ೧ನೇ ವರ್ಗದ ಮಾಜಿಸ್ಟ್ರೇಟರು ೨೩೫, ೨ನೇ ೩ನೇ ವರ್ಗದವರು ೧೨೬೨ ಫೌಜದಾರೀ ವ್ಯಾಜ್ಯಗಳ ನಿರ್ಣಯ ಮಾಡಿದರು.

ಗುಹ್ನೇಗಾರರ ಜಾತಿಗಳು.— ಕೈಕಾಡಿಗಳು ಮುಖ್ಯ ಗುಹ್ನೇಗಾರರ ಜಾತಿಯು. ಇವರು ನಿಜಾಮನ ರಾಜ್ಯದಲ್ಲಿ ಇರುತ್ತಾರೆ. ಇವರು ಮೊದಲು ಸಾಳತಿಯುವವನ್ನು

51

ಬ್ರಾಹ್ಮಣರ ಇಲ್ಲವೆ ಲಿಂಗವಂತರ ಸೋಗು ಹಾಕಿ ಕಳಿಸಿ, ಇಂಥಾ ಊರಲ್ಲಿ ಇಂಥಾ ಮನೆ ವೊಡೆಯ ತಕ್ಕದ್ದೆಂದು ಗೊತ್ತು ಮಾಡುವರು. ಆ ಮೇಲೆ ವೊಂದು ರಾತ್ರಿಯಲ್ಲಿ ಬಹು ಬೇಗ ನಡಿಯುವಂಥ ಕುದುರೆಗಳನ್ನೇರಿ ಕೊಂಡು ೨೦, ೩೦ ಮೈಲು ದಾರೀ ನಡಿದು, ಗೊತ್ತು ಮಾಡಿದ ಊರಲ್ಲಿ ಗೊತ್ತು ಮಾಡಿದ ಮನೆಗೆ ಹೋಗಿ, ಮಾಳಿಗೆಯು ವೊಡಿದು, ಸಿಕ್ಕಿದ್ದನ್ನು ಕದ್ದು ಕೊಂಡು ಹೋಗುವರು. ಧಾರವಾಡ ಜಿಲ್ಲೆಯಲ್ಲಿ ಹೇಳಿದ ಕಾರಣಗಳ ಮೂಲಕವಾಗಿ ಗುಹ್ನೆಗಳ ಪತ್ತೆ ಆಗಲಿಕ್ಕೆ ಬಹಳ ತೊಂದರೆಯಾಗುತ್ತದೆ. ಉತ್ತಮ ಜಾತಿಯವರಿಗೆ ಜಾತಿ ಸಂಬಂಧದ ವ್ಯಾಜ್ಯಗಳ ಹೊರ್ತು ಬೇರೆ ಪ್ರಕಾರದ ಗುಹ್ನೆಗಳ ಚಟವಿರುವದಿಲ್ಲ.

ಪೋಲೀಸ ಖಾತೆ.—ಸನ್ ೧೮೮೨ರಲ್ಲಿ ೧೦೦ ಜನ ಅಮಲದಾರರು, ೫೧೩ ಜನ ಶಿಪಾಯಿಗಳು, ಅಂತೂ ೬೧೩ ಜನ ಪೋಲೀಸರು ಸುಪರಿಂಟೆಂಡೆಂಟನ ಕೈಕೆಳಗೆ ಕೆಲಸ ಮಾಡುತ್ತಿದ್ದರು. ಇವರಲ್ಲಿ ೮೫ ಜನ ಅಮಲದಾರರು, ೩೦೮ ಜನ ಶಿಪಾಯಿಗಳು ಮುಸಲ್ಮಾನರು; ೭ ಜನ ಅಮಲದಾರರು, ೧೫ ಜನ ಶಿಪಾಯಿಗಳು ಬ್ರಾಹ್ಮಣರು; ೧೦ ಜನ ಅಮಲದಾರರು, ೨೦ ಜನ ಶಿಪಾಯಿಗಳು ರಜಪೂತರು; ೩ ಜನ ಅಮಲದಾರರು, ೮ ಜನ ಶಿಪಾಯಿಗಳು ಲಿಂಗವಂತರು; ೩೦ ಜನ ಅಮಲದಾರರು, ೧೧೧ ಜನ ಶಿಪಾಯಿಗಳು ಆರೇರು; ೫ ಜನ ಅಮಲದಾರರು, ೮೭ ಜನ ಶಿಪಾಯಿಗಳು ಬೇರೆ ಜಾತಿಗಳ ಹಿಂದೂ ಜನರು; ಇಬ್ಬರು ಅಮಲದಾರರು ಕ್ರಿಸ್ತಿಯನ್ನರು. ಯಾವತ್ತು ಪೋಲೀಸರ ಸಂಬಳ, ಭತ್ತೆ, ಕೂಡಿ ವರ್ಷದ ಖರ್ಚು, ೯೧೧೯೬ ರೂಪಾಯಿ. ಇದರಲ್ಲಿ ಸುಪರಿಂಟೆಂಡೆಂಟನ ಸಂಬಳ ೫೪೭೨, ಭತ್ತೆ ೧೭೪೯, ಅಂತೂ ೭೨೨೧ ರೂಪಾಯಿ; ಅವನ ಕಚೇರಿಯವರ ಸಂಬಳ ಭತ್ತೆ ಕೂಡಿ ೪೪೯೪ ರೂಪಾಯಿ. ವಿಜಾಪುರ ಜಿಲ್ಲೆಯ ಕ್ಷೇತ್ರ ೫೭೫೭ ಚಚ್ಚೌಕು ಮೈಲು; ಜನಸಂಖ್ಯೆ ೬೩೮೪೯೩. ಇದರಿಂದ ೯ ಚಚ್ಚೌಕು ಮೈಲಿನ ಕ್ಷೇತ್ರದಲ್ಲಿ ವಾಸಿಸುವ ೧೦೩೭ ಜನರಿಗೆ ವೊಬ್ಬನಂತೆ ಪೋಲೀಸನಾಗುತ್ತಾನೆ. ಆದ್ದರಿಂದ ಪ್ರತಿ ವೊಬ್ಬ ನಿವಾಸಿಗೆ ಪೋಲೀಸರ ಖರ್ಚು ಸುಮಾರು ೨ ಆಣೆಯಾಗುತ್ತದೆ.

ಗುಹ್ನೆಗಳು.—ಸನ್ ೧೮೮೨ರ ಅಖೈರ ವರೆಗೆ ಮುಗಿಯುವ ವೊಂಬತ್ತು ವರ್ಷಗಳಲ್ಲಿ ೧೫೨ ಖೂನಗಳು, ೬೫ ಸದೋಷ ಮನುಷ್ಯವಧಗಳು, ೧೫೮ ಭಾರೀ ದುಖಾಪತುಗಳು, ೬೨೩ ದರೋಡೆ ಮುಂತಾದ ಕಳವುಗಳು, ೨೨೭೮೬ ಬೇರೆ ಪ್ರಕಾರದ ಗುಹ್ನೆಗಳು ಆದವು. ಆದ್ದರಿಂದ ಪ್ರತಿ ವರ್ಷ ಸರಾಸರಿಯಿಂದ ೨೬೮೩ ಗುಹ್ನೆಗಳಾದವು. ಅಂದರೆ ೨೦೪ ಜನ ನಿವಾಸಿಗಳಲ್ಲಿ ವೊಬ್ಬನು ಪ್ರತಿ ವರ್ಷ ವೊಂದು ಗುಹ್ನೆ ಮಾಡುತ್ತಾನೆಂದು ಫಲಿತವಾಗುತ್ತದೆ.

ತುರಂಗಗಳು.—ಕಲಾದಗಿಯಲ್ಲಿ ಡಿಸ್ಟ್ರಿಕ್ಟ ಜೇಲೆಂಬ ತುರಂಗವೂ ಬಾಗೇವಾಡಿಯಲ್ಲಿ ಇನ್ನೊಂದು ತುರಂಗವೂ ಉಂಟು. ಇವುಗಳಲ್ಲಿ ಸನ್ ೧೮೮೨ರ ಕಡೆಯಲ್ಲಿ ೮೬

ಜನ ಗಂಡಸರು, ೨೨ ಜನ ಹೆಂಗಸರು, ಅಂತೂ ೬೮ ಜನ ಕೈದಿಗಳಿದ್ದರು. ಸನ್ ೧೮೮೩ರಲ್ಲಿ ೨೭೦ ಜನ ಗಂಡಸರೂ, ೩೪ ಜನ ಹೆಂಗಸರೂ ಕೂಡಿ ೩೦೪ ಜನ ಹೊಸ ಕೈದಿಗಳು ತುರಂಗಕ್ಕೆ ಶೇರಿದರು; ಮತ್ತೂ ೨೪೭ ಜನ ಗಂಡಸರೂ, ೩೭ ಜನ ಹೆಂಗಸರೂ ಕೂಡಿ ವೊಟ್ಟು ೨೮೪ ಜನ ಕೈದಿಗಳು ಬಿಡುಗಡೆಯಾದರು. ಸದರೀ ವರ್ಷದಲ್ಲಿ ಪ್ರತಿ ದಿವಸ ಸರಾಸರಿಯಿಂದ ೬೮ ಜನ ಕೈದಿಗಳಿದ್ದರು.

ಕಾನಡಾ ಜಿಲ್ಲೆ.

ದಿವಾಣೀ ಕೋರ್ಟುಗಳು.—ಸನ್ ೧೮೬೨ರಲ್ಲಿ ಈ ಜಿಲ್ಲೆಯು ಮುಂಬಯಿ ಇಲಾಖೆಗೆ ಶೇರಿದಾಗ ಹೊನ್ನಾವರದಲ್ಲಿ ಡಿಸ್ಟ್ರಿಕ್ಟ ಜಡಜನ ಕೋರ್ಟು; ಅಲ್ಲಿಯೇ ಇನ್ನೊಂದು ಮುಫತೀ ಸದರಅಮೀನನ ಕೋರ್ಟು, ಕುಮಟೆಯಲ್ಲಿ ಮುನಸೀಫನ ಕೋರ್ಟು, ಶಿರಸಿಯಲ್ಲಿ ಸದರಅಮೀನನ ಕೋರ್ಟು ಇದ್ದವು. ಆದರೆ ಇನ್ನೂ ೫ ಬೇರೆ ಮುನಸೀಫ ಕೋರ್ಟುಗಳಿದ್ದವೆಂದು ತೋರುತ್ತದೆ. ಸನ್ ೧೮೭೦ರಲ್ಲಿ ಡಿಸ್ಟ್ರಿಕ್ಟ ಜಡಜ ಕೋರ್ಟಿನ ಕೆಳಗೆ ೪ ಸಬಜಡಜ ಕೋರ್ಟುಗಳಾಗಿ, ಸನ್ ೧೮೮೦ರ ವರೆಗೆ ಯಥಾ ಪ್ರಕಾರ ನಡಿಯುತ್ತಿದ್ದವು. ಇವುಗಳಲ್ಲೆಲ್ಲ ಕೂಡಿ ಸನ್ ೧೮೭೦ರಲ್ಲಿ ೨೪೬೬, ಸನ್ ೧೮೭೪ರಲ್ಲಿ ೨೮೬೬, ಸನ್ ೧೮೮೦ರಲ್ಲಿ ೨೩೦೩ ವ್ಯಾಜ್ಯಗಳ ನಿರ್ಣಯವಾಯಿತು. ಕಾರವಾಡದಲ್ಲಿ ಫರ್ಸ್ಟ ಕ್ಲಾಸ ಸಬಜಡಜ ಕೋರ್ಟು, ಡಿಸ್ಟ್ರಿಕ್ಟ ಜಡಜ ಕೋರ್ಟು, ಶಿರಸಿಯಲ್ಲಿ ಫರ್ಸ್ಟ ಕ್ಲಾಸ ಸಬಜಡಜ ಕೋರ್ಟು, ಕುಮಟಾ ಹೊನ್ನಾವರಗಳಲ್ಲಿ ವೊಂದೊಂದು ಸೇಕಂಡ ಕ್ಲಾಸ ಸಬಜಡಜ ಕೋರ್ಟುಗಳು ಇರುತ್ತವೆ.

ಕಾನಡಾ—ವ್ಯಾಜ್ಯಗಳ ವಿವರ. ೧೮೭೦-೧೮೮೧.

ವರ್ಷ.	ವ್ಯಾಜ್ಯಗಳು.	ಸರಾಸರೀ ರಕಮು.	ಬಿನ್ನ ತಕ್ರಾರೀ.	ತಕ್ರಾರೀ.	ವರ್ಷ.	ವ್ಯಾಜ್ಯಗಳು.	ಸರಾಸರಿ ರಕಮು.	ಬಿನ್ನ ತಕ್ರಾರೀ.	ತಕ್ರಾರೀ.
೧೮೭೦	೨೪೬೭	೧೨೯	೧೭೭೮	೬೮೬	೧೮೭೬	೨೯೧೦	೧೨೯	೧೯೩೪	೯೭೬
೧೮೭೧	೩೦೩೬	೧೩೯	೨೨೧೯	೮೧೭	೧೮೭೭	೨೫೮೬	೩೧೬	೧೭೨೪	೮೬೨
೧೮೭೨	೨೮೯೬	೧೫೯	೨೦೧೯	೮೭೭	೧೮೭೮	೨೨೭೨	೧೧೨	೧೫೮೨	೬೯೦
೧೮೭೩	೩೧೬೩	೧೨೯	೨೧೬೬	೧೦೨೭	೧೮೭೯	೩೫೮೬	೧೧೭	೨೮೧೪	೭೭೫
೧೮೭೪	೨೮೭೧	೧೪೧	೧೯೫೮	೯೧೩	೧೮೮೦	೨೩೦೬	೧೧೦	೧೬೧೦	೬೯೬
೧೮೭೫	೩೦೯೨	೨೦೫	೨೧೦೦	೯೯೨	೧೮೮೧	೨೦೯೫	೧೫೫	೧೩೭೬	೭೧೯

ಸೋಂದಣೀ ಖಾತೆ.—ಯೆಂಟು ತಾಲೂಕುಗಳಲ್ಲಿ ಯೆಂಟು ಜನ ಸಬರಜಿಷ್ಟ್ರಾರರು ಕಲೆಕ್ಟರನಿಗೆ ಅಂಕಿತರಾಗಿ ಕೆಲಸ ಮಾಡುವದಲ್ಲದೆ, ವೊಬ್ಬ ಮಾಮಲೇದಾರನ ಶಿರಸ್ತೆದಾರನೂ ವೊಬ್ಬ ಮುಖ್ಯಾಲಕರಿಯ ಶಿರಸ್ತೆದಾರನೂ ರಜಿಷ್ಟ್ರಾರನ ಕೆಲಸ ಮಾಡುತ್ತಾನೆ. ಸನ್ ೧೮೮೧-೮೨ನೇ ವರ್ಷದಲ್ಲಿ ವೊಟ್ಟು ನೋಂದಣೀ ಫೀ ವಸೂಲು ೧೦೭೮೦ ರೂಪಾಯಿ ವೊಟ್ಟು ಖರ್ಚು ೭೪೭೦ ರೂಪಾಯಿ, ಸರಕಾರಕ್ಕೆ ಉಳಿತಾಯ ೩೩೧೦ ರೂಪಾಯಿ ಆಯಿತು. ಆ ವರ್ಷದಲ್ಲಿ ಸ್ಥಾವರ ಮಾಲಿನ ಬಾಬತು ೪೪೭೪, ಜಂಗಮ ಮಾಲಿನ ಬಾಬತು ೭೭೪, ಮೃತ್ಯು ಪತ್ರಗಳು ೧೮, ಅಂತೂ ೪೧೫೫ ದಸ್ತೈವಜುಗಳು ನೋಂದಣೀ ಆದವು.

ಮಾಜಿಸ್ಟ್ರೇಟ ಖಾತೆ.—ಡಿಸ್ಟ್ರಿಕ್ಟ ಮಾಜಿಸ್ಟ್ರೇಟನ ಕೈ ಕೆಳಗೆ ೫ ಜನ ೧ನೇ ವರ್ಗದ ಮಾಜಿಸ್ಟ್ರೇಟರು, ೨ನೇ ೩ನೇ ವರ್ಗದವರು ಕೂಡಿ ೨೦ ಜನ ಕೆಲಸ ಮಾಡುತ್ತಾರೆ. ಸನ್ ೧೮೮೨ರಲ್ಲಿ ೧ನೇ ವರ್ಗದ ಮಾಜಿಸ್ಟ್ರೇಟರು ೨೨೭. ೨ನೇ ೩ನೇ ವರ್ಗದವರು ೧೩೨೭ ಫೌಜದಾರೀ ನ್ಯಾಯ್ಯಗಳ ನಿರ್ಣಯ ಮಾಡಿದರು.

ಗುಪ್ಪೆಗಾರರ ಜಾತಿಗಳು.—ಕಳವಿನಿಂದ ಜೀವಿಸುವಂಥ ಜಾತಿಗಳು ಈಗ ಯಾವವೂ ಇಲ್ಲ. ಪೂರ್ವದಲ್ಲಿ ಪಳಿಪೈಕರು, ಕೊಮಾರ ಪೈಕರು, ಲಮಾಣಿಗಳು ಬಹಳವಾಗಿ ಕಳವಿನ ಪೋರೆ ಮಾಡುತ್ತಿದ್ದರು. ಆದರೆ ಇವರು ಈಗ ವೊಕ್ಕಲತನ ಮುಂತಾದ ಚಾಕ್ಯವಂತರ ಪೋರೆಗಳನ್ನು ಮಾಡಿ ಕೊಂಡಿರುತ್ತಾರೆ. ಲಮಾಣಿಗಳ ವೊಟ್ಲೆತ್ತುಗಳು ಈ ಜಿಲ್ಲೆಗೆ ಆಗಾಗ್ಗೆ ಬರುತ್ತಿದ್ದಾಗ್ಯೂ ಕಳವಿನ ಉಪದ್ರವವು ಆಗುವದಿಲ್ಲ. ಆದರೆ ಗೋವೆಯ ಶೀಮೆಯಿಂದ ಕಳ್ಳರ ಟೋಳಿಗಳು ಬರುತ್ತಿರುತ್ತವೆ. ಗುಪ್ಪೆಗಳ ಪತ್ತೆಯಾಗಲಿಕ್ಕೆ ಭಾರವಾದ ಜಿಲ್ಲೆಯ ಕೆಳಗೆ ಹೇಳಿದ ಆತಂಕಗಳಲ್ಲದೆ ಗುಡ್ಡಗಳಿಂದಲೂ ವೊತ್ತುಗಳಿಂದಲೂ, ಅಡವಿಯಿಂದಲೂ ಬಹಳ ಆತಂಕವಾಗುತ್ತದೆ. ಉತ್ತಮ ಕುಲದವರು ಖೊಟ್ಟಿ ದಸ್ತೈವಜುಗಳನ್ನೂ ಖೊಟ್ಟಿ ಸಾಕ್ಷಿಗಳನ್ನೂ ಬಹಳ ಮಾಡುತ್ತಾರೆ.

ಪೋಲೀಸ ಖಾತೆ.—ಸನ್ ೧೮೮೧ರಲ್ಲಿ ಸುಪರಿಂಟೆಂಡೆಂಟನ ಕೈ ಕೆಳಗೆ ೧೦೭ ಜನ ಅಮಲದಾರರೂ, ೫೫೫ ಜನ ಶಿಪಾಯಿಗಳು, ಅಂತೂ ೭೭೭ ಜನ ಪೋಲೀಸರಿದ್ದರು. ಇವರಲ್ಲಿ ೩೭ ಜನ ಅಮಲದಾರರೂ, ೨೦೮ ಜನ ಶಿಪಾಯಿಗಳೂ ಮುಸಲ್ಮಾನರು; ೧೨ ಜನ ಅಮಲದಾರರೂ, ೧೭ ಜನ ಶಿಪಾಯಿಗಳೂ ಬ್ರಾಹ್ಮಣರು; ಇಬ್ಬರು ಅಮಲದಾರರು ರಜಪೂತರು; ೫೪ ಜನ ಅಮಲದಾರರೂ, ೨೭೧ ಜನ ಶಿಪಾಯಿಗಳೂ ಆರೇರು; ಇಬ್ಬರು ಅಮಲದಾರರೂ, ೪೫ ಜನ ಶಿಪಾಯಿಗಳೂ ಕ್ರಿಸ್ತಿಯನ್ನರು ಇದ್ದರು. ಯಾವತ್ತು ಪೋಲೀಸರ ಸಂಬಳ, ಭತ್ತೆ, ಕೂಡಿ ೧೧೨೦೪೭ ರೂಪಾಯಿ ವರ್ಷದ ಖರ್ಚು ಆಗುತ್ತದೆ. ಇವರಲ್ಲಿ ಸುಪರಿಂಟೆಂಡೆಂಟನ ಸಂಬಳ ೧೨೦೦೦ ಭತ್ತೆ ೨೪೦೦ ರೂಪಾಯಿ:

ಆವನ ಕಚೇರಿಯವರ ಸಂಬಳ, ಭತ್ತ್ಯೆ, ಕೂಡಿ ೩೨೬೫ ರೂಪಾಯಿ. ಕಾನಡಾ ಜಿಲ್ಲೆಯ ವೊಟ್ಟು ಕ್ಷೇತ್ರಫಲ ೩೯೧೦ ಚಚ್ಚೌಕು ಮೈಲು, ಜನಸಂಖ್ಯೆ ೪೨೧೪೪೦. ಇದರಿಂದ ಸುಮಾರು ೬ ಚಚ್ಚೌಕು ಮೈಲುಗಳಲ್ಲಿ ವಾಸಿಸುವ ೬೩೬ ಜನ ನಿವಾಸಿಗಳಿಗೆ ವೊಬ್ಬನಂತೆ ಪೋಲೀಸರಾಗುತ್ತಾರೆ. ಪ್ರತಿ ವೊಬ್ಬ ನಿವಾಸಿಗೆ ೪ ಆಣೆ ೩ ಪೈಯಂತೆ ಪೋಲೀಸರ ಖರ್ಚು ಆಗುತ್ತದೆ.

ಗುನ್ಹೆಗಳು.—ಸನ್ ೧೮೮೧ರ ಆಪ್ರೈಲ ವರೆಗೆ ಮುಗಿಯುವ ೮ ವರ್ಷಗಳಲ್ಲಿ ೩೦ ಖೂನಗಳು, ೩೬ ಸದೋಷ ಮನುಷ್ಯವಧಗಳು, ೩೯ ಭಾರೀ ದುಖಾಪತಗಳು, ೧೨೪ ದರೋಡೆ ಮುಂತಾದ ಕಳವುಗಳು, ೧೬೫೭೭ ಬೇರೆ ತರದ ಗುನ್ಹೆಗಳು ಆದವು. ಇದರಿಂದ ಪ್ರತಿ ವರ್ಷ ೨೧೦೦ ಗುನ್ಹೆಗಳಾದವು; ಅಂದರೆ ಪ್ರತಿ ೨೨೦ ಜನ ನಿವಾಸಿಗಳಲ್ಲಿ ವೊಬ್ಬನು ಪ್ರತಿ ವರ್ಷ ವೊಂದು ಗುನ್ಹೆ ಮಾಡುತ್ತಾನೆಂದು ಫಲಿತವಾಗುತ್ತದೆ.

ತುರಂಗಗಳು.—ಕಾರವಾಡದಲ್ಲಿ ವೊಂದು ಡಿಸ್ಟ್ರಿಕ್ಟ ಜೇಲು ಮಾತ್ರ ಇರುತ್ತದೆ. ಆದರಲ್ಲಿ ಸನ್ ೧೮೮೧ರ ಕಡೆಯಲ್ಲಿ ೮೯ ಜನ ಗಂಡಸರು, ೭ ಜನ ಹೆಂಗಸರು, ಅಂತೂ ೯೬ ಜನ ಕೈದಿಗಳಿದ್ದರು. ಸನ್ ೧೮೮೨ರಲ್ಲಿ ೧೪೬ ಜನ ಗಂಡಸರು, ೯ ಜನ ಹೆಂಗಸರು, ಅಂತೂ ೧೫೫ ಜನ ಹೊಸ ಕೈದಿಗಳು ಬಂದರು; ಮತ್ತೂ ೧೬೭ ಜನ ಗಂಡಸರು, ೧೨ ಜನ ಹೆಂಗಸರು, ಅಂತೂ ೧೭೯ ಜನ ಬಿಡುಗಡೆಯಾದರು. ಆ ವರ್ಷದಲ್ಲಿ ಪ್ರತಿ ದಿವಸ ಸರಾಸರೀ ಮಾನದಿಂದ ೯೫ ಜನ ಕೈದಿಗಳಿದ್ದರು.

೧೦ನೇ ಭಾಗ.

ಕಂದಾಯ.

ಕಂದಾಯದ ತುಲನೆ, ತೆರಿಗೆಯ ದರ.—ಧಾರವಾಡ ಜಿಲ್ಲೆಯ ದಪ್ತರಿನಲ್ಲಿ ಈಗಿನ ಲೆಕ್ಕದ ಪದ್ಧತಿಗೆ ಹೊಂದುವಂಥ ತಾಳೇಬಂದು ಯೆಲ್ಲಕ್ಕೂ ಹಳೇದು ಸನ್ ೧೮೬೮-೬೯ನೇ ವರ್ಷದ್ದು ದೊರಿಯುತ್ತದೆ. ದುಮಾಲೀ ಭೂಮಿಗಳ ಪರಭಾರೆ ಜಮಾ ಖರ್ಚು ಬಿಟ್ಟು, ಆ ವರ್ಷದ ವೊಟ್ಟು ಆದಾಯ ೩೫೮೬೦೫ ರೂಪಾಯಿ, ವೊಟ್ಟು ಖರ್ಚು ೩೮೪೫೬೧೦ ರೂಪಾಯಿ ಆಗಿತ್ತು. ಸನ್ ೧೮೮೧-೮೨ನೇ ವರ್ಷದಲ್ಲಿ ದುಮಾಲೀ ಭೂಮಿಗಳ ಪರಭಾರೆ ಜಮಾ ಖರ್ಚು ೫೪೭೬೦೦ ರೂಪಾಯಿ ಬಿಟ್ಟು, ವೊಟ್ಟು ಸರಕಾರೀ ಜಮೆ ೩೮೭೩೩೬೦ ರೂಪಾಯಿ, ವೊಟ್ಟು ಖರ್ಚು ೪೮೨೩೦೭೦ ರೂಪಾಯಿ ಆಯಿತು. ಈ ವರ್ಷದಲ್ಲಿ ಆಯಾ ಖಾತೆಗಳಲ್ಲಿ ಆದ ಕಿರುಕುಳ ಜಮಾ ಖರ್ಚುಗಳನ್ನು ಬಿಟ್ಟು, ಇಂಪೀರಿಯಲ್, ಪ್ರಾವಿನ್ಸಿಯಲ್, ಲೋಕಲ್, ಮ್ಯುನಿಸಿಪಲ್, ಈ ನಾಲ್ಕು ಬಾಬುಗಳು ಕೂಡಿ ವೊಟ್ಟು ಜಮೆ ೩೦೮೪೭೭೦ ರೂಪಾಯಿ ಆಯಿತು. ಈ ಹಣವು ಈ ಜಿಲ್ಲೆಯ ೮೮೨೯೦೭ ನಿವಾಸಿಗಳ ಕಡೆಯಿಂದ ವಸೂಲಾದ ಕಾರಣ ತಲೆಗೆ ೩ ರೂಪಾಯಿ, ೬ ಆಣೆ, ೯ ಪೈ, ತೆರಿಗೆ ಬಿತ್ತು.

ಬೆಳಗಾವೀ ಜಿಲ್ಲೆಯ ದಪ್ತರಿನಲ್ಲಿ ಈಗಿನ ಲೆಕ್ಕದ ಪದ್ಧತಿಗೆ ಹೊಂದುವಂಥ ತಾಳೇಬಂದು ಯೆಲ್ಲಕ್ಕೂ ಹಳೇದು ಸನ್ ೧೮೬೫-೬೬ನೇ ವರ್ಷದ್ದು ದೊರಿಯುತ್ತದೆ. ದುಮಾಲೀ ಭೂಮಿಗಳ ಪರಭಾರೆ ಜಮಾ ಖರ್ಚು ಬಿಟ್ಟು, ಆ ವರ್ಷದ ಆದಾಯ ೨೯೫೬೮೦ ರೂಪಾಯಿ, ಖರ್ಚು ೨೮೭೦೭೮೦ ರೂಪಾಯಿ ಆಯಿತು. ಸನ್ ೧೮೮೧-೮೨ನೇ ವರ್ಷದಲ್ಲಿ ದುಮಾಲೀ ಭೂಮಿಗಳ ಪರಭಾರೆ ಜಮಾ ಖರ್ಚು ೫೪೨೬೬೦ ರೂಪಾಯಿ ಬಿಟ್ಟು, ವೊಟ್ಟು ಸರಕಾರೀ ಜಮೆ, ೨೯೫೭೪೫೦ ರೂಪಾಯಿ, ಖರ್ಚು ೩೪೧೬೩೪೦ ರೂಪಾಯಿ ಆಯಿತು. ಈ ವರ್ಷದಲ್ಲಿ ಆಯಾ ಖಾತೆಗಳಲ್ಲಿ ಆದ ಕಿರುಕುಳ ಜಮಾ ಖರ್ಚುಗಳನ್ನು ಬಿಟ್ಟು, ಇಂಪೀರಿಯಲ್, ಪ್ರಾವಿನ್ಸಿಯಲ್, ಲೋಕಲ್, ಮ್ಯುನಿಸಿಪಲ್, ಈ ನಾಲ್ಕು ಬಾಬುಗಳು ಕೂಡಿ ವೊಟ್ಟು ಜಮೆ ೨೧೯೩೫೦೦ ರೂಪಾಯಿ ಆಯಿತು. ಈ ಹಣವು ಈ ಜಿಲ್ಲೆಯ ೮೩೮೭೫೦ ನಿವಾಸಿಗಳ ಕಡೆಯಿಂದ ವಸೂಲಾದ ಕಾರಣ ತಲೆಗೆ ೨ ರೂಪಾಯಿ, ೭ ಆಣೆ, ೮ ಪೈ, ತೆರಿಗೆ ಬಿತ್ತು.

ವಿಜಾಪುರ ಜಿಲ್ಲೆಯ ದಪ್ತರಿನಲ್ಲಿ ಈಗಿನ ಲೆಕ್ಕದ ಪದ್ಧತಿಗೆ ಹೊಂದುವಂಥ ತಾಳೇಬಂದು ಯೆಲ್ಲಕ್ಕೂ ಪಳೇದು ಸನ್ ೧೮೬೫-೬೬ನೇ ವರ್ಷದ್ದು ದೊರಿಯುತ್ತದೆ.

ದುಮಾಲೀ ಭೂಮಿಗಳ ಪರಭಾರೆ ಜಮಾ ಖರ್ಚು ಬಿಟ್ಟು, ಆ ವರ್ಷದ ವೊಟ್ಟು ಆದಾಯ ೧೭೧೮೫೭೦ ರೂಪಾಯಿ, ಖರ್ಚು ೧೮೪೧೪೮೦ ರೂಪಾಯಿ ಆಯಿತು. ಸನ್ ೧೮೮೨-೮೩ನೇ ವರ್ಷದಲ್ಲಿ ದುಮಾಲೀ ಭೂಮಿಗಳ ಪರಭಾರೆ ಜಮಾ ಖರ್ಚು ೩೮೩೧೪೦ ರೂಪಾಯಿ ಬಿಟ್ಟು, ವೊಟ್ಟು ಸರಕಾರೀ ಜಮೆ ೨೫೯೬೬೮೦ ರೂಪಾಯಿ, ಖರ್ಚು ೨೭೯೬೩೦ ರೂಪಾಯಿ ಆಯಿತು. ಈ ವರ್ಷದಲ್ಲಿ ಆಯಾ ಖಾತೆಗಳಲ್ಲಿ ಆದ ಕಿರುಕುಳ ಜಮಾ ಖರ್ಚುಗಳನ್ನು ಬಿಟ್ಟು, ಇಂಪೀರಿಯಲ್, ಪ್ರಾವಿನ್ಸಿಯಲ್, ಲೋಕಲ್, ಮ್ಯುನಿಸಿಪಲ್, ಈ ನಾಲ್ಕು ಬಾಬುಗಳು ಕೂಡಿ ವೊಟ್ಟು ಜಮೆ ೧೬೨೯೭೬೧ ರೂಪಾಯಿ ಆಯಿತು. ಈ ಹಣವು ಈ ಜಿಲ್ಲೆಯ ೬೩೮೪೯೩ ನಿವಾಸಿಗಳ ಕಡೆಯಿಂದ ವಸೂಲಾದ ಕಾರಣ ತಲೆಗೆ ೨ ರೂಪಾಯಿ, ೮ ಆಣೆ, ೨ ಪೈ, ತೆರಿಗೆ ಬಿತ್ತು.

ಕಾನಡಾ ಜಿಲ್ಲೆಯ ದಪ್ತರಿನಲ್ಲಿ ಈಗಿನ ಲೆಕ್ಕದ ಪದ್ಧತಿಗೆ ಹೊಂದುವಂಥಾ ತಾಳೇಬಂದು ಯೆಲ್ಲಕ್ಕೂ ಹಳೇದು ಸನ್ ೧೮೬೩-೬೪ನೇ ವರ್ಷದ್ದು ದೊರಿಯುತ್ತದೆ. ದುಮಾಲೀ ಭೂಮಿಗಳ ಪರಭಾರೆ ಜಮಾ ಖರ್ಚು ಬಿಟ್ಟು, ಆ ವರ್ಷದ ವೊಟ್ಟು ಆದಾಯ ೩೦೦೨೨೩೦ ರೂಪಾಯಿ, ಖರ್ಚು ೩೧೩೩೯೬೦ ರೂಪಾಯಿ ಆಯಿತು. ಸನ್ ೧೮೮೧-೮೨ನೇ ವರ್ಷದಲ್ಲಿ ದುಮಾಲೀ ಭೂಮಿಗಳ ಪರಭಾರೇ ಜಮಾ ಖರ್ಚು ೫೨೭೦ ರೂಪಾಯಿ ಬಿಟ್ಟು, ವೊಟ್ಟು ಸರಕಾರೀ ಜಮೆ ೨೬೧೫೯೦೦ ರೂಪಾಯಿ, ಖರ್ಚು ೨೬೬೫೭೭೦ ರೂಪಾಯಿ ಆಯಿತು. ಈ ವರ್ಷದಲ್ಲಿ ಆಯಾ ಖಾತೆಗಳಲ್ಲಿ ಆದ ಕಿರುಕುಳ ಜಮಾ ಖರ್ಚುಗಳನ್ನು ಬಿಟ್ಟು, ಇಂಪೀರಿಯಲ್, ಪ್ರಾವಿನ್ಸಿಯಲ್, ಲೋಕಲ್, ಮ್ಯುನಿಸಿಪಲ್, ಈ ನಾಲ್ಕು ಬಾಬುಗಳು ಕೂಡಿ ವೊಟ್ಟು ಜಮೆ ೧೪೩೯೭೫೦ ರೂಪಾಯಿ ಆಯಿತು. ಈ ಹಣವು ಈ ಜಿಲ್ಲೆಯ ೪೨೧೮೪೦ ಜನ ನಿವಾಸಿಗಳ ಕಡೆಯಿಂದ ವಸೂಲಾದ ಕಾರಣ ತಲೆಗೆ ೩ ರೂಪಾಯಿ, ೬ ಆಣೆ ತೆರಿಗೆ ಬಿತ್ತು.

ಮೇಲಿನ ಯೆರಡು ವರ್ಷಗಳ ತುಲನೆಯ ಅಂಕೆಗಳ ವಿವರವನ್ನು ಕೆಳಗಿನ ಕೋಷ್ಟಕದಲ್ಲಿ ಕೊಟ್ಟಿದ್ದೇವೆ.

ಕಂದಾಯದ ತುಲನೆ.

	ಧಾರವಾಡ.				ಬೆಳಗಾವಿ.			
	೧೮೬೮—೬೯.		೧೮೮೧—೮೨.		೧೮೬೫—೬೬.		೧೮೮೧—೮೨.	
	ಜಮೆ.	ಖರ್ಚು.	ಜಮೆ.	ಖರ್ಚು.	ಜಮೆ.	ಖರ್ಚು.	ಜಮೆ.	ಖರ್ಚು.
ಭೂಮಿಕಂದಾಯ.	೧೮೪೪೨೮೭೦	೪೩೬೩೯೦	೩೫೮೪೧೦	೭೫೬೧೬೦	೧೭೬೩೪೧೦	೧೦೨೬೧೦	೧೩೯೯೭೮೦	೩೩೦೭೮೦
			547600	137520	637310	22460	642660	96180
ಸ್ಟ್ಯಾಂಪ	೧೬೭೪೦೦	೬೪೭೦	೧೦೭೭೭೦	೪೫೧೦	೧೦೬೪೫೦	೪೮೭೦	೧೩೧೩೬೦	೪೮೪೦
ಅಬಕಾರಿ.....	೩೪೯೪೩೦	೧೩೬೦	೧೮೪೮೯೦	೪೩೦	೧೧೩೫೯೦	...	೧೫೭೨೬೦	೩೩೯೦
ನ್ಯಾಯ	೭೭೨೨೦	೧೩೪೬೯೦	೧೫೩೫೦	೧೩೫೬೦೦	೧೩೫೯೦	೨೯೮೦೦	೧೪೩೪೦	೧೫೧೩೮೦
ಅಡವಿ	೩೩೮೮೦	೧೬೪೮೦	೫೯೬೨೦	೪೫೩೫೦	೪೦೯೭೦	೯೯೬೦	೧೩೯೨೯೦	೬೬೯೫೦
ಕರ	೪೬೦೫೦	೧೬೮೦	೬೦೨೮೦	...	೩೧೪೦೦	೧೫೦೦	೭೩೯೦೦	...
ಕಿರುಕುಳ...[ಗಿ	೬೪೧೦	೪೦೪೮೦	೭೮೪೦	೫೨೧೯೦	೨೪೦	೨೦೦	೩೧೪೦	೧೪೩೮೦
ಲೋಕೋಪಯೋ	೧೬೫೯೦	೪೩೨೮೬೦	೫೨೧೧೦	೫೯೮೭೦	೧೧೫೪೦	೭೩೨೬೮೦	೬೬೩೭೦	೭೪೫೦೧೦
ಫೌಜು	೫೧೫೦	೧೭೬೨೪೦	೧೬೦೯೦	೧೭೬೫೧೦	೧೭೩೭೨೦	೧೫೦೯೨೧೦	೭೯೬೩೦	೮೭೨೭೦
ನಾಣ್ಯ	...	...	೧೦೦	೭೦೦	,,	,,	,,	,,
ಪೋಸ್ಟ	೩೪೫೮೦	೧೫೬೩೦	೧೬೮೯೭೦	೯೭೪೧೦	೩೮೫೭೦	೪೦೮೩೦	೧೭೨೫೮೦	೪೮೬೪೦
ತಂತಿ ಟಪಾಲು..	೪೪೦೦	೧೧೮೧೦	೪೯೩೦	೨೮೬೦	೪೧೪೦	೪೮೬೩೦	೧೭೪೭೦	೪೩೫೭೦
ನೋಂದಣೀ ...	೯೮೫೦	೮೭೭೦	೨೫೧೦	೬೫೪೦	೧೭೧೦೦	೮೨೫೦	೯೩೮೦	೨೧೩೦
ವಿದ್ಯಾ	೭೭೧೫೦	೨೦೦೨೦	೧೧೦೬೧೦	೧೭೬೮೧೦	೩೬೭೪೦	೫೯೧೦೦	೨೭೨೦	೭೨೧೪೦
ಪೋಲೀಸ	೪೭೯೦	೧೧೫೭೯೦	೪೮೯೦	೧೬೪೮೨೦	೨೪೦	೧೭೦೩೫೦	೩೫೬೦	೯೭೯೭೦
				36030		77390		64020
ವೈದ್ಯಕ	೫೨೦	೩೪೬೩೦	೩೭೮೦	೩೪೪೮೦	,,	೧೬೨೮೦	೩೨೦	೩೩೭೨೦
ತುರಂಗ	೧೧೩೫೦	೩೬೫೫೦	೬೯೩೦	೧೨೬೫೦	,,	,,	೩೩೯೦	೭೦೬೧೦
ಬಡ್ಡಿ	೨೦೯೦	,,	೩೦೬೦	,,	೭೫೭೦	,,	೪೭೯೬೦	,,
ಜಕಾತಿ	೬೯೭೦	,,	೮೨೧	,,	೩೭೨೪೦	,,	೧೦೦೧೦	,,
ಬುಕ್ಕ ವಿಕ್ರಿ....	,,	,,	೪೩೦	,,	,,	,,	,,	,,
ಸೇಮಣೂಕು...	,,	೬೦೯೧೦	,,	೪೨೩೧೦	,,	೧೫೮೬೩೦	,,	೪೦೯೪೦
				37460		437460		382160
ಪೆನ್ಶನ್	,,	೧೯೬೭೦	,,	೪೦೪೪೦	,,	೧೩೦೬೦	,,	೩೭೬೧
ಧರ್ಮ ಖಾತೆ...	,,	೩೭೦	,,	೫೦೧೦	,,	,,	,,	,,
ಕಚೇರಿ ಬಾಡಿಗೆ .	,,	,,	,,	೪೮೦	,,	,,	,,	,,
ಛಾಪೆ	,,	೩೦೫೦	,,	೧೮೦	,,	೧೬೦	,,	೧೭೦
ಕಾರಭಾರ	,,	,,	,,	,,	,,	,,	,,	೩೭೩೦
ರಾಜಕೀಯ ...	,,	,,	,,	,,	,,	೪೦೨೦೦	,,	೩೮೧೬೦
ಕಡಿಮೇ ಖಾತೆ ..	,,	,,	,,	,,	,,	,,	,,	೩೧೦೦೦
ಕಬರಸ್ಥಾನ ...	,,	,,	,,	,,	,,	೩೦೮೨೦	,,	೧೬೦
ಕಿರುಕುಳ ಬಾಬು.	,,	,,	,,	,,	,,	೧೪೫೧೦	,,	,,
ಆರಮಾರ	,,	,,	,,	,,	,,	,,	,,	,,
ರಿಫಂಡ ಖಾತೆ ..	,,	,,	,,	,,	,,	,,	,,	,,
ಮದ್ದತು	,,	,,	,,	,,	,,	,,	,,	,,
	೩೮೮೪೭೪೦	೧೪೪೫೦೫೦	೪೦೬೫೬೪೦	೧೮೨೮೦೦೦	೩೦೦೪೦೧೦	೩೬೫೭೩೦೦	೩೧೧೦೧೬೦	೩೦೮೮೪೦೦

ಕಂದಾಯದ ತುಲನೆ.

ವಿಜಾಪುರ.				ಕಾನಡಾ.			
೧೮೭೬—೭೭.		೧೮೮೨—೮೩.		೧೮೭೩—೭೪.		೧೮೮೧—೮೨.	
ಜಮೆ.	ಖರ್ಚು.	ಜಮೆ.	ಖರ್ಚು.	ಜಮೆ.	ಖರ್ಚು.	ಜಮೆ.	ಖರ್ಚು.
೧೩೬೭೭೧೦	೧೧೪೩೫೦	೧೧೯೭೪೨೦	೩೦೯೮೮೦	೨೭೬೧೬೦	೧೨೮೭೧೦	೧೦೦೨೮೫೦	೧೮೫೫೨೦
366230		383140	76310			5270	
೭೧೬೪೦	೨೬೯೦	೬೮೯೭೦	೩೦೪೦	೬೨೬೨೦	೧೮೫೦	೭೮೫೪೦	೨೨೭೦
೧೭೯೫೮೦	,,	೧೧೦೮೦೦	೧೮೦	೬೧೫೨೦	೪೦	೧೦೯೨೬೦	೫೩೪೦
೯೮೨೦	೯೨೦೬೦	೧೧೦೦೦	೧೦೨೮೨೦	೧೭೬೧೦	೧೧೪೪೯೦	೨೯೪೦	೧೫೧೧೫೦
೧೬೨೦	,,	೩೭೦೭೦	೧೦೭೮೦	೫೫೮೪೪೦	೫೨೨೨೦	೪೧೫೬೦೦	೩೪೫೨೨೦
೨೬೨೯೦	೧೦೦೦	೩೪೬೦೦	೧೦	೧೦೭೨೦	೨೦	೧೯೧೦೦	,,
೧೫೨೦	೬೨೨೦	೬೧೦	೮೪೦	೭೬೦	೧೬೫೦	೨೨೦೦	೮೬೧೦
೩೮೬೦೦	೪೮೧೦೦	೫೪೮೨೦	೧೯೧೯೫೧೦	೯೮೫೦	೧೦೨೨೩೨೦	೬೪೪೦೦	೨೨೪೬೪೦
೧೨೭೦	೫೪೫೭೯೦	೨೦೦	೧೬೭೦	೧೭೦೫೦	೨೦೨೭೦	೪೬೪೦	೯೬೮೦
,,	೬೦	೧೫೦	೪೬೦	,,	,,	,,	೧೮೦
೮೪೭೦	೩೯೦	೨೦೨೯೪೦	೨೧೪೦೦	೯೭೦೦	೭೪೬೦	೧೦೭೨೯೦	೫೮೭೭೦
,,	,,	೮೨೦	೧೫೫೯೦	೭೦೦	೭೭೦	೮೦೦೦	೮೦೭೦
೮೬೪೦	೫೬೪೦	೫೭೮೦	೪೭೬೦	,,	,,	೧೦೯೯೦	೮೪೮೦
,,	,,	೧೧೬೦	೭೯೧೦	೪೮೦	೧೭೦	೫೯೬೦	೧೫೧೧೦
೨೧೦	೧೧೫೭೬೦	೫೭೭೦	೧೦೨೮೯೦	೧೦೬೦	೧೨೭೬೦೦	೨೫೭೦	೧೨೯೪೯೦
	46940		62260				
,,	೮೪೦	೫೦	೬೯೦	,,	೧೮೮೫೦	೭೦	೨೫೦೭೦
೧೦	೧೧೨೦೦	೭೨೦	೭೭೪೦	೭೧೦	೪೧೭೨೦	೫೨೦೦	೯೮೭೦
೫೦೦	,,	೫೬೭೦	,,	೭೨೦	,,	೭೭೦	,,
,,	,,	,,	,,	೭೧೫೫೭೦	೪೬೭೭೦	೫೦೭೯೦೦	೪೭೨೨೦
,,	,,	೫೦	,,	೨೦	,,	೧೪೦	,,
,,	೯೮೭೦೦	,,	೨೭೨೬೦	,,	೨೮೦೪೦	,,	೨೯೯೭೦
	31290		244680				5270
,,	೪೭೭೦	,,	೧೭೦೦೦	,,	೪೪೨೦	,,	೧೬೧೦೦
,,	,,	,,	೭೦	,,	,,	,,	೨೨೦
,,	,,	,,	,,	,,	,,	,,	,,
,,	೫೦	,,	೧೮೦	,,	,,	,,	೧೦೦
,,	,,	,,	,,	,,	,,	,,	,,
,,	,,	,,	,,	,,	,,	,,	,,
,,	,,	,,	,,	,,	,,	,,	೪೬೯೦
,,	,,	,,	,,	,,	,,	,,	,,
,,	,,	,,	೫೭೯೦	,,	,,	,,	,,
,,	,,	,,	,,	೪೩೨೦	೧೪೮೨೦	,,	,,
,,	,,	,,	,,	೧೮೫೦	,,	೧೭೦೪೦	,,
,,	,,	,,	,,	,,	,,	,,	೧೫೪೮೦
೧೬೨೩೯೧೦	೮೪೪೯೯೦	೧೭೮೬೩೧೦	೩೪೨೭೪೦	೧೮೯೭೧೫೦	೧೭೭೨೯೮೦	೩೧೨೭೨೦	೧೩೧೫೪೮೦

52

ಮೇಲಿನ ಕೋಷ್ಟಕದಲ್ಲಿ "ಭೂಮಿಯ ಕಂದಾಯ" ಈ ಸದರಿನ ಕೆಳಗೆ ಬರಿದ ಇಂಗ್ಲಿಷ ಅಂಕಿಗಳು ದುಮಾಲೀ ಜಮಿನಿನ ಬಾಬತು ಪರಭಾರೆ ಜಮಾ ಖರ್ಚಿನ ರಕಮುಗಳನ್ನು ತೋರಿಸುತ್ತವೆ. "ಪೋಲೀಸ" ಯೆಂಬ ಸದರಿನ ಕೆಳಗೆ ಬರಿದ ಇಂಗ್ಲಿಷ ಅಂಕಿಗಳು ಹಳ್ಳಿಗಳ ವಾಲೇಕಾರರಿಗೆ ನಡಿಯುವ ಜಮಿನಿನ ಆಕಾರ ತೋರಿಸುತ್ತವೆ. "ನೇಮಣೂಕು" ಯೆಂಬ ಸದರಿನ ಕೆಳಗಿನ ಇಂಗ್ಲಿಷ ಅಂಕಿಗಳು ಹಳ್ಳಿಗಳ ಗೌಡ ಕುಲಕರಣಿಗಳಿಗೆ ನಡಿಯುವ ಜಮಿನಿನ ಆಕಾರ ತೋರಿಸುತ್ತವೆ.

ಭೂಮಿಯ ಕಂದಾಯ.—ಸರಕಾರದ ಮುಖ್ಯ ಆದಾಯ ಇದೇ ಇರುತ್ತದೆ. ಇದು ಧಾರವಾಡ ಜಿಲ್ಲೆಯಲ್ಲಿ ವೊಟ್ಟು ಸರಕಾರೀ ಆದಾಯದಲ್ಲಿ ಶೇಕಡಾ ೭೩·೪೨, ಬೆಳಗಾವೀ ಜಿಲ್ಲೆಯಲ್ಲಿ ಶೇಕಡಾ ೫೯·೨, ವಿಜಾಪುರ ಜಿಲ್ಲೆಯಲ್ಲಿ ಶೇಕಡಾ ೭೧, ಕಾನಡಾ ಜಿಲ್ಲೆಯಲ್ಲಿ ಶೇಕಡಾ ೪೮·೩೫ ಇರುತ್ತದೆ. ಸನ್ ೧೮೮೧-೮೨ರ ಹಿಂದಿನ ಸುಮಾರು ಇಪ್ಪತ್ತು ವರ್ಷಗಳಲ್ಲಿ ರಿವಿಜನ್ ಸರ್ವೇ ಆದ್ದರಿಂದಲೂ ದುಮಾಲೀ ಭೂಮಿಗಳು ಸರಕಾರಕ್ಕೆ ಶೇರಿದ್ದರಿಂದಲೂ ಭೂಮಿಯ ಕಂದಾಯವು ಬಹಳವಾಗಿ ಬೆಳೀತು. ಈ ಬೆಳುವಣಿಗೆಯ ವಿವರವನ್ನು ಕೆಳಗಿನ ಕೋಷ್ಟಕದಲ್ಲಿ ತೋರಿಸಿದ್ದೇವೆ.

ಭೂಮಿಯ ಕಂದಾಯ. ಸನ್ ೧೮೬೨-೬೩—೧೮೮೧-೮೨.

ವರ್ಷ.	ಕಂದಾಯ.			ವರ್ಷ.	ಕಂದಾಯ.		
	ಧಾರವಾಡ.	ಬೆಳಗಾವಿ.	ಕಾನಡಾ.		ಧಾರವಾಡ.	ಬೆಳಗಾವಿ.	ಕಾನಡಾ.
೧೮೬೩-೬೪	,,	,,	೭೬೫೧೫೦	೧೮೭೩-೭೪	೧೮೨೦೫೧೦	೧೭೨೪೨೦೦	೮೪೨೫೪೦
೧೮೬೪-೬೫	,,	,,	೬೨೮೩೭೦	೧೮೭೪-೭೫	೧೯೬೦೬೩೦	೧೭೯೭೯೭೦	೮೯೬೪೩೦
೧೮೬೫-೬೬	,,	೧೨೩೧೮೭೦	೭೫೨೨೨೦	೧೮೭೫-೭೬	೨೦೪೯೯೭೦	೧೭೬೯೩೦೦	೮೩೩೮೭೦
೧೮೬೬-೬೭	,,	೧೨೮೭೩೦೦	೬೦೭೭೨೦	೧೮೭೬-೭೭	೨೦೧೬೪೮೦	೧೫೧೨೮೨೦	೮೧೯೬೪೦
೧೮೬೭-೬೮	,,	೧೩೧೩೭೨೦	೭೪೧೦೩೦	೧೮೭೭-೭೮	೨೦೮೨೫೨೦	೧೭೯೨೮೦೦	೮೧೨೧೪೦
೧೮೬೮-೬೯	೧೮೩೭೮೪೦	೧೨೭೦೯೦೦	೭೪೬೪೬೦	೧೮೭೮-೭೯	೨೨೨೨೭೨೦	೧೮೦೭೬೬೦	೯೩೯೫೦
೧೮೬೯-೭೦	೧೮೮೫೪೭೦	೧೨೮೩೪೭೦	೭೨೨೩೧೦	೧೮೭೯-೮೦	೨೩೩೦೪೯೦	೧೮೧೦೬೬೦	೮೫೭೬೦೦
೧೮೭೦-೭೧	೧೮೩೮೯೪೦	೧೨೭೪೯೪೦	೭೫೭೬೧೦	೧೮೮೦-೮೧	೨೩೯೫೨೧೦	೧೭೯೩೪೨೦	೮೬೬೮೭೦
೧೮೭೧-೭೨	೧೮೧೮೧೨೦	೧೨೬೨೪೧೦	೮೦೯೨೧೦	೧೮೮೧-೮೨	೨೨೫೮೩೧೦	೧೮೪೨೧೪೦	೧೦೦೨೮೩೦
೧೮೭೨-೭೩	೧೮೩೨೯೦೦	೧೭೨೬೪೨೦	೮೧೫೪೯೦				

ವಿಜಾಪುರ ಜಿಲ್ಲೆಯ ಕೋಷ್ಟಕವನ್ನು ಮೂಲಗ್ರಂಥದಲ್ಲಿ ಕೊಟ್ಟಿಲ್ಲ. ಈ ಜಿಲ್ಲೆಯಲ್ಲಿ ಸನ್ ೧೮೬೫-೬೬ನೇ ವರ್ಷ ಭೂಮಿಯ ತೆರಿಗೆ ೧೨೫೬೭೧೦ ರೂಪಾಯಿ ಇದ್ದದ್ದು ಇಳಿಯುತ್ತ ಹೋಗಿ ಸನ್ ೧೮೮೨-೮೩ನೇ ವರ್ಷ ೧೧೯೬೪೨೦ ರೂಪಾಯಿ ಆಯಿತು. ಸನ್ ೧೮೭೬-೭೭ನೇ ವರ್ಷ ಬಿದ್ದ ಬರದ ಮೂಲಕವಾಗಿ ಬಹಳ ಭೂಮಿಗಳು ಸಾಗಾಗದೆ ಬಿದ್ದದ್ದರಿಂದ ಕಂದಾಯ ಕಡಿಮೆ ಆಯಿತು. ಒಳಗಡೆಯಲ್ಲಿ ಬಹು ಜನರು ಭೂಮಿಯನ್ನು ಬೇಡುತ್ತಿದ್ದಾಗ್ಯೂ ಪಡ ಬಿದ್ದ ಭೂಮಿಯಲ್ಲಿ ಅಡವಿಯನ್ನು ಬೆಳಿಸುವ ಉದ್ದೇಶವಿರುವ ಕಾರಣ ಬೇಡುವವರಿಗೆ ಭೂಮಿಯನ್ನು ಬಹುತರ ಕೊಟ್ಟಿಲ್ಲ.

ಧಾರವಾಡ ಜಿಲ್ಲೆಯಲ್ಲಿ ಭೂಮಿಯ ಕಂದಾಯದ ವಸೂಲೀ ಬಾಬತು ಖರ್ಚು ಸನ್ ೧೮೬೮-೬೯ನೇ ವರ್ಷ ೩೨೬೨೯೦ ರೂಪಾಯಿ ಇದ್ದದ್ದು ಬೆಳಿಯುತ್ತ ಬಂದು ಸನ್ ೧೮೮೧-೮೨ನೇ ವರ್ಷ ೪೫೬೧೬೦ ರೂಪಾಯಿ ಆಯಿತು; ಬೆಳಗಾವೀ ಜಿಲ್ಲೆಯ ಬಾಬತು ಖರ್ಚು ೧೮೬೫-೬೬ನೇ ವರ್ಷ ೧೦೭೬೧೦ ರೂಪಾಯಿ ಇದ್ದದ್ದು ಸನ್ ೧೮೮೧-೮೨ನೇ ವರ್ಷ ೨೦೪೮೮೦ ರೂಪಾಯಿ ಆಯಿತು; ಕಾನಡಾ ಜಿಲ್ಲೆಯ ಬಾಬತು ಸನ್ ೧೮೭೩-೭೪ನೇ ವರ್ಷ ೧೨೮೭೧೦ ಇದ್ದದ್ದು ಸನ್ ೧೮೮೧-೮೨ನೇ ವರ್ಷ ೧೮೩೩೨೦ ರೂಪಾಯಿ ಆಯಿತು.

ಸರಕಾರೀ ಅಲ್ಲದಂಥ ತೆರಿಗೆಗಳು.

ಲೋಕಲ್ ಫಂಡು.—ಈ ಫಂಡು ಸನ್ ೧೮೭೩ರಿಂದ ಆರಂಭವಾಗಿರುತ್ತದೆ. ಇದರ ಹಣದಿಂದ ಶಿಕ್ಷಣ, ಹೊಸ ಮಾರ್ಗಗಳು, ನೀರಿನ ಪುರೋಕೆ, ಕಾವಲಿಗಳು, ಧರ್ಮಶಾಲೆ, ವೈದ್ಯ ಶಾಲೆಗಳು, ಮುಂತಾದ ಸಾರ್ವಜನಿಕ ಹಿತದ ಕೆಲಸಗಳಾಗುತ್ತಿರುತ್ತವೆ. ಲೋಕಲ್ ಫಂಡಿನ ಹಣವು ರೂಪಾಯಿಗೆ ೧ ಆಣೆಯಂತೆ ಭೂಮಿಯ ಮೇಲೆ ಕೂಡ್ರಿಸಿದ ಹೊಸ ತೆರಿಗೆಯಿಂದ; ಕೊಂಡವಾಡೆ, ಟೋಲ ಫಂಡು, ನಾವೆಗಳು, ಶಾಲೆಯ ಫೀ, ಮುಂತಾದ ಆಯಾ ಜಿಲ್ಲೆಯ ಆದಾಯಗಳಿಂದ; ಸರಕಾರೀ ಮದ್ದತು, ಮ್ಯುನಿಸಿಪಾಲಿಟಿಯವರಿಂದ ಬರುವ ಮದ್ದತು, ಸರಕಾರೀ ದಸ್ತೈವಜುಗಳ ಬಾಬತು ಬಡ್ಡಿ, ಕೆಲವು ಭೂಮಿಯ ತೆರಿಗೆ, ಮುಂತಾದ ಕಿರುಕುಳ ಬಾಬುಗಳಿಂದ ಜಮೆಯಾಗುತ್ತದೆ. ಪ್ರತಿಯೊಂದು ಜಿಲ್ಲೆಯಲ್ಲಿ ಇಡೀ ಜಿಲ್ಲೆಗಾಗಿ ವೊಂದು ಡಿಸ್ಟ್ರಿಕ್ಟ ಲೋಕಲ್ ಫಂಡ ಕಮಿಟಿಯೂ, ಆಯಾ ತಾಲೂಕಿಗಾಗಿ ತಾಲೂಕಾ ಲೋಕಲ್ ಫಂಡ ಕಮೀಟಿಗಳೂ ಇರುತ್ತವೆ. ಡಿಸ್ಟ್ರಿಕ್ಟ ಲೋಕಲ್ ಫಂಡಿನ ಅಧ್ಯಕ್ಷನು ಕಲೆಕ್ಟರನಿರುತ್ತಾನೆ; ಅಸಿಷ್ಟಾಂಟ ಮತ್ತೂ ಡೆಪ್ಯೂಟೀ ಕಲೆಕ್ಟರರು, ಎಗ್ಝಿಕ್ಯೂಟಿವ ಇಂಜನೀಯರನು, ವಿದ್ಯಾಖಾತೆಯ ಇನಸ್ಪೆಕ್ಟರನು, ವೊಬ್ಬ ಇನಾಮದಾರನು, ಕೆಲವರು ಸರಕಾರೀ ಭೂಮಿಗಳನ್ನು ಮಾಡುವ ರೈತರು, ಇಷ್ಟು ಜನ ಮೆಂಬರರಿರುತ್ತಾರೆ. ತಾಲೂಕಾ ಕಮೀಟಿಯ ಅಧ್ಯಕ್ಷನು ಅಸಿಷ್ಟಾಂಟ ಕಲೆಕ್ಟರನು ಇಲ್ಲವೆ ಮಾಮಲೇದಾರನು ಇರುತ್ತಾನೆ; ಬೇರೆ ಮೆಂಬರರನ್ನು ಡಿಸ್ಟ್ರಿಕ್ಟ ಕಮೀಟಿಯ ಪದ್ಧತಿಯಂತೆ ಆರಿಸಿ ನೇಮಿಸಿರುತ್ತಾರೆ. ಡಿಸ್ಟ್ರಿಕ್ಟ ಕಮೀಟಿಯ

ವರು ಇಡೀ ಜಿಲ್ಲೆಯ ವರ್ಷದ ಜಮಾ ಖರ್ಚಿನ ಅಂದಾಜ ಪಟ್ಟಿಯನ್ನು ಮಾಡಿ, ಅದರಂತೆ ಕೆಲಸ ಮಾಡಿಸುತ್ತಾರೆ. ತಾಲೂಕಾ ಕಮಿಟೆಯವರು ತಮಗೆ ಅವಶ್ಯವಾಗಿರುವಂಥ ಕೆಲಸಗಳನ್ನು ಡಿಸ್ಟ್ರಿಕ್ಟ ಕಮಿಟಿಗೆ ತಿಳಿಸುತ್ತಾರೆ.

ಲೋಕಲ್ ಫಂಡಿನಿಂದ ಆಗುವ ಕೆಲಸಗಳಲ್ಲಿ ಲೋಕೋಪಯೋಗಿಯೆಂತಲೂ, ಸಾರ್ವಜನಿಕ ಶಿಕ್ಷಣವೆಂತಲೂ, ಯೆರಡು ಬೇರೆ ಬೇರೆ ಶಾಖೆಗಳು ಮಾಡಲ್ಪಟ್ಟಿವೆ. ಈ ಯೆರಡೂ ಶಾಖೆಗಳಲ್ಲಿ ಸನ್ ೧೮೮೧-೮೨ನೇ ವರ್ಷದಲ್ಲಿ ಆದ ಜಮಾ ಖರ್ಚುಗಳ ವಿವರವನ್ನು ಕೆಳಗಿನ ಕೋಷ್ಟಕದಲ್ಲಿ ತೋರಿಸಿದ್ದೇವೆ.

ಲೋಕಲ್ ಫಂಡು.— ೧೮೮೧-೮೨.

ಲೋಕೋಪಯೋಗಿ.

ಜಮೆ.	ರಕಮು.	ಖರ್ಚು.	ರಕಮು.
ಧಾರವಾಡ ಜಿಲ್ಲೆ.		**ಧಾರವಾಡ ಜಿಲ್ಲೆ.**	
ಹಿಂದಿನ ಶಿಲಕು	೫೩೭೭೦	ನೌಕರರು	೩೭೭೭೦
ಲೋಕಲ್ ಫಂಡ ತೆರಿಗೆಯ ¾ ಭಾಗ.	೧೧೭೪೬೦	ಹೊಸ ಕೆಲಸಗಳು	೯೬೪೧
ಟೋಲನಾಕೆ.	೧೧೦೩೦	ದುರಸ್ತಿ.	೪೪೩೪೦
ಕೊಂಡವಾಡೆ.	೯೨೨೦	ವೈದ್ಯಕ.	೧೮೮೦
ಮುದ್ದತು	೧೨೦೧೦	ಕಿರುಕುಳ	೫೯೨೦
ಕಿರುಕುಳ.	೪೮೬೦	ಶಿಲಕು . . .	೨೬೩೭೦
ಖಣಿಗಳ ಫೀ	೫೭೦		
	೨೧೨೬೯೦		೨೧೨೬೯೦
ಬೆಳಗಾವೀ ಜಿಲ್ಲೆ.		**ಬೆಳಗಾವೀ ಜಿಲ್ಲೆ.**	
ಶಿಲಕು.	೫೭೧೩೦	ನೌಕರರು	೧೨೭೬೦
ಲೋಕಲ್ ಫಂಡ ತೆರಿಗೆಯ ¾ ಭಾಗ.	೬೭೩೪೦	ಹೊಸ ಕೆಲಸಗಳು	೫೦೧೦೦
ಟೋಲನಾಕೆ	೭೮೯೦	ದುರಸ್ತಿ.	೩೨೯೦೦
ನಾವೆಗಳು	೪೫೧೦	ವೈದ್ಯಕ.	೫೦೪೦
ಕೊಂಡವಾಡೆ	೨೮೧೦	ಕಿರುಕುಳ	೩೦೪೦
ಮುದ್ದತು	೭೧೨೦	ಶಿಲಕು . . .	೪೫೮೮೦
ಕಿರುಕುಳ.	೨೯೨೦		
	೧೪೯೭೨೦		೧೪೯೭೨೦

ಜಮೆ.	ರಕಮು.	ಖರ್ಚು.	ರಕಮು.
ವಿಜಾಪುರ ಜಿಲ್ಲೆ.		**ವಿಜಾಪುರ ಜಿಲ್ಲೆ.**	
ಶಿಲಕು.	೫೨೫೮೦	ನೌಕರರು	೨೦೩೬೦
ಲೋಕಲ್ ಫಂಡ ತೆರಿಗೆಯು ⅔ ಭಾಗ.	೬೧೮೭೦	ಹೊಸ ಕೆಲಸಗಳು. . .	೫೨೯೭೦
ಟೋಲನಾಕೆ.	೧೪೯೦	ದುರಸ್ತಿ.	೨೨೭೨೦
ನಾವೆಗಳು	೫೪೭೦	ವೈದ್ಯಕ.	೩೮೯೦
ಕೊಂಡವಾಡೆ.	೫೨೪೦	ಕಿರುಕುಳ	೧೪೦೦೦
ಮದ್ದತು	೧೧೭೦೦	ಶಿಲಕು . . .	೧೪೮೩೦
ಕಿರುಕುಳ.	೪೨೦		
	೧೩೮೭೭೦		೧೩೮೭೭೦
ಕಾನಡಾ ಜಿಲ್ಲೆ.		**ಕಾನಡಾ ಜಿಲ್ಲೆ.**	
ಶಿಲಕು	೧೪೯೧೦	ನೌಕರರು	೯೭೨೦
ಲೋಕಲ್ ಫಂಡ ತೆರಿಗೆಯು ⅔ ಭಾಗ.	೩೭೯೭೦	ಹೊಸ ಕೆಲಸಗಳು. . .	೨೧೭೪೦
ಬೇರೆ ತೆರಿಗೆಗಳು.	೨೬೬೦	ದುರಸ್ತಿ.	೨೯೧೨೦
ಟೋಲನಾಕೆ.	೪೩೫೦	ಮದ್ದತು	೫೬೭೦
ನಾವೆಗಳು	೧೫೨೫೦	ವೈದ್ಯಕ.	೮೭೩೦
ಕೊಂಡವಾಡೆ.	೨೯೮೦	ಕಿರುಕುಳ	೨೬೬೦
ಮದ್ದತು	೭೯೬೦	ಶಿಲಕು . . .	೧೧೫೦೦
ಕಿರುಕುಳ.	೯೭೦		
ಋಣಗಳ ಫೀ	೯೦		
	೮೭೧೪೦		೮೭೧೪೦

ಶಿಕ್ಷಣ.

ಜಮಾ.	ರಕಮು.	ಖರ್ಚು.	ರಕಮು.
ಧಾರವಾಡ ಜಿಲ್ಲೆ.		**ಧಾರವಾಡ ಜಿಲ್ಲೆ.**	
ಶಿಲಕು	೪೮೧೪೦	ನೌಕರರು.	೮೮೪೨೦
ಲೋಕಲ್ ಫಂಡ ತೆರಿಗೆಯ ೧/೩ ಭಾಗ.	೫೮೭೩೦	ಶಾಲೆಗಳ ಖರ್ಚು . . .	೧೨೮೫೦
ಶಾಲೆಗಳ ಫೀ.	೧೨೭೬೦	ಶಾಲಾ ಗೃಹಗಳು . . .	೨೦೩೬೦
ಮದ್ದತು	೨೬೮೧೦	ಕಿರುಕುಳ.	೬೯೯೦
ಕಿರುಕುಳ.	೨೧೦	ಶಿಲಕು .	೨೪೨೧೦
ಬಡ್ಡಿ	೭೩೦		
ಶಿಲ್ಪ ಶಾಲೆಯ ಆದಾಯ. . . .	೫೪೫೦		
	೧೫೨೮೩೦		೧೫೨೮೩೦
ಬೆಳಗಾವಿ ಜಿಲ್ಲೆ.		**ಬೆಳಗಾವಿ ಜಿಲ್ಲೆ.**	
ಶಿಲಕು	೨೨೩೯೦	ಶಾಲೆಗಳ ಖರ್ಚು . . .	೪೯೯೭೦
ಲೋಕಲ್ ಫಂಡ ತೆರಿಗೆಯ ೧/೨ ಭಾಗ.	೩೩೬೭೦	ಸ್ಕಾಲರ ಶಿಪ್ಪಗಳು . . .	೧೨೧೦
ಶಾಲೆಗಳ ಫೀ.	೮೩೫೦	ಶಾಲಾ ಗೃಹಗಳು. . . .	೫೩೬೦
ಸರಕಾರೀ ಮದ್ದತು	೧೬೩೩೦	ದುರಸ್ತಿ.	೩೮೮೦
ಇತರ ,, ...	೨೬೮೦	ಕಿರುಕುಳ.	೧೨೩೦
ಬಡ್ಡಿ	೧೧೩೦	ಶಿಲಕು.	೨೩೦೯೦
ಕಿರುಕುಳ.	೧೯೦		
	೮೪೭೪೦		೮೪೭೪೦
ವಿಜಾಪುರ ಜಿಲ್ಲೆ.		**ವಿಜಾಪುರ ಜಿಲ್ಲೆ.**	
ಶಿಲಕು	೩೩೦೫೦	ಶಾಲೆಗಳ ಖರ್ಚು . . .	೩೯೦೬೦
ಲೋಕಲ್ ಫಂಡ ತೆರಿಗೆಯ ೧/೨ ಭಾಗ.	೩೦೯೪೦	ಶಾಲಾ ಗೃಹಗಳು. . . .	೧೦೬೩೦
ಶಾಲೆಗಳ ಫೀ.	೭೦೨೦	ದುರಸ್ತಿ	೩೨೦೦
ಸರಕಾರೀ ಮದ್ದತು	೧೩೯೧	ಕಿರುಕುಳ.	೯೪೮೦
ಇತರ ,, ...	೧೯೯೦	ಶಿಲಕು. . .	೩೭೭೬೦
ಕಿರುಕುಳ.	೧೨೨೦		
	೮೮೧೩೦		೮೮೧೩೦

ಜಮಾ.	ರಕಮು.	ಖರ್ಚು.	ರಕಮು.
ಕಾನಡಾ.		ಕಾನಡಾ.	
ಶಿಲಕು	೫೯೦೦	ನೌಕರರು.	೫೯೦
ಲೋಕಲ್ ಫಂಡ ತೆರಿಗೆಯ ⅔ ಭಾಗ.	೧೮೯೮೦	ದೇಖರೇಖಿ	೩೬೦
ಶಾಲೆಗಳ ಫೀ.	೩೩೦೦	ಶಾಲೆಗಳ ಖರ್ಚು . . .	೨೯೩೬೦
ಸರಕಾರೀ ಮದ್ದತು	೯೨೬೦	ಶಾಲಾ ಗೃಹಗಳು . . .	೧೦೯೦
ಇತರ ,, ...	೧೧೬೦	ದುರಸ್ತಿ	೧೨೪೦
ಕಿರುಕುಳ.	೧೨೦	ಕಿರುಕುಳ.	೧೦
		ಶಿಲಕು . . .	೬೦೭೦
	೩೮೭೨೦		೩೮೭೨೦

ಧಾರವಾಡ ಜಿಲ್ಲೆಯಲ್ಲಿ ಲೋಕಲ್ ಫಂಡ ಖಾತೆಯಿಂದ ಸನ್ ೧೮೬೩ರಿಂದ ಆದ ಕೆಲಸಗಳು.—ಸುಮಾರು ೫೦೦ ಮೈಲು ಲೈನ ಮಾರ್ಗ ಮಾಡಿ, ಸಾಲಾಬಾದ ದುರಸ್ತಿ; ಸಾಲ ಮರಗಳು; ೧೭೫ ಕೆರೆಗಳು, ೯೦ ಬಾವಿಗಳು, ೭೫ ಹೊಂಡಗಳು, ೧೭ ಸರುವುಗಳು, ಹೊಸವು ಅಥವಾ ದುರಸ್ತಿ; ೭೯ ಶಾಲಾ ಗೃಹಗಳು; ೩೫ ಧರ್ಮಶಾಲೆಗಳು, ೬ ಮುಶಾಫರೀ ಬಂಗಲೆಗಳು. ಇವಲ್ಲದೆ ಪಟಕೀ ಬೇನೆಯವರಿಗಾಗಿ ವೊಂದು ಧರ್ಮಶಾಲೆ, ೧೭೭ ಕೊಂಡವಾಡೆಗಳು, ೬೧ ಹಳ್ಳಿಗಳ ಚಾವಡಿಗಳು, ೧೮ ಜಕಾತೀ ಕಟ್ಟೆಗಳು ಆಗಿರುತ್ತವೆ.

ಬೆಳಗಾವೀ ಜಿಲ್ಲೆಯಲ್ಲಿ ಸನ್ ೧೮೬೩ರಿಂದ ಲೋಕಲ್ ಫಂಡಿನಿಂದ ಆದ ಕೆಲಸಗಳು—ಸುಮಾರು ೫೭೦ ಮೈಲು ಲೈನ ಮಾಡಿ, ಸಾಲಾಬಾದ ದುರಸ್ತಿ; ೧೨೩ ಮೈಲು ಮಾರ್ಗದ ಯೆಡ ಬಲಗಳಲ್ಲಿ ಸಾಲ ಮರಗಳು; ೫೫ ಹೊಸ ಬಾವಿಗಳು, ೭೪ ಕೆರೆಗಳು, ೫ ಹೊಂಡಗಳು; ೨೧ ಹೊಸ ಶಾಲಾ ಗೃಹಗಳು, ೧೩೦ ಶಾಲಾ ಗೃಹಗಳ ದುರಸ್ತಿ; ೪೦ ಧರ್ಮಶಾಲೆಗಳು, ೨ ಮುಶಾಫರೀ ಬಂಗಲೆಗಳು. ಇವಲ್ಲದೆ ೧೦೪ ಚಾವಡಿಗಳೂ ೭೯ ಕೊಂಡವಾಡೆಗಳು, ೩ ದವಾಖಾನೆಗಳೂ ಆಗಿರುತ್ತವೆ. ಈ ಯಾವತ್ತು ಕೆಲಸಕ್ಕೆ ೬೬೨೮೯೦ ರೂಪಾಯಿ ವೆಚ್ಚಾಗಿದೆ.

ವಿಜಾಪುರ ಜಿಲ್ಲೆಯಲ್ಲಿ ಸನ್ ೧೮೬೫ರಿಂದ ಲೋಕಲ್ ಫಂಡಿನಿಂದ ಆದ ಕೆಲಸಗಳು—ಸುಮಾರು ೧೦೫ ಹೊಸ ಲೈನು ಮಾಡಿ, ಅವರ ದುರಸ್ತಿ; ಸಾಲಮರಗಳು; ೧೬೦ ಬಾವಿಗಳು, ೨೦ ಕೆರೆಗಳು, ಹೊಸವು ಅಥವಾ ದುರಸ್ತಿ; ೫೦ ಹೊಸ ಶಾಲಾ ಗೃಹಗಳು; ೬೩ ಧರ್ಮಶಾಲೆಗಳು. ಇವಲ್ಲದೆ ೫ ದವಾಖಾನೆಗಳೂ, ೭೫ ಕೋಂಡವಾಡೆಗಳೂ ಆಗಿರುತ್ತವೆ.

ಕಾನಡಾ ಜಿಲ್ಲೆಯಲ್ಲಿ ಸನ್ ೧೮೬೩ರಿಂದ ಲೋಕಲ್ ಫಂಡಿನಿಂದ ಆದ ಕೆಲಸಗಳು—ಸುಮಾರು ೭೬೧ ಮೈಲು ಲೈನು ಮಾರ್ಗ ಮಾಡಿ, ಅದರ ದುರಸ್ತಿ; ಸಾಲ ಮರಗಳು; ೧೦೯ ಬಾವಿಗಳು, ೬೧ ಕೆರೆಗಳು; ೩೬ ಶಾಲಾ ಗೃಹಗಳು; ೫೫ ಧರ್ಮಶಾಲೆಗಳು. ಇವಲ್ಲದೆ ೯ ದವಾಖಾನೆಗಳು, ೪೦ ಕೊಂಡವಾಡೆಗಳು, ೨೫ ಮುಸಾಫರೀ ಬಂಗಲೆಗಳು, ೩೫ ಕೆರುಕುಳ ಕೆಲಸಗಳು ಆಗಿರುತ್ತವೆ.

ಮ್ಯುನಿಸಿಪಾಲಿಟಿಗಳು.—ನಾಲ್ಕೂ ಜಿಲ್ಲೆಗಳಲ್ಲಿ ಕೆಲವು ಮ್ಯುನಿಸಿಪಾಲಿಟಿಗಳು ಸನ್ ೧೮೫೦ನೇ ವರ್ಷದ ೨೬ನೇ ಆಕ್ಟಿನಂತೆ, ಕೆಲವು ಸನ್ ೧೮೭೩ನೇ ವರ್ಷದ ೬ನೇ ಆಕ್ಟಿನಂತೆ ಆಗಿರುತ್ತವೆ. ಸನ್ ೧೮೮೧-೮೨ರಲ್ಲಿ ಯಾವತ್ತು ಮ್ಯುನಿಸಿಪಾಲಿಟಿಗಳ ಅಧ್ಯಕ್ಷರು ಕಲೆಕ್ಟರರಿದ್ದರು; ತಾಲೂಕಾ ಮ್ಯುನಿಸಿಪಾಲಿಟಿಗಳ ಉಪಾಧ್ಯಕ್ಷರು ಅಸಿಸ್ಟಾಂಟ ಕಲೆಕ್ಟರರಿದ್ದರು. ಡೆಪ್ಯುಟೀ ಕಲೆಕ್ಟರ, ಮಾಮಲೇದಾರ, ಇಂಜಿನೀಯರ, ಡಾಕ್ತರ, ಡೆಪ್ಯುಟೀ ಇನಸ್ಪೆಕ್ಟರ, ಮುಂತಾದವರು ಸರಕಾರೀ ಮೆಂಬರರಲ್ಲದೆ, ಮ್ಯುನಿಸಿಪಲ್ ತೆರಿಗೆಯ ಕೊಡುವವರನ್ನು ಸರಕಾರದವರು ಕೆಲವರನ್ನು ಆರಿಸಿ ನೇಮಿಸುವರು. ಈ ಯಾವತ್ತು ಮೆಂಬರರು ಕೂಡಿ ಮ್ಯುನಿಸಿಪಲ್ ಕಮಿಟಿ ಯೆಂದೆನಿಸಿ ಕೊಂಡು, ಊರವರ ಆರೋಗ್ಯ, ಬೀದಿಗಳ ಸ್ವಚ್ಛತ್ವ, ರಾತ್ರಿಯಲ್ಲಿ ದೀಪ, ಮುಂತಾದ ಊರವರ ಹಿತದ ಕೆಲಸಗಳನ್ನು ಮಾಡುವರು. ಇವರ ಆದಾಯದ ಸಾಧನಗಳು ಮನೆಪಟ್ಟಿ, ಛಕಡೀಪಟ್ಟಿ, ಹೊರಗಿಂದ ಬರುವ ಮಾಲಿನ ಮೇಲೆ ಜಕಾತಿ, ಮುಂತಾದವುಗಳುಂಟು. ನಾಲ್ಕೂ ಜಿಲ್ಲೆಗಳ ಮ್ಯುನಿಸಿಪಾಲಿಟಿಗಳ ಸನ್ ೧೮೮೧-೮೨ನೇ ವರ್ಷದ ಜಮಾ ಖರ್ಚುಗಳ ವಿವರಗಳನ್ನು ಕೆಳಗಿನ ಕೋಷ್ಟಕದಲ್ಲಿ ಕೊಟ್ಟಿದ್ದೇವೆ.

ಮ್ಯುನಿಸಿಪಾಲಿಟಿಗಳು. ೧೮೮೧-೮೨.

ಜಮೆ.

ಧಾರವಾಡ ಜಿಲ್ಲೆ.

ಹೆಸರು.	ಸ್ಥಾಪನೆಯಾದ ವರ್ಷ.	ಜನಸಂಖ್ಯೆ.	ಆದಾಯ.					ಪ್ರತಿ ವೊಬ್ಬ ನಿವಾಸಿಗೆ ತೆರಿಗೆ.
			ಜಕಾತಿ.	ಮನೆ ಪಟ್ಟಿ.	ತೋಲ, ಛಕಡೀ ಪಟ್ಟಿ.	ಕಿರುಕುಳ.	ಒಟ್ಟು.	
ಧಾರವಾಡ........	೧—೧—೧೮೫೬	೨೬೪೭೧	೭೧೦೦	೫೬೨೦	೨೦೮೦	೧೨೫೪೦	೨೭೩೪೦	೧
ಹುಬ್ಬಳ್ಳಿ..........	೧—೮—೧೮೫೫	೩೬೬೪೧	೧೪೬೭೦	೬೨೮೦	೫೩೨೦೦	೪೫೮೦	೩೦೮೫೦	,,—೧೩—೪
ನವಲಗುಂದ.......	೯—೧೨—೧೮೭೦	೭೮೧೨	೧೮೧೦	೧೫೫೦	,,	೭೦೦೦	೧೦೩೬೦	೧—೫—೪
ನರಗುಂದ........	೨೦—೧—೧೮೭೧	೭೮೬೩	೨೮೪೦	೧೦೦೦	,,	೫೨೦	೪೩೬೦	,,—೮—೮
ಗದಗು..........	೧—೫—೧೮೫೯	೧೭೦೦೧	೭೧೧೦	೪೨೮೦	,,	೪೩೯೦	೧೫೭೮೦	,,—೧೪—೮
ರಾಣೇಬಿನ್ನೂರು.....	೧—೧—೧೮೫೮	೧೦೭೪೮	೨೫೩೦	೧೫೮೦	೫೨೦	೪೯೦	೫೧೨೦	,,—೭—೪
ಹಾವೇರಿ.........	೧೧—೯—೧೮೭೯	೫೪೯೦	೨೪೨೦	೯೫೦	,,	೪೨೦	೩೭೯೦	,,—೧೧—೪
ಬ್ಯಾಡಿಗಿ.........	೧೬—೯—೧೮೭೯	೪೧೧೬	೫೪೮೦	೫೦೦	,,	೪೬೦	೬೪೪೦	೧—೯—೪
ಹಾನಗಲ್ಲು........	೧—೧೦—೧೮೭೯	೫೨೭೨	,,	೫೦೦	,,	೧೩೦	೬೩೦	,,—೨—,,
			೪೩೯೬೦	೨೨೨೬೦	೭೯೨೦	೩೦೫೩೦	೧೦೪೬೭೦	

ಬೆಳಗಾವೀ ಜಿಲ್ಲೆ.

ಹೆಸರು.	ಸ್ಥಾಪನೆಯಾದ ವರ್ಷ.	ಜನಸಂಖ್ಯೆ.	ಆದಾಯ.					ಪ್ರತಿ ವೊಬ್ಬ ನಿವಾಸಿಗೆ ತೆರಿಗೆ.
			ಜಕಾತಿ.	ಮನೆ ಪಟ್ಟಿ.	ತೋಲ, ಛಕಡೀ ಪಟ್ಟಿ.	ಕಿರುಕುಳ.	ಒಟ್ಟು.	
ಬೆಳಗಾವಿ..........	೧—೧೨—೧೮೫೧	೨೩೧೧೫	೧೮೫೦೦	೨೪೦	೨೬೩೦	೧೪೦೬೦	೩೫೪೬೦	೧—೮—೮
ಅಥಣಿ	೧—೧೦—೧೮೫೩	೧೧೧೮೬	೮೮೮೦	,,	,,	೩೮೬೦	೧೨೭೬೦	೧—೨—,,
ಗೋಕಾವಿ	೧—೭—೧೮೫೩	೧೦೩೦೭	೩೫೦೦	೬೭೦	,,	೧೭೮೦	೫೯೫೦	,,—೯—೪
ನಿಪಾಣಿ..........	೧—೯—೧೮೫೪	೯೭೭೭	೫೦೫೦	೩೩೧೦	,,	೨೫೪೦	೧೦೯೧೦	೧—೨—,,
ಸವದತ್ತಿ	೧—೧—೧೮೭೬	೭೧೩೩	೯೨೦	೮೧೦	,,	೫೦೦೦	೭೭೪೦	,,—೧೫—೪
ಯಮಕನಮರ್ಡಿ	೨೧—೪—೧೮೫೪	೪೪೯೧	,,	೧೨೨೦	,,	೭೦	೧೨೯೦	,,—೬—,,
ಯೆಲ್ಲಮ್ಮ..........	೧—೧೦—೧೮೭೮	,,	,,	,,	೪೦೬೦	೨೬೦	೪೩೨೦	
			೩೬೮೫೦	೬೨೫೦	೬೬೯೦	೨೭೫೭೦	೭೭೪೩೦	

ವಿಜಾಪುರ ಜಿಲ್ಲೆ.

ಹೆಸರು.	ಸ್ಥಾಪನೆಯಾದ ವರ್ಷ.	ಜನಸಂಖ್ಯೆ.	ಜಕಾತಿ.	ಮನೆ ಪಟ್ಟಿ.	ತೋಲ, ಛಕಡೀ ಪಟ್ಟಿ.	ಕಿರುಕುಳ.	ಒಟ್ಟು.	ಪ್ರತಿ ವೊಬ್ಬ ನಿವಾಸಿಗೆ ತೆರಿಗೆ.
ಕಲಾದಗಿ..........	೧—೯—೧೮೬೫	೬೧೦೯	೧೯೪೦	೫೧೦	,,	೯೦	೨೫೪೦	,,—೬—೮
ಬಾಗಲಕೋಟಿ......	೧—೩—೧೮೬೫	೧೨೮೫೦	೭೪೫೦	೨೬೩೦	,,	೯೮೦	೧೧೨೬೦	,,—೧೨—,,
ವಿಜಾಪುರ	,,—,,—,,	೧೦೧೨೩	೨೫೨೦	೧೪೮೦	,,	೫೬೦	೪೫೬೦	,,—೭—೪
ಇಲಕಲ್ಲು	,,—,,—೧೮೬೮	೯೫೭೪	೪೧೨೦	೮೬೦	,,	೯೪೧೦	೧೪೩೯೦	೧—,,—,,
			೧೬೦೩೦	೫೪೮೦	,,	೧೧೦೪೦	೩೨೫೫೦	

ಕಾನಡಾ ಜಿಲ್ಲೆ.

ಹೆಸರು.	ಸ್ಥಾಪನೆಯಾದ ವರ್ಷ.	ಜನಸಂಖ್ಯೆ.	ಆದಾಯ.					ಪ್ರತಿ ವೊಬ್ಬ ನಿವಾಸಿಗೆ ತೆರಿಗೆ.
			ಜಕಾತಿ.	ಮನೆ ಪಟ್ಟಿ.	ಟೋಲ, ಭಕಡೀ ಪಟ್ಟಿ.	ಕಿರುಕುಳ.	ಒಟ್ಟು.	
ಕಾರವಾಡ	೩೦—೬—೧೮೬೪	೧೩೭೬೧	೩೬೩೦	೨೩೫೦	೭೭೦	೩೬೧೦	೧೦೩೬೦	,,—೧೨—,,
ಕುಮಟಾ	೩೧—೭—೧೮೬೭	೧೦೬೨೯	೬೩೬೦	೨೦೯೦	೩೭೦	೧೨೫೦	೧೦೦೭೦	,,—೧೪—೯
ಗೋಕರ್ಣ........	೧—೪—೧೮೭೦	೪೨೦೭	೩೬೦	೫೦೦	೨೦	೬೯೦	೧೫೭೦	,,— ೬ —,,
ಸಿರಸಿ...........	೧—೭—೧೮೬೬	೫೬೦೩೩	೬೫೮೦	೧೦೯೦	೩೪೦	೩೩೧೦	೧೧೩೧೦	೨— ,,—೨
ಹಲ್ಯಾಳ	೨೬—೩—೧೮೬೫	೫೫೨೭	೧೪೦೦	೧೨೪೦	೧೦೫೦	೧೨೧೦	೪೯೦೦	,,—೧೪—೨
			೧೮೩೩೦	೭೨೭೦	೨೫೫೦	೧೦೦೭೦	೩೮೨೧೦	

೨೮*

ಖರ್ಚು.

ಧಾರವಾಡ ಜಿಲ್ಲೆ.

ಹೆಸರು.	ನೌಕರರು.	ಸಂರಕ್ಷಣ.	ಆರೋಗ್ಯ.	ಶಾಲೆಗಳು.	ಕಾಮಗಾರಿ. ಹೊಸವು.	ಕಾಮಗಾರಿ. ದುರಸ್ತಿ.	ಕಿರುಕುಳ.	ಒಟ್ಟು.
ಧಾರವಾಡ	೭೨೭೦	೧೭೯೦	೧೨೬೯೦	,,	೧೨೩೦	೧೭೨೦	೬೧೫೦	೩೦೮೫೦
ಹುಬ್ಬಳ್ಳಿ	೫೧೦೦	೧೧೮೦	೧೭೬೬೦	೭೬೦	೨೦೩೦	೧೧೯೦	೫೭೪೦	೩೩೭೧೦
ನವಲಗುಂದ ...	೧೧೫೦	೪೦	೪೧೭೦	,,	೮೧೦	೨೦೦	೮೩೦	೭೨೦೦
ನರಗುಂದ	೭೫೦	೧೨೦	೧೨೪೦	,,	೬೮೦	೨೦	೨೩೮೦	೫೧೯೦
ಗದಗು	೩೧೩೦	೧೦೦	೮೩೬೦	೨೪೦	,,	೧೨೬೦	೧೭೦೦	೧೪೭೯೦
ರಾಣೀಬಿನ್ನೂರು .	೧೫೭೦	೯೦	೧೭೬೦	೨೦	೪೭೦	೮೦೦	೪೨೦	೫೧೩೦
ಹಾವೇರಿ	೧೦೬೦	೯೦	೧೯೬೦	,,	೨೮೦	೨೦	೮೦	೩೫೧೦
ಬ್ಯಾಡಗಿ	೧೨೬೦	೯೦	೧೬೧೦	೧೦	೩೬೫೦	,,	೧೮೦	೬೮೦೦
ಹಾನಗಲ್ಲು	೧೭೦	೭೦	೩೬೦	,,	೩೦	೫೦	೯೦	೭೩೦
	೨೧೪೬೦	೩೫೭೦	೪೯೮೩೦	೧೦೬೦	೯೨೦೦	೫೨೬೦	೧೭೫೩೦	೧೦೭೯೧೦

ಬೆಳಗಾವೀ ಜಿಲ್ಲೆ.

ಹೆಸರು.	ನೌಕರರು.	ಸಂರಕ್ಷಣ.	ಆರೋಗ್ಯ.	ಶಾಲೆಗಳು.	ಕಾಮಗಾರಿ. ಹೊಸವು.	ಕಾಮಗಾರಿ. ದುರಸ್ತಿ.	ಕಿರುಕುಳ.	ಒಟ್ಟು.
ಬೆಳಗಾವಿ.....	೪೫೭೦	೧೨೫೦	೧೫೫೫೦	೯೪೦	೯೨೩೦	೨೯೯೦	೨೯೫೦	೩೭೪೮೦
ಅಥಣಿ	೧೩೫೦	೫೩೦	೩೮೫೦	೯೨೦	೨೯೩೦	೧೧೧೦	೧೨೫೦	೧೧೯೪೦
ಗೋಕಾವಿ	೯೩೦	೮೦	೪೫೮೦	೫೦	೯೪೦	೫೦	೨೬೦	೬೮೯೦
ನಿಪಾಣಿ......	೧೧೮೦	೧೦೦	೧೫೦೦	೫೭೦	೧೫೧೪೦	೩೧೦	೪೪೦	೧೯೨೪೦
ಸವದತ್ತಿ	೫೪೦	೫೦	೧೧೫೦	,,	೧೪೦	೭೦	೧೮೦	೨೧೩೦
ಯಮಕನಮರ್ಡಿ.	೧೯೦	೫೦	೩೩೦	೪೨೦	೨೨೦	೧೦	೧೪೦	೧೪೫೦
ಯೆಲ್ಲಮ್ಮ.....	೪೧೦	೮೦	೪೦	,,	೩೭೦೦	೧೩೭೦	೯೦	೬೦೫೦
	೯೧೭೦	೨೧೪೦	೨೭೩೬೦	೨೯೦೦	೩೨೩೦೦	೬೦೦೦	೫೩೧೦	೮೫೧೮೦

ವಿಜಾಪುರ ಜಿಲ್ಲೆ.

ಹೆಸರು.	ನೌಕರರು.	ಸಂರಕ್ಷಣ.	ಆರೋಗ್ಯ.	ಶಾಲೆಗಳು.	ಕಾಮಗಾರಿ.		ಕಿರುಕುಳ.	ಒಟ್ಟು.
					ಹೊಸವು.	ದುರಸ್ತಿ.		
ಕಲಾದಗಿ.....	೬೦೦	೨೦೦	೮೯೦	೧೦೦	೧೮೦	,,	೧೯೦	೨೧೬೦
ಬಾಗಲಕೋಟೆ..	೧೭೪೦	೧೮೦	೬೭೭೦	೪೦೦	೪೪೦	,,	೬೪೦	೧೦೧೭೦
ವಿಜಾಪುರ.....	೬೯೦	೧೨೮೦	೧೪೧೦	೩೧೦	೮೦	,,	೩೧೦	೪೦೮೦
ಇಲಕಲ್ಲು	೨೪೨೦	೧೩೦	೧೩೨	೧೩೦	೧೪೦	,,	೨೫೩೦	೬೬೭೦
	೫೪೫೦	೧೭೯೦	೧೦೩೯೦	೯೪೦	೮೪೦	,,	೩೬೭೦	೨೩೦೮೦

ಕಾನಡಾ ಜಿಲ್ಲೆ.

ಕಾರವಾಡ	೧೨೩೦	೪೩೦	೩೮೪೦	೩೫೦	೧೯೦	೧೩೩೦	೨೯೬೦	೧೦೩೩೦
ಕುಮಟಾ	೧೧೦೦	೧೦೫೦	೩೬೭೦	೧೨೦೦	೩೯೦	೫೫೦	೧೧೦೦	೯೦೬೦
ಗೋಕರ್ಣ....	೧೭೦	೭೦	೩೭೦	,,	,,	೨೬೦	೯೦	೯೬೦
ಶಿರಸಿ.......	೧೨೧೦	೬೫೦	೫೪೪೦	೭೨೦	೮೮೦	೮೭೦	೧೩೦೦	೧೧೦೭೦
ಹಲ್ಯಾಳ	೧೪೧೦	೫೯೦	೨೫೦೦	,,	೬೦	೪೩೦	೧೮೦	೫೧೭೦
	೫೧೨೦	೨೭೯೦	೧೫೮೨೦	೨೨೭೦	೧೫೨೦	೩೪೪೦	೫೬೩೦	೩೬೫೯೦

೧೧ನೇ ಭಾಗ.

ಶಿಕ್ಷಣ. ೧೮೮೨–೮೩ ಅಥವಾ ೧೮೮೧–೮೨.

ಶಾಲೆಗಳೂ ವಿದ್ಯಾರ್ಥಿಗಳೂ.—ಧಾರವಾಡ ಜಿಲ್ಲೆಯಲ್ಲಿ ಸನ್ ೧೮೮೨-೮೩ನೇ ವರ್ಷದಲ್ಲಿ ಸರಕಾರೀ ಶಾಲೆಗಳು ವೊಟ್ಟಿಗೆ ೩೫೬ ಇದ್ದವು; ಅಂದರೆ ಸರಾಸರೀ ಮಾನ ದಿಂದ ೪ ಹಳ್ಳಿಗಳಿಗೆ ವೊಂದು ಶಾಲೆಯಾಗುತ್ತದೆ. ಈ ಶಾಲೆಗಳ ರಜಿಷ್ಟರುಗಳಲ್ಲಿ ವಿದ್ಯಾರ್ಥಿಗಳ ಸಂಖ್ಯ ೯೭೨೧೧, ಅವರ ಸರಾಸರೀ ಹಜಿರಿ ೧೯೨೦೬ ಇತ್ತು; ಇದರಿಂದ ೬ರಿಂದ ೧೪ರ ವರೆಗೆ ವಯಸ್ಸುಳ್ಳ ವೊಟ್ಟು ಹುಡುಗರ ಸಂಖ್ಯದಲ್ಲಿ ಶೇಕಡಾ ೭·೯೩ ಹುಡು ಗರು ಸರಕಾರೀ ಶಾಲೆಗಳಲ್ಲಿ ಕಲಿಯುತ್ತಿದ್ದರೆಂದು ಸಿದ್ಧವಾಗುತ್ತದೆ.

ಬೆಳಗಾವೀ ಜಿಲ್ಲೆಯಲ್ಲಿ ಸದರೀ ವರ್ಷ ವೊಟ್ಟು ಶಾಲೆಗಳು ೧೮೭; ಸರಾಸರೀ ೬ ಹಳ್ಳಿಗೆ ವೊಂದು ಶಾಲೆ; ರಜಿಷ್ಟರಿನ ಸಂಖ್ಯ ೧೬೩೮೦; ಸರಾಸರೀ ಹಜಿರಿ ೧೦೪೭೦; ೬ರಿಂದ ೧೪ರ ವರೆಗೆ ವಯಸ್ಸಿನವರಲ್ಲಿ ಶಾಲೆಗೆ ಹೋಗುವವರು ಶೇಕಡಾ ೪·೪೯.

ವಿಜಾಪುರ ಜಿಲ್ಲೆಯಲ್ಲಿ ಸದರೀ ವರ್ಷ ಶಾಲೆಗಳು ೧೫೬; ಸರಾಸರೀ ೮ ಹಳ್ಳಿಗೆ ವೊಂದು ಶಾಲೆ; ರಜಿಷ್ಟರಿನ ಸಂಖ್ಯ ೧೦೧೮೧; ಸರಾಸರೀ ಹಜಿರಿ ೭೬೩೦; ೬ರಿಂದ ೧೪ರ ವರೆಗೆ ವಯಸ್ಸಿನವರಲ್ಲಿ ಶಾಲೆಗೆ ಹೋಗುವವರು ಶೇಕಡಾ ೪·೧೬.

ಕಾನಡಾ ಜಿಲ್ಲೆಯಲ್ಲಿ ಸನ್ ೧೮೮೧-೮೨ನೇ ವರ್ಷ ಶಾಲೆಗಳು ೧೧೩; ಸರಾಸರೀ ೧೦ ಹಳ್ಳಿಗೆ ವೊಂದು ಶಾಲೆ; ರಜಿಷ್ಟರಿನ ಸಂಖ್ಯ ೬೨೫೬; ಸರಾಸರೀ ಹಜಿರಿ ೪೭೪೨; ೬ರಿಂದ ೧೪ರ ವರೆಗೆ ವಯಸ್ಸಿನವರಲ್ಲಿ ಶಾಲೆಗೆ ಹೋಗುವವರು ಶೇಕಡಾ ೮·೬೨.

ಕಾಮದಾರರು.—ನಾಲ್ಕೂ ಜಿಲ್ಲೆಗಳಲ್ಲಿ ದೇಶಭಾಷೆಯ ಶಾಲೆಗಳ ತಪಾಸಣಿ ಗಾಗಿ ವೊಬ್ಬೊಬ್ಬ ಡೆಪ್ಯುಟೀ ಇನ್‌ಸ್ಪೆಕ್ಟರನು ತಿಂಗಳಿಗೆ ೧೫೦ ರೂಪಾಯಿ ಸಂಬಳವುಳ್ಳವ; ಧಾರವಾಡಕ್ಕೆ ಇಬ್ಬರು, ಬೆಳಗಾವಿ ವಿಜಾಪುರ ಜಿಲ್ಲೆಗಳಿಗೆ ವೊಬ್ಬೊಬ್ಬ ಅಸಿಷ್ಟಾಂಟ ಡೆಪ್ಯುಟಿ ಇನ್‌ಸ್ಪೆಕ್ಟರರು ತಿಂಗಳಿಗೆ ೭೫ ರೂಪಾಯಿ ಸಂಬಳ ಉಳ್ಳವರಿದ್ದರು. ಮಾಸ್ತರ ಜನರು ಅಸಿಷ್ಟಾಂಟರು ಸಹಿತ ವೊಟ್ಟಿಗೆ ಧಾರವಾಡ ಜಿಲ್ಲೆಯಲ್ಲಿ ೯೫೭ ಜನ, ಬೆಳಗಾವೀ ಜಿಲ್ಲೆಯಲ್ಲಿ ೫೨೮ ಜನ, ವಿಜಾಪುರ ಜಿಲ್ಲೆಯಲ್ಲಿ ೩೭೯ ಜನ, ಕಾನಡಾ ಜಿಲ್ಲೆಯಲ್ಲಿ ೨೧೬ ಜನ ಇದ್ದರು. ಕನ್ನಡ ಶಾಲೆಗಳ ಮಾಸ್ತರರ ಸಂಬಳವು ತಿಂಗಳಿಗೆ ೩ರಿಂದ ೪೦ ರೂಪಾ ಯಿಯ ವರೆಗೆ ಇರುತ್ತಿತ್ತು. ಈ ಯಾವತ್ತು ಜನ ಮಾಸ್ತರರೂ ಡೆಪ್ಯುಟೀ ಇನ್‌ಸ್ಪೆಕ್ಟರ ರೂ ಆವರ ಅಸಿಷ್ಟಾಂಟರೂ ದಕ್ಷಿಣ ಭಾಗದ ಇನ್‌ಸ್ಪೆಕ್ಟರನಿಗೂ ಡಾಯರೇಕ್ಟರನಿಗೂ ಅಂಕಿತರಾಗಿ ಕೆಲಸ ಮಾಡುವರು.

ಶಾಲೆಗಳ ಪ್ರಕಾರಗಳೂ ಶಿಕ್ಷಣವೂ.—ಸದರೀ ವರ್ಷದಲ್ಲಿ ಧಾರವಾಡ ದಲ್ಲಿ ಟ್ರೇನಿಂಗ ಕಾಲೇಜವು ಈಗಿನಂತೆಯೇ ನಡಿಯುತ್ತಿತ್ತು; ಧಾರವಾಡ, ಬೆಳಗಾವಿ,

ಈ ಯೆರಡು ಗ್ರಾಮುಗಳಲ್ಲಿ ಹಾಯಸ್ಕೂಲುಗಳಿದ್ದವು. ಬೆಳಗಾವಿಯ ಹಾಯಸ್ಕೂಲನ್ನು ಸನ್ ೧೮೫೦ರಲ್ಲಿ ದಕ್ಷಿಣ ಮಹಾರಾಷ್ಟ್ರದ ಸರದಾರರು ವರ್ಗಣಿಯಿಂದ ಸ್ಥಾಪಿಸಿದ ಕಾರಣ ಅದಕ್ಕೆ ಸರದಾರರ ಶಾಲೆಯೆಂದೆನ್ನುವರು. ಆದರೆ ಅದು ಮುಂದೆ ಸರಕಾರೀ ಶಾಲೆಯಾಯಿತು. ಧಾರವಾಡದ ಹಾಯಸ್ಕೂಲು ಸನ್ ೧೮೭೦ರ ಸುಮಾರಿನಲ್ಲಿ ಆರಂಭ ವಾಯಿತು. ಈ ಯೆರಡೂ ಶಾಲೆಗಳಲ್ಲಿ ಮಾಟ್ರಿಕ್ಯುಲೇಶನ್ ಸ್ಟಾಂಡರ್ಡಿನ ವರೆಗೆ ಇಂಗ್ಲಿಷ ಮುಂತಾದ ವಿಷಯಗಳನ್ನು ಕಲಿಸುವರು. ಇದಲ್ಲದೆ ಧಾರವಾಡ ಜಿಲ್ಲೆಯಲ್ಲಿ ೨, ಬೆಳಗಾವಿಯಲ್ಲಿ ೧, ಕಲಾದಗಿಯಲ್ಲಿ ೧, ಕಾರವಾಡದಲ್ಲಿ ೧, ಅಂತೂ ೫ ೧ನೇ ವರ್ಗದ ಅಂಗ್ಲೋ ವರ್ನ್ಯಾಕ್ಯುಲರ ಶಾಲೆಗಳಿದ್ದವು. ಇವುಗಳಲ್ಲಿ ೩ನೇ ಸ್ಟಾಂಡರ್ಡಿನ ವರೆಗೆ ಇಂಗ್ಲಿಷವನ್ನೂ ಕಲಿಸುವರು. ಇವಲ್ಲದೆ ವೊಂದೇ ವರ್ಗಕ್ಕೆ ಇಂಗ್ಲಿಷ ಕಲಿಸುವಂಥ ೨ನೇ ವರ್ಗದ ಅಂಗ್ಲೋ ವರ್ನ್ಯಾಕ್ಯುಲರ ಶಾಲೆಗಳು ಧಾರವಾಡ, ಬೆಳಗಾವಿ, ವಿಜಾಪುರ, ಕಾನಡಾ ಜಿಲ್ಲೆಗಳಲ್ಲಿ ಕ್ರಮವಾಗಿ ೮, ೮, ೫, ೫ ಇದ್ದವು. ಧಾರವಾಡದಲ್ಲಿ ೧ ಕೈಗಾರಿಕೆಯ ಶಾಲೆ, ೧ ಪೋಲೀಸ ಶಾಲೆ, ೧ ತುರಂಗದ ಶಾಲೆ, ಹೀಗೆ ಮೂರು ಬೇರೆ ಶಾಲೆಗಳಿದ್ದವು; ಅವುಗಳಲ್ಲೆಲ್ಲ ಕನ್ನಡ ಕಲಿಸುವರು. ಮರಾಠೀ ಭಾಷೆಯನ್ನು ಕಲಿಸುವ ಶಾಲೆಗಳು ಧಾರವಾಡ, ಬೆಳಗಾವಿ, ವಿಜಾಪುರ, ಕಾನಡಾ ಜಿಲ್ಲೆಗಳಲ್ಲಿ ಕ್ರಮವಾಗಿ ೩, ೪೨, ೩, ೫ ಇದ್ದವು; ಹಿಂದುಸ್ತಾನಿಯನ್ನು ಕಲಿಸುವ ಶಾಲೆಗಳು ೪, ೪, ೪, ೧೦ ಇದ್ದವು. ಉಳಿದ ಶಾಲೆಗಳಲ್ಲಿ, ಅಂದರೆ ಸದರೀ ಜಿಲ್ಲೆಗಳಲ್ಲಿ ಕ್ರಮವಾಗಿ ೩೩೪, ೧೩೭, ೧೪೩, ೭೮ ಶಾಲೆಗಳಲ್ಲಿ ಕನ್ನಡ ಭಾಷೆಯನ್ನು ಕಲಿಸುವರು. ಇವುಗಳಲ್ಲಿ ಸದರೀ ಕ್ರಮದಂತೆ ೧೭, F, ೮, ೪, ಹೆಣ್ಣು ಮಕ್ಕಳ ಶಾಲೆಗಳಿದ್ದವು; ಉಳಿದವೆಲ್ಲ ಗಂಡು ಹುಡುಗರ ಶಾಲೆಗಳು.

ಇತರ, ಅಂದರೆ ಸರಕಾರೀ ಅಲ್ಲದಂಥ ಶಾಲೆಗಳು.—ಧಾರವಾಡ ಜಿಲ್ಲೆಯಲ್ಲಿ ಇತರ ಶಾಲೆಗಳು ೩೬ ಇದ್ದವು. ಅವುಗಳಲ್ಲಿ ೨೧ ಜಹಾಗೀರ ಇಲಾಖೆಯಲ್ಲಿ ಇದ್ದು, ವಿದ್ಯಾಖಾತೆಯು ಅಧಿಕಾರಿಗಳು ಅವುಗಳ ತಪಾಸಣಿಗೆ ಹೋಗುವರು. ಉಳಿದ ೧೫ ಶಾಲೆಗಳಿಗೆ ಸರಕಾರದಿಂದ ಸಹಾಯ ದೊರಿಯುತ್ತಿತ್ತು. ಅವುಗಳಲ್ಲಿ ೫ ಗಂಡು ಹುಡುಗರವು, ೩ ಹೆಣ್ಣು ಮಕ್ಕಳವು, ಅಂತೂ ೮ ಜರ್ಮನ್ ಮಿಶನರಿಗಳ ಶಾಲೆಗಳಿದ್ದವು; ಒಂದು ಧಾರವಾಡದಲ್ಲಿ ಯುರೋಪಿಯನ್ ಯೂರೇಶಿಯನ್ ಹೆಣ್ಣು ಮಕ್ಕಳ ಶಾಲೆ ಇತ್ತು; ಉಳಿದ ಆರು ದೇಶೀ ಗಂಡು ಹುಡುಗರ ಶಾಲೆಗಳಿದ್ದವು. ೨೧ ಜಹಾಗೀರ ಶಾಲೆಗಳಲ್ಲಿ ೧ ಅಂಗ್ಲೋ ವರ್ನ್ಯಾಕ್ಯುಲರ, ೪ ಗಂಡು ಹುಡುಗರವು, ೧ ಹೆಣ್ಣು ಮಕ್ಕಳದು, ಅಂತೂ ೬ ಸವಣೂರಲ್ಲಿ; ೧ ಅಂಗ್ಲೋ ವರ್ನ್ಯಾಕ್ಯುಲರ, ೧೧ ಗಂಡು ಹುಡುಗರವು, ೩ ಹೆಣ್ಣು ಮಕ್ಕಳವು, ಪಟವರ್ಧನ ಇಲಾಖೆಯಲ್ಲಿ ಇದ್ದವು.

ಬೆಳಗಾವೀ ಜಿಲ್ಲೆಯಲ್ಲಿ ಸರಕಾರೀ ಮದ್ದತು ದೊರಿಯುವಂಥ ಶಾಲೆಗಳು ವೊಟ್ಟಿಗೆ ೧೫ ಇದ್ದವು. ಅವುಗಳಲ್ಲಿ ೨ ಯುರೋಪಿಯನ್ ಯೂರೇಶಿಯನ್ ಗಂಡು ಹುಡುಗರವು, ೧ ಸದರೀ ಹೆಣ್ಣು ಮಕ್ಕಳದು, ಅಂತೂ ೩ ಬೆಳಗಾವಿಯ ಯೂರೋಪಿಯನ್ ಜನ

ರವು; ೧ ಹಾಯಸ್ಕೂಲು, ೧ ಹೆಣ್ಣು ಮಕ್ಕಳದು, ೧ ಮರಾಠೀ ಗಂಡು ಹುಡುಗರದು, ೨ ಕನ್ನಡ ಗಂಡು ಹುಡುಗರವು, ಅಂತೂ ೬ ಮಿಶನರೀ ಶಾಲೆಗಳು; ೧ ಮರಾಠೀ ಹೆಣ್ಣು ಮಕ್ಕಳದು ಬೆಳಗಾವಿಯ ಊರವರು ಸ್ಥಾಪಿಸಿದ್ದು, ೫ ಕನ್ನಡ ಗಂಡು ಹುಡುಗರವು ಬೇರೆ ಗ್ರಾಮಗಳಲ್ಲಿ, ಅಂತೂ ೬ ದೇಶೀ ಜನರು ಸ್ಥಾಪಿಸಿದ ಶಾಲೆಗಳಿದ್ದವು.

ವಿಜಾಪುರ ಜಿಲ್ಲೆಯಲ್ಲಿ ಸರಕಾರೀ ಮದ್ದತು ದೊರಿಯುವ ಶಾಲೆಗಳು ವೊಟ್ಟಿಗೆ ೨೫ ಇದ್ದವು. ಅವುಗಳಲ್ಲಿ ೧ ಗಂಡು ಹುಡುಗರದು, ೧ ಹೆಣ್ಣು ಮಕ್ಕಳದು, ಅಂತೂ ೨ ಮಿಶನರೀ ಶಾಲೆಗಳು ಗುಳೆದ ಗುಡ್ಡದಲ್ಲಿ; ಉಳಿದ ೨೩ ಕನ್ನಡ ಗಂಡು ಹುಡುಗರವು ಬೇರೆ ಗ್ರಾಮಗಳಲ್ಲಿ ಇದ್ದವು.

ಕಾನಡಾ ಜಿಲ್ಲೆಯಲ್ಲಿ ಖಾಸಗೀ ಕನ್ನಡ ಗಂಡು ಹುಡುಗರ ಶಾಲೆಗಳು ೮ ಇದ್ದವು. ಆದರೆ ಅವಕ್ಕೆ ಸರಕಾರೀ ಮದ್ದತು ದೊರಿಯುತ್ತಿತ್ತೆಂದು ತೋರುವದಿಲ್ಲ.

ವಿದ್ಯವ ಬೆಳುವಣಿಗೆ.—ಸನ್ ೧೮೨೬ರಲ್ಲಿ ಧಾರವಾಡ ಹುಬ್ಬಳ್ಳಿಗಳಲ್ಲಿ ಮರಾಠೀ ಶಾಲೆಗಳಾದವು. ೧೮೩೦ರಲ್ಲಿ ಬೆಳಗಾವಿಯಲ್ಲಿ ಮರಾಠೀ ಶಾಲೆಯಾಯಿತು; ೧೮೩೫ ರಲ್ಲಿ ಧಾರವಾಡ ಹುಬ್ಬಳ್ಳಿಗಳಲ್ಲಿ ವೊಂದೊಂದು ಕನ್ನಡ ಶಾಲೆಗಳಾದವು; ಮುಂದಿನ ವರ್ಷ ರಾಣೇಬಿನ್ನೂರಲ್ಲಿ ಕನ್ನಡ ಶಾಲೆಯಾಯಿತು. ೧೮೩೮ರಲ್ಲಿ ಬೆಳಗಾವಿಯಲ್ಲಿ ಕನ್ನಡ ಶಾಲೆಯಾಯಿತು; ಮುಂದೆ ೨ನೇ ವರ್ಷಕ್ಕೆ ಗೋಕಾವಿಯಲ್ಲಿ ಮರಾಠೀ ಶಾಲೆಯಾಯಿತು. ೧೮೪೮ರಲ್ಲಿ ಧಾರವಾಡದಲ್ಲಿ ಇಂಗ್ಲಿಷ ಶಾಲೆಯಾಯಿತು; ೧೮೫೦ರಲ್ಲಿ ಬೆಳಗಾವಿಯಲ್ಲಿ ಸರದಾರರ ಇಂಗ್ಲಿಷ ಶಾಲೆಯಾಯಿತು. ೧೮೫೩ರಲ್ಲಿ ವಿಜಾಪುರದಲ್ಲಿ ೧ ಕನ್ನಡ, ೧ ಇಂಗ್ಲಿಷ ಶಾಲೆಗಳಾದವು. ೧೮೫೫-೫೬ರಲ್ಲಿ ಧಾರವಾಡ ಜಿಲ್ಲೆಯಲ್ಲಿ ೧ ಇಂಗ್ಲಿಷ, ೧ ನಾರ್ಮಲ ಶಾಲೆ, ೨ ಮರಾಠಿ, ೧೦ ಕನ್ನಡ, ಅಂತೂ ೧೪ ಶಾಲೆಗಳಿದ್ದವು; ಇವುಗಳಲ್ಲೆಲ್ಲ ಕೂಡಿ ರಜಿಷ್ಟರಿನ ಸಂಖ್ಯ ೧೪೧೦, ಸರಾಸರೀ ಹಜಿರಿ ೧೨೨೬ ಇತ್ತು; ಆ ವರ್ಷ ಬೆಳಗಾವಿ ಜಿಲ್ಲೆಯಲ್ಲಿಯೂ ಅಷ್ಟೇ ಶಾಲೆಗಳು, ೧ ಇಂಗ್ಲಿಷ, ೨ ಮರಾಠಿ, ೧೧ ಕನ್ನಡ, ಇದ್ದವು; ಅವುಗಳಲ್ಲಿ ರಜಿಷ್ಟರಿನ ಸಂಖ್ಯ ೧೪೯೮, ಸರಾಸರೀ ಹಜಿರಿ ೧೩೨೦ ಇತ್ತು; ಆ ವರ್ಷ ವಿಜಾಪುರ ಜಿಲ್ಲೆಯಲ್ಲಿ ೧ ಇಂಗ್ಲಿಷ, ೮ ಕನ್ನಡ ಶಾಲೆಗಳಿದ್ದವು; ಅವುಗಳಲ್ಲಿ ರಜಿಷ್ಟರಿನ ಸಂಖ್ಯ ೩೯೫, ಸರಾಸರೀ ಹಜಿರಿ ೩೦೫ ಇತ್ತು. ಇದೇ ಸಂಧಿಯಲ್ಲಿ ಪುಣೆಯಿಂದ ವಿಝುಟರನೆಂಬ ಅಧಿಕಾರಿಯು ದಕ್ಷಿಣ ಮಹಾರಾಷ್ಟ್ರದ ಶಾಲೆಗಳನ್ನು ತಪಾಸಿಸಲಿಕ್ಕೆ ಬರ ಹತ್ತಿದನು. ಮುಂದೆ ಯೆರಡು ವರ್ಷದೊಳಗೆ ದಕ್ಷಿಣ ಭಾಗಕ್ಕೆ ಸ್ವತಂತ್ರವಾಗಿ ವೊಬ್ಬ ಇನ್‌ಸ್ಪೆಕ್ಟರನನ್ನು ನೇಮಿಸಿ, ಅವನ ಕೈಕೆಳಗೆ ದೇಶ ಭಾಷೆಯ ಶಾಲೆಗಳ ತಪಾಸಣಿಗಾಗಿ ವೊಬ್ಬ ಡೆಪ್ಯುಟೀ ಇನ್‌ಸ್ಪೆಕ್ಟರನನ್ನು ನೇಮಿಸಿದರು. ಮುಂದೆ ಸನ್ ೧೮೬೩ರ ಸುಮಾರಿನಲ್ಲಿ ನಾಲ್ಕೂ ಜಿಲ್ಲೆಗಳಿಗೆ ಬೇರೆ ಬೇರೆ ಡೆಪ್ಯುಟೀ ಇನ್‌ಸ್ಪೆಕ್ಟರರನ್ನು ನೇಮಿಸಿದರು. ಸನ್ ೧೮೬೫-೬೬ರಲ್ಲಿ ನಾಲ್ಕೂ ಜಿಲ್ಲೆಗಳಲ್ಲಿ ಶಾಲೆಗಳ ಸಂಖ್ಯ ಹ್ಯಾಗಂದರೆ—ಧಾರವಾಡ, ವೊಟ್ಟು ಶಾಲೆಗಳು ೪೯, ವಿದ್ಯಾರ್ಥಿಗಳು ೪೨೩೭, ಸರಾಸರೀ ಹಜಿರಿ ೩೯೯೧; ಬೆಳಗಾವಿ, ವೊಟ್ಟು ಶಾಲೆಗಳು ೫೬, ವಿದ್ಯಾರ್ಥಿಗಳು ೪೩೮೦, ಸರಾಸರೀ ಹಜಿರಿ ೩೮೧೨;

ವಿಜಾಪುರ, ವೊಟ್ಟು ಶಾಲೆಗಳು ೪೬, ವಿದ್ಯಾರ್ಥಿಗಳು ೨೮೭೭, ಸರಾಸರೀ ಹಜಿರಿ ೨೦೬೫; ಕಾನಡಾ, ವೊಟ್ಟು ಶಾಲೆಗಳು ೧೧, ವಿದ್ಯಾರ್ಥಿಗಳು ೮೩೦. ಕಾನಡಾ ಜಿಲ್ಲೆಯು ಸನ್ ೧೮೬೨ರಲ್ಲಿ ಮುಂಬಯಿ ಇಲಾಖೆಗೆ ಸೇರುವ ವರೆಗೆ ಆ ಜಿಲ್ಲೆಯಲ್ಲಿ ಸರಕಾರೀ ಶಾಲೆಗಳು ಆಗಿದ್ದಿಲ್ಲೆಂದು ತೋರುತ್ತದೆ.

ಸ್ತ್ರೀ ಶಿಕ್ಷಣದ ಬೆಳವಣಿಗೆ.—ಎಲ್ಲಕ್ಕೂ ಮೊದಲು ಸನ್ ೧೮೫೪ರಲ್ಲಿ ಮಿಶನರೀ ಕೀ ಸಾಹೇಬರು ಗುಳೇದ ಗುಡ್ಡದಲ್ಲಿ ಹೆಣ್ಣು ಹುಡುಗರ ಶಾಲೆಯನ್ನು ಸ್ಥಾಪಿಸಿದರು. ಅದರ ಹೊರ್ತು ಸನ್ ೧೮೬೬-೬೭ರ ವರೆಗೆ ಯೆಲ್ಲಿಯೂ ಹೆಣ್ಣು ಮಕ್ಕಳ ಶಾಲೆ ಇದ್ದಿಲ್ಲ. ಆ ವರ್ಷ ಉಳಿದ ಮೂರು ಜಿಲ್ಲೆಗಳಲ್ಲಿ ಹೆಣ್ಣು ಮಕ್ಕಳ ಶಾಲೆಗಳು ಆರಂಭವಾಗಿ ಮುಂದೆ ಬೆಳೆಯುತ್ತ ಬಂದದ ವಿವರ ಹ್ಯಾಗಂದರೆ—ಧಾರವಾಡ, ಸನ್ ೧೮೬೭ರಲ್ಲಿ ೧ ಶಾಲೆ; ಸನ್ ೧೮೭೩-೭೪ರಲ್ಲಿ ೧೧ ಶಾಲೆಗಳು, ಅವುಗಳಲ್ಲಿ ರಜಿಷ್ಟರಿನ ಸಂಖ್ಯೆ ೪೨೩, ಸರಾಸರೀ ಹಜಿರಿ ೨೯೫. ಸನ್ ೧೮೮೦ರಲ್ಲಿ ೩ ಮಿಶನರೀ, ೨ ಜಹಾಗೀರ ಇಲಾಖೆಗಳಲ್ಲಿ, ೧೫ ಸರಕಾರೀ ಅಂತೂ ೨೦ ಶಾಲೆಗಳು; ಸನ್ ೧೮೮೨-೮೩ರಲ್ಲಿ ೩ ಮಿಶನರಿ, ೬ ಜಹಾಗೀರ ಇಲಾಖೆಗಳಲ್ಲಿ, ೧೭ ಸರಕಾರೀ, ಅಂತೂ ೨೬ ಶಾಲೆಗಳು, ಅವುಗಳಲ್ಲಿ ರಜಿಷ್ಟರಿನ ಸಂಖ್ಯೆ ೧೮೬೯; ಈ ಶಾಲೆಗಳಲ್ಲದೆ ಗಂಡು ಹುಡುಗರ ಶಾಲೆಗಳಲ್ಲಿ ವೊಟ್ಟಿಗೆ ೨೪೫೦ ಜನ ಹೆಣ್ಣು ವಿದ್ಯಾರ್ಥಿಗಳು ಕಲಿಯುತ್ತಿದ್ದರು; ಆದ್ದರಿಂದ ವೊಟ್ಟಿಗೆ ಧಾರವಾಡ ಜಿಲ್ಲೆಯಲ್ಲಿ ೨೬ ಶಾಲೆಗಳೂ ೪೩೦೯ ವಿದ್ಯಾರ್ಥಿನಿಯರೂ ಇದ್ದರು. ಬೆಳಗಾವೀ ಜಿಲ್ಲೆಯಲ್ಲಿ ಸನ್ ೧೮೬೭ರಲ್ಲಿ ೨ ಶಾಲೆಗಳು ಆರಂಭವಾದವು; ಸನ್ ೧೮೭೩-೭೪ರಲ್ಲಿ ೭ ಶಾಲೆಗಳಿದ್ದವು, ಅವುಗಳಲ್ಲಿ ರಜಿಷ್ಟರಿನ ಸಂಖ್ಯೆ ೨೬೭, ಸರಾಸರೀ ಹಜಿರಿ ೧೮೧ ಇತ್ತು; ಸನ್ ೧೮೮೨-೮೩ರಲ್ಲಿ ೯ ಶಾಲೆಗಳಿದ್ದವು, ಅವುಗಳಲ್ಲಿ ರಜಿಷ್ಟರಿನ ಸಂಖ್ಯೆ ೫೧೨, ಸರಾಸರೀ ಹಜಿರಿ ೨೫೨ ಇತ್ತು. ವಿಜಾಪುರ ಜಿಲ್ಲೆಯಲ್ಲಿ ಮೇಲೆ ಹೇಳಿದ ಗುಳೇದ ಗುಡ್ಡದ ಶಾಲೆಯ ನಂತರ ಸನ್ ೧೮೬೯ರಲ್ಲಿ ಅದು ಸಹಿತ ೩ ಶಾಲೆಗಳಿದ್ದವು; ಸನ್ ೧೮೭೩-೭೪ರಲ್ಲಿ ೧೦ ಶಾಲೆಗಳಿದ್ದವು, ಅವುಗಳಲ್ಲಿ ರಜಿಷ್ಟರಿನ ಸಂಖ್ಯೆ ೩೯೧, ಸರಾಸರೀ ಹಜಿರಿ ೩೦೯ ಇತ್ತು; ಸನ್ ೧೮೮೨-೮೩ರಲ್ಲಿ ೮ ಶಾಲೆಗಳಿದ್ದವು, ಅವುಗಳಲ್ಲಿ ರಜಿಷ್ಟರಿನ ಸಂಖ್ಯೆ ೨೯೩, ಸರಾಸರೀ ಹಜಿರಿ ೧೮೫ ಇತ್ತು. ಕಾನಡಾ ಜಿಲ್ಲೆಯಲ್ಲಿ ಸನ್ ೧೮೬೭ರಲ್ಲಿ ೨ ಶಾಲೆಗಳಾರಂಭವಾದವು; ಸನ್ ೧೮೭೨-೭೩ರಲ್ಲಿ ೪ ಶಾಲೆಗಳಿದ್ದವು, ಅವುಗಳಲ್ಲಿ ರಜಿಷ್ಟರಿನ ಸಂಖ್ಯೆ ೧೬೯, ಸರಾಸರೀ ಹಜಿರಿ ೧೨೨ ಇತ್ತು; ಸನ್ ೧೮೮೧-೮೨ರಲ್ಲಿ ನಾಲ್ಕೇ ಶಾಲೆಗಳಿದ್ದು, ಅವುಗಳಲ್ಲಿಯ ರಜಿಷ್ಟರಿನ ಸಂಖ್ಯೆ ೨೦೮, ಸರಾಸರೀ ಹಜಿರಿ ೧೪೭ ಇತ್ತು.

ಓದು ಬರಹ ಬಲ್ಲವರೂ ಅರಿಯದವರೂ.—ಹಿಂದೂ ಮುಸಲ್ಮಾನ, ಕ್ರಿಸ್ತಿ, ಈ ಮೂರು ಜನಾಂಗಗಳಲ್ಲಿ ನಾಲ್ಕೂ ಜಿಲ್ಲೆಗಳಲ್ಲಿ ಓದು ಬರಹ ಬಲ್ಲವರ ಸಂಖ್ಯೆಗಳನ್ನೂ ಅರಿಯದವರ ಸಂಖ್ಯೆಗಳನ್ನೂ ಕೆಳಗಿನ ಕೋಷ್ಟಕದಲ್ಲಿ ವಿವರಿಸಿದ್ದೇವೆ.

	ಹಿಂದೂ ಶೇಕಡಾ.			ಮುಸಲ್ಮಾನರು ಶೇಕಡಾ.			ಕ್ರಿಸ್ತೀ ಶೇಕಡಾ.			ಒಟ್ಟು ಶೇಕಡಾ.		
	ಕಲಿಯುವವರು.	ಕಲಿತವರು.	ಕಲಿಯದವರು.	ಕಲಿಯುವವರು.	ಕಲಿತವರು.	ಕಲಿಯದವರು.	ಕಲಿಯುವವರು.	ಕಲಿತವರು.	ಕಲಿಯದವರು.	ಕಲಿಯುವವರು.	ಕಲಿತವರು.	ಕಲಿಯದವರು.
ಧಾರವಾಡ	೨·೨೯	೩·೮೪	೯೩·೮೭	೧·೬೧	೨·೦೨	೯೬·೩೭	೧೩·೪೫	೧೨·೭೨	೭೩·೮೩	೫·೭೮	೬·೧೯	೮೮·೩೦
ಬೆಳಗಾವಿ	೧·೫೪	೨·೮೪	೯೫·೬೨	೧·೫೪	೨·೨೭	೯೬·೧೯	೩·೬೭	೧೮·೪೬	೭೭·೮೭	೨·೨೫	೭·೮೬	೮೯·೮೯
ವಿಜಾಪುರ	೧·೪೧	೨·೯೨	೯೫·೬೭	೦·೯೧	೧·೩೯	೯೭·೭೦	೯·೭೬	೧೩·೭೬	೭೬·೪೮	೪·೦೩	೬·೦೩	೮೯·೯೪
ಕಾನಡಾ	೧·೬೨	೪·೭೩	೯೩·೬೫	೨·೯೮	೫·೩೨	೯೧·೭೦	೨·೨೨	೩·೬೫	೯೪·೧೩	೨·೨೭	೪·೪೦	೯೩·೩೩
	೧·೭೧	೩·೫೮	೯೪·೭೧	೧·೭೬	೨·೭೫	೯೫·೪೯	೭·೨೭	೧೨·೧೫	೮೦·೫೮	೩·೫೮	೬·೧೨	೯೦·೧೦

ಶಾಲೆಗಳು, ವಿದ್ಯಾರ್ಥಿಗಳು, ಫೀ, ಖರ್ಚು—೧೮೮೨-೮೩ (ಕಾನಡಾ ೧೮೮೧-೮೨).

ಧಾರವಾಡ.

ಹೆಸರು.	ಶಾಲೆಗಳ ಸಂಖ್ಯೆ.	ವಿದ್ಯಾರ್ಥಿಗಳು.				ಸರಾಸರಿ ಹಜರಿ.	ಒಬ್ಬನಿಗೆ ಖರ್ಚು.	ಫೀ ವಸೂಲು.	ಖರ್ಚಿನ ಬಾಬುಗಳು.				ಖರ್ಚಿನ ಹಣ ಬಂದದ್ದರ ವಿವರ.			
		ಹಿಂದು.	ಮುಸಲಮಾನ.	ಇತರ.	ಒಟ್ಟು.				ಶಿಕ್ಷಕ.	ಶಾಲಾಗೃಹ.	ಸ್ಕಾಲರಶಿಪ್ಸ್.	ಒಟ್ಟು.	ಸರಕಾರ.	ಲೋಕಲ್ ಫಂಡು.	ಫೀ ವ ಮುಂತಾದದ್ದು.	ಒಟ್ಟು.
ಟ್ರೇನಿಂಗ ಕಾಲೇಜ ..	೧	೯೪	೧೨	..	೧೦೬	೯೩.೭	೧೬೩-೧-೪	..	೭೫೧೦	..	೭೬೩೦	೧೫೧೪೦	೮೩೫೦	೬೭೯೦	..	೧೫೧೪೦.
ಹಾಯಸ್ಕೂಲು	೧	೧೯೪	೨	೨	೧೯೮	೧೧೫	೮೬-೧-೪	೩೦೮೦	೮೯೫೦	..	೧೪೫೦	೧೦೪೦೦	೬೧೪೦	೧೧೮೦	೩೦೮೦	೧೦೪೦೦
ಅಂಗ್ಲೊವರ್ನ್ಯಾಕ್ಯುಲರ	೧೦	೪೩೧	೧೫	೩	೪೪೯	೩೪೪	೧೮-೮-..	೨೮೧೦	೪೬೭೦	..	೧೦೦	೪೭೭೦	೧೮೬೦	೧೦೦	೨೮೧೦	೪೭೭೦
ದೇಶ ಭಾಷೆಯವು..	೨೪೧	೨೫೪೭೦	೩೨೩೧	೩೬	೨೮೭೩೭	೧೮೪೬೬	೫-೪-೮	೧೭೭೧೦	೮೭೦೧೦	೧೧೩೬೦	..	೯೮೩೭೦	೧೬೪೪೦	೬೪೨೨೦	೧೭೭೧೦	೯೮೩೭೦
ಉದ್ಯೋಗ ಶಾಲೆ...	೧	೩೪	೨೧	೧	೫೬	೪೪.೩	೬೦೭-೮-೮	..	೮೦೩೦	..	೧೧೬೦	೯೧೯೦	೧೫೦೦	೫೧೦	೭೧೮೦	೯೧೯೦
ಪೋಲೀಸ, ತುರಂಗ..	೨	೮೦	೮೨	೨	೧೬೪	೧೪೪	..	..	..	..	..	..	..	..	..	..
	೨೫೬	೨೬೩೦೩	೩೩೬೪	೪೪	೨೯೭೧೧	೧೯೧೦೫.೯		೨೩೬೦೦	೧೧೬೧೭೦	೧೧೩೬೦	೧೦೩೪೦	೧೩೭೮೭೦	೩೪೨೯೦	೭೨೮೦೦	೩೦೭೮೦	೧೩೭೮೭೦

ಬೆಳಗಾವಿ.

ಹೆಸರು.	ಶಾಲೆಗಳ ಸಂಖ್ಯೆ.	ವಿದ್ಯಾರ್ಥಿಗಳು.				ಸರಾಸರಿ ಹಾಜರಿ.	ಒಬ್ಬನಿಗೆ ಖರ್ಚು.	ಫೀ ವಸೂಲು.	ಖರ್ಚಿನ ಬಾಬುಗಳು.				ಖರ್ಚಿನ ಹಣ ಬಂದದ್ದರ ವಿವರ.			
		ಹಿಂದು.	ಮುಸಲಮಾನ.	ಇತರ	ಒಟ್ಟು.				ಶಿಕ್ಷಕ.	ಶಾಲಾಗೃಹ.	ಸ್ಕಾಲರಶಿಪ್ಪು.	ಒಟ್ಟು.	ಸರಕಾರ.	ಲೋಕಲ್ ಫಂಡು.	ಇತರ, ಫೀ ಮುಂತಾದವು.	ಒಟ್ಟು.
ಹಾಯಸ್ಕೂಲು	೧	೧೪೫	..	೬	೧೫೨	೧೪೩	೯೮-೫-೪	೩೯೬೦	೧೩೯೫೦	..	೧೧೬೦	೧೪೧೧೦	೮೩೮೦	೫೦೦	೫೩೪೦	೧೪೧೩೦
ಅಂಗ್ಲೊವರ್ನ್ಯಾಕ್ಯುಲರ	೯	೩೨೨	೧೩	೫	೩೪೧	೨೪೬	೧೮-೨-...	೧೪೩೦	೪೪೮೦	..	..	೪೪೮೦	೧೬೫೦	..	೨೬೪೦	೪೪೮೦
ದೇಶ ಭಾಷೆಯವು ..	೧೬೬	೧೪೦೨೫	೧೬೯೪	೬೦	೧೫೭೭೯	೧೦೦೮೦೦	೬-೨-,,	೩೯೨೦	೫೦೬೩೦	೧೧೩೬೦	..	೬೨೦೯೦	೧೩೬೪೦	೩೮೫೧೦	೯೮೪೦	೬೨೦೯೦
	೧೭೬	೧೪೪೯೨	೧೭೦೭	೮೧	೧೬೩೮೦	೧೦೪೬೦		೧೪೩೧೦	೬೮೧೬೦	೧೧೩೬೦	೧೧೬೦	೮೦೬೮೦	೨೩೬೬೦	೩೯೦೧೦	೧೬೯೨೦	೮೦೬೯೦

ವಿಜಾಪುರ.

ಹೆಸರು.	ಶಾಲೆಗಳ ಸಂಖ್ಯೆ.	ಹಿಂದು.	ಮುಸಲಮಾನ.	ಇತರ	ಒಟ್ಟು.	ಸರಾಸರಿ ಹಾಜರಿ.	ಒಬ್ಬನಿಗೆ ಖರ್ಚು.	ಫೀ ವಸೂಲು.	ಶಿಕ್ಷಕ.	ಶಾಲಾಗೃಹ.	ಸ್ಕಾಲರಶಿಪ್ಪು.	ಒಟ್ಟು.	ಸರಕಾರ.	ಲೋಕಲ್ ಫಂಡು.	ಇತರ, ಫೀ ಮುಂತಾದವು.	ಒಟ್ಟು.
ಅಂಗ್ಲೊವರ್ನ್ಯಾಕ್ಯುಲರ	೬	೨೦೦	೮	೩	೨೧೬	೧೫೬.೧	೨೬- ೮-...	೧೫೪೦	೨೬೬೦	..	೬೬೦	೪೩೨೦	೧೬೯೦	೫೬೦	೨೦೬೦	೪೩೨೦
ದೇಶ ಭಾಷೆಯವು ..	೧೫೦	೮೮೪೦	೧೧೩೪	೬	೯೯೬೧	೬೪೬೨.೯	೬-೧೨-೮	೬೬೩೦	೪೨೯೩೦	೧೩೪೬೦	೩೨೯೦	೫೮೨೯೦	೧೨೧೮೦	೩೯೨೬೦	೬೮೪೦	೫೮೨೯೦
	೧೫೬	೯೦೪೦	೧೧೪೨	೯	೧೦೧೮೧	೬೬೩೦		೮೧೬೦	೪೬೨೯೦	೧೩೪೬೦	೩೯೫೦	೬೨೬೧೦	೧೩೮೬೦	೩೯೮೪೦	೭೯೦೦	೬೨೬೧೦

ಕಾನಡಾ.

ಹೆಸರು.	ಶಾಲೆಗಳ ಸಂಖ್ಯೆ.	ಹಿಂದು.	ಮುಸಲಮಾನ.	ಇತರ	ಒಟ್ಟು.	ಸರಾಸರಿ ಹಾಜರಿ.	ಒಬ್ಬನಿಗೆ ಖರ್ಚು.	ಫೀ ವಸೂಲು.	ಶಿಕ್ಷಕ.	ಶಾಲಾಗೃಹ.	ಸ್ಕಾಲರಶಿಪ್ಪು.	ಒಟ್ಟು.	ಸರಕಾರ.	ಲೋಕಲ್ ಫಂಡು.	ಇತರ, ಫೀ ಮುಂತಾದವು.	ಒಟ್ಟು.
ಹಾಯಸ್ಕೂಲು	೧	೪೬	೧	೯	೫೬	೫೩.೦೬	೧೦೧-೧೧-೪	೧೬೮೦	೫೬೩೦	,,	೮೦	೫೬೧೦	೪೦೩೦	..	೧೬೮೦	೫೬೧೦
ಅಂಗ್ಲೊವರ್ನ್ಯಾಕ್ಯುಲರ	೫	೬೨೫	೨೩	೪೬	೬೯೪	೧೩೨.೩೬	೨೧- ೯-೪	೮೮೦	೪೧೩೦	,,	,,	೪೧೩೦	೯೧೦	,,	೩೨೨೦	೪೧೩೦
ದೇಶ ಭಾಷೆಯವು ..	೧೦೦	೪೩೩೪	೮೧೯	೬೦೮	೫೬೬೧	೪೧೩೩.೬೦	೧೨-೧೦-,,	೨೨೦೦	೨೫೬೬೦	೫೬೬೦	೫೦೦	೩೧೯೨೦	೯೧೬೦	೨೦೦೧೦	೨೫೪೦	೩೧೬೨೦
	೧೦೬	೫೦೦೫	೮೪೩	೬೬೩	೬೫೧೧	೪೩೧೯.೧೪		೪೬೬೦	೩೫೫೨೦	೫೬೬೦	೫೮೦	೪೧೧೬೦	೧೪೧೦೦	೨೦೦೧೦	೬೪೪೦	೪೧೫೫೦
	೨೯೫	೫೪೭೪೦	೬೧೪೮	೨೯೨	೬೨೬೮೩	೪೧೫೨೫.೦೪		೪೯೮೪೦	೨೬೩೩೫೦	೪೧೬೪೦	೧೪೯೩೦	೩೨೩೮೨೦	೮೬೫೧೦	೧೬೨೦೬೦	೬೫೬೯೦	೩೩೪೨೩೦

ಗ್ರಾಮ್ಯ ಶಾಲೆಗಳು.— ಸದರೀ ಸರಕಾರೀ ಶಾಲೆಗಳ ಹೊರ್ತು ಸರಕಾರದ ಸಂಬಂಧವಿಲ್ಲದಂಥ ಗ್ರಾಮ್ಯ ಶಾಲೆಗಳು ಯೆಲ್ಲ ಕಡೆಯಲ್ಲಿ ಬಹು ದಿವಸದಿಂದ ನಡಿಯುತ್ತವೆ. ಈ ಶಾಲೆಗಳಲ್ಲಿ ಛಾಪೀ ಪುಸ್ತಕಗಳನ್ನೂ ಕೈ ಬರಹದ ಕಾಗದಗಳನ್ನೂ ಓದುವದು, ಖರಡು ಬರಿಯುವದು, ತ್ರೈರಾಶಿಕದ ಅಥವಾ ಸರಳ ಬಡ್ಡಿಯ ವರೆಗೆ ಅಂಕಗಣಿತ, ಬಾಯಿಲೆಕ್ಕ, ಇಷ್ಟರ ಹೊರ್ತು ಬಹುತರ ಹೆಚ್ಚಿಗೇನು ಕಲಿಸುವದಿಲ್ಲ. ಹುಡುಗರು ೨ ಆಣೆಯಿಂದ ೪ ಆಣೆಯ ವರೆಗೆ ಮಾಸ್ತರನಿಗೆ ಫೀ ಕೊಡುತ್ತಾರೆ. ಅದೇ ಮಾಸ್ತರನ ಮುಖ್ಯ ಆದಾಯ; ಅದರ ಹೊರ್ತು ಹಲಗೀ ಪೂಜೇಯ ದಿವಸ (ಚತುರ್ದಶಿ) ವೊಂದು ದುಡ್ಡು, ಸಂತೆಯ ದಿವಸ ಕೆಲವು ಕಾಳು, ಮಾಸ್ತರನಿಗೆ ದೊರಿಯುವದುಂಟು. ಇದಲ್ಲದೆ ಮಾಸ್ತರನು ವಿದ್ಯಾರ್ಥಿಗಳ ಮನೆಗೆ ವಾರ ಹಚ್ಚಿಕೊಂಡು ಊಟಕ್ಕೆ ಹೋಗುತ್ತಿರುತ್ತಾನೆ. ವಾಡಿಕೆಯಾಗಿ ಯೆರಡನೇ ಯಾವ ಹೋರೆಯನ್ನು ಮಾಡಲಾರದಂಥವರು ಈ ಶಾಲೆಗಳನ್ನು ಹಾಕುತ್ತಾರೆ. ಆದರೂ ತಿಳುವಳಿಕೆಯ ಮನುಷ್ಯನಿಗೆ ಈ ಬಗೆಯ ಶಾಲೆಯಿಂದ ಬಡತನದ ರೀತಿಯಿಂದ ಅವನ ಕುಟುಂಬದ ಯೋಗಕ್ಷೇಮವಾಗುವಷ್ಟು ಆದಾಯವಾಗುತ್ತದೆ. ಆದರೆ ಹಳ್ಳಿಗಳಲ್ಲ ಸರಕಾರೀ ಶಾಲೆಗಳಾದ ಹಾಗೆ ಈ ಗ್ರಾಮ್ಯ ಶಾಲೆಗಳು ದಿನದಿನಕ್ಕೆ ಕಡಿಮೆಯಾಗುತ್ತ ನಡಿದವು.

ವರ್ತಮಾನ ಪತ್ರಗಳು.— ಸನ್ ೧೮೮೨-೮೩ನೇ ವರ್ಷದಲ್ಲಿ ಧಾರವಾಡದಲ್ಲಿ ಧಾರವಾಡ ವೃತ್ತ, ಚಂದ್ರೋದಯ, ಛಾವಾ, ಯೆಂಬ ಮೂರು ವರ್ತಮಾನ ಪತ್ರಗಳಿದ್ದವು. ಧಾರವಾಡವೃತ್ತದ ೪೫೦ ಪ್ರತಿಗಳು ಗುರುವಾರ ಹೊರಡುತ್ತಿದ್ದವು; ಚಂದ್ರೋದಯದ ೧೫೦ ಪ್ರತಿಗಳು ಶನಿವಾರ ಹೊರಡುತ್ತಿದ್ದವು; ಛಾವಾ ಪತ್ರದ ಸ್ವಲ್ಪ ಪ್ರತಿಗಳು ರವಿವಾರ ಹೊರಟು ಬಹುತರ ಧಾರವಾಡದ ಹೊರಗೆ ಹೋಗುತ್ತಿದ್ದಿಲ್ಲ.

ಬೆಳಗಾವಿಯಲ್ಲಿ ಸದರೀ ವರ್ಷ ಬೆಳಗಾವ ಸಮಾಚಾರವೆಂಬ ಪತ್ರದ ೨೫೦ ಪ್ರತಿಗಳು ಸೋಮವಾರ ಹೊರಡುತ್ತಿದ್ದವು; ಕರ್ನಾಟಕ ಮಿತ್ರವೆಂಬ ಪತ್ರದ ೧೫೦ ಪ್ರತಿಗಳು ಬುಧವಾರ ಹೊರಡುತ್ತಿದ್ದವು; ಜ್ಞಾನಬೋಧಕವೆಂಬ ಪತ್ರದ ೧೫೦ ಪ್ರತಿಗಳು ರವಿವಾರ ಹೊರಡುತ್ತಿದ್ದವು.

ಸದರೀ ವರ್ಷ ಕಲಾದಗಿಯಲ್ಲಿ ಹಿತೇಚ್ಛುವೆಂಬ ಪತ್ರದ ೮೫ ಪ್ರತಿಗಳು ರವಿವಾರ ಹೊರಡುತ್ತಿದ್ದವು. ಈ ಪತ್ರವು ೧೩ ವರ್ಷದ ಪೂರ್ವದಿಂದ ಹೊರಡುತ್ತಿತ್ತು.

ಕಾನಡಾ ಜಿಲ್ಲೆಯಲ್ಲಿ ಸದರೀ ವರ್ಷದಲ್ಲಿ ವರ್ತಮಾನ ಪತ್ರವೇ ಇದ್ದಿಲ್ಲ.

ಪುಸ್ತಕಾಲಯಗಳೂ ವಾಚನಗೃಹಗಳೂ.— ಧಾರವಾಡ ಜಿಲ್ಲೆಯಲ್ಲಿ ಸದರೀ ವರ್ಷದಲ್ಲಿ ಧಾರವಾಡ, ಹುಬ್ಬಳ್ಳಿ, ರಾಣೇಬಿನ್ನೂರು, ಈ ಮೂರು ಗ್ರಾಮಗಳಲ್ಲಿ ಪುಸ್ತಕಾಲಯಗಳೂ, ಗದಗು, ಹಾವೇರಿ, ನವಲಗುಂದ, ನರಗುಂದ, ಈ ನಾಲ್ಕು ಗ್ರಾಮಗಳಲ್ಲಿ ವಾಚನಗೃಹಗಳೂ ಇದ್ದವು. ಇವು ಕ್ರಮವಾಗಿ ಸನ್ ೧೮೫೪, ೧೮೬೫, ೧೮೭೩, ೧೮೭೭, ೧೮೮೦, ೧೮೭೩, ೧೮೮೨ ಈ ವರ್ಷಗಳಲ್ಲಿ ವುಂಟಾದವು. ಧಾರವಾಡದ ಪುಸ್ತಕಾಲಯವು

ಯೆಲ್ಲಕ್ಕೂ ದೊಡ್ಡದೆನಿಸುತ್ತದೆ. ಆದರೂ ಆಶ್ರಯವಿಲ್ಲದ್ದರಿಂದ ಅದು ಆಗಾಗ್ಗೆ ಲಯ ಹೊಂದುವ ಸ್ಥಿತಿಗೆ ಬರುತ್ತಿರುತ್ತದೆ.

ಬೆಳಗಾವೀ ಜಿಲ್ಲೆಯಲ್ಲಿ ೨ ಪುಸ್ತಕಾಲಯಗಳೂ ೭ ವಾಚನಗೃಹಗಳೂ ಇದ್ದವು. ಬೆಳಗಾವಿಯಲ್ಲಿಯ ೨ ಪುಸ್ತಕಾಲಯಗಳು ಸನ್ ೧೮೪೮ರಲ್ಲಿ ಹುಟ್ಟಿದವು; ಉಳಿದ ೭ ವಾಚನಗೃಹಗಳು ಚಿಕ್ಕೋಡಿ, ನಿಪಾಣಿ, ಗೋಕಾವಿ, ಅಥಣಿ, ಸಂಪಗಾವಿ, ಖಾನಾಪುರ, ಸವದತ್ತಿಗಳಲ್ಲಿ ಕ್ರಮವಾಗಿ ೧೮೬೬, ೧೮೬೫, ೧೮೬೫, ೧೮೬೬, ೧೮೭೦ ಈ ವರ್ಷಗಳಲ್ಲಿ ಆರಂಭವಾದವು.

ವಿಜಾಪುರ ಜಿಲ್ಲೆಯಲ್ಲಿ ಸದರೀ ವರ್ಷದಲ್ಲಿ ಬಾಗಲಕೋಟೆ, ಬಾಗೇವಾಡಿ, ಬೀಳಗಿ, ವಿಜಾಪುರ, ಇಂಡಿ, ಕಲಾದಗಿ, ಮುದ್ದೇಬಿಹಾಳಗಳಲ್ಲಿ ಪುಸ್ತಕಾಲಯಗಳು ಅಥವಾ ವಾಚನಗೃಹಗಳು ಇದ್ದವು.

ಕಾನಡಾ ಜಿಲ್ಲೆಯಲ್ಲಿ ಸನ್ ೧೮೮೧-೮೨ರಲ್ಲಿ ಕಾರವಾಡ (೧೮೬೪), ಶಿರಸಿ (೧೮೭೦), ಕುಮಟಾ (೧೮೭೫), ಹಲ್ಯಾಳ, ಈ ನಾಲ್ಕು ಗ್ರಾಮಗಳಲ್ಲಿ ಪುಸ್ತಕಾಲಯಗಳಿದ್ದವು. ಕಾರವಾಡದ ಪುಸ್ತಕಾಲಯದಲ್ಲಿ ಪದಾರ್ಥ ಸಂಗ್ರಹಾಲಯವೂ ಇರುತ್ತದೆ. ಈ ಪುಸ್ತಕಾಲಯದಲ್ಲಿ ಸದರೀ ವರ್ಷ ೧೭೦೯ ಪುಸ್ತಕಗಳಿದ್ದವು. ಆದ್ದರಿಂದ ಕಾರವಾಡದ ಪುಸ್ತಕಾಲಯವು ನಾಲ್ಕೂ ಜಿಲ್ಲೆಗಳಲ್ಲಿ ಮೇಲಾದದ್ದೆಂದು ಹೇಳಬಹುದು.

ಧಾರವಾಡ ಹುಬ್ಬಳ್ಳಿಗಳಲ್ಲಿ ವೊಂದೊಂದು ಹೊಲಿಯರ ಶಾಲೆಗಳುಂಟು. ಮೊದಲನೇದರಲ್ಲಿ ೧೫೦ ಜನ ವಿದ್ಯಾರ್ಥಿಗಳೂ ಯೆರಡನೇದರಲ್ಲಿ ೫೦ ಜನ ವಿದ್ಯಾರ್ಥಿಗಳೂ ಸದರೀ ವರ್ಷದಲ್ಲಿ ಕಲಿಯುತ್ತಿದ್ದರು. ಈ ಶಾಲೆಗಳಲ್ಲದೆ ಧಾರವಾಡ ಜಿಲ್ಲೆಯಲ್ಲಿ ವೊಟ್ಟಿಗೆ ೧೫೦ ಜನ ನೀಚ ಜಾತಿಗಳ ಹುಡುಗರು ಉತ್ತಮರ ಶಾಲೆಗಳಲ್ಲಿ ಬೇರೆ ಕೂತು ಸದರೀ ವರ್ಷದಲ್ಲಿ ಕಲಿಯುತ್ತಿದ್ದರು.

೧೨ನೇ ಭಾಗ.

ಆರೋಗ್ಯವು.

ರೋಗಗಳು.—ಧಾರವಾಡ ಜಿಲ್ಲೆಯ ಹವೆಯು ವಾಡಿಕೆಯಾಗಿ ಆರೋಗ್ಯದ್ದಿರುತ್ತದೆ. ಸನ್ ೧೮೬೨ನೇ ವರ್ಷ, ಅಂದರೆ ಕಾನಡಾ ಜಿಲ್ಲೆಯು ಮುಂಬಯಿ ಇಲಾಖೆಗೆ ಸೇರಿದ ವರ್ಷ, ಆ ಜಿಲ್ಲೆಯಿಂದ ಚಳಿ ಜ್ವರವು ಧಾರವಾಡ ಜಿಲ್ಲೆಗೆ ಬಂತು. ಮೊದಲು ನಾಲ್ಕೆಂಟು ವರ್ಷ ಚಳಿ ಜ್ವರದಿಂದ ಬಹು ಜನರು ಮರಣ ಹೊಂದಿದರು. ಪಟಕೀ ಬೇನೆಯು ಈ ಜಿಲ್ಲೆಯಲ್ಲಿ ಆಗಾಗ್ಗೆ ಬರುತ್ತಿರುತ್ತದೆ; ಆದರೆ ಅದು ಪಶ್ಚಿಮದ ತಾಲೂ

ಕುಗಳಲ್ಲಿ ಉಗ್ರವಾದದ್ದಿರುವದಿಲ್ಲ. ಆದರೂ ಸನ್ ೧೮೭೮, ೧೮೬೫-೬೬, ೧೮೬೯, ೧೮೭೭, ಈ ವರ್ಷಗಳಲ್ಲಿ ಹುಬ್ಬಳ್ಳಿ ಧಾರವಾಡಗಳಲ್ಲಿ ಪಟಕಿಯಿಂದ ಅಸಂಖ್ಯ ಜನರು ಮರಣ ಹೊಂದಿದರು. ಬೇಸಿಗೆಯಲ್ಲಿ ಮೈಲೆಯ ಪಿಡುಗು ವಾಡಿಕೆಯಾಗಿ ಬರುತ್ತವೆ. ಅದೇ ಕಾಲಕ್ಕೆ ನಾರಿನ ಉಪದ್ರವವಾದರೂ ಹೆಚ್ಚಾಗಲಿ ಕಡಿಮೆಯಾಗಲಿ ಆಗುತ್ತಿರುತ್ತದೆ.

ಬೆಳಗಾವಿಯು ಸಮುದ್ರದ ಸಪಾಟಿಗಿಂತ ಸುಮಾರು ೨೦೦೦ ಫೂಟು ಯೆತ್ತರವಿರುವ ಕಾರಣ ಅಲ್ಲಿಯ ಹವೆಯು ಬಹು ತಣ್ಣಗಾಗಿ, ಯುರೋಪಿಯನ್ ಜನರಿಗೆ ಆರೋಗ್ಯಕರವಿರುತ್ತದೆ. ಆದರೆ ಅಶಕ್ತ ಮನುಷ್ಯರಿಗೆ ಜೂನಿನಲ್ಲಿ ಬರುವ ಶೈತ್ಯದಿಂದ ನೆಗಡಿ, ತಲೆಶೂಲೆ, ವಾತ, ಯಕೃತ್‌ಪ್ಲೀಹ, ಮುಂತಾದ ರೋಗಗಳಾಗುತ್ತವೆ. ಪಶ್ಚಿಮದ ತಾಲೂಕುಗಳಲ್ಲಿ ಹವೆಯ ಜ್ವರವು ಆಗಾಗ್ಗೆ ಬರುತ್ತಿದ್ದಾಗ್ಯೂ ಅದು ಬಹಳ ಉಗ್ರವಿರುವದಿಲ್ಲ. ಬೇಸಿಗೆಯಲ್ಲಿಯೂ ಚಳಿಗಾಲದಲ್ಲಿಯೂ ಮೈಲಿ, ಗೊಬ್ಬರ ಗಣಜಲಿಗಳ ಉಪದ್ರವು ವಾಡಿಕೆಯಾಗಿ ಆಗುತ್ತದೆ. ಅಥಣಿ, ಗೋಕಾವೀ ತಾಲೂಕುಗಳಲ್ಲಿ ಪಟಕೀ ಬೇನೆ ಉಗ್ರವಿದ್ದಷ್ಟು ಪಶ್ಚಿಮದ ತಾಲೂಕುಗಳಲ್ಲಿ ಇರುವದಿಲ್ಲ. ವಾಡಿಕೆಯಾಗಿ ಪಶ್ಚಿಮದ ತಾಲೂಕುಗಳಲ್ಲಿ ಜ್ವರದ ಬಾಧೆ ಹೆಚ್ಚೆಂತಲೂ ಪೂರ್ವದ ತಾಲೂಕುಗಳಲ್ಲಿ ಪಟಕಿಯ ಉಪದ್ರವ ಹೆಚ್ಚೆಂತಲೂ ಹೇಳ ಬಹುದು.

ವಿಜಾಪುರ ಜಿಲ್ಲೆಯಲ್ಲಿ ಮುದ್ದೇಬಿಹಾಳ, ಬಾದಾವಿ, ಈ ಯೆರಡು ತಾಲೂಕುಗಳಲ್ಲಿ ಚಳಿಗಾಲದಲ್ಲಿ ಜ್ವರದ ಉಪದ್ರವವು ಬಹಳ ಆಗುತ್ತದೆ; ವಿಜಾಪುರ, ಬಾಗೇವಾಡೀ ತಾಲೂಕುಗಳಲ್ಲಿಯೂ ಆಗ ಜ್ವರೋಪದ್ರವವು ವೊಳಿತಾಗಿ ಆಗುತ್ತವೆ. ಚಳಿ ಕಡಿಮೆ ಇದ್ದ ತಾಲೂಕುಗಳಲ್ಲಿ ವಾಡಿಕೆಯಾಗಿ ಬೇಸಿಗೆಯಲ್ಲಿ ಪಟಕಿಯ ಪಿಡುಗು ಬಂದರೆ ಬಹು ಜನರನ್ನು ವೊಯ್ಯುತ್ತದೆ. ಇವಲ್ಲದೆ ವಾತರೋಗ, ನಾರು, ಮೈಲೆ, ಗೊಬ್ಬರ, ಇವಾದರೂ ಆಗಾಗ್ಗೆ ಬರುತ್ತವೆ.

ಪಟಕಿಯ ಬಗ್ಗೆ ಜನರು ಹೇಳುವದೊಂದು ಕಥೆ ಹ್ಯಾಗಂದರೆ—ವಿಜಾಪುರದ ಬಾದಶಾಹಿಯನ್ನು ಸ್ಥಾಪಿಸಿದ ಅದಿಲ್‌ಶಹನು ಮಾಂತ್ರಿಕನಿದ್ದು, ಪಟಕಿ, ಮೈಲೆ, ಜ್ವರ, ಮುಂತಾದ ರೋಗಗಳನ್ನು ಭದ್ರವಾಗಿ ಕಟ್ಟಿಸಿದ್ದೊಂದು ಮನೆಯೊಳಗೆ ಶರೆ ಹಾಕಿದ್ದನು. ಆ ಮನೆಗೆ ಕಿಡಿಕಿಗಳೂ ಬಾಗಿಲೂ ಸಹ ಇದ್ದಿಲ್ಲ. ಸನ್ ೧೮೧೮ನೇ ವರ್ಷದಲ್ಲಿ ಇಂಗ್ಲಿಷ ಸರಕಾರದ ಅಮಲು ಬಂದ ಬಳಿಕ ವೊಬ್ಬ ಸಾಹೇಬನು, ಆ ರೋಗಗಳ ಶರೆಮನೆಯಲ್ಲಿ ಬಾದಶಹನು ಬಹಳ ಹಣವಿಟ್ಟು, ಯಾರೂ ಅದಕ್ಕೆ ಕೈ ಹಚ್ಚ ಬಾರದೆಂದು ರೋಗಗಳ ಶರೆಮನೆಯೆಂಬ ಹೆಸರು ಅದಕ್ಕೆ ಇಟ್ಟಿರ ಬಹುದೆಂದು ಯೆಣಿಸಿ, ಆ ಮನೆಯ ಗೋಡೆಯನ್ನು ವೊಡಿಸಿದನು. ಅದರಿಂದ ಪಟಕಿಯು ತತ್ಕಾಲಕ್ಕೆ ದೇಶದ ತುಂಬ ಹಬ್ಬಿ, ಧಾರವಾಡ, ಹುಬ್ಬಳ್ಳಿ, ವಿಜಾಪುರ, ಮುಂತಾದ ಕಡೆಯಲ್ಲಿ ಅದೇ ವರ್ಷ ಅಸಂಖ್ಯ ಜನರು ಸತ್ತರು.

ಕಾನಡಾ ಜಿಲ್ಲೆಯು ವಾಡಿಕೆಯಾಗಿ ರೋಗಕಾರಕವೆಂದು ಹೇಳ ಬಹುದು. ಆದರೂ ಘಟ್ಟದ ಮೇಲಿನ ಪ್ರದೇಶದಲ್ಲಿ ಜ್ವರ ಮುಂತಾದ ರೋಗಗಳ ಉಪದ್ರವಿದ್ದಷ್ಟು ಘಟ್ಟದ ಕೆಳಗೆ ಇರುವದಿಲ್ಲ. ಮಳೆಗಾಲದ ಆರಂಭದಲ್ಲಿಯೂ ಚಳಿಗಾಲದಲ್ಲಿಯೂ ಘಟ್ಟದ ಮೇಲೆ ಜ್ವರೋಪದ್ರವು ಬಹಳ ಆಗಿ, ಜನರು ಸಾಯುತ್ತಾರೆ. ಜ್ವರ, ಪಟಕಿ, ಮೈಲಿ ಇವು ವೊಂದರ ಹಿಂದೊಂದು ಕ್ರಮವಾಗಿ ಬರುತ್ತವೆಂದು ಅನುಭವವುಳ್ಳ ಜನರು ಹೇಳಿ ಅದರಂತೆ ಹಿಂದಿನ ದೃಷ್ಟಾಂತಗಳನ್ನು ತೋರಿಸುತ್ತಾರೆ. ಮೈಲಿ ಇದ್ದಾಗ ಪಟಕಿ ಬಂತೆಂದರೆ ಮೈಲಿ ಅದೃಶ್ಯವಾಗುತ್ತದೆ. ಪಟಕಿ ಬಂದು ಹೋಗಿ ೨, ೩ ವರ್ಷಗಳ ನಂತರ ಜ್ವರ ಬರುತ್ತದೆ; ಅದರ ಹಿಂದೆ ಮೈಲಿ ಬರುತ್ತದೆ. ಇವಲ್ಲದೆ ಘಟ್ಟದ ಮೇಲಿನ ಪ್ರದೇಶದಲ್ಲಿ ಅತಿಸಾರ, ಪ್ಲೀಹ, ಕಾಮಿಣಿ, ಉದರ, ಈ ರೋಗಗಳು ಆಗಾಗ್ಗೆ ಬರುತ್ತವೆ.

ಆಸಪತ್ರಿಗಳು.—ಧಾರವಾಡ ಜಿಲ್ಲೆಯಲ್ಲಿ ಧಾರವಾಡ, ಹುಬ್ಬಳ್ಳಿ, ಗದಗು, ಹಾವೇರಿ ಈ ನಾಲ್ಕು ಗ್ರಾಮಗಳಲ್ಲಿ ಸರಕಾರೀ ಆಸಪತ್ರಿಗಳುಂಟು. ಇವು ಕ್ರಮವಾಗಿ ಸನ್ ೧೮೩೦, ೧೮೪೫, ೧೮೬೮, ೧೮೭೮ ಈ ವರ್ಷಗಳಲ್ಲಿ ಆರಂಭವಾದವು. ಸನ್ ೧೮೮೨ನೇ ವರ್ಷ ಈ ನಾಲ್ಕೂ ಆಸಪತ್ರಿಗಳಲ್ಲಿ ಕೂಡಿ ೪೪೩೦೭ ಜನ ರೋಗಿಗಳಿಗೆ ಔಷಧೋಪಚಾರವಾಯಿತು. ಇವುಗಳ ಖರ್ಚು ಆ ವರ್ಷ ೨೫೬೫೦ ರೂಪಾಯಿ ಆಯಿತು.

ಬೆಳಗಾವೀ ಜಿಲ್ಲೆಯಲ್ಲಿ ಸನ್ ೧೮೮೨ನೇ ವರ್ಷ ಬೆಳಗಾವಿಯಲ್ಲಿ ೨, ಗೋಕಾವಿ, ಅಥಣಿ, ಸವದತ್ತಿ, ಚಿಕ್ಕೋಡೀ, ಈ ಗ್ರಾಮಗಳಲ್ಲಿ ವೊಂದೊಂದು ಆಸಪತ್ರಿಗಳಿದ್ದವು. ಬೆಳಗಾವಿಯ ದೊಡ್ಡ ಸಿವಿಲ್ ಆಸಪತ್ರಿ ಸನ್ ೧೮೩೬ರಲ್ಲಿ ಆರಂಭವಾಯಿತು; ಅಲ್ಲಿಯ ಯೆರಡನೇ ಸಣ್ಣ ಆಸಪತ್ರಿಯೂ ಗೋಕಾವೀ ಅಥಣಿ, ಸವದತ್ತಿ, ಚಿಕ್ಕೋಡಿಗಳಲ್ಲಿಯ ಆಸಪತ್ರಿಗಳೂ ಕ್ರಮವಾಗಿ ಸನ್ ೧೮೪೫, ೧೮೬೭, ೧೮೭೧, ೧೮೭೪, ೧೮೮೦ ಈ ವರ್ಷಗಳಲ್ಲಿ ಆರಂಭವಾದವು. ಇವುಗಳಲ್ಲೆಲ್ಲ ಕೂಡಿ ಸನ್ ೧೮೮೨ನೇ ವರ್ಷ ೨೧೩೨೭ ರೋಗಿಗಳಿಗೆ ಔಷಧೋಪಚಾರವಾಯಿತು. ಇವುಗಳ ಖರ್ಚು ಆ ವರ್ಷ ೧೯೦೯೦ ರೂಪಾಯಿಯಾಯಿತು.

ವಿಜಾಪುರ ಜಿಲ್ಲೆಯಲ್ಲಿ ಸದರೀ ವರ್ಷದಲ್ಲಿ ಕಲಾದಗಿಯಲ್ಲಿ ದೊಡ್ಡ ಸಿವಿಲ್ ಆಸಪತ್ರಿ ಇತ್ತು. ಅದರ ಹೊರ್ತು ಇಲಕಲ್ಲು, ಬಾಗಲಕೋಟೆ, ವಿಜಾಪುರ, ಮುದ್ದೇಬಿಹಾಳ, ಬಾಗೇವಾಡಿ, ಸಿಂದಗಿ, ಈ ಗ್ರಾಮಗಳಲ್ಲಿ ವೊಂದೊಂದು ಸಣ್ಣ ಆಸಪತ್ರಿಗಳು (ಡಿಸ್ಪೆನ್ಸರಿಗಳು) ಇದ್ದವು. ಇವು ಕ್ರಮವಾಗಿ ಸನ್ ೧೮೭೩, ೧೮೬೭, ೧೮೭೧, ೧೮೭೮, ೧೮೭೯, ೧೮೮೨ ಈ ವರ್ಷಗಳಲ್ಲಿ ಆರಂಭವಾದವು. ಇವುಗಳಲ್ಲೆಲ್ಲ ಕೂಡಿ ಸದರೀ ವರ್ಷ (೧೮೮೨) ೨೩೪೨೭ ರೋಗಿಗಳಿಗೆ ಔಷಧೋಪಚಾರವಾಯಿತು. ಇವುಗಳ ಖರ್ಚು ಆ ವರ್ಷ ೧೦೬೨೦ ರೂಪಾಯಿ ಆಯಿತು.

ಕಾನಡಾ ಜಿಲ್ಲೆಯಲ್ಲಿ ಕಾರವಾಡದ ಸಿವಿಲ್ ಆಸಪತ್ರಿಯಲ್ಲದೆ ಕುಮಟಾ, ಹೊನ್ನಾವರ, ಸುಪೆ, ಹಲ್ಯಾಳ, ಯಲ್ಲಾಪುರ, ಶಿರಸಿ, ಸಿದ್ದಾಪುರ, ಮುಂಡಗೋಡ, ಈ ಗ್ರಾಮುಗಳಲ್ಲಿ ಡಿಸ್ಪೇನ್ಸರಿಗಳಿದ್ದವು. ಹೊನ್ನಾವರದ ಆಸ್ಪತ್ರಿಯು ಸನ್ ೧೮೬೨ರ ಪೂರ್ವದಲ್ಲಿ

ಇತ್ತೆಂದು ತೋರುತ್ತದೆ. ಅದರ ಹೊರ್ತು ಉಳಿದ ಡಿಸ್ಪೆನ್ಸರಿಗಳು ಸನ್ ೧೮೬೭, ೧೮೬೬, ೧೮೬೫, ೧೮೬೩, ೧೮೬೪, ೧೮೭೩, ೧೮೬೪, ಈ ವರ್ಷಗಳಲ್ಲಿ ಆರಂಭವಾದವು. ಇವುಗಳಲ್ಲೆಲ್ಲ ಕೂಡಿ ಸನ್ ೧೮೮೨ನೇ ವರ್ಷ ೩೪೬೯೨ ರೋಗಿಗಳಿಗೆ ಔಷಧೋಪಚಾರವಾಯಿತು. ಇವುಗಳ ಖರ್ಚು ಆ ವರ್ಷ ೨೧೯೮೦ ರೂಪಾಯಿ ಆಯಿತು.

ಭ್ರಮಿಷ್ಟರು.—ಧಾರವಾಡದಲ್ಲಿ ಭ್ರಮಿಷ್ಟರ ದವಾಖಾನೆಯುಂಟು. ಅದರಲ್ಲಿ ಸನ್ ೧೮೮೩ನೇ ವರ್ಷದ ಆರಂಭದಲ್ಲಿ ೧೭ ಜನ ಭ್ರಮಿಷ್ಟರಿದ್ದರು; ಆ ವರ್ಷದಲ್ಲಿ ೭ ಜನ ಹೊಸಬರು ಬಂದರು. ಅಂತೂ ೨೪ ಜನರಲ್ಲಿ ೪ ಜನರು ನೆಟ್ಟಗಾಗಿ ಮನೆಗೆ ಹೋದರು, ಇಬ್ಬರು ಸತ್ತರು; ವರ್ಷದ ಕಡೆಯಲ್ಲಿ ೧೮ ಜನರು ಉಳಿದರು.

ಊನರೂ ಮಹಾ ರೋಗಿಗಳೂ—ಸನ್ ೧೮೮೧ರ ಖಾನೆಸುಮಾರಿಯಲ್ಲಿ ಸಮೂದಾದ ಕುರುಡರು, ಮೂಕರು, ಭ್ರಮಿಷ್ಟರು, ಗಿರಣಿ ರೋಗದವರು, ಈ ನಾಲ್ಕು ಪ್ರಕಾರದ ದುರ್ಬಲ ಜನರ ವಿವರವನ್ನು ಕೆಳಗಿನ ಕೋಷ್ಟಕದಲ್ಲಿ ತೋರಿಸಿದ್ದೇವೆ.

ಊನರೂ ಮಹಾ ರೋಗಿಗಳೂ,— ೧೮೮೧.

ಜಿಲ್ಲೆಗಳು.	ಭ್ರಮಿಷ್ಟರು.	ಕುರುಡರು.	ಮೂಕರೂ ಕಿವುಡರೂ.	ಗಿರಣಿ ರೋಗದವರು.	ಒಟ್ಟು.	ಶೇಕಡಾ.
ಧಾರವಾಡ	೧೩೦	೮೧೦	೫೮೪	೧೬೨	೧೮೬	೦·೧೯
ಬೆಳಗಾವಿ.......	೧೫೧	೧೧೮೬	೫೭೩	೨೮೯	೨೧೯೯	೦·೨೫
ವಿಜಾಪುರ	೬೧	೭೯೯	೩೬೬	೧೯೦	೧೪೧೬	೦·೨೨
ಕಾನಡಾ	೯೮	೩೨೦	೩೫೯	೫೪	೮೩೧	೦·೧೯
ಒಟ್ಟು	೪೪೦	೩೧೧೫	೧೮೮೨	೬೯೫	೬೧೩೨	೦·೨೧

ಮೈಲೆ ತೆಗಿಸಿದ್ದು.—ಸನ್ ೧೮೮೩ರಲ್ಲಿ ಧಾರವಾಡ, ಬೆಳಗಾವಿ, ವಿಜಾಪುರ, ಕಾನಡಾ ಜಿಲ್ಲೆಗಳಲ್ಲಿ ಕ್ರಮವಾಗಿ ೧೮, ೧೨, ೯, ೧೨ ಜನ ಮೈಲೆ ತೆಗೆಯುವ ಕಾಮದಾರರಿದ್ದರು. ಅವರ ವರ್ಷದ ಸಂಬಳದ ಖರ್ಚು ಪ್ರತಿ ವೊಂದು ಜಿಲ್ಲೆಯಲ್ಲಿ ೨೮ ರೂಪಾಯಿ ಇತ್ತು. ಈ ಕಾಮದಾರರು ತಮ್ಮ ತಮ್ಮ ಜಿಲ್ಲೆಯಲ್ಲಿ ಮೈಲೆ ತೆಗೆದದ್ದಲ್ಲದೆ,

ಹಾವೇರಿ, ಬೆಳಗಾವಿಯ ತುರಂಗ, ಚಿಕ್ಕೋಡಿ, ಗೋಕಾವಿ, ಸವದತ್ತಿ, ಅಥಣಿ, ವಿಜಾಪುರ, ಇಲಕಲ್ಲು, ಮುದ್ದೇಬಿಹಾಳ, ಬಾಗೇವಾಡಿ, ಸಿಂದಗಿ, ಈ ಸ್ಥಳಗಳಲ್ಲಿಯೂ ಕಾನಡಾ ಜಿಲ್ಲೆಯ ಆಸಪತ್ರಿಗಳಲ್ಲಿಯೂ ಇರುವ ಡಾಕ್ತರರು ಸಹ ಮೈಲಿ ತೆಗಿದರು. ಇವರೆಲ್ಲರೂ ಕೂಡಿ ವೊಟ್ಟಗೆ ಮೈಲಿ ತೆಗಿದದ್ದರ ವಿವರ ಹ್ಯಾಗಂದರೆ— ಧಾರವಾಡ ಜಿಲ್ಲೆಯಲ್ಲಿ ಮೊದಲಿಗೆ ಮೈಲೇ ತೆಗಿಸಿಕೊಂಡವರು ೨೮೪೩೦ (೧೪೬೨೪ ಗಂಡು, ೧೩೮೦೬ ಹೆಣ್ಣು), ಯೆರಡನೇ ಸಾರಿ ತೆಗಿಸಿ ಕೊಂಡವರು ೭೩೮; ಬೆಳಗಾವೀ ಜಿಲ್ಲೆಯಲ್ಲಿ ಮೊದಲಿಗೆ ತೆಗಿಸಿ ಕೊಂಡವರು ೨೯೨೦೦ (೧೪೭೮೨ ಗಂಡು, ೧೪೪೧೮ ಹೆಣ್ಣು), ಯೆರಡನೇ ಸಾರಿ ತೆಗಿಸಿ ಕೊಂಡವರು ೧೭೫೩; ವಿಜಾಪುರ ಜಿಲ್ಲೆಯಲ್ಲಿ ಮೊದಲಿಗೆ ತೆಗಿಸಿ ಕೊಂಡವರು ೨೧೮೩೦ (೧೦೯೧೨ ಗಂಡು, ೧೦೯೧೮ ಹೆಣ್ಣು), ಯೆರಡನೇ ಸಾರಿ ತೆಗಿಸಿ ಕೊಂಡವರು ೧೨೦೩೪ (೬೩೬೮ ಗಂಡು, ೫೬೬೬ ಹೆಣ್ಣು), ಯೆರಡನೇ ಸಾರಿ ತೆಗಿಸಿ ಕೊಂಡವರು ೬೩೨. ಸನ್ ೧೮೬೯-೭೦ರಲ್ಲಿ ನಾಲ್ಕೂ ಜಿಲ್ಲೆಗಳಲ್ಲಿ ಮೇಲಿನ ಕ್ರಮದಂತೆ ೧೩೭೪೪, ೧೦೩೪೧, ೧೦೯೮೬, ೬೫೯೯ ಜನರು ಮೊದಲಿನ ಮೈಲೇ ತೆಗಿಸಿ ಕೊಂಡಿದ್ದರು.

ಜನನ ಮರಣಗಳು.— ಸ್ಯಾನಿಟರೀ ಕಮ್ಮಿಶನರರ ವಾರ್ಷಿಕ ರಿಪೋರ್ಟುಗಳ ಆಧಾರದಿಂದ ಸನ್ ೧೮೮೪ರ ಹಿಂದಿನ ೧೮ ವರ್ಷಗಳಲ್ಲಿ, ಅಂದರೆ ಸನ್ ೧೮೬೬ ರಿಂದ ೧೮೮೩ರ ವರೆಗೆ, ಮರಣದ ಸಂಖ್ಯೆಗಳನ್ನೂ, ಆ ವರ್ಷದ ಹಿಂದಿನ ೧೧ ವರ್ಷಗಳಲ್ಲಿ, ಅಂದರೆ ಸನ್ ೧೮೭೧ರಿಂದ ೧೮೮೩ರ ವರೆಗೆ, ಜನನದ ಸಂಖ್ಯೆಗಳನ್ನೂ ಕೆಳಗಿನ ಕೋಷ್ಟಕದಲ್ಲಿ ಕೊಟ್ಟಿದ್ದೇವೆ. ಕಾನಡಾ ಜಿಲ್ಲೆಯ ಮರಣ ಜನನಗಳ ಸಂಖ್ಯೆಗಳು ಯಥಾ ಕ್ರಮವಾಗಿ ಸನ್ ೧೮೬೬, ೧೮೭೧ ಈ ವರ್ಷಗಳಿಂದ ಆರಂಭ ಮಾಡಿ ಕೊಂಡು ಸನ್ ೧೮೮೨ರ ಅಖೈರ ವರೆಗೆ ಮಾತ್ರ ಇರುತ್ತವೆ.

ಜನನ ಮರಣಗಳು.

ಜನನ.

ಜನನ.	ಧಾರವಾಡ.	ಬೆಳಗಾವಿ.	ವಿಜಾಪುರ.	ಕಾನಡಾ.	ಒಟ್ಟು.
ಜನನ.......	೧೮೭೧-೧೮೮೩	೧೮೭೧-೧೮೮೩	೧೮೭೧-೧೮೮೩	೧೮೭೧-೧೮೮೨	(೧೩ ವರ್ಷವು.)
ಒಟ್ಟು	೩೫೩೫೫೮	೩೧೩೦೫೫	೧೮೯೭೪೩	೧೩೮೦೯೬	೯೯೪೪೫೨
ಸರಾಸರೀ	೨೭೧೯೭	೨೪೦೮೧	೧೪೫೯೬	೧೧೫೦೮	೭೭೩೮೨

ಮರಣ.

ಮರಣ.	ಧಾರವಾಡ.	ಬೆಳಗಾವಿ.	ವಿಜಾಪುರ.	ಕಾನಡಾ.	ಒಟ್ಟು.
ಮರಣ	೧೮೬೬-೧೮೮೩	೧೮೬೬-೧೮೮೩	೧೮೬೬-೧೮೮೩	೧೮೬೬-೧೮೮೨	(೧೭ ವರ್ಷ)
ಪಟಕಿ.					
ಒಟ್ಟು	೩೪೦೪೫	೩೫೦೭೫	೨೮೯೪೩	೫೩೯೦	೧೦೩೪೫೨
ಸರಾಸರಿ	೧೮೯೧	೧೯೪೮	೧೬೦೮	೩೧೭	೫೭೬೪
ಮೈಲಿ.					
ಒಟ್ಟು	೩೩೩೭೭	೧೦೫೭೪	೮೦೯೭	೪೦೩೧	೫೬೦೭೯
ಸರಾಸರಿ	೭೪೩	೫೮೭	೪೫೦	೨೩೭	೨೦೧೭
ಜ್ವರ.					
ಒಟ್ಟು	೨೪೧೨೪೩	೧೯೭೬೪೧	೧೭೯೯೪೨	೧೧೨೨೯೫	೭೩೧೧೨೨
ಸರಾಸರಿ	೧೩೪೦೧	೧೦೯೮೦	೯೯೯೭	೬೬೦೬	೪೦೯೮೪
ಅತಿಸಾರ.					
ಒಟ್ಟು	೭೬೬೬೬	೩೭೮೭೮	೨೮೦೦೨	೧೬೧೬೦	೧೫೮೭೦೬
ಸರಾಸರಿ	೪೨೫೯	೨೧೦೪	೧೫೫೬	೯೫೦	೮೮೬೯
ಅಪಘಾತ.					
ಒಟ್ಟು	೬೨೫೧	೫೪೦೫	೪೯೯೦	೩೭೨೩	೨೦೩೬೯
ಸರಾಸರಿ	೩೪೭	೩೦೦	೨೭೭	೨೧೯	೧೧೪೩
ಅನ್ಯಕಾರಣಗಳು.					
ಒಟ್ಟು	೧೦೩೪೫೩	೧೩೪೩೯೩	೭೮೧೬೭	೫೩೬೭೦	೩೬೯೬೮೩
ಸರಾಸರಿ	೫೭೪೭	೭೪೬೬	೪೩೪೨	೩೧೫೭	೨೦೭೧೮
ಜುಮುಲು.					
ಒಟ್ಟು	೪೭೫೦೩೫	೪೨೦೯೬೫	೩೨೮೧೪೨	೧೯೫೨೫೯	೧೪೧೯೪೦೧
ಸರಾಸರಿ	೨೬೩೯೧	೨೩೩೮೭	೧೮೨೩೦	೧೧೪೮೬	೭೯೪೯೪

ಜನನದ ಸಂಖ್ಯೆಗಳು ಪೂರಾ ದಾಖಲಾಗಿಲ್ಲ; ಮರಣದ ಸಂಖ್ಯೆಗಳು ಸಾಧಾರಣವಾಗಿ ಸರಿ ಇರುತ್ತವೆಂದೆನ್ನ ಬಹುದು. ಸನ್ ೧೮೭೭, ೧೮೭೮, ಈ ಯೆರಡು ಬರಗಾಲದ ವರ್ಷಗಳಲ್ಲಿ ಬಹು ಜನ ಸತ್ತದ್ದರಿಂದ ಈ ಯೆರಡು ವರ್ಷಗಳಲ್ಲಿ ಜ್ವರ, ಪಟಕಿ, ಈ ಯೆರಡೇ ರೋಗಗಳಿಂದ ನಾಲ್ಕೂ ಜಿಲ್ಲೆಗಳಲ್ಲಿ ಕೂಡಿ ೨೩೨೦೦೦ಕ್ಕಿಂತ ಹೆಚ್ಚು ಜನ ಸತ್ತಿತು. ಈ ಸಂಖ್ಯೆ ಬಿಟ್ಟು ಸ್ವಾಭಾವಿಕವಾದ ಮರಣದ ಸರಾಸರಿಯು ಸುಮಾರು ೭೪೦೦೦ ಹೊರಡುತ್ತದೆ. ಒಟ್ಟು ಮರಣದ ಸರಾಸರಿಯು ಜನನದ ಸರಾಸರಿಗಿಂತ ಹೆಚ್ಚಾಗಿವೆ.

೧೩ನೇ ಭಾಗ.

ತಾಲೂಕುಗಳು.

ಧಾರವಾಡ ಜಿಲ್ಲೆ.

ಕ್ಷೇತ್ರ.

ಬಂಕಾಪುರ ತಾಲೂಕು.—ಜಿಲ್ಲೆಯ ಪಶ್ಚಿಮ ಭಾಗದ ಮಧ್ಯ ದೇಶದಲ್ಲಿ ಹುಬ್ಬಳ್ಳೀ ತಾಲೂಕಿನ ದಕ್ಷಿಣಕ್ಕೆ ಇರುತ್ತದೆ. ಇದರಲ್ಲಿ ೧೫೫ ಸರಕಾರೀ ಗ್ರಾಮಗಳೂ ೧೬ ಡುಮಾಲೀ ಗ್ರಾಮಗಳೂ ಉಂಟು. ಇದರ ಕ್ಷೇತ್ರಫಲ ೩೪೩ ಚಚ್ಚೌಕು ವೈಲು, ಜನಸಂಖ್ಯೆ ೭೬೫೫. ಭೂಮಿಯ ಕಂದಾಯ ೧೯೮೭೫೦ ರೂಪಾಯಿ.

ಸ್ವರೂಪ.

ಪಶ್ಚಿಮ ಭಾಗದಲ್ಲಿ ಗುಡ್ಡಗಳೂ ಅಡವಿಯೂ ಉಂಟು. ಅಲ್ಲಿ ಬಡ ವೊಕ್ಕಲಿಗರ ಸಣ್ಣ ಸಣ್ಣ ಹಳ್ಳಿಗಳು ವೊಂದಕ್ಕೊಂದು ಸಮೀಪವಾಗಿರುತ್ತವೆ. ಮಧ್ಯ ಭಾಗದಲ್ಲಿ ಸವನೆಲದ ಭೂಮಿಯುಂಟು, ಉತ್ತರ ಪೂರ್ವ ಭಾಗಗಳಲ್ಲಿ ಅಲ್ಲಲ್ಲಿಗೆ ಸಸಿ ಇಲ್ಲದಂಥ ದಿನ್ನೆಗಳಿವೆ. ಈ ಪ್ರದೇಶಗಳಲ್ಲಿ ದೈವುಳ್ಳ ವೊಕ್ಕಲಿಗರ ದೊಡ್ಡ ದೊಡ್ಡ ಗ್ರಾಮಗಳು ದೂರ ದೂರ ಇರುತ್ತವೆ.

ಭೂಮಿ.

ಭೂಮಿಯು ಪಶ್ಚಿಮದಲ್ಲಿ ಮುಖ್ಯವಾಗಿ ಕೆಂಪು, ಉತ್ತರ ದಕ್ಷಿಣಗಳಲ್ಲಿ ಮುಖ್ಯವಾಗಿ ಯೆರೆ, ಪೂರ್ವದಲ್ಲಿ ಯೆರೆ ಕೆಂಪು ಮಿಶ್ರ. ಈ ಭೂಮಿಯು ಉತ್ತರದಿಂದ ಪಶ್ಚಿಮಕ್ಕೆ ಇಳಕಲಾಗಿರುತ್ತದೆ.

ಮಳೆ, ಹವೆ, ನೀರು.

ಶಿಗ್ಗಾವಿಯ ನೆರೆ ಪ್ರದೇಶ ಹೊರ್ತಾಗಿ ಈ ತಾಲೂಕಿನ ಹವೆಯು ಆರೋಗ್ಯದ್ದಿರುತ್ತದೆ; ಮಳೆಯು ನೇಮದ ಮಾನದ್ದಾಗುತ್ತದೆ, ೧೫ರಿಂದ ೩೮ ಇಂಚಿನ ವರೆಗೆ; ಸರಾಸರಿ ೨೫ ಇಂಚು. ದಕ್ಷಿಣ ಮೇರೆಯಲ್ಲಿ ವರದಾ ನದಿಯೂ ಅದಕ್ಕೆ ಕೂಡುವದೊಂದು ಹಳ್ಳವೂ ಆ ಪ್ರದೇಶದ ಜನರಿಗೆ ಮುಖ್ಯ ನೀರಿನ ಆಸರವು; ಉಳಿದ ಕಡೆಯಲ್ಲೆಲ್ಲ ಸಣ್ಣ ದೊಡ್ಡ ಶೀ ನೀರಿನ ಕೆರೆಗಳ ಆಸರವು. ದೊಡ್ಡ ಕೆರೆಗಳ ನೀರು ತಕ್ಕಮಟ್ಟಿಗೆ ನಿರ್ಮಲವಿರುತ್ತವೆ.

ಜನರು.

ಸನ್ ೧೮೮೧ರ ಖಾನೇಸುಮಾರಿಯಂತೆ ವೊಟ್ಟು ಜನಸಂಖ್ಯೆದಲ್ಲಿ ಶೇಕಡಾ ೮೫·೩೧ ಹಿಂದೂ ಜನರು, ೧೪·೬೭ ಮುಸಲ್ಮಾನರು, ೭ ಕ್ರಿಸ್ತಿಯನ್ನರು ಈ ತಾಲೂಕಿನಲ್ಲಿ ಇದ್ದರು. ಹಿಂದೂ ಜನರಲ್ಲಿ ಬ್ರಾಹ್ಮಣರು ೨೭೬೯೨, ಕುರುಬರು ೬೦೯೮, ಆರೇರು ೫೩೭೪, ಬೇಡರು ೪೨೧೦, ಗಾಣಿಗರು ೨೬೫೫, ಲಿಂಗವಂತರು ೧೬೭೪, ಪಂಚಾಳರು ೧೬೪೨, ಅಂಬಿಗರು ೧೧೨೪, ವೊಡ್ಡರು ೧೧೧೮ ಇತ್ಯಾದಿ.

ಕ್ಷೇತ್ರ. ಧಾರವಾಡ ತಾಲೂಕು.—ಜಿಲ್ಲೆಯ ವಾಯವ್ಯ ಮೂಲೆಯಲ್ಲಿ ಬೆಳಗಾವೀ ಜಿಲ್ಲೆಯ ದಕ್ಷಿಣಕ್ಕಿರುತ್ತದೆ. ಇದರಲ್ಲಿ ಸರಕಾರೀ ಗ್ರಾಮುಗಳು ೧೭೯, ದುಮಾಲೀ ೩೪. ಕ್ಷೇತ್ರಫಲ ೪೨೫ ಚ. ಮೈಲು, ಜನಸಂಖ್ಯೆ ೧೧೧೧೩೭. ಭೂಮಿಯ ಕಂದಾಯ ೨೭೭೦೫೦ ರೂಪಾಯಿ.

ಸ್ವರೂಪ. ಪಶ್ಚಿಮ ದಕ್ಷಿಣಗಳಲ್ಲಿ ಗುಡ್ಡಗಾಡು ನೆಲ, ಆದರಲ್ಲಿ ಅಡವಿ ಹಬ್ಬಿರುವದು; ಉತ್ತರ ಪೂರ್ವಗಳಲ್ಲಿ ತಕ್ಕಮಟ್ಟಿಗೆ ಸವನಾದ ಯರೆ ಭೂಮಿ, ಆದರಲ್ಲಿ ಮಾವು, ಜಾಲಿಗಳ ಹೊರ್ತು ವೃಕ್ಷಗಳಿಲ್ಲ.

ಭೂಮಿ. ಕೆಲವು ಕಣಿವೆಗಳಲ್ಲಿಯೂ ಕೊಳ್ಳಗಳಲ್ಲಿಯೂ ಮಾತ್ರ ಕೆಂಪು ಭೂಮಿಯನ್ನು ಕಾಣಬಹುದು; ಉಳಿದಪ್ಪಲ್ಲ ಯರೆ ಭೂಮಿ.

ಹವೆ, ಮಳೆ, ನೀರು. ಪಶ್ಚಿಮ ಭಾಗದಲ್ಲಿ ಹವೆ ತಂಪು ಜ್ವರಕಾರಕ, ಪೂರ್ವ ಭಾಗದಲ್ಲಿ ಆರೋಗ್ಯದ್ದು. ಧಾರವಾಡದಲ್ಲಿ ಮಳೆ ಸರಾಸರೀ ೩೨ ಇಂಚು. ಆದರೆ ಪಶ್ಚಿಮ ಭಾಗದಲ್ಲಿ ಬೀಳುವಷ್ಟು ಮಳೆ ಪೂರ್ವ ಭಾಗದಲ್ಲಿ ಬೀಳುವದಿಲ್ಲ. ತುಪ್ರೀ ಹಳ್ಳದ ಹೊರ್ತು ಸರುವುಗಳಿಲ್ಲ; ಯಲ್ಲ ಕಡೆಯಲ್ಲಿ ಕೆರೆಗಳ ನೀರೇ ಮುಖ್ಯ ಆಸರ; ಕೆಲವು ಕಡೆಯಲ್ಲಿ ಸೇದುವ ಬಾವಿಗಳುಂಟು. ಆದರೆ ಬಹಳ ಕಡೆಯಲ್ಲಿ ಕೆರೆಗಳಲ್ಲಿಯೂ ಬಾವಿಗಳಲ್ಲಿಯೂ ನೀರು ಸ್ವಲ್ಪ ಸೌಳು ಇರುತ್ತದೆ. ಒಟ್ಟಿಗೆ ಈ ತಾಲೂಕಿನಲ್ಲಿ ನೀರಿನ ಕೊರತೆಯುಂಟು.

ಜನರು. ಒಟ್ಟು ಜನಸಂಖ್ಯೆದಲ್ಲಿ ಶೇಕಡಾ ೮೫·೬೧ ಹಿಂದೂ ಜನರು, ೧೩·೫೦ ಮುಸಲ್ಮಾನರು, ೦·೮೩ ಕ್ರಿಸ್ತಿಯನ್ನರು ಉಂಟು. ಹಿಂದೂ ಜನರಲ್ಲಿ ಬ್ರಾಹ್ಮಣರು ೪೫೨೫, ಲಿಂಗವಂತರು ೩೭೬೨೪, ಜೈನರು ೨೬೦೮, ಆರೇರು ೧೨೬೬೮, ನೇಕಾರರು ೨೯೨೨, ಕುರುಬರು ೭೬೪೫, ಬೇಡರು ೫೭೧೪, ಗಾಣಿಗರು ೧೨೮೫ ಇತ್ಯಾದಿ.

ಕ್ಷೇತ್ರ. ಗದಗ ತಾಲೂಕು.—ಜಿಲ್ಲೆಯ ಪೂರ್ವ ಭಾಗದಲ್ಲಿ ರೋಣ ತಾಲೂಕಿನ ದಕ್ಷಿಣಕ್ಕಿರುತ್ತದೆ. ಸರಕಾರೀ ಹಳ್ಳಿಗಳು ೧೧೪, ದುಮಾಲೀ ೧೪. ಕ್ಷೇತ್ರ ೬೯೯ ಚ. ಮೈಲು, ಜನಸಂಖ್ಯೆ ೧೦೦೩೩೩, ಭೂಮಿಯ ಕಂದಾಯ ೨೫೭೪೦೦ ರೂಪಾಯಿ.

ಸ್ವರೂಪ. ಗುಡ್ಡಗಾಡು ಭೂಮಿ, ಅಲ್ಲಲ್ಲಿಗೆ ಅಡವಿಯುಂಟು. ಉತ್ತರದಲ್ಲಿ ಅಲ್ಪ ಸ್ವಲ್ಪ ಸವನೆಲ ವುಂಟು. ನೈರುತ್ಯದಲ್ಲಿ ಕಪೋತ ಗುಡ್ಡವು ೩೩ ಮೈಲಿನ ವರೆಗೆ ಹಬ್ಬಿರುತ್ತದೆ; ಪಶ್ಚಿಮದಲ್ಲಿಯೂ ಗುಡ್ಡಗಳಿವೆ. ದಕ್ಷಿಣದಲ್ಲಿ ಹಳ್ಳಿಗಳು ದಟ್ಟಾಗಿರುವವು; ಜನರು ಬಡವರು.

ಮುಂಡರಗಿಯ ಮಹಾಲಿನ ಹವೆಯು ಜ್ವರಕಾರಕ, ಉಳಿದದ್ದೆಲ್ಲ ಮಧ್ಯಮ ಆರೋಗ್ಯವುಳ್ಳದ್ದು. ಗದಗಿನಲ್ಲಿ ಮಳೆ ೧೧ರಿಂದ ೩೯ ಇಂಚಿನ ವರೆಗೆ, ಸರಾಸರಿ ೨೫ ಇಂಚು.

ಹವೆ, ಮಳೆ, ನೀರು. ಈ ತಾಲೂಕಿನ ಮೇರೆಯಲ್ಲಿ ತುಂಗಭದ್ರೆಯೂ ಅದಕ್ಕೆ ಕೂಡುವ ಹಿರೇ ಹಳ್ಳವೂ ಮುಖ್ಯ ಜಲಾಶಯಗಳು—ಬೇರೆ ಕಡೆಯಲ್ಲಿ ಕೆರೆಗಳೂ ಬಾವಿಗಳೂ ಉಂಟು; ಆದರೆ ಅವು ಬೇಸಿಗೆಯಲ್ಲಿ ಬತ್ತುತ್ತವೆ.

ಜನರು. ಒಟ್ಟು ಜನ ಸಂಖ್ಯೆದಲ್ಲಿ ಶೇಕಡಾ ೮೯·೨೫ ಹಿಂದೂ ಜನರು, ೧೦·೨೮ ಮುಸಲ್ಮಾನರು, ೦·೪೬ ಕ್ರಿಸ್ತಿಯನ್ನರು ಉಂಟು. ಹಿಂದೂ ಜನರಲ್ಲಿ ಬ್ರಾಹ್ಮಣರು ೩೪೩೨, ಲಿಂಗವಂತರು ೯೩೦೫, ರಡ್ಡೇರು ೫೦೨೮, ಆರೇರು ೨೪೮೧, ಪಂಚಾಳರು ೨೧೮೩, ಗಾಣಿಗರು ೪೦೧೮, ಪಟಕಾರರು ೨೩೪೬, ಖತ್ರಿಗಳು ೧೫೬೮, ಕುರುಬರು ೧೪೫೦೭, ಬೇಡರು ೬೨೭೪, ವೊಡ್ಡರು ೧೬೮೦, ಮಾದಿಗರು ೩೬೮೦, ಹೊಲಿಯರು ೧೪೮೯, ಇತ್ಯಾದಿ.

ಕ್ಷೇತ್ರ. ಹಾನಗಲ್ಲು ತಾಲೂಕು.—ಜಿಲ್ಲೆಯ ನೈರುತ್ಯ ಮೂಲೆಯಲ್ಲಿ ಬಂಕಾಪುರ ತಾಲೂಕಿನ ದಕ್ಷಿಣಕ್ಕೆ ಇರುತ್ತದೆ. ಇದರಲ್ಲಿ ಸರಕಾರೀ ಹಳ್ಳಿಗಳು ೧೭೫, ದುಮಾಲೀ ೩೬. ಕ್ಷೇತ್ರಫಲ ೨೯೮ ಚ. ಮೈಲು, ಜನಸಂಖ್ಯೆ ೬೫೭೮೭. ಭೂಮಿಯ ಕಂದಾಯ ೧೮೪೪೯೦ ರೂಪಾಯಿ.

ಸ್ವರೂಪ. ಪಶ್ಚಿಮ ದಕ್ಷಿಣಗಳಲ್ಲಿ ಅಡವಿಯುಂಟು, ಪೂರ್ವ ಭಾಗ ಬೈಲು. ಭೂಮಿ ತಗ್ಗುಮಿಟ್ಟಿ, ಹಳ್ಳಿಗಳು ದೂರ ದೂರ; ಪೂರ್ವ ಭಾಗ ಯೆರೆ, ಪಶ್ಚಿಮ ದಕ್ಷಿಣಗಳಲ್ಲಿ ಕೆಂಪು, ಉತ್ತರದಲ್ಲಿ ಮಿಶ್ರ. ಅರವತ್ತು ವರ್ಷದ ಹಿಂದೆ ಕಾನಡಾದಿಂದ ಆನೆಗಳು ಇಲ್ಲಿಯ ಅಡವಿಗೆ ಬರುತ್ತಿದ್ದವು.

ಹವೆ, ಮಳೆ, ನೀರು. ಭೂಮಿಯಲ್ಲಿ ಕೆರೆಗಳ ನೀರು ಬಹಳ ಹರಿಯುವ ಕಾರಣ ಚಳಿಗಾಲದಲ್ಲಿ ಜ್ವರೋಪದ್ರವವಾಗುತ್ತದೆ. ಮಳೆ ೨೦ರಿಂದ ೫೮ ಇಂಚಿನ ವರೆಗೆ, ಸರಾಸರೀ ೩೫ ಇಂಚು. ಆಗ್ನೇಯದಲ್ಲಿ ವರದಾ ನದಿಯೂ ಈಶಾನ್ಯದಲ್ಲಿ ಧರ್ಮಾ ನದಿಯೂ ಅಲ್ಲದೆ ಬೇರೆ ಕೆಲವು ಹಳ್ಳಗಳುಂಟು. ಬೇರೆ ಕೆಲವು ಕೆರೆಗಳೂ ಅವುಗಳಿಂದ ತೆಗಿದ ಕಾವಲಿಗಳೂ ಇರುವ ಕಾರಣ ನೀರಿನ ತಾಪತ್ರಯವು ಬಹುತರ ಆಗುವದಿಲ್ಲ.

ಜನರು. ಒಟ್ಟು ಜನಸಂಖ್ಯೆದಲ್ಲಿ ಶೇಕಡಾ ೮೫·೭೫ ಹಿಂದೂ ಜನರು, ೧೪·೧೯ ಮುಸಲ್ಮಾನರು, ೧೨ ಜನ ಕ್ರಿಸ್ತಿಯನ್ನರು. ಹಿಂದೂ ಜನರಲ್ಲಿ ಬ್ರಾಹ್ಮಣರು ೧೯೪೮, ಲಿಂಗವಂತರು ೨೭೩೯೭, ಆರೇರು ೩೨೮೦, ಕುರುಬರು ೨೭೭೮, ಬೇಡರು ೪೧೮೩, ವೊಡ್ಡರು ೨೮೩೧, ಹೊಲಿಯರು ೨೦೧೨ ಇತ್ಯಾದಿ.

ಕ್ಷೇತ್ರಫಲ. ಹುಬ್ಬಳ್ಳೀ ತಾಲೂಕು.—ಜಿಲ್ಲೆಯ ಮಧ್ಯ ಭಾಗದ ಉತ್ತರದಲ್ಲಿ ಧಾರವಾಡ ತಾಲೂಕಿನ ದಕ್ಷಿಣಕ್ಕೆ ಇರುತ್ತದೆ. ಸರಕಾರೀ ಹಳ್ಳಿಗಳು ೮೬, ದುಮಾಲೀ ೮; ಕ್ಷೇತ್ರಫಲ ೩೧೧ ಚ. ಮೈಲು, ಜನಸಂಖ್ಯೆ ೯೧೯೯೭, ಭೂಮಿಯ ಕಂದಾಯ ೨೬೦೫೬೦ ರೂಪಾಯಿ.

ಸಹ್ಯಾದ್ರಿ ಬೈಲು ಶೀಮೆಗಳ ನಡುವಿನ ಕರಿ ನೆಲವು ಈ ತಾಲೂಕಿನೊಳಗಿಂದ ಹಾದು ಹೋಗುತ್ತದೆ. ಆದರ ಪಶ್ಚಿಮದಲ್ಲಿ ಸಣ್ಣ ಗುಡ್ಡಗಳೂ ಸಣ್ಣ ಸಣ್ಣ ಬಡ ವೊಕ್ಕಲಿಗರ ಹಳ್ಳಿಗಳೂ ಉಂಟು; ಪೂರ್ವಕ್ಕೆ ವೃಕ್ಷಗಳಿಲ್ಲದ ಕರೆ ಭೂಮಿಯ ಬೈಲಿನಲ್ಲಿ ಚತುರರಾದ ವೊಕ್ಕಲಿಗರ ದೊಡ್ಡ ದೊಡ್ಡ ಹಳ್ಳಿಗಳು ದೂರ ದೂರ ಇರುತ್ತವೆ.

ಸ್ವರೂಪ.

ಉತ್ತರ ಪೂರ್ವಗಳಲ್ಲಿ ಹತ್ತಿಯ ಕರೆ ಭೂಮಿಯುಂಟು; ಪಶ್ಚಿಮದಲ್ಲಿಯೂ ಕರೆ ಭೂಮಿಯನ್ನು ಕಾಣ ಬಹುದಾದಾಗ್ಯೂ ವಾಡಿಕೆಯಾಗಿ ಕೆಂಪು ನೆಲವೇ ಹೆಚ್ಚು.

ಭೂಮಿ.

ಹವೆಯು ಮಧ್ಯಮ ಮಾನದ್ದು, ಆರೋಗ್ಯದ್ದು; ಪೂರ್ವ ಭಾಗದಲ್ಲಿ ಶಕೆ ಹೆಚ್ಚು. ಬ್ಯಾಹಟ್ಟಿಯ ನೆರೆಯಲ್ಲಿ ಮಳೆ ಕಡಿಮೆ ಆಗುತ್ತಿದ್ದಾಗ್ಯೂ ಭೂಮಿಯು ಬಹು ಬೆಳೆಯುಳ್ಳದ್ದಿರುತ್ತದೆ. ಹುಬ್ಬಳ್ಳಿಯಲ್ಲಿ ಮಳೆ ೧೪ರಿಂದ ೪೩ ಇಂಚಿನ ವರೆಗೆ, ಸರಾಸರೀ ೨೮ ಇಂಚು. ಪಶ್ಚಿಮ ಭಾಗದಲ್ಲಿ ಶಾಲ್ಮಲಾ ಮುಂತಾದ ಸಣ್ಣ ಸರುವುಗಳೇ ಮುಖ್ಯ ಜಲಾಶಯಗಳು; ಪೂರ್ವ ಭಾಗದಲ್ಲಿ ಬೆಣ್ಣೀ ಹಳ್ಳವಿರುತ್ತದೆ. ಯೆಲ್ಲ ಕಡೆಯಲ್ಲಿ ಸಣ್ಣ ದೊಡ್ಡ ಕೆರೆಗಳುಂಟು. ಪಶ್ಚಿಮದ ಕೆರೆಗಳ ನೀರು ಶೀ, ವಿಪುಲ; ಪೂರ್ವದ ಕೆರೆಗಳ ನೀರು ಸೌಳು, ಅಲ್ಪ. ಬೇಸಿಗೆಯಲ್ಲಿ ಯಾವತ್ತು ಸರುವುಗಳೂ ಕೆರೆಗಳೂ ಬತ್ತಿ ವೊಮ್ಮೊಮ್ಮೆ ನೀರಿನ ಕೊರತೆಯಾಗುತ್ತದೆ.

ಹವೆ, ಮಳೆ, ನೀರು.

ಒಟ್ಟು ಜನಸಂಖ್ಯದಲ್ಲಿ ಶೇಕಡಾ ೮೨·೩೦ ಹಿಂದೂ ಜನರು, ೧೭·೨೬ ಮುಸಲ್ಮಾನರು, ೦·೪೧ ಕ್ರಿಸ್ತಿಗಳು. ಹಿಂದೂ ಜನರಲ್ಲಿ ಬ್ರಾಹ್ಮಣರು ೨೫೫೪, ಲಿಂಗವಂತರು ೩೧೪೩೮, ಜೈನರು ೧೫೪೦, ಆರೇರು ೩೪೮೨, ರಡ್ಡೇರು ೧೯೪೭, ಪಂಚಾಳರು ೧೮೬೦, ಕುರುಬರು ೯೨೧೫, ಜೇಡರು ೪೭೪೯, ಗಾಣಿಗರು ೨೧೨೭, ಬೇಡರು ೩೩೩೨, ಇತ್ಯಾದಿ.

ಜನರು.

ಕಲಘಟಗಿಯ ತಾಲೂಕು.—ಜಿಲ್ಲೆಯ ಪಶ್ಚಿಮ ಭಾಗದಲ್ಲಿ ಧಾರವಾಡ ತಾಲೂಕಿನ ದಕ್ಷಿಣಕ್ಕೆ ಇರುತ್ತದೆ. ಸರಕಾರೀ ಹಳ್ಳಿಗಳು ೧೨೧, ದುಮಾಲೀ ೨೦; ಕ್ಷೇತ್ರಫಲ ೨೭೯ ಚ. ಮೈಲು, ಜನಸಂಖ್ಯೆ ೫೦೭೬೯. ಭೂಮಿಯ ಕಂದಾಯ ೧೨೯೮೫೦ ರೂಪಾಯಿ.

ಕ್ಷೇತ್ರ.

ಬಹುತರ ಯೆಲ್ಲ ಕಡೆಯಲ್ಲಿ ಗುಡ್ಡಗಳೂ ಅಡವಿಯೂ ವುಂಟು; ದಕ್ಷಿಣ ಪೂರ್ವ ಭಾಗಗಳಲ್ಲಿ ಸ್ವಲ್ಪ ಕಡಿಮೆ. ಹಳ್ಳಿಗಳ ಸುತ್ತು ಮುತ್ತು ಗೋಡೆಗಳಿಲ್ಲ; ಅವು ದಟ್ಟಾಗಿರುತ್ತವೆ. ಬಹುತರ ಯೆಲ್ಲ ಕಡೆಯಲ್ಲಿ ಕೆಂಪು ಭೂಮಿಯು; ಕೆಲವು ಕಡೆಯಲ್ಲಿ ಗರಸಿನ ನೆಲವುಂಟು.

ಸ್ವರೂಪ, ಭೂಮಿ.

ಮಳೆಗಾಲದಲ್ಲಿ ಶೈತ್ಯ ಬಹಳಾಗಿ ರೋಗಗಳು ಉದ್ಭವಿಸುತ್ತವೆ. ಚಳಿಗಾಲದಲ್ಲಿ ಚಳಿ ಹೆಚ್ಚಾದಾಗ್ಯೂ ಆರೋಗ್ಯವಿರುತ್ತದೆ. ಪಶ್ಚಿಮ ಭಾಗದಲ್ಲಿ ಮಳೆ ಬಹಳ. ಕಲಘಟ

ಗಿಯಲ್ಲಿ ೨೦ ಇಂಚಿನಿಂದ ೪೩ರ ವರೆಗೆ ಮಳೆಯಾಗುತ್ತದೆ; ಸರಾಸರೀ ೨೯ ಇಂಚು.

ಹವೆ, ಮಳೆ, ನೀರು. ನೀರು ಸಮೃದ್ಧಿಯುಂಟು. ಬಿಡತೀ ಹಳ್ಳ, ಕಲ್ಲ ಹಳ್ಳ, ಇವೆರಡು ದೊಡ್ಡ ಹಳ್ಳಗಳು ಈ ತಾಲೂಕಿನೊಳಗಿಂದ ಹರಿಯುತ್ತವೆ; ಇವಲ್ಲದೆ ಊರೂರಿಗೆ ಕೆರೆಗಳಿವೆ. ಈ ಹಳ್ಳಗಳ ಪ್ರವಾಹವು ಬೇಸಿಗೆಯಲ್ಲಿ ಕಡಿದಾಗ್ಯೂ ಅಲ್ಲಲ್ಲಿಗೆ ನೀರು ನಿಂತಿರುತ್ತದೆ.

ಜನರು. ಒಟ್ಟು ಜನಸಂಖ್ಯದಲ್ಲಿ ಶೇಕಡಾ ೮೯·೬೦ ಹಿಂದೂ ಜನರು, ೯·೩೦ ಮುಸಲ್ಮಾನರು, ೧·೦೮ ಕ್ರಿಸ್ತಿಗಳು. ಹಿಂದೂ ಜನರಲ್ಲಿ ಬ್ರಾಹ್ಮಣರು ೯೪೬, ಲಿಂಗವಂತರು ೨೦೮೯೩, ಜೈನರು ೧೨೭೨, ಅರೇರು ೬೫೧೬, ಕುರುಬರು ೨೧೬೦, ಬೇಡರು ೨೯೦೨, ವೊಡ್ಡರು ೧೧೦೪, ಮಾದಿಗರು ೧೨೫೦, ಹೊಲಿಯರು ೧೨೪೬, ಇತ್ಯಾದಿ.

ಕರ್ಜಗೀ ತಾಲೂಕು.—ಜಿಲ್ಲೆಯ ಮಧ್ಯ ಭಾಗದ ಆಗ್ನೇಯದಲ್ಲಿ ಲಕ್ಷ್ಮೇಶ್ವರ ತಾಲೂಕಿನ ದಕ್ಷಿಣಕ್ಕೆ ಇರುತ್ತದೆ. ಸರಕಾರೀ ಹಳ್ಳಿಗಳು ೧೪೧, ದುಮಾಲೀ ೬. ಕ್ಷೇತ್ರ ೪೪೨ ಚ. ಮೈಲು, ಜನಸಂಖ್ಯ ೮೩೨೧೬; ಭೂಮಿಯ ಕಂದಾಯ ೧೨೯೩೨೦.

ಕ್ಷೇತ್ರ.

ಸ್ವರೂಪ, ಭೂಮಿ. ನೈರುತ್ಯದಲ್ಲಿ ಮಾತ್ರ ಸ್ವಲ್ಪ ಗುಡ್ಡಗಳಿವೆ, ಉಳಿದಷ್ಟೆಲ್ಲ ಬೈಲು; ವರದಾ ನದಿಯು ಈ ತಾಲೂಕಿನೊಳಗಿಂದ ಹರಿಯುತ್ತದೆ. ಪಶ್ಚಿಮದಲ್ಲಿ ಹಳ್ಳಿಗಳು ದಟ್ಟ, ಸಣ್ಣವು, ಪೂರ್ವದಲ್ಲಿ ಅಂಗಲ, ದೊಡ್ಡವು. ಪಶ್ಚಿಮ ದಕ್ಷಿಣಗಳಲ್ಲಿ ಭೂಮಿ ಕೆಂಪು, ಉಳಿದ ಕಡೆಯಲ್ಲಿ ಯರೆ.

ಹವೆ, ಮಳೆ, ನೀರು. ಪಶ್ಚಿಮ ದಕ್ಷಿಣಗಳಲ್ಲಿ ಹವ ಉಷ್ಣ, ಸ್ವಲ್ಪ ಅನಾರೋಗ್ಯದ್ದು; ಆದರೂ ವೊಟ್ಟಿನಲ್ಲಿ ಹವೆಯು ಆರೋಗ್ಯದ್ದು. ಮಳೆಯು ಯೆಲ್ಲ ಕಡೆಯಲ್ಲಿ ಸಮನಾಗಿ ಆಗುತ್ತದೆ. ಕರ್ಜಗಿಯಲ್ಲಿ ೧೪ ಇಂಚಿನಿಂದ ೩೪ರ ವರೆಗೆ, ಸರಾಸರೀ ೨೭ ಇಂಚು. ಪೂರ್ವ ಮೇರೆಯಲ್ಲಿ ತುಂಗಭದ್ರೆಯೂ, ಮಧ್ಯ ಭಾಗದೊಳಗಿಂದ ವರದಾ ನದಿಯೂ ಹರಿಯುತ್ತಿರುವ ಕಾರಣ ನೀರಿನ ಸಮೃದ್ಧಿಯುಂಟು; ಹಳ್ಳಿಗಳಿಗೆ ಕೆರೆಗಳೂ ಇರುತ್ತವೆ.

ಜನರು. ಒಟ್ಟು ಜನಸಂಖ್ಯದಲ್ಲಿ ಶೇಕಡಾ ೯೦·೨೭ ಹಿಂದೂ ಜನರು, ೯·೭೩ ಮುಸಲ್ಮಾನರು. ಹಿಂದೂ ಜನರಲ್ಲಿ ಬ್ರಾಹ್ಮಣರು ೨೭೨೭, ಲಿಂಗವಂತರು ೩೦೭೫೭, ಆರೇರು ೨೦೭೧, ರಡ್ಡೇರು ೧೦೯೬, ಪಂಚಾಳರು ೧೮೧೮, ಗಾಣಿಗರು ೨೩೪೩, ಜೇಡರು, ೧೧೭೦, ಕುರುಬರು ೧೦೨೪೪, ಬೇಡರು ೬೬೧೪, ಅಂಬಿಗರು ೨೮೧೬, ವೊಡ್ಡರು ೨೨೦೭, ಮಾದಿಗರು ೩೩೨೩, ಇತ್ಯಾದಿ.

ಕೋಡ ತಾಲೂಕು.—ಜಿಲ್ಲೆಯ ನೈರುತ್ಯ ಮೂಲೆಯಲ್ಲಿ ಹಾನಗಲ್ಲು ತಾಲೂಕಿನ ದಕ್ಷಿಣಕ್ಕೆ ಇರುತ್ತದೆ. ಸರಕಾರೀ ಹಳ್ಳಿಗಳು ೧೯೩, ದುಮಾಲೀ ೧೧;

ಕ್ಷೇತ್ರ ೪೦೦ ಚ. ಮೈಲು, ಜನಸಂಖ್ಯ ೮೦೩೪೫; ಭೂಮಿಯ ಕಂದಾಯ ೧೮೬೬೩೦ ರೂಪಾಯಿ.

ಸ್ವರೂಪ, ಭೂಮಿ. ಈ ತಾಲೂಕಿನಲ್ಲಿ ನಡು ನಡುವೆ ಗುಡ್ಡಗಳೂ ಕೆರೆಗಳೂ ವುಂಟು; ಕೆರೆಗಳು ತುಂಬಿದಾಗ ೨,೩ ಮೈಲು ಉದ್ದ ಇರುತ್ತವೆ; ಯೆಲ್ಲ ಕಡೆಯಲ್ಲಿಯೂ ನೀರು ಆಡುತ್ತಿರುವ ಕಾರಣ ಅಲ್ಲಲ್ಲಿಗೆ ತೋಟಗಳಾಗಿವೆ. ಹಳ್ಳಿಗಳು ದಟ್ಟ ಸಣ್ಣವು, ಅವುಗಳಿಗೆ ಸುತ್ತು ಗೋಡೆ ಇಲ್ಲ. ಭೂಮಿಯು ಮುಖ್ಯವಾಗಿ ಕೆಂಪು; ಕರೆ ಭೂಮಿ ಅಪರೂಪ.

ಹವೆ, ಮಳೆ, ನೀರು. ನೆಲ ತೇವು ಇರುವ ಕಾರಣ ಚಳಿಗಾಲದಲ್ಲಿ ಜ್ವರೋಪದ್ರವ ಬಹಳ; ಬೇಸಿಗೆಯಲ್ಲಿ ಆರೋಗ್ಯವು ವೊಳಿತಾಗಿರುತ್ತದೆ. ಹಿರೇ ಕೆರೂರಿನಲ್ಲಿ ಮಳೆ೧೬ ಇಂಚಿನಿಂದ ೩೪ರ ವರೆಗೆ, ಸರಾಸರೀ ೨೫ ಇಂಚು. ಆಗ್ನೇಯ ಮೂಲೆಯಲ್ಲಿ ತುಂಗಭದ್ರೆಯಲ್ಲದೆ ಮದಗದ ಹೆಸರಾದ ಕೆರೆಯಿಂದ ಕುಮುದ್ವತಿಯು ಹೊರಟು ತಾಲೂಕಿನೊಳಗಿಂದ ಹರಿಯುತ್ತದೆ. ಇದಲ್ಲದೆ ಈ ತಾಲೂಕಿನಷ್ಟು ದೊಡ್ಡ ದೊಡ್ಡ ಕೆರೆಗಳು ಯಾವ ತಾಲೂಕಿನಲ್ಲಿಯೂ ಇಲ್ಲ.

ಒಟ್ಟು ಜನಸಂಖ್ಯದಲ್ಲಿ ಶೇಕಡಾ ೯೧·೧೦ ಹಿಂದೂ ಜನರು, ೮·೯ ಮುಸಲ್ಮಾನರು. ಹಿಂದೂ ಜನರಲ್ಲಿ ಬ್ರಾಹ್ಮಣರು ೧೮೫೧, ಲಿಂಗವಂತರು ೩೫೭೭೮, ಆರೇರು ೨೧೭೩, ಕುರುಬರು ೭೦೦೩, ಬೇಡರು ೮೦೮೬, ವೊಡ್ಡರು ೨೬೭೪, ಮಾದಿಗರು ೩೮೫೮, ಇತ್ಯಾದಿ.

ಕ್ಷೇತ್ರ. ನವಲಗುಂದ ತಾಲೂಕು.—ಜಿಲ್ಲೆಯ ಉತ್ತರದಲ್ಲಿ ಬೆಳಗಾವೀ ಜಿಲ್ಲೆಯ ದಕ್ಷಿಣಕ್ಕೆ. ಸರಕಾರೀ ಹಳ್ಳಿಗಳು ೯೦, ದುಮಾಲೀ ೭; ಕ್ಷೇತ್ರ ೫೬೨, ಜನಸಂಖ್ಯ ೮೭೮೩೨, ಭೂಮಿಯ ಕಂದಾಯ ೩೮೨೮೨೬೦ ರೂಪಾಯಿ.

ಸ್ವರೂಪ, ಭೂಮಿ. ಒಂದೇ ಸವನಾದ ಕರೆ ಭೂಮಿಯೇ ಯೆಲ್ಲ ಕಡೆಯಲ್ಲಿ; ಗುಡ್ಡಗಳು ಬಹುತರ ಇಲ್ಲ; ಜಾಲೀ ಮರವೇ ಮರ, ಹಳ್ಳಿಗಳು ದೊಡ್ಡವು, ದೂರ ದೂರ.

ಹವೆ, ಮಳೆ, ನೀರು. ಕೆಂಪು ಭೂಮಿಗಿಂತ ಕರೆ ನೆಲವು ಬೇಸಿಗೆಯಲ್ಲಿ ಹೆಚ್ಚು ಕಾಯುತ್ತದೆ, ಚಳಿಗಾಲದಲ್ಲಿ ಹೆಚ್ಚು ತಂಪಾಗುತ್ತದೆ. ಮಳೆ ನೇಮದ್ದಲ್ಲ; ನವಲಗುಂದದಲ್ಲಿ ೭ರಿಂದ ೪೦ ಇಂಚಿನ ವರೆಗೆ, ಸರಾಸರೀ ೨೨ ಇಂಚು. ಈಶಾನ್ಯ ಮೇರೆಯಲ್ಲಿ ಮಲಾಪಹಾರಿಯು ೧೫ ಮೈಲು ಇರುತ್ತದೆ. ಬೆಣ್ಣೇ ಹಳ್ಳವು ತಾಲೂಕಿನೊಳಗಿಂದ ಹರಿಯುತ್ತದೆ; ಇದರ ನೀರು ಸೌಳು. ಕೆಲವು ಹಳ್ಳಿಗಳಿಗೆ ಕೆರೆಗಳೂ ಕೆಲವುಗಳಿಗೆ ಬಾವಿಗಳೂ ಉಂಟು. ಆದರೆ ಬೇಸಿಗೆಯಲ್ಲಿ ನೀರಿನ ಕೊರತೆಯಾಗುತ್ತದೆ.

ಒಟ್ಟು ಜನಸಂಖ್ಯದಲ್ಲಿ ಶೇಕಡಾ ೯೦·೭೧ ಹಿಂದೂ ಜನರು, ೯·೨೭ ಮುಸಲ್ಮಾನರು. ಹಿಂದೂ ಜನರಲ್ಲಿ ಬ್ರಾಹ್ಮಣರು ೨೫೧೩, ಲಿಂಗವಂತರು ೩೦೫೧೯, ರಡ್ಡೇರು ೩೬೩೯,

ಗಾಣಿಗರು ೩೮೮೦, ಜೇಡರು ೧೮೭೦, ಕುರುಬರು ೧೨೧೦೬, ಬೇಡರು ೩೭೪೨,

ಜನರು. ಅಂಬಿಗರು ೧೩೮೫, ವೊಡ್ಡರು ೧೨೩೮, ಮಾದಿಗರು ೨೦೨೬, ಹೊಲಿಯರು ೨೦೦೭ ಇತ್ಯಾದಿ.

ರಾಣೀಬಿನ್ನೂರು ತಾಲೂಕು.— ಜಿಲ್ಲೆಯ ಆಗ್ನೇಯ ಮೂಲೆಯಲ್ಲಿ ಕರ್ಜಗೀ

ಕ್ಷೇತ್ರ. ತಾಲೂಕಿನ ದಕ್ಷಿಣಕ್ಕೆ. ಸರಕಾರೀ ಗ್ರಾಮಗಳು ೧೩೧, ದುಮಾಲೀ ೧೨; ಕ್ಷೇತ್ರ ೪೦೫ ಚ. ಮೈಲು, ಜನಸಂಖ್ಯ ೭೪೨೧೭, ಭೂಮಿಯ ಕಂದಾಯ ೧೫೮೦೪೦ ರೂಪಾಯಿ.

ಉತ್ತರದಲ್ಲಿ ವೊಂದು ಕಿರಿಗುಡ್ಡವೂ, ಪೂರ್ವದಲ್ಲಿ ಕೆಲವು ಗುಡ್ಡಗಳೂ ಹೊರ್ತಾಗಿ

ಸ್ವರೂಪ, ಭೂಮಿ. ಸವನೆಲದ ಭೂಮಿಯುಂಟು. ಗುಡ್ಡಗಳ ನೆರೆಯಲ್ಲಿ ಕಿರಿ ಅಡವಿ ಇರುತ್ತದೆ. ಹಳ್ಳಿಗಳು ಸಣ್ಣವು ದಟ್ಟ. ಎತ್ತರದ ಪ್ರದೇಶಗಳಲ್ಲಿಯೂ ಗುಡ್ಡಗಳಲ್ಲಿಯೂ ಕೆಂಪು ನೆಲ, ಉಳಿದದ್ದೆಲ್ಲ ಕರೆ ಭೂಮಿ.

ಪೂರ್ವ ಭಾಗದ ಹವೆಯು ಪಶ್ಚಿಮ ಭಾಗಕ್ಕಿಂತ ಉಷ್ಣ; ಆದರೆ ವೊಟ್ಟಿನಲ್ಲಿ ಆರೋಗ್ಯದ್ದು. ಮಳೆಯು ಯೆಲ್ಲ ಕಡೆಯಲ್ಲಿ ಬಹುತರ ಸವನಾಗಿ ಬೀಳುತ್ತದೆ; ರಾಣೀ

ಹವೆ, ಮಳೆ, ನೀರು. ಬಿನ್ನೂರಲ್ಲಿ ೧೦ರಿಂದ ೩೫ ಇಂಚಿನ ವರೆಗೆ, ಸರಾಸರೀ ೨೨ ಇಂಚು. ದಕ್ಷಿಣ ಪೂರ್ವ ಮೇರೆಗಳಲ್ಲಿ ತುಂಗಭದ್ರೆಯಲ್ಲದೆ ತಾಲೂಕಿನೊಳಗಿಂದ ಕುಮುದ್ವತಿಯು ಉತ್ತರಕ್ಕೆ ಹರಿದು ತುಂಗಭದ್ರೆಗೆ ಕೂಡುತ್ತದೆ; ಬೇರೆ ಸರುವುಗಳೂ ಕೆರೆಗಳೂ ಕೆಲವುಂಟು. ಒಟ್ಟಿಗೆ ನೀರಿನ ತಾಪತ್ರಯವಿಲ್ಲ.

ಒಟ್ಟು ಜನಸಂಖ್ಯದಲ್ಲಿ ಶೇಕಡಾ ೯೧.೬೭ ಹಿಂದೂ ಜನರು, ೮.೩೧ ಮುಸಲ್ಮಾನರು.

ಜನರು. ಹಿಂದೂ ಜನರಲ್ಲಿ ಬ್ರಾಹ್ಮಣರು ೧೧೭೪, ಲಿಂಗವಂತರು ೨೮೭೪೪, ಆರೇರು ೨೦೮೯, ಪಂಚಾಳರು ೨೦೬೦, ಹಟಗಾರರು ೧೯೮೬, ಜೇಡರು ೩೪೮೨, ಕುರುಬರು ೮೯೨೬, ಬೇಡರು ೫೨೬೧, ವೊಡ್ಡರು ೧೧೭೭, ಮಾದಿಗರು ೩೪೪೧, ಇತ್ಯಾದಿ.

ರೋಣ ತಾಲೂಕು.— ಜಿಲ್ಲೆಯ ಈಶಾನ್ಯ ಮೂಲೆಯಲ್ಲಿ ಬಾದಾವೀ ತಾಲೂ

ಕ್ಷೇತ್ರ. ಕಿನ ದಕ್ಷಿಣಕ್ಕೆ. ಸರಕಾರೀ ಹಳ್ಳಿಗಳು ೭೦, ದುಮಾಲೀ ೪; ಕ್ಷೇತ್ರ ೩೭೦ ಚ. ಮೈಲು, ಜನಸಂಖ್ಯ ೬೦೭೨೪, ಭೂಮಿಯ ಕಂದಾಯ ೧೬೧೪೪೭೦ ರೂಪಾಯಿ.

ಎಲ್ಲ ಕಡೆಯಲ್ಲಿ ಬಹು ಬೆಲೆಯುಳ್ಳ ಸವನೆಲದ ಕರೆ ಭೂಮಿಯೇ ಹಬ್ಬಿರುವದು;

ಸ್ವರೂಪ, ಭೂಮಿ. ಒಕ್ಕಲತನವು ಸರಸಾಗಿ ಸಾಗುತ್ತದೆ; ಒಕ್ಕಲಿಗರು ದೈವುಳ್ಳವರು, ಹಳ್ಳಿಗಳು ದೂರ ದೂರ, ದೊಡ್ಡವು. ಊರೊಳಗೆ ಸಹ ಮರಗಳಿಲ್ಲ. ಪೂರ್ವ ಉತ್ತರ ಭಾಗಗಳಲ್ಲಿ ಅಪರೂಪವಾಗಿ ಕೆಂಪು ಭೂಮಿಯನ್ನು ಕಾಣ ಬಹುದು.

ಮಳೆಗಾಲ ಆರೋಗ್ಯದ್ದು; ಚಳಿಗಾಲದಲ್ಲಿ ಜ್ವರೋಪದ್ರವ ಸ್ವಲ್ಪ ಆಗುತ್ತದೆ. ಮಳೆ ಅನಿಯಮಿತ; ರೋಣದಲ್ಲಿ ೭ರಿಂದ ೩೭ ಇಂಚಿನ ವರೆಗೆ, ಸರಾಸರೀ ೨೩ ಇಂಚು.

ಹವೆ, ಮಳೆ, ನೀರು. ವಾಯವ್ಯ ಮೇರೆಯಲ್ಲಿ ಮಲಾಪಹಾರಿಯೂ ಬೆಣ್ಣೀ ಹಳ್ಳವೂ ಹರಿಯುತ್ತವೆ. ಕೆಲವು ಗ್ರಾಮಗಳಿಗೆ ಕೆರೆಗಳೂ ಕೆಲವುಗಳಿಗೆ ಬಾವಿಗಳೂ ಇರುತ್ತವೆ. ನೀರಿನ ಕೊರತೆಯುಂಟು.

ಒಟ್ಟು ಜನಸಂಖ್ಯದಲ್ಲಿ ೯೨೦೪೮ ಹಿಂದೂ ಜನರು, ೭೦೫೧ ಮುಸಲ್ಮಾನರೂ. ಹಿಂದು

ಜನರು. ಗಳಲ್ಲಿ ಬ್ರಾಹ್ಮಣರು ೪೮೪೯, ಲಿಂಗವಂತರು ೧೯೭೫೦, ರಡ್ಡೇರು ೨೯೫೯, ಆರೇರು ೯೪೭, ಪಂಚಾಳರು ೧೪೬೪, ಗಾಣಿಗರು ೩೯೨೬, ಜೇಡರು ೧೩೬೯, ಕುರುಬರು ೮೯೧೫, ಬೇಡರು ೪೦೬೮, ವೊಡ್ಡರು ೧೦೬೭, ಮಾದಿಗರು ೨೩೧೯, ಇತ್ಯಾದಿ.

ಬೆಳಗಾವೀ ಜಿಲ್ಲೆ.

ಅಥಣೀ ತಾಲೂಕು.—ಜಿಲ್ಲೆಯ ಈಶಾನ್ಯ ಮೂಲೆಯಲ್ಲಿ ವಿಜಾಪುರ ತಾಲೂ

ಕ್ಷೇತ್ರ. ಕಿನ ದಕ್ಷಿಣಕ್ಕೆ. ಸರಕಾರೀ ಹಳ್ಳಿಗಳು ೬೫, ದುಮಾಲೀ ೧೭. ಕ್ಷೇತ್ರ ೭೮೬ ಚ. ಮೈಲು, ಜನಸಂಖ್ಯ ೧೦೫೯೬೧, ಭೂಮಿಯ ಕಂದಾಯ ೧೫೮೬೨೦ ರೂಪಾಯಿ.

ಪಶ್ಚಿಮದಲ್ಲಿ ವೃಕ್ಷಗಳಿಲ್ಲದ ಹರವಾದ ಗುಡ್ಡಗಳಿವೆ; ಅವು ವೊಂದರ ಹಿಂದೊಂದು ಪಾವಟಿಗೆಗಳ ಹಾಗೆ ಕಾಣುತ್ತವೆ. ಬೈಲು ಪ್ರದೇಶದಲ್ಲಿ ಸಹ ನೆಲವು ತೆರೆಗಳ ಹಾಗೆ

ಸ್ವರೂಪ, ಭೂಮಿ. ತಗ್ಗು ದಿನ್ನೆಯಾಗಿರುತ್ತದೆ. ತಗ್ಗುಗಳಲ್ಲಿ ಸರವುಗಳು ಮಳೆಗಾಲದಲ್ಲಿ ಹರಿಯುತ್ತವೆ; ಭೂಮಿ ಮೇಲಾದದ್ದು. ದಿನ್ನೆಗಳ ಮೇಲಿನ ಭೂಮಿ ಬಿರುಸು, ಮಣ್ಣು ಬಹಳಿಲ್ಲ. ಕೃಷ್ಣಾ ತೀರದಲ್ಲಿ ಹಳ್ಳಿಗಳು ದಟ್ಟ, ಬೇರೆ ಕಡೆಯಲ್ಲಿ ಅಂಗಲ; ಅವುಗಳಿಗೆ ಸುತ್ತು ಗೋಡೆಗಳಿವೆ. ಯಾವತ್ತು ಕರೆ ಭೂಮಿ; ಕೃಷ್ಣೆಯ ಯೆಡ ಬಲದಲ್ಲಿ ೩, ೪ ಮೈಲಿನ ವರೆಗೆ ಉತ್ತಮವಾದ ಸಣ್ಣ ಯೆರೆಯುಂಟು. ಅದೇ ಪ್ರದೇಶದಲ್ಲಿ ಹುಣಚಿ, ಬೇವು, ಜಾಲಿ, ಅರಳೆ, ಇಂಥಾ ಮರಗಳನ್ನೂ ಕಾಣ ಬಹುದು; ಬೇರೆ ಕಡೆಯಲ್ಲಿ ಮರಗಳಿಲ್ಲ.

ಹವೆ ಆರೋಗ್ಯದ್ದು, ಅದರಲ್ಲಿ ಶೈತ್ಯವಿಲ್ಲ. ವಾಡಿಕೆಯಾಗಿ ಮಳೆಯು ನಿಯಮದ್ದಲ್ಲ; ಪೂರ್ವ ಭಾಗದಲ್ಲಿ ಯೆಲ್ಲಕ್ಕೂ ಕಡಿಮೆ; ಅಥಣಿಯಲ್ಲಿ ೭ರಿಂದ ೩೪ ಇಂಚಿನ ವರೆಗೆ;

ಹವೆ, ಮಳೆ, ನೀರು. ಸರಾಸರೀ ೨೪ ಇಂಚು. ದಕ್ಷಿಣ ಭಾಗದಲ್ಲಿ ಕೃಷ್ಣೆಯೇ ನೀರಿನ ಮುಖ್ಯ ಆಶ್ರಯ. ಪಶ್ಚಿಮ ಭಾಗದಲ್ಲಿ ಅಗರ್ಣಿ ಯೆಂಬ ಹಳ್ಳವು ಉತ್ತರದಿಂದ ದಕ್ಷಿಣಕ್ಕೆ ಹರಿದು ಕೃಷ್ಣೆಗೆ ಕೂಡುತ್ತದೆ. ಇದಲ್ಲದೆ ಬೇರೆ ಸಣ್ಣ

ಸರುವುಗಳು ಹಲವುಂಟು. ಅವು ಬೇಸಿಗೆಯಲ್ಲಿ ವೊಣಗಿದ್ದಾಗ್ಯೂ, ಅವುಗಳ ಪಾತ್ರೆಗಳಲ್ಲಿ ವೊರತೆಗಳನ್ನು ಕಡಿದು ನೀರಿಗೆ ಆಶ್ರಯ ಮಾಡಿಕೊಳ್ಳುವರು. ಸರುವುಗಳಿಲ್ಲದ ಪ್ರದೇಶಗಳಲ್ಲಿ ಬಾವಿಗಳು, ಕೆಲವು ಕಡೆಯಲ್ಲಿ ಕೆರೆಗಳು, ಉಂಟು. ಅವು ಬೇಸಿಗೆಯಲ್ಲಿ ಬತ್ತಿದವೆಂದರೆ ನೀರಿನ ತಾಪತ್ರಯವಾಗುತ್ತದೆ.

ಜನರು. ಒಟ್ಟು ಜನಸಂಖ್ಯದಲ್ಲಿ ಶೇಕಡಾ ೮೯.೬೯ ಹಿಂದೂ ಜನರು, ೧೦.೨೯ ಮುಸಲ್ಮಾನರು. ಹಿಂದೂಗಳಲ್ಲಿ ಬ್ರಾಹ್ಮಣರು ೫೧೧೦, ಜೈನರು ೧೧೬೧೭, ಆರೇರು ೧೩೩೨೮, ರಡ್ಡೇರು ೧೨೧೯, ಕುರುಬರು ೯೩೩೩, ಕಬ್ಬಲಿಗೇರು ೩೪೩೬, ಬೇಡರು ೧೭೭೦, ಹೊಲಿಯರು ೬೪೩೩, ಮಾದಿಗರು ೨೭೯೬, ಇತ್ಯಾದಿ.

ಕ್ಷೇತ್ರ. ಚಿಕ್ಕೋಡೀ ತಾಲೂಕು.—ಜಿಲ್ಲೆಯ ವಾಯವ್ಯ ಮೂಲೆಯಲ್ಲಿ ಕೊಲ್ಲಾಪುರ ಸಂಸ್ಥಾನದ ದಕ್ಷಿಣಕ್ಕೆ. ಸರಕಾರೀ ಹಳ್ಳಿಗಳು ೧೫೮, ದುಮಾಲೀ ೫೭. ಕ್ಷೇತ್ರ ೮೪೦ ಚ. ಮೈಲು, ಜನಸಂಖ್ಯೆ ೨೪೫೬೧೪; ಭೂಮಿಯ ಕಂದಾಯ ೨೬೧೪೪೦ ರೂಪಾಯಿ.

ಸ್ವರೂಪ, ಭೂಮಿ. ಉತ್ತರ ಭಾಗವು ಮೇಲಾದ ಕರೆ ಭೂಮಿಯ ಬೈಲು; ಆಗ್ನೇಯದಲ್ಲಿಯೂ ದಕ್ಷಿಣದಲ್ಲಿಯೂ ಗುಡ್ಡಗಳೂ ಅಡವಿಯೂ ಉಂಟು. ಕೃಷ್ಣಾ, ಘಟಪ್ರಭಾ, ಹರಣಕಾಶಿ, ಹೊಳೆಗಳ ನೆರೆ ಭೂಮಿ ಮೇಲಾದದ್ದು. ಪಶ್ಚಿಮದಲ್ಲಿ ಕೆಂಪು, ಉಳಿದದ್ದೆಲ್ಲ ಕರೆ ಭೂಮಿ; ಉತ್ತರದ ಭೂಮಿ ಮೇಲಾದದ್ದು. ಈ ತಾಲೂಕಿನಲ್ಲಿ ತೋಟಗಳು ಬಹಳ.

ಹವೆ, ಮಳೆ, ನೀರು. ದಕ್ಷಿಣ ಭಾಗದ ಹವೆ ರೋಗಕಾರಕ; ಉಳಿದ ಕಡೆಯಲ್ಲೆಲ್ಲ ವಾಡಿಕೆಯಾಗಿ ಆರೋಗ್ಯದ್ದು. ದಕ್ಷಿಣದಲ್ಲಿ ಮಳೆ ಹೆಚ್ಚು, ಪೂರ್ವದಲ್ಲಿ ಬಹು ಕಡಿಮೆ. ಚಿಕ್ಕೋಡಿಯಲ್ಲಿ ೧೧ ರಿಂದ ೩೭ ಇಂಚಿನ ವರೆಗೆ; ಸರಾಸರೀ ೨೫ ಇಂಚು. ಉತ್ತರದಲ್ಲಿ ಕೃಷ್ಣಾ, ವೇದಗಂಗಾ, ದೂಧಗಂಗಾ ಹೊಳೆಗಳು, ದಕ್ಷಿಣದಲ್ಲಿ ಘಟಪ್ರಭಾ, ಹರಣಕಾಶಿ, ಹೊಳೆಗಳು. ಇವಲ್ಲದೆ ಮಳೆಗಾಲದ ಸರುವುಗಳು ಹಲವುಂಟು. ಒಟ್ಟಿಗೆ ನೀರು ವಿಪುಲ.

ಜನರು. ಒಟ್ಟು ಜನಸಂಖ್ಯದಲ್ಲಿ ಶೇಕಡಾ ೯೩ ಹಿಂದೂ ಜನರು, ೭ ಮುಸಲ್ಮಾನರು, ೪೦ ಜನ ಕ್ರಿಸ್ತಿಗಳು. ಹಿಂದೂಗಳಲ್ಲಿ ಬ್ರಾಹ್ಮಣರು ೯೨೮೯, ಜೈನರು ೨೨೦೦೦, ಆರೇರು ೩೪೭೨೬, ಕುಣಬಿಗಳು ೮೯೨೯, ಹಣಬರು ೫೫೫೪, ತಿಳಾರಿಗಳು ೨೩೧೯, ಪಂಚಾಳರು ೨೫೧೩, ಜೀಡರು ೨೨೪೬, ಹಟಗಾರರು ೧೬೫೬, ಲಿಂಗವಂತರು ೭೬೩೬೬, ಕಬ್ಬಲಿಗೇರು ೪೪೬೦, ಕುರುಬರು ೧೨೧೯೨, ಬೇಡರು ೬೨೭೪, ಕೊರವರು ೧೦೧೧, ಹೊಲಿಯರು ೧೭೮೯೭, ಮಾದಿಗರು ೪೬೧೭, ಇತ್ಯಾದಿ.

ಕ್ಷೇತ್ರ.

ಗೋಕಾವಿಯ ತಾಲೂಕು.—ಜಿಲ್ಲೆಯ ಪೂರ್ವ ಭಾಗದಲ್ಲಿ ಅಥಣೀ ತಾಲೂಕಿನ ದಕ್ಷಿಣಕ್ಕೆ. ಸರಕಾರೀ ಹಳ್ಳಿಗಳು ೮೫, ದುಮಾಲೀ ೩೫. ಕ್ಷೇತ್ರ ೬೭೦ ಚ. ಮೈಲು, ಜನಸಂಖ್ಯೆ ೯೩೦೨೯, ಭೂಮಿಯ ಕಂದಾಯ ೧೩೧೪೪೦ ರೂಪಾಯಿ.

ಸ್ವರೂಪ, ಭೂಮಿ.

ಪಶ್ಚಿಮ ಭಾಗದಲ್ಲಿ ಗುಡ್ಡಗಳಿವೆ; ಉಳಿದದ್ದೆಲ್ಲ ಬೈಲು. ದಕ್ಷಿಣ ಭಾಗದಲ್ಲಿ ಘಟಪ್ರಭೆಯು ಹರಿಯುತ್ತದೆ. ನದೀ ತೀರದ ಭೂಮಿ ಸಣ್ಣ ಯೆರೆ, ಬೆಳೆಯುಳ್ಳದ್ದು. ಪೂರ್ವ ಭಾಗದಲ್ಲಿ ಬಡ ನೆಲ; ಪಶ್ಚಿಮದಲ್ಲಿ ಉಸುಬು ಕೂಡಿದ ಭೂಮಿ. ಬಹುತರ ಯೆಲ್ಲ ಕಡೆಯಲ್ಲಿ ಕೆಂಪು ಯೆರೆ ಭೂಮಿ ಮಿಶ್ರ.

ಹವೆ, ಮಳೆ, ನೀರು.

ಹವೆ ವಾಡಿಕೆಯಾಗಿ ಅನಾರೋಗ್ಯದ್ದು; ಚಳಿಗಾಲದಲ್ಲಿ ಜ್ವರೋಪದ್ರವ, ಬೇಸಿಗೆಯಲ್ಲಿ ಶಕೆ ಬಹಳ. ಪಶ್ಚಿಮದಲ್ಲಿ ಮಳೆ ವಿಪುಲ, ಪೂರ್ವದಲ್ಲಿ ಕಡಿಮೆ; ಗೋಕಾವಿಯಲ್ಲಿ ೭ರಿಂದ ೩೩ ಇಂಚಿನ ವರೆಗೆ, ಸರಾಸರಿ ೨೧ ಇಂಚು. ಘಟಪ್ರಭೆಯಲ್ಲದೆ ಬೇರೆ ಹಲವು ಸರುವುಗಳು ಹರಿಯುತ್ತವೆ. ಆದರೆ ಅವೆಲ್ಲ ಬೇಸಿಗೆಯಲ್ಲಿ ವೊಣಗುತ್ತವೆ; ಕೆರೆಗಳೂ ಬಾವಿಗಳೂ ಬತ್ತಿ ನೀರಿನ ತಾಪತ್ರಯವಾಗುತ್ತದೆ.

ಜನರು.

ಒಟ್ಟು ಜನಸಂಖ್ಯೆದಲ್ಲಿ ಶೇಕಡಾ ೯೩·೬೨ ಹಿಂದೂ ಜನರು, ೬.೩೫ ಮುಸಲ್ಮಾನರು. ಹಿಂದೂಗಳಲ್ಲಿ ಬ್ರಾಹ್ಮಣರು ೨೬೫೫, ಜೈನರು ೨೧೦೦, ಛತ್ರೇರು ೪೦೬೬, ಆರೇರು ೩೩೪೨, ರಡ್ಡೇರು ೨೯೪೦, ಹಣಬರು ೧೦೭೦, ಉಪ್ಪಾರರು ೫೯೨೫, ಜೇಡರು ೧೩೭೭, ಪಂಚಾಳರು ೧೧೨೬, ಲಿಂಗವಂತರು ೨೮೯೮೧, ಕುರುಬರು ೧೨೩೪೩, ಕಬ್ಬಲಿಗೇರು ೨೪೦೧, ಬೇಡರು ೭೮೩೦, ಹೊಲಿಯರು ೩೨೬೫, ಮಾದಿಗರು ೧೮೬೬, ಇತ್ಯಾದಿ.

ಕ್ಷೇತ್ರ.

ಪರಸಗಡ ತಾಲೂಕು.—ಜಿಲ್ಲೆಯ ಆಗ್ನೇಯದಲ್ಲಿ ಗೋಕಾವೀ ತಾಲೂಕಿನ ದಕ್ಷಿಣಕ್ಕೆ. ಸರಕಾರೀ ಹಳ್ಳಿಗಳು ೧೧೦, ದುಮಾಲೀ ೨೩. ಕ್ಷೇತ್ರ ೬೪೦ ಚ. ಮೈಲು, ಜನಸಂಖ್ಯೆ ೯೧೮೨೬, ಭೂಮಿಯ ಕಂದಾಯ ೧೮೭೪೪೦ ರೂಪಾಯಿ.

ಸ್ವರೂಪ, ಭೂಮಿ.

ಆಗ್ನೇಯದಿಂದ ವಾಯುವ್ಯದ ವರೆಗೆ ಗುಡ್ಡಗಳ ಸಾಲು ಇರುತ್ತದೆ. ಅದರಿಂದ ತಾಲೂಕಿನಲ್ಲಿ ಆದ ಯೆರಡು ಸಮ ಭಾಗಗಳಲ್ಲಿ ಪಶ್ಚಿಮ ಭಾಗವು ವೊಳಿತಾಗಿ ಬೆಳೆಯುಳ್ಳದ್ದಿರುತ್ತದೆ; ಪೂರ್ವ ಭಾಗದಲ್ಲಿ ಸಣ್ಣ ಗುಡ್ಡಗಳೂ ಉಸುಬಿನ ಭೂಮಿಯೂ ಉಂಟು. ಮಲಾಪಹಾರಿಯು ಈ ತಾಲೂಕಿನಲ್ಲಿ ಪಶ್ಚಿಮದಿಂದ ಉತ್ತರಕ್ಕೆ ಹರಿಯುತ್ತದೆ. ಉತ್ತರ ಭಾಗದ ಭೂಮಿ ಉಸುಬುಳ್ಳದ್ದು, ಕೆಂಪು; ದಕ್ಷಿಣ ಭಾಗದಲ್ಲಿ ಮೇಲಾದ ಕರೆ ಭೂಮಿಯುಂಟು.

ಬೇಸಿಗೆಯಲ್ಲಿ ಶಕೆ ಬಹಳ; ಉಳಿದ ಕಾಲದಲ್ಲಿ ಹಿತಕಾರಕವಾದ ತಂಪು ಹವೆ ಇರುವದು. ಪಶ್ಚಿಮ ದಕ್ಷಿಣ ಭಾಗಗಳಲ್ಲಿ ಮಳೆ ನೆಟ್ಟಗಾಗುತ್ತದೆ. ಉಳಿದ ಕಡೆಯಲ್ಲಿ ಅನಿ

ಯಮಿತ, ಕಡಿಮೆ; ೧೩ರಿಂದ ೪೧ ಇಂಚಿನ ವರೆಗೆ, ಸರಾಸರೀ ೨೩ ಇಂಚು. ಮಲಾಪಹಾರಿಯ ಹೊರ್ತು ನೀರಿನ ಆಸರವು ಸ್ಥಿರವಾದದ್ದು ಯಾವದೂ ಇಲ್ಲ. ಸರುವುಗಳು ಬೇಸಿಗೆಯಲ್ಲಿ ಹರಿಗಡಿಯುತ್ತವೆ. ಕೆರೆ ಬಾವಿಗಳು ಬತ್ತುತ್ತವೆ: ಆದ್ದರಿಂದ ಆಗ ನೀರಿನ ತಾಪತ್ರಯ ಬಹಳಾಗುತ್ತದೆ.

ಹವೆ, ಮಳೆ, ನೀರು.

ಒಟ್ಟು ಜನಸಂಖ್ಯದಲ್ಲಿ ಶೇಕಡಾ ೯೩·೦೩ ಹಿಂದೂ ಜನರು, ೬·೯೫ ಮುಸಲ್ಮಾನರು. ಹಿಂದೂಗಳಲ್ಲಿ ಬ್ರಾಹ್ಮಣರು ೨೬೧೬, ಜೈನರು ೧೦೨೩, ರಡ್ಡೇರು ೧೯೪೩೩, ಉಪ್ಪಾರರು ೨೫೪೨, ಪಂಚಾಳರು ೧೭೭೧, ಗಾಣಿಗರು ೧೩೬೩, ನೇಕಾರರು ೨೩೩೨, ಲಿಂಗವಂತರು ೩೧೯೦೫, ಕುರುಬರು ೧೨೬೮೧, ಕಬ್ಬಲಿಗೇರು ೧೯೩೯, ಬೇಡರು ೬೭೦೮, ಮಾದಿಗರು ೨೬೮೭, ಹೊಲಿಯರು ೧೩೬೫, ಇತ್ಯಾದಿ.

ಜನರು.

ಸಂಪಗಾವೀ ತಾಲೂಕು.—ಜಿಲ್ಲೆಯ ದಕ್ಷಿಣದಲ್ಲಿ ಗೋಕಾವೀ ತಾಲೂಕಿನ ದಕ್ಷಿಣಕ್ಕೆ. ಸರಕಾರೀ ಹಳ್ಳಿಗಳು ೧೩೯, ದುಮಾಲೀ ೧. ಕ್ಷೇತ್ರ ೪೨೪ ಚ. ಮೈಲು, ಜನಸಂಖ್ಯ ೧೧೯೮೪೩, ಭೂಮಿಯ ಕಂದಾಯ ೨೩೯೧೩೦ ರೂಪಾಯಿ.

ಕ್ಷೇತ್ರ.

ಪಶ್ಚಿಮದಲ್ಲಿ ಗುಡ್ಡಗಳು ಬಹಳ; ಅವು ಪೂರ್ವಕ್ಕೆ ಕ್ರಮವಾಗಿ ಕಡಿಮೆಯಾಗುತ್ತ ಹೋಗಿ ಮೇಲಾದ ಕರೆ ಭೂಮಿ ಬರುತ್ತದೆ. ದಕ್ಷಿಣದಲ್ಲಿಯೂ ಗುಡ್ಡಗಳೂ ತಗ್ಗು ದಿನ್ನೆಗಳೂ ಬಹಳ; ನೈರುತ್ಯದಲ್ಲಿ ದೊಡ್ಡ ಮರಗಳ ಅಡವಿಯುಂಟು. ಭೂಮಿಯು ಗುಡ್ಡಗಳಿದ್ದಲ್ಲಿ ಬಹುತರ ಕೆಂಪು, ಉಳಿದ ಕಡೆಯಲ್ಲೆಲ್ಲ ಯೆರೆ.

ಸ್ವರೂಪ, ಭೂಮಿ.

ಹವೆಯು ವಾಡಿಕೆಯಾಗಿ ಆರೋಗ್ಯದ್ದು. ಪಶ್ಚಿಮ ದಕ್ಷಿಣ ಭಾಗದಲ್ಲಿ ಮಳೆ ಬಹಳಾಗುವ ಕಾರಣ ಚಳಿಗಾಲದಲ್ಲಿ ಜ್ವರ ಬರುತ್ತದೆ. ಸಂಪಗಾವಿಯಲ್ಲಿ ಮಳೆ ೧೫ರಿಂದ ೩೮ ಇಂಚಿನ ವರೆಗೆ, ಸರಾಸರೀ ೨೯ ಇಂಚು. ಮಲಾಪಹಾರಿಯು ಈ ತಾಲೂಕಿನೊಳಗಿಂದ ಹರಿಯುತ್ತಿದ್ದಲ್ಲಿ ನೀರಿನ ಕೊರತೆ ಇಲ್ಲ. ಸರುವುಗಳೂ ಕೆರೆ ಬಾವಿಗಳೂ ತಕ್ಕಮಟ್ಟಿಗೆ ನೀರು ಪೂರೈಸುತ್ತವೆ.

ಹವೆ, ಮಳೆ, ನೀರು.

ಒಟ್ಟು ಜನಸಂಖ್ಯದಲ್ಲಿ ಶೇಕಡಾ ೯೧·೫೧ ಹಿಂದೂ ಜನರು, ೮·೩೬ ಮುಸಲ್ಮಾನರು. ಹಿಂದೂಗಳಲ್ಲಿ ಬ್ರಾಹ್ಮಣರು ೨೦೩೧, ಜೈನರು ೩೧೬೧, ಆರೇರು ೬೦೨೩, ಛತ್ರೇರು ೩೧೯೮, ಜೇಡರು ೫೦೫೬, ಪಂಚಾಳರು ೨೩೪೩, ಲಿಂಗವಂತರು ೫೦೭೩೧, ಕುರುಬರು ೧೧೧೭೦, ಕಬ್ಬಲಿಗೇರು ೨೯೯೬, ಬೇಡರು ೭೪೩೫, ಮಾದಿಗರು ೩೨೦೭, ಹೊಲಿಯರು ೨೭೧೮, ಇತ್ಯಾದಿ.

ಜನರು.

ಬೆಳಗಾವಿಯ ತಾಲೂಕು.—ಜಿಲ್ಲೆಯ ಪಶ್ಚಿಮ ಭಾಗದಲ್ಲಿ ಕೊಲ್ಲಾಪುರ ಇಲಾಖೆಯ ದಕ್ಷಿಣಕ್ಕೆ. ಸರಕಾರೀ ಹಳ್ಳಿಗಳು ೧೨೨, ದುಮಾಲೀ ೮೧. ಕ್ಷೇತ್ರ ೬೬೩ ಚ. ಮೈಲು, ಜನಸಂಖ್ಯ ೧೨೮೪೭೭, ಭೂಮಿಯ ಕಂದಾಯ ೧೫೦೪೧೦ ರೂಪಾಯಿ.

ಕ್ಷೇತ್ರ.

ಪಶ್ಚಿಮದಲ್ಲಿ ಸಹ್ಯಾದ್ರಿಯ ನೆತ್ತಿಯ ವರೆಗೆ ಈ ತಾಲೂಕು ಹೋಗಿರುತ್ತದೆ. ಅಲ್ಲಿ ಗುಡ್ಡಗಳು ಬಹಳ; ಅವುಗಳ ಬುಡದಲ್ಲಿ ಫಲವತ್ತತನಕ್ಕೆ ಬರುವಂಥ ಬೆಳೆಯುಳ್ಳ ಭೂಮಿಯು ಅಲ್ಲಲ್ಲಿಗೆ ಇರುತ್ತದೆ. ಆಗ್ನೇಯ ದಿಕ್ಕಿನ ಭೂಮಿಯು ತಕ್ಕಮಟ್ಟಿಗೆ ಸವನೆಲದುಂಟು. ಮಲಾಪಹಾರಿ, ಮಾರ್ಕಂಡೆಯಾ, ಯೆಂಬ ಹೊಳೆಗಳ ಧಡದ ಭೂಮಿಯು ಬೆಳೆಯುಳ್ಳದ್ದುಂಟು. ಪೂರ್ವ ದಕ್ಷಿಣಗಳ ಭೂಮಿ ಮುಖ್ಯವಾಗಿ ಯೆರೆ, ಪಶ್ಚಿಮ ಉತ್ತರಗಳ ಭೂಮಿಯು ಮುಖ್ಯವಾಗಿ ಕೆಂಪು ಬಡ ಭೂಮಿಯು. ಗುಡ್ಡಗಳ ಪ್ರದೇಶಗಳಲ್ಲಿ ಕುಮ್ರೀ ಪೈರು ಮಾತ್ರ ಬರುತ್ತದೆ.

ಸ್ವರೂಪ, ಭೂಮಿ.

ಪಶ್ಚಿಮ ಭಾಗದ ಹವೆ ಶೀತ; ಮಳೆಗಾಲದಲ್ಲಿಯೂ ಚಳಿಗಾಲದಲ್ಲಿಯೂ ಜ್ವರ ಬರುವದು. ಪೂರ್ವ ಭಾಗದ ಹವೆಯು ಅಷ್ಟು ಶೈತ್ಯವುಳ್ಳದ್ದಲ್ಲ; ಅಲ್ಲಿ ಜ್ವರೋಪದ್ರವ ಕಡಿಮೆ. ಪಶ್ಚಿಮದಲ್ಲಿ ಮಳೆ ಬಹಳ, ಪೂರ್ವದಲ್ಲಿ ಕಡಿಮೆ. ಬೆಳಗಾವಿಯಲ್ಲಿ ೩೩ರಿಂದ ೭೧ ಇಂಚಿನ ವರೆಗೆ, ಸರಾಸರೀ ೫೦ ಇಂಚು. ಸಣ್ಣ ಸಣ್ಣ ಸರುವುಗಳಲ್ಲಿಯೂ ಕೆರೆ ಬಾವಿಗಳಲ್ಲಿಯೂ ಕುಡಿಯುವ ನೀರು ವಿಪುಲವಾಗಿ ದೊರಿಯುತ್ತದೆ.

ಹವೆ, ಮಳೆ, ನೀರು.

ಒಟ್ಟು ಜನಸಂಖ್ಯದಲ್ಲಿ ಶೇಕಡಾ ೮೮·೪೩ ಹಿಂದೂ ಜನರು, ೮·೬೭ ಮುಸಲ್ಮಾನರು, ೨·೭೭ ಕ್ರಿಸ್ತಿಯನ್ನರು. ಹಿಂದೂ ಜನರಲ್ಲಿ ಬ್ರಾಹ್ಮಣರು ೬೦೩೧, ಜೈನರು ೨೭೭೮, ಆರೇರು ೪೯೮೮೦, ಕುಣಬಿಗಳು ೪೮೩೬, ತಿಳಾರಿಗಳು ೨೭೫೪, ಹಣಬರು ೨೭೩೦, ನೇಕಾರರು ೧೯೧೫, ಪಂಚಾಳರು ೧೧೦೯, ಲಿಂಗವಂತರು ೧೩೨೦೯, ಕುರುಬರು ೧೬೪೦, ಬೇಡರು ೫೩೪೬, ಹೊಲಿಯರು ೬೭೦೭ ಇತ್ಯಾದಿ.

ಜನರು.

ಖಾನಾಪುರ ತಾಲೂಕು.—ಜಿಲ್ಲೆಯ ನೈರುತ್ಯ ಮೂಲೆಯಲ್ಲಿ ಬೆಳಗಾವೀ ತಾಲೂಕಿನ ದಕ್ಷಿಣಕ್ಕೆ. ಸರಕಾರೀ ಹಳ್ಳಿಗಳು ೨೧೫, ದುಮಾಲೀ ೨೫. ಕ್ಷೇತ್ರ ೬೩೩ ಚ. ಮೈಲು, ಜನಸಂಖ್ಯ ೭೯೨೬೪, ಭೂಮಿಯ ಕಂದಾಯ ೧೧೩೦೮೦ ರೂಪಾಯಿ.

ಕ್ಷೇತ್ರ.

ದಕ್ಷಿಣ ಭಾಗದಲ್ಲಿಯೂ ನೈರುತ್ಯದಲ್ಲಿಯೂ ಗುಡ್ಡಗಳೂ ಅಡವಿಯೂ ಬಹಳ, ಜನರ ವಸ್ತಿ ಕಡಿಮೆ. ಜಾಂಬೋಟಿಯ ಬಳಿಯಲ್ಲಿ ಗುಡ್ಡಗಳು ಯೆತ್ತರ ಉಂಟು. ಈಶಾನ್ಯದಲ್ಲಿಯೂ ಪೂರ್ವದಲ್ಲಿಯೂ ಮಲಾಪಹಾರಿಯ ಯೆಡ ಬಲದಲ್ಲಿಯೂ ಭೂಮಿಯು ತಕ್ಕಮಟ್ಟಿಗೆ ಸವನೆಲದ್ದುಂಟು; ಅಲ್ಲಿ ಜನರ ವಸ್ತಿಯಾದರೂ ಹೆಚ್ಚು ಇರುವದು. ಪೂರ್ವ ಭಾಗದಲ್ಲಿ ಮಾತ್ರ ಸ್ವಲ್ಪ ಬಡ ಯೆರೆ ನೆಲವನ್ನು ಕಾಣ ಬಹುದು; ಉಳಿದದ್ದೆಲ್ಲ ಕೆಂಪು, ಇಲ್ಲವೇ ಕಲ್ಲು.

ಸ್ವರೂಪ, ಭೂಮಿ.

ಹವೆಯು ಬೇಸಿಗೆಯಲ್ಲಿ ಹಿತಕಾರಕ, ಚಳಿಗಾಲದಲ್ಲಿ ರೋಗಕಾರಕ. ಖಾನಾಪುರದಲ್ಲಿ ಮಳೆಯು ೪೬ರಿಂದ ೭೭ ಇಂಚಿನ ವರೆಗೆ, ಸರಾಸರೀ ೬೩ ಇಂಚು. ಉತ್ತರದಲ್ಲಿ

ಮಲಾಪಹಾರಿಯೂ ಅದಕ್ಕೆ ಕೂಡುವ ಸರುವುಗಳೂ ನೀರು ಪೂರೈಸುತ್ತವೆ. ಪೂರ್ವ ಭಾಗದಲ್ಲಿ ಮಾತ್ರ ನೀರಿನ ಆಶ್ರಯವು ಸ್ವಲ್ಪ ಕಡಿಮೆ; ಕೆರೆ ಬಾವಿಗಳ ನೀರು ಆರೋಗ್ಯದ್ದಲ್ಲ.

ಹವೆ, ಮಳೆ, ನೀರು.

ಒಟ್ಟು ಜನಸಂಖ್ಯೆದಲ್ಲಿ ಶೇಕಡಾ ೯೦.೬೫ ಹಿಂದೂ ಜನರು, ೬.೦೭ ಮುಸಲ್ಮಾನರು, ೩.೨೬ ಕ್ರಿಸ್ತಿಯನ್ನರು. ಹಿಂದೂ ಜನರಲ್ಲಿ ಬ್ರಾಹ್ಮಣರು ೨೬೯೨, ಜೈನರು ೨೩೧೨, ನಾರ್ವೇಕರರು ೧೧೬೧, ಕುಣಬಿಗಳು ೨೮೫೨೩, ಆರೇರು ೮೬೬೬, ಹಣಬರು ೨೦೨೯, ಲಿಂಗವಂತರು ೮೯೪೪, ಕುರುಬರು ೧೩೭೧, ಬೇಡರು ೧೯೧೬, ಹೊಲಿಯರು ೩೬೧೨, ಇತ್ಯಾದಿ.

ಜನರು.

ವಿಜಾಪುರ ಜಿಲ್ಲೆ.

ಬಾದಾವೀ ತಾಲೂಕು.—ಜಿಲ್ಲೆಯ ಆಗ್ನೇಯದಲ್ಲಿ ಬಾಗಲಕೋಟೆಯ ತಾಲೂಕಿನ ದಕ್ಷಿಣಕ್ಕೆ. ಸರಕಾರೀ ಹಳ್ಳಿಗಳು ೧೭೩, ದುಮಾಲೀ ೬೩. ಕ್ಷೇತ್ರ ೬೭೬ ಚ. ಮೈಲು, ಜನಸಂಖ್ಯೆ ೮೯೦೪೭; ಭೂಮಿಯ ತೆರಿಗೆ ೧೦೨೯೧೦ ರೂಪಾಯಿ.

ಕ್ಷೇತ್ರ.

ನೈರುತ್ಯ ಮೂಲೆಯಲ್ಲಿ ಭೂಮಿ ಯೆತ್ತರ, ತೆರೆಯಂಥಾದು; ಯೆಲ್ಲ ಕಡೆಯಲ್ಲಿ ಗುಡ್ಡಗಳೂ ಉಸುಬಿನ ಭೂಮಿಯೂ ಬಹಳ. ಭೂಮಿ ಕೆಂಪು, ಇಲ್ಲವೆ ಉಸುಬು; ಯೆರೆ ನೆಲ ಅಪರೂಪ.

ಸ್ವರೂಪ, ಭೂಮಿ.

ಹವೆಯು ರೋಗಕಾರಕ, ಶಕೆಯುಳ್ಳದ್ದು. ಬಾದಾವಿಯಲ್ಲಿ ಮಳೆಯು ೧ರಿಂದ ೪೭ ಇಂಚಿನ ವರೆಗೆ, ಸರಾಸರೀ ೨೪ ಇಂಚು. ನೀರು ಸಮೃದ್ಧಿಯಾಗಿರುವದಿಲ್ಲ; ಮಲಾಪಹಾರಿಯಲ್ಲಿ ಸಹ ಬೇಸಿಗೆಯಲ್ಲಿ ನೀರಿನ ಕೊರತೆಯಾಗುತ್ತದೆ. ಸರುವುಗಳೂ ಕೆರೆಗಳೂ ಬಹು ಕಡಿಮೆ, ಅವುಗಳ ನೀರು ಬೇಗ ಬತ್ತುತ್ತದೆ.

ಹವೆ, ಮಳೆ, ನೀರು.

ಒಟ್ಟು ಜನಸಂಖ್ಯೆದಲ್ಲಿ ಶೇಕಡಾ ೯೨.೪೪ ಹಿಂದೂ ಜನರು, ೬.೫೬ ಮುಸಲ್ಮಾನರು, ೦.೫೮ ಕ್ರಿಸ್ತಿಗಳು. ಹಿಂದೂಗಳಲ್ಲಿ ಬ್ರಾಹ್ಮಣರು ೨೪೪೨, ಕುರುಬರು ೧೭೧೧೫, ಬೇಡರು ೬೪೫೫, ರಡ್ಡೇರು ೩೫೬೩, ಆರೇರು ೧೭೩೩, ಛತ್ರೇರು ೧೪೧೬, ಪಂಚಾಳರು ೧೨೨೭, ಲಿಂಗವಂತರು ೧೮೩೩೫, ಗಾಣಿಗರು ೩೯೩೫, ಪಡಸಾಳಿಗಳು ೨೦೮೨, ಕುರುವಿನ ಶೆಟ್ಟಿಗಳು ೧೮೬೮, ಹಟಗಾರರು ೩೩೭೭, ಮಾದಿಗರು ೩೨೪೦, ಇತ್ಯಾದಿ.

ಜನರು.

ಬಾಗಲಕೋಟೆಯ ತಾಲೂಕು.— ದಕ್ಷಿಣ ಭಾಗದ ಮಧ್ಯ ಭಾಗದಲ್ಲಿ ಕೃಷ್ಣೆಯ ದಕ್ಷಿಣಕ್ಕೆ. ಸರಕಾರೀ ಹಳ್ಳಿಗಳು ೧೬೧, ದುಮಾಲೀ ೩೯. ಕ್ಷೇತ್ರ ೬೪೩ ಚ. ಮೈಲು, ಜನಸಂಖ್ಯಾ ೯೬೧೫೬, ಭೂಮಿಯ ಕಂದಾಯ ೧೪೭೩೯೦ ರೂಪಾಯಿ.

ಕ್ಷೇತ್ರ.

ಈಶಾನ್ಯ ಪೂರ್ವ ಭಾಗಗಳಲ್ಲಿ ಕೃಷ್ಣೆಯ ಯೆಡಬಲದಲ್ಲಿ ಮೇಲಾದ ಯೆರೆ ಭೂಮಿಯ ಬೈಲು ಇರುತ್ತದೆ; ಆದರೂ ಆ ಪ್ರದೇಶದಲ್ಲಿ ಅಲ್ಪ ಸ್ವಲ್ಪ ಗುಡ್ಡಗಳಿವೆ. ಬಹುತರಯೆಲ್ಲ ಕಡೆಯಲ್ಲಿ ಇದೇ ಪ್ರಕಾರದ ಸ್ವರೂಪವಿರುತ್ತದೆ. ಭೂಮಿಯು ವಾಡಿಕೆಯಾಗಿ ಮೇಲಾದ ಯೆರೆ; ಗುಡ್ಡಗಳ ನೆರೆಯಲ್ಲಿ ಕೆಂಪು ಭೂಮಿಯನ್ನು ಕಾಣ ಬಹುದು.

ಸ್ವರೂಪ, ಭೂಮಿ.

ಹವೆಯು ಬಹಳ ಆರೋಗ್ಯದ್ದು. ಮಳೆಯು ಗುಡ್ಡ ಹೊಳೆಗಳ ನೆರೆಯಲ್ಲಿ ಹೆಚ್ಚು, ಬೇರೆ ಕಡೆಯಲ್ಲಿ ಕಡಿಮೆ; ಬಾಗಲಕೋಟೆಯಲ್ಲಿ ೨ರಿಂದ ೪೦ ಇಂಚಿನ ವರೆಗೆ, ಸರಾಸರೀ ೨೨ ಇಂಚು. ಬಾಗಲಕೋಟೆಯ ಪೂರ್ವಕ್ಕೆ ಯೆರೆ ಭೂಮಿಯ ನಾಡಿನಲ್ಲಿ ನೀರು ದುರ್ಮಿಳ. ಘಟಪ್ರಭಾ, ಕೃಷ್ಣಾ, ಇವೆರಡೇ ನೀರಿನ ಮುಖ್ಯ ಆಶ್ರಯವು. ಈ ಹೊಳೆಗಳ ಧಡದಲ್ಲಿಯೇ ಹಳ್ಳಿಗಳು ಬಹಳ.

ಹವೆ, ಮಳೆ, ನೀರು.

ಒಟ್ಟು ಜನಸಂಖ್ಯೆದಲ್ಲಿ ಶೇಕಡಾ ೮೯·೨೨ ಹಿಂದೂ ಜನರು, ೧೦·೭೦ ಮುಸಲ್ಮಾನರು. ಹಿಂದೂ ಜನರಲ್ಲಿ ಬ್ರಾಹ್ಮಣರು ೪೩೬೧, ಕುರುಬರು ೧೫೬೨೧, ರಡ್ಡೇರು ೬೭೪೩, ಬೇಡರು ೫೫೪, ಆರೇರು ೨೬೬೩, ಛತ್ರೇರು ೨೪೨೮, ಪಂಚಾಳರು ೧೩೪೭, ಕಬ್ಬಲಿಗೇರು ೧೧೩೦, ಲಿಂಗವಂತರು ೧೭೭೦೭, ಗಾಣಿಗರು ೭೩೯೪, ಹೊಲಿಯರು ೨೪೫೧, ಮಾದಿಗರು ೪೭೩೪, ಇತ್ಯಾದಿ.

ಜನರು.

ಬಾಗೇವಾಡೀ ತಾಲೂಕು.-- ಜಿಲ್ಲೆಯ ಮಧ್ಯ ಭಾಗದಲ್ಲಿ ವಿಜಾಪುರ ತಾಲೂಕಿನ ದಕ್ಷಿಣಕ್ಕೆ. ಸರಕಾರೀ ಹಳ್ಳಿಗಳು ೧೧೭, ದುಮಾಲೀ ೯. ಕ್ಷೇತ್ರ ೭೬೪ ಚ. ಮೈಲು, ಜನಸಂಖ್ಯಾ ೮೬೭೪೩, ಭೂಮಿಯ ಕಂದಾಯ ೨೦೦೩೩೦ ರೂಪಾಯಿ.

ಕ್ಷೇತ್ರ.

ಉತ್ತರದಲ್ಲಿ ಡೋಣಿಯ ಯೆಡಬಲದಲ್ಲಿ ಮೇಲಾದ ಭೂಮಿಯುಂಟು. ಆದರೆ ಮಧ್ಯ ಪಶ್ಚಿಮ ಭಾಗಗಳಲ್ಲಿ ಗತಸಿನ ನೆಲವೇ ಬಹಳ. ಮರಗಳು ಬಹುತರ ಯೆಲ್ಲಿಯೂ ಇಲ್ಲ.

ಸ್ವರೂಪ, ಭೂಮಿ.

ಹವೆಯು ಬಹುತರ ವಿಜಾಪುರದ ಹಾಗೇ ಇರುತ್ತದೆ. ಚಳಿಗಾಲದಲ್ಲಿ ಪೂರ್ವದ ಗಾಳಿಯೂ, ಬೇಸಿಗೆಯಲ್ಲಿ ಉಗ್ರವಾದ ಬಿರುಗಾಳಿಯೂ ವಿಜಾಪುರದಂತೆಯೇ ಬಿಡುತ್ತದೆ. ಬಾಗೇವಾಡಿಯಲ್ಲಿ ಮಳೆ ೧೫ರಿಂದ ೩೯ ಇಂಚಿನ ವರೆಗೆ, ಸರಾಸರೀ ೨೮ ಇಂಚು. ನೀರು ತಕ್ಕಷ್ಟು ಇಲ್ಲ. ಡೋಣಿಗೂ ಕೃಷ್ಣೆಗೂ ಕೂಡುವ ಕೆಲವು ಸರುವುಗಳು ಮಳೆಗಾಲದಲ್ಲಿ ಹರಿಯುತ್ತವೆ; ಕೆರೆಗಳು ಬಹು ಕಡಿಮೆ; ಊರೂರಿಗೆ ಬಾವಿಗಳು ಮಾತ್ರ ಇರುತ್ತವೆ.

ಹವೆ, ಮಳೆ, ನೀರು.

57

ಜನರು. ಒಟ್ಟು ಜನಸಂಖ್ಯ್ಯದಲ್ಲಿ ಶೇಕಡಾ ೮೨·೮೧ ಹಿಂದೂ ಜನರು, ೧೨·೧೪, ಮುಸಲ್ಮಾನರು. ಹಿಂದೂ ಜನರಲ್ಲಿ ಬ್ರಾಹ್ಮಣರು ೨೧೭೪, ಕುರುಬರು ೯೬೪೨, ರಡ್ಡೇರು ೪೧೮೭, ಕಬ್ಬಲಿಗೇರು ೩೧೭೭, ಆರೇರು ೨೮೧೨, ಬೇಡರು ೧೮೯೩, ವೊಡ್ಡರು ೧೩೨೫, ಹಟಗಾರರು ೧೫೭೦, ಮಾದಿಗರು ೪೦೩೧, ಹೊಲಿಯರು ೩೫೧೦, ಇತ್ಯಾದಿ.

ವಿಜಾಪುರ ತಾಲೂಕು.—ಜಿಲ್ಲೆಯ ವಾಯುವ್ಯ ಭಾಗದ ಮಧ್ಯದಲ್ಲಿ ಇಂಡೀ ತಾಲೂಕಿನ ದಕ್ಷಿಣಕ್ಕೆ. **ಕ್ಷೇತ್ರ.** ಸರಕಾರೀ ಹಳ್ಳಿಗಳು ೯೮, ದುಮಾಲೀ ೧೦. ಕ್ಷೇತ್ರ ೮೬೯ ಚ. ಮೈಲು, ಜನಸಂಖ್ಯೆ ೭೬೮೯೬, ಭೂಮಿಯ ಕಂದಾಯ ೧೨೫೮೭೦ ರೂಪಾಯಿ.

ಸ್ವರೂಪ, ಭೂಮಿ. ಡೋಣಿಯ ಯೆಡಬಲದಲ್ಲಿ ಬಹು ಬೆಳೆಯುಳ್ಳ ಯೆರೆ ಭೂಮಿಯುಂಟು; ಹಳ್ಳಿಗಳು ದೂರ ದೂರ. ಉತ್ತರ ವಾಯುವ್ಯಗಳಲ್ಲಿ ಗರಸಿನ ಭೂಮಿ; ವೃಕ್ಷಗಳು ಯೆಲ್ಲಿಯೂ ಇಲ್ಲ. ಡೋಣಿಯ ಪ್ರದೇಶ ಹೊರ್ತಾಗಿ ಯೆಲ್ಲ ಕಡೆಯಲ್ಲಿ ತೆರೆಯಂಥ ತಗ್ಗು ಮಿಟ್ಟೆಗಳನ್ನು ಕಾಣ ಬಹುದು; ಮಿಟ್ಟೆಗಳು ಕೆಂಪು, ತಗ್ಗುಗಳು ಯೆರೆ. ಗುಡ್ಡಗಳು ಉತ್ತರದಲ್ಲಿಯೂ ಮಮದಾಪುರದ ಬಳಿಯಲ್ಲಿಯೂ ಮಾತ್ರ ಸ್ವಲ್ಪ ಉಂಟು.

ಹವೆ, ಮಳೆ, ನೀರು. ಹವೆಯು ವೊಟ್ಟಿನಲ್ಲಿ ಆರೋಗ್ಯದ್ದಿರುತ್ತದೆ. ಚಳಿಗಾಲದಲ್ಲಿ ಪೂರ್ವದ ಗಾಳಿಯಿಂದ ಚಳಿ ಬಹಳಾಗುತ್ತದೆ. ಬೇಸಿಗೆಯಲ್ಲಿ ಶಕೆ ಬಹಳ. ವಿಜಾಪುರದಲ್ಲಿ ಮಳೆ ೫ರಿಂದ ೪೫ ಇಂಚಿನ ವರೆಗೆ, ಸರಾಸರೀ ೨೪ ಇಂಚು. ನೀರಿನ ಕೊರತೆಯು ಬಾಗೇವಾಡೀ ತಾಲೂಕಿನಂತೆ.

ಜನರು. ಒಟ್ಟು ಜನಸಂಖ್ಯ್ಯದಲ್ಲಿ ಶೇಕಡಾ ೮೭·೪೧ ಹಿಂದೂ ಜನರು, ೧೨·೫೪ ಮುಸಲ್ಮಾನರು. ಹಿಂದೂಗಳಲ್ಲಿ ಬ್ರಾಹ್ಮಣರು ೨೭೮೦, ಕುರುಬರು ೮೮೩೮, ಆರೇರು ೩೯೬೪, ಕಬ್ಬಲಿಗೇರು ೨೨೦೮, ರಡ್ಡೇರು ೧೪೨೯, ರಜಪೂತರು ೧೦೬೪, ವೊಡ್ಡರು ೧೩೩೫, ಕೊರವರು ೧೨೫೫, ಲಿಂಗವಂತರು ೧೭೯೮೨, ಗಾಣಿಗರು ೪೮೪೦, ಮಾದಿಗರು ೧೯೦೫, ಹೊಲಿಯರು ೩೯೭೭, ಇತ್ಯಾದಿ.

ಹುನಗುಂದ ತಾಲೂಕು.—ಜಿಲ್ಲೆಯ ಆಗ್ನೇಯದಲ್ಲಿ ಕೃಷ್ಣೆಯ ದಕ್ಷಿಣಕ್ಕೆ. **ಕ್ಷೇತ್ರ.** ಸರಕಾರೀ ಹಳ್ಳಿಗಳು ೧೯೨, ದುಮಾಲೀ ೨೫, ಕ್ಷೇತ್ರ ೫೧೮ ಚ. ಮೈಲು, ಜನಸಂಖ್ಯೆ ೮೦೦೩೭, ಭೂಮಿಯ ಕಂದಾಯ ೧೨೧೦೫೦ ರೂಪಾಯಿ.

ಸ್ವರೂಪ, ಭೂಮಿ. ಪಶ್ಚಿಮ ಭಾಗದಲ್ಲಿ ಮಾತ್ರ ಸ್ವಲ್ಪ ಗುಡ್ಡಗಳಿವೆ; ಉಳಿದವ್ವೆಲ್ಲ ವಾಡಿಕೆಯಾಗಿ ಬೆಲೆಯುಳ್ಳ ಯೆರೆ ಭೂಮಿಯ ಬೈಲು. ದಕ್ಷಿಣದಲ್ಲಿಯೂ ಸ್ವಲ್ಪ ಉಸುಬಿನ ಕಲ್ಲಿನ ಗುಡ್ಡಗಳುಂಟು. ಕೆಲವು ಕಡೆಯಲ್ಲಿ ಬೆಳೆ ಬರುವಂಥ ಭೂಮಿಯಲ್ಲಿ ಕಿರಿ ಅಡವಿ ಬೆಳಿದದೆ.

ಬೇಸಿಗೆಯಲ್ಲಿ ಶಕೆ ಅತಿಶಯ; ಉಳಿದ ಕಾಲದಲ್ಲಿ ಹವೆಯು ಅತ್ಯುತ್ತಮವಾದದ್ದು. ನೈರುತ್ಯದಲ್ಲಿ ಮಳೆ ಅನಿಯಮಿತ. ಹುನಗುಂದದಲ್ಲಿ ೮ರಿಂದ ೪೧ ಇಂಚಿನ ವರೆಗೆ, ಸರಾಸರೀ ೨೩ ಇಂಚು. ಉತ್ತರ ಮೇರೆಯಲ್ಲಿ ಕೃಷ್ಣೆ, ಪಶ್ಚಿಮ ಮೇರೆಯಲ್ಲಿ ಮಲಾಪಹಾರಿ ಅಲ್ಲದೆ ಹನ್ನೆರಡು ತಿಂಗಳೂ ಹರಿಯುವ ಸರುವುಗಳು ಹಲವುಂಟು. ಆದ್ದರಿಂದ ನೀರಿನ ಸಮೃದ್ಧಿ ಇರುತ್ತದೆ.

ಹವೆ, ಮಳೆ, ನೀರು.

ಒಟ್ಟು ಜನಸಂಖ್ಯೆದಲ್ಲಿ ಹಿಂದೂ ಜನರು ಶೇಕಡಾ ೯೧·೬೪, ಮುಸಲ್ಮಾನರು ೮·೩೩. ಹಿಂದೂಗಳಲ್ಲಿ ಬ್ರಾಹ್ಮಣರು ೧೯೧೦, ಕುರುಬರು ೧೩೬೮೩, ರಡ್ಡೇರು ೪೨೬೫, ಬೇಡರು ೩೪೪೧, ಪಂಚಾಳರು ೧೦೮೪, ಕಬ್ಬಲಿಗೇರು ೧೦೩೬, ವೊಡ್ಡರು ೧೩೩೫, ಲಿಂಗವಂತರು ೧೫೯೧೫, ಗಾಣಿಗರು ೪೦೫೮, ಆರೇ ಬಣಜಿಗರು ೨೯೭೭, ಜೇಡರು ೧೨೩೨, ಮಾದಿಗರು ೩೭೫೬, ಹೊಲಿಯರು ೨೦೦೧, ಇತ್ಯಾದಿ.

ಜನರು.

ಇಂಡೀ ತಾಲೂಕು.— ಜಿಲ್ಲೆಯ ಉತ್ತರದಲ್ಲಿ ಭೀಮೆಯ ದಕ್ಷಿಣಕ್ಕೆ. ಸರಕಾರೀ ಹಳ್ಳಿಗಳು ೧೧೮, ದುಮಾಲೀ ೧೮. ಕ್ಷೇತ್ರ ೮೭೧ ಚ. ಮೈಲು, ಜನಸಂಖ್ಯೆ ೭೯೪೦· ಭೂಮಿಯ ಕಂದಾಯ ೧೭೪೩೧೦ ರೂಪಾಯಿ.

ಕ್ಷೇತ್ರ.

ಭೂಮಿ ಬೈಲಾದದ್ದು, ವೃಕ್ಷಗಳಿಲ್ಲ; ದಕ್ಷಿಣ ಭಾಗದಲ್ಲಿ ಮಾತ್ರ ಸ್ವಲ್ಪ ಗುಡ್ಡಗಳಿವೆ. ಭಿಮಾ ತೀರದ ಪ್ರದೇಶವು ಬಹು ಬೆಳೆಯುಳ್ಳದ್ದು. ಆದರೆ ದಕ್ಷಿಣ ಭಾಗದಲ್ಲಿ ವಸ್ತಿಯು ಹೆಚ್ಚು ದಟ್ಟಾಗಿರುತ್ತದೆ. ಯೆಲ್ಲ ಕಡೆಯಲ್ಲಿ ವಾಡಿಕೆಯಾಗಿ ಯೆರೆ ಭೂಮಿ, ದಿನ್ನೆಗಳಲ್ಲಿ ಮಾತ್ರ ಗರಸು. ಕಬ್ಬು, ಬಾಳೆಗಳ ತೋಟಗಳು ಕೆಲವುಂಟು.

ಸ್ವರೂಪ, ಭೂಮಿ.

ಹವೆಯು ಅತ್ಯುಷ್ಣ; ಏಪ್ರಿಲ, ಮೇ ತಿಂಗಳುಗಳಲ್ಲಿ ಶಕೆಯು ೧೦೮ ಅಂಶದ ವರೆಗೆ ಇರುತ್ತದೆ. ಬೇಸಿಗೆಯಲ್ಲಿ ಶಕೆಯಿಂದ, ಮಳೆಗಾಲದಲ್ಲಿ ಶೈತ್ಯದಿಂದ, ಜ್ವರ ಬರುವದು. ಚಳಿಗಾಲದ ಹವೆ ಆರೋಗ್ಯದ್ದು. ಮಳೆಯು ಉತ್ತರದಲ್ಲಿ ಅನಿಯಮಿತ; ಇಂಡಿಯಲ್ಲಿ ೪ರಿಂದ ೪೫ ಇಂಚಿನ ವರೆಗೆ, ಸರಾಸರೀ ೨೭ ಇಂಚು. ನೀರಿಗೆ ಕೊರತೆ ಇಲ್ಲ. ಭೀಮೆಗೆ ಕೂಡುವ ಸರುವುಗಳು ಹನ್ನೆರಡು ತಿಂಗಳೂ ಹರಿಯುತ್ತವೆ. ಸರುವುಗಳಿಲ್ಲದಲ್ಲಿ ಬಾವಿಗಳ ನೀರು ತಕ್ಕಮಟ್ಟಿಗೆ ಪೂರೈಸುತ್ತದೆ.

ಹವೆ, ಮಳೆ, ನೀರು.

ಒಟ್ಟು ಜನಸಂಖ್ಯೆದಲ್ಲಿ ಹಿಂದೂ ಜನರು ಶೇಕಡಾ ೮೯·೪೯, ಮುಸಲ್ಮಾನರು ೧೦·೪೭. ಹಿಂದೂ ಜನರಲ್ಲಿ ಬ್ರಾಹ್ಮಣರು ೨೯೮೨, ಕುರುಬರು ೯೬೭೬, ಕಬ್ಬಲಿಗೇರು ೨೯೫೯, ಆರೇರು ೨೮೭೨, ಉಪ್ಪಾರರು ೨೪೪೩, ವೊಡ್ಡರು ೧೩೪೯, ಲಿಂಗವಂತರು ೧೮೭೦೪, ಗಾಣಿಗರು ೪೨೫೮, ಕುಡವೊಕ್ಕಲಿ

ಜನರು.

೨೮*

ಗರು ೨೩೯೧, ಸೇಕಾರರು ೧೬೦೨, ಆರೇ ಬಣಜಿಗರು ೧೪೨೪, ಹಟಗಾರರು ೧೧೫೮, ಸಮ್ಮಗಾರರು ೧೨೪೭, ಮಾದಿಗರು ೧೬೫೪, ಇತ್ಯಾದಿ.

ಮುದ್ದೇಬಿಹಾಳ ತಾಲೂಕು.—ಜಿಲ್ಲೆಯ ಆಗ್ನೇಯ ಭಾಗದ ಮಧ್ಯದಲ್ಲಿ ಸಿಂದಗೀ ತಾಲೂಕಿನ ದಕ್ಷಿಣಕ್ಕೆ. ಸರಕಾರೀ ಹಳ್ಳಿಗಳು ೧೨೮, ದುಮಾಲೀ ೩೩. ಕ್ಷೇತ್ರ ೫೬೪ ಚ. ಮೈಲು, ಜನಸಂಖ್ಯೆ ೬೫೦೨೪, ಭೂಮಿಯ ಕಂದಾಯ ೧೪೦೪೮೦ ರೂಪಾಯಿ.

ಕ್ಷೇತ್ರ.

ಉತ್ತರದಲ್ಲಿ ದೋಣಿಯ ದಂಡೆಯು ಸವನೆಲದ್ದು; ಮಧ್ಯ ಭಾಗದಲ್ಲಿ ಉಸುಬಿನ ಕಲ್ಲು, ಸುಣ್ಣದ ಸೆಲ ಇದ್ದಾಗ್ಯೂ ತಕ್ಕಮಟ್ಟಿಗೆ ಬೆಳೆಯುಳ್ಳದ್ದಿರುತ್ತದೆ. ದಕ್ಷಿಣ ಭಾಗದಲ್ಲಿ ಕೃಷ್ಣಾ ತೀರ ಹೊರ್ತಾಗಿ ಕಲ್ಲಿನ ಹಾಸಿಗೆಗಳೇ ಬಹಳ. ಆಗ ಲಾದ ಗರಸಿನ ಭೂಮಿಗಳೇ ಹೊರ್ತು ಗುಡ್ಡಗಳಿಲ್ಲ. ದೋಣಿ, ಕೃಷ್ಣಾ, ಇವುಗಳ ನೆರೆ ಭೂಮಿ ಮೇಲಾದ ಯರೆ. ಬೇರೆ ಕಡೆಯಲ್ಲಿ ಉಸುಬು, ಇಲ್ಲವೇ ಸುಣ್ಣ ಕೂಡಿದ ಬಡ ನೆಲ, ಇಲ್ಲವೆ ಕಲ್ಲಿನ ಹಾಸಿಗೆ.

ಸ್ವರೂಪ, ಭೂಮಿ.

ಈ ತಾಲೂಕಿನಲ್ಲಿ ವಿಜಾಪುರ ಬಾಗೇವಾಡಿಗಳಿಗಿಂತ ಜ್ವರ ಹೆಚ್ಚು; ಆದರೆ ತಕೆಯು ಸ್ವಲ್ಪ ಕಡಿಮೆ ಯೆಂದು ಹೇಳಬಹುದು. ಮುದ್ದೇಬಿಹಾಳದಲ್ಲಿ ಮಳೆ ೦·೧೧ರಿಂದ ೪೨ ಇಂಚಿನ ವರೆಗೆ, ಸರಾಸರೀ ೨೩ ಇಂಚು. ಉತ್ತರ ಮೇರೆಯಲ್ಲಿ ದೋಣಿಗೂ, ದಕ್ಷಿಣ ಮೇರೆಯಲ್ಲಿ ಕೃಷ್ಣೆಗೂ ಕೂಡುವ ಸರುವುಗಳು ಚಳಿಗಾಲದ ವರೆಗೆ ಹರಿಯುತ್ತವೆ. ಬೇಸಿಗೆಯಲ್ಲಿ ಬಾವಿಗಳ ನೀರೇ ಮುಖ್ಯ ಆಶ್ರಯ. ಕೆರೆಗಳು ಬಹು ಕಡಿಮೆ.

ಹವೆ, ಮಳೆ, ನೀರು.

ಒಟ್ಟು ಜನಸಂಖ್ಯೆದಲ್ಲಿ ಹಿಂದೂ ಜನರು ಶೇಕಡಾ ೮೮·೯೧, ಮುಸಲ್ಮಾನರು ೧೧·೦೮. ಹಿಂದೂ ಜನರಲ್ಲಿ ಬ್ರಾಹ್ಮಣರು ೧೫೪೪, ಕುರುಬರು ೧೪೨೮, ರಡ್ಡೇರು ೬೭೧೭, ಬೇಡರು ೨೭೬೧, ಕಬ್ಬಲಿಗೇರು ೧೯೨೩, ಆರೇರು ೧೦೫೩, ಲಿಂಗವಂತರು ೧೨೪೧೦, ಸೇಕಾರರು ೧೩೭೯, ಗಾಣಿಗರು ೧೨೬೭, ಮಾದಿಗರು ೩೩೨೩, ಹೊಲಿಯರು ೨೮೧೨, ಇತ್ಯಾದಿ.

ಜನರು.

ಸಿಂದಗೀ ತಾಲೂಕು.—ಜಿಲ್ಲೆಯ ಈಶಾನ್ಯ ಮೂಲೆಯಲ್ಲಿ ಭೀಮೆಯ ದಕ್ಷಿಣಕ್ಕೆ. ಸರಕಾರೀ ಹಳ್ಳಿಗಳು ೧೩೬, ದುಮಾಲೀ ೧೪. ಕ್ಷೇತ್ರ ೮೧೨ ಚ. ಮೈಲು, ಜನಸಂಖ್ಯೆ ೭೭೬೫೦, ಭೂಮಿಯ ಕಂದಾಯ ೧೪೮೭೩೦ ರೂಪಾಯಿ.

ಕ್ಷೇತ್ರ.

ನೆಲವು ತೆರೆಯಂಥಾದು, ಮರಗಳಿಲ್ಲ; ಪೊಕ್ಕಲತನ ಕಡಿಮೆ. ಆದರೆ ಭೀಮಾ ತೀರದಲ್ಲಿಯೂ ದೋಣಿಯ ನೆರೆಯಲ್ಲಿಯೂ ಅತ್ಯುತ್ತಮವಾದ ಯರೆ ಸೆಲ ವುಂಟು. ಗುಡ್ಡಗಳು ಬಹುತರ ಇಲ್ಲ. ದೋಣಿಯ ದಂಡೆಯಲ್ಲಿ ತೋಟಗಳು ಬಹಳ ಇರುತ್ತವೆ.

ಸ್ವರೂಪ, ಭೂಮಿ.

ಬೇಸಿಗೆಯಲ್ಲಿ ಶಕೆ ಬಹಳ; ಆದರೆ ದಕ್ಷಿಣದಲ್ಲಿ ಕಡಿಮೆ. ಮಳೆಯು ಯೆಳೆಮೋಲಿಯ ಬಳಿಯಲ್ಲಿ ಮಾತ್ರ ವೊಳಿತಾಗಿ ಬೀಳುತ್ತದೆ, ಸಿಂದಗಿಯಲ್ಲಿ ೧೨ರಿಂದ ೩೪ ಇಂಚಿನ ವರೆಗೆ, ಸರಾಸರೀ ೨೬ ಇಂಚು. ಆದರೂ ಕುಡಿಯುವ ನೀರು ತಕ್ಕಷ್ಟು ದೊರಿಯುವದಿಲ್ಲ. ಬೇಸಿಗೆಯಲ್ಲಿ ಹರಿಯುವ ಹಳ್ಳಗಳು ಯೆರಡು ಮೂರಕ್ಕಿಂತ ಹೆಚ್ಚಿಲ್ಲ. ಬಾವಿಗಳ ತುಟಪುಂಜಿಯ ನೀರೇ ಯೆಲ್ಲ ಕಡೆಯಲ್ಲಿ ಮುಖ್ಯ ಆಶ್ರಯವು.

ಹವೆ, ಮಳೆ, ನೀರು.

ಒಟ್ಟು ಜನಸಂಖ್ಯದಲ್ಲಿ ಹಿಂದೂ ಜನರು ಶೇಕಡಾ ೮೭.೨೧, ಮುಸಲ್ಮಾನರು ೧೨.೭೮. ಹಿಂದೂ ಜನರಲ್ಲಿ ಬ್ರಾಹ್ಮಣರು ೨೦೦೬, ಕುರುಬರು ೬೬೮೦, ಕಬ್ಬಲಿಗೇರು ೩೦೦೭, ರಡ್ಡೇರು ೨೮೫೬, ವೊಡ್ಡರು ೧೩೫೬, ಲಿಂಗವಂತರು ೨೦೫೭೭, ಕುಡವೊಕ್ಕಲಿಗರು ೧೮೩೪, ಆರೇ ಬಣಜಿಗರು ೧೪೪೯, ಮಾದಿಗರು ೨೫೯೪, ಹೊಲಿಯರು ೪೯೯೩, ಇತ್ಯಾದಿ.

ಜನರು.

ಕಾನಡಾ ಜಿಲ್ಲೆ.

ಕಾರವಾಡ ತಾಲೂಕು. — ಜಿಲ್ಲೆಯ ಈಶಾನ್ಯ ಮೂಲೆಯಲ್ಲಿ ಗೋವೆಯ ಪ್ರಾಂತದ ದಕ್ಷಿಣಕ್ಕೆ. ಸರಕಾರೀ ಹಳ್ಳಿಗಳು ೬೧. ಕ್ಷೇತ್ರ ೨೮೧ ಚ. ಮೈಲು, ಜನಸಂಖ್ಯ ೪೬೬೪೨, ಭೂಮಿಯ ಕಂದಾಯ ೧೧೧೭೧೦ ರೂಪಾಯಿ.

ಕ್ಷೇತ್ರ.

ಸಮುದ್ರತೀರವು ಈ ತಾಲೂಕಿನಲ್ಲಿ ೧೮ ಮೈಲು ಉದ್ದ ಇರುತ್ತದೆ. ಈ ತೀರದ ಯೆದುರಿಗೆ ದೇವಗಡವೆಂಬ ನಡುಗಡ್ಡೆಯಲ್ಲಿ ದೀಪಸ್ತಂಭವಿರುತ್ತದೆ, ಆಂಜದೀವೆಂಬ ಗಡೆಯಲ್ಲಿ ಪೋರ್ತುಗೀಸರ ವಸ್ತಿಯುಂಟು. ಕಾರವಾಡದ ದಕ್ಷಿಣಕ್ಕೆ ಕಾಳೀ ನದಿಯ ಯೆಡ ಬಲಗಳಲ್ಲಿ ಬೆಳೆಯುಳ್ಳ ಭತ್ತದ ಭೂಮಿಗಳೂ ತೋಟಗಳೂ ಇರುತ್ತವೆ. ಸಮುದ್ರತೀರದಲ್ಲಿ ತೆಂಗಿನ ಬನಗಳೂ ನಡು ನಡುವೆ ಬತ್ತದ ಭೂಮಿಗಳೂ ವುಂಟು. ಪಶ್ಚಿಮದಲ್ಲಿ ಸಹ್ಯಾದ್ರಿಯ ಅಡವಿಯು ಅಂದವಾಗಿ ಕಾಣುತ್ತದೆ. ಬೈಲು ಪ್ರದೇಶಗಳಲ್ಲಿ ಉಸುಬಿನ ಭೂಮಿಯು, ಗುಡ್ಡಗಳ ಬುಡದಲ್ಲಿ ಕಲ್ಲು, ಉಸುಬು; ಕಾಳೀ ನದಿಯ ದಂಡೆಯಲ್ಲಿಯೂ ಸಮುದ್ರತೀರದಲ್ಲಿಯೂ ಗಾಂಜಣಿಯೆಂಬ ಕರೆ ಭೂಮಿಯು ಬೆಳೆಯುಳ್ಳದ್ದುಂಟು.

ಸ್ವರೂಪ, ಭೂಮಿ.

ಹವೆಯು ತೇವುಳ್ಳದ್ದಾದರೂ ಉಷ್ಣ, ಸಮುದ್ರದ ಗಾಳಿ ಆರೋಗ್ಯದ್ದು. ಸಮುದ್ರತೀರದಲ್ಲಿ ಚಳಿಯೂ ಜ್ವರವೂ ಬಹುತರ ಇಲ್ಲ, ಗುಡ್ಡಗಳ ನೆರೆಯಲ್ಲಿ ಮಾತ್ರ ಚಳಿಜ್ವರ ಬರ ಬಹುದು. ಕಾರವಾಡದಲ್ಲಿ ಮಳೆಯು ೭೮ರಿಂದ ೧೯೨ ಇಂಚಿನ ವರೆಗೆ, ಸರಾಸರೀ ೧೧೬ ಇಂಚು. ಸಮುದ್ರತೀರದಲ್ಲಿ ಬಾವಿಗಳ ನೀರು ಆರೋಗ್ಯದ್ದು, ವಿಪುಲ. ಬೇರೆ ಕಡೆಯಲ್ಲಿ ಬಾವಿಗಳು ಕಡಿಮೆ,

ಹವೆ, ಮಳೆ, ನೀರು.

ಸರುವುಗಳ ಸೌಳು ನೀರೇ ಬಹು ಜನರು ಕುಡಿಯುವರು. ಸಮುದ್ರವು ಯೇರಿದಾಗ ಅದರ ನೀರು ಕಾಳೀ ನದಿಯಲ್ಲಿಯೂ ಬೇರೆ ದೊಡ್ಡ ಸರುವುಗಳಲ್ಲಿಯೂ ಇಪ್ಪತ್ತು ಮೊಲಿನ ವರೆಗೆ ಪೂರ್ವಕ್ಕೆ ಸಾಗಿ ಹೋಗುವದು. ಸಹ್ಯಾದ್ರಿಯ ಬುಡದಲ್ಲಿ ಹಳ್ಳಿಗಳು ಸಣ್ಣವು, ಸಮುದ್ರತೀರದಲ್ಲಿ ದೊಡ್ಡವು.

ಜನರು.

ಒಟ್ಟು ಜನಸಂಖ್ಯೆದಲ್ಲಿ ಹಿಂದೂ ಜನರು ಶೇಕಡಾ ೮೫·೭, ೮·೧೬ ಕ್ರಿಸ್ತಿಗಳು, ೬·೦೯ ಮುಸಲ್ಮಾನರು. ಹಿಂದೂಗಳಲ್ಲಿ ಬ್ರಾಹ್ಮಣರು ೩೯೨೧, ಕೊಂಕಣಿಗರು ೬೧೪೯, ಪಡತಿಗಳು ೨೦೩೨, ಹಾಲ್ವಕ್ಕೀ ವೊಕ್ಕಲಿಗರು ೨೦೧೦, ಕುಣಬಿಗಳು ೧೫೮೫, ಸೋನಾರರು ೧೩೨೮, ಪಡಸಾಳಿಗಳು ೧೨೪೩, ಭಂಡಾರಿಗಳು ೫೪೩೬, ಕೊಮಾರ ಪೈಕರು ೪೦೩೭, ಕೋಳಿಗಳು (ಕಬ್ಬಲಿಗೇರು) ೧೩೦೭, ದೇವಳಿಗಳು ೧೩೭೬, ಬಾಂದಿಗಳು ೧೩೨೦, ಹೊಲಿಯರು ೩೦೪, ಇತ್ಯಾದಿ.

ಕ್ಷೇತ್ರ.

ಅಂಕೋಲ ತಾಲೂಕು.—ಸಮುದ್ರತೀರದಲ್ಲಿ ಕಾರವಾಡ ತಾಲೂಕಿನ ದಕ್ಷಿಣಕ್ಕೆ. ಸರಕಾರೀ ಹಳ್ಳಿಗಳು ೯೦. ಕ್ಷೇತ್ರ ೩೬೭ ಚ. ಮೈಲು, ಜನಸಂಖ್ಯೆ ೩೪೧೪೯, ಭೂಮಿಯ ಕಂದಾಯ ೯೬೬೬೦ ರೂಪಾಯಿ.

ಸ್ವರೂಪ, ಭೂಮಿ.

ಸಮುದ್ರತೀರವು ದಕ್ಷಿಣ ಮೇರೆಯಲ್ಲಿ ಗಂಗಾವಳಿಯ ವರಗ ೧೬ ಮೈಲು ಇರುವದು. ಈ ತಾಲೂಕಿನಲ್ಲಿ ವೊಂದೆರಡು ಸಣ್ಣ ವೊತ್ತು ಮಾತ್ರ ಸಮುದ್ರದಿಂದ ಭೂಮಿಯೊಳಗೆ ಬಂದಿರುತ್ತವೆ. ತೀರದಿಂದ ನಾಲ್ಕು ಐದು ಮೈಲಿನ ವರೆಗೆ ಪೂರ್ವಕ್ಕೆ ಬತ್ತದ ಗದ್ದೆಗಳೂ ಅಡಿಕೆ, ಮಾವು, ಹಲಸು, ಮುಂತಾದ ಫಲಗಳ ತೋಟಗಳೂ ಇರುತ್ತವೆ. ಅವುಗಳ ಪೂರ್ವಕ್ಕೆ ಸಣ್ಣ ಸಣ್ಣ ಗುಡ್ಡಗಳು ಆರಂಭವಾಗಿ, ಮುಂದ ಮುಂದಕ್ಕೆ ಹೋದ ಹಾಗೆ ಯೆತ್ತರವಾದ ಬೆಟ್ಟಗಳು ತಲೆದೊರುತ್ತವೆ. ಕೆಲವು ಕಡೆಯಲ್ಲಿ ಸಹ್ಯಾದ್ರಿಯಿಂದ ಗುಡ್ಡ ಸಾಲುಗಳು ಪಶ್ಚಿಮಕ್ಕೆ ಸಮುದ್ರದ ವರೆಗೆ ಹಬ್ಬಿರುವವು.

ಹವೆ, ಮಳೆ, ನೀರು.

ಸಮುದ್ರತೀರದ ಹವೆಯು ಆರೋಗ್ಯದ್ದು, ಜ್ವರವಿಲ್ಲ. ಸಹ್ಯಾದ್ರಿಯ ಸಮೀಪದಲ್ಲಿ ಜ್ವರೋಪದ್ರವವಾಗುತ್ತದೆ. ಮಳೆಯು ಬಹುತರ ಕಾರವಾಡದ ಹಾಗೇ; ನೀರಿನ ಆಶ್ರಯವು ಸಮುದ್ರತೀರದಲ್ಲಿ ಬಾವಿಗಳು, ಬೇರೆ ಕಡೆಯಲ್ಲಿ ಸರುವುಗಳು. ನೀರಿಗೆ ಕೊರತೆ ಇಲ್ಲ.

ಜನರು.

ಒಟ್ಟು ಜನಸಂಖ್ಯೆದಲ್ಲಿ ಹಿಂದೂ ಜನರು ಶೇಕಡಾ ೯೫·೮೮, ಮುಸಲ್ಮಾನರು ೩, ಕ್ರಿಸ್ತಿಗಳು ೧·೧೫. ಹಿಂದೂಗಳಲ್ಲಿ ಬ್ರಾಹ್ಮಣರು ೩೮೬೬, ಹಾಲ್ವಕ್ಕೀ ವೊಕ್ಕಲಿಗರು ೮೨೨೧, ನಾಡೋರು ೧೫೫೩, ಕುಣಬಿಗಳು ೧೨೧೮, ಕರೆ ವೊಕ್ಕಲಿಗರು ೧೧೦೧, ಸೋನಾರರು ೧೫೨೧, ಕೊಮಾರ ಪೈಕರು ೨೩೦೭, ಹಳೆ ಪೈಕರು ೧೯೪೯, ಆಗೇರು ೧೫೦೨, ಇತ್ಯಾದಿ.

ಕುಮಟಾ ತಾಲೂಕು.—ಸಮುದ್ರ ದಂಡೆಯಲ್ಲಿ ಅಂಕೋಲಾ ತಾಲೂಕಿನ ದಕ್ಷಿಣಕ್ಕೆ. ಸರಕಾರೀ ಹಳ್ಳಿಗಳು ೧೨೦. ಕ್ಷೇತ್ರ ೨೩೦ ಚ. ಮೈಲು, ಜನಸಂಖ್ಯೆ ೫೮೫೭೮, ಭೂಮಿಯ ಕಂದಾಯ ೧೨೧೨೦ ರೂಪಾಯಿ.

ಕ್ಷೇತ್ರ.

ಎತ್ತರವಾದ ತಪ್ಪಲ ಭೂಮಿಗಳೂ ಗುಡ್ಡಗಳೂ ಸಮುದ್ರ ದಂಡೆಯ ವರೆಗೆ ಹಬ್ಬಿರುತ್ತವೆ; ಪೊತ್ತುಗಳೂ ಕೆಲವುಂಟು. ಆದರೆ ಸಮುದ್ರ ದಂಡೆಯಲ್ಲಿ ತೆಂಗಿನ ಬನಗಳೂ ಆವುಗಳ ಹಿಂದೆ ಬತ್ತದ ಗದ್ದೆಗಳೂ, ಮಧ್ಯ ಪ್ರದೇಶದಲ್ಲಿ ಹಲ ಕೆಲವು ತೋಟಗಳೂ ಉಂಟು. ತಾಲೂಕಿನ ಮಧ್ಯದಲ್ಲಿ ಸಹ ಕಿರಿ ಅಡವಿಯನ್ನು ಕಾಣ ಬಹುದು; ಅದು ಪೂರ್ವಕ್ಕೆ ಹೋದ ಹಾಗೆ ದಟ್ಟಾಗಿಯೂ ಯೆತ್ತರವಾಗಿಯೂ ಬೆಳಿದದ್ದು ಕಾಣಿಸುವದು. ಸಹ್ಯಾದ್ರಿಯ ಬುಡದಲ್ಲಿ ರಾಗಿಯ ಭೂಮಿಗಳು ವಿಶೇಷ. ಭೂಮಿ ಕೆಂಪು; ಸಮುದ್ರದ ಬಳಿಯಲ್ಲಿ ಉಸುಬು ಕೂಡಿದ್ದು.

ಸ್ವರೂಪ, ಭೂಮಿ.

ಸಮುದ್ರ ದಂಡೆಯ ಹವೆಯು ಆರೋಗ್ಯದ್ದು. ಚಳಿಗಾಲದಲ್ಲಿ ಚಳಿ ಇಲ್ಲ; ಅದಕ್ಕೆ ಬದಲಾಗಿ ಪ್ರತಿ ದಿವಸ ಸಾಯಂಕಾಲಕ್ಕೆ ಸಮುದ್ರದ ಮೇಲಿಂದ ತಂಗಾಳಿ ಬರುತ್ತದೆ. ಆದರೆ ಪೂರ್ವ ಭಾಗದಲ್ಲಿ ಅಡವಿಯ ನೆರೆಯಲ್ಲಿ ಚಳಿ ಜ್ವರದ ಉಪದ್ರವಾಗುತ್ತದೆ. ಕುಮಟೆಯಲ್ಲಿ ಮಳೆಯು ೯೬ ಇಂಚಿನಿಂದ ೨೦೧ ಇಂಚಿನ ವರೆಗೆ, ಸರಾಸರೀ ೧೩೨ ಇಂಚು. ನೀರಿಗೆ ಕೊರತೆ ಇಲ್ಲ. ಸಮುದ್ರ ದಂಡೆಯ ಬಾವಿಗಳು ಬಹಳ ಆರೋಗ್ಯಕರ; ಒಳ ಶೀಮೆಯಲ್ಲಿ ಬಾವಿಯ ನೀರು ಶೀತ, ಸರುವುಗಳ ನೀರು ಸೌಳು.

ಹವೆ, ಮಳೆ, ನೀರು.

ಒಟ್ಟು ಜನಸಂಖ್ಯೆದಲ್ಲಿ ಶೇಕಡಾ ೯೩·೭೭ ಹಿಂದೂ ಜನರು, ೩·೫೭ ಮುಸಲ್ಮಾನರು, ೨·೬೦ ಕ್ರಿಸ್ತಿಗಳು. ಹಿಂದೂ ಜನರಲ್ಲಿ ಬ್ರಾಹ್ಮಣರು ೧೧೩೪೭, ಹಾಲ್ವಕ್ಕೀ ವೊಕ್ಕಲಿಗರು ೪೯೮೩, ಗಾವವೊಕ್ಕಲಿಗರು ೫೧೪೦, ನಾಡೋರು ೧೬೫೮, ಸೋನಾರು ೧೯೨೮, ಪಳೆ ಪೈಕರು ೬೭೮೬, ಭಂಡಾರಿಗಳು ೧೯೬೩, ಹರ್ಕಾಂತರು ೧೭೧೨, ಬಂದಿಗಳು ೧೦೬೬, ಮುಕ್ರಿಗಳು ೨೪೮೮, ಇತ್ಯಾದಿ.

ಜನರು.

ಹೊನ್ನಾವರ ತಾಲೂಕು.—ಸಮುದ್ರತೀರದಲ್ಲಿ ಜಿಲ್ಲೆಯ ದಕ್ಷಿಣ ಭಾಗದಲ್ಲಿ ಕುಮಟಾ ತಾಲೂಕಿನ ದಕ್ಷಿಣಕ್ಕೆ. ಸರಕಾರೀ ಹಳ್ಳಿಗಳು ೧೪೦. ಕ್ಷೇತ್ರ ೪೪೬ ಚ. ಮೈಲು, ಜನಸಂಖ್ಯೆ ೮೫೬೨೫, ಭೂಮಿಯ ಕಂದಾಯ ೧೫೯೭೨೦ ರೂಪಾಯಿ.

ಕ್ಷೇತ್ರ.

ಭೂಮಿಯ ಸ್ವರೂಪವು ಹೆಚ್ಚು ಕಡಿಮೆ ಕುಮಟಾ ತಾಲೂಕಿನಂತೆ ಇರುತ್ತದೆ. ಗೆರಸಪ್ಪೆಯ ಹೊಳೆಯ ದಂಡೆಯಲ್ಲಿ ಬೆಳೆಯುಳ್ಳ ಬತ್ತದ ಭೂಮಿಯುಂಟು; ಶೀ ನೀರಿನ ಸರುವುಗಳು ಸರ್ವ ಕಾಲವೂ ಹರಿಯುತ್ತಿರುತ್ತವೆ. ಸಮುದ್ರ ದಂಡೆಯ ಗ್ರಾಮಗಳ ಭೂಮಿ ಉಸುಬು ಕೂಡಿದ ಕೆಂಪು ಮಣ್ಣಿನದು. ವಾಡಿಕೆಯಾಗಿ ಗುಡ್ಡಗಳ ನೆರೆಯಲ್ಲಿ ಭೂಮಿ ಕೆಂಪು, ಸರುವುಗಳ ನೆರೆಯಲ್ಲಿ ಕಪ್ಪು.

ಸ್ವರೂಪ, ಭೂಮಿ.

ಸಮುದ್ರ ದಂಡೆಯಲ್ಲಿ ಹೊನ್ನಾವರದ ಹವೆಯು ಯೆಲ್ಲಕ್ಕೂ ಮೇಲಾದದ್ದು. ಸಹ್ಯಾದ್ರಿಯ ಸಮೀಪದಲ್ಲಿ ಚಳಿಜ್ವರದ ಉಪದ್ರವವಾಗುತ್ತದೆ. ಹೊನ್ನಾವರದಲ್ಲಿ ಮಳೆ ೯೧ ಇಂಚಿನಿಂದ ೧೮೪ ಇಂಚಿನ ವರೆಗೆ, ಸರಾಸರೀ ೧೪೦ ಇಂಚು. ಶರಾವತಿಯು ನಾಲ್ಕು ಯೆಸಳುಗಳಾಗಿ ಗೆರಸಪ್ಪೆಯ ಬಳಿಯಲ್ಲಿ ೮೩೦ ಫೂಟಿನ ಯೆತ್ತರದಿಂದ ಕೆಳಗೆ ಬೀಳುತ್ತದೆ. (ಈ ತಡಸಲಿನ ವರ್ಣನೆಯನ್ನು ಮುಂದಿನ ಭಾಗದಲ್ಲಿ ನೋಡು). ಘಟ್ಟದ ಕೆಳಗಿನ ಬೇರೆ ತಾಲೂಕುಗಳಂತೆ ಈ ತಾಲೂಕಿನಲ್ಲಿಯೂ ನೀರಿಗೆ ಕೊರತೆ ಇಲ್ಲ.

ಹವೆ, ಮಳೆ, ನೀರು.

ಒಟ್ಟು ಜನಸಂಖ್ಯೆದಲ್ಲಿ ಶೇಕಡಾ ೮೬·೯೨ ಹಿಂದೂ ಜನರು, ೮·೬೯ ಮುಸಲ್ಮಾನರು, ೪·೩೮ ಕ್ರಿಸ್ತಿಗಳು. ಹಿಂದೂ ಜನರಲ್ಲಿ ಬ್ರಾಹ್ಮಣರು ೧೩೦೦೦, ಆರೇರು ೪೨೮೬, ಗಾವ ವೊಕ್ಕಲಿಗರು ೩೮೫೫, ಹಾಲ್ವಕ್ಕೀ ವೊಕ್ಕಲಿಗರು ೩೩೩೯, ಸೂದಿರರು ೨೪೨೭, ಸೋನಾರರು ೧೯೭೩, ಹಳೆಪೈಕರು ೧೮೪೨೦, ಕೊಮಾರ ಪೈಕರು ೨೦೩೪, ಸಪ್ಪಳಿಗರು ೨೫೩೧, ಮುಕ್ರಿಗಳು ೧೮೬೭, ಹೊಲಿಯರು ೨೫೭, ಇತ್ಯಾದಿ.

ಜನರು.

ಸುಪಾ ತಾಲೂಕು.—ಘಟ್ಟದ ಮೇಲೆ ಜಿಲ್ಲೆಯ ಉತ್ತರದಲ್ಲಿ ಖಾನಾಪುರ ಧಾರವಾಡ ತಾಲೂಕುಗಳ ದಕ್ಷಿಣಕ್ಕೆ. ಸರಕಾರೀ ಹಳ್ಳಿಗಳು ೨೬೯. ಕ್ಷೇತ್ರ ೯೭೯ ಚ. ಮೈಲು, ಜನಸಂಖ್ಯೆ ೬೧೧೫೪, ಭೂಮಿಯ ಕಂದಾಯ ೧೦೬೬೯೦ ರೂಪಾಯಿ.

ಕ್ಷೇತ್ರ.

ಪೂರ್ವ ಉತ್ತರ ಭಾಗಗಳು ಬೈಲು; ಬೇರೆ ಕಡೆಯಲ್ಲೆಲ್ಲ ಗುಡ್ಡಗಳೂ ಅಡವಿಯೂ ಉಂಟು. ಎಲ್ಲ ಕಡೆಯಲ್ಲಿ ಭೂಮಿಯು ತಗ್ಗು ದಿನ್ನೆಯಾದದ್ದು, ಗುಡ್ಡಗಳುಳ್ಳದ್ದು. ಅಡವಿಯೊಳಗಿಂದ ಕಾಳೀ ನದಿಯೂ ಅದರ ಶಾಖೆಗಳೂ ಹರಿಯುತ್ತವೆ. ಆರೇರು ಕುಮ್ರಿ ಪೈರು ಬಹಳ ಕಡೆಯಲ್ಲಿ ಮಾಡುತ್ತಾರೆ. ಉತ್ತರ ಪೂರ್ವ ಭಾಗಗಳಲ್ಲಿ ಯೆರೆ ನೆಲವುಂಟು; ಪಶ್ಚಿಮ ದಕ್ಷಿಣ ಭಾಗಗಳಲ್ಲಿ ಕೆಂಪು, ಬಿಳೆ ಕಟಕದ ಭೂಮಿ.

ಸ್ವರೂಪ, ಭೂಮಿ.

ಹವೆಯು ಬಹಳ ಶೈತ್ಯ, ಜ್ವರದ ತವರ ಮನೆ. ಬೇಸಿಗೆಯಲ್ಲಿ ಸಹ ಬಿಸಿಲು ವೊಳಿತಾಗಿ ಕಾಯುವದಿಲ್ಲ. ಹಲ್ಯಾಳದಲ್ಲಿ ಮಳೆ ೨೯ರಿಂದ ೮೨ ಇಂಚಿನ ವರೆಗೆ, ಸರಾಸರೀ ೪೭ ಇಂಚು. ಸರುವುಗಳ ನೀರಿಗೆ ಕೊರತೆ ಇಲ್ಲ. ಆದರೆ ಯೆಲೆ ಮುಂತಾದ ಉದ್ಭಿಜ್ಜ ಪದಾರ್ಥಗಳು ಆ ನೀರೊಳಗೆ ಯಾವಾಗಲೂ ಕೊಳಿಯುತ್ತಿರುವ ಕಾರಣ ನೀರು ರೋಗಕಾರಕವಾಗಿದೆ.

ಹವೆ, ಮಳೆ, ನೀರು.

ಒಟ್ಟು ಜನಸಂಖ್ಯೆದಲ್ಲಿ ಹಿಂದೂ ಜನರು ಶೇಕಡಾ ೮೯·೨೦, ಮುಸಲ್ಮಾನರು ೬·೩೧, ಕ್ರಿಸ್ತಿಗಳು ೪·೪೭. ಹಿಂದೂ ಜನರಲ್ಲಿ ಬ್ರಾಹ್ಮಣರು ೧೯೬೭, ಲಿಂಗವಂತರು ೭೪೫೨, ಕುಣಬಿಗಳು ೮೦೧೮, ಹಾಲ್ವಕ್ಕೀ ವೊಕ್ಕಲಿಗರು ೧೨೪೦, ಹೊಲಿಯರು ೧೬೩೮, ಇತ್ಯಾದಿ.

ಜನರು.

ಕ್ಷೇತ್ರ. ಯಲ್ಲಾಪುರ ತಾಲೂಕು.—ಘಟ್ಟದ ಮೇಲೆ ಸುಪಾ ತಾಲೂಕಿನ ದಕ್ಷಿಣಕ್ಕೆ. ಹಳ್ಳಿಗಳು ೧೭೪. ಕ್ಷೇತ್ರ ೫೮೯ ಚ. ಮೈಲು, ಜನಸಂಖ್ಯ ೩೬೩೧೪, ಭೂಮಿಯ ಕಂದಾಯ ೯೫೫೯೦ ರೂಪಾಯಿ.

ಸ್ವರೂಪ, ಭೂಮಿ. ಪೂರ್ವ ಭಾಗದಲ್ಲಿಯೂ ಮುಂಡಗೋಡ ಮಹಾಲಿನಲ್ಲಿಯೂ ಬೈಲು ಪ್ರದೇಶವಿರುತ್ತದೆ. ಆದರೆ ವಾಡಿಕೆಯಾಗಿ ಈ ತಾಲೂಕಿನಲ್ಲಿ ಅಡವಿಯೇ ಬಹಳ. ಪಶ್ಚಿಮ ಭಾಗದ ನಿಬಿಡವಾದ ಅಡವಿಯಲ್ಲಿ ಹರಿಯುವ ಸುರುವುಗಳ ಯೆಡಬಲದಲ್ಲಿ ಬತ್ತದ ಗದ್ದೆಗಳೂ ಅಡಿಕೆ ತೆಂಗುಗಳ ತೋಟಗಳೂ ಇರುತ್ತವೆ. ದಕ್ಷಿಣದಲ್ಲಿ ಅಡಿಕೆಯ ತೋಟಗಳು ಬಹಳ. ಮುಂಡಗೋಡ ಮಹಾಲಿನ ಭೂಮಿ ಯೆರೆಯಂಥಾದು; ಅದರಲ್ಲಿ ಬತ್ತ, ಕಬ್ಬು, ಬೆಳೆಯುತ್ತವೆ. ಪಶ್ಚಿಮದ ಭೂಮಿಯೆಲ್ಲ ಕೆಂಪು.

ಹವೆ, ಮಳೆ, ನೀರು. ಹವೆಯು ಸುಪಾ ತಾಲೂಕಿನಂತೆ; ಜನರ ವಸ್ತಿಯು ಅಲ್ಲಿಗಿಂತ ಕಡಿಮೆ. ಮುಂಡಗೋಡ ಮಾಹಾಲಿನ ಹವೆಯು ಬೇಸಿಗೆಯಲ್ಲಿ ಸ್ವಲ್ಪ ಆರೋಗ್ಯದ್ದಿರುತ್ತದೆ. ಯೆಲ್ಲಾಪುರದಲ್ಲಿ ಮಳೆ ೬೭ರಿಂದ ೧೩೯ ಇಂಚಿನ ವರೆಗೆ, ಸರಾಸರೀ ೯೦ ಇಂಚು. ಬೆಡತೀ ಹಳ್ಳ, ಕಾಳೀ ನದಿ, ಮುಖ್ಯ ಜಲಾಶಯಗಳು; ಒಟ್ಟಿಗೆ ನೀರಿನ ಸಮೃದ್ಧಿಯುಂಟು; ಆದರೆ ಅದು ಸುಪಾ ತಾಲೂಕಿನಂತೆ ರೋಗಕಾರಕ.

ಜನರು. ಒಟ್ಟು ಜನಸಂಖ್ಯದಲ್ಲಿ ಹಿಂದೂ ಜನರು ಶೇಕಡಾ ೮೬·೮೬, ಮುಸಲ್ಮಾನರು ೯·೪೮, ಕ್ರಿಸ್ತಿಗಳು ೩·೬೪. ಹಿಂದೂ ಜನರಲ್ಲಿ ಬ್ರಾಹ್ಮಣರು ೬೨೦, ಆರೇರು ೪೮೩೧, ಕುಣಬಿಗಳು ೨೩೦೫, ಕರೆ ವೊಕ್ಕಲಿಗರು ೧೨೩೮, ಲಿಂಗವಂತರು ೧೨೩೪, ವೊಡ್ಡರು ೧೫೦೪, ಇತ್ಯಾದಿ.

ಕ್ಷೇತ್ರ. ಸಿರಸೀ ತಾಲೂಕು.—ಘಟ್ಟದ ಮೇಲೆ ಮಧ್ಯ ಭಾಗದಲ್ಲಿ ಯೆಲ್ಲಾಪುರ ತಾಲೂಕಿನ ದಕ್ಷಿಣಕ್ಕೆ. ಹಳ್ಳಿಗಳು ೨೯೯. ಕ್ಷೇತ್ರ ೭೭೯ ಚ. ಮೈಲು, ಜನಸಂಖ್ಯ ೬೨೪೦೦, ಭೂಮಿಯ ಕಂದಾಯ ೧೭೧೭೬೦ ರೂಪಾಯಿ.

ಸ್ವರೂಪ, ಭೂಮಿ. ಪೂರ್ವ ಭಾಗದಲ್ಲಿ ಗುಡ್ಡಗಳು ಕಡಿಮೆ; ಪಶ್ಚಿಮ ಭಾಗದಲ್ಲಿ ಸಹ್ಯಾದ್ರಿಯ ಕಡೆಗೆ ಗುಡ್ಡಗಳೂ ತಪ್ಪಲ ಭೂಮಿಗಳೂ ಹೆಚ್ಚಾಗುತ್ತ ಹೋಗುತ್ತವೆ. ಆದರೆ ಅಡವಿ ಕಡಿಮೆ; ಸಹ್ಯಾದ್ರಿಯ ಬುಡದಲ್ಲಿ ಸಹ ಕೊಳ್ಳಗಳಲ್ಲಿ ಬಹು ಬೆಳೆಯುಳ್ಳ ಭೂಮಿಯನ್ನೂ, ಅದರಲ್ಲಿ ಅಡಿಕೆ ಯಾಲಕ್ಕಿ ಮುಂತಾದವುಗಳ ತೋಟಗಳನ್ನೂ ಗದ್ದೆಗಳನ್ನೂ ಕಾಣ ಬಹುದು. ಪೂರ್ವ ಭಾಗದ ಭೂಮಿ ವಾಡಿಕೆಯಾಗಿ ಯೆರೆ; ಪಶ್ಚಿಮದಲ್ಲಿ ಯೆತ್ತರದಲ್ಲಿ ಕೆಂಪು ಭೂಮಿ, ತಗ್ಗುಗಳಲ್ಲಿ ಕರೆ ಭೂಮಿ.

ಬೇಸಿಗೆಯಲ್ಲಿ ಹವೆಯು ಆರೋಗ್ಯದ್ದಿರುತ್ತದೆ; ಆದರೆ ಚಳಿಗಾಲದಲ್ಲಿ ರೋಗಕಾರಕ, ಜ್ವರೋಪದ್ರವ ಬಹಳ. ಮಳೆಯು ಪೂರ್ವಕ್ಕಿಂತ ಪಶ್ಚಿಮದಲ್ಲಿ ಹೆಚ್ಚು; ಶಿರಸಿಯಲ್ಲಿ ೬೪ರಿಂದ ೧೧೦ ಇಂಚಿನ ವರೆಗೆ, ಸರಾಸರೀ ೮೩ ಇಂಚು. ವರದಾ ನದಿಯು ಈ

58

ತಾಲೂಕಿನೊಳಗಿಂದ ಹರಿಯುತ್ತದೆ; ತದಡಿ ಯೆಂಬ ಹೊಳೆಯು ಇದೇ ತಾಲೂಕಿನಲ್ಲಿ ಹುಟ್ಟಿ ಪಶ್ಚಿಮಕ್ಕೆ ಹರಿಯುತ್ತದೆ. ಇವಲ್ಲದೆ ಹನ್ನೆರಡು ತಿಂಗಳೂ ಹರಿಯುವ ಸರುವುಗಳು ಹಲವುಂಟು. ಹಳ್ಳಿಗಳಿಗೆ ಕೆರೆಗಳೂ ಬಾವಿಗಳೂ ಇರುತ್ತವೆ. ಒಟ್ಟಿಗೆ ನೀರಿನ ಸಮೃದ್ಧಿಯುಂಟು.

ಹವೆ, ಮಳೆ, ನೀರು.

ಒಟ್ಟು ಜನಸಂಖ್ಯದಲ್ಲಿ ಹಿಂದೂ ಜನರು ಶೇಕಡಾ ೯೪·೪೯, ಮುಸಲ್ಮಾನರು ೪·೨೯, ಕ್ರಿಸ್ತಿಗಳು ೧·೨೧. ಹಿಂದೂ ಜನರಲ್ಲಿ ಬ್ರಾಹ್ಮಣರು ೧೫೬೯೦, ಮಲ್ಲವರು ೧೨೦೩, ಲಿಂಗವಂತರು ೧೦೮೮, ಬಣಜಿಗರು ೧೦೫೦, ಆರೇರು ೩೪೧೩, ಕರೆವೊಕ್ಕಲಿಗರು ೩೮೪೨, ಕುಣಬಿಗಳು ೧೫೧೭, ಸೋನಾರರು ೧೨೨೨, ಹಳೆಪೈಕರು ೮೮೪೫, ಅಗಸರು ೧೬೯೭, ಹೊಲಿಯರು ೩೫೭೮, ಚಲವಾದಿಗಳು ೧೦೭೮, ಇತ್ಯಾದಿ.

ಜನರು.

ಸಿದ್ದಾಪುರ ತಾಲೂಕು.— ಘಟ್ಟದ ಮೇಲೆ ಜಿಲ್ಲೆಯ ದಕ್ಷಿಣ ಭಾಗ, ಶಿರಶೀ ತಾಲೂಕಿನ ದಕ್ಷಿಣಕ್ಕೆ. ಹಳ್ಳಿಗಳು ೯೫. ಕ್ಷೇತ್ರ ೨೩೯ ಚ. ಮೈಲು, ಜನಸಂಖ್ಯೆ ೩೫೬೫೮, ಭೂಮಿಯ ಕಂದಾಯ ೯೦೫೪೦ ರೂಪಾಯಿ.

ಕ್ಷೇತ್ರ.

ಸ್ವರೂಪ, ಭೂಮಿ.

ಭೂಮಿಯ ಸ್ವರೂಪವು ವಾಡಿಕೆಯಾಗಿ ಶಿರಸಿಯಂತೆ. ತಗ್ಗು ಪ್ರದೇಶಗಳಲ್ಲಿ ಹೊರ್ತಾಗಿ ಭೂಮಿಯು ಯೆಲ್ಲ ಕಡೆಯಲ್ಲಿ ಕೆಂಪು. ಸರುವುಗಳು ಕಡೆಗೇ ಹರಿಯುತ್ತಿರುತ್ತವೆ.

ಬೇಸಿಗೆಯಲ್ಲಿ ಹವೆಯು ತಕ್ಕಮಟ್ಟಿಗೆ ಆರೋಗ್ಯದ್ದಿರುತ್ತದೆ. ಮಳೆಗಾಲ ಚಳಿಗಾಲಗಳಲ್ಲಿ ಮುಖ್ಯವಾಗಿ ಪಶ್ಚಿಮ ಭಾಗದಲ್ಲಿ ಚಳಿಜ್ವರ ಬಹಳ. ಸಿದ್ದಾಪುರದಲ್ಲಿ ಮಳೆ ೭೩ರಿಂದ ೧೧೬ ಇಂಚಿನ ವರೆಗೆ, ಸರಾಸರೀ ೯೫ ಇಂಚು. ಶರಾವತಿಯೂ ಅದಕ್ಕೆ ಕೂಡುವ ನಾಲ್ಕು ದೊಡ್ಡ ಸರುವುಗಳೂ ಯಾವಾಗಲೂ ಹರಿಯುತ್ತಿರುತ್ತವೆ. ಇವಲ್ಲದೆ ಹೇಮಗಣಿ ಅಥವಾ ತದಡಿ, ವರದಾ, ಯೆಂಬ ಹೊಳೆಗಳೂ ಅವುಗಳ ಶಾಖೆಗಳೂ ಈ ತಾಲೂಕಿನಲ್ಲಿ ಹರಿಯುತ್ತವೆ. ಒಟ್ಟಿಗೆ ನೀರಿನ ಕೊರತೆ ಇಲ್ಲ.

ಒಟ್ಟು ಜನಸಂಖ್ಯದಲ್ಲಿ ಹಿಂದೂ ಜನರು ಶೇಕಡಾ ೯೭·೩೩, ಮುಸಲ್ಮಾನರು ೨·೩೨. ಹಿಂದೂ ಜನರಲ್ಲಿ ಬ್ರಾಹ್ಮಣರು ೯೨೬೦, ಕರೇ ವೊಕ್ಕಲಿಗರು ೨೭೯೫, ಕೋಟ ವೊಕ್ಕಲಿಗರು ೧೩೮೦, ಹಳೆಪೈಕರು ೭೨೩೩, ಅಗಸರು ೨೮೮೫, ಹೊಲಿಯರು ೨೮೭೯, ಇತ್ಯಾದಿ. ಬ್ರಾಹ್ಮಣರೂ ಹಳೆಪೈಕರೂ ಕೂಡಿ ಅರ್ಧಾ ಜನಸಂಖ್ಯವಾಗುತ್ತದೆ. ಹಿಂದೂ ಜನರ ಪ್ರಮಾಣವು ಈ ತಾಲೂಕಿನಲ್ಲಿ ಇದ್ದಷ್ಟು ನಾಲ್ಕೂ ಜಿಲ್ಲೆಗಳಲ್ಲಿ ಯಾವ ತಾಲೂಕಿನಲ್ಲಿಯೂ ಇಲ್ಲ, ಅಂದರೆ ಮುಸಲ್ಮಾನರ ಪ್ರಮಾಣವು ಈ ತಾಲೂಕಿನಲ್ಲಿ ಯೆಲ್ಲಕ್ಕೂ ಕಡಿಮೆ ಇರುತ್ತದೆ.

೧೪ನೇ ಭಾಗ.

ಗ್ರಾಮಗಳು.—ಧಾರವಾಡ ಜಿಲ್ಲೆ.

ಅಬ್ಬೀಗೇರಿ.—ರೋಣದಿಂದ ೭ ಮೈಲಿನ ಮೇಲೆ ದಕ್ಷಿಣಕ್ಕೆ ದೊಡ್ಡ ಹಳ್ಳಿ; ಜನಸಂಖ್ಯ (೧೮೮೧) ೩೨೬೮. ಈಶ್ವರ, ಜ್ಯೋತಿಲಿಂಗ, ಯೆಂಬೆರಡು ಕರೆ ಕಲ್ಲಿನ ದೇವ ಸ್ಥಾನಗಳುಂಟು. ಅವುಗಳಲ್ಲಿ ವೊಂದು ಶಿಲಾಲಿಪಿಯದೆ.

ಅಬ್ಲೂರು.—ಕೋಡದ ದಕ್ಷಿಣಕ್ಕೆ ಯೆರಡು ಮೈಲಿನ ಮೇಲೆ ಸಣ್ಣ ಹಳ್ಳಿ; ನಿವಾಸಿಗಳು (೧೮೮೧) ೭೫೨; ಬಸವನ ಗುಡಿಯಲ್ಲಿ ಮೂರು ಲಿಪಿಗಳು ಇಸವೀ ಸನ್ ೧೧೦೦, ೧೧೧೯, ೧೧೪೪; ಸೋಮನಾಥನ ಗುಡಿಯಲ್ಲಿ ವೊಂದು ೧೧೬೮.

ಆಡೂರು.—ಹಾನಗಲ್ಲಿನ ಪೂರ್ವಕ್ಕೆ ೧೦ ಮೈಲಿನ ಮೇಲೆ, ನಿವಾಸಿಗಳು ೧೧೫೧—ಇದಕ್ಕೆ ಪೂರ್ವದಲ್ಲಿ ಪಾಂಡಿಪುರವೆನ್ನುವರು. ಕಲ್ಲೇಶ್ವರನ ಗುಡಿಯಲ್ಲಿ ಇ. ಸ. ೧೦೪೪ರದೊಂದು ಲಿಪಿಯುಂಟು; ಒಂದು ಹೊಲದೊಳಗೆ ಮತ್ತೊಂದು ಲಿಪಿಯು ೧೦೧೩ ರರದು ಇರುತ್ತದೆ. ಮತ್ತೊಂದು ಲಿಪಿಯು ಮಿತಿ ಇಲ್ಲದ್ದು ಅರ್ಧ ಸಂಸ್ಕೃತದಲ್ಲಿ ಅರ್ಧ ಕನ್ನಡದಲ್ಲಿ ಬರಿದದ್ದು ಇರುತ್ತದೆ. ಇದು ಚಾಲುಕ್ಯರ ೭ನೇ ಅರಸನಾದ ಕೀರ್ತಿವರ್ಮನ ಕಾಲದ್ದಿರುವ ಕಾರಣ ಶಾ. ಶ. ೫ನೇ ಶತಕದ ಕಡೆಯಲ್ಲಿ ಹುಟ್ಟಿದ್ದಿರುತ್ತದೆ. ಇದು ಆ ಕಾಲದ ಕದಂಬ ಅರಸರ ರಾಜ್ಯದ ಮಧ್ಯದಲ್ಲಿ ಇರುವ ಕಾರಣ ಚಲುಕ್ಯರು ಕದಂಬರನ್ನು ಜಯಿಸಿದ್ದರೆಂದು ಅನುಮಾನವಾಗುತ್ತದೆ. ಈ ವೂರಲ್ಲಿ ರಾಷ್ಟ್ರಕೂಟರ ೨ನೇ ಕೃಷ್ಣರಾಜನು ಬರಿಸಿದ್ದಿನ್ನೊಂದು ಲಿಪಿಯುಂಟು. ಇವನು ಶಾ. ಶ. ೭೯೭ರಿಂದ ೮೩೩ರ ವರೆಗೆ ಆಳಿದನು.

ಐರಣಿ.—ರಾಣೀಬಿನ್ನೂರಿನ ಪೂರ್ವಕ್ಕೆ ೧೨ ಮೈಲಿನ ಮೇಲೆ ತುಂಗಭದ್ರೆಯ ಥಡದಲ್ಲಿ ದೊಡ್ಡ ಹಳ್ಳಿ; ನಿವಾಸಿಗಳು (೮೧) ೧೮೭೮. ಈ ವೂರ ದಕ್ಷಿಣಕ್ಕೆ ಭದ್ರವಾದದ್ದೊಂದು ಸಣ್ಣ ಕೋಟೆಯು ಪೂರ್ವದಲ್ಲಿ ಇತ್ತು; ಅದು ಈಗ ಹಾಳಾಗಿದೆ.

ಅಮರಗೊಳ್ಳ.—ಧಾರವಾಡದಿಂದ ಹುಬ್ಬಳ್ಳಿಗೆ ಹೋಗುವ ಮಾರ್ಗದಲ್ಲಿ ಹುಬ್ಬಳ್ಳಿಯಿಂದ ೫ ಮೈಲಿನ ಮೇಲೆ ದೊಡ್ಡ ಹಳ್ಳಿ, ನಿವಾಸಿಗಳು (೮೧) ೧೫೪೭. ಈ ವೂರಲ್ಲಿ ಶಂಕರಲಿಂಗ, ಬನಶಂಕರಿ, ಯೆಂಬೆರಡು ಜಕಣಾಚಾರ್ಯನ ಬುನಾದಿಯ ದೇವಾಲಯಗಳುಂಟು. ಶಂಕರಲಿಂಗನ ಗುಡಿಯ ಯೆದುರಿಗೆ ಬಹಳ ಸವಿದದ್ದೊಂದು ಶಿಲಾಲಿಪಿಯುಂಟು.

ಅಮೀನಭಾವಿ.—ಧಾರವಾಡದ ಈಶಾನ್ಯಕ್ಕೆ ೭ ಮೈಲಿನ ಮೇಲೆ ದೊಡ್ಡ ಹಳ್ಳಿ, ನಿವಾಸಿಗಳು (೮೧) ೩೩೯೨. ನೇಮಿನಾಥ, ಕಲಮೇಶ್ವರ, ಮಲ್ಲಿಕಾರ್ಜುನ, ಯೆಂಬ ಮೂರು ಬುನಾದಿಯ ಗುಡಿಗಳು. ನೇಮಿನಾಥನೆಂದರೆ ಜೈನರ ೨೨ನೇ ತೀರ್ಥಂಕರನು. ಈ ಗುಡಿಯು ದೊಡ್ಡದಿದೆ. ಕಲಮೇಶ್ವರನ ಗುಡಿಯಲ್ಲಿ ಯೆರಡು ಕಟ್ಟಿಗೇ ಕಂಬಗಳ

ಮೇಲೆ ವಿಠ್ಠಲ ಪಂತೀ ಅಳತೆಗಳ ಪರಿಮಾಣಗಳನ್ನು ಬಾಲಬೋಧ ಲಿಪಿಯಲ್ಲಿ ಬರಿದಿದ್ದಾರೆ. ಮೂರೂ ಗುಡಿಗಳಲ್ಲಿ ವೊಂದೊಂದು, ಬೇರೆ ಕಡೆಯಲ್ಲಿ ಮತ್ತೂ ಮೂರು, ಅಂತೂ ಆರು ಶಿಲಾಲಿಪಿಗಳು ಈ ವೂರಲ್ಲಿ ಇರುತ್ತವೆ. ಅವುಗಳಲ್ಲಿ ಯೆರಡು ಇ. ಸ. ೫೬೬ನೇ ವರ್ಷದವು, ಉಳಿದವೆಲ್ಲ ೧೨ನೇ ಶತಕಗಳಲ್ಲಿ ಬರಿದಂಥವು ಇರುತ್ತವೆ.

ಅಣ್ಣೀಗೇರಿ.—ನವಲಗುಂದದ ಆಗ್ನೇಯಕ್ಕೆ ೧೦ ಮೈಲಿನ ಮೇಲೆ ದೊಡ್ಡ ಗ್ರಾಮ, ನಿವಾಸಿಗಳು (೮೧) ೭೨೧೧. ಇಲ್ಲಿಯ ಅಮೃತೇಶ್ವರನೆಂಬ ದೇವಸ್ಥಾನವು ದೊಡ್ಡದು, ಪ್ರಖ್ಯಾತವಿರುತ್ತದೆ; ಅದಕ್ಕೆ ೭೬ ಕಂಬಗಳಿವೆ. ಈ ಗುಡಿಯಲ್ಲಿ ೬ ಶಿಲಾಲಿಪಿಗಳಿವೆ. ಅವೆಲ್ಲ ಇ. ಸ. ೧೧೫೭ರಿಂದಿತ್ತ ಬರಿದಂಥವು. ಇದರ ಹೊರ್ತು ಈ ವೂರಲ್ಲಿ ಬೇರೆ ೭ ಸಣ್ಣ ದೊಡ್ಡ ಗುಡಿಗಳಿವೆ. ಅವುಗಳಲ್ಲೆಲ್ಲ ಲಿಪಿಗಳಿರುತ್ತವೆ. ಅವೆಲ್ಲ ೧೧ನೇ ಶತಕದಿಂದ ಇತ್ತ ಹುಟ್ಟಿರುತ್ತವೆ. ಅಣ್ಣೀಗೇರಿಯು ಬಸವೇಶ್ವರನಿಂದ ಕೊಲ್ಲಿಸಲ್ಪಟ್ಟ ಬಿಜ್ಜಳ ರಾಜನ ರಾಜಧಾನಿಯು. ಇಂಗ್ಲಿಷ ಸರಕಾರದ ಅಮಲು ಆದಾಗ ಈ ವೂರು ನಿಪಾಣಿಕರನ ರಾಜ್ಯಕ್ಕೆ ಶೇರಿತ್ತು; ಅವ ಸತ್ತ ಬಳಿಕ ಸನ್ ೧೮೪೯ರಲ್ಲಿ ಖಾಲಸಾತಿಗೆ ಬಂತು. ಸನ್ ೧೮೨೭ರಲ್ಲಿ ಈ ವೂರಲ್ಲಿ ೪೫೦ ಮನೆಗಳೂ ೧೪ ಅಂಗಡಿಗಳೂ ಮಾತ್ರ ಇದ್ದವು.

ಅರಳೀ ಕಟ್ಟಿ.—ಕೋಡದ ಉತ್ತರಕ್ಕೆ ೫ ಮೈಲಿನ ಮೇಲೆ ಸಣ್ಣ ಹಳ್ಳಿ, ನಿವಾಸಿಗಳು (೮೧) ೪೬೫. ಇಲ್ಲಿ ಮೂರು ಕನ್ನಡ ಲಿಪಿಗಳಿರುತ್ತವೆ.

ಅರಳೇಶ್ವರ.—ಹಾನಗಲ್ಲಿನ ಈಶಾನ್ಯಕ್ಕೆ ೫ ಮೈಲಿನ ಮೇಲೆ ಸಣ್ಣ ಹಳ್ಳಿ, ಜನಸಂಖ್ಯೆ (೮೧) ೭೭೯. ಕದಂಬೇಶ್ವರನ ಗುಡಿಯಲ್ಲಿ ೩ ಲಿಪಿಗಳು ೧೧ನೇ ಶತಕದವು ಇರುತ್ತವೆ.

ಅರಟಾಳ.—ಬಂಕಾಪುರದ ವಾಯುವ್ಯಕ್ಕೆ ೯ ಮೈಲಿನ ಮೇಲೆ; ಕೆಲವು ಬುನಾದಿಯ ಗುಡಿಗಳೂ ಲಿಪಿಗಳೂ ಇರುತ್ತವೆ.

ಅಸುಂಡಿ.—ಗದಗದ ನೈರುತ್ಯಕ್ಕೆ ೩ ಮೈಲಿನ ಮೇಲೆ ಸಣ್ಣ ಹಳ್ಳಿಯು, ಜನಸಂಖ್ಯೆ (೮೧) ೮೪೮. ಬೊಮ್ಮಪ್ಪ, ಹನುಮಂತ, ಈ ದೇವರ ಬುನಾದಿಯ ಗುಡಿಗಳಲ್ಲಿ ೧೧ನೇ ಶತಕದ ಲಿಪಿಗಳಿರುತ್ತವೆ.

ಅಸುಂಡಿ.—ರಾಣೀಬಿನ್ನೂರಿನ ಪಶ್ಚಿಮಕ್ಕೆ ೫ ಮೈಲಿನ ಮೇಲೆ; ಕಲ್ಲೇಶ್ವರನ ಗುಡಿಯಲ್ಲಿ ಯೆರಡು ಲಿಪಿಗಳು ೧೨ನೇ ಶತಕದವು ಇರುತ್ತವೆ.

ಬಳಗಾನೂರು.—ಗದಗದ ಉತ್ತರಕ್ಕೆ ೧೪ ಮೈಲಿನ ಮೇಲೆ ದೊಡ್ಡ ಹಳ್ಳಿ, ಜ. ಸ. (೮೧) ೧೭೩೪. ವೀರ ಭದ್ರನ ಗುಡಿಯಲ್ಲಿ ವೀರ ಬಲ್ಲಾಳ ರಾಜನ ಆಳಿಕೆಯಲ್ಲಿ ಬರಿದದ್ದೊಂದು ಲಿಪಿಯುಂಟು.

ಬಾಳಂಬೀಡ.—ಕೋಡದ ನೈರುತ್ಯಕ್ಕೆ ೫ ಮೈಲಿನ ಮೇಲೆ ಸಣ್ಣ ಹಳ್ಳಿ. ವಿಷಪರಿಹಾರೇಶ್ವರನ ಗುಡಿಯಲ್ಲಿ ೫ ಲಿಪಿಗಳಿವೆ; ಅವೆಲ್ಲ ೧೧ನೇ ಶತಕದಿಂದಿತ್ತ ಬರಿದಂಥವು.

ಬಾಳಂಬೀಡ.—ಹಾನಗಲ್ಲಿನ ಪೂರ್ವಕ್ಕೆ ೮ ಮೈಲಿನ ಮೇಲೆ ಸಣ್ಣ ಹಳ್ಳಿ, ಜನ

ಸ. (೮೧) ೪೪೫. ಕಲಮೇಶ್ವರ, ರಾಮೇಶ್ವರ, ಯೆಂಬ ಗುಡಿಗಳಲ್ಲಿ ಯೆರಡೆರಡು ಲಿಪಿಗಳು ೧೨ನೇ ಶತಕದವು ಇರುತ್ತವೆ.

ಬಾಳೇ ಹಳ್ಳಿ.—ಹಾನಗಲ್ಲಿನ ನೈರುತ್ಯಕ್ಕೆ ೬ ಮೈಲಿನ ಮೇಲೆ. ಮೈಲಾರದೇವ, ಮಲ್ಲಿಕಾರ್ಜುನ, ಯೆಂಬ ಗುಡಿಗಳೂ ೧೨ ಲಿಪಿಗಳೂ ಉಂಟು; ಅವೆಲ್ಲ ಬಹುತರ ೧೧ನೇ ೧೨ನೇ ಶತಕಗಳಲ್ಲಿ ಹುಟ್ಟಿದಂಥವು.

ಬಾಳೂರು.—ಹಾನಗಲ್ಲಿನ ಆಗ್ನೇಯಕ್ಕೆ ಮೂರು ಮೈಲಿನ ಮೇಲೆ. ರಾಮಲಿಂಗನ ಗುಡಿಯಲ್ಲಿಯೂ ಬೇರೊಂದು ಕಡೆಯಲ್ಲಿಯೂ ಯೆರಡು ಲಿಪಿಗಳು ೧೨ನೇ ೧೩ನೇ ಶತಕದವಿರುತ್ತವೆ.

ಬನ್ನೀಕೊಪ್ಪ.—ಶಿಗ್ಗಾವಿಯ ಈಶಾನ್ಯದಲ್ಲಿ ೨ ಮೈಲಿನ ಮೇಲೆ. ವರದರಾಯನ ಗುಡಿಯಲ್ಲಿ ಯೆರಡು ಲಿಪಿಗಳಿರುತ್ತವೆ.

ಬಂಕಾಪುರ ಅಥವಾ ಶಹಾಬಾಜಾರ.—ತಾಲೂಕಿನ ಮುಖ್ಯ ಗ್ರಾಮ, ಜ. ಸ. (೮೧) ೬೦೩೭. ಇಲ್ಲಿ ಹಾಳಾದದ್ದೊಂದು ಕೋಟೆಯೂ ಯೆರಡು ಬುನಾದಿಯ ಗುಡಿಗಳೂ ಇರುತ್ತವೆ. ಮಂಗಳವಾರದ ಸಂತೆಯಾಗಿ ದೇಶೀ ಬಟ್ಟೆಗಳು, ಕಂಬಳಿಗಳು, ಪಾತ್ರೆಗಳು, ಯೆಣ್ಣೆ, ಕಾಳು, ಇವುಗಳ ಮಾರಾಟವಾಗುತ್ತದೆ.

ಅರವತ್ತು ಕಂಬದ ಬಸ್ತಿ, ಸಿದ್ಧೇಶ್ವರನ ಗುಡಿ, ಇವೇ ಯೆರಡು ಪ್ರಾಚೀನ ದೇವಸ್ಥಾನಗಳು. ಬಸ್ತಿಗೆ ನಗರೇಶ್ವರನ ಬಸ್ತಿಯೆಂತಲೂ ಅನ್ನುವರು. ಅದು ಅರ್ಧ ಮರ್ಧ ಹಾಳಾಗಿದೆ, ಕೆಲವು ಭಾಗ ನೆಲದೊಳಗೆ ಹುಗಿದದೆ. ಈ ಬಸ್ತಿಯ ಸಭಾಮಂಟಪಕ್ಕೆ ಅರವತ್ತು ಕಂಬಗಳಿರುತ್ತವೆ; ಅದರ ಸುತ್ತು ಮುತ್ತಲಿನ ಗೋಡೆಯನ್ನು ಬಹು ಸುಂದರವಾಗಿ ಕಟ್ಟಿದ್ದಾರೆ. ಕಂಬಗಳೆಲ್ಲ ಕರೆಕಲ್ಲಿನವು, ಗಾಡಕ್ಕೆ ಹಚ್ಚಿ ನುಣುಪು ಮಾಡಲ್ಪಟ್ಟಿರುತ್ತವೆ. ಮುಖ್ಯ ಬಸ್ತಿಯೊಳಗೆ ಹೋಗಲಿಕ್ಕೆ ದಕ್ಷಿಣ ದಿಕ್ಕಿನಲ್ಲಿ ಮಾಡಿದ ಬಾಗಿಲು ಬಹು ಸುಂದರವಾಗಿರುತ್ತದೆ; ಆದರೆ ಅದರ ಯೆಡಬಲದಲ್ಲಿಯ ಕೆಲ ಕೆಲವು ಗೊಂಬೆಗಳನ್ನು ಜನರು ಕದ್ದು ಕೊಂಡು ಹೋಗಿದ್ದಾರೆ. ಈ ಬಸ್ತಿಯಲ್ಲಿ ಆರು ಶಿಲಾಲಿಪಿಗಳಿರುತ್ತವೆ. ಅವೆಲ್ಲ ೧೧ನೇ ೧೨ನೇ ಶತಕಗಳಲ್ಲಿ ಬರೆದಂಥವು. ಸಿದ್ಧೇಶ್ವರನ ಗುಡಿಯು ಬಸ್ತಿಗಿಂತ ಸಣ್ಣದು, ಅದರಷ್ಟು ಹಳೆದೂ ಅಲ್ಲ. ಇದರ ಸಭಾಮಂಟಪಕ್ಕೆ ೮ ಕಂಬಗಳಿವೆ. ಈ ಗುಡಿಗೆ ಸರಕಾರೀ ಇನಾಮು ನಡಿಯುತ್ತದೆ. ಇದರಲ್ಲಿ ವೊಂದು ಲಿಪಿಯು ೧೦೫೫ನೇ ವರ್ಷದ್ದು ಇರುತ್ತದೆ. ಇ. ಸ. ೮೯೪ನೇ ವರ್ಷ ಬರೆದದ್ದೊಂದು ಕೊಲ್ಲಾಪುರದಲ್ಲಿ ಇರುವ ಜೈನಗ್ರಂಥದಲ್ಲಿ ಬಂಕಾಪುರದ ಉಲ್ಲೇಖವಿದೆ. ಸವಣೂರಿನ ನಬಾಬನ ಪೂರ್ವಜನಾದ ಅಬದುಲ್ ಕರೀಮಖಾನನು ೧೬೭೩ರಲ್ಲಿ ಬಂಕಾಪುರದ ಶುಭೇದಾರನಾದನು. ಅವನು ಸ್ವತಂತ್ರನಾದ ಬಳಿಕ ಬಂಕಾಪುರದಲ್ಲಿ ಕೆಲವು ದಿವಸ ಆಳಿದನು. ಹೈದರನೂ ಟೀಪೂನೂ ಬಂಕಾಪುರವನ್ನು ಹಾಳು ಮಾಡಿದರು.

ಬನ್ನೀಹಟ್ಟಿ.—ಕೋಡದ ಉತ್ತರಕ್ಕೆ ೧೦ ಮೈಲಿನ ಮೇಲೆ. ಒಂದು ಹೊಲದಲ್ಲಿ ವೊಂದು ಲಿಪಿಯುಂಟು.

ಬರಡೂರು — ಗದಗದ ಆಗ್ನೇಯಕ್ಕೆ ೨೦ ಮೈಲಿನ ಮೇಲೆ. ಭಾರತೇಶ್ವರನ ಗುಡಿಯಲ್ಲಿ ವೊಂದು ಲಿಪಿಯುಂಟು.

ಬೆಳಗಲ. — ಹಾನಗಲ್ಲಿನ ಈಶಾನ್ಯಕ್ಕೆ ೭ ಮೈಲಿನ ಮೇಲೆ. ಇಲ್ಲಿ ಮೂರು ಲಿಪಿಗಳುಂಟು.

ಬೆಲವಂತ್ರ — ಕಲಘಟಗಿಯ ದಕ್ಷಿಣಕ್ಕೆ ಮೂರು ಮೈಲಿನ ಮೇಲೆ. ಈ ವೂರಲ್ಲಿ ಯೆರಡು ಲಿಪಿಗಳಿರುತ್ತವೆ.

ಬೆಳವಟಗಿ. — ನವಲಗುಂದದ ಈಶಾನ್ಯಕ್ಕೆ ಮೂರು ಮೈಲಿನ ಮೇಲೆ. ರಾಮಲಿಂಗನ ದೇವಾಲಯವೆಂಬದೊಂದು ಹಾಳು ಗುಡಿಯೂ ಕೆಲವು ಶಿಲಾಲಿಪಿಗಳೂ ಇರುತ್ತವೆ.

ಬೆಳವಟ್ಟಿ. — ಹಾನಗಲ್ಲಿನ ಈಶಾನ್ಯಕ್ಕೆ ೮ ಮೈಲಿನ ಮೇಲೆ. ಈ ಹಳ್ಳಿಯು ಬುನಾದಿಯಲ್ಲಿ ಲೀಲಾವತಿ ಯೆಂಬ ಪಟ್ಟಣವಾಗಿತ್ತೆಂದು ಹೇಳುತ್ತಾರೆ. ಗೋಕುಲೇಶ್ವರನ ಗುಡಿಯಲ್ಲಿ ೫, ಬೇರೆ ಕಡೆಯಲ್ಲಿ ೩ ಲಿಪಿಗಳುಂಟು.

ಬೆನಕನಕೊಂಡ. — ರಾಣೀಬಿನ್ನೂರಿನ ದಕ್ಷಿಣಕ್ಕೆ ೫ ಮೈಲಿನ ಮೇಲೆ. ಕಲಮೇಶ್ವರನ ಗುಡಿಯಲ್ಲಿ ೪ ಲಿಪಿಗಳಿವೆ. ಅವೆಲ್ಲ ೧೧ನೇ ಶತಕದೀಚೆ ಬರೆದಂಥವು.

ಭಾವೀಹಾಳ. — ಧಾರವಾಡದ ವಾಯುವ್ಯಕ್ಕೆ ೧೨ ಮೈಲಿನ ಮೇಲೆ. ಸಿದ್ಧೇಶ್ವರನ ದೊಡ್ಡ ಗುಡಿಯಲ್ಲಿ ವೊಂದು ಲಿಪಿಯುಂಟು. ಈ ಗುಡಿಗೆ ಸರಕಾರದಿಂದ ಇನಾಮಿನ ಭೂಮಿ ನಡಿಯುತ್ತದೆ.

ಬಿದರಕಟ್ಟಿ. — ರಾಣೀಬಿನ್ನೂರಿನ ಪಶ್ಚಿಮಕ್ಕೆ ೧೨ ಮೈಲಿನ ಮೇಲೆ. ಸಂಗಮೇಶ್ವರನ ಗುಡಿಯಲ್ಲಿ ವೊಂದು ಲಿಪಿಯುಂಟು.

ಬ್ಯಾಡಗಿ. — ರಾಣೀಬಿನ್ನೂರಿನ ವಾಯುವ್ಯಕ್ಕೆ ೧೦ ಮೈಲಿನ ಮೇಲೆ. ಜ. ಸ. (೮೧) ೪೧೧೭. ಇಲ್ಲಿ ಮ್ಯುನಿಸಿಪಾಲಿಟಿಯುಂಟು; ಶನಿವಾರ ದಿವಸ ಬಹು ದೊಡ್ಡ ಸಂತೆಯಾಗುತ್ತದೆ. ಅದರಲ್ಲಿ ಕಿರಾಣಿ, ಕಾಳು, ಮೆಣಶಿನಕಾಯಿ, ಇವುಗಳ ಮಾರಾಟವು ಬಹಳವಾಗುತ್ತದೆ. ಈ ವೂರಲ್ಲಿ ಪೋಷ್ಟ ಆಫೀಸು, ಯೆರಡು ಸರಕಾರೀ ಶಾಲೆಗಳು ಇರುತ್ತವೆ. ಮ್ಯುನಿಸಿಪಾಲಿಟಿಯ ಆದಾಯವು ಸನ್ ೧೮೮೨-೮೩ರಲ್ಲಿ ೪೮೨೮ ರೂಪಾಯಿ ಇತ್ತು. ಇಲ್ಲಿ ರಾಮೇಶ್ವರನ ಗುಡಿಯಲ್ಲಿ ಯೆರಡು ಲಿಪಿಗಳಿರುತ್ತವೆ. ಸನ್ ೧೮೪೭ರಲ್ಲಿ ಇಲ್ಲಿ ೨೫೦ ಮಗ್ಗಗಳಿದ್ದವು; ಈಗೂ ಮಗ್ಗಗಳಿರುತ್ತವೆ.

ಬ್ಯಾಹಟ್ಟಿ. — ಹುಬ್ಬಳ್ಳಿಯ ಈಶಾನ್ಯಕ್ಕೆ ೮ ಮೈಲಿನ ಮೇಲೆ. ಜ. ಸ. (೮೧) ೩೦೮೪. ರಾಮಲಿಂಗನ ಗುಡಿಯಲ್ಲಿ ವೊಂದು ಲಿಪಿಯುಂಟು. ಅದಲ್ಲದೆ ಲಿಂಗವಂತರ ಯೆರಡು ಮಠಗಳಲ್ಲಿ ವೊಂದೊಂದು, ವೊಂದು ಭಾವಿಯ ಬಳಿಯಲ್ಲಿ ಮತ್ತೊಂದು ಶಿಲಾಲಿಪಿಗಳಿವೆ. ಇವುಗಳ ಹೊರ್ತು ಈ ಊರವರ ಬಳಿಯಲ್ಲಿ ಯೆರಡು ತಾಮ್ರ ಪಟಗಳಿವೆ. ಇವೆಲ್ಲ ೧೨ನೇ ೧೩ನೇ ಶತಕಗಳಲ್ಲಿ ಆದಂಥವು.

ಭಬ್ಬಿ. — ಹುಬ್ಬಳ್ಳಿಯ ದಕ್ಷಿಣಕ್ಕೆ ೮ ಮೈಲಿನ ಮೇಲೆ, ಜ. ಸ. (೮೧) ೧೬೧೫.

ಇದರ ಬುನಾಧಿಯ ಹೆಸರು ಶೋಭನಪುರವೆಂದು ಹೇಳುತ್ತಾರೆ. ಕೋಟೆಯೊಳಗೂ ಕಾಳಕಾದೇವಿಯ ಗುಡಿಯಲ್ಲಿಯೂ ಬೇರೆ ಕಡೆಯಲ್ಲಿಯೂ ಶಿಲಾಲಿಪಿಗಳಿವೆ.

ಚಳಮಟ್ಟಿ.—ಕಲಘಟಗಿಯ ಈಶಾನ್ಯಕ್ಕೆ ೧೦ ಮೈಲಿನ ಮೇಲೆ. ಇದರ ಬಳಿಯಲ್ಲಿ ಅಜವನ ಕಟ್ಟೆಯೆಂಬ ಗವಿಯುಂಟು.

ಚೌದಾದಾಮಪುರ.—ರಾಣೀಬಿನ್ನೂರಿನ ಉತ್ತರಕ್ಕೆ ೧೫ ಮೈಲಿನ ಮೇಲೆ ತುಂಗಭದ್ರೆಯ ದಂಡೆಯಲ್ಲಿ. ಇಲ್ಲಿ ಮುಕ್ತೇಶ್ವರ, ಈಶ್ವರ, ಗೋಪದೇವಸ್ವಾಮಿ, ಯೆಂಬ ಗುಡಿಗಳಿವೆ. ಇವುಗಳಲ್ಲೆಲ್ಲ ಕೂಡಿ ೮ ಲಿಪಿಗಳುಂಟು; ಒಂದು ಮಾತ್ರ ೮೯ನೇ ವರ್ಷದಲ್ಲಿ ಆದದ್ದುಂಟು; ಉಳಿದವುಗಳೆಲ್ಲ ೧೦ನೇ ಶತಕದ ಈಚೆಯಲ್ಲಿ ಆದಂಥವು.

ಛಪ್ಪರಧಳ್ಳಿ.—ಕೋಡದ ಆಗ್ನೇಯಕ್ಕೆ ೧೦ ಮೈಲಿನ ಮೇಲೆ; ಊರ ಹೊರಗೆ ವೊಂದು ಲಿಪಿಯುಂಟು.

ಚಿಕಂಜಿ.—ಹಾನಗಲ್ಲಿನ ಪಶ್ಚಿಮಕ್ಕೆ ೩ ಮೈಲಿನ ಮೇಲೆ; ಇಲ್ಲಿ ಅಮೃತ ಲಿಂಗನ ಗುಡಿಯಲ್ಲಿ ೪ ಲಿಪಿಗಳಿವೆ. ಈ ಗುಡಿಯು ೫೦೦ ವರ್ಷದ ಹಿಂದೆ ಕಟ್ಟಿದ್ದೆಂದು ಹೇಳುತ್ತಾರೆ.

ಚಿಕ್ಕೆರೂರು.—ಕೋಡದ ಪಶ್ಚಿಮಕ್ಕೆ ೧೦ ಮೈಲಿನ ಮೇಲೆ, ಜ. ಸ. (೮೧) ೧೫೫೦ ಈ ವೂರಲ್ಲಿ ಹಿರೇಕೆರಿಯು ದೊಡ್ಡದಿರುತ್ತದೆ. ಆ ಕೆರೆಯ ಮೇಲೂ, ಬನಶಂಕರಿ, ಹನುಮಂತ, ಸೋಮೇಶ್ವರ, ಯೆಂಬ ಗುಡಿಗಳಲ್ಲಿಯೂ, ಬೇರೆ ಕಡೆಯಲ್ಲಿಯೂ ಕೂಡಿ ೭ ಲಿಪಿಗಳೂ, ಯೆರಡು ಲಿಪಿಯುಳ್ಳ ವೀರಗಲ್ಲುಗಳೂ ಇರುತ್ತವೆ. ಅವೆಲ್ಲ ೧೦ನೇ ಶತಕದ ಈಚೆಯಲ್ಲಿ ಬರಿದಂಥವು.

ಚಿನ್ನಮುಳಗುಂದ.—ಕೋಡದ ವಾಯವ್ಯಕ್ಕೆ ೬ ಮೈಲಿನ ಮೇಲೆ, ಜ. ಸ. (೮೧) ೧೫೪೪ ಚಿಕ್ಕೇಶ್ವರನ ಬುನಾದಿಯ ಗುಡಿಯು ದೊಡ್ಡದಿರುತ್ತದೆ. ಅದರಲ್ಲಿಯೂ ಮತ್ತೊಂದು ಈಶ್ವರನ ಗುಡಿಯಲ್ಲಿಯೂ ವೊಂದೊಂದು ಲಿಪಿಗಳಿವೆ. ಊರ ಹೊರಗೆ ಸಿದ್ದೇಶ್ವರವೆಂಬದೊಂದು ಸ್ವಯಂಭು ಲಿಂಗವಿರುತ್ತದೆಂದು ಹೇಳುತ್ತಾರೆ. ಅದರ ಸಮೀಪದಲ್ಲಿ ನೆಲದೊಳಗೆ ವೊಂದು ಗವಿಯುಂಟೆಂತಲೂ ಹೇಳುವರು.

ಡಂಬಳ.—ಗದಗದ ಆಗ್ನೇಯಕ್ಕೆ ೧೩ ಮೈಲಿನ ಮೇಲೆ, ಜ. ಸ. (೮೧) ೩೭೭೦. ಈ ವೂರು ಸನ್ ೧೮೬೦ರ ಪೂರ್ವದಲ್ಲಿ ತಾಲೂಕಿನ ಮುಖ್ಯ ಗ್ರಾಮವಿತ್ತು. ೧೧ನೇ ಶತಕದಲ್ಲಿ ಈ ವೂರಿಗೆ ಧರ್ಮಪುರ ಅಥವಾ ಧರ್ಮವೊಳಲೆಂಬ ಹೆಸರಿತ್ತು. ಇಲ್ಲಿ ದೊಡ ಬಸಬ್ಬ, ಕಾಲೇಶ್ವರ, ಸೋಮೇಶ್ವರ, ಯೆಂಬ ಬುನಾದಿಯ ಗುಡಿಗಳುಂಟು. ದೊಡ ಬಸಪ್ಪನ ಗುಡಿಯು ವಿಸ್ತಾರವಾಗಿಯೂ ಬಹು ಮನೋಹರವಾಗಿಯೂ ಕಟ್ಟಿದ್ದುಂಟು; ಅದರೆ ಈಗ ಬಹಳವಾಗಿ ಹಾಳಾಗಿದೆ. ಅದರಂತೆ ಬೇರೆ ಗುಡಿಗಳಾದರೂ ಹಾಳಾಗಿವೆ. ಊರ ಹೊರಗೆ ಹೆಸರಾದ ತೋಟದ ಸ್ವಾಮಿಯ ದೊಡ್ಡ ಮಠವಿರುತ್ತದೆ. ಈ ಮಠಕ್ಕೆ ಲಿಂಗವಂತರು ಬಹಳ ನಡಕೊಳ್ಳುತ್ತಾರೆ. ಈ ಮಠಕ್ಕೂ, ಅದಕ್ಕೆ ಅಂಕಿತವಾಗಿ ಸುತ್ತಲಿನ ಹಳ್ಳಿಗಳಲ್ಲಿ ಇರುವ ಸಣ್ಣ ಮಠಗಳಿಗೂ ಇನಾಮು ಭೂಮಿಗಳು ನಡಿಯುತ್ತವೆ.

ಡಂಬಳದ ಪಶ್ಚಿಮಕ್ಕೆ ಹಾಳಾದದ್ದೊಂದು ಕೋಟೆಯುಂಟು. ಆದರೊಳಗೊಂದು ಜೈನರ ಗುಡಿಯೂ ಸುತ್ತು ಮುತ್ತು ಕಂದಕವೂ ಉಂಟು. ಊರ ಹೊರಗೆ ಹಲಕೆಲವು ತೋಟ ಗಳಿರುತ್ತವೆ. ಡಂಬಳದಲ್ಲಿ ೫ ಶಿಲಾಲಿಪಿಗಳಿವೆ. ಅವೆಲ್ಲ ೧೦ನೇ ಶತಕದ ಈಚೆಯಲ್ಲಿ ಆದಂಥವು. ಇಲ್ಲಿಯ ದೇಸಾಯಿಯು ಬಹು ಕಾಲದಿಂದ ಹೆಸರಾದವನು. ಅವನ ಬಳಿಯಲ್ಲಿ ೯ ತಾಮ್ರ ಪಟಗಳಿವೆ. ಅವು ವಿಜಯನಗರದ ೨ನೇ ಹರಿಹರ ರಾಯನ (೧೩೭೯-೧೪೦೧) ಕಾಲದವು. ಈ ತಾಮ್ರ ಪಟಗಳಲ್ಲಿ ಹರಿಹರ ರಾಯನು ಶಕ ೧೩೦೧ನೇ ವರ್ಷದಲ್ಲಿ ಹಸ್ತಿನಾವತಿಯ ರಾಜ್ಯಕ್ಕೆ ಸೇರಿದ ಗದಗ ಪ್ರಾಂತದ ೬೬ ಗ್ರಾಮಗಳಲ್ಲಿ ೩ ಸಮಭಾಗಗಳನ್ನು ಮಾಡಿ, ವೊಂದು ತಾನು ಇಟ್ಟು ಕೊಂಡು, ಯೆರಡನೇದನ್ನು ಗದಗಿನ ವೀರನಾರಯಣನಿಗೂ ತ್ರಿಕೂಟೇಶ್ವರನಿಗೂ, ಮೂರನೇದನ್ನೂ ಬೇರೆ ದೇವಸ್ಥಾನಗಳಿಗೂ ಬ್ರಾಹ್ಮಣನಿಗೂ ಕೊಟ್ಟನೆಂದು ಬರಿದದೆ. ಧೊಂಡಜೀ ವಾಘನು ಡಂಬಳದ ಕೋಟೆಯನ್ನು ಆಕ್ರಮಿಸಿದ್ದನು. ಇದರ ಹೊರ್ತು ಇಂಗ್ಲಿಷ ಸರಕಾರದ ಅಮಲಿನ ಆರಂಭದಲ್ಲಿ ಕೆಲ ಕೆಲವು ಯುದ್ಧಗಳು ಈ ಕೋಟೆಯಲ್ಲಿ ಆದವು.

ದೇವರ ಹುಬ್ಬಳ್ಳಿ.— ಧಾರವಾಡದ ನೈರುತ್ಯಕ್ಕೆ ೬ ಮೈಲಿನ ಮೇಲೆ, ಜ. ಸಂ. (೮೧) ೨೬೧೮. ಇಲ್ಲಿ ಯೆಲ್ಲಮ್ಮನ ಗುಡಿಯು ಪುರಾತನದ್ದಿರುತ್ತದೆ. ಊರ ಹೊರಗೆ ಅಸಿಸ್ಟಾಂಟ ಕಲೆಕ್ಟರನ ಬಂಗಲೆಯುಂಟು. ಸನ್ ೧೮೭೬ರಲ್ಲಿ ಇಲ್ಲಿಯದೊಂದು ಸಣ್ಣ ಕೆರೆಯನ್ನು ಅಗಿಯುವಾಗ ಮೂರು ತಾಮ್ರ ಪತ್ರದಲ್ಲಿ ಬರಿದ ಶಾಸನಗಳು ದೊರಿದವು. ಇವು ಬನವಾಸಿಯ ಕದಂಬ ವಂಶದ ಕೃಷ್ಣವರ್ಮಾ, ನೃಗೇಶವರ್ಮಾ, ಯೆಂಬ ಅರಸರು ಬರಿಸಿದ ಲೇಖಗಳಿವೆ. ಇವುಗಳಿಗೆ ಮಿತಿಗಳನ್ನು ಹಾಕಿಲ್ಲ. ಆದರೂ ಅರಸರ ಹೆಸರು, ಲೇಖದ ಸ್ವರೂಪ, ಮುಂತಾದ ಆಧಾರಗಳಿಂದ ಇವು ಕ್ರಿಸ್ತೀ ಶಕದ ೫ನೇ ಶತಕದಲ್ಲಿ ಹುಟ್ಟಿದವೆಂದು ಫ್ಲೀಟ ಸಾಹೇಬರ ತರ್ಕವಿರುತ್ತದೆ. ಇವುಗಳಲ್ಲಿ ಬೌದ್ಧ ಗುಡಿಗಳಿಗೆ ಇನಾಮುಗಳನ್ನು ಕೊಟ್ಟ ಬಗ್ಗೆ ಲೇಖವಿರುತ್ತದೆ.

ದೇವೀಹೊಸೂರು.— ಕರ್ಜಗಿಯ ನೈರುತ್ಯಕ್ಕೆ ೧೦ ಮೈಲಿನ ಮೇಲೆ, ಜ. ಸ. (೮೧) ೧೨೮೬. ಬನಶಂಕರಿ, ಬಸವಣ್ಣ ಭೋಗೇಶ್ವರ, ಯೆಂಬ ಬುನಾದಿಯ ಗುಡಿಗಳಲ್ಲಿಯೂ ಬೇರೆ ಕಡೆಯಲ್ಲಿಯೂ ಕೂಡಿ ಈ ವೂರಲ್ಲಿ ೧೧ ಲಿಪಿಗಳಿರುತ್ತವೆ.

ಧಾರವಾಡ.— ಉತ್ತರ ಅಕ್ಷಾಂಶ ೧೫°, ೨೭′, ಪೂರ್ವ ರೇಖಾಂಶ ೭೫°, ೬′; ಬೆಳಗಾವಿಯ ದಕ್ಷಿಣಕ್ಕೆ ೪೮ ಮೈಲಿನ ಮೇಲೆ. ಊರಿನ ಕ್ಷೇತ್ರ ೭೩೫ ಯೆಕರು; ಜನ ಸಂಖ್ಯೆ (೧೮೮೧) ೨೭೯೧. ಅಂದರೆ ಯೆಕರಿಗೆ ೩೬ ಜನ. ಈ ವೂರು ಸಮುದ್ರದ ಪೃಷ್ಠ ಭಾಗದ ಮೇಲೆ ೨೫೮೦ ಫೂಟು ಯೆತ್ತರಿರುತ್ತದೆ; ಕಲೆಕ್ಟರನ ಬಂಗಲೆಯು ಊರಲ್ಲಿ ಯೆಲ್ಲಕ್ಕಿಂತ ಹೆಚ್ಚು ಯೆತ್ತರವಾದದ್ದು. ಊರಿನ ಸುತ್ತು ಮುತ್ತಲಿನ ಭೂಮಿಯು ಪಶ್ಚಿಮದಲ್ಲಿ ಮಾತ್ರ ಯೇರಿಕೆಯ ನೆಲವದೆ, ಉಳಿದ ಕಡೆಯಲ್ಲೆಲ್ಲ ಇಳಕಲು ಭೂಮಿಯುಂಟು.

ಧಾರವಾಡದ ಗ್ರಾಮದಲ್ಲಿ ಕೋಟೆ, ಕಸಬೆ, ನೆರೆಹಳ್ಳಿಗಳು, ಯುರೋಪಿಯನ್ ವಸ್ತಿ, ಲಷ್ಕರು, ಯೆಂಬ ಐದು ವಿಭಾಗಗಳನ್ನು ಮಾಡ ಬಹುದು.

ಕೋಟೆಯು ಬಹುತರ ವರ್ತುಲಾಕಾರವಾಗಿರುತ್ತದೆ; ಇದರ ವ್ಯಾಸವು ಸುಮಾರು ೮೦೦ ಯಾರ್ಡು, ಕ್ಷೇತ್ರ ೭೭ ಯೆಕರು; ಯೆತ್ತರವಾದ ಗೋಡೆಗಳೂ, ಭದ್ರವಾದ ಕೊತ್ತಳಗಳೂ, ಆಳವಾದ ಅಗಳತೆಯೂ ವೊಟ್ಟುಗೂಡಿ ಈ ಕೋಟೆಯಾಗಿದೆ. ಒತ್ತಟ್ಟಿಗೆ ಮಾತ್ರ ಗೋಡೆಯ ಕೆಡವಿ, ಕಂದಕಕ್ಕೆ ಭರಿ ಹಾಕಿ, ವೊಳಗೆ ಹೋಗಲಿಕ್ಕೆ ಮಾರ್ಗ ಮಾಡಿದ್ದಾರೆ. ಬೇರೆ ಕಡೆಯಲ್ಲೆಲ್ಲ ಗೋಡೆಯೂ ಕಂದಕವೂ ಈಗ್ಯೂ ವುಂಟು. ಪೂರ್ವ ದಿಕ್ಕಿನಲ್ಲಿ ಈ ಕೋಟೆಗೆ ವೊಂದರೊಳಗೊಂದು ನಾಲ್ಕು ಅಗಸೇ ಬಾಗಿಲುಗಳಿದ್ದವು; ಅವುಗಳಲ್ಲಿ ಯೆರಡು ಮಾತ್ರ ಸದ್ಯಕ್ಕೆ ಇರುತ್ತವೆ; ಉಳಿದ ಯೆರಡು ಹಾಳಾಗಿವೆ. ಮೊದಲಿನ ಬಾಗಿಲು ದಾಟ ಹೋದ ಬಳಿಕ ರಣಸ್ತಂಭವೆಂಬದೊಂದು ಯೆತ್ತರವಾಗಿ ನಿಲ್ಲಿಸಿದ ಕಲ್ಲು ಕಾಣಿಸುತ್ತದೆ. ಅದನ್ನು ಯಾರು ಯಾವ ಕಾಲಕ್ಕೆ ನಿಲ್ಲಿಸಿದರೆಂಬುವದು ತಿಳಿದಿಲ್ಲ. ಪೂರ್ವದಲ್ಲಿ ಕೊಲ್ಲ ತಕ್ಕಂಥ ಶರೆಯವರನ್ನು ಈ ರಣಸ್ತಂಭದ ಮುಂದೆ ಕೊಲ್ಲುತ್ತಿದ್ದರೆಂದು ಹೇಳುತ್ತಾರೆ. ಇಂಗ್ಲಿಷ ಸರಕಾರದ ಅಮಲು ಆದ ಬಳಿಕ ಬಹು ಕಾಲದ ವರೆಗೆ ಈ ಕಲ್ಲಿನ ಮುಂದೆ ಕುರಿಗಳನ್ನು ಕೊಯ್ಯುತ್ತಿದ್ದರು. ಕೋಟೆಯೊಳಗೆ ಪೂರ್ವದಲ್ಲಿ ದಂಡಾಳುಗಳಿರುತ್ತಿದ್ದರು. ಆದರೆ ಈಗ ಯುರೋಪಿಯನ್ ಅಧಿಕಾರಿಗಳಿರುತ್ತಾರೆ.

ಕಸಬೆ.—ಈಗಿನ ಮಂಗಳವಾರ ಪೇಟೆಯ ದಕ್ಷಿಣ ಭಾಗ, ಶುಕ್ರವಾರ ಪೇಟೆ, ಇಷ್ಟೇ ಬುನಾದಿಯ ವಸ್ತಿಯ ಪ್ರದೇಶವು. ಇದಕ್ಕೆ ಕಸಬೆ ಅಥವಾ ಪೇಟೆಯನ್ನುವರು. ಈ ಕಸಬೆಯ ಸುತ್ತು ಮುತ್ತು ಮಣ್ಣಿನ ಗೋಡೆ ಇತ್ತು. ಈ ಸುತ್ತು ಗೋಡೆಗೆ ಐದು ಅಗಸೆಗಳಿದ್ದವು; ಉತ್ತರಕ್ಕೆ ಕಿಲ್ಲೇದ ಅಗಸೆ, ಈಶಾನ್ಯಕ್ಕೆ ಮುದಿ ಹಣಮಪ್ಪನ ಅಗಸೆ, ಆಗ್ನೇಯಕ್ಕೆ ನವಲೂರ ಅಗಸೆ, ನೈರುತ್ಯಕ್ಕೆ ನುಚ್ಚಂಬಲೀ ಅಗಸೆ, ವಾಯವ್ಯಕ್ಕೆ ತೇಗೂರ ಅಗಸೆ. ಇವುಗಳಲ್ಲಿ ಈಗ ನವಲೂರ ಅಗಸೆಯ ಕುರುಹು ಮಾತ್ರ ಅಲ್ಪ ಸ್ವಲ್ಪ ಉಳಿದವೆ; ಬೇರೆ ಅಗಸೆಗಳ ಗುರ್ತು, ಇಲ್ಲವೆ ಸುತ್ತು ಗೋಡೆಯ ಗುರ್ತು ಯೆಷ್ಟು ಮಾತ್ರವೂ ಉಳಿದಿಲ್ಲ. ಈಗ ಪಂಚ ಕಚೇರಿ ಇದ್ದ ಸ್ಥಳದಿಂದ ಹಾಲಗೆರೆಯ ವರೆಗೆ ಹೊಲೆಗೇರಿ ಇತ್ತು. ಆದ್ದರಿಂದ ಈಗಿನ ಊರು ಮೊದಲಿನ ಯೆರಡು ಮೂರು ಪಾಲಷ್ಟು ಬೆಳಿದದೆಂದು ಸಿದ್ಧವಾಗುತ್ತದೆ. ಈಗ ಊರಲ್ಲಿ ಪಂಚ ಕಚೇರಿಯ ಓಣಿ, ಮಂಗಳವಾರ ಪೇಟೆಯ ಓಣಿ, ಯೆಂಬ ಯೆರಡು ದೊಡ್ಡ ದಕ್ಷಿಣೋತ್ತರ ಬೀದಿಗಳು ವೊಂದಕ್ಕೊಂದು ಸಮಾಂತರವಾಗಿರುತ್ತವೆ. ಪಂಚ ಕಚೇರಿಯ ಓಣಿಯ ದಕ್ಷಿಣದ ಅರ್ಧ ಭಾಗಕ್ಕೆ ಆದಿತ್ಯವಾರ ಪೇಟೆಯೆಂತಲೂ, ಮಂಗಳವಾರ ಪೇಟೆಯ ದಕ್ಷಿಣ ಭಾಗಕ್ಕೆ ಕುಂಬಾರ ವೋಣಿಯೆಂತಲೂ ಜೋಸಿಗೇರ ವೋಣಿಯೆಂತಲೂ ಅನ್ನುವರು. ಈ ಯೆರಡು ಬೀದಿಗಳನ್ನು ಉತ್ತರ ತುದಿಯಲ್ಲಿ ಕೆರೆಯ ಓಣಿಯೆಂಬ ಬೀದಿಯು, ಮಧ್ಯದಲ್ಲಿ ಕಾಮನಕಟ್ಟೆಯ ಓಣಿಯೆಂಬ ಬೀದಿಯು, ದಕ್ಷಿಣ ತುದಿಯಲ್ಲಿ ತಿರುಮಲ

59

ರಾಯರ ಓಣಿಯೆಂಬ ಬೀದಿಯು ಪೂರ್ವ ಪಶ್ಚಿಮವಾಗಿ ನಡಿದು ಅಡ್ಡ ಕಡಿಯುತ್ತವೆ. ಅದರಿಂದ ಊರೊಳಗೆ ೬ ದೊಡ್ಡ ಭಾಗಗಳಾಗಿ— ಈ ಭಾಗಗಳಲ್ಲಿ ಸಣ್ಣ ಪುಟ್ಟ ಓಣಿಗಳು ಹಲವುಂಟು. ಆದಿತ್ಯವಾರ ಪೇಟೆಯು ಮುಖ್ಯ ಬ್ರಾಹ್ಮಣರ ವಸ್ತಿಯ ಪ್ರದೇಶವು. ಮಂಗಳವಾರ ಪೇಟೆಯಲ್ಲಿಯೂ ಬಹು ಜನ ಬ್ರಾಹ್ಮಣರು ವಾಸಿಸುತ್ತಾರೆ. ಎರಡೂ ಕಡೆಯಲ್ಲಿ ವಾಸಿಸುವ ಸರಕಾರೀ ಉದ್ಯೋಗಸ್ಥರು, ವಕೀಲರು, ವ್ಯಾಪಾರಸ್ಥರು, ಭಿಕ್ಷುಕರು ಮುಂತಾದವರು ಕೂಡಿ ಸುಮಾರು ೫೦೦ ಮನೆಗಳಾಗ ಬಹುದು. ಆದರೆ ಊರೊಳಗೆ ಲಿಂಗವಂತರ ವಸ್ತಿ ಹೆಚ್ಚಿರುತ್ತದೆ. ಯೆಲ್ಲ ಕಡೆಯಲ್ಲಿಯೂ ಲಿಂಗವಂತರ ಮನೆಗಳುಂಟು. ಒಕ್ಕಲತನದವರೆಲ್ಲರು ಬಹುತರ ಲಿಂಗವಂತರೇ ಇದ್ದಾರೆ. ಅಂಗಡಿಕಾರರಲ್ಲಿ ಅರ್ಧಕ್ಕಿಂತ ಹೆಚ್ಚು ಜನ ಲಿಂಗವಂತರಿದ್ದಾರೆ. ಮುಸಲ್ಮಾನರ ವಸ್ತಿಯಾದರೂ ತಕ್ಕ ಮಟ್ಟಿಗೆ ಇರುತ್ತದೆ. ಅವರು ಹೆಚ್ಚಾಗಿ ಊರಿನ ಪಶ್ಚಿಮ ಭಾಗದಲ್ಲಿ ವಾಸಿಸುತ್ತಾರೆ. ನವಲೂರ ಅಗಸೆಯ ಹತ್ತರ, ಅಂದರೆ ತಿರುಮಲರಾಯರ ಓಣಿಯ ಪೂರ್ವ ತುದಿಯಲ್ಲಿ ಬೇಡರ ವಸ್ತಿಯು ವೊಳಿತಾಗಿ ಇರುತ್ತದೆ.

ನೆರೆಹಳ್ಳಿಗಳು.—ಮದೀಹಾಳ, ಹಾವೇರೀ ಪೇಟೆ, ಗುಲಗಂಜೀಕೊಪ್ಪ, ಮಾಳಾಪುರ, ಕಾಮಲಾಪುರ, ನಾರಾಯಣಪುರ, ಹೊಸ ಮಾಳಾಪುರ, ಸೈದಾಪುರ, ಯೆಂಬ ೮ ಸಣ್ಣ ಹಳ್ಳಿಗಳು ಕಸಬೆಯ ಉತ್ತರಕ್ಕೆ ಅರ್ಧ ವೈಲಿನೊಳಗೆ ವೊಂದಕ್ಕೊಂದು ಹೊಂದಿ ಇರುತ್ತವೆ. ಮದೀಹಾಳವು ಯೆಲ್ಲಕ್ಕೂ ಪೂರ್ವಕ್ಕೆ ಇರುತ್ತದೆ. ದಿವಾಣ ಶ್ರೀನಿವಾಸ ರಾಯರ ಕಾಲಕ್ಕೆ ಈ ಹಳ್ಳಿಯು ವೊಳಿತಾಗಿ ತುಂಬಿತ್ತು. ಅವರು ತಮ್ಮ ಮನೆಯನ್ನು ಮದೀಹಾಳದಲ್ಲಿ ಕಟ್ಟಿದ್ದರಿಂದ, ಆಗಿನ ಕಾಲಕ್ಕೆ ಧಾರವಾಡದಲ್ಲಿ ಇರುತ್ತಿದ್ದ ಸಂಸ್ಥಾನಿಕರ ವಕೀಲರಿಗಾಗಿ ಅವರವರ ವೊಡೆಯರು ಮದೀಹಾಳದಲ್ಲಿಯೇ ಮನೆಗಳನ್ನು ಕಟ್ಟಿಸಿದ್ದರು. ಅವೆಲ್ಲ ಈಗ ಹಾಳಾಗಿವೆ. ಶ್ರೀನಿವಾಸರಾಯರ ಮನೆಯಲ್ಲಿ ಸಹ ಯಾರು ಇರುವದಿಲ್ಲ. ಈಗ ಮದೀಹಾಳದಲ್ಲಿ ಮುಖ್ಯವಾಗಿ ಕೂಲಿಕಾರರು ವಾಸಿಸುತ್ತಾರೆ. ಬ್ರಾಹ್ಮಣರ ಮನೆಗಳು ಹತ್ತಂಟಕ್ಕಿಂತ ಹೆಚ್ಚಿಲ್ಲ. ಮದೀಹಾಳದಲ್ಲಿ ಇಪ್ಪತ್ತು ಮೂವತ್ತು ಫೂಟು ಅಗಿದರೆ ಶೀ ನೀರು ಹತ್ತುತ್ತದೆ. ಬೇರೆ ಕಡೆಯಲ್ಲೆಲ್ಲ ನೀರು ಇಂಗಿ ದುರ್ಭಿಕ್ಷವಾದಾಗ್ಯೂ ಮದೀಹಾಳದಲ್ಲಿ ನೀರಿನ ಕೊರತೆಯಾಗುವದಿಲ್ಲ. ಇದೇ ಕಾರಣದಿಂದ ಮೇಲೆ ಹೇಳಿದಂತೆ ದೊಡ್ಡ ದೊಡ್ಡ ಜನರು ಮದೀಹಾಳದಲ್ಲಿ ಮನೆಗಳನ್ನು ಕಟ್ಟಿದ್ದರು. ಆದರೆ ಅಲ್ಲಿಯ ಹವೆಯಲ್ಲಿಯೂ ನೀರೊಳಗೂ ಶೈತ್ಯ ಬಹಳ. ಆದ್ದರಿಂದ ಮಳೆಗಾಲ ಚಳಿಗಾಲಗಳಲ್ಲಿ ಮದೀಹಾಳದ ನಿವಾಸಿಗಳಿಗೆ ರೋಗೋಪದ್ರವ ಬಹಳಾಗುತ್ತದೆ; ಇದಲ್ಲದೆ ಕಳ್ಳರ ಉಪದ್ರವವೂ ಬಹಳಾಗುತ್ತದೆ. ಈ ಕಾರಣಗಳಿಂದ ಮದೀಹಾಳವು ಹಾಳಾಗುತ್ತ ನಡಿದದೆ.

ಹಾವೇರೀ ಪೇಟೆಯು ಮದೀಹಾಳದ ಪಶ್ಚಿಮಕ್ಕೆ ಇರುತ್ತದೆ. ಮುಸಲ್ಮಾನರ ಅಮಲಿನಲ್ಲಿ ಕೋಟೆಯೊಳಗೆ ದಂಡು ಇರುತ್ತಿತ್ತು. ಆ ದಂಡಿನವರು ಸಾಮಾನುಗಳನ್ನು ಕೊಳ್ಳಲಿಕ್ಕೆ ಪೇಟೆಗೆ, ಅಂದರೆ ಕಸಬೆಗೆ, ಬರುತ್ತಿದ್ದರು. ಆದರೆ ಆ ದಂಡಿನವರಿಗ್ಯೂ ಪೇಟೆಯ ಅಮಲದಾರರಿಗೂ ಮೇಲೆ ಮೇಲೆ ಜಗಳಗಳಾಗುತ್ತಿದ್ದವು. ಸನ್ ೧೭೫೪ರಲ್ಲಿ

ಬಾಳಾಜೀರಾವ ಪೇಶವನು ಧಾರವಾಡನನ್ನು ಮೊಗಲರ ಕೈಯಿಂದ ಕಸುಕೊಂಡ ಬಳಿಕ, ಮೇಲೆ ಹೇಳಿದ ಜಗಳವನ್ನು ಮುರಿಯುವ ಆಲೋಚನೆಯಿಂದ ದಂಡಿನವರಿಗಾಗಿ ಹೊಸ ದೊಂದು ಪೇಟೆಯನ್ನು ಕಟ್ಟಿಸಿ, ಅದಕ್ಕೆ ತನ್ನ ಕಕ್ಕನ ಮಗನಾದ ಸದಾಶಿವರಾಯನ ಹೆಸರು ಜೋಡಿಸಿ ಸದಾಶಿವ ಪೇಟೆಯೆಂದು ಹೆಸರಿಟ್ಟನು. ಈ ಪೇಟೆಯಲ್ಲಿ ಆದಿತ್ಯವಾರ ಸಂತೆ ನೆರೆಯುತ್ತಿದ್ದ ಕಾರಣ ಇದಕ್ಕೆ ಆದಿತ್ಯವಾರ ಪೇಟೆ ಯೆಂತಲೂ ಅನ್ನುವರು. ಮುಂದೆ ಬರ ಬರುತ್ತಾ ಇವೆರಡೂ ಹೆಸರುಗಳು ಮಾಜಿ ಹಾವೇರೀ ಪೇಟೆ ಯೆಂಬ ಹೆಸರು ಬಂತು. ಈ ಹೆಸರು ಬಂದದ್ದರ ಕಾರಣವು ತಿಳಿದಿಲ್ಲ. ಹಾವೇರೀ ಪೇಟೆಯಲ್ಲಿ ಈಗ ಲಿಂಗವಂತ, ಮುಸಲ್ಮಾನ ಜಾತಿಗಳ ಸಾವುಕಾರರು ಸ್ವಲ್ಪ ಜನರು, ದೊಡ್ಡ ದೊಡ್ಡ ಲಿಂಗವಂತ ವ್ಯಾಪಾರಸ್ಥರು, ವೊಕ್ಕಲತನದವರು ವಾಸಿಸುತ್ತಾರೆ. ಧಾರವಾಡ ಪಟ್ಟಣದ ಖಜಾನೆಯು ಹಾವೇರೀ ಪೇಟೆ ಯೆಂದು ಹೇಳ ಬಹುದು.

ಗುಲಗಂಜೀ ಕೊಪ್ಪ, ಕಾಮುಲಾಪುರ, ಹೊಸ ಮಾಳಾಪುರ, ಮಾಳಾಪುರ, ನಾರಾಯಣಪುರ, ಈ ೫ ಸಣ್ಣ ಹಳ್ಳಿಗಳು ಹಾವೇರೀ ಪೇಟೆಯ ಪಶ್ಚಿಮಕ್ಕೆ ವೊಂದಕ್ಕೊಂದು ಹೊಂದಿ ಇರುತ್ತವೆ. ಇವು ಬುನಾದಿಯ ಹಳ್ಳಿಗಳು. ಆದರೆ ಓಣಿಗಳು ಸಣ್ಣವು, ಹೊಲಸು ಬಹಳ, ನಿವಾಸಿಗಳು ಬಡವರು. ಮುಖ್ಯವಾಗಿ ಲಿಂಗವಂತ ಜಾತಿಯ ವೊಕ್ಕಲತನ ದವರೂ ಕೂಲಿಕಾರರೂ ಇವುಗಳಲ್ಲಿ ವಾಸಿಸುತ್ತಾರೆ. ದೊಡ್ಡ ವ್ಯಾಪಾರಸ್ಥರು ಇಬ್ಬರು ಮೂವರಿಗಿಂತ ಹೆಚ್ಚಿಲ್ಲ. ಬಡಿಗಿಗಳು, ಕಮ್ಮಾರರು, ಕುಂಬಾರರು, ಕೆಲವರುಂಟು.

ಸೈದಾಪುರವು ಮೇಲೆ ಹೇಳಿದ ಗುಂಪಿನ ಪಶ್ಚಿಮಕ್ಕೆ ಇರುತ್ತದೆ. ಇದರಲ್ಲಿ ಮುಖ್ಯವಾಗಿ ಲಿಂಗವಂತ ಮಹಾರಾಷ್ಟ್ರ, ಮುಸಲ್ಮಾನ ಜಾತಿಗಳ ಬಡ ವೊಕ್ಕಲಿಗರೂ ಕೂಲಿಕಾರರೂ ಇರುತ್ತಾರೆ. ದೇಶೀ ಕ್ರಿಸ್ತೀ ಜನರ ವಸ್ತಿಯು ಸ್ವಲ್ಪ ವುಂಟು. ಅವರದೊಂದು ಗುಡಿಯು ಈ ಹಳ್ಳಿಯಲ್ಲಿ ಇರುತ್ತದೆ.

ಯುರೋಪಿಯನ್ ವಸ್ತಿಯು. — ಊರು ಕೋಟೆಗಳ ಪಶ್ಚಿಮಕ್ಕೆ ಸುಮಾರು ೪೦ ಬಂಗಲೆಗಳಲ್ಲಿ ಯುರೋಪಿಯನ್ ಕಾಮದಾರರು ವಾಸಿಸುತ್ತಾರೆ. ಆದರೆ ಅವರೇ ಕಟ್ಟಿಸಿದ ಬಂಗಲೆಗಳು ಬಹು ಸ್ವಲ್ಪ ವುಂಟು. ಊರವರು ಕಟ್ಟಿಸಿ, ಅವರಿಗೆ ಬಾಡಿಗೆ ಯಿಂದ ಕೊಟ್ಟಂಥವೇ ಬಹಳ ಇರುತ್ತವೆ. ಈ ಬಂಗಲೆಗಳ ಸುತ್ತು ಮುತ್ತಲಿನ ಅವಾರಗಳು ವಿಸ್ತಾರವಾಗಿಯೂ ಬಂಗಲೆಗಳ ಕಟ್ಟಡವು ಭದ್ರವಾಗಿಯೂ ವುಂಟು. ಬಹುತರ ಯಲ್ಲ ಬಂಗಲೆಗಳ ಮುಂದೆ ಹೂ ಗಿಡಗಳ ತೋಟಗಳಿರುತ್ತವೆ. ಈ ವಸ್ತಿಯ ಪ್ರದೇಶವು ನಿರ್ಮಲವಾಗಿಯೂ ಆರೋಗ್ಯವುಳ್ಳದ್ದಾಗಿಯೂ ಇರುತ್ತದೆ.

ಲಷ್ಕರ. — ಊರಿನ ವಾಯವ್ಯಕ್ಕೆ ಸುಮಾರು ಯೆರಡು ಮೈಲಿನ ಮೇಲೆ ಲಷ್ಕರದ ಛಾವಣಿಯುಂಟು. ಇದು ವೊಂದು ರೆಜಿಮೆಂಟು ಇರಲಿಕ್ಕೆ ಸಾಕಾಗುವಷ್ಟಿರುತ್ತದೆ. ಇಲ್ಲಿಯ ಹವೆಯು ವೊಳಿತಾಗಿ ಆರೋಗ್ಯದ್ದಿರುತ್ತದೆ; ನೀರಾದರೂ ತಕ್ಕಮಟ್ಟಿಗೆ ಸಮೃದ್ಧಿಯಾಗಿರುವದು. ಸನ್ ೧೮೭೩ರಲ್ಲಿ ಈ ಛಾವಣಿಯಲ್ಲಿ ೩೧೦ ಜನ ದಂಡಾಳುಗಳು ೧೯೬ ಜನ ಅವರ ಪರಿವಾರದವರು ಇದ್ದರು.

29*

ನಿವಾಸಿಗಳು.—ಸನ್ ೧೮೭೨ನೇ ವರ್ಷದ ಖಾನೇಸುಮಾರಿಯಲ್ಲಿ ಧಾರವಾಡದ ಜನಸಂಖ್ಯವು ೨೭೧೩೬ ಇತ್ತು; ಮುಂದೆ ೧೦ ವರ್ಷದ ನಂತರ ಸನ್ ೧೮೮೧ ಖಾನೇಸುಮಾರಿಯಲ್ಲಿ ೨೭೯೧ ಇತ್ತು. ಇದರಿಂದ ಸನ್ ೧೮೭೭-೭೮ರ ಬರಗಾಲದಲ್ಲಿ ಬಹು ಜನ ಸತ್ತದ್ದರಿಂದ ಹತ್ತು ವರ್ಷದಲ್ಲಿ ಜನಸಂಖ್ಯೆ ಬೆಳಿಯ ತಕ್ಕಷ್ಟು ಬೆಳಿಯಲಿಲ್ಲೆಂದು ಸಿದ್ಧವಾಗುತ್ತದೆ. ಆದರೆ ಹೋದ ಸನ್ ೧೮೯೧ರ ಖಾನೇಸುಮಾರಿಯಲ್ಲಿ ಈ ಜನಸಂಖ್ಯವು ಸುಮಾರು ೩೨೦೦೦ ಇತ್ತೆಂದು ತಿಳಿದದೆ. ಆದ್ದರಿಂದ ಈ ಕಡೆಯ ಹತ್ತು ವರ್ಷದಲ್ಲಿ ಸುಮಾರು ೭ ಜನರಲ್ಲಿ ವೊಬ್ಬ ಮನುಷ್ಯನು ಬೆಳಿದನೆಂದು ತಿಳಿಯುತ್ತದೆ. ಈ ವೂರಿಗೆ ಹೊಗೆಬಂಡಿ ಬಂದದ್ದರಿಂದ ಜನಸಂಖ್ಯದ ಬೆಳುವಣಿಗೆಯು ತುಸು ಹೆಚ್ಚಾಯಿತು. ಸನ್ ೧೮೮೧ರ ಖಾನೇಸುಮಾರಿಯಂತೆ ಜಾತಿಗಳ ವಿವರ ಹ್ಯಾಗಂದರೆ—ಹಿಂದೂ ಜನರು ೧೯೭೦೯, ಜೈನರು ೨೭೧, ಮುಸಲ್ಮಾನರು ೬೬೮೬, ಕ್ರಿಸ್ತಿಯನ್ನರು ೬೧೮, ಪಾರ್ಸೀ ಜನರು ೨೮, ಅನ್ಯ ಜಾತಿಗಳು ೨೮.

ವಿದ್ಯದ ಬೆಳುವಣಿಗೆ.—ಧಾರವಾಡದಲ್ಲಿ ವೊಂದು ಸರಕಾರೀ ಹಾಯಸ್ಕೂಲು, ವೊಂದು ಮಿಶನರೀ ಹಾಯಸ್ಕೂಲು, ವೊಂದು ಟ್ರೇನಿಂಗ ಕಾಲೇಜ, ವೊಂದು ಮರಾಠೀ ಶಾಲೆ, ೧೧ ಕನ್ನಡ ಗಂಡು ಹುಡುಗರ ಶಾಲೆಗಳು, ೫ ಹೆಣ್ಣು ಮಕ್ಕಳ ಶಾಲೆಗಳು ಇರುತ್ತವೆ. ಇವುಗಳಲ್ಲಿ ಮೂರು ಕನ್ನಡ ಗಂಡು ಹುಡುಗರ ಶಾಲೆಗಳೂ, ಯೆರಡು ಹೆಣ್ಣು ಮಕ್ಕಳ ಶಾಲೆಗಳೂ ಮಿಶನರಿಯವರವು. ಇವಲ್ಲದೆ ವೊಂದು ಖಾಸಗೀ ಇಂಗ್ಲಿಷ ಶಾಲೆಯೂ ಯೆರಡು ಮೂರು ಕನ್ನಡ ಶಾಲೆಗಳೂ ಇರುತ್ತವೆ. ಈ ಯಾವತ್ತು ಶಾಲೆಗಳಲ್ಲಿ ಕೂಡಿ ಯೆರಡು ಸಾವಿರಕ್ಕಿಂತ ಹೆಚ್ಚು ಜನ ವಿದ್ಯಾರ್ಥಿಗಳು ಕಲಿಯುತ್ತಾರೆ. ಊರವರು ಸ್ಥಾಪಿಸಿದ್ದೊಂದು ಪುಸ್ತಕಾಲಯವು ಊರಿನ ಮಧ್ಯದಲ್ಲಿ ಇರುತ್ತದೆ. ಆದರೆ ಅದು ನೆಟ್ಟಗೆ ನಡಿಯುವದಿಲ್ಲ; ಮೇಲೆ ಮೇಲೆ ಪ್ರಾಣೋತ್ಕ್ರಮಣದ ಸ್ಥಿತಿಗೆ ಬರುತ್ತದೆ. ಊರೊಳಗೆ ನಾಲ್ಕು ಮೊಳೆಯ ಛಾಪಖಾನೆಗಳೂ, ಯೆರಡು ತಿಲೆಯ ಛಾಪಖಾನೆಗಳೂ ಇರುತ್ತವೆ. ಇವುಗಳಲ್ಲಿ ಧಾರವಾಡ ವೃತ್ತವೆಂಬ ಮರಾಠೀ ಪತ್ರ, ಕರ್ನಾಟಕ ಪತ್ರ, ಕರ್ನಾಟಕ ವೃತ್ತ, ಚಂದ್ರೋದಯ, ಲೋಕಬಂಧು, ಯೆಂಬ ನಾಲ್ಕು ಕನ್ನಡ ಪತ್ರಗಳು ಹೊರಡುತ್ತವೆ. ವಿದ್ಯದ ಸಂಬಂಧದಲ್ಲಿ ಊರು ಬೆಳುವಣಿಗೆಯ ಸ್ಥಿತಿಯಲ್ಲಿ ಇರುತ್ತದೆಂಬದಕ್ಕೆ ಸಂಶಯವಿಲ್ಲ. ಆದರೆ ಊರೊಳಗಿನ ಪ್ರಮುಖ ಜನರೊಳಗೆ ಸಮಾಜ ಕೂಡಿ ಸಾರ್ವಜನಿಕ ಕೆಲಸಗಳನ್ನು ನೆರವೇರಿಸುವ ಗುಣವು ಇನ್ನೂ ಯೆಷ್ಟು ಮಾತ್ರವೂ ಬಂದಂತೆ ಕಾಣುವದಿಲ್ಲ.

ಕೈಗಾರಿಕೆಗಳು.—ಸರಕಾರೀ ತುರಂಗದಲ್ಲಿ ಮೇಲಾದ ಜಮ್ಖಾಖಾನೆಗಳೂ ನಾನಾ ಪ್ರಕಾರದ ಸೂಸಿಗಳೂ, ಖುರ್ಚಿ, ಮೇಜು, ಪೆಟ್ಟಿಗೆ, ಮುಂತಾದ ಕಟ್ಟಿಗೆಯ ಸಾಮಾನುಗಳೂ ಹುಟ್ಟುತ್ತವೆ. ನೇಕಾರರ ಮನೆಗಳು ಸುಮಾರು ೪೦೦ ಇರುತ್ತವೆ. ಇವರು ಶೀರೆ, ಧೋತ್ರ, ವಲ್ಲಿ, ಮುಂತಾದ ಉರುಟು ಬಟ್ಟೆಗಳನ್ನು ನೆಯುತ್ತಾರೆ. ಆದರೆ ಇವರಿಗೆಲ್ಲ ಬಹುತರ ಸಾಲವಿರುತ್ತದೆ. ಸನ್ ೧೮೭೭ನೇ ವರ್ಷದ ಬರದಲ್ಲಿ ಇಲ್ಲಿಯ ನೇಕಾ

ರರು ಬಹಳ ಹಾಳಾದರು. ಆದರೂ ಇವರ ಹೋೀಲೆಯು ಕ್ರಮ ಕ್ರಮವಾಗಿ ಬೆಳೆಯುತ್ತ ನಡಿದದೆ. ಈ ನೇಕಾರರಲ್ಲಿ ಕೆಲವರು ನೂಲಿಗೆ ನೀಲಿಯ ಬಣ್ಣ ಯೆದ್ದಿ ಅದನ್ನು ಮಗ್ಗಕ್ಕೆ ಹಾಕುತ್ತಾರೆ. ಅವರಲ್ಲದೆ ನೀಲಗಾರರು ಬೇರೆ ಕೆಲವರುಂಟು. ಅವರು ಬಿಳಿ ನೂಲಿಗೂ ಅರಿವೆಗೂ ನೀಲಿ ಯೆದ್ದುವ ಹೋೀರೆಯನ್ನು ಮಾತ್ರ ಮಾಡುತ್ತಾರೆ. ತಾಮ್ರ ಹಿತ್ತಾಳೆಗಳ ಪಾತ್ರೆಗಳನ್ನು ಮಾಡುವ ಮುಸಲ್ಮಾನ ತಾಂಬಟಗಾರರ ಮನೆಗಳು ಯೆರಡೇ ಇರುತ್ತವೆ. ಅವರು ಕೊಡ, ಸಣ್ಣ ತಪೇಲಿ, ಬೋೀಗುಣಿ ಮುಂತಾದ ಪಾತ್ರೆಗಳನ್ನು ಮಾಡುತ್ತಾರೆ. ಆದರೆ ಹುಬ್ಬಳ್ಳಿ, ತೇರದಾಳ, ಪುಣೆ, ಮುಂತಾದ ಪರಸ್ಥಳಗಳಿಂದ ನಾನಾ ಪ್ರಕಾರದ ಪಾತ್ರೆಗಳನ್ನು ತಂದು ಮಾರಾಟ ಮಾಡುವ ಜೈನ ಮುಸಲ್ಮಾನ ಜಾತಿಗಳ ತಾಂಬಟಗಾರರು ಸುಮಾರು ೩೦ ಜನರಿದ್ದಾರೆ. ಅವರ ಮಾರಾಟವು ತಕ್ಕಮಟ್ಟಿಗೆ ಆಗುತ್ತವೆ. ಇವರಲ್ಲದೆ ಕಂಚುಗಾರರ ಮನೆಗಳು ಆರು ಇರುತ್ತವೆ. ಆದರೆ ಈ ಕಂಚುಗಾರರು ಕಾಲುಂಗರುಗಳ ಹೊರ್ತು ಹೆಚ್ಚಿನ ಹೊಯಿಗೆಯ ವೊಡವೆಗಳನ್ನು ಬಹುತರ ಮಾಡುವದಿಲ್ಲ. ಕುಂಬಾರರ ಮನೆಗಳು ಕಸಬೆಯಲ್ಲಿಯೂ ನೆರೆ ಹಳ್ಳಿಗಳಲ್ಲಿಯೂ ಕೂಡಿ ೫೦ ಇರುತ್ತವೆ. ಇವರು ಕೊಪ್ಪದ ಕೆರೆಯಿಂದಲೂ, ಅತ್ತೀ ಕೊಳ್ಳದಿಂದಲೂ ಅರ್ಲು ತಂದು ಯೆರಡೂ ಕೂಡಿಸಿ ಹದ ಮಾಡಿ ಗಡಿಗಿ, ಹರಿವೆ, ಕೊಡ, ಮುಚ್ಚಳ, ಮುಂತಾದ ಪಾತ್ರೆಗಳನ್ನೂ ಮನೆಗೆ ಹಾಕುವ ಹಂಚುಗಳನ್ನೂ ಮಾಡುತ್ತಾರೆ. ಸಂತೆಯ ದಿವಸ ಇವರ ಪಾತ್ರೆಗಳ ಮಾರಾಟವು ವೊಳಿತಾಗಿ ಆಗುತ್ತದೆ. ಆದರೆ ಕುಂಬಾರರೆಲ್ಲರು ಬಹುತರ ಬಡವರಿದ್ದಾರೆ. ಜೀನಗಾರರ ಅಥವಾ ಚಿತ್ರಗಾರರ ಮನೆಗಳು ೧೧ ಇರುತ್ತವೆ. ಇವರು ಬಣ್ಣದ ತೊಟ್ಟಲು, ಪಗಡಿ, ಕಿಟ್ಟದ ಗೊಂಬೆಗಳು, ಗಣಪತಿ, ಕಾಮಣ್ಣ, ಮುಂತಾದ ಬಣ್ಣದ ವೊಡವೆಗಳನ್ನೂ ಕುದುರೆಯ ಜೀನುಗಳನ್ನೂ ಮಾಡುತ್ತಾರೆ; ಕಾಗದದ ಮೇಲೆ ಬಣ್ಣದ ಚಿತ್ರಗಳನ್ನು ಬರಿಯುತ್ತಾರೆ. ಇವರು ವೊಟ್ಟಿಗೆ ಮಧ್ಯಮ ಸ್ಥಿತಿಯಲ್ಲಿದ್ದಾರೆ— ಮೇದಾರರ ಮನೆಗಳು ಸುಮಾರು ೬೦ ಇರುತ್ತವೆ. ಇವರು ಚಾಪಿ, ಬುಟ್ಟಿ, ಮೊರ, ಸಾಣಿಗೆ, ಮುಂತಾದ ಬಿದರಿನ ವೊಡವೆಗಳನ್ನು ಮಾಡಿ ಮಾರುತ್ತಾರೆ. ಇವರಲ್ಲಿ ಬಹು ಜನರಿಗೆ ಸಿಂದೀ ಕುಡಿಯುವ ಚಟವಿರದಿದ್ದರೆ ಇವರು ಹೆಚ್ಚು ಸೌಖ್ಯದಿಂದ ಇರುತ್ತಿದ್ದರು— ಕಂದೀಲು ಮಾಡುವ ಮುಸಲ್ಮಾನರ ಅಂಗಡಿಗಳು ಬಾಜಾರಿನಲ್ಲಿ ಆರೇಳು ಇರುತ್ತವೆ. ಅವರು ಕಂದೀಲು, ಸತುವಿನ ಡಬ್ಬಿ, ದೀಪ ಹಚ್ಚುವ ಚಿಮಣಿ, ಮುಂತಾದವುಗಳನ್ನು ಮಾಡಿ ಮಾರುತ್ತಾರೆ— ಅತ್ತಾರರ ಮನೆಗಳು ೧೦ ಇರುತ್ತವೆ. ಇವರು ಚಂದನದ ಯೆಣ್ಣೆ, ಊದಿನೆಣ್ಣೆ, ಊದಿನ ಅರ್ಕ, ಬುಕ್ಕಿಟ್ಟು, ಊದಿನ ಕಡ್ಡಿ ಮುಂತಾದವುಗಳನ್ನು ಮಾಡಿ ಮಾರುತ್ತಾರೆ— ನಸ್ಯಗಾರರು ಮೂವರು ಮದ್ರಾಸಿಗಳು ಇರುತ್ತಾರೆ. ಇವರು ಕೆರೆಪುಡಿ ಯೆಂಬ ಉರುಟು ನಸ್ಯವನ್ನೂ ಜಿಣುಗು ನಸ್ಯವನ್ನೂ ಮಾಡುವರು— ಪಟಯಿಗಾರರೆಂಬ ಮುಸಲ್ಮಾನರ ಅಂಗಡಿಗಳು ಆರೇಳು ಇರುತ್ತವೆ. ಇವರು ಟಿಕ್ಕಿ, ಸರ, ಮುಂತಾದವುಗಳನ್ನು ರೇಶಿಮೆಯಿಂದ ಹೆಣೆಯುವರು. ರೇಶಿಮೆಯ ದಾರಗಳನ್ನೂ ವೊಹರಮದ ಲಾಡಿ, ಸೈಲಿ, ಮುಂತಾದವುಗಳನ್ನೂ ಮಾಡಿ ಮಾರುವರು— ಸುಮಾರು ೪೦

ಜನ ಕುರುಬರು ಕಂಬಳಿಗಳನ್ನು ನೆಯ್ದು ಮಾರುವರು—ಚರ್ಮದ ಹೋರೆಯನ್ನು ಮಾಡುವವರ ಮನೆಗಳು ೭೫. ಅವರಲ್ಲಿ ಸಮ್ಮಗಾರ ಕುಲದವರು ಜೋಡು ಬೂಟುಗಳನ್ನು ಮಾಡುವರು. ಢೋರರು ಚರ್ಮವ ಕರೇ ಹಾಸಿ ಅದರ ವೊಡವೆಗಳನ್ನು ಮಾಡುವರು. ಹೊಲಿಯರು ಮಿಣಿ ಬಾರಕೋಲು, ತೋಬರಿ, ಲಗಾಮು, ಮುಂತಾದವುಗಳನ್ನು ಮಾಡುವರು. ಇವರೆಲ್ಲ ಬಹುತರ ಶರೆಬಡಕರು, ಜಗಳಗಂಟರು. ಆದ್ದರಿಂದ ಬಡತನದ ಸ್ಥಿತಿಯಲ್ಲಿದ್ದಾರೆ.

ವ್ಯಾಪಾರ.—ಊರ ಪಶ್ಚಿಮಕ್ಕೆ ಊರಿಗೂ ಕೋಟೆಗೂ ನಡುವೆ ಹೊಸ ಮಾರ್ಕೇಟು ಕಟ್ಟಿಸಿದ್ದಾರೆ. ಅಲ್ಲಿ ಮಂಗಳವಾರ ಸಂತೆ ನೆರೆಯುತ್ತದೆ. ಈ ಸಂತೆಯಲ್ಲಿ ಅಕ್ಕಿ, ಜೋಳ, ಗೋಧಿ, ಮುಂತಾದ ಕಾಳಿನ ವ್ಯಾಪಾರವೂ ದನಗಳ ವ್ಯಾಪಾರವೂ ಬಹಳ ಆಗುತ್ತದೆ. ಅವುಗಳ ತರುವಾಯ ವಸ್ತ್ರಗಳು, ಕಿರಾಣಿ, ಪಾತ್ರೆಗಳು, ತೊಲೆಗಳು ಮುಂತಾದ ಸರಕುಗಳ ವ್ಯಾಪಾರವಾದರೂ ತಕ್ಕಮಟ್ಟಿಗೆ ನಡಿಯುತ್ತದೆ. ಮಂಗಳವಾರ ಪೇಟೆಯಲ್ಲಿ ದಕ್ಷಿಣೋತ್ತರ ಸಾಲಿನಲ್ಲಿ ಕಿರಾಣಿ, ಪಾತ್ರೆಗಳು, ಕಬ್ಬಿಣದ ಸಾಮಾನು, ವೀಳ್ಯದೆಲೆ, ಮುಂತಾದ ಸರಕುಗಳ ಅಂಗಡಿಗಳುಂಟು. ಪೂರ್ವ ಪಶ್ಚಿಮ ಸಾಲಿನಲ್ಲಿ ಜವಳೀ ಅಂಗಡಿಗಳೂ ಕಂದೀಲುಗಳ ಅಂಗಡಿಗಳೂ ಯುರೋಪ ಶಾಪಗಳೂ ಇರುತ್ತವೆ. ಇವಲ್ಲದೆ ಮಾರ್ಕೇಟನಲ್ಲಿಯೂ ಕಿರಾಣಿ, ಕಾಳು, ಪಲ್ಲೆಗಳು, ಫಲಗಳು, ಬಟ್ಟೆಗಳು, ಮುಂತಾದ ಸರಕುಗಳ ಅಂಗಡಿಗಳಲ್ಲಿ ಬೆಳಗಿನಿಂದ ಯೆರಡು ತಾಸು ರಾತ್ರಿಯ ವರೆಗೆ ಮಾರಾಟವಾಗುತ್ತಿರುತ್ತದೆ. ಹಾವೇರೀ ಪೇಟೆಯ ಲಿಂಗವಂತ ವ್ಯಾಪಾರಸ್ಥರು ಹಲ್ಯಾಳದಿಂದ ಲಕ್ಷಾವಧಿ ರೂಪಾಯಿಯ ತೊಲೆಗಳನ್ನು ತಂದು ಮಾರಾಟ ಮಾಡುತ್ತಾರೆ. ಸುಗ್ಗಿಯ ಪೂರ್ವದಲ್ಲಿ ಕೂಲಿಕಾರ ಜನರು ಪಾಲು ಕೂಡಿ ಇಪ್ಪತ್ತು ಮೂವತ್ತು ಸಾವಿರದ ವರೆಗೆ ಹೊಲಗಳಲ್ಲಿಯ ಬೆಳೆಗಳನ್ನು ಕೊಂಡು, ಬಾಟೀ ಮಾರಿ ಬಹಳ ರೊಕ್ಕ ಗಳಿಸುವರು. ಒಟ್ಟಿಗೆ ಸಂಸಾರಕ್ಕೆ ಬೇಕಾಗುವ ಯಾವತ್ತು ಪದಾರ್ಥಗಳ ವ್ಯಾಪಾರವು ಧಾರವಾಡದಲ್ಲಿ ವೊಳಿತಾಗಿ ನಡಿಯುತ್ತದೆಂದು ಹೇಳ ಬಹುದು. ಈ ವ್ಯಾಪಾರವು ಇನ್ನು ಬೆಳೆಯುತ್ತ ನಡಿದದೆ.

ಮ್ಯುನಿಸಿಪಾಲಿಟಿ.—ಧಾರವಾಡದ ಸಿಟೀ ಮ್ಯುನಿಸಿಪಾಲಿಟಿಯಲ್ಲಿ ಹನ್ನೆರಡು ಜನ ಊರವರಿಂದ ನೇಮಿಸಲ್ಪಟ್ಟವರು, ಹನ್ನೆರಡು ಜನ ಸರಕಾರದಿಂದ ನೇಮಿಸಲ್ಪಟ್ಟವರು, ಅಂತೂ ೨೪ ಜನ ಕಮಿಶನರರು ತಮ್ಮೊಳಗಿನ ೯ ಜನರನ್ನು ಚೇರಮನ್ನ ಸಹಿತ ಮ್ಯಾನೇಜಿಂಗ ಕಮಿಟಿಯಾಗಿ ನೇಮಿಸಿ, ಅವರ ಮುಖಾಂತರ ಸುಧಾರಣೆಯ ಕೆಲಸಗಳನ್ನು ಮಾಡುತ್ತಾರೆ. ಬೀದಿಗಳನ್ನು ಉಡುಗಿಸುವದು, ಗಟಾರು ಕಟ್ಟಿ ಆಗಾಗ್ಗೆ ಅವುಗಳನ್ನು ಬಳಿಸುವದು, ಬೀದಿಗಳಿಗೆ ಗರಸು ಹಾಕಿಸುವದು, ಹೊಸ ಮಾರ್ಗಗಳನ್ನು ಮಾಡಿಸುವದು, ರಾತ್ರಿಯಲ್ಲಿ ಬೀದಿಗಳಲ್ಲಿ ಕಂದೀಲುಗಳನ್ನು ಹಚ್ಚುವದು, ಮುಂತಾದ ಕೆಲಸಗಳು ವೊಳಿತಾಗಿ ನಡಿಯುತ್ತವೆ. ಮ್ಯುನಿಸಿಪಾಲಿಟಿಯ ಆದಾಯವು ಸುಮಾರು ೩೦೦೦೦ ರೂಪಾಯಿ ಇರುತ್ತದೆ. ಮನೆಪಟ್ಟಿ, ಜಕಾತಿ, ಗಾಲಿಯಪಟ್ಟಿ, ಇವೇ ಮುಖ್ಯ ಆದಾಯದ ಬಾಬುಗಳಿರುತ್ತವೆ.

ನೀರಿನ ಪುರೋತೆ.—ಧಾರವಾಡಕ್ಕೆ ಮುಖ್ಯ ನೀರಿನ ಆಶ್ರಯವು ಹಾಲಗೆರೆಯು ಮಾರ್ಕೇಟಿನ ಬಳಿಯಲ್ಲಿ ಇರುತ್ತದೆ. ಅದರ ಹೊರ್ತು ಊರಿನ ದಕ್ಷಿಣ ಮೇರೆಯಲ್ಲಿ ಕೆಂಪು ಕೆರೆ, ಬಾಗತಲಾವೆಂಬ ಕೆರೆ, ನೆರೆ ಹಳ್ಳಿಗಳಲ್ಲಿ ಮೂರು ಸಣ್ಣ ಕೆರೆಗಳು ಇರುತ್ತವೆ. ಇವಲ್ಲದೆ ಮೂರು ಮುಖ್ಯ ಇಳಿಯುವ ಬಾವಿಗಳು, ಜಗಣಿ, ತಿರುಮಲರಾಯರದು, ನುಚ್ಚಬಿಲಿಯೆಂಬವು ಊರೊಳಗೆ ಇರುತ್ತವೆ. ಕೋಟೆಯ ಕಂದಕದಲ್ಲಿಯೂ ಕುಡಿಯುವ ನೀರು ತಕ್ಕಮಟ್ಟಿಗೆ ದೊರಿಯುತ್ತದೆ. ಇವುಗಳ ಹೊರ್ತು ಊರೊಳಗೆ ಬಹುತರ ಮನೆ ಮನೆಗೆ ಸೌಳು ನೀರಿನ ಸೇದುವ ಬಾವಿಗಳೂ, ಊರ ಹೊರಗೆ ಸುತ್ತುಮುತ್ತು ಇಪ್ಪತ್ತಕ್ಕಿಂತ ಹೆಚ್ಚು ಶೀ ನೀರಿನ ಸೇದುವ ಬಾವಿಗಳೂ ಇರುತ್ತವೆ. ಆದರೆ ವೊಂದು ವರ್ಷ ಮಳೆ ಕಡಿಮೆಯಾಯಿತೆಂದರೆ ನೀರು ದೊರಿಯುವದು ಕಷ್ಟವಾಗುತ್ತದೆ. ಹಾಲಗೆರೆ ಅಟ್ಟಿಸಿತೆಂದರೆ ಊರೊಳಗಿನ ಬಾವಿಗಳೆಲ್ಲ ಬಹುತರ ವೊಣಗುತ್ತವೆ. ನುಚ್ಚಂಬಲಿಯ ಬಾವಿಯ ಶಲೆ ಮಾತ್ರ ಮೊಡ್ಡದಿರುತ್ತದೆ. ನೀರಿನ ವೊಳ್ಳೇ ಬರದಲ್ಲಿ ಸಹ ಯೆರಡು ತಾಸು ಬಿಟ್ಟರೆ ಕೊಡ ತುಂಬುವಷ್ಟು ನೀರು ಬರುತ್ತದೆ. ಒಟ್ಟಿಗೆ ಧಾರವಾಡಕ್ಕೆ ನೀರಿನ ತಾಪತ್ರಯವಿದ್ದಷ್ಟು ಬೇರೆ ಯಾವ ಮಾತಿನ ತಾಪತ್ರಯವೂ ಇಲ್ಲೆಂದು ಹೇಳಬಹುದು. ನೀರಿನ ಬರ ಬಿದ್ದಾಗ ಯೆರಡು ಆಣೆಗೆ ವೊಂದು ಕೊಡ ಶೀ ನೀರು ದೊರಿಯುವದು ಕಷ್ಟವಾಗುತ್ತದೆ. ನೀರು ಹಾಕುವ ಪೋರೆ ಮಾಡುವ ಜನರು ತಿಂಗಳಿಗೆ ೨೦, ೩೦ ರೂಪಾಯಿಯ ವರೆಗೆ ಸಂಪಾದಿಸುತ್ತಾರೆ. ಆದರೆ ಲೋಕಲ್ ಫಂಡಿನಿಂದಲೂ ಸರಕಾರದಿಂದಲೂ ರೇಲ್ವೇ ಕಂಪನಿಯಿಂದಲೂ ಹಣ ಕೂಡಿಸಿ, ಅತ್ತೀಕೊಳ್ಳದಲ್ಲಿ ದೊಡ್ಡದೊಂದು ಕೆರೆ ಕಟ್ಟಿ ಊರೊಳಗೆ ನಳ ತರುವ ಆಲೋಚನೆಯು ನಡಿದದೆ. ಅದು ದೇವರ ದಯದಿಂದ ಬೇಗ ಕೊನೆಗಂಡರೆ ಆರೋಗ್ಯ, ವ್ಯಾಪಾರದ ಬೆಳುವಣಿಗೆ, ಧಾನ್ಯದ ಸಮೃದ್ಧಿ, ಮುಂತಾದ ಸಂಬಂಧದಲ್ಲಿ ಧಾರವಾಡವು ದಕ್ಷಿಣ ಮಹಾರಾಷ್ಟ್ರದಲ್ಲಿ ಹೆಸರಾದ ಪಟ್ಟಣವೆನಿಸುವದು.

ವಿಶೇಷ ಸ್ಥಳಗಳು.—ಊರೊಳಗೆ ತಿರುಮಲ ರಾಯರ ಬಾವಿಯು ಬಹು ಭದ್ರವಾಗಿಯೂ ಭವ್ಯವಾಗಿಯೂ ಕಟ್ಟಿದ್ದಿರುತ್ತದೆ. ಅದರಲ್ಲಿಯ ಅರ್ಧ ಸೌಳು ನೀರು ಬಹುತರ ಯೆಂದೂ ಅಟ್ಟಸುವದಿಲ್ಲ. ಅದರ ಬಳಿಯಲ್ಲೇ ಛತ್ರವೆಂಬ ದೊಡ್ಡ ಧರ್ಮಶಾಲೆಯನ್ನು ತಿರುಮಲ ರಾಯರೇ ಕಟ್ಟಿಸಿದ್ದಾರೆ. ಆ ಧರ್ಮಶಾಲೆಯು ಮಾರ್ಗಸ್ಥರಾದಂಥ ಕುಟುಂಬ ಸಹಿತವಾಗಿ ಪ್ರವಾಸ ಮಾಡುವ ಜನರಿಗೆ ಇಳಿಯಲಿಕ್ಕೆ ಅತ್ಯುಪಯುಕ್ತವಾದದ್ದಿರುತ್ತದೆ. ಊರ ಹೊರಗೆ ಹೊಸ ಪದ್ಧತಿಯಂತೆ ಕಟ್ಟಿಸಿದ ದೊಡ್ಡ ಮಾರ್ಕೇಟಿನಲ್ಲಿ ಜನರ ಗದ್ದಲವು ಮೂರು ತಾಸು ರಾತ್ರಿಯ ವರೆಗೆ ಇರುತ್ತದೆ. ಊರ ಪಶ್ಚಿಮಕ್ಕೆ ಸುಮಾರು ವೊಂದುವರೆ ಮೈಲಿನ ಮೇಲೆ ಹಾಯಸ್ಕೂಲು, ಟ್ರೇನಿಂಗ ಕಾಲೇಜ, ಇವೆರಡು ದೊಡ್ಡ ಇಮಾರತುಗಳು ಸಾಧಾ ಆದಾಗ್ಯೂ ಭವ್ಯವಾಗಿ ಕಟ್ಟಸಲ್ಪಟ್ಟಿರುತ್ತವೆ. ಈ ಇಮಾರತುಗಳ ದಕ್ಷಿಣಕ್ಕೆ ನೂರಿನ್ನೂರು ಹೆಜ್ಜೆಯ ಮೇಲೆ ರೇಲ್ವೆಯ ಕಚೇರಿಯು ಬಹು ಭವ್ಯವಾಗಿಯೂ ಸುಂದರವಾಗಿಯೂ ಕಟ್ಟಿಸಿದ ಮುಂಬಯಿ ಪದ್ಧತಿಯ ದೊಡ್ಡ ಇಮಾರತು

ನೋಡ ತಕ್ಕಂಥಾದಿರುತ್ತದೆ. ಮುನಿಸಿಫ ಕೋರ್ಟಿನ ಬಳಿಯಲ್ಲಿ ಮಿಶನರೀ ಹಾಯ ಸ್ಕೂಲಾದರೂ ತಕ್ಕಮಟ್ಟಿಗೆ ಸುಶೋಭಿತವಾಗಿ ಕಟ್ಟಿದ್ದಿರುತ್ತದೆ. ಊರ ವಾಯವ್ಯಕ್ಕೆ ಸುಮಾರು ಯೆರಡು ಮೈಲಿನ ಮೇಲೆ ಹೊಗೆಬಂಡಿಯ ಸ್ಟೇಶನ್ನು ಭವ್ಯವಾಗಿ ಕಟ್ಟಿದ ದೊಡ್ಡ ಇಮಾರತು ಇರುತ್ತದೆ. ಸ್ಟೇಶನ್ನಿನ ಆಚೆಯಲ್ಲಿ ಸುಮಾರು ಅರ್ಧ ಮೈಲಿನ ಮೇಲೆ, ಅಂದರೆ ಊರಿಂದ ಸುಮಾರು ಯೆರಡೂವರೆ ಮೈಲಿನ ಮೇಲೆ ಅಚ್ಚ ಕಲ್ಲಿನಿಂದ ಕಟ್ಟಿದ ಸೋಮೇಶ್ವರನ ಪುರಾತನದ ದೇವಾಲಯವಿರುತ್ತದೆ. ಆ ಗುಡಿಯ ಮುಂದಿನ ಹೊಂಡದೊಳಗಿನ ನೀರು ಯೆಂದೆಂದು ಇಂಗುವದಿಲ್ಲ. ಗುಡಿಯ ಮುಂದೆ ದೊಡ್ಡ ದೊಡ್ಡ ಮರಗಳ ನಿಬಿಡವಾದ ಛಾಯೆಯು, ಸುತ್ತು ಮುತ್ತು ಯೆತ್ತರವಾದ ಗುಡ್ಡಗಳ ಆವರಣವು, ಗುಡಿಯ ಬಳಿಯಲ್ಲಿಯೇ ಹನ್ನೆರಡು ಕಾಲವೂ ಸಣ್ಣಾಗಿ ಹರಿಯುವ ಶಾಲ್ಮಲಾ ನದಿಯ ಉಗಮವು, ಇವೆಲ್ಲವುಗಳಿಂದ ಈ ದೇವಸ್ಥಾನಕ್ಕೆ ಅತಿ ರಮಣೀಯವಾದ ಶೋಭೆಯುಂಟಾಗಿದೆ. ಏಕಾಂತ ವಾಸ ಮಾಡಲಿಚ್ಛಿಸುವಂಥ ಯೋಗಿಗಳಿಗೆ ಇದು ತಕ್ಕ ಸ್ಥಾನವೆಂದು ಹೇಳ ಬಹುದು. ಶಾಲ್ಮಲೆಯ ಉಗಮದ ಶಲೆ ಹೊರಡುವ ಸ್ಥಳದಲ್ಲಿ ಈ ವೂರಲ್ಲಿ ಪೂರ್ವದಲ್ಲಿ ಸಬಜಡಜರಾಗಿದ್ದ ಬಾಬಾಜೀ ಲಕ್ಷ್ಮಣ ಯೆಂಬವರು ನೆಲ ಕಡಿಸಿ ವಿಸ್ತಾರವಾದ ಹೊಂಡವನ್ನು ಮಾಡಿಸಿದ್ದಾರೆ. ಅದರಲ್ಲಿ ವೊಂದು ಆಳಿನ ಪ್ರಮಾಣವಾಗಿ ನೀರು ಸರ್ವ ಕಾಲವೂ ಇರುತ್ತದೆ. ಆ ಹೊಂಡದಿಂದ ವೊಂದು ಅಂಗುಲ ಪ್ರಮಾಣವಾಗಿ ನೀರು ಸರ್ವ ಕಾಲವೂ ಹರಿಯುತ್ತಿರುತ್ತದೆ. ಗುಡಿಯ ಮುಂದಿನ ಹೊಂಡದ ನೀರು ಕೆಟ್ಟಿರುತ್ತದೆ. ಆದರೆ ಈ ಶಾಲ್ಮಲೆಯ ಹೊಂಡದ ನೀರು ಹರಿಯುತ್ತಿರುವ ಕಾರಣ ಸ್ನಾನಕ್ಕೂ ಕುಡಿಯಲಿಕ್ಕೂ ಬರುತ್ತದೆ. ಶಾಲ್ಮಲೆಯ ಶಲೆಯಲ್ಲಿ ಬೀಳುವ ನೀರಿನಷ್ಟು ಆರೋಗ್ಯಕರವಾದ ನೀರು ಧಾರವಾಡದಲ್ಲಿ ಯೆಲ್ಲಿಯೂ ಇಲ್ಲೆಂದು ಹೇಳ ಬಹುದು. ಧಾರವಾಡದ ಸುತ್ತು ಮುತ್ತು ಹತ್ತೆಂಟು ಮೈಲಿನ ವರೆಗೆ ಸರ್ವ ಕಾಲವೂ ಹರಿಯುವ ನೀರು ಯೆಲ್ಲಿಯೂ ಇಲ್ಲದ್ದರಿಂದ ಈ ಶಾಲ್ಮಲೆಯ ಉಗಮವು ಧಾರವಾಡದ ಜನರಿಗೆ ವೊಂದು ಅಪರೂಪವಾದ ನಿಧಿಯಂತೆ ಇರುತ್ತದೆ. ಊರಿನ ದಕ್ಷಿಣಕ್ಕೆ ಸಣ್ಣದೊಂದು ಗುಡ್ಡದ ಮೇಲೆ ಮೈಲಾರ ಲಿಂಗನ ಗುಡಿ ಇರುತ್ತದೆ. ಅದು ತೀರ ಸಾಧಾರಣ ತರದ್ದು. ಆ ಗುಡಿಯ ಯೆರಡು ಕಂಬಗಳ ಮೇಲೆ ಫಾರ್ಸೀ ಲಿಪಿಯುಂಟು. ಅದರಿಂದ ಮಹಮ್ಮದ ಖಾನನೆಂಬ ಹವಾಲದಾರನು ಸನ್ ೧೬೭೦ರಲ್ಲಿ ಮೊದಲಿನ ಮೂರ್ತಿಯನ್ನು ತೆಗಿದು ಅದನ್ನು ಮಶೀದಿಯನ್ನು ಮಾಡಿದ್ದನೆಂದು ತಿಳಿಯುತ್ತದೆ. ಪೇಶವೆಯವರ ಅಮಲು ಆದ ಬಳಿಕ ಅದು ಮತ್ತೆ ಗುಡಿಯಾಯಿತು. ಮದೀಹಾಳದಲ್ಲಿ ನರಸಿಂಹ ದೇವರ ಗುಡಿಯು ವಿಶಾಲವಾಗಿಯೂ ರಮಣೀಯವಾಗಿಯೂ ಇರುತ್ತದೆ. ಅದು ಮಾರ್ಗಸ್ಥರಿಗೆ ಇಳಿಯಲಿಕ್ಕೆ ಬಹಳ ಅನುವಾದ ಸ್ಥಳವು. ಮದೀಹಾಳದ ಪೂರ್ವಕ್ಕೆ ಸರಕಾರೀ ಸರಾಯಿಯ ಕಾರಖಾನೆಯುಂಟು. ಆ ಕಾರಖಾನೆಯ ದೊಡ್ಡ ಬಾವಿಯಲ್ಲಿಯೂ ಅದರ ಬಳಿಯಲ್ಲಿ ಮ್ಯುನಿಸಿಪಾಲಿಟಿಯವರು ಅಗಿಸಿದ ಬೇರೊಂದು ದೊಡ್ಡ ಬಾವಿಯಲ್ಲಿಯೂ ಶೀ ನೀರು ಸಮೃದ್ಧಿಯಾಗಿ ಇರುತ್ತದೆ; ಒಣಗುವದಿಲ್ಲ.

ಪೈರು.—ಧಾರವಾಡದ ಭೂಮಿಗೆ ಕರಿಸಾಲೆಂಬುವದು ಗೊತ್ತೇ ಇಲ್ಲ. ಮಳೆ ಹೆಚ್ಚಾದರೆ ಯೆರೆ ಭೂಮಿ ಭತ್ತದ ಗದ್ದೆಗಳು ಬೆಳೆಯುತ್ತವೆ; ಕಡಿಮೆಯಾದರೆ ಕಲ್ಲು ಭೂಮಿಯು ವೊಳಿತಾಗಿ ಬೆಳೆಯುತ್ತದೆ. ಯಾವ ಭೂಮಿಯಲ್ಲಿಯೂ ಕೂರಿಗೆ ಹಾಕದಷ್ಟು ವೊಣ ಮಳೆಗಾಲವು ಈ ವೂರಿಗೆ ಯೆಂದೆಂದು ವೊದಗಿದ್ದಿಲ್ಲವೆಂದು ಹೇಳುತ್ತಾರೆ. ಮಳೆಯು ತೀರ ಕಡಿಮೆಯಾದರೂ ೨೦ ಇಂಚಿಗಿಂತ ಕಡಿಮೆ ಯೆಂದೂ ಆಗುವದಿಲ್ಲ. ಕೆಂಪು ಭೂಮಿಯಲ್ಲಿ ಮೇಲಾದ ಭತ್ತವು ಹೇರಳವಾಗಿ ಬೆಳೆಯುತ್ತದೆ. ಯೆರೆ ಭೂಮಿಯಲ್ಲಿ ಹತ್ತಿ, ಜೋಳ, ಗೋಧಿ, ಕಡ್ಲೆ, ಮುಂತಾದ ಧಾನ್ಯಗಳು ಬರುತ್ತವೆ. ಅವಲ್ಲದೆ ಹೀರಿ, ಬೆಂಡಿ, ಚವಳಿ, ಬದನಿ, ಅವರೆ, ಸವತಿ, ಕೋತಂಬರಿ, ಸಾಸಿವೆ, ಮುಂತಾದ ತೋಟಗಳಲ್ಲಿ ಬೆಳೆಯುವ ಪಲ್ಲೆಕಾಯಿಗಳು ಈ ವೂರ ಹೊಲಗಳಲ್ಲಿ ಸಮೃದ್ಧಿಯಾಗಿ ಬೆಳೆಯುತ್ತವೆ. ಆದರೆ ಸೆಜ್ಜೆ, ಬಿಳೆ ಜೋಳ ಈ ವೂರ ಭೂಮಿಯಲ್ಲಿ ನೆಟ್ಟಗೆ ಬರುವದಿಲ್ಲ. ತೋಟಗಳು ಯೆರಡು ಮೂರಕ್ಕಿಂತ ಹೆಚ್ಚಿಲ್ಲ. ಅವುಗಳಲ್ಲಿ ಬಾಳೆ, ಕಬ್ಬು, ಗೋವಿಂಜೋಳ, ಮುಂತಾದವು ಬರುತ್ತವೆ. ಧಾರವಾಡದ ಮಾವಿನ ಹಣ್ಣು, ಪೇರೂ ಹಣ್ಣು ಹೆಸರಾಗಿರುತ್ತವೆ. ಆದರೆ ಬೇರೆ ಫಲವೃಕ್ಷಗಳು ಬಹುತರ ಇಲ್ಲ.

ಹವೆಯು.—ಬೇಸಿಗೆಯಲ್ಲಿ ಪರಮಾವಧಿ ೧೦೦ ಅಂಶದ ವರೆಗೆ ಶಕೆ ಇರುತ್ತದೆ; ಚಳಿಗಾಲದಲ್ಲಿ ಬಹು ಕಡಿಮೆಯಾದರೆ ೬೪ ಅಂಶವಿರುತ್ತದೆ. ಆದ್ದರಿಂದ ಬೇಸಿಗೆಯೂ ಚಳಿಗಾಲವೂ ಬಹಳ ದುಃಸಹವಾಗುವದಿಲ್ಲ. ಹವೆಯಲ್ಲಿ ಶೈತ್ಯವು ಸ್ವಲ್ಪ ಹೆಚ್ಚು ಇರುತ್ತದೆ. ಆದರೂ ಇಲ್ಲಿಯ ಹವೆ ವೊಟ್ಟಿಗೆ ಆರೋಗ್ಯದ್ದೆಂದು ಯೆಣಿಸಲ್ಪಡುತ್ತದೆ. ಬೆಳಗಾವಿಯ ಹವೆಗಿಂತ ಹತ್ತು ಪಾಲು ಲೇಸು. ಪಟಕೀ ಬೇನೆಯು ಕ್ವಚಿತ್ತಾಗಿ ಬಂದರೂ ಉಗ್ರ ಸ್ವರೂಪದ್ದಿರುವದಿಲ್ಲ. ಆದರೆ ಮಳೆಗಾಲದ ಆರಂಭದಲ್ಲಿ ಜ್ವರೋಪದ್ರವವು ವೊಳಿತಾಗಿ ಆಗುತ್ತದೆ. ಆದರೂ ಇಲ್ಲಿಯ ಮರಣದ ಪ್ರಮಾಣವು ಬೆಳಗಾವಿ, ವಿಜಾಪುರ, ಕಾರವಾಡಗಳಿಗಿಂತ ಕಡಿಮೆ ಇರುತ್ತದೆ.

ಇತಿಹಾಸವು.—ಧಾರವಾಡದ ಕೋಟೆಯನ್ನು ವಿಜಯನಗರದವರ ಮಹಾರಾಷ್ಟ್ರ ಸರದಾರನಾದ ಧಾರರಾವನೆಂಬವನು ಸನ್ ೧೪೦೩ನೇ ವರ್ಷ ಕಟ್ಟಿಸಿದನೆಂದು ತಿಳಿದದೆ. ಅದರ ಪೂರ್ವದಲ್ಲಿ ಧಾರವಾಡದ ಗ್ರಾಮವಿದ್ದಿಲ್ಲವೆಂದು ತೋರುತ್ತದೆ. ಧಾರರಾವನು ಮೊದಲು ಧಾರವಾಡದಿಂದ ೨ ಮೈಲಿನ ಮೇಲೆ ಇರುವ ನವಲೂರಿನ ಬಳಿಯಲ್ಲಿ ಕೋಟೆಯನ್ನು ಕಟ್ಟಿಸುವ ಆಲೋಚನೇ ಮಾಡಿದ್ದನು. ಆ ಹಳ್ಳಿಯ ಬಳಿಯಲ್ಲಿ ಅವನು ಮಾಡಿಸಿದ ಕಟ್ಟಡದ ಕುರುಹುಗಳು ಈಗ್ಯೂ ಇರುತ್ತವೆ. ಆದರೆ ನವಲೂರಿನ ಬಳಿಯಲ್ಲಿ ಗುಡ್ಡಗಳು ಬಹಳ ಇರುವ ಕಾರಣ ಅವುಗಳಿಂದ ಶತ್ರುಗಳಿಗೆ ಆಶ್ರಯವಾಗುವದೆಂದು ನೋಡಿ ಅವನು ಅಲ್ಲಿಯ ಕೆಲಸ ಬಿಟ್ಟು ಧಾರವಾಡದ ಕೋಟೆಯನ್ನು ಕಟ್ಟಿಸಿದನೆಂದು ಹೇಳುತ್ತಾರೆ. ಮುಂದೆ ಸನ್ ೧೫೭೩ರಲ್ಲಿ ವಿಜಾಪುರದ ಅಲ್ಲೀ ಅದಿಲ್‌ಶಹನು ಯುದ್ಧ ಮಾಡಿ ಈ ಕೋಟೆಯನ್ನು ವಿಜಯನಗರದವನೊಬ್ಬ ಸ್ವತಂತ್ರನಾದ ಸರದಾರನ ಕೈಯಿಂದ ಕಸುಕೊಂಡನು. ಸನ್ ೧೬೬೦ರಲ್ಲಿ ವಿಜಾಪುರದ ಅಲ್ಲೀ ಶಹನು ಕೋಟೆಯ

60

ಯೆರಡನೇ ಅಗಸೆಯನ್ನು ಹೊಸದಾಗಿ ಕಟ್ಟಿಸಿದನು. ಆದರ ಮೇಲೆ ಬರಿದ ಫಾರ್ಸೀ ಲಿಪಿಯಲ್ಲಿ ಈ ಸಂಗತಿಯಲ್ಲದೆ ಅಬುದುಲ ಗಫರನೆಂಬ ಕಿಲ್ಲೇದಾರನ ಹೆಸರೂ, ಅಬದುಲ್ಲಾಯೆಂಬ ಜಮಾದಾರನ ಹೆಸರೂ ಹಿಜರಿ ಸನ್ ೧೦೭೧, ತಾ. ೧೧ನೇ ಮೊಹರಮ್ ಶುಕ್ರವಾರದ ಮಿತಿಯೂ ಬರಿಯಲ್ಪಟ್ಟವೆ. ಸನ್ ೧೬೭೦ರಲ್ಲಿ ಸವಣೂರಿನ ನಬಾಬನ ಮೂಲ ಪುರುಷನಾದ ಅಬದುಲ ಕರೀಮಖಾನನು ಬಂಕಾಪುರ ಸರಕಾರದ ಸುಭೇದಾರನಾಗಿ, ಧಾರವಾಡದ ಕೋಟೆಗೆ ವೊಡೆಯನಾಗಿದ್ದನು. ಆಗ ಈ ವೂರಿಗೆ ನಸಿರಾಬಾದೆಂಬ ಹೆಸರಿತ್ತು. ಸನ್ ೧೬೭೪ರಲ್ಲಿ ಶಿವಾಜಿಯು ಈ ಕೋಟೆಯನ್ನು ತಕ್ಕೊಂಡನು. ಸನ್ ೬೧೮೫ರಲ್ಲಿ ಔರಂಗಜೇಬನ ಮಗನಾದ ಸುಲ್ತಾನ ಮುವಾಝೀಮನು ಹುಬ್ಬಳ್ಳಿ, ಧಾರವಾಡ, ಇವೆರಡೂ ಪಟ್ಟಣಗಳನ್ನು ಆಕ್ರಮಿಸಿದನು. ಮುಂದೆ ಅರವತ್ತೆಂಟು ವರ್ಷ ಧಾರವಾಡವು ಮೊಗಲರ ವಶದಲ್ಲಿಯೇ ಇತ್ತು. ಸನ್ ೧೭೫೩ರಲ್ಲಿ ಪುಣೆಯ ಬಾಳಾಜೀರಾವ ಪೇಶವನು ಮೊಗಲರ ಕೈಯಿಂದ ಧಾರವಾಡವನ್ನು ಕಸುಕೊಂಡನು. ಸನ್ ೧೭೬೪ರಲ್ಲಿ ಹೈದರನ ಸರದಾರನಾದ ಫಝುಲ್ ಉಲ್ಲಾಖಾನನು ಈ ಕೋಟೆಯನ್ನು ತಕ್ಕೊಂಡಿದ್ದನು. ಆದರೆ ಸ್ವಲ್ಪ ದಿವಸದೊಳಗೇ ಮಾಧವರಾವ ಪೇಶವನು ಅದನ್ನು ಹಿಂದಕ್ಕೆ ತಕ್ಕೊಂಡನು. ಮುಂದೆ ಸನ್ ೧೭೭೮ರಲ್ಲಿ ಹೈದರನು ಧಾರವಾಡವನ್ನು ಮತ್ತೆ ತಕ್ಕೊಂಡ ಬಳಿಕ ಅದು ಹನ್ನೆರಡು ವರ್ಷ ಮೈಸೂರವರ ವಶದಲ್ಲಿಯೇ ಇತ್ತು. ಸನ್ ೧೭೯೧ರ ಆರಂಭದಲ್ಲಿ ಪೇಶವನ ತರ್ಫೆನಿಂದ ಪರಶುರಾಮ ಭಾವೂನೂ ಇಂಗ್ಲಿಷರೂ ಕೂಡಿ ಧಾರವಾಡವನ್ನು ಮತ್ತ ತಕ್ಕೊಂಡ ಬಳಿಕ ಅದು ಮತ್ತೆ ಪೇಶವನ ವಶಕ್ಕೆ ಬಂತು. ಮುಂದೆ ಸನ್ ೧೮೧೭ರಲ್ಲಿ ಪೇಶವೆ ಬಾಜೀರಾಯನು ಧಾರವಾಡವನ್ನು ದಂಡಿನ ವೆಚ್ಚಕ್ಕಾಗಿ ಇಂಗ್ಲಿಷರಿಗೆ ಕೊಟ್ಟನು. ಇಲ್ಲಿಗೆ ಧಾರವಾಡದ ಯುದ್ಧಗಳು ತೀರಿದವು. ಸನ್ ೧೮೫೭ರ ಬಂಡಾಯದ ಕಾಲದಲ್ಲಿ ನರಗುಂದದ ಬಾಬಾ ಸಾಹೇಬನೂ ಮುಂಡರಿಗೆಯ ರಂಗರಾಯನೂ ದಾಳಿಯನ್ನೆಬ್ಬಿಸಲಾಗಿ ಧಾರವಾಡದ ಕೋಟೆಯು ಹಗೆಗಳ ಕೈಶೇರೀತೆಂಬ ಹೆದರಿಕೆಯಿಂದ ಇಂಗ್ಲಿಷ ಸರಕಾರದವರು ವೊಂದು ಕಡೆಯಲ್ಲಿ ಕೋಟೆಯ ಗೋಡೆಯನ್ನು ಕೆಡವಿ ಕಂದಕಕ್ಕೆ ಭರಿ ಹಾಕಿ ವೊಳಗೆ ಹೋಗಲಿಕ್ಕೆ ಮಾರ್ಗ ಮಾಡಿದರು.

ಧುಂಡಸಿ.—ಶಿಗ್ಗಾವಿಯ ವಾಯವ್ಯಕ್ಕೆ ಆರು ಮೈಲಿನ ಮೇಲೆ ಕಾನಡಾ ಜಿಲ್ಲೆಯ ಸರಹದ್ದಿನಲ್ಲಿ ದೊಡ್ಡ ಪೇಟೆಯು, ಜ. ಸ. (೮೧) ೨೩೭೪. ಗುರುವಾರದ ಸಂತೆಯಲ್ಲಿ ಅಡಿಕೆ, ಮೆಣಸು, ಯಾಲಕ್ಕಿ, ಮೆಣಸಿನ ಕಾಯಿ, ಕೊಬ್ಬರಿ, ಬೆಲ್ಲ, ಅಕ್ಕಿ, ಉಪ್ಪು, ಸಕ್ಕರಿ, ಇವುಗಳ ಮಾರಾಟವು ಬಹಳ ಆಗುತ್ತದೆ.

ದಿಡಗೂರು.—ಕರ್ಜಗಿಯ ನೈರುತ್ಯಕ್ಕೆ ೧೫ ಮೈಲಿನ ಮೈಲೆ. ಹನುಮಂತನ ಗುಡಿಯಲ್ಲಿಯೂ ಬೇರೆ ಕಡೆಯಲ್ಲಿಯೂ ಕೂಡಿ ೮ ಲಿಪಿಗಳಿರುತ್ತವೆ.

ಗಂಗಿಭಾವಿ.—ಈ ಬಾವಿಯು ಶಿಗ್ಗಾವಿಯ ಪಶ್ಚಿಮಕ್ಕೆ ನಾಲ್ಕು ಮೈಲಿನ ಮೇಲೆ ಎದಲಾಬಾದೆಂಬ ಹಾಳು ಹಳ್ಳಿಯ ಹದ್ದಿನೊಳಗೆ ಇರುತ್ತದೆ. ಈ ಬಾವಿಯು ಮಾವಿನ

ಬನದೊಳಗೆ ಇರುತ್ತದೆ. ಸುತ್ತು ಮುತ್ತು ಕಿರಿ ಅಡವಿ ಬೆಳೆದಂಥ ಸಣ್ಣ ಸಣ್ಣ ಗುಡ್ಡಗಳಿವೆ. ಬಾವಿಯ ದಂಡೆಯಲ್ಲಿ ಕಾಮೇಶ್ವರನೆಂಬ ಈಶ್ವರನ ದೇವಾಲಯವಿರುತ್ತದೆ. ಈ ಬಾವಿಯಲ್ಲಿ ಸ್ನಾನ ಮಾಡಿದವರ ಜ್ವರ ಮುಂತಾದ ರೋಗಗಳು ಪರಿಹಾರವಾಗುತ್ತವೆಂದು ಪ್ರಸಿದ್ಧಿಯುಂಟು. ಆದ್ದರಿಂದ ಮಾಹಾತ್ಮ್ಯವು ಬೆಳೆದದೆ. ಕಾಮೇಶ್ವರನಿಗೆ ೯೩ ರೂಪಾಯಿಯ ಇನಾಮು ಭೂಮಿಯಲ್ಲದೆ ನಗದು ೨೦ ರೂಪಾಯಿ ಸರಕಾರದಿಂದ ದೊರಿಯುತ್ತದೆ. ಪೂಜಾರಿಯು ನಿತ್ಯದಲ್ಲಿ ಪೂಜೆ ಮಾಡಿ ಗುಡಿಯಲ್ಲಿ ನಂದಾದೀಪವಿಡುತ್ತಾನೆ. ಮಕರ ಸಂಕ್ರಾಂತಿಯ ಮರು ದಿವಸ ಈ ದೇವರ ಜಾತ್ರೆಯಾಗುತ್ತದೆ. ಸುಮಾರು ೨೦೦೦ ಜನ ಕೂಡುತ್ತದೆ. ಆದರೆ ವ್ಯಾಪಾರವು ಬಹಳ ಆಗುವದಿಲ್ಲ. ಗಂಗಿಬಾಯಿಂದ ವೊಂದು ಸಣ್ಣ ಸರುವು ಹೊರಟು ಹನ್ನೆರಡು ತಿಂಗಳೂ ಹರಿಯುತ್ತದೆ. ಒಟ್ಟಿಗೆ ಇದು ರಮಣೀಯವಾದ ಸ್ಥಳವಿರುತ್ತದೆ.

ಗದಗು. — ಉತ್ತರ ಅಕ್ಷಾಂಶ ೧೫°, ೨೬′, ಪೂರ್ವ ರೇಖಾಂಶ ೭೫°, ೪೩′. ಇದರ ಬಳಿಯಲ್ಲಿ ಬೆಟಕೇರಿಯೆಂಬ ಹಳ್ಳಿ ಇರುವ ಕಾರಣ ವಾಡಿಕೆಯಾಗಿ ಇದಕ್ಕೆ ಗದಗು ಬೆಟಕೇರಿಯೆಂದೆನ್ನುವರು; ಜನಸಂಖ್ಯೆ (೮೧) ೧೭೦೦೦. ಗದಗ ತಾಲೂಕಿನ ಮುಖ್ಯ ಗ್ರಾಮವು, ಇಲ್ಲಿ ಅರಳೆಯ ವ್ಯಾಪಾರವು ಬಹಳ ನಡಿಯುತ್ತದೆ. ಇಲ್ಲಿಯ ಜನಸಂಖ್ಯೆವು ಸನ್ ೧೮೭೬ರ ಖಾನೇಸುಮಾರಿಯಲ್ಲಿ ೧೯೦೪೫ ಇತ್ತು. ಮುಂದೆ ಬಂದ ಬರದಿಂದ ವಸ್ತಿಯು ಕಡಿಮೆಯಾಯಿತು. ಗದಗಿನ ಪೇಟೆಯಲ್ಲಿ ವರ್ಷಕ್ಕೆ ೫ ಲಕ್ಷಕ್ಕಿಂತ ಹೆಚ್ಚು ರೂಪಾಯಿಯ ಅರಳೆಯ ಮಾರಾಟವಾಗುತ್ತದೆ. ಇಲ್ಲಿ ಅರಳೇ ವೊತ್ತಿ ಗಂಟು ಕಟ್ಟುವ ಯಂತ್ರಗಳು ಯರಡು, ಹತ್ತಿಯನ್ನು ಅರಿಯುವ ಯಂತ್ರ ವೊಂದು ಉಂಟು. ಗದಗಿನ ಶೀರೆಗಳು ಬಹಳ ಪ್ರಸಿದ್ಧ; ಶನಿವಾರ ಸಂತೆಯ ದಿವಸ ವಸ್ತ್ರ, ಅಕ್ಕಿ, ಮುಂತಾದವುಗಳ ಮಾರಾಟವು ಬಹಳ ಆಗುತ್ತದೆ.

ಗದಗಿನಲ್ಲಿ ಮಾಮಲೇದಾರ ಕಚೇರಿ, ಮುನಸೀಫ ಕೋರ್ಟು, ಟಪಾಲು, ತಂತಿ ಟಪಾಲುಗಳ ಆಫೀಸುಗಳು, ದವಾಖಾನೆ, ಮ್ಯುನಿಸಿಪಾಲಿಟಿ, ಇಂಗ್ಲಿಷ ಶಾಲೆ, ೮ ಕನ್ನಡ ಶಾಲೆಗಳು ಇರುತ್ತವೆ. ಊರ ಹೊರಗೆ ಹಾಳು ಕೋಟೆಯೊಂದುಂಟು. ಇದು ಧಾರವಾಡದ ಕೋಟೆಗಿಂತ ಸಣ್ಣದು, ಆದರಷ್ಟು ಭದ್ರವಾದದ್ದಲ್ಲ.

ಗದಗಿನಲ್ಲಿ ತ್ರಿಕೂಟೇಶ್ವರ, ಸರಸ್ವತಿ, ನಾರಾಯಣ, ಸೋಮೇಶ್ವರ, ರಾಮೇಶ್ವರ, ಯೆಂಬ ಮುಖ್ಯ ಪ್ರಾಚೀನ ದೇವಾಲಯಗಳಿರುತ್ತವೆ. ತ್ರಿಕೂಟೇಶ್ವರನ ಗುಡಿ, ಸರಸ್ವತಿಯ ಗುಡಿ, ಇವೆರಡೂ ವೊಂದಕ್ಕೊಂದು ಅತಿ ನಿಕಟವಾಗಿ ಕಟ್ಟಲ್ಪಟ್ಟವೆ. ತ್ರಿಕೂಟೇಶ್ವರನ ಗುಡಿ ದೊಡ್ಡದು, ಸರಸ್ವತೀದು ಸಣ್ಣದು. ಆದರೆ ಸರಸ್ವತಿಯ ಗುಡಿಯಷ್ಟು ಸುಂದರವಾದ ಗುಡಿಯನ್ನು ಈ ಶೀಮೆಯಲ್ಲಿ ಕಾಣುವದು ಅಪರೂಪ. ಅದರ ಕಂಬಗಳ ಮೇಲೆಯೂ ಗೋಡೆಗಳ ಮೇಲೆಯೂ ಬಹು ಸೂಕ್ಷ್ಮ ರೇಖೆಗಳುಳ್ಳಂಥ ಮನೋಹರವಾದ ಚಿತ್ರಗಳನ್ನು ಕೊರಿದಿದ್ದಾರೆ. ಎರಡು ಕಂಬಗಳ ಮೇಲಿನ ಚಿತ್ರಗಳು ಯೆಲ್ಲಕ್ಕೂ ಶ್ರೇಷ್ಠವಿರುತ್ತವೆ. ಕರೆ ಶಿಲೆಯಿಂದ ಮಾಡಿದ ಸರಸ್ವತಿಯ ಮೂರ್ತಿಯು ಮನುಷ್ಯಾಕೃತಿಯಷ್ಟೇ ದೊಡ್ಡದಾಗಿ ಪದ್ಮಾಸನದಿಂದ ಕೂತಿರುತ್ತದೆ. ಅದರ ಕೊರಳಲ್ಲಿಯೂ

ಕೈಗಳಲ್ಲಿಯೂ ಕೊರಿದು ಹುಟ್ಟಿಸಿದ ಅಲಂಕಾರಗಳು ಅಪ್ರತಿಮ ಶೋಭೆಯುಳ್ಳವುಗಳಿರುತ್ತವೆ. ಇಷ್ಟು ಸುಂದರವಾದ ಮೂರ್ತಿಯನ್ನು ಕಾಣುವದು ಅಪರೂಪವು. ತ್ರಿಕೂಟೇಶ್ವರನ ಗುಡಿಯು ದೊಡ್ಡದಿರುತ್ತದೆ. ಅದಕ್ಕೂ ವೊಂದಕ್ಕೊಂದು ಜೋಡಿಸಿದಂಥ ಸಭಾ ಮಂಟಪಗಳು ಯೆರಡುಂಟು. ಅವುಗಳ ಮೂರು ದಿಕ್ಕುಗಳಲ್ಲಿ ಮೂರು ಗರ್ಭಾಗಾರಗಳಿರುತ್ತವೆ. ಪಶ್ಚಿಮದ ಗರ್ಭಾಗಾರದಲ್ಲಿ ವೊಂದೇ ಶಾಳುಂಖಿಯಲ್ಲಿ ಮೂರು ಲಿಂಗಗಳನ್ನು ಸ್ಥಾಪಿಸಿದ್ದಾರೆ. ಅದರಿಂದ ಈ ಗುಡಿಗೆ ತ್ರಿಕೂಟೇಶ್ವರವೆಂಬ ಹೆಸರು ಬಂದದೆ. ಉತ್ತರದ ಗರ್ಭಾಗಾರದಲ್ಲಿಯೂ ವೊಂದು ಲಿಂಗವಿರುತ್ತದೆ; ಆದರೆ ಪೂರ್ವದ ಗರ್ಭಾಗಾರದಲ್ಲಿ ವೊಂದು ಸಿಂಹಾಸನ ಮಾತ್ರವಿರುತ್ತದೆ, ಮೂರ್ತಿ ಇಲ್ಲ. ಈ ಗುಡಿಯು ವೊಳ ಮೈಯಲ್ಲಿ ಸಾಧಾ ಇರುತ್ತದೆ; ಹೊರ ಮೈಯಲ್ಲಿ ಮಾತ್ರ ಹಲ ಕೆಲವು ಅಲಂಕಾರಗಳುಂಟು. ಸಭಾ ಮಂಟಪದ ದಕ್ಷಿಣ ದ್ವಾರವು ಸೊಬಗಿನ ಗೊಂಬೆಗಳಿಂದ ಅಲಂಕರಿಸಲ್ಪಟ್ಟದೆ. ಸೋಮೇಶ್ವರನ ಗುಡಿಯ ಹೊರ ಮೈಯಲ್ಲಿ ಅಲಂಕಾರಗಳೂ ಚಿತ್ರಗಳೂ ಬಹಳ ವುಂಟು. ಇದರ ಬಾಗಿಲು ನೋಡ ತಕ್ಕಂಥಾದಿರುತ್ತದೆ. ಸೋಮೇಶ್ವರನ ದಕ್ಷಿಣಕ್ಕೆ ರಾಮೇಶ್ವರನ ಗುಡಿಯುಂಟು. ಅದರ ಸುತ್ತು ಮುತ್ತು ದಟ್ಟಾಗಿ ಮನೆಗಳನ್ನು ಕಟ್ಟಿದ್ದರಿಂದ ಗುಡಿಯು ಬಹುತರ ಕಾಣಿಸುವದಿಲ್ಲ. ವೀರನಾರಾಯಣನ ಗುಡಿಯು ಮಾರ್ಕೇಟನಲ್ಲಿ ಇರುತ್ತದೆ. ಅದರ ಮಹಾದ್ವಾರದ ಮೇಲಿನ ಗೋಪುರವು ಸುಮಾರು ೧೦೦ ಫೂಟು ಯೆತ್ತರವಾಗುವದು. ಈ ಗುಡಿಯಲ್ಲಿ ವರ್ಣಿಸ ತಕ್ಕಂಥ ಸೌಂದರ್ಯವೇನು ಇಲ್ಲ. ಇದು ಮೇಲೆ ಹೇಳಿದ ಗುಡಿಗಳಿಗಿಂತ ಅರ್ವಾಚೀನ ಕಾಲದ್ದು, ಅಂದರೆ ಸುಮಾರು ೧೩ನೇ ಅಥವಾ ೧೪ನೇ ಶತಕದಲ್ಲಿ ಆದದ್ದು.

ಬೆಟಗೇರಿಯಲ್ಲಿ ಹದಿನೈದು ವೀರಗಲ್ಲುಗಳು ವೊಂದೇ ಕಡೆಯಲ್ಲಿ ಗುಂಪಾಗಿ ನಿಲ್ಲಿಸಲ್ಪಟ್ಟವೆ. ಇವುಗಳ ಸುತ್ತು ಮುತ್ತು ಗೋಡೆಯುಂಟು. ಯೆಲ್ಲಕ್ಕೂ ಯೆತ್ತರವಾದದ್ದು ೧೩ ಫೂಟು ಯೆತ್ತರವಿರುತ್ತವೆ. ಈ ಶಿಲೆಗಳ ತೋರಿಕೆಯ ಮೋರೆಯಲ್ಲಿ ಮೂರು ವಿಭಾಗಗಳನ್ನು ಅಂದರೆ ಅಂತಸ್ತುಗಳನ್ನು ಕಟಿದು ಮಾಡಿದ್ದಾರೆ. ಎಲ್ಲಕ್ಕೂ ಕೆಳಗಿನ ಅಂತಸ್ತಿನಲ್ಲಿ ವೀರನು ಮಡಿದ ರಣ ಭೂಮಿಯ ಚಿತ್ರವನ್ನು ಕೊರಿದಿದ್ದಾರೆ. ಇದೇ ಅಂತಸ್ತಿನಲ್ಲಿ ಕೆಲವು ಶಿಲೆಗಳ ಮೇಲೆ ನೇಗಲು ಇಲ್ಲವೆ ಗಾಣದ ವೊರಳು ಇರುತ್ತದೆ. ಎರಡನೇ ಅಂತಸ್ತಿನಲ್ಲಿ ಸತ್ತ ವೀರನನ್ನು ರೆಕ್ಕೆಗಳುಳ್ಳ ದೇವದೂತರು ಆಕಾಶಕ್ಕೆ ವೊಯ್ಯುವ ಹಾಗೆ ತೋರಿಸಿದ್ದಾರೆ. ಮೂರನೇ, ಅಂದರೆ ಯೆಲ್ಲಕ್ಕೂ ಮೇಲಿನ ಅಂತಸ್ತಿನಲ್ಲಿ ಸತ್ತ ವೀರನನ್ನು ಸಿಂಹಾಸನದ ಮೇಲೆ ಕೂಡ್ರಿಸಿದ್ದಾರೆ. ಈ ಶಿಲೆಗಳ ಮೇಲೆ ಹಳೆಗನ್ನಡ ಲಿಪಿಗಳಾದರೂ ಇರುತ್ತವೆ. ಅಗಸೇ ಬಾಗಿನ ಯೆದುರಿಗೆ ಇರುವದಿನ್ನೊಂದು ವೀರಗಲ್ಲಿನ ಮೇಲೆ ವಿಸ್ತಾರವಾದ ಲಿಪಿಯುಂಟು.

ಗದಗಿನ ಮಾಮಲೆದಾರ ಕಚೇರಿಯಲ್ಲಿ ಕೆಲವು ತಾಮ್ರ ಪತ್ರ ಶಾಸನಗಳಿರುತ್ತವೆ; ಮೇಲೆ ಹೇಳಿದ ಗುಡಿಗಳಲ್ಲಿಯೂ ಬೇರೆ ಗುಡಿಗಳಲ್ಲಿಯೂ ಕೂಡಿ ಇಪ್ಪತ್ತು ಹಳೆಗನ್ನಡ ಶಿಲಾಲಿಪಿಗಳಿರುತ್ತವೆ. ಇವೆಲ್ಲ ಕ್ರಿಸ್ತ ಶಕದ ೧೦ನೇ ಶತಕದ ಈಚೆಯಲ್ಲಿ ಆದಂಥವು.

ಇವುಗಳಲ್ಲಿ ಕೆಲವು ಚಾಲುಕ್ಯರ ಕಾಲದವೂ ಕೆಲವು ಕಲಚೂರೀ ಬಿಜ್ಜಳನ ಮಕ್ಕಳ ಕಾಲದವು, ಕೆಲವು ದೇವಗಿರಿಯ ಯಾದವರ ಕಾಲದವು, ಕೆಲವು ದ್ವಾರ ಸಮುದ್ರದ ಬಲ್ಲಾಳರ ಕಾಲದವು, ಕೆಲವು ವಿಜಯನಗರದವರ ಕಾಲದವು ಇರುತ್ತವೆ. ಆದ್ದರಿಂದ ಗದಗು ೧೦ನೇ ಶತಕದ ಈಚೆಯಲ್ಲಿ ಈ ರಾಜವಂಶಗಳಿಗೆ ಅಂಕಿತವಾಗಿತ್ತೆಂದು ತಿಳಿಯುತ್ತದೆ. ಗದಗಿಗೆ ಪೂರ್ವದಲ್ಲಿ ಕೃತಪುರ ಇಲ್ಲವೆ ಕೃತಕವೆಂದು ಹೆಸರಿತ್ತು. ಇದರ ಅರ್ವಾಚೀನ ಕಾಲದ ಇತಿಹಾಸವು ಧಾರವಾಡದಂತೆಯೇ ಇರುತ್ತದೆ.

ಗಳಗನಾಥ.—ತುಂಗಭದ್ರೆಯ ದಂಡೆಯಲ್ಲಿ ಕರ್ಜಗಿಯ ಈಶಾನ್ಯಕ್ಕೆ ೨೦ ಮೈಲಿನ ಮೇಲೆ. ಹೊಳೆಯ ದಂಡೆಯಲ್ಲಿ ಗಾಳೇಶ್ವರನ ಗುಡಿಯು ಪುರಾತನದ್ದು ದೊಡ್ಡದಿರುತ್ತದೆ. ಅದರಲ್ಲಿ ಯೆರಡು ಶಿಲಾಲಿಪಿಗಳುಂಟು. ಹನುಮಂತನ ಗುಡಿಯಲ್ಲಿ ವೊಂದು ವೀರಗಲ್ಲು ಲಿಪಿಯುಳ್ಳದ್ದಿರುತ್ತದೆ.

ಗರಗ.—ಧಾರವಾಡದ ವಾಯವ್ಯಕ್ಕೆ ೧೦ ಮೈಲಿನ ಮೇಲೆ, ಜ. ಸ. (೮೧) ೪೪೬೫. ಉರುಟು ಬಟ್ಟೆಗಳ ವ್ಯಾಪಾರವು ವೊಳಿತಾಗಿ ಆಗುತ್ತದೆ.

ಗುಡ್ಡಗುಡ್ಡಾಪುರ ಅಥವಾ ದೇವರ ಗುಡ್ಡ.—ರಾಣೀಬಿನ್ನೂರಿನ ಉತ್ತರಕ್ಕೆ ಯೆಂಟು ಮೈಲಿನ ಮೇಲೆ ವೊಂದು ಯೆತ್ತರವಾದ ಗುಡ್ಡದ ಮೇಲೆ ಇರುತ್ತದೆ. ಜನ ಸಂಖ್ಯೆವು ೫೪೬ಕ್ಕಿಂತ ಹೆಚ್ಚಿಲ್ಲ. ಇಲ್ಲಿಯ ಮಲ್ಲಾರಿ ಅಥವಾ ಮೈಲಾರಲಿಂಗ ಯೆಂಬ ದೇವಸ್ಥಾನವು ಪ್ರಸಿದ್ಧ ಉಂಟು. ಗುಡಿಯು ತಕ್ಕಮಟ್ಟಿಗೆ ದೊಡ್ಡದಿರುತ್ತದೆ; ದೇವರಿಗೆ ಇನಾಮು ಭೂಮಿಯು ೩೭೪ ರೂಪಾಯದ್ದು ನಡಿಯುತ್ತದೆ. ಈಶ್ವರನು ಇಲ್ಲಿ ಅವತಾರ ಮಾಡಿ ಮಲ್ಲನೆಂಬ ದೈತ್ಯನನ್ನು ೫ ಫೂಟು ಉದ್ದವಾದ ಬಿಲ್ಲಿನಿಂದ ಯುದ್ಧ ಮಾಡಿ ಕೊಂದನೆಂದು ಹೇಳುತ್ತಾರೆ. ಬಿಲ್ಲು ಈಗ್ಯೂ ಇರುತ್ತದೆ. ಗುಡಿಯ ಸುತ್ತು ಮುತ್ತು ೬೦ ವಗ್ಗಯ್ಯಗಳ ಮನೆಗಳುಂಟು. ದಸರೆಯ ಪೂರ್ವ ದಿವಸದಿಂದ ಮೂರು ದಿವಸ ದೊಡ್ಡ ಜಾತ್ರೆಯಾಗುತ್ತದೆ, ೫೦೦೦ದಿಂದ ೧೦೦೦೦ದ ವರೆಗೆ ಜನ ಕೂಡುತ್ತದೆ. ಈ ಜಾತ್ರೆಯಲ್ಲಿ ವಗ್ಗಯ್ಯಗಳು ಸರ್ಪಣಿಯ ಹರಿಯೋಣ, ಕಾಲೊಳಗೆ ಕಬ್ಬಿಣದ ಸಲಾಖಿಯ ಚುಚ್ಚಿ ಪಾದು ಮಾಡೋಣ, ಮುಂತಾದ ಅಸುರೀ ಕೃತ್ಯಗಳನ್ನು ಮಾಡುತ್ತಾರೆ. ವ್ಯಾಪಾರವು ಅಷ್ಟಕ್ಕಷ್ಟೇ. ಜಾತ್ರೆಯಲ್ಲಿ ಮಲ್ಲಾರಿಗೆ ಸುಮಾರು ೧೦೦೦ ರೂಪಾಯಿ ಕಾಣಿಕೆ ಬರುತ್ತದೆ. ಈ ಹಳ್ಳಿಯಲ್ಲಿ ಮ್ಯುನಿಸಿಪಾಲಿಟಿಯುಂಟು.

ಗುತ್ತಲ.—ಕರ್ಜಗಿಯ ಪೂರ್ವಕ್ಕೆ ೧೨ ಮೈಲಿನ ಮೇಲೆ. ಜ. ಸ. (೮೧) ೩೧೭೬. ಸೋಮವಾರದ ಸಂತೆಯಲ್ಲಿ ಕಾಳು ಕಡಿಯ ಮಾರಾಟವು ವೊಳಿತಾಗಿ ಆಗುತ್ತದೆ. ಚಂದ್ರಶೇಖರನ ಗುಡಿಯಲ್ಲಿ ಯೆರಡು ಲಿಪಿಗಳಿರುತ್ತವೆ. ಇಲ್ಲಿ ಪುರಾತನವೊಂದು ಹೊಂಡವು ಬಹು ಭದ್ರವಾಗಿ ಕಟ್ಟಿದ್ದಿರುತ್ತದೆ. ಪೂರ್ವ ಕಾಲದಲ್ಲಿ ಇದು ಪ್ರಸಿದ್ಧ ಗ್ರಾಮವಿತ್ತು.

ಹಮ್ಮಿಗಿ.—ಶಿರಹಟ್ಟಿಯ ಬಳಿಯಲ್ಲಿ. ಶಿರಹಟ್ಟಿಯ ದೇಸಾಯಿಯು ಇಲ್ಲಿ ಇರುತ್ತಿದ್ದನು.

ಅವನು ಸನ್ ೧೮೫೮ರಲ್ಲಿ ಬಂಡಾಯದಲ್ಲಿ ಶೇರಿದ್ದರಿಂದ ಅವನ ಸಂಸ್ಥಾನವು ಸರಕಾರಕ್ಕೆ ಶೇರಿತು.

ಹಾನಗಲ್ಲು.—ಉತ್ತರ ಅಕ್ಷಾಂಶ ೧೪°, ೪೭', ಪೂರ್ವ ರೇಖಾಂಶ ೭೫°, ೧೨', ಧಾರವಾಡದ ದಕ್ಷಿಣಕ್ಕೆ ೫೦ ಮೈಲಿನ ಮೇಲೆ; ಜನಸಂಖ್ಯೆ (೮೧) ೫೨೭೦. ತಾಲೂಕ ಕಚೇರಿ, ಪೋಷ್ಟ ಆಫೀಸು, ಮ್ಯುನಿಸಿಪಾಲಿಟಿ, ಸರಕಾರೀ ಶಾಲೆಗಳು ಇರುತ್ತವೆ. ಊರ ಹೊರಗೆ ಹಾಳು ಕೋಟೆಯು ಸುಮಾರು ೧೯೦೦ ಫೂಟು ಸುತ್ತಳತೆಯುಳ್ಳದ್ದಾಗಿ ಮಣ್ಣಿನಿಂದ ಕಟ್ಟಿದ್ದಿರುತ್ತದೆ. ಊರಿನ ಸುತ್ತು ಮುತ್ತು ವಿಸ್ತಾರವಾದ ಕೋಟೆ ಇದ್ದದ್ದರ ಕುರುಹುಗಳು ಕಾಣುತ್ತವೆ. ಹಾನಗಲ್ಲಿನಲ್ಲಿ ಹದಿಮೂರು ಸಣ್ಣ ದೊಡ್ಡ ಗುಡಿಗಳಿರುತ್ತವೆ; ಅವುಗಳಲ್ಲಿ ತಾರಕೇಶ್ವರನ ಗುಡಿಯು ಶ್ರೇಷ್ಠ. ಇದು ಊರ ಹೊರಗೆ ಪೂರ್ವಕ್ಕೆ ಇರುತ್ತದೆ. ಇದರ ಸಭಾಮಂಟಪವು ೬೦ ಫೂಟು ಉದ್ದ, ೪೦ ಫೂಟು ಅಗಲು ಇರುತ್ತದೆ. ಗರ್ಭಾಗಾರದ ಮುಂದೆ ಬಹು ಚಂದವಾಗಿ ಕೊರಿದಂಥ ಕಮಲವು ತೂಗಬಿಟ್ಟ ಹಾಗೆ ಕಾಣಿಸುತ್ತದೆ. ಅದು ಸುಮಾರು ೩೦ ಫೂಟಿನ ವ್ಯಾಸವುಳ್ಳ ಅಷ್ಟಕೋನಾಕೃತಿಯಾದ ಅಖಂಡ ಶಿಲೆಯಲ್ಲಿ ಕೊರಿದು ೮ ಚಿತ್ರ ವಿಚಿತ್ರವಾಗಿ ಕೊರಿದಂಥ ಕಂಬಗಳ ಆಧಾರದಿಂದ ನಿಲ್ಲಿಸಲ್ಪಟ್ಟಿರುತ್ತದೆ. ಅದೇ ಕೋಣೆಯಲ್ಲಿ ಅಷ್ಟದಿಕ್ಪಾಲಕರ ಮೂರ್ತಿಗಳು ಬಹು ಸುಂದರವಾಗಿ ಕೊರಿಯಲ್ಪಟ್ಟವೆ. ಗುಡಿಯೊಳಗೆ ಯೆಲ್ಲ ಕಡೆಯಲ್ಲಿಯೂ ನಾನಾ ಪ್ರಕಾರದ ಪೌರಾಣಿಕ ಚಿತ್ರಗಳನ್ನು ಕೊರಿದಿದ್ದಾರೆ. ಗುಡಿಯ ಹೊರಗೆ ಮೂರು ವೀರಗಲ್ಲುಗಳು ಗೋಡೆಗೆ ಆನಿಸಿ ಇಟ್ಟಿರುತ್ತವೆ. ಹನುಮಂತನ ಗುಡಿಯ ಹತ್ತರ ಬೇರೊಂದು ಸಣ್ಣ ಗುಡಿಯಲ್ಲಿ ನಾಗ ಜಾತಿಯ ಮನುಷ್ಯರ ಆಕೃತಿಗಳನ್ನು ಕೊರಿದಿದ್ದಾರೆ. ಬಲೇಶ್ವರನ ಗುಡಿಯು ಊರಿಂದ ಸ್ವಲ್ಪ ದೂರ ಇರುತ್ತದೆ.

ಹಾನಗಲ್ಲಿನಲ್ಲಿ ಪೊಟ್ಟಿಗೆ ೧೧ ಶಿಲಾಲಿಪಿಗಳಿರುತ್ತವೆ. ಅವುಗಳಲ್ಲಿ ೫ ಲಿಪಿಗಳ ಮಿತಿಗಳು ತಿಳಿದವೆ. ಅವೆಲ್ಲ ಕ್ರಿ. ಶ.ದ. ೧೧ನೇ ಶತಕದ ಈಚೆಯಲ್ಲಿ ಹುಟ್ಟಿರುತ್ತವೆ. ಈ ೧೧ ಲಿಪಿಗಳಲ್ಲಿ ಕೆಲವು ವೀರಗಲ್ಲುಗಳ ಮೇಲೆ ಇರುತ್ತವೆ.

ಹೊಸ ಹಾನಗಲ್ಲಿನ ಪಶ್ಚಿಮಕ್ಕೆ ಸುಮಾರು ೬೦೦ ಯಾರ್ಡಿನ ಮೇಲೆ "ಕುಂತಿಯ ದಿಬ್ಬ"ವೆಂಬದೊಂದು ಶಂಕ್ವಾಕೃತಿಯಾದ ದಿಬ್ಬವಿರುತ್ತದೆ. ಕುಂತಿಯು ಜೋಳವನ್ನು ಕೇರಿ ತೆಗಿದು ಚಲ್ಲಿದ ಹೊಟ್ಟಿನಿಂದ ಆ ದಿಬ್ಬವಾಗಿದೆ ಯೆಂದು ಜನರು ಹೇಳುತ್ತಾರೆ.

ಹಾನಗಲ್ಲಿಗೆ ಶಿಲಾಲಿಪಿಗಳಲ್ಲಿ ವಿರಾಟನ ಕೋಟೆ, ವಿರಾಟನಗರಿ, ಪನ್ನಂಗಲ್, ಯೆಂಬ ಹೆಸರುಗಳು ಕೊಡಲ್ಪಟ್ಟವೆ. ಪಾಂಡವರು ಅಜ್ಞಾತವಾಸದಲ್ಲಿ ವಿರಾಟರಾಜನ ಮತ್ಸ್ಯಪುರವೆಂಬ ರಾಜಧಾನಿಯಲ್ಲಿ ವಾಸಿಸಿದರೆಂದು ಭಾರತದಲ್ಲಿ ಹೇಳಿರುತ್ತದೆ. ಆ ಮತ್ಸ್ಯಪುರವು ಹಾನಗಲ್ಲೇ ಯೆಂದು ಜನರ ಗ್ರಹಿಕೆಯುಂಟು. ಈ ಬಗ್ಗೆ ಹಲ ಕೆಲವು ಪ್ರಮಾಣಗಳಾದರೂ ಇರುತ್ತವೆ. ಮೇಲೆ ಹೇಳಿದಂತೆ ಪ್ರಾಚೀನ ಕಾಲದಿಂದ ಹಾನಗಲ್ಲಿಗೆ ವಿರಾಟನಗರಿ ಯೆಂಬ ಹೆಸರು ನಡಿದು ಬಂದದ್ದಲ್ಲದೆ, ಹಳೆ ಹಾನಗಲ್ಲಿನಲ್ಲಿ ಬಾಲೇ ಕಿಲ್ಲೆಯೊಳಗೆ ಭೀಮಸೇನನ ಗುಡಿಯೆಂಬದೊಂದು ಗುಡಿಯುಂಟು. ಅದೇ ಸ್ಥಳದಲ್ಲಿ ಭೀಮಸೇನನು ಕೀಚ

ಕನನ್ನು ಕೊಂದನೆಂದು ಹೇಳುತ್ತಾರೆ. ಪಾಂಡವರು ಅಜ್ಞಾತವಾಸ ಮುಗಿಸಿದ ಬಳಿಕ ಉಪಪ್ಲಾವ್ಯವೆಂಬ ಗ್ರಾಮದಲ್ಲಿ ಹೋಗಿ ನಿಂತು, ಅಲ್ಲಿ ತಮ್ಮ ಸಿಂಹಾಸನವನ್ನು ಸ್ಥಾಪಿಸಿ ದರೆಂದು ಭಾರತದಲ್ಲಿ ಲೇಖವದೆ. ಆ ಉಪಪ್ಲಾವ್ಯವೇ ಈಗ ತುಂಗಭದ್ರೆಯ ದಂಡೆ ಯಲ್ಲಿ ಸಣ್ಣದೊಂದು ಹಾಳು ಹಳ್ಳಿಯಾಗಿದ್ದ ಆನೇಗುಂದಿಯೆಂಬ ಬಗ್ಗೆ ಪ್ರಮಾಣಗಳು ದೊರೆಯುತ್ತವೆ. ಮಧ್ಯಕಾಲದ ಇತಿಹಾಸದಲ್ಲಿ ಆನೇಗುಂದಿಯು ಹೆಸರಾದ ರಾಜಧಾನಿ ಯೆನಿಸುತ್ತಿತ್ತು. ಇದಕ್ಕೆ ಬುನಾದಿಯಲ್ಲಿ "ದಕ್ಷಿಣ ಹಸ್ತಿನಾವತಿ" ಯೆಂಬ ಹೆಸರಿತ್ತೆಂದು ಶಿಲಾಲಿಪಿಗಳು ಹೇಳುತ್ತವೆ. "ಆನೇಗುಂದಿ" ಯೆಂಬ ಹೆಸರಾದರೂ "ಹಸ್ತಿನಾವತಿ" ಯೆಂಬ ಹೆಸರಿನ ಕನ್ನಡ ಭಾಷಾಂತರವೇ ಇರುತ್ತದೆ. ಆನೇಗುಂದಿಯಲ್ಲಿ ಪಾಂಡವರ ವಂಶದ ಅರಸರು ಬಹು ಕಾಲ ಆಳಿದರೆಂತಲೂ ಶಿಲಾಲಿಪಿಗಳಿಂದ ತಿಳಿಯುತ್ತದೆ. ಆನೇ ಗುಂದಿಯ ಹೊರ್ತು ಮಧುರೆ. ತಿರುವಂಕೋಡು (ತ್ರಾವಣಕೋರ), ಮುಂತಾದ ಕಡೆ ಯಲ್ಲಿ ಬುನಾದಿಯಲ್ಲಿ ಆಳಿದ ಅರಸರಾದರೂ ಪಾಂಡವರ ವಂಶದವರೇ ಯೆಂದು ಅವ ರವರ ವಂಶಾವಳಿಗಳು ಹೇಳುತ್ತವೆ. ಇದಲ್ಲದೆ ವಿರಾಟನ ರಾಜ್ಯಕ್ಕೆ ತ್ರಿವರ್ಗದೇಶದ ಸುಶರ್ಮನ ರಾಜ್ಯವು ಹೊಂದಿತ್ತೆಂದು ವಿರಾಟ ಪರ್ವದಲ್ಲಿ ಹೇಳಿರುತ್ತದೆ. "ತ್ರಿಗರ್ತ" ವೆಂದರೆ ಮೂರು ತಗ್ಗುಗಳ ನಡುವಿನ ಶೀಮೆಯೆಂಬ ಅರ್ಥವಿರುತ್ತದೆ. ಈಗಿನ ಮೈಸೂ ರಿನ ರಾಜ್ಯದ ಪೂರ್ವ, ಪಶ್ಚಿಮ, ದಕ್ಷಿಣ, ಈ ಮೂರು ದಿಕ್ಕುಗಳಲ್ಲಿ ಪೂರ್ವ ಘಟ್ಟ, ಪಶ್ಚಿಮ ಘಟ್ಟ (ಸಹ್ಯಾದ್ರಿ), ನೀಲಗಿರಿ, ಈ ಮೂರು ಪರ್ವತಗಳ ಆಚೆಯಲ್ಲಿ ತಗ್ಗು ನೆಲವಿರುವ ಕಾರಣ ಮೈಸೂರಿನ ಶೀಮೆಯೇ ತ್ರಿವರ್ಗ ದೇಶವಾಗುತ್ತದೆ. ಇದರಂತೆ ಬಲರಾಮನು ದಕ್ಷಿಣ ದೇಶದಲ್ಲಿ ತೀರ್ಥಯಾತ್ರೆ ಮಾಡುವಾಗ ರಾಮೇಶ್ವರದಿಂದ ತ್ರಿಗರ್ತ ದೇಶದೊಳಗೆ ಹಾದು ಗೋಕರ್ಣಕ್ಕೆ ಹೋದನೆಂದು ಭಾಗವತದಲ್ಲಿ ಲೇಖವದೆ. ಈ ಯಾವತ್ತು ಕಾರಣಗಳಿಂದ ಮೈಸೂರಿನ ಶೀಮೆಯೇ ತ್ರಿವರ್ಗ ದೇಶವೆಂತಲೂ, ಆನೇ ಗುಂದಿಯೇ ಉಪಪ್ಲಾವ್ಯವೆಂತಲೂ, ಹಾನಗಲ್ಲೇ ಮತ್ಸ್ಯಪುರವೆಂತಲೂ ಅನುಮಾನ ವಾಗುತ್ತದೆ.

ಆನೇಗುಂದಿಯಲ್ಲಿ ಐಜಿಪ್ತ ದೇಶದ ಅರಸರೂ ಬೇರೆ ಕೆಲವು ರಾಜವಂಶಗಳೂ ಆಳಿದ ಬಳಿಕ ಅಲ್ಲಿಯೂ ಬನವಾಸಿಯಲ್ಲಿಯೂ ಕದಂಬ ವಂಶದ ಅರಸರು ಬಹು ಕಾಲ ಆಳಿದರು. ಹಾನಗಲ್ಲು ಕದಂಬರ ರಾಜ್ಯಕ್ಕೆ ಬಹು ಪ್ರಾಚೀನ ಕಾಲದಿಂದ ಶೇರಿತ್ತೆಂದು ತೋರುತ್ತದೆ. ಅವರನ್ನು ಚಲುಕ್ಯರು ಗೆದ್ದ ಬಳಿಕ ಹಾನಗಲ್ಲು ಅವರ ಕೈ ಶೇರಿತ್ತು; ಆದರೆ ಕದಂಬರು ಚಲುಕ್ಯರ ಮಾಂಡಲಿಕರಾದ ಬಳಿಕ ಸಹ ಹಾನಗಲ್ಲು ಕದಂಬರ ರಾಜ್ಯದಲ್ಲಿಯೇ ಇತ್ತೆಂದು ತೋರುತ್ತದೆ. ಚಾಲುಕ್ಯರ ರಾಜ್ಯವನ್ನು ಬಲ್ಲಾಳರು ಆಕ್ರ ಮಿಸಿದ ಬಳಿಕ ಹಾನಗಲ್ಲು ಅವರ ರಾಜ್ಯದ ಭಾಗವಾಯಿತು. ಮುಂದೆ ವಿಜಯನಗರ ದವರ ಕಾಲದಿಂದ ಹಾನಗಲ್ಲು ಬಂಕಾಪುರ ಶೀಮೆಯ ಕೆಳಗೆ ಹೋಯಿತೆಂದು ತೋರು ತ್ತದೆ. ಆದ್ದರಿಂದ ಬಂಕಾಪುರದ ಇತಿಹಾಸವೇ ಹಾನಗಲ್ಲಿನ ಇತಿಹಾಸವೆಂದು ಹೇಳ

ಬಹುದು. ಸನ್ ೧೮೧೮ರಲ್ಲಿ ಜನರಲ್ ಮನ್ರೋನ ಕೈಕೆಳಗಿನ ದಂಡಿನವರು ಹಾನಗಲ್ಲಿನ ಕೋಟೆಯನ್ನು ತಕ್ಕೊಂಡರು.

ಹರಳಹಳ್ಳಿ.—ಕರ್ಜಗಿಯ ಪೂರ್ವಕ್ಕೆ ೧೫ ಮೈಲಿನ ಮೇಲೆ. ಈ ಸಣ್ಣ ಹಳ್ಳಿಯಲ್ಲಿ ಮೂರು ಶಿಲಾಲಿಪಿಗಳಿರುವದಲ್ಲದೆ ಸನ್ ೧೮೮೦ರಲ್ಲಿ ವೊಂದು ತಾಮ್ರ ಪಟ ದೊರಿದದೆ. ಅದರಲ್ಲಿ ೩೦ ಜನ ಬ್ರಾಹ್ಮಣರಿಗೆ ರಿತ್ತಿಯೆಂಬ ಗ್ರಾಮವನ್ನು ಯಾದವ ವಂಶದ ೨ನೇ ಸಿಂಹಣನು ಕ್ರಿ. ಶ. ೧೨೩೮ರಲ್ಲಿ ಅಗ್ರಹಾರ ಹಾಕಿ ಕೊಟ್ಟ ಬಗ್ಗೆ ಲೇಖವದೆ. ಈ ತಾಮ್ರ ಪಟವು ಈಗ ಮುಂಬಯಿಯಲ್ಲಿ ಏಶಿಯಾಟಿಕ ಸೋಸಾಯಿಟಿಯವರ ಪದಾರ್ಥ ಸಂಗ್ರಹಾಲಯದಲ್ಲಿ ಇರುತ್ತದೆ.

ಹತ್ತಿಮುತ್ತೂರು.—ಕರ್ಜಗಿಯ ಉತ್ತರಕ್ಕೆ ೫ ಮೈಲಿನ ಮೇಲೆ. ಇಲ್ಲಿ ವೊಂದೇ ಕಲ್ಲಿನ ಮೇಲೆ ಯೆರಡು ಲಿಪಿಗಳು, ವೊಂದು ೯೧೬ನೇ ವರ್ಷದ್ದು ಯೆರಡನೇದು ೧೧ನೇ ಶತಕದ ಈಚೆಯಲ್ಲಿ ಆದದ್ದು, ಇರುತ್ತವೆ.

ಹಾರೋಗೊಪ್ಪ.—ರಾಣೇಬಿನ್ನೂರಿನ ದಕ್ಷಿಣಕ್ಕೆ ೮ ಮೈಲಿನ ಮೇಲೆ. ಹನುಮಂತನ ಗುಡಿಯಲ್ಲಿ ಬಹಳ ಸವಿದದ್ದೊಂದು ಲಿಪಿಯುಂಟು.

ಹಾವಸಬಾವಿ.—ಕೋಡದ ಈಶಾನ್ಯದಲ್ಲಿ ೭ ಮೈಲಿನ ಮೇಲೆ, ಜ. ಸ. (೮೧) ೧೨೭೩. ಇಲ್ಲಿ ವೊಂದು ವೀರಗಲ್ಲಿನ ಮೇಲೆ ಲಿಪಿಯುಂಟು.

ಹವಣಗಿ.—ಹಾನಗಲ್ಲಿನ ಆಗ್ನೇಯಕ್ಕೆ ೭ ಮೈಲಿನ ಮೇಲೆ. ಇಲ್ಲಿ ರಾಮೇಶ್ವರನ ಗುಡಿಯಲ್ಲಿಯೂ ಬೇರೆ ಕಡೆಯಲ್ಲಿಯೂ ಕೂಡಿ ೭ ಲಿಪಿಗಳಿವೆ.

ಹಾವೇರಿ.—ಕರ್ಜಗಿಯ ಈಶಾನ್ಯಕ್ಕೆ ೭ ಮೈಲಿನ ಮೇಲೆ, ಜ. ಸ. (೮೧) ೫೬೫೨. ಈ ವೂರಲ್ಲಿ ಸಬಜಡಜ ಕೋರ್ಟು, ಪೋಸ್ಟ ಆಫೀಸು, ಮ್ಯುನಿಸಿಪಾಲಿಟಿ, ಆಸಪತ್ರಿಗಳು ಇರುತ್ತವೆ. ಇಲ್ಲಿ ಯಾಲಕ್ಕಿ, ಅರಳೆ, ಮುಂತಾದ ಸರಕುಗಳ ವ್ಯಾಪಾರವು ವೊಳಿತಾಗಿ ನಡಿಯುತ್ತದೆ. ಈ ವೂರಲ್ಲಿ ಇರುವದೊಂದು ಸೌಳು ನೀರಿನ ಬಾವಿಯಲ್ಲಿ ಯಾಲಕ್ಕಿಗಳನ್ನು ತೊಳಿದರೆ ಅವು ಉಬ್ಬಿ ಬೆಳ್ಳಗೆ ಆಗುತ್ತವೆ. ಆ ಬಾವಿಯ ನೀರೊಳಗೆ ಸುಣ್ಣವಿರುವದರಿಂದ ಹೀಗಾಗುತ್ತದೆಂದು ಹೇಳುತ್ತಾರೆ. ಹಾವೇರಿಯ ಮ್ಯುನಿಸಿಪಾಲಿಟಿಯ ಆದಾಯವು ಸನ್ ೧೮೮೩ರಲ್ಲಿ ೧೪೬೦ ರೂಪಾಯಿ ಇತ್ತು. ಬಸವಣ್ಣನ ಗುಡಿಯಲ್ಲಿ ನಾಲ್ಕು ಲಿಪಿಗಳಿರುತ್ತವೆ. ಇಲ್ಲಿ ರಾಘವೇಂದ್ರ ಸ್ವಾಮಿಯ ಮಠವಿರುತ್ತದೆ.

ಹೆಬ್ಬಳ್ಳಿ.—ಧಾರವಾಡದ ಪೂರ್ವಕ್ಕೆ ೮ ಮೈಲಿನ ಮೇಲೆ, ಜ. ಸ. (೮೧) ೪೫೯೨. ಈ ಗ್ರಾಮವನ್ನು ಪೇಶವೆ ನಾನಾಸಾಹೇಬನು ಮೊದಲು ನರಗುಂದದ ವೊಡಿಯನಾಗಿದ್ದ ಸರದಾರನಿಗೆ ಸನ್ ೧೭೪೮ರಲ್ಲಿ ಜಹಾಗೀರು ಹಾಕಿ ಕೊಟ್ಟನು. ಅದು ಅವನ ವಂಶದವರಿಗೆ ಈಗ್ಯೂ ನಡಿಯುತ್ತದೆ. ಈ ವೂರಿಗೆ ವೊಂದು ಹಾಳು ಕೋಟೆಯುಂಟು; ಬುಧವಾರ ದಿವಸ ಸಂತೆಯಾಗುತ್ತದೆ. ಶಂಭುಲಿಂಗನ ಗುಡಿಯಲ್ಲಿ ವೊಂದು ಶಿಲಾಲಿಪಿಯುಂಟು. (ರಾಮದುರ್ಗ ಸಂಸ್ಥಾನದ ಇತಿಹಾಸ ನೋಡು).

ಹಿರೇಬಿದರಿ.—ರಾಣೀಬಿನ್ನೂರಿನ ಈಶಾನ್ಯಕ್ಕೆ ೧೦ ಮೈಲಿನ ಮೇಲೆ, ಜ. ಸ. (೮೧) ೧೧೭೭. ಒಂದು ಗುಡಿಯಲ್ಲಿ ಮೂರು ಲಿಪಿಗಳಿರುತ್ತವೆ.

ಹಿರೇಬಾಸೂರು.—ಹಾನಗಲ್ಲಿನ ಆಗ್ನೇಯಕ್ಕೆ ೧೫ ಮೈಲಿನ ಮೇಲೆ. ಹನುಮಂತನ ಗುಡಿಯಲ್ಲಿಯೂ ವಿಶ್ವೇಶ್ವರನ ಗುಡಿಯಲ್ಲಿಯೂ ಲಿಪಿಗಳಿರುತ್ತವೆ. ಊರ ಹೊರಗೆ ಇರುವದೊಂದು ಗವಿಯು ಬಹಳ ದೂರ ಹೋಗಿರುತ್ತದೆಂದು ಹೇಳುತ್ತಾರೆ.

ಹಿರೇ ಬೆಂಡೀಗೇರಿ—ಶಿಗ್ಗಾವಿಯ ಉತ್ತರಕ್ಕೆ ೭ ಮೈಲಿನ ಮೇಲೆ, ಜ. ಸ. (೮೧) ೧೩೬೦. ಕಾಳಪ್ಪನ ಗುಡಿಯಲ್ಲಿಯೂ ಯೆರಡು ಮಠಗಳಲ್ಲಿಯೂ ಕೂಡಿ ಮೂರು ಲಿಪಿಗಳಿರುತ್ತವೆ. ಬುಧವಾರ ಸಂತೆಯಾಗುತ್ತದೆ.

ಹಿರೇ ಕೆರೂರು.—ಉತ್ತರ ಅಕ್ಷಾಂಶ ೧೪°, ೨೮′, ಪೂರ್ವ ರೇಖಾಂಶ ೭೫°, ೨೮′, ಧಾರವಾಡದ ಆಗ್ನೇಯಕ್ಕೆ ೭೦ ಮೈಲಿನ ಮೇಲೆ, ಜ. ಸ. (೮೧) ೩೩೪೮. ಇಲ್ಲಿ ಕೋಡ ತಾಲೂಕಿನ ಮಾಮಲೇದಾರ ಕಚೇರಿ ಇರುತ್ತದೆ. ಸೋಮವಾರ ಸಂತೆಯಾಗುತ್ತದೆ; ಹವೆಯು ರೋಗಕಾರಕ. ಈ ವೂರಲ್ಲಿ ನಾಲ್ಕು ಬುನಾದಿಯ ಗುಡಿಗಳೂ ೧೧ ಲಿಪಿಗಳೂ ಇರುತ್ತವೆ; ಅವೆಲ್ಲ ೧೦ನೇ ಶತಕದ ಈಚೆಯಲ್ಲಿ ಆದಂಥವು. ವಿಷಪರಿಹಾರೇಶ್ವರನ ಗುಡಿಯಲ್ಲಿ ಹಾವಿನ ವಿಷವು ಪರಿಹಾರವಾಗುತ್ತದೆಂದು ಹೇಳುತ್ತಾರೆ. ಊರ ಹೊರಗೆ ಯೆರಡು ಮೈಲಿನ ಮೇಲೆ ಜನಮೇಜಯನ ಕೆರೆ ಯೆಂಬದೊಂದು ದೊಡ್ಡ ಕೆರೆಯುಂಟು. ಅದರ ನೀರು ಗದ್ದೆಗಳಿಗೆ ಬಹಳ ಉಪಯೋಗಿಸುತ್ತದೆ. ವಿಷಪರಿಹಾರೇಶ್ವರನ ಗುಡಿಯ ಬಳಿಯಲ್ಲಿ ಇರುವದೊಂದು ಲಿಪಿಯಲ್ಲಿ ಈ ಕೆರೆಯನ್ನು ಕಟ್ಟಿಸಿದ ವೃತ್ತಾಂತವೆಲ್ಲ ಬರಿದಿರುತ್ತದೆಂದು ಹೇಳುತ್ತಾರೆ.

ಹೊಂಬಳ.—ಗದಗಿನ ವಾಯವ್ಯಕ್ಕೆ ೭ ಮೈಲಿನ ಮೇಲೆ, ಜ. ಸ. (೮೧) ೩೨೨೬. ಈಶ್ವರನ ಗುಡಿಯಲ್ಲಿಯೂ ಭೋಗೇಶ್ವರ ಲಿಂಗನ ಗುಡಿಯ ಹತ್ತರವೂ ವೊಂದೊಂದು ಲಿಪಿಗಳಿರುತ್ತವೆ.

ಹೊಸೂರು.—ಗದಗಿನ ಆಗ್ನೇಯಕ್ಕೆ ಹತ್ತು ಮೈಲಿನ ಮೇಲೆ. ಬಲ್ಲಾಳೇಶ್ವರನ ಗುಡಿಯು ಗೋಡೆಗೆ ಬಣ್ಣ ಕೊಟ್ಟಿದ್ದಾರೆ. ಬೇರೆ ಮೂರು ಹಾಳು ಗುಡಿಗಳಿವೆ. ಯಾದವ ಬಲ್ಲಾಳ ನಾರಾಯಣನೆಂಬವನು ಸನ್ ೧೨೦೭ರಲ್ಲಿ ಬರಿಸಿದ್ದೊಂದು ಲಿಪಿಯುಂಟು.

ಹುಬ್ಬಳ್ಳಿ.—ಉತ್ತರ ಅಕ್ಷಾಂಶ ೧೫°, ೨೦′, ಪೂರ್ವ ರೇಖಾಂಶ ೭೫°, ೧೩′, ಧಾರವಾಡದ ಆಗ್ನೇಯಕ್ಕೆ ೧೩ ಮೈಲಿನ ಮೇಲೆ; ಜನಸಂಖ್ಯೆ (೮೧) ೩೬೬೭೭. ಇದು ದಕ್ಷಿಣ ಮಹಾರಾಷ್ಟ್ರದಲ್ಲಿ ಹೆಸರಾದ ಪೇಟೆಯು, ತಾಲೂಕಿನ ಮುಖ್ಯ ಗ್ರಾಮವು. ಇಲ್ಲಿ ಮಾಮಲೇದಾರ ಕಚೇರಿ, ಮುನಸಿಫ ಕಚೇರಿ, ಪೋಲೀಸ ಕಚೇರಿ, ಟಪಾಲ ಆಫೀಸು, ತಂತೀಟಪಾಲ ಆಫೀಸು, ಆಸಪತ್ರಿ, ಇಂಗ್ಲಿಷ ಶಾಲೆ, ಇಷ್ಟು ಸರಕಾರೀ ಸಂಸ್ಥೆಗಳಲ್ಲದೆ ಹತ್ತೀ ಅರಿಯುವ ಕಾರಖಾನೆ, ಅರಳಿಯ ವಸ್ತ್ರದ ಕಾರಖಾನೆ, ನೂಲು ನೆಯ್ಯುವ ಯಂತ್ರದ ಕಾರಖಾನೆ, ರೇಲ್ವೇ ವರ್ಕ ಶಾಪೆಂಬ ಕಾರಖಾನೆ, ಯೆರಡು ಇಂಗ್ಲಿಷ ವ್ಯಾಪಾರಸ್ಥರ ಅಂಗಡಿಗಳು ಇರುತ್ತವೆ.

61

ಈ ವೂರಿನ ಪಶ್ಚಿಮ ಭಾಗಕ್ಕೆ ಹಳೆ ಹುಬ್ಬಳ್ಳಿ ಯೆಂತಲೂ ಪೂರ್ವ ಭಾಗಕ್ಕೆ ಹೊಸ ಹುಬ್ಬಳ್ಳಿ ಯೆಂತಲೂ ಅನ್ನುವರು; ಯೆರಡುಗಳ ನಡುವೆ ೪೦೦ ಯಾರ್ಡಿಗಿಂತ ಹೆಚ್ಚು ಅಂತರವಿಲ್ಲ. ಕ್ಷೇತ್ರವು ಸುಮಾರು ೧೭೭೪ ಯೆಕರು ಅಥವಾ ೨¾ ಚಚ್ಚೌಕು ಮೈಲು, ಸಮುದ್ರದ ಮೇಲೆ ಯೆತ್ತರವು ೨೫೦೦ ಫೂಟು. ಊರಿನ ಸುತ್ತು ಮುತ್ತು ಸ್ವಲ್ಪ ಸಣ್ಣ ಸಣ್ಣ ಗುಡ್ಡಗಳಿರುತ್ತವೆ. ಉಳಿದದ್ದೆಲ್ಲ ಕರೆ ಭೂಮಿಯು. ಹಳೆ ಹುಬ್ಬಳ್ಳಿಯು ಕೃಷ್ಣಾಪುರ, ತಿಮ್ಮಸಾಗರ, ಅಯೋಧ್ಯ, ಯೆಂಬ ನೆರೆ ಹಳ್ಳಿಗಳ ಭೂಮಿಯಲ್ಲಿ ಇರುತ್ತದೆ. ಸನ್ ೧೭೨೭ರಲ್ಲಿ ಬಸಪ್ಪನೆಂಬವನೊಬ್ಬ ಸಾವಕಾರನಿಗೂ ಹಳೆ ಕೋಟೆಯ ಕಿಲ್ಲೆದಾರನಿಗೂ ಜಗಳವಾದ್ದರಿಂದ ಆ ಸಾವಕಾರನು ಸವಣೂರಿನ ನಬಾಬನ ಅಪ್ಪಣೆಯಿಂದ ಹೊಸ ಹುಬ್ಬಳ್ಳಿಯನ್ನೂ ಅದರ ಬಳಿಯಲ್ಲಿ ಹೊಸದೊಂದು ಕೋಟೆಯನ್ನೂ ಕಟ್ಟಿಸಿದನು. ಈ ಹೊಸ ಹುಬ್ಬಳ್ಳಿಯು ಯೆಲ್ಲ ಕಡೆಯಲ್ಲಿ ಬಹಳವಾಗಿ ಬೆಳಿದದ್ದರಿಂದ ಇದರಲ್ಲಿ ವೊಂಬತ್ತು ಸಣ್ಣ ಸಣ್ಣ ಹಳ್ಳಿಗಳು ಕೂಡಿ ಕೊಂಡಿರುತ್ತವೆ. ಅವು—ಬೊಮ್ಮಾಪುರ, ಮರಿಯನ ತಿಮ್ಮಸಾಗರ, ಮಾದಿನಾಯಕನ ಆರಳೀ ಕಟ್ಟಿ, ಬಿಡನಾಳ, ಯೆಲ್ಲಾಪುರ, ವೀರಾಪುರ, ನಾರಾಯಣಪುರ, ನಾಗಶಟ್ಟೀ ಕೊಪ್ಪ, ಕೇಶವಪುರ. ಈ ಪಟ್ಟಣದಲ್ಲಿ ಹಳೆ ಹುಬ್ಬಳ್ಳಿ, ಹೊಸ ಹುಬ್ಬಳ್ಳಿ, ನೆರೆ ಹಳ್ಳಿಗಳು, ಯೆಂಬ ಮೂರು ವಿಭಾಗಗಳನ್ನು ಮಾಡ ಬಹುದು.

ಸನ್ ೧೮೨೪-೨೫ರಲ್ಲಿ ಹಳೆ ಕೋಟೆಯು ಬಹಳವಾಗಿ ಹಾಳಾಗಿದ್ದಿಲ್ಲ; ಅದರಲ್ಲಿ ಯೆರಡು ಶೀ ನೀರಿನ ಬಾವಿಗಳೂ, ಯೇಳು ಸೌಳು ನೀರಿನ ಬಾವಿಗಳೂ ಇದ್ದವು. ಹಳೆ ಹುಬ್ಬಳ್ಳಿಯಲ್ಲಿ ೪೧೭ ಮನೆಗಳು, ೫೦೪ ಮಗ್ಗಗಳು, ೮೯ ಅಂಗಡಿಗಳು, ೧೧ ಗಾಣಗಳು ಇದ್ದವು; ೧೦ ಶೀ ನೀರಿನ ಬಾವಿಗಳೂ ೩೪ ಸೌಳು ನೀರಿನ ಬಾವಿಗಳೂ ಇದ್ದವು. ಕೋಟೆಯಲ್ಲಿಯೂ ಊರೊಳಗೂ ಕೂಡಿ ೨೯ ಗುಡಿಗಳು, ೨೨ ಮಠಗಳು, ೧೨ ಮಶೀದಿಗಳು ಇದ್ದವು.

ಹಳೆ ಕೋಟೆಯು.—ಕ್ಷೇತ್ರ ೨೩¾ ಯೆಕರು, ಮನೆಗಳು ೨೨೫, ನಿವಾಸಿಗಳು ೧೦೦೦; ಇವರಲ್ಲಿ ಸುಮಾರು ೬೦೦ ಜನ ಬ್ರಾಹ್ಮಣರು, ಉಳಿದವರು ಮುಸಲ್ಮಾನ ಸೇಕಾರರು, ವೊಕ್ಕಲಿಗರು. ಕೋಟೆಗೆ ಪೂರ್ವಕ್ಕೂ ಪಶ್ಚಿಮಕ್ಕೂ ಅಗಸೆಗಳಿದ್ದವು; ಪೂರ್ವಕ್ಕೆ ವೊಂದರೊಳಗೊಂದು ಮೂರು ಅಗಸೆಗಳು, ಪಶ್ಚಿಮಕ್ಕೆ ಅದರಂತೆ ಯೆರಡು ಅಗಸೆಗಳು. ಆದರೆ ಇವೆಲ್ಲ ಅಗಸೆಗಳೂ ಸುತ್ತಲಿನ ಕೋಟೆಯೂ ಈಗ ಬಿದ್ದು ನೆಲಸಮ ಆಗಿರುತ್ತವೆ. ಕಂದಕದೊಳಗೆ ಮುಳ್ಳಗಳ್ಳಿ ಬೆಳಿದದೆ. ಕೋಟೆಯೊಳಗಿನ ಮನೆಗಳಾದರೂ ಬಹಳ ಹಳೇವಿರುತ್ತವೆ. ಹಳೆ ಹುಬ್ಬಳ್ಳಿಯ ಊರಿಗೆ ಕೋಟೆ ಇತ್ತೆಂದು ತೋರುವದಿಲ್ಲ; ಆದರೂ ಹಲವು ಅಗಸೆಗಳುಂಟು. ಮನೆಗಳು ಕೋಟೆಯೊಳಗಿನ ಮನೆಗಳಂತೆ ಹಳೆವೇ ಇರುತ್ತವೆ; ಆದರೂ ಅಷ್ಟು ಹಳೆವಲ್ಲ.

ಹೊಸ ಕೋಟೆ.—ಕೋಟೆಯ ಕ್ಷೇತ್ರವು ೮ ಯೆಕರು, ಮನೆಗಳು ೧೪೭, ನಿವಾಸಿಗಳು ೭೫೦, ಬಹುತರ ಚಿನಿವಾರರೂ, ವಕೀಲರೂ, ಸರಕಾರೀ ಕಾಮದಾರರೂ ಮುಂತಾದ ಬ್ರಾಹ್ಮಣರು. ಮಾಮಲೇದಾರ ಕಚೇರಿ, ಮುನಸಿಫ ಕೋರ್ಟು, ಪಂಚ ಕಚೇರಿ,

ಇವು ಕೋಟೆಯೊಳಗೇ ಇರುತ್ತವೆ; ನೂರು ಲೀ ನೀರಿನ ಸೇದುವ ಬಾವಿಗಳಿವೆ. ಅಗಸೆ ವೊಂದೇ ಇರುತ್ತದೆ; ಆದರೂ ವೊಂದರೊಳಗೊಂದು ಯೆರಡು ಬಾಗಿಲುಗಳಿವೆ; ಹೊರಗಿನ ಬಾಗಿಲು ಈಗ ಬಿದ್ದದೆ. ಕೋಟೆಯ ಗೋಡೆಯು ಅಷ್ಟು ಭದ್ರವಾದದ್ದಲ್ಲ; ಅದನ್ನು ಬಹಳ ಕಡೆಯಲ್ಲಿ ಕೆಡವಿ, ಕಂದಕವನ್ನು ತುಂಬಿ ಮಾರ್ಗಗಳನ್ನು ಮಾಡಿದ್ದಾರೆ. ಹೊಸ ಹುಬ್ಬಳ್ಳಿಯ ಊರ ಸುತ್ತು ಮುತ್ತು ಗೋಡೆಯನ್ನು ಯೆಂದೂ ಕಟ್ಟಿದಂತೆ ತೋರುವದಿಲ್ಲ; ಆದರೂ ನಾಲ್ಕೂ ಅಗಸೆಗಳಿರುತ್ತವೆ. ಹೊಸ ಹುಬ್ಬಳ್ಳಿಯಲ್ಲಿ ಆರಂಭದಲ್ಲಿ ಆರು ಪೇಟೆಗಳಿದ್ದವು. ಆದರೆ ಅವು ಈಗ ವೊಂದರೊಳಗೊಂದು ಕೂಡಿ ವಿಂಗಡಿಸಲಿಕ್ಕೆ ಬರುವ ಹಾಗಿಲ್ಲ.

ಈ ಪಟ್ಟಣದ ರಿವಿಜನ್ ಸರ್ವೇ ಆಗುವ ಕಾಲಕ್ಕೆ ಅಳಿಯುವವರು **ಅ, ಬ, ಕ, ಡ,** ಯೆಂಬ ನಾಲ್ಕು ವಿಭಾಗಗಳನ್ನು ಮಾಡಿದ್ದಾರೆ. ಅ ವಿಭಾಗದಲ್ಲಿ ಹೊಸ ಹುಬ್ಬಳ್ಳಿಯ ಆಗ್ನೇಯ ಭಾಗ, ಬಿದನಾಳ, ನಾರಾಯಣಪುರ, ಯೆಲ್ಲಾಪುರ, ಬೊಮ್ಮಾಪುರ, ವೀರಾಪುರ, ಇಷ್ಟೆಲ್ಲ ಬರುತ್ತವೆ. ಇದರಲ್ಲಿ ಬ್ರಾಹ್ಮಣರು, ಚಿನಿವಾರರು, ಲಿಂಗವಂತ ವ್ಯಾಪಾರಸ್ಥರು, ಅಂಗಡಿಕಾರರು, ವೊಕ್ಕಲಿಗರು ಮುಂತಾದವರು ವಾಸಿಸುತ್ತಾರೆ; ಜಮ್ಮಖಾನೆ ಮುಂತಾದವುಗಳನ್ನು ನೆಯ್ಯುವ ಮುಸಲ್ಮಾನ ನೇಕಾರರೂ ಹಿಂದೂ ನೇಕಾರರೂ ಇದೇ ಭಾಗದಲ್ಲಿ ಇರುತ್ತಾರೆ. ರಾಬರ್ಟಸನ್ ಮಾರ್ಕೇಟು, ವಿಠೋಬ, ವೆಂಕಟರಮಣ, ರಾಧಾಕೃಷ್ಣ, ಯೆಂಬ ದೇವರ ಗುಡಿಗಳು, ಈ ಭಾಗದಲ್ಲಿ ಇರುತ್ತವೆ. ಬ ಭಾಗವು ಹಳೇ ಹುಬ್ಬಳ್ಳಿಯೇ ಇರುತ್ತದೆ. ಇದನ್ನು ಮುಂದೆ ವಿವರಿಸಿದ್ದೇವೆ. ಕ ಭಾಗದೊಳಗೆ ತಿಮ್ಮಸಾಗರ, ನಾಗಶೆಟ್ಟೀ ಕೊಪ್ಪ, ಮಾದಿನಾಯಕನ ಅರಳೀ ಕಟ್ಟಿ, ಈ ಹಳ್ಳಿಗಳ ಭಾಗಗಳು ಬರುತ್ತವೆ. ಇದರಲ್ಲಿ ಮಿಶನರಿಗಳ ಮನೆ, ಚರ್ಚ, ಶಾಲೆಗಳು, ಯೆಲ್ಲ ಬಗೆಯ ದೇಶೀ ಕ್ರಿಸ್ತೀ ಜನರು, ನೂಲುವ ನೆಯ್ಯುವ ಯಂತ್ರದ ಕಾರಖಾನೆ, ಅರಳೀ ವೊತ್ತುವ ಕಾರಖಾನೆ, ಮುಶಾಫರೀ ಬಂಗಲೆ, ಬೇರೆ ಕೆಲವು ಬಂಗಲೆಗಳು, ಯೆರಡು ಧರ್ಮಶಾಲೆಗಳು, ಗುರು ಶಿದ್ದಪ್ಪನ ಮಠ, ಗುರು ಶಿದ್ದಪ್ಪನ ಹೊಂಡ, ಹದಿನೈದು ಹಿಂದೂ ಜನರ ಓಣಿಗಳು, ಇರುತ್ತವೆ. ಡ ಭಾಗದೊಳಗೆ ಅರಳೀ ಕಟ್ಟಿಯ ಭಾಗ, ಕೇಶವಪುರ, ನಾಗಶೆಟ್ಟಿಯ ಕೊಪ್ಪ, ಹೊಸ ಹುಬ್ಬಳ್ಳಿಯ ಕೋಟೆ, ಇಷ್ಟು ಭಾಗಗಳು ಬರುತ್ತವೆ. ಇದರಲ್ಲಿ ಕಲೆಕ್ಟರನ ಬಂಗಲೆ, ಅರಳಿಯ ಇನಸ್ಪೆಕ್ಟರನ ಬಂಗಲೆ, ತಂತಿಟಪಾಲ ಕಚೇರಿ, ಹೊಸ ಕೋರ್ಟಿನ ಇಮಾರತು, ಇರುತ್ತವೆ. ಇವಲ್ಲದೆ ಈ ಭಾಗದಲ್ಲಿ ಆರೇ ವೊಕ್ಕಲಿಗರು, ಕೂಲಿಕಾರರು, ಪಟವೇಗಾರರು, ನೇಕಾರರು, ಬಣಜಿಗರು, ಬೋಗಾರರು, ಬುರಡರು, ಕುರುಬರು, ಬೇಡರು, ಮುಂತಾದ ಹಿಂದೂ ಜನರು ವಾಸಿಸುತ್ತಾರೆ.

ಹಳೇ ಹುಬ್ಬಳ್ಳಿಯ ಊರು, ಕೋಟೆ, ಕೂಡಿ ಬ ಭಾಗವು. ಇದರೊಳಗೆ ಕೃಷ್ಣಾಪುರ, ಅಯೋಧ್ಯಾ, ತಿಮ್ಮಸಾಗರದ ಭಾಗ, ಬೊಮ್ಮಾಪುರದ ಭಾಗ, ಬರುತ್ತವೆ. ಇದರಲ್ಲಿ ಬಿಕ್ಷುಕ ಬ್ರಾಹ್ಮಣರು, ಚಿನಿವಾರರು, ಬಣಜಿಗರರು, ವೊಕ್ಕಲಿಗರು, ಕೂಲಿಕಾರರು, ಚನ್ನ ಪೇಟೆಯಲ್ಲಿ ಹಟಗಾರರು, ಕೃಷ್ಣಾಪುರದಲ್ಲಿ ಸಮ್ಮಗಾರರೂ ಹೊಲಿಯರೂ ಇರು

30*

ತ್ತಾರೆ. ಇಲ್ಲಿಯ ಓಣಿಗಳು ಸಣ್ಣವು, ಡೊಂಕ, ಹೊಲಸು; ಹಾಳು ಮನೆಗಳನ್ನು ಅಲ್ಲಲ್ಲಿಗೆ ಕಾಣ ಬಹುದು.

ಸನ್ ೧೮೮೧ರ ಖಾನೇಸುಮಾರಿಯ ಸಂಖ್ಯೆವು ೩೬೭೭೭ ಯೆಂದು ಮೇಲೆ ಹೇಳಿ ದ್ದೇವೆ. ಇದರಲ್ಲಿ ೨೫೮೭೧ ಹಿಂದೂ ಜನರು, ೧೦೯೦೨ ಜನ ಮುಸಲ್ಮಾನರು, ೨೯೮ ಜನ ಕ್ರಿಸ್ತಿಗಳು. ಹೋದ (೧೮೯೧) ಖಾನೇಸುಮಾರಿಯಲ್ಲಿ ಹುಬ್ಬಳ್ಳಿಯ ನಿವಾಸಿಗಳ ಅಂದಾಜು ಸುಮಾರು ೫೦ ಸಾವಿರ ಆಗಿರುತ್ತದೆ. ನಿಜವಾದ ಸಂಖ್ಯೆವು ಇನ್ನೂ ಪ್ರಸಿದ್ಧ ವಾಗಿಲ್ಲ. ಹೊಗೆಬಂಡಿ ಬಂದದ್ದರಿಂದ ಧಾರವಾಡದ ಸಂಖ್ಯ ಬೆಳಿದಂತೆ ಹುಬ್ಬಳ್ಳಿಯ ಸಂಖ್ಯೆವಾದರೂ ಬಹಳ ಬೆಳಿದದೆ.

ಹವೆ.— ಹುಬ್ಬಳ್ಳಿಯ ಹವೆಯು ಧಾರವಾಡಕ್ಕಿಂತ ಸ್ವಲ್ಪ ಶಕೆಯುಳ್ಳದ್ದು; ಆದ್ದರಿಂದ ಜ್ವರೋಪದ್ರವವು ತುಸು ಕಡಿಮೆಯೆಂದು ಹೇಳ ಬಹುದು. ಆದರೆ ಪಟಕೀ ಬೇನೆ ಬಂದಾಗ ಧಾರವಾಡಕ್ಕಿಂತ ಉಗ್ರ ಸ್ವರೂಪದ್ದಿರುತ್ತದೆ. ಒಟ್ಟಿಗೆ ಹವೆಯು ಆರೋಗ್ಯ ದ್ದೆಂಬದಕ್ಕೆ ಸಂಶಯವಿಲ್ಲ. ಮಳೆಯು ೧೮ರಿಂದ ೪೩ ಇಂಚಿನ ವರೆಗೆ, ಅಂದರೆ ಸರಾಸರೀ ೨೮ ಇಂಚು ಆಗುತ್ತದೆ.

ನೀರು.— ಹೊಸ ಹುಬ್ಬಳ್ಳಿಯ ಉತ್ತರಕ್ಕೆ ಇರುವ ತಿರಕಾರಾಮನ ಕೆರೆಯೇ ಮುಖ್ಯ ಜಲಾಶಯವು. ಸುಮಾರು ೧೦೦ ವರ್ಷಗಳ ಹಿಂದೆ ತಿರಕಾರಾಮನೆಂಬ ರಜ ಪೂತ ಕುಲದ ವೊಕ್ಕಲಿಗನು ಯೆರಡು ಯೆತ್ತರವಾದ ದಿನ್ನೆಗಳ ನಡುವೆ ವೊಡ್ಡು ಹಾಕಿ ಈ ಕೆರೆಯನ್ನು ಮಾಡಿದನೆಂದು ಹೇಳುತ್ತಾರೆ. ಸನ್ ೧೮೪೦ರಲ್ಲಿ ಸರಕಾರದವರು ಹೊಸ ವೊಡ್ಡು ಹಾಕಿ ಕೆರೆಯನ್ನು ಬೆಳಿಸಿದರು. ಮುಂದೆ ಸನ್ ೧೮೫೫ರಲ್ಲಿ ಮ್ಯುನಿಸಿಪಾಲಿಟಿಯ ಸ್ಥಾಪನೆಯಾದ ಕೂಡಲೆ ಮತ್ತೊಂದು ಹೊಸ ವೊಡ್ಡು ಹಾಕಿ ೫ ಯೆಕರು ಕ್ಷೇತ್ರವನ್ನು ಬೆಳಿ ಸಿದರು. ಈಗ ಕೆರೆಯ ಕ್ಷೇತ್ರವು ೫೯ ಯೆಕರು ಇರುತ್ತವೆ. ಪುಣೆಯಿಂದ ಹರಿಹರಕ್ಕೆ ಹೋ ಗುವ ದೊಡ್ಡ ಮಾರ್ಗವು ಈ ಕೆರೆಯ ವೊಡ್ಡಿನ ಮೇಲಿಂದ ಹೋಗುತ್ತದೆ. ಈ ಕೆರೆಯಿಂದ ನೀರು ಗುರುಸಿದ್ದಪ್ಪನ ಹೌದಿಗೆ ಹೋಗಿ ಅಲ್ಲಿಂದ ಭೂಸ ಪೇಟೆಯ ಹೌದಿಗೆ ಹೋಗುತ್ತದೆ. ಹಳೆ ಹುಬ್ಬಳ್ಳಿಯ ಪಶ್ಚಿಮಕ್ಕೆ ಕೃಷ್ಣಾಪುರದ ಹದ್ದಿನೊಳಗೆ ಹೆಗ್ಗೆರೆಯೆಂಬ ಹಳೆ ಕೆರೆ ಯುಂಟು. ಈ ಕೆರೆಯಿಂದ ಭವಾನೀ ಶಂಕರನ ಗುಡಿಯ ಹತ್ತರಕ್ಕೆ ಇರುವ ಹೊಂಡಕ್ಕೆ ನೀರು ಹೋಗುತ್ತದೆ. ಹೊಸ ಹುಬ್ಬಳ್ಳಿಯ ಪೂರ್ವಕ್ಕೆ ಅರ್ಧ ಮೈಲಿನ ಮೇಲೆ ಕರಕೀ ಹಳ್ಳದ ಕೆರೆಯುಂಟು. ಇದನ್ನು ಸನ್ ೧೮೫೭ರಲ್ಲಿ ಗಾರ್ಡನ್ನನೆಂಬ ಅಸಿಷ್ಟಾಂಟ ಕಲೆಕ್ಟ ರನು ಕರಕೀ ಹಳ್ಳಕ್ಕೆ ವೊಡ್ಡು ಹಾಕಿ ಕಟ್ಟಿಸಿದನು. ಇದರಲ್ಲಿ ವಸ್ತ್ರಗಳನ್ನು ವೊಗೆಯು ವರು, ದನಗಳಿಗೆ ನೀರು ಕುಡಿಸುವರು. ಇವಲ್ಲದೆ ಊರಿನ ಸುತ್ತು ಮುತ್ತು ಯೆರಡು ಮೂರು ಸಣ್ಣ ಕೆರೆಗಳಿರುತ್ತವೆ. ಅವು ಬೇಸಿಗೆಯಲ್ಲಿ ವೊಣಗುತ್ತವೆ.

ಈ ಕೆರೆಗಳಲ್ಲದೆ ಹೊಸ ಹುಬ್ಬಳ್ಳಿಯಲ್ಲಿ ೩೮೬ ಶೀ ನೀರಿನ ಬಾವಿಗಳೂ, ೨೫೦ ಸೌಳು ನೀರಿನ ಬಾವಿಗಳೂ ಇರುತ್ತವೆ; ಹಳೆ ಹುಬ್ಬಳ್ಳಿಯಲ್ಲಿ ೧೦೦ ಶೀ ನೀರಿನ ಬಾವಿ ಗಳೂ ೧೫೦ ಸೌಳು ನೀರಿನ ಬಾವಿಗಳೂ ಇರುತ್ತವೆ. ಎರಡೂ ಹುಬ್ಬಳ್ಳಿಗಳ ನಡುವೆ

ವೊಂದು ಹಳ್ಳವು ಹರಿಯುತ್ತದೆ. ಹಳೆ ಹುಬ್ಬಳ್ಳಿಯ ಪಶ್ಚಿಮಕ್ಕೆ ಕೆಲವು ಬನಗಳೂ ತೋಟಗಳೂ ಇರುತ್ತವೆ. ತೋಟಗಳಲ್ಲಿ ಪಲ್ಲೆಗಳು, ಬಾಳೆ, ಕಬ್ಬು, ಮುಂತಾದವು ಬೆಳೆಯುತ್ತವೆ. ಒಂದು ತೋಟದ ಮಧ್ಯದಲ್ಲಿ ಕಲ್ಲಿನಿಂದ ಬಹು ಅಂದವಾಗಿ ಕಟ್ಟಿದ್ದೊಂದು ದೊಡ್ಡ ಬಾವಿಯುಂಟು. ಅದಕ್ಕೆ ಸತ್ಯಪೂರ್ಣತೀರ್ಥರ ಬಾವಿಯೆಂದೆನ್ನುವರು. ಅದನ್ನು ವೊಬ್ಬ ಬ್ರಾಹ್ಮಣನು ಸನ್ ೧೭೦೪ರಲ್ಲಿ ಕಟ್ಟಿಸಿದನೆಂದು ಅದರ ಮೇಲೆ ಇರುವ ಲಿಪಿಯಿಂದ ತಿಳಿಯುತ್ತದೆ.

ಹುಬ್ಬಳ್ಳಿಯಲ್ಲಿ ಇಷ್ಟು ಜಲಾಶಯಗಳಿದ್ದಾಗ್ಯೂ ಬೇಸಿಗೆಯಲ್ಲಿ ನೀರಿನ ತಾಪತ್ರಯವಾಗುತ್ತದೆ. ಮಳೆ ಕಡಿಮೆಯಾದ ವರ್ಷ ಕುಡಿಯುವ ನೀರು ದೊರೆಯುವದು ಕಷ್ಟವಾಗುತ್ತದೆ. ಆದ್ದರಿಂದ ಸರಕಾರದವರೂ, ರೇಲ್ವೇ ಕಂಪನಿಯವರೂ, ಮ್ಯುನಿಸಿಪಾಲಿಟಿಯವರೂ ಕೂಡಿ ಯೆರಡು ಮೂರು ಲಕ್ಷ ರೂಪಾಯಿ ವೆಚ್ಚ ಮಾಡಿ ಉಣಕಲ್ಲಿನ ಹತ್ತರ ದೊಡ್ಡದೊಂದು ಕೆರೆ ಕಟ್ಟಿಸಿ ಊರೊಳಗೆ ನಳ ತರುವ ಕೆಲಸವನ್ನು ಸದ್ಯಕ್ಕೆ ನಡಿಸಿದ್ದಾರೆ. ಈ ಕೆಲಸ ಮುಗಿಯಲಿಕ್ಕೆ ಸುಮಾರು ಯೆರಡು ವರ್ಷ ಬೇಕಾಗುವದೆಂದು ಹೇಳುತ್ತಾರೆ.

ವಿದ್ಯೆಯ ಬೆಳುವಣಿಗೆ.—ಹುಬ್ಬಳ್ಳಿಯಲ್ಲಿ ವೊಟ್ಟಿಗೆ ೨೬ ಶಾಲೆಗಳಿರುತ್ತವೆ. ಇವುಗಳಲ್ಲಿ ೧೩ ಸರಕಾರೀ, ೧೩ ಮಿಶನರೀ ಮುಂತಾದ ಖಾಸಗೀ ಶಾಲೆಗಳು. ಸರಕಾರೀ ಶಾಲೆಗಳಲ್ಲಿ ೧ ಇಂಗ್ಲಿಷ, ೧ ಮರಾಠಿ, ೧ ಹಿಂದುಸ್ತಾನೀ, ೩ ಹೆಣ್ಣು ಮಕ್ಕಳವು, ೬ ಗಂಡು ಹುಡುಗರ ಕನ್ನಡ ಶಾಲೆಗಳು, ೧ ಹೊಲೆ ಮಾದಿಗರ ಶಾಲೆ. ಖಾಸಗೀ ಶಾಲೆಗಳಲ್ಲಿ ೭ ಕನ್ನಡ, ೪ ಮರಾಠೀ, ೧ ಸಂಸ್ಕೃತ, ೧ ಹಿಂದುಸ್ತಾನೀ. ಈ ೨೬ ಶಾಲೆಗಳಲ್ಲ ಕೂಡಿ ಸನ್ ೧೮೮೩ರಲ್ಲಿ ವೊಟ್ಟಿಗೆ ೨೪೯೯ ವಿದ್ಯಾರ್ಥಿಗಳು ಕಲಿಯುತ್ತಿದ್ದರು; ಇವರಲ್ಲಿ ಹೆಣ್ಣು ಮಕ್ಕಳು ೪೯೨. ಇಂಗ್ಲಿಷ ಶಾಲೆಯಲ್ಲಿ ೧೧೮ ಜನ ವಿದ್ಯಾರ್ಥಿಗಳಿದ್ದರು.

ಊರೊಳಗೆ ಪುಸ್ತಕಾಲಯ ವೊಂದು ಇರುತ್ತದೆ. ಅದಕ್ಕೆ ಮ್ಯುನಿಸಿಪಾಲಿಟಿಯವರು ವರ್ಷಕ್ಕೆ ಸುಮಾರು ೧೦೦ ರೂಪಾಯಿ ಕೊಡುವದಲ್ಲದೆ ವರ್ಗಣಿಯ ಹಣವು ಸುಮಾರು ೮೦ ರೂಪಾಯಿ ವರ್ಷಕ್ಕೆ ಬರುತ್ತದೆ. ಆದರೆ ಅದರಲ್ಲಿ ಪುಸ್ತಕಗಳ ಸಂಗ್ರಹವು ಸ್ವಲ್ಪವಿರುತ್ತದೆ. ಮ್ಯುನಿಸಿಪಾಲಿಟಿಯ ಆಶ್ರಯವಿದ್ದದ್ದರಿಂದ ಪುಸ್ತಕಾಲಯವು ವೊಳಿತಾಗಿ ನಡಿಯುತ್ತದೆಂದು ಹೇಳ ಬಹುದು.

ಕೈಗಾರಿಕೆಗಳು.—ಹುಬ್ಬಳ್ಳಿಯ ವಸ್ತ್ರಗಳೂ ಪಾತ್ರೆಗಳೂ ಈ ಶೀಮೆಯಲ್ಲಿ ಹೆಸರಾಗಿರುತ್ತವೆ. ನೇಕಾರರ ಮನೆಗಳು ವೊಟ್ಟಿಗೆ ೧೪೦೫ ಇರುತ್ತವೆ. ಇವರು ಧೋತ್ರ, ವಲ್ಲಿ, ಶೀರೆ, ಕೆರಿಗಿ, ಖಣ, ಮುಂತಾದ ನಾನಾ ಪ್ರಕಾರದ ವಸ್ತ್ರಗಳನ್ನು ನೂರಾರು ರೂಪಾಯಿ ಬೆಲೆ ಬಾಳುವ ಹಾಗೆ ನೆಯ್ಯುತ್ತಾರೆ. ಇಲ್ಲಿಯ ನೇಕಾರರು ಬೆಲೆಯುಳ್ಳ ಪೀತಾಂಬರಗಳನ್ನು ಸಹ ನೆಯ್ಯುತ್ತಾರೆ; ಆದರೆ ಹೇಳಿ ಮಾಡಿಸಿದ ಹೊರ್ತು ನೆಯ್ಯುವದಿಲ್ಲ. ಧಾರವಾಡ ಜಿಲ್ಲೆಯ ನಿವಾಸಿಗಳೆಲ್ಲರು ಬಹುತರ ಹುಬ್ಬಳ್ಳಿಯ ಧೋತ್ರಗಳನ್ನೂ ಶೀರೆಗಳನ್ನೂ ಕೊಳ್ಳುವರು. ಕಾನಡಾ ಜಿಲ್ಲೆಯಲ್ಲಿಯೂ ಈ ವಸ್ತ್ರಗಳ

ವ್ಯಾಪಾರವು ಬಹಳವಾಗುತ್ತದೆ. ಧಪೋತಿಯ ಸನಗುಗಳು ಪೊಳಿತಾಗಿ ತಾಳುವದರಿಂದ ಅವುಗಳಿಗೆ ಗಿರಾಕಿ ಬಹಳ—ತಂಬಟಗಾರರ ಮನೆಗಳು ೩೫೦ ಇರುತ್ತವೆ. ಪಂಚಾಳರು, ಮುಸಲ್ಮಾನರು, ಮಹಾರಾಷ್ಟ್ರರು, ಕುರುಬರು ಸಹ ಪಾತ್ರೆಗಳನ್ನು ಮಾಡುತ್ತಾರೆ. ದೊಡ್ಡ ದೊಡ್ಡ ಹಂಡೆಗಳು, ಕೊಳಗಗಳು, ಪಾತೇಲಿಗಳು, ಆಗುವದಲ್ಲದೆ ನಿತ್ಯದ ಕೆಲಸಕ್ಕೆ ಬೇಕಾಗುವ ಕೊಡ ತಪೇಲಿ, ಬೋಗುಣಿ, ಸವಿಟು, ಮುಂತಾದ ಪಾತ್ರೆಗಳು ಹೇರಳವಾಗಿ ಹುಟ್ಟುತ್ತವೆ. ಈ ಪೂರಲ್ಲಿ ಹುಟ್ಟುವ ಪಾತ್ರೆಗಳು ದಕ್ಷಿಣದಲ್ಲಿ ಮೈಸೂರಿನ ವರೆಗೂ ಉತ್ತರದಲ್ಲಿ ಮಿರ್ಜಸಾಂಗಲಿಗಳ ವರೆಗೂ ಹೋಗುತ್ತವೆಂದು ಹೇಳುತ್ತಾರೆ. ಇದಲ್ಲದೆ ಬೇರೆ ಕೈಗಾರಿಕೆಯ ಪೊಡವೆಗಳನ್ನು ಹುಟ್ಟಿಸುವವರ ವಿವರ ಹ್ಯಾಗಂದರೆ—ಕುಂಬಾರರ ಮನೆಗಳು ೫೫, ಅತ್ತಾರರ ಮನೆಗಳು ೩೫, ಬುರುಡರ ಮನೆಗಳು ೪೦, ನೀಲಗಾರರ ಮನೆಗಳು ೫೭, ಕಂದೀಲು ಮಾಡುವ ರಜಪೂತರ ಅಂಗಡಿಗಳು ೪, ನಾಶೀ ಪುಡಿ ಮಾಡುವವರ ಅಂಗಡಿಗಳು ೪, ಕುಂಕುಮ ಮಾಡುವವರ ಮನೆಗಳು ೧೫, ಚಿತ್ರಗಾರರ, ಅಂದರೆ ಜೀನಗಾರರ ಮನೆಗಳು ೫೦, ಚರ್ಮದ ಪೊಡವೆಗಳನ್ನು ಮಾಡುವ ಹೊಲಿಯರು ಮಾದಿಗರು, ಡೋರರು, ಸಮ್ಮಗಾರರು, ಈ ನಾಲ್ಕು ಜಾತಿಗಳ ಮನೆಗಳು ೧೫೦.

ವ್ಯಾಪಾರವು.—ಹುಬ್ಬಳ್ಳಿಯು ದಕ್ಷಿಣ ದೇಶದಲ್ಲಿ ಮೊದಲನೇ ಪ್ರತಿಯ ಪೇಟೆಯೆನಿಸುತ್ತದೆ. ವ್ಯಾಪಾರದ ಕಾರಣದಿಂದಲೇ ಈ ಪಟ್ಟಣದ ಜನಸಂಖ್ಯೆಯು ಇಷ್ಟು ಬೆಳೆದದೆ. ದಕ್ಷಿಣದಲ್ಲಿ ಬೆಂಗಳೂರಿನ ವರೆಗೂ ಉತ್ತರದಲ್ಲಿ ಪುಣೆಯ ವರೆಗೂ ಹುಬ್ಬಳ್ಳಿಯಷ್ಟು ದೊಡ್ಡ ಪೇಟೆ ಇಲ್ಲೆಂದು ಹೇಳ ಬಹುದು. ಪೂರ್ವದಲ್ಲಿ ನಾನಾ ಪ್ರಕಾರದ ನಾಣ್ಯಗಳ ಬದಲಾ ಬದಲಿಯಿಂದಲೂ ಹುಂಡಿಯ ವ್ಯಾಪಾರದಿಂದಲೂ ಇಲ್ಲಿಯ ಚಿನಿವಾರರಿಗೆ ಬಹಳ ಲಾಭವಾಗುತ್ತಿತ್ತು. ಆದರೆ ಸರಕಾರೀ ರೂಪಾಯಿ ವ್ಯವಹಾರದಲ್ಲಿ ಬಂದು ಬ್ಯಾಂಕ ನೋಟುಗಳೂ, ಮನೀ ಆರ್ಡರಿನ ವ್ಯವಹಾರವೂ ನಡಿಯ ಹತ್ತಿದಂದಿನಿಂದ ಚಿನಿವಾರರ ವ್ಯವಹಾರವು ಬಹುತರ ಯಾವತ್ತು ನಷ್ಟವಾಯಿತು. ಆದರೆ ಹುಬ್ಬಳ್ಳಿಯ ವ್ಯಾಪಾರದ ಮುಖ್ಯ ಸರಕು ಅರಳೆ ಇರುತ್ತದೆ. ಅರಳೆಯ ಹೊರ್ತು ಧಾನ್ಯ, ವಸ್ತ್ರ, ಪಾತ್ರೆಗಳು, ಚರ್ಮ, ಕೋಡುಗಳು, ಮುಂತಾದ ಸರಕುಗಳು ಇಲ್ಲಿಂದ ಪರ ಪೇಟೆಗೆ ಹೋಗುತ್ತವೆ. ಮುಂಬಯಿಾ ಅರಿವೆ, ಯುರೋಪದ ಅರಿವೆ, ನೂಲು, ಧಾನ್ಯ, ನೀಲಿ, ಬೆಲ್ಲ, ತೆಂಗಿನಕಾಯಿ, ಅಡಿಕೆ, ಮುಂತಾದವುಗಳು ಪರಪೇಟೆಯಿಂದ ಹುಬ್ಬಳ್ಳಿಗೆ ಬರುತ್ತವೆ. ಸನ್ ೧೮೮೩ನೇ ವರ್ಷದಲ್ಲಿ ಹಬ್ಬಳ್ಳಿಯ ಪೇಟೆಯಲ್ಲಿ ಪೊಟ್ಟಗೆ ೪೧೦೦೦೦೦ ರೂಪಾಯಿಯ ವ್ಯಾಪಾರವಾಯಿತು. ಇದರಲ್ಲಿ ೩೭೩೬೦೦೦ ರೂಪಾಯಿಯ ಮಾಲು ಹೊರಗಿಂದ ಬಂದದ್ದು, ೪೫೦೦೦೦ ರೂಪಾಯಿಯ ಮಾಲು ಇಲ್ಲೇ ಹುಟ್ಟಿದ್ದು. ಹೊರಗಿಂದ ಬಂದ ಮಾಲಿನಲ್ಲಿ ೧೮೫೬೦೦೦ ರೂಪಾಯಿಯ ಮಾಲು ಈ ಪಟ್ಟಣದಲ್ಲಿಯೇ ಖರ್ಚಾಯಿತು; ಉಳಿದದ್ದು ಪರಪೇಟೆಗೆ ಹೋಯಿತು. ಹೊರಗಿಂದ ಬಂದ ಮಾಲಿನ ವಿವರ ಹ್ಯಾಗಂದರೆ.—

ಹುಬ್ಬಳ್ಳಿ, ಹೊರಗಿಂದ ಬಂದ ಮಾಲು ೧೮೮೩.

ಮಾಲು.	ಬೆಲೆ.	ಊರೊಳಗೆ ಖರ್ಚಾದದ್ದು.	ಹೊರಗೆ ಕಳಿಸಿದ್ದು.	ಮಾಲು.	ಬೆಲೆ.	ಊರೊಳಗೆ ಖರ್ಚಾದದ್ದು.	ಹೊರಗೆ ಕಳಿಸಿದ್ದು.
ವಸ್ತ್ರ	೬೦೦೦೦೦	೨೦೦೦೦೦	೪೦೦೦೦೦	ಸಕ್ಕರಿ	೫೦೦೦೦	೨೫೦೦೦	೨೫೦೦೦
ಸೂಲು	೫೦೦೦೦೦	೩೦೦೦೦೦	೨೦೦೦೦೦	ಉಪ್ಪು	೫೦೦೦೦	೪೦೦೦೦	೧೦೦೦೦
ರೇಶಿಮೆ	೩೦೦೦೦೦	೨೦೦೦೦೦	೧೦೦೦೦೦	ಮೆಣಶಿನಕಾಯಿ .	೫೦೦೦೦	೨೫೦೦೦	೨೫೦೦೦
ಜೋಳ	೪೦೦೦೦೦	೩೦೦೦೦೦	೧೦೦೦೦೦	ಬೆಣ್ಣೆ	೩೬೦೦೦	೩೬೦೦೦	,,
ಅಕ್ಕಿ	೪೦೦೦೦೦	೨೦೦೦೦೦	೨೦೦೦೦೦	ಪಾತ್ರೆಗಳು	೧೦೦೦೦೦	೨೫೦೦೦	೭೫೦೦೦
ಗೋಧಿ......	೪೦೦೦೦೦	೨೦೦೦೦೦	೨೦೦೦೦೦	ಕಬ್ಬಿಣ......	೨೫೦೦೦	೧೫೦೦೦	೧೦೦೦೦
ಕಡ್ಲಿ	೧೦೦೦೦೦	೧೦೦೦೦೦	,,	ತೊಲೆ	೨೫೦೦೦	೧೫೦೦೦	೧೦೦೦೦
ತೊಗರಿ	೧೦೦೦೦೦	೧೦೦೦೦೦	,,	ಒಟ್ಟು.......	೩೨೩೬೦೦೦	೧೮೫೬೦೦೦	೧೩೮೦೦೦೦
ಬೆಲ್ಲ	೧೦೦೦೦೦	೭೫೦೦೦	೨೫೦೦೦				

ಹುಬ್ಬಳ್ಳಿ, ಊರೊಳಗೆ ಹುಟ್ಟಿದ ಮಾಲು ೧೮೮೩.

ಮಾಲು.	ಬೆಲೆ.	ಊರೊಳಗೆ ಖರ್ಚಾದದ್ದು.	ಹೊರಗೆ ಕಳಿಸಿದ್ದು.
ವಸ್ತ್ರ	೬೦೦೦೦೦	೨೦೦೦೦೦	೪೦೦೦೦೦
ತಾಮ್ರ ಹಿತ್ತಾಳಿಗಳ ಪಾತ್ರೆಗಳು ...	೨೦೦೦೦೦	೨೫೦೦೦	೧೭೫೦೦೦
ಕಟ್ಟಿಗೇ ಸಾಮಾನು ಮುಂತಾದದ್ದು .	೫೦೦೦೦	೧೦೦೦೦	೪೦೦೦೦
ಒಟ್ಟು	೮೫೦೦೦೦	೨೩೫೦೦೦	೬೧೫೦೦೦
ಹೊರಗಿಂದ ಬಂದದ್ದು	೩೨೩೬೦೦೦	೧೮೫೬೦೦೦	೧೩೮೦೦೦೦
ಒಟ್ಟು ವ್ಯವಹಾರ	೪೦೮೬೦೦೦	೨೦೯೧೦೦೦	೧೯೯೫೦೦೦

ಈ ವ್ಯಾಪಾರವು ಪೊಳಗಡೆಯಲ್ಲಿ ಹೊಗೆಬಂಡಿ ಬಂದಂದಿನಿಂದ ಬಹಳವಾಗಿ ಬೆಳಿದದೆ.

ನೂಲುವ ನೆಯ್ಯುವ ಯಂತ್ರ.—“ಸದರ್ನ ಮರಾಠಾ ಸ್ಪಿನ್ನಿಂಗ ಆಂಡ್ ವೀವಿಂಗ ಕಂಪನಿಯು” (ದಕ್ಷಿಣ ಮಹಾರಾಷ್ಟ್ರದ ಸೂಲುವ ನೆಯ್ಯುವ ಸಂಘ) ಸನ್ ೧೮೮೧ರಲ್ಲಿ ಸ್ಥಾಪನೆಯಾಯಿತು. ಈ ಕಂಪನಿಯುವರ ಬಂಡವಲು ೬ ಲಕ್ಷದ್ದಿರುತ್ತದೆ; ಇದರಲ್ಲಿ ೨೫೦ ರೂಪಾಯದ್ದು ವೊಂದೊಂದರಂತೆ ೨೪೦೦ ಹಿಸೆಗಳು (ಶೇಯರ್) ಮಾಡಲ್ಪಟ್ಟಿವೆ. ಈ ಯಂತ್ರದಲ್ಲಿ ೧೮೦೦೦ ಕದರುಗಳು ಏಕ ಕಾಲಕ್ಕೆ ನೂಲುತ್ತವೆ; ನೆಯ್ಯುವ ಮಗ್ಗಗಳನ್ನು ಮೂಲ ಗ್ರಂಥದ ರಚನೆಯಾದಾಗ (೧೮೮೪) ಇನ್ನೂ ಹೂಡಿದ್ದಿಲ್ಲ. ಈ ನೂಲುವ ನೆಯ್ಯುವ ಯಂತ್ರವನ್ನು ನಡಿಸಲಿಕ್ಕೆ ೪೦೦ ಕುದುರೆಗಳ ಶಕ್ತಿಯುಳ್ಳದ್ದೊಂದು ಉಗಿ ಯಂತ್ರವನ್ನು ಹಚ್ಚಿದ್ದಾರೆ. ಅದು ೨೪ ಫೂಟು ಅಗಲಾದಪ್ಪೊಂದು ಬಹು ಭಾರವುಳ್ಳಂಥ ಕಬ್ಬಿಣದ ಗಾಲಿಯನ್ನು ತಿರುಗಿಸುತ್ತದೆ. ಆ ಗಾಲಿಯಿಂದ ಯಾವತ್ತು ಕದರುಗಳೂ ಮಗ್ಗಗಳೂ ನಡಿಯುತ್ತವೆ. ಈ ಕಾರಖಾನೆಯ ಕೆಲಸವು ಆರಂಭದಲ್ಲಿ ಯೆರಡು ವರ್ಷ ಚನ್ನಾಗಿ ನಡಿಯಲಿಲ್ಲ. ಆದರೆ ಈಗ ಭಾಗೀದಾರರಿಗೆ ವೊಳಿತಾಗಿ ಲಾಭವಾಗುತ್ತದೆ. ಈ ಯಂತ್ರದಲ್ಲಿ ಹುಟ್ಟುವ ನೂಲು ಧಾರವಾಡ, ಹುಬ್ಬಳ್ಳಿ, ಗದಗು, ಮುಂತಾದ ನೆರೆಹೊರೆಯ ಗ್ರಾಮಗಳಲ್ಲಿಯೇ ಖರ್ಚಾಗುತ್ತದೆ.

ಹತ್ತೀ ಅರಿಯುವ ಯಂತ್ರ.—ಅರಳೆಯ ಸುಗ್ಗಿಯ ಕಾಲಕ್ಕೆ ಯೇಳು ಯಂತ್ರಗಳು ಹತ್ತಿಯನ್ನು ಅರಿಯುತ್ತವೆ. ಉಗಿ ಯಂತ್ರದ ಸಹಾಯದಿಂದ ನಡಿಯುವ ಯೆರಡು ಗಡುತರವಾದ ಕಬ್ಬಿಣದ ರೂಲುಗಳ ಬಾಯಿಗೆ ಹತ್ತಿಯನ್ನು ಕೊಡಲಾಗಿ, ಅದರೊಳಗಿನ ಕಾಳು ಮುಂದೇ ಉದರಿ ಬಿದ್ದು ಅರಿದ ಅರಳಿಯು ರೂಲುಗಳ ಆಚೆಯಲ್ಲಿ ಹೋಗಿ ಬೀಳುತ್ತದೆ. ಒಂದೊಂದು ಯಂತ್ರವು ಪ್ರತಿ ದಿವಸ ೨೬೮ ಪೌಂಡು ಹತ್ತಿಯನ್ನು ಅರಿಯುತ್ತದೆ; ಅಂದರೆ ಸುಮಾರು ೧೮೬ ಜನ ಹೆಂಗಸರು ಅರಿಯುವಷ್ಟು ಹತ್ತಿಯನ್ನು ವೊಂದು ಯಂತ್ರವು ಅರಿಯುತ್ತದೆ. ಇಂಥಾ ಯೇಳು ಯಂತ್ರಗಳಲ್ಲಿ ಕೂಡಿ ೧೩೦೨ ಜನ ಹೆಂಗಸರು ಮಾಡುವಷ್ಟು ಕೆಲಸವಾಗುತ್ತದೆ.

ಅರಳೆಯನ್ನು ವೊತ್ತುವ ಯಂತ್ರ.—ಈ ಯಂತ್ರಗಳು ಯೆರಡು ನಡಿಯುತ್ತವೆ. ಇವಕ್ಕೂ ಉಗಿ ಯಂತ್ರವೇ ಚಾಲಕ ಶಕ್ತಿಯು. ಒಂದು ಯಂತ್ರವು ೧೨ ತಾಸಿನೊಳಗೆ ೧೦೦ ಗಂಟುಗಳನ್ನು ವೊತ್ತಿ ಕಟ್ಟುತ್ತದೆ; ಒಂದು ಗಂಟನೊಳಗೆ ೪೯೨ ಪೌಂಡು, ಅಂದರೆ ೧೪ ಮಣ ಅರಳೆ ಇರುತ್ತದೆ. ಒಂದು ಗಂಟು ಕಟ್ಟಲಿಕ್ಕೆ ೪ ರೂಪಾಯಿ ಕೂಲಿ ತಕ್ಕೊಳ್ಳುವರು. ಅರಳೆಯನ್ನು ವೊಳಿತಾಗಿ ವೊತ್ತಿ ಸಣ್ಣ ಗಂಟು ಕಟ್ಟಿದರೆ, ಪರದೇಶಕ್ಕೆ ಕಳಿಸುವಾಗ ಹಡಗದೊಳಗೆ ಸ್ವಲ್ಪ ಸ್ಥಳದಲ್ಲಿ ಬಹಳ ಅರಳೆ ನಿಲ್ಲುತ್ತದೆ. ಆದ್ದರಿಂದ ಹೀಗೆ ವೊತ್ತಿ ಗಂಟು ಕಟ್ಟುವರು.

ಮಾರ್ಕೇಟು.—ಧಾರವಾಡದ ಕಲೇಕ್ಟರರಾದ ರಾಬರ್ಟಸನ್ ಸಾಹೇಬರು ಇದನ್ನು ಸನ್ ೧೮೭೪ರಲ್ಲಿ ಕಟ್ಟಿಸಿದರು; ಇದಕ್ಕೆ ೬೫೦೦೦ ರೂಪಾಯಿ ವೆಚ್ಚವಾಯಿತು. ಈ ಮಾರ್ಕೇಟು ಹೊಸ ಹುಬ್ಬಳ್ಳಿಯ ಮಧ್ಯ ಭಾಗದಲ್ಲಿ ಇರುತ್ತದೆ. ಇದರಲ್ಲಿ ೨೬೪ ಮಾರಾಟದ ವಿಭಾಗಗಳನ್ನೂ ಮಾಡಿದ್ದಾರೆ. ಇವುಗಳ ಹೊರ್ತು ಮಾರ್ಕೇಟಿನ ಸುತ್ತು

ಮುತ್ತು ಬಹಳ ಅಂಗಡಿಗಳಿರುತ್ತವೆ. ಈ ಮಾರ್ಕೇಟನಿಂದ ಮ್ಯುನಿಸಿಪಾಲಿಟಿಗೆ ೨೭೦೦ ರೂಪಾಯಿ ಆದಾಯವಾಗುತ್ತದೆ.

ಮ್ಯುನಿಸಿಪಾಲಿಟಿ.—ಹುಬ್ಬಳ್ಳಿಯ ಮ್ಯುನಿಸಿಪಾಲಿಟಿಯು ಸನ್ ೧೮೫೫ರಲ್ಲಿ ಹುಟ್ಟಿತು. ಸನ್ ೧೮೮೩-೮೪ರಲ್ಲಿ ಇದರ ಆದಾಯವು ೩೩೧೮೦ ರೂಪಾಯಿ ಇತ್ತು. ಜಕಾತಿ, ಮನೆ ಪಟ್ಟಿ, ಇವೆರಡೇ ಮುಖ್ಯ ಆದಾಯದ ಬಾಬುಗಳು. ಆರಂಭದಿಂದ ಮ್ಯುನಿಸಿಪಾಲಿಟಿಯವರು ಮಾರ್ಕೇಟನ್ನೂ ೧೩ ಪಾಯಖಾನೆಗಳನ್ನೂ ಕಟ್ಟಿಸಿದ್ದಲ್ಲದೆ ನೀರಿನ ಪುರೋತೆಗಾಗಿ ೬೫೦೦ ರೂಪಾಯಿ ವೆಚ್ಚ ಮಾಡಿದರು. ಇವಲ್ಲದೆ ಊರೊಳಗಿನ ಸಡಕುಗಳನ್ನು ಮಾಡುವದು, ಓಣಿಗಳನ್ನು ಉಡುಗಿಸುವದು, ರಾತ್ರಿಯಲ್ಲಿ ಕಂದೀಲುಗಳನ್ನು ಹಚ್ಚುವದು, ಮುಂತಾದ ಕೆಲಸಗಳು ನಿರಂತರವಾಗಿ ನಡಿದವೆ.

ವಿಶೇಷ ಸ್ಥಳಗಳು.—ಹುಬ್ಬಳ್ಳಿಯಲ್ಲಿ ೩೭ ಗುಡಿಗಳು, ೨೭ ಮಠಗಳು, ೧೭ ಮಶೀದಿಗಳು, ವೊಂದು ಪ್ರಾಟೆಸ್ಟಂಟ ಚರ್ಚವು, ವೊಂದು ರೋಮನ್ ಕ್ಯಾಥೋಲಿಕ್ ಚರ್ಚವು, ಇಷ್ಟು ಧರ್ಮ ಸಂಬಂಧದ ಸಂಸ್ಥೆಗಳು ಇರುತ್ತವೆ. ಭವಾನೀಶಂಕರನ ಗುಡಿಯು ಪುರಾತನ ಕಾಲದ್ದಿರುತ್ತದೆ. ಇದರ ಸಭಾಮಂಟಪದ ಯೆದುರಿಗೆ, ಅಂದರೆ ಪಶ್ಚಿಮಕ್ಕೆ ದೊಡ್ಡದೊಂದು ಗರ್ಭಾಗಾರವಲ್ಲದೆ, ಯೆಡಕ್ಕೂ ಬಲಕ್ಕೂ ವೊಂದೊಂದು ಸಣ್ಣ ಗರ್ಭ ಗುಡಿಗಳಿರುತ್ತವೆ. ಈ ಯೆಡ ಬಲದ ಗರ್ಭ ಗುಡಿಗಳಲ್ಲಿ ವೊಂದರೊಳಗೆ ಲಿಂಗವೂ ಮತ್ತೊಂದರೊಳಗೆ ಗಣಪತಿಯೂ ಉಂಟು; ಇವೆರಡೂ ಸಾಮಾನ್ಯ ತರದ ಮೂರ್ತಿಗಳಿವೆ. ಪಶ್ಚಿಮದ ದೊಡ್ಡ ಗರ್ಭಾಗಾರದಲ್ಲಿ ಮೂರು ಫೂಟು ಯೆತ್ತರವಾದ ಕರೆ ಶಿಲೆಯಿಂದ ಬಹು ಸುಂದರವಾಗಿ ಮಾಡಿದಂಥ ನಾರಾಯಣನ ಮೂರ್ತಿಯುಂಟು. ಈ ಮೂರ್ತಿಯ ಹಿಂದಿನ ಪ್ರಭಾವಳಿಯಲ್ಲಿ ಮನೋಹರವಾಗಿ ಕೊರಿದಂಥ ಬೇರೆ ಮೂರ್ತಿಗಳು ಹಲವುಂಟು. ಈ ನಾರಾಯಣನ ಮೂರ್ತಿಯನ್ನು ವೊಳಗಡೆಯಲ್ಲಿ ಕೂಡ್ರಿಸಿದಂತೆ ಕಾಣುತ್ತದೆ. ಅಡ್ಡ ಬದಿಯ ಗರ್ಭ ಗುಡಿಯಲ್ಲಿ ಇರುವ ಲಿಂಗವೇ ಮೊದಲು ಈ ದೊಡ್ಡ ಗರ್ಭಾಗಾರದಲ್ಲಿ ಇತ್ತೆಂದು ಹೇಳುತ್ತಾರೆ. ಇದೇ ಕಾರಣದಿಂದ ಈ ಗುಡಿಗೆ ನಾರಾಯಣನ ಗುಡಿಯನ್ನದೆ ಭವಾನೀಶಂಕರನ ಗುಡಿಯೆನ್ನುತ್ತಾರೆಂದು ತೋರುತ್ತದೆ. ಈ ಗುಡಿಯ ಹೊರಗೆ ವೊಂದು ಶಿಲಾಲಿಪಿಯುಂಟು. ಅದರಲ್ಲಿ ಶಾಲಿವಾಹನ ಶಕದ ೧೧ನೇ ಶತಕದಲ್ಲಿ ಚಾಲುಕ್ಯರ ಭುವನೈಕ ಮಲ್ಲನೆಂಬ ಅರಸು ಭವಾನೀಶಂಕರನಿಗೆ ಕೆಲವು ಭೂಮಿಯನ್ನು ಕೊಟ್ಟ ಬಗ್ಗೆ ಲೇಖವಿರುತ್ತದೆ.

ಲಿಂಗವಂತರ ಮಠಗಳಲ್ಲಿ ಮೂರು ಸಾವಿರದ ಅಯ್ಯನ ಮಠವು ದೊಡ್ಡದಿರುತ್ತದೆ. ಇದನ್ನು ಭದ್ರವಾಗಿ ಕಟ್ಟಿದ್ದಾರೆ. ಮೂರು ಸಾವಿರದ ಅಯ್ಯನವರ ಇತಿಹಾಸವನ್ನು ಈ ಪ್ರಕಾರ ಹೇಳುತ್ತಾರೆ. ಬಸವೇಶ್ವರನ ಇಪ್ಪತ್ತೊಂದು ಸಾವಿರ ಜನ ಶಿಷ್ಯರಲ್ಲಿ ಹನ್ನೆರಡು ಸಾವಿರ ಗೃಹಸ್ಥರು, ಆರು ಸಾವಿರ ಜಂಗಮರು, ಮೂರು ಸಾವಿರ ವಿರಕ್ತರು ಇದ್ದರು. ಈ ವಿರಕ್ತರ ಮುಖ್ಯಸ್ಥನಿಗೆ ಮೂರು ಸಾವಿರದ ಸ್ವಾಮಿಯೆನ್ನುವರು. ಈ ಸ್ವಾಮಿಯೂ ಮುರಗೀ ಸ್ವಾಮಿಯೂ ಕೂಡಿ ಮೊದಲು ಚಿತ್ರಗಲ್ ದುರ್ಗದಲ್ಲಿ ಇರುತ್ತಿದ್ದರು. ಅವರೆ

ಮುಂದೆ ಅವರವರೊಳಗೆ ವ್ಯಾಜ್ಯ ಹುಟ್ಟಿದ್ದರಿಂದ ಮೂರು ಸಾವಿರದ ಸ್ವಾಮಿಯು ಅಲ್ಲಿಂದ ಹೊರಟು ಹುಬ್ಬಳ್ಳಿಗೆ ಬರಲಾಗಿ ಬಸಪ್ಪ ಶೆಟ್ಟಿಯು ಅವನನ್ನು ಸತ್ಕರಿಸಿ ಇಟ್ಟು ಕೊಂಡನು. ಬಸಪ್ಪನು ಸನ್ ೧೭೨೮ರಲ್ಲಿ ಹೊಸ ಹುಬ್ಬಳ್ಳಿಯನ್ನು ಕಟ್ಟಿಸಿದಾಗ ಈ ಸ್ವಾಮಿಗೆ ಈಗಿನ ವಿಸ್ತಾರವಾದ ಮಠವನ್ನು ಕಟ್ಟಿಸಿ ಕೊಟ್ಟನು. ಈ ಮಠಕ್ಕೆ ಕೆಲವು ಇನಾಮು ಭೂಮಿಗಳು ನಡಿಯುತ್ತವೆ. ಧಾರವಾಡ ಜಿಲ್ಲೆಯ ಲಿಂಗವಂತರು ಈ ಸ್ವಾಮಿಗೆ ಭಕ್ತಿಯಿಂದ ನಡಕೊಳ್ಳುತ್ತಾರೆ. ಶ್ರಾವಣ ಸೋಮವಾರಗಳಲ್ಲಿ ಬಹು ಜನರು ಸ್ವಾಮಿಯ ದರ್ಶನಕ್ಕೆ ಹೋಗುತ್ತಾರೆ; ಕಡೆಯ ಯೆರಡು ಸೋಮವಾರಗಳಲ್ಲಿ ಸ್ವಾಮಿಯ ಪಾದ ಪೂಜೆಯ ಸಮಾರಂಭವಾಗುತ್ತದೆ.

ಇತಿಹಾಸವು.—ಹುಬ್ಬಳ್ಳಿಯು ಪುರಾತನ ಕಾಲದಿಂದ ಹೆಸರಾದ ಗ್ರಾಮವಿರುತ್ತದೆ. ಮೇಲೆ ಹೇಳಿದ ಭವಾನೀಶಂಕರನ ಗುಡಿಯಲ್ಲಿಯ ಲಿಪಿಯಿಂದ ಹುಬ್ಬಳ್ಳಿಯು ಶಾಲಿವಾಹನ ಶಕದ ೧೦ನೇ ಶತಕದಲ್ಲಿ ಇತ್ತೆಂದು ತಿಳಿಯುತ್ತದೆ. ಆದರೆ ಅದಕ್ಕೂ ಪೂರ್ವದ ಲಿಪಿಗಳಲ್ಲಿ ಹುಬ್ಬಳ್ಳಿಯ ಉಲ್ಲೇಖವನ್ನು ಕಾಣ ಬಹುದು. ಹಳೆ ಹುಬ್ಬಳ್ಳಿಗೆ ರಾಯರ ಹುಬ್ಬಳ್ಳಿಯೆಂದೆನ್ನುವರು. ರಾಯರೆಂದರೆ ವಿಜಯನಗರದ ಅರಸರು. ಈ ಅರಸರ ಆಳಿಕೆಯಲ್ಲಿ ಹುಬ್ಬಳ್ಳಿಯು ಅವರ ರಾಜ್ಯಕ್ಕೆ ಶೇರಿತ್ತು. ಸನ್ ೧೫೪೭ರಲ್ಲಿ ವಿಜಯನಗರದ ಅರಸನಿಗೂ ಪೋರ್ತುಗೀಸರಿಗೂ ಆದ ವೊಪ್ಪಂದದಲ್ಲಿ ಹುಬ್ಬಳ್ಳಿಯಲ್ಲಿ ಸೋರುಪ್ಪಿನ ವ್ಯಾಪಾರ ಬಹಳ ನಡಿಯುತ್ತಿತ್ತೆಂದು ಬರಿದದೆ. ಸನ್ ೧೬೭೩ರಲ್ಲಿ ಶಿವಾಜಿಯ ಸರದಾರನಾದ ಅಣ್ಣಾಜೀ ದತ್ತೋ ಯೆಂಬವನು ವಿಜಾಪುರದವರ ರಾಜ್ಯವನ್ನು ಹಾಳು ಮಾಡುತ್ತ ಹುಬ್ಬಳ್ಳಿಗೆ ಬಂದು ಅದನ್ನು ಸುಲಿದನು; ಅವನಿಗೆ ಅಪರಿಮಿತ ದ್ರವ್ಯ ದೊರೀತೆಂದು ಹೇಳುತ್ತಾರೆ. ಆಗ ಕಾರವಾಡದಲ್ಲಿ ಇಂಗ್ಲಿಷರ ದೊಡ್ಡದೊಂದು ಅಂಗಡಿ ಇತ್ತು. ಹುಬ್ಬಳ್ಳಿಯವನೊಬ್ಬ ದಲಾಲನು ಸುತ್ತು ಮುತ್ತಲಿನ ಗ್ರಾಮಗಳಲ್ಲಿ ವಸ್ತ್ರಗಳನ್ನು ಖರೇದಿ ಮಾಡಿ ಕಾರವಾಡದ ಇಂಗ್ಲಿಷರಿಗೆ ಕಳಿಸುತ್ತಿದ್ದರು; ಅಲ್ಲಿಂದ ಆ ವಸ್ತ್ರಗಳು ವಿಲಾಯತಿಗೆ ಹೋಗುತ್ತಿದ್ದವು. ಹುಬ್ಬಳ್ಳಿಯನ್ನು ಶಿವಾಜಿಯ ದಂಡಿನವರು ಸುಲಿದಾಗ ಸದರೀ ದಲಾಲನ ಅಂಗಡಿಯಲ್ಲಿ ೨೮೭೦ ರೂಪಾಯಿ ಬೆಲೆ ಬಾಳುವ ಇಂಗ್ಲಿಷರ ಮಾಲು ಹೋಯಿತೆಂದು ಹೇಳಿ ಇಂಗ್ಲಿಷರು ಶಿವಾಜಿಗೆ ಅಷ್ಟು ಹಣ ಬೇಡಿದರು. ಆದರೆ ಶಿವಾಜಿಯು ಸುಮಾರು ೨೦೦ ರೂಪಾಯಿಗಿಂತ ನಿಮ್ಮ ಲುಕಸಾನು ಹೆಚ್ಚು ಆಗಿಲ್ಲವೆಂದು ಅವರಿಗೆ ಹೇಳಿ ಕಳಿಸಿದನು. ಸನ್ ೧೬೮೮ರಲ್ಲಿ ದಿಲ್ಲಿಯ ಔರಂಗಜೆಬ ಬಾದಶಹನು ತಾರಿನ್ನನೆಂಬ ಸರದಾರನ ಮಗನಾದ ಶಹಾ ಮಹಮ್ಮದಖಾನನೆಂಬವನಿಗೆ ಹುಬ್ಬಳ್ಳಿ ಸಹಿತ ಕೆಲವು ಶೀಮೆಯನ್ನು ಜಹಾಗೀರು ಹಾಕಿ ಕೊಟ್ಟಿದ್ದನು. ಮುಂದೆ ಸನ್ ೧೬೪೯ರಲ್ಲಿ ಕಿತ್ತೂರಿನ ದೇಸಾಯಿಯ ವಶಕ್ಕೆ ಹುಬ್ಬಳ್ಳಿ ಹೋಯಿತು. ಸನ್ ೧೭೨೮ರಲ್ಲಿ ಬಸಪ್ಪ ಶೆಟ್ಟಿಯು ಹೊಸ ಹುಬ್ಬಳ್ಳಿಯನ್ನು ಕಟ್ಟಿಸಿದನೆಂದು ಮೇಲೆ ಹೇಳಿದ್ದೇವೆ. ಆಗ ಹುಬ್ಬಳ್ಳಿಯು ಸವಣೂರಿನ ನಬಾಬನ ವಶದಲ್ಲಿ ಇತ್ತು. ಸನ್ ೧೮೫೫ರಲ್ಲಿ ಆ ನಬಾಬನು ಈ ಪಟ್ಟಣವನ್ನು ಪೇಶವನಿಗೆ ಕೊಟ್ಟನು. ಸನ್ ೧೮೮೪ರಲ್ಲಿ ಹೈದರನು ದಕ್ಷಿಣ ಮಹಾರಾ

ಪ್ಪ್ರದ ಶೀಮೆಗಳನ್ನು ಆಕ್ರಮಿಸಿದಾಗ ಈ ಊರು ಅವನ ರಾಜ್ಯಕ್ಕೆ ಶೇರಿತು. ಮುಂದೆ ಪುಣೆಯ ಪೇಶವ, ಸವಣೂರಿನ ನಬಾಬ, ಮೈಸೂರು ಸಂಸ್ಥಾನ, ಈ ಮೂರು ಜನ ವೊಡಿಯರ ಅಧಿಕಾರಕ್ಕೆ ಕೆಲ ಕೆಲವು ದಿವಸ ಶೇರಿದ ಬಳಿಕ ಕಡೆಯಲ್ಲಿ ಪಟವರ್ಧನರಿಗೆ ಪೇಶವನು ಕೊಟ್ಟ ಸರಂಜಾಮಿನ ಶೀಮೆಯಲ್ಲಿ ಹುಬ್ಬಳ್ಳಿಯು ಪಟವರ್ಧನರ ವಶಕ್ಕೆ ಹೋಯಿತು; ಬಾಜೀ ರಾಯನ ಆಳಿಕೆಯಲ್ಲಿ ಇದು ಸಾಂಗಲಿಯ ಪಟವರ್ಧನನ ರಾಜ್ಯಕ್ಕೆ ಶೇರಿತ್ತು. ಸನ್ ೧೮೧೮ರಲ್ಲಿ ಬಾಜೀರಾಯನ ರಾಜ್ಯವನ್ನು ಇಂಗ್ಲಿಷರು ತಕ್ಕೊಂಡಾಗ ಜನರಲ್ ಮನ್ರೋನು ಹುಬ್ಬಳ್ಳಿಯನ್ನು ತಕ್ಕೊಂಡನು. ಆದರೂ ಇದು ಆಗ ಸಾಂಗಲಿಯ ಸಂಸ್ಥಾನಿಕನ ವಶದಲ್ಲಿಯೇ ನಿಂತಿತು. ಮುಂದೆ ಸನ್ ೧೮೨೦ರಲ್ಲಿ ಸಾಂಗಲಿಯ ಚಿಂತಾಮಣರಾವ ಅಪ್ಪಾ ಸಾಹೇಬನು ಇಂಗ್ಲಿಷರ ಚಾಕರಿಗೆ ರಾಹುತರನ್ನು ಇಡುವದಕ್ಕೆ ಬದಲಾಗಿ ಅವರಿಗೆ ಕೆಲವು ಶೀಮೆಯನ್ನು ಕೊಟ್ಟದ್ದರಲ್ಲಿ ಹುಬ್ಬಳ್ಳಿಯು ಇಂಗ್ಲಿಷರ ವಶಕ್ಕೆ ಬಂತು. ಸನ್ ೧೮೪೪ರಲ್ಲಿ ಹುಬ್ಬಳ್ಳಿಯಲ್ಲಿ ೫೪೫೮ ಮನೆಗಳಲ್ಲಿ ೩೩೦೦೦ ನಿವಾಸಿಗಳು ಇರುತ್ತಿದ್ದರೆಂದು ಕಪ್ತಾನ ವಿಂಗೇಟನೆಂಬ ಸರದಾರನು ಬರಿದು ಇಟ್ಟದ್ದಾನೆ.

ಹುಲಗೂರು.—ಶಿಗ್ಗಾವಿಯ ಈಶಾನ್ಯಕ್ಕೆ ೮ ಮೈಲಿನ ಮೇಲೆ, ಜ. ಸ. (೮೧) ೯೭೩. ಈ ವೂರ ಬಳಿಯಲ್ಲಿ ಹಜರತಶಹಾ ಕಾದೆರಿ ಯೆಂಬ ಫಕೀರನ ಗೋರಿಯುಂಟು. ಈ ಪೀರನ ಜಾತ್ರೆಯು ಮಾಘ ಪೂರ್ಣಿಮೆಯಲ್ಲಿ ಆಗುತ್ತದೆ; ಸುಮಾರು ೫೦೦೦ ಜನ ಕೂಡುತ್ತದೆ. ಮೊದಲು ಸವಣೂರಿನ ನಬಾಬನು ಈ ಜಾತ್ರೆಗೆ ಹೋಗುತ್ತಿದ್ದಾಗ ಬಹಳ ಜನ ಕೂಡುತ್ತಿತ್ತು. ಈ ಪೀರನಿಗೆ ೫೦ ರೂಪಾಯಿಯ ಭೂಮಿಯು ನಡಿಯುತ್ತಿದ್ದದ್ದಲ್ಲದೆ ೧೫೦ ರೂಪಾಯಿ ನಗದು ದೊರಿಯುತ್ತದೆ. ಹುಲಗೂರಲ್ಲಿ ಸಿದ್ಧಲಿಂಗನ ಗುಡಿಯಲ್ಲಿ ೮ ಲಿಪಿಗಳಿರುತ್ತವೆ; ಅವನ್ನು ಇನ್ನೂ ಯಾರು ಓದಿಲ್ಲ.

ಹೂಲೀ ಹಳ್ಳಿ.—ರಾಣಿಬಿನ್ನೂರ ವಾಯವ್ಯಕ್ಕೆ ಮೂರು ಮೈಲಿನ ಮೇಲೆ. ಒಂದು ಹಾಳು ಕೋಟೆಯೂ ಯೆರಡು ರಾಮೇಶ್ವರನ ಗುಡಿಗಳೂ ಇರುತ್ತವೆ. ಈ ಗುಡಿಗಳಲ್ಲಿ ವೊಂದೊಂದು ಲಿಪಿಗಳು ೧೨ನೇ ಶತಕದವು ಇರುತ್ತವೆ.

ಹುರಳೀ ಕೊಪ್ಪ.—ಬಂಕಾಪುರದ ಪೂರ್ವಕ್ಕೆ ೬ ಮೈಲಿನ ಮೇಲೆ, ಜ. ಸ. (೮೧) ೧೯೯೦. ಈಶ್ವರನ ಗುಡಿಯಲ್ಲಿಯೂ ಬೇರೆ ಕಡೆಯಲ್ಲಿಯೂ ನಾಲ್ಕು ಲಿಪಿಗಳಿವೆ.

ಹುಯಿಲಗೋಳ.—ಗದಗಿನ ಉತ್ತರಕ್ಕೆ ಆರು ಮೈಲಿನ ಮೇಲೆ, ಜ. ಸ. (೮೧) ೧೩೭೫. ರಾಮಲಿಂಗನ ಗುಡಿಯಲ್ಲಿಯೂ ಕಲಮೇಶ್ವರನ ಗುಡಿಯಲ್ಲಿಯೂ ವೊಂದೊಂದಲ್ಲದೆ ಬೇರೆ ಕಡೆಯಲ್ಲಿ ಐದು ಲಿಪಿಗಳಿವೆ.

ಕಚವಿ.—ಕೋಡದ ಈಶಾನ್ಯಕ್ಕೆ ೧೫ ಮೈಲಿನ ಮೇಲೆ. ರಾಮೇಶ್ವರನ ಗುಡಿಯ ಯೆದುರಿಗೆ ವೊಂದು ವೀರಗಲ್ಲಿನ ಮೇಲೆ ಲಿಪಿಯುಂಟು. ಗಣಪತಿಯ ಗುಡಿಯಲ್ಲಿ ಬೇರೊಂದು ಲಿಪಿಯುಂಟು. ಇವೆರಡೂ ೧೨೫೪ನೇ ವರ್ಷ ಆದಂಥವು.

ಕವರಮಂಡಲಗಿ.—ರಾಣೇಬಿನ್ನೂರಿನ ಪಶ್ಚಿಮಕ್ಕೆ ೯ ಮೈಲಿನ ಮೇಲೆ, ಜ. ಸ. ೧೭೫೩. ಇಲ್ಲಿಯ ಹೆಸರಾದ ಹನುಮಂತನ ಮೂರ್ತಿಯನ್ನು ಜನಮೇಜಯ ರಾಜನು

ಸ್ಥಾಪಿಸಿದನೆಂದು ಹೇಳುತ್ತಾರೆ; ಆದರೆ ಗುಡಿಯಲ್ಲಿ ಇರುವ ಲಿಪಿಯು ೧೫೭೬ನೇ ವರ್ಷದ್ದಿರುತ್ತದೆ.

ಕಾಗಿನೆಲ್ಲಿ.—ಕೋಡದ ಈಶಾನ್ಯಕ್ಕೆ ಮೂರು ಮೈಲಿನ ಮೇಲೆ, ಜ. ಸ. ೧೨೩೦. ಇದು ಪರಗಣೆಯ ಗ್ರಾಮವಿರುತ್ತದೆ. ಇಲ್ಲಿ ಆದಿಕೇಶವ ಮುಂತಾದ ಆರು ಪ್ರಾಚೀನ ಗುಡಿಗಳುಂಟು. ಆದಿಕೇಶವನ ಗುಡಿಯು ದೊಡ್ಡದುಂಟು; ಅದರ ಬಳಿಯಲ್ಲಿಯೇ ಲಕ್ಷ್ಮೀ ನರಸಿಂಹನ ಗುಡಿ ಇರುತ್ತದೆ. ಆದಿಕೇಶವನ ಮೂರ್ತಿಯನ್ನು ಬಾಡವೆಂಬ ಗ್ರಾಮದಿಂದ ಕನಕದಾಸನು (೧೫೬೪) ತಂದು ಸ್ಥಾಪಿಸಿದನೆಂದು ಹೇಳುತ್ತಾರೆ. ಈ ಗುಡಿಯಲ್ಲಿಯೂ ಬೇರೆ ಬುನಾದಿಯ ಗುಡಿಗಳಲ್ಲಿಯೂ ಹತ್ತಕ್ಕಿಂತ ಹೆಚ್ಚು ಲಿಪಿಗಳಿರುತ್ತವೆ. ಕೆಲವು ಲಿಪಿಗಳನ್ನು ಇನ್ನೂ ಯಾರು ಓದಿಲ್ಲ; ಕೆಲವುಗಳ ಮಿತಿಗಳು ತಿಳಿದಿಲ್ಲ.

ಕಳಸ.—ಶಿಗ್ಗಾವಿಯ ಈಶಾನ್ಯಕ್ಕೆ ೧೫ ಮೈಲಿನ ಮೇಲೆ, ಜ. ಸ. (೮೧) ೨೧೨೫. ಶನಿವಾರ ಸಂತೆಯಾಗುತ್ತದೆ. ನಾರಾಯಣ ದೇವರ ಗುಡಿಯಲ್ಲಿಯೂ ಬೇರೆ ಕಡೆಯಲ್ಲಿಯೂ ೫ ಲಿಪಿಗಳಿರುತ್ತವೆ. ಇವುಗಳಲ್ಲಿ ವೊಂದು ೯೩೦ನೇ ವರ್ಷದ್ದಿರುತ್ತದೆ.

ಕಲಘಟಗಿ.—ಉತ್ತರ ಅಕ್ಷಾಂಶ ೧೫°, ೧೦′, ಪೂರ್ವ ರೇಖಾಂಶ ೭೫°, ೩′; ಧಾರವಾಡದ ದಕ್ಷಿಣಕ್ಕೆ ೨೦ ಮೈಲಿನ ಮೇಲೆ; ಜನಸಂಖ್ಯೆ (೮೧) ೩೨೭೧. ಇದು ತಾಲೂಕಿನ ಮುಖ್ಯ ಗ್ರಾಮವು; ಇಲ್ಲಿ ಮಾಮಲೇದಾರ ಕಚೇರಿ, ಪೋಷ್ಟ ಆಫೀಸು, ತಾಲೂಕಾ ಸ್ಕೂಲು ಇರುತ್ತವೆ. ಬುಧವಾರ ಸಂತೆಯಾಗಿ, ಮುಖ್ಯವಾಗಿ ಅಕ್ಕಿಯ ಮಾರಾಟವಾಗುತ್ತದೆ. ಮಹಾರಾಷ್ಟ್ರರ ಆಳಿಕೆಯಲ್ಲಿ ಇದು ಸಂಮತಿನ ಮುಖ್ಯ ಗ್ರಾಮವಿತ್ತು.

ಕಾಮಧೇನು.—ಕಲಘಟಗಿಯ ಈಶಾನ್ಯಕ್ಕೆ ೬ ಮೈಲಿನ ಮೇಲೆ. ಕಲಮೇಶ್ವರನ ಗುಡಿಯ ಗೋಡೆಯಲ್ಲಿ ನಾನಾ ಪ್ರಕಾರದ ಚಿತ್ರಗಳಿರುತ್ತವೆ; ಅದರ ಬಳಿಯಲ್ಲಿ ಸವಿದಂಥ ಲಿಪಿಗಳು ಯೆರಡು ಇರುತ್ತವೆ. ಊರ ದಕ್ಷಿಣಕ್ಕೆ ಮೈಲಿನ ಮೇಲೆ ಹರಿಯುವ ಕಲ್ಲ ಹಳ್ಳಕ್ಕೆ ಸರಕಾರದವರು ಸನ್ ೧೮೫೦ರಲ್ಲಿ ಕಲ್ಲಿನ ವೊಡ್ಡು ಕಟ್ಟಿ, ಭೂಮಿಗಳ ಉಪಯೋಗಕ್ಕಾಗಿ ನೀರು ಯೇರಿಸಿದ್ದಾರೆ.

ಕಣವೀ ಸಿದ್ದಗೇರಿ.—ಕೋಡದ ಆಗ್ನೇಯಕ್ಕೆ ೧೦ ಮೈಲಿನ ಮೇಲೆ. ಕಣವೀ ಸಿದ್ಧೇಶ್ವರನ ಗುಡಿಯಲ್ಲಿ ನಾಲ್ಕು ಲಿಪಿಗಳಿರುತ್ತವೆ. ಅವೆಲ್ಲ ೧೧ನೇ ಶತಕದ ಈಚೆಯಲ್ಲಿ ಆದಂಥವು.

ಕನವಳ್ಳಿ.—ಕರ್ಜಗಿಯ ಆಗ್ನೇಯಕ್ಕೆ ೧೦ ಮೈಲಿನ ಮೇಲೆ, ಜ. ಸ. (೮೧) ೧೩೩೮. ಪರಮೇಶ್ವರ, ಭೋಗೇಶ್ವರ, ಯೆಂಬ ಯೆರಡು ಬನಾದಿಯ ಗುಡಿಗಳಿರುತ್ತವೆ, ಮೂರು ಲಿಪಿಗಳಿರುತ್ತವೆ.

ಕಾರಡಗಿ.—ಬಂಕಾಪುರದ ಈಶಾನ್ಯಕ್ಕೆ ೮ ಮೈಲಿನ ಮೇಲೆ, ದೊಡ್ಡ ಹಳ್ಳಿಯು ಪೂರ್ವದಲ್ಲಿ ಪರಗಣೆಯ ಮುಖ್ಯ ಗ್ರಾಮವಿತ್ತು.

ಕರ್ಜಗಿ.—ಉತ್ತರ ಅಕ್ಷಾಂಶ ೧೪°, ೫೨′, ಪೂರ್ವ ರೇಖಾಂಶ ೭೫°, ೩೧′;

ಜನಸಂಖ್ಯೆ ೩೪೩೪, ತಾಲೂಕಿನ ಮುಖ್ಯ ಗ್ರಾಮವು. ಮಂಗಳವಾರ ಸಂತೆಯಾಗುತ್ತದೆ.

ಕೋಡ.—ಹಿರೆ ಕೆರೂರಿನ ಈಶಾನ್ಯಕ್ಕೆ ೬ ಮೈಲಿನ ಮೇಲೆ, ಜ. ಸ. ೧೨೫೦. ಇದೇ ಊರಿನಿಂದ ಕೋಡ ತಾಲೂಕೆಂಬ ಹೆಸರು ಬಂದದೆ. ಅಕ್ಕಿ, ಮೆಣಸಿನ ಕಾಯಿ, ಇವುಗಳ ವ್ಯಾಪಾರವು ತಿಂಗಳಿಗೆ ಸುಮಾರು ೨೦೦೦ ರೂಪಾಯದ್ದಾಗುತ್ತದೆ. ಹನುಮಂತನ ಗುಡಿಯಲ್ಲಿ ಕನ್ನಡ ಲಿಪಿಯೊಂದು ಇರುತ್ತದೆ.

ಕೋಡಮಾಗಿ.—ಕೋಡದ ದಕ್ಷಿಣಕ್ಕೆ ೧೧ ಮೈಲಿನ ಮೇಲೆ. ಬೈಲಪ್ಪನ ಗುಡಿಯಲ್ಲಿಯೂ ಸಿದ್ಧರಾಮೇಶ್ವರನ ಗುಡಿಯಲ್ಲಿಯೂ ಕೂಡಿ ಮೂರು ಲಿಪಿಗಳಿರುತ್ತವೆ.

ಕೋಲೂರು.—ಕರ್ಜಗಿಯ ಪಶ್ಚಿಮಕ್ಕೆ ಮೂರು ಮೈಲಿನ ಮೇಲೆ. ಬಸವಣ್ಣನ ಗುಡಿಯಲ್ಲಿ ಯೆರಡು ಲಿಪಿಗಳಿರುತ್ತವೆ.

ಕೊಣ್ಣೂರು.—ಮಲಾಪಹಾರಿಯ ದಂಡೆಯಲ್ಲಿ, ಜ. ಸ. (೮೧) ೨೦೨೬. ರಾಮೇಶ್ವರನ ಗುಡಿಯು ದೊಡ್ಡದಿರುತ್ತದೆ; ಪರಮೇಶ್ವರನ ಗುಡಿಯಾದರೂ ಬುನಾದಿಯ ಕಾಲದ್ದು.

ಕೊರ್ಲಹಳ್ಳಿ.—ಮುಂಡರಗಿಯ ದಕ್ಷಿಣಕ್ಕೆ ೬ ಮೈಲಿನ ಮೇಲೆ, ತುಂಗಭದ್ರೆಯ ಯೆಡ ದಂಡೆಯಲ್ಲಿ—ದೊಡ್ಡ ಹಳ್ಳಿಯು. ಈ ಗ್ರಾಮದ ಬಳಿಯಲ್ಲಿ ತುಂಗಭದ್ರೆಯ ನೀರು ಯೇರಿಸುವದಕ್ಕಾಗಿ ಬಹು ಭವ್ಯವಾದದ್ದೊಂದು ಕಲ್ಲಿನ ವೊಡ್ಡು ವಿಜಯನಗರದ ಅರಸರು ಹಾಕಿದ್ದಿರುತ್ತದೆ. ಇದು ಈಗ ವೊಡಿದಿರುತ್ತದೆ.

ಕೋಟುಮಂಚಗಿ.—ಗದಗಿನ ಈಶಾನ್ಯಕ್ಕೆ ೧೫ ಮೈಲಿನ ಮೇಲೆ, ಜ. ಸ. ೧೯೩೭. ಹಾಳು ಕೋಟೆಯುಂಟು, ಸೋಮಪ್ಪನ ಗುಡಿಯಲ್ಲಿ ಯೆರಡು ಲಿಪಿಗಳಿವೆ.

ಕೂಡ್ಲ.—ಹಾನಗಲ್ಲಿನ ಈಶಾನ್ಯಕ್ಕೆ ೧೨ ಮೈಲಿನ ಮೇಲೆ ಧರ್ಮಾ, ವರದಾ ಹೊಳೆಗಳ ಸಂಗಮದ ಸ್ಥಳಗಳಲ್ಲಿ. ಇಲ್ಲಿ ವೊಂದು ಲಿಪಿಯುಂಟು, ಪ್ರತಿ ವರ್ಷ ದೊಡ್ಡ ಜಾತ್ರೆಯಾಗುತ್ತದೆ.

ಕುರ್ತಕೋಟ.—ಗದಗಿನ ನೈರುತ್ಯಕ್ಕೆ ೮ ಮೈಲಿನ ಮೇಲೆ, ಜ. ಸ. (೮೧) ೪೫೧೬. ನಾಲ್ಕು ಬುನಾದಿಯ ಗುಡಿಗಳೂ ೫ ಲಿಪಿಗಳೂ ಇರುತ್ತವೆ. ಅವೆಲ್ಲ ೧೦ನೇ ಶತಕದ ಈಚೆಯವು.

ಕುಸೂಗಲ್ಲು.—ಹುಬ್ಬಳ್ಳಿಯ ಈಶಾನ್ಯಕ್ಕೆ ೬ ಮೈಲಿನ ಮೇಲೆ, ಜ. ಸ. (೮೧) ೨೦೭೧. ಈ ವೂರಿಗೆ ಭದ್ರವಾಗಿಯೂ ಸುಂದರವಾಗಿಯೂ ಕಟ್ಟಿದ್ದೊಂದು ಕೋಟೆಯುಂಟು. ಅದನ್ನು ಟೀಪುನ ಸರದಾರನೊಬ್ಬನು ಕಟ್ಟಿದನೆಂದು ಹೇಳುತ್ತಾರೆ. ಕೋಟೆಯ ಸುತ್ತಳತೆ ಸುಮಾರು ವೊಂದುವರೆ ಮೈಲು ಇರುತ್ತದೆ. ಈ ಕೋಟೆಯ ವೊಂದು ಭಾಗದಲ್ಲಿ ಸರಕಾರೀ ಬಂಗಲೆಯುಂಟು; ಉಳಿದ ಕಡೆಯಲ್ಲಿ ಕೋಟೆಯು ಹಾಳಾಗಿದೆ.

ಲಕ್ಕುಂಡಿ.—ಗದಗಿನ ಆಗ್ನೇಯಕ್ಕೆ ೭ ಮೈಲಿನ ಮೇಲೆ, ಜ. ಸ. ೩೨೬೩. ಇದು ಪುರಾತನ ಕಾಲದಿಂದ ಹೆಸರಾದದ್ದಿರುತ್ತದೆ. ಇಲ್ಲಿ ೫೦ ದೇವಾಲಯಗಳೂ ೩೫

ಶಿಲಾಲಿಪಿಗಳೂ ಇರುತ್ತವೆ. ಕೆಲವು ದೊಡ್ಡ ಗುಡಿಗಳಲ್ಲಿಯ ಕೆತ್ತಿಕೆಯ ಕೆಲಸವು ಬಹು ಮನೋಹರವಾದದ್ದಿರುತ್ತದೆ. ಚಂದ್ರಮೌಳೀಶ್ವರನ ಗುಡಿಯಲ್ಲಿ ಮೂರು ಲಿಪಿಗಳಿರುತ್ತವೆ. ಕಾಶೀ ವಿಶ್ವೇಶ್ವರನ ಗುಡಿಯು ಯೆಲ್ಲಕ್ಕೂ ದೊಡ್ಡದೂ ಯೆಲ್ಲಕ್ಕೂ ಸುಂದರವಾದದ್ದೂ ಇರುತ್ತದೆ. ಇದರಲ್ಲಿ ಯೆರಡು ಗುಡಿಗಳು ಪೂರ್ವ ಪಶ್ಚಿಮ ಯೆದುರು ಬದರಾಗಿ ಇರುತ್ತವೆ. ಈ ಯೆರಡೂ ಗುಡಿಗಳ ಬಾಗಿಲುಗಳ ಸುತ್ತು ಮುತ್ತಲೂ ಕಂಬಗಳ ಮೇಲೆಯೂ ಅತಿ ಮನೋಹರವಾದ ದೇವಾದಿಗಳ ಚಿತ್ರಗಳನ್ನೂ ಬಳ್ಳಿ ಹೂಗಳನ್ನೂ ನುಣುಪಾದ ಕಲ್ಲಿನೊಳಗೆ ಕೊರಿದಿದ್ದಾರೆ. ಈ ಗುಡಿಯಲ್ಲಿ ಸಮಾಧಿ ಕಲ್ಲು ಯೆಂಬ ಹೆಸರಿನ ಕಲ್ಲಿನ ಮೇಲೇ ಸನ್ ೧೧೯೮ನೇ ವರ್ಷ ಬರಿದದ್ದೊಂದು ಲಿಪಿಯುಂಟು. ಇದರಂತೆ ಕುಂಬಾರಗಿರೀಶ್ವರ, ಲಕ್ಷ್ಮೀನಾರಾಯಣ, ಮಾಣಿಕೇಶ್ವರ, ನಗರದೇವ, ನನ್ನೇಶ್ವರ, ನೀಲಕಂಠೇಶ್ವರ, ಸೋಮೇಶ್ವರ, ವಿರೂಪಾಕ್ಷ, ವಿಶ್ವನಾಥ, ಮುಂತಾದ ಗುಡಿಗಳೂ ಯೆರಡು ಬಸ್ತಿಗಳೂ ನೋಡ ತಕ್ಕಂಥವಿರುತ್ತವೆ. ಬಹುತರ ಈ ಯಾವತ್ತು ಗುಡಿಗಳಲ್ಲಿ ಶಿಲಾಲಿಪಿಗಳಿವೆ. ಯೆಲ್ಲಕ್ಕೂ ಹಳೆಯ ಲಿಪಿಯು ಸನ್ ೮೭೮ನೇ ವರ್ಷದ್ದಿರುತ್ತದೆ. ಆದರೆ ಕೆಲವು ಲಿಪಿಗಳನ್ನು ಇನ್ನೂ ಯಾರೂ ಓದಿಲ್ಲ. ಲಕ್ಕುಂಡಿಯಲ್ಲಿ ಗುಡಿಗಳಂತೆ ಹಲವು ದೊಡ್ಡ ದೊಡ್ಡ ಹೊಕ್ಕು ತುಂಬುವ ಬಾವಿಗಳಿರುತ್ತವೆ. ಅವುಗಳಲ್ಲಿ ಛಬೇರ ಬಾವಿ, ಕನ್ನೇರ ಬಾವಿ, ಮುಸುಕಿನ ಬಾವಿ, ಪ್ರಸಿದ್ಧ. ಮುಸುಕಿನ ಬಾವಿಯು ನೋಡ ತಕ್ಕಂಥಾದಿರುತ್ತದೆ. ಊರ ಹೊರಗೆ ಹಾಳು ಕೋಟೆ ಯೆಂದು ಇರುತ್ತವೆ. ಅದರೊಳಗೂ ಹೊರಗೂ ಶಿಲಾಲಿಪಿಗಳಿವೆ.

ಮದನ ಬಾವಿ.—ಧಾರವಾಡದ ವಾಯುವ್ಯಕ್ಕೆ ೧೫ ಮೈಲಿನ ಮೇಲೆ, ಜ. ಸ. (೮೧) ೧೩೩೭. ರಾಮ ಲಿಂಗನ ಗುಡಿಯಲ್ಲಿಯೂ ಕಲ್ಲಪ್ಪನ ಗುಡಿಯಲ್ಲಿಯೂ ಲಿಪಿಗಳಿವೆ.

ಮನಗುಂಡಿ.—ಧಾರವಾಡದ ದಕ್ಷಿಣಕ್ಕೆ ೭ ಮೈಲಿನ ಮೇಲೆ, ಜ. ಸ. (೮೧) ೧೭೮೯. ಸಿದ್ಧ ಲಿಂಗನ ಗುಡಿಯಲ್ಲಿಯೂ ಕಲಮೇಶ್ವರನ ಗುಡಿಯಲ್ಲಿಯೂ ಲಿಪಿಗಳಿವೆ.

ಮಂತ್ರವಾಡಿ.—ಶಿಗ್ಗಾವಿಯ ಪೂರ್ವಕ್ಕೆ ೪ ಮೈಲಿನ ಮೇಲೆ, ಇಲ್ಲಿ ಮೂರು ದೊಡ್ಡ ಲಿಪಿಗಳಿವೆ. ಒಂದನ್ನು ಮಾತ್ರ ಓದಿದ್ದಾರೆ; ಅದು ಸನ್ ೮೭೫ರಲ್ಲಿ ಬರಿದದ್ದಿರುತ್ತದೆ.

ಮಾಸೂರು.—ಹಿರೇ ಕೆರೂರಿನ ಆಗ್ನೇಯಕ್ಕೆ ೭ ಮೈಲಿನ ಮೇಲೆ, ಜ. ಸ. (೮೧) ೨೭೪೭. ರವಿವಾರ ಸಂತೆಯಾಗುತ್ತದೆ. ಈ ವೂರಿಗೆ ವೊಂದು ಹಾಳು ಕೋಟೆಯುಂಟು. ಅದನ್ನು ವಿಜಾಪುರದ ಬಾದಶಹನ ನೌಕರನಾದ ಮಹಮ್ಮದಖಾನ ಬಿನ್ನ ರಾಜಾ ಫರೀದನೆಂಬವನು ಸನ್ ೧೭೩೫ರಲ್ಲಿ ಕಟ್ಟಿಸಿದನೆಂದು ಹೇಳುವದೊಂದು ಫಾರ್ಸೀ ಶಿಲಾಲಿಪಿಯು ಕೆರೆಯ ಕಾವಲಿಯಲ್ಲಿ ಇರುತ್ತದೆ. ಮಾಸೂರಿನ ಕೆರೆಯು ಮುಂಬಯಿ ಇಲಾಖೆಯಲ್ಲಿ ಹೆಸರಾದದ್ದಿರುತ್ತದೆ. ಇದನ್ನು ವಿಜಯನಗರದ ಅರಸನು ಕಟ್ಟಿಸಿದನೆಂದು ಹೇಳುತ್ತಾರೆ. ಈ ಕೆರೆಯು ಊರಿನ ನೈರುತ್ಯಕ್ಕೆ ಮೂರು ಮೈಲಿನ ಮೇಲೆ ಮೈಸೂರ

ಇಲಾಖೆಯ ಹದ್ದಿನೊಳಗೆ ಇರುತ್ತದೆ. ಈ ಕೆರೆಯ ವರ್ಣನೆಯನ್ನು ೪ನೇ ಭಾಗದಲ್ಲಿ ನೋಡು.

ಮೆಡಲೇರಿ.—ರಾಣೇಬಿನ್ನೂರಿನ ಈಶಾನ್ಯಕ್ಕೆ ೮ ಮೈಲಿನ ಮೇಲೆ. ತುಂಗಭದ್ರೆಯ ದಂಡೆಯಲ್ಲಿ, ಜ. ಸ. (೮೧) ೨೦೮೫. ಇಲ್ಲಿಯ ಖರ್ಬೂಜಿಯ ಹಣ್ಣು ಪ್ರಸಿದ್ಧ; ಮೇಲಾದ ಕಂಬಳಿಗಳಾಗುತ್ತವೆ. ಇಲ್ಲಿ ಸರಕಾರದವರು ಭೂಮಿಗಳಿಗೆ ನೀರು ಪೂರೈಸುವದಕ್ಕಾಗಿ ದೊಡ್ಡದೊಂದು ಕೆರೆಯನ್ನು ಕಟ್ಟಿಸಿದ್ದಾರೆ.

ಮೆಡೂರು.—ಕೋಡದ ದಕ್ಷಿಣಕ್ಕೆ ೧೧ ಮೈಲಿನ ಮೇಲೆ, ಜ. ಸ. (೮೧) ೧೧೨೦. ನೀಲಮ್ಮ, ಬಿಲ್ಲೇಶ್ವರ, ಬಸಪ್ಪ, ಯೆಂಬ ಗುಡಿಗಳಿವೆ; ಎರಡನೇ ಗುಡಿಯಲ್ಲಿ ಯೆರಡು ಶಿಲಾಲಿಪಿಗಳೂ ಮೂರನೇದರಲ್ಲಿ ವೊಂದು ವೀರಗಲ್ಲೂ ಉಂಟು.

ಮಿಶ್ರೀ ಕೋಟೆ.—ಕಲಘಟಗಿಯ ಈಶಾನ್ಯಕ್ಕೆ ೮ ಮೈಲಿನ ಮೇಲೆ, ಜ. ಸ. (೮೧) ೩೨೬. ಶುಕ್ರವಾರ ಸಂತೆಯಾಗುತ್ತದೆ. ಇಲ್ಲಿ ದೊಡ್ಡದೊಂದು ಕೋಟೆಯೂ ರಾಮೇಶ್ವರನ ಬುನಾದಿಯ ಗುಡಿಯೂ ಉಂಟು.

ಮೋಟೆಬಿನ್ನೂರು.—ರಾಣಿಬಿನ್ನೂರಿನ ಈಶಾನ್ಯಕ್ಕೆ ೧೨ ಮೈಲಿನ ಮೇಲೆ, ಜ. ಸ. (೮೧) ೨೬೦೧. ಇಲ್ಲಿ ಪೂರ್ವದಲ್ಲಿ ಶ್ರೀಗಂಧದ ವ್ಯಾಪಾರವು ಬಹಳ ಆಗುತ್ತಿತ್ತು. ಊರ ಹೊರಗೆ ಬಹು ಪುರಾತನ ಕಾಲದ್ದೊಂದು ಇಮಾರತಿನ ಶೇಷವು ಇರುತ್ತದೆ. ಇಲ್ಲಿ ಅಂಡಕ ಕಲ್ಲುಗಳನ್ನು ಉದ್ದಕ್ಕೆ ನಿಲ್ಲಿಸಿ ಅವುಗಳ ಮೇಲೆ ದೊಡ್ಡ ದೊಡ್ಡ ಬಂಡೆಗಳನ್ನು ಅಡ್ಡ ಇಟ್ಟಿದ್ದಾರೆ.

ಮೂಡೂರು.—ಹಾನಗಲ್ಲಿನ ದಕ್ಷಿಣಕ್ಕೆ ೮ ಮೈಲಿನ ಮೇಲೆ, ಜ. ಸ. (೮೧) ೯೩೭. ಬ್ರಹ್ಮನ ಗುಡಿಯಲ್ಲಿ ವೊಂದು ವೀರಗಲ್ಲೂ, ಮಲ್ಲಿಕಾರ್ಜುನನ ಗುಡಿಯಲ್ಲಿ ವೊಂದು ಶಿಲಾಲಿಪಿಯೂ ಉಂಟು.

ಮುಗದ.—ಧಾರವಾಡದ ಪಶ್ಚಿಮಕ್ಕೆ ೭ ಮೈಲಿನ ಮೇಲೆ, ಜ. ಸ. (೮೧) ೧೫೧೨. ಊರ ಹೊರಗೆ ದೊಡ್ಡದೊಂದು ಕೆರೆಯುಂಟು.

ಮುಳಗುಂದ.—ಗದಗದ ವಾಯವ್ಯಕ್ಕೆ ೧೨ ಮೈಲಿನ ಮೇಲೆ, ಜ. ಸ. (೮೧) ೫೩೮೬. ಸನ್ ೧೮೪೮ರಲ್ಲಿ ತಾಸಗಾವಿಯ ಸಂಸ್ಥಾನವು ಖಾಲಸತಿಗೆ ಬಂದಾಗ ಈ ವೂರು ಧಾರವಾಡ ಜಿಲ್ಲೆಗೆ ಶೇರಿತು. ಇಲ್ಲಿ ಬುನಾದಿಯ ಐದು ಗುಡಿಗಳೂ ನಾಲ್ಕು ಬಸ್ತಿಗಳೂ ಇರುತ್ತವೆ. ಈ ದೇವಸ್ಥಾನಗಳಲ್ಲಿಯೂ ಬೇರೆ ಕಡೆಯಲ್ಲಿಯೂ ಕೂಡಿ ೧೬ ಶಿಲಾಲಿಪಿಗಳಿವೆ. ಅವುಗಳಲ್ಲಿ ಯೆಲ್ಲಕ್ಕೂ ಹಳೇದು ಸನ್ ೯೦೨ನೇ ವರ್ಷದ್ದಿರುತ್ತದೆ. ಊರ ಪೂರ್ವಕ್ಕೆ ವೊಂದು ಸಣ್ಣ ಗುಡ್ಡದ ಮೇಲೆ ವೊಂದು ಗುಡಿಯುಂಟು. ಆ ದೇವರ ಜಾತ್ರೆಯು ಕಾರ್ತಿಕ ಮಾಸದಲ್ಲಿ ಆಗುತ್ತದೆ.

ಮುಂಡರಗಿ.—ಗದಗಿನ ಆಗ್ನೇಯಕ್ಕೆ ೨೪ ಮೈಲಿನ ಮೇಲೆ, ಜ. ಸ. (೮೧) ೩೮೨೬. ಊರ ಬಳಿಯಲ್ಲಿ ಸಣ್ಣದೊಂದು ಗುಡ್ಡದ ಮೇಲೆ ಹಾಳು ಕೋಟೆಯುಂಟು. ಇದು ನಿಜಾಮನ ಸರಹದ್ದಿನ ಸಮೀಪಕ್ಕಿರುವ ಕಾರಣ ಇಲ್ಲಿ ವ್ಯಾಪಾರವು ವೊಳಿತಾಗಿ

ನಡಿಯುತ್ತದೆ. ಪೇಟೆಯು ತಕ್ಕಮಟ್ಟಿಗೆ ದೊಡ್ಡದಿದೆ. ಮೆಣಶಿನ ಕಾಯಿ, ಬೆಲ್ಲ, ಹುಣಚೀ ಹಣ್ಣು, ಅರಿಶಿಣ, ಮುಂತಾದ ಸರಕುಗಳ ವ್ಯಾಪಾರವಾಗುತ್ತದೆ. ಈ ವೂರೂ ಕೆಲವು ಹಳ್ಳಿಗಳೂ ಭೀಮರಾವ ಮುಂಡರಗಿ ಯೆಂಬವನಿಗೆ ಜಹಾರಾಗಿ ನಡಿಯುತ್ತಿದ್ದವು. ಭೀಮರಾಯನು ಸನ್ ೧೮೫೭ರಲ್ಲಿ ಬಂಡಾಯ ಮಾಡಿ ಕೊಪ್ಪಳದ ಕೋಟೆಯಲ್ಲಿ ಯುದ್ಧಕ್ಕೆ ನಿಂತು ಮಡಿದದ್ದರಿಂದ ಸರಕಾರದವರು ಅವನ ಜಹಾಗೀರು ಕಸಕೊಂಡರು. ಈಗ ಮುಂಡರಿಗೆಯು ಮಹಾಲಿನ ಮುಖ್ಯ ಗ್ರಾಮವಾಗಿದೆ.

ಮುತ್ತೂರು.— ಕೋಡದ ವಾಯವ್ಯಕ್ಕೆ ೯ ಮೈಲಿನ ಮೇಲೆ. ಇಲ್ಲಿ ಬುನಾದಿಯ ಈಶ್ವರನ ಗುಡಿಯು ತಕ್ಕಮಟ್ಟಿಗೆ ದೊಡ್ಡದು ಚಿತ್ರಗಳುಳ್ಳದ್ದು ಇರುತ್ತದೆ. ಈ ಗುಡಿಗೆ ಇನಾಮು ನಡಿಯುತ್ತದೆ. ಗುಡಿಯ ಯೆದುರಿಗೆ ೧೧ ಕಲ್ಲುಗಳನ್ನು ನಿಲ್ಲಿಸಿದ್ದಾರೆ. ಅವು ಗಳಲ್ಲಿ ವೊಂದು ವೀರಗಲ್ಲಿನ ಮೇಲೆ ಲಿಪಿಯುಂಟು.

ನಾಗಾಂವಿ.— ಗದಗಿನ ಆಗ್ನೇಯಕ್ಕೆ ೫ ಮೈಲಿನ ಮೇಲೆ. ಇಲ್ಲಿ ದ್ವಾರ ಸಮು ದ್ರದ ಬಲ್ಲಾಳರೂ, ದೇವಗಿರಿಯ ಯಾದವರೂ ಬರಿಸಿದ ೪ ಲಿಪಿಗಳಿವೆ. ಅವೆಲ್ಲ ೧೩ನೇ ಶತಕದಲ್ಲಿ ಆದಂಥವು.

ನರೇಗಲ್ಲು.— ಹಾನಗಲ್ಲಿನ ಈಶಾನ್ಯಕ್ಕೆ ೧೪ ಮೈಲಿನ ಮೇಲೆ, ಜ. ಸ. (೮೧) ೧೩೪೦. ಇಲ್ಲಿಯ ಸರ್ವೇಶ್ವರನ ಗುಡಿಯು ಬಹು ಪುರಾತನದ್ದೆಂದು ಹೇಳುತ್ತಾರೆ; ೮ ಲಿಪಿಗಳಿವೆ. ಈ ವೂರ ಕೆರೆಯು ದೊಡ್ಡದಿರುತ್ತದೆ. ಪೂರ್ವದಲ್ಲಿ ಇದು ಪರಗಣೆಯ ಮುಖ್ಯ ಗ್ರಾಮವಿತ್ತು.

ನರೇಗಲ್ಲು.— ರೋಣದ ಆಗ್ನೇಯಕ್ಕೆ ೧೦ ಮೈಲಿನ ಮೇಲೆ, ಜ. ಸ. (೮೧) ೬೦೭೧. ಇದು ಬುನಾದಿಯಿಂದ ಹೆಸರಾದ ಗ್ರಾಮವು. ಒಂದು ಹಾಳು ಕೋಟೆ ಯುಂಟು, ಸೋಮವಾರ ಸಂತೆಯಾಗುತ್ತದೆ. ಇಲ್ಲಿ ಐದು ಬುನಾದಿಯ ಗುಡಿಗಳುಂಟು. ಅವುಗಳಲ್ಲಿ ಸೋಮೇಶ್ವರನ ಗುಡಿಯು ಭವ್ಯವಾದದ್ದೂ ಚಲುವಾದದ್ದೂ ಇರುತ್ತದೆ. ಇದಕ್ಕೆ ಯೆರಡು ಸಭಾಮಂಟಪಗಳೂ ಮೂರು ದಿಕ್ಕುಗಳಲ್ಲಿ ಮೂರು ಗರ್ಭಾಗಾರಗಳೂ ಇರುತ್ತವೆ. ಈ ಯಾವತ್ತು ಗುಡಿಗಳಲ್ಲಿ ಕೂಡಿ ವೊಂಬತ್ತು ಲಿಪಿಗಳಿರುತ್ತವೆ. ಅವು ಗಳಲ್ಲಿ ಯೆಲ್ಲಕ್ಕೂ ಹಳೇದು ೯೫೦ರಲ್ಲಿ ಬರದದ್ದಿರುತ್ತವೆ.

ನರೇಂದ್ರ.— ಧಾರವಾಡದ ಈಶಾನ್ಯಕ್ಕೆ ೫ ಮೈಲಿನ ಮೇಲೆ, ಜ. ಸ. (೮೧) ೨೧೧೪. ಶಂಕರ ಲಿಂಗನ ಗುಡಿಯು ಹತ್ತರ ವೊಂದು ಲಿಪಿಯುಂಟು. ಪೂರ್ವ ದಲ್ಲಿ ಪರಗಣೆಯ ಮುಖ್ಯ ಗ್ರಾಮವಿತ್ತು.

ನರಗುಂದ.— ನವಲಗುಂದದ ಉತ್ತರಕ್ಕೆ ೧೭ ಮೈಲಿನ ಮೇಲೆ, ಜ. ಸ. (೮೧) ೭೮೭೪. ಈ ವೂರು ಸುಮಾರು ೮೦೦ ಫೂಟು ಯೆತ್ತರವಾದದ್ದೊಂದು ಗುಡ್ಡದ ಬುಡದಲ್ಲಿ ಇರುತ್ತದೆ. ಇಲ್ಲಿ ಮಹಾಲ ಕಚೇರಿ, ಟಪಾಲ ಕಚೇರಿ, ಮ್ಯುನಿಸಿಪಾಲಿಟಿ ಉಂಟು. ಇದು ಪಡ ಮೂಲೆಯ ಪೇಟೆ; ವ್ಯಾಪಾರವು ವೊಳಿತಾಗಿ ನಡಿಯುತ್ತದೆ. ಈ ವೂರಿಗೆ ಮೂರು ಕೆರೆಗಳುಂಟು. ಆದರೂ ನೀರಿನ ದುರ್ಭಿಕ್ಷವು ಆಗಾಗ್ಗೆ ಬರುತ್ತದೆ. ನರ

ಗುಂದದ ಕೋಟೆಯು ತಕ್ಕಮಟ್ಟಿಗೆ ಹೆಸರಾದದ್ದು. ಇದು ಮೇಲೆ ಹೇಳಿದ ಗುಡ್ಡದ ಮೇಲೆ ೩೮೮ ಯೆಕರಿನ ಕ್ಷೇತ್ರವುಳ್ಳದ್ದಿರುತ್ತದೆ. ಇದು ಪೂರ್ವದಲ್ಲಿ ಗೆಲ್ಲಲಿಕ್ಕೆ ಅಸಾಧ್ಯವಾದ ದ್ದೆಂದು ಯೆಣಿಸಲ್ಪಡುತ್ತಿತ್ತು. ಪೇಟೆಯಲ್ಲಿ ಶಂಕರಲಿಂಗ, ಮಹಾಬಳೇಶ್ವರ, ಜೋಡ ಹನುಮಂತ, ಯೆಂಬ ಗುಡಿಗಳೂ, ಕೋಟೆಯಲ್ಲಿ ವೆಂಕಟರಮಣನ ಗುಡಿಯೂ ಉಂಟು. ವೆಂಕಟರಮಣನ ಗುಡಿಯನ್ನು ಇಲ್ಲಿಯ ಮೊದಲನೇ ಸಂಸ್ಥಾನಿಕನಾದ ರಾಮರಾಯನೆಂಬ ವನು ಸನ್ ೧೭೦೦ರಲ್ಲಿ ಕಟ್ಟಿಸಿದನು. ಈ ಗುಡಿಗೆ ವೊಂದು ಲಕ್ಷ ರೂಪಾಯಿ ವೆಚ್ಚಾ ಗಿದೆ ಯೆಂದು ಹೇಳುತ್ತಾರೆ. ದೇವರಿಗೆ ೨೦೧೦ ರೂಪಾಯಿಯ ಭೂಮಿಯೂ, ೧೩೭೦ ರೂಪಾಯಿಯ ವರ್ಷಾಶನವೂ ನಡಿಯುತ್ತದೆ. ಸನ್ ೧೮೫೮ನೇ ವರ್ಷದ ಬಂಡಾಯದ ಕಡೆಯಲ್ಲಿ ಸರಕಾರೀ ದಂಡಿನವರು ವೆಂಕಟರಮಣನ ಮೂರ್ತಿಯನ್ನು ವೊಡಿದು ಗುಡಿ ಯನ್ನು ಕೆಡಿಸಿದ್ದರು. ಆದರೆ ಈಚೆಯಲ್ಲಿ ರಾಮದುರ್ಗದ ಸಂಸ್ಥಾನಿಕನು ಗುಡಿಯನ್ನು ಮರಸ್ತು ಮಾಡಿ ಮೂರ್ತಿಯನ್ನು ಸ್ಥಾಪಿಸಿ, ಭಕ್ತಿಯಿಂದ ನಡಕೊಳ್ಳುತ್ತಿದ್ದದರಿಂದ ಸರಕಾ ರದವರು ಗುಡಿಯನ್ನು ಅದಕ್ಕೆ ನಡಿಯುತ್ತಿದ್ದ ಇನಾಮು ಸಹಿತವಾಗಿ ಅವನ ವಶಕ್ಕೆ ಕೊಟ್ಟರು. ನವರಾತ್ರಿಯ ಉತ್ಸವದಲ್ಲಿ ಸುಮಾರು ೧೦೦೦೦ ಜಾತ್ರೆ ಕೂಡುತ್ತದೆ. ಅದರಲ್ಲಿ ಸುಮಾರು ೨೦೦೦೦ ರೂಪಾಯಿಯ ವ್ಯಾಪಾರವಾಗುತ್ತದೆ. ಈ ವೂರಲ್ಲಿ ೪ ಸರಕಾರೀ ಶಾಲೆಗಳಿವೆ.

ನರಗುಂದದ ಕೋಟೆಯನ್ನು ಸನ್ ೧೬೭೪ರಲ್ಲಿ ಶಿವಾಜಿಯು ಕಟ್ಟಿಸಿದನೆಂದು ಹೇ ಳುತ್ತಾರೆ. ಸನ್ ೧೭೮೫ರಲ್ಲಿ ಟೀಪೂನು ನರಗುಂದವನ್ನು ತಕ್ಕೊಂಡಿದ್ದನು; ಆದರೆ ಮುಂದೆ ಯೆರಡು ವರ್ಷಕ್ಕೆ ಆದ ವೊಪ್ಪಂದದಲ್ಲಿ ಅದನ್ನು ಪೇಶವನಿಗೆ ಕೊಟ್ಟನು. ಪೇಶವನ ರಾಜ್ಯವನ್ನು ಇಂಗ್ಲಿಷ ಸರಕಾರದವರು ತಕ್ಕೊಂಡ ಬಳಿಕ ಆ ಸರಕಾರದವರು ನರಗುಂದದ ಸಂಸ್ಥಾನವನ್ನು ಅದರ ಮೊದಲಿನ ವೊಡಿಯನಾದ ದಾದಾಜೀ ರಾಯನಿಗೆ ಕೊಟ್ಟರು. ಸನ್ ೧೮೫೭ರಲ್ಲಿ ಈ ಸಂಸ್ಥಾನದ ವೊಡಿಯನಾದ ಭಾಸ್ಕರ ರಾವ ಬಾಬಾ ಸಾಹೇಬನಿಗೆ ಸರಕಾರದವರು ದತ್ತ ಪುತ್ರನನ್ನು ತಕ್ಕೊಳ್ಳಲಿಕ್ಕೆ ಅಪ್ಪಣೆ ಕೊಡದಿದ್ದ ಕಾರಣ ಅವನು ಬಂಡಾಯ ಮಾಡಿದನು. ಆರಂಭಕ್ಕೆ ಸರಕಾರದವರು ಕೋಟೆಯ ಮೇ ಲಿನ ತೋಫುಗಳನ್ನೂ ಮದ್ದು ಗುಂಡನ್ನೂ ಧಾರವಾಡಕ್ಕೆ ಕಳಿಸೆಂದು ಭಾಸ್ಕರ ರಾಯನಿಗೆ ಅಪ್ಪಣೇ ಮಾಡಿದರು. ಆ ಪ್ರಕಾರ ಅವನು ಕೆಲವು ತೋಫುಗಳನ್ನೂ ಮದ್ದು ಗುಂಡನ್ನೂ ಧಾರವಾಡಕ್ಕೆ ಕಳಿಸಿದ ಬಳಿಕ ಮುಂಡರಿಗೆಯ ಭೀಮರಾಯನು ಬಂಡಾಯ ಮಾಡಿದ ಸುದ್ದೀ ಕೇಳಿ, ಉಳಿದ ತೋಫುಗಳನ್ನು ಕೋಟೆಯ ಮೇಲೆ ಸಜ್ಜ ಮಾಡಿ ನಿಲ್ಲಿಸಿ ಭಾಸ್ಕರ ರಾಯನು ಬಂಡಾಯ ಹೂಡಿದನು. ಅಷ್ಟರೊಳಗೆ ಪೋಲಿಟಿಕಲ್ ಏಜಂಟನಾದ ಮ್ಯಾನ್ಸನ್ ಸಾಹೇಬನು ಭಾಸ್ಕರ ರಾಯನಿಗೆ ಬರಿದದ್ದೊಂದು ಪತ್ರದಿಂದ ಭಾಸ್ಕರ ರಾಯನು ಸಿಟ್ಟಾಗಿ, ಕೆಲವು ದಂಡು ತಕ್ಕೊಂಡು ಸಾಹೇಬನು ಆಗ ಇದ್ದ ಸೋರೀಬಾನ ವೆಂಬ ಗ್ರಾಮಕ್ಕೆ ಹೋಗಿ ಅದನ್ನು ಸುತ್ತುಗಟ್ಟಿ, ಮ್ಯಾನ್ಸನ್ನನ ಕುತ್ತಿಗೇ ಕೊಯಿದು, ಅವನ ಮುಂಡವನ್ನು ನರಗುಂದದ ಅಗಸೇ ಬಾಗಿಲಿಗೆ ವೈದು ಕಟ್ಟಿದನು. ಆದ್ದರಿಂದ

ಸರಜಾರ್ಜ ಮೂಲಕಂ ಸಾಹೇಬನು ದಂಡು ತಕ್ಕೊಂಡು ನರಗುಂದಕ್ಕೆ ಹೋಗಿ ಯೆರಡು ದಿವಸದೊಳಗೇ ಕೋಟೆಯನ್ನು ತಕ್ಕೊಂಡನು. ಆದರೆ ಭಾಸ್ಕರ ರಾಯನು ಓಡಿ ಹೋದನು. ಬೆಳಗಾವಿಯ ಪೋಲೀಸ ಸುಪರಿಂಟೆಂಡೆಂಟನಾದ ಸೂಟರ ಸಾಹೇಬನು ಸ್ವಲ್ಪ ದಿವಸದೊಳಗೆ ಭಾಸ್ಕರ ರಾಯನನ್ನು ತೊರಗಲ್ಲಿನ ಬಳಿಯಲ್ಲಿ ಹಿಡಿದನು; ಆಗ ಅವನ ಸಂಗಡ ಬೇರೆ ಆರು ಜನರಿದ್ದರು. ಭಾಸ್ಕರ ರಾಯನನ್ನು ಬೆಳಗಾವಿಗೆ ತಂದು ಜೂನ ೧೨ನೇ ತಾರೀಖಿನಲ್ಲಿ ಗಲ್ಲಿಗೇರಿಸಿದರು, ೧೮೫೮. ಆದ್ದರಿಂದ ನರಗುಂದದ ಸಂಸ್ಥಾನವು ಸರಕಾರಕ್ಕೆ ಶೇರಿತು. ಕೋಟೆಯನ್ನು ಸರಕಾರದವರು ಹಾಳು ಮಾಡಿ, ವೊಳಗಿನ ಹೊಂಡಗಳನ್ನು ವೊಡಿದು ಕೆಡಿಸಿ ಬಿಟ್ಟರು.

ನರಸಾಪುರ.—ಗದಗಿನ ಈಶಾನ್ಯಕ್ಕೆ ಯೆರಡು ಮೈಲಿನ ಮೇಲೆ. ಈ ಹಳ್ಳಿಯು ಗದಗಿನ ತ್ರಿಕೂಟೇಶ್ವರ, ವೀರ ನಾರಾಯಣ, ಈ ಯೆರಡೂ ದೇವಸ್ಥಾನಗಳಿಗೆ ಕೂಡಿ ಇನಾಮು ನಡಿಯುತ್ತದೆ. ಈ ಹಳ್ಳಿಯಲ್ಲಿಯೂ ವೊಂದು ಬುನಾದಿಯ ಗುಡಿಯುಂಟು; ಅದರಲ್ಲಿ ಸನ್ ೧೧೭೩ರಲ್ಲಿ ಬರಿದ ಲಿಪಿ ಇರುತ್ತದೆ. ಈ ಗುಡಿಯಲ್ಲಿ ಪುರಾತನದ ಭಾರತ ರಾಮಾಯಣಗಳ ಕಥೆಗಳಿಗೆ ಸಂಬಂಧಿಸಿದಂಥ ಬಹು ಮನೋಹರವಾದ ಚಿತ್ರಗಳಿರುತ್ತವೆ.

ನವಲಗುಂದ.—ಉತ್ತರ ಅಕ್ಷಾಂಶ ೧೫°, ೩೩′, ಪೂರ್ವ ರೇಖಾಂಶ ೭೫°, ೨೫′, ಧಾರವಾಡದ ಪೂರ್ವಕ್ಕೆ ೨೫ ಮೈಲಿನ ಮೇಲೆ, ಜ. ಸ. (೮೧) ೭೮೧೧. ಇದು ತಾಲೂಕಿನ ಮುಖ್ಯ ಗ್ರಾಮವಿರುತ್ತದೆ. ಇಲ್ಲಿ ತಾಲೂಕ ಕಚೇರಿ, ಪೋಲೀಸ ಕಚೇರಿ, ಟಪಾಲ ಕಚೇರಿ, ಆಸಪತ್ರಿ, ಮ್ಯುನಿಸಿಪಾಲಿಟಿ, ೫ ಶಾಲೆಗಳು, ಇರುತ್ತವೆ. ಮ್ಯುನಿಸಿಪಾಲಿಟಿಯ ಆದಾಯವು ಸನ್ ೧೮೮೨-೮೩ರಲ್ಲಿ ೪೬೦೦ ರೂಪಾಯಿ ಇತ್ತು. ಈ ವೂರಿಗೆ ವೊಂದು ದೊಡ್ಡ ಕೆರೆಯೂ, ವೊಂದು ಶೀ. ನೀರಿನ ಬಾವಿಯೂ, ೫೧ ಸೌಳು ನೀರಿನ ಬಾವಿಗಳೂ ಉಂಟು. ಆದರೂ ನವಲಗುಂದಕ್ಕೆ ನೀರಿನ ಬರವು ಆಗಾಗ್ಗೆ ಬರುತ್ತದೆ. ಮಂಗಳವಾರ ಸಂತೆಯಾಗುತ್ತದೆ; ಅದರಲ್ಲಿ ದನಗಳ ಮಾರಾಟ ಬಹಳವಾಗುತ್ತದೆ. ಇಲ್ಲಿ ಮೇಲಾದ ಜಮ್ಮಖಾನೆಗಳು ಹುಟ್ಟುತ್ತವೆ. ಹಾಳು ಕೋಟೆಯೊಂದುಂಟು.

ಈ ವೂರಲ್ಲಿ ಪುರಾತನ ಕಾಲದ ಗುಡಿಗಳೂ ಲಿಪಿಗಳೂ ಯೇನು ಇಲ್ಲ. ಆದ್ದರಿಂದ ಇದು ಅರ್ವಾಚೀನ ಕಾಲದ ಗ್ರಾಮವೆಂದು ತೋರುತ್ತದೆ. ಆದರೂ ಸನ್ ೧೪೫೪ರಲ್ಲಿ ಬಾಮನೀ ೨ನೇ ಅಲ್ಲಾ ಉದ್ದೀನನ ಆಳಿಕೆಯಲ್ಲಿ ಅವನ ಸರದಾರನಾದ ಜಲಾಲಖಾನನ ವಶದಲ್ಲಿ ನವಲಗುಂದವಿತ್ತೆಂದು ಇತಿಹಾಸದಿಂದ ತಿಳಿಯುತ್ತದೆ. ಮುಂದಿನ ಬಾದಶಹನಾದ ಹುಮಾಯೂನನಿಗೂ ಜಲಾಲಖಾನನ ಮಗನಾದ ಶಿಕಂದರನಿಗೂ ನವಲಗುಂದದ ಬಳಿಯಲ್ಲಿ ಯುದ್ಧವಾಗಿ ಶಿಕಂದರನು ಮಡಿದನು. ಸವಣೂರಿನ ನಬಾಬನನ್ನು ಔರಂಗಜೇಬನು ನೇಮಿಸಿದಾಗ ನವಲಗುಂದದ (ಈಗಿನ ಶಿರಸಂಗಿಯ) ದೇಸಾಯಿಯು ಆ ನಬಾಬನ ಹಸ್ತಕನಾಗಿದ್ದನು. ಹೈದರ ಅಲ್ಲಿಯು ಕೃಷ್ಣೆಯ ದಕ್ಷಿಣದ ಶೀಮೆಯನ್ನು ಆಕ್ರಮಿಸಿದಾಗ ಈ ದೇಸಾಯಿಯು ಅವನಿಗೆ ಕಪ್ಪ ಕೊಡುತ್ತಿದ್ದನು. ಸನ್ ೧೮೮೧೭ರಲ್ಲಿ

ನವಲಗುಂದದ ಶೀಮೆಯು ಇಂಗ್ಲಿಷರ ವಶಕ್ಕೆ ಬಂದ ಬಳಿಕ ಜನರಲ್ ಮನ್ರೋನು ರಾಮರಾಯನೆಂಬ ಸರದಾರನನ್ನು ನವಲಗುಂದವನ್ನು ತಕ್ಕೊಳ್ಳಲಿಕ್ಕೆ ಕಳಿಸಿದನು. ಆಗ ಬಾಪೂಗೋಖಲನು ನವಲಗುಂದದಲ್ಲಿದ್ದನು. ಅವನಿಗೂ ರಾಮರಾಯನಿಗೂ ಯುದ್ಧವಾಗಿ ರಾಮರಾಯನು ಬಹು ಶೌರ್ಯದಿಂದ ನವಲಗುಂದವನ್ನು ತಕ್ಕೊಂಡನು.

ನೀಲಗುಂದ.—ಗದಗಿನ ನೈರುತ್ಯಕ್ಕೆ ೧೨ ಮೈಲಿನ ಮೇಲೆ. ನಾರಾಯಣನ ಗುಡಿಯು ಬಹು ಸುಂದರವಾದ ಚಿತ್ರಗಳುಳ್ಳದ್ದಿರುತ್ತದೆ; ಅದರಲ್ಲಿ ವೊಂದು ಲಿಪಿಯುಂಟು.

ನಿಡಗುಂದಿ.—ಬಂಕಾಪುರದ ಪಶ್ಚಿಮಕ್ಕೆ ೫ ಮೈಲಿನ ಮೇಲೆ. ಇಲ್ಲಿ ೫ ಲಿಪಿಗಳಿರುತ್ತವೆ; ಎಲ್ಲಕ್ಕೂ ಹಳೇದು ೯ನೇ ಶತಕದಲ್ಲಿ ಬರಿದದ್ದಿರುತ್ತದೆ.

ರಾಣೀಬಿನ್ನೂರು.—ಉತ್ತರ ಅಕ್ಷಾಂಶ ೧೪°, ೩೭′, ಪೂರ್ವ ರೇಖಾಂಶ ೭೫°, ೪೧′, ಧಾರವಾಡದ ದಕ್ಷಿಣಕ್ಕೆ ೮೦ ಮೈಲಿನ ಮೇಲೆ, ಜನಸಂಖ್ಯೆ (೮೧) ೧೦೨೦೮. ತಾಲೂಕಿನ ಮುಖ್ಯ ಗ್ರಾಮವು; ತಾಲೂಕಿನಲ್ಲಿ ಇರತಕ್ಕ ಕಚೇರಿಗಳೆಲ್ಲ ಇರುತ್ತವೆ; ೫ ಶಾಲೆಗಳುಂಟು. ಮ್ಯುನಿಸಿಪಾಲಿಟಿಯ ಆದಾಯವು ಸನ್ ೧೮೮೨-೮೩ರಲ್ಲಿ ೪೨೯೦ ರೂಪಾಯಿ ಇತ್ತು. ಈ ವೂರಲ್ಲಿ ಮೇಲಾದ ನೂಲಿನ ವಸ್ತ್ರಗಳೂ ರೇಶಿಮೆಯ ವಸ್ತ್ರಗಳೂ ಹುಟ್ಟುತ್ತವೆ; ಆದಿತ್ಯವಾರ ಸಂತೆಯಲ್ಲಿ ಅರಳೆಯ ವ್ಯಾಪಾರವು ವೊಳಿತಾಗಿ ಆಗುತ್ತದೆ. ಸಿದ್ಧೇಶ್ವರನ ಗುಡಿಯಲ್ಲಿ ವೊಂದು ಲಿಪಿಯುಂಟು. ಈ ಊರಲ್ಲಿ ಹಜರತ ಜಮಾಲ ಶಹಾವಾಲೋ ಯೆಂಬ ಸತ್ಪುರುಷನ ಕಬರಸ್ಥಾನವಿರುತ್ತದೆ. ಅಲ್ಲಿ ಮೊಹರಮ್ ತಿಂಗಳಲ್ಲಿ ಜಾತ್ರೆಯಾಗುತ್ತದೆ. ಹಜರತ ಜಮಾಲ ಶಹನು ವೊಂದೇ ಹಗ್ಗಕ್ಕೆ ಇಲಿ, ಬೆಕ್ಕು, ನಾಯಿ, ಯೆರಳೆ, ಹಾವು, ಮುಂಗಲಿ, ಇವುಗಳನ್ನು ಕಟ್ಟಿ ಸಾಕಿದ್ದನೆಂದು ಹೇಳುತ್ತಾರೆ. ಈ ಊರಿನ ಸುತ್ತು ಮುತ್ತು ತೋಟಗಳು ಬಹಳ ಇರುತ್ತವೆ.

ರಟ್ಟೀಹಳ್ಳಿ.—ಕೋಡದ ಆಗ್ನೇಯಕ್ಕೆ ೧೦ ಮೈಲಿನ ಮೇಲೆ, ಜ. ಸ. (೮೧) ೨೩೩೨. ಹಾಳು ಕೋಟೆಯುಂಟು. ಕದಂಬೇಶ್ವರನ ಗುಡಿಯು ದೊಡ್ಡದಿರುತ್ತದೆ. ಆ ಗುಡಿಯಲ್ಲಿ ನಾಲ್ಕು, ಬೇರೆ ಕಡೆಯಲ್ಲಿ ಮೂರು ಶಿಲಾಲಿಪಿಗಳಿವೆ. ಅವೆಲ್ಲ ೧೧ನೇ ಶತಕದ ಈಚೆಯಲ್ಲಿ ಆದಂಥವು. ಇಲ್ಲಿಯ ಕೋಟೆಯನ್ನು ವಿಜಯನಗರದ ಅರಸು ಕಟ್ಟಿಸಿದನೆಂದು ಅದರ ಅಗಸೆಯ ಮೇಲಿನ ಲಿಪಿಯಿಂದ ತಿಳಿಯುತ್ತದೆ. ರಟ್ಟೀಹಳ್ಳಿಯಲ್ಲಿ ಹೈದರನಿಗೂ ಪೇಶವೆ ಮಾಧವ ರಾಯನಿಗೂ ಸನ್ ೧೭೬೪ರಲ್ಲಿ ದೊಡ್ಡ ಯುದ್ಧವಾಗಿ ಅದರಲ್ಲಿ ಹೈದರನು ಸೋತನು.

ರೋಣ.—ಉತ್ತರ ಅಕ್ಷಾಂಶ ೧೫°, ೪೮′, ಪೂರ್ವ ರೇಖಾಂಶ ೭೫°, ೪೮′, ಧಾರವಾಡದ ಈಶಾನ್ಯಕ್ಕೆ ೫೫ ಮೈಲಿನ ಮೇಲೆ, ಜ. ಸ. (೮೧) ೫೨೯. ಇದು ತಾಲೂಕಿನ ಮುಖ್ಯ ಗ್ರಾಮವು; ತಾಲೂಕಿನಲ್ಲಿ ಇರತಕ್ಕ ಕಚೇರಿಗಳೆಲ್ಲ ಇರುವದಲ್ಲದೆ, ಸಬ್‌ಜಡಜನ ಕೋರ್ಟು ಇರುತ್ತದೆ. ರೋಣ ತಾಲೂಕಿನಷ್ಟು ಉತ್ಪನ್ನವು ದಕ್ಷಿಣ ಮಹಾರಾಷ್ಟ್ರದಲ್ಲಿ ಯಾವ ತಾಲೂಕಿಗೂ ಇಲ್ಲ. ರೋಣದಲ್ಲಿ ೭ ಕರೆಕಲ್ಲಿನ ಗುಡಿಗಳಿವೆ. ಒಂದರಲ್ಲಿ ಸನ್ ೧೧೮೦ನೇ ವರ್ಷದ ಲಿಪಿಯುಂಟು.

31*

ಸಂಗೂರು. — ಕರ್ಜಗಿಯ ನೈರುತ್ಯಕ್ಕೆ ೧೦ ಮೈಲಿನ ಮೇಲೆ ವರದಾ ನದಿಯ ದಂಡೆಯಲ್ಲಿ. ಒಂದು ಹಾಳು ಕೋಟೆ, ಯೆರಡು ಹಳೆ ಗುಡಿಗಳುಂಟು. ಇಲ್ಲಿ ೫ ಶಿಲಾ ಲಿಪಿಗಳಿರುತ್ತವೆ.

ಸಾತೆನ ಹಳ್ಳಿ. — ಕೋಡದ ವಾಯುವ್ಯಕ್ಕೆ ೧೦ ಮೈಲಿನ ಮೇಲೆ. ಇಲ್ಲಿ ೫ ಗುಡಿ ಗಳಿವೆ; ಅವುಗಳಲ್ಲಿ ರಾಮಲಿಂಗನ ಗುಡಿಯು ಯೆಲ್ಲಕ್ಕೂ ದೊಡ್ಡದು. ಈ ವೂರಲ್ಲಿ ವೊಟ್ಟಿಗೆ ೮ ಲಿಪಿಗಳಿವೆ; ಅವೆಲ್ಲ ೧೧ನೇ ಶತಕದ ಈಚೆಯಲ್ಲಿ ಆದಂಥವು.

ಸವದಿ. — ರೋಣದ ಆಗ್ನೇಯಕ್ಕೆ ೫ ಮೈಲಿನ ಮೇಲೆ. ಬ್ರಹ್ಮದೇವ, ನಾರಾ ಯಣ, ಯೆಂಬ ಬುನಾದಿಯ ಗುಡಿಗಳಲ್ಲಿ ವೊಂದೊಂದು ಲಿಪಿಯುಂಟು. ಬ್ರಹ್ಮದೇವನ ಗುಡಿಯು ನೋಡ ತಕ್ಕಂಥಾದಿದೆ.

ಶಿಗ್ಗಾವಿ. — ಧಾರವಾಡದ ಆಗ್ನೇಯಕ್ಕೆ ೪೦ ಮೈಲಿನ ಮೇಲೆ, ಜ. ಸ. (೮೧) ೪೯೧೪. ಇಲ್ಲಿ ಬಂಕಾಪುರದ ತಾಲೂಕ ಕಚೇರಿ ಇರುತ್ತದೆ. ಊರ ಸುತ್ತು ಮುತ್ತು ತೋಟಗಳಿವೆ; ವ್ಯಾಪಾರವು ವೊಳಿತಾಗಿ ಆಗುತ್ತದೆ. ಇಲ್ಲಿ ಎರಡು ಬುನಾದಿಯ ಗುಡಿ ಗಳೂ ೧೦ ಶಿಲಾಲಿಪಿಗಳೂ ಇರುತ್ತವೆ. ಅವುಗಳಲ್ಲಿ ಕೆಲವುಗಳನ್ನು ಇನ್ನೂ ಯಾರು ಓದಿಲ್ಲ.

ಶೃಂಗೇರಿ. — ಹಾನಗಲ್ಲಿನ ನೈರುತ್ಯಕ್ಕೆ ೭ ಮೈಲಿನ ಮೇಲೆ. ಇದರ ಬಳಿಯಲ್ಲಿ ಧರ್ಮಾ ನದಿಗೆ ವೊಂದು ಬಹು ಭದ್ರವಾದ ವೊಡ್ಡು ಪುರಾತನದಲ್ಲಿ ಹಾಕಿದ್ದಾರೆ. ಅದು ಬುಡದಿಂದ ೧೭ ಫೂಟು ಯೆತ್ತರ, ತಲೆಯ ಮೇಲೆ ೪೦ ಫೂಟು ಅಗಲು, ೧೦ ಫೂಟು ಉದ್ದ ಇರುತ್ತದೆ. ಈ ವೊಡ್ಡಿಗೆ ಹಾಕಿದ ಕಲ್ಲುಗಳು ಹಾಳು ಬಿದ್ದ ಗುಡಿಗಳಿಂದ ತಂ ದಂತೆ ಕಾಣುತ್ತವೆ. ಕೆಲವು ಕಲ್ಲುಗಳ ಮೇಲೆ ಲಿಪಿಗಳು ಸಹ ಇರುತ್ತವೆ. ಆದ್ದರಿಂದ ಈ ವೊಡ್ಡನ್ನು ವಿಜಯನಗರದ ಅರಸರು ಹಾಕಿಸಿದರೆಂದು ತೋರುತ್ತದೆ. ಈ ಅರಸರು ಮಾಡಿಸಿದ ಜಲಾಶಯಗಳು ಯೆಲ್ಲ ಕಡೆಯಲ್ಲಿ ಹೆಸರಾಗಿರುತ್ತವೆ. ಈ ವೊಡ್ಡಿನ ಮೇಲ್ಗ ಡೆಯಿಂದ ದೊಡ್ಡದೊಂದು ಕಾವಲಿಯನ್ನು ತೆಗದು ೧೭ ಮೈಲು ದೂರ ವೊಯಿದಿದ್ದಾರೆ. ಈ ಕಾವಲಿಯಿಂದ ೭೦೦೦ ಯೆಕರು ತೋಟದ ಭೂಮಿಗೆ ನೀರು ದೊರಿಯುವದಲ್ಲದೆ, ೪೯ ಕೆರೆಗಳು ತುಂಬುತ್ತವೆ.

ಸಿರಗೋಡ. — ಗದಗಿನ ಆಗ್ನೇಯಕ್ಕೆ ೪ ಮೈಲಿನ ಮೇಲೆ, ಜ. ಸ. (೮೧) ೧೫೪. ಕಲ್ಲೇಶ್ವರನ ಗುಡಿಯಲ್ಲಿಯೂ ಈಶ್ವರನ ಗುಡಿಯಲ್ಲಿಯೂ ವೊಂದೊಂದು ಲಿಪಿಯುಂಟು.

ಸಿರೂರು. — ಗದಗಿನ ಆಗ್ನೇಯಕ್ಕೆ ೪ ಮೈಲಿನ ಮೇಲೆ. ಮಳಗೀ ಈಶ್ವರ, ಬೋರಂಗಲ್ಲ ಬ್ರಹ್ಮದೇವ, ಯೆಂಬ ಗುಡಿಗಳೂ, ನಾಲ್ಕು ಲಿಪಿಗಳೂ ಇರುತ್ತವೆ. ಅವೆಲ್ಲ ೧೦ನೇ ಶತಕದ ಈಚೆಯಲ್ಲಿ ಆದಂಥವು.

ಸೊರಟೂರು. — ಗದಗಿನ ದಕ್ಷಿಣಕ್ಕೆ ೧೦ ಮೈಲಿನ ಮೇಲೆ, ಜ. ಸ. (೮೧)

೨೩೭೫. ಮೂರು ಗುಡಿಗಳೂ, ವೊಂದು ಜೈನರ ದೇವಸ್ಥಾನವೂ, ೫ ಲಿಪಿಗಳೂ ಇರುತ್ತವೆ. ಎಲ್ಲಕ್ಕೂ ಹಳೆಯ ಲಿಪಿಯು ೮೬೯ನೇ ವರ್ಷದ್ದಿರುತ್ತದೆ.

ಸೂಡಿ.—ರೋಣದ ಈಶಾನ್ಯಕ್ಕೆ ೯ ಮೈಲಿನ ಮೇಲೆ, ಜ. ಸ. (೮೧) ೧೯೯೩. ಇಲ್ಲಿ ನೂಲಿನ ಮಾರಾಟವು ನಡಿಯುತ್ತದೆ. ಹಳೇದೊಂದು ಕೋಟೆಯೂ, ಮೂರು ಗುಡಿಗಳೂ, ೮ ಲಿಪಿಗಳೂ ಇರುತ್ತವೆ. ಲಿಪಿಗಳೆಲ್ಲ ೧೦ನೇ ಶತಕದ ಈಚೆಯಲ್ಲಿ ಆದಂಥವು.

ಸುಳ್ಳ.—ಧಾರವಾಡದಿಂದ ಗದಗಿನ ಮಾರ್ಗದ ಮೇಲೆ, ಜ. ಸ. (೮೧) ೧೭೪೯. ಕಲಮೇಶ್ವರನ ದೊಡ್ಡ ಗುಡಿಯೂ ೪ ಲಿಪಿಗಳೂ ಇರುತ್ತವೆ. ಇವುಗಳ ಮಿತಿಗಳು ತಿಳಿದಿಲ್ಲ.

ತಡಸ.—ತಿಗ್ಗಾವಿಯ ವಾಯುವ್ಯಕ್ಕೆ ೧೦ ಮೈಲಿನ ಮೇಲೆ, ಜ. ಸ. (೮೧) ೨೭೦೧. ಇಲ್ಲಿ ಕಲೆಕ್ಟರನ ಬಂಗಲೆಯುಂಟು.

ತೇಗೂರು.—ಧಾರವಾಡದ ಉತ್ತರಕ್ಕೆ ೧೫ ಮೈಲಿನ ಮೇಲೆ, ಜ. ಸ. (೮೧) ೧೬೯೧. ಇಲ್ಲಿ ಕಬ್ಬಿಣದ ಕಲ್ಲು ಹೇರಳವಾಗಿ ದೊರಿಯುತ್ತವೆ; ಕಬ್ಬಿಣ ಮಾಡುವ ಕಾರಖಾನೆಯೂ ವೊಂದುಂಟು. (೨ನೇ ಭಾಗ ನೋಡು). ಇಲ್ಲಿಯ ಕರೆವ್ವನ ಗುಡಿಯು ಹೆಸರಾದದ್ದಿರುತ್ತದೆ. ಊರ ಹೊರಗೆ ಕರೆವ್ವನ ಗವಿಯೊಂದುಂಟು.

ತುಮ್ಮಿನ ಕಟ್ಟಿ.—ರಾಣೇಬಿನ್ನೂರಿನ ದಕ್ಷಿಣಕ್ಕೆ ೧೫ ಮೈಲಿನ ಮೇಲೆ, ತುಂಗಭದ್ರೆಯ ದಂಡೆಯಲ್ಲಿ, ಜ. ಸ. (೮೧) ೪೬೨೨. ಬುಧವಾರ ಸಂತೆಯಾಗುತ್ತದೆ; ಸರಕಾರೀ ಶಾಲೆಯುಂಟು; ಮುಶಾಫರೀ ಬಂಗಲೆ ಇರುತ್ತದೆ.

ಉಣಕಲ್ಲು.—ಹುಬ್ಬಳ್ಳಿಯ ಉತ್ತರಕ್ಕೆ ೩ ಮೈಲಿನ ಮೇಲೆ, ಜ. ಸ. (೮೧) ೨೯೭೯. ಮೂರು ಹಳೆ ಗುಡಿಗಳೂ ಮೂರು ಲಿಪಿಗಳೂ ಇರುತ್ತವೆ. ಊರ ಹೊರಗೆ ಜರ್ಮನ್ ಮಿಶನರಿಗಳ ಬಂಗಲೆಯುಂಟು. ಈ ಹಳ್ಳಿಯ ಬಳಿಯಲ್ಲಿ ದೊಡ್ಡದೊಂದು ಕೆರೆ ಕಟ್ಟಿ ಹುಬ್ಬಳ್ಳಿಗೆ ನೀರು ತರುವ ಕಾರಖಾನೆಯು ಸದ್ಯಕ್ಕೆ (೧೮೯೨) ನಡಿದದೆ.

ವಡೆನಪುರ.—ಕೋಡದ ಉತ್ತರಕ್ಕೆ ೫ ಮೈಲಿನ ಮೇಲೆ, ಸಣ್ಣ ಹಳ್ಳಿ. ಇಲ್ಲಿ ಶಕೆ ೧೪೨೨ನೇ ದುಂದುಭಿ ಸಂವತ್ಸರದ ಕಾರ್ತಿಕ ಶುದ್ಧ ದ್ವಾದಶೀ ಸೋಮವಾರ ದಿವಸ ಲಿಂಗ ಕುಂಟೆಯ ನಾಯಕನೆಂಬವನು ಕಪಿತೆ ಯೆಂಬ ಹೆಂಗಸನ್ನು ಕೊಂದ ಪಾಪದ ಪ್ರಾಯಶ್ಚಿತ್ತಕ್ಕಾಗಿ ಮೇಪುರವೆಂಬ ಹಳ್ಳಿಯನ್ನು ಜಂಗಮರಿಗೆ ದಾನ ಮಾಡಿದ ಲೇಖವು ವೊಂದು ಕಲ್ಲಿನ ಮೇಲೆ ಇರುತ್ತದೆ.

ವರಾಹ.—ಕೋಡದ ವಾಯುವ್ಯಕ್ಕೆ ೧೦ ಮೈಲಿನ ಮೇಲೆ. ಕಲ್ಲೇಶ್ವರನ ಗುಡಿಯಲ್ಲಿ ವೊಂದು ವೀರಗಲ್ಲು, ವೊಂದು ಹೊಲದೊಳಗೆ ವೊಂದು ಮಹಾಸತೀ ಕಲ್ಲು ಇರುತ್ತವೆ. ಈ ಯೆರಡುಗಳ ಮೇಲೆಯೂ ಲಿಪಿಗಳುಂಟು.

ಯಲಿ್ಲಿಶಿರೂರು.—ಗದಗಿನ ದಕ್ಷಿಣಕ್ಕೆ ೧೩ ಮೈಲಿನ ಮೇಲೆ. ಈಶ್ವರನ ಗುಡಿಯಲ್ಲಿ ೩, ಹನುಮಂತನ ಗುಡಿಯಲ್ಲಿ ೧, ಲಿಪಿಗಳಿವೆ. ಇವೆಲ್ಲ ೧೧ನೇ ಶತಕದ ಈಚೆಯಲ್ಲಿ ಆದಂಥವು.

ಯಾವಗಲ್ಲು.—ರೋಣದ ಪಶ್ಚಿಮಕ್ಕೆ ೧೫ ಮೈಲಿನ ಮೇಲೆ, ಜ. ಸ. (೮೧) ೧೭೭೯. ಇದು ಸನ್ ೧೮೬೦ರ ವರೆಗೆ ಮಹಾಲಿನ ಮುಖ್ಯ ಗ್ರಾಮವಿತ್ತು.

ಯಮನೂರು.—ನವಲಗುಂದದ ನೈರುತ್ಯಕ್ಕೆ ೩ ಮೈಲಿನ ಮೇಲೆ, ಜ. ಸ. (೮೧) ೮೫೦. ಇಲ್ಲಿ ಪ್ರತಿ ವರ್ಷ ಫಾಲ್ಗುನ ವದ್ಯ ಪಂಚಮಿಯಿಂದ ೪ ದಿವಸ ಪೀರನ ದೊಡ್ಡ ಜಾತ್ರೆಯಾಗುತ್ತದೆ. ಈ ಜಾತ್ರೆಯಲ್ಲಿ ೨೦೦೦೦ದಿಂದ ೧೦೦೦೦೦ದ ವರೆಗೆ ಜನ ಕೂಡಿ, ಸುಮಾರು ೭೫೦೦೦ ರೂಪಾಯಿಯ ನಾನಾ ಪ್ರಕಾರದ ಸರಕುಗಳ ಮಾರಾಟವಾಗುತ್ತದೆ. ಕಾಳು, ಕಿರಾಣಿ, ಫಲಗಳು, ಮಿಠಾಯಿ, ಚಿತ್ರಗಳು, ಹೂ, ಕುರಿ, ಕೋಳಿ, ಮುಂತಾದವುಗಳೇ ಮಾರಾಟದ ಸರಕುಗಳು. ಈ ಜಾತ್ರೆಗೆ ಬೆಳಗಾವಿ, ಧಾರವಾಡ, ಕಾನಡಾ, ವಿಜಾಪುರ, ನಿಜಾಮನ ರಾಜ್ಯ, ಮುಂತಾದ ಕಡೆಯಿಂದ ಜನರು ಬರುತ್ತಾರೆ. ಹುಣ್ಣು ಹಚ್ಚಿಕೊಂಡ ಜನರು ಮುಖ್ಯವಾಗಿ ಯಮನೂರಿನ ಪೀರನಿಗೆ ಬೇಡಿಕೊಂಡು, ರೋಗವು ಹೋದ ಬಳಿಕ ಪೀರನ ದರ್ಶನಕ್ಕೆ ಬಂದು, ಕುರಿ ಕೋಳಿಗಳನ್ನು ಕೊಟ್ಟು ಕಂದೂರಿಯ ಮಾಡಿಸುವರು. ಹುಣ್ಣು ಹಚ್ಚಿಕೊಂಡ ಗಂಡಸರಂತೆ ಅಂಥಾ ಕಸಬಿಣಿಗಳೂ ಪಾತರದವರೂ ಬಹು ಜನರು ಈ ಜಾತ್ರೆಯಲ್ಲಿ ಕೂಡುವರು. ಯಮನೂರಿನ ಪೀರನೆಂದರೆ ಹುಣ್ಣು ಹಚ್ಚಿಕೊಂಡವರ ಕುಲ ದೇವತೆಯೆಂದು ಧಾರವಾಡದ ಶೀಮೆಯಲ್ಲಿ ಪ್ರಸಿದ್ಧಿಯುಂಟು.

ಈ ಪೀರನ ಕಥೆ ಹ್ಯಾಗಂದರೆ— ವಿಜಾಪುರದ ಅದಿಲ್‌ಶಾಹಿಯು ಹಾಳಾದ ಸುಮಾರಿನಲ್ಲಿ (೧೬೯೦) ಖಾಜಾಬಂದ ನವಾಝುನೆಂಬ ವಲ್ಲಿಯು ವಿಜಾಪುರದಲ್ಲಿ, ಶಹಾಮಿರಝಾ ಅಬದುಲ್ ರಾಜಾಕಾದ್ರಿ ಯೆಂಬ ವಲ್ಲಿಯು ಕಲಬುರ್ಗೆಯಲ್ಲಿ ಇರುತ್ತಿದ್ದನು. ಮಿರಝಾ ಅಬದುಲ್ಲನು ಕೈಯೊಳಗೆ ಹಾವಿನ ಬಾರಕೋಲು ತಕ್ಕೊಂಡು, ಚೇಳಿನ ಲಗಾಮು ಹಾಕಿದ ಹುಲಿಯ ಮೇಲೆ ಕೂತು ಕೊಂಡು ಸಂಚಾರ ಮಾಡುವನಂತೆ. ಅದರಿಂದ ಅವನಿಗೆ "ರಾಜಾಬಾಗ ಸವಾರ"ನೆಂಬ ಹೆಸರು ಬಂದಿತ್ತು. ಒಂದಾನೊಂದು ದಿವಸ ಈ ವಲ್ಲಿಯು ತನ್ನ ಹುಲಿಯ ಮೇಲೆ ಕೂತುಕೊಂಡು ವಿಜಾಪುರದ ವಲ್ಲಿಯ ಭೇಟಿಗೆ ಹೊರಟನು. ಅವನು ವಿಜಾಪುರದ ಸಮೀಪಕ್ಕೆ ಬರಲಾಗಿ, ಖಾಜಾಬಂದ ನವಾಝುನ ಮೊಮ್ಮಗನಾದ ೭ ವರ್ಷದ ಹುಡುಗನು, ಕಾದ್ರಿಯು ಹುಲಿಯ ಮೇಲೆ ಕೂತುಕೊಂಡು ಬರುತ್ತಾನೆಂದರಿತು, ತಾನು ವೊಂದು ಗೋಡೆಯ ಮೇಲೆ ಯೇರಿ ಕೂತು, ಅದನ್ನು ನಡಿಸುತ್ತ ಕಾದ್ರಿಯ ಯೆದುರಿಗೆ ಹೋದನು. ಕಾದ್ರಿಯು ಆ ಹುಡುಗನು ಗೋಡೆಯನ್ನು ನಡಿಸಿಕೊಂಡು ಬರುವದನ್ನು ನೋಡಿ ನಾಚಿ, ಮುಂದಕ್ಕೆ ಹೋಗದೆ, ಕಲಬುರ್ಗೆಗೆ ಹಿಂದಿರುಗಿ ಹೋಗಿ ದುಃಖದಿಂದ ಮರಣ ಹೊಂದಿದನು. ಖಾಜಾನವಾಝುನು, ಅಂದರೆ ವಿಜಾಪುರದ ವಲ್ಲಿಯು, ಈ ಸಂಗತಿಯನ್ನು ಅಂತರ್ಜ್ಞಾನದಿಂದ ಅರಿತು, ತನ್ನ ಮೊಮ್ಮಗನಿಗೆ ಶಾಪ

ಕೊಟ್ಟು ಅವನನ್ನು ಭಸ್ಮ ಮಾಡಿದನು. ಮುಂದೆ ಆ ರಾಜಾಬಾಗ ಸವಾರನೆಂಬ ಕಲಬುರ್ಗೆಯ ವಲ್ಲಿಯ ದರ್ಗೆಗಳನ್ನು ಬಹಳ ಕಡೆಯಲ್ಲಿ ಕಟ್ಟಿ ಜನರು ಅವನಿಗೆ ನಡಕೊಳ್ಳ ಹತ್ತಿದರು. ಅದರಂತೆ ಸಾತಾರೆಯ ಜಿಲ್ಲೆಯಲ್ಲಿ ಕೋರೆಗಾವಯೆಂಬ ಗ್ರಾಮದ ಪಾಟೀಲನಾದ ಚಿತ್ರೋಜಿ ಯೆಂಬವನು ಆ ರಾಜಾಬಾಗ ಸವಾರನಿಗೆ ನಡಕೊಳ್ಳುತ್ತಿದ್ದನು. ಒಂದಾನೊಂದು ರಾತ್ರಿಯಲ್ಲಿ ಆ ವಲ್ಲಿಯು ಚಿತ್ರೋಜಿಯ ಸ್ವಪ್ನದಲ್ಲಿ ಬಂದು ನಿನಗೆ ಯೇನು ಬೇಕೆಂದು ಕೇಳಲಾಗಿ, ನೀನೇ ನನ್ನ ಬಳಿಯಲ್ಲಿ ಇರೆಂದು ಬೇಡಿಕೊಂಡನು. ಅದಕ್ಕೆ ವಲ್ಲಿ ನಿನ್ನ ತಲೆಗಿಂಬಿನ ಬಳಿಯಲ್ಲಿ ನನ್ನ ಕೈಯಂತೆ ಮಾಡಿಸಿದ ಪಂಜಾ ಇರುತ್ತದೆ; ಅದನ್ನು ತಕ್ಕೊಂಡು ಯಮನೂರಿಗೆ ಹೋಗಿ ಅಲ್ಲಿ ಅದರ ಪೂಜೆ ಮಾಡೆಂದು ಹೇಳಿದನು. ಆ ಪ್ರಕಾರ ಚಿತ್ರೋಜಿಯು ಯೆಚ್ಚತ್ತ ಬಳಿಕ ಅವನ ತಲೆಗಿಂಬಿನ ಬಳಿಯಲ್ಲಿ ಯೆರಡು ಚಿತ್ತಗಳು ಸಹಿತ ಬೆಳ್ಳಿಯ ಹುಲಿಯ ಮೇಲೆ ಯೇರಿದ್ದೊಂದು ಪಂಜಾವನ್ನು ಕಂಡನು. ಅವನು ಅವನ್ನು ತಕ್ಕೊಂಡು ಯಮನೂರಿಗೆ ಬಂದು ಪೂಜೆ ಮಾಡುತ್ತಿದ್ದನು. ಮುಂದೆ ಅವನ ವಂಶದವನೊಬ್ಬನು ಸನ್ ೧೭೭೦ರಲ್ಲಿ ಮಣ್ಣಿನ ಗೋಡೆಗಳನ್ನು ಹಾಕಿಸಿ ಈಗಿನ ದರಗೆಯನ್ನು ಕಟ್ಟಿಸಿದನು. ಆ ದರಗೆಯಲ್ಲಿ ಹಿತ್ತಾಳಿಯ ಯೆರಡು ಕುದುರೆಗಳ ಮೇಲೆ ಕೂತಂಥ ಯೆರಡು ಪಂಜಾಗಳನ್ನು ಈಗ ಪೂಜಿಸುತ್ತಾರೆ. ಚಿತ್ರೋಜಿಯ ವಂಶದವರೇ ಈ ಪಂಜಾಗಳ ಪೂಜಾರಿಗಳಾಗಿದ್ದಾರೆ. ಅವರಿಗೆ ಜಾತ್ರೆಯಲ್ಲಿ ಸುಮಾರು ೧೨೦೦ ರೂಪಾಯಿಯ ಪ್ರಾಪ್ತಿಯಾಗುತ್ತದೆ.

ಬೆಳಗಾವಿಯ ಜಿಲ್ಲೆ.

ಐನಾಪುರ.—ಅಥಣಿಯ ನೈರುತ್ಯಕ್ಕೆ ೧೩ ಮೈಲಿನ ಮೇಲೆ ಕೃಷ್ಣೆಯ ದಂಡೆಯಲ್ಲಿ, ಜ. ಸ. (೮೧) ೪೩೫೭. ಇಲ್ಲಿ ಟಪಾಲ ಆಫೀಸು ಇರುತ್ತದೆ. ಊರ ಹೊರಗೆ ಪೀರ ಕಾಜೀ ಯೆಂಬ ಸತ್ಪುರುಷನ ಗೋರಿಯುಂಟು. ನಿವಾಸಿಗಳು ಮುಸಲ್ಮಾನರು ಬಹಳ; ಆರೋಗ್ಯದ ಗ್ರಾಮವು. ಮಿರ್ಜಿಯ ಗೋಪಾಳರಾಯನೆಂಬ ಪಟವರ್ಧನನು ನಷ್ಟಾಂಶನಾದದ್ದರಿಂದ ಸನ್ ೧೮೪೦ರಲ್ಲಿ ಐನಾಪುರವು ಖಾಲಸತಿಗೆ ಬಂತು.

ಅಕ್ಕೀವತ.—ಚಿಕ್ಕೋಡಿಯ ನೈರುತ್ಯಕ್ಕೆ ೧೦ ಮೈಲಿನ ಮೇಲೆ. ತಾಸಗಾವಿಯ ಪರಶುರಾಮ ಭಾವೂನು ಸನ್ ೧೭೭೭ರಲ್ಲಿ ಕಾದಿ ಈ ಕೋಟೆಯನ್ನು ತಕ್ಕೊಂಡನು. ಸನ್ ೧೮೨೭ರಲ್ಲಿ ಕೊಲ್ಲಾಪುರದವರ ಕಡೆಯಿಂದ ಸರಕಾರದವರು ತಕ್ಕೊಂಡರು. ಈ ಕೋಟೆಯು ಸುಮಾರು ೮೦೦ ಫೂಟು ಚಚ್ಚೌಕಾಗಿದೆ. ಕಂದಕವು ಪೂರಾ ಮುಗಿದಿಲ್ಲ.

ಅಂಕಲಗಿ.—ಗೋಕಾವಿಯ ನೈರುತ್ಯಕ್ಕೆ ೧೫ ಮೈಲಿನ ಮೇಲೆ, ಜ. ಸ. (೮೧) ೨೦೦೦. ಲಕ್ಷ್ಮಿಯ ಗುಡಿಯು ಪೂರ್ವ ಕಾಲದ್ದಿರುತ್ತದೆ. ಅಂಕಲಗೆಯ ಸ್ವಾಮಿಯು ದಕ್ಷಿಣ ಮಹಾರಾಷ್ಟ್ರದಲ್ಲಿ ಪ್ರಸಿದ್ಧನಿದ್ದಾನೆ. ಇವನು ವಿರಕ್ತನಾದ ಅಯ್ಯನು. ಈ

ಅಯ್ಯನ ದರ್ಶನಕ್ಕೆ ಬಹು ಜನ ಲಿಂಗವಂತರು ಹೋಗುತ್ತಿರುತ್ತಾರೆ. ಇವನು ಮಹಿಮೆಯುಳ್ಳವನೆಂದು ಲಿಂಗವಂತರ ನಂಬಿಗೆಯುಂಟು.

ಅಥಣಿ.—ಉತ್ತರ ಅಕ್ಷಾಂಶ ೧೬°, ೪೦′, ಪೂರ್ವ ರೇಖಾಂಶ ೭೫°, ೭′, ಬೆಳಗಾವಿಯ ಈಶಾನ್ಯಕ್ಕೆ ೭೦ ಮೈಲಿನ ಮೇಲೆ, ಜನಸಂಖ್ಯೆ (೮೧) ೧೧೧೮೬. ಹಳೆ ವಸ್ತಿಯು ಹಾಳು ಬಿದ್ದರೆ, ಅದರ ಸುತ್ತು ಮುತ್ತಲಿನ ಕಂದಕವು ತುಂಬಿ ಹೋಗಿದೆ. ಈಗಿನ ವಸ್ತಿಗೆ ಯೆರಡು ಅಗಸೆಗಳಿರುತ್ತವೆ; ಆದಿತ್ಯವಾರ ಸಂತೆಯಾಗುತ್ತದೆ. ಅಡಿಕೆ, ಉತ್ತತ್ತಿ, ಅಕ್ಕಿ, ಉಪ್ಪು, ಅರಳೆ, ತುಪ್ಪ, ಗೋಧಿ, ಮುಂತಾದ ಸರಕುಗಳ ವ್ಯಾಪಾರವು ಬಹಳ ನಡಿಯುತ್ತದೆ; ಸಂತೆಯಲ್ಲಿ ದನಗಳ ವ್ಯಾಪಾರವೂ ವೊಳಿತಾಗಿ ಆಗುತ್ತದೆ. ಈ ವೂರಲ್ಲಿ ಗಾಲಿಯ ಹಳಿಗಳೂ ಸೋರುಪ್ಪೂ ಹುಟ್ಟುತ್ತವೆ. ತಾಲೂಕಿನ ಕಚೇರಿಗಳಲ್ಲದೆ, ಟಪಾಲ ಆಫೀಸು, ಆಸಪತ್ರಿ, ಮ್ಯುನಿಸಿಪಾಲಿಟಿ, ಸಬಜಡಜ ಕೋರ್ಟು, ಆರು ಶಾಲೆಗಳು ಇರುತ್ತವೆ. ಮ್ಯುನಿಸಿಪಾಲಿಟಿಯ ಆದಾಯವು ಸನ್ ೧೮೮೩-೮೪ರಲ್ಲಿ ೧೩೫೪೦ ರೂಪಾಯಿ ಇತ್ತು. ಊರಿಗೆ ಯೆರಡು ಶೀ ನೀರಿನ ಕೆರೆಗಳೂ ೧೧೧ ಬಾವಿಗಳೂ ಇರುತ್ತವೆ; ೧೪ ಬಾವಿಗಳ ನೀರು ಕುಡಿಯಲಿಕ್ಕೆ ಬರುತ್ತದೆ, ಉಳಿದ ಬಾವಿಗಳೆಲ್ಲ ಸೌಳು; ೪೫ ಬಾವಿಗಳಿಗೆ ಪಾವಟಿಗಳುಂಟು. ಮೊದಲ ಬಾವಿಯು ಯೆಲ್ಲಕ್ಕೂ ದೊಡ್ಡದು, ಸುತ್ತಳತೆ ಸುಮಾರು ೧೦೦ ಫೂಟು. ಇದರಲ್ಲಿ ನೀರು ೩೦ ಫೂಟಗಿಂತ ಕಿರಿದು ಯೆಂದೂ ಇರುವದಿಲ್ಲ. ಈ ಬಾವಿಯನ್ನು ಮ್ಯುನಿಸಿಪಾಲಿಟಿಯವರು ಸನ್ ೧೮೭೫ರಲ್ಲಿ ೪೬೫೦ ರೂಪಾಯಿ ವೆಚ್ಚ ಮಾಡಿ ಕಟ್ಟಿಸಿದರು. ಆದರೆ ಈ ಬಾವಿಯ ನೀರು ದನಕ್ಕೆ ಮಾತ್ರ ಕುಡಿಯಲಿಕ್ಕೆ ಬರುತ್ತದೆ. ಕುಂಬಾರ ಬಾವಿಯೂ ದೊಡ್ಡದಿರುತ್ತದೆ; ಅದರ ನೀರು ಮನುಷ್ಯರಿಗೆ ಕುಡಿಯಲಿಕ್ಕೆ ಬರುತ್ತದೆ. ಮ್ಯುನಿಸಿಪಾಲಿಟಿಯವರು ೪೦೦೦ ರೂಪಾಯಿ ವೆಚ್ಚ ಮಾಡಿ ಈ ಬಾವಿಯನ್ನು ದುರಸ್ತು ಮಾಡಿದ್ದಾರೆ. ಮ್ಯುನಿಸಿಪಾಲಿಟಿಯವರು ೭೦೦೦ ರೂಪಾಯಿ ವೆಚ್ಚ ಮಾಡಿ ಹೊಸ ಮಾರ್ಕೇಟು ಕಟ್ಟಿಸಿದ್ದಾರೆ; ಮಾರ್ಕೇಟಿನಲ್ಲಿಯ ಅಂಗಡಿಗಳಲ್ಲದೆ ಹಳೆ ಬಾಜಾರಿನಲ್ಲಿ ೩೭೫ ಅಂಗಡಿಗಳಿರುತ್ತವೆ. ಊರವರು ೧೫೦೦ ರೂಪಾಯಿ ವೆಚ್ಚ ಮಾಡಿ ಪುಸ್ತಕಾಲಯವನ್ನು ಕಟ್ಟಿಸಿದ್ದಾರೆ. ಈ ಊರಿಗೆ ಹಳೆದೊಂದು ಮಣ್ಣಿನ ಕೋಟೆಯುಂಟು. ಮಾಮಲೇದಾರ ಕಚೇರಿಯು ಮೊದಲು ಕೋಟೆಯೊಳಗಿನ ವೊಂದು ಹಳೆ ಮನೆಯಲ್ಲಿ ಇತ್ತು. ಈ ಊರಲ್ಲಿ ವೊಂದೇ ಅವಾರದೊಳಗೆ ಸಿದ್ದೇಶ್ವರನ ಗುಡಿ, ಅಮೃತೇಶ್ವರನ ಗುಡಿ, ವೊಂದು ಮಶೀದಿ ಇರುತ್ತವೆ. ಸಿದ್ಧೇಶ್ವರನಿಗೆ. ಮುಸಲ್ಮಾನರು ಸಹ ನಡಕೊಳ್ಳುತ್ತಾರೆ, ಅದರ ಮೇಲೆ ಮಶೀದಿಯಂತೆ ಗುಮುಟವದೆ.

ಸನ್ ೧೬೪೯ರಲ್ಲಿ ಅಥಣಿಯು ವ್ಯಾಪಾರದ ದೊಡ್ಡ ಪಟ್ಟಣವಿತ್ತೆಂದು ವೊಬ್ಬ ಫ್ರೆಂಚ ಪ್ರವಾಸಿಯು ಬರಿದು ಇಟ್ಟಿದ್ದಾನೆ. ಅಥಣಿಯು ಸನ್ ೧೬೭೯ರಲ್ಲಿ ಮೊಗಲರ ಕೈ ಶೇರಿತು. ದಿಲಾವರಖಾನನೆಂಬ ಮೊಗಲ ಸರದಾರನು ಅಥಣಿಯ ನಿವಾಸಿಗಳನ್ನು ಗುಲಾಮರನ್ನು ಮಾಡಿ ಮಾರುವ ಪ್ರಯತ್ನ ಮಾಡಿದನು. ಆದರೆ ಶಿವಾಜಿಯ ಮಗ ಸಂಭಾಜಿಯು

ಅದನ್ನು ನಡಿಯಗೊಡಲಿಲ್ಲ. ನಿಜಾಮ ಉಲ್ಮುಲ್ಕನು ಸನ್ ೧೭೦೦ರಲ್ಲಿ ಅಥಣಿಯನ್ನು ತಕ್ಕೊಂಡು ಸ್ವಲ್ಪ ದಿವಸದೊಳಗೆ ಕೊಲ್ಹಾಪುರದ ಅರಸನಿಗೆ ಕೊಟ್ಟನು; ಅವನು ಅದನ್ನು ಸಾತಾರೆಯ ಶಾಹೂ ರಾಜನಿಗೆ ಕೊಟ್ಟನು. ಸನ್ ೧೮೪೯ರಲ್ಲಿ ನಿಪಾಣಕರನು ಸಂತತಿ ಇಲ್ಲದೆ ಮರಣ ಹೊಂದಿದ್ದರಿಂದ ಅಥಣಿಯು ಖಾಲಸಾತಿಗೆ ಬಂತು.

ಬಾಗೇವಾಡಿ.—ಬೆಳಗಾವಿಯ ದಕ್ಷಿಣಕ್ಕೆ ೧೦ ಮೈಲಿನ ಮೇಲೆ, ಜ. ಸ. (೮೧) ೪೫೩೪. ಈ ಹಳ್ಳಿಯಿಂದ ವೊಂದು ಮೈಲಿನ ಮೇಲೆ ಚಿಕ್ಕ ಬಾಗೇವಾಡಿ ಯೆಂಬ ಸಣ್ಣ ಹಳ್ಳಿಯುಂಟು. ಅಲ್ಲಿ ವೊಂದು ತಾಮ್ರ ಶಾಸನವು ವೊಬ್ಬ ಜೇಡನ ಬಳಿಯಲ್ಲಿ ಸಿಕ್ಕದೆ. ಅದರಲ್ಲಿ ದೇವಗಿರಿಯ ಕೃಷ್ಣರಾಜನ (ಕಹ್ನರನ) ಅಪ್ಪಣೆಯಿಂದ ಶಕೆ ೧೧೭೧ರಲ್ಲಿ ೩೭ ಬ್ರಾಹ್ಮಣರಿಗೆ ಸಂತೆಯ ಬಾಗೇವಾಡಿಯಲ್ಲಿ ಕೆಲವು ಭೂಮಿಗಳನ್ನು ಇನಾಮು ಕೊಟ್ಟ ಬಗ್ಗೆ ಲೇಖವಿರುತ್ತದೆ. ಈ ಬ್ರಾಹ್ಮಣರಲ್ಲಿ ಕೆಲವರು ಕೊಂಕಣಸ್ಥರಿದ್ದರೆಂದು ಅವರ ಉಪನಾಮಗಳಿಂದ ತಿಳಿಯುತ್ತದೆ.

ಬೈಲಹೊಂಗಲ.—ಸಂಪಗಾವಿಯ ಪೂರ್ವಕ್ಕೆ ೬ ಮೈಲಿನ ಮೇಲೆ ದೊಡ್ಡ ಗ್ರಾಮವು, ಜ. ಸ. (೮೧) ೭೮೦೬. ಇದರ ಸುತ್ತು ಮುತ್ತು ವಿಸ್ತಾರವಾದ ಬೈಲು ಇರುವ ಕಾರಣ ಈ ಹೆಸರು ಬಂದದೆ. ನಿವಾಸಿಗಳು ಮುಖ್ಯವಾಗಿ ಲಿಂಗವಂತರು. ವ್ಯಾಪಾರವು ವೊಳಿತಾಗಿ ನಡಿಯುತ್ತದೆ. ಶುಕ್ರವಾರ ಸಂತೆಯಲ್ಲಿ ದನಗಳ ಮಾರಾಟ ಬಹಳ ಆಗುತ್ತದೆ. ಮೇಲಾದ ಧಡೋತಿಯ ವಸ್ತ್ರಗಳು ಹುಟ್ಟುತ್ತವೆ. ಇಲ್ಲಿ ಲಕ್ಷಾಧೀಶರಾದ ಸಾವಕಾರರು ಕೆಲವರಿರುತ್ತಾರೆ. ಬಟ್ಟೆಗಳು, ಅಡಿಕೆ, ಬೆಲ್ಲ, ನೀಲಿ, ಅರಳೆ, ಮುಂತಾದವುಗಳ ವ್ಯಾಪಾರವು ವೊಳಿತಾಗಿ ನಡಿಯುತ್ತದೆ. ಇಲ್ಲಿ ಸರಕಾರೀ ಶಾಲೆಗಳು, ಟಪಾಲ ಕಚೇರಿ, ಮಿಶನರಿಗಳ ಬಂಗಲೆ, ಇರುತ್ತವೆ. ಊರ ಹೊರಗೆ ಉತ್ತರಕ್ಕೆ ಪುರಾತನದ್ದೊಂದು ಗುಡಿಯುಂಟು. ಅದರಲ್ಲಿ ಈಗ ಲಿಂಗವನ್ನು ಸಾಪಿಸಿದ್ದಾರೆ. ಆದರೆ ಅದು ಮೊದಲು ಜೈನ ಬಸ್ತಿ ಇತ್ತೆಂದು ತೋರುತ್ತದೆ. ಕಾರ್ತಿಕ ಮಾಸದಲ್ಲಿ ಈ ದೇವರ ಜಾತ್ರೆಯಲ್ಲಿ ಸುಮಾರು ೧೨೦೦೦ ಜನ ಕೂಡುತ್ತದೆ. ಈ ಗುಡಿಯಲ್ಲಿ ಸವದತ್ತಿಯ ರಟ್ಟರಾಜರು ಬರಿಸಿದ ಯೆರಡು ಲಿಪಿಗಳಿವೆ. ಒಂದು ಬಹಳ ಸವಿದದ್ದರಿಂದ ಓದಲಿಕ್ಕೆ ಬರುವ ಹಾಗಿಲ್ಲ; ಎರಡನೇದು ಸನ್ ೧೧೬೪ರಲ್ಲಿ ಬರಿದದ್ದಿರುತ್ತದೆ.

ಬೆಳವಡಿ.—ಸಂಪಗಾವಿಯ ಆಗ್ನೇಯಕ್ಕೆ ೧೨ ಮೈಲಿನ ಮೇಲೆ, ಜ. ಸ. (೮೧) ೩೧೬೦. ಮಂಗಳವಾರ ಸಂತೆಯಾಗುತ್ತವೆ. ವೀರಭದ್ರನ ಗುಡಿಯು ಪುರಾತನದ್ದಿರುತ್ತದೆ. ಅದರಲ್ಲಿ ವೊಡಿದದ್ದೊಂದು ಲಿಪಿಯು (೧೦೭೦) ಇರುತ್ತದೆ. ಚೈತ್ರ ಮಾಸದಲ್ಲಿ ವೀರಭದ್ರನ ಜಾತ್ರೆಯಲ್ಲಿ ಸುಮಾರು ೧೫೦೦ ಜನ ಕೂಡುತ್ತದೆ.

ಬೆಳಗಾವಿ.—ಉತ್ತರ ಅಕ್ಷಾಂಶ ೧೫°, ೫೨′, ಪೂರ್ವ ರೇಖಾಂಶ ೭೪°, ೪೨′, ಧಾರವಾಡದ ಉತ್ತರದಲ್ಲಿ ೪೫ ಮೈಲಿನ ಮೇಲೆ. ಊರಿನ ಕ್ಷೇತ್ರವು ೨೮೯ ಯೆಕರು, ಜನಸಂಖ್ಯೆ (೮೧) ೨೩೦೦೦, ಅಂದರೆ ಯೆಕರಿಗೆ ೭೯ ಜನವಾಯಿತು. ಇದರ ಹೊರ್ತು ಯುರೋಪಿಯನ ವಸ್ತಿಯ ಜನಸಂಖ್ಯೆ ೯೫೮೨ ಬೇರೆ. ಬೆಳಗಾವಿಯು ಸಮುದ್ರ ತೀರ

64

ದಿಂದ ಸರಳ ರೇಖೆಯಿಂದ ೫೦ ಮೈಲು ದೂರ ಇರುತ್ತದೆ; ಸಮುದ್ರದ ಪೃಷ್ಠ ಭಾಗ ದಿಂದ ಸುಮಾರು ೨೨೦೦ ಫೂಟು ಯೆತ್ತರ ಉಂಟು.

ಸ್ವರೂಪ.—ಬೆಳಗಾವಿಯ ಪಶ್ಚಿಮಕ್ಕೆ ಸಹ್ಯಾದ್ರಿಯ ನೆತ್ತಿಯು ೨೫ ಮೈಲು ದೂರ ಇರುತ್ತದೆ; ನಡುವೆ ಬಹುತರ ಗುಡ್ಡಗಾಡು ಭೂಮಿಯೇ ಉಂಟು. ಯೆಳ್ಳೂರಗಡ, ಬೆಳಗುಂದೀ ಗುಡ್ಡ, ವೈಜನಾಥನ ಗುಡ್ಡ, ಮುಂತಾದ ಗುಡ್ಡಗಳು ಬೆಳಗಾವಿಯ ನೆರೆಯಲ್ಲಿ ಇರುತ್ತವೆ. ಊರ ದಕ್ಷಿಣಕ್ಕೆ ಅರ್ಧ ಮೈಲಿನ ಮೇಲೆ ಶಹಾಪುರ, ಹೊಸೂರು, ಹೊಸಗಟ್ಟ, ಯೆಂಬ ಸಾಂಗಲೀ ಸಂಸ್ಥಾನದ ಗ್ರಾಮಗಳಿರುತ್ತವೆ. ಊರ ಸುತ್ತು ಮುತ್ತು ನಾನಾ ಪ್ರಕಾರದ ಬನಗಳು ನಿಬಿಡವಾಗಿ ಬೆಳಿದದ್ದರಿಂದ ದೂರಿಂದ ಬೆಳಗಾವಿಯು ನಿಬಿಡವಾದ ಅಡವಿಯ ಹಾಗೆ ಕಾಣುತ್ತದೆ.

ಭೂರಚನೆ.—ಬೆಳಗಾವಿಯ ನೆಲದೊಳಗೆ ಜಂಬೂರಿ ಇಟ್ಟಂಗಿ ಯೆಂಬ ಮಿದುವಾದ ಕಲ್ಲಿನಂಥ ಥರವಿರುತ್ತದೆ. ಈ ಇಟ್ಟಂಗಿಗಳನ್ನು ಕೊರಿದು ತೆಗಿದು ಅವುಗಳಿಂದ ಮನೆಗಳನ್ನು ಕಟ್ಟುವರು. ಕೆಲವು ಕಡೆಯಲ್ಲಿ ನೆಲದೊಳಗೆ ಕರೆಕಲ್ಲುಗಳೂ ದೊರಿಯುತ್ತವೆ.

ನೀರು.—ಬಹುತರ ಮನೆ ಮನೆಗೆ ಬಾವಿಗಳಿರುವದಲ್ಲದೆ, ಮ್ಯುನಿಸಿಪಾಲಿಟಯವರು ನಾಲ್ಕೈದು ದೊಡ್ಡ ದೊಡ್ಡ ಸೇದುವ ಬಾವಿಗಳನ್ನು ಬೇರೆ ಬೇರೆ ಭಾಗಗಳಲ್ಲಿ ಕಡಿಸಿ ಕಟ್ಟಿದ್ದಾರೆ. ಈ ಬಾವಿಗಳ ನೀರು ಶೀ ಇರುತ್ತದೆ. ನೈರುತ್ಯ ಮೂಲೆಯಲ್ಲಿ ನೀರು ಹೆಚ್ಚು ಸೌಳು ಇರುತ್ತದೆ. ಇವಲ್ಲದೆ ಊರ ಸುತ್ತು ಮುತ್ತು ೫ ಕೆರೆಗಳಿರುತ್ತವೆ. ಕಿಲ್ಲೆಯ ಕೆರೆಯು ಕೋಟೆಯ ಬಳಿಯಲ್ಲಿ ಇರುತ್ತದೆ. ಇದು ಯೆಲ್ಲಕ್ಕೂ ದೊಡ್ಡದು, ಕ್ಷೇತ್ರವು ಸುಮಾರು ೬೦ ಯೆಕರು ಇರುತ್ತದೆ. ಕಪಿಲೇಶ್ವರನ ಯೆರಡು ಸಣ್ಣ ಹೊಂಡಗಳು ಅದೇ ಗುಡಿಯ ಬಳಿಯಲ್ಲಿ ಶಹಾಪುರಕ್ಕೆ ಹೋಗುವ ಮಾರ್ಗದ ಯೆಡ ಬಲಗಳಲ್ಲಿ ಇರುತ್ತವೆ. ಅರಗನ ಕೆರೆಯು ವೆಂಗುರ್ಲೆಯ ಮಾರ್ಗದ ಮೇಲೆ ಇರುತ್ತದೆ. ಜಕೀರ ಹೊಂಡವು ಖಾನಾಪುರದ ಮಾರ್ಗದ ಮೇಲೆ ಇರುತ್ತದೆ. ಈ ಕೆರೆಗಳು ಬೇಸಿಗೆಯಲ್ಲಿ ಬತ್ತುತ್ತವೆ. ಇವುಗಳ ನೀರು ಯಾರು ಕುಡಿಯುವದಿಲ್ಲ; ದನಗಳಿಗೂ ಭೂಮಿಗೂ ಮಾತ್ರ ಕೆಲಸಕ್ಕೆ ಬರುತ್ತದೆ. ಕೋಟೆಯ ಕಂದಕದಲ್ಲಿಯೂ ನೀರು ಬೇಸಿಗೆಯ ವರೆಗೆ ಇರುತ್ತದೆ.

ಯುರೋಪಿಯನ್ ವಸ್ತಿಯ ದಕ್ಷಿಣಕ್ಕೆ ನಾಗಝರಿ ಯೆಂಬದೊಂದು ಸಣ್ಣ ಜರಿಯು ಹರಿಯುತ್ತದೆ. ಈ ಜರಿಯು ಚೌಕೋನಾಕೃತಿಯಾಗಿ ಕಟ್ಟಿದ್ದೊಂದು ಸಣ್ಣ ಹೊಂಡದೊಳಗಿಂದ ಹನ್ನೆರಡು ತಿಂಗಳೂ ಹರಿಯುತ್ತದೆ. ಇದರ ನೀರು ಅತಿ ನಿರ್ಮಲವೂ ಆರೋಗ್ಯಕರವೂ ಇರುತ್ತದೆ. ತುಡಿಯೆ ಯೆಂಬ ನೆರೆ ಹಳ್ಳಿಯಿಂದ ಬೆಳಗಾವಿಗೆ ನೀರು ತರುವ ಆಲೋಚನೆಯುಂಟು.

ಹವೆ, ಮಳೆ.—ಊರಿನ ಸುತ್ತು ಮುತ್ತು ಗುಡ್ಡಗಳಿರುವದರಿಂದ ಮಳೆಯು ಬಹಳ ಆಗುತ್ತದೆ; ಸರಾಸರೀ ಮಾನದಿಂದ ವರ್ಷದೊಳಗೆ ೫೦ ಇಂಚು ಮಳೆ ಬೀಳುತ್ತದೆಂದು

ಹೇಳ ಬಹುದು. ಬೇಸಿಗೆಯಲ್ಲಿ ಹವೆಯು ಆರೋಗ್ಯದ್ದಿರುತ್ತದೆ. ಮಳೆಗಾಲದ ಆರಂಭದಲ್ಲಿ ಚಳಿ ಜ್ವರದ ಉಪದ್ರವ ಬಹಳ. ಚಳಿಗಾಲದಲ್ಲಿ ಬೆಳಿಗ್ಯೂ ಸಂಜೆಗೂ ಮಂಜು ಬೀಳುತ್ತದೆ. ಹೊರಗಿಂದ ಬಂದವರಿಗೆ ಹವೆಯು ಮಾನಿಸುವದಿಲ್ಲ. ಪಟಕಿಯ ಉಪದ್ರವವು ಬಹು ಕಡಿಮೆ.

ಕೋಟೆಯು.—ಊರಿನ ಪೂರ್ವಕ್ಕೆ ವೊಂದು ಗುಂಡಿನ ಅಳತಿಯೊಳಗೆ ಇರುತ್ತದೆ. ಈ ಕೋಟೆಯನ್ನು ಸರಕಾರದವರು ದುರಸ್ತು ಇಟ್ಟಿದ್ದಾರೆ. ಇದು ವರ್ತುಳಾಕೃತಿಯಾಗಿರುತ್ತದೆ; ಪರಮಾವಧಿ ಉದ್ದಳತೆ ೧೦೦೦ ಯಾರ್ಡು ಅಗಲು ೮೦೦ ಯಾರ್ಡು, ಕ್ಷೇತ್ರ ೧೦೦ ಯೆಕರು. ಇದರ ಸುತ್ತು ಮುತ್ತು ನೀರು ತುಂಬಿದ ಕಂದಕವೂ ಯೆತ್ತರವಾದ ಗೋಡೆಗಳೂ ಭದ್ರವಾಗಿರುತ್ತವೆ; ಅಗಸೆಗಳು ಯೆರಡುಂಟು. ಕೋಟೆಯ ಗೋಡೆಯೊಳಗೆ ಹಾಳಾದ ಗುಡಿಗಳಿಂದ ತಂದಂಥ ಚಿತ್ರಗಳುಳ್ಳ ಕಲ್ಲುಗಳೂ, ಶಿಲಾಲಿಪಿಗಳೂ, ವೀರಗಲ್ಲುಗಳೂ, ಮಹಾಸತೀ ಕಲ್ಲುಗಳೂ ಕಾಣುತ್ತವೆ. ಕೋಟೆಯ ಗೋಡೆಯಲ್ಲಿ ಮೂರು, ಕಡೆಯಲ್ಲಿ ಫಾರ್ಶೀ ಲಿಪಿಗಳಿವೆ. ಈಶಾನ್ಯ ದಿಕ್ಕಿನ ಗೋಡೆಯ ಮೇಲೆ ಸನ್ ೧೫೩೦ರಲ್ಲಿ ಯಾಕೂಬ ಅಲ್ಲೀಖಾನನೆಂಬವನು ಈ ಗೋಡೆಯನ್ನು ಕಟ್ಟಿಸಿದನೆಂದು ಲೇಖವದೆ. ಆಗ್ನೇಯ ದಿಕ್ಕಿನ ಗೋಡೆಯ ಮೇಲೆ ಇಂಥಾದೇ ವೊಂದು ಲಿಪಿಯು ಸನ್ ೧೬೩೧ರಲ್ಲಿ ಅಬದುಲ್ ಹುಸೇನನ ಕಾಲದಲ್ಲಿ ಈ ಕೋಟೆಯನ್ನು ದುರಸ್ತು ಮಾಡಿ ಯಾವತ್ತು ಬಹುತರ ಹೊಸದಾಗಿ ಕಟ್ಟಿಸಿದಂತೆ ಭದ್ರ ಮಾಡಲ್ಪಟ್ಟಿತೆಂದು ಹೇಳುತ್ತದೆ. ಕೋಟೆಯ ಅಗಸೆಯನ್ನು ಇದೇ ಕಾಲಕ್ಕೆ ಬಾಂದೇ ಅಲ್ಲೀ ಯೆಂಬವನು ಕಟ್ಟಿಸಿದನೆಂದು ಲೇಖವದೆ. ಅಗಸೆಯ ವೊಳ ಮೈಯಲ್ಲಿ ದುರ್ಗೆಯ ಗುಡಿಯುಂಟು. ಈ ಕೋಟೆಗೂ ಯೆಳ್ಳೂರಗಡಕ್ಕೂ ನೆಲದೊಳಗಿಂದ ಮಾರ್ಗವನ್ನು ಕಟ್ಟಿದ್ದಾರೆಂದು ಹೇಳುತ್ತಾರೆ.

ಕೋಟೆಯೊಳಗೆ ಅಸದಖಾನನು ಕಟ್ಟಿಸಿದೊಂದು ಬಹು ಸುಂದರವಾದ ದೊಡ್ಡ ಮಶೀದಿಯುಂಟು; ಅದಕ್ಕೆ ಸೋಫಾ ಮಶೀದಿಯನ್ನುವರು. ಈ ಮಶೀದಿಯೊಳಗೆ ಅಸದಖಾನನ ಚಿಲಕತ್ತು, ಕಬ್ಬಿಣ ಸೀಸುಗಳಿಂದ ಮಾಡಿದ ಕಾಲು ಜೋಡುಗಳು, ಅವನು ಓದುತ್ತಿದ್ದ ಕುರಾಣದ ಪುಸ್ತಕ, ಇರುತ್ತವೆ. ಅವನ ಕತ್ತಿಯೂ ವೊಂದು ಇತ್ತು. ಆದರೆ ಅದನ್ನು ಸನ್ ೧೮೫೭ರಲ್ಲಿ ವೊಬ್ಬ ಸೋಜಿರನು ಕದ್ದನು. ಸನ್ ೧೮೫೭ರ ಬಂಡಾಯದವರೆಗೆ ಮುಸಲ್ಮಾನರು ಈ ಮಶೀದಿಗೆ ಪ್ರಾರ್ಥನೆಗೆ ಹೋಗುತ್ತಿದ್ದರು; ಆ ವರ್ಷ ಸರಕಾರದ ಹುಕುಮಿನಿಂದ ಮಶೀದಿಯ ಬಾಗಿಲು ಇಕ್ಕಿಸಿದರು.

ಕೋಟೆಯೊಳಗೆ ಮೂರು ಜೈನರ ಗುಡಿಗಳಿವೆ. ಕಮಿಸರೀ ಅವಾರಿನ ಬಳಿಯಲ್ಲಿ ಇರುವ ಗುಡಿಯ ಗರ್ಭಾಗಾರವು ಪೂರಾ ಹೋಗಿರುತ್ತದೆ. ಅದರ ಮಂಟಪದಲ್ಲಿ ಚಲುವಾದ ಚಿತ್ರಗಳನ್ನು ಕಲ್ಲಿನೊಳಗೆ ಕೊರಿದಿದ್ದಾರೆ. ಎರಡನೇ ಗುಡಿಯು ಕಮಿಸರೀ ಅವಾರಿನೊಳಗೆ ತಕ್ಕಮಟ್ಟಿಗೆ ದೊಡ್ಡದಿರುತ್ತದೆ. ಇದರಲ್ಲಿಯೂ ಮನೋಹರವಾದ ದೇವಾದಿಗಳ ಚಿತ್ರಗಳನ್ನು ಕೊರಿದಿದ್ದಾರೆ. ಮೂರನೇ ಗುಡಿಯಲ್ಲಿ ಸೋಜಿರರು ಇರು

ತ್ತಾರೆ; ಆದರ ಗುರ್ತು ಹತ್ತುವ ಹಾಗಿಲ್ಲ. ಈ ಗುಡಿಗಳಲ್ಲಿ ಸವದತ್ತಿಯ ರಟ್ಟ ಅರಸರು ೧೧ನೇ ೧೨ನೇ ಶತಕಗಳಲ್ಲಿ ಬರಿಸಿದ ಲಿಪಿಗಳಿದ್ದವು; ಅವನ್ನು ಈಗ ಮುಂಬಯಿಗೆ ವೈದಿದ್ದಾರೆ.

ಊರು.—ಕೋಟೆಯ ಪಶ್ಚಿಮಕ್ಕೆ ಸುಮಾರು ಅರ್ಧ ಮೈಲಿನ ಮೇಲೆ ಬೆಳಗಾವಿಯ ಊರಿನ ವಸ್ತಿ ಇರುತ್ತದೆ. ಊರೊಳಗೆ ಮಾರುತಿಗಲ್ಲಿ, ಅನಂತಶಯನಗಲ್ಲಿ, ಇವೆರಡು ಮುಖ್ಯ ಓಣಿಗಳಿರುತ್ತವೆ. ಈ ಓಣಿಗಳಲ್ಲಿ ಬ್ರಾಹ್ಮಣರೇ ಮುಖ್ಯವಾಗಿ ವಾಸಿಸುತ್ತಾರೆ. ಮಾರುತಿಯ ಗಲ್ಲಿಯಲ್ಲಿ ಹನುಮಂತ ದೇವರ ಗುಡಿಯು ವಿಸ್ತಾರವಾದದ್ದಿರುತ್ತದೆ. ಅದರಲ್ಲಿ ಮಾರ್ಗಸ್ಥರಿಗೆ ಇಳಿಯಲಿಕ್ಕೆ ಸರಸಾದ ಧರ್ಮಶಾಲೆಗಳಿವೆ. ಊರು ಬೆಳಿಗೆಯ ಸ್ಥಿತಿಯಲ್ಲಿದೆ. ಪ್ರತಿ ವರ್ಷ ನೂರಾರು ಹೊಸ ಹೊಸ ಮನೆಗಳಾಗುತ್ತವೆ. ಪೂರ್ವದ ಹಳೆ ಮನೆಗಳಿಗಿಂತ ಈಗಾಗುವ ಮನೆಗಳು ಹೆಚ್ಚು ಚಂದವಾಗಿಯೂ ಆರೋಗ್ಯಕರವಾಗಿಯೂ ಇರುತ್ತವೆ. ಹೊಗೆಬಂಡಿ ಬಂದಾಗಿನಿಂದ ಊರಿನ ವಸ್ತಿಯು ವೊಳಿತಾಗಿ ಬೆಳಿದದೆ.

ಯುರೋಪಿಯನ್ ವಸ್ತಿಯು.—ಇದು ಊರಿನ ಉತ್ತರಕ್ಕೆ ಬಹುತರ ಊರಿಗೆ ಹೊಂದಿದ ಹಾಗೇ ಇರುತ್ತದೆ. ಈ ವಸ್ತಿಯ ಪ್ರದೇಶವು ಊರಿಗಿಂತ ಹೆಚ್ಚಾಗ ಬಹುದು. ಆದರೆ ಜನಸಂಖ್ಯವು ೧೮೮೧ರಲ್ಲಿ ೯೫೪೦ ಇತ್ತು. ಬೆಳಗಾವಿಯ ಹವೆಯು ಯುರೋಪಿಯನ್ ಜನರಿಗೆ ವೊಳಿತಾಗಿ ಮಾನಿಸುವದರಿಂದ ಪೆನಶನರರು ಮುಂತಾದ ಬಹು ಜನ ಯುರೋಪಿಯನ್ ಸುಖ ವಸ್ತುಗಳು ಇಲ್ಲಿ ಮನೆ ಮಾಡಿದ್ದಾರೆ. ಪುಣೆಯಿಂದ ಬೆಂಗಳೂರಿನ ವರೆಗೆ ಬೆಳಗಾವಿಯಷ್ಟು ಯುರೋಪಿಯನ ಜನರ ವಸ್ತಿಯು ಯೆಲ್ಲಿಯೂ ಇಲ್ಲ. ಈ ವಸ್ತಿಯಲ್ಲಿ ಸೇಂಟ ಮೇರೀ ಚರ್ಚ ಯೆಂಬ ಪ್ರಾಟೆಸ್ಟಂಟ ಪ್ರಾರ್ಥನಾಲಯವು ಬಹು ಭವ್ಯವಾಗಿಯೂ ಯೆತ್ತರವಾಗಿಯೂ ಇರುತ್ತದೆ. ದೂರಿಂದ ಊರ ಸುತ್ತು ಮುತ್ತಲಿನ ಬನಗಳೊಳಗಿಂದ ಈ ಚರ್ಚ ವೊಂದೇ ಮಾತ್ರ ಕಾಣಿಸುತ್ತದೆ. ಈ ವಸ್ತಿಯಲ್ಲಿ ಸದರ ಬಾಜಾರೆಂಬ ಭಾಗವು ಹೆಚ್ಚು ದಟ್ಟಾದ ವಸ್ತಿಯುಳ್ಳದ್ದಿರುತ್ತದೆ.

ಲಷ್ಕರವು.—ಊರಿನ ಪಶ್ಚಿಮಕ್ಕೆ ಸುಮಾರು ಅರ್ಧ ಮೈಲಿನ ಮೇಲೆ ಯುರೋಪಿಯನ್ ವಸ್ತಿಗೆ ಸಮೀಪವಾಗಿ ಇರುತ್ತದೆ. ಲಷ್ಕರದೊಳಗೆ ವೊಂದು ಯುರೋಪಿಯನ್ ರೆಜಿಮೆಂಟು, ಯೆರಡು ನೇಟೀವ ರೆಜಿಮೆಂಟಗಳು, ವೊಂದು ತೋಪಖಾನೆಯ ಬ್ಯಾಟರಿ, ಕೆಲವರು ರಾಹುತರು ಇರುತ್ತಾರೆ. ಸೋಲ್ಜರರ ಬರಾಕುಗಳನ್ನು ಬಹಳ ಹಣ ವೆಚ್ಚ ಮಾಡಿ ಕಟ್ಟಿದ್ದಾರೆ.

ಶಾಲೆಗಳು.—ಸರದಾರರ ಹಾಯಸ್ಕೂಲೆಂಬ ಇಂಗ್ಲಿಷ ಶಾಲೆಯು ದೊಡ್ಡದಿರುತ್ತದೆ. ಇದನ್ನು ಕುರಿತು ೧೧ನೇ ಭಾಗದಲ್ಲಿ ಬರಿದಿದ್ದೇವೆ. ಊರವರು ಸ್ಥಾಪಿಸಿದ್ದೊಂದು ಹೆಣ್ಣು ಮಕ್ಕಳ ಶಾಲೆಯು ಮಾರುತಿಯ ಗಲ್ಲಿಯಲ್ಲಿ ಇರುತ್ತದೆ. ಈ ಶಾಲೆಯು ವೊಳಿತಾಗಿ ನಡಿಯುತ್ತದೆ. ಇವಲ್ಲದೆ ವೊಂದು ಮರಾಠೀ ಶಾಲೆಯೂ, ೭ ಕನ್ನಡ ಶಾಲೆಗಳೂ ಇರುತ್ತವೆ. (ಹೆಚ್ಚಿನ ವಿವರವನ್ನು ೧೧ನೇ ಭಾಗದಲ್ಲಿ ನೋಡು.)

ಪುಸ್ತಕಾಲಯಗಳು.— ಒಂದು ಪುಸ್ತಕಾಲಯವು ಈ ಜಿಲ್ಲೆಯಲ್ಲಿ ಯೆಲ್ಲಕ್ಕೂ ಹಳೇದಿರುತ್ತದೆ. ಮ್ಯುನಿಸಿಪಾಲಿಟಿಯಿಂದ ಇದಕ್ಕೆ ಆಗಾಗ್ಗೆ ಸಹಾಯ ದೊರಿಯುವ ಕಾರಣ ಇದು ವೊಳಿತಾಗಿ ನಡಿಯುತ್ತದೆ. (೧೧ನೇ ಭಾಗ ನೋಡು).

ಕೈಗಾರಿಕೆಗಳು.— ಮುಖ್ಯ ಕೈಗಾರಿಕೆಯ ಹೋರೆಯು ಬಟ್ಟೆಗಳನ್ನು ನೆಯ್ಯುವ ದಿರುತ್ತದೆ. ಥಡೋತಿಯ ಶೀರೆಗಳೂ, ಧೋತ್ರಗಳೂ, ಬೆಲೆಯುಳ್ಳ ರೇಶಿಮೆಯ ಶೀರೆಗಳೂ ಮುಂತಾದ ವಸ್ತ್ರಗಳು ವೊಳಿತಾಗಿ ಹುಟ್ಟುತ್ತವೆ. ಪ್ರತಿ ವರ್ಷ ಸುಮಾರು ೧ ಲಕ್ಷ ೧೫ ಸಾವಿರ ರೂಪಾಯಿಯು ವಸ್ತ್ರಗಳ ಮಾರಾಟವಾಗುತ್ತದೆ. ಗಾಣಿಗರ ಹೋರೆಯಾದರೂ ವೊಳಿತಾಗಿ ನಡಿಯುತ್ತದೆ. ಇಲ್ಲಿಯ ಗಾಣಿಗರಷ್ಟು ಸುಖಿಯಾದವರು ಬೇರೆ ಕಡೆಯಲ್ಲಿ ದೊರಿಯುವದು ಅಪರೂಪವು. ನೀಲಗಾರರೂ ಕುಸಂಬಿಯ ಬಣ್ಣ ಕೊಡುವ ರಂಗಾರಿಗಳೂ ಹಲ ಕೆಲವರುಂಟು. ಚರ್ಮಕ್ಕೆ ಕರಿ ಹಾಸುವ ಹೋರೆಯು ಢೋರರೊಳಗೆ ವೊಳಿತಾಗಿ ನಡಿಯುತ್ತದೆ.

ವ್ಯಾಪಾರ.— ಬೆಳಗಾವಿಯಲ್ಲಿ ವೊಟ್ಟಗೆ ೨೫೦ ಜನ ವ್ಯಾಪಾರಸ್ಥರಿರುತ್ತಾರೆ; ಇವರ ಬಂಡವಲು ೫೦೦೦ದಿಂಧ ೨೦೦೦೦೦ದ ವರೆಗೆ. ಇವರು ವಸ್ತ್ರ, ತೊಲೆ, ಕಬ್ಬಿಣದ ಸಾಮಾನು, ಕಾಜಿನ ಪಾತ್ರೆಗಳು, ತಾಮ್ರ ಹಿತ್ತಾಳಿಗಳ ಪಾತ್ರೆಗಳು, ಕಾಳು, ಕಿರಾಣಿ, ತೆಂಗಿನ ಕಾಯಿ, ಉಪ್ಪು, ಮುಂತಾದ ಸರಕುಗಳ ಕೊಡಕೊಳ್ಳುವ ವ್ಯವಹಾರ ಮಾಡುತ್ತಾರೆ. ಮ್ಯುನಿಸಿಪಾಲಿಟಿಯವರು ೭೬೦೦ ರೂಪಾಯಿ ವೆಚ್ಚ ಮಾಡಿ ಸನ್ ೧೮೭೭ರಲ್ಲಿ ಊರಿನ ನಡುವೆ ಮಾರ್ಕೇಟು ಕಟ್ಟಿಸಿದ್ದಾರೆ. ಅಲ್ಲಿ ಪಲ್ಲೆಗಳು, ಫಲಗಳು, ಕಾಳು, ಮಣ್ಣಿನ ಪಾತ್ರೆಗಳು, ಹುಲ್ಲು, ಉರುವಲು, ಮುಂತಾದವುಗಳ ಮಾರಾಟವು ಶನಿವಾರದ ಸಂತೆಯಲ್ಲಿಯೂ, ಪ್ರತಿ ದಿವಸ ಬೆಳಿಗ್ಗೂ ಸಂಜೆಗೂ ಬಹಳ ನಡಿಯುತ್ತದೆ. ಸಂತೆಯಲ್ಲಿ ದನಗಳ ಮಾರಾಟವಾದರೂ ವೊಳಿತಾಗಿ ಆಗುತ್ತದೆ. ಈ ಮಾರ್ಕೇಟಲ್ಲದೆ ಮ್ಯುನಿಸಿಪಾಲಿಟಿಯವರು ಕಟ್ಟಿಸಿದ ಮಾಂಸದ ಮಾರ್ಕೇಟು, ಮೀನುಗಳ ಮಾರ್ಕೇಟು, ಪಶು ವಧಗೃಹ, ಮುಂತಾದವುಗಳು ಬೇರೆಯುಂಟು. ಊರಿಗೆ ಭೆಂಡೀ ಬಾಜಾರ, ಖಡೇ ಬಾಜಾರ, ಆದಿತ್ಯವಾರ ಪೇಟೆ, ಯೆಂಬ ಮೂರು ಪೇಟೆಗಳುಂಟು. ವೊದಲಿನ ಯೆರಡು ಬಾಜಾರುಗಳಲ್ಲಿ ಮುಖ್ಯವಾಗಿ ವಸ್ತ್ರದ ವ್ಯಾಪಾರವಾಗುತ್ತದೆ; ಆದಿತ್ಯವಾರ ಪೇಟೆಯಲ್ಲಿ ಕಾಳಿನ ವ್ಯಾಪಾರವಾಗುತ್ತದೆ.

ಮ್ಯುನಿಸಿಪಾಲಿಟ.— ಬೆಳಗಾವಿಯ ಮ್ಯುನಿಸಿಪಾಲಿಟಿಯನ್ನು ಸನ್ ೧೮೫೧ರಲ್ಲಿ ಸ್ಥಾಪಿಸಿದರು. ಸನ್ ೧೮೮೨-೮೩ರಲ್ಲಿ ಮ್ಯುನಿಸಿಪಾಲಿಟಿಯ ಆದಾಯವು ೩೭೧೦೨ ರೂಪಾಯಿ ಇತ್ತು. ಜಕಾತಿ, ಭಂಗೀ ಪಟ್ಟಿ, ಮಾರ್ಕೇಟ ಫೀ, ಛಕಡೀ ಪಟ್ಟಿ, ಇವೇ ಆದಾಯದ ಮುಖ್ಯ ಬಾಬುಗಳು.

ಹೊಗೆಬಂಡಿಯ ಸ್ಟೇಶನು.— ಇದು ಊರ ದಕ್ಷಿಣಕ್ಕೆ ಅತಿ ಸಮೀಪದಲ್ಲಿ ಇರುತ್ತದೆ. ಹೊಗೆಬಂಡಿಯ ಮಾರ್ಗವು ಶಹಾಪುರಕ್ಕೆ ಹೋಗುವ ಮಾರ್ಗದ ಮೇಲೆ ಅಡ್ಡ ಹಾಯುತ್ತದೆ.

ಅಸದ ಖಾನನ ದರ್ಗಾ.—ಇದು ಯುರೋಪಿಯ ವಸ್ತಿಗೆ ಹೊಂದಿ ಇರುತ್ತದೆ. ಪೂರ್ವದಲ್ಲಿ ಬಹು ಪರಾಕ್ರಮಿಯೆಂತಲೂ ಕಸುವುಳ್ಳವನೆಂತಲೂ ಧಾರ್ಮಿಕನೆಂತಲೂ ವಿದ್ವಾಂಸನೆಂತಲೂ ಕೀರ್ತಿಯನ್ನು ಪಡಿದ ಬೆಳಗಾವಿಯ ಕಿಲ್ಲೇದಾರನಾಗಿದ್ದ ಅಸದ ಖಾನನ ಗೋರಿಯು ಈ ದರ್ಗಾದಲ್ಲಿ ಇರುತ್ತದೆ. ಈ ದರ್ಗಾದ ಮುಂದೆ ನಿಬಿಡವಾದ ವೃಕ್ಷಗಳ ಬನವಿರುವದರಿಂದ ಸುತ್ತಲಿನ ಸ್ಥಳವು ರಮಣೀಯವಾಗಿ ತೋರುತ್ತದೆ. ಈ ದರ್ಗಾಕ್ಕೆ ಬೆಳಗಾವಿಯ ಮುಸಲ್ಮಾನರೂ ಹಿಂದೂ ಜನರೂ ಬಹಳ ಮಾನ ಕೊಡುತ್ತಾರೆ.

ಇತಿಹಾಸವು.—ಕ್ರಿಸ್ತೀ ಶಕದ ೧೨ನೇ ಶತಕದಲ್ಲಿ ಗೋವೆಯ ಕದಂಬ ಅರಸರು ಬರಿಸಿದ್ದೊಂದು ಲಿಪಿಯಲ್ಲಿ "ವೇಳು ಗ್ರಾಮ"ವೆಂಬ ಹೆಸರಿನಿಂದ ಬೆಳಗಾವಿಯ ಉಲ್ಲೇಖವಿರುತ್ತದೆ. ಆದರೆ ಆ ಕಾಲದ ಊರು ಈಗಿನ ಊರಿನ ಆಗ್ನೇಯಕ್ಕೆ ಇತ್ತು. ಅದರ ಕುರುಹು ಈಗ ಬಹು ಸ್ವಲ್ಪ ಮಾತ್ರ ಕಾಣ ಬಹುದು. ಈಗಿನ ಕೋಟೆಯನ್ನು ವೊಬ್ಬ ಜೈನ ಅರಸನು ಕಟ್ಟಿಸಿದನೆಂದು ಹೇಳುತ್ತಾರೆ; ಆದರೆ ಯಾವ ಅರಸು ಯಾವಾಗ ಕಟ್ಟಿಸಿದನೆಂಬ ಬಗ್ಗೆ ಆಧಾರವೇನು ಇದ್ದಂತೆ ತೋರುವದಿಲ್ಲ. ಸನ್ ೧೧೬೦ರಲ್ಲಿ ಬೆಳಗಾವಿಯು ೭೦ ಹಳ್ಳಿಗಳ ಮುಖ್ಯ ಗ್ರಾಮವಾಗಿ ಗೋವೆಯ ಕದಂಬರ ರಾಜ್ಯಕ್ಕೆ ಶೇರಿತ್ತು. ಮುಂದೆ ೫೦ ವರ್ಷದೊಳಗೆ ಸವದತ್ತಿಯ ರಟ್ಟ ರಾಜರು ಅದನ್ನು ತಕ್ಕೊಂಡರು. ಸನ್ ೧೨೦೮ರ ಸುಮಾರಿನಲ್ಲಿ ಬೆಳಗಾವಿಯು ಈ ರಟ್ಟ ರಾಜರ ರಾಜಧಾನಿಯಾಯಿತು. ಮುಂದೆ ೧೨೫೦ರ ಸುಮಾರಿನಲ್ಲಿ ದೇವಗಿರಿಯ ಯಾದವರು ಬೆಳಗಾವಿಯನ್ನು ತಕ್ಕೊಂಡರು. ೧೩೭೫ನೇ ವರ್ಷದಲ್ಲಿ ಈ ಊರು ವಿಜಯನಗರದ ರಾಜ್ಯಕ್ಕೆ ಶೇರಿತ್ತು. ೧೪೭೨ರಲ್ಲಿ ಬೆಳಗಾವಿಯ ಕೋಟೆಯು ವಿಕ್ರಮ ರಾಯನೆಂಬ ವಿಜಯನಗರದವರ ಕಿಲ್ಲೇದಾರನ ವಶದಲ್ಲಿ ಇತ್ತು. ಮುಂದೆ ಸ್ವಲ್ಪ ದಿವಸದೊಳಗೆ ಕಲಬುರ್ಗೆಯ ಬಾಮನೀ ಮಹಮ್ಮದ ಶಹನು ಶೌರ್ಯದಿಂದ ಕಾದಿ ಬೆಳಗಾವಿಯನ್ನು ತಕ್ಕೊಂಡನು. ಬಾಮನೀ ರಾಜ್ಯದಲ್ಲಿ ಸನ್ ೧೪೯೮ರಲ್ಲಿ ಹೊಸ ಸುಭೆಗಳಾಗಿ, ಬೆಳಗಾವಿಯು ವಿಜಾಪುರದ ಸುಭೆಗೆ ಶೇರಿತು. ೧೫೧೧ರಲ್ಲಿ ವಿಜಾಪುರದ ದರ್ಬಾರಿನಲ್ಲಿ ಹೆಸರು ಪಡಿದವನಾದ ಅಸದ ಖಾನನು ಬೆಳಗಾವಿಯ ವೊಡಿಯನಾದನು; ಮುಂದೆ ೩೮ ವರ್ಷ, ಅಸದ ಖಾನನು ೧೫೪೯ರಲ್ಲಿ ಮರಣ ಹೊಂದುವ ವರೆಗೆ ಅವನ ವಶದಲ್ಲಿಯೇ ಇತ್ತು. ೧೫೫೦ರಲ್ಲಿ ಶೀರ ಖಾನನೆಂಬ ಸರದಾರನು ಬೆಳಗಾವಿಯ ಕೋಟೆಗೆ ಹೊಸದೊಂದು ಪೇಟೆಯನ್ನು ಮಾಡುವದಕ್ಕೋಸ್ಕರ ಶಹಾಪುರವನ್ನು ಕಟ್ಟಿಸಿದನು. ಅಲ್ಲಿ ಮೊದಲು ಶಹಾಪೇಟ ಯೆಂಬ ಸಣ್ಣ ಹಳ್ಳಿ ಇತ್ತು. ೧೫೮೩ರಲ್ಲಿ ಬೆಳಗಾವಿಯ ಬಾಜಾರಿನಲ್ಲಿ ವಜ್ರ, ಮಾಣಿಕ, ನೀಲ, ಮುಂತಾದ ಹರಳುಗಳ ವ್ಯಾಪಾರವು ವೊಳಿತಾಗಿ ನಡಿಯುತ್ತಿತ್ತೆಂದು ವೊಬ್ಬ ಇಂಗ್ಲಿಷ ಪ್ರಯಾಣಸ್ಥನು ಬರಿದು ಇಟ್ಟಿದ್ದಾನೆ. ವಿಜಾಪುರದ ಬಾದಶಾಹಿಯು ನಷ್ಟವಾದ ಬಳಿಕ ಬೆಳಗಾವಿಯು ದಿಲ್ಲಿಯ ಮೊಗಲರ ರಾಜ್ಯಕ್ಕೆ ಶೇರಿದ್ದರಿಂದ, ದಕ್ಷಿಣದ ಸುಭೇದಾರನಾದ ನಿಜಾಮ ಉಲ್ಮುಲ್ಕನು ಅದನ್ನು ಸವಣೂರಿನ ನಬಾಬನ ವಶಕ್ಕೆ ಕೊಟ್ಟನು, ೧೭೩೦. ಮುಂದೆ ೧೭೫೪ರಲ್ಲಿ ಪೇಶವನ ದಂಡಿನವರು ಇದನ್ನು ತಕ್ಕೊಂಡ ಬಳಿಕ ಇದು ಕಡೆ

ತನಕ ಪೇಶವನ ರಾಜ್ಯಕ್ಕೆ ಶೇರಿತ್ತು. ಮುಂದೆ ಜನರಲ್ ಮನ್ರೋನು ಬೆಳಗಾವಿಯನ್ನು ಯುದ್ಧ ಮಾಡಿ ತಕ್ಕೊಂಡನು. ೧೮೨೦ರಲ್ಲಿ ಬೆಳಗಾವಿಯ ವಸ್ತಿಯು ೭೬೫೨ಕ್ಕಿಂತ ಹೆಚ್ಚು ಇದ್ದಿಲ್ಲ.

ಬೆಳವಣಕಿ.—ಅಥಣಿಯ ವಾಯವ್ಯಕ್ಕೆ ೬ ಮೈಲಿನ ಮೇಲೆ. ಈ ಹಳ್ಳಿಯ ಬಳಿಯಲ್ಲಿ ಹಳೇ ಪನಾಳಾಗಡವೆಂಬ ಗುಡ್ಡವು ೧೦೦೦ ಫೂಟು ಯೆತ್ತರವಿರುತ್ತದೆ. ಅದರ ಮೇಲೆ ಸಿದ್ಧೇಶ್ವರನ ಗವಿ ಯೆಂಬದೊಂದು ಗವಿಯುಂಟು. ಈ ಗುಡ್ಡವು ಸಾಂಗಲೀ ಸಂಸ್ಥಾನಕ್ಕೆ ಶೇರಿರುತ್ತದೆ.

ಭೀಮಗಡ.—ಖಾನಾಪುರದ ನೈರುತ್ಯಕ್ಕೆ ೧೬ ಮೈಲಿನ ಮೇಲೆ ಇರುವ ತನಾಲಿ ಯೆಂಬ ಹಳ್ಳಿಯ ಬಳಿಯಲ್ಲಿ ಇರುತ್ತದೆ. ಈ ಕೋಟೆಯನ್ನು ಬಹು ಯೆತ್ತರವಾದ ಗುಡ್ಡದ ಮೇಲೆ ಕಟ್ಟಿದ್ದಾರೆ. ಕೋಟೆಯ ಉದ್ದಳತೆ ೧೩೮೦ ಫೂಟು, ಅಗಲು ೮೨೫ ಫೂಟು. ಮೇಲೆ ಯೇರಲಿಕ್ಕೆ ಪಾವಟಗೆಗಳನ್ನು ಕಡಿದಿದ್ದಾರೆ. ಕೋಟೆಯು ಇನ್ನೂ ಭದ್ರವಾಗಿರುತ್ತದೆ. ಇದರೊಳಗೆ ನೀರಿನ ಝರಿಯು ಹರಿಯುತ್ತದೆ. ಈ ಕೋಟೆಯ ಪೇಟೆಯಾದರೂ ಗುಡ್ಡದ ಮೇಲೇ ಇರುತ್ತದೆ. ಅದಕ್ಕೂ ಸುತ್ತು ಗೋಡೆಯುಂಟು. ಅದು ಕೋಟೆಗಿಂತ ೪೦೦ ಫೂಟು ಕೆಳಗೆ ಇರುತ್ತದೆ. ಈಗ ಕೋಟೆಯಲ್ಲಿಯೂ ಪೇಟೆಯಲ್ಲಿಯೂ ಮನುಷ್ಯರ ವಸ್ತಿ ಇಲ್ಲ. ಹುಲಿ ಕರಡಿಗಳು ಸಂಚರಿಸುತ್ತವೆ.

ಭೋಜ.—ಚಿಕ್ಕೋಡಿಯ ವಾಯವ್ಯಕ್ಕೆ ೧೩ ಮೈಲಿನ ಮೇಲೆ, ಜ. ಸ. (೮೧) ೪೧೫೦. ಈ ವೂರಲ್ಲಿ ಸವದತ್ತಿಯ ರಟ್ಟರದೊಂದು ತಾಮ್ರ ಶಾಸನವು ದೊರಿದದೆ.

ಬೀಡಿ.—ಖಾನಾಪುರದ ಆಗ್ನೇಯಕ್ಕೆ ೧೨ ಮೈಲಿನ ಮೇಲೆ, ಜ. ಸ. (೮೧) ೨೦೮೬. ಇದು ಪೂರ್ವದಲ್ಲಿ ಖಾನಾಪುರ ತಾಲೂಕಿನ ಮುಖ್ಯ ಗ್ರಾಮವಿತ್ತು. ತೆಂಗು, ಬಾಳೇ ಹಣ್ಣು, ಯೆಣ್ಣೆ, ಉಪ್ಪು, ಇವುಗಳ ವ್ಯಾಪಾರವು ಸ್ವಲ್ಪ ನಡಿಯುತ್ತದೆ. ಸಂಗೊಳ್ಳಿಯ ರಾಯಪ್ಪನು ತಳ್ಳಿಯ ಆರಂಭದಲ್ಲಿ ಇಲ್ಲಿಯ ಮಾಮಲೇದಾರ ಕಚೇರಿಯನ್ನು ಸುಟ್ಟನು. ಈ ವೂರು ಪೇಶವಾಯಿಯಲ್ಲಿ ಕಿತ್ತೂರ ದೇಸಾಯಿಯ ವಶದಲ್ಲಿ ಇತ್ತು.

ಚಂವಗಡ.—ಬೆಳಗಾವಿಯ ಪಶ್ಚಿಮಕ್ಕೆ ೨೨ ಮೈಲಿನ ಮೇಲೆ, ಜ. ಸ. (೮೧) ೨೫೭೪. ಪೋಲೀಸ ಕಚೇರಿ, ಟಪಾಲ ಕಚೇರಿ, ವೊಂದು ಶಾಲೆ, ಇರುತ್ತವೆ. ರವಳನಾಥನ ಗುಡಿಯು ದೊಡ್ಡದಿರುತ್ತದೆ. ಇಲ್ಲಿ ಸಣ್ಣದೊಂದು ಗಢಿ ಯೆಂಬ ಮಣ್ಣಿನ ಹಾಳು ಕೋಟೆಯುಂಟು.

ಚಿಕ್ಕೋಡಿ.—ಉತ್ತರ ಅಕ್ಷಾಂಶ ೧೬°, ೨೫′, ಪೂರ್ವ ರೇಖಾಂಶ ೭೪°, ೩೮′, ಬೆಳಗಾವಿಯ ಉತ್ತರಕ್ಕೆ ೪೦ ಮೈಲಿನ ಮೇಲೆ; ಜನಸಂಖ್ಯೆ (೮೧) ೫೬೯೯. ತಾಲೂಕಿನ ಮುಖ್ಯ ಗ್ರಾಮವು. ತಾಲೂಕ ಕಚೇರಿ, ಮುನಸಿಫ ಕಚೇರಿ, ಮುಂತಾದ ತಾಲೂಕಿನ ಕಚೇರಿಗಳೂ ಐದು ಶಾಲೆಗಳೂ ಉಂಟು. ಇಲ್ಲಿ ಅಕ್ಕಿ, ಬೆಲ್ಲ, ಮೆಣಶಿನ ಕಾಯಿ, ತಂಬಾಕ, ಕಿರಾಣಿ, ಮುಂತಾದವುಗಳ ವ್ಯಾಪಾರವು ವೊಳಿತಾಗಿ ನಡಿಯುತ್ತದೆ. ಗುರುವಾರ ಸಂತೆಯಾಗುತ್ತದೆ. ಧಡೋತಿಯ ಬಟ್ಟೆಗಳೂ, ಕಂಬಳಿಗಳೂ, ತಾಮ್ರ ಹಿತ್ತಾಳಿ

ಗಳ ಪಾತ್ರೆಗಳೂ ಹುಟ್ಟುತ್ತವೆ. ಇಲ್ಲಿಯ ದ್ರಾಕ್ಷದ ಹಣ್ಣು ಪ್ರಸಿದ್ಧ. ಊರ ಹೊರಗೆ ಸಣ್ಣದೊಂದು ಮಣ್ಣಿನ ಕೋಟೆಯುಂಟು. ಇಂಗ್ಲಿಷರ ಅಮಲಿನ ಆರಂಭದಲ್ಲಿ ಈ ವೂರು ಕೊಲ್ಲಾಪುರದ ರಾಜ್ಯಕ್ಕೆ ಶೇರಿತ್ತು. ಸನ್ ೧೬೬೦ರಲ್ಲಿ ಈ ವೂರು ತಕ್ಕಮಟ್ಟಿಗೆ ಪ್ರಸಿದ್ಧವಿತ್ತೆಂದು ವೊಬ್ಬ ಪ್ರಯಾಣಸ್ಥನು ಬರಿದಿಟ್ಟಿದ್ದಾನೆ.

ದೇಗಾವಿ.—ಕಿತ್ತೂರ ನೈರುತ್ಯಕ್ಕೆ ೩ ಮೈಲಿನ ಮೇಲೆ. ಕಮಲ ನಾರಾಯಣನ ಗುಡಿಯು ಬಹು ಸುಂದರವಾದದ್ದಿರುತ್ತದೆ. ಗೋವೆಯ ಕದಂಬ ಪೆರ್ಮಾಡಿ ಯೆಂಬ ಅರಸನ ಹೆಂಡತಿಯಾದ ಕಮಲಾ ದೇವಿಯು ಇದನ್ನು ಕಟ್ಟಿಸಿದಳು. (೧೧೭೫) ಇದರಲ್ಲಿ ನಾಲ್ಕು ಲಿಪಿಗಳಿವೆ.

ದೇಶನೂರು.—ಸಂಪಗಾವಿಯ ಉತ್ತರಕ್ಕೆ ೧೦ ಮೈಲಿನ ಮೇಲೆ. ಇಲ್ಲಿಯ ಜೀನಗಾರರು ಬಣ್ಣದ ಗೊಂಬೆಗಳನ್ನು ಸರಸಾಗಿ ಮಾಡುತ್ತಾರೆ. ಈ ವೂರಿನ ಉತ್ತರಕ್ಕೆ ಅರ್ಧ ಮೈಲಿನ ಮೇಲೆ ೧೩೦೦ ಫೂಟು ಯೆತ್ತರವಾದ ಗುಡ್ಡವಿರುತ್ತದೆ. ಅದರಲ್ಲಿ ಬಿಳಿ ಕಲ್ಲಿನ ಕಣಿಗಳಿವೆ. ಗುಡ್ಡದ ನೆತ್ತಿಯ ಮೇಲೆ ಹೊಲಗಳುಂಟು.

ಗಂಧರ್ವಗಡ.—ಬೆಳಗಾವಿಯ ಪಶ್ಚಿಮಕ್ಕೆ ೨೧ ಮೈಲಿನ ಮೇಲೆ, ೪೦೦ ಫೂಟು ಯೆತ್ತರವಾದ ಗುಡ್ಡದ ಮೇಲೆ ಮಣ್ಣಿನ ಹಾಳು ಕೋಟೆಯುಂಟು. ಇದನ್ನು ವಾಡಿಯ ಫೋಂಡ ಸಾವಂತನ ಮಗನಾದ ನಾಗ ಸಾವಂತನು ಸನ್ ೧೭೨೪ರಲ್ಲಿ ಕಟ್ಟಿಸಿದ್ದನು. ಈಗ ಜನರ ವಸ್ತಿ ಇಲ್ಲ.

ಗೋಕಾವಿ.—ಉತ್ತರ ಅಕ್ಷಾಂಶ ೧೬°, ೧೦′, ಪೂರ್ವ ರೇಖಾಂಶ ೭೪°, ೫೩′, ಬೆಳಗಾವಿಯ ಈಶಾನ್ಯಕ್ಕೆ ೩೦ ಮೈಲಿನ ಮೇಲೆ; ಜನಸಂಖ್ಯ (೮೧) ೧೦೨೦೫. ಇದು ತಾಲೂಕಿನ ಮುಖ್ಯ ಗ್ರಾಮವು. ತಾಲೂಕಿನಲ್ಲಿ ಇರತಕ್ಕ ಯಾವತ್ತು ಕಚೇರಿಗಳೂ, ೫ ಶಾಲೆಗಳೂ ಇರುತ್ತವೆ. ಮ್ಯುನಿಸಿಪಾಲಿಟಿಯು ೧೮೫೩ರಲ್ಲಿ ಸ್ಥಾಪಿಸಲ್ಪಟ್ಟಿತು. ಇದರ ಆದಾಯವು ೧೮೮೦-೮೩ರಲ್ಲಿ ೬೭೦೦ ರೂಪಾಯಿ ಇತ್ತು. ಇಲ್ಲಿಯ ಆಸಪತ್ರಿಯನ್ನು ಸನ್ ೧೮೬೭ರಲ್ಲಿ ಸ್ಥಾಪಿಸಿದರು. ಪಟಕಿಯ ಉಪದ್ರವವು ಬಹಳ ಆಗುತ್ತಿರುವ ಕಾರಣ ಆಸಪತ್ರಿಯ ವೆಚ್ಚವನ್ನು ಮ್ಯುನಿಸಿಪಾಲಿಟಿಯವರು ಮಾಡುತ್ತಾರೆ. ಇಲ್ಲಿ ಯೆರಡು ಬುನಾದಿಯ ಮಶೀದಿಗಳೂ ವೊಂದು ಜೈನರ ಬಸ್ತಿಯೂ ಗಂಜೀಖಾನೆ ಯೆಂಬ ಇಮಾರತೂ ಉಂಟು. ಊರಿನ ಸುತ್ತು ಮುತ್ತು ಗೋಡೆಯುಂಟು; ದಕ್ಷಿಣಕ್ಕೂ ಪಶ್ಚಿಮಕ್ಕೂ ಕಂದಕವಿರುತ್ತದೆ. ಊರಿನ ಪೂರ್ವಕ್ಕೆ ವೊಂದು ಗುಡ್ಡದ ಮೇಲೆ ಹಾಳು ಕೋಟೆ ಇರುತ್ತದೆ. ಅದರಲ್ಲಿ ಮೂರು ಗುಡಿಗಳೂ, ವೊಂದು ಗವಿಯೂ ಇರುತ್ತವೆ.

ಕೈಗಾರಿಕೆಗಳು.—ಬುನಾದಿಯಿಂದ ಈ ಶೀಮೆಯಲ್ಲಿ ಗೋಕಾವಿಯ ಕಾಗದವು ಪ್ರಸಿದ್ಧವಿರುತ್ತದೆ. ಈಗ ದೇಶೀ ಕಾಗದದ ಮಾರಾಟವು ನಷ್ಟವಾದಾಗ್ಯೂ ಈ ವೂರಲ್ಲಿ ಕಾಗದೀ ಮುಸಲ್ಮಾನರ ಹತ್ತು ಮನೆಗಳಲ್ಲಿ ಕಾಗದಗಳನ್ನು ಮಾಡುತ್ತಾರೆ. ಇವರು ಮಾಡುವ ದಿಪ್ಪನ್ನ ಹೊಗೆ ಬಣ್ಣದ ಕಾಗದವು ಲಖೋಟಗಳನ್ನು ಮಾಡಲಿಕ್ಕೂ ಅಂಗಡಿಕಾರ ವಹಿಗಳನ್ನು ಕಟ್ಟಲಿಕ್ಕೂ ಬರುತ್ತದೆ. ಗೋಕಾವಿಯಲ್ಲಿ ಹುಟ್ಟುವ ಬಣ್ಣದ ಕಟ್ಟ

ಗೆಯ ಫಲಗಳು ಮುಂಬಯಿ ಇಲಾಖೆಯಲ್ಲಿ ಪ್ರಸಿದ್ಧವಿರುತ್ತವೆ. ಹತ್ತು ಜನ ಜೀನಗಾರರ ಮನೆಗಳಲ್ಲಿ ಈ ಹೋರೆಯು ನಡಿಯುತ್ತದೆ. ಬೂರ್ಲ ಕಟ್ಟಿಗೆಯಿಂದ ಫಲಗಳ ಆಕಾರವನ್ನು ಮಾಡಿ, ಅವುಗಳ ಮೇಲೆ ವೊಂದು ಬಗೆಯ ಬಹು ಹಗುರಾದ ಆರ್ಲು (ಕಿಟ್ಟ) ಮೆತ್ತಿ ಬಣ್ಣ ಕೊಡುವರು. ಗೋಕಾವಿಯ ನೀರಿನಿಂದ ಬಣ್ಣಕ್ಕೆ ಮಿಂಚು ಹುಟ್ಟಿದಷ್ಟು ಯೆಲ್ಲಿಯೂ ಹುಟ್ಟುವದಿಲ್ಲ. ಈ ಫಲಗಳನ್ನು ಯುರೋಪದ ಜನರು ಬಹಳವಾಗಿ ಕೊಳ್ಳುವರು. ಗೋಕಾವಿಯಲ್ಲಿ ಗಾಡಕ್ಕೆ ಹಚ್ಚಿದ ತಂಬಿಗೆ ಪಂಚಪಾತ್ರಿ, ಪೇಲೆ, ಮುಂತಾದ ಪಾತ್ರೆಗಳು ಹುಟ್ಟುತ್ತವೆ. ಆದರೆ ಅವು ನಾಶಿಕದ ಪಾತ್ರೆಗಳಷ್ಟು ಸರಸಾಗಿ ಇರುವದಿಲ್ಲಾದ ಕಾರಣ ಅವುಗಳ ಮಾರಾಟವು ನೆಟ್ಟಗೆ ಆಗುವದಿಲ್ಲ. ಈ ವೂರಲ್ಲಿ ವಸ್ತ್ರಗಳಾದರೂ ತಕ್ಕಮಟ್ಟಿಗೆ ಹುಟ್ಟುತ್ತವೆ. ರೇಶಿಮೆಯ ಶೀರೆಗಳನ್ನೂ ಪೀತಾಂಬರಗಳನ್ನೂ ಕೆಲವರು ನೆಯ್ಯುವರು. ಆದರೆ ಅವು ಬಹಳ ದಿಪ್ಪ ಇರುವ ಕಾರಣ ಅವುಗಳ ಮಾರಾಟವು ಬಹಳ ಆಗುವದಿಲ್ಲ.

ತಡಸಲು.—ಇದು ಗೋಕಾವಿಯ ವಾಯವ್ಯಕ್ಕೆ ಸುಮಾರು ಮೂರು ಮೈಲಿನ ಮೇಲೆ ಇರುತ್ತದೆ. ಘಟಪ್ರಭೆಯು ವೊಂದು ಉಸುಬಿನ ಕಲ್ಲಿನ ಗುಡ್ಡದ ಮೇಲಿಂದ ೧೭೦ ಫೂಟು ಕೆಳಗೆ ಬೀಳುತ್ತದೆ. ತಲೆಯ ಮೇಲೆ ಇದರ ಆಕಾರವು ಗೋಖುರದ ಹಾಗೆ ಇರುತ್ತದೆ. ಹೊಳೆ ತುಂಬಿದಾಗ ಅದರ ಪಾತ್ರೆಯು ಸುಮಾರು ೫೮೦ ಫೂಟು ಅಗಲಿರುತ್ತದೆ. ಈ ತಡಸಲಿನ ಸಾಧಾರಣ ಸ್ವರೂಪ, ಯೆತ್ತರ, ಆಕಾರ ಇವೆಲ್ಲ ಅಮೇರಿಕದ ನಯಾಗರಾ ಹೊಳೆಯ ತಡಸಲಿನಂತೆ ಇರುತ್ತವೆ. ಮಳೆಗಾಲದಲ್ಲಿ ಅಪ್ರಮಾಣವಾದ ನೀರಿನ ಧಾರೆಯು ಯೆರಡು ಮೂರು ಯೆಸಳಾಗಿ ಬೀಳುತ್ತದೆ. ಒಂದು ಯೆಸಳು ಬುಡತನಕ ಅವಿಚ್ಛಿನ್ನವಾಗಿ ಹೋಗುವದು; ಎರಡನೇದು ನಡುದಾರಿಯಲ್ಲಿ ವೊಂದು ಬಂಡೆಯ ಮೇಲೆ ಬಿದ್ದು ವೊಡಿದು ಕೆಳಗೆ ಬೀಳುವದು. ಅಗಟಂಬರಿನಿಂದ ದಿಜಂಬರಿನ ವರೆಗೆ ಈ ತಡಸಲು ನೋಡಲಿಕ್ಕೆ ಬಹು ರಮಣೀಯವಾಗಿರುತ್ತದೆ. ಕೆಳಗಿನ ಮಡುವಿನಿಂದ ಸೂಕ್ಷ್ಮವಾದ ತುಷಾರಗಳು ಗುಡ್ಡದ ನೆತ್ತಿಯ ಮೇಲೆ ನೂರಾರು ಫೂಟಿನ ವರೆಗೆ ಯೇರಿ ಮಳೆಯ ಹಾಗೆ ಕೆಳಗೆ ಬೀಳುತ್ತವೆ. ಬೆಳಿಗ್ಗೂ ಸಂಜೆಗೂ ಸೂರ್ಯನ ಕಡೆಗೆ ಬೆನ್ನು ಮಾಡಿ ನಿಂತರೆ ಆ ತುಷಾರಗಳೊಳಗಿಂದ ತರ ತರದ ಬಣ್ಣಗಳುಳ್ಳಂಥ ಇಂದ್ರ ಧನುಷ್ಯವು ಯೆದುರಿನ ದಿಕ್ಕಿನಲ್ಲಿ ಕಾಣುತ್ತದೆ. ನೀರಿನ ಪ್ರವಾಹ ಬೀಳುವ ಮಡುವು ೬೦೦ ಫೂಟು ಅಗಲಾಗಿ ಮಳೆಗಾಲದಲ್ಲಿ ೬೫ ಫೂಟು ಆಳವಿರುವದು, ಬೇಸಿಗೆಯಲ್ಲಿ ೪೩ ಫೂಟು ಇರುವದು. (೧ನೇ ಭಾಗದಲ್ಲಿ ಈ ತಡಸಲಿನ ವರ್ಣನೆ ನೋಡು).

ಮೇಲೆ ಹೇಳಿದ ಮಡುವಿನ ಕೆಳಗಡೆಯಲ್ಲಿ ಮಾರ್ಕಂಡೆಯಾ ಯೆಂಬ ಹೊಳೆಯು ಘಟಪ್ರಭೆಗೆ ಕೂಡುತ್ತದೆ. ಸಂಗಮದ ಸ್ಥಳದಲ್ಲಿ ಈ ಹೊಳೆಯ ಪಾತ್ರೆಯು ೪೫೦ ಫೂಟು ಅಗಲಾದ ಕಂದರದೊಳಗೆ ಇರುತ್ತದೆ. ಇದು ಗುಡ್ಡಗಳೊಳಗಿಂದ ಹರಿದು ಬರುತ್ತಿರುವ ಕಾರಣ ಸಂಗಮ ಸ್ಥಳದಲ್ಲಿ ಇದರ ವೇಗವು ಬಹಳ ಇರುತ್ತದೆ.

ಗುಡಿಗಳು.—ತಡಸಲಿನ ಯೆಡ ಬಲದ ದಂಡೆಗಳ ಮೇಲೆ ಬಹು ಪುರಾತನ ಕಾಲದಿಂದ ಗುಡಿಗಳನ್ನು ಕಟ್ಟುತ್ತ ಬಂದಿದ್ದಾರೆ. ಆದರೆ ೯ನೇ ಶತಕದ ಪೂರ್ವದ ಗುಡಿಗಳು ಈಗ ಬಹುತರ ಇಲ್ಲ; ೯ನೇ ಶತಕದ ಈಚೆಯ ಗುಡಿಗಳು ಸಹ ಅರ್ಧ ಮರ್ಧ ಹಾಳಾಗಿವೆ. ಮಹಾಲಿಂಗೇಶ್ವರನ ಗುಡಿಯು ಯೆಲ್ಲಕ್ಕೂ ಶ್ರೇಷ್ಠವು. ಇದು ೭೦ ಫೂಟು ಉದ್ದ, ೪೦ ಫೂಟು ಅಗಲು ಇರುತ್ತದೆ. ಚಿತ್ರ ಮುಂತಾದವುಗಳೇನು ಇರುವದಿಲ್ಲ, ಸಾದಾ ಕಲ್ಲಿನ ಇಮಾರತು ಇರುತ್ತದೆ. ಬಾಗಿಲಲ್ಲಿ ದ್ವಾರಪಾಲಕರ ಮೂರ್ತಿಗಳು ಮಾತ್ರ ಇರುತ್ತವೆ. ಈ ಗುಡಿಯಲ್ಲಿ ವೊಂದು ಲಿಪಿಯುಂಟು. ಅದು ಸವದತ್ತಿಯ ೩ನೇ ಕಾರ್ತಿವೀರ್ಯನೆಂಬ ರಟ್ಟ ರಾಜನು ೧೧೪೩ನೇ ವರ್ಷ ಬರಿಸಿದ್ದು. ಎರಡನೇದೊಂದು ಗುಡಿಯಲ್ಲಿ ಇನ್ನೊಂದು ಲಿಪಿಯುಂಟು. ಅದು ೨ನೇ ಕನ್ನಕೈರನೆಂಬ ಸವದತ್ತಿಯ ಅರಸು ಸನ್ ೧೧೮೭ರಲ್ಲಿ ಬರಿಸಿದ್ದಿರುತ್ತದೆ. ಮಹಾಲಿಂಗೇಶ್ವರನ ಯೆದುರಿಗೆ ಇನ್ನೊಂದು ಶಿವನ ಗುಡಿಯುಂಟು. ಅದರ ಬಾಗಿಲಿನ ಮೇಲೆ ಕೌಶಲ್ಯದ ಚಿತ್ರುಗಳನ್ನು ಕೊರಿದಿದ್ದಾರೆ. ಈ ಗುಡಿಯ ಹಿಂದೆ ಅರ್ಧ ಮರ್ಧ ಹಾಳಾದ ಗುಡಿಯು ಮತ್ತೊಂದಿರುತ್ತದೆ. ಅದರ ಗರ್ಭ ಗುಡಿಯ ಬಾಗಿಲಿನ ಮೇಲೆ ಮನೋಹರವಾದ ಚಿತ್ರುಗಳಿರುತ್ತವೆ. ಇವೂ ಇನ್ನೂ ಕೆಲವು ಹಾಳಾದ ಗುಡಿಗಳೂ ಮಹಾಲಿಂಗೇಶ್ವರನ ಗುಡಿಗಿಂತ ಬಹು ಪುರಾತನ ಕಾಲದವೆಂದು ತೋರುತ್ತದೆ. ಒಂದು ಗುಡಿಯನ್ನು ಗವಿಯ ಆಕಾರದ ಹಾಗೆ ಕಟ್ಟಿದ್ದಾರೆ. ಅದನ್ನು ಬೌದ್ಧ ಧರ್ಮದವರು ಕಟ್ಟಿದಂತೆ ತೋರುತ್ತದೆ. ಅರ್ವಾಚೀನ ಕಾಲದಲ್ಲಿ ಕಟ್ಟಿದಂಥ ಗುಡಿಗಳಾದರೂ ಕೆಲವುಂಟು. ಕೆಲವು ಗುಡಿಗಳು ಯಾವ ಕಾಲದಲ್ಲಿ ಆದವೆಂಬದರ ಕುರುಹು ಸಹ ಕಾಣದಂತೆ ಹಾಳಾಗಿರುತ್ತವೆ; ಕೆಲವುಗಳ ಸುತ್ತು ಮುತ್ತು ಮುಳ್ಳುಗಳ್ಳಿಯು ದಟ್ಟಾಗಿ ಬೆಳಿದವೆ.

ಇತಿಹಾಸವು.—ಸನ್ ೧೧೪೭ನೇ ವರ್ಷ ಬರಿಸಿದ್ದೊಂದು ಚಾಲುಕ್ಯ ಲಿಪಿಯಲ್ಲಿ "ಗೋಕಾಗೆ" ಯೆಂಬ ಹೆಸರು ಇರುತ್ತದೆ. ಸನ್ ೧೬೮೫ರಲ್ಲಿ ಮೊಗಲರ ದಂಡಿನವರು ಗೋಕಾವಿಯನ್ನು ತಕ್ಕೊಂಡರು; ಸನ್ ೧೭೬೧ರಲ್ಲಿ ಇದು ಸಾತಾರೆಯ ಶಾಹೂ ರಾಜನ ರಾಜ್ಯಕ್ಕೆ ಶೇರಿತ್ತು. ಮುಂದೆ ಇದು ಸವಣೂರಿನ ನಬಾಬನ ಕೈ ಶೇರಿದಾಗ ಅವನು ಇಲ್ಲಿ ಮಶೀದಿಯನ್ನೂ ಗಂಜಿಖಾನೆಯನ್ನೂ ಕಟ್ಟಿಸಿದನು. ಸನ್ ೧೭೫೪ರಲ್ಲಿ ಪೇಶವನು ಗೋಕಾವಿಯನ್ನು ತಕ್ಕೊಂಡನು; ಮುಂದೆ ಇದು ಕಿತ್ತೂರಿನ ದೇಸಾಯಿಯ ಕೈ ಶೇರಿತು. ಮುಂದಿನ ವರ್ಷ ಇದು ಮತ್ತೆ ಪೇಶವನ ಕೈ ಶೇರಿ, ಪಟವರ್ಧನರಿಗೆ ಸರಂಜಾಮಿನೊಳಗೆ ಕೊಡಲ್ಪಟ್ಟಿತು, ೧೭೭೩. ಸನ್ ೧೭೯೦ರಲ್ಲಿ ಗೋಕಾವಿಯಲ್ಲಿ ಮೇಲಾದ ವಸ್ತ್ರಗಳು ಹುಟ್ಟುತ್ತಿದ್ದವೆಂದು ಲೇಖವದೆ. ಇಂಗ್ಲಿಷ ಸರಕಾರದ ಅಮಲು ಆದಾಗ ಗೋಕಾವಿಯು ತಾಸಗಾವಿಯ ಪಟವರ್ಧನನ ವಶದಲ್ಲಿ ಇತ್ತು; ಅವನು ಸನ್ ೧೮೩೪ರಲ್ಲಿ ಸಂತತಿ ಇಲ್ಲದೆ ತೀರಿದ್ದರಿಂದ ಗೋಕಾವಿಯು ಖಾಲಸಾತಿಗೆ ಬಂತು.

ಗೋಲೀ ಹಳ್ಳಿ.—ಬೀಡಿಯ ದಕ್ಷಿಣಕ್ಕೆ ವೊಂದು ಮೈಲಿನ ಮೇಲೆ. ಕಾಮಲೇ

ಶ್ವರ, ರಾಮಲಿಂಗ, ಸಿದ್ಧಲಿಂಗ, ಯೆಂಬ ಗುಡಿಗಳು ಗೋವೆಯ ಕದಂಬರ ಕಾಲದ ವಿರುತ್ತವೆ. ಇವುಗಳಲ್ಲಿ ಯೆರಡು ೧೨ನೇ ಶತಕದ ಲಿಪಿಗಳಿರುತ್ತವೆ.

ಹಲಸಿಗೆ.—ಖಾನಾಪುರದ ಆಗ್ನೇಯಕ್ಕೆ ೧೦ ಮೈಲಿನ ಮೇಲೆ, ಜ. ಸ. (೮೧) ೨೫೦೦. ಇಲ್ಲಿ ವ್ಯಾಪಾರ ಉದ್ಯೋಗಗಳು ಹೇಳ ತಕ್ಕಷ್ಟು ನಡಿಯುವದಿಲ್ಲ. ಆದರೆ ಈ ವೂರು ಕ್ರಿಸ್ತೀ ಶಕದ ೫ನೇ ಶತಕದಿಂದ, ಅಥವಾ ಅದಕ್ಕೂ ಪೂರ್ವ ಕಾಲದಿಂದ ಕದಂಬ ಅರಸರ ರಾಜಧಾನಿ ಇತ್ತು. ಬುನಾದಿಯ ಕದಂಬ ರಾಜರು ಜೈನ ಮತದ ವರಾಗಿ ಹಲಸಿಗೆಯಲ್ಲಿಯೇ ಆಳಿದರು; ಅರ್ವಾಚೀನ ಕಾಲದ ಕದಂಬರು ಶೈವ ಮತ ದವರಾಗಿ, ವಾಡಿಕೆಯಾಗಿ ಗೋವೆಯಲ್ಲಿ ಇರುತ್ತಿದ್ದಾಗ್ಯೂ ಹಲಸಿಗೆಯಲ್ಲಿಯೂ ಅವರ ಮನೆ ಇತ್ತು. ಹಲಸಿಗೆಯ ಊರೊಳಗೆ ವರಾಹ ನರಸಿಂಹ, ಸುವರ್ಣೇಶ್ವರ, ಯೆಂಬ ಯೆರಡು ಗುಡಿಗಳಲ್ಲದೆ ಊರ ಹೊರಗೆ ವೊಂದು ಗುಡ್ಡದ ಮೇಲೆ ರಾಮೇಶ್ವರನ ಗುಡಿ ಇರುತ್ತದೆ. ವರಾಹ ನರಸಿಂಹನಿಗೆ ಈಗ್ಯೂ ನೆರೆಹೊರೆಯ ಜನರು ನಡಕೊಳ್ಳುತ್ತಾರೆ. ಈ ದೇವರ ಜಾತ್ರೆಯು ಆಶ್ವಿನ ಪೂರ್ಣಿಮೆಯಲ್ಲಿ ಆಗುತ್ತದೆ; ೨೦೦೦ ಜನ ಕೂಡು ತ್ತದೆ. ಈ ಗುಡಿಯಲ್ಲಿ ೧೦ ಫೂಟು ಯೆತ್ತರ, ೩ ಫೂಟು ಅಗಲು, ಇರುವದೊಂದು ಕಲ್ಲಿನ ಮೇಲೆ ಯೆರಡು ಲಿಪಿಗಳಿರುತ್ತವೆ. ಇವೆರಡೂ ೧೨ನೇ ಶತಕದಲ್ಲಿ ಗೋವೆಯ ಕದಂಬ ಅರಸರು ಬರಿಸಿದಂಥವು. ಇವುಗಳಲ್ಲಿ ನರಸಿಂಹ ದೇವರಿಗೆ ಕೆಲವು ಇನಾಮು ಗಳನ್ನು ಕೊಟ್ಟ ಲೇಖವಿರುತ್ತದೆ. ಹಲಸಿಗೆಯಿಂದ ಮೂರು ಮೈಲಿನ ಮೇಲೆ ಇರುವ ಚಕ್ರತೀರ್ಥವೆಂಬ ಬಾವಿಯ ಬಳಿಯಲ್ಲಿ ವೊಂದು ವೊಡ್ಡಿನೊಳಗೆ ಸನ್ ೧೮೬೦ರ ಸುಮಾರಿನಲ್ಲಿ ೬ ಬೇರೆ ಬೇರೆ ತಾಮ್ರ ಶಾಸನಗಳು ದೊರಿದವು. ಇವೆಲ್ಲ ಬುನಾದಿಯ ಜೈನ ಮತದ ಕದಂಬ ಅರಸರು ಬರಿಸಿದಂಥವು. ಇವುಗಳಲ್ಲಿ ಮಿತಿಗಳನ್ನು ಹಾಕಿಲ್ಲ. ಆದರೆ ಇವು ದೇವನಗರೀ ಲಿಪಿಯ ಮೂಲ ಸ್ವರೂಪವನ್ನೇ ಹೆಚ್ಚಾಗಿ ಹೋಲುವಂಥ ಲಿಪಿಯಲ್ಲಿ ಸಂಸ್ಕೃತ ಭಾಷೆಯಿಂದ ಬರಿದಂಥವಿರುತ್ತವೆ. ಆ ಲಿಪಿಯು ಕ್ರಿಸ್ತೀ ಶಕದ ೫ನೇ ಶತಕದ್ದಿರ ಬಹುದೆಂದು ತೋರುತ್ತದೆ. ಇವುಗಳಲ್ಲಿ ಜೈನ ಗುಡಿಗಳಿಗೂ ಸಾಧು ಗಳಿಗೂ ಇನಾಮುಗಳನ್ನು ಕೊಟ್ಟ ಲೇಖಗಳುಂಟು. ಈ ತಾಮ್ರ ಪಟಗಳಲ್ಲದೆ ಹಲಸಿ ಗೆಯಲ್ಲಿ ೭ನೇದೊಂದು ತಾಮ್ರ ಪತ್ರವು ವೊಳಗಡೆಯಲ್ಲಿ ದೊರಿದಿರುತ್ತದೆ; ಅದು ಗೋವೆಯ ವೀರಜಯಕೇಶಿ ಯೆಂಬ ಅರಸು ಸನ್ ೧೧೬೬ನೇ ವರ್ಷ ಬರಿಸಿದ್ದಿರುತ್ತದೆ. ಇದರಲ್ಲಿ ನರಸಿಂಹ ದೇವರ ಯೆದುರಿಗೆ ವರಾಹ ಮೂರ್ತಿಯನ್ನು ಆ ವರ್ಷ ಸ್ಥಾಪಿಸಿ, ಜಯಕೇಶಿ ರಾಜನು ಆ ವರಾಹನಿಗೆ ವೊಂದು ಹಳ್ಳಿಯನ್ನು ಕೊಟ್ಟನೆಂದು ಲೇಖವದೆ. ಹಲಸಿಗೆಯು ಪವಿತ್ರ ಕ್ಷೇತ್ರವೆಂದು ವೈಷ್ಣವರು ಯೆಣಿಸುತ್ತಾರೆ. ಅಡವಿಯ ಆಚಾರ್ಯ ರೆಂಬುವರು ಸನ್ ೧೮೭೦ರಲ್ಲಿ ಹಲಸಿಗೆಯಲ್ಲಿ ಸೋಮಯಾಗ ಮಾಡಿದರು. ಆ ಕಾಲಕ್ಕೆ ೨೦೦೦ ಜನ ಕೂಡಿತ್ತು. ಯಾಗವು ೧೦ ದಿವಸ ನಡೀತು.

ಹನ್ನೀಕೇರಿ.—ಸಂಪಗಾವಿಯ ವಾಯುವ್ಯಕ್ಕೆ ೪ ಮೈಲಿನ ಮೇಲೆ, ಜ. ಸ. (೮೧)

೩೩*

೪೯೯. ಇಲ್ಲಿ ಜೈನರ ಬ್ರಹ್ಮದೇವರ ಗುಡಿಯೂ ವೊಂದು ಶಿಲಾಲಿಪಿಯೂ ಉಂಟು. ಈ ಲಿಪಿಯಲ್ಲಿ ಸವದತ್ತಿಯ ರಟ್ಟ ರಾಜನು ಬೆಳಗಾವಿಯಲ್ಲಿ ಹೋಗಿ ನಿಂತನೆಂದು ಲೇಖವದೆ.

ಹುಕ್ಕೇರಿ.—ಚಿಕ್ಕೋಡಿಯ ದಕ್ಷಿಣಕ್ಕೆ ೧೫ ಮೈಲಿನ ಮೇಲೆ, ಜ. ಸ. (೮೧) ೫೫೬೩. ಮಹಾಲ ಕಚೇರಿಯ ಮುಖ್ಯ ಗ್ರಾಮವು. ಅಕ್ಕಿ, ಬೆಲ್ಲ, ಕಣ್ಲೆ, ಮೆಣಶಿನ ಕಾಯಿ, ಮುಂತಾದವುಗಳ ವ್ಯಾಪಾರವು ಸೋಮವಾರ ಸಂತೆಯಲ್ಲಿ ಆಗುತ್ತದೆ. ವೊಕ್ಕಲಿಗರ ಶೀರೆಗಳೂ ಕಂಬಳಿಗಳೂ ಹುಟ್ಟುತ್ತವೆ. ವಿಜಾಪುರದ ಬಾದಶಹನ ಸರದಾರರು ಕಟ್ಟಿಸಿದ ಚಿನೀ ಗುಮಟ, ಗಜಬರ ಸಾಹೇಬನ ಮಶೀದಿ, ಯೆಂಬ ಯೆರಡು ಮಶೀದಿಗಳಿರುತ್ತವೆ. ಹುಕ್ಕೇರಿಯ ನಳವು ಈ ಶೀಮೆಯಲ್ಲಿ ಪ್ರಸಿದ್ಧವಾದದ್ದು. ಹುಕ್ಕೇರಿಯನ್ನು ಗಿಲಾನೀ ಯೆಂಬ ಮನೆತನದ ಸರದಾರರಿಗೆ ವಿಜಾಪುರದ ಬಾದಶಹನು ಜಹಾಗೀರು ಕೊಟ್ಟಿದ್ದನು. ಬೆಳಗಾವಿಯ ಅಸದಖಾನನಂತೆ ಐನ ಉಲ್ಮುಲ್ಕ ಗಿಲಾನೀ ಯೆಂಬ ಸರದಾರನು ಹುಕ್ಕೇರಿಯಲ್ಲಿ ೧೫೦೩ರಿಂದ ೪೩ ವರ್ಷ ಆಳಿದನು. ಅವನೇ ಹುಕ್ಕೇರಿಯ ನಳವನ್ನೂ ಕೋಟೆಯನ್ನೂ ಯೆರಡು ಗೋರಿಗಳನ್ನೂ ಕಟ್ಟಿಸಿದನು. ಶಿವಾಜಿಯ ದಂಗೆಯಲ್ಲಿ ಹುಕ್ಕೇರಿಯ ದೇಸಾಯಿಯು ಪ್ರಬಲನಾಗಿ ಸ್ವತಂತ್ರನಾಗಿದ್ದನು. ಆದರೆ ಮುಂದೆ ಪೇಶವನು ಅವನ ಸ್ವಾತಂತ್ರ್ಯವನ್ನು ಮುರಿದನು. ಈ ದೇಸಾಯಿಯ ವಂಶದವರು ಈಗ ವಂಟಮುರಿಯಲ್ಲಿ ಇರುತ್ತಾರೆ. ಇಂಗ್ಲಿಷ ಸರಕಾರದ ಅಮಲಿನ ಆರಂಭದಲ್ಲಿ ಹುಕ್ಕೇರಿಯು ಕೊಲ್ಲಾಪುರದವರ ರಾಜ್ಯಕ್ಕೆ ಶೇರಿತ್ತು.

ಹೂಲಿ.—ಸವದತ್ತಿಯ ಪೂರ್ವಕ್ಕೆ ೫ ಮೈಲಿನ ಮೇಲೆ, ಜ. ಸ. (೮೧) ೧೨೯೯. ಇಲ್ಲಿ ಪೂರ್ವ ಕಾಲದ ಲಿಪಿಗಳೂ ಗುಡಿಗಳೂ ಹಲವುಂಟು. ಪಂಚಲಿಂಗನ ಗುಡಿಯು ಯೆಲ್ಲಕ್ಕೂ ಸುಂದರವಾದದ್ದು. ಈ ಗುಡಿಗೆ ಯೆರಡು ಸಭಾಮಂಟಪಗಳಿರುತ್ತವೆ. ಹೊರಗಿನ ದೊಡ್ಡ ಮಂಟಪವು ೫೧ ಫೂಟು ಉದ್ದ, ೪೫ ಫೂಟು ಅಗಲು ಇರುತ್ತದೆ; ಒಳಗಿನ ಮಂಟಪವು ಇದಕ್ಕೂ ಸ್ವಲ್ಪ ಸಣ್ಣದಿರುತ್ತದೆ. ಆ ಮಂಟಪದ ಮೂರು ದಿಕ್ಕುಗಳಲ್ಲಿ ಮೂರು ಗರ್ಭಾಗಾರಗಳಿರುತ್ತವೆ. ದಕ್ಷಿಣದ ಗರ್ಭಾಗಾರದ ಬಾಗಿಲು ಬಹು ಮನೋಹರವಾಗಿ ಕೋರಿದ ಚಿತ್ರಗಳುಳ್ಳದ್ದಿರುತ್ತದೆ. ಇದು ಪೂರ್ವಕಾಲದ ಜೈನರು ಕಟ್ಟಿಸಿದ ಬಸ್ತಿಯೆಂಬದರ ಕುರುಹುಗಳು ಈಗ್ಯೂ ಕಾಣುತ್ತವೆ. ಊರಿನ ಉತ್ತರಕ್ಕೆ ವೊಂದು ಗುಡ್ಡದ ಬುಡದಲ್ಲಿ ಹಲವು ಹಾಳು ಬಿದ್ದ ಗುಡಿಗಳಿರುತ್ತವೆ. ಇವುಗಳಲ್ಲಿ ಯೆಷ್ಟೋ ಬಾಗಿಲುಗಳೂ ಕಂಬಗಳೂ ಬಹು ಸರಸಾಗಿ ಕೊರಿಯಲ್ಪಟ್ಟಿರುತ್ತವೆ; ಕೆಲವು ಕಡೆಯಲ್ಲಿ ಅರ್ಧ ಮರ್ಧ ವೊಡಿದಂಥ ಶಿಲಾಲಿಪಿಗಳು ಕಾಣಿಸುತ್ತವೆ. ಹೂಲಿಯಲ್ಲಿ ಮುಖ್ಯವಾಗಿ ಮೂರು ಲಿಪಿಗಳಿವೆ; ಎರಡು ೫ನೇ ಚಾಲುಕ್ಯ ವಿಕ್ರಮನ ಆಳಿಕೆಯಲ್ಲಿ (೧೦೧೮-೧೦೪೨) ಆದಂಥವು; ಮೂರನೇದು ಬಿಜ್ಜಳನ ಕಾಲದ್ದು. ಊರ ಹೊರಗೆ ಉತ್ತರಕ್ಕೆ ಸಣ್ಣದೊಂದು (೧೫೦×೧೦೦ ಫೂಟು) ಕಲ್ಲಿನ ಕೋಟೆಯುಂಟು.

ಅದರ ಉತ್ತರದ ಗೋಡೆ ಮಾತ್ರ ಹೊರ್ತಾಗಿ ಕೋಟೆಯು ಭದ್ರವಾಗಿರುತ್ತದೆ. ಇದನ್ನು ಶಿವಾಜಿಯು ಸನ್ ೧೬೭೪ರಲ್ಲಿ ಕಟ್ಟಿಸಿದನೆಂದು ಹೇಳುತ್ತಾರೆ.

ಪವಿತ್ರಗಡ.—ಚಿಕ್ಕೋಡಿಯ ದಕ್ಷಿಣಕ್ಕೆ ೨೦ ಮೈಲಿನ ಮೇಲೆ ಹೂನೂರಿನ ಬಳಿಯಲ್ಲಿ ಹಾಳು ಕೋಟೆ.

ಜಾಂಬೋಟಿ.—ಬೆಳಗಾವಿಯ ನೈರುತ್ಯಕ್ಕೆ ೧೪ ಮೈಲಿನ ಮೇಲೆ. ಕಸಬೆ, ಪೇಟೆ, ಯೆಂಬ ಯೆರಡು ಭಾಗಗಳಿವೆ. ಇದು ವೊಬ್ಬ ದೇಸಾಯಿಯ ಊರು. ಅವನು ಕಸಬೆಯಲ್ಲಿ ಇರುತ್ತಾನೆ. ಆದರೆ ಅದು ಅರ್ಧ ಮರ್ಧ ಹಾಳಾಗಿದೆ. ಜಾಂಬೋಟಿಯ ದೇಸಾಯಿಗೆ ಮೊದಲು ಬಹಳ ಹಳ್ಳಿಗಳಿದ್ದವು. ಆದರೆ ಸರಕಾರದವರು ಅವನ ಹಕ್ಕಿನ ಚೌಕಸಿಯ ಮಾಡಿ, ಕೆಲವು ನಗದು ಪೆನಶನ್ ಸಹಿತವಾಗಿ ಯೆರಡು ಹಳ್ಳಿಗಳನ್ನು ಮಾತ್ರ ಅವನಿಗೆ ಕೊಟ್ಟು ಉಳಿದ ಗ್ರಾಮಗಳನ್ನೆಲ್ಲ ಕಸುಕೊಂಡರು. ಈಗಿನ ದೇಸಾಯಿಗೆ ಆ ಯೆರಡು ಹಳ್ಳಿಗಳಲ್ಲದೆ ೬೩೦ ರೂಪಾಯಿ ನಗದು ದೊರಿಯುತ್ತದೆ. ಜಾಂಬೋಟಿಯ ನೆರೆಯ ಅಡವಿಯಲ್ಲಿ ಹುಲಿ ಕರಡಿಗಳು ಸಂಚರಿಸುತ್ತವೆ.

ಜುಗುಳ.—ಚಿಕ್ಕೋಡಿಯ ಈಶಾನ್ಯಕ್ಕೆ ೧೫ ಮೈಲಿನ ಮೇಲೆ, ಜ. ಸ. (೮೧) ೨೪೮೧. ಇಲ್ಲಿ ಮಸಬತಿಯೆಂಬ ಮುಸಲ್ಮಾನ ವಲ್ಲಿಯ ಗೋರಿಯುಂಟು. ರಜ್ಜಬ ತಿಂಗಳಿನಲ್ಲಿ ಜಾತ್ರೆಯಾಗುತ್ತದೆ; ಸುಮಾರು ೨, ೩ ಸಾವಿರ ಜನ ಕೂಡುತ್ತದೆ.

ಕಾಬೂರು.—ಚಿಕ್ಕೋಡಿಯ ದಕ್ಷಿಣಕ್ಕೆ ೧೨ ಮೈಲಿನ ಮೇಲೆ, ಜ. ಸ. (೮೧) ೨೪೪೩. ಒಂದು ಹಳ್ಳದ ನೀರಿನಿಂದ ಊರಿನ ಸುತ್ತು ಮುತ್ತು ಸುಮಾರು ೫೦ ತೋಟಗಳಾಗಿವೆ. ಅವುಗಳಲ್ಲಿ ಅಕ್ಕಿ ಹೊರ್ತಾಗಿ ಯೆಲ್ಲ ಬಗೆಯ ಧಾನ್ಯಗಳು, ಬಾಳೆ, ಪಲ್ಲೆಗಳು ಬೆಳಿಯುತ್ತವೆ. ಈಶ್ವರನ ಗುಡಿಯಲ್ಲಿ ವೊಂದು ಲಿಪಿಯುಂಟು. ಅದನ್ನು ಇನ್ನೂ ಯಾರು ಓದಿಲ್ಲ. ಈ ಊರಿನ ಬಳಿಯಲ್ಲಿ ಚಿಕ್ಕೋಡೀ ರೋಡ್ ಯೆಂಬ ಹೊಗೆ ಬಂಡಿಯ ಸ್ಟೇಶನ್ನು ಇರುತ್ತದೆ.

ಕಾದರೊಳ್ಳಿ.—ಸಂಪಗಾಪಿಯ ದಕ್ಷಿಣಕ್ಕೆ ೬ ಮೈಲಿನ ಮೇಲೆ, ಜ. ಸ. (೮೧) ೧೬೦೦. ಈ ವೂರ ಬಳಿಯಲ್ಲಿ ಮಲಾಪಹಾರಿಯ ಪಾತ್ರೆಯೊಳಗೆ ಶಂಕರ ಲಿಂಗನ ಗುಡಿಯು ಪುರಾತನದ್ದು ಇರುತ್ತದೆ. ಆ ಗುಡಿಯ ಸಭಾಮಂಟಪವೂ ಗರ್ಭ ಗುಡಿಯೂ ಮಾತ್ರ ಉಳಿದಿರುತ್ತವೆ. ಈ ಗುಡಿಯಲ್ಲಿದ್ದವೊಂದು ಲಿಪಿಯ ಕಲ್ಲನ್ನು ಊರೊಳಗೆ ಬೇರೊಂದು ಗುಡಿಯ ಗೋಡೆಯೊಳಗೆ ಹಾಕಿದ್ದಾರೆ. ಆ ಲಿಪಿಯಲ್ಲಿ ಚಾಲುಕ್ಯರ ೨ನೇ ಸೋಮೇಶ್ವರನ ಆಳಿಕೆಯಲ್ಲಿ ಸನ್ ೧೦೭೫ನೇ ವರ್ಷ ಶಂಕರಲಿಂಗನಿಗೆ ಕೆಲವು ಇನಾಮುಗಳನ್ನು ಕೊಟ್ಟ ಲೇಖವಿರುತ್ತದೆ.

ಕಾಗವಾಡ.—ಅಥಣಿಯ ಪಶ್ಚಿಮಕ್ಕೆ ೨೨ ಮೈಲಿನ ಮೇಲೆ, ಜ. ಸ. (೮೧) ೩೪೦೭. ಟಪಾಲ ಕಚೇರಿ ಇರುತ್ತದೆ; ಅರಳೆಯ ವ್ಯಾಪಾರವು ಸ್ವಲ್ಪ ನಡಿಯುತ್ತದೆ. ಬ್ರಹ್ಮನಾಥ, ಸಟವಾಯಿ, ಯೆಂಬೆರಡು ಗುಡಿಗಳುಂಟು. ಬ್ರಹ್ಮನಾಥನ ಮೂರ್ತಿಯನ್ನು ನೆಲಮನೆಯಲ್ಲಿ ಇಟ್ಟಿದ್ದಾರೆ. ಅದರ ಬಳಿಯಲ್ಲಿ ವೊಂದು ಲಿಪಿಯುಂಟು. ಅದನ್ನು

ಯಾರು ಓದಿದಂತೆ ತೋರುವದಿಲ್ಲ. ಸಟವಾಯಿಯನ್ನು ಮಕ್ಕಳು ಹುಟ್ಟಿದ ಬಳಿಕ ಮೂರು ತಿಂಗಳಿನ ವರೆಗೆ ಪೂಜಿಸುವರು. ದಕ್ಷಿಣ ಮಹಾರಾಷ್ಟ್ರದಲ್ಲಿ ಈ ದೇವಿಯ ಪ್ರಸಿದ್ಧಿಯುಂಟು. ಮಾಘ ಮಾಸದಲ್ಲಿ ಜಾತ್ರೆಯಾಗುತ್ತದೆ. ಕಾಗವಾಡದಲ್ಲಿ ವೊಬ್ಬ ಪಟವರ್ಧನ ಸಂಸ್ಥಾನಿಕನಿರುತ್ತಿದ್ದನು. ಅವನು ಸಂತತಿಯಿಲ್ಲದೆ ತೀರಿದ್ದರಿಂದ ಅವನ ರಾಜ್ಯವು ಸರಕಾರಕ್ಕೆ ಶೇರಿತು.

ಕಾಳಾನಂದೀಗಡ.—ಬೆಳಗಾವಿಯ ಪಶ್ಚಿಮಕ್ಕೆ ೨೦ ಮೈಲಿನ ಮೇಲೆ ಹಾಳು ದುರ್ಗ ಕೋಟೆಯು. ಜನರ ವಸ್ತಿ ಇಲ್ಲ. ಈ ಕೋಟೆಯು ಯೆತ್ತರವಾದ ಗುಡ್ಡದ ಮೇಲೆ ೧೩೫೦ ಫೂಟು ಉದ್ದಾಗಿಯೂ ೮೨೫ ಫೂಟು ಅಗಲಾಗಿಯೂ ಇರುತ್ತದೆ.

ಕಲ್ಲೋಳೆ.—ಗೋಕಾವಿಯ ಈಶಾನ್ಯಕ್ಕೆ ೭ ಮೈಲಿನ ಮೇಲೆ, ಜ. ಸ. (೮೧) ೧೬೪೮. ಜೈನ ಬಸ್ತಿಯು ಪುರಾತನದ್ದು ಇರುತ್ತದೆ. ಅದರಲ್ಲಿ ಸನ್ ೧೨೧೮ರಲ್ಲಿ ಬೆಳಗಾವಿಯ ರಟ್ಟ ರಾಜನು ಬರಿಸಿದ ಲಿಪಿಯುಂಟು. ಈ ಬಸ್ತಿಯ ಜಾತ್ರೆಯು ದಿಜಂಬರಿನಲ್ಲಿ ಆಗುತ್ತದೆ; ಸುಮಾರು ೧೫೦೦ ಜನ ಕೂಡುತ್ತದೆ.

ಕನಮಡಿ.—ಅಥಣಿಯ ಈಶಾನ್ಯಕ್ಕೆ ೨೪ ಮೈಲಿನ ಮೇಲೆ, ಜ. ಸ. (೮೧) ೨೪೨೬. ಹರಿದೇವ, ಮಲ್ಲಿಕಾರ್ಜುನ, ದರೀದೇವಿ ಯೆಂಬ ಗುಡಿಗಳಿವೆ. ಚೈತ್ರಮಾಸದಲ್ಲಿ ದರೀದೇವಿಯ ಜಾತ್ರೆಯಲ್ಲಿ ಐದಾರು ಸಾವಿರ ಜನ ಕೂಡುತ್ತದೆ.

ಖಾನಾಪುರ.—ಉತ್ತರ ಅಕ್ಷಾಂಶ ೧೫°, ೩೭′, ಪೂರ್ವ ರೇಖಾಂಶ ೭೪°, ೩೪′, ಜ. ಸ. (೮೧) ೪೦೧೬. ತಾಲೂಕಿನಲ್ಲಿ ಇರತಕ್ಕ ಕಚೇರಿಗಳಲ್ಲದೆ, ವೊಂದು ಶಾಲೆಯೂ ಪೋರ್ತುಗೀಸ ಮಿಶನರಿಗಳ ಠಾಣ್ಯವೂ ಇರುತ್ತದೆ. ಅಕ್ಕಿ, ಬಾಳೇ ಹಣ್ಣುಗಳ ಮಾರಾಟವು ಸ್ವಲ್ಪ ಆಗುತ್ತದೆ; ರೇಲ್ವೇ ಸ್ಟೇಶನ್ನು ಊರಿಗೆ ಸಮೀಪವಾಗಿ ಇರುತ್ತದೆ.

ಖರೋಶಿ.—ಚಿಕ್ಕೋಡಿಯ ದಕ್ಷಿಣಕ್ಕೆ ೪ ಮೈಲಿನ ಮೇಲೆ, ಜ. ಸ. (೮೧) ೨೦೨೪. ಘಂಟೇಬಸವಣ್ಣನ ಜಾತ್ರೆಯು ಶ್ರಾವಣದಲ್ಲಿ ಆಗುತ್ತದೆ.

ಕಿತ್ತೂರು.—ಸಂಪಗಾವಿಯ ದಕ್ಷಿಣಕ್ಕೆ ೧೪ ಮೈಲಿನ ಮೇಲೆ, ಜ. ಸ. (೮೧) ೬೩೦೦. ಆದರೆ ಸನ್ ೧೮೫೭ರಲ್ಲಿ ಜನಸಂಖ್ಯವು ೭೫೦೦ ಇತ್ತು. ಸೋಮವಾರ ಗುರುವಾರಗಳಲ್ಲಿ ಸಂತೆಯಾಗುತ್ತದೆ; ಕಾಳು, ಅರಳೆ, ವಸ್ತ್ರ ಮುಂತಾದವುಗಳ ಮಾರಾಟವು ವೊಳಿತಾಗಿ ಆಗುತ್ತದೆ. ಇಲ್ಲಿ ಧಡೋತಿಯ ಬಟ್ಟೆಗಳೂ ಕಾಜಿನ ಬಳೆಗಳೂ ಹುಟ್ಟುತ್ತವೆ. ಟಪಾಲ ಕಚೇರಿಯೂ, ವೊಂದು ಬಸವಣ್ಣನ ಸಣ್ಣ ಹಳೆ ಗುಡಿಯೂ ಉಂಟು. ಈ ಗುಡಿಯಲ್ಲಿ ಗೋವೆಯ ಕದಂಬ ಅರಸರು ಸನ್ ೧೧೪೮ರಲ್ಲಿ ಬರಿಸಿದ್ದೊಂದು ಲಿಪಿಯುಂಟು. ಅದರಲ್ಲಿ ವೊಂದು ಭೂಮಿಯ ಸಲುವಾಗಿ ಶಿವಶಕ್ತಿ, ಕಲ್ಯಾಣಶಕ್ತಿ, ಯೆಂಬ ಇಬ್ಬರು ಬ್ರಾಹ್ಮಣರಿಗೆ ವಾದ ಹುಟ್ಟಿದ್ದರಿಂದ ಶಿವಶಕ್ತಿಯು ದೇಗಾವಿಯ ಮಹಾಜನ ಸಭೆಯ ಸಮಕ್ಷ ಕಾದ ರಂಟಿಯ ಕುಳವನ್ನು ಕೈಯಲ್ಲಿ ಹಿಡಿದು ದೀವ್ಯ ಮಾಡಿದ ಲೇಖವಿರುತ್ತದೆ. ಶಿವಶಕ್ತಿಯ ಕೈಯು ಸುಡದಿದ್ದ ಕಾರಣ ಅವನಿಗೆ ಭೂಮಿಯು ದೊರೀತೆಂದು ಲಿಪಿಯು ಹೇಳುತ್ತದ.

ಕಿತ್ತೂರಿನ ಕೋಟೆಯು ಬೆಳಗಾವಿಯ ಕೋಟೆಯ ೭ನೇ ಪಾಲಿನಷ್ಟು ಇರುತ್ತದೆ. ಆದರ ನಡುವೆ ಬಾಲೇ ಕಿಲ್ಲೆಯು ಬಹು ಸಣ್ಣದಿರುತ್ತದೆ. ಕೋಟೆಯ ಗೋಡೆಯು ಕೆಳಗಿನ ಅರ್ಧ ಕಲ್ಲಿನಿಂದ, ಉಳಿದದ್ದು ಮಣ್ಣಿನಿಂದ ಕಟ್ಟದ್ದಿರುತ್ತದೆ. ಈ ಗೋಡೆಯು ಈಗ ಬಹಳ ಕಡೆಯಲ್ಲಿ ಬಿದ್ದದೆ. ಬೆಳಗಾವಿಯಲ್ಲಿ ದಂಡಿನ ಠಾಣ್ಯವಿಡುವ ಪೂರ್ವದಲ್ಲಿ ಕಿತ್ತೂರಲ್ಲಿ ಇಡುವ ಆಲೋಚನೆಯು ಹೊರಟಿತ್ತು.

ಮೇಲೆ ಉಲ್ಲೇಖಿಸಿದ ಲಿಪಿಯಲ್ಲಿ ಕಿತ್ತೂರಿನ ಹೆಸರು ಇರುವ ಕಾರಣ ಈ ವೂರು ೧೬ನೇ ಶತಕದಿಂದ ಪ್ರಸಿದ್ಧವಿರುತ್ತದೆಂದು ಸ್ಪಷ್ಟವಾಗುತ್ತದೆ. ವಿಜಾಪುರದವರ ಆಳಿಕೆಯಲ್ಲಿ ಕಿತ್ತೂರಲ್ಲಿ ಯೂಸಫಖಾನನೆಂಬ ಸರದಾರನಿರುತ್ತಿದ್ದನು. ೧೭ನೇ ಶತಕದ ಕಡೆಯಲ್ಲಿ ಮೇಡೀ ಮಲ್ಲಪ್ಪನೆಂಬ ಕಿತ್ತೂರಿನ ದೇಸಾಯಿಯು ಪ್ರಬಲನಾಗಿ ಬೀಡಿ, ಸಂಪಗಾವಿ, ಇವೆರಡು ತಾಲೂಕುಗಳನ್ನು ಆಕ್ರಮಿಸಿದ್ದನು. ಇವನ ಪೂರ್ವಜರಾದ ಹಿರೆಮಲ್ಲ, ಚಿಕ್ಕಮಲ್ಲ, ಯೆಂಬವರಿಬ್ಬರು ಅಣ್ಣ ತಮ್ಮಂದಿರು ಚಿನಿವಾರರಾಗಿ ವಿಜಾಪುರದವರ ದಂಡಿನ ಸಂಗಡ ೧೬ನೇ ಶತಕದ ಕಡೆಯಲ್ಲಿ ಕಲಬುರ್ಗೆಯ ಶೀಮೆಯಿಂದ ಬಂದು ಸಂಪಗಾವಿಯಲ್ಲಿ ಇರುತ್ತಿದ್ದರು. ಹಿರೇ ಮಲ್ಲಪ್ಪನು ದಂಡಿನಲ್ಲಿ ಶೇರಿ ಶೌರ್ಯವನ್ನು ತೋರಿಸಿದ್ದರಿಂದ ಅವನಿಗೆ ಬಾದಶಹನು "ಶಮಶೇರ ಜಂಗ ಬಹಾದೂರ" ಯೆಂಬ ಬಿರುದು ಕೊಟ್ಟು, ಹುಬ್ಬಳ್ಳಿಯ ಸರದೇಶಮುಖಿಯನ್ನು ಕೊಟ್ಟನು. ಅವನ ವಂಶದ ೫ನೇ ತಲೆಯ ದೇಸಾಯಿಯು ಕಿತ್ತೂರಲ್ಲಿ ಬಂದು ನಿಂತನು. ಈ ಊರಿಗೆ ಮೊದಲು ಗೀಜಗನ ಹಳ್ಳಿಯನ್ನುವರು. ಮುಂದೆ ಕಿತ್ತೂರಿನ ದೇಸಾಯಿಯು ಸವಣೂರಿನ ನಬಾಬನಿಗೆ, ತರುವಾಯ ಪೇಶವನಿಗೆ, ಆ ಮೇಲೆ ಹೈದರನಿಗೆ ಅಂಕಿತನಾಗಿ ಪರಸಗಡ, ಗೋಕಾವೀ ತಾಲೂಕುಗಳನ್ನು ಆಕ್ರಮಿಸಿದನು. ಆದರೆ ಪರಶುರಾಮ ಬಾವೂನು ಅವನನ್ನು ಶರೆ ಹಿಡಿದು ಈ ತಾಲೂಕುಗಳನ್ನೂ ಮೊದಲಿನ ಶೀಮೆಯನ್ನೂ ಕಸುಕೊಂಡಿದ್ದನು. ಪೇಶವನ ಕೈಯಿಂದ ಬಿಡುಗಡೆ ಹೊಂದಿದ ಬಳಿಕ ಈ ದೇಸಾಯಿಯು ಟೀಪೂನಿಗೆ ಅಂಕಿತನಾದನು. ಟೀಪೂನ ಸರದಾರನು ದೇಸಾಯಿಯ ಶೀಮೆಯನ್ನೆಲ್ಲ ಕಸುಕೊಂಡು ಅವನಿಗೆ ನೇಮಣೂಕು ಕೊಡುತ್ತಿದ್ದನು. ಮುಂದೆ ಟೀಪೂನ ತರುವಾಯ ಪೇಶವನಾದರೂ ಬಹುತರ ಅದೇ ಪ್ರಕಾರ ದೇಸಾಯಿಯನ್ನು ಇಟ್ಟದ್ದನು. ಧೋಂಜೀವಾಘನು ದಾಳಿಯನ್ನೆಬ್ಬಿಸಿ ಸನ್ ೧೮೦೦ರಲ್ಲಿ ಕಿತ್ತೂರು ಹಿಡುಕೊಂಡಿದ್ದನು. ಸನ್ ೧೮೦೬ರಲ್ಲಿ ಮಲಸರ್ಜನೆಂಬ ದೇಸಾಯಿಯು ಪೇಶವನಿಗೆ ೭೦೦೦೦ ರೂಪಾಯಿ ಕಪ್ಪ ಕೊಡುವ ಶರತಿನಿಂದ ಕಿತ್ತೂರಿನ ಸುತ್ತು ಮುತ್ತು ೪ ಲಕ್ಷದ ಶೀಮೆಯನ್ನು ಆಳುತ್ತಿದ್ದನು. ಇವನು ಇಂಗ್ಲಿಷರ ದಂಡಿಗೆ ಸಹಾಯ ಮಾಡಿ ಅವರ ಸ್ನೇಹವನ್ನು ಸಂಪಾದಿಸಿದನು. ಮುಂದೆ ೧೮೦೯ರಲ್ಲಿ ಪೇಶವನು ದೇಸಾಯಿಗೆ ಮತ್ತೂ ಕೆಲವು ಶೀಮೆಗಳನ್ನು ಕೊಟ್ಟು ೧೭೫೦೦೦ ರೂಪಾಯಿಯ ಕಪ್ಪ ಕೂಡ್ರಿಸಿ, ದೇಸಾಯಿಗೆ "ಪ್ರತಾಪರಾವ" ಯೆಂಬ ಬಿರುದು ಕೊಟ್ಟನು. ಆಗ ದೇಸಾಯಿಯು ನಂದಗಡದ ಬಳಿಯಲ್ಲಿ ಪ್ರತಾಪಗಡವೆಂಬ ಕೋಟೆಯನ್ನು ಕಟ್ಟಿಸಿದನು. ಸನ್ ೧೮೧೮ರಲ್ಲಿ ಇಂಗ್ಲಿಷರು ಪೇಶವನ ರಾಜ್ಯವನ್ನು ಆಕ್ರಮಿ

ಸಿದ ಬಳಿಕ ಬೆಳಗಾವಿಯಲ್ಲಿ ನಡಿದ ಯುದ್ಧದಲ್ಲಿ ಈ ದೇಸಾಯಿಯು ಇಂಗ್ಲಿಷರಿಗೆ ಬಹಳ ಸಹಾಯ ಮಾಡಿದನು. ಸನ್ ೧೮೨೪ರಲ್ಲಿ ಮಲಸರ್ಜನು ತೀರಲಾಗಿ ಅವನ ಹೆಂಡತಿ ಚನ್ನವ್ವನು ವೊಬ್ಬ ದತ್ತ ಪುತ್ರನನ್ನು ತಕ್ಕೊಂಡಳು. ಈ ಸಂಗತಿಯನ್ನು ಬೆಳಗಾವಿಯ ಪ್ರಿನ್ಸಿಪಲ್ ಕಲೆಕ್ಟರನಾದ ಥ್ಯಾಕರೀ ಸಾಹೇಬನು ಸರಕಾರಕ್ಕೆ ತಿಳಿಸಿ, ವ್ಯವಸ್ಥೆಯ ಸಲುವಾಗಿ ಇಬ್ಬರು ಅಸಿಷ್ಟಾಂಟರನ್ನು ಕರೆ ಕೊಂಡು ಕಿತ್ತೂರಿಗೆ ಹೋಗಲಾಗಿ ಚನ್ನವ್ವನು ದಂಡು ಕೂಡಿಸಿ, ಥ್ಯಾಕರಿಯನ್ನೂ ಅವನ ಅಸಿಷ್ಟಾಂಟರನ್ನೂ ಕೊಲ್ಲಿಸಿದಳು. ಆದ್ದರಿಂದ ಅದೇ ವರ್ಷದ ದಿಜಂಬರಿನಲ್ಲಿ ಸರಕಾರೀ ದಂಡಿನವರು ಹೋಗಿ ಕಿತ್ತೂರು ತಕ್ಕೊಂಡರು. ಈ ಪ್ರಕಾರ ಕಿತ್ತೂರಿನ ಸಂಸ್ಥಾನವು ಸರಕಾರಕ್ಕೆ ಶೇರಿತು. ಸನ್ ೧೮೨೯ರಲ್ಲಿ ಸಂಗೊಳ್ಳಿಯ ರಾಯಪ್ಪನೆಂಬ ಹಳಬನು ಕೆಲ ಜನರನ್ನು ಕೂಡಿಸಿ ಕೊಂಡು ಚನ್ನವ್ವನ ದತ್ತ ಪುತ್ರನನ್ನು ಕಿತ್ತೂರಿನ ಗಾದಿಯ ಮೇಲೆ ಮತ್ತೆ ಕೂಡ್ರಿಸುವೆನೆಂದು ಬಂಡಾಯವೆಬ್ಬಿಸಿದನು. ನಾಲ್ಕು ತಿಂಗಳಿನೊಳಗೆ ಸಂಪಗಾವಿಯ ಮಾಮಲೇದಾರನು ಅವನನ್ನು ಮೋಸದಿಂದ ಹಿಡಿದು ಸರಕಾರಕ್ಕೆ ವೊಪ್ಪಿಸಲಾಗಿ, ನಂದಗಡದಲ್ಲಿ ಅವನನ್ನು ಗಲ್ಲಿಗೇರಿಸಿದರು.

ಕಿತ್ತೂರಿನ ಬೊಕ್ಕಸದಲ್ಲಿ ೧೬ ಲಕ್ಷ ರೂಪಾಯಿ ನಗದು, ೪ ಲಕ್ಷದ ಜವಾಹಿರು ಸರಕಾರದ ಕೈಶೇರಿತು. ಇವಲ್ಲದೆ ಸಾವಿರಾರು ಕುದುರೆಗಳು, ಸಾವಿರ ವೊಂಟೆಗಳು, ಕೆಲವು ಆನೆಗಳು, ೬೦ ತೋಫುಗಳು ಕಿತ್ತೂರಲ್ಲಿ ಇದ್ದವು.

ಕೊಂಗನೊಳ್ಳಿ.—ಚಿಕ್ಕೋಡಿಯ ವಾಯುವ್ಯಕ್ಕೆ ೨೦ ಮೈಲಿನ ಮೇಲೆ, ಜ. ಸ. (೮೧) ೫೦೬೧. ಟಪಾಲ ಕಚೇರಿ, ಇಂಗ್ಲಿಷ ಶಾಲೆ, ಹೆಣ್ಣು ಮಕ್ಕಳ ಶಾಲೆ, ಮುಶಾಫರೀ ಬಂಗಲೆ, ಇರುತ್ತವೆ. ಗುರವಾರದ ಸಂತೆಯಲ್ಲಿ ಅಕ್ಕಿ, ಸಕ್ಕರಿ, ಉಪ್ಪು, ಬಟ್ಟೆಗಳು, ಕಿರಾಣಿ, ಮುಂತಾದವುಗಳ ಮಾರಾಟವು ವೊಳಿತಾಗಿ ನಡಿಯುತ್ತದೆ. ಸಂತೆಯಲ್ಲಿ ದನಗಳ ಮಾರಾಟವು ಬಹಳವಾಗುತ್ತದೆ. ಈ ವೂರಲ್ಲಿ ಧಡೋತಿಯ ಬಟ್ಟೆಗಳೂ ಕಂಬಳಿಗಳೂ ಹುಟ್ಟುತ್ತವೆ. ಸನ್ ೧೮೭೭ನೇ ವರ್ಷದ ಬರಗಾಲದ ಪೂರ್ವದಲ್ಲಿ ಈ ವೂರಲ್ಲಿ ಕಾಗದ ಮಾಡುವ ಕಾರಖಾನೆಗಳಿದ್ದವು. ಈ ವೂರಿಗೆ ವೊಂದು ಹಾಳು ಕೋಟೆಯುಂಟು.

ಕೋಕಟನೂರು.—ಅಥಣಿಯ ಆಗ್ನೇಯಕ್ಕೆ ೧೦ ಮೈಲಿನ ಮೇಲೆ, ಜ. ಸ. (೮೧) ೨೫೫೦. ಇಲ್ಲಿ ಕುದುರೆಯ ಲಗಾಮುಗಳೂ ಅಡಕೋತಗಳೂ, ಹುಟ್ಟುತ್ತವೆ. ಇಲ್ಲಿಯ ಯೆಲ್ಲಮ್ಮನ ಜಾತ್ರೆಯಲ್ಲಿ ೪೦೦೦ ಜನ ಕೂಡುತ್ತದೆ.

ಕೊಣ್ಣೂರು.—ಗೋಕಾವಿಯ ವಾಯುವ್ಯಕ್ಕೆ ೫ ಮೈಲಿನ ಮೇಲೆ ಘಟಪ್ರಭೆಯ ದಂಡೆಯಲ್ಲಿ, ಜ. ಸ. (೮೧) ೩೪೩೭. ಈ ವೂರಿನ ಹದ್ದಿನೊಳಗೆ ತಡಸಲಿನ ಬಳಿಯಲ್ಲಿ ಹಲವು ಹಾಳು ಗುಡಿಗಳಿರುತ್ತವೆ.

ಕೊಣ್ಣೂರಿನ ಬಳಿಯಲ್ಲಿ ಬೈಲೊಳಗೆ ಹಲಿಗೆಗಲ್ಲಿನಿಂದ ಮಾಡಿದ ಕೋಣೆಗಳಿರುತ್ತವೆ. ಇವುಗಳಲ್ಲಿ ಯೆಷ್ಟೋ ಬಿದ್ದು ಹೋಗಿರುತ್ತವೆ. ಆದರೂ ವೊತ್ತಟ್ಟಿಗೆ ೫೦ ಕೋಣೆಗಳ

ಗುಂಪು ಇರುತ್ತದೆ; ಅದರೊಳಗಿನ ಕೋಣೆಗಳು ಬಹಳವಾಗಿ ಕೆಟ್ಟಿಲ್ಲ. ೪ರಿಂದ ೬ ಫೂಟಿನ ವರೆಗೆ ಯೆತ್ತರ, ಅಷ್ಟೇ ಅಗಲು, ಆದಂಥ ಹಲಿಗೆ ಗಲ್ಲುಗಳನ್ನು ವೊಳಗೆ ಸಣ್ಣ ದೊಂದು ಕೋಣೆಯಾಗುವ ಹಾಗೆ, ಪೂರ್ವ, ಪಶ್ಚಿಮ, ಉತ್ತರ, ಈ ಮೂರು ದಿಕ್ಕುಗ ಳಲ್ಲಿ ನಿಲ್ಲಿಸಿ, ಮೇಲೆ ವೊಂದು ಹಲಿಗೆಯನ್ನು ಛಾವಣಿಯ ಹಾಗೆ ಹಾಕಿದ್ದಾರೆ. ದಕ್ಷಿ ಣಕ್ಕೆ ಬಿಟ್ಟ ಬಾಗಿಲಿನ ಯೆಡ ಬಲಗಳಲ್ಲಿಯೂ ವೊಂದೊಂದು ಹಲಿಗೆಯನ್ನು ನಿಲ್ಲಿಸಿ, ನಡುವೆ ಯೆರಡು ಫೂಟು ಅಗಲಾದ ದಾರಿಯನ್ನು ಬಿಟ್ಟಿದ್ದಾರೆ. ಕೆಲವು ಕೋಣೆಗಳ ಮುಂಭಾಗದಲ್ಲಿ ಬಾಗಿಲಿನಿಂದ ಮುಂದೆ ಐದಾರು ಫೂಟು ಉದ್ದ, ಯೆರಡು ಫೂಟು ಯೆತ್ತರ ಇರುವ ಹಲಿಗೆಗಳನ್ನು ವೊಂದು ಮೊಳದ ಅಂತರದಿಂದ ನಿಲ್ಲಿಸಿ ಮೇಲೆ ಮೂರನೇ ದೊಂದು ಹಲಿಗೆಯ ಛಾವಣಿಯನ್ನು ಹಾಕಿದ್ದಾರೆ. ಇದು ಕೋಣೆಯೊಳಗೆ ಹೋಗಲಿಕ್ಕೆ ಯೆರಡು ಫೂಟು ಯೆತ್ತರವಾದ ಕಿರಿ ಮಾರ್ಗವಾಗಿದೆ. ಈ ಹಲಿಗೆಗಳಿಗೆ ಉಳಿಯ ಕಚ್ಚು ಯೆಲ್ಲಿಯೂ ಇಲ್ಲ. ಆದ್ದರಿಂದ ನೆರೆಯ ಗುಡ್ಡದ ಕಣಿಗಳಲ್ಲಿ ಈ ಹಲಿಗೆಗಳನ್ನು ಶೀಳಿ ತೆಗಿದು ಹಾಗೇ ಹಾಕಿದ್ದಾರೆಂದು ತೋರುತ್ತದೆ. ಕೋಣೆಗಳ ಛಾವಣಿಯ ಮೇಲೆ ಗುಮುಟದ ಹಾಗೆ ಕಲ್ಲು ಮಣ್ಣುಗಳಿಂದ ಕಟ್ಟಿದ್ದರ ಕುರುಹುಗಳು ಕೆಲವು ಕಡೆಯಲ್ಲಿ ಇನ್ನೂ ಕಾಣಿಸುತ್ತವೆ. ಕೋಣೆಯ ಸುತ್ತು ಮುತ್ತೂ ಕಲ್ಲು ಮಣ್ಣಿನ ವೊಡ್ಡುಗಳನ್ನು ಕೆಲವು ಕಡೆಯಲ್ಲಿ ಹಾಕಿದ್ದಾರೆ. ಮೇಲೆ ಹೇಳಿದ ೫೦ ಕೋಣೆಗಳಲ್ಲಿ ಬಹಳ ಕೆಡದಿದ್ದಂ ಥಾದೊಂದು ಕೋಣೆಯನ್ನು ವೊಬ್ಬ ಇಂಜಿನೀಯರ ಸಾಹೇಬನು ಬಿಚ್ಚಿ ನೋಡಿದನು. ಅದರೊಳಗೆ ಛಾವಣಿಯ ವರೆಗೆ ಮಣ್ಣು ತುಂಬಿತ್ತು. ಆ ಮಣ್ಣು ಕೆದರಲಾಗಿ ವೊಳಗೆ ಕೆಲವು ದವಡೆಯ ಹಲ್ಲುಗಳೂ ಬೇರೆ ಮನುಷ್ಯ ಶರೀರದ ಯೆಲುವುಗಳೂ ಹೊರಟವು. ಈ ಯೆಲುವುಗಳ ಸ್ಥಿತಿಯಿಂದ ದಕ್ಷಿಣಕ್ಕೆ ಮೋರೆ ಮಾಡಿ ಹೆಣವನ್ನು ಕೂಡ್ರಿಸಿದ್ದ ಹಾಗೆ ಕಾಣಿಸಿತು. ಅವುಗಳ ಬುಡದಲ್ಲಿ ವೊಂದು ಮಣ್ಣಿನ ಪಾತ್ರೆಯ ತುಂಡುಗಳು ಹೊರಟವು. ಆದ್ದರಿಂದ ಈ ಕೋಣೆಗಳು ಬುನಾದಿಯ ಕಾಲದ ಗೋರಿಗಳಿರುತ್ತವೆಂದು ಗೊತ್ತಾ ಯಿತು. ಇವು ಸಾವಿರಾರು ವರ್ಷದ ಹಿಂದಿನ ಮೂಲ ನಿವಾಸಿಗಳ ಗೋರಿಗಳಿರುತ್ತವೆ. ಇಂಥಾ ಗೋರಿಗಳು ಹೈದರಾಬಾದಿನ ನೆರೆಯಲ್ಲಿಯೂ, ಮಲಿಯಾಳ ಶೀಮೆಯಲ್ಲಿಯೂ ಇರುತ್ತವೆ. ಈ ಕೊಣ್ಣೂರಿನ ಬಳಿಯಲ್ಲಿಯ ಗೋರಿಗಳಿಗೆ ಪಾಂಡವರು ನೆರಳಿಗಾಗಿ ಕಟ್ಟಿದ ಮನೆಗಳೆಂದೆನ್ನುವರು. ಆದರೆ ಮಲಿಯಾಳದಲ್ಲಿ ಇವುಗಳಂಥ ಗೋರಿಗಳಿಗೆ "ಪಾಂಡು ಕುಳಿ" ಯೆಂದೆನ್ನುವರು. ಪಾಂಡು ಕುಳಿಯೆಂದರೆ ಗೋರಿಯೆಂಬ ಅರ್ಥ ವಿರುತ್ತದೆ.

ಕೂಡಚಿ.—ಅಥಣಿಯ ನೈರುತ್ಯಕ್ಕೆ ೨೦ ಮೈಲಿನ ಮೇಲೆ, ಕೃಷ್ಣೆಯ ದಂಡೆಯಲ್ಲಿ, ಜ. ಸ. (೮೧) ೫೪೪೫. ಇಲ್ಲಿ ಟಪಾಲ ಕಚೇರಿ, ಯೆರಡು ಶಾಲೆಗಳು, ಹೊಗೆಬಂಡಿಯ ಸ್ಟೇಶನು ಇರುತ್ತವೆ. ಈ ಊರಲ್ಲಿ ಜಮ್ಮಖಾನೆಗಳು ಆಗುತ್ತವೆ. ಈ ವೂರಿನ ಬಳಿಯಲ್ಲಿ ಕೃಷ್ಣೆಯ ಪಾತ್ರೆಯೊಳಗಿರುವದೊಂದು ನಡುಗಡ್ಡೆಯಲ್ಲಿ ಜಾಲಿ, ಹುಣಚೀ ಮರಗಳ ಬನದಲ್ಲಿ ಶೇಖಮಹಮೂದ ಪೀರದಾದಿಯೆಂಬ ಮುಸಲ್ಮಾನ ಸತ್ಪುರುಷನ ಗೋರಿ

ಇರುತ್ತದೆ. ಈ ಸತ್ಪುರುಷನು ಧರ್ಮೋಪದೇಶ ಮಾಡುವನು. ಬಲಖ ಪಟ್ಟಣದವಳೊಬ್ಬ ರಾಜಕನ್ನಿಕೆಯು ಇವನ ಶಿಷ್ಯಳಾಗಿ ಹಿಂದುಸ್ತಾನಕ್ಕೆ ಬಂದು ಪರೋಪಕಾರದಲ್ಲಿ ಜನ್ಮ ಕಳಿದಳೆಂದು ಹೇಳುತ್ತಾರೆ. ಆಕೆಯ ಗೋರಿಯು ಈ ನಡುಗಡ್ಡೆಯಲ್ಲಿ ಇರುತ್ತದೆ. ಮಹಮೂದ ಪೀರದಾದಿಯು ಕಲಬುರ್ಗೆಯಲ್ಲಿ ಸತ್ತದ್ದರಿಂದ ಅವನ ನಿಜವಾದ ಗೋರಿಯು ಅಲ್ಲಿ ಇರುತ್ತದೆ. ಈ ನಡುಗಡ್ಡೆಯಲ್ಲಿ ರಾಜಕನ್ನಿಕೆಯ ಸನ್ಮಾನಾರ್ಥವಾಗಿ ಆಕೆಯ ಗೋರಿಯ ಬಳಿಯಲ್ಲಿ ಆ ಗುರುವಿನ ಗೋರಿಯನ್ನು ಕಟ್ಟಿದ್ದಾರೆಂದು ಹೇಳುತ್ತಾರೆ. ಬಾಮುನೀ ಬಾದಶಾಹಿಯನ್ನು ಸ್ಥಾಪಿಸಿದ ಜಾಫೀರ ಖಾನನಿಗೆ ದಿಲ್ಲಿಯ ಮಹಮ್ಮದ ತಘಲಖ ಬಾದಶಹನು ಕೂಡಚಿಯನ್ನು ಜಹಾಗೀರು ಹಾಕಿ ಕೊಟ್ಟದ್ದನೆಂದು ಫೆರಿಸ್ತನು ಬರಿದಿದ್ದಾನೆ.

ಕುನಕುಂಬಿ.— ಖಾನಾಪುರದ ವಾಯವ್ಯಕ್ಕೆ ೧೯ ಮೈಲಿನ ಮೇಲೆ. ಕುನಕುಂಭೇಶ್ವರ, ಮಾಹುಲೀದೇವಿ, ಯೆಂಬ ಗುಡಿಗಳುಂಟು. ಎರಡನೇ ಗುಡಿಯು ದೊಡ್ಡದಿರುತ್ತದೆ. ಇದು ಮಲಾಪಹಾರಿಯ ಉಗಮ ಸ್ಥಾನದಲ್ಲಿ ಇರುವ ಕಾರಣ ಆ ಹೊಳೆಯ ಗುಡಿ ಯೆಂದು ಯೆಣಿಸಲ್ಪಡುತ್ತದೆ. ಜನರು ಈ ದೇವಿಗೆ ನಡಕೊಳ್ಳುವರು. ಧನು ರಾಶಿಯಲ್ಲಿ ಗುರು ಇರುವಾಗ ಈ ಉಗಮ ಸ್ಥಾನಕ್ಕೆ ಭಾಗೀರಥಿ ಬರುತ್ತಾಳೆಂದು ತಿಳಿದು ಸುತ್ತು ಮುತ್ತಲಿನ ಜನರು ಇಲ್ಲಿ ಬಂದು ಸ್ನಾನ ಮಾಡಿ ಹೋಗುವರು.

ಮಹೀಪಾಲಗಡ.— ಬೆಳಗಾವಿಯ ಪಶ್ಚಿಮಕ್ಕೆ ೧೦ ಮೈಲಿನ ಮೇಲೆ ದುರ್ಗಕೋಟೆಯು. ಕೋಟೆಗೆ ಹೋಗುವವರು ೩೦೦ ಫೂಟು ಉದ್ದವಾದ ಇಳಕಲವನ್ನು ಯೇರಿ ಹೋಗ ಬೇಕು. ಕೋಟೆಯು ೧೪೦೦ ಫೂಟು ಉದ್ದ, ೬೦೦ ಫೂಟು ಅಗಲು ಇರುತ್ತದೆ. ಕೋಟೆಯೊಳಗಿನ ಅರ್ಧ ಭಾಗದಲ್ಲಿ ಮಾತ್ರ ಮನೆಗಳಿರುತ್ತವೆ. ಉಳಿದ ಅರ್ಧ ಭಾಗದಲ್ಲಿ ಹುಲ್ಲು ಬೆಳಿಯುತ್ತದೆ. ಕೋಟೆಯೊಳಗೆ ದೊಡ್ಡದೊಂದು ಬಾವಿಯುಂಟು.

ಮಲಪ್ರಭಾ.— ಕುನಕುಂಬಿ, ಸೊಗಲ ನೋಡು.

ಮಂಗಸೂಳಿ.— ಅಥಣಿಯ ಪಶ್ಚಿಮಕ್ಕೆ ೧೬ ಮೈಲಿನ ಮೇಲೆ, ಜ. ಸ. (೮೧) ೩೧೬೦. ಇಲ್ಲಿಯ ಮಲ್ಲಯ್ಯನ ಗುಡಿಯು ಪ್ರಸಿದ್ಧ ಉಂಟು; ಬಹು ಜನರು ಈ ದೇವರಿಗೆ ನಡಕೊಳ್ಳುವರು. ಚೈತ್ರ ಮಾಸದಲ್ಲಿ ಈ ದೇವರ ಜಾತ್ರೆಯಲ್ಲಿ ಯೇಳೆಂಟು ಸಾವಿರ ಜನ ಕೂಡುತ್ತದೆ. ದನ, ಕುದುರೆಗಳ ಮಾರಾಟವು ಬಹಳ ಆಗುತ್ತದೆ.

ಮುನ್ನೊಳ್ಳಿ.— ಸವದತ್ತಿಯ ಉತ್ತರಕ್ಕೆ ೬ ಮೈಲಿನ ಮೇಲೆ ಮಲಾಪಹಾರಿಯ ದಂಡೆಯಲ್ಲಿ, ಜ. ಸ. (೮೧) ೪೬೦೧. ಇಲ್ಲಿ ಕರಳೆಯ ಹಚ್ಚಡಗಳೂ, ಜಾಜೀಮುಗಳೂ ಮುಂತಾದ ಅಚ್ಚು ಹಾಕಿದ ವಸ್ತ್ರಗಳು ಹುಟ್ಟುತ್ತವೆ. ಆದರೆ ಇವುಗಳ ಮಾರಾಟವು ಮೊದಲಿನಷ್ಟು ಈಗ ಆಗುವದಿಲ್ಲ. ಇಲ್ಲಿಯ ಬಣ್ಣಗಾರರು ನೂಲಿಗೂ ಬಣ್ಣ ಕೊಡುವರು. ಇಲ್ಲಿಯ ಭದ್ರವಾದ ಕೋಟೆಯನ್ನು ಮಲಾಪಹಾರಿಯು ಮೂರು ದಿಕ್ಕುಗಳಲ್ಲಿ ಸುತ್ತುಗಟ್ಟಿರುತ್ತದೆ. ಕೊತ್ತಳಗಳೂ ಗೋಡೆಗಳೂ ಕಲ್ಲಿನವು, ಬಹಳವಾಗಿ ಕೆಟ್ಟಿಲ್ಲ;

ಕಂದಕವು ತಕ್ಕಮಟ್ಟಿಗೆ ಆಳವಾಗಿರುವದು. ಕೋಟೆಯ ಕ್ಷೇತ್ರವು ೫೦೦ ಚಚ್ಚೌಕು ಯಾರ್ಡು ಇರುವದು. ಒಳಗೆ ಈಗ ಮನೆಗಳು ಹಾಳು ಬಿದ್ದವೆ; ಜನರ ವಸ್ತಿ ಇಲ್ಲ. ಪಶ್ಚಿಮ ದಿಕ್ಕಿನಲ್ಲಿ ಯೆರಡು ಅಗಸೆಗಳು ವೊಂದರೊಳಗೊಂದು ಇರುತ್ತವೆ. ಕೋಟೆ ಯೊಳಗೆ ಹನುಮಂತ, ಉಡಚವ್ವ, ಯೆಂಬ ಗುಡಿಗಳು ಹಳೇವಿರುತ್ತವೆ. ಹನುಮಂತನ ಗುಡಿಯಲ್ಲಿ ಚಿತ್ರಗಳನ್ನು ಕೊರಿದಿದ್ದಾರೆ. ಉಡಚವ್ವನ ಗುಡಿಯಲ್ಲಿ ದೇವಗಿರಿಯ ಯಾದವ ಅರಸು ೧೨೫೦ರಲ್ಲಿ ಬರಿಸಿದ್ದೊಂದು ಲಿಪಿ ಇರುತ್ತದೆ. ಊರಿನ ಪಶ್ಚಿಮಕ್ಕೆ ದೊಡ್ಡದೊಂದು ಅವಾರದೊಳಗೆ ೮ ಸಣ್ಣ ಸಣ್ಣ ಗುಡಿಗಳಿವೆ. ಅವುಗಳಿಗೆ ಪಂಚಲಿಂಗನ ಗುಡಿಗಳೆನ್ನುವರು. ಈ ಗುಡಿಗಳ ಸುತ್ತು ಮುತ್ತು ಯೆತ್ತರವಾದ ಗೋಡೆಯುಂಟು. ಇವುಗಳೊಂದರಲ್ಲಿ ದೇವಗಿರಿಯ ಯಾದವ ಅರಸು ೧೨೩೪ರಲ್ಲಿ ಬರಿಸಿದ್ದೊಂದು ಲಿಪಿ ಇರುತ್ತದೆ. ಆದರೆ ಗುಡಿಗಳು ಇದಕ್ಕೂ ಹಳೆವಾಗಿ ಕಾಣುತ್ತವೆ. ಮುನ್ನೊಳ್ಳಿಯು ಪಟ ವರ್ಧನರ ವಶದಲ್ಲಿ ಬಹು ದಿವಸ ಇತ್ತು.

ಮನೋಳಿ.—ಚಿಕ್ಕೋಡಿಯ ದಕ್ಷಿಣಕ್ಕೆ ೧೨ ಮೈಲಿನ ಮೇಲೆ, ಜ. ಸ. (೮೧) ೨೫೪೭. ಇದಕ್ಕೆ ನಗರ ಮನೋಳಿಯನ್ನುವರು. ಈ ಮನೋಳಿ, ಚಿಕ್ಕೋಡೀ ಪರಗಣೆ ಗಳನ್ನು ಪೇಶವನು ಸನ್ ೧೭೭೦ರಲ್ಲಿ ಪಟವರ್ಧನರಿಗೆ ಕೊಟ್ಟದ್ದರಿಂದ ಅವರಿಗೂ ಕೊಲ್ಲಾಪುರದ ಅರಸನಿಗೂ ಕಡು ಹಗೆತನ ವುಂಟಾಯಿತು. ಮುಂದೆ ಇವೇ ಪರಗಣೆ ಗಳು ನಿಪಾಣಕಕಿನ ಕೈ ಶೇರಿದ ಬಳಿಕ ಅವನಿಗೂ ಕೊಲ್ಲಾಪುರದವರಿಗೂ ಆರು ವರ್ಷ ಜಗಳ ನಡಿದಿತ್ತು.

ಮುಗಟಖಾನ ಹುಬ್ಬಳ್ಳಿ.—ಬೆಳಗಾವಿಯ ದಕ್ಷಿಣಕ್ಕೆ ೧೪ ಮೈಲಿನ ಮೇಲೆ, ಮಲಾಪಹಾರಿಯ ದಂಡೆಯಲ್ಲಿ, ಜ. ಸ. (೮೧) ೪೮೯೭. ವಿಜಾಪುರದವರ ಸರದಾರನಾದ ಮುಗುಟಖಾನನೆಂಬವನ ಗೋರಿಯು ಈ ವೂರಲ್ಲಿ ಇರುವ ಕಾರಣ, ಅವನ ಹೆಸರು ಈ ವೂರಿಗೆ ಬಿದ್ದದೆ. ದೇವಗಿರಿಯ ಅರಸರ ಮಂತ್ರಿಯು ೧೨೪೮ರಲ್ಲಿ ಬರಿಸಿದ್ದೊಂದು ಲಿಪಿ ಯಲ್ಲಿ ಈ ಹುಬ್ಬಳ್ಳಿಯ ಉಲ್ಲೇಖವದೆ. ಇಲ್ಲಿ ನದೀ ತೀರದಲ್ಲಿ ವೊಬ್ಬ ವೈಷ್ಣವ ಸ್ವಾಮಿಯ ವೃಂದಾವನವಿರುತ್ತದೆ. ಅಲ್ಲಿ ನರಸಿಂಹನ ಸ್ಥಾಪನೇ ಮಾಡಿ ವೈಷ್ಣವರು ನಡಕೊಳ್ಳುತ್ತಾರೆ.

ಮುರಗೋಡ.—ಸವದತ್ತಿಯ ವಾಯುವ್ಯಕ್ಕೆ ೧೫ ಮೈಲಿನ ಮೇಲೆ, ಜ. ಸ. (೮೧) ೪೮೭೫. ಪೋಲೀಸ ಕಚೇರಿ, ಟಪಾಲ ಕಚೇರಿಗಳಿರುತ್ತವೆ. ಇಲ್ಲಿ ಮಲ್ಲಿ ಕಾರ್ಜುನನ ಜಾತ್ರೆಯು ಮಾರ್ಗ ಶೀರ್ಷ ಪೂರ್ಣಿಮೆಯಲ್ಲಿ ಆಗುತ್ತದೆ. ಊರ ಹೊರಗೆ ರಮಣೀಯವಾದ ತೋಟಗಳಿರುತ್ತವೆ. ಮುರಗೋಡವು ಪಡಮೂಲೆಯ ಪೇಟೆಯೆಂದೆ ನಿಸುತ್ತದೆ. ಇಲ್ಲಿ ಅರಳೆ, ಕಾಳು, ಕಿರಾಣಿ, ಮುಂತಾದವುಗಳ ವ್ಯಾಪಾರವು ವೊಳಿತಾಗಿ ನಡಿಯುತ್ತದೆ. ಇಲ್ಲಿಯ ಬಣ್ಣಗಾರರು ಮುನ್ನೊಳ್ಳಿಯಂತೆ ವಸ್ತ್ರಗಳಿಗೂ ನೂಲಿಗೂ ಬಣ್ಣ ಕೊಡುವರು. ಚಿದಂಬರದೀಕ್ಷಿತರೆಂಬ ಹೆಸರಾದ ಅರ್ವಾಚೀನ ಸತ್ಪುರುಷನ

ಸಮಾಧಿಯು ಈ ವೂರಲ್ಲಿ ಇರುತ್ತದೆ. ಆ ಸಮಾಧಿಯ ಜಾತ್ರೆಯು ಪ್ರತಿ ವರ್ಷ ಆಗುತ್ತದೆ.

ನಂದಗಡ.—ಖಾನಾಪುರದ ಅಗ್ನೇಯಕ್ಕೆ ೭ ಮೈಲಿನ ಮೇಲೆ, ಜ. ಸ. (೮೧) ೭೯೧೦. ಇಲ್ಲಿ ಟಪಾಲ ಕಚೇರಿಯೂ ಮೂರು ಶಾಲೆಗಳೂ ಇರುತ್ತವೆ. ಇದು ದೊಡ್ಡ ಪಡಮೂಲೆಯ ಪೇಟೆಯು. ೫೦೦೦ದಿಂದ ೩೦೦೦೦ದ ವರೆಗೆ ಬಂಡವಲುಳ್ಳಂಥ ವ್ಯಾಪಾರಸ್ಥರು ೩೦ ಜನರಿದ್ದಾರೆ. ತೆಂಗು, ಅಡಿಕೆ, ಕೊಬ್ಬರೀ ಯೆಣ್ಣೆ, ಉತ್ತತ್ತಿ, ಯೆಣ್ಣೆ, ಉಪ್ಪು, ಮುಂತಾದ ಕೊಂಕಣದ ಸರಕುಗಳ ವ್ಯಾಪಾರವು ಬುಧವಾರದ ಸಂತೆಯಲ್ಲಿ ಬಹಳ ಆಗುತ್ತದೆ. ಈ ವೂರಿನ ಬಳಿಯಲ್ಲಿ ಕಿತ್ತೂರಿನ ಮಲಸರ್ಜನು ಪ್ರತಾಪಗಡವೆಂಬ ದುರ್ಗ ಕೋಟೆಯನ್ನು ಕಟ್ಟಿಸಿದ್ದಾನೆಂದು ಹಿಂದೆ ಹೇಳಿದ್ದೇವೆ. ಅದು ಈಗ ಬಹಳವಾಗಿ ಹಾಳಾಗಿದೆ. ಸಂಗೊಳ್ಳಿಯ ರಾಯಪ್ಪನನ್ನು ನಂದಗಡದಲ್ಲಿ ಗಲ್ಲಿಗೇರಿಸಿದರೆಂದು ಹಿಂದೆ ಹೇಳಿದ್ದೇವೆ. ಅವನು ಸಾಯುವ ಪೂರ್ವದಲ್ಲಿ ತನ್ನನ್ನು ಹುಗಿಯುವ ಸ್ಥಳವನ್ನು ತೋರಿಸಿ ಆ ಸ್ಥಳದಲ್ಲಿ ದೊಡ್ಡದೊಂದು ಮರವು ಬೆಳಿಯುವದೊಂದು ಹೇಳಿದ್ದನು. ಆ ಪ್ರಕಾರ ಅವನ ಹೆಣವನ್ನು ಅಲ್ಲಿ ಹುಗಿದ ಬಳಿಕ ಅಲ್ಲಿ ವೊಂದು ಆಲದ ಮರ ಹುಟ್ಟಿ ಈಗ ಬಹು ದೊಡ್ಡದಾಗಿ ಬೆಳಿದದೆ. ಅದರ ಕೆಳಗೆ ರಾಯಪ್ಪನ ಹೆಸರಿನ ಗುಡಿಯನ್ನು ಕಟ್ಟಿಸಿದ್ದಾರೆ. ನೆರೆಹೊರೆಯ ಜನರಲ್ಲಿ ಮಕ್ಕಳಿಲ್ಲದವರು, ರೋಗಿಗಳು, ವ್ಯಾಪಾರಸ್ಥರು ಮುಂತಾದವರು ರಾಯಪ್ಪನ ಹೆಸರಿನಿಂದ ಮಾಡಿದ ಹರಿಕೆಯು ಕೈ ಗೂಡುತ್ತದೆಂದು ಹೇಳುತ್ತಾರೆ. ಆದ್ದರಿಂದ ಪರಸ್ಥಳದವರು ಸಹ ಬಂದು ರಾಯಪ್ಪನ ಗೋರಿಗೆ ಬಲಿ ಮುಂತಾದವುಗಳನ್ನು ಕೊಡುತ್ತಾರೆ.

ನವಿಲತೀರ್ಥ.—ಸೊಗಲ ನೋಡು.

ನ್ಯಾಸರಿಗಿ.—ಸಂಪಗಾವಿಯ ಉತ್ತರಕ್ಕೆ ೭ ಮೈಲಿನ ಮೇಲೆ, ಜ. ಸ. ೨೧೧೦. ಇಲ್ಲಿ ಉರುಟು ಬಟ್ಟೆಗಳೂ ಕಾಜಿನ ಬಳೆಗಳೂ ಹುಟ್ಟುತ್ತವೆ; ಸೋಮವಾರ ಸಂತೆಯಾಗುತ್ತದೆ. ಬಸವನ ಗುಡಿಯು ಪುರಾತನದ್ದಿರುತ್ತದೆ. ಅದರಲ್ಲಿ ಸವದತ್ತಿಯ ಅರಸು ೧೭೯೯ರಲ್ಲಿ ಬರಿಸಿದ ಲಿಪಿಯುಂಟು. ಬಸವನ ಜಾತ್ರೆಯು ಹನ್ನೆರಡು ವರ್ಷಕ್ಕೊಮ್ಮೆ ಆಗುತ್ತದೆ.

ನಿಪಾಣಿ.—ಬೆಳಗಾವಿಯ ಉತ್ತರಕ್ಕೆ ೪೦ ಮೈಲಿನ ಮೇಲೆ, ಚಿಕ್ಕೋಡಿಯ ಪಶ್ಚಿಮಕ್ಕೆ ೧೩ ಮೈಲಿನ ಮೇಲೆ, ಜ. ಸ. (೮೧) ೯೭೭೭. ಇಲ್ಲಿ ಮ್ಯುನಿಸಿಪಾಲಿಟಿ, ಟಪಾಲ ಕಚೇರಿ, ಮುಶಾಫರೀ ಬಂಗಲೆ, ಧರ್ಮಶಾಲೆ, ಪುಸ್ತಕಾಲಯ, ೪ ಶಾಲೆಗಳು ಉಂಟು. ಇಲ್ಲಿ ೫೦೦೦ದಿಂದ ೨೫೦೦೦ದ ವರೆಗೆ ಬಂಡವಲುಳ್ಳಂಥ ವ್ಯಾಪಾರಸ್ಥರು ೧೦೦ ಜನರುಂಟು. ಗುರುವಾರದ ಸಂತೆಯು ದೊಡ್ಡದಾಗುತ್ತದೆ. ಅಕ್ಕಿ, ಅಡಿಕೆ, ಯಾಲಕ್ಕಿ, ಕಿರಾಣಿ, ಸಕ್ಕರೆ, ಕಾಳು, ವಸ್ತ್ರ, ಪಾತ್ರೆಗಳು, ಮುಂತಾದ ಸರಕುಗಳ ಮಾರಾಟವು ಬಹಳ ನಡಿಯುತ್ತದೆ. ದನಗಳ ಮಾರಾಟದ ಬಗ್ಗೆ ನಿಪಾಣಿಯು ಹೆಸರಾಗಿದೆ;

ಸಂತೆಯಲ್ಲಿ ೨, ೩ ಸಾವಿರದ ವರೆಗೆ ದನಗಳ ಮಾರಾಟವಾಗುತ್ತದೆ. ಈ ವೂರಲ್ಲಿ ಧಡೋತಿಯ ಬಟ್ಟೆಗಳೂ ಕಂಬಳಿಗಳೂ ಹುಟ್ಟುತ್ತವೆ. ಮ್ಯುನಿಸಿಪಾಲಿಟಿಯ ಆದಾಯವು ೧೮೮೨-೮೩ರಲ್ಲಿ ೧೦೫೨೬ ರೂಪಾಯಿ ಇತ್ತು. ನಿಪಾಣಿಯ ಅಪ್ಪಾ ಸಾಹೇಬನು ಶಿರಗುಪ್ಪಿಯ ಬಳಿಯಲ್ಲಿ ದೊಡ್ಡದೊಂದು ಕೆರೆ ಕಟ್ಟಿಸಿ, ನಿಪಾಣಿಯ ಊರೊಳಗೆ ನಳ ತಂದಿದ್ದಾನೆ. ಅದರ ನೀರು ಊರವರು ಕುಡಿಯುತ್ತಾರೆ. ಇದರ ಹೊರ್ತು ಮ್ಯುನಿಸಿಪಾಲಿಟಿಯವರು ಬೇರೆ ವೊಂದೆರಡು ಕೆರೆಗಳನ್ನು ಕಟ್ಟಿಸಿದ್ದಾರೆ. ಊರ ಬಳಿಯಲ್ಲಿ ವೊಂದು ಶೀ ನೀರಿನ ಹಳ್ಳವೂ ಇರುತ್ತದೆ. ನಿಪಾಣಿಯ ಕೋಟೆಯು ಭದ್ರವಾಗಿ ಕಟ್ಟಿದ್ದಿರುತ್ತದೆ. ಇದರ ಸುತ್ತಲಿನ ಕಂದಕದೊಳಗೆ ನೀರು ಇರುವದು. ಈ ಕೋಟೆಯನ್ನು ಸರಕಾರದವರು ಯುದ್ಧಕ್ಕೆ ಬಾರದಂತೆ ಬುದ್ಧಿ ಪೂರ್ವಕವಾಗಿ ಕೆಡಿಸಿದಾಗ್ಯೂ ಇದು ಇನ್ನೂ ಭದ್ರವಾಗಿರುತ್ತದೆ. ಕೋಟೆಯ ಬಾಗಿಲಿನ ಬಳಿಯಲ್ಲಿ ನಿಪಾಣಕರನ ಅರಮನೆಯುಂಟು.

ನಿಪಾಣಿಯು ನಡಿಯುವ ಶತಕದಲ್ಲಿ ಹೆಸರಿಗೆ ಬಂದ ಗ್ರಾಮವಿರುತ್ತದೆ. ಪೂರ್ವಕಾಲದ ಗುಡಿಗಳೂ ಲಿಪಿಗಳೂ ಈ ವೂರಲ್ಲಿ ಇಲ್ಲ. ಇಲ್ಲಿಯ ದೇಸಾಯಿ, ಸಿದೋಜೀರಾವ ಅಪ್ಪಾ ಸಾಹೇಬ ನಿಂಬಾಳಕರ, ಯೆಂಬವನೇ ಮೊದಲಿಗೆ ಹೆಸರಿಗೆ ಬಂದವನು. ಇವನು ಬಹು ಶೂರನಿದ್ದಾಗ್ಯೂ ಅತಿ ಕ್ರೂರನೂ ದುರಾಚಾರಿಯೂ ಇದ್ದನು. ಇವನು ಮೊದಲು ಸಿಂದ್ಯನ ದಂಡಿನಲ್ಲಿ ಸರದಾರನಾಗಿ ದಕ್ಷಿಣ ಮಹಾರಾಷ್ಟ್ರದಲ್ಲಿ ಸಿಂದ್ಯನಿಗೆ ಸಹಾಯ ಮಾಡಿದನು, ೧೮೦೧. ಜನರಲ್ ವೆಲ್ಲೆಸ್ಲಿಯು ಶ್ರೀರಂಗ ಪಟ್ಟಣದಿಂದ ಬಾಜೀರಾಯನನ್ನು ಗಾದಿಯ ಮೇಲೆ ಕೂಡ್ರಿಸಲಿಕ್ಕೆ ಪುಣೆಗೆ ಹೋಗುವಾಗ ನಿಪಾಣಕರನು ಅವನ ಸಂಗಡ ದಂಡಿನೊಡನೆ ಹೋಗಿ ಇಂಗ್ಲಿಷ ದಂಡಿನವರಿಗೆ ಸಹಾಯ ಮಾಡಿದನು, ೧೮೦೩. ಈ ಪ್ರಕಾರ ನಿಪಾಣಿಕರನು ಇಂಗ್ಲಿಷರ ಸ್ನೇಹವನ್ನೂ ಪೇಶವನ ಸ್ನೇಹವನ್ನೂ ಸಂಪಾದಿಸಿದ್ದರಿಂದ ಪೇಶವನು ಅವನಿಗೆ "ಸರಲಷ್ಕರ" ಯೆಂಬ ಬಿರುದು ಕೊಟ್ಟು ಮನೋಳಿ, ಹುಕ್ಕೇರಿ, ಈ ಯೆರಡು ಪರಗಣೆಗಳನ್ನು ಸರಂಜಾಮಿಗಾಗಿ ಕೊಟ್ಟನು. ಮನೋಳಿಯ ಪರಗಣೆಗಾಗಿ ಕೊಲ್ಲಾಪುರದ ಅರಸನಿಗೂ ನಿಪಾಣಕರನಿಗೂ ಮೊದಲಿನಿಂದ ಯುದ್ಧ ನಡಿದಿತ್ತು. ಕಡೆಯಲ್ಲಿ ಪೇಶವನ ಮಧ್ಯಸ್ಥಿಯಿಂದ ೧೮೦೯ರಲ್ಲಿ ಇಬ್ಬರ ವ್ಯಾಜ್ಯ ತೀರಿ, ಕೊಲ್ಲಾಪುರದವರ ಮಗಳನ್ನು ನಿಪಾಣಕರನು ಲಗ್ನ ಮಾಡಿಕೊಂಡನು. ಆದರೂ ನಿಪಾಣಕರನು ಮೊದಲಿನ ವ್ಯಾಜ್ಯವನ್ನು ಬಿಡಲಿಲ್ಲ. ಮುಂದೆ ೧೮೧೨ರಲ್ಲಿ ಪುಣೆಯ ರೆಸಿಡೆಂಟನಾಗಿದ್ದ ಎಲ್ಫಿನ್‌ಸ್ತನ್ ಸಾಹೇಬನ ಮಧ್ಯಸ್ಥಿಯಿಂದ ಕೊಲ್ಲಾಪುರದ ಅರಸು ಮನೋಳಿ, ಚಿಕ್ಕೋಡಿ, ಇವೆರಡು ಪರಗಣೆಗಳನ್ನು ನಿಪಾಣಕರನಿಗೆ ನಿರಾತಂಕವಾಗಿ ಕೊಟ್ಟನು. ನಿಪಾಣಕರನು ಇಷ್ಟು ಕ್ರೂರನಾದಾಗ್ಯೂ ಇಂಗ್ಲಿಷ ಸರದಾರರ ಕೂಡ ಬಹು ಲೀನನಾಗಿ ನಡಿಯುತ್ತಿದ್ದನು. ಆದ್ದರಿಂದ ಎಲ್ಫಿನ್‌ಸ್ತನ್, ಮಾಲಕಂ, ಮುಂತಾದ ಸರದಾರರ ಪ್ರೀತಿಯನ್ನು ಸಂಪಾದಿಸಿದ್ದನು. ಮುಂದೆ ಪೇಶವನಿಗೂ ನಿಪಾಣಕರನಿಗೂ ವ್ಯಾಜ್ಯ ಹುಟ್ಟಿ ಪೇಶವನು ಇಂಗ್ಲಿಷರ ಸಹಾಯದಿಂದ ನಿಪಾಣಕರನ ಕೆಲವು ಶೀಮೆಗಳನ್ನು ಕಸು ಕೊಂಡನು. ಆದರೆ ಅಂತರಂಗದಲ್ಲಿ ನಿಪಾಣಕರ

ನಿಗೆ ಪೇಶವನ ಸಹಾಯವಿತ್ತು. ಮುಂದೆ ೧೮೧೮ರಲ್ಲಿ ಪೇಶವನು ರಾಜ್ಯ ಕಳಕೊಂಡು ಓಡಿ ಹೋಗುವಾಗ ನಿಪಾಣಕರನು ಮೊದಲು ಪೇಶವನ ದಂಡಿನಲ್ಲಿ ಕೂಡಿದ್ದನು. ಆದರೆ ಪೇಶವನ ಪರಿಣಾಮ ನೋಡಿ, ಅವನು ತಾನಾಗಿ ಇಂಗ್ಲಿಷರ ಅಂಕಿತಕ್ಕೆ ಬಂದನು. ಆದರೂ ಅವನು ಪೇಶವನ ಪಕ್ಷವನ್ನು ಸ್ವೀಕರಿಸಿದ್ದಕ್ಕೆ ಇಂಗ್ಲಿಷರು ಅವನ ಮನೋಳಿ, ಚಿಕ್ಕೋಡೀ ಪರಗಣೆಗಳನ್ನು ಕಸುಕೊಂಡು ಕೊಲ್ಲಾಪುರದ ಅರಸನಿಗೆ ಕೊಟ್ಟರು. ಆದ್ದರಿಂದ ನಿಪಾಣಕರನು ಅಂತರಂಗದಲ್ಲಿ ಇಂಗ್ಲಿಷರ ಮೇಲೆ ಶಿಟ್ಟು ಹಿಡಿದನು. ಆದರೆ ಅದರಿಂದೇನು ಪ್ರಯೋಜನವಾಗಲಿಲ್ಲ. ನಿಪಾಣಕರನಿಗೆ ಸಂತತಿ ಇದ್ದಿಲ್ಲ. ಅವನು ತನ್ನ ಹೆಂಡತಿಯು ಬಸುರಿದ್ದಾಳೆಂದು ಪ್ರಕಟಿಶಿ, ವೊಬ್ಬ ವಿಧವೆಯ ಕೂಸನ್ನು ಆಕೆಯ ಮುಂದೆ ಹಾಕಿ ವಿಧವೆಯನ್ನು ಕೊಂದು, ಹೆಂಡತಿಯು ಮಗನನ್ನು ಹಡಿದಳೆಂದು ಸರಕಾರಕ್ಕೆ ತಿಳಿಸಿದನು. ಆದರೆ ಸರಕಾರಕ್ಕೆ ವೊಳಗಿನ ದುಷ್ಕರ್ಮವೆಲ್ಲ ಚನ್ನಾಗಿ ತಿಳಿದದ್ದರಿಂದ ಸರಕಾರದವರು ಆ ಮಗನನ್ನು ಮಂಜೂರ ಮಾಡದೆ, ಸರಂಜಾಮೆಲ್ಲ ಅಪ್ಪಾ ಸಾಹೇಬನ ತರುವಾಯ ಸರಕಾರಕ್ಕೆ ಶೇರ ತಕ್ಕದ್ದೆಂದು ಠರಾವು ಮಾಡಿದರು, ೧೮೩೯. ಮುಂದೆ ೧೮೩೯ರಲ್ಲಿ ಅಪ್ಪಾ ಸಾಹೇಬನು ಮರಣ ಹೊಂದಲಾಗಿ, ಸರಕಾರದವರು ಅವನ ಮೊದಲಿನ ೧೫೦೦ಂದ ದೇಸಗತಿಯ ಶೀಮೆಯನ್ನಷ್ಟು ಬಿಟ್ಟು ಉಳಿದ ಶೀಮೆಯನ್ನು ತಕ್ಕೊಂಡರು. ನಿಪಾಣರನು ಸಾಯುವ ಪೂರ್ವದಲ್ಲಿ ವೊಬ್ಬ ದತ್ತ ಪುತ್ರನನ್ನು ದೇಸಗತಿಗೆ ವಾರಸದಾರನಾಗಿ ತಕ್ಕೊಂಡಿದ್ದನು. ಆ ಮಗನ ಸಲುವಾಗಿ ನಿಪಾಣಕರನ ೬ ಜನ ಹೆಂಡರು ತಮ್ಮ ತಮ್ಮೊಳಗೆ ಬಹಳ ದಿವಸ ಜಗಳಾಡಿದರು. ಈಗಿನ ವಾರಸದಾರನು ರಾಜ ಕುಮಾರ ಕಾಲೇಜದಲ್ಲಿ ವೊಳಿತಾಗಿ ವಿದ್ಯಾಭ್ಯಾಸ ಮಾಡಿ, ತನ್ನ ದೇಸಗತಿಯ ಕಾರಭಾರವನ್ನು ತಾನೇ ನಡಿಸುತ್ತಾನೆ.

ಅಪ್ಪಾ ಸಾಹೇಬನು ಬಹು ಜನ ಸಾವಕಾರರನ್ನು ದುಡ್ಡಿನ ಸಲುವಾಗಿ ಶೆರೆಯೊಳಗೆ ಹಾಕಿದ್ದನು; ಬಹು ಜನರನ್ನು ಕ್ರೂರತನದಿಂದ ಕೊಲ್ಲಿಸಿದ್ದನು. ಶೆರೆಯೊಳಗಿದ್ದವರನ್ನು ಇಂಗ್ಲಿಷ ಸರಕಾರದವರು ನಿಪಾಣಕರನಿರುವಾಗಲೇ ಬಲಾತ್ಕಾರದಿಂದ ಬಿಡಿಸಿದರು. ನಿಪಾಣಕರನು ಸುಂದರಿಯರಾದ ತರುಣ ಸ್ತ್ರೀಯರನ್ನು ಶಿಕ್ಕಲ್ಲಿಂದ ಯೆತ್ತಿ ಕೊಂಡು ಹೋಗಿ, ಅವರಲ್ಲಿ ಬಹು ಜನರನ್ನು ನಾನಾ ಪ್ರಕಾರದ ಯಾತನೇ ಪಡಿಸಿ ಕೊಂದ ಕಥೆಗಳು ಜನರೊಳಗೆ ಪ್ರಸಿದ್ಧವಿರುತ್ತವೆ.

ಪರಸಗಡ.—ಸವದತ್ತಿಯ ದಕ್ಷಿಣಕ್ಕೆ ೩ ಮೈಲಿನ ಮೇಲೆ. ಈ ದುರ್ಗಕ್ಕೆ ಯೇರಿ ಹೋಗುವ ದಾರಿಯು ೩೦೫ ಫೂಟು ಉದ್ದ ಇರುತ್ತದೆ. ಗುಡ್ಡದ ನೆತ್ತಿಯ ಮೇಲೆ ಕೋಟೆಯು ೧೫೦೦ ಫೂಟು ಉದ್ದ, ೧೦೦ ಫೂಟು ಅಗಲ ಇರುತ್ತದೆ. ಗೋಡೆಗಳು ಬಹಳ ಕಡೆಯಲ್ಲಿ ಬಿದ್ದಿರುತ್ತವೆ. ಕೋಟೆಯೊಳಗೆ ಜನರ ವಸ್ತಿ ಇಲ್ಲ. ಕೋಟೆಯೊಳಗೆ ನೀರಿನ ಝರಿಯೂ ವೊಂದು ಗವಿಯೂ ಉಂಟು. ಈ ಕೋಟೆಯನ್ನು ಶಿವಾಜಿಯು ೧೬೭೪ರಲ್ಲಿ ಕಟ್ಟಿಸಿದನೆಂದು ಹೇಳುತ್ತಾರೆ.

ಪರಸಗಡ.—ಈ ಯೆರಡನೇ ದುರ್ಗ ಕೋಟೆಯು ಬೆಳಗಾವಿಯ ಜಿಲ್ಲೆ, ಸಾವಂ

ತವಾಡಿಯ ಸಂಸ್ಥಾನ, ಇವುಗಳ ಮೇರೆಯಲ್ಲಿ ಬೆಳಗಾವಿಯ ಪಶ್ಚಿಮಕ್ಕೆ ೩೫ ಮೈಲಿನ ಮೇಲೆ ಇರುತ್ತದೆ. ಈ ಗುಡ್ಡವು ೨೦೦೦ ಫೂಟು ಯೆತ್ತರವಿರುತ್ತದೆ; ಇದರೊಳಗಿನ ಕ್ಷೇತ್ರವು ೪೦ ಯೆಕರು ವುಂಟು. ಈ ಕೋಟೆಯಲ್ಲಿಯೂ ಈಗ ಜನರ ವಸ್ತಿ ಇಲ್ಲ; ಗೋಡೆಗಳು ಹಾಳಾಗಿವೆ. ಶಿವಾಜಿಯ ಮರಣದ ಕಾಲಕ್ಕೆ ಇದು ಅವನ ವಶದಲ್ಲಿ ಇತ್ತು.

ಸದಲಗಿ.—ಚಿಕ್ಕೋಡಿಯ ಉತ್ತರಕ್ಕೆ ೧೦ ಮೈಲಿನ ಮೇಲೆ, ಜ. ಸ. (೮೧) ೭೦೪೦. ಮಂಗಳವಾರ ಸಂತೆಯಾಗುತ್ತದೆ. ಧಡೋತಿಯ ವಸ್ತ್ರಗಳೂ ಕಂಬಳಿಗಳೂ ಹುಟ್ಟುತ್ತವೆ. ಈ ವೂರಲ್ಲಿ ಸಕ್ಕರೇ ಮಾಡುವ ಹೋರೆಯು ವೊಳಿತಾಗಿ ನಡಿಯುತ್ತದೆ. ಊರ ಹೊರಗೆ ಕಬ್ಬಿನ ತೋಟಗಳು ಇರುತ್ತವೆ.

ಸಂಪಗಾವಿ.—ಉತ್ತರ ಅಕ್ಷಾಂಶ ೧೫°, ೩೬′, ಪೂರ್ವ ರೇಖಾಂಶ ೭೪°, ೫೦′, ಬೆಳಗಾವಿಯ ಆಗ್ನೇಯಕ್ಕೆ ೧೮ ಮೈಲಿನ ಮೇಲೆ, ಜ. ಸ. (೮೧) ೩೬೭೯. ತಾಲೂಕಿನ ಕಚೇರಿಗಳಲ್ಲದೆ, ಪುಸ್ತಕಾಲಯವೂ ಯೆರಡು ಶಾಲೆಗಳೂ ಇರುತ್ತವೆ. ರವಿವಾರ ಸಂತೆಯಲ್ಲಿ ದನ, ವಸ್ತ್ರ, ಕಾಳು, ಅರಳೆ, ಮುಂತಾದವುಗಳ ಮಾರಾಟವಾಗುತ್ತದೆ. ಈ ವೂರಲ್ಲಿ ಕೆಲವು ಮಗ್ಗಗಳಿವೆ; ಧಡೋತಿಯ ವಸ್ತ್ರಗಳು ಹುಟ್ಟುತ್ತವೆ. ಹಳೇದೊಂದು ಮಶೀದಿಯುಂಟು. ಸನ್ ೧೬೮೩ರಲ್ಲಿ ಔರಂಗಜೇಬನ ಮಗನಾದ ಮಹಮ್ಮದ ಮುವಾಝುಂ ಯೆಂಬವನು ಸಂಪಗಾವಿಯ ಕೋಟೆಯನ್ನು ಯುದ್ಧ ಮಾಡಿ ತಕ್ಕೊಂಡನೆಂದು ಇತಿಹಾಸದಲ್ಲಿ ಲೇಖವದೆ. ಇದಕ್ಕೂ ಪೂರ್ವದಲ್ಲಿ ಸಂಪಗಾವಿಯ ಉಲ್ಲೇಖವು ಯೆಲ್ಲಿಯೂ ಇದ್ದಂತೆ ತೋರುವದಿಲ್ಲ.

ಸಂಕೇಶ್ವರ.—ಹುಕ್ಕೇರಿಯ ವಾಯವ್ಯಕ್ಕೆ ೮ ಮೈಲಿನ ಮೇಲೆ, ಜ. ಸ. (೮೧) ೮೧೦೬. ಟಪಾಲ ಕಚೇರಿ, ಯೆರಡು ಶಾಲೆಗಳು ಇರುತ್ತವೆ. ಬೆಳಗಾವೀ ಜಿಲ್ಲೆಯಲ್ಲಿ ಹೆಸರಾದ ಪಡಮೂಲೆಗಳಲ್ಲಿ ಸಂಕೇಶ್ವರವನ್ನು ಯೆಣಿಸುತ್ತಾರೆ. ಇಲ್ಲಿ ಸುಮಾರು ೫೦ ಜನ ವ್ಯಾಪಾರಸ್ಥರು ೫೦೦೦ದಿಂದ ೨೫೦೦೦ದ ವರೆಗೆ ಬಂಡವಲುಳ್ಳವರು ಇರುವದಲ್ಲದೆ, ಕೈಗಡದಿಂದ ಹಣ ಕೂಡಿಸಿ ಕೊಡಕೊಳ್ಳುವ ಹೋರೆಯನ್ನು ಮಾಡುವವರು ಬಹು ಜನರುಂಟು. ಶುಕ್ರವಾರ ಸಂತೆಯಾಗುತ್ತದೆ. ಕಾಳುಗಳು, ಪಾತ್ರೆಗಳು, ವಸ್ತ್ರಗಳು, ಅರಳೆ, ನೂಲು, ಕಿರಾಣಿ, ಮುಂತಾದ ಸರಕುಗಳ ಮಾರಾಟವು ಬಹಳ ನಡಿಯುತ್ತದೆ. ಇಲ್ಲಿಯ ವ್ಯಾಪಾರಸ್ಥರು ಅರಳೆಯನ್ನು ಕೊಂಡು ಚಿಪಳೂಣಕ್ಕೂ ವೆಂಗುರ್ಲೆಗೂ ಕಳಿಸುತ್ತಾರೆ; ತೆಂಗು, ಉತ್ತತ್ತಿ, ಅಡಿಕೆ, ಮುಂತಾದ ಕಿರಾಣಿಗಳನ್ನು ಘಟ್ಟದ ಕೆಳಗಿಂದ ತಂದು ಪರಪೇಟೆಗಳಿಗೆ ಕಳಿಸುತ್ತಾರೆ.

ಸಂಕೇಶ್ವರದಲ್ಲಿ ಶಂಕರಲಿಂಗನ ಗುಡಿಯು ಪುರಾತನದ್ದಿರುತ್ತದೆ. ಇದರಲ್ಲಿ ಮೂರು ಲಿಪಿಗಳಿರುತ್ತವೆ. ಅವುಗಳಲ್ಲಿ ವೊಂದು ಕಾರ್ತವೀರ್ಯನೆಂಬ ರಟ್ಟ ರಾಜನು ೧೧೯೯ರಲ್ಲಿ ಬರಿಸಿದ್ದಿರುತ್ತದೆ. ಶಿವರಾತ್ರಿಯಲ್ಲಿ ಶಂಕರ ಲಿಂಗನ ಜಾತ್ರೆಯಲ್ಲಿ ೨, ೩ ಸಾವಿರ ಜನ ಕೂಡುತ್ತದೆ.

ಸಂಕೇಶ್ವರದ ಸ್ವಾಮಿಯ ಮಠವು ಸುಮಾರು ಯೆರಡು ಯೆಕರಿನಷ್ಟು ವಿಸ್ತಾರವಾಗಿರುತ್ತದೆ. ಇದರ ಹಿತ್ತಲ ಬಾಗಿಲಿನ ಬಳಿಯಲ್ಲಿ ಹರಣ ಕಾಶಿಯೆಂಬ ಸಣ್ಣ ಹೊಳೆಯು ಹರಿಯುತ್ತದೆ. ಯಜ್ಞ ಮಂಟಪವು ೧೦೦೦ ಜನರಿಗೆ ಕೂಡ್ರಲಿಕ್ಕೆ ಬರುವಷ್ಟು ದೊಡ್ಡದಿರುತ್ತದೆ. ಮಠಕ್ಕೆ ಸುಮಾರು ೪೦೦೦ದ ಇನಾಮು ಭೂಮಿಗಳೂ ಗ್ರಾಮಗಳೂ ನಡಿಯುತ್ತವೆ. ಇದಲ್ಲದೆ ಶಿಷ್ಯ ಜನರ ಕಡೆಯಿಂದ ಬರುವ ಆದಾಯ ಬೇರೆ. ೧೬ನೇ ಶತಕದ ಕಡೆಯಲ್ಲಿ ಶಂಕರ ಭಾರತಿಯೆಂಬ ಸ್ವಾಮಿಗಳಿಗೆ ವಿಜಾಪುರದ ರಣದುಲ್ಲಾ ಖಾನನೆಂಬ ವಜೀರನು ಕೆಲವು ಗ್ರಾಮಗಳನ್ನು ಇನಾಮು ಕೊಟ್ಟ ಬಳಿಕ ಸಂಕೇಶ್ವರದಲ್ಲಿ ಆ ಸ್ವಾಮಿಗಳು ಮಠವನ್ನು ಸ್ಥಾಪಿಸಿದರೆಂದು ಹೇಳುತ್ತಾರೆ.

ಸಪ್ತಸಾಗರ.—ಅಥಣಿಯ ನೈರುತ್ಯಕ್ಕೆ ೧೦ ಮೈಲಿನ ಮೇಲೆ ಕೃಷ್ಣೆಯ ದಂಡೆಯಲ್ಲಿ, ಜ. ಸ. (೮೧) ೧೬೫೫. ಇದು ಕ್ಷೇತ್ರವೆಂದು ಯೆಣಿಸಲ್ಪಡುತ್ತದೆ. ಈ ವೂರ ಬಳಿಯಲ್ಲಿ ಕೃಷ್ಣೆಯಲ್ಲಿ ಸ್ನಾನ ಮಾಡಿದರೆ, ಯೇಳು ಸಮುದ್ರಗಳಲ್ಲಿ ಸ್ನಾನ ಮಾಡಿದ ಫಲ ಬರುತ್ತದೆಂದು ಜನರ ಗ್ರಹಿಕೆಯುಂಟು.

ಸವದತ್ತಿ.—ಉತ್ತರ ಅಕ್ಷಾಂಶ ೧೫°, ೪೬′, ಪೂರ್ವ ರೇಖಾಂಶ ೭೫°, ೧೧′, ಬೆಳಗಾವಿಯ ಆಗ್ನೇಯಕ್ಕೆ ೪೦ ಮೈಲಿನ ಮೇಲೆ, ಜ. ಸ. (೮೧) ೭೧೩೩. ಮಾಮಲೇದಾರ ಕಚೇರಿ, ಫೌಜದಾರ ಕಚೇರಿ, ಸಬಜಡಜ ಕಚೇರಿ, ಟಪಾಲ ಆಫೀಸು, ಆಸಪತ್ರಿ, ಮ್ಯುನಿಸಿಪಾಲಿಟಿ ಯೆರಡು ಶಾಲೆಗಳು ಇರುತ್ತವೆ. ಇಲ್ಲಿಯ ಮ್ಯುನಿಸಿಪಾಲಿಟಿಯು ೧೮೭೬ರಲ್ಲಿ ಸ್ಥಾಪನೆಯಾಯಿತು; ೧೮೮೦-೮೧ರಲ್ಲಿ ಇದರ ಆದಾಯವು ೩೬೯೦ ರೂಪಾಯಿ ಇತ್ತು. ಬುಧವಾರ ಸಂತೆಯಲ್ಲಿ ಅರಳೆ, ವಸ್ತ್ರ, ಯೆಣ್ಣೆ, ಉಪ್ಪು, ಕಿರಾಣಿ, ಕಾಳುಗಳು ಮುಂತಾದವುಗಳ ಮಾರಾಟವಾಗುತ್ತದೆ.

ಸವದತ್ತಿಯಲ್ಲಿ ಆರು ರಟ್ಟ ಅರಸರ ಲಿಪಿಗಳಿರುತ್ತವೆ; ಎಲ್ಲಕ್ಕೂ ಹಳೇದು ೮೭೫ನೇ ವರ್ಷದ್ದಿರುತ್ತದೆ, ಎಲ್ಲಕ್ಕೂ ಕಡೇದು ೧೨೨೯ನೇ ವರ್ಷದ್ದಿರುತ್ತದೆ. ಈ ಲಿಪಿಗಳಲ್ಲಿ ಸವದತ್ತಿಯ ರಟ್ಟ ರಾಜರ ವಂಶಾವಳಿ, ಅವರ ಶೌರ್ಯದ ಕೃತ್ಯಗಳು, ಅವರು ಕಟ್ಟಿಸಿದ ಜಿನಾಲಯಗಳು, ಅವುಗಳಿಗೆ ಕೊಟ್ಟ ಇನಾಮುಗಳು, ಮುಂತಾದವುಗಳ ವಿವರವಿರುತ್ತದೆ. ಸವದತ್ತಿಯಲ್ಲಿ ನಾಲ್ಕು ಬುನಾದಿಯ ದೇವಾಲಯಗಳಿರುತ್ತವೆ. ಅವೆಲ್ಲ ಮೊದಲು ಜೈನರ ಗುಡಿಗಳು. ಆದರೆ ಈಗ ಅವುಗಳಲ್ಲಿ ಬೇರೆ ಬೇರೆ ಮೂರ್ತಿಗಳನ್ನು ಕೂಡ್ರಿಸಿದ್ದಾರೆ. ಒಂದು ಮಾತ್ರ ಈಗ್ಯೂ ಬಸ್ತಿಯದೆ.

ಸವದತ್ತಿಯ ಕೋಟೆಯು ಊರಿನ ಪಶ್ಚಿಮಕ್ಕೆ ಸಮೀಪದಲ್ಲಿ ವೊಂದು ದಿನ್ನೆಯ ಮೇಲೆ ಕಟ್ಟಿರುತ್ತದೆ. ಇದು ಸುಮಾರು ೪೦೦ ಫೂಟು ವ್ಯಾಸವುಳ್ಳ ಅಷ್ಟಕೋನಾಕೃತಿಯುಂಟು; ಕೊತ್ತಳಗಳನ್ನೂ ಗೋಡೆಗಳನ್ನೂ ಕಲ್ಲಿನಿಂದ ಭದ್ರವಾಗಿ ಕಟ್ಟಿಸಿದ್ದಾರೆ; ಸುತ್ತು ಮುತ್ತು ಕಿರಿದಾದ ಕಂದಕವಿರುತ್ತದೆ. ಪೂರ್ವ ದಿಕ್ಕಿಗೆ ದೊಡ್ಡ ಅಗಸೆಯಲ್ಲದೆ ಬೇರೆ ಯೆರಡು ಸಣ್ಣ ದಿಡ್ಡಿಗಳಿರುತ್ತವೆ. ಕೋಟೆಯೊಳಗೆ ಸಹ ಯೇರಿಕೆಯ ಭೂಮಿಯುಂಟು. ಒಳಗೆ ವೊಂದು ಭದ್ರವಾದ ಹಳೆ ಇಮಾರತು ಇರುತ್ತದೆ. ಅದು ಈಗ

ಅಸಿಸ್ಟಾಂಟ ಕಲೆಕ್ಟರನ ಬಂಗಲೆಯಾಗಿದೆ. ಇದಲ್ಲದೆ ವೊಂದು ಹನುಮಂತನ ಗುಡಿಯೂ ಕಲ್ಲಿನಿಂದ ಕಟ್ಟಿದ್ದೊಂದು ಹೊಂಡವೂ ಕೋಟೆಯೊಳಗೆ ಇರುತ್ತವೆ.

ಕ್ರಿಸ್ತೀ ಶಕದ ೧೨೧೦ರ ವರೆಗೆ ಸವದತ್ತಿಯು ರಟ್ಟ ಅರಸರ ರಾಜಧಾನಿ ಇತ್ತು. ಮುಂಪೆ ಬೆಳಗಾವಿಯು ಅವರ ರಾಜಧಾನಿಯಾದಾಗ್ಯೂ ಸವದತ್ತಿಯಲ್ಲಿ ಅವರ ಮನೆ ಇತ್ತು. ಈ ಅರಸರು ಪಾಡಿಕೆಯಾಗಿ ಚಾಲುಕ್ಯರ ಮಾಂಡಲೀಕರಾಗಿ ಆಳಿದರು. ಸನ್ ೧೭೩೦ರಲ್ಲಿ ಸವಣೂರಿನ ನಬಾಬನು ಸವದತ್ತಿಯನ್ನು ನವಲಗುಂದದ ದೇಸಾಯಿಗೆ ಕೊಟ್ಟಿದ್ದನು. ಆ ದೇಸಾಯಿಯು ೧೭೩೪ರಲ್ಲಿ ಕೋಟೆಯನ್ನು ಕಟ್ಟಿಸಿದನು.

ಸವದಿ.—ಅಥಣಿಯ ಆಗ್ನೇಯಕ್ಕೆ ೧೦ ಮೈಲಿನ ಮೇಲೆ, ಜ. ಸ. (೮೧) ೨೭೩೪, ಕೃಷ್ಣೆಯ ದಂಡೆಯಲ್ಲಿ. ಇಲ್ಲಿ ಕೃಷ್ಣೆಯ ದಂಡೆಗೆ ಹುಣಚಿಯ ಬನದೊಳಗೆ ವೊಬ್ಬ ಫಕೀರನ ಗೋರಿ ಇರುತ್ತದೆ. ಅದಕ್ಕೆ ಜನರು ನಡಕೊಳ್ಳುತ್ತಾರೆ; ಚೈತ್ರ ಮಾಸದಲ್ಲಿ ಜಾತ್ರೆಯಾಗುತ್ತದೆ.

ಸೆಂಡೂರು, ಅಥವಾ ರಾಸೂಬಾಯಿಯ ಗುಡ್ಡ.—ನಿಪಾಣಿಯ ನೈರುತ್ಯಕ್ಕೆ ೫ ಮೈಲಿನ ಮೇಲೆ. ಸುಮಾರು ೭೨೦ ಫೂಟು ಯೆತ್ತರವಾದ ಗುಡ್ಡದ ಮೇಲೆ ಈ ಹೆಸರಿನ ಯೆರಡು ಹಳ್ಳಿಗಳಿರುತ್ತವೆ; ಅವುಗಳ ಜನಸಂಖ್ಯೆ (೮೧) ೨೫೦೦. ಈ ಗುಡ್ಡದ ಮೇಲೆ ರಾಸೂಬಾಯಿ ಯೆಂಬ ದೇವತೆಯ ಗುಡಿ ಇರುತ್ತದೆ. ಅದರ ಬಳಿಯಲ್ಲಿ ಆರೋಗ್ಯಕರವಾದ ನೀರಿನ ಝುರಿಯುಂಟು.

ಶೇಡಬಾಳ.—ಅಥಣಿಯ ಪಶ್ಚಿಮಕ್ಕೆ ೨೦ ಮೈಲಿನ ಮೇಲೆ, ಜ. ಸ. (೮೧) ೩೦೭೫. ನಿವಾಸಿಗಳು ಮುಖ್ಯವಾಗಿ ಜೈನರು. ಹೊಗೆಬಂಡಿಯ ಸ್ಟೇಶನ್ನು ಇರುತ್ತದೆ. ಬಸವನ ಗುಡಿಯಲ್ಲಿ ಕೊಲ್ಲಾಪುರದ ಶಿಲಾಹಾರ ಅರಸು ಸನ್ ೧೧೫೭ರಲ್ಲಿ ಬರಿಸಿದ್ದೊಂದು ಲಿಪಿಯುಂಟು. ಶಿವರಾತ್ರಿಯಲ್ಲಿ ಬಸವನ ಜಾತ್ರೆಯಾಗುತ್ತದೆ.

ಶೂರ್ಪಾಲಿ.—ಅಥಣಿಯ ಆಗ್ನೇಯಕ್ಕೆ ೨೦ ಮೈಲಿನ ಮೇಲೆ, ಜ. ಸ. (೮೧) ೧೪೪೮, ಕೃಷ್ಣೆಯ ದಂಡೆಯಲ್ಲಿ. ಇದು ದೊಡ್ಡ ಕ್ಷೇತ್ರವೆನಿಸುತ್ತದೆ. ಊರ ಹೊರಗೆ ಕೃಷ್ಣೆಯ ದಂಡೆಗೆ ಬಹು ಪುರಾತನ ಕಾಲದ ಆಲದ ಮರದ ಕೆಳಗೆ ನರಸಿಂಹ ದೇವರ ಗುಡಿಯುಂಟು. ಈ ದೇವರಿಗೆ ಊರೊಳಗಿನ ಬ್ರಾಹ್ಮಣರು ನಡಕೊಳ್ಳುವರು. ವೈಶಾಖ ಮಾಸದಲ್ಲಿ ದೇವರ ರಥೋತ್ಸವವಾಗುತ್ತದೆ. ಈ ವೂರು ವೊಬ್ಬ ಮುಸಲ್ಮಾನ ಸರದಾರನಿಂದ ೨೪ ಜನ ಬ್ರಾಹ್ಮಣರಿಗೆ ಅಗ್ರಹಾರವಾಗಿ ಕೊಡಲ್ಪಟ್ಟದ್ದು ಈಗ್ಯೂ ನಡಿಯುತ್ತದೆ.

ಸೊಗಲ.—ಸವದತ್ತಿಯ ವಾಯುವ್ಯಕ್ಕೆ ೧೨ ಮೈಲಿನ ಮೇಲೆ. ಈ ವೂರಿನ ಬಳಿಯಲ್ಲಿ ಮಲಾಪಹಾರಿಯು ಸುಮಾರು ೭೫ ಫೂಟು ಯೆತ್ತರವಾದ ಅರ್ಧ ಚಂದ್ರಾಕಾರವಾದ ತುದಿಯಿಂದ ಕೆಳಗೆ ಬೀಳುವದರಿಂದ ರಮಣೀಯವಾದ ತಡಸಲು ಉಂಟಾಗಿದೆ. ಈ ತಡಸಲಿನ ಮೇಲ್ಗಡೆಯಲ್ಲಿ ಬೇರೆ ಯೆರಡು ಸಣ್ಣ ತಡಸಲುಗಳ ಬಳಿಯಲ್ಲಿ ಈಶ್ವರನ ಗುಡಿ ಇರುತ್ತದೆ.

67.

ನವಿಲತೀರ್ಥ.—ಸೊಗಲದ ಆಗ್ನೇಯಕ್ಕೆ ೯ ಮೈಲಿನ ಮೇಲೆ. ಸುಮಾರು ೩೦೦ ಫೂಟು ಯೆತ್ತರವಾದದ್ದೊಂದು ಗುಡ್ಡವನ್ನು ಪೊಡಿದು ಮಲಾಪಹಾರಿಯು ಹರಿಯುತ್ತದೆ. ಒಂದು ನವಿಲು ಈ ಗುಡ್ಡದ ಮೇಲೆ ಕೂತು ಮಲಾಪಹಾರಿಯನ್ನು ಕರಿದದ್ದರಿಂದ ಆ ಹೊಳೆಯು ಬಂದು ಗುಡ್ಡವನ್ನು ಪೊಡೀತೆಂದು ಹೇಳುತ್ತಾರೆ. ಹೊಳೆಯ ಯೆರಡೂ ದಂಡೆಗಳಿಗೆ ಹೊಂದಿ ಗುಡ್ಡದ ತುದಿಗಳು ಗೋಡೆಯ ಹಾಗೆ ನೆಟ್ಟಗೆ ಮೇಲಕ್ಕೆ ಯೇರಿರುತ್ತವೆ. ಆ ಸ್ಥಳದಲ್ಲಿ ಹೊಳೆಯ ಪಾತ್ರೆಯು ೫೦ ಫೂಟಗಿಂತ ಹೆಚ್ಚು ಅಗಲು ಇಲ್ಲ. ಹೊಳೆ ತುಂಬಿದಾಗ ನೀರು ೫೦ ಫೂಟನ ವರೆಗೆ ಮೇಲಕ್ಕೇರುತ್ತದೆ. ಆದ್ದರಿಂದ ಗುಡ್ಡವು ಸವಿಯುತ್ತ ನಡಿದದೆಂದು ಹೇಳ ಬಹುದು. ಗುಡ್ಡವನ್ನು ಪೊಡಿದು ಪ್ರವಾಹವು ಹೊರ ಬೀಳುವ ಸ್ಥಳದಲ್ಲಿ ಆಳವಾದದ್ದೊಂದು ಮಡುವು ಇರುತ್ತದೆ. ಇದು ಬೇಸಿಗೆಯಲ್ಲಿ ೬೬ ಫೂಟು, ಮಳೆಗಾಲದಲ್ಲಿ ೭೪ ಫೂಟು ಆಳವಿರುತ್ತದೆ. ಬುನಾದಿಯಲ್ಲಿ ಗುಡ್ಡದ ಮೇಲಿಂದ ಬೀಳುತ್ತಿದ್ದ ತಡಸಲಿನಿಂದ ಈ ಮಡುವು ಆಗಿರ ಬಹುದೆಂದು ತೋರುತ್ತದೆ. ಆದ್ದರಿಂದ ಆರಂಭವಲ್ಲಿ ಹೊಳೆಯು ಪ್ರವಾಹದಿಂದ ವಿಸ್ತಾರವಾದದ್ದೊಂದು ಸರೋವರ ವುಂಟಾಗಿ, ಕಡೆಯಲ್ಲಿ ಪ್ರವಾಹದ ಕಸುವಿನಿಂದ ಗುಡ್ಡವು ಪೊಡಿದು ಮೊದಲು ಭವ್ಯವಾದದ್ದೊಂದು ತಡಸಲುಂಟಾಯಿತೆಂತಲೂ, ಗುಡ್ಡವು ಸವಿಯುತ್ತ ಹೋದ ಹಾಗೆ ಆ ತಡಸಲು ಕಿರಿದಾಗಿ ಕಡೆಯಲ್ಲಿ ಅದೃಶ್ಯವಾಯಿತೆಂತಲೂ ತೋರುತ್ತದೆ. ಮಲಾಪಹಾರಿ ಯೆಂಬ ಹೆಸರು "ಮಲೆಪೆರಿ" ಯೆಂಬ ದ್ರವಿಡ ಭಾಷೆಯ ಪೆಸರಿನಿಂದ ಹುಟ್ಟಿರುತ್ತದೆಂದು ಹಿಂದೆ ಹೇಳಿದ್ದೇವೆ. ಮಲೆಪೆರಿಯಂದರೆ ಗುಡ್ಡದ ಸರುವು. ಮೇಲೆ ಹೇಳಿದಂತೆ ಬುನಾದಿಯ ಸರೋವರದಿಂದ ಗುಡ್ಡವನ್ನೊಡಿದು ಸರುವು ಹೊರಟ ಕಾರಣ ಅದಕ್ಕೆ "ಮಲೆಪೆರಿ" ಯೆಂಬ ಹೆಸರು ಬಂತೆಂದು ಅನುಮಾನವಾಗುತ್ತದೆ.

ಸೋಮೇಶ್ವರನ ಗುಡ್ಡ.—ಸವದತ್ತಿಯ ವಾಯವ್ಯಕ್ಕೆ ೧೩ ಮೈಲಿನ ಮೇಲೆ ೩೫೦ ಫೂಟು ಯೆತ್ತರವಾದ ಗುಡ್ಡವಿರುತ್ತದೆ. ಅದರ ಮೇಲೆ ಸೋಮೇಶ್ವರನ ಗುಡಿಯೂ ನೀರಿನ ದೊಡ್ಡದೊಂದು ಝುರಿಯೂ ಉಂಟು. ಶಿವರಾತ್ರಿಯಲ್ಲಿ ಸೋಮೇಶ್ವರನ ಜಾತ್ರೆಯಾಗುತ್ತದೆ.

ಸುತಗಟ್ಟ.—ಬೆಳಗಾವಿಯ ಉತ್ತರಕ್ಕೆ ೧೩ ಮೈಲಿನ ಮೇಲೆ. ಇಲ್ಲಿಯ ಬೇಡರು ಪೂರ್ವದಲ್ಲಿ ದಾರೀ ಬಡಿಯುವದರಲ್ಲಿ ಹೆಸರಾಗಿದ್ದರು. ಈಗಲೂ ದಾರಿಕಾರರಿಗೆ ಇವರ ಹೆದರಿಕೆಯು ಇರುತ್ತದೆ. ಇಲ್ಲಿ ಯೆರಡು ಬಹು ದೊಡ್ಡ ಅತ್ತೀ ಮರಗಳುಂಟು. ಒಂದರ ಶಾಖೆಗಳು ಸುಮಾರು ೧೦೦ ಫೂಟು ಸುತ್ತು ಮುತ್ತು ಹಬ್ಬಿರುತ್ತವೆ.

ತಂಗಡಿ.—ಅಥಣಿಯ ಪೂರ್ವಕ್ಕೆ ೬ ಮೈಲಿನ ಮೇಲೆ. ಇಲ್ಲಿ ಹಾವಿನ ವಿಷ ಇಳಿಸುವವನೊಬ್ಬ ಮನುಷ್ಯನಿರುತ್ತಾನೆ. ಹಾವು ಕಡಿದ ಕೂಡಲೆ ಕಡಿಸಿ ಕೊಂಡವನು "ಆದಿ ಗುಡೀ ಇಮಾಮ ಸಾಹೇಬ" ಯೆಂಬ ಹೆಸರು ತಕ್ಕೊಂಡು ಕಣ್ಣು ಮುಚ್ಚಿ ಕೊಂಡು ಕೊರಳಿಗೆ ವೊಂದು ದಾರ ಕಟ್ಟಿಕೊಂಡು, ಆ ವಿಷ ಇಳಿಸುವವನ ಬಳಿಗೆ ಹೋಗಲಾಗಿ, ಅವನು ತತ್ಕಾಲವೇ ವಿಷ ಇಳಿಸುತ್ತಾನೆಂದು ಹೇಳುತ್ತಾರೆ. ಕೊರಳಿಗೆ ದಾರ ಕಟ್ಟ

ಕೊಳ್ಳುವದಕ್ಕೆ ಬದಲಾಗಿ, ಹಾವು ಕಡಿದ ಕ್ಷಣವೇ ಸದರೀ ಇಮಾಮ ಸಾಹೇಬನ ಹೆಸರಿನಿಂದ ಸಿಕ್ಕಂಥಾದೊಂದು ಕಲ್ಲು ಮೈ ಮೇಲೆಯಲ್ಯಾದರೂ ಕಟ್ಟಿ ಕೊಂಡರೆ ಹಾವಿನ ವಿಷ ಬಾಧಿಸುವದಿಲ್ಲೆಂತಲೂ ಹೇಳುತ್ತಾರೆ.

ವಕ್ಕುಂದ.— ಸಂಪಗಾವಿಯ ಆಗ್ನೇಯಕ್ಕೆ ೧೨ ಮೈಲಿನ ಮೇಲೆ. ಇಲ್ಲಿ ಕೆಲವು ಪುರಾತನದ ಗುಡಿಗಳಿರುತ್ತವೆ. ಅವುಗಳಲ್ಲಿ ವೊಂದು ಸಣ್ಣ ಗುಡಿಯಲ್ಲಿ ಅಂದವಾದ ಕೆತ್ತಿಕೆಯ ಚಿತ್ರಗಳಿರುತ್ತವೆ. ಈ ವೂರಲ್ಲಿ ಸುಂದರವಾದ ಕಲ್ಲಿನ ವೊಡವೆಗಳು ಹುಟ್ಟುತ್ತವೆ.

ವಲ್ಲಭಗಡ.— ಚಿಕ್ಕೋಡಿಯ ನೈರುತ್ಯಕ್ಕೆ ೧೫ ಮೈಲಿನ ಮೇಲೆ. ಈ ದುರ್ಗ ಕೋಟೆಯನ್ನು ಕಟ್ಟಿರುವ ಗುಡ್ಡವು ೩೦೦ ಫೂಟು ಯೆತ್ತರವಿರುತ್ತದೆ. ಕೋಟೆಯು ೨೭೫ ಫೂಟು ಉದ್ದ, ೨೦೦ ಫೂಟು ಅಗಲು ಇರುತ್ತದೆ. ಈ ಗುಡ್ಡದ ಇಳಕಲಿನ ಮೇಲೆ ವೊಂದು ಸಣ್ಣ ಹಳ್ಳಿಯುಂಟು.

ಯಮಕನಮರಡಿ.— ಚಿಕ್ಕೋಡಿಯ ದಕ್ಷಿಣಕ್ಕೆ ೨೦ ಮೈಲಿನ ಮೇಲೆ, ಜ. ಸ. (೮೧) ೪೪೯೧. ಊರ ಹೊರಗೆ ವೊಂದು ಕೋಟೆಯುಂಟು; ಮ್ಯುನಿಸಿಪಾಲಿಟಿ, ಪೋಷ್ಟ ಆಫೀಸು, ಸರಕಾರೀ ಶಾಲೆ, ಇರುತ್ತವೆ. ಮ್ಯುನಿಸಿಪಾಲಿಟಿಯ ಆದಾಯವು ೧೮೮೦-೮೩ರಲ್ಲಿ ೧೫೦೫ ರೂಪಾಯಿ ಇತ್ತು. ಮಂಗಳವಾರ ಸಂತೆಯಾಗುತ್ತದೆ; ಅದರಲ್ಲಿ ಕಾಳು, ವಸ್ತ್ರ, ತೆಂಗು, ಉತ್ತತ್ತಿ, ಮುಂತಾದವುಗಳ ಮಾರಾಟವು ಆಗುತ್ತದೆ.

ಯಾದವಾಡ.— ಗೋಕಾವಿಯ ಪೂರ್ವಕ್ಕೆ ೨೫ ಮೈಲಿನ ಮೇಲೆ. ಗೋಕಾವಿಯ ತಾಲೂಕಿನಲ್ಲಿ ಇದು ಯೆರಡನೇ ದೊಡ್ಡ ವೂರೆನಿಸುತ್ತದೆ; ಜನಸಂಖ್ಯವು ಗೋಕಾವಿಗಿಂತ ಸ್ವಲ್ಪ ಕಡಿಮೆಯುಂಟು. ಊರಿಗೆ ಯೆರಡು ಸುತ್ತು ಕೋಟೆಯನ್ನು ಕಟ್ಟಿದ್ದಾರೆ. ಆದರೆ ಅದೆಲ್ಲ ಈಗ ಹಾಳಾಗಿದೆ. ಇಲ್ಲಿ ವ್ಯಾಪಾರವು ತಕ್ಕಮಟ್ಟಿಗೆ ನಡಿಯುತ್ತದೆ. ಯಾದವಾಡವು ಪರಗಣೆಯ ಮುಖ್ಯ ಗ್ರಾಮವು; ಇಲ್ಲಿ ಪೂರ್ವದಲ್ಲಿ ಮಹಾಲ ಕಚೇರಿ ಇತ್ತು.

ಯೆಡೂರು.— ಚಿಕ್ಕೋಡಿಯ ಈಶಾನ್ಯಕ್ಕೆ ೧೨ ಮೈಲಿನ ಮೇಲೆ, ಜ. ಸ. (೮೧) ೨೧೯೨, ಕೃಷ್ಣೆಯ ದಂಡೆಯಲ್ಲಿ. ಇಲ್ಲಿ ವೀರಭದ್ರನ ಗುಡಿಯು ೧೪೫ ಫೂಟು ಚಚ್ಚೌಕು ಇರುತ್ತದೆ. ಈ ಗುಡಿಯಲ್ಲಿ ಸನ್ ೧೮೩೦, ೧೮೩೬, ಈ ವರ್ಷಗಳಲ್ಲಿ ಬರಿಸಿದ ಲಿಪಿಗಳಿರುತ್ತವೆ. ಈ ವೂರು ಈ ವೀರಭದ್ರ ದೇವರಿಗೇ ಇನಾಮು ನಡಿಯುತ್ತದೆ. ಈ ದೇವರ ಜಾತ್ರೆಯು ಶಿವರಾತ್ರಿಯಲ್ಲಿ ವೊಂದು ತಿಂಗಳಿನ ವರೆಗೆ ನಡಿಯುತ್ತದೆ. ಜಾತ್ರೆಯಲ್ಲಿ ೧೦೦೦೦ಕ್ಕಿಂತ ಹೆಚ್ಚು ಜನ ಕೂಡಿ, ಸುಮಾರು ೫೦೦೦೦ ರೂಪಾಯಿಯ ವರೆಗೆ ಸರಕುಗಳ ಮಾರಾಟವಾಗುತ್ತದೆ. ಯೆಡೂರು ಕ್ಷೇತ್ರವೆಂದು ಯೆಣಿಸಲ್ಪಡುತ್ತದೆ.

ಯೆಲ್ಲಮ್ಮನ ಗುಡ್ಡ.— ಸವದತ್ತಿಯ ಆಗ್ನೇಯಕ್ಕೆ ೫ ಮೈಲಿನ ಮೇಲೆ. ಇದು ಮುಂಬಯಿ ಇಲಾಖೆಯಲ್ಲಿ ಹೆಸರಾದ ಬಹು ದೊಡ್ಡ ದೇವಸ್ಥಾನವು. ಯೆಲ್ಲಮ್ಮನ

33*

ಗುಡಿಯನ್ನು ವಿಸ್ತಾರವಾದದ್ದೊಂದು ಗುಡ್ಡದ ಮೇಲೆ ಕೆಲಮಟ್ಟಿಗೆ ತಗ್ಗಾದ ಪ್ರದೇಶದಲ್ಲಿ ಸರಸ್ವತಿಯೆಂಬ ಚಿಕ್ಕ ಹೊಳೆಯ ಪಾತ್ರೆಯಲ್ಲಿ ಕಟ್ಟಿದ್ದಾರೆ. ಯೆಲ್ಲಮ್ಮನ ಗರ್ಭಗುಡಿಯ ಮುಂದೆ ದರ್ಶನ ಮಂಟಪದ ಜೊತೆಗೆ ಯೆರಡು ಸಭಾಮಂಟಪಗಳಿರುತ್ತವೆ. ಗುಡಿಯ ಸುತ್ತು ಮುತ್ತು ವಿಸ್ತಾರವಾದ ಪ್ರದಕ್ಷಿಣಾಂಗಣವನ್ನು ಬಿಟ್ಟು ಸುತ್ತು ಮುತ್ತು ಗಚ್ಚಿನ ಪೌಳಿಗಳನ್ನು ಕಟ್ಟಿದ್ದಾರೆ. ಒಂದು ಪೌಳಿಯ ಸ್ಥಳದಲ್ಲಿ ಗಣಪತಿಯನ್ನು ಕೂಡ್ರಿಸಿದ್ದಾರೆ. ಪೌಳಿಗಳ ಅವಾರದ ಹೊರಗೆ ಹೋಗಲಿಕ್ಕೆ ಪಶ್ಚಿಮಕ್ಕೂ ಉತ್ತರಕ್ಕೂ ಮಹಾದ್ವಾರ ಗಳಿವೆ. ಪಶ್ಚಿಮದ ಬಾಗಿಲಿನ ಮೇಲೆ ನಗಾರಖಾನೆಯನ್ನು ಕಟ್ಟಿಸಿದ್ದಾರೆ. ಈ ಯಾವತ್ತು ಇಮಾರತಿನಲ್ಲಿ ನೋಡ ತಕ್ಕಂಥ ಸೌಂದರ್ಯವೇನು ಇಲ್ಲ. ಕೆಲವು ಭಾಗಗಳು ನೂರಾರು ವರ್ಷಗಳ ಈಚೆಯಲ್ಲಿ ಕಟ್ಟಿದಂಥವಿರುತ್ತವೆ, ಬೇರೆ ಕೆಲವು ಐದಾರುನೂರು ವರ್ಷದ ಹಿಂದೆ ಕಟ್ಟಿಸಿದಂಥವಿರುತ್ತವೆ. ಇದಕ್ಕೂ ಹಳೆ ಇಮಾರತು ಗುಡಿಯಲ್ಲಿ ಯೆಲ್ಲಿಯೂ ಇಲ್ಲ. ನಗಾರಖಾನೆಯನ್ನು ವಿಜಯನಗರದ ಕೃಷ್ಣ ಮಹಾರಾಜನ ಆಳಿಕೆ ಯಲ್ಲಿ ಬಾಗೀಬೊಮ್ಮಪ್ಪ ನಾಯಕನೆಂಬವನು ಶಕೆ ೧೪೩೭ರಲ್ಲಿ ಕಟ್ಟಿಸಿದನೆಂಬದಾಗಿ ಆ ನಗಾರಖಾನೆಯಲ್ಲಿಯೇ ಇರುವದೊಂದು ಲಿಪಿಯು ಹೇಳುತ್ತದೆ. ಆ ಲಿಪಿಯಲ್ಲಿ ಯೆಲ್ಲ ಮ್ಮನಿಗೆ "ಜತ್ತಕಮಾಹಾಮಾಯೆ" ಯೆಂಬ ಹೆಸರು ಇರುತ್ತದೆ.

ಪರಶುರಾಮನ ತಾಯಿಯಾದ ರೇಣುಕೆಯೇ ಯೆಲ್ಲಮ್ಮನೆಂತಲೂ, ಈ ದೇವಸ್ಥಾ ನವು ೨೦೦೦ ವರ್ಷಕ್ಕಿಂತ ಪುರಾತನದ್ದೆಂತಲೂ ಹೇಳುತ್ತಾರೆ. ಆದರೆ "ಯೆಲ್ಲಮ್ಮ," "ಜತ್ತಕ" ಯೆಂಬ ಹೆಸರುಗಳಿಂದ ಇದು ದ್ರವಿಡ ದೇವತೆಯೆಂದು ತೋರುತ್ತದೆ. ದೇವ ತೆಯ ಪ್ರತಿಮೆಯು ಬೇರೆ ಹಿಂದೂ ಗುಡಿಗಳಲ್ಲಿಯ ಪ್ರತಿಮೆಗಳಂತೆ ಅಚ್ಚ ಮೂರ್ತಿಯ ರೂಪವಾಗಿ ಇರುವದಿಲ್ಲ; ಒಂದು ಹಲಚಿಗಲ್ಲಿನ ಮೇಲೆ ಹೆಣ್ಣು ಗೊಂಬೆಯ ಆಕಾರ ವನ್ನು ಹುಟ್ಟಿಸಿದ್ದಾರೆ. ಈ ದೇವತೆಯ ಕೈಗಳಲ್ಲಿ ಹಿಂದೂ ದೇವತೆಗಳ ಕೈಗಳಲ್ಲಿ ಇರುವ ಆಯುಧಗಳೂ ಇಲ್ಲ. ಮುಖ್ಯವಾಗಿ ಮೈಗೆ ಬಿಳುಪು ಹತ್ತಿದವರು ಯೆಲ್ಲಮ್ಮನಿಗೆ ನಡ ಕೊಳ್ಳುತ್ತಾರೆ; ದೇವತೆಗೆ ಹರಿಕೆ ಹೊತ್ತವರು, ಮುಖ್ಯವಾಗಿ ಹೆಂಗಸರು, ಗಂಥದ ಇಲ್ಲವೆ ಬೇವಿನ ಹುಟ್ಟಿಗೆಯ ಉಟ್ಟು ಕೊಂಡು ದರ್ಶನಕ್ಕೆ ಪೋಗುತ್ತಾರೆ; ಪೂರ್ವದಲ್ಲಿ ಬಕ್ತರು ಶಿಡೀ ಆಡುವರು. ಜಾತ್ರೆಗೆ ಹೋದವರು ಗುಡ್ಡದ ಮೇಲೆ ಮೂರು ಕಲ್ಲುಗ ಳನ್ನು ವೊಂದರ ಮೇಲೊಂದು ಯೇರಿಸಿಟ್ಟು ಬರುತ್ತಾರೆ. ಇವೆಲ್ಲ ಪ್ರಕಾರಗಳು ಯೆಲ್ಲ ಮ್ಮನು ದ್ರವಿಡ ದೇವತೆ ಯೆಂಬ ಲಕ್ಷಣವನ್ನು ತೋರಿಸುತ್ತವೆ. ಶಿಡೀ ಆಡುವದನ್ನು ಸರಕಾರದವರು ಸನ್ ೧೮೩೪ಳರಲ್ಲಿ ಕಟ್ಟು ಮಾಡಿದರು. ಆ ವರ್ಷ ೧೭೩ ಜನ ಶಿಡೀ ಆಡಿದರು.

ಯೆಲ್ಲಮ್ಮನ ಪೂಜಾರಿಗಳು ಲಿಂಗವಂತರಿದ್ದಾರೆ. ಅವರಿಗೆ ವರ್ಷಕ್ಕೆ ಸುಮಾರು ೧೦೦೦೦ ರೂಪಾಯಿಯ ಆದಾಯವಿರುತ್ತದೆ. ಇದಲ್ಲದೆ ದೇವತೆಗೆ ಶೀರೆ, ಕುಬ್ಬಸ, ಅಲಂಕಾರಗಳು ಮುಡಪಿನ ಹಣ ಮುಂತಾದವುಗಳು ಬರುವದು ಬೇರೆ. ಈ ದೇವತೆಗೆ ಇನಾಮ ಗ್ರಾಮಗಳಾಗಲಿ ಭೂಮಿಗಳಾಗಲಿ ಇರುವದಿಲ್ಲ. ಈ ಸಂಗತಿಗೂ ಗುಡಿಯು

ಅರ್ವಾಚೀನ ಕಾಲದ್ದಿರುತ್ತದೆಂಬ ಮಾತಿಗೂ ತಳಕು ಹಾಕಿದರೆ ಈ ದೇವಸ್ಥಾನವು ೧೩ನೇ ಶತಕದ ಈಚೆಯಲ್ಲಿ ಬೆಳೆದದ್ದೆಂದು ಅನುಮಾನವಾಗುತ್ತದೆ.

ಚೈತ್ರ ಪೂರ್ಣಿಮೆಯಲ್ಲಿಯೂ ಮಾರ್ಗಶೀರ್ಷ ಪೂರ್ಣಿಮೆಯಲ್ಲಿಯೂ ಯೆಲ್ಲಮ್ಮನ ಜಾತ್ರೆಯಾಗುತ್ತದೆ. ಮಾರ್ಗಶೀರ್ಷ ಪೂರ್ಣಿಮೆಗೆ ರಂಡಿ ಹುಣ್ಣಿವೆಯೆನ್ನುವರು. ಈ ಜಾತ್ರೆಯಲ್ಲಿ ದೇವತೆಯ ಕೈಯೊಳಗಿನ ಬಳೆಗಳನ್ನು ವೊಡಿದು ರಂಡಿತನ ಬಂದಂತೆ ತೋರಿಸುವರು. ಈ ಜಾತ್ರೆಯಲ್ಲಿ ಸುಮಾರು ೭೦೦೦೦ದ ವರೆಗೆ ಜನ ಕೂಡಿ ಬಹು ದೊಡ್ಡ ವ್ಯಾಪಾರವಾಗುತ್ತದೆ. ಚೈತ್ರ ಪೂರ್ಣಿಮೆಗೆ ಮುತ್ತೈದಿ ಹುಣ್ಣಿವೆ ಯೆಂದು ಹೇಳಿ ಆ ಜಾತ್ರೆಯಲ್ಲಿ ದೇವತೆಯ ಕೈಯಲ್ಲಿ ಬಳೆಗಳನ್ನು ಇಡಿಸುವರು. ಈ ಜಾತ್ರೆಯಲ್ಲಿ ಸುಮಾರು ೨೦೦೦೦ ಜನ ಕೂಡುತ್ತದೆ.

ಯೆಲ್ಲಮ್ಮನ ಗುಡ್ಡದ ಮೇಲೆ ಜಾತ್ರೆಗಳ ಪೂರ್ತಿಗೆ ಮ್ಯುನಿಸಿಪಾಲಿಟಿಯನ್ನು ಸ್ಥಾಪಿಸಿದ್ದಾರೆ. ಅವರು ಪ್ರತಿಯೊಬ್ಬ ಯಾತ್ರಿಕನ ಕೈಯಿಂದ ವೊಂದು ದುಡ್ಡು ತೆರಿಗೆ ಯೆತ್ತುವದಲ್ಲದೆ ಮಾಲಿನ ಮೇಲೆಯೂ ಜಕಾತಿಯನ್ನು ತಕ್ಕೊಳ್ಳುವರು. ಸನ್ ೧೮೮೨-೮೩ರಲ್ಲಿ ಈ ಮ್ಯುನಿಸಿಪಾಲಿಟಿಯ ಆದಾಯವು ೪೭೧೪ ರೂಪಾಯಿ ಇತ್ತು. ಈ ಹಣವನ್ನು ಲೈನ ಮಾರ್ಗಗಳನ್ನು ಕಟ್ಟಿಸಲಿಕ್ಕೂ, ಬಾವಿಗಳನ್ನು ಕಡಿಸಲಿಕ್ಕೂ ಬೇರೆ ಸಾರ್ವಜನಿಕ ಕೆಲಸಗಳಿಗೂ ವೆಚ್ಚ ಮಾಡುವರು.

ಯಳ್ಳೂರಗಡ.— ಬೆಳಗಾವಿಯ ಆಗ್ನೇಯಕ್ಕೆ ೭ ಮೈಲಿನ ಮೇಲೆ ದುರ್ಗಕೋಟೆಯು. ಈ ಗಡವು ಸಮುದ್ರದ ಸಪಾಟಿಯಿಂದ ೩೩೭೫ ಫೂಟು ಯೆತ್ತರಿರುತ್ತದೆ. ಕೋಟೆಯು ಸಣ್ಣದಿರುತ್ತದೆ. ಇದರಲ್ಲಿ ವಸ್ತಿ ಇಲ್ಲ. ಇಂಜಿನೀಯರ ಖಾತೆಯ ಅಧಿಕಾರಿಗಳು ಈ ಗಡವನ್ನು ಯೆತ್ತರದ ಮಾಪು ಮಾಡಿ ಕೊಂಡಿದ್ದಾರೆ.

ವಿಜಾಪುರ ಜಿಲ್ಲೆ.

ಅಗರಖೇಡ (ಅಗ್ರಖೇಟಕ).— ಇಂಡಿಯ ಈಶಾನ್ಯಕ್ಕೆ ೧೫ ಮೈಲಿನ ಮೇಲೆ, ಜ. ಸ. (೮೧) ೩೨೮೨. ಶಂಕರಲಿಂಗ, ಧೈರಪ್ಪ, ಯೆಂಬೆರಡು ಹಳೆ ಗುಡಿಗಳಿರುತ್ತವೆ. ಧೈರಪ್ಪನ ಗುಡಿಯನ್ನು ಕಟೆದ ವೊಣಕಲ್ಲಿನಿಂದ ಕಟ್ಟಿದ್ದಾರೆ. ಇಂಥಾ ಗುಡಿಗಳಿಗೆ ಕರ್ನಾಟಕದಲ್ಲಿ ಜಕಣಾಚಾರ್ಯರ ಗುಡಿಯೆಂತಲೂ, ಮಹಾರಾಷ್ಟ್ರದಲ್ಲಿ ಹೇಮಾಡ ಪಂತೀಯೆಂತಲೂ ಅನ್ನುವರು. ಈ ವೂರು ಆದ್ಯರೆಂಬ ಮನೆತನದ ಆಚಾರ್ಯರಿಗೆ ಅಗ್ರಹಾರವಿರುತ್ತದೆ.

ಹೇಮಾಡ ಪಂತನು ದೇವಗಿರಿಯ ರಾಮರಾಜನ ಮಂತ್ರಿ ಇದ್ದನು. ದ್ವಾಪರ ಯುಗದಲ್ಲಿ ಲಂಕೆಯ ವಿಬೀಷಣ ರಾಜನಿಗೆ ಔಷಧ ಕೊಟ್ಟು ಅವನ ರೋಗವನ್ನು ಪರಿ

ಹಾರ ಮಾಡಿದ ಹೇಮಾಡ ಪಂತನೊಬ್ಬನು ಬೇರೆ ಇದ್ದನೆಂದು ಹೇಳುತ್ತಾರೆ. ಅವನು ಲಂಕೆಯಿಂದ ಮೋಡೀ ಲಿಪಿಯನ್ನು ತಂದನಂತೆ.

ಐಹೊಳೆ.—ಬಾದಾಮಿಯ ಪೂರ್ವಕ್ಕೆ ೧೬ ಮೈಲಿನ ಮೇಲೆ, ಮಲಾಪಹಾರಿಯ ದಂಡೆಯಲ್ಲಿ, ಜ. ಸ. (೮೧) ೧೬೫೪. ಅಯ್ಯ, ಹೊಳಿ, ಈ ಯೆರಡು ಶಬ್ದಗ್ಗಳಿಂದ ಈ ಹೆಸರು ಆಗಿದೆ. ಪರಶುರಾಮನು ಕ್ಷತ್ರಿಯರನ್ನು ಕೊಂದ ಬಳಿಕ ಇಲ್ಲಿ ಮಲಾಪಹಾರಿ ಯಲ್ಲಿ ತನ್ನ ಕೊಡ್ಲೆಯನ್ನು ತೊಳಿದನೆಂದು ಹೇಳುತ್ತಾರೆ. ಕೊಡ್ಲೆಯ ಆಕಾರದ್ದೊಂದು ಬಂಡೆಯು ಹೊಳೆಯ ಮೇಲೆ ಇರುತ್ತದೆ. ಅದರ ಬಳಿಯಲ್ಲಿ ಪರಶುರಾಮನ ಪಾದಗಳು ಮೂಡಿರುತ್ತವೆಂದು ಕೆಲವೊಂದು ಬಗೆಯ ಆಕಾರಗಳನ್ನು ಕಲ್ಲಿನ ಮೇಲೆ ತೋರಿಸು ತ್ತಾರೆ. ಆ ಪಾದಗಳ ಹತ್ತರ ರಾಮಲಿಂಗನ ಗುಡಿಯು ಪ್ರಾಚೀನವಿರುತ್ತದೆ. ಈ ದೇವರ ಜಾತ್ರೆಯು ಫಾಲ್ಗುಣ ಪೂರ್ಣಿಮೆಯಲ್ಲಿ ಆಗುತ್ತದೆ. ಈ ಗುಡಿಯಿಂದ ಊರಿನ ತನಕ ಕಲ್ಲು ಹಾಸಿಗೆಯ ಬೀದಿಯೂ ಅದರ ಯೆಡ ಬಲಗಳಲ್ಲಿ ಹಾಳು ಗುಡಿಗಳೂ ಇರುತ್ತವೆ. ಊರ ಹೊರಗೆ ವೊಂದು ಗುಡ್ಡದ ಮೇಲೆ ಮೇಗುತಿ ಯೆಂಬ ಹೆಸರಿನ ದೇವಸ್ಥಾನವಿರುತ್ತದೆ. ಅದರಲ್ಲಿ ಚಲುಕ್ಯರ ೨ನೇ ಪುಲಿಕೇಶಿಯ ಆಳಿಕೆಯಲ್ಲಿ ರವಿವ ರ್ಮನೆಂಬವನು ಶಕೆ ೫೫೬ರಲ್ಲಿ ಈ ಜಿನೇಂದ್ರನ ಗುಡಿಯನ್ನು ಕಟ್ಟಿಸಿದನೆಂದು ಬರಿದದೆ. ಈ ಲಿಪಿಯು ಕರ್ನಾಟಕ ಭಾಗದಲ್ಲಿ ಯೆಲ್ಲಕ್ಕೂ ಪುರಾತನ ಕಾಲದ್ದೆಂದು ಹೇಳ ಬಹುದು. ಇದರಲ್ಲಿ ಬಾದಾಮಿಯ ಪ್ರಾಂತಕ್ಕೆ ಮಹಾರಾಷ್ಟ್ರವೆಂಬ ಹೆಸರು ಕೊಡಲ್ಪಟ್ಟಿದೆ. ಊರೊಳಗೆ ದುರಗವ್ವನ ಗುಡಿಯು ಯೆಲ್ಲ ಗುಡಿಗಳಲ್ಲಿ ಶ್ರೇಷ್ಠವೆನಿಸುತ್ತದೆ. ಇದು ಕರ್ನಾಟಕದಲ್ಲಿ ಯೆಲ್ಲಕ್ಕೂ ಹಳೆ ಗುಡಿಯೆಂದು ಹೇಳ ಬಹುದು. ಇದರ ಬಾಗಿಲಿನ ಮೇಲೆ ಚಲುಕ್ಯ ವಿಕ್ರಮನ ಹೆಸರು ಬರಿದದೆ. ಈ ಅರಸು ಕ್ರಿಸ್ತೀ ಶಕದ ೬೩೦ರಿಂದ ೬೮೦ರ ವರೆಗೆ ಆಳಿದನು. ಬೌದ್ಧ ಧರ್ಮದವರು ಗುಡ್ಡಗಳಲ್ಲಿ ಕೊರಿದು ಮಾಡಿದ ಗುಡಿಗಳ ಆಕಾರದಂತೆ ಈ ದುರಗವ್ವನ ಗುಡಿಯ ಆಕಾರವಿರುತ್ತದೆ. ಆದ್ದರಿಂದ ಇದನ್ನು ಕಟ್ಟಿದಾಗ ಬೌದ್ಧ ಧರ್ಮವು ಇನ್ನೂ ನಡಿಯುತ್ತಿತ್ತೆಂದೆನ್ನ ಬಹುದು. ಈ ಗುಡಿಯ ಗೋಡೆಗಳ ಮೇಲೆಯೂ ಬೇರೆ ಕಡೆಯಲ್ಲಿಯೂ ವಿಷ್ಣು, ಗರುಡ, ಮುಂತಾದ ದೇ ವತೆಗಳ ಚಿತ್ರಗಳಿರುತ್ತವೆ. ಈ ಗುಡಿಯಲ್ಲಿ "ಜಿನೇಂದ್ರನ ಪವಿತ್ರವಾದ ಆಸ್ಥಾನವು" ಯೆಂಬ ಶಬ್ದಗಳನ್ನು ಸಂಸ್ಕೃತದಲ್ಲಿ ಬರಿದಿದ್ದಾರೆ. ಈ ಲಿಪಿಯು ೭ನೇ ಶತಕದ್ದೆಂದು ತೋರುತ್ತದೆ.

ಐಹೊಳೆಯಲ್ಲಿ ಗುಡ್ಡದಲ್ಲಿ ಕೊರಿದು ಮಾಡಿದಂಥ ಯೆರಡು ಗುಡಿಗಳು ಊರ ಹೊರಗೆ ಇರುತ್ತವೆ. ಒಂದು ಜೈನರದು, ಯೆರಡನೇದು ಬ್ರಾಹ್ಮಣರದು. ಎರಡೂ ಗುಡಿ ಗಳಲ್ಲಿ ನಾನಾ ಪ್ರಕಾರದ ಚಿತ್ರಗಳೂ ಮೂರ್ತಿಗಳೂ ಇರುತ್ತವೆ. ಆದರೆ ಅವುಗಳನ್ನು ಮಾಡಿದವರ ಕೌಶಲ್ಯವು ಅಷ್ಟು ವರ್ಣಿಸ ತಕ್ಕಂಥಾದ್ದಲ್ಲ. ಬ್ರಾಹ್ಮಣರ ಗುಡಿಯಲ್ಲಿ ಕೆಲವು ಲಿಪಿಗಳಿರುತ್ತವೆ.

ಇವಲ್ಲದೆ ಐಹೊಳೆಯಲ್ಲಿ ಹುಚ್ಚಿಮಲ್ಲೀ ಗುಡಿ, ಲಾಡಖಾನ ಗುಡಿ, ನಾರಾಯಣನ

ಗುಡಿ, ಕೊಂಟದೇವನ ಗುಡಿ, ಮುಂತಾದ ಹಲವು ಗುಡಿಗಳುಂಟು. ಲಾಡಖಾನ ಗುಡಿಯಲ್ಲಿ ವೊಬ್ಬ ಮುಸಲ್ಮಾನನಿರುವದರಿಂದ ಅದಕ್ಕೆ ಈ ಹೆಸರು ಬಂದದೆ. ಈ ಯಾವತ್ತು ಗುಡಿಗಳಲ್ಲಿಯೂ ಚಲುಕ್ಯರ ಕಾಲದ, ಅಂದರೆ ೯ನೇ ಶತಕದ ಪೂರ್ವದ ಲಿಪಿಗಳಿರುತ್ತವೆ. ಊರ ಹೊರಗೆ ಲಿಂಗಗಳಿಗಂತು ಲೆಕ್ಕವಿಲ್ಲ. ಹೊಸ ಗುಡಿಗಳನ್ನೂ ಇಮಾರತುಗಳನ್ನೂ ಕಟ್ಟಿಸುವವರು ಈ ಊರೊಳಗಿನ ಹಾಳು ಗುಡಿಗಳಲ್ಲಿಯ ಬೇಕಾದಂಥ ಕಲ್ಲುಗಳನ್ನು ವೊಯ್ಯುತ್ತಾರೆ. ಆದರೆ ಸರಕಾರದವರು ವೊಳಗಡೆಯಲ್ಲಿ ಇಲ್ಲಿಯ ಕಲ್ಲುಗಳನ್ನು ಯಾರೂ ತಕ್ಕೊಳ್ಳ ಕೂಡದೆಂದು ನಿರ್ಬಂಥ ಮಾಡಿದ್ದಾರೆ.

ಆಲಮೇಲೆ.—ಸಿಂದಗಿಯ ಉತ್ತರಕ್ಕೆ ೧೦ ಮೈಲಿನ ಮೇಲೆ, ಜನಸಂಖ್ಯೆ (೮೧) ೩೧೩೩. ಈ ವೂರನ್ನು ಬಿಜ್ಜಳ ರಾಜನು ಕಟ್ಟಿಸಿದನೆಂದು ಹೇಳುತ್ತಾರೆ. ರಾಮಲಿಂಗನ ಗುಡಿಯು ಪುರಾತನದ್ದಿರುತ್ತದೆ. ಇದರಲ್ಲಿ ಇರುವ ಮೂರು ಲಿಂಗಗಳಲ್ಲಿ ವೊಂದಕ್ಕೆ ನಾಲ್ಕು ಮುಖಗಳಿವೆ. ಗರ್ಭಾಗಾರದ ಮೇಲೆ ವೊಂದು ಆನೆಯು ಮೂವರು ಮನುಷ್ಯರನ್ನು ಸೊಂಡಿಲಿನೊಳಗೆ ಹಿಡಿದು ಕೊಂಡು ಹೋಗುವ ಹಾಗೆ ಚಿತ್ರವನ್ನು ಕೊರಿದಿದ್ದಾರೆ. ಸಭಾಮಂಟಪದ ಗೋಡೆಗಳ ಮೇಲೆಯೂ ಕಂಬಗಳ ಮೇಲೆಯೂ ಸುಂದರವಾದ ಚಿತ್ರಗಳಿರುತ್ತವೆ. ಶಾಲೆಯ ಬಳಿಯಲ್ಲಿ ವೊಂದು ಕಲ್ಲಿನ ನಾಲ್ಕು ಮೋರೆಗಳ ಮೇಲೆಯೂ ೧೧೦೭ನೇ ವರ್ಷದ ಲಿಪಿಗಳಿರುತ್ತವೆ. ಊರ ಹೊರಗೆ ಹಾಳಾದವ್ಹೊಂದು ಹನುಮಂತನ ಗುಡಿಯಲ್ಲಿ ವೊಬ್ಬ ಮನುಷ್ಯನನ್ನು ಯೆರಡು ಆನೆಗಳು ಮೇಲಕ್ಕೆ ಯೆತ್ತಿದ ಹಾಗೆ ಚಿತ್ರವನ್ನು ಕಟದಿದ್ದಾರೆ. ಇನ್ನೊಂದು ಅರ್ವಾಚೀನಕಾಲದ ಈಶ್ವರನ ಗುಡಿಯಲ್ಲಿಯೂ ಆನೆಗಳ ಚಿತ್ರಗಳಿರುತ್ತವೆ. ಇದನ್ನು ರಾಮಾಜೀ ನರಹರ ಬನ್ನೀವಾಲೆ ಯೆಂಬ ಅಧಿಕಾರಿ ಸನ್ ೧೭೮೦ರಲ್ಲಿ ಕಟ್ಟಿಸಿದನೆಂದು ಹೇಳುತ್ತಾರೆ. ಮುಧೋಳದ ಮಾಲೋಜೀ ರಾವ ಘೋರ್ಪಡೆ ಯೆಂಬ ಸರದಾರನ ವಶದಲ್ಲಿ ಆಲಮೇಲೆಯು ಪ್ರಾಂತವಿದ್ದಾಗ ೧೮೦೦ನೇ ವರ್ಷ ವೊಂದು ಭವಾನಿಯ ಗುಡಿಯನ್ನು ಕಟ್ಟಿಸಿದ್ದಾರೆ. ಇದು ಸಾಮಾನ್ಯ ತರದ್ದಿರುತ್ತದೆ. ಆಲಮೇಲೆಯ ದೇಶಪಾಂಡೆಯಾದ ಶೇಷಗಿರಿ ರಾಯನೆಂಬವನು ರಾಮನ ಗುಡಿಯನ್ನು ೧೭೮೮ರಲ್ಲಿ ಕಟ್ಟಿಸಿದ್ದಾನೆ. ಅದಕ್ಕೆ ಪೇಶವನಿಂದ ದೊರಿದ ಇನಾಮು ಭೂಮಿಯು ಈಗ್ಯೂ ನಡಿಯುತ್ತದೆ. ಇನ್ನೊಂದು ಮಾರುತಿಯ ಗುಡಿ, ಪಾವಾಡೀ ಬಸವೇಶ್ವರನ ಗುಡಿ, ದೇವಪ್ಪಯ್ಯನ ಸಮಾಧಿ, ಘಾಲಿಬ ಸಾಹೇಬನ ಗೋರಿ, ಲಕ್ಷ್ಮಿಯ ಗುಡಿ, ಅಕ್ಕ ತಂಗಿಯರ ಬಾವಿ, ಮುಂತಾದ ಪೂರ್ವ ಕಾಲದ ಸ್ಮಾರಕಗಳು ಈ ವೂರಲ್ಲಿ ಹಲವುಂಟು. ಕೆಲವುಗಳಿಗೆ ಸಂಬಂಧಿಸಿದ ಚಮತ್ಕಾರವಾದ ಕಥೆಗಳಿರುತ್ತವೆ. ಉದಾಹರಣಾರ್ಥವಾಗಿ ಲಕ್ಷ್ಮಿಯ ಗುಡಿಯ ಕಥೆ ಹ್ಯಾಗಂದರೆ.—ಒಬ್ಬ ಸಾಹೇಬನು ತನ್ನ ಡೇರೆಯನ್ನು ಹೊಡಿಸುವದಕ್ಕಾಗಿ ಈ ಲಕ್ಷ್ಮಿಯ ಸಣ್ಣ ಗುಡಿಯನ್ನು ಕಿತ್ತಿಸಿ ತೆಗಿದದ್ದರಿಂದ ತತ್ಕಾಲವೇ ಅವನ ಕಣ್ಣುಗಳು ಹೋದವು. ಆದರೆ ಸಾಹೇಬನು ಪಶ್ಚಾತ್ತಾಪ ಪಟ್ಟು ಆ ಗುಡಿಯನ್ನು ಮರಳಿ ಮೊದಲು ಇದ್ದಂತೆ ಕಟ್ಟಿಸಿದ ಬಳಿಕ ಅವನ ಕಣ್ಣು ಮತ್ತೆ ಬಂದವಂತೆ. ಅಕ್ಕ ತಂಗಿಯರ ಬಾವಿಯೆಂಬ ದೊಡ್ಡ ಹೊಕ್ಕು ತುಂಬುವ

ಬಾವಿಯನ್ನು ಇಬ್ಬರು ಪಾತರದವರಾದ ಅಕ್ಕ ತಂಗಿಯರು ಕಟ್ಟಿಸಿದರು. ಆದರೆ ನೀರು ಬೀಳಲಿಲ್ಲ. ಒಬ್ಬ ಸತ್ಪುರುಷನು, ನೀವು ನಿಮ್ಮನ್ನೇ ಬಲಿ ಕೊಟ್ಟ ಹೊರ್ತು ಬಾವಿಗೆ ನೀರು ಬೀಳಲಿಕ್ಕಿಲ್ಲೆಂದು ಆ ಅಕ್ಕ ತಂಗಿಯರಿಗೆ ಹೇಳಿದನು. ಆದ್ದರಿಂದ ಅವರು ರಾತ್ರಿಯಲ್ಲಿ ಬಾವಿಯೊಳಗೆ ಹೋಗಿ ಮಲಗಿ ಕೊಂಡರು. ಮರು ದಿವಸ ಬೆಳಿಗ್ಗೆ ಬಾವಿ ತುಂಬಿ ಆ ಪರೋಪಕಾರಿಗಳಾದ ಅಕ್ಕ ತಂಗಿಯರು ನೀರೊಳಗೆ ಮುಳುಗಿ ಹೋಗಿದ್ದರು.

ಅನವಾಲ.—ಕಲಾದಗಿಯ ಆಗ್ನೇಯಕ್ಕೆ ೫ ಮೈಲಿನ ಮೇಲೆ. ಇಲ್ಲಿ ಅನಂತ ಶಯನನ ಯೆರಡಂತಸ್ತಿನ ಸಣ್ಣ ಗುಡಿಯಲ್ಲಿ ಅನಂತಶಯನನ ಮೂರ್ತಿಯು ಸುಂದರವಾದದ್ದಿರುತ್ತದೆ.

ಅರಸಿಬೀಡಿ.—ಹುನಗುಂದದ ದಕ್ಷಿಣಕ್ಕೆ ೧೬ ಮೈಲಿನ ಮೇಲೆ. ಈಗ ಬಹುತರ ಯೆಲ್ಲ ಹಾಳಾಗಿದೆ. ಪೂರ್ವದಲ್ಲಿ ಇದಕ್ಕೆ ವಿಕ್ರಮಪುರವೆನ್ನುವರು. ಚಾಲುಕ್ಯರ ವಿಖ್ಯಾತ ವೀರನಾದ ೬ನೇ ವಿಕ್ರಮಾದಿತ್ಯನು ಈ ವೂರು ಕಟ್ಟಿಸಿ ತನ್ನ ರಾಜಧಾನಿಯನ್ನು ಮಾಡಿ ಕೊಂಡಿದ್ದನು. ಮುಂದೆ ಸ್ವಲ್ಪ ದಿವಸದೊಳಗೆ ಕಲಚೂರೀ ಬಿಜ್ಜಳನು ಚಾಲುಕ್ಯರ ರಾಜ್ಯವನ್ನು ಆಕ್ರಮಿಸಿದ ಬಳಿಕ ಈ ವೂರು ಹಾಳಾಯಿತೆಂದು ತೋರುತ್ತದೆ.

ಬಾದಾಮಿ.—ಉತ್ತರ ಅಕ್ಷಾಂಶ ೧೫°, ೫೫′, ಪೂರ್ವ ರೇಖಾಂಶ ೭೫°, ೪೫′, ವಿಜಾಪುರದ ದಕ್ಷಿಣಕ್ಕೆ ೬೫ ಮೈಲಿನ ಮೇಲೆ, ಜ. ಸ. (೮೧) ೩೦೬೦. ತಾಲೂಕಿನ ಮುಖ್ಯ ಗ್ರಾಮವು; ಹೊಗೆಬಂಡಿಯ ಸ್ಟೇಶನ್ನು ಇರುತ್ತದೆ.

ಈ ವೂರು ಯೆರಡು ಗುಡ್ಡಗಳ ನಡುವಿನ ಕಂದರದಲ್ಲಿ ಇರುತ್ತದೆ. ಒಂದು ಗುಡ್ಡದ ಬುಡದಿಂದ ಮತ್ತೊಂದರ ವರೆಗೆ ವೊಡ್ಡು ಹಾಕಿ ದೊಡ್ಡದೊಂದು ಕೆರೆಯನ್ನು ಮಾಡಿದ್ದಾರೆ. ಈ ಕೆರೆಯ ಉತ್ತರ ದಂಡೆಗುಂಟ ಗುಡಿಗಳಿರುತ್ತವೆ; ಗುಡ್ಡಗಳ ಮೇಲೆ ಯೆರಡು ದುರ್ಗಕೋಟೆಗಳುಂಟು. ದಕ್ಷಿಣದ ಕೋಟೆಯ ಪಶ್ಚಿಮ ಮೋರೆಯಲ್ಲಿ ನಾಲ್ಕು ಕೊರಿದು ಮಾಡಿದ ಗವಿಗಳಿರುತ್ತವೆ; ಇವುಗಳಲ್ಲಿ ವೊಂದು ಶೈವರದು, ಯೆರಡು ವೈಷ್ಣವರವು, ವೊಂದು ಜೈನರದು. ಈ ಗುಹಾಸ್ಥಾನಗಳು ಯೆಷ್ಟು ಮಾತ್ರವೂ ಕೆಟ್ಟಿಲ್ಲ; ಇವುಗಳಲ್ಲಿ ಅತ್ಯುತ್ತಮವಾಗಿ ಕೊರಿದಂಥ ನಾನಾ ಪ್ರಕಾರದ ಚಿತ್ರಗಳಿರುತ್ತವೆ.

೧ನೇ ಶೈವರ ಗವಿಯ ಮುಂದೆ ಸಭಾಮಂಟಪ, ಅದರ ಹಿಂದೆ ಗರ್ಭಾಗಾರ, ಹೀಗೆ ಯೆರಡು ವಿಭಾಗಗಳಿರುತ್ತವೆ. ಸಭಾಮಂಟಪವು ೪೦ ಫೂಟು ೧ ಇಂಚು ಉದ್ದ, ೨೪ ಫೂಟು ೬ ಇಂಚು ಅಗಲು ಇರುತ್ತದೆ. ಗರ್ಭಾಗಾರವು ೬ ಫೂಟು ೧೧ ಇಂಚಿನಿಂದ ೮ ಫೂಟು ೩ ಇಂಚಿನ ವರೆಗೆ ಉದ್ದ, ೯ ಫೂಟು ೬ ಇಂಚು ಅಗಲು ಇರುತ್ತದೆ. ಈ ಆಸ್ಥಾನದ ಹೊರಗಿನ ಪಾವಟಗೆಗಳ ಯೆಡ ಬಲಗಳಲ್ಲಿ ಆಕಳಿನ ಮೋರೆ, ಕುದುರೆಯ ಮೋರೆಗಳುಳ್ಳಂಥ ಶಿವನ ಗಣಗಳ ಮೂರ್ತಿಗಳನ್ನು ಕಟಿದು ಮಾಡಿದ್ದಾರೆ. ಪಾವಟಗೆಗಳ ಮೇಲ್ಬದಿಯಲ್ಲಿ ೫ ಫೂಟು ಯೆತ್ತರವಾದ ತಾಂಡವನರ್ತನ ಮಾಡುವ ಶಿವನ ಮೂರ್ತಿಯುಂಟು. ಅದರ ಬಳಿಯಲ್ಲಿ ನಂದಿ, ಗಣಪತಿ, ನಾರದ, ಈ ಮೂವರ ಮೂರ್ತಿಗಳಿವೆ. ಈ ಶಿವನ ಮೂರ್ತಿಯನ್ನು ದಾಟ ಮತ್ತು ಕೆಲವು ಪಾವಟಗೆಗಳ

ಮೇಲೆ ವೊಂದು ಸಣ್ಣ ಮಂಟಪವಿರುತ್ತದೆ. ಈ ಪಾವಟಗೆಗಳ ಯೆಡ ಬಲಗಳಲ್ಲಿಯೂ ಮಂಟಪದೊಳಗೆ ಸುತ್ತು ಮುತ್ತಲೂ ನಾನಾ ಪ್ರಕಾರದ ಗಣಗಳ ಮೂರ್ತಿಗಳಿವೆ; ಎದುರಿನ ಗೋಡೆಗೆ ಮಹಿಷಾಸುರ ಮರ್ದನಿಯಾದ ಜಗದಂಬೆಯ ಮೂರ್ತಿಯುಂಟು. ಗುಹೆಯ ಬಾಗಿಲಿನಲ್ಲಿ ೬ ಫೂಟು ೨ ಇಂಚು ಯೆತ್ತರವಾದ ದ್ವಾರಪಾಲಕನ ಮೂರ್ತಿಯು ತ್ರಿಶೂಲವನ್ನು ಧರಿಸಿ ಕೊಂಡು ನಿಂತಿರುತ್ತದೆ. ಅದರ ಕೆಳಗೆ ವೊಂದು ಬಹು ಚಮತ್ಕಾರದ ಪಶುವಿನ ಮೂರ್ತಿಯನ್ನು ಮಾಡಿದ್ದಾರೆ. ಆದಕ್ಕೆ ಯೆರಡು ಮೈಗಳುಂಟು. ಒಂದು ಮೈಯನ್ನು ಮುಚ್ಚಿದರೆ ಅದು ಆನೆಯ ಹಾಗೆ ಕಾಣುತ್ತದೆ; ಎರಡನೇ ಮೈಯನ್ನು ಮುಚ್ಚಿದರೆ ಯೆತ್ತಿನ ಹಾಗೆ ಕಾಣುತ್ತದೆ. ಈ ಸಣ್ಣ ಮಂಟಪದ ಹಿಂದೆ ಪಡಶಾಲೆಯುಂಟು. ಅದರೊಳಗೆ ೭ ಫೂಟು ೩ ಇಂಚು ಯೆತ್ತರವಾದ ಹರಿಹರನ ಮೂರ್ತಿಯೂ ಅದರ ಬಳಿಯಲ್ಲಿ ಇಬ್ಬರು ಸ್ತ್ರೀಯರ ಮೂರ್ತಿಗಳೂ ಇರುತ್ತವೆ. ಹರಿಹರನ ಅರ್ಧ ಭಾಗವು ವಿಷ್ಣುವಿನಂತೆ, ಅರ್ಧ ಭಾಗವು ಶಿವನಂತೆ ಇರುತ್ತದೆ. ಇದೇ ಮೇರೆಗೆ ಪಡಶಾಲೆಯಲ್ಲಿ ಬಲಗಡೆಗೆ ಅರ್ಧ ನಾರೀನರೇಶ್ವರನ ಮೂರ್ತಿಯು ಬಹು ದೊಡ್ಡದಿರುತ್ತದೆ. ಆದರ ಅರ್ಧ ಭಾಗವನ್ನು ಶಿವನಂತೆ, ಅರ್ಧ ಭಾಗವನ್ನು ಪಾರ್ವತಿಯಂತೆ ಮಾಡಿದ್ದಾರೆ. ಶಿವನ ಭಾಗದಲ್ಲಿ ಅವನ ಅಲಂಕಾರಗಳನ್ನೂ ಪಾರ್ವತಿಯ ಭಾಗದಲ್ಲಿ ಆಕೆಯ ಅಲಂಕಾರಗಳನ್ನೂ ಬಹು ಸುಂದರವಾಗಿ ಕೊರಿದಿದ್ದಾರೆ. ಶಿವನ ಕಿವಿಯಲ್ಲಿಯೂ ರಟ್ಟೆಗೂ ಟೊಂಕಕ್ಕೂ ಕೈಯೊಳಗಿನ ಕೊಡ್ಲೆಗೂ ಹಾವುಗಳು ಸುತ್ತಿಕೊಂಡಿರುತ್ತವೆ. ಪಾರ್ವತಿಯ ತುರುಬನ್ನು ಮದ್ರಾಸೀ ಹೆಂಗಸರಂತೆ ಬಲಭುಜದ ಮೇಲೆ ಕಟ್ಟಿ, ಕೈಯೊಳಗೆ ಲಮಾಣಿಗಳಂತೆ ಮೊಣಕೈ ವರೆಗೆ ಕಡಗಗಳನ್ನು ಇಡಿಸಿದ್ದಾರೆ. ಶಿವನ ಭಾಗಕ್ಕೆ ನೀಲೀ ಬಣ್ಣವನ್ನೂ, ಪಾರ್ವತಿಯ ಭಾಗಕ್ಕೆ ಸಿಂದೂರದ ಬಣ್ಣವನ್ನೂ ಕೊಟ್ಟಿದ್ದಾರೆ. ಸಭಾಮಂಟಪದಲ್ಲಿ ಯೆರಡು ನಾಲ್ಕು ನಾಲ್ಕು ಕಂಬಗಳ ಸಾಲುಗಳಿವೆ. ಮೇಲಿನ ಛಾವಣಿಯಲ್ಲಿ ಶೇಷ ಮುಂತಾದ ಚಿತ್ರಗಳನ್ನು ಸರಸಾಗಿ ಕೊರಿದಿದ್ದಾರೆ. ಗರ್ಭಾಗಾರದಲ್ಲಿ ಸಣ್ಣದೊಂದು ಲಿಂಗವನ್ನು ಕೂಡ್ರಿಸಿದ್ದಾರೆ.

೨ನೇ ಗುಹಾಸ್ಥಾನವು ವೈಷ್ಣವರದಿರುತ್ತದೆ. ಈ ಆಸ್ಥಾನದ ಮುಂಭಾಗದಲ್ಲಿ ಪಡಶಾಲೆ, ಅದರಾಚೆಯಲ್ಲಿ ಸಭಾಮಂಟಪ, ಅದರ ಹಿಂದೆ ಗರ್ಭಾಗಾರ, ಹೀಗೆ ಮೂರು ವಿಭಾಗಗಳಿವೆ. ಸಭಾಮಂಟಪವು ೩೩ ಫೂಟು ೪ ಇಂಚು ಅಗಲು, ೨೩ ಫೂಟು ೭ ಇಂಚು ಉದ್ದ ಇರುತ್ತದೆ. ಇದರಲ್ಲಿಯೂ ನಾಲ್ಕು ನಾಲ್ಕು ಕಂಬಗಳ ಯೆರಡು ಸಾಲುಗಳಿವೆ. ಗರ್ಭಾಗಾರವು ೮ ಫೂಟು ೯ ಇಂಚು ಉದ್ದ, ೭ ಫೂಟು ೫ ಇಂಚು ಅಗಲು ಇರುತ್ತದೆ. ಇದರಲ್ಲಿ ಮೂರ್ತಿ ಇಲ್ಲ. ಪಡಶಾಲೆಯ ಮುಂದಿನ ಅಂಗಳಿನಲ್ಲಿ ಯೆಡಕ್ಕೂ ಬಲಕ್ಕೂ ೫ ಫೂಟು ೧೦ ಇಂಚು ಯೆತ್ತರವಾದ ದ್ವಾರಪಾಲಕರ ಮೂರ್ತಿಗಳಿವೆ. ಪಡ ಶಾಲೆಯ ಮುಂದಿನ ಕಂಬಗಳ ಮೇಲೆ ಸೂಕ್ಷ್ಮವಾದ ಚಿತ್ರಗಳನ್ನು ಬಹು ಸರಸಾಗಿ ಕೊರಿದಿದ್ದಾರೆ. ಪಡಶಾಲೆಯ ಯೆಡದುದಿಯಲ್ಲಿ ವರಾಹನ ಮೂರ್ತಿಯನ್ನೂ ಬಲದುದಿಯಲ್ಲಿ ವಾಮನನ ಮೂರ್ತಿಯನ್ನೂ ಕಟೆದಿದ್ದಾರೆ.

68

೩ನೇ ಗುಹಾಸ್ಥಾನವು ಯೆಲ್ಲಕ್ಕೂ ಸುಂದರವಾದದ್ದಿರುತ್ತದೆ. ಇದೂ ವೈಷ್ಣವರದೇ. ಇದರಲ್ಲಿಯೂ ಮೇಲೆ ಹೇಳಿದ ಆಸ್ಥಾನಗಳಂತೆ ಯೆತ್ತರವಾದ ಗದ್ದುಗೆಯ ಮೇಲೆ ಮುಂಭಾಗದಲ್ಲಿ ೭೦ ಫೂಟು ಅಡ್ಡಳತೆಯುಳ್ಳ ಪಡಶಾಲೆಯನ್ನೂ, ಅದರ ಹಿಂದೆ ೬೫ ಫೂಟು ಉದ್ದಳತೆಯುಳ್ಳ ಸಭಾಮಂಟಪವನ್ನೂ, ಅದರ ಹಿಂದೆ ೧೫ ಫೂಟು ಚಚ್ಚೌಕಾದ ಗರ್ಭಾಗಾರವನ್ನೂ ಕೊರಿದು ಮಾಡಿದ್ದಾರೆ. ಎಲ್ಲ ಕಡೆಯಲ್ಲಿ ನೆಲದಿಂದ ಛಾವಣಿಯು ೧೫ ಫೂಟು ಯೆತ್ತರವಿರುತ್ತದೆ. ಇದರಲ್ಲಿ ಇರುವದೊಂದು ಸಂಸ್ಕೃತ ಲಿಪಿಯು ಈ ಆಸ್ಥಾನವನ್ನು ಮಂಗಲೇಶನೆಂಬ ಚಲುಕ್ಯ ಅರಸು ಸನ್ ೫೭೮ರಲ್ಲಿ ಮಾಡಿಸಿದನೆಂದು ಹೇಳುತ್ತದೆ. ಆಸ್ಥಾನದ ಮುಂಭಾಗದಲ್ಲಿ ಮೊದಲು ವಿಸ್ತಾರವಾದ ಅಂಗಳಿರುತ್ತದೆ. ಪಡಶಾಲೆಯ ಪೂರ್ವ ತುದಿಯಲ್ಲಿ ಶೇಷನ ಮೇಲೆ ಮಲಗಿದ ವಿಷ್ಣುವಿನ ಮೂರ್ತಿಯನ್ನು ಬಹು ದೊಡ್ಡದಾಗಿ ಕೊರಿದ್ದಾರೆ. ವಿಷ್ಣುವಿನ ಬಲ ಭಾಗಕ್ಕೆ ಗರುಡನನ್ನೂ, ಯೆಡ ಭಾಗಕ್ಕೆ ವೊಬ್ಬ ಹೆಂಗಸಿನ ಮೂರ್ತಿಯನ್ನೂ, ಹಿಂದೆ ಚೌರಿಗಳನ್ನು ಬೀಸುವ ಇಬ್ಬರು ಹೆಂಗಸರ ಮೂರ್ತಿಗಳನ್ನೂ ಮಾಡಿದ್ದಾರೆ. ಪಶ್ಚಿಮ ತುದಿಯಲ್ಲಿ ನಾರಸಿಂಹನ ಮೂರ್ತಿಯನ್ನೂ ಅದರ ಬಳಿಯಲ್ಲಿ ಗರುಡನನ್ನೂ ಮಾಡಿದ್ದಾರೆ. ಪಡಶಾಲೆಯ ಯೆದುರಿನ ಗೋಡೆಯಲ್ಲಿ ಬಲಕ್ಕೆ ವರಾಹನ ಮೂರ್ತಿಯನ್ನೂ ಹಿರಣ್ಯಾಕ್ಷನನ್ನು ಮೆಟ್ಟಿದಂತೆ ಕೊರಿದಿದ್ದಾರೆ. ಈ ಮೂರ್ತಿಯ ಬಳಿಯಲ್ಲಿಯೂ ಬೇರೆ ಕೆಲವು ಪುತ್ತಳಿಗಳನ್ನು ಮಾಡಿದ್ದಾರೆ. ಅದೇ ಯೆದುರಿನ ಗೋಡೆಯಲ್ಲಿ ಯೆಡಕ್ಕೆ ವಿರಾಟ ರೂಪವನ್ನು ಬಹು ಭವ್ಯವಾಗಿ ಕೊರಿದ್ದಾರೆ. ಈ ವಿರಾಟ ರೂಪಿಯಾದ ವಾಮನನ ಯೆದುರಿಗೆ ದಾನೋದಕವನ್ನು ಬಿಡುವ ಹಾಗೆ ಬಲಿರಾಜನನ್ನೂ ಅವನ ಬಳಿಯಲ್ಲಿ ಶುಕ್ರಾಚಾರ್ಯನನ್ನೂ ಮತ್ತೊಂದು ಬದಿಗೆ ಬಲಿ ರಾಜನ ಹೆಂಡತಿಯನ್ನೂ ಮಾಡಿದ್ದಾರೆ. ವಾಮನನ ಯೆದುರಿಗೆ ಬಲಗಡೆಯಲ್ಲಿ ಮತ್ತೊಂದು ಬಹು ಭವ್ಯವಾದ ಅಷ್ಟ ಭುಜಗಳುಳ್ಳ ಪುರುಷಾಕೃತಿಯನ್ನು ಮಾಡಿದ್ದಾರೆ. ಈ ಮೂರ್ತಿಯ ಮುಕುಟದ ತುದಿಯಿಂದ ನಾರಸಿಂಹನು ಹೊರಡುವ ಹಾಗೆ ಕಾಣಿಸಿದ್ದಾರೆ. ಈ ಪಡಶಾಲೆಯಲ್ಲಿ ಹರಿಹನ ಮೂರ್ತಿಯೂ ವೊಂದು ಇರುತ್ತದೆ. ಇದನ್ನು ೧ನೇ ಆಸ್ಥಾನದೊಳಗಿನ ಮೂರ್ತಿಗಿಂತ ಸುಂದರವಾಗಿಯೂ ಭವ್ಯವಾಗಿಯೂ ಕೊರಿದಿದ್ದಾರೆ.

೪ನೇ ಗುಹಾಸ್ಥಾನವು ಜೈನರದು; ಇದು ಮೂರನೇ ಗುಹೆಯ ಪೂರ್ವಕ್ಕೆ ಇರುತ್ತದೆ. ಇದರ ಪಡಶಾಲೆಯು ೬ ಫೂಟು ೬ ಇಂಚು ಅಗಲು, ೩೧ ಫೂಟು ಉದ್ದ ಇರುತ್ತದೆ; ಸಭಾಮಂಟಪವು ೩೧ ಫೂಟು ಉದ್ದ ೧೬ ಫೂಟು ಅಗಲು ಇರುತ್ತದೆ. ಗರ್ಭಾಗಾರದಲ್ಲಿ ಮಹಾವೀರನ ಮೂರ್ತಿಯನ್ನು ಕೂಡ್ರಿಸಿದ್ದಾರೆ. ಪಡಶಾಲೆಯಲ್ಲಿ ವೊಂದು ತುದಿಯಲ್ಲಿ ಗೌತುಮನ ಮೂರ್ತಿಯನ್ನೂ ಮಾಡಿದ್ದಾರೆ. ಈ ಮೂರ್ತಿಗಳು ಯೇಳೂವರೆ ಫೂಟು ಯೆತ್ತರಿರುತ್ತವೆ. ಕಂಬಗಳ ಮೇಲೆಯೂ ಗೋಡೆಗಳಲ್ಲಿಯೂ ನಾನಾ ಪ್ರಕಾರದ ಚಿತ್ರಗಳನ್ನು ಕೊರಿದಿದ್ದಾರೆ.

ಶಿಲಾಲಿಪಿಗಳು.—ಮೇಲೆ ವಿವರಿಸಿದ ಗುಹಾಸ್ಥಾನಗಳಲ್ಲಿ ೫ ಲಿಪಿಗಳೂ, ಕೆರೆಯ

ಮೇಲಿನ ಗುಡಿಗಳಲ್ಲಿ ೧೪ ಲಿಪಿಗಳೂ ಇರುತ್ತವೆ. ಎಲ್ಲಕ್ಕೂ ಪೂರ್ವದ ಲಿಪಿಯು ಪಲ್ಲವ ಅರಸರದು ಸಂಸ್ಕೃತದಲ್ಲಿ ಬರಿದದ್ದಿರುತ್ತದೆ. ಇದಕ್ಕೆ ಮಿತಿ ಇಲ್ಲ, ಆದರೆ ಇದರ ಅಕ್ಷರ ಗಳು ೫ನೇ ಶತಕದ ಅಕ್ಷರಗಳನ್ನು ಹೋಲುತ್ತವೆ. ಮೇಲೆ ಹೇಳಿದ ಮಂಗಲೇಶನ ಲಿಪಿಯೇ ಚಲುಕ್ಯರ ಮೊದಲೇ ಲಿಪಿಯು; ಅದೂ ಸಂಸ್ಕೃತವೇ ಇರುತ್ತದೆ. ಊರೊಳ ಗಿನ ಕಲ್ಲ ಮಠ ಯೆಂಬ ಹಳೆ ಇಮಾರತಿನಲ್ಲಿ ಚಲುಕ್ಯ ವಿಜಯಾದಿತ್ಯನು ಸನ್ ೬೯೯ರಲ್ಲಿ ಬರಿಸಿದ ಲಿಪಿಯಾದರೂ ಸಂಸ್ಕೃತವೇ ಇರುತ್ತದೆ. ಇದರ ಮುಂದೆ ೮ನೇ, ೯ನೇ, ಮುಂ ತಾದ ಶತಕಗಳಲ್ಲಿ ಚಲುಕ್ಯ ಅರಸರು ಬರಿಸಿದ ಲಿಪಿಗಳು ಕನ್ನಡದಲ್ಲಿ ಇರುತ್ತವೆ. ಇದರಿಂದ ಸುಮಾರು ಕ್ರಿಸ್ತೀ ಶಕದ ೮ನೇ ಶತಕದ ವರೆಗೆ ಕನ್ನಡ ಭಾಷೆಯು ಶಿಲಾಲೇಖಗಳಲ್ಲಿ ಉಪ ಯೋಗಿಸ ತಕ್ಕಷ್ಟು ಸುಧಾರಿಸಿದ್ದಿಲ್ಲವೆಂದು ಫಲಿತವಾಗುತ್ತದೆ. ಶಬ್ದಮಣಿದರ್ಪಣವು ಶಾಲಿ ವಾಹನ ಶಕ ೯ನೇ ಶತಕದಲ್ಲಿ ಹುಟ್ಟಿತು. ಇದರ ಪೂರ್ವದ ಶಿಲಾಲಿಪಿಗಳಲ್ಲಿ ಕಾಣಿಸುವ ಕನ್ನಡ ಭಾಷೆಯು ಬಹಳ ಅವ್ಯವಸಿತವಾದದ್ದಿರುತ್ತದೆಂದು ಮೆ. ಫ್ಲೀಟ ಸಾಹೇಬರು ಬರಿದಿದ್ದಾರೆ. ಆದ್ದರಿಂದ ೭ನೇ ಶತಕದ ಸುಮಾರಿನಲ್ಲಿ ಕನ್ನಡ ಭಾಷೆಯು ಸುಧಾರಣೆಗೆ ಆರಂಭವಾಯಿತೆಂದು ನಿಶ್ಚಯವಾಗುತ್ತದೆ. ಇದರ ನಂತರ ೧೬ನೇ ಶತಕದ ವರೆಗೆ ಬರಿ ಸಿದ ಲಿಪಿಗಳೆಲ್ಲ ಕನ್ನಡವೇ ಇರುತ್ತವೆ. ಬಾದಾವಿಯಲ್ಲಿ ವಿಜಯನಗರದ ಅರಸರು ೧೬ನೇ ಶತಕದಲ್ಲಿ ಬರಿಸಿದ ಲಿಪಿಗಳು ಯೆರಡು ಇರುತ್ತವೆ. ಕೃಷ್ಣ ಮಹಾರಾಜನ ಆಳಿ ಕೆಯಲ್ಲಿ ಅವನ ಸರದಾರರು ವಿಜಾಪುರದ ಇಸ್ಮಾಯಲ ಶಹನನ್ನು ಸೋಲಿಸಿ ಬಾದಾವಿಯ ಉತ್ತರಕ್ಕೆ ಸಹ ಕೆಲವು ಶೀಮೆಯನ್ನು ಆಕ್ರಮಿಸಿದರೆಂದು ಇತಿಹಾಸವು ಹೇಳುತ್ತದೆ.

ಕೋಟೆಗಳು.—ಬಾದಾವಿಯ ಉತ್ತರ ದಕ್ಷಿಣ ದಿಕ್ಕುಗಳಲ್ಲಿ ಯೆತ್ತರವಾದ ಗುಡ್ಡಗಳೂ ಪೂರ್ವ ಪಶ್ಚಿಮ ದಿಕ್ಕುಗಳಲ್ಲಿ ಭದ್ರವಾದ ಕೋಟೆಯ ಗೋಡೆಯೂ ಅದರ ಹೊರಗೆ ಕಂದಕವೂ ಇರುತ್ತದೆ. ಇದರ ಹೊರ್ತು ಗುಡ್ಡಗಳ ಮೇಲಿನ ದುರ್ಗ ಕೋಟೆ ಗಳು ಬೇರೆ. ಉತ್ತರದ ಗುಡ್ಡದ ಮೇಲಿನ ಕೋಟೆಗೆ ಬಾವನ್ನ ಬಂಡೆಯ ಕೋಟೆಯಂ ತಲೂ ದಕ್ಷಿಣದ ಕೋಟೆಗೆ ರಣಮಂಡಲವೆಂತಲೂ ಅನ್ನುವರು. ಈ ಕೋಟೆಗಳು ಸುಮಾರು ೩೪೦ ಪೂಟು ಯೆತ್ತರವಾಗಿಯೂ, ವೊಂದರಿಂದೊಂದು ೯೦೦ ಫೂಟು ದೂರಾ ಗಿಯೂ ಇರುತ್ತವೆ. ಉತ್ತರದ ಕೋಟೆಯ ಸುತ್ತಳತೆ ೯೦೦ ಫೂಟು ಇರುತ್ತದೆ. ಇದು ದಕ್ಷಿಣದ ಕೋಟೆಗಿಂತ ಹೆಚ್ಚು ಭದ್ರವಾಗಿ ಕಟ್ಟಿಸಿದ್ದಿರುತ್ತದೆ. ದಕ್ಷಿಣದ ಕೋಟೆಗೆ ಯೆರಡು ಸುತ್ತು ಗೋಡೆಗಳಿವೆ. ಈ ಯೆರಡೂ ಕೋಟೆಗಳು ಬಹುತರ ಕೆಟ್ಟಿಲ್ಲ. ಗೋಡೆಗಳ ಮೇಲಿನ ಭಾಗಗಳನ್ನು ಮಾತ್ರ ಸರಕಾರದವರು ಸನ್ ೧೮೪೩ರಲ್ಲಿ ತೆಗಿಸಿದರು.

ಊರ ಹೊರಗಿನ ಕೆರೆಯ ಸಮೀಪದಲ್ಲಿ ಕೆಲವು ಕ್ರಿಸ್ತೀ ಜನರ ಗೋರಿಗಳಿವೆ. ಅವುಗಳ ಮೇಲೆ ನಿಲ್ಲಿಸಿದ ಕ್ರಾಸಗಳ ಮೇಲೆ ಸತ್ತವರ ಹೆಸರುಗಳನ್ನು ಕನ್ನಡ ಲಿಪಿ ಯಿಂದ ಬರಿದಿದ್ದಾರೆ.

ಇತಿಹಾಸ.—ಇಜಿಪ್ತ ದೇಶದ ತಾಲೆಮಿಯೆಂಬ ಗ್ರಂಥಕಾರನು ಕ್ರಿಸ್ತೀ ಶಕದ

೧೫೦ನೇ ವರ್ಷ ಬರಿದ ಗ್ರಂಥದಲ್ಲಿ ಹಿಂದುಸ್ತಾನದ ಕೆಲವು ಪಟ್ಟಣಗಳ ಹೆಸರುಗಳೊಳಗೆ ಬಾದಾವಿಯ ಹೆಸರು ಬರಿದಿದ್ದಾನೆ. ಆದ್ದರಿಂದ ಬಾದಾವಿಯು ಸುಮಾರು ೨೦೦೦ ವರ್ಷಗಳ ಪೂರ್ವದಲ್ಲಿ ಇತ್ತೆಂದು ತೋರುತ್ತದೆ. ಇತಿಹಾಸದಿಂದ ಸದ್ಯಕ್ಕೆ ತಿಳಿದಂಥ ಬಾದಾವಿಯಲ್ಲಿ ಆಳಿದ ಮೊದಲನೇ ರಾಜ ವಂಶವು ಪಲ್ಲವರದು. ಆದರೆ ಅವರ ಪೂರ್ವದಲ್ಲಿ ಈ ಪಟ್ಟಣದಲ್ಲಿ ಬೇರೆ ರಾಜ ವಂಶಗಳು ಆಳಿರುವ ಸಂಭವವದೆ. ಚಲುಕ್ಯರ ೨ನೇ ಪುಲಿಕೇಶಿಯು ಪಲ್ಲವರ ಕೈಯಿಂದ ಬಾದಾವಿಯನ್ನು ೬ನೇ ಶತಕದ ಆರಂಭದಲ್ಲಿ ಕಸುಕೊಂಡು ತನ್ನ ರಾಜಧಾನಿಯನ್ನು ಮಾಡಿ ಕೊಂಡನು. ಚಲುಕ್ಯರನ್ನು ಮುರಿದ ರಾಷ್ಟ್ರಕೂಟರು ಹಾಳಾದ ಬಳಿಕ ಬಾದಾವಿಯು ದೇವಗಿರಿ ಯಾದವರ ಕೈಶೇರಿತೆಂದು ತೋರುತ್ತದೆ. ಅವರ ತರುವಾಯ ಈ ಪಟ್ಟಣವು ವಿಜಾಪುರದ ಬಾದಶಹನ ಕೈಯಲ್ಲಿ ಕೆಲವು ನಿಂತ ಬಳಿಕ ವಿಜಯನಗರದವರ ರಾಜ್ಯಕ್ಕೆ ಶೇರಿತು. ವಿಜಯನಗರವು ಹಾಳಾದ ಬಳಿಕ ಬಾದಾವಿಯು ಮತ್ತೆ ವಿಜಾಪುರಕ್ಕೆ ಶೇರಿ ಅಲ್ಲಿಂದ ಸವಣೂರಿನ ನಬಾಬನ ಜಹಾಗೀರಿನೊಳಗೆ ಬಂದು, ಅವನಿಂದ ಪೇಶವನಿಗೆ ಕೊಡಲ್ಪಟ್ಟಿತು, ೧೭೪೬. ಪೇಶವನು ಇದನ್ನು ರಾಸ್ತೆಯೆಂಬ ಸರದಾರನಿಗೆ ಕೊಟ್ಟನು, ೧೭೫೭. ಮುಂದೆ ಹೈದರನು ಇದನ್ನು ಕೆಲವು ದಿವಸ ತಕ್ಕೊಂಡಿದ್ದನು; ಆದರೆ ಪೇಶವನು ಸ್ವಲ್ಪ ದಿವಸದೊಳಗೆ ಹಿಂದಕ್ಕೆ ತಕ್ಕೊಂಡು ಮತ್ತೆ ರಾಸ್ತೆಯನಿಗೆ ಕೊಟ್ಟನು. ಬಾಜೀ ರಾಯನ ರಾಜ್ಯ ಹಾಳಾದ ಬಳಿಕ ಸನ್ ೧೮೪೦ರಲ್ಲಿ ೧೨೫ ಜನ ಅರಬರನ್ನು ನಿಜಾಮನ ರಾಜ್ಯದಿಂದ ನರಸಿಂಗರಾಯನೆಂಬ ಕುರುಡ ಮನುಷ್ಯನು ಕರೆಕೊಂಡು ಬಂದು ಬಾದಾವಿಯನ್ನು ಹಿಡುಕೊಂಡಿದ್ದನು. ಆದರೆ ಸ್ವಲ್ಪ ದಿವಸದೊಳಗೆ ಸರಕಾರದ ದಂಡಿನವರು ಕೋಟೆಯನ್ನು ತಕ್ಕೊಂಡು ನರಸಿಂಗನನ್ನು ಶರೆ ಹಿಡಿದರು.

ಬಾಗಲಕೋಟೆ.—ವಿಜಾಪುರದ ದಕ್ಷಿಣಕ್ಕೆ ೪೫ ಮೈಲಿನ ಮೇಲೆ ಘಟಪ್ರಭೆಯ ದಂಡೆಯಲ್ಲಿ, ಜ. ಸ. (೮೧) ೧೨೮೫೦. ತಾಲೂಕಿನ ಮುಖ್ಯ ಗ್ರಾಮವು; ಮುನಸಿಫ ಕಚೇರಿ, ಆಸಪತ್ರಿ, ೧೪ ಶಾಲೆಗಳು ಉಂಟು. ಹೊಗೆ ಬಂಡಿಯ ಸ್ಟೇಶನ್ನು ಊರಿಂದ ಸುಮಾರು ವೊಂದುವರೆ ಮೈಲಿನ ಮೇಲೆ ಇರುತ್ತದೆ.

ಊರಿನ ಸುತ್ತು ಮುತ್ತು ಅವಾರದ ಗೋಡೆಯು ಈಗ್ಯೂ ತಕ್ಕಮಟ್ಟಿಗೆ ನೆಟ್ಟಗೆ ಇರುತ್ತದೆ. ಊರಿನ ಪಶ್ಚಿಮಕ್ಕೆ ನೆಲ ಕೋಟೆಯು ಬೇರೆಯುಂಟು. ಅದು ೭೮೦ ಫೂಟು ಅಗಲು, ೯೦೦ ಫೂಟು ಉದ್ದ ಇರುತ್ತದೆ. ಕೋಟೆಯ ಸುತ್ತು ಮುತ್ತು ಕಂದಕವಿರುತ್ತದೆ. ಕೋಟೆಯೊಳಗೆ ಹೋಗಲಿಕ್ಕೆ ಮೂರು ಅಗಸೆಗಳು ವೊಂದರೊಳಗೊಂದು ಇರುತ್ತವೆ.

ಬಾಗಲಕೋಟೆಗೆ ಹಳೆ ಪೇಟೆ, ಜೈನ ಪೇಟೆ, ಲಿಂಗಾಯತ ಪೇಟೆ, ಯೆಂಬ ಮೂರು ಪೇಟೆಗಳಿರುತ್ತದೆ. ಹಳೆ ಪೇಟೆ ಪುರಾತನದ್ದು; ಜೈನ ಪೇಟೆಯನ್ನು ಸವಣೂರಿನ ನಬಾಬನ ಆಳಿಕೆಯಲ್ಲಿ (೧೬೬೪-೧೭೫೫) ಕಟ್ಟಿಸಿದರು; ಲಿಂಗಾಯತರ ಪೇಟೆಯನ್ನು ಸನ್ ೧೮೫೧ರಲ್ಲಿ ಜೈನರಿಗೂ ಲಿಂಗವಂತರಿಗೂ ಜಗಳ ಹುಟ್ಟಿದ್ದರಿಂದ ಲಿಂಗವಂತರು ಕಟ್ಟಿಸಿ

ದರು. ಇವುಗಳ ಹೊರ್ತು ಕೌಲ ಪೇಟೆಯೆಂಬ ಭಾಗವು ಅನಂದರಾವ ರಾಸ್ತೆಯನ ಕಾಲದಲ್ಲಿ ವೊಕ್ಕಲಾಯಿತು; ಗೋಪಾಳಪುರವೆಂಬ ಭಾಗವು ಸನ್ ೧೮೪೫ರಲ್ಲಿ ಉಂಟಾಯಿತು; ವೆಂಕಟಪುರವೆಂಬ ಪೇಟೆಯನ್ನು ರಾ. ಬ. ತಿರುಮಲರಾಯರು ಸನ್ ೧೮೫೬ರಲ್ಲಿ ಸ್ಥಾಪಿಸಿದರು. ಬಾಗಲಕೋಟೆಯಲ್ಲಿ ಧಪೋತಿಯ ವಸ್ತ್ರಗಳೂ, ಬೆಲೆಯುಳ್ಳ ವಸ್ತ್ರಗಳೂ ವೊಳಿತಾಗಿ ಹುಟ್ಟುತ್ತವೆ. ಇಲ್ಲಿ ೫೦೦೦ದಿಂದ ೨ ಲಕ್ಷದ ವರೆಗೆ ಬಂಡವಲುಳ್ಳಂಥ ವ್ಯಾಪಾರಸ್ಥರು ೨೫ ಜನರಿರುತ್ತಾರೆ. ರೇಶಿಮೆ, ವಸ್ತ್ರ, ಬೆಳ್ಳಿ, ಬಂಗಾರ, ಮುತ್ತು, ಕುಸುಂಬಿಯ ಹೂ, ನೀಲಿ, ಕಾಳು, ಅರಳೆ, ಮುಂತಾದವುಗಳ ಮಾರಾಟವು ಬಹಳವಾಗಿ ನಡಿಯುತ್ತದೆ. ದಕ್ಷಿಣ ಮಹಾರಾಷ್ಟ್ರದಲ್ಲಿ ಹುಬ್ಬಳ್ಳಿಯ ಕೆಳಗೆ ಬಾಗಲಕೋಟೆಯು ವ್ಯಾಪಾರದ ಮುಖ್ಯ ಸ್ಥಳವೆನಿಸುತ್ತದೆ. ಇಲ್ಲಿಯ ಮ್ಯುನಿಸಿಪಾಲಿಟಿಯ ಆದಾಯವು ಸನ್ ೧೮೮೩-೮೪ರಲ್ಲಿ ೧೦೧೭೦ ರೂಪಾಯಿ ಇತ್ತು.

ಬಾಗಲಕೋಟೆಯು ಆರಂಭದಲ್ಲಿ ರಾವಣನ ಬಜಂತ್ರಿಯವರ ಗ್ರಾಮವಿತ್ತೆಂದು ಹೇಳುತ್ತಾರೆ. ಇದರಿಂದ ಈ ಊರು ಬಹು ಪುರಾತನ ಕಾಲದ್ದೆಂದು ತೋರುತ್ತದೆ. ಆದರೆ ಇತಿಹಾಸದಲ್ಲಿ ಪ್ರಸಿದ್ಧವಿಲ್ಲ. ಇದನ್ನು ವೊಬ್ಬ ಮುಸಲ್ಮಾನನು ಕಟ್ಟಿಸಿದನೆಂತಲೂ ಕೆಲವರು ಹೇಳುವರು. ವಿಜಾಪುರದ ಬಾದಶಹನು ತನ್ನ ಮಗಳ ಬಳೆಯ (ಬಾಂಗಡಿಗಳ) ವೆಚ್ಚಕ್ಕಾಗಿ ಬಾಗಲಕೋಟೆಯನ್ನು ಹಚ್ಚಿ ಕೊಟ್ಟದ್ದರಿಂದ ಇದಕ್ಕೆ "ಬಾಂಗಡೀಕೋಟ" ಯೆಂಬ ಹೆಸರು ಬಂತೆಂದು ಕೆಲವರು ಹೇಳುತ್ತಾರೆ. ಈ ಊರು ಬಾದಾವಿ ಸಹಿತವಾಗಿ ವಿಜಯನಗರದವರ ರಾಜ್ಯಕ್ಕೆ ಬಹು ಕಾಲ ಶೇರಿತ್ತೆಂದು ತೋರುತ್ತದೆ. ತರುವಾಯ ಇದು ವಿಜಾಪುರದ ರಾಜ್ಯಕ್ಕೆ ಶೇರಿ ಸವಣೂರಿನ ನಬಾಬನ ವಶಕ್ಕೆ ಹೋಯಿತು, (೧೬೬೪-೧೭೫೫). ಮುಂದೆ ಹೈದರ ಅಲ್ಲಿ, ಪೇಶವೆ, ಇವರ ಕೈಶೇರಿದ ಬಳಿಕ ಕಡೆಯಲ್ಲಿ ರಾಸ್ತೆಯನ ಜಹಾಗೀರಿನೊಳಗೆ ಕೂಡಿತು. ರಾಸ್ತೆಯನ ಆಳಿಕೆಯಲ್ಲಿ ಬಾಗಲಕೋಟೆಯಲ್ಲಿ ಟಂಕಸಾಲೆ ಇತ್ತು.

ಬಾಗೇವಾಡಿ.—ವಿಜಾಪುರದ ಆಗ್ನೇಯಕ್ಕೆ ೨೫ ಮೈಲಿನ ಮೇಲೆ, ಜ. ಸ. (೮೧) ೪೬೧೫. ತಾಲೂಕಿನ ಮುಖ್ಯ ಗ್ರಾಮವು. ಇಲ್ಲಿ ಗಣಪತಿ, ಸಂಗಮೇಶ್ವರ, ಮಲ್ಲಿಕಾರ್ಜುನ, ಬಸವೇಶ್ವರ, ಹನುಮಂತ, ಅನಂತಶಯನ, ಮುಂತಾದ ಗುಡಿಗಳಿವೆ. ಇವುಗಳಲ್ಲಿ ಕೆಲವು ಪುರಾತನ ಕಾಲದವಿರುತ್ತದೆ. ಗಣಪತಿಯ ಗುಡಿಯಲ್ಲಿಯೂ ಸಾರಂಗದ ಬಾವಿಯ ಬದಿಯಲ್ಲಿಯೂ ಲಿಪಿಯ ಕಲ್ಲುಗಳಿರುತ್ತವೆ. ಈ ವೂರಲ್ಲಿ ಲಿಂಗವಂತರ ಧರ್ಮ ಗುರುವಾದ ಬಸವೇಶ್ವರನು ಹುಟ್ಟಿದನೆಂದು ಹೇಳುತ್ತಾರೆ. ಅದರಿಂದ ಇದಕ್ಕೆ ಬಸವನ ಬಾಗೇವಾಡಿ ಯೆಂದೆನ್ನುವರು.

ಬಾಗೇವಾಡಿಗೆ ಪೂರ್ವದಲ್ಲಿ ಭೋಗವತಿ ಯೆಂಬ ಹೆಸರಿತ್ತು. ಇಲ್ಲಿ ಚಾಲುಕ್ಯರ ಆಳಿಕೆಯಲ್ಲಿ ವೊಬ್ಬ ಮಾಂಡಲಿಕನಿರುತ್ತಿದ್ದನು.

ಬಸಕೊರ್ಡ.—ಮುದ್ದೇಬಿಹಾಳದ ವಾಯುವ್ಯಕ್ಕೆ ೬ ಮೈಲಿನ ಮೇಲೆ, ಜ. ಸ.

(೮೧) ೧೪೪೪. ಇಲ್ಲಿ ವೊಂದು ಜೈನರ ಬಸ್ತಿ, ಮಲ್ಲಿಕಾರ್ಜುನ, ಮೂರ್ಲಿಂಗ, ಯೆಂಬ ಗುಡಿಗಳು ಇರುತ್ತವೆ; ಯೆರಡು ಲಿಪಿಯ ಕಲ್ಲುಗಳಿವೆ.

ಬೇಲೂರು.— ಬಾದಾವಿಯ ಆಗ್ನೇಯಕ್ಕೆ ೯ ಮೈಲಿನ ಮೇಲೆ, ಜ. ಸ. (೮೧) ೧೫೯೫. ಕೋಟೆಯಲ್ಲಿ ನಾರಾಯಣನ ಗುಡಿಯೊಳಗೂ, ಹನುಮಂತನ ಗುಡಿಯೊಳಗೂ ೧೦ನೇ ೧೧ನೇ ಶತಕಗಳ ಚಾಲುಕ್ಯರ ಲಿಪಿಗಳಿವೆ. ಈ ಊರಲ್ಲಿ ಉರುಟು ಬಟ್ಟಿಗಳೂ, ಜೋಡುಗಳೂ, ಮಣ್ಣಿನ ಪಾತ್ರೆಗಳೂ ಆಗುತ್ತವೆ.

ಬೇವೂರು.— ಬಾಗಲಕೋಟೆಯ ಪೂರ್ವಕ್ಕೆ ೧೦ ಮೈಲಿನ ಮೇಲೆ, ಜ. ಸ. (೮೧) ೧೭೯೩. ಇಲ್ಲಿ ಮೂರು ಹಳೆ ಗುಡಿಗಳಿವೆ. ರಾಮೇಶ್ವರನ ಗುಡಿಯಲ್ಲಿ ೧೨ನೇ ಶತಕದ ಲಿಪಿಯುಂಟು.

ಭೈರನಮಟ್ಟಿ.— ಬಾಗಲಕೋಟೆಯ ಪೂರ್ವಕ್ಕೆ ೬ ಮೈಲಿನ ಮೇಲೆ. ಇಲ್ಲಿ ಚಾಲುಕ್ಯರ ಕಾಲದ ೧೦ನೇ ೧೧ನೇ ಶತಕದ ಹಳೆ ಲಿಪಿಗಳು ಯೆರಡು ಇರುತ್ತವೆ.

ಬೀಳಗಿ.— ಬಾಗಲಕೋಟೆಯ ವಾಯವ್ಯಕ್ಕೆ ೧೨ ಮೈಲಿನ ಮೇಲೆ, ಜ. ಸ. (೮೧) ೩೪೫೪. ಈ ಊರಲ್ಲಿ ಸುಮಾರು ೩೦೦ ವರ್ಷಗಳ ಹಿಂದೆ ಕಟ್ಟಿಸಿದಂಥ ಗುಡಿಗಳೂ ಜಲಾಶಯಗಳೂ ಇರುತ್ತವೆ. ಊರ ಹೊರಗೆ ಆರೆತ್ತಿನ ಬಾವಿ ಯೆಂಬ ಬಾವಿಯು ೧೫೦ ಫೂಟು ಉದ್ದ, ೭೫ ಫೂಟು ಅಗಲು ಇರುತ್ತದೆ. ಈ ಬಾವಿಯೊಳಗೆ ಈಶ್ವರನ ಗುಡಿಯುಂಟು. ಅದರಲ್ಲಿ ಕನ್ನಡ, ಮರಾಠಿ, ಸಂಸ್ಕೃತ, ಪರ್ಶಿಯನ್ ಲಿಪಿಗಳಿವೆ. ಇವುಗಳಿಂದ ಈ ಬಾವಿಯನ್ನು ಮಾಧವಜೀ ವಿಸಾಜಿ ಯೆಂಬವನು ಸನ್ ೧೬೦೮ರಲ್ಲಿ ಕಟ್ಟಿಸಿದನೆಂದು, ಬರಿದದೆ. ಊರೊಳಗೆ ಅರಸನ ಬಾವಿಯಲ್ಲಿಯೂ ಇಂಥಾ ಲಿಪಿಗಳಿವೆ. ಊರ ಹೊರಗೆ ವೊಂದು ಮೈಲಿನ ಮೇಲೆ ಸಿದ್ಧೇಶ್ವರನ ಗುಡಿಯುಂಟು. ಅದರ ಬಳಿಯಲ್ಲಿಯ ಹೊಂಡದಲ್ಲಿ ಗುಡ್ಡದೊಳಗಿಂದ ನೀರು ಹರಿದು ಬಂದು ಬೀಳುತ್ತದೆ. ಸಿದ್ಧೇಶ್ವರನ ಮುಂದಿನ ದೀಪಮಾಲೆಯ ಕಂಬವು ೩೦ ಫೂಟು ಉದ್ದ ಅಖಂಡ ಕಲ್ಲಿನಿಂದ ಮಾಡಿದ್ದಿರುತ್ತದೆ. ಅದರ ಬುಡದಲ್ಲಿ ಸನ್ ೧೫೯೫ನೇ ವರ್ಷದ ಲಿಪಿಯುಂಟು.

ವಿಜಾಪುರ.— ಉತ್ತರ ಅಕ್ಷಾಂಶ ೧೬°, ೫೦′, ಪೂರ್ವ ರೇಖಾಂಶ ೭೫°, ೪೪′. ಇದು ಸಮುದ್ರದ ಸಪಾಟಯಿಂದ ೯೫೦ ಫೂಟು ಯೆತ್ತರವಿರುತ್ತದೆ. ಕೋಟೆಯ ಸುತ್ತಳತಿಯು ಸುಮಾರು ೬¼ ಮೈಲು, ಒಳಗಿನ ಕ್ಷೇತ್ರವು ೧೬೦೦ ಯೆಕರು, ಅಥವಾ ಎರಡೂವರೆ ಚಚ್ಚೌಕು ಮೈಲು, ಪರಮಾವಧಿ ಉದ್ದಳತೆ ೨¼ ಮೈಲು, ಪರಮಾವಧಿ ಅಗಲು ೧¾ ಮೈಲು. ಜನಸಂಖ್ಯ (೮೧) ೧೧೧೭೩.

ಕೋಟೆಯೂ ಕೊತ್ತಳಗಳೂ.— ಪಟ್ಟಣದ ಸುತ್ತಲಿನ ಕೋಟೆಯು ಅನಿಯಮಿತವಾದ ದೀರ್ಘವರ್ತುಳಾಕಾರವಿದೆ. ಅದರ ಹೊರ ಮೈಯಲ್ಲಿ ೪೦ರಿಂದ ೫೦ ಫೂಟಿನ ವರೆಗೆ ಅಗಲಾದ ವೊಣ ಕಂದಕವಿದೆ. ಗೋಡೆಯ ಯೆತ್ತರವು ೩೦ರಿಂದ ೫೦ ಫೂಟಿನ ವರೆಗೆ; ಪಿಂಡವು ಸರಾಸರೀ ಮಾನದಿಂದ ೨೦ ಫೂಟು ಇರುತ್ತದೆಂದು ಹೇಳಬಹುದು; ಆದರೆ ಕೆಲ ಕೆಲವು ಕಡೆಯಲ್ಲಿ ಇದಕ್ಕೂ ಬಹಳ ಹೆಚ್ಚು ಇರುತ್ತದೆ. ಅಂದರೆ

ಯೆರಡು ಭದ್ರವಾದ ಕಲ್ಲಿನ ಗೋಡೆಗಳನ್ನು ೨೦ರಿಂದ ೩೦ ಫೂಟಿನ ವರೆಗೆ ನಡುವ ಅಂತರವನ್ನಿಟ್ಟು, ವೊಂದರ ಹಿಂದೊಂದು ಕಟ್ಟಿ, ಯೆರಡೂ ಗೋಡೆಗಳ ನಡುವೆ ಮಣ್ಣನ್ನು ವೊಳಿತಾಗಿ ಜಡಿದು ತುಂಬಿ ಕೋಟೆಯನ್ನು ಮಾಡಿದ್ದಾರೆ. ಈ ಕೋಟೆಯನ್ನು ೧ನೇ ಅಲ್ಲೀ ಅದಿಲ್‍ಶಹನು ಸನ್ ೧೫೬೫ರಲ್ಲಿ ಆರಂಭ ಮಾಡಿ ಯೆರಡೂವರೆ ವರ್ಷಗಳಲ್ಲಿ ಮುಗಿಸಿದನೆಂದು ಹೇಳುತ್ತಾರೆ. ಎರಡು ಕೊತ್ತಳಗಳ ನಡುವಿನ ಗೋಡೆಯನ್ನು ವೊಂದು ಕೊತ್ತಳ ಸಹಿತವಾಗಿ ವೊಬ್ಬೊಬ್ಬ ಸರದಾರನ ಕೈಯಿಂದ ಬಾದಶಹನು ಕಟ್ಟಿಸಿದನೆಂತಲೂ ತಿಳಿದದೆ. ೫ ಅಗಸೆಗಳ ಯೆಡ ಬಲಗಳಲ್ಲಿ ವೊಂದೊಂದರಂತೆ ೧೦ ಕೊತ್ತಳಗಳಲ್ಲದೆ ಕೋಟೆಗೆ ವೊಟ್ಟಿಗೆ ೯೬ ಕೊತ್ತಳಗಳಿವೆ. ಎಲ್ಲ ಕೊತ್ತಳಗಳು ಅರ್ಧವರ್ತುಳಾಕಾರವಾಗಿ ಇರುತ್ತವೆ; ಅವುಗಳ ವ್ಯಾಸವು ೬೦ ಫೂಟಿಗಿಂತ ಕಡಿಮೆ ಇಲ್ಲ. ಇವುಗಳಲ್ಲಿ ಶೆರ್ಝಿ, ಲಾಂಡಾ ಕಸಾಬ, ಫಿರಂಗಿ, ಯೆಂಬ ಮೂರು ಕೊತ್ತಳಗಳು ಯೆಲ್ಲಕ್ಕೂ ದೊಡ್ಡವೂ ಹೆಚ್ಚು ಬಲವುಳ್ಳವೂ ಇರುತ್ತವೆ. ಶೆರ್ಝೀ ಕೊತ್ತಳದ ಮೇಲೆ "ಮಲಿಖ ಈ ಮೈದಾನ" (ಬೈಲಿನ ಅರಸು) ಯೆಂಬ ಅತಿ ವಿಖ್ಯಾತವಾದ ತೋಫು ಇರುತ್ತದೆ. ಇದರ ಬಣ್ಣ ಹಸುರು, ಬಾರಿಸಿದರೆ ಗಂಟೆಯ ಹಾಗೆ ನಾದವಾಗುತ್ತದೆ. ತೋಫಿನ ಉದ್ದಳತಿ ೧೪ ಫೂಟು ೩½ ಇಂಚು, ಸರಾಸರೀ ವ್ಯಾಸ ೪ ಫೂಟು ೪ ಇಂಚು, ವೊಳ ಉಸುಲಿನ ಉದ್ದಳತೆ ೧೨ ಫೂಟು ೧೦ ಇಂಚು, ಮದ್ದು ಜಡಿಯುವ ಕೊತಡಿಯ ಉದ್ದಳತೆ ೫ ಫೂಟು ೬ ಇಂಚು, ಕೊತಡಿಯ ವ್ಯಾಸ ೧ ಫೂಟು ೩ ಇಂಚು, ಆದರ ಮುಂಭಾಗದ ವೊಳ ಉಸುಲಿನ ವ್ಯಾಸ ೨ ಫೂಟು ೪ ಇಂಚು, ಕಿವಿಯ ವ್ಯಾಸ ¾ ಇಂಚು. ಈ ತೋಫಿನ ತೂಕವು ಸುಮಾರು ೯೧೦ ಮಣ ಇರುತ್ತದೆ. ಇದರ ಬಾಯಿಯನ್ನು ಸಿಂಹನ ಬಾಯಿಯ ಆಕಾರವಾಗಿ ಮಾಡಿದ್ದಾರೆ. ಈ ತೋಫಿನ ಮೇಲೆ ಅರಬೀ ಲಿಪಿಯನ್ನು ಕೊರಿದಿದ್ದಾರೆ. ಅದರಲ್ಲಿ ಮಹಮ್ಮದ ಬಿನ್ನ ಹಸನ್ ರೂಮಿ ಯೆಂಬ ಶಿಲ್ಪಿ ಇದನ್ನು ಅಹಮ್ಮದ ನಗರದಲ್ಲಿ ಸನ್ ೧೫೪೯ರಲ್ಲಿ ಹೊಯ್ದನೆಂದು ಬರಿದದೆ. ಔರಂಗಜೇಬನು ಸನ್ ೧೬೮೬ರಲ್ಲಿ ವಿಜಾಪುರವನ್ನು ತಕ್ಕೊಂಡ ಬಳಿಕ ತನ್ನದೊಂದು ಫಾರ್ಸಿ ಲಿಪಿಯನ್ನು ಕೊರಿಸಿದ್ದಾನೆ. ಈ ತೋಫು ಅಹಮ್ಮದನಗರದಿಂದ ವಿಜಾಪುರಕ್ಕೆ ಹ್ಯಾಗೆ ಬಂತೆಂಬುವದು ಚನ್ನಾಗಿ ತಿಳಿದಿಲ್ಲ; ಆದರೂ ಸನ್ ೧೬೩೪ರಲ್ಲಿ ಇದು ವಿಜಾಪುರದಲ್ಲಿ ಇತ್ತೆಂದು ತಿಳಿದದೆ. ಶೆರ್ಝೀ ಬುರುಜಿನ ಮೇಲೆ ಮದ್ದಿನ ಮನೆಯೂ ವೊಂದು ಹೊಂಡವೂ ಉಂಟು.

ಲಾಂಡಾ ಕಸಾಬೆಂಬ ಬುರುಜು ದಕ್ಷಿಣ ಮೋರೆಯಲ್ಲಿ ಫತ್ತೇದರೋಜಾ ಯೆಂಬ ಅಗಸೆಯ ಬಳಿಯಲ್ಲಿ ಇರುತ್ತದೆ. ಈ ಬುರುಜಿನ ಮೇಲೆ ಮಲಿಖ ಈ ಮೈದಾನಕ್ಕಿಂತಲೂ ದೊಡ್ಡ ತೋಫು ಇರುತ್ತದೆ. ಈ ಬುರುಜಿನ ಮೇಲೆ ಜನರು ಹೋಗುವದಿಲ್ಲಾದ ಕಾರಣ ಈ ತೋಫು ಪ್ರಸಿದ್ಧವಿಲ್ಲ. ಈ ತೋಫಿನ ಅಳತೆ ಮಾಪುಗಳು ಹ್ಯಾಗಂದರೆ— ಉದ್ದ ೨೧ ಫೂಟು ೬ ಇಂಚು, ಹಿಂದುದಿಯಲ್ಲಿ ಹೊರಸುತ್ತಿನ ವ್ಯಾಸ ೪ ಫೂಟು ೪ ಇಂಚು, ಬಾಯಿಯ ವ್ಯಾಸ ೪ ಫೂಟು ೫ ಇಂಚು, ವೊಳಮೈ ಉದ್ದಳತೆ ೧೮ ಫೂಟು

೭ ಇಂಚು, ತೂಕ ೯೮೦ ಮಣ, ಇತ್ಯಾದಿ. ಔರಂಗಜೇಬನು ೧೬೮೬ರಲ್ಲಿ ವಿಜಾಪುರವನ್ನು ತಕ್ಕೊಂಡಾಗ ಈ ಬುರುಜಿಗೆ ತೋಫುಗಳನ್ನು ಹೊಡಿದನು. ಆದರೆ ಬುರುಜಿಗೆ ಯೆಪ್ಪು ಮಾತ್ರವೂ ಧಕ್ಕಿ ಆಗದೆ, ಅದರ ಬಳಿಯಲ್ಲಿ ಕೋಟೆಯ ಗೋಡೆ ಮಾತ್ರ ಬಿತ್ತು.

ಫತ್ತೆದರೋಜಾದ ಪೂರ್ವಕ್ಕೆ ಫಿರಂಗೀ ಬುರುಜು ಇರುತ್ತದೆ. ಒಬ್ಬ ಪೋರ್ತುಗೀಸ ಸರದಾರನು ಬಹುತರ ಮುಸಲ್ಮಾನನಾಗಿ ಯೋಗ್ರೀಸಖಾನನೆಂಬ ಹೆಸರು ಧರಿಸಿ, ಅಲ್ಲೀ ಶಹನ ದಂಡಿನಲ್ಲಿ ಸರದಾರನಾದನು, ೧೫೭೬. ಅವನು ಈ ಕೋತ್ತಳವನ್ನು ಕಟ್ಟಿಸಿದರಿಂದ ಇದಕ್ಕೆ ಫಿರಂಗೀ ಬುರುಜೆನ್ನುವರು. ಇದು ವೊಳ ಮೈಯಲ್ಲಿ ಪೊಳ್ಳಾಗಿಯೂ ಬಹು ಭದ್ರವಾಗಿಯೂ ಕಟ್ಟಿದ್ದಿರುತ್ತದೆ.

ಕೋಟೆಗೆ ೫ ಅಗಸೆಗಳಿವೆ. ಮಕ್ಕಾದರೋಜಾ ಪಶ್ಚಿಮಕ್ಕೆ, ಶಹಾಪೂರದರೋಜಾ ನಾಯುವ್ಯಕ್ಕೆ, ಬಾಮನೀದರೋಜಾ ಉತ್ತರಕ್ಕೆ, ಅಲ್ಲಾಪುರದರೋಜಾ ಪೂರ್ವಕ್ಕೆ, ಮನಗೋಳೀದರೋಜಾ ದಕ್ಷಿಣಕ್ಕೆ. ಮಕ್ಕಾದರೋಜಾ ಯೆಂಬ ಅಗಸೆಯು ಸುಮಾರು ೧೦೦ ವರ್ಷದ ಹಿಂದೆ ಇಕ್ಕಿದ್ದು ಈಗ್ಯೂ ಹಾಗೇ ಇರುತ್ತದೆ. ಆ ಅಗಸೆಯ ವೊಳ ಮೈಯಲ್ಲಿ ಈಗ ಸರಕಾರೀ ಕಚೇರಿಗಳನ್ನು ಮಾಡಿದ್ದಾರೆ. ಔರಂಗಜೇಬನು ಮನಗೋಳೀ ಅಗಸೆಯಿಂದ ಪಟ್ಟಣವನ್ನು ಜಯಶಾಲಿಯಾಗಿ ಪ್ರವೇಶಿಸಿದ ಕಾರಣ ಅದಕ್ಕೆ ಫತ್ತೇದರೋಜಾ ಯೆಂಬ ಹೆಸರಿಟ್ಟಿದ್ದಾನೆ. ಈ ೫ ಅಗಸೆಗಳಲ್ಲದೆ ವೊಳಗಡೆಯಲ್ಲಿ ಪೂರ್ವಕ್ಕೂ ಪಶ್ಚಿಮಕ್ಕೂ ಯೆರಡು ಹೊಸ ಅಗಸೆಗಳನ್ನು ಯೆದುರು ಬದುರಾಗಿ ಮ್ಹಾಡಿದ್ದಾರೆ. ಕೋಟೆಯ ಗೋಡೆ, ಕೊತ್ತಳಗಳು, ಬಹಳವಾಗಿ ಕೆಟ್ಟಿಲ್ಲ. ಅಗಸೆಗಳೆಲ್ಲ ಬಹು ಭದ್ರವಾಗಿ ಕಟ್ಟಲ್ಪಟ್ಟಿವೆ. ಮಕ್ಕಾ ಅಗಸೆಯನ್ನು ಯೆಲ್ಲಕ್ಕೂ ಹೆಚ್ಚು ಬಲವಾದದ್ದಾಗಿಯೂ ಭವ್ಯವಾಗಿಯೂ ಕಟ್ಟಿದ್ದಾರೆ. ಇದಕ್ಕೆ ಅಗಸೆ ಯೆನ್ನುವದಕ್ಕೆ ಬದಲಾಗಿ ಸ್ವತಂತ್ರವಾದದ್ದೊಂದು ಸಣ್ಣ ಕೋಟೆಯನ್ನ ಬಹುದು. ಇದನ್ನು ಪೇಶವನ ಅಪ್ಪಣೆಯಿಂದ ಇಕ್ಕಿಸಿದ್ದಾರೆಂದು ಹೇಳುತ್ತಾರೆ. ಈ ಅಗಸೆಯಲ್ಲಿ ಈಗ ಮಾಮಲೇದಾರ ಕಚೇರಿ, ಮುನಸೀಫ ಕಚೇರಿ, ಇರುತ್ತವೆ.

ಶಾಖಾನಗರಗಳು.—ವಿಜಾಪುರದ ಕೋಟೆಯ ಹೊರಗೆ ಯೆಂಟು ಶಾಖಾನಗರಗಳಿರುತ್ತವೆ. ಅವುಗಳ ವಿವರ—ಖುದಾನಪುರ, ಫಕೀರಾಬಾದ, ವಾಯವ್ಯದಲ್ಲಿ ಕೋಟೆಯ ಸಮೀಪಕ್ಕೆ; ಜೋರಾಪುರ ಪಶ್ಚಿಮಕ್ಕೆ; ಇಬ್ರಾಹಿಮುಪುರ ದಕ್ಷಿಣಕ್ಕೆ; ಶಹಾಪುರ ಅಥವಾ ಪೀರ ಅಮೀನನ ದರ್ಗಾ ವಾಯವ್ಯಕ್ಕೆ ಕೋಟೆಯಿಂದ ಯೆರಡು ಮೈಲಿನ ಮೇಲೆ; ತೊರವಿ ಪಶ್ಚಿಮಕ್ಕೆ ನಾಲ್ಕು ಮೈಲಿನ ಮೇಲೆ; ಅಲ್ಲಾಪುರ ಪೂರ್ವಕ್ಕೆ ವೊಂದುವರೆ ಮೈಲಿನ ಮೇಲೆ; ಐನಾಪುರ ಪೂರ್ವಕ್ಕೆ ಎರಡೂವರೆ ಮೈಲಿನ ಮೇಲೆ. ರೇಲ್ವೇ ಸ್ಟೇಶನ್ನು ಕೋಟೆಯ ಪೂರ್ವಕ್ಕೆ ಸುಮಾರು ೫೦೦ ಫೂಟಿನ ಅಂತರದಲ್ಲಿ ಇರುತ್ತದೆ.

ಕೋಟೆಯೊಳಗಿನ ವಿಭಾಗಗಳು.—ಪಟ್ಟಣವು ತುಂಬಿದಾಗ ಇದರಲ್ಲಿ ಆರ ಕಿಲ್ಲೆ ಹೊರ್ತಾಗಿ ೩೩ ಪೇಟೆಗಳಿದ್ದವು. ಅವುಗಳಲ್ಲಿ ೧೦ ಪೇಟೆಗಳು ಈಗ ಚನ್ನಾಗಿ ತಿಳಿಯುವದಿಲ್ಲ; ಉಳಿದ ೨೩ ಪೇಟೆಗಳ ಹೆಸರುಗಳನ್ನು ಮ್ಯುನಿಸಿಪಾಲಿಟಿಯವರು

ಈಗ್ಯೂ ವಹಿವಾಟಸುತ್ತಾರೆ. ಇವುಗಳಲ್ಲಿ ವಾಯುವ್ಯದಲ್ಲಿ ಬಾರಾಖುದಾನ ಬಾಜಾರು, ಪಶ್ಚಿಮದಲ್ಲಿ ಮಹಮೂದ ಖಾನನ ಬಾಜಾರು, ಆನೇ ಖೆಂಡೀ ಬಾಜಾರು ಮಧ್ಯ ಭಾಗದ ಪೂರ್ವಕ್ಕೆ, ಜಾಮಾ ಮಶೀದೀ ಪೇಟೆ ಪೂರ್ವಕ್ಕೆ, ಶಹಾಪೇಟೆ ಈಶಾನ್ಯಕ್ಕೆ, ಇವೈದು ಮುಖ್ಯವಿರುತ್ತವೆ. ಬಾರಾಖುದಾನ ಬಾಜಾರಿನಲ್ಲಿ ಜನರ ವಸ್ತಿಯು ವೊಳಿತಾಗಿ ಇರುತ್ತದೆ. ಮಹಮೂದ ಖಾನನ ಬಾಜಾರಿನಲ್ಲಿ ಅಂಗಡಿಗಳಿವೆ, ಸಂತೆಯಲ್ಲಿ ವ್ಯಾಪಾರ ನಡಿಯುತ್ತದೆ. ಆನೇ ಖೆಂಡೀ ಬಾಜಾರಿನಲ್ಲಿ ಪೂರ್ವ ಕಾಲದ ಸುಂದರವಾದ ಮನೆಗಳೂ ವೊಂದೆರಡು ಮಶೀದಿಗಳೂ ಇರುತ್ತವೆ; ಪೂರ್ವಕಾಲದಲ್ಲಿ ಆನೆಗಳ ಸಾಗಾ ಈ ಬಾಜಾರಿನಲ್ಲಿ ಇತ್ತು. ಜಾಮಾ ಮಶೀದೀ ಪೇಟೆಯಲ್ಲಿ ಈ ಹೆಸರಿನ ಮಶೀದಿ ಇದ್ದದ್ದಲ್ಲದೆ ಪೂರ್ವಕಾಲದ ದೊಡ್ಡ ದೊಡ್ಡ ಮನೆಗಳು ಇರುತ್ತವೆ; ಈ ಪೇಟೆಯುಲ್ಲಿ ಮುಖ್ಯವಾಗಿ ಮುಸಲ್ಮಾನರ ವಸ್ತಿಯುಂಟು. ಶಹಾಪೇಟೆಯಲ್ಲಿ ಪೂರ್ವಕಾಲದ ಉಪ್ಪಾರರ ವಂಶದವರು ವಾಸಿಸುತ್ತಾರೆ. ಆದ್ದರಿಂದ ಇದಕ್ಕೆ ಗೌಂಡೀ ಪೇಟೆ ಯೆಂತಲೂ ಅನ್ನುವರು. ಉಳಿದ ಪೇಟೆಗಳಲ್ಲಿ ಜನರ ವಸ್ತಿಯು ಬಹು ಕಡಿಮೆಯುಂಟು; ಅವುಗಳಲ್ಲಿ ಕೆಲವು ಪೂರಾ ಹಾಳಾಗಿವೆ ಯೆಂದು ಹೇಳ ಬಹುದು.

ಜಲಾಶಯಗಳು.—ವಿಜಾಪುರದೊಳಗೆ ಹನ್ನೆರಡು ಕಾಲವೂ ತುಂಬಿರುವಂಥ ಬಾವಿಗಳು ಹಲವುಂಟು. ಆದರೂ ಪಟ್ಟಣವು ತುಂಬಿದಾಗ ಅವುಗಳ ನೀರು ಸಾಕಾಗುತ್ತಿಲ್ಲೆಂಬುವದು ಮೇಲೇ ಕಾಣುತ್ತದೆ. ಆದ್ದರಿಂದ ಕೋಟೆಯ ಹೊರಗೆ ಹೊಸ ಜಲಾಶಯಗಳನ್ನು ಕಟ್ಟಿಸಿ ನಳದಿಂದ ಪಟ್ಟಣದೊಳಗೆ ನೀರು ತಂದಿದ್ದರು. ೧ನೇ ಅಲ್ಲೀ ಶಹನು ಶಹಾಪುರದಲ್ಲಿ ಕಟ್ಟಿಸಿದ ಚಾಂದಬಾವಡಿಯೆಂಬ ಬಾವಿಯು ಹೆಸರಾಗಿರುತ್ತದೆ. ಈ ಬಾವಿಯಿಂದ ಪಟ್ಟಣದೊಳಗೆ ನಳ ತಂದಿದ್ದಾರೆ. ತೊರವಿಯ ಬಳಿಯಲ್ಲಿ ವೊಂದು ಮೈಲಿನ ಮೇಲೆ ಇರುವದೊಂದು ಹಳ್ಳಕ್ಕೆ ವೊಡ್ಡು ಹಾಕಿ ದೊಡ್ಡ ಕೆರೆ ಮಾಡಿ ಅಲ್ಲಿಂದ ತೊರವಿಯ ವರೆಗೆ ದೊಡ್ಡದೊಂದು ಕಾವಲಿಯನ್ನು ಮಾಡಿದ್ದಾರೆ. ಮುಂದೆ ನೆಲದೊಳಗಿಂದಲೇ ನಳದಂತೆ ದೊಡ್ಡ ಕಾವಲಿಯನ್ನು ತೊರವಿಯ ಊರ ಕೆಳಗಿಂದ ಕೊರಿದು ಮುಂದೆ ವೊಂದು ಮೈಲಿನ ಮೇಲೆ ಇರುವ ಆಫಜುಲ್‌ಪುರದ ವರೆಗೆ ವೊಯಿದು ಅಲ್ಲಿ ವೊಂದು ಕೆರೆ ಕಟ್ಟಿ ಅದರೊಳಗೆ ನಳದ ನೀರು ಬಿಟ್ಟದ್ದರೆಂದು ತೋರುತ್ತದೆ. ತೊರವಿಯ ಪಶ್ಚಿಮಕ್ಕೂ ದಕ್ಷಿಣಕ್ಕೂ ಗುಡ್ಡಗಳ ಝುರಿಗಳನ್ನು ಕಟ್ಟಿ ಬೇರೆ ಯೆರಡು ಸಣ್ಣ ಕೆರೆಗಳನ್ನು ಮಾಡಿ, ಅಲ್ಲಿಂದಲೂ ಆಫಜುಲ್‌ಪುರದ ಕೆರೆಗೆ ನಳದೊಳಗಿಂದ ನೀರು ವೊಯಿದಿದ್ದರೆಂದು ತೋರುತ್ತದೆ. ಆಫಜುಲ್‌ಪುರದ ಕೆರೆಯ ವೊಡ್ಡು ೬೦ ಫೂಟು ಯೆತ್ತರವಿರುತ್ತದೆ. ಆದ್ದರಿಂದ ಆ ಕೆರೆಯು ಬಹು ದೊಡ್ಡದಾಗಿತ್ತೆಂಬದಕ್ಕೆ ಸಂದೇಹವಿಲ್ಲ. ಈ ವೊಡ್ಡು ಈಗ ಯೆರಡು ಮೂರು ಕಡೆಯಲ್ಲಿ ವೊಡಿದದೆ. ಈ ಪ್ರಕಾರ ಸುತ್ತು ಮುತ್ತು ದೊರಿದಷ್ಟು ನೀರು ಆಫಜುಲ್‌ಪುರದ ಕೆರೆಯಲ್ಲಿ ಸಂಗ್ರಹಿಸಿ, ಅಲ್ಲಿಂದ ಬಹು ದೊಡ್ಡದಾದ ಕಾವಲಿಯನ್ನು ಅಥವಾ ನಳವನ್ನು ನೆಲದ ಕೆಳಗಿಂದ ಕೊರಿದು ಪಟ್ಟಣದೊಳಗೆ ತಂದಿದ್ದಾರೆ. ಆರಂಭದಲ್ಲಿ ಈ ನಳದ ಬಾಯಿಯು ೮ ಫೂಟು ಅಗಲು, ೬ ಫೂಟು ಯೆತ್ತರ ಇರುತ್ತದೆ.

69

ಇದನ್ನು ಗರಸಿನ ನೆಲದೊಳಗಿಂದ ಕೊರಿದು ಮಾಡಿದ್ದಾರೆ; ಪೊಳ್ಳು ನೆಲ ಹತ್ತಿದಲ್ಲಿ ಇಟ್ಟಂಗಿ ಗಚ್ಚುಗಳಿಂದ ಭದ್ರವಾಗಿ ಕಟ್ಟಿದ್ದಾರೆ. ಈ ನಳವು ಕೆಲ ಕೆಲವು ಕಡೆಯಲ್ಲಿ ನೆಲದೊಳಗೆ ೬೦ ಪೂಟಿನ ಕೆಳಗೆ ಇರುತ್ತದೆ. ಇಂಥಾ ಅಗಾಧವಾದ ಇಕ್ಕಟ್ಟಿನ ಕೃತ್ಯಗಳನ್ನು ಬೇರೆ ಕಡೆಯಲ್ಲಿ ಕಾಣುವದು ಅಪರೂಪವು. ಈ ನಳಕ್ಕೆ ೧೦೦ ಪೂಟಿನ ಅಂತರದಿಂದ ವೊಂದೊಂದು ಉಶ್ವಾಸವನ್ನು ಮಾಡಿದ್ದಾರೆ. ಅಫಜುಲ್‌ಪುರದಿಂದ ಇಭ್ರಾಹೀಮರೋಝಾದ ವರೆಗೂ ಈ ಉಶ್ವಾಸಗಳು ಈಗ್ಯೂ ಇರುತ್ತವೆ. ಈ ನಳದ ನೀರು ಪಟ್ಟಣದೊಳಗೆ ಯೆಲ್ಲ ಕಡೆಯಲ್ಲಿ ತಿರುಗುತ್ತಿತ್ತು. ಈಗ ಅಫಜುಲ್‌ಪುರದ ಕೆರೆಯು ಪೂರಾ ವೊಣಗಿದಾಗ್ಯೂ, ಈ ಕಾವಲಿಯಿಂದ ಪಟ್ಟಣದೊಳಗೆ ನೀರು ಬಂದು ಆಸಾರ ಮಾಹಾಲಿನ ಹೊಂಡದಲ್ಲಿಯೂ ಅರಕಿಲ್ಲೆಯ ಕಂದಕದಲ್ಲಿಯೂ ಬೀಳುತ್ತದೆ. ನೀರು ಯೆಲ್ಲಿಂದ ಬರುತ್ತದೆಂಬುವದು ತಿಳಿದಿಲ್ಲ. ನಳದೊಳಗೆ ಶೇರಿದ ಶಲೆಗಳಿಂದ ಬರುತ್ತಿರ ಬಹುದೆಂದು ಕೆಲವರು ತರ್ಕಿಸುತ್ತಾರೆ. ಪಟ್ಟಣವು ಬೆಳೆಯುತ್ತ ಹೋದ ಹಾಗೆ ತೊರವೆಯ ನೀರು ಸಾಕಾಗಲಿಲ್ಲೆಂದು ತೋರುತ್ತದೆ. ಆದ್ದರಿಂದ ಪಟ್ಟಣದ ದಕ್ಷಿಣಕ್ಕಿರುವ ಗುಡ್ಡಗಳಲ್ಲಿ ಅನುಕೂಲವಾದ ಕಂದರವನ್ನು ನೋಡಿ ಕೊಂಡು ಅದಕ್ಕೆ ಸುಮಾರು ವೊಂದು ಮೈಲುದ್ದ ವೊಡ್ಡು ಹಾಕಿದ್ದಾರೆ. ಈ ವೊಡ್ಡಿನಿಂದ ಸುಮಾರು ೫೦೦ ಯೆಕರಿನ ಪಾತ್ರೆಯುಳ್ಳ ದೊಡ್ಡ ಕೆರೆಯುಂಟಾಗಿತ್ತೆಂದು ತೋರುತ್ತದೆ. ಈ ಕೆರೆಯು ಯೆತ್ತರದ ಪ್ರದೇಶದಲ್ಲಿ ಇರುವ ಕಾರಣ ಪಟ್ಟಣದೊಳಗೆ ಇದರ ನೀರನ್ನು ನೆಲದಿಂದ ೩೦ ಪೂಟು ಮೇಲಕ್ಕೆ ಯೇರಿಸಿದ್ದರ ಕುರುಹುಗಳು ಇರುತ್ತವೆ. ಈ ಕೆರೆಯ ನೀರನ್ನು ೧೫ ಇಂಚಿನ ಕೊಳವೆಯೊಳಗಿಂದ ಯೆರಡುವರೆ ಮೈಲು ವೊಯಿದು ಅರಕಿಲ್ಲೆಯ ಬಳಿಯಲ್ಲಿ ಶಹಾಗಂಜೆಂಬ ಉಶ್ವಾಸಕ್ಕೆ ವೊಯಿದು, ಅಲ್ಲಿಂದ ಅರಕಿಲ್ಲೆಯೊಳಗೂ ಬೇರೆ ಕಡೆಯಲ್ಲಿಯೂ ನೀರು ತಿರುಗಿಸಿದ್ದರು. ಈ ಕೆರೆಯನ್ನೂ ನಳವನ್ನೂ ೧ನೇ ಅಲ್ಲೀಶಹನು ಕಟ್ಟಿಸಿದನೆಂದು ತಿಳಿದವೆ. ಈ ಯೆರಡನೇ ನಳದ ಹೊರ್ತು ಸುಲ್ತಾನ ಮಹಮೂದಶಹನು ಊರ ಹೊರಗೆ ಬೇಗಮ್ ತಲಾವೆಂಬದಿನ್ನೊಂದು ದೊಡ್ಡ ಕೆರೆಯನ್ನು ಕಟ್ಟಿಸಿ, ಅದರಿಂದಲೂ ಪಟ್ಟಣದೊಳಗೆ ನಳವನ್ನು ತಂದಿದ್ದಾನೆ. ಈ ಕೆರೆಯ ನೀರು ಈಗ್ಯೂ ಊರೊಳಗೆ ಬರುತ್ತದೆ. ಸನ್ ೧೮೭೬-೭೭ನೇ ವರ್ಷದ ಬರದಲ್ಲಿ ಸರಕಾರದವರು ಈ ಕೆರೆಯೊಳಗಿನ ಕೆಸರು ತೆಗಿಸಿ, ನಳವನ್ನು ಸ್ವಚ್ಛ ಮಾಡಿದ್ದಾರೆ. ಆದರೆ ಬೇಗಮ್ ತಲಾವವು ಬಹಳ ದೊಡ್ಡದಿರುವದಿಲ್ಲ.

ವಿಜಾಪುರದಲ್ಲಿ ನೋಡ ತಕ್ಕಂಥ ಭವ್ಯ ಸ್ಥಳಗಳು ಬಹಳ ವುಂಟು. ಅವುಗಳಲ್ಲಿ ಮುಖ್ಯವಾದವುಗಳನ್ನು ಕೆಳಗೆ ವಿವರಿಸುತ್ತೇವೆ.

ಅರಕಿಲ್ಲೆ.— ಇದು ಪಟ್ಟಣದ ಕೋಟೆಯ ಮಧ್ಯ ಭಾಗದ ಪಶ್ಚಿಮಕ್ಕೆ ವರ್ತುಳಾಕೃತಿಯಾಗಿರುತ್ತದೆ. ಇದರ ಸುತ್ತು ಮುತ್ತಲೂ ದೊಡ್ಡ ಕಂದಕವಿರುತ್ತದೆ. ಕಂದಕದ ಹೊರ ಅಂಚಿನ ಸುತ್ತಳತೆಯು ಸುಮಾರು ವೊಂದು ಮೈಲು ಆಗುವದು. ಕೋಟೆಯೂ ಕೊತ್ತಳಗಳೂ ಬಹು ಭದ್ರವಾಗಿ ಕಟ್ಟಲ್ಪಟ್ಟವೆ. ಕೋಟೆಯ ಸುತ್ತು ಮುತ್ತು ವೊಂದು

ವೊಣ ಕಂದಕವಿರುವದಲ್ಲದೆ, ಉತ್ತರ ಈಶಾನ್ಯ ದಿಕ್ಕುಗಳಲ್ಲಿ ನೀರು ತುಂಬಿದ ಯೆರಡನೇ ಕಂದಕವಿರುತ್ತದೆ. ದಕ್ಷಿಣಕ್ಕೂ ಆಗ್ನೇಯಕ್ಕೂ ಯೆರಡು ಸುತ್ತು ಗೋಡೆಗಳಿವೆ. ಅವೆರಡುಗಳ ನಡುವೆ ಕೆಲವು ಹೊಂಡಗಳೂ ಕಾರಂಜಿಗಳೂ ತೋಟದ ಕುರುಹುಗಳೂ ಇರುತ್ತವೆ. ವಾಯುವ್ಯ ಮೂಲೆಗೆ ಉಪರೀ ಬುರುಜೆಂಬ ಹೆಸರಾದ ಕೊತ್ತಳವಿರುತ್ತದೆ. ಆದರೆ ಪಟ್ಟಣವು ಹಗೆಗಳ ಕೈ ಶೇರಿದ ಮೇಲೆ ಈ ಅರಕಿಲ್ಲೆಯು ತೋಫುಗಳ ಹೊಡತಕ್ಕೆ ಕ್ಷಣ ಮಾತ್ರವೂ ತಾಳಲಿಕ್ಕಿಲ್ಲೆಂದು ಅನುಭವಜ್ಞರಾದ ದಂಡಿನ ಅಧಿಕಾರಿಗಳ ಅಭಿಪ್ರಾಯವಿರುತ್ತದೆ. ಅರಕಿಲ್ಲೆಯಲ್ಲಿ ಭವ್ಯವಾದಂಥ ಮಂದಿರಗಳು ಹಲವುಂಟು.

ಗೋಲಗುಮುಟವು, (ಬೋಲೀಗುಂಬಾಝು).—ಇದು ಕೋಟೆಯೊಳಗೆ ಪೂರ್ವ ಭಾಗದಲ್ಲಿ ಕೋಟೆಯ ಗೋಡೆಗೆ ಸಮೀಪವಾಗಿರುತ್ತದೆ. ಇದನ್ನು ಸುಲ್ತಾನ ಮಹಮೂದಶಹನು ತನ್ನ ಮನೆತನದವರನ್ನು ಹುಗಿಯಲಿಕ್ಕೆ ಗೋರಿಯಾಗಿ ಕಟ್ಟಿಸಿದನು. ಈ ಗೋರಿಯ ನಾಲ್ಕೂ ದಿಕ್ಕಿನ ಗೋಡೆಗಳು ಸರಿಯಾಗಿ ೧೫೫ ಫೂಟು ಉದ್ದ, ೯ ಫೂಟು ಪಿಂಡ, ೧೦೦ ಫೂಟು ಯೆತ್ತರ ಇರುತ್ತವೆ. ಈ ಗೋಡೆಗಳನ್ನು ಕಟದ ಕಲ್ಲು ಗಚ್ಚುಗಳಿಂದ ಕಟ್ಟಿದ್ದಾರೆ. ನಾಲ್ಕೂ ಸರಳಾಕೃತಿಯ ಗೋಡೆಗಳು ೫೭ ಫೂಟು ಮೇಲಕ್ಕೆ ಯೇರಿದ ಬಳಿಕ ಬಹು ಯುಕ್ತಿಯಿಂದ ಇವುಗಳಿಗೆಲ್ಲ ಕೂಡಿ ವೊಂದೇ ವರ್ತುಳದ ಆಕಾರವನ್ನು ಕ್ರಮ ಕ್ರಮವಾಗಿ ಕೊಡುತ್ತ ಇವನ್ನು ಯೇರಿಸಿದ್ದಾರೆ. ಈ ಪ್ರಕಾರ ೧೦೦ ಫೂಟಿನ ಯೆತ್ತರದ ಮೇಲೆ ೯೮ ಫೂಟು ಯೆತ್ತರವಾದ ಬಹು ಭವ್ಯವಾದ ಗುಮುಟವನ್ನು ಕಟ್ಟಿದ್ದಾರೆ. ಆದ್ದರಿಂದ ಗುಮುಟವು ನೆಲದಿಂದ ೧೯೮ ಫೂಟು ಯೆತ್ತರವಾಗಿದೆ. ಗುಮುಟದ ವ್ಯಾಸವು ಬುಡದಲ್ಲಿ ೧೨೪ ಫೂಟು ಇರುವದು; ಇವರ ಗೋಡೆಯು ಬುಡದಲ್ಲಿ ೧೦ ಫೂಟು, ಮಧ್ಯ ಭಾಗದಲ್ಲಿ ೨೩ ಫೂಟು ದಿಪ್ಪವಿರುತ್ತದೆ. ಈ ಗುಮುಟದ ಬುಡದಲ್ಲಿ, ಅಂದರೆ ಕೆಳಗಿಂದ ೧೦೦ ಫೂಟು ಯೇರಿ ಬಂದ ಗೋಡೆಯ ತಲೆಯ ಮೇಲೆ, ಗುಮುಟದ ವೊಳ ಮೈಯಲ್ಲಿ ಸುತ್ತು ಮುತ್ತು ೧೨ ಫೂಟು ಅಗಲಾದ ಮಾರ್ಗವಿರುತ್ತದೆ. ಇಲ್ಲಿ ಯೇರಿ ನಿಂತು ವೊಂದು ಶಬ್ದವನ್ನು ನುಡಿದರೆ ನೂರಾರು ಅದರ ಪ್ರತಿ ಧ್ವನಿಗಳಾಗುತ್ತವೆ. ಗೋರಿಯ ನಾಲ್ಕೂ ಹೊರ ಮೂಲೆಗಳಲ್ಲಿ ಅಷ್ಟಕೋನಾಕೃತಿಯಾದ ಯೇಳಂತಸ್ತಿನ ಕೊತ್ತಳಗಳಿರುತ್ತವೆ. ಪ್ರತಿಯೊಂದು ಕೊತ್ತಳದ ವೊಂದೊಂದು ಮೈಯಲ್ಲಿ ವೊಂದೊಂದು ಅಂತಸ್ತಿನಲ್ಲಿ ವೊಂದೊಂದು ಕಿಡಕಿಯುಂಟು. ಈ ಕೊತ್ತಳಗಳ ಬಳಿಯಲ್ಲಿ ವೊಳ ಮೈಯಲ್ಲಿ ಮಲ ಸೂತ್ರದಂಥ ಜಿನೆಯಲ್ಲಿ ಮೇಲೆ ಯೇರಲಿಕ್ಕೆ ಪಾವಟಗೆಗಳಿರುತ್ತವೆ. ಈಗ ಮೂರು ಜಿನೆಗಳನ್ನು ಇಕ್ಕಿದ್ದಾರೆ; ನಾಲ್ಕನೇದೊಂದೇ ತೆರಿದಿರುತ್ತದೆ. ಗೋರಿಯೊಳಗೆ ನಟ್ಟ ನಡುವೆ ೭೭ ಫೂಟು ಚಚ್ಚೌಕು, ೨೪ ಫೂಟು ಯೆತ್ತರವಾದ ಕಟ್ಟೆಯ ಮೇಲೆ, ೫ ಗೋರಿಯ ಕಲ್ಲುಗಳಿರುತ್ತವೆ. ಒಂದು ಸುಲ್ತಾನ ಮಹಮೂದನದು, ವೊಂದು ಅವನ ರಾಣೀದು, ಮೂರು ಅವನ ಮಕ್ಕಳವು. ಗೋರಿಯ ದಕ್ಷಿಣದ ಬಾಗಿಲಿನ ಮೇಲೆ ಕಬ್ಬಿಣದ ಸರ್ಪಣಿಯ ಬುಡದಲ್ಲಿ ದೊಡ್ಡದೊಂದು ಕಲ್ಲು ತೂಗಾಡುತ್ತದೆ. ಆ ಕಲ್ಲು ಆಕಾಶದಿಂದ ಬಿದ್ದ

34*

ಉಲ್ಕೆಯ ಕಲ್ಲು ಇರುತ್ತದೆಂತಲೂ ಅದು ಗೋಲ ಗುಮುಟಕ್ಕೆ ಸಿಡ್ಲು ಹತ್ತಗೊಡುವದಿಲ್ಲೆಂತಲೂ ಹೇಳುತ್ತಾರೆ. ಒಳಗಡೆಯಲ್ಲಿ ಈ ಕಲ್ಲು ಕೆಳಗೆ ತೆಗಿದು ಪರೀಕ್ಷಿಸಿದ್ದಾರೆ. ಇದು ಬಹು ಬಿರಿಸಾದ ಹಸರು ಬಣ್ಣದ ಕಲ್ಲು ನೆಲದೊಳಗೆ ದೊರಿಯುತ್ತದೆ; ಇದನ್ನು ಅಲಂಕಾರಗಳಲ್ಲಿ ಉಪಯೋಗಿಸುವರು. ಇಂಗ್ಲಿಷದಲ್ಲಿ ಇದಕ್ಕೆ "ನೆಫ್ರೈಟ" ಅಥವಾ "ಜೇಡ" ಯೆಂಬ ಹೆಸರುಂಟು. ಗೋಲ ಗುಮುಟದ ಬಳಿಯಲ್ಲಿ ನಿಂತು ನೋಡಿದರೆ ಕೆಳಗಿನ ಇಮಾರತಿಗೆ ತಕ್ಕಂತೆ ಗುಮುಟವನ್ನು ದೊಡ್ಡದಾಗಿ ಕಟ್ಟಿಲ್ಲವೆಂಬ ಹಾಗೆ ಕಾಣುತ್ತದೆ. ಆದರೆ ಪಟ್ಟಣದ ಹೊರಗೆ ೨೦, ೨೫ ಮೈಲಿನ ಅಂತರದಲ್ಲಿ ಈ ಗುಮುಟವು ಕಾಣುತ್ತದೆ. ಈ ಗುಮುಟದಲ್ಲಿ ಭವ್ಯತ್ವದ ಹೊರ್ತು ಅಲಂಕಾರದ ವೊಡವೆಗಳೇನು ಇಲ್ಲ.

ಗೋಲ ಗುಮುಟದ ಪಶ್ಚಿಮಕ್ಕೆ, ಆ ಗುಮುಟವನ್ನು ಕಟ್ಟಿದ ಕಟ್ಟೆಯ ಮೇಲೆಯೇ ಸಣ್ಣದೊಂದು ಬಹು ಸುಂದರವಾದ ಮಶೀದಿಯುಂಟು. ಆ ಮಶೀದಿಗೂ ಗೋಲ ಗುಮುಟಕ್ಕೂ ನಡುವೆ ಭವ್ಯವಾದದ್ದೊಂದು ಕಾರಂಜಿ ಇರುತ್ತದೆ. ಅದು ಈಗ ಹಾಳಾಗಿದೆ.

ಇಭ್ರಾಹೀಮ ರೋಝಾ.—ಇದು ಇಭ್ರಾಹೀಮ ಶಹನ ಗೋರಿಯು, ಪಟ್ಟಣದ ಕೋಟೆಯ ಹೊರಗೆ ಪಶ್ಚಿಮಕ್ಕೆ ಸುಮಾರು ೬೦೦ ಯಾರ್ಡಿನ ಅಂತರದಲ್ಲಿ ಇರುತ್ತದೆ. ಇದರ ಸುತ್ತಲಿನ ಆವಾರವು ೪೦೦ ಫೂಟು ಚಚ್ಚೌಕು ಇರುತ್ತದೆ. ಇದರ ಮಾಹಾದ್ವಾರವು ಬಹು ಯೆತ್ತರವಾಗಿಯೂ ಸುಂದರವಾಗಿಯೂ ಕಟ್ಟಲ್ಪಟ್ಟಿದೆ. ಈ ಆವಾರದ ನಡುವೆ ೧೫ ಫೂಟು ಯೆತ್ತರಿಸಿ ಕಟ್ಟಿದ ಕಟ್ಟೆಯ ಮೇಲೆ ಇಭ್ರಾಹಿಮನ ಗೋರಿಯೂ ವೊಂದು ಮಶೀದಿಯೂ ಯೆದುಬದುರಾಗಿ ಇರುವವು. ಈ ಯೆರಡುಗಳ ನಡುವೆ ಕಾರಂಜಿಯ ಹೊಂಡವಿರುತ್ತದೆ. ಗೋರಿಯ ಇಮಾರುತು ೧೧೬ ಫೂಟು ಚಚ್ಚೌಕು ಇರುತ್ತದೆ. ಅದರ ಮಧ್ಯ ಭಾಗದಲ್ಲಿ ಸುಮಾರು ೫೪ ಫೂಟು ಚಚ್ಚೌಕಾದ ಗೋರಿಯ ಕೋಣೆ ಇದ್ದು, ಅದರ ಸುತ್ತು ಮುತ್ತು ಯೆರಡು ಕಮಾನುಗಳ ಸಾಲುಗಳಿವೆ. ಕೋಣೆಯ ಗೋಡೆಗೂ ಮೊದಲನೇ ಕಮಾನುಗಳ ಸಾಲಿಗೂ ನಡುವೆ ೧೫ ಫೂಟಿನ ಅಂತರವಿರುತ್ತದೆ; ಒಳಗಿನ ಕಮಾನುಗಳ ಸಾಲಿಗೂ ಹೊರಗಿನ ಸಾಲಿಗೂ ನಡುವೆ ೨೦ ಫೂಟಿನ ಅಂತರವಿದೆ. ಹೊರ ಸಾಲಿನ ನಾಲ್ಕೂ ಮೂಲೆಗಳಲ್ಲಿ ಕಲ್ಲುಗಳಿಂದ ಬಹು ಭದ್ರವಾಗಿ ಕಟ್ಟಿದ ೮ ಫೂಟು ಚಚ್ಚೌಕಾದ ಸ್ತಂಭಗಳಿರುವವು. ಅವುಗಳಲ್ಲಿ ನಾನಾ ಪ್ರಕಾರದ ಬಹು ಸುಂದರವಾದ ಚಿತ್ರಗಳನ್ನು ಕೊರಿದಿದ್ದಾರೆ. ಕೋಣೆಗೆ ನಾಲ್ಕೂ ದಿಕ್ಕುಗಳಲ್ಲಿ ವೊಂದೊಂದು ಬಾಗಿಲಿರುವದು. ಗೋಡೆಗಳ ಹೊರ ಮೈಯಲ್ಲಿ ಕಟ್ಟಿಗೆಯಲ್ಲಿ ಕೊರಿದಂತೆ ಬಹು ಮನೋಹರವಾದ ಚಿತ್ರಗಳನ್ನೂ ಕುರಾಣದ ವಾಕ್ಯಗಳನ್ನೂ ಕಲ್ಲಿನೊಳಗೆ ಕೊರಿದಿದ್ದಾರೆ. ಆ ವಾಕ್ಯಗಳಿಗೆ ಬಂಗಾರದ ಬಣ್ಣವನ್ನು ಕೊಟ್ಟಿದ್ದರು. ಅದು ಈಗ ಹಾರಿ ಹೋಗಿದೆ. ಕೋಣೆಯ ವೊಳ ಉಸುಲು ೪೦ ಫೂಟು ಚಚ್ಚೌಕು ಇರುವದು. ಒಳಗೆ ಚಿತ್ರಗಳೇನು ಇಲ್ಲ. ನಟ್ಟ ನಡುವೆ ಯೆತ್ತರವಾದ ಗದ್ದಿ

ಗೆಯ ಮೇಲೆ ಇಬ್ರಾಹೀಮ ಶಹ, ಅವನ ಹೆಂಡತಿ, ಮೂವರು ಮಕ್ಕಳು, ಈ ಪ್ರಕಾರ ೫ ಜನರ ಗೋರಿಗಳ ಕಲ್ಲುಗಳಿರುತ್ತವೆ. ಹೊರಗಿನ ಯೆರಡು ಸುತ್ತು ಕಮಾನುಗಳ ಅವಾರಿನ ಮೇಲೆ ನಡುವೆ ಅಡ್ಡ ಕಮಾನುಗಳನ್ನು ಮಾಡಿ ಛಾವಣಿಯ ಹಾಕಿದ್ದಾರೆ. ಆದರೆ ಕೋಣೆಯೊಳಗೆ ಕಂಬಗಳೂ ಅಡ್ಡ ಕಮಾನಗಳೂ ಯೇನು ಇರದೆ ಸಪಾಟಾದ ಛಾವಣಿಯನ್ನು ಕಲ್ಲುಗಳಿಂದ ಹಾಕಿದ್ದಾರೆ. ಈ ಛಾವಣಿಯು ನೋಡುವವರನ್ನು ಆಶ್ಚರ್ಯ ಪಡಿಸುತ್ತದೆ. ಇನ್ನೊಂದು ಕೌತುಕವೇನೆಂದರೆ ಈ ಛಾವಣಿಯ ಮೇಲೆ ಗುಮುಟವನ್ನು ಕಟ್ಟಿದ್ದಾರೆ. ಕೆಳಗಿನ ಇಮಾರತಿಗೂ ಗುಮುಟಕ್ಕೂ ನಡುವೆ ಛಾವಣಿಯು ವಿಜಾಪುರದಲ್ಲಿ ಬೇರೆ ಯೆಲ್ಲಿಯೂ ಇಲ್ಲ. ಕೋಣೆಯ ಪೂರ್ವ ಪಶ್ಚಿಮ ಗೋಡೆಗಳಲ್ಲಿ ಮೇಲೆ ಯೇರಲಿಕ್ಕೆ ಪಾವಟಿಗೆಗಳಿವೆ. ಮೇಲೆ ಗುಮುಟದ ಸುತ್ತು ಮುತ್ತು ಸಪಾಟ ನೆಲದಂತೆ ಛಾವಣಿಯ ಮೇಲ್ಮೈ ಇರುತ್ತದೆ. ನಾಲ್ಕೂ ಮೂಲೆಗಳಲ್ಲಿಯ ಕಂಬಗಳು ಛಾವಣಿಯ ಮೇಲೆ ೮೦ ಫೂಟು ಯೆತ್ತರವಾಗಿ ಕಟ್ಟಲ್ಪಟ್ಟವೆ. ಒಂದು ಕಂಬದಿಂದ ಮತ್ತೊಂದರ ವರೆಗೆ ಛಾವಣಿಯ ಮೇಲೆ ಕಿರಿ ಗೋಡೆಯನ್ನು ಹಾಕಿ ಅವರಲ್ಲಿ ಚಿತ್ರ ಕೊರಿದಂಥ ಸುಂದರವಾದ ಕಿರಿಗಂಬಗಳನ್ನು ಸಾಲಾಗಿ ನಿಲ್ಲಿಸಿದ್ದಾರೆ.

ಈ ಗೋರಿಯನ್ನು ಮಲಿಕ ಸಂದಲನೆಂಬ ಅಮಲದಾರನು ಕಟ್ಟಿಸಿದನೆಂತಲೂ ಇದಕ್ಕೆ ೧೫೮೦೦೦ ಹೊನ್ನು ವೆಚ್ಚವಾಯಿತೆಂತಲೂ ಗೋರಿಯ ದಕ್ಷಿಣ ದ್ವಾರದ ಮೇಲೆ ಶಿಲಾಲಿಪಿಯಲ್ಲಿ ಬರಿದದೆ.

ಗೋರಿಯ ಯೆದುರಿಗಿರುವ ಮಶೀದಿಯು ಗೋರಿಯಷ್ಟೇ, ಅಂದರೆ ೧೧೬ ಫೂಟು ಅಗಲು, ೧೬೬ ಫೂಟು ಉದ್ದ ಇರುತ್ತದೆ. ಮಶೀದಿಯ ಮುಂಭಾಗದಲ್ಲಿ ಮಾತ್ರ ಗೋರಿಯಂತೆ ಚಿತ್ರಗಳನ್ನು ಕೊರಿದಿದ್ದಾರೆ; ಬುಡವಲ್ಲಿ ಗುಂಡುಗಳುಳ್ಳಂಥ ಉದ್ದುದ್ದವಾದ ಕಲ್ಲಿನ ಸರ್ಪಣಿಗಳನ್ನು ಮೇಲಿಂದ ಇಳಿ ಬಿಟ್ಟಿದ್ದಾರೆ. ಮಶೀದಿಯ ಮೇಲಿನ ಗುಮುಟವು ಗೋರಿಯ ಗುಮುಟಕ್ಕಿಂತ ಸಣ್ಣದೂ ಅಂದವಿಲ್ಲದ್ದೂ ಇರುತ್ತದೆ. ಛಾವಣಿಯ ಮೇಲೆ ನಾಲ್ಕೂ ಮೂಲೆಗಳಲ್ಲಿ ಕಂಬಗಳೂ ಅವುಗಳ ನಡುವೆ ಕಿರಿಗಂಬಗಳ ಸಾಲುಗಳೂ ಗೋರಿಯಂತೆ ಇರುತ್ತವೆ.

ಈ ಗೋರಿ ಮಶೀದಿಗಳ ಸುತ್ತು ಮುತ್ತು ಪೌಳಿಗಳ ಹಾಗೆ ಕಮಾನುಗಳುಳ್ಳಂಥ ಸುಂದರವಾದ ಸಣ್ಣ ಸಣ್ಣ ಕೋಣೆಗಳನ್ನು ಮಾಡಿದ್ದಾರೆ. ಛಾವಣಿಯ ಮುಂಭಾಗದಲ್ಲಿ ಸುತ್ತು ಮುತ್ತು ಕಿರಿ ಗೋಡೆಯನ್ನು ಕಟ್ಟಿದ್ದರಿಂದ ಈ ಅವಾರದ ಛಾವಣಿಯು ಯುದ್ಧದಲ್ಲಿ ಕೋಟೆಯಂತೆ ಕೆಲಸಕ್ಕೆ ಬರುವ ಹಾಗಿದೆ. ವಿಜಾಪುರದಲ್ಲಿ, ಕಿಂಬಹುನಾ ಇಡೀ ಹಿಂದುಸ್ತಾನದಲ್ಲಿ ಇಬ್ರಾಹೀಮರೋಝಾದಷ್ಟು ಸುಂದರವೂ ಭವ್ಯವೂ ಆದ ಇಮಾರತು ಬೇರೆ ಯಾವದೂ ಇಲ್ಲೆಂದು ಹೇಳ ಬಹುದು.

೨ನೇ ಅಲ್ಲೀಶಹನ ಗೋರಿ.—ಇದು ಅರಕಿಲ್ಲೆಯ ವಾಯವ್ಯಕ್ಕೆ ಹೊರಗಿನ ಕಂದಕದಿಂದ ಸುಮಾರು ೧೦೦ ಯಾರ್ಡಿನ ಅಂತರದಲ್ಲಿ ಇರುತ್ತದೆ. ಇದರ ಕಟ್ಟುವ ಕೆಲಸವು ಮುಗಿದಿಲ್ಲ, ಛಾವಣಿಯನ್ನು ಸಹ ಹಾಕಿಲ್ಲ. ಸುಮಾರು ೨೦೦ ಫೂಟು ಚಚ್ಚೌ

ಕಾದ ಕಟ್ಟೆಯ ಮೇಲೆ ಇಭ್ರಾಹೀಮರೋಝಾವಂತೆ ಯೆರಡು ಕಮಾನುಗಳ ಸಾಲುಗಳನ್ನು ಕಟ್ಟಿದ್ದಾರೆ. ಆದರೆ ನಡುವೆ ಗೋರಿಗಾಗಿ ಕೋಣೆಯನ್ನು ಮಾಡಿಲ್ಲ; ಸುತ್ತಲಿನ ಅವಾರದ ಪೌಳಿಗಳೂ ಇಲ್ಲ. ಈ ಇಮಾರತಿನ ಕ್ಷೇತ್ರವು ಇಭ್ರಾಹೀಮರೋಝಾ, ಗೋಲಗುಮುಟ, ಇವೆರಡಕ್ಕಿಂತಲೂ ದೊಡ್ಡದಿರುವ ಕಾರಣ, ಇದು ಮುಗಿದಿದ್ದರೆ ವಿಜಾಪುರದಲ್ಲಿ ಯೆಲ್ಲಕ್ಕೂ ಭವ್ಯವಾದ ಇಮಾರತು ಆಗುತ್ತಿತ್ತು. ಕೆಲವು ಕಮಾನುಗಳ ತಲೆ ಕಲ್ಲು ಮಾತ್ರ ಕೂಡ್ರಿಸಿದ್ದಾರೆ; ಕೆಲವು ಕಮಾನುಗಳು ಅರ್ಧವಾಗಿ ನಿಂತಿರುತ್ತವೆ. ಆದರೂ ನಿಂತ ಗೋಡೆಗಳೂ ಕಲ್ಲುಗಳೂ ಯೆಷ್ಟು ಮಾತ್ರವೂ ಕೆಟ್ಟಿಲ್ಲ. ಒಳಗಿನ ಸಾಲುಗಳ ಮಧ್ಯದಲ್ಲಿ ಯೆತ್ತರವಾದ ಕಟ್ಟೆಯ ಮೇಲೆ ಗೋರಿಯ ಕಲ್ಲುಗಳಿರುತ್ತವೆ.

೧ನೇ ಅಲ್ಲೀಶಹನ ಗೋರಿ.— ಮೇಲೆ ವಿವರಿಸಿದ ಗೋರಿಯು ೧ನೇ ಅಲ್ಲೀಶಹನ ಗೋರಿ ಯೆಂದು ಕೆಲವರ ಗ್ರಹಿಕೆಯುಂಟು. ಆದರೆ ಅವನ ಗೋರಿಯು ಪಟ್ಟಣದ ನೈರುತ್ಯ ಭಾಗದಲ್ಲಿ ಕೋಟೆಯ ಸಮೀಪಕ್ಕೆ ಇರುತ್ತದೆ. ಅದು ತೀರ ಸಾಧಾರಣ ತರದ್ದಿರುತ್ತದೆ; ಭವ್ಯತ್ವವೂ ಸೌಂದರ್ಯವೂ ಹೇಳ ತಕ್ಕಂಥಾದ್ದೇನು ಇಲ್ಲ. ಇದರಲ್ಲಿ ವೊಂದು ಸುತ್ತು ಕಮಾನುಗಳ ನಡುವೆ ಗೋರಿಯ ಕೋಣೆಯನ್ನು ಮಾಡಿದ್ದಾರೆ. ಕೋಣೆಯ ಹೊರಗೆ ವೊದಲು ಬಣ್ಣ ಕೊಟ್ಟಿದ್ದರು.

ಹಸುರುಗೋರಿ.— ೧ನೇ ಅಲ್ಲೀಶಹನ ಗೋರಿಯ ಬಳಿಯಲ್ಲಿ ಹಸುರು ಕಲ್ಲಿನಿಂದ ಬಹು ಸುಂದರವಾಗಿ ಕಟ್ಟಿದ್ದಿನ್ನೊಂದು ಗೋರಿಯುಂಟು. ಈ ಗೋರಿಯು ನೋಡ ತಕ್ಕಂಥಾದಿರುತ್ತದೆ. ಇದು ಇಂಥವನ ಗೋರಿಯೆಂದು ತಿಳಿದಿಲ್ಲ.

ಅಕ್ಕ ತಂಗಿಯರೆಂಬ ಗೋರಿಗಳು.— ಇವು ಹಸುರು ಗೋರಿಯ ಉತ್ತರಕ್ಕೆ ೫೦೦ ಯಾರ್ಡಿನ ಮೇಲೆ ಇರುತ್ತವೆ. ಒಂದು ಖಾನ ಮಹಮ್ಮದನೆಂಬ ಸರದಾರನ ಗೋರಿಯೂ, ಯೆರಡನೇದು ಅಬದುಲ್‌ರಝಾಥಿ ಕಾದಿರನೆಂಬ ವಲ್ಲಿಯ ಗೋರಿಯೂ ಉಂಟು. ಈ ಯೆರಡನೇ ಗೋರಿಗೆ ಮುಸಲ್ಮಾನರು ಬಹಳ ಮಾನ ಕೊಡುತ್ತಾರೆ. ಇವು ಸಾಧಾ ಇದ್ದಾಗ್ಯೂ ನೋಡ ತಕ್ಕಂಥವಿರುತ್ತವೆ. ಈ ಗೋರಿಗಳು ವೊಂದಕ್ಕೊಂದು ಸಮೀಪವಾಗಿ ಜೋಡಿನಿಂದ ಕಾಣಿಸುವ ಕಾರಣ ಇವುಗಳಿಗೆ ಅಕ್ಕ ತಂಗಿಯರೆಂಬ ಹೆಸರು ಬಂದದೆ.

ಇವಲ್ಲದೆ ಹಾಜೀ ಹುಸೇನನ ಗೋರಿ, ಹಮೀದ ಕಾದಿರನ ಗೋರಿ, ಹನ್ನೆರಡು ಕಂಬದ ಗೋರಿ, ಮೋತೀಗುಂಬಾಝು, ಮುಂತಾದ ಅಸಂಖ್ಯ ಗೋರಿಗಳು ನೋಡ ತಕ್ಕಂಥವಿರುತ್ತವೆ. ಒಂದೊಂದರಲ್ಲಿ ವೊಂದೊಂದು ಪ್ರಕಾರದ ಚಮತ್ಕಾರವನ್ನು ಕಾಣ ಬಹುದು.

ಸಾತಮಜಲೀ ಅರಮನೆ.— ಇದು ಅರಕಿಲ್ಲೆಯ ಪಶ್ಚಿಮ ಭಾಗದಲ್ಲಿ ಇರುತ್ತದೆ. ಇದನ್ನು ೨ನೇ ಇಭ್ರಾಹಿಮ ಶಹನು ಕಟ್ಟಿಸಿದನು. ಇದರ ೭ ಅಂತಸ್ತುಗಳಲ್ಲಿ ಈಗ ೫ ಉಳಿದಿರುತ್ತವೆ. ಈ ಅರಮನೆಯಲ್ಲಿ ೨ನೇ ಇಭ್ರಾಹಿಮನಿಂದ ಮುಂದಿನ ಬಾದಶಹಗಳು ವಾಸಿಸುತ್ತಿದ್ದರು. ಕೆಲವು ಅಂತಸ್ತುಗಳ ಗೋಡೆಗಳಿಗೆ ಬಂಗಾರದ

ಮುಲಾಮು ಮಾಡಿದ್ದರು. ಆದರೆ ಅದನ್ನು ಈಗ ಕೆದರಿ ತೆಗಿದಿದ್ದಾರೆ. ಈ ಸಾತಮಜಲೀ ಅರಮನೆಯ ಮಾಳಿಗೆಯ ಮೇಲೆ ನಿಂತರೆ ಪಟ್ಟಣವೆಲ್ಲ ಕಾಣಿಸುತ್ತದೆ.

ಅರಕಿಲ್ಲೆಯೊಳಗೆ ಸಾತಮಜಿಲೀ ಹೊರ್ತಾಗಿ ಚಿನೀಮಹಾಲು, ಗಗನಮಹಾಲು, ಆನಂದಮಹಾಲು, ಮುಂತಾದ ಇಮಾರತುಗಳು ನೋಡ ತಕ್ಕಂಥವಿರುತ್ತವೆ. ಆದರೆ ಇವು ಅರ್ಧ ಮರ್ಧ ಹಾಳಾಗಿವೆ. ಅದಾಲತು, ಟಂಕಸಾಲೆ, ಮೊದಲಾದ ಬೇರೆ ಕೆಲವು ದೊಡ್ಡ ಇಮಾರತುಗಳು ಪೂರಾ ಹಾಳಾಗಿರುತ್ತವೆ.

ಆಸಾರಮಹಾಲು.—ಇದು ಅರಕಿಲ್ಲೆಯ ಹೊರಗೆ ಪೂರ್ವಕ್ಕೆ ಇರುತ್ತದೆ. ಇದನ್ನು ಮಹಮೂದ ಶಹನು ಸನ್ ೧೬೪೬ರ ಸುಮಾರಿನಲ್ಲಿ ಅದಾಲತಿನ ಕಚೇರಿಗಾಗಿ ಇದನ್ನು ಮೊದಲು ಕಟ್ಟಿಸಿದನು. ಆದರೆ ಆ ಕಚೇರಿಯನ್ನು ಅರಕಿಲ್ಲೆಯೊಳಗೆ ಕಟ್ಟಿಸಿದ ಬಳಿಕ ಆಸಾರಮಹಾಲಿನಲ್ಲಿ ಮಹಮ್ಮದ ಪೈಗಂಬರನ ಯೆರಡು ಕೂದಲುಗಳನ್ನು ತಂದು ಇಟ್ಟಿದ್ದಾರೆ. ಅದರಿಂದ ಇದಕ್ಕೆ ಆಸಾರಮಹಾಲೆಂಬ ಹೆಸರು ಬಂದದೆ. ಆಸಾರಮಹಾಲು ೧೩೫ ಫೂಟು ಉದ್ದ, ೧೦೦ ಫೂಟು ಅಗಲು ಇರುತ್ತದೆ. ಇದಕ್ಕೆ ಯೆರಡು ಅಂತಸ್ತುಗಳಿವೆ. ಕೆಳಗಿನ ಅಂತಸ್ತಿನ ಪಡಶಾಲೆಗೆ ಬುಡದಲ್ಲಿ ನಾಲ್ಕು ಫೂಟು ಚಚ್ಚೌಕು, ೩೫ ಫೂಟು ಯೆತ್ತರ, ಇರುವ ನಾಲ್ಕು ತೇಗಿನ ಕಂಬಗಳ ಆಧಾರದಿಂದ ಛಾವಣಿಯನ್ನು ಹಾಕಿದ್ದಾರೆ. ಮೇಲಿನ ಅಂತಸ್ತಿನ ವೊಂದು ಭವ್ಯವಾದ ಕೋಣೆಯಲ್ಲಿ ಪೈಗಂಬರನ ಕೂದಲುಗಳನ್ನಿಟ್ಟು ಅದಕ್ಕೆ ಕೀಲೆಯನ್ನು ಹಾಕಿದ್ದಾರೆ. ಮೇಲಿನ ಅಂತಸ್ತಿನ ಗೋಡೆಗಳಿಗೂ ಕಂಬ ಛಾವಣಿಗಳಿಗೂ ನಾನಾ ಪ್ರಕಾರದ ಬಣ್ಣಗಳನ್ನು ಕೊಟ್ಟು ಚಿತ್ರಗಳನ್ನು ತೆಗೆದದ್ದಲ್ಲದೆ, ಯೆಷ್ಟೋ ಕಡೆಯಲ್ಲಿ ಗೋಡೆಗೆ ಬಂಗಾರದ ಮುಲಾಮು ಮಾಡಿದ್ದು ಈಗ್ಯೂ ಇರುತ್ತದೆ. ಪ್ರತಿ ವರ್ಷ ರಬಿಲಾವಲ್ ತಿಂಗಳಲ್ಲಿ ಆಸಾರ ಉರುಸೆಂಬ ಜಾತ್ರೆಯಾಗುತ್ತದೆ. ಈ ಜಾತ್ರೆಗಾಗಿ ಸರಕಾರದಿಂದ ವರ್ಷಕ್ಕೆ ೩೦೦ ರೂಪಾಯಿಯ ನೇಮಣೂಕು ಬುನಾದಿಯಿಂದ ನಡಿಯುತ್ತ ಬಂದದೆ. ಆಸಾರಮಹಾಲು ೫ ಜನ ಪಂಚರ ವಶದಲ್ಲಿ ಇರುತ್ತದೆ.

ಮೆಹೆತರಮಹಾಲು.—ಇದು ಅರಕಿಲ್ಲೆಯ ಅಗಸೆಯಿಂದ ೬೫೦ ಯಾರ್ಡಿನ ಅಂತರದಲ್ಲಿ ಇರುತ್ತದೆ. ಇದು ಸ್ವತಂತ್ರವಾದ ಮನೆಯಲ್ಲ; ಒಂದು ಸಣ್ಣ ಮಶೀದಿಯ ಮಹಾದ್ವಾರವಿರುತ್ತದೆ. ಆ ಮಶೀದಿಯು ಈಗ್ಯೂ ಇರುತ್ತದೆ. ಆದರೆ ಅದರಲ್ಲಿ ವರ್ಣಿಸ ತಕ್ಕಂಥಾ ವೊಡಪೆ ಯೇನು ಇಲ್ಲ. ಈ ಮೆಹೆತರ ಮಹಾಲೆಂಬ ಮಹಾದ್ವಾರವು ೨೪ ಫೂಟು ಚಚ್ಚೌಕಾಗಿಯೂ ಯೆರಡು ಅಂತಸ್ತುಗಳುಳ್ಳದ್ದಾಗಿಯೂ ಇರುತ್ತದೆ. ಎರಡನೇ ಅಂತಸ್ತಿನ ಮೇಲೆ ನಾಲ್ಕು ಮೂಲೆಗಳಲ್ಲಿ ಯೆತ್ತರವಾದ ಕಂಬಗಳಿವೆ. ಮೇಹತರಮಹಾಲಿನ ಮುಖ್ಯ ಲಕ್ಷಣವೇನೆಂದರೆ, ಇದರ ಕಂಬಗಳಲ್ಲಿಯೂ ಗೋಡೆಗಳಲ್ಲಿಯೂ ಛಾವಣಿಯಲ್ಲಿಯೂ ಸಹ ಸ್ಲೇಟಿನ ಜಾತಿಯ ಕಲ್ಲುಗಳಲ್ಲಿ ಅತ್ಯುತ್ತಮವಾದ ಚಿತ್ರಗಳನ್ನು ಕಟ್ಟಿಗೆಯಲ್ಲಿ ಕೊರದಂತೆ ಕೊರಿದಿದ್ದಾರೆ. ಈ ಚಿತ್ರಗಳು ಇಭ್ರಾಹೀಮರೋಝಾದ ಚಿತ್ರಗಳನ್ನು ಹೋಲುತ್ತವೆ. ಈ ಮಹಾಲನ್ನು ವೊಬ್ಬ ಮೆಹೆತರಿಯೆಂದರೆ ಓಣಿಯನ್ನು ಉಡುಗುವ ಹಲಾಲಖೋರನು ಕಟ್ಟಿಸಿದನೆಂದು ಕೆಲವರು ಹೇಳುತ್ತಾರೆ; ಬೇರೆ ಕೆಲ

ವರು ಮೆಹೆತರಗದನೆಂಬ ಫಕೀರ ಜನರ ಮುಖ್ಯಸ್ಥನು ಕಟ್ಟಿಸಿದನೆಂದು ಹೇಳುತ್ತಾರೆ. ಇದನ್ನು ಕಟ್ಟಿಸಿದವನ ತರ ತರದ ಕಥೆಗಳನ್ನು ಜನರು ಹೇಳುತ್ತಾರೆ; ಆದರೆ ಇಂಥ ವನೇ ಕಟ್ಟಿಸಿದನೆಂದು ಗೊತ್ತಾಗಿಲ್ಲ. ಇದು ಬಹುತರ ೧ನೇ ಅಥವಾ ೨ನೇ ಇಬ್ರಾಹಿ ಮನ ಆಳಿಕೆಯಲ್ಲಿ ಆಯಿತೆಂದು ತೋರುತ್ತದೆ.

ಸಂಗೀತಮಹಾಲು.—ಇದು ಪಟ್ಟಣದ ಪಶ್ಚಿಮಕ್ಕೆ ೪ ಮೈಲಿನ ಮೇಲೆ ನವ ರಸಪುರದಲ್ಲಿ ಇರುತ್ತದೆ. ಇದು ಬಹಳವಾಗಿ ಕೆಟ್ಟಿಲ್ಲ; ನೋಡ ತಕ್ಕಂಥಾದಿರುತ್ತದೆ.

ಜಾಮಾ ಮಶೀದಿ.—ಪಟ್ಟಣದ ಪೂರ್ವ ಭಾಗದಲ್ಲಿ ಅರಕಿಲ್ಲೆಯ ಪೂರ್ವಕ್ಕೆ ಸುಮಾರು ೧೨೦೦ ಯಾರ್ಡಿನ ಅಂತರದಲ್ಲಿ ಇರುತ್ತದೆ. ಇದರಷ್ಟು ದೊಡ್ಡ ಮಶೀದಿಯು ದಕ್ಷಿಣದಲ್ಲಿ ಇನ್ನೊಂದು ಇಲ್ಲ. ಇದರ ಉದ್ದಳತಿ ೪೦೦ ಫೂಟು, ಅಗಲು ೨೮೦ ಫೂಟು, ನೆಲದಿಂದ ೩೦ ಫೂಟು ಯೆತ್ತರವಾದ ಕಟ್ಟೆಯ ಮೇಲೆ ಕಟ್ಟಲ್ಪಟ್ಟದೆ. ಕಟ್ಟೆಯ ಮೇಲೆ ಯೇರಿ ಹೋಗುವ ಪಾವಟಗೆಗಳು ಭವ್ಯವಾದದ್ದೊಂದು ಕಮಾನಿನೊಳಗೆ ಇರುತ್ತವೆ. ಆ ಕಮಾನಿನ ಮೇಲೆ ೪೦ ಫೂಟು ಯೆತ್ತರವಾದ್ದೊಂದು ಚತುಷ್ಕೋನಾಕೃತಿಯಾದ ಸ್ತಂಭವನ್ನು ಕಟ್ಟಿಸಿದ್ದಾರೆ. ಪೂರ್ವ ದಿಕ್ಕಿನ ಮಹಾದ್ವಾರದ ವೊಳ ಮೈಯಲ್ಲಿ ವಿಸ್ತಾರ ವಾದ ಅಂಗಳಿನೊಳಗೆ ಕಾರಂಜಿಯ ಹೌದು ಇರುವದು. ಅದರ ಮೂರು ದಿಕ್ಕುಗಳಲ್ಲಿ ಮಶೀದಿಯ ಇಮಾರತು ಇರುತ್ತದೆ. ಅಂಗಳಿನ ಯೆದುರಿಗೆ ೭ ಭವ್ಯವಾದ ಕಮಾನು ಗಳ ಆಚೆಯಲ್ಲಿ ವಿಸ್ತಾರವಾದ ದಿವಾಣಖಾನೆ ಅಥವಾ ಪ್ರಾರ್ಥನಾ ಸ್ಥಾನವಿರುತ್ತದೆ. ಅದರ ಉದ್ದಳತೆ ೨೫೭ ಫೂಟು, ಆಗಲು ೧೪೫ ಫೂಟು, ಈ ದಿವಾಣಖಾನೆಯಲ್ಲಿ ೨೨೮೬ ಜನರಿಗೆ ಪ್ರಾರ್ಥನೆಗೆ ಕೂಡ್ರಲಿಕ್ಕೆ ಬರುವ ಹಾಗೆ ಬೇರೆ ಬೇರೆ ಚೌಕುಗಳನ್ನು ಮಾಡಿ ದ್ದಾರೆ. ಇವಲ್ಲದೆ ಯೆಡ ಬಲದ ಪಡಸಾಲೆಗಳಲ್ಲಿ ಸುಮಾರು ೧೫೦ ಜನರಿಗೆ ಕೂಡ್ರಲಿಕ್ಕೆ ಸ್ಥಳವಿರುತ್ತದೆ. ಆ ಪಡಸಾಲೆಗಳಿಗೂ ಯೆದುರಿನ ದಿವಾಣಖಾನೆಯೆಂತೆ ಯೇಳೇಳು ಕಮಾನುಗಳಿರುತ್ತವೆ. ದಿವಾಣಖಾನೆಯ ಯೆದುರಿನ ಗೋಡೆಯಲ್ಲಿ ಧರ್ಮೋಪದೇಶ ಕನು ನಿಲ್ಲುವ ಮೆಹೆರಾಬಿನೊಳಗೆ ಅತ್ಯುತ್ತಮವಾದ ಬಣ್ಣ ಕೊಟ್ಟು ಚಿನ್ನದ ಅಕ್ಷರಗ ಳಿಂದ ಉಪದೇಶದ ವಾಕ್ಯಗಳನ್ನೂ ಬಳ್ಳಿಗಳನ್ನೂ ಬರಿದಿದ್ದಾರೆ. ಆ ವಾಕ್ಯಗಳು ಹ್ಯಾಗಂದರೆ—

೧. ಆಯುಷ್ಯವನ್ನು ನಂಬ ಬೇಡ; ಅದು ಅಲ್ಪವಿರುತ್ತದ.

೨. ಈ ರೂಪಾಂತರ ಕೊಡುವ ಜಗತ್ತಿನಲ್ಲಿ ವಿಶ್ರಾಂತಿ ಇಲ್ಲ.

೩. ಈ ಜಗತ್ತು ಇಂದ್ರಿಯಗಳನ್ನು ಸಂತೋಷ ಪಡಿಸುತ್ತದೆ.

೪. ಮನುಷ್ಯ ಜನ್ಮವು ಅತ್ಯುತ್ತಮವಾದ ದಾಯವಿರುತ್ತದೆ; ಆದರೆ ಅದು ಬಾಳುವದಿಲ್ಲ.

೫. ಈ ಮಶೀದಿಯ ಪರಿಚಾರಕನೂ ಸುಲ್ತಾನ ಮಹಮೂದನ ದಾಸನೂ ಆದ ಮಲಿಖ ಯಾಕೂಬನು ಈ ಮಶೀದಿಯ ಕೆಲಸವನ್ನು ಮುಗಿಸಿದನು.

೬. ಚಿನ್ನದ ಮೊಲಾಮಿನ ಲೇಖವೂ ಅಲಂಕಾರಗಳೂ ಸುಲ್ತಾನ ಮಹಮೂದನ ಅಪ್ಪಣೆಯಿಂದ ಬರಿಯಲ್ಪಟ್ಟಿರುತ್ತವೆ. (೧೬೩೬).

ಜಾಮಾ ಮಶೀದಿಯ ಗುಮುಟವು ವಿಜಾಪುರದಲ್ಲಿ ಯೆಲ್ಲಕ್ಕೂ ಬಹು ಮನೋಹರವಾದದ್ದಿರುತ್ತದೆ. ಅದು ನೆಲದಿಂದ ೧೦೦ ಫೂಟು ಯೆತ್ತರವಿರುವದು. ಆದರೆ ಮಶೀದಿಗಳ ಮೇಲೆ ನಾಲ್ಕೂ ಮೂಲೆಗಳಲ್ಲಿ ಇರತಕ್ಕ ಕಂಬಗಳನ್ನು ಕಟ್ಟಿಲ್ಲ. ಬೇರೆ ಕಡೆಯಲ್ಲಿಯೂ ಕಟ್ಟುವ ಕೆಲಸವು ಪೂರಾ ಮುಗಿದಿಲ್ಲ. ಈ ಮಶೀದಿಯನ್ನು ಸನ್ ೧೫೩೭ರಲ್ಲಿ ೧ನೇ ಅಲ್ಲೀ ಅದಿಲ್‌ಶಹನು ಆರಂಭ ಮಾಡಿದ ಬಳಿಕ ಮುಂದಿನ ಯಾವತ್ತು ಬಾದಶಹಗಳ ಆಳಿಕೆಯಲ್ಲಿ ಇದರ ಕೆಲಸವು ನಡಿವೇ ಇತ್ತೆಂದು ಹೇಳುತ್ತಾರೆ.

ಮಕ್ಕಾ ಮಶೀದಿಯು.—ಇದು ಅರಕಿಲ್ಲೆಯಲ್ಲಿ ಆನಂದ ಮಹಾಲಿನಿಂದ ೧೩೦ ಯಾರ್ಡಿನ ಅಂತರದಲ್ಲಿ ಇರುತ್ತದೆ. ಇದು ಬಹು ಸಣ್ಣದು, ೩೦ ಫೂಟು ಚಚ್ಚೌಕು, ಇರುತ್ತದೆ. ಮಕ್ಕಾ ಪಟ್ಟಣದಲ್ಲಿ ಇರುವ ಹೆಸರಾದ ಮಶೀದಿಯ ಹಾಗೆ ಇದನ್ನು ವೊಬ್ಬ ಪೀರನು ಕಟ್ಟಿಸಿದ್ದರಿಂದ ಇದಕ್ಕೆ ಈ ಹೆಸರು ಬಂದದೆ. ಆದರೆ ಇದು ೨ನೇ ಇಭ್ರಾಹಿಮನ ಆಳಿಕೆಯಲ್ಲಿ ಕಟ್ಟಿಸಿದಂತೆ ತೋರುತ್ತದೆ. ಇದರಲ್ಲಿಯ ಕಲ್ಲುಗಳ ಸುಂದರವಾದ ವರ್ಣ, ಹೊಳವು, ಅವುಗಳಲ್ಲಿ ಕೊರಿದ ಚಿತ್ರಗಳು ನೋಡ ತಕ್ಕಂಥವಿರುತ್ತವೆ. ಇದನ್ನು ಕಟ್ಟಿಸಿದ ಪೀರನ ಕಥೆಯನ್ನು ಜನರು ಹೇಳುವದು ಹ್ಯಾಗಂದರೆ—

ವಿಜಾಪುರದ ಬಾದಶಾಹಿಯು ಸ್ಥಾಪನೆಯಾಗುವ ಪೂರ್ವದಲ್ಲಿ ಸನ್ ೧೩೦೫ರ ಸುಮಾರಿನಲ್ಲಿ ಪೀರಹ್ಮಬ್ರಾಯಿ ಖಂದಾಯತನೆಂಬ ವಲ್ಲಿಯು ಕೆಲ ಜನ ಶಿಷ್ಯರೊಡನೆ ಈ ಮಕ್ಕಾ ಮಶೀದಿ ಇರುವ ಸ್ಥಳದಲ್ಲಿ ಬಂದು ನಿಂತನು. ಆಗ ವಿಜಾಪುರದ ಮೊದಲಿನ ಬಿಜ್ಜನಹಳ್ಳಿ ಯೆಂಬ ಗ್ರಾಮವು ಮಂಗಳವೇಢೆಯಲ್ಲಿ ಇರುತ್ತಿದ್ದ ಬಿಜನರಾವ ಯೆಂಬವನ ಶೀಮೆಗೆ ಶೇರಿತ್ತು. ಆ ಪೀರನು ಬಂದು ನಿಂತ ಸ್ಥಳದ ಸುತ್ತು ಮುತ್ತು ಕೆಲವು ಗುಡಿಗಳಿದ್ದವು. ಆದ್ದರಿಂದ ಊರವರಿಗೂ ಹೊಸದಾಗಿ ಬಂದ ಮುಸಲ್ಮಾನರಿಗೂ ಆಗಾಗ್ಗೆ ಜಗಳಗಳಾಗುತ್ತಿದ್ದವು. ಊರವರು ಮುಸಲ್ಮಾನರನ್ನು ಹೊರಗೆ ಹಾಕುವದಕ್ಕೋಸ್ಕರ ಅವರಿಗೆ ಧಾನ್ಯ ಮಾರುವದನ್ನು ಕಟ್ಟು ಮಾಡಿದರು. ಅದರಿಂದ ಮುಸಲ್ಮಾನರಿಗೆ ಉಪವಾಸದ ಹೊತ್ತು ಬರಲಾಗಿ, ಅವರು ಯೆಡ ಬಲದ ಗುಡಿಗಳಲ್ಲಿ ತಿರುಗಾಡುತ್ತಿದ್ದ ಗೂಳಿಗಳಲ್ಲಿ ವೊಂದು ಆಕಳವನ್ನು ಕೊಯ್ಯುದು ತಿಂದರು. ಆ ಕಾರಣ ಊರವರಿಗೂ ಮುಸಲ್ಮಾನರಿಗೂ ಕಡು ಕದನವಾಗಿ ಅದರಲ್ಲಿ ಪೀರನ ಮಗನು ಮಡಿದನು. ತರುವಾಯ ಊರವರು ಪೀರನನ್ನು ಶರೆ ಹಿಡಿದು ಬಿಜನರಾಯನ ಮುಂದೆ ವೊಯಿದು ನಿಲ್ಲಿಸಲಾಗಿ, ಪೀರನು ದೇವರಿಗೆ ಬಿಟ್ಟ ಆಕಳೆಂದು ನನಗೆ ತಿಳಿಯದ್ದರಿಂದ, ಹೊಟ್ಟೆಗೆ ಕಾಳು ಇಲ್ಲದ ಕಾರಣ ಅದನ್ನು ಕೊಯಿಸಿದೆನೆಂದು ಹೇಳಿ ಕ್ಷಮಿಸೆಂದು ಬೇಡಿ ಕೊಂಡನು. ಬಿಜನರಾಯನು ನಮ್ಮ ಆಕಳನ್ನು ನೀನು ತಂದು ಕೊಡಲಿಕ್ಕೆ ಬೇಕೆಂದು ಹೇಳಲಾಗಿ ಪೀರನು ಆಕಳಿನ ಯೆಲುವುಗಳನ್ನು ಕೂಡಿಸಿ, ಮಂತ್ರ ಪ್ರಯೋಗದಿಂದ ಆಕಳನ್ನು ಬದುಕಿಸಿದನು. ಅದರಿಂದ ಬಿಜನರಾಯನು ಸಂತುಷ್ಟನಾಗಿ ಮಕ್ಕಾ ಮಶೀದಿ ಇರುವ

70

ಸ್ಥಳವನ್ನು ಪೀರನಿಗೆ ಇನಾಮು ಕೊಟ್ಟನು. ಆ ಇನಾಮು ಕೊಡುವ ಸನದು ಕನ್ನಡ ದಲ್ಲಿ ಬರಿದದ್ದು ಪೀರನ ವಂಶದವರ ಬಳಿಯಲ್ಲಿ ಈಗ್ಯೂ ಇರುತ್ತದೆ. ಆದರೆ ಅಕ್ಷರಗಳು ತಿಳಿಯುವದಿಲ್ಲ. ಪೀರನ ಗೋರಿಯೂ ಅವನ ಮಗನ ಗೋರಿಯೂ ಮಕ್ಕಾ ಮಶೀ ದಿಯ ಬಳಿಯಲ್ಲಿ ಇರುತ್ತವೆ. ಇವೆರಡರ ಹೊರ್ತು ಅರಕಿಲ್ಲೆಯಲ್ಲಿ ಗೋರಿ ಇಲ್ಲ. ಆದ್ದರಿಂದ ಈ ಕಥೆಯಲ್ಲಿ ಸತ್ಯಾಂಶವು ಇರ ಬಹುದೆಂದು ತೋರುತ್ತದೆ.

ಇವಲ್ಲದೆ ಮಲಿಖಜಹಾಸ, ಮಲಿಖಸಂದಲ, ಬುಖಾರಾಮಲಿಖ ಕರೀಮ, ಮುಂ ತಾದ ಹೆಸರುಗಳುಳ್ಳ ಮಶೀದಿಗಳು ನೋಡ ತಕ್ಕಂಥವಿರುತ್ತವೆ.

ಗುಡಿಗಳು.—ಪಟ್ಟಣದೊಳಗೆ, ಮುಖ್ಯವಾಗಿ ಅರಕಿಲ್ಲೆಯಲ್ಲಿ ಬಾದಶಾಹಿಯ ಪೂರ್ವ ಕಾಲದ ಗುಡಿಗಳು ಕೆಲವು ಇರುತ್ತವೆ. ಅರಕಿಲ್ಲೆಯ ಗೋಡೆಯಲ್ಲಿಯೂ, ಅದರ ಆಗ್ನೇಯ ದಿಕ್ಕಿನ ಅಗಸೆಯಲ್ಲಿಯೂ ಮಲಿಖ ಕರೀಮನ ಮಶೀದಿಯಲ್ಲಿಯೂ ಬೇರೆ ಕಡೆಯಲ್ಲಿಯೂ ಪೂರ್ವ ಕಾಲದ ಹಿಂದೂ ಗುಡಿಗಳ ಕಲ್ಲುಗಳನ್ನು ತಂದು ಇಮಾರತಿಗೆ ಹಾಕಿದ್ದಾರೆ. ಅರಕಿಲ್ಲೆಯ ಅಗಸೆಯಲ್ಲಿ ಬಹು ಸುಂದರವಾಗಿ ಕೊರಿದಂಥ ಕಂಬಗಳ ಕೆಳಗೂ ಅದರ ಬಳಿಯಲ್ಲಿ ಅರ್ಧ ಮರ್ಧ ಉಳಿದಂಥ ವೊಣ ಕಲ್ಲಿನ ಗುಡಿಗಳಲ್ಲಿಯೂ ೧೧ನೇ ೧೨ನೇ ಶತಕಗಳಲ್ಲಿ ಚಾಲುಕ್ಯರೂ ದೇವಗಿರಿಯ ಯಾದವರೂ ಕನ್ನಡ ಲಿಪಿ ಯಲ್ಲಿ ಸಂಸ್ಕೃತದಿಂದ ಬರಿಸಿದ ಲೇಖಗಳಿರುತ್ತವೆ. ಅರಕಿಲ್ಲೆಯ ಅಗಸೆಯ ಹೊರಗೆ ೭ನೇ ಶತಕದಲ್ಲಿ ಮಾಡಿದ್ದೊಂದು ಬಹು ದೊಡ್ಡ ಕಂಬವು ಬಿದ್ದಿರುತ್ತದೆ.

ಅರಕಿಲ್ಲೆಯ ಪಶ್ಚಿಮದ ಕಂದಕದ ದಂಡೆಯಲ್ಲಿ ಪೂರ್ವ ಕಾಲದ ನರಸಿಂಹನ ಗುಡಿಯು ಈಗ್ಯೂ ಇರುತ್ತದೆ. ೨ನೇ ಇಬ್ರಾಹಿಮಶಹನಿಗೆ ಹತ್ತಿದ್ದೊಂದು ಘನವಾದ ರೋಗವು ಗಾಣಗಾಪುರದ ದತ್ತಾತ್ರಯನ ಪ್ರಸಾದದಿಂದ ಹೋದ ಕಾರಣ ಆ ಬಾದಶ ಹನು ದತ್ತಾತ್ರಯನನ್ನು ಕರೆ ತಂದು ಈ ಗುಡಿಯ ಮೇಲೆ ಹಬ್ಬಿರುವ ಹಳೆ ಅರಳೀ ಮರದ ಕೆಳಗೆ ದತ್ತಾತ್ರಯನಿಗಾಗಿ ಗುಡಿಯನ್ನು ಕಟ್ಟಿಸಿದನಂತೆ. ಈ ಗುಡಿಯಲ್ಲಿ ಅರಳೀ ಮರದ ಬೇರೇ ನರಸೋಬ ಯೆಂಬ ಹೆಸರಿನಿಂದ ಪೂಜಿಸಲ್ಪಡುತ್ತದೆ. ಇಬ್ರಾಹಿ ಮಶಹನು ಈ ದೇವರಿಗೆ ಭಕ್ತಿಯಿಂದ ನಡಕೊಳ್ಳುತ್ತಿದ್ದನು.

ಇನ್ನೂ ಕೆಲವು ಪ್ರಸಿದ್ಧವಾದ ಇಮಾರತು ಮುಂತಾದವುಗಳು ಯಾವವೆಂದರೆ— ತಾಜಬಾವಡಿ ಪಟ್ಟಣದ ಪಶ್ಚಿಮ ಭಾಗದಲ್ಲಿ ೨೩೪ ಫೂಟು ಚಚ್ಚೌಕು; ಚಾಂದಬಾವಡಿ ಪಟ್ಟಣದ ನೈರುತ್ಯ ಮೂಲೆಯಲ್ಲಿ; ಉಪರೀಬುರುಜೆಂಬ ಕೊತ್ತಳ ತಾಜಬಾವಡಿಯಿಂದ ಸ್ವಲ್ಪ ಅಂತರದಲ್ಲಿ; ಮಲಿಖ ಈ ಮೈದಾನ (ಹಿಂದೆ ಕೋಟೆಯ ವರ್ಣನೆ ನೋಡು), ಲಾಂಡಾ ಕಸಾಬ ಯೆಂಬ ಕೊತ್ತಳದ ಮೇಲೆ ಇರುವ ಯೆಲ್ಲಕ್ಕೂ ದೊಡ್ಡ ತೋಫು (ಕೋಟೆಯ ವರ್ಣನೆ ನೋಡು), ಇತ್ಯಾದಿ.

ಇತಿಹಾಸ.—ವಿಜಾಪುರಕ್ಕೆ ಬುನಾದಿಯಲ್ಲಿ, ಅಂದರೆ ೧೦ನೇ ಶತಕದ ಪೂರ್ವ ದಲ್ಲಿ ಬಿಚಕನ ಹಳ್ಳಿ ಯೆಂಬ ಹೆಸರು ಇತ್ತೆಂದು ಹೇಳುತ್ತಾರೆ; ಆದರೆ ಇದಕ್ಕೆ ಆಧಾರ ವೇನು ಇದ್ದಂತೆ ತೋರುವದಿಲ್ಲ. ೭ನೇ ಶತಕದಲ್ಲಿ ಮಾಡಿಸಿದ್ದೊಂದು ಸ್ತಂಭವನ್ನು

ಮೇಲೆ ಉಲ್ಲೇಖಿಸಿದ್ದೇವೆ. ಆದು ಜಯ ಸ್ತಂಭವೆಂದರೆ ವೀರಗಲ್ಲೆಂದು ತೋರುತ್ತದೆ. ಮೇಲೆ ಉಲ್ಲೇಖಿಸಿದ ಲಿಪಿಗಳೊಂದರಲ್ಲಿ ಚಾಲುಕ್ಯರ ೨ನೇ ಸೋಮೇಶ್ವರನು "ವಿಜಯಪುರದ" ನರಸಿಂಹನ ಗುಡಿಗೆ ಕೆಲವು ಇನಾಮುಗಳನ್ನು ಕೊಟ್ಟ ಲೇಖವಿರುತ್ತದೆ. ಮತ್ತೊಂದು ಲೇಖದಲ್ಲಿ ದೇವಗಿರಿಯ ಜೈತುಗಿ ಯೆಂಬ ಅರಸು "ವಿಜಯಪುರವನ್ನು" ತನ್ನ ರಾಜಧಾನಿಯನ್ನು ಮಾಡಿ ಕೊಂಡಿದ್ದನೆಂದು ಬರೆದದೆ, ೧೧೯೬. ಮೂರನೇದೊಂದು ಲಿಪಿಯಲ್ಲಿ ದೇವಗಿರಿಯ ೨ನೇ ಸಿಂಹಣ ರಾಜನು (೧೨೦೯-೧೨೪೭) ವಿಜಯಪುರದೊಳಗಿನ ಕೆಲವೊಂದು ಗುಡಿಗೆ ಭೂಮಿಯನ್ನು ಕೊಟ್ಟ ಲೇಖವಿರುತ್ತದೆ.

ಸನ್ ೧೩೧೮ರಲ್ಲಿಯೂ ೧೩೨೦ರಲ್ಲಿಯೂ ಮಲಿಖ ಕಾಪೂರನ ಮಗನಾದ ಕರೀಮಉದ್ದೀನನೆಂಬ ಸರದಾರನು ವಿಜಾಪುರದ ಸುಭೇದಾರನಿದ್ದನೆಂದು ಇತಿಹಾಸದಲ್ಲಿ ಲೇಖವದೆ. ಇದರ ಮುಂದೆ ವಿಜಾಪುರದಲ್ಲಿ ಮುಸಲ್ಮಾನರ ಪೈವಸ್ತಿಯು ಬಿದ್ದದ್ದರ ಪ್ರಮಾಣಗಳು ಇತಿಹಾಸದಲ್ಲಿ ಇರುತ್ತವೆ. ಅದಿಲ್‌ಶಾಹಿಯ ಮೂಲಪುರುಷನಾದ ಯೂಸಫ್ ಅದಿಲ್‌ಶಹನು ಮೊದಲು ಬಾಮನೀ ಬಾದಶಾಹಿಯ ಕೆಳಗೆ ವಿಜಾಪುರದ ಸುಭೇದಾರನಾಗಿದ್ದನೆಂದು ೭ನೇ ಭಾಗದಲ್ಲಿ ಹೇಳಿದ್ದೇವೆ. ಇದೇ ಕಾರಣದಿಂದ ಯೂಸಫನು ಸ್ವತಂತ್ರನಾದ ಬಳಿಕ ವಿಜಾಪುರವನ್ನು ತನ್ನ ರಾಜಧಾನಿಯನ್ನು ಮಾಡಿಕೊಂಡನು. ಯೂಸಫನ ತರುವಾಯ ಪ್ರತಿಯೊಬ್ಬ ಬಾದಶಹನು ನೀರಿನ ಪುರೋಕೆಯಿಂದಲೂ ಹೊಸಹೊಸ ಭವ್ಯವಾದ ಇಮಾರತುಗಳಿಂದಲೂ ವ್ಯಾಪಾರಕ್ಕೆ ಆಶ್ರಯ ಕೊಡುವದರಿಂದಲೂ ಪಟ್ಟಣವನ್ನು ಬಲಿಸುತ್ತ ನಡಿದನು. ಆದ್ದರಿಂದ ಮಹಮೂದನ ಆಳಿಕೆಯಲ್ಲಿ ವಿಜಾಪುರದಲ್ಲಿ ಶಾಖಾನಗರಗಳು ಸಹಿತ ೨೦ ಲಕ್ಷ ಜನರು ವಾಸಿಸುತ್ತಿದ್ದರೆಂದು ತಿಳಿದದೆ. ದಕ್ಷಿಣಹಿಂದುಸ್ತಾನದಲ್ಲಿ ಇಷ್ಟು ದೊಡ್ಡ ಪಟ್ಟಣವು ಯಾವದಾದರೂ ಯೆಂದಾದರೂ ಇತ್ತೆಂದು ತೋರುವದಿಲ್ಲ. ಸನ್ ೧೬೦೪ರಲ್ಲಿ ವೊಬ್ಬ ಪ್ರವಾಸಿಯು ವಿಜಾಪುರವನ್ನು ನೋಡಿ ಬರೆದದ್ದು ಹ್ಯಾಗಂದರೆ—

"ಪಟ್ಟಣದೊಳಗೆ ಯೆತ್ತರವಾದ ಉಪ್ಪರಿಗೆಗಳ ಸಾಲುಗಳನ್ನೂ ಅರಮನೆಗಳ ಸಾಲುಗಳನ್ನೂ ಅಲ್ಲಲ್ಲಿಗೆ ನೋಡ ಬಹುದು. ಹವೆಯು ಬಹು ಆರೋಗ್ಯವಾದದ್ದು. ಪಟ್ಟಣದ ಹೊರಗೆ ಬಾಜಾರು ಮೂವತ್ತು ಯಾರ್ಡು ಅಗಲಾಗಿಯೂ ೪ ಮೈಲು ಉದ್ದಾಗಿಯೂ (ಪಶ್ಚಿಮ ಅಗಸೆಯಿಂದ ತೋರವಿಯ ವರೆಗೆ) ವೊಂದೇ ಸವನಾಗಿ ಹಬ್ಬಿದೆ. ಪ್ರತಿವೊಂದು ಅಂಗಡಿಯ ಮುಂದೆ ವೊಂದೊಂದು ಮರವಿರುತ್ತದೆ; ಇಡೀ ಬಾಜಾರು ಬಹು ಸ್ವಚ್ಛವಿರುವದರಿಂದ ಮನೋಹರವಾಗಿ ಕಾಣುತ್ತದೆ. ವಸ್ತ್ರ, ಅಲಂಕಾರಗಳು, ಆಯುಧಗಳು, ತರತರದ ಮದ್ಯಗಳು, ಉಪಹಾರದ ಪದಾರ್ಥಗಳು, ಮುಂತಾದ ಸರಕುಗಳನ್ನು ಮಾರುವವರ ಅಂಗಡಿಗಳಿಗೆ ತೆರಪಿಲ್ಲ. ಆಭರಣಗಳನ್ನು ಮಾರುವವರ ಅಂಗಡಿಗಳಲ್ಲಿ ವಜ್ರ ಮಾಣಿಕಗಳನ್ನು ಹಚ್ಚಿದಂಥ ಕಟಾರಿಗಳು, ಚೂರಿಗಳು, ಕನ್ನಡಿಗಳು, ಸರಗಳು, ಮುಂತಾದ ಬೆಲೆಯುಳ್ಳ ವೊಡವೆಗಳನ್ನು ಬಹು ಸೊಬಗಿನಿಂದ ಇಟ್ಟಿರುವರು. ಅವೇ ಅಂಗಡಿಗಳಲ್ಲಿ ನಾನಾ ಪ್ರಕಾರದ ರತ್ನಗಳಿಂದ ಹೊಳಿಯುವಂಥ ಗಿಣಿ, ಪಾರಿವಾಳ,

ನವಿಲು, ಮುಂತಾದ ಪಕ್ಷಿಗಳ ಸಾಲುಗಳನ್ನು ವೊಂದರ ಮೇಲೊಂದು ಚಿತ್ರ ವಿಚಿತ್ರ ವಾಗಿ ಇಟ್ಟಿದ್ದು ನೋಡಿ ಮನುಷ್ಯನು ಬೆರಗಾಗುತ್ತಾನೆ. ಸುಗಂಧ ದ್ರವ್ಯಗಳ ಅಂಗಡಿ ಗಳಲ್ಲಿ ಬೆಲೆಯುಳ್ಳ ಸ್ಫಟಿಕದ ಕುಪ್ಪಿಗಳಲ್ಲಿಯೂ ಬಹು ಚಂದವಾದ ಚೀನೀ ಪಾತ್ರೆಗಳ ಲ್ಲಿಯೂ ಘಮ ಘಮಿಸುವಂಥ ದುರ್ಮಿಲವಾದ ಅರ್ಕಗಳನ್ನು ತುಂಬಿ ವೊಂದರಮೇ ಲೊಂದು ಹಾಕಿದ ಹಲಿಗೆಗಳ ಮೇಲೆ ಸಾಲಾಗಿ ಇಟ್ಟಿರುವರು. ಅವುಗಳ ಯೆದುರಿಗೆ ಮದ್ಯದ ಅಂಗಡಿಗಳಲ್ಲಿ ಅಸಂಖ್ಯ ಸೀಸೆಗಳಲ್ಲಿ ತರತರದ ಬಣ್ಣಗಳುಳ್ಳ ಮದ್ಯಗಳು ಮಾರ್ಗಸ್ಥರನ್ನು ಕರೆಯುವಂತೆ ತೋರುವವು. ಸುಂದರಿಯರಾದ ನರ್ತಕಿಯರು ಮೈ ತುಂಬ ಬೆಲೆಯುಳ್ಳ ಆಭರಣಗಳನ್ನು ಧರಿಸಿಕೊಂಡು ಕಳೆ ಯೇರಿದ ಮುಖಗಳನ್ನು ಪಾಂಥಸ್ಥರಿಗೆ ತೋರುವರು. ಸಾರಾಂಶ ಬಾಜಾರಿನಲ್ಲಿ ಯೆತ್ತ ನೋಡಿದತ್ತ ದ್ರಾಕ್ಷಾ ಸವ, ಮದ್ಯ, ಸುಂದರಿಯರು, ನರ್ತಕಿಯರು, ಉಪಭೋಗ ಸಾಹಿತ್ಯಗಳು, ಪುಷ್ಪಗಳು, ಅಲಂಕಾರಗಳು, ಉಪ್ಪರಿಗೆಗಳು, ಇವೇ ಕಾಣಿಸುವವು. ಒಂದು ಓಣಿಯಲ್ಲಿ ಸಾವಿರಾರು ಜನ ಗಂಡಸರೂ ಹೆಂಗಸರೂ ಶರೆ ಕುಡಿದು ಕುಣಿಯುತ್ತಲೂ ಹಾಡುತ್ತಲೂ ಅತ್ಯಾನಂದ ದಲ್ಲಿ ಹೊತ್ತುಗಳೆಯುತ್ತಿದ್ದರು. ಅವರೊಳಗೆ ಕಡಿದಾಟ ಬಡಿದಾಟದ ಸುದ್ದಿಯೇ ಇದ್ದಿಲ್ಲ. ಈ ಬಗೆಯಾಗಿ ಆನಂದದಲ್ಲಿ ಮುಳುಗಿದ ಜನರ ತಂಡಗಳಿಗೆ ತೆರಪಿಲ್ಲ. ಇದ ಕ್ಕಿಂತ ಹೆಚ್ಚು ಆಶ್ಚರ್ಯಕರವಾದ ದರ್ಶನೀಯ ವಸ್ತುಗಳುಳ್ಳಂಥ ಇನ್ನೊಂದು ಪಟ್ಟಣ ವನ್ನು ಈ ಲೋಕದಲ್ಲಿ ಕಾಣುವದು ಶಕ್ಯವಲ್ಲ."

ಔರಂಗಜೇಬನು ಸನ್ ೧೬೮೬ರಲ್ಲಿ ವಿಜಾಪುರದ ಬಾದಶಾಹಿಯನ್ನು ಮುರಿದ ಬಳಿಕ, ಕಡೆಯ ಬಾದಶಹನಾದ ಶಿಕಂದರಶಹನಿಗೆ ವರ್ಷಕ್ಕೆ ಲಕ್ಷ ರೂಪಾಯಿ ನೇಮ ಣೂಕು ಗೊತ್ತು ಮಾಡಿ ಅವನನ್ನು ವಿಜಾಪುರದಲ್ಲೇ ಇಟ್ಟು, ತಾನೂ ಮೂರು ವರ್ಷ ಅಲ್ಲಿ ನಿಂತನು. ಸನ್ ೧೬೮೯ರಲ್ಲಿ "ತಾವುನ" ಯೆಂಬ ಪಿಡುಗಿನಿಂದ ಪಟ್ಟಣದ ನಿವಾಸಿ ಗಳು ಲಕ್ಷಾನವಧಿ ಜನರು ಸತ್ತದ್ದರಿಂದ ಔರಂಗಜೇಬನು ಅಲ್ಲಿಂದ ಹೊರಟು ಔರಂಗಾಬಾ ದಿಗೆ ಹೋದನು. ಪಿಡಗು ಹಮ್ಮೆಟ್ಟಿದ ಬಳಿಕ ಬಾದಶಹನು ಪಟ್ಟಣದ ಖಾನೇಸುಮಾ ರಿಯನ್ನು ತಕ್ಕೊಂಡಾಗ ೧೧೧೬೦೦೦ ಜನರಿದ್ದರು. ಮುಂದೆ ಪಟ್ಟಣ ಬಹು ಬೇಗ ಹಾಳಾಗುತ್ತ ನಡೀತು. ಔರಂಗಜೇಬನು ಪಟ್ಟಣವನ್ನು ಮೊದಲಿನಂತೆ ತುಂಬಿಸಲಿಕ್ಕೆ ಬಹಳ ಹವಣಿಸಿದಾಗ್ಯೂ, ವ್ಯಾಪಾರಸ್ಥರಿಗೆ ಹೊಸ ಹಕ್ಕುಗಳನ್ನು ಕೊಟ್ಟು ದರ್ಬಾರದ ಜನರಿಗೆ ಹೊಸ ವೇತನಗಳನ್ನು ಮಾಡಿ ಕೊಟ್ಟಾಗ್ಯೂ ಪಟ್ಟಣದೊಳಗೆ ಜನರು ನಿಲ್ಲಲಿಲ್ಲ, ಯೆತ್ತ ನೋಡಿದತ್ತ ಹಾಳು ಕಳೆಯು ಸುರಿಯ ಹತ್ತಿತು. ಔರಂಗಜೇಬನು ಸನ್ ೧೭೦೭ರಲ್ಲಿ ಸಾಯುವ ಪೂರ್ವದಲ್ಲಿ ತನ್ನ ಮಗನಾದ ಕಾಮುಬಕ್ಷನನ್ನು ವಿಜಾಪುರದ ಸುಭೇದಾರನಾಗಿ ನೇಮಿಸಿ, ಬಾದಶಹನಂತೆ ಅವನನ್ನು ಇಡುವ ಆಲೋಚನೇ ಮಾಡಿ ದನು. ಕಾಮುಬಕ್ಷನು ವಿಜಾಪುರಕ್ಕೆ ತಲಪುವ ಪೂರ್ವದಲ್ಲಿ ಔರಂಗಜೇಬನು ಮರಣ ಹೊಂದಿದಾಗ್ಯೂ, ಕಾಮುಬಕ್ಷನು ವಿಜಾಪುರದ ಕಿಲ್ಲೇದಾರನನ್ನು ಯುಕ್ತಿಯಿಂದ ವಶ ಮಾಡಿಕೊಂಡು ಪಟ್ಟಣದೊಳಗೆ ನಿಂತು ಸ್ವತಂತ್ರ ಬಾದಶಹನಂತೆ ಆಳ ಹತ್ತಿದನು.

ಆದರೆ ಅವನು ಬಹು ಕ್ರೂರತನದಿಂದ ದರ್ಬಾರಿನ ಜನರಲ್ಲಿ ಅಹಸೆನಖಾನ ಮುಂತಾದ ಪ್ರಮುಖ ಜನರನ್ನು ಕೊಲ್ಲಿಸಿದ್ದರಿಂದ ಉಳಿದ ಮುತ್ಸದ್ದಿಗಳು ಅವನನ್ನು ಬಿಟ್ಟು ಹೋದರು. ತರುವಾಯ ಸ್ವಲ್ಪ ದಿವಸದೊಳಗೆ ಔರಂಗಜೇಬನ ತರುವಾಯ ದಿಲ್ಲಿಯ ಬಾದಶಹನಾದ ಬಾಹಾದೂರಶಹನೆಂಬ ಕಾಮಬಕ್ಷನ ಅಣ್ಣನಿಗೂ ಕಾಮಬಕ್ಷನಿಗೂ ಜಗಳ ಹುಟ್ಟಿ, ಹೈದರಾಬಾದಿನ ಬಳಿಯಲ್ಲಿ ದಿಲ್ಲಿಯ ದಂಡಿನವರಿಗೂ ಕಾಮಬಕ್ಷನಿಗೂ ಯುದ್ಧವಾಗಿ ಅದರಲ್ಲಿ ಕಾಮಬಕ್ಷನು ಮಡಿದನು, ೧೭೦೧. ತರುವಾಯ ವಿಜಾಪುರವು ಹೈದರಾಬಾದಿನ ಸರಸುಭೇದಾರನಾದ ನಿಜಾಮು ಉಲ್ಮುಲ್ಕನ ಅಧಿಕಾರಕ್ಕೆ ಶೇರಿತು. ಅವನು ಸನ್ ೧೭೨೪ರಲ್ಲಿ ದಿಲ್ಲಿಯ ಸ್ವಾಮಿತ್ವವನ್ನು ದೂಡಿ ಸ್ವತಂತ್ರನಾದನು. ಈ ಪೂರ್ವದಲ್ಲಿ ಸನ್ ೧೭೧೧ರಲ್ಲಿಯೂ ೧೭೧೭ರಲ್ಲಿಯೂ ಬರ ಬಿದ್ದು ವಿಜಾಪುರವು ಬಹಳ ಹಾಳಾಯಿತು. ಈ ಪ್ರಕಾರ ವಿಜಾಪುರವು ಮೊದಲಿನಂತೆ ವೊಂದು ಹಳ್ಳಿಯ ಸ್ವರೂಪಕ್ಕೆ ಬರುವ ಮಾರ್ಗಕ್ಕೆ ಹತ್ತಿತು. ಮುಂದೆ ಸನ್ ೧೭೬೦ರಲ್ಲಿ ಉದಗೀರದ ಬಳಿಯಲ್ಲಿ ನಿಜಾಮನಿಗೂ ಪೇಶವೇ ನಾನಾ ಸಾಹೇಬನಿಗೂ ಆದ ಯುದ್ಧದ ಕಡೆಯಲ್ಲಿ ನಿಜಾಮನು ವಿಜಾಪುರವನ್ನು ಪೇಶವನಿಗೆ ಕೊಟ್ಟನು. ಅಂದಿನಿಂದ ಸನ್ ೧೮೧೮ರಲ್ಲಿ ಪೇಶವನ ರಾಜ್ಯ ಹಾಳಾಗುವ ವರೆಗೂ ವಿಜಾಪುರವು ಪೇಶವನ ರಾಜ್ಯಕ್ಕೆ ಶೇರಿತ್ತು. ಈ ಅವಧಿಯಲ್ಲಿ ಪೇಶವನ ಸುಭೇದಾರರು ಪಟ್ಟಣದೊಳಗಿನ ದೊಡ್ಡ ದೊಡ್ಡ ಇಮಾರತುಗಳನ್ನು ಕೆಡಹಿ ಅವುಗಳಲ್ಲಿಯ ಬೆಲೆಯುಳ್ಳ ಸಾಮಾನುಗಳನ್ನು ಯೆತ್ತಿ ಕೊಂಡು ಹೋದರು. ಸನ್ ೧೮೧೮ರಲ್ಲಿ ಇಂಗ್ಲಿಷ ಸರಕಾರದವರು ವಿಜಾಪುರವನ್ನು ಸಾತಾರೆಯ ಅರಸನಿಗೆ ಕೊಟ್ಟರು. ಆ ಅರಸನ ಸರದಾರರಾದರೂ ವಿಜಾಪುರದಲ್ಲಿ ಅಲ್ಪ ಸ್ವಲ್ಪ ಉಳಿದದ್ದನ್ನು ಯೆತ್ತಿ ಕೊಂಡು ಹೋಗುವ ಕಾಯಕವನ್ನೇ ನಡಿಸಿದರು. ಈ ಪ್ರಕಾರ ಸನ್ ೧೮೪೮ರಲ್ಲಿ ಸಾತಾರೆಯ ಅರಸು ಸತ್ತದ್ದರಿಂದ ಅವನ ರಾಜ್ಯವು ಇಂಗ್ಲಿಷ ಸರಕಾರಕ್ಕೆ ಶೇರಿದಾಗ ವಿಜಾಪುರವು ಈಗಿನ ಸ್ಥಿತಿಗೆ ಬಂದು ನಿಂತಿತ್ತು. ಮುಸಲ್ಮಾನರು ವಿಜಯನಗರವನ್ನು ಹಾಳು ಮಾಡಿದ್ದರಿಂದ ಹಿಂದೂ ಜನರು ವಿಜಾಪುರವನ್ನು ಹಾಳು ಮಾಡಿದರೆಂದು ಕೆಲವರು ಅನ್ನುತ್ತಾರೆ. ಆದರೂ ಈ ಹೆಸರಾದ ಪಟ್ಟಣವು ಇಂಗ್ಲಿಷ ಸರಕಾರದ ಕೈ ಶೇರಿದ ಬಳಿಕ ಸರಕಾರದವರು ಇನ್ನೂ ಉಳಿದ ಇಮಾರತುಗಳ ದಾಗದೂಜಗಾಗಿ ವರ್ಷಕ್ಕೆ ೧೦೦೦ ರೂಪಾಯಿ ವೆಚ್ಚ ಮಾಡುತ್ತ ಬಂದದ್ದರಿಂದ ಈ ಹೊತ್ತಿಗೆ ಹಲಕೆಲವು ಇಮಾರತುಗಳು ಜೀವದಿಂದ ಉಳಿದಿರುತ್ತವೆ. ಸನ್ ೧೮೮೫ರ ವರೆಗೆ ವಿಜಾಪುರವು ತಾಲೂಕಿನ ಮುಖ್ಯ ಗ್ರಾಮವಿತ್ತು. ಸರಕಾರದವರು ಲಕ್ಷಾವಧಿ ರೂಪಾಯಿ ವೆಚ್ಚ ಮಾಡಿ, ಹಳೆ ಇಮಾರತುಗಳನ್ನು ವೊಳಿತಾಗಿ ದುರಸ್ತ ಮಾಡಿ, ಆ ವರ್ಷ ವಿಜಾಪುರವನ್ನು ಜಿಲ್ಲೆಯ ಮುಖ್ಯ ಗ್ರಾಮವನ್ನು ಮಾಡಿದರು.

ಬೊಬ್ಲೇಶ್ವರ.—ವಿಜಾಪುರದ ನೈರುತ್ಯಕ್ಕೆ ೧೫ ಮೈಲಿನ ಮೇಲೆ, ಜ. ಸ. (೮೧) ೪೮೦೦. ಈ ಗ್ರಾಮಸಿದ್ದ ಸ್ಥಳದಲ್ಲಿ ಮೊದಲು ಜಾಲಿಯ ದೊಡ್ಡ ಬನವಿದ್ದು, ಅದರಲ್ಲಿ ಕಳ್ಳರಿಗೆ ಆಶ್ರಯವಾಗಿ ಸುತ್ತಲಿನ ಗ್ರಾಮಗಳಿಗೆ ಬಹಳ ಉಪದ್ರವವಾಗುತ್ತಿತ್ತು. ಅದ್ದರಿಂದ ಸುತ್ತಲಿನ ೭ ಹಳ್ಳಿಗಳ ಜನರು ಕೂಡಿ ಜಾಲಿಯನ್ನು ಕಡಿದು ಈ ಗ್ರಾಮವನ್ನು

ಸ್ಥಾಪಿಸಿದರು. ಜಂಗಮಶಟ್ಟೀ ಮರಿ ಲಿಂಗಪ್ಪನೆಂಬವನು ಸನ್ ೧೭೮೦ರಲ್ಲಿ ಈ ವೂರು ಕಟ್ಟಿಸಿದನು. ಮೊದಲು ಜಾಲಿಯೊಳಗಿದ್ದ ಈಶ್ವರನಿಗಾಗಿ ಊರೊಳಗೆ ದೊಡ್ಡ ಗುಡಿಯನ್ನು ಕಟ್ಟಿಸಿ ಈಶ್ವರನ ಸ್ಥಾಪನೇ ಮಾಡಿದ್ದಾರೆ. ಇದಕ್ಕೆ ಸಿದ್ಧೇಶ್ವರನ ಗುಡಿಯೆನ್ನುವರು. ಊರ ಹೊರಗೆ ಅಂಬಲ ಮುತ್ಯಪ್ಪನೆಂಬ ಹೆಸರಿನ ದೇವಸ್ಥಾನವು ಮಶೀದಿಯ ಹಾಗೆ ಇರುತ್ತದೆ. ಅದರಲ್ಲಿ ಯಾವ ಮೂರ್ತಿಯೂ ಇಲ್ಲ.

ಚಾಂದಕವಠೆ.—ಸಿಂದಗಿಯ ವಾಯುವ್ಯಕ್ಕೆ ೮ ಮೈಲಿನ ಮೇಲೆ, ಜ. ಸ. (೮೧) ೧೬೫೮. ಊರೊಳಗೆ ರಾಮಲಿಂಗನ ಗುಡಿ, ಊರ ಹೊರಗೆ ಪರಮಾನಂದನ ಗುಡಿ ಇವೆರಡೂ ಹಳೇವಿರುತ್ತವೆ.

ಚಟ್ಟರಿಕಿ.—ಸಿಂದಗಿಯ ಪಶ್ಚಿಮಕ್ಕೆ ೧೦ ಮೈಲಿನ ಮೇಲೆ. ಇಲ್ಲಿ ದತ್ತಾತ್ರಯನ ಗುಡಿಯೊಳಗೂ ಹೊರಗೂ ನಾನಾ ಪ್ರಕಾರದ ಮೂರ್ತಿಗಳೂ ಕಲ್ಲಿನ ಆನೆ, ಸಿಂಹ, ಮುಂತಾದ ಪಶುಗಳೂ ಇರುತ್ತವೆ. ಈ ಗುಡಿಯಲ್ಲಿ ಸವಿದವೆಲ್ಲೊಂದು ಲಿಪಿಯುಂಟು; ಅದು ಓದಲಿಕ್ಕೆ ಬರುವ ಹಾಗಿಲ್ಲ.

ಚಿಮ್ಮಲಗಿ.—ಕೃಷ್ಣಾ ಘಟಪ್ರಭೆಗಳ ಸಂಗಮ ಸ್ಥಳದಲ್ಲಿ ಇರುವ ಕಪ್ಪಡೀ ಸಂಗಮದಿಂದ ೪ ಮೈಲಿನ ಮೇಲೆ. ಇದು ಕ್ಷೇತ್ರವೆನಿಸುತ್ತದೆ. ಊರೊಳಗೂ ಹೊರಗೂ ಕೂಡಿ ೧೦೮ ಲಿಂಗಗಳಿರುತ್ತವೆಂದು ಹೇಳುತ್ತಾರೆ. ಇಲ್ಲಿ ಓದಲಿಕ್ಕೆ ಬಾರದಂಥ ಯೆರಡು ಕನ್ನಡ ಲಿಪಿಗಳಿರುತ್ತವೆ. ಕಪ್ಪಡೀ ಸಂಗಮದಲ್ಲಿ ಚೈತ್ರ ಪೂರ್ಣಿಮೆಯಲ್ಲಿ ಈಶ್ವರನ ಜಾತ್ರೆಯಾಗುತ್ತದೆ.

ದೇವನಗಾವ.—ಸಿಂದಗಿಯ ಈಶಾನ್ಯಕ್ಕೆ ೧೨ ಮೈಲಿನ ಮೇಲೆ, ಭೀಮೆಯ ದಂಡೆಯಲ್ಲಿ ಜ. ಸ. (೮೧) ೧೪೪೩. ಇದನ್ನು ದೇವನ ಭಟ್ಟನೆಂಬ ಬ್ರಾಹ್ಮಣನು ಸ್ಥಾಪಿಸಿದನೆಂದು ಹೇಳುತ್ತಾರೆ. ಕಲಮೇಶ್ವರ, ಮಲ್ಲಿಕಾರ್ಜುನ, ಶಂಕರಲಿಂಗ ಯೆಂಬ ಗುಡಿಗಳಿರುತ್ತವೆ.

ದೇವರನಾವಡಗಿ.—ಇಂಡಿಯ ಪೂರ್ವಕ್ಕೆ ೩೦ ಮೈಲಿನ ಮೇಲೆ. ಪುಣೆಯ ಪೋಲೀಸ ಸುಪರಿಂಟೆಂಡೆಂಟನೂ ನಿಜಾಮಿಾ ಇಲಾಖೆಯ ಪೋಲೀಸ ಕಮಿಶನರನೂ ಕೂಡಿ ಸನ್ ೧೮೭೭ರ ಜುಲಾಯಿ ತಿಂಗಳಿನ ೨೧ನೇ ತಾರೀಖಿನ ರಾತ್ರಿಯಲ್ಲಿ ವಾಸುದೇವ ಬಳವಂತ ಫಡಕೆ ಯೆಂಬ ದಾಳಿಗಾರನನ್ನು ಈ ವೂರಲ್ಲಿ ವೊಂದು ಗುಡಿಯೊಳಗೆ ಮಲಗಿದವನನ್ನು ಹಿಡಿದರು.

ಧೂಳಖೇಡ.—ಇಂಡಿಯ ಉತ್ತರಕ್ಕೆ ೧೫ ಮೈಲಿನ ಮೇಲೆ, ಭೀಮೆಯ ದಂಡೆಯಲ್ಲಿ, ಕ್ಷೇತ್ರವೆನಿಸುತ್ತದೆ. ಇಲ್ಲಿಯ ಶಂಕರಲಿಂಗವನ್ನು ಬ್ರಹ್ಮ ದೇವರು ಸ್ಥಾಪಿಸಿದ್ದಾರೆಂದು ಹೇಳುತ್ತಾರೆ. ಈ ಗುಡಿಯಲ್ಲಿ ವೊಂದು ಲಿಪಿಯುಂಟು. ಈ ಗ್ರಾಮವು ಆದ್ಯರೆಂಬ ಮನೆತನದ ವೈಷ್ಣವ ಬ್ರಾಹ್ಮಣರಿಗೆ ಇನಾಮು ಇರುತ್ತದೆ.

ಗದ್ದನಕೆರಿ.—ಕಲಾದಗಿಯ ಪೂರ್ವಕ್ಕೆ ೮ ಮೈಲಿನ ಮೇಲೆ. ಇಲ್ಲಿ ಊರ ಹೊರಗೆ ವೊಂದು ಗುಡ್ಡದ ಮೇಲೆ ವಿಜಾಪುರದ ಪದ್ಧತಿಯ ಗೋರಿಗಳೂ ಗುಡಿಗಳೂ ಕೆಲವುಂಟು. ಉಕ್ಕಲಿಯ ಮಳಿಯಪ್ಪನೆಂಬ ಪಂಚಾಳ ಜಾತಿಯ ಸತ್ಪುರುಷನ ಗೋರಿಯೂ ಅವನ ಮಗನಾದ ವೋನಪ್ಪನ ಗೋರಿಯೂ ಈ ಗುಡ್ಡದ ಮೇಲೆ ಇರುತ್ತವೆ. ಈ ಗೋರಿಗಳ ಮೇಲೆ ಗುಡಿಗಳನ್ನು ಕಟ್ಟಿಸಿದ್ದಾರೆ. ಮಳಿ ಹೋದರೆ ವೋನಪ್ಪನನ್ನು ಪೂಜಿಸಿ ಬೇಡಿ ಕೊಳ್ಳುವರು.

ಗಜೇಂದ್ರಗಡ.—ಬಾದಾಮಿಯ ದಕ್ಷಿಣಕ್ಕೆ ೨೮ ಮೈಲಿನ ಮೇಲೆ, ಜ. ಸ. (೮೧) ೫೪೫೮. ಈ ವೂರು ಮುಧೋಳದ ಘೋರ್ಪಡೆಯವರ ಮನೆತನಕ್ಕೆ ಶೇರಿರುತ್ತದೆ. ಈ ವೂರಿನ ಬಳಿಯಲ್ಲಿ ಗಜೇಂದ್ರಗಡವೆಂಬ ದುರ್ಗ ಕೋಟೆಯನ್ನು ಶಿವಾಜಿಯು ಕಟ್ಟಿಸಿದನು. ಉಚಗಿರಿಯೆಂಬ ಮತ್ತೊಂದು ದುರ್ಗ ಕೋಟೆಯು ದೌಲತರಾವ ಘೋರ್ಪಡೆಯೆಂಬವನು ಸನ್ ೧೬೮೮ರಲ್ಲಿ ಕಟ್ಟಿಸಿದ್ದಿರುತ್ತದೆ. ಊರೊಳಗೆ ಮೂರು ನಾಲ್ಕು ಗುಡಿಗಳಿವೆ. ಊರ ಹೊರಗೆ ಮೂರು ಮೈಲಿನ ಮೇಲೆ ಕೋಟೆಯ ಬಳಿಯಲ್ಲಿ ಹೆಸರಾದದ್ದೊಂದು ಗವಿಯುಂಟು. ಇದರಲ್ಲಿ ಲಿಂಗವನ್ನು ಸ್ಥಾಪಿಸಿದ್ದಾರೆ. ಈ ಗವಿಯ ಬಳಿಯಲ್ಲಿ ಇರುವ ಯೆಳಡು ತೀರ್ಥಗಳಲ್ಲಿಯ ನೀರು ಯೆಂದೂ ಬತ್ತುವದಿಲ್ಲ. ಬಳಿಯಲ್ಲಿ ಇರುವ ವೀರಭದ್ರನ ಗುಡಿಯ ಮುಂದಿನ ಅಂತರ ಗಂಗೆಯೆಂಬ ಹೊಂಡಕ್ಕೆ ಗುಡ್ಡದ ಮೇಲಿರುವದೊಂದು ಮರದ ಬೇರಿನಿಂದ ನೀರು ಇಳಿದು ಬರುತ್ತದೆ. ಈ ಗವಿಯ ಉತ್ತರಕ್ಕೆ ಬೇರೆ ಯೆರಡು ಗವಿಗಳಲ್ಲಿ ಅರಿಶಿಣಗೊಂಡ, ಯೆಣ್ಣಿಗೊಂಡ ಯೆಂಬೆರಡು ಸಣ್ಣ ಕುಂಡಗಳಿವೆ. ಇಲ್ಲಿಯ ಕಾಳಕೇಶ್ವರನಿಗೆ ಜನರು ನಡಕೊಳ್ಳುತ್ತಾರೆ. ಕಾಳಕೇಶ್ವರನಿಗೂ ಗರ್ಭ ಗುಡಿಯ ಹಣೆ ಪಟ್ಟಿಗೂ ಬೆಳ್ಳಿಯ ಕವಚವನ್ನು ಹಾಕಿದ್ದಾರೆ. ಈ ಲಿಂಗದ ಯೆಡಕ್ಕೆ ಪಾತಾಳಗಂಗೆ ಯೆಂಬದಿನ್ನೊಂದು ಕುಂಡವಿರುತ್ತದೆ. ಈ ದೇವರ ಮುಂದಿನ ನಂದಿಯು ಕ್ರಮವಾಗಿ ಬೆಳಿಯುತ್ತದೆಂದು ಹೇಳುತ್ತಾರೆ. ಬಂಜಿ ಹೆಂಗಸರು ಈ ನಂದಿಗೆ ನಡಕೊಳ್ಳುವರು.

ಗಲಗಲಿ.—ಕಲಾದಗಿಯ ಉತ್ತರಕ್ಕೆ ೧೪ ಮೈಲಿನ ಮೇಲೆ ಕೃಷ್ಣೆಯ ದಂಡೆಯಲ್ಲಿ, ಜ. ಸ. (೮೧) ೨೨೫೭. ಇದಕ್ಕೆ ಗಾಲವ ಕ್ಷೇತ್ರವೆನ್ನುವರು. ಈ ವೂರಿನ ಬಳಿಯಲ್ಲಿ ಕೃಷ್ಣೆಯ ದಂಡೆಯಲ್ಲಿ ಸ್ವಲ್ಪ ಯೆತ್ತರವಾದ ಬಂಡೆಯಲ್ಲಿ ಸುಮಾರು ೫ ಫೂಟು ಯೆತ್ತರವಾದ ಕಮಾನಿನಂಥ ಯೇಳು ಗೂಡುಗಳಿರುತ್ತವೆ. ಅವು ಗಾಲವ ಮುಂತಾದ ಯೇಳು ಋಷಿಗಳ ಸ್ಥಾನಗಳೆಂದು ತೋರಿಸುತ್ತಾರೆ. ಕೃಷ್ಣೆಯ ಪ್ರವಾಹದೊಳಗೆ ದೊಡ್ಡದೊಂದು ಬಂಡೆಗೆ ಋಷಿ ಬಂಡೆಯೆಂದೆನ್ನುವರು. ಊರಿನ ಉತ್ತರಕ್ಕೆ ವೊಂದುವರೆ ಮೈಲಿನ ಮೇಲೆ ಹೊಳೆಯ ಪ್ರವಾಹದ ಕೆಳಗೆ ದೊಡ್ಡದೊಂದು ಗುಡಿ ಇರುತ್ತದೆಂತಲೂ, ಸನ್ ೧೮೭೬-೭೭ನೇ ವರ್ಷ ಹೊಳೆ ನೀರು ಬಹಳ ಕಡಿಮೆಯಾದದ್ದರಿಂದ ೯೦ ಫೂಟು ಚಚ್ಚೌಕಾದ ಆ ಗುಡಿಯ ಭಾಗವು ಕಾಣಿಸುತ್ತಿತ್ತೆಂತಲೂ ಹೇಳುತ್ತಾರೆ.

ಔರಂಗಜೇಬನು ಸನ್ ೧೬೮೯ರಲ್ಲಿ ಸಂಭಾಜಿಯನ್ನು ಹಿಡಿದು ಕೊಂದ ಬಳಿಕ ಬ್ರಹ್ಮಪುರಿಯಿಂದ ಹೊರಟು ಗಲಗಲಿಯಲ್ಲಿ ಬಂದು ನಿಂತಿದ್ದನು. ಸನ್ ೧೬೯೫ರಲ್ಲಿ ಅವನ ಅತಿ ವಿಸ್ತಾರವಾದ ದಂಡಿನ ಠಾಣ್ಯವು ಗಲಗಲಿಯಲ್ಲಿ ಇತ್ತು. ಆ ದಂಡಿನಲ್ಲಿ ೧೦ ಲಕ್ಷ ಕಾಲಾಳುಗಳೂ, ೬೦೦೦೦ ರಾಹುತರೂ, ೫೦೦೦೦ ವೊಂಟಿಗಳೂ, ೩೦೦೦ ಆನೆಗಳೂ, ಇದ್ದವು. ಎಲ್ಲ ಕೂಡಿ ದಂಡಿನಲ್ಲಿ ೫೦೦೦೦೦೦ ಜನರಿದ್ದರು. ಈ ದಂಡಾಳುಗಳಿಗೆ ಸಾಮಾನುಗಳನ್ನು ಪೂರೈಸಲಿಕ್ಕೆ ೨೫೦ ಬಾಜಾರುಗಳಿದ್ದವು. ದಂಡಿನ ಠಾಣ್ಯದ ಕ್ಷೇತ್ರವು ೩೦ ಮೈಲು ವಿಸ್ತಾರವಾಗಿತ್ತು. ಔರಂಗಜೇಬನೂ ಅವನ ಮಕ್ಕಳೂ ಇರುತ್ತಿದ್ದ ರಾಹುಟಿಗಳು ಮೂರು ಮೈಲಿನ ವರೆಗೆ ಹಬ್ಬಿದ್ದವು.

ಗೊಳಗೇರಿ.— ಸಿಂದಗಿಯ ಆಗ್ನೇಯಕ್ಕೆ ೧೦ ಮೈಲಿನ ಮೇಲೆ. ಈ ಗ್ರಾಮವನ್ನು ೧೪ನೇ ಶತಕದಲ್ಲಿ ವೊಬ್ಬ ಕುರುಬನು ತನ್ನ ಕುರಿಗಳ ದಡ್ಡಿ ಇದ್ದ ಸ್ಥಳದಲ್ಲಿ ಕಟ್ಟಿಸಿದನೆಂದು ಹೇಳುತ್ತಾರೆ. ಅವನು ಶ್ರೀಶೈಲದ ಯಾತ್ರೆಗೆ ಹೋಗುವ ಜನರಿಗೆ ಅತ್ತ ಕಡೆಯಿಂದ ವೊಂದು ಲಿಂಗವನ್ನು ತಂದು ಕೊಡಿರೆಂದು ಹೇಳಿಕೊಂಡದ್ದಕ್ಕೆ ಆ ಜನರು ಚೇಷ್ಟೆಯಿಂದ ವೊಂದು ಕುರಿಯ ಹಿಕ್ಕೆಯನ್ನು ತಂದು ಕೊಟ್ಟರಂತೆ. ಕುರುಬನು ಗುಡಿಯನ್ನು ಕಟ್ಟಿಸಿ ಅದರಲ್ಲಿ ಆ ಹಿಕ್ಕಿಯನ್ನು ಲಿಂಗವೆಂದು ಸ್ಥಾಪಿಸಿ ಬಹು ಭಕ್ತಿಯಿಂದ ಅದನ್ನು ಆರಾಧಿಸುತ್ತಿರಲಾಗಿ ಹಿಕ್ಕಿಯು ನಿಜವಾದ ಲಿಂಗವೇ ಆಯಿತು. ಈ ಲಿಂಗನಿಗೆ ಗೊಳಲೀಶ್ವರನೆಂದೆನ್ನುವರು. ಈಗ ಯೆಲ್ಲ ಜಾತಿಗಳ ಹಿಂದೂ ಜನರು ಈ ದೇವರಿಗೆ ನಡಕೊಳ್ಳುತ್ತಾರೆ. ಪ್ರತಿ ವರ್ಷ ಚೈತ್ರವದ್ಯ ಪ್ರತಿ ಪದೆಯಲ್ಲಿ ಈ ದೇವರ ಜಾತ್ರೆಯಲ್ಲಿ ಸುಮಾರು ೫೦೦೦೦ ಜನ ಕೂಡುತ್ತದೆ. ಅದರಲ್ಲಿ ೫೦೦೦ ರೂಪಾಯಿಯ ವ್ಯವಹಾರವಾಗುತ್ತದೆ.

ಗುಡೂರು.— ಹುನಗುಂದದ ನೈರುತ್ಯಕ್ಕೆ ೧೩ ಮೈಲಿನ ಮೇಲೆ, ಜ. ಸ. (೮೧) ೧೧೮೭. ಇಲ್ಲಿ ಕುಬ್ಬಸದ ಕಣಗಳೂ, ತಾಮ್ರ ಹಿತ್ತಾಳಿಗಳ ಪಾತ್ರೆಗಳೂ ಮೂರ್ತಿಗಳೂ ಆಗುತ್ತವೆ.

ಗುಳೇದಗುಡ್ಡ.— ಬಾದಾಮಿಯ ಈಶಾನ್ಯಕ್ಕೆ ೧೫ ಮೈಲಿನ ಮೇಲೆ, ಜ. ಸ. (೮೧) ೧೦೬೪೯. ಈ ವೂರಲ್ಲಿ ೫೦೦ ಮಗ್ಗಗಳಿರುತ್ತವೆ. ಅವುಗಳಲ್ಲಿ ಮೇಲಾದ ಕಣಗಳು ಹುಟ್ಟುತ್ತವೆ. ಇಲ್ಲಿ ಜರ್ಮನ್ ಮಿಶನರಿಗಳ ಠಾಣ್ಯವಿರುತ್ತದೆ. ಇಲ್ಲಿಯ ಕೋಟೆಯನ್ನು ವಿಜಾಪುರದವರ ಸರದಾರನಾದ ನಿಂಗಪ್ಪಾ ನಾಯಿಕ ದೇಸಾಯಿ ಯೆಂಬವನು ಸನ್ ೧೬೦೬ರಲ್ಲಿ ಕಟ್ಟಿದನು.

ಹಳ್ಳೂರು.— ಬಾಗಲಕೋಟೆಯ ಪೂರ್ವಕ್ಕೆ ೯ ಮೈಲಿನ ಮೇಲೆ, ಜನಸಂಖ್ಯೆ (೮೧) ೧೯೯೪. ಇಲ್ಲಿಯ ಬಸವೇಶ್ವರನ ಗುಡಿಯನ್ನು ಚೋಳ ಅರಸರು (ಚಲುಕ್ಯರ ಪೂರ್ವದವರು) ಕಟ್ಟಿಸಿದ್ದಾರೆಂದು ಹೇಳುತ್ತಾರೆ. ಇದರಲ್ಲಿಯ ಬಸವೇಶ್ವರನ ಮೂರ್ತಿಯು ಬಹು ದೊಡ್ಡದಿರುತ್ತದೆ. ಈ ಗುಡಿಯ ಬಳಿಯಲ್ಲಿ ವೊಂದು ಹೊಂಡವೂ ವೊಂದು ಬಾವಿಯೂ ಉಂಟು. ಊರ ಹೊರಗೆ ಗುಡ್ಡದ ಮೇಲೆ ಮೇಲ್ಗುಡಿ ಯೆಂಬ ಈಶ್ವರನ

ಗುಡಿಯುಂಟು. ಈ ಗುಡಿಯಲ್ಲಿ ೮ ಜೈನರ ತೀರ್ಥಂಕರರ ಮೂರ್ತಿಗಳಿವೆ; ಅವುಗಳಲ್ಲಿ—ಕೆಲವು ವೊಡಿದಿರುತ್ತವೆ. ಮಾರ್ಗಶೀರ್ಷದಲ್ಲಿ ಬಸೇಶ್ವರನ ಜಾತ್ರೆಯಾಗುತ್ತದೆ. ಈ ವೂರಲ್ಲಿ ಯೆರಡು ಸವಿದಂಥ ಕನ್ನಡ ಲಿಪಿಗಳಿರುತ್ತವೆ.

ಹಲಸಂಗಿ.—ಇಂಡಿಯ ಉತ್ತರಕ್ಕೆ ೧೨ ಮೈಲಿನ ಮೇಲೆ, ಜ. ಸ. (೮೧) ೧೩೬೬. ವಿಜಾಪುರದ ಮಹಮೂದಶಹನು ಇದನ್ನು ತನ್ನ ವಜೀರನಿಗೆ ಜಹಾಗೀರು ಹಾಕಿ ಕೊಟ್ಟಿದ್ದನು. ಆ ವಜೀರನು ಕಟ್ಟಿಸಿದ ಕೋಟೆಯಲ್ಲಿ ಇರುವ ದಾದೇಸಾಹೇಬ ಯೆಂಬ ಪೀರನ ಜಾತ್ರೆಯು ಪ್ರತಿ ವರ್ಷ ಆಗುತ್ತದೆ.

ಹೆಬ್ಬಾಳ.—ಬಾಗೇವಾಡಿಯ ದಕ್ಷಿಣಕ್ಕೆ ೧೦ ಮೈಲಿನ ಮೇಲೆ. ಇಲ್ಲಿ ಮುಳ್ಳುಗಳ್ಳಿಯೊಳಗೆ ವೊಂದು ದೊಡ್ಡ ಜೈನರ ಗುಡಿಯೂ ಅದರ ಬಳಿಯಲ್ಲಿ ಬೇರೆ ಮೂರು ಹಳೆ ಗುಡಿಗಳೂ ಇರುತ್ತವೆ.

ಹಿಪ್ಪರಿಗಿ.—ಸಿಂದಗಿಯ ನೈರುತ್ಯಕ್ಕೆ ೧೫ ಮೈಲಿನ ಮೇಲೆ, ಜ. ಸ. (೮೧) ೨೪೪೭. ಊರ ಹೊರಗೆ ಕಲಮೇಶ್ವರನ ಗುಡಿಯಲ್ಲಿ ೧೨೫೪ನೇ ವರ್ಷದ್ದೊಂದು ಲಿಪಿಯುಂಟು. ಮತ್ತೊಂದು ಮಾರ್ತಂಡನ ಗುಡಿಯಲ್ಲಿ ವೊಂದು ಕಲ್ಲಿನ ಗುಂಡನ್ನು ಪೂಜಿಸುವರು. ಆಶ್ವಿನ ಮಾಸದಲ್ಲಿ ಈ ದೇವರ ಜಾತ್ರೆಯಾಗುತ್ತದೆ.

ಹೊರ್ತಿ.—ಇಂಡಿಯ ನೈರುತ್ಯಕ್ಕೆ ೧೨ ಮೈಲಿನ ಮೇಲೆ, ಜ. ಸ. (೮೧) ೩೯೯೩. ಇಲ್ಲಿ ಸಿದ್ಧೇಶ್ವರ, ಮಲ್ಲಿಕಾರ್ಜುನ, ಮುಂತಾದ ನಾಲ್ಕು ಹಳೆ ಗುಡಿಗಳಿವೆ.

ಹುನಗುಂದ.—ತಾಲೂಕಿನ ಮುಖ್ಯ ಗ್ರಾಮವು; ವಿಜಾಪುರದ ಆಗ್ನೇಯಕ್ಕೆ ೬೦ ಮೈಲಿನ ಮೇಲೆ, ಜ. ಸ. (೮೧) ೫೪೮೬. ಊರ ಬಳಿಯಲ್ಲಿ ಗುಡ್ಡದ ಮೇಲೆ ಮೇಗುಟ ಯೆಂಬ ಜೈನ ಗುಡಿಯು ಹಾಳಾದದ್ದಿರುತ್ತದೆ. ಈ ಗುಡಿಯೊಳಗಿನ ಬಹು ಸುಂದರವಾಗಿ ಚಿತ್ರ ಕೊರಿದಂಥ ಕಂಬ ಮುಂತಾದ ಕಲ್ಲುಗಳನ್ನು ವೊಯಿದು ಬಾವಿಗಳಿಗೆ ಹಾಕಿದ್ದಾರೆ. ಹಳೇ ಕಚೇರಿಯ ಬಳಿಯಲ್ಲಿ ಬಂಡೆಯೊಳಗೆ ಕೊರಿದು ಮಾಡಿದ್ದೊಂದು ಗವಿಯುಂಟು. ಊರೊಳಗೆ ರಾಮಲಿಂಗನ ಗುಡಿಯಲ್ಲಿ ಬಲ್ಲಾಳರ ಮನೆತನದ ಅಯ್ಯನೋರ್ವನೆಂಬವನು ಬರಿಸಿದ್ದೊಂದು ಲಿಪಿಯುಂಟು. ಹುನಗುಂದದಲ್ಲಿ ಮಾಮಲೇದಾರ, ಫೌಜದಾರರ ಕಚೇರಿಗಳು, ಟಪಾಲ ಕಚೇರಿ, ಯೆರಡು ಶಾಲೆಗಳು ಇರುತ್ತವೆ.

ಇಲಕಲ್ಲು.—ಹುನಗುಂದದ ದಕ್ಷಿಣಕ್ಕೆ ೮ ಮೈಲಿನ ಮೇಲೆ, ಜ. ಸ. (೮೧) ೯೫೬೪. ಇದು ವಿಜಾಪುರ ಜಿಲ್ಲೆಯಲ್ಲಿ ಮುಖ್ಯ ಪಡ ಮೂಲೆಗಳಲ್ಲಿ ಯೆಣಿಸಲ್ಪಡುತ್ತದೆ, ಮತ್ತೂ ಇದು ಮಹಾಲಿನ ಮುಖ್ಯ ಗ್ರಾಮವದೆ. ಮಹಾಲ ಕಚೇರಿಯ ಹೊರ್ತು ಫೌಜದಾರ ಕಚೇರಿ, ಟಪಾಲ ಕಚೇರಿ, ಆಸಪತ್ರಿ, ಮ್ಯುನಿಸಿಪಾಲಿಟಿ, ೧೧ ಶಾಲೆಗಳು ಇರುತ್ತವೆ. ಈ ವೂರಲ್ಲಿ ೬೮೪ ಮಗ್ಗಗಳಿವೆ. ಅವುಗಳಲ್ಲಿ ಮೇಲಾದ ಶೀರೆಗಳು ಹುಟ್ಟುತ್ತವೆ. ಮ್ಯುನಿಸಿಪಾಲಿಟಿಯ ಅದಾಯವು ವರ್ಷಕ್ಕೆ ೫೭೬೦ ರೂಪಾಯಿ ಇರುತ್ತದೆ. ಈ ಊರಲ್ಲಿ ಬನಶಂಕರಿ, ಬಸವಣ್ಣ, ವೆಂಕೋಬ, ಯೆಂಬ ಅರ್ವಾಚೀನ ದೇವಸ್ಥಾನಗಳಿವೆ.

ಇಂಡಿ.—ವಿಜಾಪುರದ ಈಶಾನ್ಯಕ್ಕೆ ೩೦ ಮೈಲಿನ ಮೇಲೆ, ಜ. ಸ. (೮೧) ೩೬೬೭. ತಾಲೂಕಿನ ಮುಖ್ಯ ಗ್ರಾಮವು; ಮಾಮಲೇದಾರ ಮುಂತಾದ ಸರಕಾರೀ ಕಚೇರಿಗಳಿರುತ್ತವೆ. ಈ ವೂರಿಗೆ ಬುನಾದಿಯಲ್ಲಿ ಪಯಕ್ಷೇತ್ರವೆಂಬ ಹೆಸರಿತ್ತು. ಅದ ರೀಚೆಯಲ್ಲಿ ಇದಕ್ಕೆ ಚಿಕ್ಕ ಇಂಡಿಯನ್ನುವರು. ಹಿರೆ ಇಂಡಿಯು ಸುಮಾರು ವೊಂದು ಮೈಲಿನ ಮೇಲೆ ಇತ್ತೆಂದು ತೋರುತ್ತದೆ. ಒಂದಾನೊಂದು ಕಾಲದಲ್ಲಿ ಹಿರೆ ಇಂಡಿಯ ದೊಂದು ಆಕಳು ಪ್ರತಿ ದಿವಸ ಅಡವಿಯಲ್ಲಿ ವೊಂದು ಸ್ಥಳದಲ್ಲಿ ಹಾಲು ಕರೆದು ಹೋ ಗುತ್ತಿತ್ತಂತೆ. ದನ ಕಾಯುವ ಹುಡುಗನು ಅದನ್ನು ನೋಡಿ ಊರ ಜನರಿಗೆ ತಿಳಿಸ ಲಾಗಿ, ಅವರು ಬಂದು ಆ ಹಾಲು ಕರೆಯುವ ಸ್ಥಳವನ್ನು ಅಗಿದರು. ಅಲ್ಲಿ ವೊಂದು ಕಲ್ಲು ಕಾಣಿಸಿತು. ಅದರ ಸುತ್ತು ಮುತ್ತು ಅಗಿದ ಹಾಗೆ ಕಲ್ಲು ನೆಲದೊಳಗೆ ಇಳಿ ಯುತ್ತ ಹೋಗಿ ಕೈಗೆ ಹತ್ತಲಿಲ್ಲ. ಮುಂದೆ ಹಿರೆ ಹಿಂಡಿಯ ಗೌಡನಿಗೆ ಸ್ವಪ್ನದಲ್ಲಿ ಈಶ್ವ ರನು ಆ ಅಗಿದ ಸ್ಥಳದಲ್ಲಿ ನನ್ನನ್ನು ಪೂಜಿಸಿರೆಂದು ಹೇಳಿದನು. ಮುಂದೆ ಕಂತೇಶ್ವರ ನೆಂಬ ಈ ಈಶ್ವರನ ಮಾಹಾತ್ಮ್ಯ ಬೆಳೆದು ಚಿಕ್ಕ ಇಂಡಿಯ ಗ್ರಾಮವು ವುಂಟಾಯಿತು, ಕಂತೇಶ್ವರನ ಗುಡಿಯನ್ನು ಕಟ್ಟಿಸಿದರು. ಈ ಗುಡಿಯ ಬಳಿಯಲ್ಲಿ ವೊಂದು ಕನ್ನಡ ಲಿಪಿಯುಂಟು; ಅದರಲ್ಲಿ ಬರಿದದ್ದು ತಿಳಿದಿಲ್ಲ. ಸಾಲೊಟಗಿಯಿಂದ ತಂದದ್ದಿನ್ನೊಂದು ಲಿಪಿಯ ಕಲ್ಲು ಪೋಲೀಸ ಕಚೇರಿಯ ಬಳಿಯಲ್ಲಿ ಇರುತ್ತದೆ. ಅದರ ಮೂರು ಮೋರೆ ಗಳ ಮೇಲೆ ದೇವನಗರೀ ಲಿಪಿಗಳೂ ೪ನೇ ಮೋರೆಯ ಮೇಲೆ ಕನ್ನಡ ಲಿಪಿಯೂ ಉಂಟು.

ಇಂಗಳೇಶ್ವರ.—ಬಾಗೇವಾಡಿಯ ಈಶಾನ್ಯಕ್ಕೆ ೬ ಮೈಲಿನ ಮೇಲೆ, ಜ. ಸ. (೮೧) ೨೪೬೧-೬೨ನೇ ಶತಕದಲ್ಲಿ ಕಟ್ಟಿಸಿದ ಮೂರು ಗುಡಿಗಳು, ಸೋಮೇಶ್ವರ, ನಾರಾ ಯಣ, ಕಲಮೇಶ್ವರ, ಯೆಂಬವು ಇರುತ್ತವೆ. ೪ನೇ ಶೋಭನ ದೇವನ ಗುಡಿಯಲ್ಲಿ ವೊಂದು ಲಿಪಿಯುಂಟು. ಊರ ಹೊರಗೆ ಗುಡ್ಡದೊಳಗೆ ಕೊರಿದ ಗುಡಿಗಳು ಯೆರಡು ಇರುತ್ತವೆ. ಅವುಗಳಲ್ಲಿ ಅಕ್ಕನಾಗಮ್ಮನ ಗುಡಿಯು ಹಾಳಾಗಿದೆ; ೨ನೇ ಸಿದ್ಧೇಶ್ವರನ ಗುಡಿಯು ವೊಳಿತಾಗಿ ಕೊರಿದದ್ದಿರುತ್ತದೆ. ಇಂಗಳೇಶ್ವರದ ಬಳಿಯಲ್ಲಿ ತಿಂಗಳೇಶ್ವರವೆಂ ಬದೊಂದು ಹಳೆ ಪಟ್ಟಣವಿತ್ತೆಂದು ಹೇಳುತ್ತಾರೆ. ನಾರಾಯಣನ ಗುಡಿಯಲ್ಲಿಯೂ ಸೋ ಮೇಶ್ವರನ ಗುಡಿಯಲ್ಲಿಯೂ ಲಿಪಿಗಳಿರುತ್ತವೆ.

ಜೈನಾಪುರ.—ಬಾಗಲಕೋಟೆಯ ವಾಯವ್ಯಕ್ಕೆ ೨೫ ಮೈಲಿನ ಮೇಲೆ ಕೃಷ್ಣೆಯ ದಂಡೆಯಲ್ಲಿ, ಜ. ಸ. (೮೧) ೧೬೬೩. ಇಲ್ಲಿ ಕೃಷ್ಣೆಯು ಉತ್ತರ ವಾಹಿನಿ ಇದ್ದದರಿಂದ ಜನರು ಭಕ್ತಿಯಿಂದ ಸ್ನಾನ ಮಾಡುತ್ತಾರೆ. ಹೊಳೆಯ ದಂಡೆಯಲ್ಲಿ ಮೂರು ಅರ್ವಾ ಚೀನ ಗುಡಿಗಳಿವೆ. ಪೂರ್ವದಲ್ಲಿ ಇಲ್ಲಿ ಜೈನರ ವಸ್ತಿಯೇ ಇತ್ತೆಂದು ಹೇಳುತ್ತಾರೆ.

ಕಾಖಂಡಿಕಿ.—ವಿಜಾಪುರದ ದಕ್ಷಿಣಕ್ಕೆ ೧೬ ಮೈಲಿನ ಮೇಲೆ. ಇಲ್ಲಿ ಮಹಿಪತಿ ಸ್ವಾಮಿ ಯೆಂಬ ಸತ್ಪುರುಷನ ವೃಂದಾವನವಿರುತ್ತದೆ. ಮಹಿಪತಿಯು ಅಥಣಿಯ ಬಳಿ ಯಲ್ಲಿ ಐಗಳಿ ಯೆಂಬ ಹಳ್ಳಿಯ ಕುಲಕರಣಿ ಇದ್ದು, ಸ್ವಪರಾಕ್ರಮದಿಂದ ಔರಂಗಜೇಬನು

ವಿಜಾಪುರದಲ್ಲಿ ಇದ್ದಾಗ ಅವನ ಮಂತ್ರಿಯಾದನು. ಅವನ ಹೆಂಡತಿ ತಿಮ್ಮವ್ವನೆಂಬವಳು ಸಾರವಾಡದಲ್ಲಿ ಭಾಸ್ಕರ ಸ್ವಾಮಿಯ ಸೇವೆಯನ್ನು ಮಾಡುತ್ತಿದ್ದಳು. ಆ ಸ್ವಾಮಿಯ ಅಪ್ಪಣೆಯಿಂದ ಮಹಿಪತಿಯೂ ಸೇವೆಗೆ ನಿಂತನು. ಕಡೆಯಲ್ಲಿ ಭಾಸ್ಕರ ಸ್ವಾಮಿಯು ಆ ಗಂಡ ಹೆಂಡರಿಗೆ ಪ್ರಸನ್ನನಾಗಿ ಉಪದೇಶ ಮಾಡಿದ್ದರಿಂದ ಮಹಿಪತಿಯು ತನ್ನ ಮಂತ್ರಿಪದವನ್ನು ಬಿಟ್ಟು ಹೆಂಡತಿಯೊಡನೆ ಭಿಕ್ಷೆ ಬೇಡ ಹತ್ತಿದನು. ಕಾಖಂಡಿಕಿಯ ಊರವರು ಮಹಿಪತಿಗೆ ವೊಂದು ಮನೆಯನ್ನೂ ಕೆಲವು ಭೂಮಿಯನ್ನೂ ಕೊಟ್ಟು ಅವನನ್ನು ಇಟ್ಟು ಕೊಂಡರು. ಅಲ್ಲಿ ತಿಮ್ಮವ್ವನು ಯೆರಡು ಅವಳಿ ಜವಳಿ ಮಕ್ಕಳನ್ನು ಹಡಿದಳು. ಮಹಿಪತಿಯು ಸತ್ಪುರುಷನೆನಿಸಿಕೊಂಡು ಕಾಲಕ್ಷೇಪ ಮಾಡಿ ಕಡೆಯಲ್ಲಿ ಕೊಲ್ಲಾಪುರದಲ್ಲಿ ಮರಣ ಹೊಂದಿದನು. ಅವನ ಹೆಣವನ್ನು ತಂದು ಕಾಖಂಡಿಕಿಯಲ್ಲಿ ಹುಗಿದು ಗೋರಿಯ ಮೇಲೆ ವೃಂದಾವನವನ್ನು ಕಟ್ಟಿದ್ದಾರೆ. ಮಹಿಪತಿಯ ಗುಡಿಯು ಮಹಾದ್ವಾರದ ಮೇಲೆ ನೌಬತಖಾನೆ ಇರುತ್ತದೆ. ಮಾರ್ಗಶೀರ್ಷ ವದ್ಯ ಪ್ರತಿಪದೆಯಲ್ಲಿ ಮಹಿಪತಿಯ ಆರಾಧನೆಯಾಗುತ್ತದೆ. ಕಾಖಂಡಿಕಿಯಲ್ಲಿ ಬೇರೆ ಮೂರು ಸಣ್ಣ ಗುಡಿಗಳಿವೆ. ಊರ ಹೊರಗೆ ದಸ್ತಗೀರೆಂಬ ಪೀರನ ದರ್ಗಾದಲ್ಲಿ ಪ್ರತಿ ವರ್ಷ ಉರುಸು ಆಗುತ್ತದೆ.

ಕಲಾದಗಿ.—ಉತ್ತರ ಅಕ್ಷಾಂಶ ೧೫°, ೧೧′, ಪೂರ್ವ ರೇಖಾಂಶ ೭೫°, ೩೩′, ಘಟಪ್ರಭೆಯ ದಕ್ಷಿಣ ದಂಡೆಯಲ್ಲಿ, ವಿಜಾಪುರದ ದಕ್ಷಿಣಕ್ಕೆ ೪೫ ಮೈಲಿನ ಮೇಲೆ, ಜ. ಸ. (೮೧) ೭೦೨೪. ಇದು ಪೂರ್ವದಲ್ಲಿ ಅಪ್ರಸಿದ್ಧವಾದ ಗ್ರಾಮವು. ಬ್ರಿಟಿಶ ಸರಕಾರದ ಅಮಲಿನ ಆರಂಭದಲ್ಲಿ ದಕ್ಷಿಣ ಮಹಾರಾಷ್ಟ್ರದ ಜಹಾಗಿರದಾರರು ಸರಕಾರದ ನೌಕರಿಗೆ ಇಟ್ಟ ರಾಹುತರು ಕಲಾದಗಿಯಲ್ಲಿ ಇರುತ್ತಿದ್ದರು. ಆ ರಾಹುತರನ್ನು ಸರಕಾರದವರು ತೆಗಿದ ಬಳಿಕ ರಾಹುತರ ಛಾವಣಿಯು ಹಾಳು ಬಿದ್ದಿತ್ತು. ಮುಂದೆ ಸನ್ ೧೮೬೪ರಲ್ಲಿ ಕಲಾದಗಿಯು ಜಿಲ್ಲೆಯ ಮುಖ್ಯ ಗ್ರಾಮವಾದದ್ದರಿಂದ ಊರು ತುಂಬುತ್ತ ನಡಿದಿತ್ತು. ಆದರೆ ೧೮೮೪ರಲ್ಲಿ ಜಿಲ್ಲೆಯ ಠಾಣ್ಯವನ್ನು ವಿಜಾಪುರಕ್ಕೆ ವೊಯಿದದ್ದರಿಂದ ಕಲಾದಗಿಯು ಮೊದಲಿನಂತೆ ಹಳ್ಳಿಯ ಸ್ವರೂಪವನ್ನು ಹೊಂದಿತು. ಆದರೂ ಟಪಾಲ ಕಚೇರಿ, ಆಸಪತ್ರಿ, ಯೆರಡು ಶಾಲೆಗಳು ಇರುತ್ತವೆ.

ಕರಡಿ.—ಹುನಗುಂದದ ಈಶಾನ್ಯಕ್ಕೆ ೧೦ ಮೈಲಿನ ಮೇಲೆ. ಇಲ್ಲಿ ಮೂರು ಪ್ರಾಚೀನ ಗುಡಿಗಳೂ ಮೂರು ಲಿಪಿಗಳೂ ಇರುತ್ತವೆ. ಬಸವಣ್ಣನ ಗುಡಿಯೊಳಗಿನ ಬಸವಣ್ಣನು ಕರಡಿಯ ಹಾಗೆ ಇರುವದರಿಂದ ಈ ವೂರಿಗೆ ಈ ಹೆಸರು ಬಂದದೆಂದು ಹೇಳುತ್ತಾರೆ. ಶಿಲಾಲಿಪಿಗಳಲ್ಲಿ ವೊಂದು ವಿಜಯನಗರದ ಸದಾಶಿವರಾಯನು ೧೫೫೩ರಲ್ಲಿ ಬರಿಸಿದ್ದಿರುತ್ತದೆ.

ಕಟಗೇರಿ.—ಕಲಾದಗಿಯ ಆಗ್ನೇಯಕ್ಕೆ ೧೦ ಮೈಲಿನ ಮೇಲೆ, ಜ. ಸ. (೮೧) ೧೦೧೯, ಇಲ್ಲಿ ರೇಲ್ವೇ ಸ್ಟೇಶನ್ನು ಇರುತ್ತದೆ. ಪೂರ್ವದಲ್ಲಿ ಊರ ಸುತ್ತು ಮುತ್ತು

ಬಹಳ ಕೆರೆಗಳಿದ್ದವೆಂದು ಹೇಳುತ್ತಾರೆ. ಅವುಗಳಲ್ಲಿ ಯೆರಡು ಮಾತ್ರ ಈಗ ಉಳಿದಿರುತ್ತವೆ. ಒಂದು ಕೆರೆಯು ಮೇಲೆ ಚಾಲುಕ್ಯರ ಯೆರಡು ಲಿಪಿಗಳಿರುತ್ತವೆ.

ಕೆಳವಡಿ.—ಬಾದಾಮಿಯ ದಕ್ಷಿಣಕ್ಕೆ ೧೧ ಮೈಲಿನ ಮೇಲೆ. ಇಲ್ಲಿ ರಂಗನಾಥನ ಗುಡಿಯಲ್ಲಿ ಸಿಂದನೆಂಬ ಮಾಂಡಲಿಕ ಅರಸು ಬರಿಸಿದ್ದೊಂದು ಲಿಪಿ ಇರುತ್ತದೆ.

ಕೆರೂರು.—ಬಾದಾಮಿಯ ವಾಯವ್ಯಕ್ಕೆ ೧೧ ಮೈಲಿನ ಮೇಲೆ, ಜ. ಸ. (೮೧) ೩೮೩೩. ಕೊಲ್ಲಾಪುರದಿಂದ ಹುಬ್ಬಳ್ಳಿಗೆ ಹೋಗುವ ಹಳೆ ಮಾರ್ಗದ ಮೇಲೆ ಈ ವೂರು ಇರುವ ಸ್ಥಳದಲ್ಲಿ ವೊಬ್ಬ ಸಮ್ಮಗಾರನು ಗುಡುಸಲು ಹಾಕಿ ಕೊಂಡು ಇರುತ್ತಿದ್ದನು. ಅವನು ದಾರಿಕಾರರ ಹರಕ ಕೆರವುಗಳನ್ನು ಹೊಲಿದು ಕೊಟ್ಟು ಹೊಟ್ಟೆ ತುಂಬಿ ಕೊಳ್ಳುತ್ತಿದ್ದನು. ಒಂದಾನೊಂದು ದಿವಸ ಸಲಾಬತಖಾನನೆಂಬ ಪಠಾಣನು ಬೇಟೆಯಾಡುತ್ತ ಕೆರವುಗಾರನ ಮನೆಯಲ್ಲಿ ನೀರು ಕುಡಿದು, ಆ ಮಾರ್ಗದಲ್ಲಿ ದಾರಿಕಾರರ ತುಳಕಲ ಬಹಳ ಇರುತ್ತದೆಂದು ಕೇಳಿ, ಆ ಸಮ್ಮಗಾರನ ಸಹಾಯ ತಕ್ಕೊಂಡು ಕೆರೂರಿನ ಕೋಟೆಯನ್ನು ಕಟ್ಟಿಸಿದನು. ಈ ಕೋಟೆಯ ವೊಂದು ಕೊತ್ತಳದಲ್ಲಿ ವೊಂದು ಕಲ್ಲಿನ ಮೇಲೆ ಆ ಕೆರವುಗಾರನ ಮೂರ್ತಿಯನ್ನು ಕಟದು ಇಟ್ಟಿದ್ದಾರೆ. ಅವನಿಂದಲೇ ಕೆರೂರು (ಕೆರವಿನವನ ಊರು) ಯೆಂಬ ಹೆಸರು ಬಂದದೆ. ಊರ ಸುತ್ತಲಿನ ಕೋಟೆಯು ಸಾಮಾನ್ಯ ತರದ್ದಿರುತ್ತದೆ. ಕೋಟೆಯ ಹೊರಗೆ ಬಾಜಾರು ಇರುವದು. ನಗರೇಶ್ವರ, ರಾಚೋಟೇಶ್ವರ, ಮುಂತಾದ ಗುಡಿಗಳು ಯೇಳೆಂಟು ಇರುತ್ತವೆ. ರಾಚೋಟೇಶ್ವರನ ರಾಮನವಮಿಯ ರಥೋತ್ಸವದಲ್ಲಿ ಭಕ್ತರು ದೇವರ ಮುಂದೆ ಬೆಂಕಿಯ ಮೇಲೆ ನಡಿಯುತ್ತಾರೆ. ಈ ಊರಲ್ಲಿ ಕೆಲವು ಲಿಪಿಗಳಿರುತ್ತವೆ. ಗಣಪತಿಯ ಗುಡಿಯೊಳಗಿನ ಗಣಪತಿಯ ಹೊಟ್ಟೆಯೊಳಗೆ ದ್ರವ್ಯವಿರುತ್ತದೆಂದು ವೊಂದು ಲಿಪಿಯಲ್ಲಿ ಬರಿದದ್ದರಿಂದ ಯಾರೋ ಗಣಪತಿಯನ್ನು ವೊಡಿದು ಚಲ್ಲಿದರು. ಗಣಪತಿಯ ಹೊಟ್ಟೆಯೊಳಗೆ ಪೊಳ್ಳು ಪ್ರದೇಶವಿತ್ತು. ಆದರೆ ದ್ರವ್ಯದ ಸುದ್ದಿ ಮಾತ್ರ ಬೈಲಿಗೆ ಬರಲಿಲ್ಲ.

ಕುಂದರಗಿ.—ಬಾಗಲಕೋಟೆಯ ವಾಯವ್ಯಕ್ಕೆ ೧೨ ಮೈಲಿನ ಮೇಲೆ. ಇಲ್ಲಿ ಹನುಮಂತ, ಈಶ್ವರ, ಯೆಂಬೆರಡು ದೇವಸ್ಥಾನಗಳಿವೆ. ಎರಡನೇದು ೧೨ನೇ ಶತಕದಲ್ಲಿ ಕಟ್ಟಿದ ಹಾಗೆ ಕಾಣುತ್ತದೆ.

ಕುಂಟೋಜಿ.—ಮುದ್ದೇಬಿಹಾಳದ ಈಶಾನ್ಯಕ್ಕೆ ೨ ಮೈಲಿನ ಮೇಲೆ. ಇಲ್ಲಿ ಬಸವೇಶ್ವರನ ಗುಡಿಯು ದೊಡ್ಡದಿರುತ್ತದೆ. ಅದರಲ್ಲಿ ಸವಿದದ್ದೊಂದು ಲಿಪಿಯುಂಟು.

ಮಹಾಕೂಟ.—ನಂದಿಕೇಶ್ವರ ನೋಡು.

ಮಮದಾಪುರ.—ವಿಜಾಪುರದ ನೈರುತ್ಯಕ್ಕೆ ೨೨ ಮೈಲಿನ ಮೇಲೆ, ಜ. ಸ. (೮೧) ೧೭೭೧. ವಿಜಾಪುರದ ಮಹಮೂದಶಹನಿಗೆ ಕೊಂಕಣವನ್ನು ನೋಡುವ ಅಪೇಕ್ಷೆಯು ಬಹಳಾದ್ದರಿಂದ ಅವನ ಪ್ರಖ್ಯಾತ ಮಂತ್ರಿಯಾದ ಮುರಾರಿ ಪಂತನು ಈಗ ಮಮದಾಪುರವಿರುವ ಸ್ಥಳದಲ್ಲಿ ಹೊಸ ಕೆರೆಗಳನ್ನು ಮಾಡಿ ಕೊಂಕಣದ ಮರ ಪೈರುಗಳನ್ನು ಸ್ವಲ್ಪ ದಿವಸದೊಳಗೆ ಬೆಳಿಸಿ ಬಾದಶಹನಿಗೆ ತೋರಿಸಲಾಗಿ ಬಾದಶಹನು ಸಂತು

ಷ್ಠನಾಗಿ, ಅಲ್ಲಿ ಹೊಸ ಊರು ಕಟ್ಟಿಸಿ, ಅದಕ್ಕೆ ಮಹಮುದಾಪುರವೆಂದು ತನ್ನ ಹೆಸರೇ ಇಟ್ಟನು. ಮೊದಲು ಈ ಸ್ಥಳದಲ್ಲಿ ಅಂತಾಪುರ, ಬರಿಗಿ, ಖಾಸಬಾಗ, ಚವಡಾಪುರ ಯೆಂಬ ನಾಲ್ಕು ಸಣ್ಣ ಹಳ್ಳಿಗಳಿದ್ದವು. ಊರ ಹೊರಗೆ ಯೆರಡು ಕೆರೆಗಳನ್ನು ಮಹಮೂದನು ಕಟ್ಟಿಸಿದ್ದಾನೆ. ದೊಡ್ಡ ಕೆರೆಯ ವೊಡ್ಡು ೨೬೬೦ ಫೂಟು ಉದ್ದ, ೨೭ ಫೂಟು ಯೆತ್ತರ ಇರುತ್ತದೆ. ಕೆರೆ ತುಂಬಿದಾಗ ಅದರ ಪಾತ್ರೆಯು ೮೬೪ ಯೆಕರು ಇರುತ್ತದೆ. ಮಳೆಯು ತೀರ ಹೋದರೆ ಮಾತ್ರ ಕೆರೆಯ ನೀರು ಬತ್ತುತ್ತದೆ. ಮುಂಬಯಿ ಇಲಾಖೆಯಲ್ಲಿ ಇದರಷ್ಟು ದೊಡ್ಡ ಹಳೆ ಕೆರೆಯು ಡಂಬಳದ ಕೆರೆಯ ಹೊರ್ತು ಮತ್ತೊಂದು ಇಲ್ಲೆಂದು ಹೇಳ ಬಹುದು. (ಮದಗದ ಕೆರೆಯು ಮೈಸೂರಿನ ಶೀಮೆಯೊಳಗೆ ಇರುತ್ತದೆ). ಸಣ್ಣ ಕೆರೆಯು ತುಂಬಿದಾಗ ಅದರ ಪಾತ್ರೆಯು ೪೨೮ ಯೆಕರು ಇರುತ್ತದೆ; ಅದರ ವೊಡ್ಡು ೧೧೮೦ ಫೂಟು ಉದ್ದ ಇರುತ್ತದೆ. ಆದರೆ ಕೆರೆ ಯೆಷ್ಟು ತುಂಬಿದರೂ ನೀರು ೧೨ ಫೂಟಗಿಂತ ಹೆಚ್ಚು ಆಳವಿರುವದಿಲ್ಲ. ಆದ್ದರಿಂದ ಬೇಸಿಗೆಯಲ್ಲಿ ಕೆರೆಯು ಬತ್ತುತ್ತದೆ. ಆಗ ಕೆರೆಯೊಳಗೆ ಧಾನ್ಯಗಳನ್ನು ಬಿತ್ತುವರು. ಈ ಯೆರಡೂ ಕೆರೆಗಳಿಂದ ೬೭೪ ಯೆಕರು ಭೂಮಿಗೆ ನೀರು ದೊರಿಯುತ್ತದೆ. ಈ ಯೆರಡೂ ಕೆರೆಗಳ ಮೇಲೆ ಮಹಮೂದಶಹನು ಸನ್ ೧೬೩೩ರಲ್ಲಿ ಬರಿಸಿದ ಲಿಪಿಗಳು ಇರುತ್ತವೆ. ಅವುಗಳಲ್ಲಿ ಯೆರಡೂ ಕೆರೆಗಳಿಗೆ ಕೂಡಿ ೫೦೦೦೦ ಹೊನ್ನು ವೆಚ್ಚಾಯಿತೆಂದು ಬರಿದದೆ. ಮಹಮುದಾಪುರದಲ್ಲಿ ವೊಳಗಡೆಯಲ್ಲಿ ಕಟ್ಟಿಸಿದ ಮಾರುತಿ, ಸಿದ್ದೇಶ್ವರ, ವಿಠೋಬ, ಮುಂತಾದ ದೇವಸ್ಥಾನಗಳು ಹತ್ತೆಂಟು ಇರುತ್ತವೆ. ಬಾಜಾರಿನಲ್ಲಿ ಕಮಾಲ ಸಾಹೇಬನೆಂಬ ಪೀರನ ಗೋರಿ ಇರುತ್ತದೆ. ಈ ವೂರಲ್ಲಿ ಢಡೋತಿಯ ಬಟ್ಟೆಗಳು ಹುಟ್ಟುತ್ತವೆ.

ಮಂಕಣಿ.—ಬಾಗಲಕೋಟೆಯ ಈಶಾನ್ಯಕ್ಕೆ ೨೦ ಮೈಲಿನ ಮೇಲೆ. ಕೃಷ್ಣೆಯ ದಂಡೆಯಲ್ಲಿ ಈಶ್ವರನ ಗುಡಿಯಲ್ಲಿ ದೇವಗಿರಿಯ ಯಾದವರ ಕನ್ನಡ ಲಿಪಿಯುಂಟು. ಕೃಷ್ಣೆಯ ದಂಡೆಯಲ್ಲಿ ವಿಷದ ಕುಂಡವಿರುತ್ತದೆ. ಅದರ ನೀರೊಳಗೆ ವಿಷ್ಟವಿರುತ್ತದೆಂದು ಹೇಳಿ ಊರವರು ಅದರ ಸುತ್ತು ಮುತ್ತು ಬೇಲಿಯನ್ನು ಹಚ್ಚಿರುತ್ತಾರೆ.

ಮುದ್ದೇಬಿಹಾಳ.—ವಿಜಾಪುರದ ಆಗ್ನೇಯಕ್ಕೆ ೪೫ ಮೈಲಿನ ಮೇಲ್, ತಾಲೂಕಿನ ಮುಖ್ಯ ಗ್ರಾಮವು, ಜ. ಸ. (೮೧) ೫೩೨೫. ಇಲ್ಲಿ ಮುನಸೀಫ ಕೋರ್ಟು, ಆಸಪತ್ರಿ, ಉಂಟು. ಈ ವೂರನ್ನು ಬಸರಕೋಟೆಯ ಈಗಿನ ನಾಡಗೌಡರ ಮೂಲ ಪುರುಷನಾದ ಪರಮಣ್ಣನೆಂಬವನು ಸನ್ ೧೬೮೦ರಲ್ಲಿ ಕಟ್ಟಿಸಿದನು. ಒಂದು ಹಳ್ಳದ ಪೂರ್ವ ದಂಡೆಯಲ್ಲಿ ಪರ್ವತಗಿರಿ ಯೆಂಬ ಹಳ್ಳಿಯೂ, ಪಶ್ಚಿಮ ದಂಡೆಯಲ್ಲಿ ಮುದ್ದೇಬಿಹಾಳವೂ ಉಂಟು.

ಮುದಕವ್ವಿ.—ಬಾದಾಮಿಯ ವಾಯವ್ಯಕ್ಕೆ ೨೪ ಮೈಲಿನ ಮೇಲೆ, ಜ. ಸ. (೮೧) ೧೨೩೬. ಊರಿನ ಸುತ್ತು ಮುತ್ತು ಕೋಟೆಯೂ ನಡು ಊರಲ್ಲಿ ಬಾಲೇಕಿಲ್ಲೆಯೂ ಉಂಟು. ಎರಡೂ ಈಗ ಹಾಳಾಗಿವೆ. ಪೂರ್ವದಲ್ಲಿ ಇದಕ್ಕೆ ಗಹನದುರ್ಗವೆಂಬ ಹೆಸರಿತ್ತು. ಇಲ್ಲಿ ಢಡೋತಿಯ ವಸ್ತ್ರಗಳು ಹುಟ್ಟುತ್ತವೆ.

ಮುತ್ತಿಗಿ.—ಬಾಗೇವಾಡಿಯ ನೈರುತ್ಯಕ್ಕೆ ೭ ಮೈಲಿನ ಮೇಲೆ. ಇಲ್ಲಿ ೯ ಗುಡಿಗಳಿವೆ; ಲಕ್ಷ್ಮಿನಾರಾಯಣನ ಗುಡಿಯಲ್ಲಿ ದೇವಗಿರಿಯ ಯಾದವ ಅರಸು ೧೧೮೯ರಲ್ಲಿ ಬರಿಸಿದ ಲಿಪಿ ಇರುತ್ತದೆ.

ನಾಲತವಾಡ.—ಮುದ್ದೇಬಿಹಾಳದ ಆಗ್ನೇಯಕ್ಕೆ ೧೩ ಮೈಲಿನ ಮೇಲೆ, ಜನಸಂಖ್ಯೆ (೮೧) ೪೮೯೩. ಇಲ್ಲಿ ಮೂರು ಗುಡಿಗಳೂ ನಾಲ್ಕು ಲಿಪಿಗಳೂ ಇರುತ್ತವೆ. ಒಂದು ಲಿಪಿಯು ಚಾಲುಕ್ಯರ ಜಗದೇಕಮಲ್ಲನು ಬರಿಸಿದ್ದಿರುತ್ತದೆ.

ನಂದಿಕೇಶ್ವರ.—ಬಾದಾವಿಯ ಪೂರ್ವಕ್ಕೆ ೩ ಮೈಲಿನ ಮೇಲೆ. ಹಲವು ಸಣ್ಣ ಹಳ್ಳಿಗಳು ಕೂಡಿ ಈ ಹಳ್ಳಿಯಾಗಿರುತ್ತದೆ; ಜ. ಸ. (೮೧) ೯೦೭. ಇಲ್ಲಿ ಮಹಾಕೂಟೇಶ್ವರವೆಂಬ ದೇವಾಲಯಗಳು ಬಹು ಪ್ರಸಿದ್ಧವಿರುತ್ತವೆ. ಒಂದು ತಗ್ಗಾದ ಪ್ರದೇಶದೊಳಗೆ ಪಾವಟಿಗೆಗಳ ಕೆಳಗೆ ವೊಂದು ಸುತ್ತು ಅವಾರದ ಗೋಡೆಯೊಳಗೆ ನಾನಾ ಪ್ರಕಾರದ ಆಕಾರವುಳ್ಳಂಥ ಅಸಂಖ್ಯ ಸಣ್ಣ ಗುಡಿಗಳಿರುತ್ತವೆ. ಈ ಗುಡಿಗಳೊಳಗೂ ಹೊರಗೂ ಅಸಂಖ್ಯ ಲಿಂಗಗಳೂ ನಾಗರ ಹಾವಿನ ಕಲ್ಲುಗಳೂ ಇರುತ್ತವೆ. ಅವಾರದ ಮಧ್ಯ ಭಾಗದಲ್ಲಿ ವಿಷ್ಣು ಪುಷ್ಕರಣೀ ತೀರ್ಥವೆಂಬ ಹೊಂಡವಿರುತ್ತದೆ. ಅದರ ನೀರು ಯಾವಾಗಲೂ ಇದ್ದಷ್ಟೇ ಇರುತ್ತದೆಂತಲೂ, ಅದನ್ನು ಅಗಸ್ತ್ಯ ಋಷಿಯು ಕಟ್ಟಿಸಿದನೆಂತಲೂ ಹೇಳುತ್ತಾರೆ. ಈ ಹೊಂಡದ ದಂಡೆಯಲ್ಲಿ ಮಹಾಕೂಟೇಶ್ವರನ ಗುಡಿಯುಂಟು. ಆ ಗುಡಿಯೊಳಗೆ ಹೋಗ ಬೇಕಾದರೆ ಹೊಂಡದೊಳಗೆ ಮುಳುಗಿ ಹೋಗಲಿಕ್ಕೆ ಬೇಕು. ಹೊಂಡದ ಮಧ್ಯ ಭಾಗದಲ್ಲಿ ನೀರಿನ ಕೆಳಗೆ ವೊಂದು ಛತ್ರಿಯಲ್ಲಿ ನಾಲ್ಕು ಮೋರೆಗಳುಳ್ಳ ಬ್ರಹ್ಮ ದೇವರ ಮೂರ್ತಿಯುಂಟೆಂದು ಹೇಳುತ್ತಾರೆ. ದೇವಿದಾಸನೆಂಬ ಕಾಶಿಯ ಅರಸನಿಗೆ ಮಂಗನ ಮೋರೆಯ ಮಗಳು ಹುಟ್ಟಿತು. ಆ ಕೂಸನ್ನು ಈ ವಿಷ್ಣು ಪುಷ್ಕರಣಿಗೆ ತಕ್ಕೊಂಡು ಬಂದು ಇದರಲ್ಲಿ ಸ್ನಾನ ಮಾಡೆಂದು ದೇವಿದಾಸನಿಗೆ ಸ್ವಪ್ನವಾದ್ದರಿಂದ ಅವನು ಆ ಪ್ರಕಾರ ಮಾಡಲಾಗಿ ಕೂಸಿನ ಮೋರೆ ನೆಟ್ಟಗಾಯಿತು. ಆದ್ದರಿಂದ ದೇವಿದಾಸನು ಮಹಾಕೂಟೇಶ್ವರ, ಮುದಿ ಮಲ್ಲಿಕಾರ್ಜುನ, ವಿರೂಪಾಕ್ಷ ಯೆಂಬ ದೇವಸ್ಥಾನಗಳನ್ನು ಕಟ್ಟಿಸಿದನು. ಅವಾರದ ಬಾಗಿಲಿನ ಹೊರಗೆ ಲಜ್ಜಾಗೌರಿ ಯೆಂಬ ದೇವಸ್ಥಾನವಿರುತ್ತದೆ. ಲಜ್ಜಾಗೌರಿಯು ಬತ್ತಲೆ ಅಂಗಾತ ಮಲಗಿದ ಹೆಂಗಸಿನ ಥಡವಿರುತ್ತದೆ; ಇದಕ್ಕೆ ರುಂಡವಿಲ್ಲ, ಬಂಜೆ ಹೆಂಗಸರು ಈ ದೇವಿಗೆ ನಡಕೊಳ್ಳುತ್ತಾರೆ. ಅವಾರದ ಹೊರ ಬದಿಯಲ್ಲಿ ಪಾಪವಿನಾಶಿ ಯೆಂಬ ಹೊಂಡವಿರುತ್ತದೆ. ಅದು ಕೃತ ಯುಗದಲ್ಲಿ ಕಟ್ಟಿಸಿದ್ದೆಂದು ಹೇಳುತ್ತಾರೆ. ಅವಾರದ ಬಾಗಿಲಲ್ಲಿ ಮಹಾಕೂಟೇಶ್ವರನ ದೊಡ್ಡ ರಥವು ನಿಂತಿರುತ್ತದೆ. ನಂದಿಕೇಶ್ವರದಿಂದ ಬಾದಾವಿಗೆ ಹೋಗುವ ಮಾರ್ಗ ಮೇಲೆ ತೊಂಡಚಿಂಚಿ ಯೆಂಬ ಹೊಂಡವಿರುತ್ತದೆ. [illegible]ಪ್ಪರಾಯನೆಂಬ ಕುಷ್ಟ ರೋಗ ಹತ್ತಿದ ಮನುಷ್ಯನು ಈ ಹೊಂಡದಲ್ಲಿ ಸ್ನಾನ [illegible]ಿಂದ ಅವನ ರೋಗವು ಹೋಯಿತಂತೆ. ಆದ್ದರಿಂದ ಕೋಪ್ಪರಾಯನು ನೆರೆ[illegible]ಲ್ಲಿ ಬಹಳ ಹೊಂಡಗಳನ್ನು ಕಟ್ಟಿಸಿದ್ದಾನೆಂದು ಹೇಳುತ್ತಾರೆ. ತೊಂಡಚಿಂಚೀ [illegible]ಹೊಂಡದ ಪೂರ್ವಕ್ಕೆ ವೊಂದು ಗವಿಯೊಳಗೆ ಕೋಪ್ಪ

ರಾಯನ ಗುಡಿ ಇರುತ್ತದೆ; ಆ ಹೊಂಡದ ಪಶ್ಚಿಮಕ್ಕೆ ಅವನ ಹೆಂಡತಿಯಾದ ಯೆಲ್ಲಮ್ಮನ ಗುಡಿ ಇರುತ್ತದೆ. ಯೆಲ್ಲಮ್ಮನ ಮೂರ್ತಿಯು ಬಿಳೆ ಶಿಲೆಯಿಂದ ಮಾಡಿದ್ದಿರುತ್ತದೆ. ಯೆಲ್ಲಮ್ಮನ ಗುಡಿಯ ಯೆದುರಿಗೆ [illegible]ಂದು ಲಿಪಿಯ ಕಲ್ಲು ಇರುತ್ತದೆ. ಮಹಾ ಕೂಟೇಶ್ವರನ ಗುಡಿಯಲ್ಲಿ ಕಂಬಗ[illegible] ಲಿಪಿಗಳಿರುತ್ತವೆ. ಇವೆಲ್ಲ ೭ನೇ ಯಿಂದ ೧೦ನೇ ಶತಕದ ವರೆಗೆ ಚಲುಕ್ಯರ ಆಳಿಕೆಯಲ್ಲಿ [illegible]ವಿರುತ್ತದೆ.

ನಂದವಾಡಿಗೆ.—ಹುನಗುಂದದ ಆಗ್ನೇಯಕ್ಕೆ ೧೫ ಮೈಲಿನ ಮೇಲೆ. ನಿಜಾಮಿನ ರಾಜ್ಯದ ಶೀಮೆಯ ಬಳಿಯಲ್ಲಿ, ಜ. ಸ. (೮೧) ೧೦೦೧. ಈ ವೂರಿಗೆ ಕೋಟೆ ಪೇಟೆ ಯೆಂಬ ಯೆರಡು ಭಾಗಗಳಿವೆ. ಇದು ಪೂರ್ವದಲ್ಲಿ ನಂದರಾಜನೆಂಬ ಅರಸನ ರಾಜಧಾನಿ ಇತ್ತೆಂದು ಹೇಳುತ್ತಾರೆ. ಒಂದು ಹೊಕ್ಕು ತುಂಬುವ ಬಾವಿಯ ಮೇಲೆ ಇರುವ ನಾರಾಯಣನ ಗುಡಿಯಲ್ಲಿ ರಾಷ್ಟ್ರಕೂಟರ ಆಳಿಕೆಯಲ್ಲಿ ೯೦೨ರಲ್ಲಿ ಬರಿಸಿದ್ದೊಂದು ಲಿಪಿ ಇರುತ್ತದೆ. ಕೋಟೆಯೊಳಗೆ ಈಶ್ವರನ ಗುಡಿ ದೊಡ್ಡದಿರುತ್ತವೆ. ಅದರ ಬಳಿಯಲ್ಲಿ ಬಿದ್ದಿರುವ ೯ ಫೂಟು ಉದ್ದವಾದ ವೀರಗಲ್ಲಿನಂಥ ಕಂಬದ ಮೇಲೆ ಕನ್ನಡ ಲಿಪಿಗಳಿರುತ್ತವೆ.

ನವರಸಪುರ.—ವಿಜಾಪುರದ ಬಳಿಯಲ್ಲಿ. ಇದನ್ನು ೨ನೇ ಇಬ್ರಾಹಿಮ ಶಹನು ತಾನು ಇರುವದಕ್ಕೋಸ್ಕರ ಬಹು ಭವ್ಯವಾಗಿ ಕಟ್ಟಿಸಿದ್ದನು. ಆದರೆ ವೊಬ್ಬ ಜ್ಯೋತಿಷಿಯು ಈ ವೂರಲ್ಲಿ ನಿಂತರೆ ನಿನ್ನ ರಾಜ್ಯ ಹಾಳಾಗುವದೆಂದು ಹೇಳಿದ್ದರಿಂದ ಬಾದಶಹನು ತನ್ನ ದರ್ಬಾರವನ್ನು ಇಲ್ಲಿಗೆ ತರಲಿಲ್ಲ. ಈಗ ಊರೆಲ್ಲ ಹಾಳಾಗಿದೆ; ೧೫೧ಕ್ಕಿಂತ ಹೆಚ್ಚು ನಿವಾಸಿಗಳಿಲ್ಲ.

ನಿಂಬರಿಗಿ.—ಇಂಡಿಯ ವಾಯವ್ಯಕ್ಕೆ ೨೭ ಮೈಲಿನ ಮೇಲೆ, ಜ. ಸ. (೮೧) ೧೪೨೭. ಇಲ್ಲಿಯ ಪ್ರಾಣದೇವರ ಗುಡಿಯು ಪ್ರಸಿದ್ಧ ವುಂಟು. ವಿಸ್ತಾರವಾದ ಬೈಲೊಳಗೆ ಗುಡಿಯನ್ನು ಕಟ್ಟಿದ್ದಾರೆ. ಸುತ್ತು ಮುತ್ತು ಪೌಳಿಗಳಿವೆ. ಬಳಿಯಲ್ಲಿ ವೊಂದು ಹಳ್ಳ ಹರಿಯುತ್ತದೆ. ಈ ಗುಡಿಯು ಊರ ಹೊರಗೆ ಇರುವದರಿಂದ ರಮಣೀಯವಾದ ಏಕಾಂತ ಸ್ಥಳವಿರುತ್ತದೆ. ಗರ್ಭ ಗುಡಿಯಲ್ಲಿ ಒಂದು ಸೀತಾರಾಮನ ಮೂರ್ತಿ, ಹನುಮಂತನ ಯೆರಡು ಮೂರ್ತಿಗಳು, ವೊಂದು ಲಿಂಗ ಉಂಟು. ಮುಖ್ಯ ಹನುಮಂತನ ಮೂರ್ತಿಯು ವೊಂದು ಕಲ್ಲಿನ ಮೇಲೆ ಮೂಡಿದ ಹಾಗಿರುತ್ತದೆ. ಈ ಗುಡಿಯನ್ನು ಧನಾಯಿ ಯೆಂಬ ಕುರುಬರ ಹೆಂಗಸು ಕಟ್ಟಿಸಿದಳೆಂದು ಹೇಳುತ್ತಾರೆ. ಧನಾಯಿಯು ತನ್ನ ಆಕಳು ವೊಂದು ಹುತ್ತಿನ ಮೇಲೆ ಮೊಲೆಯೊಳಗಿನ ಹಾಲು ಕರೆದು ಬರಿ ಮೊಲೆಯಾಗಿ ಮನೆಗೆ ಬರುತ್ತದೆಂದು ನೋಡಿ ಆಕಳನ್ನು ಮನೆಯಲ್ಲಿ ಕಟ್ಟಿದಳು. ಆ ರಾತ್ರಿಯಲ್ಲಿ ಆ ಹುತ್ತಿನ ಮೇಲೆ ವೊಂದು ಗುಡಿಯನ್ನು ಕಟ್ಟಿಸಿ ವೊಂಬತ್ತು ತಿಂಗಳು ಅದರ ಬಾಗಿಲು ಇಕ್ಕಿ ಬಿಡೆಂದು ಆಕೆಗೆ ಸ್ವಪ್ನವಾಯಿತು. ಆಕೆ ಆ ಪ್ರಕಾರ ಗುಡಿಯನ್ನು ಕಟ್ಟಿಸಿ, ಕೆಲವು ತಿಂಗಳು ಬಾಗಿಲವನ್ನು ಇಕ್ಕಿ ಇಟ್ಟ ಬಳಿಕ ಸ್ತ್ರೀ ಸ್ವಭಾವದ ಮೂಲಕವಾಗಿ

ವೊಂಬತ್ತು ತಿಂಗಳು ತುಂಬುವ ಪೂರ್ವದಲ್ಲಿಯೇ ಬಾಗಿಲು ತೆರಿದಳು. ಆಗ ಗುಡಿಯೊಳಗಿನ ಮೂರ್ತಿಯು ಅರೆವಾಸಿ ಹುಟ್ಟಿತ್ತು. ಅದು ಅಷ್ಟಕ್ಕೇ ನಿಂತಿತು.

ಪಟ್ಟದಕಲ್ಲು.—ಬಾದಾವಿಯ ಈಶಾನ್ಯಕ್ಕೆ ೮ ಮೈಲಿನ ಮೇಲೆ, ಜ. ಸ. ೬೭೮. ಇದಕ್ಕೆ ಬುನಾದಿಯಲ್ಲಿ ಕಿಸುವೊಳಲೆಂಬ ಹೆಸರಿತ್ತು. ಬಾದಾವಿಯಂತೆ ಇಲ್ಲಿಯೂ ಚಲುಕ್ಯರ ಆರಂಭ ಕಾಲದ ಗುಡಿಗಳೂ ಲಿಪಿಗಳೂ ಬಹಳ ಇರುತ್ತವೆ. ಸುಮಾರು ನಾಲ್ಕು ಯೆಕರಿನ ಕ್ಷೇತ್ರದ ಸುತ್ತು ಮುತ್ತು ಹಾಕಿದ ಕಲ್ಲಿನ ಗೋಡೆಯ ಅವಾರದೊಳಗೆ ನಾಲ್ಕು ದೊಡ್ಡ ಗುಡಿಗಳೂ ಆರು ಸಣ್ಣ ಗುಡಿಗಳೂ ಇರುತ್ತವೆ. ಅವಾರಕ್ಕೆ ಪೂರ್ವಕ್ಕೂ ಪಶ್ಚಿಮಕ್ಕೂ ದ್ವಾರಗಳಿವೆ. ದೊಡ್ಡ ಗುಡಿಗಳು ದ್ರವಿಡ ಅಥವಾ ದಕ್ಷಿಣದ ಪದ್ಧತಿಯವು ಇರುತ್ತವೆ. ಅವುಗಳ ಶಿಖರಗಳು ಚೌಕೋನಾಕೃತಿಯಾಗಿ ವೊಂದರ ಮೇಲೊಂದು ಉತ್ತರೊತ್ತರವಾಗಿ ಸಣ್ಣ ಸಣ್ಣ ಉಪ್ಪರಿಗೆಗಳನ್ನು ಯೇರಿಸಿದಂತೆ ಇರುತ್ತವೆ. ಕಲ್ಲಿನೊಳಗೆ ಕೊರಿದ ಚಿತ್ರಗಳು ಉರುಟು, ಸೌಂದರ್ಯ ಕಡಿಮೆ. ಆದರೆ ಇಮಾರತು ಹೆಚ್ಚು ಭವ್ಯವಾದದ್ದೂ ತಾಳಿಕೆಯುಳ್ಳದ್ದೂ. ಅವಾರದೊಳಗೆ ಯೆಲ್ಲಕ್ಕೂ ಭವ್ಯವಾದ ವಿರೂಪಾಕ್ಷೇಶ್ವರನ ಗುಡಿಯು ಇದೇ ಪ್ರಕಾರದ್ದಿರುತ್ತದೆ. ಇದರ ಸುತ್ತು ಮುತ್ತು ಜೈನರ ಪದ್ಧತಿಯ ಸಣ್ಣ ಸಣ್ಣ ಗುಡಿಗಳಿರುತ್ತವೆ. ಮುಂದಿನ ಸಭಾಮಂಟಪವು ೫೦ ಫೂಟು ಉದ್ದ, ೪೫ ಫೂಟು ಅಗಲಾಗಿ ೧೬ ಕಂಬಗಳುಳ್ಳದ್ದಿರುತ್ತದೆ. ಗರ್ಭಗುಡಿಯು ೧೦ ಫೂಟು ಚಚ್ಚೌಕು ಇರುವದು. ಗೋಡೆಗಳನ್ನು ಗಚ್ಚು ಇಲ್ಲದೆ ಕಟದವೊಣ ಕಲ್ಲಿನಿಂದ ಕಟ್ಟಿದ್ದಾರೆ. ಕಂಬಗಳು, ಛಾವಣಿಯ ವೊಳ ಮೈ, ಗೋಡೆಗಳು, ಇವುಗಳ ಮೇಲೆ ನಾನಾ ಪ್ರಕಾರದ ಹೂ, ಬಳ್ಳಿಗಳನ್ನೂ, ಆನೆ, ಸಿಂಹ, ಮುಂತಾದ ಪಶುಗಳ ಆಕಾರಗಳನ್ನೂ, ಸರ್ಪಗಳನ್ನೂ ಶಿವ, ವಿಷ್ಣು ಮುಂತಾದ ದೇವತೆಗಳನ್ನೂ ಕೊರಿದಿದ್ದಾರೆ. ಈ ಗುಡಿಯಲ್ಲಿ ೧೦ ಲಿಪಿಗಳಿರುತ್ತವೆ. ಎಲ್ಲಕ್ಕೂ ಹಳೇದು ಚಲುಕ್ಯರ ವಿಜಯಾದಿತ್ಯನ (೬೯೭-೭೩೩) ಕಾಲದ್ದಿರುತ್ತದೆ; ಎಲ್ಲಕ್ಕೂ ಕಡೆಯಲ್ಲಿ ಆದದ್ದು ೯ನೇ ಶತಕದ್ದಿರುತ್ತದೆ. ಇವುಗಳಲ್ಲಿ ಯೆರಡು ರಾಷ್ಟ್ರ ಕೂಟರ ಆಳಿಕೆಯಲ್ಲಿ ಆದ್ದವಿರುತ್ತವೆ; ಮಿಕ್ಕಾದವುಗಳೆಲ್ಲ ಚಲುಕ್ಯರ ಕಾಲದವು. ಎಲ್ಲಕ್ಕೂ ಹಳೇ ಲಿಪಿಗಳು ಸಂಸ್ಕೃತದಲ್ಲಿ ಬರಿದಿರುತ್ತವೆ. ೮ನೇ ಶತಕದಿಂದಿತ್ತ ಆದ್ದವು ಕನ್ನಡ ಇರುತ್ತವೆ.

ಅವಾರದೊಳಗೆ ಮಲ್ಲಿಕಾರ್ಜುನ, ಸಂಗಮೇಶ್ವರ, ಚಂದ್ರಶೇಖರ, ಬೆಳಗುಡಿ, ಗಳಗನಾಥ, ಆದಿಕೇಶ್ವರ, ಮುಂತಾದ ಬೇರೆ ವೊಂಬತ್ತು ಗುಡಿಗಳಿವೆ. ಅವುಗಳ ರಚನೆಯು ಬಹುತರ ವಿರೂಪಾಕ್ಷೇಶ್ವರನ ಗುಡಿಯಂತೆ ಇರುತ್ತದೆ. ವಿರೂಪಾಕ್ಷೇಶ್ವರನಿಗೆ ಮಾತ್ರ ನಿತ್ಯ ಪೂಜೆಯಾಗುತ್ತದೆ; ಬೇರೆ ಯಾವ ದೇವರಿಗೂ ಆಗುವದಿಲ್ಲ. ಈ ಅವಾರದೊಳಗಿನ ಗುಡಿಗಳಲ್ಲದೆ ಪಟ್ಟದ ಕಲ್ಲಿನ ಊರೊಳಗೂ ಹೊರಗೂ ಬೇರೆ ಅಸಂಖ್ಯ ಗುಡಿಗಳಿರುತ್ತವೆ. ಅವೆಲ್ಲ ಹೆಚ್ಚಾಗಲಿ ಕಡಿಮೆಯಾಗಲಿ ಹಾಳಾಗಿರುತ್ತವೆ. ಸಂಗಮೇಶ್ವರನ ಗುಡಿಯಲ್ಲಿ ಆರು ಲಿಪಿಗಳಿರುತ್ತವೆ. ಅವೆಲ್ಲ ೧೦ನೇ ಶತಕದೀಚೆ ಆದಂಥವು.

ಊರಿನ ಆಗ್ನೇಯಕ್ಕೆ ಕೋಟೆಗೆ ಹೊಂದಿ ಪಾಪವಿನಾಶನ ಅಥವಾ ಪಾಪನಾಥ

ಯೆಂಬ ದೇವರ ಗುಡಿಯುಂಟು. ಅದು ಈ ವೂರಲ್ಲಿಯ ಯಾವತ್ತು ಗುಡಿಗಳಿಗಿಂತ ಹಳೇದೆಂದು ಹೇಳ ಬಹುದು. ಇದರಲ್ಲಿ ರಾಮಾಯಣ ಕಥೆಯ ಚಿತ್ರಗಳನ್ನು ಕೊರಿದು ಅವುಗಳ ತಲೆಯ ಮೇಲೆ ಹೆಸರುಗಳನ್ನು ಹಾಕಿದ್ದಾರೆ. ಇದೇ ಪ್ರಕಾರವಾಗಿ ಕೊರಿದಂಥ ಚಿತ್ರಗಳು ವಿರೂಪಾಕ್ಷೇಶ್ವರನ ಗುಡಿಯಲ್ಲಿಯೂ ಇರುತ್ತವೆ. ಪಾಪನಾಥನ ಗುಡಿಯಲ್ಲಿ ಹಳೆಗನ್ನಡ ಲಿಪಿಯಲ್ಲಿ ಸಂಸ್ಕೃತ ಭಾಷೆಯಿಂದ ೬.ನೇ ೭ನೇ ಶತಕಗಳಲ್ಲಿ ಬರಿಸಿದ ಲಿಪಿಗಳು ಮೂರು ಇರುತ್ತವೆ. ಒಂದರಲ್ಲಿ ಗುಡಿಗಳನ್ನು ಕಟ್ಟುವವನೊಬ್ಬ ಹೆಸರಾದ ಆಚಾರ್ಯನ ಸ್ತುತಿಯುಂಟು.

ಇತಿಹಾಸ.— ಇಜಿಪ್ತ ದೇಶದ ತಾಲೆಮಿ ಯೆಂಬ ಗ್ರಂಥಕರ್ತನು "ಪೆತಿರ್ಗಲ್" ಯೆಂಬ ಹೆಸರಿನಿಂದ ಪಟ್ಟದ ಕಲ್ಲಿನ ಉಲ್ಲೇಖವನ್ನು ತನ್ನ ಗ್ರಂಥದಲ್ಲಿ ಮಾಡಿದ್ದಾನೆ, ಸನ್ ೧೫೦. ಪಾಪನಾಥನ ಗುಡಿಯನ್ನು ೫ನೇ ಶತಕದಲ್ಲಿ ಕಟ್ಟಿದಂತೆ ತೋರುತ್ತದೆ. ಅದರಷ್ಟು ಹಳೆ ಇಮಾರತು ಈ ದಕ್ಷಿಣ ಮಹಾರಾಷ್ಟ್ರ ದೇಶದಲ್ಲಿ ಬೇರೆ ಯಾವದೂ ಇಲ್ಲೆಂದು ಹೇಳುತ್ತಾರೆ. ಚಲುಕ್ಯರ ಆಳಿಕೆಯಲ್ಲಿ ಪಟ್ಟದ ಕಲ್ಲು ಕ್ಷೇತ್ರವೆಂದು ಯೆಣಿಸಲ್ಪಡುತ್ತಿತ್ತು.

ಸಾಲೋಟಗಿ.— ಇಂಡಿಯ ಆಗ್ನೇಯಕ್ಕೆ ೬ ಮೈಲಿನ ಮೇಲೆ, ಜ. ಸ. (೮೧) ೨೪೦೭. ಇಲ್ಲಿ ಶಿವಯೋಗೇಶ್ವರನ ಪುರಾತನದ ಗುಡಿಯು ದೊಡ್ಡದಿರುತ್ತದೆ. ಇದರ ಮೇಲೆ ಶಿಖರವಿಲ್ಲ, ನಾಲ್ಕು ಗುಮುಟಗಳಿವೆ. ಗರ್ಭ ಗುಡಿಯಲ್ಲಿ ಲಿಂಗವನ್ನು ನೆಲವೊಳಗೆ ಹುಗಿದಿದ್ದಾರೆ. ಸೋರಟಿಯ ಸೋಮನಾಥನ ಗುಡಿಯನ್ನು ಗಿಝುನಿಯ ಮಹಮ್ಮದನು ಹಾಳು ಮಾಡಿದ ಕಾಲಕ್ಕೆ ಈ ಗುಡಿಯಲ್ಲಿಯ ಈಶ್ವರನು ತನ್ನನ್ನು ನೆಲದೊಳಗೆ ಹುಗಿಯೆಂದು ಪೂಜಾರಿಯ ಸ್ವಪ್ನದಲ್ಲಿ ಬಂದು ಹೇಳಿದನಂತೆ. ಈ ಗುಡಿಯನ್ನು ಬೇದರ ಪಟ್ಟಣದ ಚಾಲುಕ್ಯ ಅರಸರು ಕಟ್ಟಿಸಿದಂತೆ ತೋರುತ್ತದೆ. ಆ ಅರಸರು ಕೊಟ್ಟ ಇನಾಮು ದೇವರಿಗೆ ಈಗ್ಯೂ ನಡಿಯುತ್ತದೆ. ಈ ಗುಡಿಯೊಳಗೆ ಮುಸಲ್ಮಾನರೂ ಕಡಿಮೇ ಜಾತಿಯ ಹಿಂದೂ ಜನರೂ ಪ್ರವೇಶಿಸುವದಿಲ್ಲ. ಆದರೆ ಚೈತ್ರ ಪೂರ್ಣಿಮೆಯಲ್ಲಿ ಉತ್ಸವವಾಗುವ ಕಾಲಕ್ಕೆ ಹೊಲಿಯರು ಮಾದಿಗರು ಸಹ ಗುಡಿಯೊಳಗೆ ಹೋಗುವರು, ಜಾತಿ ನಿರ್ಬಂಧವಿಲ್ಲದೆ ನೀಚ ಜಾತಿಯವರು ಮುಟ್ಟಿದ ಅನ್ನವನ್ನು ಉತ್ತಮ ಜಾತಿಯವರು ತಿನ್ನುವರು.

ನಿಜಾಮಿ ರಾಜ್ಯದಲ್ಲಿ ಇರುವ ಸ್ವಾಂತಿ ಯೆಂಬ ಊರಿನ ಅರಸನಿಗೆ ಸಂತತಿ ಯಿಲ್ಲದ್ದರಿಂದ ಅವನು ಬಸವೇಶ್ವರನ ಆರಾಧನೇ ಮಾಡಿದನು. ಬಸವೇಶ್ವರನು ಸಣ್ಣ ಕೂಸಾಗಿ ಭೀಮೆಯಲ್ಲಿ ತೇಲುತ್ತ ಸಾಲೋಟಗಿಯಲ್ಲಿ ಹೋಗಿ ದಂಡೆಗೆ ಹತ್ತಲಾಗಿ, ಊರವರು ಆ ಕೂಸನ್ನು ವೊಯಿದು ಅರಸನಿಗೆ ಕೊಟ್ಟರು. ಅರಸನು ಮಗನಂತೆ ಬಸವೇಶ್ವರನನ್ನು ಪ್ರತಿಪಾಲಿಸಿ ಅವನಿಗೆ ಶಿವಯೋಗೇಶ್ವರನೆಂಬ ಹೆಸರಿಟ್ಟನು. ಶಿವಯೋಗೇಶ್ವರನು ಯೋಗಿಯಂತೆ ಕಾಲಕ್ಷೇಪ ಮಾಡಿ, ಕಡೆಯಲ್ಲಿ ಸಾಲೋಟಗಿಗೆ ಬಂದು ಈಗ ಗುಡಿ

72

ಇರುವ ಸ್ಥಳದಲ್ಲಿ ಅದೃಶ್ಯನಾದನು. ಆದ್ದರಿಂದ ಅಲ್ಲಿ ಶಿವಯೋಗೇಶ್ವರನ ಗುಡಿಯನ್ನು ಕಟ್ಟಿಸಿದರು. ಈ ಗುಡಿಯೊಳಗಿನ ಲಿಪಿಯ ಕಂಬವನ್ನು ಅಗಸೆಯಲ್ಲಿ ವೊಯಿದು ಇಟ್ಟಿದ್ದಾರೆ. ಅದರಲ್ಲಿ ರಾಷ್ಟ್ರಕೂಟರ ೪ನೇ ಕೃಷ್ಣ ರಾಜನ ಆಳಿಕೆಯಲ್ಲಿ ೯೪೭ನೇ ವರ್ಷ ಕರ್ಣಪುರಿಯ ಪ್ರಾಂತದಲ್ಲಿ ಪವಿಟ್ಟಗೆ ಯೆಂಬಲ್ಲಿ ವೊಂದು ವಿದ್ಯಾಲಯವನ್ನು ಸ್ಥಾಪಿಸಿದ ಲೇಖವಿರುತ್ತದೆ; ಆ ವಿದ್ಯಾಲಯಕ್ಕೆ ಕೆಲವು ಭೂಮಿಯನ್ನು ಕೊಟ್ಟದ್ದು ಅದರಲ್ಲಿ ಬರಿದದೆ. ಪವಿಟ್ಟಗೆ ಅಂದರೆ ಸಾಲೋಟಗಿ ಯೆಂದು ಕೆಲವರು ತರ್ಕಿಸುತ್ತಾರೆ.

ಸಂಗಮ.—ಹುನಗುಂದದ ಉತ್ತರಕ್ಕೆ ೧೦ ಮೈಲಿನ ಮೇಲೆ ಕೃಷ್ಣೆಗೆ ಮಲಾಪಹಾರಿ ಕೂಡಿದ ಸ್ಥಳದಲ್ಲಿ, ಜ. ಸ. (೮೧) ೧೫೫೬. ಈ ಹೊಳೆಗಳ ದಂಡೆಯಲ್ಲಿ ಸಂಗಮೇಶ್ವರನೆಂಬ ದೇವಸ್ಥಾನವಿರುತ್ತದೆ. ಇದನ್ನು ಸುಮಾರು ೮೦೦ ವರ್ಷಗಳ ಹಿಂದೆ ದ್ಯಾವನಾಯಕನೆಂಬ ಜೈನನು ಕಟ್ಟಿಸಿದನೆಂದು ಹೇಳುತ್ತಾರೆ. ಈ ಗುಡಿಯಲ್ಲಿ ಯೆರಡು ಲಿಪಿಯ ಕಲ್ಲುಗಳಿರುತ್ತವೆ; ಆದರೆ ಅವು ಓದಲಿಕ್ಕೆ ಬರುವ ಹಾಗಿಲ್ಲ. ಬಸವೇಶ್ವರನು ಕಲ್ಯಾಣಪುರದಲ್ಲಿ ತನ್ನ ಶಿಷ್ಯರಿಗೆ ಬಿಜ್ಜಳನನ್ನು ಕೊಲ್ಲ ಹೇಳಿ ಈ ವೂರಿಗೆ ಬಂದು ಸಂಗಮೇಶ್ವರನ ಲಿಂಗದಲ್ಲಿ ಐಕ್ಯ ಹೊಂದಿದನಂತೆ. ಈ ಲಿಂಗದಲ್ಲಿ ಬಸವೇಶ್ವರನು ಐಕ್ಯ ಹೊಂದಿದ ಸ್ಥಳವೆಂದು ವೊಂದು ತಗ್ಗನ್ನು ಈಗ್ಯೂ ತೋರಿಸುತ್ತಾರೆ. ಸಂಗಮೇಶ್ವರನ ಜಾತ್ರೆಯು ಮಾಘ ಮಾಸದಲ್ಲಿ ಆಗುತ್ತದೆ.

ಸಿಂದಗಿ.—ವಿಜಾಪುರದ ಈಶಾನ್ಯಕ್ಕೆ ೩೫ ಮೈಲಿನ ಮೇಲೆ, ಜ. ಸ. (೮೧) ೩೧೫೪. ಇದು ತಾಲೂಕಿನ ಮುಖ್ಯ ಗ್ರಾಮವು; ತಾಲೂಕಿನ ಕಚೇರಿಗಳಲ್ಲದೆ ಆಸಪತ್ರಿಯೂ ಇರುತ್ತದೆ. ಈ ಗ್ರಾಮವನ್ನು ಸಿಂದು ಬಲ್ಲಾಳನೆಂಬ ಪುರುಷನು ೧೨ನೇ ಶತಕದಲ್ಲಿ ಸ್ಥಾಪಿಸಿದನೆಂದು ಹೇಳುತ್ತಾರೆ. ಇದಕ್ಕೆ ಮೊದಲು ಸಿಂದಾಪುರವೆನ್ನುತ್ತಿದ್ದರು. ಊರ ಹೊರಗೆ ಸಂಗಮೇಶ್ವರನ ಸಣ್ಣ ಗುಡಿ ಇರುತ್ತದೆ. ಈ ಗುಡಿಯೊಳಗೂ ಹೊರಗೂ ಅಸಂಖ್ಯ ಲಿಂಗಗಳಿರುತ್ತವೆ. ಗುಡಿಯೊಳಗೆ ಜೈನರ ವೊಡಕ ಮೂರ್ತಿಗಳು ಕೆಲವಿರುತ್ತವೆ. ಮಕರ ಸಂಕ್ರಾಂತಿಯಲ್ಲಿ ಈ ಗುಡಿಯೊಳಗಿನ ಈಶ್ವರನಿಗೂ ಪಾರ್ವತಿಗೂ ಲಗ್ನವಾಗುತ್ತದೆ. ಊರ ಕುಲಕರಣಿಯು ಶಿವನಾಗುತ್ತಾನೆ; ಗೌಡನು ಪಾರ್ವತಿಯಾಗುತ್ತಾನೆ. ಲಗ್ನವಾದ ೫ನೇ ದಿವಸ ದೇವರ ರಥೋತ್ಸವವಾಗುತ್ತದೆ. ಪೂರ್ವದಲ್ಲಿ ಈ ವೂರಿನ ಕುಲಕರಣಿಯಾದ ಟಕ್ಕಪ್ಪಯ್ಯನೆಂಬವನು ಸನ್ಯಾಸಿಯಾಗಿ ದತ್ತಾತ್ರಯನನ್ನು ಆರಾಧಿಸಿ ಸತ್ಪುರುಷನೆನಿಸಿಕೊಂಡು ಇದೇ ಊರಲ್ಲಿ ಮರಣ ಹೊಂದಿದನು. ಅವನ ಗೋರಿಯ ಮೇಲೆ ಮಠವನ್ನು ಕಟ್ಟಿದ್ದಾರೆ. ಆಶ್ವಿನ ಪೂರ್ಣಿಮೆಯಿಂದ ಮೂರು ದಿವಸ ಟಕ್ಕಪ್ಪಯ್ಯನ ಆರಾಧನೆಯಾಗುತ್ತದೆ. ಕಡೆಯ ದಿವಸ ಊಟಕ್ಕೆ ಬಂದ ಬ್ರಾಹ್ಮಣರ ಕಾಲುಗಳನ್ನು ತೊಳಿಯಲಾಗಿ, ಆ ಕಾಲು ತೊಳಿದ ನೀರು ವೊಂದು ಬಿಂದಿಗೆಯೊಳಗೆ ಹೋಗಿ ಬೀಳುತ್ತದೆ. ಯೆಷ್ಟು ನೀರು ಬಿದ್ದರೂ ಬಿಂದಿಗೆಯು ತುಂಬುವದಿಲ್ಲ. ಬಿಂದಿಗೆಯನ್ನು ವೊಂದು ಜಗುಲಿಯ ಮೇಲೆ ಇಟ್ಟಿದ್ದಾರೆ. ಸಿಂದಿಗಿಯಲ್ಲಿ ಇನ್ನೊಂದು ಅರಮನೆಯಂಥ ನೀಲಗಂಗೆಯ ದೇವಸ್ಥಾನವಿರುತ್ತದೆ. ಇದರ ಗರ್ಭ ಗುಡಿಯಲ್ಲಿ ಯೆರಡು

ಬಂಗಾರದ ತಂಬಿಗೆಗಳನ್ನೂ ವೊಂದು ಬೆಳ್ಳಿಯ ತಂಬಿಗೆಯನ್ನೂ ನೀರು ತುಂಬಿ ಇಟ್ಟಿದ್ದಾರೆ. ಪ್ರತಿ ವೊಂದು ತಂಬಿಗೆಯ ಮೇಲೆ ಮೂರು ಮೂರು ಲಿಂಗಗಳು, ಬಂಗಾರದ ತಂಬಿಗೆಗಳ ಮೇಲೆ ಬಂಗಾರದವು, ಬೆಳ್ಳಿಯ ತಂಬಿಗೆಯ ಮೇಲೆ ಬೆಳ್ಳಿಯವು, ಇರುತ್ತವೆ. ಪ್ರತಿ ವರ್ಷ ಆಷಾಢ ಪೂರ್ಣಿಮೆಯಲ್ಲಿ ಲಿಂಗವಂತ ಮುತ್ತೈದಿಯರು ಈ ನೀಲಗಂಗೆಯನ್ನು ಪೂಜಿಸಲಿಕ್ಕೆ ಹೋಗುತ್ತಾರೆ. ಆರಂಭದಲ್ಲಿ ೫ ಜನರು ಮಾತ್ರ ಹೋಗುತ್ತಿದ್ದರು. ಆದರೆ ಪ್ರತಿ ವರ್ಷ ವೊಬ್ಬಳಂತೆ ಪೂಜಿಸುವವರ ಸಂಖ್ಯವು ಬೆಳಿಯುತ್ತ ಬಂದದರಿಂದ ಈಗ ಪೂಜಿಸುವವರ ಸಂಖ್ಯವು ೧೦೫ಕ್ಕಿಂತ ಹೆಚ್ಚಾಗಿದೆ. ಈ ಪೂಜಿಯಾಗುವ ಕೋಣೆ ವೊಳಿತಾಗಿ ವಿಸ್ತಾರವಾದದ್ದಿದ್ದಾಗ್ಯೂ ಪೂಜೆಯ ಕಾಲಕ್ಕೆ ಜನರ ದಟ್ಟಣಿಯಾಗಿ ಬಹಳ ದೀಪಗಳು ಉರಿಯುತ್ತಿರುವ ಕಾರಣ ಪೂಜಿಸುವ ಹೆಂಗಸರಲ್ಲಿ ಕೆಲವರಿಗೆ ಮೂರ್ಛೆ ಬರುತ್ತದೆ. ಅದು ನೀಲಗಂಗೆಯ ಮಾಹಾತ್ಮ್ಯದಿಂದ ಬರುತ್ತದೆಂದು ಜನರ ನಂಬಿಗೆಯುಂಟು. ನೆರೆಹೊರೆಯ ಲಿಂಗವಂತರು ಈ ಗುಡಿಗೆ ಪ್ರತಿ ವರ್ಷ ಕಾಣಿಕೆಗಳನ್ನು ಕಳಿಸುತ್ತಾರೆ.

ದಿವಾಕರ ದೀಕ್ಷಿತನೆಂಬ ದಾಳಿಗಾರನು ಸನ್ ೧೮೭೦ರಲ್ಲಿ ಸಿಂದಗಿಯ ಕೋಟಿಯನ್ನು ಆಕ್ರಮಿಸಿ ಸುಲಿಗೆ ಮಾಡುತ್ತಿದ್ದನು. ಸರಕಾರದವರು ಅವನನ್ನು ಹಿಡಿದು ಶಿಕ್ಷಿಸಿ ಕೋಟೆಯನ್ನು ನೆಲಸವ ಮಾಡಿದರು.

ಸಿರೂರು.— ಬಾಗಲಕೋಟೆಯ ನೈರುತ್ಯಕ್ಕೆ ೯ ಮೈಲಿನ ಮೇಲೆ, ಜ. ಸ. (೮೧) ೩೦೭೦. ಇಲ್ಲಿ ರಾಮಲಿಂಗ, ಲಕ್ಷ್ಮೀನಾರಾಯಣ, ಗಣಪತಿ, ಸಿದ್ಧೇಶ್ವರ, ಮುಂತಾದ ಪ್ರಾಚೀನ ಗುಡಿಗಳಿವೆ. ಈ ಗುಡಿಗಳಲ್ಲಿ ೧೦ನೇ ೧೧ನೇ ಶತಕಗಳ ಲಿಪಿಗಳಿರುತ್ತವೆ. ಸಿದ್ಧೇಶ್ವರನ ಗುಡಿಯಲ್ಲಿಯ ಲಿಪಿಗಳು ಕೊಲ್ಲಾಪುರದ ಮಾಂಡಲೀಕ ರಾಜರ (ಶಿಲಾಹಾರರ?) ಕಾಲದವಿರುತ್ತವೆ. ಊರ ಹೊರಗೆ ಗುಡ್ಡದ ಮೇಲೆ ಚೈಲೊಳಗೆ ಹನುಮಂತನ ಮೂರ್ತಿಯುಂಟು. ಈ ವೂರಲ್ಲಿ ಜೈನರ ಕಾಲದ ಕಂಬಗಳು ಬಹಳ ಇರುತ್ತವೆ. ಸಿರೂರಿನ ಕೆರೆಯು ಚಂದವಾದದ್ದಿರುತ್ತದೆ.

ತಾಳೀಕೋಟೆ.— ಮುದ್ದೇಬಿಹಾಳದ ಈಶಾನ್ಯಕ್ಕೆ ೧೫ ಮೈಲಿನ ಮೇಲೆ, ಜ. ಸ. (೮೧) ೫೩೦೫. ಪುಣೆಯ ಬಾಳಾಜೀ ಬಾಜೀ ರಾಯನು ತನ್ನ ಬೀಗನಾದ ಆನಂದರಾವ ರಾಸ್ತೆ ಯೆಂಬವನಿಗೆ ತಾಳೀಕೋಟೆಯನ್ನು ಸರಂಜಾಮಿಗಾಗಿ ಸನ್ ೧೭೫೦ರ ಸುಮಾರಿನಲ್ಲಿ ಕೊಟ್ಟನು. ಅವನು ಆನಂದರಾವ ಪೇಟೆ, ಕೈಲಾಸ ಪೇಟೆ, ಯೆಂಬ ಪೇಟೆಗಳನ್ನು ಕಟ್ಟಿಸಿದನು. ಪೇಶವನ ರಾಜ್ಯ ಹಾಳಾದ ಬಳಿಕ ಬಾಳಾ ಸಾಹೇಬ ರಾಸ್ತೆ ಯೆಂಬವನು ತಾಳೀಕೋಟೆಯಲ್ಲಿ ಇರುತ್ತಿದ್ದನು. ಇಲ್ಲಿ ಈಶ್ವರನ ಗುಡಿಯು ಪುರಾತನದ್ದಿರುತ್ತದೆ. ಇಲ್ಲಿ ಪಂಚ ಪೀರೆಂಬ ಹೆಸರಿನ ಮಶೀದಿ ಇರುತ್ತದೆ. ಅದಕ್ಕೆ ಮುಸಲ್ಮಾನರೂ ಹಿಂದೂ ಜನರೂ ಸರಿಯಾಗಿ ಮಾನ ಕೊಡುತ್ತಾರೆ. ದಿಲ್ಲಿಯ ದಂಡಿನಲ್ಲಿ ಸರದಾರರಾಗಿದ್ದ ಶೇಖ ಬುಡ್ಡಣ, ಹಸನ, ಹುಶೇನ, ಇಬ್ರಾಹಿಮ, ಕರೀಮ, ಯೆಂಬ ಕಲಿಗಳು ತೆಲಗು ದೇಶದ ಕೊಮಾರ ರಾಮನನ್ನು ಗೆಲ್ಲಲಿಕ್ಕೆ ಹೋಗುವ ಮಾರ್ಗದಲ್ಲಿ ವೊಬ್ಬ ಹೆಂಗಸು ಭೇಟಿಯಾಗಿ ಅವರಿಗೆ ಹೇಳಿದಳೇನೆಂದರೆ— ಕೊಮಾರ ರಾಮನು ಬಹು ಶಿಟ್ಟಿನವನಿರುತ್ತಾನೆ;

ಅವನ ಧ್ವನಿ ಕೇಳಿದ ಕೂಡಲೆ ಅವನ ಶತ್ರುಗಳ ರುಂಡಗಳು ಕಳಚಿ ಬೀಳುತ್ತವೆ. ಈ ಮಾತು ಕೇಳಿ ಐವರು ಕಲಿಗಳು ಕೊಮಾರ ರಾಮನ ರಾಜಧಾನಿಯಲ್ಲಿ ತಮ್ಮ ರುಂಡಗಳನ್ನು ಚಲ್ಲಿ, ಅವನೆದುರಿಗೆ ನಿಂತು ಯುದ್ಧ ಮಾಡಿ, ರುಂಡಗಳಿಲ್ಲದೆ ಹಾಗೇ ತಾಳೀಕೋಟಿಗೆ ಬಂದು ಅದೃಶ್ಯರಾದರು. ಇದು ಬಾಮನೀ ಬಾದಶಹಗಳಿಗೂ ತೆಲಗು ದೇಶದ ಅರಸನಿಗೂ ನಡಿದ ಯುದ್ಧಕ್ಕೆ ಸಂಬಂಧಿಸಿದ ಕಥೆ ಇರ ಬಹುದೆಂದು ತೋರುತ್ತದೆ.

ವಿಜಯನಗರದ ರಾಮ ರಾಜನಿಗೂ ಆದಿಲ್‌ಶಹ ಮುಂತಾದ ಮೂವರು ಬಾದಶಹಗಳಿಗೂ ವೊದಗಿದ ಯುದ್ಧವು ತಾಳೀಕೋಟೆಯ ದಕ್ಷಿಣಕ್ಕೆ ೩೦ ಮೈಲಿನ ಮೇಲೆ ಕೃಷ್ಣೆಯ ದಂಡೆಯಲ್ಲಿ ಆಯಿತು. ಆ ಬಾದಶಹಗಳು ತಾಳೀಕೋಟೆಯಲ್ಲಿ ಠಾಣ್ಯವನ್ನು ಇಟ್ಟಿದ್ದರಿಂದ ಆ ಯುದ್ಧಕ್ಕೆ ತಾಳೀಕೋಟೆಯ ಯುದ್ಧವೆಂದೆನ್ನುವರು.

ತೊಳಚಗೋಡ.—ಬಾದಾಮಿಯ ದಕ್ಷಿಣಕ್ಕೆ ೩ ಮೈಲಿನ ಮೇಲೆ, ಜ. ಸ. (೮೧) ೧೨೫೭. ಇಲ್ಲಿಯ ಬನಶಂಕರಿಯ ಗುಡಿಯು ಹೆಸರಾದದ್ದು. ಬನಶಂಕರಿಗೆ ಶಾಕಂಬರಿ ಯೆಂತಲೂ ಅನ್ನುವರು. ಬನಶಂಕರಿಯ ಹಳೇ ಗುಡಿಯು ಹಾಳಾಗಿ ನೆಲದೊಳಗೆ ಅರ್ಧ ಮರ್ಧ ಹುಗಿದದೆ. ಹೊಸ ಗುಡಿಯನ್ನು ಕರೆ ಕಲ್ಲಿನಿಂದ ಸಾತಾರೆಯ ಪರಶುರಾಮ ನಾಯಿಕ ಅಗಳೆ ಯೆಂಬವನು ಸನ್ ೧೭೫೦ರ ಸುಮಾರಿನಲ್ಲಿ ದೇವಿಯ ಅಪ್ಪಣೆಯಿಂದ ಕಟ್ಟಿ ಅದರೊಳಗೆ ದೇವಿಯ ಮೂರ್ತಿಯನ್ನು ಹಳೆ ಗುಡಿಯಿಂದ ತೆಗಿದು ಸ್ಥಾಪಿಸಿದ್ದಾನೆ. ಹಳೆ ಗುಡಿಯು ದಕ್ಷಿಣ ದೇಶದ ಪದ್ಧತೀದಿರುತ್ತದೆ. ಅದರ ಸಭಾಮಂಟಪದ ಛಾವಣಿಯು ಹೋಗಿದೆ. ಈ ಗುಡಿಯು ೭ನೇ ೮ನೇ ಶತಕದಲ್ಲಿ ಆದದ್ದೆಂದು ತೋರುತ್ತದೆ. ಹೊಸ ಗುಡಿಯ ಮೇಲೆ ಶಿಖರ ಕಟ್ಟಿ ಅದರ ಮೇಲೆ ಗುಮುಟವನ್ನು ಮಾಡಿದ್ದಾರೆ. ಗುಡಿಯ ಸುತ್ತು ಮುತ್ತು ಧರ್ಮ ಶಾಲೆಗಳಿರುತ್ತವೆ. ಒಂದಾನೊಂದು ಕಾಲದಲ್ಲಿ ನೂರು ವರ್ಷದ ವರೆಗೆ ಮಳೆ ಬೀಳದ್ದರಿಂದ ಬ್ರಾಹ್ಮಣರು ಭಕ್ತಿಯಿಂದ ದೇವಿಯ ಆರಾಧನೆಯನ್ನು ಮಾಡುತ್ತಿರಲು, ಆಕೆ ಶಾಕಂಬರಿಯ ರೂಪದಿಂದ ಅವತರಿಸಿ, ಈಗ ಗುಡಿಯ ಮುಂದೆ ಇರುವ ಹೊಂಡದೊಳಗೆ ಬಂದು ನಿಂತಳು. ಈ ದೇವತೆಗೆ ಕೊಟ್ಟ ನೈವೇದ್ಯದ ಪದಾರ್ಥಗಳನ್ನು ವೊಬ್ಬ ಹುಡುಗನು ತಿಂದದ್ದರಿಂದ ಶಾಕಂಬರಿಯು ಆ ಹುಡುಗನನ್ನು ನುಂಗಿದಳು. ಬ್ರಾಹ್ಮಣರು ಮತ್ತೆ ದೇವಿಯನ್ನು ಬಹಳವಾಗಿ ಪ್ರಾರ್ಥಿಸಿದ್ದರಿಂದ ದೇವಿಯು ಹುಡುಗನನ್ನು ಉಗುಳಿ ಚಲ್ಲಿದಳು. ತರುವಾಯ ದೇವಿಯು ಹೊಂಡದೊಳಗೆ ನಿಂತು ಕೊಂಡದ್ದರಿಂದ ಹೊಂಡದ ನೀರು ಯಾವಾಗಲೂ ಇದ್ದಷ್ಟೇ ಇರುತ್ತದೆ. ಈ ಬನಶಂಕರಿಯ ಹೊಂಡವು ೩೬೦ ಪೂಟು ಚಚ್ಚೌಕು ಇರುತ್ತದೆ; ಪರಮಾವಧಿ ಆಳವು ೨೫ ಪೂಟು. ಇದಕ್ಕೆ ಪೂರ್ವದಲ್ಲಿ ಹರಿಶ್ಚಂದ್ರ ತೀರ್ಥವೆನ್ನುವರು. ಈ ಹೊಂಡಕ್ಕೆ ನಾಲ್ಕೂ ದಿಕ್ಕುಗಳಲ್ಲಿ ಭದ್ರವಾದ ಕಲ್ಲಿನ ಗೋಡೆಗಳನ್ನು ಶಂಕರಶೆಟ್ಟಿ, ಚಂದ್ರಶೆಟ್ಟಿ, ಯೆಂಬವರಿಬ್ಬರು ಜೈನರು ಸನ್ ೧೬೪೦ರ ಸುಮಾರಿನಲ್ಲಿ ಹಾಕಿಸಿದರೆಂದು ಹೇಳುತ್ತಾರೆ. ಪೂರ್ವ ದಿಕ್ಕಿನ ಗೋಡೆಯಲ್ಲಿ ಹೆಚ್ಚಿನ ನೀರು ಹರಿದು ಹೋಗಲಿಕ್ಕೆ ಮೂರು ಮಾರ್ಗಗಳನ್ನು ಮಾಡಿದಾರೆ. ಹೊಂಡದ ಪಶ್ಚಿಮದ ಗೋಡೆಯ ಮೇಲೆ ೨೪

ಕಂಬಗಳುಳ್ಳವೊಂದು ದೊಡ್ಡ ಮಂಟಪವಿರುತ್ತದೆ. ಅದರ ಬಳಿಯಲ್ಲಿ ವೊಂದು ದೀಪ ಸ್ತಂಭವು, ಮೂರು ಉಪ್ಪರಿಗೆಗಳನ್ನು ಕಟ್ಟಿ ತಲೆಯ ಮೇಲೆ ಶಿಖರವನ್ನು ಇಟ್ಟು ಮಾಡಿ ದ್ದಿರುತ್ತದೆ. ಬನಶಂಕರಿಯ ಯೆದುರಿಗೂ ಬಲಗಡೆಯಲ್ಲಿಯೂ ಯೆರಡು ಶಲೆಗಳಿರುತ್ತವೆ. ಗುಡಿಯ ಪೂರ್ವ ಉತ್ತರ ದಿಕ್ಕುಗಳಲ್ಲಿ ಅರಿಶಿಣಗೊಂಡ, ಯೆಣ್ಣಿಗೊಂಡ, ಯೆಂಬೆರಡು ಕುಂಡಗಳಿವೆ. ಗುಡಿಯ ಉತ್ತರ ದ್ವಾರದ ಹೊರಗೆ ಬಹು ಸುಂದರವಾಗಿ ಕಟ್ಟಿದ ರಥವು ಇರುತ್ತದೆ.

ತೊರವಿ.— ವಿಜಾಪುರದ ಪಶ್ಚಿಮಕ್ಕೆ ೪ ಮೈಲಿನ ಮೇಲೆ, ಜ. ಸ. (೪೧) ೨೪೦೪. ವಿಜಾಪುರದ ಆರಸಭರಿಯ ಕಾಲಕ್ಕೆ ಇದು ಪಟ್ಟಣದ ಭಾಗವೆನಿಸುತ್ತಿತ್ತು. ೨ನೇ ಇಬ್ರಾ ಹಿಮಶಹನು ಇಲ್ಲಿ ದೊಡ್ಡ ದೊಡ್ಡ ಅರಮನೆಗಳನ್ನೂ ಮಶೀದಿಗಳನ್ನೂ ಕಟ್ಟಿಸಿ ವಾಸಿಸು ತ್ತಿದ್ದನು. ಈ ಊರಿನ ಬಳಿಯಲ್ಲಿ ವೊಂದು ನರಿಯನ್ನು ನಾಯಿಯು ಬೆನ್ನಟ್ಟಲಾಗಿ, ನರಿಯು ಹಿಂದಿರುಗಿ ನಾಯಿಯನ್ನು ಹಿಡೀತಂತೆ. ಇದು ಅಪಶಕುನವೆಂದು ತಿಳಿದು ಇಬ್ರಾಹಿಮುಶಹನು ತೊರವಿಯನ್ನು ಬಿಟ್ಟು ವಿಜಾಪುರದಲ್ಲಿ ಹೋಗಿ ನಿಂತನೆಂದು ಹೇಳು ತ್ತಾರೆ. ಅವನು ಕಟ್ಟಿಸಿದ ಇಮಾರತುಗಳಲ್ಲಿ ವೊಂದೆರಡು ಮಶೀದಿಗಳು ಮಾತ್ರ ಈಗ ಉಳಿದಿರುತ್ತವೆ. ತೊರವಿಯಲ್ಲಿ ಹತ್ತೆಂಟು ಅರ್ವಾಚಿನ ಕಾಲದ ಗುಡಿಗಳಿರುತ್ತವೆ. ಅವುಗಳಲ್ಲಿ ನರಸಿಂಹನ ಗುಡಿಯು ಜಾಗೃತ ಸ್ಥಾನವೆಂದು ಯೆಣಿಸಲ್ಪಡುತ್ತದೆ. ನರ ಸಿಂಹನ ಗುಡಿಯನ್ನು ಇಟ್ಟಂಗಿಗಳಿಂದ ಚಚ್ಚೌಕಾಗಿ ಕಟ್ಟಿದ್ದಾರೆ. ಅದರ ಮಧ್ಯ ಭಾಗ ದಲ್ಲಿ ವೊಂದು ವೃಂದಾವನವೂ ಹನುಮಂತನ ಮೂರ್ತಿಯೂ ಉಂಟು. ಗರ್ಭ ಗುಡಿ ಯಲ್ಲಿ ನಾರಸಿಂಹನ ಮೂರ್ತಿಯೂ ವೊಂದು ಲಿಂಗವೂ ಉಂಟು. ಊರ ಹೊರಗೆ ದೊಡ್ಡದೊಂದು ಕೆರೆಯುಂಟು; ಅದರೊಳಗೆ ೧೨೦೦ ಫೂಟು ಚಚ್ಚೌಕಾದ ಹೊಂಡ ವಿರುತ್ತದೆ. ಇದಲ್ಲದೆ ಊರೊಳಗೆ ೪೦ ಬಾವಿಗಳಿರುತ್ತವೆ. (ತೊರವಿಯ ಜಲಾಶಯ ಗಳನ್ನು ವಿಜಾಪುರದ ವರ್ಣನೆಯಲ್ಲಿ ನೋಡು).

ತುಂಬಿಗಿ.— ಇಂಡಿಯ ದಕ್ಷಿಣಕ್ಕೆ ೧೩ ಮೈಲಿನ ಮೇಲೆ. ಇಲ್ಲಿ ಹನುಮಂತನ ಗುಡಿಯಲ್ಲಿ ವೊಂದು, ಪೋಲೀಸ ಚೌಕಿಯ ಬಳಿಯಲ್ಲಿ ವೊಂದು ಲಿಪಿ ಕಲ್ಲುಗಳಿರುತ್ತವೆ. ಇವು ಚಾಲುಕ್ಯರ ಆಳಿಕೆಯಲ್ಲಿ ೧೧ನೇ ಶತಕದಲ್ಲಿ ಆಗಿರುತ್ತವೆ.

ಯಲಗೂರು.— ಮುದ್ದೇಬಿಹಾಳದ ಪಶ್ಚಿಮಕ್ಕೆ ೧೩ ಮೈಲಿನ ಮೇಲೆ, ಕೃಷ್ಣೆ ಯಿಂದ ೩ ಮೈಲಿನ ಮೇಲೆ. ಇಲ್ಲಿಯ ಹನುಮಂತನು ಬಹು ಜಾಗೃತನೆಂದು ಪ್ರಸಿದ್ಧಿ ಯುಂಟು. ದೇವರ ಗುಡಿಯನ್ನು ಊರ ಹೊರಗೆ ಪಡಪ್ಪದೇಸಾಯಿ ಯೆಂಬವನು ಭದ್ರವಾ ಗಿಯೂ ವಿಸ್ತಾರವಾಗಿಯೂ ಕಟ್ಟಿಸಿದ್ದಾನೆ. ಶಿಖರದ ಮೇಲೆ ಹಿತ್ತಾಳಿಯ ಕಳಸವಿರುತ್ತದೆ. ಸುತ್ತಲಿನ ಯೇಳು ಹಳ್ಳಿಗಳಿಗೆ ಈ ಹನುಮಂತನು ವೊಬ್ಬನೇ ದೇವರಾದ್ದರಿಂದ ಇವ ನಿಗೆ ಯೆಳಗುರದಪ್ಪ (ಯೇಳೂರಪ್ಪ) ಯೆಂಬ ಹೆಸರು ಬಂದದೆಂದು ಹೇಳುತ್ತಾರೆ.

ಕೃಷ್ಣೆಯ ದಂಡೆಯಲ್ಲಿ ಸೀತೀಮನಿ ಯೆಂಬ ಹಳ್ಳಿಯುಂಟು. ಅದರ ಬಳಿಯಲ್ಲಿ ಸೀ ತೀಗಿರಿ ಯೆಂಬ ಗುಡ್ಡದಲ್ಲಿ ರಾಮನು ಸೀತೆಯ ಸಹಿತ ಇದ್ದನಂತೆ.

ಕಾನಡಾ ಜಿಲ್ಲೆ.

ಅಘನಾಶಿ.— ಗೋಕರ್ಣದ ಆಗ್ನೇಯಕ್ಕೆ ೩ ಮೈಲಿನ ಮೇಲೆ. ತದಡೀ ಹೊಳೆಯ ಮುಖದ ಬಳಿಯಲ್ಲಿ. ಹೈಗರು ಯೆಲ್ಲಕ್ಕೂ ಮೊದಲು ಇಲ್ಲಿ ಬಂದು ನಿಂತರೆಂದು ಹೇಳುತ್ತಾರೆ. ಕಾಮೇಶ್ವರ, ಮಹಾದೇವ ಗಣಪತಿ, ಯೆಂಬ ದೇವಸ್ಥಾನಗಳಿವೆ. ಈ ವೂರಿನ ಬಳಿಯಲ್ಲಿ ತದಡೀ ಹೊಳೆಯು ಯಾವತ್ತು ಪಾಪಗಳನ್ನು ನಾಶ ಮಾಡುತ್ತಿರುವ ಕಾರಣ ಇದಕ್ಕೆ ಅಘನಾಶಿ ಯೆಂಬ ಹೆಸರು ಬಂದದೆ ಯೆಂದು ಹೇಳುತ್ತಾರೆ.

ಅಲಿಗದ್ದೆ.— ಕಾರವಾಡದ ವರ್ಣನೆ ನೋಡು.

ಅಂಜದೀವ.— ಉತ್ತರ ಅಕ್ಷಾಂಶ ೧೪°, ೪೪′, ಪೂರ್ವ ರೇಖಾಂಶ ೭೪°, ೧೦′, ಜ. ಸ. (೧೮೭೨) ೫೦೭. ನಿವಾಸಿಗಳೆಲ್ಲ ಕ್ರಿಸ್ತೀ ಜನರು. ಈ ದ್ವೀಪವು ಕಾರವಾಡದ ಆಗ್ನೇಯಕ್ಕೆ ೫ ಮೈಲಿನ ಮೇಲೆ ಸಮುದ್ರದೊಳಗೆ ಪೋರ್ತುಗೀಸರ ವಶದಲ್ಲಿ ಇರುತ್ತದೆ. ಈ ದ್ವೀಪವು ಸುಮಾರು ವೊಂದು ಮೈಲು ಉದ್ದ, ೯೦೦ ಫೂಟು ಅಗಲು ಇರುತ್ತದೆ. ಪಶ್ಚಿಮ ದಂಡೆಯಲ್ಲಿ ಗರಸಿನ ಭೂಮಿ ಇರುತ್ತದೆ; ಪೂರ್ವ ದಂಡೆಯಲ್ಲಿ ಮಾತ್ರ ತೆಂಗು, ಹಲಸು ಮುಂತಾದ ಫಲವೃಕ್ಷಗಳ ಬನಗಳಿವೆ; ಬತ್ತದ ಭೂಮಿ ಇಲ್ಲ. ಹವೆಯು ರೋಗಕಾರಕ, ಜ್ವರೋಪದ್ರವ ಬಹಳ. ದ್ವೀಪದ ಮಧ್ಯ ಭಾಗದಲ್ಲಿ ಅತ್ಯುತ್ತಮವಾದ ಸೀ ನೀರಿನ ಕುಂಡವಿರುತ್ತದೆ. ಈ ನೀರಿನ ಸಲುವಾಗಿ ಅರಬಸ್ತಾನ, ಗ್ರೀಸ ಮುಂತಾದ ಪರನಾಡುಗಳಿಂದ ಬುನಾದಿಯಲ್ಲಿ ಬರುತ್ತಿದ್ದ ಹಡಗುಗಳು ಅಂಜದೀವದಲ್ಲಿ ನಿಲ್ಲುತ್ತಿದ್ದವು. ಸದ್ಯಕ್ಕೆ ಜನರ ವಸ್ತಿಯು ಪೂರ್ವ ದಂಡೆಯಲ್ಲಿ ಮಾತ್ರ ಇರುತ್ತದೆ. ಈ ಜನರು ವಾಡಿಕೆಯಾಗಿ ಮೀನು ಹಿಡಿದು ಜೀವಿಸುವರು. ಪೋರ್ತುಗೀಸರು ಇಲ್ಲಿ ವೊಂದು ಕೋಟೆಯನ್ನು ಕಟ್ಟಿದ್ದಾರೆ.

ಅಂಜದೀವೆಂಬ ಹೆಸರು ಆದ್ಯ ದ್ವೀಪ, ಆಜ್ಯ ದ್ವೀಪ, ಅಂಜೆ (ಪಂಚ) ದ್ವೀಪ, ಅಂಜನೀ ದ್ವೀಪ, ಈ ಬಗೆಯ ಕೆಲವೊಂದು ಬುನಾದಿಯ ಹೆಸರಿನಿಂದ ಹುಟ್ಟಿರುತ್ತದೆಂಬ ಬಗ್ಗೆ ಬೇರೆ ಬೇರೆ ಕಥೆಗಳಿರುತ್ತವೆ. ಇಜಿಪ್ತದ ತಾಲೆಮಿ ಯೆಂಬವನು ತನ್ನ ಗ್ರಂಥದಲ್ಲಿ (ಸನ್ ೧೫೦) ಈ ದ್ವೀಪವನ್ನು ಉಲ್ಲೇಖಿಸಿದ್ದಾನೆ. ಗ್ರೀಸ ದೇಶದ ಆರ್ಯನ್ನನೆಂಬವನು ತನ್ನ ಪೆರಿಪ್ಲಸವೆಂಬ ಗ್ರಂಥದಲ್ಲಿ (ಸನ್ ೨೪೭) ಇದನ್ನು ಉಲ್ಲೇಖಿಸಿದ್ದಾನೆ. ಆದ್ದರಿಂದ ಕ್ರಿಸ್ತೀ ಶಕದ ಪೂರ್ವಕಾಲದಿಂದ ಪಾಶ್ಚಿಮಾತ್ಯರು ಅಂಜದೀವದ ಮಾರ್ಗವಾಗಿ ಹಿಂದುಸ್ಥಾನದ ಪಶ್ಚಿಮ ದಂಡೆಗೆ ಬರುತ್ತಿದ್ದರೆಂದು ಸಿದ್ಧವಾಗುತ್ತದೆ. ಸನ್ ೧೩೪೨ರಲ್ಲಿ ಇಬನ್‌ಬತೂತನೆಂಬ ಆಫ್ರಿಕದ ಮುಸಲ್ಮಾನನು ಈ ದ್ವೀಪಕ್ಕೆ ಹೋಗಿದ್ದನು. ಆಗ ಇಲ್ಲಿ ವೊಂದು ಗುಡಿಯೂ ತೆಂಗಿನ ಬನವೂ ಇತ್ತು. ಗುಡಿಯಲ್ಲಿ ಯೆರಡು ಮೂರ್ತಿಗಳ ನಡುವೆ ವೊಬ್ಬ ಜೋಗಿಯು ಗೋಡೆಗೆ ಆತು ಕೊಂಡು ನಿಂತಿ

ದ್ದನು. ಬತೂತನು ಅವನನ್ನು ಮಾತಾಡಿಸಿವರೆ ಅವನು ಮಾತಾಡಲಿಲ್ಲ. ಅವನು ಯೇನು ತಿನ್ನುತ್ತಿರುತ್ತಾನೆಂದು ಬತೂತನು ಸುತ್ತು ಮುತ್ತು ನೋಡುವಷ್ಟರಲ್ಲಿ ಜೋಗಿಯು ಹೂಂಕರಿಸಲಾಗಿ ತೆಂಗಿನ ಮರದಿಂದ ಅವನ ಮೈ ಮೇಲೆ ವೊಂದು ಕಾಯಿ ಬಿತ್ತು! ಅದನ್ನು ನೋಡಿ ಬತೂತನಿಗೆ ಬಹು ಕೌತುಕವಾಯಿತು. ಬತೂತನು ಜೋಗಿಗೆ ಹಣ ಕೊಡ ಹೋಗಲಾಗಿ, ಜೋಗಿಯು ಅದನ್ನು ತಕ್ಕೊಳ್ಳದೆ, ಬತೂತನ ಮುಂದೆ ಹತ್ತು ದೀನಾರವೆಂಬ ನಾಣ್ಯಗಳನ್ನು ಚಲ್ಲಿದನು. ಬತೂತನು ನೀನು ಯಾವ ದೇವರಿಗೆ ನಡ ಕೊಳ್ಳುತ್ತೀ ಯೆಂದು ಸನ್ನೆಯಿಂದ ಕೇಳಿದಕ್ಕೆ ಜೋಗಿಯು ಆಕಾಶವನ್ನೂ ಪಶ್ಚಿಮ ದಿಕ್ಕನ್ನೂ ತೋರಿಸಿದನು. ಅದರಿಂದ ಅಲ್ಲಾನಿಗೂ ಮಕ್ಕಾ ಪಟ್ಟಣದ ಮಶೀದಿಗೂ ಇವನು ನಡಕೊಳ್ಳುತ್ತಾನೆಂದು ತಿಳಿದು ಬತೂತನು ಬಹು ಸಂತೋಷ ಪಟ್ಟನು. ಆದರೆ ಜೋಗಿಯ ಅಭಿಪ್ರಾಯವು ಸೂರ್ಯನಿಗೂ ಸಮುದ್ರಕ್ಕೂ ತಾನು ನಡಕೊಳ್ಳುತ್ತಾನೆಂದು ಇತ್ತೆಂದು ತೋರುತ್ತದೆ.

ವಿಜಯನಗರದ ರಾಜ್ಯವು ಪ್ರಬಲವಾದ ಬಳಿದ ಅಂಜಿದೀವವು ಆ ರಾಜ್ಯಕ್ಕೆ ಕೆಲವು ದಿವಸ ಶೇರಿತ್ತು. ಆದರೆ ಅರಬಸ್ತಾನದಿಂದ ಬರುತ್ತಿದ್ದ ವ್ಯಾಪಾರಸ್ಥರು [illegible] ದ್ವೀಪದಲ್ಲಿ ಇಳಿದು ನಿವಾಸಿಗಳನ್ನು ಬಹಳ ಪೀಡಿಸಿದ್ದರಿಂದ ನಿವಾಸಿಗಳು [illegible]ಮು ಹೋಗಿ ದ್ವೀಪವು ಹಾಳು ಬಿತ್ತು. ಮುಂದೆ ಪೋರ್ತುಗಾಲದ ವಾಸ್ಕೋಡಿ[illegible]ಮನು ಕಾಲಿಕತ್ತದಿಂದ ಯುರೋಪಕ್ಕೆ ತಿರಿಗಿ ಹೋಗುವಾಗ ಅಂಜದೀವದಲ್ಲಿ ಕೆಲವು ದಿವಸ ನಿಂತಿದ್ದನು. ಅಂದಿನಿಂದ ದ್ವೀಪವು ಪೋರ್ತುಗೀಸರ ವಶದಲ್ಲಿ ಇರುತ್ತದೆ. ಗೋವೆಯಿಂದಲೂ ದಿವೂ ದ್ವೀಪದಿಂದಲೂ ಪೋರ್ತುಗೀಸ ಅಧಿಕಾರಿಗಳು ಗುನ್ಹೇಗಾರರನ್ನು ಅಂಜದೀವಕ್ಕೆ ಕಳಿಸುವರು. ಈಗಿರುವ ನಿವಾಸಿಗಳು ಅವರ ವಂಶದವರೆಂದು ತೋರುತ್ತದೆ.

ಅಂಕೋಲಾ. — ಕಾರವಾಡದ ಆಗ್ನೇಯಕ್ಕೆ ೧೫ ಮೈಲಿನ ಮೇಲೆ, ಜ. ಸ. (೮೧) ೨೪೬೭. ಇದು ತಾಲೂಕಿನ ಮುಖ್ಯ ಗ್ರಾಮವು; ತಾಲೂಕ ಕಚೇರಿಯಲ್ಲದೆ ಟಪಾಲ ಕಚೇರಿ, ಫೌಜದಾರ ಕಚೇರಿ, ಕಷ್ಟಮ್ ಕಚೇರಿ, ಇಂಗ್ರಜೀ ಶಾಲೆ, ಮುಶಾಫರೀ ಬಂಗಲೆ ಇರುತ್ತವೆ. ಬಾಜಾರಿನಲ್ಲಿ ೬೦ ಅಂಗಡಿಗಳಿವೆ. ಅಡಿಕೆ, ತೆಂಗು, ತಂಬಾಕ, ಕಿರಾಣಿ, ವಸ್ತ್ರಗಳ ವ್ಯಾಪಾರವಾಗುತ್ತದೆ. ಸನ್ ೧೮೮೧-೮೨ ವರೆಗೆ ೮ ವರ್ಷದಲ್ಲಿ ಸಮುದ್ರ ಮಾರ್ಗವಾಗಿ ಆಯಾತ ಮಾಲು ಸರಾಸರಿ ೫೩೧೪೦ ರೂಪಾಯದ್ದು, ನಿರ್ಗತ ಮಾಲು ಸರಾಸರಿ ೬೪೯೬೦ ರೂಪಾಯದ್ದು. ಅಂಕೋಲೆಯ ಹಾಳು ಕೋಟೆಯು ಊರಿಂದ ೪೦೦ ಯಾರ್ಡಿನ ಮೇಲೆ ೬೦೦ ಯಾರ್ಡು ಸುತ್ತಳತೆಯುಳ್ಳದ್ದಿರುತ್ತದೆ. ಇದರಲ್ಲಿ ರುದ್ರೇಶ್ವರನೆಂಬ ದೇವಸ್ಥಾನದ ಹೊರ್ತು ಬೇರೆ ಮನೆಮಾರುಗಳೇನು ಇಲ್ಲ. ಇದನ್ನು ಸ್ವಾದೆಯ ಅರಸನೊಬ್ಬನು ಅಂಕೋಲೆಯಲ್ಲಿ ಇರುತ್ತಿದ್ದ ತನ್ನ ಉಪಪತ್ನಿಗಾಗಿ ಕಟ್ಟಿಸಿದನೆಂದು ಹೇಳುತ್ತಾರೆ. ಸನ್ ೧೬೭೫ರಲ್ಲಿ ಶಿವಾಜಿಯು ಅಂಕೋಲೆಯನ್ನು ಸುಲಿದು ಸುಟ್ಟನು. ಆಗ ಇದು ವಿಜಾಪುರದ ರಾಜ್ಯಕ್ಕೆ ಶೇರಿತ್ತು. ಸನ್ ೧೭೬೩ರಲ್ಲಿ ಹೈದರನು ಅಂಕೋಲೆಯನ್ನು ತಕ್ಕೊಂಡಾಗ ೨೦೦೦ ಜನ ಕ್ರಿಸ್ತಿಯನ್ನರು ಇಲ್ಲಿ ಇರುತ್ತಿದ್ದರು.

ಟೀಪೂನು ಕ್ರಿಸ್ತೀ ಜನರ ಗುಡಿಯನ್ನು ಸುಲಿದು ಸುಟ್ಟು, ಯಾವತ್ತು ಕ್ರಿಸ್ತಿಗಳನ್ನು ಸೆರೆ ಹಿಡಿದು ತಕ್ಕೊಂಡು ಹೋದನು.

ಅರಬೀತೆಂಬಿ.—ಅನಶೀ ಘಟ್ಟದ ಉತ್ತರಕ್ಕೆ ಮೂರು ಮೈಲಿನ ಮೇಲೆ. ಒಂದು ಗುಡ್ಡದ ಮೇಲೆ ಸುಮಾರು ೧೦೦೦ ಫೂಟು ಸುತ್ತಳತೆಯುಳ್ಳ ವೊಣ ಕಲ್ಲಿನ ಗೋಡೆಯುಂಟು. ಇದನ್ನು ವಿಜಯನಗರದವರ ಆಳಿಕೆಯಲ್ಲಿ ಅರಬ ಜಾತಿಯ ಕಳ್ಳರು ತಾವು ಇರುವದಕ್ಕೋಸ್ಕರ ಹಾಕಿದರೆಂದು ಹೇಳುತ್ತಾರೆ. ಇದು ಈಗ ಹಾಳು ಬಿದ್ದದೆ.

ಅವರ್ಸೆ.—ಅಂಕೋಲೆಯ ಉತ್ತರಕ್ಕೆ ೫ ಮೈಲಿನ ಮೇಲೆ. ಇಲ್ಲಿ ಹಡಗದ ಆಕಾರವಿದ್ದೊಂದು ಶಂತ್ರಾದೇವಿ ಯೆಂಬ ದೇವತೆಯ ಗುಡಿಯುಂಟು. ಈ ದೇವತೆಗೆ ಕಾರ್ವೀ ಜನರೂ ಸಾತರದವರೂ ಬಹು ಭಕ್ತಿಯಿಂದ ನಡಕೊಳ್ಳುವರು. ನವರಾತ್ರಿ ಯಲ್ಲಿ ಉತ್ಸವವಾಗುತ್ತದೆ.

ಬೈಲೂರು.—ಹೊನ್ನಾವರದ ದಕ್ಷಿಣಕ್ಕೆ ೧೨ ಮೈಲಿನ ಮೇಲೆ, ಜ. ಸ. (೮೧) ೧೪೮೦. ಮಾರ್ಕಂಡೇಶ್ವರನ ಗುಡಿಯು ಪುರಾತನದ್ದಿರುತ್ತದೆ. ಪ್ರತಿ ವರ್ಷ ಸಣ್ಣ ಜಾತ್ರೆಯಾಗುತ್ತದೆ.

ಬನವಾಸಿ.—ಶಿರಶಿಯ ಆಗ್ನೇಯಕ್ಕೆ ೧೪ ಮೈಲಿನ ಮೇಲೆ ವರದಾ ನದಿಯ ದಂಡೆಯಲ್ಲಿ, ಜ. ಸ. (೮೧) ೨೦೦೦. ಇದು ಬಹು ಪುರಾತನ ಕಾಲದಲ್ಲಿ ಹೆಸರಾದ ಪಟ್ಟಣವು; ಬಹುತರ ಆನೇಗುಂದಿಯ ಸಮ ಕಾಲೀನವೆಂದು ಹೇಳ ಬಹುದು. ಋಸಾ ದಿಯಲ್ಲಿ ಇದಕ್ಕೆ ವೈಜಯಂತಿ ಯೆಂಬ ಹೆಸರಿತ್ತು. ಈಗ ಮಧುಕೇಶ್ವರನ ದೊಡ್ಡ ಗುಡಿಯು ನೋಡ ಕತ್ತಂಥಾದ್ದಿರುತ್ತದೆ. ಇದರಲ್ಲಿ ನಾನಾ ಪ್ರಕಾರದ ಚಿತ್ರಗಳನ್ನು ಕೊರಿದಿದ್ದಾರೆ. ಸುತ್ತಲಿನ ಅವಾರದ ಗೋಡೆಗೆ ಹೊಂದಿ ಕೆಲವು ದೇವಸಾನಗಳಿವೆ. ಅವುಗಳೊಂದರಲ್ಲಿ ಬಹು ಸುಂದರವಾಗಿ ಮಾಡಿದ್ದೊಂದು ಕಲ್ಲಿನ ಮಂಚವಿರುತ್ತದೆ. ವಿಷ್ಣುವು ಮಧುಕೈಟಭರೆಂಬ ದೈತ್ಯರನ್ನು ಕೊಂದು ಈ ಗುಡಿಯನ್ನು ಕಟ್ಟಿದನೆಂದು ದಂತಕಥೆಯುಂಟು. ಈ ಗುಡಿಯಲ್ಲಿಯೂ ಇದರ ನೆರೆಯಲ್ಲಿಯೂ ೧೨ ಲಿಪಿ ಗಳಿರುತ್ತವೆ.

ಎಲ್ಲಕ್ಕೂ ಪುರಾತನದ ಲಿಪಿಯು ಮಧುಕೇಶ್ವರನ ಅಂಗಳಿನಲ್ಲಿ ವೊಂದು ಸಣ್ಣ ಗುಡಿಯೊಳಗೆ ಇರುತ್ತದೆ. ಲಿಪಿಯ ಕಲ್ಲಿನ ಮಧ್ಯ ಭಾಗದಲ್ಲಿ ೫ ಹೆಡೆಗಳುಳ್ಳ ಸರ್ಪ ನನ್ನು ಕೊರಿದು, ಅದರ ಯೆಡಕ್ಕೂ ಬಲಕ್ಕೂ ಲಿಪಿಯನ್ನು ಮೂರು ಸಾಲಾಗಿ ಪಾಲೀ ಭಾಷೆಯಿಂದ ಬರಿದಿದ್ದಾರೆ. ಈ ಲಿಪಿಯ ಭಾಷಾಂತರವನ್ನು ಕೆಳಗೆ ಕೊಡುತ್ತೇವೆ.

"**ಪರಾತ್ಪರನಿಗೆ.**—ವಿಷ್ಣುಕದ ದೂತವೆಂಬ ಮನೆತನವನ್ನು ಪ್ರೀತಿಸುವ ಹಾರಿತಿ ಪುತ್ರನಾದ ಶತಕರ್ಣಿಯು ಆಳುತ್ತಿರುವಾಗ ತನ್ನ ೧೨ನೇ ವರ್ಷ ಹೇಮಂತ ಋತುವಿನ,

೭ ಪಕ್ಷದ ಮೊದಲನೇ ದಿವಸ ಮಹಾಭೋಜಿ ಯೆಂಬ ಅರಸನ ಮಗಳೂ ಜೀವಪುತ್ರನೆಂಬವನ ಹೆಂಡತಿಯೂ ಆದ ಶಿವಖಂಡನ ಶ್ರೀ ಯೆಂಬವಳು ಮಗನನ್ನು ಕರೆಕೊಂಡು ವೊಂದು ನಾಗವನ್ನೂ ವೊಂದು ಜಲಾಶಯವನ್ನೂ ವೊಂದು ವಿಹಾರವನ್ನೂ ದಾನ ಮಾಡಿದಳು. ಈ ನಾಗವನ್ನು ಜಯಂತಕನ ಮಗನೂ ದಾಮೋರಕನ ಶಿಷ್ಯನೂ ಆದ ನಟಕನೆಂಬವನು ಮಾಡಿದನು".

ಶಕೆ ೧೦ನೇ ವರ್ಷವೆಂದರೆ ಕ್ರಿಸ್ತೀ ಶಕದ ೯೦ನೇ ವರ್ಷವಾಗುತ್ತದೆ. ಶತಕರ್ಣಿ ಯೆಂಬ ಅರಸು ಈ ಕಾಲದ ಪೂರ್ವದಲ್ಲಿ ಆಳುತ್ತಿದ್ದನೆಂದು ತಿಳಿದದೆ. ಇಷ್ಟು ಪುರಾತನ ಕಾಲದ ಲಿಪಿಯು ಮುಂಬಯಿ ಕರ್ನಾಟಕದಲ್ಲಿ ಯೆಲ್ಲಿಯೂ ಇಲ್ಲ. ಲಿಪಿಯನ್ನು ಬರಿಯುವ ರೀತಿಯಾದರೂ ಕಾಡು ತರದ್ದಿರುತ್ತದೆ; ಕದಂಬ, ಚಲುಕ್ಯ, ಮುಂತಾದ ಅರಸರ ಲಿಪಿಗಳಂತೆ ಸುಧಾರಿಸಿದ್ದಿಲ್ಲ. ಇದರಲ್ಲಿ ವರ್ಷ, ತಿಂಗಳು, ವಾರಗಳ ಹೆಸರುಗಳು ಇಲ್ಲವೇ ಇಲ್ಲ. ಈ ಲಿಪಿಯನ್ನು ಬರಿದ ಕಾಲಕ್ಕೆ ವರ್ಷದೊಳಗೆ ಮೂರು ಋತುಗಳೆಂಬ ಭಾಗಗಳನ್ನು ಮಾತ್ರ ಮಾಡುತ್ತಿದ್ದರೆಂದು ತೋರುತ್ತದೆ. ಆದರೆ ಈ ಲಿಪಿಯ ಅಕ್ಷರಗಳು ಇಷ್ಟು ಹಳೇ ಕಾಲದವಲ್ಲೆಂದು ಕೆಲವರ ಆಕ್ಷೇಪವಿರುತ್ತದೆ. (ಮುಂದೆ ಇತಿಹಾಸದಲ್ಲಿ ನೋಡು).

ಉಳಿದ ೧೧ ಲಿಪಿಗಳೆಲ್ಲ ಹಳೆಗನ್ನಡದಲ್ಲಿ ಬರಿದಿರುತ್ತವೆ. ಇವುಗಳಲ್ಲಿ ಕೆಲವುಗಳಿಗೆ ಮಿತಿ ಇಲ್ಲ; ಮಿತಿಯುಳ್ಳವುಗಳೆಲ್ಲ ೧೦ನೇ ಶತಕದ ಈಚೆಯು ಕಾಲದವಿರುತ್ತವೆ.

ಶಿವರಾತ್ರಿಯಲ್ಲಿ ಮಧುಕೇಶ್ವರನ ಉತ್ಸವವಾಗುತ್ತದೆ. ಆಗ ಐದಾರು ಸಾವಿರ ಜನ ಕೂಡಿ ವ್ಯಾಪಾರವು ವೊಳಿತಾಗಿ ನಡಿಯುತ್ತದೆ. ಮಧುಕೇಶ್ವರನಿಗೆ ಸರಕಾರದಿಂದ ೪೦೦೭ ರೂಪಾಯಿಯ ನೇಮಣೂಕು ನಡಿಯುತ್ತದೆ.

ಇತಿಹಾಸ.—ಈ ಪಟ್ಟಣಕ್ಕೆ ಕೃತ, ತ್ರೇತಾ, ದ್ವಾಪರ, ಕಲಿಯುಗಗಳಲ್ಲಿ ಕ್ರಮವಾಗಿ ಕೌಮುದಿ, ಜಯಂತಿ, ಬೈಂದವಿ, ವನವಾಶಿ, ಯೆಂಬ ಹೆಸರುಗಳಾದವೆಂದು ಜನರ ನಂಬಿಗೆಯುಂಟು. ಇದರಿಂದ ಪಟ್ಟಣವು ಬಹು ಪುರಾತನಕಾಲದ್ದೆಂದು ಸಿದ್ಧವಾಗುತ್ತದೆ. ಗೋಕರ್ಣ, ಆನೇಗುಂದಿ, ಹಾನಗಲ್ಲು, ಬನವಾಸಿ, ಹಂಪಿ, ಇವೈದು ಕರ್ನಾಟಕದಲ್ಲಿ ಬಹು ಪ್ರಾಚೀನ ಸ್ಥಾನಗಳೆಂದು ಹೇಳುತ್ತಾರೆ. ಹೆಸರಾದ ಅಶೋಕ ರಾಜನ ಆಳಿಕೆಯಲ್ಲಿ ಕ್ರಿಸ್ತೀ ಶಕದ ಹಿಂದೆ ೨೪೦ನೇ ವರ್ಷ ಪಾಟಣಾ ಪಟ್ಟದಲ್ಲಿ ದೊಡ್ಡ ಧರ್ಮಸಬೆಯಾದ ಬಳಿಕ ಆ ಅರಸನು ರಕ್ಷಿತನೆಂಬ ಧರ್ಮೋಪದೇಶಕನನ್ನು ಬೌದ್ಧ ಧರ್ಮವನ್ನು ದಕ್ಷಿಣದಲ್ಲಿ ಹಬ್ಬುಗೊಳಿಸುವದಕ್ಕೋಸ್ಕರ ಬನವಾಸಿಗೆ ಕಳಿಸಿದನೆಂದು ಬೌದ್ಧ ಧರ್ಮ ಪುಸ್ತಕದಲ್ಲಿ ಲೇಖವದೆ. ಕ್ರಿಸ್ತೀ ಶಕಕ್ಕಿಂತ ೧೦೦ ವರ್ಷದ ಪೂರ್ವದಲ್ಲಿ ಕಾರ್ಲೆ ಯೆಂಬ ಗುಹಾಲಯವನ್ನು ಮಾಡಿಸಿದ ಭೂತ ಪಾಲನೆಂಬ ಅರಸು ವಿಜಯಂತಿಗೆ ಹೋಗಿ ಬಂದನೆಂದು ಆ ಗುಹಾಲಯದಲ್ಲಿ ಲೇಖವದೆ. ಕ್ರಿಸ್ತೀ ಶಕದ ಹಿಂದೆ ೫ನೇ ವರ್ಷ ನಾಸಿಕದ್ದೊಂದು ಗುಹಾಲಯದಲ್ಲಿ ಬರಿದ ಲಿಪಿಯಲ್ಲಿ ಗೋತಮಿಪುತ್ರ ಶತಕರ್ಣಿ ಯೆಂಬ ಅರಸನ ದಂಡಿಗೆ ವಿಜಯಂತಿಯ ದಂಡೆಂದು ಹೇಳಲ್ಪಟ್ಟದೆ. ಮೇಲೆ

ಭಾಷಾಂತರಿಸಿದ ಮಧುಕೇಶ್ವರನ ಗುಡಿಯೊಳಗಿನ ಲಿಪಿಯಿಂದ ಕ್ರಿಸ್ತೀ ಶಕದ ೯೦ನೇ ವರ್ಷದ ಸುಮಾರಿನಲ್ಲಿ ಹಾರಿತಿಪುತ್ರ ಶತಕರ್ಣಿ ಯೆಂಬ ಅರಸು ಬನವಾಸಿಯಲ್ಲಿ ಆಳು ತ್ತಿದ್ದನೆಂದು ತಿಳಿಯುತ್ತದೆ. ಈ ಲೇಖದ ಆರಂಭವು, ವಿಹಾರವೆಂದರೆ ಮಠವನ್ನು ಮಾಡಿಸಿದ್ದು, ವರ್ಷ, ತಿಂಗಳು, ವಾರಗಳ ಹೆಸರುಗಳಿಲ್ಲದೆ ಋತು ಪಕ್ಷಗಳಿಂದ ಕಾಲ ವನ್ನು ಹೇಳುವದು, ಇವೆಲ್ಲ ಬೌದ್ಧ ಧರ್ಮದವರ ಲೇಖಗಳ ಪದ್ಧತಿಯಂತೆ ಇರುತ್ತವೆ. ಆದ್ದರಿಂದ ಹಾರಿತಿಪುತ್ರ ಶತಕರ್ಣಿಯು ಬೌದ್ಧನಿದ್ದನೆಂದು ಸ್ಪಷ್ಟವಾಗುತ್ತದೆ. ಕದಂಬ ಅರಸರಿಗೆ ಹಾರಿತಿಪುತ್ರರೆಂಬ ಬಿರುದಿತ್ತು, ಮತ್ತು ಇವರು ಆರಂಭದಲ್ಲಿ ಬೌದ್ಧ ಧರ್ಮಿ ಗಳೇ ಇದ್ದರು. ಆದ್ದರಿಂದ ಶತಕರ್ಣಿಯು ಕದಂಬರ ಪೂರ್ವಜನೆಂದು ತೋರುತ್ತದೆ. ಇಜಿಪ್ತದ ತಾಲೆಮಿಯು (ಕ್ರಿ. ಶ. ೧೫೦) ತನ್ನ ಗ್ರಂಥದಲ್ಲಿ ಬನವಾಸಿಯ ಉಲ್ಲೇಖ ಮಾಡಿದ್ದಾನೆ. ೪ನೇ ೫ನೇ ಶತಕಗಳಲ್ಲಿ ಬೌದ್ಧ ಧರ್ಮಿಗಳೂ ಹಾರಿತಿಪುತ್ರರೆನಿಸುವ ವರೂ ಆದ ೯ ಜನ ಕದಂಬ ಅರಸರು ಬನವಾಸಿಯಲ್ಲಿ ಆಳಿದರೆಂದು ವೊಂದು ಕದಂಬರ ಲಿಪಿಯು ಹೇಳುತ್ತದೆ. ಚಲುಕ್ಯರ ೨ನೇ ಪುಲಿಕೇಶಿಯು (೬೧೦-೬೩೪) ಬನವಾಸಿ ಯನ್ನು ಸುತ್ತುಗಟ್ಟಿ ಅದನ್ನು ತಕ್ಕೊಂಡನೆಂದು ವೊಂದು ಲಿಪಿಯಲ್ಲಿ ಬರಿದದೆ. ಇದೇ ಬನವಾಸಿಯ ಕದಂಬರು ಚಲುಕ್ಯರ ಮಾಂಡಲಿಕರಾದ ಮಿತಿಯು. ಚಾಲುಕ್ಯರ ಆಳಿ ಕೆಯ ಕಡೆಯಲ್ಲಿ ಕದಂಬರು ನಿರ್ನಾಮರಾದರೆಂದು ತೋರುತ್ತದೆ. ಚಾಲುಕ್ಯರು ಹಾಳಾದ ಬಳಿಕ ಬನವಾಸಿಯು ದೇವಗಿರಿಯ ಯಾದವರ ರಾಜ್ಯಕ್ಕೆ, ಅವರು ಹಾಳಾದ ಬಳಿಕ ವಿಜಯನಗರದವರ ರಾಜ್ಯಕ್ಕೆ, ಅವರು ಹಾಳಾದ ಬಳಿಕ ಸ್ವಾದೆಯ ಅರಸರ ರಾಜ್ಯಕ್ಕೆ, ಅವರ ತರುವಾಯ ಹೈದರನ ರಾಜ್ಯಕ್ಕೆ ಶೇರಿತ್ತೆಂದು ಇತಿಹಾಸದಿಂದ ತಿಳಿಯು ತ್ತದೆ. ಬನವಾಸಿಯು ಮಧುಕೇಶ್ವರನು ಬುನಾದಿಯಿಂದ ಕದಂಬ ಅರಸರ ಕುಲ ದೇವತೆಯು.

ಬಸವರಾಜದುರ್ಗ.—ಹೊನ್ನಾವರದ ವರ್ಣನೇ ನೋಡು.

ಬೇಲಿಕೇರಿ.—ಅಂಕೋಲೆಯ ಉತ್ತರಕ್ಕೆ ನಾಲ್ಕು ಮೈಲಿನ ಮೇಲೆ, ಜ. ಸ. (೮೧) ೧೦೬೬. ಇದು ಸಣ್ಣ ಬಂದರವಿರುತ್ತದೆ. ಸರಕಾರೀ ಕಷ್ಟಮ್ ಕಚೇರಿಯುಂಟು. ಇಲ್ಲಿಯ ಹವೆಯು ಆರೋಗ್ಯದ್ದೆಂದು ಯೆಣಿಸಲ್ಪಡುತ್ತದೆ. ಸಮುದ್ರ ದಂಡೆಯಲ್ಲಿ ಆಲದ ಬನದೊಳಗೆ ಸರಕಾರೀ ಬಂಗಲೆಯುಂಟು.

ಭಟಕಳ ಅಥವಾ ಸೂಸಗಢಿ.—ಹೊನ್ನಾವರದ ದಕ್ಷಿಣಕ್ಕೆ ೨೫ ಮೈಲಿನ ಮೇಲೆ, ಜ. ಸ. (೮೧) ೫೬೧೪. ಇದು ಮುಂಬಯಿ ಇಲಾಖೆಯಲ್ಲಿ ಯೆಲ್ಲಕ್ಕೂ ದಕ್ಷಿ ಣದ ಬಂದರವು. ಹಿಂದೂ ಜನರಿಗಿಂತ ಮುಸಲ್ಮಾನರ ವಸ್ತಿಯು ಹೆಚ್ಚುಂಟು; ಅವರು ಬಹುತರ ಯೆಲ್ಲರು ನವಾಯರೆಂಬ ಕುಲದವರು. ಇವರು ೮ನೇ ಶತಕದ ಈಚೆಯಲ್ಲಿ ಬಂದ ಅರಬ ಇರಾಣೀ ಜನರ ವಂಶದವರೆಂದು ತೋರುತ್ತವೆ. ನವಾಯತರಲ್ಲಿ ಬಹು ಜನರು ಸಂಪನ್ನರಿರುತ್ತಾರೆ. ಇವರು ಮುಖ್ಯವಾಗಿ ವ್ಯಾಪಾರದ ಹೋರೆಯನ್ನು ಮಾಡು ತ್ತಾರೆ. ಭಟಕಳದ ಬಾಜಾರು, ಮನೆಗಳು, ತೋಟಗಳು, ಮುಂತಾದವುಗಳು ಪೂರ್ವ ಕಾಲದ ಪಟ್ಟಣದ ಸ್ವರೂಪವನ್ನು ತೋರಿಸುತ್ತವೆ.

ಭಟಕಳದಲ್ಲಿ ೧೫ನೇ ೧೬ನೇ ಶತಕಗಳಲ್ಲಿ ಕಟ್ಟಿದಂಥ ೧೩ ಬಸ್ತಿಗಳಿವೆ. ಪ್ರತಿ ವೊಂದು ಬಸ್ತಿಯ ಮುಂಭಾಗದಲ್ಲಿ ಅಗ್ರ ಶಾಲೆಯೂ ಅದರ ಹಿಂದೆ ಗರ್ಭಾಗಾರವೂ ಉಂಟು. ಇವುಗಳಲ್ಲಿ ಸುಂದರವಾದ ಚಿತ್ರಗಳಿರುತ್ತವೆ. ಇವಲ್ಲದೆ ನಾರಾಯಣ, ನಾರಸಿಂಹ, ವೆಂಕಟರಮಣ, ಮುಂತಾದ ದೇವತೆಗಳ ಗುಡಿಗಳಿವೆ. ಈ ಬಸ್ತಿಗಳಲ್ಲಿಯೂ ಗುಡಿಗಳಲ್ಲಿಯೂ, ೧೦, ೧೨ ಲಿಪಿಗಳಿವೆ. ಅವೆಲ್ಲ ೧೫ನೇ ಶತಕದ ಈಚೆಯ ಕಾಲದವು. ಕೆಲವು ಬಸ್ತಿಗಳಲ್ಲಿ ವೊಳಗಡೆಯಲ್ಲಿ ಹೊಸ ಮೂರ್ತಿಗಳನ್ನು ಕೂಡ್ರಿಸಿದ್ದಾರೆ. ಇವುಗಳಲ್ಲಿ ಹಾಳಾದಂಥವು ಬಹು ಸ್ವಲ್ಪವಿರುತ್ತವೆ. ಎಷ್ಟೋ ಗುಡಿಗಳಿಗೆ ಅಲ್ಪ ಸ್ವಲ್ಪ ಸರಕಾರೀ ನೇಮಣೂಕುಗಳು ಈಗ್ಯೂ ನಡಿಯುತ್ತವೆ. ವೆಂಕಟರಮಣನಿಗೆ ಕೆಲವು ಭೂಮಿ ಇನಾಮು ನಡಿಯುತ್ತದೆ.

ಜತ್ತಪ್ಪ ನಾಯಿಕನ ಚಂದ್ರನಾಥೇಶ್ವರನ ಗುಡಿಯು ಯೆಲ್ಲಕ್ಕೂ ದೊಡ್ಡದೂ ಹೆಚ್ಚು ಸುಂದರವಾದದ್ದೂ ಇರುತ್ತದೆ. ಇದರ ಉದ್ದಳತೆ ೧೧೨ ಫೂಟು, ಅಗಲು ೪೦ರಿಂದ ೫೦ ಫೂಟಿನ ವರೆಗೆ. ಇದರಲ್ಲಿ ಅಗ್ರಮಂಟಪ, ಸಭಾಮಂಟಪ, ಬಸ್ತಿ ಅಥವಾ ಗರ್ಭಾಗಾರ ಯೆಂಬ ಮೂರು ಭಾಗಗಳು ಯೆರಡಂತಸ್ತುಳ್ಳವಿರುತ್ತವೆ. ಈ ಮಂಟಪಗಳಲ್ಲಿ ಮೊದಲು ಕೂಡ್ರಿಸಿದ ಮೂರ್ತಿಗಳು ಈಗ ವೊಡಿದಿರುತ್ತವೆ. ಈ ಗುಡಿಯೊಳಗಿನ ಧ್ವಜ ಸ್ತಂಭ, ಖಿಡಿಕಿಗಳು, ಮೂರ್ತಿಗಳು, ಚಿತ್ರಗಳು ನೋಡ ತಕ್ಕಂಥವಿರುತ್ತವೆ. ಈ ಗುಡಿಯಲ್ಲಿ ನಾಲ್ಕು ಲಿಪಿಗಳಿವೆ. ಇದನ್ನು ಕಟ್ಟಿಸಿದ ಜತ್ತಪ್ಪ ನಾಯಕನು ದೇವರಿಗೆ ಬಹಳ ಭೂಮಿಯನ್ನು ಇನಾಮು ಕೊಟ್ಟಿದ್ದನು. ಆದರೆ ಟೀಪೂ ಅದನ್ನೆಲ್ಲ ಕಸುಕೊಂಡನು. ಈಗ ಸರಕಾರದಿಂದ ವರ್ಷಕ್ಕೆ ಯೆರಡು ರೂಪಾಯಿಯ ನೇಮಣೂಕು ನಡಿಯುತ್ತದೆ. ಚೋಳೇಶ್ವರನ ಗುಡಿಯನ್ನು ಚೋಳಮಂಡಲದ ಅರಸು ಕಟ್ಟಿಸಿದನೆಂದು ಹೇಳುತ್ತಾರೆ. ಇದರಲ್ಲಿ ಯೆರಡು ತಮಿಳ ಲಿಪಿಗಳಿರುತ್ತವೆ. ಗುಡಿಯನ್ನು ಕರೆ ಕಲ್ಲಿನಿಂದ ಯೆರಡುಪ್ಪರಿಗೆಯಾಗಿ ಅಂದವಾಗಿಯೂ ಭದ್ರವಾಗಿಯೂ ಕಟ್ಟಿದ್ದಾರೆ. ದ್ವಾರಪಾಲಕರ ಮೂರ್ತಿಗಳನ್ನು ಹಾವಿನ ಮೇಲೆ ನಿಲ್ಲಿಸಿದ್ದಾರೆ. ಚೋಳಮಂಡಲದ ಅರಸನ ಮಕ್ಕಳು ಬಹು ಜನರು ಹಾವು ಕಡಿದು ಸತ್ತರಂತೆ. ಒಬ್ಬ ಮಗನಿಗೆ ಬಾಲ್ಯದಲ್ಲಿ ಹಾವು ಕಡಿಯಲಾಗಿ ವೊಬ್ಬ ಬ್ರಾಹ್ಮಣನು ಮಂತ್ರ ಸಾಮರ್ಥ್ಯದಿಂದ ಆ ಹಾವನ್ನು ಯೆಳಿದು ತಂದು ಆದರ ಕೈಯಿಂದ ವಿಷವನ್ನು ಮರಳಿ ಹೀರಿಸಿದನು. ಅದರಿಂದ ಕೂಸು ಬದುಕಿತು. ಆದ್ದರಿಂದ ಆ ಅರಸು ಈ ಸಂಗತಿಯ ಸ್ಮಾರಕಕ್ಕಾಗಿ ಚೋಳೇಶ್ವರನ ಗುಡಿಯನ್ನು ಭಟಕಳದಲ್ಲಿ ಕಟ್ಟಿಸಿದನು. ಈ ಗುಡಿಗೆ ಸರಕಾರದಿಂದ ೪೧ ರೂಪಾಯಿಯ ನೇಮಣೂಕು ನಡಿಯುತ್ತದೆ.

ಭಟಕಳದಲ್ಲಿ ೪ ಮಶೀದಿಗಳಿವೆ. ಅವುಗಳಲ್ಲಿ ಜಾಮಾ ಮಶೀದಿ, ಸುಲ್ತಾನ ಮಶೀದಿ, ಇವೆರಡು ದೊಡ್ಡವಿರುತ್ತವೆ. ಜಾಮಾ ಮಶೀದಿ ಹಳೇದು; ಅದಕ್ಕೆ ಸರಕಾರದಿಂದ ೪೦೦ ರೂಪಾಯಿಯ ನೇಮಣೂಕು ನಡಿಯುತ್ತದೆ.

36*

ಇತಿಹಾಸ.—ಸನ್ ೧೪೬೧ರಲ್ಲಿ ವೊಬ್ಬ ಅರಬ ಕುಲದ ಅರಸು ಭಟಕಳದಲ್ಲಿ ಆಳುತ್ತಿದ್ದನೆಂದು ತಿಳಿದದೆ. ಇಲ್ಲಿ ನವಾಯತರ ವಸ್ತಿಯ ಮೂಲವು ಈ ಅರಸೇ ಇರ ಬಹುದೆಂದು ತೋರುತ್ತದೆ. ಇದರ ಪೂರ್ವದಲ್ಲಿ ಭಟಕಳದ ವರ್ತಮಾನವು ತಿಳಿದಿಲ್ಲ. ಮುಂದೆ ಬೇಗ ವಿಜಯನಗರದ ರಾಜ್ಯವು ಬಲಿತ ಬಳಿಕ ಸಮುದ್ರ ತೀರವೆಲ್ಲ ಅವರ ರಾಜ್ಯಕ್ಕೆ ಶೇರಿತು. ವಾಸ್ಕೋಡಿಗಾಮನೂ ಅವನ ತರುವಾಯ ಬಂದ ಪೋರ್ತುಗೀಸ ಸರದಾರರೂ ಆಗಾಗ್ಗೆ ಭಟಕಳಕ್ಕೆ ಹೋಗಿ ಅಲ್ಲಿಯ ಅಧಿಕಾರಿಗಳ ಕೂಡ ಸ್ನೇಹವನ್ನೂ ಕಲಹವನ್ನೂ ನಡಿಸುವರು. ಆದರೆ ಪೋರ್ತುಗೀಸರು ಭಟಕಳದಲ್ಲಿ ನೆಲೆಗೊಂಡು ಯೆಂದೂ ನಿಲ್ಲಲಿಲ್ಲ. ವಿಜಯನಗರದ ತರುವಾಯ ಇಕ್ಕೇರಿಯ ಅರಸನ ರಾಜ್ಯಕ್ಕೆ ಭಟ ಕಳವು ಶೇರಿತು. ಆದರೆ ಈ ಸಂಧಿಯಲ್ಲಿ ಕಾರಿಕಲ್ಲಿನ ಬೈ ಅರಸನ ಮಗಳಾದ ಬೈರಾ ದೇವಿಯು ಭಟಕಳದ ರಾಣಿಯಾದಳು. ಮುಂದೆ ಹೈದರನೂ ಟೀಪೂನೂ ಸಮುದ್ರ ತೀರ ವನ್ನು ಆಕ್ರಮಿಸಿದರು. ಸನ್ ೧೬೭೦ರಲ್ಲಿ ಇಂಗ್ಲಿಷರ ಅಂಗಡಿಯು ಭಟಕಳದಲ್ಲಿ ಇತ್ತು. ಆ ಅಂಗಡಿಯವರದೊಂದು ಬುಲ್‌ಡಾಗ ಯೆಂಬ ಉಗ್ರವಾದ ನಾಯಿಯು ಊರೊಳಗೆ ಬಂದು ವೊಂದು ಗುಡಿಯ ಬಳಿಯಲ್ಲಿ ವೊಂದು ಆಕಳನ್ನು ಹಿಡಿದು ಕೊಂದದ್ದರಿಂದ ಊರವರು ಜೊತೆಗೂಡಿ ಇಂಗ್ಲಿಷ ವರ್ತಕರ ಅಂಗಡಿಯನ್ನು ಹಾಳು ಮಾಡಿ ೧೮ ಜನ ಇಂಗ್ಲಿಷರನ್ನು ಕೊಂದರು. ಅವರ ಗೋರಿಗಳು ಈಗ್ಯೂ ಇರುತ್ತವೆ.

ಭೇಡಸಗಾವೀ ಗುಡ್ಡ.—ಸಿರಶಿಯ ಪಶ್ಚಿಮಕ್ಕೆ ಭೇಡಸಗಾವಿಯ ಬಳಿಯಲ್ಲಿ ಇರುತ್ತದೆ. ಇದು ಕಲ್ಯಾಣಿ ಯೆಂಬ ಗುಡ್ಡ ಸಾಲಿನ ಯೆತ್ತರವಾದ ಶಿಖರವು. ಇದು ಸಮುದ್ರದಿಂದ ೨೫೦ ಫೂಟು ಯೆತ್ತರವಾಗಿ ಅನುಕೂಲವಾದ ಸ್ಥಳವಿರುವದರಿಂದ ತ್ರಿಕೋ ಣಮಿತಿಯ ಮೋಜಣೀ ಮಾಡುವವರ ಠಾಣ್ಯಾವು ಇಲ್ಲಿ ಇರುತ್ತದೆ.

ಬೀಳಗಿ.—ಸಿದ್ದಾಪುರದ ಪಶ್ಚಿಮಕ್ಕೆ ೫ ಮೈಲಿನ ಮೇಲೆ. ಇಲ್ಲಿ ಪಾರಸನಾಥ, ವಿರೂಪಾಕ್ಷ, ಹನುಮಂತ, ಯೆಂಬ ಮೂರು ದೇವಸ್ಥಾನಗಳಿರುತ್ತವೆ. ಪಾರಸನಾಥನ ಗುಡಿಯು ಸುಂದರವಾದ ಚಿತ್ರಗಳುಳ್ಳದ್ದಾಗಿಯೂ ಭವ್ಯವಾಗಿಯೂ ಇರುತ್ತವೆ. ಮೂರೂ ಗುಡಿಗಳಲ್ಲಿ ೧೬ನೇ ಶತಕದ ಲಿಪಿಗಳಿರುತ್ತದೆ. ಪಾರಸನಾಥನ ಗುಡಿಗೆ ೯ ಹಳ್ಳಿಗಳನ್ನೂ ೩೦೦ ಖಂಡಗ ಬತ್ತ ಬರುವಷ್ಟು ಭೂಮಿಯನ್ನೂ ಇನಾಮು ಕೊಟ್ಟ ಲೇಖವು ಆ ಗುಡಿ ಯಲ್ಲಿ ಇರುತ್ತದೆ. ಆದರೆ ಈಗ ಪಾರಸನಾಥನು ಪೂಜೆಯನ್ನು ಕಾಣುವದು ಅಪರೂಪವಾಗಿದೆ.

ಬಿಂಘಿ.—ಕಾರವಾಡದ ದಕ್ಷಿಣಕ್ಕೆ ೩ ಮೈಲಿನ ಮೇಲೆ, ಜ. ಸ. (೮೧) ೧೪೯೬. ಇಲ್ಲಿ ಬೇಕಾದಂಥ ದೊಡ್ಡ ಹಡಗಗಳು ನಿಲ್ಲಲಿಕ್ಕೆ ಅನುಕೂಲವಾದ ಬಂದರವಿರುತ್ತದೆ. ಇರಾಣೀ ಅರಬೀ ಜನರ ಹಡಗಗಳು ಈ ಬಂದರಕ್ಕೆ ಬರುತ್ತವೆ. ಸರಕಾರೀ ಕಷ್ಟಮ್ ಕಚೇರಿಯುಂಟು.

ಚಂದಾವರ.—ಕುಮಟೆಯ ಆಗ್ನೇಯಕ್ಕೆ ೫ ಮೈಲಿನ ಮೇಲೆ. ಇಲ್ಲಿ ವಿಜಾಪು

ರದವರ ಶೆರಿಫ ಉಲ್‌ಮುಲ್ಕನೆಂಬ ಸರದಾರನಿರುವಾಗ ಊರು ತುಂಬಿತ್ತು; ಈಗ ಹಾಳಾಗಿದೆ. ಇಕ್ಕೇರಿಯ ವೆಂಕಟನಾಯಕನು ಚಂದಾವರವನ್ನು ತಕ್ಕೊಂಡು ವಿಜಾಪುರದವರನ್ನು ದಕ್ಷಿಣಕ್ಕೆ ಹೋಗಗೊಡಲಿಲ್ಲ. ಇಲ್ಲಿ ರೋಮನ್ ಕ್ಯಾಥಲಿಕ್ ಮತದವರ ದೊಡ್ಡ ಚರ್ಚವಿರುತ್ತದೆ.

ಚಂಡಿಯ.—ಕಾರವಾಡದ ದಕ್ಷಿಣಕ್ಕೆ ೫ ಮೈಲಿನ ಮೇಲೆ ದೊಡ್ಡ ಗ್ರಾಮವು. ಸಮುದ್ರ ಮಾರ್ಗದ ವ್ಯಾಪಾರವು ವೊಳಿತಾಗಿ ನಡಿಯುತ್ತದೆ.

ಚಿತಾಕೂಲ.—ಕಾರವಾಡದ ಉತ್ತರಕ್ಕೆ ೪ ಮೈಲಿನ ಮೇಲೆ, ಸಮುದ್ರ ದಂಡೆಯಲ್ಲಿ. ಪೂರ್ವದಲ್ಲಿ ೯ನೇ ಶತಕದ ಸುಮಾರಿನಲ್ಲಿ ಅರಬರ ಹಡಗಗಳು ಈ ಬಂದರಕ್ಕೆ ಬರುತ್ತಿದ್ದವೆಂದು ತೋರುತ್ತದೆ.

ಧಾರೇಶ್ವರ.—ಕುಮಟೆಯ ಆಗ್ನೇಯಕ್ಕೆ ೫ ಮೈಲಿನ ಮೇಲೆ. ಇಲ್ಲಿಯ ಧಾರೇಶ್ವರನ ಸುಂದರವಾದ ಗುಡಿಯನ್ನು ೮೦೦ ವರ್ಷಗಳ ಹಿಂದೆ ರುದ್ರೋಜೀ ಪಂಡಿತನೆಂಬವನು ಕಟ್ಟಿಸಿದನೆಂದು ಹೇಳುತ್ತಾರೆ. ಈ ಈಶ್ವರನಿಗೆ ಸರಕಾರದಿಂದ ೧೪೪೦ ರೂಪಾಯಿಯ ನೇಮಣೂಕು ನಡಿಯುತ್ತದೆ. ಮಕರ ಸಂಕ್ರಾಂತಿಯಲ್ಲಿ ಜಾತ್ರೆಯಾಗಿ ರಥೋತ್ಸವವಾಗುತ್ತದೆ.

ದರ್ಶನ ಗುಡ್ಡ.—ತಿನಯಿಘಟ್ಟದ ಉತ್ತರಕ್ಕೆ ೪ ಮೈಲಿನ ಮೇಲೆ, ಕಾನಡಾ ಜಿಲ್ಲೆಯ ಉತ್ತರ ಮೇರೆಯಲ್ಲಿ ಇದು ಸಮುದ್ರದಿಂದ ೩೦೦೦ ಫೂಟು ಯೆತ್ತರವಿರುವದರಿಂದ ಕಾನಡಾ ಜಿಲ್ಲೆಯಲ್ಲಿ ಯೆಲ್ಲಕ್ಕೂ ಯೆತ್ತರವಾದ ಶಿಖರವೆನಿಸುತ್ತದೆ.

ಗಂಗಾವಳಿ.—ಅಂಕೋಲೆಯ ಉತ್ತರಕ್ಕೆ ೫ ಮೈಲಿನ ಮೇಲೆ. ಸರಕಾರೀ ಕಷ್ಟಮ್ ಕಚೇರಿಯುಂಟು. ಗಂಗಾವಳಿಯ ದಂಡೆಯಲ್ಲಿ ಗಂಗೆಯ ಗುಡಿಯುಂಟು. ಆಶ್ವಿನ ವದ್ಯ ಅಷ್ಟಮಿಯಲ್ಲಿ ಈ ಗುಡಿಯ ಯೆದುರಿಗೆ ಜನರು ಗಂಗಾವಳಿಯಲ್ಲಿ ಸ್ನಾನ ಮಾಡುವರು. ಆ ದಿವಸ ಗೋಕರ್ಣದಿಂದ ಮಹಾ ಬಳೇಶ್ವರನ ಮೂರ್ತಿಯನ್ನು ಪಲ್ಲಕ್ಕಿಯೊಳಗೆ ಕುಳ್ಳಿರಿಸಿ ಕೊಂಡು ಇಲ್ಲಿಗೆ ಸ್ನಾನಕ್ಕೆ ತರುವರು.

ಗೆರಸಪ್ಪೆ.—ಹೊನ್ನಾವರದ ಪೂರ್ವಕ್ಕೆ ೧೬ ಮೈಲಿನ ಮೇಲೆ ಶರಾವತಿಯ ದಂಡೆಯಲ್ಲಿ. ಈ ಹಳ್ಳಿಯಲ್ಲಿ ಈಗ ೫೦ಕ್ಕಿಂತ ಹೆಚ್ಚು ಮನೆಗಳಿಲ್ಲ. ಆದರೆ ಇಲ್ಲಿಂದ ಸುಮಾರು ವೊಂದುವರೆ ಮೈಲಿನ ಮೇಲೆ ನಗರ ಬಸ್ತೀಕೇರಿ ಯೆಂಬ ಬಹು ವಿಸ್ತಾರವಾದ ಹಾಳು ಪ್ರದೇಶವಿರುತ್ತದೆ. ಆ ಪಟ್ಟಣವು ತುಂಬಿದ್ದಾಗ ಅದರಲ್ಲಿ* ವೊಂದು ಲಕ್ಷ ಮನೆಗಳಿದ್ದವೆಂದು ಹೇಳುತ್ತಾರೆ. ಈ ಹಾಳು ಪ್ರದೇಶದಲ್ಲಿ ಕೆಲವು ಗುಡಿಗಳು ಮಾತ್ರ ಇನ್ನೂ ಉಳಿದಿರುತ್ತವೆ. ಅವುಗಳಲ್ಲಿ ಚತುರ್ಮುಖಿ, ಅಂದರೆ ನಾಲ್ಕು ಮೋರೆಯ ದೇವತೆ, ವರ್ಧಮಾನ ಅಥವಾ ಮಹಾವೀರ, ಪಾರಸನಾಥ, ಯೆಂಬ ದೇವಸ್ಥಾನಗಳು ಮುಖ್ಯವುಂಟು. ಇವುಗಳಲ್ಲಿ ಚತುರ್ಮುಖಿಯ ಗುಡಿಯು ಕರೆಕಲ್ಲಿನಿಂದ ವಿಸ್ತಾರವಾಗಿ ಕಟ್ಟಿದ್ದಿರುತ್ತದೆ. ಉಳಿದ ಗುಡಿಗಳೆಲ್ಲ ಜಂಬೂರೀ ಇಟ್ಟಂಗಿಯಿಂದ ಕಟ್ಟಿರುತ್ತವೆ.

ಮಹಾ ವೀರನ ಗುಡಿಯಲ್ಲಿ ೪ ಲಿಪಿಗಳಲ್ಲದೆ ಬೇರೆ ಕಡೆಯಲ್ಲಿ ಕೆಲವು ಸವಿದ ಲಿಪಿಗಳಿವೆ.

ಗೆರಸಪ್ಪೆಯ ತಡಸಲು.—ಇದು ಜೋಗವೆಂಬ ಹಳ್ಳಿಯ ಬಳಿಯಲ್ಲಿ ಇರುವ ಕಾರಣ ಇದಕ್ಕೆ ಜೋಗದ ತಡಸಲೆಂತಲೂ ಅನ್ನುವರು. ಇದು ಕಾನಡಾ ಜಿಲ್ಲೆಗೂ ಮೈಸೂರಿನ ಶೀಮೆಗೂ ನಡುವಿನ ಮೇರೆಯಲ್ಲಿ, ಉತ್ತರ ಅಕ್ಷಾಂಶ ೧೪°, ೧೪', ಪೂರ್ವ ರೇಖಾಂಶ ೭೪°, ೫೦' ಈ ಪ್ರದೇಶದಲ್ಲಿ ಗೆರಸಪ್ಪೆಯ ಪೂರ್ವಕ್ಕೆ ೧೮ ಮೈಲಿನ ಮೇಲೆ ಇರುತ್ತದೆ. ಶರಾವತಿ ಯೆಂಬ ೨೩೦ ಪೂಟು ಅಗಲಾದ ಹೊಳೆಯು ಸಹ್ಯಾದ್ರಿಯ ನೆತ್ತಿಯ ಮೇಲಿಂದ ೮೩೦ ಪೂಟು ಕಡಿದಾಗ ಕಣಿವೆಯ ಕೆಳಗೆ ಬೀಳುವದರಿಂದ ಇದು ಉಂಟಾಗಿದೆ. ಈ ತಡಸಲು ದಿಜೆಂಬರಿನಲ್ಲಿ ಬಹು ಸರಸಾಗಿ ಕಾಣಿಸುತ್ತದೆ; ಮಳೆಗಾಲದಲ್ಲಿ ತುಷಾರ ಧೂಮ್ರದಿಂದ ಮುಚ್ಚುವ ಕಾರಣ ಸ್ಪಷ್ಟವಾಗಿ ಕಾಣಿಸುವದಿಲ್ಲ, ಬೇಸಿಗೆಯಲ್ಲಿ ಪ್ರವಾಹವು ಸಣ್ಣಾಗುವ ಕಾರಣ ಅಷ್ಟು ಭವ್ಯವಾಗಿ ಕಾಣಿಸುವದಿಲ್ಲ. ಈ ಹೊಳೆ ಬೀಳುವ ಗುಡ್ಡದ ನೆತ್ತಿಯು ಕುಡಗೋಲಿನ ಆಕಾರದ ಹಾಗೆ ಇರುತ್ತದೆ; ಹಿಡಿಕೆಯಂಥ ಭಾಗವು ಮೈಸೂರಿನ ಶೀಮೆಯ ಕಡೆಗೆ ಇರುತ್ತದೆ. ಹೊಳೆಯು ಬೀಳುವ ಪೂರ್ವದಲ್ಲಿ ನಾಲ್ಕು ಯೆಸಳುಗಳಾಗಿ, ಕುಡಗೋಲಿನ ಮಣಿದ ಬಾಯಿಯಂಥ ಭಾಗದಲ್ಲಿ ಯೆರಡು ಯೆಸಳುಗಳೂ ಹಿಡಿಕೆಯಂಥ ನೆಟ್ಟಗಿನ ಭಾಗದಲ್ಲಿ ಯೆರಡು ಯೆಸಳುಗಳೂ ಬೀಳುತ್ತವೆ. ಕಾನಡಾ ಜಿಲ್ಲೆಯ ಕಡೆಯ ಮೊದಲನೇ ದೊಡ್ಡ ಯೆಸಳು ಬಹು ಗಾಂಭೀರ್ಯದಿಂದ ಭವ್ಯವಾಗಿ ಬೀಳುತ್ತಿರುವ ಕಾರಣ ಅದಕ್ಕೆ ಯುರೋಪಿಯನ್ ಪ್ರೇಕ್ಷಕರು "ರಾಜಾ" ಯೆಂಬ ಹೆಸರು ಇಟ್ಟಿದ್ದಾರೆ. ಈ ರಾಜಾ ಯೆಸಳಿನ ದಕ್ಷಿಣಕ್ಕೆ ೧೦೦೦ ಪೂಟಿನ ಅಂತರದಲ್ಲಿ ಮಣಿದ ಪ್ರದೇಶದೊಳಗೇ ಯೆರಡನೇ ಯೆಸಳು ಬೀಳುತ್ತದೆ. ಅದರ ಅಬ್ಬರ ಬಹಳ ಇರುವ ಕಾರಣ ಅದಕ್ಕೆ "ಗರ್ಜಕ"ವೆಂದೆನ್ನುವರು. ಇದು ಕೆಳಗೆ ಬೀಳುವಾಗ ನಡುದಾರಿಯಲ್ಲಿ ರಾಜಾ ಯೆಂಬ ಯೆಸಳಿಗೆ ಕೂಡುತ್ತದೆ. ಗರ್ಜಕದ ದಕ್ಷಿಣಕ್ಕೆ ೭೦೦ ಪೂಟಿನ ಅಂತರದಲ್ಲಿ ಹಿಡಿಕೆಯಂಥ ನೆಟ್ಟಗಿನ ಭಾಗದ ಮೇಲಿಂದ ಮೂರನೇ ಯೆಸಳು ಬೀಳುತ್ತದೆ. ಇದು ಮೊದಲು ಸುಮಾರು ೧೦೦ ಪೂಟಿನ ಕೆಳಗೆ ವೊಂದು ದೊಡ್ಡ ಪಡೆಯ ಮೇಲೆ ಬಿದ್ದು, ಅಲ್ಲಿಂದ ಬಹು ರಮಣೀಯವಾಗಿ ಬಾಣದಂತೆ ಮೇಲಕ್ಕೆ ಹಾರಿ ಮರಳಿ ಕೆಳಗೆ ಬೀಳುವ ಕಾರಣ ಇದಕ್ಕೆ "ಬಾಣ" ವೆಂಬ ಹೆಸರು ಇಟ್ಟಿದ್ದಾರೆ. ಬಾಣದ ದಕ್ಷಿಣಕ್ಕೆ ೫೦೦ ಪೂಟಿನ ಅಂತರದಲ್ಲಿ ನಾಲ್ಕನೇ ಯೆಸಳು ಸಪ್ಪಳಿಲ್ಲದೆ ಬೆಳ್ಳಗಿನ ನೊರೆಯ ಹಾಗೆ ಸಾವಕಾಶವಾಗಿ ಬೀಳುತ್ತಿರುವ ಕಾರಣ ಅದಕ್ಕೆ "ಬಿಳೆ ಮುದಿಕೆ" ಯೆಂಬ ಹೆಸರಿಟ್ಟಿದ್ದಾರೆ. ಈ ನಾಲ್ಕೂ ಪ್ರವಾಹಗಳು ಕೆಳಗೆ ಸುಮಾರು ೧೩೦ ಪೂಟು ಆಳವಾದಂಥ ವೊಂದೇ ಮಡುವಿನಲ್ಲಿ ಬಿದ್ದು, ಅಲ್ಲಿಂದ ಮುಂದೆ ವೊಂದು ದೊಡ್ಡ ಪ್ರವಾಹವಾಗಿ ಹರಿಯುತ್ತವೆ. ಭೂಮಿಯಲ್ಲಿ ಗೆರಸಪ್ಪೆಯ ತಡಸಲಿನಷ್ಟು ಭವ್ಯವಾದ ತಡಸಲು ಯೆಲ್ಲಿಯೂ ಇಲ್ಲೆಂದು ಹೇಳ ಬಹುದು. ಯುರೋಪ ಖಂಡದಲ್ಲಿ ಶಿರಸೋಲಿ, ಇವಾನ್‌ಸನ್, ಆರ್ವ, ಯೆಂಬ ತಡಸಲುಗಳು ಇದಕ್ಕಿಂತ

ಬಹಳ ಯೆತ್ತರದಿಂದ, ಅಂದರೆ ಕ್ರಮವಾಗಿ ೨೪೦೦, ೧೨೦೦, ೧೧೦೦ ಫೂಟುಗಳ ಯೆತ್ತರದಿಂದ ಬೀಳುತ್ತವೆ; ಆದರೆ ಅವುಗಳ ಪ್ರವಾಹಗಳು ಬಹಳ ಸಣ್ಣವಿರುತ್ತವೆ. ಅಮೇರಿಕದ ನಯಾಗರಾ ಯೆಂಬ ಹೊಳೆಯ ಹೆಸರಾದ ತಡಸಲಿನ ಪ್ರವಾಹವು ಗೆರಸಪ್ಪೆಯ ಪ್ರವಾಹದ ೧೦ ಪಾಲಿನಷ್ಟು ದೊಡ್ಡದಿರುತ್ತದೆ; ಆಧರೆ ಆ ತಡಸಲಿನ ಯೆತ್ತರವು ಗೆರಸಪ್ಪೆಯ ತಡಸಲಿನ ೫ನೇ ಪಾಲಷ್ಟು ಮಾತ್ರ, ಅಂದರೆ ೧೬೪ ಫೂಟು ಇರುತ್ತದೆ. ಆದ್ದರಿಂದ ಪ್ರವಾಹದ ವಿಸ್ತಾರ, ಯೆತ್ತರ, ಈ ಯೆರಡರಲ್ಲಿಯೂ ಗೆರಸಪ್ಪೆಯ ತಡಸಲನ್ನು ಹೋಲು ವಂಥಾದು ಬೇರೆ ಯೆಲ್ಲಿಯೂ ಇಲ್ಲೆಂದೆನ್ನಲಿಕ್ಕೆ ಅಡ್ಡಿ ಇಲ್ಲ.

ಗೋಕರ್ಣ.—ಕುಮಟೆಯ ಉತ್ತರಕ್ಕೆ ೧೦ ಮೈಲಿನ ಮೇಲೆ ಪ್ರಖ್ಯಾತವಾದ ಕ್ಷೇತ್ರವು, ಜ. ಸ. (೮೧) ೪೨೦೭. ಇಲ್ಲಿ ಪೋಲೀಸ ಚೌಕಿ, ವೊಂದು ಕನ್ನಡ ಶಾಲೆ, ಮುಶಾಫರೀ ಬಂಗಲೆ, ಮೂರು ತಿಂಗಳಿನ ಪೂರ್ತೆ ಮ್ಯುನಿಸಿಪಾಲಿಟಿ ಉಂಟು. ಈ ವೂರು ಸಮುದ್ರ ದಂಡೆಯಲ್ಲಿ ಇದ್ದು, ಉಳಿದ ಮೂರು ದಿಕ್ಕುಗಳಲ್ಲಿ ಕಿರಿ ಗುಡ್ಡಗಳಿರುತ್ತವೆ. ಸಮುದ್ರತೀರದಲ್ಲಿ ಗೋಕರ್ಣದ ಬೈಲು ಉದ್ದಕ್ಕೆ ಆಕಳ ಕಿವಿಯ ಹಾಗೆ ಇರುವ ಕಾರಣ ಇದಕ್ಕೆ ಗೋಕರ್ಣವೆಂಬ ಹೆಸರು ಬಂದದೆ ಯೆಂದು ತೋರುತ್ತದೆ. ಈ ವೂರಿನ ಬಾಜಾರು ತಕ್ಕಮಟ್ಟಿಗೆ ದೊಡ್ಡದಿರುತ್ತದೆ; ಆದರೆ ಅದು ಜಾತ್ರೆಯಲ್ಲಿ ಮಾತ್ರ ತುಂಬುತ್ತದೆ.

ಗೋಕರ್ಣದಲ್ಲಿ ಮಹಾಬಳೇಶ್ವರನ ಗುಡಿಯು ಮುಖ್ಯ ಸ್ಥಾನವಿರುತ್ತದೆ. ಗರ್ಭಾಗಾರವು ೩೦ ಫೂಟು ಚಚ್ಚೌಕು ಇರುವದು. ಇದರ ಛಾವಣಿಯು ಕಂಸಾಕಾರವಾಗಿದ್ದು, ಆದರ ಮೇಲೆ ತಾಮ್ರದ ಕಳಸವಿರುತ್ತದೆ. ಸಭಾಮಂಟಪವು ೬೦ ಫೂಟು ಉದ್ದ, ೩೦ ಫೂಟು ಅಗಲು ಇರುವದು. ಸಭಾಮಂಟಪದ ಮುಂಭಾಗದಲ್ಲಿ ಚಂದ್ರಶಾಲೆ ಇರುವದು. ಗರ್ಭಾಗಾರವನ್ನೂ ಸಭಾಮಂಟಪವನ್ನೂ ಕಣಶಿಲೆಯಿಂದ ಕಟ್ಟಿದ್ದಾರೆ; ಚಂದ್ರಶಾಲೆಯನ್ನು ಜಂಬೂರಿ ಇಟ್ಟಂಗಿಗಳಿಂದ ಕಟ್ಟಿದ್ದಾರೆ. ಗರ್ಭಾಗಾರವನ್ನು ವಿಶ್ವಕರ್ಮ ಕಟ್ಟಿದನೆಂತಲೂ, ಸಭಾಮಂಟಪ ಚಂದ್ರಶಾಲೆಗಳನ್ನು ಕುಂದಾಪುರದವನೊಬ್ಬ ಬ್ರಾಹ್ಮಣನು ಕಟ್ಟಿಸಿದನೆಂತಲೂ ಹೇಳುತ್ತಾರೆ. ಮಹಾಬಳೇಶ್ವರನ ಲಿಂಗವು ನೆಲದ ಮೇಲೆ ಯೆರಡು ಇಂಚಿಗಿಂತ ಹೆಚ್ಚು ಯೆತ್ತರವಿಲ್ಲ. ಈ ಲಿಂಗವನ್ನು ಶಿವನು ತನ್ನ ಆತ್ಮದಿಂದ ಮಾಡಿದ್ದಾನೆಂದು ಹೇಳುತ್ತಾರೆ. ಇದರ ಬೇರುಗಳು ಪಾತಾಳಕ್ಕೆ ಇಳಿದವಂತೆ. ಸಭಾಮಂಟಪದಲ್ಲಿ ಪಾರ್ವತಿ ಗಣಪತಿಗಳ ಮೂರ್ತಿಗಳೂ ಮಧ್ಯ ಭಾಗದಲ್ಲಿ ನಂದಿಯೂ ಉಂಟು. ದೇವರ ಮುಂದೆ ನೂರಕ್ಕಿಂತ ಹೆಚ್ಚು ದೀಪಗಳು ಯಾವಾಗಲೂ ಉರಿಯುತ್ತಿರುತ್ತವೆ. ಪ್ರತಿ ನಿತ್ಯದಲ್ಲಿ ದೇವರಿಗೆ ಪಂಚಾಮೃತದ ಅಭಿಷೇಕವಾಗಿ ೬೦ ಶೇರು ಅಕ್ಕಿಯ ಅನ್ನದ ನೈವೆದ್ಯವಾಗುತ್ತದೆ. ಈ ಅನ್ನವನ್ನು ಗುಡಿಯ ಪರಿಚಾರಕರು ಉಣ್ಣುವರು. ಯಾತ್ರಿಕರು ದೇವರಿಗೆ ಪಂಚಾಮೃತದ ಅಭಿಷೇಕ ಮಾಡಿಸಲಿಕ್ಕೆ ೧೨ ಆಣೆ, ಏಕಾದಶರುದ್ರದ ಅಭಿಷೇಕ ಮಾಡಿಸಲಿಕ್ಕೆ ೧ ರೂಪಾಯಿ, ಲಘುರುದ್ರದ ಅಭಿಷೇಕಕ್ಕೆ ೫ ರೂಪಾಯಿ, ಮಹಾರುದ್ರದ ಅಭಿಷೇಕಕ್ಕೆ ೬೦ ರೂಪಾಯಿ ಪೂಜಾರಿಗಳಿಗೆ ಕೊಡ ಬೇಕಾಗುತ್ತದೆ.

ಅರವತ್ತು ವರ್ಷಕ್ಕೊಮ್ಮೆ ದೇವರ ಸುತ್ತು ಮುತ್ತಲಿನ ನೆಲವನ್ನು ಅಗಿದು ಆದರೊಳಗೆ ಮುತ್ತು ರತ್ನಗಳ ಪುಡಿಗಳನ್ನು ಹಾಕಿ ಮುಚ್ಚುವರು. ಈ ವಿಧಾನಕ್ಕೆ ಅಷ್ಟ ಬಂಧನವೆನ್ನುವರು.

ಈ ದೇವಸ್ಥಾನಕ್ಕೆ ಸರಕಾರದಿಂದ ನಗದು ೭೯೧ ರೂಪಾಯಿ ಸಲ್ಲುವದಲ್ಲದೆ ೧೦೦೦ ರೂಪಾಯಿಯ ಭೂಮಿಯು ನಡಿಯುತ್ತದೆ. ವರ್ಷಕ್ಕೆ ದೇವರ ಆದಾಯವು ಯೆಲ್ಲ ಕೂಡಿ ಸುಮಾರು ೪೦೦೦ ರೂಪಾಯಿಯಾಗುತ್ತದೆ. ಈ ಹಣದ ವ್ಯವಸ್ಥೆಯನ್ನು ಸರಕಾರದಿಂದ ನೇಮಿಸಲ್ಪಟ್ಟ ಕಮಿಟಿಯವರು ಮಾಡುತ್ತಾರೆ. ಮಹಾಶಿವರಾತ್ರಿಯಲ್ಲಿ ಮಾಘ ವದ್ಯ ದಶಮಿಯಿಂದ ಫಾಲ್ಗುಣ ಶುದ್ಧ ದ್ವಿತೀಯದ ವರೆಗೆ ಜಾತ್ರೆಯಾಗುತ್ತದೆ. ಈ ಜಾತ್ರೆಯಲ್ಲಿ ಸುಮಾರು ೧೫ರಿಂದ ೨೦ ಸಾವಿರದ ವರೆಗೆ ಜನ ಕೂಡಿ, ೧ ಲಕ್ಷ ರೂಪಾಯಿಯ ವರೆಗೆ ವ್ಯಾಪಾರವಾಗುತ್ತದೆ. ಫಾಲ್ಗುಣ ಶುದ್ಧ ಪ್ರತಿಪದೆಯಲ್ಲಿ ರಥೋತ್ಸವವಾಗುತ್ತದೆ. ದೇವರ ರಥವು ತಕ್ಕಮಟ್ಟಿಗೆ ಸುಶೋಭಿತವಾದದ್ದಿರುತ್ತದೆ.

ಗೋಕರ್ಣವು ಇಂದ್ರಾದಿ ದೇವತೆಗಳು, ಮುಖ್ಯವಾಗಿ ಬ್ರಹ್ಮ, ವಿಷ್ಣು, ಮಹೇಶ್ವರ, ಅಗಸ್ತ್ಯ, ರಾಮ, ರಾವಣ, ಮುಂತಾದವರು ತಪಶ್ಚರ್ಯ ಮಾಡಿದ ಸ್ಥಳವೆಂದು ಹೇಳಲ್ಪಡುತ್ತದೆ. ಇಲ್ಲಿ ಮಹಾಬಳೇಶ್ವರನ ಗುಡಿಯ ಹೊರ್ತು ಬೇರೆ ಸಣ್ಣ ಗುಡಿಗಳೂ, ಮೂವತ್ತು ಲಿಂಗಗಳೂ ಮೂವತ್ತು ತೀರ್ಥಗಳೂ ಇರುತ್ತವೆ. ಇವುಗಳಲ್ಲಿ ಮುಖ್ಯವಾದವುಗಳನ್ನು ಕೆಳಗೆ ವಿವರಿಸುತ್ತೇವೆ. ಮಹಾಬಳೇಶ್ವರನ ಸಭಾಮಂಟಪಕ್ಕೂ ಚಂದ್ರಶಾಲೆಗೂ ನಡುವೆ ಶಾಸ್ತ್ರೇಶ್ವರ, ಆದಿಗೋಕರ್ಣ, ಯೆಂಬ ಲಿಂಗಗಳಿರುತ್ತವೆ. ಇವು ವೊಂದು ವೊಳ ಯೆತ್ತರವಾಗಿಯೂ ಯೆರಡು ಪೂಟು ಸುತ್ತಳತೆಯುಳ್ಳವಾಗಿಯೂ ಇರುತ್ತವೆ. ಮಹಾಬಲೇಶ್ವರನ ಹಿಂದೆ ೪೦ ಹೆಜ್ಜೆಯ ಮೇಲೆ ಗಣಪತಿಯ ಗುಡಿಯುಂಟು. ಈ ಗಣಪತಿಯನ್ನು ಕರೆಕಲ್ಲಿನಿಂದ ಮಾಡಿದ್ದಾರೆ. ಗಣಪತಿಯ ತಲೆಗೆ ಪೆಟ್ಟು ತಾಗಿ ಬಿದ್ದಂತೆ ವೊಂದು ನೆಗ್ಗು ಬಿದ್ದದೆ. ಈ ಗಣಪತಿಯ ಕಥೆಯನ್ನು ಜನರು ಹೇಳುವದು ಹ್ಯಾಗಂದರೆ—ರಾವಣನ ತಾಯಿಯಾದ ಕೈಕಸಿಗೆ ಕೋಟಿ ಲಿಂಗಗಳ ಪೂಜೆ ಮಾಡುವ ಅಪೇಕ್ಷೆಯಾಯಿತು. ಆದರೆ ಲಂಕೆಯಲ್ಲಿ ಅಷ್ಟು ಲಿಂಗಗಳಿದ್ದಿಲ್ಲ. ಶಿವನು ಮಾಡಿದ ಆತ್ಮಲಿಂಗಕ್ಕೆ ನಿತ್ಯದಲ್ಲಿ ಬೆಲಪತ್ರಿಯನ್ನು ಯೇರಿಸಿದರೆ ಕೋಟಿ ಲಿಂಗಗಳ ಪೂಜೆ ಮಾಡಿದ ಫಲ ಬರುತ್ತದೆಂದು ಋಷಿಗಳು ಹೇಳಿದ್ದರಿಂದ ರಾವಣನು ಆ ಲಿಂಗವನ್ನು ಸಂಪಾದಿಸುವದಕ್ಕೋಸ್ಕರ ತಪಶ್ಚರ್ಯ ಮಾಡಿದನು. ಶಿವನು ಪ್ರಸನ್ನನಾಗಿ ಯೇನು ಬೇಕೆಂದು ಕೇಳಲು ರಾವಣನು ನಿನ್ನ ಆತ್ಮ ಲಿಂಗವನ್ನು ಕೊಡೆಂದು ಬೇಡಿದನು. ಶಿವನು ಹಾಗೇ ಆಗಲೆಂದು ಹೇಳಿ ರಾವಣನಿಗೆ ಆತ್ಮ ಲಿಂಗವನ್ನು ಕೊಟ್ಟು, ಲಂಕೆಯ ವರೆಗೆ ಮಾರ್ಗದಲ್ಲಿ ಇದನ್ನು ಯೆಲ್ಲಿಯೂ ಇಡ ಬೇಡೆಂದು ಅಪ್ಪಣೇ ಮಾಡಿದನು. ಈ ಲಿಂಗವನ್ನು ಮೂರು ವರ್ಷ ಪೂಜಿಸಿದವರು ಮಹಾದೇವನಿಗೆ ಸರಿಯಾಗತಕ್ಕವರೆಂದು ನಿಯಮವಿತ್ತು. ಆದ್ದರಿಂದ ದೇವತೆಗಳು ಹೆದರಿ ವಿಷ್ಣುವಿನ ಬಳಿಗೆ ಹೋಗಿ ಈ ಸಂಗತಿಯನ್ನು ತಿಳಿಸಿದರು. ವಿಷ್ಣುವು ಗಣಪತಿಯನ್ನು ಕರಿದು, ನೀನು ಬ್ರಾಹ್ಮಣ

ಬಾಲಕನಾಗಿ ಗೋಕರ್ಣಕ್ಕೆ ಹೋಗಿ ಅಲ್ಲಿ ರಾವಣನಿಗೆ ಯೆದುರಾಗೆಂದು ಹೇಳಿ ಕಳುಹಿಸಿದನು. ಆ ಪ್ರಕಾರ ಗಣಪತಿಯು ಹೋಗಲು ದೇವತೆಗಳು ಗೋಕರ್ಣದ ಬಳಿಯಲ್ಲಿಯ ಗುಡ್ಡದ ಹಿಂದೆ ಬಂದು ಅಡಗಿ ನಿಂತರು. ರಾವಣನು ಗೋಕರ್ಣಕ್ಕೆ ಬಂದ ಕೂಡಲೆ ವಿಷ್ಣುವು ತನ್ನ ಚಕ್ರವನ್ನು ಸೂರ್ಯನಿಗೆ ಅಡ್ಡ ಹಿಡಿಯಲಾಗಿ ರಾವಣನಿಗೆ ಸಂಜೆಯಾದಂತೆ ಕಂಡಿತು. ಅದರಿಂದಲವನು ಸಮುದ್ರಕ್ಕೆ ಸಂಧ್ಯಾವಂದನಕ್ಕೆ ಹೋಗುವದಕ್ಕೋಸ್ಕರ ಲಿಂಗವನ್ನು ಯಾರ ಕೈಯಲ್ಲಿ ಕೊಡ ಬೇಕೆಂದು ಅತ್ತಿತ್ತ ನೋಡುವಷ್ಟರಲ್ಲಿ ಬ್ರಾಹ್ಮಣ ಬಾಲಕನಾದ ಗಣಪತಿಯು ಬಂದನು. ರಾವಣನು ಲಿಂಗವನ್ನು ಅವನ ಕೈಯಲ್ಲಿ ಕೊಟ್ಟು, ನಾನು ಸಂಧ್ಯಾವಂದನ ಮಾಡಿ ಬರುವ ವರೆಗೆ ಇದನ್ನು ಕೈಯಲ್ಲಿ ಹಿಡಿದಿರು, ನೆಲದ ಮೇಲೆ ಇಡ ಬೇಡೆಂದು ಹೇಳಿದನು. ಗಣಪತಿಯು ಲಿಂಗವನ್ನು ತಕ್ಕೊಂಡನು; ಆದರೆ ನಾನು ಮೂರು ಸಾರಿ ನಿನ್ನನ್ನು ವೊದರುವದರೊಳಗೆ ನೀನು ಬರದಿದ್ದರೆ ಲಿಂಗವನ್ನು ಇಲ್ಲಿ ಇಟ್ಟು ಹೊರಟು ಹೋಗುವೆನೆಂದು ಗಣಪತಿಯು ಶರತು ಮಾಡಿದನು. ರಾವಣನು ಅದಕ್ಕೆ ವೊಪ್ಪಿ ಕೊಂಡು, ಸಂಧ್ಯಾವಂದನಕ್ಕೆ ಹೋದ ಕೂಡಲೆ ಗಣಪತಿಯು ವೊಂದೇ ಸವನಾಗಿ ಮೂರು ಸಾರಿ ಅವನನ್ನು ವೊದರಿ, ಲಿಂಗವನ್ನು ನೆಲದ ಮೇಲೆ ಇಟ್ಟು, ೪೦ ಹೆಜ್ಜೆ ಹಿಂದಕ್ಕೆ ಓಡಿ ಹೋಗಿ ಅಡಗಿ ಕೊಂಡನು. ರಾವಣನು ಬಂದು ತನ್ನ ಮೈಯೊಳಗಿನ ಯಾವತ್ತು ಕಸುವು ಹಾಕಿ ಲಿಂಗವನ್ನು ಯೆತ್ತಲಿಕ್ಕೆ ಪ್ರಯತ್ನ ಮಾಡಿದಾಗ್ಯೂ ಲಿಂಗವು ಯೇಳಲಿಲ್ಲ; ಅದರ ಬೇರು ಪಾತಾಳಕ್ಕಿಳಿದಿದ್ದವು. ಆದ್ದರಿಂದ ರಾವಣನು ಸಂತಾಪದಿಂದ ಮೂರ್ಛೆ ಹೊಂದಿ ಕೆಲ ವೇಳೆ ಬಿದ್ದುಕೊಂಡು ಯೆಚ್ಚತ್ತು ಬಳಿಕ ಗಣಪತಿಯನ್ನು ಹುಡಿಕಿ ಅವನ ತಲೆಯ ಮೇಲೆ ಗುದ್ದಿದನು. ಆದ್ದರಿಂದ ಅವನ ತಲೆಗೆ ನೆಗ್ಗು ಬಿತ್ತು. ತರುವಾಯ ರಾವಣನು ಲಿಂಗದ ಆವರಣವನ್ನು ಬೀಸಾಡಿ ಚಲ್ಲಿದ್ದರಿಂದ ಅದರಲ್ಲಿ ನಾಲ್ಕು ತುಂಡುಗಳಾಗಿ, ಅವು ಮುರುಡೇಶ್ವರ, ಗುಣವಂತಿ, ಧಾರೇಶ್ವರ, ಶೇಜವಾಡ, ಯೆಂಬಲ್ಲಿ ಹೋಗಿ ಬಿದ್ದು ಸ್ವಯಂಭು ಲಿಂಗಗಳಾದವು. ಗಣಪತಿಯು ಈ ಮಹತ್ಕಾರ್ಯವನ್ನು ಸಾಧಿಸಿದ್ದರಿಂದ ಶಿವನು, ತನ್ನ ಪೂಜೆಯನ್ನು ಮಾಡುವ ಪೂರ್ವದಲ್ಲಿ ಯಾತ್ರಿಕರು ನಿನ್ನ ಪೂಜೆಯನ್ನು ಮಾಡದಿದ್ದರೆ ಅವರ ಯಾತ್ರೆಯು ಸಫಲವಾಗಲಿಕ್ಕಿಲ್ಲೆಂದು ಗಣಪತಿಗೆ ವರ ಕೊಟ್ಟನು. ಆ ಪ್ರಕಾರ ಈಗ್ಯೂ ಯಾತ್ರಿಕರು ಮೊದಲು ಗಣಪತಿಯ ಪೂಜೆಯನ್ನು ಮಾಡುತ್ತಾರೆ.

ಮಹಾಬಲೇಶ್ವರನ ಆಗ್ನೇಯಕ್ಕೆ ಕೋಟಿ ತೀರ್ಥವೆಂಬದೊಂದು ಕೊಳಚಿ ನೀರಿನ ದೊಡ್ಡ ಹೊಂಡವಿರುತ್ತದೆ. ಇದು ಆರಂಭದಲ್ಲಿ ಅಂದವಾಗಿ ಕಟ್ಟಿದ್ದಿರುತ್ತದೆ. ಆದರೆ ಈಗ ಪಾವಟಗೆಗಳು ವೊಡಿದು ನೀರು ಕಶ್ಮಲವಾಗಿದೆ. ಈ ಹೊಂಡದ ಮಧ್ಯ ಭಾಗದಲ್ಲಿ ವೊಂದು ಛತ್ರಿಯೊಳಗೆ ಸಪ್ತಕೋಟೇಶ್ವರವೆಂಬ ಲಿಂಗವೂ ಅದರ ಮುಂದೆ ನಂದಿಯೂ ಉಂಟು. ಹೊಂಡದ ದಂಡೆಯಲ್ಲಿ ಕಾಳಭೈರವ, ಗರುಡ, ಅನಿರುದ್ಧ, ಅಗಸ್ತ್ಯೇಶ್ವರ, ಕದಂಬೇಶ್ವರ, ವಸಿಷ್ಠೇಶ್ವರ, ಮುಂತಾದ ಸಣ್ಣ ಸಣ್ಣ ದೇವಸ್ಥಾನಗಳುಂಟು. ಈ ಹೊಂಡದಲ್ಲಿ ಸ್ನಾನ ಮಾಡಿದವರಿಗೆ ಕೋಟಿ ತೀರ್ಥಗಳಲ್ಲಿ ಸ್ನಾನ ಮಾಡಿದ ಫಲ

74

ಬರುತ್ತದೆಂದು ತಿಳಿದು ಯಾತ್ರೆಗೆ ಬಂದವರೆಲ್ಲರು ಇದರಲ್ಲಿ ಸ್ನಾನ ಮಾಡುವರು. ಆದ್ದರಿಂದ ನೀರು ಕೆಟ್ಟು ಹೊಲಸು ನಾರುತ್ತದೆ. ಗರುಡನು ದುರ್ಮುಖಿವೆಂಬ ಸರ್ಪನನ್ನು ಹಿಡುಕೊಂಡು ಬ್ರಹ್ಮನ ವಾಸಸ್ಥಾನವಾದ ಶತಶೃಂಗವೆಂಬ ಪರ್ವತದ ಮೇಲೆ ಹಾರುತ್ತಿರಲಾಗಿ ಸರ್ಪವು ಕೊಸರಿಕೊಂಡು ಆ ಪರ್ವತದ ಮೇಲೆ ಬಿದ್ದು ವೊಂದು ಬಿಲದೊಳಗೆ ಶೇರಿತು. ಆದ್ದರಿಂದ ಗರುಡನು ಕೋಪಿಸಿ ಆ ಪರ್ವತವನ್ನೇ ಯೆತ್ತಿ ಸಮುದ್ರದೊಳಗೆ ಚಲ್ಲಲಿಕ್ಕೆ ತರುವಷ್ಟರಲ್ಲಿ ಬ್ರಹ್ಮನು ಶಿಟ್ಟಾಗಿ ಪರ್ವತದ ಮೇಲೆ ಮೂರು ಲೋಕಗಳ ಭಾರವನ್ನು ಹಾಕಿದನು. ಆಗ ಗರುಡನು ಭಾರಾಕ್ರಾಂತನಾಗಲು, ಅಗಸ್ತ್ಯಮುನಿಯು ದಯದಿಂದ ಆ ಪರ್ವತವನ್ನು ತನ್ನ ಅಂಗೈಯಲ್ಲಿ ತಕ್ಕೊಂಡು ಗೋಕರ್ಣದ ಬಳಿಯಲ್ಲಿ ಇಟ್ಟನು. ಬ್ರಹ್ಮನು ಹಾಕಿದ ಭಾರದಿಂದ ಪರ್ವತದೊಳಗಿನ ಕೋಟಿ ತೀರ್ಥಗಳು ಹೊರ ಚಲ್ಲಿ ಈ ಕೋಟಿ ತೀರ್ಥವೆಂಬ ಕುಂಡವಾಯಿತು.

ಕೋಟಿ ತೀರ್ಥದ ಪೂರ್ವಕ್ಕಿರುವ ಶಂಕರನಾರಾಯಣನ ಗುಡಿಯೊಳಗಿನ ಮೂರ್ತಿಯು ಅರ್ಧ ಶಿವನ ಆಕಾರವಾಗಿಯೂ ಅರ್ಧ ನಾರಾಯಣನ ಆಕಾರವಾಗಿಯೂ ಇರುತ್ತದೆ. ಶಿವನು ಭಸ್ಮಾಸುರನಿಗೆ, ನೀನು ಯಾರ ತಲೆಯ ಮೇಲೆ ಕೈ ಇಡುವಿಯೋ ಅವರು ಬೂದಿಯಾಗುವದೆಂದು ವರ ಕೊಟ್ಟ ಬಳಿಕ ಭಸ್ಮಾಸುರನು ಶಿವನ ತಲೆಯ ಮೇಲೆಯೇ ಕೈ ಇಡಲಿಕ್ಕೆ ಹವಣಿಸಲು, ಶಿವನು ವೈಕುಂಠಕ್ಕೆ ಓಡಿ ಹೋದನು. ನಾರಾಯಣನು ತನ್ನ ದೇಹದಿಂದ ಮೋಹಿನಿ ಯೆಂಬ ಸುಂದರಿಯನ್ನು ಹುಟ್ಟಿಸಿ ಭಸ್ಮಾಸುರನನ್ನು ಕೊಲ್ಲೆಂದು ಹೇಳಿ ಕಳುಹಿ ಶಿವನೂ ತಾನೂ ಕೂಡಿ ವೊಂದೇ ದೇಹವನ್ನು ಧರಿಸಿಕೊಂಡು ಪಾತಾಳಕ್ಕೆ ಹೋದನು. ಮೋಹಿನಿಯು ಭಸ್ಮಾಸುರನನ್ನು ಮೋಹಗೊಳಿಸಿ, ನಾನಾ ಪ್ರಕಾರದ ಹಾವ ಭಾವಗಳಿಂದ ತಾನು ಕುಣಿದು ಅವನನ್ನು ಹಾಗೇ ಕುಣಿಯಹಚ್ಚಿದಳು. ಕಡೆಯಲ್ಲಿ ಮೋಹಿನಿಯು ತನ್ನ ಕೈಯನ್ನು ತನ್ನ ತಲೆಯ ಮೇಲೆ ಇಟ್ಟುಕೊಂಡದ್ದು ನೋಡಿ ಬೆರಗಾದ ಭಸ್ಮಾಸುರನು ಅರುವುಗೆಟ್ಟು ತನ್ನ ಕೈಯನ್ನು ತನ್ನ ತಲೆಯ ಮೇಲೆ ಇಟ್ಟು ಕೊಂಡ ಕೂಡಲೆ ಸುಟ್ಟು ಭಸ್ಮವಾದನು. ತರುವಾಯ ಮೇಲೆ ಹೇಳಿದ ಹರಿಹರರ ಸಂಯುಕ್ತ ರೂಪವು ಶಂಕರನಾರಾಯಣನೆಂಬ ಹೆಸರಿನಿಂದ ಈ ಗುಡಿಯಲ್ಲಿ ಬಂದು ನಿಂತಿತು. ಈ ಗುಡಿಯ ಬಳಿಯಲ್ಲಿ ಇರುವ ಉನ್ಮಜ್ಜನಿ ಯೆಂಬ ತೀರ್ಥದೊಳಗಿಂದ ಶಂಕರನಾರಾಯಣನು ಪಾತಾಳದಿಂದ ಮೇಲಕ್ಕೆ ಬಂದನೆಂದು ಹೇಳುತ್ತಾರೆ. ಉನ್ಮಜ್ಜನಿಯ ಬಳಿಯಲ್ಲಿ ವೈತರಣಿ ಯೆಂಬ ತೀರ್ಥವಿರುತ್ತದೆ.

ಶಂಕರನಾರಾಯಣನ ಗುಡಿಯ ಯೆದುರಿಗೆ ಜ್ಞಾನ ಮಂಟಪ, ವೈರಾಗ್ಯ ಮಂಟಪ, ಮುಕ್ತಿ ಮಂಟಪ, ಯೆಂಬ ಮೂರು ಮಂಟಪಗಳಿರುತ್ತವೆ. ಕೋಟಿ ತೀರ್ಥದ ಆಗ್ನೇಯ ಮೂಲೆಯ ಯೆದುರಿಗೆ. ಮೇಲೆ ಹೇಳಿದ ಶತಶೃಂಗಿ ಯೆಂಬ ಗುಡ್ಡದ ಉತ್ತರದ ಇಳಕಲಿನ ಮೇಲೆ ನಾರಸಿಂಹನ ಗುಡಿಯುಂಟು. ಕೋಟಿ ತೀರ್ಥದ ದಕ್ಷಿಣಕ್ಕೆ ಅಗಸ್ತ್ಯನ ಗವಿ, ಸುಮಿತ್ರನ ಗವಿ, ಗಂಗಾ ತೀರ್ಥ, ಇರುತ್ತವೆ. ಶತಶೃಂಗಿಯ ಮೇಲೆ ಗೋಗರ್ಭ ತೀರ್ಥ, ಬ್ರಹ್ಮಕಮಂಡಲು ತೀರ್ಥ, ಮಹೇಶ್ವರ ವನಗಳು ಇರುತ್ತವೆ;

ಮತ್ತೂ ಆ ಗುಡ್ಡದ ಅಡಿಯಲ್ಲಿ ಮಾಲಿನಿ, ಸುಮಾಲಿನಿ, ಸೂರ್ಯ, ಚಂದ್ರ, ಅನಂತ, ಯೆಂಬ ತೀರ್ಥಗಳಿವೆ. ಗೋಕರ್ಣದಲ್ಲಿ ಅಹಲ್ಯಾ ಬಾಯಿಯು ಕಟ್ಟಿಸಿದ್ದೊಂದು ಗುಡಿ (ಛತ್ರ?) ಉಂಟು.

ಲಿಪಿಗಳು.—ಮಹಾಬಲೇಶ್ವರ, ನಾರಸಿಂಹ, ಹನುಮಂತ, ವಿಠ್ಠಲ, ತಾಮ್ರ ಗೌರಿ, ಯೆಂಬ ದೇವಸ್ಥಾನಗಳಲ್ಲಿ ವೊಂದೊಂದು, ಮೂವರು ಬ್ರಾಹ್ಮಣರ ಮನೆಗಳಲ್ಲಿ ವೊಂದೊಂದು, ಅಂತು ಯೆಂಟು ಲಿಪಿಗಳು ಗೋಕರ್ಣದಲ್ಲಿ ಇರುತ್ತದೆ. ಕಾಮೇಶ್ವರ ವೆಂಬ ಮಠದಲ್ಲಿ ಇರುವ ಬಹು ಪುರಾತನ ಕಾಲದ ಲಿಪಿಯು ಕಲಿ ಕಾಲದ ೧೧೦ನೇ ವರ್ಷ, ಅಂದರೆ ಕ್ರಿಸ್ತೀ ಶಕದ ಪೂರ್ವದಲ್ಲಿ ೨೯೮೯ನೇ ವರ್ಷ, ಕದಂಬ ಚಕ್ರವರ್ತಿ ಯೆಂಬ ಅರಸು ಬರಿಸಿದ್ದಿರುತ್ತದೆ. ಇದರ ಮಿತಿಯನ್ನು ಓದುವದರಲ್ಲಿ ತಪ್ಪಾಗಿರ ಬಹುದು, ಅಥವಾ ಈ ಲೇಖವು ಖೊಟ್ಟಿ ಇರ ಬಹುದೆಂದು ತೋರುತ್ತದೆ. ಆದರೆ ಈ ಕದಂಬ ಚಕ್ರವರ್ತಿಯ ಲಿಪಿಯು ಶಾಲಿವಾಹನ ಶಕದ ೯೦ನೇ ವರ್ಷದಲ್ಲಿ ಬರಿಸಿದ್ದಿರು ತ್ತದೆಂದು ಬೇರೊಬ್ಬ ಶೋಧಕನು ತಿಳಿಸುತ್ತಾನೆ. ಈ ಮಿತಿಯು ನಿಜವಾದರೆ ಬನವಾ ಸಿಯ ಶತಕರ್ಣಿಯ ಲಿಪಿಗೆ ಈ ಕದಂಬ ಚಕ್ರವರ್ತಿಯ ಲಿಪಿಯು ಬಲ ಕೊಡುತ್ತದೆ; ಅಂದರೆ ಶಾಲಿವಾಹನ ಶಕದ ಆರಂಭದಲ್ಲಿ ಬನವಾಸಿಯಲ್ಲಿ ಕದಂಬ ಅರಸರು ಸಾಮ್ರಾಜ್ಯ ಪದವನ್ನು ಆಳುತ್ತಿದ್ದರೆಂದು ಸಿದ್ಧವಾಗುತ್ತದೆ. ಮಿಕ್ಕ ಲಿಪಿಗಳು ಬಹುತರ ಯಾವತ್ತು ವಿಜಯನಗರದ ಅರಸರು ಬರಿಸಿದವು, ಅಂದರೆ ೧೪ನೇ ಶತಕದ ಈಚೆಯಲ್ಲಿ ಆದಂಥವು ಇರುತ್ತವೆ.

ಇತಿಹಾಸ.—ಗೋಕರ್ಣದ ಹೆಸರು ರಾಮಾಯಣದಲ್ಲಿ ಇರುತ್ತದೆ. ಭಗೀ ರಥ. ರಾಜನು ಗೋಕರ್ಣದಲ್ಲಿ ತಪಶ್ಚರ್ಯ ಮಾಡಿದನೆಂತಲೂ, ರಾವಣನು ಜನಸ್ಥಾನ ದಿಂದ ಗೋಕರ್ಣದ ಮಾರ್ಗವಾಗಿ ವೊಮ್ಮೆ ಲಂಕೆಗೆ ಹೋದನೆಂತಲೂ ಬರಿದದೆ. ಇದ ರಿಂದ ರಾವಣನು ಮಹಾಬಲೇಶ್ವರನನ್ನು ಸ್ಥಾಪಿಸಿದನೆಂಬ ಮಾತು ನಿಜವಿರ ಬಹುದೆಂದು ತೋರುತ್ತದೆ. ಮಹಾಭಾರತದಲ್ಲಿ ಗೋಕರ್ಣವು ಅತಿ ವಿಖ್ಯಾತವಾದ ಕ್ಷೇತ್ರವೆಂದು ಹೇಳಲ್ಪಟ್ಟದೆ. ಕ್ರಿಸ್ತೀ ಶತಕದ ೬ನೇ ಶತಕದಲ್ಲಿ ಲೋಕಾದಿತ್ಯನೆಂಬ ಅರಸು ಗೋಕ ರ್ಣದ ಶೀಮೆಯನ್ನು ಆಳುತ್ತಿದ್ದನೆಂದು ತಿಳಿದದೆ. ವಿಜಯನಗರದ ಅರಸರು ಗೋಕರ್ಣ ದೊಳಗಿನ ಹಲವು ದೇವಸ್ಥಾನಗಳಿಗೆ ಇನಾಮುಗಳನ್ನು ಕೊಟ್ಟ ಲೇಖಗಳು ಇರುತ್ತವೆ. ಸನ್ ೧೬೭೭ರಲ್ಲಿ ಫ್ರಾಯರನೆಂಬ ಇಂಗ್ಲಿಷ ಪ್ರವಾಸಿಯು ಅರಬರ ವೇಷ ಹಾಕಿಕೊಂಡು ಗೋಕರ್ಣದ ರಥೋತ್ಸವವನ್ನು ನೋಡಿ ವಿಸ್ತಾರವಾಗಿ ವರ್ಣಿಸಿದ್ದಾನೆ. ದೇವರ ರಥದ ಮುಂದೆ ಬಹು ಜನ ಭಕ್ತರು ತಮ್ಮನ್ನು ತಾವೇ ಬೊಣ್ಣೆಗಳಿಂದ ಬಡಿದು ಕೊಳ್ಳುತ್ತಲೂ ತಮ್ಮ ಮೈಗೆ ನಾನಾ ಪ್ರಕಾರದ ವ್ಯಥೆಗಳನ್ನು ಮಾಡಿ ಕೊಳ್ಳುತ್ತಲೂ ನಡಿಯುತ್ತಿದ್ದ ರೆಂತಲೂ ಇವನು ಬರಿದಿದ್ದಾನೆ. ಸನ್ ೧೮೦೧ರಲ್ಲಿ ಬುಕ್ಯಾನನ್ ಧೊರೆಯು ಗೋಕರ್ಣಕ್ಕೆ ಹೋದಾಗ ಅಲ್ಲಿ ೫೦೦ ಮನೆಗಳಿದ್ದವು; ವ್ಯಾಪಾರವು ತಕ್ಕಮಟ್ಟಿಗೆ ನಡಿಯುತ್ತಿತ್ತು.

ಊರಿನ ಸುತ್ತು ಮುತ್ತು ಬತ್ತದ ಗದ್ದೆಗಳೂ ತೆಂಗಿನ ಬನಗಳೂ ವಿಸ್ತಾರವಾಗಿ ಹಬ್ಬಿದ್ದವು.

ಗುಡ್ಡೇಹಳ್ಳಿಯ ಗುಡ್ಡ.—ಕಾರವಾಡದ ಆಗ್ನೇಯಕ್ಕೆ ಮೂರು ಮೈಲಿನ ಮೇಲೆ ೧೮೦೦ ಫೂಟು ಯೆತ್ತರವಾದ ಶಿಖರವು. ಇದರ ನೆತ್ತಿಯ ವರೆಗೆ ದಟ್ಟಾದ ಅಡವಿಯು ಹಬ್ಬಿರುತ್ತದೆ. ಒಬ್ಬ ಸಾಹೇಬನು ಈ ಗುಡ್ಡದ ಮೇಲೆ ಮನೆ ಕಟ್ಟಿದ್ದಾನೆ.

ಹಾಡವಳ್ಳಿ.—ಭಟಕಳದ ಈಶಾನ್ಯಕ್ಕೆ ೧೧ ಮೈಲಿನ ಮೇಲೆ. ಇಲ್ಲಿ ಪುರಾತನದ್ದೊಂದು ಜೈನ ದೇವಸ್ಥಾನವೂ ಕೆಲವು ಶಿಲಾಲಿಪಿಗಳೂ ಇರುತ್ತವೆ. ಇದಕ್ಕೆ ಪೂರ್ವದಲ್ಲಿ ಸಂಘಿತಪುರವೆಂಬ ಹೆಸರಿತ್ತು; ಸನ್ ೧೫೬೩ರಲ್ಲಿ ಇಲ್ಲಿ ದೇವರಸೆಂಬ ವಿಜಯನಗರದವ ಮಾಂಡಲಿಕ ರಾಜನು ಆಳುತ್ತಿದ್ದನು.

ಹೈಗುಂಡ.—ಹೊನ್ನಾವರದ ಪೂರ್ವಕ್ಕೆ ೧೨ ಮೈಲಿನ ಮೇಲೆ. ಇಲ್ಲಿ ಶರಾವತಿಯ ಪ್ರವಾಹದೊಳಗಿರುವದೊಂದು ನಡುಗಡ್ಡೆಯಲ್ಲಿ ಕೆಲವು ಯಜ್ಞ ಕುಂಡಗಳ ಕುರುಹುಗಳಿರುತ್ತವೆ. ಇವನ್ನು ಘಟ್ಟದ ಮೇಲಿನ ಹೈಗ ಬ್ರಾಹ್ಮಣರಿಗೆ ಆಶ್ರಯ ಕೊಟ್ಟವನಾದ ವೊಬ್ಬ ಬೇಡ ಜಾತಿಯ ಅರಸು ಕಟ್ಟಿಸಿದನೆಂದು ಹೇಳುತ್ತಾರೆ.

ಹಳದೀಪುರ.—ಹೊನ್ನಾವರದ ಉತ್ತರಕ್ಕೆ ೫ ಮೈಲಿನ ಮೇಲೆ. ಘಟ್ಟದ ಕೆಳಗೆ ಹೈಗ ಬ್ರಾಹ್ಮಣರ ಮುಖ್ಯ ನಿವಾಸಸ್ಥಾನವು. ಇಲ್ಲಿ ಅಂಗ್ಲೋವರ್ನ್ಯಾಕ್ಯುಲರ ಶಾಲೆಯುಂಟು. ಈ ಊರಲ್ಲಿ ಗುಡಿಗಳು ಬಹಳ ಇರುತ್ತವೆ. ಮೂರು ಗುಡಿಗಳಲ್ಲಿ ಪ್ರತಿ ವರ್ಷ ರಥೋತ್ಸವವಾಗುತ್ತದೆ. ಮಾರ್ಚ ತಿಂಗಳಲ್ಲಿ ಐದಾರು ಸಾವಿರ ಜಾತ್ರೆ ಕೂಡುವದು. ಈ ವೂರಲ್ಲಿ ಸನ್ ೧೮೦೧ರಲ್ಲಿ ೩೫೦ ಮನೆಗಳಿದ್ದವು. ಆದರೆ ಈಗ ವಸ್ತಿಯು ಬಹಳ ಬೆಳಿದದೆ. ಪೂರ್ವದಲ್ಲಿ ಹಳದೀಪುರವು ಹೊನ್ನಾವರ ಶೀಮೆಯ ಮುಖ್ಯ ಗ್ರಾಮವಿತ್ತು.

ಹಲ್ಯಾಳ.—ಯಲ್ಲಾಪುರದ ಉತ್ತರಕ್ಕೆ ೨೫ ಮೈಲಿನ ಮೇಲೆ, ಸುಪಾ ತಾಲೂಕಿನ ಮುಖ್ಯ ಗ್ರಾಮವು, ಜ. ಸ. (೮೧) ೬೬೫೮. ಮಾಮಲೇದಾರ ಫೌಜದಾರರ ಕಚೇರಿಗಳಲ್ಲದೆ ಟಪಾಲ ಕಚೇರಿ, ಆಸಪತ್ರಿ, ಮ್ಯುನಿಸಿಪಾಲಿಟಿ, ಮೂರು ಶಾಲೆಗಳು ಇರುತ್ತವೆ. ಮ್ಯುನಿಸಿಪಾಲಿಟಿಯ ಆದಾಯವು ೧೮೮೧-೮೨ರಲ್ಲಿ ೪೯೦೦ ರೂಪಾಯಿ ಇತ್ತು. ಈ ವೂರಲ್ಲಿ ಜ್ವರದ ಉಪದ್ರವವು ನಿರಂತರವಿರುತ್ತದೆ; ಮೈಲಿ, ಪಟಕಿಗಳು ಆಗಾಗ್ಗೆ ಬರುತ್ತಿರುತ್ತವೆ; ಮೇ ತಿಂಗಳಿನಿಂದ ನಾರಿನ ಉಪದ್ರವಕ್ಕೆ ಆರಂಭವಾಗುತ್ತದೆ. ಆದರೂ ಹಲ್ಯಾಳದ ವಸ್ತಿಯು ಬೆಳಿಯುತ್ತ ನಡಿದದೆ. ಸನ್ ೧೮೬೪ರಲ್ಲಿ ೩೬೮೮, ೧೮೭೨ರಲ್ಲಿ ೫೦೭೧, ೧೮೮೧ರಲ್ಲಿ ೫೫೨೭. ಇಲ್ಲಿ ಸರಕಾರೀ ತೊಲೆಗಳ ವ್ಯಾಪಾರವು ಬಹಳ ನಡಿಯುತ್ತದೆ. ಕಾನಡಾ ಜಿಲ್ಲೆಯ ಕಟ್ಟಿಗೆಯ ಮಾರಾಟವು ಮುಖ್ಯವಾಗಿ ಇದೇ ವೂರಲ್ಲಿ ಆಗುತ್ತದೆ.

ಹೊನ್ನಾವರ.—ಕುಮಟೆಯ ದಕ್ಷಿಣಕ್ಕೆ ೧೦ ಮೈಲಿನ ಮೇಲೆ, ಜ. ಸ. (೮೧)

೫೪೧೩. ಈ ವೂರು ಶರಾವತಿಯ ಮುಖದ ಹತ್ತರ ಸಮುದ್ರ ದಂಡೆಯಿಂದ ೨ ಮೈಲು ವೊಳಗೆ ಇರುತ್ತದೆ. ಶರಾವತಿಯ ಮುಖದಲ್ಲಿ ಸಮುದ್ರದೊಳಗೆ ಸುಮಾರು ೫ ಮೈಲು ಉದ್ದ, ಯೆರಡು ಮೈಲು ಅಗಲು ಇರುವದೊಂದು ದೊಡ್ಡ ಸರೋವರ ವುಂಟಾಗಿದೆ. ಈ ಸರೋವರದಿಂದ ಸಮುದ್ರಕ್ಕೆ ಹೋಗುವ ಜಲ ಸಂದು ೩೦೦ ಯಾರ್ಡು ಮಾತ್ರ ಅಗಲಾದದ್ದಾಗಿ ಹಡಗಗಳಿಗೆ ಬಹು ಅಪಾಯಕರವಾಗಿರುತ್ತದೆ. ಈ ಸರೋವರದೊಳಗೆ ಮಾವಿನ ಕುರ್ವೆ ಯೆಂಬವೊಂದು ನಡು ಗಡ್ಡೆಯು ೩ ಮೈಲು ಉದ್ದ ಇರುವದು. ಅದರಲ್ಲಿ ಬತ್ತದ ಗದ್ದೆಗಳೂ ತೆಂಗು ಮಾವುಗಳ ಬನಗಳೂ ಬಹು ರಮಣೀಯವಾಗಿ ಹಬ್ಬಿರುತ್ತವೆ. ಮೇಲೆ ಹೇಳಿದ

ಮಾವಿನ ಕುರ್ವೆ.

ಜಲ ಸಂದಿನ ಹೊರಗೆ ಉತ್ತರಕ್ಕೆ ೩ ಮೈಲಿನ ಮೇಲೆ ಬಸವ ರಾಜದುರ್ಗವೆಂಬ ಕೋಟೆಯುಳ್ಳ ನಡುಗಡ್ಡೆಯುಂಟು. ಇದರ ಸುತ್ತಳತೆ ಸುಮಾರು ೬ ಮೈಲು ಇರುವದು. ದಕ್ಷಿಣ ಅಂಚಿನಲ್ಲಿ ಕೋಟೆಯುಂಟು. ಅದರ ಮೇಲೆ ೮ ತೋಪುಗಳು ಈಗ್ಯೂ ಇರುತ್ತವೆ. ಭೂಮಿಯು ವೊಳಿತಾಗಿ ಸವನೆಲದ್ದಿರುತ್ತದೆ; ಅದರಲ್ಲಿ ತೆಂಗು ಬಾಳೆಗಳ ಬನಗಳೂ ಶೀ ನೀರಿನ ಶಲೆಗಳೂ ಬಹಳ ಉಂಟು. ಬೇದನೂರಿನ ಸದಾಶಿವ ನಾಯಕನೆಂಬ ಅರಸು (೧೬೪೮-೧೬೭೦) ಇಲ್ಲಿಯ ದುರ್ಗ ಕೋಟೆಯನ್ನು ಕಟ್ಟಿಸಿದನು.

ಬಸವರಾಜದುರ್ಗ.

ಹೊನ್ನಾವರವು ಪುರಾತನ ಕಾಲದಿಂದ ಹೆಸರಾದ್ದದ್ದಿರುತ್ತದೆ. ಈ ವೂರಲ್ಲಿ ಯೆರಡು ಭಾಗಗಳಿವೆ. ಸಣ್ಣ ಭಾಗವು ವೊಂದು ಗುಡ್ಡದ ಬುಡದಲ್ಲಿ ಇರುವದು; ದೊಡ್ಡದು ಅದರ ಉತ್ತರಕ್ಕೆ ಇರುತ್ತದೆ. ಕಾನಡಾ ಜಿಲ್ಲೆಯು ಮದ್ರಾಸ ಇಲಾಖೆಗೆ ಶೇರಿದ್ದಾಗ ಹೊನ್ನಾವರದಲ್ಲಿ ಸಬ್ಬ ಕಲೆಕ್ಟರನ ಕಚೇರಿ, ಜಡಜ ಕಚೇರಿ, ದಂಡಿನ ಯೆರಡು ಕಂಪನಿಗಳು ಇರುತ್ತಿದ್ದವು. ಸನ್ ೧೮೫೫ರಲ್ಲಿ ಇಲ್ಲಿಯ ವಸ್ತಿಯು ೧೧೯೬೪ ಇತ್ತು. ಸನ್ ೧೮೬೨ರಲ್ಲಿ ಕಾನಡಾ ಜಿಲ್ಲೆಯು ಮುಂಬಯಿಗೆ ಶೇರಿದ ಬಳಿಕ ಸದರೀ ಕಚೇರಿಗಳೂ ದಂಡೂ ಹೋದ್ದರಿಂದ ಹೊನ್ನಾವರದ ವಸ್ತಿಯು ಕರಗಿತು. ಈಗ ಮಾಮಲೇದಾರ ಫೌಜದಾರರ ಕಚೇರಿಗಳಲ್ಲದೆ ಮುನಸಿಫ ಕಚೇರಿ, ಟಪಾಲ ಕಚೇರಿ, ಕಷ್ಟಮ್ ಕಚೇರಿ, ಆಸಪತ್ರಿ, ಇಂಗ್ಲಿಷ ಶಾಲೆ, ಇರುತ್ತವೆ. ಸನ್ ೧೮೪೧-೮೨ರ ಹಿಂದಿನ ೮ ವರ್ಷಗಳಲ್ಲಿ ಹೊನ್ನಾವರದ ಬಂದರಕ್ಕೆ ಸರಾಸರೀ ಮಾನದಿಂದ ಪ್ರತಿ ವರ್ಷ ೫೬೩೨೮೦ ರೂಪಾಯಿಯ ಮಾಲು ಹೊರಗಿಂದ ಬಂತು, ೫೫೧೯೯೦ ರೂಪಾಯ ಮಾಲು ಈ ಬಂದರದಿಂದ ಹೊರಗೆ ಹೋಯಿತು. ಈ ವೂರಲ್ಲಿ ತಾಮ್ರದ ಪಾತ್ರೆಗಳೂ, ಬಹು ಸರಸಾಗಿ ಚಿತ್ರ ಕೊರಿದಂಥ ಗಂಧದ ಪೆಟ್ಟಿಗೆ ಮುಂತಾದ ಪದಾರ್ಥಗಳೂ ಹುಟ್ಟುತ್ತವೆ. ಮೇಲೆ ಹೇಳಿದ ಗುಡ್ಡದ ಮೇಲೆ ಪೂರ್ವದಲ್ಲಿ ವೊಂದು ಕೋಟೆ ಇತ್ತು.

ಹೊನ್ನಾವರದ ಉತ್ತರಕ್ಕೆ ಯೆರಡು ಮೈಲಿನ ಮೇಲೆ ರಾಮತೀರ್ಥವೆಂಬ ದೇವಸ್ಥಾನವಿರುತ್ತದೆ. ರಾಮಲಿಂಗನ ಗುಡಿಯು ಬಳಿಯಲ್ಲಿ ರಾಮತೀರ್ಥವೆಂಬ ಬಹು ರಮಣೀಯವಾದ ಕುಂಡವಿರುತ್ತದೆ.

ರಾಮತೀರ್ಥ.

ಈ ಕುಂಡದ ಮೇಲಿರುವ ಯೆತ್ತರವಾದ ಗುಡ್ಡದೊಳಗಿಂದ ಗಡುತರವಾದದ್ದೊಂದು ಶಲೆಯು ಹರಿದು ಬಂದು ಕುಂಡವೊಳಗೆ ಬೀಳುತ್ತದೆ. ಕುಂಡದೊಳಗೆ ಸುಮಾರು ಆಳುದ್ದ ಬಹು ನಿರ್ಮಲವೂ ಆರೋಗ್ಯಕರವೂ ಆದ ನೀರು ಯಾವಾಗಲೂ ಇರುತ್ತದೆ. ಪೂರ್ವದಲ್ಲಿ ರಾಮಲಿಂಗನ ರಥೋತ್ಸವವೂ ಜಾತ್ರೆಯೂ ಆಗುತ್ತಿದ್ದವು.

ಇತಿಹಾಸ.—ಗ್ರೀಸ ದೇಶದ ಆರ್ಯನ್ನನೆಂಬವನು (ಕ್ರಿ. ಶ. ೨೪೭) ಪೆರಿಪ್ಲಸ ಪೆಂಬ ಗ್ರಂಥದಲ್ಲಿ ಹೊನ್ನಾವರವನ್ನು "ನಾವರ" ವೆಂಬ ಹೆಸರಿನಿಂದ ಉಲ್ಲೇಖಿಸಿ, ಇದು "ಲಿಮುರೈಕ" ಅಂದರೆ ತಮಿಳ ದೇಶದ (?) ಮುಖ್ಯ ಬಂದರವಿರುತ್ತದೆಂದು ಬರಿದಿದ್ದಾನೆ. ಪಂಪರಾಮಾಯಣದಲ್ಲಿ ಬುನಾದಿಯಲ್ಲಿ ಹೊನ್ನಾವರದಲ್ಲಿ (ಹನುವರದಲ್ಲಿ) ವೊಬ್ಬ ಅರಸನು ಆಳುತ್ತಿದ್ದನೆಂದು ಬರಿದದೆ. ಸನ್ ೧೩೪೨ರಲ್ಲಿ ಇಬನ್ ಬತೂತನೆಂಬ ಆಫ್ರಿಕದ ಪ್ರವಾಸಿಯು ಹೊನ್ನಾವರದ ಬಂದರವು ವೊಂದು ವೊತ್ತಿನ (ಶರಾವತಿಯ ಮುಖದ) ಮೇಲೆ ಇರುತ್ತದೆಂತಲೂ ಇಲ್ಲಿ ಅರಬ ಜನರು ಮುಖ್ಯವಾಗಿ ವಾಸಿಸುತ್ತಿದ್ದರೆಂತಲೂ ಬರಿದ್ದಾನೆ. ಆಗಿನ ಮುಸಲ್ಮಾನರಿಗೆ ಕುರಾಣವು ಬಾಯಿಪಾಠ ಬರುತ್ತಿತ್ತು; ಈ ವೂರಲ್ಲಿ ೨೩ ಗಂಡು ಹುಡುಗರ ಶಾಲೆಗಳೂ ೧೩ ಹೆಣ್ಣು ಮಕ್ಕಳ ಶಾಲೆಗಳೂ ಇದ್ದವು. ಆಗಿನ ಮುಖ್ಯಾಧಿಕಾರಿಯ ಹೆಸರು ಜಮಾಲ ಉದ್ದೀನ ಮಹಮ್ಮದನು; ಅವನು "ಹರಿಯುಬ" (ಹರಿಹರ?) ನೆಂಬ ಅರಸನಿಗೆ ಅಂಕಿತನಾಗಿ ಆಳುತ್ತಿದ್ದನು. ಅವನ ಕೈ ಕೆಳಗೆ ೬೦೦೦ ದಂಡು ಇತ್ತು. ಸನ್ ೧೪೪೪ರಲ್ಲಿ ಇರಾಣದ ಅಬ್ದುರ ರಝಾಕನೆಂಬ ವಕೀಲನು ಹೊನ್ನಾವರಕ್ಕೆ ಬಂದು, ಅಲ್ಲಿಂದ ವಿಜಯನಗರದ ಅರಸನ ಭೇಟಿಗೆ ಹೋಗಿದ್ದನು. ೧೫ನೇ ಶತಕದಲ್ಲಿ ಹೊನ್ನಾವರವು ವಿಖ್ಯಾತವಾದ ಬಂದರವೆನಿಸುತ್ತಿತ್ತು. ಸಸ್ ೧೫೦೩ರಲ್ಲಿ ವಾಸ್ಕೋಡೀಗಾಮನ ದಂಡಿನವರು ಹೊನ್ನಾವರವನ್ನು ಹಾಳು ಮಾಡಿ ಸುಟ್ಟರು; ಆಗ ಈ ಪಟ್ಟಣವು ವಿಜಯನಗರದವರ ರಾಜ್ಯಕ್ಕೆ ಶೇರಿತ್ತು. ವಿಜಯನಗರದವರ ಆಳಿಕೆಯಲ್ಲಿ ಪೋರ್ತುಗೀಸರು ಹೊನ್ನಾವರದ ಸುಭೇದಾರನ ಕೂಡ ಆಗಾಗ್ಗೆ ಜಗಳ ತೆಗಿಯುವರು; ಆದರೆ ಅವರ ಅಮಲು ಕೂಡ್ರುಲಿಲ್ಲ. ಬರ ಬರುತ್ತ ಹೊನ್ನಾವರದಲ್ಲಿ ಪೋರ್ತುಗೀಸರು ವೊಂದು ಅಂಗಡಿಯನ್ನು ಹಾಕಿದರು. ವಿಜಯನಗರವು ಹಾಳಾದ ಬಳಿಕ ಹೊನ್ನಾವರವು ಭಟಕಳದ ರಾಣಿಯ ರಾಜ್ಯಕ್ಕೆ ಶೇರಿತು; ಆಕೆಯ ತರುವಾಯ ಬೇದನೂರಿನ (ಇಕ್ಕೇರಿಯ) ರಾಜ್ಯಕ್ಕೆ ಶೇರಿತು. ಸನ್ ೧೬೨೩ರಲ್ಲಿ ಇಕ್ಕೇರಿಯ ವೆಂಕಟ ನಾಯಕನಿಗೂ ಪೋರ್ತುಗೀಸರಿಗೂ ಹೊನ್ನಾವರದ ಬಂದರದ ಸಂಬಂಧದಿಂದ ವೊಪ್ಪಂದವಾಗಿತ್ತು. ಸನ್ ೧೭೫೧ರಲ್ಲಿ ಇಂಗ್ಲಿಷರು ಹೊನ್ನಾವರದಲ್ಲಿ ಅಂಗಡಿಯನ್ನು ಹಾಕಿದರು. ಮುಂದೆ ಸ್ವಲ್ಪ ಕಾಲದೊಳಗೆ ಹೈದರನು ಬೇದನೂರಿನ ಸಂಸ್ಥಾನವನ್ನು ಆಕ್ರಮಿಸಿದ್ದರಿಂದ ಹೊನ್ನಾವರವು ಅವನ ಅಧಿಕಾರಕ್ಕೆ ಶೇರಿತು, (೧೭೬೨). ಮುಂದೆ ಟೀಪೂನ ಮರಣದ ತರುವಾಯ ಮಂಗಳೂರಿನ ಶೀಮೆಯು ಇಂಗ್ಲಿಷ ಸರಕಾರಕ್ಕೆ ಶೇರಿದ್ದರಿಂದ ಹೊನ್ನಾವರವು ಮದ್ರಾಸ ಇಲಾಖೆಗೆ ಶೇರಿತು. ಆದರೆ ಸನ್ ೧೮೦೦ರಲ್ಲಿ ಈ ವೂರಲ್ಲಿ ವೊಂದು ಮನೆ ಸಹ ಉಳಿದಿದ್ದಿಲ್ಲ. ಯಾಕಂದರೆ ವ್ಯಾಪಾ

ರದ ನಿಮಿತ್ತದಿಂದ ಪರಸ್ಥರಿಗೆ (ಇಂಗ್ಲಿಷರಿಗೆ) ಆಶ್ರಯವಾಗುತ್ತದೆಂದು ನೋಡಿ ಟೀಪೂನು ಈ ವೂರನ್ನು ಬುದ್ಧಿ ಪೂರ್ವಕವಾಗಿ ಹಾಳು ಮಾಡಿದ್ದನು. ಇದೇ ವರ್ಷದಿಂದ ಹೊಸ ವಸ್ತಿಯು ಆರಂಭವಾಗಿ ಸನ್ ೧೮೬೨ರಲ್ಲಿ ೧೨೦೦೦ಕ್ಕಿಂತ ಹೆಚ್ಚು ಬೆಳಿದಿತ್ತು.

ಹೊಸೂರು.—ಸಿದ್ದಾಪುರದ ಪಶ್ಚಿಮಕ್ಕೆ ವೊಂದು ಮೈಲಿನ ಮೇಲೆ. ಇಲ್ಲಿ ವೊಂದು ಸಣ್ಣ ಗುಡಿಯಲ್ಲಿ ಯೆರಡು, ಬೇರೆ ಕಡೆಯಲ್ಲಿ ಯೆರಡು, ಹೀಗೆ ನಾಲ್ಕು ಅಂದವಾದ ಚಿತ್ರಗಳನ್ನು ಕೊರಿದ ಕಲ್ಲುಗಳಿರುತ್ತವೆ. ಇವು ವೀರಗಲ್ಲುಗಳಿರ ಬಹುದು.

ಇಟಗಿ.—ಬೀಳಗಿಯ ಪಶ್ಚಿಮಕ್ಕೆ ೩ ಮೈಲಿನ ಮೇಲೆ. ಇಲ್ಲಿಯ ರಾಮೇಶ್ವರನ ದೇವಸ್ಥಾನಕ್ಕೆ ಸರಕಾರದಿಂದ ೧೦೦೦ ರೂಪಾಯಿಯ ನೇಮಣೂಕು ನಡಿಯುತ್ತದೆ. ಶಿವರಾತ್ರಿಯಲ್ಲಿ ಈ ದೇವರ ಜಾತ್ರೆಯಲ್ಲಿ ಯೇಳೆಂಟು ಸಾವಿರ ಜನ ಕೂಡಿ ೨೦೦೦ ರೂಪಾಯಿಯ ವರೆಗೆ ವ್ಯಾಪಾರವಾಗುತ್ತದೆ. ಮಂಗಳವಾರ ಸಂತೆಯಾಗುತ್ತದೆ.

ಜಾಲೀಕುಂಡ.—ಭಟಕಳದ ವಾಯವ್ಯಕ್ಕೆ ೪ ಮೈಲಿನ ಮೇಲೆ ಸಮುದ್ರದ ವೊತ್ತಿನೊಳಗೆ ನಡುಗಡ್ಡೆ ಇರುತ್ತದೆ. ಇದರ ಪಶ್ಚಿಮಕ್ಕೆ ೯ ಮೈಲಿನ ಮೇಲೆ ನೇತ್ರಾಣಿಯೆಂಬ ನಡುಗಡ್ಡೆ ಇರುತ್ತದೆ. ಜಾಲೀಕುಂಡಕ್ಕೆ ಮಲಿಯಾಳದ ಜನರು ಕರೇ ನೇತ್ರಾಣಿಯೆನ್ನುವರು. ಈ ಯೆರಡೂ ದ್ವೀಪಗಳು ಬುನಾದಿಯಲ್ಲಿ ಪರದೇಶದವರ ವ್ಯಾಪಾರ ಸ್ಥಳಗಳಾಗಿದ್ದವು. ಜಾಲೀಕುಂಡಕ್ಕೆ ಇಂಗ್ಲಿಷದಲ್ಲಿ ಹಾಗ್ ಐಲಂಡೆಂತಲೂ, ನೇತ್ರಾಣಿಗೆ ಪಿಜಿಯನ್ ಐಲಂಡೆಂತಲೂ ಅನ್ನುವರು.

ಕಾರವಾಡ.—ಉತ್ತರ ಅಕ್ಷಾಂಶ ೧೪°, ೫೦′, ಪೂರ್ವ ರೇಖಾಂಶ ೭೪°, ೧೫′, ಜಿಲ್ಲೆಯ ಮುಖ್ಯ ಗ್ರಾಮವು, ಜನಸಂಖ್ಯೆ (೮೧) ೧೩೭೬೧. ಕಾನಡಾ ಜಿಲ್ಲೆಯು ಮುಂಬಯಿಗೆ ಶೇರಿದ ನಂತರ ಬೈತಕೋಲ, ಅಲೀಗಡ್ಡೆ, ಕೋಣೆ, ಕಾಜುಬಾಗ, ಕೋಡಿಬಾಗ, ಬಾಡ, ಕಡವಾಡ, ಯೆಂಬ ಸಣ್ಣ ಸಣ್ಣ ಹಳ್ಳಿಗಳಿಗೆ ಕೂಡಿ ಕಾರವಾಡವೆಂಬ ಹೆಸರಿಟ್ಟು ಜಿಲ್ಲೆಯ ಮುಖ್ಯ ಗ್ರಾಮವನ್ನು ಮಾಡಿದರು. ಕಾರವಾಡದ ಬಳಿಯಲ್ಲಿ ದೊಡ್ಡ ದೊಡ್ಡ ಹಡಗಗಳಿಗೆ ನಿಲ್ಲಲಿಕ್ಕೆ ನಿರ್ಭಯವಾದ ಸ್ಥಳವಿರುವ ಕಾರಣ ಸರಕಾರದವರು ಈ ವೂರು ಬಲಿಸಿದರು. ಈ ಬಂದರದಲ್ಲಿ ದಂಡೆಯ ಬಳಿಯಲ್ಲಿ ಸಹ ನೀರು ೨೦ ಫೂಟಗಿಂತ ಕಡಿಮೆ ಆಳವು ಯೆಂದೂ ಇರುವದಿಲ್ಲ, ಬಿರುಗಾಳಿಯ ಭಯವಿಲ್ಲ. ಬಂದರದ ಮುಖದಲ್ಲಿ ದೇವಗಡವೆಂಬ ಸಣ್ಣ ನಡುಗಡ್ಡೆ ಇರುವ ಕಾರಣ ದೊಡ್ಡ ತೆರೆಗಳು ಅದನ್ನು ದಾಟ ಬಂದರದೊಳಗೆ ಬರುವದಿಲ್ಲ.

ದೇವಗಡ.

ಈ ನಡುಗಡ್ಡೆಯಲ್ಲಿ ದೀಪಸ್ತಂಭವನ್ನು ಕಟ್ಟಿದ್ದಾರೆ. ಆದ್ದರಿಂದ ಪಶ್ಚಿಮ ಸಮುದ್ರತೀರದಲ್ಲಿ ಮುಂಬಯಿಯ ಕೆಳಗೆ ಕಾರವಾಡವೇ ಮೇಲಾದ ಬಂದರವೆನಿಸುತ್ತದೆ.

ಕಾರವಾಡದ ವಸ್ತಿಯ ಪ್ರದೇಶವು ೭೫೩೧ ಯೆಕರು ವಿಸ್ತಾರವಾದದ್ದಿರುತ್ತದೆ; ಆದರಿಂದ ಯೆಕರಿಗೆ ಇಬ್ಬರಿಗಿಂತ ಕಡಿಮೆ ಜನಸಂಖ್ಯೆ ಬೀಳುತ್ತದೆ. ಸನ್ ೧೮೮೧-೮೨ರ

ಹಿಂದಿನ ೮ ವರ್ಷಗಳಲ್ಲಿ ಸರಾಸರೀ ಮಾನದಿಂದ ಪ್ರತಿ ವರ್ಷ ೯೩೪೫೫೦೦೦೦ ರೂಪಾಯಿಯ ಮಾಲು ಕಾರವಾಡದ ಬಂದರದಿಂದ ಹೊರಗೆ ಹೋಯಿತು, ೨೩೩೬೦೦೦ ರೂಪಾಯಿಯ ಮಾಲು ಹೊರಗಿಂದ ಈ ಬಂದರಕ್ಕೆ ಬಂತು. ಹೊಗೆ ಹಡಗಗಳು ವಾರಕ್ಕೊಮ್ಮೆ ಕಾರವಾಡಕ್ಕೆ ಬರುತ್ತವೆ.

ಮೇಲೆ ಹೇಳಿದಂತೆ ಕಾರವಾಡದ ಬಂದರವು ಅತ್ಯುತ್ತಮವಿರುವ ಕಾರಣ ಕಾರವಾಡವನ್ನು ಜಿಲ್ಲೆಯ ಮುಖ್ಯ ಗ್ರಾಮವನ್ನು ಮಾಡಿದ್ದಲ್ಲದೆ ಕಾರವಾಡಕ್ಕೆ ಹೊಗೆ ಬಂಡಿಯ ಮಾರ್ಗ ವೊಯ್ಯುವ ಆಲೋಚನೆಯನ್ನು ಸಹ ಸರಕಾರದವರು ಮಾಡಿದ್ದರು. ಅರಬೈಲೀ ಘಟ್ಟದ ಮಾರ್ಗವಾಗಿ ಹೊಗೆ ಬಂಡಿಯನ್ನು ವೊಯ್ಯುವದು ಗೊತ್ತಾಗಿ ಸನ್ ೧೮೬೯ರಿಂದ ೧೮೭೪ರ ವರೆಗೆ ಸರಕಾರದವರು ಬಹಳ ಹಣ ವೆಚ್ಚ ಮಾಡಿ ಮಾರ್ಗವನ್ನು ಅಳೆದರು. ಈ ಪ್ರಕಾರ ಕಾರವಾಡವನ್ನು ಬೆಳಿಸುವ ಬಗ್ಗೆ ಸರಕಾರದವರ ಆಲೋಚನೆಯು ಮೊದಲಿನಿಂದಲೇ ಮುಂಬಯಿಯ ವ್ಯಾಪಾರಸ್ಥರಿಗೆ ತಿಳಿದದ್ದರಿಂದ ಬಹು ಜನರು ಬಹಳ ಬೆಲೆ ಕೊಟ್ಟು ಭೂಮಿಯನ್ನು ಕಾರವಾಡದಲ್ಲಿ ಕೊಂಡು ದೊಡ್ಡ ದೊಡ್ಡ ಇಮಾರತುಗಳನ್ನು ಕಟ್ಟಿಸಿದರು. ಆದರೆ ಮುಂದೆ ೧೮೭೬-೭೭ರ ಬರಗಾಲ ಬಂದದ್ದರಿಂದ ಹೊಗೆಬಂಡಿಯ ಆಲೋಚನೆಯು ಹಿಂದಕ್ಕೆ ಬಿತ್ತು. ಅಷ್ಟರೊಳಗೆ ಗೋವೆಯ ಸರಕಾರಕ್ಕೂ ಇಂಗ್ಲಿಷ ಸರಕಾರಕ್ಕೂ ಹೊಸ ವೊಡಂಬಡಿಕೆಯಾದದ್ದರಿಂದ ಕಾರವಾಡಕ್ಕೆ ಬದಲಾಗಿ ಮಾರ್ಮುಗಾವಕ್ಕೆ ಹೊಗೆಬಂಡಿಯನ್ನು ವೊಯ್ಯುವದು ಗೊತ್ತಾಯಿತು, ೧೮೭೯. ಈ ಪ್ರಕಾರ ಕಾರವಾಡಕ್ಕೆ ಹೋಗತಕ್ಕ ಹೊಗೆಬಂಡಿಯ ಆಲೋಚನೆ ಮುರಿದದ್ದರಿಂದ ಕಾರವಾಡವು ಹಿಂದಕ್ಕೆ ಬಿತ್ತು. ಆದರೂ ಗೋವೇ ಸರಕಾರಕ್ಕೂ ಇಂಗ್ಲಿಷ ಸರಕಾರಕ್ಕೂ ಆದ ವೊಡಂಬಡಿಕೆಯು ಅಥವಾ ಕರಾರು ವೊಳಗಡೆಯಲ್ಲಿ ಮುರಿದದ್ದರಿಂದ ಕಾರವಾಡಕ್ಕೆ ಹೊಗೆಬಂಡಿಯ ಮಾರ್ಗವು ಸ್ವಲ್ಪ ಕಾಲದೊಳಗೆ ಆಗುವ ಸಂಭವವಿರುತ್ತದೆ.

ಜಿಲ್ಲೆಯಲ್ಲಿ ಇರತಕ್ಕ ಕಚೇರಿಗಳೆಲ್ಲ ಕಾರವಾಡದಲ್ಲಿ ಇರುವದಲ್ಲದೆ ಜಿಲ್ಲೆಯ ಮುಖ್ಯ ಕಷ್ಟಮ್ ಕಚೇರಿಯೂ ದೀಪಸ್ತಂಭವೂ ಉಂಟು. ಇಲ್ಲಿಯ ಮ್ಯುನಿಸಿಪಾಲಿಟಿಯ ಆದಾಯವು ಸನ್ ೧೮೮೧-೮೨ರಲ್ಲಿ ೧೧೩೬೦ ರೂಪಾಯಿ ಇತ್ತು.

ಇತಿಹಾಸ.—ಕಾರವಾಡವು ವೊಳಗಡೆಯಲ್ಲಿ ಉಂಟಾದ ಗ್ರಾಮವೆಂದು ಆರಂಭದಲ್ಲಿ ಹೇಳಿದ್ದೇವೆ. ಆದರೆ ಈ ವೂರೊಳಗೆ ಶೇರಿದ ಕಡವಾಡವೆಂಬ ಗ್ರಾಮವು ೧೬ನೇ ಶತಕದಲ್ಲಿ ತಕ್ಕಮಟ್ಟಿಗೆ ಹೆಸರಾಗಿತ್ತು. ಸನ್ ೧೬೩೮ರಲ್ಲಿ ಇಂಗ್ಲಿಷರು ಕಡವಾಡದಲ್ಲಿ ವೊಂದು ಅಂಗಡಿಯನ್ನು ಹಾಕಿದರು. ಸನ್ ೧೬೬೦ರ ಸುಮಾರಿನಲ್ಲಿ ಈ ಅಂಗಡಿಯ ವ್ಯಾಪಾರವು ಬಹಳ ಬೆಳಿದಿತ್ತು. ಈ ಅಂಗಡಿಯವರು ಹುಬ್ಬಳ್ಳಿಯ ಶೀಮೆಯಲ್ಲಿ ೫೦೦೦ ಜನ ಜೇಡರ ಕೈಯಿಂದ ಮಸ್ಲಿನ್ನೆಂಬ ಜಿಣುಗು ವಸ್ತ್ರವನ್ನು ಮಾಡಿಸಿ ಯುರೋಪಕ್ಕೆ ಕಳಿಸುವರು. ಸನ್ ೧೬೬೫ರಲ್ಲಿ ಶಿವಾಜಿಯು ಈ ಅಂಗಡಿಯವರ ಕೈಯಿಂದ ೧೧೨೦ ರೂಪಾಯಿ ಕಪ್ಪ ತಕ್ಕೊಂಡನು. ಆಗ ಕಡವಾಡವು ವಿಜಾಪುರದ ರಾಜ್ಯಕ್ಕೆ

ಶೇರಿತು. ಸನ್ ೧೬೭೪ರಲ್ಲಿ ಶಿವಾಜಿಯು ಕಡವಾಡವನ್ನು ಸುಟ್ಟಾಗ್ಯೂ ಇಂಗ್ಲಿಷರ ಅಂಗಡಿಗೆ ಕೈ ಹಚ್ಚಲಿಲ್ಲ. ಸನ್ ೧೭೦೦ರಲ್ಲಿ ಸ್ವಾದೆಯ ಅರಸನಿಗೂ ಕಡವಾಡದ ಅಂಗಡಿಯವರಿಗೂ ವ್ಯಾಜ್ಯ ಹುಟ್ಟಿದ್ದರಿಂದ ಆ ಅರಸನು ಇಂಗ್ಲಿಷರ ಅಂಗಡಿಯನ್ನು ಅಲ್ಲಿಂದ ತೆಗಿಸಿದನು. ಸನ್ ೧೭೫೦ರ ಸುಮಾರಿನಲ್ಲಿ ಪೋರ್ತುಗೀಸರು ಪ್ರಬಲರಾಗಿ ಕಡವಾಡದ ವ್ಯಾಪಾರವನ್ನು ಆಕ್ರಮಿಸಿದರು. ಮುಂದೆ ಹೈದರ, ಟೀಪೂ, ಇವರ ದಾಳಿಗಳಲ್ಲಿ ಕಡವಾಡವು ಹಾಳಾಯಿತೆಂದು ತೋರುತ್ತದೆ. ಸನ್ ೧೮೦೧ರಲ್ಲಿ ಕಡವಾಡದಲ್ಲಿ ಜನರ ವಸ್ತಿಯು ಬಹು ಸ್ವಲ್ಪವಿತ್ತು, ಊರು ಹಾಳಾಗಿತ್ತು.

ಕೋಡಿಬಾಗ.—ಕಾರವಾಡದ ಉತ್ತರಕ್ಕೆ ೨ ಮೈಲಿನ ಮೇಲೆ. ಇಲ್ಲಿ ಸರಕಾರೀ ತೊಲೆಗಳ ಕೋಠಿಯುಂಟು. ಉದ್ದುದ್ದವಾದ ತೊಲೆಗಳನ್ನು ಆನೆಗಳು ಕ್ರಮ ಪಡಿಸಿ ಇಡುತ್ತವೆ. ಒಂದು ಆನೆಯು ಗಡುತರವಾದದ್ದೊಂದು ಹಗ್ಗವನ್ನು ಸೊಂಡೆಯಲ್ಲಿ ತಕ್ಕೊಂಡು ಹೋಗಿ ತೊಲೆಗಳ ಬಳಿಯಲ್ಲಿ ನಿಂತ ಮನುಷ್ಯನ ಮುಂದೆ ಹಗ್ಗವನ್ನು ಚಲ್ಲುತ್ತದೆ. ಅವನು ಹಗ್ಗದ ನಡುಭಾಗವನ್ನು ತೊಲೆಗೆ ಕಟ್ಟಿ ಬಿಡುತ್ತಾನೆ. ಬಳಿಕ ಯೆರಡು ಆನೆಗಳು ಆ ಹಗ್ಗದ ಯೆರಡು ತುದಿಗಳನ್ನು ಬಾಯೊಳಗೆ ಹಿಡಿದು ಕೊಂಡು ಸಣ್ಣದೊಂದು ಕಟ್ಟಿಗೆಯನ್ನು ಯೆಳೆದೊಯಿದಂತೆ ತೊಲೆಯನ್ನು ಯೆಳೆದು ಕೊಂಡು ಹೋಗಿ ಹೇಳಿದಲ್ಲಿ ;ಚಲ್ಲಿ ಬಿಡುತ್ತವೆ.

ಕೊಂಡ್ಲಿ.—ಸಿದ್ದಾಪುರದ ಉತ್ತರಕ್ಕೆ ೨ ಮೈಲಿನ ಮೇಲೆ. ಇಲ್ಲಿ ಪೂರ್ವದಲ್ಲಿ ವೊಬ್ಬ ಪಾಳೇಗಾರನು ಇರುತ್ತಿದ್ದನೆಂದು ಹೇಳುತ್ತಾರೆ. ಊರಿನ ಸುತ್ತು ಮುತ್ತು ಭದ್ರವಾದ ಕೋಟೆಯೂ ಅದರ ಸುತ್ತು ಮುತ್ತು ಕಂದಕವೂ ಉಂಟು. ಕೋಟೆಯ ಕ್ಷೇತ್ರವು ಸುಮಾರು ಒಂದು ಚಚ್ಚೌಕು ಮೈಲಾಗುವದು. ಕೋಟೆಯ ಹೊರಗೆ ನಾಲ್ಕು ದೊಡ್ಡ ಕೆರೆಗಳೂ ಕಾಳಮ್ಮನ ದೊಡ್ಡ ಗುಡಿಯೂ ಉಂಟು.

ಕುಮಟಾ.—ಹೊನ್ನಾವರದ ಉತ್ತರಕ್ಕೆ ೧೦ ಮೈಲಿನ ಮೇಲೆ, ಜ. ಸ. (೮೧) ೧೦೬೯. ತಾಲೂಕಿನ ಮುಖ್ಯ ಗ್ರಾಮ, ಕಾನಡಾ ಜಿಲ್ಲೆಯ ಯೆರಡು ಮುಖ್ಯ ಬಂದರಗಳಲ್ಲಿ ವೊಂದು. ದಕ್ಷಿಣ ಮಹಾರಾಷ್ಟ್ರ, ಬಳ್ಳಾರಿ ಶೀಮೆಗಳ ಅರಳೆಯು ಕುಮಟೆಯ ಬಂದರಕ್ಕೆ ಹೋಗಿ ಅಲ್ಲಿಂದ ಮುಂಬಯಿಗೆ ರವಾನೆಯಾಗುತ್ತದೆ. ಕುಮಟೆಯು ಸಣ್ಣದೊಂದು ವೊತ್ತಿನ ದಂಡೆಯಲ್ಲಿ ಇರುತ್ತದೆ. ದೊಡ್ಡ ಹಡಗಗಳು ಈ ವೊತ್ತಿನ ಮುಖದ ಹೊರಗೆ ಸುಮಾರು ಅರ್ಧ ಮೈಲಿನ ಅಂತರದಲ್ಲಿ ನಿಲ್ಲುತ್ತವೆ. ಒತ್ತಿನ ಮುಖದಲ್ಲಿ ನೀರು ಕಿರಿಮ ಇದ್ದದರಿಂದ ದೊಡ್ಡ ಹಡಗಗಳಿಗೆ ವೊತ್ತಿನೊಳಗೆ ಬರಲಿಕ್ಕೆ ಅಡ್ಡಿಯಾಗುತ್ತದೆ. ಬಂದರದಿಂದ ಯಾವತ್ತು ಮಾಲು ಡೋಣಿಗಳಲ್ಲಿ ಹೇರಿ ಕೊಂಡು ಹಡಗ ನಿಂತಲ್ಲಿಗೆ ತಕ್ಕೊಂಡು ಹೋಗುತ್ತಾರೆ.

ಒತ್ತಿನ ಹೊರಗೆ ಉತ್ತರಕ್ಕೆ ಸಮುದ್ರದ ಮೇಲಕ್ಕೆ ಬಂದ ಗುಡ್ಡದಂಥಾದೊಂದು ನಡುಗಡ್ಡೆಯಲ್ಲಿ ದೀಪಸ್ತಂಭವಿರುತ್ತದೆ. ಆ ನಡುಗಡ್ಡೆಯ ಸುತ್ತು ಮುತ್ತು ಪೂರ್ವಕಾಲದಲ್ಲಿ ಕಟ್ಟಿದ ಕೋಟೆಯ ಕುರುಹುಗಳಿರುತ್ತವೆ. ಕುಮಟೆಯ ಊರು ವೊಂದು

ಗುಡ್ಡದ ಇಳಕಲಿನ ಮೇಲೆ ಇರುತ್ತದೆ. ಮನೆಗಳ ಸುತ್ತು ಮುತ್ತು ಕೊಂಕಣದ ಪದ್ಧತಿಯಂತೆ ಕಿರಿದಾದ ಅವಾರದ ಗೋಡೆಗಳೂ ಉನ್ನತವಾದ ಫಲವೃಕ್ಷಗಳೂ ಇರುತ್ತವೆ. ಆದ್ದರಿಂದ ಮನೆಗಳು ವೊಳಿತಾಗಿ ತಂಪಾಗಿರುತ್ತವೆ. ಮನೆಗಳ ಮೇಲೆ ವಾಡಿಕೆಯಾಗಿ ಹುಲ್ಲಿನ ಚಪ್ಪರಿರುವದು. ಆದರೆ ಹಂಚಿನ ಮನೆಗಳೂ ಯೆರಡು ಮೂರು ಅಂತಸ್ತುಗಳುಳ್ಳ ಮನೆಗಳೂ ಬಾಜಾರಿನಲ್ಲಿಯೂ ಬೇರೆ ಕಡೆಯಲ್ಲಿಯೂ ಇರುತ್ತವೆ. ಊರಿನ ಸುತ್ತು ಮುತ್ತು ದಟ್ಟಾದ ತೆಂಗಿನ ಬನಗಳೂ ಬತ್ತದ ಗದ್ದೆಗಳೂ ಇರುವದರಿಂದ ಸಮುದ್ರದಲ್ಲಿ ಊರು ಕಾಣಿಸುವದಿಲ್ಲ. ಊರಿನ ಕ್ಷೇತ್ರವು ೪೭೦೫ ಯೆಕರು ಇರುತ್ತದೆ. ಆದ್ದರಿಂದ ಸರಾಸರೀ ಯೆಕರಿಗೆ ಇಬ್ಬರಂತೆ ಜನ ವಸ್ತಿಯಾಗುತ್ತದೆ.

ಸನ್ ೧೮೮೧-೮೨ರ ಹಿಂದಿನ ೮ ವರ್ಷಗಳಲ್ಲಿ ಸರಾಸರೀ ಮಾನದಿಂದ ಪ್ರತಿ ವರ್ಷ ೨೫೪೨೭೧೦ ರೂಪಾಯಿಯ ಮಾಲು ಹೊರಗಿಂದ ಕುಮಟೆಯ ಬಂದರಕ್ಕೆ ಬಂತು, ೫೧೬೫೧೯೦ ರೂಪಾಯಿಯ ಮಾಲು ಕುಮಟೆಯಿಂದ ಹೊರಗೆ ಹೋಯಿತು. ಹೊರಗೆ ಹೋಗುವ ಮಾಲಿನಲ್ಲಿ ಅರಳೆಯೇ ಮುಖ್ಯ. ಹೊಗೆ ಹಡಗಗಳು ಮಳೆಗಾಲ ಹೊರ್ತಾಗಿ ೮ ತಿಂಗಳು ಕುಮಟೆಯ ಬಂದರಕ್ಕೆ ಹೋಗುತ್ತವೆ. ಆಗಟಂಬರಿನಿಂದ ಮೇವರೆಗೆ ಅರಬಸ್ತಾನದ ಹಡಗಗಳು ಉತ್ತತ್ತಿ, ಡಾಳಿಂಬ, ನಾನಾ ಪ್ರಕಾರದ ಅಂಟುಗಳು, ಮುಂತಾದ ಸರಕುಗಳನ್ನು ತಕ್ಕೊಂಡು ಕುಮಟೆಗೆ ಬರುತ್ತವೆ; ಕುಮಟೆಯಿಂದ ಅಕ್ಕಿಯನ್ನು ಹೇರಿ ಕೊಂಡು ಹೋಗುತ್ತವೆ.

ಕುಮಟೆಯಲ್ಲಿ ತಾಲೂಕ ಕಚೇರಿ, ಫೌಜದಾರ ಕಚೇರಿಗಳಲ್ಲದೆ ಮುನಸೀಫ ಕಚೇರಿ, ಕಷ್ಟಮ್ ಕಚೇರಿ, ಟಪಾಲ ಕಚೇರಿ, ತಂತಿಟಪಾಲು, ಆಸಪತ್ರಿ, ಮ್ಯುನಿಸಿಪಾಲಿಟಿ, ಇಂಗ್ಲಿಷ ಶಾಲೆ, ಉತ್ತಮ ಪ್ರತಿಯ ಮುಶಾಫರೀ ಬಂಗಲೆ, ನಾಲ್ಕು ಧರ್ಮ ಶಾಲೆಗಳು ಇರುತ್ತವೆ. ಮ್ಯುನಿಸಿಪಾಲಿಟಿಯ ಆದಾಯವು ಸನ್ ೧೮೮೧-೮೨ರಲ್ಲಿ ೧೦೦೭೦ ರೂಪಾಯಿ ಇತ್ತು. ಗುಡ್ಡದ ಮೇಲೆ ಹಳೆದೊಂದು ಕೋಟೆಯುಂಟು.

ಇತಿಹಾಸ.—ಕುಮಟೆಯಲ್ಲಿ ವೊಬ್ಬ ಜೈನ ಅಧಿಕಾರಿಯು ಇರುತ್ತಿದ್ದನೆಂದು ಹೇಳುತ್ತಾರೆ. ಸನ್ ೧೫೩೯ರಲ್ಲಿ ಪೋರ್ತುಗೀಸರು ಕುಮಟೆಯ ನಿವಾಸಿಗಳ ಮೇಲೆ ೨೦೦ ಮುಡಿ ಅಕ್ಕಿಯ ಕಪ್ಪವನ್ನು ಕೊಡ್ರಿಸಿದರೆಂದು ತಿಳಿದದೆ. ಸನ್ ೧೫೬೮ರಲ್ಲಿ ಕುಮಟೆಯಲ್ಲಿ ಪೋರ್ತುಗೀಸರ ಚರ್ಚವಿತ್ತು. ಆಗ ಈ ವೂರು ಬೇದನೂರಿನ ರಾಜ್ಯಕ್ಕೆ ಶೇರಿತ್ತು. ಟೀಪೂನ ದಂಡಿನವರು ಕುಮಟೆಯನ್ನು ಯೆರಡು ಸಾರಿ ಸುಟ್ಟರು.

ಕೂರ್ಮಗಡ.—ಕಾರವಾಡದ ಪಶ್ಚಿಮಕ್ಕೆ ಸಮುದ್ರದೊಳಗೆ ನಡುಗಡ್ಡೆಯುಂಟು. ಇದು ಸಮುದ್ರದ ನೀರಿನಿಂದ ೧೮೦ ಫೂಟು ಯೆತ್ತರವಾಗಿ ಭದ್ರವಾದ ಕೋಟೆಯುಳ್ಳದ್ದಿರುತ್ತದೆ. ಇದರ ಪೂರ್ವ ಭಾಗದಲ್ಲಿ ಕೋಟೆಯೊಳಗೆ ಶೀ ನೀರಿನ ಬಾವಿಯೂ ನಾರಸಿಂಹನ ಗುಡಿಯೂ ಉಂಟು. ದಿಜಂಬರಿನಲ್ಲಿ ಈ ದೇವರ ಜಾತ್ರೆಗೆ ಕಾರವಾಡ, ಸದಾಶಿವಗಡ, ಮುಂತಾದ ಕಡೆಯಿಂದ ಜನರು ಬಂದು ವೊಂದು ರಾತ್ರಿ ಇಲ್ಲಿ

ನಿಲ್ಲುವರು. ಈ ದ್ವೀಪದಲ್ಲಿಯ ಕೋಟೆಯನ್ನು ಶಿವಾಜಿಯು ಕಟ್ಟಿಸಿದನೆಂದು ವೊಂದು ಲೇಖದಿಂದ ತಿಳಿಯುತ್ತದೆ. ಶಿವಾಜಿಯು ಇದಕ್ಕೆ ಸಿದ್ಧಗಡವೆಂಬ ಹೆಸರಿಟ್ಟಿದ್ದನು. ಮುಂದೆ ಸನ್ ೧೭೧೫ರಲ್ಲಿ ಕಾದ್ರಾ ಯೆಂಬ ಕೋಟೆಯ ಕಲ್ಲು ವೊಯ್ದು ಶಿವಾಜಿಯು ಆರಂಭ ಮಾಡಿದ ಕೋಟೆಯನ್ನು ಮುಗಿಸಿ, ಅದಕ್ಕೆ ಕೂರ್ಮಗಡವೆಂಬ ಹೆಸರಿಟ್ಟರೆಂದು ತಿಳಿದದೆ. ಟೀಪುನ ಕಾಲಕ್ಕೆ ಈ ಕೋಟೆಯಲ್ಲಿ ಯುದ್ಧಗಳಾದವು.

ಲಾಳಗುಳಿ.—ಯಲ್ಲಾಪುರದ ಉತ್ತರಕ್ಕೆ ೮ ಮೈಲಿನ ಮೇಲೆ ಕಾಳೀ ನದಿಯ ದಂಡೆಯಲ್ಲಿ. ಈ ವೂರಿನ ಬಳಿಯಲ್ಲಿ ಕಾಳೀ ನದಿಯಿಂದ ಬಹು ರಮಣೀಯವಾದ ಅಸಂಖ್ಯ ಸಣ್ಣ ಸಣ್ಣ ತಡಸಲುಗಳಾಗಿರುತ್ತವೆ, (೧ನೇ ಭಾಗ ನೋಡು).

ಮಾಗೋಡದ ತಡಸಲುಗಳು.—ಯಲ್ಲಾಪುರದ ನೈರುತ್ಯಕ್ಕೆ ೨೦ ಮೈಲಿನ ಮೇಲೆ ಮಾಗೋಡವೆಂಬ ಹಳ್ಳಿಯ ಬಳಿಯಲ್ಲಿ ಗಂಗಾವಳಿಯಿಂದ ಹಲವು ತಡಸಲುಗಳುಂಟಾಗಿರುತ್ತವೆ. ನೂರರಿಂದ ಇನ್ನೂರು ಫೂಟಿನ ವರೆಗೆ ಯೆತ್ತರವಾದ ಕಣಿವೆಗಳಿಂದ ಹೊಳೆಯ ಪ್ರವಾಹವು ಹಲವು ಕಡೆಯಲ್ಲಿ ಬೀಳುತ್ತದೆ. ಈ ಯಾವತ್ತು ತಡಸಲುಗಳಲ್ಲಿ ಕೂಡಿ ಪ್ರವಾಹವು ೮೦೦ ಫೂಟು ಕೆಳಗಿಳಿದು ಹೋಗುತ್ತದೆ. (೧ನೇ ಭಾಗ ನೋಡು).

ಮಂಕಿ.—ಹೊನ್ನಾವರದ ಉತ್ತರಕ್ಕೆ ೩ ಮೈಲಿನ ಮೇಲೆ. ಇದೇ ಹೆಸರಿನ ಗುಡ್ಡದ ಮೇಲೆ ಹಾಳು ಕೋಟೆಯುಂಟು. ಈ ವೂರಲ್ಲಿ ಮುಖ್ಯವಾಗಿ ನವಾಯತ ಮುಸಲ್ಮಾನರು ವಾಸಿಸುತ್ತಾರೆ. ಇಲ್ಲಿ ಸರಕಾರೀ ಕಷ್ಟಮ್ ಕಚೇರಿಯುಂಟು.

ಮಾಝಾಲಿ.—ಸದಾಶಿವಗಡದ ಉತ್ತರಕ್ಕೆ ೬ ಮೈಲಿನ ಮೇಲೆ, ಗೋವೆಯ ಮೇರೆಯಲ್ಲಿ, ಜ. ಸ. (೮೧) ೩೭೧೭. ಇಲ್ಲಿ ವೊಂದು ಕನ್ನಡ ಶಾಲೆ, ಧರ್ಮ ಶಾಲೆ, ಪೋಲೀಸ ಚೌಕಿ ಇರುತ್ತವೆ. ಊರಿನ ಬಳಿಯಲ್ಲಿ ಗುಡ್ಡದ ಮೇಲೆ ಮಾರ್ಕಿಯಮ್ಮನ ಗುಡಿಯುಂಟು. ಜನವರಿಯಲ್ಲಿ ಈ ಅಮ್ಮನ ಜಾತ್ರೆಯಲ್ಲಿ ೩೦೦೦ದ ವರೆಗೆ ಜನ ಕೂಡಿ ೪೦೦ ರೂಪಾಯಿಯ ವರೆಗೆ ವ್ಯಾಪಾರವಾಗುತ್ತದೆ.

ಮಿರ್ಜಾನ.—ಕುಮಟೆಯ ಉತ್ತರಕ್ಕೆ ೫ ಮೈಲಿನ ಮೇಲೆ ತದಡೀ ಹೊಳೆಯ ಮುಖದ ದಂಡೆಯಲ್ಲಿ, ಜ. ಸ. (೮೧) ೧೧೫೯. ಇದು ಪುರಾತನ ಕಾಲದಲ್ಲಿ ಹೆಸರಾದ ಬಂದರವು; ಆದರೆ ಈಗ ಮೂರು ಸಣ್ಣ ಸಣ್ಣ ಹಳ್ಳಿಗಳು ಕೂಡಿ ಈ ಗ್ರಾಮವಾಗಿದೆ. ಈ ಮೂರು ಹಳ್ಳಿಗಳ ನಡುವೆ ವೃಕ್ಷಗಳ ಬನದೊಳಗೆ ಕೋಟೆಯುಂಟು. ಇದನ್ನು ವಿಜಾಪುರದವರ ಸರದಾರನೊಬ್ಬನು ಕಟ್ಟಿಸಿದನೆಂದು ಹೇಳುತ್ತಾರೆ. ಸರ್ಪನ ಮಲಿಖನೆಂಬ ಮುಸಲ್ಮಾನನು ಇದನ್ನು ಕಟ್ಟಿಸಿದನೆಂದು ಕೆಲವರು ಹೇಳುತ್ತಾರೆ. ಇವನು ಚಿಕ್ಕವನಿದ್ದಾಗ ಹೆಬ್ಬಾರನೆಂಬ ಹೈಗ ಬ್ರಾಹ್ಮಣನ ದನ ಕಾಯುತ್ತಿದ್ದನಂತೆ. ಒಂದು ದಿನ ದನಗಳು ವ್ಯಾಳ್ಯಕ್ಕೆ ಮನೆಗೆ ಬಾರದ್ದರಿಂದ ಹೆಬ್ಬಾರನು ಮಲಿಖನನ್ನು ಹುಡುಕುತ್ತಿರಲಾಗಿ, ಅವನು ವೊಂದು ಅರಳೆಯ ಮರದ ಕೆಳಗೆ ನಿದ್ದೆ ಹತ್ತಿ ಮಲಗಿದ್ದು, ಅವನ ತಲೆಗೆ ವೊಂದು ನಾಗರ ಹಾವು ಸುತ್ತಿ ಕೊಂಡು ಹೆಡೆ ತೆಗೆದು ಆಡುತ್ತಿದ್ದದ್ದನ್ನು ಕಂಡನು.

37*

ಹೆಬ್ಬಾರನನ್ನು ನೋಡಿ ಹಾವು ಹೊರಟು ಹೋಯಿತು. ಹೆಬ್ಬಾರನು ಮಲಿಖನನ್ನೂ ದನಗಳನ್ನೂ ಕರೆ ಕೊಂಡು ಮನೆಗೆ ಹೋದನು. ಮಲಿಖನು ಬರ ಬರುತ್ತಾ ಪ್ರಬಲನಾಗಿ ಮೈಸೂರಿನ ಶೀಮೆಗೆ ಹೋಗಿ ಕೆಲವು ದಂಡು ತಕ್ಕೊಂಡು ಬಂದು ಮಿರ್ಜಾನದ ನೆರೆ ಹೊರೆಯ ಶೀಮೆಯನ್ನು ಆಕ್ರಮಿಸಿದನು. ಇವನು ಮಿರ್ಜಾನದ ಕೋಟೆಯನ್ನೂ ಅಂಕೋಲೆಯ ಕೋಟೆಯನ್ನೂ ಕಟ್ಟಿಸಿ, ಮಿರ್ಜಾನದಲ್ಲಿ ಆಳಿದನು. ಈ ಸರ್ಪನ ಮಲಿಖನು ತನ್ನ ಮೊದಲಿನ ಒಡಿಯನಾದ ಹೆಬ್ಬಾರನಿಗೆ ಅಚವೆ ಯೆಂಬ ಹಳ್ಳಿಯನ್ನು ಇನಾಮು ಕೊಟ್ಟನು. ಹೆಬ್ಬಾರನು ಮಲಿಖನು ಮಲಗಿದ ಅರಳಿಯ ಮರಕ್ಕೆ ಕಟೆಯನ್ನು ಕಟ್ಟಿಸಿ, ಅಲ್ಲಿ ಪ್ರತಿ ವರ್ಷ ದಸರೆಯಲ್ಲಿ ಕತ್ತಿ ಮುಂತಾದ ಆಯುಧಗಳನ್ನು ಪೂಜಿಸಿ ಉತ್ಸವ ಮಾಡ ಹತ್ತಿದನು.

ಇತಿಹಾಸ.—ಕ್ರಿಸ್ತೀ ಶಕದ ಮೊದಲಿನ ಮೂರು ಶತಕಗಳಲ್ಲಿ ಗ್ರೀಸ ದೇಶದಿಂದಲೂ ರೋಮ ಪಟ್ಟಣದಿಂದಲೂ ವರ್ತಕರು ಹಿಂದುಸ್ತಾನದ ಪಶ್ಚಿಮ ದಂಡೆಯಲ್ಲಿ ಮುಝಿರಿಸ ಯೆಂಬ ಹೆಸರಾದ ಬಂದರಕ್ಕೆ ಬರುತ್ತಿದ್ದರೆಂದು ಹೇಳಿ, ಪ್ಲಿನೀ, ಪುಟಂಜರ, ತಾಲೆಮಿ, ಆರ್ಯನ್, ಯೆಂಬ ಪ್ರಾಚೀನ ಗ್ರಂಥಕರ್ತರು ಆ ಮುಝಿರಿಸ ಬಂದರವನ್ನು ಬಹಳವಾಗಿ ವರ್ಣಿಸಿದ್ದಾರೆ. ಈ ಗ್ರಂಥಕರ್ತರು ಕ್ರಮವಾಗಿ ಕ್ರಿಸ್ತೀ ಶಕದ ೭೭ನೇ, ೧೦೦ನೇ, ೧೫೦ನೇ, ೨೪೭ನೇ ವರ್ಷಗಳಲ್ಲಿ ತಮ್ಮ ಗ್ರಂಥಗಳನ್ನು ಬರಿದಿದ್ದಾರೆ. ಈ ಮುಝಿರಿಸ ಬಂದರವೇ ಮಿರ್ಜಾನವೆಂದು ಶೋಧಕರು ತರ್ಕಿಸುತ್ತಾರೆ. ಆದರೆ ೩ನೇ ಶತಕದ ಈಚೆಯಲ್ಲಿ ವಿಜಯನಗರದ ಬೆಳುವಣಿಗೆಯ ಕಾಲದ ವರೆಗೆ ಮಿರ್ಜಾನದ ಬಂದರವು ಯಾವ ಬಗೆಯಿಂದಲೂ ಹೆಸರಿಗೆ ಬಂದಂತೆ ತೋರುವದಿಲ್ಲ. ವಿಜಯನಗರದವರ ಆಳಿಕೆಯಲ್ಲಿ ಹೊನ್ನಾವರದ ಸುಭೇದಾರನ ಕೈ ಕೆಳಗೆ ಮಿರ್ಜಾನವಿತ್ತು. ಪೋರ್ತುಗೀಸರು ಆಗಾಗ್ಗೆ ಮಿರ್ಜಾನದಲ್ಲಿ ಜಗಳವನ್ನು ಹೂಡುವರು. ಮಿರ್ಜಾನವು ವಿಜಾಪುರದ ರಾಜ್ಯಕ್ಕೂ ಕೆಲವು ದಿವಸ ಶೇರಿತ್ತೆಂದು ತೋರುತ್ತದೆ. ಸನ್ ೧೬೬೦ರಲ್ಲಿ ಇದು ಬೇದನೂರಿನ ರಾಜ್ಯಕ್ಕೆ ಶೇರಿತ್ತು. ಬೇದನೂರು ಹಾಳಾದ ಬಳಿಕ ಇದು ಹೈದರನ ಕೈ ಶೇರಿತು.

ಮುದುಗಿರಿ.—ಸದಾಶಿವಗಡದ ಈಶಾನ್ಯಕ್ಕೆ ೩ ಮೈಲಿನ ಮೇಲೆ, ಜ. ಸ. (೮೧) ೧೯೫೦. ಇಲ್ಲಿ ನಾಗನಾಥನೆಂಬ ಪ್ರಸಿದ್ಧವಾದ ದೇವಸ್ಥಾನವಿರುತ್ತದೆ. ವೈಶಾಖ ಮಾಸದಲ್ಲಿ ಈ ದೇವರ ರಥೋತ್ಸವಕ್ಕೆ ಐದಾರು ಸಾವಿರ ಜನ ಕೂಡಿ ೪೦೦೦ ರೂಪಾಯಿ ವರೆಗೆ ವ್ಯಾಪಾರವಾಗುತ್ತದೆ. ಮುದುಗಿರಿಯಲ್ಲಿ ಪಾತರದವರು ಬಹು ಜನರುಂಟು. ಜಾತ್ರೆಯಲ್ಲಿ ಇವರೂ ಗೋಮಂತಕ ಶೀಮೆಯಿಂದ ಬಂದ ಪಾತರದವರೂ ರಥದ ಮುಂದೆ ಮೂರು ಸಂಜೆಯಿಂದ ಬೆಳ ತನಕ ಕುಣಿಯುತ್ತಾರೆ.

ಮುಂಡಗೋಡ.—ಯಲ್ಲಾಪುರದ ಪೂರ್ವಕ್ಕೆ ೨೦ ಮೈಲಿನ ಮೇಲೆ ಧಾರವಾಡದ ಮೇರೆಯಲ್ಲಿ ಮಹಾಲಿನ ಮುಖ್ಯ ಗ್ರಾಮವು, ಜ. ಸ. (೮೧) ೧೪೦೪. ಮಹಾಲ

ಕಚೇರಿ, ಫೌಜದಾರ ಕಚೇರಿ, ಟಪಾಲ ಕಚೇರಿ, ಆಸಪತ್ರಿ, ಮುಶಾಫರೀ ಬಂಗಲೆ ಇರುತ್ತವೆ. ಈ ವೂರಿನ ಬಳಿಯಲ್ಲಿ ತಕ್ಕಮಟ್ಟಿಗೆ ಭದ್ರವಾದದ್ದೊಂದು ಕೋಟೆಯುಂಟು. ಅದು ಈಗ ಹಾಳು ಬಿದ್ದದೆ.

ಮುರುಡೇಶ್ವರ.—ಹೊನ್ನಾವರದ ದಕ್ಷಿಣಕ್ಕೆ ೧೩ ಮೈಲಿನ ಮೇಲೆ, ಜ. ಸ. (೮೧) ೨೧೮೫. ಊರ ಬಳಿಯಲ್ಲಿ ಕಂದುಗಿರಿ ಯೆಂಬ ಗುಡ್ಡದ ಮೇಲೆ ಮುರುಡೇಶ್ವರನ ದೊಡ್ಡ ಗುಡಿಯುಂಟು. ಇದನ್ನು ಹೈಕಿಣಿಯ ಜೈನ ವೊಡಿಯರು ಕಟ್ಟಿಸಿದರೆಂದು ಹೇಳುತ್ತಾರೆ. ಈ ದೇವಸ್ಥಾನಕ್ಕೆ ಸರಕಾರದಿಂದ ೧೪೪೦ ರೂಪಾಯಿಯ ನೇಮಣೂಕು ನಡಿಯುತ್ತದೆ. ಈ ದೇವರ ಜಾತ್ರೆಯಲ್ಲಿ ೫೦೦೦ ಜನ ಕೂಡಿ ೨೦೦೦ ರೂಪಾಯಿಯ ವರೆಗೆ ವ್ಯಾಪಾರವಾಗುತ್ತದೆ. ಮುರುಡೇಶ್ವರದ ಬಳಿಯಲ್ಲಿ ೩೦ ವೀರಗಲ್ಲುಗಳಿರುತ್ತವೆ. ಅವುಗಳ ಮೇಲೆ ಸುಂದರವಾದ ಚಿತ್ರಗಳೂ ಲಿಪಿಗಳೂ ಇರುತ್ತವೆ. ಎರಡು ಕಲ್ಲುಗಳ ಮೇಲಿನ ಲಿಪಿಗಳು ೧೫ನೇ ಶತಕದವಿರುತ್ತದೆ.

ನೇತ್ರಾಣಿ.— ಜಾಲೀಕುಂಡ ನೋಡು. ಇಲ್ಲಿ ಸಮುದ್ರಗಳ್ಳರ ಉಪದ್ರವವು ೧೭ನೇ ಶತಕದ ವರೆಗೆ ಇತ್ತು. ಬುಸಾದಿಯಲ್ಲಿಯೂ ಗ್ರೀಸದ ಹಡಗಗಳಿಗೆ ಈ ಕಳ್ಳರ ಉಪದ್ರವವು ಬಹಳ ಆಗುತ್ತಿತ್ತೆಂದು ಪ್ಲಿನೀ (ಕ್ರಿ. ಶ. ೭೭) ಯೆಂಬ ಗ್ರಂಥಕರ್ತನು ಬರಿದಿದ್ದಾನೆ.

ಸದಾಶಿವಗಡ.—ಕಾರವಾಡದ ಉತ್ತರಕ್ಕೆ ೩ ಮೈಲಿನ ಮೇಲೆ, ಜ. ಸ. (೮೧) ೩೯೩೯. ಈ ಬಂದರವು ಕಾಳೀ ನದಿಯ ಮುಖದ ದಂಡೆಯಲ್ಲಿ ಇರುತ್ತದೆ. ಇದರ ಪಶ್ಚಿಮಕ್ಕೆ ಸಮುದ್ರದೊಳಗೆ ಸಣ್ಣ ಸಣ್ಣ ಗುಡ್ಡಗಳಂಥ ನಡುಗಡ್ಡೆಗಳಿರುತ್ತವೆ; ಅವುಗ ಳಲ್ಲಿ ದೇವಗಡ, ಕೂರ್ಮಗಡ, ಇವೆರಡು ಮುಖ್ಯ. ಈ ವೂರಲ್ಲಿ ಮದ್ರಾಸ ಸರಕಾರ ದವರು ವೊದಲು ಮಹಾಲ ಕಚೇರಿಯನ್ನೂ ದಂಡಿನ ವೊಂದು ಕಂಪನಿಯನ್ನೂ ಇಟ್ಟಿ ದ್ದರು. ಕೆಲವು ಮನೆಗಳು ಯೆರಡಂತಸ್ತಿನವಿರುತ್ತವೆ. ಸನ್ ೧೮೬೧-೬೨ರ ಹಿಂದಿನ ೮ ವರ್ಷಗಳಲ್ಲಿ ಸರಾಸರಿಯಿಂದ ಪ್ರತಿ ವರ್ಷ ೯೯೪೫೬೦ ರೂಪಾಯಿಯ ಮಾಲು ಈ ಬಂದರದಿಂದ ಹೊರಗೆ ಹೋಯಿತು, ೧೨೪೬೦ ರೂಪಾಯಿಯ ಮಾಲು ಹೊರಗಿಂದ ಬಂತು.

ಈ ವೂರಿನ ಬಳಿಯಲ್ಲಿ ಯೆರಡು ಗುಡ್ಡಗಳ ಮೇಲೆ ಕೋಟೆಗಳಿರುತ್ತದೆ. ಪಶ್ಚಿಮದ ಹೆಚ್ಚು ಯೆತ್ತರವಾದ (೨೦೦ ಫೂಟು) ಗುಡ್ಡದ ಮೇಲಿನ ಕೋಟೆಗೆ ಸದಾಶಿವಗಡ ವೆನ್ನುವರು. ಈ ಕೋಟೆಯ ಗೋಡೆಯನ್ನು ಕಲ್ಲು ಗಚ್ಚಿನಿಂದ ೨೦ ಫೂಟು ಯೆತ್ತರ ವಾಗಿಯೂ ೬ ಫೂಟು ದಿಪ್ಪಾಗಿಯೂ ಕಟ್ಟಿದ್ದಾರೆ. ಕೋಟೆಯ ಸುತ್ತು ಮುತ್ತು ಕಂದ ಕವೂ ಅಲ್ಲಲ್ಲಿಗೆ ಕೊತ್ತಳಗಳೂ ಇರುತ್ತವೆ; ಒಳಗಿನ ಕ್ಷೇತ್ರವು ಸುಮಾರು ೧೦ ಯೆಕರು ಆಗುವದು. ಇದಕ್ಕೆ ಬಾಲೇಕಿಲ್ಲೆಯೆನ್ನುವರು. ಇದರ ಹೊರಗೆ ಆಯ ಕಟ್ಟಿನ ಸ್ಥಳದಲ್ಲಿ ಮೂರು ಸುತ್ತು ಗೋಡೆಗಳಿರುತ್ತವೆ. ಯೆಲ್ಲಕ್ಕೂ ಹೊರಗಿನ ಗೋ

ಡೆಯು ನೀರೊಳಗೆ ಇರುತ್ತದೆ. ಕೋಟೆಯ ಮೇಲೆ ಹಲ ಕೆಲವು ತೋಫುಗಳಿರುತ್ತವೆ. ಆದರೆ ಅವಕ್ಕೆಲ್ಲ ಜಂಗು ಹತ್ತಿರುತ್ತದೆ. ಕೋಟೆಯು ಬಹಳವಾಗಿ ಕೆಟ್ಟಿಲ್ಲ. ಕೋಟೆಯೊಳಗೆ ಮೇಲಾದ ಶೀ ನೀರಿನ ದೊಡ್ಡ ಬಾವಿಯುಂಟು. ಈ ಕೋಟೆಯನ್ನು ಸ್ವಾದೆಯ ಸದಾಶಿವ ನಾಯಕನೆಂಬ ಅರಸು ಕಟ್ಟಿಸಿದನೆಂದು ಕೆಲವರು ಹೇಳುತ್ತಾರೆ; ಬೇರೆ ಕೆಲವರು ಅವನ ಮಗ ಬಸವಲಿಂಗ ರಾಯನು ಕಟ್ಟಿಸಿದನೆಂದು ಹೇಳುತ್ತಾರೆ. ಈ ಕೋಟೆಗೂ ಯೆರಡನೇ ಸಣ್ಣ ಕೋಟೆಗೂ ನಡುವೆ ವೊಬ್ಬ ಪೀರನ ಗೋರಿಯುಂಟು. ಅದರಿಂದ ಪೋರ್ತುಗೀಸರು ಇದಕ್ಕೆ ಪೀರನ ಕೋಟೆಯೆಂದೆನ್ನುವರು.

ಸದಾಶಿವಗಡವು ವೊದಲಿನಿಂದ ಸ್ವಾದೆಯ ರಾಜ್ಯಕ್ಕೆ ಶೇರಿತ್ತು. ಸನ್ ೧೭೫೨ರಲ್ಲಿ ಪೋರ್ತುಗೀಸರು ಇದನ್ನು ತಕ್ಕೊಂಡು ಭದ್ರ ಪಡಿಸಿದರು; ಆದರೆ ಮುಂದೆ ಯೆರಡು ವರ್ಷದ ಮೇಲೆ ಸ್ವಾದೆಯ ಅರಸನಿಗೆ ತಿರಿಗಿ ಕೊಟ್ಟರು. ಸನ್ ೧೭೬೩ರಲ್ಲಿ ಹೈದರನ ಸರದಾರನೊಬ್ಬನು ಇದನ್ನು ತಕ್ಕೊಂಡನು.

ಸಾಂಬ್ರಾಣಿ.—ಹಲ್ಯಾಳದ ದಕ್ಷಿಣಕ್ಕೆ ೫ ಮೈಲಿನ ಮೇಲೆ ದೊಡ್ಡ ಹಳ್ಳಿಯು. ಸ್ವಾದೆಯ ಅರಸು ಈ ವೂರಲ್ಲಿ ಇರುತ್ತಿದ್ದನು. ಇದೊಂದೇ ಊರಿನಿಂದ ಆ ಅರಸನಿಗೆ ೩೦೦೦೦ ರೂಪಾಯಿಯ ಆದಾಯವಾಗುತ್ತಿತ್ತೆಂದು ವೊಬ್ಬ ಪ್ರವಾಸಿಯು ಬರಿದಿದ್ದಾನೆ.

ಸಾಣೀಕಟ್ಟೆ.—ಕುಮಟೆಯ ಉತ್ತರಕ್ಕೆ ೧೦ ಮೈಲಿನ ಮೇಲೆ. ಕಾನಡಾ ಜಿಲ್ಲೆಯಲ್ಲಿ ಈಗ ಉಪ್ಪು ಮಾಡುವ ಕಾರಖಾನೆಯು ಇದೊಂದೇ ಊರಲ್ಲಿ ಇರುತ್ತದೆ. ಇಲ್ಲಿ ೧೨೮ ಆಗರಗಳಲ್ಲಿ ಕೂಡಿ ೧೯೪೦೦ ಮಳೆಗಳಲ್ಲಿ ಉಪ್ಪು ಮಾಡುತ್ತಾರೆ. ಉಪ್ಪು ಮಾಡುವ ನಾಡೋರರು ಮುಂತಾದ ಜಾತಿಯವರು ತಮ್ಮ ಆಗರಗಳು ಆಕ್ರಮಿಸಿದ ಸ್ಥಳಕ್ಕಾಗಿ ಸರಕಾರಕ್ಕೆ ಯೆಕರಿಗೆ ಸುಮಾರು ೩ ರೂಪಾಯಿಯಂತೆ ತೆರಿಗೆಯನ್ನು ಕೊಡುತ್ತಾರೆ. ಈ ೧೨೮ ಆಗರಗಳಲ್ಲಿ ಪ್ರತಿ ವರ್ಷ ೬೫೫೫ ಟನ್ನು ಅಂದರೆ ೨೬೨೦೦ ಖಂಡಗ ಉಪ್ಪು ಹುಟ್ಟುತ್ತದೆ.

ಶಿರಾಳಿ.—ಭಟಕಳದ ಉತ್ತರಕ್ಕೆ ೪ ಮೈಲಿನ ಮೇಲೆ. ಇಲ್ಲಿ ಸಾರಸ್ವತ ಬ್ರಾಹ್ಮಣರ ಗುರು ಇರುತ್ತಾನೆ. ಊರಿನ ಮುಖ್ಯ ನಿವಾಸಿಗಳು ಸಾರಸ್ವತರೇ.

ಶಿರ್ವೆಗುಡ್ಡ.—ಕಾರವಾಡದ ಈಶಾನ್ಯಕ್ಕೆ ೧೦ ಮೈಲಿನ ಮೇಲೆ, ೧೫೦ ಫೂಟು ಯೆತ್ತರವಾದ ಗುಡ್ಡವು. ಇದರ ಮೇಲೆ ಬಸವಣ್ಣನ ಗುಡಿಯೂ ಶೀ ನೀರಿನ ಕುಂಡವೂ ಉಂಟು. ಈ ಬಸವಣ್ಣನ ಜಾತ್ರೆಯಲ್ಲಿ ವೊಕ್ಕಲಿಗರು ನಿಚ್ಚಣಿಕೆಯ ಹಚ್ಚಿ ಗುಡ್ಡದ ಮೇಲೆ ಯೇರಿ ಹೋಗುವರು. ನೀರಿನ ಹೊಂಡದ ಬಳಿಯಲ್ಲಿ ವೊಂದು ಬಂಡೆಯೊಳಗೆ ಯೆಣ್ಣೆ ಗೊಂಡವನ್ನು ಮಾಡಿದ್ದಾರೆ. ಜಾತ್ರೆಯಲ್ಲಿ ಅದರೊಳಗೆ ಯೆಣ್ಣೆಯ ತುಂಬಿ ಅದರೊಳಗೆ ವೊಂದು ಹೊಸ ಹಚ್ಚಡದ ಹೋಳನ್ನು ಬತ್ತಿಯ ಹಾಗೆ ಹೊಸಿದು ಹಾಕಿ ವೊಂದು ತುದಿಯನ್ನು ಅಂಚಿನ ಮೇಲೆ ಇಟ್ಟು ಅದಕ್ಕೆ ಉರಿ ಹಚ್ಚುವರು. ಈ ಕಕ್ಕಡವು ಬೆಳತನಕ ಉರಿಯುತ್ತದೆ.

ಶಿವೇಶ್ವರ.—ಸದಾಶಿವಗಡದ ಉತ್ತರಕ್ಕೆ ೪ ಮೈಲಿನ ಮೇಲೆ. ಇಲ್ಲಿ ಕೆಲವು ಈಶ್ವರನ ಗುಡಿಗಳೂ ವೊಂದು ಸರಕಾರೀ ಶಾಲೆಯೂ ಉಂಟು. ಊರಿನ ಉತ್ತರಕ್ಕೆ ಗುಡ್ಡದ ಮೇಲೆ ಕೋಟೆ ಇತ್ತು. ಈ ಕೋಟೆಯನ್ನು ಸ್ವಾದೆಯ ಸದಾಶಿವನಾಯಕನ ಕೈಯಿಂದ ಹೈದರನು ಕಸುಕೊಂಡ ಬಳಿಕ ಮಹಾರಾಷ್ಟ್ರರಿಗೂ ಹೈದರನ ದಂಡಿನವರಿಗೂ ಇದರಲ್ಲಿ ಯುದ್ಧಗಳಾದವು. ಇಂಗ್ಲಿಷ ಸರಕಾರದ ದಂಡಿನವರು ಸನ್ ೧೭೮೩ರಲ್ಲಿ ಈ ಕೋಟೆಯನ್ನು ಕೆಡಹಿಸಿದರು. ಈಗ ಗೋಡೆ ಕಂದಕಗಳ ಗುರ್ತುಗಳು ಮಾತ್ರ ಉಳಿದವೆ.

ಸಿದ್ದಾಪುರ.—ಕಾನಡಾ ಜಿಲ್ಲೆಯ ದಕ್ಷಿಣ ಮೇರೆಯ ಉತ್ತರಕ್ಕೆ ೩ ಮೈಲಿನ ಮೇಲೆ, ಜ. ಸ. (೮೧) ೧೯೨೦. ತಾಲೂಕಿನ ಮುಖ್ಯ ಗ್ರಾಮವು; ಜನರ ವಸ್ತಿ ಬಾಜಾರಿನ ಬಳಿಯಲ್ಲಿ ಮಾತ್ರ ಸ್ವಲ್ಪ ದಟಾಗಿರುತ್ತದೆ. ಬೇರೆ ಕಡೆಯಲ್ಲಿ ಕೊಂಕಣದಂತೆ ಮನೆಗಳು ದೂರದೂರಾಗಿ ಆವಾರದ ಗೋಡೆಯ ಮಧ್ಯದಲ್ಲಿ ಕಟ್ಟಿರುವವು. ಈ ವೂರಿಂದ ದಕ್ಷಿಣಕ್ಕೆ ಮೈಸೂರು ಶೀಮೆಗೆ ಹೋಗುವ ಮಾರ್ಗದಲ್ಲಿ ಬಹು ರಮಣೀಯವಾದ ಬಕುಲ ವೃಕ್ಷಗಳ ಬನಗಳಿರುತ್ತವೆ.

ಸಿದ್ದಾಪುರ.—ಕಾರವಾಡದ ಪೂರ್ವಕ್ಕೆ ೩ ಮೈಲಿನ ಮೇಲೆ. ಇಲ್ಲಿ ಪೂರ್ವದಲ್ಲಿ ವೊಬ್ಬ ಹಬ್ಬೂ ಜಾತಿಯ ಜಮೇದಾರನು ಇರುತ್ತಿದ್ದನೆಂದು ಹೇಳುತ್ತಾರೆ. ಈ ವೂರಿನ ಬಳಿಯಲ್ಲಿ ಹಳೆ ಕ್ಕೋಟೆ ಯೆಂತಲೂ, ಲಕಡೀ ಕೋಟೆ ಯೆಂತಲೂ ಯೆರಡು ಹಾಳು ಕೋಟೆಗಳಿವೆ. ಈ ವೂರಿನ ಬಳಿಯಲ್ಲಿ ಕಾಳೀ ನದಿಯೊಳಗೆ ಮೊಸಳೆಗಳು ಬಹಳ.

ಸಿರಶಿ.—ತಾಲೂಕಿನ ಮುಖ್ಯ ಗ್ರಾಮವೂ, ಕಾನಡಾ ಜಿಲ್ಲೆಯಲ್ಲಿ ಘಟ್ಟದ ಮೇಲೆ ಹೆಸರಾದ ಪೇಟೆಯೂ, ಜ. ಸ. (೮೧) ೫೬೩೩. ಊರಿನ ಕ್ಷೇತ್ರವು ೨೮೩೭ ಯೆಕರು. ಆದ್ದರಿಂದ ಯೆಕರಿಗೆ ಇಬ್ಬರಂತೆ ವಸ್ತಿ ಇರುತ್ತದೆ. ಸಿರಶಿಯು ಸಮುದ್ರಕ್ಕಿಂತ ೨೫೦೦ ಪೂಟು ಯೆತ್ತರವಿರುತ್ತದೆ. ಇಲ್ಲಿ ಮಾಮಲೇದಾರ ಫೌಜದಾರರ ಕಚೇರಿಗಳಲ್ಲದೆ ಸಬಜಡಜ ಕಚೇರಿ, ಟಪಾಲ ಕಚೇರಿ, ತಂತಿ ಟಪಾಲು, ಆಸಪತ್ರಿ, ಇಂಗ್ಲಿಷ ಶಾಲೆ, ಅಶಿಷ್ಟಾಂಟ ಕಲೆಕ್ಟರನ ಬಂಗಲೆ, ಮುಶಾಫರಿ ಬಂಗಲೆ, ಮ್ಯುನಿಸಿಪಾಲಿಟಿ ಇರುತ್ತವೆ. ಊರಿನ ವಸ್ತಿಯು ಕೊಂಕಣದ ವಸ್ತಿಯಂತೆ ತಿಳುವಾಗಿರುವದು. ಒಟ್ಟು ದಕ್ಷಿಣೋತ್ತರ ಉದ್ದಳತೆ ಯೆರಡು ಮೈಲು, ಪೂರ್ವ ಪಶ್ಚಿಮ ಅಗಲು ವೊಂದುವರೆ ಮೈಲು. ಈ ಕ್ಷೇತ್ರದ ನಡುವೆ ವೊಂದು ಸಣ್ಣ ಗುಡ್ಡವಿರುವದು. ಈ ಗುಡ್ಡದ ಈಶಾನ್ಯದ ಇಳಕಲಿನ ಮೇಲೆ ಬಾಜಾರು ಇರುತ್ತದೆ; ಗುಡ್ಡದ ನೆತ್ತಿಯ ಮೇಲೆ ಆಸಪತ್ರಿಯುಂಟು. ಸಿರಶಿಯಲ್ಲಿ ಮುಖ್ಯವಾಗಿ ಅಡಿಕೆ, ಯಾಲಕ್ಕಿ, ಮೆಣಸು, ತೆಂಗಿನ ಕಾಯಿ, ಕೊಬ್ಬರಿ, ಇವುಗಳ ವ್ಯಾಪಾರವು ಬಹಳ ನಡಿಯುತ್ತದೆ. ಇಲ್ಲಿಯ ಮ್ಯುನಿಸಿಪಾಲಿಟಿಯ ಆದಾಯವು ಸನ್ ೧೮೮೧-೮೨ರಲ್ಲಿ ೧೧೩೨೦ ರೂಪಾಯಿ ಇತ್ತು. ಆಸಪತ್ರಿಯಲ್ಲಿ ಆ ವರ್ಷ ವೊಟ್ಟಿಗೆ ಸುಮಾರು ೬೬೦೦ ಜನರು ಔಷಧ ತಕ್ಕೊಂಡರು. ಇದರಿಂದ ಸಿರಶಿಯಲ್ಲಿ ರೋಗೋಪದ್ರವವು ಬಹಳ ಇರುತ್ತದೆಂದು ಸಿದ್ಧವಾಗುತ್ತದೆ. ಈ ವೂರಲ್ಲಿ ಜನನಕ್ಕಿಂತ ಮರಣದ ಸಂಖ್ಯೆವು ಹೆಚ್ಚಿರುತ್ತದೆಂದು ಹೇಳುತ್ತಾರೆ. ಜನರು ಕುಡಿಯುವ ನೀರೊಳಗೆ ವೃಕ್ಷಾವ

ಯವಗಳು ಕೊಳಿಯುವದರಿಂದ ಮುಖ್ಯವಾಗಿ ಜ್ವರ ಬರುತ್ತದೆ. ಯಕೃತ್ ಪ್ಲೀಹಗಳ ರೋಗವಿಲ್ಲದವರು ಈ ವೂರಲ್ಲಿ ದೊರಿಯುವದು ಅಪರೂಪ.

ಸಿರಶಿಯಲ್ಲಿ ಮರಿಯಮ್ಮನ ಜಾತ್ರೆಯು ಯೆರಡು ವರ್ಷಕ್ಕೊಮ್ಮೆ ಆಗುತ್ತದೆ. ಈ ಜಾತ್ರೆಯಲ್ಲಿ ಸುಮಾರು ೧೦೦೦೦ ಜನ ಕೂಡಿ ೨೫೦೦೦ ರೂಪಾಯಿಯ ವರೆಗೆ ಸರಕು ಗಳ ಮಾರಾಟವಾಗುತ್ತದೆ. ನೀಚ ಜಾತಿಗಳ ಜನರೇ ಬರುವದು ಬಹಳ. ಮರಿ ಯಮ್ಮನ ಮೂರ್ತಿಯನ್ನು ದ್ಯಾಮವ್ವನಂತೆ ಕಟ್ಟಿಗೆಯಿಂದ ಮಾಡಿ ಬಣ್ಣ ಕೊಟ್ಟಿದ್ದಾರೆ. ಜಾತ್ರೆಯಲ್ಲಿ ಕೋಣ, ಕುರಿ, ಕೋಳಿಗಳನ್ನು ಕಡಿಯುವರು. ದ್ಯಾಮವ್ವನ ಕಥೆಯು ಪ್ರಸಿದ್ಧವಿರುತ್ತದೆ. (ಅ ಪರಿಶಿಷ್ಟ ನೋಡು). ಅದೇ ಮರಿಯಮ್ಮನ ಕಥೆಯುಂಟು. ಆದ್ದರಿಂದ ಸಿರಶಿಯಲ್ಲಿ ದ್ಯಾಮವ್ವನಿಗೇ ಮರಿಯಮ್ಮನೆನ್ನುವರೆಂದು ತೋರುತ್ತದೆ.

ಸಿರಶಿಯ ಕೋಟೆಯನ್ನು ರಾಮಚಂದ್ರನಾಯಕನೆಂಬ ಸ್ವಾದೆಯ ಅರಸು ಕಟ್ಟಿಸಿ ದ್ದನು. ಅದಕ್ಕೆ ಚನ್ನಪಟ್ಟಣವೆನ್ನುತ್ತಿದ್ದರು. ಕೋಟೆಯು ಈಗ ತೀರ ಹಾಳಾಗಿದೆ.

ಸ್ವಾದೆ.—ಸಿರಶಿಯ ಉತ್ತರಕ್ಕೆ ೧೦ ಮೈಲಿನ ಮೇಲೆ, ಜ. ಸ. (೮೧) ೫೦೧೭. ಇದು ಪೂರ್ವ ಕಾಲದಲ್ಲಿ ಹೆಸರಾದ ರಾಜಧಾನಿ ಇತ್ತು. ಈಗ ಹಳೆ ಕೋಟೆ ಮಾತ್ರ ಉಳಿದದೆ. ಸ್ವಾದೆಯು ಈಗ ಮೂರು ಬಗೆಯ ಧರ್ಮ ಗುರುಗಳ ಮುಖ್ಯ ಸ್ಥಾನವಾಗಿದೆ.

ಇಲ್ಲಿಯ ಜೈನ ಮಠವು ೮ನೇ ಶತಕದಿಂದ ನಡಿಯುತ್ತ ಬಂದದ್ದಿರುತ್ತದೆಂದು ತೋರುತ್ತದೆ. ಇದರಲ್ಲಿ ೮ನೇ ಶತಕದ ಲಿಪಿಯುಂಟು.

ಹೈಗ ಬ್ರಾಹ್ಮಣರ ಗುರು ಇರುವ ಮಠಕ್ಕೆ ಹೊನ್ನಳ್ಳಿ ಮಠವೆನ್ನುವರು. ಅಹಿ ಛತ್ರನಗರದ ವಿಶ್ವಪತಿ ದೀಕ್ಷಿತನೆಂಬ ಬ್ರಾಹ್ಮಣನ ಮಗನಾದ ಗುಣನಿಧಿ ಯೆಂಬವನು, ಚಿಕ್ಕಂದಿನಲ್ಲಿ ಧರ್ಮ ಮಾರ್ಗವನ್ನು ಅವಲಂಬಿಸಿ ಕಾಶಿಗೆ ಹೋಗಿ ವಿದ್ಯಾಭ್ಯಾಸ ಮಾಡಿ ದನು. ಅಲ್ಲಿ ಅವನಿಗೆ ಶಂಕರಾಚಾರ್ಯರ ದರ್ಶನವಾಗಿ ಅವರು ಗುಣನಿಧಿಗೆ ಸನ್ಯಾಸಾ ಶ್ರಮ ಕೊಟ್ಟು ನಾರಸಿಂಹನ ಮೂರ್ತಿಯನ್ನೂ ವೊಂದು ಲಿಂಗವನ್ನೂ ಕೊಟ್ಟು ಅವ ನನ್ನು ವಿಶ್ವವಂದ್ಯ ಸರಸ್ವತಿ ಯೆಂಬ ಹೆಸರಿನಿಂದ ಹೈಗ ಬ್ರಾಹ್ಮಣರ ಗುರುವಾಗಿ ನೇಮಿ ಸಿದರು. ವಿಶ್ವವಂದ್ಯನು ಮೊದಲು ಉಜ್ಜನಿಯಲ್ಲಿ ಮಠವನ್ನು ಸ್ಥಾಪಿಸಿದನು. ಅವನ ತರುವಾಯ ೨ನೇ ಸ್ವಾಮಿಯಾದ ಗಂಗಾಧರೇಂದ್ರ ಸರಸ್ವತಿ ಯೆಂಬವನು ಗೋಕರ್ಣ ದಲ್ಲಿ ಹೋಗಿ ನಿಂತನು. ಮುಂದೆ ೯ನೇ ಸ್ವಾಮಿಯನ್ನು ಸ್ವಾದೆಯ ಅರಸು ಕರಿಸಿ ಕೊಂಡು ತನ್ನ ರಾಜಧಾನಿಯಲ್ಲಿ ಇಟ್ಟು ಕೊಂಡನು. ಈಗ ಸಿರಶಿ, ಸುಪೆ, ಯಲ್ಲಾ ಪುರ, ಅಂಕೋಲೆ, ಮುಂತಾದ ಕಡೆಯಲ್ಲಿ ಇರುವ ಹೈಗರು ಈ ಮಠಕ್ಕೆ ನಡಕೊಳ್ಳು ತ್ತಾರೆ. ವೈಶಾಖ ಪೂರ್ಣಿಮೆಯಲ್ಲಿ ನಾರಸಿಂಹನ ರಥೋತ್ಸವದಲ್ಲಿ ಸುಮಾರು ೫೦೦೦ ಜನ ಕೂಡಿ ೮೦೦೦ ರೂಪಾಯಿಯ ವರೆಗೆ ಮಾರಾಟವಾಗುತ್ತದೆ.

ಮೂರನೇದು ವಾದಿರಾಜ ಸ್ವಾಮಿಯ ಮಠವಿರುತ್ತದೆ. ಇದನ್ನು ಸ್ಥಾಪಿಸಿದ ವಾದಿ ರಾಜ ಸ್ವಾಮಿಯ ವೃಂದಾವನವು ಈ ಮಠದಲ್ಲಿಯೇ ಇರುತ್ತದೆ. ಈ ಮಠಕ್ಕೆ ವೈಷ್ಣವ

ಬ್ರಾಹ್ಮಣರು ಬಹಳ ಮಾನ ಕೊಡುತ್ತಾರೆ. ವಾದಿರಾಜ ಸ್ವಾಮಿಗಳು ೧೬ನೇ ಶತಕದ ಕಡೆಯಲ್ಲಿ ಆದರು. ಇವರು ನಾನಾ ಪ್ರಕಾರದ ಧರ್ಮ ಮತಗಳನ್ನು ವಾದಿಸುವಂಥ ವಾದಿಗಳನ್ನು ಜಯಸಿದ್ದರಿಂದ ಇವರಿಗೆ ಈ ಹೆಸರು ಬಂತೆಂದು ಹೇಳುತ್ತಾರೆ. ಈ ಸ್ವಾಮಿಗಳು ನಾರಾಯಣನೆಂಬ ಪಂಡಿತನನ್ನು ಜಯಸಿದ್ದರಿಂದ ಅವನು ಸತ್ತ ಬಳಿಕ ಪಿಶಾಚನಾಗಿ ನಾರಾಯಣ ಭೂತನೆಂಬ ಹೆಸರಿನಿಂದ ಈ ಸ್ವಾಮಿಗಳ ಚಾಕರಿಯನ್ನು ಮಾಡುತ್ತಿದ್ದನಂತೆ. ಸ್ವಾಮಿಗಳ ಪಲ್ಲಕ್ಕಿಯನ್ನು ಭೋಯಿಗಳು ಹಿಂದೆ ಮಾತ್ರ ಹೊರುವರು; ಮುಂದಿನ ದಂಡಿಗೆಯನ್ನು ನಾರಾಯಣ ಭೂತನು ಯಾರಿಗೂ ಕಾಣಿಸದೆ ಹೊರುವನಂತೆ. ಈ ಮಠದಲ್ಲಿ ನಾರಾಯಣ ಭೂತನ ಸ್ಥಳವೂ ಮೂರ್ತಿಯೂ ಈಗ್ಯೂ ಉಂಟು. ಸ್ವಾದೆಯ ಅರಸಪ್ಪನಾಯಕನು ವಾದಿರಾಜ ಸ್ವಾಮಿಗಳನ್ನು ಬಹುಮಾನ ಮಾಡಿ ತನ್ನ ರಾಜಧಾನಿಯಲ್ಲಿ ಇಟ್ಟು ಕೊಂಡನು. ಸ್ವಾಮಿಗಳು ಸ್ವಾದಿಯಲ್ಲಿ ತ್ರಿವಿಕ್ರಮ, ಕೃಷ್ಣ, ಹನುಮಂತ, ಈಶ್ವರ, ಈ ದೇವಸ್ಥಾನಗಳನ್ನು ಕಟ್ಟಿಸಿದರು, ೧೫೮೦. ಅರಸಪ್ಪನಾಯಕನು ಇವರ ಮಠಕ್ಕೆ ಇನಾಮು ಭೂಮಿಗಳನ್ನು ಕೊಟ್ಟಿದ್ದಾನೆ. ಫಾಲ್ಗುಣ ಪೂರ್ಣಿಮೆಯಲ್ಲಿ ತ್ರಿವಿಕ್ರಮ ದೇವರ ರಥೋತ್ಸವಕ್ಕೆ ಸುಮಾರು ೩೦೦೦ ಜನ ಕೂಡಿ ೮೦೦೦ ರೂಪಾಯಿಯ ವರೆಗೆ ವ್ಯಾಪಾರವಾಗುತ್ತದೆ.

ಇತಿಹಾಸ. ಸ್ವಾದೆಯು ಪೂರ್ವಕಾಲದಲ್ಲಿ ಬಹು ದೊಡ್ಡ ಪಟ್ಟಣವಿತ್ತು. ಈ ಪಟ್ಟಣಕ್ಕೆ ಮೂರು ಸುತ್ತು ಕೋಟೆ ಇತ್ತೆಂತಲೂ, ಯೆಲ್ಲಕ್ಕೂ ಹೊರ ಸುತ್ತಿನ ಕೋಟೆಯು ಮೂರು ಮೈಲು ಚಚ್ಚೌಕು ಇತ್ತೆಂತಲೂ ಹೇಳುತ್ತಾರೆ. ವಿಜಯನಗರದ ಪೂರ್ವದಲ್ಲಿ ಸ್ವಾದೆಯಲ್ಲಿ ದೂಡ್ಡ ಅರಸರು ಆಳಿರ ಬಹುದೆಂದು ತೋರುತ್ತದೆ. ವಿಜಯನಗರವು ಹಾಳಾದ ಬಳಿಕ ಇಮ್ಮಡಿ ಅರಸಪ್ಪ ನಾಯಿಕನು ಸ್ವತಂತ್ರನಾಗಿ ಆಳ ಹತ್ತಿದನು, ೧೫೯೦. ಇವನ ವಂಶದ ಲಿಂಗವಂತ ಅರಸರು ೧೭೬೦ರ ವರೆಗೆ ಸ್ವಾದೆಯಲ್ಲಿ ಆಳಿದರು. ಇವರು ವಿಜಾಪುರದ ಬಾದಶಹನಿಗೆ ಕಪ್ಪ ಕೊಡುತ್ತಿದ್ದರು. ಸನ್ ೧೭೬೩ರಲ್ಲಿ ಹೈದರನು ದಂಡೆತ್ತಿ ಬರಲಾಗಿ, ಆಗಿನ ಅರಸನಾದ ಸವಾಯಿ ಇಮ್ಮಡಿ ಸದಾಶಿವ ನಾಯಕನು ಗೋವೆಗೆ ಓಡಿ ಹೋದನು. ಗೋವೆಯಲ್ಲಿ ಅವನ ವಂಶದವರು ಈಗ್ಯೂ ಕೆಲವು ಆಸ್ತಿಯನ್ನು ಉಪಭೋಗಿಸುತ್ತಾರೆ. ಸ್ವಾದೆಯಲ್ಲಿ ಈಗ ಇಮ್ಮಡೀ ಅರಸರು ಕಟ್ಟಿಸಿದ್ದೊಂದು ಕೋಟೆಯುಂಟು. ಅದು ಹಾಳು ಬಿದ್ದದೆ. ಅದರೊಳಗೆ ವೊಂದು ಕಡೆಯಲ್ಲಿ ೧೦ ಫೂಟು ಚಚ್ಚೌಕಾದದ್ದೊಂದು ನುಣುಪು ಕಲ್ಲನ್ನು ಬಹು ಸುಂದರವಾಗಿ ಚಿತ್ರಗಳನ್ನು ಕೊರಿದಂಥ ಮೂರು ಫೂಟು ಯೆತ್ತರವಾದ ಕಂಬಗಳ ಮೇಲೆ ನಿಲ್ಲಿಸಿದ್ದಾರೆ. ಅದು ಸ್ವಾದೆಯ ಅರಸರ ಸಿಂಹಾಸನವೆಂದು ಹೇಳುವರು.

ಲಿಪಿಗಳು. ಸ್ವಾದೆಯಲ್ಲಿ ೫ ಶಿಲಾಲಿಪಿಗಳಿರುತ್ತವೆ. ಅವುಗಳಲ್ಲಿ ಯೆರಡು ಶಾಲಿವಾಹನ ಶಕದ ೭೦೦ನೇ, ೭೦೭ನೇ ವರ್ಷಗಳಲ್ಲಿ ಬರಿಸಿದ ಲೇಖಗಳಿವೆ. ಯೆರಡನೇ ಲೇಖವು ಚಾಮುಂಡ ರಾಜನೆಂಬ ಜೈನ ಅರಸು ಬರಿಸಿದ್ದಿರುತ್ತದೆ. ಆದ್ದರಿಂದ ಚಾಲುಕ್ಯರ ಕಾಲದಲ್ಲಿ ಸ್ವಾದೆಯಲ್ಲಿ ಜೈನ ಅರಸರು ಆಳಿದ

76

ರೆಂದು ಸಿದ್ಧವಾಗುತ್ತದೆ. ಮೂರನೇ ಲಿಪಿಯು ಸುಧಾಪುರದ ಸದಾಶಿವರಾಯನೆಂಬವನು ಶಾ. ಶ. ೧೧೨೧ರಲ್ಲಿ ಬರಿಸಿದ್ದಿರುತ್ತದೆ. ಉಳಿದ ಯೆರಡು ಲಿಪಿಗಳು ೧೬ನೇ ಶತಕದಲ್ಲಿ ಇಮ್ಮಡಿ ಮನೆತನದ ಅರಸರು ಬರಿಸಿದ ಲೇಖಗಳಿವೆ.

ಸುಪೆ.—ಹಲ್ಯಾಳಧ ವಾಯವ್ಯಕ್ಕೆ ೧೪ ಮೈಲಿನ ಮೇಲೆ ಸಣ್ಣ ಹಳ್ಳಿಯು. ಈ ಹಳ್ಳಿಯ ಹೆಸರು ಸುಪೇ ತಾಲೂಕಿಗೆ ಕೊಡಲ್ಪಟ್ಟದ. ಈ ವೂರು ಕಾಳೀ ನದಿಗೆ ಉಜಳಿ ಯೆಂಬ ಹೊಳೆ ಕೂಡುವ ಸಂಗಮದ ಬಳಿಯಲ್ಲಿ ಇರುತ್ತದೆ. ಪಟಕಿ, ಮೈಲೆ, ಜ್ವರ, ಈ ಮೂರು ಪಿಡುಗುಗಳು ಸುಪೇ ತಾಲೂಕಿಗೆ ಆಗಾಗ್ಗೆ ಬರುವಂತೆ ಈ ಊರಿಗೂ ಬರುತ್ತವೆ. ಇಲ್ಲಿ ಮಹಾಲ ಕಚೇರಿ, ಆಸಪತ್ರಿ, ಪೋಲೀಸ ಚೌಕಿ, ಮುಶಾಫರೀ ಬಂಗಲೆ ಇರುತ್ತವೆ; ಆದರೆ ೮೫ಕ್ಕಿಂತ ಹೆಚ್ಚು ಮನೆಗಳಿಲ್ಲ. ಊರಿನ ಸುತ್ತು ಮುತ್ತು ಬತ್ತದ ಗದ್ದೆಗಳೂ, ಅಡಿಕೆಯ ತೋಟಗಳೂ ಭವ್ಯವಾದ ತೇಗಿನ ಬನಗಳೂ ಇರುತ್ತವೆ. ಉಜಳೀ, ಕಾಳೀ, ಹೊಳೆಗಳು ಕೂಡಿದ ಸ್ಥಳದಲ್ಲಿ ಸಣ್ಣದೊಂದು ನಡುಗಡ್ಡೆಯಲ್ಲಿ ರಾಮಲಿಂಗನ ಗುಡಿಯುಂಟು. ಅದಕ್ಕೆ ಸರಕಾರದಿಂದ ೬೦೦ ರೂಪಾಯಿಯ ನೇಮಣೂಕು ನಡಿಯುತ್ತದೆ.

ತದಡಿ.—ಕುಮಟೆಯ ಉತ್ತರಕ್ಕೆ ೬ ಮೈಲಿನ ಮೇಲೆ, ಸಣ್ಣ ಬಂದರವು, ತದಡೀ ಹೊಳೆಯ ಮುಖದ ದಂಡೆಯಲ್ಲಿ. ಈ ಊರಲ್ಲಿ ರೋಗೋಪದ್ರವು ವಿಶೇಷವಿರುತ್ತದೆ.

ಉಂಭಲಿ.—ಸಿರಶಿಯ ದಕ್ಷಿಣಕ್ಕೆ ೧೦ ಮೈಲಿನ ಮೇಲೆ ಸಣ್ಣ ಹಳ್ಳಿಯು. ಈ ಹಳ್ಳಿಯ ಬಳಿಯಲ್ಲಿ ತದಡೀ ಹೊಳೆಯು ೪೦೦ ಫೂಟು ಯೆತ್ತರವಾದ ಗುಡ್ಡದ ಮೇಲಿಂದ ಕೆಳಗೆ ಆಳವಾದ ಮಡುವಿನಲ್ಲಿ ಬೀಳುತ್ತದೆ. ಈ ತಡಸಲಿಗೆ ಇಂಗ್ಲಿಷದಲ್ಲಿ "ಲಶಿಂಗಟನ್ ಫಾಲ್ಸ" ಯೆಂದೆನ್ನುವರು. ಇದನ್ನು ಕಾನಡಾ ಜಿಲ್ಲೆಯ ಲಶಿಂಗಟನ್ನನೆಂಬ ಕಲೆಕ್ಟರನು ಗೊತ್ತು ಹಚ್ಚಿದ್ದರಿಂದ ಅವನ ಹೆಸರು ಈ ತಡಸಲಿಗೆ ಬಂದದೆ. (೧ನೇ ಭಾಗ ನೋಡು).

ಉಳವಿ.—ಸುಪೆಯ ದಕ್ಷಿಣಕ್ಕೆ ೨೦ ಮೈಲಿನ ಮೇಲೆ, ರಾಕ್ಷಸ ಘಟ್ಟದ ತಲೆಯ ಮೇಲೆ, ಜ. ಸ. (೮೧) ೨೦೦. ಉಳವಿಯ ಸುತ್ತು ಮುತ್ತು ಭವ್ಯವಾದ ಅಡವಿಯು ಹಬ್ಬಿರುತ್ತದೆ; ಪಡಕಲ್ಲೆಂಬ ಹಳ್ಳಿಯ ದಿಕ್ಕಿನಲ್ಲಿ ಮಾತ್ರ ಅಡವಿಯು ಸ್ವಲ್ಪ ಕಡಿಮೆ ಯುಂಟು. ಆದ್ದರಿಂದ ಇಲ್ಲಿಯ ಹವೆಯು ರೋಗಕಾರಕವಿರುತ್ತದೆ. ಈ ಊರಲ್ಲಿ ಹಾಳು ಬಿದ್ದಂಥ ಮನೆಗಳೂ, ಗುಡಿಗಳೂ, ಹೊಂಡಗಳೂ ಬಾವಿಗಳೂ ಬಹಳ ಇರುತ್ತವೆ. ಆದ್ದರಿಂದ ಇದು ಮೊದಲು ದೊಡ್ಡ ಗ್ರಾಮವಿತ್ತೆಂದು ತೋರುತ್ತದೆ. ಗವಿಮಠವೆಂಬಲ್ಲಿ ಯೆರಡು ಮೂರು ಸಣ್ಣ ಸಣ್ಣ ನೆಲಮನೆಗಳಿರುತ್ತವೆ. ಅಲ್ಲಿ ವಿರಕ್ತರಾದ ಲಿಂಗವಂತರು ಧ್ಯಾನ ಮಾಡುತ್ತಿದ್ದರೆಂದು ಹೇಳುತ್ತಾರೆ. ವಡಕಲ್ಲಿನ ಬಳಿಯಲ್ಲಿ ಬಹು ಪುರಾತನ ಕಾಲದ್ದೊಂದು ದೊಡ್ಡ ಇಮಾರತು ಇರುತ್ತದೆ. ಅದರ ಬಳಿಯಲ್ಲಿ ಯಾವಾಗಲೂ ತುಂಬಿ ಹರಿಯುತ್ತಿರುವಂಥ ಹೊಂಡವಿರುತ್ತದೆ. ಉಳವಿಯ ಪೂರ್ವಕ್ಕೆ "ಬುಡಬುಡತಳೆ" ಯೆಂಬದೊಂದು ಬಹು ಸುಂದರವಾಗಿ ಕಟ್ಟಿದ ಹೊಂಡದೊಳಗೆ ಯಾವಾಗಲೂ ಸಣ್ಣ ದೊಡ್ಡ ಗುಳ್ಳೆಗಳು ಯೇಳುತ್ತಿರುತ್ತವೆ. ಜಾತ್ರೆಯ ಕಾಲಕ್ಕೆ ಯಾತ್ರಿಕರು ಈ ಹೊಂಡದಲ್ಲಿ ಭಕ್ತಿಯಿಂದ ಸ್ನಾನ ಮಾಡುತ್ತಾರೆ.

ಲಿಂಗವಂತರ ಧರ್ಮಗುರುವಾದ ಬಸವೇಶ್ವರನು ಕಲ್ಯಾಣಪುರದಲ್ಲಿ ಬಿಜ್ಜಳ ರಾಜನನ್ನು ಕೊಲ್ಲಿಸಿದ ಬಳಿಕ (೧೧೬೭) ಉಳವಿಗೆ ಓಡಿ ಬಂದು ವೊಂದು ಬಾವಿಯೊಳಗೆ ಹಾರಿ ಕೊಂಡು ಮಡಿದನೆಂದು ಹೇಳುತ್ತಾರೆ. ಆ ಕಾಲಕ್ಕೆ ಉಳವಿಗೆ ವೃಷಭಪುರವೆಂಬ ಹೆಸರಿತ್ತು. ಬಸವೇಶ್ವರನ ಗುಡಿಯು ಜಂಬೂರೀ ಇಟ್ಟಂಗಿಗಳಿಂದ ಕಟ್ಟಿದ್ದು ಸಾಮಾನ್ಯ ತರದ್ದಿರುತ್ತದೆ. ಇದರ ಸುತ್ತು ಮುತ್ತು ಅವಾರದ ಗೋಡೆಯುಂಟು. ಗುಡಿಯ ಬಳಿಯಲ್ಲಿ ಉತ್ತಮವಾದದ್ದೊಂದು ಹೊಂಡವಿರುತ್ತದೆ. ಲಿಂಗವಂತರು ಈ ದೇವಸ್ಥಾನಕ್ಕೆ ಬಹಳ ನಡಕೊಳ್ಳುತ್ತಾರೆ. ಫೆಬ್ರುವಾರೀ ತಿಂಗಳಲ್ಲಿ ಬಸವೇಶ್ವರನ ಉತ್ಸವದಲ್ಲಿ ಮೈಸೂರು ಶೀಮೆ, ಧಾರವಾಡ, ಬೆಳಗಾವಿ, ಮುಂತಾದ ಕಡೆಯಿಂದ ಸುಮಾರು ೧೨೦೦೦ ಲಿಂಗವಂತ ಜನ ಕೂಡುತ್ತದೆ. ಈ ಜಾತ್ರೆಯಲ್ಲಿ ೧೦೦೦೦ ರೂಪಾಯಿಯ ವರೆಗೆ ಮಾರಾಟವಾಗುತ್ತದೆ.

ಹೈದರನ ಪೂರ್ವದಲ್ಲಿ ಉಳವಿಯಲ್ಲಿ ಚನ್ನೂರನೆಂಬ ಹೊಲಿಯನು ಆಳುತ್ತಿದ್ದನೆಂದು ಹೇಳತ್ತಾರೆ. ವೀರಭದ್ರನ ಹೊಂಡದ ಬಳಿಯಲ್ಲಿ ಅವನ ಮನೆಯ ಕುರುಹು ಈಗ್ಯೂ ಇರುತ್ತದೆ. ಆ ಹೊಲಿಯನನ್ನು ದೂಡಿ ಹೈದರನು ಉಳವಿಯನ್ನು ಆಕ್ರಮಿಸಿದನು. ಟೀಪುನ ತರುವಾಯ ಬಾರ್ದೆ ಬಾಬೂರಾಯನೆಂಬವನು ಕೆಲವು ದಿವಸ ಉಳವಿಯ ವೊಡಿಯನಾಗಿದ್ದನು. ಈ ಬಾಬೂರಾಯನು ಕಟ್ಟಿಸಿದ ಸಣ್ಣ ಕೋಟೆಯು ಈಗ್ಯೂ ಇರುತ್ತದೆ.

ಯಾನ ಅಥವಾ ಭೈರವಕ್ಷೇತ್ರ.—ಕುಮಟೆಯ ಈಶಾನ್ಯಕ್ಕೆ ೧೫ ಮೈಲಿನ ಮೇಲೆ, ದೇವೀಮನೀ ಘಟ್ಟಕ್ಕೂ ವಡ್ಡೀ ಘಟ್ಟಕ್ಕೂ ನಡುವೆ, ಹೆಸರಾದ ದೇವಸ್ಥಾನವು. ವಡ್ಡೀ ಘಟ್ಟದಿಂದ ಸುಮಾರು ೩ ಮೈಲಿನ ಮೇಲೆ ವೊಂದು ಗುಡ್ಡದ ಇಳಕಲಿನಲ್ಲಿ ಸುಮಾರು ೧೨೦ ಫೂಟು ಉದ್ದ, ೧೦ ಫೂಟು ಅಗಲು, ೧೦ ಫೂಟು ಯೆತ್ತರ ಇರುವದೊಂದು ಗವಿಯುಂಟು. ಈ ಗವಿಯ ಮಧ್ಯ ಭಾಗದಲ್ಲಿ ವೊಂದು ಕಣಶಿಲೆಯ ಲಿಂಗವಿರುತ್ತದೆ. ಮೇಲಿನ ಛಾವಣಿಯೊಳಗಿಂದ ಈ ಲಿಂಗದ ಮೇಲೆ ಸಣ್ಣ ನೀರಿನ ಧಾರೆಯು ಸರ್ವ ಕಾಲವೂ ಬೀಳುತ್ತಿರುತ್ತದೆ. ಈ ಲಿಂಗಕ್ಕೆ ಭೈರವೇಶ್ವರನೆನ್ನುವರು. ಈ ಗವಿಯಲ್ಲಿಯೇ ಹೈಗ ಜಾತಿಯ ಪೂಜಾರಿಗಳು ಕುಟುಂಬ ಸಹಿತವಾಗಿ ವಾಸಿಸುತ್ತಾರೆ. ಈ ದೇವಸ್ಥಾನಕ್ಕೆ ಸರಕಾರದಿಂದ ೭೦ ರೂಪಾಯಿಯ ನೇಮಣೂಕು ನಡಿಯುತ್ತದೆ. ಈ ಗವಿಯ ಬಳಿಯಲ್ಲಿ ಮತ್ತೊಂದು ಸಣ್ಣ ಗವಿಯೊಳಗೆ ೯ ಫೂಟು ಯೆತ್ತರವಾದ ಚಂಡಿಯಮ್ಮನೆಂಬ ದೇವತೆಯ ಯೆರಕಿನ ಮೂರ್ತಿಯುಂಟು. ಈ ಮೂರ್ತಿಗೆ ಭಕ್ತರು ಪಾರ್ವತಿಯೆನ್ನುವರು. ಮಾಘವದ್ಯ ದ್ವಾದಶಿಯಲ್ಲಿ ಈ ಭೈರವೇಶ್ವರನ ಜಾತ್ರೆಯಾಗುತ್ತದೆ. ಸುಮಾರು ೧೦೦೦ ಜನ ಕೂಡಿ ೫೦೦ ರೂಪಾಯಿಯ ವರೆಗೆ ಮಾರಾಟವಾಗುತ್ತದೆ.

ಈ ಯಾನಗವಿಯು ಮೊದಲು ಅತಿ ಸುಂದರವಾಗಿ ಇತ್ತೆಂತಲೂ, ಇದರಲ್ಲಿ ಚಿನ್ನವೂ

ರತ್ನಗಳೂ ತುಂಬಿದ್ದವೆಂತಲೂ, ರಕ್ತಾಕ್ಷ, ಕೃಷ್ಣಾಕ್ಷರೆಂಬ ಇಬ್ಬರು ಅಣ್ಣ ತಮ್ಮಂದಿರಾದ ದೈತ್ಯರು ಈ ಗವಿಯನ್ನು ಆಕ್ರಮಿಸಿದ್ದರಿಂದ ಶಿವನು ಯುದ್ಧ ಮಾಡಿ ಅವರನ್ನು ಓಡಿಸಿದನೆಂತಲೂ ಸಹ್ಯಾದ್ರಿ ಖಂಡದಲ್ಲಿ ಬರಿದದೆ.

ಯಲ್ಲಾಪುರ.—ಹಲ್ಯಾಳದ ದಕ್ಷಿಣಕ್ಕೆ ಸುಮಾರು ೨೫ ಮೈಲಿನ ಮೇಲೆ, ಜ. ಸ. (೮೧) ೨೦೮೮. ಮಾಮಲೇದಾರನ ಕಚೇರಿಯೂ ಕಾನ್ಸರ್ವೇಟರನೆಂಬ ಅಡಿವೀ ಖಾತೆಯ ಅಧಿಕಾರಿಯ ಕಚೇರಿಯೂ, ಆಸಪತ್ರಿಯೂ, ಮುಶಾಫರೀ ಬಂಗಲೆಯೂ ಕನ್ನಡ ಶಾಲೆಯೂ ಉಂಟು. ಆಸಪತ್ರಿಯಲ್ಲಿ ಸನ್ ೧೮೮೬ರಲ್ಲಿ ಈ ವೂರಿನ ನಿವಾಸಿಗಳ ಸಂಖ್ಯೆಕ್ಕಿಂತ ಹೆಚ್ಚು ಜನರು (೨೫೩೩) ಔಷಧ ತಕ್ಕೊಂಡರು. ಇದರಿಂದ ಇಲ್ಲಿಯ ಹವೆಯ ಲಕ್ಷಣವು ತಿಳಿಯುತ್ತದೆ. ಊರಿನ ಪೂರ್ವಕ್ಕೆ ಜೋಡ ತಲಾವೆಂಬ ಯೆರಡು ದೊಡ್ಡ ಕೆರೆಗಳಿರುತ್ತವೆ. ಇಲ್ಲಿ ದುರಗಮ್ಮನ ಗುಡಿಯು ತಕ್ಕಮಟ್ಟಿಗೆ ಪ್ರಸಿದ್ಧವಿರುತ್ತದೆ. ಈ ಅಮ್ಮನ ಜಾತ್ರೆಯಲ್ಲಿ ಕೋಣ, ಕುರಿ, ಕೋಳಿಗಳನ್ನು ಕಡಿಯುವರು.

೧೫ನೇ ಭಾಗ.

ಸಂಸ್ಥಾನಗಳು.

೧ನೇ ಪ್ರಕರಣ.

ಕೊಲ್ಲಾಪುರದ ಸಂಸ್ಥಾನವು.

೧. ವರ್ಣನೆ.—ಈ ಸಂಸ್ಥಾನವು ಉತ್ತರ ಅಕ್ಷಾಂಶ ೧೭°, ೧೦′ರಿಂದ ೧೫°, ೫೦′ರ ವರೆಗೆ, ಪೂರ್ವ ರೇಖಾಂಶ ೭೪°, ೪೪′ಽಂದ ೭೩°, ೪೩′ರ ವರೆಗೆ, ಇಷ್ಟು ಕ್ಷೇತ್ರದೊಳಗೆ ಇರುತ್ತದೆ. ಉತ್ತರ ಮೇರೆಯಲ್ಲಿ ವಾರಣಾ ನದಿ; ಪೂರ್ವಕ್ಕೆ ಕೃಷ್ಣಾ, ದೂಧಗಂಗಾ, ಮಿರ್ಜೆ ಸಾಂಗಲೀ ಸಂಸ್ಥಾನಗಳು, ಚಿಕ್ಕೋಡೀ ತಾಲೂಕು; ದಕ್ಷಿಣಕ್ಕೆ ಬೆಳಗಾವೀ ಜಿಲ್ಲೆ; ಪಶ್ಚಿಮಕ್ಕೆ ಸಹ್ಯಾದ್ರಿ. ಈ ಹದ್ದಿನೊಳಗೆ ರಾಯಬಾಗ, ಕಡಕೋಳ, ಯೆಂಬ ಹೊರಚಲ್ಲಿದ ಮಹಾಲುಗಳು ಸಹ ಬರುತ್ತವೆ. ಸಂಸ್ಥಾನದ ಕ್ಷೇತ್ರಫಲ ೨೮೯೩ ಚಚ್ಚೌಕು ಮೈಲು, ಜನಸಂಖ್ಯೆ (೧೮೮೧) ೮೦೦,೦೦೦, ಅಂದರೆ ಮೈಲಿಗೆ ೩೦೦ರಂತೆ ಬಿತ್ತು. ಸಂಸ್ಥಾನದ ವಸೂಲು ೩೦೮೮೩೪೦ ರೂಪಾಯಿ ಇರುತ್ತದೆ.

ಈ ಸಂಸ್ಥಾನದೊಳಗೆ ಹತ್ತು ವಿಭಾಗಗಳಿರುತ್ತವೆ.
ಅವುಗಳ ವಿವರ ಹ್ಯಾಗಂದರೆ.

ವಿಭಾಗಗಳು.	ಗ್ರಾಮಗಳು.					ಕ್ಷೇತ್ರಫಲ.	ಜನಸಂಖ್ಯೆ.	ವಸೂಲು.
	ಸಂಸ್ಥಾನದವು.	ದುಮಾಲೀ.			ಒಟ್ಟು.			
		ಧರ್ಮಾದಾಯ.	ಚಾಕರಿ ಗ್ರಾಮಗಳು.	ಪಾಳೇಗಾರರು.				
(ಪೇಠೆಗಳು.)								
ಕರವೀರ	೯೧	೧೦	೨೧	೧೩	೧೩೫	೨೫೧	೧೩೦೫೩೩	೪೯೦೯೨೦
ಪನಾಳಾ	೧೭೦	೧೨	೧೪	೮	೨೦೪	೪೩೨	೧೦೦೫೯೪	೩೪೬೮೫೦
ಆಜರೆ.	೩೪	೨	೬	೭	೪೯	೨೧೯	೯೫೦೭೧	೪೨೪೦೪೦
ಶಿರೋಳ	೩೫	೬	೯	೧೩	೬೩	೩೨೩	೯೫೬೫೧	೪೨೦೪೯೦
ಗಡಇಂಗ್ಲಜ	೫೫	೧	೫೪	೬೬	೧೭೬	೪೭೩	೧೧೯೧೩೮	೪೯೪೭೨೦
ಭೂಧರಗಡ	೧೪೫	೧೧	೨೨	೧೫	೧೯೩	೨೬೩	೮೩೮೪೦	೨೮೦೮೩೦
	೫೩೦	೪೨	೧೨೬	೧೨೨	೮೨೦	೧೯೬೧	೬೨೪೮೨೭	೨೪೫೭೮೫೦
(ಮಾಂಡಲಿಕ ಸಂಸ್ಥಾನಗಳು)								
ವಿಶಾಲಗಡ	೪೫	೬	೧೪	..	೬೬	೧೨೨	೩೧೦೯೪	೧೨೬೦೪೦
ಬಾವಡೆ	೪೭	೧	೨೦	೧	೬೯	೧೩೬	೩೯೩೫೬	೭೭೮೩೦
ಕಾಗಲ	೩೪	೧	೫	೬	೪೬	೧೨೯	೪೯೦೬೪	೨೧೧೯೬೦
ಇಚಲಕರಂಜಿ	೬೦	೧	೧೭	..	೭೮	೧೪೫	೫೫೮೪೮	೨೧೪೬೬೦
	೧೮೬	೯	೫೬	೭	೨೫೯	೫೩೨	೧೭೫೩೬೨	೬೩೦೪೯೦
	೭೧೬	೫೧	೧೮೨	೧೨೯	೧೦೭೯	೨೪೯೩	೮೦೦೧೮೯	೩೦೮೮೩೪೦

ಇವುಗಳಲ್ಲಿ ವಿಶಾಳಗಡ, ಬಾವಡೆ, ಕಾಗಲ, ಇಚಲಕರಂಜಿ, ಇವು ನಾಲ್ಕು ಕೊಲ್ಲಾಪುರದ ಸಂಸ್ಥಾನಕ್ಕೆ ಶೇರಿದಂಥ ಚಿಕ್ಕ ಸಂಸ್ಥಾನಗಳಿರುತ್ತವೆ. ಈ ಸಂಸ್ಥಾನಿಕರು ತಮ್ಮ ತಮ್ಮ ಕಾರಭಾರವನ್ನು ಸ್ವತಂತ್ರವಾಗಿ ನಡಿಸುತ್ತಾರೆ. ರಾಯಬಾಗೆಂಬ ತುಟಕ ಮಹಾಲು ಶಿರೋಳ ಪೇಠೆಗೆ ಶೇರಿರುತ್ತದೆ; ಕಡಕೋಳೆಂಬ ಮಹಾಲು ಗಡಇಂಗ್ಲಜ ಪೇಠೆಗೆ ಶೇರಿರುತ್ತದೆ.

ಈ ಸಂಸ್ಥಾನದ ಪಶ್ಚಿಮ ಮೇರೆಯು ಸಹ್ಯಾದ್ರಿಯೇ ಇರುವ ಕಾರಣ ಪಶ್ಚಿಮದಲ್ಲಿ ಗುಡ್ಡಗಳು ಬಹಳ, ಪೂರ್ವಕ್ಕೆ ಹೋದ ಹಾಗೆ ಇಳಿಜಾರಾದ ಬೈಲು ಹತ್ತುತ್ತದೆ. ಬಾವಡೇ ಸಂಸ್ಥಾನವು ಸಹ್ಯಾದ್ರಿಯ ನೆತ್ತಿಯ ಮೇಲೆ ಇರುತ್ತದೆಂದು ಹೇಳ ಬಹುದು. ಅದರ ಪಶ್ಚಿಮಕ್ಕೆ, ಅಂದರೆ ಕೊಂಕಣದಲ್ಲಿ ಈ ಸಂಸ್ಥಾನದ ಹಳ್ಳಿಗಳು ಕೆಲವು ಇರುತ್ತವೆ. ಶಿರೋಳ ಪೇಠೆ, ಗಡಇಂಗ್ಲಜ ಪೇಠೆ, ರಾಯಬಾಗ ಮಹಾಲು, ಇವಿಷ್ಟು ಅಚ್ಚ ಬೈಲು ಶೀಮೆಯೆಂದು ಹೇಳ ಬಹುದು. ಉಳಿದ ಪ್ರದೇಶವೆಲ್ಲ ಮಲ್ಲಾಡವಿರುತ್ತದೆ. ಕೊಲ್ಲಾಪುರದ ಪಟ್ಟಣವು ಮಲ್ಲಾಡದ ಶರಗಿನ ಭಾಗದಲ್ಲಿ ಇರುತ್ತದೆ. ಆದ್ದರಿಂದ ಕೊಂಕಣ, ಮಲ್ಲಾಡ, ಮಲ್ಲಾಡದ ಶರಗು, ಬೈಲು ಶೀಮೆ, ಈ ನಾಲ್ಕೂ ಪ್ರಕಾರದ ಶೀಮೆಗಳು ಕೊಲ್ಲಾಪುರದ ಸಂಸ್ಥಾನದೊಳಗೆ ಇರುತ್ತವೆ.

ಸ್ವರೂಪ.

ಕೊಲ್ಲಾಪುರದ ಹದ್ದಿನೊಳಗೆ ಸಹ್ಯಾದ್ರಿಯ ಭಾಗವು ಸುಮಾರು ೧೦೦ ಮೈಲು ಉದ್ದವಿರುತ್ತದೆ. ಇದರ ಯೆತ್ತರವು ೨೦೦೦ ಫೂಟನಿಂದ ೩೫೦೦ರ ವರೆಗೆ. ಈ ಪರ್ವತದ ೬ ಶಾಖೆಗಳು ೩೦ರಿಂದ ೫೦ ಮೈಲಿನ ವರೆಗೆ ಪೂರ್ವಕ್ಕೆ ಹಬ್ಬಿರುತ್ತವೆ. ಈ ಪರ್ವತದಲ್ಲಿಯೂ ಇದರ ಶಾಖೆಗಳ ಮೇಲೆಯೂ ಹಲವು ದುರ್ಗ ಕೋಟೆಗಳನ್ನು ಕಟ್ಟಿದ್ದಾರೆ. ಉತ್ತರ ಮೇರೆಯು ಬಳಿಯಲ್ಲಿ ಸಹ್ಯಾದ್ರಿಯ ನೆತ್ತಿಯ ಮೇಲೆ ಪ್ರಚಿತಗಡ, ವಾದಿ ಮಾಚಾಳಗಡ, ಖೇಳಣಾ, ಇವು ಸಮುದ್ರದಿಂದ ೩೩೫೦ ಫೂಟು ಯೆತ್ತರವಿರುತ್ತವೆ. ಖೇಳಣಾಗಡವು ಹೆಸರಾದದ್ದು. ಸಹ್ಯಾದ್ರಿಯ ಮಧ್ಯ ಭಾಗದಲ್ಲಿ ಬಾವಡಾ, ಅದರ ದಕ್ಷಿಣಕ್ಕೆ ೧೦ ಮೈಲಿನ ಮೇಲೆ ಶಿವಗಡ ಇವು ೩೦೦೦ ಫೂಟಗಿಂತ ಹೆಚ್ಚು ಯೆತ್ತರವಿರುತ್ತವೆ. ಇದರಂತೆ ಭೈರವಗಡ, ರಾಂಗಣಾ, ಮನೋಹರ, ಮನ ಸಂತೋಷ, ಮುಂತಾದ ಕೋಟೆಗಳು ಪ್ರಸಿದ್ಧವುಂಟು. ಮೇಲೆ ಹೇಳಿದ ೧೦೦ ಮೈಲಿನ ಅವಧಿಯಲ್ಲಿ ಸಹ್ಯಾದ್ರಿಯನ್ನು ದಾಟ ಕೊಂಕಣಕ್ಕೆ ಇಳಿಯುವ ಘಟ್ಟದ ಮಾರ್ಗಗಳು ವೊಟ್ಟಿಗೆ ೯೪ ಇರುತ್ತವೆ. ಇವುಗಳಲ್ಲಿ ಉತ್ತರ ಮೇರೆಯ ಬಳಿಯಲ್ಲಿ ಅಂಬೇ ಘಟ್ಟ ಮಧ್ಯ ಭಾಗದಲ್ಲಿ ಫೋಂಡಾ ಘಟ್ಟ, ದಕ್ಷಿಣ ಮೇರೆಯಲ್ಲಿ ಅಂಬೋಲೀ ಘಟ್ಟ, ಇವು ಮೂರು ಪ್ರಸಿದ್ಧವುಂಟು. ಇವನ್ನು ಛಕಡಿಗಳಿಗೆ ಸುಲಭವಾಗಿ ಹೋಗಲಿಕ್ಕೆ ಬರುವ ಹಾಗೆ ಕಟ್ಟಿದ್ದಾರೆ. ಉಳಿದವುಗಳಲ್ಲಿ ೧೪ ಮಾರ್ಗಗಳು ಹೇರಿಕೆಯ ದನಗಳಿಗೆ ಹೋಗಲಿಕ್ಕೆ ಬರುವ ಹಾಗಿರುತ್ತವೆ; ಅವುಗಳಲ್ಲಿ ಛಕಡಿಗಳು ಸಾಗುವದಿಲ್ಲ. ಮಿಕ್ಕ ಮಾರ್ಗಗಳೆಲ್ಲ ಕಾಲು ದಾರಿಗಳಿವೆ.

ಗುಡ್ಡಗಳು, ದುರ್ಗಗಳು, ಘಟ್ಟ ಮಾರ್ಗಗಳು.

ಕೃಷ್ಣೆಯು ಈಶಾನ್ಯ ಮೂಲೆಯಲ್ಲಿ ಕೊಲ್ಲಾಪುರ ಸಂಸ್ಥಾನಕ್ಕೂ ಸಾಂಗಲಿ ಮಿರ್ಜಿಗಳ ಸಂಸ್ಥಾನಗಳಿಗೂ ಮೇರೆಯಾಗಿ ೨೫ ಮೈಲು ಹರಿಯುತ್ತವೆ. ವಾರಣಾ ನದಿಯು ಕೊಲ್ಲಾಪುರದ ಉತ್ತರದ ಮೇರೆಯಾಗಿ ೮೦ ಮೈಲು ಹರಿದು ಸಾಂಗಲಿಯ ನೈರುತ್ಯಕ್ಕೆ ವೊಂದು ಮೈಲಿನ ಮೇಲೆ ಹರಿಪುರದ

ಹೊಳೆಗಳು.

ಬಳಿಯಲ್ಲಿ ಕೃಷ್ಣೆಗೆ ಕೂಡುತ್ತದೆ. ಕಾಸಾರಿ, ಕುಂಭಿ, ತುಳಶಿ, ಭೋಗಾವತಿ, ಸರಸ್ವತಿ, ಯೆಂಬ ಐದು ಸಣ್ಣ ಸರುವುಗಳು ಕೊಲ್ಲಾಪುರದ ಯೆಡ ಬಲದಲ್ಲಿ ವೊಟ್ಟುಗೂಡಿ ಪಂಚ ಗಂಗೆ ಯೆಂಬ ಹೆಸರು ಹೊಂದುತ್ತವೆ. ಸರಸ್ವತಿಯು ನೆಲದೊಳಗಿಂದ ಹರಿಯುತ್ತದೆ. ಪಂಚ ಗಂಗೆಯು ಕೊಲ್ಲಾಪುರದಿಂದ ಪೂರ್ವಕ್ಕೆ ಹರಿದು ಕುರುಂದವಾಡದ ಬಳಿಯಲ್ಲಿ ಕೃಷ್ಣೆಗೆ ಕೂಡುತ್ತದೆ. ದೂಧ ಗಂಗಾ ಯೆಂಬ ಹೊಳೆಯು ಭೂಧರಗಡದ ಪೇಟೆಯಲ್ಲಿ ಉಗಮ ಹೊಂದಿ, ಕಾಗಲದ ಬಳಿಯಲ್ಲಿ ಹರಿದು ಬೆಳಗಾವಿಯ ಜಿಲ್ಲೆಯಲ್ಲಿ ಶೇರುತ್ತದೆ. ಹಿರಣ್ಯ ಕೇಶಿಯು ಅಂಬೋಲೀ ಘಟ್ಟದಲ್ಲಿ ಉಗಮ ಹೊಂದಿ ಈಶಾನ್ಯಕ್ಕೆ ಹರಿದು ಶಂಕೇಶ್ವರದ ಬಳಿಯಲ್ಲಿ ಬೆಳಗಾವಿಯ ಜಿಲ್ಲೆಯಲ್ಲಿ ಶೇರುತ್ತದೆ. ಘಟಪ್ರಭೆಯು ಅಂಬೋಲೀ ಘಟ್ಟದ ದಕ್ಷಿಣದಲ್ಲಿ ಉಗಮ ಹೊಂದಿ ಕೊಲ್ಲಾಪುರದ ಹದ್ದಿನೊಳಗೆ ಸುಮಾರು ೨೫ ಮೈಲು ಈಶಾನ್ಯಕ್ಕೆ ಹರಿದು ಬೆಳಗಾವಿಯ ಜಿಲ್ಲೆಯನ್ನು ಶೇರುತ್ತದೆ.

ಕೊಂಕಣ, ಮಲ್ಲಾಡ, ಮಲ್ಲಾಡದ ಶರಗು, ಬೈಲು ಶೀಮೆ, ಈ ನಾಲ್ಕು ಪ್ರಕಾರದ ಶೀಮೆಗಳಲ್ಲಿ ೧ನೇ ಭಾಗದಲ್ಲಿ ಹೇಳಿದಂತೆ ಬೇರೆ ಬೇರೆ ಪ್ರಕಾರದ ಹವೆಯೂ ಬೇರೆ ಬೇರೆ ಪ್ರಮಾಣದ ಮಳೆಯೂ ಉಂಟೆಂದು ಹೇಳುವ ಪ್ರಯೋಜನವಿಲ್ಲ. ವಾಡಿಕೆಯಾಗಿ ಸಮುದ್ರದ ಮೇಲಿನ ಗಾಳಿಯು ಈ ಸಂಸ್ಥಾನದಲ್ಲಿ ಬಹುತರ ಯೆಲ್ಲ ಕಡೆಯಲ್ಲಿ ಮಧ್ಯಾಹ್ನದ ಮೇಲೆ ರಾತ್ರಿಯ ೮ ಘಂಟೆಯ ವರೆಗೆ ಬೀಸುತ್ತದೆಂದು ಹೇಳ ಬಹುದು. ಸಹ್ಯಾದ್ರಿಯ ಬಳಿಯಲ್ಲಿ ತೇವೂ ತಂಪೂ ಬಹಳ. ಮಳೆಗಾಲದಲ್ಲಿ ಹಗಲು ಶಕೆಯು ೬೭ರಿಂದ ೮೮ ಅಂಶದ ವರೆಗೆ, ಚಳಿಗಾಲದಲ್ಲಿ ಸರಾಸರೀ ೮೩ ಅಂಶ, ಬೇಸಿಗೆಯಲ್ಲಿ ೯೭ ಅಂಶದ ವರೆಗೆ ಯೇರುತ್ತದೆ. ಶಕೆ ಯೆಷ್ಟಿದ್ದರೂ ಸಂಜೆಯಲ್ಲಿ ಸಮುದ್ರದ ತಂಪು ಗಾಳಿಯಿಂದ ಅದರ ಬಾಧೆಯು ಕಡಿಮೆಯಾಗುತ್ತದೆ. ನಕ್ಷತ್ರ ಪಾತಗಳೂ, ಕಸುವಿನ ಗುಡುಗು, ಮಿಂಚು, ಬಿರುಗಾಳಿಗಳೂ ಮಳೆಗಾಲದ ಆರಂಭದಲ್ಲಿ ಬರುತ್ತವೆ. ಆದರೆ ಬಿರಿ ಮಳೆಯು ಪೂರ್ವ ಭಾಗದಲ್ಲಿ ಮಾತ್ರ ವಿಶೇಷವಾಗುತ್ತದೆ. ಪಶ್ಚಿಮ ಭಾಗದಲ್ಲಿ ಮಳೆ ಹೆಚ್ಚು ಬೀಳುತ್ತಿದ್ದಾಗ್ಯೂ ಸಣ್ಣ ಜಡಿಯ ರೂಪದಿಂದ ಮಳೆಗಾಲದೊಳಗೆ ಸರ್ವ ಕಾಲವೂ ಆಗುತ್ತಿರುತ್ತದೆ. ಎಲ್ಲ ಕಡೆಯಲ್ಲಿ ಕೂಡಿ ಸರಾಸರೀ ೪೦ ಇಂಚು ಮಳೆ ಬೀಳುತ್ತದೆಂದು ಹೇಳ ಬಹುದು. ಆದರೆ ಪಶ್ಚಿಮ ಭಾಗದಲ್ಲಿ ಹೆಚ್ಚು, ಪೂರ್ವ ಭಾಗದಲ್ಲಿ ಕಡಿಮೆ. ಸನ್ ೧೮೬೧ರಿಂದ ೧೮೮೧ರ ವರೆಗೆ ೨೧ ವರ್ಷದ ಸರಾಸರಿಯು ಆರು ಬೇರೆ ಬೇರೆ ಗ್ರಾಮಗಳಲ್ಲಿ ಹ್ಯಾಗಂದರೆ—

ಹವೆ, ಮಳೆ.

ಆಳತೆ—೫ರಿಂದ ೪೪ ಇಂಚಿನ ವರೆಗೆ; ಸರಾಸರಿ ೨೩ ಇಂಚು.

ಬಾವಡೆ—೧೨ರಿಂದ ೩೬೧ ಇಂಚಿನ ವರೆಗೆ; ಸರಾಸರಿ ೨೦ ಇಂಚು.

ಭೂಧರಗಡ—೧೧ರಿಂದ ೧೨೦ ಇಂಚಿನ ವರೆಗೆ; ಸರಾಸರಿ ೭೬ ಇಂಚು.

ಕೊಲ್ಲಾಪುರ—೨೫ರಿಂದ ೫೬ ಇಂಚಿನ ವರೆಗೆ; ಸರಾಸರಿ ೪೦ ಇಂಚು.

ಪನಾಳಾ—೨೦ರಿಂದ ೬೪ ಇಂಚಿನ ವರೆಗೆ; ಸರಾಸರಿ ೫೩ ಇಂಚು.

ವಿಶಾಳಗಡ—೩೨ರಿಂದ ೧೧೧ ಇಂಚಿನ ವರೆಗೆ; ಸರಾಸರಿ ೬೦ ಇಂಚು.

ಕೊಲ್ಲಾಪುರದ ಪಟ್ಟಣದಲ್ಲಿ ಶಕೆಯು ಸರಾಸರೀ ೭೦ ಅಂಶದ್ದಿರುತ್ತದೆ; ಚಳಿಗಾಲದಲ್ಲಿ ಪರಮಾವಧಿ ೬೦ ಅಂಶದ ವರೆಗೆ ಇಳಿಯುತ್ತದೆ; ಬೇಸಿಗೆಯೆಲ್ಲಿ ಪರಮಾವಧಿ ೯೭ ಅಂಶದ ವರೆಗೆ ಯೇರುತ್ತದೆ.

೨. ಹುಟ್ಟುವಳಿ — ಕಬ್ಬಿಣ.— ಗುಡ್ಡಗಳಲ್ಲಿ ನೆಲದೊಳಗೆ ೧೦ ಫೂಟನೊಳಗೆ ಕಬ್ಬಿಣದ ಅದುರು ದೊರಿಯುತ್ತದೆ. ಅದು ಊದೀ ಬಣ್ಣದ್ದಿರುವ ಕಾರಣ ಅದಕ್ಕೆ ಊದೀ ಕಲ್ಲೆಂದೆನ್ನುವರು. ಸನ್ ೧೮೫೪ರಲ್ಲಿ ಈ ಸಂಸ್ಥಾನದಲ್ಲಿ ಯೆಲ್ಲ ಕೂಡಿ ೩೦ ಕಬ್ಬಿಣ ಮಾಡುವ ಕುಲಿಮೆಗಳು ನಡಿಯುತ್ತಿದ್ದವು. ವೊಂದೊಂದು ಕುಲಿಮೆಯಲ್ಲಿ ೬ ಆಳುಗಳು ಕೆಲಸ ಮಾಡಿ, ಪ್ರತಿ ವರ್ಷ ೩೦ ಖಂಡಗ ಕಬ್ಬಿಣ ಮಾಡುವರು. ಆದರೆ ಸನ್ ೧೮೮೧ರಲ್ಲಿ ೧೫ ಕುಲಿಮೆಗಳು ಮಾತ್ರ ವರ್ಷದೊಳಗೆ ಆರು ತಿಂಗಳು ನಡಿಯುತ್ತಿದ್ದವು; ಇವುಗಳಲ್ಲಿ ವರ್ಷಕ್ಕೆ ೮ ಖಂಡಗ ಕಬ್ಬಿಣ ಹುಟ್ಟುತ್ತಿತ್ತು; ೧೫ ಕುಲಿಮೆಗಳಲ್ಲಿ ಕೂಡಿ ೫೩ ಆಳುಗಳು ದುಡಿಯುತ್ತಿದ್ದವು. ಸಾರಾಂಶವೇನೆಂದರೆ — ವಿಲಾಯತಿಯ ಅಗ್ಗದ ಕಬ್ಬಿಣ ಬಂದದ್ದರಿಂದ ವೊದಲಿನ ೮ನೇ ಪಾಲಷ್ಟು ಮಾತ್ರ ಕಬ್ಬಿಣವು ಈಗ ಹುಟ್ಟುತ್ತದೆ.

ಕಬ್ಬಿಣದ ಕುಲಿಮೆ.

ಕಬ್ಬಿಣದ ಕಲ್ಲು ತೆಗೆದ ಬಳಿಕ ಅದನ್ನು ತುಂಡು ತುಂಡು ಮಾಡಿ ಸುಡುವರು; ಅದರಿಂದ ಬಿರಿಸಾಗಿ ಬೇಗ ವೊಡಿಯುವದು. ಬಳಿಕ ಅದನ್ನು ಕಲ್ಲಿನ ಮೇಲೆ ಅರದು ಪುಡಿ ಮಾಡಿ ಇಟ್ಟುಕೊಳ್ಳುವರು. ಮುಶಿಯ ಸಲುವಾಗಿ ಬೆಣಚಿ ಕಲ್ಲಿನ ತುಂಡುಗಳನ್ನು ಬೆಂಕಿಯೊಳಗೆ ಚಲ್ಲಿ ಅವು ಕಾದು ಶಿಡಿಯ ಬಾರದೆಂದು ಮೇಲೆ ಕಲ್ಲುಗಳನ್ನು ಹೇರುವರು. ಅವು ಸುಟ್ಟ ಬಳಿಕ ಅವನ್ನು ಸಣ್ಣಾಗಿ ಅರಿದು ಪುಡಿ ಮಾಡಿ, ಆ ಪುಡಿಯೊಳಗೆ ಜಿಗಟು ಮಣ್ಣು ಕೂಡಿಸಿ, ನೀರು ಕಲಿಸಿ ವೊಳಿತಾಗಿ ನಾದುವರು. ಈ ಪ್ರಕಾರ ಕೆಸರಿನ ಮುದ್ದಿಯು ಸಿದ್ಧವಾದ ಬಳಿಕ ಸುಮಾರು ವೊಂದೂವರೆ ಇಂಚು ಗಡುತರ, ೧೬ ಇಂಚು ಉದ್ದ, ಇಂಥಾವೊಂದು ನುಣುಪಾದ ದುಂಡು ಕಟ್ಟಿಗೆಗೆ ಅದನ್ನು ಮೆತ್ತಿ ಬಿಸಿಲೊಳಗೆ ಅದನ್ನು ವೊಣಗಿಸುವರು. ಒಣಗಿದ ಬಳಿಕ ವೊಳಗಿನ ಕಟ್ಟಿಗೆಯನ್ನು ತೆಗೆದು, ಮಣ್ಣಿನ ಕೊಳಿವೆಯ ಮೇಲೆ ಮತ್ತೆ ಕೆಸರು ಮೆತ್ತಿ ಒಣಗಿಸುವರು. ಇದು ಮುಶಿಯಾಯಿತು. ಕುಲಿಮೆಯ ಸಲುವಾಗಿ ಗಟ್ಟಿ ನೆಲದೊಳಗೆ ಸುಮಾರು ವೊಂದು ಮೊಳ ವ್ಯಾಸವುಳ್ಳ ದುಂಡನ್ನು ತಗ್ಗು ಯೆರಡು ಮೊಳ ಆಳವಾಗಿ ತೆಗಿಯುವರು. ಬಳಿಕ ಮೇಲೆ ಹೇಳಿದಂಥ ಬೆಣಚಿ ಕಲ್ಲು ಕೂಡಿದ ಕೆಸರಿನಿಂದ ಅಥವಾ ಕಬ್ಬಿಣ ಕಲ್ಲಿನ ಹುಡಿ ಕೂಡಿದ ಕೆಸರಿನಿಂದ ಆ ತಗ್ಗಿನ ವೊಳ ಮೈಯನ್ನು ಸ್ವಲ್ಪ ಬಿಟ್ಟು ಗಿಲಾಯ ಮಾಡಿದ ಹಾಗೆ ಮೆತ್ತಿಕೊಳ್ಳುವರು. ಬಳಿಕ ತಗ್ಗಿನ ಬುಡದಲ್ಲಿ ಇದ್ದಲಿಯ ಪುಡಿಯನ್ನು ೬ ಇಂಚಿನಷ್ಟು ದಪ್ಪಾಗಿ ಹರವಿ, ಅದರೊಳಗೆ ನೀರು ಯೆರಚಿ, ಮೇಲೆ ಮತ್ತೆ ಸುಮಾರು ೮ ಶೇರಿನಷ್ಟು ಇದ್ದಲಿಯ ಪುಡಿಯನ್ನು ಹರವುವರು. ಅದರ ಮೇಲೆ ಗಿಲಾಯ ಮಾಡಪೆ ಇದ್ದ ದಂಡೆಗೆ ಹೊಂದಿ ಮುಶಿಯ ಕೊಳಿವೆಯನ್ನಿಟ್ಟು, ಅದರ ಸುತ್ತು ಮುತ್ತು ಮೇಲೆ ಹೇಳಿದ ಕೆಸರಿನಿಂದ ಮೆತ್ತಿಕೊಳ್ಳುವರು. ಇದು

ಕುಲಿಮೆಯಾಯಿತು. ಬಳಿಕ ಮುಶಿಯ ಮೇಲಿನ ಬಾಯೊಳಗೆ ಯೆರಡು ಕೊಳವೆಗಳ ತುದಿಗಳನ್ನು ಶೇರಿಸುವರು. ಇಬ್ಬರು ತಿದಿ ಊದುವವರಲ್ಲಿ ವೊಬ್ಬನು ವೊಂದೇ ಸವನಾಗಿ ಊದುತ್ತಿರುವನು. ಎರಡನೇಯವನು ಬಳಿಯಲ್ಲಿ ಅದುರಿನ ಪುಡಿಯನ್ನೂ ಇದ್ದಲಿಯನ್ನೂ ಇಟ್ಟು ಕೊಂಡು, ಆಗಾಗ್ಗೆ ವೊಂದು ಸವಿಟ್ಟು ಅದುರಿನ ಪುಡಿಯನ್ನು ಕುಲಿಮೆಯೊಳಗೆ ಚಲ್ಲಿ ಅದನ್ನು ಇದ್ದಲಿಯಿಂದ ತುಂಬುವನು. ಅದುರು ಕರಿಗಿ ಬಿಳೆ ಉರಿಯು ಕಾಣ ಹತ್ತಿತೆಂದರೆ ಮತ್ತೆ ಅವನು ಅದುರಿನ ಪುಡಿಯನ್ನೂ ಇದ್ದಲಿಯನ್ನೂ ಹಾಕುವನು. ಈ ಪ್ರಕಾರ ಮೂರು ತಾಸು ಕೆಲಸ ಮಾಡಿ, ೬೦ ಶೇರು ಅದುರಿನ ಪುಡಿಯನ್ನೂ ೮೦ ಶೇರು ಇದ್ದಲಿಯನ್ನೂ ಸುಟ್ಟ ಬಳಿಕ ಊದುವದನ್ನು ಬಿಡುವರು. ಕುಲಿಮೆಯು ಸ್ವಲ್ಪ ಆರಿದ ಬಳಿಕ ಅದರ ಬುಡಕ್ಕೆ ಕೂತ ಕಬ್ಬಿಣದ ಮುದ್ದೆಯನ್ನು ತೆಗಿದು ಕೊಂಡು ಚಮಟಗೆಗಳಿಂದ ವೊಳಿತಾಗಿ ಬಡಿಯುವರು. ಅಂದರೆ ಅದರೊಳಗಿನ ಕಸರೆಲ್ಲ ಹಾರಿ ಹೋಗಿ ಶುದ್ಧ ಕಬ್ಬಿಣ ನಿಲ್ಲುವದು. ಮೂರು ತಾಸು ಕುಲಿಮೆ ನಡಿದರೆ ವೊಂದು ಥಡೆಯಿಂದ ಯೆರಡು ಥಡೆಯ ವರೆಗೆ ಕಬ್ಬಿಣ ಹೊರಡುತ್ತದೆ. ಒಂದೇ ತಗ್ಗಿನೊಳಗೆ ಯೆರಡು ಮೂರು ಸಾರಿ ಕರಗಿಸುವ ಕೆಲಸ ನಡಿಯುತ್ತದೆ. ಆದರೆ ಅದನ್ನು ಆಗಾಗ್ಗೆ ಮೆತ್ತಿ ಕೊಳ್ಳಲಿಕ್ಕೆ ಬೇಕು. ಮುಶಿಯು ಯೆರಡು ಸಾರಿ ಮಾತ್ರ ಕೆಲಸಕ್ಕೆ ಬರುವದು. ಈ ಪ್ರಕಾರ ವೊಂದು ಕುಲಿಮೆಯನ್ನು ನಡಿಸಲಿಕ್ಕೆ ಆರು ಆಳುಗಳು ಬೇಕು.

ಇಮಾರತಿಯ ಕಲ್ಲು, ಮುರುಮು, ಉಸುಬು, ಸುಣ್ಣ, ಇವು ಯೆಲ್ಲ ಕಡೆಯಲ್ಲಿ ದೊರಿಯುತ್ತವೆ. ಗೋಡೆಗಳಿಗೆ ಬಣ್ಣ ಕೊಡುವ ಹಳದೀ, ಕೆಂಪು, ಬಿಳೆ ಮಣ್ಣುಗಳು ಗುಡ್ಡಗಳಲ್ಲಿ ದೊರಿಯುತ್ತವೆ.

ಅಡವಿ. ಕೊಲ್ಲಾಪುರ ಸಂಸ್ಥಾನಕ್ಕೆ ಶೇರಿದ ಅಡವಿಯ ಪ್ರದೇಶವು ಸುಮಾರು ೫೦೦ ಚಚ್ಚೌಕು ಮೈಲು ಆಗುವದು. ಅರವತ್ತು ಯೆಪ್ಪತ್ತು ವರ್ಷಗಳ ಪೂರ್ವದಲ್ಲಿ ಗುಡ್ಡಗಳಲ್ಲಿಯೂ ನೆರೆಹೊರೆಯ ಪ್ರದೇಶಗಳಲ್ಲಿಯೂ ಅಡವಿಯು ಬಹಳ ಹಬ್ಬಿತ್ತು. ಆದರೆ ವಸ್ತಿಯು ಬೆಳಿಯುತ್ತ ಬಂದ ಹಾಗೆ ಬೇಕಾದವರು ಬೇಕಾದ ಹಾಗೆ ಅಡವಿಯನ್ನು ಕಡಿಯುತ್ತಿದ್ದರು. ಸನ್ ೧೮೭೪ ರಿಂದ ಅಡವಿಯ ಸಂರಕ್ಷಣೆಯ ಖಾತೆಯನ್ನು ಈ ಸಂಸ್ಥಾನದವರು ಇಟ್ಟಿದ್ದಾರೆ. ಅದರಿಂದ ಬೆಲೆಯುಳ್ಳ ತೊಲೆಯ ವೃಕ್ಷಗಳು ವ್ಯವಸ್ಥೆಯಿಂದ ಬೆಳಿಯಲಿಕ್ಕೆ ಅನುಕೂಲವಾಗಿದೆ. ಈಗ ಸಿಸುವು, ತೇಗು, ಕೈರಿ, ನೇರಿಲ, ಬೂರ್ಲ, ಶಿವನ್ನಿ, ಮುಂತಾದ ವೃಕ್ಷಗಳು ಈ ಅಡವಿಯಲ್ಲಿ ಬೆಳಿಯುತ್ತವೆ. ಆದರೆ ಬಲಿತು ಗಡುತರಾದ ಕಟ್ಟಿಗೆಯು ಬಹುತರ ದೊರಿಯುವದಿಲ್ಲ. ಅಡವಿಯ ನೆರೆಹೊರೆಯಲ್ಲಿ ಇರುವಂಥ ಬಡ ಜನರಿಗೆ ತಿಕೆಟು ಕೊಟ್ಟು ಅಡವಿಯೊಳಗಿಂದ ಉರುವಲು ತಕ್ಕೊಳ್ಳಲಿಕ್ಕೆ ಅಪ್ಪಣೆ ಕೊಡುವರು. ಧಣಗರರೆಂಬ ಕಾಡು ಜನರು ಮುಖ್ಯವಾಗಿ ಅಡವಿಯಲ್ಲಿ ಇರುತ್ತಾರೆ.

ತೊಲೆಗಳ ಮಾರಾಟವು ಕೆಲ ಕೆಲವು ಕಡೆಯಲ್ಲಿ ತಕ್ಕಮಟ್ಟಿಗೆ ನಡಿಯುತ್ತದೆ.

ಅದಲ್ಲದೆ ಅಳ್ಳೀ ಕಾಯಿ, ಜೇನತುಪ್ಪ, ಹುಲ್ಲು, ಇವುಗಳಿಂದಲೂ ಸಂಸ್ಥಾನಕ್ಕೆ ಕೆಲವು ಆದಾಯವಾಗುತ್ತದೆ.

ಕಾಡು ಪಶುಗಳು.

ಭೂಧರಗಡ, ಪನಾಳಾ, ವಿಶಾಳಗಡ, ಈ ಪೇಠೆಗಳಲ್ಲಿ ಪಟಾಯಿತ, ದಹಣ್ಯಾ, ಎಂಬ ದೊಡ್ಡ ಹುಲಿಗಳ ಬಾಧೆಯು ದನಗಳಿಗೂ ಮನುಷ್ಯರಿಗೂ ಇರುತ್ತದೆ. ಸದರೀ ಪೇಠೆಗಳಲ್ಲಿಯೂ ಮಲಕಾಪುರದ ಪೇಠೆಯಲ್ಲಿಯೂ ಚಿರಚು ಗಳು ಇರುತ್ತವೆ. ಭೂಧರಗಡದ ಪೇಠೆಯಲ್ಲಿಯೂ ಬಾವಡೇ ಸಂಸ್ಥಾನದಲ್ಲೀಯೂ ಕರಡಿಯು ಕ್ವಚಿತ್ತಾಗಿ ದೃಷ್ಟಿಗೆ ಬೀಳುತ್ತದೆ. ಕಾಡು ಕೋಣ ವನ್ನು ಭೂಧರಗಡದ ಅಡವಿಯಲ್ಲಿ ಕಾಣ ಬಹುದು. ತೋಳ, ನರಿ, ಅಡವಿಯ ನಾಯಿ, ಚಿಗರೆ, ಕಾಡು ಹಂದಿ, ಮಂಗ, ಮುಂತಾದ ಮಿಕಗಳನ್ನು ಯೆಲ್ಲ ಕಡೆಯಲ್ಲಿಯೂ ಕಾಣ ಬಹುದು.

೩. ನಿವಾಸಿಗಳು.—ಪೂರ್ವ ಭಾಗದಲ್ಲಿ, ಅಂದರೆ ಗಡಇಂಗ್ಲಜ, ಶಿರೋಳ ಪೇಠೆಗಳಲ್ಲಿಯೂ ರಾಯಬಾಗ ಮಹಾಲಿನಲ್ಲಿಯೂ ಮೇಲಮುದ್ದೆಯ ಮನೆಗಳುಂಟು; ಉಳಿದ ಕಡೆಯಲ್ಲೆಲ್ಲ ಹುಲ್ಲಿನವು ಇಲ್ಲವೆ ಹಂಚಿನವು. ಸಂಸ್ಥಾನದಲ್ಲಿ ವೊಟ್ಟಗೆ ೧೪೫೧೮೪ ಮನೆಗಳು ಸನ್ ೧೮೮೧ರಲ್ಲಿ ಇದ್ದವು; ಅವುಗಳಲ್ಲಿ ೧೬೦೩೬ ಮನೆಗಳಲ್ಲಿ ವೊಕ್ಕಲಿದ್ದಿಲ್ಲ. ಸರಾಸರೀ ಮಾನದಿಂದ ಚಚ್ಚೌಕು ಮೈಲಿಗೆ ೫೧·೫ ಮನೆಗಳಾದವು; ಪ್ರತಿ ವೊಂದು ಮನೆಯಲ್ಲಿ ಸರಾಸರೀ ೬·೨ ನಿವಾಸಿಗಳಾದರು. ೫೦೦೦ಕ್ಕಿಂತ ಹೆಚ್ಚು ವಸ್ತಿಯುಳ್ಳ ಗ್ರಾಮಗಳು ೫ ಇದ್ದವು. ಸನ್ ೧೮೮೧ರ ಖಾನೇಸುಮಾರಿಯಂತೆ ಬೇರೆ ಬೇರೆ ವರ್ಗಗಳ ನಿವಾಸಿಗಳ ಸಂಖ್ಯೆಗಳು ಕೆಳಗೆ ಬರಿದಂತೆ—

ಬ್ರಾಹ್ಮಣರು.

ಚಿತಪಾವನರು	೪೧೦೬	ಗೋಳಕರು	೧೯೨
ದೇಶಸ್ಥರು	೧೮೧೧೬	ಗುಜರಾಥೀ	೩೬
ದೇವರುಖೆ	೭೬	ಕನೋಜೇ	೩೨
ದ್ರವಿಡರು	೩೮	ಕರಾಡೆ	೩೬೫೯
ಮಾಧ್ಯಂದಿನರು	೭೯	ಸವಾಸೇ	೬೧
ಶೇಣವೀ	೨೯೧೬	ತೆಲಗರು	೨೮
ತಿಗಡರು	೧೦೭		೨೯೪೪೬

ಯುದ್ಧೋಪಜೀವಿ ಜಾತಿಗಳು.

ಮಹಾರಾಷ್ಟ್ರರು	೬೨೨೮೭	ರಜಪೂತರು	೧೫೦೦
			೬೩೭೮೭

ವರ್ತಕರ ಜಾತಿಗಳು.

ಅತಾರರು	೫	ಮಾರವಾಡಿಗಳು	೯೩
ಗುಜರಾಥೀ ವಾಣೀ	೭೯	ಕೋಮಟಗರು	೧೨೨
ಆರೇ ಬಣಜಿಗರು.	೮೮೧೨	ಯೆಲೆಗಾರರು	೭೬೦
			೯೮೭೬

ಒಕ್ಕಲತನದ ಜಾತಿಗಳು.

ಭತ್ರೇರು	೧೮೪೪	ಮಾಳೀಗಳು.	೧೪೯೭
ಕುಣಬಿಗಳು.	೨೯೯೮೭೧	ರಡ್ಡೇರು.	೫೭೪
			೩೦೩೬೯೬

ಕೈಗಾರಿಕೆಯ ಜಾತಿಗಳು.

ಬೇಲದಾರರು.	೭೫೮	ಕಲು ಕುಟ್ಟಿಗರು.	೨೧೭
ಬುರುಡರು	೯೦೦	ರಂಗಾರಿಗಳು	೮೮
ಗವಂಡಿಗಳು.	೮೭	ರಾವಳರು	೨೨೯
ಹಣಬರು.	೪೧೬೨	ಸನಗರರು.	೧೦೧೧
ಜೀನಗಾರರು.	೩೯೪	ಶಿಂಪಿಗರು.	೫೬೬
ಕಾಸಾರರು	೩೭೯	ಸೊನ್ನಗಾರರು	೫೬೭೧
ಜೇಡರು.	೬೪೩೧	ಬಡಿಗಿಗಳು.	೧೧೪೫೧
ಕುಂಬಾರರು.	೮೫೦೯	ಕಂಚುಗಾರರು.	೧೬೦
ಕಮ್ಮಾರರು	೨೧೦೧	ಗಾಣಿಗರು	೨೦೦೦
ಓತಾರಿಗಳು	೨೨೯	ಉಪ್ಪಾರರು	೧೨೧೨
ಪಂಚಾಳರು	೮೧೯		೫೨೫೭೪

ಗಾಯಕರ ಜಾತಿಗಳು.

ಭಾಟರು	೧೧೩೨	ಬಜಂತ್ರಿಗಾರರು (ಘಡಶಿ)	೨೧೩
ದಾಸರು	೧೯೮		
ಡೌರಿಗಳು (ಗೊಂದಲಿಗರು)	೧೧೧೪	ಗೊರವರು	೮೫೯೬
			೧೧೨೫೩

38*

ಊಳಿಗದ ಜಾತಿಗಳು.

ನಾದಿಗರು	೭೪೭೬	ಅಗಸರು	೫೩೬೮
			೧೨೭೮೪

ಪಶುಗಳನ್ನು ಸಾಕುವ ಜಾತಿಗಳು.

ಗೌಳಿಗರು	೩೮೨೪	ಕುರುಬರು	೩೮೩೨೬
			೪೨೧೫೦

ಕೂಲಿಕಾರರ ಜಾತಿಗಳು.

ಅಂಬಿಗರು	೫೧	ಕಲಾಲರು	೬೫
ಬೇಡರು	೫೨೭೭	ಕಟಕರು	೧೯೮೫
ಭಂಡಾರಿಗಳು	೩೯೬	ಕಬ್ಬಲಿಗರು	೬೨೪೦
ಭೋಯಿಗಳು	೧೭೫೬	ಲೋಣಾರರು	೮೨೬
ಘಿಸಾಡಿಗಳು	೧೫೩	ತಳವಾರರು	೭೮೫
			೧೭೫೩೪

ತಿರುಗುವ ಜಾತಿಗಳು.

ಕೈಕಾಡಿಗಳು	೧೪೫	ಲಮಾಣಿಗಳು	೨೪೩
ಕೊರವರು	೧೨೬೭	ಒಡ್ಡರು	೩೫೧೦
			೫೧೬೫

ನೀಚ ಜಾತಿಗಳು.

ಭಂಗಿಗಳು	೧೨೮	ಮಾದಿಗರು	೧೩೩೨೩
ಸಮ್ಮಗಾರರು	೧೦೨೧೯	ಹೊಲಿಯರು	೬೫೩೧೪
ಢೋರರು	೧೧೬೬		೯೦೧೫೦

ಭಿಕ್ಷೆ ಬೇಡುವ ಜಾತಿಗಳು.

ಬೈರಾಗಿಗಳು	೧೦೬	ಗೋಪಾಳರು	೫೬
ಬುಡಬುಡಕಿಗಳು	೨೬೮	ಗೋಸಾವಿಗಳು	೧೭೯೬
ಡೊಂಬರು	೧೭೯	ವಲ್ಹಾರರು	೨೭೦
ಗಾರುಡಿಗರು	೫೩	ವಾಸುದೇವರು	೨೬
ಗೊಂದಲಿಗರು	೭೫೦		೩೫೦೪

ಲಿಂಗವಂತರ ಜಾತಿಗಳು.

ಜಂಗಮರು, ಬಣಜಿಗರು, ಮುಂತಾದವರೆಲ್ಲ ಕೂಡಿ . . . ೭೫೨೧೨

ಜೈನರು.

ಯಾವತ್ತು ವೊಳಜಾತಿಗಳು ಕೂಡಿ ೪೬೭೩೨

ಮುಸಲ್ಮಾನರು.

ಯಾವತ್ತು ವೊಳಜಾತಿಗಳು ಕೂಡಿ ೩೩೦೨೨

೪. ಒಕ್ಕಲತನ.—ಜಿರಾಯಿತ ಭೂಮಿಯಲ್ಲಿ ಖರೀಪ, ರಬ್ಬಿ, ಯೆಂಬ ಯೆರಡು ಪ್ರಕಾರಗಳನ್ನು ೪ನೇ ಭಾಗದಲ್ಲಿ ವಿವರಿಸಿದ್ದೇವೆ. ಯೆರೆ ಭೂಮಿ, ಕೆಂಪು ಭೂಮಿ, ಬತ್ತದ ಅಥವಾ ತೋಟದ ಭೂಮಿ (ಸಣ್ಣ ಯೆರೆ), ಬಿಳಿ ನೆಲ, ಯೆಂಬ ನಾಲ್ಕು ಪ್ರಕಾರದ ಭೂಮಿಯು ಈ ಸಂಸ್ಥಾನದಲ್ಲಿ ಇರುತ್ತದೆ. (೪ನೇ ಭಾಗ ನೋಡು).

ಒಟ್ಟು ಚಚ್ಚೌಕು ಮೈಲು ೨೮೯೩ ಈ ಸಂಸ್ಥಾನದ ಕ್ಷೇತ್ರದಲ್ಲಿ ೬೮೧ ಚಚ್ಚೌಕ ಮೈಲು ಭೂಮಿಯು ದುಮಾಲೀ ಗ್ರಾಮಗಳಿಗೆ ಶೇರಿರುತ್ತದೆ. ಉಳಿದ ಕ್ಷೇತ್ರದಲ್ಲಿ

ಸಾಗು. ಶೇಕಡಾ ೮೩ ಸಾಗುವಳಿಯಾಗುವಂಥ ಭೂಮಿ, ೨·೬ ಸಾಗುವಳಿಯಾಗದಂಥ ಭೂಮಿ, ೪·೬ ಹುಲ್ಲಿನ ಭೂಮಿ, ೮·೭ ಗ್ರಾಮ ಹೊಳೆ, ಗುಡ್ಡಗಳಿಂದ ಆಕ್ರಮಿಸಿದ ಭೂಮಿ ಉಂಟು. ಸಾಗುವಳಿಯಾಗತಕ್ಕಂಥ ಭೂಮಿಯು ಶೇಕಡಾ ೮೩ ಅಂದರೆ ೯೭೩೯೩೭ ಯೆಕರು ಆಗುತ್ತದೆ. ಇದರಲ್ಲಿ ಇನಾಮ ಭೂಮಿ ೨೩೬೦೫೭ ಹೋಗಲಾಗಿ, ಉಳಿದ ಭೂಮಿಯಲ್ಲಿ ೫೮೯೭೩೬ ಯೆಕರು ಸನ್ ೧೮೮೧ರಲ್ಲಿ ಸಾಗುವಳಿಯಾಗಿತ್ತು. ಆದ್ದರಿಂದ ಇನ್ನೂ ಸುಮಾರು ೧೭೫೦೦೦ ಯೆಕರು ಭೂಮಿಯು ಸಾಗು ಆಗತಕ್ಕಂಥಾದ್ದು ಬೀಳು ಬಿದ್ದದೆ. ಸರಕಾರೀ ಸಾಗು ಭೂಮಿಯಲ್ಲಿ ೪೯೦೬೩೯ ಯೆಕರು ಜಿರಾಯಿತ, ೫೩೮೦೮ ಯೆಕರು ಬತ್ತದ ಭೂಮಿ ೧೫೨೯೦ ಯೆಕರು ತೋಟದ ಭೂಮಿ ಇತ್ತು. ಸರಕಾರೀ ಗ್ರಾಮಗಳಲ್ಲಿ ಇನಾಮ ಭೂಮಿ ಸಹಿತ ಸಾಗು ಭೂಮಿಯನ್ನು ಮಾಡುವವರು ಸನ್ ೧೮೮೧-೮೨ ರಲ್ಲಿ ಒಟ್ಟಿಗೆ ೭೫೩೪೫ ಜನರಿದ್ದರು; ಅಂದರೆ ಶೇಕಡಾ ೫೪·೪೪ ಜನರು ವೊಕ್ಕಲತನದಿಂದ ಜೀವಿಸುತ್ತಾರೆ.

ಸನ್ ೧೮೮೧ರಲ್ಲಿ ಈ ಸಂಸ್ಥಾನದಲ್ಲಿ ಒಟ್ಟಿಗೆ ೩೭೯೨೧ ರಂಟಿಗಳು, ೮೫೯೨ ಛಕಡಿಗಳು, ೧೪೯೭೬೨ ಯೆತ್ತುಗಳು, ೧೧೨೭೩೫ ಆಕಳುಗಳು, ೬೧೧೩೦ ಕೋಣಗಳು ೭೪೦೪೩ ಯೆಮ್ಮೆಗಳು, ೫೫೮೩ ಕುದುರೆಗಳು, ೮೭೬ ಕತ್ತೆಗಳು, ೧೪೪೪೭೭ ಕುರಿಗಳೂ ಆಡುಗಳೂ ಇದ್ದವು. ಒಕ್ಕಲತನದ ವಿವರವೂ ಪೈರುಗಳ ವಿವರವೂ ಮಲ್ಲಾಡದ ಶೀಮೆಯಲ್ಲಿ ಬೆಳಗಾವೀ ಜಿಲ್ಲೆಯ ಪಶ್ಚಿಮ ಭಾಗದಂತೆ, ಬೈಲು ಶೀಮೆಯಲ್ಲಿ ವಿಜಾಪುರ ಜಿಲ್ಲೆಯಂತೆ ಉಂಟು.

೫. ಬಂಡವಲು.—೨೦೦ರಿಂದ ೧೦೦೦೦ ರೂಪಾಯಿಯ ವರೆಗೆ ಬಂಡವಲುಳ್ಳವರು ವೊಟ್ಟಿಗೆ ೧೧೮೫೮ ಜನರು, ೧೦೦೦೦ದಿಂದ ೨೫೦೦೦ ವರೆಗೆ ಬಂಡವಲುಳ್ಳವರು ೨೯೬ ಜನರು, ೨೫೦೦೦ದಿಂದ ೫೦೦೦೦ ವರೆಗೆ ಬಂಡವಲುಳ್ಳವರು ೭೭ ಜನರು, ೫೦೦೦೦ದಿಂದ ೧ ಲಕ್ಷದ ವರೆಗೆ ಬಂಡವಲುಳ್ಳವರು ೨೧ ಜನರು ಸನ್ ೧೮೮೧ರಲ್ಲಿ ಇದ್ದರು.

ನಾಣ್ಯಗಳು. ಕೊಲ್ಲಾಪುರದ ಸಂಸ್ಥಾನದಲ್ಲಿ ಪೂರ್ವದಲ್ಲಿ ಹುಕ್ಕೇರಿ, ನೀಲಕಂಠೀ, ಪನಾಳೆ, ಶಂಭು, ಪೀರಖಾನಿ, ಈ ಐದು ಪ್ರಕಾರದ ರೂಪಾಯಿಗಳು ನಡಿಯುತ್ತಿದ್ದವು. ಪನಾಳೀ ರೂಪಾಯಿಯನ್ನು ಈ ಸಂಸ್ಥಾನದ ಗಾದಿಯು ಪನಾಳಾಗಡದಲ್ಲಿ ಇರುವಾಗ ಅಲ್ಲಿ ಮುದ್ರಿಸುವರು. ಸನ್ ೧೭೮೮ರಲ್ಲಿ ಕೊಲ್ಲಾಪುರವು ರಾಜಧಾನಿಯಾದ ಬಳಿಕ ಸಹ ಕೆಲವು ದಿವಸ ಕೊಲ್ಲಾಪುರದಲ್ಲಿ ಪನಾಳೀ ರೂಪಾಯಿಗಳನ್ನು ಮಾಡುವ ಟಂಕಸಾಲೆ ನಡಿಯುತ್ತಿತ್ತು. ಆ ಟಂಕಸಾಲೆಯನ್ನು ಸನ್ ೧೮೪೯ರಲ್ಲಿ ತೆಗಿದರು. ಬರ ಬರುತ್ತಾ ಕಂಪನೀ ರೂಪಾಯಿಗಳ ಚಲನವು ಬೆಳಿಯುತ್ತ ಬಂತು; ಸನ್ ೧೮೮೩ರಲ್ಲಿ ಈ ರೂಪಾಯಿಯ ಹೊರ್ತು ಬೇರೆ ನಾಣ್ಯವು ನಡಿಯುತ್ತಿದ್ದಿಲ್ಲ.

ಮಾರ್ಗಗಳು, ನಾವೆಗಳು. ೬. ವ್ಯಾಪಾರ.—ಈ ಸಂಸ್ಥಾನದಲ್ಲಿ ೪ ದೊಡ್ಡ ಮಾರ್ಗಗಳಿರುತ್ತವೆ. ಪುಣೆಯಿಂದ ಬೆಳಗಾವಿಗೆ ಬರುವ ದೊಡ್ಡ ಸರಕಾರೀ ಮಾರ್ಗವು ವಾರಣಾ ನಧಿಯಿಂದ ಕೊಲ್ಲಾಪುರ ಕಾಗಲಗಳ ಮೇಲಿಂದ ೩೦ ಮೈಲು ಸಾಗಿ ದೂಧಗಂಗಾ ಹೊಳೆಯನ್ನು ದಾಟ ಬೆಳಗಾವಿಯ ಜಿಲ್ಲೆಯನ್ನು ಶೇರುತ್ತದೆ. ಕೊಲ್ಲಾಪುರದಿಂದ ಅಂಬೇಘಟ್ಟದ ಮಾರ್ಗವು ರತ್ನಾಗಿರಿಗೆ ಹೋಗುತ್ತದೆ. ಕೊಲ್ಲಾಪುರದಿಂದ ಘೋಂಡಾ ಘಟ್ಟದ ಮಾರ್ಗವು ವಿಜಯದುರ್ಗ, ಮಾಲವಣಗಳಿಗೆ ಹೋಗುತ್ತದೆ. ಶಂಕೇಶ್ವರದಿಂದ ಅಂಬೋಲೀ ಘಟ್ಟದ ಮಾರ್ಗವು ವೆಂಗುರ್ಲೆಗೆ ಹೋಗುತ್ತದೆ. ಜಕಾತಿಯ ಕಟ್ಟೆಗಳು ಘಟ್ಟದ ಮಾರ್ಗಗಳಲ್ಲಿ ೯, ಬೈಲು ಮಾರ್ಗಗಳಲ್ಲಿ ೪ ಇರುತ್ತವೆ. ಮಿರ್ಜೆಯಿಂದ ಕೊಲ್ಲಾಪುರದ ವರೆಗೆ ಹೊಗೆ ಬಂಡಿಯ ಮಾರ್ಗವು ವೊಳಗಡೆಯಲ್ಲಿ (೧೮೯೧) ಆಗಿರುತ್ತದೆ. ಸಂಸ್ಥಾನದಲ್ಲಿ ಒಟ್ಟಿಗೆ ೬೪ ನಾವೆಗಳಿವೆ; ಇವುಗಳಲ್ಲಿ ಸಂಸ್ಥಾನದವು ೨೨, ಖಾಸಗೀ ಜನರವು ೪೨; ೮ ಖಾಸಗೀ ನಾವೆಗಳು ಧರ್ಮಾರ್ಥ ಇರುತ್ತವೆ; ಉಳಿದ ಯಾವತ್ತು ನಾವೆಗಳಿಗೆ ತಲೆಗೆ ದುಡ್ಡಿನಂತೆ ರೊಕ್ಕ ತಕ್ಕೊಳ್ಳುವರು. ಉದಗಾವದ ಬಳಿಯಲ್ಲಿ ಕೃಷ್ಣೆಗೆ ದೊಡ್ಡ ಪೂಲು ಕಟ್ಟಿದ್ದಾರೆ. ಇದಲ್ಲದೆ ವಾರಣಾ, ದೂಧಗಂಗಾ, ಪಂಚಗಂಗಾ ಹೊಳೆಗಳ ಮೇಲೆ ಪೂಲುಗಳನ್ನು ಕಟ್ಟಿದ್ದಾರೆ. ಕೊಲ್ಲಾಪುರದಿಂದ ಅಂಬೇ ಘಟ್ಟದ ವರೆಗೆ ಮೂರು ಸಣ್ಣ ಹೊಳೆಗಳಿಗೆ ಪೂಲು ಕಟ್ಟಿದ್ದಾರೆ.

ಕೊಲ್ಲಾಪುರದಲ್ಲಿ ೨ ಟಪಾಲ ಕಚೇರಿಗಳ ಹೊರ್ತು ಅಜರೆ, ಗಡಇಂಗ್ಲಜ, ಗಗನ

ಬಾವಡಿ, ಗಾರಗೋಟಿ, ಹಾಟಕಲನಗಡ, ಇಚಲಕರಂಜಿ, ಕಾಗಲ, ಕಡಕೋಳ, ಮಲಕಾಪುರ, ಪನಾಳಾ, ರಾಯಬಾಗ, ಶಿರೋಳ, ತೊರಗಲ್ಲು, ವಡಗಾವ, ನರಸೋಬನ ವಾಡಿ, ಈ ಗ್ರಾಮಗಳಲ್ಲಿ ವೊಂದೊಂದು ಕಚೇರಿಗಳಿರುತ್ತವೆ. ಕೊಲ್ಲಾಪುರದಲ್ಲಿ ತಂತಿ ಟಪಾಲಿನ ಕಚೇರಿಯೂ ಇರುತ್ತದೆ.

ಟಪಾಲು.

ಸಂಸ್ಥಾನದಲ್ಲಿ ವೊಟ್ಟಗೆ ೧೨ ವ್ಯಾಪಾರದ ಮುಖ್ಯ ಸ್ಥಳಗಳಿರುತ್ತವೆ. ಕರವೀರ ಪೇಠೆಯಲ್ಲಿ ಕೊಲ್ಲಾಪುರ, ಸಂಗರೂಳ; ಪನಾಳಾ ಪೇಠೆಯಲ್ಲಿ ಕಡೋಲಿ, ಮಾಳೆ, ಪನಾಳಾ, ಸರುಂದ; ಅಳತೇ ಪೇಠೆಯಲ್ಲಿ ವಡಗಾವ; ಗಡ ಇಂಗ್ಲಜ ಪೇಠೆಯಲ್ಲಿ ಅದೇ ಊರು; ವಿಶಾಳಗಡ ಪೇಠೆಯಲ್ಲಿ ಕಾಪಶಿ, ಮಲಕಾಪುರ; ಕಾಗಲ ಸಂಸ್ಥಾನದಲ್ಲಿ ಮುರಗೋಡ; ಇಚಲಕರಂಜೀ ಸಂಸ್ಥಾನದಲ್ಲಿ ಅದೇ ಗ್ರಾಮ. ಈ ಗ್ರಾಮಗಳಲ್ಲಿಯೂ ಬೇರೆ ಗ್ರಾಮಗಳಲ್ಲಿಯೂ ಸಂತೆಗಳಾಗುತ್ತವೆ; ಇಚಲಕರಂಜಿಯಲ್ಲಿ ವಾರಕ್ಕೆ ಯೆರಡು ಸಂತೆಗಳಾಗುತ್ತವೆ.

ವ್ಯಾಪಾರ ಸ್ಥಳಗಳು.

ಈ ಸಂಸ್ಥಾನದಲ್ಲಿ ೫ ದೊಡ್ಡ ಜಾತ್ರೆಗಳಾಗುತ್ತವೆ. ಚಿಂಚಲಿಯಲ್ಲಿ ಮಾಘ ಪೂರ್ಣಿಮೆಯಲ್ಲಿ ಸುಮಾರು ೩೫೦೦೦ ಜನ ಕೂಡಿ ೬೦೦೦೦ ರೂಪಾಯಿಯ ವರೆಗೆ ದನಗಳ ಮಾರಾಟವಾಗುತ್ತದೆ. ಜೋತೀ ಬಾನಗುಡ್ಡದ ಜಾತ್ರೆಗೆ ಚೈತ್ರ ಪೂರ್ಣಿಮೆಯಲ್ಲಿ ೪೦೦೦೦ ಜನ ಕೂಡಿ, ೪೫೦೦೦ ರೂಪಾಯಿಯ ವರೆಗೆ ವ್ಯಾಪಾರವಾಗುತ್ತದೆ. ಕಾಗಲದ ಜಾತ್ರೆಗೆ ಕಾರ್ತಿಕ ಶುದ್ಧ ದ್ವಿತೀಯೆಯಲ್ಲಿ ೧೦೦೦೦ ಜನ ಕೂಡಿ ೮೦೦೦ ರೂಪಾಯಿಯ ವರೆಗೆ ಮಾರಾಟವಾಗುತ್ತದೆ. ತೊರಗಲ್ಲ ಸಂಸ್ಥಾನಕ್ಕೆ ಶೇರಿದ ಗೊಡಚಿಯ ವೀರಭದ್ರನ ಜಾತ್ರೆಗೆ ಮಾರ್ಗಶೀರ್ಷದಲ್ಲಿ ೧೨೦೦೦ ಜನ ಕೂಡಿ ೭೦೦೦ ರೂಪಾಯಿಯ ವರೆಗೆ ಮಾರಾಟವಾಗುತ್ತದೆ. ನರಸೋಬನ ವಾಡಿಯ ಜಾತ್ರೆಗೆ ಮಾಘವದ್ಯ ಪಂಚಮಿಯ ಸುಮಾರಿನಲ್ಲಿ ವೊಂದು ತಿಂಗಳಿನ ವರೆಗೆ ೫೦೦೦ ಜನ ಕೂಡಿ ೩ ಲಕ್ಷ್ಯ ರೂಪಾಯಿಯ ವರೆಗೆ ಮಾರಾಟವಾಗುತ್ತದೆ. ಇದಲ್ಲದೆ ಬೇರೆ ೧೯ ಗ್ರಾಮಗಳಲ್ಲಿ ಸಣ್ಣ ಸಣ್ಣ ಜಾತ್ರೆಗಳಾಗುತ್ತವೆ.

ಜಾತ್ರೆಗಳು.

ಬೆಳ್ಳಿ, ಬಂಗಾರ, ತಾಮ್ರ, ಹಿತ್ತಾಳಿ, ಕಬ್ಬಿಣ, ಉಪ್ಪು, ತೆಂಗಿನಕಾಯಿ, ಉತ್ತತ್ತಿ, ಕಿರಾಣಿ, ಯೆಣ್ಣೆ, ವಸ್ತ್ರಗಳು, ಮುಂತಾದವು ಮುಂಬಯಿ, ಪುಣೆ, ರತ್ನಾಗಿರಿ, ಬೆಳಗಾವಿ, ಮುಂತಾದ ಕಡೆಯಿಂದ ಬರುತ್ತವೆ. ಅಕ್ಕಿ, ಜೋಳ, ಶೆಜ್ಜೆ, ರಾಗಿ, ಗೋಧಿ, ಕಡ್ಲೆ, ಅರಿಶಿಣ, ಮೆಣಶಿನಕಾಯಿ, ಯಳ್ಳು, ಅಗಸಿ, ನೆಲಗಡ್ಲೆ, ಅರಳಿ, ನಾರು, ತಂಬಾಕ, ಬೆಲ್ಲ, ಸಕ್ಕರಿ, ಈ ಸಂಸ್ಥಾನದಿಂದ ಹೊರಗೆ ಹೋಗುತ್ತವೆ.

ಸರಕುಗಳು.

ಸೊನ್ನಗಾರರು, ತಾಂಬಟಗಾರರು, ಕಮ್ಮಾರರು, ಕಲ್ಲುಕುಟ್ಟಿಗರು, ಕುಂಬಾರರು, ದೊಡ್ಡ ಗ್ರಾಮಗಳಲ್ಲಿ ಇರುತ್ತಾರೆ. ನೇಕಾರರು ಯೆಲ್ಲ ಕಡೆಯಲ್ಲಿಯೂ ಇರುತ್ತಾರೆ. ಮಗ್ಗಗಳು ಅಳತೇ ಪೇಠೆಯಲ್ಲಿ ೬೮೮, ಗಡಇಂಗ್ಲಜ ಪೇಠೆಯಲ್ಲಿ ೬೫೪, ಕರವೀರ ಪೇಠೆಯಲ್ಲಿ ೪೨೨, ಶಿರೋಳ ಪೇಠೆಯಲ್ಲಿ

ಕೈಗಾರಿಕೆಗಳು.

೩೯೭, ಪನಾಳಾ ಪೇಠೆಯಲ್ಲಿ ೨೩೬, ಇಚಲಕರಂಜೀ ಸಂಸ್ಥಾನದಲ್ಲಿ ೩೫೦, ಕಾಗಲ ಸಂಸ್ಥಾನದಲ್ಲಿ ೧೭೯, ಭೂಧರಗಡ ಪೇಠೆಯಲ್ಲಿ ೮೬, ಬಾವಡೇ ಸಂಸ್ಥಾನದಲ್ಲಿ ೫೮, ವಿಶಾಳಗಡ ಸಂಸ್ಥಾನದಲ್ಲಿ ೩೦ ಇರುತ್ತವೆ. ಕೊಲ್ಲಾಪುರದ ತುರಂಗದಲ್ಲಿ ೧೭ ಮಗ್ಗಗಳು ನಡಿಯುತ್ತವೆ. ಈ ಮಗ್ಗಗಳಲ್ಲಿ ವಾಡಿಕೆಯಾಗಿ ಧಡೋತಿಯ ವಸ್ತ್ರಗಳು ಯೆಲ್ಲ ಪ್ರಕಾರದವು, ಕಂಬಳಿಗಳು ಸಹಿತ, ಹುಟ್ಟುತ್ತವೆ. ದೊಡ್ಡ ದೊಡ್ಡ ಗ್ರಾಮಗಳಲ್ಲಿ ಢೊರರು ಚರ್ಮಕ್ಕೆ ಕರಿ ಹಾಸುವರು. ಕೊಲ್ಲಾಪುರದಲ್ಲಿ ಕಾಗದ ಮಾಡುವ ಕಾರಖಾನೆಗಳು ನಾಲ್ಕು ನಡಿಯುತ್ತವೆ. ಅವುಗಳಲ್ಲಿ ವಹಿಯ ಕಾಗದಗಳೂ (೧ × ೧⅓ ಫೂಟು) ಖರ್ಚೀ ಕಾಗದಗಳೂ ಹುಟ್ಟುತ್ತವೆ. ಈ ಕಾಗದ ಮಾಡುವ ರೀತಿಯು ೬ನೇ ಭಾಗದಲ್ಲಿ ವಿವರಿಸಿದಂತೆ ಇರುತ್ತದೆ. ಕಾರಖಾನೆಯ ವೊಡಿಯನಿಗೆ ಖರ್ಚು ಹೋಗಿ, ತಿಂಗಳಿಗೆ ಸುಮಾರು ೨೫ ರೂಪಾಯಿ ಉಳಿಯುತ್ತದೆ. ಕೊಲ್ಲಾಪುರದಿಂದ ಮೂರು ಮೈಲಿನ ಮೇಲೆ ಇರುವ ಪಾಡಳಿ ಯೆಂಬ ಗ್ರಾಮದಲ್ಲಿ ಬಳೆಗಳನ್ನು ಮಾಡುತ್ತಾರೆ. ಅವರು ಬಳೆಚೂರುಗಳನ್ನು ಕೂಡಿಸಿ, ಇಲ್ಲವೆ ಮುಂಬಯಿಯಿಂದ ಕಾಜು ತಂದು ಬಳೆಗಳನ್ನು ಮಾಡುವರು. ಬಳೆ ಮಾಡುವ ರೀತಿಯನ್ನು ಆರನೇ ಭಾಗದಲ್ಲಿ ವಿವರಿಸಿದ್ದೇವೆ.

೭. ಇತಿಹಾಸ.—ಕೊಲ್ಲಾಪುರದ ಇತಿಹಾಸದಲ್ಲಿ ಮೂರು ಭಾಗಗಳನ್ನು ಮಾಡ ಬಹುದು—೧. ಪ್ರಾಚೀನ ಇತಿಹಾಸ ಸನ್ ೧೩೪೭ರ ವರೆಗೆ; ೨. ಮಧ್ಯಕಾಲದ ಇತಿಹಾಸ ಸನ್ ೧೭೦೦ರ ವರೆಗೆ; ೩. ಅರ್ವಾಚೀನ ಇತಿಹಾಸ. ಸನ್ ೧೮೭೭ರಲ್ಲಿ ಕೊಲ್ಲಾಪುರದಲ್ಲಿ ನೆಲದೊಳಗೆ ಅಗಿಯುವಾಗ ವೊಂದು ಚಚ್ಚೌಕಾದ ಕಲ್ಲಿನ ಪೆಟ್ಟಗೆಯು ಸಿಕ್ಕಿತು. ಅದರ ಮುಚ್ಚಳದ ವೊಳ ಮೈಯಲ್ಲಿ ಪಾಲೀ ಭಾಷೆಯ ಲಿಪಿಯುಂಟು. ಅದರಲ್ಲಿ ಧಮ್ಮಗುತ್ತನೆಂಬ ಅರಸು ಕೆಲವು ಧರ್ಮವನ್ನು ಮಾಡಿದ ಲೇಖವಿರುತ್ತದೆ. ಈ ಅಕ್ಷರಗಳು ಕ್ರಿಸ್ತೀ ಶಕದ ಹಿಂದಿನ ಮೂರನೇ ಶತಕದ ಅಕ್ಷರಗಳನ್ನು ಹೋಲುತ್ತವೆ. ಈ ಲೇಖವು ಬೌದ್ಧ ಧರ್ಮದವರದಿರುವ ಕಾರಣ ಆ ಕಾಲಕ್ಕೆ ಕೊಲ್ಲಾಪುರವು ಬೌದ್ಧ ಧರ್ಮದ ಅರಸನಿಗೆ ಅಂಕಿತವಾಗಿತ್ತೆಂದು ತಿಳಿಯುತ್ತದೆ. ತಾಮ್ರ ಸೀಸುಗಳ ನಾಣ್ಯಗಳೂ ಹಿತ್ತಾಳಿಯ ಅಚ್ಚುಗಳೂ ಕೊಲ್ಲಾಪುರದಲ್ಲಿ ಸಿಕ್ಕಿರುತ್ತವೆ. ಅವುಗಳಿಂದ ಕ್ರಿಸ್ತೀ ಶಕದ ಮೊದಲನೇ ಶತಕದಲ್ಲಿ ಶತಕರಣಿ ಅಥವಾ ಆಂಧ್ರ ಭೃತ್ಯ ಯೆಂಬ ರಾಜ ವಂಶದವರ ಆಳಿಕೆಗೆ ಕೊಲ್ಲಾಪುರವು ಶೇರಿತ್ತೆಂದು ತಿಳಿಯುತ್ತದೆ. ಅವರಲ್ಲಿ ವೊಬ್ಬನ ಹೆಸರು "ವಿಲಿವಾಯಕುರ" ನೆಂದಿತ್ತು. ಇಜಿಪ್ತದ ತಾಲೆಮಿಯು (ಕ್ರಿ. ಶ. ೧೫೦) "ಬಲಿಯೊ ಕುರೊಸ" ಯೆಂಬವನ ರಾಜಧಾನಿಯು "ಹಿಪ್ಪೊಕುರ" ಇತ್ತೆಂದು ಬರಿದಿದ್ದಾನೆ. "ಬಲಿಯೊ ಕುರೊಸ" ಅಂದರೆ "ವಿಲಿವಾಯಕುರ"ನೆಂದು ಕೆಲವರ ತರ್ಕವದೆ; ಆದ್ದರಿಂದ "ಹಿಪ್ಪೊಕುರ" ವೆಂದರೆ ಕೊಲ್ಲಾಪುರವೆಂದು ಊಹಿಸುತ್ತಾರೆ. ಪನಾಳಾಗಡದ ಬಳಿಯಲ್ಲಿಯೂ ಜೋತೀಬಾನ ಗುಡ್ಡದ ಬಳಿಯಲ್ಲಿಯೂ ಗುಡ್ಡದೊಳಗೆ ಕೊರಿದು ಮಾಡಿದ ಗವಿಗಳುಂಟು. ಅವಾದರೂ ಕ್ರಿ. ಶ. ಮೊದಲನೇ ಶತಕದ ಸುಮಾರಿನಲ್ಲಿ ಹುಟ್ಟಿದಂತೆ ತೋರುತ್ತವೆ. ಆಂಧ್ರ ಭೃತ್ಯ ವಂಶದ ಅರಸರ ತರುವಾಯ ಕೊಲ್ಲಾಪುರವು ಪಲಾಸಿಕೆಯ (ಹಲಸಿಗೆಯ)

ಕದಂಬರ ಆಳಿಕೆಗೆ (ಕ್ರಿ ಶ. ೫೦೦), ಅವರ ತರುವಾಯ ಚಲುಕ್ಯರ ಆಳಿಕೆಗೆ (ಕ್ರಿ. ಶ. ೫೫೦-೭೬೦) ಸೇರಿತ್ತು. ಶಿಲಾಹಾರರೆಂಬ ಅರಸರು ೧೦೫೦ರಿಂದ ೧೧೫೦ರ ವರೆಗೆ ಕೊಲ್ಲಾಪುರದಲ್ಲಿ ಚಾಲುಕ್ಯರ ಮಾಂಡಲೀಕರಾಗಿ ಆಳಿದರು. ಅವರ ತರುವಾಯ ಈ ಪ್ರಾಂತವು ಸನ್ ೧೩೪೭ರ ವರೆಗೆ ದೇವಗಿರಿಯ ಯಾದವರ ರಾಜ್ಯಕ್ಕೆ ಸೇರಿತ್ತು. ಶಿಲಾಹಾರ ಅರಸರ ರಾಜಧಾನಿಯು ಕೊಲ್ಲಾಪುರವೇ ಇತ್ತು; ಮಹಾಲಕ್ಷ್ಮಿಯು ಅವರ ಕುಲ ದೇವತೆ. ಸನ್ ೧೦೫೦ರಿಂದ ೧೧೮೦ರ ವರೆಗೆ ೮ ಜನ ಅರಸರು ಕೊಲ್ಲಾಪುರದಲ್ಲಿ ಆಳಿದರು.

ದೇವಗಿರಿಯು ಹಾಳಾದ ಬಳಿಕ (೧೩೪೭) ಕೊಲ್ಲಾಪುರದ ನೆರೆಹೊರೆಯಲ್ಲಿ ಮಹಾರಾಷ್ಟ್ರ ಪಾಳೆಗಾರರು ಸ್ವತಂತ್ರರಾದರು. ಮುಂದೆ ಬಾಮನೀ ಬಾದಶಹನ ದಂಡಿನವರು ಕೊಲ್ಲಾಪುರ ಶೀಮೆಯ ಪೂರ್ವ ಭಾಗವನ್ನು ಆಕ್ರಮಿಸಿದಾಗ್ಯೂ ಪಶ್ಚಿಮ ಭಾಗದಲ್ಲಿ ಶಿರ್ಕೇ, ಮೋರೇ, ಮುಂತಾದ ಮಹಾರಾಷ್ಟ್ರ ಅರಸರು ಸಣ್ಣ ಸಣ್ಣ ಶೀಮೆಗಳನ್ನು ಆಳುತ್ತಿದ್ದರು. ಬಾಮನೀ ಬಾದಶಾಹಿಯು ತರುವಾಯ ಕೊಲ್ಲಾಪುರದ ಶೀಮೆಯು ವಿಜಾಪುರದ ರಾಜ್ಯಕ್ಕೆ ಶೇರಿತು. ಆದರೆ ಮುಂದೆ ಬೇಗ ಶಿವಾಜಿಯು ಪ್ರಬಲನಾಗಿ ವಿಶಾಳಗಡದ ಶೀಮೆಯನ್ನು ಕೊಲ್ಲಾಪುರ ಸಹಿತ ಆಕ್ರಮಿಸಿದನು. ಶಿವಾಜಿಯ ತರುವಾಯ ಅವನ ಮಗ ರಾಜಾರಾಮನ ಆಳಿಕೆಯಲ್ಲಿ ಈ ಶೀಮೆಯು ಅವನ ರಾಜ್ಯಕ್ಕೆ ಶೇರಿತ್ತು. ರಾಜಾರಾಮನು ಸನ್ ೧೭೦೦ರಲ್ಲಿ ಮರಣ ಹೊಂದಿದ ಬಳಿಕ ಅವನ ಹಿರಿ ಮಗನಾದ ಶಿವಾಜಿಯನ್ನು ಅವನ ತಾಯಿ ತಾರಾಬಾಯಿಯು ಪಟ್ಟಕೆ ಕುಳ್ಳಿರಿಸಿದ್ದನ್ನು, ಮುಂದೆ ಔರಂಗಜೇಬನ ಮರಣದ ನಂತರ ಶಾಹೂರಾಜನು ದಿಲ್ಲಿಯಿಂದ ಬಿಡುಗಡೆ ಹೊಂದಿ ದಕ್ಷಿಣಕ್ಕೆ ಬಂದದ್ದರಿಂದ ತಾರಾಬಾಯಿಗೂ ಅವನಿಗೂ ಯುದ್ಧಗಳಾಗಿ ಕಡೆಯಲ್ಲಿ ತಾರಾಬಾಯಿಯು ತನ್ನ ಮಗನಿಗಾಗಿ ಕೊಲ್ಲಾಪುರದಲ್ಲಿ ಹೊಸ ಗಾದಿಯನ್ನು ಸ್ಥಾಪಿಸಿದ ಸಂಗತಿಯನ್ನು ೭ನೇ ಭಾಗದಲ್ಲಿ ಹೇಳಿದ್ದೇವೆ. ಕೊಲ್ಲಾಪುರದ ಗಾದಿಯ ಮುಂದಿನ ಇತಿಹಾಸವು ಪ್ರಸಿದ್ಧವಿರುತ್ತದೆ.

೮. ಭೂಮಿಯು.—ಸನ್ ೧೮೬೭ರಲ್ಲಿ ಆದ ವೊಡಂಬಡಿಕೆಯಲ್ಲಿ ಕೊಲ್ಲಾಪುರದ ಸಂಸ್ಥಾನಕ್ಕೆ ಮಂತ್ರಿಯನ್ನು ನೇಮಿಸುವ ಅಧಿಕಾರವು ಕಂಪನೀ ಸರಕಾರಕ್ಕೆ ಕೊಡಲ್ಪಟ್ಟಿತು. ಮುಂದೆ ಸನ್ ೧೮೩೭ರಲ್ಲಿ ಶಹಾಜೀ ಅಥವಾ ಬುವಾ ಸಾಹೇಬ ಮಹಾರಾಜನೆಂಬ ಅರಸು ಮರಣ ಹೊಂದಿದ ನಂತರ ಗಾದಿಯ ಸಲುವಾಗಿ ವ್ಯಾಜ್ಯವು ಆರೇಳು ವರ್ಷ ನಡೀತು. ಕಡೆಯಲ್ಲಿ ಕಂಪನೀ ಸರಕಾರದವರು ಸದರೀ ವೊಪ್ಪಂದದ ಶರತಿನಂತೆ ದಾಜೀ ಕೃಷ್ಣ ಪಂಡಿತನೆಂಬ ಕಾರಭಾರಿಯನ್ನು ಸನ್ ೧೮೪೪ರಲ್ಲಿ ನೇಮಿಸಿದರು. ಆ ಕಾರಭಾರಿಯು ಮೊದಲಿನ ಅವ್ಯವಸ್ಥೆಗಳನ್ನೆಲ್ಲ ಮುರಿದು ಸಂಸ್ಥಾನದಲ್ಲಿ ಆರು ಪೇಶೆಗಳನ್ನೂ ಮೂರು ಮಹಾಲುಗಳನ್ನೂ ಮಾಡಿ, ಮಾಮಲೇದಾರರು, ಕೊತವಾಲ, ನ್ಯಾಯಾಧೀಶ, ಮುಂತಾದ ಅಧಿಕಾರಿಗಳನ್ನು ನೇಮಿಸಿದನು. ಅವನು ಮಾಡಿದ ವ್ಯವಸ್ಥೆಯಂತೆ ಈ ಹೊತ್ತಿನ ವರೆಗೂ ಕಾರಭಾರ ನಡಿಯುತ್ತದೆ. 78

ಭೂಮಿಯಲ್ಲಿ ಮೂರು ಪ್ರಕಾರಗಳಿವೆ—ಇನಾಮು, ಶೇರೀ, ರಯತವಾರೀ. ಇನಾಮ ಭೂಮಿಯ ವಹಿವಾಟು ಇನಾಮದಾರರು ಮಾಡುತ್ತಾರೆ. ಶೇರೀ ಭೂಮಿಯಂದರೆ ಅರಮನೆಗೆ ಶೇರಿದ ಭೂಮಿಯು. ಪ್ರಾಂತದ ಅಧಿಕಾರಿಗಳು ಈ ಭೂಮಿಯ ತೆರಿಗೆಯನ್ನು ಗೊತ್ತು ಮಾಡಿ, ಅದರಂತೆ ಹಣ ಯೆತ್ತಿ ಪರಸ್ಪರ ಅರಮನೆಗೆ ಕಳಿಸುವರು. ರಯತವಾರಿಯಲ್ಲಿ ಬೇರೆ ಕಡೆಯಲ್ಲಿ ಇದ್ದಂತೆ ಈ ಸಂಸ್ಥಾನದಲ್ಲಿಯೂ ಮಿರಾಶಿ, ಉಪರಿ ಯೆಂಬ ಯೆರಡು ಪ್ರಕಾರಗಳಿದ್ದವು. ಭೂಮಿಯ ವ್ಯವಸ್ಥೆಯಲ್ಲಿ ಮೊದಲು ಬಹಳ ಗೊಂದಲವಿತ್ತು. ಮಾಮಲೇದಾರರೂ ಕುಲಕರಣಿಗಳೂ ಸಹ ಬೇಕಾದವರಿಗೆ ಭೂಮಿಯನ್ನು ಇನಾಮು ಕೊಡುವರು. ಲೆಕ್ಕದಲ್ಲಿ ಭೂಮಿಯ ಮಾಪು ಬೇರೆ, ಉಪಭೋಗ ಮಾಡುವವರ ವಶದಲ್ಲಿ ಇದ್ದ ಭೂಮಿಯ ಮಾಪು ಬೇರೆ. ತೆರಿಗೆಯು ಅಮಲದಾರರ ಮನಸಿಗೆ ಬಂದ ಹಾಗೆ ಹೆಚ್ಚು ಕಡಿಮೆಯಾಗುತ್ತಿತ್ತು. ದಾಜೀ ಪಂಡಿತನು ತನ್ನ ಕೈ ಕೆಳಗಿನವನೊಬ್ಬ ಹುದ್ದೇದಾರನನ್ನು ಭೂಮಿಯ ವ್ಯವಸ್ಥೆಗೆ ನೇಮಿಸಿ ಈ ಅವ್ಯವಸ್ಥೆಗಳನ್ನು ಮುರಿಯುವ ಪ್ರಯತ್ನ ಮಾಡಿದನು. ಆದರೆ ಕೆಲಸವು ವೊಳಿತಾಗಿ ಗೊತ್ತಿಗೆ ಮುಟ್ಟಲಿಲ್ಲ. ಆದ್ದರಿಂದ ಸರಕಾರೀ ಶೀಮೆಗಳಲ್ಲಿಯಂತೆ ಸನ್ ೧೮೭೯ರಲ್ಲಿ ಭೂಮಿಯನ್ನು ಅಳಿದು ಪ್ರತಿ ಹಚ್ಚುವ ಕೆಲಸವು ಆರಂಭವಾಗಿ ಸನ್ ೧೮೮೪ರ ವರೆಗೆ ಸಾಗಿತು. ಈಗ ಭೂಮಿಯ ಯಾವತ್ತು ವ್ಯವಸ್ಥೆಯು ಬ್ರಿಟಿಶ ಇಲಾಖೆಯಲ್ಲಿಯಂತೆ ನಡಿಯುತ್ತದೆ.

೯. ನ್ಯಾಯವು.—ಸನ್ ೧೮೬೬ರಲ್ಲಿ ದಾಜೀ ಪಂಡಿತನನ್ನು ನೇಮಿಸುವ ಪೂರ್ವದಲ್ಲಿ ನ್ಯಾಯದ ಕೋರ್ಟುಗಳಿದ್ದಿಲ್ಲ; ಪಾಟೀಲ ಮೊದಲಾದ ಮುಲಖೀ ಅಧಿಕಾರಿಗಳೇ ದಿವಾಣೀ ಫೌಜದಾರೀ ವ್ಯಾಜ್ಯಗಳನ್ನು ನಿರ್ವಹಿಸುವರು. ದಿವಾಣೀ ವ್ಯಾಜ್ಯಗಳಲ್ಲಿ ಅವಶ್ಯವಿದ್ದಲ್ಲಿ ಪಕ್ಷಕಾರರ ಇಚ್ಛೆಯಂತೆ ಪಂಚರನ್ನು ನೇಮಿಸಿ, ಅವರ ಕೈಯಿಂದ ನಿರ್ಣಯ ಮಾಡಿಸುವರು. ಸರದಾರರೂ, ಜಹಾಗೀರದಾರರೂ, ಇನಾಮದಾರರೂ ತಮ್ಮ ತಮ್ಮ ಶೀಮೆಗಳಲ್ಲಿ ಬೇಕಾದ ಹಾಗೆ ದಿವಾಣೀ ಫೌಜದಾರೀ ಅಧಿಕಾರಗಳನ್ನು ನಡಿಸುವರು. ಸನ್ ೧೮೬೮ರಲ್ಲಿ ದಾಜೀ ಪಂಡಿತನು ಪೇಠೆಗಳಲ್ಲಿ ಯೆರಡು ಮುನಸೀಫ ಕೋರ್ಟುಗಳನ್ನೂ ಕೊಲ್ಲಾಪುರದಲ್ಲಿ ವೊಂದು ಸದರ ಅಮೀನ ಕೋರ್ಟನ್ನೂ ಸ್ಥಾಪಿಸಿದನು. ಮುನಸೀಫರಿಗೆ ೫೦೦೦ ರೂಪಾಯಿಯ ವರೆಗೆ, ಸದರ ಅಮೀನನಿಗೆ ೧೦೦೦೦ ರೂಪಾಯಿಯ ವರೆಗೆ ವ್ಯಾಜ್ಯಗಳ ನಿರ್ಣಯ ಮಾಡುವ ಅಧಿಕಾರವಿತ್ತು. ಇವರ ನಿರ್ಣಯಗಳ ಮೇಲೆ ಪೋಲಿಟಿಕಲ್ ಸುಪರಿಂಟೆಂಡೆಂಟನಿಗೆ, ಅವನ ನಿರ್ಣಯದ ಮೇಲೆ ಮುಂಬಯಿ ಸರಕಾರಕ್ಕೆ ಅಪೀಲುಗಳಾಗುವವು. ಫೌಜದಾರೀ ವ್ಯಾಜ್ಯಗಳಲ್ಲಿ ಪೇಠೆಗಳ ಮಾಮಲೇದಾರರಿಗೂ, ಮಾಂಡಲಿಕ ಸಂಸ್ಥಾನಗಳ ಕಾರಭಾರಿಗಳಿಗೂ ೩ ತಿಂಗಳಿನ ವರೆಗೆ ಕೈದು, ೫೦ ರೂಪಾಯಿಯ ವರೆಗೆ ದಂಡ ಮಾಡುವ ಅಧಿಕಾರ ಕೊಟ್ಟರು. ಕೊಲ್ಲಾಪುರದಲ್ಲಿ ನೇಮಿಸಿದ ನ್ಯಾಯಾಧೀಶನಿಗೆ ೩ ವರ್ಷದ ವರೆಗೆ ಕೈದು, ೭೦೦ ರೂಪಾಯಿಯ ವರೆಗೆ ದಂಡ ಮಾಡುವ ಅಧಿಕಾರವಿತ್ತು. ಇದಕ್ಕೂ ಹೆಚ್ಚಿನ ಶೀಕ್ಷೆಯಾಗತಕ್ಕಂಥ ಪ್ರಕರಣಗಳು ಪೋಲಿಟಿಕಲ್ ಸುಪರಿಂಟೆಂಡೆಂಟನ ಕೋರ್ಟಿಗೆ ಹೋಗು

ವವು. ಸನ್ ೧೮೭೩ರಲ್ಲಿ ಸರಕಾರೀ ಹೊಸ ಕ್ರಿಮಿನಲ್ ಪ್ರೋಸೀಜರ ಕೋಡಿನಂತೆ ಕೆಲಸ ನಡಿಯ ಹತ್ತಿ, ಮಾಮಲೇದಾರರಿಗೆ ೨ನೇ ವರ್ಗದ ಮಾಜಿಸ್ಟ್ರೇಟನ ಅಧಿಕಾರ ಕೊಟ್ಟರು. ಸನ್ ೧೮೭೪ರಲ್ಲಿ ಇಬ್ಬರು ಡಿಸ್ಟ್ರಿಕ್ಟ ಆಫೀಸರರೆಂಬ ಅಧಿಕಾರಿಗಳನ್ನು ನೇಮಿಸಿ, ಅವರಿಗೆ ೧ನೇ ವರ್ಗ ಮಾಜಿಸ್ಟ್ರೇಟನ ಅಧಿಕಾರ ಕೊಟ್ಟರು. ಸನ್ ೧೮೭೯ ರಲ್ಲಿ ದಿವಾಣೀ ಕೆಲಸವು ಸಿವಿಲ್ ಪ್ರೋಸೀಜರ ಕೋಡಿನಂತೆ ನಡಿಯ ಹತ್ತಿ, ಕಾರಭಾರಿಗೆ ದಿವಾಣೀ ಫೌಜದಾರೀ ವ್ಯಾಜ್ಯಗಳಲ್ಲಿ ಅಸಿಸ್ಟಾಂಟ ಜಡಜನ ಅಧಿಕಾರವು ಕೊಡಲ್ಪಟ್ಟಿತು; ಪೋಲಿಟಿಕಲ್ ಏಜಂಟನು ಹಾಯ ಕೋರ್ಟಿನಂತೆ ಅಧಿಕಾರ ನಡಿಸುವನು. ಸನ್ ೧೮೮೨ರಲ್ಲಿ "ಕೌನ್ಸಿಲ್ ಆಫ್ ರೀಜನ್ಸಿ" ಯೆಂಬ ಸಭೆಯನ್ನು ನೇಮಿಸಿದ ಬಳಿಕ ಯಾವತ್ತು ನ್ಯಾಯದ ಮುಖ್ಯಾಧಿಕಾರವನ್ನು ಆ ಸಭೆಗೆ ಕೊಟ್ಟರು. ಸನ್ ೧೮೮೩ರಲ್ಲಿ ರೀಜಂಟನ ಕೋರ್ಟು, ಮುಖ್ಯ ಜಡಜನ ಕೋರ್ಟು, ಅಸಿಸ್ಟಾಂಟ ಜಡಜನ ಕೋರ್ಟು, ಸದರ ಅಮೀನನ ಕೋರ್ಟು, ೧೫ ಮುನಸೀಫರ ಕೋರ್ಟುಗಳು, ಅಂತೂ ೧೯ ಕೋರ್ಟುಗಳಿದ್ದವು. ಮುನಸೀಫರಲ್ಲಿ ಇಬ್ಬರು ಮಾತ್ರ ಕೊಲ್ಲಾಪುರದ ಶೀಮೆಯಲ್ಲಿ ಇದ್ದರು; ಉಳಿದವರು ಮಾಂಡಲಿಕ ಸಂಸ್ಥಾನಗಳಲ್ಲಿಯೂ ಜಹಾಗೀರುಗಳಲ್ಲಿಯೂ ಇದ್ದರು.

೧೦. ಕಂದಾಯವು.—ಎಲ್ಲಕ್ಕೂ ಪೂರ್ವದ ತಾಳೇ ಬಂದು ಸನ್ ೧೮೪೬-೪೭ನೇ ವರ್ಷದ್ದು ದೊರಿಯುತ್ತದೆ. ಆ ವರ್ಷದ ಆದಾಯವು ೬೬೪೮೨೦ ರೂಪಾಯಿ ಮಾತ್ರ ಇತ್ತು; ಖರ್ಚು ೫೧೭೩೪೦ ರೂಪಾಯಿ ಇತ್ತು. ಆದರೆ ಬರ ಬರುತ್ತಾ ಕಾರಭಾರವು ಬಹಳವಾಗಿ ಸುಧಾರಿಸುತ್ತ ಬಂದದ್ದರಿಂದ ಸನ್ ೧೮೮೨-೮೩ರಲ್ಲಿ ಸಂಸ್ಥಾನದ ವೊಟ್ಟು ವಸೂಲು ೨೧೨೯೬೩೦ ರೂಪಾಯಿಯಾಯಿತು; ಆ ವರ್ಷದ ಖರ್ಚು ೧೧೧೯೭೭೦ ರೂಪಾಯಿ ಆಯಿತು. ಆ ವರ್ಷದಲ್ಲಿ ಅಮಾನತ ಜಮೆಯಾದ ಹಣವನ್ನೂ ತಸಲ ಮಾತಿಗೆ ಖರ್ಚು ಬಿದ್ದ ಹಣವನ್ನೂ ಬಿಟ್ಟರೆ ನಿವಳ ವಸೂಲು ೧೬೦೫೧೬೦ ರೂಪಾಯಿ ಆಗುತ್ತದೆ. ಸ್ಟಾಂಪು, ನೋಂದಣಿ, ಲೋಕಲ್ ಫಂಡು, ಮುಂತಾದ ಬಾಬುಗಳು ಸರಕಾರೀ ಇಲಾಖೆಯಂತೆಯೇ ಕೊಲ್ಲಾಪುರದಲ್ಲಿ ನಡಿಯುತ್ತವೆ. ಸದರೀ ವರ್ಷ ಭೂಮಿಯ ತೆರಿಗೆಯ ವಸೂಲು ೧೧೧೭೭೧೦ ರೂಪಾಯಿ, ಸಾಯರ ಬಾಬು ೯೬೪೪೦ ರೂಪಾಯಿ, ಲೋಕಲ್ ಫಂಡು ೧೦೨೬೩೦ ರೂಪಾಯಿ ಇತ್ತು.

ಸನ್ ೧೮೮೩-೮೪ರಲ್ಲಿ ಕೊಲ್ಲಾಪುರದ ಸಿಟೀ ಮ್ಯುನಿಸಿಪಾಲಿಟಿಯ ಆದಾಯವು ೫೯೧೫ ರೂಪಾಯಿ ಇತ್ತು. ಇದರ ಹೊರ್ತು ನರಸೋಬನವಾಡಿಯಲ್ಲಿಯೂ, ಇಚಲಕರಂಜಿಯಲ್ಲಿಯೂ, ಕಾಗಲದಲ್ಲಿಯೂ ಟೌನ ಮ್ಯುನಿಸಿಪಾಲಿಟಿಗಳಿದ್ದವು. ಇವುಗಳ ಆದಾಯವು ಕ್ರಮವಾಗಿ ೧೭೨೭, ೧೭೦೦, ೬೦೦ ರೂಪಾಯಿ ಇತ್ತು.

೧೧. ಶಿಕ್ಷಣವು.—ಎಲ್ಲಕ್ಕೂ ಮೊದಲು ಸನ್ ೧೮೪೮ರಲ್ಲಿ ಕೊಲ್ಲಾಪುರ, ಪನಾಳ, ಅಳತೆ, ಶಿರೋಳ, ಈ ನಾಲ್ಕು ಗ್ರಾಮಗಳಲ್ಲಿ ವೊಂದೊಂದು ಶಾಲೆಗಳಾದವು. ಸನ್ ೧೮೫೪ರಲ್ಲಿ ೧೦ ಶಾಲೆಗಳಲ್ಲಿ ೪೬೬ ಜನ ವಿದ್ಯಾರ್ಥಿಗಳು ಕಲಿಯುತ್ತಿದ್ದರು. ಸನ್

೧೮೬೬-೬೭ರಲ್ಲಿ ೨೫ ಶಾಲೆಗಳಲ್ಲಿ ೧೧೪೭ ಜನ ವಿದ್ಯಾರ್ಥಿಗಳು ಕಲಿಯುತ್ತಿದ್ದರು. ಇವಲ್ಲದೆ ಗಾವಠೀ ಶಾಲೆಗಳು ಬೇರೆ. ಸನ್ ೧೮೮೩-೮೪ರಲ್ಲಿ ವೊಟ್ಟಿಗೆ ೧೯೦ ಶಾಲೆಗಳಲ್ಲಿ ೧೧೯೯೯ ವಿದ್ಯಾರ್ಥಿಗಳು ಕಲಿಯುತ್ತಿದ್ದರು. ಇವುಗಳಲ್ಲಿ ೧ ರಾಜಾರಾಮ ಕಾಲೇಜವು ಹಾಯ ಸ್ಕೂಲು ಸಹಿತ, ೧ ಟ್ರೇನಿಂಗ ಸ್ಕೂಲು, ೧ ಹೆಣ್ಣು ಮಕ್ಕಳ ಟ್ರೇನಿಂಗ ಕ್ಲಾಸು, ೬ ಅಂಗ್ಲೋವರ್ನ್ಯಾಕ್ಯುಲರ ಶಾಲೆಗಳು, ೧೫೪ ದೇಶಭಾಷೆಯ ಗಂಡು ಹುಡುಗರ ಶಾಲೆಗಳು, ೧೯ ರಾತ್ರಿಯ ಶಾಲೆಗಳು, ೮ ಹೆಣ್ಣು ಮಕ್ಕಳ ಶಾಲೆಗಳು ಇದ್ದವು. ಸದರೀ ವರ್ಷದಲ್ಲಿ ಶಿಕ್ಷಣದ ವೆಚ್ಚ ೬೦೧೨೦ ರೂಪಾಯಿ, ಶಾಲಾ ಗೃಹಗಳ ವೆಚ್ಚ ೧೬೦೧೬೦ ರೂಪಾಯಿ, ಆಯಿತು. ಫೀ ವಸೂಲು ೧೬೭೩೦ ರೂಪಾಯಿ ಆಯಿತು. ಶಾಲೆಗಳ ತಪಾಸಣೆಗಾಗಿ ವೊಬ್ಬ ಡೆಪ್ಯುಟೀ ಇನಸ್ಪೆಕ್ಟರನನ್ನು ಸಂಸ್ಥಾನದಲ್ಲಿ ನೇಮಿಸಿದ್ದಾರೆ. ಅವನು ದಕ್ಷಿಣ ಭಾಗದ ಇನಸ್ಪೆಕ್ಟರನಿಗೂ ಮುಂಬಯಿ ಇಲಾಖೆಯ ಡಾಯರೇಕ್ಟರನಿಗೂ ಅಂಕಿತನಾಗಿ ಕೆಲಸ ಮಾಡುತ್ತಾನೆ.

ಸನ್ ೧೮೮೩ರಲ್ಲಿ ಸಂಸ್ಥಾನದಲ್ಲಿ ವೊಟ್ಟಿಗೆ ೧೪ ಪುಸ್ತಕಾಲಯಗಳೂ ವಾಚನ ಮಂದಿರಗಳೂ ಇದ್ದವು.

೧೨. ಆರೋಗ್ಯ.—ಕೊಲ್ಲಾಪುರದ ಶೀಮೆಯು ಸಮುದ್ರದ ಮೇಲೆ ಪಶ್ಚಿಮ ಭಾಗದಲ್ಲಿ ೨೦೦೦ ಫೂಟು, ಪೂರ್ವ ಭಾಗದಲ್ಲಿ ೧೭೦೦ ಫೂಟು ಯೆತ್ತರವಿರುತ್ತದೆ. ಪಶ್ಚಿಮ ಭಾಗದ ಗುಡ್ಡಗಾಡಿನ ಶೀಮೆಯಲ್ಲಿ ರೋಗೋಪದ್ರವವು ವಿಶೇಷವಿರುತ್ತದೆ. ಛಳಿಗಾಲದ ಆರಂಭದಲ್ಲಿ ಸಹ್ಯಾದ್ರಿಯ ಇಳಕಲಿನ ಪ್ರದೇಶಗಳಲ್ಲಿ ಜ್ವರೋಪದ್ರವವು ಬಹಾಳಾಗುತ್ತದೆ. ಜಂತಿನ ಉಪದ್ರವವು ಯೆಲ್ಲ ಕಡೆಯಲ್ಲಿ ಯೆಲ್ಲರಿಗೂ ಆಗುತ್ತದೆ. ಕೊಲ್ಲಾಪುರ ಹೊರ್ತಾಗಿ ಉಳಿದ ಕಡೆಯಲ್ಲೆಲ್ಲ ನಾರು ಆಗುತ್ತದೆ. ಗಜಕರಣ, ತದ್ದು, ಹುರುಕುಗಳು ಯೆಲ್ಲ ಕಡೆಯಲ್ಲಿಯೂ ಸಾಧಾರಣ. ಈ ಪೂರ್ವದಲ್ಲಿ ಪಟಕಿಯ ಉಪದ್ರವವು ಅತ್ಯುಗ್ರ ತರದ್ದಾಗುತ್ತಿತ್ತು. ಬೇಸಿಗೆಯಲ್ಲಿ ಜೋತೀಬಾನ ಜಾತ್ರೆಯಲ್ಲಿ ಅಸಂಖ್ಯ ಜನ ಕೂಡುವದರಿಂದ ಈ ರೋಗಕ್ಕೆ ಆರಂಭವಾಗುತ್ತದೆ. ವೊಳಗಡೆಯಲ್ಲಿ ಜಾತ್ರೆಯ ಸ್ಥಳದಲ್ಲಿ ಸ್ವಚ್ಛತ್ವವನ್ನೂ ನಿರ್ಮಲವಾದ ನೀರಿನ ಪುರೋಶೆಯನ್ನೂ ಬೆಳಿಸಿದ್ದರಿಂದ ಪಟಕಿಯ ಉಗ್ರತ್ವವು ಕಡಿಮೆಯಾಗಿದೆ. ಇದರಂತೆ ಮೈಲೆಯ ಉಪದ್ರವಾದರೂ ಮೊದಲು ಬಹಳ ಇರುತ್ತಿತ್ತು. ಒಳಗಡೆಯಲ್ಲಿ ಮೈಲೀ ತೆಗಿಸುವ ಕ್ರಮವನ್ನು ನಡಿಸಿದ್ದರಿಂದ ಮೈಲಿ ಯೇಳುವ ಭಯವು ಬಹಳವಾಗಿ ಹಿಮ್ಮೆಟ್ಟಿದೆ. ಸನ್ ೧೮೮೩ರಲ್ಲಿ ವೊಟ್ಟಿಗೆ ೧೭೦೦ ಜನ ಮೈಲಿಯಿಂದ ಸತ್ತರು.

ಕೊಲ್ಲಾಪುರದಲ್ಲಿಯ ಆಸಪತ್ರಿಯನ್ನು ಸನ್ ೧೮೪೭ರಲ್ಲಿ ಸ್ಥಾಪಿಸಿದರು. ಅದು ಈಗ ಸಿವಿಲ್ ಆಸಪತ್ರಿಯೆಂದರೆ ಉತ್ತಮ ಪ್ರತಿಯ ಆಸಪತ್ರಿಯೆನಿಸುತ್ತದೆ. ಅದಕ್ಕಾಗಿ ೨೮೦೦೦೦ ರೂಪಾಯಿ ವೆಚ್ಚ ಮಾಡಿ ಇಮಾರತು ಕಟ್ಟಿಸಿದ್ದಾರೆ. ಈ ಆಸಪತ್ರಿಯಲ್ಲಿ ಸನ್ ೧೮೮೩ರಲ್ಲಿ ವೊಟ್ಟಿಗೆ ೧೯೮೦೦ ಜನರಿಗೆ ಔಷಧ ಕೊಟ್ಟರು. ಇದಲ್ಲದೆ ಗಡ ಇಂಗ್ಲಜ, ಮಲಕಾಪುರ, ಕಾಗಲ, ಅಜರೆ, ಈ ನಾಲ್ಕು ಗ್ರಾಮುಗಳಲ್ಲಿ ಮಧ್ಯಮ ಪ್ರತಿಯ

ಆಸಪತ್ರಿಗಳಿವೆ. ಕೊಲ್ಲಾಪುರದಲ್ಲಿ ಹುಚ್ಚು ಹಿಡಿದವರ ಆಸಪತ್ರಿಯೊಂದುಂಟು. ಅದರಲ್ಲಿ ಸನ್ ೧೮೮೩ರಲ್ಲಿ ೩೭ ಜನ ಹುಚ್ಚರಿದ್ದರು.

ಈ ಸಂಸ್ಥಾನದಲ್ಲಿ ಸನ್ ೧೮೮೩ರ ಹಿಂದಿನ ೭ ವರ್ಷಗಳಲ್ಲಿ ವೊಟ್ಟಿಗೆ ೧೩೦೫೭೭ ಮರಣಗಳೂ, ೧೨೮೫೫ ಜನನಗಳೂ ಆದವು. ಆದ್ದರಿಂದ ಪ್ರತಿ ವರ್ಷ ಸರಾಸರೀ ೧೮೬೫೪ ಮರಣಗಳೂ ೧೮೪೨೨ ಜನನಗಳೂ ಆದವು. ಇದರಿಂದ ಪ್ರಜೆಗಳ ಸಂಖ್ಯೆವು ಬೆಳಿಯುವದಕ್ಕೆ ಬದಲಾಗಿ ಕಡಿಮೆಯಾಗುತ್ತದೆಂದು ಸಿದ್ಧವಾಗುತ್ತದೆ. ಆದರೆ ಈ ೭ ವರ್ಷಗಳಲ್ಲಿ ಸನ್ ೧೮೭೭, ೧೮೭೮, ಇವೆರಡು ಬರಗಾಲದ ವರ್ಷಗಳಿದ್ದರಿಂದ ಮರಣದ ಸಂಖ್ಯೆವು ಹೆಚ್ಚಾಯಿತೆಂದು ತೋರುತ್ತದೆ.

೧೩. ಗ್ರಾಮಗಳು.

ಆಜರೆ.—ಶಂಕೇಶ್ವರದ ಪಶ್ಚಿಮಕ್ಕೆ ೨೮ ಮೈಲಿನ ಮೇಲೆ, ಜ. ಸ. (೮೧) ೩೫೪೭. ಇದು ಪೇಠೆಯ ಮುಖ್ಯ ಗ್ರಾಮವು; ಚಿತ್ರಿ, ಹಿರಣ್ಯಕೇಶಿ, ಯೆಂಬ ಹೊಳೆಗಳ ಸಂಗಮದ ಬಳಿಯಲ್ಲಿ ಗುಡ್ಡದ ಮೇಲೆ ಇರುತ್ತದೆ. ಊರಿನ ಸುತ್ತು ಮುತ್ತು ಹಲಸು ಮಾವುಗಳ ಬನಗಳಿವೆ. ಈ ವೂರ ಕೋಟೆಯ ಉತ್ತರಕ್ಕೆ ನಬಾಬಪುರವೆಂಬ ಹೊಸ ಮಸ್ತಿಯ ಪ್ರದೇಶವು ಈ ವೂರೊಳಗೆ ಯೆಣಿಸಲ್ಪಡುತ್ತದೆ. ಇಲ್ಲಿ ಬೆಳಿಯುವ ಅಕ್ಕಿಯು ಹೆಸರಾದದ್ದು; ವರ್ಷದಲ್ಲಿ ಸುಮಾರು ೬೫೦೦೦ ರೂಪಾಯಿಯ ವ್ಯಾಪಾರವಾಗುತ್ತದೆ. ಅಳ್ಳೀಕಾಯಿ, ಹುಣಚೀ ಹಣ್ಣು, ಬುಂದು, ಮುಂತಾದವುಗಳ ಮಾರಾಟವು ಶುಕ್ರವಾರದ ಸಂತೆಯಲ್ಲಿ ತಕ್ಕಮಟ್ಟಿಗೆ ಆಗುತ್ತದೆ. ಇಲ್ಲಿ ಮಾಮಲೇದಾರ ಫೌಜದಾರ ಕಚೇರಿಗಳಲ್ಲದೆ ಮುನಸೀಫ ಕೋರ್ಟು ವರ್ಷದೊಳಗೆ ೮ ತಿಂಗಳು ಇರುತ್ತದೆ. ಇದಲ್ಲದೆ ವೊಂದು ಶಾಲೆ, ಆಸಪತ್ರಿ, ಪುಸ್ತಕಾಲಯ, ಧರ್ಮ ಶಾಲೆಗಳಿರುತ್ತವೆ. ರವಳನಾಥನ ದೇವಸ್ಥಾನಕ್ಕೆ ಸರಕಾರದಿಂದ ವರ್ಷಕ್ಕೆ ೬೦೮ ರೂಪಾಯಿಯ ನೇಮಣೂಕು ನಡಿಯುತ್ತದೆ. ಊರಿನ ಉತ್ತರಕ್ಕೆ ವೊಂದುವರೆ ಮೈಲಿನ ಮೇಲೆ ಹಿರಣ್ಯಕೇಶಿಯ ದಂಡೆಯಲ್ಲಿ ರಾಮಲಿಂಗನ ಗುಡಿಯುಂಟು. ಅದರ ಬಳಿಯಲ್ಲಿ ಸಣ್ಣದೊಂದು ಸುಂದರವಾದ ತಡಸಲು ಕೆಳಗಿನ ಮಡುವಿನೊಳಗೆ ಬೀಳುತ್ತದೆ. ಶಿವರಾತ್ರಿಯಲ್ಲಿ ಈ ದೇವರ ಜಾತ್ರೆಯಲ್ಲಿ ೫೦೦೦ ಜನ ಕೂಡಿ ೨೦೦೦ ರೂಪಾಯಿಯ ವರೆಗೆ ಮಾರಾಟವಾಗುತ್ತದೆ.

ಅಳತೆ.—ಕೊಲ್ಲಾಪುರದ ಈಶಾನ್ಯಕ್ಕೆ ೧೨ ಮೈಲಿನ ಮೇಲೆ, ಜ. ಸ. (೮೧) ೪೦೧೨. ಪೂರ್ವದಲ್ಲಿ ಪೇಠೆಯ ಮುಖ್ಯ ಗ್ರಾಮವು. ರಮಝಾನ ದರ್ಗಾ ಯೆಂಬ ಮಶೀದಿಗೆ ೬೧೩ ರೂಪಾಯಿಯ ಇನಾಮ ಭೂಮಿಯು ನಡಿಯುತ್ತದೆ. ಧುಳೋಬಾ ಯೆಂಬ ದೇವರ ಜಾತ್ರೆಯಲ್ಲಿ ಚೈತ್ರ ಮಾಸದಲ್ಲಿ ೫೦೦೦ ಜನ ಕೂಡುತ್ತದೆ. ಅಲಂಪ್ರಭು ಯೆಂಬ ಹೆಸರಿನದೊಂದು ದೇವಸ್ಥಾನವು ಮಶೀದಿಯಂತೆ ಕಟ್ಟಿದ್ದಿರುತ್ತದೆ. ಈ ಹೆಸರಿನವನೊಬ್ಬ ಲಿಂಗವಂತ ಸತ್ಪುರುಷನು ಈ ಗುಡಿ ಇದ್ದ ಸ್ಥಳದಲ್ಲಿ ಜೀವಂತ ಸಮಾಧಿಯನ್ನು ತಕ್ಕೊಂಡನೆಂದು ತಿಳಿದು ಆವನ ಶಿಷ್ಯನೊಬ್ಬನು ಈ ಗುಡಿಯನ್ನು ಕಟ್ಟಿಸಿ

ತನ್ನ ಗುರುವಿನ ಹೆಸರಿನಿಂದ ದೀಪವನ್ನು ಇಟ್ಟಿದ್ದಾನೆ. ಆ ದೀಪವು ಈ ಹೊತ್ತಿನ ವರೆಗೆ ಯೆಡೆಬಿಡದೆ ಉರಿಯುತ್ತದೆ. ಕೆಲವರು ಭಕ್ತರು ಅಲಂ ಪ್ರಭುವಿನಂತೆ ಈ ಗುಡಿಯ ಯೆದುರಿಗೆ ಜೀವಂತ ಸಮಾಧಿಯನ್ನು ತಕ್ಕೊಂಡದ್ದರಿಂದ ಅವರ ಸಮಾಧಿಗಳ ಮೇಲೆ ಗುಮುಟಗಳನ್ನು ಕಟ್ಟಿದ್ದಾರೆ. ಅಲಂ ಪ್ರಭುವಿನ ಪೂಜಾರಿಯೊಬ್ಬನು ಸನ್ ೧೮೦೮ರ ಸುಮಾರಿನಲ್ಲಿ ಜೀವಂತ ಸಮಾಧಿಯನ್ನು ತಕ್ಕೊಂಡನೆಂದು ಹೇಳುತ್ತಾರೆ. ಊರ ಹೊರಗೆ ವೊಂದು ಗುಡ್ಡದ ಇಳಕಲಿನಲ್ಲಿ ರಾಮಲಿಂಗನ ಗುಡಿಯನ್ನು ಗುಡ್ಡದೊಳಗೆ ಕೊರಿದು ಮಾಡಿದ್ದಾರೆ. ಈ ಗುಡಿಯು ೧೦ ಫೂಟು ಚಚ್ಚೌಕು ಇದ್ದು, ಅದರೊಳಗೆ ಮುಂಭಾಗದಲ್ಲಿ ವೊಂದು ಹೊಂಡವಿರುತ್ತದೆ. ಅದರಾಚೆಯಲ್ಲಿ ರಾಮಲಿಂಗನ ಪಿಂಡಿಯನ್ನೂ ವೊಂದು ಗಣಪತಿಯ ಮೂರ್ತಿಯನ್ನೂ ಗುಡ್ಡದೊಳಗೇ ಕೊರಿದು ಮಾಡಿದ್ದಾರೆ; ಈ ಪಿಂಡಿಯೊಳಗಿಂದಲೂ ಮೂರ್ತಿಯೊಳಗಿಂದಲೂ ನೀರು ಯಾವಾಗಲೂ ಬೀಳುತ್ತಿರುತ್ತದೆ. ರಾಮಲಿಂಗನ ಪೂಜೆಗೆ ಹೊಂಡವೊಳಗಿಂದ ಹಾದು ಹೋಗ ಬೇಕು. ಈ ಗುಡಿಯ ಬಳಿಯಲ್ಲಿ ಬೇರೆ ಯೇಳು ಕೊರಿದು ಮಾಡಿದ ಸಣ್ಣ ಗವಿಗಳಿರುತ್ತವೆ. ನೆರೆಹೊರೆಯಲ್ಲಿ ನೀರು ಸಮೃದ್ಧಿಯಾಗಿ ಇರುವದರಿಂದ ಈ ಸ್ಥಾನವು ಬಹು ರಮಣೀಯವಾಗಿ ಇರುತ್ತದೆ.

ಅರಗೆ.—ಇಚಲಕರಂಜಿಯ ಸಂಸ್ಥಾನದ್ದು. ಜ. ಸ. (೮೧) ೩೫೫೫. ಇಲ್ಲಿ ನಾಲ್ಕು ಗುಡಿಗಳನ್ನು ವೊತ್ತಟ್ಟಿಗೆ ಕಟ್ಟಿದ್ದಾರೆ; ಎಲ್ಲಕ್ಕೂ ದೊಡ್ಡದು ಲಕ್ಷ್ಮಿಯ ಗುಡಿಯು ೨೭ ಫೂಟು ಉದ್ದ, ೧೬ ಫೂಟು ಅಗಲು ಇರುತ್ತದೆ. ಇಲ್ಲಿ ವೊಂದು ಜೈನ ಬಸ್ತಿಯೂ ವೊಂದು ಕಬರಸ್ಥಾನವೂ ಉಂಟು.

ಬಾವಡೆ.—ಕೊಲ್ಲಾಪುರದ ನೈರುತ್ಯಕ್ಕೆ ೩೬ ಮೈಲಿನ ಮೇಲೆ, ಸಹ್ಯಾದ್ರಿಯ ನೆತ್ತಿಯ ಮೇಲೆ, ಜನಸಂಖ್ಯೆ (೮೧) ೧೧೦೬. ಶಿಲಾಹಾರರ ಕಡೆಯ ಅರಸನಾದ ಭೋಜರಾಜನು ಕಟ್ಟಿಸಿದ ೧೫ ಕೋಟೆಗಳಲ್ಲಿ ಇದು ವೊಂದು ಇರುತ್ತದೆ. ಕೋಟೆಯಿಂದ ವೊಂದು ಮೈಲಿನ ಮೇಲೆ ಊರು ಇರುತ್ತದೆ. ಕೋಟೆಯಲ್ಲಿ ಗಡಕರಿಗಳ ಪಹರೆಯುಂಟು. ಬಾವಡೆಯು ಪಂತ ಅಮಾತ್ಯನೆಂಬ ಸರದಾರನ ಮುಖ್ಯ ಗ್ರಾಮವು. ಆ ಸರದಾರನ ಅರಮನೆಯಲ್ಲದೆ ಅವನ ಕಾರಭಾರಿ, ಮುನಸೀಫ, ಮುಂತಾದ ಅಧಿಕಾರಸ್ಥರ ಮನೆಗಳಿರುತ್ತವೆ. ಈ ವೂರಲ್ಲಿ ಸರಾಸರೀ ಮಾನದಿಂದ ಪ್ರತಿ ವರ್ಷ ೨೦೦ ಇಂಚು ಮಳೆಯಾಗುತ್ತಿರುವ ಕಾರಣ ಹವೆಯು ರೋಗಕಾರಕವಿರುತ್ತದೆ. ಪಂತ ಅಮಾತ್ಯನು ರಾಮನವಮಿಯಲ್ಲಿ ರಾಮ ದೇವರ ಉತ್ಸವವನ್ನು ವೊಳಿತಾಗಿ ಮಾಡುತ್ತಾನೆ. ಅದಲ್ಲದೆ ಈ ವೂರಲ್ಲಿ ಯೆರಡು ಉರುಸುಗಳಾಗುತ್ತವೆ.

ಬಾವಡೆ.—ಕೊಲ್ಲಾಪುರದ ಈಶಾನ್ಯಕ್ಕೆ ೩ ಮೈಲಿನ ಮೇಲೆ, ಜ. ಸ. (೮೧) ೩೫೭೩. ಇಲ್ಲಿ ಪೋಲಿಟಿಕಲ್ ಏಜಂಟನ ಬಂಗಲೆಯೂ, ದಂಡಿನ ಠಾಣ್ಯವೂ ಉಂಟು.

ಭೀಮಸಾಗಿರಿ.—ಸಾಮಾನಗಡದ ಪಶ್ಚಿಮಕ್ಕೆ ಅರ್ಧ ಮೈಲಿನ ಮೇಲೆ ಯೆರಡು ಮೂರು ಗುಡಿಗಳಿವೆ. ಭೀಮನ ಗುಡಿಯ ಗರ್ಭಾಗಾರವು ೧೦೦ ಪೂಟು ಉದ್ದ, ೪೪ ಪೂಟು ಅಗಲು, ೧೪ ಪೂಟು ಯೆತ್ತರ ಇರುವದು. ಆದರೆ ಈ ಗರ್ಭಾಗಾರದಲ್ಲಿ ಹನುಮಂತನ ಮೂರ್ತಿಯುಂಟು. ಈ ಗುಡಿಯ ಬಳಿಯಲ್ಲಿ ನೆಲದೊಳಗೆ ಕೊರಿದು ವೊಂದು ನೆಲ ಮನೆಯನ್ನು ಮಾಡಿದ್ದಾರೆ. ಅದು ೭೫ ಪೂಟು ಉದ್ದ, ೪೦ ಪೂಟು ಅಗಲು, ೧೫ ಪೂಟು ಯೆತ್ತರ ಇರುತ್ತದೆ. ಶಿವರಾತ್ರಿಯಲ್ಲಿ ಈ ದೇವಸ್ಥಾನದ ಜಾತ್ರೆಯಲ್ಲಿ ೧೦೦೦೦ ಜನ ಕೂಡುತ್ತದೆ. ಈ ದೇವಸ್ಥಾನಕ್ಕೆ ಸರಕಾರದಿಂದ ೫೦೦ ರೂಪಾಯಿಯ ನೇಮಣೂಕು ನಡಿಯುತ್ತದೆ. ಈ ಗುಡಿಯ ಬಳಿಯಲ್ಲಿ ಬಾಳೋಬ ಯೆಂಬದಿನ್ನೊಂದು ದೇವಸ್ಥಾನವಿರುತ್ತದೆ. ಇದರ ಜಾತ್ರೆಯಲ್ಲಿ ಮಾಘ ಮಾಸದಲ್ಲಿ ೩೦೦೦ ಜನ ಕೂಡಿ, ದೇವರ ಮುಂದೆ ೪೦೦, ೫೦೦ ಕುರಿಗಳನ್ನು ಕಡಿಯುವರು.

ಭೂಧರಗಡ.—ಕೊಲ್ಲಾಪುರದ ದಕ್ಷಿಣಕ್ಕೆ ೩೬ ಮೈಲಿನ ಮೇಲೆ ದುರ್ಗ ಕೋಟೆಯು. ಇದು ೨೬೦೦ ಪೂಟು ಉದ್ದ, ೨೧೦೦ ಪೂಟು ಅಗಲಾಗಿ ಗಚ್ಚು ಕಲ್ಲಿನಿಂದ ಭದ್ರವಾಗಿ ಕಟ್ಟಲ್ಪಟ್ಟಿರುತ್ತದೆ. ಈ ಕೋಟೆಯೊಳಗೆ ಈಗ ೩೩ ಮನೆಗಳಲ್ಲಿ ೧೭೦ ಜನರು ಮಾತ್ರ ವಾಸಿಸುತ್ತಾರೆ. ಶಿವಾಜಿಯು ಈ ಕೋಟೆಯನ್ನು ಮರಸ್ತು ಮಾಡಿ ಹೆಸರಿಗೆ ತಂದನು. ಸನ್ ೧೮೪೪ರಲ್ಲಿ ಇಲ್ಲಿಯ ಕಾವಲುಗಾರರು ಬಂಡಾಯು ಮಾಡಿದ್ದರಿಂದ ಸರಕಾರದವರು ಈ ಕೋಟೆಯ ಮೇಲಿನ ಪರದೆಯ ಗೋಡೆಯನ್ನು ತೆಗಿದು ಯುದ್ಧಕ್ಕೆ ಬಾರದ ಹಾಗೆ ಮಾಡಿದರು. ಈ ಕೋಟೆ ಇರುವ ಗುಡ್ಡದ ಬುಡದಲ್ಲಿ ಯೆರಡು ಸಣ್ಣ ಹಳ್ಳಿಗಳಿವೆ. ಗುಡ್ಡದ ಮೇಲೆ ಕೇದಾರಲಿಂಗ, ಭೈರವ, ಜಕ್ರೂಬಾಯಿ, ಯೆಂಬ ದೇವಸ್ಥಾನಗಳಿವೆ. ಭೈರವನ ಗುಡಿಯು ೩೦೦ ಪೂಟು ಚಚ್ಚೌಕು ಇರುತ್ತದೆ. ಈ ದೇವಸ್ಥಾನಕ್ಕೆ ೫೬೦ ರೂಪಾಯಿ ನಗದ ನೇಮಣೂಕು, ೧೩೦ ರೂಪಾಯಿಯ ಇನಾಮ ಭೂಮಿಯು ನಡಿಯುತ್ತದೆ. ಮಾಘ ಮಾಸದಲ್ಲಿ ಈ ದೇವರ ಜಾತ್ರೆಯಲ್ಲಿ ೪೦೦೦ ಜನ ಕೂಡಿ ೩೦೦೦ ರೂಪಾಯಿಯ ಮಾರಾಟವಾಗುತ್ತದೆ.

ಚಿಂಚಲಿ.—ಕೊಲ್ಲಾಪುರದ ಆಗ್ನೇಯಕ್ಕೆ ೪೨ ಮೈಲಿನ ಮೇಲೆ, ಜ. ಸ. (೮೧) ೩೧೧೦. ಇದು ದೇಸಾಯಿಯ ಇನಾಮ ಗ್ರಾಮವು. ಇಲ್ಲಿಯ ಮಾಯಕ್ಕನೆಂಬ ದೇವತೆಯ ಜಾತ್ರೆಯು ಹೆಸರಾದದ್ದು. ಈ ದೇವತೆಯ ಜಾತ್ರೆಯು ವರ್ಷದೊಳಗೆ ನಾಲ್ಕು ಸಾರಿ ಆಗುತ್ತದೆ. ಮಾಘ ಪೂರ್ಣಿಮೆಯ ಜಾತ್ರೆಯಲ್ಲಿ ೩೫೦೦೦ ಜನ ಕೂಡಿ ೬೦೦೦೦ದ ವರೆಗೆ ದನಗಳ ಮಾರಾಟವಾಗುತ್ತದೆ. ೫೦, ೬೦ ಮೈಲಿನ ಅಂತರದಿಂದ ಜನರು ಈ ಜಾತ್ರೆಗೆ ಬರುತ್ತಾರೆ. ಒಳಗಡೆಯಲ್ಲಿ ಈ ಜಾತ್ರೆಯ ಕಾಲಕ್ಕೆ ದನಗಳ ಪ್ರದರ್ಶನವಾಗುತ್ತಿರುತ್ತದೆ.

ಗಡಇಂಗ್ಲಜ.—ಶಂಕೇಶ್ವರದ ಪಶ್ಚಿಮಕ್ಕೆ ೧೦ ಮೈಲಿನ ಮೇಲೆ, ಹಿರಣ್ಯಕೇಶಿಯ ದಂಡೆಯಲ್ಲಿ, ಪೇಠೆಯ ಮುಖ್ಯ ಗ್ರಾಮವು, ಜ. ಸ. (೮೧) ೫೦೦೨. ತಾಲೂಕಿನ

ಕಚೇರಿಗಳೆಲ್ಲ ಇರುತ್ತವೆ; ಶಾಲೆಯಲ್ಲಿ ೨೦೦ ಹುಡುಗರು ಕಲಿಯುತ್ತಾರೆ. ಸಂತೆಯಲ್ಲಿ ವ್ಯಾಪಾರವು ವೊಳಿತಾಗಿ ನಡಿಯುತ್ತದೆ. ಊರೊಳಗೆ ಕಾಲೇಶ್ವರನ ಗುಡಿಯು ಮುಖ್ಯ. ಊರ ಹೊರಗೆ ಬಹಿರಿ ಯೆಂಬ ದೇವಸ್ಥಾನದ ಜಾತ್ರೆಯಲ್ಲಿ ೨೦೦೦ ಜನ ಕೂಡುತ್ತದೆ.

ಗಾರಗೋಟ.—ಕೊಲ್ಲಾಪುರದ ದಕ್ಷಿಣಕ್ಕೆ ೩೦ ಮೈಲಿನ ಮೇಲೆ ಜ. ಸ. (೮೧) ೧೬೨೨. ಭೂಧರಗಡ ಪೇಠೆಯ ತಾಲೂಕ ಕಚೇರಿಯು ಈ ವೂರಲ್ಲಿ ಇರುತ್ತದೆ.

ಗೊಡಚಿ.—ತೊರಗಲ್ಲಿನ ಈಶಾನ್ಯಕ್ಕೆ ೮ ಮೈಲಿನ ಮೇಲೆ, ಇಲ್ಲಿಯ ವೀರಭದ್ರನ ಗುಡಿಯು ಪ್ರಸಿದ್ಧವುಂಟು. ಮಾರ್ಗಶೀರ್ಷ ಪೂರ್ಣಿಮೆಯಲ್ಲಿ ಈ ದೇವರ ಜಾತ್ರೆಯಲ್ಲಿ ೧೦೦೦೦ ಜನ ಕೂಡಿ ೨೦೦೦ ರೂಪಾಯಿಯ ವ್ಯಾಪಾರವಾಗುತ್ತದೆ.

ಹಾತಕಲಂಗಡಾ.—ಕೊಲ್ಲಾಪುರದ ಈಶಾನ್ಯಕ್ಕೆ ೧೫ ಮೈಲಿನ ಮೇಲೆ, ಜ. ಸ. (೮೧) ೨೮೧೫. ಅಳತೆ ಪೇಠೆಯ ಮಾಮಲೇದಾರ ಕಚೇರಿಯು ಈ ವೂರಲ್ಲಿ ಇರುತ್ತದೆ. ಇಲ್ಲಿ ಗೋರೀ ಸಾಹೇಬನೆಂಬ ಪೀರನ ದರ್ಗಾ ಇರುತ್ತದೆ.

ಹೇರ್ಲೆ.—ಕೊಲ್ಲಾಪುರದ ಈಶಾನ್ಯಕ್ಕೆ ೮ ಮೈಲಿನ ಮೇಲೆ, ಜ. ಸ. (೮೧) ೪೯೦೬. ಮಾರುತಿ, ಮಹಾದೇವ, ಯೆಂಬ ದೇವಸ್ಥಾನಗಳು ೨೦೦ ವರ್ಷಕ್ಕಿಂತ ಹೆಚ್ಚು ಹಳೇವು ಇರುತ್ತವೆ. ಇಲ್ಲಿ ವೊಂದು ಶಿಲಾಹಾರ ಅರಸರ ಲಿಪಿಯುಂಟು.

ಹುಪ್ರಿ.—ಕೊಲ್ಲಾಪುರದ ಆಗ್ನೇಯಕ್ಕೆ ೧೦ ಮೈಲಿನ ಮೇಲೆ, ಜ. ಸ. (೮೧) ೩೩೩೫. ಇಲ್ಲಿ ಪೂರ್ವದಲ್ಲಿ ಮೇಲಾದ ಜಿಣುಗು ಬಟ್ಟೆಗಳು ಹುಟ್ಟುತ್ತಿದ್ದವು; ಈಗ ೫೦ ಮಗ್ಗಗಳು ನಡಿಯುತ್ತವೆ. ವೊದಲು ಇಲ್ಲಿ ಶಿರೋಳ ಪೇಠೆಯ ಮುನಸೀಫ ಕೋರ್ಟು ಇತ್ತು.

ಇಚಲಕರಂಜಿ.—ಕೊಲ್ಲಾಪುರದ ಪೂರ್ವಕ್ಕೆ ೧೮ ಮೈಲಿನ ಮೇಲೆ ಪಂಚ ಗಂಗೆಯ ದಂಡೆಯಲ್ಲಿ, ಜ. ಸ. (೮೧) ೯೧೦೭. ಘೋರ್ಪಡೆ ಯೆಂಬ ಕೊಂಕಣಸ್ಥ ಬ್ರಾಹ್ಮಣ ಸರದಾರನ ರಾಜಧಾನಿಯು. ಇಲ್ಲಿ ಸಂಸ್ಥಾನಿಕನ ದರ್ಬಾರು, ಅರಮನೆ, ಟಪಾಲ ಕಚೇರಿ, ಅಂಗ್ಲೋವರ್ನ್ಯಾಕ್ಯುಲರ ಶಾಲೆ, ಹೆಣ್ಣು ಮಕ್ಕಳ ಶಾಲೆ, ಮೂರು ಧರ್ಮ ಶಾಲೆಗಳು ಇರುತ್ತವೆ. ಜನರು ಸುಖಿಯಾಗಿದ್ದಾರೆ; ಸುಮಾರು ೧೦೦೦ ಯೆರಡು ಪ್ಪರಿಗೆಯ ಮನೆಗಳುಂಟು. ಬುಧವಾರ ಗುರುವಾರಗಳಲ್ಲಿ ಸಂತೆಯೊಳಗೆ ವೊಳಿತಾಗಿ ಮಾರಾಟವಾಗುತ್ತದೆ. ಸಂಸ್ಥಾನಿಕನ ಕುಲ ದೇವರಾದ ವೆಂಕಟೇಶನ ಜಾತ್ರೆಯಲ್ಲಿ ೨೦೦೦ ಜನ ಕೂಡುತ್ತದೆ. ಹವೆಯು ಆರೋಗ್ಯದ್ದು; ಪಂಚ ಗಂಗೆಯಿಂದ ಊರೊಳಗೆ ನಳವನ್ನು ತಂದಿದ್ದಾರೆ.

ಜೋತೀಬಾನಗುಡ್ಡ, ಅಥವಾ ವಾಡೀರತ್ನಾಗಿರಿ.—ಕೊಲ್ಲಾಪುರದ ವಾಯುವ್ಯಕ್ಕೆ ೯ ಮೈಲಿನ ಮೇಲೆ. ಈ ಗುಡ್ಡವು ಸುತ್ತಲಿನ ನೆಲಕ್ಕಿಂತ ೧೦೦೦ ಫೂಟು ಯೆತ್ತರಿರುತ್ತದೆ. ಗುಡ್ಡದ ಮೇಲೆ ಇರುವ ಹಳ್ಳಿಯಲ್ಲಿ ಜೋತೀಬಾನ ಪೂಜಾರಿಗಳು ಮುಂತಾದವರು ೧೫೬೮ ಜನರು ವಾಸಿಸುತ್ತಾರೆ. ಈ ಹಳ್ಳಿಯ ಮಧ್ಯ ಭಾಗದಲ್ಲಿ

ಕೆಲವು ಗುಡಿಗಳಿವೆ. ಅವುಗಳಲ್ಲಿ ಕೇದಾರಲಿಂಗ, ಕೇದಾರೇಶ್ವರ, ರಾಮಲಿಂಗ, ಯೆಂಬ ಮೂರು ದೇವಸ್ಥಾನಗಳಿಗೂ ಜೋತೀಬಾನ ದೇವಸ್ಥಾನಗಳೆನ್ನುವರು. ಕೊಲ್ಲಾಪುರದ ಅಂಬಾ ಬಾಯಿಯು ದೈತ್ಯರ ಬಾಧೆಯನ್ನು ತಾಳಲಾರದೆ, ಹಿಮಾಲಯಕ್ಕೆ ಹೋಗಿ ತಪಶ್ಚರ್ಯದಿಂದ ಕೇದಾರೇಶ್ವರನನ್ನು ಆರಾಧಿಸಲು, ಆವನು ಪ್ರಸನ್ನನಾಗಿ, ಕೇದಾರಲಿಂಗವೆಂಬ ಲಿಂಗವನ್ನು ತಕ್ಕೊಂಡು ಬಂದು, ದೈತ್ಯರನ್ನು ಕೊಂದು ಈ ಜೋತೀಬಾನ ಗುಡ್ಡದ ಮೇಲೆ ಆ ಲಿಂಗವನ್ನು ಸ್ಥಾಪಿಸಿ ತಾನೂ ಅಲ್ಲೇ ನಿಂತನೆಂದು ಹೇಳುತ್ತಾರೆ. ಕೇದಾರಲಿಂಗನ ಮೊದಲಿನ ಜೀರ್ಣವಾದ ಗುಡಿಯನ್ನು ತೆಗಿದು, ರಾಣೋಜಿರಾವ ಸಿಂದ್ಯನು ೧೬೦ ವರ್ಷಗಳ ಪೂರ್ವದಲ್ಲಿ ಹೊಸ ಗುಡಿಯನ್ನು ಕಟ್ಟಿಸಿದನು. ಈ ಗುಡಿಯು ಬೇರೆ ಯೆರಡು ಗುಡಿಗಳ ನಡುವೆ, ೫೭ ಫೂಟು ಉದ್ದ, ೩೭ ಫೂಟು ಅಗಲು ಇರುತ್ತದೆ. ಉಳಿದ ಯೆರಡು ಗುಡಿಗಳು ಇದಕ್ಕೂ ಸಣ್ಣವಿರುತ್ತವೆ. ಈ ಗುಡಿಗಳ ಬಳಿಯಲ್ಲಿ ಚೋಪಡಾಯಿ ಯೆಂಬ ದೇವತೆಯ ಗುಡಿಯು ತಕ್ಕಮಟ್ಟಿಗೆ ದೊಡ್ಡದಿರುತ್ತದೆ. ಊರ ಹೊರಗೆ ಯಮಾಯಿಯ ಗುಡಿಯು ಬೇರೆಯುಂಟು. ಯಮಾಯಿ ಯೆಂದರೆ ವೊಂದು ಅಂಡಕ ಕಲ್ಲು ಇರುತ್ತದೆ. ಆದಕ್ಕೆ ಸಿಂದೂರ ಯೆಣ್ಣೆಗಳನ್ನು ಹಚ್ಚುತ್ತಿರುತ್ತಾರೆ. ಈ ಯಮಾಯಿಯು ಜೋತೀಬಾನ ಹೆಂಡತಿಯೆಂತೆ. ಈ ಯಾವತ್ತು ಗುಡಿಗಳು ಅರ್ವಾಚೀನ ಕಾಲದಲ್ಲಿ ಕರೆಕಲ್ಲು ಗಚ್ಚುಗಳಿಂದ ಕಟ್ಟಿದವಿರುತ್ತದೆ. ಕೆಲ ಕೆಲವು ಕಡೆಯಲ್ಲಿ ಕಲ್ಲಿನೊಳಗೆ ಚಿತ್ರಗಳನ್ನು ಕೊರಿದು ಅವುಗಳಿಗೆ ಬೆಳ್ಳಿಯ ಇಲ್ಲವೆ ಹಿತ್ತಾಳೆಯ ಕವಚಗಳನ್ನು ಹೊದಿಸಿದ್ದಾರೆ. ಯಮಾಯಿಯ ಯೆದುರಿಗೆ ಯೆರಡು ಹೊಂಡಗಳಿವೆ. ಅವುಗಳಿಗೆ ತೀರ್ಥಗಳೆನ್ನುವರು. ಇವಲ್ಲದೆ ಗುಡ್ಡದ ಮೇಲೆ ಬೇರೆ ಐದು ತೀರ್ಥಗಳಿವೆ. ಕುಶಾವರ್ತವೆಂಬ ತೀರ್ಥದೊಳಗಿಂದ ಗೋದಾ ಯೆಂಬ ಪ್ರವಾಹವು ಹರಿಯುತ್ತದೆ. ಇನ್ನೊಂದು ಹೈಮವತಿ ಯೆಂಬ ಸರುವು ಈ ಗುಡ್ಡದಲ್ಲಿ ಹುಟ್ಟಿ ಕೆಳಗೆ ವಾರಣಾ ನದಿಗೆ ಕೂಡುತ್ತದೆ. ಜೋತೀಬಾನ ಜಾತ್ರೆಯು ಚೈತ್ರ ಪೂರ್ಣಿಮೆಯಲ್ಲಿ ಆಗುತ್ತದೆ. ಈ ಜಾತ್ರೆಯಲ್ಲಿ ೫೦೦೦೦ದ ವರೆಗೆ ಜನ ಕೂಡಿ ೪೫೦೦೦ ರೂಪಾಯಿಯ ವರೆಗೆ ಮಾರಾಟವಾಗುತ್ತದೆ. ಈ ಉತ್ಸವದಲ್ಲಿ ಜೋತೀಬಾನಿಗೂ ಯಮಾಯಿಗೂ ಲಗ್ನವಾಗುತ್ತದೆ. ಜೋತೀಬಾನ ಹಿತ್ತಾಳೆಯ ಮೂರ್ತಿಯನ್ನು ಯಮಾಯಿಯ ಗುಡಿಗೆ ತಕ್ಕೊಂಡು ಹೋಗಿ ಯಮಾಯಿಯ ಬಳಿಯಲ್ಲಿ ಕೂಡ್ರಿಸಿ, ಯೆಗಡೂ ಮೂರ್ತಿಗಳ ನಡುವೆ ಸಿಕ್ಕೆ ಕಠಾರಿಗಳನ್ನು ಇಟ್ಟು ಲಗ್ನದ ವಿಧಾನಗಳನ್ನು ಮಾಡುವರು. ಪ್ರತಿ ರವಿವಾರದಲ್ಲಿಯೂ ಪೂರ್ಣಿಮೆಯಲ್ಲಿಯೂ ಜೋತೀಬಾನ ಪಲ್ಲಕ್ಕಿಯು ಹೊರಡುತ್ತಿರುತ್ತದೆ. ಈ ದೇವಸ್ಥಾನಕ್ಕೆ ಗ್ವಾಲೇರಿಯ ಸಿಂದ್ಯನ ಸಂಸ್ಥಾನದಿಂದ ೭೫೦೦ ರೂಪಾಯಿ, ಬೇರೆ ಕೆಲವು ಸಂಸ್ಥಾನಗಳಿಂದ ೪೫೦೦ ರೂಪಾಯಿ ನೇಮಣೂಕು ನಡಿಯುತ್ತದೆ. ಗುಡಿಯ ಬಾಗಿಲಲ್ಲಿ ಅನ್ನ ಛತ್ರವಿರುತ್ತದೆ. ಅದರಲ್ಲಿ ನಿತ್ಯದಲ್ಲಿ ೬೮ ಜನ ಮಾರ್ಗಸ್ಥರಿಗೆ ಅನ್ನ ದೊರಿಯುತ್ತದೆ. ಇದಲ್ಲದೆ ಗುಡಿಯೊಳಗೆ ೧೦ ಜನ ಬ್ರಾಹ್ಮಣರು ನಿರಂತರದಲ್ಲಿ ಅನುಷ್ಠಾನ ಮಾಡುತ್ತಿರುತ್ತಾರೆ. ಈ ಗುಡ್ಡದ ಮೇಲಿನ ಮ್ಯುನಿಸಿಪಾಲಿಟಿಯ ಆದಾಯವು

ವರ್ಷಕ್ಕೆ ೩೬೦೦ ರೂಪಾಯಿ ಇರುತ್ತದೆ. ಮ್ಯುನಿಸಿಪಾಲಿಟಿಯವರು ಯಾತ್ರಿಕರ ಕೈಯಿಂದ ತಲೆಗೆ ಅರ್ಧಾ ಆಣೆ ಅಥವಾ ೧ ಆಣೆ ತಕ್ಕೊಳ್ಳುತ್ತಾರೆ.

ಕಾಗಲ.—ಕೊಲ್ಲಾಪುರದ ದಕ್ಷಿಣಕ್ಕೆ ೧೧ ಮೈಲಿನ ಮೇಲೆ, ಜ. ಸ. (೮೧) ೬೩೬೧. ಇದು ಘಾಟಗೇ ಯೆಂಬ ಮಾಂಡಲಿಕ ಸಂಸ್ಥಾನಿಕನ ರಾಜಧಾನಿಯು. ದೇಶೀ ಸಂಸ್ಥಾನದ ರಾಜಧಾನಿಯು ಇರ ತಕ್ಕಂತೆ ಇದು ಇರುತ್ತದೆ. ಇಲ್ಲಿಯ ಇಂಗ್ಲಿಷ ಶಾಲೆಯಲ್ಲಿ ೨೦೪ ಜನ ವಿದ್ಯಾರ್ಥಿಗಳು ಕಲಿಯುತ್ತಾರೆ. ಇಲ್ಲಿಯ ಮ್ಯುನಿಸಿಪಾಲಿಟಿಗೆ ಸಂಸ್ಥಾನಿಕನೇ ವರ್ಷಕ್ಕೆ ೬೦೦ ರೂಪಾಯಿ ಕೊಡುತ್ತಾನೆ. ಊರವರ ಮೇಲೆ ಮ್ಯುನಿಸಿಪಾಲಿಟಿಯ ತೆರಿಗೆಯು ಯಾವ ಪ್ರಕಾರದ್ದೂ ಇಲ್ಲ. ಇಲ್ಲಿಯ ಸಂಸ್ಥಾನಿಕನು ತನ್ನ ಅರಮನೆಯನ್ನೂ, ಶಾಲೆ, ಧರ್ಮಶಾಲೆ, ಗುಡಿಗಳು, ಮುಂತಾದ ಇಮಾರತುಗಳನ್ನೂ ಸರಸಾಗಿ ಕಟ್ಟಿಸಿದ್ದಾನೆ. ಊರೊಳಗೆ ನಳ ತಂದಿದ್ದಾರೆ. ವಾರಕ್ಕೆ ಯೆರಡು ಸಾರಿ ಸಂತೆಯಾಗುತ್ತದೆ. ಕಾರ್ತೀಕ ಮಾಸದಲ್ಲಿ ಸಾಯಿಬೀ ಯೆಂಬ ಪೀರನ ಉರುಸಿನಲ್ಲಿ ೧೦೦೦೦ ಜನ ಕೂಡಿ, ೩೦೦೦ ರೂಪಾಯಿಯ ಮಾರಾಟವಾಗುತ್ತದೆ.

ಕನೇರಿ.—ಕೊಲ್ಲಾಪುರದ ದಕ್ಷಿಣಕ್ಕೆ ೬ ಮೈಲಿನ ಮೇಲೆ. ಇಲ್ಲಿ ಕಡಾಪ್ಪಾಚಾ ಮಠ ಯೆಂಬ ಲಿಂಗವಂತ ಸ್ವಾಮಿಯ ಮಠವು ಪ್ರಸಿದ್ಧವಿರುತ್ತದೆ. ಈ ಮಠಕ್ಕೆ ೧೫೦೦ ರೂಪಾಯಿಯ ಆದಾಯವಿರುತ್ತದೆ.

ಕಾಪಶಿ—ನಿಪಾಣಿಯ ನೈರುತ್ಯಕ್ಕೆ ೫ ಮೈಲಿನ ಮೇಲೆ, ಜ. ಸ. (೮೧) ೩೪೧೪. ಇದು ಘೋರ್ಪಡೇ ಮನೆತನದ ಕೊಲ್ಲಾಪುರದ ಸೇನಾಪತಿಯ ಜಹಾಗೀರ ಗ್ರಾಮವು. ಸೋಮವಾರ ಸಂತೆಯಾಗುತ್ತದೆ. ಮರಾಠೀ ಶಾಲೆಯುಂಟು. ಸಂತಾಜೀ ಘೋರ್ಪಡೆಯ ಹೆಂಡತಿಯಾದ ದ್ವಾರಕಾ ಬಾಯಿಯ ಗುಡಿಯುಂಟು. ಈ ಗುಡಿಯೊಳಗಿನ ಮೂರ್ತಿಗೆ ಆಯಿ ಸಾಹೇಬಯೆನ್ನುವರು.

ಕಡಕೋಳ.—ರಾಮದುರ್ಗದ ವಾಯವ್ಯಕ್ಕೆ ೮ ಮೈಲಿನ ಮೇಲೆ, ಜ. ಸ. (೮೧) ೪೮೯೨. ಈ ವೂರಲ್ಲಿ ಸುಮಾರು ೨೦೦ ಮಗ್ಗಗಳಲ್ಲಿ ಧಡೋತಿಯ ಬಟ್ಟೆಗಳಾಗುತ್ತವೆ. ಗಡಇಂಗ್ಲಜದ ಮಾಮಲೇದಾರನ ಕೈ ಕೆಳಗೆ ಈ ವೂರಲ್ಲಿ ವೊಬ್ಬ ಮಹಾಲಕರಿಯು ಕೆಲಸ ಮಾಡುತ್ತಾನೆ. ಇಲ್ಲಿ ೫, ೭ ಅಥವಾ ೧೦ ವರ್ಷಕ್ಕೊಮ್ಮೆ ದುರ್ಗವ್ವನ ಜಾತ್ರೆಯಾಗುತ್ತದೆ. ಅದರಲ್ಲಿ ಕೋಣಗಳನ್ನು ಕಡಿಯುವರು; ೧೦೦೦೦ದ ವರೆಗೆ ಜನ ಕೂಡುತ್ತದೆ.

ಖಿದ್ರಾಪುರ.—ಶಿರೋಳದ ಆಗ್ನೇಯಕ್ಕೆ ೧೨ ಮೈಲಿನ ಮೇಲೆ ಕೃಷ್ಣೆಯ ದಂಡೆಯಲ್ಲಿ, ಜ. ಸ. (೮೧) ೧೧೩೬. ೨ಂಕೇಶ್ವರದ ಸ್ವಾಮಿಯ ಇನಾಮ ಗ್ರಾಮವು. ಇಲ್ಲಿ ಕೋಪೇಶ್ವರವೆಂಬ ದೇವಸ್ಥಾನವು ದೊಡ್ಡದೂ, ಭವ್ಯವೂ ಸುಂದರವಾದದ್ದೂ ಇರುತ್ತದೆ. ಇದು ೧೧೩ ಫೂಟು ಉದ್ದ, ೬೫ ಫೂಟು ಅಗಲು ಇರುತ್ತದೆ. ಇದರಲ್ಲಿ ಕಂಬ

ಗೋಡೆಗಳ ಮೇಲೆ ಕಲ್ಲಿನೊಳಗೆ ಕೊರಿದ ಚಿತ್ರಗಳು ನೋಡ ತಕ್ಕಂಥವಿರುತ್ತವೆ. ಗುಡಿಯ ದಕ್ಷಿಣ ದ್ವಾರದ ಬಳಿಯಲ್ಲಿ ಈ ದೇವಸ್ಥಾನಕ್ಕೆ ವೊಂದು ಹಳ್ಳಿಯನ್ನು ಸನ್ ೧೧೩೫ರಲ್ಲಿ ಇನಾಮು ಕೊಟ್ಟ ಬಗ್ಗೆ ದೇವಗಿರಿಯ ಯಾದವ ಅರಸನ ಲೇಖವಿರುತ್ತದೆ. ಈ ದೇವಸ್ಥಾನಕ್ಕೆ ಈಗ್ಯೂ ೩೬೫ ರೂಪಾಯಿಯ ಇನಾಮು ಭೂಮಿಯು ನಡಿಯುತ್ತದೆ. ಪೌಷ ಮಾಸದಲ್ಲಿ ಈ ದೇವರ ಜಾತ್ರೆಗೆ ೨೦೦೦೦ ಜನ ಕೂಡುತ್ತದೆ. ಈ ವೂರಲ್ಲಿ ಇನ್ನೊಂದು ಜೈನರ ಸಣ್ಣ ಬಸ್ತಿಯುಂಟು. ಅದಾದರೂ ಸರಸಾಗಿ ಕಟ್ಟಿದ್ದಿರುತ್ತದೆ.

ಖೊಡಸಿ ಅಥವಾ ಖೋಚಿ.—ಕೊಲ್ಲಾಪುರದ ಈಶಾನ್ಯಕ್ಕೆ ೧೩ ಮೈಲಿನ ಮೇಲೆ ವಾರಣೆಯ ದಂಡೆಯಲ್ಲಿ, ಜ. ಸ. (೮೧) ೧೭೪೯. ಇಲ್ಲಿ ಭೈರವ ಕ್ಷೇತ್ರಪಾಲ, ಜೋಗೇಶ್ವರಿ, ಯೆಂಬ ದಂಪತಿಯ ದೇವಸ್ಥಾನವು ೨೦೦ ವರ್ಷದ್ದಿರುತ್ತದೆ. ಚೈತ್ರ ಮಾಸದಲ್ಲಿ ಇದರ ಜಾತ್ರೆಗೆ ೧೦೦೦೦ ಜನ ಕೂಡುತ್ತದೆ.

ಕೊಡೋಲಿ.—ಕೊಲ್ಲಾಪುರದ ಉತ್ತರಕ್ಕೆ ೧೮ ಮೈಲಿನ ಮೇಲೆ, ಜ. ಸ. (೮೧) ೪೯೮೨. ಸುಮಾರು ನೂರು ಮನೆಗಳು ಯೆರಡಂತಸ್ತಿನವಿರುತ್ತವೆ. ೧೨೫ ಮಗ್ಗಗಳಲ್ಲಿ ವರ್ಷಕ್ಕೆ ಸುಮಾರು ೨೦೦೦೦ ರೂಪಾಯಿಯ ಧಡೋತಿಯ ಬಟ್ಟೆಗಳು ಹುಟ್ಟುತ್ತವೆ. ಗುರುವಾರದ ಸಂತೆಯಲ್ಲಿ ಕಾಳು, ವಸ್ತ್ರ, ಅರಿಶಿಣ, ಮೆಣಶಿನಕಾಯಿ, ಮುಂತಾದವುಗಳ ಮಾರಾಟವಾಗುತ್ತದೆ. ಇಲ್ಲಿ ದತ್ತಾತ್ರಯನ ಗುಡಿಯು ದೊಡ್ಡದು, ೧೮೦ ಫೂಟು ಚಚ್ಚೌಕು, ಇರುತ್ತದೆ; ಈ ದೇವರ ಜಾತ್ರೆಯಲ್ಲಿ ಮಾಘ ಮಾಸದಲ್ಲಿ ೧೦೦೦ ಜನ ಕೂಡುತ್ತದೆ. ಇಲ್ಲಿ ಧರ್ಮಶಾಲೆ, ಪೋಲೀಸ ಚೌಕಿ, ಸರಕಾರೀ ಶಾಲೆ, ಉಂಟು.

ಕೊಲ್ಲಾಪುರ.—ಉತ್ತರ ಅಕ್ಷಾಂಶ ೧೬°, ೪೧′, ಪೂರ್ವ ರೇಖಾಂಶ ೭೪°, ೧೭′, ಬೆಳಗಾವಿಯ ಉತ್ತರಕ್ಕೆ ೬೬ ಮೈಲಿನ ಮೇಲೆ, ಜ. ಸ. (೮೧) ೩೮೬೦೦. ಕೊಲ್ಲಾಪುರವು ಸಮುದ್ರಕ್ಕಿಂತ ೧೮೯೦ ಫೂಟು ಯೆತ್ತರವಿರುತ್ತದೆ; ಊರಿಂದ ಅರ್ಧ ಮೈಲಿನ ಮೇಲೆ ಪಂಚಗಂಗೆಯು ಹರಿಯುತ್ತದೆ. ಪಟ್ಟಣದ ಸುತ್ತಳತೆ ನಾಲ್ಕೂವರೆ ಮೈಲು, ಕ್ಷೇತ್ರ ೩೫೮ ಯೆಕರು; ಶಕೆಯು ಸರಾಸರೀ ೭೬ ಅಂಶ, ಮಳೆ ಸರಾಸರೀ ೪೫ ಇಂಚು. ಬೇಸಿಗೆಯಲ್ಲಿ ಬಿಸಿಲು ಬಹಳ ಇರುತ್ತಿದ್ದಾಗ್ಯೂ ಇಳಿ ಹೊತ್ತಿನಲ್ಲಿ ಸಮುದ್ರದ ತಂಗಾಳಿ ಬೀಸುವದರಿಂದ ಶಕೆಯ ಬಾಧೆಯು ಬಹಳ ಆಗುವದಿಲ್ಲ. ಚಳಿಗಾಲದಲ್ಲಿ ಹೊಳೆ ಕೆರೆಗಳಿಂದ ಮಂಜು ಹೊರಟು ಪಟ್ಟಣದಲ್ಲಿ ತುಂಬುವದರಿಂದ ಅನಾರೋಗ್ಯಕ್ಕೆ ಕಾರಣವಾಗುತ್ತದೆ. ಸನ್ ೧೮೮೨ರ ಹಿಂದಿನ ೫ ವರ್ಷಗಳಲ್ಲಿ ಜನನದ ಸರಾಸರಿಯು ೧೦೦೦ಕ್ಕೆ, ೨೧·೬ ಮರಣದ ಸರಾಸರಿಯು ೨೯·೭. ಆದರೆ ಜನನದ ನೋಂದಣಿಯು ಸರಿಯಾಗಿ ಆದದ್ದಲ್ಲ. ಪಟಕೆಯ ಪಿಡುಗು ಕ್ವಚಿತ್ತಾಗಿ ಬಂದಾಗ ಬಹಳ ಉಗ್ರತರದ್ದಿರುವದಿಲ್ಲ. ಮುಖ್ಯ ರೋಗಗಳು ಜ್ವರ, ಅತಿಸಾರ, ನೇತ್ರರೋಗ, ಚರ್ಮರೋಗ, ಇತ್ಯಾದಿ. ಊರೊಳಗೆ ಕೆರೆ ಬಾವಿಗಳ ನೀರಿನ ಸಮೃದಿಯುಂಟು. ಅದಲ್ಲದೆ ನಳವನ್ನು ತಂದಿದ್ದಾರೆ.

39*

ಈ ನಳವನ್ನು ಪುಣೆಯವನೊಬ್ಬ ಬಾಬೂರಾಯನೆಂಬ ಸಾವಕಾರನು ಸನ್ ೧೭೯೦ರ ಸುಮಾರಿನಲ್ಲಿ ೩ ಲಕ್ಷ ರೂಪಾಯಿ ವೆಚ್ಚ ಮಾಡಿ ಕಾತ್ಯಾಯನಿ ಯೆಂಬ ಕೆರೆಯಿಂದ ತಂದ ನೆಂದು ಹೇಳುತ್ತಾರೆ. ಈ ನಳದ ನೀರು ಬಹು ಆರೋಗ್ಯಕರವಿರುತ್ತದೆ. ರಾಂಕಾಳೆ ಯೆಂಬ ದೊಡ್ಡ ಕೆರೆಯು ಊರಿನ ನೈರುತ್ಯ ಭಾಗದಲ್ಲಿ ಇರುತ್ತದೆ. ಆ ಭಾಗದ ಜನರು ಇದರ ನೀರು ಕುಡಿಯುತ್ತಾರೆ. ಇದರ ಕ್ಷೇತ್ರವು ಸುಮಾರು ೩ ಚಚ್ಚೌಕು ಮೈಲು, ಪರ ಮಾವಧಿ ಆಳವು ೩೫ ಫೂಟು. ಆರಂಭದಲ್ಲಿ ಅಂಬಾಬಾಯಿಯ ಗುಡಿಯನ್ನೂ ಬೇರೆ ೩೬೦ ಬಸ್ತಿಗಳನ್ನೂ ಕಟ್ಟುವದಕ್ಕೋಸ್ಕರ ನೆಲದೊಳಗಿಂದ ಕಲ್ಲು ಅಗಿದು ತೆಗಿದದ್ದರಿಂದ ದೊಡ್ಡ ತಗ್ಗು ಉಂಟಾಯಿತು. ಈ ಗುಡಿಗಳನ್ನೆಲ್ಲ ಗಂಡರಾದಿತ್ಯನೆಂಬ ಜೈನ ಅರಸು ಕಟ್ಟಿಸಿದನಂತೆ. ಮುಂದೆ ೮ನೇ ೯ನೇ ಶತಕದ ಸುಮಾರಿನಲ್ಲಿ ಭೂಕಂಪದಿಂದ ಈ ತಗ್ಗು ಮತ್ತಿಷ್ಟು ದೊಡ್ಡದಾಗಿ ಅದರೊಳಗೆ ನೀರು ತುಂಬಿತು. ರಂಕಭೈರವನೆಂಬ ದೇವರ ಬಂಗಾರದ ಗುಡಿಯು ಈ ಕೆರೆಯ ಬುಡದಲ್ಲಿ ಇರುತ್ತದೆಂದು ಹೇಳುತ್ತಾರೆ; ಅದರಿಂದ ರಂಕಾಳೆ ಯೆಂಬ ಹೆಸರು ಬಂತು. ಈ ಕೆರೆಯೊಳಗೆ ಈಗ ಯೆರಡು ಸರುವುಗಳು ಹರಿ ಯುತ್ತವೆ; ಹೆಚ್ಚಿನ ನೀರು ಹೊರಗೆ ಹೋಗಲಿಕ್ಕೆ ಕಾವಲಿಯನ್ನು ಮಾಡಿದ್ದಾರೆ. ರಂಕಾ ಳೆಯ ಹೊರ್ತು ಊರೊಳಗೆ ೯ ಸಣ್ಣ ದೊಡ್ಡ ಹೊಂಡಗಳಿರುತ್ತವೆ. ಆದರೆ ಅವುಗಳ ನೀರು ಕುಡಿಯಲಿಕ್ಕೆ ಬರುವ ಹಾಗಿಲ್ಲ.

ಗುಡಿಗಳು.

ಕೊಲ್ಲಾಪುರದ ಪಟ್ಟಣದೊಳಗೆ ೨೫೦ ಗುಡಿಗಳಿವೆ. ಇವುಗಳಲ್ಲಿ ಅಂಬಾಬಾಯಿ, ವಿಠೋಬ, ಟೆಂಬ್ಲಾಯಿ, ಮಹಾಕಾಳಿ, ಫಿರಂಗಿ ಅಥವಾ ಪ್ರತ್ಯಂಗಿರಸ, ಯೆಲ್ಲಮ್ಮ, ಯೆಂಬ ಆರು ದೇವಸ್ಥಾನಗಳು ಪ್ರಸಿದ್ಧವುಂಟು. ಇವುಗಳಲ್ಲಿ ಅಂಬಾಬಾಯಿಯ ಗುಡಿಯು ಯೆಲ್ಲಕ್ಕೂ ದೊಡ್ಡದೂ ಗೌರವವು ಳ್ಳದ್ದೂ ಇರುತ್ತದೆ. ಇದು ಪಟ್ಟಣದ ಮಧ್ಯ ಭಾಗದಲ್ಲಿ ಅರಮನೆಯ ಸಮೀಪಕ್ಕೆ ಇರು ತ್ತದೆ. ಈ ಗುಡಿಯನ್ನು ಗಚ್ಚು ಕಟ್ಟಿಗೆಗಳ ಹೊರ್ತು ಬರೀ ವೋಣ ಕಲ್ಲಿನಿಂದ ಕಟ್ಟಿ ದ್ದಾರೆ. ಗುಡಿಯ ಮೇಲಿನ ಶಿಖರ ಗುಮುಟಗಳನ್ನು ಶಂಕೇಶ್ವರದ ಸ್ವಾಮಿಯು ಕಟ್ಟಿಸಿ ದನೆಂದು ಹೇಳುತ್ತಾರೆ. ಮೂಲದಲ್ಲಿ ಇದು ಜೈನರ ಪದ್ಮಾವತಿಯ ಗುಡಿ ಯೆಂದು ಹೇ ಳುತ್ತಾರೆ. ಗುಡಿಯೊಳಗೆ ಕಂಬ ಗೋಡೆಗಳ ಮೇಲೆ ಇರುವ ಜೈನರ ತೀರ್ಥಂಕರರಂಥ ಚಿತ್ರಗಳು ಈ ಮಾತಿನ ಸಾಕ್ಷಿಯನ್ನು ಕೊಡುತ್ತವೆ. ಗುಡಿಯು ಕೊಳಲ ಬಾವಿಯ ಆಕಾರವಾಗಿ ಕಟ್ಟಿದ್ದಿರುತ್ತದೆ. ಇದಕ್ಕೆ ನಾಲ್ಕು ದಿಕ್ಕುಗಳಲ್ಲಿ ಬಾಗಿಲುಗಳಿವೆ. ಮುಖ್ಯ ಗರ್ಭಾಗಾರದಲ್ಲಿ ಜಗದಂಬೆಯ ಮೂರ್ತಿಯನ್ನು ಸ್ಥಾಪಿಸಿ, ಯೆಡ ಬಲದ ಸಣ್ಣ ಗರ್ಭಾ ಗಾರಗಳಲ್ಲಿ ಮಹಾಕಾಲಿ ಮಹಾಸರಸ್ವತಿಗಳ ಮೂರ್ತಿಗಳನ್ನು ಸ್ಥಾಪಿಸಿದ್ದಾರೆ. ಜಗದಂ ಬೆಯ ಸುತ್ತು ಮುತ್ತು ಕತ್ತಲೆಯ ಪ್ರದಕ್ಷಿಣೆಯ ಮಾರ್ಗವಿರುತ್ತದೆ. ಮಹಾದ್ವಾರವು ಪಶ್ಚಿಮ ದಿಕ್ಕಿಗೆ; ಅದರ ಮೇಲೆ ನಗಾರಖಾನೆಯುಂಟು. ಗುಡಿಯ ಸುತ್ತು ಮುತ್ತು ಅವಾರದ ಗೋಡೆಗೆ ಹೊಂದಿ ದತ್ತಾತ್ರಯ, ವಿಠೋಬ, ವಿಶ್ವೇಶ್ವರ, ಮುಂತಾದ ಸಣ್ಣ ಸಣ್ಣ ದೇವಸ್ಥಾನಗಳು ಹಲವುಂಟು. ಈ ಅಂಬಾಬಾಯಿಯ ಅಥವಾ ಜಗದಂಬೆಯ

ಗುಡಿಯೊಳಗೆ ದೇವನಗರೀ ಅಕ್ಷರಗಳಿಂದ ಬರಿಸಿದ ನಾಲ್ಕು ಲಿಪಿಗಳಿರುತ್ತವೆ. ಅವುಗಳಲ್ಲಿ ವೊಂದು ಸನ್ ೧೦೧೪ನೇ ವರ್ಷದ್ದು, ಇನ್ನೊಂದು ೧೫೩೬ನೇ ವರ್ಷದ್ದು ಇರುತ್ತದೆ. ಮುಸಲ್ಮಾನರ ಹಾವಳಿಯ ಕಾಲಕ್ಕೆ ಜಗದಂಬೆಯ ಮೂರ್ತಿಯನ್ನು ಮುಚ್ಚಿ ಇಟ್ಟಿದ್ದರು. ಅದನ್ನು ಕೊಲ್ಲಾಪುರದ ಸಂಭಾಜೀ ಮಹಾರಾಜನು ಸನ್ ೧೭೨೨ರ ಸುಮಾರಿನಲ್ಲಿ ಮೊದಲಿನಂತೆ ಗುಡಿಯೊಳಗೆ ಸ್ಥಾಪಿಸಿದ ಬಗ್ಗೆ ಲೇಖವಿರುತ್ತದೆ. ಈ ದೇವಸ್ಥಾನಕ್ಕೆ ಸಂಸ್ಥಾನದಿಂದ ನಗದು ೫೦೦೦ ರೂಪಾಯಿಯ ನೇಮಣೂಕು ಇರುವದಲ್ಲದೆ ಯಾತ್ರಿಕರಿಂದ ವರ್ಷಕ್ಕೆ ಸುಮಾರು ೪೦೦೦ ರೂಪಾಯಿಯ ಆದಾಯವಿರುತ್ತದೆ. ಚೈತ್ರ ಪೂರ್ಣಿಮೆಯಲ್ಲಿ ದೇವಿಯ ರಥೋತ್ಸವವಾಗುತ್ತದೆ; ಆಶ್ವಿನ ಶುದ್ಧ ಪಂಚಮಿಯಲ್ಲಿಯೂ ಪೂರ್ಣಿಮೆಯಲ್ಲಿಯೂ ಪಲ್ಲಕ್ಕಿ ಹೊರಡುತ್ತದೆ.

ಜಗದಂಬೆಯ ಗುಡಿಯನ್ನು ಕಟ್ಟಿದ ಕಾಲಕ್ಕೇ ವಿಠೋಬನ ಗುಡಿಯನ್ನು ಕಟ್ಟಿದಂತೆ ತೋರುತ್ತದೆ. ಯೆರಡೂ ಗುಡಿಗಳ ರಚನೆಯು ವೊಂದೇ ಪ್ರಕಾರದ್ದಿರುತ್ತದೆ. ವಿಠೋಬನ ಬಳಿಯಲ್ಲಿ ಇರುವ ಬೇರೆ ನಾಲ್ಕು ಗುಡಿಗಳಲ್ಲಿ ವಿಶ್ವೇಶ್ವರನ ಗುಡಿಯು ವಿಠೋಬನ ಗುಡಿಯನ್ನೇ ಹೋಲುತ್ತದೆ. ಈ ಗುಡಿಗಳ ಬಳಿಯಲ್ಲಿ ಸಾವಿರಾರು ಜನರಿಗೆ ಸಾಕಾಗುವಂಥಾದೊಂದು ಧರ್ಮಶಾಲೆಯುಂಟು.

ಟೆಂಬ್ಲಾಯಿಯ ಗುಡಿಯು ಕೊಲ್ಲಾಪುರದಿಂದ ಮೂರು ಮೈಲಿನ ಮೇಲೆ ಬಾವಡೆಯಲ್ಲಿ ಗುಡ್ಡದ ಮೇಲೆ ಇರುತ್ತದೆ. ಟೆಂಬ್ಲಾಯಿಯು ಜಗದಂಬೆಯ ತಂಗಿ ಯೆಂತಲೂ, ಆಕೆಯ ಕೂಡ ಜಗಳಾಡಿ ಗುಡ್ಡದ ಮೇಲೆ ಹೋಗಿ ನಿಂತಳೆಂತಲೂ ಕರವೀರ ಮಾಹಾತ್ಮ್ಯದಲ್ಲಿ ಬರಿದದೆ. ಆಶ್ವಿನ ಶುದ್ಧ ಪಂಚಮಿಯಲ್ಲಿ ಅಂಬಾಬಾಯಿಯ ಪಲ್ಲಕ್ಕಿಯು ಟೆಂಬ್ಲಾಯಿಯ ಭೇಟಿಗೆ ಹೋಗುತ್ತದೆ. ಆ ದಿವಸ ಟೆಂಬ್ಲಾಯಿಯ ಜಾತ್ರೆಯಲ್ಲಿ ಸುಮಾರು ೨೦೦೦೦ ಜನ ಕೂಡುತ್ತದೆ.

ಮಹಾಕಾಳಿ, ಫಿರಂಗಿ, ಯೆಲ್ಲಮ್ಮ, ಈ ದೇವಸ್ಥಾನಗಳಿಗೆ ಕಡಿಮೇ ಜಾತಿಗಳ ಜನರು ನಡಕೊಳ್ಳುತ್ತಾರೆ. ಇವಲ್ಲದೆ ಯೆಷ್ಟೋ ಗುಡಿಗಳು ನೆಲದೊಳಗೆ ಇರುತ್ತವೆ. ಅವುಗಳಲ್ಲಿ ಕಾರ್ತೀಕ ಸ್ವಾಮಿ, ಖಂಡೋಬ, ಯೆಂಬ ದೇವಸ್ಥಾನಗಳು ಮುಖ್ಯ.

ಹೊಸ ಇಮಾರತುಗಳು.

ಕೊಲ್ಲಾಪುರದ ಸಂಸ್ಥಾನದಿಂದ ಸುಮಾರು ೨೫ ಲಕ್ಷ ರೂಪಾಯಿ ವೆಚ್ಚ ಮಾಡಿ ವೊಳಗಡೆಯಲ್ಲಿ ಹಾಯಸ್ಕೂಲು ಅಥವಾ ರಾಜಾರಾಮ ಕಾಲೇಜ, ಹೆಣ್ಣು ಮಕ್ಕಳ ಶಾಲೆ, ಆಸಪತ್ರೆ, ಪುಸ್ತಕಾಲಯ, ಟೌನ ಹಾಲ, (ಸಾರ್ವಜನಿಕ ಮಂಡಪ), ಮುಂತಾದ ಇಮಾರತುಗಳನ್ನು ಕಟ್ಟಿಸಿದ್ದಾರೆ. ಹಾಯಸ್ಕೂಲಿನ ಇಮಾರತು ನೋಡ ತಕ್ಕಂಥಾದಿರುತ್ತದೆ. ಇವಲ್ಲದೆ ೯ ಲಕ್ಷಕ್ಕಿಂತ ಹೆಚ್ಚು ಹಣ ವೆಚ್ಚ ಮಾಡಿ ಬಹು ಭವ್ಯವಾದ ಅರಮನೆಯನ್ನು ಕಟ್ಟಿಸಿದ್ದಾರೆ.

ಇತಿಹಾಸ.—ಕೊಲ್ಲಾಪುರದ ಬುನಾದಿಯ ಹೆಸರು ಕರವೀರವು. ಗೋಮಂತಕದ ಅರಸನಾದ ಶೃಗಾಲವಾಸುದೇವನನ್ನು ಕೊಂದು ಕೃಷ್ಣನು ಕರವೀರಪುರವನ್ನು

ಆಕ್ರಮಿಸಿದನೆಂದು ಹರಿವಂಶದಲ್ಲಿಯೂ ಭಾಗವತದಲ್ಲಿಯೂ ಬರಿದನೆ. ಗೋಮಂತಕ ಪರ್ವದ ವರ್ಣನೆಯೂ ಈ ಗ್ರಂಥಗಳಲ್ಲಿ ವಿಸ್ತಾರವಾದದ್ದಿರುತ್ತದೆ. ಇದರಿಂದ ಕರವೀರವು ಕ್ರಿಸ್ತೀ ಶಕದ ಹಿಂದೆ ಸುಮಾರು ೧೪೦೦ ವರ್ಷಗಳ ಪೂರ್ವದಲ್ಲಿ ಇತ್ತೆಂದೆನ್ನಲಿಕ್ಕೆ ಆಸ್ಪದವಾಗುತ್ತದೆ. ಈ ಕಾಲದ ಈಚೆಯ, ಅಂದರೆ ಕ್ರಿಸ್ತೀ ಶಕದ ಆರಂಭದ ಸುಮಾರಿನ, ಇತಿಹಾಸದ ಸಂಗತಿಗಳನ್ನು ಹಿಂದೆ ಇದೇ ಭಾಗದ ೭ನೇ ಕಲಮಿನಲ್ಲಿ ವಿವರಿಸಿದ್ದೇವೆ. ಶಿಲಾಹಾರರ ತರುವಾಯ (೧೨೧೦) ಸನ್ ೧೭೩೦ರಲ್ಲಿ ತಾರಾಬಾಯಿಯು ಕೊಲ್ಲಾಪುರದಲ್ಲಿ ಹೊಸ ಗಾದಿಯನ್ನು ಸ್ಥಾಪಿಸಿದ ವರೆಗೆ ಈ ಪಟ್ಟಣವು ಯಾವ ಬಗೆಯಿಂದಲೂ ಹೆಸರಿಗೆ ಬಂದಿತ್ತೆಂದು ತೋರುವದಿಲ್ಲ. ಮೊದಲು ಪಟ್ಟಣಕ್ಕೆ ಮಣ್ಣಿನ ಕೋಟೆ ಇತ್ತು. ೧೮ನೇ ಶತಕದ ಕಡೆಯಲ್ಲಿ ಪಟವರ್ಧನರ ದುಪ್ಪಳಿಯು ಬೆಳಿದದ್ದರಿಂದ ಇಲ್ಲಿಯ ಮಹಾರಾಜನು ಭದ್ರವಾದ ಕಲ್ಲಿನ ಕೋಟೆಯನ್ನು ಕಟ್ಟಿಸಿದನು. ಅದಕ್ಕೆ ೬ ಅಗಸೆಗಳಿದ್ದವು; ಸುತ್ತು ಮುತ್ತು ದೊಡ್ಡ ಕಂದಕವಿತ್ತು. ಈ ಪಟ್ಟಣದಲ್ಲಿ ನೆಲದೊಳಗೆ ಯೆಲ್ಲಿ ಅಗಿದರೂ ಬುನಾದಿಯ ಗುಡಿಗಳ ಮುರುಕ ಭಾಗಗಳೂ ಚಿತ್ರ ಕೊರಿದ ಕಲ್ಲುಗಳೂ ಲಿಪಿಗಳ ಕಲ್ಲುಗಳೂ ದೊರಿಯುತ್ತವೆ. ಈ ಪಟ್ಟಣದಲ್ಲಿ ಭೂಕಂಪವಾದದ್ದರಿಂದ ಮೊದಲಿನ ನೆಲವು ಕೆಳಗಿಳಿದು, ಆಗಿನ ಇಮಾರತುಗಳೆಲ್ಲ ಮುಚ್ಚಿದವೆಂದು ಕೆಲವರು ತರ್ಕಿಸುತ್ತಾರೆ.

ಕುಂಭೋಜ.—ಕೊಲ್ಲಾಪುರದ ಈಶಾನ್ಯಕ್ಕೆ ೧೮ ಮೈಲಿನ ಮೇಲ ವಾರಣೆಯ ದಂಡೆಯಲ್ಲಿ, ಜ. ಸ. (೮೧) ೪೧೦೫. ಇಲ್ಲಿ ವರ್ಷಕ್ಕೆ ಸುಮಾರು ೨೫೦೦೦ ರೂಪಾಯಿಯ ತಂಬಾಕ ಹುಟ್ಟುತ್ತದೆ. ಕುಂಭೇಶ್ವರ, ಬನಶಂಕರಿ, ಬಾಬಬಳ್ಳಿ, ಯೆಂಬ ದೇವಸ್ಥಾನಗಳಿವೆ. ಬನಶಂಕರಿಯ ಗುಡಿಯು ೨೦೦ ಫೂಟು ಚಚ್ಚೌಕು ಇರುತ್ತದೆ. ಖತಾಲನೆಂಬ ಪೀರನ ದರ್ಗಾ ಇರುತ್ತದೆ.

ಮಲಕಾಪುರ.—ಕೊಲ್ಲಾಪುರದ ಈಶಾನ್ಯಕ್ಕೆ ೧೮ ಮೈಲಿನ ಮೇಲೆ, ಜ. ಸ. (೮೧) ೨೫೯೭. ಇದು ಪಂತ ಪ್ರತಿನಿಧಿಯ ಮುಖ್ಯ ಗ್ರಾಮವು. ಶುಕ್ರವಾರ ಸಂತೆಯು ದೊಡ್ಡದಾಗುತ್ತದೆ. ಅಂಗ್ಲೋವರ್ನ್ಯಾಕ್ಯುಲರ ಶಾಲೆಯಲ್ಲಿ ಸುಮಾರು ೨೦೦ ಜನ ವಿದ್ಯಾರ್ಥಿಗಳು ಕಲಿಯುತ್ತಾರೆ. ವಿಶ್ವೇಶ್ವರ, ಭೀಮಾಶಂಕರ ಯೆಂಬ ಗುಡಿಗಳಿವೆ. ಶಾಲೆಯನ್ನು ೭೦೦೦ ರೂಪಾಯಿ ವೆಚ್ಚ ಮಾಡಿ ಕಟ್ಟಿದ್ದಾರೆ.

ಪನಾಳಾಗಡ.—ಕೊಲ್ಲಾಪುರದ ವಾಯವ್ಯಕ್ಕೆ ೧೨ ಮೈಲಿನ ಮೇಲೆ, ಜ. ಸ. (೮೧) ೧೨೦೩ ಕೋಟೆಯಲ್ಲಿ, ೯೨೬ ಪೇಟೆಯಲ್ಲಿ. ಇದು ಹೆಸರಾದ ದುರ್ಗ ಕೋಟೆಯು, ಸಮುದ್ರಕ್ಕಿಂತ ೨೭೭೨ ಫೂಟು ಯೆತ್ತರಿರುತ್ತದೆ. ಕೋಟೆಯ ಸುತ್ತಳತೆಯು ನಾಲ್ಕೂವರೆ ಮೈಲು ಇರುತ್ತದೆ; ಮೂರು ಅಗಸೆಗಳಲ್ಲಿ ಯೆರಡು ಹಾಳಾಗಿವೆ. ಕೋಟೆಯೊಳಗೆ ಯೆರಡು ಬತ್ತದಂಥ ಹೊಂಡಗಳೂ ಬೇರೆ ಕೆಲವು ಶೀ ನೀರಿನ ಶಲೆಗಳೂ ಇರುತ್ತವೆ. ಇದು ಪೇಟೆಯ ಮುಖ್ಯ ಗ್ರಾಮವಾದದ್ದರಿಂದ ಮಾಮಲೇದಾರ ಮುಂತಾದ

ಅಧಿಕಾರಿಗಳ ಕಚೇರಿಗಳು ಇಲ್ಲಿ ಇರುತ್ತವೆ. ಕೋಟೆಯೊಳಗೆ ಬುನಾದಿಯ ಇಮಾರತುಗಳಲ್ಲಿ ಮೂರು ಕೋಠಿಗಳು ಮಾತ್ರ ಉಳಿದಿರುತ್ತದೆ. ಗಂಗಾ ಕೋಠಿ ಯೆಂಬ ದೊಡ್ಡ ಕೋಠಿಯು ೧೦,೨೦೦ ಫೂಟು ಚಚ್ಚೌಕು ಇರುತ್ತದೆ.

ಪರಾಶರ ಋಷಿಯು ಈ ಗುಡ್ಡದ ಮೇಲೆ ಇರುತ್ತಿದ್ದನೆಂದು ಕರವೀರ ಮಾಹಾತ್ಮ್ಯವು ಹೇಳುತ್ತದೆ. ಶಿಲಾಹಾರರ ಭೋಜ ರಾಜನು (೧೧೭೮-೧೨೦೯) ಕಟ್ಟಿಸಿದ ೧೫ ಕೋಟೆಗಳಲ್ಲಿ ಬಾವಡೆ, ಭೂಧರಗಡ, ಪನಾಳಾ, ಸಾತಾರೆ, ವಿಶಾಳಗಡ, ಇವೈದು ಮುಖ್ಯವೆಂದು ಹೇಳುತ್ತಾರೆ. ಈ ಭೋಜ ರಾಜನ ರಾಜಧಾನಿಯು ಮೊದಲು ಪನಾಳಾ ಕೋಟೆಯೇ ಇತ್ತೆಂದು ತಿಳಿದದೆ. ಆದರೆ ಶಿಲಾಹಾರರ ರಾಜಧಾನಿಯು ಮುಖ್ಯವಾಗಿ ಕೊಲ್ಲಾಪುರವೇ ಇತ್ತು. ತಾರಾಬಾಯಿಯು ತನ್ನ ಮಗನಿಗಾಗಿ ಹೊಸ ಗಾದಿಯನ್ನು ಈ ಕೋಟೆಯಲ್ಲಿಯೇ ಸ್ಥಾಪಿಸಿದಳು, ೧೭೦೫. ಮುಂದೆ ಸನ್ ೧೭೮೨ರಲ್ಲಿ ಕೊಲ್ಲಾಪುರವು ಆಕೆಯ ವಂಶದವರ ರಾಜಧಾನಿಯಾಯಿತು. ಪನಾಳಾ ಕೋಟೆಯಲ್ಲಿ ಅರಮನೆ ಇರುವಾಗ ಸನ್ ೧೭೭೨ರ ವರೆಗೆ ಇಲ್ಲಿಯ ಮಹಾ ಕಾಲಿಗೆ ಮನುಷ್ಯ ಬಲಿಯನ್ನು ಕೊಡುತ್ತಿದ್ದರೆಂದು ತಿಳಿದದೆ.

ಪಾವನಗಡ.—ಪನಾಳಾ ಕೋಟೆಯ ಪೂರ್ವಕ್ಕೆ ಅರ್ಧ ಮೈಲಿನ ಮೇಲೆ. ಈ ಯೆರಡೂ ಕೋಟೆಗಳ ನಡುವೆ ಆಳವಾದ ದರಿಯುಂಟು. ಪಾವನಗಡದಲ್ಲಿ ಈಗ ಯಾರೂ ಇರುವದಿಲ್ಲ.

ಪಾಂಡವದರಾ.—ಪನಾಳಾ ಕೋಟೆಯ ಪಶ್ಚಿಮಕ್ಕೆ ೬ ಮೈಲಿನ ಮೇಲೆ. ಇವು ಗುಡ್ಡದೊಳಗೆ ಕೊರಿದು ಮಾಡಿದ ೮ ಗುಹಾಲಯಗಳಿರುತ್ತವೆ. ಇವುಗಳ ಬಳಿಯಲ್ಲಿ ದೊಡ್ಡದೊಂದು ಹೊಂಡವಿದೆ.

ಪವಾಳ ಗುಹೆಗಳು.—ಜೋತೀಬಾನ ಗುಡ್ಡದ ಬಳಿಯಲ್ಲಿ ಇವೂ ಮೇಲಿನ ಗುಹಾಲಯಗಳಂತೆ ಇರುತ್ತವೆ.

ರಾಯಬಾಗ.—ಶಿರೋಳದ ಆಗ್ನೇಯಕ್ಕೆ ೨೮ ಮೈಲಿನ ಮೇಲೆ, ಜ. ಸ. (೮೧) ೨೮೦೮. ಇದು ಮಹಾಲಿನ ಮುಖ್ಯ ಗ್ರಾಮವಾದ್ದರಿಂದ ಮಹಾಲಕರಿಯ ಕಚೇರಿಯುಂಟು. ಈ ವೂರಿನ ಸಂಪತ್ತಿಯು ಬಹಳ ಬೆಳೆದದ್ದರಿಂದ ರಣದುಲ್ಲಾಖಾನನೆಂಬ ವಿಜಾಪುರದವರ ಅಮಲದಾರನು ಇದನ್ನು ಸುಲಿದನೆಂದು ಹೇಳುತ್ತಾರೆ. ಅವನ ಗೋರಿಯು ಈ ವೂರಲ್ಲಿ ಇರುತ್ತದೆ. ಸೋಮೇಶ್ವರ, ಸಿದ್ದೇಶ್ವರ, ನರಸಿಂಹ, ಯೆಂಬ ಮೂರು ಹಳೇ ದೇವಸ್ಥಾನಗಳುಂಟು. ನರಸಿಂಹನ ಗುಡಿಯು ನೆಲದೊಳಗೆ ಇರುತ್ತದೆ. ರಾಯಬಾಗವು ಬುನಾದಿಯಲ್ಲಿ ಹೆಸರಾದ ಗ್ರಾಮವು. ಇಲ್ಲಿ ಕೆಲವು ಲಿಪಿಗಳು ಇರುತ್ತವೆ.

ರಾಂಗಣಾಕೋಟೆ.—ಕೊಲ್ಲಾಪುರದ ನೈರುತ್ಯಕ್ಕೆ ೫೦ ಮೈಲಿನ ಮೇಲೆ. ಈ ದುರ್ಗ ಕೋಟೆಯು ೮೭೫೦ ಫೂಟು ಉದ್ದ, ೨೮೦ ಅಗಲು ಇರುತ್ತದೆ; ಈಗ ಯಾರೂ ಇರುವದಿಲ್ಲ. ಶಿವಾಜಿಯ ಕಾಲಕ್ಕೆ ಇದು ಹೆಸರಿಗೆ ಬಂದ ಕೋಟೆಯು.

ಸಾಮಾನಗಡ.— ಗಡಇಂಗ್ಲಜದ ದಕ್ಷಿಣಕ್ಕೆ ೩ ಮೈಲಿನ ಮೇಲೆ. ಇದು ಸಮುದ್ರಕ್ಕಿಂತ ೨೬೦೦ ಫೂಟು ಯೆತ್ತರಿರುತ್ತದೆ. ಕೋಟೆಯು ಸಣ್ಣದಿದ್ದಾಗ್ಯೂ ದುರ್ಜಯವೆಂದು ಹೆಸರು ಪಡಿದದೆ. ಇಲ್ಲಿಯ ಗಡಕರಿಗಳು (ಕಾವಲುಗಾರರು) ಸನ್ ೧೮೪೪ರಲ್ಲಿ ಬಂಡಾಯ ಮಾಡಿದ್ದರು. ಇಂಗ್ಲಿಷ ಸರಕಾರದ ದಂಡಿನವರು ಹೋಗಿ ಕೋಟೆಯನ್ನು ತಕ್ಕೊಂಡು ಹಾಳು ಮಾಡಿದರು.

ಶಿರೋಳ.— ಕೊಲ್ಲಾಪುರದ ಪೂರ್ವಕ್ಕೆ ೩೦ ಮೈಲಿನ ಮೇಲೆ, ಜ. ಸ. (೮೧) ೬೯೪೪. ಪೇಠೆಯ ಮುಖ್ಯ ಗ್ರಾಮವು. ಮಾಮಲೇದಾರ ಮುಂತಾದ ಅಧಿಕಾರಿಗಳ ಕಚೇರಿಗಳುಂಟು. ಊರಿನ ಸುತ್ತು ಮುತ್ತು ಕೋಟೆಯೂ, ನಡುವೆ ಬಾಲೆಕಿಲ್ಯವೂ ಉಂಟು. ಅಂಗ್ಲೋವರ್ನ್ಯಾಕ್ಯುಲರ ಶಾಲೆಯಲ್ಲಿ ಸುಮಾರು ೧೫೦ ಜನ ವಿದ್ಯಾರ್ಥಿಗಳು ಕಲಿಯುತ್ತಾರೆ; ಶಾಲಾಗೃಹವನ್ನು ೪೦೦೦ ರೂಪಾಯಿ ವೆಚ್ಚ ಮಾಡಿ ಕಟ್ಟಿಸಿದ್ದಾರೆ. ಕಾಲೇಶ್ವರ, ದತ್ತಾತ್ರಯ ಯೆಂಬ ದೇವಸ್ಥಾನಗಳಿವೆ.

ಶಿರೋಲಿ.— ಕೊಲ್ಲಾಪುರದ ವಾಯುವ್ಯಕ್ಕೆ ೬ ಮೈಲಿನ ಮೇಲೆ, ಪುಣೆಯಿಂದ ಬೆಳಗಾವಿಗೆ ಬರುವ ಮಾರ್ಗದ ಮೇಲೆ, ಜ. ಸ. (೮೧) ೩೦೩೩: ಈ ವೂರಿನ ಬಳಿಯಲ್ಲಿ ಪಂಚಗಂಗೆಗೆ ಕಟ್ಟಿದ ಕಬ್ಬಿಣದ ಪೂಲಿನ ನೆರೆಯಲ್ಲಿ ಬಾಲೇ ಪೀರನೆಂಬ ವಲ್ಲಿಯ ಗೋರಿಯುಂಟು. ಈ ಗೋರಿಯ ಉರುಸಿನಲ್ಲಿ ಎಪ್ರಿಲ ತಿಂಗಳಿನಲ್ಲಿ ೧೦೦೦೦ ಜನ ಕೂಡುತ್ತದೆ.

ತೊರಗಲ್ಲು.— ರಾಮದುರ್ಗದ ಪಶ್ಚಿಮಕ್ಕೆ ೬ ಮೈಲಿನ ಮೇಲೆ, ಜ. ಸ. (೮೧) ೧೫೧೬. ಊರಿನ ಸುತ್ತು ಮುತ್ತು ಹಾಳು ಕೋಟೆಯೂ ಊರೊಳಗೆ ಬಾಲೇ ಕಿಲ್ಯವೂ ಉಂಟು. ಬಾಲೇ ಕಿಲ್ಯದೊಳಗೆ ಸಂಸ್ಥಾನಿಕನು ಇರುತ್ತಾನೆ. ಈ ವೂರನ್ನು ಭೂತಾಂಕುಶನೆಂಬ ಸರದಾರನು ೧೧೦೦ನೇ ವರ್ಷದ ಸುಮಾರಿನಲ್ಲಿ ಕಟ್ಟಿಸಿದನೆಂದು ಹೇಳುತ್ತಾರೆ. ಇಲ್ಲಿಯ ಭೂತನಾಥನ ಗುಡಿಯನ್ನು ಅವನೇ ಕಟ್ಟಿಸಿದನಂತೆ.

ವಡಗಾಂವ.— ಕೊಲ್ಲಾಪುರದ ಉತ್ತರಕ್ಕೆ ೧೦ ಮೈಲಿನ ಮೇಲೆ, ಜ. ಸ. (೮೧) ೪೮೯೦. ಇಲ್ಲಿ ಸುಮಾರು ೧೦೦ ಮಗ್ಗಗಳಲ್ಲಿ ಧಡೋತಿಯ ಬಟ್ಟೆಗಳು ಹುಟ್ಟುತ್ತವೆ. ಸೋಮವಾರದ ಸಂತೆಯಲ್ಲಿ ಬಟ್ಟೆಗಳು, ಕಾಳು, ಬೆಲ್ಲ, ಮೆಣಸಿನಕಾಯಿ, ಅರಿಶಿಣ, ಮುಂತಾದ ಸರಕುಗಳ ಮಾರಾಟವು ೫೦೦೦ ರೂಪಾಯಿದು ವರೆಗೆ ಆಗುತ್ತದೆ. ಇಲ್ಲಿ ಟಪಾಲ ಕಚೇರಿ, ಪೋಲೀಸ ಠಾಣ್ಯ, ಮರಾಠೀ ಶಾಲೆ, ಉಂಟು. ಲಕ್ಷ್ಮಿಯ ಗುಡಿಯೂ ವೊಂದು ಬಸ್ತಿಯೂ ಹಳೇವಿರುತ್ತವೆ.

ವಾಡಿ (ನರಸೋಬನ).— ಶಿರೋಳದ ದಕ್ಷಿಣಕ್ಕೆ ೩ ಮೈಲಿನ ಮೇಲೆ, ಪಂಚಗಂಗಾ ಕೃಷ್ಣಾ ಹೊಳೆಗಳ ಸಂಗಮದಲ್ಲಿ ಜ. ಸ. (೮೧) ೨೩೮೧. ಇಲ್ಲಿಯ ದತ್ತಾತ್ರಯನ ದೇವಸ್ಥಾನವು ಮಹಾರಾಷ್ಟ್ರ ದಕ್ಷಿಣ ಮಹಾರಾಷ್ಟ್ರಗಳಲ್ಲಿ ಪ್ರಸಿದ್ಧವಿರುತ್ತದೆ. ದತ್ತಾತ್ರಯನು

ನರಸಿಂಹಸರಸ್ವತಿ ಯೆಂಬ ಬ್ರಾಹ್ಮಣನ ರೂಪದಿಂದ ಅವತರಿಸಿದನೆಂದು ಜನರ ನಂಬಿಗೆಯುಂಟು. ಈ ಕಾರಣದಿಂದ ಇಲ್ಲಿಯೂ ಬೇರೆ ಕಡೆಯಲ್ಲಿಯೂ ದತ್ತಾತ್ರಯನ ಗುಡಿಗೆ ನರಸೋಬನ ದೇವಸ್ಥಾನವೆನ್ನುವರು. ನರಸಿಂಹಸರಸ್ವತಿಯು ಅಘಟಿತ ಕೃತ್ಯಗಳನ್ನು ಮಾಡಿದನೆಂದು ಹೇಳುತ್ತಾರೆ. ಈ ದೇವಸ್ಥಾನದಲ್ಲಿ ಸೇವೆಯನ್ನು ಮಾಡುವವರ ರೋಗಾದಿಗಳು ಹೋಗುತ್ತವೆಂದು ಜನರ ವಿಶ್ವಾಸ ವುಂಟು. ದತ್ತಾತ್ರಯನ ಗುಡಿಯು ಹೊಳೆಯ ದಂಡೆಯಲ್ಲಿ ಇರುತ್ತದೆ. ಮಾಘವದ್ಯ ಪಂಚಮಿಯಿಂದ ವೊಂದು ತಿಂಗಳಿನ ವರೆಗೆ ಉತ್ಸವವಾಗುತ್ತದೆ. ಈ ತಿಂಗಳಲ್ಲಿ ಸುಮಾರು ೫೦೦೦ ಜಾತ್ರೆ ಕೂಡಿ ಲಕ್ಷ ರೂಪಾಯಿಯ ವರೆಗೆ ಮಾರಾಟವಾಗುತ್ತದೆ. ಆಶ್ವಿನ ವದ್ಯ ದ್ವಾದಶಿಯಲ್ಲಿ ದತ್ತಾತ್ರಯನ ಅವತಾರದ ಸಮಾಪ್ತಿಯ ದಿವಸವೆಂದು ಉತ್ಸವ ಮಾಡುತ್ತಾರೆ. ಆಗ ೧೦೦೦೦ ಜನ ಕೂಡುತ್ತದೆ. ದತ್ತಾತ್ರಯನಿಗೆ ಯೆರಡು ಹಳ್ಳಿಗಳು ಇನಾಮು ನಡಿಯುವದಲ್ಲದೆ ೧೩೪೦ ರೂಪಾಯಿ ನಗದ ನೇಮಣೂಕು ನಡಿಯುತ್ತದೆ. ವಾಡಿಯಲ್ಲಿ ದತ್ತಾತ್ರಯನ ಹೊರ್ತು ನಾರಾಯಣ ಸ್ವಾಮಿ ಯೆಂಬ ದತ್ತಾತ್ರಯನ ಶಿಷ್ಯನ ಗುಡಿಯೊಂದು ಇರುತ್ತದೆ.

ವಾಳವೆ.—ಕೊಲ್ಲಾಪುರದ ದಕ್ಷಿಣಕ್ಕೆ ೧೫ ಮೈಲಿನ ಮೇಲೆ, ದೂಧಗಂಗೆಯ ದಂಡೆಯಲ್ಲಿ, ಜ. ಸ. (೮೧) ೨೫೭೯. ಇಲ್ಲಿಯ ಚುರಮುರಿಯು ಪ್ರಸಿದ್ಧ. ಶಾಲೆಯಲ್ಲಿ ನೂರಕ್ಕಿಂತ ಹೆಚ್ಚು ಜನ ವಿದ್ಯಾರ್ಥಿಗಳು ಕಲಿಯುತ್ತಾರೆ.

ವಿಶಾಳಗಡ.—ಕೊಲ್ಲಾಪುರದ ವಾಯವ್ಯಕ್ಕೆ ೪೫ ಮೈಲಿನ ಮೇಲೆ. ಇದು ಶಿವಾಜಿಯ ಕಾಲಕ್ಕೆ ಹೆಸರಾದ ದುರ್ಗಗಳಲ್ಲಿ ವೊಂದು. ಕೋಟೆಯ ಉದ್ದಳತೆ ೩೨೦೦ ಫೂಟು, ಅಗಲು ೧೦೪೦ ಫೂಟು. ಶಿಲಾಹಾರರ ಭೋಜ ರಾಜನು ಇದನ್ನು ಕಟ್ಟಿಸಿದನು. ಈಗ ಕೋಟೆಯೂ ಅಗಸೆಗಳೂ ಯೆಲ್ಲ ಬಿದ್ದು ಹೋಗಿವೆ. ಕೊಲ್ಲಾಪುರದ ಪಂತ ಪ್ರತಿನಿಧಿಯು ವೊದಲು ಈ ಕೋಟೆಯಲ್ಲಿ ಇರುತ್ತಿದ್ದನು. ಸನ್ ೧೮೪೪ರಲ್ಲಿ ಸರಕಾರದವರು ಕೋಟೆಯನ್ನು ಕೆಡಹಿದ ಬಳಿಕ ಆ ಸಂಸ್ಥಾನಿಕನು ಮಲಕಾಪುರದಲ್ಲಿ ಮನೆ ಮಾಡಿದನು. ಈಗ ಕೋಟೆಯೊಳಗೆ ೧೫ ಮನೆಗಳಲ್ಲಿ ೧೨೧ ಜನರು ಮಾತ್ರ ಇರುತ್ತಾರೆ. ಕೋಟೆಯೊಳಗೆ ಯೆರಡು ದೊಡ್ಡ ಹೊಂಡಗಳಿವೆ; ಒಂದು ೬೪೦ ಫೂಟು, ಯೆರಡನೇದು ೩೨೪ ಫೂಟು ಚಚ್ಚೌಕು ಇರುತ್ತದೆ.

೨ನೇ ಪ್ರಕರಣ.

ಇತರ ಸಂಸ್ಥಾನಗಳು.

ಸಾಂಗಲಿ.

ದಕ್ಷಿಣ ಮಹಾರಾಷ್ಟ್ರದ ಜಹಾಗೀರುಗಳಲ್ಲಿ ಪಟವರ್ಧನರ ಸಂಸ್ಥಾನಗಳ ಪೈಕಿ ಸಾಂಗಲಿಯ ಸಂಸ್ಥಾನವು ಯೆಲ್ಲಕ್ಕೂ ದೊಡ್ಡದಿರುತ್ತದೆ. ಈ ಸಂಸ್ಥಾನದ ವೊಟ್ಟು ಕ್ಷೇತ್ರವು ೧೦೮೩ ಚಚ್ಚೌಕು ಮೈಲು, ಜನಸಂಖ್ಯ ೧೯೬೮೩೨, ಒಟ್ಟು ವಸೂಲು ದುಮಾಲೀ ಸಹಿತ ೮೬೪೭೧೦ ರೂಪಾಯಿ. ಈ ಸಂಸ್ಥಾನದಲ್ಲಿ ಮಿರಜಪ್ರಾಂತ ಅಥವಾ ಸಾಂಗಲಿ, ಕೂಚಿ, ಮಂಗಳವೇಢೆ, ತೇರದಾಳ, ಶಹಾಪುರ, ಶಿರಟ್ಟಿ, ಯೆಂಬ ಆರು ತಾಲೂಕುಗಳಿರುತ್ತವೆ. ಅವುಗಳ ವಿವರ—

ಹೆಸರು.	ಕ್ಷೇತ್ರ.	ಹಳ್ಳಿಗಳು.	ಜನಸಂಖ್ಯ ೧೮೮೧.	ವಸೂಲು ೧೮೮೨.
ಮಿರಜಪ್ರಾಂತ . . .	೧೪೨	೩೬	೫೦೧೦೫	೨೪೮೯೯೦
ಕೂಚಿ	೧೮೫	೩೦	೩೪೩೫೧	೭೮೫೯೦
ಮಂಗಳವೇಢೆ . . .	೨೭೭	೩೨	೨೧೮೯೮	೧೧೦೮೧೦
ತೇರದಾಳ	೭೯	೧೭	೧೨೦೯೮	೧೦೮೦೫೦
ಶಹಾಪುರ	೮೬	೫೮	೪೪೦೬೯	೧೫೩೯೮೦
ಶಿರಟ್ಟಿ	೩೧೪	೬೯	೩೪೩೧೧	೧೬೪೨೯೦
	೧೦೮೩	೨೪೨	೧೯೬೮೩೨	೮೬೪೭೧೦

ಇವುಗಳಲ್ಲಿ ಮಿರಜಪ್ರಾಂತ, ಕೂಚಿ, ಇವೆರಡು ತಾಲೂಕುಗಳು ಮಾತ್ರ ವೊಂದಕ್ಕೊಂದು ಹೊಂದಿ ಇರುತ್ತವೆ; ಉಳಿದ ನಾಲ್ಕು ಬೇರೆ ಬೇರೆ ಕಡೆಯಲ್ಲಿ ಇರುತ್ತವೆ. ಮಂಗಳವೇಢೆಯು ಪಂಢರಿಪುರದ ದಕ್ಷಿಣಕ್ಕೆ, ತೇರದಾಳವು ಮುಧೋಳದ ಪಶ್ಚಿಮಕ್ಕೆ, ಶಹಾಪುರವು ಬೆಳಗಾವಿಯ ಬಳಿಯಲ್ಲಿ, ಶಿರಟ್ಟಿಯು ಧಾರವಾಡ ಜಿಲ್ಲೆಯಲ್ಲಿ ಗದಗಿನ ಬಳಿಯಲ್ಲ. ಮಿರಜಪ್ರಾಂತ ತಾಲೂಕಿನ ಹಳ್ಳಿಗಳು ಮಿರ್ಜೀ ಸಂಸ್ಥಾನದ ಹಳ್ಳಿಗಳಲ್ಲಿಯೂ ಸಾತಾರೆಯ ಜಿಲ್ಲೆಯ ಹಳ್ಳಿಗಳಲ್ಲಿಯೂ ಮಿಶ್ರವಾಗಿವೆ. ಈ ಬೇರೆ ಬೇರೆ ತಾಲೂಕುಗಳಲ್ಲಿ ಹವೆ, ಶಕೆ, ಮಳೆಗಳ ಮಾನವು ಬೇರೆ ಬೇರೆ ತರದ್ದಿರುತ್ತದೆ.

ಸಾಂಗಲಿ, ತೆರದಾಳ, ಈ ಯೆರಡು ತಾಲೂಕುಗಳಲ್ಲಿ ಕೃಷ್ಣಾ; ಮಂಗಳವೇಢೆಯ

ಹೊಳೆಗಳು.

ತಾಲೂಕಿನಲ್ಲಿ ಭೀಮಾ, ಮಾಣ; ಕೂಚೀ ತಾಲೂಕಿನಲ್ಲಿ ಅಗ್ರಾಣಿ; ಶಹಾಪುರ ತಾಲೂಕಿನಲ್ಲಿ ಘಟಪ್ರಭಾ, ಮಾರ್ಕಂಡೇಯಿ; ಶಿರಟ್ಟೀ ತಾಲೂಕಿನಲ್ಲಿ ತುಂಗಭದ್ರೆ. ಶಹಾಪುರ ತಾಲೂಕಿನ ಹವೆಯಲ್ಲಿ ತೇವು

ಹವೆ.

ಹೆಚ್ಚು; ಉಳಿದ ಯಾವತ್ತು ತಾಲೂಕುಗಳ ಹವೆಯು ಆರೋಗ್ಯಕರವಿರುತ್ತದೆ. ಮಂಗಳವೇಢೆಯ ತಾಲೂಕಿನಲ್ಲಿ ಶಕೆ ಹೆಚ್ಚು.

ಮಳೆಯು ಸರಾಸರೀ ಮಾನದಿಂದ ಶಹಾಪುರ ತಾಲೂಕಿನಲ್ಲಿ ೪೬ ಇಂಚು; ಮಂಗಳ

ಮಳೆ.

ವೇಢೆ, ಶಿರಟ್ಟೀ ತಾಲೂಕುಗಳಲ್ಲಿ ೨೭ ಇಂಚು; ಸಾಂಗಲೀ ತಾಲೂಕಿನಲ್ಲಿ ೨೧ ಇಂಚು; ಕೂಚೀ ತಾಲೂಕಿನಲ್ಲಿ ೧೮ ಇಂಚು; ತೇರದಾಳ ತಾಲೂಕಿನಲ್ಲಿ ೧೬ ಇಂಚು ಬೀಳುತ್ತದೆ.

ಈ ಸಂಸ್ಥಾನದಲ್ಲಿ ಸನ್ ೧೮೮೨-೮೩ರಲ್ಲಿ ವೊಟ್ಟಿಗೆ ಸುಮಾರು ೮೮ ಚಚ್ಚೌಕು

ಅಡವಿ.

ಮೈಲು ಅಡವಿಯ ಪ್ರದೇಶವಿತ್ತು. ಅಡವಿಯ ಸಂರಕ್ಷಣೆಗಾಗಿ ವೊಬ್ಬ ಬೇರೆ ಕಾಮದಾರನನ್ನು ನೇಮಿಸಿದ್ದಾರೆ.

ವಸ್ತಿಯ ಮಾನವು ಸರಾಸರೀ ಚಚ್ಚೌಕು ವೈಲಿಗೆ ೧೮೦ರಂತೆ ಇರುತ್ತದೆ. ಒಟ್ಟು

ಜನರು.

೧೯೬೮೩೨ ನಿವಾಸಿಗಳಲ್ಲಿ ಹಿಂದೂ ಜನರು ಶೇಕಡಾ ೮೭·೫೧, ಜೈನರು ೫·೭೬, ಮುಸಲ್ಮಾನರು ೬·೬೪. ಹಿಂದೂ ಜನರಲ್ಲಿ ಆರ್ಯರು, ದ್ರವಿಡರು, ಮಿಶ್ರ ಜಾತಿಗಳು, ಹೀಗೆ ಮೂರು ಪ್ರಕಾರಗಳಿವೆ. ಮಂಗಳ

ಭಾಷೆಗಳು.

ವೇಢೆಯಲ್ಲಿ ಮಹಾರಾಷ್ಟ್ರ ಭಾಷೆ, ಶಿರಟ್ಟಿಯಲ್ಲಿ ಕನ್ನಡ, ಉಳಿದ ತಾಲೂಕುಗಳಲ್ಲಿ ಮರಾಠೀ ಕನ್ನಡ ಯೆರಡೂ ನಡಿಯುತ್ತವೆ.

ಹುಂಡಿಯ ವ್ಯವಹಾರ ಮಾಡುವಂಥ ಸಾವಕಾರರು ಸಾಂಗಲಿಯಲ್ಲಿ ೨೪ ಜನ,

ಬಂಢವಲು.

ಶಹಾಪುರದಲ್ಲಿ ೨೯ ಜನ, ರಬಕವ್ಬಿಯಲ್ಲಿ ೧೪ ಜನ, ತೇರದಾಳದಲ್ಲಿ ೪ ಜನ, ಶಿರಟ್ಟಿಯಲ್ಲಿ ೩ ಜನ, ಮಂಗಳವೇಢೆಯಲ್ಲಿ ೪ ಜನ ಇದ್ದಾರೆ. ಒಟ್ಟಿಗೆ ಬಂಡವಲು ಸುಮಾರು ೯ ಲಕ್ಷವಾಗುವದು.

ವ್ಯಾಪಾರ.—ಕೊಲ್ಲಾಪುರ, ಸಾತಾರೆ, ಸೊಲ್ಲಾಪುರ, ಪಂಢರಪುರ, ವಿಜಾಪುರ, ಬಾಗಲಕೋಟೆ, ಬೆಳಗಾವಿ, ಧಾರವಾಡ, ಹುಬ್ಬಳ್ಳಿ, ಮುಂತಾದ ಪ್ರಮುಖ ವ್ಯಾಪಾರ ಸ್ಥಳಗಳಲ್ಲಿ ವೊಂದರಿಂದ ಮತ್ತೊಂದಕ್ಕೆ ಹೋಗಲಿಕ್ಕೆ ಬ್ರಿಟಿಶ ಸರಕಾರದವರು ಕಟ್ಟಿಸಿದ ದೊಡ್ಡ ಮಾರ್ಗಗಳಿಗೆ ಸಾಂಗಲೀ ಸಂಸ್ಥಾನದ ಯಾವತ್ತು ತಾಲೂಕುಗಳಿಂದ ಲೈನ ಮಾರ್ಗಗಳನ್ನು ವೈದು ಕೂಡಿಸಿದ್ದಾರೆ. ಆದ್ದರಿಂದ ಈ ಸಂಸ್ಥಾನದ ಮುಖ್ಯ ಮುಖ್ಯ ಗ್ರಾಮುಗಳಿಂದ ಮೇಲೆ ಹೇಳಿದ ಯಾವತ್ತು ಪಟ್ಟಣಗಳಿಗೆ ಹೋಗಲಿಕ್ಕೆ ಲೈನ ಮಾರ್ಗವು ದೊರಿಯುತ್ತದೆ. ಛಕ್ಕಡಿಗಳ ಮೇಲೆ ಮಾಲು ಬೇಕಾದಲ್ಲಿಂದ ಬೇಕಾದಲ್ಲಿಗೆ ಹೋಗು

ತ್ತದೆ. ವಾಡಿಕೆಯಾಗಿ ಸಾಂಗಲಿ, ಕೂಚೀ ತಾಲೂಕುಗಳ ಮಾಲು ಸಾಂಗಲಿಗೂ ಮಿರ್ಜಿಗೂ ಹೋಗುತ್ತದೆ; ಮಂಗಳವೇಢೆಯ ಮಾಲು ಪಂಢರಿಪುರಕ್ಕೂ ಸೊಲ್ಲಾಪುರಕ್ಕೂ ಹೋಗುತ್ತದೆ; ತೇರದಾಳದ ಮಾಲು ಅಥಣಿಗೂ ರಬಕವ್ವಿಗೂ ಹೋಗುತ್ತದೆ; ಶಹಾಪುರದ ಮಾಲು ಶಹಾಪುರಕ್ಕೂ ಬೆಳಗಾವಿಗೂ ಹೋಗುತ್ತದೆ; ತಿರಟ್ಟಿಯ ಮಾಲು ಗದಗಿಗೂ ಹುಬ್ಬಳ್ಳಿಗೂ ಹೋಗುತ್ತದೆ. ಈ ಸಂಸ್ಥಾನದೊಳಗೆ ಒಟ್ಟಿಗೆ ೧೯ ಗ್ರಾಮಗಳಲ್ಲಿ ಸಂತೆಗಳಾಗುತ್ತವೆ; ಅವುಗಳಲ್ಲಿ ಶಹಾಪುರ, ರಬಕವ್ವಿ ಮುಖ್ಯ. ಒಟ್ಟಿಗೆ ೩೮ ಜಾತ್ರೆಗಳಾಗುತ್ತವೆ. ಅವುಗಳಲ್ಲಿ ತಿರಟ್ಟಿಯ ಫಕೀರ ಸ್ವಾಮಿಯ ಜಾತ್ರೆಯಲ್ಲಿ ೩೫೦೦೦ ಜನ ಕೂಡುತ್ತದೆ.

ಇತಿಹಾಸ.—ಹರಿಭಟ್ಟ ಬಾಳಂಭಟ್ಟ ಪಟವರ್ಧನನೆಂಬ ಕೊಂಕಣದ ಬ್ರಾಹ್ಮಣನು ಇಚಲಕರಂಜಿಯ ಸಂಸ್ಥಾನಿಕನ ಉಪಾಧ್ಯಾಯನಿದ್ದನು. ಅವನ ಮಕ್ಕಳು ಗೋವಿಂದರಾವ, ರಾಮಚಂದ್ರಪಂತ, ಯೆಂಬವರು ಪುಣೆಯ ಬಾಳಾಜೀ ವಿಶ್ವನಾಥ ಪೇಶವನ ಚಾಕರಿಗೆ ನಿಂತರು. ಗೋವಿಂದರಾಯನ ಮಗ ಗೋಪಾಳರಾಯನು ನಾನಾಸಾಹೇಬನ ಕಾಲಕ್ಕೆ ಸವಣೂರಿನ ನಬಾಬನ ಕೂಡ ಯುದ್ಧದಲ್ಲಿ ಜಯ ಪಡಿದು ಆ ನಬಾಬನ ಪ್ರೀತಿಯನ್ನು ಸಂಪಾದಿಸಿ ದೊಡ್ಡವಾಡದ ಕೋಟೆಗಳನ್ನು ಇನಾಮು ಪಡಿದನು. ದೊಡ್ಡ ಮಾಧವರಾಯನು ಸನ್ ೧೭೬೧ರಲ್ಲಿ ಗೋವಿಂದರಾಯನಿಗೆ ಮಿರ್ಜಿಯ ಪ್ರಾಂತವನ್ನು ದಂಡಿನ ಸರಂಜಾಮಾಗಾಗಿ ಕೊಟ್ಟನು. ಮುಂದೆ ಯೆರಡು ವರ್ಷದ ನಂತರ ಗೋವಿಂದರಾಯನಿಗೂ, ರಾಮಚಂದ್ರಪಂತನ ಮಗನಾದ ಪರಶುರಾಮಭಾವೂನಿಗೂ, ಗೋವಿಂದರಾಯನ ಯೆರಡನೇ ತಮ್ಮನಾದ ತ್ರಿಂಬಕಪಂತನ ಮಗನಾದ ನೀಲಕಂಠರಾಯನಿಗೂ ಕೂಡಿ ೮೦೦೦ ದಂಡಿನ ಸರಂಜಾಮಿಗಾಗಿ ಪೇಶವನು ದಕ್ಷಿಣ ಮಹಾರಾಷ್ಟ್ರದಲ್ಲಿ ೨೫ ಲಕ್ಷದ ಶೀಮೆಯನ್ನು ಕೊಟ್ಟನು. ಪಶ್ಚಿಮದಲ್ಲಿ ಕೊಲ್ಲಾಪುರದ ಅರಸನನ್ನೂ ದಕ್ಷಿಣದಲ್ಲಿ ಹೈದರನನ್ನೂ ಪ್ರತಿಬಂಧಿಸುವದಕ್ಕಾಗಿ ಪೇಶವನು ಈ ಪಟವರ್ಧನರನ್ನು ದಕ್ಷಿಣ ಮಹಾರಾಷ್ಟ್ರದಲ್ಲಿ ದೊಡ್ಡ ಸರಂಜಾಮುದಾರರಾಗಿ ಸ್ಥಾಪಿಸಿದನು. ರಾಘೋಬಾದಾದಾ, ಜಾನೋಜೀ ಭೋಸಲೆ, ಹೈದರ ಅಲ್ಲೀ, ಇವರಿಗೂ ಪೇಶವನಿಗೂ ನಡಿದ ಯುದ್ಧಗಳಲ್ಲಿ ಈ ಪಟವರ್ಧನರು ಬಹಳ ಶೌರ್ಯವನ್ನು ತೋರಿಸಿದ್ದರಿಂದ ಪೇಶವೇ ಮಾಧವರಾಯನು ಇವರಿಗೆ ಮತ್ತೂ ಕೆಲವು ಹೆಚ್ಚು ಶೀಮೆಗಳನ್ನು ಕೊಟ್ಟು ಸನ್ ೧೭೭೪ರಲ್ಲಿ ಸರಂಜಾಮಿನ ಸನದು ಮಾಡಿ ಕೊಟ್ಟನು. ಗೋಪಾಳರಾಯನ ತಮ್ಮನಾದ ವಾಮನರಾಯನು ಮಿರ್ಜಿಯಲ್ಲಿ ಇರುತ್ತಿದ್ದನು; ಪರಶುರಾಮ ಭಾವೂನು ತಾಸಗಾವಿಯಲ್ಲಿ ಇರುತ್ತಿದ್ದನು; ನೀಳಕಂಠರಾಯನ ಮಗ ರಘುನಾಥರಾಯನು ಕುರುಂದವಾಡದಲ್ಲಿ ಇರುತ್ತಿದ್ದನು.

ಪೇಶವೇ ನಾರಾಯಣರಾಯನ ತರುವಾಯ ಪಟವರ್ಧನರು ಕೆಲವು ದಿವಸ ರಾಘೋಬಾದಾದಾನ ಪಕ್ಷವನ್ನು ಸ್ವೀಕರಿಸಿದ್ದರು. ಇವರಿಗೂ ಕೊಲ್ಲಾಪುರದ ಅರಸನಿಗೂ ಯೆಡೆಬಿಡದೆ ಯುದ್ಧಗಳು ನಡಿದೇ ಇದ್ದವು. ಹೈದರನ ದಾಳಿಗಳು ಮೇಲೆ

ಮೇಲೆ ಇವರ ಶೀಮೆಗಳಲ್ಲಿ ಬರುತ್ತಿದ್ದವು. ಬರ ಬರುತ್ತಾ ಪರಶುರಾಮ ಭಾವೂನು ಶೌರ್ಯದಲ್ಲಿ ಹೆಸರಾದನು. ಅವನು ಕೊಲ್ಲಾಪುರದವರ ಶಿರೋಳ, ಭೂಧರಗಡ ಮುಂತಾದ ಶೀಮೆಗಳನ್ನು ತಕ್ಕೊಂಡು ಆ ಅರಸನ ಕೂಡ ವೊಡಂಬಡಿಕೆ ಮಾಡಿ ಕೊಂಡು ಪುಣೆಗೆ ಹೋಗಿ, ವಡಗಾವದ ಯುದ್ಧದಲ್ಲಿ ಇಂಗ್ಲಿಷರನ್ನು ಸೋಲಿಸಿದನು, ೧೭೭೯. ಮುಂದೆ ಸ್ವಲ್ಪ ದಿವಸದೊಳಗೆ ಭಾವೂನು ಕೊಲ್ಲಾಪುರಕ್ಕೆ ಮುತ್ತಿಗೇ ಹಾಕಿ, ಅರಸನ ಕೈಯಿಂದ ೩ ಲಕ್ಷ ರೂಪಾಯಿ ಕಪ್ಪ ತಕ್ಕೊಂಡನು. ಪೇಶವನಿಗೂ ನಿಜಾಮನಿಗೂ ಖರಡೆಯ ಬಳಿಯಲ್ಲಿ ವೊದಗಿದ ದೊಡ್ಡ ಯುದ್ಧದಲ್ಲಿ ಭಾವೂನು ಪೇಶವನ ದಂಡಿನ ದಳವಾಯಿಯಾಗಿ ಜಯ ಪಡಿದನು, ೧೭೯೫. ಮುಂದೆ ಸನ್ ೧೭೯೯ರಲ್ಲಿ ಪಟ್ಟಣ ಕೂಡಿಯ ಬಳಿಯಲ್ಲಿ ಭಾವೂನಿಗೂ ಕೊಲ್ಲಾಪುರದ ಅರಸನಿಗೂ ವೊದಗಿದ ಯುದ್ಧದಲ್ಲಿ ಭಾವೂನು ಮರಣ ಹೊಂದಿದನು. ಭಾವೂನು ಘಾಯ ಪಟ್ಟು ರಣ ಭೂಮಿಯಲ್ಲಿ ಮರಣೋನ್ಮುಖನಾಗಿ ಬಿದ್ದಿರಲಾಗಿ, ಕೊಲ್ಲಾಪುರದ ಅರಸು ಅವನನ್ನು ತನ್ನ ಮುಂದೆ ತರಿಸಿ ತುಂಡು ತುಂಡಾಗಿ ಕಡಿದನೆಂದು ಜನವಾರ್ತೆಯುಂಟು. ಆದರೆ ಇದು ನಿರಾಧಾರವಿರುತ್ತದೆಂದು ತಿಳಿದದೆ.

ಸನ್ ೧೮೧೧ರ ಈಚೆಯಲ್ಲಿ ಮಿರ್ಜಿಯು ಮನೆತನದಲ್ಲಿ ಮಿರ್ಜಿ, ಸಾಂಗಲಿ; ತಾಸಗಾವಿಯ ಮನೆತನದಲ್ಲಿ ತಾಸಗಾವಿ, ಜಮಖಂಡಿ; ಕುರುಂದವಾಡದ ಮನೆತನದಲ್ಲಿ ಕುರುಂದವಾಡ, ಕಾಗವಾಡ, ಈ ಪ್ರಕಾರ ವಿಭಾಗಗಳಾಗಿ ಪಟವರ್ಧನರ ಆರು ಸಂಸ್ಥಾನಗಳಾದವು. ಬರಬರುತ್ತಾ ಮಿರ್ಜಿಯ ಸಂಸ್ಥಾನದಲ್ಲಿ ಮತ್ತೂ ನಾಲ್ಕು ವಿಭಾಗಗಳಾದವು; ಜಮಖಂಡಿಯ ಸಂಸ್ಥಾನದಲ್ಲಿ ಚಿಂಚಲಿಯ ಭಾಗ ಬೇರೆಯಾಯಿತು; ಕುರುಂದವಾಡ ಸಂಸ್ಥಾನದಲ್ಲಿಯೂ ಮೂರು ವಿಭಾಗಗಳಾದವು. ಆದರೆ ಚಿಂಚಲಿಯ ಸಂಸ್ಥಾನಿಕನು ಸನ್ ೧೮೩೬ರಲ್ಲಿ, ಮಿರ್ಜಿಯವನೊಬ್ಬ ಪಾಲುಗಾರನು ೧೮೪೨ರಲ್ಲಿ, ಅದೇ ಸಂಸ್ಥಾನದ ಯೆರಡನೇ ಪಾಲುಗಾರನು ೧೮೪೫ರಲ್ಲಿ, ತಾಸಗಾವಿಯ ಸಂಸ್ಥಾನಿಕನು ೧೮೪೮ರಲ್ಲಿ, ಕಾಗವಾಡದ ಸಂಸ್ಥಾನಿಕನು ೧೮೫೭ರಲ್ಲಿ ಸಂತತಿ ಇಲ್ಲದೆ ಮರಣ ಹೊಂದಿದ್ದರಿಂದ ಸರಕಾರದವರು ಅವರ ಶೀಮೆಗಳನ್ನು ಆಕ್ರಮಿಸಿದರು. ಆದರೆ ಉಳಿದ ಸಂಸ್ಥಾನಿಕರಿಗೆ ದತ್ತಕ ತಕ್ಕೊಳ್ಳುವ ಸನದು ಸರಕಾರದಿಂದ ದೊರಿದ ಕಾರಣ ಅವರ ಸಂಸ್ಥಾನಗಳು ಇನ್ನು ಮುಂದೆ ನಷ್ಟವಾಗುವ ಭಯವಿಲ್ಲ.

ಪಟವರ್ಧನ ಸಂಸ್ಥಾನಿಕರು ಕೆಲವು ಕುದುರೇ ಸ್ವಾರರನ್ನಿಟ್ಟು ಬ್ರಿಟಿಶ ಸರಕಾರದ ಚಾಕರಿಯನ್ನು ಮಾಡುತ್ತಿದ್ದರು. ಆ ಸ್ವಾರರನ್ನು ತೆಗಿದು ಸರಕಾರದವರು ನಗದ ಹಣವನ್ನು ಸನ್ ೧೮೪೮ರಲ್ಲಿ ಗೊತ್ತು ಮಾಡಿದರು. ಹ್ಯಾಗಂದರೆ—ಮಿರ್ಜಿಯ ಹಿರೇ ಮನೆತನದವರು ೧೨೫೫೮ ರೂಪಾಯಿ, ಚಿಕ್ಕ ಮನೆತನದವರು ೬೪೧೨ ರೂಪಾಯಿ, ಕುರುಂದವಾಡದವರು ೯೬೭೧ ರೂಪಾಯಿ, ಜಮಖಂಡಿಯವರು ೨೦೪೪೦ ರೂಪಾಯಿ ಪ್ರತಿವರ್ಷ ಸರಕಾರಕ್ಕೆ ಕೊಡ ಬೇಕು. ಇವರೆಲ್ಲರು ಸರಕಾರದವರ ಕೂಡ ಮೇಲಾದ ರಾಜನಿಷ್ಠೆಯಿಂದ ವರ್ತಿಸುತ್ತಾರೆ.

ಭೂಮಿ. — ಭೂಮಿಯ ಸಾಗುವಳಿಯ ಪದ್ಧತಿಯು ನೆರೆಹೊರೆಯ ಸರಕಾರೀ ಶೀಮೆಗಳಲ್ಲಿಯಂತೆ ಇರುತ್ತದೆ. ಆರೂ ತಾಲೂಕುಗಳ ಭೂಮಿಯನ್ನು ಅಳಿದು ಪ್ರತಿಬಂದಿಯನ್ನು ಹಚ್ಚಿದ್ದಾರೆ. ಕೆಲವು ಇನಾಮು ಗ್ರಾಮಗಳ ಭೂಮಿ ಮಾತ್ರ ಅಳಿಯುವದು ಉಳಿದದೆ.

ವಿದ್ಯಾ. — ಈ ಸಂಸ್ಥಾನದಲ್ಲಿ ಸನ್ ೧೮೮೦-೮೩ರಲ್ಲಿ ೧೧೮ ಶಾಲೆಗಳಲ್ಲಿ ೫೦೬೬ ಜನ ವಿದ್ಯಾರ್ಥಿಗಳು ಕಲಿಯುತ್ತಿದ್ದರು. ಸಾಂಗಲಿಯಲ್ಲಿ ವೊಂದು ಇಂಗ್ಲಿಷ ಶಾಲೆಯುಂಟು; ಶಹಾಪುರ ಶಿರಟ್ಟಿಗಳಲ್ಲಿ ಅಂಗ್ಲೋವರ್ನ್ಯಾಕ್ಯುಲರ ಶಾಲೆಗಳಿವೆ. ಶಾಲಾ ಗೃಹಗಳ ಹೊರ್ತು ಶಿಕ್ಷಣದ ವೆಚ್ಚವು ಸದರೀ ವರ್ಷ ೨೮೨೮೦ ರೂಪಾಯಿ ಆಯಿತು.

ಮಿರ್ಜಿ.

ಹಿರಿಮನೆತನದ ಸಂಸ್ಥಾನ. — ಮಿರ್ಜಿಯಲ್ಲಿ ಹಿರಿಮನೆತನವೆಂತಲೂ ಚಿಕ್ಕ ಮನೆತನವೆಂತಲೂ ಯೆರಡು ಸಂಸ್ಥಾನಗಳಿವೆ. ಹಿರಿ ಸಂಸ್ಥಾನದ ಕ್ಷೇತ್ರವು ೩೮೦ ಚಚ್ಚೌಕು ಮೈಲು; ಜನಸಂಖ್ಯೆ (೧೮೮೧) ೬೭೩೨; ಹಳ್ಳಿಗಳು ೬೨; ವಸೂಲು ೩೭೧೬೩೦ ರೂಪಾಯಿ. ಇದರಲ್ಲಿ ಮಿರ್ಜಿ, ಲಕ್ಷ್ಮೇಶ್ವರ, ಮೊದನಿಂಬ ಯೆಂಬ ಮೂರು ತಾಲೂಕುಗಳಿವೆ. ಮಿರ್ಜಿಯ ಕೆಳಗೆ ೩೫ ಹಳ್ಳಿಗಳು, ಲಕ್ಷ್ಮೇಶ್ವರದ ಕೆಳಗೆ ಧಾರವಾಡ ಜಿಲ್ಲೆಯಲ್ಲಿ ೧೫ ಹಳ್ಳಿಗಳು, ಮೊದನಿಂಬದ ಕೆಳಗೆ ೧೫ ಹಳ್ಳಿಗಳು ಸೊಲ್ಲಾಪುರ ಜಿಲ್ಲೆಯಲ್ಲಿ ಪಂಢರಿಪುರದ ಉತ್ತರಕ್ಕೆ ಇರುತ್ತವೆ.

ಚಿಕ್ಕ ಮನೆತನದ ಸಂಸ್ಥಾನ. — ಇದರ ಕ್ಷೇತ್ರವು ೨೦೮ ಚಚ್ಚೌಕು ಮೈಲು, ಜನಸಂಖ್ಯೆ ೩೦೫೮೧, ಹಳ್ಳಿಗಳು ೪೦, ವಸೂಲು ೨೮೬೧೭೦ ರೂಪಾಯಿ. ಇದರಲ್ಲಿ ಕವತೆ, ಕುರೋಳಿ, ಗುಡಗೇರಿ, ಯೆಂಬ ಮೂರು ಮಹಾಲುಗಳಿವೆ. ಮೊದಲಿನ ಯೆರಡು ಮಹಾರಾಷ್ಟ್ರ ದೇಶದಲ್ಲಿ, ಗುಡಗೇರಿಯು ಧಾರವಾಡ ಜಿಲ್ಲೆಯಲ್ಲಿ ಉಂಟು.

ಕುರುಂದವಾಡ.

ಹಿರೆಮನೆತನದ ಸಂಸ್ಥಾನ. — ಕುರುಂದವಾಡದಲ್ಲಿಯೂ ಯೆರಡು ಮನೆತನಗಳುಂಟು. ಹಿರಿಮನೆತನದ ಸಂಸ್ಥಾನದ ಕ್ಷೇತ್ರವು ೧೮೨ ಚಚ್ಚೌಕು ಮೈಲು, ಜನಸಂಖ್ಯೆ ೩೫೧೮೭, ಹಳ್ಳಿಗಳು ೩೭, ವಸೂಲು ೧೧೭೬೬೦ ರೂಪಾಯಿ. ಇದರಲ್ಲಿ ಅನಗೋಳ ಬೆಳಗಾವಿಯ ಬಳಿಯಲ್ಲಿ, ಅಲಾಸ ಕೊಲ್ಲಾಪುರ ಸಂಸ್ಥಾನದ ಪೂರ್ವಕ್ಕೆ, ತಿಕೋಟೆ ವಿಜಾಪುರದ ಬಳಿಯಲ್ಲಿ, ಈ ಪ್ರಕಾರ ಮೂರು ಮಹಾಲುಗಳಿವೆ. ಇವಲ್ಲದೆ ಮೂರು ಹಳ್ಳಿಗಳು ಬೇರೆ ಬೇರೆ ಕಡೆಯಲ್ಲಿ ಉಂಟು.

ಚಿಕ್ಕಮನೆತನದ ಸಂಸ್ಥಾನ. — ಇದರ ಕ್ಷೇತ್ರವು ೧೧೪ ಚಚ್ಚೌಕು ಮೈಲು, ಜನಸಂಖ್ಯೆ ೨೬೨೦೭, ಹಳ್ಳಿಗಳು ೪೩, ವಸೂಲು ೧೧೩೦೦೦ ರೂಪಾಯಿ. ಇದರಲ್ಲಿ

ಯೆಳ್ಳೂರು ಬೆಳಗಾವಿಯ ಬಳಿಯಲ್ಲಿ, ಮೈಂದರ್ಗಿ ಅಂಕಲ ಕೋಟೆಯ ನೆರೆಯಲ್ಲಿ, ಹೀಗೆ ಯೆರಡು ಮಹಾಲುಗಳಿವೆ.

ಜಮಖಂಡಿ.

ಈ ಸಂಸ್ಥಾನದ ಕ್ಷೇತ್ರವು ೪೯೦ ಚಚ್ಚೌಕು ಮೈಲು, ಜನಸಂಖ್ಯೆ ೪೩೯೧೭, ಹಳ್ಳಿಗಳು ೪೪, ವಸೂಲು ೪೧೨೪೩೦ ರೂಪಾಯಿ. ಇದರಲ್ಲಿ ಜಮಖಂಡಿ, ಬಿದರಿ, ಕುಂದಗೋಳ ಯೆಂಬ ಮೂರು ಮಹಾಲುಗಳಿವೆ. ಮೊದಲಿನ ಯೆರಡು ಕೃಷ್ಣಾ ತೀರದಲ್ಲಿ, ಕುಂದಗೋಳವು ಧಾರವಾಡ ಜಿಲ್ಲೆಯಲ್ಲಿ ಉಂಟು. ಇದಲ್ಲದೆ ಬೇರೆ ಯೇಳು ಹಳ್ಳಿಗಳು ಮಹಾರಾಷ್ಟ್ರ ಪ್ರಾಂತದಲ್ಲಿ ಬೇರೆ ಬೇರೆ ಕಡೆಯಲ್ಲಿ ಇರುತ್ತವೆ.

ಮುಧೋಳ.

ಇದರ ಕ್ಷೇತ್ರವು ೩೬೮ ಚಚ್ಚೌಕು ಮೈಲು, ಜನಸಂಖ್ಯೆ ೫೨೧೬೩, ಹಳ್ಳಿಗಳು ೪೧, ವಸೂಲು ೨೪೫೩೬೦ ಈ ಸಂಸ್ಥಾನದ ಹಳ್ಳಿಗಳೆಲ್ಲ ವೊತ್ತಟ್ಟಿಗೆ ಇರುತ್ತವೆ. ಘಟಪ್ರಭೆಯು ಇದರೊಳಗಿಂದ ಹರಿಯುತ್ತದೆ. ಇದರಲ್ಲಿ ಮುಧೋಳ, ಢವಳೇಶ್ವರ, ಜಂಬಿಗಿ, ಮಾಚಕನೂರು, ಲೋಕಾಪುರ, ಯೆಂಬ ೫ ಮಹಾಲುಗಳಿವೆ.

ಇತಿಹಾಸ.—ಮುಧೋಳದ ಘೋರ್ಪಡೆ ಮನೆತನದವರ ಮೂಲ ಅಡ್ಡ ಹೆಸರು ಭೋಸಲೆ. ಶಿವಾಜೀ ಮಹಾರಾಜನ ಮನೆತನವೂ ಘೋರ್ಪಡೆಗಳ ಮನೆತನವೂ ವೊಂದೇ ಯೆಂದು ಹೇಳುತ್ತಾರೆ. ಘೋರ್ಪಡೆಗಳ ಪೂರ್ವಜನೊಬ್ಬನು ಘೋರ್ಪಡವೆಂದರೆ ಉಡದ ಟೊಂಕಕ್ಕೆ ಹಗ್ಗ ಕಟ್ಟಿ ಅದನ್ನು ವೊಂದು ಕೋಟೆಯ ಗೋಡೆಗೆ ವೊಗಿದದ್ದರಿಂದ ಉಡವು ಗೋಡೆಯನ್ನು ಗಟ್ಟಿಯಾಗಿ ಹಿಡುಕೊಂಡು ನಿಲ್ಲಲಾಗಿ, ಅವನು ಆ ಹಗ್ಗದ ಆಧಾರದಿಂದ ಕೋಟೆಯ ಮೇಲೆ ಹೋಗಿ ಕೋಟೆಯನ್ನು ತಕ್ಕೊಂಡನಂತೆ. ಆದ್ದರಿಂದ ಅವನ ವಂಶದವರಿಗೆ ಘೋರ್ಪಡೆ ಯೆಂಬ ಹೆಸರು ಬಂತು. ಇವರೊಳಗೆ ನವಕಸ, ಸಾತಕಸ, ಯೆಂಬ ಯೆರಡು ಶಾಖೆಗಳುಂಟು. ಮುಧೋಳದವರು ನವಕಸ, ಅಂದರೆ ಉತ್ತಮ ಶಾಖೆಯವರು; ಕೊಲ್ಲಾಪುರಕ್ಕೆ ಶೇರಿದ ಕಾಪಶಿಯ ಸೇನಾಪತಿಯ ವಂಶದವರೂ, ಗುತ್ತಿಯ ಮುರಾರಿರಾಯನ ವಂಶದವರೂ ಸಾತಕಸ ಶಾಖೆಯವರು. ಮುಧೋಳದ ಮನೆತನದ ಪೂರ್ವಜನಾದ ಬಾಜೀ ಘೋರ್ಪಡೆಯು ವಿಜಾಪುರದ ದರ್ಬಾರಿನಲ್ಲಿ ಸರದಾರನಾಗಿದ್ದನು. ಮುಧೋಳದ ಜಹಾಗೀರು ಆ ದರ್ಬಾರಿನಿಂದಲೇ ದೊರೀತೆಂದು ತೋರುತ್ತದೆ. ಬಾಜಿಯು ಕರ್ನಾಟಕದಲ್ಲಿ ಕಪಟದಿಂದ ಶಹಾಜಿಯನ್ನು ಶರೆ ಹಿಡಿದು ವಿಜಾಪುರಕ್ಕೆ ಕಳಿಸಿದ್ದರಿಂದ ಶಿವಾಜಿಯು ಮುಧೋಳವನ್ನು ಸುಟ್ಟ ಸಂಗತಿಯು ಇತಿಹಾಸದಲ್ಲಿ ಪ್ರಸಿದ್ಧವದೆ. ಬಾಜಿಯ ಪೂರ್ವದ ಇತಿಹಾಸವು ತಿಳಿದಿಲ್ಲ. ಆದರೆ ಘೋರ್ಪಡೆಗಳು ಪೂರ್ವದಲ್ಲಿ ಸಹ ಹೆಸರಾಗಿದರೆಂಬ ಸಂಗತಿಯು ಮೇಲೆ ಹೇಳಿದ ಉಡದ ವೃತ್ತಾಂತದಿಂದ ತಿಳಿಯುತ್ತದೆ.

ಬಾಜಿಯ ತರುವಾಯ ಅವನ ಮಗ ಮಾಲೋಜಿಯು ಸಂಸ್ಥಾನದ ವೊಡೆಯನಾದನು. ವಿಜಾಪುರವು ಹಾಳಾದ ಬಳಿಕ ಔರಂಗಜೇಬನು ಮಾಲೋಜಿಗೆ ಜಹಾಗೀರಿನ ಸನದು ಕೊಟ್ಟನು. ಮಾಲೋಜಿಯ ತರುವಾಯ ಮೂರು ತಲೆಯ ವರೆಗೆ ಇತಿಹಾಸವೇನು ತಿಳಿದಿಲ್ಲ. ನಾಲ್ಕನೇ ತಲೆಯವನ ಹೆಸರು ಮಾಲೋಜಿಯೇ. ಇವನು ಬಹು ದಿವಸ ರಾಜ್ಯವಾಳಿದನು. ಬಾಳಾಜೀ ವಿಶ್ವನಾಥನಿಂದ ಕಡೆಯ ಬಾಜೀರಾಯನ ವರೆಗೆ ಯಾವತ್ತು ಪೇಶವಗಳನ್ನು ಇವನು ನೋಡಿದ್ದನೆಂದು ಹೇಳುತ್ತಾರೆ. ಪೇಶವನ ಜರೀ ಪಟಕಾ ಯೆಂಬ ನಿಶಾನಿಯು ಮಾಲೋಜಿಯ ವಶದಲ್ಲಿತ್ತು. ಆದ್ದರಿಂದ ಪೇಶವನ ಯಾವತ್ತು ಯುದ್ಧಗಳಲ್ಲಿ ಮಾಲೋಜಿಯು ಇರುತ್ತಿದ್ದನು. ಇವನ ಮೈಗೆ ಬಹಳ ಗುಂಡುಗಳು ತಗಲಿದ್ದರಿಂದ ಇವನಿಗೆ ನಡಿಯಲಿಕ್ಕೆ ಸಹ ಬರುತ್ತಿದ್ದಿಲ್ಲೆಂದು ಹೇಳುತ್ತಾರೆ. ಮಾಲೋಜಿಯು ಪುಣೆಯಲ್ಲಿ ಇರುತ್ತಿದ್ದ ಭಾಗಕ್ಕೆ ಘೋರ್ಪಡ್ಯಾಚೀ ಪೇಠ ಯೆಂಬ ಹೆಸರು ಬಂದದೆ. ಅಲ್ಲಿ ಮಾಲೋಜಿಯ ಮನೆಯು ಈಗ್ಯೂ ಇರುತ್ತದೆ. ಮಾಲೋಜಿಯು ಸನ್ ೧೮೦೫ರಲ್ಲಿ ಮರಣ ಹೊಂದಿದ ಬಳಿಕ ಅವನ ಮಗ ನಾರಾಯಣರಾಯನು ೧೧ ವರ್ಷ ರಾಜ್ಯವನ್ನಾಳಿ ೧೮೧೬ರರಲ್ಲಿ ಮರಣ ಹೊಂದಿದನು. ಇವನಿಗೆ ಗೋವಿಂದರಾಯ, ಲಕ್ಷ್ಮಣರಾಯ, ವೆಂಕಟರಾಯ, ಯೆಂಬ ಮೂವರು ಮಕ್ಕಳಿದ್ದರು. ತಂದೆಯ ತರುವಾಯ ಗಾದಿಯ ಸಲುವಾಗಿ ಈ ಮೂವರಿಗೂ ಜಗಳ ಹುಟ್ಟಿ ಇವರು ಪುಣೆಗೆ ಹೋಗಲಾಗಿ, ವೆಂಕಟರಾಯನ ತಾಯಿಯ ಪ್ರಯತ್ನದಿಂದ ಅವನಿಗೆ ರಾಜ್ಯಾಧಿಕಾರವು ಕೊಡಲ್ಪಟ್ಟಿತು; ಗೋವಿಂದರಾಯನಿಗೂ ಲಕ್ಷ್ಮಣರಾಯನಿಗೂ ಪೇಶವನು ತನ್ನ ದಂಡಿನಲ್ಲಿ ಚಾಕರಿಯ ಕೊಟ್ಟನು. ಮುಂದೆ ಆಷ್ಟೆಯ ಯುದ್ಧದಲ್ಲಿ ಗೋವಿಂದರಾಯನು ಮಡಿದನು; ಲಕ್ಷ್ಮಣರಾಯನು ಬಡೋದೆಯ ಸಂಸ್ಥಾನದಲ್ಲಿ ಚಾಕರಿಗೆ ನಿಂತನು. ಮುಂದೆ ಯೇಳು ವರ್ಷದ ನಂತರ ವೊಬ್ಬ ಮನುಷ್ಯನು ನಾನೇ ಗೋವಿಂದರಾಯನೆಂದು ಹೇಳಿ ಮುಧೋಳದ ಗಾದಿಯ ಸಲುವಾಗಿ ಮುಂಬಯಿ ಸರಕಾರಕ್ಕೆ ಅರ್ಜಿಯನ್ನು ಮಾಡಿದನು. ಅವನು ತದ್ರೂಪ ಗೋವಿಂದರಾಯನ ಹಾಗೇ ಇದ್ದದ್ದರಿಂದ ಗೋವಿಂದರಾಯನ ಹೆಂಡತಿಯು ಅವನ ಬಳಿಯಲ್ಲಿ ಹೋಗಿ ನಿಂತಳು. ಮೂರು ವರ್ಷ ಅವನ ವಿಚಾರಣೆ ನಡಿದು, ಕಡೆಯಲ್ಲಿ ಅವನಿಗೆ ಕನ್ನಡ ಭಾಷೆ ಬಾರದ್ದರಿಂದ ಅವನು ಗೋವಿಂದರಾಯನಲ್ಲೆಂದು ಸರಕಾರದವರು ಠರಾವು ಮಾಡಿದರು. ಅವನು ವೊಬ್ಬ ಗೋಸಾವಿ ಇದ್ದನೆಂದು ಕಡೆಗೆ ಸಿದ್ಧವಾಯಿತು. ವೆಂಕಟರಾಯನು ಸನ್ ೧೮೫೪ರಲ್ಲಿ ಮರಣ ಹೊಂದಿದನು.

ವೆಂಕಟರಾಯನ ತರುವಾಯ ಅವನ ಮಗ ಬಳವಂತರಾಯನು ಚಿಕ್ಕಂದಿನಲ್ಲಿ ಚನ್ನಾಗಿ ವಿದ್ಯಾಭ್ಯಾಸ ಮಾಡಿ, ಯೆರಡೇ ವರ್ಷ ಕಾರಭಾರ ಮಾಡಿ ಮರಣ ಹೊಂದಿದನು. ಬಳವಂತರಾಯನ ಮಗ ವೆಂಕಟರಾಯನನ್ನು ಸರಕಾರದವರು ಕೊಲ್ಲಾಪುರದಲ್ಲಿ ಚನ್ನಾಗಿ ವಿದ್ಯಾಭ್ಯಾಸ ಮಾಡಿಸಿ ಅವನು ಪ್ರೌಢನಾದ ಬಳಿಕ ಅವನಿಗೆ ಸನ್ ೧೮೮೦ರಲ್ಲಿ ಮುಖತ್ಯಾರಿಯನ್ನು ಕೊಟ್ಟರು. ವೆಂಕಟರಾಯನು ಈಗ ರಾಜ್ಯವನ್ನಾಳುತ್ತಾನೆ.

ರಾಮದುರ್ಗ.

ಈ ಸಂಸ್ಥಾನದ ಕ್ಷೇತ್ರವು ೧೯೦ ಚಚ್ಚೌಕು ಮೈಲು, ಜನಸಂಖ್ಯೆ (೧೮೯೧) ೩೫೭೦, ಹಳ್ಳಿಗಳು ೯೬, ವಸೂಲು ೧೭೫೭೬೦ ರೂಪಾಯಿ. ಈ ಸಂಸ್ಥಾನದ ಹಳ್ಳಿಗಳೆಲ್ಲ ವೊತ್ತಟ್ಟಿಗೆ ಇರುತ್ತವೆ; ಮಲಾಪಹಾರಿಯು ಇದರಲ್ಲಿ ಹರಿಯುತ್ತದೆ.

ಇತಿಹಾಸ.—ರಾಮದುರ್ಗ, ನರಗುಂದ, ಇವೆರಡೂ ಕೋಟೆಗಳನ್ನು ಶಿವಾಜಿಯು ಕಟ್ಟಿಸಿದನು. ಅವನ ಮರಣದ ಕಾಲಕ್ಕೆ ಅಪ್ಪಾಜೀ ಸೂರೋ ಯೆಂಬ ಬ್ರಾಹ್ಮಣನ ವಶದಲ್ಲಿ ಈ ಕೋಟೆಗಳಿದ್ದವು. ಈ ಕೋಟೆಗಳನ್ನು ಔರಂಗಜೇಬನು ಸನ್ ೧೬೯೦ರಲ್ಲಿ ತಕ್ಕೊಂಡಿದ್ದನು. ಮುಂದೆ ೧೫ ವರ್ಷದ ನಂತರ ಅಪ್ಪಾಜಿಯ ಕಾರಕೂನನಾದ ರಾಮರಾವ ದಾದಾಜೀ ಭಾವೆ ಯೆಂಬ ಕೊಂಕಣಸ್ಥ ಬ್ರಾಹ್ಮಣನು ಯೆರಡೂ ಕೋಟೆಗಳನ್ನು ಯುಕ್ತಿಯಿಂದ ತಕ್ಕೊಂಡನು. ಅಪ್ಪಾಜಿಯು ವೃದ್ಧನಾದ್ದರಿಂದ ಸ್ವಲ್ಪ ದಿವಸ ಈ ಕೋಟೆಗಳಿಗೆ ಶೇರಿದ ಶೀಮೆಯ ಕಾರಭಾರ ಮಾಡಿ ಕಡೆಯಲ್ಲಿ ರಾಮರಾಯನಿಗೇ ಅದನ್ನು ವೊಪ್ಪಿಸಿದನು. ರಾಮರಾಯನಿಗೆ ಕೊಲ್ಲಾಪುರದ ಸಂಭಾಜಿಯು ಪಂತಸಚಿವನೆಂಬ ಬಿರುದು ಕೊಟ್ಟನು. ಅಪ್ಪಾಜಿಯು ಸನ್ ೧೭೦೮ರಲ್ಲಿ ಮರಣ ಹೊಂದಿದ ಬಳಿಕ ಅವನ ದತ್ತ ಪುತ್ರನಾದ ಬಳವಂತರಾಯನು ಚಿಕ್ಕವನಿದ್ದ ಕಾರಣ ರಾಮರಾಯನ ವಶದಲ್ಲಿ ಉಳಿದನು. ರಾಮರಾಯನ ತಮ್ಮನ ಮಗ ದಾದಾಜಿಯು ಅವನ ಕೈ ಕೆಳಗೆ ಕಾರಭಾರ ಮಾಡುತ್ತಿದ್ದನು. ರಾಮರಾಯನು ಕಾಶೀ ಯಾತ್ರೆಗೆ ಹೋದಲ್ಲಿ ಮರಣ ಹೊಂದಲಾಗಿ, ಅವನ ಮಗ ಯೋಗಿರಾಯನು ಕಾಶಿಯಿಂದ ಬಂದ ಕೂಡಲೆ ದಾದಾಜಿಯ ಕೂಡ ಜಗಳ ತೆಗೆದು ಅವನನ್ನು ಕೊಲ್ಲಿಸಿದನು. ಮುಂದೆ ಯೋಗಿರಾಯನಿಗೂ ದಾದಾಜಿಯ ಮಗನಾದ ಭಾಸ್ಕರರಾಯನಿಗೂ ಜಗಳ ನಡಿದ ಸಂಧಿಯಲ್ಲಿ ಅಪ್ಪಾಜಿಯ ದತ್ತ ಪುತ್ರ ಬಳವಂತರಾಯನು ಸಂಸ್ಥಾನವನ್ನು ಆಕ್ರಮಿಸಿ ಸನ್ ೧೭೫೮ರಲ್ಲಿ ಪೇಶವನ ಸಂಮತಿಯನ್ನು ಸಂಪಾದಿಸಿದನು. ಆದರೆ ಭಾಸ್ಕರರಾಯನು ಪುಣೆಗೆ ಹೋಗಿ ಮಾಧವರಾಯನ ಪ್ರೀತಿಯನ್ನು ಸಂಪಾದಿಸಿ, ಬಳವಂತರಾಯನನ್ನು ದೂಡಿ, ಅವನ ಸರಂಜಾಮಿ ಸಂಸ್ಥಾನವನ್ನು ಕಸುಕೊಂಡನು. ಬಳವಂತರಾಯನಿಗೆ ಪೇಶವನು ಮೊದಲು ೧೨೦೦೦ ರೂಪಾಯಿಯ ನೇಮಣೂಕು ಮಾಡಿಕೊಟ್ಟನು. ಮುಂದೆ ಆ ನೇಮಣೂಕಿಗೆ ಬದಲಾಗಿ ಹೆಬ್ಬಳ್ಳಿಯ ಗ್ರಾಮವು ಅವನಿಗೆ ಜಹಾಗೀರು ದೊರೀತು. ಅವನ ವಂಶದವರು ಈಗ್ಯೂ ಈ ಗ್ರಾಮವನ್ನು ಅನುಭೋಗಿಸುತ್ತಾರೆ.

ಭಾಸ್ಕರರಾಯನು ಸಂಸ್ಥಾನದ ಕಾರಭಾರವನ್ನು ತಾನೇ ಆಕ್ರಮಿಸಿ ಯೋಗಿರಾಯನಿಗೆ ಕೆಲವು ನೇಮಣೂಕು ಕೊಡುತ್ತಿದ್ದನು. ಪೇಶವನು ಇಬ್ಬರಿಗೂ ಕೂಡಿ ಸಂಸ್ಥಾನವನ್ನು ಕೊಟ್ಟಿದ್ದನು. ಮುಂದೆ ಭಾಸ್ಕರಾಯನ ಮಗ ವೆಂಕಟರಾಯನು ಕಾರಭಾರ ಮಾಡುತ್ತಿದ್ದಾಗ ಸನ್ ೧೭೮೦ರ ಸುಮಾರಿನಲ್ಲಿ ಟೀಪೂನು ನರಗುಂದವನ್ನು ತಕ್ಕೊಂಡು

81

ವೆಂಕಟರಾಯನನ್ನೂ ಅವನ ಮನೆಯವರನ್ನೂ ಶರೆ ಹಿಡಿದು ಶ್ರೀರಂಗ ಪಟ್ಟಣಕ್ಕೆ ವೈಯಿದನು. ಆಗ ಯೋಗಿರಾಯನ ಮಗ ರಾಮರಾಯನು ತಪ್ಪಿಸಿಕೊಂಡು ರಾಮದುರ್ಗದಲ್ಲಿ ನಿಂತನು. ಮುಂದೆ ಸನ್ ೧೭೯೧ರಲ್ಲಿ ಇಂಗ್ಲಿಷರ ದಂಡಿನವರು ಶ್ರೀರಂಗ ಪಟ್ಟಣವನ್ನು ಮುತ್ತಿದಾಗ ವೆಂಕಟರಾಯನನ್ನು ಶರೆಯೊಳಗಿಂದ ಬಿಡುಗಡೆ ಮಾಡಲಾಗಿ ಅವನು ನರಗುಂದದಲ್ಲಿ ಸಂಸ್ಥಾನದ ಕಾರಭಾರವನ್ನು ಮೊದಲಿನಂತೆ ನಡಿಸಿದನು. ಪರಶುರಾಮ ಭಾವೂನ ಸಹಾಯದಿಂದ ರಾಮರಾಯನು ರಾಮದುರ್ಗದ ಸುತ್ತಲಿನ ಕೆಲವು ಶೀಮೆಗೆ ಒಡಿಯನಾದನು. ಮುಂದೆ ಸನ್ ೧೮೧೦ರಲ್ಲಿ ರಾಮರಾಯನ ಮಗ ನಾರಾಯಣರಾಯನು ಬಾಜೀರಾಯನ ಪ್ರೀತಿಯನ್ನು ಸಂಪಾದಿಸಿ ಸರೀ ಅರ್ಧ ರಾಜ್ಯಕ್ಕೆ ಒಡಿಯನಾದನು. ಈ ಪ್ರಕಾರ ಯೋಗಿರಾಯನ ವಂಶದವರು ರಾಮದುರ್ಗದ ಸಂಸ್ಥಾನಕ್ಕೆ, ಭಾಸ್ಕರರಾಯನ ವಂಶದವರು ನರಗುಂದದ ಸಂಸ್ಥಾನಕ್ಕೆ ಒಡೆಯರಾದರು.

ನಾರಾಯಣರಾಯನು ಸನ್ ೧೮೨೭ರಲ್ಲಿ ಸಂತತಿ ಇಲ್ಲದೆ ಮರಣ ಹೊಂದಲಾಗಿ ಅವನ ಹೆಂಡತಿ ರಾಧಾಬಾಯಿಯು ಇಂಗ್ಲಿಷ ಸರಕಾರದ ಹುಕುಮಿನಿಂದ ನರಗುಂದದ ಆಗಿನ ಒಡಿಯನಾದ ಭಾಸ್ಕರರಾಯನ ತಮ್ಮನಾದ ಹರಿಹರರಾಯನನ್ನು ರಾಮರಾಯನೆಂಬ ಹೆಸರಿನಿಂದ ದತ್ತಕ ತಕ್ಕೊಂಡಳು. ಆದರೂ ಆಕೆ ಸಾಯುವ ವರೆಗೆ ಬಹು ಚಾತುರ್ಯದಿಂದ ತಾನೇ ಕಾರಭಾರ ಮಾಡಿದಳು. ರಾಧಾಬಾಯಿಯು ಸನ್ ೧೮೫೭ರಲ್ಲಿ ಮರಣ ಹೊಂದಿದ ಬಳಿಕ ರಾಮರಾಯನು ರಾಮದುರ್ಗದ ಕಾರಭಾರವನ್ನು ಕೈಕೊಂಡನು. ರಾಮರಾಯನಿಗೆ ಸಂತತಿ ಇಲ್ಲದ್ದರಿಂದ ಅವನು ಯೋಗಿರಾಯನೆಂಬ ದತ್ತಪುತ್ರನನ್ನು ತಕ್ಕೊಂಡು ೧೮೭೦ರಲ್ಲಿ ಮರಣ ಹೊಂದಿದನು. ಯೋಗಿರಾಯನು ೬ ವರ್ಷ ಕಾರಭಾರ ಮಾಡಿ ಸನ್ ೧೮೭೮ರಲ್ಲಿ ಮರಣ ಹೊಂದಿದಾಗ ಅವನ ಮಗ ವೆಂಕಟರಾಯನು ಚಿಕ್ಕವನಿದ್ದನು. ಅವನಿಗೆ ಸರಕಾರದವರು ಒಳಿತಾಗಿ ವಿದ್ಯಾಭ್ಯಾಸ ಮಾಡಿಸಿ, ಪ್ರೌಢನಾದ ಬಳಿಕ ರಾಜ್ಯಾಧಿಕಾರ ಕೊಟ್ಟರು. ಅವನೇ ಈಗ ಸಂಸ್ಥಾನವನ್ನು ಆಳುತ್ತಾನೆ.

ನರಗುಂದದ ಭಾಸ್ಕರರಾವ ಬಾಬಾ ಸಾಹೇಬನ ಬಂಡಾಯದ ವೃತ್ತಾಂತವನ್ನು ೭ನೇ ಭಾಗದಲ್ಲಿ ವಿವರಿಸಿದ್ದೇವೆ.

ಸವಣೂರು.

ಈ ಸಂಸ್ಥಾನದ ಕ್ಷೇತ್ರವು ೭೦ ಚಚ್ಚೌಕು ಮೈಲು, ಜನಸಂಖ್ಯೆ (೧೮೮೧) ೧೪೭೦೦, ಹಳ್ಳಿಗಳು ೨೫, ವಸೂಲು ೫೬೬೦೦ ರೂಪಾಯಿ. ಇದರ ಹಳ್ಳಿಗಳು ಧಾರವಾಡ ಜಿಲ್ಲೆಯ ಬಂಕಾಪುರ, ಕರ್ಜಿಗಿ, ಈ ತಾಲೂಕುಗಳಲ್ಲಿ ಬೇರೆ ಬೇರೆ ಕಡೆಯಲ್ಲಿ ಇರುತ್ತವೆ.

ಇತಿಹಾಸ.—ಬಹಿಲೋಲಖಾನನೆಂಬ ಪಠಾಣ ಸರದಾರನು ದಿಲ್ಲಿಯ ದರ್ಬಾರಿನಲ್ಲಿ ಇದ್ದನು. ಅವನು ಬಾದಶಹನ ಅಪ್ರೀತಿಗೆ ಪಾತ್ರನಾದ್ದರಿಂದ ಅಲ್ಲಿಂದ ಹೊರಟು ಬಂದು

ಅಹಮ್ಮದ ನಗರದ ಮೋರ್ತಿಝಾ ನಿಜಾಮಶಹನ ಆಶ್ರಯಕ್ಕೆ ನಿಂತನು. ಆ ಬಾದಶಹನನ್ನು ಅವನ ವಜೀರನು ಕೊಲ್ಲಿಸಲು (೧೬೩೧) ಬಹಲೋಲನು ಅಲ್ಲಿಂದ ಹೊರಟು ವಿಜಾಪುರದ ದರ್ಬಾರಿನಲ್ಲಿ ನಿಂತನು. ಇವನ ಮಗ ಅಬದುಲ್ ರಹಿಮಾನಖಾನನು ಕರ್ನಾಟಕದಲ್ಲಿ ಬಾಜೀ ಘೋರ್ಪಡೆನಿಗೆ ಸಹಾಯಕನಾಗಿ ಇರುತ್ತಿದ್ದನು. ಇವನ ಮಗ ಅಬದುಲ್ ಕರೀಮಖಾನನು ವಿಜಾಪುರದ ದರ್ಬಾರಿನಲ್ಲಿ ವೊಳಿತಾಗಿ ಹೆಸರು ಪಡಿದು ಶಿವಾಜಿಯನ್ನು ಪ್ರತಿ ಬಂಧಿಸಲಿಕ್ಕೆ ನೇಮಿಸಿದ ದಂಡಿನ ದಳವಾಯಿಯಾದನು. ಇವನನ್ನು ಸನ್ ೧೬೭೦ರಲ್ಲಿ ಬಂಕಾಪುರದ ಸುಭೇದಾರನಾಗಿ ನೇಮಿಸಿದ ಸಂಗತಿಯನ್ನು ೭ನೇ ಭಾಗದಲ್ಲಿ ಹೇಳಿದ್ದೇವೆ. ಇವನು ವಿಜಾಪುರದ ವಜೀರನಾದ ಖವಾಸಖಾನನನ್ನು ಕೊಲ್ಲಿಸಿ ತಾನು ವಜೀರನಾಗಿ ೧೬೭೫ರ ವರೆಗೆ ಬಾದಶಹನು ಚಿಕ್ಕವನಿದ್ದದರಿಂದ ಸ್ವತಂತ್ರದಿಂದ ಕಾರಭಾರ ಮಾಡಿದನು. ಇವನ ಮಗನಾದ ಅಬದುಲ್ ರಾವೂಫಖಾನನಿಗೆ ಔರಂಗಜೇಬನು ವಿಜಾಪುರವನ್ನು ತಕ್ಕೊಂಡ ಬಳಿಕ ದಿಲಾವರಖಾನನೆಂಬ ಬಿರುದು ಕೊಟ್ಟು, ಬಂಕಾಪುರ, ತೊರಗಲ್ಲು, ಬೆಳಗಾವಿ, ಮುಂತಾದ ೨೨ ಮಹಾಲುಗಳನ್ನು ಕೊಟ್ಟನು. ಅವುಗಳ ವಸೂಲು ೨೮ ಲಕ್ಷ ರೂಪಾಯಿ ಇತ್ತು. ರಾವೂಫಖಾನನು ಬಂಕಾಪುರವನ್ನು ಬಿಟ್ಟು ಜನ್ಮರನ ಹಳ್ಳಿ ಯೆಂಬ ಗ್ರಾಮದಲ್ಲಿ ಹೋಗಿ ನಿಂತು ಅದಕ್ಕೆ ಸವಣೂರೆಂಬ ಹೆಸರಿಟ್ಟನು.

ಅಬದುಲ್ ರಾವೂಫಖಾನನು ಸುರಪುರದ ನಾಯಕನ ಬಂಡಾಯವನ್ನು ಮುರಿಯಲಿಕ್ಕೆ ವೊಗಲರಿಗೆ ಸಹಾಯ ಮಾಡಿದ ಬಳಿಕ ಕಿತ್ತೂರು, ನವಲಗುಂದ, ಶಿರಟ್ಟಿ, ಡಂಬಳ, ಹಾವನೂರು, ಈ ಗ್ರಾಮಗಳ ದೇಸಾಯಿಗಳ ದಾಳಿಗಳನ್ನು ಮುರಿಯಲಿಕ್ಕೆ ನೇಮಿಸಲ್ಪಟ್ಟನು. ರಾವೂಫನು ೧೭೧೫ರಲ್ಲಿ ಮರಣ ಹೊಂದಿದ ಬಳಿಕ ಅವನ ಮಕ್ಕಳು ಅಬದುಲ್ ಫತ್ತೇಖಾನ, ಅಬದುಲ್ ಮಹಮ್ಮದಖಾನ, ಯೆಂಬವರು ಆರಾರು ತಿಂಗಳು ಆಳಿ ಮರಣ ಹೊಂದಿದ ನಂತರ ಮೂರನೇ ಮಗ ಅಬದುಲ್ ಗಫರಖಾನನು ಪಟ್ಟವೇರಿದನು. ಇವನು ಕೃಷ್ಣಾ ತುಂಗಬದ್ರಾ, ಈ ಯೆರಡು ಹೊಳಿಗಳ ನಡುವಿನ ಶೀಮೆಯನ್ನೆಲ್ಲ ಆಕ್ರಮಿಸಿ ೧೭೨೧ರಲ್ಲಿ ಮರಣ ಹೊಂದಿದನು. ಅವನ ಮಗ ಅಬದುಲ್ ಮಜೀದನು ಕೆಲವು ದಿವಸ ಪರಾಕ್ರಮದಿಂದ ಹೊಸ ಶೀಮೆಗಳನ್ನು ಆಕ್ರಮಿಸಿದಾಗ್ಯೂ ನಾನಾ ಸಾಹೇಬ ಪೇಶವನಿಗೆ ವಿರೋಧ ಬಳಿಸಿದ್ದರಿಂದ ಯುದ್ಧದಲ್ಲಿ ಸೋತು (೧೭೫೬) ಮಿಶ್ರೀ ಕೋಟೆ, ಹುಬ್ಬಳ್ಳಿ, ಬಂಕಾಪುರ, ಹಾನಗಲ್ಲು, ಕೋಡ, ರಾಣೀಬಿನ್ನೂರ, ಕುಂದಗೋಳ, ಇಷ್ಟು ಪರಗಣೆಗಳಿಗೆ ಮಾತ್ರ ವೊಡೆಯನಾಗಿ ನಿಂತನು. ಮಜೀದಖಾನನ ತರುವಾಯ ಅಬದುಲ್ ಹಕೀಮಖಾನನು ನಬಾಬನಾದನು. ಈ ನಬಾಬನಿಗೂ ಹೈದರನಿಗೂ ಸ್ವಲ್ಪ ಜಗಳವಾದ ಬಳಿಕ ಇಬ್ಬರಿಗೂ ಸ್ನೇಹ ಕೂಡಿ ಈ ನಬಾಬನ ಮಗನಾದ ಖೈರಖಾನನಿಗೆ ಹೈದರನು ತನ್ನ ಮಗಳನ್ನು ಕೊಟ್ಟನು. ಆದರೂ ಟೀಪೂನು ಹಕೀಮಖಾನನನ್ನು ಬಹಳ ಪೀಡಿಸಿದ್ದರಿಂದ ಹಕೀಮಖಾನನು ಪುಣೆಯಲ್ಲಿ ತಿಂಗಳಿಗೆ ೧೦೦೦೦ ರೂಪಾಯಿ ಪೆನ್‌ಶನ್ನು ಉಂಡುಕೊಂಡು ನಿಂತನು. ಹಕೀಮಖಾನನು ಸನ್ ೧೭೯೫ರಲ್ಲಿ ಮರಣ ಹೊಂದಿದ

40*

ಬಳಿಕ ಖೈರಖಾನನಿಗೂ ಅವನ ತಮ್ಮ ಹುಸೇನ ಮಿಯಾನಿಗೂ ಗಾದಿಯ ಸಲುವಾಗಿ ಜಗಳ ಹುಟ್ಟಿದ್ದರಿಂದ ಇಬ್ಬರಿಗೂ ಸಂಸ್ಥಾನ ದೊರಿಯದೆ, ಇವರಿಗೆ ತಂದೆಯಂತೆ ಪೆನ್‌ಶನ್ನು ಗೊತ್ತಾಯಿತು. ಆಗ ಸವಣೂರು ಸಂಸ್ಥಾನದ ವಸೂಲು ೪೮೦೦೦ ರೂಪಾಯಿ ಇತ್ತು. ಈ ಸಂಸ್ಥಾನಕ್ಕೆ ವೊಮ್ಮೆ ಹುಸೇನಮಿಯಾನು ಯೆರಡನೇ ಸಾರಿ ಖೈರಖಾನನು ವೊಡಿಯನೆಂದು ಪೇಶವನು ವೊಪ್ಪಿಕೊಂಡಾಗ್ಯೂ ಸಂಸ್ಥಾನವು ಇಬ್ಬರ ಕೈಗೂ ಹತ್ತಲಿಲ್ಲ; ಪೇಶವನು ಗೊತ್ತು ಮಾಡಿದ ಪೆನ್‌ಶನ್ನು ಸಹ ಇವರಿಗೆ ಕ್ವಚಿತ್ತಾಗಿ ದೊರಿಯುತ್ತಿತ್ತು. ಆದ್ದರಿಂದ ಖೈರಖಾನನು ಬಹಳ ತಾಪತ್ರಯದಲ್ಲಿ ಕೆಲವು ವರ್ಷಗಳನ್ನು ಕಳಿದನು. ಮುಂದೆ ಸನ್ ೧೮೦೬ರ ತರುವಾಯ ಇಂಗ್ಲಿಷರ ಮಧ್ಯಸ್ಥಿಯಿಂದ ಖೈರಖಾನನಿಗೆ ಸಂಸ್ಥಾನದ ೨೫ ಗ್ರಾಮಗಳು ದೊರಿದವು. ಅವುಗಳ ವಸೂಲು ಮೇಲೆ ಹೇಳಿದಂತೆ ೪೮೦೦೦ ರೂಪಾಯಿ ಇತ್ತು. ಇವುಗಳಲ್ಲಿ ಬರವನ ಕೊಪ್ಪವೆಂಬ ಹಳ್ಳಿಯನ್ನು ಹುಸೇನಮಿಯಾನಿಗೆ ಕೊಟ್ಟು, ಉಳಿದ ಹಳ್ಳಿಗಳನ್ನು ಖೈರಖಾನನು ನಬಾಬನಾಗಿ ಅನುಭೋಗಿಸ ಹತ್ತಿದನು. ಪೇಶವನ ರಾಜ್ಯವನ್ನು ತಕ್ಕೊಂಡ ಬಳಿಕ ಇಂಗ್ಲಿಷ ಸರಕಾರದವರು ಖೈರಖಾನನೆ ಸಂಸ್ಥಾನವನ್ನು ಮಾನ್ಯ ಮಾಡಿದರು. ಹುಸೇನಮಿಯಾನಿಗೆ ಕೊಟ್ಟ ಹಳ್ಳಿಯು ಸನ್ ೧೮೪೬ರಲ್ಲಿ ಮರಳಿ ಸಂಸ್ಥಾನಕ್ಕೆ ಶೇರಿತು.

ಗ್ರಾಮಗಳು.

ಸಾಂಗಲೀ ಸಂಸ್ಥಾನದವು.

ದೊಡವಾಡ.—ಧಾರವಾಡದ ಉತ್ತರಕ್ಕೆ ೧೪ ಮೈಲಿನ ಮೇಲೆ, ಜ. ಸ. (೮೧) ೩೪೪೦. ಇದರಲ್ಲಿ ಸಂಸ್ಥಾನದ ವಹಿವಾಟದಾರನಿರುತ್ತಾನೆ. ದೊಡವಾಡದಿಂದ ಮಿರ್ಜೆ ಮಳಾ ಸಂಸ್ಥಾನಕ್ಕೆ ೪೫೭೭ ರೂಪಾಯಿ ಹೋಗುತ್ತದೆ. ಸರಕಾರೀ ಶಾಲೆ, ಮ್ಯುನಿಸಿಪಾಲಿಟಿ, ಕೋಟೆ ಉಂಟು. ಕೋಟೆಯು ಭದ್ರವಾಗಿ ಇರುತ್ತದೆ. ಈ ವೂರಲ್ಲಿ ಚಾಲುಕ್ಯರ ಲಿಪಿಗಳು ಯೆರಡು ಇರುತ್ತವೆ.

ಕವಲಾಪುರ.—ಸಾಂಗಲಿಯ ಈಶಾನ್ಯಕ್ಕೆ ೫ ಮೈಲಿನ ಮೇಲೆ, ಜ. ಸ. (೮೧) ೩೯೫೬. ಇಲ್ಲಿ ೧೪ ಗುಡಿಗಳು, ವೊಂದು ಬಸ್ತಿ, ವೊಂದು ದರ್ಗಾ, ವೊಂದು ಶಾಲೆ, ೨೦ ಅಂಗಡಿಗಳು, ೩೦ ಮಗ್ಗಗಳು ಇರುತ್ತವೆ. ಸಿದ್ದೇಶ್ವರನ ಗುಡಿ ಮುಖ್ಯ. ರವಿವಾರ ಸಂತೆಯಾಗುತ್ತದೆ.

ಮಂಗಳವೇಢೆ.—ಪಂಢರಪುರದ ದಕ್ಷಿಣಕ್ಕೆ ೧೩ ಮೈಲಿನ ಮೇಲೆ ಭೀಮಾ, ಮಾಣ, ನದಿಗಳ ಸಂಗಮದಲ್ಲಿ, ಜ. ಸ. (೮೧) ೭೮೦೫. ಇಲ್ಲಿ ಸಾಂಗಲಿಯ ಮಾಮಲೇದಾರ, ಫೌಜದಾರರ ಕಚೇರಿಗಳಿರುತ್ತವೆ; ಅಂಗ್ಲೋವರ್ನ್ಯಾಕ್ಯುಲರ ಶಾಲೆ, ಆಸಪತ್ರಿ, ಮ್ಯುನಿಸಿಪಾಲಿಟಿಗಳುಂಟು. ಈ ವೂರಲ್ಲಿ ೨೦ ಗುಡಿಗಳಿವೆ. ಕೆಲವುಗಳಲ್ಲಿಯ ಲಿಪಿಗಳಿಂದ ಈ ವೂರು ೯ನೇ ಶತಕದಿಂದ ೧೧ನೇ ಶತಕದ ವರೆಗೆ ಹೆಸರಾಗಿತ್ತೆಂತಲೂ

ಕಲ್ಯಾಣ ಪಟ್ಟದ ಚಾಲುಕ್ಯ ರಾಜ್ಯಕ್ಕೆ ಶೇರಿತ್ತೆಂತಲೂ ತಿಳಿಯುತ್ತದೆ. ಊರಿನ ಸುತ್ತು ಮುತ್ತು ಕೋಟೆಯು ಭದ್ರವಾದದ್ದಿರುತ್ತದೆ. ಚೌಬುರ್ಜಿ ಯೆಂಬ ಬಾಲೇ ಕಿಲ್ಯದೊಳಗೆ ಮಾಮಲೇದಾರನ ಕಚೇರಿಯುಂಟು.

ಮಾರೀಹಾಳ.—ಬೆಳಗಾವಿಯ ಪೂರ್ವಕ್ಕೆ ೧೦ ಮೈಲಿನ ಮೇಲೆ, ಜ. ಸ. (೮೧) ೨೫೬೦. ಇದು ವೊಬ್ಬ ಮುಸಲ್ಮಾನನಿಗೆ ಇನಾಮು ನಡಿಯುತ್ತದೆ. ಊರಿನ ಸುತ್ತು ಮುತ್ತು ತೋಟಗಳಿರುತ್ತವೆ. ಒಟ್ಟಿಗೆ ೧೫೦ ಬಾವಿಗಳಿವೆ; ವಸೂಲು ೪೦೦೦ ರೂಪಾಯಿಯುಂಟು. ಊರೊಳಗೆ ೬ ಗುಡಿಗಳಿರುತ್ತವೆ.

ಹ್ಮೈಸ್ಸಾಳ.—ಮಿರ್ಜಿಯ ದಕ್ಷಿಣಕ್ಕೆ ೭ ಮೈಲಿನ ಮೇಲೆ, ಜ. ಸ. (೮೧) ೨೮೭೭. ಕೇದಾರರಾವ ಸಿಂದೆ ಯೆಂಬವನಿಗೆ ಇನಾಮು ನಡಿಯುತ್ತದೆ. ಒಂದು ಮೈಲಿನ ಮೇಲೆ ಕೃಷ್ಣಾ ನದಿಯುಂಟು. ತೋಟಗಳು ಹಲವುಂಟು; ವಸೂಲ ೨೦೦೦೦ ರೂಪಾಯಿ. ಊರೊಳಗೆ ವೊಂದು ಶಾಲೆ, ಮೂರು ಧರ್ಮ ಶಾಲೆಗಳು, ೮ ಗುಡಿಗಳು, ವೊಂದು ಬಸ್ತಿ, ಮೂರು ದರ್ಗಾ, ಯೆರಡು ಮಶೀದಿಗಳು ಉಂಟು.

ನಾಂದ್ರೆ.—ಸಾಂಗಲಿಯ ಉತ್ತರಕ್ಕೆ ೬ ಮೈಲಿನ ಮೇಲೆ ವೇರ್ಲಾ ನದಿಯ ದಂಡೆಯಲ್ಲಿ, ಜ. ಸ. (೮೧) ೪೯೧೮. ಮುಖ್ಯವಾಗಿ ಜೈನರ ವಸ್ತಿಯುಂಟು. ವಸೂಲು ೨೫೦೦೦ ರೂಪಾಯಿ. ಊರೊಳಗೆ ೧೨ ಗುಡಿಗಳೂ ವೊಂದು ಶಾಲೆಯೂ ಉಂಟು.

ರಬಕವ್ವಿ.—ತೇರದಾಳದ ಪಶ್ಚಿಮಕ್ಕೆ ೫ ಮೈಲಿನ ಮೇಲೆ, ಜ. ಸ. (೮೧) ೫೦೨೮. ಇದು ಹೆಸರಾದ ವ್ಯಾಪಾರದ ಸ್ಥಳವು. ಲಿಂಗವಂತರ ವಸ್ತಿ ಹೆಚ್ಚು. ಊರೊಳಗೆ ನೂರಾರು ಮಗ್ಗಗಳು ನಡಿಯುತ್ತವೆ. ಬಣ್ಣಗಾರರೂ ನೀಲಗಾರರೂ ಹಲವರುಂಟು. ಸಾಂಗಲೀ ಸಂಸ್ಥಾನದಲ್ಲಿ ಶಹಾಪುರದ ಕೆಳಗೆ ರಬಕವ್ವಿಯು ದೊಡ್ಡ ಪೇಠೆಯೆನಿಸುತ್ತದೆ. ಸಾಂಗಲಿಯ ಚಿಂತಾಮಣರಾವ ಅಪ್ಪಾ ಸಾಹೇಬನು ಕಟ್ಟಿಸಿದ ಪೇಟೆಗೆ ಚಿಂತಾಮಣ ಪೇಟೆಯೆನ್ನುವರು. ವೀರಪ್ಪಾಉಮದೀ ಯೆಂಬ ಸಾವಕಾರನು ೧೮೩೨ರಲ್ಲಿ ಕಟ್ಟಿಸಿದ ಹೊಸ ವಸ್ತಿಯು ಬೇರೆಯುಂಟು.

ಸಾಂಗಲಿ.—ಕೃಷ್ಣಾ ನದಿಯ ದಂಡೆಯಲ್ಲಿ ಮಿರ್ಜಿಯ ಸಮೀಪಕ್ಕೆ, ಜ. ಸ. (೮೧) ೧೩೨೭೨. ಇದರಲ್ಲಿ ಹಳೆ ಊರು, ಹೊಸ ಊರು, ಖಾಣ, ಯೆಂಬ ಮೂರು ಭಾಗಗಳುಂಟು. ಹಳೆ ಊರೊಳಗಿನ ಮನೆಗಳು ಹಳೆವು ಬೀದಿಗಳು ಸಣ್ಣವು. ಹೊಸ ಊರೊಳಗಿನವು ಶೋಭೆಯುಳ್ಳವು, ಬೀದಿಗಳು ಅಗಲು, ನಿರ್ಮಲ. ಖಾಣ ಯೆಂಬ ಭಾಗದಲ್ಲಿ ಕೂಲಿಕಾರರು ಮುಂತಾದ ಕಡಿಮೇ ಜನರು ವಾಸಿಸುತ್ತಾರೆ. ಹೊಸ ಊರೊಳಗೆ ಚಿಂತಾಮಣರಾವ ಅಪ್ಪಾ ಸಾಹೇಬನು ಕಟ್ಟಿಸಿದ ಬಹು ಭವ್ಯವೂ ಸುಂದರವೂ ಆದ ಗಣಪತಿ ಪಂಚಾಯತನದ ಗುಡಿಯುಂಟು. ಇದು ಸುಮಾರು ೨ ಯೆಕರು ಕ್ಷೇತ್ರವನ್ನು ವ್ಯಾಪಿಸಿರುತ್ತದೆ. ಈ ಗುಡಿಯ ಅವಾರದೊಳಗೇ ಅರಮನೆಯುಂಟು. ಹಳೆ ಊರಿಗೂ ಖಾಣ ಯೆಂಬ ಭಾಗಕ್ಕೂ ನಡುವೆ ಅಷ್ಟಕೋನಾಕೃತಿಯಾದ ಕೋಟೆಯುಂಟು. ಅದರ ಸುತ್ತು ಮುತ್ತು ಆಳವಾದ ಕಂದಕವಿರುತ್ತದೆ. ಕೋಟೆಯು ಬಹಳ

ವಾಗಿ ಕೆಟ್ಟಿಲ್ಲ; ಆದರೆ ಮೇಲಿನ ಪರದೆಯ ಗೋಡೆಯನ್ನು ತೆಗಿದಿದ್ದಾರೆ. ಸಂಸ್ಥಾನಿಕನು ಮೊದಲು ಕೋಟೆಯೊಳಗೆ ಇರುತ್ತಿದ್ದನು. ಆದರೆ ಈಗ ತಾತ್ಯ ಸಾಹೇಬನ ಮಲ ತಾಯಿಯೂ ಕೆಲ ಜನ ನೌಕರರೂ ಮಾತ್ರ ಇರುತ್ತಾರೆ.

ಸಾಂಗಲಿಯಲ್ಲಿ ವೊಂದು ದೊಡ್ಡ ಇಂಗ್ಲಿಷ ಶಾಲೆಯಲ್ಲದೆ ೧೪ ಬೇರೆ ಶಾಲೆಗಳೂ ಆಸಪತ್ರಿಯೂ ಮ್ಯುನಿಸಿಪಾಲಿಟಿಯೂ ಉಂಟು. ಊರೊಳಗೆ ೩೪ ಗುಡಿಗಳೂ ಯೆರಡು ಮಶೀದಿಗಳೂ ಇರುತ್ತವೆ. ಕೃಷ್ಣಾ ನದಿಗೆ ೫ ಘಾಟುಗಳನ್ನು ಕಟ್ಟಿಸಿದ್ದಾರೆ. ಊರ ಹೊರಗೆ ೧೨ ತೋಟಗಳಿವೆ. ಖಾಣ ಯೆಂಬ ಭಾಗದ ಬಳಿಯಲ್ಲಿ ಸರಕಾರೀ ಕಚೇರಿಗಳಿರುತ್ತವೆ.

ಶಹಾಪುರ.—ಬೆಳಗಾವಿಯ ದಕ್ಷಿಣಕ್ಕೆ ೨ ಮೈಲಿನ ಮೇಲೆ, ಜ. ಸ. (೮೧) ೧೦೬೩೦. ಊರಿನ ಸುತ್ತು ಮುತ್ತು ಗೋಡೆಯೂ ಊರೊಳಗೆ ಗಢಿಯೂ ಮೊದಲು ಇದ್ದವು; ಆದರೆ ಈಗ ಹಾಳಾಗಿವೆ. ಸರಕಾರೀ ವಾಡೆಯೊಳಗೆ ಮಾಮಲೇದಾರ ಮುನಸೀಫರ ಕಚೇರಿಗಳಿರುತ್ತವೆ. ಶಹಾಪುರದಲ್ಲಿ ಮೇಲಾದ ಧಡೋತಿಯ ಬಟ್ಟೆಗಳೂ ಬೆಲೆಯುಳ್ಳ ವಸ್ತ್ರಗಳೂ ಹುಟ್ಟುತ್ತವೆ. ಸುತ್ತು ಮುತ್ತು ೫೦ ಮೈಲಿನ ವರೆಗೆ, ಮುಖ್ಯವಾಗಿ ಘಟ್ಟದ ಕೆಳಗೆ ಶಹಾಪುರದ ವಸ್ತ್ರಗಳ ಮಾರಾಟವು ಬಹಳ ಆಗುತ್ತದೆ. ಈ ವೂರಲ್ಲಿ ಮೇಲಾದ ತಾಮ್ರ ಹಿತ್ತಾಳಿಗಳ ಪಾತ್ರೆಗಳೂ ಹುಟ್ಟಿ ದೂರ ದೂರ ಮಾರಾಟಕ್ಕೆ ಹೋಗುತ್ತವೆ. ಬಾಜಾರಿನಲ್ಲಿ ಪರಪೇಟೆಗಳ ಊಚ ವಸ್ತ್ರಗಳೂ ಬೆಳ್ಳಿಯ ಪಾತ್ರೆಗಳೂ ಬೇಕಾದಂಥವು ದೊರಿಯುತ್ತವೆ. ಹುಂಡಿಯ ವ್ಯಾಪಾರ ಮಾಡುವ ಲಕ್ಷಾಧೀಶರಾದ ಸಾವಕಾರರು ಬಹು ಜನರುಂಟು. ರೇಶಿಮೆಗೂ ನೂಲಿಗೂ ಬಣ್ಣ ಕೊಡುವ ಕಾರಖಾನೆಗಳು ಬಹಳ ಇರುತ್ತವೆ. ಧಾರವಾಡ ಜಿಲ್ಲೆಯ ನೇಕಾರರು ಸಹ ಶಹಾಪುರದಲ್ಲಿ ಬಣ್ಣ ಯೆದ್ದಿದ ರೇಶಿಮೆಯನ್ನು ತರುತ್ತಾರೆ. ಒಟ್ಟಿಗೆ ದಕ್ಷಿಣ ಮಹಾರಾಷ್ಟ್ರದಲ್ಲಿ ಹುಬ್ಬಳ್ಳಿಯ ಕೆಳಗೆ ಶಹಾಪುರವು ದೊಡ್ಡ ವ್ಯಾಪಾರದ ಸ್ಥಳವೆನಿಸುತ್ತದೆ. ಇಲ್ಲಿ ಅಂಗ್ಲೋವರ್ನ್ಯಾಕ್ಯುಲರ ಶಾಲೆಯುಂಟು.

ಶಿರಟ್ಟಿ.—ಗದಗಿನ ದಕ್ಷಿಣಕ್ಕೆ ೧೨ ಮೈಲಿನ ಮೇಲೆ, ಜ. ಸ. (೮೧) ೩೯೯೨. ತಾಲೂಕಿನ ಮುಖ್ಯ ಗ್ರಾಮವು. ತಾಲೂಕಿನ ಕಚೇರಿಗಳೂ ಮೂರು ಶಾಲೆಗಳೂ ಆಸಪತ್ರಿಯೂ ಮ್ಯುನಿಸಿಪಾಲಿಟಿಯೂ ಉಂಟು. ಉರುಟು ಭಟ್ಟೆಗಳೂ ಕಂಬಳಿಗಳೂ ಹುಟ್ಟುತ್ತವೆ. ಹವೆಯು ಆರೋಗ್ಯದ್ದು, ನೀರು ಸಮೃದ್ಧಿ. ಕೋಟೆಯು ಊರಿಗೆ ಹೊಂದಿ ಇರುತ್ತದೆ. ಮಾಮಲೇದಾರನ ಕಚೇರಿಯು ಕೋಟೆಯೊಳಗೆ ಇರುತ್ತದೆ. ಊರಿಗೆ ಹೊಂದಿ ಅವಲಿಂಗವ್ವನ ಮಠವೆಂಬದೊಂದು ಬಹು ಭವ್ಯವಾದ ಹಾಳು ಇಮಾರತು ಇರುತ್ತದೆ. ತೊಲೆ ಕಂಬಗಳೆಲ್ಲ ಕಲ್ಲಿನವಿರುತ್ತವೆ. ಗೋಡೆ ಕಂಬಗಳಲ್ಲಿ ಕೊರಿದು ಮಾಡಿದ ಚಿತ್ರಗಳು ನೋಡ ತಕ್ಕಂಥವಿರುತ್ತವೆ. ಈ ಮಠವನ್ನು ಅವಲಿಂಗವ್ವನೆಂಬ ಲಿಂಗವಂತ ಜಾತಿಯ ಹೆಂಗಸು ಸುಮಾರು ೧೫೦ ವರ್ಷಗಳ ಹಿಂದೆ ಕಟ್ಟಿಸಿದಳೆಂದು ಹೇಳುತ್ತಾರೆ. ಇಮಾರತಿನ ಕೆಲಸವು ಮುಗಿದಿಲ್ಲ. ಅದು ಈಗ ಹಾಳಾಗುತ್ತ ನಡಿದದೆ.

ಅವಲಿಂಗವ್ವನ ಮಠದ ವಾಯವ್ಯಕ್ಕೆ ಫಕೀರ ಸ್ವಾಮಿಯ ಮಠವಿರುತ್ತದೆ. ಅವಾರವು ದೊಡ್ಡದಾದಾಗ್ಯೂ ಮಠ ಹಳೇದು. ಫಕೀರ ಸ್ವಾಮಿಯ ಜಾತ್ರೆಯು ವೈಶಾಖ ಪೂರ್ಣಿಮೆಯಲ್ಲಿ ಆಗುತ್ತದೆ; ಅದರಲ್ಲಿ ೩೫೦೦೦ ಜನ ಕೂಡುತ್ತದೆ. ಫಕೀರ ಸ್ವಾಮಿಯ ಕಥೆಯನ್ನು ಜನರು ಹೇಳುವದು ಹ್ಯಾಗಂದರೆ— ಒಬ್ಬ ಲಿಂಗವಂತರ ಹುಡುಗನು ಬಹು ಕಾಲ ದೇಶ ಸಂಚಾರ ಮಾಡಿ ವೊಬ್ಬ ಮುಸಲ್ಮಾನ ಅವಲಿಯಾನ ಶಿಷ್ಯನಾಗಿ ಅವನ ಸೇವೆಯನ್ನು ಬಹು ದಿವಸ ಮಾಡಿ ಅವನ ಅನುಗಹ್ರವನ್ನು ಸಂಪಾದಿಸಿದನು. ಅದರಿಂದ ಆ ಶಿಷ್ಯನಿಗೆ ಅದ್ಭುತ ಕೃತ್ಯಗಳನ್ನು ಮಾಡುವ ಸಾಮರ್ಥ್ಯ ಬಂತು. ಈ ಹುಡುಗನು ಶಿರಟ್ಟಿಯ ಊರ ಹೊರಗೆ ಈಗ ಮಠ ಇರುವ ಸ್ಥಳದಲ್ಲಿ ಮರದ ಕೆಳಗೆ ಹುಚ್ಚನ ಹಾಗೆ ಇರುತ್ತಿದ್ದನು; ಊರ ಮುಂದಿನ ಹಳ್ಳದ ನೀರೊಳಗೆ ಆಡುತ್ತ ಕೂಡ್ರುವನು. ಒಂದಾನೊಂದು ದಿವಸ ಊರೊಳಗೆ ಲಿಂಗವಂತರು ದೊಡ್ಡ ಪ್ರಯೋಜನವನ್ನು ಮಾಡಿರಲಾಗಿ, ದೊಡ್ಡ ದೊಡ್ಡ ಶಟ್ಟರು ಊಟಕ್ಕೆ ಕೂಡ್ರುವ ಪೂರ್ವದಲ್ಲಿ ಈ ಹುಚ್ಚು ಹುಡುಗನು ಊಟಕ್ಕೆ ಹಾಕಿರೆಂದು ಹೋದನು. ಆದರೆ ಇವನು ಜಾತಿ ಭ್ರಷ್ಟನಿರುತ್ತಾನೆಂದು ಹೇಳಿ ಲಿಂಗವಂತರು ಇವನನ್ನು ಹೊಡಿದು ಹೊರಗೆ ಹಾಕಿದರು. ಹುಡುಗನು ಅಳುತ್ತಾ ಹಳ್ಳದೊಳಗೆ ಹೋಗಿ ಕೂತನು. ತರುವಾಯ ಲಿಂಗವಂತರು ಊಟಕ್ಕೆ ಕೂಡ್ರುವಾಗ ತಮ್ಮ ಕೊರಳಲ್ಲಿಯ ಲಿಂಗಗಳನ್ನು ನೈವೇದ್ಯ ಕೊಡಲಿಕ್ಕೆ ತೆಗಿಯ ಹೋಗಲು ವೊಬ್ಬನ ಕೊರಳ್ಳಲ್ಲಿಯೂ ಲಿಂಗವಿದ್ದಿಲ್ಲ. ಎಲ್ಲರೂ ಚಕಿತರಾದರು. ಕಡೆಯಲ್ಲಿ ಹುಚ್ಚು ಹುಡಗನನ್ನು ಬಡಿದು ಹೊರಗೆ ಹಾಕಿದ್ದರಿಂದ ಹೀಗಾಯಿತೆಂದು ತಿಳಿದು ಅವರೆಲ್ಲರು ಹುಡುಗನನ್ನು ಹುಡುಕುತ್ತ ಹೊರಟರು. ಹುಡುಗನು ಹಳ್ಳದೊಳಗೆ ದೊರಿದ ಬಳಿಕ ಯೆಲ್ಲರೂ ಅವನಿಗೆ ಸಾಷ್ಟಾಂಗ ಹಾಕಿ ಮನ್ನಿಸೆಂದು ಬಹಳ ಪರಿಯಿಂದ ಬೇಡಿ ಕೊಂಡರು. ಆಗ ಹುಡುಗನು ಸಂತುಷ್ಟನಾಗಿ ತಾನು ತೆಗಿದದ್ದೊಂದು ವೊರತಿಯೊಳಗೆ ವೊಬ್ಬೊಬ್ಬನೇ ಕೈ ಹಾಕಿ ನಿಮ್ಮ ನಿಮ್ಮ ಲಿಂಗಗಳನ್ನು ಹುಡಿಕಿ ಕೊಳ್ಳಿರೆಂದು ಹೇಳಿದನು. ಅವರು ಹಾಗೆ ಮಾಡಲು ಅವರವರ ಲಿಂಗಗಳು ತಪ್ಪದೇ ಅವರವರಿಗೆ ದೊರಿದವು. ಫಕೀರ ಸ್ವಾಮಿಯು ಮುಸಲ್ಮಾನನ ಶಿಷ್ಯನಾದ್ದರಿಂದ ಅವನ ಆಚಾರಣೆಯಲ್ಲ ಮುಸಲ್ಮಾನರಂತೆ ಇತ್ತು. ಅವನ ಗೋರಿಯನ್ನೂ ಅವನ ತರುವಾಯ ಆದ ಸ್ವಾಮಿಗಳ ಗೋರಿಗಳನ್ನೂ ಮುಸಲ್ಮಾನರ ಗೋರಿಗಳಂತೆ ಕಟದ್ದಾರೆ. ಫಕೀರ ಸ್ವಾಮಿಯು ಮೂಲದಲ್ಲಿ ಲಿಂಗವಂತನಿದ್ದದರಿಂದ ಲಿಂಗವಂತರ ಅಯ್ಯನನ್ನು ಪಟ್ಟಕ್ಕೆ ಕೂಡ್ರಿಸುತ್ತಾರೆ. ಆದರೂ ಈ ಮಠಕ್ಕೆ ಮುಸಲ್ಮಾನರೂ, ಲಿಂಗವಂತರೂ ಬೇರೆ ಹಿಂದೂ ಜನರೂ ಸರಿಯಾಗಿ ನಡಕೊಳ್ಳುತ್ತಾರೆ. ಮಠಕ್ಕೆ ೧೦೦೦ ರೂಪಾಯಿಯ ಇನಾಮು ಭೂಮಿಯು ನಡಿಯುತ್ತದೆ.

ಸಾಂಗಲಿಯ ಸಂಸ್ಥಾನಿಕನ ದಾಯಾದಿಗಳಾದ ಲಾಗೂ ಯೆಂಬ ಮನೆತನದವರು ಶಿರಟ್ಟಿಯ ಶುಭೇದಾರರಾಗಿದ್ದಾಗ ಅವರು ಸ್ವತಂತ್ರ ಸಂಸ್ಥಾನಿಕನ ಹಾಗೆ ಇತಮಾಮು ಇಟ್ಟಿದ್ದರು. ಅವರ ಕಾಲಕ್ಕೆ ಊರು ವೊಳಿತಾಗಿ ತುಂಬಿತ್ತು. ಕೋಟೆಯೊಳಗಿರುವ ಲಕ್ಷ್ಮೀನಾರಾಯಣನ ಸುಂದರವಾದ ಗುಡಿಯನ್ನು ಭಾವೂ ಸಾಹೇಬ ಲಾಗೂ ಯೆಂಬವನು

ಕಟ್ಟಿಸಿದನು. ಈ ಲಾಗೂ ಮನೆತನದವರ ಅಧಿಕಾರ ಹೋದಾಗಿನಿಂದ ಊರು ಹಾಳಾ ಗುತ್ತ ನಡಿದದೆ.

ಶ್ರೀಮಂತಗಡ.— ಶಿರಟ್ಟಿಯ ದಕ್ಷಿಣಕ್ಕೆ ೧೦ ಮೈಲಿನ ಮೇಲೆ. ಇದು ಸಾಂಗ ಲಿಯ ಹದ್ದಿನೊಳಗೆ ಇದ್ದಾಗ್ಯೂ ಮಿರ್ಜಿಯ ಸಂಸ್ಥಾನಕ್ಕೆ ಶೇರಿರುತ್ತದೆ. ಈ ಕೋಟೆಯು ಬಿಲ್ಲಿನ ಆಕಾರದ ಹಾಗೆ ಇರುತ್ತದೆ. ನಾಲ್ಕಾರು ಕೊತ್ತಳಗಳ ಹೊರ್ತು ಉಳಿದ ಭಾಗ ವೆಲ್ಲ ದುರಸ್ತು ಇರುತ್ತದೆ. ಒಳಗೆ ಜಾಲಿ ಮುಂತಾದ ಕಂಟಿಗಳು ಬೆಳೆದಿರುತ್ತವೆ. ಕೋಟೆಯೊಳಗೆ ಯೆಲ್ಲಮ್ಮನ ಗುಡಿಯು ದೊಡ್ಡದಿರುತ್ತದೆ. ಅದಕ್ಕೆ ಮಿರ್ಜಿಯ ಸಂಸ್ಥಾನ ದಿಂದ ೧೨೫ ರೂಪಾಯಿಯ ನೇಮಣೂಕು ನಡಿಯುತ್ತದೆ. ಇದಲ್ಲದೆ ಕೋಟೆಯೊಳಗೆ ೫ ಹೊಂಡಗಳಿವೆ.

ತೇರದಾಳ.— ಸಾಂಗಲಿಯ ಆಗ್ನೇಯಕ್ಕೆ ೪೧ ಮೈಲಿನ ಮೇಲೆ, ಜ. ಸ. (೪೧) ೬೫೯೦. ಊರಿನ ಸುತ್ತು ಮುತ್ತು ಬುನಾದಿಯಲ್ಲಿ ಕಟ್ಟಿದ ಕೋಟೆಯ ಕೆಲ ಕೆಲವು ಭಾಗಗಳೂ ಅಗಸೆಗಳೂ ಉಳಿದಿರುತ್ತವೆ. ಇದು ಚಾಲುಕ್ಯರ ಆಳಿಕೆಯಲ್ಲಿ ಹೆಸರಿಗೆ ಬಂದ ಗ್ರಾಮವು; ಸವದತ್ತಿಯ ರಟ್ಟರ ರಾಜ್ಯಕ್ಕೆ ಶೇರಿತ್ತು. ಈಗ ಇಲ್ಲಿ ವಸ್ತ್ರಗಳೂ ಪಾತ್ರೆಗಳೂ ಹೇರಳವಾಗಿ ಹುಟ್ಟುತ್ತವೆ. ನೂಲಿನ ವಸ್ತ್ರಗಳನ್ನು ನೆಯ್ಯುವ ಮಗ್ಗಗಳು ೨೬೦ ಇರುತ್ತವೆ. ಅವಲ್ಲದೆ ಕಂಬಳಿಗಳ ಮಗ್ಗಗಳು ೩೦ ಬೇರೆ. ಈ ಮಗ್ಗಗಳಲ್ಲಿ ಪ್ರತಿ ವರ್ಷ ಸುಮಾರು ೨ ಲಕ್ಷ ರೂಪಾಯಿಯ ಬಟ್ಟೆಗಳು ತಯಾರಾಗಿ ಪರಸ್ಥಳಕ್ಕೆ ಮಾರಾಟಕ್ಕೆ ಹೋಗುತ್ತವೆ. ವಸ್ತ್ರಗಳಲ್ಲದೆ ಜೋಳ, ಶೆಜ್ಜಿ, ಕಡ್ಲೆ, ಹತ್ತಿ, ಮುಂತಾದ ಮಾಲು ವರ್ಷಕ್ಕೆ ಸುಮಾರು ೬೦೦೦೦ ರೂಪಾಯಿಯ ವರೆಗೆ ಮಾರಾಟವಾಗುತ್ತದೆ. ತೇರದಾಳದ ತಾಮ್ರದ ಪಾತ್ರೆಗಳೂ ಸಮಯಿಗಳೂ ಪ್ರಸಿದ್ಧ. ಇಲ್ಲಿಯ ಪಾತ್ರೆಗಳು ಅಖಂಡ ಇರುತ್ತವೆ; ಸಮಯಿಗಳಲ್ಲಿ ಸೀಸು ಹಾಕುವದಿಲ್ಲ. ಅದರಿಂದ ಇವುಗಳ ಮಾರಾಟವು ವೊಳಿತಾಗಿ ಆಗುತ್ತದೆ. ಗುರುವಾರ ಸಂತೆಯಾಗುತ್ತದೆ. ಮಾಮಲೇದಾ ರನ ಕಚೇರಿಯು ಸರಕಾರೀ ಮನೆಯಲ್ಲಿ ಇರುತ್ತದೆ.

ತೇರದಾಳದಲ್ಲಿ ೧೬ ಗುಡಿಗಳೂ ೧೦ ಮಶೀದಿಗಳೂ ಇರುತ್ತವೆ. ಗುಡಿಗಳಲ್ಲಿ ಪ್ರಭುಸ್ವಾಮಿ, ನೇಮಿನಾಥ ಯೆಂಬೆರಡು ದೇವಸ್ಥಾನಗಳು ಮುಖ್ಯ. ಪ್ರಭುಸ್ವಾಮಿ ಯೆಂಬ ಲಿಂಗವಂತ ಯೋಗಿಯು ಅಬಾಖಾನನೆಂಬ ಫಕೀರನೊಂದಿಗೆ ಈ ವೂರಿಗೆ ಬಂದು ಇಲ್ಲಿ ೧೪ ವರ್ಷ ಇದ್ದನಂತೆ. ಅವನ ಹೇಳಿಕೆಯಿಂದ ವಿಜಾಪುರದ ಬಾದಶಹಾನು ಕೃಷ್ಣ ಗೌಡನೆಂಬ ಗೌಡನಿಗೆ ದೇಸಗತಿಯ ಸಂಸ್ಥಾನವನ್ನು ಮಾಡಿಕೊಟ್ಟನೆಂದು ಹೇಳು ತಾರೆ. ಪ್ರಭುಸ್ವಾಮಿಯು ಇರುತ್ತಿದ್ದ ಸ್ಥಳದಲ್ಲಿ ಕೃಷ್ಣ ಗೌಡನು ಗುಡಿಯನ್ನು ಕಟ್ಟಿಸಿ ದನು. ಈ ಗುಡಿಯು ೨೫೦ ಫೂಟು ಉದ್ದ, ೧೭೫ ಫೂಟು ಅಗಲು ಇರುತ್ತದೆ. ಈ ಗುಡಿಯಲ್ಲಿ ವೊಂದು ಕೋಣೆಯೊಳಗೆ ಪ್ರಭುಸ್ವಾಮಿಯು ನೀರು ಕುಡಿಯುತ್ತಿದ್ದ ಮಣ್ಣಿನ ಪಾತ್ರೆಯನ್ನು ಇಟ್ಟು ಅದನ್ನು ಪೂಜಿಸುತ್ತಾರೆ. ಕೃಷ್ಣ ಗೌಡನು ಮೊದಲು ಜೈನನಿದ್ದು,

ಈ ಸ್ವಾಮಿಯ ಹೇಳಿಕೆಯಿಂದ ಲಿಂಗವಂತನಾಗಿ ಸತ್ತದ್ದರಿಂದ ಅವನನ್ನೂ ಅವನ ಹೆಂಡತಿಯನ್ನೂ ಈ ಗುಡಿಯಲ್ಲಿಯೇ ಹುಗಿದು ಗೋರಿಗಳನ್ನು ಕಟ್ಟಿದ್ದಾರೆ. ಆದರೆ ಪ್ರಭುಸ್ವಾಮಿಯು ಕುರ್ತಕೋಟಿಯಲ್ಲಿ ಮರಣ ಹೊಂದಿದ್ದರಿಂದ ಅಲ್ಲಿ ಅವನ ಗೋರಿ ಇರುತ್ತದೆ.

ನೇಮಿನಾಥನ ಬಸ್ತಿಯು ೭೦ ಫೂಟು ಉದ್ದ, ೪೦ ಫೂಟು ಅಗಲು ಇರುತ್ತದೆ. ಯಾವತ್ತು ಗುಡಿಯು ಕಲ್ಲಿನಿಂದ ಭದ್ರವಾಗಿ ಕಟ್ಟದ್ದಿರುತ್ತದೆ. ಗೋಡೆಗಳಲ್ಲಿಯೂ ಕಂಬಗಳಲ್ಲಿಯೂ ಕಲ್ಲಿನ ಚಿತ್ರಗಳಿರುವದಲ್ಲದೆ, ಮನುಷ್ಯರಷ್ಟು ಯೆತ್ತರವಾದ ಬಿಳಿ ಕರೆ ಕಲ್ಲುಗಳ ತೀರ್ಥಂಕರರ ಮೂರ್ತಿಗಳಿರುತ್ತವೆ. ಗರ್ಭಾಗಾರದಲ್ಲಿ ನೇಮಿನಾಥನೆಂಬ ತೀರ್ಥಂಕರನ ಮೂರ್ತಿಯುಂಟು. ಈ ಗುಡಿಯ ಉತ್ತರದ ಗೋಡೆಯಲ್ಲಿ ವೊಂದು ಲಿಪಿಯ ಕಲ್ಲು ಇರುತ್ತದೆ. ಇದರಲ್ಲಿ ಬರಿದದ್ದು — ಚಾಲುಕ್ಯರ ಪೆರ್ಮಾಡಿ ಯೆಂಬ ಅರಸನು (೧೦೭೫-೧೧೨೬) ಗುಜರಾಥ ಚೋಳ ದೇಶಗಳ ಅರಸರನ್ನು ಗೆದ್ದು ಬಂದ ಬಳಿಕ ತೇರದಾಳದ ಗ್ರಾಮವನ್ನು ಕಟ್ಟಿಸಿದನು. ಇದರಲ್ಲಿ ಗೌಕನೆಂಬ ಮಂಡಲೇಶ್ವರನು ರಟ್ಟ ವಂಶದ ಕಾರ್ತಿವೀರ್ಯ ರಾಜನ ಅಪ್ಪಣೆಯಿಂದ ನೇಮಿನಾಥನ ಬಸ್ತಿಯನ್ನು ಕಟಿಸಿದನು. ಈ ಲೇಖದ ಮಿತಿಯು ಶಕೆ ೧೦೪೪ ಶುಭಕೃತ್ ಸಂವತ್ಸರವಿರುತ್ತದೆ. ಅದೇ ಕಲ್ಲಿನ ಮೇಲೆ ಬೇರೆ ಯೆರಡು ಲಿಪಿಗಳು ಶಕೆ ೧೧೦೪, ೧೧೦೯, ಈ ವರ್ಷದವು ಇರುತ್ತವೆ.

ಮಿರ್ಜಿ. — ಸಾಂಗಲಿಯ ಬಳಿಯಲ್ಲಿ ಕೃಷ್ಣೆಯ ದಂಡೆಯಲ್ಲಿ, ಜನಸಂಖ್ಯ (೮೧) ೨೦೬೧೬. ಇದು ಪುರಾತನ ಕಾಲದ್ದು. ಮಿೀರಚಂದನೆಂಬ ರಜಪೂತ ಅರಸು ಮಿರ್ಜಿಯಲ್ಲಿ ಮುಸಲ್ಮಾನರು ದಕ್ಷಿಣಕ್ಕೆ ಬರುವ ಪೂರ್ವದಲ್ಲಿ ಆಳುತ್ತಿದ್ದನೆಂದು ಫೇರಸ್ತನು ಬರಿದಿದ್ದಾನೆ. ಆದರೆ ಇಲ್ಲಿಯ ಕೋಟೆಯನ್ನು ಬಾಮನೀ ಬಾದಶಹನೊಬ್ಬನು ಕಟ್ಟಿಸಿದನೆಂದು ತೋರುತ್ತದೆ. ಹಿರೇ ಮನೆತನದ ಸಂಸ್ಥಾನಿಕನು ಇಲ್ಲಿ ಇರುತ್ತಾನೆ. ಸಂಸ್ಥಾನದ ಕಚೇರಿಗಳಲ್ಲದೆ ಆಸಪತ್ರಿ, ಟಪಾಲ ಕಚೇರಿ, ಪುಸ್ತಕಾಲಯ, ೮ ಶಾಲೆಗಳು ಇರುತ್ತವೆ. ಒಂದು ಉತ್ತಮ ಪ್ರತಿಯ ಇಂಗ್ಲಿಷ ಶಾಲೆಯುಂಟು. ಈ ವೂರಲ್ಲಿ ವ್ಯಾಪಾರವಾದರೂ ಬಹಳ ನಡಿಯುತ್ತದೆ. ಸೋಮವಾರ, ಮಂಗಳವಾರ, ಸಂತೆಗಳಾಗುತ್ತವೆ. ಇಲ್ಲಿ ಮಿೀರ ಸಾಹೇಬ, ಶಮುಸುದ್ದೀನ ಮಿೀರ, ಯೆಂಬ ಇಬ್ಬರ ದರ್ಗಾಗಳು ಪ್ರಸಿದ್ಧವುಂಟು. ಇವುಗಳಿಗೆ ಸಂಸ್ಥಾನದಿಂದ ಇನಾಮ ಭೂಮಿಗಳು ನಡಿಯುತ್ತವೆ. ಇವುಗಳ ಉರುಸಿನಲ್ಲಿ ಬಹು ಜನ ಕೂಡುತ್ತದೆ.

ಮಿರ್ಜೀ ಸಂಸ್ಥಾನದವು.

ಲಕ್ಷ್ಮೇಶ್ವರ. — ಧಾರವಾಡದ ಆಗ್ನೇಯಕ್ಕೆ ೪೦ ಮೈಲಿನ ಮೇಲೆ, ಜ. ಸ. (೮೧) ೧೦೮೦೦. ತಾಲೂಕಿನ ಮುಖ್ಯ ಗ್ರಾಮವು. ವ್ಯಾಪಾರವು ವೊಳಿತಾಗಿ ನಡಿಯುತ್ತದೆ. ಧಡೋತಿಯ ವಸ್ತ್ರಗಳು ಹುಟ್ಟುತ್ತವೆ; ಶುಕ್ರವಾರ, ಶನಿವಾರ ಸಂತೆಯಾಗುತ್ತದೆ. ಟಪಾಲ ಕಚೇರಿಯೂ ೮ ಶಾಲೆಗಳೂ ಉಂಟು. ಬುನಾದಿಯಲ್ಲಿ ಲಕ್ಷ್ಮೇಶ್ವರವು ಹೆಸರಾದ

ಗ್ರಾಮವು; ಇದಕ್ಕೆ ಪುಲಿಕರ ನಗರವೆಂಬ ಹೆಸರಿತ್ತು. ಈ ವೂರಲ್ಲಿ ೫೦ ಲಿಪಿಗಳಿವೆ. ಸೋಮೇಶ್ವರ, ಲಕ್ಷ್ಮೀಲಿಂಗ, ಯೆಂಬೆರಡು ಗುಡಿಗಳು ೧೦೦೦ ವರ್ಷದವಿರುತ್ತವೆ. ಸೋಮೇಶ್ವರನ ಜಾತ್ರೆಯು ವೈಶಾಖ ಶುದ್ಧ ದಶಮಿಯಲ್ಲಿ ಆಗಿ ೫೦೦೦ ಜನ ಕೂಡುತ್ತದೆ. ಲಕ್ಷ್ಮೇಶ್ವರದ ಜಿಮ್ಮಾ ಮಶೀದಿಯನ್ನು ಯಾವತ್ತು ಕಲ್ಲಿನಿಂದ ಬಹು ಸುಂದರವಾಗಿ ಕಟ್ಟಿದ್ದಾರೆ; ಅದರಲ್ಲಿ ನಕಶಿಯ ಕೆಲಸವು ನೋಡ ತಕ್ಕಂಥಾದ್ದಿರುತ್ತದೆ. ಧಾರವಾಡ ಜಿಲ್ಲೆಯಲ್ಲಿ ಈ ಮಶೀದಿಯು ಪ್ರಸಿದ್ಧವುಂಟು.

ಬೂದಗಾವ.—ಮಿರ್ಜಿಯ ಉತ್ತರಕ್ಕೆ ೫ ಮೈಲಿನ ಮೇಲೆ, ಜ. ಸ. (೮೧) ೨೮೦೧. ಇಲ್ಲಿ ಚಿಕ್ಕ ಮನೆತನದ ಸಂಸ್ಥಾನಿಕನಿರುತ್ತಾನೆ. ಈ ವೂರಲ್ಲಿ ನೇಕಾರರ ವಸ್ತಿಯೇ ಮುಖ್ಯ; ಧಡೋತಿಯ ಬಟ್ಟೆಗಳು ಹುಟ್ಟುತ್ತವೆ. ಮಾಮಲೇದಾರ ಕಚೇರಿ, ಆಸಪತ್ರಿ, ಧರ್ಮಶಾಲೆ, ಪುಸ್ತಕಾಲಯ, ೨ ಶಾಲೆಗಳು ಇರುತ್ತವೆ. ಸಂಸ್ಥಾನಿಕನ ಮನೆಯು ಇಲ್ಲಿ ಇದ್ದಾಗ್ಯೂ ಅವನು ವಾಡಿಕೆಯಾಗಿ ಮಿರ್ಜಿಯಲ್ಲಿ ಇರುತ್ತಾನೆ.

ಗುಡಿಗೇರಿ.—ಲಕ್ಷ್ಮೇಶ್ವರದ ನೈರುತ್ಯಕ್ಕೆ ೩ ಮೈಲಿನ ಮೇಲೆ, ಜ. ಸ. (೮೧) ೩೮೨೮. ಇಲ್ಲಿ ಮಾಮಲೇದಾರನ ಕಚೇರಿಯೂ ೨ ಶಾಲೆಗಳೂ ವುಂಟು.

ಕವಠೆ.—ಮಿರ್ಜಿಯ ಉತ್ತರಕ್ಕೆ ೧೨ ಮೈಲಿನ ಮೇಲೆ, ಜ. ಸ. (೮೧) ೩೬೭೫. ಇಲ್ಲಿಯ ಈಶ್ವರನ ಗುಡಿಯು ೧೦೦೦ ವರ್ಷದ ಹಿಂದೆ ಕಟ್ಟಿದ್ದಿರುತ್ತದೆ. ಈ ದೇವಸ್ಥಾನಕ್ಕೆ ಬಹು ಜನರು ನಡಕೊಳ್ಳುತ್ತಾರೆ.

ಕುರುಂದವಾಡದವು.

ಕುರುಂದವಾಡ.—ಕೃಷ್ಣಾ, ಪಂಚಗಂಗಾ, ಹೊಳೆಗಳ ಸಂಗಮದಲ್ಲಿ ಜ. ಸ. (೮೧) ೭೮೮೦. ಇಲ್ಲಿ ಯೆರಡೂ ಮನೆತನಗಳ ಸಂಸ್ಥಾನಿಕರು ಇರುತ್ತಾರೆ.

ಈ ಸಂಸ್ಥಾನದಲ್ಲಿ ತಿಕೋಟೆಯು (ಜ. ಸ. ೭೦೮೭) ಯೆರಡನೇ ದೊಡ್ಡ ಗ್ರಾಮವು. ಅದು ವಿಜಾಪುರದ ಪಶ್ಚಿಮಕ್ಕೆ ೧೨ ಮೈಲಿನ ಮೇಲೆ ಇರುತ್ತದೆ.

ಜಮಖಂಡಿಯವು.

ಜಮಖಂಡಿ.—ವಿಜಾಪುರದ ನೈರುತ್ಯಕ್ಕೆ ೩೫ ಮೈಲಿನ ಮೇಲೆ, ಜ. ಸ. (೮೧) ೧೦೪೮೯. ಸಂಸ್ಥಾನಿಕನ ಮನೆಯೂ ಕಚೇರಿಗಳೂ ಇಲ್ಲಿ ಇರುತ್ತವೆ. ಯೆರಡು ಶಾಲೆಗಳೂ ಮ್ಯುನಿಸಿಪಾಲಿಟಿಯೂ ಟಪಾಲ ಕಚೇರಿಯೂ ಉಂಟು. ಈ ವೂರಲ್ಲಿ ಮಗ್ಗಗಳು ವೊಳಿತಾಗಿ ನಡಿಯುತ್ತವೆ. ಇಲ್ಲಿಯ ಜಂಬುಕೇಶ್ವರನ ಗುಡಿಯು ಪುರಾತನದ್ದಿರುತ್ತದೆ. ಊರಿಂದ ಯೆರಡು ಮೈಲಿನ ಮೇಲೆ ರಾಮತೀರ್ಥವೆಂಬಲ್ಲಿ ಗುಡ್ಡದ ಮೇಲೆ ಉಮಾರಾಮೇಶ್ವರನ ಗುಡಿಯನ್ನು ಸಂಸ್ಥಾನಿಕನು ಬಹು ಸರಸಾಗಿ ಕಟ್ಟಿಸಿದ್ದಾನೆ. ಈ ದೇವರ ಜಾತ್ರೆಯಲ್ಲಿ ೨೦೦೦೦ದ ವರೆಗೆ ಜನ ಕೂಡುತ್ತದೆ.

ಕುಂದಗೋಳ—ಹುಬ್ಬಳ್ಳಿಯ ದಕ್ಷಿಣಕ್ಕೆ ೬ ಮೈಲಿನ ಮೇಲೆ, ಜ. ಸ. (೮೧)

೩೬೭೦. ಇಲ್ಲಿ ಮಾಮಲೇದಾರನಿರುತ್ತಾನೆ. ಇಲ್ಲಿ ಅರಳೆಯ ವ್ಯಾಪಾರವು ಪೊಳಿತಾಗಿ ನಡಿಯುತ್ತದೆ.

ಇವಲ್ಲದೆ ಬನ್ನಟ್ಟಿ (ಜ. ಸ. ೩೫೮೨), ಹೂನೂರು (ಜ. ಸ. ೨೮೬೧) ಇವೆರಡು ನೇಕಾರರ ಗ್ರಾಮಗಳು ಇರುತ್ತವೆ. ಬನ್ನಟ್ಟಿಯಲ್ಲಿ ೮೦೦ ಹೂನೂರಲ್ಲಿ ೧೫೦ ಮಗ್ಗ ಗಳು ನಡಿಯುತ್ತವೆ.

ಮುಧೋಳ.—ಜಮಖಂಡಿಯ ದಕ್ಷಿಣಕ್ಕೆ ೧೨ ಮೈಲಿನ ಮೇಲೆ ಘಟಪ್ರಭೆಯ ದಂಡೆಯಲ್ಲಿ, ಜ. ಸ. (೮೧) ೭೧೪೮. ಸಂಸ್ಥಾನಿಕನು ಊರ ಹೊರಗೆ ಇರುತ್ತಾನೆ; ಕಚೇರಿಗಳು ಊರೊಳಗೆ ಅರಮನೆಯಲ್ಲಿ ಇರುತ್ತವೆ. ಇಲ್ಲಿ ಟಪಾಲ ಕಚೇರಿ, ಆಸಪತ್ರಿ, ಪುಸ್ತಕಾಲಯ, ೫ ಧರ್ಮಶಾಲೆಗಳು, ೫ ಶಾಲೆಗಳು ಇರುತ್ತವ. ಊರ ಹೊರಗೆ ಕೆರೆ ಕಟ್ಟಿ ಊರೊಳಗೆ ನಳ ತಂದಿದ್ದಾರೆ. ಬೇರೆ ಯೆರಡು ಕೆರೆಗಳುಂಟು. ಆದರೆ ಊರವರು ನದಿಯ ನೀರು ಕುಡಿಯುತ್ತಾರೆ. ದನದ ಮನೆ, ಇಂಗ್ಲಿಷ ಶಾಲೆ, ಹೆಣ್ಣು ಮಕ್ಕಳ ಶಾಲೆ, ಪುಸ್ತಕಾಲಯ, ಇವುಗಳನ್ನು ಸಂಸ್ಥಾನಿಕನು ಸರಸಾಗಿ ಕಟ್ಟಿಸಿದ್ದಾನೆ.

ಮುಧೋಳದ ಸಂಸ್ಥಾನದವು.

ಮಹಾಲಿಂಗಪುರ.—ಮುಧೋಳದ ವಾಯವ್ಯಕ್ಕೆ ೧೨ ಮೈಲಿನ ಮೇಲೆ, ಜ. ಸ. (೮೧) ೬೬೫೧. ಲಿಂಗವಂತರ ವಸ್ತಿ ಮುಖ್ಯ; ಕೆಲವರು ಸಾವಕಾರರಿದ್ದಾರೆ. ಇದು ಹೆಸರಾದ ಪೇಟೆಯು. ಇಲ್ಲಿ ೭೦೦ ಮಗ್ಗಗಳು ನಡಿಯುತ್ತವೆ; ಖಣಗಳು ಪ್ರಸಿದ್ಧ. ಮಂಗಳವಾರ ಸಂತೆಯಲ್ಲಿ ಬಹಳ ಮಾರಾಟವಾಗುತ್ತದೆ. ಮಹಾಲಿಂಗಪುರದ ನಾಶೀ ಪುಡಿಗೆ ಗಿರಾಕಿ ಬಹಳ. ಇಲ್ಲಿಯ ಮಹಾಲಿಂಗೇಶ್ವರನ ಜಾತ್ರೆಯಲ್ಲಿ ಭಾದ್ರಪದ ಮಾಸ ದಲ್ಲಿ ೧೦೦೦೦ ಜನ ಕೂಡುತ್ತದೆ.

ರಾಮದುರ್ಗ.—ಮುಧೋಳದ ದಕ್ಷಿಣಕ್ಕೆ ೨೫ ಮೈಲಿನ ಮೇಲೆ, ಮಲಾಪಹಾರಿಯ ದಂಡೆಯಲ್ಲಿ, ಜ. ಸ. (೮೧) ೬೮೧೦. ಊರಿನ ಸುತ್ತು ಮುತ್ತು ಭದ್ರವಾದ ಕೋಟೆಯುಂಟು; ಅದಕ್ಕೆ ಹೊಂದಿ ಪಡಕೋಟೆ ಬೇರೆಯುಂಟು. ಸಂಸ್ಥಾನಿಕನು ಕೋಟೆಯೊಳಗೆ ಇರುತ್ತಾನೆ. ಸಂಸ್ಥಾನಿಕನು ವೆಂಕಟೇಶ ದೇವರ ಗುಡಿಯನ್ನು ಸರಸಾಗಿ ಕಟ್ಟಿಸಿದ್ದಾನೆ. ಇಲ್ಲಿ ಧಡೋತಿಯ ಬಟ್ಟೆಗಳು ಹುಟ್ಟುತ್ತವೆ.

ರಾಮದುರ್ಗ ಸಂಸ್ಥಾನದವು.

ಸವಣೂರು.—ಧಾರವಾಡದ ಆಗ್ನೇಯಕ್ಕೆ ೪೦ ಮೈಲಿನ ಮೇಲೆ, ಜ. ಸ. (೮೧) ೭೬೪೮. ಊರಿನ ಸುತ್ತು ಮುತ್ತು ಕಂದಕವಿರುತ್ತದೆ. ನಬಾಬನು ಊರೊಳಗೆ ಇರುತ್ತಾನೆ. ಇಲ್ಲಿ ಮ್ಯುನಿಸಿಪಾಲಿಟಿ, ಟಪಾಲ ಕಚೇರಿ, ೩ ಶಾಲೆಗಳು, ೯ ಮಶೀದಿಗಳು ಇರುತ್ತವೆ. ಊರಿನ ದಕ್ಷಿಣ ಭಾಗದಲ್ಲಿ ವೈಷ್ಣವರ ಸತ್ಯಬೋಧ ಸ್ವಾಮಿಯ ಮಠವಿರುತ್ತದೆ. ಫಾಲ್ಗುಣ ಮಾಸದಲ್ಲಿ ಮಹಾ ಸಮಾರಾಧನೆಗೆ ಬಹು ಜನ ವೈಷ್ಣವರು ಕೂಡುತ್ತಾರೆ.

ಸವಣೂರಿನವು.

ಪರಿಶಿಷ್ಟಗಳು.

ಅ.

ದುರ್ಗವ್ವ, ದ್ಯಾಮವ್ವ.

ಕಡಿಮೇ ಪ್ರತಿಯ ಜನರು ಈ ದೇವತೆಗಳನ್ನು ಬಹಳವಾಗಿ ಪೂಜಿಸುತ್ತಾರೆ. ದುರ್ಗವ್ವನು ಪಾರ್ವತಿಯ ಅವತಾರವೆಂತಲೂ ದ್ಯಾಮವ್ವನು ಲಕ್ಷ್ಮಿಯ ಅವತಾರವೆಂತಲೂ ನಂಬಿಗೆಯುಂಟು. ದುರ್ಗವ್ವನು ಪಟಕಿಯ ದೇವತೆಯು, ದ್ಯಾಮವ್ವನು ಮೈಲೆಯ ದೇವತೆಯು. ದುರ್ಗವ್ವನ ಕಥೆಯು ಪುರಾಣಗಳಲ್ಲಿ ಇರುತ್ತದೆ, ಆದರೆ ದ್ಯಾಮವ್ವನ ಹೆಸರು ಇಲ್ಲ. ದ್ಯಾಮವ್ವನು ಬ್ರಾಹ್ಮಣನ ಮಗಳಂತೆ. ಒಬ್ಬ ಹೊಲಿಯನು ಬ್ರಾಹ್ಮಣನ ವೇಷ ಹಾಕಿ ಕೊಂಡು ದ್ಯಾಮವ್ವನ ಲಗ್ನ ಮಾಡಿ ಕೊಂಡು ಕೆಲವು ಮಕ್ಕಳನ್ನು ಹಡಿದನು. ಒಂದಾನೊಂದು ದಿವಸ ಅವನ ತಾಯಿಯು ಮಗನ ಮನೆಗೆ ಬಂದು ಊಟಕ್ಕೆ ಕೂತಾಗ ಹೊಳಿಗೆಗೆ ಕೋಣನ ನಾಲಿಗೆಯ ದೃಷ್ಟಾಂತ ಕೊಟ್ಟಳು. ಅದರಿಂದ ದ್ಯಾಮವ್ವನು ಗಂಡನ ಜಾತಿಯನ್ನು ಅರಿತು, ಮಕ್ಕಳನ್ನೂ, ಅತ್ತೆಯನ್ನೂ ಕೊಂದು, ಮನೆಯನ್ನು ಸುಟ್ಟು, ಗಂಡನನ್ನು ಕೊಲ್ಲ ಹೋಗಲು, ಅವನು ಕೋಣನ ಮೈಯೊಳಗೆ ಶೇರಿದನು. ಆದ್ದರಿಂದ ದ್ಯಾಮವ್ವನು ಕೋಣನನ್ನೂ ಗಂಡನನ್ನೂ ಕೂಡೇ ಕಡಿದು ಹಾಕಿದಳು. ಈ ಯೆರಡೂ ದೇವತೆಗಳ ಮೂರ್ತಿಗಳನ್ನು ಕಟ್ಟಿಗೆಯ ತುಂಡುಗಳನ್ನು ಜೋಡಿಸಿ ಮಾಡಿರುತ್ತಾರೆ. ಎರಡೂ ಮೂರ್ತಿಗಳು ಹೆಂಗಸಿನ ಆಕಾರದಂತೆ ಇದ್ದು ತಲೆಯ ಮೇಲೆ ಕಿರೀಟಗಳೂ, ವೊಂದೊಂದಕ್ಕೆ ೧೦ ಕೈಗಳೂ ಇರುತ್ತವೆ. ಆದರೆ ದುರ್ಗವ್ವನಿಗೆ ಕೆಂಪು ಬಣ್ಣ ಕೊಡುವರು, ದ್ಯಾಮವ್ವನಿಗೆ ಹಸುರು ಬಣ್ಣ ಕೊಡುವರು. ಎರಡೂ ಮೂರ್ತಿಗಳನ್ನು ವೊಂದೇ ಗರ್ಭ ಗುಡಿಯಲ್ಲಿ ಶೀರೆಯ ಉಡಿಸಿ, ಅಲಂಕಾರಗಳನ್ನು ಹಾಕಿ ವೊಂದರ ಬಳಿಯಲ್ಲಿ ವೊಂದು ಕೂಡ್ರಿಸುವರು. ಮೈಯೊಳಗೆ ಕುಬ್ಬಸ ಹಾಕುವದಿಲ್ಲ, ಮೂಗಿನೊಳಗೆ ಮೂಗುತಿ ಇರುವದು. ಈ ದೇವತೆಗಳ ಪೂಜಾರಿಯು ಬಡಿಗಿ ಜಾತಿಯವನಿರುತ್ತಾನೆ. ಮೂರ್ತಿಗಳ ಸಂದುಗಳನ್ನು ಬೇಕಾದಾಗ ಬಿಚ್ಚಿ ಬೇಕಾದಾಗ ಮತ್ತೆ ಹೊಂದಿಸಲಿಕ್ಕೆ ಬರುವ ಹಾಗಿರುತ್ತದೆ.

ಮೂರನೇ, ನಾಲ್ಕನೇ, ಯೇಳನೇ, ಹತ್ತನೇ, ಇಲ್ಲವೆ ಹನ್ನೆರಡನೇ ವರ್ಷ ದ್ಯಾಮವ್ವನ ಜಾತ್ರೆಯಾಗುತ್ತದೆ. ಈ ಜಾತ್ರೆಯು ಬಹುತರ ವೈಶಾಖ ಮಾಸದಲ್ಲಿ ಆಗುತ್ತದೆ. ದೇಸಾಯಿ, ದೇಶಪಾಂಡೆ, ಗೌಡ, ಕುಲಕರಣಿ, ರೈತರು ಮುಂತಾದವರು ಕೂಡಿ ಜಾತ್ರೆಯ ದಿವಸ ಗೊತ್ತು ಮಾಡಿ ಪಂಚರನ್ನು ನೇಮಿಸುತ್ತಾರೆ. ಮೊದಲು ಊರೊಳಗೆ ವರ್ಗಣಿಯಿಂದ ಹಣ, ಕಾಳು, ಮುಂತಾದವುಗಳನ್ನು ಯೆತ್ತುವರು. ಅದಾದ ಬಳಿಕ ನಾಲ್ಕು ಜಡವಾದ ಗಾಲಿಗಳ ಮೇಲೆ ಸುಮಾರು ೧೦ ಫೂಟು ಯೆತ್ತರವಾದ ಕಾಡುಗಟ್ಟಿಗೆಯ

ರಥವನ್ನು ಕಟ್ಟಿ, ಬೇರೆ ಬೇರೆ ಬಣ್ಣಗಳ ವಸ್ತ್ರಗಳಿಂದ ಅದನ್ನು ಶೃಂಗರಿಸುವರು. ಬಳಿಕ ಊರವರು ಮನೆಗಳನ್ನು ಸಾರಿಸಿ ಸುಣ್ಣ ಹಚ್ಚಿ ನಿರ್ಮಲ ಮಾಡಿ, ಓಣಿಗಳನ್ನು ನಿರ್ಮಲ ಮಾಡ ಬೇಕೆಂತಲೂ, ಜಾತ್ರೆಯ ೧೫ ದಿವಸಗಳಲ್ಲಿ ಯಾರೂ ಬೀಸ ಕುಟ್ಟ ಕೂಡದೆಂತಲೂ ಡಂಗುರ ಹೊಡಿಸಿ ಊರವರಿಗೆ ತಿಳಿಸುವರು. ಬಳಿಕ ಊರ ಹೊರಗೆ ದೊಡ್ಡದೊಂದು ಹಂದರ ಹಾಕಿ, ಅದರಲ್ಲಿ ದೇವತೆಗಳ ಗದ್ದಿಗೆಯ ಕಟಿಯನ್ನು ಯೆತ್ತರವಾಗಿ ಹಾಕುವರು. ಇಷ್ಟಾದ ಬಳಿಕ ಗೊತ್ತು ಮಾಡಿದ ದಿವಸ "ಅಂಕೆಯ ಹಾಕುವರು," ಅಂದರೆ ಗುಡಿಯೊಳಗೆ ನಂದಾ ದೀಪವಿಡುವರು. ಅದು ೮ ದಿವಸ ಹಗಲು ರಾತ್ರಿ ಏಕಪ್ರಕಾರವಾಗಿ ಉರಿಯುತ್ತಿರಲಿಕ್ಕೆ ಬೇಕು. ಅಂಕೀ ಹಾಕಿದ ಮೊದಲನೇ ದಿವಸವೇ ಜಾತ್ರೆಯ ಆರಂಭವು. ನೆರೆಹೊರೆಯ ಜನ ಬಹಳ ಕೂಡುತ್ತದೆ, ಹೊಸ ಅಂಗಡಿಗಳು ಬರುತ್ತವೆ, ಜನರು ಹಬ್ಬದ ಲಕ್ಷಣಗಳನ್ನು ತೋರಿಸುತ್ತಾರೆ. ಅಂಕೀ ಹಾಕಿದ ೮ ದಿವಸಗಳು ಮುಗಿದ ಬಳಿಕ ೯ನೇ ದಿವಸ ಬೆಳಿಗ್ಗೆ ೧೨ ಜನ ಮುತ್ತೈದಿಯರು ದೇವತೆಗಳ ಉಡಿ ತುಂಬುವರು. ಆ ಮೇಲೆ ದೇವತೆಗಳ ಕಣ್ಣುಗಳಿಗೆ ಹೊಸ ಬಣ್ಣ ಕೊಟ್ಟು ಕೊರಳೊಳಗೆ ಮಂಗಳಸೂತ್ರಗಳನ್ನೂ ಮೂಗಿನೊಳಗೆ ಮೂಗುತಿಗಳನ್ನೂ ಹಾಕಿ, ಹೊಸ ಶೀರೆಗಳನ್ನು ಉಡಿಸಿ ಕುಂಕುಮ ಹಚ್ಚಿ, ಮೂರ್ತಿಗಳನ್ನು ಯೆಬ್ಬಿಸಿ ರಥದ ಮೇಲೆ ವೈದು ಕುಳ್ಳಿರಿಸುವರು. ಈ ಪೂರ್ವದಲ್ಲಿ ನೂರಾರು ಕುರಿಗಳನ್ನು ಕೊಂಡು ಇಟ್ಟಿರುವರು. ಹಿಂದಿನ ಜಾತ್ರೆ ಮುಗಿದಾಗ ವೊಂದು ಕೋಣವು ದ್ಯಾಮವ್ವನ ಹೆಸರಿನಿಂದ ಬಿಟ್ಟದ್ದು ಊರೊಳಗೆ ಬೇಕಾದ ಹಾಗೆ ಅಡ್ಡಾಡಿ ಸೊಕ್ಕೇರಿರುತ್ತದೆ. ಆದನ್ನು ತಂದು ವೊಂದು ಗೂಟಕ್ಕೆ ಉಪವಾಸ ಕಟ್ಟುವರು. ಅದಕ್ಕೆ ಪಟ್ಟದ ಕೋಣವೆನ್ನುವರು. ಇದರ ಹೊರ್ತು ಊರವರು ಹರಿಕೆ ಹೊತ್ತು ಬಿಟ್ಟ ಕೋಣಗಳಿಗೆ ಹರಿಕೇ ಕೋಣಗಳೆನ್ನುವರು. ಅವನ್ನು ಹಿಡಿದು ಕಟುವರು. ದ್ಯಾಮವ್ವ ದುರ್ಗವ್ವಗಳನ್ನು ಗುಡಿಯ ಹೊರಗೆ ತೆಗಿದು ರಥದೊಳಗೆ ಕೂಡ್ರಿಸುವಾಗ ಯೆರಡು ಮೂರು ಕುರಿಗಳನ್ನು ಕಡಿಯುವರು. ಒಬ್ಬ ಮಾದಿಗನು ರಾಣಿಗ್ಯಾ ಯೆಂಬ ಹೆಸರು ಧರಿಸಿ, ದ್ಯಾಮವ್ವನ ಗಂಡನ ಅಣ್ಣನು ತಾನೆಂದು ಹೇಳಿ, ರಥದ ಮುಂದೆ ನಿಂತು ದ್ಯಾಮವ್ವನನ್ನು ಅಶ್ರಾವ್ಯವಾದ ಶಬ್ದಗಳಿಂದ ಬೈಯುವನು. ಈ ಬೈಗಳು ಜಾತ್ರೆ ಮುಗಿಯುವ ವರೆಗೆ ಯೆಡೆ ಬಿಡದೆ ನಡೆದಿರುತ್ತವೆ. ಕೆಲವರು ಮಾದಿಗರ ಗಂಡಸರೂ ಹೆಂಗಸರೂ ರಥದ ಮುಂದೆ ಹಾಡುವರು ಕುಣಿಯುವರು. ಈ ಪ್ರಕಾರ ವೈಬವದಿಂದ ರಥವನ್ನು ಕೂಡಿದ ಜನರು ಜಗ್ಗ ಹತ್ತುವರು. ಮಾರ್ಗದಲ್ಲಿ ರಥವು ಸ್ವಲ್ಪ ಯಾತಕ್ಕಾದರೂ ತಟ್ಟ ನಿಂತಾಗ, ವೋರೆಯನ್ನು ತಿರುಗಿಸುವಾಗ ಅಲ್ಲಲ್ಲಿಗೆ ಕುರಿಗಳನ್ನು ಕಡಿಯುವರು. ಈ ಪ್ರಕಾರ ಸಾಗಿ ರಥವು ಸಂಜೆಯ ಸುಮಾರಿನಲ್ಲಿ ಊರ ಹೊರಗಿನ ಹಂದರದ ಬಳಿಯಲ್ಲಿ ಹೋದ ಬಳಿಕ ಯೆರಡು ಕುರಿಗಳನ್ನು ಕಡಿದು ಮೂರ್ತಿಗಳನ್ನು ರಥದ ಮೇಲಿಂದ ಇಳಿಸಿ, ಹಂದರದೊಳಗೆ ಗದ್ದಿಗೆಯ ಮೇಲೆ ಕುಳ್ಳಿರಿಸುವರು. ಬಳಿಕ ಉಡಿ ತುಂಬೋಣ, ಗಾಯನ, ನರ್ತನ, ರಾಣಿಗ್ಯಾನ ಬೈಗಳು, ಕುರಿಗಳನ್ನು ಕಡಿಯುವದು, ಇವೆಲ್ಲ ನಡಿಯುವವು. ಮರು ದಿವಸ ಮಧ್ಯಾ

ಷ್ಠದ ಮೇಲೆ ಮೂರ್ತಿಗಳ ಮುಂದೆ ನೆಲ ಸಾರಿಸಿ ರಂಗೋಲಿಯ ಹಾಕಿ, ಪಟ್ಟದ ಕೋಣವನ್ನು ತಂದು ಹತ್ತೆಂಟು ಜನರು ಅದನ್ನು ಹಿಡಿದು ಕೆಡಹಿದ ಬಳಿಕ ವೊಬ್ಬ ಮಾದಿಗನು ಹದನಾದ ಚೂರಿಯಿಂದ ಅದರ ಕುತ್ತಿಗೆಯನ್ನು ಕೊಯ್ಯುವನು. ಬಳಿಕ ಹರಿಕೆಯ ಕೋಣವನ್ನು ಕೊಯ್ಯುವರು. ಕೊಯ್ಯುವಾಗ ವೊಂದು ಮಗಿಯೊಳಗೆ ರಕ್ತವನ್ನು ಹಿಡಿಯುವರು. ಒಂದೊಂದು ತಲೆಯನ್ನು ವೊಂದೊಂದು ಬುಟ್ಟಿಯೊಳಗಿಟ್ಟು ಕೊಂಡು, ಬೇರೆ ಕಡೆಯಲ್ಲಿ ಹಾಕಿ ಇಟ್ಟ ಮಾತಂಗಿಯ (ದ್ಯಾಮವ್ವನ ಅತ್ತೆಯ) ಗುಡುಸಲೆಂಬ ಗುಡುಸಲಿನಲ್ಲಿ ಇಟ್ಟು, ವೊಂದೊಂದು ತಲೆಯ ಮೇಲೆ ವೊಂದೊಂದು ದೀಪ ಹಚ್ಚಿದ ಪಣತಿಯನ್ನಿಡುವರು. ಇತ್ತ ಕೋಣಗಳನ್ನು ಕಡಿದ ಸ್ಥಳದಲ್ಲಿ ಅನ್ನದ ರಾಶಿಯನ್ನು ವೊಟ್ಟಿ, ಅದರೊಳಗೆ ಕೋಣಗಳ ಧಡಗಳನ್ನು ತುಂಡು ತುಂಡು ಮಾಡಿ ಕಡಿದು, ಕೆಲವು ತುಂಡುಗಳನ್ನು ಹಕ್ಕದಾರರಿಗೆ ಕೊಟ್ಟು ಉಳಿದ ತುಂಡುಗಳನ್ನು ಅನ್ನದೊಳಗೆ ಕೂಡಿಸಿ, ರಕ್ತವನ್ನು ಕಲಿಸಿ, ಆ ಅನ್ನವನ್ನು ಚಕಡಿಯ ಮೇಲೆ ಹೇರುವರು. ಚಕಡಿಯ ಸಂಗಡ ಇಬ್ಬರು ಮಾದಿಗರು ಬರೇ ಬತ್ತಲೆಯಾಗಿ, ಅವರಲ್ಲಿ ವೊಬ್ಬನು ರಕ್ತದ ಮಗಿಯನ್ನು ತಲೆಯ ಮೇಲೆ ಇಟ್ಟು ಕೊಂಡು, ಹೊರಡುವರು. ಅವರ ಹಿಂದೆ ಕೆಲವು ಕುರಿಗಳನ್ನು ತಕ್ಕೊಂಡು ನಾಲ್ವತ್ತೈವತ್ತು ಜನ ಮಾದಿಗರು ಹೊರಡುವರು. ಈ ಪ್ರಕಾರ ಚಕಡಿಯು ಊರಿನ ಮೇರೆಗೆ ಹೋದ ಬಳಿಕ ಅಲ್ಲಿ ಬತ್ತಲೆ ಇದ್ದ ಮಾದಿಗರಲ್ಲಿ ವೊಬ್ಬನು ಕೆಲವು ಅನ್ನವನ್ನೂ ರಕ್ತದ ಹನಿಗಳನ್ನೂ ಚಲ್ಲಿ ವೊಂದು ಕುರಿ ಕಡಿದು, ಮುಂದೆ ಮೇರೆಗುಂಟ ಇದೇ ಪ್ರಕಾರ ಚರಗ ರಕ್ತಗಳನ್ನು ಚಲ್ಲುತ್ತ ಕುರಿಗಳನ್ನು ಕಡಿಯುತ್ತ ಚಕಡಿಯನ್ನು ತಿರುಗಿಸಿ ಕೊಂಡು ಬರುವರು. ದ್ಯಾಮವ್ವನು ಊರ ಹೊರಗೆ ಕೂತು ಯೇಳು ದಿವಸ ಪೂಜಾ, ಅರ್ಚಾ, ನೈವೇದ್ಯ, ಗಾಯನ, ನರ್ತನ, ಮುಂತಾದ ಸಂಭ್ರಮಗಳು ರಾಣಿಗ್ಯಾನ ಬೈಗಳು ಸಹಿತ ನಡಿದ ಬಳಿಕ ಕಡೆಯ ದಿವಸ ಮೂರ್ತಿಗಳನ್ನು ಅಲ್ಲಿಂದ ಯೆತ್ತಿ ಕೊಂಡು ಬೇರೊಂದು ಕಡೆಯಲ್ಲಿ ವೊಯ್ಯುವರು. ಅಲ್ಲಿ ನೆಲ ಸಾರಿಸಿ ವೊಂದು ಕುರಿ ಮರಿಯನ್ನು ಕಟ್ಟಿ ಇಟ್ಟಿರುವರು. ಮೂರ್ತಿಗಳು ಬಂದ ಕೂಡಲೇ ಪೋತರಾಜರೆಂಬ ಹೊಲಿಯರ ವೊಳ ಜಾತಿಯವನೊಬ್ಬ ಮನುಷ್ಯನು ಬತ್ತಲೆಯಾಗಿ, ನಡುವಿಗೆ ಬೇವಿನ ಯೆಲೆಗಳನ್ನು ಕಟ್ಟಿ ಕೊಂಡು ಹುಲಿಯ ಹಾಗೆ ಓಡುತ್ತ ಬಂದು ಕುರಿ ಮರಿಯ ಗಂಟಲ ಹರಿದು ರಕ್ತ ಕುಡಿದು ಹೆಣವನ್ನು ತಕ್ಕೊಂಡು ಓಡಿ ಹೋಗುವನು. ಅವನನ್ನು ಹಿಡಿಯಲಿಕ್ಕೆಂತ ಕೆಲವರು ಬೆನ್ನಟ್ಟುವರು; ಆದರೆ ಅವನು ಶೀಮೆಯನ್ನು ದಾಟ ಹೋದನೆಂದರೆ ಬಿಟ್ಟು ಬರುವರು. ಇಷ್ಟಾದ ಬಳಿಕ ಯೆರಡೂ ಮೂರ್ತಿಗಳನ್ನು ಶೀಮೆಗೆ ತಕ್ಕೊಂಡು ಹೋಗಿ ವೊಂದು ಗದ್ದಿಗೆಯ ಮೇಲೆ ಕೂಡ್ರಿಸುವರು. ಬಳಿಕ ಅವುಗಳ ಸುತ್ತು ಮುತ್ತು ಪರದೆಯನ್ನು ಹಿಡಿದ ನಂತರ ವೊಬ್ಬ ಪೂಜಾರಿಯು ಪರದೆಯೊಳಗೆ ಹೋಗಿ, ಇಬ್ಬರೂ ದೇವತೆಗಳಿಗೆ ರಂಡಿತನ ಬಂತೆಂದು ಹೇಳಿ, ಮೂರ್ತಿಗಳ ಕೈಗಳಲ್ಲಿಯ ಬಳೆಗಳನ್ನು ವೊಡಿದು, ಮಂಗಳ ಸೂತ್ರಗಳನ್ನು ಹರಿದು ತೆಗಿದು ಮೂಗುತಿಗಳನ್ನು ತೆಗಿದು, ಕುಂಕುಮ ಅಳಿಸಿ, ಮೂರ್ತಿಗಳ ಸಂದುಗಳ ತುಂಡುಗಳನ್ನು ಬೇರೆ ಬೇರೆ

ಮಾಡಿ ಅವನ್ನೆಲ್ಲ ವೊಂದು ಬುಟ್ಟಿಯೊಳಗೆ ತುಂಬುವನು. ಆ ಬುಟ್ಟಿಯನ್ನು ಸೂತಕದ ವರಂತೆ ಹೊತ್ತು ಕೊಂಡು ಬಂದು ಗರ್ಭ ಗುಡಿಯೊಳಗಿಟ್ಟು, ಬಾಗಿಲಿಗೆ ಮೂರು ದಿವಸ ಕೀಲೆಯ ಹಾಕುವರು. ನಾಲ್ಕನೇ ದಿವಸ ಮೂರ್ತಿಗಳನ್ನು ವೊದಲಿನಂತೆ ಮತ್ತೆ ಜೋಡಿಸಿ, ಅವುಗಳ ಸ್ಥಳಗಳಲ್ಲಿ ಕೂಡ್ರಿಸಿದ ಬಳಿಕ, ಊರವರು ಹೊಸ ಕೋಣವನ್ನು ತಂದು, ಅದಕ್ಕೆ ಅರಿಶಿಣ ಕುಂಕುಮ ಹಚ್ಚಿ ಕೊರಳಿಗೆ ಬೇವಿನ ಟೊಂಗೆಗಳನ್ನು ಕಟ್ಟಿ ದ್ಯಾಮವ್ವನ ಹೆಸರಿನಿಂದ ಬಿಡುವರು. ಇಲ್ಲಿಗೆ ವಿಧಾನ ತೀರಿತು.

ಬ.

ಭೂತಬಾಧೆ.

ಭೂತಗಳಲ್ಲಿ ನೈಸರ್ಗಿಕ ಭೂತಳೆಂತಲೂ ಉಪಾಧಿ ಭೂತಳೆಂತಲೂ ಯೆರಡು ಮುಖ್ಯ ವರ್ಗಗಳನ್ನು ಮಾಡ ಬಹುದು. ನೈಸರ್ಗಿಕ ಭೂತಗಳಲ್ಲಿ ಆರ್ಯ ಕುಲದವರ ಭೂತಗಳು ಬೇರೆ, ದ್ರವಿಡ ಕುಲದವರ ಭೂತಗಳು ಬೇರೆ. ಮನುಷ್ಯನಿಗೆ ಸುಖ ಸಂತೋಷಗಳು ದೇವರಿಂದ ಬರುತ್ತವೆಂತಲೂ ದುಃಖವು ಕರ್ಮದಿಂದ ಬರುತ್ತದೆಂತಲೂ ಆರ್ಯರ ಗ್ರಹಿಕೆ ಇರುತ್ತದೆ; ಆದರೆ ದ್ರವಿಡರು ದುಃಖಗಳು ದೇವರಿಂದ ಬರುತ್ತವೆಂತಲೂ, ಸುಖವು ಕರ್ಮ ಫಲವಾಗಿ ಬರುತ್ತದೆಂತಲೂ ಯೆಣಿಸುತ್ತಾರೆ. ಇದೇ ಕಾರಣದಿಂದ ಆರ್ಯರ "ದೇವ" ಯೆಂಬ ಹೆಸರು ದ್ರವಿಡರ "ದೆವ್ವ" ಆಯಿತು. ಆರ್ಯರ ಭೂತಯೋನಿಗಳು ಪಿಶಾಚ, ಕೂಷ್ಮಾಂಡ, ಭೈರವ, ಶಾಕಿನಿ, ಡಾಕಿನಿ, ಮುಂತಾದವುಗಳಿರುತ್ತವೆ. ದ್ರವಿಡರವು ಭರಮಪ್ಪ, ಬೀರಪ್ಪ, ಕಲ್ಲಪ್ಪ, ಝೋಟಿಗ, ಕರಿಯಮ್ಮ, ದುರ್ಗವ್ವ, ದ್ಯಾಮವ್ವ, ಮುಂತಾದವುಗಳಿರುತ್ತವೆ. ಈ ಯೆರಡೂ ಪ್ರಕಾರದ ಭೂತಯೋನಿಗಳು ಮನುಷ್ಯರನ್ನು ಬಾಧಿಸುತ್ತವೆಂಬ ಗ್ರಹಿಕೆಯು ದ್ರವಿಡರದು, ಆರ್ಯರದಲ್ಲ. ಆದರೆ ಆರ್ಯವರ್ಗದ ಭೂತಗಳ ಬಾಧೆಯನ್ನು ಪರಿಹರಿಸಲಿಕ್ಕೆ ಮಂತ್ರ, ತಂತ್ರ, ಅನುಷ್ಠಾನಗಳೆಂಬ ಉಪಾಯಗಳನ್ನು ಮಾಡುವರು. ದ್ರವಿಡ ವರ್ಗದ ನೈಸರ್ಗಿಕ ಭೂತಗಳ ಬಾಧೆಯನ್ನು ಪರಿಹರಿಸಲಿಕ್ಕೆ ಅವುಗಳ ಸೇವೆ, ಬಲಿದಾನ, ಶಿಷ್ಟ ಜನರ ಭೋಜನ ಮುಂತಾದ ಉಪಾಯಗಳನ್ನು ಮಾಡುವರು. ಅಂಡಕ ಕಲ್ಲುಗಳೇ ದ್ರವಿಡರ ನೈಸರ್ಗಿಕ ಭೂತ ಮೂರ್ತಿಗಳು. ಅವುಗಳಿಗೆ ಯೆಣ್ಣೆ, ಸಿಂದೂರ, ಸುಣ್ಣ, ಮತಿ, ಮುಂತಾದವುಗಳನ್ನು ಹಚ್ಚಿ ಪೂಜಿಸುವರು.

ಮನುಷ್ಯನು ಹಿಂದೆ ಆಶೆಯನ್ನಿಟ್ಟು ಸತ್ತರೆ ಅವನು ಪಿಶಾಚನಾಗುತ್ತಾನೆಂದು ಯಾವತ್ತು ಜನರ ಗ್ರಹಿಕೆಯುಂಟು. ಇವೇ ಉಪಾದಿ ಭೂತಗಳು. ಇವುಗಳಲ್ಲಿ ಬ್ರಹ್ಮ

ರಾಕ್ಷಸ, ಮುಂಜ, ಸೂರ, ಖವೀಸ, ಯೇಳು ಮಕ್ಕಳ ತಾಯಿ, ಬಾಣಂತಿ, ಜಕಣಿ, ಮುಂತಾದ ವರ್ಗಗಳಿರುತ್ತವೆ. ಇವುಗಳಿಗೆಲ್ಲ ವಾಡಿಕೆಯಾಗಿ ದೆವ್ವೆನ್ನುವರು. ವಿದ್ವಾಂಸನಾದ ಬ್ರಾಹ್ಮಣನು ಆಶೆಯನ್ನಿಟ್ಟು ಸತ್ತರೆ, ಅಥವಾ ಅವನನ್ನು ಯಾರಾದರೂ ಕೊಂದರೆ ಅವನು ಬ್ರಹ್ಮರಾಕ್ಷಸನಾಗುತ್ತಾನೆ. ಬ್ರಹ್ಮರಾಕ್ಷಸನ ಮೋರೆ ಅತಿ ಭಯಂಕರ, ದೊಡ್ಡದು, ಮೂಗು ಕೆಂಪು, ಕಣ್ಣು ಹೊಗೆ ಬಣ್ಣ, ಕುತ್ತಿಗೆ ಕಿರಿದು, ಹೊಟ್ಟೆ ತಿಳುವು. ಬ್ರಹ್ಮರಾಕ್ಷಸನು ಪಂಜೆಯನುಟ್ಟು ಕೊಂಡು, ಹೆಗಲ ಮೇಲೆ ಧೋತ್ರ ಚಲ್ಲಿ ಕೊಂಡು ತಲೆಗೆ ಟೊಪ್ಪಿಗೇ ಹಾಕಿ ಕೊಂಡು ಹಾಳು ಮನೆಯಲ್ಲಿ, ಸುಡುಗಾಡಿನಲ್ಲಿ, ನದೀ ತೀರದಲ್ಲಿ ಬಾವಿಗಳಲ್ಲಿ ಇಲ್ಲವೆ ಮರದ ಮೇಲೆ ಇರುತ್ತಾನೆ. ಅತ್ಯುಗ್ರ ಸ್ವರೂಪ, ಅದೃಶ್ಯವಾಗೋಣ, ಬೇಕಾದಂಥ ರೂಪವನ್ನು ಧರಿಸೋಣ, ಅದ್ಭುತ ಕೃತ್ಯಗಳು, ಇವೇ ವಾಡಿಕೆಯಾಗಿ ಯಾವತ್ತು ದೆವ್ವಗಳ ಲಕ್ಷಣಗಳಿರುತ್ತವೆ. ದೆವ್ವಗಳಿರುವ ಸ್ಥಳಗಳು ವಾಡಿಕೆಯಾಗಿ ಬ್ರಹ್ಮರಾಕ್ಷಸನ ಸ್ಥಳಗಳೇ. ಆದರೆ ಕೆಲವು ದೆವ್ವಗಳು ಮನುಷ್ಯರಿರುವ ಮನೆಗಳಲ್ಲಿ ಸಹ ಇರುತ್ತವೆ. ಸಾಮಾನ್ಯ ದೆವ್ವಗಳಿಗೂ ಬ್ರಹ್ಮರಾಕ್ಷಸನಿಗೂ ಮುಖ್ಯ ಭೇದವೇನೆಂದರೆ,—ದೆವ್ವಗಳು ಮಂತ್ರ ತಂತ್ರಗಳಿಗೂ, ಸದಾಚಾರಿಗಳಿಗೂ ದೇವಸ್ಥಾನಗಳಿಗೂ ಹೆದರುತ್ತವೆ. ಬ್ರಹ್ಮರಾಕ್ಷಸನು ಯಾತಕ್ಕೂ ಹೆದರುವದಿಲ್ಲ. ಆದ್ದರಿಂದ ಬ್ರಹ್ಮರಾಕ್ಷಸನನ್ನು ಬಿಡಿಸುವದು ಕಷ್ಟವಾಗುತ್ತದೆ.

ಬ್ರಹ್ಮರಾಕ್ಷಸ ಮೊದಲಾಗಿ ಯಾವತ್ತು ದೆವ್ವಗಳ ಅರಸನಿಗೆ ವೇತಾಳನೆನ್ನುವರು. ವೇತಾಳನ ರೂಪವು ಮನುಷ್ಯನ ಹಾಗಿರುತ್ತದೆ. ಅದರೆ ಅವನ ಹಸ್ತಗಳೂ ಪಾದಗಳೂ ಹಿಂದೆ ತಿರುಗಿರುತ್ತವೆ. ಕಣ್ಣು ಹಸುರು, ತಲೆಗೂದಲು ನೆಟ್ಟಗೆ ನಿಂತಿರುತ್ತದೆ; ಅವನ ಬಲಗೈಯಲ್ಲಿ ಬೆತ್ತ, ಯೆಡಗೈಯಲ್ಲಿ ಶಂಖ. ವೇತಾಳನು ವಾಡಿಕೆಯಾಗಿ ಆಕಾಶದಲ್ಲಿ ಇರುತ್ತಾನೆ; ಸಂಚಾರಕ್ಕೆ ಹೊರಡುವಾಗ ಹಸುರು ವಸ್ತ್ರಗಳನ್ನುಟ್ಟು ಕೊಂಡು, ಪಲ್ಲಕ್ಕಿಯಲ್ಲಿ ಇಲ್ಲವೆ ಕುದುರೆಯ ಮೇಲೆ ಕೂತು ಕೊಂಡು, ಹಿಂದೂ ಮುಂದೂ ದೆವ್ವಗಳ ಪರಿವಾರ ಕರೆಕೊಂಡು, ದೀವಟಗೆಗಳನ್ನು ಹಚ್ಚಿ ಕೊಂಡು ಹೊರಡುತ್ತಾನೆ. ಅವನ ಪರಿವಾರದವರು ವಿಕರಾಳ ಸ್ವರೂಪದಿಂದ ಚೀರಾಡುವರು.

ಅಜ್ಞಾನಿಗಳಿಗೂ, ದುರಾಚಾರಿಗಳಿಗೂ, ಧರ್ಮ ಭ್ರಷ್ಟರಿಗೂ, ಅಶಕ್ತರಿಗೂ ದೆವ್ವಿನ ಬಾಧೆಯಾಗುತ್ತದೆ; ಗಂಡಸರಿಗಿಂತ ಹೆಂಗಸರಿಗೆ ಹೆಚ್ಚು; ಅವರಲ್ಲಿಯೂ ಬಾಣಂತಿ, ಕಡೆಗಾದಾಗ ಹೆಂಗಸು, ಮೈನೆರದ ಹುಡಿಗೆ, ಬಸುರು ಹೆಂಗಸು, ಬೇನೆಯ ಹೆಂಗಸು, ಇವರಿಗೆ ದೆವ್ವಿನ ಉಪದ್ರವ ಹೆಚ್ಚು; ಹಿರಿಯರಿಗಿಂತ ಹುಡುಗರಿಗೆ ಹೆಚ್ಚು. ಸಾಮಾನ್ಯ ನಿಯಮವೇನೆಂದರೆ ಅಜ್ಞಾನ, ದುರಾಚಾರ, ಭ್ರಮು, ಸೌಂದರ್ಯ, ಇದ್ದಲ್ಲಿ ಭೂತ ಬಾಧೆಯ ಭಯವಿರುತ್ತದೆ. ದೆವ್ವು ಬಡಿದ ಮನುಷ್ಯರು ಮಾತಾಡುವದಿಲ್ಲ, ಇಲ್ಲವೆ ಅಸಂಬದ್ಧ ಮಾತಾಡುವರು; ಯೆವೆ ಬಡಿಯದೆ ನೋಡುವರು, ಇಲ್ಲವೆ ಕಣ್ಣು ಮುಚ್ಚಿ ಕೊಂಡು ಬೀಳುವರು; ಮಿತಿ ಮೀರಿ ಕಸುವು ತೋರಿಸುವರು, ಇಲ್ಲವೆ ಸಾಯುವವರಂತೆ

ದುರ್ಬಲರಾಗುವರು. ವಾಡಿಕೆಯಾಗಿ ಸನ್ನಿಪಾತದ ಲಕ್ಷಣಗಳಿಗೂ ದೆವ್ವ ಬಡಿದದ್ದರ ಲಕ್ಷಣಗಳಿಗೂ ಅಭ್ಯಂತರವಿಲ್ಲೆಂದು ಹೇಳ ಬಹುದು.

ದೆವ್ವ ಬಿಡಿಸುವ ಹೋರೆಯನ್ನು ಗಂಡಸರೂ ಮಾಡುತ್ತಾರೆ, ಹೆಂಗಸರೂ ಮಾಡುತ್ತಾರೆ. ಇವರಿಗೆ ಮಾಂತ್ರಿಕರೆನ್ನುವರು. ಇವರು ಮಂತ್ರಗಳ ಜಪ, ವೇತಾಳನ ಸೇವೇ, ಮುಂತಾದ ಸಾಧನಗಳಿಂದ ಈ ವಿದ್ಯವನ್ನು ಕಲಿತಿದ್ದೇವೆಂದು ಹೇಳುತ್ತಾರೆ. ಆದರೆ ಹೆಣ್ಣು ಮಾಂತ್ರಿಕರು ಪರೋಪಕಾರಿಯಾದದ್ದೊಂದು ದೆವ್ವ ತಮ್ಮ ಮೈಯಲ್ಲಿ ಶೇರಿ ಕೊಂಡಿರುತ್ತದೆಂಬ ಲಕ್ಷಣವನ್ನು ತೋರಿಸುವದು ಬಹಳ. ಮಾಂತ್ರಿಕರು ಕೆಲವು ವ್ರತಗಳನ್ನು ಪಾಲಿಸಲಿಕ್ಕೆ ಬೇಕು. ಅವರು ದುರಾಚಾರಗಳನ್ನು ಮಾಡಲಾಗದು; ಮಲ ಮೂತ್ರ ವಿಸರ್ಜನ ಮಾಡಿದ ಬಳಿಕ ಮಲಸ್ಥಾನಗಳನ್ನೂ ಕೈ ಕಾಲುಗಳನ್ನೂ ನಿರ್ಮಲವಾಗಿ ತೊಳಿದು ಕೊಳ್ಳಲಿಕ್ಕೆ ಬೇಕು. ಊಟಕ್ಕೆ ಕೂತಾಗ ದೀಪ ಹೋದರೆ, ಕಡೆಗಾದವರ ಮಾತು ಕೇಳಿದರೆ, ಯಾರಾದರೂ ಆ ಮನೆಯನ್ನು ಉಡುಗಿದರೆ, ಇಲ್ಲವೆ ಭೂತದ ಹೆಸರು ನುಡಿದರೆ, ಮಾಂತ್ರಿಕನು ಊಟ ಬಿಟ್ಟು ಆ ಹೊತ್ತಿನ ದಿವಸ ಉಪವಾಸ ಮಾಡಲಿಕ್ಕೆ ಬೇಕು. ಹಿಂದೂ ಮಾಂತ್ರಿಕರಿಗೆ ಮಹಾರಾಷ್ಟ್ರರು ದೇವರ್ಷಿಗಳೆನ್ನುವರು; ಮುಸಲ್ಮಾನ ಮಾಂತ್ರಿಕರಿಗೆ ವಸ್ತಾದರೆನ್ನುವರು. ದೆವ್ವ ಬಿಡಿಸುವವನು ಯೆಲ್ಲಕ್ಕೂ ಮೊದಲು ದೆವ್ವನ್ನು ಮೈಯೊಳಗೆ ತರಿಸಿ ವೊಡ ನುಡಿಸಲಿಕ್ಕೆ, ಅಂದೆ ತಾನು ಯಾರು, ಯೆಲ್ಲಿಂದ ಬಂತು, ಯೇನು ಕಾರಣ ಬಂತು, ಮುಂತಾದ ಸಂಗತಿಗಳನ್ನು ಹೇಳಿಸಲಿಕ್ಕೆ ಯೆತ್ನೈಸುವನು. ಇದಕ್ಕೆ ಮುಖ್ಯವಾಗಿ ಮೂರು ಉಪಾಯಗಳನ್ನು ಮಾಡುತ್ತಾರೆ. ಮೊದಲು ಮಂತ್ರಿಸಿದ ಕರೇ ಅಕ್ಕೀ ಕಾಳುಗಳನ್ನು ದೆವ್ವ ಬಡಿದವರ ಮೈ ಮೇಲೆ ಮಂತ್ರವೆನ್ನೂತ್ತ ಚಲ್ಲುವರು. ಅದರಿಂದ ದೆವ್ವ ಬಂದು ವೊಡನುಡಿಯದಿದ್ದರೆ, ಕಾಗದದ ತುಂಡುಗಳ ಮೇಲೆ ಯಂತ್ರಗಳನ್ನೂ ಅಕ್ಷರಗಳನ್ನೂ ಬರಿದು, ಆ ತುಂಡುಗಳನ್ನು ಬೆಂಕಿಯ ಮೇಲೆ ಹಾಕಿ ದೆವ್ವ ಬಡಿದವರ ಮೂಗಿಗೆ ಹೊಗೆ ಕೊಡುವರು. ಅದಕ್ಕೂ ದೆವ್ವ ಹಣಿಯದಿದ್ದರೆ ರಂಗ ಹೂಡಿ ವೇತಾಳನ ಪೂಜೆ ಮಾಡಿ ಬಲಾತ್ಕಾರದಿಂದ ದೆವ್ವನ್ನು ತರಿಸುವರು. ರಂಗವೆಂದರೆ ನೆಲವನ್ನು ಸಾರಿಸಿ, ಅದರ ಮೇಲೆ ಯೆಳ್ಳು, ಸಾಶಿವೆ, ನವಣೆ, ಉದ್ದು, ಇವುಗಳಲ್ಲಿ ವೊಂದು ಧಾನ್ಯದಿಂದ ಕೆಲವೊಂದು ಆಕೃತಿಯನ್ನು ಮಾಡಿ, ಅದರ ಮೇಲೆ ತುಂಬಿದ ತುಂಬಿಗೇ ಇಟ್ಟು, ಅರಿಶಿಣ, ಕುಂಕುಮ, ಗುಲಾಲ, ಬುಕ್ಕಿಟ್ಟು, ಊದಿನ ಕಡ್ಡಿ, ಲಿಂಬೇ ಕಾಯಿ, ಕರೆದಾರ, ಕರೆ ಅಕ್ಕೀ ಕಾಳು, ಕೊಬ್ಬರಿ, ಅಡಿಕೆ, ಉತ್ತತ್ತಿ, ಮುಂತಾದ ಸಾಹಿತ್ಯಗಳಿಂದ ದೆವ್ವ ಬಡಿದವರನ್ನು ಯೆದುರಿಗೆ ಕೂಡ್ರಿಸಿ ಕೊಂಡು ಮಂತ್ರವನ್ನು ಅನ್ನುತ್ತ ತಂಬಿಗೆಯ ಪೂಜೆ ಮಾಡುವರು. ಇದರಿಂದ ದೆವ್ವ ನಿಶ್ಚಯವಾಗಿ ವೊಡನುಡಿಯುತ್ತದೆಂದು ಮಾಂತ್ರಿಕರ ಗ್ರಹಿಕೆಯುಂಟು. ಕೆಲವರು ಸೋಂಗಿನ ಮಾಂತ್ರಿಕರು ದೆವ್ವ ಬಡಿದವರನ್ನು ಬಡಿದು ಹೊಡಿದು, ಚಿವಟಿ, ಚುಚ್ಚಿ, ನಾನಾ ಪ್ರಕಾರದಿಂದ ವ್ಯಥೆ ಪಡಿಸುವರು. ಅದರಿಂದ ದೆವ್ವ ಬಡಿದ ಮನುಷ್ಯನಿಗೆ ವೊಮ್ಮೊಮ್ಮೆ ಮರಣ ಸಹ ಬರುವದು. ಆದರೆ ನಿಜವಾದ ಮಾಂತ್ರಿಕನೆಂಬ ಅಭಿಮಾನ

83

ವಹಿಸುವವನು ದೆವ್ವ ಬಡಿದವರ ಮೈಗೆ ಕೈ ಹಚ್ಚದೆ, ಅದನ್ನು ವೊಡನುಡಿಸಲಿಕ್ಕೆ ಯೆತ್ನೈಸುತ್ತಾನೆ. ದೆವ್ವ ವೊಮ್ಮೆ ವೊಡನುಡಿದ ಬಳಿಕ, ಅದು ಬೇಡಿದ ಬಲಿ ವಸ್ತ್ರ ಮುಂತಾದವುಗಳನ್ನು ಕೊಡಿಸಿ, ಮಾಂತ್ರಿಕನು ವೊಂದು ತಾಯಿತದೊಳಗೆ ಯಂತ್ರ ಬರಿದ ಚೀಟಿಯನ್ನು ಹಾಕಿ ಅಥವಾ ತಾಯಿತದ ಹೊರ್ತು ಅ ಚೀಟಿಯನ್ನೇ ಕರೇ ದಾರಕ್ಕೆ ಇಲ್ಲವೆ ೫ ಬಣ್ಣದ ನೂಲಿನಿಂದ ಹೊಸಿದ ದಾರಕ್ಕೆ ಮಂತ್ರದಿಂದ ಗಂಟುಗಳನ್ನು ಹಾಕಿ ಅದರೊಳಗೆ ಆ ತಾಯಿತವನ್ನಾಗಲಿ, ಚೀಟಿಯನ್ನಾಗಲಿ ಪೋಣಿಸಿ ದೆವ್ವ ಬಡಿದವರ ಕೊರಳಿಗೆ ಕಟ್ಟುವನು. ಅದರಿಂದ ದೆವ್ವಿನ ಬಾಧೆಯು ಮತ್ತೆ ಸೊಂಕಲಿಕ್ಕಿಲ್ಲೆಂದು ಅವನು ಹೇಳುವನು. ಕೆಲವರು ಮಾಂತ್ರಿಕನ ಕೈಯಿಂದ ದೆವ್ವ ಬಿಡಿಸಿ ಕೊಳ್ಳದೆ, ನರ ಸೋಬನವಾಡಿ, ಯೆಲಗೂರು, ಮಂತ್ರಾಲಯ, ಸ್ವಾದೆ, ಇಂಥಾದೊಂದು ಹೆಸರಾದ ದೇವ ಸ್ಥಾನಕ್ಕೆ ಹೋಗಿ ಅಲ್ಲಿ ದೇವರ ಸೇವೆ ಮಾಡುವರು.

ಮೇಲೆ ವಿವರಿಸಿದಂತೆ ದೆವ್ವ ಬಡಿದ ಲಕ್ಷಣಗಳು ತೋರಿದ ಬಳಿಕ ಮನೆಯವರು ಆ ಗಾಳಿ ಸೊಂಕಿದ ಮನುಷ್ಯನಿಗೆ ಮೆಣಸಿನ ಕಾಯಿಯ ಇಲ್ಲವೆ ಗಂಧಕದ ಹೊಗೆ ಯನ್ನು ಕೊಡುವರು, ಅಥವಾ ದೇವರ ತೀರ್ಥ ಕೊಟ್ಟು ಅಂಗಾರ ಹಚ್ಚುವರು, ಅಥವಾ ದೆವ್ವಿಗೆ ಬೇಡಿ ಕೊಳ್ಳುವರು. ಈ ಯಾವ ಉಪಾಯಕ್ಕೂ ದೆವ್ವ ಕೇಳದಿದ್ದರೆ ಮಾಂತ್ರಿ ಕನನ್ನು ಕರಿಸುವರು, ಅಥವಾ ಗಾಳಿ ಸೊಂಕಿದ ಮನುಷ್ಯನನ್ನು ಮೇಲೆ ಹೇಳಿದಂಥ ದೇ ವಸ್ಥಾನದಲ್ಲಿ ಸೇವೆಗೆ ಇಡುವರು. ಒಟ್ಟಿಗೆ ಇಂಥಾ ಉಪಾಯಗಳಿಂದ ಹತ್ತಕ್ಕೊಂದರಂತೆ ಗುಣವಾಗುತ್ತದೆಂದು ಹೇಳ ಬಹುದು. ಹೆಚ್ಚಾಗಿ ರೋಗ ಪೀಡಿತರಾದ ಮನುಷ್ಯರಿಗೆ ದೆವ್ವಿನ ಬಾಧೆಯಾಗಿದೆ ಯೆಂದು ಗ್ರಹಿಸಿ, ಇಂಥಾ ಅವಿವೇಕತನದ ಉಪಾಯಗಳಲ್ಲಿ ಕಾಲ ಕಳಿಯುವದರಿಂದ ರೋಗಿಯು ಮರಣ ಹೊಂದುವದೇ ಬಹಳ. ಆದರೂ ಹತ್ತ ಕ್ಕೊಂದೇ ಆಗಲಿ, ಇಪ್ಪತ್ತಕ್ಕೊಂದೇ ಆಗಲಿ, ಕೆಲವು ಪ್ರಸಕ್ತಿಗಳಲ್ಲಿ ಮಾಂತ್ರಿಕನ ಉಪಾ ಯಗಳಿಂದ ಗುಣವಾಗುವದು ನಿಜವಿರುತ್ತದೆಂದು ತೋರುತ್ತದೆ. ಈ ಕೆಳಗಿನ ದೃಷ್ಟಾಂ ತಗಳನ್ನು ಶೋಧಕರು ಸ್ವಾನುಭವದಿಂದ ಬರಿದಿದ್ದಾರೆ.—

೧. ಬಂಕಾಪುರದಲ್ಲಿ ಶಿರಸಂಗೀ ಫಕೀರಪ್ಪ, ಮಾಮಲಶಟ್ಟೀ ಶಿವಲಿಂಗಪ್ಪ, ಯೆಂಬವರಿಬ್ಬರು ಮಾಂತ್ರಿಕರು ಜತೆಯಾಗಿ ದೆವ್ವ ಬಿಡಿಸುವ ಹೋರೆ ಮಾಡುವರು. ಫಕೀರಪ್ಪನು ತನ್ನ ಬಾಗಿಲಿನ ಮುಂದೆ ವೊಂದು ಗಡುತರಾದ ಕಂಬವನ್ನು ನಿಲ್ಲಿಸಿ, ಅದರೊಳಗೆ ೧೦೦೦ ದೆವ್ವಗಳನ್ನು ಶರೆ ಹಾಕಿದ್ದನು. ಇದಲ್ಲದೆ ಅವನು ಸುಮಾರು ೧ ಇಂಚು ಅಗಲು, ೩ ಇಂಚು ಉದ್ದ, ಇಂಥಾ ಕೆಂಪು, ನೀಲಿ, ಬಣ್ಣಗಳ ಕಾಗದಗಳ ತುಂಡುಗಳನ್ನು ವೊಂದು ಪಾತ್ರೆಯೊಳಗೆ ಹಾಕಿ ಇಟ್ಟಿರುವನು. ಒಂದು ದಿವಸ ಗಂಗವ್ವ ನೆಂಬ ೨೦ ವರ್ಷದ ವಯಸ್ಸಿನ ಲಿಂಗವಂತ ಜಾತಿಯ ಹೆಂಗಸನ್ನು ಆಕೆಯ ಗಂಡನು ಫಕೀರಪ್ಪನ ಮನೆಗೆ ಕರೆಕೊಂಡು ಬಂದು ಆಕೆಯ ದೆವ್ವ ಬಿಡಿಸೆಂದು ಹೇಳಿ ಕೊಂ ಡನು. ಕೂಡಲೆ ಇಬ್ಬರೂ ಮಾಂತ್ರಿಕರು ಗಂಗವ್ವನಿಗೆ ನಿಜವಾದ ಸಂಗತಿಯನ್ನು ಹೇಳೆಂದು ಅಪ್ಪಣೇ ಮಾಡಿ, ವೊಂದೇ ಮಾತು ಸುಳ್ಳು ಹೇಳಿದರೂ ಮೇಲೆ ಹೇಳಿದ

ದೆವ್ವಿನ ಕಂಬದೊಳಗಿನ ದೆವ್ವು ಬಂದು ಹುಚ್ಚು ಬಿಡಿಸೀತೆಂದು ಹೆದರಿಸಿದರು. ಆದರೆ ಇಷ್ಟರಿಂದ ಗಂಗವ್ವನ ಮೈಯಲ್ಲಿ ದೆವ್ವು ಬಾರದೆ, ಆಕೆ ಆರು ತಿಂಗಳಿನಿಂದ ದೆವ್ವಿನ ಬಾಧೆಯಿಂದ ನಾನು ಬಹಳ ದಣಕೊಳ್ಳುತ್ತೇನೆಂದು ಹೇಳಿದಳು. ಬಳಿಕ ಮಾಂತ್ರಿಕರು ಮೇಲೆ ಹೇಳಿದ ಕಾಗದದ ತುಂಡುಗಳಲ್ಲಿ ವೊಂದಕ್ಕೆ ಅಂಟು ಹಚ್ಚಿ ಗಂಗವ್ವನ ಹಣೆಗೆ ಹಚ್ಚಿದರು; ಅದರಿಂದ ಆಕೆಯ ಬಾಯಿ ಕಟ್ಟಿತು. ಎರಡನೇದೊಂದು ಕಾಗದವನ್ನು ಆಕೆಯ ಮೂಗಿಗೆ ಅಂಟಿಸಿದರು; ಅದರಿಂದ ಕುತ್ತಿಗೇ ವೊತ್ತಿದಂತೆ ಆಕೆ ವೊದರ ಹತ್ತಿದಳು. ಮೂರನೇದೊಂದು ಕಾಗದವನ್ನು ಆಕೆಯ ಯೆದೆಗೆ ಅಂಟಿಸಿದರು. ಅದರಿಂದ ಆಕೆ ಗದಗದ ನಡುಗ ಹತ್ತಿದಳು. ಆಗ ದೆವ್ವು ಮೈಯೊಳಗೆ ಬಂತೆಂದು ಮಾಂತ್ರಿಕರು ನೆರಿದ ಜನರಿಗೆ ತಿಳಿಸಿದರು. ಬಳಿಕ ಮಾಂತ್ರಿಕರು ದೆವ್ವಿಗೆ ಹೆಸರು ಕೇಳಲಾಗಿ, ಅದು ತಾನು ಗಂಗವ್ವನ ಬಳಗದ ಹೆಂಗಸೆಂದು ಹೇಳಿ ಹೆಸರು ಹೇಳಿತು. ತರುವಾಯ ವೊಳ್ಳೇ ಮಾತಿನಿಂದ ಬಿಟ್ಟು ಹೋಗುತ್ತಿಯೋ, ಬಲಾತ್ಕಾರದಿಂದ ಹೊರಗೆ ಹಾಕ ಬೇಕೋ, ಯೆಂದು ಮಾಂತ್ರಿಕರು ಕೇಳಿದ್ದಕ್ಕೆ ದೆವ್ವು, ನನ್ನ ಹೆಸರಿನಿಂದ ಗಂಗವ್ವನಿಗೆ ಹೊಸ ಶೀರೆಯನ್ನು ಕೊಟ್ಟರೆ ನಾನು ಬಿಟ್ಟು ಹೋಗುತ್ತೇನೆಂದು ಹೇಳಿತು. ಅದಕ್ಕೆ ಗಂಗವ್ವನ ಗಂಡನು ವೊಡಂಬಟ್ಟನು. ಬಳಿಕ ಮಾಂತ್ರಿಕರು ದೆವ್ವಿಗೆ ಬಿಟ್ಟು ಹೋಗುತ್ತೇನೆಂದು ಆಣೆ ಮಾಡಿ ನೆರಿದ ಜನರಿಗೆ ನಮಸ್ಕಾರ ಮಾಡೆಂದು ಹೇಳಿದರು; ದೆವ್ವು, ಅಂದರೆ ಗಂಗವ್ವನು ಆ ಪ್ರಕಾರ ಮಾಡಿದಳು. ಕಡೆಯಲ್ಲಿ ಮಾಂತ್ರಿಕರು ಗಂಗವ್ವನನ್ನು ದೆವ್ವಿನ ಕಂಬದ ಬಳಿಯಲ್ಲಿ ಕರೆ ಕೊಂಡು ಹೋಗಿ, ಅದಕ್ಕೆ ಮೂರು ಪ್ರದಕ್ಷಿಣೇ ಮಾಡ ಹೇಳಿದರು. ಗಂಗವ್ವನು ಹಾಗೆ ಮಾಡುತ್ತಿರಲಾಗಿ, ಮೂರನೇ ಪ್ರದಕ್ಷಿಣೆಯ ಕಡೆಯಲ್ಲಿ ದೆವ್ವು, ನಾನು ಗಂಗವ್ವನನ್ನು ಬಿಟ್ಟು ಕಂದಕದೊಳಗೆ ಶೇರಿ ಕೊಂಡೆನೆಂದು ಹೇಳಿತು. ತರುವಾಯ ಮಾಂತ್ರಿಕರು ಗಂಗವ್ವನ ಹಣೆ, ಮೂಗು ಯೆದೆಗಳಿಗೆ ಹಚ್ಚಿದ ಚೀಟೆಗಳನ್ನು ತೆಗಿದರು; ಕೂಡಲೆ ಆಕೆಗೆ ಅರವು ಬಂದು, ಮುಖಮುದ್ರೆಯು ಸ್ವಾಭಾವಿಕದಂತೆ ಆಗಿ, ಈಗ ನನಗೆ ಸಮಾಧಾನವಿರುತ್ತದೆಂದು ಆಕೆ ಹೇಳಿದಳು. ಕಡೆಯಲ್ಲಿ ಮಾಂತ್ರಿಕರು ಆಕೆಗೆ ಮೂರು ಜುಲಾಬಿನ ಪುಡಿಗಳನ್ನು ಕೊಟ್ಟು ಪ್ರತಿ ದಿವಸ ವೊಂದೊಂದು ತಕ್ಕೋಯೆಂದು ಹೇಳಿ ಕಳಿಸಿದರು.

೨. ಗಂಗವ್ವನ ದೆವ್ವು ಬಿಡಿಸಿದ ಬಳಿಕ ಫಾತಿಮಾ ಯೆಂಬ ಮುಸಲ್ಮಾನ ಜಾತಿಯ ೩೫ ವರ್ಷದ ಹೆಂಗಸನ್ನು ಆಕೆಯ ಗಂಡನು ಮಾಂತ್ರಿಕರ ಮುಂದೆ ನಿಲ್ಲಿಸಿದನು. ಆಕೆಗೂ ಗಂಗವ್ವನಂತೆ ಮೂರು ಚೀಟೆಗಳನ್ನು ಹಚ್ಚಲಾಗಿ, ಆಕೆಯ ಮೈಯೊಳಗಿನ ದೆವ್ವು ವೊಡ ನುಡಿದು, ತಾನು ಹೆಣ್ಣು ದೆವ್ವೆಂತಲೂ ವೊಂಬತ್ತು ತಿಂಗಳು ರಾತ್ರಿಯಲ್ಲಿ ಫಾತಿಮಾನ ವಸ್ತ್ರಗಳನ್ನು ತೆಗಿದು ಆಕೆಯನ್ನು ಬಡಿಯುತ್ತಿತ್ತೆಂತಲೂ ಹೇಳಿತು. ಮಾಂತ್ರಿಕರು ಆ ದೆವ್ವನ್ನು ಮೇಲಿನಂತೆ ಹೆದರಿಸಲಾಗಿ, ೧೬ ರೂಪಾಯಿಯ ವಂಕಿಯನ್ನು ನನ್ನ ಹೆಸರಿನಿಂದ ಫಾತಿಮಾನ ಕೈಯಲ್ಲಿ ಇಡಿಸಿದರೆ ನಾನು ಬಿಟ್ಟು ಹೋಗುತ್ತೇನೆಂದು ಹೇಳಿತು. ಗಂಡನು ಅದಕ್ಕೆ ವೊಡಂಬಟ್ಟ ಬಳಿಕ ಫಾತಿಮಾನು ದೆವ್ವಿನ

41*

ಕಂಬಕ್ಕೆ ಪ್ರದಕ್ಷಿಣೇ ಹಾಕಲಾಗಿ ಆಕೆಯ ದೆವ್ವಾದರೂ ಗಂಗವ್ವನ ದೆವ್ವಿನಂತೆ ಕಂಬ ದೊಳಗೆ ಶೇರಿ ಕೊಂಡಿತು.

೩. ಕೊಲ್ಲಾಪುರದಲ್ಲಿ ರಾಮನೆಂಬ ಪೋಲೀಸ ಶಿಪಾಯಿಯ ಹೆಂಡತಿಯಾದ ಸೀತಾ ಯೆಂಬ ೩೫ ವರ್ಷದ ಹೆಂಗಸು ವೊಂದು ದಿನ ವೊಂದು ಕೆರೆಯ ದಂಡೆಯ ಮೇಲೆ ಕುರುಳಿನ ಬುಟ್ಟಿಯನ್ನು ಹೊತ್ತು ಕೊಂಡು ಹೋಗುವಾಗ ಜಾರಿ ಬಿದ್ದಳು. ಆದರೂ ಸೀತಾನು ಲಗುಬಗಿಯಿಂದ ಯೆದ್ದು ಕುರುಳುಗಳನ್ನು ಕೂಡಿಸಿ ಕೊಂಡು ತಕ್ಕೊಂಡು ಮನೆಗೆ ಹೋದಳು. ತಾನು ಬಿದ್ದದ್ದರಿಂದ ಬಹಳ ಹೆದರಿಕೆ ಬಂತೆಂದು ಮನೆಯವರಿಗೆ ತಿಳಿಸಿದಳು. ಮುಂದೆ ನಾಲ್ಕೈದು ದಿವಸದ ಮೇಲೆ ಯಾರೋ ಬಾಗಿಲಲ್ಲಿ ನಿಂತು ಸೀತಾ, ಸೀತಾ, ಯೆಂದು ವೊದರಿದ ಹಾಗೆ ಆಕೆಗೆ ಕೇಳಿಸಿತು; ಆದರೆ ಬಾಗಿಲಲ್ಲಿ ನೋಡಿದರೆ ಯಾರೂ ಇದ್ದಿಲ್ಲ. ಮುಂದೆ ಮತ್ತೂ ಹಾಗೆ ವೊದರಿದ ಧ್ವನಿ ಕೇಳಿಸಿತು. ಇದೇ ಪ್ರಕಾರ ಕೆಲವು ದಿವಸ ವೊದರುವ ಕ್ರಮ ನಡೀತು. ಒಮ್ಮೊಮ್ಮೆ ಬಾಗಿಲಿನ ಬಳಿಯಲ್ಲಿ ಇರುವ ಸಣ್ಣ ಕಿಡಿಕೆಯಲ್ಲಿ ಮನುಷ್ಯನ ಮೋರೆಯ ಹಾಗೆ ಆಕೆಗೆ ಕಾಣಿಸುವದು. ಅದರಿಂದ ಆಕೆ ಬಹಳ ಹೆದರಿ ಗಂಡನಿಗೆ ಮೇಲೆ ಮೇಲೆ ಈ ಸಂಗತಿಯನ್ನು ಹೇಳುವಳು. ಒಂದು ದಿನ ಗಂಡನು ಯೇನಿದೆ ನೋಡ ಬೇಕೆಂದು ಮನೆಯಲ್ಲಿ ನಿಂತನು. ಅವನಿಗೂ ಬಾಗಿಲಿನಲ್ಲಿ ಸೀತಾ, ಸೀತಾ, ಯೆಂದು ವೊದರಿದ್ದು ಕೆಳಿಸಿದ್ದಲ್ಲದೆ ಕಿಡಿಕೆಯಲ್ಲಿ ಮನುಷ್ಯನ ಆಕಾರವೂ ಕಾಣಿಸಿತು. ರಾಮನು ಗೋಡೆಗಳಿಗೂ ನೆಲಕ್ಕೂ ಗೋ ಮೂತ್ರವನ್ನು ಶಿಡಿಸಿ, ಮಂತ್ರಿಸಿದ ಬೂದಿಯನ್ನು ಮನೆಯೊಳಗೆ ಯೆಲ್ಲ ಕಡೆಯಲ್ಲಿ ಚಲ್ಲಿದನು. ಆದರೆ ಅದರಿಂದ ಉಪಯೋಗವೇನು ಆಗಲಿಲ್ಲ. ಸೀತಾನು ಬಸುರಿದ್ದಳು. ಆಕೆ ಹಡಿಯುವ ವರೆಗೆ ಇದೇ ಪ್ರಕಾರ ವೊದರುವ ಕ್ರಮ ನಡಿದಾಗ್ಯೂ, ಹಡಿದು ೧೫ ದಿವಸದ ವರೆಗೆ ಆಕೆಗೆ ಯೇನು ಬಾಧೆಯಾಗಲಿಲ್ಲ. ೧೬ನೇ ದಿವಸ ಆಕೆ ಮೂರ್ಛಿತಳಾಗಿ ಹೊರಸಿನ ಮೇಲೆ ಹೂ, ಹೂ, ಯೆಂದು ನೆರಳುತ್ತ ಬಿದ್ದು ಕೊಂಡಳು; ಕೂಸು ತಕ್ಕೊಳ್ಳುವ ಅರುವು ಉಳಿಯಲಿಲ್ಲ, ಕೈ ಕಾಲುಗಳು ಶಟದವು. ಔಷಧಗಳನ್ನು ಕೊಟ್ಟು ನೋಡಿದರೆ ಅವುಗಳಿಂದ ಪ್ರಯೋಜನವೇನು ಆಗಲಿಲ್ಲ. ಕಡೆಯಲ್ಲಿ ಆಕೆಗೆ ದೆವ್ವು ಬಡಿದದೆ ಯೆಂದು ಮನಗಂಡು, ಆಕೆಯ ಗಂಡನು ಕೃಷ್ಣನೆಂಬ ಗೊರವ ಜಾತಿಯ ಮಾಂತ್ರಿಕನನ್ನು ಕರೆಕೊಂಡು ಬಂದನು. ಆ ಗೊರವನು ಬೆಂಕಿಯನ್ನು ತರಿಸಿ ಊದು ಹಾಕಿ, ಅದರ ಹೊಗೆಯ ಮೇಲೆ ಸೀತಾನ ಮೋರೆಯನ್ನು ಹಿಡಿದು, ಮಂತ್ರವನ್ನು ಉಚ್ಚರಿಸಲಾಗಿ, ಸೀತಾನ ಮೈಯಲ್ಲಿ ದೆವ್ವಿನ ಸಂಚಾರವಾಗಿ, ಅದು ಹಿಂದುಸ್ತಾನೀ ಭಾಷೆಯಿಂದ, ನಾನು ಹೋಗುವದಿಲ್ಲ, ಈಕೆ ನನಗೆ ಬೇಕೆಂದು ಹೇಳಿತು. ತರುವಾಯ ಗೊರವನು ಯೆರಡು ಕಾಗದಗಳ ಮೇಲೆ ವೇತಾಳನ ಆಕೃತಿಯನ್ನು ಬರಿದು ಮಂತ್ರಿಸಿ ಸುಟ್ಟು, ಅವುಗಳ ಹೊಗೆಯನ್ನು ಸೀತಾನಿಗೆ ಕೊಡಲಾಗಿ ದೆವ್ವು ಧೈರ್ಯ ಗುಂದಿ ಮಾಂತ್ರಿಕನಿಗೆ ಹೇಳಿದ್ದೇನೆಂದರೆ— "ನೀನು ಇನ್ನು ಮಂತ್ರ ಪ್ರಯೋಗ ಮಾಡ ಬೇಡ, ನಾನು ಈಕೆಯನ್ನು ಬಿಡುತ್ತೇನೆ. ನಾನು ಪರದೇಶೀ ಶಿಪಾಯಿಯು; ೨೭ನೇ ರೆಜಿಮೆಂಟನಲ್ಲಿ ಇದ್ದೆನು. ಆ ರೆಜಿಮೆಂಟು

ಬಂಡಾಯ ಮಾಡಿದಾಗ ಸರಕಾರದವರು ನನ್ನನ್ನು ಕೊಲ್ಲಿಸಿದರು. ಈಕೆ ಕೆರೆಯ ದಂಡೆಯ ಮೇಲೆ ಹೋಗುವಾಗ ನೋಡಿ ಈಕೆಯ ಮೇಲೆ ನನ್ನ ಇಚ್ಛೆಯಾದ್ದರಿಂದ ಈಕೆಯನ್ನು ಯೆಡಿವಿಸಿ ಕೆಡಹಿದೆನು. ಅಂದಿನಿಂದ ಈಕೆಯ ಬಾಗಿಲಲ್ಲಿ ಬಂದು ವೊದರುತ್ತಿದ್ದೆನು. ಇನ್ನು ಮೇಲೆ ಈಕೆಯ ಮೈಯಲ್ಲಿ ನಾನು ನಿಲ್ಲುವದಿಲ್ಲ, ಹೋಗುತ್ತೇನೆ. ಅನ್ನ, ಗೋಧೀ ರೊಟ್ಟಿ, ತುಪ್ಪ, ಬಾಳೇಹಣ್ಣು ಹಾಕಿ ಯೆಡೆ ಮಾಡಿ ಈಕೆ ಬಿದ್ದ ಸ್ಥಳದಲ್ಲಿ ಇಡಿಸು; ಅಂದರೆ ಹೊರಟು ಹೋಗುತ್ತೇನೆ." ಇಷ್ಟು ಮಾತಾಡಿದ ಬಳಿಕ ಸೀತಾನು ಯೆದ್ದು ಬಾಗಿಲಿನ ಹೊರಗೆ ಹೋಗಿ ನೆಲಕ್ಕೆ ತಲೆಯೂರಿದಳು. ಅದರಿಂದ ದೆವ್ವ ಹೊರಟು ಹೋಗಿ, ಆಕೆಗೆ ಸ್ಮೃತಿ ಬಂತು. ತರುವಾಯ ಗೊರವನು ನಾಲ್ಕು ಲಿಂಬೇ ಹಣ್ಣು ತರಿಸಿ ಮಂತ್ರಿಸಿ, ವೊಂದು ಸೀತಾನ ಶರಗಿನಲ್ಲಿ ಕಟ್ಟಿ, ಉಳಿದ ಮೂರು ಮನೆಯ ಮೂರು ಬಾಗಿಲುಗಳ ಮುಂದೆ, ಹುಗಿದು, ಸೀತಾನು ಪೂರಾ ನೆಟ್ಟಗಾಗುವ ವರೆಗೆ ಶರಗಿನೊಳಗಿನ ಹಣ್ಣು ಬಿಚ್ಚ ಬೇಡಿರೆಂದು ಹೇಳಿ ಹೊರಟು ಹೋದನು. ರಾಮನು ದೆವ್ವ ಹೇಳಿದಂತೆ ಬಲಿ ಕೊಟ್ಟ ಬಳಿಕ ಸೀತಾನು ಮೂರು ನಾಲ್ಕು ದಿವಸದೊಳಗೆ ನೆಟ್ಟಗಾದಳು.

ಳ. ಸನ್ ೧೮೭೭ರ ಸುಮಾರಿನಲ್ಲಿ ಗೋವಿಂದನೆಂಬ ಶಿಂಪಿಗನು ತನ್ನ ಹೆಂಡತಿಯ ತವರ ಮನೆಯಿಂದ ತನ್ನ ಮನೆಗೆ ಕೊಲ್ಲಾಪುರಕ್ಕೆ ಆಕೆಯನ್ನು ಕರೆ ಕೊಂಡು ಬರುತ್ತಿದ್ದನು. ಮಾರ್ಗದಲ್ಲಿ ವೊಂದು ಹೊಳೆಯ ದಂಡೆಯಲ್ಲಿ ಗಂಡ ಹೆಂಡರು ಕೂತು ಬುತ್ತಿಯನ್ನು ಉಣ್ಣುವಾಗ ಗೋವಿಂದನು ಹೆಂಡತಿಯ ಕೊರಳೊಳಗೆ ವೊಂದು ತಾಯಿತವನ್ನು ಕಂಡನು. ಅದೇನೆಂದು ಕೇಳಿದ್ದಕ್ಕೆ ಹೆಂಡತಿಯು ದೆವ್ವಿನ ಬಾಧೆಯಾಗ ಬಾರದೆಂದು ವೊಬ್ಬ ಮಾಂತ್ರಿಕನು ಈ ತಾಯಿತವನ್ನು ಕೊಟ್ಟದ್ದಾನೆಂದು ಹೇಳಿದಳು. ಕೂಡಲೆ ಗೋವಿಂದನು ಸಿಟ್ಟಿನಿಂದ ತಾಯಿತವನ್ನು ಹರಿದು ತೆಗಿದು ಮೊಚ್ಚೆಯಿಂದ ಬಡಿದು ವೊಡಿದು ಹೊಳೆಯೊಳಗೆ ಚಲ್ಲಿ ಕೊಟ್ಟನು. ಮುಂದೆ ಅಲ್ಲಿಂದ ಹೊರಟು ಊರಿಗೆ ಬಂದ ಬಳಿಕ ಗೋವಿಂದನಿಗೆ ಭ್ರಮೆಯಾಗಿ ಬಡ ಬಡಿಸ ಹತ್ತಿದನು. ಔಷಧಗಳಿಂದ ಉಪಯೋಗವೇನು ಆಗಲಿಲ್ಲ. ಆದ್ದರಿಂದ ಮನೆಯವರು ಶೇಖಮಹಮ್ಮದನೆಂಬ ಮಾಂತ್ರಿಕನನ್ನು ಕರಿಸಿ ಗೋವಿಂದನನ್ನು ಅವನ ಮುಂದೆ ಕುಳ್ಳಿರಿಸಿದರು. ಮಾಂತ್ರಿಕನು ವೊಂದು ಕಾಗದದ ಮೇಲೆ ಚೌಕೋನಾಕೃತಿಯನ್ನು ಬರಿದು, ಅದರಲ್ಲಿ ಕೆಲವು ಮನೆಗಳನ್ನು ಮಾಡಿ, ವೊಂದು ಮನೆಯೊಳಗೆ ಪೂಜೆಯನ್ನು ಹಾಕಿ ಉಳಿದ ಯಾವತ್ತು ಮನೆಗಳಲ್ಲಿ ಅಂಕೆಗಳನ್ನು ತುಂಬಿ, ಆ ಕಾಗದವನ್ನು ಗೋವಿಂದನ ಮುಂದೆ ಹಿಡಿದು, ಪೂಜೆಯನ್ನು ನೋಡೆಂದು ಹೇಳಿದನು. ಗೋವಿಂದನು ಆ ಪೂಜೆಯನ್ನು ನೋಡಿದ ಕೂಡಲೆ ಅವನ ಮೈಯೊಳಗಿನ ದೆವ್ವ ವೊಡ ನುಡಿದು ಹೇಳಿತೇನೆಂದರೆ—"ಈ ಹೆಂಗಸನ್ನು ಸಂರಕ್ಷಿಸುವದಕ್ಕೋಸ್ಕರ ನನ್ನನ್ನು ತಾಯಿತದೊಳಗೆ ಹಾಕಿ ಈಕೆಯ ಕೊರಳಲ್ಲಿ ಕಟ್ಟಿದ್ದರು. ಈ ಗೋವಿಂದನು ನನ್ನ ಅಪಮಾನ ಮಾಡಿ ತಾಯಿತವನ್ನು ಮೊಚ್ಚೆಯಿಂದ ಬಡಿದು ವೊಡಿದು ನನ್ನನ್ನು ಹೊಳೆಯೊಳಗೆ ಚಲ್ಲಿದನು. ಆದ್ದರಿಂದ ನಾನು ಇವನನ್ನು ಬಿಡುವದಿಲ್ಲ. ಬಳಿಕ ಮಾಂತ್ರಿಕನು ೫ ಕಾಗದಗಳ ಮೇಲೆ ಯೇನೋ ಆಕೃತಿಗಳನ್ನು ಬರಿದು, ಅವನ್ನು

ಅರಿವೇ ತುಂಡುಗಳ ಮೇಲಿಟ್ಟು ಸುರುಳಿಗಳನ್ನು ಮಾಡಿ ಸುಟ್ಟು ಗೋವಿಂದನ ಮೂಗಿಗೆ ಹೊಗೆ ಕೊಡಲಾಗಿ, ದೆವ್ವ ತಪ್ಪಾಯಿತೆಂದು ಹೇಳಿ, ಗೋವಿಂದನು ಹೊಳೆಯ ದಂಡೆ ಯಲ್ಲಿ ಕೂತ ಸ್ಥಳದಲ್ಲಿ ಬ್ರಾಂಡಿ, ಗಾಂಜಿ, ಆಡಿನ ಮಾಂಸಗಳನ್ನು ಇಟ್ಟು ಬಂದರೆ ನಾನು ಇವನನ್ನು ಬಿಟ್ಟು ಹೋಗುತ್ತೇನೆ, ಮತ್ತೆ ಇವನನ್ನು ಪೀಡಿಸುವದಿಲ್ಲೆಂದು ಹೇಳಿತು. ಆ ಪ್ರಕಾರ ಮಾಡಲಾಗಿ ಗೋವಿಂದನು ನಾಲ್ಕಾರು ದಿವಸದೊಳಗೆ ನೆಟ್ಟಗಾದನು.

ಕ.

ಬರಗಾಲದ ಆಹಾರ.

ಸನ್ ೧೮೭೬-೭೭ನೇ ವರ್ಷದ ಬರಗಾಲದಲ್ಲಿ ಬೆಳಗಾವೀ ಜಿಲ್ಲೆಯ ಬಡ ಜನರು ತಿನ್ನುತ್ತಿದ್ದ ಪದಾರ್ಥಗಳು—

ಬೀಜಗಳು.—೧ ಬಿದರಕ್ಕಿ, ೨ ಗೋದೀ ಬಾರ್ಮೊಂಡ, ೩ ಜವಳಯಿಾಮಳ ಮಂಡಿ, ೪ ಕುಸರಿ, ೫ ಅಡವೀ ರಾಜಗೀರಿ, ೬ ಹುಣಚೀ ಕಾಳು, ೭ ಜಾಲೀ ಬೀಜ, ೮ ಕಾಶೀ ಜಾಲೀ ಬೀಜ, ೯ ಹಾರಿವಾಳದ ಬೀಜ.

ಗಿಡಗಳೂ ತೋಟಿಗಳೂ.—೧ ಶೆಜ್ಜೀ ತೌಡು, ೨ ಬಾಳೀ ಹಣ್ಣಿನ ತೋಟಿ.

ಕಾಯಿಗಳು.—೧ ಬಾಳೀ ಕಾಯಿ, ಹೂವು, ೨ ತೊಂಡೀ ಕಾಯಿ, ೩ ಮುಳ ಗಳ್ಳೀ ಕಾಯಿ, ೪ ಆಲದ ಕಾಯಿ, ೫ ಬಸರೀ ಕಾಯಿ, ೬ ಅತ್ತೀ ಕಾಯಿ.

ಮೊಳಕೆಗಳು.—೧ ಬಿದರಿನ ಮೊಳಕೆ, ೨ ಸುರ್ಮಾಡವೆಂಬ ತಾಳೀ ಮರದ ಮೊಳಕೆ.

ಎಲೆ, ಬೇರು, ಗಿಡ.—೧ ಹತ್ತರಿಕೆ, ೨ ಹಾಲಿ, ೩ ನುಗ್ಗೀ ಪಲ್ಲೆ, ೪ ನುಚ ಗೋಳಿ, ೫ ಅಡವೀ ರಾಜಗಿರಿ, ೬ ಚವಳೀ ತೊಪ್ಪಲು, ೭ ಹೊನ್ನವರೀ ತೊಪ್ಪಲು, ೮ ಯೆಮ್ಮಾ ಹೊನ್ನವರೀ ತೊಪ್ಪಲು, ೯ ಕಾಶೀ ಜಾಲೀ ತೊಪ್ಪಲು, ೧೦ ಹುಣಚೀ ತೊಪ್ಪಲು, ೧೧ ಆನೆ ನೆಗ್ಗಿನ ತೊಪ್ಪಲು, ೧೨ ಅತ್ತಿ, ೧೩ ಬಸರಿ, ೧೪ ಚಂದನ, ೧೫ ಜಿತೀ (ಮರಾಠಿ), ೧೬ ಮುಷ್ಟಿಕ (ಮರಾಠಿ), ೧೭ ಮಲ್ಲಿ (ಮರಾಠಿ), ೧೮ ಉತ್ತರಾಣಿ, ೧೯ ಯೆಲವತ (ಮರಾಠಿ), ೨೦ ಸವದಡಾ (ಮರಾಠಿ), ೨೧ ಮಲಮಂದಿ (ಮರಾಠಿ) ೨೨ ದಾಗಡಿ, ೨೩ ಅಡವೀ ಸಬಸಿಗೆ, ೨೪ ಚೊಂಚಿ (ಮರಾಠಿ), ೨೫ ತುರಣ (ಮರಾಠಿ), ೨೬ ಇಚಕ, ೨೭ ರತ್ನಪುರುಷ, ೨೮ ಬಿಳೇ ಸಂಕೇಶ್ವರಿ, ೨೯ ಗಣಜಲಿ, ೩೦ ಕಕ್ಕೀ ಯೆಲೆ, ೩೧ ತುಂಬೀ ಯೆಲೆ, ೩೨ ಕುರುಟಿಗ, ೩೩ ಮುಚರ್ಕಂದ (ಮರಾಠಿ).

ದಿಂಡು.—೧ ಬಾಳೀ ದಿಂಡು, ೨ ಅಡವೀ ಬಾಳೀ ದಿಂಡು, ೩ ಸುರ್ಮಾಡದ ದಿಂಡು.

ಬೇರು, ಗಡ್ಡೆ.—೧ ಸಾವೀ ಗಡ್ಡೆ, ೨ ಕಾಡು ಬಾಳೀ ಗಡ್ಡೆ, ೩ ಸೊಗಲೀಮುಳಾ (ಮರಾಠಿ), ೪ ಘಿರ್ಸೀಮುಳಾ (ಮರಾಠಿ).

ಗೋಧೀ ಬಾರ್ವೊಂಡವೆಂಬ ಕಾಳು ಕಪ್ಪಾಗಿ ಉದ್ದಕ್ಕೆ ಇರುತ್ತದೆ; ಜವಳಾಯಿ ಮಳಮುಂಡಿ ಯೆಂಬ ಕಾಳು ಖಸಖಸೀ ಕಾಳಿನ ಹಾಗೆ ಇರುತ್ತದೆ. ಈ ಕಾಳುಗಳನ್ನು ಬೀಸಿ ರೊಟ್ಟೀ ಮಾಡುವರು.

ಅಡವೀ ಸಬ್ಬಸಿಗೆಯನ್ನು ಕುದಿಸಿ ಸಬ್ಬಸಿಗೇ ಪಲ್ಯದ ಹಾಗೆ ಮಾಡುವರು.

ಹುಣಚೀ ಕಾಳು ಹುರಿದು ಹುಡುಗರು ತಿನ್ನುತ್ತವೆ. ಬರಗಾಲದಲ್ಲಿ ಹುರಿದ ಕಾಳು ಬೀಸಿ ರೊಟ್ಟೀ ಮಾಡುವರು. ಹುಣಚೀ ತೊಪ್ಪಲನ್ನು ಬರಗಾಲದಲ್ಲಿ ಕುದಿಸಿ ತಿನ್ನುವರು.

ಜಾಲೀ ಬೀಜಗಳ ತೋಟೀ ತೆಗಿದು ಕುದಿಸಿ ತಿನ್ನುವರು; ಅಥವಾ ಅದನ್ನು ಹುರಿದು ಬೀಸಿ ಜೋಳದ ಹಿಟ್ಟಿನೊಳಗೆ ಕೂಡಿಸುವರು.

ಹಾರಿವಾಳದ ಬೀಜಗಳನ್ನು ಕುದಿಸಿ ಅವರೇ ಉಸಳಿಯ ಹಾಗೆ ತಿನ್ನುವರು.

ಸೆಜ್ಜೀ ತೌಡನ್ನು ಜೋಳದ ಹಿಟ್ಟಿನೊಳಗೆ ಕೂಡಿಸುವರು.

ಬಾಳೀ ಹಣ್ಣಿನ ತೋಟಿಯನ್ನು ಕುದಿಸಿ ಪಲ್ಲೆ ಮಾಡುವರು. ಸುಖದ ಕಾಲದಲ್ಲಿ ಸಹ ಈ ಪಲ್ಲೆ ಮಾಡುವರು.

ಆಲದ ಕಸಕ ಕಾಯಿಗಳನ್ನು ಹಾಗೇ ಅಥವಾ ಕುದಿಸಿ ತಿನ್ನುವರು. ಆದರೆ ಅದ ರಿಂದ ಅತಿಸಾರ ಹತ್ತುತ್ತದೆ.

ಅತ್ತೀ ಯೆಲೆಗಳನ್ನೂ ಬಸರೀ ಯೆಲೆಗಳನ್ನೂ ಕುದಿಸಿ ತಿನ್ನುವರೆಂದು ತಿಳಿದದೆ.

ಕೋರೀ ಮರದ ಯೆಲೆಗಳನ್ನು ಕುದಿಸಿ ಪಲ್ಲೆ ಮಾಡಿ ತಿನ್ನುವರು. ಇದು ಆರೋ ಗ್ಯಕರವೆಂದು ಹೇಳುತ್ತಾರೆ. ಈ ಯೆಲೆಯು ಔಷಧಕ್ಕೂ ಬರುತ್ತದೆ.

ಶ್ರೀಗಂಧದ ಯೆಲೆಯನ್ನು ಆಡುಗಳು ಪ್ರೀತಿಯಿಂದ ತಿನ್ನುತ್ತವೆ. ಮನುಷ್ಯರಿಗಾ ದರೂ ಈ ಯೆಲೆಯು ಆರೋಗ್ಯಕರವೆಂದು ಹೇಳುತ್ತಾರೆ.

ಯೆಮ್ಮಾ ಹೊನ್ನವರಿಯ ಯೆಲೆಯು ಚಟ್ಟಣೀ ಮಾಡುವರು; ಹೊನ್ನವರಿಯ ಯೆಲೆಯನ್ನು ಕುದಿಸಿ ಸಹ ತಿನ್ನುವರು.

ಶೇಗುಣಶಿಯ ಯೆಲೆಯನ್ನು ಕುದಿಸಿ ಸಹ ತಿನ್ನುವರು.

ಬಿಳೀ ಸಂಕೇಶ್ವರಿಯ ಯೆಲೆಗಳು ಆರೋಗ್ಯಕರವೆಂದು ಹೇಳುತ್ತಾರೆ.

ಕಾಬಾಳಿ(ಕಾಡು ಬಾಳಿ)ಯ ಗಡ್ಡೆಯಲ್ಲಿ ಸತ್ವಾಂಶವಿರುತ್ತದೆ. ಅದರ ಹಿಟ್ಟು ಆರೋಗ್ಯಕರವು. ಅದರ ದಿಂಡನ್ನು ಬಾಳೀ ದಿಂಡಿನಂತೆ ಕುದಿಸಿ ಪಲ್ಲೆ ಮಾಡುವರು.

ಡ.

ಅಡವಿಯ ನಿಯಮಗಳು— (ಕಾನಡಾ.)

ತೊಲೆಗಳನ್ನು ಪೊತ್ತಟ್ಟಗೆ ಜಮೆ ಮಾಡಿ ವ್ಯಾಳ್ಯ ವ್ಯಾಳ್ಯಕ್ಕೆ ಲಿಲಾವಿನಿಂದ ಮಾರ ಬೇಕೆಂದು ಮುಂಬಯೀ ಸರಕಾರದವರ ಅಪೇಕ್ಷೆಯುಂಟು. ಆದರೆ ಜಿಲ್ಲೆಯ ನಿವಾಸಿಗಳಿಗೆ ಸ್ವಂತದ ಉಪಯೋಗಕ್ಕಾಗಿ ಕಟ್ಟಿಗೆ, ಬಿದರು, ಮುಂತಾದದ್ದು ದೊರಿಯು ವಂತೆ ಮಾಡುವದು ಅವಶ್ಯವಿರುತ್ತದೆ. ಆದ್ದರಿಂದ ಕಟ್ಟಿಗೆ ಮುಂತಾದವುಗಳನ್ನು ಕಡಿ ಯುವ ಬಗ್ಗೆ ಈ ಕೆಳಗಿನ ನಿಯಮಗಳು ಪ್ರಸಿದ್ಧಿಸಲ್ಪಟ್ಟವೆ.

೧. ಸರಕಾರದವರು ಕಾದು ಇಡದಿದ್ದಂಥ ಯಾವದಾದರೂ ಊರಿನ ಅಡವಿಯಲ್ಲಿ ಆ ಊರಿನ ನಿವಾಸಿಗಳು ಮಾಮೂಲ ವಹಿವಾಟನ ಪ್ರಕಾರ ಈ ಕೆಳಗೆ ವಿವರಿಸಿದ ಅಡ ವಿಯ ಹುಟ್ಟುವಳಿಗಳನ್ನು ಕಡಿದು ತಕ್ಕೊಳ್ಳ ಬಹುದು. ಅವು—೧ ಯೆಲ್ಲ ಪ್ರಕಾರದ ಬಿದರುಗಳು, ೨ ಸಣ್ಣ ಮನೆ, ಚಪ್ಪರ, ಕೊಟ್ಟಗೆ, ಮುಂತಾದವುಗಳಿಗಾಗಿ ಕಾಡುಗಟ್ಟಿಗೆ, ೩ ಪೊಣ ಉರವಲು, ೪ ಗೊಬ್ಬರಕ್ಕಾಗಿ ಯೆಲೆ, ಹುಲ್ಲು, ೫ ಬೇಲಿಗೂ ಪೊಡ್ಡಿಗೂ ಮುಳ್ಳು ಕಂಟೆ, ೬ ಗಳೇ ಸಾಮಾನಿನ ಕಟ್ಟಿಗೆ, ೭ ನೀರಿನ ಕಾವಲಿಗಳಿಗಾಗಿ ಪೊಣಗಿದ ತಾಳೇ ಜಾತಿಯ ಮರಗಳು. ಆದರೆ ಮೇಲಾದ ಮನೆಗಳಿಗೆ ಬೇಕಾಗುವಂಥ ಚೌಕು ತೊಲೆಗಳು, ಹಳಿ ಬಂಡಿಯ ಗಾಲಿಗೆ ಬೇಕಾಗುವ ಹಲಿಗೆಗಳು, ಬತ್ತ ಪೊಡಿಯುವ ಘಿರ ಟಿಗೂ ಕಬ್ಬಿನ ಗಾಣಕ್ಕೂ ಬೇಕಾಗುವ ಕಟ್ಟಿಗೆ, ಇವೇ ಮುಂತಾದ ಕಟ್ಟಿಗೆಗಳನ್ನು ಕಡಿಯಲಿಕ್ಕೆ ಮನಾಯಿ ಆಗಿದ್ದಲ್ಲಿ ಇವನ್ನು ಕಡಿಯಲಾಗದು.

ಈ ಕಟ್ಟಿಗೆಗಳನ್ನು ಕಡಿದವರು ಅವುಗಳ ಮಾರಾಟ ಮಾಡ ಕೂಡದು, ಮತ್ತೂ ೫ನೇ. ನಿಯಮದಲ್ಲಿ ಹೇಳಿದ ಕಟ್ಟಿಗೇ ಜಾತಿಗಳನ್ನು ಕಡಿಯಲೂ ಕೆಡಿಸಲೂ ಆಗದು. ಈ ನಿಯಮದ ಗೈರ ಉಪಯೋಗವಾಗದಂತೆ ಯೆಚ್ಚರು ಪಡುವ ಬಗ್ಗೆ ಗೌಡ ಕುಲಕರ ಣಿಗಳು ಜಬಾಬದಾರರಿರುತ್ತಾರೆ. ಯಾವದಾದರೂ ಹಳ್ಳಿಯ ಹದ್ದಿನೊಳಗೆ ಅಡವಿ ಇರ ದಿದ್ದರೆ, ಆ ಪೂರವರ ಉಪಯೋಗಕ್ಕಾಗಿ ನೆರೆ ಅಡವಿಯ ಭಾಗವನ್ನು ನೇಮಿಸಿ ಕೊಡ ಲಾದೀತು. ಆದರೆ ಆ ಅಡವಿಯೊಳಗಿನ ಸಾಮಾನುಗಳನ್ನು ತಕ್ಕೊಳ್ಳಲಿಕ್ಕೆ ಹೋಗುವ ಪೂರ್ವದಲ್ಲಿ ಆ ಪೂರವರು ತಮ್ಮ ಪೂರಿನ ಅಧಿಕಾರಿಯ ಪರವಾನೆಯನ್ನು ಆ ಅಡವಿಯ ತಾಬೆಯುಳ್ಳಂಥ ಪಾಟೀಲನಿಗೆ ಅಥವಾ ಅಧಿಕಾರಿಗೆ ತೋರಿಸಲಿಕ್ಕೆ ಬೇಕು. ಹೀಗೆ ನೇಮಿಸಿ ಕೊಟ್ಟ ಅಡವಿಯು ತೀರಿದ ಬಳಿಕ ಹೊಸ ಅಡವಿಯು ದೊರಿಯಲಿಕ್ಕಿಲ್ಲ; ಆದ್ದರಿಂದ ಕಡಿಯುವವರು ಯೆಚ್ಚರದಿಂದ ಕಡಿಯಲಿಕ್ಕೆ ಬೇಕು.

೨. ಭೂಮಿಗಳ ಪೊಡಿಯರೂ ಭೂಮಿಗಳನ್ನು ಮಾಡುವ ಪೊಕ್ಕಲಿಗರೂ ತಮ್ಮ ಭೂಮಿಯ ಮೇರೆಯಿಂದ ೫೦ ಪೂಟನ ವರೆಗೆ ಕಿರಿ ಅಡವಿಯನ್ನು ಕಡಿದು ಬೈಲು

ಮಾಡಿ, ಕಾಡುಮಿಕಗಳಿಂದ ತಮ್ಮ ದನಗಳನ್ನು ಸಂರಕ್ಷಿಸಿ ಕೊಳ್ಳ ಬಹುದು. ಹೀಗೆ ಕಡಿದ ಕಟ್ಟಿಗೆ ಮುಂತಾದವುಗಳನ್ನು ಅವರೇ ತಮ್ಮ ಸ್ವಂತದ ಉಪಯೋಗಕ್ಕಾಗಿ ತಕ್ಕೊಳ್ಳ ಬಹುದು. ಆದರೆ ೫ನೇ ನಿಯಮದಲ್ಲಿ ವಿವರಿಸಿದ ಕಟ್ಟಿಗೇ ಜಾತಿಗಳಿಗೆ ಈ ನಿಯಮವು ಹತ್ತುವದಿಲ್ಲ. ಅಡವಿಯ ಕನ್‌ಸರ್ವೇಟರ ಸಾಹೇಬರ ಅನುಮತಿಯಿಂದ ಕಲೆಕ್ಟರರು ಈ ನಿಯಮದಂತೆ ಅಡವಿಯನ್ನು ಕಡಿಯ ಕೂಡದೆಂದು ಹುಕುಮು ಮಾಡಿದರೆ, ಅದರಂತೆ ವರ್ತಿಸಲಿಕ್ಕೆ ಬೇಕು.

೩. ಮೇಲಿನ ಯೆರಡು ನಿಯಮಗಳಲ್ಲಿ ಹೇಳಿದಂತೆ ಹೊರ್ತಾಗಿ, ಮಾಮಲೇದಾರನ ಇಲ್ಲವೆ ಮಹಾಲಕರಿಯ ಲೇಖೀ ಪರವಾನೆಯನ್ನು ಪಡಿಯದೆ ಕಾನಡಾ ಜಿಲ್ಲೆಯ ಸರಕಾರೀ ಭೂಮಿಯಲ್ಲಿ ಯಾವ ಬಗೆಯ ಕಟ್ಟಿಗೆಯನ್ನು ಯಾರೂ ಕಡಿಯಲಾಗದು. ಆ ಪರವಾನೆಯ ಹೊರ್ತು ಯಾರಾದರೂ ಸದರೀ ಭೂಮಿಯಲ್ಲಿ ಕಟ್ಟಿಗೆ ಮುಂತಾದದ್ದನ್ನು ಕಡಿದರೆ, ಅವರ ಮೇಲೆ ಕಾಯದೆಯ ಪ್ರಕಾರ ಖಟ್ಲೆ ಮಾಡಲಾದೀತು.

೪. ಪರವಾನೆಯನ್ನು ಅಪೇಕ್ಷಿಸುವವರು ಸದರೀ ಜಿಲ್ಲೆಯೊಳಗಿನ ಮಾಮಲೇದಾರರಿಗೆ ಇಲ್ಲವೆ ಮಹಾಲಕರಿಗೆ ಅರ್ಜಿಯನ್ನು ಮಾಡಿ, ಅದರಲ್ಲಿ ಯಾವ ಜಾತಿಯ ಮರಗಳು ಯೆಷ್ಟು ಯಾವ ಕೆಲಸಕ್ಕೆ ಬೇಕೆಂಬದನ್ನು ತಿಳಿಸಲಿಕ್ಕೆ ಬೇಕು, ಮತ್ತೂ ಚಾಲೂನಿಯದಂತೆ ಫೀ ಭರಣಾ ಮಾಡಲಿಕ್ಕೆ ಬೇಕು.

೫. ಕಲೆಕ್ಟರನ ಅಪ್ಪಣೆಯನ್ನು ಮುದ್ದಾಮ್ ಪಡಿದ ಹೊರ್ತು ಕೆಳಗೆ ವಿವರಿಸಿದ ಮರಗಳನ್ನು ಕಡಿಯಲಿಕ್ಕೆ ಪರವಾನೆಯನ್ನು ಕೊಡ ಕೂಡದು. ಈ ಮರಗಳನ್ನು ಕಡಿಯುವದಕ್ಕೋಸ್ಕರ ಕಲೆಕ್ಟರನು ಅಡವಿಯ ಕನ್‌ಸರ್ವೇಟರನ ಅನುಮತಿಯಿಂದ ಅವಶ್ಯವಿದ್ದಂತೆ ವ್ಯಾಳ್ಯ ವ್ಯಾಳ್ಯಕ್ಕೆ ಹೊಸ ಫೀ ದರಗಳನ್ನು ಗೊತ್ತು ಮಾಡುವನು. ಈ ಮರಗಳು ಯಾವವೆಂದರೆ—

೧. ತೇಗು, ೨ ಶ್ರೀಗಂಧ, ೩ ಸಿಸುವು, ೪ ಎಬನಿ, ೫ ಹೊನ್ನಿ, ೬ ಸುರಹೊನ್ನಿ, ೭ ಮತ್ತಿ, ೮ ಬಲಘಯ, ೯ ಕರೆಮುತ್ತಲ, ೧೦ ಶಿವನ್ನಿ. ಇನ್ನೂ ಹೆಚ್ಚು ಜಾತಿಗಳನ್ನು ವ್ಯಾಳ್ಯ ವ್ಯಾಳ್ಯಕ್ಕೆ ನಮೂದಿಸ ಬಹುದು.

೬. ಮುಂದಿನ ೨೪ನೇಯಿಂದ ೨೭ನೇ ವರೆಗಿನ ನಿಯಮಗಳ ಶರತುಗಳಿಗನುಸಾರವಾಗಿ ಫೀ ಹಣವು ೨೫ ರೂಪಾಯಿಗಿಂತ ಕಡಿಮೆ ಇದ್ದು ಪರವಾನೆ ಕೊಡಲಿಕ್ಕೆ ಅಡ್ಡಿ ಇಲ್ಲೆಂದು ಮಾಮಲೇದಾರನಿಗಾಗಲೀ ಮಹಾಲಕರಿಗಾಗಲೀ ತೋರಿದರೆ, ಅವನು ಪರವಾನೆ ಕೊಡ ಬಹುದು. ಫೀ ೨೫ ರೂಪಾಯಿಗಿಂತ ಹೆಚ್ಚಿದ್ದರೆ, ಅವನು ತನ್ನ ಅಭಿಪ್ರಾಯ ಸಹಿತ ಅಸಿಸ್ಟಾಂಟ ಕಲೆಕ್ಟರನಿಗೆ ರಿಪೋರ್ಟು ಮಾಡ ಬೇಕು. ಅಸಿಸ್ಟಾಂಟ ಕಲೆಕ್ಟರನು ೬೦ ರೂಪಾಯಿ ಫೀ ವರೆಗೆ ಪರವಾನೆ ಕೊಡಲಿಕ್ಕೆ ಅಪ್ಪಣೇ ಮಾಡ ಬಹುದು. ಆದರೆ ಕಲೆಕ್ಟರನ ಪರವಾನಗಿಯ ಹೊರ್ತು ೫೦ ಖಂಡಿಗಿಂತ (ಅಂದರೆ

೬೨೫ ಘನ ಫೂಟಗಿಂತ) ಹೆಚ್ಚು ಚೌಕ ಕಟ್ಟಿಗೆಯನ್ನು ಹತ್ತು ವರ್ಷದೊಳಗೆ ಯಾರೂ ಕಡಿಯಲಾಗದು. ಕಲೆಕ್ಟರನು ೧೦೦ ಖಂಡಿಗಿಂತ (ಅಂದರೆ ೧೨೫೦ ಘನ ಫೂಟಗಿಂತ) ಹೆಚ್ಚು ಕಟ್ಟಿಗೆಯನ್ನು ಕಡಿಯಲಿಕ್ಕೆ, ಅಡವಿಯ ಕನ್‌ಸರ್ವೇಟರನ ಮುಖಾಂತರವಾಗಿ ಮೊದಲು ಕಮಿಶನರನಿಗೆ ತಿಳಿಸಿದ ಹೊರ್ತು, ಪರವಾನೇ ಕೊಡುವ ಹುಕುಮು ಕೊಡಲಾಗದು. ೫೦ ಖಂಡಿಗಿಂತ ಹೆಚ್ಚು ಕಟ್ಟಿಗೆಯನ್ನು ಬೇಡುವವರ ಕೈಯಿಂದ ಕಾನ್‌ಸರ್ವೇಟರನು ವಾಡಿಕೆಯ ಫೀ ದರದ ಇಮ್ಮಡಿಯ ವರೆಗೆ ಬೇಕಾದಪ್ಟು ಫೀಯನ್ನು ಕಲೆಕ್ಟರನ ಅನುಮತಿಯಿಂದ ತಕ್ಕೊಳ್ಳ ಬಹುದು.

೭. ಪ್ರತಿ ವೊಂದು ಹಳ್ಳಿಯಲ್ಲಿ ಅರ್ಜಿಗಳ ರಜಿಷ್ಟರು ಇಡಲ್ಪಡುವದು. ಆ ರಜಿಷ್ಟರಿನ ತಪಾಸಣಿಯಿಂದ ಅರ್ಜದಾರನಿಗೆ ಯೋಗ್ಯ ಮುದ್ದತಿನೊಳಗೆ ಕಟ್ಟಿಗೇ ಕಡಿಯುವ ಪರವಾನೆ ದೊರಿದಿಲ್ಲೆಂದು ತಿಳಿದ ಹೊರ್ತು, ಮತ್ತು ಅವನು ಅರ್ಜಿಯಲ್ಲಿ ನಮೂದಿಸಿದ ಕೆಲಸಕ್ಕಾಗಿಯೇ ಕಟ್ಟಿಗೆ ಅವನಿಗೆ ಬೇಕೆಂದು ಮನಗಂಡ ಹೊರ್ತು ಪರವಾನೆ ಕೊಡಲಾಗದು.

೮. ಅರ್ಜಿಯ ತಾರೀಖಿನ ತರುವಾಯ ಆದಪ್ಟು ಬೇಗ ಪರವಾನೆ ಕೊಡ ಬೇಕು. ಅರ್ಜದಾರನು ಬೇಡಿದ ಕಟ್ಟಿಗೇ ಕಡಿಯಲಿಕ್ಕೆ ಅವಶ್ಯವಿದ್ದಷ್ಟೇ ಕಟಾಕಟ ಮುದ್ದತನ್ನು ಕೊಡ ಬೇಕು. ಪರವಾನೆಯಲ್ಲಿ ಕಡಿಯ ತಕ್ಕ ಮರಗಳ ಸಂಖ್ಯವನ್ನೂ ಕಡಿಯ ತಕ್ಕ "ಫಿರ್ಕಾ" ಯೆಂಬ ಅಡವಿಯ ಭಾಗವನ್ನೂ ನಮೂದಿಸ ಬೇಕು, ಮತ್ತೂ ಪರವಾನೇ ಕೊಟ್ಟ ಸಂಗತಿಯನ್ನು ಗೌಡ ಕುಲಕರ್ಣಿಗಳಿಗೆ ಯೋಗ್ಯವಾಗಿ ತಿಳಿಸ ಬೇಕು. ಕಡಿಯ ತಕ್ಕ ಮರಗಳನ್ನು ಅಡವಿಯ ಕಾವಲುಗಾರರು ಕಡಿಸುವವನಿಗೆ ತೋರಿಸುವರು.

೯. ಜರೂರಿಯ ಹೊರ್ತು ೩೧ನೇ ಮೆಯಿಂದ ೩೧ನೇ ಅಗಟಂಬರಿನ ವರೆಗೆ ತೊಲೆಗಳನ್ನು ಕಡಿಯಲಿಕ್ಕೆ ಅಪ್ಪಣೇ ಕೊಡಲಾಗದು.

೧೦. ಪರವಾನೆಯಲ್ಲಿ ನಮೂದಿಸಿದ ಮುದ್ದತು ಮೀರಿದ ಬಳಿಕ ಮರಗಳನ್ನು ಯಾರೂ ಕಡಿಯಲಾಗದು; ಅವಶ್ಯವಿದ್ದರೆ ಕಡಿಯುವವನು ಮುದ್ದತು ಬೆಳಿಸಲಿಕ್ಕೆ ಅರ್ಜಿಯನ್ನು ಮಾಡ ಬೇಕು.

೧೧. ಕಡಿಯುವದು ತೀರಿದ ಕೂಡಲೆ ಪರವಾನೇ ಪಡಿದ ಮನುಷ್ಯನು ಪಾಟೀಲನಿಗೆ ಇಲ್ಲವೆ ಮಾಮಲೇದಾರನಿಗೆ ಇಲ್ಲವೆ ಮಹಾಲಕರಿಗೆ ತಾನು ಬೇಡಿದ ಕಟ್ಟಿಗೇ ಕಡಿಯುವದು ತೀರಿತೆಂತಲೂ, ಕಡಿದ ಕಟ್ಟಿಗೆಯು ಅಳಿಯಲಿಕ್ಕೆ ಸಿದ್ಧವಿರುತ್ತದೆಂತಲೂ ತಿಳಿಸ ಬೇಕು. ಅಳಿದು ಪರವಾನೆಯ ಮೊಹರು ಮಾಡಿದ ಹೊರ್ತು ಕಡಿದ ಕಟ್ಟಿಗೆಯನ್ನು ಅಡವಿಯೊಳಗಿಂದ ವೊಯ್ಯಲಾಗದು.

೧೨. ಬಿದರು, ಉರುವಲು, ಉದ್ಪನ್ನ ಸ್ತಂಭಗಳು ಹೊರ್ತಾಗಿ, ಕಡಿದ ಕಟ್ಟಿಗೆಯನ್ನು ಚೌಕಾಗಿ ಕೆತ್ತಿದ ಬಳಿಕ ಅದನ್ನು ಅಳಿಯ ಬೇಕು. ಅಳಿಯುವಾಗ ೧/೪ ಖಂಡಿ

(೩೭ ಘನ ಫೂಟು) ಅಥವಾ ಅದಕ್ಕೂ ಹೆಚ್ಚು ಮಾಪಿನ ತುಂಡುಗಳನ್ನು, ಈ ಮಾಪಿನ ತುಂಡುಗಳಾಗುವಂಥ ಟೊಂಗೆಗಳನ್ನು ಅಳಿದು ಅಂದಾಜು ಮಾಡ ಬೇಕು. ಅಳಿದ ಕಟ್ಟಿಗೆಯು ಬೇಡಿದ್ದಕ್ಕಿಂತ ಕಡಿಮೆಯಾದರೆ ಭರ್ತಿಗಾಗಿ ಮತ್ತೊಂದು ಅಥವಾ ಹೆಚ್ಚು ಮರಗಳನ್ನು ತೋರಿಸ ಬೇಕು; ಅಥವಾ ಕಡಿಮೆ ಬಿದ್ದಷ್ಟರ ಫೀಯನ್ನು ಮಾಲಕನಿಗೆ ಹಿಂದಕ್ಕೆ ಕೊಡ ಬೇಕು. ತೋರಿಸಿದ ಮರದಲ್ಲಿ ಪರವಾನೆಗಿಂತ ಹೆಚ್ಚು ಕಟ್ಟಿಗೆ ಹೊರಟರೆ, ಹೆಚ್ಚಿನ ಕಟ್ಟಿಗೆಯ ಫೀ ತಕ್ಕೊಳ್ಳ ಬೇಕು. ಅಡವೀಖಾತೆಯ ಯೋಗ್ಯ ಜವಾಬದಾರನಾದ ಅಧಿಕಾರಿಯು ಈ ಅಳತಿಯನ್ನು ಮಾಡಿ ಮೊಹರು ಮಾಡ ಬೇಕು.

೧೩. ಮೇಲಿನ ೪ನೇ ನಿಯಮದಂತೆ ಪರವಾನೆಯನ್ನು ಪಡಿದ ಮನುಷ್ಯನು ಪರವಾನೆಯ ತೊಲೆಗಳನ್ನು ಅರ್ಜಿಯಲ್ಲಿ ನಮೂದಿಸಿದ ಕೆಲಸಕ್ಕೇ ಹೊರ್ತು ಬೇರೆ ಕೆಲಸಕ್ಕೆ ಉಪಯೋಗಿಸಲಾಗದು. ಅವನು ಬೇರೆ ಕೆಲಸಕ್ಕೆ ಉಪಯೋಗಿಸಿದರೆ, ಆ ಕಟ್ಟಿಗೆಯು ಸರಕಾರದಿಂದ ಕಸುಕೊಳ್ಳಲ್ಪಡಲಿಕ್ಕೆ ಪಾತ್ರವಾದೀತು. ಇಂಥಾ ಪ್ರಸಕ್ತಿಯನ್ನು ಶೋಧ ಮಾಡಿ ಕಲೆಕ್ಟರನಿಗೆ ತಿಳಿಸ ಬೇಕು. ಅವನು ಯೋಗ್ಯ ಕಾಣಿಸಿದರೆ ಆ ಕಟ್ಟಿಗೆಯನ್ನು ಕಸುಕೊಳ್ಳುವ ಹುಕುಮು ಮಾಡುವನು, ಮತ್ತು ಆ ಮನುಷ್ಯನಿಗೆ ಮತ್ತೊಮ್ಮೆ ಪರವಾನೆ ದೊರಿಯ ಬಾರದೆಂತಲೂ ಹುಕುಮು ಮಾಡುವನು.

೧೪. ಈ ಕೆಳಗೆ ವಿವರಿಸಿದ ಪ್ರಸಕ್ತಿಗಳಲ್ಲಿ ಇಡೀ ಫೀಯು ಅಥವಾ ಅದರ ಕೆಲವೊಂದು ಭಾಗವು ಹಿಂದಕ್ಕೆ ಕೊಡಲ್ಪಡುವದು.—

೧ನೇದು. ಸಾರ್ವಜನಿಕ ಕೆಲಸಗಳು—(೧) ಹಳ್ಳಿಯ ಚೌಕಿ ಅಥವಾ ಕಚೇರಿ; (೨) ಹಳ್ಳಿಯ ಶಾಲೆಗಳು; (೩) ಧರ್ಮಶಾಲೆಗಳು; (೪) ಸಾರ್ವಜನಿಕ ಬಾವಿಗಳ ಆಚ್ಛಾದನ ಅಥವಾ ಅವಾರ; (೫) ಸರುವುಗಳ ಮೇಲೆ ಪೂಲುಗಳು; (೬) ಖಾಸಗೀ ವರ್ಗಣಿಯಿಂದಾಗಲಿ ಲೋಕಲ್ ಫಂಡಿನಿಂದಾಗಲಿ ಆಗುವಂಥ ಮೇಲೆ ವಿವರಿಸಲ್ಪಡದಿದ್ದಂಥ ನಿಜವಾದ ಸಾರ್ವಜನಿಕ ಕೆಲಸಗಳು.

೨ನೇದು—ಹಳ್ಳಿಗಳಲ್ಲಿಯ ಪ್ರಾರ್ಥನಾಲಯಗಳು, ಗುಡಿಗಳು, ಮಠಗಳು, ಮಶೀದಿಗಳು, ಇವುಗಳ ದಾಗದೂಜಿ; ವ್ಯಕ್ತಿ ಮಾತ್ರರ ಸ್ವತ್ತು ಅಲ್ಲದೆ ಸಮಾಜದ ಪೂರ್ಣ ಭಾಗದ ಸಂಬಂಧದಿಂದ ಸಾರ್ವಜನಿಕವಾದಂಥ ಧರ್ಮ ಸಂಬಂಧದ ಇಮಾರತುಗಳಿಗಾಗಿ ಕೊಡಲ್ಪಟ್ಟ ಪರವಾನೆಗಳು.

೩ನೇದು—ಸರಕಾರಕ್ಕೆ ತೆರಿಗೆ ಕೊಡುವಂಥವರ, ಅವರ ಕುಳಗಳ ಅಥವಾ ಸ್ವಲ್ಪ ಸಂಬಳುಳ್ಳಂಥ ಸರಕಾರೀ ನೌಕರರ ಮನೆಗಳು ಬೆಂಕಿಯಿಂದಾಗಲಿ, ನೀರಿನಿಂದಾಗಲಿ, ಇಂಥಾ ಬೇರೆ ಕಾರಣದಿಂದಾಗಲಿ ನಾದುರಸ್ತು ಅಥವಾ ನಾಶವಾಗಿದ್ದರೆ, ಅವುಗಳನ್ನು ಕಟ್ಟುವದು. ಹೊಸದಾಗಿ ಸ್ಥಾಪಿಸಿದ ಮುಲಖೀ ಅಥವಾ ಪೋಲೀಸ ಠಾಣ್ಯಗಳಲ್ಲಿ ಇರಲಿಕ್ಕೆ ಮನೆಯು ದೊರೆಯುವ ಹಾಗಿರದಿದ್ದಲ್ಲಿ ಸರಕಾರೀ ನೌಕರರು ತಮಗೆ ಇರಲಿಕ್ಕೆ ಕಟ್ಟುವ ಮನೆಗಳು.

ಳನೇದು — ಮೇಲಿನ ಸದರುಗಳೊಳಗೆ ಬಾರದಿದ್ದಂಥ ಆಪತ್ತಿನ ಅಥವಾ ಬಡತನದ ಪ್ರಸಕ್ತಿಗಳಲ್ಲಿ ೧೫ ರೂಪಾಯಿಯ ವರೆಗೆ ಫೀ ಮಾಫ ಮಾಡಲಿಕ್ಕೆ ಕನ್‌ಸರ್ವೇಟರನಿಗೆ ಅಧಿಕಾರವಿರುತ್ತದೆ.

೧೫. ಅಶಿಷ್ಟಾಂಟ ಕಲೆಕ್ಟರನಿಗೂ ಡೆಪ್ಯುಟೀ ಅಥವಾ ಅಸಿಷ್ಟಾಂಟ ಕನ್‌ಸರ್ವೇಟ ರನಿಗೂ ವೊಂದು ಪ್ರಸಕ್ತಿಯಲ್ಲಿ ೧೫ ರೂಪಾಯಿಯ ವರೆಗೆ ಫೀ ಮಾಫು ಮಾಡುವ ಅಧಿಕಾರವಿರುತ್ತದೆ. ಇವಕ್ಕಿಂತ ಹೆಚ್ಚು ಹಣವು ಮಾಫು ಮಾಡ ಬೇಕಾಗಿದ್ದಲ್ಲಿ ಆ ಪ್ರಸಕ್ತಿಯನ್ನು ಕಲೆಕ್ಟರನಿಗೆ ಅಥವಾ ಅವಶ್ಯವಿದ್ದಲ್ಲಿ ಕಮ್ಮಿಶನರನಿಗೆ ಅಥವಾ ಸರಕಾ ರಕ್ಕೆ ತಿಳಿಸ ಬೇಕು.

೧೬. ಫೀ ಮಾಫು ಮಾಡುವ ಹುಕುಮಿನ ನಂಬರು ತಾರೀಖುಗಳನ್ನು ಮಾಫೀ ಪರವಾನೆಯ ಬೆನ್ನಿನ ಮೇಲೆ ಬರಿಯ ಬೇಕು. ಮಾಫು ಮಾಡಿದ ಹಣವನ್ನು ಅಡವೀ ಖಾತೆಯ ಲೆಕ್ಕಕ್ಕೆ ಜಮೆ ಮಾಡಿ ಖರ್ಚು ಬರಿಯ ಬೇಕು.

೧೭. ಸನ್ ೧೮ಳಳನೇ ವರ್ಷದ ಪೂರ್ವದಿಂದ ಸರಕಾರಕ್ಕೆ ತೆರಿಗೆಯನ್ನು ಕೊಡ ದಿದ್ದಂಥ ಭೂಮಿಗಳ ವೊಡಿಯರು ಅಥವಾ ಆ ಭೂಮಿಗಳನ್ನು ಮಾಡುವವರು ಕಲೆಕ್ಟರ ನಿಗೆ ಅರ್ಜಿಯನ್ನು ಮಾಡಿ ಆ ಭೂಮಿಗಳಲ್ಲಿ ಬೆಳೆಯುವ ತೊಲೆಗಳ ವೊಡೆತನವನ್ನು ಕೊಂಡು ಕೊಳ್ಳ ಬಹುದು. ಕಲೆಕ್ಟರನು ಅಡವಿಯ ಅಧಿಕಾರಿಯ ಅನುಮತಿಯಿಂದ ಅದರ ಬೆಲೆಯನ್ನು ಗೊತ್ತು ಮಾಡ ಬೇಕು.

ರಹಾದಾರೀ ದಾಖಲೆ ಕೊಡುವ ಅಧಿಕಾರವುಳ್ಳಂಥ ಅಧಿಕಾರಿಯ ರಹದಾರಿಯಲ್ಲದೆ ಕಾನಡಾ ಜಿಲ್ಲೆಯಲ್ಲಿ ಅಥವಾ ಅದರ ಹೊರಗೆ ಹೋಗುವ ತೊಲೆಗಳು ಚೌಕಶಿಗಾಗಿ ಪ್ರತಿಬಂಧಿಸಿ ಇಡಲಿಕ್ಕೆ ಪಾತ್ರವಾಗುವವು.

೧೯. ತೊಲೆಗಳನ್ನು ವೊಯ್ಯುವವರು ಅರ್ಜಿಯನ್ನು ಮಾಡಲಾಗಿ ಮಾಮಲೇದಾ ರರು, ಮಹಾಲಕರಿಗಳು, ಅಡವೀ ಖಾತೆಯವರ ಕೈ ಕೆಳಗಿನ ಅಮಲದಾರರು ಚೌಕಶೀ ಮಾಡಿ ರಹದಾರಿಯನ್ನು ಕೊಡುವರು.

೨೦. ಕಾನಡಾ ಜಿಲ್ಲೆಯ ಘಟ್ಟದ ಮೇಲಿನ ಭಾಗದ ಹದ್ದಿನ ಹೊರಗೆ ತೊಲೆ ಮುಂ ತಾದವುಗಳನ್ನು ತಕ್ಕೊಂಡು ಹೋಗುವವರಿಗೆ ಮಾಮಲೇದಾರನು, ಇಲ್ಲವೆ ಮಹಾಲ ಕರಿಯು, ಇಲ್ಲವೆ ಅಡವೀ ಖಾತೆಯವರ ಕೈ ಕೆಳಗಿನ ಅಮಲದಾರನು ಹಸುರು ಕಾಗ ದದ ಮೇಲೆ ಪಾಸು ಕೊಡುವನು. ಗೊತ್ತು ಮಾಡಿದ ಸರಹದ್ದಿನ ನಾಕೆಯಲ್ಲಿ ಅದನ್ನು ಕೊಟ್ಟು ಅಂಥಾದೇ ಬಿಳೀ ಕಾಗದದ ಪಾಸನ್ನು ತಕ್ಕೊಳ್ಳ ಬೇಕು. ಬಿಳೀ ಕಾಗದದ ಮೇಲೆ ಬರೆದ ಪಾಸುಗಳು ಕಾನಡಾ ಜಿಲ್ಲೆಯಲ್ಲಿ ಕೆಲಸಕ್ಕೆ ಬರಲಿಕ್ಕಿಲ್ಲ, ಆ ಜಿಲ್ಲೆಯ ಹೊರಗೆ ಮಾತ್ರ ಕೆಲಸಕ್ಕೆ ಬರುವವು.

೨೧. ಮುಲಕೀ, ಫೌಜದಾರೀ, ದಿವಾಣೀ, ಅಥವಾ ಅಡವೀ ಖಾತೆಯ ಲಿಲಾವಿನಲ್ಲಿ ಕೊಂಡಂಥ ಕಟ್ಟಿಗೆಯನ್ನು ಜಿಲ್ಲೆಯ ಹೊರಗೆ ವೊಯ್ಯಲಿಕ್ಕೆ ಪಾಸು ಪಡಿಯುವ ಹಕ್ಕು ಮಾಲಕನಿಗೆ ಇರುತ್ತದೆ.

೨೨. ಹಕ್ಕಿನ ಕಾರಣದಿಂದ ಕೊಡಲ್ಪಟ್ಟು, ಮೂಲದ ಉದ್ದೇಶಕ್ಕೆ ಹಚ್ಚಲ್ಪಡುವಂಥ ಕಟ್ಟಿಗೆಯನ್ನು ಪರ ಜಿಲ್ಲೆಗೆ ವೊಯ ಬೇಕಾಗಿದ್ದಲ್ಲಿ ಅದಕ್ಕಾಗಿಯೂ ಪಾಸು ಕೊಡ ಬಹುದು. ಆದರೆ ಅಂಥಾ ಕಟ್ಟಿಗೆಯನ್ನು ಜಿಲ್ಲೆಯ ಹೊರಗಿನವರಿಗೆ ಮಾರಿದ್ದಲ್ಲಿ, ಆ ಕಟ್ಟಿಗೆಯನ್ನು ಕಡಿಯುವಾಗ ಭರಣಾ ಆದ ಇಲ್ಲವೆ ಮಾಫಾದ ಫೀ ಮೇಲೆ ಶೇಕಡಾ ೫೦ರಂತೆ ಹೊಸ ಫೀಯನ್ನು ಆ ಕಟ್ಟಿಗೆಯು ಜಿಲ್ಲೆಯ ಹೊರಗೆ ಹೋಗುವಾಗ ವಸೂಲು ಮಾಡ ಬೇಕು.

೨೩. ಸದರೀ ಪ್ರಕಾರ ಜಿಲ್ಲೆಯ ಹೊರಗೆ ಹೋಗುವ ಕಟ್ಟಿಗೆಯು ಧರ್ಮಾರ್ಥ ವಾಗಿ ಕೊಡಲ್ಪಟ್ಟಿದ್ದರೆ, ಅಥವಾ ಕಟ್ಟಿಗೆಯ ಪರವಾನೇ ಪಡಿದವನು ಕಾನಡಾ ಜಿಲ್ಲೆ ಬಿಟ್ಟು ಪರ ಜಿಲ್ಲೆಯಲ್ಲಿ ಇರಲಿಕ್ಕೆ ಹೋಗುತ್ತಿದ್ದಲ್ಲಿ, ಕಲೆಕ್ಟರನು ಅಥವಾ ಅವನ ಅಸಿಷ್ಟಾಂಟನು ಅಥವಾ ಡೆಪ್ಯುಟಿಯು ಮೇಲಿನ ನಿಯಮದಲ್ಲಿ ಹೇಳಿದ ಹೆಚ್ಚಿನ ಫೀಯನ್ನು ಕಡಿಮೆ ಮಾಡ ಬಹುದು ಅಥವಾ ಮಾಫು ಮಾಡ ಬಹುದು.

೨೪. ತಮಗೆ ಬೇಕಾಗಿರುವ ಕಟ್ಟಿಗೆ ಮುಂತಾದ ಸಾಮಾನುಗಳನ್ನು ಕಟ್ಟಿಗೆಯ ಡೀಪೋಗಳಲ್ಲಿ ತಕ್ಕೊಳ್ಳಲಿಕ್ಕೆ ಸಮರ್ಥರಾದಂಥ ಮನುಷ್ಯರಿಗೆ ಸರಕಾರೀ ಅಡವಿಯಲ್ಲಿ ಕಟ್ಟಿಗೆಯನ್ನು ಕಡಿಯಲಿಕ್ಕೆ ಪರವಾನೆ ಕೊಡಲಾಗದು.

೨೫. ವಹಿವಾಟಿನ ಪ್ರಕಾರ ಯಾವನಾದರೂ ಮನುಷ್ಯನಿಗೆ ಪರವಾನೆಯು ಕೊಡ ತಕ್ಕದ್ದಿದ್ದು ಕಟ್ಟಿಗೇ ಡೀಪೋ ಅವನಿಗೆ ಸಮೀಪವಿರುವ ಕಾರಣ ಅವನಿಗೆ ಪರವಾನೇ ಕೊಡುವದನ್ನು ನಾಕಾರಿಸಿದ್ದರೆ, ಕಲೆಕ್ಟರನ ವಿವೇಕಾನುಸಾರವಾಗಿ ಡೀಪೋದಲ್ಲಿ ಲಿಲಾವಿನೊಳಗೆ, ಕಟ್ಟಿಗೆಯನ್ನು ಖರೇದಿಗೆ ತಕ್ಕೊಳ್ಳುವದು ಅವನಿಗೆ ಅವಶ್ಯವಾಗದಂತೆ ಮಾಡ ಬಹುದು. ಅವನಿಗೆ ಬೇಕಾಗಿರುವ ತೊಲೆಗಳ ಕಡಿಯುವ ಕೂಲಿ, ಛಕಡಿಯ ಬಾಡಿಗೆ (ದೇಖರೇಖೀ ಖರ್ಚು ಸಹಿತ), ವ್ಯಾಳ್ಯ ವ್ಯಾಳ್ಯಕ್ಕೆ ಗೊತ್ತು ಮಾಡಲ್ಪಡುವಂತೆ "ಸಿಗ್ನಿಯೋರೇಜ" ಯೆಂಬ ಫೀ, ಇಷ್ಟರ ಆಕಾರವನ್ನು ಮಾತ್ರ ತಕ್ಕೊಂಡು ಡೀಪೋದೊಳಗಿನ ತೊಲೆಗಳನ್ನು ಅವನಿಗೆ ಕೊಡ ಬಹುದು. ೧೪ನೇ ನಿಯಮದಲ್ಲಿ ಹೇಳಿದ ಪ್ರಸಕ್ತಿಗಳಲ್ಲಿ ಸಿಗ್ನಿಯೋರೇಜ ಫೀಯನ್ನು ಮಾಫು ಮಾಡ ಬಹುದು.

೨೬. ಯಾವ ವೊಕ್ಕಲಿಗನ ಹೊಲಗಳಲ್ಲಿ ಫಲ ವೃಕ್ಷಗಳ ಹೊರ್ತು ಬೇರೆ ಪ್ರಕಾರದ ಮರಗಳಿರುವವೋ, ಅಂಥವನಿಗೆ ಸರಕಾರೀ ಅಡವಿಯಲ್ಲಿ ಮರಗಳನ್ನು ಕಡಿಯುವ ಪರವಾನೇ ಕೊಡಲ್ಪಡಲಿಕ್ಕಿಲ್ಲ.

೨೭. ಯಾವದಾದರೂ ಹಳ್ಳಿಯ ಅಥವಾ ಊರಿನ ಸೆರೆಯ ಸರಕಾರೀ ಅಡವಿಯಲ್ಲಿ ಪರವಾನೆಯ ಹೊರ್ತು ಬೆಲೆಯುಳ್ಳ ದೊಡ್ಡ ಮರಗಳನ್ನು ಯಾರಾದರೂ ಕಡಿದಿದ್ದಾರೆಂದು ತಿಳಿದು, ಆ ಹಳ್ಳಿಯವರಿಗೆ ಇಲ್ಲವೆ ಊರವರಿಗೆ ಆ ಮರಗಳನ್ನು ಕಡಿದದ್ದು ತಿಳಿ

ದಿರಲಿಕ್ಕೆ ಬೇಕೆಂದು ತರ್ಕಿಸಲಿಕ್ಕೆ ಯೋಗ್ಯವಾದ ಆಧಾರವಿದ್ದಾಗ್ಯೂ ಆ ಕಡಿದವರ ಪತ್ತೆ ಹತ್ತುವ ಹಾಗೆ ಬಾತಮಿಯನ್ನು ಆ ಹಳ್ಳಿಯವರು ಇಲ್ಲವೆ ಊರವರು ತಿಳಿಸದಿದ್ದರೆ, ಸನ್ ೧೮೬೭ನೇ ಇಸವಿಯ ೧೬ನೇ ಕಾಯದೆಯ ೩೭ನೇ ಕಲಮು ಅಮಲಿನಲ್ಲಿ ತರಲಾದೀತು. ಆ ಕಲಮು ಕೆಳಗೆ ಬರಿದವೆ.

"ಯಾವದೊಂದು ಹಳ್ಳಿಯ ಹದ್ದಿನೊಳಗೆ ಕಳವಾಗಿದ್ದು ಅಥವಾ ಕಳ್ಳರು ಆ ವೂರವರೆಂದು ನಿಶ್ಚಯಾತ್ಮಕವಾಗಿ ತಿಳಿದಿದ್ದು, ಆ ಕಳವಿನ ಪ್ರತಿಬಂಧದ ಬಗ್ಗೆ ಇಲ್ಲವೆ ಪತ್ತೆಯ ಬಗ್ಗೆ ಇಲ್ಲವೆ ಕಳ್ಳರನ್ನು ಹಿಡಿಯುವ ಬಗ್ಯೆ ದುರ್ಲಕ್ಷ್ಯವನ್ನಾಗಲಿ ಸಂಗನ ಮತವನ್ನಾಗಲಿ ಮಾಡಿದ ಆರೋಪವು ಆ ವೂರವರ ಮೇಲೆ ಇಲ್ಲವೆ ಅಲ್ಲಿಯ ಪೋಲೀಸರ ಮೇಲೆ ಬಂದರೆ, ಆ ಪ್ರಕರಣದ ಚೌಕಶಿಯನ್ನು ಫೌಜದಾರೀ ಗುನ್ಹೆಯಂತೆ ಮಾಡಲಿಕ್ಕೂ, ಸರಿಯಾಗಿ ಪುರಾವೆಯಾದರೆ ಕಳವಿಗೆ ಹೋದ ಮಾಲಿಗಿಂತ ಹೆಚ್ಚಲ್ಲದಷ್ಟು ದಂಡವನ್ನು ಮಾಡಲಿಕ್ಕೂ ಮಾಜಿಸ್ಟ್ರೇಟನಿಗೆ ಅಧಿಕಾರವಿರುತ್ತದೆ; ಕಳವಿನ ಕಾಲಕ್ಕೆ ಮಾಲಕನು ಯೆಷ್ಟು ಮಟ್ಟಿಗೆ ಯೆಚ್ಚರದಿಂದ ವರ್ತಿಸದನೆಂದು ಕಂಡು ಬರುವದೋ ಅಷ್ಟರ ಅನುರೋಧದಿಂದ ಆ ಇಡೀ ದಂಡವನ್ನಾಗಲಿ ಅದರ ಕೆಲವು ಭಾಗವನ್ನಾಗಲಿ ಅವನಿಗೆ ಕೊಡ ಬಹುದು."

ಆರ್. ಎ. ಮ್ಯಾಕಡೋನಾಲ್ಡ್,	**ಡಬ್ಲೂ. ಪೇಟನ್. ಮೇಜರ,**
ಕಲೆಕ್ಟರ, ಕಾನಡಾ.	ಅಡವಿಯ ಕಾನ್‌ಸರ್ವೇಟರ,
	ದಕ್ಷಿಣ ಭಾಗ.

ಮುಂಬಯಿ ಸರಕಾರದವರ ಠರಾವ ನಂಬರು ೫೫೮೭, ತಾ. ೧೮ನೇ ಆಗಟಂಬರು ೧೮೭೦, ಇದರಲ್ಲಿ ಈ ಕೆಳಗಿನ ನಿಯಮುವಿರುತ್ತವೆ.

೭. ಸರಕಾರೀ ಭೂಮಿಯನ್ನು ಮಾಡುವ ಮನುಷ್ಯನು ಆ ಭೂಮಿಯಲ್ಲಿ ಬೆಳೆಯುತ್ತಿರುವ ಸರಕಾರೀ ಮರಗಳನ್ನು ಕಡಿಯಲಾಗದು, ಅವುಗಳ ಟೊಂಗೆಗಳನ್ನು ತೆಗಿಯಲಾಗದು. ಮತ್ತು ಯಾವ ಬಗೆಯಿಂದಲೂ ಅವುಗಳಿಗೆ ಅಪಾಯ ಮಾಡಲಾಡಲಾಗದು; ಮತ್ತು ತಿಳಿದು ತಿಳಿದು ಬುದ್ಧಿ ಪೂರ್ವಕವಾಗಿ ಪರರಿಂದ ಆ ಮರಗಳನ್ನು ಕಡಿಯಗೊಡಲಾಗದು, ಟೊಂಗೆಳನ್ನು ತೆಗಿಯಗೊಡಲಾಗದು, ಮತ್ತು ಯಾವ ಬಗೆಯಿಂದಲೂ ಅದಕ್ಕೆ ಅಪಾಯ ಮಾಡಗೊಡಲಾಗದು. ಆ ಮರಗಳಿಗೆ ಕೈ ಹಚ್ಚುವ ಪೂರ್ವದಲ್ಲಿ ಕಲೆಕ್ಟರನ ಅಪ್ಪಣೆಯನ್ನು ಪಡಿಯಲಿಕ್ಕೆ ಬೇಕು; ಅವು ತೇಗು, ಕರೆಮರ, ಚಂದನ, ಈ ಜಾತಿಗಳ ಮರಗಳಿದ್ದರೆ, ಅಡವಿಯ ಕಾನ್‌ಸರ್ವೇಟರರ ಅಪ್ಪಣೆಯನ್ನು ಪಡೆಯಲಿಕ್ಕೆ ಬೇಕು.

ವರ್ಣಾನುಕ್ರಮದ ಪಟ್ಟಿ.

ಅ.

	ಪುಟ.
ಅಂಕ	೨೨೯
ಅಕ್ಕೀವತ.	೪೮೭
ಅಗರಬೇಡ	೫೧೭
ಅಗರವಾಲರು	೧೧೦
ಅಗಸರು	೧೮೯
ಅಘನಾಶಿ	೫೫೮
ಅಘನಾಶಿನೀ	೧೧
ಅಂಕಲಗಿ.	೪೮೭
ಅಂಕೋಲಾ	೫೫೯
ಅಂಕೋಲಾ ತಾಲೂಕು . .	೪೩೮
ಅಜರೆ.	೬೦೫
ಅಂಜದೀವ	೫೫೮
ಅಂಜನಿ ದ್ವೀಪ	೪
ಅಡಬಟಕಿಗಳು	೧೯೦
ಅಡವೀ ಕುರಿ.	೬೪
ಅಡವೀ ಚಿಂಚೇರು . . .	೨೦೮
ಅಡವೀ ಬೆಕ್ಕು	೬೨
ಅಡಿಕೆ.	೨೭೪
ಅಡಿಕೇ ಚೂರುಗಳು. . .	೩೦೫
ಅಣ್ಣೀಗೇರಿ	೪೪೪
ಅತ್ತಾರರು	೨೩೪
ಅತ್ತೀ ಪೊಕ್ಕಲಿಗರು . . .	೧೪೨
ಅಥಣಿ	೪೮೮
ಅಥಣೀ ತಾಲೂಕು . . .	೪೨೭
ಅದಿಲ್‌ಶಾಹಿ.	೩೪೭
ಅದ್ವೈತರು	೭೬
ಅಬ್ಬೀಗೇರಿ	೪೪೩
ಅಬ್ಲೂರು	೪೪೩
ಅಭ್ರಕ	೨೯
ಅಮರಗೊಳ್ಳ	೪೪೩
ಅಮೀನ ಭಾವಿ	೪೪೩
ಅಂಬಿಗರು	೧೮೩
ಅರಗೆ.	೬೦೬
ಅರಟಾಳ.	೪೪೪
ಅರಬೀತೆಂಬಿ	೫೬೦
ಅರಸಿಬೀಡಿ	೫೨೦
ಅರಳೀ ಕಟ್ಟಿ.	೪೪೪
ಅರಳೇಶ್ವರ	೪೪೪
ಅಲಿಗದ್ದೆ.	೫೫೮
ಅವರ್ಸೆ	೫೬೦
ಅಸದಖಾನನು	೩೫೩
ಅಸುಂಡಿ.	೪೪೪
ಅಳತೆ.	೬೦೫

ಆ.

	ಪುಟ.
ಆಕಳು	೫೭
ಆಗೇರು	೨೨೧
ಆಡು	೫೯
ಆಡೂರು.	೪೪೩
ಆದಿ ಬಣಜಿಗರು. . . .	೧೦೨
ಆನೆ	೬೦
ಆಂಧ್ರರು.	೮೭
ಆರಂಭ ಕಾಲದ ಇತಿಹಾಸ .	೩೧೫
ಆರೇ ಬಣಜಿಗರು . . .	೧೩೧
ಆರೇರು	೧೧೨
ಆಲುಪರು	೩೧೯
ಆಸಪತ್ರಿಗಳು	೪೧೬
ಆಹಾರ	೨೯೨

ಇ.

ಪುಟ.

ಇಕ್ಕೇರಿ ೩೫೧
ಇಂಗಳೇಶ್ವರ ೫೪೬
ಇಂಗ್ಲಿಷರು ೩೫೮
ಇಚಲಕರಂಜಿ ೬೦೮
ಇಟಗಿ ೫೭೫
ಇಂಡಿ. ೫೪೬
ಇಂಡೀ ತಾಲೂಕು . . . ೪೩೫
ಇಮಾಮಗಳು ೨೩೭
ಇಮಾರತಿಯು ಕಲ್ಲು. . . ೩೦
ಇಲಕಲ್ಲು ೫೪೫
ಇಳಗೇರು ೧೭೬

ಉ.

ಉಂಭಲಿ. ೫೮೬
ಉಂಥಲಿಯ ತಡಸಲು . . ೧೭
ಉಣಕಲ್ಲು ೪೮೫
ಉಪ್ಪಾರರು ೧೫೦
ಉಪ್ಪು ೨೮, ೩೧೨
ಉಪ್ಪುನಾಡೋರು . . . ೧೩೯
ಉಸುಬಿನ ಕಲ್ಲು ೩೦
ಉಳವಿ ೫೮೬

ಊ.

ಊನರು ೪೧೭

ಎ.

ಎತ್ತು ೫೭
ಎಲೆ ಬಳ್ಳಿ ೨೭೬

ಐ.

ಐಗಳು ೧೨೦
ಐನಾಪುರ. ೪೮೭
ಐರಣಿ. ೪೪೩
ಐರಣೀ ಗುಡ್ಡ ೮
ಐಹೊಳೆ. ೫೧೮

ಒ.

ಪುಟ.

ಒಕ್ಕಲತನದವರು . . . ೨೫೭

ಓ.

ಓಷ್ಟಮರು ೧೩೨

ಕ.

ಕಂಗಾರಿಗಳು ೨೨೩
ಕಚಿವಿ ೪೭೫
ಕಂಚುಗಾರರು ೧೫೫
ಕಂಜಾರರು ೨೪೩
ಕಟಗೇರಿ ೫೪೭
ಕಟಚ್ಚುರಿಗಳು ೩೧೯
ಕಠಾರೀ ಗುಡ್ಡ ೯
ಕಡವಿ. ೬೩
ಕಡಕೋಳ ೬೧೦
ಕಡ್ಲೆ ೨೭೨
ಕಣವೀ ಸಿದ್ಧಗೇರಿ . . . ೪೭೬
ಕತ್ತಿಗಿರಬು (ತರಸ) . . . ೬೨
ಕತ್ತೆಗಳು ೫೮
ಕದಂಬರು ೩೧೮
ಕದರಮಂಡಲಗಿ ೪೭೫
ಕನಮಡಿ ೫೦೨
ಕನವಳ್ಳಿ ೪೭೬
ಕನೇರಿ ೬೧೦
ಕನೋಜರು ೭೮
ಕನ್ನಡ ವೈಶ್ಯರು . . . ೧೦೯
ಕಪೋತ ಗುಡ್ಡ ೮
ಕಪ್ಪಡೀ ಸಂಗಮ . . . ೧೫
ಕಬ್ಬಲಿಗೇರು ೧೮೬
ಕಬ್ಬಿಣ ೨೬
ಕಬ್ಬು. ೨೭೨
ಕಬ್ಬೇರು ೧೩೩, ೧೮೬
ಕಮ್ಮಾರರು ೧೪೭
ಕಂಬಳಿಗಳು ೩೧೧

	ಪುಟ.
ಕರಕ	೨೬೧
ಕರಡಿ	೬೨, ೫೪೭
ಕರಳೇ ಹಚ್ಚಡ	೩೧೧
ಕರಾಡಸ್ಥರು	೭೯
ಕರೆವೊಕ್ಕಲಿಗರು	೧೩೮.
ಕರ್ಜಗಿ	೪೭೬
ಕರ್ಜಗೀ ತಾಲೂಕು	೪೨೪
ಕರ್ಲ	೨೬೧
ಕಲಗಡಿಗೆ	೩೧೩
ಕಲಗಡಿಗೆಯ ಕಲ್ಲು	೩೦
ಕಲಘಟಗಿ	೪೭೬
ಕಲಘಟಗೀ ತಾಲೂಕು	೪೨೩
ಕಲಚೂರಿಗಳು	೩೩೦
ಕಲಾದಗಿ	೫೪೭
ಕಲಾಯಿಗಾರರು	೨೩೪
ಕಲಾಲರು	೧೮೧
ಕಲಾವಂತರು	೧೯೪
ಕಲ್ಲುಕುಟ್ಟಿಗರು	೧೫೬
ಕಲ್ಲೋಳಿ	೫೦೨
ಕವತೆ	೬೩೪
ಕವಲಾಪುರ	೬೨೮
ಕಸಬಿಣಗಳು	೧೯೬, ೨೪೫
ಕಸಾಯಿಗಳು	೨೦೪
ಕಳತೀ ಗುಡ್ಡ	೭
ಕಳಸ	೪೭೬
ಕಾಕರರು	೨೩೯
ಕಾಖಂಡಿಕಿ	೫೪೬
ಕಾಗದ	೩೧೨
ಕಾಗದಳಿ	೨೬೦
ಕಾಗದಿಗಳು	೨೩೪
ಕಾಗಲ	೬೧೧
ಕಾಗವಾಡ	೫೦೧
ಕಾಗಿನೆಲ್ಲಿ	೪೭೬
ಕಾಚು	೩೧೪
ಕಾಚಿನ ಬಳೆಗಳು	೩೧೩
ಕಾಜೀ	೨೨೯
ಕಾಡ ಹಂದಿ	೬೪
ಕಾಡು ಕೋಣ	೬೩
ಕಾಡು ನಾಯಿ	೬೨
ಕಾಣ್ಣವರು	೭೮
ಕಾತಕರಿಗಳು	೨೦೪
ಕಾದರೊಳ್ಳಿ	೫೦೧
ಕಾದಂಬರು	೩೩೪
ಕಾನಘಾಟಿಗಳು	೨೧೩
ಕಾಪಶಿ	೬೧೦
ಕಾಫ್ರಿ	೨೪೮
ಕಾಬಾಲಿಗಾರರು	೨೧೩
ಕಾಬೂರು	೫೦೧
ಕಾಮತಿಗಳು	೧೪೦
ಕಾಮಧೇನು	೪೭೬
ಕಾಮಾಠಿಗಳು	೧೨೩
ಕಾಯಸ್ಥ ಪರಭುಗಳು	೮೯
ಕಾರಡಗಿ	೪೭೬
ಕಾರವಾಡ	೫೭೫
ಕಾರವಾಡ ತಾಲೂಕು	೪೩೭
ಕಾಲವಾಡಿಗಳು	೧೦೮
ಕಾವಲಿಗಳು	೨೬೫
ಕಾಸಾರರು	೧೫೫
ಕಾಳಾನಂದೀಗಡ	೫೦೨
ಕಾಳಾನಂದೀಗಡದ ಗುಡ್ಡ	೯
ಕಾಳಿನ ಬೆಲೆ	೨೯೧
ಕಾಳೀನದಿ	೧೦
ಕಾಳೆ ಕುಣಬಿ	೧೨೯
ಕಿತ್ತೂರು	೫೦೨
ಕುಡ ವೊಕ್ಕಲಿಗರು	೧೨೩
ಕುಡಾಳ ದೇಶಕರರು	೮೮
ಕುಣಬಿಗಳು	೧೨೭
ಕುಂಟೋಜಿ	೫೪೮
ಕುನಕುಂಬಿ	೫೦೬
ಕುಂದಗೋಳ	೬೩೪

	ಪುಟ.
ಕುಂದರಗಿ	೫೪೮
ಕುಮಟಾ	೫೭೭
ಕುಮಟಾ ತಾಲೂಕು	೪೩೯
ಕುಮುದ್ವತಿ	೧೩
ಕುಂಬಾರರು	೧೪೮
ಕುಂಭೋಜ	೬೧೪
ಕುಪ್ಪಿ	೫೪, ೨೬೬
ಕುರಂಜ	೬೪
ಕುರಿ	೫೯
ಕುರುಬರು	೧೬೯
ಕುರುವಿನ ಶಟ್ಟಿ	೧೬೭
ಕುರುವಿನ ಶಟ್ಟಿಗಳು	೧೧೧
ಕುರ್ತಕೋಟಿ	೪೭೭
ಕುಲಮರು	೧೨೭
ಕುಶಸ್ಥಳಿಗಳು	೮೮
ಕುಸೂಗಲ್ಲು	೪೭೭
ಕುಳ	೩೬೫
ಕೊಡಚಿ	೫೦೫
ಕೂಡಲ ಸಂಗಮ	೧೫
ಕೂರಿಗೆ	೩೬೫
ಕೂರ್ಮಗಡ	೫೭೮
ಕೂಲಿ	೨೮೭
ಕೃಷ್ಣಾ	೧೫
ಕೆರೂರು	೫೪೮
ಕೆರೆಗಳು	೨೬೫
ಕೆಳವಡಿ	೫೪೮
ಕೈಕಾಡಿಗಳು	೨೦೧
ಕೋಕಟನೂರು	೫೦೪
ಕೊಂಕಣ ಕಾರ್ವಿಗಳು	೧೮೪
ಕೊಂಕಣಸ್ಥರು	೭೯
ಕೊಂಕಣಿಗರು	೮೭
ಕೊಂಕಣೀ ಮಹಾರಾಷ್ಟ್ರರು	೧೩೮
ಕೊಂಗನೊಳ್ಳಿ	೫೦೪
ಕೊಂಗರು	೧೧೬
ಕೊಟಿಗಾರರು	೨೨೧

	ಪುಟ.
ಕೊಡಗ ರಾಜ್ಯ	೩೫೧
ಕೊಪೋಲಿ	೬೧೧
ಕೊಣ್ಣೂರು	೪೭೭, ೫೦೪
ಕೊಂಡ್ಲಿ	೫೭೭
ಕೊಮುಟಿಗರು	೧೦೭
ಕೊಮಾರ ಪೈಕರು	೧೭೮
ಕೊರಗಾರರು	೨೨೨
ಕೊರಚರು	೧೯೧
ಕೊರಮರು	೧೯೨
ಕೊರವಂಜಿಗಳು	೨೦೨
ಕೊರವರು	೨೦೨
ಕೊರ್ಲಹಳ್ಳಿ	೪೭೭
ಕೊಲ್ಲಾಪುರ	೬೧೧
ಕೋಟ ಬ್ರಾಹ್ಮಣರು	೮೬
ಕೋಟ ವೊಕ್ಕಲಿಗರು	೧೪೪
ಕೋಟು ಮಂಚಗಿ	೪೭೭
ಕೋಡ	೪೭೭
ಕೋಡ ತಾಲೂಕು	೪೨೪
ಕೋಡಮಾಗಿ	೪೭೭
ಕೋಡಿನ ಚಿತ್ರಗಳು	೩೧೪
ಕೋಡಿಬಾಗ	೫೭೭
ಕೋಣ	೫೮
ಕೋಲೂರು	೪೭೭
ಕೋಳಸುಂದಾ	೬೨
ಕೋಳಿಗಳು	೧೮೫
ಕ್ರಿಸ್ತೀ ಲಗ್ನ	೨೫೦

ಖ.

ಖಣ	೩೧೦
ಖತೀಬ	೨೩೦
ಖರೋಶಿ	೫೦೨
ಖಾತೆಗಳು	೨೬೩
ಖಾನಾಪುರ	೫೦೨
ಖಾನಾಪುರ ತಾಲೂಕು	೪೩೧
ಖಿದ್ರಾಪುರ	೬೧೦

ಪುಟ.

ಜೋಡಸಿ ಅಥವಾ ಜೋಚಿ.. ೬೧೧

ಗ.

ಗಂಗರು ೩೧೯
ಗಂಗಾವಳಿ ೧೧, ೫೬೫
ಗಂಗಿಭಾವಿ ೪೫೮
ಗಜಿನಿ. ೨೬೦
ಗಜೇಂದ್ರಗಡ. ೫೪೩
ಗಡಇಂಗ್ಲಜ ೬೦೭
ಗದಗ ತಾಲೂಕು . . . ೪೨೧
ಗದಗು ೪೫೯
ಗದ್ದನಕೆರಿ ೫೪೩
ಗಂಧರ್ವಗಡ. ೪೯೬
ಗಂಧರ್ವಗಡದ ಗುಡ್ಡ . . . ೯
ಗಬಿತರು ೧೮೪
ಗರಗ. ೪೬೧
ಗಲಗಲಿ ೫೪೩
ಗಲಬತ್ತ ೩೦೭
ಗಳಗನಾಥ ೪೬೧
ಗಳಿ ೩೬೬
ಗಾಣಿಗರು ೧೬೧
ಗಾರಗೋಟಿ ೬೦೮
ಗಾರುಡಿಗರು ೨೪೫
ಗಾವ ವೊಕ್ಕಲಿಗರು . . . ೧೩೮
ಗುಜರಾಥೀ ಬ್ರಾಹ್ಮಣರು. . . ೮೪
ಗುಜ್ಜರು. ೧೦೨
ಗುಡಿಗೇರಿ. ೬೩೪
ಗುಡಿಗಾರರು ೧೫೫
ಗುಡೂರು ೫೪೪
ಗುಡೆಹಳ್ಳೀ ಗುಡ್ಡ . . . ೭
ಗುಡ್ಡಗುಡ್ಡಾಪುರ. . . . ೪೬೧
ಗುಡ್ಡೇಹಳ್ಳಿಯ ಗುಡ್ಡ . . ೫೭೨
ಗುತ್ತಲ ೪೬೧
ಗುಲಾಮರು ೨೪೪
ಗುಷ್ಠೆಗಳು. . ೩೮೨, ೩೮೪, ೩೮೬, ೩೮೯

ಪುಟ.

ಗುಷ್ಟೇಗಾರರ ಜಾತಿಗಳು . ೩೮೧, ೩೮೩, ೩೮೫, ೩೮೮
ಗುಳೇದ ಗುಡ್ಡ ೫೪೪
ಗೆರಸಪ್ಪೆ ೫೬೫
ಗೆರಸಪ್ಪೆಯ ತಡಸಲು (ಜೋಗ) . . . ೧೨, ೧೬
ಗೇಣೀಗಾರರು ೨೫೯
ಗೈರಮುಹಡಿಗಳು ೨೨೬, ೨೩೭
ಗೊಂಗಡೀಕಾರರು . . . ೧೪೩
ಗೊಡಚಿ ೬೦೮
ಗೊಂದಲಿಗರು ೨೧೦
ಗೊಬ್ಬುರ ೨೬೬
ಗೊರವರು ೧೧೭
ಗೊಲ್ಲರು ೧೭೩
ಗೊಳಗೇರಿ ೫೪೪
ಗೋಕರ್ಣ : , ... ೫೬೭
ಗೋಕಾವಿ ೪೯೬
ಗೋಕಾವಿಯ ತಡಸಲು. . ೧೫, ೧೯
ಗೋಕಾವೀ ತಾಲೂಕು . . ೪೨೯
ಗೋಧಿ ೨೭೧
ಗೋಮಂತಕದ ಕ್ಯಾಥೋಲಿಕರು . . . ೨೪೬
ಗೋಮೇದ ೨೮
ಗೋಲೀ ಹಳ್ಳಿ ೪೯೮
ಗೋವರ್ಧನರು ೭೭
ಗೋಸಾವಿಗಳು ೨೧೨
ಗೋಳಕರು ೭೭
ಗೌಕಸಾಬರು. ೨೩೯
ಗೌಂಡಿಗಳು ೨೪೧
ಗೌಳಿಗರು. ೧೭೨
ಗ್ರಾಮ್ಯ ಶಾಲೆಗಳು . . . ೪೧೩

ಘ.

ಘಟಪ್ರಭಾ ೧೫
ಘಟ್ಟಗಳು ೨೯೬

	ಪುಟ.
ಫಡಶಿಗಳು	೧೯೬
ಫಾಡಿಗಳು	೧೨೦

ಚ.

ಚಕ್ಲಿ	೩೬೬
ಚಟ್ಟರಿಕಿ	೫೪೨
ಚಟ್ಟೇರು	೧೧೧
ಚಂಡಿಯು.	೫೬೫
ಚಂದಗಡ	೪೯೫
ಚಂದನದ ಸಾಮಾನುಗಳು .	೩೧೪
ಚಂದಾವರ	೫೬೪
ಚರೋಡರು	೨೪೭
ಚಲವಾದಿಗಳು	೨೨೦
ಚಲುಕ್ಯರು	೩೨೦
ಚಳಮಟ್ಟಿ	೪೪೭
ಚಾಂದಕವಠೆ	೫೪೨
ಚಾಲುಕ್ಯರು	೩೨೭
ಚಿಕಂಜಿ	೪೪೭
ಚಿಕ್ಕ ಕುರುವಿನವರು . . .	೧೬೭
ಚಿಕ್ಕೆರೂರು	೪೪೭
ಚಿಕ್ಕೋಡಿ	೪೯೫
ಚಿಕ್ಕೋಡೀ ತಾಲೂಕು . .	೪೨೮
ಚಿಗರೆ	೬೪
ಚಿಗರೇ ಬಲೆಗಾರರು . . .	೨೦೯
ಚಿಂಚಲಿ	೬೦೭
ಚಿತಪಾವನರು	೭೯
ಚಿತಾಕೂಲ	೫೬೫
ಚಿತ್ರಗಾರರು	೧೫೪
ಚಿನ್ನ	೨೫
ಚಿನ್ನಕಾರ.	೬೫
ಚಿನ್ನಮುಳಗುಂದ . . .	೪೪೭
ಚಿಮ್ಮಲಗಿ	೫೪೨
ಚಿಝುರ್	೬೧
ಚೌದಾದಾಮಪುರ . . .	೪೪೭
ಚೌದರಿಗಳು	೧೮೧
ಚೌಶಿಂಗ	೬೪

ಛ.

ಛತ್ರೇರು.	೧೨೫
ಛಪ್ಪರಧಳ್ಳಿ	೪೪೭
ಛಪ್ಪರಬಂದರು	೨೪೦
ಛಬ್ಬಿ	೪೪೬

ಜ.

ಜಂಗಮರು	೯೪
ಜಡ್ಡೀ ಭೂಮಿ	೨೬೦
ಜನನ ಮರಣಗಳು . . .	೪೧೮
ಜಮಖಂಡಿ	೬೩೪
ಜಮ್ಮಖಾನೆಗಳು	೩೧೧
ಜರ್ದಾ	೨೨೭
ಜಾಜೀಮು	೩೧೧
ಜಾಟರು	೨೪೦
ಜಾಡರು	೧೬೪
ಜಾತ್ರೆಗಳು	೩೦೬
ಜಾಂಬೋಟಿ	೫೦೧
ಜಾಂಬೋಟೀ ಗುಡ್ಡ . . .	೯
ಜಾಲೀಕುಂಡ.	೪, ೫೭೫
ಜೀತ	೨೮೬
ಜೀನಗಾರರು	೧೫೪
ಜೀರರು	೧೧೭
ಜುಗುಳ	೫೦೧
ಜೇನು ನೊಣ.	೬೫
ಜೈನರು	೯೭
ಜೈನಾಪುರ	೫೪೬
ಜೋಯಿಸರು	೮೬
ಜೋಗೀ ಗುಡ್ಡ	೯
ಜೋಗೇರು	೨೧೧
ಜೋತೀಬಾನ ಗುಡ್ಡ . . .	೬೦೮
ಜೋಳ	೨೭೧

ಪುಟ.

ಝ.

ರ್ಝಾರೇಕರಿಗಳು . . . ೨೪೧

ಟ.

ಟಂಕಸಾಲೆ ೨೭೧
ಟಪಾಲ ಆಫೀಸುಗಳು . . ೨೯೭
ಟೊಪ್ಪಿಗೆಗಳು ೩೧೧

ಠ.

ಠಿಕಣ ೩೬೫

ಡ.

ಡಂಬಳ ೪೪೭
ಡೇಮಬ್ಲಾಂಕಿ. ೧೬
ಡೊಂಬರು ೨೦೧
ಡೋಣಿ ೧೬, ೨೬೪, ೩೦೮
ಡೋಣೀ ಹಳ್ಳ ೧೧
ಡೌರಿ ೨೧೦

ಢ.

ಢೋರರು ೨೧೯

ತ.

ತಂಗಡಿ ೫೧೪
ತಡಸ. ೪೮೫
ತದಡಿ. ೫೮೬
ತದಡೀ ಹೊಳೆ ೧೧
ತಂತಿ ಟಪಾಲು ೨೯೮
ತಾಂಬಟಗಾರರು ೧೫೫
ತಾಂಬೋಳಿಗಳು . . . ೨೪೩
ತಾಮ್ರ ೨೮
ತಾಮ್ರಪರ್ಣಿ ೧೫
ತಾಸ್‌ಚಿಗಳು. ೨೪೫
ತಾಳೀಕೋಟಿ ೫೫೫
ತಿಗಳರು ೧೪೪

ಪುಟ.

ತಿರಗುಳರು ೮೪
ತಿರುಮಲಪ್ಪದ ಗುಡ್ಡ. . . ೮
ತಿಳಾರಿ ೧೩೧
ತುಂಗಭದ್ರೆ ೧೨
ತುಂಬಿಗಿ ೫೫೭
ತುಮ್ಮಿನ ಕಟ್ಟಿ ೪೮೫
ತುರಂಗಗಳು . ೩೮೨, ೩೭೪, ೩೮೬, ೩೮೯
ತುರ್ಕಬಾಬಿ ೨೫೪
ತುಳಸೀ ಪರ್ವತ. . . . ೭
ತೂಕ ಮಾಪುಗಳು . . . ೨೮೮
ತೆಂಗು ೨೭೩
ತೆಲಗು ಓಪ್ಪಮರು . . . ೧೦೭
ತೆಲಗು ಬಣಜಿಗರು . . . ೧೦೬
ತೆಲಗು ಬ್ರಾಹ್ಮಣರು . . . ೮೩
ತೇರದಾಳ ೬೩೨
ತೊರಗಲ್ಲು ೬೧೬
ತೊರವಿ ೫೫೭
ತೊಳಚಗೋಡ ೫೫೬
ತೋರೀ ಭೂಮಿ. . . . ೨೬೧
ತೊರ್ಕೆನಾಡೋರು . . . ೧೩೯
ತೋಳ ೬೨

ದ.

ದಕ್ಷಿಣದ ಗುಜ್ಜರು . . . ೧೦೨
ದಂಡಿಗ ದಾಸರು. . . . ೨೦೭
ದರವೇಶಿಗಳು ೨೩೧, ೨೪೫
ದರ್ಶನೀ ಗುಡ್ಡ ೮, ೫೬೫
ದಾವುದಿಗಳು. ೨೩೬
ದಾಸರು ೧೧೮, ೨೦೭
ದಿಡಗೂರು ೪೫೮
ದಿವಾಣೀಕೋರ್ಟು . ೩೭೮, ೩೮೨, ೩೮೪, ೩೮೭
ದೀಪ ಸ್ತಂಭಗಳು . . . ೨೯೮
ದೂಧಗಂಗಾ ೧೫
ದೇಗಾವಿ ೪೯೬
ದೇಪಡಿಗರು ೧೯೭

ಪುಟ.

ದೇವನಗಾವ ೫೪೨
ದೇವರನಾವಡಗಿ ೫೪೨
ದೇವರ ಹುಬ್ಬಳ್ಳಿ ೪೪೮
ದೇವಳಿಗಳು ೧೯೧, ೧೯೫
ದೇವಾಂಗರು ೧೬೨
ದೇವೀ ಹೊಸೂರು . . . ೪೪೮
ದೇಶನೂರು ೪೯೬
ದೇಶಸ್ಥರು ೭೨
ದೇಶಾವಳರು ೨೦೦
ದೊಡವಾಡ ೬೨೮
ದ್ರವ್ಯಸಂಚಯ ೨೮೩

ಧ.

ಧನಗರರು ೧೭೫
ಧರ್ಮಾ ೧೩
ಧಾರವಾಡ ೪೪೮
ಧಾರವಾಡ ತಾಲೂಕು . . ೪೨೧
ಧಾರೇಶ್ವರ ೫೬೫
ಧುಂಡಸಿ ೪೫೮
ಧೂಳಖೇಡ ೫೪೨
ಧೋತ್ರ ೩೧೦
ಧೋಬಿಗಳು ೨೪೪

ನ.

ನಗಾರ್ಚಿಗಳು ೨೪೫
ನಂದಗಡ ೫೦೮
ನಂದವಾಡಿಗೆ ೫೫೧
ನಂದಿಕೇಶ್ವರ ೫೫೦
ನರಗುಂದ ೪೮೦
ನರಗುಂದದ ಗುಡ್ಡ . . . ೮
ನರಸಾಪುರ ೪೮೨
ನರಿ ೬೨
ನರೇಗಲ್ಲು ೪೮೦
ನರೇಂದ್ರ ೪೮೦
ನವರಸಪುರ ೫೫೧
ನವಲಗುಂದ ೪೮೨

ಪುಟ.

ನವಲಗುಂದ ತಾಲೂಕು . . . ೪೨೫
ನವಾಯತರು ೨೩೭
ನವಿಲತೀರ್ಥ ೫೦೮, ೫೧೪
ನಳ ೩೧೮
ನಾಗರಾಳ ಗುಡ್ಡ ೯
ನಾಗಲಿಕರು ೧೫೫
ನಾಗಾಂವಿ ೪೮೦
ನಾಣ್ಯಗಳು ೨೮೦
ನಾದಿಗರು ೧೯೦
ನಾಂದ್ರೆ ೬೨೯
ನಾಯಡುಗಳು ೯೧
ನಾಯರರು ೧೧೪
ನಾಯಿ ೫೯
ನಾರ್ವೇಕರರು ೧೦೫
ನಾಲತವಾಡ ೫೫೦
ನಾಲಬಂದರು ೨೩೫
ನಾವೆಗಳೂ ಹರಗೋಲುಗಳೂ ೨೯೬
ನಿಜಾಮನು ೩೫೬
ನಿಡಗುಂದಿ ೪೮೩
ನಿಪಾಣಿ ೫೦೮
ನಿಂಬರಿಗಿ ೫೫೧
ನಿರ್ವಾಣೆಪ್ಪನ ಗುಡ್ಡ . . . ೯
ನೀರನಾಯಿ ೬೬
ನೀಲಗಾರರು ೧೫೫
ನೀಲಗುಂದ ೪೮೩
ನೇಕಾರರು ೧೫೯
ನೇತ್ರಾಣಿ ೫೮೧
ನೊಣಬರು ೧೪೩
ನೋಂದಣೀಖಾತೆ ೩೮೦, ೩೮೩, ೩೮೫, ೩೮೮
ನ್ಯಾಸರಿಗಿ ೫೦೮

ಪ.

ಪಖಾಲಿಗಳು ೨೪೨
ಪಂಚಗಂಗಾ ೧೫
ಪಂಚಮಸಾಲಿಯವರು . . ೯೬

	ಪುಟ.
ಪಂಚರು	೩೭೮
ಪಂಚಾಳರು	೧೪೬
ಪಟವೇಗಾರರು	೧೬೬
ಪಟಾಯಿಗಾರರು	೨೩೯
ಪಟ್ಟದಕಲ್ಲು	೫೫೨
ಪಟ್ಟಿ	೩೬೫
ಪಠಾಣರು	೨೩೩
ಪಡತಿಗಳು	೧೩೯
ಪಡಾವ	೩೦೭
ಪಡಿಯಾಚರು	೧೯೧
ಪನಾಳಗಡ	೬೧೪
ಪರ್ವತಗಳು	೫೧೦
ಪರಸಗಡ ತಾಲೂಕು	೪೨೯
ಪರಸಗಡದ ಗುಡ್ಡ	೯
ಪಲ್ಲವರು	೩೧೯
ಪವಿತ್ರಗಡ	೫೦೧
ಪಾಗಿಗಳು	೧೮೫
ಪಾಂಡವದರಾ	೬೧೫
ಪಾಂಢರಿ	೧೦
ಪಾತಾಳಿಗಳು	೧೨೦
ಪಾತ್ರೆಗಳು	೩೧೧
ಪಾರಗಡದ ಗುಡ್ಡ	೯
ಪಾರ್ಸಿಗಳು	೨೫೪
ಪಿಂಗಳೆ	೨೧೦
ಪಿಚಾಟಿಗಳು	೨೧೪
ಪಿಂಜಾರರು	೨೪೨
ಪಿಸಾಯಿ	೬೪
ಪೀತಾಂಬರ	೩೧೧
ಪೀರಜಾದೆ	೨೩೦
ಪುನಗಿನ ಬೆಕ್ಕು	೬೨
ಪುಲಾವ	೨೨೭
ಪುಸ್ತಕಾಲಯಗಳು	೪೧೪
ಪೆಂಢಾರಿಗಳು	೨೪೩
ಪೆರಿಪ್ಲಸ	೨೯೯
ಪೇಡಣೇಕರರು	೮೯

	ಪುಟ.
ಪೇಡಣೇಕರ ವೈಶ್ಯರು	೧೦೯
ಪೇಶವೆಗಳು	೩೫೬
ಪೈರು	೨೬೯
ಪೋಲೀಸಖಾತೆ.	೩೮೧, ೩೮೩, ೩೮೬, ೩೮೮
ಪ್ರಾಟೆಸ್ಟಂಟರು	೨೫೩

ಫ.

ಫಕೀರ	೨೩೧
ಫತ್ತೆಮಾರಿ	೩೦೭
ಫಳಣೆ.	೩೬೫

ಬ.

ಬಕರ ಕಸಾಬರು	೨೪೧
ಬಂಕಾಪುರ	೪೪೫
ಬಂಕಾಪುರ ತಾಲೂಕು	೪೨೦
ಬಟ್ಯಾರರು	೨೪೨
ಬಡಗಿಗಳು	೧೪೭
ಬಡ್ಡಿ	೨೮೪
ಬಣಜಿಗರು	೯೫, ೧೦೪
ಬಂಟರು	೨೨೨
ಬಂಡವಲು	೨೭೯
ಬಣ್ಣಗಾರರು	೧೬೮
ಬಣ್ಣದ ಫಲಗಳೂ ಚಿತ್ರಗಳೂ	೩೧೩
ಬತ್ತ	೨೭೦
ಬನವಾಸಿ.	೫೬೦
ಬಂದಿಗಳು	೧೯೧
ಬನ್ನೀಕೊಪ್ಪ	೪೪೫
ಬನ್ನೀಹಟ್ಟಿ	೪೪೫
ಬರಗಳು	೨೭೭
ಬರಡೂರು	೪೪೬
ಬಲ್ಲಾಳರು	೩೩೧
ಬಶರಾ	೨೩೧
ಬಸವರಾಜದುರ್ಗ	೪, ೫೬೨
ಬಸವಿಗಳು	೧೯೬
ಬಸವೇಶ್ವರ	೯೧

	ಪುಟ.
ಬಸಕೊರ್ಡ	೫೨೫
ಬಸ್ತೀ ಗುಡ್ಡ	೯
ಬಳಗಾನೂರು	೪೪೪
ಬಳಿಗಾರರು	೧೫೬
ಬಾಕದರು	೨೨೨
ಬಾಕೂರ ಹೊಳೆ	೧೧
ಬಾಗಡಿಗಳು	೨೧೩
ಬಾಗಲಕೋಟೆ	೫೨೪
ಬಾಗಲಕೋಟೆಯ ತಾಲೂಕು.	೪೩೩
ಬಾಗವಾನರು	೨೪೧
ಬಾಗೇವಾಡಿ	೫೨೫, ೪೮೯
ಬಾಗೇವಾಡೀ ತಾಲೂಕು .	೪೩೩
ಬಾಂಫಿ	೨೩೦
ಬಾದಾವಿ	೫೨೦
ಬಾದಾವೀ ಗುಡ್ಡ	೧೦
ಬಾದಾವೀ ತಾಲೂಕು. . .	೪೩೨
ಬಾಂದೇಕರರು	೧೦೬
ಬಾಂದೇ ಕಾರ್ವಿಗಳು. . .	೧೮೪
ಬಾಪ್ತಿಸ್ಮ	೨೫೧
ಬಾಮನೀ ಬಾದಶಹಗಳು .	೩೪೪
ಬಾಂಬನರು	೨೪೭
ಬಾರಾಗಂಗಾ.	೧೧
ಬಾರ್ದೇಶಕರರು	೮೮
ಬಾವಕುಳೆಯರು	೧೦೯
ಬಾವಡೆ	೬೦೬
ಬಾವೀಹಾಳ	೪೪೬
ಬಾಳ ನದಿ	೧೦
ಬಾಳಂಬೀಡ	೪೪೪
ಬಾಳಸಂತೋಷರು . . .	೨೧೧
ಬಾಳೂರು	೪೪೫
ಬಾಳೆ	೨೭೬
ಬಾಳೇ ಹಳ್ಳಿ	೪೪೫
ಬಿಂಫಿ	೫೬೪
ಬಿಜ್ಜಳರಾಜ	೩೩೦
ಬಿದರಕಟ್ಟಿ	೪೪೬

	ಪುಟ.
ಬಿರಾಣೆ	೨೨೭
ಬಿಸ್ಮಿಲ್ಲಾ	೨೨೯
ಬೀಡಿ.	೪೯೫
ಬೀಸುವ ಕಲ್ಲು	೩೧೨
ಬೀಳಗಿ	೫೨೬, ೫೬೪
ಬುಟ್ಟಲರು	೨೨೨
ಬುಡಬುಡಕಿಗಳು . . .	೨೧೦
ಭುಡ ಭುಂಜಿಗಳು . . .	೨೪೧
ಬುದ್ಧನ ಗುಡ್ಡ	೮
ಬುರುಡರು	೧೫೪
ಬೂದಗಾವ	೬೩೪
ಬೆಟ್ಟದ ಭೂಮಿ	೨೬೦
ಬೆಡತೀ ಹಳ್ಳ.	೧೧
ಬೆಣ್ಣೀ ಹಳ್ಳ	೧೪
ಬೆತ್ತದ ಹೆಣಿಕೆ	೩೧೪
ಬೆನಕನಕೊಂಡ	೪೪೬
ಬೆಲವಂತ್ರ	೪೪೬
ಬೆಲ್ಲ	೩೧೩
ಬೇಲದಾರರು.	೨೦೦
ಬೆಳಗಲ	೪೪೬
ಬೆಳಗಾವಿ.	೪೮೯
ಬೆಳಗಾವಿಯ ತಾಲೂಕು. .	೪೩೦
ಬೆಳವಟಿಗಿ	೪೪೬
ಬೆಳವಟ್ಟಿ.	೪೪೬
ಬೆಳವಡಿ	೪೮೯
ಬೆಳವಣಿಕಿ	೪೯೫
ಬೆಳವಣಿಕೀ ಗುಡ್ಡ . . .	೯
ಬೆಳ್ಳಿ	೨೮
ಬೇಡರು	೧೯೯
ಬೇಲಿಕೇರಿ	೫೬೨
ಬೇಲೂರು	೫೨೬
ಬೇವೂರು.	೫೨೬
ಬೇಶರಾ	೨೩೧
ಬೈಡರು	೨೩೫
ಬೈರಾಗಿಗಳು	೨೧೪

ಪುಟ.

ಬೈರಾದೇವಿ ೩೫೨
ಬೈಲಹೊಂಗಲ ೪೮೯
ಬೈಲುಗಂಬಾರರು. . . . ೧೫೭
ಬೈಲೂರ ಗುಡ್ಡ ೯
ಬೈಲೂರು. ೫೬೦
ಬೊಜ್ಜೇಶ್ವರ ೫೪೧
ಬೊಹೊರಿಗಳು ೨೩೫
ಬೋಗಾರರು. ೧೫೫
ಬೋಜಗಾರರು ೨೪೩
ಬ್ಯಾಡಗಿ ೪೪೬
ಬ್ಯಾಹಟ್ಟಿ ೪೪೬

ಭ.

ಭಂಗಿಗಳು ೨೨೦
ಭಟಕಳ ೫೬೨
ಭಂಡಾರಿಗಳು ೧೭೭
ಭಾಟರು ೨೦೯
ಭಾಟಿಯರು ೧೦೮
ಭೀಮಗಡ ೪೯೫
ಭೀಮಸಾಗಿರಿ. ೬೦೭
ಭೀಮಾ ೧೬
ಭೂಧರಗಡ ೬೦೭
ಭೂಮಾಪನ ೨೯೦
ಭೂಮಿ ೨೬೦
ಭೂಮಿಯ ಕಂದಾಯ . . ೩೯೪
ಭೂರಚನೆ ೨೫
ಭೇಡಸಗಾವೀ ಗುಡ್ಡ. . . ೮, ೫೬೪
ಭೈರನಮಟ್ಟಿ ೫೨೬
ಭೈರವಕ್ಷೇತ್ರ ೫೮೭
ಭೋಜ ೪೯೫
ಭೋಯಿಗಳು ೧೮೯
ಭ್ರಮಿಷ್ಟರು ೪೧೭

ಮ.

ಮಂಕಣಿ. ೫೪೯
ಮಂಕಿ ೫೭೯

ಪುಟ.

ಮಂಗಸೂಳಿ ೫೦೬
ಮಂಗಳವೇಢೆ ೬೨೮
ಮಚವಾ ೩೦೭
ಮಂಚಲು ೫೬
ಮಣಿಯಾರರು ೨೩೪
ಮಣ್ಣು ೩೧
ಮದಗದ ಕೆರೆ ೨೩
ಮದನ ಬಾವಿ ೪೭೮
ಮದ್ರಾಸಿ ಕ್ಯಾಥೋಲಿಕರು . ೨೫೩
ಮನಗುಂಡಿ ೪೭೮
ಮನ್ನೀಕೇರೀ ಗುಡ್ಡ . . . ೯
ಮನೋಹರ ಗುಡ್ಡ . . . ೯
ಮನೋಳಿ ೫೦೭
ಮಂತ್ರವಾಡಿ ೪೭೮
ಮಮದಾಪುರ ೫೪೮
ಮಮದಾಪುರದ ಕೆರೆ. . . ೨೪
ಮಲಕಾಪುರ ೬೧೪
ಮಲಪ್ರಭಾ ೫೦೬
ಮಲಾಪಹಾರಿ ೧೪
ಮಲಿಖ ಕಾಫುರನು . . . ೩೩೯
ಮಲ್ಲಯ್ಯನ ಗುಡ್ಡ . . . ೯
ಮಲ್ಲವರು ೧೦೯
ಮಶೇಕ ೨೩೧
ಮುಸಲರು ೨೨೧
ಮಸಾರಿ, ಮಸಾಲಿ . . . ೨೬೦
ಮಹಾಕೂಟ. ೫೪೮
ಮಹಾಂಗಿರಿ ೩೦೭
ಮಹಾರಾಷ್ಟ್ರರು ೩೫೩
ಮಹಾರೋಗಿಗಳು . . . ೪೧೭
ಮಹಾಲಿಂಗಪುರ. . . . ೬೩೫
ಮಹಾವತರು. ೨೩೫
ಮಹೀಪಾಲಗಡ ೫೦೬
ಮಹೀಪಾಳಗಡ ೯
ಮಳೀ ಭೂಮಿ ೨೬೧
ಮಾಗೋಡದ ತಡಸಲು. ೧೧, ೧೮, ೫೬೯

86

ಪುಟ.

ಮಾಜಿಸ್ತ್ರೇಟ ಖಾತೆ. ೩೮೧, ೩೮೩, ೩೮೫, ೩೮೮
ಮಾರ್ಝೂಲಿ ೫೭೯
ಮಾತಂಗರು ೩೧೯
ಮಾದಿಗರು ೨೧೮
ಮಾಪಿಳ್ಳರು ೨೪೪
ಮಾರವಾಡಿಗಳು ೧೦೪
ಮಾರವಾಡೀ ಬ್ರಾಹ್ಮಣರು . ೮೪
ಮಾರೀಹಾಳ ೬೨೯
ಮಾರು ೩೬೫
ಮಾರ್ಕಂಡೇಯಿ ೧೫
ಮಾರ್ಗಗಳು. ೨೯೪
ಮಾವಿನಗುಂಡಿ ೮
ಮಾಲಗಾರರು ೧೧೨
ಮಾಸೂರು ೪೭೮
ಮಿರ್ಜಾನ ೫೭೯
ಮಿರ್ಜಿ ೬೩೩
ಮಿಶ್ರೀ ಕೋಟಿ ೪೭೯
ಮಿಾಠಗಾವಡಿ. ೧೬೮
ಮಿಾನು ೬೭
ಮುಕಿಮ್‌ಶಾಹಿ ೨೩೧
ಮುಕೇರಿಗಳು ೨೪೦
ಮುಕ್ರಿಗಳು ೨೨೩
ಮುಗಟಖಾನ ಹುಬ್ಬಳ್ಳಿ . . ೫೦೭
ಮುಗದ ೪೭೯
ಮುಜಾವರ ೨೩೦
ಮುಂಡಗೋಡ ೫೮೦
ಮುಂಡರಗಿ ೪೭೯
ಮುಂಡಾಸ ೩೧೦
ಮುತ್ತಿಗಿ ೫೫೦
ಮುತ್ತೂರು ೪೮೦
ಮುದಕವ್ವಿ ೫೪೯
ಮುದುಗಿರಿ ೫೮೦
ಮುದ್ದೇಬಿಹಾಳ ೫೪೯
ಮುದ್ದೇಬಿಹಾಳ ತಾಲೂಕು . ೪೩೬
ಮುದ್ಲಿಯಾರರು ೯೦

ಪುಟ

ಮುಧೋಳ ೬೩೨
ಮುನ್ನೊಳ್ಳಿ ೫೦೬
ಮುರಗೋಡ. ೫೦೭
ಮುರುಡೇಶ್ವರ ೫೮೧
ಮುಲ್ಲಾ ೨೩೦
ಮುವಾಝುಮ ೨೩೦
ಮುಷ್ಟಿಗೇರು ೧೩೧
ಮುಳಗುಂದ ೪೭೯
ಮುಳ್ಳ ಹಂದಿ ೬೨
ಮೂಡೂರು ೪೭೯
ಮೆಡಲೇರಿ ೪೭೯
ಮೆಡೂರು ೪೭೯
ಮೆಣಶೀ ಗುಡ್ಡ ೮
ಮೆಣಸು ೨೭೫
ಮೆತ್ರಿಗಳು ೨೨೧
ಮೆಹಮನ್ನರು. ೨೩೮
ಮೇದಾರರು ೧೫೪
ಮೈಲೆ ತೆಗಿಸಿದ್ದು ೪೧೭
ಮೈಸೂರು ೩೫೨
ಮೊಗಲರು ೨೩೩
ಮೋಗೇರು ೧೮೫
ಮೊಲ ೬೫
ಮೊಸಳೆ ೬೬
ಮೋಟೆಬಿನ್ನೂರು. ೪೭೯
ಮೋತೀ ಗುಡ್ಡ ೭
ಮೋಮಿಾನರು ೨೩೯
ಮೋವತ. ೨೬೧
ಮೌರ್ಯ ೩೧೮
ಮೌಲವಿ ೨೩೦
ಮ್ಹೈಸಾಳ ೬೨೯

ಯ.

ಯಮಕನಮರಡಿ ೫೧೫
ಯಮನೂರು ೪೮೬
ಯಲೀಶಿರೂರು ೪೮೬

	ಪುಟ.
ಯಲ್ಲಾಪುರ	೫೮೮
ಯಲ್ಲಾಪುರ ತಾಲೂಕು	೪೪೧
ಯಾಕ್ಲರು	೧೧೯
ಯಾದವರು	೩೩೧
ಯಾದವಾಡ	೫೧೫
ಯಾನ	೫೮೭
ಯಾಲಕ್ಕಿ	೨೭೫
ಯಾವಗಲ್ಲು	೪೮೬
ಯೆಡೂರು	೫೧೫
ಯೆಮ್ಮೆ	೫೮
ಯೆಲಗೂರು	೫೫೭
ಯೆಲ್ಲಮ್ಮನ ಗುಡ್ಡ	೯, ೫೧೫
ಯೆಳ್ಳೂರಗಡ	೯, ೫೧೭
ಯೇದು	೬೩

ರ.

ರಂಗಾರಿಗಳು	೨೪೪
ರಂಗೋಲಿಯ ಕಲ್ಲು	೨೯
ರಜಪೂತರು	೧೧೩
ರಟ್ಟರು	೩೩೩
ರಟ್ಟೀ ಹಳ್ಳಿ	೪೮೩
ರಡ್ಡೇರು	೧೨೩
ರಬಕವ್ವಿ	೬೨೯
ರಾಕೇಟ	೧೬
ರಾಕ್ಷಸ	೮
ರಾಂಗಣಾಕೋಟಿ	೬೧೫
ರಾಚಿವಾರರು	೧೧೬
ರಾಜಾ	೧೬
ರಾಣೇಬಿನ್ನೂರ ತಾಲೂಕು	೪೨೬
ರಾಣೇಬಿನ್ನೂರು	೪೮೩
ರಾಮದುರ್ಗ	೬೩೫
ರಾಮಾನುಜರು	೮೨
ರಾಮೋಶಿಗಳು	೨೦೩
ರಾಯಬಾಗ	೩೬೬
ರಾವಳರು	೧೩೩
ರಾಷ್ಟ್ರಕೂಟರು	೩೨೬
ರಿಯಾರ್ಝುತ	೨೯
ರುಮಾಲ	೩೧೦
ರೋಲರರ	೧೬
ರೋಗಗಳು	೪೧೪
ರೋಣ	೪೮೩
ರೋಣ ತಾಲೂಕು	೪೨೬

ಲ.

ಲಕ್ಕುಂಡಿ	೪೭೭
ಲಕ್ಷ್ಮೇಶ್ವರ	೬೩೩
ಲಬ್ಬೇರು	೨೩೯
ಲಂಬಾಡಿಗರು	೧೦೩
ಲವಾಣರು	೧೦೩
ಲಶಿಂಗಟನ್	೧೭
ಲಶಿಂಗಟನ್ ಫಾಲ್ಸ	೧೧
ಲಾಡಕಸಾಬರು	೨೪೪
ಲಾಡರು	೧೦೨
ಲಾಳಗುಳಿ	೫೭೯
ಲಾಳಗುಳಿಯ ತಡಸಲು	೧೮
ಲಿಂಗವಂತರು	೯೧
ಲೋಕಲ್ ಫಂಡು	೩೯೫
ಲೋಣಾರರು	೧೬೮
ಲೋಹಾಣರು	೧೧೦

ವ.

ವಕ್ಕುಂದ	೫೧೫
ವಗ್ಗಯ್ಯಗಳು	೨೧೫
ವಡಗಾಂವ	೬೧೬
ವಡೆನಪುರ	೪೮೫
ವಡೇರು	೧೭೨
ವಡ್ಡರು	೨೦೩
ವರದಾ	೧೩
ವರಾಹ	೪೮೫
ವರ್ತಮಾನ ಪತ್ರಗಳು	೪೧೩

	ಪುಟ.
ವಲ್ಲಭಗಡ	೯,೫೧೫
ವಹಬೀ	೨೩೬
ವಾಡಿ (ನರಸೋಬನ) . .	೬೧೬
ವಾಸುದೇವರು	೨೧೪
ವಾಳವೆ	೬೧೭
ವಿಜಯನಗರದ ಅರಸರು. . .	೩೪೦
ವಿಜಾಪುರ.	೫೨೬
ವಿಜಾಪುರ ತಾಲೂಕು. . . .	೪೩೪
ವಿಠ್ಠಲಪಂತಿ	೩೬೬
ವಿದುರರು.	೮೪
ವಿದ್ಯದ ಬೆಳುವಣಿಗೆ . . .	೪೦೮
ವಿದ್ಯಾರ್ಥಿಗಳು	೪೦೬
ವಿಶಾಳಗಡ	೬೧೭
ವೇದಗಂಗಾ	೧೫
ವೈಶ್ಯರು	೧೦೭
ವೈಷ್ಣವರು-ಮಾಧ್ವರು. . . .	೭೨
ವ್ಯಾಪಾರ.	೨೯೯

ಶ.

ಶಟ್ಟಿಯರು	೧೧೦
ಶರಾವತಿ	೧೧
ಶಹಾಜಿ	೩೫೪
ಶಹಾಪುರ.	೬೩೦
ಶಾಲೆಗಳು	೪೦೬
ಶಾಲ್ಮಲಾ	೧೧
ಶಿಕಲಗಾರರು.	೨೦೫, ೨೪೨
ಶಿಗ್ಗಾವಿ	೪೮೪
ಶಿಡೀ ಆಟ	೧೪೧
ಶಿಂಪಿಗರು	೧೫೨
ಶಿಯಾ	೨೨೫
ಶಿರವೇ ಗುಡ್ಡ.	೭
ಶಿರಟ್ಟಿ.	೬೩೦
ಶಿರಸಿ	೫೮೩
ಶಿರಸೀ ತಾಲೂಕು	೪೪೧
ಶಿರಾಳಿ	೫೮೨
ಶಿರೋಲಿ	೬೧೬
ಶಿರೋಳ	೬೧೬
ಶಿರ್ಷೇ ಗುಡ್ಡ	೫೮೨
ಶಿಲಾಹಾರರು.	೩೩೭
ಶಿವಂಗಿ	೬೧
ಶಿವಜೋಗಿಗಳು	೧೬೮
ಶಿವಳ್ಳಿಗಳು	೮೭
ಶಿವಾಚಾರಿಗಳು	೧೬೮
ಶಿವಾಜಿ	೩೫೪
ಶಿವೇಶ್ವರ	೫೮೩
ಶೀರೆ	೩೧೦
ಶೀಲ ಗೌಡರು	೧೪೩
ಶೀಲಂಗಿಗಳು.	೧೪೩
ಶೀಲವಂತರು.	೯೫, ೧೦೬
ಶೂರ್ಪಾಲಿ	೫೧೩
ಶೃಂಗೇರಿ	೪೮೪
ಶೆರೋಗಾರರು	೧೩೯
ಶೇಖರು	೨೩೨
ಶೇಡಬಾಳ.	೫೧೩
ಶೇಣವೀರು	೮೦
ಶ್ರೀಮಂತಗಡ.	೬೩೨
ಶ್ರೀ ವೈಷ್ಣವರು	೮೨

ಸ.

ಸಕಳಾಪುರಿಗಳು	೮೭
ಸಂಕೇಶ್ವರ	೫೧೧
ಸಂಗಮ	೫೫೪
ಸಂಗೂರು.	೪೮೪
ಸಂಚಿತದ ಉಪಯೋಗ . .	೨೮೩
ಸತಾರಕರರು.	೧೪೦
ಸದಲಗಿ	೫೧೧
ಸದಾಶಿವಗಡ.	೫೮೧
ಸದಾಶಿವಗಡದ ನದಿ . . .	೧೦
ಸಪ್ತಸಾಗರ	೫೧೨
ಸಪ್ಪಳಿಗರು	೧೯೭

	ಪುಟ.
ಸಂಪಗಾವಿ	೫೧೧
ಸಂಪಗಾವೀ ತಾಲೂಕು	೪೩೦
ಸಮ್ಮಗಾರರು	೨೨೦
ಸರ್ವರಿಯರು	೮೧
ಸರ್ಪ ಪ್ರತಿಬಂಧಿ	೩೬೭
ಸವಣೂರ ಸಂಸ್ಥಾನ	೩೫೨
ಸವಣೂರು	೬೩೫
ಸವದಿ	೪೮೪, ೫೧೩
ಸವದತ್ತಿ	೫೧೨
ಸವ್ವಾಶೇರು	೮೨
ಸಾಂಗಲಿ	೬೨೯
ಸಾಣೇಕಟ್ಟೆ	೫೮೨
ಸಾಣೇ ಕಲ್ಲು	೩೧೨
ಸಾತಾನಿಗಳು	೨೧೫
ಸಾತೆನ ಹಳ್ಳಿ	೪೮೪
ಸಾದರು	೧೨೫
ಸಾಮಾನಗಡ	೬೧೬
ಸಾಂಬ್ರಾಣಿ	೫೮೨
ಸಾಯುಬಗಳು	೧೯೫
ಸಾರಬಾನರು	೨೩೫
ಸಾರಸ್ವತರು	೮೮
ಸಾಲ	೨೮೪
ಸಾಲ ತಕ್ಕೊಳ್ಳುವವರು	೨೮೫
ಸಾಲೊಟಗಿ	೫೫೩
ಸಾಸ್ಟೀಕರರು	೮೭
ಸಾಳಿಗಳು	೧೫೯
ಸಿದ್ದಾಪುರ	೫೮೩
ಸಿದ್ದಾಪುರ ತಾಲೂಕು	೪೪೨
ಸಿದ್ದಿಗಳು	೨೪೪
ಸಿಂದಗಿ	೫೫೪
ಸಿಂದಗೀ ತಾಲೂಕು	೪೩೬
ಸಿಂದರು	೩೩೭
ಸಿರಗೋಡ	೪೮೪
ಸಿರೂರು	೪೮೪, ೫೫೫
ಸುಡುಗಾಡ ಸಿದ್ದರು	೨೧೨

	ಪುಟ.
ಸುಣ್ಣದ ಕಲ್ಲು	೨೯
ಸುತಗಟ್ಟೆ	೫೧೪
ಸುನೀ	೨೨೫
ಸುಪಾ ತಾಲೂಕು	೪೪೦
ಸುಪೆ	೫೮೬
ಸುಳ್ಳ	೪೮೫
ಸೂಡಿ	೪೮೫
ಸೂದಿರ	೨೪೭
ಸೂದಿರರು	೧೪೦
ಸೂಳೆಗಳು	೧೯೬
ಸ್ಯೆಯದರು	೨೩೧
ಸೊಗಲ	೫೧೩
ಸೊಗಲದ ತಡಸಲು	೧೫, ೧೮
ಸೊನ್ನಗಾರರು	೧೫೦
ಸೊರಟೂರು	೪೮೪
ಸೋಮೇಶ್ವರನ ಗುಡ್ಡ	೫೧೪
ಸೋರುಪ್ಪು	೨೮, ೩೧೨
ಸೌದಾಗರರು	೨೩೮
ಸ್ತ್ರೀ ಶಿಕ್ಷಣ	೪೦೯
ಸ್ಥಳ	೩೬೫
ಸ್ಥಾನಿಕರು	೧೨೦
ಸ್ಮಾರ್ತರು	೭೬
ಸ್ಮಾಲಕಾಜ ಕೋರ್ಟು	೩೮೦
ಸ್ಲೇಟಿನ ಕಲ್ಲು	೩೦
ಸ್ವಾದೀ ರಾಜ್ಯ	೩೫೧
ಸ್ವಾವೆ	೫೮೪

ಹ.

ಹಕೀಮರು	೨೩೫
ಹಜಾಮರು	೨೪೨
ಹಟಕಾರರು	೧೬೨
ಹಣಬರು	೧೨೬
ಹಂಡೆಯವರು	೧೩೩
ಹಂಡೇವಜೀರರು	೧೬೭
ಹತ್ತಿ	೨೭೨

	ಪುಟ.
ಹತ್ತೀ ಅರಿಯುವ ಯಂತ್ರ	೩೦೯
ಹತ್ತಿಮುತ್ತೂರು	೪೬೪
ಹಂದಿ	೫೯
ಹನ್ನೀಕೇ	೪೯೯
ಹಬ್ಬುಗಳು	೧೪೧
ಹಮ್ಮಿಗಿ	೪೬೧
ಹರಕಂತರು	೧೮೪
ಹರಣಕಾಶಿ (ಹಿರಣ್ಯಕೇಶಿ)	೧೫
ಹರಳ ಹಳಿ.	೪೬೪
ಹಲಸಂಗಿ	೫೪೫
ಹಲಸಿಗೆ	೪೯೯
ಹಲಾಲ್	೨೩೦
ಹಲಾಲಖೋರರು	೨೨೦
ಹಲ್ಯಾಳ	೫೭೨
ಹವಣಗಿ	೪೬೪
ಹವಳ	೨೮
ಹವಿಕರು	೮೫
ಹಸನು	೨೬೪, ೨೬೭
ಹಸಳರು	೨೨೨
ಹಳದೀಪುರ	೫೭೨
ಹಳೆಪೈಕರು	೧೭೭
ಹಳ್ಳೂರು	೫೪೪
ಹಳ್ಳೀರು	೧೯೭
ಹಾಡವಳ್ಳಿ	೫೭೨
ಹಾತಕಲಂಗಡಾ	೬೦೮
ಹಾನಗಲ್ಲ ತಾಲೂಕು	೪೨೨
ಹಾನಗಲ್ಲು	೪೬೨
ಹಾರೋಗೊಪ್ಪ	೪೬೪
ಹಾಲ್ವಕ್ಕೀ ವೊಕ್ಕಲಿಗರು	೧೩೪
ಹಾವಸಬಾವಿ	೪೬೪
ಹಾವು	[illegible]
ಹಾವೇರಿ	೪೬೪
ಹಿಪ್ಪರಿಗಿ	೫೪೫
ಹಿರೇ ಕೆರೂರು	೪೬೫
ಹಿರೇ ಬಾಸೂರು	೪೬೫
ಹಿರೇ ಬಿದರಿ	೪೬೫
ಹಿರೇ ಬೆಂಡೀಗೇರಿ.	೪೬೫
ಹಿರೇ ಹಳ್ಳ	೧೩
ಹುಕ್ಕೇರಿ	೫೦೦
ಹುಂಡಿ	೨೭೯
ಹುನಗುಂದ	೫೪೫
ಹುನಗುಂದ ತಾಲೂಕು	೪೩೪
ಹುಪ್ರಿ	೬೦೮
ಹುಬ್ಬಳ್ಳಿ	೪೬೫
ಹುಬ್ಬಳ್ಳಿಯ ತಾಲೂಕು	೪೨೨
ಹುಯಿಲ ಗೋಳ	೪೭೫
ಹುರಳೀ ಕೊಪ್ಪ	೪೭೫
ಹುಲಗೂರು	೪೭೫
ಹುಲಸಾರರು	೨೨೪
ಹುಲಿ	೬೦
ಹುಲಿಯ ಶಿಕಾರಿ	೬೧
ಹುಲ್ಲಿನ ಚಾಪೆಗಳು	೩೧೪
ಹೂಗಾರರು	೧೧೭
ಹೂಲಿ	೫೦೦
ಹೂಲೀ ಹಳ್ಳಿ	೪೭೫
ಹೆಬ್ಬಳ್ಳಿ	೪೬೪
ಹೆಬ್ಬಾಳ	೫೪೫
ಹೇಸರಗತ್ತೆ	೫೯
ಹೆಳವರು	೨೧೪
ಹೇರ್ಲೆ	೬೦೮
ಹೈಗರು	೮೫
ಹೈಗುಂಡ	೫೭೨
ಹೈದರ ಅಲ್ಲೀ	೩೫೭
ಹೊಗೆಬಂಡಿಯ ಮಾರ್ಗಗಳು	೨೯೭
ಹೊನ್ನಾವರ	೫೭೨
ಹೊನ್ನಾವರ ತಾಲೂಕು	೪೩೯
ಹೊಂಬಳ	೪೬೫
ಹೊರ್ತಿ	೫೪೫
ಹೊಲಿಯರ ಶಾಲೆಗಳು	೬೧೪
ಹೋಳಿಯರು	೨೧೭
ಹೊಲೆದಾಸರು	೨೧೧
ಹೊಸೂರು	೫೭೫, ೪೬೫